టాల్‌స్టాయ్

అన్నా కెరనినా

నవల

అనువాదం:

ఆర్వియార్

సాహితి

టాల్‌స్టాయ్

అన్నా కెరనినా నవల

ఆర్వియార్

ముద్రణ : సెప్టెంబర్, 2018

వెల : రూ. **500/-**

ISBN : 978-93-87138-42-1

డి.టి.పి : దుర్గ/లీనా/సౌజన్య

ప్రచురణ :
సాహితి ప్రచురణలు

e-mail : sahithi.vja@gmail.com

మా మాట

రష్యన్ మహా రచయిత లియో టాల్‌స్టాయ్ రచించిన పుస్తకాల తెలుగు అనువాదాలు పునర్ ముద్రించే అవకాశం మాకు కలగడం అదృష్టంగా భావిస్తున్నాం.

లియో టాల్‌స్టాయ్ 1828 సెప్టెంబర్ 9న రష్యా సామ్రాజ్యంలో 'తుల' ప్రావెన్స్‌లో 'యాస్న పొలియానా' అనే గ్రామంలో గల ఎస్టేట్‌లో జన్మించారు. ఆయన కుటుంబం రాచరిక సంబంధాలు కల్గిన జమీందారీ కుటుంబం. ఆయన పుట్టిన సంవత్సరానికే తల్లి, ఏడు సంవత్సరాలకు తండ్రి కూడా చనిపోయారు. పెంపకపు తల్లి దగ్గర పెరిగాడు. యవ్వనంలో జులాయిగా తిరిగి, తరువాత కజాన్ యూనివర్సిటీలో మొదట న్యాయశాస్త్రంలోనూ తరువాత ఫిలాసఫీలో చేరి చివరికి పూర్తి చేయకుండానే తిరిగి తన ఎస్టేట్‌కి వచ్చేసారు. అప్పటిలో రష్యా - క్రిమియా యుద్ధకాలంలో సైన్యంలో చేరి పని చేశారు. తిరిగి వచ్చిన తరువాత, మాస్కోకు చెందిన ఓ డాక్టర్‌గారి కుమార్తె సోఫియాతో పెళ్ళి అయింది. వారికి మొత్తం పదమూడుమంది సంతానం. పదిమంది బ్రతికారు. ఈ కాలంలోనే చారిత్రాత్మకమైన యుద్ధము - శాంతి (1869) అన్నా కెరనినా (1877) ఇవాన్ ఇలిచ్ మృతి (1886), నవజీవనం (1899) నవలలు వ్రాసారు. ఈ గ్రంథాలలో ఆయన వాస్తవిక వాదాన్ని ఆవిష్కరించారు. నవంబర్ 20, 1910లో 82 సంవత్సరాల వయస్సులో చనిపోయారు.

ఐరిష్ రచయిత జేమ్స్ జాయిస్, బ్రిటీష్ రచయిత్రి వర్జీనియా ఉల్ఫ్, టాల్‌స్టాయ్ రచనలను మానవ చరిత్రలోనే ఉత్తమ కళాఖండాలుగా వర్ణించారు. మన జాతిపిత మహాత్మాగాంధీకి ఇష్టమైన రచయిత టాల్‌స్టాయ్. వారిద్దరి మధ్య ఉత్తర ప్రత్యుత్తరాలు కూడా నడిచాయి.

తెలుగులో మొదటిసారి "రాదుగ ప్రచురణాలయం, మాస్కో" ప్రచురించారు. తరువాత సంక్షిప్త అనువాదంలో కూడా వచ్చాయి. కానీ ఇన్నాళ్ళకు "రాదుగ" ప్రచురించిన ఈ పూర్తి నవలను మీ ముందుకు తీసుకువస్తున్నాం. అన్నా కెరనినా నవలను అనువాదం చేసిన "ఆర్వియార్" గార్కి ప్రత్యేక ధన్యవాదాలు తెలుపుకుంటున్నాము.

రష్యన్ తెలుగు అనువాద సాహిత్యాన్ని సేకరించి "పిడిఎఫ్" ఫార్మేట్‌లో మాకు అందించిన అనిల్ బత్తులకు, మా వెంటపడి ప్రచురించేదాకా ఊరుకోని రచయిత కూనపరాజు కుమార్‌గార్కి మా ధన్యవాదాలు. కవర్ పేజీలను అందంగా తీర్చిదిద్దిన "గిరిధర్"కు కృతజ్ఞతలు.

ఇంకా ఆయన రచనలు నవజీవనం, కోడిగుడ్డంత ధాన్యపు గింజ మరికొన్ని కథలు, ఇవాన్ ఇలిచ్ మృతి మరికొన్ని కథలు, సంసార సుఖం మరియు మేడిపళ్ళు, విషాద సంగీతం మరికొన్ని కథలు, ఆత్మజ్యోతి పుస్తకాలను కూడా విడుదల చేస్తున్నాం. ప్రపంచ భాషలన్నిటిలోనూ ఈ నవల అనువదించబడింది.

ఈ టాల్‌స్టాయ్ పుస్తకాలను తెలుగు ప్రజలు ఆదరిస్తారని ఆకాంక్షిస్తూ-

సాహితి ప్రచురణలు, విజయవాడ

ముందుమాట

1873 మే నెలలో "అన్నా కెరనినా" రాయడానికి శ్రీకారం చుట్టినప్పుడు రష్యన్ మహా రచయిత లియో టాల్‌స్టాయ్ (1828-1910) వొక మిత్రుడికి యిలా రాశాడు: "యీ నవల, కచ్చితంగా నా రచనల్లో తొలిగా నవల అనే పేరుకి అర్హమైనది. నా అంతరంగాన్ని ఆవహించింది. దీని రచనాక్రమంలో పూర్తిగా నిమగ్నం అయిపోయేను...."

రచయితగా టాల్‌స్టాయ్‌కి అప్పటికే మంచిపేరు వచ్చింది. "బాల్యం", "కౌమారం", "యౌవనం" అనే గ్రంథత్రయం, యుద్ధాన్ని - మనిషినీ అద్వితీయంగా చిత్రించిన "సెవస్తోపాల్ కథలు", "కోసక్కులు" అనే నవల, "యుద్ధమూ- శాంతి" (1863-1868) అనే మహత్తర ఐతిహాసిన నవల రాసిన రచయితగా టాల్‌స్టాయ్‌కి ప్రఖ్యాతి వచ్చింది. నెపోలియన్ 1812లో ఫ్రెంచి సైన్యాలతో జరిపిన దాడిలో రష్యన్ ప్రజల పోరాటాన్నీ 19వ శతాబ్దపు మొదటి త్రిదశకంలో రష్యన్ సమాజ జీవితాన్నీ చిత్రించిన మహేతిహాసం "యుద్ధమూ- శాంతి"

తన ప్రతి కొత్త పుస్తకంలోనూ అన్నిటికంటే మొదటిగా టాల్‌స్టాయ్ ప్రధాన యితివృత్తాన్ని ఘనమైనదిగా భావించేడు. ఆయన మాటల్లోనే "యుద్ధమూ - శాంతి" అనే నవలలో 'సామాజిక యితివృత్తం' ముఖ్యంగా వుంది. "అన్నా కెరనినా"లో 'కుటుంబ యితివృత్తం' ముఖ్యంగా కనిపించింది. నిజానికి "యుద్ధమూ - శాంతి" అనే నవలలో కుటుంబ గాధ వుంది. "అన్నా కెరనినా"లో ప్రజా జీవిత చిత్రణా వుంది. కుటుంబ యితివృత్తం గ్రంథంలో ముఖ్యమైనది. దానిలోని చిత్రీకరణల గాఢత్వాన్ని ప్రజ్వలించే జ్యోతికి శక్తివంతమైన ఆధారం.

చరిత్రని ప్రతిఫలింప చేసే "యుద్ధమూ - శాంతి" అనే నవలని లియో టాల్‌స్టాయ్ అయిదేళ్ళు రాశాడు. ఆనాటి జీవితానికి అద్దం పట్టిన "అన్నా కెరనినా" నవలకీ యించుమించు అయిదేళ్ళే పట్టింది. యీ మహా రచనల వల్ల టాల్‌స్టాయ్‌కి ప్రపంచ ప్రఖ్యాతీ, గుర్తింపు వచ్చేయి.

టాల్‌స్టాయ్ చరిత్రనీ, సమకాలీన జీవితాన్నీ అవపోశన పట్టి సాహిత్యంలో సృజనాత్మకంగా మలిచేడు.

మహా రష్యన్ రచయితా, టాల్‌స్టాయ్ సమకాలికుడు అయిన దోస్తాయేవ్‌స్కీ యిలా రాశాడు. "నవలా రచయిత... తను వర్ణించే యదార్థానికి సంబంధించిన అతి చిన్న వివరాలని కూడా (చారిత్రకమైనవీ, వర్తమాన కాలానివీ) తెలుసుకుని వుండాలన్న తిరుగులేని తీర్మానానికి వచ్చాను నేను. యీ విషయానికి సంబంధించిన ప్రతిభావంతుడైన రచయిత మన దేశంలో కౌంట్ లియో టాల్‌స్టాయ్ వొక్కడేనని నా అభిప్రాయం."

జీవితం అప్పటికే లేవనెత్తిన ప్రశ్నలకి సమాధానం చెప్పడానికి 1870లలో రష్యన్ సాహిత్యంలో జరిగిన సాహసోపేతమైన ప్రయత్నం యీ నవల. జీవితాన్ని గాఢంగా పరిశీలించి పాతగిల్లిన విలువల స్థానంలో కొత్తవాటిని పెట్టడం అనే సాహసోపేత ప్రయత్నం టాల్‌స్టాయ్ కళాత్మక శిఖరాల నధిరోహిస్తూ చేశాడు.

విలువల యీ పునఃపరిశీలనే టాల్‌స్టాయ్ ఆత్మిక సంక్షోభానికి మూలం అయి 1870ల ఆఖర్లోనూ, 1880లలోనూ ఆయన ప్రపంచ దృక్పథంలో మౌలికమైన మార్పుని తీసుకువచ్చింది. "అన్నా కెరనినా" తర్వాత టాల్‌స్టాయ్ "పాప నివేదన" అన్న తన మొదటి తాత్విక కృతి రాశాడు. "నాలో యెంతో కాలంగా మెదులుతూ, పరిణితి చెందుతూ వున్న మౌలిక దృక్పథ పరివర్తన నాలో జరిగింది. మా ధనిక, విద్వత్ జనుల బృందం గడిపే జీవితం నాకు వెలపరం పుట్టించడమే కాక, అర్థవిహీనం అయినట్టు నాకు జ్ఞానోదయమైంది" అని టాల్ స్టాయ్ వొప్పుకున్నాడు.

యీ మార్పు యెలా జరిగిందో దాన్ని "అన్నా కెరనినా" నవల ఆధారంగా చూపించవచ్చు. టాల్‌స్టాయ్ ఆధ్యాత్మిక శోధననీ, కుటుంబ పరిస్థితుల ద్వారా నాటి సమకాలీన జీవిత సాధారణ క్రమాల్ని అర్థం చేసుకుందుకు ఆయన చేసే ప్రయత్నాలన్నీ యీ నవల ప్రతిబింబించింది. లేవిన్, కిట్టీల సంసార జీవిత యితివృత్తం యాస్నయా పొల్యానాలో టాల్‌స్టాయ్ కుటుంబ జీవితపు తొలి, కమనీయ స్మృతుల్ని నింపుకొంది. అంతేగాక ఆయన జీవితంలో తర్వాత దశలో తన చుట్టూ వున్న ప్రజలతో ఆయనకి కలుగుతూ ఉన్న సంక్లిష్ట సంబంధాలని, ప్రపంచం పట్ల ఆయన సంక్లిష్ట వైఖరిని వాటికి చెందిన కొన్ని లక్షణాలనీ కూడా పొదుపుకుంది.

"అన్నా కెరనినా" రాయడానికి సమాయత్తం అయే ఆ సంవత్సరాలలో టాల్‌స్టాయ్ 'తనతో, తన కుటుంబంతో' సామరస్యంగా జీవించాలని ఆశించేడు. కాని అది జరగలేదు. నూతన తాత్విక, ఆచరణాత్మక ఉద్దేశ్యాలు ఆయనకి కలిగేయి. అవి పాతుకుపోయిన ప్రభువంశీకుల జమీ జీవితంతో సంఘర్షించాయి. దాంతో కుటుంబ జీవిత రాగంలో జీర స్వరం వచ్చింది.

టాల్‌స్టాయ్‌కి తన వొంటరితనం, ప్రజా జీవితంలో తన రక్త సంబంధం అనుభూతం అయి. తనని వేధించిన సమస్యలని పరిష్కరించడానికి తను అశక్తుణ్ణన్న గుర్తింపు వల్ల నిరాశ కలిగింది. ప్రజలతో మమేకం కావడం ద్వారా దానికి పరిష్కారం కనిపెట్టగలనన్న ఆశ ఆయనకి కలిగింది. కాని ఆయనకి అప్పటికే గ్రామీణ జమీందారీ జీవిత విధానంలోని ధర్మబద్ధత పట్ల, న్యాయం పట్ల అంతకు ముందు తనకి వున్న విశ్వాసం పోయింది. ఆయన నిత్యజీవితంలో స్థాపితమైన యాంత్రిక నియమానుసారం బతకలేకపోయేడు.

నిత్య జీవితానికి సంబంధించి టాల్‌స్టాయ్‌కి వున్న సామాన్య అభిప్రాయాలు తునాతునకలై పోవడమే కాదు సకల సైద్ధాంతిక, తాత్విక, మత విశ్వాసాలు కూడా తునాతునకలై పోయేయి. విలువల పునఃపరిశీలన వొక వేదనామయ క్రమం.

"నేను చెడ్డగా బతికేను" అని టాల్‌స్టాయ్ తన "పాప నివేదన"లో రాసుకున్నాడు. "అంటే ఆయన ఉద్దేశం 'అందరి లాగా బతుకుతూ' తను 'ప్రజా క్షేమాన్ని' గురించి ఆలోచించలేదనీ, తన బతుకుని బాగు చేసుకునే దాని గురించే శ్రద్ధ పట్టాననీ, భూస్వాముల జమీలో రొడ్డ కొట్టుడు జీవితంలో వున్నాననీ. యీ జీవితంలో వున్న చారిత్రక నైతిక అన్యాయం ఆయనకి క్రమేపీ వెల్లడైంది. "పరమ భౌతిక వాంఛా పరిపూర్తికి వెంపరలాడే" జీవితాన్ని "కోరికలూ వ్యామోహాలూ తృప్తిపరచుకోవాలనుకునే" ఆ జీవితాన్ని త్యజించాలన్న కోరిక ఆయనకి కలిగింది. కాని యీ నవల్లోని నాయకత్వ ప్రాముఖ్య పాత్రలు అయిన అన్నా, ఆమె తమ్ముడు అబ్లాన్‌స్కీ, వ్రాన్‌స్కీ, యాష్విన్ తదితరులు, సరిగ్గా అదే పరిస్థితుల్లో బతుకుతూ వుంటారు.

భౌతిక వాంఛా పరిపూర్తి ప్రేరణలు, 'కులాసా వేదాంత' ధోరణి ప్రేరణలు బాగా తెలిసిన లేవిన్ వొక్కడికి మాత్రం ఆ జీవిత సమంజసత్వం గురించి సందేహాలు కలుగుతాయి. అతను 'మామూలు ప్రజల పట్ల వున్న సహజ ప్రేమ పుణ్యమా' అని 'యిదే నన్ను కాపాడింది' అన్న టాల్‌స్టాయ్ భావనని పునరుద్ఘాటిస్తాడు.

నవల ఆఖర్లో టాల్‌స్టాయ్ వొక సాదా రైతు ఫ్యోదొర్‌తో పంట కోతలప్పుడు లేవిన్ సంభాషణని వర్ణిస్తాడు. "వూపిరి పీల్చుకోడానికి తీరిక వుండని సమయం అది. వూళ్ళో వాళ్ళందరూ పిసరు కూడా వొళ్ళు దాచుకోకుండా తీవ్రంగా పనికి అర్పితమైపోయే సమయం అది. అలా అర్పితమైపోవడం జీవితంలో మరే రంగంలోనూ వుండదు. ఆ పనిలో నిమగ్నం అయిన వాళ్ళు స్వయంగా దాని మహౌన్నత్యాన్ని ప్రకటించుకున్నట్లయితే గనుక, ఆ పని సాలు సాలుకీ పౌనఃపున్యంగా రాకుండా వుంటే గనుక, యీ శ్రమ ఫలితాలు యింత నిత్యజీవితానుభవం కాకుండా వుంటే గనుక దీని మహౌన్నత్యానికి గుర్తింపు వచ్చి వుండేది."

ఆత్మ త్యాగానికి సంబంధించి "పిసరు కూడా వొళ్ళు దాచుకోకుండా తీవ్రంగా పనికి అర్పితమైపోవడం" లేవిన్‌కి హఠాత్తుగా ప్రజలలో కనిపించి అనుభూతంగా అవుతుంది. అది అతని ఆలోచనా సరళిని మౌలికంగా మార్చివేసింది. అతని కష్టాలూ, తార్కికంగా పేర్చుకున్న వాదనలూ వున్నట్టుండి అదృశ్యం అయిపోతాయి, గాలికి కొట్టుకుపోయిన బూజులాగా. నూతన "ప్రముఖమైన చింతలు, యేదో చెరనుంచి విముక్తమై వచ్చినట్టు యేక లక్ష్యం దిశగా పో ప్రయత్నిస్తున్నట్టు తన తేజస్సుతో అతనికి మిరుమిట్లు గొలుపుతూ మస్తిష్కంలో పరిభ్రమించడం మొదలుపెట్టాయి.

లేవిన్ కూడా రచయిత టాల్‌స్టాయ్‌లాగా "మానవజాతి ఉమ్మడి జీవితా" న్వేషణలో వున్నాడు. అది సాధ్యం అని గుర్తించినప్పుడు, వసుధైక కుటుంబం అనే సూక్తిమయ జీవితంగా భాసించే దాంట్లో కలవడం సాధ్యం అని గర్తించినప్పుడు అతని నిరాశ యెంత మామూలుగా ఆవిర్భవించిందో అలానే అదృశ్యమైపోయింది.

"యిప్పుడు నా జీవితం, నాకు యేం జరిగినా జరగనీ గాక, నా యావజ్జీవితం, జీవితంలోని ప్రతిక్షణం ముందటిలాగా అర్ధహీనంగా వుండదు. కాని మంచికి ప్రతిరూపంగా దానికి వొక అర్థం కలుగుతుంది. దాన్ని అలా అర్ధవంతం చేసుకునే సామర్థ్యం నాకు వుంది." యీ మాటలతో "అన్నా కెరనినా" నవల ముగుస్తుంది.

"అన్నా కెరనినా"లో 'సామాజిక యితివృత్తం' 'కుటుంబ యితివృత్తం' అనే విత్తనం నుంచి మొలకెత్తుతుంది. టాల్‌స్టాయ్ నవలలో యీ రెండు యితివృత్తాలు అభేద్యంగా వొక దానితో వొకటి కలసి పోతాయి. యీ సంబంధం టాల్‌స్టాయ్ కల్పన వల్లనే గాక కళాకారుడిగా, ఆలోచనా శీలిగా ఆయన అభివృద్ధిలోని క్రమత్వం వల్ల కూడా యేర్పడుతుంది. రష్యన్ జీవితంలోని వొక దశ ఆయన ఆత్మిక అన్వేషణలో మొత్తంగా ప్రతిఫలిస్తుంది.

రైతు సంస్కరణ జరిగిన పదేళ్ళ తర్వాత - 1861లో భూస్వామ్య దాస్య వ్యవస్థ నుండి రష్యన్ రైతు విముక్తి జరిగింది- 1870లలో టాల్‌స్టాయ్ యీ సమకాలీన నవలని రాశాడు. "గ్రామీణ రష్యాలోని ప్రధాన ఆధారాలన్నిటీనీ మూలమట్టంగా ఛేదించుకోవడంతో ఆయన దృష్టి నిశితమైంది. తన చుట్టూ జరిగే దానిపట్ల ఆయన ప్రపంచ దృక్పథంలో మౌలికమైన మార్పుకి మార్గం వచ్చింది. పుట్టుకవల్లా, పెంపకం వల్లా లియో టాల్‌స్టాయ్ రష్యన్ ప్రభువంశీకుల అత్యున్నత శ్రేణి వాడు. కాని ఆయన యీ అంతస్తుని అంటి పెట్టుకు వుండే సకల సంప్రదాయక అభిప్రాయాలనీ తెంచుకున్నాడు" అని వి.ఐ. లెనిన్ రాశాడు. యిది కూడా ఆయన "ప్రజా చింతన" పరిణామం.

"అన్నా కెరనినా" వొక విజ్ఞాన సర్వస్వం లాంటి నవల. టాల్‌స్టాయ్ రాసిన యీ పుస్తకం వొక మొత్తం యుగాన్ని ఆ యుగపుటాశల, కాంక్షల, ఆందోళనలన్నిటితోబాటుగా ప్రతిబింబిస్తుంది. ఆ యుగం అపారమై చారిత్రక ప్రాముఖ్యం వున్న యుగం. "ఆనాటి ఘోష" యాన్నయా పొల్యానాలో, టాల్‌స్టాయ్ తన సమకాలీన జీవితం గురించిన నవలని రాస్తూ వుండిన ఆ యాన్నయా పొల్యానాలో నిండుగా వుంది.

"అన్నా కెరనినా" నవలకి సంబంధించి దొస్తొయేవ్‌స్కీ వ్యాసాల్లో వొక దాని శీర్షిక "యీనాటి ప్రసక్త విషయం" అని. "అత్యుత్తమ శ్రేణి రచయిత, కళాకారుడు, ప్రధానంగా నవలా రచయిత అయిన ఆయన" రచనలో దోస్తొయేవ్‌స్కీకి "ఆనాటి యదార్థ విషయానికి" యీనాటి సమస్యలలో అతిముఖ్యమైన వాటిలో "అతిముఖ్యమైనది, యేక బిందువుమీద లగ్నం అవడం" అనే దానికి మూర్తిమంత రూపం కనిపించింది.

యీ నవలలోని పాత్రలు, రచయిత మాదిరిగానే, భూస్వామ్య దాస్య వ్యవస్థలో పెరిగినవి. ప్రధానాధారం అయిన పురాతన వ్యవస్థ కుప్పకూలి పోవడం చూసినటు వంటి పాత్రలు. అదే సమయంలో 1870ల నాటి నూతన "పరివర్తనా దశ"కి చెందినవి. యిదే యుగంలో టాల్‌స్టాయ్ "ఆలోచనా స్పందననీ", అస్థిరత్వాన్ని పసికట్టేడు. "ప్రతీదీ

కలగాపులగం అయిపోయింది" అనేది సూక్ష్మంగా, అర్ధవంతంగా, కోరికలాగా చెప్పిన మాట. యీ పదబంధంతోనే నవల మొదలవుతుంది.

రష్యన్ ప్రజల విమోచనా కార్యకర్తలు, భూస్వామ్యదాస్య వ్యవస్థకి వ్యతిరేకంగా పోరాడిన వాళ్ళు, బానిసత్వాన్ని నిర్మూలించే అవకాశాన్ని విశ్వసించేరు. ఆ పోరాటానికి తగ్గ శక్తి వాళ్ళకి తెలుసు. కాని సంస్కరణానంతర పరిస్థితి యెలా రూపు తీరుతుందీ అనే సమస్యని వాళ్ళు లేవనెత్తలేదు.

1870లలో పరిస్థితి మారింది. పదేళ్ళ సంస్కరణల తర్వాత కూడా భూస్వామ్య దాస్యం స్థిరంగా ఆర్ధిక వ్యవస్థలో పాతుకున్నట్టూ, నూతన బూర్జువా రూపాలతో చక్కగా సహజీవనం సాగించగలిగినట్టూ రుజువైంది. పోరాట పద్ధతుల పట్లా, లక్ష్యాల పట్లా లోగడ వున్న విశ్వాసం అప్పటికే పోయింది. నూతన పరిస్థితుల ప్రధాన ఆధారాలు అస్థిరంగా వున్నట్టు తేలింది.

ప్రజా చైతన్యంలో నూతన అంశం గోచరమైంది. "అవిధేయత", "అస్థిరత" "అస్తవ్యస్త స్థితి" అయిన అంతర్గత మౌలిక అంశాన్ని సమకాలీన మానవుని మనస్తత్వంలో టాల్‌స్టాయ్ పసికట్టేడు. దాన్ని ఆయన పరిణామ దశలోని విశిష్ట అంశంగా తన నవలలో ప్రవేశపెట్టాడు.

"యీ నవల యితివృత్తం వివాహబంధాన్ని భార్య అతిక్రమించడం, దానివల్ల రేగిన మొత్తం ఘటనలు" అని టాల్‌స్టాయ్ తన నవల "అన్నా కెరనినా" రాయడం మొదలుపెట్టినప్పుడే అన్నాడు. పుస్తకంలో పైకి గోచరమయే పార్శ్వం యిది. కాని నవలలో అంతర్గతంగా వున్న అర్ధం "కుటుంబ గాథ'ని అధిగమించి వుంటుంది. యీ కుటుంబ విషాదం మరింత విస్తృత పరిధిలో గ్రాహ్యం అవుతుంది.

టాల్‌స్టాయ్ నవలకి వున్న విజ్ఞాన సర్వస్వం లాంటి స్వభావం "ఆనాటి చిహ్నాల" గమిలోనే కాకుండా చారిత్రకంగా సంబంధం వున్న సమస్యల్ని కుటుంబం, సొంత ఆస్తి, రాజ్యం లాంటి వాటితో మానవాళి ప్రపంచ వ్యవస్థ యేర్పాటు సమస్యని లేవనెత్తడంలోనే వుంది. యీ అన్ని సమస్యలకి సంబంధించిన టాల్‌స్టాయ్‌కి సొంత నైతిక చారిత్రక దృక్పథం వుంది.

టాల్‌స్టాయ్ వో కెరనినా సొంత కుటుంబ చరిత్రకారుడే కాదు, 19వ శతాబ్దపు ఉత్తరార్ధంలో తలెత్తిన పతన చిహ్నాలు చూపించే మొత్తం గొప్ప కుటుంబాల చరిత్ర కారుడు కూడా.

యింట్లో "ఆనంద వాతావరణం" నిలబెట్టడానికి కెరనినా యెంత తన్నుకులాడినా అతని కుటుంబం చితికిపోతోంది. కెరనినా వివాహ వ్యవస్థ అవ్యయత్వానికి అనుకూలుడు. అయినా కెరనిన్ ఓడిపోయేడు. టాల్‌స్టాయ్‌కి కెరనిన్ పట్ల సానుభూతి వుంది, కుటుంబం గురించి కెరనిన్‌కి వున్న అభిప్రాయం టాల్‌స్టాయ్ దృష్టిలో సరి అయినదే. అయినాగానీ,

సత్యాతి క్రమణ చెయ్యకుండా టాల్‌స్టాయ్ సమాజ జీవిత నూతన పరిస్థితుల్లో నిస్సహాయుడైన వ్యక్తిగా కెరనినాని చిత్రించేడు.

కుటుంబం పతనం, వివాహ వ్యవస్థ అవ్యయత్వ నాస్తీకరణ అనే భావనలు "ఉన్నత సమాజ" జీవితంతో సహా సకల జీవిత రంగాలనీ పొదివి పట్టుకున్నాయి. వాటిని ఆ కాలపు చిహ్నాలుగా టాల్‌స్టాయ్ వర్ణించేడు.

వివాహ వ్యవస్థ గురించిన నాస్తీకరణ సిద్ధాంతాలు, "విశృంఖల ప్రేమ" సిద్ధాంతాలు టాల్‌స్టాయ్‌కి పూర్తిగా పరాయివి. పితృస్వామిక రైతాంగ జీవితంలో కుటుంబ సూత్రాల్ని పునరుద్ధరించే ఆధారాల్ని ఆయన చూడకోరేడు. ఆ రకంగా "సామాన్య జీవితం" గురించిన లేవిన్ కల "శ్రమించే సౌందర్యమయ జీవిత" ఆదర్శంతో మిళితం అవుతుంది. "లేవిన్ ముగ్ధుడై యీ జీవితాన్ని తరచు దర్శించేవాడు. ఈ తరహా జీవితం గడిపే వాళ్ళంటే అతనికి యెప్పుడూ అసూయ కలిగేది...." అని టాల్‌స్టాయ్ రాశాడు.

గడ్డి వాములు వేసే సమయంలో రైతు ఇవాన్ పర్మేనొవ్ భార్యపట్ల చూపించిన వైఖరి చూసి లేవిన్ ఆశ్చర్యపోయాడు. "ఆమె రకామని కొంకిపిడిని పట్టుకుని గడ్డిని పైకి యెత్తేది. ఆ పిల్ల వొక్కక్షణం కూడా వృధాగా శ్రమ పడకుండా చూడాలన్నట్టు ఇవాన్ ఆతృతగా ఆ గడ్డిని చేతులు బారచాపి ఆదరాబాదరా అందుకునేవాడు. "ఇద్దరి ముఖాల్లోనూ వెల్లడైన భావంలో యౌవనభరిత, ప్రబల నూతనావిర్భూత ప్రేమ తటిల్లతలా మెరిసింది."

లేవిన్‌కి ప్రేమ ఆనందదాయకమైన ఆవిష్కరణ. కెరనిన్‌కి దాని అభావం విషాదకరమైన ఆవిష్కరణ. కొత్తగా యేర్పడిన వ్రాన్‌స్కీ "చట్టవ్యతిరేక కుటుంబం" లోనూ ఆనందం లేదు. అబ్లాన్‌స్కీ కాపరంలోనూ ఆనందం లేదు.

"ప్రేమ అర్థాన్ని" పోగొట్టుకున్న యీ లోకంలో లేవిన్ ఆతృత మరీ తీవ్రంగా వుంటుంది. "యీ భారమైన, అలసత్వభరిత, కృత్రిమ వ్యక్తిగత జీవితాన్ని యీ రకమైన శ్రమపూర్ణ, నిర్మల, సమిష్టి శ్రమ సౌఖ్యప్రదాయిక జీవితం మార్చుకోవడం తన చేతిలోనే వుంది" అని గడ్డి మేట్లు వేసేటప్పుడు ఇవాన్ పర్మేనొవ్‌ని చూసి లేవిన్ గ్రహించేడు.

కాని యెవళ్ళైనా తన జీవితాన్ని మార్చుకోవడం అంత తేలిక కాదు అనీ అది వాళ్ళ సొంత కోరికమీద ఆధారపడి లేదు అనీ లేవిన్ గ్రహించేడు. "అంచేత యేం చెయ్యను?" అని లేవిన్ ఆలోచిస్తాడు. "యెలా చెయ్యను?" కాని అతనికి స్పష్టమైన కార్యాచరణ యేదీ తట్టదు. "పెళ్ళి చేసుకోనా? ఏదైనా పని చెయ్యనా? పని చెయ్యాల్సిన అవశ్యకతలని అనుభూతం చేసుకోనా? పాక్‌రోవ్‌స్కాయెని వదిలెయ్యనా? పొలం కొననా? రైతు సమాజంలో కలసిపోనా? ఏ రైతు పిల్లనైనా పెళ్ళి చేసుకోనా? యెలా జీవితాన్ని మార్చుకోను?" లేవిన్ తనకి బాహ్య జీవితంలో ఆకర్షకరంగా భాసించిన మార్పుల్లో దేన్నీ అమలులో పెట్టడు. కాని మార్పు అవసరాన్ని అతను గమనించేడు. అదే అతని మహత్తర విజయం.

ప్రభువంశీకుల ఆస్తి పతనం, అబ్లాన్‌స్కీల విషయంలో కనిపించినంత స్పష్టంగా మరెక్కడా కనిపించదు. "జీవితం సోమరి మనిషిని గెంటేస్తుంది" అని టాల్‌స్టాయ్ రాశాడు. అబ్లాన్‌స్కీ కడపటి ఆశగా మిగిలిన అడవుల్ని అమ్మేసి నాశనం అయిపోతున్నాడు. యెర్గుషోవొలో వున్న అతని భవంతి శిధిలం అయిపోతోంది.

లేవిన్ వూళ్ళోనే వుండిపోతాడు. నడుంకట్టి పొలం పనులు చేస్తాడు. అయినా అతనూ దిక్కుతోచని పరిస్థితిలో వుండి పోతాడు. వ్యవసాయం అతని ప్రయత్నాలకి యెదురు తిరుగుతుంది. అతను యేదో "మిధ్యాత్మక కుద్యంతో" పెనుగులాడుతున్నాడు అని అనిపించింది. కెరనిన్ కుటుంబ యజమానిగా విఫలం అయితే లేవిన్ "వ్యవసాయ శాస్త్రం"లో విఫలం అవుతాడు.

"యిప్పుడతనికి అంతా స్పష్టంగా విశదమైంది ఏమంటే వ్యవసాయం విషయంలో తను నిర్వహిస్తున్న ధోరణి తనకీ వ్యవసాయ కార్మికులకీ మధ్య జరిగే కఠోర, తీవ్ర సంఘర్షణ తప్ప యేమీ కాదు. యీ సంఘర్షణలో వొక పక్క, అంటే తన పక్క, అన్నిటీనీ భేషుగ్గా వుండేటట్టు మార్చే స్థిరగాఢ ప్రయత్నం వుంది. అటు పక్క యెలా వున్న వాటికి అలానే లొంగిపోవడం వుంది" అని టాల్‌స్టాయ్ రాశాడు. లేవిన్ లోగడ తన భూస్వామ్యదాసులుగా వున్న వాళ్ళకి యేం చెప్పినా వాళ్ళు "వూరికే తన కంఠధ్వనులు వింటున్నారంతే" మాటలకి సంబంధించి అవి వాళ్ళకి అర్థం కాలేదు. అర్థం చేసుకోదలుచుకోలేదు వాళ్ళు. "తమని మరింత తక్కువగా వొలిచేసుకోవడం వినా జమీందారుకి వేరే ఉద్దేశం లేదని రైతులకి గట్టి నమ్మకం." అని చూసి తన నావ చిల్లు పడిందని లేవిన్ గ్రహించేడు. కుటుంబ జీవితం యెడతెగకుండా సాగడం కోసం మార్గాలు అన్వేషించాడు, అలాగే వ్యవసాయ కార్యకలాపాలని త్యజించాలనీ మార్గాలు అన్వేషించాడు. "యిదీ పాత జీవితాన్ని త్యజించడం, వృధా కార్యకలాపాల్ని త్యజించడం."

కాని టాల్‌స్టాయ్ నవలలో రాజ్యవ్యవస్థకి సంబంధించిన సమస్య మరింత తీవ్రంగా వుంటుంది. టాల్‌స్టాయ్ స్వయంగా సమాజంలోని పై అంతస్థుకి చెందిన వాడు. టాల్‌స్టాయ్ పూర్వులకి కౌంట్ అనే బిరుదుని రష్యన్ ప్రభువంశీకుల రాజ్యాన్ని స్థాపించిన పీటర్ ది గ్రేట్ ప్రధానం చేశాడు. వారసత్వ హక్కుగా టాల్‌స్టాయ్‌కి భూస్వామ్య దాసులు, భూములు, అడవులు, జలాశయాలు, మత్స్య సంపద వున్న బ్రహ్మాండమైన యాస్నయా పొల్యానా జమీ సంక్రమించింది. తన గది కిటికీ దగ్గర వున్న నైటింగేల్ పక్షులు కూడా ప్రభుత్వానివి గాక తన సొంతమేనని ఆయన అంటూ వుండేవాడు.

అపారమైన జమీతోబాటుగా టాల్‌స్టాయ్‌కి అంతరాత్మ స్పృహ కూడా వుండేది. యెప్పుడో 1861లోనే ఆయన భూస్వామ్య దాస్యం నుంచి రైతుల విమోచన కోసం తన శాయశక్తులా కృషిచేశాడు. క్రమేపీ ఆయన ప్రజల పట్ల తన చారిత్రక నేరాన్ని నిశితంగా

గ్రహించేడు. సంపన్న, విద్వాంసుల బృంద జీవిత నైతిక పరిత్యాగ చారిత్రక అంతస్సారాన్ని పొదువుకున్నది సరిగ్గా అదే.

టాల్‌స్టాయ్ 1870ల నాటికే సుదూర భవిష్యత్‌లోకి చూస్తూ వున్నాడన్న దానికి రుజువు ఆయన నిశిత సాంఘిక వైరుధ్యాలతో విభజితమై పోయిన ముగ్గురు అన్నదమ్ముల్నీ వర్ణించడం. వాళ్ళ ఆదర్శాలు స్పర్ధించకుండా వుండలేవు. లేవిన్ పెద్దన్నగారు కోజ్నిషేవ్ హోదాగల వర్గానికి చెందిన ఉదారవాది. తన ఉదారవాదం యెంతటిదైనా అతను హోదాలనే అన్నిటికంటే ఘనంగా భావించుకున్నాడు. కోజ్నిషేవ్ పట్ల లేవిన్ వైఖరి సర్వదా "లలితమైన అనార్ద్రత"లో వున్నటువంటిదే. కాని కోజ్నిషేవ్ పట్ల లేవిన్ రెండో అన్నగారు నికోలాయ్ వైఖరి మాత్రం దాపరికం లేని వైషమ్యంతో వుండేది. అతని అభిప్రాయంలో, కోజ్నిషేవ్ "వున్న చెడుగుల్ని సమర్ధించడానికే బుర్రంతా ఉపయోగిస్తాడు." కోజ్నిషెవ్‌కి భిన్నంగా రెండో అన్నగారికి తీవ్రవాద భావాలు వుండేవి. "మన సమాజం యెలా వుందంటే శ్రామికులు ఎంత కష్టపడి పనిచేస్తే అంతగా వర్తకులూ, భూస్వాములూ బలుస్తున్నారు. శ్రామికులు మాత్రం గానుగెద్దు బాపతుగానే వుండిపోతున్నారు. యీ పద్ధతిని మార్చాలి" అని అతను కార్మికుల గురించి రైతుల గురించి చెప్పాడు.

తను చేసే పని లక్ష్యం "ప్రజల్ని బానిసత్వం నుండి విముక్తం చెయ్యడం" అంటాడతను. మరి లేవిన్ ఉదారవాదీ కాడు, విప్లవవాదీ కాడు. అతను "పశ్చాత్తాప్తుడైన ప్రభువంశీకు"ల తరహావాడు, తమ దోషం లేదు అని అనిపించడమే వాళ్ళకి అతి ముఖ్యమైన విషయం.

లియో టాల్‌స్టాయ్ మాదిరీ లేవిన్ ఆర్థిక, రాజకీయ విప్లవం గురించి ఆలోచించలేదు. మానసిక పరివర్తన గురించి ఆలోచిస్తాడు. యిది ప్రజలలో "శత్రుత్వం వైషమ్యం" బదులుగా "సమరస భావం, సత్సంబంధాలు" స్థాపిస్తుందని ఆయన అభిప్రాయం. "అతను సర్వుల కల్యాణం కోసమూ, మానవాళికి, గుబేర్నియాకి, రష్యాకి సంక్షేమం కోసం యేదో కొంత చేశాడు." జీవితం తను ఆశించిన దానికంటే వేగంగా మారడం లేవిన్ చూశాడు. "వ్యవసాయం యేర్పాట్ల పట్ల తనకి కలిగిన అసంతృప్తి కేవలం తనకి మాత్రమే కలిగిన అసంతృప్తి కాదు. యావత్ రష్యాలోనూ వ్యాప్తమై వున్న వొక సామాన్య పరిస్థితి ఫలితంగా వచ్చినటు వంటిది" అనిపిస్తుంది అతనికి. అది అతనికి అనిపించినది మాత్రమే కాదు, అతనికి వూళ్ళో తగిలిన అందరికీ అలానే అనిపిస్తుంది.

"ప్రస్తుతం యిక్కడ అంతా తారుమారు అయిపోయి కొత్త రూపు దాల్చే సమయంలో పరిస్థితులు యెలా కుదురుకుంటాయి అనే రష్యాకి సంబంధించి అత్యంత ప్రాముఖ్యం గల ప్రశ్న" అనుకున్నాడు లేవిన్. యిది యీ యుగపు సాధారణ సూత్రం, టాల్‌స్టాయ్ నవల్లోని పాత్రల మనస్తత్వాన్నీ, గమకాల్నీ, స్వభావాల్నీ నిర్ణయించేది అదే.

"అంతా తారుమారు అయిపోయి కొత్త రూపు దాల్చేది" అనే యీ సూత్రాన్ని "రష్యన్ చరిత్ర మలుపు తిరిగే ఘట్టం" అంటే 1861లో భూస్వామ్య దాస్య వ్యవస్థ పతనం నుంచి

1905 నాటి మొదటి విప్లవం దాకా మొత్తానికి అన్వయిస్తుందని లేవిన్ భావించేడు. నాటి సమకాలీన టాల్‌స్టాయ్ నవలలో ముఖ్యమైన చారిత్రక భావాలు వున్నాయి. అవి కాల గతిలో తమ అంతస్సారాన్ని, ఆయన జోస్యాల్నీ, ఆశల్నీ రుజువు చేస్తూ వెల్లడయేయి.

"మొత్తం జీవిత నిర్మాణం" మారుతుందన్న నమ్మకం టాల్‌స్టాయ్‌కి వుంది. "మన నాగరికత పతనదిశగా పోతోంది" అని ఆయన రాశాడు. రష్యా జీవితంలో రాబోయే మౌలిక మార్పుల సూచన "అన్నా కెరనినా"లో వ్యక్తం అయింది.

అన్నా స్వభావంలో వున్న వో ముఖ్య అంశం "ఆగ్రహంలో ప్రేమలో యెంతో త్యాగం చెయ్యగల" సామర్థ్యం. అన్నాకి గాఢమైన ఆంతరంగిక శక్తి వుంది. "నా దోషం లేదు" అంటుందామె, కాని విషాధభరిత నేరభావం ఆమెని ముంచెత్తుతుంది. "తను అతనిముందు దోషి అయిన ఆ ఘోర నేరానికి" కెరనిన్ పట్ల ఆమెకి అసహ్యంగా వుంటుంది.

ఆమె నైతిక ప్రాపు కోసం వెతికింది. కాని అది దొరకలేదు. "ప్రతీదీ అనృతం, ప్రతీదీ మోసం, ప్రతీదీ ద్వేషం." ఆమెని నాశనం చేసింది కాంక్షలు మాత్రమే కాదు. శత్రుత్వం, దూరీకరణ, లోకనింద అనే క్రూర అప్రతిహత శక్తి, స్వేచ్ఛ కోసం తన పోరాటాన్ని సాగించడం అసంభవం కావడం అన్నీ కలిపి అన్నాకి విషాద అంతాన్ని సంప్రాప్తింప చేశాయి.

అన్నా వొక కాలానికి, వొక సాంఘిక బృందానికి, అంటే సమాజంలో ఉన్నత వర్గానికి చెందిన వ్యక్తి. నవలలో ఆమె విషాదం ఆ సమాజ యుగ నియమాలకి, ఆచారాలకి, నీతులకి పూర్తి అనురూపంగానే వర్ణితమైంది.

బెట్సీ త్వెర్‌స్కయా అన్నిట్నీ వాడుకుంటుంది. కాని మచ్చపడని ఉన్నత సమాజ మహిళగానే మిగిలిపోతుంది. యేమంటే ఆమె నటన, వంచన చాతుర్యాల్ని సొద్దు లేకుండా ఆపోశన పట్టింది. అవి అన్నా స్వభావానికి పరాయివి. అన్నా యెవరిమీదా దోషారోపణ చెయ్యలేదు. కాని ఆమె మీద దోషారోపణ జరిగింది. ఆమె నిజాయితీ నైతిక పరిశుద్ధత లక్షంతవ్యంగా వుంటాయి. ఆమె మీద దోషారోపణ చేసే శక్తుల్లో చట్టం, మతం, జనాప వాదం లాంటి బలీయమైనవి వుంటాయి.

అన్నా "తిరుగుబాటు"కి కెరనిన్, లిదియా ఇవానోవ్నా, "దుష్టశక్తి" అయిన జనాపవాదం దృఢంగా ప్రతిఘటన యివ్వడం జరుగుతుంది.

"దుష్ట మంత్రాంగ యంత్రం" అని పిలుస్తూ కెరనినా పట్ల అన్నాకి కలిగిన యేవగింపు దేశకాలమాన పరిస్థితులనే బలమైన శక్తుల ముందు ఆమె అశక్తతనీ, యేకాకితనాన్నీ ప్రతిబింబిస్తాయంతే.

అన్నా హృదయం వ్రాన్‌స్కీ పట్ల ప్రేమకీ, కొడుకు పట్ల ప్రేమకీ మధ్య చీలిపోయినప్పుడు చట్టం, చర్చి పవిత్రం చేసిన వివాహబంధం అన్నాని విపరీతమైన

దుర్భర పరిస్థితికి గురిచేస్తాయి. ఆమె ఆత్మావలోకనం చేసుకునే వేదనాభరిత క్రమంలో వున్న సమయంలో ఆమెకి దండన పడుతుంది.

కెరనిన్, లిదియా ఇవానోవ్నా, యితరులు ఖండించడానికి తమకి హక్కు వుందన్న పూర్తి నమ్మకంతో అన్నాని ఖండిస్తారు. మరి యీ హక్కు వాళ్ళ బృందానికి దృఢంగా వున్న సంప్రదాయాలు ప్రసాదించేయి.

అన్నా యెందుకు చనిపోయింది? "ధగద్ధగాయమైన తేజస్సులో" ఆమె కళ్ళముందు యావజ్జీవితం వొక్క పాటున దర్శనమవడంలో ఆమెకి తన విషాదం గోచరమైంది. మొత్తం జీవితాన్ని వొక అచంచల, ఉన్మాద సమీపవర్తమైన బిందువుకి "నేను" అనేదానికి కుంచింప చేసే అహం అనే కాంక్షకి ప్రాప్తించే విషాదం ఆమె విషాదం. "నా ప్రేమ రాను రాను కాంక్షాభరితమూ, స్వార్థపూరితమూ అవుతోంది..." అని అన్నా వొప్పుకుంటుంది.

టాల్స్టాయ్ మనస్తత్వ శాస్త్రవేత్తలాగా ఆంతరంగిక విరుద్ధ గతితర్కాన్ని చూపిస్తున్నాడు. యిక్కడ స్వార్థం మీదనే కేంద్రితం అయినప్పుడు ప్రేమ ఎలా పగగా పరిణమిస్తుందో చూపించడం వుంది.

తన మృతిద్వారా అందర్నీ శిక్షించాలని అన్నా నిర్ణయం చేసుకోవడంలో, "అతన్ని శిక్షిస్తాను, ప్రతివాళ్ళనుంచీ నానుంచీ వదిలించుకునేటట్టు చేస్తాను" అనుకోవడంలో ఆమెని ఆవేశించిన "పిశాచ అహంకారం" తెలుస్తుంది. ఆమెని వొక దుష్ట పిశాచం ఆవహించింది, "దూరీకరణ, శత్రుత్వ నియమం" ఆవహించింది. పురాతన ఆదర్శీకృత "ప్రేమకాంక్ష" అధిగమించడంలో ప్రపంచ సాహిత్యంలో "అన్నా కెరనినా" మహాధైర్యం ప్రదర్శించిన ప్రయోగం. టాల్స్టాయ్ అన్నా కరేనినామీద అభియోగం మోపేవాడు కాదు, సమర్థన చేసేవాడూ కాదు. జీవితం కోసం అహంకారపూరితంగా ఆమె చేసే పోరాటంలో సంభవించిన మహా విషాదంలో దేన్నీ వదిలిపెట్టని చరిత్రకారుడు ఆయన.

"మానవ అంతరంగ పరమాద్భుత మానసిక విశ్లేషణ"గా "అపారమైన గాఢత్వం శక్తి" వున్నదిగా, దొస్తొయేవ్స్కీ చెప్పినట్లు "కళాత్మక వర్ణనలో అనిదంపూర్వమైన వాస్తవం"గా "అన్నా కెరనినా" సమకాలీనులని చకితుల్ని చేసింది.

కౌంటెస్ వ్రాన్స్కీ, యింకా ఆ బాపతు "ఉన్న సమాజపు తెట్టు", అన్నా మీద దోషారోపణ చేసే హక్కు తమకి వుంది అనుకుని దోషారోషణ చెయ్యడాన్ని ఆ హక్కుని టాల్స్టాయ్ గుర్తించలేదు. పశ్చాత్తాపం వాళ్ళ నుంచి రాలేదు. "అన్నా కెరనినా" తర్వాత రాసిన వో పుస్తకంలో టాల్స్టాయ్ యిలా రాస్తాడు. "ప్రజలు వొకళ్ళ కొకళ్ళకి తమకి తాము చాలా చెడు కలిగించుకుంటారు. దుర్భలులూ, పాపిష్టి వాళ్ళు అయిన జనం యితరులని దండించే హక్కు తమకి వుందనుకోవడం వల్లనే అలా చేస్తారు. 'పగతీర్చుట నా పని; నేనే ప్రతిఫలమిస్తానని ప్రభువు చెప్పెను.' దండించేవాడు భగవంతుడొక్కడు, అదీ మానవుడి ద్వారానే."

యీ ఆఖరి పదబంధం టాల్‌స్టాయ్ తన పుస్తకానికి సూక్తిగా పెట్టిన బైబిల్ వాక్కుకి అనువాదం ("భగవంతుడొక్కడే దండించేవాడు") వ్యాఖ్య ("అదీ మానవుడి ద్వారానే")

మనిషి చేసే చర్యలకీ, అవే మాటలకీ నైతిక బాధ్యత మనిషిదే అని టాల్‌స్టాయ్ విశ్వసించాడు.

అన్నా కెరనినా గాథ దోషం, నింద, మానవ ఆత్మ దోష విముక్తి అనే సమస్యల్ని విస్తృతంగా లేవనెత్తేందుకు టాల్‌స్టాయ్‌కి భూమిక మాత్రమే.

"యీ నవల మన జీవిత యావత్ వ్యవస్థని కఠోరంగా, నిర్దాక్షిణ్యంగా విచారణ చేస్తుంది" అని రష్యన్ కవి ఎ. ఫెత్ రాశాడు.

గాఢంగా రష్యన్ స్వభావాన్ని ప్రతిబింబించడమూ, అదే సమయంలో సార్వజనీనమూ అయినందుకే టాల్‌స్టాయ్ నవల మనకి ఆదరణీయం అవుతోంది. "అన్నా కెరనినా" కాలం యెప్పుడో పాతబడి పోయింది. కాని టాల్‌స్టాయ్ కళకి వార్ధక్యం లేదు. పైపెచ్చు నవలలోని ఆత్మిక ఔన్నత్యంతో, సమున్నత లక్షణాలతో విశిష్టమై సమకాలిక వ్యాప్తి పొందుతుంది.

"నేనురాసిన దాన్ని యీనాటి పిల్లలు యిరవై యేళ్ళ తర్వాత చదువుతారని, వాళ్ళు యేడిచి, హింసించి జీవితాన్ని ప్రేమిస్తారని నాకు గనుక చెబితే, నేను నా యావజ్జీవితాన్ని, సకల శక్తుల్నీ దానికే అంకితం చేసేవాణ్ణి" అని టాల్‌స్టాయ్ రాశాడు.

యీ మాటల్ని రాసి వంద యేళ్ళకి పైగా అయింది. రష్యాలో గుర్తింపు పొందిన నవల "అన్నా కెరనినా" అనేక విదేశ భాషల్లోకి అనువాదం అయింది. "తడుముకోకుండా చెప్తాను ప్రపంచ సాహిత్యం. మొత్తంలో 'అన్నా కెరనినా' మహత్తర నవల" అని థామస్ మాన్ రాశాడు. ప్రపంచ మంతటా టాల్‌స్టాయ్ సృజనాత్మక కృషి పట్ల గల అపార ఆసక్తికి కారణం రష్యన్ జీవిత చారిత్రక ప్రపంచ చరిత్రనుంచి అభేద్యంగా వుండడమూ, దానిమీద గొప్ప ప్రభావం కలిగించడమూనూ అని చెప్పవచ్చు. అందుకనే ప్రతి నూతన తరం టాల్‌స్టాయ్ కృతుల్ని కొత్తగా చదువుకుంది. "అన్నా కెరనినా" అనర్ఘరత్నం. కాలం మారినా "నిత్య హరితంగా, స్పందనాత్మకంగా" వుండే మణిపూసల కోవకి చెందినది. ప్రపంచ సాహిత్యంలో యిలాంటి రచనలని వేళ్ళమీద లెక్కపెట్టవచ్చు.

– ఎడ్వర్డ్ బబాయేన్

అన్నా కెరనినా

పగతీర్చుట నా పని : నేనే ప్రతిఫల
మిత్తునని ప్రభువు చెప్పెను

1

సుఖపడే సంసారాలన్నీ ఒకలాగే వుంటాయి. సుఖంలేని సంసారాలకి మాత్రం దేని బాధలు దానివి.

అబ్లాన్‌స్కీల కాపురంలో ప్రతీదీ కలగాపులగం అయిపోయింది. తమ పిల్లకి అంతకుముందు దాకా ఫ్రెంచి పంతులమ్మగా వున్నావిడతో భర్త ప్రేమ కలాపం నడిపిస్తున్నాడని భార్య కనిపెట్టింది. ఒకే వెన్నువాసం కింద తనింక కాపరం చెయ్యలేనని అతనితో చెప్పేసింది. పరిస్థితి యీ రకంగా మూడ్రోజులు సాగింది. భార్యాభర్తలే కాకుండా యింట్లో వున్న ప్రతివాళ్ళూ కూడా పరిస్థితి అలా తయారైనందుకు బాధపడ్డారు. యిక కలిసి కాపురం చెయ్యడంలో అర్థం లేదనీ, అబ్లాన్‌స్కీల యింట్లో వుంటున్న తమకంటే సత్రంలో ఓ పూట తలదాచుకోవడానికి చేరేవాళ్ళ మధ్య మరింత సఖ్యత వుంటుందనీ యింట్లో వున్న అందరూ అనుకున్నారు. భార్య తన గదులు వదిలి యివతలికి రాలేదు. మూడ్రోజులు భర్త యింటికి రాలేదు. పిల్లలు దిక్కులేని పక్షుల్లా యిల్లంతా కలయ దిరిగేశారు. ఇంటి వ్యవహారాలు చూడమని తన స్నేహితురాలికి ఆ పంతులమ్మ ఉత్తరం రాసేసింది. ముందురోజు మధ్యాహ్నం భోజనాల వేళకే వంటవాడు వెళ్ళిపోయాడు. వంటింట్లో పనిచేసే పనిపిల్లా, బండి తోలేవాడూ పనిలోంచి తప్పుకుంటాం అని తెలియజేశారు.

గొడవ జరిగిన మూడోరోజున ప్రిన్స్* స్తెపాన్ అబ్లాన్‌స్కీ – నాగరిక సమాజంలో మిత్రులు "స్తీవ" అని అతన్ని పిలుస్తారు – తన మామూలు వేళకి నిద్రలేచాడు. అంటే పొద్దుట ఎనిమిది గంటలకి. ఆ లేవడం భార్య పడకగదిలో కాదు. చదువుకునే గదిలో, తోలు సోఫామీద. మంచి పోషణతో కమ్మెచ్చులు తీసినట్టున్న శరీరం అతనిది. సోఫామీద గట్టిగా తలగడ వాటేసుకుని, మళ్ళీ గాఢ నిద్రలోకి జారిపోదామన్నట్టు బుగ్గ దానికి ఆనించి పక్కకి తిరిగేడు. ఒక్క ఉదుట్న లేచి కూర్చున్నాడు. కళ్ళు తెరిచాడు.

'చూడాలి, చూడాలి యెలా జరిగిందిది?' అని అనుకున్నాడు, కలని గుర్తు చేసుకో ప్రయత్నిస్తూ. 'యింతకీ యెలా జరిగింది? ఆc, అవును! అలాబిన్ మమ్మల్ని దార్మ్‌స్తద్‌లో విందుకి పిలిచాడు. కాదు దార్మ్‌స్తద్ కాదు... యేదో అమెరికనది... అబ్బే, యీ దార్మ్‌స్తద్ అమెరికాలోదే! అదీ, అలాబిన్ గ్లాస్ టేబిల్స్‌మీద విందు చేశాడు – ఆ బల్లలు పాడలేదూ! నా

మీద ఒట్టు! Il mio tesoro[1] కాదు, Il mio tesoro కాదు... యింకా మంచిది కూడానూ.... ముచ్చటైన చిన్న వైన్ గ్లాసులు... వూం, ఆ వైన్ గ్లాసులు ఆడాళ్లు...' అని గుర్తు చేసుకున్నాడు.

అబ్లాన్‌స్కీ కళ్ళు హుషారుగా మెరిశాయి. అతను అలా కలగంటూ చిరునవ్వు నవ్వాడు. 'భలే సరదాగా వుంది. భలే. బోలెడు ముచ్చటైన సంగతులూ వున్నాయి. కాని అన్నిట్నీ మాటలలో చెప్పలేం, వూహల్లో కూడానూ. మెలుకువ వచ్చాక అనుకున్న వాటిని మాటల్లో చెప్పలేం' కిటికీకి వేలాడుతున్న సర్జి తెరమీద వెలుతురు రేఖ కనిపించింది. అతను హుషారుగా కాళ్ళు సోఫాకిందికి ఠకామని వాల్చాడు. చెప్పులు పాదాలకి తగిలాయి. చెప్పులకి బంగారు రంగు నగిషీ వుంది. వాటికి పెళ్ళాం ఎంబ్రాయిడరీ చేసింది. (మొన్న పుట్టినరోజుకి కానుకగా) తొమ్మిదేళ్ళ పాత అలవాటు ప్రకారం లేవకుండానే డ్రెస్సింగ్ గౌను అందుకోవడానికి మామూలుగా పడకగదిలో అది వేలాడే దిశలో చెయ్యి చాచాడు. అదుగో అప్పుడు అతనికి తట్టింది. తను భార్య పడకగదిలో పడుకోలేదనీ, చదువుకునే గదిలోనేననీ. యెందుకనో కూడా వెంటనే గుర్తుకొచ్చింది. చిరునవ్వు మాయమైపోయింది. కనుబొమలు ముడుచుకున్నాడు.

"అయ్యో! ఆం" అని, జరిగినదంతా గుర్తు చేసుకుని మూలిగాడు. భార్యతో జరిగిన దెబ్బలాట గురించీ, అధ్వాన్నమైన తన పరిస్థితి గురించీ, అన్నిటికంటే యెక్కువగా బాధ కలిగించిన తన నేరం గురించీ మనసులో వివరంగా గుర్తు చేసుకున్నాడు.

"ప్చ్, ఆమె నన్ను క్షమించదు. క్షమించలేదు కూడా. యీ వ్యవహార మంతట్లోనూ తప్పు నాదే. దోషిని నేనే. అయినా అంతా నా తప్పే కాదు. అదీ విచారించాల్సిన విషయం' అనుకున్నాడు. "అయ్యో, అయ్యో" అని బాధగా మూలిగాడు. తమ దెబ్బలాటలో తనకి పరమ దుఃఖకారమైన క్షణాన్ని గుర్తు చేసుకుని హతాశుడై అలా రెట్టించుకున్నాడు.

అన్నిటికంటే దారుణంగా ముల్లులా గుచ్చుకుంటూ వున్నది మొదటి క్షణం. పెళ్ళాం కోసమని పెద్ద భేరిపండు పట్టుకుని హుషారుగా, సంతోషంగా థియేటర్ నుంచి యింటికి వచ్చాడు. ఆవిడ డ్రాయింగ్ రూమ్‌లో కనిపించలేదు. చదువుకునే గదిలోనూ కనిపించలేదు. ఆశ్చర్యం వేసింది. ఆఖరికి ఆవిడ పడకగదిలో కనిపించింది. అదిగో ఆ పాపిష్టి చీటీ పట్టుకుని, కొంప ముంచిన ఆ చీటీ పట్టుకుని, కనిపించింది.

యెప్పుడూ కుటుంబం గురించే తపనపడే దాలీ, యెప్పుడూ హడావుడిగా వుండే దాలీ, అతని అభిప్రాయం ప్రకారం తెలివితేటలు అంతగా లేని దాలీ, ఆ చీటీ పట్టుకుని చలనం లేకుండా కూచుంది అక్కడ. అతనికేసి భీతిగా, నిరాశగా, కోపంగా అలా చూస్తూ కూచుంది.

"యేమిటిది? యేమిటి?" అని అడిగింది చీటీ చేత్తో పట్టుకుని.

ఆ దృశ్యం గుర్తుకు వచ్చినప్పుడు - యెప్పుడూ అలానే జరుగుతూ వుంటుంది - తన భార్య మాటలకి తను యిచ్చిన జవాబుకి బాధపడినంతగా ఆ పరిస్థితికి బాధపడలేదు.

శుద్ధ తప్పుడు పని చేసినప్పుడు యెవళ్ళైనా అనుకోకుండా దొరికిపోతే యేం జరుగుతుందో అదే అతనికి ఆ క్షణంలో జరిగింది. తన తప్పుడు పని బయటపడిపోయిన తర్వాత యేర్పడ్డ

1. నా ప్రాణం (ఇటాలియన్)

పరిస్థితికి సర్దుబాటుగా వాలకం పెట్టే వ్యవధి కూడా లేకపోయింది. కోపంతో జేవురించుకు పోవడానికి బదులు, అంతా అబద్ధం అని కొట్టి పారెయ్యడానికి బదులు, తన నేరం లేదని రుజువు చేసుకోవడానికి బదులు, పొరపాటైందని చెప్పుకోవడానికి బదులు, కనీసం ఉదాసీనంగా వున్నట్టు కనిపించడానిక్కూడా బదులుగా అతని పెదాలు అప్రయత్నంగానే తనకి మామూలుగా వుండే సాధు స్వభావపు తెలివి తక్కువ చిరునవ్వుతో విరిసేయి. దద్దమ్మ, తను అప్పుడు చేసిన దానికంటే వేరే ప్రయత్నాలు యేవైనా అంతకంటే బాగానే వుండేవి ("అసంకల్ప ప్రతీకార చర్య" అనుకున్నాడు. శరీరశాస్త్రం అంటే అతనికి ఆసక్తి).

ఆ తెలివి తక్కువ చిరునవ్వే పొరపాటయిపోయింది. ఆ చిరునవ్వు చూసి నొప్పితో వొళ్ళు మెలితిప్పినట్టు దాలీ బాధపడి కదిలింది. సర్రున రేగిపోయి, విరుచుకుపడిపోతూ మంటంతా వెళ్ళగక్కింది. గదిలోనుంచి దూసుకుని వెళ్ళిపోయింది. ఆ క్షణం నుంచీ పట్టుదలగా భర్త ముఖం చూడకుండా తప్పించుకు తిరిగింది.

"ఆ వెకిలి చిరునవ్వు పనే యిదంతా" అనుకున్నాడతను.

"యేం చెయ్యాలి? యేం చెయ్యాలి?" అనుకున్నాడు నిరాశగా. జవాబు దొరకలేదు.

2

అబ్లాన్స్కీ ఆత్మవంచన చేసుకోలేదు. తను చేసింది తప్పుడు పని అని పశ్చాత్తాపపడినట్టు తనలో తను నటించుకో లేకపోయాడు. తను ముప్పై నాలుగేళ్ళవాడు. అందగాడు. రసికప్రవృత్తి వున్న మనిషి. అలాంటి తను, రెండు కాన్పులు పోయినా యింకా అయిదుగురు పిల్లలకు తల్లి, తనకంటే ఒక యేడాది చిన్నదీ అయిన తన భార్యని ప్రేమించడం లేదని పశ్చాత్తాపపడ లేకపోయాడు. ఈ తప్పు పనిని పెళ్ళాం కంటబడకుండా మరింత బాగా దాచిపెట్టలేకపోయాననే అని మాత్రమే బాధపడ్డాడు. తన పరిస్థితి యెంత తీవ్రంగా వుందో అతను గుర్తించాడు. భార్యపట్ల, పిల్లల పట్ల, తనపట్ల అయ్యో పాపం అనిపించింది. ఆమె అంత కష్టపెట్టుకుంటుందని తెలిసుంటే బహుశా తను మరింత జాగ్రత్తగా వుండేవాడేమో. అతను దీన్ని గురించి యావత్తూ తనకిగా తను ఆలోచించుకోలేదు. కాని తన భార్య తను యేక పత్నీవ్రతుడుగా వుండలేదని తెలుసుకోవాలనీ, అలా అని చాలాకాలంగా తెలిసి వుండి ఆ విషయాన్ని పట్టించుకోకుండా వుందనీ అతను అస్పష్టంగా వూహించుకున్నాడు. తనేమో కాన్పులతోటీ వన్నె తగ్గిపోయింది. పడుచుది కాదు యిక. అందమూ పోయింది. మామూలు తల్లి మాత్రమే - మంచి తల్లే కావచ్చును. అంచేత న్యాయంగా చెప్పాలంటే ఆమె చూసీ చూడనట్టు వదిలెయ్యాలి అని అతనికి అనిపించింది. కాని యిప్పుడు చూస్తే పరిస్థితి శుద్ధ తలకిందులుగా వుంది.

"ఎంత దారుణం! అయ్యో నిజంగా యెంత దారుణం!" బయటనే దారి యేమీ తోచక అబ్లాన్స్కీ తనకి తనే అనుకున్నాడు. 'యిది జరక్క ముందుదాకా అంతా యెంత హాయిగా వుంది! యెంత చక్కగా గడిపాం! ఆమె పిల్లల్ని చూసి సంతోషపడింది, తృప్తిపడింది. నేను ఆమెకి యే విషయంలోనూ అడ్డం చెప్పలేదు. యింటి బాధ్యత అంతా తనకే అప్పగించాను. తన యిష్టం వచ్చినట్టు పిల్లల్ని పెంచనిచ్చాను. "ఆమె" పిల్లలకి పంతులమ్మగా వుండడం, ఛ్ఛ

యేం బాగా లేదు నిజమే. అది మాత్రం యేం బాగా లేదు, పిల్లలకి పంతులమ్మగా వున్న ఆమెని చేరదియ్యడం చిల్లరగానూ, నీచంగానూ వుంటుంది. కాని యెలాంటి పంతులమ్మ! (M-lle Roland చిరునవ్వు, ఆమె నల్లని చిలిపి కళ్ళు అతని ముందు రూపు కట్టాయి) అయినా ఆమె యీ యింట్లో వున్నంత కాలం నేను యేం చనువుగా వుండలేదే. అధ్వాన్నమైన సంగతేమంటే ఆమె అప్పటికే... అయ్యో రాతా, యిది తెలియకుండా యెలా జరిగింది? యిప్పుడేం చెయ్యాలి?"

పరిష్కారం లేని పరమ క్లిష్టమైన సమస్యలకి జీవితమే అందించే సార్వజనీన సమాధానం తప్పిస్తే సమాధానం లేదు. ఆ సమాధానం యేమిటి? రోజువారీ పనుల్లో మునిగిపోయి యీ సమస్యల్ని మరిచిపోవడం. కలల్లో మునిగిపోలేడు కదా, వైన్ గ్లాసుల ఆడవాళ్ళు పాడే సంగీత లోకంలోకి వెళ్ళలేడు. కనీసం రాత్రయే దాకానైనా. అంచేత నిత్య జీవిత స్వప్నంలో మునిగిపోవాలి.

'సరే, కానీ చూద్దాం' అనుకున్నాడు అబ్లాన్‌స్కీ. అనుకుని లేచాడు. బూడిదరంగు డ్రెస్సింగ్ గౌను తొడుక్కున్నాడు. దానికి నీలం పట్టు అస్తరు వుంది. దాని కుచ్చుతాడు లాగి ముడి వేసుకున్నాడు. గట్టిగా ఛాతీ నిండుగా గాలి పీల్చాడు. అతనిది భారీ శరీరం, కాళ్ళు యెడంగా పెట్టి సునాయాసంగా నడిచి పెద్ద అంగవేస్తూ కిటికీ దగ్గరికి వెళ్ళాడు. తెర యెత్తి గంట మోగించడానికి తాడుని గట్టిగా గుంజాడు. వెంటనే మత్వేయ్ అతని బట్టలూ, బూట్లూ, ఓ టెలిగ్రామ్ పట్టుకుని లోపలికి వచ్చాడు. మత్వేయ్ అతని సేవకుడు, పాతనేస్తం. మత్వేయ్ వెనక్కాలే పొది పట్టుకుని, మంగలి వచ్చాడు.

"ఆఫీసునుంచి కాగితాలేమన్నా వచ్చాయా?" అని టెలిగ్రాం అందుకుంటూ అడిగాడు అబ్లాన్‌స్కీ. అద్దం ముందు కూచున్నాడు.

"మీ రాతబల్ల మీదున్నాయి" అన్నాడు మత్వేయ్. యజమాని కేసి ప్రశ్నార్థకంగా, జాలిగా చూశాడు. కొంచెం ఆగిన తర్వాత "గుర్రాలశాలాయన మనిషొచ్చాడు" అని నాలిముచ్చులా చిరునవ్వు నవ్వుతూ అన్నాడు.

అబ్లాన్‌స్కీ జవాబేం చెప్పకుండానే మత్వేయ్‌ని అద్దంలో చూశాడు. అద్దంలో వాళ్ళ చూపులు కలిశాయి. ఒకళ్ళు చెప్పిందొకళ్ళకి అర్థమైందని తెలుస్తూనే వుంది. 'యీ విషయం నాకెందుకు చెప్పినట్టు నువ్వు? పరిస్థితులెలా వున్నాయో నీకు తెలుసు కదా' అంటున్నట్టున్నాయి అబ్లాన్‌స్కీ కళ్ళు.

మత్వేయ్ చొక్కా జేబుల్లో చేతులు పెట్టి ఓ కాలు ముందుకు చాచి యజమానికేసి మాట్లాడకుండా, సానుభూతిగా చూశాడు. అతని ముఖంమీద మందహాసపు ఛాయ కనిపించింది.

"మళ్ళీ ఆదివారం రమ్మని చెప్పాను. అప్పటిదాకా వృథాగా మిమ్మల్ని బాధపెట్టవద్దనీ తను బాధపడవద్దనీ చెప్పాను" అన్నాడు. యీ మాటల్ని ముందుగానే వల్లించుకున్నట్టుంది.

ఖుషీపరచాలనీ తనని గుర్తించాలనీ మత్వేయ్ అలా అన్నాడని అబ్లాన్స్కీ గ్రహించాడు. టెలిగ్రాం చింపి యెప్పటిలాగా వర్ణక్రమం తప్పులతో వున్న మాటల అర్థం వూహించుకుంటూ చదువుకున్నాడు. అతని ముఖం వెలిగింది.

"మత్వేయ్, అన్నా అక్కయ్య రేపొస్తోంది." అన్నాడు. ఉంగరాలు తిరిగిన నిడుపాటి చెంపల దగ్గర యెర్రగా వున్న చోట మంగలి నిగనిగలాడే బుంగచేత్తో సవరిస్తూ వుంటే అబ్లాన్స్కీ అతన్ని ఓ క్షణం ఆపి యీ మాట అన్నాడు.

"దేముడి దయవల్ల" అన్నాడు మత్వేయ్. ఆవిడ రాక ప్రాముఖ్యం తన యజమాని అంతగా తనూ గ్రహించినట్టు ఆ జవాబులో కనిపించాడు. అబ్లాన్స్కీ అభిమాన పాత్రురాలైన అక్కగారు అన్నా. ఆవిడ భార్యాభర్తలని ఘోక్తుపరుస్తుందని యిద్దరూ ఆశగా వున్నారు.

"ఒక్కరేనా, ఆయన కూడా వస్తున్నారా?" అని మత్వేయ్ అడిగాడు.

మంగలి మీసాల పనిలో వున్నాడు. అబ్లాన్స్కీ మాట్లాడలేకపోయాడు. అందుకని ఒక వేలు యెత్తి చూపించాడు. మత్వేయ్ అద్దంలోకి చూస్తూ తల ఆడించాడు.

"ఒక్కరే నన్నమాట. ఆవిడగారికి పైన గది యేర్పాటు చేయించమంటారా?"

"అమ్మగారికి చెప్పు. ఆమె పురమాయిస్తుంది"

"అమ్మగారికా?" అని అనుమానంతో మత్వేయ్ రెట్టించాడు.

"వూ, ఆమెకి చెప్పు. యిదుగో యీ టెలిగ్రాం తీసికెళ్ళి ఆమెకియ్యి. ఆమె యేమంటుందో నాకు చెప్పు."

"ఆమెతో సర్దుబాటు చేసుకో ప్రయత్నిస్తున్నాడల్లే వుంది" అనుకుని మత్వేయ్ మెల్లిగా వెనక్కి తిరిగి వచ్చేడు. అప్పటికి అబ్లాన్స్కీ ముఖం కడుక్కుని తలదువ్వుకుని బట్టలు వేసుకోవడానికి తయారుగా వున్నాడు. మంగలి వెళ్ళిపోయాడు.

"తను వెళ్ళిపోతున్నానని నన్ను మీతో చెప్పమన్నారు అమ్మగారు. ఆయన్ని- అంటే మిమ్మల్ని - తన యిష్టం వచ్చినట్టు చేసుకొమ్మని చెప్పమని అన్నారు." మత్వేయ్ కళ్ళతోనే నవ్వాడు. తల పక్కకి ఒరగేసి జేబుల్లో చేతులు పెట్టుకుని యజమానికేసి చూస్తూ నుంచుండిపోయాడు.

కొంచెంసేపు అబ్లాన్స్కీ యేం అనలేదు. తర్వాత దయగా, కొంచెం జాలిగా వుండే చిరునవ్వు అతని అందమైన ముఖంమీద దోగాడింది.

"నీకెలా అనిపించింది మత్వేయ్?" అని అడిగాడు, తల వూపుతూ.

"మరేం బెంగ పడకండయ్యా, అన్నీ సర్దుకుంటాయి" అన్నాడు మత్వేయ్.

"సర్దుకుంటాయా? ఆఁ అలా అంటావా?" అన్నాడు. గుమ్మం అవతల గౌను అంచులు రెపరెపలాడ్డం వినిపించింది. "ఎవరక్కడ?" అని అబ్లాన్స్కీ అడిగాడు.

"నేనయ్యా" అంది కమ్మగా బింకంగా వొక ఆడమనిషి కంఠం. గుమ్మం దగ్గర మాత్రోనా కనిపించింది. ఆమె దాది. ఆమె ముఖం గంభీరంగా వుంది. ముఖంమీద స్ఫోటకం మచ్చలు వున్నాయి.

"యేమిటి సంగతి మాత్రోనా?" అని అబ్లాన్స్కీ గుమ్మం దాటి వెడుతూ అడిగాడు.

అబ్లాన్స్కీ భార్య పట్ల పెద్ద తప్పు చేశాడు. ఆ విషయం అతనికే బాగా తెలుసు. అయినా దాదితో సహా యింట్లో వున్నవాళ్ళు చాలామంది అతని పక్షమే వున్నారు. మాత్రోనా పిల్లలకి దాది. ఆమె అతని భార్యకి అండగా ఉంటుంది.

"యేమిటి?" అని అతను జావగారి పోయి అడిగాడు.

"ఆమె దగ్గరకి రండయ్యా. పొరపాటై పోయిందని యింకోసారి చెప్పండి. దేవుడు చల్లగా చూస్తే దానివల్ల మేలుకలుగుతుంది. ఆమెని చూడలేకుండా వున్నాం. కడుపు తరుక్కుపోతోందయ్యా, కడుపు తరుక్కుపోతోంది. యిల్లంతా చిందరవందరైపోయింది. పిల్లల గురించే అనుకోండయ్యా. పొరపాటై పోయిందని ఆమెకి చెప్పండి. యేం చెయ్యలేం మరి. కొట్టిన చెయ్యే కోరుతుందయ్యా."

"కాని ఆమె ఒప్పుకోదే..."

"మీరు చెయ్యాల్సింది మీరు చెయ్యండయ్యా. దేవుడు చల్లగా చూస్తాడు. దేవుణ్ణి తలుచుకోండయ్యా తలుచుకోండి."

"వూఁ సరే అయితే, నువ్వెళ్ళు" అని అబ్లాన్స్కీ ఠక్కున సిగ్గుపడ్డాడు. "కానీ బట్టలు వేసుకునే వేళయింది" అన్నాడు మత్వేయ్‌తో డ్రెస్సింగ్ గౌన్ ఠకామని ఆడిస్తూ.

మత్వేయ్ అప్పటికే చొక్కాని పట్టుకు తయారుగా నుంచున్నాడు. చొక్కామీద లేని మరకని దేన్నో వూది, యజమాని నున్నటి వొంటికి తృప్తిగా చొక్కాని తొడిగాడు.

3

అబ్లాన్స్కీ బట్టలు తొడుక్కున్నాక పైన కొంచెం అత్తరు చల్లుకున్నాడు. చొక్కా చేతులని మణికట్టు దగ్గర సరిచేసుకున్నాడు. సిగరెట్లని, యాదాస్తు పుస్తకాన్ని, అగ్గిపెట్టెని, చిన్న చిన్న బొమ్మలు, విలువైన రాళ్ళు వున్న జంట గొలుసు గడియారాన్ని, వాటి వాటి స్థానాల్లో పెట్టుకున్నాడు. జేబురుమాల్ని తీసి దులిపాడు. తనకా దురదృష్టం దాపురించినా గాని ఆరోగ్యంగా శారీరకంగా ఉత్సాహంతో వున్నట్టు, శుభ్రంగా, ఘుమఘుమ లాడుతూ యేం ఆందోళన లేనట్టు కనిపించే రీతిలో భోజనాల గదిలోకి లాఘవంగా అడుగులు వేస్తూ వెళ్ళాడు. అక్కడ అతనికోసం కాఫీ తయారుగా వుంది. కాఫీ కప్పు పక్కనే ఉత్తరాలు, ఆఫీసు కాగితాలు వున్నాయి.

ఉత్తరాలని చదివాడు. ఒకటి అసంతృప్తిగా వుంది. తన భార్య ఎస్టేట్‌లో వున్న అడవిలో కలపని కొనబోయే వర్తకుడు రాసిన ఉత్తరం అది. ఆ కలపని అమ్మక తప్పదు. కాని పెళ్ళాంతో సఖ్యత కుదిరేదాకా ఆ విషయం గురించి చర్చించే ప్రసక్తే లేదు. యీ సఖ్యత వ్యవహారంతో డబ్బు లావాదేవీలని కలగాపులగం చెయ్యడం కంటే యిబ్బంది కరమైంది మరోటి వుండదు. తమ సంబంధాలు డబ్బు వ్యవహారాలకి లోబడ్డం, ఆ కలపని అమ్మేసేటందుకే సఖ్యత కోసం తను నిజానికి ప్రయత్నించడం- అనుకుంటేనే అవమానంగా వుంటాయి.

ఉత్తరాలు చదివాక అబ్లాన్స్కీ ఆఫీసు కాగితాలు తీశాడు. గబగబా ఆ దస్తరాలు తిరగేశాడు. పెద్ద పెన్సిల్‌తో యేవో మాటలు గిలికాడు. కాఫీ హాయిగా తాగేందుకుగాను వాటిని పక్కన పెట్టేశాడు. కాఫీ తాగుతూ ఉదయపు పత్రికని తెరిచాడు. దానికి యింకా అచ్చు సిరా చెమ్మ పోలేదు.

అబ్లాన్స్కీ అతివాద పత్రికని గాక, అధిక సంఖ్యాకులు ఆమోదించే ధోరణిగల ఉదారవాద పత్రికకి చందాకట్టి తెప్పించి చదివేవాడు. అతనికి ప్రత్యేకంగా విజ్ఞానశాస్త్రం అన్నా, కళలన్నా, రాజకీయాలన్నా పెద్ద ఆసక్తి లేదు. అయినా యీ అన్నిరంగాల్లోనూ అతను అధికసంఖ్యాకులకీ, యీ పత్రికకీ వుండే అభిప్రాయాలకే ఖచ్చితంగా కట్టుబడ్డాడు. అధిక సంఖ్యాకులు తమ అభిప్రాయాలను మార్చుకున్నప్పుడే తనూ మార్చుకున్నాడు. అతనసలు యెన్నడూ వాటిని మార్చుకోలేదనడం మరింత సబబుగా వుంటుంది. అభిప్రాయాలు వాటంతట అవే అనుకోకుండానే అతనిలో మారిపోయేయి.

అబ్లాన్స్కీ తన అభిప్రాయాల్నీ, దృక్పథాల్నీ యెంచుకోలేదు. తన టోపీలనీ, కోట్లనీ, ఫాషన్లనీ యెంచుకోనట్టే. అప్పటికి యేవి పాషన్‌గా వుంటే వాటినే పట్టుకుంటారు. అలాగే దృక్పథాలూ, అభిప్రాయాలూ వాటంతట అవే వచ్చేవి. వయసుతోబాటు మామూలుగా మేథా కార్యకలాపపు అవసరం వస్తుంది. తను ఒక ప్రత్యేక బృందంలో బతుకుతున్నాడు. అంచేత టోపీల్ని పెట్టుకున్నట్టుగానే అభిప్రాయాల్ని పట్టుకోవడం అవసరంగా కనిపించాయతనికి. కన్సర్వేటివ్ ధోరణికి బదులుగా (అతని బృందంలో చాలామంది అవలంబించిన ధోరణి) ఉదారవాద ధోరణిని అతను అవలంబించినందుకు కారణం యేదన్నా వుందీ అంటే అది ఉదారవాద ధోరణి మరింత హేతుబద్ధంగా వుందనుకోవడం వల్ల కాదు. అది అతని జీవిత విధానానికి మరింతగా నప్పడమే. రష్యాలో ప్రతీదీ భూయిష్టంగానే వుందని ఉదారవాద పార్టీ అంది. మరి ఖాయంగా అబ్లాన్స్కీకి బోలెడన్ని రుణాలు, అతి తక్కువ డబ్బూ వున్నాయి. వివాహ వ్యవస్థ పుచ్చిపోయిందనీ దాన్ని పునర్ నిర్మించాలని ఉదారవాద పార్టీ అంది. మరి ఖాయంగా అబ్లాన్స్కీకి సంసార జీవితం యేం తృప్తిగా లేదు. దానివల్ల అబద్ధం చెప్పాల్సి వచ్చింది. మోసం చెయ్యాల్సి వచ్చింది. ఇవి అతని స్వభావానికి వ్యతిరేకం, మతం అనేది జనాభాలో అనాగరికంగావున్న భాగాన్ని అదుపులో వుంచుకునేందుకు సాధనం మాత్రమే తప్ప మరేం కాదని ఉదారవాద పార్టీ అంది. మరి ఖాయంగా అబ్లాన్స్కీ చర్చిలో చిన్న ఆరాధనక్కూడా కళ్ళుమతీపులు పెట్టకుండా నుంచోలేడు. యీ లోకం యింత కులాసాగా బతికే చోటుగా వున్నప్పుడు పరలోకం గురించి భయపెట్టే ఆ గంభీర పదగుంపన లేమిటో అతనికి అర్థంకావు. పైగా అబ్లాన్స్కీకి పరాచికాలాడ్డం సరదా. తన పూర్వులని గురించి యెవడేనా గొప్పగా చెప్పుకునేటప్పుడు రూరిక్* దాకా వెళ్ళి ఆగడం దేనికి అసలు మూలానికి, అంటే వానరం దగ్గరికి, వెళ్ళిపోవచ్చు కదా అని ఒకో అప్పుడు ఓ చర్చి అనుయాయిని బెదరేసేవాడు. అంచేత ఉదారవాద ధోరణి అబ్లాన్స్కీకి ఒక అలవాటు అయింది. భోజనానంతరం యిష్టపడే చుట్టలాగా ఆ పత్రిక అంటే యిష్టం కలిగింది. ఆ చుట్ట బుర్రకి కొద్దిగా తిమ్మిరి కలిగిస్తుంది. అతను సంపాదకీయాన్ని చదివాడు. మన రోజులో కన్సర్వేటివ్ అంశాల్ని తీవ్రవాదం కబళించే ప్రమాదం ఉందనీ, విప్లవం అనే వెయ్యి తలల పాముని

అణిచే బాధ్యత ప్రభుత్వం మీద వుందనీ గోలా చెయ్యడం శుద్ధ దండగ, తద్వ్యతిరేకంగా.... "మా అభిప్రాయంలో ప్రమాదం అనేది కల్పిత విప్లవ సర్పంలో లేదు కాని పురోగతిని అడ్డగించే మొండి సంప్రదాయంలో వుంది..." అని యింకా అలాఅలా వివరించిందా వ్యాసం. అతను యింకో వ్యాసం చదివాడు. యిది అర్థశాస్త్ర వ్యాసం. అందులో బెంథామ్, మిల్ల్‌ల పేర్లు ప్రస్తావించి* ఆర్థిక మంత్రివర్గం గురించి తప్పుపడుతూ చూచాయగా విసుర్లున్నాయి. ఆ విసుర్లు యేమిటైందీ, యెవరు యెవర్ని గురించి చేసిందీ, వాటిని యెవళ్ళమీదకి యెక్కు పెట్టిందీ యే ప్రేరణ వల్ల జరిగిందీ మహా సునాయాసంగా పట్టేశాడు. యెప్పటిలాగానే అది అతనికి చెప్పుకోదగ్గ తృప్తిని యిచ్చింది. కాని యివాళ మాత్రోనా సలహా, కుటుంబంలో కలతా గుర్తువచ్చి ఆ తృప్తి చెడిపోయింది. కౌంట్ బేయ్‌స్ట్* వీయెస్‌బాడెన్‌కి బయల్దేరినట్టు అనుకుంటున్నారట. జుట్టు నెరిసి పోకుండా మందు వుందట. ఓ చెకడా బండి అమ్మకానికి వుందట. ఓ పడుచామె వరుని కోసం చూస్తోందట. యీ వార్తలు కూడా అతను చదివాడు. కాని యీ సమాచారాలేవీ కూడా అతనికి మామూలుగా కలిగించే ఆంతరంగిక, పరిహాస తృప్తిని కలిగించలేదు.

వెన్నరాసిన రొట్టె తిని రెండో కప్పు కాఫీ తాగి పేపరు చదవడం పూర్తి చేసి లేచాడు. వెయిస్ట్ కోటు మీద పడ్డ తునకల్ని దులుపుకున్నాడు. భుజాలు విరుచుకుని సంతోషంగా చిరునవ్వు నవ్వేడు. అంటే సంతోషంగా వుండే దేన్ని గురించో అనుకుంటున్నాడని కాదు. సంతోషపు మందహాసం మంచి జీర్ణశక్తి వల్ల వచ్చినటువంటిది.

కాని తక్షణం ఆ హుషారైన చిరునవ్వుతో అన్నీ గుర్తుకు వచ్చేయి. అతను ఆలోచనలో మునిగిపోయేడు.

గుమ్మం అవతలి నుంచి పిల్లల గొంతుకలు వినిపించాయి. చిన్న కొడుకు గ్రీషదీ, పెద్దమ్మాయి తాన్యాదీ కంఠాలు గుర్తుపట్టేడు. వాళ్ళు దేన్నో తోస్తూ కింద పారేసినట్టే వుంది.

"ప్రయాణీకుల్ని పైన ఎక్కించవద్దని చెప్పాను నీకు" అని ఆ చిన్నపిల్ల ఇంగ్లీషులో అరిచింది. "యిప్పుడు ఎక్కించుకో వీళ్ళని" అంది.

'అంతా గందరగోళంగా వుంది, సంరక్షణ చూసేవాళ్ళు యెవళ్ళూ లేక పిల్లలు వాళ్ళ మానాన వాళ్ళు అటూ ఇటూ తిరిగేస్తున్నారు' అనుకున్నాడు అబ్లాన్‌స్కీ. గుమ్మం దగ్గరికెళ్ళి వాళ్ళని పిలిచాడు. వాళ్ళు పెట్టెని రైలు బండిలాగా మార్చి ఆడుకుంటున్నారు. దాన్ని వదిలేసి తండ్రి దగ్గరికెళ్ళారు.

ఆ చిన్నపిల్ల అంటే అతనికి యెక్కువ ఇష్టం. ఆ పిల్ల తొణుకూ బెణుకూ లేకుండా అతని దగ్గరికెళ్ళింది. చేతులు అతని మెడచుట్టూ వేసి నవ్వుతూ వూగింది. అతని చెంపల అత్తరువాసనకి యెప్పటిలాగానే మురిసింది. అతని ముఖం జాలిగా మెరిసింది, వంగడం వల్ల ఎర్రబారింది. ఆ పిల్ల అతని ముఖం ముద్దుపెట్టుకుని అతన్ని వదిలేసింది. పరిగెత్తి వెళ్ళిపోయి వుండేదే కాని అతను ఆపాడు.

"అమ్మ యేం జేస్తోంది?" అని మృదువుగా నున్నగా వుండే ఆమె కంఠం మీద చేతిని పోనిస్తూ అడిగాడు. "ఏరా?" అని తన దగ్గరికి వచ్చిన చిన్న పిల్లాణ్ణి నవ్వుతూ పలకరించాడు.

కుర్రాడికంటే ఆ పిల్ల పట్ల తను యెక్కువ ఆదరం చూపిస్తున్నట్టు అబ్లాన్‌స్కీకి తెలుసు, కాని తన ప్రేమ వొాకళ్ళ పట్లే చూపిస్తున్నట్టు కనిపించకుండా చెయ్యాలని యెప్పుడూ ప్రయత్నం చేసేవాడు. కాని ఆ కుర్రాడది గ్రహించాడు. తండ్రి ముభావంగా నవ్వి పలకరించిన దానికి ఉలకలేదు.

"అమ్మా? యిప్పుడే లేచింది" అని చెప్పిందా పిల్ల.

అబ్లాన్‌స్కీ నిట్టూర్పు విడిచాడు. 'అంటే ఆమెకి మరో రాత్రి నిద్ర లేదన్నమాట' అనుకున్నాడు.

"అమ్మ హుషారుగా వుందా?"

అమ్మా నాన్నా దెబ్బలాడుకున్నారనీ, అందుకనే అమ్మ హుషారుగా లేదనీ, ఆ విషయం తండ్రికి తెలుసనీ, యథాలాపంగా ఆ ప్రశ్న అడగడంలో వూరికే నటిస్తున్నాడనీ ఆ పిల్లకి తెలుసు. ఆమె తండ్రికేసి చూసి సిగ్గుపడింది. అతనికి అర్థం అయింది. తనూ సిగ్గుపడ్డాడు.

"నాకు తెలీదు. యివాళ పాఠాలు చదవక్కర్లేదట. మిస్ హల్‌తో కలిసి అమ్మమ్మ దగ్గరికి షికారు వెళ్దామని అంది" అని చెప్పిందా పిల్ల.

"అయితే మరి వెళ్ళండమ్మా. ఆఁ ఒక్కక్షణం వుండు" అన్నాడు. ఆ పిల్లని ఆపి ఆమె మెత్తటి చిన్న చేతిని నిమిరాడు.

చలినెగడు తేనెమీద పెట్టిన చాకొలెట్ల పెట్టె తీశాడు. అంతకుముందు రాత్రి దాన్నక్కడ పెట్టేడు. ఆ పిల్లకి ఒక చాకొలెట్‌నీ, ఒక స్వీట్‌నీ యేరి ఆమెకి పెట్టాడు.

"గ్రీషకా?" అంది చాకొలెట్ కేసి చూస్తూ.

"వూఁ" అతను ఆమె భుజం మళ్ళీ నిమిరి మెడమీద జుట్టు చివర ముద్దుపెట్టుకున్నారు. తర్వాత వెళ్ళిపోనిచ్చాడు.

"బండి సిద్ధంగా వుంది" అన్నాడు మత్వేయ్. "యేదో అడగాలని ఒకావిడ వచ్చింది" అని జతచేశాడు.

"చాలాసేపయిందా?" అని అబ్లాన్‌స్కీ అడిగాడు.

"అరగంటో యేమో అయింది"

"యేవళ్ళేనా వస్తే వెంటనే చెప్పమని నీకెన్ని సార్లు చెప్పాను?"

"మీరు ప్రశాంతంగా కాఫీయేనా తాక్కూడదేమిటి?" అన్నాడు మత్వేయ్ స్నేహితంగా వుండే నిష్ఠూరంతో. దానివల్లనే అతనిమీద కోపగించుకోవడం అసాధ్యం అవుతుంది.

"వూ, సరే ఆమెను పంపించు గబగబా" అని అబ్లాన్‌స్కీ విసుగ్గా మొహం చిట్లించుకుని అన్నాడు.

ఆమె కలీనిన్ అనే సబ్ కెప్టేన్* వితంతువు. ఆమె యేదో తెలివి తక్కువ కోరిక కోరింది. ఆ కోరికని తీర్చడం కుదరదు. కాని అబ్లాన్‌స్కీ అలవాటు ప్రకారం ఆమెని కూర్చోమని కుర్చీ చూపించాడు. మధ్య మధ్య ఆమె మాటలకి అడ్డం వెళ్ళకుండా ఆమె చెప్పింది శ్రద్ధగా విన్నాడు. యెవర్ని కలుసుకోవాలో వివరంగా చెప్పి సలహా యిచ్చాడు. ఆమెకి సాయం చెయ్యగల

పెద్దమనిషికి తన గొలుసు రాతతో పెద్ద అక్షరాలతో ఒక చీటీ కూడా గబగబా చక్కగా రాసి యిచ్చాడు. ఆమెని సాగనంపాక అబ్లాన్స్కీ టోపీ తీసుకుని ఓ క్షణం ఆగేడు. ఏమన్నా మర్చిపోయానేమోనని చూసుకున్నాడు. అతను యేమీ మర్చిపోలేదు తను మర్చిపోవాలని అనుకున్నది తప్ప: భార్య.

"హు! అc!" అతను తల వాల్చుకున్నాడు. అందమైన అతని ముఖంమీద విచారరేఖ కమ్మింది. 'ఆమె దగ్గరికి, వెళ్ళడమా మానడమా?' అనుకున్నాడు. వెళ్ళడంలో అర్థంలేదని అంతరాత్మ చెప్పింది. వంచన తప్ప యేం వొరగదు. తమ సంబంధాలని సరిదిద్దుకోవడం గాని, మెరుగుపర్చుకోవడంగాని అసాధ్యం. యేమంటే ఆమెని తిరిగి మనోజ్ఞంగా, మనోహరంగా చెయ్యడం గాని, తనని ముసలివాణ్ణిగా, ప్రేమించలేని అశక్తునిగా చెయ్యడం గాని అసాధ్యం. దానివల్ల వంచన, అబద్ధాలు తప్ప యేమీ వొరగవు. వంచన, అబద్ధం తన స్వభావానికి విరుద్ధం.

'కాని నింపాదిగా చెయ్యాలి యీ పని, యిలా వున్నట్టుగా పరిస్థితి కొనసాగలేదు.' అనుకున్నాడతను ధైర్యం పుంజుకో ప్రయత్నిస్తూ. భుజాలు వెనక్కి విరుచుకున్నాడు. ఓ సిగరెట్ తీసి వెలిగించాడు. రెండు దమ్ములు పీల్చి శంఖం చిప్ప యాష్ట్రేలోకి దాన్ని విసిరాడు. దిగాలుగా వున్న డ్రాయింగ్ రూమ్‌లోంచి గబగబా నడిచి వెళ్ళి భార్య పడకగది తలుపు తెరిచాడు.

4

అతని భార్య డ్రాయర్ సొరుగులు తెరిచి వాటి ముందు చిందర వందరగా వున్న వస్తువుల మధ్యలో నుంచుంది. సొరుగులోంచి బట్టలు యేరుతోంది. నడుందాకా వచ్చే జాకెట్ తొడుక్కుంది ఆమె. పల్చగా వున్న జుట్టు జడ వేసుకుని వెనుక కొప్పుగా పెట్టుకుంది. (ఒకప్పుడు ఆ జుట్టు వొత్తుగా నిగనిగలాడుతూ వుండేది) ఆమె ముఖం దిగులుగా శుష్కించి వుంది. కళ్ళు యింకా పెద్దవిగా కనిపిస్తున్నాయి. భర్త అడుగుల చప్పుడు విని ఆమె ఆగింది. గుమ్మంకేసి తేరిపార చూసింది. కఠినంగా, యేవగింపుగా వుండే వాలకం పెట్టాలని వృథా ప్రయత్నం చేసింది. అతనన్నా, అతన్ని కలుసుకోడమన్నా తనకి భయం అని ఆమెకి తెలుసు. గత మూడ్రోజులుగా తను యెన్నిసార్లు యేం చెయ్య ప్రయత్నించిందో యిప్పుడూ అదే చెయ్య ప్రయత్నిస్తోంది. పుట్టింటికి తీసుకుపోవడానికి తనవీ, పిల్లలవి వస్తువులు యెంచుకోవడం. మళ్ళీ యిదమిత్థంగా తేల్చుకోలేకపోయింది. యెన్నోసార్లు అనుకున్నట్టుగానే మళ్ళీ తనలో తను అనుకొంది పరిస్థితి యెల్లకాలం యిలానే వుంటుందా యేమిటి, యేదో వొకటి చెయ్యాలి తను. అతన్ని శిక్షించాలి. సిగ్గుపడేట్టు చెయ్యాలి. తనని అతను పెట్టిన క్షోభకి కొంతమేరకైనా పగతీర్చుకోవాలి. అతన్ని వదిలిపెట్టి వెళ్ళిపోవాలని యింకా అనుకుంటూనే వుంది. అయినా అంతరాళంలో ఆమెకి తెలుసు అది అసాధ్యం అని. అసాధ్యం యెందుకంటే అతన్ని తన భర్తగా చూసే అలవాటుని వదులుకోలేదు. అతన్ని ప్రేమించకుండా వుండలేదు. పైగా, యిక్కడ, తన యింట్లో బిడ్డలయిదుగుర్నీ సందడించుకోవడం కష్టంగా వుంటే అక్కడ, వాళ్ళని తీసుకెళ్ళాలనుకొన్న ఆ చోట, యింకా అధ్వాన్నం. ఒక్క ఈ

మూడ్రోజుల్లోనే కడగొట్టు పిల్లాడు జబ్బుపడ్డాడు. చద్ది తిండి పడలేదు. మిగతా వాళ్ళు నిన్నంతా దాదాపు యేమీ తిననేలేదు. అంచేత వెళ్ళిపోవడం అసాధ్యం అనిపించిందామెకి. అయినా వాళ్ళ వస్తువులు యేరుతూ, వెళ్ళిపోతున్నానని నటిస్తూ ఆత్మవంచన చేసుకుంటోంది.

భర్తని చూడగానే మళ్ళీ సొరుగులు కెలకడం మొదలుపెట్టింది. అతను పక్కకి వచ్చి నుంచున్నాక తల తిప్పి చూసింది. కఠినంగా, దృఢనిశ్చయంతో వున్నట్టు కనిపించడానికి ఆమె మహా ప్రయత్నం చేసింది. కాని ఆమె ముఖంలో బాధ దిక్కుతోచనితనం కనిపించాయి.

"దాలీ" అన్నాడతను లోగొంతుకలో బెరుగ్గా. అతను తలని భుజాల మధ్య వాల్చుకుని పశ్చాత్తాపంగా, అణుకువగా వున్నట్టు కనిపించ ప్రయత్నించాడు. యింత ప్రయత్నం చేసినా అతనిలో ఆరోగ్యం, తాజాతనం ప్రకాశించాయి.

ఒక్కసారి అతన్ని ఆపాదమస్తకం గిరుక్కున చూసి ప్రకాశించే ఆ తాజాతనం, ఆరోగ్యం ఆమె గ్రహించింది. 'అవును, తను సంతోషంగా, తృప్తిగా వున్నాడు మరి నేను...' అనుకొంది. 'ఆ అసహ్యాకరమైన జాలిగుండె వల్లనే ప్రతివాళ్ళూ అతన్ని అభిమానించి పొగుడుతారు. ఆ జాలిగుండెతనం తనెంత అసహ్యించుకుంటుంది' అనుకొంది. ఆమె మూతి బిగిసింది. నిస్తేజంగా వున్న ముఖం మీద కుడివేపున చెక్కిళ్ళమీద కండరాలు అదిరాయి.

"ఏం కావాలి మీకు?" అని గబగబా జీరగా అడిగింది. ఆ గొంతు ఆమెది కాదు.

"దాలీ" అని రెట్టించాడు. అతని కంఠం కంపించింది. "అన్నా వస్తోందివాళ" అన్నాడు.

"అయితే యేమిటి నాకు? నేనామెకి అర్ఘ్య పాద్యాలు యివ్వలేను" అని అరిచింది.

"యివ్వక తప్పదు నీకు, దాలీ..."

వెళ్ళిపొండి, వెళ్ళిపొండి, వెళ్ళిపొండి యిక్కడినుంచి" అని అతనికేసి కన్నెత్తి చూడకుండా ఆమె గీపెట్టింది. యేదో వొంట్లో నొప్పితో అరచినట్టు అరిచింది.

మత్వేయ్ చెప్పినట్టు అంతా "సర్దుకుంటుందని" ఆశపడుతూ భార్యని గురించి శాంతంగా అనుకోగలిగాడు అబ్లాన్స్కీ. పేపరు చదువుకోగలిగాడు. కాఫీ ప్రశాంతంగా తాగగలిగాడు. కాని బాధలో నలిగి పోయిన ఆమె ముఖం చూశాక, ఆమె ఆశ వదులుకుని తన ఖర్మకి లొంగిపోయిందన్నట్టు ధ్వనించే ఆమె గొంతుక విన్నాక అతనికి కాసేపు వూపిరి ఆడలేదు. గొంతుకలో వెలక్కాయపడ్డట్టయింది. కళ్ళూ చెమ్మగిల్లాయి.

"ఓరి దేముడోయ్! నేనేం చేశాను? దాలీ నీకు పుణ్యం ఉంటుంది! యింతా చేసి..." అతను మాట్లాడలేకపోయాడు. వెక్కిళ్ళతో ఉక్కిరిబిక్కిరి అయ్యాడు.

ఆమె ఠపామని సొరుగు మూసి, అతనికేసి చూసింది.

"నేనేం చెప్పను దాలీ? ఒక్కటే చెప్పగలను. పొరపాటైపోయింది. పొరపాటై పోయింది. ఒకసారి చూడు, మన యిద్దరం కలిసి కాపరం చేసిన తొమ్మిది యేళ్ళూ యెక్కువ కాదా, కొన్ని క్షణాల... క్షణాల..."

ఆమె కళ్ళు వాల్చుకుని వింది. అతను బతిమలాడుతూ యేం చెప్తాడోనని, అతనిపట్ల తన నమ్మకాన్ని పునఃస్థాపించే దాన్ని దేన్నో బతిమాలుతూ చెప్తాడని వింటానికి యెదురు చూసింది.

"…..క్షణాల వ్యామోహం కంటే? అని తేలాడు. యింక చెప్పేవాడే. కాని ఆ మాట వినపడగానే శారీరకమైన నొప్పి కలిగినట్టు ఆమె పెదాలు బిగుసుకుపోయాయి. మళ్ళీ ఆమె కుడి చెంప మీద కండరాలు అదిరాయి.

"వెళ్ళిపొండి వెళ్ళిపొండి! మీ వ్యామోహాలు గురించీ, పశుత్వాల గురించీ యిక నాకు చెప్పద్దు" అంటూ యింకా గట్టిగా అరిచింది.

ఆమె అక్కణ్ణుంచి వెళ్ళిపోవాలని అటు తిరిగింది. కాని వూగిపోయి వో కుర్చీవీపుని ఆసరాగా పట్టుకుంది. అతని ముఖం వాలిపోయింది, పెదాలు ఉబ్బిపోయాయి. కళ్ళల్లో నీళ్ళు నిండి పోయాయి.

"దాలీ" అని వెక్కుతూ గొణిగాడు. "నీకు పుణ్యం వుంటుంది పిల్లల్ని చూడు వాళ్ళ తప్పులేదు కదా. తప్పు నాది. నన్ను దండించు. నా పాపానికి శిక్ష విధించు నే చెయ్యగలిగిన దేవన్నా చేస్తాను. నేరం నాది. నేనెంతటి దోషినో మాటల్లో చెప్పలేను. నన్ను మన్నించు, దాలీ" అన్నాడు.

ఆమె కూర్చుంది. ఆమె గాఢంగా శ్వాస పీల్చడం అతనికి వినిపించింది. ఆమె అంటే చెప్పలేనంత జాలి కలిగింది. ఆమె మాట్లాడాలని కొన్నిసార్లు ప్రయత్నించింది. కాని మాట్లాడలేకపోయింది. అతను యెదురుచూశాడు.

"పిల్లలతో ఆడుకోవాల్సి వచ్చినప్పుడే వాళ్ళు నీకు గుర్తుకొస్తారు. కాని నేనెప్పుడూ వాళ్ళ గురించే ఆలోచిస్తూ వుంటాను. వాళ్ళు నాశనం అయిపోయారని తెలుసు యిప్పుడు" అంది. గత మూడ్రోజులుగానూ ఆమె వల్లించుకుంటూ వున్న వాక్యాల్లో యిది వొకటి.

ఆమె తనని మామూలు చనువుతో "నువ్వు" అంది. కృతజ్ఞతగా అతను ఆమెకేసి చూసి ఆమె చెయ్యి అందుకోబోయాడు. కాని ఆమె యేవగింపుగా చెయ్యి వెనక్కి లాగేసుకుంది.

"నేను పిల్లల్ని గురించే అనుకుంటూ వుంటాను. వాళ్ళని కాపాడ్డం కోసం ప్రపంచంలో యేదన్నా చేస్తాను. కాని వాళ్ళని యెలా కాపాడాలో నాకే తెలీదు. తండ్రి దగ్గర్నుంచి వాళ్ళని తీసుకుపోవడం ద్వారానా లేక భ్రష్టుడైన తండ్రి దగ్గర వదిలేశా– ఆం భ్రష్టుడు. చెప్పండి. దయచేసి, యింత – యింత జరిగాక మనం కలిసి కాపరం చెయ్యడం కుదురుతుందా? అలా కుదురుతుందా అంట?" అని గొంతుక పెంచి ఆమె రెట్టించింది. "నా పెనిమిటి, నా పిల్లల తండ్రి, తన పిల్లలకి చదువు చెప్పే పంతులమ్మతో ప్రేమ కలాపం సాగించాక!….." అంది.

"కాని యేం చెయ్యాలి? యేం చెయ్యాలి?" అని అతను దీనంగా అడిగాడు. తను యేం అంటున్నదీ అతనికే తెలీలేదు. తన తలని యింకా యింకా కిందికి వాల్చేసుకున్నాడు.

"మిమ్మల్ని చూస్తే నాకు రోతగా వుంది, వెలపరంగా వుంది" అని ఆమె రెచ్చిపోతూ అరిచింది. "మీ కన్నీళ్ళు నాటకం! మీరు యెన్నడూ నన్ను ప్రేమించలేదు. మీకు హృదయం లేదు. దొడ్డ మనసు లేదు. మీరు క్షుద్రులు, పాశవికంగా వున్నారు. నాకు పరాయి వాళ్ళు – ఆం, అస్సలు ముక్కూ మొహం యెరగని పరాయివాళ్ళు" అంది. కసిగా బాధగా "పరాయి వాళ్ళు" అనే మాటని వొత్తి పలికింది. ఆమెకి అది యెంతో భయంకరంగా ధ్వనించింది.

అతను ఆమెకేసి చూశాడు. ఆమె ముఖంలో కనిపించిన ద్వేషం అతన్ని భయకంపితుణ్ణి చేసింది. ఆశ్చర్యం కలిగించింది. తన జాలి ఆమెకి మంటగా వుందని అతను గ్రహించలేదు. తనపట్ల అతను జాలి పడుతున్నాడనీ కాని తనని ప్రేమించలేదనీ ఆమె చూసింది. 'వుహుం, ఆమె యెన్నడూ నన్ను క్షమించదు. ఆమె నన్ను అసహ్యించుకుంటోంది" అనుకున్నాడు.

"ఇది భయంకరం, భయంకరం" అన్నాడు.

సరిగ్గా అప్పుడు పక్కగదిలో ఓ పిల్ల రాగం తియ్యడం మొదలుపెట్టింది. బహుశా కింద దొర్లిపడిందేమో. దాలి దాన్ని వింది. వున్నట్టుండి ఆమె ముఖం మెత్తబడింది.

తనెక్కడ వున్నదీ తనేం చెయ్యాల్సిందీ గుర్తించడానికి ఆమెకి కొన్నిక్షణాలు పట్టిందంతే. గబగబా లేచి గుమ్మం దగ్గరికి వెళ్ళింది.

"యేమైనా తను నా బిడ్డని ప్రేమిస్తోంది" అనుకున్నాడు అబ్లాన్‌స్కీ చంటిపిల్ల యేడుపు వినిపించగానే ఆమె ముఖంలో వచ్చిన మార్పు చూసి. "నా బిడ్డ. అంచేత నన్నెందుకు అసహ్యించుకుంటుంది?"

"దాలీ, మరోమాట" అన్నాడు ఆమె వెనకే వెడుతూ.

"నా వెనక వస్తే నౌకర్లని, పిల్లల్ని పిలుస్తాను! మీరు భ్రష్టులన్న విషయం అందరికీ తెలియనివ్వండి! నేనివాళ యిల్లు వదిలిపెట్టి వెళ్ళిపోతున్నాను. యిక్కడ మీ కులుకులాడితో కలిసి కాపురం చెయ్యచ్చు మీరు."

ఆమె బయటికి వెళ్ళిపోయి ధనామని తలుపు వేసేసుకుంది.

అబ్లాన్‌స్కీ నిట్టూర్పు విడిచాడు. ముఖం తుడుచుకున్నాడు. మెల్లిగా అడుగులు వేస్తూ గుమ్మం దగ్గరికి వెళ్ళాడు. 'అన్నీ సర్దుకుంటాయని మత్వేయ్ అంటాడు, కాని యెలా? నాకేం అవకాశం కనిపించడం లేదు. అయ్యో, అయ్యో ఎంత దారుణం! యెంత నీచంగా అరిచింది! అనుకున్నాడతను ఆమె అరుపులూ, 'భ్రష్టుడు' 'కులుకులాడి' అనే మాటలూ గుర్తు చేసుకుంటూ. 'ఖర్మ! పని పిల్లలు విన్నారేమో! నీచం, పాటక జనం తంతుగా వుంది" అబ్లాన్‌స్కీ అక్కడ కాసేపు నుంచుండి పోయాడు. కళ్ళు తుడుచుకున్నాడు. మరోసారి నిట్టూర్చాడు. వూం పోన్లే అని బోర విరుచుకుని బయటికి వెళ్ళిపోయాడు.

'ఆ వేళ శుక్రవారం. గడియారాలు బాగుచేసే జర్మన్ మనిషి భోజనాల గదిలో గడియారానికి కీ యిస్తున్నాడు. అతనికి బట్టతల. ఖచ్చితంగా వేళ ప్రకారం పనులు చేస్తాడు. గడియారాలకి కీ యిచ్చేందుకు గాని యీ మనిషికి అజన్మాంతం కీ యిచ్చేశారని ఓ సారి అబ్లాన్‌స్కీ హాస్యమాడేడు. అది గుర్తు వచ్చి చిరునవ్వు నవ్వుకున్నాడు. అబ్లాన్‌స్కీకి పరిహాసాలు యిష్టం. 'యేమో అన్నీ సర్దుకుంటాయేమో' అనుకున్నాడు. 'బాగా చెప్పిన మాట సర్దుకుంటాయి. మా వాళ్ళకి యీ ముక్క చెప్పాలి."

"మత్వేయ్!" అని కేకేశాడు. మత్వేయ్ వచ్చాడు. "అక్కయ్యకి సోఫాల గదిలో పడుకునేందుకు యేర్పాట్లు చెయ్యమని మాత్రోనాతో చెప్పు" అని మత్వేయ్‌తో అన్నాడు.

"అలాగేనండి"

అబ్లాన్‌స్కీ ఫర్ కోటు తొడుక్కుని వసారాలోకి వెళ్ళాడు.

"మీరు భోజనానికి యింటికి వస్తారు కదా?" అని అతన్ని సాగనంపుతూ అడిగాడు మత్వేయ్.

"తెలీదు. యిదుగో ఖర్చులకి" అన్నాడు. యాధాస్తు పుస్తకంలోనుంచి పది రూబుళ్ళ నోటు తీస్తూ. "సరిపోతాయా?" అని అడిగాడు.

"చాలినా చాలకపోయినా సర్దుకోవాలి" అన్నాడు మత్వేయ్ బండి తలుపు మూస్తూ. వసారాకేసి తిరిగి వెళ్ళిపోయాడు.

యీ లోపున దాలీ పిల్లలని సముదాయించింది. బండి చక్రాల చప్పుడు విని భర్త వెళ్ళిపోయాడని అనుకొంది. మళ్ళీ తన పడకగదిలోకి వెళ్ళింది. పడకగది వదిలిపెడితే చాలు కుటుంబ చింతలన్నీ ముసురుకు మీద పడిపోతాయి. పడకగది వొక్కటే వాటి నుంచి తప్పించుకునే రక్షణ దుర్గం. యిప్పుడు కూడా, పిల్లల గదిలో తను వున్న యీ కాస్సేపట్లోనూ, ఇంగ్లీషు పంతులమ్మా, మాత్రోనా అత్యవసరమైన ప్రశ్నలెన్నిట్నో గుప్పించేశారు. వాటికి తను మాత్రమే జవాబు చెప్పగలదు. షికారుకి తీసికెళ్ళడానికి పిల్లలకి యే బట్టలు తొడగాలి? వాళ్ళకి పాలుయివ్వాలా? కొత్త వంటమనిషి కోసం కబురంపాలా? యిలాంటివన్నీ!

"అయ్యో! నా మానాన నన్ను వుండనివ్వండ్రా" అని ఆమె మొత్తుకుంది. పడక గదిలోకి తిరిగి వెళ్ళిపోయింది. ఉంగరాలు వదులై జారిపోతూ వుండే తన సన్నని వేళ్ళు పట్టుకుని భర్త తనతో మాట్లాడినప్పుడు కూర్చున్న కుర్చీలో కూర్చుంది. అప్పుడు చెప్పిన మాటలన్నీ గుర్తు చేసుకోవడం మొదలుపెట్టింది. "అతను వెళ్ళిపోయాడు. కాని ఆమెకి స్వస్తి చెప్పేసినట్టేనా? యింకా ఆమెను చూస్తాడా? యెందుకడిగాను కాదు? వుహుం, లేదు లేదు కలిసి కాపురం చెయ్యడం అసాధ్యం. ఒకే యింట్లో వున్నా మేం పరాయి వాళ్ళమే. యిక యెప్పటికీ పరాయివాళ్ళమే.' హడలు పుట్టించే యీ మాటలని ప్రత్యేకమైన పూనికతో రెట్టించుకుంది. "యెంతలా అతన్ని ప్రేమించాను! పరమాత్ముడికి తెలుసు యెంతలా అతన్ని ప్రేమించిందని!... యిప్పుడు యిప్పుడు ప్రేమించడం లేదా? యిప్పుడు కూడా ముందటికంటే యెక్కువగా ప్రేమించడం లేదా? ఎంత దారుణం! అన్నిటికంటే దారుణమైంది యేమిటంటే'.... గుమ్మం దగ్గరికి మాత్రోనా వచ్చింది. దాంతో ఆమె ఆలోచనా ధార తెగిపోయింది.

"యెవళ్ళనేనా పంపి మా అన్నని పిలిపించండమ్మా. కనీసం యింత ఉడకేసి పడేస్తాడు. లేకపోతే నిన్నటిలాగానే అవుతుంది పొద్దుగూకే దాకా పిల్లలకి అన్నాలుండవు" అంది.

"సరే, నేనే స్వయంగా వచ్చి అన్నీ చూస్తాన్లే. పాల కోసం యెవళ్ళనన్నా పంపారా?"

దాలీ మళ్ళీ సంసార తాపత్రయంలో పడి తాత్కాలికంగా తన దుఃఖాల్ని దాంట్లో ముంచేసుకుంది.

5

అబ్లాన్‌స్కీ స్వతహాగా ప్రతిభ వుండడం పుణ్యమా అని బళ్ళో బాగానే లాక్కొచ్చేడు. కాని బద్ధకస్తుడూ, కొంటె మనిషీని. దాంతో క్లాసులో అందరికంటే వెనకవాడుగా తేలాడు. అతనిది విచ్చలవిడి జీవితం. వయసు చూస్తే ఓ రకంగా యెక్కువేం కాదు. పౌర ఉద్యోగంలోనేమో

హోదా* తక్కువది. అయినా కూడా మాస్కోలోని ప్రభుత్వ ఆఫీసుల్లో ఒకదానికి అధిపతిగా మంచి ఆదాయమూ, గౌరవమూ గల ఉద్యోగమే లభించింది. అతనికా ఉద్యోగం బావగారు అలేక్సేయ్ అలెగ్జాండ్రోవిచ్ కెరనిన్ ధర్మమా అని వచ్చింది. కెరనిన్ అతని అక్క అన్నా భర్త, యీ మాస్కో ఆఫీసుకి సంబంధించిన మంత్రివర్గ శాఖలో ఈ ముఖ్యుడైన అధికారి కెరనిన్‌గారు తన బావమరిదిని యీ ఉద్యోగానికి నియమించకపోయినా వందలాది యితర అన్నయ్యలు, అక్కయ్యలు, మేనమామలు, మేనత్తలు, దూరం బంధువులు స్తీవ అబ్లాన్‌స్కీకి సాలీనా ఆరువేల రూబుళ్ళ ఆదాయం సంపాదించి పెట్టే ఉద్యోగాన్ని, దీన్ని కాకపోతే మరో దాన్ని, చూసిపెట్టి వుండేవాళ్ళు. అతనికి ఆ ఆదాయం చాలా ముఖ్యం. యేమంటే, భార్య తరపున చెప్పుకోదగ్గ ఐశ్వర్యం వచ్చినా, అతని సొంత వ్యవహారాలు చిక్కుల్లో వున్నాయి.

మాస్కో, పీటర్స్‌బర్గ్ నగరాల్లో సగం మంది అబ్లాన్‌స్కీల కుటుంబానికి బంధువులూ, స్నేహితులూ. అతను లోకంలో యిదివరలో గొప్పవాళ్ళుగా వుండి, యిప్పుడు కూడా గొప్పవాళ్ళుగా వుంటూ వున్న వాళ్ళల్లో పుట్టేడు. ప్రభుత్వంలో పైన వున్న వాళ్ళల్లో మూడోవంతు మంది అతని తండ్రికి స్నేహితులే. వాళ్ళు స్తీవ అబ్లాన్‌స్కీని పొత్తిళ్ళల్లో వున్నప్పటినుంచీ యెరుగుదురు. మరో మూడో వంతు మంది అతనికి సన్నిహిత మిత్రులు. ఆ మిగిలిన వాళ్ళు మంచి పరిచయస్థులు. ఉద్యోగాలు, రాయితీలు, రాబడులు లాంటి ఐహిక వరాలని ప్రసాదించే వాళ్ళు మిత్రులుగా వున్నప్పుడు వాళ్ళు తమలో మనిషిని మరిచిపోతారా మరి. లాభదాయకమైన ఉద్యోగం సంపాదించడానికి అబ్లాన్‌స్కీ పెద్ద ప్రయత్నం చెయ్యక్కర్లేకపోయింది. అతను చెయ్యవలసినదంతా దేన్నీ కాదనకుండా వుండడం, దేన్ని గురించీ అసూయపడకుండా వుండడం, యేమీ దెబ్బలాడకుండా వుండడం, నొచ్చుకోకుండా వుండడం. యిలాంటి వాటిని చెయ్యడం అతని స్వభావానికి యెలాగూ విరుద్ధం కాబట్టి అతను వీటిల్లో దేన్నీ చెయ్యలేదు. తనకి కావలసినంత జీతం వచ్చే ఉద్యోగం అతనికి యివ్వరని యెవళ్ళేనా అని వుంటే అతను దాన్ని అసంబద్ధమైనదిగా చూసి వుండేవాడు. యేమంటే తనేం కానిదాన్ని అడగడం లేదు, తన మిత్రులకి వున్నలాంటి దాన్నే అడుగుతున్నాడు. వాళ్ళ మాదిరి తనూ విధులు నిర్వహించగలడు.

అబ్లాన్‌స్కీ జాలిగుండె వాడు, ఉత్సాహంగా వుంటాడు, వేలెత్తి చూపించలేని నిజాయితీపరుడు. అతన్ని యెరిగిన వాళ్ళు అతన్ని అభిమానించడం యీ లక్షణాల వల్లనే కాదు. అతని కళకళలాడే అందమైన రూపంలో, మెరిసే కళ్ళల్లో, నల్లని కనుబొమ్మల్లో, జుట్టులో, గులాబీరంగు మెరిసే ఛాయలో అతన్ని కలుసుకున్న వాళ్ళని సమ్మోహపరిచేదీ, ఉల్లాస పరిచేదీ యేదో వుంది. అందుక్కూడా అతన్ని యెరిగినవాళ్ళు అతన్ని అభిమానిస్తారు. "హేయ్! స్తీవ! హేయ్! అబ్లాన్‌స్కీ! నిన్ను చూడ్డం సంతోషంగా వుంది" అనే మాటల్ని అతన్ని కలుసుకున్న వాళ్ళు కళకళలాడే చిరునవ్వుతో తప్పకుండా అంటారు. అతనితో మాట్లాడిన తర్వాత అంత మురిసిపోవాల్సిందేమీ లేదని వాళ్ళు కనిపెట్టినా మరోసారి అతన్ని చూసినప్పుడూ, ఆ తర్వాతసారి కూడా మురిసిపోతూనే వుండేవాళ్ళు.

యీ మాస్కో ఆఫీసుకి హెడ్‌గా వున్న యీ మూడేళ్ళలోనూ అబ్లాన్‌స్కీ తనతో కలిసి పనిచేసేవాళ్ళనుంచి, తనకింద పనిచేసేవాళ్ళనుంచి, తన పై అధికారుల నుంచి, తనతో సంబంధం వుండే అందరి దగ్గర్నుంచీ గౌరవాభిమానాలు సంపాదించేడు. ఆఫీసులో అతనికి గౌరవం తెచ్చి పెట్టిన ముఖ్య గుణాలలో మొదటిది యితరులతో అతను చనువుగా వుండడం. అది తనకి వుండే లోటుపాట్లనుంచి వచ్చిందే. రెండవది అతని వైఖరి నిరాఘాటమైన ఉదారత్వంతో వుండడం. ఆ ఉదారత్వం వార్తాపత్రికల నుంచి వచ్చినటువంటిది కాదు. అతని నరాల్లో ప్రవహించేటువంటిది. ఐశ్వర్యంతో, హోదాతో సంబంధం లేకుండా అందర్నీ ఒక్కలాగే అతను చూడగలిగేట్టు అతన్ని చేసినటువంటిది. మూడవదీ అతి ముఖ్యం అయిందీ అతను తను చేసే పని పట్ల శుద్ధ ఉపేక్షణాభావంతో వుండటం. దానివల్ల అతను అందులో యెన్నడూ ఉద్రేకభరితంగా నిమగ్నం అయేవాడు కాదు, తప్పులూ చేసేవాడు కాదు.

అబ్లాన్‌స్కీ ఆఫీసుకి వెళ్ళగానే వొంగి సలాములు కొట్టే దర్వాన్ బ్రీఫ్‌కేస్ అందుకుని కూడా వెళ్ళాడు. అబ్లాన్‌స్కీ తన సొంత గదికి వెళ్ళాడు. అది చిన్నది. అక్కడ యూనిఫాం వేసుకుని బోర్డుగదికి వెళ్ళాడు. గుమస్తాలూ, రాయసగాళ్ళూ అందరూ నుంచుని, ఉత్సాహంగా గౌరవపూర్వకంగా నమస్కారం చేశారు. గంభీరంగా అడుగులు వేస్తూ అబ్లాన్‌స్కీ తన చోట్లోకి వెళ్ళాడు. బోర్డు మెంబర్లతో షేక్‌హేండ్ చేసి కూర్చున్నాడు. అతను వేళాకోళం కబుర్లు చెప్పాడు. తను చూడవలసిన పనికి ఉపక్రమించడానికి ముందు ఔచిత్యానికి భంగకరంగా వుండనంత వరకే అలా చేశాడు. యేదేనా వ్యవహారాన్ని తృప్తిగా నిర్వర్తించేందుకు అవసరమైన కులాసాకి, స్వేచ్ఛకి, అధికారిక సరళికి ఖచ్చితమైన హద్దుల్ని యేర్పరచడానికి అతనికంటే దిట్టమైన వాడు లేడు. అతని కార్యదర్శి ఉత్సాహంగా, గౌరవ పూర్వకంగా కొన్ని కాగితాలని తీసుకొచ్చేడు. అబ్లాన్‌స్కీ ఆఫీసులో అందరూ అలానే ప్రవర్తిస్తారు. కార్యదర్శి ఉదారంగా వుండే చనువుతో యేదో చెప్పేడు. ఆ చనువుని అబ్లాన్‌స్కీ తనకింద పనిచేసే వాళ్ళకి యిచ్చేడు.

“పెంజా గుబేర్నియా* నుంచి ఆ సమాచారాన్ని మొత్తం మీద రాబట్టగలిగాం, యిదుగో...”

“మొత్తానికి సాధించేరన్నమాట, ఆఁ” అంటూ అబ్లాన్‌స్కీ కాగితాలు తిరగేశాడు. “వూఁ మిత్రులారా....” ఆ రోజు కార్యక్రమం మొదలైంది.

తల పక్కకి వొరగేసి, గంభీరంగా నివేదికని వింటూ అతను అనుకున్నాడు. ‘తమ బోర్డు అధ్యక్షుడు తప్పు చేసిన కుర్రాడిలా ఒక్క అరగంట క్రితం యెలా కనిపించాడో వీళ్ళకి తెలిసివుంటే!’ అతని కళ్ళు మిణుక్కుమన్నాయి. వాళ్ళు అలా తమ పనిని రెండు గంటలదాకా సాగించాలి. అప్పుడు భోజన విరామం వస్తుంది.

యింకా రెండవలేదు. బోర్డు గది పెద్దఅద్దాల తలుపులు తోసుకుని యెవరో లోపలికి వచ్చారు. జార్ బొమ్మకీ, త్రికోణ పట్టకానికీ* కింద కూర్చున్న బోర్డు సభ్యులు అటుకేసి చూశారు. తమ పనిమీద నుంచి ధ్యాస మళ్ళినందుకు సంతోషిస్తూ. కాని లోపలికి వచ్చిన ఆ అగంతకుణ్ణి గుమ్మం దగ్గరనున్న దర్వాన్ బయటికి తీసుకుపోయి తలుపు వేసేశాడు.

నివేదిక అయిపోయాక అబ్లాన్‌స్కీ లేచి వొళ్ళు విరుచుకున్నాడు. ఆ రోజు ఉదారత్వానికి అనురూపంగా అతను, తన ఆఫీసు గదికి వెళ్ళేముందు, బోర్డు గదిలోనే సిగరెట్ తీశాడు. యిద్దరు సహోద్యోగులు కూడా వెళ్ళారు. ఒకతను నికీతిన్. కొలువులోనే అతను

ముసలాడైపోయాడు. రెండో అతను కామేర్ జుంకర్* గ్రినేవిచ్.

"భోజనాల తర్వాత పనంతా ముగించడానికి వ్యవధి వుంటుంది కదా" అన్నాడు అబ్లాన్‌స్కీ.

"అయ్యో యెందుకుండదు" అన్నాడు నికీతిన్.

"ఆ ఫోమీన్ పరమ కంత్రీ అయివుండాలి" అని చర్చలో వున్న వ్యవహారంలోని ఓ మనిషిని ఉద్దేశిస్తూ, గ్రినేవిచ్ అన్నాడు.

గ్రినేవిచ్ అన్నమాటల్ని గురించి యేం వ్యాఖ్యానించకుండానే అబ్లాన్‌స్కీ ముఖం చిట్లించాడు. విషయం యెటూ తేలకుండా ముందే అభిప్రాయాలు చెప్పెయ్యడం ఉచితం కాదన్నట్టు ఆ రకంగా అతనికి తెలియచెయ్యడం అది.

"గదిలోకి వచ్చిన అతనెవరూ?" అని దర్వాన్‌ని అడిగాడు.

"తెలవదండి ప్రభూ, నేను మొహం యిటు తిప్పగానే అడగా పెట్టకుండా లోపలికి తోసుకొచ్చేశాడండి, మీరు కావాలన్నాడండి, అయ్యగారి పని అయాక సెప్తానన్నానండి..."

"ఎక్కడున్నాడిప్పుడు?"

"కింద వుండి వుంటారండి. పచార్లు సేత్తా వున్నాడక్కడ. అరుగోనండి" అంటూ దర్వాన్ ఒకతన్ని చూపించాడు. అతని భుజాలు వెడల్పుగా వున్నాయి. శరీరం ధృఢంగా వుంది. గడ్డం ఉంగరాలు తిరిగి వుంది. అతను గొర్రెతోలు టోపీ తియ్యకుండానే అరిగిపోయిన మెట్లమీద తేలిగ్గా గెంతుకుంటూ పైకి వస్తున్నాడు. ఓ ఉద్యోగి చేత్తో బ్రీఫ్‌కేస్ పట్టుకుని మెట్లు దిగుతూ ఆగి చకచకా మెట్లెక్కి వచ్చే ఆ కాళ్ళకేసి యిదేం బాగాలేదన్నట్టు చూసి తర్వాత యేమిటిది అన్నట్టు అబ్లాన్‌స్కీ కేసి చూపు విసిరాడు.

అబ్లాన్‌స్కీ పైన చివరి మెట్టుమీద వున్నాడు. అతని యూనిఫాంకి మెడ దగ్గర అల్లిన పట్టీ వుంది. ఆ పట్టీలోనుంచి అతని ముఖం ఉల్లాసంగా మెరుస్తోంది. చకచక పైకెక్కి వచ్చే అతన్ని చూసేటప్పటికి యింకా తళతళ మెరిసింది.

"అమ్మ! నువ్వా లేవిన్!" అని ఆదరంగా, పరిహాసంగా చిరునవ్వు నవ్వుతూ అన్నాడు దగ్గరికి వస్తూ వున్న అతన్ని అందుకుని. "నా గుహలోనే నన్ను పట్టుకుందామని వచ్చావ్?" అని అడిగాడు. షేక్‌హేండ్ చెయ్యడం చాలదని చెప్పి ముద్దుపెట్టుకున్నాడు. "చాలాసేపు అయిందా యిక్కడికొచ్చి?" అని అడిగాడు.

"యిప్పుడే వచ్చాను. నిన్ను చూడాలని మహా అనిపించింది" అన్నాడు లేవిన్. అతను సిగ్గుగా, కోపంగా, యిబ్బందిగా కూడా అటూ యిటూ చూపులు విసిరేడు.

"దా, నా ఆఫీసు గదిలోకి వెడదాం" అన్నాడు అబ్లాన్‌స్కీ. తన మిత్రుడి ఆత్మాభిమానం, ముంగోపితనం, సంకోచం అతనికి తెలుసు. అతని చేతిని పట్టుకుని కష్టాల్లోంచి అతన్ని నడిపించి తీసికెడుతున్నట్టుగా తీసుకెళ్ళాడు.

'అబ్లాన్‌స్కీ దాదాపు తన పరిచయస్థులందర్నీ నువ్వు అంటూ సరదాగా చనువుతోనే పలకరించేవాడు– అరవైయేళ్ళ ముసలాళ్ళని గాని, యిరవై యేళ్ళ పడుచు వాళ్ళని గాని, నటుల్ని గాని, మంత్రుల్ని గాని, వ్యాపారుల్ని గాని, జనరల్స్‌ని గాని యేవళ్ళనేనా సరే.

వాళ్ళల్లో చాలామంచి సాంఘిక హోదా శ్రేణిమీద అటు చివరా యిటు చివరా వుండేటటువంటి వాళ్ళు, అబ్లాన్‌స్కీతో తమ సంబంధాల వల్ల తమకి ఉమ్మడిగా వుండేదేదో ఏర్పడిందని చూసి మహా ఆశ్చర్యపోయేవాళ్ళు. తను కలిసి షాంపేన్ తాగిన అందర్నీ అబ్లాన్‌స్కీ చనువుగానే నువ్వు అంటూ వుండేవాడు. మరి అతను చాలామందితో కలిసి షాంపేన్ తాగేవాడు. తన కింద పనిచేసేవాళ్ళ ముందర తను పరిహాసంగా తన మిత్రుల్ని చాలామందిని పిల్చినట్టు యీ పరువు తక్కువ 'నువ్వు' మనుషుల్లో యెవళ్ళేనా తగిలితే తన సహజ చాతుర్యం పుణ్యమా అని ఆ దురభిప్రాయం తగ్గించేసేవాడు. లేవిన్ అలాంటి 'పరువు తక్కువ నువ్వు' యెంత మాత్రం కాదు. కాని తనకీ లేవిన్‌కి గల సన్నిహితత్వాన్ని తన కింద పనిచేసేవాళ్ళకి తెలియజెయ్యడం తనకి యిష్టం లేదని లేవిన్ అనుకుంటాడేమోనని అబ్లాన్‌స్కీ బుద్ధికుశలత అతనికి చెప్పింది. అందుకని తన సొంత గదికి అతన్ని తీసికెళ్ళడానికి తొందరపడ్డాడు.

లేవిన్ కూడా దాదాపు అబ్లాన్‌స్కీ వయసువాడే. వాళ్ళిద్దరికీ కూడా 'నువ్వు' అనే స్నేహం. కాని ఆ స్నేహం యిద్దరు కలిసి షాంపేన్ తాగిందానివల్ల కాదు. వాళ్ళిద్దరూ నూనూగు మీసాలనాటి నుంచీ మిత్రులు. యిద్దరి అభిరుచులూ, స్వభావాలూ వేరు, అయినా నూనూగు మీసాల నూత్నయవ్వనంలో పరిచయం అయిన వాళ్ళు కలిసిపోయినట్టుగా కలిసిపోయారు. మామూలుగా భిన్న జీవిత విధానాలు అవలంబించిన వాళ్ళ మాదిరి హేతుబద్ధంగా ఆలోచించినప్పుడు వొకళ్ళ కార్యకలాపాల్ని వొకళ్ళు సమర్ధించినా లోపల్లోపల యేవగింపుగా చూసుకున్నారు. తను యెంచుకున్న జీవితవిధానమే అసలైందనీ తన మిత్రుడు పట్టుకున్న దారి బోలుదనీ ప్రతివాడూ అనుకుంటాడు. లేవిన్‌ని చూడగానే కొంచెం కొంటెగా చిరునవ్వు వచ్చింది అబ్లాన్‌స్కీకి. అతను దాన్ని అణచుకోలేకపోయాడు. లేవిన్ చాలాసార్లు తన పల్లెనుంచి మాస్కో వచ్చేడు. అప్పుడు అతన్ని ఆబ్లాన్‌స్కీ చూడనూ చూశాడు. లేవిన్ పల్లెల్లో యేదో ఒకటి చెయ్యడంలో మునిగిపోయేవాడు. ఖచ్చితంగా యేమిటైందీ అబ్లాన్‌స్కీ అర్థం చేసుకోలేదు. అర్థం చేసుకోడానికి ప్రయత్నించదగ్గ ఆసక్తీ అతనికి లేదు. లేవిన్ యెప్పుడు మాస్కోకి వచ్చినా గాని తత్తరపడిపోతూ, హడావుడి పడిపోతూ వుండేవాడు. కొంచెం బెరుగ్గా వుండేవాడు. అలా బెరుగ్గా వున్నందుకు చిరాకుపడుతూ వుండేవాడు. అనేక విషయాలకి సంబంధించి అతను వూహించని, కొత్త దృక్పథం అవలంబించినట్టు సాధారణంగా బయటపడేది. అబ్లాన్‌స్కీ అదంతా చూసి నవ్వేవాడు. అయినా కూడా అతనంటే ఇష్టపడేవాడు. సరిగ్గా అదేరకంగా లేవిన్ తన మిత్రుడి బస్తీ బతుకుని, అతని ఉద్యోగాన్ని కూడా యేవగించుకునేవాడు. అది కాలం వృథా చెయ్యడమేనని అతను అనుకునేవాడు. అదంతా చూసి తనూ నవ్వేవాడు. తేడా యేమిటంటే తను మిగతా వాళ్ళందరూ చేసినట్టే చేస్తూ వుండడం వల్ల అబ్లాన్‌స్కీ సరసంగా, ఆత్మ తృప్తిగా నవ్వేవాడు. లేవిన్ తృప్తిలేకుండా, ఒకో అప్పుడు విరసంగా నవ్వేవాడు.

"నువ్వొస్తావని చాలాకాలంగా చూస్తున్నాం" అని అబ్లాన్‌స్కీ గదిలోకి వెళ్ళగానే అక్కడితో ప్రమాదం తప్పిపోయినట్టు లేవిన్ చెయ్యి వదిలేసి అన్నాడు. "నిన్ను చూడ్డం సంతోషంగా వుంది. వూఁ యెలా వున్నావ్? యెప్పుడొచ్చావ్?" అని అడిగాడు.

జవాబు చెప్పడానికి బదులుగా అబ్లాన్‌స్కీ సహోద్యోగులకేసి లేవిన్ తేరి చూశాడు. ఆ ముఖాలు క్రొత్తవి. అతను హుందాగా వున్న గ్రినేవిచ్ చేతికేసి మరీ యిదిగా చూశాడు. గ్రినేవిచ్ వేళ్ళు పొడుగ్గా తెల్లగా వున్నాయి. వేళ్ళకి పొడుగాటి పసుపచ్చ గోళ్ళు గుండ్రంగా వొంపు తిరిగి వున్నాయి. అతని చొక్కా ముంజేతిమీద పెద్ద కఫ్‌లింకులు మెరుస్తూ వున్నాయి. దాంతో లేవిన్ దృష్టి అంతా ఆ చేతులపైనే పడింది, అతను మరి దేన్ని గురించీ అనుకోలేకపోయాడు. అబ్లాన్‌స్కీ అది గమనించి చిరునవ్వు నవ్వేడు.

"అవును కదూ పరిచయం చేస్తాను. మా సహోద్యోగులు, యీయన ఫిలిప్ ఇవానొవిచ్ నికీతిన్, యీయన మిహాయిల్ స్తనిస్లావిచ్ గ్రినేవిచ్" అని పరిచయం చేశాడు. తర్వాత లేవిన్‌కేసి తిరిగి అతన్ని వాళ్ళకి పరిచయం చేశాడు. "యితను కాన్‌స్తన్‌తీన్ ద్మీత్రిచ్ లేవిన్. జేమ్‌స్త్వో* పరిపాలనలో మంచి చురుగ్గా పాల్గొంటాడు. నూతన తరహా ఆలోచనా ధోరణి పెద్దమనిషి, వస్తాదు. ధాన్యం బస్తా ఒక్క చేత్తో యెత్తే దిట్ట. పశుపోషకుడు, వేటగాడు, నాకు మంచి మిత్రులు, సెర్గేయ్ ఇవానొవిచ్ కోజ్నిషెవ్ తమ్ముడు" అని చెప్పాడు.

"మిమ్మల్ని కలుసుకోవడం సంతోషంగా వుంది" అన్నాడా ముసలాయన.

"మీ అన్నగారు కోజ్నిషేవ్‌గారిని యెరుగుదును" అని గ్రినేవిచ్ పొడుగాటి వేళ్ళున్న సన్నని చేతిని చాస్తూ అన్నాడు.

లేవిన్ ముఖం చిట్లించేడు. మొక్కుబడికి అతనితో షేక్‌హేండ్ చేసి వెంటనే అబ్లాన్‌స్కీ కేసి తిరిగాడు. లేవిన్‌కి తన సవతి అన్నగారంటే మహా గౌరవమే. ఆయన దేశమంతా ప్రఖ్యాతి గడించిన రచయిత. అయినాగానీ సుప్రసిద్ధ కోజ్నిషేవ్ తమ్ముడిగా ఆదరణ పొందడం అతను భరించలేడు. లేవిన్‌గానే తనని గుర్తించాలి.

"నేనిప్పుడు జేమ్‌స్త్వో పరిపాలనలో చురుగ్గా పాల్గోవడం లేదు. అందరితోనూ దెబ్బలాడేను. యిప్పుడు సమావేశాలకూడా వెళ్ళడం లేదు" అన్నాడు అబ్లాన్‌స్కీనే సంబోధిస్తూ.

"యింత త్వరగానా" అన్నాడు అబ్లాన్‌స్కీ చిరునవ్వు నవ్వుతూ. "ఎలా జరిగింది? కారణం యేమిటి?" అని అడిగాడు.

"అదో పెద్ద కథ. తర్వాత చెప్తా" అన్నాడు లేవిన్. కాని వెంటనే చెప్పడం మొదలెట్టేశాడు. "సూక్ష్మంగా చెప్పాలంటే, జేమ్‌స్త్వోకి యే కార్యక్రమమూ లేదు, యేమీ వుండబోదు అని నాకు నమ్మకం కలిగింది." అప్పుడే యేదో అవమానానికి గురైన వాడి వాలకంతో చెప్పాడతను. "ఓ విధంగా అది వో పిల్లాట, పార్లమెంటుగా ఆడుకోవడం చిన్న పిల్లల ఆటలతో మురిసేటంత బుల్లోణ్ణీ కాదు, ముసలాణ్ణీ కాదు. మరోవిధంగా" (అతను మాటలకోసం తడబడ్డాడు) "పల్లెటూరి భూస్వాముల coterie[1] జేబులు నింపుకోవడానికి సాధనం. యిదివరలో వాళ్ళకివి ప్రాపకం ద్వారా, పంచాయితీ పెద్దల హోదాల ద్వారా వచ్చేవి. యిప్పుడు జేమ్‌స్త్వోల ద్వారా వస్తున్నాయి. లంచాల రూపంలో కాదు గాని యే పనీ లేని జీతాల ద్వారా." అతను ఆవేశంగా మాట్లాడేడు, అక్కడున్న వాళ్ళు అతన్ని యేదో సవాల్ చేసినట్టు.

---

1. ముఠా (ఫ్రెంచి)

"అరె! నువ్వు కొత్త దశలోకి పోయినట్టు కనిపిస్తోంది. కన్సర్వేటివ్‌ది. సర్లే, ఆ విషయం గురించి తర్వాత చర్చించుకుందాం" అన్నాడు అబ్లాన్‌స్కీ.

"వూఁ తర్వాత. యిప్పుడు నేను నీతో మాట్లాడాలి" అని గ్రినేవిచ్ చేతికేసి యేవగింపుగా చూస్తూ అన్నాడు లేవిన్.

అబ్లాన్‌స్కీ కనిపించీ కనిపించని చిరునవ్వు నవ్వేడు.

"యూరోపియన్ బట్టలు యిక వేసుకోనన్న వాడివి నువ్వు కాదూ?" అన్నాడతను తన మిత్రుడి కొత్త సూటు చూస్తూ. అది ఫ్రెంచి టైలరు కుట్టిన సూటు. "ఆఁ కనిపిస్తోంది, కొత్త దశ" అన్నాడు.

లేవిన్ ముఖం ఒక్కసారిగా ఎర్రబడింది. సిగ్గుపడ్డాడు. పెద్దవాళ్ళ మాదిరి కాదు, చిన్నపిల్లలలాగా సిగ్గుపడ్డాడు. వాళ్ళు తామే గుర్తించనట్టుగా సిగ్గుపడతారు. తమ సిగ్గువల్ల తాము నవ్వుతాలుగా కనిపిస్తున్నట్టు పిల్లలకి తెలుసు. దాంతోటి మరింత సిగ్గుపడి బాధపడిపోతారు. కళ్ళమ్మట నీళ్ళు తిరిగేటంతగా. పౌరుషంగా వుండే తెలివైన ముఖంమీద చిన్నపిల్లల నాటకం కనిపిస్తే వింతగా వుంటుంది. దాంతో అబ్లాన్‌స్కీ చూపు యెటో తప్పించేసుకున్నాడు.

"యెక్కడ కలుసుకుందాం? నేను వూరికే నీతో మాట్లాడాలి" అన్నాడు లేవిన్.

అబ్లాన్‌స్కీ ఆ విషయమే ఆలోచిస్తున్నట్టుంది.

"మనం 'గురిన్'లో మధ్యాహ్నం భోజనం చెయ్యవచ్చు. అక్కడ మాట్లాడుకుందాం. మూడింటిదాకా నాకు ఖాళీ."

"లేదు" అన్నాడు లేవిన్ కాసేపాగి. "నేను వేరే వాళ్ళని చూడాలి" అన్నాడు.

"సరే అయితే సాయంత్రం కలిసి భోంచేద్దాం."

"సాయంత్రం కలిసి భోంచేద్దామా? కాని ఒక్కమాట అడగాలి నిన్ను. వూరికే వొక విషయం. మనం తర్వాత మాట్లాడుకోవచ్చు"

"అయితే యిప్పుడే అడిగెయ్యి, భోజనాల దగ్గర మాట్లాడుకుందాం"

"యేమిటంటే... ప్రత్యేకం యేమీ లేదు" అన్నాడు లేవిన్. "ఆఁ ప్రత్యేకం యేం లేదు" అన్నాడు.

అతను సిగ్గుపడిపోతున్నాడు కాని సిగ్గుని కనిపించనియ్యకుండా వుందామని ప్రయత్నం చెయ్యడంతో ఉగ్రంగా కనిపించేడు.

"ష్చేర్‌బాత్‌స్కీలు యేం చేస్తున్నారు? అంతా మునుపటిలాగానే వుందా?" అని తేలాడు హఠాత్తుగా.

లేవిన్ తన మరదలు కిట్టీని ప్రేమించాడని అబ్లాన్‌స్కీ చాలాకాలంగా యెరుగును. అంచేత కనిపించీ కనిపించకుండా వుండే చిరునవ్వు నవ్వేడు. అతని కళ్ళు మెరిశాయి.

"నువ్వు ఒక్కమాటలో చెప్పమన్నావు. ఒక్కమాటలో చెప్పలేను. యేమంటే... ఒక్కక్షణం

వుండు.”

అప్పుడు సెక్రటరీ గదిలోకి వచ్చాడు. నమ్రతగా వుండే చనువూ, తమ బాస్‌లకంటే తమకే యెక్కువ వ్యవహార విషయాలు తెలుసుననుకునే సెక్రటరీల కందరికీ వుండే ఆత్మవిశ్వాసం అతనికీ వున్నాయి. అతను యేవో కాగితాలు పట్టుకుని అబ్లాన్‌స్కీ దగ్గరికి వెళ్ళాడు. యేదో సమాచారం అడుగుతున్నట్లు పైకి కనిపిస్తూ కొన్ని యిబ్బందుల గురించి అతనికి వివరించడం మొదలుపెట్టాడు. అతను చెప్పేది పూర్తిగా వినకుండానే అబ్లాన్‌స్కీ సెక్రటరీ చేతిమీద మృదువుగా చెయ్యి వేశాడు.

“వద్దు, నేను చెప్పినట్టు చెయ్యండి” అని చిరునవ్వు నవ్వడం ద్వారా తన మందలింపుని మెత్తబరుస్తూ అన్నాడు. ఆ విషయం గురించి తన వైఖరిని కొంచెం వివరించి, ఆ కాగితాల్ని పక్కకి తోసి “ఆఁ అంచేత నేను చెప్పినట్టు చెయ్యండి” అన్నాడు.

సెక్రటరీ ముఖం మాడ్చుకుని వెళ్ళిపోయాడు. సెక్రటరీతో అబ్లాన్‌స్కీ సంభాషణ సాగుతూ వుండగా లేవిన్ కలవరపాటు నుంచి తేరుకుని స్థిమితపడ్డాడు. సరదాగా వింటూ యెత్తిపొడుపుగా చూస్తూ రెండు చేతుల్ని కుర్చీ వీపుమీద ఆనించి నిలబడ్డాడు.

“నాకిది అర్థం కాదు. యేమిటో యిదంతా వూరికే నాకు అర్థం కాదు అంతే” అన్నాడు.

“యేమిటి అర్థం కాదు నీకు?” అని యెప్పటి అంత ఆత్మ తృప్తిగానూ చిరునవ్వు నవ్వుతూ అడిగాడు అబ్లాన్‌స్కీ. సిగరెట్ తీసుకున్నాడు. లేవిన్ యేదో చోద్యంగా వుండేది చెప్తాడని అబ్లాన్‌స్కీ అనుకున్నాడు.

“యిక్కడ మీరేం చేస్తున్నారో నాకర్థం కాదు. యిది సీరియస్‌గా చేస్తున్న పనేనా?” అని యేమంటావన్నట్టు భుజాలు యెగరేస్తూ లేవిన్ అడిగాడు.

“ఎందుకని?”

“ఎందుకంటే చెయ్యడానికేం లేదు గనుక.”

“అది నీ దృష్టిలో. నిజానికి మాకు తలములకలుగా వుంది”

“కాగితాల పని. వూఁ నీకా ప్రజ్ఞ వుంది” అన్నాడు లేవిన్.

“అంటే నా స్వభావంలో యేదో లోపం వుందని నీ ఉద్దేశమా?”

“బహుశా కావచ్చు. అయినా గానీ నీ గొప్పదనానికి జోహార్. స్నేహితుడిగా నాకు నీవంటి గొప్ప వాడుండడం గర్వం. కాని నేనడిగినదానికి జవాబు చెప్పలేదు నువ్వు” అని అబ్లాన్‌స్కీ కళ్ళల్లోకి సూటిగా చూడాలని మహా ప్రయత్నిస్తూ అన్నాడు.

“సరే బాగుంది. చూస్తూ వుండు నువ్వే వస్తావ్ యిటు. నీకేం అదృష్టవంతుడివి! కరాజిన్ ఉయేజ్డ్*లో మూడువేల దెస్యతీన్లు* వుంది. చేవదేరిన శరీరం. పన్నెండేళ్ళ పిల్లాడిలా నవనవలాడుతూ పుష్టిగా ఉన్నావు. యేదో వొక రోజున యిటే చేరతావులే. యింతకీ నువ్వడిగిన విషయం గురించి. అక్కడ మార్పులేం లేవు, కాని నువ్వింత కాలం రాకుండా పోవడం, ప్చ్, బాగా లేదు.”

“ఏం?” అని భయం భయంగా అడిగాడు లేవిన్.

"ప్రత్యేకం యేమీ లేదు. సరే, ఆ విషయం గురించి తర్వాత మాట్లాడుకుందాంలే. యింతకీ సంగతేమిటి మళ్ళీ వచ్చావ్?"

"ఆ విషయం గురించి తర్వాత మాట్లాడుకుందాం" అన్నాడు లేవిన్ మళ్ళీ మహా సిగ్గుపడిపోతూ.

"సర్లే అయితే, తెలిసిందిలే. విషయం యేమంటే... మా యింటికి తీసుకెడుదును గాని మా ఆవిడకి వొంట్లో బాగా లేదు. చూడు, నువ్వు గనుక వాళ్ళని చూడదలుచుకుంటే నాలుగూ, అయిదూ మధ్య జులాజికల్ గార్డెన్స్ దగ్గర వుంటారు వాళ్ళు. కిట్టీ అక్కడికి స్కేటింగ్‌కి వెడుతుంది. అక్కడ వాళ్ళని కలు. నేను వస్తాను. యిద్దరం కలిసి భోజనానికి వెడదాం."

"భేష్ మరి వుంటా."

"జాగ్రత్త! నీ సంగతి నాకు తెలుసు. మర్చిపోయి రకామని వూరికి చెక్కేసావుస్మా!" అన్నాడు అబ్లాన్‌స్కీ నవ్వుతూ.

"ఆ భయమేం వద్దులే" అని లేవిన్ బయటికి వెళ్ళిపోయాడు. గుమ్మందాకా వెళ్ళాకనే అబ్లాన్‌స్కీ సహోద్యోగుల దగ్గర సెలవు తీసుకోలేదని అతనికి గుర్తుకొచ్చింది,.

లేవిన్ వెళ్ళిపోయాక "మాంచి దృఢమైన పెద్దమనిషిలాగే వున్నాడు" అన్నాడు గ్రినేవిచ్.

"మామూలుగానా!" అన్నాడు అబ్లాన్‌స్కీ తల వూపుతూ. "జాతకుడు! కరాజిన్ ఉయేజ్డ్‌లో మూడువేల దెస్యాతీన్లు! జీవితమంతా ముందే వుంది, ఉక్కుగుండులాగా వున్నాడు. మనలాగా కాదు" అన్నాడు.

"మీకేం లోటండీ బాబూ?"

"అన్నీ, యేదీ సవ్యంగా లేదు" అని అబ్లాన్‌స్కీ గాఢంగా నిట్టూరుస్తూ అన్నాడు.

6

సంగతేమిటి మళ్ళీ వచ్చావ్ అని అబ్లాన్‌స్కీ అడిగినప్పుడు లేవిన్ సిగ్గుపడిపోయాడు. అలా సిగ్గుపడిపోయినందుకు తనమీద తనకు కోపం కూడా వచ్చింది. యేమంటే "మీ మరదల్ని పెళ్ళాడతానని చెప్పేందుకు వచ్చాన"ని అనలేకపోయాడు. సరిగ్గా ఆ కారణంగానే తను వచ్చినా.

లేవిన్, ష్చేర్‌బాత్‌స్కీల కుటుంబాలు రెండూ పాతకాలం నుంచీ మాస్కోలో వున్న ప్రభువంశీకుల కుటుంబాలు. రెండు కుటుంబాలకీ సంబంధాలు యెప్పుడూ సన్నిహితంగానే వుండేవి. లేవిన్ యూనివర్శిటీలో విద్యార్థిగా వున్నప్పుడు వాళ్ళ సాన్నిహిత్యం బలపడింది. దాలీ, కిట్టీల అన్నగారు అయిన యువ ప్రిన్స్‌తో కలిసి అతను విశ్వవిద్యాలయంలో చేరడానికి తయారయేడు. యిద్దర్నీ విద్యార్థులుగా చేర్చుకున్నారు. ఆ రోజుల్లో లేవిన్ యెక్కువగా ష్చేర్‌బాత్‌స్కీల యింటికి వెడుతూ వుండేవాడు. ఆ యింటిని ప్రేమించాడు. ఆ యింటిని, ఖచ్చితంగా కుటుంబాన్ని, ముఖ్యంగా ఆ కుటుంబంలోని ఆడవాళ్ళని లేవిన్ ప్రేమించాడు

వింతగా కనిపించినాగానీ. లేవిన్ తన తల్లిని యెరగడు. ఉన్న ఒక అక్కగారూ అతనికంటే వయసులో చాలా పెద్దది. దాంతోటి ష్చేర్‌బాత్‌స్కీల యింట్లో మొట్టమొదటగా ఒక రకమైన పాత ప్రభువంశీక నాగరిక కుటుంబాన్ని, ఉన్నత సంప్రదాయాలు గల కుటుంబాన్ని అతను చూశాడు. అతని తల్లీ తండ్రీ చనిపోవడం వల్ల యివన్నీ అతనికి లేకపోయాయి. అతను ఆ కుటుంబ సభ్యులందర్నీ ముఖ్యంగా ఆడవాళ్ళని నిగూఢ కవితాత్మక మేలిముసుగు గుండానే చూశాడు. వాళ్ళ లోపాలని చూడకపోవడమే గాదు, వాళ్ళని అచ్ఛాదించిన కవితాత్మక మేలిముసుగు గుండా మహోన్నత అనుభూతుల్నీ అన్నిరకాల పరిపూర్ణతనీ వూహించుకున్నాడు. యీ ముగ్గురు అమ్మాయిలూ ఒక రోజు ఒక్క ఫ్రెంచిలోనూ, యింకో రోజు ఒక్క ఇంగ్లీషులోనూ మాట్లాడేవాళ్ళు. పైన చదువుకుంటూ వుండే అన్నగారి గదిలోకి వినిపించేట్టు కొన్ని వేళల్లో ఒకళ్ళ తర్వాత ఒకళ్ళు పియానో వాయించేవాళ్ళు. ఫ్రెంచి సాహిత్యం, సంగీతం, చిత్రకళ, నృత్యం నేర్పే గురువులు వీళ్ళ యింటికే వచ్చేవాళ్ళు; M-lle Linon తోడు వుండగా యీ ముగ్గురూ త్వేర్‌స్కోయ్ బులావాకి బండిలో షికారు వెళ్ళేవారు. అప్పుడు దాలీ పొడుగాటి శాటిన్ ఫర్ కోటు వేసుకునేది, నతాలీ కొంచెం పొట్టిది వేసుకునేది, కిట్టీ మరీ పొట్టిది వేసుకునేది– అలా వేసుకోవడం వల్ల బిగుతుగా వుండే యెర్రటి స్టాకింగ్‌లో ఆమె కాళ్ళు పొంకంగా కనిపించేవి. త్వేర్‌స్కోయ్ బులావాలోటోపీకి బెండు పూల బంగారు తురాయి పెట్టుకున్న నౌకరు వెంట రాగా వాళ్ళు షికారు వెళ్ళేవారు. యివీ, మిగిలిన అనేక విషయాలూ దేని కోసమైందీ వాళ్ళ నిగూఢ ప్రపంచంలో అతని అవగాహనకి అందకుండా వుండిపోయేవి. కాని స్చేర్‌బాత్‌స్కీల కుటుంబంతో ముడిపడివున్నదంతా కూడా అద్భుతమైనదేనని, అతనికి తెలుసు. దాని నిగూఢత్వాన్ని తను ప్రేమించాడు.

స్టూడెంట్‌గా వుండగానే పెద్దమ్మాయి దాలీని ప్రేమించినంత పనిచేశాడు. కాని ఆమెకి అబ్లాన్‌స్కీతో పెళ్ళయింది. తర్వాత రెండో అమ్మాయిని ప్రేమించినట్టు అనుకున్నాడు. వాళ్ళల్లో యెవళ్ళో ఒకళ్ళని తను ప్రేమించి తీరాలన్న నిర్బంధం యేదో వున్నట్టూ, కాని యెవళ్ళెందీ యిదమిత్థంగా తేల్చుకోలేక పోయినట్టూ వుందది. రెండవ అమ్మాయి నతాలీ నాగరిక సమాజంలోకి అడుగుపెట్టీ పెట్టగానే ల్వోవ్ అనే దౌత్యాధికారిని చేసుకుంది. అతను దౌత్యకార్యాలయంలో ఉద్యోగం చేసేవాడు. లేవిన్ యూనివర్శిటీ చదువు పూర్తిచేసేటప్పటికి కిట్టీ యింకా చిన్నపిల్ల. అన్నగారు నౌకా దళంలో చేరాడు. బాల్టిక్ సముద్రంలో మునిగి చనిపోయాడు. ఆ తర్వాత లేవిన్ వాళ్ళ యింటికి యెక్కువగా వెళ్ళలేదు. అతను యేడు శీతకట్టు మొదట్లో అతను మాస్కో వచ్చేడు. ష్చేర్‌బాత్‌స్కీల యింటికి మళ్ళీ వెళ్ళాడు. అప్పుడు గ్రహించాడు. ఆ తర్వాత లేవిన్ వాళ్ళ యింటికి యెక్కువగా వెళ్ళలేదు. అతను దాలీ భర్త అబ్లాన్‌స్కీతో స్నేహంగా వున్నా. పల్లెటూళ్ళో వొక యేడాది వున్నాక యిదే యేడు శీతకట్టు మొదట్లో అతను మాస్కో వచ్చేడు. ష్చేర్‌బాత్‌స్కీల యింటికి మళ్ళీ వెళ్ళాడు. అప్పుడు గ్రహించాడు ఆ అక్క చెల్లెళ్ళలో యెవళ్ళని తను ప్రేమించాలని విధి నిర్ణమైందనీ.

తను ముప్పైరెండేళ్ళ పెద్దమనిషి, సంప్రదాయమైన కుటుంబం. స్థితిమంతుడు. అలాంటి తను ప్రిన్సెస్ కిట్టీ ష్చేర్‌బాత్‌స్కీని పెళ్ళి చేసుకుంటానని చెప్పడం కంటే సులభమైన వ్యవహారం

వుండదు. దీన్ని మంచి సంబంధంగా పరిగణించే అవకాశాలే యెక్కువ. కాని లేవిన్ కిట్టీని ప్రేమించాడు. అంచేత కిట్టీని అన్ని రకాలుగానూ, యీ లౌకికమైన అన్నిటికంటే యెత్తులో వుండే దేవతా మూర్తిగా చూశాడు. తను కిందుగా, క్షుద్రంగా వున్నట్టూ, అంచేత ఆమెగాని, మరెవళ్ళేనా గాని తను ఆమెకి తగినవాడని అనుకోనట్టూ అనిపించింది.

రెండు నెలలు అలా స్వాప్నిక లోకంలో వున్నట్టు మాస్కోలో గడిపేడు. కిట్టీని చూడ్డం కోసమన్చెప్పి దాదాపు ప్రతిరోజూ నాగరిక సమాజంలోకి వెళ్ళేడు. అప్పుడు హఠాత్తుగా తనకిక ఆశలేదని నిర్ణయించుకుని మళ్ళీ పల్లెటూరికి వెళ్ళిపోయాడు.

తనకిక ఆశ లేదన్న విశ్వాసం లేవిన్‌కి బలంగా కలగడానికి కారణాలు వున్నాయి. ఆమె తల్లిదండ్రుల దృష్టిలో తను ముచ్చటైన కిట్టీకి తగడనీ, యీ సంబంధం లాభదాయకమైంది కాదనీ, కిట్టీ తనలాంటి వాణ్ణి ప్రేమించదని అతనికి గట్టిగా అనిపించడమే ఆ కారణం. తనకి నికరమైన ఉద్యోగం లేదని ఆమె తల్లిదండ్రుల దృష్టి అయినట్టు అతనికి అనిపించింది. మరి అతని తోటి వాళ్ళు – తనకే ముప్పై రెండేళ్ళు – కల్నల్, ఎయిడ్ డి కేంప్,* ప్రొఫెసరు, బేంక్ డైరెక్టరు, రైల్వే డైరెక్టరు లేకపోతే అబ్లాన్స్కీ లాగా యేవో ప్రభుత్వ కార్యాలయాల అధిపతులు. తద్భిన్నంగా తను (పై వాళ్ళకి తను యెలా కనిపించేదీ అతనికి బాగా తెలుసు) ఓ పల్లెటూరి భూస్వామి. ఆవుల పెంపకంలో, కంజు పిట్టల్ని వేటాడ్డంలో, కొట్టాలు కట్టించడంలో మునిగిపోతాడు. వేరే మాటల్లో చెప్పాలంటే తమ నాగరిక ప్రపంచం దృష్టిని యెందుకూ కొరగాని బండబ్బాయి. యే పనికీ యిక యోగ్యతలేని వాళ్ళూ చేసే పని తను చేస్తున్నట్టు నాగరిక ప్రపంచంలో లెక్క అని అతననుకున్నాడు.

పైగా మనోహరంగా నిగూఢంగా వుండే కిట్టీ తనలాంటి సరసుడుగాని మనిషిని ప్రేమించదు. తను అలాంటి వాడినని అతను అనుకున్నాడు. యింకా అధ్వాన్నం తను చాలా సాదా మనిషి, యే ప్రత్యేకతా లేని వాడు. అన్నగారి స్నేహం వల్ల పెద్దవాడుగా చిన్నపిల్లతో వుండే లాంటి సంబంధాలు కిట్టీతో వుండేవి. ఆ పూర్వపు సంబంధాలు ఆమె ప్రేమని సంపాదించడానికి మరింత అవరోధంగా అతనికి కనిపించాయి. అతని దృష్టిలో యే ఆకర్షణా లేకుండా సాధు స్వభావంతో వుండే తనలాంటి మనిషిని స్నేహితుడిగా అభిమానిస్తారు. అంతే. తను కిట్టీని ప్రేమించిన లాంటి ప్రేమని అందంగా, అన్నిట్నీ మించి యేదో ప్రత్యేకతతో వుండే మనిషికి వుండేదిగా భావిస్తారు.

ఆడవాళ్ళు సాదాగా, నిరాడంబరంగా వుండేవాళ్ళని ప్రేమిస్తారని అతను విన్నాడు. కాని ఈ విషయాన్ని నమ్మలేదు. యీ విషయంలో తన దృక్పథం మేరకే అతను తీర్పు చెప్పుకున్నాడు. తను అందంగా, నిగూఢంగా, విశిష్టంగా వుండే ఆడవాళ్ళని మాత్రమే ప్రేమించగలడు.

రెండు నెలల్లో పల్లెల్లో గడిపాక అతనికి అనిపించింది తను తొలి యౌవనంలో అనుభవించిన లాంటి అనుభూతి క్షణకాలం పాటు కూడా అతన్ని ప్రశాంతంగా వుండనియ్యలేదు. ఆమె తనని పెళ్ళాడుతుందా, పెళ్ళాడదా అనే ప్రశ్న జవాబు లేకుండా వుండలేదు తను. తన బాధ తను వూహించుకున్న వాటి వల్ల వచ్చిందే తప్ప తనని ఆమె

నిరాకరిస్తుందనే దానికి రుజువు యేమీ లేదు. అంచేత పెళ్ళాడతానని చెప్పాలనీ, ఒప్పుకుంటే పెళ్లాడాలనీ గట్టిగా తీర్మానించుకుని మాస్కో వచ్చాడు. ఒప్పుకోక పోతే.... ఒప్పుకోకపోతే తనకి యేమవుతుందో అనే ఆలోచననే భరించలేకపోయాడు.

7

లేవిన్ మాస్కోకి ఉదయం రైల్లో వచ్చాడు. కోజ్నీషేవ్‌తో వుండాలని యెకాయెకీ అక్కడికే వెళ్ళాడు. కోజ్నిషేవ్ అతని సవతి అన్నగారు. ఏక గర్భవాసులే గాని తండ్రులు వేరు. బట్టలు మార్చుకున్నాక లేవిన్ చదువుకునే గదిలోకి వెళ్ళాడు. తను యే పనిమీద వచ్చిందీ చెప్పి, సలహా అడిగే ఉద్దేశ్యంతో వెళ్ళాడు. కాని అప్పుడు ఆయనతో బాటు యెవరో వున్నారు. ఆ వ్యక్తి ప్రఖ్యాత తత్వశాస్త్ర ప్రొఫెసరు. హోర్నోన్ నుంచి వచ్చేడు. ఓ ముఖ్యమైన తాత్విక సమస్యకి సంబంధించి ఉత్పన్నమైన అభిప్రాయ భేదాన్ని గురించి చర్చించడానికి పని గట్టుకుని వచ్చాడు. ఆ ప్రొఫెసరుగారు భౌతికవాదులకి వ్యతిరేకంగా ఉగ్రంగా వాదిస్తున్నాడు. కోజ్నిషేవ్ ఆ వాదనని శ్రద్ధగా గమనిస్తున్నాడు. ప్రొఫెసరుగారిని ఆ ఉత్తరంలో తప్పుపట్టుకున్నాడు. ఆ విషయం గురించి చర్చించడానికి ప్రొఫెసరు గారు వెంటనే బయల్దేరి ఆయన దగ్గరికి వచ్చేడు. అప్పట్లో ఆ విషయం జనానికి ఆసక్తిగా వుంది. మానవ నడవడికలో మానసిక, శారీరక విషయాలని విభజించే హద్దు యేదన్నా వుందా? వుంటే, యెక్కడ వుంది?

కోజ్నిషేవ్ తమ్ముణ్ణి తన సహజ ధోరణిలో చిరునవ్వు నవ్వుతూ పలకరించేడు. ఆ చిరునవ్వులో అభిమానం వుంటుంది గాని అది అంత ఆర్ద్రంగా వుండదు. అతన్ని ప్రొఫెసరు గారికి పరిచయం చేశాక వాళ్ళు మళ్ళీ తమ చర్చలో పడి పోయేరు.

ప్రొఫెసరుగారి ముఖం పసుపుపచ్చ వర్ణంతో వుంటుంది. కళ్ళజోడు పెట్టుకున్నాడు. చిన్నగా వున్నాడు. ఆయన నుదురు వెడల్పుగా లేదు. కాసేపు సంభాషణ ఆపి పరిచయాలు పూర్తి కాగానే లేవిన్ గురించి పిసరు కూడా పట్టించుకోకుండా మళ్ళీ మాట్లాడ్డం సాగించేడు. ప్రొఫెసరుగారు వెళిపోతాడని యెదురుచూస్తూ కూర్చున్నాడు లేవిన్. కొంచెంసేపయ్యేటప్పటికి వాళ్ళ చర్చల్లో అతనికే ఆసక్తి పుట్టింది.

చర్చకి సంబంధించిన వ్యాసాల్ని లేవిన్ చదివేడు. ప్రకృతిశాస్త్ర మౌలిక సూత్రాల్లో ఆ విపులీకరణలో ఆసక్తి కలిగింది. యూనివర్శిటీలో జీవశాస్త్ర విద్యార్థిగా ఆ సూత్రాల్ని బోధించారు. కాని యెన్నడూ కూడా ప్రకృతిలో భాగంగా మనిషి ఆవిర్భావానికి, ప్రతిచర్యలకి, జీవశాస్త్రానికి, సాంఘిక శాస్త్రానికి సంబంధించిన యీ శాస్త్రీయ నిర్ధారణల్ని జీవితానికీ మృత్యువుకీ అర్థం యేమిటి అన్న సమస్యలతో అతను సంధించలేదు. యిటీవల యీ సమస్యలు మరింతగా అతని ఆలోచనల్లో వుంటున్నాడు.

అన్నగారూ ప్రొఫెసరుగారూ చర్చించుకునే విషయాన్ని వినేకొద్దీ వాళ్ళు శాస్త్రీయ సమస్యల్నీ ఆధ్యాత్మిక సమస్యలనీ కలుపుతున్నారని అతను గ్రహించాడు. యెక్కువసార్లు వాళ్ళు ఆధ్యాత్మిక సమస్యల్ని స్పృశించారు. కాని అతి ముఖ్యం అయిన దానికి దగ్గరగా రాగానే వాళ్ళు మళ్ళీ

గబగబా వెనక్కి తగ్గేవాళ్ళు. మరోసారి సూక్ష్మ విభేదాలు, మినహాయింపులు, వూహలు ప్రామాణికమైన ఉల్లేఖనలు చేసేవాళ్ళు. తాము యేం మాట్లాడుతున్నదీ బోధపడ్డం కష్టం అయేదాకా అలా చేసేవాళ్ళు.

"నేను ఒప్పుకోను...." అని కోజ్నిషేవ్, తనకి సహజంగా వుండే స్పష్టతతో, వ్యక్తీకరణ క్లుప్తతతో, ఉచ్చారణా సౌందర్యంతో అన్నాడు. "... ప్రపంచం గురించిన నా భావాలన్నీ ఇంద్రియ గ్రాహ్యమైన అనుభూతుల వల్లనే కలుగుతాయన్న విషయానికి సంబంధించి కీయిస్*తో నేను యెన్నటికీ యేకీభవించలేను. అతి ప్రాథమికమైన భావన, ఉనికికి సంబంధించిన భావన, నా ఇంద్రియానుభూతుల ద్వారా నాకు అందదు. ఆ భావనని అందించే ప్రత్యేక యింద్రియం యేదీ లేదు కాబట్టి" అన్నాడాయన.

"నిజమే. కాని ఉనికిని గురించిన మీ చైతన్యం యింద్రియానుభూతులు మొత్తంగా కలిగించే దాని వల్ల వస్తుందని వూర్స్ట్, క్నౌస్ట్, ప్రిపోసావ్‌లు* చెప్తున్నారు. ఉనికికి సంబంధించిన చైతన్యం ఇంద్రియానుభూతుల ఫలితం. ఇంద్రియానుభూతులు లేకపోతే ఉనికి చైతన్యమే లేదనే దాకా పోతాడు వూర్స్ట్."

"సరిగ్గా దానికి విరుద్ధంగా వుండేదాన్ని నేను రుజువు చేస్తాను" అని కోజ్నిషేవ్ మొదలుపెట్టాడు.

కాని ముఖ్యమైన విషయానికి వచ్చేటప్పటికి వాళ్ళు మళ్ళీ వెనక్కి పోతున్నారనీ లేవిన్‌కి అనిపించింది. అంచేత ప్రొఫెసర్నీ వో ప్రశ్న అడిగే ధైర్యం చేశాడు.

"అంటే అనుభూతి చెందే నా సామర్థ్యం నాశనం అయితే, నా శరీరం చచ్చిపోతే, నేను వుండను బహుశా, ఆఁ" అని అడిగాడు.

ప్రొఫెసరుగారు అతనికేసి విసుగ్గా చూశాడు. యెవరీ మనిషి పడవ సరంగులా వున్నాడు. తత్వవేత్తా కాదు పాడూ కాదు, యిలాంటి వాడు తమ వాదనలోకి చొచ్చుకు రావడం యేమిటి అనే మానసిక బాధతో చూసినట్టు చూశాడు. యేమిటిలాంటి వాడికి తను యేం చెప్తాడు అన్నట్టు కోజ్నిషేవ్ కేసి చూశాడు. కోజ్నిషేవ్ ప్రొఫెసరుగారిలా తీవ్రంగా, ఏకపక్షంగా మాట్లాడ్డం లేదు. ప్రొఫెసరుగారికి జవాబు చెప్పడానికి లేవిన్ సందేహానికి కారకమైన సాదా, సహజదృక్పథాన్ని అర్థం చేసుకోగలగడానికీ అతని బుర్రలో అవకాశం మిగిలింది. ఆయన చిరునవ్వు నవ్వి "ఆ ప్రశ్నకి జవాబు చెప్పే హక్కు మనకింకా లేదు" అన్నాడు.

"మనకి సమాచారం లేదు" అని ప్రొఫెసెరుగారు బలపరిచేడు. తమ అభిప్రాయాల్ని విపులీకరించుకుంటూ పోయాడు. "అటు వేపునుంచి చూస్తే, ప్రిపాసావ్ వాదించినట్టుగా, గ్రహణం అనేది ఇంద్రియానుభూతుల మీద ఆధారపడితే యీ రెండింటికీ మధ్య ఖచ్చితమైన తేడా చూడాలి అంటాను" అన్నాడాయన.

లేవిన్ యిక వినదల్చుకోలేదు. ప్రొఫెసరుగారు యెప్పుడు వెళ్ళిపోతాడా అని యెదురు చూస్తూ కూర్చుండిపోయాడు.

8

ప్రొఫెసరు గారు వెళ్ళిపోయాక కోజ్నిషేవ్ తమ్ముడికేసి తిరిగాడు.

"చాలా సంతోషంగా వుంది, వచ్చావు. ఎక్కువ రోజులు వుంటావా? యెలా వుంది వ్యవసాయం?" అని పలకరించేడు.

ఆయనకి వ్యవసాయం అంటే ఆసక్తి యేమీలేదనీ, యేదో మర్యాదకి అడగాలన్నట్టు అడిగాడనీ లేవిన్‌కి తెలుసు. అంచేత గోధుమ అమ్మకం గురించీ, వచ్చిన ఆదాయం గురించీ చెప్పి సరిపుచ్చేడు.

పెళ్ళి చేసుకుందామనన్న తన ఉద్దేశ్యం గురించి మాట్లాడి ఆయన సలహా అడుగుదామనుకున్నాడు, కాని అన్నగారిని చూశాక, ప్రొఫెసరుతో ఆయన సంభాషణ విన్నాక వ్యవసాయం గురించి యేదో ప్రాపకంగా వుండే ధోరణిలో ఆయన అడగడం విన్నాక (తల్లిగారి ఎస్టేట్‌ని వాళ్ళు పంచుకోలేదు, మొత్తం ఆస్తిని లేవిన్ అన్నే అజమాయిషీ చేస్తున్నాడు) పెళ్ళి చేసుకోవాలన్న తన నిర్ణయం గురించి ఆయనతో యే కారణం వల్లనో మాట్లాడలేకపోతున్నట్టు లేవిన్‌కి అనిపించింది. యీ విషయాన్ని తను కోరుకున్నట్టుగా ఆయన పరిగణించాడేమోనని అనుకున్నాడు.

"వూఁ జేమ్‌స్త్వో కౌన్సిల్ యెలా వుంది?" అని కోజ్నిషేవ్ అడిగాడు. ఆయనకి దానిపట్ల ఆసక్తి వుంది. దానికి చాలా ప్రాముఖ్యం యిస్తాడు.

"నిజం చెప్పాలంటే నాకు తెలీదు."

"అదేమిటి? నువ్వు కమిటీ మెంబరువు* కదా?"

"యిప్పుడు కాదు. రాజీనామా పెట్టాను. సమావేశాలకి వెళ్ళడం కూడా మానేశాను" అన్నాడు లేవిన్.

"ప్చ్" అని కనుబొమలు చిట్లిస్తూ గొణిగాడు కోజ్నిషేవ్.

వాళ్ళ ఉయేజ్డ్‌లోని జేమ్‌స్త్వో సమావేశాల్లో యేం జరిగిందో లేవిన్ వివరించాడు. తన తప్పులేదని చూపించడానికి అలా చేశాడు.

"అదిగో యెప్పుడూ అలానే వుంటుంది, మన రష్యన్ల పని యెప్పుడూ అంతే" అంటూ అతని మాటకి అడ్డం వెళ్ళేడాయన. "మన లోటుపాట్లు మనం చూసుకోవడం సుగుణమే కావచ్చు. కాని దాన్ని కడకంటా లాగుతాం, వక్రోక్తి మాటల్తో మనల్ని మనం వూరడించుకుంటాం. అదెప్పుడో మన నాలిక చివరే వుంటుంది. మనం జేమ్‌స్త్వో పరిపాలనకి యిచ్చిన హక్కుల్ని యే యూరోపియన్ దేశానికి యిచ్చినా గాని – జర్మన్లకి గాని, ఇంగ్లీషు వాళ్ళకి గాని వాళ్ళు దాన్ని స్వాతంత్ర్యం కోసం వాడుకుంటారు. మనమేమో వేళాకోళంగా చూస్తున్నాం" అన్నాడు.

"నేనేం చెయ్యగలను" అన్నాడు లేవిన్ తన తప్పేం యేం వుందన్నట్టు. "నా శాయశక్తులా ప్రయత్నించాను. మనసంతా పెట్టాను. నా వల్ల కాదు. నాకా శక్తి లేదు" అన్నాడు.

"శక్తి లేదా? విషయాలని సరియైన పంథాలో చూడవు నువ్వు" అన్నాడు కోజ్నిషెవ్.

"బహుశా" అన్నాడు లేవిన్ చిన్నబుచ్చుకుని.

"ఆc, తెలుసా, నికొలాయ్ మళ్ళీ వచ్చాడు యిక్కడికి."

నికొలాయ్ కోజ్నిషెవ్‌కి సవతి తమ్ముడు. కాన్‌స్తంతీన్ లేవిన్‌కి స్వయానా అన్నగారు. ఒక తండ్రి రక్తం పంచుకు పుట్టేరు. నికొలాయ్ సర్వనాశనం అయిపోయేడు. తనకి రాబడి వుండే ఆస్తిని చాలాభాగం తగలేసేశాడు. పనికిమాలిన పోకిరీ సాహసాలు చేశాడు. అన్నదమ్ములతో దెబ్బలాడేడు.

"యేమిటి?" అని భయాందోళనతో లేవిన్ అరిచేడు. "నీకు యెలా తెలుసు?" అన్నాడు.

"ప్రాకొఫికి దారిలో కనిపించాట్ట."

"యిక్కడ? మాస్కోలో? ఎక్కడున్నాడు? నీకు తెలుసా?" వెంటనే వెళ్ళి అతన్ని చూడాలన్నట్టు లేవిన్ లేచి నుంచున్నాడు.

"నీకు చెప్పడం పొరపాటైనట్టుంది" అన్నాడు కోజ్నిషెవ్. తమ్ముడు అంతలా కలవరపడ్డం చూసి తల ఆడించేడు. "వాడు యెక్కడుంటున్నాడో కనుక్కుని యీ ప్రామిసరీ నోటు యిచ్చెయ్యమని మా మనిషిని పంపేను. త్రూబిన్‌కి వాడు రాసిన నోటు. యీ బాకీ నేను చెల్లించేశాను. యిదీ నాకు వచ్చిన జవాబు" అంటూ కోజ్నిషేవ్ పేపర్‌వెయిట్ కిందనుంచి వో కాగితాన్ని తీశాడు. తమ్ముడికి అందించాడు.

లేవిన్ చదివాడు. పరిచితమైన వింత దస్తూరీ.

"నా మానాన నన్ను వుండనివ్వమని చేతులెత్తి వేడుకుంటున్నాను. మర్యాదస్తులైన నా అన్నదమ్ముల దగ్గరనుంచి నేను కోరుకునేది యిది వొక్కటే, నికొలాయ్ లేవిన్."

దాన్ని చదివాక అలా చేత్తో పట్టుకునే తల పైకి యెత్తకుండా లేవిన్ కోజ్నిషెవ్ ముందు నుంచున్నాడు.

నష్టజాతకుడైన అన్నగారిని గురించి సర్వం మర్చిపోవడం అనే ఆలోచనకీ, అది తప్పు అవుతుందేమోనన్న యెరుకకీ మధ్య అతనిలో ఒక పెనుగులాట జరుగుతోంది.

"నా మనసు కష్టపెట్టాలని వాడు చూస్తున్నట్టుగా వుంది. కాని అలా చెయ్యలేడు. వాడికి సాయపడాలనే నాకు మనస్ఫూర్తిగా వుంది. కాని అది సాధ్యం కాదని తెలుసు." అన్నాడు కోజ్నిషెవ్.

"అవునవును. వాడ్ని నువ్వెలా చూసేదీ నాకు తెలుసు. అయినా వో సారి వెళ్ళి చూస్తాను" అన్నాడు లేవిన్.

"వెళ్ళాలనిపిస్తే వెళ్ళు కాని నేను వెళ్ళమని చెప్పను. అంటే నువ్వెళ్ళడం వల్ల నాకేం భయం లేదనుకో. వాడు నీకూ నాకూ మధ్య తగూ పెట్టలేడు. కాని నీ హితం కోరే చెప్తున్నాను నువ్వు వెళ్ళడం మంచిది కాదని. వాడికి సాయం చెయ్యలేవు. అయినా, నీ యిష్టం వచ్చినట్లే కానీ" అన్నాడు కోజ్నిషేవ్.

"వాడికి నేనేం సాయపడలేను. కాని ముఖ్యంగా యీ సమయంలో- సరే అది వేరే విషయం అనుకో- లేకపోతే నాకు మనశ్శాంతి వుండదు"

"యేమో మరి ఆ సంగతి నాకు తెలీదు. నాకు తెలిసింది యేమిటంటే" అని జత చేశాడు. "యిది ఆత్మశ్లాఘ్య లేకుండా వుండడానికి గుణపాఠం. నికొలాయ్ యిప్పుడున్న స్థితిని చూసి పతనం అని పిలిచేదాన్ని వో మాదిరిగా అర్థం చేసుకోగలను. తెలుసా నీకు వాడు యేం చేశాడో" అని అడిగాడు కోజ్నిషేవ్.

"ఘోరం, ఘోరం" అన్నాడు లేవిన్.

కోజ్నిషేవ్ నౌకరుని అడిగి నికొలాయ్ యెక్కడుంటున్నదీ కనుక్కున్నాడు లేవిన్. వెంటనే వెడదామనుకున్నాడు. కాని మళ్ళీ కాసేపు ఆలోచించి వెళ్ళచ్చని మనసు మార్చుకున్నాడు. ముందు తను మాస్కో వచ్చిన పని సంగతి తేల్చుకుని స్థిమితపడాలి. అందుకని అబ్లాన్స్కీ ఆఫీసుకి వెళ్ళాడు. ష్చేర్బాత్స్కీల సంగతి తెలిశాక, కిట్టీ కనిపిస్తుందని చెప్పిన చోటుకి వెళ్ళాడు.

9

నాలుగు గంటలకి లేవిన్ జులాజికల్ గార్డెన్స్ దగ్గర బండి దిగాడు. అతని గుండె దడదడ కొట్టుకుంటోంది. మంచు గుట్టలమీద నుంచి మనుషులు యేటవాలుగా జారే చోటికీ, స్కేటింగ్ రింక్‌కీ వెళ్ళే దారిలో నడిచి వెళ్ళాడు. ఆమె అక్కడ వుంది. యేమంటే గేటు దగ్గరే ష్చేర్బాత్స్కీల బండి కనిపించింది.

తేటగా, మంచుగా వున్న రోజు అది. ముందు వాకిటి దగ్గరే బళ్ళు, స్లెడ్జిలు వున్నాయి. బళ్ళవాళ్ళు, జెండార్మీ వాళ్లు* వున్నారు. నవ నాగరికంగా వున్న జనం పెట్టుకున్న టోపీలు యెండలో మెరుస్తున్నాయి. ఆ జనం గేటు దగ్గరా, రష్యన్ కొయ్య యిళ్ళమధ్య వున్న దారులమీదా గుమి గూడుతున్నారు. ఆ యిళ్ళు లోనాటు పనితో చెక్కిన కప్పు స్తంభాలతో వున్నాయి. తోటలో వున్న ముసలి బర్చి చెట్ల కొమ్మలు మంచు బరువుకి వంగి, చర్చి పీఠాధిపతులు డాంభికమైన ఉడుపులు కొత్తగా వేసుకున్నట్టుగా వున్నాయి.

స్కేటింగ్ రింక్‌కి వెడుతూ దారిలో అతను తనలో తనే అనుకున్నాడు. 'నేను ఆవేశపడకూడదు. స్థిమితంగా వుండాలి. యేమిటిది? యెందుకు దడదడ కొట్టుకుంటున్నావు? ఛస్ శాంతంగా వుండు' అంటూ హృదయాన్ని సమాధాన పరచుకోబోయాడు. కాని యెంత స్థిమితంగా వుండాలని ప్రయత్నిస్తే అంతగా అతనికి వూపిరాడకుండా పోయింది. యెవళ్ళో పరిచయస్థులు అతన్ని పిలిచారు. కాని యెవరైందీ కూడా అతనికి యెరుకే అవలేదు. అతను గుట్టమీదకి వెళ్ళాడు. పైకి లాగుతూ కిందికి జారుతూ వున్న జారుడు స్లెడ్జిల చప్పుడు గోలగా వుంది. జారుడు స్లెడ్జిలు సర్రున జారిపోతూ వున్నాయి. వాటిల్లో కూచుని జారేవాళ్ళూ హేయ్ అని అరుస్తున్నారు. కొన్ని అడుగుల్లో అతను స్కేటింగ్ రింక్ చేరుకున్నాడు. వెంటనే అక్కడున్న స్కేటర్లందరిలోను ఆమెని దూరం నుంచే కనుక్కోగలిగాడు.

అతని హృదయాన్ని వశం చేసుకున్న సంతోషం వల్లా భయంవల్లా ఆమెని కనుక్కోగలిగాడు. ఆమె రింక్ అవతలి వేపున నుంచుని ఒకావిడతో మాట్లాడుతోంది. మిగిలిన వాళ్ళ నుంచి ఆమెని ప్రత్యేకంగా వుండగలిగేటట్టు చేసేది ఆమె దుస్తుల్లో గాని, నుంచున్న భంగిమలో గాని యేమీ లేదని అనిపించవచ్చు. కాని ఉల్లిపువ్వుల్లో మల్లిపువ్వుని కనిపెట్టగలిగినంత సులభం అయి వుండేది లేవిన్‌కి యే గుంపులో వున్నా ఆమెని కనిపెట్టడం. ఆమె అన్నిటి మీదా వెలుతురు ప్రకాశింపచేసేది. పరిసరాల్ని ధగద్ధగాయమానం చేసే మందహాసం ఆమెది. "మంచుమీద నడిచి వెళ్ళి ఆమె దగ్గరికి వెళ్ళగలనా?" అనుకున్నాడు. ఆమె నుంచున్న తావు తను వెళ్ళ సాహసించలేని పవిత్ర స్థలం. ఓ క్షణంలో అతను దాదాపు వెనక్కి తిరిగి వెళ్ళపోబోయాడు. అంత భయవిహ్వలుడై పోయాడు. కాని రకరకాల వాళ్ళూ ఆమె ముందు వున్నారు, తను కూడా వూరికే స్కేటింగ్ చెయ్యడం కోసం వచ్చి వుండవచ్చు అని సర్ది చెప్పుకోబోయాడు. ఒడ్డమ్మటే వెళ్ళాడు. సూర్యుడికేసి చూడకుండా తప్పించుకున్నట్టుగా ఆమెకేసి చూడ్డం తప్పించుకున్నాడు. కాని ఆమెకేసి చూడకుండానే సూర్యుణ్ణి చూసినట్టుగా ఆమెని చూశాడు.

వారంలో ఆ రోజున, ఆ రోజున ఆ సమయంలో ఒక తరహా జనం రింక్ దగ్గర పోగయారు. అంతా ఒకళ్ళనొకళ్ళు యెరిగినవాళ్ళే. ఆ క్రీడలో సిద్ధహస్తులైన వాళ్ళు వున్నారు. వాళ్ళు తమ నైపుణ్యాన్ని ప్రదర్శిస్తున్నారు. కొత్త వాళ్ళున్నారు, స్కేటింగ్ నేర్చుకుంటూ వున్నారు. బెరుగ్గా బెరుగ్గా నడక నేర్చుకుంటూ, జారిపోకుండా కుర్చీ వున్న చిన్న తోపుడు బళ్ళవీపు ఆనుకుని పట్టుకుంటున్నారు. చిన్నపిల్లలూ వున్నారు, పెద్దవాళ్ళు ఆరోగ్యం కోసం వ్యాయామం స్కేటింగ్ చేస్తున్నారు. ఆమెకి దగ్గరగా వుండే ప్రత్యేక భోగం వాళ్ళంతా అనుభవిస్తున్నారని లేవిన్ వూహించుకున్నాడు. అయినా కూడా యేమీ పట్టనట్టుగా వాళ్ళు ఆమెని దాటి వెళ్ళిపోతున్నారు. ఆమెతో మాట్లాడుతున్నారు కూడా. ఆమె ప్రమేయం లేకుండానే ఉల్లాసంగా వున్నారు. యీ బ్రహ్మాండమైన మంచుమీద, యీ చక్కని వాతావరణంలో స్కేటింగ్ చేస్తూ సంపూర్తిగా వినోదిస్తున్నారు.

కిట్టీకి అన్నగారి వరస అయిన నికొలాయ్ ష్చేర్‌బాత్‌స్కీ బల్లమీద కూర్చున్నారు. అతను పొట్టి జాకెట్, బిగుతైన లాగు తొడుక్కున్నాడు. అతని కాళ్ళకి స్కేట్లు వున్నాయి. లేవిన్‌ని మొట్టమొదటగా చూసి పిలచిన వాడు అతనే.

"హేయ్ రష్యా స్కేటింగ్ ఛాంపియన్! యెప్పుడొచ్చారు? మంచు బ్రహ్మాండంగా వుంది. రండి స్కేటింగ్‌కి" అన్నాడు.

"నాకు స్కేట్లు లేవు" అన్నాడు లేవిన్. ఆమె సమక్షంలో ఆ సాహసానికీ, చనువుకీ ఆశ్చర్యం కలిగింది. ఒక్కక్షణం కూడా ఆమెనుంచి దృష్టి మళ్ళించుకోలేదు. అయినా ఒక్కసారీ ఆమెకేసి కన్నెత్తి చూళ్ళేదు. సూర్యబింబం తన దగ్గరికి వస్తూ వున్నట్టు అతనికి స్పృహ కలిగింది. ఆమె యెత్తు బూట్లు తొడుక్కుంది. నాజూకైన తన కాళ్ళని తిప్పి ఒక చుట్టు తిరిగి, పస్తాయిస్తున్నట్టు కనిపిస్తూ అతనికేసి వచ్చింది. రష్యన్ బట్టలు వేసుకున్న వో కుర్రాడు చేతులు

అసాధ్యంగా వూపుతూ దాదాపు వింటి బద్దలా నేలమీదకి వొంగి ఆమె పక్కనుంచి దూసుకుపోయాడు. ఆమె కాళ్ళమీద నిబ్బరంగా వుండలేకపోతోంది. ఆమె మఫ్*ని తాళ్ళతో మెడలో మెడచుట్టూ కట్టుకుని వేళ్ళాడేసుకుంది. ఆ మఫ్నుంచి చేతులు తీసేసింది. పడిపోకుండా వుండేందుకు చేతుల్ని చాచింది. లేవిన్కేసే చూస్తూ వుంది. అతన్ని అంతకుముందే గుర్తుపట్టింది. అతన్ని చూసి చిరునవ్వు నవ్వింది. చుట్లు తిరగడం పూర్తిచేసింది. తర్వాత లాఘవంగా కాళ్ళతో ముందుకు తోసుకుంటూ అన్నగారి వేపు జారుతూ వచ్చింది. అతన్ని పట్టుకుని లేవిన్కేసి చూసి చిరునవ్వు నవ్వుతూ తలవూపింది. లేవిన్ వూహించుకున్నదాని కంటే ఆమె యింకా యెక్కువ మనోహరంగా అతనికి కనిపించింది.

ఆమెని గురించి అనుకోగానే అతనికి మనోనేత్రం ముందు ఆమె మొత్తం రూపం సాక్షాత్కరించింది. ముఖ్యంగా, అమాయకపు నిష్కపటత్వాన్నీ, సౌశీల్యాన్నీ వెల్లడి చేసే ఆమె ముగ్ధత్వం రూపుకట్టింది. చక్కని పొంకమైన తరుణ భుజాల మీద తీరుగా వున్న చక్కని చిన్న తల అందంగా కనిపించింది. ఆమె వదనంలోని లౌల్యం, ఆమె రూపంలోని నాజూకైన సొగసు కలిసే అతనికి అంతలా హత్తుకునే ప్రత్యేక మనోహరత్వాన్ని రూపొందించాయి. కాని అతనికి యెప్పుడూ కొత్తగా కనిపించేదీ, ఆశ్చర్యం కలిగించేటట్టుగా వుండేదీ ఆమె చూపు. బెరుగ్గా, సాధువుగా, కపటం లేకుండా వుండే చూపు. దానికంటే యెక్కువ కొత్తగా, ఆశ్చర్యకారకంగా వుండేది ఆమె మందహాసం. అది లేవిన్ని యేదో మంత్ర ముగ్ధ ప్రపంచానికి తీసుకొని పోయేది. అక్కడ అతను ఒక విధమైన మార్ధవత్వాన్ని, అనురాగాన్ని అనుభూతిని చెందేవాడు. అలాంటి మధురానురాగాల్ని పసితనంలో యెప్పుడో అనుభూతి చెందినట్టు లీలగా గుర్తు వచ్చేది.

"చాలా కాలమైందా వచ్చి?" అని అడిగింది, చేతిని అందిస్తూ. అతను ఆమె మఫ్నుంచి జారి కింద పడ్డ రుమాల్ని తియ్యగానే "థాంక్యూ" అంది.

"నేనా? అబ్బే లేదు... నిన్న...వుహుఁ, యివాళ వచ్చాను" అన్నాడు లేవిన్. తన కంగారులో ఆమె యేం అడిగిందో వెంటనే గ్రహించలేక పోయాడు. "మీ యింటికి వచ్చి చూద్దామని" అన్నాడు. యెందుకు చూద్దామనుకున్నదీ తట్టగానే అతనికి సిగ్గయింది. యిబ్బంది పడిపోయాడు. "మీరు స్కేట్ చేస్తారని నాకు తెలీదు. అదీ యింత బాగా" అన్నాడు.

ఆమె అతన్ని పరకాయించి చూసింది, అతను యిబ్బందిపడ్తూ వుండడానికి కారణం యేమిటా అని వూహించ ప్రయత్నించినట్టు.

"మీ పొగడ్త రావడం నిజంగా గొప్పే. యిక్కడ మిమ్మల్ని మించిన స్కేటర్ లేడని మీకింకా పేరుంది" అని మఫ్మీద వున్న మంచుని నల్లని గ్లవ్ తొడిగిన చేత్తో దులిపేసుకుంటూ అంది.

"ఒకప్పుడు స్కేటింగ్ అంటే మహాకాంక్షగా వుండేది. నాకు, అందులో ప్రావీణ్యం సంపాదించాలనుకున్నాను."

"మీరు యేం చేసినా మహాకాంక్షగా చేస్తారులా వుంది. మీరు స్కేట్ చెయ్యడం చూడాలని వుంది నాకు. రండి స్కేట్లు తొడుక్కోండి, యిద్దరం కలిసి స్కేటింగ్ చేద్దాం" అంది చిరునవ్వు నవ్వుతూ.

"యిద్దరూ కలిసి! అలాంటిది సాధ్యమే?" అనుకున్నాడు లేవిన్. ఆమె మీదనుంచి చూపు మళ్ళించుకోలేదు.

"వెళ్ళి స్కేట్స్ తెచ్చుకుంటా" అన్నాడు.

స్కేట్లు తొడుక్కోవడానికి వెళ్ళాడు.

"శాన్నాళ్లైందండి మిమ్మల్ని చూసి" అని అక్కడ పనిచేసేవాడు, లేవిన్ కాలు పట్టుకుని మడమకి స్కేట్ బిగిస్తూ అన్నాడు. "మీలాగా వొక్కరు యీ క్రీడలో నైపుణ్యం సాధించలేదండి. సరిగ్గా వుందా అండి." అని అడిగాడు తోలు పట్టీ బిగిస్తూ.

"బావుంది, కొంచెం గబగబా కానీ" అన్నాడు లేవిన్. అతనికి సంతోష మందహాసం తొణికిసలాడుతోంది. అదుపు చేసుకోలేకపోతున్నాడు. 'ఆహాఁ! జీవితం అంటే యిదీ ఆనందం అంటే యిదీ!' అనుకున్నాడు. "కలిసి" అందామె. "యిద్దరం కలిసి స్కేటింగ్ చేద్దాం" అంది. యిప్పుడే ఆమెకి చెప్పేస్తే? యేమో యెందుకు చెప్పలేనో భయం యేమిటో యింత ఆనందంగా వుండబట్టేమో. కనీసం ఆశ వుండబట్టి ఆనందంగా వుందేమో. అయినా, ఒకవేళ..... కాని చెప్పి తీరాలి, చెప్పి తీరాలి! యీ బలహీనత వుండకూడదు!"

లేవిన్ నుంచుని కోటు తీసేశాడు. ఆ భవనం దగ్గర మంచు యెగుడు దిగుడుగా వుంది. దానిమీద నుంచి పరిగెడుతూ నున్నగా వున్న మంచుమీదకి వెళ్ళాడు. తన సంకల్పబలమే తనని వేగంగానో, మెల్లిగానో వెళ్ళేటట్టు చేస్తూ వున్నట్టుగా సునాయాసంగా స్కేటింగ్ చేసాడు. బెరుకు బెరుగ్గా ఆమె దగ్గరికి వెళ్ళేడు. కాని ఆమె చిరునవ్వు మరోసారి అతనికి ధైర్యం కలిగించింది.

ఆమె చేతిని అందించింది. యిద్దరూ స్కేటింగ్ మొదలుపెట్టారు. క్రమేపీ వేగం పెంచారు. వేగం పెరిగే కొద్దీ ఆమె అతని చేతిని గట్టిగా పట్టుకుంది.

"మీరుంటే గబగబా నేర్చేసుకుంటాను, నాకు మీరుంటే ధైర్యంగా వుంటుంది" అంది.

"మీరు నామీద ఆనుకుంటే నాకూ ధైర్యం కలుగుతుంది" అన్నాడు. అలా అన్నందుకు వెంటనే భయం వేసి, సిగ్గుపడిపోయాడు. అతనలా అనగానే హఠాత్తుగా మేఘాల మాటుకి సూర్యుడు పోయినట్టుగా, ఆమె ముఖంలోని మృదుత్వం పోయింది. ఆమె ముఖంమీద కండరాలు కంపించడం అతను గమనించాడు. ఆమె యేదేనా ఆలోచనలో పడిందీ అలా జరుగుతుంది. అది అతనికి పరిచితమే. నున్నటి ఆమె నుదురు ముడుచుకుంది.

"మీకేదో యిబ్బంది కలిగినట్టుంది. ఆఁ? అలా అడిగే హక్కు నాకు లేదనుకోండి" అన్నాడు గబగబా.

"యెందుకు లేదు? అబ్బే, యేమీ యిబ్బందిగా లేదు" అంది. ఆమె స్వరం అనార్ద్రంగా వుంది. "మీరు M-lle Linon ని చూశారా?" అని గబగబా జతచేసింది.

46 టాల్‌స్టాయ్

"యింకా లేదు"

"ఆమెని చూడండి. ఆమెకి మీరంటే యెంత యిష్టమో."

'యేమిటిది? యీమెని కష్టపెట్టానేమో. ఓరి నాయనోయ్! నన్ను కాపాడు!' అనుకున్నాడు లేవిన్ బెంచీ దగ్గరికి వెడుతూ. నెరిసిన ఉంగరాల జుట్టు వున్న ఫ్రెంచి ముసలావిడ దానిమీద కూర్చుంది. ఆమె అతన్ని పాత మిత్రుడిలాగా పలకరించి చిరునవ్వు నవ్వింది. ఆమె కట్టుడు పళ్ళు కనిపించాయి.

"వూఁ, మనం పెద్దవాళ్ళం అయిపోతాం" అని కిట్టీని కళ్ళతో చూపిస్తూ అతనితో అంది. మనం పెద్దవాళ్ళం అయిపోతాం. Tiny Bear [1] అప్పుడే యింతైపోయింది" అని నవ్వింది. ఇంగ్లీషు అద్భుత కథ 'మూడు ఎలుగులు' మాదిరిగా వుండేవాళ్ళు అని ఈ అప్పచెల్లెళ్ళని అతను పిలవడం అతనికి గుర్తుచేస్తూ అలా అంది. "గుర్తుందా మీరు అలా అంటూ వుండేవాళ్ళు?" అంది.

అతనికి గుర్తులేదు. కాని గత పదేళ్ళుగా ఆమె యీ పరిహాసోక్తిని అతనికే అంటగడుతూ మహా సంతోషపడుతూ వుంది.

"కానివ్వండి, స్కేటింగ్ చెయ్యండి. మా కిట్టీ స్కేటింగ్ బాగా నేర్చుకుంది కదూ?"

లేవిన్ మళ్ళీ కిట్టీ దగ్గరికి వెళ్ళేడు. యిప్పుడు ఆమె ముఖం కఠినంగా లేదు. ఆమె కళ్ళు ముందటి లాగానే నిష్కపటంగానూ, మృదువుగా వున్నాయి. కాని యీ మృదుత్వం వెనక కావాలని తెచ్చిపెట్టుకున్న శాంతం వున్నట్టుగా లేవిన్‌కి అనిపించింది. అతనికి విచారం కలిగింది. ముసలి పంతులమ్మ గురించీ, ఆవిడ వింత అలవాట్ల గురించీ మాట్లాడుకున్నాక కిట్టీ అతని జీవితం గురించి అడిగింది.

"శీతాకాలంలో పల్లెటూళ్ళో మీకు యెలా తోస్తుంది?" అని అడిగింది.

"బాగానే తోస్తుంది. నాకు చేతినిండా పని వుంటుంది" అన్నాడతను. ఆమె శాంతమైన ధోరణికి తనని అదుపు చేస్తోందనీ, యీ శీతకట్టు ఆరంభంలో లాగా తను దాన్నుంచి బయటపడలేదనీ అతను గ్రహించాడు.

"యెక్కువ రోజులుంటారా?" అని అడిగింది.

"తెలీదు" అన్నాడు తను యేమిటంటున్నదీ ఆలోచించకుండా. తను గనుక ఆ శాంత స్నేహ స్వరానికి లొంగిపోతే యేమీ తేల్చుకోకుండానే మళ్ళీ తిరిగి వెళ్ళిపోవచ్చని అతనికి తట్టింది. యేమైనా అమితుమీ తేల్చుకోవాలి అని నిర్ణయించుకున్నాడు.

"యేమిటి? మీకు తెలీదా?"

"వుహుఁ తెలీదు. అదంతా మీమీద ఆధారపడి వుంటుంది" అన్నాడు. వెంటనే తనన్న మాటకి తనే భయపడిపోయాడు.

బహుశా తనన్నది ఆమెకి వినిపించి వుండదు లేక వినిపించుకోదలచుకోలేదో, యేదైనప్పటికీ ఆమె హఠాత్తుగా తడబడింది. హడావుడిగా స్కేటింగ్ చేసుకుంటూ వెళ్ళిపోయింది.

1. బుల్లి ఎలుగు (ఇంగ్లీషు)

మొదట M-lle Linon దగ్గరికి వెళ్ళింది. ఆమెతో యేదో చెప్పింది. తర్వాత ఆడవాళ్ళు స్కేట్లు విప్పేసే యింటి దగ్గరికి వెళ్ళింది.

"ఓర్నాయనోయ్! యెంత పని జరిగింది. దేముడా, కాపాడు ఆపద తప్పించు నాకు" అని ప్రార్థించేడు. తనకి బలమైన వ్యాయామం తక్షణం అవసరం అనిపించింది. కుడివేపూ, యెడంవేపూ పెద్ద వలయాలుగా స్కేటింగ్ చేస్తూ దూసుకుపోయాడు.

సరిగ్గా అప్పుడే ఓ యువకుడు కాఫీ హౌస్ నుంచి యివతలికి వచ్చాడు. అతని నోట్లో సిగరెట్ వుంది. కొత్త స్కేటర్లలో అతన్ని మించిన వాడు లేడు. అతను కాళ్ళకి స్కేట్లు తొడుక్కునే వచ్చాడు. అంగ తీసుకుని పరిగెత్తుతూ ధనధనా చప్పుడు చేసుకుంటూ మెట్ల మీద నుంచి కిందికి దూసుకువచ్చేడు. కిందికి రాగానే, వూపు తీసుకోవడానికి చేతులు కూడా విసరకుండా, వూపుగా వెళ్ళేడు.

"యిది కొత్తగా వుంది" అన్నాడు లేవిన్. అలా ప్రయత్నిద్దామని వెంటనే మెట్లెక్కేడు.

"మెడలు విరుచుకోగలరు! దానికి అభ్యాసం కావాలి" అని నికొలాయ్ ష్చేర్‌బాత్‌స్కీ అరిచాడు.

పైకి యెక్కాక లేవిన్ కూడా వూపు కోసం పరుగుతీశాడు. మెట్లమీద నుంచి యెగిరాడు. చేతులతోటే పట్టు తప్పకుండా కాసుకున్నాడు. కిందికి రాగానే తొట్రుపడ్డాడు. చేత్తోటి మెల్లిగా మంచుని తాకేడు. కాని బలమైన వూపు వుండబట్టి పడిపోలేదు. నవ్వుతూ స్కేటింగ్ చేసుకుని వెళ్ళిపోయాడు.

సరిగ్గా ఆ సమయానికే కిట్టీ M-lle Linon తోటి ఆ ఇంటి యివతలికి వచ్చింది. "యేం చక్కటి మనిషి, ముచ్చటైన వాడు' అనుకొంది. మెత్తగా మృదువుగా చిరునవ్వు నవ్వుతూ అతనికేసే చూస్తూ వుండిపోయింది. అభిమానపాత్రుడైన అన్నగారిని చూసినట్టు. 'నా తప్పేమన్నా వుందా? నేనేమన్నా తప్పు చేశానా? కులుకులు పోయానంటారు. నేను వేరే వాళ్ళని ప్రేమిస్తున్నానని నాకు తెలుసు. అయినా కూడా యితనితో వుంటే ఆనందంగా వుంటుంది నాకు. యెంత మంచివాడు. కాని ఆ మాట యెందుకన్నాడో" అనుకుంది.

మెట్ల దగ్గర కిట్టీని వాళ్ళమ్మ కలుసుకుంది. ఆమెతో కలిసి కిట్టీ వెళ్ళిపోవడం లేవిన్ చూశాడు. అతను స్కేటింగ్ ఆపు చేశాడు, చురుగ్గా స్కేటింగ్ చెయ్యడం వల్ల యెర్రబడ్డాడు. కొంచెంసేపు ఆలోచించి, స్కేట్లు తీసేసి, తల్లినీ కుతుర్నీ గార్డెన్ గేటు దగ్గర అందుకున్నాడు.

"మిమ్మల్ని చూడ్డం సంతోషంగా వుంది. మామూలుగా గురువారాలు మా యింటికి నలుగురూ వస్తారు" అంది పెద్దావిడ.

"అయితే యివాళే?"

"ఆఁ, మీరూ వస్తే సంతోషంగా వుంటుంది." అందామె పొడిగా.

తల్లి అలా పొడిగా మాట్లాడ్డం కిట్టీకి బాధనిపించింది. సర్దుబాటు చేస్తున్నట్టుగా చిరునవ్వు నవ్వుతూ అతనికేసి తిరిగింది.

"అయితే మరి సాయంత్రం వస్తారు కదూ?" అంది.

సరిగ్గా ఆ సమయానికి అబ్లాన్స్కీ గార్డెన్స్‌లోకి వచ్చేడు. అతని టోపీ ఓరగా వుంది. ముఖమూ, కళ్ళూ కాంతిగా వున్నాయి. అతను యేదో విజయం సాధించిన వాడిలా వచ్చేడు. అయినా అత్తగారి దగ్గరికి రాగానే అతను విచారంగా దోషిలాగా వాలకం పెట్టేడు. దాలీ యెలా వుందని ఆవిడ అడిగిన ప్రశ్నలకి జవాబు చెప్పేడు. వాళ్ళు మెల్లిగా, విచారంగా మాట్లాడుకున్నారు. ఆ తర్వాత అతను మళ్ళీ బోర విరుచుకుని లేవిన్ చెయ్యి పట్టుకున్నాడు.

"యేం, వెడదామా? యింతసేపూ నిన్ను గురించే అనుకుంటూ వుండిపోయాను. నువ్వు వచ్చావు నాకు చెప్పలేనంత సంతోషంగా వుంది" అని అతని కళ్ళల్లోకి అర్థవంతంగా చూస్తూ అన్నాడు.

"వెడదాం, వెడదాం" అన్నాడు లేవిన్. అతనికి సంతోషంగా వుంది. 'సాయంత్రం వస్తారు కదా' అనేమాటలు చెవిలో మార్మోగుతున్నాయి. అతని కళ్ళముందు ఆమె చిరునవ్వు యింకా కనిపిస్తోంది.

"ఇంగ్లాండ్‌కా హెర్మితాజ్‌కా?"

"నాకు యేదైనా ఫరవాలేదు."

"అయితే 'ఇంగ్లాండ్'కే వెడదాం" అన్నాడు అబ్లాన్స్కీ. 'ఇంగ్లాండ్' హోటల్‌నే యెంచుకుని. అతను 'హెర్మితాజ్' కంటే యీ హోటల్‌కి యెక్కువ బాకీ వున్నాడు. ఆ కారణంగా వెళ్ళకుండా వుండడం పెద్దమనిషి తరహా కాదని అనుకున్నాడు. "బండి వుందా? బాగుంది. నా బండిని యింటికి పంపేశాను" అన్నాడు.

వాళ్ళు దారిలో యేమీ మాట్లాడుకోలేదు. కిట్టీ ముఖంలో కనిపించిన మార్పు గురించే లేవిన్ ఆలోచిస్తున్నాడు. తనకి ఆశపెట్టుకోవడానికి తగ్గ ఆధారం వుందని కాసేపు ధైర్యం చెప్పుకుంటున్నాడు. తర్వాత క్షణంలో, ఆశ పెట్టుకోవడం పిచ్చితనం అని ఖేదపడి పోతున్నాడు. అయినా కూడా ఆ చిరునవ్వుకీ 'సాయంత్రం వస్తారు కదూ' అనే మాటలకే అతనిలో మార్పు వచ్చి, తను వేరే మనిషి అయినట్టు భావించుకున్నాడు.

భోజనానికి యేమిటేమిటి పురమాయించాలి అనే ఆలోచనలో అబ్లాన్స్కీ వున్నాడు.

"యేమిటది?" అని లేవిన్ అడిగాడు. "ఆc చందువాయి! అవును. నాకు మహా యిష్టం. చందువాయి అంటే" అన్నాడు.

10

లేవిన్ అబ్లాన్స్కీతో కలిసి రెస్టారెంట్‌లోకి వెళ్ళేటప్పుడు తన మిత్రుడితో ద్యోతకమైన ప్రత్యేక ధోరణిని గమనించకుండా వుండలేకపోయాడు. అబ్లాన్స్కీ ముఖంలో, మొత్తం అతని మూర్తిలో, ఒక రకమైన తేజస్సు కనిపించింది. అది అదుపులో వున్నట్టుగా వుంది. అబ్లాన్స్కీ ఓవర్ కోటు తీసేశాడు. టోపీని వో పక్కకి వాల్చుకుని డైనింగ్ రూమ్‌లోకి వెళ్ళాడు. అక్కడ వున్న తాతార్ వెయిటర్లు చేతులమీద రుమాళ్ళు వేసుకుని తోకలా బారుగా వెనకాల వేలాడుతూ వున్న ఫ్రాక్ కోట్లు తొడుక్కున్నారు. వాళ్ళు పరిగెత్తుకుంటూ వీళ్ళకి యెదురు వచ్చేరు. అబ్లాన్స్కీ

వాళ్ళకి యేమేం చెయ్యాలో పురమాయించేడు. అన్నిచోట్లా వున్నట్టే అబ్లాన్‌స్కీ ని యెరిగిన వాళ్ళు యిక్కడా వున్నారు. వాళ్ళు చిరునవ్వుతో అతన్ని పలకరించేరు. యిటూ, అటూ వంగి వాళ్ళకి అభివాదం చేస్తూ అతని బుఫె దగ్గరికి వెళ్ళాడు. అక్కడ అతను ఆకలి పుట్టించేందుకు కొంచెం చేప నంజుకుంటూ వోద్కా తాగేడు. కౌంటరు వెనక్కాల షోగ్గా ముస్తాబై వున్న ఫ్రెంచి అమ్మాయితో పరాచికాలాడేడు. ఆ అమ్మాయి ఉంగరాల జుట్టుకి రిబ్బన్లు, లేసులు అలంకరించుకుంది. అతని పరిహాసాలకి ఆఖరి ఆమె కూడా ఫకామని నవ్వింది. ఫ్రెంచి అమ్మాయిని చూడగానే లేవిన్ సున్నిత అనుభూతులు దెబ్బ తిన్నాయి. యెరుపు జుట్టు, poudre de riz, యింకా Vinaigre de toilette[1] మాత్రమే ఆమెలో కనిపించేయి. అతను వోద్కా కూడా తాగకుండా యేదో అపవిత్రమైనదాని దగ్గర్నుంచి వెళ్ళిపోయినట్టు ఆమె దగ్గరనుంచి గబగబా నడిచి వెళ్ళిపోయాడు. అతని హృదయం కిట్టీ తలపులతో ఉప్పొంగిపోతోంది. అతని కళ్ళు విజయగర్వంతో సంతోషంతో మెరిసిపోతున్నాయి.

"యిటురండి, హుజూర్. యిక్కడ ప్రశాంతంగా కూర్చోవచ్చు" అన్నాడు వెయిటర్ అక్కడున్న వెయిటర్లలో వీళ్ళని పట్టుకుని వదలకుండా వెంటబడింది అతనే.

అతను ముసలి తాతారు. అతని జుట్టు పండిపోయింది. నడుం లావుగా వుంది. దాంతో తోకకోటు అటో భాగం యిటో భాగం విడిపోయాయి. "యిక్కడ హుజూర్" అన్నాడతను లేవిన్‌తో. తనకి అబ్లాన్‌స్కీ పట్ల వున్న గౌరవాన్ని అతని మిత్రుడి పట్ల కూడా ఆదరంగా వుండడం ద్వారా ప్రదర్శించేడు.

గుండ్రటి బల్ల ఒకటి గోడకి కొట్టిన కంచు సెమ్మె కింద వుంది. దానిమీద అప్పటికే ఒక గుడ్డ వుంది, కాని మరో కొత్త గుడ్డని ఆ తాతారు యీ వున్న దానిమీద లాఘవంగా కప్పేడు. లోపలికి తోసి వున్న వెల్వెట్ కుర్చీలని యివతలికి లాగేడు. చేతిరుమాలు వేసుకుని అబ్లాన్‌స్కీ ముందు నిలబడ్డాడు. చేతిలో మెనూ కార్డు పట్టుకున్నాడు. ఆర్డరు కోసం చూస్తూ నుంచున్నాడు.

"కావాలంటే విడిగా మీరు ఓ గదిలో కూర్చోవచ్చు హుజూర్. ప్రిన్స్ గలీత్సినూ, ఆయనతో వచ్చినావిడా వెళ్ళిపోతున్నారు. మా దగ్గర తాజా సీపిగుల్లలు వున్నాయి, హుజూర్."

"హేయ్, సీపిగుల్లలు"

అబ్లాన్‌స్కీ ఓ క్షణం ఆలోచించేడు.

"అయితే యిలా మార్చుకుందాం యేమంటావ్ లేవిన్?" అన్నాడు. మెనూ కార్డు మీద వేలు వుంచి, అతని ముఖంలో నిజంగానే కలవరపాటు కనిపించింది. "సీపిగుల్లలు మంచివేనా? సరిగా చెప్పుస్మా."

"ఫ్లెన్స్‌బర్గ సీపిగుల్లలు, ప్రభూ, ఆస్టెండ్‌వి లేవు"

"ఫ్లెన్స్‌బర్గ్‌వి అయితే మంచిదే. కాని తాజావేనా?"

"నిన్న సాయంత్రమే వచ్చాయండి."

"అయితే సీపిగుల్లలతో బోణీ చేద్దాం. ఆ రకంగా మార్చుకుందాం, వూఁ?"

1. టాయిలెట్ పౌడరు. ముస్తాబు కోసం లోషన్ (ఫ్రెంచి)

"నాకెలాగైనా వొకటే. నాకైతే కాబేజీ సూప్, బక్‌వీట్ కాష చాలు. కాని అవి అక్కడ దొరకవు మరి."

"కాష అలా రూస్, ప్రభూ?" అని వెయిటరు లేవిన్ మీదకి, దాది చంటిబిడ్డ మీదకి వొంగినట్టు వొంగి అడిగాడు.

"వేళాకోళం వద్దుగాని నువ్వేం తెమ్మని చెప్పినా నాకు ఫరవాలేదు. స్కేటింగ్ చెయ్యడంతో నాకు ఆకలి కరకరలాడించేస్తోంది. నువ్వు చెప్పింది నచ్చడం లేదనను లే" అన్నాడు. అబ్లాన్‌స్కి ముఖంలో కనిపించిన అసంతృప్తి చూసి. "సుష్టుగా భోజనం చెయ్యడమే నాకు కావాల్సుంది" అన్నాడు.

"అదే నాక్కావాల్సిందీనీ! నువ్వే చెప్పు, జీవిత సుఖాల్లో నిజంగా యిది వొకటి" అన్నాడు అబ్లాన్‌స్కీ. "సరే అయితే, పెద్దయనా, మాకు రెండు వుహు, కాదులే, – మూడు డజన్ల సీపిగుల్లలు పట్రా... ఆకుకూరల సూప్" అంటూ యేమేం కావాలో చెప్పడం మొదలుపెట్టాడు.

"ప్రింతానియేర్" అంటూ తాతార్ జోడించేడు. కాని ఫ్రెంచి భాషలో పదార్థాల పేర్లు చెప్పే తృప్తిని అతగాడికి అబ్లాన్‌స్కీ యివ్వదల్చుకోనట్టే కనిపించింది.

"ఆకుకూరల సూప్ తెలుసా? చిక్కటి నంజుడుతో చందువాయి. హుమ్... ఊс... రోస్ట్‌బీఫ్ కాని జాగ్రత్త బాగా వుండాలి. కబాబు కోడి, వూరేసినవి సుమా."

అబ్లాన్‌స్కీకి వాటి వాటి పేర్లు ఫ్రెంచిలో చెప్పడం యిష్టం లేదని తాతార్ గుర్తించాడు. అందుకని అతను చెప్పింతర్వాత వాటిపేర్లు వల్లించలేదు. కాని ఆఖర్న మొత్తం అన్నిపేర్లనీ ఫ్రెంచి మెనూ ప్రకారం చదివి తృప్తి పొందాడు. "సూప్ ప్రింతానియేర్, తూర్బోసాస్ బొమార్‌షె, పులార్ద్ ఆ లెస్ట్రగోన్, మాసెదువాన్ దె ప్రుయీ..." అంటూ వెంటనే స్ప్రింగులు మార్చినట్టుగా ఒక కార్డు కిందపెట్టి యింకో కార్డు తీశాడు. అది వైన్ లిస్టు. దాన్ని అబ్లాన్‌స్కీకి అందించాడు.

"యేం తీసుకుందాం?"

"నీ యిష్టం. యెక్కువ వద్దు. పోనీ షాంపేన్ తీసుకుందామా?" అన్నాడు లేవిన్.

"యేమిటి? మొదట అదా? నువ్వన్నదే రైటేమోలే నైట్‌సీల్ నీకిష్టమేనా?"

"కషే బ్లాం" అన్నాడు తాతార్.

"భేష్, సీపిగుల్లలతో ఆ బ్రాండ్ తీసుకుందాం. తర్వాత చూద్దాం"

"అలాగే ప్రభూ, టేబిల్ వైన్ యేం తెమ్మంటారు?"

"న్యుయీ. వుహుс వద్దు. శ్రేష్టమైన వబ్లీ తే."

"అలాగే ప్రభూ. మీ జున్ను తెమ్మంటారా హుజార్?"

"ఆс ఆс పార్‌మెసన్. యేం వేరే రకాలు కావాలా?"

"నాకేదైనా వొకటే" అన్నాడు లేవిన్ చిరునవ్వు ఆపుకోలేక.

కోటు తోకలు యెగరేసుకుంటూ తాతారు గునగున వెళ్ళిపోయాడు. అయిదు నిమిషాల్లో ప్లేటు నిండా చిప్పలు తెరిచిన సీపిగుల్లలు, వేళ్ళ మధ్యన పట్టుకుని ఓ సీసాని తెచ్చేడు.

అబ్లాన్‌స్కీ గంజి పెట్టిన రుమాలు విప్పి అంచు వెయిస్ట్ కోటు పై బొత్తంలో దోపుకున్నాడు. బల్లమీద తన చేతులు హాయిగా ఆన్చుకుని సీపిగుల్లల పని అందుకున్నాడు.

"ఫర్వాలేదు" అన్నాడు వెండి ఫోర్కుతో చిప్పలో మిలమిల మెరుస్తూ రసం వూరుతూ వున్న సిపి గుల్లల్ని విడదీస్తూ ఒకటొకటే నోట్లో వేసుకుని తిన్నాడు. "ఫర్వాలేదు" అని రెట్టించాడు. చెమ్మగిల్లి మెరుస్తూ ఉండే కళ్ళతో ఓ క్షణం తాతార్ కేసీ, ఓ క్షణం లేవిన్ కేసీ చూశాడు. లేవిన్‌కి తెల్లరొట్టి, జున్ను యిష్టం. అయినా సీపిగుల్లలూ తిన్నాడు. అబ్లాన్‌స్కీని చూడ్డం అతనికి సరదాగా వుంది. వెయిటర్ కూడా అబ్లాన్‌స్కీని చూస్తూ తృప్తిగా నవ్వుకున్నాడు. సీసా మూత తెరిచి బుడగలు చిమ్మే వైన్‌ని గ్లాసులో పోస్తూ చేత్తోటి తన తెల్ల టైని సరిచేసుకున్నాడు.

"నీకు సీసిగుల్లలంటే అంత యిష్టంగా లేదేమో" అని అబ్లాన్‌స్కీ గ్లాసులో వైన్ ఖాళీచేస్తూ అన్నాడు. "లేకపోతే నీ మనసులో యేదన్నా దిగులుగా వుందా? ఆఁ?" అన్నాడు."

లేవిన్ ఉల్లాసభరితంగా వుండాలని అతని కోరిక. లేవిన్‌కి దిగులుగా, ఉల్లాసంగా లేకపోవడం కాదు గాని సౌకర్యంగా లేదు. యీ రెస్టారెంట్‌లో అతనికి దిగులుగా, అసౌకర్యంగా, యిబ్బందిగా వుంది. అతని హృదయానుగత అనుభూతితో పొసగనిదేదో వుందక్కడ. పెద్దమనుషులు మహిళలతో కలిసి విందారగించే యీ ప్రైవేట్ రూముల్లో యీ ఆర్భాటంలో, అతిశయంలో అతనికి పొసగనిదేదో కనిపించింది. కంచుబొమ్మలు, నిలువుటద్దాలు, గాస్‌లైట్లు, వెయిటర్లు వున్న యీ వాతావరణం అతన్ని గాయపరిచింది. తన హృదయాన్ని ఉప్పొంగింప చేసేదాన్ని కళంకపరుస్తున్నట్టు భయపడ్డాడు.

"నా మనసులోనా? ఆఁ వుంది. పైగా అదలా వుంచినా యిక్కడ నేను యిమడలేకుండా వున్నాను. నువ్వు వూహించలేవు. పల్లెటూరి వాడినైన నాకు యిదెంత అసహజంగా వుందో. మీ ఆఫీసులో చూశానే పెద్దమనిషి, ఆయన గోళ్ళంత అసహజంగా వుంది" అన్నాడు.

"అవును, పాపం గ్రినేవిచ్ గోళ్ళు నువ్వు పనిగట్టుకు చూడ్డం గమనించాను" అంటూ నవ్వేడు అబ్లాన్‌స్కీ.

"నేను భరించలేను. నా స్థానంలో వున్నట్టు వూహించుకో, పల్లెటూరి వాడి దృష్టి నుంచి చూడ ప్రయత్నించు. పల్లెల్లో మేం మా చేతుల్ని పనిచేసే తీరులో పెట్టుకుంటాం. అందుకని గోళ్ళు చిన్నగా కత్తిరించుకుంటాం. ఒకో అప్పుడు చొక్కా చేతులు పైకి మడుచుకుంటాం. యిక్కడ మనుషులు బాగా గోళ్ళు పెంచుకుంటారు. అరచేతి వెడల్పు కఫ్‌లింకులు చొక్కా చేతులకి పెట్టుకుంటారు యిక చేతులతో యేం చెయ్యక్కర్లేకుండా" అన్నాడు లేవిన్.

అబ్లాన్‌స్కీ సరదాగా చిరునవ్వు నవ్వేడు.

"ఆ మనిషి ముతక పని చెయ్యక్కర్లేదు అనే తెలియజేస్తుందది. బుర్రతో పనిచేస్తాడు."

"కావచ్చు. అయినా కూడా అది నాకు దారుణంగానే కనిపిస్తుంది. నువ్వూ, నేనూ సాధ్యమైనంత సమయం భోజనం చేస్తూనే గడపడం అంత దారుణంగానా. అందుకనే సీపిగుల్లలతో బోణీచేస్తాం. పల్లెల్లో అయితే గబగబా భోజనం చేసేస్తాం, పనిలోకి వెళ్ళాలని."

"అవును మరి" అని అబ్లాన్‌స్కీ అతని మాటకి అడ్డం వెళ్ళేడు. "మరి నాగరికత అంటే ఏమిటి? అన్నిటినీ సుఖవంతంగా వుండేట్టు చేసుకోవడమే" అన్నాడు.

"అదే అయితే నేను అనాగరికంగా వుండిపోతాను"

"అలాగే వున్నావ్. మీ లేవిన్‌లంతా అనాగరికులే."

లేవిన్ నిట్టూర్చాడు. అతనికి అన్నగారు నికొలాయ్ గుర్తు వచ్చేడు. అతనికి మనసు చివుక్కుమనిపించింది. బాధ కలిగింది. ముఖం చిట్లించుకున్నాడు. కాని అబ్లాన్‌స్కీ మాట సాగ్చేడు. అది తక్షణం అతని దృష్టిని మళ్ళించింది.

"వూఁ మా కుటుంబాన్ని అంటే ష్చేర్‌బాత్‌స్కీలని చూద్దామనుకుంటున్నావా యివాళ సాయంత్రం?" అని అడిగాడు. గరుగ్గా వున్న ఖాళీ సీపిగుల్ల చిప్పల్ని దూరం గెంటేసి జున్ను అందుకున్నాడు. అతని కళ్ళు మెరిశాయి.

"తప్పకుండా. పెద్ద ప్రిన్సెస్ నన్ను అంత మనస్ఫూర్తిగా పిలవలేదని నాకనిపించినా" అన్నాడు లేవిన్.

"అదేం మాట! నాన్సెన్స్! ఆవిడ ధోరణే అంత... వెయిటర్! సూప్‌పత్రా!... ఆవిడ తీరు అదీ, grande dame[1]" అన్నాడు అబ్లాన్‌స్కీ. "నేనూ వస్తాను. కాని ముందు కౌంటెస్ బానినా వాళ్ళ దగ్గర ఒక రిహార్సల్‌కి హాజరవాలి. సరేగాని, నువ్వు నిజంగా అటవికుడివి కాదూ? చెప్పు? యింతకాలం మాస్కోకి రాకుండా వుండడం యేమంటావ్? ష్చేర్‌బాత్‌స్కీలు నిన్ను గురించి వొకటే అడగడం, అక్కడికి నీ గురించి నాకు తెలిసినట్టు! నాకు తెలిసిందల్లా వేరే యెవళ్ళూ చెయ్యనిదాన్నే నువ్వెప్పుడూ చేస్తావు" అని అన్నాడు అబ్లాన్‌స్కీ.

"అవును" అన్నాడు లేవిన్ మెల్లిగా, కళవిళపడి "నువ్వు అన్నది నిజమే. నేను అటవికమైన పనులు చేస్తాను. కాని పరమ అటవికమైంది నేనిక్కడికి రావడం, నేను రాకుండా వుండడం కాదు. నేను వచ్చింది...."

"నువ్వెంత అదృష్టవంతుడివి!" అని అబ్లాన్‌స్కీ లేవిన్ కళ్ళల్లోకి చూస్తూ అన్నాడు.

"యెందుకని?"

"ఆకాశంలో యెత్తుగా యెగిరే తీరుబట్టి డేగని గుర్తిస్తాను. కళ్ళల్లో కనిపించే ప్రేమ వెలుగు తీరుబట్టి ప్రేమికుణ్ణి గుర్తిస్తాను*" అని కావ్య ధోరణిలో అన్నాడు. "భవిష్యత్తంతా నీకు ముందే వుంది" అన్నాడు.

"నీకు గతంలోకి పోయిందా అంతా?"

"అంతా కాదనుకో. కాని నీకు భవిష్యత్తు వుంది. నాకు వర్తమానం, యెన్నో యెగుడు దిగుళ్ళతో"

"అంటే?"

"ప్రస్తుతంలో యెక్కువగా దిగువకే వుంది.కాని నా గురించి నేను మాట్లాడదలచుకోలేదులే. పైగా అన్నిటినీ వివరంగా చెప్పడం కష్టం" అన్నాడు అబ్లాన్‌స్కీ. "సరే యేం పనిమీద వచ్చావ్ మాస్కోకి... యిదుగో, వెయిటర్ ప్లేట్లు తీసెయ్యి" అంటూ తాతార్‌ని పిలిచాడు.

---

1. ఘనమైన మహిళ (ఫ్రెంచి)

"నువ్వు వూహించావా?" అన్నాడు లేవిన్. లోతుల్లోనుంచి ప్రకాశించే కళ్ళని అబ్లాన్స్కీ మీదనే లగ్నం చేశాడు.

"వూహించాననుకో. కాని అనలేకపోయాను. నా వూహ ఒప్పో తప్పో అదే నీకు చెప్తుంది" అన్నాడు అబ్లాన్స్కీ. లేవిన్ కేసి మహా కొంటెగా నవ్వుతూ చూశాడు.

"యేమంటావు మరి? నీకెలా అనిపిస్తోంది?" అన్నాడు లేవిన్. అతని కంఠం వొణికింది. ముఖంమీది కండరాలు కూడా కంపించడం అతనికి తెలుసు. "యేమిటి నీ ఉద్దేశ్యం?"

అబ్లాన్స్కీ గ్లాసులోని షబ్లీ వైన్ మెల్లిగా ఖాళీ చేశాడు. లేవిన్ మీద నుంచి దృష్టి మళ్ళించుకోలేదు.

"నాకుగా యింతకంటే నేను కోరుకునేది యేమీ లేదు. ఇంతకంటే మంచిపని జరగదు" అన్నాడు ఆఖరికి.

"నువ్వు పొరపాటు పడడం లేదని నమ్మకమేనా? మనం ఏ విషయం గురించి మాట్లాడుకుంటున్నామో ఖాయంగా తెలుసా?" అని లేవిన్ అతని ముఖంలోకి గుచ్చి గుచ్చి చూశాడు. "అలాంటి దానికి అవకాశం వుందనుకుంటున్నావా?" అని అడిగాడు.

"ఆఁ. ఎందుకవకాశం లేదు?"

"నిజంగా అనుకుంటున్నావా? వూఁ చెప్పు. ఖచ్చితంగా నువ్వేమనుకుంటున్నదీని. ఒకవేళ... ఒకవేళ నన్ను కాదంటే? అలాంటి అవకాశం యెక్కువగానే వుంది"

"నువ్వు అలా యెందుకనుకోవాలి?" అన్నాడు అబ్లాన్స్కీ. లేవిన్ కంగారు చూసి చిరునవ్వు నవ్వేడు.

"ఒకో అప్పుడు నాకనిపిస్తుంది. అది మా యిద్దరికీ దారుణం. నాకూ, ఆమెకీ కూడా."

"అబ్బెబ్బె అందులో ఆమెకి దారుణం ఏమీ లేదు. యెవళ్ళైనా పెళ్ళి చేసుకుంటామంటే ప్రతి పడుచు పిల్లకీ గొప్పగానే వుంటుంది."

"ప్రతి పడుచు పిల్లకీ - కాని ఆమెకి కాదు."

అబ్లాన్స్కీ చిరునవ్వు నవ్వేడు. లేవిన్ మనోభావాలు అతనికి అర్థం అయ్యాయి. లేవిన్‌కి యీ లోకంలోని పడుచుపిల్లలంతా రెండు భాగాలుగా విడిపోయారని అతనికి తెలుసు. ఒకటి– కిట్టీ తప్ప మిగిలిన అమ్మాయిలందరూ. వాళ్ళందరూ సామాన్యంగా మానవ దౌర్బల్యాలతో వుంటారు. రెండవరకం - ఆమె ఒక్కత్తే. యే రకమైన బలహీనతలూ లేకుండా మిగతా మానవాళికంతటికీ పైన యెత్తులో వుందామె.

లేవిన్ సాస్ గిన్నెని పక్కకి గెంటెయ్యబోతే "అరె సాస్ తిను" అన్నాడు అబ్లాన్స్కీ లేవిన్‌తో.

లేవిన్ మరేం మాట్లాడకుండా సాస్ వేసుకున్నాడు. కాని అబ్లాన్స్కీని అతని మానాన అతన్ని తిననివ్వకుండా లేవిన్ అడ్డం వెళ్ళాడు.

"ఆగు, ఆగు. నాకీ విషయం చావు బతుకుల సమస్య తెలుసా? ఈ విషయం గురించి నీతో తప్ప యెవళ్ళతోనూ మాట్లాడలేదు. యెవళ్ళతోనూ మాటాడనూ లేను. నువ్వూ నేనూ

ఉత్తర దక్షిణ ధ్రువాలం. అభిరుచుల్లో, అభిప్రాయాల్లో, అన్నింట్లోనూ. అయినా నువ్వు నన్ను అర్థం చేసుకుంటావని, నేనంటే చాలా యిష్టపడతావని నాకు తెలుసు. అందువల్లే నువ్వంటే నాకు చాలా యిష్టం. నీకు పుణ్యం వుంటుంది. నిర్మొహమాటంగా చెప్పు" అన్నాడు.

"నా మనసులో మాట చెప్తున్నాను" అన్నాడు అబ్లాన్‌స్కీ చిరునవ్వు నవ్వుతూ. "కాని యింకా చెప్తా. మా ఆవిడ వుందే, అసాధ్యురాలు....." అని ప్రస్తుతం భార్యతోవున్న సంబంధాలు గుర్తు వచ్చి నిట్టూర్చేడు. ఓ క్షణం ఆగి మళ్ళీ చెప్పేడు. "ఆవిడకి కర్ణపిశాచి వుంది. ఆవలిస్తే మనిషి పేగులు లెక్కపెట్టేయ్యడమే కాదు, జరగబోయే దాన్ని చెప్తుంది కూడా. ముఖ్యంగా పెళ్ళిళ్ళకి సంబంధించి. మాటకి షఖొవ్‌స్కాయా బ్రెన్‌తెల్న్‌ని పెళ్ళి చేసుకుంటుందని అంది. ఒక్కళ్ళు నమ్మలేదు. కాని అలానే జరిగింది. మా ఆవిడ నీ పక్షమే" అన్నాడు.

"అంటే యెలా?"

"నువ్వంటే ఆవిడకి యిష్టం. అదే కాదు కిట్టీ తప్పకుండా నిన్ను పెళ్ళి చేసుకుంటుందని ఆవిడ అంది."

ఈ మాటలు చెవిని పడగానే లేవిన్ ముఖం చిరునవ్వుతో దివిటీలా వెలిగింది. ఆనందపారవశ్యంతో కళ్ళల్లో నీళ్ళు తిరిగే చిరునవ్వు అది.

"నిజంగా అలా అందా? నేనెప్పుడూ అంటూ వుంటాను మీ ఆవిడ యెంత మంచిదని. ఆ మాట చెప్పావు చాలు, అదే పదివేలు" అన్నాడు ఎగిరి గంతేస్తూ.

"బాగుంది. కానీ కూర్చో"

కాని లేవిన్ కూర్చోలేకపోయాడు. బింకంగా అడుగులు వేస్తూ ఆ చిన్న గదిలో రెండుసార్లు పచారు చేశాడు. మసక కమ్మేట్టు కళ్ళల్లో తిరిగిన నీళ్ళని రెప్పలల్లార్చి అదుపు చేసుకున్నాడు. అప్పుడు మాత్రమే వెనక్కి వెళ్ళి మళ్ళీ కూర్చున్నాడు.

"నీకు అర్థం అవుతోందా యిది ప్రేమ కాదు. యింతకు ముందు ప్రేమించాను. కాని యిది అది కాదు. ఇది నా అనుభూతి కాదు. ఏదో బాహ్యశక్తి నన్ను ఆవేశించింది. ఇది యెన్నటికీ జరగదన్చెప్పి అనిపించింది. యీ భూమ్మీద ఆనందం అసంభవం. అలానే యీ ఆనందం కూడా అందనిది అనుకున్నాను. అందుకనే వెళ్ళిపోయేను. నాలో నేను చాలాకాలం పెనుగులాడేను. ఆఖరికి యిది లేకుండా వుండలేనని గ్రహించాను. యీ విషయాన్ని యిటో అటో తేల్చుకోవాలని అనుకున్నాను"

"మరలాంటప్పుడు ఖర్మ! యెందుకు పారిపోయావ్?"

"ఆగి మరి. యింకా బోలెడు కథ వుంది. అడగాల్సింది బోలెడుంది. విను. నువ్వీ విషయం చెప్పి నాకు యెంత మహోపకారం చేశావో వూహించలేవు. ఆనందంతో వొళ్ళు తెలియకుండా అయిపోయాను. అన్నిటీ మర్చిపోయాను. మా అన్నయ్య నికొలాయ్ యిక్కడ వున్నాడని యివాళే తెలిసింది. నీకు తెలుసా? అతన్ని గురించి కూడా అంతా మరిచిపోయాను. అతను కూడా ఆనందంగా వుండి తీరాలని యిప్పుడు నాకు అనిపిస్తోంది. ఇది శుద్ధ పిచ్చితనమేననుకో.

కాని ఘోరమైంది వొకటుంది, నీకు అర్థమవుతుందిలే - నువ్వు పెళ్ళి చేసుకున్నావు కదా. మనం పెద్దవాళ్ళం, కొంత మనకి గత అనుభవం వుంది. ప్రేమ కాదనుకో పాపంతో గడిచిన గతం. అలాంటి మనం, వున్నట్టుండి పరిశుద్ధమైన ఒక మనసుతో సన్నిహితంగా వుండడం. అది వెలపరంగా వుంటుంది. మనం యోగ్యులం కాదేమోనన్న భావం కలిగిస్తుంది"

"చాల్లే, నువ్వేం యెక్కువ పాపం చెయ్యలేదు."

"అయినా గానీ, అయినా గానీ, 'నా జీవితపుటల్ని యేవగింపుగా చదువుతాను. భయంతో కంపిస్తాను, నిందిస్తాను, కటువుగా విలపిస్తాను....* అవును. అలానే వుంది" అన్నాడు లేవిన్.

"ఏం చేస్తాం?' లోక రీతి అంతే" అన్నాడు అబ్లాన్స్కీ.

"ఒక్కటే వూరట. ప్రార్థనలో వున్నట్టు. 'ప్రభూ నేను చేసిన పనులబట్టి కాక నీ దయాస్వభావానికి అనుగుణంగా నన్ను మన్నించు.' ఇది నాకు బాగా హత్తుకుంది. ఆమె నన్ను క్షమించగలిగే మార్గం అదొక్కటే."

11

లేవిన్ గ్లాసు ఖాళీ చేశాడు. కాసేపు వాళ్ళు యేమీ మాట్లాడకుండా కూర్చున్నారు.

"నీకు చెప్పాల్సిన సంగతి యింకొకటుంది. నువ్వు వ్రాన్స్కీని యెరుగుదువా?"

"యింకో సీసా పట్రా" అని అబ్లాన్స్కీ వెయిటర్‌కి పురమాయించేడు. వెయిటరు వాళ్ళు ఖాళీ చేయగానే గ్లాసుల్లో వైన్ పోస్తున్నాడు. వాళ్ళకి అవసరం లేనప్పుడే అక్కడ తచ్చాడుతున్నాడు.

"వ్రాన్స్కీ గురించి నేనెందుకు తెలుసుకోవాలి?"

"ఎందుకంటే అతనే నీకు పోటీ."

"ఎవరతను?" అని అడిగాడు లేవిన్. అబ్లాన్స్కీకి యెంతో ముచ్చటగా కనిపించిన లేవిన్ అమాయకత్వ పారవశ్యం వెంటనే మాయమైంది. కోపం, అయిష్టత కనిపించాయి.

"వ్రాన్స్కీ కౌంట్ కిరిల్ ఇవానొవిచ్ వ్రాన్స్కీ కొడుకు. పీటర్స్‌బుర్గ్‌లో చమక్ చమక్‌మంటూ వుండే బంగారు పూత యువకులకి మచ్చు తునక. నేను త్వేర్‌లో సైన్యం కొలువులో వున్నప్పుడు నాకతను పరిచయం. సైనికుల్ని చేర్చుకోవడానికి వచ్చాడక్కడికి. చచ్చినంత డబ్బుంది. రూపసి. పెద్ద పెద్ద పరిచయాలున్నాయి. అప్పుడే ఎయిడ్ డి కేంప్. అయినా ప్రేమాస్పదుడు, మంచివాడు. ఒట్టి మంచిమనసే కాదు, యింకా యెక్కువే. యిక్కడ అతనితో బాగా పరిచయమయే కొద్దీ మంచి సంస్కారి అనీ, బాగా తెలివైన వాడనీ కూడా నాకు తెలిసింది. బాగా పైకి వస్తాడు."

లేవిన్ చిరచిరలాడేడు. ఏమీ అనలేదు.

"నువ్వు వెళ్ళిపోయిన కొంతకాలానికి యిక్కడికి వచ్చేడు. గాఢంగా కిట్టీని ప్రేమించేశాడు. నీకు అర్థమవుతుందా వాళ్ళమ్మ..."

"కాదు, నాకు యేమీ అర్థంకాదు" అన్నాడు లేవిన్. దిగాలుగా వాలకం పెట్టేడు. సరిగ్గా అప్పుడు అన్నగారు నికొలాయ్ గుర్తువచ్చేడు. అతన్ని గురించి మర్చిపోవడం యెంత అన్యాయం!

"ఆగు, ఆగు" అన్నాడు చిరునవ్వు నవ్వుతూ అబ్లాన్‌స్కీ. అతని చేతిమీద చెయ్యి వేశాడు. "నాకు తెలిసినదంతా చెప్పేశాను. ఇలాంటి సున్నిత విషయంలో వూహకి అవకాశం వుంటే నీ అవకాశాలే మెరుగ్గా వున్నాయని నా అభిప్రాయం" అన్నాడు.

లేవిన్ కుర్చీలో వెనక్కి చేర్లబడ్డాడు. అతని ముఖం పాలిపోయింది.

"కాని వీలైనంత త్వరగా వ్యవహారం పరిష్కరించుకో" అని అబ్లాన్‌స్కీ లేవిన్ గ్లాసుని మళ్ళీ నింపాడు.

"వుహూఁ వద్దు. యింక చాలు" అన్నాడు లేవిన్ గ్లాసు గెంటేస్తూ. "మత్తెక్కి పోతుంది. వూఁ, యెలా వుంది నీ జీవితం?" అని అడిగాడు. అతను విషయం మళ్లించాలని ప్రయత్నం చేస్తున్నట్టు కనిపించింది.

"యింకో మాట: ఏమైనా విషయాన్ని తక్షణం తేల్చుకోమనే నా సలహా. అంటే యీ పూటే కాదనుకో. రేప్పొద్దున్నే వెళ్లు, శాస్త్రోక్తంగా. విషయం ఫలానా అని చెప్పు. తథాస్తు దేవతలు ఆశీర్వదించాలని కోరుతున్నాను" అన్నాడు అబ్లాన్‌స్కీ.

"మా వూళ్ళో వేటకి వస్తానన్నావు కదా? ఈ వసంత ఋతువులో రా" అన్నాడు లేవిన్.

తన విషయం గురించి అబ్లాన్‌స్కీతో చర్చించినందుకు మనస్సులో లేవిన్ యెంతో విచారపడ్డాడు. పీటర్స్‌బర్గ్ ఆఫీసరొకడు తనకి పోటీ అనే మాటలు వినడం వల్లా, అబ్లాన్‌స్కీ యిచ్చిన సలహాలవల్లా, చేసిన సూచలనవల్లా అతని సున్నిత అనుభూతులు గాయపడ్డాయి.

అబ్లాన్‌స్కీ చిరునవ్వు నవ్వేడు. లేవిన్ మనస్సులో యేం చెలరేగుతోందో అతనికి తెలుసు.

"ఈ రోజుల్లోనే యెప్పుడో ఒకసారి వస్తాలే. చూడు నాయనా ఆడవాళ్ళు అనే అక్షం చుట్టూనే అన్నీ తిరుగుతూ వుంటాయి. నా స్వంత వ్యవహారాలే బాగా లేవు. అంటే అంతా ఆడవాళ్ళ వల్లనే. నువ్వు నిర్మొహమాటంగా చెప్పు. నీ సలహా కావాలి" అన్నాడు చుట్ట తీసుకుంటూ. అతను ఓ చేత్తో చుట్ట పట్టుకున్నాడు, యింకో చేత్తో వైన్ గ్లాసు పట్టుకున్నాడు.

"దేనిని గురించి?"

"ఇదీ విషయం. మాటకి నీకు పెళ్ళయింది, నీ పెళ్ళాన్ని ప్రేమించావు. కాని మరో ఆవిడ పట్ల మోహం కలిగింది అనుకో."

"మరేం అనుకోకు, ఆ విషయం నాకు మించింది, అర్థం అవదు. ఇదెలాంటే ఇప్పుడిక్కడ సుష్టుగా భోజనం చేసినతరువాత చిన్న బన్‌రొట్టిని కొట్టెయ్యడం యెలా వుంటుందో అలాగే యిదీని. నాకు అర్థం కాదు."

అబ్లాన్‌స్కీ కళ్ళు మామూలు కంటే యెక్కువ మెరిశాయి.

"ఎందుక్కాదు? ఒకో అప్పుడు మరీ అప్పుడే తయారుచేసిన బన్‌రొట్టెల ఘుమఘుమని నిగ్రహించుకోలేం.

Himmlisch ist's, wenn ich bezwungen
Meine irdische Begier;
Aber noch wenn's nicht gelungen,
Hatt'ich auch recht hubsch plaisir![1]

ఈ పద్యం చదువుతూ అబ్లాన్స్కీ కొంటెగా చిరునవ్వు నవ్వేడు. లేవిన్ కూడా చిరునవ్వు నవ్వేడు.

"కాని సీరియస్‌గా చెప్తా. ఈ రెండో ఆమె సాధువు. సొగసైంది. ప్రేమాస్పదురాలు. బీదది. ఒంటరిది. సర్వం నాకోసం అర్పించింది. ఇక యిప్పుడు తీరా దూకేక ఆమెని వదిలెయ్యాలా? ఏదో కుటుంబం ఛిన్నాభిన్నం కాకుండా చేసుకుందుకు ఆమెని వదిలిపెట్టాననే అనుకుందాం, కాని ఆమెపట్ల కనికరం చూపించవద్దా? ఆమెని గురించి శ్రద్ధ పట్ట వద్దా? ఆమెకి సుఖంగా వుండేటట్టు చూడద్దా?"

"ఊఁ నిజంగా నన్ను మన్నించు. నీకు తెలుసు, నాకు సంబంధించి రెండు రకాల ఆడవాళ్ళే ఉన్నారు. వుహుఁ... ఖచ్చితంగా చెప్పాలంటే ఆడవాళ్ళు అలా కాని వాళ్ళు. నేను అసహ్యించుకుంటాను, పతితులైన వాళ్ళందర్నీ అసహ్యించుకున్నట్లే"

"సువార్త చెప్పిన మేరి మాగ్దలీన్* గురించి కూడానా?"

"అబ్బ ఆపుదూ. క్రీస్తు అన్నమాటల్ని యెంత దుర్వినియోగ పరుస్తారో తెలిసివుంటే క్రీస్తు ఆ మాటల్ని చెప్పి వుండేవాడు కాదు. సువార్తల్లో జనానికి గుర్తుండేవల్లా అవే. ఏమైనా నేను చెప్పేది నేను అనుకుంటూ వుండేదాన్ని గురించి కాదు, నేను అనుభూతి చెందే దాన్ని గురించి. పతితులైన ఆడవాళ్ళంటే నాకు రోత. నీకు సాలెపురుగులంటే యేవగింపు.

నాకు వీళ్ళంటే యెవగింపు. నువ్వు సాలెపురుగుల గురించి చదవలేదు, వాటి అసలు లక్షణం నీకు తెలియదు. మరి అలాగే నాకూ వీళ్ళూనూ."

"మాట్లాడ్డందేముందిలే, నీకు సులువు. నువ్వు డిక్కెన్స్ రాసిన ఓ నవలలోని పాత్ర* లాంటి వాడివి. పెద్ద పెద్ద సమస్యల్ని తోసేసేవాడు ఆ పెద్దమనిషి. కాని వాస్తవాలని కాదన్నంత మాత్రాన అవి లేకుండా పోతాయా ఏం చెయ్యాలి? అది చెప్పు నాకు. మీ ఆవిడకేమో వయస్సు మళ్ళిపోతుంది. నువ్వేమో బింకంగా పిటపిటలాడిపోతున్నావు. నీకు యెరుకలోకి వచ్చేటప్పటికే నిండు హృదయంతో ఆవిడ్ని ప్రేమించడం అసాధ్యమని తేలిపోతుంది. నువ్వెంతలా ఆవిడ్ని గౌరవించినా అప్పుడు ప్రేమ హఠాత్తుగా గోచరమవుతుంది. నువ్వు జారిపోయావు... పోయావు" అన్నాడు అబ్లాన్స్కీ మహా విచారంగా.

లేవిన్ యెత్తిపొడుపుగా చిన్నగా నవ్వేడు.

"అవును, జారిపోయావు, ఏం చెయ్యాలి?" అని రెట్టించాడు అబ్లాన్స్కీ.

---

1. ఐహిక వ్యామోహాన్ని
అధిగమించేనా మంచిదే,
లేదూ విఫలమయానూ
అయినా దివ్యసుఖం పొందా!" (జర్మన్)

"బన్ రొట్టెలు కాజెయ్యకు."

అబ్లాన్స్కీ నవ్వేడు.

"ఓయ్ నీతిమంతుడా! కాని యీ యిద్దరి ఆడవాళ్ళనీ వూహించుకో, ఒకామె తన హక్కుల్ని కావాలంటుంది. ఆమె హక్కులు నీ ప్రేమకి సంబంధించి నువ్వు దాన్ని యివ్వలేవు. రెండో ఆమె తన సర్వస్వం అర్పించీ, యేమీ కోరదు. యెవడన్నా యేం చెయ్యాలి? ఎలా నడుచుకోవాలి? ఘోరమైన విషాదం."

"నేను కపటం లేకుండా చెప్పాలనుకుంటే యిక్కడసలు విషాదం వుందనే నమ్మకమే లేదు. ఎలాగా అంటే యిదుగో యిలాగ నాకనిపిస్తుంది. ప్లేటో తన 'సింపోజియం'లో నిర్వచించిన రెండు రకాల ప్రేమ* గుర్తుందా? ఆ రెండు రకాలూ కూడా వ్యక్తిత్వానికి పరీక్ష. కొంతమందికి ఒక రకం మాత్రమే అర్ధమవుతుంది. నాన్‌ప్లేటానిక్ ప్రేమని మాత్రమే అర్థం చేసుకున్నవాళ్ళు విషాదం గురించి వూరికే చెప్తున్నారు. అలాంటి ప్రేమవల్ల విషాదం రాదు. 'నాకీ సంతోషాన్ని కలిగించినందుకు జోహార్, మంచిది మీకు శుభం' అదీ నీ విషాదం అంతా. ప్లేటోనిక్ ప్రేమ వల్ల విషాదం రాదు. యెందుకంటే అలాంటి ప్రేమ నిష్కల్మషంగా వుంటుంది. తేజోవంతంగా వుంటుంది. అంచేత....

ఇక్కడికొచ్చేటప్పటికి లేవిన్‌కి తను చేసిన పాపపు పనులు గుర్తుకొచ్చాయి. వాటివల్ల తను పడ్డ మానసిక వేదన గుర్తుకొచ్చింది. ధోరణి మార్చి అతను "అయినా నువ్వన్నదే నిజమేమో. అలా జరగడానికి అవకాశం వుంది. ఏమో నాకు తెలీదు. నిజంగా నాకు తెలీదు" అన్నాడు.

"చూశావా! నీ బుద్ధి స్థిరమైంది. జీవిత లక్ష్యం వున్న మనిషివి. ఇది నీ సుగుణం. ఇదే నీ బలహీనత కూడా. నీకుగా నువ్వు ఒక లక్ష్యం వున్నవాడివే. లక్ష్యపూరితంగా వుండే భాగాలతో జీవితాన్నంతటినీ నిర్మించుకుందా మనుకుంటావు. కాని అది వాస్తవం కాదు. నీకు యీ ఉద్యోగాలూ సద్యోగాలూ అంటే యేవగింపు. ఏమంటే వాటి కార్యకలాపాలు తప్పకుండా యేదో ఒక లక్ష్యంతో తూగాలని అనుకుంటావు. కాని వాస్తవం అది కాదు. ప్రతివాడు చేసే పనికి యేదో ప్రయోజనం వుండాలనుకుంటావు. ప్రేమ, కుటుంబ జీవితం యెప్పుడూ కలిసే వుండాలనుకుంటావు. కాని వాస్తవం అది కాదు. జీవితంలో వున్న వైవిధ్యమంతా, సొగసు అంతా, సౌందర్యం అంతా, వెలుగునీడల క్రీడలోనే వుంటుంది" అన్నాడు అబ్లాన్స్కీ.

లేవిన్ నిట్టూర్చేడు, యేమీ మాట్లాడలేదు. తన గొడవల గురించి ఆలోచనలో పడిపోయి అబ్లాన్స్కీ చెప్పేది వినిపించుకోనేలేదు.

తామిద్దరూ మిత్రులు. కలిసి తింటున్నారు. కలిసి తాగుతున్నారు. దానివల్ల యిద్దరూ బాగా సన్నిహితం అయి వుండాల్సింది. అయినా యెవడి గొడవల గురించి వాడు తనకిగా అనుకుంటూ అవతలి వాడి గురించి పిసరు కూడా పట్టించుకోవడం లేదని యిద్దరూ హఠాత్తుగా గుర్తించారు. ఎవళ్ళతోనేనా కలిసి భోజనం చేసినప్పుడు సన్నిహితత్వం యేర్పడ్డానికి బదులుగా తను వాళ్ళకి యింకా యింకా దూరం అయిపోవడం అబ్లాన్స్కీకి అనుభవమే. అలా అతనికి చాలాసార్లు జరిగింది. అలాంటి పరిస్థితుల్లో తను యేం చెయ్యాల్సిందీ అతనికి తెలుసు.

"వెయిటర్, బిల్" అని కేకవేసి అవతలికి వెళ్ళాడు. ఆ గది పెద్దది. అక్కడ అతనికి తెలిసిన ఒక అడ్జుటెంట్ కనిపించాడు. అతనితో వో నటి గురించీ, ఆవిడ్ని చేరదీసిన అతని గురించీ ముచ్చట మొదలెట్టేడు. లేవిన్‌తో మాట్లాడిన తర్వాత అతనితో మాట్లాడేటప్పటికి హమ్మయ్య హాయిగా వుంది అనిపించింది. లేవిన్ యెప్పుడూ అతనికి మానసికంగా, నైతికంగా పెద్ద శ్రమ కలిగిస్తాడు.

తాతార్ వెయిటర్ బిల్లు తెచ్చాడు. ఇరవై ఆరు రూబుళ్ళ చిల్లర అయింది. వెయిటర్ మామూలు కాక. లేవిన్ పల్లెటూళ్ళో బతికే మనిషి. మామూలుగా తన వాటాకి పధ్నాలుగు రూబుళ్ళు పడితేనే గుండెలు బాదుకొనే రకం. అలాంటిది యిప్పుడు బిల్లు యెంతైందీ పట్టించుకోకుండా వూరికే చెల్లించేసి యింటికి వెళ్ళిపోయాడు. బట్టలు మార్చుకుని ష్చేర్‌బాత్‌స్కీల దగ్గరికి వెళ్ళాలి. అక్కడ తన రాత తేలిపోతుంది.

12

ప్రిన్సెస్ కిట్టీ ష్చేర్‌బాత్‌స్కయాకి పద్దెనిమిది యేళ్ళు. నాగరిక సమాజంలో యిదే ఆమె మొదటి శీతాకాలం. వాళ్ళ రోజుల్లో ఆమె అక్కగార్లకి లభించిన ఆదరణ కంటే యీమెకి యెక్కువ ఆదరణ యిప్పుడు నలుగురిలోనూ లభించింది. వాళ్ళమ్మ ఊహించిన దానికంటే యెక్కువ. మాస్కోలో జరిగే విందు నాట్యాలకి హాజరయే యువకుల్లో చాలామంది కిట్టీని ప్రేమించేశారు. అంతేకాదు, యిద్దరు ఆ 'తొలి వినికి'లోనే ఆమె పాణి గ్రహణం కోసం గట్టిగా ప్రయత్నించే వాళ్ళయినట్టు ఆమెకి అనిపించింది. ఒకతను లేవిన్, రెండో అతను కౌంట్ వ్రాన్‌స్కీ. లేవిన్ పల్లెకి వెళ్ళిపోయిన కొత్తలలో వ్రాన్‌స్కీ అక్కడ దర్శనమిచ్చేడు.

శీతాకాలం ప్రారంభంలో లేవిన్ తరచుగా వాళ్ళ యింటికి వెళ్ళడం, కిట్టీ పట్ల చూపించిన ప్రేమ, కనబర్చిన శ్రద్ధ ఆమె తల్లిదండ్రులు గమనించేరు. కిట్టీ భవిష్యత్తు గురించి మొదటిసారి వాళ్ళు సీరియస్‌గా చర్చించుకోవడానికీ, వాళ్ళ మధ్య దెబ్బలాటలకీ అవి కారకం అయాయి. లేవిన్ పట్ల మొగ్గు చూపేడు ప్రిన్స్. కిట్టీకి అంతకంటే తను కోరుకునేది వుండదని అన్నాడు. ఆయన భార్య మాత్రం యీ విషయాన్ని దాటవేసింది. ఆడవాళ్ళు మామూలుగా అలానే చేస్తారు. కిట్టీ యింకా చిన్నపిల్ల అనీ, నిజంగా తనకి పెళ్ళి చేసుకోవాలని వుందనడానికి తగ్గ గట్టి హేతువులు లేవిన్ యింకా బయటపెట్టలేదనీ, కిట్టీ అతనికి హత్తుకోలేదనీ, యింకా అలాంటి, అలాంటి విషయాలు అందావిడ. కాని ఆవిడ అసలు విషయం తేలలేదు. అదేమిటంటే తన కూతురికి యింకా మంచి సంబంధం వస్తుందేమోనని చూస్తోంది అని. లేవిన్ అంటే ఆవిడకి యిష్టం లేదు. అతని స్వభావం ఆవిడకి అర్థం కాలేదు కాబట్టి. లేవిన్ హఠాత్తుగా వెళ్ళిపోవడంతో ఆమె సంతోషించింది. కిట్టీకి వొట్టినే మంచి సంబంధం మాత్రమే కాదు, దివ్యమైన సంబంధం వస్తోంది అని ఆవిడకి నమ్మకం కుదిరింది.

ఆవిడకి సంబంధించి నంతవరకూ వ్రాన్‌స్కీకీ లేవిన్‌కీ పోలికే లేదు. లేవిన్‌వి వింత, కటువైన అభిప్రాయాలు, అవి ఆవిడకి యిష్టం లేదు. నాగరిక సమాజంలో అతను మోటుగా వుంటాడు, అది యిష్టం లేదు. ఆమె అభిప్రాయంలో స్వాతిశయం వల్ల అతనలా వుంటాడని.

అనాగరికంగా పశువులతో, రైతులతో తంటాలు పడుతూ వుండే పల్లెటూళ్ళంటే అతనికి పిచ్చి. అది ఆవిడకి యిష్టం లేదు. పైగా అతను తమ కూతుర్ని ప్రేమించినా ఒకటిన్నర నెలలపాటు యేకటాకీన తమ యింటికి వస్తూ, ఆ విషయం చెప్పడానికి సంశయించాడు. వాళ్ళ అమ్మాయిని పెళ్ళి చేసుకుంటానని చెప్పడం ద్వారా తనేదో వాళ్ళకి గొప్ప గౌరవం కలుగజేస్తున్నానేమోనని భావించుకున్నట్టు, పెళ్ళి కావలసిన పిల్ల యింట్లో వున్నప్పుడు, ఆ యింటికి తను అన్నిసార్లు వడుతున్నప్పుడు తన మనస్సులో మాట బయటపెడతానని వాళ్ళు ఆశిస్తారని విషయం తనకి తెలియనట్టు ప్రవర్తించేడు. ఆమెకి అదీ నచ్చలేదు. ఇంత అయాక, యేమీ చెప్పా చెందాకుండా, రకామని వెళ్ళిపోయాడు. 'అతను అంత ఆకర్షణీయంగా వుండకపోవడం, కిట్టీ అతన్ని ప్రేమించకపోవడం మెరుగిచ్చింది" అనుకుంది ఆవిడ.

ఆ తల్లిగారు కోరుకున్నవన్నీ వ్రాన్‌స్కీకి వున్నాయి. గొప్ప ధనవంతుడు. తెలివైన వాడు. గొప్ప వంశం వాడు. సైన్యానికి చెందిన ఆఫీసరుగా మంచి భవిష్యత్తు వున్నవాడు. మనిషేమో మంచి సొగసుకాడు. యిక అంతకంటే కావాల్సింది యేముంది?

వ్రాన్‌స్కీ బాల్‌డాన్స్‌ల దగ్గర నలుగురిలోనూ వుండగానే కిట్టీపట్ల తన ప్రేమను కనబర్చే వాడు. నాట్యం చేసేటప్పుడు ఆమెతో కలిసి నాట్యం చేసేవాడు. వాళ్ళ యింటికి వెళ్ళేవాడు. యివన్నీ అతని అసలు ఉద్దేశం యేమిటైందీ అనుమానానికి ఆస్కారం లేకుండా వెల్లడిచేశాయి. అయినా కూడా కిట్టీ తల్లి శీతాకాలం అంతా ఆందోళనగా, అస్థిమితంగానే వుంది.

ఆవిడకి ముప్పై యేళ్ళ క్రితమే పెళ్ళయింది. పిన తల్లి ఆవిడకి యీ సంబంధం కుదిర్చింది. తనకి కాబోయే భర్త గురించి ఆవిడకి ముందే చెప్పారు. ఆయన వాళ్ళింటికి చూడ్డానికి వచ్చాడు. ఓ రకంగా అవే పెళ్ళిచూపులు. ఆ తర్వాత యిరుపక్షాల వాళ్ళ అభిప్రాయాలూ యేమిటైందీ పినతల్లి తెలుసుకుని వీళ్ళ ఉద్దేశం వాళ్ళకి, వాళ్ళ ఉద్దేశం వీళ్ళకి తెలియజేసింది. ఇద్దరికీ నచ్చుబాటు అయింది. దరిమిలా వో రోజున వివాహ ప్రస్తావన చేశారు. తల్లిదండ్రులు ఒప్పుకున్నారు. యెంతో సునాయాసంగా, తేలిగ్గా జరిగిపోయింది. కనీసం అలా అని అప్పుడు ఆవిడకి అనిపించింది. కాని కన్యాదానం చేసేయ్యడం అని సాదాగా కనిపించే యీ వ్యవహారం అంత సునాయాసమైందీ, తేలికైంది కాదని తన కూతురు పెళ్ళి వచ్చేటప్పటికి ఆవిడకి అనుభవం అయింది. ఆవిడకి యెన్ని భయాలో! ఎంత గుంజాటన పడింది! ఎంత డబ్బు ఖర్చుపెట్టింది! తన పెద్ద కూతుళ్ళు దాలీ నతాలీలిద్దరికీ సుఖంగా పెళ్ళిళ్ళయేదాకా మొగుడితో ఎన్ని ఘర్షణలు పడింది! ఆఖరి పిల్ల పెళ్ళికి కూడా ఆవిడకి యిన్ని భయాలూ, సంశయాలూ కలుగుతున్నాయి. పెద్ద పిల్లల పెళ్ళిళ్ళప్పటికంటే కూడా యెదక్కువగా భర్తతో ఘర్షణలు వస్తున్నాయి. తండ్రులందరి లాగానే ప్రిన్స్ తన కూతుళ్ళ మర్యాద, మన్ననలకి సంబంధించి యెక్కువ పాకులాడతాడు. తన కూతుళ్ళంటే ఆయనకి చెప్పలేనంత గొప్ప. ముఖ్యంగా కిట్టీ అంటే. ఆమె ఆయన అభిమాన పుత్రిక. భార్యతో యెప్పుడూ రగడపెట్టుకునేవాడు. కూతురి విషయంలో ఆవిడ లొంగుబాటు ప్రదర్శిస్తోందని తప్పు పట్టేవాడు. తన పెద్ద కూతుళ్ళ పెళ్ళిళ్ళప్పుడూ ఆవిడ యిదంతా చవి చూసింది. కాని ఈ సారి ఆయన మర్యాదలకి పీక్కులాడ్డానికి ఎక్కువ సబబు వుందని అనుకొంది. సాంఘిక కట్టుబాట్లు చాలా మారిపోతున్నాయి అన్న విషయాన్ని ఆవిడ చూసింది. అంచేత తల్లుల బాధ్యతలు పెరుగుతున్నాయి. కిట్టీ యీడు పిల్లలు అనేక బృందాల్లో

చేరుతున్నారు. అనేక రకాల కోర్సులకి వెడుతున్నారు అని ఆవిడ చూస్తూనే వుంది. ఆ పిల్లలు పూర్వం లేనంత స్వేచ్ఛాభావంతో మగాళ్ళతో కలసి మెలిసి తిరుగుతున్నారు. పెద్దవాళ్ళు యెవళ్ళూ కూడా లేకుండానే బళ్ళల్లో షికార్లు తిరుగుతున్నారు. చాలామంది ఆడపిల్లలు యీ మధ్యకాలంలో మోకాళ్ళు వంచి మన్ననగా వందనమే చెయ్యడం లేదు. ఇక అన్నిటికీ మించిపోయింది యింకొకటి వుంది. తమ భర్తలని ఎంచుకోవడం తమ వ్యవహారమేనని, తల్లిదండ్రుల ప్రమేయం కానే కాదని చాలామంది అమ్మాయిలు ఢంకా బజాయించి అనేస్తున్నారు. "ఇవాళ అమ్మాయిలకి పూర్వంలోలాగ కన్యాదానం చేసి పెళ్లిళ్ళు చెయ్యనక్కర్లేదు" అని ఈ పడుచుపిల్లలూ, పెద్దవాళ్ళు కూడా అనుకుంటున్నారు, అంటున్నారు. కాని యివాళ వాళ్ళకి పెళ్లిళ్ళు యెలా అవుతున్నదీ ఎవళ్ళూ ఆవిడకి చెప్పలేకపోయారు. అన్నీ తల్లిదండ్రులే చూసి యేర్పాటు చేసే ఫ్రెంచి సంప్రదాయాన్ని తిట్టి, తోసిపారేశారు. వధువుకి పూర్తి స్వేచ్ఛ వుండాలనే ఇంగ్లీషు సంప్రదాయం స్వీకరించలేదు. యిది రష్యన్ సమాజంలో అసాధ్యం. పెళ్ళి సంబంధాలు పెద్దలే కుదిర్చే రష్యన్ సంప్రదాయం* దారుణం అన్నారు. ప్రతివాళ్ళు దానిని చూసి నవ్వేరు– ఆవిడతో సహా. కాని ఆడపిల్లలకి సంబంధాలు చూడ్డం యెలాగో పెళ్ళిళ్ళుచెయ్యడం యెలాగో యెవళ్ళూ చెప్పలేదు. ఆవిడ యీ ప్రశ్న అడిగిన ప్రతీవాళ్ళు వొకటే అన్నారు. "ఓరి దేవుడా! పుచ్చుపోయిన యీ ఆచారాలకి సలాం కొట్టెయ్యడం మంచిది! పెళ్ళిళ్ళు కావలసింది పడుచు వాళ్ళకి, వాళ్ళ తల్లిదండ్రులకి కాదు. అంచేత వాళ్ళ వ్యవహారాలని తమకి తగ్గట్టుగా వాళ్ళే చూసుకుంటారు, వదిలెయ్యండి!" అని ఆడపిల్లలు లేనివాళ్ళు వాళ్ళకేం చెప్తారు కబుర్లు. నలుగురిలోనూ తిరిగితే పెళ్ళీ గిళ్ళీ చేసుకొనే ఉద్దేశం లేనివాడ్ని తన కూతురు ప్రేమించవచ్చునీ, లేదా వరుడిగా తగిన యోగ్యతలు లేనివాణ్ని ప్రేమించవచ్చని ఆవిడకి బాగా తెలుసు. మన రోజుల్లో ఆడపిల్లలు తమ బతుకుబాట తామే చూసుకుంటారని యెంత చెప్పండి, ఆవిడ్ని ఒప్పించలేరు. అయిదేళ్ళ పిల్లాడికి మంచి ఆటవస్తువు గుళ్ళు పెట్టిన పిస్టలు అని, మన రోజుల్లో కాదు యే రోజుల్లోనూ ఆవిడ నమ్మనట్టే, ఈ విషయాన్నీ నమ్మేది కాదు. అందుకనే ఆవిడ తన పెద్ద కూతుళ్ళ నాటికంటే కిట్టీ విషయంలో ఎక్కువగా బెంగగా వుంది.

వ్రాన్స్కీ తన కూతురితో సరసాలాడ్డం కంటే యెక్కువ చెయ్యకపోవచ్చని ప్రస్తుతంలో ఆవిడకి భయంగా వుంది. తన కూతురు అతన్ని ప్రేమిస్తోందని ఆవిడకి తెలుసు. అతను నమ్మకమైన మనిషనీ, తన కూతురితో తేలిగ్గా ప్రవర్తించడనీ సమాధాన పెట్టుకుంది. ఆడపిల్లలూ, మగపిల్లలూ స్వేచ్ఛగా తిరిగే యీ రోజుల్లో మగవాడి ఉద్దేశ్యాలేమైందీ గ్రహించలేక ఆడపిల్లలు ఎంత సులభంగా మోసపోవచ్చునో కూడా ఆవిడకి తెలుసు. మగవాడికి అంతరాత్మ యేం బాధించకుండా వుండడం ఆవిడకి తెలుసు. ఒక మజుర్కా నాట్యం చేసేటప్పుడు తనకీ వ్రాన్స్కీకి జరిగిన సంభాషణ గురించి కిట్టీ గత వారంలో తల్లికి చెప్పింది. అది విన్నాక ఆవిడ మనసుకి ధైర్యం కలిగింది. కాని మొత్తం మీద కుదుటపడలేకపోయింది. అతనూ, అతని అన్నగారూ తల్లిగారి మాట జవదాటరట. ఆవిడని సంప్రదించకుండా ముఖ్యమైన విషయాలకి సంబంధించిన నిర్ణయాలు యేమీ తీసుకోరట. అలా అని వ్రాన్స్కీ కిట్టీకి చెప్పాడు. "అందుకనే అమ్మ పీటర్స్‌బర్గ్ నుంచి యిక్కడికి యిప్పుడే రావడం నాకు అదృష్టం వున్నట్టే కన్పిస్తోంది" అన్నాడట.

ఈ మాటలని ఏమంత ప్రత్యేకమైనవిగా భావించుకోకుండానే కిట్టీ తల్లికి చెప్పింది. కాని ఆవిడ వాటిని వేరే రకంగా గ్రహించింది. ఆ పెద్ద కౌంటెస్‌గారు యే సమయంలోనైనా రావచ్చని ఆమెకి తెలుసు. తన కొడుక్కి నచ్చినదాన్ని ఆవిడ వూఁ అంటుందనీ తెలుసు. మరి తల్లిని కష్టపెట్టడం యెందుకులే అని కొడుకు ఆగడం చిత్రంగా అనిపించింది. కాని యీ పెళ్ళి జరిగి తీరాలని ఆవిడకి మహా ఆత్రుతగా వుంది. తన అశంకలు తగ్గిపోవాలని యింకా యెక్కువగా వుంది. కిట్టీ చెప్పింది తప్పకుండా జరగాలనే సమాధాన పెట్టుకుంది. పెద్ద కూతురు దాలీ దీనావస్థ ఆవిడకి బాధగానే వుంది. దాలీ భర్తని వదిలెయ్యాలనే ఆలోచనలో వుంది. అయినా తన కడుగొట్టు కూతురి భవిష్యత్తు గురించి ఆవిడకి వున్న ఆందోళన మిగిలిన అన్నిటినీ కమ్మేసింది. ఈ స్థితిలో లేవిన్ ఆ వేళ రావడంతో ఆవిడ ఆందోళన యెక్కువైంది. ఒకప్పుడు తన కూతురు లేవిన్ పట్ల అభిమానంగా వుండేది. అంచేత అతిశయంగా గొప్పకి పోయి వ్రాన్‌స్కీని కాదంటుందేమో. లేవిన్ రాకవల్ల వ్యవహారం సాగకుండా, పరాకాష్టకి చేరకుండా ఆలస్యం అయి చిక్కులు వస్తాయేమో. యివీ ఆవిడ భయాలు.

"అతనొచ్చి చాలా రోజులైందా?" అని లేవిన్ గురించి ఆవిడ యింటికి రాగానే అడిగింది.

"ఇవాళే వచ్చాడు"

"చూడమ్మా నేను చెప్పదల్చుకున్నది ఒక్కటే" అని ఆవిడ మొదలుపెట్టింది. ఆమె ముఖ భంగిమ గంభీరపూరితంగా, ఉద్రేకపూరితంగా మారింది. దాన్ని బట్టే ఆవిడ యేం చెప్పబోయేదీ కిట్టీ ముందే గ్రహించింది.

"అమ్మా, మీకు పుణ్యం వుంటుంది, దాన్ని గురించి యేం చెప్పకండి. నాకన్నీ తెలుసు" అని సిగ్గుపడుతూ, గబగబా ఆవిడ కేసి తిరుగుతూ అంది.

తల్లి కోరుకున్నదే తనూ కోరుకుంది. కాని అలా కోరుకోవడానికి తల్లికి వున్న ఉద్దేశ్యాలు ఆమెకి నచ్చలేదు.

"నేను ఒకటే చెప్పదల్చుకున్నాను. ఒక మనిషికి ఆశ కల్పించి..."

"అమ్మా, మా అమ్మవు కదూ, యేం చెప్పద్దు. అలాంటి విషయాల గురించి మాట్లాడ్డం యెంత భయంగా వుంటుందో."

"మాట్లాడనులే, మాట్లాడనులే" అందావిడ కూతురి కళ్ళల్లో నీళ్ళు తిరగడం చూసి. "ఒక్కమాట, చూడమ్మా. నా దగ్గర యేమీ దాచుకోనని మాట యిచ్చావ్. దాచుకోవు కదా?"

"అలాగేనమ్మా, దాచుకోను" అంది కిట్టీ. మళ్ళీ సిగ్గుపడింది. తల్లి కళ్ళల్లోకి నేరుగా చూసింది. "కాని మీకు చెప్పవలసింది యేమీ లేదు. నేను... నేను... ఒకవేళ చెప్పాలనుకున్నా యేం చెప్పాలో తెలియదు" అంది.

"ఇలాంటి కళ్ళున్న యీ పిల్ల అబద్ధం చెప్పలేదు" అనుకుంది ఆవిడ. కూతురి సంతోషం, కలవరపాటు చూసి నవ్వుకుంది. పాపం ఆ వెర్రిపిల్ల తన మనస్సులో పడే గుంజాటన యెంతో గొప్పదని అనుకుంటూ వుండవచ్చని ఆవిడ చిరునవ్వు నవ్వింది.

13

భోజనాలకీ, అతిథులు రావడానికీ మధ్య వున్న సమయంలో కిట్టీ మనోభావాలు యుద్ధం జరగబోయే ముందు ఓ యువకుడికి కలిగే భావాల్లా వున్నాయి. ఆమె గుండె దడదడ కొట్టుకుంది. ఏ విషయం మీదా మనస్సు లగ్నం చెయ్యలేకపోయింది.

వాళ్ళిద్దరూ మొదటిసారిగా కలుసుకోబోయే యీ సాయంత్రమే తమ రాత తేలిపోతుంది. ఇద్దరూ మనోనేత్రం ముందు కనిపించారు. ఇద్దర్నీ విడివిడిగా కాసేపు వూహించుకుంది. తర్వాత కలిసి చూసుకుంది. గతం గురించి తలచుకున్నప్పుడు లేవిన్ మధ్యా తన మధ్యా వున్న సంబంధాలు సంతోషాన్నీ మృదుత్వాన్నీ గుర్తుకు తెచ్చాయి. తన బాల్యస్మృతులూ. చనిపోయిన తన అన్నగారితో లేవిన్‌కి గల స్నేహం గురించిన స్మృతులూ తమ సంబంధాలకి ఒక కవితాత్మక కమనీయత కల్గించాయి. తనపట్ల అతనికి ప్రేమ వుందని ఆమెకి ఖాయంగా తెలుసు. ఆ ప్రేమ ఆమెకి గొప్పదనాన్నీ, ఆనందాన్నీ యిచ్చింది. లేవిన్ గురించిన జ్ఞాపకం వస్తే ఆమె మనస్సుకి తేలికపడినట్లుండేది. వ్రాన్‌స్కీ గురించి అనుకున్నప్పుడు యేదో లోటు చొచ్చుకు వచ్చేది, అతను యెంతో సరసుడూ, నాగరికుడూ, నెమ్మదస్తుడూ అయినాగానీ, ఏదో కృత్రిమత్వం వున్నట్టుండేది. అది అతనిలో కాదు, అతను చాలా సహజంగా, ముచ్చటగా వున్నట్టు అనిపించేది. కాని వ్రాన్‌స్కీతో కలిసిన భవిష్యత్తు జీవితం సుఖమయంగా, వెలిగిపోతున్నట్టు గోచరించేది. లేవిన్‌తో కలిసి వుండే భవిష్యత్తు అంత తేటగా, పూర్ణంగా వున్నట్టు కనిపించేది కాదు.

సాయంత్రం సమావేశం కోసం ముస్తాబవడానికి కిట్టీ మేడమీదకి వెళ్ళింది. అక్కడున్న అద్దంలో చూసుకుంది. ఆ రోజు తన శుభదినాల్లో ఒకటని సంతోషపడింది. తన సర్వశక్తులూ తన ఆధీనంలో వున్నాయి.తన పరీక్షా సమయంలో అలా వుండడం అతి ముఖ్యం. పైకి ప్రశాంతంగా వుంది, తన కదలికల్లో సొగసు వుంది. అలా వుందన్న గుర్తింపూ ఆమెకి వుంది.

ఏడున్నరకి ఆమె యింకా డ్రాయింగ్ రూమ్‌లోకి అడుగుపెడుతూ వుండగానే "లేవిన్‌గారు" వచ్చినట్టు నౌకరు చెప్పాడు. వాళ్ళమ్మ యింకా తన గదిలోనే వుంది. తండ్రి యింకా యివతలికి రాలేదు. "అదీ విషయం" అనుకుంది కిట్టీ. ఆమె గుండె దడదడ కొట్టుకోవడం మొదలెట్టింది. అద్దంలో నిస్తేజంగా వున్న ముఖం ప్రతిఫలించి ఉలిక్కిపడింది.

అతను మిగిలిన వాళ్ళకంటే ముందుగా యెందుకు వచ్చాడో ఆమెకిప్పుడు బాగా అర్థమైంది. తనని ఒంటరిగా కలుసుకుని పెళ్ళి ప్రస్తావన చెయ్యాలని వచ్చేడు. ఇప్పుడు మొదటిసారిగా ఆమె ముందు ప్రతిదీ భిన్నరీతిలో కొత్త రీతిలో ప్రత్యక్షం అయింది. తన నిర్ణయం తనకి మాత్రమే సంబంధించి లేదనీ, తను యెవళ్ళని ప్రేమించిందో, యెవళ్ళతో సంతోషంగా వుండగలదో అది మాత్రమే సమస్య కాదనీ యిప్పుడు, యిప్పుడు మాత్రమే ఆమె గ్రహించింది. ఇప్పుడే, ఈ క్షణంలోనే తను అభిమానించే వ్యక్తిని అవమానపరుస్తోంది. తీవ్రంగా అవమానపరుస్తోంది. ఎందుకని? అతను యెంతో మంచివాడు కాబట్టి, తనని

ప్రేమించాడు కాబట్టి. కాని యింకోలా జరగడానికి లేదు. ఇలాగే జరుగుతుంది. జరిగి తీరుతుంది.

"భగవంతుడా, నేనే స్వయంగా యీ విషయం అతనికి చెప్పాలా?" అనుకుంది. "ఏం చెప్పాలి? తనని ప్రేమించడం లేదు అని చెప్పగలనా? కాని అది నిజం కాదు. ఏం చెప్పను? ఇంకొకళ్ళని ప్రేమిస్తున్నానని చెప్పనా? ఉహు, చెప్పలేను. నేనిక్కడనుంచి వెళ్ళిపోతాను, వెళ్ళిపోతాను" అనుకుంది.

కిట్టీ గుమ్మం దగ్గరికి వెళ్ళగానే అతని అడుగుల చప్పుడు వినిపించింది. 'అబ్బే, యిది పిరికితనం అవుతుంది. యెందుకు నేను భయపడాలి? నేను తప్పేం చెయ్యలేదే? సరే జరగాల్సిందేదో జరుగుతుంది. ఉన్న విషయం చెప్పేస్తాను. అతని ముందు బెదరవలసిన పనిలేదు. అడుగో అతను' అనుకుంది. అతను ఆమె దగ్గరికి వస్తున్నాడు. దృఢంగా వున్నాడు. బెరుకుపడుతున్నాడు. అతని కళ్ళు మెరుస్తున్నాయి. ఆమె మీదనే అతని చూపు లగ్నం అయింది. కరుణించు నన్ను అన్నట్టుగా ఆమె అతనికేసి చూసింది. అతనికేసి చెయ్యి చాచింది.

"వేళకి ముందే వచ్చినట్టున్నాను, మరీ పెందరాళే" అన్నాడతను. ఖాళీగా వున్న ఆ గదిని కలియచూశాడు. తన మనస్సులోని మాట బయటపెట్టడానికి అక్కడ అడ్డం యెవరూ లేరు. తను ఆశించింది అదే. దానివల్ల అతని ముఖం గంభీరంగా అయింది.

"అబ్బే లేదు, లేదు" అంది కిట్టీ. బల్ల దగ్గర కూర్చుంది.

"సరిగ్గా నేను కోరుకున్నట్టే వుంది. మిమ్మల్ని ఒంటరిగా కలుసుకోవాలనుకున్నాను" అని అతను మొదలుపెట్టాడు. అతను కూర్చోలేదు. ధైర్యం సన్నగిల్లిపోతుందేమోనని ఆమెకేసి చూడలేదు.

"అమ్మ యిప్పుడే వస్తుంది. నిన్న ఆవిడ బాగా అలిసిపోయింది. నిన్న..."

తన పెదాలనుంచి యే మాటలు వస్తున్నాయో తెలియకుండానే ఆమె మాట్లాడింది. అతనికేసి స్నేహ స్నిగ్ధ నేత్రాలతో అర్థిస్తూ చూస్తూనే వుంది.

అతను ఆమెకేసి చూశాడు. ఆమె ముఖంమీద సిగ్గు ఛాయ దోగాడింది. ఆమె మౌనంగా వుండిపోయింది.

"ఎంతకాలం వుందామని వచ్చానో నాకు తెలియదని, అదంతా మీమీద ఆధారపడి వుందని మీతో చెప్పాను..."

రాబోయే ప్రశ్నకి తను యేం సమాధానం చెప్పాలీ అన్నది ఆమెకి యింకా తోచడం లేదు. తల యింకా యింకా కిందికి వాల్చుకుంది.

"అదంతా మీమీదే ఆధారపడి వుంది" అని మళ్ళీ అన్నాడు. "నేను యేం చెప్పాలనుకున్నా నంటే... అంటే నేను యెందుకు వచ్చానంటే.... మిమ్మల్ని... పెళ్ళి చేసుకోమని అడుగుదామని" అనేశాడు. తనేం అన్నాడో తెలియకుండానే అనేశాడు. అతనికి మహాకష్టంగా అనిపించిన మాట చెప్పేశాడు. ఆగి, ఆమెకేసి చూశాడు.

ఆమె భారంగా ఊపిరి తీసింది. కళ్ళని పైకి ఎత్తలేదు. పారవశ్యంతో నిండిపోయింది. హృదయం ఆనందంతో ఉప్పొంగి పోయింది. అతను తనని ప్రేమిస్తున్నానని అన్నమాటలు తనని అంతలా ఉప్పొంగింప చేస్తాయని ఆమె వూహించలేదు. కాని యేమైనా ఆ అనుభూతి

ఒక్కక్షణం సేపే వుంది. ఆమెకి వ్రాన్‌స్కీ గుర్తువచ్చేడు. తేటగా, నిర్మలంగా వున్న తన కళ్ళని లేవిన్ ముఖంకేసి యెత్తింది. అతను యెంత నిరాశపడిందీ చూసింది. గబగబా అనేసింది.

"అలా జరగదు, మరేం అనుకోకండి..."

ఒక్క క్షణంక్రితం ఆమె తన జీవితానికి యెంత ప్రాణభూతంగా వుంది! యెంత ఆధిక్యత వుంది! ఇప్పుడు ఆమె యెంత పరాయిదిగా అయింది! ఎంతదూరం అయిపోయింది!

"నాకు సంబంధించి మరోలా జరగదు" అన్నాడు లేవిన్, ఆమెకేసి చూడను కూడా చూడకుండా.

అతను వొంగి వందనం చేసి వెళ్ళిపోవడానికి తయారయ్యేడు.

14

సరిగ్గా ఆ సమయంలో పెద్ద ప్రిన్సెస్ వచ్చింది. ఇద్దరూ యేకాంతంగా, విచారంగా వుండడం చూసి ఆవిడ గుండె ఝల్లుమంది. లేవిన్ యేం మాట్లాడకుండా ఆవిడకి వొంగి వందనం చేశాడు. కిట్టీ కూడా యేమీ అనలేదు. కళ్ళు యింకా పైకి యెత్తలేదు. 'బతికాం రా దేవుడా, అతన్ని కాదంది' అనుకుంది పెద్దావిడ. ఆమె ముఖంలో చిరునవ్వు లాస్యం చేసింది. అలాంటి చిరునవ్వు నవ్వుతూనే ఆవిడ గురువారాలప్పుడు వచ్చిన తమ అతిథుల్ని పలకరిస్తుంది. ఆమె కూర్చుని, పల్లెటూరి జీవితం యెలా వుంటుందీ యేమిటీ అని లేవిన్‌ని అడగడం మొదలెట్టింది. అతను మళ్ళీ కూర్చున్నాడు. ఇతర అతిథులు యెప్పుడు వస్తారా అని చూస్తూ వున్నాడు. అప్పుడు తను యెవళ్ళూ గమనించకుండా వెళ్ళిపోవచ్చు.

కొన్నిక్షణాల తర్వాత కిట్టీ స్నేహితురాలు ఒకావిడ వచ్చింది. ఆమె పేరు కౌంటెస్ నార్ట్‌స్టన్. ముందుటేడు శీతాకాలంలో ఆవిడకి పెళ్ళయింది.

ఆమె తత్తరపాటు మనిషి, పాండువర్ణం మనిషి, రోగిష్టిదానిలా వుంటుంది. ఆమెవి మెరిసే నల్లని కళ్ళు. ఆమెకి కిట్టీ అంటే యిష్టం. పెళ్ళికాని పిల్లలపట్ల పెళ్ళయిన వాళ్ళకి యిష్టం వుంటే, వాళ్ళు దాన్ని యెప్పుడూ యెలా చూపిస్తారో అలా ఆమె తన యిష్టాన్ని చూపించేది. తన ఆదర్శానికి అనుగుణంగా ఆ పిల్లకీ పెళ్ళికావాలని ఆమెకి వుంటుంది. అందుచేత కిట్టీ వ్రాన్‌స్కీని పెళ్ళి చేసుకోవాలని ఆమె కోరిక. లేవిన్ అంటే ఆవిడకి యెప్పుడూ యిష్టం లేదు. శీతాకాలం మొదట్లో వాళ్ళింటి దగ్గర అతన్ని యెక్కువగా చూసేది. అతన్ని యెప్పుడూ యేడిపించడం ఆమెకి యిష్టం, అది ఆమెకి మహా సరదా.

"ఏదో మహోన్నతమైన యెత్తునుంచి నన్ను చూస్తాడతను; నేను మొద్దుననీ అర్థం చేసుకోలేననీ అనుకుంటూ బుద్ధికి పనిబెట్టే సంభాషణని తుంచనేనా తుంచేస్తాడు. లేదా నన్ను అనుగ్రహపూరితంగానేనా చూస్తాడు. అది బాగా వుంటుంది. అనుగ్రహపూరితంగా చూడ్డం! నాకు అది యిష్టం. నన్ను అతను భరించలేడు, యిది నాకు సంతోషంగా ఉంటుంది" అందతని గురించి ఆమె.

ఆమె అన్నమాట నిజమే. లేవిన్ ఆమెని భరించలేడు. ఆమె తన సుగుణాలు అని వేటి గురించి అనుకుంటుందో వేటిని గురించి గొప్పగా భావించుకుంటుందో వాటినే అతను,

చిన్నగా చూస్తాడు. ఆమె దుర్బల సున్నితత్వం, ప్రాపంచికమైన అన్నిటిపట్లా ఆమెకి వుండే పరమ యేవగింపు, ఉదాసీనత - యివీ ఆ గుణాలు.

నాగరిక సమాజంలో తరువుగా యేర్పడే లాంటి వొక సంబంధం కౌండెస్ నార్డ్‌స్టన్‌కీ లేవిన్‌కీ మధ్య యేర్పడింది. యిద్దరు వ్యక్తులు పైకి స్నేహంగా వున్నట్టే కన్పిస్తారు. కాని ఒకళ్ళ నొకళ్ళు చాలా తీవ్రంగా యేవగించుకుంటారు. వాళ్ళు ఒకళ్ళనొకళ్ళు అంతా పట్టించుకోనూ పట్టించుకోరు, ఒకళ్ళన్నమాటకి ఒకళ్ళు కష్టపెట్టుకోనూ కష్టపెట్టుకోరు. అలాంటిదా సంబంధం.

కౌంటెస్ నార్ట్‌స్టన్ వెంటనే లేవిన్ మీద దాడికి లంఘించింది.

"ఓ లేవిన్‌గారూ! అయితే పాపిష్టి బాబిలోన్*కి తిరిగి వచ్చారన్నమాట!" అంటూ తన పాండువర్ణపు చిన్న చేతిని అతనికేసి చాచింది. శీతాకాలం మొదట్లో అతను మాస్కో ఓ బాబిలోన్ అని అన్నాడు. దానికిది యెత్తిపొడుపు. "ఊం అయితే మా బాబిలోన్ బాగుపడిందా లేకపోతే మీరు పతనమయారా?" అంది దెప్పుతూ. కిట్టీకేసి అలా చూసింది.

"నా మాటలు మీరింకా గుర్తుపెట్టుకున్నారు, నాకు గొప్పగా వుంది, కౌంటెస్" అన్నాడు లేవిన్. అతను యీ వ్యవధిలో మళ్ళీ స్థిమితపడ్డాడు. కౌంటెస్ నార్డ్‌స్టన్‌తో మాట్లాడేటప్పుడు అతనిలో యెప్పుడూ పరిహాసభరిత అయిష్టత ధ్వనిస్తూ వుంటుంది. అలాంటి గొంతుకతోనే మాట్లాడేడు. "నేనన్న మాటలు మీమీద గట్టి ప్రభావం కలిగించాయేమో" అన్నాడు.

"అవును నిజంగా! అలాంటి మాటల్ని నేను గుర్తుగా రాసి పెట్టుకుంటాను. ఊం, కిట్టీ, యివాళ స్కేటింగ్ చేశావా?"

ఆమె కిట్టీతో మాటలు మొదలెట్టింది. యిప్పుడు వెళ్ళిపోవడం అమర్యాదగా వుంటుందేమోననిపించింది లేవిన్‌కి. అయినా కిట్టీ సమక్షంలో అక్కడ ఆ పూటంతా గడపడం కంటే అమర్యాదగా కనిపించడమే మెరుగు. కిట్టీ తడవతడవకీ అతనికేసి చూస్తూనే వుంది. కాని అతని దృష్టిని తప్పించుకుంటూనే వుంది. అతను యిక లేవబోయాడు. అతను మౌనంగా వుండడం పెద్దావిడ చూసింది.

"మాస్కోలో యింకా యెక్కువ కాలం వుంటారా? మీరు జేమ్‌స్త్వో పరిపాలనలో చురుగ్గా పాల్గొంటారనుకుంటాను. అందుచేత యెక్కువ కాలం వదిలిపెట్టి ఉండటానికి లేదేమో" అని అతన్ని సంభోధిస్తూ అంది.

"లేదండీ, ప్రిన్సెస్, నేనిప్పుడు జేమ్‌స్త్వో పరిపాలనలో పాల్గొనడం లేదు. ఊరికే కొన్ని రోజులుందామని వచ్చాను" అన్నాడు.

'యివాళ యేమిటో అదో మాదిరిగా వున్నాడు' అనుకుంది కౌంటెస్ నార్డ్‌స్టన్. అతను గంభీరంగా, నవ్వూ తుళ్ళు లేకుండా వుండటం చూసి. 'ఎందుకనో తన మామూలు ధోరణిలో వాదనలో దిగడం లేదు. కాని యితన్ని అలా వుండనివ్వను. కిట్టీ ముందర యితన్ని ఆటపట్టించడం నాకు సరదాగా వుంటుంది, చూద్దాం' అనుకుంది.

"లేవిన్‌గారూ, కొంచెం దీని అర్థమేమిటో వివరించండి. మీకు అన్నీ తెలుసు కదా! మా కలూగ గుబేర్నియాలో వో ఎస్టేట్‌లో రైతులూ, ఆడాళ్ళూ మొత్తం వున్నదంతా వూడ్చి తాగేశారు.

మాకు శిస్తు కట్టడానికి యేమీ మిగల్లేదు. దీన్నేమంటారు? మీరెప్పుడూ రైతుల్ని పొగుడుతారు కదా" అందతనితో.

ఆ సమయంలో మరో ఆవిడ గదిలోకి వచ్చింది. లేవిన్ నుంచున్నాడు.

"మరేం అనుకోకండి కౌంటెస్, ఆ విషయం గురించి నాకు యేమీ తెలీదు; యేమీ చెప్పలేను" అన్నాడతను. ఇప్పుడు వచ్చిన ఆవిడ వెనక ఓ మిలిటరీ ఆఫీసరు వచ్చారు. లేవిన్ అతనికేసి చూశాడు.

'ఇతనే వ్రాన్స్కీ అయి వుంటాడు' అనుకున్నాడు లేవిన్. తన వూహ నిజమా కాదా అని తేల్చుకోవడానికి కిట్టీకేసి చూశాడు. ఆమె వ్రాన్స్కీని చూసింది. తిరిగి లేవిన్‌కేసి చూసింది. ఆమె కళ్ళు అప్రయత్నంగా మిలమిలా మెరిశాయి. ఆ ఒక్క చూపుని బట్టీ ఆమె అతన్ని గాఢంగా ప్రేమిస్తోందని కిట్టీ తను స్వయానా మాటల్లో చెప్పినట్టుగా అతను గ్రహించాడు. కాని యితను యెలాంటి మనిషి అయివుంటాడు?

ఇక యిప్పుడు లేవిన్ వుండక తప్పలేదు, వెళ్ళలేకపోయాడు. ఆమె ప్రేమించిన ఆ మనిషి యెలాంటి వాడో తను తెలుసుకోవాలి.

ఒకరకం మనుషులుంటారు. తమ ప్రత్యర్థులు అదృష్టవంతులైనా వాళ్ళల్లోని మంచిని చూడరు, చెడు మాత్రమే చూస్తారు. మరో రకం మనుషులున్నారు. దీనికి వ్యతిరేకం. తమ ప్రత్యర్థులు పైకి రావడానికి తగ్గ కారణాలు యేమిటా అని వెతుకుతారు. వాళ్ళల్లో వున్న మంచినే చూస్తారు- అది తమకి యెంత కష్టం కలిగించినా గానీ. లేవిన్ అలాంటివాడు. వ్రాన్స్కీలో వున్న ఆకర్షణలేమిటో కనిపెట్టడానికి అతను కష్టపడనక్కరలేకపోయింది. అవి యిట్టే దృష్టిని ఆకట్టుకుంటాయి. వ్రాన్స్కీ జుట్టు నల్లగా వుంది. మనిషి సామాన్యమైన యెత్తు వుంటాడు. దృఢకాయుడు, స్ఫురద్రూపి. ముఖంలో సౌశీల్యం ద్యోతకమవుతూ వుంటుంది. చాల నిబ్బరంగా, శాంతంగా కన్పిస్తాడు. అతని ముఖం, రూపం, చిన్నగా క్రాపు చేయించుకున్న నల్లని జుట్టు, నున్నగా గీసుకున్న గడ్డం దగ్గరనుంచి వదులుగా వున్నా, నప్పినట్టుండే సరికొత్త సూటుదాకా ప్రతి అంశం నిరాడంబరంగా హుందాగా కనిపించాయి. వ్రాన్స్కీ తనతో కూడా వచ్చిన ఆమెని ముందుగా లోపలికి వెళ్ళనిచ్చి ముందు ప్రిన్సెస్‌కి అభివాదం చేసి తర్వాత వెళ్ళాడు.

అతను ఆమె దగ్గరకు వెడుతూ వుంటే ఒక ప్రత్యేక తరహా మార్దవమైన కాంతి అతని అందమైన కళ్ళల్లో మెరిసింది. సంతోషం, విజయం ద్యోతకమయే కనిపించీ కనిపించని మందహాసంతో (లేదా అలా అని లేవిన్‌కి అనిపించింది) అతను ఆమె ముందు శ్రద్ధ చూపిస్తూ గౌరవపురస్సరంగా వంగాడు. చిన్నదే అయినా వెడల్పుగా వున్న తన చేతిని చాచాడు.

అతను అందర్నీ పలకరించి, కొన్నిమాటలు మాట్లాడేడు. తర్వాత కూర్చున్నాడు. లేవిన్‌కేసి ఒక్కసారీ చూళ్ళేదు. లేవిన్ దృష్టి అతనిమీద నుంచి మళ్ళలేదు.

"మీకు యీయన తెలుసా?" అని లేవిన్‌కేసి చూపించి పెద్ద ప్రిన్సెస్ అంది. "కాన్‌స్తంతీన్ దీమ్త్రియెవిచ్ లేవిన్. కౌంట్ అలెక్సేయ్ కిరీల్లోవిచ్ వ్రాన్స్కీ" అని ఒకళ్ళనొకళ్ళకి పరిచయం చేసింది.

వ్రాన్స్కీ నుంచుని, లేవిన్‌తో షేక్‌హేండ్ చేస్తూ ఆదరంగా అతనికేసి చూశాడు.

"ఈ శీతాకాలంలో ఒకచోట మీతో కలిసి భోజనం చెయ్యాల్సి వుండిందనుకుంటాను. కాని మీరు హఠాత్తుగా వూరికి వెళ్లిపోయారు" అన్నాడు వ్రాన్స్కీ. అతని చిరునవ్వు నిష్కపటంగా, నిశ్చలంగా వుంది.

"లేవిన్‌గారికి బస్తీలన్నా, బస్తీమనుషులన్నా అసహ్యం, రోత" అంది కౌంటెస్ నార్ట్‌స్టన్.

"నా మాటలు మీకు యింత బాగా గుర్తున్నాయంటే అవి మీమీద చెరగని ముద్ర వేశాయన్నమాట" అన్నాడు లేవిన్. ఇదేమాటని ఇంతకుముందే అన్నట్టు గుర్తుకొచ్చింది. సిగ్గుతో ఎర్రబడిపోయాడు.

వ్రాన్స్కీ లేవిన్ నుంచి కౌంటెస్ నార్ట్‌స్టన్ కేసి కళ్ళని తిప్పి చూశాడు. మందహాసం చేశాడు.

"మీరు యేటి పొడుగుతా పల్లెలోనే వుంటారా? శీతాకాలంలో చచ్చే విసుగ్గా వుంటుంది యేమంటారు?" అన్నాడు.

"పిసరు కూడా విసుగ్గా వుండదు, చేతినిండా పని వుంటే, మీ అంతట మీరు వుంటే యేమీ విసుగ్గా వుండదు" అని లేవిన్ పరుషంగా అన్నాడు.

"నాకు పల్లెటూళ్ళంటే భలే యిష్టం" అన్నాడు వ్రాన్స్కీ. లేవిన్ పరుషత్వం గమనించాడు, కాని గమనించనట్టు నటించాడు.

"కాని మీరు యెప్పుడూ పల్లెలోనే గడపడానికి అంగీకరించరని నేననుకుంటున్నాను" అంది కౌంటెస్ నార్ట్‌స్టన్.

"ఏమో చెప్పలేను. ఆ ప్రయత్నం యెక్కువగా చెయ్యలేదు. కాని శీతాకాలంలో మా అమ్మతో కలిసి నీస్‌లో గడిపేను. యేదో వింతైన అనుభూతిని పొందాను. అక్కడ రష్యన్ పల్లెలపట్ల నేను బెంగ పడినంతగా మరెక్కడా పడలేదు. బెరడు చెప్పులూ రైతులూ వుండే రష్యన్ పల్లె. మీకు తెలుసో తెలియదో నైస్ చాలా విసుగ్గా వుండే చోటు. నేపిల్స్, సార్‌నెట్టోలు కూడా కొన్నిరోజులకే హుషారుగా కనిపిస్తాయి. సరిగ్గా అలాంటి చోటుల్లోనే రష్యాని గురించిన గాఢ జ్ఞాపకాలు. అది యేదో..."

అతను మాట్లాడుతూ కిట్టీ, లేవిన్‌ల కేసి చూస్తూ మాట్లాడేడు. ఒకళ్ళమీద నుంచి మరొకళ్ళ మీదకి దృష్టి తిప్పుతూ మాట్లాడేడు. తనకి తట్టిన మొదటి విషయాన్ని గురించి చెప్పేడు.

కౌంటెస్ నార్డ్‌స్టన్ యేదో మాట్లాడబోతుందని చూసి తన మాట మధ్యలో తుంచేశాడు. ఆమెకేసి శ్రద్ధగా చూశారు.

సంభాషణ ఆగకుండా సాగింది. అందుచేత పెద్దావిడకి తన రెండు భారమైన ఆయుధాలనీ వాడే అవసరం లేకపోయింది. సంభాషణ నీరసించిపోతే ఆవిడ వాటిని వాడుతూ వుంటుంది. శాస్త్ర విద్య కంటే భాషాసాహిత్యాల విద్య వల్ల కలిగే లాభాలూ,* నిర్బంధ సైనిక కొలువు* అనేవి ఆ విషయాలు. అలాగే లేవిన్‌ని యేడిపించే అవకాశమూ కౌంటెస్ నార్ట్‌స్టన్‌కి లేకపోయింది.

లేవిన్ సంభాషణలో జోక్యం చేసుకోవాలని అనుకున్నాడు. గాని కలుగజేసుకోలేక పోయాడు. "వెళ్ళిపోతా, వెళ్ళిపోతా" అనుకుంటూనే వున్నాడు. కాని వెళ్ళలేదు. ఏదో

జరుగుతుందని యెదురు చూస్తున్నట్టుగా వున్నాడు.

సంభాషణ మంత్ర తంత్రాలమీదికీ, ఎగిరే మేజాలమీదకీ మళ్ళింది. కౌంటెస్ నార్ట్‌స్టన్ మంత్ర తంత్రాలమీద విశ్వాసం వుంది. తను చూసిన అద్భుతాలనన్నిట్నీ వర్ణించడం మొదలుపెట్టింది.

"ఓ మీరు నన్ను తప్పకుండా అలాంటి వాళ్ళ దగ్గరికి తీసికెళ్ళాలి కౌంటెస్. మీకు పుణ్యం వుంటుంది, తప్పకుండా. యిలాంటి అద్భుతాల్ని నేను యెన్నడూ చూసి యెరుగను. అవి కనిపిస్తాయేమోనని చాలాచోట్ల వెతికాను గాని" అన్నాడు చిరునవ్వు నవ్వుతూ వ్రాన్‌స్కీ.

"తప్పకుండా, మళ్ళీ శనివారం" అంది కౌంటెస్. "మీరు, లేవిన్‌గారూ మీకు అలాంటి వాటిల్లో నమ్మకం వుందా?" అని లేవిన్‌ని అడిగింది.

"నన్నెందుకు అడుగుతారు? నేనేం జవాబు చెప్పబోయేదీ మీకు తెలుసు."

"కాని మీ అభిప్రాయం తెలుసుకోవాలని వుంది నాకు."

"నా అభిప్రాయంలో ఎగిరే మేజాలు యేం తెలియజేస్తాయీ అంటే విద్యావంతుల మనుకుంటూ వుండే మనుషులకీ రైతులకీ తేడా యేమీ లేదని. వాళ్ళు దిష్టీ దిరుగుండాల్నీ తాయెత్తులనీ నమ్ముతారు. మనం..."

"అంటే మీకు నమ్మకం లేదనే కదా?"

"వాటిని నేను నమ్మను, కౌంటెస్ నార్ట్‌స్టన్."

"నా కళ్ళతో నేను చూశానని చెప్పినా నమ్మరా?"

"ఇంట్లో దెయ్యాన్ని తమ కళ్ళతో చూశామని పల్లెటూరి ఆడవాళ్ళు అంటారు."

ఆమె వ్యాకులంగా నవ్వింది.

"అబ్బెబ్బె, లేదు, కౌంటెస్. తను వాటిని నమ్మలేననే లేవిన్‌గారు అంటున్నదల్లా" అని కిట్టీ లేవిన్ తరుపున మాట్లాడి సిగ్గుపడుతూ అంది. అతనికి అది అర్థమైంది. దానివల్ల అతని పరిస్థితి యింకా దిగజారింది. దిమ్మతిరిగే జవాబు యిచ్చివుండేవాడే. కాని ఘోరంగా పరిణమించబోయే ఆ సంభాషణని వ్రాన్‌స్కీ తనకి మామూలుగా వుండే నిశ్చల, ఉల్లాస భరిత మందహాసంతో ఒడ్డుకి లాగేడు.

"పోనీ అలాంటివి వుండే అవకాశం కూడా లేదంటారా? ఎందుకుండకూడదు? విద్యుచ్ఛక్తి వుందని ఒప్పుకుంటున్నా, దాన్ని యెవరూ చూడకపోయినా, ఏమో అజ్ఞాతంగా వున్న ఒక శక్తి వుండవచ్చునీ, అది..." అన్నాడు.

"విద్యుచ్ఛక్తిని కనిపెట్టినప్పుడు" అంటూ లేవిన్ అడ్డం వెళ్ళేడు, "ఒక ప్రకృతి వ్యాపారాన్ని గుర్తించారంతే. అది యెక్కడినుంచి వచ్చిందో యేం చేస్తుందో యెవరికీ తెలియదు. ఈ శక్తిని యెలా వినియోగించుకోవాలో తెలుసుకోవడానికి ముందు ఎన్నో యుగాలు గడిచి పోయాయి. దీనికి విరుద్ధంగా మేఘాలు మాటలు రాస్తాయనీ, దెయ్యాలు కనిపిస్తాయనీ మంత్ర తంత్రాలని నమ్మేవాళ్ళు మొదలుపెడతారు. అప్పుడు మాత్రమే యేదో అజ్ఞాతశక్తిని గురించి మాట్లాడతారు."

ఎప్పటిలాగానే వ్రాన్‌స్కీ శ్రద్ధగా విన్నాడు. ఆ చెప్తూ వున్న విషయం పట్ల ఆసక్తి చూపిస్తూ విన్నాను.

"కాని ప్రస్తుతం మనకి యీ శక్తి యేమిటైందీ తెలీదు. కాని అది వుంది అని, వీటి ద్వారా వెల్లడవుతోంది అని మంత్రతంత్రాలని నమ్మేవాళ్ళు అంటారు. వాటి గుణాలు యేమిటో శాస్త్రజ్ఞుల్ని కనిపెట్టనివ్వండి. కొత్త శక్తి ఒకటి ఎందుకు వుండకూడదో నాకు అర్థం కాదు, యీ..."

"ఎందుకంటే" అంటూ లేవిన్ అడ్డం వెళ్ళేడు. "విద్యుచ్ఛక్తికి సంబంధించి చూడండి. వూలుతో రైజిన్‌ని రుద్దిన ప్రతిసారీ అదే ఫలితం వస్తుంది. యీ మంత్ర తంత్రాల విషయంలో యెప్పుడూ ఒకే ఫలితం రాదు. అంటే అది ప్రకృతి వ్యాపారం కాదన్నమాట" అన్నాడు.

చర్చ గంభీరంగా డ్రాయింగ్‌రూమ్ వాతావరణానికి నప్పకుండా అయిపోతోందని బహుశా గ్రహించాడేమో మరి, వ్రాన్‌స్కీ యిక ఆ విషయాన్ని ముందుకు తొయ్యలేదు. ఖుషీగా చిరునవ్వు నవ్వుతూ విషయాన్ని మార్చడానికి ఆడవాళ్ళకేసి తిరిగాడు.

"రండి, దీన్ని పరీక్షకు పెడదాం కౌంటెస్" అని మొదలెట్టేడు. కాని లేవిన్ తను చెప్పదల్చుకున్న దాన్నంతటినీ చెప్పాలనే అనుకున్నాడు.

"తమ అద్భుతాల్ని యేదో కొత్త, అజ్ఞాతశక్తికి మంత్రగాళ్ళు అంటగట్టడమే వాళ్ళకి వున్న పెద్ద లొసుగు అని నాకనిపిస్తుంది. ఏదో అతీతశక్తిని గురించి బహిరంగంగా మాట్లాడతారు, కాని దాన్ని భౌతిక పరీక్షలకి పెట్టచూస్తారు" అని చెప్పేడు లేవిన్.

ఎప్పుడు ముగిస్తాడా అని ప్రతివాళ్ళూ విసుగ్గా చూసేరు. దాన్ని అతను గ్రహించేడు.

"మంత్రశక్తుల్ని ఆవాహన చెయ్యడం మీద్వారా జరిపించవచ్చని నాకనిపిస్తోంది. మీ స్వభావంలో మహోత్సాహ పూరితమైంది యేదో వుంది" అంది కౌంటెస్.

జవాబు చెప్దామా అని లేవిన్ నోరు తెరిచాడు. కాని యెందుకు లెమ్మని వూరుకున్నాడు. అతని ముఖం సిగ్గుతో యెర్రబడింది.

"రండి కౌంటెస్, యీ బల్లల్ని పరీక్షకు పెడదాం" అన్నాడు వ్రాన్‌స్కీ."కానివ్వమంటారా ప్రిన్సెస్?" అని అడిగేడు.

ఆ మాట అని లేచి అనువుగా వుండే బల్లకోసం వెతికాడు.

కిట్టీ తను కూర్చున్న బల్ల దగ్గర్నుంచి లేచింది. లేవిన్ దాటి వెడుతూ వుంటే ఒకళ్ళ నొకళ్ళు చూసుకున్నారు. ఆమె మనస్ఫూర్తిగా అతనిపట్ల జాలిపడింది. ముఖ్యంగా తనే అతని దీనావస్థకి కారణమైనందుకు. "నన్ను మీరు క్షమించగలిగితే క్షమించండి" అన్నట్లు వుంది ఆమె చూపు. "నేను యెంతో ఆనందంగా వున్నాను" అన్నట్టు వుంది.

"నాకు అందరిపట్లా అసహ్యం కలుగుతోంది; మీపట్లా, నాపట్లా కూడ" అని అతని చూపు జవాబు చెప్పింది. అతను టోపీని అందుకున్నాడు. కాని వెళ్ళిపోయే అదృష్టం అతనికి లేకపోయింది. సరిగ్గా వాళ్ళు బల్ల దగ్గర కూర్చోబోయే సమయానికి, లేవిన్ వెళ్ళిపోవడానికి తయారయే వేళకి పెద్ద ప్రిన్స్ వచ్చేడు. ఆడవాళ్ళని పలకరించాక లేవిన్ కేసి తిరిగాడు.

"హేయ్!" అన్నాడు సంతోషంగా, "ఎప్పుడొచ్చేవు? నువ్వు యిక్కడున్నట్టు నాకు తెలియనే తెలియదు. మిమ్మల్ని చూడ్డం చాలా సంతోషంగా వుంది."

పెద్ద ప్రిన్స్ లేవిన్‌ని కాసేపు "నువ్వు" అనీ, కాసేపు "మీరు" అనీ సంబోధించేడు. ఆయన అతన్ని కౌగిలించుకున్నాడు. అతనితో మాట్లాడ్డంలో మునిగిపోయి వ్రాన్‌స్కీని గురించి పట్టించుకోనే లేదు. వ్రాన్‌స్కీ లేచి నుంచున్నాడు. ఆయన తనని పలకరిస్తాడని ఓపిగ్గా యెదురు చూసేడు.

అంతకుముందే తమ మధ్య జరిగిన ఆ విషయం తర్వాత తండ్రి లేవిన్‌పట్ల అంత ఆదరం కనబర్చడం అతనికి బాధగా వుంటుందని కిట్టీ గ్రహించింది. వ్రాన్‌స్కీ మర్యాదగా తండ్రికి వందనం చేస్తే, దాన్ని ఆయన ముభావంగా స్వీకరించడం కూడా కిట్టీ గమనించింది. వ్రాన్‌స్కీ తండ్రికేసి యిదేమిటి ముభావం అన్నట్టు చూడ్డమూ గమనించింది. తనపట్ల యెవళ్ళేనా, యే కారణం వల్లనైనా, యెందుకు విముఖంగా వుంటారా అని అర్థం చేసుకో ప్రయత్నించి అర్థం అవక వ్రాన్‌స్కీ తండ్రికేసి చూస్తూ వుండిపోయినట్టూ గమనించింది. కిట్టీకి చెక్కిళ్ళు సిగ్గుతో యెర్రబడ్డాయి.

"ప్రిన్స్, లేవిన్‌గారిని మా దగ్గరకు రానివ్వండి. మేము ఓ ప్రయోగం చెయ్యబోతున్నాం" అంది కౌంటెస్.

"ఎటువంటి ప్రయోగం? ఎగిరే మేజాలు? ఊఁ సోదరసోదరీమణులారా క్షమించండి నన్ను. ఉంగరం యెవరికి దొరికింది అనేది యింకా సరదాగా వుండే ఆట" అన్నాడాయన. వ్రాన్‌స్కీకేసి చూశాడు. అతనే దీన్ని రేపెట్టి వుంటాడని వూహించి. "ఉంగరం యెవరికి దొరికింది అనే ఆటకి కనీసం తలా తోకా అయినా వుంటుంది" అన్నాడు.

వ్రాన్‌స్కీ ఆశ్చర్యపోతూ తదేకంగా ఆయనకేసే చూశాడు. తర్వాత పేలవంగా చిరునవ్వు నవ్వుతూ. ఆ తర్వాతి వారంలో జరగబోయే గొప్ప బాల్‌డాన్స్ గురించి కౌంటెస్ నార్ట్‌స్టన్‌తో మాట్లాడడం మొదలుపెట్టాడు.

"మీరు వస్తారు కదూ?" అని కిట్టీని అడిగాడు.

పెద్ద ప్రిన్స్ పక్కకి తిరగ్గానే లేవిన్ ఉలుకూ పలుకూ లేకుండా జారిపోయాడు. బాల్ డాన్స్ గురించి వ్రాన్‌స్కీ అడిగిన దానికి సంతోషంతో ముఖం మెరుస్తూవుంటే కిట్టీ జవాబు చెప్పడమే ఆ సాయంత్రం అతని హృదయం మీద పడిన ఆఖరి ముద్ర.

15

అతిథులంతా వెళ్ళిపోయిన తరువాత ఆ సాయంత్రం కిట్టీ తనకీ లేవిన్‌కీ జరిగిన సంభాషణ అంతా తల్లికి చెప్పింది. అతనిపట్ల జాలిపడ్డా, అతను తనని పెళ్ళి చేసుకుంటానన్న ప్రస్తావన చేసినందుకు సంతోషం కలిగింది. తను యేం చెయ్యాలో అదే చేసింది. అందులో పిసరు సందేహం లేదు. అయినా గానీ చాలాసేపటికిదాకా నిద్రపోలేకపోయింది. ఒకటే రూపం ఆమెకి వ్యథ కలిగిస్తూ వుంది. లేవిన్ ముఖం, ముకుళించుకున్న కనుబొమలు, ఆ కనుబొమల క్రింద నుంచి దిగులుగా, బాధగా చూసే సౌమ్య నేత్రాలు. అతను తండ్రి చెప్పేది

వింటూ, తననీ, వ్రాన్స్కీని గమనిస్తూ నుంచున్నప్పుడు అలా వున్నాడు. అతనిపట్ల ఆమెకి చాలా జాలి కలిగింది. కళ్ళల్లో నీళ్ళు తిరిగాయి. కాని ఆ మరుక్షణంలో ఆమె ఆలోచనలు లేవిన్‌కి బదులుగా తను యెంచుకున్న మనిషిమీదకి మళ్ళేయి. అతని రూపం స్పష్టంగా మనోనేత్రం ముందు ప్రత్యక్షమైంది. సాహసభరితంగా, స్థిరంగా వున్న ముఖం, ఆ ముఖంలో ద్యోతకమయే ప్రశాంతత, ఆ ముఖ కవళికలలో సర్వులపట్లా ఉద్భూతమయే సౌజన్యం స్మృతిలోకి వచ్చాయి. తను ప్రేమించిన వాడి ప్రేమ తనకి లభించిందని గుర్తువచ్చింది. తనే అతన్ని ప్రేమిస్తోంది. మళ్ళీ ఆమె మనసు ఆనందంలో పులకించింది. మందహాసం చేస్తూ తలగడలో తల దూర్చేసుకుంది. 'అది విచారకరమైందే, చాలా విచారకరమైందే. కాని నేనేం చెయ్యగలను? నా దోషం యేమీ లేదు' అని తనలో తనే అనుకుంది. కాని ఆమె అంతరాత్మ పూర్తిగా భిన్నంగా వుండే మరో దాన్ని చెప్పింది. లేవిన్‌కి తను ప్రోత్సాహం కలిగించిన దానికి పశ్చాత్తాపపడిందో, అతన్ని తిరస్కరించినందుకు పశ్చాత్తాపపడిందో ఆమెకి తెలియలేదు. కాని సందేహాలవల్ల ఆమె ఆనందం భగ్నం అయింది. 'హే భగవంతుడా! కరుణించు, కరుణించు' అని నిద్రపట్టేదాకా అనుకుంటూనే వుంది.

ఈలోపున కింద తండ్రి చదువుకునే గదిలో తల్లీ తండ్రీ తమ ముద్దుల కూతురు గురించి దెబ్బలాడుకుంటున్నారు.

"ఏం చేశారా? యిది చేశారు" అంటూ చేతులు బారచాపుతూ అరిచేడు ప్రిన్స్, అలా చేతులు కదిలించడంతో ఆయన నైట్‌గౌన్ అంచులు తెరుచుకున్నాయి. ఆయన వాటిని ముడుచుకున్నాడు. ఉడత చారల్లాంటి చారలున్న నైట్‌గౌన్ అది. "మీకు ఆత్మాభిమానం లేదు, గౌరవం లేదు. ఈ దరిద్రపు గొట్టు పెళ్ళి సంబంధాలతో నీ కూతుర్ని అవమానం పాలు చేస్తున్నావు" అన్నాడు.

"ఓరి భగవంతుడా, నేనేం చేశాను?"అంది ఆవిడకి దాదాపు కళ్ళనీళ్ళ పర్యంతం అయింది.

కూతురితో మాట్లాడినతరువాత ఆవిడకి సంతోషంగా, తృప్తిగా వుండి. భర్తకి యధాప్రకారం గుడ్‌నైట్ చెబుదామని వచ్చింది. లేవిన్ చేసిన ప్రస్తావన గాని, కిట్టీ కాదనడం గాని ఆయనకి చెప్పే ఉద్దేశం ఆవిడకి లేదు. వ్రాన్స్కీతో వ్యవహారం ఒక కొలిక్కి వస్తోన్నట్టూ, అతని తల్లి రాగానే తేలిపోయేటట్టూ తనకి అనిపిస్తున్నట్టూ సూచన చేసింది. ఆవిడ యీ మాటలు అందో లేదో ఆయన కోపంతో రేగిపోయాడు. గొంతు చించుకోవడం మొదలెట్టాడు.

"తమరు యేం చేశారా? ఇదీ తమరు చేసింది. నీ కూతురికి వరుడికోసం బహిరంగంగా ఆరాటపడుతున్నావు. త్వరలోనే మాస్కో అంతా యీ విషయం గురించే చెవులు కొరుక్కుంటుంది. అందుకు తగ్గ హేతువు వుంది. ఇలా సాయంత్రాలప్పుడు సమావేశాలేర్పాటు చేసేటట్టుంటే అందర్నీ పిలు. ఇలా వరుల్ని మాత్రమే కాదు. షోకిల్లా పడుచు కుర్రకారు అందర్నీ పిలు." (మాస్కో యువకులకి ఆయన పెట్టిన పేరు అదీ) "పియానో వాయిద్యగాణ్ణి పిలిపించు. కుయ్ కుయ్ వాయించమను. ఇవాళ కాకుండా వొట్టి వరుల్నీ సంబంధం కుదిరే వాళ్ళని మాత్రమే కాదు! నాకు వెలపరంగా వుంది. చూడ్డానికే వెలపరం! నీక్కావల్సింది వచ్చింది. పాపం వెర్రిపిల్ల, దాని తల తిరిగిపోతుంది. లేవిన్ వందరెట్లు మెరుగు. యీ పీటర్స్‌బర్గ్ షోకిలా రాయుడూ వున్నాడు! యిలాంటి సజ్జు అంతా ఒకటే మూసపోత! అంతా

ఒకటే నమూనా పనికిరాని వాళ్ళు. జార్ కుటుంబం రక్తం తనలో వుందంటే అనసీ, నా బిడ్డకి ఆ అవసరం లేదు."

"అయినా నేనేం చేశానని?"

"ఇదే చేశావ్..." అంటూ ఆయన గొంతు చించుకున్నాడు.

"ఒకటి మాత్రం నిజం. నేను గనుక నీ మాటలు వింటే మన అమ్మాయికి పెళ్ళంటూ ఒకటి చెయ్యగలమా? అదే అయితే మనం పల్లెటూరుకి వెళ్ళి వుండడం మెరుగు" అంటూ ప్రిన్స్ మాటలకి అడ్డం వచ్చిందావిడ.

"అదే మెరుగు."

"కాస్త ఆగు. నేను యెవళ్ళ వెనక్కాలేనా పడ్డానా? నేనేమీ అలా చెయ్యలేదు. పడుచతను, చక్కని పడుచతను. తను ప్రేమించాడు. నేననుకోవడం మన అమ్మాయి కూడా..."

"అనుకుంటావు నువ్వు! అమ్మాయి ప్రేమించిందేననుకో, నిజానికి అతను పెళ్ళి చేసుకోవాలనుకున్నాడా? నేను పెళ్ళాడాలని అనుకున్నట్టుగానే! అలా అయితే? అబ్బ అతన్ని చూడకుండా వుంటే బాగుండేది! ఆహా, మంత్రతంత్రాలు, ఆహా నీస్! ఆహా విందు నాట్యాలకి వెళ్ళడం!" ఆయన యిలా అంటూ మాట మాటకీ వంగి వందనం చేస్తున్నట్టు భార్యని అనుకరించేడు. "కిట్టీ బతుకు దుర్భరం చేస్తాం మనం, దాని మనస్సుకి నిజానికి యిది వస్తుంది..."

"అలాంటి వాటి గురించి యెందుకనుకోవాలి?"

"నేననుకోవడం కాదు. నాకు తెలుసు. ఇలాంటి విషయాల్ని మగాళ్ళే చూడగలరు, ఆడాళ్ళు కాదు. సిసలైన ఉద్దేశాలతో ఉన్న మనిషిని నేను కనిపెట్టగలను. లేవిన్ అలాంటి వాడు. నీ కులాసా రాయుళ్ళనీ, రంగేలీ గాళ్ళని కూడా చూడగలను, వాళ్ళకి కావలసింది పరదాలు."

"యెక్కడెక్కడ లేని వూహలు తడతాయి నీకు."

"చేతులు కాలి ఆకులు పట్టుకొనేటప్పుడు నా మాటలు నీకు గుర్తొస్తాయి. దాలీ విషయంలో లాగ."

"అబ్బ చాలు చాలు. ఆ విషయం యిక మాట్లాడుకోవద్దు" అందావిడ హడావుడిగా దురదృష్టవంతురాలైన దాలీ పేరు చెప్పగానే భర్తని వారించింది.

"మంచిది, వెళ్ళి పడుకో."

ఇద్దరూ ఒకళ్ళమీద ఒకళ్ళు శిలువ గుర్తు గీసుకున్నారు. ముద్దు పెట్టుకున్నారు. పడుకోవడానికి వెళ్ళిపోయారు. ఎవళ్ళ ఆలోచనల్లో వాళ్ళు వున్నారు.

ఆ రోజు సాయంత్రం కిట్టీ అదృష్టం తేలిపోయిందనీ, వ్రాన్స్కీ ఉద్దేశం విషయంలో అనుమానమే లేదనీ మొదట ఆవిడకి గట్టిగా నమ్మకం కుదిరింది. కాని మొగుడి మాటలు విన్నాక బేజారైపోయింది. భవిష్యత్తు యెలా వుంటుందో యేమీ తెలియక భయపడి పోయి తన గదికి వెళ్ళింది కిట్టీ లాగానే "భగవంతుడా కరుణించు, కరుణించు" అనుకుంటూ వుండిపోయింది.

16

నిజమైన కుటుంబం జీవితం అనేదాన్ని వ్రాన్‌స్కీ యెన్నడూ యెరుగడు. అతని తల్లి తన రోజులల్లో నాగరిక సమాజంలో ధగధగ మెరిసిపోయేటట్టు గడిపింది. తను భర్తతో కాపురం చేసిన రోజుల్లోనూ, ముఖ్యంగా ఆ తర్వాత అనేక శృంగార కార్యకలాపాలు చాలా వున్నాయి. ఉన్నత సమాజంలో ప్రతివాళ్ళకీ అవి తెలుసు. అతనికి తండ్రిసరిగా గుర్తేలేదు. అతని చదువు పేజ్‌కోర్*లో సాగింది.

ప్రతిభా విశేషాలు గల యువ మిలిటరీ ఆఫీసరుగా చదువు పూర్తిచేసి పీటర్స్‌బర్గ్ సంపన్న సైనిక అధికార్ల జీవితసరళిలో పడ్డాడు. అతను నాగరిక సమాజంలో తడవ తడవకీ వెళ్ళినా అతని శృంగార చేష్టలన్నీ ఆ సమాజం బయటే సాగాయి.

పీటర్స్‌బర్గ్‌లో భోగభాగ్యాలుతో పైలా పచ్చీసుగా బతికేడు. ఆ తర్వాత మాస్కో వచ్చేడు. మాస్కోలో మొదటిసారిగా తనని ప్రేమించి, తన సాంఘిక హోదాకి చెంది ప్రేమాస్పదంగా, అమాయకంగా వుండే అమ్మాయికి సన్నిహితమయే సంతోషానుభవాన్ని పొందేడు. కిట్టీకి తనకి తన సంబంధాలలో తప్పుపట్టుకోదగ్గది యేదన్నా వుంటుందేమోననే విషయం అతనికి యెన్నడూ తట్టలేదు. బాల్‌డాన్సులప్పుడు ఆమెతో కలిసి నాట్యం చేసేవాడు. వాళ్ళింటికి వెళ్ళేవాడు. మామూలుగా ఆ సమాజంలో చెప్పుకొనే నానా రకాల చెత్త విషయాలూ ఆమెతో చెప్పేవాడు. కాని తనకి తెలియకుండానే యే రీతిలో చెప్పేవాడంటే ఆమె వాటికి ప్రత్యేక ప్రాముఖ్యాన్ని యిచ్చేది. నలుగురి ముందు చెప్పకూడని విషయాలని వేటినీ అతను ఆమెకి చెప్పకపోయినా ఆమె రాను రాను తనకి దగ్గరవుతోందనే అతనికి అనిపించింది. అలా అని యెంత గాఢంగా అతనికి అనిపిస్తే అంతలా అతనికి సంతోషానుభూతి అధికం అయేది. అంతలా కిట్టీపట్ల అనుభూతి కోమలత్వం పెరిగేది. కిట్టీపట్ల తన ప్రవర్తనకి ఒక ప్రత్యేకమైన పేరు వున్నదనీ, పెళ్ళి చేసుకొనే ఉద్దేశం లేకుండానే ఒక పడుచుపిల్ల ప్రేమకోసం తను ఆమె వెంటబడుతున్నాడనీ, అలాంటిది తనలాంటి గొప్పింటి పడుచువాళ్ళు మామూలుగా చేసే చెడ్డ పనుల్లో ఒకటని అతనికి తెలియదు. ఈ ప్రత్యేక సుఖాన్ని కనిపెట్టిన మొదటి వాడు తనేనని అతను భావించుకున్నాడు. తను కనిపెట్టిన దాంతో ఆనంద పులకాంకి తుడయేడు.

ఆ రాత్రి ఆమె తల్లిదండ్రుల మధ్య జరిగిన గొడవ అతను విని వుంటే, ఈ కుటుంబం దృష్టి నుంచి అతను విషయాల్ని చూడగలిగి వుంటే, తను గనుక పెళ్ళాడకపోతే కిట్టీకి చాలా దుఃఖం కలుగుతుందని అతనికి తెలిసి వుంటే అతను ఆశ్చర్యపోయి వుండేవాడు. నిజానికి నమ్మి ఉండేవాడు కాదు. అలాంటి ఘనమైన, సొద్దులేని సంతోషాన్ని తనకి, తనకంటే యెక్కువగా ఆమెకి సమకూర్చిన ఆ సంబంధంలో తప్పు పట్టుకోదగ్గది వుంటుంది అనే విషయాన్ని అతను నమ్మలేదు. తను ఆమెని పెళ్ళాడవలసి వుందనే విషయాన్ని అలాగే నమ్మలేదు.

పెళ్ళి చేసుకోవాలనే విషయమే అసలు అతని బుర్రకి తట్టలేదు. కుటుంబ జీవితం అంటే అతనికి యిష్టం లేకపోవడమే కాదు, తను కలిసి మెలిసి తిరిగే బ్రహ్మచారి ముఠా దృష్టినుంచి చూస్తే కుటుంబమన్నా ముఖ్యంగా భర్త అన్నా ద్వేషపూరితమైంది, నప్పనిదీ అన్నిటినీ

మించి పరిహాసాస్పదమైందీ యేదో వుందనిపించింది. ఆమె తల్లితండ్రులేమనుకుంటున్నదీ అతని వూహకి తట్టలేదు. కాని ఆ సాయంత్రం వాళ్ళ యింటి దగ్గరనుంచి వచ్చేసినప్పుడు తనకీ కిట్టీకీ మధ్య వున్న నిగూఢ ఆత్మిక బంధం యీ సాయంత్రం దృఢం అయిందనీ, యెంత దృఢం అంటే దానికి సంబంధించి యేదో వొకటి చెయ్యాలనీ అతనికి అనిపించింది. ఏం చెయ్యాలో, ఏం చెయ్యాల్సి వుందో దాన్ని గురించి అతను అనుకోను కూడా అనుకోలేకపోయాడు.

"దీని అందం యేమిటంటే' అనుకున్నాడతను వాళ్ళ యింటినుండి తిరిగి వెళ్ళిపోతూ. ఎప్పటిలాగా నిర్మల, నూతన, సౌఖ్య భావన అతనికి కలిగింది. ఆ భావన ఆ సాయంత్రమంతా ఒక్క సిగరెట్టు కూడా కాల్చకపోవడం వల్లా వచ్చి వుండొచ్చు. కిట్టీ తనపట్ల చూపించిన ప్రేమతో తను కొత్త రీతిలో స్పందించిన దానివల్లా వచ్చి వుండొచ్చు. 'దీని అందం యేమంటే నేను గాని ఆమె గాని ఒక్కమాటా మాట్లాడుకోలేదు. అయినా కళ్ళు మాట్లాడే భాషనీ, స్వరాన్నీ యెంత స్పష్టంగా అర్థం చేసుకున్నా, యెప్పటికంటే తేటతెల్లంగా ఆమె నాకు చెప్పింది తను నన్ను ప్రేమిస్తున్నట్టు. ఎంత మధురంగా, సరళంగా అన్నిటినీ మించి నేనంటే యెంత విశ్వాసంగా వుంది! నాకుగా నేను యిదివరకటి కంటే మెరుగ్గా వున్నట్టూ, నిర్మలంగా వున్నట్టూ నాకనిపిస్తోంది. నాకు హృదయం వున్నట్టు నాకనిపిస్తోంది, బోలెడు మంచితనం వుంది. ఓ ప్రేమపూరితమైన, ప్రేమాస్పదమైన ఆ నేత్రాలు! ఆమె అంది "ఓ, చాలా..."

"ఊఁ అయితే? ఏముంది? ఏమీ లేదు. నేను ఆనందంగా వున్నాను. ఆమె కూడా ఆనందంగా వుంది" యిక ఆ తర్వాత వున్న వ్యవధి యెలా గడపాలా అని అతను తర్కించుకున్నాడు.

తను యెక్కడెక్కడికి ఆ వేళప్పుడు వెళ్ళడానికి అవకాశం వుందో ఆ చోటుల గురించి ఆలోచించాడు. 'క్లబ్బుకా? బెజిక్ ఆటలో ఓ చెయ్యి కలపచ్చు. ఇగ్నొతొవ్‌తో కలిసి ఓ సీసా షాంపేన్ తాగచ్చు. ఉహుఁ వద్దు, అక్కడికి వెళ్ళను. Chateau des flesurs* కి వెడితే? అక్కడ అబ్లాన్‌స్కీ తగులుతారు. ఫ్రెంచి పాటలు, cancan నాట్యం. ఉఫ్. మొహం మొత్తింది. ష్చేర్‌బాత్‌స్కీలంటే యిష్టం, యెందుకు అంటే అక్కడ మంచివాడుగా వుంటాననిపిస్తుంది. ఎందుకొచ్చింది, యింటికి పోతా" అనుకున్నాడు. నేరుగా దూస్సో హోటల్‌కి వెళ్ళిపోయాడు. భోజనం తన గదికే పురమాయించాడు. తర్వాత బట్టలు మార్చుకున్నాడు. తలగడమీద తల ఆన్చాడో లేదో యథాప్రకారం గాఢంగా ఆదమరిచి నిద్రపోయాడు.

17

మర్నాడు ఉదయం పదకొండు గంటలకి వ్రాన్‌స్కీ పీటర్స్‌బర్గ్ రైల్వేస్టేషన్‌కి వెళ్ళాడు. వాళ్ళమ్మ వస్తోంది. పెద్ద మెట్లమీద అతనికి తగిలిన మొదటి వ్యక్తి అబ్లాన్‌స్కీ అదే రైల్లో తన అక్కగారు వస్తోందని అతనూ స్టేషన్‌కి వచ్చేడు.

"అరె! హుజూర్! నువ్వు ఎవరికోసం వచ్చావు?" అని అబ్లాన్‌స్కీ సంతోషంగా అరుస్తూ అన్నాడు.

"మా అమ్మకోసం" అన్నాడు వ్రాన్‌స్కీ. అబ్లాన్‌స్కీని కలుసుకున్నప్పుడు అందరూ చిరునవ్వు నవ్వినట్టుగానే అతనూ చిరునవ్వు నవ్వేడు. అతనితో షేక్‌హేండ్ చేశారు. ఇద్దరూ కలిసి మెట్లు యెక్కారు. "ఆవిడ పీటర్స్‌బర్గ్ నుంచి వస్తోంది" అన్నాడు.

"నువ్వొస్తావని తెల్లవారికట్ల రెండింటిదాకా చూశాను. ష్చేర్‌బాత్‌స్కీల యింటి దగ్గర్నుంచి యెక్కడికి వెళ్లావు?"

"ఇంటికి. నిన్న సాయంత్రం ష్చేర్‌బాత్‌స్కీల యింటి దగ్గర మనస్సుకి చాలా సంతోషం కలిగింది. ఇక ఆ తరువాత యెక్కడికీ వెళ్ళ బుద్ధి పుట్టలేదు" అన్నాడు వ్రాన్‌స్కీ.

"ఆకాశంలో యెగిరే యెత్తుని బట్టి దేనిని గుర్తుపడతాన్నేను, కళ్ళల్లో వెలిగే ప్రేమదీధితులని బట్టి ప్రేమికుణ్ణి గుర్తుపడతా" అంటూ అంతకు ముందు లేవిన్ దగ్గర చదివినట్టుగా చదివేడు అబ్లాన్‌స్కీ.

అందులో వున్న ధ్వనిని తను ఖండించడం లేదని ద్యోతకమయేటట్టుగా వ్రాన్‌స్కీ చిరునవ్వు నవ్వేడు. కాని మాట మార్చేడు.

"ఎవరికోసం వచ్చావు?" అని అడిగాడు.

"నేనా? ఒక సొగసైన సుందరి కోసం" అన్నాడు అబ్లాన్‌స్కీ.

"వాహ్వా!"

"Honni soit qui mal y pense![1] మా అక్క అన్నా కెరనినా కోసం."

"ఆఁ! కెరనిన్ గారి భార్య?" అని వ్రాన్‌స్కీ అడిగాడు.

"నువ్వెరుగుదువు కదూ ఆమెని?"

"అనుకుంటా. వుహూ, లేదు... యేమో మరి, గుర్తులేదు" అన్నాడు వ్రాన్‌స్కీ పరధ్యానంగా. కరేనినా అనే పేరు వినగానే సందిగ్ధంగా ఏదో బిగుసుకు పోయినట్టూ, విసుగు కలిగించేటట్టూ అనిపించింది.

"మా బావ అలెక్సేయ్ అలెగ్జాండ్రొవిచ్ కెరనిన్ నువ్వు యెరిగే వుంటావు. ఆయన జగమెరిగిన వ్యక్తి"

"ఆయన పేరు విన్నాలే, ముఖ పరిచయం వుంది. ఆయన బుద్ధికుశలుడనీ, విద్వత్తు వున్నవాడనీ, నిష్ఠాపరుడనీ తెలుసు. కాని నీకు తెలుసు కదా. అవి నాలో లేవు... not in my life[2]" అన్నాడు వ్రాన్‌స్కీ.

"కాని ఆయన అఖండుడు. కొంచెం చాదస్తుడనుకో కాని ఒకటో రకం మనిషి" అన్నాడు అబ్లాన్‌స్కీ.

"ఒకటో రకం మనిషైతే మంచిదేలే" అన్నాడు వ్రాన్‌స్కీ చిరునవ్వు నవ్వుతూ. "హోయ్, నువ్వొచ్చేశావ్!" అన్నాడు ఒక పొడుగాటి ముసలి మనిషికేసి చూసి. అతను వాళ్ళమ్మగారి నౌకరు. గుమ్మం దగ్గర నుంచున్నాడు. "ఇలారా" అని పిలిచాడు అతన్ని.

1. దీన్ని తప్పుగా అర్థం చేసుకుంటే సిగ్గుపడాలి (ఫ్రెంచి)

2. మనకి సరిపడేవి కాదు (ఇంగ్లీషు)

అబ్లాన్‌స్కీని కలుసుకున్నప్పుడు అందరికీ కలిగే లాంటి హాయి వ్రాన్‌స్కీకి కలిగింది. అంతేకాదు అబ్లాన్‌స్కీ కిట్టీకి బావ అవడం వల్ల యిప్పుడు ప్రత్యేకం తను అతనికి చేరువైనట్టు అనిపించింది.

"వూఁ అయితే ఆ ముద్దుల గుమ్మకి ఆదివారం విందు యేర్పాటు చేస్తున్నామా?" అని అబ్లాన్‌స్కీ చేతిని తన చేతిలోకి తీసుకొని చిరునవ్వు నవ్వుతూ అడిగాడు.

"ఖాయంగా! నేను చందాలు వసూలు చేస్తున్నాను. సరేగాని నిన్న సాయంత్రం మా స్నేహితుడు లేవిన్‌ని చూశావా?" అని అబ్లాన్‌స్కీ అడిగాడు.

"చూశాను. కాని యెందుకో పెందరాళే వెళ్ళిపోయాడు."

"భలేవాడ్లే. నీకెలా అనిపించింది?" అన్నాడు అబ్లాన్‌స్కీ.

"ఏమో తెలీదు" అన్నాడు వ్రాన్‌స్కీ. "అవును గాని మాస్కో వాళ్ళంతా, అంటే అప్పుడు నేను మాట్లాడుతూ వున్న పెద్దమనిషి తప్ప నువ్వు తప్ప మిగిలినవాళ్ళు అనుకో" అంటూ వేళాకోళంగా మినహాయింపు పెట్టి "యింత కంచుపదునుగా యెందుకుంటారో!

ఎప్పుడూ చిరచిరలాడుతూ యిట్టే కోపం తెచ్చుకుంటూనే వుంటారేమిటో! తమతో పరాచికాలాడకూడదని నీకు హెచ్చరిక చేస్తున్నట్టు!" అన్నాడు.

"ఉన్నారు అలాంటివాళ్ళు నిజమే" అంటు సరదాగా నవ్వేడు అబ్లాన్‌స్కీ.

"రైలు వస్తోందా?" అని వ్రాన్‌స్కీ స్టేషన్ మనిషినొకణ్ణి అడిగాడు.

"పక్క స్టేషన్ వదిలిందండి" అని అతను చెప్పాడు.

రైలు వస్తోందనగానే హడావుడి యెక్కువైంది. పోర్టర్లు అటూ యిటూ పరిగెత్తేరు. జెండార్మీ వాళ్ళూ, రైల్వే ఉద్యోగులూ ప్రత్యక్షం అయేరు. రైల్లో వచ్చే మిత్రుల్నీ, బంధువుల్నీ కలుసుకుందుకు వచ్చిన వాళ్ళు వున్నారు. గొర్రెతోలు కోట్లూ, బొచ్చు బూట్లూ తొడుక్కున్న రైల్వే పనివాళ్ళు గజిబిజిగా అల్లుకుపోయిన రైలు పట్టాలు దాటుకుంటూ వెళ్ళడం చల్లని గాలిలో లేచే పొగమంచు ఛాయలో కనిపిస్తూ వుంది. దూరంనుంచి ఓ పెద్ద రైలింజను కూత వినిపించింది. పట్టాలమీద భారమైన రవాణాపెట్టెలు అటూ ఇటూ షంటింగ్ అవడం వినిపించింది.

"లేదు" అన్నాడు అబ్లాన్‌స్కీ. కిట్టీపట్ల లేవిన్‌కి వున్న ఉద్దేశం యేమిటో వ్రాన్‌స్కీతో చర్చించాలని అతనికి మహా ఉత్సాహంగా వుంది. "నువ్వు మా మిత్రుడు లేవిన్‌ని సరిగా అర్థం చేసుకోలేదు. అతను తత్తరపాటు మనిషి కావచ్చు. ఒకో అప్పుడు చిరాకు తెప్పిస్తాడు కూడా. కాని మామూలప్పుడు భేషైన మనిషి. నిప్పులాంటి నిజాయితీ వున్నవాడు. సత్యసంధుడు. మనస్సు బంగారం. కాని నిన్న సాయంత్రం వున్న పరిస్థితులు వేరు" అన్నాడు అబ్లాన్‌స్కీ. అవి భావగర్భితంగా మందహాసం చేశాడు. అతను నిన్న తన మిత్రుడి పట్ల చూపించిన నిజమైన సానుభూతి పూర్తిగా మర్చేపోయాడు. ఇప్పుడు అదే సానుభూతి వ్రాన్‌స్కీ పట్ల కలిగింది. "అవును ఒక కారణం వల్ల అతని ప్రత్యేకం సంతోషితుడో లేక దుఃఖితుడో అయివుంటాడు."

వ్రాన్‌స్కీ నడుస్తూ నడుస్తూ వున్నవాడు. ఆగి ఖచ్చితంగా అడిగేడు.

"ఏమిటది? అతడు నిన్న సాయంత్రం మీ Belle soeur[1] దగ్గర పెళ్ళి ప్రస్తావన చేశాడంటావా?"

"చేసి వుండచ్చు. నిన్న అలా చెయ్యబోతున్నాడనే అనుకున్నాను. అవును, అతను పెందరాళే వెళ్ళిపోయాడూ, చిరాగ్గా వున్నాడు అంటే అంతే అయి వుండాలి. అతనామెని చాలాకాలంగా ప్రేమిస్తున్నాడు. అతనంటే నాకు బాధగా వుంది" అన్నాడు అబ్లాన్‌స్కీ.

"ఓ అదన్నమాట సంగతి!... కాని యేమైనా తనకి యింతకంతే మంచి సంబంధం కుదురుతుందని ఆమె ఆశించవచ్చని నేననుకుంటున్నాను" అన్నాడు వ్రాన్‌స్కీ. మళ్ళీ ఛాతీ పొంగరించుకుని నడక సాగించేడు. "అయినా నాకతను తెలీదు" అని జత చేశాడు.

"ప్చ్, చాలా చిక్కు పరిస్థితే. అందుకనే చాలామంది మగాళ్ళు రంగేళిలాంటి వాళ్ళతో వుండడానికి యిష్టపడతారు. అక్కడ దెబ్బతిన్నామనుకో బాధలేదు నీ జేబు దండిగా లేదన్నమాట యిక్కడో? నీ గౌరవం, ఆత్మాభిమానం గంగపాలయిపోతాయి. అదుగో రైలు వచ్చేసింది" అన్నాడు.

రైలింజను దూరంనుంచి కూత వేసింది. కొన్ని క్షణాల తరువాత రైలింజను ధనధనమంటూ, పొగలు చిమ్ముతూ రాగానే ప్లాట్‌ఫాం అదిరింది. ఇంజను వదిలిన పొగ మేఘాలు మంచువల్ల దిగువకి ఒత్తుగా పోతున్నాయి. ఇంజను పిస్టన్ కడ్డీ మెల్లిగా లోపలికి పోతూ, బయటికి వస్తూ కదుల్తోంది. ఇంజను డ్రైవరు వెచ్చగా వుండే బట్టలు కప్పుకున్నాడు. అతనిమీద మంచు కమ్మింది. బిర్రుగా వున్నాడు. అతను లోపలినుంచి యివతలికి చూస్తూ అందరికీ సలాం చేస్తూ కిటికీని ఆనుకుని వున్నాడు. రైలు వేగం తగ్గే కొద్దీ ప్లాట్‌ఫాం యింకా యెక్కువగా అదిరింది. బొగ్గు వున్న పెట్టె, లోపలినుంచి కుక్కపిల్ల కుయ్యోమంటూ యివతలికి రాబోతూ వున్న లగేజ్ వాన్, ఆ తర్వాత ప్రయాణీకుల పెట్టెలూ వున్న రైలు కుదుపుకొని ఆగింది.

చురుకుగా వున్న కండక్టరు యీల వూదుతూ పెట్టె మీదనుంచి దిగేడు. అలసిపోయి చికాగ్గా వున్న ప్రయాణీకులు ఒకళ్ళ తరువాత ఒకళ్ళు దిగేరు. ఒకతను గార్డు దళంలో ఆఫీసరు. కఠినంగా అటూ యిటూ చూస్తూ నిబ్బరంగా, నిటారుగా వున్నాడు. ఓ చిన్న వ్యాపారస్థుడు కులాసాగా చిరునవ్వు నవ్వుతూ సంచీ పట్టుకు దిగేడు. ఓ రైతు భుజం మీద మూట యెత్తుకుని దిగేడు.

రైలుపెట్టెల్నీ ప్రయాణికుల్నీ చూస్తూ వ్రాన్‌స్కీ అబ్లాన్‌స్కీ పక్కనుంచున్నాడు. తల్లి గురించి అసలు మరిచేపోయాడు. కిట్టీ గురించి విన్న విషయం అతనికి ఉత్తేజం కలిగించింది. సంతోషం కలిగించింది. అతని ఛాతీ పొంగింది. కళ్ళు మెరిశాయి. తను ఒక విజేత అయినట్టు భావించుకున్నాడు.

"కౌంటెస్ వ్రాన్‌స్కీ వారు ఆ పెట్టెలో వున్నారు" అంటూ చురుకుగా వున్న కండక్టరు వ్రాన్‌స్కీ దగ్గరికి వస్తూ అన్నాడు.

---

1. మరదలు (ఫ్రెంచి)

కండక్టరు మాటలకి అతను మళ్ళీ యీ లోకంలోకి వచ్చాడు. తల్లి గురించి జ్ఞాపకం వచ్చింది. తను ఆవిడని కలుసుకోవటం కోసం వచ్చేడని గుర్తుకొచ్చింది. అంతరంగంలో అతనికి తల్లిపట్ల గౌరవం లేదు, ఆవిడపట్ల ప్రేమా లేదు. కాని అలా అని అంటే ఒప్పుకోడు. తన పెంపకం వల్లా, తను కలిసి మెలిసి తిరిగే బృందంలోని మర్యాదవల్లా ఆవిడ పట్ల వినయవిధేయతల్ని మాత్రం ప్రదర్శిస్తాడు. తల్లీ కొడుకుల మధ్య సంబంధాలు వేరే రకంగా వుంటాయనే వూహే అతనికి లేదు. మనస్సులో బాగా తక్కువ ప్రేమాభిమానాలు ఆవిడ పట్ల ఉన్నా, పైకి యెంతో వినయవిధేయతలు చూపిస్తాడు.

18

వ్రాన్‌స్కీ కండక్టరు వెనకాలే పెట్టెలోకి వెళ్ళాడు. ఎవరో ఒకావిడ ఇవతలకి వస్తోంది. ఆవిడకి దారి యివ్వడం కోసమని గుమ్మం దగ్గర పక్కకి తప్పుకుని ఆగేడు. ఆవిడ రూపురేఖల్ని బట్టి వ్రాన్‌స్కీ ఒక్కసారి చూడ్డంతోటే ఆవిడ ఉన్నత సమాజంలో ప్రతిష్ఠితమైన మహిళ అని గ్రహించాడు. క్షమించండన్నట్లుగా గొణిగి పెట్టె లోపలికి అడుగు పెట్టబోయాడు. ఆ క్షణంలోనే ఆమెని మళ్ళీ చూడాలని ప్రేరణ కలిగింది. ఆమె గొప్ప అందకత్తె అని కాదు, ఆవిడ మొత్తం మూర్తిలో ద్యోతకమయే లావణ్యం వల్లా, వినమ్రమనోహరత్వం వల్లా కూడా కాదు. తన పక్కనుంచి వెళ్ళేటప్పుడు ఆమె కమనీయ వదనంలో వ్యక్తం అయిన అసామాన్య కోమలత్వం వల్లా, రమణీయతవల్లా మళ్ళీ చూడాలని అతనికి ప్రేరణ కలిగింది. అతను తన వేపు తిరగ్గానే ఆమె కూడా అతని వేపు తల తిప్పింది. ఆమె కళ్ళు రజిత వర్ణంగా, ప్రకాశమానంగా వున్నాయి. గుబురుగా వున్న పక్ష్మాలవల్ల నల్లగా కనిపించాయి. ఆ కళ్ళు అతని ముఖంమీద అతను ఆ కళ్ళనే చూస్తూ వున్నాడు– ఒక క్షణం పాటు స్నేహపూర్వకమైన శ్రద్ధ కనబరుస్తూ చూపు సారించాయి, అతన్ని గుర్తుపట్టినట్టుగా. మరుక్షణంలో యెవరికోసమో వెతుకుతున్నట్టు జనసమూహం కేసి మళ్ళాయి. ఆ లిప్తకాలంలోనే ఆమె వదనం మీద లాస్యం చేసిన సంయమిత ఉత్సాహాన్ని అతను గమనించేడు. తేజోవంతమైన కళ్ళల్లో తొణికిసలాడిన జీవచైతన్యాన్ని గమనించేడు. ఆమె అరుణాధరాల్ని వొంపు తిప్పుతూ లీలలా భాసింపచేసిన మందహాసాన్ని గమనించేడు. ఆమె మొత్తం మూర్తిలో యేదో ఉప్పొంగి వస్తూవున్నట్టూ అది ఆమె యిష్టానిష్టాల ప్రమేయం లేకుండానే ఆమె చిరునవ్వులోనూ, కళ్ళ తేజస్సులోనూ వ్యక్తం అయినట్టూ వుంది. ఆమె ప్రయత్నపూర్వకంగా కళ్ళలోని ఆ దీప్తిని ఆర్పింది అయినా ఆమె యిష్టానిష్టాలకి వ్యతిరేకంగా అది లీలగా భాసితమయే ఆమె చిరునవ్వులో ప్రకాశించింది.

వ్రాన్‌స్కీ పెట్టెలోకి వెళ్ళాడు. అతని తల్లి బక్కపల్చటి మనిషి, పెద్దావిడ. ఆవిడ కళ్ళు నల్లగా వున్నాయి. ఆవిడ ఉంగరాల జుట్టు ముఖంమీద పడుతోంది. ఆవిడ కళ్ళు మిటకరించి కొడుకుకేసి చూసింది. పల్చని పెదాలతో సన్నగా చిరునవ్వు నవ్వింది. తన సీట్లో నుంచి లేచి వానిటీబేగ్‌ని పనిమనిషికి యిచ్చింది. అతనికి తన చేతిని అందిందించి, ముద్దు పెట్టుకుందామని కొడుకు చేతిమీదకి వంగగానే ఆవిడ అతని తలని పైకెత్తి నొసలు ముద్దు పెట్టుకుంది.

"నేనిచ్చిన టెలిగ్రాం అందించా? బాగున్నావా? దేవుడి దయ" అంది.

"ప్రయాణం బాగా జరిగిందా?" అని ఆవిడ ప్రక్కన కూర్చుంటూ అడిగాడతను. తలుపు అవతలినుంచి ఒకామె కంఠస్వరాన్ని అప్రయత్నంగానే విన్నాడు. అది తను లోపలికి వచ్చేటప్పుడు యెదురైన ఆమె కంఠం అని అతనికి తెలుసు.

"అయినా మీరన్న మాట వొప్పుకోలేను" అంటోంది.

"పీటర్స్‌బర్గ్ దృష్టి వదిలెయ్యండి, మేడమ్."

"పీటర్స్‌బర్గ్‌ది కాదు, ఒక ఆడమనిషి దృష్టి" అందామె.

"సరే తమ హస్తాన్ని చుంబించే భాగ్యం కలిగించండి."

"సెలవ్ ఇవాన్ పెత్రోవిచ్. మా తమ్ముడు కనిపిస్తాడేమో చూడండి. కనిపిస్తే యిక్కడకు పంపించండి" అందామె గుమ్మం దగ్గరనుంచే. మళ్లీ పెట్టెలోకి వచ్చింది.

"మీ తమ్ముడు కనిపించడా?" అని వ్రాన్‌స్కీ తల్లి అడిగింది.

ఈవిడే అన్నా కెరనినా అని యిప్పుడు వ్రాన్‌స్కీకి అర్థమైంది.

"మీ తమ్ముడు యిక్కడే వున్నాడు" అన్నాడతను లేస్తూ. "మిమ్మల్ని వెంటనే గుర్తుపట్ట నందుకు యేమీ అనుకోకండి. మన పరిచయం కూడా చాల తక్కువ" అంటూ అతను గౌరవసూచకంగా వంగి వందనం చేశాడు. "నేను మీకు గుర్తుండి వుండను, ఆఁ" అన్నాడు.

"ఓ, మిమ్మల్ని గుర్తుపట్టి వుండేదాన్ని. ప్రయాణం అంతా మీ అమ్మగారూ, నేనూ మిమ్మల్ని గురించి తప్ప వేరే ఎవరి గురించీ మాట్లాడుకోలేదు." అందామె. బయటపడాలని ప్రయత్నించే తన ఉత్సాహాన్ని చిరునవ్వు నవ్వి తెలియజేసింది. "ఇంకా మా తమ్ముడు రాలేదేమిటో" అంది.

"అబ్బాయ్, వెళ్ళి అతన్ని పిలుచుకురా" అందా పెద్దావిడ.

వ్రాన్‌స్కీ ప్లాట్‌ఫాం మీదకి వెళ్లేడు.

"అబ్లాన్‌స్కీ! యిటు!" అని పిలిచాడు.

కాని తమ్ముడు అక్కడికి వచ్చేదాకా అన్నా కెరనినా ఆగలేదు. అతను కనిపించగానే ఆమె నిబ్బరంగా, లాఘవంగా అడుగులు వేస్తూ పెట్టెలోనుంచి యివతలికి వచ్చేసింది. అతను ఆమె దగ్గరికి రాగానే, ఆమె తన యెడమ చేతిని అతని మెడమీద వేసి, తలవంచి గట్టిగా ముద్దుపెట్టుకునే సొగసునీ, బింకాన్నీ చూసి వ్రాన్‌స్కీ నిశ్చేష్టుడయ్యాడు. వ్రాన్‌స్కీ తన చూపు మళ్లించుకో లేకపోయాడు. ఎందుకు చిరునవ్వు నవ్వేడో తెలియకుండానే చిరునవ్వు నవ్వేడు. కాని వెంటనే తల్లి తనకోసం చూస్తోందని గుర్తుకొచ్చి మళ్లీ పెట్టెలోకి వెళ్లాడు.

"ముచ్చటగా వుంది కదూ?" అని అన్నాని ఉద్దేశిస్తూ తల్లి అంది. "వాళ్లాయన ఆమెని నా పక్కన కూర్చోబెట్టాడు. నాకు చాలా సంతోషం కలిగింది. ప్రయాణం అంతా మాట్లాడుకుంటూనే వున్నాం. నీ గురించి విన్నాను. నువ్వు... vous filez le parfait amour. Tant mieux, mon cher, tant mieux. [1]"

---

1. నీకింకా ఆదర్శ ప్రేమ గాథ సాగుతోంది. మేలు నాయనా, మేలు (ఫ్రెంచి)

"మీరు దేన్ని గురించి ఉద్దేశిస్తున్నారో నాకు తెలీదు అమ్మా" అన్నాడతను పెడసరంగా. "రండి అమ్మా వెడదాం" అన్నాడు.

కౌంటెస్ దగ్గర సెలవు తీసుకు వెడదామని అన్నా మళ్లీ లోపలికి వచ్చింది.

"ఊఁ, మరి, మీ అబ్బాయి మిమ్మల్ని కలుసుకున్నాడు. మా తమ్ముడు నన్ను కలుసుకున్నాడు" అందామె హుషారుగా. "ఇక నే చెప్పగల కథలూ అయిపోయాయి. యేమీ మిగలలేదు" అంది.

"అయ్యో" అంది కౌంటెస్ ఆమె చేతిని అందుకుంటూ. "భూమి అంచులదాకా విసుగనిపించకుండా మీతో కలిసి ప్రయాణం చేస్తాను. మాట్లాడుతూ వున్నా, మౌనంగా వున్నా కూడా సంతోషం కలిగించే ఆహ్లాదకరమైన ఆడవాళ్ల కోవలో వాళ్లు మీరు. మీ కొడుకు గురించి బెంగపడకండి. అప్పుడప్పుడు ఒక్కణ్ణీ విడిచిపెట్టి వుండాలి మరి" అందావిడ.

అన్నా కెరనినా నిశ్చలంగా, నిబ్బరంగా నుంచుంది. ఆమె కళ్లు మందహాసం చేసాయి.

"అన్నా కెరనినా గారికి యెనిమిదేళ్ల కొడుకున్నాడు. వాణ్ణి వదిలిపెట్టి యెప్పుడూ వుండలేదట. అందుకని ఒకటే బాధ పడిపోతోంది" అని కౌంటెస్ తన కొడుక్కి వివరించి చెప్పింది.

"అవును, ఆవిడా నేనూ యెడతెరిపి లేకుండా మాట్లాడుకున్నాం. ఆవిడ తన కొడుకు గురించీ, నేను నా కొడుకు గురించీ" అంది అన్నా కెరనినా. మళ్లీ ఆమె ముఖం మందహాసంతో వెలిగింది, అతని కోసం ఉద్దేశించిన స్నేహపూర్వక మందహాసంతో.

"మీకు చాలా విసుగనిపించి ఉండాలే మరి!" అన్నాడు వ్రాన్స్కీ. తన వేపు ఆమె విసరిన మిటారి చూపు కందుకాన్ని అందుకున్నాడు. కాని అదే ధోరణిలో సంభాషణ కొనసాగించడం యిష్టం లేనట్టు కనిపించింది ఆమె. కౌంటెస్‌కేసి తిరిగింది.

"మరి వుంటా. నిన్న ప్రయాణం అంతా యెలా గడిచిందో తెలియనే లేదు. నమస్తే కౌంటెస్" అంది.

"మంచిదమ్మా, మీ ముచ్చటైన ముఖాన్ని ముద్దుపెట్టుకోనియ్యండి. మీకు దాపరికం లేకుండా చెప్తున్నాను, పెద్దవాళ్ళన్నట్టు మీరంటే నాకు యెంతో ప్రేమ కలిగింది" అందావిడ.

ఆ మాటలు యేదో ముఖ ప్రీతికోసం యెప్పుడూ వుండేలాంటివే, అయినా అన్నా వాటిని నిజం అయినట్టుగా గ్రహించింది. సంతోషించింది. ఆమె ముఖం కెంపెక్కింది. కౌంటెస్ పెదాలకి తన ముఖాన్ని అందించడానికి వంగింది. మళ్లీ నిటారుగా నిలబడింది. కళ్ల మధ్యా, పెదాల మధ్యా తొణికిసలాడే అదే చిరునవ్వు నవ్వుతూ వ్రాన్స్కీకి చేతిని అందించింది. తనకి అందించిన ఆ చిన్న చేతిని అతను అదిమాడు. అన్నా యెంతో దృఢంగా, సాహసంతో అతని చేతిని అదిమింది. అది అతనికి విశేషంగా తోచి సంతోషం కలిగించింది. తర్వాత ఆమె తన మొత్తం స్థౌల్యపూరిత మూర్తికి ప్రత్యేక లఘిమని కూర్చిన శీఘ్రగమనంతో బయటకు వెళ్ళిపోయింది.

"చాల సొగసైంది" అంది కౌంటెస్.

కొడుకు అభిప్రాయం కూడా అదే. అతని పెదాలమీద యింకా చిరునవ్వు లాస్యం చేస్తూనే వుంది. అలాగే అతను ఆమె తీరైన రూపం అదృశ్యం అయేదాకా ఆమెని కళ్ళతో అనుసరించాడు. ఆమె తమ్ముడ్ని కలుసుకోవడం కిటికీలోనుంచి చూశాడు. ఆమె తమ్ముడికి చేతిని అందించింది. ఎంతో ఉత్సాహంగా అతనితో యేమిటేమిటో చెప్పేస్తోంది. బహుశా ఆమె చెప్పేదానికీ వ్రాన్స్కీకీ యేమీ సంబంధం వుండి వుండదు, అనిపించి వ్రాన్స్కీకి నిరుత్సాహం కలిగించింది.

"ఊ, maman బాగున్నారు కదా?" అంటూ తల్లికేసి తిరిగి మళ్ళీ అడిగాడు.

"దివ్యంగా. అంతా బ్రహ్మాండంగా వుంది. అలాగ్జెండర్ చాలా బాగా చూశాడు. మారీ చాలా మారింది. నిజానికి యెంత అందం వచ్చిందని."

మరోసారి ఆమె తనకి యిష్టమైన వాటి గురించి మాట్లాడ్డం మొదలుపెట్టింది. తన మనవడి బారసాల గురించి మాట్లాడింది. అందుకోసమే ఆవిడ పీటర్స్‌బర్గ్‌కి వెళ్ళింది. జార్ తన పెద్దకొడుకు పట్ల చూపిన ఆదరం గురించి మాట్లాడింది.

"ఇదుగో లవ్రేంతి" అన్నాడు వ్రాన్స్కీ కిటికీలోనుంచి బయటికి చూస్తూ. "మీరు ఊఁ అంటే మనం వెళ్ళవచ్చు" అన్నాడు.

వృద్ధ కౌంటెస్‌కి ప్రయాణంలో తోడుగా వెళ్ళిన ఆ ముసలి బట్లర్ పెట్టెలోకి వచ్చేడు. అంతా సిద్ధంగా వుందని చెప్పేడు. ఆమె రైలు దిగడానికని లేచింది.

"రండి, జనం తగ్గేరు" అన్నాడు వ్రాన్స్కీ.

పనిపిల్ల సంచినీ, కుక్కనీ పట్టుకుంది. బట్లరూ, కూలిమనిషీ మిగిలిన వస్తువులు అందుకున్నారు. వ్రాన్స్కీ తల్లికి చేతిని అందించేడు. వాళ్ళు పెట్టె యివతలకు రాబోతున్నారు. ఇంతలోకి కొంతమంది మనుషులు పక్కనుంచి పరిగెత్తి వెళ్లారు. వాళ్లు భయపడి పోయినట్టు వున్నారు. వింతయిన రంగు టోపీ పెట్టుకున్న స్టేషన్ మాస్టర్ కూడా పరిగెత్తేడు.

ఏం జరిగిందో మరి. అప్పుడే రైలు దిగిన జనం కూడా వెనక్కి పరిగెత్తేరు.

"ఏమిటి?... ఏమిటి?... ఎక్కడ?... తనే పడ్డాడా?... మీదనుంచి రైలు వెళ్లిపోయిందా?" అనే మాటలు వాళ్ల చెవులబడ్డాయి.

అబ్లాన్స్కీ అక్కగారి చేతిని ఆనుకొని వెనక్కి అడుగేశాడు. ఇద్దరి ముఖాల్లోనూ భయం కనిపిస్తోంది. ఇద్దరూ జనాన్ని తప్పించుకుందామని పెట్టె గుమ్మం దగ్గర నుంచున్నారు.

ఆడవాళ్లు తిరిగి పెట్టెలోకి వెళ్లారు. మగాళ్లిద్దరూ ఆ ప్రమాదం వివరాలేమిటో తెలుసుకుందామని జనం వెనుకకు వెళ్లేరు.

ఒక వాచ్‌మెన్ తాగే వున్నాడో లేకపోతే గజగజ ఊపేసే చలికి గట్టిగా బిగించేసుకోవడం వల్ల వినిపించలేదో వెనక్కి వచ్చే రైలుకింద పడిపోయాడు.

వ్రాన్స్కీ, అబ్లాన్స్కీ యీ సమాచారం పట్టుకుని పెట్టె దగ్గరికి వచ్చేటప్పటికే ఆడవాళ్ళకి బట్లర్ ద్వారా అది తెలిసింది.

మగాళ్లిద్దరూ ముక్కలైపోయిన శవాన్ని చూసేరు. అబ్లాన్స్కీ గాఢంగా చల్లించిపోయాడు. అతని ముఖం ముడుచుకు పోయింది. కళ్లలో నీళ్లే తక్కువ.

"ఎంత భయంకరంగా వుంది! అన్నా! నువ్వు చూసి వుంటేనా! ఎంత భయంకరంగా వుంది!" అంటూనే వున్నాడతను.

వ్రాన్స్కీ యేమీ మాట్లాడలేదు. అందమైన అతని ముఖం గంభీరంగా వుంది. కాని చాలా శాంతంగా వుంది.

"మీరు చూసి వుంటేనా, కౌంటెన్" అని అబ్లాన్స్కీ అంటూనే వున్నాడు. "అతని పెళ్లాం వుందక్కడ... గుండెలు తరుక్కుపోతాయి ఆమెని చూస్తే.... శవంమీద పడిపోయింది. పెద్ద కుటుంబం! యితనే ఆధారమట. ఇది దారుణం కదూ!" అన్నాడు.

"వాళ్లకి మనమేం చెయ్యలేమా?" అని ఆందోళనగా గొణుగుతూ అంది అన్నా.

వ్రాన్స్కీ ఆమె కేసి చూసి వెంటనే పెట్టెలోంచి అవతలకి వెళ్లిపోయాడు.

"నేనిప్పుడే వస్తా, maman" అని గుమ్మం దగ్గర వెనక్కి తిరిగి అన్నాడు.

కొన్ని క్షణాల తరువాత తిరిగి వచ్చేడు. అప్పటికి అబ్లాన్స్కీ కొత్త గాయకి యెవరి గురించో కౌంటెన్‌కి చెప్తున్నాడు. ఆమె మాత్రం కొడుకు కోసం గుమ్మం కేసే చూస్తూ వుంది.

"పదండి వెడదాం" అన్నాడు వ్రాన్స్కీ లోపలికి వస్తూ.

అందరూ కలిసే బయటికి వెళ్ళేరు. వ్రాన్స్కీ తల్లితో కలిసి ముందుకు వెళ్ళేడు. అన్నా కెరనినా తమ్ముడితో కలిసి వెనుక వెళ్లింది. స్టేషన్ బయటికి వెళ్లిపోతూ వుండగా స్టేషన్ మాస్టర్ వచ్చి వ్రాన్స్కీని అందుకున్నాడు.

"మీరు మా అసిస్టెంట్‌కి రెండు వందల రూబుళ్లు యిచ్చారా? దయచేసి ఆ సొమ్మును యెవరికి అందజెయ్యాలో చెప్తారా?"

"ఆ వితంతువుకి!" అన్నాడు వ్రాన్స్కీ యేమిటలా అడుగుతావ్ అన్నట్టు భుజాలు యెగరేస్తూ. "అయినా యిందులో అడగాల్సిందేముందో నాకు అర్థం అవడం లేదు" అన్నాడు.

"మీరిచ్చారా?" అన్నాడు అబ్లాన్స్కీ వెనుకనుంచి. అక్కగారి చేతిని నొక్కి "చాలా బాగుంది, చాలా బాగుంది! భేషైనవాడు, ఏం? మంచిది, సెలవ్ కౌంటెన్" అన్నాడు.

అతనూ, అక్కగారూ ఆమె పనిమనిషి కోసం ఆగేరు.

స్టేషన్ యివతలకి వచ్చేటప్పటికి వ్రాన్స్కీల బండి వెళ్లిపోయింది. స్టేషన్‌లోనుంచి వచ్చే జనం యింకా ఆ ప్రమాదం గురించే మాట్లాడుకుంటున్నారు.

"ఎంత ఘోరమైన చావనుకున్నావు! రెండుగా తెగిపోయిందట శరీరం" అన్నాడొకతను పక్కనుంచే వెడుతూ.

"ఘోరమేముంది. సునాయాస మరణం. క్షణంలో" అన్నాడింకో అతను.

"సరియైన జాగ్రత్తలు యెందుకు తీసుకోరో?" అని మూడో అతను అన్నాడు.

అన్నా కరేనినా బండిలోకి యెక్కేటప్పుడు ఆమె పెదాలు వొణకడం, ఆమె కన్నీళ్ళని ఆపుకోలేకపోవడం అబ్లాన్స్కీ చూశాడు. అతనికి ఆశ్చర్యం కలిగింది.

"ఏమిటిది, అన్నా?" అని బండి కొంచెం దూరం వెళ్ళాక అడిగాడు.

"ఇది దుశ్శకునం" అందామె.

"ఏం పనికిమాలిన మాటలంటావ్! ముఖ్యమైంది నువ్వు రావటం. నీమీద యెంత ఆశలు పెట్టుకున్నానో నీకు తెలీదు" అన్నాడు.

"వ్రాన్‌స్కీని చాలాకాలంగా యెరుగుదువా?" అని అడిగింది.

"ఆఁ. అతను కిట్టీని పెళ్లి చేసుకుంటాడనుకుంటున్నాం."

"అలాగా" అంది అన్నా మెత్తగా. "నూఁ సరే, నీ సంగతి చెప్పు" అంది. ఏదో అనిష్టమైందాన్నుంచి, తనని యిబ్బంది పెట్టిన దాన్నుంచి బయటపడాలని శారీరక ప్రయత్నం చేస్తున్నట్టు, తల కొంచెం యెగరేసింది. "ఊఁ, నీ విషయాల గురించి మాట్లాడుకుందాం. నీ ఉత్తరం అందింది. వచ్చాను" అంది.

"నా ఆశలు నీమీదే వున్నాయి" అన్నాడు అబ్లాన్‌స్కీ.

"మొత్తం అంతా చెప్పు."

అతను కథ మొదలుపెట్టేడు.

బండిలో ఇంటి దగ్గరకు వెళ్ళగానే అక్కగారు దిగడానికి సాయం చేశాడు. హమ్మయ్య అనుకున్నాడు. ఆమె చేతిని నొక్కాడు. ఆఫీసుకి బయలుదేరాడు.

19

అన్నా డ్రాయింగ్ రూమ్‌లోకి వెళ్లింది. దాలీ చిన్న కుర్రాణ్ణి పెట్టుకుని కూర్చుంది. వాడు బొద్దుగా వున్నాడు. వాడి జుట్టు బంగారు రంగులో వుంది. వాడిలో అప్పటికే తండ్రి పోలికలు కన్పిస్తున్నాయి. ఫ్రెంచి పాఠం చదువుతున్నాడు. దాలీ వింటోంది. చదువుతూ, చదువుతూ వాడు చొక్కా బొత్తం వొకటి వదులుగా వుంటే, దాన్ని మెలి తిప్పుతున్నాడు. దాన్ని వూడబీకబోతున్నాడు. చాలాసార్లు తల్లి వాడి చేతిని దానిమీద నుంచి తోసేసింది. కాని బొద్దుగా వున్న వేళ్ళు మళ్ళీ బొత్తాంమీదకే పోతూ వున్నాయి. ఆఖరికి చిరాకెత్తి ఆమె దాన్ని వూడబీకి, తన గౌను జేబులో పెట్టుకుంది.

"కుదురుగా కూర్చోలేవు గ్రీష" అంది. మళ్ళీ తన పని అందుకుంది. ఎంతోకాలంగా అల్లుతూ వున్న లేసు అది. తనకి ఎప్పుడు ఆందోళనగా వున్నా, ఆ పని అందుకుంటూ వుంది. ఇప్పుడు కంగారుగా అల్లుతోంది. వేళ్లు విదిలిస్తూ కుట్లు లెక్కపెడుతూ అల్లుతోంది. అంతకు ముందు రోజున భర్తకి కబురు చేసింది. అతని అక్కగారి రాకతో తనకేమీ సంబంధం లేదని. అయినా కూడా అంతా సిద్ధం చేసుకొని ఆమె రాకకోసం ఆతృతగా చూస్తోంది.

దాలీ తన కష్టంలో మునిగిపోయింది. పూర్తిగా వివశమైపోయింది. అయినా అన్నాని మరిచిపోలేదు. అన్న తన వదినగారు, ఘనమైన మహిళ, పీటర్స్‌బర్గ్‌లో ప్రఖ్యాతుడైన వ్యక్తి భార్య. అందుకనే తను చేస్తానని భర్తని బెదిరించిన పని చెయ్యలేదు. అంటే తన ఆడబడుచు వస్తున్న విషయం మర్చిపోలేదు. 'యింతకీ అన్నా తప్పేముంది?' అనుకొంది దాలీ. 'ఆమె గురించిన మంచి విషయాలు తప్ప అంతరు మించి మరేమీ యెరుగను. నాపట్ల చాలా ప్రేమగా వుంటుంది, స్నేహంగా వుంటుంది' పీటర్స్‌బర్గ్‌లో కెరనినాల యింటికి చుట్టపు

చూపుగా వెళ్ళినప్పుడు ఆమెకి కలిగిన భావాలు వేరు, నిజమే. వాళ్ళ సంసారం ఆమెకి నచ్చలేదు. వాళ్ళ కుటుంబ జీవితంలో యేదో వెలితిగా వుంది అనిపించింది. 'అయినా ఆమెని యే కారణం వల్ల ఆదరించకుండా వుండగలను? నన్ను వూరడించడానికి ప్రయత్నించ కూడదామె అంతే' అనుకొంది దాలీ. 'ఈ ఊరడింపులూ, బోధలూ, క్రైస్తవ క్షమ-లక్షా తొంభైసార్లు అనుభవించి వుంటాను, లాభం లేదు' అనుకొంది.

గత కొద్ది రోజులుగా దాలీ తన పిల్లలతోనే గడుపుతోంది. తన దుస్థితి గురించి మాట్లాడ్డం ఆమెకి యిష్టం లేదు. కాని గుండెలో అంతటి బాధపెట్టుకొని, మరి దేన్నిగురించి మాట్లాడలేకపోయింది. ఏదో విధంగా అన్నాకి సర్వమూ తను చెప్పేస్తుందని ఆమెకి తెలుసు. తన కష్టాలన్నీ వెళ్ళబోసుకునే అవకాశం కదా అని వో క్షణం సంతోషపడేది. తర్వాత క్షణంలో తను ఆమెకి - అతని అక్కగారికి - తన అవమానం గురించి చెప్పాల్సి వచ్చినందుకూ, అరిగిపోయిన వూరడింపు మాటలూ, సలహాలూ వినవలసి వచ్చినందుకూ ఆమెకి కోపం వచ్చేది.

ఆడపడుచు యెప్పుడు వస్తుందా అని క్షణక్షణం గడియారంకేసి చూస్తూనే గడిపింది దాలీ. కాని మామూలుగా జరిగేటట్టుగానే, అసలు ఆమె వచ్చే వేళకి యేదో ధ్యాసలో వుండి గంట మోగడం విననే లేదు.

గౌను రెపరెపలు, గుమ్మంలో తేలిగ్గా అడుగులు వేస్తూ యెవరో వస్తూ వున్న చప్పుడు వినిపించి, కళ్లు పైకెత్తి చూసింది. దిగులుపడ్డ ఆమె ముఖంలో ఆనందం కంటే ఆశ్చర్యమే కనిపించింది. లేచి ఆడబిడ్డని కౌగిలించుకుంది.

"అరె! వచ్చేశావు!" అని దాలీ ఆమెను ముద్దుపెట్టుకుంటూ అంది.

"నిన్ను చూడ్డం యెంత సంతోషంగా వుంది, దాలీ!"

"నాకూ సంతోషంగా వుంది" అంది దాలీ. అన్నా ముఖం చూసి విషయం ఆమెకి తెలుసునా లేదా అని వూహించ ప్రయత్నిస్తూ నీరసంగా చిరునవ్వు నవ్వింది. అన్నా సానుభూతిగా చూడ్డం గమనించి, "మూడు వంతులు తెలిసే వుండాలి" అనుకొంది. "రా, నీ గది చూపిస్తా" అంది. మనసులో మాట చెప్పుకునే క్షణాన్ని వాయిదావెయ్యడానికి చూసింది.

"వీడు గ్రీష కదూ? బాప్‌రే, యెంత యెదిగాడు!" అంది అన్నా. దాలీ మీదనుంచి దృష్టి తప్పించుకోకుండానే వాణ్ణి ముద్దుపెట్టుకుంది. తర్వాత ఆగి, సిగ్గుపడింది. "వద్దు, యిక్కడే వుండనియ్యి" అంది.

స్కార్ఫ్‌నీ, టోపీని తీసేసింది. నల్లని ఉంగరాల జుట్టు కొంచెం టోపీలో చిక్కుకుంది. దాన్ని విడదియ్యడానికి తల ఆడించింది.

"ఆనందంతో, ఆరోగ్యంతో మిసమిసలాడిపోతూ వున్నావు" అంది దాలీ దాదాపు అసూయగా.

"నేనా? ఆఁ!" అంది అన్నా. "అరె! తాన్యాయేనా! మా సెర్యోష యీడుదే" అంది లోపలికి పరిగెట్టుకుంటూ వచ్చే వో చిన్నపిల్లని చూసి. ఆ పిల్లని చేతుల్లోకి తీసుకుని ముద్దుపెట్టుకుంది. "ముద్దొచ్చే పిల్ల, ముద్దొచ్చే పిల్ల! అందర్నీ చూపించు" అంది.

పేరుపేరునా అందర్నీ పలకరించింది. పేర్లు గుర్తుపెట్టుకోవడమే కాదు, వాళ్లు పుట్టిన తిధులు నక్షత్రాలు, యెవళ్ళు యెలా వుందీ ఆ వివరాలు, వాళ్ళు యే నలతలతో బాధపడ్డారో అన్నీ గుర్తుగా చెప్పింది. దాలీ మెచ్చుకోకుండా వుండలేకపోయింది అది చూసి.

"బాగుంది, పద వాళ్ళ గదిలోకి వెడదాం. అయ్యో వాస్య నిద్రపోతున్నాడే అత్తని పలకరించకుండా!" అంది.

పిల్లల్ని చూశాకా యిద్దరూ డ్రాయింగ్ రూమ్‌లో కాఫీ తాగడానికి చేరారు. అన్నా ట్రేని అందుకుని మళ్ళీ దాన్ని పక్కకి తోసేసింది.

"దాలీ, వాడు నాకు చెప్పాడు" అంది.

దాలీ నిరుత్సాహంగా అన్నా కేసి చూసింది. సానుభూతిపూర్వకమైన అనునయ వాక్యాలు చెప్తుందని దాలీ చూస్తోంది. కాని అన్నా ఆ మాటలు అనలేదు.

"అమ్మా దాలీ. వాణ్ణి వెనకేసుకు వచ్చే ఉద్దేశమూ లేదు నాకు, నిన్ను వూరడించే ఉద్దేశమూ లేదు. అది అసాధ్యం. కాని నాకు బాధగా వుందమ్మా. నువ్వింతలా బాధపడ్డం నాకు చాలా విచారంగా వుందంటే నమ్ము" అంది.

చమక్కుమనే ఆమె కళ్ళ గుబురు పక్ష్మాల వెనుక కన్నీళ్ళు తిరిగాయి. మరదలికి దగ్గరగా చేరి కూర్చుంది. దృఢంగా వున్న తన చిన్న చేతిలోకి ఆమె చేతిని తీసుకుంది. దాలీ వెనక్కి ముడుచుకోలేదు. కాని ఆమె ముఖంలో ఆ నిరుత్సాహం అలాగే వుంది.

"నన్ను వూరడించలేవు. యింత జరిగాక మిగిలిందేముంది, అంతా అయిపోయింది" అంది.

ఆ మాటలనగానే ఆమె ముఖం మెత్తబడింది. దాలీ చేతిని తీసుకుని ముద్దుపెట్టుకుంది అన్నా. ఆ చెయ్యి శుష్కించి పోయి సన్నగా వుంది.

"కాని యేం చెయ్యాలి దాలీ? యేం చెయ్యాలి? యిలాంటి ఘోరమైన పరిస్థితిలో వున్నంతలో యే మంచి పని చెయ్యాలి అనే దాన్ని గురించి మనం ఆలోచించాలి" అంది.

"అంతా అయిపోయింది, యిక మరి అంతే. పరమ అధ్వాన్నమైన విషయం చూడు. నేను తనని వదిలిపెట్టలేను. పిల్లలున్నారు. కాళ్ళు, చేతులూ కట్టడిపోయాయి. అతనితో కలిసి కాపురం చెయ్యలేను. అతన్ని చూస్తేనే రగిలి పోతోంది" అంది.

"దాలీ చూడమ్మా, వాడు నాకు చెప్పాడు. కాని నువ్వు చెప్పేదీ వినాలి కదా నేను. అసలు యేం జరిగిందో అంతా చెప్పు"

దాలీ ఆమెకేసి గుచ్చిగుచ్చి చూసింది.

అన్నా ముఖంలో నిజమైన సానుభూతి, ప్రేమ కనిపించాయి.

"సరే అయితే" అందామె వున్నట్టుండి. "కాని ఓం ప్రథమం నుంచి మొదలెడతాను. నా పెళ్లి నాటికి యెలా వుండేదాన్నో నీకు తెలుసుగా? మా అమ్మ పెంపకం పుణ్యమా అని నేను అమాయకురాలిగా వుండడమే కాదు చిలిపిగా కూడా వుండేదాన్ని. నాకు యేం తెలిసేది కాదు. భర్తలు తమ గత జీవితం గురించి పెళ్ళాలకి చెప్తారని అందరూ అనుకుంటూవుండేవారు

అన్నారు. కాని స్త్రీవె మాత్రం” అని వెంటనే సవరించుకుని “కాని మీ తమ్ముడు మాత్రం నాకు యేం చెప్పలేదు. చెప్తే నువ్వు నమ్మవు గాని నిజం, యిప్పటిదాకా నా ఒక్కత్తితోనే తను ధర్మం తప్పకుండా వుంటున్నాడని నేను అనుకున్నా. ఎనిమిదేళ్ళు అలాగే కాపరం చేశా, అతను యిలా వేరేవాళ్ళతో తిరుగుతాడనే అనుమానమే రాలేదు. అలాంటిది అసంభవం అనుకున్నా. యిప్పుడు చూడు. అతన్ని గురించిన వూహలు అలా వుంటే, హఠాత్తుగా యీ ఘోరం, యీ రొచ్చు కనిపించడం... నా బాధ అర్థం చేసుకో. నీ ఆనందం పట్ల సొద్దు లేకుండా నమ్మకం పెట్టుకున్నప్పుడు హఠాత్తుగా...” అంది దాలీ, వెక్కిళ్ళు ఆపుకుంటూ. “యీ ఉత్తరం నా చేతుల్లో పడ్డం.... తన ప్రియురాలికి - నా పిల్లల పంతులమ్మకి రాసిన ఉత్తరం! అబ్బ, భరించలేం!” గబగబా జేబురుమాలు తీసి ముఖం కప్పుకుంది. “యేదో పొరపాటు చేస్తే సరే నేనర్థం చేసుకోగలను” అని కొంచెంసేపు ఆగింతరువాత మళ్ళీ చెప్పింది. కాని కావాల్సికి, కుత్సితంగా నన్ను మోసం చెయ్యడం.. అది యెవర్నీ అడ్డం పెట్టుకుని?... నాకు భర్తగా కాపురం చేస్తూనే ఆమెతో వుండడం! అబ్బ! యింతకంటే ఘోరం వుంటుందా? నీకర్థం కాదు అలాంటిది!” అంది.

“అయ్యో, ఎందుకర్థం కాదు? అర్థమవుతుంది. దాలీ! నిజంగా నేను అర్థం చేసుకోగలను” అంది అన్నా ఆమె చేతిని నొక్కుతూ.

“నా పరిస్థితి యెంత ఘోరంగా వుందో తను అర్థం చేసుకున్నాడంటావా? ఏమీ లేదు. తన మట్టుకి తృప్తిగా, సంతోషంగా వున్నాడు” అంది దాలీ.

“అబ్బెబ్బె లేదు. వాడు విచారంగా వున్నాడు. పశ్చాత్తాపంతో నలిగిపోతున్నాడు” అని అన్నా అడ్డం వెళ్ళింది.

“పశ్చాత్తాపపడగలడా అని అసలు?” అని అడిగింది దాలీ. వదినగారి ముఖంకేసి గుచ్చి గుచ్చి చూసింది.

“యెందుక్కాదు? వాడి సంగతి నాకు తెలుసు. వాడంటే బాధగా వుంది నాకు. వాడి సంగతి నీకూ తెలుసు, నాకూ తెలుసు,. మనసు మంచిదే కాని అహం. కాని యిప్పుడు మేకపిల్లలా అయిపోయాడు. నన్ను బాగా కదిలించిన విషయం యేమిటంటే...” (దాలీని యేది బాగా కదిలిస్తుందో అన్నా వూహించింది) “..... వాడు రెండు విషయాలపట్ల మథన పడిపోతున్నాడు. పిల్లల ముందు తలెత్తుకోలేడు. నిన్ను ప్రేమిస్తూనే నీకు... అవును, నిన్ను భూమ్మీద అన్నిటికంటే యెక్కువగా ప్రేమిస్తున్నాడు” అంది గబగబా దాలీ అభ్యంతరాల్ని తోసెయ్యడానికి. “....నీకు బాధ కలిగించినందుకు, నిన్ను నాశనం చేసినందుకు. ‘లేదు, లేదు ఆమె నన్ను యెన్నటికీ క్షమించదు అంటూనే వున్నాడు” అంది అన్నా.

ఆడపడుచు చెప్పే మాటలు వింటూనే దాలీ యెటో ఆలోచనలో మునిగిపోయి చూసింది. అధ్వాన్నం అంటే తన తప్పు వల్లనే యీ బాధలన్నీ అని అతనికి అర్థం అయితే. కాని అతన్ని యెలా క్షమించగలను? మళ్ళీ యెలా అతనితో కాపురం చెయ్యగలను? అతనితో కలిసి కాపురం చెయ్యడం భరించలేను, యెందుకంటే అతనిపట్ల నాకున్న పూర్వ ప్రేమ యెంత మధురమైంది.”

వెక్కిళ్ళ వల్ల ఆమెకి మాటలు రాలేదు.

హృదయం తేలికపడింది ఆమెకి అనిపించిన ప్రతిసారీ, యేదో నిర్బంధం వల్ల నన్నట్టుగా, తన దుఃఖం గురించి మళ్ళీ చెప్పడం మొదలెట్టింది.

"ఆమె పడుచుది! ముచ్చటగా వుంది! కాని అన్నా, నువ్వే చెప్పు, నా పడుచుదనం, అందం యెలా పోయాయి? తనవల్లా, తన పిల్లలవల్లా, నాకు శక్తి వున్న మేరకి తనకోసం అన్నీ చేశాను. అలా చెయ్యడంలో నా సర్వస్వం అతనికే అర్పించాను. మరిప్పుడు! అవున్లే. తనకి నవనవలాడే ఆ నీచమైన పడుచుది కావాల్సివచ్చింది. నా గురించి ఒకళ్ళకొకళ్ళు చెప్పుకునే వుంటారు. యింకా ఖర్మ నా గురించి యేమీ నోరు మెదపకుండానేనా వుండి వుంటారు. తెలిసిందా?" మరోసారి ద్వేషాగ్ని జ్వాలలు ఆమె కళ్ళల్లో లేచాయి. "యింత అయాక నాతో అంటాడు... మరి చెప్పు, తనని నమ్మమంటావా? ఎన్నటికీ! లేదు, అంతా ముగిసిపోయింది. నాకు వూరడింపుని యిచ్చేటటువంటిది, నా పాట్లకీ, యాతనలకీ బహుమానంగా వుండేటటువంటిది అంతా అయిపోయింది. నువ్వు నమ్ముతావా? నేను గ్రీషకి చదువు చెప్తూ వుండేదాన్ని. ఆ పని నాకు యిష్టంగా వుండేది. యిప్పుడదంటే అసహ్యం పుడుతోంది. యెందుకు నేను పనిచెయ్యడం? యీ యాతనంతా పడడం? నేనెందుకు పిల్లల్ని కన్నాను? దారుణమైన విషయం నా మనసు విరిగిపోయింది. ఒకప్పుడు అతనిపట్ల ప్రేమగా, కోమలంగా వుండేటువంటిది యివాళ యేవగింపుగా మారింది. అవును యేవగింపుగా. అతన్ని చంపేసి వుండేదాన్ని..."

"నాకు తెలుసమ్మా, నాకు తెలుసు. కాని యిలా క్షోభపడిపోకు. నువ్వెంతో గాయపడిపోయి, ఎంతో చిత్రహింస పడిపోయి దేన్నీ సరిగ్గా చూడలేకుండా వున్నావు."

దాలీకి ఆవేశం తగ్గింది. కొన్నిక్షణాలు యిద్దరూ మాట్లాడుకోలేదు.

"యేం చెయ్యాలి? దాన్ని గురించి ఆలోచించు, అన్నా. నాకు సాయం చెయ్యి. పరిపరివిధాల ఆలోచించాను. మార్గం కనబడ్డం లేదు."

అన్నాకీ యేం తోచలేదు. కాని ఆమె హృదయం మరదలు అన్న ప్రతిమాటకీ, ఆమె కవళికల్లో కలిగిన ప్రతి మార్పుకీ ప్రతిస్పందించింది.

"నే చెప్పదలుచుకున్నదొక్కటే" అని మొదలుపెట్టింది. "నేను వాడి తోబుట్టువుని. వాడి స్వభావం నాకు తెలుసు. ప్రతీదాన్నీ, ప్రతీదాన్నీ ఆదమరిచేవాడి వైఖరి నాకు తెలుసు." (అంటూ ఆమె తన చేతిని తన నుదుటి ముందు వూసింది) "తన యీ వ్యామోహానికి పూర్తిగా లొంగిపోయే వైఖరీ, అలాగే అంత పూర్తిగానూ పశ్చాత్తాపపడే వైఖరీ నాకు తెలుసు. తను యీ పని యెలా చేశాడో వాడికే తెలీదు, వాడే నమ్మలేదు" అంది.

"అబ్బే, యేం కాదు, తెలుసు, తెలుసు" అని దాలీ వెళ్ళింది. "కానీ నేను... నువ్వు నన్ను మర్చిపోతున్నావు. నాకు దానివల్ల బరువు తగ్గుతుందా?"

"అగు. వాడు నాతో మాట్లాడినప్పుడు నీ పరిస్థితి యింత దారుణంగా వుందని నేను గ్రహించలేదని ఒప్పుకుంటాను. సంసారం చెడిపోతోందనే చూశాను. వాణ్ణే చూశాను. నాకు

బాధ కలిగింది వాడంటే. కాని నీతో మాట్లాడేక రెండో వేపునుంచి కూడా చూడగలిగాను– ఆడదానిలాగా నీ బాధ చూశాను, నువ్వంటే నాకెంత విచారంగా వుందో చెప్పలేను. కాని దాలీ, నీ బాధ నాకు పూర్తిగా అర్థమవుతుంది. కాని నాకు తెలియనిది వొకటుంది. నాకు తెలియదు.... నాకు తెలియదు, అతనిపట్ల నీ మనసులో యింకా ప్రేమ వున్నదీ లేనిదీ. అది నీ ఒక్కత్తికే తెలుసు. వాణ్ణి క్షమించగల ప్రేమ వుందా? వుంటే వాణ్ణి క్షమించు"

"ఊహుం" అని దాలీ మొదలుపెట్టింది. కాని అన్నా ఆమె చేతిని మళ్ళీ ముద్దుపెట్టుకుని ఆపింది.

"నీకంటే నాకు లోకం యెక్కువ తెలుసు. స్తీవె లాంటివాళ్ళు యిలాంటి విషయాల్లో యెలా వుంటారో నాకు తెలుసు. నీ గురించి వాడు 'ఆమె'తో మాట్లాడివుంటాడని అంటున్నావు. వాడు యెన్నడూ మాట్లాడ్డు. అలాంటి మగాళ్ళు తప్పుడు పనులు చెయ్యవచ్చు కాని వాళ్ళకి తమ యిళ్ళూ పెళ్ళాలూ అవి పవిత్రం. పై ఆడవాళ్ళని తిరస్కారంగా చూస్తారు, హద్దురేఖలు గీస్తారు. యెలా గీస్తారో నాకు అర్థం కాదు కాని అలా వుంటుంది."

"కావచ్చు. కాని ఆమెని ముద్దుపెట్టుకున్నాడు..."

"వినమ్మా దాలీ! నిన్ను ప్రేమించినప్పుడు నేను స్తీవెని ఎరుగుదును. నా దగ్గరికి వచ్చి, నీకోసం యేడ్వడం నాకు గుర్తు వుంది. నీ గురించి యెంతో ఘనంగా మాట్లాడేడు. నువ్వంటే మహా అనురాగం వుండేది. యెంత ఎక్కువగా నీతో కలిసి వుంటే అంత యెక్కువగా నిన్ను యెత్తేసేవాడు. వాణ్ణి చూసి మాకు నవ్వొచ్చేది. మాటమాటకీ 'దాలీ అద్భుతమైన మనిషి' అంటూ పాడుతూ వుండేవాడు. నువ్వెప్పుడూ వాడికి ఓ దేవతలాగే వుండేదానివి. యిప్పటికీ అలాగే వున్నావు. వాడి ప్రస్తుత వ్యామోహం యేదో పైపైదే..."

"యిది మళ్ళీ వస్తే?"

"రాదనే నా నమ్మకం."

"ఆఁ కాని నువ్వతన్ని క్షమించగలవా?"

"తెలీదు, నేను చెప్పలేను, చెప్పలేను... వూఁ చెప్పగలను" అంది అన్నా ఆలోచించి. తనే ఆ స్థానంలో వున్నట్టు వూహించుకుని అన్నీ జాగ్రత్తగా పరిశీలించింది. "చెప్పగలను, క్షమిస్తా. నేను వాణ్ణి క్షమిస్తాను. ముందటిలాగానే వుండలేను కాని క్షమిస్తాను. అది యెప్పుడూ జరగనట్టే మన్నిస్తాను. అసలెన్నటికీ జరగనట్టు."

"ఆ సంగతి చెప్పక్కర్లేదులే" అంది దాలీ గబగబా, తను దేన్ని గురించి అనుకుంటుందో దాన్నే అన్నాకి చెప్తున్నట్టుగా. "లేకపోతే అది క్షమించడమే కాదు. క్షమించడమంటూ జరిగితే పూర్తిగా క్షమించాలి. మినహాయింపు ల్లేకుండా. సరే, రా, నీ గది చూపిస్తా" అంది లేస్తూ. వెళ్ళేటప్పుడు దాలీ అన్నాని వాటేసుకుంది. "నాకెంత సంతోషంగా వుందో! నువ్వు వచ్చావు! నాకప్పుడే తేలిక పడ్డట్టు అనిపిస్తోంది. చాలా తేలికపడ్డట్టు!" అంది.

20

అన్నా రోజంతా యింటిదగ్గరే, అంటే అబ్లాన్‌స్కీల కుటుంబంతోటే గడిపింది. ఆమె వచ్చిందని విని కొంతమంది తెలిసినవాళ్ళు ఆరోజునే ఆమెను చూద్దామని వచ్చారు. కాని ఆమె యెవర్నీ కలుసుకోలేదు. ఉదయం అంతా దాలీతో, పిల్లలతో గడిపింది. భోజనానికి తప్పకుండా యింటికి రమ్మనమని తమ్ముడికి చీటీ పంపింది. "యింటికి రా. దేవుడు చల్లగా చూస్తాడు" అని రాసింది.

అబ్లాన్‌స్కీ యింటిదగ్గరే భోజనం చేశాడు. అందరూ మాటలు కలిపారు. అతనితో మాట్లాడినప్పుడు అతని భార్య అతన్ని 'నువ్వు' అని పిలిచింది. యీ మధ్య కొన్నిరోజులుగా పిలవడం మానేసిన పిలుపు. యింకా భార్యాభర్తల మధ్య కొంత యెడం వున్నట్టు కనిపించింది. కాని విడిపోవడం గిడిపోవడం లాంటి మాటలు మాత్రం లేవు. అబ్లాన్‌స్కీ తను చెప్పాల్సిన మాటలు యేవో చెప్పి, సర్దుబాటు చేసుకోవడానికి వుండే అవకాశం వుందని చూశాడు.

భోజనాలు అయిన వెంటనే కిట్టీ వచ్చింది. ఆమెకి అన్నాతో పరిచయం వుంది. కాని వో మాదిరి పరిచయమే. అందరూ పొగిడే యీ పీటర్స్‌బర్గ్ నవనాగరిక మహిళ తనని యెలా పలకరిస్తుందా అని అక్కగారి యింటికి వెడుతూ వుంటే, కిట్టీకి బెరుకు కలిగింది. కాని అన్నాకి ఆమెపట్ల యిష్టం కలిగింది. ఆ విషయాన్ని కిట్టీ వెంటనే గ్రహించగలిగింది. అన్న కిట్టీ పడుచుదనం చూసీ, సౌందర్యం చూసీ ముగ్ధురాలైందన్నది స్పష్టంగా తెలుస్తూనే వుంది. కిట్టీ మొదటి కలయికలోనే అన్న ప్రభావంలో పడిపోయింది. అంతేకాదు తను, ఒక్కో అప్పుడు ఆడపిల్లలు పెళ్ళయిన పెద్ద ఆడవాళ్ళని ప్రేమించినట్టుగా, ఆమెని ప్రేమించింది కూడా. అన్నా నవనాగరిక మహిళలాగా కనిపించలేదు. ఎనిమిదేళ్ళ కొడుకు వున్నదానిలాగా కూడా కనిపించలేదు. అన్నా ముఖం నేవళింపుతో వుంది. మృదుత్వంతో వుంది. జీవచైతన్యంతో వుంది. యీ జీవ చైతన్యం అన్న చిరునవ్వులో లేదా కళ్ళల్లో వుంది. కిట్టీకి ఆశ్చర్యం కలిగించి ఆకర్షించిన గంభీర విచారకరమైన దృక్కుతో వుండినట్లయితే ఆమె యిరవై యేళ్ళ దానిలా కనిపించి వుండేది. అన్నాలో కృత్రిమత్వం అనేది వెదికినా కనిపించదనీ, ఆమె యేదీ దాచుకోలేదనీ, అయినా తను ప్రవేశించడానికి సాధ్యమవని సంక్లిష్ట, మధుర కవితాత్మక ఆసక్తుల ఉన్నత ప్రపంచం మరొకటి ఆమెకి తెలుసనీ కిట్టీ గ్రహించింది.

భోజనాలయాక దాలీ తన గదిలోకి వెళ్లిపోయింది. అన్నా గబగబా లేచి తమ్ముడి దగ్గరికి వెళ్ళింది. అతను చుట్ట కాల్చుకుంటున్నాడు.

"స్తీవె" అంది కొంటెగా కనుసైగచేస్తూ. అతనిమీద శిలువగుర్తు గీసి, కళ్ళతో గుమ్మంకేసి చూపిస్తూ "వెళ్ళు, దేవుడు నీకు సాయం చేస్తాడు" అంది.

అతను వెంటనే దాని భావం గ్రహించి, చుట్ట అవతల పారేసి లోపలికి వెళ్ళాడు.

అతను వెళ్ళాక, ఆమె పిల్లలతో కలిసి తను కూర్చున్న సోఫా దగ్గరికి మళ్ళీ వెళ్ళింది. యీ మేనత్తని తమ తల్లి అభిమానించిందన్న రారణం వల్ల కావచ్చు, లేదా తమకే ఆమెలో ఒక ప్రత్యేకమైన ఆకర్షణ గోచరించిన కారణం వల్ల కావచ్చు పెద్దపిల్లలిద్దరూ భోజనాలకి

ముందు అన్నాకి అతుక్కుపోయారు. ఆమెని వదిలిపెట్టి పక్కకి వెళ్ళడానికి ఒప్పుకోలేదు. పిల్లలతో మామూలుగా జరిగినట్లే, చిన్నపిల్లలూ పెద్దపిల్లల ఒరవడిలోనే వున్నారు. ఎవరు ఆమెకి బాగా దగ్గరగా కూర్చుంటారో, లాలిస్తారో ఆమె చిన్న చేతిని పట్టుకుంటారో, ముద్దుపెట్టుకుంటారో, ఆమె ఉంగరాలతో ఆడుకుంటారో లేకపోతే ఆమె గౌను కుచ్చిళ్ళని తాకుతారో అనేదంతా ఒక తరహా ఆట అయింది.

"రండి, ముందు కూర్చున్నట్టుగానే కూర్చుందాం" అంది అన్నా తన చోట్లో కూర్చుంటూ.

మళ్ళీ గ్రీష ఆమె చేతికిందనుంచి తల దూర్చి ఆమె గుండెలమీద వాల్చేడు. వాడి ముఖం గొప్పతో, సంతోషంతో వెలిగిపోయింది.

"బాల్‌డాన్స్ యెప్పుడు జరుగుతుంది?" అని ఆమె కిట్టీకేసి తిరిగి అడిగింది.

"మళ్ళీ వారం, చాలా గొప్ప బాల్‌డాన్స్. యెప్పుడూ చాలా హుషారుగా వుండే వాకిట్లో ఒకటి."

"యెప్పుడూ హుషారుగా వుండే బాల్‌డాన్స్‌లు వున్నాయేమిటి?" అని సరదాగా యెత్తిపొడుస్తూ అడిగింది అన్నా.

"వింతమాటే గాని, వున్నాయి. బోబ్రిష్చేవ్‌ల యింటిదగ్గర యెప్పుడూ హుషారుగానే వుంటాయి. నికీతిన్ల దగ్గరగానూ. కాని మెజ్‌కోవ్‌ల యింటి దగ్గర యెప్పుడూ వుసూరుమంటూనే వుంటారు. మీరు గమనించలేదా?"

"లేదుతల్లీ, బాల్‌డాన్స్‌లు యిక నాకు హుషారుగా వుండవు" అంది అన్నా. తనకి ప్రవేశం లేని ఆ ప్రత్యేక ప్రపంచపు మిణుకు ఆమె కళ్ళలో కిట్టీకి కనిపించింది. "నాకు మట్టుకి కొంచెం తక్కువ విచారం, విసుగు కనిపించే బాల్‌డాన్స్‌లే వున్నాయి" అంది.

"బాల్‌డాన్స్‌ల్లో 'మీకు' విసుగెలా కలుగుతుంది?"

"యెందుకు 'నాకు' కలగకూడదు?" అని అడిగింది అన్నా.

యేం జవాబు వస్తుందో అన్నాకి తెలుసునని కిట్టీ గ్రహించింది.

"యెందుకంటే యే బాల్‌డాన్స్‌లోనేనా మీరే రాణిగా వుంటారు కాబట్టి."

అన్నాకి సిగ్గుతో ఎర్రబడ్డం తెలుసు. యిప్పుడు సిగ్గుబడింది.

"మొదటిది నేను అలా వుండను. రెండవదిగా ఒకవేళ వున్నా దానివల్ల నాకేమిటి వస్తుంది?" అంది.

"మీరు వస్తున్నారా యీ బాల్‌డాన్స్‌కి?" అని కిట్టీ అడిగింది.

"రాకపోతే బాగోదేమోననిపిస్తోంది" అని అన్నా "వూ, యిందు తీసుకో" అంది తాన్యాతో. ఆ పిల్ల తెల్లగా, కోసుగా వున్న మేనత్త సన్నటి వేలుకి వదులుగా వున్న ఉంగరాన్ని పీకుతూ వుంది.

"మీరు వస్తున్నందుకు నాకు చాలా సంతోషంగా వుంటుంది. మిమ్మల్ని అక్కడ చూడాలని నాకు చాలా కోరికగా వుంది."

"వూఁ రావడమనేదంటూ తప్పకపోతే కనీసం మీకు సంతోషం కలుగుతుందనేనా నాకు తృప్తిగా వుండాలి. గ్రీష, నా జుట్టు పీకకు అదే యెలాగూ జారిపోతోంది" అంది. గ్రీష ఆడుకుంటూ వున్న కురుల్ని వెనక్కి సర్దుకుంటూ.

"బాల్‌డాన్స్ దగ్గర మిమ్మల్ని వూదారంగు గౌను తొడుక్కుని వున్నట్టు వూహిస్తున్నాను."

"అగేనిగిటి నేనే నూదారంగు గౌను యెందుకు వేసుకోవాలి?" అని అన్నా చిరునవ్వు నవ్వుతూ అడిగింది. "వూఁ పిల్లలూ వెళ్ళండి. వినిపిస్తోందా? టీ తాగడానికి రమ్మని మిస్ హల్ పిలుస్తోంది" అందామె. వాళ్ళని విడిపించుకుని భోజనాలగదికి తరిమేసి మళ్ళీ కిట్టీతో మాట్లాడింది.

"నన్నెందుకు బాల్‌డాన్స్‌కి రమ్మని పిలుస్తున్నారో నాకు తెలుసు. యీ బాల్‌డాన్స్ దగ్గర గొప్ప విషయాలు జరుగుతాయని ఆశిస్తున్నాను. అందరూ అక్కడ వుండి అందులో భాగం పంచుకోవాలని వుంది మీకు."

"అవును. మీకెలా తెలుసు?" అని కిట్టీ అడిగింది.

"ఓ, యెంత సంతోషదాయకమైన వయసు నీది! స్విట్జర్లాండ్ పర్వత శ్రేణిమీద లేచే నీలి పొగమంచు లాంటిది నాకు గుర్తువస్తుంది. బాల్యం ముగిసిపోతూ, యెంతో సంతోషంగా చీకూ చింతా లేకుండా వుండే బ్రహ్మాండమైన ఈ వృత్తం నుంచి బయటికి నడిపించే బాట యింకా యిరుకు అయిపోతూ వుండే ఆ సంతోషదాయక వయసులో అన్నిట్నీ ఆవరించుకునే నీలి పొగమంచు. అవతల వున్న తరుణశ్రేణి నడుమ పొడవైన దారుల్లోకి అడుగుపెట్టాలంటే సంతోషంగా వుంటుంది, భయంగానూ వుంటుంది. అవి ఎంత తేజోవంతంగా అందంగా కనిపించినా కూడా. యీ దారులమీద తిరక్కుండా యెవళ్ళేనా వున్నారా?"

కిట్టీ ఏమీ మాట్లడకుండా చిరునవ్వు నవ్వింది. 'తను యీ దారులమీద యెలా వెళ్ళింది? యీవిడ ప్రేమగాథని పూరా వినడానికి నాకు యెంత ఉత్సాహంగా వుంది!" అనుకుంది కిట్టీ. అన్నా భర్త అలెక్సేయ్ అలెగ్జాంద్రొవిచ్ కరేనిన్‌గారి పరమ లౌకిక వ్యక్తిత్వం గుర్తుకు వచ్చి అలా అనుకొంది కిట్టీ.

"నాకు కొద్దిగా తెలుసు. మా తమ్ముడు చెప్పాడు. నా శుభాకాంక్షలు మీకు. అతను నాకు చాలా నచ్చేడు. వ్రాన్‌స్కీని స్టేషన్ దగ్గర చూశాను" అంది అన్నా.

"ఓ, అతను అక్కడికి వచ్చేడా! బావ యేం చెప్పాడు మీకు?" అని అడిగింది సిగ్గుతో యెర్రబడుతూ.

"మొత్తం అంతా చెప్పేడు. నాకు చాలా సంతోషంగా వుంది. నిన్న వ్రాన్‌స్కీ అమ్మగారితో కలిసి ప్రయాణం చేశాను. అతన్ని గురించి తప్ప వేరే విషయాలే ఆవిడ మాట్లాడలేదు. తన ముద్దుల కొడుకు గురించే మాట్లాడింది. తల్లుల ప్రేమ నాకు తెలుసు కాని..."

"ఆవిడేం చెప్పారు?"

"అబ్బో! ఒకటా! బోలెడు! అతను ఆవిడ ముద్దుల కొడుకు అని నాకు తెలుసు. కాని అతనిలో ఆదర్శ గుణాలు వున్నట్టే కనిపిస్తాడు. మాటకి, ఆవిడ చెప్పింది నాకు, తన ఆస్తినంతట్నీ

తోడబుట్టినవాడికి యిచ్చేద్దామనుకున్నాట్ట. యింకా చిన్న పిల్లవాడిలా వున్నప్పుడే సాహసకృత్యం చేశాట్ట– నీళ్ళలో మునిగిపోయే ఒకామెని రక్షించాట్ట. ఆc, ఒక్కమాటలో చెప్పాలంటే వీరుడు" అంది అన్నా చిరునవ్వు నవ్వుతూ. స్టేషన్ దగ్గర అతను రెండు వందల రూబుళ్ళు దానం చెయ్యడం గుర్తువచ్చింది ఆమెకి.

కాని ఆ రెండువందల రూబుళ్ళు గురించీ ప్రస్తావించలేదు. ఎందుకనో దాన్ని గుర్తుచేసుకోవడం యిష్టం లేకపోయింది. ఆ సంఘటనతో తనకి సంబంధం వున్న దీ, యేదో వుండకూడనిదీ వున్నట్టనిపించింది.

"వాళ్ళింటికి రమ్మని నన్ను బలవంతం చేసింది. ఆవిడని చూడ్డం నాకు సంతోషమే. రేపు వెడతాను ఆవిడ దగ్గరికి. ఓ దేముడి దయవల్ల, అబ్లాన్స్కీ దాలీ గదిలో చాలాసేపు వున్నాడు" అందామె. విషయం మార్చి, లేచింది. ఆమెకి యెందువల్లనో అసంతృప్తి కలిగిందని కిట్టీకి అనిపించింది.

"లేదు, నేను ముందు! వుహూc నేనూ ముందు" అంటూ పిల్లలు అరిచారు. వాళ్ళు టీ తాగి మళ్ళీ పందేలమీద మేనత్త దగ్గరికి వచ్చేరు.

"అందరూ ముందే" అంది అన్నా. ఆమె నవ్వుతూ పరిగెత్తి వాళ్ళ దగ్గరికి వెళ్ళి, వాళ్ళని కౌగలించుకుని కింద పడేసింది. పిల్లలు గుంపుగా కిలకిలా నవ్వుతూ మురిసిపోయి ఒకళ్ళమీద ఒకళ్ళు పడ్డారు.

21

పెద్దవాళ్ళు టీ తాగేసరికి దాలీ వచ్చింది. కాని అబ్లాన్స్కీ ఆమె వెంట రాలేదు. భార్య గదిలోనుంచి వేరే గుమ్మం గుండా అవతలికి వెళ్ళేడేమో.

"మేడమీద చలిగా వుంటుందేమో. నీకు కింద గది యేర్పాటు చేయిస్తాను. నాకు దగ్గరగా వుంటావు" అంది దాలీ.

"అబ్బే, నా గురించి యిబ్బంది పడకు" అంది అన్నా. సర్దుబాటు అయిందా లేదా అన్నట్టు దాలీ ముఖంలోకి వెతుకుతూ చూసింది.

"యిక్కడైతే వెలుతురుగా కూడా ఉంటుంది" అంది మరదలు.

"యిదిగో నే చెప్తున్నా విను నేను యెక్కడేనా గాని, యెప్పుడేనా గానీ యేనుగులు తొక్కినా లేవనంత మొద్దు నిద్రపోగలను"

"ఏమిటి గొడవ పడిపోతున్నారు?" అని చదువుకునే గదిలోనుంచి యివతలికి వస్తూ అబ్లాన్స్కీ భార్యని అడిగాడు.

అతని గొంతుక ధోరణిని బట్టి సర్దుబాటు జరిగే వుంటుందని కిట్టీ, అన్నాలిద్దరూ ఖాయంగా అనుకున్నారు.

"అన్నాని కింద గదిలోకి మారుద్దామనుకుంటున్నాను. కాని కొత్త తెరలని మళ్ళీ పెట్టాలి. యెలాగో యెవళ్ళకీ తెలీదు, నేనే చూసుకోవాలీ పని" అంది దాలీ అతనితో.

దాలీ ఉదాసీనంగా ఆ మాటలు అనడం చూసి 'యింతకి సమాధానపడ్డారా లేదా దేవుడికి తెలుసు" అనుకొంది అన్నా.

"అబ్బ! దాలీ! గోరంతలు కొండంతలు చెయ్యకు. నీక్కావాలంటే నే చేస్తాను" అన్నాడు అబ్లాన్‌స్కీ.

"హమ్మయ్య సర్దుబాటు అయినట్టే" అనుకొంది అన్నా.

"ఆం నాకు తెలుసు నువ్వెలా చేసేదీనీ! ఆ పని చెయ్యమన్చెప్పి మత్వేయ్‌కి పురమాయింపు పెడతావు. అతను చెయ్యలేడు. యిక అది జరిగినట్టే! నీ దారిన నువ్వు వెళ్ళిపోతావ్, యిక ఆ పని అలానే వుండి పోతుంది." ఆ మాటలు అంటూ వుంటే దాలీ పెదాల మూలలు వ్యంగ్యంగా చిరునవ్వుతో ముడతలు పడ్డాయి.

'పూర్తిగా సర్దుబాటు అయింది. మినహాయింపుల్లేకుండా. హమ్మయ్య దేవుడి పుణ్యమా అని' అనుకొంది అన్నా. దాన్ని సాధించడంలో తను నిమిత్తంగా వుందని సంతోషించింది. దాలీ దగ్గరికి వెళ్ళి ముద్దుపెట్టుకుంది.

"యేం కాదు, మత్వేయ్ అన్నా, నేనన్నా నీకలాంటి చెడ్డ అభిప్రాయం యెందుకుంది?" అన్నాడు అబ్లాన్‌స్కీ భార్యతో. కనిపించీ కనిపించని చిరునవ్వు నవ్వేడు.

ఎప్పటిలాగానే దాలీ ఆ సాయంత్రం భర్తతో అదే వ్యంగ్య ధోరణిలో మాట్లాడింది. అబ్లాన్‌స్కీకి తృప్తిగా వుంది. హుషారుగా వున్నారు.అలా అని మరీ హుషారుగానూ కనిపించలేదు. యేమంటే అప్పుడే క్షమాభిక్ష పొందిన తను తన దోషాన్ని మర్చిపోయాడని అనిపించవచ్చు.

అబ్లాన్‌స్కీల యింట్లో టీ బల్ల దగ్గర ఆ పూట హుషారైన, కులాసా సంభాషణ వుంది. దానికి సాగుతూ తొమ్మిదిన్నర సమయంలో ఒక అతి సామాన్యంగా కనిపించే సంఘటన వల్ల అంతరాయం కలిగింది. కాని యీ అతి సామాన్య సంఘటనే యే కారణంగానో ప్రతివాళ్ళకీ చిత్రంగా కనిపించింది. వాళ్ళు పీటర్స్‌బర్గ్‌లో తమందరికీ తెలిసినవాళ్ళ గురించి మాట్లాడుకుంటూ వుండగా అన్నా వున్నట్టుండి లేచింది.

"ఆమె ఫోటో నా ఆల్బమ్‌లో వుంది" అంది. "మా సెర్యోష్ ఫోటో కూడా చూపిస్తా" అని తల్లికి వుండే గర్వపూరితమైన చిరునవ్వుతో జతచేసింది.

పది గంటలవబోతోంది. మామూలుగా ఆమె ఆ వేళప్పుడు కొడుక్కి గుడ్‌నైట్ చెప్పి, బాల్‌డాన్స్‌కి వెళ్ళేముందు తరచుగా తనే నిద్రపుచ్చేది. యిప్పుడు ఆమె మనసులో ప్రత్యేకం గాఢమైన అనుభూతి రేగింది. తనేమో యింత దూరంలో వుంది మరి. సంభాషణ యెలా సాగుతూ వున్నాగానీ ఆమె ఆలోచనలు ఉంగరాల జుట్టు సెర్యోష మీదకే మళ్ళుతున్నాయి. వాడి ఫోటో చూడాలని తపన కలిగింది. వాడి గురించి మాట్లాడాలని అనిపించింది. అందుకు తగ్గ మొదటి అవకాశం రాగానే ఆమె లేచి దృఢంగా లాఘవంగా అడుగులు వేసుకుంటూ ఆల్బం తేవడానికి వెళ్ళింది. ఆమె గదివేపు మెట్లు వెచ్చని పెద్ద మేడ మెట్ల మీద విశాలంగా, చదరంగా వుండే స్థలం దగ్గరనుంచి వున్నాయి.

ఆమె డ్రాయింగ్ రూమ్‌నుంచి వెళ్ళేటప్పుడు సరిగ్గా ఆ సమయంలో, సింహద్వారం దగ్గర గంట మోగింది.

"యెవళ్ళయి వుంటారబ్బా?" అంది దాలీ.

"నన్ను యింటికి తీసుకెళ్ళడానికి వచ్చినవాళ్ళయితే మరీ పెందరాళే వచ్చినట్టే అవుతుంది. మరెవరైనా అయితే మరీ పొద్దుపోయి వచ్చినట్టే" అంది కిట్టీ.

"ఖాయంగా నాకోసం కాగితాలేవో తెచ్చివుంటారు" అన్నాడు అబ్లాన్‌స్కీ. అన్నా పెద్ద మేడమెట్లు దాటి వెళ్ళే సమయంలో నౌకరు వచ్చి ఎవరో వచ్చారని చెప్పాడు. ఆ వచ్చినతను కింద హాల్లో దీపం పక్కన నుంచున్నాడు. ఆమె కిందికి చూసింది. వెంటనే వ్రాన్‌స్కీని గుర్తు పట్టింది. భయంతో పెనవేసుకున్న వింత సంతోషానుభూతి ఆమె హృదయంలో రెపరెపలాడింది. వ్రాన్‌స్కీ ఓవర్‌కోటు విప్పుకోకుండా అలానే వున్నాడు. జేబులో నుంచి యేదో తీస్తున్నాడు. ఆమె మెట్లదారి మధ్యకి వచ్చేక అతను కళ్లు పైకి యెత్తి ఆమెని చూశాడు. అతనికి లజ్జ, భయమూ కలిసిన భావం కలిగింది. అన్నా కొంచెంగా తలవంచి మెట్లదారి దాటి వెళ్ళిపోయింది. ఆ తర్వాత క్షణంలో అబ్లాన్‌స్కీ గొంతుక పెద్దగా వినిపించింది. అతన్ని రమ్మని అబ్లాన్‌స్కీ పిలుస్తున్నాడు. కానీ లోగొంతుకతో నిదానంగా రాను ఫరవాలేదు లెమ్మని వ్రాన్‌స్కీ జవాబు చెప్తున్నాడు.

అన్నా ఆల్బం తీసుకుని వెనక్కి వచ్చేటప్పటికి వ్రాన్‌స్కీ వెళ్ళిపోయాడు. ఆ మర్నాడు మాస్కో సందర్శిస్తున్న ఓ ప్రఖ్యాత గాయకికి సన్మానం చేస్తూ తాము యివ్వబోయే విందు వుందా లేదా అని వాకబు చెయ్యడం కోసం అతను వచ్చాడని అబ్లాన్‌స్కీ చెప్పాడు.

"యెంత బతిమాలినా లోపలికి రాందే. భలే వింత మనిషి" అన్నాడు అబ్లాన్‌స్కీ.

కిట్టీ సిగ్గుతో ఎర్రబడింది. అతను యెందుకు అక్కడికి వచ్చేడో, యెందుకు లోపలికి రాలేదో తనకి మాత్రమే తెలుసునని ఆమె అనుకొంది. "ముందు మా యింటికి వెళ్ళి వుంటాడు. అక్కడ నేను కనిపించక పోవడంతో యిక్కడ వుంటానేమోనని వచ్చి వుంటాడు. లోపలికి రావడానికి భయపడి వుంటాడు. బాగా పొద్దుపోయింది కదా? పైగా అన్న వుందాయే" అనుకొంది.

ఎవరూ యేమీ మాట్లాడకుండానే ఒకళ్ళకేసి ఒకళ్ళు చూసుకున్నారు. తర్వాత అన్నా ఆల్బంకేసి తిరిగారు.

అనుకున్న కార్యక్రమం ప్రకారం విందు వుందా లేదా అని వాకబు చెయ్యడానికి యెవరెళ్ళేనా ఓ మిత్రుడి యింటికి తొమ్మిదిన్నరకి వెళ్ళడంలోగాని, రమ్మన్నా లోపలికి రాకుండా వుండడంలోగాని విచిత్రమైందిగాని, విశేషమైందిగానీ యేమీ లేదు. కాని ప్రతివాళ్ళకీ యిప్పుడది విచిత్రంగా కనిపించింది. కాని అన్నాకి అనిపించినంత విచిత్రంగా, అసంతృప్తిగా ఎవరికీ అనిపించలేదు.

22

దేదీప్యమానంగా వెలిగిపోతున్న మెట్లమీద తల్లితో కలిసి కిట్టీ అడుగుపెట్టే వేళకి బాల్‌డాన్స్ మొదలైంది. ఆ మెట్లకి అటూ ఇటూ పుష్పగుచ్ఛాలు అలంకరించి వున్నాయి. పౌడరు అద్దుకుని, ఎర్రకోట్లు తొడుక్కున్న పరిచారకులు అటూ యిటూ నుంచున్నారు. తేనె పట్టులోనుంచి వచ్చినట్టుగా గదుల్లోనుంచి మర్మద ధ్వనులు వినవస్తున్నాయి. మెట్లమీద విశాలంగా చదరంగా వుండేచోట మొక్కల మధ్య వాళ్లు ఆగేరు. అక్కడ అద్దంలో చూసుకుని జుట్టూ, గౌన్లు సవరించుకున్నారు. అప్పుడు బాల్ రూమ్‌నుంచి, నట్టుతూ నట్టుతూ వున్నా, స్పష్టంగా ఆర్కెస్ట్రా వయొలిన్ వాయిద్య ధ్వనులు వాల్ట్జ్ నృత్యం మొదలైనట్టు వినవచ్చాయి. మరో అద్దం ముందు పౌర దుస్తుల్లో వున్న ఒక ముసలాయన కణతల దగ్గర నెరిసిన వెంట్రుకల్ని సవరించుకున్నాడు. ఆయన దగ్గర ఘాటు అత్తరు వాసన కొడుతుంది. ఆయన వీళ్ళని మెట్లమీద ఢీ కొట్టకుండా వుండేందుకు పక్కకి మళ్ళేడు. ఆహా అనుకుంటూ కిట్టీకేసి చూస్తూ వున్నట్టే నుంచున్నాడు. ఆయన ఆమెని యెరగడు. గడ్డంలేని ఓ యువకుడు పరుగెత్తుకుంటూ మేడమెట్లు యెక్కుతూ తెల్లని టైని సరిచేసుకుంటున్నాడు. అతను వెల్లడిగా వున్న వెయిస్ట్ కోట్ తొడుక్కున్నాడు. ప్రిన్స్ ష్చేర్ బాత్‌స్కీ షోకిలా పడుచుకుర్రకారు అని పిలిచే రకంలాంటి నాగరిక యువకుల తరహా వాడు అతను. అలా వెడుతూ అతను వాళ్ళకి వంగి వందనం చేశాడు. మళ్ళీ వెనక్కి కిట్టీ దగ్గరికి వచ్చి తనతో క్వాడ్రిల్ నాట్యం చెయ్యవలసిందిగా పిలిచాడు. ఆమె తన మొదటి క్వాడ్రిల్ నాట్యాన్ని వ్రాన్‌స్కీతో చేస్తుంది. కాబట్టి రెండవ క్వాడ్రిల్ నాట్యం యీ యువకుడితో చేస్తానని చెప్పింది. గ్లవ్‌కి బోతాలు పెట్టుకుంటూ గుమ్మం దగ్గర నుంచున్న ఒక మిలిటరీ ఆఫీసరు వీళ్ళని లోపలికి వెళ్ళనివ్వడానికి దారిఇస్తూ పక్కకి మళ్ళేడు. యీ గులాబీ కిట్టీకేసి ఆహా అని చూస్తూ మీసాలు దువ్వుకున్నాడు.

యీ బాల్‌డాన్స్ కోసం కిట్టీ వేసుకున్న గౌను, చేసుకున్న కేశాలంకరణ, జరిగిన యేర్పాట్లు యెంతో శ్రమపడి యెంతో ముందు చూపుతో సమకూర్చినవే. అయినా ఆమె ఆ గులాబీ బట్ట అస్తరు మీద వేసుకున్న దివ్యమైన మజ్లిన్ బట్టల్లో యెంత సహజంగా, సునాయాసంగా లోపలికి వెళ్ళిందంటే యీ గులాబీలు, లేసులు, యితర అలంకారాలు తనకి గాని తన యింట్లో వాళ్ళకి గాని పిసరు కూడా సమయం వృథా కాకుండా వచ్చినవే అనే భావం కనిపింపచేసింది. నిజానికి ఆమె ఆ మజ్లిన్ బట్టలతో, లేసులతో, వాటికి మకుటాయమానంగా వున్న రెండు ఆకుల గులాబీపువ్వు కేశాలంకరణతో పుట్టిందేమో ననిపింప చేసింది.

బాల్ రూమ్‌లోకి అడుగుపెట్టే ముందుగా పెద్దావిడ కూతురి నడుం పట్టీగా వున్న అలంకరణ వస్త్రపు అంచు ముడి విప్పబోయింది. కాని కిట్టీ మెల్లిగా పక్కకి మళ్ళింది. ప్రతీదీ సహజంగా, వుండవలసినట్టు వున్నాయనీ మరిక మార్చుకోనక్కర్లేదనీ ఆమెకి అనిపించింది.

కిట్టీకి ఆ రోజు గొప్ప శుభప్రదమైన రోజుల్లో ఒకటి. బాడీ మరీ బిగుతుగా లేదు. బుట్ట బాడి భుజాల మీదనుంచి జారడం లేదు. గుడ్డతో కుట్టిన పువ్వులు జాళ్లు పడిపోవడం లేదు. వదులుగానూ లేవు. మెలిక తిరిగిన యెత్తు మడమ గులాబీరంగు స్లిప్పర్లు కరవడం లేదు, కాళ్ళని బుజ్జగించాయి. తల వెనకాల పెట్టుకునే అందమైన సవరం కొప్పు ఆమె చిన్న తలకి

సహజంగా వున్నట్టే నప్పింది. పొడవాటి గ్లవ్స్‌కి వున్న మూడు బొత్తాలూ వూడకుండా గట్టిగా వున్నాయి. గ్లవ్స్ కూడా చేతులకి ముడతలు రాకుండా సాఫీగా మెత్తగా దూసినట్టు సరిపోయాయి. ఆమె లాకెట్‌కున్న నల్లని వెల్వెట్ రిబ్బన్ మహా మృదువుగా ఆమె కంఠాన్ని ఆలింగనం చేసుకుని సోభాయమానంగా వుంది. ఆ రిబ్బన్ అమోఘంగా వుంది. యింటిదగ్గర అద్దంలో దాన్ని చూసుకుని అది సరిగ్గా సరిపోయిందనుకుంది కిట్టీ. మరి మిగిలినదేనికైనా వంక పెట్టచ్చు కాని రిబ్బన్‌కి మాత్రం వంకపెట్టలేం. మహా మనోహరంగా వుంది. యీ బాల్ రూమ్ దగ్గర కూడా అద్దంలో దాన్ని చూసుకుని కిట్టీ మురిసిపోకుండా వుండలేకపోయింది. ఆమె చేతులూ, భుజాలూ ఆచ్ఛాదన లేకుండా వెల్లడిగా వున్నాయి. వాటి పాలరాతి చల్లదనాన్ని ఆమె అనుభూతి చెందింది. ఆ అనుభూతి గిలిగింతలు పెట్టింది. ఆమె కళ్లు మిలమిల మెరిశాయి. బాల్‌రూమ్‌లో రిబ్బన్లతో, లేసులతో, రవసెల్లా పట్టుబట్టలతో, శోభాయమానంగా వెలిగిపోతున్న ఆడవాళ్లు గుంపుగా వున్నారు. నాట్యానికి రమ్మని పిలిచే పిలుపుల కోసం వాళ్లు యెదురుచూస్తున్నారు (కిట్టీ వాళ్ళ మధ్య యెప్పుడూ లేదు) కిట్టీ ఆ గుంపు దగ్గరికి యింకా వెళ్లిందో లేదో ఆమెని వాల్ట్జ్ నృత్యానికి రమ్మని పిలుపు వచ్చింది. ఆ పిలిచిన ఆయన తక్కువవాడు కాదు. ఎగోరుష్క కొర్‌సూన్‌స్కీ. ఆయన పొడగరి. స్ఫురద్రూపి. వివాహితుడు. బాల్ నాట్యాల్లో శ్రేష్టుడు. బాల్ నాట్య గణంలో ఉత్తమ శ్రేణివాడు. బాల్ నాట్యాల ప్రముఖ నాయకుడు. బాల్ నాట్యాల సంచాలకుడు. ఆయన అప్పుడే కౌంటెస్ బానినాతో వాల్ట్జ్ మొదటి అర్ధభాగం నాట్యం చేశాడు. ఆయన ఆ నాట్య రంగాన్ని ఉపద్రుష్ట నేత్రంలో ఒక్కసారి దృష్టి సారించగానే నాట్యం చెయ్యడానికి కొన్నిజంటలు సాహసించి చేరిన ఆ మైదానం మీదికి కిట్టీ రావడం కనిపించింది. ఆయన ఆమె దగ్గరికి గబగబా వెళ్ళాడు. బిగువు సడలిన ఒయ్యారపు నడకతో వెళ్ళాడు. అలాంటి నడక నాట్య సంచాలకులకే వుండే విశిష్ట లక్షణం. శిరసు నుంచి అభివాదంచేసి, నాట్యం చెయ్యాలని వుందా లేదా అని మర్యాద కోసమైనా అడగను కూడా అడగకుండా ఆమె అన్నువ నడుం చుట్టుతా వెయ్యడానికి తన చేతిని చాచాడు. తన చేతిలో వున్న విసనకర్రని అందించడానికి యెవరున్నారా చూసింది. యింటి యజమానురాలు చిరునవ్వు నవ్వుతూ దాన్ని అందుకుంది.

"ఎంత బాగుంది మీరు సరిగ్గా వేళకి రావడం" అన్నాడాయన తన చేతిని ఆమె నడుం చుట్టూతా వేస్తూ. "యిలా ఆలస్యంగా రావడం అంటే నాకు అసలు యిష్టం వుండదు" అన్నాడు.

ఆమె తన ఎడమ చేతిని వంచి అతని భుజం మీద వేసింది. గులాబీ రంగు స్లిప్పర్లు తొడుక్కున్న చిన్నకాళ్ళు గబగబా తేలిగ్గా సంగీతానికి అనుగుణంగా, నగిషీ చెక్కిన కొయ్య పలకలు పరిచిన ఆ నేలమీద, నాట్యం చేస్తూ కదిలాయి.

"మీతో వాల్ట్జ్ చెయ్యడం హాయిగా వుంటుంది. ఎంత తేలిక, ఎంత precision[1]" అని ఆయన తేలిపోతూ మెల్లిగా సాగిన మొదటి అడుగులు వేస్తూ అన్నాడు. తనతో నాట్యం చేసిన వాళ్ళందరితోనూ ఆయన దాదాపు యివే మాటల్ని అన్నాడు.

1. కచ్చితత్వం (ఫ్రెంచి)

ఆ పొగడ్తకి ఆమె చిరునవ్వు నవ్వింది. అతని భుజం పైనుంచి గదిలో పరకాయించి చూస్తూనే వుంది. ఆమె బాల్‌డాన్స్‌కి కొత్తగా వచ్చిందేమీ కాదు. కొత్తవాళ్ళకి అన్ని ముఖాలూ సమ్మోహకర ప్రభావంతో మిళితమైపోతే నూతనానుభూతులు కలుగుతాయి. బాల్‌నాట్యాలకి చాలా ఎక్కువగా హాజరైనటువంటిదీ కాదు, అలాంటివాళ్ళకి అందరూ తెలిసే వుంటారు. విసుగనిపిస్తారు. ఆమె ఆ ఉభయులకీ మధ్యలో యెక్కడ్నో వుంది. ఉత్తేజంగా వుంది. కాని పరిసరాల్ని చూసేటంత స్థిమితంగా వుంది. గదిలో ఎడమ వేపు మూల సమాజంలో శ్రేష్ఠమైన వాళ్ళ బృందం వుంది. అక్కడ అందమైన లీదీ కనిపించింది. ఆవిడ కొర్ సూన్‌స్కీ భార్య. ఔచిత్యపు హద్దులు మీరేటట్టుగా కురచ బాడీ వేసుకుంది. యింటి యజమానురాలు అక్కడ కనిపించింది. అక్కడనే క్రీవిన్ కనిపించాడు. అతని నున్నటి బట్టతల నిగనిగలాడుతోంది. అతను యెప్పుడూ శ్రేష్ఠమైన వర్గం దగ్గరే చేరతాడు. యువకులు అటువేపు చూస్తూ వున్నారు. వాళ్ళు అక్కడికి వెళ్ళే ధైర్యం చెయ్యలేకుండా వున్నారు. తర్వాత ఆమెకి అబ్లాన్‌స్కీ కనిపించాడు. అన్నా తల, నల్లని ముఖమల్ బట్టలు వేసుకున్న ముచ్చటైన రూపమూ కనిపించాయి. 'అతను' కూడా అక్కడే వున్నాడు. లేవిన్‌ని తిరస్కరించిన ఆ సాయంత్రం నుంచీ కిట్టీ అతన్ని చూళ్ళేదు. కిట్టీ తన నిశిత నేత్రాలతో వెంటనే అతన్ని గుర్తుపట్టింది. అతను తనను చుస్తూ వున్నాడని కూడా గమనించింది.

"యింకోసారి డాన్స్ చేద్దామా? యేం, అలిసిపోయారా?" అని కొద్దిగా ఆయాసపడుతూ అడిగేడు కొర్‌సూన్‌స్కీ.

"వద్దు, చాలు."

"యెక్కడికి తీసికెళ్ళను మిమ్మల్ని?"

"అన్నా కరేనినా అక్కడ వున్నట్టుంది. అక్కడికి."

"మీరెలా కావాలంటే అలా."

హాల్‌లో యెడమవైపు మూల వున్న బృందం కొర్‌సూన్‌స్కీ వాల్ట్జ్ చేస్తూ క్రమేపీ అడుగుల్ని మందగింపచేసాడు. వెడుతూ వెడుతూ "pardon, mesdames, pardon, pardon, mesdames[1]" అంటూనే వున్నాడు. ఆయన యీ లేసుల, రిబ్బన్ల, రవసెల్లాల పద్మవ్యూహం గుండా పిసరు కూడా ఆగకుండా, అడ్డు లేకుండా ఆమెని నడిపించుకుంటూ వెళ్ళేడు. చివర్లో ఆమెని ఒక్కచుట్టు తిప్పేడు. ఆ తిప్పడంలో లేసు మేజోళ్ళు తొడుక్కున్న ఆమె నాజూకైన కాళ్లు వెల్లడిగా కనిపించాయి. ఆమె జీరాడే ఉడుపు యెగురుతూ క్రీవిన్ మోకాళ్ళకి చుట్టుకుంది. కొర్‌సూన్‌స్కీ వంగి వందనం చేసి, నిటారుగా నిలబడ్డాడు.

ఆమెని అన్నా దగ్గరికి తీసికెళ్ళడానికి తన చేతిని చాచాడు. కిట్టీ డాన్స్ చేసి చేసి యెర్రబడిపోయింది. క్రీవిన్ మోకాళ్ళకి చుట్టుకున్న బట్టని విడదీసుకుంది. యింకా తల తిరుగుతున్నట్టే అనిపించింది. అన్నాకేసి చూసింది. కిట్టీ కోరుకున్నట్టుగా అన్నా వూదా రంగు బట్టలు వేసుకోలేదు. నల్లటి ముఖమల్ గౌను వేసుకుంది. భుజాల వంపులు కనిపించేటట్టు

1. "క్షమించండమ్మా, క్షమించండి, క్షమించండి, అమ్మా" (ఫ్రెంచి)

మెడ దగ్గర కురచగా కుట్టిన గౌను అది. పురాతన దంతంతో మలిచినట్టు వున్న ఆమె గుండ్రటి భుజాలు, వక్షస్సు కనిపిస్తున్నాయి. ఆమె చేతులు గుండ్రంగా వున్నాయి. చాలా చిన్నవిగా వున్నాయి. గౌన్‌కీ వెనీషియన్ లేసు అంచులు వున్నాయి. ఆమె నల్లజుట్టు సవరాలు వగైరాలేమీ లేకుండా ఒత్తుగా వుంది. ఆ జుట్టుమీద పెన్సీ పువ్వుల చిన్నమాల వుంది. అలాంటిదే మరో మాల నడుముకి కట్టుకున్న నల్లని పట్టు రిబ్బన్‌కి తగిలించిన తెల్లని లేసు మధ్య వుంది. ఆమె కేశాలంకరణ నదురుగా కనిపించేటట్టు లేదు. కాని ఆమె కణతల దగ్గరా, మెడ దగ్గరా అలంకారంగా వేలాడిన ఉంగరాల ముంగురులు నదురుగా కనిపిస్తూ వున్నాయి. యౌవనంతో దృఢంగా వున్న మెడలో ముత్యాల పేట వుంది.

కిట్టీ రోజూ అన్నాని చూస్తూనే వుంది. ఆమెని ప్రేమిస్తూనే వుంది. ఊదారంగు ఆమెకి చక్కగా నప్పుతుందనే వూహించుకుంది. యిప్పుడు నల్లని ముఖమల్ గౌనులోఆమెని చూశాక ఆమె మనోహరత్వాన్ని పూర్తిగా తను గ్రహించలేకపోయాననే అనుకుంది. యిప్పుడు కిట్టీ ఆమెని అనుకోని రూపంలో కొత్త మనిషిలాగా చూసింది. అన్నా ఊదారంగు బట్టలు వేసుకోగలగలేదనీ, ఆమె మనోహరత్వం సర్వదా ఆమె ధరించిన బట్టలని మించి పైనే వుంటుందని గ్రహించింది. అన్నా ధరించిన బట్టలు ఎప్పుడూ విశేషమైనవిగా వుండవు. ఆమె వేసుకున్న చక్కని లేసు నల్ల ముఖమల్ గౌను కూడా విశేషంగా ఆకర్షించలేదు. అది వూరికే చౌకట్టు మాత్రమే. సాదాగా, సహజంగా,శ్రేష్టంగా వున్న ఆమె మాత్రమే, ఉల్లాసంతో జీవంతో తొణికిసలాడే ఆమె మాత్రమే చూడదగినటు వంటిది.

ఆమె యెప్పటిలాగా నిబ్బరంగా నుంచుంది. కిట్టీ తన దగ్గరికి వచ్చేటప్పటికి ఆమె యింటాయనకేసి తల కొద్దిగా వాల్చి ఆయనతో మాట్లాడుతోంది.

"అబ్బే నేను తప్పులు యెంచడం లేదు" అని ఆయన అన్నా దేనికో జవాబు చెప్తోంది. "యేమో నాకు తెలీదు" అంది భుజాలు యెగరేస్తూ. మరుక్షణం కిట్టీకేసి కోమలంగా మృదువుగా చిరునవ్వు నవ్వుతూ చూసింది. ఆడవాళ్ళు చూసే శీఘ్రమైన చూపుతో ఆ అమ్మాయి గౌనుకేసి చూసి, గౌనునీ ఆమె అందాన్ని మెచ్చుకుంటున్నట్టు తల వూపింది. ఆ వూపడం దాదాపు కనిపించీ కనిపించనట్టుగా వుంది. కానీ కిట్టీ వెంటనే గ్రహించింది. "హాల్లోకి మీరు నాట్యం చేస్తూనే వచ్చినట్టుందే" అని అన్నా కిట్టీతో అంది.

"నాకు సహాయం చేస్తుందని నేను యెప్పుడూ ఆమెని నమ్ముకోగలను" అన్నాడు కొర్‌సూన్‌స్కీ అన్నాకి వందనం చేస్తూ. ఆయన ఆమెని అంతకుముందు చూడలేదు. "యీ ప్రిన్సెస్ బాల్‌డాన్స్‌లని హుషారుగా వుండేటట్టూ, సంతోషంగా వుండేటట్టూ చేస్తుంది. యీ వాల్ట్జ్ నాతో చేస్తారా అన్నాగారూ?" అని మరోసారి వొంగి వందనం చేస్తూ అడిగాడు.

"మీకు పరిచయం వుందా?" అని యజమాని అడిగాడు.

"మాకు పరిచయం లేనిదెవరితో? నాకూ మా ఆవిడకీ అందరితోనూ పరిచయం వుంది. మేం తెల్ల తోడేళ్ళలాంటివాళ్ళం. అందరికీ మేం తెలుసు" అన్నాడు కొర్‌సూన్‌స్కీ. "యీ వాల్ట్జ్ అన్నాగారూ" అని అడిగాడు.

"డాన్స్ చెయ్యక్కర్లేకుండా గడిచిపోయేటట్లయితే నేను డాన్స్ చెయ్యనే చెయ్యను" అందామె.

"కాని యివాళ తప్పదా, గడవదు" అని కొర్‌సూన్‌స్కీ జవాబు చెప్పేడు.

సరిగ్గా ఆ సమయానికి వ్రాన్‌స్కీ వాళ్ళ దగ్గరికి వచ్చేడు.

"సరే, యివాళ తప్పదా, అయితే పదండి" అని వ్రాన్‌స్కీ అభివాదాన్ని పట్టించుకోకుండానే కొర్‌సూన్‌స్కీ భుజం మీద గబగబా చెయ్యి వేసింది.

"యెందుకని అతనంటే విముఖంగా వుంది?" అనుకుంది కిట్టీ. అన్నా కావాల్నికి వ్రాన్‌స్కీకి ప్రత్యభివాదం చెయ్యలేదని చూసి. వ్రాన్‌స్కీ కిట్టీ దగ్గరికి వెళ్ళేడు. తన మొదటి క్వాడ్రిల్ నాట్యాన్ని ఆమెకి గుర్తుచేశాడు. యిన్ని రోజులూ ఆమెని చూసే అదృష్టం తనకి కలగలేదని బాధ వ్యక్తం చేశాడు. కిట్టీ అతను చెప్పేదాన్ని వింటూనే అన్నా వాల్‌ట్జ్ చెయ్యడం ఆహా అనుకుంటూ చూసింది. వ్రాన్‌స్కీ తనని వాల్‌ట్జ్ చెయ్యడానికి పిలుస్తాడని కిట్టీ ఆశించింది. కాని అతను పిలవలేదు. ఆమె అతనికేసి ఆశ్చర్యంగా చూసింది. అతని సిగ్గుతో యెర్రబడిపోయి హడావుడిగా ఆమెని వాల్‌ట్జ్ చెయ్యడం కోసం పిలిచాడు. ఆమె సన్నని కౌను చుట్టూ చెయ్యివేసి మొదటి అడుగులు వెయ్యగానే సంగీతం ఆగిపోయింది. కిట్టీ తనకి బాగా దగ్గరగా వున్న అతని ముఖంలోకి చూసింది. ప్రేమతో పొంగిపొర్లే తన వదనం కేసి చూసి కూడా అతను ప్రత్యుత్తరం యివ్వకుండా వుండిపోవడం గుర్తుకు వచ్చినప్పుడల్లా ఆ తర్వాత చాలాకాలం దాకా, నిజానికి చాలా యేళ్ళదాకా అవమాన గాయంతో ఆమె హృదయం సలుపుతూనే వుంది.

"pardon, pardon! వాల్‌ట్జ్, వాల్‌ట్జ్!" అని కొర్‌సూన్‌స్కీ హాల్ అవతలి వేపు నుంచి అరిచాడు. అందుబాటులోకి వచ్చిన మొదటి పడుచు పిల్లని పట్టుకుని ఆమెతో నాట్యం చెయ్యడం మొదలుపెట్టాడు.

23

వ్రాన్‌స్కీ, కిట్టీలిద్దరూ కలిసి వాల్‌ట్జ్ కొన్ని వరసలు నాట్యం చేశారు. అది అయిపోయాక కిట్టీ తల్లి వున్న బృందం దగ్గరికి వెళ్ళింది. కౌంటెస్ నార్డ్‌స్టన్‌తో యేదో కాసేపు మాట్లాడిందో లేదో వ్రాన్‌స్కీ మొదటి క్వాడ్రిల్ చెయ్యమని అడుగుతూ ఆమె దగ్గరికి వచ్చేడు. క్వాడ్రిల్ నాట్యం చేసేటప్పుడు ముఖ్యమైన విషయాలేమీ ప్రస్తావనకి రాలేదు. యేదో పొడిముక్కలు, కొర్‌సూన్‌స్కీ దంపతుల గురించి యేవో మాటలు సాగాయంతే. ముద్దొచ్చే నలభై యేళ్ల ప్రాయపు పిల్లలు అంటూ వేళాకోళంగా ఆ దంపతుల గురించి అన్నాడు. కొత్తగా కట్టబోయే ప్రజా థియేటర్ పథకం గురించి యేదో మాటలు నడిచాయి. ఒక్కసారి మాత్రం సంభాషణలో కుదుపు వచ్చింది, ఆమె అనుభూతులని స్పృశించింది. అది అతను లేవిన్ గురించి అడిగినప్పుడు. అతను ఉన్నాడా వెళ్ళిపోయాడా అని వాకబు చేశాడు అతనంటే తనకి యెంతో యిష్టం అని జత చేశాడు. అయినా కిట్టీ క్వాడ్రిల్ మీద పెద్ద ఆశలు పెట్టుకోలేదు. గుండె దడదడ కొట్టుకుంటూ వుంటే మజూర్కా నాట్యం కోసం యెదురు చూసింది. మజూర్కా నాట్యం అప్పుడు అంతా తేలిపోతుందని ఆమెకి అనిపించింది. క్వాడ్రిల్ నాట్యం చేసేటప్పుడు వ్రాన్‌స్కీ ఆమెని మజూర్కా తనతో కలిసి చెయ్యమని అడగలేదు. అయినా ఆమె గాభరా

పడలేదు. తను అతనితో కలిసి ఖాయంగా మజూర్కా చేస్తుంది అని ఆమె నమ్మకం. లోగడ బాల్‌డాన్స్‌లన్నింటిలోనూ అలాగే జరిగింది. తను వేరేవాళ్ళతో మజూర్కా నాట్యం చెయ్యాల్సి వుందని చెపుతూ అయిదు మందిని కాదంది. కడపటి క్వాడ్రిల్ దాకా మొత్తం బాల్‌డాన్స్ అంతా ఉత్సాహభరిత వర్ణాలతో, ధ్వనులతో, కదలికలతో సాగిన సమ్మోహకర స్వప్నంలాగా భాసించింది. ఆమె అలసిపోయి, విశ్రాంతికోసం అన్చెప్పి కూర్చుండిపోయిన ఆ కాస్త సమయమూనే ఆమె నాట్యం చెయ్యకుండా వుంట. విసుగు పుట్టించే వో యువకుడితో ఆమె కడపటి క్వాడ్రిల్ చెయ్యాల్సి వచ్చింది. అతన్ని వదిలించుకోవడం కుదరలేదు. ఆ నాట్యం చేసేటప్పుడు వ్రాన్‌స్కీ అన్నాలకి Vis-a-vis[1] రావడం తటస్థించింది. బాల్‌కి వచ్చిన వెంటనే చూడ్డం తప్పిస్తే తర్వాత కిట్టీ అన్నాని చూడలేదు. అన్నా యిప్పుడు ఆమెకి పూర్తిగా మరోవ్యక్తిలాగా, అనుకోకుండా కొత్తగా మారిపోయిన వ్యక్తిలాగా కనిపించింది. సఫలతవల్ల ఉత్పన్నం అయిన ఉత్తేజిత లక్షణం ఆమెకి అన్నాలో కనిపించింది. తనకిగా తనకే అలాంటి లక్షణం బాగా పరిచితం అయిందే. ప్రశంసల సారాయితో అన్నా మత్తెక్కి పోయివుందని కిట్టీ చూసింది. ఆమెకి ఆ అనుభూతి తెలుసు, దాని చిహ్నాలు తెలుసు. అన్నాలో ఆమె వాటిని చూసింది. కళ్ళల్లో మిణుకు, తేజోభరిత దీప్తి, అనుకోకుండానే ఆమె పెదాలమీద లాస్యం చేస్తూవున్న సంతోషభరిత ఉత్తేజ మందహాసం ఆమె కదలికల్లో ద్యోతకమయ్యే లఘిమ, జిగి, శోభాయమాన నిర్దుష్టత కిట్టీ గుర్తించింది.

'ఎవరి పొగడ్తలవల్ల? ఒక్కరి పొగడ్తలకా లేక అందరి పొగడ్తల వల్లనా?' అని కిట్టీ తనలో తను అనుకుంది. తనతో కలిసి నాట్యం చేసూ వున్న యువకుడి సంభాషణ యెక్కడ్నో తెగిపోయి అతను అందుకోలేకుండా వున్నాడు. ఆమె అతనికి మాట అందించి సాయపడలేదు. కొర్‌సూన్‌స్కీ వాళ్ళని కాసేపు grand rond[2] కి కాసేపు Chaine[3] కి పురికొల్పుతూ గట్టిగా హుషారుగా అరుస్తూ వున్నాడు. ఆ అరుపులని మన్నించి కిట్టీ నాట్యం చేస్తున్నట్టుగా పైకి కనిపించింది. కాని కిట్టీ నిజానికి వ్రాన్‌స్కీ అన్నాలని తదేక దృష్టితో చూసింది. ఆమె హృదయం నీరసించిపోయింది. 'వుహుం నలుగురి పొగడ్తలవల్లా కాదు, ఒక్క మనిషి పొగడ్తకే ఆమె మత్తెక్కిపోయింది. కాని ఎవరా ఒక్కళ్ళూ? అతనే అయి వుంటాడా? అనుకొంది. వ్రాన్‌స్కీ ఆమెతో మాట్లాడినప్పుడల్లా అన్నా కళ్ళు సంతోషంతో మెరిశాయి. ఆమె యెర్రటి పెదాలు ఆనంద మహానందంతో వొంపు తిరిగాయి. తన సంతోష చిహ్నాల్ని బయటికి కనిపించనియ్యకుండా చెయ్యాలని ఆమె ప్రయత్నిస్తున్నట్టుగా వుంది. కాని అవి తమంత తామే బయటికి వెల్లడవుతున్నాయి. 'అతని సంగతి యేమిటో?' అనుకుని కిట్టీ అతనికేసి చూసింది. దిగాలుపడి పోయింది. అన్నా ముఖదర్పణంలో యెంతో స్పష్టంగా ప్రతిఫలించిందే అతని ముఖంలోనూ కనిపించింది. దృఢంగా శాంతంగా వుండే అతని ముఖంలో సర్వదా ద్యోతకమయే నిశ్చింత భావాలు యేమయాయి? అన్నీ పోయాయి. యిప్పుడు అతను ఆమెతో మాట్లాడిన ప్రతిసారీ ఆమె ముందు మోకాళ్ళమీద వాలిపోవడానికి ఆతృతపడుతున్నట్టు తల

1. ముఖాముఖి, యెదురెదురుగా (ఫ్రెంచి).
2. పెద్ద వృత్తం (ఫ్రెంచి)
3. గొలుసు (ఫ్రెంచి)

కొంచెంగా వంచేడు. అతనిచూపులో భయమూ, వశమైపోయిన భావమూ ద్యోతకం అయాయి. 'మిమ్మల్ని గాయపరచను' అని అతను చూసిన ప్రతిచూపూ చెప్తున్నట్టుంది. 'నన్ను రక్షించుకోవాలనుకుంటున్నాను కాని యెలాగో తెలీదు' అనే లాంటి చూపుని అతని ముఖంలో ఆమె అంతకుముందు యెన్నడూ చూసి యెరుగదు.

వాళ్ళిద్దరూ తమకి తెలిసిన వాళ్ళ గురించి మాట్లాడుకున్నారు. శుద్ధ భౌతిక విషయాలు మాట్లాడుకున్నారు. కాని వాళ్ళు అనే ప్రతిమాటా తన అదృష్టాన్నీ, వాళ్ళ అదృష్టాన్ని నిర్ణయిస్తోందని కిట్టీ అనుకొంది. కాని చిత్రమేమంటే ఫ్రెంచి మాట్లాడ ప్రయత్నించినప్పుడు ఇవాన్ ఇవానొవిచ్ యెంత హాస్యాస్పదంగా వుండేదీ, ఎలేత్స్కయాకి యింకా ఎలాంటి మంచి సంబంధం దొరికి వుండేదీ అనే విషయాలే వాళ్ళు నిజానికి మాట్లాడుకున్నారు. అయినా ఆ మాటలే వాళ్ళకి ప్రత్యేకార్థంలో భాసించాయి. వాళ్ళకీ ఆ విషయం తెలుసు, కిట్టీకి లాగానే. యిప్పుడు ఆ బాల్‌డాన్స్, అక్కడున్న ప్రతివాళ్ళూ కిట్టీకి సంబంధించి మసక కమ్ముకుపోయినట్టు అనిపించింది. మర్యాదలని పాటించాలి అనే కఠోర శిక్షణే ఆమెకి ఆసరాగా వుంది, ఆమె ఆ శిక్షణలో పెరిగింది. దానివల్లనే తను యేం చెయ్యాల్సి వుందో అది చేసింది – అంటే నాట్యం చెయ్యడం దేనికేనా జవాబు చెప్పడం, మాట్లాడ్డం, చిరునవ్వు నవ్వడం కూడా. కాని మజూర్కా మొదలవడానికి ముందు కుర్చీలని తీసేస్తున్నప్పుడు, కొన్ని జంటలు ఆ చిన్న గదులలోనుంచి పెద్ద గదిలోకి వెడుతున్నప్పుడు,

అప్పుడు ఓ క్షణం కిట్టీ హతాశురాలై పోయింది, పూర్తిగా చింతాక్రాంతం అయిపోయింది. మజూర్కా నాట్యం చెయ్యమని తనని పిలిచిన అయిదుమందిని కాదు పొమ్మంది. ఇప్పుడు తను మజూర్కా నాట్యం చెయ్యడం లేదు. యిక యెవరైనా తనని నాట్యానికి రమ్మని పిలుస్తారన్న ఆశ కూడా లేశ మాత్రంగానైనా లేదు. ఆమె అందరి ఆదరణకీ పాత్రురాలవడం వల్ల ఆమెను యెవళ్ళూ నాట్యానికి పిలవలేదన్న వూహే యెవరికీ తట్టదు. తనకి వొంట్లో బాగా లేదని తల్లికి చెప్పి యింటికి వెళ్ళిపోవాలి. కాని అలా చేసే ధైర్యం ఆమెకి లేకపోయింది. ఆమె పూర్తిగా దౌర్భాగ్యురాలైపోయింది.

ఆ చిన్న డ్రాయింగ్‌రూమ్‌లో ఓ మారుమూలకి వెళ్ళి వో చేతుల కుర్చీలో కూలబడింది. ఆమె రవసెల్లా గౌను నాజూకైన ఆమె ఆకృతి చుట్టూ మేఘంలాగా లేచింది. ఆచ్ఛాదనలేని సన్నటి కోమల తరుణ హస్తం గులాబి కుచ్చెళ్ళ మధ్య నిరుత్సాహంగా పడింది. రెండో చేత్తో విసనకర్ర పట్టుకుంది. దాన్ని గబగబ ఆడిస్తూ వేడెక్కిన ముఖంమీద విసురుకుంది. గడ్డిమీద అప్పుడే వాలిన సీతాకోకచిలుక ఇంద్రధనుస్సు రంగు లీనే తన రెక్కల్ని యే క్షణంలోనైనా తెరుస్తుంది. అల్లల్లాడించుకుంటూ యెగిరిపోతుంది. ఆమె అలా కనిపించింది. అయినా ఆమె గుండెలో భారమైన నిరాశ నిండిపోయింది.

"బహుశా నేను పొరపడ్డానేమో. అలాంటిదేమీ జరిగివుండదు" అనుకొంది ఆమె. మళ్ళీ తను చూసిన దాన్నంతటినీ గుర్తు చేసుకుంది.

"ఏమిటిది, కిట్టీ? నాకు అర్థం కావడం లేదు" అంది కౌంటెస్ నార్డ్‌స్టన్. తివాసీ మీద నడుచుకుంటూ చప్పుడు కాకుండా కిట్టీ దగ్గరికి వచ్చిందామె.

అన్నా కెరనినా 103

కిట్టీ కింది పెదవి వణికింది. గబగబా నుంచుంది.

"కిట్టీ మజుర్కా చెయ్యడం లేదా?"

"లేదు, లేదు" అంది కిట్టీ గద్గదికమైన కంఠంతో.

"అతను ఆమెని మజుర్కా నాట్యానికి పిలవడం నేను విన్నాను" అంది కౌంటెస్. 'అతను' 'ఆమె' అంటే యెవరైందీ కిట్టీకి అర్ధమవుతుందని ఆమెకి తెలుసు. "మీరు కిట్టీతో నాట్యం చెయ్యడం లేదూ?" అని ఆమె అడిగింది" అని చెప్పింది నార్ట్ స్టన్.

"ఓ ఫరవాలేదు" అంది కిట్టీ.

కిట్టీ పరిస్థితి ఆమె కంటే యెక్కువగా యెవరూ అర్ధం చేసుకోలేరు. తనకి బహుశా ప్రేమ ఉన్న మనిషిని అంతకు ముందే తను తిరస్కరించింది, మరొకరి మీద యెక్కువ ఆశలు పెట్టుకుంది కాబట్టి. యీ విషయం కూడా యెవరికీ తెలీదు తనకి తప్ప.

కౌంటెస్ నార్డ్‌స్టన్ కోర్‌సూన్‌స్కీని చూసింది. తను అతనితో మజుర్కా చెయ్యాలి. కాని అతను కిట్టీని పిలిచేటట్టు చేసింది.

కిట్టీ మొదటి జంటలో నాట్యం చేస్తోంది. అదృష్టవశాత్తూ తను ఏమీ మాట్లాడనవసరం లేకపోయింది. కోర్‌సూన్‌స్కీ అటూ యిటూ పరిగెత్తేసి క్షేత్రంలో తన బలగాలకి పురమాయింపులు యిచ్చేస్తున్నాడు. అన్నా, వ్రాన్‌స్కీలు దాదాపు ఆమెకి యెదురుగా కూర్చున్నారు. ఆమె తీక్షణమైన కళ్ళు వాళ్ళని చూశాయి తమ జంట నాట్యం చేస్తూ తన దగ్గరికి వచ్చేటప్పటికి యింకా బాగా చూసింది. వాళ్ళని యెంతగా చూస్తే అంతగా తనకి విపత్తు మూడుతోందని ఆమెకి అర్ధమైపోయింది. యెప్పుడూ నిబ్బరంగా, స్వతంత్రంగా వుండే వ్రాన్‌స్కీ ముఖంలో కిట్టీని ఆశ్చర్య చకితం చేసేటట్టు, నేరం చేసినప్పుడు తెలివైన కుక్కలో కనిపించే మాదిరీ, యేదో కలవరపాటు అణకువ కనిపించాయి.

అన్నా చిరునవ్వు నవ్వితే అతనూ చిరునవ్వు నవ్వాడు. ఆమె యేదన్నా ఆలోచనలో పడితే అతనూ గంభీరంగా అయ్యేడు. యే అతీంద్రియ శక్తో కిట్టీ కళ్ళని అన్నా ముఖంకేసి లాగింది. ఆమె సాదా నల్ల గౌనులో మనోజ్ఞంగా వుంది. వంకీలు పెట్టుకున్న ఆమె చేతులు మనోహరంగా వున్నాయి. ముత్యాల పేట వున్న ఆమె దృఢమైన కంఠం మనోహరంగా వుంది. రేగిన ఆమె ముంగురులు మనోహరంగా వున్నాయి. ఆమె చిన్నకాళ్లు, చేతులు లఘిమగా శోభాయమానంగా కదలడం మనోహరంగా వున్నాయి. జీవంతో తొణికిసలాడే ఆమె ముచ్చటైన వదనం మనోహరంగా వుంది. కాని ఆ మనోహరత్వంలో భయం కల్గించేదీ, క్రూరమైందీ కూడా యేదో వుంది.

కిట్టీకి ఆమె అంటే ముందటికంటే యెక్కువగా ప్రేమ కలిగింది. అంతగానూ బాధా కలిగింది. అణగారిపోయినట్టు కిట్టీ బాధపడింది. ఆమె ముఖంలో అది కనిపించింది. వ్రాన్‌స్కీ మజుర్కా నాట్యంచేస్తూ ఆమె దగ్గరికి వచ్చినప్పుడు ఆమెని వెంటనే గుర్తుపట్టలేక పోయాడు. ఆమె అంతలా మారిపోయింది.

"బ్రహ్మాండమైన బాల్‌డాన్స్" అన్నాడు. యేదో వొకటి చెప్పాలని.

"అవును" అంది.

మజుర్కా సాగుతోంది. మధ్యలో కోర్‌సూన్‌స్కీ సూచించిన చికుచిక్కు భంగిమల్లో నాట్యం చేస్తున్నారు. అప్పుడు అన్నా బృందం మధ్యకి వచ్చి యిద్దరు మగాళ్ళని పిలిచింది. కిట్టీని మరో ఆవిడనీ తన దగ్గరికి రమ్మంది. ఆమె దగ్గరికి వెడుతూ కిట్టీ భయపడినట్టు కనిపించింది. అన్నా కంటిరెప్పలు వాలుస్తూ కిట్టికేసి చూసి చిరునవ్వు నవ్వుతూ ఆమె చేతిని అదిమింది. కిట్టీ ఆ చిరునవ్వుకి ఆశ్చర్యంగా, నిరాశగా కనిపించే చూపుతో బదులుచెప్పింది. దాన్ని గమనించే అన్నా పక్కకి వెళ్ళింది. మరో ఆవిడతో హుషారుగా మాట్లాడ్డం మొదలెట్టింది.

"అవును, యీామెలో వింతగా, రాక్షసంగా, సమ్మోహనకరంగా కనిపించేది యేదో వుంది" అనుకొంది కిట్టీ.

అన్నా భోజనాలకి వుండాలని అనుకోలేదు. కాని ఆ యింటి యజమాని వుండమని ఆమెని బలవంతం చేశాడు.

"ఓ అన్నాగారూ రండి" అన్నాడు కొర్‌సూన్‌స్కీ. అనాచ్ఛాదితంగా వున్న ఆమె చేతిని తన చేతిలోకి లాక్కున్నాడు. "కాటిలియోన్ నాట్యంలో నాకో కొత్త వూహ తట్టింది. Un bujou[1]

అతను అన్నాని మెల్లిగా తీసుకెళ్ళబోతూ కొంచెం ముందుకు వెళ్ళాడు. యజమాని అంగీకార సూచకంగా చిరునవ్వు నవ్వేడు.

"వద్దు, నేను వుండను" అని చిరునవ్వు నవ్వుతూ అంది అన్నా. ఆమె చిరునవ్వుతో చెప్పినా గట్టిగా అంటూ వున్న ధోరణిని బట్టి ఆమె వుండదని కొర్‌సూన్‌స్కీ, యజమానీ గ్రహించారు.

"లేదు, యీ శీతకట్టు అంతా పీటర్స్‌బర్గ్‌లో చేసినదానికంటే మాస్కోలోని యీ ఒక్క బాల్‌లోనూ యెక్కువ నాట్యం చేశాను" అంది అన్నా. తన దగ్గర నుంచున్న వ్రాన్‌స్కీకేసి చూస్తూ. "ప్రయాణానికి ముందు విశ్రాంతి తీసుకోవాలి" అంది.

"మీరు తప్పకుండా రేపే వెళ్ళిపోవాలా?" అని వ్రాన్‌స్కీ అడిగేడు.

"ఆఁ నా ఉద్దేశం అంతే" అని అంత ధైర్యంగా అతను అలా అడిగినందుకు ఆశ్చర్యపడుతున్నట్టు అంది అన్నా. కాని ఆమె చిరునవ్వు, ఆమె కళ్ళల్లో అదమంగా జ్వలించిన దీప్తి అతన్ని నిప్పులాగా కాల్చేశాయి.

భోజనానికి వుండకుండానే అన్నా బాల్ నుంచి వెళ్ళిపోయింది.

24

ష్చేర్‌బాత్‌స్కీల యింటినుంచి బయటపడి, అన్నగార్ని చూద్దామని బయల్దేరాడు లేవిన్. 'అవును. నాలో యేదో అప్రియకరమైంది, వెగటు పుట్టించేది కూడా, యేదో వుంది' అనుకున్నాడు వెడుతూ, వెడుతూ. 'నేను మనుషులకి నచ్చను. స్వాతిశయం నాకు యెక్కువంటారు. లేదు, నాకు స్వాతిశయం లేదు. నాకే గనక స్వాతిశయం యెక్కువైతే యిలాంటి పరిస్థితిలో యెందుకు పడతాను?' అనుకున్నాడు. మనోనేత్రం ముందు వ్రాన్‌స్కీ కనిపించాడు. సంతోషంగా,

1. చాలా ముచ్చటైంది (ఫ్రెంచి)

దయార్ద్రంగా, తెలివిగా, శాంతంగా వుండే మనిషి. ఆ సాయంత్రం లేవిన్ చిక్కుకున్న లాంటి చిరాకు పరిస్థితిలో అతను యెన్నడూ చిక్కుకోడు. 'అవును మరి ఆమె వ్రాన్‌స్కీనే యెన్నుకోవాలి. అంతే మరి, నేను యెవళ్ళ గురించీ, దేన్ని గురించీ పితూరీ చెయ్యడానికి లేదు. దోషం నాదే. తన జీవితాన్ని నాతో జతచేస్తుందని అనుకొనే హక్కు నాకు యేం వుంది? నేనెవర్ని? నేనేమిటి? యెవళ్ళకీ పనికిరాని చవటని' అతనికి అన్నగారు నికొలాయ్ గుర్తు వచ్చాడు. అతన్ని గురించి అనుకుంటూ తేలికపడ్డాడు. 'లోకంలో వున్న ప్రతీదీ యేహ్యమైందనీ, వెలపరమైందనీ వాడు అంటాడు. వాడు అలా అనడం సబబే కదా? ముందుగాని, యెప్పుడు గాని నికొలాయ్‌ని గురించి యేం అనుకున్నదీ నిజమేనేమో నాకు తెలీదు. చిరిగిపోయిన కోటు తొడుక్కుని, చిత్తుగా తాగివుండగా ప్రొకొఫి వాణ్ణి చూశాడు. అతని ప్రకారం నికొలాయ్ రోత మనిషి. నాకు మరో నికొలాయ్ తెలుసు. వాడి అసలు స్వభావం తెలుసు. వాడూ నేనూ చాలా వాటిల్లో వొకటే అనీ తెలుసు. వాడి దగ్గరకి వెళ్ళడానికి బదులుగా భోజనానికి వెళ్లాను. యిప్పుడు యిక్కడికి వచ్చాను' అనుకున్నాడు లేవిన్. అతను వీధి దీపం దగ్గరికి వెళ్లి అన్నగారి అడ్రస్ చదువుకున్నాడు. అది అతని యాదాస్తు పుస్తకంలో వుంది. బండిని పిలిచాడు. అక్కడికి వెళ్ళేదాకా దారిలో అంతసేపూ తనకి తెలిసిన నికొలాయ్ జీవిత సంఘటనల గురించి జ్ఞాపకం చేసుకుంటూనే వున్నాడు. అన్నగారు యూనివర్శిటీలో వున్నప్పుడూ, తర్వాత యింకో యేడాది దాకానూ, యతిలాగా బతికేడు. తోటివాళ్ళు వేళాకోళం చేసినప్పటికీ ఖచ్చితంగా ఉపవాసాలూ, పూజా పునస్కారాలూ చేసేవాడు. ప్రార్థనలకి హాజరయ్యేవాడు. శారీరక సుఖాలని వేటినీ దరికి రానివ్వలేదు, ముఖ్యంగా ఆడవాళ్ళని. ఆ తర్వాత వున్నట్టుండి దీన్నంతట్నీ గంగలో వదిలేసి పరమ నికృష్టమైన వాళ్ళతో స్నేహం చేశాడు. అడ్డు ఆపు లేని వ్యభిచారం చేశాడు. నికొలాయ్ పెంచుకుందామని చేరదీసిన పల్లెటూరి కుర్రాడు లేవిన్‌కి గుర్తుకొచ్చేడు. ఓసారి వెర్రికోపం వచ్చి ఆ కుర్రాణ్ణి చావ చితక బాదేడు. అందుగ్గాను నికొలాయ్ మీద అభియోగం మోపి విచారణ జరిపేరు. ఓ మోసగాడికి పేకాటలో నికొలాయ్ డబ్బు పోగొట్టుకోవడం గుర్తుకొచ్చింది. వాడికి అప్పుపత్రం రాసి ఇచ్చాడు. తర్వాత వాడిమీద ఫిర్యాదు చేశాడు. తనని వాడు మోసం చేశాడని (యిదిగో యీ బాకీనే పెద్దన్నయ్య కోజ్నిషెవ్ తీర్చింది). అసభ్య ప్రవర్తనకిగాను నికొలాయ్ ఓ రోజు రాత్రి జైల్లో గడపడం అతనికి గుర్తువచ్చింది. తల్లిగారి ఎస్టేట్‌లో తనకి రావాల్సిన వాటా తనకి యివ్వలేదనీ కోజ్నిషెవ్ మీద సిగ్గుమాలిన దావా వేసిన విషయం గుర్తువచ్చింది. ఆఖరిగా యింకోటి గుర్తు వచ్చింది. నికొలాయ్ పశ్చిమ ప్రాంతాలకి సర్కారు కొలువు నిమిత్తం వెళ్ళేడు. అక్కడ యెవరో గ్రామపెద్దని కొట్టేడు. అందుగ్గాను కోర్టులో కేసు పెట్టారు. యిదంతా చెప్పలేనంత రోతగానే వుంది. కాని నికొలాయ్‌ని యెరుగని వాళ్ళకి, నికొలాయ్ జీవిత గాథ తెలియని వాళ్ళని, అతని అసలు స్వభావం అందని వాళ్ళకి దీనివల్ల కలిగేటంత వెలపరం లేవిన్‌కి కలగలేదు.

నికొలాయ్ నైష్ఠికంగా సన్యాసిలాగా బతుకుతూ, పూజలూ, పునస్కారాలూ చేస్తూ తన తీవ్ర కాంక్షాభరిత స్వభావాన్ని దమితంగా వుంచుకోవడానికి మతపరమైన మార్గాలు అవలంబించినప్పుడు ఎవరూ అతన్ని బలపరచలేదు. పైపెచ్చు తనతో సహా అందరూ అతన్ని చూసి నవ్వేరు. అతన్ని నోవా*అనీ, యతీంద్రుడనీ పిలిచి యేడిపించారు. యిప్పుడు

పతితుడయ్యాడని యెవరూ అతనికి సాయం చెయ్యరు. పైగా భయపడిపోయి, యేవగింపుగా అతన్నుంచి పారిపోతున్నారు.

నికొలాయ్ జీవిత విధానం అసహ్యంగా వున్నా అతని అంతరంగంలో, అంతరంగపు లోతు పొరల్లో అతన్ని ఖండించేవాళ్ళ కంటే యెక్కువ దోషి కాదని లేవిన్‌కి అనిపించింది. వస్తుతః అదమిత వాంఛలూ, వ్యథాభరిత చిత్తమూ వుండడం అతని తప్పు కాదు. అతను యెప్పుడూ చెడు చెయ్యకుండా వుండాలనే కోరుకున్నాడు. 'సర్వం వాడికి చెప్తాను, తను నాకు యావత్తూ చెప్పేటట్టు చేస్తాను. వాడంటే నాకు యిష్టం అని చూపిస్తాను. అందుకు అతన్ని అర్థం చేసుకుంటాను' అని అన్నగారు వుంటున్న హోటల్ దగ్గరికి రాత్రి పది దాటాక వెడుతూ లేవిన్ తీర్మానించుకున్నాడు.

"పైన పన్నెండు పదమూడు నంబరు గదులు" అని లేవిన్ అడిగిందానికి కాపలా వాడు జవాబిచ్చేడు.

"లోపల వున్నాడా?"

"వుండే వుండాలి."

పన్నెండవ నంబరు గది తలుపు ఓరగా తెరిచి వుంది. ఆ సందులోనుంచి యివతలికి పడ్తూ వున్న వెలుతుర్లో చవకబారు చెత్త పొగాకు దట్టమైన పొగ సుళ్ళు తిరుగుతోంది. యేదో అపరిచిత కంఠం లేవిన్‌కి వినిపించింది. కాని అన్నాగారు అక్కడ వున్నట్టు గ్రహించాడు, అతను దగ్గడం వినిపించింది.

అతను గుమ్మం దగ్గరికి వెళ్ళాడు. కొత్త కంఠం మాట వినిపించింది.

"యీ వ్యాపారం నిర్వహించే మంచితనంమీదా,చిత్తశుద్ధి మీదా అంతా ఆధారపడుతుంది."

లేవిన్ గదిలోకి చూశాడు. యీ మాటలు అంటున్న మనిషి పడుచువాడు. అతని జుట్టు గుబురుగా వుంది. అతను పైకోటు తొడుక్కున్నాడు. సోఫామీద స్ఫోటకం మచ్చల పడుచామె ఒకరు కూర్చుంది. ఆమె తొడుక్కున్న పూలు బట్టల చేతులకి, మెడకి లేసులు లేవు.* నికొలాయ్ కనిపించలేదు. యిలాంటి వింత మనుషులతోనా అన్నగారు కలిసి వుండడం అని మనసుకి తట్టగానే లేవిన్ హృదయం కలుక్కుమంది. లేవిన్ రాక యెవరూ గమనించలేదు. పై బూట్లు విప్పుతూ అతను పైకోటు తొడుక్కున్న పడుచతను చెప్పేది విన్నాడు. అతను యేదో వ్యాపారం గురించి మాట్లాడుతున్నాడు.

"ఆధిక్య వర్గాల సిగ్గోసిరిగాని" అంటున్నాడు అన్నగారు దగ్గుతూ. "మాషా! కొంచెం తిండి తెప్పించు. అందులో యేమన్నా వైన్ మిగిలివుంటే యిలా యియ్యి , లేకపోతే యింకొంచెం తెమ్మనమని చెప్పు" అన్నాడు.

ఆమె లేచి గుమ్మం దగ్గరికి వెళ్ళింది. లేవిన్ కనిపించాడు.

"యెవరో వచ్చారు నికొలాయ్‌గారూ" అంది.

"యెవరు?" అని నికొలాయ్ చిరాగ్గా అడిగాడు.

"నేను" అన్నాడు లేవిన్ గదిలోనుంచి యివతలకి పడే వెలుతురులోకి వెళ్తూ. "నేనంటే?" అన్నాడు నికొలాయ్ యింకా చిరాగ్గా. అతను గబగబా లేస్తూ వుండడం, దేనిమీదో తొట్రిపడ్డం వినిపించింది. మరుక్షణంలో అన్నగారు గుమ్మంలో తనకి యెదురుగా నుంచోవడం లేవిన్‌కి కనిపించింది. నికొలాయ్ పొడుగాటి మనిషి, పల్చగా యెండిపోయి వున్నారు. భుజాలు వాలి వున్నాయి. భయపడుతూ వున్న పెద్ద కళ్ళు. అది తనకి తెలిసిన దృశ్యమే అయినా అన్నగారు యెంత జబ్బుగా, బెదిరిపోయి వున్నదీ చూసి లేవిన్ నిశ్చేష్టుడైపోయాడు.

లేవిన్ అతన్ని మూడేళ్ళనాడు చూసేడు. అప్పటికంటే యిప్పుడు అన్నగారు యింకా చిక్కిపోయాడు. పొట్టి కోటు వేసుకున్నాడు. పెద్ద కణుపులతో వున్న చేతులు అంత పెద్దగా ముందెప్పుడూ కనిపించలేదు. జుట్టు పలచబడింది. వంకరలేని అదే మీసం. అవే కళ్ళు కొత్తగా వచ్చిన యీ మనిషికేసి వింతగా అమాయకంగా తేరి చూశాయి.

"అరె, నువ్వా" అన్నాడతను తమ్ముణ్ణి గుర్తుపట్టి. అతని కళ్ళల్లో సంతోషం మెరిసింది. కాని వెంటనే అక్కడున్న ఆ రెండో పడుచు మనిషికేసి చూసి కాలరు మరీ బిగుతుగా వున్నట్టనిపించే మెడ సాగదీసి మెలితిరిగినట్టుగా తల తిప్పాడు. అది లెవిన్‌కి బాగా పరిచితమైన కవళికే. వెంటనే నికొలాయ్ చిక్కిపోయి ముఖ భంగిమ మారిపోయింది. అన్యమనస్కంగా, క్రూరంగా బాధతో నిండినట్టుగా అయింది.

"మీతో నాకు యిక సంబంధం లేదని మీకూ, పెద్దాయనకీ రాశాను కదా? యిదేమిటీ? యేం కావాలి నీకు - మీకు?"

అతన్ని గురించి తను యెలా వూహించుకున్నాడో ఆ మాదిరీ లేనేలేడతను. అతన్ని గురించి అనుకున్నప్పుడు అతని స్వభావంలో వున్న దుర్మార్గ లక్షణాలని, అతన్ని కలుసుకోవడం కఠినం చేసే వాటిని లేవిన్ మర్చిపోయాడు. యిప్పుడు అతని ముఖంలోకి చూసేటప్పుడు, అతని తల బాధగా మెలితిరగడం చూసినప్పుడు, అవన్నీ గుర్తువచ్చాయి.

"నేనేం నీ దగ్గరికి పనిమీద రాలేదు. వూరికే నిన్ను చూద్దామని వచ్చేను" అన్నాడు లేవిన్ వినయంగా.

అతని విషయం చూసి నికొలాయ్ మెత్తబడినట్టే కనిపించాడు. అతని కింది పెదవి వణికింది.

"ఓ, అందుకు వచ్చావా? అయితే లోపలికి రా. కూర్చో. భోజనం చేస్తావా? మాషా, ముగ్గురికి భోజనాలు చెప్పు. వుహుఁ ఆగు. యితనెవరో నీకు తెలుసా?" అని పైకోటు తొడుక్కున్న వ్యక్తిని చూపిస్తూ తమ్ముడ్ని అడిగాడు. "యితను క్రీత్‌స్కీ, కీయెవ్‌లో వున్న రోజులనాటి స్నేహం. భలేవాడు. పోలీసులు యితన్ని వెన్నాడుతున్నారు. యితను నీచుడు కాదని! ఆ విషయం చెప్పనక్కర్లేదుగా" అన్నాడు.

అతను గదిలో అందరికేసి తన ధోరణిలో చూశాడు. గుమ్మం దగ్గర యింకా నుంచున్న ఆడమనిషి వెళ్ళబోతున్నట్టు కదలగానే చూసి, "ఆగు! ఆగమని చెప్పాను నీకు" అని అరిచాడు. తర్వాత, లేవిన్‌కి బాగా తెలిసిన రీతిలో, చుట్టూతా మరోసారి చూసి అసందర్భంగా యెడ్డితనంగా వుండే మాటలతో తమ్ముడికి క్రీత్‌స్కీ కథ చెప్పడం మొదలుపెట్టేడు. బీద విద్యార్థులకి సాయంచేసే

సంఘాన్ని నిర్వహించినందుకూ, ఆదివారాలప్పుడు బడి నడిపి పాఠాలు చెప్పినందుకూ క్రీత్‌స్కీని యూనివర్శిటీ నుంచి బహిష్కరించారట. తర్వాత అతను యేదో వూళ్ళో బడిపంతులు అయ్యాట్ట. అక్కడ్నుంచీ ఉద్వాసన చెప్పార్ట. ఆ తర్వాత దేనికోగాని కోర్టుకు పట్టుకుపోయారట.

"మీరు కీయోన్ యూనివర్శిటీవాళ్ళా?" అని లేవిన్ యెబ్బెట్టుగా వున్న నిశ్శబ్దం తొలగించడానికి అడిగాడు.

"ఆఁ కొంతకాలం" అన్నాడు క్రీత్‌స్కీ ముఖం ముడుచుకుంటూ.

"ఆమె" అన్నాడు నికొలాయ్ ఆమెకేసి చూపిస్తూ, "ఆమె మాషా. నా జీవిత భాగస్వామి. ఆమెని ఒకచోటునుంచి తీసుకువచ్చాను" అంటూ అతను తల యెగరేశాడు. "కాని ఆమె అంటే నాకు ప్రేమ. ఆమెని గౌరవిస్తాను. నా స్నేహితుడని చెప్పుకునే ప్రతివాడూ ఆమె అంటే యిష్టపడి ఆమెని గౌరవించాలని అడుగుతాను" అని కనుబొమలు ముడుస్తూ, గొంతుక పెంచి అన్నాడు. "ఆమె నా భార్య లాంటిదే, అచ్చం ఆలాంటిదే. తెలిసిందా, యెవరితో వున్నావ్ నువ్వు? నువ్వు గనుక యిది నీకు పరువు తక్కువని అనుకుంటే దణ్ణం పెట్టి తిన్నగా వెళ్ళిపోవచ్చు" అన్నాడు.

మరోసారి అతను అందరి ముఖాలకేసి ప్రశ్నార్థకంగా చూశాడు.

"నాకు పరువు తక్కువని నేనెందుకనుకోవాలో అర్థం కావడం లేదు" అన్నాడు లేవిన్.

"అయితే మాషా, ముగ్గురికి భోజనాలు తెమ్మని చెప్పు. వోడ్కా వైనూ కూడా... వుహుఁ ఆగు... వద్దులే, ఆగద్దు... వెళ్ళు.'"

25

"చూశావా?" అన్నాడు నికొలాయ్, కనుబొమలు ముడుస్తూ. కష్టంమీద వొళ్ళంతా విరుచుకున్నాడు. యేం చెప్పాలో, యెలా వుండాలో తెలియక యిబ్బంది పడుతున్నట్టు కనిపించాడు. "అదుగో, అక్కడ చూశావా?" అంటూ గదిలో ఒక మూలకి చూపించాడు. అక్కడ కొన్ని యినుప వూచలు కట్ట కట్టి వున్నాయి. "చూశావా అది? ఒక కొత్త వ్యాపారానికి నాంది. ఒక ఉత్పత్తి సంఘాన్ని స్థాపిస్తున్నాం" అన్నాడు.

లేవిన్ అతను చెప్పేదాన్ని అసలు వినడమే లేదు. అతని ముఖంకేసి చూస్తూ వున్నాడు. క్షయ వ్యాధిగ్రస్తంగా వున్న అతని ముఖంకేసి చూస్తూ వుంటే యింకా బాధ కలిగింది. ఆ కొత్త వ్యాపారం గురించి అతనేం చెప్తున్నాడో వినలేకపోయాడు. తన పట్ల తనకే యేహ్యాభావం కలగకుండా వుండేందుకు గాను ఆఖరి ప్రయత్నంగా అన్న యీ ఉత్పత్తి సంఘాన్ని పట్టుకుంటున్నాడని లేవిన్‌కి అర్థం అయింది. నికొలాయ్ చెప్తూనే వున్నాడు.

"తెలుసా పెట్టుబడి పనివాళ్ళని నాశనం చేసేస్తోందని. మన రైతులు, పనివాళ్ళు మొత్తం కావడి బరువుని భుజాలమీద మోస్తున్నారు. అయినాగాని వాళ్ళ బతుకులు గొంగళి వేసినచోటే వుంటోంది. యెంత ప్రయత్నించినా "సందులలో పందుల" స్థితి దాటి బయటపడలేక పోతున్నారు. తమ శ్రమ ఫలితాలతో తమ పరిస్థితిని మెరుగుపరుచుకోగలరు, కొంత విశ్రాంతి అనుభవించగలరు. తత్ఫలితంగా విద్య సంపాదించుకోగలరు. ఆ లాభాలని ఫలితాలని

పెట్టుబడిదారులు చేజిక్కించుకుంటున్నారు. మన సమాజం యెలా వుందంటే శ్రామికులు యెంత కష్టపడి పనిచేస్తే అంతగా వర్తకులూ, భూస్వాములూ బలుస్తున్నారు. శ్రామికులు మాత్రం గానుగెద్దు బాపతుగానే వుండిపోతున్నారు. యీ పద్ధతిని మార్చాలి" అని తమ్ముడికేసి యేమంటావ్ అన్నట్టు చూస్తూ ముగించాడు.

"అవును మరి, అంతేగా" అన్నాడు లేవిన్. స్ఫుటంగా వున్న అన్నగారి చెక్కిళ్ళకి కెంపు వన్నె వచ్చింది. లేవిన్ దాన్ని ప్రత్యేకంగా గమనించేడు.

"అందుకనే మేం కమ్మరం పని చేసేవాళ్ళ సంఘం పెడుతున్నాం. మేం ఉత్పత్తి చేసేదంతా, మేం సంపాదించేదంతా, ముఖ్య ఉత్పత్తి సాధనాలన్నీ ఉమ్మడి స్వామ్యంలోనే వుంటాయి."

"మీ సంఘం యెక్కడ పనిచేస్తుంది?" అని లేవిన్ అడిగాడు.

"కజాన్ గుబేర్నియాలోని వోజ్‌ద్రోమ గ్రామంలో."

"గ్రామంలో యెందుకు? దాని పని దానికివుంది, అలా అని నాకనిపిస్తుంది. కమ్మర్ల సంఘాన్ని పల్లెటూళ్ళో స్థాపించడం దేనికి?"

"యెందుకా? యెందుకంటే రైతులు యిదివరకటిలాగానే యివాళా బానిసలుగా* బతుకుతున్నారు కాబట్టి. వాళ్ళ బానిసత్వాన్ని రూపుమాపే ప్రయత్నాలు నీకూ, నీ ఘనమైన అన్నగారికి కూడా యిష్టం లేదు కాబట్టి" అన్నాడు నికొలాయ్, తమ్ముడు చెప్పిన అభ్యంతరానికి చిరాకుపడి.

లేవిన్ నిట్టూర్పు విడిచి, మకిలిగా మబ్బుగా వున్న గదిలో చుట్టూ చూశాడు. అతని నిట్టూర్పు నికొలాయ్‌ని యింకా చిర్రెత్తించింది.

"మీ అన్నగారి భూస్వామ్య అభిప్రాయాలు నాకు తెలుసు. వున్న చెడుగుల్ని సమర్థించడానికే బుర్రంతా ఉపయోగిస్తాడనీ తెలుసు."

"నేనలా అనుకోను. అయినా అన్నయ్య గురించిన చర్చ యెందుకు చేస్తున్నావ్ నువ్వు." అని లేవిన్ చిరునవ్వు నవ్వుతూ అన్నాడు.

"యెందుకనా? యెందుకని!" అని కోజ్నిషెవ్ ప్రస్తావన రాగానే వున్నట్టుండి నికొలాయ్ అరిచాడు. "యెందుకని!... అయినా యేం లాభం? అదే పాత కంపు... నా దగ్గరికి యెందుకు వచ్చావ్? దయచేసి నీకు పడవు, అసహ్యం, సరే, పో అవతలికి వెళ్ళిపో" అని లేచి నుంచుంటూ అరిచాడు. "వెళ్ళిపో, వెళ్ళిపో" అన్నాడు.

"నాకు అసహ్యం యేమీ లేదు. నేను నువ్వు చెప్పేదాన్ని ఖండించను కూడా ఖండించడం లేదే!" అన్నాడు లేవిన్ పిల్లిలాగా.

సరిగ్గా అప్పుడే మాషా లోపలికి వచ్చింది. నికొలాయ్ ఆమెకేసి కోపంగా చూశాడు. ఆమె గబగబా అతని దగ్గరికి వెళ్ళి అతనితో యేదో గొణిగింది.

"నాకు బాగా లేదు. చిరాగ్గా వుంది" అన్నాడు నికొలాయ్. తర్వాత కొంచెం స్థిమితపడ్డాడు. గాఢంగా గాలి పీల్చాడు. "నువ్వేమో పెద్దన్నయ్య గురించి ఆయన వ్యాసం గురించి మాట్లాడతావు. యెన్ని అబద్ధాలు, యెంత చెత్త, యేం ఆత్మవంచన! న్యాయం అంటే యేమిటో

యెరగని మనిషి దాన్ని గురించి రాయడం యేమిటి చెప్పు? ఆ వ్యాసం చదివారా?" అని క్రీత్స్కీని అడిగాడు. బల్లమీద సిగరెట్లు చుట్టుకునే కాగితాలు వున్నాయి. చుట్టిన సిగరెట్లు వున్నాయి. వాటికి పక్కకి తోసేసి కూర్చున్నాడు.

"లేదు, చదవలేదు" అన్నాడు క్రీత్స్కీ ఉదాసీనంగా. సంభాషణలో జోక్యం చేసుకోవడం యిష్టం లేనట్టే కనిపించాడు.

"యెందుకు చదవలేదు?" అని యీసారి క్రీత్స్కీ మీద చిరాకుపడుతూ అడిగాడు నికొలాయ్.

"అలాంటి వాటిమీద సమయం వృథా చెయ్యడం యిష్టంలేక."

"అహ, తెలియక అడుగుతాను! సమయం వృథా అని మీకు యెలా తెలుసు? చాలామందికి ఆ వ్యాసం అర్థంకాదు. వాళ్ళ బుర్రలకు ఎక్కదు. మన విషయంలో అలా కాదు. అతని వూహలేమిటో నాకు తెలుసు, వాటిల్లో లొసుగులేమిటో నాకు తెలుసు."

యెవళ్ళూ ఏమీ అనలేదు. క్రీత్స్కీ మెల్లిగా లేచి టోపీ అందుకున్నాడు.

"భోజనం వద్దూ? సరే అయితే, సెలవ్. రేపు ఆ కమ్మరిని కూడా తీసుకురండి." అతను వెళ్ళిపోగానే నికొలాయ్ చిరునవ్వు నవ్వి కన్నుగీటేడు.

"యితనూ యేం పనికిరాడు" అన్నాడు. "కనిపిస్తోందిగా.."

గుమ్మం దగ్గరినుంచి క్రిత్స్కీ పిలవడంతో అతను చెప్పబోయేదానికి అంతరాయం కలిగింది.

"యేం కావాలి మీకు" అన్నాడు నికొలాయ్ అతని దగ్గరికి వెడుతూ. మాషా, లేవిన్‌లు యిద్దరూ గదిలో వుండిపోయారు. లేవిన్ ఆమెని మాటల్లోకి దించాడు.

"మా అన్నయ్యని చాలాకాలంగా యెరుగుదురా మీరు?"

"ఓ యేడాదిపైగా. చాలా చిక్కిపోయారు. బాగా తాగేస్తున్నారు" అందామె.

"ఏమిటి?"

"వోద్కా. ఆయనకి పడదు."

"అంత యెక్కువ తాగుతాడా?" అని లేవిన్ గొంతు తగ్గించి అడిగాడు.

""వూఁ" అందామె, బెరుగ్గా బెరుగ్గా గుమ్మంకేసి చూస్తూ. నికొలాయ్ అప్పుడే వస్తున్నాడు.

"యేమిటి మాట్లాడుకుంటున్నారు?" అని అడిగాడు. కనుబొమలు ముడుస్తూ ఒకళ్ళ వేపునుంచి యింకొకళ్ళ వేపు బెదిరిన చూపు చూశాడు. "దేన్ని గురించి?" అని అడిగాడు.

"యేమీ లేదు" అన్నాడు లేవిన్ యిబ్బంది పడుతూ.

"చెప్పడం యిష్టం లేకపోతే చెప్పద్దు. కాని ఆమెతో మాట్లాడేదేమీ వుండదు నీకు. ఆమె బజారు మనిషి, నువ్వేమో పెద్ద మనిషివి" అన్నాడు, తల వూపుతూ.

"నీకు అన్నీ అర్థం అయాయనుకుంటాను. నువ్వు వొప్పుకోవు. పాపం చేసిన నీ అన్నని జాలితో చూస్తున్నావు" అని మళ్ళీ బిగ్గరగా మొదలుపెట్టాడు.

"నికొలాయ్‌గారూ, నికొలాయ్‌గారూ" అని అతని దగ్గరికి వెళ్ళి మాషా గొణిగింది.

"ఓ బాగుంది, బాగుంది! భోజనం యేదీ? ఆఁ! వస్తోందా" అన్నాడు ట్రే పట్టుకుని లోపలికి వస్తూ వున్న వెయిటర్‌ని చూసి. "యిక్కడ పెట్టు" అన్నాడు చిరాగ్గా. రకామని వోద్కా అందుకున్నాడు. బుల్లి గ్లాసు నిండా పోసుకుని గడగడ ఆబగా తాగేశాడు. "తాగుతావా?" అని తమ్ముణ్ణి అడిగాడు. అప్పుడే హుషారెక్కింది.

"మీ పెద్ద అన్నగారి గురించి యికచాలు. నువ్వు కనిపించావు సంతోషంగా వుంది. యెంతైనా మనం పరాయివాళ్లమా! దా, తాగు, యేం చెస్తున్నావో చెప్పు" అంటూ మాట్లాడుతూనే వున్నాడు. రొట్టెముక్క నములుతూ, బుల్లి గ్లాసునిండా మళ్ళీ వోద్క పోసుకున్నాడు. "నీ జీవితం యెలా వుంది?" అని అడిగాడు.

"ముందటిలాగానే గ్రామంలో ఒంటరిగా వున్నాను. ఎస్టేట్ చూస్తున్నాను" అన్నాడు. అన్నగారు అలా ఆబగా తినడం, తాగడం చూసి స్తబ్ధుడైపోయాడు. కాని తను పరకాయించి అటు చూస్తున్నట్టు అన్నగారు గమనించకూడదనే ప్రయత్నం చేశాడు.

"పెళ్ళెందుకు చేసుకోలేదు?"

"అవకాశం రాలేదు" అన్నాడు సిగ్గుతో ఎర్రబడుతూ లేవిన్.

"అదేమిటి! నాకైతే కథ ముగిసినట్టే. నా జీవితం నాశనం అయిపోయింది. నేనిదివరలోనే చెప్పాను, యిప్పుడూ చెప్తున్నాను నాకు రావాల్సిన వాటాని అప్పుడే, నాకవసరం పడినప్పుడే, యిచ్చేసివుంటేం, నా యావజ్జీవితం మరోలా వుండి వుండేది."

లేవిన్ గబగబా విషయాన్ని మార్చేడు.

"తెలుసా నీకు, నీ వాన్య నా దగ్గర పాక్‌రోవ్‌స్కాయెలో గుమస్తాగా పని చేస్తున్నాడు" అన్నాడు.

నికొలాయ్ ఠక్కున తల ఆడించేడు. యేదో ఆలోచనలో మునిగిపోయాడు.

"పాక్‌రొవ్‌స్కాయెలో యేం జరుగుతుందో చెప్పు. యింకా ఆ యిల్లు ఉందా, బర్చ్ చెట్లూ, మనం చదువుకునే గది వున్నాయా? తోటమాలి ఫీలిప్ బాగున్నాడా? వేసవి యిల్లూ, మనం కూర్చునే జాగా ఎంత బాగా గుర్తున్నాయి నాకు! చూడు, యింటి విషయంలో యే మార్పులూ చెయ్యకు. త్వరగా పెళ్ళి చేసుకో. వున్నవాటిని యెప్పటిలాగానే వుంచెయ్యి. నేను వచ్చి నిన్ను చూస్తా – నీ పెళ్ళాం మంచిదైతేనేలే."

"నువ్వు యిప్పుడు నా దగ్గరికి వచ్చెయ్యవచ్చు. మనం యెంత హాయిగానో కలిసి ఉండచ్చు" అన్నాడు లేవిన్.

"పెద్దాయనతో అక్కడ భేటి అవకపోతే వచ్చేవాణ్ణి."

"అవదు నేను ఒక్కణ్ణే వుంటున్నాను."

"నాకు తెలుసులే. నువ్వెన్ని చెప్పు, మా యిద్దరిలో యెవళ్ళనో ఒకళ్ళనే యెంచుకోవాలి నువ్వు" అన్నాడు తమ్ముడి కళ్ళలోకి అణకువగా చూస్తూ. ఆ అణకువ లేవిన్ హృదయాన్ని కదిలించింది.

"యీ విషయంలో నా అభిప్రాయం చెప్పమంటావా? నీకూ పెద్దన్నయ్యకీ మధ్య జరిగిన గొడవలో నేను యే పక్షమూ వుండను. యిద్దరిదీ తప్పే. నువ్వేమో పైకి తేలతావు. ఆయన తేలడు అంతే."

"అద్గదీ! నీకర్థం అయింది కదా! అర్థం అయింది కదా!" అని నికొలాయ్ సంతోషంగా అరిచాడు.

"కాని నీకో సంగతి చెప్తాను, వ్యక్తిగతంగా అయితే నీతో స్నేహానికే యెక్కువ స్థానాన్ని యిస్తాను. యేమంటే..."

"యెందుకని? యెందుకని?"

నికొలాయ్ దురదృష్టవంతుడనీ, అంచేత అతనికి స్నేహం యెక్కువ అవసరమనీ లేవిన్ చెప్పలేకపోయాడు. కాని అదే అతను చెప్పబోయాడని నికొలాయ్ వూహించాడు. దాంతో ముఖం చిట్లించుకుని మళ్ళీ వోద్కా అందుకున్నాడు.

"చాలింక నికొలాయ్‌గారూ" అంది మాషా, బొద్దుగా బోసిగా వున్నచేతిని బుడ్డి వేపు చాస్తూ.

"ఛస్! నువ్వు రాకు! ఒక్కటేస్తానంతే" అని అతను అరిచాడు.

మాషా పిల్లిలా చూస్తూ జాలిగా చిరునవ్వు నవ్వి బుడ్డి లాగేసింది. నికొలాయ్ కూడా ఆ చిరునవ్వుకి జవాబుగా చిరునవ్వు నవ్వేడు.

"ఆమె అర్థం చేసుకోలేదని నువ్వనుకుంటున్నావా? ఆమె నీకంటే నాకంటే బాగా అర్థం చేసుకోగలదు. ఆమెలో యెంతో మంచితనం వుంది. ప్రియమైంది వుంది. యేమంటావ్?" అన్నాడు నికొలాయ్.

"మీరు యింతకు ముందెప్పుడన్నా మాస్కో వచ్చారా?" అని లేవిన్ యేదో వొకటి అనాలి కదా అన్చెప్పి అడిగాడు.

"నువ్వు ఆమెని 'మీరు' అనక్కర్లేదు. ఆమెకి అలాంటి మర్యాదలంటే భయం. యితవరకూ యెవళ్ళూ యీమెతో యిలాంటి మర్యాదలు పాటించలేదు, ఆ పల్లెటూరి పంచాయితీ న్యాయాధికారి తప్ప. యీమె గుడితేటి కొంపలోంచి పారిపో ప్రయత్నించినప్పుడు పంచాయితీ పెట్టార్లే, అప్పుడు" అన్నాడు. హఠాత్తుగా "అరె బాప్‌రే! యీ కొత్త సంస్థలు, జేమ్‌స్త్వో కౌన్సిళ్ళూ, పల్లెటూరి న్యాయాధికార్లు,* యేమిటివన్నీ! యెన్ని ఛండాలప్పనులు జరిగిపోతున్నాయి! యింతకంటే ఘోరం యేమన్నా వుంటాయా?" అని అరిచాడు.

యీ కొత్త సంస్థల వల్ల వచ్చే పేచీలని వివరించ మొదలుపెట్టాడు.

యే ప్రజాసంస్థల వల్లా ఉపయోగం లేదని అన్నగారు కొట్టిపారేస్తూ వున్నాడు. అదే అభిప్రాయాలు లేవిన్‌కీ వున్నాయి. యెన్నోసార్లు తనే వాటిని వ్యక్తం చేశాడు. కాని అన్నగారి నోటమ్మట వాటిని వినడం యెందుకనో అతనికి బాగా అనిపించలేదు.

"పై లోకంలో వీటన్నిటి గురించీ అర్థం చేసుకుందాంలే" అన్నాడు తేలిగ్గా.

"పై లోకంలో? నాకు పై లోకం అంటే యిష్టం లేదు. యేమీ యిష్టం లేదు" అంటూ నికొలాయ్ తమ్ముడికేసి భయంగా, వెర్రిచూపు చూశాడు. "యీ కుళ్ళూ, పాశవికత్వం – నీదీ, పరాయిదీ కూడా వదిలించుకోవడం మంచిదనే యెవళ్ళేనా అనుకుంటారు. కాని నాకు చావంటే భయం. చెప్పలేనంత భయం" అతను కదిలేడు. "వూc కొంచెంతాగు. షాంపేన్ కావాలా? యెక్కడికేనా పోదాం పద. వెళ్ళి జిప్సీ పాటలు విందాం. నాకు జిప్సీలన్నా, రష్యన్ పాటలన్నా యిష్టంగా వుంది" అన్నాడు.

అతని నాలుక మొద్దుబారుతోంది, ఓ డొంకా తెన్నూ లేకుండా వో విషయం మీదనుంచి యింకోదాని మీదకి గెంతేస్తున్నాడు. యెక్కడికీ వెళ్ళక్కర్లేదని మాషా సాయంతోటి వొప్పించి, చిత్తుగా తాగిన మైకంలో అతన్ని పడుకోబెట్టాడు లేవిన్.

అత్యవసరంగా అయితే లేవిన్‌కి ఉత్తరం రాస్తానని మాషా మాట యిచ్చింది. నికొలాయ్ బలవంతంగా లేవిన్‌తో వుండేటట్టు చేస్తానని కూడా అంది.

26

ఉదయమే మాస్కో నుంచి వూరికి బయల్దేరాడు లేవిన్. సాయంత్రానికి యింటికి చేరాడు. రైల్లో తోటి ప్రయాణికులతో రాజకీయాల గురించీ, కొత్త రైల్వేల గురించీ అలాంటి బాపతు విషయాల గురించీ మాట్లాడేడు. మళ్ళీ మాస్కోలో మాదిరిగానే గజిబిజిగా వున్న తన ఆలోచనలని చూసి దిగాలు పడిపోయాడు. తనమీద తనకే అసంతృప్తి కలిగింది. యెవళ్ళకో అన్యాయం చేశానన్న లజ్జ కలిగింది. కాని స్టేషన్ దగ్గర దిగాక తన బండి తోలే ఒంటికన్ను మనిషి ఇగ్నాత్ కనిపించాడు. ఇగ్నాత్ అంగీ కాలర్ పైకి యెత్తుకున్నాడు. లేవిన్‌కి స్టేషన్ కిటికీల్లోనుంచి పడే మసక వెలుతురులో తివాసీలు పరిచిన తన స్లెడ్జ్ బండి కనిపించింది. తోకలు మడిచిపెట్టిన గుర్రాలు కనిపించాయి. ఆ గుర్రాలు గంటలు, కుచ్చులు కట్టిన ముస్తీనుతో వున్నాయి. అతని సామానుని బండిలో చేరవేయిస్తూ వుండగా ఇగ్నాత్ వూళ్ళో విశేషాలు అన్నీ చెప్పేడు. కాంట్రాక్టరు వచ్చేదట. ఆవు 'పావా' యీనింట. యిదంతా చూసి, యీ విశేషాలు విన్నమీదట లేవిన్‌కి మనసు తేటపడినట్టు అనిపించింది. మనస్సులోని గజిబిజి తనమీద తనకే కలిగిన అసంతృప్తి లజ్జ తొలగినట్టనిపించింది. ఇగ్నాత్‌నీ, గుర్రాలనీ చూడగానే అతనికి అలా అనిపించింది. తనకోసం తెచ్చిన గొర్రెతోలు కోటుని తొడుక్కుని స్లెడ్జి బండిలో యెక్కి బయల్దేరాడు. ఎస్టేట్‌లో తను చెయ్యవలసి వున్న పనుల గురించి అనుకున్నాడు. బండి లాగుతున్న దాపటి గుర్రాన్ని చూశాడు. అది జాతి గుర్రమే. దాన్ జాతిది. తను తనేననీ, మరి యింకొకలా వుండగోరడం లేదనీ అతనికి అనిపించింది. తను ముందు వున్నదానికంటే మెరుగ్గా వుండాలనే కోరుకున్నాడు. మొదటగా, పెళ్ళి లాంటిది సమకూర్చే అసాధారణ ఆనందంమీద ఆశపెట్టుకోవడం మానెయ్యాలి. తత్ఫలితంగా ప్రస్తుతం తను జీవిస్తూ వున్న సరళిని యేవగించుకోవడం మానేస్తాడు. రెండవదిగా, తను యిక యెన్నటికీ మనసుని తుచ్ఛంగా విహరించనివ్వడు. పెళ్ళి ప్రస్తావన చెయ్యాలని ఆలోచన చేసినప్పుడు ఆ జ్ఞాపకం తనకి దుర్భర వేదనని కలిగించింది. తర్వాత అన్నగారు నికొలాయ్ గుర్తువచ్చేడు.

తను అతన్ని యెన్నటికీ మరిచిపోననీ అతని అజ కనుక్కుంటూనే వుంటాననీ, సంబంధాలు పెట్టుకుంటూనే వుంటాననీ, అలా వుంటే అతనికి సహాయం అవసరం అయినప్పుడు సాయం చెయ్యవచ్చునీ మనసులో తీర్మానించుకున్నాడు. అలా సాయం చెయ్యవలసి రావడం త్వరలోనే జరుగవచ్చునేమోననిపించింది. తర్వాత అన్నగారితో కమ్యూనిజం గురించి జరిపిన చర్చ గుర్తువచ్చింది. అప్పుడు దాన్ని గురించి అంత పట్టించుకోలేదు. ఆ చర్చ జరిగాక దాన్ని గురించి ఆలోచించి దృష్టి పెట్టడం యిప్పుడు అవసరంగా తోచింది. అర్థిక పరిస్థితుల్ని తిరగదోడడం పనికిమాలిన వ్యవహారం అనిపించింది. కాని సామాన్య జనం అనుభవిస్తూ వున్న దారిద్ర్యంతో పోల్చిచూస్తే తన సంపద యెప్పుడూ అన్యాయంగానే కనిపించింది. తను యెప్పుడూ కష్టపడి పనిచేస్తూనే వున్నాడు, యెప్పుడూ భోగాలతో కులకలేదు. అయినా యిప్పుడు యింకా యెక్కువ కష్టపడి, యింకా తక్కువ సుఖాలు అనుభవించాలని తీర్మానించుకున్నాడు. అప్పుడు తను చేస్తూవున్నది సరైనదన్న భావం తనకి వుంటుంది. యిన్ని రకాలుగానూ తనని మెరుగుపరచుకోవడం యెంతో సులభంగా కనిపించింది. ఆ రకంగా యింటికి చేరేదాకా కమ్మటి ఆలోచనలతో గడిచిపోయింది. మరింత మెరుగైన చక్కని జీవితాన్ని గురించిన ఉల్లాసభరిత ఆశలతో నిండిపోయి రాత్రి ఎనిమిది గంటలు దాటిన కొంచెం సేపటికి యిల్లు చేరాడు.

ఆగాఫ్యా మిహైలొవ్నా గది కిటకీలోనుంచి సింహ ద్వారం ముందున్న మంచుమీద వెలుతురు పడుతోంది. ఆమె అతనికి చిన్నప్పుడు దాదిగా వుండేది. యిప్పుడు గృహ సంరక్షణ చూస్తోంది. ఆమె యింకా నిద్రపోలేదు. ఆమె నౌకరు కుజ్మాని లేపింది. నిద్ర మగతలోనే, దిస కాళ్ళతో కుజ్మా గుమ్మం దగ్గరికి పరిగెత్తి వచ్చేడు. వేటకుక్క లాస్క కూడా బయటికి పరిగెత్తుకు వచ్చింది. ఆ రావడంలో కుజ్మాని తోసేసినంత పని జరిగింది. "కుయ్ కుయ్" మంటూ అది లేవిన్ మోకాళ్ళకి రాసుకుంది. వెనక కాళ్ళమీద నుంచుంది. ముందు కాళ్ళు యెత్తి అతని ఛాతీమీద పెడదామని తపన పడింది గాని ధైర్యం చెయ్యలేకపోయింది.

"అనుకోకుండా ముందే వచ్చేశారే" అంది అగాఫ్యా మిహైవొవ్నా.

"యింటి బెంగ వచ్చేసింది, అగాఫ్యా మిహైలొవ్నా. వూళ్ళు తిరగడం బాగానే వుంటుందనుకో కాని సొంత వూరు రావడం యింకా బాగుంటుంది" అని చదువుకునే గదిలోకి వెడుతూ జవాబు చెప్పాడు.

కొవ్వొత్తి దీపం తెచ్చి అక్కడ పెట్టాడు. కొంచెంకొంచెంగా గదిలో వెలుతురు పరుచుకుంది. తెలిసిన వస్తువులు కనిపించాయి. అక్కడ జింక కొమ్ములు, పుస్తకాల అల్మారాలు, పెద్ద పొయ్యి వున్నాయి. ఆ పొయ్యిలో వున్న యినప బిళ్ళని యెప్పుడో మరమ్మత్తు చేయించాల్సి వుండింది. తర్వాత తండ్రి సోఫా కనిపించింది. పెద్ద రాత బల్ల వుంది. దాని మీద ఓ పుస్తకం తెరిచిపెట్టి వుంది. పగిలిన యాష్ట్రే వుంది. ఓ నోటు పుస్తకం వుంది. ఆ పుస్తకం పేజీలు తన దస్తూరితోనే నిండిపోయాయి. యీ వస్తువులన్నీ కనిపించగానే, స్లెడ్జి బండిలో వస్తూ తను తీర్మానించుకున్న నూతన జీవితాన్ని యేర్పాటు చేసుకోగలనా అన్న శంక ఓ క్షణం సేపు కలిగింది. యీ జీవిత సంబంధమైన సామానులన్నీ అతన్ని పట్టుకుని 'వుహుం మమ్మల్ని వదిలి నువ్వు వెళ్ళలేవు. మారలేవు. యిలాగే వుండిపోతావు. సందేహగ్రస్తుడినిగా, యెప్పటికీ మానసిక అసంతృప్తితో

వుండిపోతావు. సర్వదా సంస్కరించుకోవాలనుకుంటూ, సర్వదా విఫలమౌతూ, సర్వదా ఆనందంకోసం నిరీక్షిస్తూనే వుంటావు. ఆ ఆనందం యెన్నటికీ రాదు, దాన్ని పొందడం నీకు సంభవించదు" అని చెప్తున్నట్టు వున్నాయి.

కాని అలా చెప్పినవి అతని వస్తువులే. అంతరంగంలోనుంచి మరోవాణి తను గతానికి లొంగిపోకూడదని అతనికి చెప్పింది. తను యెలా కోరుకుంటే అలా తనని మలుచుకోగల శక్తి మనిషికి వుందని చెప్పింది. యీ అంతర్వాణి మాటలు వింటూ అతను గదిలో మూలకి ఉత్సాహం పుంజుకుంటుందనే ఆశ పుట్టి వాటిని తీసుకుని కసరత్తు చెయ్యడం మొదలుపెట్టాడు. గుమ్మం అవతలి వేపునుంచి క్రిరుక్రిరుమంటూ అడుగుల చప్పుడు వినిపించింది. గబగబా డంబెల్స్ కింద పెట్టేశాడు.

అతని నిగామాను వచ్చేడు. దేవుడి దయవల్ల అంతా సక్రమంగానే వుందని చెప్పాడు. కాని బక్‌వీట్ ధాన్యాన్ని ఆరబెట్టే కొత్త మరలో బక్‌వీట్ ధాన్యం కొంత మాడిపోయిందట. ఆ మాట లేవిన్‌కి కొంత చిరాకు కలిగించింది. తనే పాక్షికంగా ఆ మర నమూనా తయారు చేసి నిర్మించాడు. యీ నిగామాను దాన్ని యెప్పుడూ వ్యతిరేకిస్తూనే వున్నాడు. యిప్పుడు తన మాట నెగ్గిందన్న సంతోషాన్ని అణచుకుంటూ, బక్‌వీట్ ధాన్యం కాలిపోయిందని చెప్తున్నాడు. యేది యెలా చెయ్యాలో తను వో వందసార్లేనా చెప్పి వుంటాడు. ఆ సూచనలని ఉపేక్షిస్తే బక్‌వీట్ ధాన్యం కాలి వుంటుందని లేవిన్‌కి నమ్మకంగా అనిపించింది. అతనికి చికాకు వచ్చి నిగామానుని తిట్టాడు. కాని సంతోషకరమైన వార్త యింకా మిగిలే వుంది. ఆవు పావా యీనిందట. అది అతని ఆవులన్నిటిలోకి ఉత్తమమైంది, విలువైనది. ప్రత్యేక పశువుల ప్రదర్శనలో దాన్ని కొన్నాడు.

"కుజ్మా, నా గొర్రెతోలు కోటు తీసుకురా. దీపం కూడా తీసుకురావాలి" అతని నిగామానుతో "నే వెళ్ళి దాన్ని చూస్తాను" అన్నాడు.

యింటికి పక్కనే వెనకాల మేలైన ఆవులకోసం కట్టించిన శాల వుంది. పెరట్లో నుంచి మంచుగుట్ట దాటుకుంటూ వెళ్ళేడు. అక్కడ లైలాక్ పొద పెరిగింది. శాల గుమ్మం తలుపు గట్టిగా బిగుసుకుపోయింది. అతను దాన్ని లాగి తెరిచాడు. తెరవగానే పశు రేణపు వెచ్చని ఆవిరి వాసన వచ్చింది. అలవాటు లేని దీపం వెలుతురుకి ఆశ్చర్యపోయి ఆవులు తాజా గడ్డిలో అటూ యిటూ కదిలాయి. నల్ల పొడలతో వెడల్పుగా వున్న హాలండ్ ఆవు డొక్కలు చూశాడు. ముక్కుకి రింగు వున్న ఆంబోతు బెర్కుత్ లేవాలనుకుంది గానీ యెందుకనో లేవలేదు. మనుషులు పక్కనుంచి వెళ్ళేటప్పుడు ఒకటి రెండుసార్లు బుస కొట్టింది. అందంగా కాని రంగులో వున్న పావా పెద్దగా హిప్పోపోటమస్‌లాగా వుంది. దూడని వాసనచూస్తూ దాన్ని కనిపించనియ్యకుండా వీపు యిటు తిప్పి అడ్డంగా నుంచుంది.

లేవిన్ శాలలోకి వెళ్ళాడు. పావాని పరీక్షించాడు. గోధుమ రంగు మచ్చలున్న దూడని సన్నటి కాళ్ళమీద నిలబడేటట్లు చేశాడు. పావా బెదిరింది. నిరసన తెలియజేస్తున్నట్టుగా అంబా అనబోయింది. కాని లేవిన్ దూడని దగ్గరికి తొయ్యగానే శాంతించి నిట్టూర్పు విడిచింది. గరుకు నాలికతో తన దూడని నాకడం మొదలుపెట్టింది. పొదుగుకోసం వెతుకుతూ ఆ దూడ తల్లి కడుపులో ముట్టె దూర్చి, దాని తోకని గుండ్రంగా సుళ్ళు తిప్పింది.

"వెలుతురు యిటు చూపించు ఫ్యోదొర్, దీపం యిటు చూపించు" అన్నాడు లేవిన్ దూడని పరీక్షిస్తూ. "తల్లిలాగానే వుంది. రంగు తండ్రిది. భేష్. పొడుగ్గా వెడల్పుగా వుంది. బాగుంది, యేం? వసీలియ్ ఫ్యోదొరొవిచ్?" అన్నాడు నిగామానుతో. దూడని చూసిన సంతోషం బక్‌వీట్ ధాన్యం కాలిపోయిన సంగతిని కమ్మేసింది.

"యెందుకు బాగోదు? మీరు వెళ్ళిన రోజునే కాంట్రాక్టరు సెమ్యోన్ వచ్చేడు. అతనికి మీరు చెప్పాలి, లేవిన్‌గారూ. ఆరబెట్టే యంత్రానికి సంబంధించి చెప్పనే చెప్పాను కదా" అన్నాడు నిగామాను.

తన ఎస్టేటు నిర్వహణలో వుండే కష్టాలలోకి తొయ్యడానికి లేవిన్‌కి యిది చాలు. ఎస్టేట్ పెద్దది, చిక్కులతో కూడింది. దూళ్ళశాల నుంచి ఆఫీసు గది దగ్గరికి వెళ్ళాడు. అక్కడ నిగామానుతో, కాంట్రాక్టరు సెమ్యాన్‌లతో మాట్లాడేడు. ఆ తర్వాతనే యింట్లోకి తిరిగివచ్చి తిన్నగా డ్రాయింగ్ రూమ్‌కి వెళ్ళాడు.

27

ఆ యిల్లు పాతది. పెద్దది. లేవిన్ ఒక్కడే వుంటున్నాడు. అయినా అన్ని గదుల్నీ వెచ్చజేసి వాడుతూ వుంటాడు. అలా చెయ్యడం మూర్ఖత్వం అని అతనికి తెలుసు. తను కొత్తగా చేసుకున్న నిర్ణయాలకి ఖచ్చితంగా వ్యతిరిక్తం కూడానూ. కాని ఆ యిల్లే అతనికి యావత్ప్రపంచమూనూ, ఆ యింట్లోనే తల్లీదండ్రీ బతికారు. చనిపోయారు. ఆదర్శప్రాయమైంది అని అతను అనుకునే జీవితం వాళ్ళు గడిపారు. తన భార్యతో, సంసారంతో దాన్ని పునరుజ్జీవితం చెయ్యాలని అతను ఆశించాడు.

లేవిన్‌కి తల్లి గుర్తేలేదు. ఆమెను గురించిన అతని భావన ఒక పవిత్ర స్మృతి. అతని తల్లి అతనికి స్త్రీత్వపు సమున్నత పవిత్ర ఆదర్శమూర్తిగా వుండింది. తనకి రాబోయే భార్య కూడా అలానే వుండాలని అతని వూహ.

పెళ్ళి అనేది లేకుండా ఒక స్త్రీపట్ల ప్రేమని అతను వూహించుకోలేడు. నిజానికి అతను ముందు కుటుంబం గురించి అనుకున్నాడు. తర్వాతనే తనకి ఆ కుటుంబాన్ని యివ్వగలిగే మహిళ గురించి అనుకున్నాడు. అందువల్ల పెళ్ళి గురించి అతను అనుకున్నవాటికీ అత్యధిక భాగం అతని పరిచయస్థులు అనుకునేవాటికి పోలికే వుండేది కాదు. వాళ్ళకి పెళ్ళి అనేది సాంఘిక విధుల్లో మరొకటి మాత్రమే. లేవిన్‌కి మాత్రం పెళ్ళే జీవితంలో ముఖ్యమైంది. తన ఆనందమంతా దానిమీదనే ఆధారపడి వుంది. యిప్పుడతను ఆ ఆలోచన యావత్తూ వదులుకోవాల్సి వచ్చింది.

అతను చిన్న డ్రాయింగ్ రూమ్‌లోకి వెళ్ళాడు. అతను యెప్పుడూ టీ అక్కడే తాగేవాడు. ఓ పుస్తకం తీసుకుని పడక కుర్చీలో కూలబడ్డాడు. అగాఫ్యా మిహైలొవ్నా టీ తెచ్చి, "నేనూ కూర్చుంటా బాబూ యిక్కడ" అని యధా ప్రకారం అంటూ కిటికీ దగ్గర తను కూర్చునే చోటులో చేరింది. యెంత వింతగా కనిపించినా గానీ అతను తన కలలని వదలలేదు. అవి లేకుండా తను బతకలేడు అని అతనికి అనిపించింది. తప్పకుండా అవి నిజమౌతాయి–

ఆమెతో గాని, మరొకళ్ళతో గాని, అతను చేతిలో వున్న పుస్తకం చదివాడు. చదివినదాన్ని గురించి ఆలోచించాడు. మధ్యమధ్యన అగాఫ్యా మిహైలొవ్నా చెప్పేది వినడానికి ఆగేడు. ఆమె గుక్క తిప్పకుండా మాట్లాడుతూనే వుంది. అతని వూహల్లో తన యింటిని గురించీ, తన భవిష్యత్ కుటుంబం గురించీ పొంతనలేని చిత్రాలూ ఉద్భూతమయాయి. తన అంతరంగపు లోతుల్లో యేదో వేళ్ళూనుకుంటోందనీ, సర్దుకుంటోందనీ, జనం పుంజుకుంటోందనీ అతనికి అనుభూతమైంది.

అగాఫ్యా మిహైలొవ్నా యేమిటేమిటో చెపుతూనే వుంది అతను వింటూనే వున్నాడు. దైవభక్తి లేని ప్రోఖర్, గుర్రం కొనుక్కోమని లేవిన్ యిచ్చిన డబ్బు పెట్టి చిత్తుగా తాగేశాట్ట, పెళ్ళాన్ని చావ చితకతిన్నేశాట్ట. అతను వింటూనే పుస్తకం చదువుతూ వున్నాడు. ఆ చదివిన విషయం చేసిన ఆలోచనలని కొనసాగించేడు. అది ఉష్ణానికి సంబంధించి టిండాల్* రాసిన గ్రంథం. టిండాల్ యుక్తిగా చేసిన తన ప్రయోగాల గురించి గర్వపడ్డాడు. అందుకూ, టిండాల్‌కి తాత్విక దృష్టి తక్కువ అయినందుకూ తను చేసిన విమర్శ లేవిన్‌కి గుర్తు వచ్చింది. వున్నట్టుండి ఒక సంతోషభరిత ఆలోచన అతని మనోఫలకం మీద గోచరించింది. "రెండేళ్ళల్లో మా శాలలో డచ్ ఆవులు రెండు అవుతాయి. పావా కూడా అప్పటికి బతికే వుంటుంది బహుశా. బెర్కుత్‌వల్ల పుట్టిన పన్నెండూ, యీ మూడూ... ఓహ్! అద్భుతం!" అనుకుంటూ మళ్ళీ పుస్తకంలో పడ్డాడు.

"సరే బాగానే వుందయ్యా విద్యుచ్ఛక్తీ ఉష్ణమూ ఒకటేననుకుందాం. కాని ఒక సమస్యని పరిష్కరించడానికి ఉద్దేశించిన చోట ఒక పరిణామాన్ని మరొకదానికి బదులుగా సమీకరణంలో వుంచవచ్చునా? యెంత మాత్రమూ లేదు. అయితే యేమన్న మాట? ప్రకృతిలోని అన్ని శక్తులకీ మధ్య వున్న సంబంధం సహజ జ్ఞానం వల్లనే అనుభూతికి వస్తుంది. పావా పెయ్య దూడ గోధుమ రంగు పొడల ఆవు అవుతుంది. మందలో యీ మూడింటినీ కలిపితే నాకు ప్రత్యేకం సంతోషంగా వుంటుంది. భేష్! మా ఆవిడా నేనూ మా చుట్టాల్ని తీసికెళ్ళి మా మందని చూపిస్తాం. " నేనూ మా ఆయనా ఆ దూడని చంటి బిడ్డలాగా సాకాం" అంటుంది మా ఆవిడ. "మీకిలాంటి విషయాల పట్ల ఆసక్తి యెలా వచ్చింది" అని చుట్టాల్లో ఒకళ్ళు అడుగుతారు. "ఆయనకి ఆసక్తిగా వుండేవన్నీ నాకూ ఆసక్తే" అంటుందామె. కాని యింతకీ "ఆమె" యెవరు? యీ ఆలోచన మాస్కోలో జరిగిన సంఘటనని గుర్తుకు తెచ్చింది. "వూఁ యేం చెయ్యాలి? నా తప్పు యేం లేదు. యిప్పుడు ప్రతీదీ కొత్తగా తయారవాలి. జీవితం అలా అవనివ్వదు, గతం అలా అవనివ్వదు అనడం తెలివితక్కువతనం. మనిషి బాగుపడడానికి సంఘర్షణ చేస్తాడు, యింకా యింకా బాగుపడడానికి..." అతను తన ఆలోచనల్లో మునిగిపోయాడు. యజమాని తిరిగి యింటికి వచ్చాడన్న సంతోషంలో ఉబ్బి తబ్బిబ్బు అవుతూన్న ముసలి కుక్క లాస్క మొరగడానికి బయటికి వెళ్ళి, యిప్పుడు తోకాడిస్తూ లోపలికి వచ్చింది. దానితోబాటు తాజా గాలి వాసనా వచ్చింది. అతని దగ్గరికి మెల్లిగా వెళ్ళి ముట్టెని అతని చేతి కిందకి దోపింది. నన్ను లాలించు అన్నట్టు గోముగా కుయ్ కుయ్ మంది.

"అన్నీ తెలుసు, మాట్లాడలేదంతే" అంది అగాఫ్యా మిహైలొవ్నా. కాని కుక్కే... యజమాని తిరిగి వచ్చాడనీ, ఉత్సాహంగా లేడనీ దానికి తెలుసు" అందామె.

"ఉత్సాహంగా లేకపోవడమా?"

"నేను అంత చూడలేని గుడ్డిదాన్ననుకుంటున్నారా బాబూ? యిప్పటికి కూడా మా బాబుని అర్థం చేసుకోలేకపోతే యింకెప్పుడు అర్థం చేసుకుంటాను? విద్దేలు చేసే వయసునుంచి పెద్దబాబుల యిళ్ళల్లో పెరిగాను. మరేం దిగులుపడకండయ్యా. వొంట్లో బాగా వుండేటట్టు చూసుకోవడం, మనసు శుభ్రంగా వుంచుకోవడం, అవే చాలు."

"లేవిన్ అమెకేసి పరకాయించి చూశాడు. తన మనసులో వున్నదాన్ని అంత అద్దంలా చదివెయ్య గలిగిందని ఆశ్చర్యపోయాడు.

"యింకో కప్పు టీ తెమ్మంటారా?" అని ఆమె అడిగింది. ఖాళీ కప్పు తీసుకు వెళ్ళిపోయింది.

లాస్క యింకా ముట్టెని అతని చేతి కిందకి తోస్తూనే వుంది. అతను దాన్ని నిమిరేడు. వెంటనే అది అతని కాళ్ళ దగ్గర లుంగ చుట్టుకుపోయింది. తన వెనక పంజా మీద తల ఆన్చుకుంది. అంతా బాగానే వుంది యిప్పుడు అని చెప్పడానికన్నట్టు దవడలు కొద్దిగా తెరిచింది. చెమ్మగా వున్న పెదాల్ని నాక్కుంది. ముసలి పళ్ళమీద జిగురుగా వున్న పెదాలని ఆన్చి మళ్ళీ కులాసాగా దవడల్ని మూసింది. ఆనందమయ లోకంలోకి జారిపోయింది. లేవిన్ ఆ కుక్క చేసిన యీ ఆఖరి చేష్టని శ్రద్ధగా గమనించేడు.

"నేనూ అలాగే చేస్తాను. విచారించక్కర్లేదు. అంతా సవ్యంగానే వుంది" అని తనలో తను అనుకున్నాడు.

28

బాల్‌డాన్స్ అయిన మర్నాడు ఉదయమే తను ఆ రోజే మాస్కోనుంచి బయల్దేరుతోందని అన్నా భర్తకి టెలిగ్రామ్ యిచ్చింది.

"లేదు, నేను వెళ్ళాలమ్మా, వెళ్ళాలి" అంది మరదలితో. హఠాత్తుగా తను మనసు మార్చుకున్నందుకు కారణం చెపుతూ చెయ్యవలసిన పనులు యెన్నో అప్పుడే గుర్తువచ్చినట్టు సూచించే గొంతుకతో అలా అంది. "లేదు, నేనివాళ వెళ్ళడమే మంచిది" అంది.

అబ్లాన్‌స్కీ యింటి దగ్గర భోజనం చెయ్యలేదు. కాని సాయంత్రం యేడుగంటలకు అక్కగార్ని స్టేషనులో దిగనెడతానని మాట యిచ్చేడు.

కిట్టీ కూడా రాలేదు. తలనొప్పిగా వుందని చీటీ పంపించింది. దాలీ, అన్నాలిద్దరూ పిల్లలతో, ఇంగ్లీషు పంతులమ్మతో కలిసి భోజనం చేశారు. పిల్లలు స్థిరచిత్తంగా వుండే వాళ్ళు కాకపోవడం వల్లయితేనేం, త్వరగా గ్రహించే శక్తి వుండే వాళ్ళవడం వల్లయితేనేం, అన్నా తాము అంతకు ముందురోజున ఆడుకుని, యెంతో అభిమానించిన మేనత్తలాగా ఆవేళ లేదనీ, తామంటే ఆసక్తిగా లేదనీ అనుకోవడం వల్లనయితేనేం యే కారణం వల్లనైతేనేం పిల్లలు ఆమెతో ఆడుతూ వున్న ఆటలని వదిలేశారు. ఆమెపట్ల వాళ్ళ అభిమానం కూడా పోయింది. ఆమె వెళ్ళిపోతోందని వాళ్ళూ పిసరు కూడా పట్టించుకోలేదు. ఆ ఉదయమంతా అన్నా ప్రయాణానికి యేర్పాట్లు చేసుకుంటూనే గడిపింది. మాస్కోలో తను యెరిగిన వాళ్ళకి

ఉత్తరాలు రాసింది. యేవేం ఖర్చులు అయ్యాయో రాసుకుంది. సామాన్లు సర్దుకుంది. అన్నా మనస్థిమితంగా లేదనీ దాలీకి అనిపించింది. ఆమె యేదో వ్యగ్రంగా వ్యాకులంగా వున్నట్లు కనిపిస్తోంది. అలాంటి స్థితి దాలీకీ బాగా తెలిసిందే. అకారణంగా అలాంటి స్థితి రాదు. తరచుగా దానికింద తమపట్ల వొక అసంతృప్తి దాగి వుంటుంది. భోజనాలయ్యాక అన్నా తన గదికి వెళ్ళింది. దాలీ ఆమె వెనకాలే వెళ్ళింది.

"యివాళ యేమిటో అదోలా వున్నావు" అంది దాలీ.

"వున్నానా? అలా అనిపిస్తోందా నీకు? అదోలా వుండడం కాదు గాని నా మనసేమిటో బాగోలేదు. ఒకో అప్పుడు అలానే వుంటుంది. గట్టిగా యేడిచేయ్యాలనిపిస్తుంది. యేమిటో పిచ్చి! అదే పోతుందిలే!" అంది అన్నా గబగబా. యెర్రబడ్డ ముఖాన్ని చిన్న సంచీవెనక చాటు చేసుకుంది. అందులో రాత్రి మామూలుగా పెట్టుకునే టోపీ, పల్చటి రుమాళ్ళూ సర్దుకుంది. ఆమె కళ్ళు విశేషమైన తేజస్సుతో వున్నాయి. సంతతంగా కన్నీళ్ళతో పొర కమ్మేసి వున్నాయి. "చూడు. అప్పుడేమో పీటర్‌బర్గ్ నుంచి రాబుద్ధి పుట్టింది కాదు, యిప్పుడేమో మాస్కోనుంచి వెళ్ళబుద్ధి పుట్టడం లేదు" అంది.

"కాని వచ్చి మంచి పని చేశావు" అని ఆమెని జాగ్రత్తగా చూస్తూ దాలీ అంది.

అన్నా చెమ్మగిల్లిన తన కళ్ళని ఆమెకేసి తిప్పింది.

"ఆ మాటనకు, దాలీ. నేనేం చెయ్యలేదు, యేమీ చేసి వుండేదాన్ని కాదు. మనుషులు నన్ను పాడుచెయ్యడానికి యెందుకింత కుట్ర పన్నుతారా అని యెక్కువసార్లు ఆశ్చర్యపోతూ వుంటాను. నేనేం చేశాను? యేం చెయ్యగలిగి వుండేదాన్ని? వాడిని క్షమించగలంత ప్రేమ నీ హృదయంలో వుంది, అంతే"

"నువ్వు రాకపోయి వుంటే యిది యెలా ముగిసి వుండేదో ఆ పరమాత్ముడికే యెరుక, నువ్వెంత అదృష్టవంతురాలివి, అన్నా! నీ మనసు నిర్మలినమైంది, స్ఫటికం" అంది దాలీ.

"ప్రతి మనసులోను ఇంగ్లీషువాళ్ళన్నట్టు దానిskeletons[1] వుంటాయి."

"నీకేంskeletonsవుంటాయి? నీది స్ఫటికంలాగా స్వచ్ఛంగా వుండే మనసు."

"వున్నాయి నాకూskeletons వున్నాయి" అంది వున్నట్టుండి అన్నా. ఆ కన్నీళ్ళ తర్వాత ఆమె పెదాలు కుటిలంగా, వెక్కిరింతగా చిరునవ్వుతో వొంపు తిరగడం చూస్తే ఆశ్చర్యం వేస్తుంది.

"ఉంటే నీskeletons ఉల్లాసంగా వుంటాయి. దుఃఖ భాజకంగా వుండవు" అంది దాలీ చిరునవ్వు నవ్వుతూ.

"లేదు, దుఃఖభాజకంగానే వుంటాయి. నేను రేపు వెళ్ళాల్సింది యివాళే వెళ్ళిపోతున్నాను కారణం యేమిటో తెలుసా? నా గుండెలో భారంగా వున్నదాన్ని హృదయం విప్పి చెప్పుకోవడం యిది. నీకుచెప్పుకుంటా?" అంది అన్నా. కుర్చీ వీపు మీదకి పూర్తిగా వాలి దాలీ కళ్ళల్లోకి నేరుగా చూసింది.

---

1. చెప్పుకోలేని రహస్యాలు

అన్నా సిగ్గుతో బాగా యెర్రబడిపోయింది. మెడమీద జీరాడే నల్లని ఉంగరాల జుట్టు దాకా వ్యాపించిందా యెరుపు. ఆమె అంతలా సిగ్గుపడ్డం చూసి దాలీ చకితురాలైపోయింది.

"కిట్టీ యెందుకు భోజనానికి రాలేదో తెలుసా?" అని చెప్పసాగింది అన్నా. "నేనంటే ఆమెకి అసూయ. నేను పాడుచేశాను... ఆమెకి నిన్నటి బాల్‌డాన్సు సంతోషంగా లేదు. కష్టం కలిగించింది. దానికి నేనే కారణం. కాని అది నిజానికి నా తప్పు కాదు, నిజంగా కాదు- ఒకవేళ వున్నా అతి కొద్ది తప్పే" అంది. 'అతికొద్ది' అనే మాటని సన్నగా సాగదీస్తూ అంది.

"అబ్బ, అచ్చం స్తీవెలాగానే చెప్పావు నువ్వు" అని నవ్వింది దాలి.

అన్నాకి చెడ్డగా అనిపించింది.

"లేదు, లేదు. నేను స్తీవె లాంటిదాన్ని కాదు. నేనెందుకు యీ సంగతి చెప్తున్నానంటే ఒక్క పిసరు కూడా నామీద నాకు సంశయం లేదు కాబట్టి" అని నొసలు చిట్లిస్తూ అంది అన్నా.

కాని ఆ మాటలు అనే ఆ క్షణంలోనే ఆమెకు తెలుసు అవి అబద్ధం అని. ఆమె తనని సంశయించుకోవడమే కాదు, వ్రాన్‌స్కీ తలపుకొస్తేనే ఆమె గుండె దడదడ కొట్టుకుంటోంది. అతన్ని మళ్ళీ కలుసుకోకుండా తప్పించుకుందుకే ఆమె అనుకున్నదానికంటే ముందే ప్రయాణం కట్టింది.

"ఆc, నువ్వు అతనితో కలిసి మజుర్కా నాట్యం చేసావని స్తీవె చెప్పాడు. అతను..."

"అంతా యెంత అసంబద్ధంగా వుందో నువ్వు వూహించుకోలేవు. యిద్దరికీ సంధానం చేద్దామని నేను వెళ్ళానా, తీరా చూస్తే జరిగింది యిదా. బహుశా నా సంకల్పానికి వ్యతిరేకంగా..."

ఆమె సిగ్గుతో ఎర్రబడి ఆపైన చెప్పలేకపోయింది.

"ఓ మగాళ్ళు యిలాంటి వాటిని యిట్టే పట్టేస్తారు" అంది దాలీ.

"అతనికి సంబంధించి నిజంగా అలాంటిదేమన్నా వుందని నాకనిపిస్తే యెంతో బాధపడిపోతాను" అని ఆమె మాటకి అడ్డం వచ్చింది అన్నా. "దీన్నంతట్నీ మర్చిపోతారనీ, కిట్టీకి నామీద ద్వేషం పోతుందనీ నా నమ్మకం" అంది.

"వున్న మాట చెప్పనా, అన్నా. కిట్టీకి యీ సంబంధం కుదరడం నాకు యిష్టం లేదు. వ్రాన్‌స్కీ ఒక్కరోజులోనే నిన్ను ప్రేమించేసేటువంటి మనిషైతే యిక చెప్తావ్?"

"అయ్యో దేముడా! యింతకంటే యేదన్నా నవ్వుతాలుగా వుంటుందా!" అంది అన్నా. తన మనసులో తారట్లాడిన ఆలోచనలని దాలీ ముఖతః విన్నప్పుడు ఆమె వదనం మీద మరోసారి సంతోషభరిత గాఢ అరుణిమ వ్యాపించింది. "అంచేత కిట్టీని నాకు శత్రువుగా చేసుకుని వెళ్ళిపోతున్నాను. ఆమె అంటే నాకు యెంత యిష్టం! నిజంగా యెంత ముచ్చటైన పిల్ల! కాని నువ్వు సర్దుబాటు చేస్తావు కదా! దాలీ, చేస్తావా?" అంది.

దాలీ చిరునవ్వుని ఆపుకోలేకపోయింది. ఆమెకి అన్నా అంటే ప్రేమ కాని అన్నాకి కూడా ఆమె బలహీనతలు ఆమెకి వున్నాయని తెలిసి తృప్తిపడింది.

"శత్రువా? అలా యెన్నటికీ జరుగదు" అంది దాలీ.

"నేను మిమ్మల్నందర్నీ ప్రేమిస్తున్నట్టుగానే మీరంతా నన్ను ప్రేమించాలనే నా కోరిక. నిన్ను యెప్పటికంటే యెక్కువగా ప్రేమిస్తున్నాను" అంది అన్నా నీళ్ళు తిరిగే కళ్ళతో. "యేమిటిది యివాళ యిలా తెలివితక్కువగా ప్రవర్తిస్తున్నాను" అంది మళ్ళీ.

జేబు రుమాలుతో ముఖం తుడుచుకుంది. తర్వాత బట్టలు వేసుకోవడం మొదలుపెట్టింది.

యిక బయల్దేరడానికి వేళ అయిందనగా అబ్లాన్‌స్కీ వచ్చాడు. అతని ముఖం యెర్రగా వుంది. హుషారుగా కనిపించేడు. అతని దగ్గర చుట్ట వాసనా, వైన్ వాసనా కొడ్తున్నాయి.

అన్నా భావోద్వేగం దాలీకి తగిలింది. సెలవు తీసుకుంటూ ఆఖరిసారి కౌగిలించుకుంది.

"గుర్తుంచుకో అన్నా. నువ్వు నాకు చేసిన ఉపకారం యెన్నటికీ మర్చిపోను. గుర్తుంచుకో నేను నిన్ను ప్రేమిస్తూనే వుంటాను. యెప్పటికీ నా ప్రాణ స్నేహితురాలిగా ప్రేమిస్తూనే వుంటాను" అంది.

"యెందుకనో నాకర్థం కావడం లేదు" అంది అన్నా మరదల్ని ముద్దుపెట్టుకుంటూ, కన్నీళ్ళని ఆపుకో ప్రయత్నించింది.

"నువ్వు నన్ను అర్థం చేసుకున్నావు. నువ్వు అన్నీ అర్థం చేసుకుంటావు. వుంటా మరి."

29

"హమ్మయ్య. కథ ముగిసింది. దేముడి దయవల్ల" అనుకొంది అన్నా. ఆఖరిసారి తమ్ముడి దగ్గర సెలవు తీసుకునేటప్పుడు అన్నాకి వచ్చిన మొదటి ఆలోచన అదీ. మూడో గంట కొట్టేదాకా పెట్టె గుమ్మం దగ్గరే నుంచున్నాడతను. ఆమె మెత్తటి సీట్లో తన పనిమనిషి అన్నుష్కా పక్కన కూర్చుంది. అది స్లీపింగ్ కోచ్. మసక వెలుతురులో ఆ పెట్టె అంతా కలయ చూసింది. "దేముడి దయవల్ల రేప్పొద్దున్నే సెర్యోషనీ, ఆయన్నీ చూస్తాను. నా జీవితం సాఫీగా యెప్పటిలాగానే గడుస్తుంది" అనుకొంది.

అన్నా ఆ రోజంతా వ్యగ్రంగానే వుంది. ప్రయాణం హాయిగా, సుఖంగా చెయ్యాలని అదే స్థితిలోనే ప్రతీదాన్ని జాగ్రత్తగా సిద్ధం చేసుకుంది. ముచ్చటగా వున్న చిన్ని చేతులతో చిన్న ఎర్ర సంచినీ తెరిచింది. మళ్ళీ మూసింది. ఓ చిన్న మెత్తని తీసింది. దాన్ని మోకాళ్ళ మీద పెట్టుకుంది. కాళ్ళని చక్కగా కప్పుకుని విశ్రాంతిగా కూర్చుంది. ఓ జబ్బు మనిషి నిద్రపోవడానికి ఉపక్రమిస్తోంది. యెవరో యిద్దరు ఆడవాళ్ళు ఆమెతో మాట్లాడ్డం మొదలెట్టారు. ఓ లావాటి ఆడమనిషి కాళ్ళకి చక్కగా కప్పుకుని పెట్టెలో తగినంత వెచ్చగా లేదని గొణగడం మొదలెట్టింది. అన్నా ఆ ఆడవాళ్ళతో కాసేపు యేదో మాట్లాడింది. వాళ్ళ సంభాషణ యేం ఆసక్తిగా లేదనిపించింది అన్నుష్కాతో దీపం తెమ్మని చెప్పింది. ఆ దీపాన్ని తను కూర్చున్న కుర్చీ చేతికి బిగించింది. సంచిలోనుంచి కాగితాల కోసే చిన్నకొయ్య చాకునీ, ఓ ఇంగ్లీషు నవలనీ తీసింది. మొదట్లో యేమీ చదవలేకపోయింది. జనం వస్తూ పోతూ చుట్టూతా హడావుడిగా వుండడం వల్ల ధ్యాస కుదరలేదు. తర్వాత రైలు బయల్దేరాక చక్రాల చప్పుడు

వినకుండా వుండలేకపోయింది. తర్వాత మంచు రివ్వున యెడమవేపు కిటికీ మీదకి దూసుకువచ్చి దానికి అంటుకుపోయింది. తర్వాత ఒళ్ళంతా బట్టలు కప్పేసుకుని, మంచు కొట్టుకుపోయిన కండక్టరు అటు పక్కనుంచి వెళ్ళేడు. తర్వాత యేదో సంభాషణలు వినవచ్చాయి. భీకరమైన మంచు తుఫాన్ వీస్తోందట బయట. యీ అన్నిటివల్లా చదివే ధ్యాస కుదరలేదు. తర్వాత యిదే గొడవ సాగుతూనే వుంది. అదే ధనధన చప్పుడు. కిటికీ దగ్గర అదే మంచు. ఒక్కసారి వేడి, ఒక్కసారి చలి, మళ్ళీ వేడి యిలా గబగబా మార్పులు జరిగిపోతూనే వున్నాయి. మసక వెలుతుర్లో అవే ముఖాలు మిణుకుమంటున్నాయి. అవే గొంతుకలు వినిపించాయి. ఆఖరికి అన్న చదువుతూ దాన్ని అర్థం చేసుకునే స్థితి వచ్చేదాకా సాగాయి. అన్నుష్కా నిద్రపోయింది. మోకాళ్ళమీద చిన్న ఎర్ర సంచీ అలానే పట్టుకుంది. ఆమె పెద్ద చేతులకి గ్లవ్స్ వున్నాయి. ఒక గ్లవ్‌కి చిరుగు వుంది. అన్నా చదువుతూ అర్థం చేసుకుంటూనే వుంది. ఆ చదవడం ఆమెకి యిష్టం లేదు. యేమంటే చదవడం అనేది యితరుల జీవితాల లోతుల్లోకి చొచ్చుకుపోవడం. అది ఆమెకి యిష్టం లేదు. తను స్వయంగా జీవించాలని చాలా కోరిక కలిగింది. నవలలోని నాయిక యెవరో జబ్బుగా వున్న వాళ్ళ సంరక్షణ చేస్తూ వుంటే అన్నా తనే చప్పుడు చెయ్యకుండ రోగి గదిలోకి వెళ్ళాలనుకొంది. ఓ పార్లమెంటు సభ్యుడు ఉపన్యాసం యిస్తూ వున్నట్టు చదివితే తనే అలా ఉపన్యాసం యివ్వాలనుకుంది. లేడీ మేరీ సాహసంగా వేట కుక్కల వెనుక వెడుతూ వేటాడుతూ గుర్రంమీద దౌడు తీస్తూ వుండే, వదినగారిని విసిగిస్తూ వుంటే తనూ అలాగే చెయ్యాలనుకుంది. కాని ఆమెకి చెయ్యడానికి యేమీ లేకపోయింది. అంచేత తన చిన్న చేతులతో సాఫీగా వుండే కొయ్య చాకు తిప్పుతూ ఆడుకుంది. మళ్ళీ బలవంతంగా చదవాలనుకొంది.

నవలా నాయకుడు ఇంగ్లీషు పద్ధతిలో ఆనందం సాధించబోతున్నాడు. అంటే బారొనెట్ కావడం, ఎస్టేట్ సంపాదించడం. అన్నాకి అతనితో కలిసి అతని ఎస్టేట్‌ని సందర్శించాలనిపించింది. అతను సిగ్గుపడాల్సి వుందని హఠాత్తుగా ఆమెకి అనిపించింది. అదే కారణం వల్ల తనూ సిగ్గుపడి పోయింది. అయినా అతను యెందుకు సిగ్గుపడాలి? 'నేనెందుకు సిగ్గుపడాలి?' అని నొచ్చుకున్న ఆశ్చర్యంతో ప్రశ్నించుకుంది. పుస్తకం పక్కన పెట్టేసింది. రెండు చేతులతోను కొయ్య చాకు పెట్టుకుని చేతుల కుర్చీలో వెనక్కి వాలింది. సిగ్గుపడాల్సిందేమీ లేదు. మాస్కో జ్ఞాపకాల్ని మననం చేసుకుంది. అన్ని జ్ఞాపకాలూ బాగున్నాయి, హాయిగా వున్నాయి. బాల్‌డాన్స్‌ని గుర్తు చేసుకుంది. వ్రాన్‌స్కీని గుర్తు చేసుకుంది. ప్రేమతో నిండిన అతని వినమ్ర వదనం గుర్తువచ్చింది. అతనితో తన సంబంధాలు గుర్తువచ్చాయి. అందులో సిగ్గుపడాల్సిందేమీ లేదు. కాని జ్ఞాపకాలు యీవరకు వచ్చేటప్పటికి ఆమె సిగ్గుపడాల్సింది వుందన్న భావం యెక్కువైంది. వ్రాన్‌స్కీ గుర్తువచ్చిన యీ సమయంలో యేదో అంతర్వాణి మాట వినిపించింది. 'యిదే కారణం. యిదే కారణం, మరి యిది యిక్కడే వుంది.' 'అయితే యేమిటి?' అని చేతులు కుర్చీలో అటువేపు తిరుగుతూ నిబ్బరంగా అనుకొంది. 'యేమిటైతే? వున్నదాన్ని వున్నట్లు ముఖాముఖీ చూళ్ళేనా? యేమిటి సంగతి? ఆ మిలిటరీ ఆఫీసర్ కుర్రాడితోటి నా సంబంధాలు యితర పరిచయస్థులతో వుండేవాటి కంటే వేరేగా వుంటాయా, వుండగలవా?' అనుకుంటూ ఆమె తిరస్కారపూరిత మందహాసం చేస్తూ యీ

వూహని కొట్టి పారేసింది. మళ్ళీ పుస్తకం తీసుకుంది,. కాని యీ సారీ యేం చదువుతున్నదీ ఆమెకి పూర్తిగా అర్థం కాలేదు. కొయ్య చాకుతో కిటికీ అద్దం మీద గీసింది. సాఫీగా, చల్లగా వున్నదాని అడుగుని చెక్కిలిమీద అదుముకుంది. హఠాత్తుగా కారణం యేమీ లేకుండానే ముంచెత్తుతూ వచ్చిన సంతోష తరంగంలో పడి దాదాపు పైకే నవ్వింది. ఫిడేలు తీగల్లాగా తన స్నాయు తంత్రులు యింకా యింకా బిగుస్తున్నట్టు ఆమెకి అనిపించింది. తన కళ్ళు యింకా యింకా వెడల్పుగా విప్పారుతున్నట్టు, తన కాలివేళ్ళు, చేతి వేళ్ళు భయకంపితంగా మెలిపడుతున్నట్టు, తనలోని యేదో తన శ్వాసని సంకుచితం చేస్తున్నట్టు మిణుకుతూ మిణుకుతూ వున్న మసక వెలుతురులో అన్ని బింబాలూ, అన్ని ధ్వనులు అసాధారణ ఆకారాలూ, రూపాలూ ధరించి తనని నిశ్చేష్టురాల్ని చేస్తున్నట్టూ అనిపించింది. వుండి వుండి ఆమెకి రైలు ముందుకి పోతుందా, వెనక్కి పోతోందా లేదా అసలు కదుల్తోందా, తన పక్కన వున్న మనిషి అన్నుష్కాయేనా లేక ముక్కూ మొహం తెలియని పరాయి వ్యక్తా అని శంక కలిగేది. 'యిక్కడ వేలాడుతోందే యిదేమిటి? నా ఫర్‌కోటా? లేక యేదన్నా జంతువా?' అనుకొంది. యిలాంటి విస్మృతి స్థితిలోకి పాక్కుంటూ దేక్కుంటూ పడిపోవడం మహా భయానకంగా కనిపించింది. అయినా ఏదో తనని దాని వేపు లాగేసుకుంటోంది. తను దానికి లొంగిపోనేనా లొంగిపోవాలి లేదా దాన్ని నిరోధించనేనా నిరోధించాలి. యీ స్థితి నుంచి బయటపడటానికి ఆమె లేచింది. రగ్గు తీసేసింది. వెచ్చటి గౌనుమీద కేప్‌ని తీసేసింది. ఓ క్షణంసేపు కుదుటపడింది. బారు ఓవర్‌కోటు తొడుక్కున్న సన్నటి మనిషి ఒకతను లోపలికి వచ్చాడు. ఆ కోటుకి ఒక బొత్తాం వూడిపోయింది. అతన్ని గుర్తు పట్టింది స్తవ్‌మేన్. అతను థర్మామీటరు చూడ్డం గమనించింది. అతను తలుపు తెరిచినప్పుడు గాలి మంచూ లోపలికి దూసుకురావడం చూసింది. కాని మళ్ళీ ఆమె మనస్థితి కలగాపులగం అయిపోయింది. పొడుగాటి ఓవర్‌కోట్ తొడుక్కున్న ఆ మనిషి గోడమీద యేవేవో కొరుకుతున్నాడు. ఆ ముసలమ్మ కాళ్ళని బార చాపింది. ఆ కాళ్ళు మొత్తం పెట్టంతా పరుచుకుని, ఒక నల్లని మేఘంలాగా అయి అన్నిటినీ కమ్మినట్లయింది. యెవర్నో ఖండఖండాలుగా కోస్తూన్నట్టుగా యేదో క్రూరమైన అరుపు, సమ్మెట మోత వచ్చాయి. తర్వాత యెర్రటి కాంతి ఆమె కళ్ళని అంధం చేసేసింది. తర్వాత అన్నీ గోడవెనక పడిపోయినట్టయి, అంతా అంధకారం కమ్మేసింది. అన్నాకి తను యేదో అగాధంలో కూరుకుపోతున్నట్టనిపించింది. అయినా యిదంతా భయావహంగా లేదు. సుఖంగా వుంది. బట్టలు లుంగజుట్టేసుకుని, వొళ్ళంతా మంచు కొట్టుకుపోయిన మనిషి యెవరో సరిగ్గా చెవిలో గయ్‌మని అరిచాడు. అన్నా లేచి నుంచుంది. స్పృహలోకి వచ్చింది. రైలు యేదో స్టేషన్ దగ్గరికి వచ్చిందని ఆమెకి అర్థమైంది. ఆ అరిచే మనిషి కండక్టరు. తను తీసేసిన కేప్‌నీ, శాలువానీ అందిమ్మని అన్నుష్కాని అడిగింది. కేఫ్ పెట్టుకుని, శాలువా కప్పుకుని గుమ్మం దగ్గరికి వెళ్ళింది.

"బయటికి వెళతారా అమ్మా?" అని అన్నుష్కా అడిగింది.

"ఆఁ కొంచెంసేపు తాజా గాలి పీల్చివద్దామని వుంది. యిక్కడ పెట్టెలో ఉక్కగా వుంది."

ఆమె తలుపు తెరిచింది. తుఫాన్ మంచూ, ఝుంఝు ఆమెకేసి దూసుకువచ్చాయి. ఆమె తలుపు తెరవకుండా ప్రతిఘటించాయి. ఆ పెనుగులాట ఆమెకి సరదాగా అనిపించింది. ఆమె తలుపు తెరిచింది. బయటికి వెళ్ళింది. గాలి ఆమెకోసం హాకరుగా వున్నట్టు ఉంది.

సంతోషంగా గీపెట్టింది. ఆమె గనుక మెట్లమీద చల్లగా వున్న కమ్మిని పట్టుకోకపోయి వున్నట్టయితే గాలి ఆమెని అందుకుని యెగరేసుకు పోయి వుండేదే. ఆమె గౌను కుచ్చెళ్ళు యెత్తి పట్టుకుంటూ ప్లాట్‌ఫారంమీదకి దిగింది. పెట్టె చివరిదాకా నడిచి వెళ్ళింది. మెట్లమీద గాలి ఉరవడి విపరీతంగా వుంది. కాని యిక్కడ పెట్టెలు అడ్డం వున్నాయి. సంతోషంగా, గుండె నిండుగా చల్లని తాజా గాలిని పీలుస్తూ పెట్టె పక్కనే నుంచుని దీపాల వెలుతుర్లో ప్రకాశిస్తూ వున్న స్టేషన్‌కేసి చూపు తిప్పింది.

30

భయంకరమైన మంచు తుఫాన్ రేగింది. గాలి రైలు చక్రాలకింద హోరు యెత్తుతూ, స్టేషన్ మూలవున్న దీప స్తంభాల్ని వూపేస్తూ ప్రచండంగా వుంది. రైలుపెట్టెలు, దీపస్తంభాలు, జనం, కనుచూపు మేరలో వున్న ప్రతీదీ వో వేపున మంచు కొట్టుకుపోయి మధ్య ఓ క్షణం తెరిపి యిచ్చినా, ఆ వెంటనే మరింత ఉగ్రంగా పడేది. భరించడం దుర్ఘటమైపోయింది. అయినా జనం అటూ యిటూ హుషారుగా వేళాకోళాలాడుకుంటూ పరిగెత్తుతూనే ఉన్నారు. ప్లాట్‌ఫారం కొయ్య పలకల నేలమీద నడుస్తూ కిర్రుకిర్రుమని చప్పుడు చేస్తూనే వున్నాడు. స్టేషన్ భారీ తలుపుల్ని తెరుస్తూనే వున్నారు. మూస్తూనే వున్నారు. బాగా వొంగి నడుస్తూ వున్న ఒక మానవ ఛాయ ఆమె కాళ్ళ మీదనుంచి జారిపోయింది. ఇనుపచక్రాల మీద సమ్మెటతో కొట్టిన చప్పుడు వినిపించింది. పెట్టె అవతలివేపు తుఫాన్ అంధకారంలోనుంచి “ఆ టెలిగ్రామ్ యిలా యియ్యి” అని కోపంగా యెవరో అరవడం వినిపించింది. “నంబరు 28, దయచేసి యిటు రండి” అని యింకో గొంతుక అరవడం వినిపించింది. మంచు కమ్ముకుపోయిన ముసుగు రూపాలు పరిగెత్తి వెళ్ళాయి. సిగరెట్లు కాలుస్తూ వున్న యిద్దరు పెద్దమనుషులు ఆమె పక్కనుంచి వెళ్ళారు. అన్నా మరోసారి తాజా గాలి తృప్తిగా పీల్చింది. మఫ్‌లో వున్న చేతిని యివతలికి తీసి మెట్లమీద రైలు కమ్మి పట్టుకుంది. లోపలికి వెళ్ళబోయింది. మిలిటరీ పెద్ద కోటు తొడుక్కున్న వో వ్యక్తి దగ్గరిగా వచ్చాడు. అతను మిణుకు మిణుకుమనే దీపానికి అడ్డం అయ్యాడు. ఆమె అతనికేసి చూసి వెంటనే గుర్తుపట్టింది వ్రాన్‌స్కీ. అతను ఒక చేతిని టోపీకేసి యెత్తి ఆమెకి అభివాదం చేశాడు. ఆమెకి యేమన్నా కావాలా, తనేమన్నా సాయం చెయ్యగలడా అని అడిగాడు. కొంచెంసేపు యేమీ మాట్లాడకుండా ఆమె అతనికేసి చూసింది. అతను నీడలో వున్నాడు. అయినా కూడా ఆమె అతని ముఖాన్నీ, కళ్ళనీ చూసింది, లేదా చూశాననుకుంది. అనురాగభరిత ముగ్ధత్వం ద్యోతకం చేసే అదే భావం, అంతకుముందు రోజున తనమీద గాఢంగా ముద్ర వేసిన అదే భావం. అన్నా, యిప్పుడు అనుకున్నట్టే, గత రెండు రోజులుగానూ అణుచుకుంటూ వుంది. తనకి యెప్పుడూ తారసపడే వందలాది అదే రకపు యువకుల్లో వ్రాన్‌స్కీ మరొకడు అంతే. తను అతన్ని గురించి యిక అనుకోనే అనుకోదు. కాని యిప్పుడు, అతన్ని కలుసుకున్న ప్రథమ క్షణంలో, ఆమె మనసులో ఉల్లాసభరిత గర్వభావ ఛాయ కమ్మింది. అతను అక్కడ యెందుకు వున్నాడు అనే విషయాన్ని అడిగే అవసరం లేదు. తను యెక్కడ వుంటే అక్కడే అతనూ వుంటాడని వ్రాన్‌స్కీ మాటలతో స్పష్టంగా చెప్పినంతగా ఆమెకి ఆ కారణం తెలుసు.

"మీరూ ప్రయాణం అవుతున్నారన్న సంగతి నాకు తెలీదే. మీరు దేనికోసం వస్తున్నారు?" అని అడిగింది. కమ్మీమీద నుంచి చేతిని తీసింది. ఆమె ముఖంలో సంతోషం, ఉద్వేగం మెరిశాయి. వాటిని ఆమె అదిమి వుంచుకోలేదు.

"దేనికోసమేమిటి?" అని అతను రెట్టించాడు. నేరుగా ఆమె కళ్ళల్లోకి చూశాడు. "మీరెక్కడుంటే నేనూ అక్కడే వుండాలని వస్తున్నాను. మీకు తెలుసు అది. మరి నేనేం చెయ్యలేనింక" అన్నాడు.

సరిగ్గా ఆ సమయంలో సకల అవరోధాలనీ ఛేదించుకుంటూ వున్నట్టుగా ప్రచండమారుతం రైలుపెట్టెల కప్పులమీదనుంచి మంచుని యెగరగొడుతూ వీచింది. వదులుగా వున్న వో యినుపరేకు ధనధనమని కొట్టుకుంది. పైనుంచి బయ్‌మంటూ ఇంజన్ కూత నిరుత్సాహంగా, రోధిస్తూ వున్నట్టుగా వినవచ్చింది. యీ భయంకర తుఫాన్ మరెప్పటికంటే ఆమెకి మహోన్నతంగా కనిపించింది. తన హృదయం కోరుకున్న విషయాన్నే అతను చెప్పాడు. తన మనసు భయపడుతూ వున్నదాన్నే అతను చెప్పాడు. ఆమె జవాబు చెప్పలేదు. కాని ఆమె మనసులో రేగుతున్న సంఘర్షణ ఆమె ముఖంలో అతనికి కనిపించింది.

"నేనన్న మాట మీకు అభ్యంతరంగా వుంటే మన్నించండి" అని వినమ్రంగా అన్నాడు.

అతను ఆదరంగా, సమ్మానపూర్వకంగానే మాట్లాడేడు. కాని యెంత దృఢంగా ఖండితంగా మాట్లాడేడంటే ఆమె వెంటనే జవాబు చెప్పలేకపోయింది.

"మీరు అన్నమాట చెడ్డది. మీరు మంచివాళ్ళయితే మీరన్న మాటని మర్చిపొండని వేడుకుంటున్నాను. నేనూ మర్చిపోతాను" అంది ఆఖరికి.

"మీరన్న ఒక్కమాటని గాని, మీలోని ఒక్క హావ భావాన్ని గాని నేనుయెన్నడూ మర్చిపోను, మర్చిపోలేను"

"చాలు చాలు" అని ఆమె అరిచింది. కఠినంగా కనిపించాలని వ్యర్థ ప్రయత్నం చేసింది. అతను యేదో అన్వేషిస్తున్నట్టు ఆమె ముఖాన్ని చూస్తున్నాడు. చల్లని కమ్మీని పట్టుకుని ఆమె మెట్లు యెక్కింది. గబగబా లోపలికి వెళ్ళింది. అక్కడ దారిలో ఆగింది. జరిగిన దాన్నంతట్నీ గురించీ అనుకుంది. తనన్న మాటలని గాని, అతనన్న మాటలని గాని జ్ఞప్తికి తెచ్చుకోలేదు. అయినా, వాళ్ళ మధ్య సంభాషణ క్షణం సేపే అయినా యిద్దరూ చాలా చాలా సన్నిహితంగా వచ్చినట్టు ఆమె మనసుకి అనిపించింది. దానివల్ల ఆమెకి భయమూ కలిగింది, సంతోషమూ కలిగింది. అక్కడనే కొన్నిక్షణాలు వుండి, తర్వాత తన పెట్టెలోకి వెళ్ళి తన చోట్లో కూర్చుంది. ప్రయాణం మొదట్లో రోజంతా తను అనుభవించిన మనోద్వేగం మళ్ళీ వచ్చింది. అధికమయింది. ఆ ఉద్వేగం యెంత ఉగ్రంగా అయిందంటే తనలో వున్న యేదో యే క్షణంలోనైనా పుటుక్కున తెగిపోతుందేమోనని ఆమెకి భయం కలిగింది. రాత్రంతా ఆమెకి నిద్రపట్టలేదు. కాని తన మనసు రేఖ మీద ఛాయలా కమ్మి ఆ మనోద్వేగం, స్వాప్నికత దిగులు కలిగించేవిగా, దుఃఖభరితంగా లేవు. తద్భిన్నంగా సంతోష కారకంగా, ఉత్తేజకరంగా, గిలిగింతలు పెట్టేవిగా వున్నాయి. తెల్లవారుతూ వుందనగా అన్నా కాసేపు కుర్చీలో జోగింది. కళ్ళు తెరిచేటప్పటికి అంతా వెలుతురు పరుచుకుని తేజోవంతంగా, ఉల్లాసభరితంగా

కనిపించింది. పీటర్స్‌బర్గ్ దగ్గర పడుతోంది. వెంటనే ఆమె తన యింటిని గురించీ, తన భర్త గురించీ, తన కొడుకు గురించీ ఆలోచనల్లో మునిగిపోయింది. యిక ఆ రోజు చూసుకోవాల్సిన పనులూ, ఆ తర్వాత వచ్చే పనులూ ఆమెని ముంచెత్తాయి.

రైలు పీటర్స్‌బర్గ్ చేరి ఆగేక, ఆమె బయటికి రాగానే మొదట కనిపించిన వ్యక్తి ఆమె భర్త. "ఓరి దేముడోయ్, ఆయన చెవులు అలా అయ్యాయేమిటి?' అని భర్త గంభీరమైన, ఘనమైన విగ్రహం చూసి అనుకొంది. ముఖ్యం అతని చెవులు ఆమెని మొదటిసారిగా ఆకట్టుకున్నట్టు కనిపించాయి. అతని గుండ్రటి టోపీ అంచుల్ని చెవులు మోస్తున్నట్టున్నాయి. అతను ఆమెని చూసి ముందుకు వచ్చాడు. అతని పెదాలమీద యెప్పటిలాగే పరిహాసభరితమైన చిరునవ్వు లాస్యం చేస్తోంది. అలిసిన పెద్ద కళ్ళతో అతను ఆమెకేసే చూస్తూ వచ్చాడు. అలిసినట్టుగానూ, స్థిరంగా వున్నట్టుగానూ కనిపించే ఆ కళ్ళని చూడగానే ఒక అసంతృప్తిపూరిత అనుభూతి ఆమె హృదయాన్ని అదిమింది. తను అతన్ని వేరే రూపంలో చూడాలని ఆశిస్తున్నట్టు. కాని భర్తని చూడగానే ఆమెకి తనపట్లనే ఒక అసంతృప్తి భావన కలిగి నివ్వెరపోయింది. యీ అసంతృప్తి భావం పాతదే. తెలిసీ తెలియనట్టుగా వున్నదే. భర్తకీ తనకీ వున్న సంబంధాలలో కృత్రిమత్వం లాంటిది. కాని యింతకుముందు ఆమెకి దాన్ని గురించిన స్పృహలేదు. యిప్పుడు అది స్పష్టంగా, బాధాకర అనుభూతిగా గోచరమైంది.

"చూశావా నీ ప్రియమైన భర్త, పెళ్ళినాడు నిన్ను ప్రేమించినట్టుగా ప్రేమిస్తూ వున్న భర్త నిన్ను చూడాలని తహతహలాడిపోతూ వచ్చాడు" అన్నాడతను. కీచుగా మెల్లిగా వుందా గొంతు. యెప్పుడూ ఆమె తోటి మాట్లాడే అపహాసభరిత స్వరంతోనే మాట్లాడేడు. స్వభావరీత్యా అలాంటి మాటలు మనస్ఫూర్తిగా అనడం ఆ మనిషికి పొసగదు. అంచేత ఆ స్వరంలో వెటకారం వుంటుంది.

"సెర్యోష బాగున్నాడా?" అని అడిగింది.

"నా తహతహకి, ఆందోళనకి యీ బహుమానం?" అన్నాడతను. "ఆఁ వాడు బాగున్నాడు, బాగున్నాడు" అన్నాడు.

31

వ్రాన్‌స్కీ ఆ రాత్రి నిద్రపోవాలనే ప్రయత్నం కూడా చెయ్యలేదు. చేతుల కుర్చీలో అలా ముందుకి తేరిచూస్తూ, కాసేపు వచ్చే పోయేవాళ్ళ కేసి చూస్తూ కూర్చున్నాడు. అంతకు ముందుదాకా అపరిమితమైన మనుషులకి తన స్థిరమైన ప్రశాంత గాంభీర్యంతో ఆశ్చర్యం కలిగించి, వాళ్ళకి చిరాకు తెప్పించాడు. యిప్పుడు మరింత యెక్కువ పొగరుగా, ఆత్మతృప్తిగా కనిపించాడు. మనుషులకేసి వాళ్ళంతా యేదో వస్తువులన్నట్టుగా చూశాడు. ముసురుమూతి యువకుడొకడు అతనికి యెదురుగా కూర్చున్నాడు. అతను జిల్లా కచేరిలో గుమస్తా. అతను వ్రాన్‌స్కీ పొగరుమోతు వాలకం చూసి అతన్ని చీదరించుకున్నాడు. సిగరెట్ ముట్టించుకోవడానికి అగ్గిపెట్టె అడిగి వ్రాన్‌స్కీతో మాట కలుపుదామని ప్రయత్నం చేశాడు. తను పో యువకుడు, ఒక వ్యక్తి, ఒక వస్తువు కాదు అని చూపించడానికన్నట్టు మోచేత్తో పొడిచాడు కూడానూ.

అయినా వ్రాన్‌స్కీ అతనికేసి యేదో దీపస్తంభం కేసి చూసినట్టుగానే చూశాడు. ఆ యువకుడి ముఖం మెలి తిరిగింది. తనని మానవుడుగా గుర్తించడానికి ససేమిరా వీలులేదన్నట్టుగా వ్రాన్‌స్కీ పెడుతున్న వాలకం చూసి తన ధైర్యం సన్నగిల్లిపోతున్నట్టు ఆ యువకుడికి అనిపించింది.

వ్రాన్‌స్కీ దేన్నీ చూడలేదు. ఎవర్నీ చూడలేదు. తను చక్రవర్తినైనట్టుగా భావించుకున్నాడు. అన్నామీద ప్రభావం కలిగించానని నమ్మడం వల్ల కాదు. యింకా అతనికా నమ్మకం కలగలేదు. తనమీద ఆమె కలిగించిన ప్రభావం వల్ల అతనికి ఆనందం కలిగింది. గర్వం కలిగింది.

దీన్నంతటివల్లా యే పరిణామం వస్తుందీ అన్నది అతనికి తెలియదు. దాన్ని గురించి బెంగపడనూ లేదు. యింతవరకూ అదుపులేకుండా, చెదిరిపోయినపుడు తన శక్తులన్నీ సంపుటీకరం అయాయనీ, బ్రహ్మాండమైన ఉరవడితో ఒకే ఆనందమయ లక్ష్యం కేసి కేంద్రితం అయాయనీ అతనికి అనుభూతం అయింది. ఆ భావన అతనికి సంతోషం కలిగించింది. తను ఆమెకు నిజంచెప్పాననే అతను అనుకున్నాడు. ఆమె వున్నచోట వుండడం కోసమే అతనా ప్రయాణం తలపెట్టాడు. అతని జీవితానందం సర్వం, అతని జీవిత చరితార్థత ఆమెని చూడ్డంలో, ఆమె మాటల్ని వినడంలోనే వున్నాయి. అతను బొలగోయె* స్టేషన్లో సోడా తాగుదామని దిగి అన్నాని చూసినప్పుడు తన మనసులో అనుకుంటూ వున్న దాన్నే ఆమెతో మొదటగా చెప్పేశాడు. తను చెప్పినందుకు సంతోషించాడు. యిప్పుడామెకి తెలిసింది. తనూ దాన్ని గురించే అనుకుంటుంది. రాత్రంతా అతను పిసరు కూడా నిద్రపోలేదు. తన పెట్టెలోకి తిరిగి వచ్చాక ఆమె యేమేం అన్నదీ గుర్తుచేసుకున్నాడు. తను ఆమెని చూసిన సందర్భాలన్నీ గుర్తు చేసుకున్నాడు. భవిష్యత్తులో సంభవించబోయే దానికి సంబంధించి యెలాంటి చిత్రాలు అతని వూహల్లో ఉద్భూతమయ్యాయంటే అతని హృదయం తీవ్రంగా కొట్టుకుంది.

రాత్రంతా నిద్రలేకపోయినా కూడా పీటర్స్‌బర్గ్ స్టేషన్లో దిగే సమయానికి చన్నీళ్ళ స్నానం చేసినంత తాజాగా తేటగా వున్నట్టు కనిపించాడు. ఆమె దిగి రావడం కోసం చూస్తూ తన పెట్టె దగ్గరే నుంచున్నాడు. “మరోసారి ఆమెని చూస్తాను’ తనకి తెలియకుండానే చిరునవ్వు కూడా నవ్వచ్చు.” కాని అన్నా దర్శనం కంటే ముందుగా ఆమె భర్త దర్శనం అయింది. స్టేషను మాస్టరు అతన్ని చాలా గౌరవంగా గుంపులోనుంచి తీసుకువస్తున్నాడు. ‘అరె! ఆఁ! ఆమె భర్త!’ ఆమెతో బంధం వున్న వ్యక్తి భర్త అని మొట్టమొదటిసారిగా వ్రాన్‌స్కీకి యిప్పుడే విశదంగా అవగతం అయింది. అన్నాకి భర్త వున్నాడు అని తెలుసు. కాని అతని అస్తిత్వం అనేది లీలగానే మనసులో వుంది. యిప్పుడు మాత్రమే, అతన్ని చూసినప్పుడు మాత్రమే అతని అస్తిత్వాన్ని పూర్తిగా విశ్వసించాడు. అతని తల, భుజాలు, నల్లని లాగు తొడుక్కున్న కాళ్ళు చూసినప్పుడే ఆ అస్తిత్వం రూపు తీసుకున్నట్టనిపించింది. ఆ భర్త సొంత వస్తువు మాదిరీ ఆమె చేతిని నిదానంగా అందుకున్నప్పుడు అస్తిత్వం గురించి విశ్వాసం పూర్తిగా కలిగింది.

పీటర్స్‌బర్గ్ తరహా నవనవలాడే ముఖ వర్చస్సు, పెద్దమనిషి తీరు, ఆత్మవిశ్వాస ధోరణి వున్న కెరనిన్ గుండ్రటి టోపీ పెట్టుకున్నాడు, కొంచెంగా వంగి నడిచేడు. అలా అతన్ని

చూసినప్పుడు వ్రాన్‌స్కీకి అతని అస్తిత్వం గురించి సందేహం లేకపోయింది. అతన్ని చూసినప్పుడు చీదర కలిగింది. దాహంతో తపించిపోతూవున్న మనిషి వెతుక్కుని వెతుక్కుని ఒక మంచి నీటి బుగ్గ చూసి, దాహం తీర్చుకుందామనుకుని ఉద్యుక్తుడయి, అంతకు ముందే ఓ కుక్కో, గొర్రో, పందో అక్కడికి వచ్చి నీళ్ళని బురద చేసేసిందని తెలిస్తే యెలా చీదరపడతాడో అలాంటి చీదర కలిగింది. బండకాళ్ళతో అడుగడుక్కీ తుంటి వంచుతూ కెరనిన్ నడిచే నడక అతనికి మరీ అసహ్యంగా కనిపించింది. ఆమెని ప్రేమించే హక్కు తనొక్కడికే వున్నట్టు అతనికి అనిపించింది. కాని ఆమె మాత్రం ముందటి లాగానే వుంది. ఆమె ముఖం ముందటి లాగానే శారీరకంగా ఉత్తేజాన్ని కలిగిస్తూ, ఉద్వేగభరితం చేస్తూ, హృదయాన్ని సంతోషంతో నింపుతూ వుంది. అప్పుడు రెండవతరగతి పెట్టెలోనుంచి వస్తూ వున్న జర్మన్ నౌకరుతో సామాన్లు తీసుకుని యింటికి వెళ్ళిపొమ్మని వ్రాన్‌స్కీ చెప్పాడు. తను ఆమె దగ్గరికి వెళ్ళాడు. భార్యాభర్తలు కలుసుకోవడం చూశాడు. ఆమె భర్తతో బెరుకుతనంతో మాట్లాడుతూ వుండడం ప్రేమికుడికి వుండే నిశిత దృష్టితో గమనించాడు. 'లేదు, ఆమె అతన్ని ప్రేమించడం లేదు, ప్రేమించలేదు' అనుకున్నాడు.

వెనుకనుంచి అన్నా దగ్గరికి వెడుతూవుంటే, తను దగ్గరికి వస్తున్నట్టు ఆమె అనుభూతి చెందిందనీ, వెనక్కి చూసి తనని గమనించి మళ్ళీ భర్తతో మాట్లాడ్డానికి అటు తిరిగిందనీ వ్రాన్‌స్కీ గుర్తించాడు. సంతోషపడ్డాడు.

"రాత్రి బాగా గడిచిందనుకుంటాను" అని వ్రాన్‌స్కీ అడిగాడు. ఆమెకీ భర్తకీ కలిపి ఒకే అభివాదం చేశాడు. ఆ అభివాదం తనకేనని కెరనిన్ భావించుకునేటట్టూ, తను అతనిని గుర్తించినట్టుగాని గుర్తించనట్టుగాని యెలా భావించుకుంటే అలా, అతనిష్టం అని స్ఫురింప చేస్తున్నట్టూ వుంది.

"చాలా బాగా గడిచింది. కృతజ్ఞురాల్ని" అంది అన్నా.

ఆమె అలసిపోయినట్టుగా కనిపించింది. ఆమె చిరునవ్వులోగాని, ఆమె కళ్ళల్లోగాని మామూలుగా మెరిసే జీవచైతన్యం తొణికిస లాడ్డం లేదు. కాని ఆమె కళ్ళు అతని కళ్ళు కలవగానే ఒక క్షణకాలంపాటు ఆమె కళ్ళలో యేదో తటిల్లత మెరిసింది. అది క్షణం సేపే వుంది. అయినా ఆ క్షణకాలమే అతనికి అపారమైన ఆనందాన్ని ప్రసాదించింది. వ్రాన్‌స్కీతో పరిచయం వుందా లేదా అని అడుగుతున్నట్టుగా ఆమె భర్తకేసి చూసింది. ఇతను యెవరా అని గుర్తుచేసుకో ప్రయత్నిస్తున్నట్టు కెరనిన్ అయిష్టంగా వ్రాన్‌స్కీకేసి చూశాడు. ఆ క్షణంలో వ్రాన్‌స్కీ ధీరిత, ఆత్మవిశ్వాసం కెరనిన్ కఠోర ఆత్మవిశ్వాసంతో రాతిమీద ఉక్కు కొట్టుకున్నట్టుగా కొట్టుకున్నాయి.

"కౌంట్ వ్రాన్‌స్కీ" అంది అన్నా.

"ఆఁ మనం కలుసుకున్నా మనుకుంటాను" అని కెరనిన్ చెయ్యి చాస్తూ ఉదాసీనంగా అన్నాడు. "తల్లితో వెళ్ళి కొడుకుతో తిరిగి వచ్చావన్నమాట" అన్నాడు వొత్తి వొత్తి పలుకుతూ. ఒక్కొక్క మాటా ఒక్కొక్క వరహాతో సమమైన బహుమానం లాంటిదన్నట్టుగా అన్నాడు. "సెలవు నుంచి తిరిగి వస్తున్నారా?" అని అడిగాడు. జవాబు కోసం ఆగకుండానే యథాప్రకారం తన

వ్యంగ్య ధోరణిలో "నువ్వు వచ్చేటప్పుడు మాస్కోలో యెక్కువ కన్నీళ్ళు కారాయా?" అని అడిగాడు.

కెరనిన్ భార్యతో అలా మాట్లాడుతూనే, వ్రాన్స్కీ అవసరం తమకి లేదన్నట్టు అతను గ్రహించాలన్న ప్రయత్నం చేశాడు. అతనివేపు తిరిగి యిక సెలవు తీసుకోవచ్చన్నట్టుగా తన టోపీమీద చెయ్యి వేసాడు. కాని వ్రాన్స్కీ అన్నాతో మాట్లాడేడు.

"మీ యింటిని సందర్శించగలిగే అదృష్టం నాకు కలిగిస్తారా?" అన్నాడు.

కెరనిన్ అతనికేసి అలసిన కళ్ళతో చూశాడు.

"చాలా సంతోషంగా" అని ఉపేక్షాభావంతో గొణిగాడు. "ప్రతి సోమవారం మా యింటికి అతిథులు వస్తారు" అన్నాడు. తర్వాత వ్రాన్స్కీకి సెలవు చెప్పేసి భార్యకేసి తిరిగి మాట్లాడేడు. "నాకు నిన్ను కలుసుకుందుకు రావడానికి, నా ఆరాధనని చూపించడానికి అరగంట ఖాళీ దొరకడం యెంత అదృష్టం" అంటూ ముందటిలాగానే వ్యంగ్య ధోరణిలో మాట్లాడ్డం సాగించేడు.

"తమ ఆరాధన గురించి పదేపదే చెప్తూవుంటే దాన్ని గణించడం నాకు కష్టం అవుతుంది" అంది అన్నా అదేరకంగా వ్యంగ్యం ధ్వనించే గొంతుకతో. వెనుక వెళ్ళిపోతూ వున్న వ్రాన్స్కీ అడుగుల చప్పుడు తనకి తెలియకుండానే వింది. 'ఆఁ, దీనివల్ల నాకేమిటి?' అనుకొంది. సెర్యోష గురించి భర్తని అడిగింది. తను లేనప్పుడు వాడు యెలా వున్నదీ వాకబు చేసింది.

"ఓ, చాలా బాగా వున్నాడు. వాడు మంచి పిల్లాడంటుంది. mariette నీకు బాధ కలగుతుందేమోగాని నువ్వు లేకపోయినా బెంగపెట్టుకోలేదు, నీ భర్తంత కాదు. కాని మరోసారి merci[1] నా బంగారం. అదనంగా నాకు మరో రోజుని కానుకగా యిచ్చావు. మన ప్రియమైన సమోవార్ సంబరపడుతుంది." (ప్రఖ్యాత కౌంటెన్ లిదియా ఇవానొవ్నాకి అతను సమోవార్ అని పేరు పెట్టాడు. ఆమె యెప్పుడూ ప్రతి విషయం గురించీ పొగలు కక్కుతూ బుడగలు చిమ్ముతూ వుంటుంది) "నీ గురించి అడిగింది. నేను గనుక నీ స్థానంలో వుండి వుంటే, నీకు సలహా యివ్వగలిగే ధైర్యం చేస్తే యివాళే ఆమెని చూడమని చెప్తా. నీకు తెలుసుగా ఆమె ప్రతిదాన్ని గురించీ ఆందోళన పడిపోతుంది. యిప్పుడు పాపం తన బెంగలెన్ని వున్నాగానీ, అబ్లాన్స్కీల సర్దుబాటు గురించి బాధపడిపోతోంది."

"కెరనిన్‌కి కౌంటెస్ లిదియా ఇవానొవ్నా గొప్ప నేస్తం. పీటర్స్‌బర్గ్ ఉన్నత సమాజ బృందాల్లో ఒకదానికి ఆమే కేంద్ర బిందువు. భర్త ద్వారా అన్నా ఆ బృందానికి మరీ సన్నిహితంగా వుండేది.

"నేను ఆమెకి రాశానే"

"అయినా ఆమె వివరాలన్నీ వినాలనుకుంటోంది. అంత బడలికగా లేకపోతే వెళ్లు తప్పకుండా, నా బంగారం. కొంద్రాతీ నిన్ను బగ్గీలో యింటికి తీసికెడతాడు, నేను కమిటీకి వెళ్ళాలి. యిప్పుడు నేను ఒక్కణ్ణీ భోజనం చెయ్యక్కర్లేదు" అన్నాడు. అతని వ్యంగ్య ధోరణి తగ్గింది. "నువ్వు వూహించలేవు నాకు నువ్వు యెంత..."

---

1. ధన్యవాదాలు (ఫ్రెంచి)

చాలాసేపు ఆమె చేతిని ఆప్యాయంగా నొక్కేడు. ఆమెకేసి చూసి ప్రత్యేకమైన చిరునవ్వు నవ్వేడు. బగ్గీ యెక్కించేడు.

32

అన్నా యింటికి రాగానే మొదటగా ఆమెని కలుసుకున్నవాడు కొడుకు. పంతులమ్మ వారిస్తూ వున్నా కూడా వినిపించుకోకుండా మెట్లమీద నుంచి, పట్టరాని సంతోషంతో "అమ్మా, అమ్మా!" అని అరుస్తూ గెంతుకుంటూ వచ్చేడు. అమ్మ దగ్గరికి రాగానే ఆమె మెడ వాటేసుకున్నాడు.

"నే చెప్పానా అమ్మేనని" అన్నాడు పంతులమ్మ కేసి తిరిగి. "నాకు తెలుసు" అన్నాడు.

కొడుకుని చూడగానే ఆమెకి మొదట భర్తని చూసినప్పటిలాగానే యేదో వెలితిగా అనిపించింది. యదార్థంలో వాడు వున్నదానికంటే వాడి రూపాన్ని వూహలోనే బాగా కల్పించుకుంది. వున్నవాణ్ణి వున్నట్టుగా వాణ్ణి చూసి సంతోషించడానికిగాను ఆమె వాస్తవంలోకి దిగిరావాల్సి వచ్చింది. కాని వాడు నిజంగానే ముచ్చటగా వున్నాడు. వాడిది అందమైన ఉంగరాల జుట్టు. నీలం కళ్ళు. వాడి కాళ్ళు నిటారుగా బొద్దుగా వున్నాయి. బిగుతుగా వుండే లాగు తొడుక్కున్నాడు. వాడి సామర్థ్యం వల్లా, ప్రేమ వల్లా అన్నాకి దాదాపు శారీరకమైన సంతోషానుభూతి కలిగింది. వాడి చూపు అమాయకంగా, విశ్వాసపూరితంగా, ప్రేమభరితంగా వుంది. వాడు అడిగే ప్రశ్నలు నిష్కపటంగా వుండడం వల్ల అన్నా మనసు కుదుటపడింది. వాడికి మేనత్త బిడ్డలు పంపిన బహుమతుల్ని యిచ్చింది. మాస్కోలో వున్న చిన్నపిల్ల తాన్యా గురించి చెప్పింది. ఆ పిల్ల యెంత బాగా చదువుకుందో, యితర పిల్లలకి చదవడం నేర్పుతుందో చెప్పింది.

"యేం నేను వాళ్ళకి తీసిపోయానా?" అని సెర్యోష అడిగాడు.

"నాకు నువ్వే ఈ లోకంలో అన్నింటికంటే యెక్కువ. నువ్వు నా బంగారానివి."

"నాకు తెలుసు" అన్నాడు చిరునవ్వు నవ్వుతూ సెర్యోష.

అన్నా కాఫీ పూర్తిగా తాగకముందే కౌంటెస్ లిదియా ఇవానొవ్నా వచ్చిందని చెప్పారు. కౌంటెస్ లిదియా ఇవానొవ్నా పొడుగ్గా లావుగా వుంటుంది. రోగిష్టిగా కనిపించే పాలినచాయతో వుంటుంది. ఆమెవి చింతాక్రాంతంగా కనిపించే నల్లని కళ్లు. ఆన్నాకి ఆమె అంటే యిష్టం కాని యివాళ యేదో మొదటిసారిగా చూస్తున్నట్టు ఆమె లోటుపాట్లతో ఆమెని చూసింది.

"ఆc అయితే యిద్దరికీ సంధి కుదిర్చి వచ్చావన్నమాట" అని గదిలోకి వస్తూ అడిగింది కౌంటెస్ లిదియా ఇవానొవ్నా.

"ఆc కథ కంచికి వెళ్ళింది. అయినా మనం భయపడినంత గొడవ యేం లేదక్కడ. మా belle soeur[1] తొందరెక్కువ" అంది.

---

1. మరదలు (ఫ్రెంచి)

కౌంటెస్ లిదియా ఇవానొవ్నా తనకి సంబంధంలేని యే గొడవన్నా ఆసక్తి చూపించేస్తుంది. కాని తనకి ఆసక్తి వుంటే వాటిని కూడా వినే అలవాటు ఆమెకి లేదు. యిప్పుడు అన్నా మాటకి అడ్డం వెళ్ళింది.

"యీ లోకంలో యెంతో దుఃఖం, దుర్మార్గం వున్నాయి. నాకివాళ చాలా విచారంగా వుంది."

"యేం జరిగింది?" అని చిరునవ్వుని ఆపుకోడానికి తంటాలు పడుతూ అడిగింది అన్నా.

"సత్యంకోసం పోరాడుతూ అలిసిపోతున్నాను. యిదంతా వదిలేద్దామా అనిపిస్తూ వుంటుంది వొక్కో అప్పుడు. సోదరీమణుల కృషి (పరోపకారపూరిత, దైవభక్తిపూరిత, దేశభక్తియుత సంస్థని ఉద్దేశించి) "బాగానే మొదలైంది. కాని యీ మహానుభావులతో యేమీ వొరిగేటట్టు లేదు" అంది కౌంటెస్ అదృష్టం లేకపోతే యేం చెయ్యలేమని వ్యంగ్యంగా లొంగిపోతున్న వేదాంత ధోరణిలో. "యీ పని మొదలెట్టారు. దాని వంకర చేశారు. వాళ్ళ అభిప్రాయాలు అబ్బ, యెంత అల్పం, తుచ్ఛం అనుకున్నావ్! ఏదో మీ ఆయనలాంటి ఒకళ్ళిద్దరు ఈ ప్రయత్నం ఎంత బ్రహ్మాండమైందో అర్థం చేసుకున్నారు. మిగతావాళ్ళు యెంతసేపూ దిగదియ్యడమే. నిన్న ప్రావిన్ దగ్గర్నుంచి నాకు ఉత్తరం వచ్చింది."

ప్రావిన్ విఖ్యాత పాన్‌స్లావ్.* విదేశాల్లో వుంటున్నాడు. ఆ ఉత్తరంలో యేం రాశాడో కౌంటెస్ లిదియా ఇవానొవ్నా యావత్తూ చెప్పింది.

తర్వాత, చర్చీలని ఏకం చేసే లక్ష్యానికి వ్యతిరేకంగా జరిగిన కుట్రలనీ, పథకాలనీ యేకరువు పెట్టింది. అదయాక హడావుడిగా వెళ్ళిపోయింది. ఆవేళే ఆమె యేదో సంఘం మీటింగుకి, స్లావ్ కమిటీ* మీటింగుకి వెళ్ళాల్సి వుందట.

'యిదంతా యింతకు ముందే వుంది, కాని నా దృష్టి యింతకు ముందే వీటికేసి యెందుకు మళ్లలేదు?' అనుకొంది అన్నా. 'బహుశా యివాళ ఆమె యెక్కువ దిగాలుగా వుండడం వల్లనా? నిజానికి యెంత నవ్వుతాలుగా వుంటుంది! ఆమె ధ్యేయం లోకోపకారం చెయ్యడం, ఆమె క్రైస్తవ మతానుయాయి. అయినా యెప్పుడూ కోపంగానే వుంటుంది, ప్రతివాళ్ళూ

ఆమెకి శత్రువులే. క్రీస్తు పేరుమీదా లోకోపకారం పేరుమీదా ఆమెకి శత్రువులు' అనుకొంది.

కౌంటెస్ లిదియా ఇవానొవ్నా వెళ్ళిపోయాక అన్నా స్నేహితురాలు ఒకామె వచ్చింది. ఆమె యేదో డిపార్ట్‌మెంట్ డైరెక్టరుగారి భార్య. ఆమె నగరంలోని విశేషాలన్నీ చెప్పింది. భోజనానికి వస్తానని మాట యిచ్చి ఆమె మూడుగంటలకి వెళ్ళిపోయింది. కెరనిన్ మంత్రిమండలి దగ్గరవున్నాడు. అన్నా ఒక్కత్తీ వుండిపోయింది. భోజనాల వేళకి ముందు కొడుకుతో గడిపింది. వాడు భోజనం చేస్తూ వుంటే వాడి దగ్గర కూర్చుంది (వాడు ఒక్కడూ తినేవాడు) తర్వాత సామాన్లు సర్దుకుంటూ తన టేబిల్‌మీద పేరుకుపోయిన ఉత్తరాలనీ, పత్రాలనీ చదువుకుంటూ వాటికి జవాబుకు రాస్తూ గడిపింది.

పీటర్స్‌బర్గ్ వచ్చేటప్పుడు దారిలో అకారణంగా కలిగిన లజ్జానుభూతి, ఉద్విగ్నత యిప్పుడు పూర్తిగా మాయమైపోయాయి. పరిచితమైన జీవిత పరిస్థితులలో మళ్ళీ దృఢంగా,

అనింద్యపూరితంగా వున్నట్టు ఆమెకు అనిపించింది.

అంతకుముందు రోజు వున్న తన మానసికస్థితిని గుర్తు చేసుకుంది. "యేం జరిగింది? యేమీ లేదు. వ్రాన్స్కీ యేదో తెలివితక్కువ ముక్క అన్నాడు. నేను దాన్ని అక్కణ్ణే తుంచేశాను. యెలాంటి జవాబివ్వాలో ఆ జవాబే ఇచ్చాను. మా ఆయనకి విషయం చెప్పనవసరం లేదు. నిజానికి అలా చెప్పడం తప్పుకూడానూ. అలా చెప్పడం అంటే ఆ మాటలకి లేనిపోని ప్రాముఖ్యం యిచ్చినట్టవుతుంది." ఆమెకి లోగడ కెరనిన్‌కి చెప్పిన విషయం ఒకటి గుర్తుకొచ్చింది. కెరనిన్ కింద పనిచేసే ఓ యువకుడు అన్నాగారు మిమ్మల్ని ప్రేమిస్తున్నానని తనతో అన్నాడు. ఆ సంగతి భర్తకి చెప్పింది. ఉన్నత సమాజంలోకి వస్తూ పోతూ వుండే ప్రతీమహిళకీ అలాంటి సంఘటనలు జరుగుతాయనీ, కాని ఆమె తగినంత నేర్పు చూపించగలదనడంలో తనకి సందేహం లేదనీ, యీర్ష్యపడి తనని గాని ఆమెనిగాని నీచపరుచుకోవడం జరగదనీ అతను అన్నాడు. 'అంచేత ఆయనకి చెప్పడంలో సబబు లేదు. నిజానికి చెప్పాల్సిందేముంది? దేముడి దయవల్ల యేమీ లేదు' అనుకొంది.

33

అలెక్సేయ్ అలెగ్జాండ్రోవిచ్ కెరనిన్ నాలుగు గంటలకి మంత్రి మండలి కార్యాలయం నుంచి యింటికి తిరిగి వచ్చేడు. సరాసరి ఆమె దగ్గరికి వెళ్ళే వ్యవధి మామూలుగానే అతనికి లేకపోయింది. తన చదువుకునే గదిలోకి వెళ్ళాడు. అక్కడ అతనికోసం మహజర్లు పట్టుకుని కొంతమంది యెదురు చూస్తున్నారు. అక్కడ ఆఫీసునుంచి సూపరిటెండెంట్ పంపిన కాగితాల మీద సంతకాలు చేశాడు (భోజనాలకి కరెనిన్ యింట్లో యెప్పుడూ కనీసం ముగ్గురేనా పైవాళ్ళుంటారు) ఆ పూట భోజనాల దగ్గర ఒక పెద్దావిడ వుంది. ఆమె కెరనిన్‌కి అక్కగారి వరుస అవుతుంది. ఆ డిపార్ట్‌మెంట్ డైరెక్టరూ, ఆయన భార్య, యింకో యువకుడు వున్నారు. యీ యువకుణ్ణి కెరనినా డిపార్ట్‌మెంట్‌లో యేదో ఉద్యోగానికి సిఫార్సుచేశారు. అన్నా అతిధులకి కాలక్షేపం కలిగించడానికి డ్రాయింగ్ రూమ్‌లోకి వచ్చింది. సరిగ్గా అయిదు గంటల వేళకి, పీటర్ ది గ్రేట్ నాటి కంచు గడియారం కడపటి గంట మోగేలోగా, కెరనినా గదిలోకి వచ్చేడు. అతను ఫ్రాక్ కోటు వేసుకున్నాడు. తెల్ల టై కట్టుకున్నాడు. కోటు ఛాతీమీద రెండు పతకాలు వున్నాయి. (భోజనాలయిన వెంటనే అతనితో కార్యక్రమం వుంది) కెరనిన్ జీవితంలో ప్రతిక్షణమూ యేదో ప్రత్యేక వ్యాపకంతో నిండిందే. ప్రతిరోజూ తను చెయ్యవలసివున్న పనులన్నీ పూర్తిచెయ్యడానికి గాను అతను కచ్చితమైన కార్యక్రమం పాటించేవాడు. "తొందరకూడదు, దండుగ కూడదు" అనేది అతని సూక్తి. డ్రాయింగ్ రూమ్‌లోకి వచ్చి అందరికీ అభివాదం చేసి భార్యకేసి చిరునవ్వు నవ్వుతూ చూసి గబగబా భోజనాల దగ్గర చేరాడు.

"అమ్మయ్య, నేను ఒక్కణ్ణీ వుండక్కర్లేదు. ఒక్కళ్ళూ భోజనం చెయ్యడం యెంత యిబ్బందిగా వుంటుందో" (అతను 'యిబ్బంది' అనే మాటని వొత్తి పలికాడు) "నీకు తెలీదు" అన్నాడు.

భోజనాల దగ్గర భార్యతో మాస్కో సంగతుల గురించి ముచ్చటించేడు. పరిహాసంగా నవ్వుతూ అబ్లాన్స్కీ గురించి అడిగేడు. కాని సంభాషణ పీటర్స్‌బర్గ్ డిపార్ట్‌మెంటల్ వ్యవహారాలకి

సంబంధించీ, సమాజ కార్యకలాపాల గురించీ మొత్తంమీద లోకాభిరామాయణంగానే సాగింది. భోజనాల తర్వాత కెరనిన్ అతిధులతో వో అరగంట కాలక్షేపం చేశాడు. మరోసారి చిరునవ్వు నవ్వుతూ. భార్య చేతిని నొక్కి కౌన్సిల్ మీటింగ్‌కి వెళ్ళిపోయాడు. అన్నా వచ్చిందని విని ప్రిన్సెస్ బెట్సీ త్వెర్‌స్కాయా ఆమెని రమ్మని పిలిచింది. అయినా అన్నా ఆ సాయంత్రం బెట్సీ త్వెర్‌స్కాతా దగ్గరికి వెళ్ళలేదు. ఆ రోజు సాయంత్రం ప్రదర్శనకి థియేటర్‌కి వెళ్ళచ్చు, బాక్స్ టికెట్ వుంది. అయినా అక్కడికీ వెళ్ళలేదు. ఆమె వెళ్ళకపోవడానికి ముఖ్యకారణం తను వేసుకుందామన్న గౌను తయారై రాకపోవడమే. అతిధులు వెళ్ళిపోయాక బట్టల అల్మారా చూసింది. మా చెడ్డ చిరాకనిపించింది. పెద్దగా ఖర్చుపెట్టకుండానే అన్నా షోకైన బట్టలు వేసుకుంటుంది. ఆమెకా నేర్పు వుంది. మాస్కో ప్రయాణానికి ముందు మూడు గౌన్లు బాగుచేతకి పురమాయించింది. అసలు యివి పాతవి బాగుచేయించారేమోనని గుర్తు పట్టలేకుండా వాటిని చెయ్యాలి. తను మాస్కోనుంచి తిరిగి రావడానికి మూడ్రోజులు ముందే అవి తయారై వుండాలి. యింతకీ తేలిందేమిటంటే రెండేమో అసలు తయారవనే లేదు. మూడోది అన్నా కోరుకున్న రీతిలో లేదు. దర్జీ ఆమె వచ్చి యిదే మంచిదని చెప్తూ మొండిగా వివరించబోయింది. అన్నాకి కోపం వచ్చింది. తర్వాత అలా కోపం తెచ్చుకున్నందుకు సిగ్గుపడింది. కోపం చల్లారడం కోసం అన్చెప్పి పిల్లాడి గదిలోకి వెళ్ళింది. ఆ సాయంత్రమంతా కొడుకుతో గడిపింది. స్వయంగా వాణ్ణి నిద్ర పుచ్చింది. వాడిమీద శిలువ గుర్తు గీసింది. దుప్పటి కప్పింది. తను యెక్కడికీ వెళ్ళకుండా అంత సంతోషంగా యింటి దగ్గరే ఆ సాయంత్రం గడిపినందుకు ఆనందించింది. ఆమె స్థిమిత పడింది. కులాసాగా వున్నట్టనిపించింది. రైల్లో తనకి యెంతో విపరీతంగా కనిపించిన ప్రతీదీ ఉన్నత సమాజంలో చిల్లర విషయాలేనని స్పష్టంగా చూసింది. యితరుల ముందుగాని, తన మనసులోగాని సిగ్గుపడవలసింది యేమీ లేదనీ స్పష్టంగా చూసింది. ఓ ఇంగ్లీషు నవల తీసుకుని నెగడు దగ్గర చేరి భర్త రాక కోసం చూస్తూ కూర్చుంది. సరిగ్గా తొమ్మిదిన్నర గంటలకి గుమ్మం దగ్గర గంట వినిపించింది. వెంటనే అతను గదిలోకి వచ్చేడు.

"మొత్తానికి యింటికి చేరావ్" అని చెయ్యి చాచి అంది అన్నా.

అతనామె చేతిని ముద్దుపెట్టుకుని ఆమె పక్కన కూర్చున్నాడు.

"నీ మాస్కో ప్రయాణం పండు అయింది, బాగుంది" అన్నాడు.

"ఓ బ్రహ్మాండంగా" అందామె. ఓం ప్రధమం నుంచీ జరిగినదంతా చెప్పడం మొదలుపెట్టింది. వ్రాన్‌స్కీ తల్లితో కలిసి ప్రయాణం చెయ్యడం అక్కడికి చేరడం, రైల్వేస్టేషన్‌లో జరిగిన ప్రమాదం యిలా అన్నిటినీ చెప్పింది. తను మొదట తమ్ముడికోసం బాధపడిన సంగతీ, తర్వాత దాలీకోసం బాధపడిన సంగతి చెప్పింది.

"అలాంటి మనిషిని, నీ తమ్ముడైనాగానీ, క్షమించే అవకాశాన్ని నేను వొప్పుకోను" అని కెరనిన్ కటువుగా అన్నాడు.

అన్నా చిరునవ్వు నవ్వింది. నిజాయితీగా తన ఉద్దేశ్యాన్ని వ్యక్తం చెయ్యడానికి బంధుత్వాలు తనకి అడ్డం రావని చూపించడానికి అలా అన్నాడని ఆమెకి తెలుసు. భర్తకి వున్న యీ గుణం ఆమెకి తెలుసు. అదంటే యిష్టపడేది.

"అంతా సుఖంగా ముగిసింది. నువ్వు తిరిగి వచ్చావ్, అంతే చాలు నాకు. కౌన్సిల్‌లో నేను తీసుకునేటట్టు చేసిన కొత్త ప్రతిపాదనల గురించి మాస్కోలో యేమనుకుంటున్నారేమిటి?" అని అడిగాను.

అన్నా వాటి గురించి యేమీ వినలేదు. అతనికి అంత ముఖ్యం అయినదాన్ని తను మరిచిపోయిందే అని నేరం చేసినట్లు ఆమెకి మనస్సు చివుక్కుమంది.

"యిక్కడైతే మాత్రం బోలెడు వ్యాఖ్యానాలు రేగుతున్నాయి" అన్నాడు ఆత్మతృప్తిగా చిరునవ్వు నవ్వుతూ.

అతనికి సంతోషం కలిగించిన యీ విషయం గురించి కొంత తనకి చెప్పాలని అతనికి వుందని అన్నా గ్రహించింది. అందుకని అతన్ని అలా చెప్పేటట్టు చేసే ప్రశ్నలు కొన్ని అడిగింది. అదే ఆత్మతృప్తి పూరిత మందహాసం చేస్తూ తన ప్రతిపాదనలు నెగ్గినప్పుడు తనకి యెంతలా అభినందనలు ముంచెత్తేస్తూ వచ్చాయో చెప్పాడు.

"నాకు చాలా సంతోషం కలిగింది. నిజంగా చాలా. యీ విషయంలో యెట్టకేలకి మనం దృఢమైన వైఖరిని, బుర్ర వున్న వైఖరిని అవలంబించ మొదలెట్టాం అని యిది చూపిస్తుందంతే."

అతను రొట్టె, మీగడ తిని రెండో కప్పు టీ తాగేక తను చదువుకునే గదిలోకి వెళ్ళడానికి లేచాడు.

"నువ్వీ సాయంత్రం యెక్కడికీ వెళ్ళలేదా?"

"చాలా విసుగ్గా హాల్లో గుండా చదువుకునే గది దాకా వెళ్ళింది. "యేం చదువుతున్నావు?" అని అడిగింది.

"యిప్పుడా? Due de Lille, Poesie des enfers[1] భలే పుస్తకంలే" అన్నాడు.

తమకి యిష్టమైన వాళ్ళ దౌర్బల్యాలని చూసి యెవళ్లేనా చిరునవ్వు నవ్వినట్టు అన్నా చిరునవ్వు నవ్వింది. అతని చెయ్యి పట్టుకుని అతని గదిదాకా వెళ్ళింది. అతనికి సాయంత్రాలప్పుడు చదువుకునే అలవాటు అబ్బింది. యిప్పుడలా చదవడం ఒక అవసరంగా మారింది అని ఆమెకి తెలుసు. అధికార విధుల నిర్వహణలో అతనికి తీరిక వుండనంత వ్యాపకం వున్నా బౌద్ధిక రంగంలో జరిగే గణనీయమైన సంఘటనలతో సంబంధం పెట్టుకోవడం తన విధి అయినట్టు అతను భావిస్తాడనీ ఆమెకి తెలుసు. అతనికి అసలు ఆసక్తికరంగా వుండేవి రాజకీయాలు, తత్వశాస్త్రం, మతం అనీ, స్వభావ రీత్యానే అతనికి కళ పరాయిదనీ ఆమెకి తెలుసు. అయినా కూడా, లేదా తత్పర్యవసానంగా, ఆయా రంగాల్లో కలకలం రేపిన దాన్ని దేన్నీ జారవిడువడు. ప్రతిదాన్నీ చదవడం తన విధి అని భావిస్తాడు. రాజకీయాలకి సంబంధించి, తత్వశాస్త్రానికి సంబంధించి, మతానికి సంబంధించి అతను సందేహాలు లేవనెత్తుతాడు, శోధన చేస్తాడు. కాని కళకీ కవిత్వానికీ సంబంధించి, ముఖ్యంగా తనకి ఏ మాత్రమూ కొరుకుడు పడని సంగీతానికి సంబంధించి, అతనికి స్థిరమైన అభిప్రాయాలు వున్నాయి అనీ ఆమెకి తెలుసు. షేక్స్పియర్, రాఫయేల్, బీథోవెన్*ల గురించి మాట్లాడ్డమన్నా,

---

1. డ్యూక్ దె లిల్ "నరక కావ్యం" (ఫ్రెంచి) కల్పిత గ్రంథం - సం.

సంగీతంలో కవిత్వంలో వస్తూ వున్న నూతన శాఖల గురించి మాట్లాడ్డమన్నా అతనికి సరదా. యీ నూతన ధోరణులన్నీ అతనికి సంబంధించి స్పష్టంగా వర్గీకృతం అయిపోయాయి.

"సరే అయితే చదువుకో" అంది చదువుకునే గది దగ్గరికి వచ్చాక. అతని నౌకరు అప్పటికే కొవ్వొత్తి వెలిగించి సిద్ధం చేశాడు. చేతుల కుర్చీ పక్కన నీళ్ళ కూజా పెట్టాడు. "నేవెళ్ళి మాస్కోకి ఉత్తరాలు రాసుకుంటాను" అంది.

అతను ఆమె చేతిని నొక్కి ముద్దుపెట్టుకున్నాడు.

"పాపం మనిషి మంచివాడే. నిజాయితీ వున్నవాడు. జాలి గుండె మనిషి. తన రంగంలో ప్రసిద్ధుడు" అనుకొంది అన్నా తన గదిలోకి వెళుతూ. యితన్ని ప్రేమించడం అసంభవం అని యెవరో అంటూ వున్నట్టు తను యితని తరుపున వాదిస్తున్నట్టు అలా అనుకొంది.

'కాని అతని చెవులు యింత వింతగా పైకి కనిపిస్తున్నాయేమిటి? జుట్టు పొట్టిగా క్షవరం చేయించుకున్నందువల్లా?' అనుకొంది.

సరిగ్గా రాత్రి పన్నెండు గంటలైంది. అన్నా యింకా రాతబల్ల దగ్గరే వుంది. అప్పుడే దాలీకి రాస్తూ వున్న ఉత్తరాన్ని పూర్తిచేసింది. అప్పుడు యింట్లో వేసుకునే చెప్పులతో నడుస్తూ వస్తున్న అడుగుల చప్పుడు వినిపించింది. యింతట్లోకీ అతను ఆమె పక్కకి వచ్చేడు. ముఖం కడుక్కుని తల దువ్వుకున్నాడు. చంకలో పుస్తకం వుంది.

"వూఁ వూఁ వేళైంది" అన్నాడు. ఒక ప్రత్యేక తరహా మందహాసం చేశాడు. తర్వాత పడక గదిలోకి వెళ్ళాడు.

"అలా యీయనకేసి చూసేందుకు అతనికేం హక్కు వుంది?" అనుకొంది అన్నా కెరనినా కేసి వ్రాన్స్కీ చూసిన చూపుని గుర్తుచేసుకుంటూ.

బట్టలు మార్చుకుని పడక గదిలోకి వెళ్ళింది. మాస్కోలో వున్నప్పుడు ఆమె కళ్ళల్లోనూ, చిరునవ్వులోనూ తొణికిసలాడిన జీవ చైతన్యం ఆమె ముఖంలో యిప్పుడు లేదు. లేకపోవడమే కాదు తనలోని జీవ జ్వాల కూడా ఆరిపోతున్నట్టుగా, లేదా యేదో మూలకి కుంచించుకు పోయినట్టుగా వుంది.

34

పీటర్స్‌బర్గ్ నగరంలోని మొర్స్కాయ వీధిలో వ్రాన్స్కీకి పెద్ద ఫ్లాట్ వుంది. వూరికి వెళ్ళేటప్పుడు దాన్ని పెత్రీత్‌స్కీకి అప్పజెప్పాడు. అతను వ్రాన్స్కీ స్నేహితుడు, యిష్టుడైన సహోద్యోగి.

పెత్రీత్‌స్కీ యువకుడు, లెఫ్టినెంట్. చెప్పుకోదగ్గంత హోదా వంశీకుడూ కాదు, డబ్బున్నవాడూ కాదు. పైపెచ్చు పీలకదాకా అప్పుల్లో మునిగిన మనిషి. సాయంత్రం అయేవేళకి యెప్పుడూ తాగేస్తాడు. చాలాసార్లు తాగిన నేరానికీ, పరువు తక్కువ సాహసకృత్యాలకీ శిక్షగా కటకటాల వెనుకపడ్డాడు. కాని తోటివాళ్ళకీ, పై అధికార్లకీ అతనంటే బాగా యిష్టమే. పొద్దున్న

పదకొండు గంటల ప్రాంతంలో వ్రాన్స్కీ స్టేషన్ నుంచి తన యింటికి వచ్చేటప్పటికీ వీధిలో తనకి తెలిసిన అద్దెబగ్గీ నిలబడి వుండడం చూశాడు. గంట నొక్కేడు. లోపలినుంచి మగాళ్ళ నవ్వులు వినిపించాయి. ఆడామె యెవరో వాగుతూ వుండడం వినిపించింది. "తుంటరి వెధవలెవర్నీ లోపలికి రానివ్వకండి" అని పెత్రోత్‌స్కీ అరవడం వినిపించింది. తను వచ్చినట్టు ఆర్డర్లీని చెప్పనివ్వకుండానే వ్రాన్స్కీ ముందుగదిలోకి వెళ్ళేడు. పెత్రీత్‌స్కీ స్నేహితురాలు బేరనెస్ షిల్టన్ ఓ గుండ్రటి బల్లదగ్గర కూర్చుంది. ఆమె వూదా రంగు సిల్కు గౌను తొడుక్కుంది. ఆమె ముచ్చటైన వదనం గులాబీ రంగు చెక్కిళ్ళతో మెరుస్తోంది. ఆమె బంగారు కురులు అందాలు వొలకబోస్తున్నాయి. ఆమెకి ఓ పక్క పెద్ద కోటు తొడుక్కుని పెత్రీత్‌స్కీ, పూర్తి యూనిఫాం వేసుకుని కెప్టెన్ కామెరోవ్‌స్కీ కూర్చున్నారు. (అతను అప్పుడే డ్యూటీ నుంచి వచ్చినట్టుంది)

"హేయ్ వ్రాన్స్కీ!" అని ఎగిరి గంతేస్తూ అరిచాడు పెత్రీత్‌స్కీ. మన యజమానే స్వయంగా వచ్చేడు! బేరనెస్, యితనికి కొత్త పాట్‌లోని కాఫీ పోసి యియ్యి. అరె! యెంత ఆశ్చర్యం, అనుకోకుండా వచ్చావ్! నీ అధ్యయన మందిరాన్ని కొత్తగా అలంకరించిన యీ ఆభరణం నీకు సంతోషంగానే వుందనుకుంటా" అన్నాడు బేరనెస్‌ని చూపిస్తూ. "మీకు పరిచయం వుందా?" అని అడిగేడు.

"అయ్యో, లేకపోవడమేం? ఆమె నేనూ పాత మిత్రులం" అని వ్రాన్స్కీ సంతోషంగా చిరునవ్వు నవ్వుతూ, బేరనెస్ చిన్న చేతిని తన చేతిలోకి తీసుకుంటూ అన్నాడు.

"మీరిప్పుడే ప్రయాణం చేసి వచ్చారు కదా అంచేత నే వెళ్ళిపోతా. మీకడ్డంగా వుంటే యీ క్షణంలోనే వెళ్లిపోతా" అంది బేరనెస్.

"మీరెక్కడ వుంటే అదే మీ యిల్లు, బేరనెస్" అన్నాడు వ్రాన్స్కీ. "నమస్తే కామెరోవ్‌స్కీ" అన్నాడు. ఉదాసీనంగా కామెరోవ్‌స్కీ చేతిని అందుకుంటూ.

"చూశారా, మీరెప్పుడూ అలాంటి యింపైన మాటలు అన్లేరు" అంది పెత్రీత్‌స్కీతో బేరనెస్.

"ఎందుకు అన్లేను? భోజనం చేశాక అంత బాగానూ వుంటాను."

"భోజనాల తర్వాత అంత బాగా వుండదు. సరే కాఫీ తయారుచేస్తా. చేతులూ మొహం కడుక్కుని బట్టలు మార్చుకోండి" అంది బేరనెస్. మళ్ళీ కూర్చుని బహు శ్రద్ధగా కొత్త కాఫీ పాట్ హేండిల్ తిప్పింది. "ప్యేర్, కాఫీ పొడరు యివ్వండి" అంది పెత్రోత్‌స్కీతో. పెత్రోత్‌స్కీ యింటి పేరునిబట్టి ప్యేర్ అని పిలుస్తుంది. అతనికీ తనకీ గల సంబంధాలని కప్పి వుంచుకునే ప్రయత్నమే చెయ్యదు. "యింకొంచెం కాఫీ వేద్దామని" అంది.

"పాడు చేస్తావు."

"చెయ్యను. సరే, మీ ఆవిడ యేదీ?" అని బేరనెస్ వున్నట్టుండి వ్రాన్స్కీ తన స్నేహితుడితో యేదో మాట్లాడుతూ వుంటే అడ్డం వచ్చి అడిగింది. "మీ పరోక్షంలో మీకు పెళ్ళిచేసేశాం, మీ భార్యని తీసుకొచ్చారా?"

"లేదు బేరనెస్, నేను పుట్టడమే జిప్సీగా పుట్టేను, చచ్చిపోవడం జిప్సీగా చచ్చిపోతాను."

"యింకా భేషుగ్గా వుందీ మాట, భేషుగ్గా వుంది. యేదీ మీ చెయ్యి యిలా యివ్వండి."

బేరనెస్ అలాగే వ్రాన్‌స్కీ చెయ్యి పట్టుకుని, మధ్య మధ్య ఛలోక్తులు విసురుతూ తను యెలా జీవించ దలుచుకున్నదీ ఆ కొత్తపథకాలు వివరిస్తూ, అతని సలహా అడిగింది.

"తనింకా నాకు విడాకులివ్వడానికి ఒప్పుకోవడం లేదు" అంది ('తను' ఆమె భర్త).

"యింకెలా తగలడను? దావా పడేద్దామనుకుంటున్నాను. యేమంటారు పడెయ్యమంటారా? కామెరోవోస్కీ, కాఫీని ఓ కంట కనిపెట్టి వుండండి. అరె, చూడండి, పొర్లిపోయింది. నేను ఖాళీగా లేను చూస్తున్నారు కదా? ఆఁ యేం, నేను దావా పడెయ్యాలని చూస్తున్నాను. నా ఎస్టేట్ వదులుకుంటానా యేమిటి? యింతకంటే అసంగతమైన మాట వుంటుందా చెప్పండి. నేను తనకి పతివ్రతగా లేనట" అందామె తిరస్కారంగా. "ఆ కారణంగా ఎస్టేట్ రాబడి అంతా తీసేసుకుంటాడట" అంది.

యీ ముచ్చటైన పడుచామె ఉల్లాసంగా వాగుతూ వుంటే వ్రాన్‌స్కీ ఆసక్తిగా విన్నాడు. ఆమె పట్ల సానుభూతి చూపించేడు. తను మామూలుగా అలాంటి ఆడవాళ్ళతో మాట్లాడే ధోరణిలోనే సగం సీరియస్‌గా సగం తేలిగ్గా వుండేటట్టు సలహా యిచ్చేడు. అతని పీటర్స్‌బర్గ్ ప్రపంచంలో జనమంతా రెండు విరుద్ధ వర్గాలుగా యేర్పడిపోయారు. ఒకటి దిగువరకం. అందులో వాళ్ళు సాదా మనుషులు, దద్దమ్మలు; పరమ హాస్యాస్పదంగా వుంటారు. తను శాస్త్రోక్తంగా పెళ్ళాడిన భార్యతోనే కాపరం చేస్తూ ఒకే భర్త ఒకే భార్య అని నమ్మే రకం వాళ్ళు. పడుచు అమ్మాయిలు పవిత్రంగా వుండాలి, పెళ్ళయిన ఆడాళ్ళు పర పురుషుణ్ణి కన్నెత్తి చూడకూడదు. మగాళ్ళు తెగువగా వుండాలి, సంయమనంతో వుండాలి. దృఢచిత్తంతో వుండాలి. పిల్లలకి విద్యాబుద్ధులు చెప్పించాలి. 'అనుదినాహారం' సంపాదించుకోవాలి. అప్పులు వుంచుకోకూడదు యింకా ఆ బాపతు చెత్తంతా నమ్మేరకం. యీ బాపతు వాళ్ళు పూర్వోత్తరం రకం, హాస్యాస్పదంగా వుండే రకం. యిక రెండో రకం సిసలైన సరుకు వున్నారు. యీ రకానికి చెందినవాళ్ళే అతని బృందం అంతా. వీళ్ళు అన్నిటినీ మించి, స్ఫురద్రూపంతో వుంటారు. ఉల్లాసంగా, ధైర్యంగా, ఉదారహృదయం కలవాళ్ళుగా వుంటారు. ఏమాత్రం సిగ్గుపడకుండా కోరికలకి లొంగిపోతారు. యిక మిగతా అన్ని విషయాలనీ నవ్వులాటగా తీసిపారేస్తారు.

పూర్తిగా భిన్నమైన మాస్కో ప్రపంచాన్ననుసరించి తనతో కూడా వచ్చిన అనుభూతుల కారణంగా మొదట కాసేపు వ్రాన్‌స్కీ నిశ్చేష్టుడై పోయాడు. కాని కొంచెం సేపట్లోనే అలవాటైన పాత చెప్పుల్లో కాళ్ళు పెట్టినట్టుగా కులాసాగా సరదాగా వుండే తన పాత లోకంలోకి జారిపోయాడు.

కాఫీ అసలు తయారవనే లేదు. పొంగిపోయింది. అందరిమీదా చిమ్మింది. ఖరీదైన తివాసీ మీద మరకలు పడ్డాయి. బేరనెస్ గౌనుమీద మరకలు పడ్డాయి. యేది కోరుకున్నారో అదే జరిగింది. నవ్వులు, కేకలు, అల్లరి కోలాహలం రేగాయి.

“మరి సెలవ్, లేకపోతే మీరింక ముఖం కడుక్కోరు. పెద్ద మనిషికి కూడని మహాపరాధం అపరిశుభ్రంగా వుండడం అనే దాన్ని చేయించిన దోషిని అవుతాను నేను. అయితే ఆయన మెడమీద చాకు పెట్టమంటారు మీరు?”

“పిసరు వెనకా ముందూ చూడకుండా. అదీ యెలాగో తెలుసా మీ చేతులు అతని పెదవుల్ని తాకుతూ వుండేటట్టు. అప్పుడతను మీ చేతిని ముద్దు పెట్టుకుంటాడు. యిక యావత్తూ దివ్యంగా ముగుస్తుంది” అన్నాడు వ్రాన్‌స్కీ.

“సరే, వుంటా, సాయంత్రం ఫ్రెంచి థియేటర్*కి వెడతా” అంటూ సిల్కుగౌను రెపరెపలాడుతూ వుండగా వెళ్ళిపోయింది.

కామెరోవ్‌స్కీ కూడా లేచి నుంచున్నాడు. అతను వెళ్ళేదాకా ఆగకుండానే వ్రాన్‌స్కీ కరచాలనం చెయ్యడానికి తన చేతిని అతనికేసి చాచాడు. తర్వాత స్నానాల గదిలోకి వెళ్ళాడు. అతను ముఖం కడుక్కుంటూ వుండగా పెత్రీత్‌స్కీ సంక్షిప్తంగా తన పరిస్థితి అతని పరోక్షంలో యెలా మారిందీ యేమిటీ వర్ణించి చెప్పేడు. తన చేతిలో చిల్లిగవ్వ లేదట, తన తండ్రి తనకి యేమీ యివ్వననీ, తను చేసిన అప్పులు తీర్చననీ ఖరాఖండీగా చెప్పేశాట్ట. తనమీద దావా వేస్తానని దర్జీ బెదిరిస్తున్నాట్ట. మిగతావాళ్ళూ అలాగే చూస్తున్నారట. తన పోకిరీ పనులకి స్వస్తి చెప్పకపోతే యిక రాజీనామా పెట్టాల్సి వస్తుందని రెజిమెంట్ కమాండర్ చెప్పాట్ట. అతనికి బేరనెస్ అంటే కూడా వెలపరంగా వుందట, యేమంటే ఆమె చీటికీ మాటికీ డబ్బు యిస్తా అంటూ వుంటుందట. కాని యింకొకామె వుంది. ఫ్చ్! వజ్రం. తను ఆమెని వ్రాన్‌స్కికి చూపిస్తాడుగా. చూడాల్సిందే, అచ్చం పూర్వోత్తర పద్ధతిలో వుంటుంది. “దాసీ రెబెకా*లాగా, తెలుసా?” నిన్న తనకీ బెర్కోషెవ్‌కీ లడాయి పడింది. బెర్కోషెవ్ ద్వంద్వ యుద్ధానికిగాను తన సాక్షుల్ని పంపుతాడట. బహుశా అలాంటిదేం జరగకపోవచ్చు. మొత్తంమీద అంతా దివ్యంగానే వుంది. యెంతో సరదాగా వుంది. వివరాల కోసం తన మిత్రుడు అడిగే అవకాశం యివ్వకుండానే పెత్రోత్‌స్కీ లోకంలో ఆసక్తికరంగా వుండే వార్తలని వినిపించడం మొదలెట్టాడు. వ్రాన్‌స్కీ తను మూడేళ్ళుగా వుంటూవున్న ఆ సొంత యింటి వాతావరణంలో తెలిసిన ఆ కథలు విన్నాడు. మళ్ళీ తిరిగి పీటర్స్‌బర్గ్‌లో తను గడుపుతున్న పాత కులాసా జీవితానికి తిరిగివచ్చిన సంతోషానుభూతి అతనికి కలిగింది.

“అబ్బే, అసంభవం, అలా జరగదు!” అన్నాడు వాష్ బేసిన్ పెడల్ మీదనుంచి కాలుతీస్తూ. దృఢంగా, ఎర్రగా వున్న మెడని ఆ బేసిన్‌లో రుద్దుకుంటూ వున్నాడు. “అలా జరగదు” అన్నాడు. లోరా ఫేర్తిన్‌హోఫ్‌ని వదిలేసి మిలేయెన్‌తో వుంటోంది అని విన్నప్పుడు అలా అన్నాడు. “ఫెర్తిన్‌హోఫ్ యింకా అలా బడుద్దాయి లాగానే సంతుష్టిగానే వున్నాడా? బుజులుకోవ్ సంగతేమిటి?”

“బుజులుకోవ్ కథ విన్నావా? ఓహ్, మహా మజాగా వుంటుంది. బుజులుకోవ్‌కి బాల్ డాన్స్‌లంటే యమా పిచ్చి కదా? ఒక్క దర్బార్ డాన్స్ కూడా మానడు. కొత్త హెడ్‌గేర్ తీసుకుని ఓ ఘనమైన బాల్‌డాన్స్‌కి వెళ్ళాడు. కొత్త హెడ్‌గేర్‌లని చూశావా? చాలా బాగుంటాయి, తేలిగ్గా నుంచున్నాడు... ఆగు, ఆగు, విను.”

"వూఁ వింటున్నా" అన్నాడు వ్రాన్‌స్కీ టర్కీ తువ్వాలుతో తుడుచుకుంటూ.

"గ్రాండ్ ప్రిన్సెస్* యెవరో రాయబారితో కలిసి అతని దగ్గరగా వచ్చింది. మనవాడి ఖర్మకాలి వాళ్ళ మధ్య కొత్త హెడ్‌గేర్‌ల గురించిన చర్చ సాగుతోందట. రాయబారికి కొత్త హెడ్‌గేర్‌ని చూపించాలని గ్రాండ్ ప్రిన్సెస్‌కి అనిపించింది. యింతట్లోకీ, అక్కడ నుంచున్నాడుగా మన ప్రియమిత్రుడు ఆమె చూసింది..." (అతనక్కడ హెడ్‌గేర్ పట్టుకుని నుంచున్న భంగిమని అనుకరించి చూపించేడు పెత్రీత్‌స్కీ) "... దాన్ని ఇవ్వమని గ్రాండ్ ప్రిన్సెస్ అడిగింది. అతను యివ్వలేదు. సంగతేమిటట? జనం యియ్యి అని సైగ చేశారు. తలవూపారు. ముఖం చిట్లించుకున్నారు. వుహుఁ యివ్వడే. బెల్లంకొట్టిన రాయిలాగా అలానే నుంచున్నాడు. అప్పుడెవరో... అతని పేరేమిటి చెప్మా... యేం, అతను దాన్ని లాక్కోబోయాడు. అయినా మనవాడు వదిల్తేనా. అతగాడు బలవంతానా వూడపెరుక్కుని దాన్ని గ్రాండ్ ప్రిన్సెస్‌కి యిచ్చాడు. "'చూడండి, యిది కొత్తది" అని ఆవిడ చూపిస్తూ దాన్ని తిరగేసింది. చూస్కో, నాయనా! లోపల్నుంచి భేరీపండు, కొన్ని చాకొలెట్లు రెండు పౌన్ల చాకొలెట్లు, కిందపడ్డాయి. మనవాడు గుట్టుచప్పుడు కాకుండా కొట్టేసి దానిలోపల పెట్టినవన్నీ!"

వ్రాన్‌స్కీ పగలబడి నవ్వేడు. ఆ తర్వాత కొంచెం సేపటిదాకా, యేవో వేరే మాటలలో పడిపోయినప్పుడు కూడా, మధ్యలో యిది గుర్తుకొస్తే అతనికి నవ్వాగలేదు. ఎగుడు దిగుడు లేకుండా చక్కగా తెల్లగా వున్న పలువరుస కనిపించేటట్టు నవ్వేడు.

వార్తలన్నీ విన్నాక వ్రాన్‌స్కీ తన నౌకరు సాయంచేస్తూ వుంటే యూనిఫాం తొడుక్కుని హెడ్‌క్వార్టర్స్ దగ్గరికి వెళ్ళి డ్యూటీలో చేరాడు. అక్కడ్నుంచి వెళ్ళి తన అన్నగార్ని, బెట్సీని యింకా కొంతమందినీ చూద్దామనుకున్నాడు. అన్నా కెరనినాని కలుసుకోవడానికి అవకాశం యిచ్చే బృందాల్లో ప్రత్యక్షపరచుకోచ్చునని అలా అనుకున్నాడు. పీటర్స్‌బర్గ్‌లో యెప్పుడూ వుండే మాదిరిగానే యిక యే అర్ధరాత్రి వేళకో యింటికి తిరిగిరావడమే. అందాక యింటి ముఖం చూడడు.

రెండవ భాగం

1

శీతాకాలం ఆఖరులో షేర్‌బాత్‌స్కీల యింట్లో డాక్టర్లని సమావేశపర్చారు. కిట్టీ ఆరోగ్యం క్షీణిస్తోంది. అసలు పరిస్థితి మెరుగున పడాలంటే యేం చెయ్యాలో వాళ్ళు నిర్ధారణ చేసి చెప్పాలి. ఆమెకి జబ్బుగా వుంది. వసంత రుతువు తిరిగేటప్పటికి ఆమె ఆరోగ్యం ఇంకా దిగజారింది. కుటుంబ వైద్యుడు ఆమెచేత కాడ్‌లివర్ ఆయిల్ తాగించేడు. లోహభస్మాలు తినిపించేడు. తర్వాత వైఢూర్యం చూర్ణం మింగించేడు. మొదటి దానివల్లగాని, రెండవ దానివల్లగాని, మూడవ దానివల్లగాని గుణం ఏమీ కనిపించకపోవడం వల్ల ఆమెని చికిత్స నిమిత్తం విదేశాలకి తీసికెళ్ళమని సలహా ఇచ్చాడు. అప్పుడు ఒక ప్రసిద్ధ వైద్యశేఖరుణ్ణి సంప్రదించేరు. ఆ ప్రసిద్ధ వైద్యుడు నడివయస్కుడు, యింకా అతని అందం తగ్గలేదు. అమ్మాయిని పరీక్షించాలన్నాడు. ఆడపిల్లలు సిగ్గుపడటం అనేది పాతకాలపు అనాగరిక అవశేషమని, వొక రకమైన తృప్తి ప్రదర్శిస్తూ, నొక్కి చెప్పాడు. ఇంకా మంచి నడివయస్సులో ఉన్న మగవాడు పడుచు అమ్మాయిని నగ్నంగా శరీరం అంతా తడిమి చూడ్డం కంటే సహజమైంది యేమీ లేదని అలాగే చేస్తూ వున్నాడు. అలా చెయ్యడంలో యే రకమైన ఉద్రేకమూ లేకుండా, యే దురుద్దేశమూ లేనట్టుగా, లేదా అతనికి అలా కనిపించిన దానివల్లనో అలా పరీక్ష చేశాడు. అందుకనే అతనికి ఆడపిల్ల సిగ్గుపడ్డం అనాగరికంగా కనిపించింది. అంత మాత్రమే కాదు. అలా సిగ్గుపడ్డం వ్యక్తిగతంగా తనని అవమానించడం సుమా అనిపించింది.

వాళ్లు ఈ ప్రసిద్ధ డాక్టరుగారి కోరికకి లొంగి పోవలసి వచ్చింది. డాక్టర్లు అందరూ ఒకేచోట చదువుకున్నా, అందరూ ఒకే పుస్తకాలు చదివినా, అందరూ వొకే శాస్త్రాన్ని చదివినా ఈ ప్రసిద్ధ డాక్టరు మంచి డాక్టరు కాదని కొంతమంది చెప్పినా కూడా, ఏ కారణం వల్లనో ఏమో, ఈ కుటుంబంలోనూ, వాళ్ళ బృందంలోనూ ఈ ప్రసిద్ధ డాక్టరుగారికే ఒక ప్రత్యేక పరిజ్ఞానం వుందనీ ఆయనే కిట్టీని కాపాడగలడనీ ఒక అభిప్రాయం ఏర్పడిపోయింది. రోగి నిశ్చేష్టురాలైపోయింది, సిగ్గుతో సొగిలిపడిపోయింది. ఆ స్థితిలో ఆమెని బాగా తడిమి, తట్టి తర్వాత మహా జాగ్రత్తగా చేతులు కడుక్కున్నాక ఆ ప్రసిద్ధ డాక్టరు ప్రిన్స్‌తో మాట్లాడుతూ డ్రాయింగు రూములో నుంచున్నాడు. ప్రిన్స్ ముఖం చిట్లించుకున్నాడు. డాక్టరు చెప్పేది వింటూ గొంతు ఖాండ్రించుకున్నాడు. ఆయనకి జీవితానుభవం బాగా వుంది. ఆయన తెలివితక్కువ వాడు కాదు. రోగిష్టివాడు కాదు. అందుచేత ఆయనకి మందులమీద నమ్మకం లేదు. ఈ తమాషా అంతా చూసి లోపల్లోపల మహా కోపంగా వున్నాడు. ముఖ్యంగా కిట్టీ జబ్బుకి హేతువు తెలిసిన వాడు తను వొక్కడే అవడం వల్ల కోపంగా వున్నాడు. కూతురికి

జబ్బు లక్షణాలని గురించి ఆ ప్రసిద్ధ డాక్టరు లొడలొడమని వాగుతూవుంటే విని 'పోచికోలు వాగుడుగాడు" అని తనలో తను అనుకున్నాడు. తనకి ఆ ముసలి జమిందారుగారి పట్ల వున్న ఏవగింపుని డాక్టరుగారు కూడా దాచుకోలేక పోయాడు. ఆయనకి అర్ధం అయేటట్టు చెప్పే నీచస్థాయికి కష్టంమీద దిగేడు. ఆ ముసలాయనతో మాట్లాడ్డం వల్ల లాభం లేదని అతనికి తెలుసు. అసలు ఆ యింట్లో పెత్తనమంతా తల్లిదేననీ అతనికి తెలుసు. మరి ఆమె ముందు తన విలువైన మాటలు వదలాలి. సరిగ్గా ఆ సమయంలో పెద్దావిడ డ్రాయింగు రూములోకి వచ్చింది. ఆమెతో కూడా కుటుంబ వైద్యుడు వున్నాడు. పెద్ద ప్రిన్స్ వెళ్ళిపోయాడు. ఈ తమాషా అంతా ఎంత హాస్యాస్పదంగా తనకి కనిపిస్తుందో వాళ్ళు గమనించకుండా వుండేటందుకు ఆయన ప్రయత్నించాడు. పెద్దావిడ కళవిళ పడిపోయింది. ఏం చెయ్యాలో ఆవిడకి తోచలేదు. కిట్టీ జబ్బుకి తనే దోషి అయినట్లుగా బాధపడింది.

"హో! డాక్టరుగారూ! మా తలరాత యెలా వుందో తేల్చండి. నాకు విషయం యావత్తూ చెప్పండి" అంది. "ఏమన్నా ఆశ వుందా?" అని అడుగుదామనుకొంది. కాని ఆమె పెదాలు వొణికేయి. ఆ ప్రశ్నని అలా అడగలేకపోయింది. "ఏమిటి విషయం డాక్టర్?" అని అడిగింది.

"ఒక్కక్షణం, ప్రిన్సెస్, నేను మా తోటి డాక్టరుతో మాట్లాడాలి. తర్వాత మా అభిప్రాయం తమకి తెలియజేస్తాం."

"అయితే నన్ను కాసేపు లోపలికి వెళ్ళమంటారా?"

"మీయిష్టం."

ప్రిన్సెస్ నిట్టూర్చి వెళ్ళిపోయింది.

డాక్టర్లు ఒంటరిగా వున్నప్పుడు కుటుంబ వైద్యుడు అణకువగా తన అభిప్రాయాన్ని చెప్పేడు. క్షయరోగపు భీజాలు అంకురిస్తున్నట్లు కనిపిస్తోందట, కాని.... వగైరా, వగైరా. ప్రసిద్ధ డాక్టరు అతని మాట వింటూనే మధ్యలో తన చేతికి వున్న పెద్ద బంగారు గడియారం కేసి చూసుకున్నాడు.

"ఆ, కాని" అన్నాడు ప్రసిద్ధ వైద్యుడు.

కుటుంబ వైద్యుడు గౌరవపురస్సరంగా ఆగేడు.

"చూశారూ, క్షయవ్యాధి అంకురిస్తున్నట్లు నిర్ధారించే ఆధారం మనకి లేదు. కేవిటి కనిపించేదాకా యిదమిత్థంగా తేలదు. ఏమైనా మనం అనుమానించవచ్చు. ప్రస్తుత కేసులో ఆ లక్షణాలు వున్నాయి. ఆకలి మందగించడం, నరాల ఉద్రిక్తత, యింకా అలాంటివి వున్నాయి. ఇప్పుడు మన ముందున్న సమస్య ఇదీ: క్షయ వుందన్న అనుమానం మనకి కలుగుతోంది కాబట్టి జీర్ణశక్తిని పెంచేటట్టు ఎలా చెయ్యగలం?"

"నిజమే, మీకు తెలుసు కదా అడుగున యేదో నైతిక, మానసిక కారణం అణగి వుంటుంది" అన్నాడు కుటుంబ వైద్యుడు. చిన్నగా చిరునవ్వు నవ్వుతూ సూచనప్రాయంగా ఆ మాత్రం మాట వదిలేడు.

"ఆఁ విషయం గురించి అనుకోనవసరం లేదు" అన్నాడు ప్రసిద్ధ డాక్టరు. గడియారం కేసి మళ్ళీ చూసుకున్నాడు. "మరేం అనుకోకండి. యావూకా బ్రిడ్జి పూర్తయిందా లేకపోతే

చుట్టూ తిరిగి వెళ్ళాల్సిందేనా?" అని అడిగాడు. "ఓ పూర్తయిందా! బాగుంది. అయితే యిరవై నిమిషాల్లో నేను అక్కడికి చేరుకోగలను. చూశారా! మనం అనుకున్నట్టుగా పరిస్థితి యిదీ: జీర్ణశక్తిని పెంచాలి, నరాల బలహీనతకి చికిత్స చెయ్యాలి. ఈ రెండింటికీ సంబంధం ఉంది. రెండు వైపులనుంచీ కొట్టుకు రావాలి."

"ఆమెని విదేశాలకి తీసుకెళితే ఎలా ఉంటుందంటారు?" అని కుటుంబ వైద్యుడు అడిగాడు.

"నేను విదేశయాత్రలకి వ్యతిరేకం. చూడండి నిజంగా క్షయవ్యాధి అంకురించే వున్నట్టయితే; అయితేనే సుమా – ఎందుకంటే మనకు తెలుసుకొనే ఆధారమే లేదు. నిజంగా అదే అయితే మాత్రం విదేశయాత్ర వల్ల లాభం ఉండదు. ఆమెకి యే చెడుపూ జరగకుండా ఆమె జీర్ణశక్తిని పెంచే చికిత్స చెయ్యాలి."

సోడెన్ ఖనిజ జలంతో చికిత్స చేయడానికి సంబంధించిన తన ఊహని ప్రసిద్ధ డాక్టరు విపులంగా వివరించేడు. దాని సిఫార్సు చెయ్యడానికి గల ముఖ్యకారణం అది ఆమెకి ఏమీ చెరుపు చెయ్యదని అనిపించడమే.

కుటుంబ వైద్యుడు మహాశ్రద్ధగా, వినయంగా విన్నాడు.

"కాని విదేశయాత్రకి సంబంధించి నేను చెప్పదల్చుకున్నదేమంటే వాతావరణంలో మార్పు వస్తుంది కదా అని. అంతే. పైగా అమ్మగారికి వెళ్ళాలని ఉంది" అన్నాడు.

"అలాగా! అయితే వెళ్ళమనండి. ఆ జర్మన్ నాటువైద్యులు ఆమెకి హాని కలిగేటట్టు చేస్తారేమో. మన సలహా వాళ్ళు పాటించాలి. సరే, అయితే, వెళ్ళమనండి."

మరోసారి గడియారం కేసి చూసుకున్నాడు.

"ఆఁ టైమయింది" అని గుమ్మం దగ్గరికి వెళ్ళాడు.

తను మళ్ళీ రోగిని చూడాలని ప్రసిద్ధ వైద్యుడు పెద్దావిడకు చెప్పేడు. (అలా చూడ్డం మర్యాదావసరంగా భావించి ఉండవచ్చు)

"ఏమిటి? మరోసారి పరీక్షా?" అందావిడ భయపడిపోయి.

"ఉహుఁ ఊరికే కొన్ని వివరాలు ధృవపరచుకుందామని" అన్నాడు.

"సరే అయితే"

పెద్దావిడా, డాక్టరుగారూ కలిసి డ్రాయింగ్ రూమ్‌లో కిట్టీ దగ్గరికి వెళ్ళారు. కిట్టీ గది మధ్యలో నిలబడి ఉంది. ఆమె చిక్కిపోయింది. తను భరించాల్సి వచ్చిన అవమానానికి ఆమె కళ్ళు జ్వలిస్తున్నాయి. డాక్టరు లోపలికి రావటం చూసేటప్పటికి ఆమె సిగ్గుపడి పోయింది. కళ్ళల్లో నీళ్ళు గిర్రున తిరిగాయి. తన యీ జబ్బు వ్యవహారం, దాని చికిత్సా వ్యవహారం అన్నీ ఆమెకి నవ్వుతాలుగా, తెలివితక్కువతనంగా కనిపించాయి. విరిగి ముక్కలై పోయిన పింగాణీ కూజాని అతకడం అంత తెలివితక్కువతనంగానూ కన్పించింది తన చికిత్స. తన మనస్సు విరిగిపోయింది. దాన్ని చూర్ణాలతో, మాత్రలతో బాగు చెయ్యగలరా? కాని తల్లిని

కష్టపెట్టడం యిష్టం లేకపోయింది. ముఖ్యంగా దోషమంతా తనదేనని ఆవిడ బాధపడుతూ వుండడం వల్ల.

"కొంచెం శ్రమ అనుకోకుండా కూర్చుంటారా?" అని ప్రసిద్ధ డాక్టరు అడిగేడు.

డాక్టరు చిరునవ్వు నవ్వుతూ ఆమెకి యెదురుగా కూర్చున్నాడు. నాడి పరీక్షించేడు. మళ్ళీ విసుగు పుట్టించే కొన్ని ప్రశ్నలు అడిగాడు. ఆమె జవాబు చెప్పింది. ఉన్నట్టుండి ఆమెకి కోపం వచ్చింది. ఆమె రెచ్చిపోయి నిలబడింది.

"చాలు, డాక్టరుగారూ, ఏమనుకోకండి. దీనివల్ల ఏమీ లాభం వుండదు. ఇవే ప్రశ్నలు యిప్పటికి మూడుసార్లు అడిగారు."

ప్రసిద్ధ డాక్టరుగారు తప్పు పట్టుకోలేదు.

కిట్టీ గదిలోనుంచి బయటికి వెళ్ళిపోగానే తల్లితో "ఈ చిర్రుబుర్రులాడ్డం రోగలక్షణం" అన్నాడు. "కాని నా పరీక్ష పూర్తయింది." అన్నాడు.

అసాధారణ గ్రహణశక్తి వున్న ఆడావిడకి చెప్పినట్టుగా కూతురి పరిస్థితి గురించి ఆమెకి శాస్త్రీయ వివరణ ఇచ్చాడు. ఆ ఖనిజ జలాన్ని యెలా వాడాలో సూచనలు చేశాడు. ఇంతకీ ఆ ఖనిజ జలాన్ని పుచ్చుకోవలసిన అవసరమే లేదు. తాము విదేశాలకి వెళ్ళాల్సి వుందా లేదా అని అడిగిన ప్రశ్నకి ఆయన యేదో సమస్యని పరిష్కరిస్తున్నట్టు దీర్ఘంగా ఆలోచించాడు. ఆఖరికి జవాబు ఊడిపడింది. వాళ్ళు విదేశాలకి వెళ్ళవచ్చు, కాని విదేశీ నాటు వైద్యుల మాటలు వినకూడదు. తను చెప్పిందాన్నే వినాలి.

డాక్టరు వెళ్ళిపోయాక ఒక సంతోషకర సంఘటన జరిగినట్టుగా అనిపించింది. పెద్దావిడ ఉత్సాహంగా పొంగిపోతూ కూతురి దగ్గరికి వెళ్ళింది. తను కూడా మహోత్సాహంగా ఉన్నట్టు కిట్టీ నటించింది. ఆమె ఎక్కువగా నటించాల్సి వస్తోంది, ఇప్పుడు.

"Maman, నాకు నిజంగా ఏమీలేదు. బాగున్నాను. కాని విదేశాలకి వెళ్దామంటే వెళ్దాం" అంది. తల్లి తలపెట్టిన ప్రయాణం అంటే తనకి ఆసక్తిగానే ఉందని చూపించడం కోసం అన్నట్టుగా దాని యేర్పాట్ల గురించి మాట్లాడ్డం మొదలుపెట్టింది.

2

డాక్టరు వెళ్ళిపోయిన కొంచెంసేపటికి దాలీ వచ్చింది. ఆ రోజున వైద్యులను పిలిపించి యేదో సంప్రదించడం వుంటుందని ఆమెకి తెలుసు. ఆమె బాలెంతరాలు. (శీతాకాలం ఆఖరులో ఆడబిడ్డని ప్రసవించింది) ఇంటి దగ్గర బోలెడు చీకుచింతలున్నాయి. అయినా చంటిబిడ్డనీ, జబ్బు చేసిన యింకో పిల్లనీ వదిలిపెట్టి, కిట్టీ పరిస్థితి కనుక్కుందామని వచ్చింది.

టోపీ కూడా తియ్యకుండానే డ్రాయింగు రూములోకి వస్తూ. "అయితే, యేమైంది? నువ్వు ఉల్లాసంగానే కనిపిస్తున్నావు. అంతా బాగానే వుందంటావా?" అంది.

డాక్టరు ఏమన్నదీ వాళ్ళు చెప్ప ప్రయత్నించారు. కాని డాక్టరు ఆపకుండా దడదడా దీర్ఘోపన్యాసం చేసినా చెప్పినా ఆయన ఏమన్నదీ బోధపడక దాన్ని చెప్పడం అసాధ్యమైపోయింది.

ఆసక్తికారకమైన విషయం అలా విదేశాలకి వెళ్ళడం గురించి ఖాయంగా తేలిందే అని.

దాలీ అప్రయత్నంగానే నిట్టూర్పు విడిచింది. తన ప్రాణస్నేహితురాలైన చెల్లెలు వెళ్ళిపోతోంది. తన బతుకా ఏమీ ఉత్సాహంగా లేదు. రాజీ కుదిరిన తరువాత అబ్లాన్స్కీకి తనకీ మధ్య సంబంధాలు అవమానకరంగా తయారయాయి. అన్న మళ్ళీ యిద్దర్నీ కలిపించి గాని ఆ సర్దుబాటు తాత్కాలికంగానే వుండింది. మరోసారి వాళ్ళ కుటుంబ బంధం అదే చోట తెగిపోయింది. ప్రత్యేకమైంది ఏదీ జరగలేదు. కాని అబ్లాన్స్కీ పగటిపూట యెప్పుడో గాని యింటి పట్టున వుండడమే లేదు. ఇంట్లో డబ్బు దాదాపు వుండడం లేదు. సంసార బంధాన్ని అతను ఉల్లంఘిస్తున్నట్టు అనుమానాలతో దాలీ మధనపడిపోతోంది. ఆమె ఈ అనుమానాలని మనస్సులోకి రానివ్వకుండా తోసేస్తోంది. లేకపోతే మరోసారి అసూయాగ్రస్తం అయి బాధపడాల్సి వస్తుందని భయం. మొన్న మొన్ననే ఆ బాధ అనుభవించింది. కాని అలాంటి బాధని ఒకసారి అనుభవింపచెయ్యడం వల్ల యిక ఎన్నటికీ పునరావృత్తం కాదు. అతను వివాహ బంధాన్ని ఉల్లంఘించాడని బయటపడినా మొదటిసారి అంతలా తర్వాత అది ఆమెకు యిక బాధ కలిగించదు. అలాంటిది బయటపడితే తన దాంపత్యపు అలవాట్లకి స్వస్తి జరుగుతుందంతే. అందుచేత ఆమె అతనిపట్లా, తన బలహీనతల వల్ల తనపట్ల యింకా యెక్కువగా అసహ్యాన్నీ అనుభవిస్తూ తనని తాను మోసం చేసుకుంది. పెద్ద కుటుంబం చూసుకోవలసి రావడం కారణంగా ఆమెకి యీ చింతకంటే అదే యెక్కువగా ఉంది. ఓ పిల్లకి పాలివ్వడంలో యిబ్బంది కలగవచ్చు. లేకపోతే ఆ దాది పనిలోనుంచి తప్పుకుంటానని చెప్పవచ్చు. లేదా యిప్పుడున్నట్టుగా ఓ బిడ్డకి జబ్బు చేయవచ్చు.

"నీ పిల్లలెలా వున్నారమ్మా?" అని తల్లి ఆమెని అడిగింది.

"అయ్యో, maman మీ బాధలు మీకున్నాయి కదా. లిలీకి యేదో నలత చేసి కదలటం లేదు. బహుశా స్కార్లెట్ ఫీవరేమోనని భయంగా వుంది. ఊరికే వార్త కనుక్కుందామని యిక్కడికి వచ్చాను. దేవుడు మేలుచేసి స్కార్లెట్ ఫీవరు కాకూడదు. అయితే గనుక యిక నేను యిల్లు వదిలిపెట్టి వచ్చినట్లే."

డాక్టర్లు వెళ్ళిపోయాక పెద్ద ప్రిన్స్ చదువుకునే గదిలోనుంచి యివతలకి వచ్చేడు. దాలీ ముద్దుపెట్టుకోవడానికి గాను ఆమెకి తన చెంప అందించి, ఆమెతో కొన్నిమాటలు మాట్లాడేడు.

"అయితే వెళ్ళడం నిర్ణయమైందా? నన్నేం చెయ్యమంటావు?" అని భార్యని అడిగాడు.

"నువ్వు వెనక వుండడమే అనుకుంటాను. అలెగ్జాండర్" అందావిడ.

"నువ్వెలా అంటే అలా."

"maman నాన్న కూడా మనతో రాకూడదా? ఆయనకీ బాగుంటుంది, మనకీ సరదాగా వుంటుంది" అంది కిట్టీ.

పెద్దాయన లేచి కిట్టీ తల నిమిరాడు. ఆమె ముఖం యెత్తి ఆయన్ని చూసి తెచ్చిపెట్టుకున్న చిరునవ్వు నవ్వింది. ఆయన కుటుంబంలో అందరికంటే బాగా తనని అర్థం చేసుకున్నాడని ఆమె ఎప్పుడూ అనుకుంది. అయన తనతో చాలా తక్కువ మాట్లాడినా గాని. కడసారి బిడ్డ కావడం వల్ల ఆమె అంటే ఆయనకి అభిమానం యెక్కువ. తనపట్ల ప్రేమ వల్ల ఆయన

మరింత సూక్ష్మగ్రాహి అయ్యాడని ఆమె భావించుకుంది. ఆయన కృపామయ నీలి నేత్రాలు తనమీదనే లగ్నం కావడం చూసి ఆయన నేరుగా తనలోకి దర్శిస్తున్నాడని, తన హృదయంలో చెలరేగుతున్న చెడ్డగొడవలన్నిటీ అర్థం చేసుకున్నాడనీ ఆమె అనుకుంది. సిగ్గుపడుతూ ఆమె ఆయన తనని గోముగా ముద్దుపెట్టుకుంటాడన్న ఉద్దేశ్యంతో తల యెత్తింది. కాని ఆయన సరదాగా ఆమె జుట్టు తడిమాడు.

"ఏమిటో యీ వెర్రి సవరాల కొప్పులు! నా కన్నకూతురి జుట్టు నిమరలేను. యేదో ఆడశవం జుట్టు నిమరడం. వూఁ దాలీ" అన్నాడు పెద్దకూతురికేసి తిరిగి, "నీ తురపు యేం చేస్తున్నట్టు యిప్పుడు?"

"యేమీ లేదు నాన్నా" అంది దాలీ. తన భర్తనుద్దేశించే ఆయన మాట్లాడుతున్నాడని తెలుసు. "ఎప్పుడూ తిరుగుతూనే వుంటాడు. యెప్పుడో గాని కనిపించనే కనిపించడు" అని వ్యంగ్యంగా మందహాసం చేస్తూ యీ మాటలని జతచేసింది.

"కలప అమ్మటానికి యింకా వూరికి వెళ్ళలేదా?"

"లేదు. వెళ్ళాలి, వెళ్ళాలి అని మాత్రం అంటూ వుంటాడు."

"అంటూ వుంటాడు, హు?" అన్నాడు. నన్ను వెళ్ళమంటారా పోనీ? సిద్ధంగా వున్నాను" అన్నాడు భార్యకేసి తిరిగి కూచుంటూ. "కిట్టీ, నువ్విలా చెయ్యి" అని చిన్న కూతురితో అన్నాడు. "ఓ శుభదినాన లేచి కళ్ళు తెరిచి, 'నేను శుభ్రంగా వున్నాను, ఉల్లాసంగా వున్నాను. నాన్నతో కలిసి చలిలో ఉదయం షికారు వెడతాను' అను, యేం?" అన్నాడు.

తండ్రి అన్న మాటలకంటే అమాయకంగా యేదీ వుండదని యెవళ్ళకేనా అనిపిస్తుంది. కాని ఆ మాటలు విన్నాక కిట్టీకి సిగ్గు, బెదురు కలిగాయి. నేరం చేసేటప్పుడు దొరికిన వాళ్ళలాగా బిత్తరపోయింది. 'అవును, ఆయనకి అన్నీ తెలుసు. అన్నీ అర్థం అవుతాయి. నువ్వు సిగ్గుపడుతున్నావ్, అయినా దీన్ని మర్చిపోయేటట్టుండాలి. అని యిన్నిమాటల్లో చెప్తున్నాడు' అనుకుంది. కాని ఆయనకు సమాధానం చెప్పే ధైర్యం లేకపోయింది. చెప్తామని అనుకుంటూ వుందిగాని తెలియకుండానే యేడుపొచ్చేసింది. గబగబా బయటకు వెళ్ళిపోయింది.

"ఇదీ నీ వేళాకోళం ఫలితం!" అని పెద్దావిడ మొగుడిమీద రేగిపోయింది. "నువ్వెప్పుడూ..." అని మొగుణ్ణి తిట్టడం లంకించుకుంది.

ఆ ముసలాయన కొంచెంసేపు ఏమీ మాట్లాడకుండా వింటూ వుండిపోయాడు. కాని ఆయన కనుబొమలు యింకా యింకా యెక్కువ చిట్లించుకున్నాయి.

"పిల్ల యెంత బాధపడుతుందో, యెంత బాధపడుతుందో! తన బాధకి కారణం ఫలానా అని పిసరు కదిపితే యెంత పుండు రేపినట్టవుతుందో నీకు పట్టనే పట్టదు. ఓరి భగవంతుడా! యిలాంటి పొరపాటు యెలా చేశావని!" అంది. ఆమె స్వరంలో మార్పు రావడం చూసి ఆమె వ్రాన్స్కీ గురించి మాట్లాడుతోందని దాలీ, పెద్ద ప్రిన్స్ గ్రహించారు. "ఇలాంటి విషసర్పాలకి విరుగుడుగా చట్టాలు యెందుకు లేవో అర్థం కాదు" అంది.

"నేను వినలేకుండా వున్నాను" అన్నాడు ప్రిన్స్ ముఖం ముడుచుకొని. అవతలికి వెళ్ళాలని గుమ్మం దాకా వెళ్ళేడు. కాని అక్కడ ఆగి వెనక్కి తిరిగేడు. "చట్టాలు వున్నాయి, ముసలిదానా,

పరిస్థితి యిలా రావడానికి కారణం నన్ను చెప్పనిస్తే దీనంతటికీ దోషివి నువ్వు - నువ్వు తప్ప మరెవరూ కాదు, అంటాను. అలాంటి తుంటరుల పని పట్టడానికి చట్టాలు ఎప్పుడూ వున్నాయి. ఆc వున్నాయి. జరగకూడనిది జరగబట్టి కాని లేకపోతే నేను ముసలాడ్ని అయినా కూడా సిగ్గుమాలిన వెధవని ద్వంద్వ యుద్ధానికి సవాల్ చేసి వుండేవాణ్ణి. ఇక యిప్పుడు కాని, వైద్యం చేయించు. గచ్చకాయ పుచ్చకాయ నాటు వైద్యులందరినీ కొంపలోకి తీసుకురా" అన్నాడు.

ప్రిన్స్ యింకా యేవేవో బోలెడు చెప్పాలనుకున్నట్టే కనిపించింది. కాని ఆయన మాట్లాడిన ధోరణి చూసి ఆవిడ వెంటనే మెత్తబడి, పశ్చాత్తాపపడింది. పరిస్థితి గంభీరంగా తయారయినప్పుడల్లా ఆవిడ అలా అవుతుంది.

"అలెగ్జాంద్ర్, అలెగ్జాంద్ర్" అంటూ ఏడ్వడం మొదలుపెట్టింది.

ఆవిడ యేడుపు మొదలెట్టగానే ఆయన ఆగేడు. ఆమె దగ్గరికి వచ్చాడు.

చేతిమీద ఆవిడ తడిముద్దు స్పర్శ తగిలి యేమంటున్నాడో తెలియకుండానే "ఊరుకో, ఊరుకో! నీకు భరించడం కష్టంగా వుందని నాకు తెలుసు. యేం చెయ్యాలి? కనిపించేటంత హాని జరగదులే. దేవుడు చల్లగా చూస్తాడు..." అని చెప్పి బయటకు వెళ్ళిపోయాడు.

కిట్టీ ఏడుస్తూ బయటకు వెళ్ళిపోవడంతో ఆమెకి స్త్రీ సహాయం అవసరం అని తన మాతృత్వ స్వభావ గుణంవల్లా, కుటుంబ అభ్యాసం వల్లా దాలీకి అనిపించింది. ఆ సహాయం అందివ్వడానికి తయారైంది. టోపీ తీసేసి, పనికి నడుం కట్టి రంగంలోకి దిగింది. తల్లి తండ్రిమీద విరుచుకు పడినప్పుడు తల్లిపట్ల తన ధర్మం ఆపేక్షించినంత మేరకి ఆమెని అదుపు చేయడానికి వీలైనంతవరకూ చేసింది. తండ్రి రెచ్చిపోయినప్పుడు మాట్లాడకుండా వూరుకుంది. తల్లిని చూసి సిగ్గుపడింది. అయిన సహజ దయ యెంత త్వరగా తిరిగి వచ్చిందో చూసి తండ్రిపట్ల మార్ధవంగా అనుభూతి చెందింది. కాని ఆయన బయటికి వెళ్లిపోయాక ఆ క్షణంలో తను నిర్వర్తించవలసిన ముఖ్య కర్తవ్యాన్ని భుజంమీద వేసుకుంది. అది కిట్టీ దగ్గరకు వెళ్ళి ఆమెను ఓదార్చడం.

"కొంతకాలంగా మీకో సంగతి చెప్దామనుకుంటూ వున్నా, maman మీకు తెలుసా లేవిన్ కిందటిసారి యిక్కడకు వచ్చినప్పుడు కిట్టీని పెళ్ళి చేసుకొనే ఉద్దేశంతో వచ్చాడు. స్తీవకి చెప్పాడు."

"అయితే ఏమయింది? నువ్వనేదేమిటో నాకర్థం కావడం లేదు.."

"కిట్టీ అతన్ని కాదని ఉంటుంది. మీకేం చెప్పలేదా?"

"అబ్బే, లేదు. ఆ యిద్దరిలోనూ యెవళ్ళ గురించీ నాకేం చెప్పలేదు. దానికి మహాస్వాతిశయం. కాని నేననుకోవడం యిదంతా దానివల్ల..."

"ఆc, వూహించండి, తను లేవిన్‌ని కాదందేమో, ఆ రెండో మనిషి లేకపోతే అలా అని వుండదు అని నాకు తెలుసు.... ఇప్పుడేమో యింత దారుణంగా దగా పడిపోవడం."

తన కూతురి దౌర్భాగ్య పరిస్థితికి తన నేరం యే మేరకి వుందో ఒప్పుకొనే ధైర్యం పెద్దావిడకి లేకపోయింది. అంచేత ఆమెకి కోపం వచ్చింది.

"నాకు ఏమీ యెంతమాత్రమూ అర్ధమవడం లేదు. ఎవళ్ళ యిష్టం వచ్చినట్లు వాళ్లుండాలనుకుంటున్నారు యీ రోజుల్లో; తల్లికి యే విషయమూ చెప్పరు – మరి..."

"maman నేను దాని దగ్గరికెడతా."

"వెళ్ళు కావాలంటే, నేనేమన్నా వద్దని ఆంక్షలు పెట్టానా?" అంది.

3

దాలీ కిట్టీ చిన్నగదిలోకి వెళ్ళింది. గది ముచ్చటగా ఉంది. గులాబీరంగు సొగసుతో వుంది. శాక్సనీ చైనా మట్టితో చేసిన చిన్నబొమ్మలు అలంకరించి వున్నాయి. రెండు నెలల నాడు కిట్టీ గులాబీ రంగుతో ఉత్సాహంగా, ప్రఫుల్లంగా యెలా వుందో అలా వుందా గది. తనూ చెల్లెలూ కలిసి ముందటేడు యెంత ప్రేమగా సంతోషంగా గదిని షోకు చేసిందీ దాలీకి గుర్తుకు వచ్చింది. కిట్టీని చూడగానే ఆమె గుండె గుభిల్లుమంది. కిట్టీ గడప దగ్గరకు కురచ కుర్చీలో కూర్చుని తివాసీ మూలకేసి నిశ్చేష్టురాలై చూస్తూవుంది. కిట్టీ అక్కగారి కేసి తల యెత్తి చూసింది. ఆమె ముఖంలో కన్పిస్తున్న ఉదాసీనత, కాఠిన్యం అలానే వున్నాయి.

"నేను యింటికి వెళ్ళిపోతున్నా. ఇక వూడిపడలేను. నువ్వు రాలేవు నన్ను చూడ్డానికి" అంది దాలీ చెల్లెలి పక్కన కూర్చుంటూ. "నీతో మాట్లాడాలనుకుంటున్నాను" అంది.

"దేన్ని గురించి?" అని భయపడుతూ తల పైకెత్తి కిట్టీ అడిగింది.

"ఇక దేన్ని గురించి, నీ బాధ గురించి."

"నాకే బాధా లేదు."

"చాల్లే కిట్టీ. నాకు తెలియకుండా యెలా వుంటుందనుకుంటున్నావు? నాకంతా తెలుసు. నా మాటనమ్ము. ఇది చాలా చిన్న విషయం. మేమంతా యిలాంటివి అనుభవించిన వాళ్ళమే."

కిట్టీ మాట్లాడలేదు. ఆమె ముఖంలో కఠినత్వం కనిపిస్తోంది.

"దీన్ని గురించి నువ్వు మనస్సు కష్టపెట్టుకొనేటంత గొప్ప అతనికి లేదు" అని యెకాయెకీ విషయం యెత్తుకొని దాలీ అంది.

"నన్ను కాదన్నాడు గాబట్టా?" అంది కిట్టీ. ఆమె కంఠం వణికింది. "ఆ మాట అనకు. వద్దు, ఆ మాటనకు" అంది.

"అలా అని యెవరన్నారు? యెవళ్ళూ అలాంటి మాటని అనలేదు. అతను నిన్ను ప్రేమించాడనే నా నమ్మకం. ఇంకా ప్రేమిస్తూనే వున్నాడు. కానీ..."

"అబ్బ యిలాంటి సానుభూతి మాటలే మహా భయంకరంగా వుంటాయి" అని హఠాత్తుగా కిట్టీ కోపంతో అరిచింది. కుర్చీలో గిరుక్కున తిరిగి ముఖం అటు తిప్పేసుకుంది. కోపంతో యెర్రబడిపోయింది. ఆమె చేతులతో బకుల్ వున్న బెల్టు పట్టుకుంది. కాసేపు వో చేత్తోనూ, కాసేపు రెండో చేత్తోనూ దాన్ని నొక్కుతూ వేళ్ళతో గబగబా కదిలించింది. కోపం వచ్చినప్పుడు

వేళ్ళతో యేదన్నా పట్టుకొని అలా చేసే అలవాటు చెల్లెలికి వుందని దాలీకి తెలుసు. కోపం వస్తే వొళ్ళు పై తెలియకుండా యిది అనకూడని మాటా, అనదగిన మాటా అని వెనకా ముందూ చూడకుండా అనేస్తుందనీ తెలుసు. దాలీ ఆమెని వూరడించాలనుకుంది. కాని మించిపోయింది.

"ఏమిటి చెప్పు? నాకు యే అనుభవం కలిగించాలనుకుంటున్నావో చెప్పు! యేమిటి?" అంది కిట్టీ దడదడా. "నేనో మనిషిని ప్రేమించాననీ, అతను నా గురించి యేమీ పట్టించుకోలేదనీ, నేను ప్రేమకోసం పరితపించి చచ్చిపోతున్నాని కదా? యీ మాటలు అక్కగారి నుంచి తను... తను సానుభూతి చూపిస్తున్నాను అనుకునే అక్కగారినుంచి!... నాకు నీ సానుభూతీ అక్కర్లేదు, నీ నటనా అక్కర్లేదు." అంది.

"అన్యాయంగా మాట్లాడుతున్నావు కిట్టీ."

"యెందుకు నన్నిలా వేధిస్తున్నావు?"

"అయ్యో! అందుకు శుద్ధ వ్యతిరేకం నువ్వెంత బాధపడుతున్నావో కనిపిస్తోంది..."

కాని కిట్టీ చాలా ఆవేశపడిపోయింది. అక్క అంటున్న మాటలు వినిపించుకోలేదు.

"నాకు సానుభూతి చూపించి అనునయించాల్సిన పని లేదు. నాకు చాలా ఆత్మాభిమానం వుంది. నన్ను ప్రేమించని మనిషిని నేను ప్రేమించను యెన్నడూ."

"నువ్వు అలాంటి దానివి కాదని నేననలేదు. కాని వో సంగతి నిజం చెప్పు నాకు" అని దాలి ఆమె చేతిని తీసుకొని బతిమిలాడింది. "లేవిన్ నీతో మాట్లాడాడా?" అని అడిగింది.

లేవిన్ పేరు ఎత్తగానే కిట్టీకి వొళ్ళు తెలీలేదు. ఠకామని యెగిరి బకుల్ నేలకి విసిరి కొట్టింది. చేతులు బారచాపి విసురుతూ రెచ్చిపోయింది.

'దీనికీ లేవిన్‌కీ సంబంధం యేమిటి? యెందుకిలా నన్ను చిత్రహింసలు పెడుతున్నావ్? నేనోసారి చెప్పాను. మళ్ళీ చెప్తున్నాను. నాకు స్వాభిమానం వుంది. చచ్చినా, చచ్చినా నువ్వు చేసినలాంటి పని చెయ్యను. మరో ఆమెని ప్రేమించి నాపట్ల అక్రమంగా ప్రవర్తించిన మనిషి మొహం మళ్ళీ తిరిగి చూడను. నాకలాంటిది అర్థంకాదు. అర్థంకాదంతే. నువ్వు చెయ్యగలవు అలాంటి పని, కాని నేనెన్నడూ చెయ్యలేను."

కిట్టీ బయటికి వెళ్ళిపోవాలనుకున్నది. ఆమె అక్కకేసి చూసింది. దాలీ యేమీ అనలేదు. వూరికే విచారంగా తల వాల్చుకొని అలా కూర్చుంది. అదిచూసి, కిట్టీ వెళ్ళకుండా గుమ్మం దగ్గర కూలబడింది. తల వాలేసుకొని జేబు రుమాలుతో ముఖం కప్పుకుంది.

రెండు నిమిషాలు నిశ్శబ్దంగా గడిచాయి. యెవరూ మాట్లాడలేదు. దాలీ తన గురించే ఆలోచిస్తోంది. తనని యెప్పుడూ సలుపుతూ వుండే అవమానం చెల్లెలు గుర్తు చెయ్యడం వల్ల ఆమెకి మరీ బాధ అనిపించింది. కిట్టీ అంత క్రూరంగా అంటుందని ఆమె అనుకోలేదు. కిట్టీమీద కోపం వచ్చింది. కాని హఠాత్తుగా ఆమెకి గౌను కుచ్చెళ్ళు రెపరెపలాడ్డం, బలవంతాన ఆపుకుంటున్న వెక్కు వినిపించేయి. తన మెడ చుట్టూ యెవళ్ళవోచేతులు బంధం వేసురోవడం కనిపించింది. ఆమె ముందు కిట్టీ మోకాళ్ళమీద వాలి వుంది.

"నా ప్రియమైన దాలీ, నాకు చెప్పలేనంత విచారంగా వుంది, యెంతో విచారంగా వుంది" అని పశ్చాత్తాపంగా గొణిగింది.

కన్నీళ్ళతో పులుముకు పోయిన అందమైన ముఖాన్ని దాలీ కుచ్చెళ్ళల్లో దూర్చేసింది.

అప్పచెల్లెళ్ళ మధ్య పరస్పరానుబంధం అనే యంత్రానికి కన్నీళ్ళే కందెనలాగా కనిపించాయి. యిద్దరూ గుండె బరువు తీరా యేడ్చారు. తర్వాత కూడా తమ తమ మనస్సుల్లో తారట్లాడుతూ వున్న విషయాల గురించి మాట్లాడుకోలేదు. కాని అప్రముఖమైన వాటిని గురించి మాట్లాడుకున్నా ఒకళ్ళ నొకళ్ళు అర్థం చేసుకున్నారు. దాలీ భర్త తప్పుడు ప్రవర్తన గురించి, దాలీ భరిస్తున్న అవమానం గురించీ తను కోపంలో అన్నమాటలు ఆమెకి శరాఘాతంలా తగిలాయనీ, కాని ఆమె తనని క్షమించిందనీ కిట్టీ అర్థం చేసుకుంది. యిక దాలీ తను తెలుసుకోవాలనుకున్న వాటిని అన్నిట్నీ తెలుసుకుంది. తను అనుమానించింది నిజమేనని రుజువైంది. కిట్టీకి కలిగిన తీరని దుఃఖం ఆమె లేవిన్‌ని తిరస్కరించడం వల్లా, వ్రాన్‌స్కీ ఆమెని మోసం చెయ్యడం వల్లా వచ్చింది. యిప్పుడు ఆమె లేవిన్‌ని ప్రేమించడానికి వ్రాన్‌స్కీని ద్వేషించడానికి సిద్ధంగా ఉంది. యిలా అని ఒక్క ముక్క కూడా కిట్టీ మాటల్లో అనలేదు. ప్రస్తుతం వున్న తన మానసిక పరిస్థితి గురించే మాట్లాడింది కిట్టీ.

"నేను దుఃఖపడటం లేదు" అంది మరింత స్థిమితపడ్డాక. "కాని అంతా రోతగా అసహ్యంగా వెలపరంగా ఉంది నాకు, తెలుసా? అన్నింటికంటే యెక్కువగా నామీద నాకే అలా అనిపిస్తోంది. నాకెలాంటి రోత ఆలోచనలు వస్తాయో నువ్వు ఊహించలేవు" అంది.

"నీకెలాంటి రోత ఆలోచనలు వస్తాయే!" అని చిరునవ్వు నవ్వుతూ అంది దాలీ.

"అబ్బో, మన రోత ఆలోచనలు; వూహించలేనంతగా వుండేవి. వాటిని గురించి నీకు చెప్పను కూడా చెప్పలేను. వొక రకమైన వెలితివల్లా లేదా నిర్భాగ్యస్థితి కాక యింకా అధ్వాన్నంగా వుండే దేన్నుంచో వచ్చినవి. నాలో వున్న మంచిది యేదో మాయమైపోయి, జుగుప్సాకరమైన దాన్ని దేన్నో మిగిల్చినట్టు. నీకర్థమయేటట్టు యెలా చెప్పగలను?" అంది అక్కగారి కళ్ళల్లో కనిపిస్తున్న భావం చూసి, తను చెప్పేది ఆమెకి అర్థం అవడం లేదని గ్రహించి, "నాన్న యిప్పుడే నాతో అంటున్నారు.... ఆయన నా పెళ్ళి గురించి తప్ప మరి దేన్ని గురించీ ఆలోచించడం లేదనిపిస్తోంది. అమ్మ నాతో కూడా బాల్‌డాన్స్‌కి వస్తుందనుకో, నాకు పెళ్ళి చేసేసి నన్నొదిలించుకోవాలన్న దృష్టితోనే ఆవిడ అలా చేస్తుందని నాకనిపిస్తుంది. అది నిజం కాదని నాకు తెలుసనుకో కాని అలాంటి ఆలోచనలు రాకుండా చేసుకోలేను. అర్హతలున్న వరుడు అని వాళ్ళు పిలిచేవాళ్ళకేసి అసలు కళ్ళెత్తి చూడలేను. వాళ్ళంతా నా కొలతలు తీసుకుంటున్నట్టుగా అనిపిస్తుంది నాకు. బాల్‌డాన్స్ గౌను వేసుకొని యెక్కడికేనా వెళ్ళాలంటే యిదివరలో నాకు చెడ్డ సరదాగా వుండేది. చక్కగా వున్నట్టు నాకే అనిపించేది. ఇప్పుడు చూస్తే సిగ్గేస్తోంది. యెబ్బెట్టుగా అనిపిస్తోంది. కాని యేం చెయ్యను? యీ డాక్టర్లు... లేదా..." కిట్టీ ఆగింది. తనలో యీ మార్పు వచ్చినప్పటినుంచీ బావ అబ్లాన్‌స్కీ తన దృష్టిలో పరమ భ్రష్టుడిగా కనిపిస్తున్నాడని చెప్దామనుకుంది. అతనిమాట వింటే పరమ యేహ్యమైన, వికారమైన వూహలు మనస్సులో రేగుతాయని చెప్పబోయింది.

"అవును, ప్రతీదీ పరమరోతగా, పాశవికంగా కనిపిస్తున్నాయి. అదీ నా జబ్బు. బహుశ పోతుందేమోలే."

"దాన్ని గురించి అనుకోకు..."

"అనుకోకుండా వుండలేను. పిల్లలతో కలిసి వున్నప్పుడు మీ యింటి దగ్గర మాత్రమే సంతోషంగా వుంటుంది నాకు."

"నువ్వు మా యింటికి రాలేకపోవడం యెంత బాధగా వుందీ!"

"అబ్బే, వస్తాను. నేనూ స్కార్లెట్ ఫీవర్ అనుభవించాను కదా. mamanకి చెప్పి ఆమెని వొప్పించి వస్తాను."

కిట్టీ తల్లిని వొప్పించి అక్కగారి యింటికి వెళ్ళింది. దాలీ పిల్లలకి స్కార్లెట్ ఫీవరు నిజంగానే వచ్చింది. వాళ్ళ సంరక్షణ చూస్తూ కిట్టీ అక్కడనే గడిపింది. అక్కచెల్లెళ్ళిద్దరూ కలిసి ఆరుగురు పిల్లల్నీ జాగ్రత్తగా ఆ జబ్బునుంచి కాపాడేరు. కాని కిట్టీ ఆరోగ్యం మెరుగవలేదు. ఈస్టర్ ముందు లెంట్ దినాలలో* ష్చెర్‌బాత్‌స్కీలు విదేశాలకి వెళ్లారు.

4

పీటర్స్‌బర్గ్ ఉన్నత సమాజంలో వాస్తవానికి ఒక బృందమే వుంది. అందులోని సభ్యులందరూ ఒకళ్ళనొకళ్ళు యెరుగుదురు. ఒకళ్ళ యిళ్ళకి యింకొకళ్ళు వస్తూపోతూ వుంటారు కూడా. కాని ఆ మహా బృందంలో చిన్న చిన్న తరగతులున్నాయి. యీ చిన్న తరగతుల్లో మూడింట్లో అన్నాకి మిత్రులున్నారు. సన్నిహిత సంబంధాలున్నాయి. ఒకటి భర్త సహోద్యోగులూ, ఆయన కింద పనిచేసేవాళ్ళు వున్న తరగతి. యిందులో సామాజిక అంతస్తుని బట్టి యెంతో వైవిధ్యభరితంగా వింత రీతుల్లో కలుస్తూ, విడిపోతూ వుండేవాళ్ళు వుంటారు. మొదట్లో యీ తరగతిలో వున్న సభ్యుల్ని అన్నా దాదాపు ఆరాధ్యనీయం అనిపించే గౌరవ అనుభూతితో చూసేది. కాని ఇప్పుడా అనుభూతి ఆమెకి గుర్తుకే రాదు. ఆమె యీ తరగతిలోని వాళ్లందరినీ, పల్లెటూరి వాళ్ళు ఒకళ్ళనొకళ్ళని యెరిగినట్టుగా యెరుగును. యెవళ్ళ దృక్పథాలు యేమిటో, వాళ్ళల్లో వాళ్ళ మధ్యా, బృందంలోని కేంద్రబిందువు పట్ల వాళ్ళ వాళ్ళ సంబంధాలు యెలా వుంటాయో తెలుసు. యెవళ్ళు యెవళ్ళని అంటి పెట్టుకుని వుంటారో, యెవళ్ళు యే విషయంలో యెవరితో అంగీకరించారో, విభేదించారో తెలుసు. కాని కౌంటెస్ లీదియా ఇవానొవ్నా యెంత బలవంతం చేసినా ప్రభుత్వ ఆసక్తులున్న యీ పురుష తరగతి అన్నాకి నిజంగా నచ్చలేదు. అందుకని ఆమె దానితో కలవడం తగ్గించేసింది.

అన్నా కలిసి తిరిగే రెండవ తరగతి వుంది. కెరనిన్ ఉద్యోగ జీవితంలో మెట్లెక్కడానికి సాయపడినది యిదే. యిందులో కౌంటెస్ లీదియా ఇవానొవ్నా కేంద్రబిందువు. యిందులో సద్భక్తిపరులు, కృపామయులూ, అందవికారులూ, వృద్ధులూ అయిన ఆడవాళ్ళూ, తెలివితేటలు, విద్వత్తూ, మహాకాంక్ష గల మగవాళ్ళు వుంటారు. యీ తరగతివాడైన వొక తెలివిపరుడు యీ తరగతిని "పీటర్స్‌బుర్గ్ సమాజపు అంతరాత్మ" అని అన్నాడు. కెరనిన్ యీ తరగతిలో

వుండడాన్ని మహాఘనంగా చూసేవాడు. అన్నా అందరితోనూ నెట్టుకు రాగల మనిషి కావడం వల్ల పీటర్స్‌బుర్గ్‌లో కాపరం మొదలుపెట్టిన కొత్తలో ఆమెకి యిక్కడా స్నేహితులు యేర్పడ్డారు. కాని మాస్కో నుంచి తిరిగి యింటికి వచ్చాక ఆమెకి యీ తరగతి వెలపరంగా కనిపించింది. అందరూ కూడా, అంటే తనతో సహా, కపటంగానే వున్నట్టు కనిపించారు. వాళ్ళతో వుండడం ఆమెకి మహా విసుగ్గా యిబ్బందిగా కనిపించింది. అంచేత అవకాశం దొరికినప్పుడల్లా కౌంటెస్ లిదియా ఇవానొవ్నాని తప్పించుకు తిరిగేది.

ఇక ఆమెకి సంబంధం వున్న మూడవ తరగతి అసలైన నాగరిక ప్రపంచం. బాల్ డాన్సులు, విందులు, ధగధగ మెరిసే దుస్తులు వున్నలోకం. యీ లోకంలో వాళ్ళు వొక చేత్తో దర్బార్‌ని పట్టుకుంటారు. తమకంటే హీనంగా వున్న సమాజంలోకి పడిపోకుండా వుండేందుకని. యీ దిగువ సమాజాన్ని వాళ్ళు తిరస్కార దృష్టితో చూస్తున్నామని అనుకుంటారు. కాని వాళ్ళ అభిరుచులూ వీళ్ళ అభిరుచులూ కలవడమే కాదు, సర్వవిధాల సమానంగానే వుంటాయి కూడా. ప్రిన్సెస్ బెట్సీ అన్నా పెత్తండ్రి కోడలు. ఆవిడకి సాలీనా లక్షా యిరవై వేల రూబుళ్ళు ఆదాయం వుంది. అన్నా ఆ సమాజంలోకి వెళ్ళగానే బెట్టీ ఆమె పట్ల ఆరాధన కనబర్చింది. ఆమెని చేరదీసింది. తన తరగతిలో కలుపుకుంది. కౌంటెస్ లీదియా ఇవానొవ్నా తరగతిని చూసి నవ్వింది.

“నేనూ ముసలిదాన్నై అందవికారంగా తయారైనప్పుడు వాళ్ళలా వుంటారు. కాని మీలాంటి అందమైన పడుచువాళ్ళు ఆ వృద్ధ మహిళల ఆశ్రమంలోకి వెళ్ళకూడదు” అంది బెట్సీ.

మొదట్లో అన్నా బెట్సీ ప్రపంచాన్ని తప్పించుకునేది. యేమంటే, అక్కడ వుండాలంటే తన రాబడి మించిన ఖర్చు చెయ్యగలిగి వుండాలి. అదీ కాకుండా ఆమెకి మొదటి తరగతి మరింత అనుకూలంగా కనిపించింది. కాని మాస్కోనుంచి తిరిగి వచ్చాక అన్నీ మారిపోయాయి. ఆమె యిప్పుడు ఆశ్రమవాస నేస్తాల్ని వదిలేసింది. నాగరిక లోకం వెంటబడింది. అక్కడ వ్రాన్‌స్కీని కలుసుకుంది. అతన్ని కలుసుకున్న ప్రతీసారి ఆమె ఉత్తేజపూర్వక సంతోషాన్ని పొందింది. అతన్ని యెక్కువగా బెట్సీల యింటిదగ్గర కలుసుకునేది. బెట్సీ పుట్టింటి వారి పేరు వ్రాన్‌స్కయా. బెట్సీ వ్రాన్‌స్కీకి అక్కగారి వరస అవుతుంది. తను యెక్కడెక్కడ అన్నాని కలుసుకోగలిగితే అక్కడికల్లా వ్రాన్‌స్కీ వెళ్ళాడు. యెప్పుడు అవకాశం దొరికినా తన ప్రేమని ప్రకటించేవాడు. ఆమె అతన్ని ప్రోత్సహించలేదు. కాని అతను వున్నప్పుడల్లా మొదటిసారి తను అతన్ని రైల్లో కలుసుకున్నప్పుడు కలిగిన అత్యుల్లాసభరిత అనుభూతే కలుగుతూ వుండేది. అతను కనిపిస్తే చాలు ఆమె కళ్ళు సంతోషంతో మెరుస్తాయి. పెదాలు మందహాసంతో వంపు తిరుగుతాయి. యీ సంతోషానుభూతిని అదుపు చేసుకొనే శక్తి ఆమెకి లేదు. యిదంతా ఆమెకే తెలుసు.

అతను తన వెంటబడేటట్టు తయారవడం తనకి బాగాలేదని మొదట్లో అన్నా నిజంగానే నమ్మింది. కాని మాస్కో నుంచి తిరిగి వచ్చిన కొత్తలో ఆమె ఓ పార్టీలో అతను కనిపిస్తాడేమోనని ఆశించింది. కాని అతను అక్కడ లేకపోవడంతో ఆమెకి నిరుత్సాహం కలిగింది. తనని తను

మోసం చేసుకుంటోందనీ అతను తన వెంటబడడం తనకి యిష్టమేకాక తను జీవితంలో కోరుకునే ఒకే ఒక్క విషయము అనీ ఆ అనుభవం తెలియజేసింది.

* * *

ఒక సుప్రసిద్ధ గాయని రెండవసారి విచ్చేస్తోంది. నాగరిక సమాజం అంతా థియేటర్ దగ్గరే చేరింది. వ్రాన్‌స్కీ మొదట వరసలో కూర్చున్నాడు. అక్కడినుంచి అతనికి యార్స్‌లో కూర్చున్న అక్కగారు కనిపించింది. ఇంటర్వెల్ దాకా ఆగకుండా అతను ఆమె దగ్గరకు వెళ్ళాడు.

"మీరు భోజనానికి రాలేదేం? ప్రియుల హృదయాల స్పందన యేకరీతిగా వుంటుంది అని నాకాశ్చర్యం కలుగుతుంది" అందామె మందహాసం చేస్తూ. అతని కొక్కడికే వినిపించేటట్టు గొంతుక తగ్గించి చెప్పింది. "ఆమె కూడా రాలేదు" తర్వాత "కాని ఓపెరా అయిపోయాక రండి" అంది.

వ్రాన్‌స్కీ ఆమెకేసి ప్రశ్నార్థకంగా చూసేడు. ఆమె తల వాల్చింది. అతను చిరునవ్వుతో తన కృతజ్ఞత తెలియచేసి ఆమె ప్రక్కన కూర్చున్నాడు.

"మీరిదివరలో అందర్నీ గురించి యెలా వేళాకోళాలాడుతూ వుండేవారో జ్ఞాపకం వస్తోంది" అని బెట్సీ మాట్లాడుతూనే వుంది. అతని ప్రేమలీల పురోగతిని చూడ్డం ఆమెకి విశేషం తృప్తిగా వుంది. "అదంతా యిప్పుడేమైంది? యిప్పుడు పంజరంలో చిక్కావు నాయనా" అంది.

"పంజరంలో చిక్కుకోవడమే నేను కోరుకునేదల్లా" అన్నాడు వ్రాన్‌స్కీ శాంతంగా, నిష్కపటంగా నవ్వుతూ. "నిజం చెప్పాలంటే నా బాధల్లా సరిగా చిక్కుకోలేదనే, నాకు ఆశ సన్నగిల్లుతోంది"

"మీకు అసలు యెలాంటి ఆశ వుంది?" అంది బెట్సీ, అతనన్న మాటలు తన మిత్రురాలిని అవమాన పరచడంగా ఆమె తీసుకుంది. Entendons nous...[1]" కాని ఆమె కళ్ళల్లో మెరిసిన మెరుపు ఆమె విషయాన్ని సరిగ్గా, అతనికి లాగానే, తెలుసుకుందన్నట్టు అతను యెలాంటి ఆశ పెట్టుకో గలడన్నట్టూ సూచించింది.

"యెలాంటిది కాదు" అని వ్రాన్‌స్కీ నవ్వేడు. అతని తీరైన పలువరుస కనిపించింది. "యేవీ ఓ సారి" అంటూ ఆమె దగ్గర్నుంచి ఓపెరా గ్లాసులు తీసుకున్నాడు. బోసిగా వున్న ఆమె భుజం మీదనుంచి పైకి యెదురుగ్గా, కూచున్న జనంకేసి ఓపెరా గ్లాసులతో చూశాడు. "నన్ను చూసి నవ్వుతారేమో, అలా ప్రవర్తిస్తున్నాను" అన్నాడు.

బెట్సీ దృష్టిలో గాని, నాగరిక లోకపు సభ్యుల దృష్టిలో గాని తను పరిహాసాస్పదంగా కనిపించే ప్రమాదం లేదని అతనికి తెలుసు. వీళ్ళ దృష్టిలో వో పడుచుపిల్ల గాని బంధనాలు యేమీ లేని ఆడమనిషి గాని యే ప్రేమికుణ్ణయినా తిరస్కరిస్తే వాడి పరిస్థితి మాత్రం నిజంగా నవ్వుతాలుగానే వుంటుందని అతనికి తెలుసు. కాని పెళ్ళయిన ఒకామెను వెంబడించడం, ఆమెను సర్వశక్తులూ వొడ్డి చేజిక్కించుకోవడానికి ప్రయత్నించడం అనే పనులు వాళ్ళ దృష్టిలో మహా ఘనమైనవి, మహా ఉన్నతమైనవి. అలాంటి వాటిని పరిహాసాస్పదంగా చూడ్డం అనేది

---

1. విషయాన్ని సరిగ్గా తెలుసుకోండి (ఫ్రెంచి)

జరగదు గాక జరగదు. అంచేత అతను ఓపెరా గ్లాసులు కిందికి దించి, మీసాలకింద లాస్యం చేసే అతిశయపూర్వక, ఉల్లాసభరిత మందహాసంతో అక్కగారి కేసి చూశాడు.

"మీరు మధ్యాహ్నం భోజనానికి రాలేదు?" అని మురుస్తూ అతనికేసి చూసి అడిగింది.

"ఆఁ చెప్పాలి కదూ, నాకు తీరిక లేకపోయింది. ఏం పననుకున్నారు? వూఁ యెంతైనా సరే పందెం, మీరు వూహించలేరు. ఒకాయన భార్యని అవమనించాడట వొక వ్యక్తి. అతనికీ భర్తకీ సంధి కుదర్చడం, తెలుసా? నిజంగా!"

"మీరు సంధి కుదిర్చారా?"

"దాదాపు"

"యేది ఆ కథ చెప్పండి వింటాను. రెండో ఇంటర్వల్‌లో రండి" అంది ప్రిన్సెస్ బెట్సీ లేస్తూ.

"రాలేను. ఫ్రెంచి థియేటర్*కి వెళ్ళాలి"

"నీల్‌సన్‌ని వదిలేసి?" అంది బెట్సీ యెంతో ఘోరం అన్నట్టు, తనకిగా వీధిగాయనికీ ప్రఖ్యాత గాయకి నీల్‌సన్‌కీ ఉన్న తేడా తెలియకపోయినా.

"యేం చేస్తాం! యీ సంధికి సంబంధించి అక్కడ చిన్న వ్యవహారం వుంది."

"శాంతిదూతలు, ధన్యులు, వాళ్ళకి మేలు జరుగును" అంది బెట్సీ. యెవళ్ళో యేదో సందర్భంలో యిలాంటి దాన్నో లేదా అలాంటి దాన్నో అనడం విన్నట్టు గుర్తు చేసుకుని యీ మాటలు అంది. "సరే అయితే కూర్చోండి. యేమైంది యేమిటీ?" అని అడిగింది.

తనూ మళ్ళీ కూర్చుంది.

5

"ఇది కొంచెం మోటుగా వుండవచ్చు. కాని చాలా సరదాగా వుంటుంది. నేను మీకు చెప్పి తీరాలి. కాని నేను పేర్లేమీ చెప్పను." అన్నాడు వ్రాన్‌స్కీ నవ్వే కళ్ళతో ఆమేకేసి చూస్తూ.

"మరీ మంచిది. నేనే వూహించుకుంటాను."

"అయితే వినండి. యిద్దరు సరదా అయిన పడుచువాళ్ళు గుర్రాలమీద స్వారీ చేసుకుంటూ..."

"మీ రెజిమెంట్ మిలిటరీ ఆఫీసర్లయి వుంటారు బహుశా."

"మిలిటరీ ఆఫీసర్లని నేను అనలేదు. వూరికే యిద్దరు పడుచువాళ్ళు. అప్పుడే నాస్తాతిని..."

"యింకోలా చెప్పాలంటే తాగి...."

"బహుశా. యిద్దరూ వో మిత్రుడి యింటికి భోజనానికి వెడుతున్నారు. మహా ఉత్సాహంగా, అది ఖాయం. హఠాత్తుగా వో ముచ్చటైన మగువ బండిలో వాళ్ళ పక్కనుంచే వెళ్లింది. ఆమె వెనక్కి తిరిగి వీళ్లకేసి చూసింది. తల వూపింది, నవ్వింది. కనీసం అలా అని వాళ్లు వూహించుకున్నారు. మరి వదుల్తారా వాళ్లు, ఆమె వెనకబడ్డారు. యింకా జోరుగా గుర్రాలని

దౌడు తీయించారు. వాళ్లు వెళ్లాల్సిన చోటనే యీ ముచ్చటైన రూపసి ఆగింది. వాళ్లకి ఆశ్చర్యం వేసింది. ఆమె చివరి అంతస్తులోకి వెళ్లింది. చిన్న పరదా కిందనుంచి దొండపండు లాంటి పెదవులు, ముచ్చటైన చిన్న పద్మాల్లాంటి పాదాలు వాళ్లకి కనిపించాయి. యింకేమీ లేదు."

"మీరెంత హుషారుగా చెప్తున్నారంటే మీరే వాళ్ళల్లో ఒకర్తె వుంటారని నాకనిపిస్తోంది"

"మీరిందాక నాతో యేమన్నారు? వూఁ సరే, యీ పడుచువాళ్ళిద్దరూ వీడ్కోలు విందు యిస్తూ తమ మిత్రుడి దగ్గరికి వెళ్ళారు. యిక యిప్పుడు మాత్రం ఖాయంగా తాగేరు. ఓ పిసరు యెక్కువే తాగేరేమో కూడానూ. వీడ్కోలు విందుల్లో ఆచారం అంతే కదా. ఆ యింటి చివరి అంతస్తులో యెవరుంటున్నారని అడిగారు. యెవళ్ళకీ తెలీదు. యెవరన్నా అమ్మాయిలు అక్కడ వుంటున్నదీ లేనిదీ నౌకర్ని అడిగారు. కొంతమంది వున్నారని అతగాడు చెప్పేడు. భోజనాలయిం తర్వాత వాళ్ళు తమ మిత్రుడు చదువుకునే గదిలోకి వెళ్ళి ఆ అజ్ఞాత యువతికి ఉత్తరం రాసేరు. అవేశభరితమైన లేఖ, ప్రేమ పత్రం రాసేరు. స్వయంగా పైకి మేడమీదకి తీసుకెళ్ళారు. యేమన్నా అనుమానాలుంటే తేల్చెయ్యవచ్చని."

"యీ చెత్తమాటలు యెందుకు వినిపిస్తున్నారు మీరు? వూఁ తర్వాత?"

"వాళ్ళు కాలింగ్ బెల్ నొక్కేరు. ఓ పనిమనిషి వచ్చి తలుపు తీసింది. ఆ ఉత్తరాన్ని ఆమెకి ఇచ్చి ప్రేమకోసం పడి చచ్చిపోతున్నామనీ, నిజానికి ఆ క్షణంలోనే గుమ్మంలోనే ప్రాణం అర్పించవచ్చనీ చెప్పారు. ఆ పనిమనిషికి మతిపోయి వాళ్ళతో మాట్లాడ్డం మొదలుపెట్టింది. యింతట్లోకే వో పెద్దమనిషి అక్కడ ప్రత్యక్షమయ్యేడు. బెండకాయల్లాగా చెంపలు పెంచుకున్న మనిషి. కోపంతో జేవురించుకుపోయేడు. తనూ, తన భార్యా తప్ప వేరే వాళ్లెవరూ అక్కడ వుండటం లేదని చెప్పి వాళ్లని తరిమేశాడు."

"అతని చెంపలు బెండకాయల్లాగా వున్నాయని మీకెలా తెలుసు?"

"వినండి మరి. యివాళ నేను సంధి కుదర్చడానికి వెళ్ళాను."

"కుదిర్చారా?"

"అసలు రంజు యిక్కడే వుంది. ఆ ఖుషీ జంట యింతాచేసి టిట్యులరీ కౌన్సిలరూ* ఆయనగారి భార్యాను. ఆయనగారు అధికారిక పితూరీ చేశాడు. నన్ను మధ్యవర్తిగా వేశారు. యెలాంటి మధ్యవర్తినో చూడండి. తాలైరాన్* నాముందు యెందుకూ పనికిరాడు."

"యేం, అంత కష్టమైందా యిది?"

"అబ్బ వినండీ! మేం యథావిధిగా క్షమాపణ అర్థించాం. 'మేం మిక్కిలి చింతించుచున్నాము. యీ దురదృష్టకర విషయమునకు సంబంధించి మమ్మల్ని మన్నించ వేడుకుంటూ వున్నాము' అని. బెండకాయల్లాంటి చెంపలున్న టిట్యులరీ కౌన్సిలరు గారు మెత్తబడ్డాడు. కాని తన ఉద్దేశ్యం చెప్పాలనుకోగానే కోపం వచ్చేసేది. యిక ఆ కోపంలో నానా చెత్తా కూసేశాడు. నేను నా దౌత్య కుశలత అంతా మళ్లీ చూపించాల్సి వచ్చింది. 'వాళ్ళ ప్రవర్తన గర్హ్యమైందన్న విషయం వొప్పుకుంటాను కాని యేదో కుర్రతనం, తప్పుడు ఆలోచనలు. పైగా వాళ్లు అప్పుడే నాస్తా చేశారు. మీకు తెలుసు కదా అలాంటప్పుడు యెలా వుంటుందో.

వాళ్లు చాలా విచారిస్తున్నారు. మిమ్మల్ని క్షమాభిక్ష వేడుకుంటున్నారు.' మరోసారి ఆయన మెత్తబడ్డాడు. 'మీరన్న మాటలు వొప్పుకుంటాను, కౌంట్ వాళ్ళని క్షమించాలనే నాకూ వుంది. కాని మా ఆవిడ... మా ఆవిడ పరపురుషుణ్ణి కన్నెత్తి చూడని ఆమె, వీళ్ళు తన వెంటబడిందాని వల్ల, దుర్మార్గంగా ప్రవర్తించడం వల్ల బాధపడవలసి రావడం... యీ కుక్కలు, ఛండాలురు.." చూశారా, ఆ కుక్కలు నా పక్కనే వుండటం, నేను మళ్ళీ రెడ్డొచ్చెమొదలాడు అన్నట్టు చెయ్యడం! మళ్ళీ దౌత్య కుశలత ఉపయోగించి, వ్యవహారం అంతట్నీ విజయవంతంగా ముగించేశాననుకునే వేళకి ఈ టిట్యులర్ కౌన్సిలర్‌గారు మళ్ళీ కోప్పడిపోయి జేవురించుకునే వాడు. చెంపలమీది బెండకాయలు లేచేవి, మళ్ళి అందుకునేవాడు. మళ్ళీ నేను నా నేర్పరితనం అంతా వాడాల్సి వచ్చేది."

"అబ్బ యీ కథ మీకు తప్పకుండా వినిపించాల్సిందే, ఈయన నన్నెలా నవ్వించాడో అడక్కండి! అబ్బబ్బ!" అంది బెట్సీ అప్పుడే తన బాక్స్‌లోకి వచ్చిన వొకామెతో.

"సరే, bone chance[1] అంది. వ్రాన్‌స్కీకి విసనకర్ర పట్టుకున్న చేతివేలిని అందిస్తూ, భుజాల్ని కుంచించింది. దాంతో పైకి వున్న బాడీ వక్షస్సుమీద బిగుతుగా పడింది. ఆమె బాక్స్ ముందుకు వచ్చినప్పుడు అందరి దృష్టీ ఆమె మీదకు మళ్లినప్పుడు, వో మాదిరి బోసిగా వున్నట్టు కనిపించాలని అలా చేసింది.

వ్రాన్‌స్కీ రెజిమెంట్ కమాండర్‌ని కలుసుకోడానికి ఫ్రెంచి థియేటర్‌కి వెళ్ళాడు. ఆ కమాండర్ ఫ్రెంచి థియేటర్ ప్రదర్శనలని ఒక్కదాన్ని కూడా వదులుకోడు.

గత మూడురోజులుగానూ తనకి వ్యాపకంగా వుండి, సరదా కలిగిస్తూ వున్న రాజీ వ్యవహారం గురించి వ్రాన్‌స్కీ ఆయనకి చెప్పాలని వెళ్ళాడు. ఒక దోషి పెత్రీత్‌స్కీ. అతనంటే నిజంగానే తనకి యిష్టం. రెండో అతను ప్రిన్స్ కేద్రొవ్. రెజిమెంట్‌లో కొత్తగా చేరాడు. సరదా అయినవాడు, చక్కని స్నేహపాత్రుడు. అన్నిటికంటే ముఖ్యం అయింది యీ గొడవలో రెజిమెంట్ పరువు మర్యాదలు పణంగా వుండడం.

ఈ యిద్దరు యువకులూ వ్రాన్‌స్కీ స్క్వాడ్రన్‌లోనే వున్నారు. టిట్యులరీ కౌన్సిలర్ వెండెన్ రెజిమెంట్ కమాండర్ దగ్గరికి వెళ్ళి తన భార్యని అవమానపరిచారని అతని కింద పనిచేసే యీ ఆఫీసర్లమీద ఫిర్యాదుచేశాడు. తమ వివాహం జరిగి ఆర్నెల్లే అయిందట. ఆమె తల్లితో కలిసి చర్చికి వెళ్ళింది. గర్భవతి కావడం వల్ల అనుకోకుండా వొంట్లో బాగాలేనట్టు అనిపించిందట. ఆరాధన కడదాకా చర్చిలో వుండలేక యింటికి వెళ్ళిపోదామని అనుకుంది. యేదో దొరికిన బండి యెక్కింది. అపుడు యీ ఆఫీసర్లు ఆమె వెంటబడ్డారు. ఆమె బెదిరిపోయింది. యింకా వికారం యెక్కువై పోయింది. తమ యింటిలోకి పరిగెత్తుకుంటూ వెళ్ళిపోయింది. తను ఆఫీసునుంచి యింటికి వెళ్ళాడు. యెవరో వచ్చినట్టు గంట మోగింది. పరాయి గొంతుకలు వినిపించాయి. గుమ్మంలో యీ తాగేసివున్న ఆఫీసర్లు ఉత్తరం చేత్తో పట్టుకుని నుంచుని వున్నారు. తను వాళ్ళని తన్ని తరిమేశాడు. వాళ్ళని కఠినంగా దండించాలని యిప్పుడు కోరుతున్నాడు.

---

1. మీ పనిలో విజయం సిద్ధించుగాక (ఫ్రెంచి)

“అబ్బే, మీరేం చెప్పండి పెత్రీత్‌స్కీ మరీ హద్దుమీరిపోతున్నాడు. యేదో ఫిర్యాదులు అతనిమీద రాకుండా ఒక్కవారం గడవడం లేదు. ఈ టిట్యులరీ కౌన్సిలర్ దీన్ని వదలడు. పై అధికార్ల దగ్గరికి వెడతాడు” అని రెజిమెంట్ కమాండర్ వ్రాన్‌స్కీని తన ఆఫీసుకి పిలిపించి చెప్పాడు.

యీ వ్యవహారం అంతా చీదరగా వుందనీ, ద్వంద్వ యుద్ధం ద్వారా పరిష్కారం కాదనీ, టిట్యులరీ కౌన్సిలర్‌గారిని శాంతపరిచి గుట్టు చప్పుడు కాకుండా సర్దుబాటు చేసెయ్యడానికి సర్వవిధాలా ప్రయత్నించాలనీ వ్రాన్‌స్కీ గ్రహించాడు. రెజిమెంట్ కమాండర్ మధ్యవర్తిగా వ్రాన్‌స్కీని కుదిర్చేడు. వ్రాన్‌స్కీ తెలివైనవాడు. గొప్ప వంశం వాడు. అన్నిట్నీ మించి రెజిమెంట్ మర్యాద కాపాడతాడు అని ఆయనకి తెలుసు. విషయాన్ని సౌకర్యంగా చర్చించాక వాళ్ళు ఒక నిర్ణయానికి వచ్చేరు. పెత్రీత్‌స్కీ, కేద్రొవ్‌లు వ్రాన్‌స్కీతో కలిసి టిట్యులర్ కౌన్సిలర్‌గారి దర్శనం చేసుకొని క్షమాపణ అర్థించాలి. వ్రాన్‌స్కీ పేరూ, ఎయిడ్ డి కేంప్ హోదా ఆగ్రహపూరితుడైన ఆ భర్తగారిని శాంతింప జేస్తాయని రెజిమెంట్ కమాండర్‌కీ, వ్రాన్‌స్కీకి కూడా తెలుసు. నిజంగానే యీ రెండింటి ప్రభావమూ కనిపించింది. అయినాగాని ప్రయత్న ఫలితాలు సందిగ్ధంగా వుండిపోయాయి. వ్రాన్‌స్కీ దాని కారణాలని యీ కథ చెప్పేటప్పుడు వివరించాడు.

ఫ్రెంచి థియేటర్‌లో వ్రాన్‌స్కీ రెజిమెంట్ కమాండర్‌ని ఫాయెర్‌లోకి తీసుకెళ్ళి తన ప్రయత్నాల జయాపజయాల్ని గురించి చెప్పాడు. అన్ని విషయాలూ ఆలోచించాక యెవళ్ళనీ దండించనవసరం లేదని రెజిమెంట్ కమాండర్ తీర్మానించుకున్నాడు. తన ఉబలాటం కొద్దీ ఆయన వ్రాన్‌స్కీని ఆ సమావేశం యెలా జరిగిందీ యేమిటీ అని అడిగాడు. శాంతించిన టిట్యులర్ కౌన్సిలరుగారు మళ్ళీ ఆ సన్నివేశం గుర్తు చేసుకున్నప్పుడల్లా యెలా రెచ్చిపోయింది. రాజీ చేసే ఆఖరి మాటల దగ్గర ఆగి యెంత గబగబా పెత్రీత్‌స్కీని అక్కణ్ణుంచి ముందుకు గెంటేస్తూ వెళ్ళింది వ్రాన్‌స్కీ వర్ణించి వర్ణించి చెప్పేడు. దాన్ని విని ఆపుకోలేక పగలబడి నవ్వేడు.

“రోతగా వున్న సంఘటనే, కాని మజాగా వుంది. కేద్రొవ్ ఆ పెద్దమనిషీ ద్వంద్వ యుద్ధం చెయ్యడం వూహించండి! అంతలా మదపిచ్చిలో వున్నాడన్నమాట, ఆఁ” అన్నాడాయన, మళ్ళీ పగలబడి నవ్వుతూ. “ఆ, క్లేయర్ యివాళ యెలా వుందంటారు?” అని ఆ ఫ్రెంచి నటిని ఉద్దేశించి అడిగాడు. “అద్భుతం కదా! ప్రతిరోజూ చూసినా గానీ విసుగనిపించదు. ఫ్రెంచి వాళ్ళకే చెల్లిందది” అన్నాడు.

6

ఆఖరి అంకం పూర్తవకముందే బెట్సీ థియేటర్ నుంచి వెళ్ళిపోయింది. ముస్తాబు చేసుకొనే గదిలోకి వెళ్ళి కోలగా నిస్తేజంగా వున్న తన ముఖంమీద పౌడరు అద్దుకుని తుడుచుకుని, జుట్టు సరిచేసుకుంది. పెద్ద డ్రాయింగ్ రూమ్‌లోకి టీ తీసుకు రమ్మని పురమాయించింది. యింతట్లోకీ బొల్షాయా మొర్స్కాయ వీధిలో వున్న ఆమె పెద్ద యింటి దగ్గరకి ఒక్కొక్క బగ్గీ

అన్నా కెరనినా 157

వచ్చి ఆగడం మొదలెట్టాయి. విశాలమైన సింహద్వారం ముందు అతిథులు బగ్గీలు దిగడం మొదలుపెట్టేరు. అక్కడ ఒక లావాటి కావలివాడు వున్నాడు. అతను పొద్దుటి పూట దారమ్మట పోయేవాళ్ళు ఆహా అనుకొనేటట్టుగా, పెద్ద అద్దాల ద్వారం వెనుక కూర్చుని పత్రికలు చదువుకుంటూ వుంటారు. యిప్పుడు అతను ఏమాత్రం సద్దు చెయ్యకుండా పెద్ద తలుపులు తెరిచి యీ వచ్చిన అతిథులని లోపలికి వెళ్ళనిస్తూ పక్కన నుంచున్నాడు.

ముఖానికి పౌడరు అద్దుకుని కేశబంధం సవరించుకుని యజమానురాలూ, అతిథులూ దాదాపు యేక కాలంలోనే డ్రాయింగ్ రూమ్‌లోకి వచ్చేరు. ఆమె ఒక గుమ్మంలోంచి వచ్చింది. అతిథులు యింకో గుమ్మంలోనుంచి వచ్చేరు. ఆ డ్రాయింగ్ రూమ్ గోడలు ముదురు రంగువి. తివాసీలు మందంగా వున్నాయి. దీపాల వెలుతురు ప్రకాశమానంగా ఉంది. ఆ వెలుతుర్లో ఒక మేజా వుంది. దానిమీద తెల్లని గుడ్డ కప్పి వుంది. దానిమీద వెండి సమొవార్ వుంది. దీపాల వెలుతుర్లో నాజుకైన పింగాణీ సామాన్లు మెరుస్తూ వున్నాయి.

యజమానురాలు సమొవార్ పక్కన కూర్చుంది. చేతిగ్లవ్స్ తీసేసింది. వినయంగా కనిపించే నౌకర్లు కుర్చీలు లాగిపెడుతూ వుండగా అతిథులు రెండు బృందాలుగా కూర్చున్నారు. ఒక బృందం యజమానురాలికి దగ్గర సమొవార్ పక్కన, రెండో బృందం డ్రాయింగ్ రూమ్ ఆ మూల ఒక రాజదూతగారి భార్య పక్కన చేరారు. ఆవిడ అందంగా వుంది. నల్లని ముఖమల్ గౌను తొడుక్కుంది. ఆమె నల్లని కనుబొమలు స్ఫుటంగా వున్నాయి. ఆరంభంలో యెప్పుడూ వుండేటట్టుగానే యీ బృందాల మధ్య సంభాషణ, యే విషయం మీద స్థిరంగా దిగాలా అని వెతుకుతున్నట్టు, వూగులాడింది. కొత్తవాళ్ళు వస్తూ వుండడం, నమస్కారాలూ కుశల ప్రశ్నలూ, టీలు అందివ్వడం సంభాషణలకి అలా అంతరాయం కలిగిస్తూనే ఉన్నాయి.

"అబ్బ ఆవిడ నటించింది అద్వితీయం. కౌల్‌బాఖ్* శిష్యురాలు" అని రాజదూతగారి భార్య బృందంలో ఆమెకి దగ్గరగా కూర్చున్న ఒక దౌత్యజ్ఞుడు అన్నాడు. "ఆమె యెలా మూర్ఛపోయిందో గమనించారా?" అని అడిగేడు.

"ఓహ్! నీల్‌సన్ గురించి యింకా మాట్లాడ్డం దేనికండోయ్! అసలింక కొత్త విషయమనే దాన్నేమీ చెప్పలేం!" అంది ఒకావిడ. ఆవిడ ప్రిన్సెస్ మ్యాకయా. ఆమె లావుగా వుంది. ఆమె ముఖం యెర్రగా వుంది. జుట్టు బంగారు రంగుతో వుంది. ఆమెకి కనుబొమలు దాదాపు లేవు సవరం సిగలేదు. పాత సిల్కు బట్టలు వేసుకుంది. సిగ్గు యెగ్గూ లేకుండా నిర్మొహమాటంగా యే మాట పడితే ఆ మాట అనేసే మనిషి అని ఆమె పేరు మోసింది. అందుకని ఆమెని enfant terrible[1] అంటారు. ప్రిన్సెస్ మ్యాకయా రెండు బృందాలకీ మధ్య కూర్చుంది. అనుకూలంగా వున్న ఆ చోటునుంచి రెండు పక్షాల మాటలనీ వినేది. కాసేపు ఒకళ్ళ సంభాషణలో పాల్గొనేది. కాసేపు మరొకళ్ళ సంభాషణలో పాల్గొనేది. "యివాళ కౌల్‌బాఖ్ గురించి ముగ్గురు యిదే ప్రస్తావన చేశారు కూడబలుక్కున్నట్టు. వాళ్ళకియెందుకని యీ ఆట అంత యిష్టంగా వుందో అర్థం కాదు" అంది.

---

1. అగ్గిపిడుగు (ఫ్రెంచి)

యీ వ్యాఖ్యలవల్ల సంభాషణ విషయం తెగిపోయింది. యింకో దాన్ని వెతుక్కోవలసి వచ్చింది.

"కాస్త మజాగా వుండేదేన్నేనా చెప్పండి కాని, ఆడిపోసుకునే నింద మాటలు వద్దు" అంది దౌత్యజ్ఞుడితో రాజదూతగారి భార్య. ఆవిడ మెత్తటి సంభాషణలో ఇంగ్లీషువాళ్ళు small-talk అని పిలిచే సంభాషణలలో నిపుణురాలు. దౌత్యజ్ఞుడు కూడా యేమనాలో తోచక వుండిపోయాడు.

"అది కష్టం అంటారు. అలాంటి ఆడిపోసుకొనే మాటలే మజాగా వుంటాయి" అన్నాడతను నవ్వుతూ. "అయినా ప్రయత్నిస్తా. యేదేనా పిండి అందివ్వండి. అంతా పిండిబట్టే వుంటుంది. సరిఅయిన విషయం అంటూ దొరికితే ఎన్ని నగిషీలేనా పెట్టచ్చు. గత శతాబ్దంలో మాటకారులైన వాళ్ళు యివాళ యుక్తిగా వుండటం కష్టం అని నాకు అనిపిస్తుంది. యుక్తి మాటలు లోకులకి విసుగ్గా కనిపిస్తున్నాయి"

"యీ మాటలని ముందే చెప్పెయ్యడం జరిగింది" అని రాజదూతగారి భార్య నవ్వుతూ అడ్డం వెళ్ళింది.

పసందుగానే మొదలైన సంభాషణ యిది. కాని మరీ పసందుగా వుండడం వల్ల జావగారిపోయింది. సంభాషణ ముందుకి సాగాలీ అంటే యెప్పుడూ విసుగు పుట్టించకుండా, పరీక్షకి తట్టుకుని నిలబడిన మార్గం ఒక్కటే వుంది – పరనింద.

"తుష్కేవిచ్‌లో లూయీ XV* బాపతు ధోరణి కొంచెం లేదు?" అని మేజా దగ్గర నుంచున్న పడుచతని కేసి కళ్ళతో చూపిస్తూ అడిగాడు.

"అవునుస్మా! డ్రాయింగ్ రూమ్‌కి చక్కగా నప్పేది అతనిలో వుంది. అందుకనే అతను అస్తమానమూ యిక్కడికి వస్తూవుంటాడు."

యీ సంభాషణ కొంచెం నిలబడింది. డ్రాయింగ్ రూమ్‌లో యెకాయెకిని అనెయ్యడానికి వీలుపడని దాన్ని అది సూచనగా తెలియజేసింది. అంటే ప్రిన్సెస్ బెట్సీకి తుష్కేవిచ్‌కీ మధ్య వుండే సంబంధాన్ని.

యీ లోపున అక్కడ సమొవార్ దగ్గర కూడా సంభాషణ మూడు అనివార్యమైన విషయాల చుట్టూ వూగుతోంది. తాజా సమాచారం, థియేటరు, యిరుగు పొరుగు వాళ్ళ మీద విమర్శ. యీ సంభాషణ యిప్పుడు సరియైన మూడో దానిమీదకి మళ్ళీ స్థిరపడింది: పరనింద.

"మాల్తిష్చేవా – కూతురు కాదు, తల్లి – గురించి విన్నారా మీరు? తనకి diable rose[1] ఫ్రాక్ కుట్టించుకుంది."

"ఛ, నిజంగా? మరీ ముచ్చటగా!"

"ఆమె తెలివితేటలేమయ్యాయని! నాకాశ్చర్యంగా వుంది. ఆమేం మొద్దు కాదు కదా. యెంత నవ్వుతాలుగా వుంటుందో అర్థం చేసుకోలేకపోయిందా?"

---

1. డాబుగా ఉండే గులాబీరంగు (ఫ్రెంచి)

యెవళ్ళ మట్టుకి వాళ్ళు తమ వంతుగా పాపం మాల్తిష్చేవాని తిట్టిపోసి, వేళాకోళం చేసి సరదా తీర్చుకున్నారు. సంభాషణ అప్పుడే రాజేసిన చితుల పొయ్యిలాగా చిటపట పేలుతూ సాగింది.

ప్రిన్సెస్ బెట్సీ పెనిమిటి క్లబ్బుకి వెడుతూ తన యిల్లాలి అతిథుల్ని చూసి పోదామని డ్రాయింగ్ రూమ్‌లోకి వచ్చేడు. ఆయన లావుగా వుంటాడు. సాధువు. అచ్చు కొట్టిన బొమ్మల్ని పోగుచేసే పిచ్చి మహా వుంది. ఆయన చడీ చప్పుడూ చెయ్యకుండా దళసరిగా వున్న తివాసీమీద అడుగులేసుకుంటూ ప్రిన్సెస్ మ్యాకయా దగ్గరికి వెళ్ళాడు.

"మీకు నీల్‌సన్ యెలా అనిపించింది?" అని అడిగాడు.

"అబ్బ! అంత చడీ చప్పుడూ కాకుండా యెవరేనా వస్తారా! యెంత దడుసుకున్నాను!" అంది. "బాబు మీకు పుణ్యం వుంటుంది, యిహ ఆ ఓపెరా గొడవ నా దగ్గర యెత్తకండి. మీకు సంగీతం యేం తెలుసుగనక? మీ స్థాయికి దిగి అచ్చుబొమ్మల గురించి మజోలికాల గురించీ మాట్లాడ్డం మెరుగు. వూఁ మీరు పాతవస్తువుల బజార్లో యీమధ్య విలువైనది యేం కొన్నారేమిటి?" అని అడిగింది.

"చూపించమంటారా? కాని మీకు అలాంటి విషయాలు బోధపడవే?"

"చూపించండి. నేను వాళ్ళ దగ్గర్నుంచి వాళ్ళనేమంటారు చెప్మా? ఆఁ! బేంకర్లు, నేర్చుకుంటున్నారు. వాళ్ళ దగ్గర కొన్ని అద్భుతమైన అచ్చుబొమ్మలున్నాయి. మాకు చూపించారు."

"యేమిటీ? మీరు షూట్జ్‌బర్గ్‌ల దగ్గరికి వెళ్ళారా?" అని యజమానురాలు సమోవార్ వెనకనుంచి అడిగింది.

"ఆఁ, ma chere, నన్నూ, మా ఆయన్నీ భోజనానికి పిలిచారు. ఆ విందులో సాస్‌కే వెయ్యిరూబుళ్ళయిందట" అంది ప్రిన్సెస్ మ్యాకయా పెద్దగా అందరూ తన మాటల్ని వింటున్నారని గమనించి. "అబ్బ యేం సాస్ రా నాయనా అది. యేమిటో ఆకుపచ్చగా వుంది. మా యింటికి పిలిచినప్పుడు వాళ్ళకి యెనభై అయిదు కోపెక్కుల సాస్ వడ్డించాను. తిన్న వాళ్ళందరూ మహా బాగుందన్నారు. వెయ్యి రూబుళ్ళ సాస్‌లు పెట్టేంత స్తోమతు నాకు లేదు" అంది.

"యీమెకి సాటి లేరు!" అని యజమానురాలు గొణిగింది.

"అద్భుతం!" అని యెవళ్ళో తమ ఉద్దేశం వెల్లడి చేశారు.

ప్రిన్సెస్ మ్యాకయా అన్న మాటల ప్రభావం యెప్పుడూ ఒక్కలాగానే వుంటుంది. దాని రహస్యం, సర్వవేళలా యిప్పట్లాగా సందర్భోచితంగా కాకపోయినా అర్థవంతంగా వుండే వాటిని ఆమె నిరాడంబరంగా చెప్పడంలో వుంది. ఆమె తిరిగే సమాజంలో అలాంటి మాటలు నిశితమైన చమత్కారోక్తులంత ప్రభావాన్ని కలిగిస్తాయి. అలాంటి ప్రభావం యెందుకు కలిగిస్తాయో అనేది ప్రిన్సెస్ మ్యాకయాకి తెలీదు, కలిగిస్తాయని తెలుసంతే. ఆ విషయాన్ని ఆమె వాడుకుంది.

ప్రిన్సెస్ మ్యాకయా మాటలని వినడానికి అందరూ యిటు తిరిగేరు. ఆ విధంగా రాజదూతగారి భార్య దగ్గరి సంభాషణకి అంతరాయం కలిగింది. అప్పుడు యజమానురాలు రెండు బృందాల్నీ కలిపేద్దామని ప్రయత్నించింది.

"మీకు టీ వద్దా యేమిటి? యిటు మాతో కలవండి" అంది రాజదూతగారి భార్యకేసి తిరిగి.

"ఆహాఁ మాకు ఇక్కడ భేషుగ్గా వుంది" అని రాజదూతగారి భార్య మందహాసం చేస్తూ జవాబు చెప్పింది. సంభాషణ తెగిపోయిన చోట మళ్ళీ అందుకుంది.

సంభాషణ మంచి రంజుగా సాగుతోంది. కెరనిన్ దంపతుల గురించి వ్యాఖ్యలు, తాత్పర్యాలు సాగుతున్నాయి.

"మాస్కో నుంచి వచ్చేక అన్నా చాలా మారిపోయింది. వింతగా కనిపిస్తోంది" అని అన్నా మిత్రురాలెవరో అంది.

"పెద్ద మార్పు యేమంటే అలెక్సేయ్ వ్రాన్స్కీ నీడని కూడా తీసుకొచ్చింది" అంది రాజదూతగారి భార్య.

"అయితే యేమిటి? గ్రిమ్ కథ వొకటుంది*. ఓ మనిషికి నీడ వుండదు. దేనికైనా శిక్షో యేమిటో మరి. అది శిక్ష యెందుకనో నాకు అర్థం కాదు. కాని తనని అనుసరించి నీడ లేకపోతే ఆడమనిషికి చెడ్డగా వుంటుంది."

"నిజమే, కాని నీడ వున్న ఆడమనిషికి అంతం చెడ్డగా వుంటుంది" అంది అన్నా మిత్రురాలు.

"మీ నాలుక కాలిపోనూ" అంది ప్రిన్సెస్ మ్యాకయా. "మదాం కెరనిన్ బంగారం లాంటి మనిషి. ఆవిడ మొగుడంటే నాకు సరిపడదు గాని ఆమె అంటే నాకు మహా యిష్టం" అంది.

"ఆవిడ భర్తంటే యెందుకు సరిపడదు మీకు? బంగారం లాంటి మనిషి. ఆయనతో తూగే రాజనీతిజ్ఞులు యూరప్‌లో బహు తక్కువ వున్నారట, మా ఆయన చెప్పారు" అంది రాజదూతగారి భార్య.

"మా ఆయనా ఆ ముక్కే అంటారు గాని ఆయన మాట నేను నమ్మను. మన భర్తలు మనకి చెప్పకపోయినా, మనంతట మనమే యదార్థంగా వున్న వాటిని చూడగలం. అలెక్సేయ్ అలెగ్జాంద్రోవిచ్ కెరనినా మూఢుడు. మనలో మాటగా అంటున్నానుస్మా యీ ముక్క... కాని అలా అన్నందువల్ల అంతా స్పష్టమైంది కదా! అతను తెలివైన వాడని చెప్పినప్పుడు కామోసు నిజమెంతో చూద్దామని ప్రయత్నించాను, కాని తెలివైన వాడుగా నాకు కనిపించక పోవడం వల్ల నేనే మూఢురాలిని అని తీర్మానించుకున్నాను. నాలో నేనే అతను మూఢుడు అనుకున్నప్పుడు అంతా అరటిపండు వొలిచి చేతిలో పెట్టినట్టు అర్థం అయిపోయింది" అంది ప్రిన్సెస్ మ్యాకయా.

"మీరు యింతలా విషం కక్కేస్తున్నారేమిటి యివాళ?"

"యెంతమాత్రమూ లేదు. నన్నేం చెయ్యమంటారు? మాలో ఎవళ్లమో ఒకళ్లం మూఢులం

కావాలి. మరి యెవళ్ల గురించి వాళ్లు అలా అనుకోలేరు కదా?"

"సంపదైతే సరిపోదనిపిస్తుంది కాని తెలివితేటలు యెలా వున్నా అలా అనిపించదు" అన్నాడు దౌత్యజ్ఞుడు ఓ ఫ్రెంచి రచయిత మాటల్ని ఉల్లేఖిస్తూ.

"ఖచ్చితంగా" అంది ప్రిన్సెస్ మ్యాకయా అతనికేసి తిరిగి. "కాని తెలుసుకోండి, అన్నాని మీరు వేలెత్తి చూపించనియ్యను. ఆమె అంత మంచి మనిషి. ప్రతివాడూ ఆమెని ప్రేమించి, ఆమె వెంట నీడలా పడ్డం ఆమె తప్పా?"

"ఆమెని నేనేమీ వేలెత్తి చూపించడం లేదే" అంది అన్నా నేస్తం తనని సమర్థించుకుంటున్నట్టు.

"మన వెనకాల యెవళ్ళూ నీడలా పడేవాళ్ళు లేనంత మాత్రాన యితరుల్ని వేలెత్తి చూపించే హక్కు మనకి లేదు."

అన్నా నేస్తాన్ని బాగా తోమాక ప్రిన్సెస్ మ్యాకయా లేచి, రాజదూతగారి భార్యతో కలిసి టీ బల్ల దగ్గర కూర్చున్న వాళ్ళలో చేరింది. అక్కడ అందరూ ప్రష్యా రాజు గురించి మాట్లాడుకుంటున్నారు.

"అక్కడ యెవర్ని ఆడిపోసుకుంటున్నారు?" అని బెట్సీ అడిగింది.

"కెరనిన్ దంపతుల్ని. ప్రిన్సెస్ మ్యాకయా కెరనిన్‌గారి వర్ణన చేసింది" అని రాజదూతగారి భార్య చిరునవ్వు నవ్వుతూ బల్ల దగ్గర కూర్చుని అంది.

"అయ్యయ్యో మేం వినకపోయామే" అంది యజమానురాలు. గుమ్మం కేసి చూసింది. "యెట్టకేలకి విచ్చేసారు" అంది అప్పుడే లోపలికి వస్తూ వున్న వ్రాన్‌స్కీని చూసి చిరునవ్వు నవ్వుతూ.

వ్రాన్‌స్కీకి అక్కడున్న వాళ్ళందరూ తెలుసు. అంతేకాదు రోజూ వాళ్ళని చూస్తూనే వుంటాడు. అంచేత యిప్పుడే కాసేపు మిత్రుల్ని వదిలి బయటికి వెళ్ళి మళ్ళీ వచ్చి కలిసేటట్టు వచ్చేడు.

"నేనెక్కడికి వెళ్ళాను?" అన్నాడు రాజదూతగారి భార్య అడిగిన దానికి జవాబుగా. "యేం చేస్తాం, చెప్పక తప్పదుకదా. బూఫ్ థియేటర్*కి వెళ్ళాను. వందోసారి వెళ్ళివుంటాను. కాని ప్రతీసారీ అంతకు అంత సంతోషంగానే వుంటుంది. సరదాగా వుంది! నాకు తెలుసు యిలా అంటున్నందుకు సిగ్గుపడాలని – కాని సీరియస్ ఓపెరా చూస్తే నాకు నిద్రవొచ్చేస్తుంది. కాని యిక్కడ కడకంటా వుంటాను. హుషారుగా వుంటుంది. యివాళ. ఉదాహరణకి..."

అతను ఫ్రెంచి నటి పేరు ప్రస్తావించి ఆమె గురించి యేదో చెప్పబోయాడు. కాని రాజదూతగారి భార్య భయపడిపోతున్నట్టుగా మాటకి అడ్డం వచ్చింది.

"బాబ్బాబు, హడలగొట్టే విషయాలు చెప్పకండి" అంది.

"సరే అయితే, చెప్పను. పైగా ఆ హడలగొట్టే విషయాలు అందరికీ తెలుసు కనుక"

"బూఫ్ థియేటర్‌ని కూడా ఓపెరాలాగానే అనుకుంటే అందరూ అక్కడికే వెడతారు" అంది ప్రిన్సెస్ మ్యాకయా.

7

గుమ్మం దగ్గర అడుగుల చప్పుడు వినిపించింది. ఆ వస్తున్నవారు అన్నా కెరనినా అని తెలిసి, ప్రిన్సెస్ బెట్సీ వ్రాన్స్కీకేసి చూసింది. అతను గుమ్మంకేసి చూశాడు. అతని ముఖంలో వింతగా స్ఫురించే కొత్త భావం వ్యక్తం అయింది. సంతోషంతో, కొంచెం సంకోచంగానే అయినా కళ్ళు అలాగే లగ్నం చేసి, లోపలికి వస్తూ వున్న ఆమెకేసి నమ్రతగా చూశాడు. అలా చూస్తూనే మెల్లిమెల్లిగా లేచి నుంచున్నాడు. యెప్పటిలాగానే నిటారుగా నడుచుకుంటూ ఆమె లోపలికి వచ్చింది. నాగరిక సమాజంలో యితర మహిళ నుంచి ఆమెని విశిష్టంగా వుంచేది ఆమె నడకే. దృఢంగా, తేలిగ్గా అడుగులు వేసే హంసగమనం లాంటి నడక. దృష్టి అటుగాని యిటుగాని తిప్పకుండా నిబ్బరంగా చూస్తూ నడుస్తుంది. ఆమె బెట్సీ దగ్గరికి వెళ్ళి ఆమె చేతిని తీసుకొని చిరునవ్వు నవ్వింది. అలా చిరునవ్వు నవ్వుతూనే వ్రాన్స్కీకేసి చూసింది. అతను కొంచెం అభివాదపూర్వకంగా వొంగి ఆమెకోసం ఒక కుర్చీని లాగేడు.

ఆమె పలకరిస్తున్నట్టు తల ఆడించింది. సిగ్గుతో యెర్రబడింది. తర్వాత కనుబొమలు ముడిచింది. మరుక్షణంలోనే అక్కడున్న పరిచయస్థులందరికీ వందనం చేసింది. తన వేపు చాచిన చేతులతో చేతులు కలిపింది.

"నేను కౌంటెస్ లిదియాగారింటికి వెళ్ళాను. పెందరాళే వచ్చేదామనుకుంటూనే అలా కూర్చుండిపోయాను. సర్ జాన్ అక్కడ వున్నారు. భలే సరదా అయిన మనిషి" అని బెట్సీతో అంది.

"ఓహ్, ఆ మిషనరీయా?"

"ఆఁ ఆయన ఇండియన్ల జీవిత విధానం గురించి భలే ఆసక్తికరంగా వుండే విషయాలు చెప్పారు."

ఆమె రాకవల్ల అంతరాయం కలిగిన సంభాషణ మళ్ళీ ఎగదోసిన మంటలాగా అందుకుంది.

"సర్ జాన్? ఆఁ- అవును నేను ఆయన్ని కలుసుకున్నాను. బాగా మాట్లాడుతాడు. మదాం వ్లాస్‌యేవాకి ఆయనంటే ప్రాణం."

"ఆవిడ చిన్నకూతురు తోపావ్‌ని పెళ్ళాడుతోందట నిజమేనా?"

"అవునట. నిర్ణయమై పోయిందని నేనూ విన్నాను."

"ఆ తల్లిదండ్రులంటే నాకు యిదిగా వుంది. ఇది ప్రేమ వివాహం అంటున్నారు."

"ప్రేమ వివాహం? ఏం ఇక్ష్వాకుల నాటి వూహలండీ మీవి? ఈ రోజుల్లో ప్రేమ గురించి యెవళ్ళు మాట్లాడుతున్నారు?" అంది రాజదూతగారి భార్య.

"ఏం చేస్తాం? తెలివితక్కువ పాతకాలపు భావాలే అయినా ఇంకా అంతం అవలేదు" అన్నాడు వ్రాన్స్కీ.

“ఆ పాత చింతకాయ పచ్చడి పట్టుకున్న వాళ్ల ఖర్మ. సుఖమైన పెళ్లిళ్ళు ఐహిక లాభం కోసం చేసుకున్నవే.”

“కాని ఐహిక లాభం కోసం చేసుకున్న పెళ్లిళ్లయినా వాళ్లు తిరస్కరిస్తూ వున్న ప్రేమ కనిపించగానే గాలికి కొట్టుకుపోతాయి” అన్నాడు వ్రాన్‌స్కీ.

“అయినా ఐహిక లాభం కోసం జరిగిన పెళ్ళిళ్ళు అని వేటిని పిలుస్తాం? యిరుపక్షాలు తమతమ విచ్చలవిడి బతుకులు గడిపాక చేసుకున్నవాటినే. ప్రేమ అనేది స్కార్లెట్ ఫీవరు లాంటిది వస్తుంది, యిక భయం పోతుంది.”

“అయితే ప్రేమని కృత్రిమంగా యెక్కించాలి. టీకాల్లాగా, మశూచికానికి చేసినట్టు.”

“నేను పడుచుపిల్లగా వున్నప్పుడు ఒక చిన్న మతాధికారిని ప్రేమించాను. తర్వాత దానివల్ల నాకేమన్నా లాభం కలిగిందా?” అంది ప్రిన్సెస్ మ్యాకయా.

“వేళాకోళాలకేంగాని ప్రేమ అంటే ఏమిటా అని కనిపెట్టడానికి నాక్కనిపించే ఒక్కమార్గము యేమంటే తప్పుచెయ్యడం, సవరించుకోవడం” అంది ప్రిన్సెస్ బెట్సీ.

“పెళ్ళయిన తరువాత కూడానా?” అని రాజదూతగారి భార్య వేళాకోళంగా అడిగింది.

“పశ్చాత్తాపానికి ఆలస్యం అంటూ లేదు” అన్నాడు దౌత్యజ్ఞుడు ఇంగ్లీషు సామెతని ఉల్లేఖిస్తూ.

“బాగా చెప్పారు” అని బెట్సీ అతని మాటల్ని వెంటనే అందుకుంది. “మనిషన్నాక తప్పులు చెయ్యాలి, సవరించుకోవాలి. ఏమంటారు?” అని అన్నాని అడిగింది. ఆమె కనిపించీ కనిపించని మందహాసంతో మౌనంగా సంభాషణని వింటూ ఉంది.

అప్పుడే తీసిన గ్లవ్స్‌తోఆడుకుంటూ అన్నా అంది: “నాకేమనిపిస్తోందంటే ఎన్ని బుర్రలున్నాయో అన్ని తెలివితేటలున్నాయి. అలాగే ఎన్ని హృదయాలు వున్నాయో అన్ని రకాల ప్రేమలు వున్నాయి.”

ఆమె యేం చెప్తుందోనని వ్రాన్‌స్కీ ఉగ్గబట్టుకొని వున్నాడు. ఆమె మాటలు విన్నాక హమ్మయ్య అనుకున్నాడు, అప్పుడే గండం గడిచి బయటపడ్డవాడిలాగా.

ఉన్నట్టుండి అన్నా అతనికేసి తిరిగింది.

“మాస్కోనుంచి నాకు ఉత్తరం వచ్చింది. కిట్టీ ష్చేర్‌బాత్‌స్కీకి చాలా జబ్బుగా వుందట.”

“అయ్యో నిజమా?” అన్నాడు వ్రాన్‌స్కీ నుదురు ముడిచి.

అన్నా అతనికేసి కొరకొర చూసింది.

“యీ విషయం మీకేం పట్టలేదా?”

“యెందుకు పట్టలేదు! ఖచ్చితంగా యేం రాశారో అడగవచ్చా?” అన్నాడు.

అన్నా లేచి బెట్సీ దగ్గరకు వెళ్లింది.

“ఏదీ ఓ కప్పు టీ” అని ఆమె కుర్చీ వెనుక నుంచుని అడిగింది.

బెట్సీ కప్పులో టీ పోస్తూ వుంటే వ్రాన్‌స్కీ అన్నా దగ్గరికి వెళ్ళాడు.

"ఏమిటి రాశారు మీకు?" అని మళ్ళీ ఆడిగాడు.

"మర్యాదామట్టూ అంటే యేమిటో తెలియకుండానే మగాళ్లు దాని గురించి సర్వదా చర్చింస్తుంటారని ఎప్పుడూ నాకు అనిపిస్తూ వుంటుంది" అని అంది అతనికి జవాబు చెప్పకుండానే. "కొంతకాలంగా మీకో సంగతి చెప్పాలనుకుంటున్నాను..." అని మొదలుపెట్టి, కొన్ని అడుగులు నడిచి గదిలో ఓ మూల వున్న చిన్న బల్ల దగ్గర కూర్చుంది. దానిమీద ఆల్బమ్‌లు వున్నాయి.

"మీరేమన్నారో నాకేం అర్థం కాలేదు" అని అతను ఆమెకి టీ కప్పుని అందిస్తూ అన్నాడు.

సోఫామీద తన ప్రక్కన ఖాళీగా వున్న జాగాకేసి ఆమె చూసింది. అతనక్కడ కూర్చున్నాడు.

"ఆ, మీరు సరిగా ప్రవర్తించలేదని మీకు చెప్పాలనుకున్నాను, చెడ్డగా ప్రవర్తించారు, చాలా చెడ్డగా" అంది అతనికేసి చూడకుండా.

"నేను సరిగా ప్రవర్తించలేదన్న విషయం నాకు తెలీదనుకుంటున్నారా? కాని నేనలా ప్రవర్తించటానికి కారణం యెవరు?"

"ఎందుకు చెప్తున్నారు నాకు ఆ విషయం?" అని అతనికేసి కొరకొరా చూసింది.

"ఎందుకో మీకు తెలుసు" అని సంతోషంగా, ధైర్యంగా కళ్ళు వాల్చకుండా ఆమె కళ్ళల్లోకి చూస్తూ అన్నాడతను.

తత్తరపాటు కలిగింది, వాన్‌స్కీకి కాదు, అన్నాకి.

"మీకు హృదయం లేదని తెలుస్తోందంతే" అందామె. కాని అతనికి హృదయం వుందని ఆమెకి తెలుసనీ, అందుకనే అతనంటే భయపడుతోందనీ ఆమె కళ్లు తెలియజేశాయి.

"మీరిందాక చర్చించిన విషయం ప్రేమకాదు, పొరపాటు."

"గుర్తుంచుకోండి ఆ మాటని, ఆ చెడ్డ మాటని మీరు ఉచ్చరించకూడదని చెప్పాను" అంది అన్నా కదులుతూ, కాని వెంటనే ఆమెకి తట్టింది – 'ఉచ్చరించకూడదని చెప్పాను' అని అనడంలోనే అతనిమీద తనకి కొంత అధికారం వుందని వొప్పుకుంటున్నట్టు, అందువల్లనే ప్రేమ గురించి అతని మాట్లాడడానికి ప్రోత్సాహం పొందుతున్నట్టు. "మీకీ విషయాన్ని కొంతకాలంగా చెప్పాలనుకుంటున్నాను" ఆమె చెబుతూనే వుంది. అతను కళ్ళల్లోకి నిబ్బరంగా చూస్తూనే వుంది. ఆమె ముఖం సిగ్గుతో యెర్రబడుతోంది. "మిమ్మల్ని కలుసుకోవచ్చుననే యివాళ యిక్కడికి వచ్చాను. ఈ వ్యవహారం అంతం కావాలని చెప్పడానికే వచ్చాను. ఎవళ్లముందూ యింతవరకూ నేను తల దించుకోలేదు. కాని మీరు దేనివల్లనో నన్ను అపరాధినని అనుకొనేటట్టు చేస్తున్నారు."

వ్రాన్‌స్కీ అన్నా ముఖంకేసి చూశాడు. ఆమె వదనంలో కనిపించిన నూతన ఆత్మిక సౌందర్యానికి చకితుడయ్యాడు.

"నన్నేం చెయ్యమంటారు?" అని సాదాగా, గంభీరంగా అడిగాడు.

"మీరు మాస్కో వెళ్లి మన్నించమని కిట్టీని అడగండి" అంది.

“నేను అలా చెయ్యాలని మీరు కోరుకోవడం లేదు” అన్నాడను.

అన్నా తన మనసులో వున్న దాన్ని కాక వేరే ఎదో బలవంతాన చెప్తోందని వ్రాన్‌స్కీ గమనించేడు.

“మీరు చెప్తూవున్నట్టు నన్ను ప్రేమిస్తూ వుంటే నాకు మనశ్శాంతిగా వుండేటట్టు చెయ్యండి” అని మెల్లిగా చెప్పింది.

అతని ముఖం వెలిగింది.

“మీరు నా ప్రాణం అని తెలియదా? కాని నా మట్టుకు నాకే మనశ్శాంతి లేదు, మీకు యెలా ప్రసాదించగలను? అవును... నా ప్రేమని సంపూర్ణంగా, నన్నే సంపూర్తిగా అర్పించుకుంటాను. మీరూ నేనూ వేరు వేరు అని అనుకోలేను. మీరూ, నేను అభేదం యేకం. మీకు గాని నాకు గాని మనశ్శాంతి సంభవమని నాకనిపించడం లేదు. దుఃఖం, హతాశ ప్రాప్తమయేటట్టు కనిపిస్తున్నాయి.... లేదా ఆనందం ప్రాప్తించవచ్చున్నట్టూ కనిపిస్తోంది- ఆః- ఎలాంటి ఆనందం! ఇది అసాధ్యం అంటారా?” అతను వూరికే పెదాలని కదిలించే యీ మాటలు జత చేశాడు. కాని అన్నా వింది.

తను చెప్పవలసిన మాటలు అని తనకి తెలిసిన వాటిని తన బుద్ధి బలాన్నంతటినీ ఉపయోగించి ఆమె చెప్ప ప్రయత్నించింది. కాని చెప్పటానికి బదులుగా ప్రేమతో పొంగిపొర్లే చూపు మాత్రం అతనిమీద నిలపగలిగింది. అంతే ఇంకేమీ చెప్పలేదు.

‘అబ్బ! చివరికి నేను ఆశ వదులుకున్న క్షణంలో, ఇక యీ కథకి ముగింపు లేదు అని అనిపించిన క్షణంలో యిదీ విషయం! అబ్బ! ఆఖరికి! ఆమె నన్ను ప్రేమిస్తోంది. ఆమె అంగీకరించిందా విషయాన్ని’ అని వ్రాన్‌స్కీ సంతోషపారవశ్యంతో అనుకున్నాడు.

“అయితే నాకోసం యిది చెయ్యండి. అలాంటి మాటల్ని నాతో యెప్పుడూ అనకండి. మనం మంచి స్నేహితులుగా వుండిపోదామంతే” అందామె. కాని ఆమె కళ్లు పూర్తిగా భిన్నమైందాన్ని చెప్పాయి.

“మనం యెన్నటికి స్నేహితులుగా వుండలేం. అది మీకూ తెలుసు. మనం అందరి కంటే ఎక్కువ ఆనందంగా వుండగలమా లేదా దుఃఖితులుగా వుంటామా అనేది - వూః మీ చేతుల్లోనే ఉంది.”

ఆమె యేదో చెప్పబోయింది. కాని ఆమెకి అతను అడ్డం వెళ్లాడు.

“నేను ఒక్కటే అడగదల్చుకున్నాను. ఏమంటే యిప్పటిలా ఆశ పెట్టుకోవడానికీ, బాధపడడానికీ హక్కుని అడుగుతున్నాను. అదీ సాధ్యం కాకపోతే చెప్పండి వెళ్లిపొమ్మని, వెళ్ళిపోతాను. నేను వుండటం మీకు దుఃఖభాజకంగా వుంటే- ఎన్నటికీ మీకు కనిపించను”

“మీరు యెక్కడికైనా పారిపోవాలని నేను కోరుకోను.”

“అయితే దేన్నీ మార్చకండి. ప్రతీదాన్నీ యిప్పుడున్నట్టుగానే వుండనివ్వండి” అన్నాడతను కంపించే స్వరంతో. “మీ ఆయన వస్తున్నారు.”

నిజంగా ఆ సమయంలో కెరనినా మెల్లగా, వికారంగా నడుచుకుంటూ డ్రాయింగ్ రూమ్‌లోకి వచ్చేడు.

తన భార్యకేసీ, వ్రాన్‌స్కీకేసీ చూసి బెట్టీ దగ్గరికి వెళ్ళేడు. టీ తాగడం కోసమని అక్కడ కూర్చున్నాడు. నిదానంగా, స్ఫుటమైన గొంతుకతో తన మామూలు వ్యంగ్య ధోరణిలో యెవళ్ళనో పరిహాసం చేస్తూ మాట్లాడ్డం మొదలుపెట్టాడు.

"మీ రాంబులె సభ* భలే పోగయిందే" అన్నాడు అక్కడ సమావేశమైన అందర్నీ చూస్తూ. "సకల కళాసంగీతాల సమ్మేళనం" అన్నాడు.

ప్రిన్సెస్ బెట్సీకి, ఆమె ఇంగ్లీషులో అన్నట్టు ఆయన Sneering[1] స్వరం అంటే సరిపడదు. తెలివైన యింటావిడ గాబట్టి సంభాషణని గంభీరంగా వుండే 'నిర్బంధ సైనిక కొలువు'* అనే విషయం మీదికి మళ్ళించింది. ఆయన ఆ విషయాన్ని సీరియస్‌గానే అందుకున్నాడు. ప్రిన్సెస్ బెట్సీ విమర్శలని ఖండిస్తూ, దాన్ని సమర్థించాడు.

వ్రాన్‌స్కీ, అన్నా ఆ బల్లదగ్గరే కూర్చుండిపోయారు,.

"ఇదేం బాగా లేదు" అని ఒకావిడ అర్థవంతంగా వ్రాన్‌స్కీకేసి, అన్నాకేసీ, ఆమె భర్తకేసీ చూస్తూ అంది.

"నేను చెప్పలా?" అంది అన్నా స్నేహితురాలు.

యీ ఆడవాళ్ళే కాక, ప్రిన్సెస్ మ్యాకయా, బెట్సీలతో సహా డ్రాయింగు రూములో వున్న ప్రతీవాళ్లూ వాళ్లిద్దర్నీ మధ్యమధ్య చూస్తూ వున్నారు, వ్రాన్‌స్కీ, అన్నా మిగతా అందర్నుంచీ దూరంగా పోయి కూర్చోవటం బాగా లేనట్టు, కెరనిన్ వాళ్లున్న వేపు ఒక్కసారి కూడా చూడలేదు. చర్చనీయంగా వున్న విషయం మీదనుండి తన ఆసక్తిని పక్కకి మళ్ళించుకోలేదు.

దీన్ని చూసి అందరూ చెడ్డగా భావించుకుంటున్నారని గమనించిన కెరనిన్ పక్కన తన స్థానంలో యింకో ఆమెని కూర్చోబెట్టి బెట్సీ అన్నా దగ్గరికి వెళ్లింది.

"మీ ఆయన యెంతో స్పష్టంగా, సూటిగా అభివ్యక్తం చేసే తీరు చూసి నేనెప్పుడూ ఆశ్చర్యపోతాను. అర్థం కాని అతీత విషయాలు కూడా ఆయన మాట్లాడితే నాకు అర్థం అవుతాయి" అంది.

"అవును" అంది అన్నా సంతోషంతో మెరిసే చిరునవ్వు నవ్వుతూ. బెట్సీ అన్న ముక్క ఒక్కటీ ఆమెకి అర్థం కాకుండానే అలా అంది. పెద్ద టేబిల్ దగ్గరికి వెళ్ళి నలుగురూ మాట్లాడుతూ వున్న దాంతో కలిసింది.

ఓ అరగంట వున్నాక కెరనిన్ భార్య దగ్గరికి వెళ్ళి యిక ఇంటికి పోదామా అన్నాడు. ఆమె అతనికేసి చూడకుండానే భోజనం చేసి వస్తానని చెప్పింది. కెరనిన్ సరేనని వెళ్లిపోయాడు.

* * *

అన్నా కెరనినా బండి తోలే మనిషి లావాటి ముసలి తాతారు. మెరిసే తోలు కోటు తొడుక్కున్నాడు. దాపటి బూడిదరంగు గుర్రాన్ని అదుపు చెయ్యడం అతనికి కష్టంగా వుంది.

---

1. వెక్కిరించే ధోరణి (ఇంగ్లీషు)

గుమ్మం దగ్గర చాలాసేపట్నుంచి నిలబడే వుండడంతో చలికి ఒణికిపోయి అది యెగురుతూ, వెనక కాళ్ళమీద లేస్తూ వుంది. నౌకరు బండి తలుపు తెరచి పట్టుకుని నుంచునే వున్నాడు. కావలివాడు సింహద్వారం తలుపు తెరిచి నుంచున్నాడు. అన్నా ఫర్ కోటు కొక్కేనికి చిక్కుకున్న గౌను చేతి లేసుని చిన్న చేత్తో అలవోకగా విడదీస్తూనే తలవంచి వ్రాన్‌స్కీ చెపుతున్న మాటల్ని చాలా సంతోషంగా వింటోంది. అతను ఆమెని బండి దగ్గర దిగబెట్టడానికి కూడా వచ్చాడు.

"మీరే మాటా చెప్పలేదు. సరే నాకు అడిగే హక్కు లేదనుకోండి, యేదీ కూడా. మీకు తెలుసు నాకు కావలసింది స్నేహం కాదు. నాకు జీవితం ప్రసాదించే ఆనందం వొక్కటీ ఆ పదంలో, మీకు యేమీ యిష్టంలేని ఆపదలో వుంది – అది ప్రేమ."

"ప్రేమ" అని ఆమె మెల్లగా రెట్టించింది. ఇంతట్లోకి కొక్కెంలో చిక్కుకున్న లేసు విడి, అనుకోకుండానే "నాకా పదం యిష్టం లేదు. ఏమంటే నాకు అది చాలా అధికమైంది. మీరు అర్థం చేసుకోగల దానికంటే చాలా యెక్కువ" అంది. అని అతని ముఖంకేసి వొక్కసారి చూసి. "మరి వుంటా" అంది.

అతనికి చేతిని అందించింది. తర్వాత గబగబా లేడిలాగా అడుగులు వేస్తూ కావలివాణ్ణి దాటివెళ్ళి బండిలోకి యెక్కింది.

ఆమె చూపు, హస్త స్పర్శ అతన్ని కాల్చేశాయి. ఆమె తన చేతిని తాకిన చోట ముద్దుపెట్టుకున్నాడు. గడిచిన రెండు నెలలకంటే ఆ రోజు సాయంత్రం తన కోరికను సాధించడంలో కలిగిన పురోగతి సంతోషం కలిగించింది.

8

తన భార్య వ్రాన్‌స్కీతో కలిసి విడిగా వేరే బల్ల దగ్గర కూర్చుని ఉత్సాహంగా అతనితో మాట్లాడుతూ వుండటం అలెక్సేయ్ అలెక్సాండ్రొవిచ్ కెరనిన్‌కి వింతగానూ కనిపించలేదు. కూడని పనిగానూ అనిపించలేదు. కాని డ్రాయింగ్ రూమ్‌లో కూర్చున్న మిగిలిన వాళ్ళకిది వింతగానూ, కూడని పనిగానూ కనిపిస్తున్నట్టు అతను గమనించేడు. ఆ కారణంగా తనూ అది కూడని పని అయివుండాలి అనుకున్నాడు. భార్యతో ఆ విషయం గురించి మాట్లాడాలని నిర్ణయించుకున్నాడు.

ఇంటికి తిరిగి వచ్చేక యెకాయెకీ అలవాటు ప్రకారం చదువుకునే గదిలోకి వెళ్ళాడు. చేతుల కుర్చీలో కూర్చున్నాడు. పోపు ఆధిపత్యం గురించి రాసిన పుస్తకాన్ని తీసుకుని గుర్తుపెట్టుకున్న చోట తెరిచి చదవసాగేడు. ఒంటిగంటదాకా చదువుకోవడం అతనికి అలవాటు. అలాగే చేశాడు. కాని ఆ రోజు రాత్రి తడవ తడవకీ యెత్తుగా వున్న నుదురుపైన చేతిని రాసుకుంటూనే వున్నాడు. యేవో విసిగించే ఆలోచనలని తరిమేస్తున్నట్టు తల పంకిస్తూనే వున్నాడు. యథాప్రకారం వేళకి నిద్రకుపక్రమించడానికి లేచాడు. అన్నా యింకా యింటికి రాలేదు. అతను పుస్తకం చంకలో పెట్టుకుని మెట్లెక్కి పైకి వెళ్ళాడు. అతనికి మామూలుగా ఉద్యోగ సంబంధమైన ఆలోచనలు, ఆ వూహలు బుర్రలో తిరుగుతున్నాయి. అలవాటు ప్రకారం

పడుకోలేదు. చేతులు వెనక్కి కట్టుకొని గదులలో అటూ యిటూ పచార్లు చేశాడు. ప్రస్తుతం తలెత్తిన పరిస్థితిని మొదట సౌకర్యంగా పరిశీలిస్తే తప్ప పడక చేరలేదు.

భార్యతో యీ విషయం గురించి మాట్లాడాలని యిందాక కెరనిన్ నిర్ణయించుకున్నప్పుడు, యిదంతా చాలా సునాయాసమైన విషయంగానూ, తేలికైన విషయంగా కనిపించింది. కాని యిప్పుడు సరిగా దాన్ని గురించి ఆలోచించిన మీదట అది చాలా కష్టంగానూ, సంక్లిష్టమైంది గానూ కనిపించింది.

కెరనిన్ అసూయాపరుడేం కాదు. అసూయపడ్డం అంటే భార్యని అవమానించడమేనని అతని భావన. భార్యని నమ్మాలి. భార్యని ఎందుకు నమ్మాలి, యీ పడుచు భార్య ఎప్పుడూ తనని ప్రేమిస్తుంది అన్న పూర్తి విశ్వాసం తనకి యెందుకు వుండాలి, అని అతను ప్రశ్నించుకోలేదు. తనకి ఆమె మీద అపనమ్మకం లేదు. తను ఆమెని నమ్మేడు, అలా నమ్మాలని తనకి తాను చెప్పుకున్నాడు కాబట్టి. అసూయపడటం సిగ్గుపడవలసిన విషయమనీ, నమ్మకం వుండాలనీ అతని భావన. చలించలేదు కాని యేదో అర్థంలేని అహేతుకమైన దాన్ని ఎదుర్కోవలసి వస్తోందని అతనికి అనిపించింది. ఏం చెయ్యాల్సిందీ అతనికి తెలియదు. కెరనిన్ నిజజీవితాన్ని ఎదుర్కోవలసి వచ్చింది. తన భార్య వేరేవాళ్ళ నెవళ్ళనో ప్రేమించే సందర్భాన్ని యెదుర్కోవల్సి వచ్చింది. అది అర్థరహితంగా, అహేతుకంగా కనిపించింది. యేమంటే అది నిజ జీవితం కాబట్టి. అతనికి గుర్తున్నంతవరకూ అతను అధికారిక రంగాల్లోనే జీవించి పనిచేశాడు. అక్కడ జీవిత ప్రతిబింబాలతో వ్యవహరించడమే వుంటుంది. నిజ జీవితంలో సంబంధం కలిగించుకోవలసి వచ్చిన ప్రతీసారీ దాన్నుంచి దూరం వెళ్ళాడు. ఇప్పుడు తన స్థితి పెద్ద అగాధం మీద వంతెన దాటేవాడి లాగా వుంది. వంతెన దాటేవాడు ప్రశాంతంగా దాటుతూనే వుంటాడు. ఉన్నట్టుండి వంతెన తెగిపోయి అగాధం తనముందు ఆవులించుకుని యెదురు చూస్తుంది. ఆ అగాధం నిజ జీవితం వంతెన. కెరనిన్ బతుకుతూ వున్న కృత్రిమ జీవితం. తన భార్య మరొక మనిషిని ప్రేమించే సందర్భం అనేదాన్ని అతను మొదటిసారిగా యెదుర్కొంటున్నాడు. అతను స్తబ్దుడయ్యాడు.

అతను బట్టలు మార్చుకోలేదు. సమంగా అంగలు వేస్తూ, భోజనాల గది చెక్కనేల మీద చప్పుడు అవుతూవుంటే, అటూ యిటూ పచార్లుచేసాడు. భోజనాల గదిలో ఒక్క దీపమే వెలుగుతోంది. డ్రాయింగ్ రూమ్ తివాసీమీద పచారుచేశాడు. డ్రాయింగ్ రూమ్ చీకటిగా వుంది. ఆ గదిలో వెలుతురు ఈ మధ్యనే గీసిన తన బొమ్మమీద పడుతోంది. ఆ బొమ్మ సోఫామీద వేళాడుతుంది. అన్నా గదిలో పచార్లుచేసాడు. ఆమె గదిలో రెండు కొవ్వొత్తులు వెలుగుతున్నాయి. ఆ వెలుతుర్లో ఆమె కుటుంబం, మిత్రులు వున్న బొమ్మలు కనిపిస్తున్నాయి. ఆమె రాత బల్లమీద వున్న చిన్నా చితకా వస్తువులు కనిపిస్తున్నాయి. అవి అతనికి బాగా పరిచయం. ఆమె గదిలో నడిచి వెడుతూ అతను తమ పడకగది దాకా వెళ్ళాడు. అక్కడినుంచి మళ్ళీ వెనక్కి తిరిగాడు.

పచారుచేస్తూ చివరికంటా వెళ్ళిన ప్రతీసారీ దీపం వెలుగుతూ వున్న భోజనాల గదిలో చెక్కనేల దగ్గరికి రాగానే ఆగేవాడు. 'అవును నేను దీన్నంతటినీ పరశీలించి పరిష్కరించాలి. నా ఉద్దేశాలు చెప్పి నా నిర్ణయం తెలియజెయ్యాలి?' అనుకొనేవాడు మళ్ళీ డ్రాయింగ్ రూమ్

దగ్గరికి వెళ్ళగానే. కాని జవాబు దొరికేది కాదు. 'అయినా యేం జరిగింది?' అని ఆమె గది వేపు తిరిగి అనుకునేవాడు "ఏమీ లేదు. ఆమె అతనితో కాసేపు మాట్లాడింది. దానివల్ల యేమైంది? సమాజంలో ఆడవాళ్ళు అనేకరకాల వాళ్ళతో మాట్లాడతారు. అసూయపడటం ఆమెని అవమానపరచటం, నన్ను అవమానపరచుకోవటం' అనుకున్నాడు. ఆమె చదువుకునే గదిలోకి వెళ్ళి. కాని యింతకు ముందు యెక్కువ సమాధాన పూర్వకంగా వున్న యీ వాదనలు శూన్యంగా కనిపించాయి. పడక గది గుమ్మం దగ్గర వెనక్కి తిరిగి మళ్ళీ డ్రాయింగ్ రూమ్‌కి తిరిగి వచ్చేడు. అతను చీకటిగా వున్న డ్రాయింగ్ రూమ్‌లోకి మళ్ళీ రాగానే – తను తప్పని, యితరులు దేన్నో గమనించారూ అంటే ఏదో వుండే వుండాలి అని ఎవరో చెప్పినట్లె యింది. భోజనాల గదిలోకి వెళ్ళాక మళ్ళీ తనలో అనుకున్నాడు. 'అవును నేను దీన్నంతట్నీ పరిశీలించి పరిష్కరించాలి. నేననుకుంటున్నది చెప్పాలి' మళ్ళీ డ్రాయింగ్ రూమ్ చివర వెనక్కి తిరుగుతూ 'యెలా పరిష్కరించాలి? అనుకునేవాడు. మళ్లీ 'యేం జరిగింది?' అనుకునేవాడు. "ఏం జరగలేదు" అని సమాధానం చెప్పుకునేవాడు. అసూయపడటం తన భార్యని అవమానపర్చటం అని గుర్తు చేసుకొనేవాడు. కాని తిరిగి డ్రాయింగ్ రూమ్‌లోకి వచ్చేటప్పటికి ఏదో జరిగిందని అనుకునేవాడు. అతని గదిలోనుంచి గదిలోకి తిరుగుతూ వున్నట్టు అతని ఆలోచనలు కూడా వేరే కొత్త దాన్ని దేన్నీ సూచించకుండా ఒక వృత్తంలో తిరిగాయి. యీ విషయంమీదకి అతని దృష్టి మళ్లింది. చేత్తో నుదురు రుద్దుకున్నాడు. అన్నా గదిలో కూర్చుండిపోయాడు.

అక్కడ కూర్చుని ఆమె రాసుకొనే బల్లకేసి చూశాడు. దానిమీద మాలకాయిట్ రాత పరికరాలు వున్నాయి. పూర్తిచెయ్యని ఉత్తరం ఒకటుంది. అతని ఆలోచనలు హఠాత్తుగా కొత్త మలుపు తిరిగాయి. ఆమె ఆలోచనలు యేమిటో ఆమె అనుభూతులు యేమిటో అని ఆమె గురించి అనుకోవడం మొదలుపెట్టాడు. మొట్టమొదటిసారిగా ఆమె వ్యక్తిగత జీవితం గురించీ, ఆమె ఆలోచనల గురించీ, ఆమె కోరికల గురించీ స్పష్టంగా వూహలో అవగాహన చేసుకున్నాడు. ఆమెకి సొంత జీవితం ఒకటుంటుందనే ఊహే, అది వుండి తీరాలన్న ఊహే యెంతో భయంకరంగా కనిపించింది. దాన్ని గబగబా మనస్సులోంచి తరిమెయ్యబోయాడు. అతను చూడలేని అగాధం అది. తనని ఆలోచనల్లో, భావనల్లో వేరే వ్యక్తి స్థానంలో పెట్టుకోవడం అనేది కెరనిన్ స్వభావానికి విరుద్ధమైన ఆత్మిక ప్రయత్నం. అలాంటి ఆత్మిక ప్రయత్నం అనే దాన్ని చెయ్యడం ప్రమాదకరమైన, నష్టదాయకమైన కళ్లేన్ని వదలడంగానే అతను పరిగణిస్తాడు.

'అన్నిటికంటే చెడ్డది – యిది నా పని దాదాపు పూర్తయే సమయంలో (తను అప్పట్లో ముందుకు తెస్తూ వున్న ప్రణాళిక అతని మనస్సులో వుంది) నాకు మనశ్శాంతీ పూర్ణ ఆత్మిక శక్తి అవసరమైన యీ సమయంలో యిది సరిగ్గా రావడం, నేనికలాంటి వ్యర్థ ఆందోళనతో కుంగిపోవడం. కాని యేం చెయ్యాలి? యెదురుగా చూసే ధైర్యం లేక చింతనీ వ్యాకులతనీ అనుభవించే లాంటి వాణ్ణి కాను నేను."

"నేను సౌకల్యంగా ఆలోచించాలి. ఒక పరిష్కారానికి రావాలి. మనస్సులో యీ చింత లేకుండా చూసుకోవాలి" అని పైకే అన్నాడు.

"ఆమె అనుభూతులకి సంబంధించి ఆమె హృదయంలో యేం జరిగిందో, జరుగుతూ వుందో, నాకు సంబంధం లేదు. అది ఆమె అంతరాత్మకి సంబంధించిన విషయం. ధర్మానికి

సంబంధించి విషయం అనుకున్నాడు. దానితో నైతిక నియమావళికి చెందిన ఖచ్చితమైన అంశం ప్రస్తుతం తల యెత్తిన ఈ పరిస్థితికి అన్వయించేట్టు దొరికిందని ఉపశాంతి పొందాడు.

'అందుచేత ఆమె అనుభూతులూ వగైరాలన్నీ ఆమె అంతరాత్మకి సంబంధించిన విషయాలు. నాకు ప్రమేయం లేదు. నా బాధ్యత స్పష్టంగానే వుంది. కుటుంబ యజమానిగా నా బాధ్యత ఆమె నడవడికని సరిగా వుండేటట్టు చూడ్డం. ఆ రకంగా ఒక మేరకి జవాబుదారీ వుందంతే. రానున్న ప్రమాదాన్ని చూసి, ఆమెని హెచ్చరించి, నా అధికారాన్ని కూడా చూపించాల్సి వుంది. దీన్నంతటినీ ఆమెకి వివరించి చెప్పాలి" అనుకున్నాడు.

భార్యకి యేం చెప్పాలో కెరనినా మనస్సులో స్పష్టమైన రూపం తీసుకుంది. తను ఏం చెప్పబోయేదీ దాన్ని గురించి అనుకుంటూ యిలాంటి చిన్న విషయం మీద, స్వంత కుటుంబ వ్యవహారం మీద తన సమయాన్నీ, మానసిక శక్తినీ ఖర్చు చెయ్యాల్సి వస్తోందేమోనని బాధపడ్డాడు. అయినాగానీ ఆమెకి యివ్వబోయే ఉపన్యాస రూపం, క్రమం, అవి ఒక ప్రజా నివేదిక అయినట్టుగా, అతని మనస్సులో రూపు తీసుకున్నాయి. "ఈ విషయాల గురించి చెప్పి వ్యాఖ్యానించాలి. మొదటిది, ప్రజాభిప్రాయ ప్రాముఖ్యం, శిష్టాచార మహత్వం; రెండవది, వివాహబంధపు ధర్మ ప్రాముఖ్యం, మూడవది, అవసరం అయితే యిదీ చెప్పాలి – కన్నకొడుక్కి కలిగే భవిష్యత్ దురదృష్ట సూచన; నాల్గవది, ఆమెకిగా – ఆమెకి ప్రాప్తించబోయే దురదృష్ట సూచన.' తర్వాత కెరనినా వేళ్ళల్లో వేళ్ళుపెట్టి చేతుల్ని కిందికి చాచాడు. వేళ్ళ మెటికలు విరుచుకునేదాకా చేతుల్ని చాచాడు.

వేళ్లూ వేళ్లూ బంధించుకోవడం, మెటికలు విరుచుకోవడం, యెప్పుడూ అతనికి వూరట కలిగిస్తాయి. అతని ఆలోచనలు కూడదీసుకోవటానికి అనుకూలిస్తాయి. ఆ క్షణంలో అతనికి యెంతో అవసరం అయింది అదే. ఆ సమయంలో యింటి గుమ్మం దగ్గరికి వస్తూ వున్న బండి చప్పుడు వినిపించింది. కెరనిన్ హాలు మధ్యలో నుంచుండిపోయాడు.

ఆడమనిషి మెట్లు యెక్కి వస్తూవున్న చప్పుడు వినిపించింది. కెరనిన్ ఉపన్యాసం యివ్వడానికి సిద్ధంగా నిలబడ్డాడు. కట్టుకున్న వేళ్ళని నొక్కాడు. మరోసారి మెటిక విరుగుతుందా అని చూశాడు. విరిగింది.

మెట్లమీద ఆమె తేలిగ్గా అడుగులు వేసుకుంటూ వస్తోంది. ఆమె దగ్గరికి వస్తోందని కెరనిన్ గ్రహించాడు. తను తయారు చేసుకున్న ఉపన్యాసం తృప్తిగానే వుందతనికి. కాని రాబోయే సంభాషణ అతనికి భయం కలిగించింది.

9

అన్నా తల వంచుకునే, టోపీ కుచ్చులతో ఆడుకుంటూ మెట్లెక్కి వచ్చింది. ఆమె ముఖం ప్రకాశమానంగానే వుంది. కాని సంతోషభరిత ప్రకాశం కాదు. చీకటిరాత్రిలో అగ్ని ప్రమాదం సంభవించినప్పుడు రగులుకునే మంటలాంటి ప్రకాశం. ఆమ భర్తని చూసి తల యెత్తి చిరునవ్వు నవ్వింది, అప్పుడే మెలకువ వచ్చిన మనిషిలాగా.

"ఇంకా పడుకోలేదా? చిత్రంగా వుందే!" అంది టోపీ విసిరేసి. యెకాయెకీ యెక్కడా ఆగకుండా తన డ్రెస్సింగ్ రూమ్‌కి వెళ్లిపోయింది. "పడుకునే వేళయింది కదా" అంది లోపలినుంచి.

"అన్నా! నీతో మాట్లాడాలి."

"నాతోనా?" అని ఆశ్చర్యంగా అంది. ఇవతలకి వచ్చి అతనికేసి చూసింది. "ఏమిటది? దేని గురించై వుంటుంది?" అని కూర్చుంటూ అడిగింది. "ఊఁ సరే అయితే. అంత అవసరం అయితే మాట్లాడుకుందాం. కాని నాకు నిద్రపోవడం మెరుగనిపిస్తోంది" అంది.

అన్నా తనకి తట్టిన విషయాన్నే అనేసింది. తను అన్నమాటలు చూసి తను అంత బాగా అబద్ధం ఆడగలదా అని ఆశ్చర్యపోయింది. తన మాటలు యెంతో సహజంగా, నిష్కపటంగా తనకే కనిపించాయి. నిజంగా నిద్రపోవాలని ఆమెకి అనిపించింది! అబద్ధాల అభేద్యమైన కవచంలో వున్నట్టు ఆమెకి అనిపించింది. ఏదో అదృశ్యశక్తి తనకి తోడుగా వుండి సాయపడుతున్నట్టు ఆమెకి అనిపించింది.

"అన్నా! నిన్ను నేను హెచ్చరించాల్సి వుంది"

"నన్నా? హెచ్చరించడమా? దేన్ని గురించి?" అని అడిగింది.

ఆమె భర్తకేసి యెంతో సహజంగా, కులసాగా చూసింది. ఆమె భర్త తప్ప, ఆమెని తెలిసిన వాళ్ళెవరూ ఆమె స్వరంలో గాని ఆమె మాటల అర్థంలో గాని కృత్రిమమైంది దేన్నీ కనిపెట్టలేరు. కాని ఆమె అతనికి బాగా తెలుసు. తను అయిదునిమిషాలు ఆలస్యంగా నిద్రపోవడానికి వెడితే గమనించి కారణం అడుగుతుందని తెలుసు. ఎప్పుడూ ఆమె కష్టసుఖాలని చెప్పుకోడానికి వెంటనే తన దగ్గరికి వస్తుంది అని తెలుసు. ఇప్పుడు తను వున్న మానసిక స్థితిని ఆమె గుర్తించ నిష్టపడటం లేదు. తన గురించి ఒక్కమాటా చెప్పడం లేదు. ఆమెని గురించి అంతలా తెలిసిన అతనికి యిప్పుడీ ప్రవర్తన చాలా గంభీరమైన ప్రాముఖ్యం వున్న విషయం. తనకి సర్వదా తెరిచి వున్న ఆమె హృదయం లోతులు యిప్పుడు మూసుకు పోయాయని అతను చూశాడు. పైగా ఆమె కంఠస్వర ధోరణిని బట్టి తన స్థితి ఆమెను యే మాత్రమూ కలత పెట్టడం లేదని, నిజానికి 'అవును, మూసుకుపోయాయి. అలాగే వుండాల్సి వుంది, భవిష్యత్తులో కూడా అలాగే ఉండబోయేది' అని చెప్తున్నట్టు అనిపించింది. తిరిగి తిరిగి ఇంటికి వచ్చేటప్పటికి తలుపులు మూసివుంటే యెవళ్లకైనా యెలా వుంటుందో అతనికి అలా అనిపించింది. 'కాని తాళం చెవి దొరుకుతుంది' అనుకున్నాడు.

"నేను హెచ్చరించదలుచుకున్నది" అని నిదానంగా మొదలుపెట్టాడు. "నీ అవివేకం వల్ల, ఆలోచనలేమి వల్ల లోకులు నిన్ను గురించి మాట్లాడుకొనేందుకు హేతువు కల్గిస్తున్నావు. ఈ సాయంత్రం కౌంట్‌వ్రాన్‌స్కీతో (అతను ఆ పేరుని స్ఫుటంగా, నిదానంగా ఒత్తుతూ ఉచ్చరించేడు) మురిసిపోతూ నువ్వు మాట్లాడుతూ వుండటం నలుగురి దృష్టిలోనూ పడింది."

ఆ మాటలు చెప్తూ అతను ఆమె కళ్ళలోకి చూశాడు. అవి నవ్వుతున్నట్టున్నాయి. అభేద్యతవల్ల భయం కలిగించేటట్టు అయాయి. తను ఆ మాటలు అంటూ వున్నా గూడా అవి వ్యర్థమనీ పనికిమాలినవనీ అతను గ్రహించాడు.

172 టాల్‌స్టాయ్

"అదే నీతో వచ్చింది" అందామె అతని మాటల్ని అర్థం చేసుకోలేకపోతున్నట్టుగా, ఆఖరున అన్నమాటలనే అర్థం చేసుకుంటున్నట్టు. "యివాళ నేను నిరుత్సాహంగా వున్నాను కాబట్టి నువ్వు అసంతృప్తిగా వుంటావు, రేపు నేను సంతోషంగా వుంటాను కాబట్టి అసంతృప్తి పడతావు. నేనివాళ నిరుత్సాహంగా లేను. అదేగా నీకు కష్టం కలిగించింది?"

కెరనిన్ కదిలేడు. మెటికలు విరుచుకోవడానికి వేళ్ళని వంచేడు.

"అబ్బ ఆ పాడు చప్పుడు చెయ్యొద్దు. నాకు అసహ్యం" అంది.

"అన్నా నువ్వేనా?" అన్నాడు బలవంతంగా మెటికలు విరుచుకోకుండా వుండే ప్రయత్నం చేశాడు.

"వూఁ యేమిటి విషయం? యేం కావాలి నీకు?" అని నిజంగా ఆశ్చర్యపడుతున్నట్టు, ఓ మాదిరి పరాచికంగా వుండేటట్టు అడిగింది.

జవాబు చెప్పకుండా అతని నుదుటిపైనా, కళ్ళపైనా చేత్తో రాసుకున్నాడు. తను చెయ్యాలనుకున్న దాన్ని చెయ్యకుండా అంటే లోకుల దృష్టిలో వున్నదాన్ని చెయ్యకుండా హెచ్చరించడానికి బదులు, అనుకోకుండానే ఆమె అంతరాత్మకి సంబంధించిన దాని గురించి తను ఆందోళన పడిపోతున్నాడనీ అక్కడలేని గోడకి కొట్టుకుంటున్నాడని గుర్తించాడు.

"నేను చెప్పదలుచుకున్నది యిదీ. నేను చెప్పేది సాంతం విను. నీకు తెలుసు, నాకు అసూయపడ్డం అనేది చెడ్డగా, చిన్నతనంగా కనిపిస్తుందని. నామీద అలాంటి పెత్తనం చెయ్యకుండానే చేసుకుంటాను. కాని కొన్ని శిష్టాచార నియమాలున్నాయి. వాటిని ఉల్లంఘిస్తే అనివార్యంగా దండన అనుభవించాల్సి వస్తుంది. ఇవాళ సాయంత్రం, నీ ప్రవర్తన అక్కడున్న అందరికీ యెలా వుందో నేను మాత్రమే గాక, మిగిలిన అందరూ గమనించారు, నీ ప్రవర్తన యెలా వుండాలో అలా మర్యాదగా లేదు" అని నిదానంగా పొడిగా అన్నాడు.

"నిజంగా నాకు అర్థం కావడం లేదు" అని భుజాలు యెగరేసి అన్నా అంది. 'తనకి సంబంధించి అంతా సరిగానే వుంది. కాని లోకులు గమనించారని చింత పట్టుకుంది' అనుకుంది అన్నా. "నీకు ఒంట్లో బాగాలేదు" అని భర్తని సంబోధించి పైకి అని, వెళ్ళిపోవడానికి లేచింది. ఆమెని ఆపడానికా అన్నట్టు అతను ఒక అడుగు ముందుకు వేసాడు.

అతని ముఖం వికారంగా, ముసురుకుపోయి వుంది. అలా అతన్ని అంతకు ముందెన్నడూ చూడలేదు. ఆమె ఆగి తల వో పక్కకి తిప్పి, తన మామూలు రీతిలో గబగబా తల పిన్నులు తియ్యడం మొదలుపెట్టింది.

"వూఁ వింటానికి తయారుగా వున్నాను" అంది నిదానంగా, తలబిరుసుగా. "నేను ఆసక్తిగా వింటున్నాను; విషయం యేమిటో తెలుసుకోవాలని" అంది.

తన సహజ, శాంత, సవ్య స్వరం, ఖచ్చితమైన మాటలు చూసి ఆఁ అని ఆమెకే ఆశ్చర్యం అనిపించింది.

"నీ అనుభూతుల్లోకి వెళ్ళే హక్కు నాకు లేదు, నిజానికి అలాంటి పని నిరర్థకం, ప్రమాదకరం కూడానూ అనుకుంటున్నాను. మన అంతరంగాలని శోధించుకోవడంలో మనం తరచుగా కదిలించకుండా వుండే వాటిని తవ్వి తోడదాం. నీ అనుభూతులు నీ అంతరాత్మకి

సంబంధించినవి. కాని నీపట్ల, నాపట్ల దేవుడిపట్ల నాకు వున్న బాధ్యత వల్ల నీ విధుల్ని నీకు చూపించాల్సి వస్తోంది. మన జీవితాలు కలిసి బంధం యేర్పడింది. యీ బంధం యేర్పడింది మనిషి వల్ల కాదు, దేవుడివల్ల. యిలాంటి బంధాన్ని నేరం మాత్రమే తుంచుతుంది. యిలాంటి పాపానికి కఠినమైన శిక్ష వుంటుంది" అన్నాడు కెరనిన్.

"నాకింకా అర్థం అవడం లేదు. అబ్బ, నాకు నిద్రముంచుకొస్తోంది" అంది ఆమె. యింకా పిన్నులు మిగిలాయేమోనని గబగబా చేత్తో తల తడుముకుంది.

"అన్నా! నీకు పుణ్యం వుంటుంది. అలా మాట్లాడకు. బహుశ నేను పొరపాటుపడి వుండవచ్చు. కాని నేను నీకోసం, నా కోసం మాట్లాడేనని నువ్వు నమ్మాలని కోరుతున్నాను. నేను నీ భర్తని, నిన్ను ప్రేమిస్తున్నాను" అన్నాడు అణకువగా.

ఓ క్షణం ఆమె ముఖం దిగాలుగా అయింది. ఆమె కళ్ళల్లో అపహాస్యపూర్వకమైన మెరుపు మాయమైంది. కాని 'ప్రేమిస్తున్నాను' అనే పదం వినగానే ఆమెకి మళ్ళీ కోపం వచ్చింది. 'ప్రేమిస్తున్నాడా? తను ప్రేమించగలడా? ప్రేమ అనే పదం వుందని విని వుండకపోతే యెన్నడూ దాన్ని వాడేవాడు కూడా కాదు. ప్రేమంటే తనకి తెలియదు.'

"నువ్వు చెప్పేది నిజంగా నాకు అర్థం అవడం లేదు. దయచేసి స్పష్టంగా చెప్పు నీకు యేం..."

"దయచేసి నన్ను పుర్తిగా చెప్పనీ, నిన్ను ప్రేమిస్తున్నాను. కాని నేను నా గురించి చెప్పటం లేదు. ముఖ్య వ్యక్తులు యెవరూ అంటే – మన అబ్బాయీ, నువ్వూను. నా మాటలు అసందర్భంగా, అధికంగా కనిపించవచ్చు. నేను పొరపాటుగా అర్థం చేసుకోవడం వల్ల అవి వొచ్చి వుండవచ్చు. అలా అయితే నన్ను మన్నించు. కాని నేనన్న మాటలకి యేమాత్రం హేతువు వుందని నీ అంతట నీకు అనిపించినా నువ్వు వాటిని గురించి ఆలోచించు. నీకు కావాలంటే నాతో చెప్పు."

తనకు తెలియకుండానే కెరనిన్ తను అనుకున్న ఉపన్యాసానికి పూర్తిగా భిన్నమైనదాన్ని చెప్తున్నాడు.

"నేను చెప్పాల్సిందేమీ లేదు. పైగా..." అందామె గబగబా, చిరునవ్వు ఆపుకో ప్రయత్నిస్తూ, "పడుకునే వేళ అయింది" అంది.

అతను నిట్టూర్చి, మరోమాట అనకుండా పడకగదిలోకి వెళ్ళాడు.

ఆమె లోపలికి వెళ్ళేటప్పటికి అతనప్పుడే మంచంమీద పడుకున్నాడు. అతను గట్టిగా మూతి ముడుచుకున్నాడు. కళ్ళతో ఆమెని చూడలేదు. అన్నా తన పక్కమీద చేరింది. యే క్షణంలోనైనా అతను మళ్ళీ మాట్లాడ్డం మొదలుపెడతాడని చూసింది. అతను మళ్ళీ మాట్లాడ్డం మొదలెడతాడని భయపడింది. కాని వినాలనిపించింది. అతను ఏమీ అనలేదు. కాసేపు చూసినతర్వాత అతన్ని గురించి మరిచిపోయింది. రెండో వ్యక్తిని గురించి అనుకుంది. తన మనోనేత్రంలో అతన్ని చూసింది. ఆమె హృదయం ఉత్తేజభరితంగా గెంతింది. కసిగా హర్షంతో గెంతింది. హఠాత్తుగా ఆమెకి నిదానంగా, సమస్థాయిలో వున్న గురక వినిపించింది. ఒక

క్షణంలో కెరనిన్ తన గురకకి తనే భయపడినట్టు గురక ఆగింది. తర్వాత ఒకటి రెండుసార్లు శ్వాస మామూలుగానే ఉంది మళ్ళీ గురక మొదలైంది. నిదానంగా సమస్థాయిలో.

"ఆలస్యమైపోయింది. యిప్పటికే మించిపోయింది" గొణిగింది చిరునవ్వు నవ్వుతూ. కదలకుండా అలానే పడుకుంది. కళ్లు మూతపడకుండానే వున్నాయి ఆ కళ్ళ మెరుపు చీకట్లో తనే చూడగల్గుతున్నట్టు వూహించుకుంది.

10

ఆ రాత్రినుంచీ కెరనిన్‌కి, అతని భార్యకీ నూతన జీవితం ఆరంభమైంది. ప్రత్యేకంగా ఏమీ మారలేదు. అన్నా యధాప్రకారంగానే ఉన్నత సమాజంలోకి వెడుతుంది. యెక్కువగా ప్రిన్సెస్ బెట్సీ దగ్గరికి వెళ్ళేది. యెక్కడికి వెళ్లినా వ్రాన్‌స్కీని కలిసేది. కెరనిన్‌కి తెలుసు కాని, యేమీ చెయ్యలేకపోయాడు. దీనికి సంబంధించి యే ప్రస్తావన అతను చెయ్యనారంభించినా అన్నా అతని ముందు ఉల్లాసభరిత, ఆశ్చర్యపూరిత అభేద్యపూరిత అభేద్యకుడ్యాన్ని నిలబెట్టేసేది. పైకిమాత్రం అంతా మారకుండానే వుంది. కాని వాళ్ళ అంతరంగిక సంబంధాలు పూర్తిగా మారిపోయాయి. ప్రభుత్వ వ్యవహారాలకి సంబంధించి కెరనిన్ గొప్పవాడే అయినా, యీ విషయంలో మాత్రం యేమీ చెయ్యలేకపోయాడు. వధ్యశాలకి తీసుకుపోయిన యెద్దులాగా అతను నోరెత్తకుండా తల వాల్చేసి దెబ్బపడడం కోసం చూశాడు. అతని మనస్సుకి యీ విషయం తట్టినప్పుడల్లా తను మరోసారి ప్రయత్నం చెయ్యాలని అనుకునేవాడు. దయ, ఉదారత్వం, ప్రేమాభిమానాలు చూపించి ఆమెకి అర్థం అయ్యేటట్టు చెయ్యగలననుకున్నాడు. ప్రతిరోజూ ఆమెతో మాట్లాడదామనే తీర్మానించుకునేవాడు. కాని ఆమెతో మాట్లాడ్డం మొదలుపెట్టిన ప్రతీసారి ఆమెని ఆవేశించిన దుష్టశక్తి, కపటత్వం తననీ ఆవహించినట్టు అనిపించేది. తను చెప్పే విషయాలూ, తను వాటిని చెప్పే ధోరణీ తను వుద్దేశించినట్టు వుండేవి కావు. అప్రయత్నంగానే తన మామూలు వ్యంగ్య ధోరణి వచ్చేసేది. అలాంటి స్వరంతో ఆమెకి తను చెప్పాలనుకున్నదాన్ని చెప్పడం అసంభవం.

11

దాదాపు ఒక సంవత్సరం పాటు వ్రాన్‌స్కీజీవిత ఏకైక కోరిక అయిన, అతని పూర్వపు కోరికలన్నిటి స్థానాన్నీ ఆక్రమించినటువంటిది, అన్నాకి అసంభవంగా భయానకంగా కనిపించి, ఆ రకంగా ఆనందపు మనోహర స్వప్నంగా భాసించినటువంటిది - సఫలమైంది. వ్రాన్‌స్కీ ముఖం పాలిపోయింది. కంపించే కింది దవడతో ఆమె దగ్గర వాలి నుంచున్నాడు. ఆమెని శాంతించమని అర్థిస్తున్నాడు. కాని యెలా యెందుకు శాంతిపడాలో అతనికే తెలీదు.

"అన్నా, అన్నా" అన్నాడు కంపించే స్వరంతో. "అన్నా, వేసుకుంటున్నా!..."

కాని అతను యెంత గట్టిగా అర్థిస్తూ వుంటే, అంత కిందుగా ఆమె తల వాలిపోయింది. ఒకప్పుడు గర్వంగా, ఉల్లాసంగా వున్న తల యిప్పుడు నేరపంకిలమై వాలిపోయింది. ఆమె

అలా తల వాల్చుకుంటూ, చివరికి సోఫామీద నుంచి జారి నేలమీద అతని కాళ్ళముందు జారింది. అతను గనుక ఆమెని పట్టుకోకపోయి వుంటే, తివాసీమీద సాగిలపడిపోయేదే.

"భగవంతుడా! నన్ను క్షమించు" అని ఆమె వెక్కింది. అతని చేతులు తన ఛాతీ మీద అదుముకుంది.

ఆమె యెంత అపరాధినిలాగా, దోషిలాగా బాధపడుతోందంటే వినమ్రురాలై క్షమ యాచించడం కంటే మరేమీ చెయ్యలేకపోయింది. ఇప్పుడిక యావత్ప్రపంచంలోనూ ఆమెకి మిగిలిన వ్యక్తి అతనే కాబట్టి అతన్ని సంబోధించే క్షమాభిక్ష అర్థించింది. అతనికేసి చూసినప్పుడు తన పతన స్థితి మూర్తికట్టినట్టు అనుభవంలోకి వచ్చింది. ఈ క్షమాభిక్షకంటే వేరే మాటలు ఆమె అనలేకపోయింది. హత్యచేసిన హంతకుడు తను ప్రాణం తీసిన శరీరాన్ని చూస్తే యెలా వుంటుందో అలా వుంది వ్రాన్‌స్కీకి. తను ప్రాణం తీసిన ఆ శరీరం అంటే తగు ప్రేమ - తొలిదశలోని ప్రేమ. భయంకర జుగుప్సాత్మకమైనదేదో విపరీతమైన అవమానభార మూల్యం చెల్లించినటువంటిది. దీన్ని గుర్తు చేసుకుంటే కలుగుతుంది. తన ఆధ్యాత్మిక నగ్నతా కారణంగా ఉత్పన్నమైన అవమానం ఆమెని నలిపేస్తోంది. అది వ్రాన్‌స్కీ మీద ప్రభావం కల్గిస్తోంది. తను హత్యచేసిన శవాన్ని చూసి హంతకుడు భయవిహ్వలితుడై పోతాడు. కాని ఆ కళేబరాన్ని ముక్కలుముక్కలుగా ఖండించెయ్యాలి. దాచెయ్యాలి. హత్యవల్ల తనకి లభించిన యే లబ్ధినైనా అనుభవించి తీరాలి.

విపరీతమైన ఆవేశభరితంగా కనిపించే విద్వేషంతో శవం మీద పడి దాన్ని పీకి ఛిద్రం చేస్తాడు. వ్రాన్‌స్కీ కూడా సరిగ్గా అలాగే చేశాడు. ఆమె ముఖంమీద, భుజాల మీద తీవ్ర కాంక్షాభరితంగా ముద్దులు వర్షింపచేసాడు. ఆమె అతని చేతిని పట్టుకుంది, కదల్లేదు. అవును యీ ముద్దులకి యింత అవమాన మూల్యం చెల్లించింది. ఈ చెయ్యి ఒక్కటీ యిక యెన్నటికీ నాదే - ఇది నా సహాపరాధి చెయ్యి. ఆమె ఆ చేతిని యెత్తి ముద్దుపెట్టుకుంది. అతను ఆమె పక్కన మోకాళ్ళమీద వాలేడు. ఆమె ముఖంలోకి చూడ ప్రయత్నించాడు. కాని ఆమె ముఖం దాచేసుకుని మౌనంగా వుండిపోయింది. ఆఖరికి యెంతో ప్రయాసమీదట ఆమె లేచి అతన్ని తోసేసింది. ఆమె ముఖం యెప్పటి లాగానే మనోహరంగా వుంది. కాని అందువల్ల మరింత దయనీయంగా కనిపించింది.

"అంతా ముగిసింది. నాకు నువ్వు తప్ప యేవీ మిగలలేదు. గుర్తుపెట్టుకో" అంది.

"నా ప్రాణం అయినదాన్ని యెలా మరిచిపోతాను? యిలాంటి మహానందం ఒక్కక్షణమే అయినా..."

"ఆనందమా?" అని అన్నా భీతితో, జుగుప్సతో అరిచింది. ఆ భీతి అతనికే అనుభూతం అయింది. "నీ పుణ్యం వుంటుంది, మరొక్కమాట, ఒక్కమాట కూడా వద్దు" అంది.

గబగబా లేచి అతన్నుంచి దూరంగా వెళ్ళిపోయింది.

"మరొక్కమాట కూడా అనవద్దు" అని రెట్టించింది. అతని అవగాహనకందని నిర్జీవ నిరాశ ముఖంలో వెల్లడవుతుండగా వెళ్ళిపోయింది. కొత్త జీవితంలోకి పాదం పెట్టినప్పుడు తనకి కలిగిన లజ్జ, సుఖ, భీతి అనే యీ సమ్మిళితానుభూతిని మాటలలో వ్యక్తం

చెయ్యలేకపోయింది యీ క్షణంలో. కాబట్టి ఆ అనుభూతిని అరకొర మాటలతో వ్యక్తం చేసి పంకిలం చేసి దాన్ని గురించి అనుకోవడానికి కూడా ఆమెకి ఆలోచనలు దొరకలేదు.

'వుహుం యిప్పుడు నేను దాన్ని గురించి అనుకోలేను. తర్వాత నేను మరింత ప్రశాంతంగా వున్నప్పుడు' అని తనలో తను అనుకుంది. కాని ఆలోచించి అవగాహన చేసుకొనే దానికి తగ్గ ప్రశాంతి ఆమెకి యెన్నటికీ రాలేదు. తను యేం చేసిందీ, తనకి ఏం సంభవించబోతుంది, తను యేం చెయ్యాల్సి వుందీ ఆమె అనుకున్న ప్రతీసారి ఆమెని విపరీతమైన భీతి ఆవహించి ఆ ఆలోచనలని మనస్సులోంచి తరిమేసేది.

'తర్వాత, తర్వాత నేను మరింత ప్రశాంతంగా వున్నప్పుడు' అనుకునేది.

కాని కలల్లో, తన వూహలు తన వశంలో లేనప్పుడు ఆమెకీ పరిస్థితి మొత్తం జుగుప్సావహమైన నగ్నత్వంతో దర్శనమిచ్చేది. దాదాపు ప్రతిరోజు రాత్రి ఆమెకి ఒకే కల వచ్చేది. ఆ యిద్దరు మగాళ్ళూ తన భర్తలనీ, యిద్దరూ తన పట్ల అనురాగభరిత లాలనని ప్రదర్శిస్తున్నారనీ ఆమె కలగనేది. అలెక్సేయ్ కెరనిన్ ఆమె చేతిని ముద్దుపెట్టుకుని రోదిస్తూ యిప్పుడంతా సజావుగా వుందని అనేవాడు. అలెక్సేయ్ వ్రాన్‌స్కీ కూడా అక్కడే వున్నాడు. అతనూ తన భర్తే. మరి ఒకప్పుడు యిది అసంభవంగా కనిపించిందని ఆమె ఆశ్చర్యపోయేది. నవ్వి యిప్పుడంతా చాలా సులభతరమైందని, వాళ్ళిద్దరూ తృప్తిపడి ఆనందంగా వున్నారని వాళ్ళకి చెప్పింది. కాని యీ స్వప్నం ఆమెని పీడకలలాగా అణిచివేసేది; ఆమె భయకంపితురాలైపోయేది. వెంటనే మెలకువ వచ్చేసేది.

12

మాస్కోనుంచి వచ్చిన కొత్తల్లో కిట్టీ తనని కాదన్న అవమానం గుర్తుకొచ్చినప్పుడల్లా లేవిన్ కంపించిపోయేవాడు. జేవురించుకుపోయేవాడు. మళ్ళీ తనలో తనే అనుకునేవాడు. 'నేను ఫిజిక్సు పరీక్ష తప్పి మళ్ళీ చదవవలసి వచ్చినప్పుడు కూడా ఆ జ్ఞాపకం నాకు వణుకు పుట్టించేది, జేవురించుకుపోయేవాణ్ణి. నా బ్రతుకు ముగిసిపోయినట్టే అనుకునేవాణ్ణి. మా అక్క నాకు చెప్పిన పని తగలేసినప్పుడు అలాగే నా పని అయిపోయినట్టేనని భావించుకునే వాణ్ణి. కాని జరిగిందేమిటి? కాలం గడిచింది. నాకు యిప్పుడవి గుర్తుకొస్తే అవి అంతలా నన్ను కుంగదీశాయేమని ఆశ్చర్యం కలుగుతుంది. ఇప్పుడు జరిగేదీ అంతే; యీ సందర్భంలో కూడా కాలం గడుస్తుంది. దీన్నీ పట్టించుకోకుండా వుండిపోతాను."

కాని మూడు నెలలు గడిచాయి. అతను పట్టించుకోకుండా వుండలేదు. ఇప్పుడు దాన్ని గుర్తుచేసుకోవడం మొదట్లో ఉన్నంత బాధగానూ వుంది. అతను ప్రశాంతంగా వుండలేక పోయాడు. తనేమో కుటుంబ జీవితం గురించి యెంతో కాలంగా కలగన్నాడు. దానికోసం యెంతో సిద్ధపడి వున్నాడు. అయినా యింకా పెళ్ళి అవకుండానే వుండిపోయాడు. పెళ్ళి ఆడే అవకాశమూ యింకా తక్కువగానే కనిపించింది. తన వయస్సు మగాడు ఒంటరిగా వుండటం మంచిది కాదని తన చుట్టూ వున్న వాళ్లనుకుంటున్నట్టుగానే బాధాకరంగా తనూ గుర్తించాడు. మాస్కోకి వెళ్ళేముందు తను నికొలాయ్‌కి యేం చెప్పాడో గుర్తు వచ్చింది. నికొలాయ్ తన

పశువులను చూస్తూ వుంటాడు. అమాయకుడు. అతనితో మాట్లాడ్డం తనకి సరదాగా వుంటుంది. "నికొలాయ్ పెళ్ళి చేసుకోవాలనుకుంటున్నా" అన్నాడు తను. నికొలాయ్ ఆ విషయానికి సంబంధించి అనుమానానికి తావు లేదన్నట్టు వెంటనే జవాబు చెప్పాడు. "ఆఁ మరి అదునే యిది అయ్యా" అన్నాడు. అదంతా లేవిన్‌కి గుర్తుకొచ్చింది. ఇప్పుడింకా పెళ్లి అవకాశం తక్కువగానే వుంది. హృదయంలో ఖాళీ లేదు. తనకి యెరుకలో వున్న అమ్మాయిలలో యెవరైనా యీ ఖాళీ స్థానంలో వున్నట్టు వూహించుకుందామన్నా అది శుద్ధ నిరర్ధకంగా అతనికి తోచేది. పైగా తనని ఆమె కాదనడం, అందులో తన పాత్ర గుర్తుకు వస్తే కలిగే అవమానభారంతో చిత్రహింస పడిపోయాడు. తన దోషం యేమీ లేదని అతను యెన్నిసార్లు సమాధాన పడదామనుకున్నా, యిదీ, యితర అవమానకరమైన జ్ఞాపకాలలాగా గుర్తుకు వచ్చి అతను వణికిపోయేవాడు, జేవురించుకుపోయేవాడు. గతంలో అతను యితర మనుషులలాగానే తను తప్పు అని గుర్తించిన పనులు చేశాడు. అందుకుగాను అతనికి అంతరాత్మ క్షోభ కలిగి వుండవలసింది. అయినా తప్పు పనుల జ్ఞాపకాలు, అవమానకరంగా వుండే చిల్లర అనుభవాల జ్ఞాపకాలంతగా అతనిని బాధించలేదు. వాటి గాయాలు యెన్నటికీ మానలేదు. ఆ జ్ఞాపకాల వరసలోనే కిట్టీ తనని తిరస్కరించడం, ఆ రోజు సాయంత్రం యితరుల ముందు తన దీనావస్థ కూడా చేరతాయి. కాని యేమైనా కాలం, చేతినిండా వున్న పనీ కొంత మెరుగ్గా ప్రభావం కలిగించాయి. పైకి గుర్తింపు వున్నట్టు కనిపించకపోయినా, పల్లె జీవితంలోని ముఖ్య సంఘటనల కింద కటువైన స్మృతులు యింకా, యింకా లోతుగా స్థాపితమైపోయాయి. ఒక్కొక్క వారమే గడిచేకొద్దీ అతని మనస్సులో కిట్టీ తలపులు తక్కువ అవుతూ వచ్చేయి. ఆమెకి పెళ్లి అయిందనో, లేదో అవబోతుందనో వార్త కోసం తహతహలాడుతూ యెదురు చూశాడు. సలుపు పెట్టే పన్ను పీకేసినట్టుగా ఆ వార్త తనకి ఉపశాంతిని యిస్తుందని ఆశించాడు.

ఈలోపున వసంత రుతువు వచ్చింది. ఒక్కసారిగా, అందంగా. వస్తున్నట్టు ఆశ కలిగించి మళ్లీ వాగ్దాన భంగం చేసి నిరాశ కలిగించే వసంతం కాదు. చెట్లకీ, పశువులకీ, మనుషులకీ ఒక్కలాగే సంతోషాన్నీ ప్రసాదించే అరుదైన వసంతాలలో ఒకటి ఆ వసంతం. మంత్రకవాటం తెరుచుకు వచ్చిన ఆ ముగ్ధ వసంతం లేవిన్‌ని జాగృతం చేసింది. గతాన్ని పరిత్యజించాలన్న అతని సంకల్పాన్ని మరింత దృఢం చేసింది. తన యేకాంత జీవితాన్ని దిటవుగా, స్వతంత్ర పూరితంగా యేర్పాటు చేసుకోవాలన్న ఉద్దేశాన్ని మరింత పటువు చేసింది. మాస్కోనుంచి తిరిగి వచ్చేటప్పుడు యెన్నెన్నో చెయ్యాలని అనుకున్నాడు. వాటిలో అధికభాగం అమలు జరగకుండానే వుండిపోయాయి. కాని ముఖ్యమైంది, పవిత్ర జీవితం గడపాలన్నది, నిశ్చయం జరిగింది. పతనం అయిన ప్రతీసారీ అనుభవించిన లజ్జ, యిప్పుడిక అనుభవించడం లేదు. లోకుల కళ్ళల్లోకి నిర్భయంగా చూడగల్గుతున్నాడు. ఫిబ్రవరి నెలలో మాషా అతనికి ఉత్తరం రాసింది. అతని అన్నగారు నికొలాయ్‌కి ఒంట్లో ఏమీ బాగుండటం లేదట. డాక్టర్ల దగ్గరికి ససేమిరా వెళ్ళనంటున్నాట్ట. అప్పుడు లేవిన్ మాస్కో వెళ్లాడు. అన్నగార్ని బలవంతం చేసి, వొప్పించి డాక్టరు దగ్గరికి వెళ్లేటట్టు చేశాడు. ఖనిజ జలంతో నయం కావడం కోసం విదేశాలకి వెళ్లేటట్టు చేశాడు. అంత సునాయాసంగా అన్నగార్ని వొప్పించగలిగినందుకు, అతనికి కోపం

కలక్కుండా ప్రయాణానికి సొమ్ము అప్పు యిచ్చినందుకూ తృప్తిపడ్డాడు. తన ఎస్టేట్ వ్యవహారాలు నిర్వహించుకుంటున్నాడు. యీ పనికి వసంత రుతువులో ప్రత్యేక శ్రద్ధ అవసరం. చాలా యెక్కువగా చదువుతున్నాడు. వీటికి తోడు వ్యవసాయం మీద రాస్తున్న వ్యాసాన్ని కొనసాగించేడు. దాన్ని శీతాకాలంలో రాయడం ప్రారంభించాడు. శీతోష్ణస్థితీ, నేలగుణం అనేవాటి లాగానే వ్యవసాయ కార్మికుని స్వభావాన్ని ముఖ్యాంశంగా స్వీకరించాలనీ, తదనుగుణంగా వ్యవసాయానికి సంబంధించిన సకల శాస్త్రీయ సిద్ధాంతాలనీ శీతోష్ణస్థితి, నేలగుణం అనే దత్తాంశాలనుంచే గాక నేల, శీతోష్ణస్థితి వ్యవసాయ కార్మికుని స్వభావంలోని కొన్ని స్థిర లక్షణాలని బట్టి గ్రహించాలనీ అందులోని ముఖ్య విషయం. అందుచేత ఒంటరితనం వున్నా కూడా, లేదా తత్కారణంగానేనేమో లేవిన్ అతని జీవితం నిండుగా వుంది. ఎప్పుడో అరుదుగా తన మనస్సులో మూగే భావాల్ని అగాఫ్యా మిహైలొవ్నాకి కాకుండా వేరేవాళ్ళకి చెప్పుకోవాలని అతనికి తపనగా వుండేది. అతను ఆమెతో ఫిజిక్సు గురించి, వ్యవసాయ సిద్ధాంతాల గురించీ ముఖ్యంగా తత్వశాస్త్రం గురించీ యెక్కువగా చర్చిస్తూనే వుండేవాడు. అగాఫ్యా మిహైలోవ్నాకి తత్వశాస్త్రం అభిమాన విషయం.

వసంతం ఆలస్యంగా గాని విరిసి ముందుకు రాలేదు. లెంట్ దినాల ఆఖరులో* వాతావరణం అంతా తేటగా, చల్లగా వుంది. పగలు యెండకి మంచు కరిగేది. కాని రాత్రిళ్ళప్పుడు మైనస్ ఏడు డిగ్రీల సెంటిగ్రేడ్‌కి టెంపరేచరు పడిపోయేది. మంచు దిమ్మిసా అయినట్టు గట్టి పడిపోయేది. దారి వున్నా లేకపోయినాకూడా దానిమీద స్లెడ్జ్ బళ్లు వెళ్ళేవి. ఈస్టరు పండుగ మంచులోనే గడిచింది. ఇంతట్లోకే ఈస్టర్ సోమవారం నాడు వెచ్చని గాలి వీచింది. తుఫాన్ మేఘాలు ముసురుకున్నాయి. మూడు పగళ్ళూ, మూడు రాత్రుళ్ళూ నును వెచ్చగా వుండే వాన కుండపోతగా కురిసింది. గురువారం నాటికి గాలి జోరు తగ్గింది. దట్టమైన బూడిదరంగు పొగమంచు, ప్రకృతిలో జరుగుతున్న పరిణామ రహస్యాన్ని నిగూఢంగా ఉంచడానికా అన్నట్టు నేలమీద వ్యాపించింది. పొగమంచులోనే మంచు కరిగి సెలయేళ్ళు పారాయి. నదిమీద పేరుకున్న హిమం విచ్ఛిన్నమైంది. ప్రవాహం మీద తేలి ప్రవహించింది. బుడగలు చిమ్మే బురదనీరు సెలయేళ్లు వేగంగా పారాయి. ఆదివారం సాయంత్రం నాటికి పొగమంచు విడనారంభించింది. దట్టంగా ముసురుకున్న ఆకాశం తేటబారి దూదిపింజల్లాంటి మేఘాలు తేలి ఆడేయి. గాలి తేజోవంతమైంది. అసలైన వసంతం తెరతీసింది. ప్రఖ్యాత సమయానికి వెచ్చటి యెండ కాసింది. నీటికుంటలమీద పేరుకున్న మంచు కరిగింది. జాగృతమౌతూ వున్న నేలమీద నుంచి లేచే ఆవిరుల భారంతో నునువెచ్చని గాలి కంపించింది. గత యేడు మోసులెత్తే గరికదీ, యీ యేడు యీరికలెత్తే గరికదీ పచ్చదనం పరుచుకుంది. గెల్డర్ రోజ్ మొగ్గలు తొడిగింది. కుర్రంట్ పొదలు మొగ్గలు నవ్వాయి, బర్చ్ చెట్లమీదా మొగ్గలు విచ్చాయి. విల్లో గుబురుమీద నుంచి వేలాడే బంగారు పువ్వుల్లో తేనెటీగ ఘీంకారం చేసింది. అది శీతాకాలం తేనెపట్టులోనుంచి కొత్తగా బయటకు వచ్చింది. కాని అప్పటికే అన్ని వేపులకీ యెగిరిపోతోంది. యీరికలెత్తే పూదారంగు కంకుల పైనుంచీ మంచు వున్న కోత కోసిన పొలాలమీద నుంచీ కనిపించకుండా గొంతుక్కొణ్ణే వున్న భరద్వాజ పిట్టల కూతలు వినవచ్చాయి. పల్లాల్లో బాడవల్లో నిలిచిన కొంగలూ, అడివి బాతులూ యెగురుతూ

ఉచ్చైస్స్వరంతో కూతపెట్టాయి. పచ్చిక బీళ్ళల్లో పశువులు అంబారవాలు చేస్తున్నాయి. వాటికి పాత జుట్టు వూడిపోకుండా కొత్త జుట్టు పెరుగుతూ వుంది. అది పల్చటి జుట్టు. వంకర కాళ్ల గొర్రె పిల్లలు గీపెడుతూ తల్లుల చుట్టూ తిరుగుతున్నాయి. వాటి కురువ కత్తిరించేశారు. ఎండిపోతూ వున్న దారులమీద చురుగ్గా పిల్లలు పరిగెత్తారు. వాళ్ళ దినపాదాల గుర్తులు అక్కడ పడేవి. నారబట్టలు ఉడికే రైతుపడతులు హుషారుగా మాట్లాడుకుంటూ వుండడం చెరువు దగ్గర్నుంచి వినిపించింది. నాగళ్లు, నొల్లలు బాగు చేసుకుంటూ వున్న మగాళ్ళ గొడ్డళ్ళ చప్పుళ్ళు పెరళ్లలో నుంచి వినవచ్చాయి. నిజంగానే వసంత రుతువు వచ్చింది.

13

లేవిన్ యెత్తు బూట్లు తొడుక్కున్నాడు. గొర్రెతోలు కోటు బదులుగా మొదటిసారి వూలు కోటు తొడుక్కున్నాడు. పొలాన్ని చూడ్డానికి బయలుదేరి వెళ్ళాడు. ఎండలో కళ్లు మిరుమిట్లు గొలిపేటట్టు పారే సెలయేళ్ల పైనుంచి గెంతుకుంటూ, మంచుమీద వొకోసారి అడుగులేస్తూ, ఒకోసారి అంటుకునే బురదలో అడుగులు వేస్తూ వెళ్ళాడు.

పథకాలు వేసుకోవడానికీ, వూహలు వూహించుకోవడానికీ వసంత రుతువు అదును. తన లోపల మోసులెత్తే చిగుళ్లు యేయే దిశల్లో పెరుగుతాయో తెలియని చెట్టులాగా లేవిన్ వున్నాడు. బయటికి వచ్చేడు. కాని తన ప్రియమైన వ్యవసాయం పనిలో ఏమేం చెయ్యాలో వాటి గురించి యింకా సరియైన అభిప్రాయం యేర్పడలేదు. తనకి మహాభేషైన పథకాలూ, వూహలూ వున్నాయని మాత్రమే అతనికి తెలుసు. మొదటగా అతని పశువుల్ని చూడ్డానికి వెళ్ళాడు. ఆవుల్ని పసిరిక దొడ్డిలో వదిలాడు. వాటికి అక్కడ యెండలో వెచ్చగా ఉంది. వాటి నున్నని చర్మాలు ఎండలో అందంగా మెరిశాయి. పచ్చిన పొలాలమీదకి వదలమన్నట్టుగా అవి అంబా అంటున్నాయి. ఆవుల్ని అమూలాగ్రం చూసి లేవిన్ ముచ్చటపడ్డాడు. వాటిని పచ్చిక పొలాలమీదకి మేతకోసం వదలమనీ, దూళ్ళని దొడ్డిలోకి తోలుకురమ్మనీ పురమాయించాడు. పచ్చిక పొలంలోకి ఆవులమందని తోలు పాలేరు హుషారుగా వెళ్ళాడు. పశువుల్ని కాసే ఆడవాళ్ళు కుచ్చెళ్లు పైకి దోపుకుని, దిసకాళ్ళతో తపతపమనే బురదలో దూళ్ళని దొడ్డిలో తోలుకురావడానికి బెత్తాలు వూపుతూ పరిగెత్తారు. వాళ్ల దిసపాదాలు యెండ పడక యింకా నిస్తేజంగా వున్నాయి. దూడలు వసంతోత్సాహంతో మత్తెక్కివున్నాయి.

ఆ యేడాదే పుట్టిన దూడలు చాలా బాగున్నాయి. లేగదూడలు అప్పటికే రైతుల ఆవులల్లే వున్నాయి. పావా యీనిన దూడకి మూడునెలలే అయినా యేడాది దూడలా వుంది. వాటిని చూసి లెవిన్ మురిశాడు. దూళ్ళకి మేత పెట్టడానికి దొడ్డిలో ఉలక కంచెల తొట్టెల్ని పెట్టి, వెనకాల గడ్డి వెయ్యమని చెప్పాడు. శీతాకాలంలో దొడ్డిని వాడకపోవడం వల్ల ఆకురాలు కాలంలో తయారుచేసిన ఉలక కంచె మరమ్మత్తుకి వచ్చిందని తెలిసింది. వడ్రంగం పనివాడి కోసం కబురు చేశాడు. పనివాడు ఆవేళ నూర్పిడి యంత్రం మరమ్మత్తు చేస్తూ వుండి వుండాలి. కాని అతను యంత్రానికి బదులు నొల్లల్ని బాగుచేస్తున్నట్టు తెలిసింది. వాటిని లెంట్‌కి ముందే చేసి వుండాల్సింది. లేవిన్‌కి చిరాకు కలిగింది. ఎన్నో యేళ్లుగా తను దేనికోసం తంటాలు

పడుతున్నాడో ఆ క్రమపద్ధతి రావడం లేదు. అందుచేత అతనికి చిరాకేసింది. శీతాకాలంలో వాడకుండా వున్న కంచె చట్రాల్ని బళ్ళ గుర్రాలశాలలో లాటు పడేశారని తర్వాత అతనికి తెలిసింది. దూడల కోసమని చేయించినవి. అవి విరిగిపోయాయి, అవుకుగా ఉండబట్టి. నొల్లబల్లల్ని యితర వ్యవసాయిక పనిముట్లని సరిగా వున్నాయో లేదో చూసి శీతాకాలంలోనే బాగుచెయ్యమని అతను చెప్పాడు. అందుగ్గాను ముగ్గురు వడ్రంగుల్ని పెట్టాడు. అయినా వాటిని బాగు చెయ్యలేదు. తీరా యిప్పుడు చూస్తే, పొలంలో పనికి అవి అవసరం అయిన ఈ తరుణంలో నొల్లల్ని బాగుచేస్తున్నారు. లేవిన్ నిగామాను కోసం కబురుపెట్టాడు. కాని ఉండబట్టలేక తనే అతని కోసం బయలుదేరాడు. మార్పిడి కళ్లం నుమచి నిగామాను వస్తూ వున్నాడు. లేవిన్ దారిలో అతన్ని కలుసుకున్నాడు. నిగామాను అందరూ కుట్టిన గొర్రె బొచ్చు కోటు తొడుక్కున్నాడు. వేళ్ళతో గడ్డి పరకలు తుంపుతున్నాడు. అతని ముఖం ఉల్లాసంగా వుంది. ఆ రోజున అందరూ వున్నట్టుగా.

"వడ్రంగివాడు మార్పిడి యంత్రం పని చెయ్యలేదేం?"

"ఆ సంగతే మీకు నిన్న చెప్దామనుకున్నాను. నొల్లల్ని బాగుచెయ్యాల్సి వుంది. నేల దుక్కి చెయ్యాల్సిన అదునైంది."

"శీతాకాలం అంతా యేం చేశారని?"

"మీకు వడ్రంగం వాళ్ళతో పనేమిటి లెండి?"

"దొడ్డికి కంచె చట్రాలేవి?"

"వాటిని అమర్చమని పురమాయించాను. కాని యిలాంటి మనుషుల వల్ల యేమవుతుందండి" అన్నాడు అతను, అయ్యో ఖర్మ అన్నట్టు చెయ్యి ఆడిస్తూ.

"అలాంటి మనుషుల వల్ల కాదు, యిలాంటి నిగామానువల్ల" అని లేవిన్ కోపంతో మండిపడ్డాడు. "తమర్ని యెందుకు పనిలో పెట్టుకున్నట్టు?" అని అరిచాడు. కాని కోప్పడిందానివల్ల యేమీ ఒరగదని గుర్తువచ్చింది. తమాయించుకుని చిన్నగా నిట్టూర్చాడు. "వూఁ విత్తులు చల్లవచ్చా?" అని కాసేపాగాక అడిగాడు.

"రేపు గాని, యెల్లుండి గాని తూర్కిన్ అవతల వున్న భూముల్లో చల్లుతాం."

"క్లోవర్ గడ్డి విషయం యేమిటి?"

"వసీలియనీ, మిష్కని పంపేను. వాళ్ళు చూస్తున్నారా పని. కాని చెయ్యగలరో లేదో తెలియదు. నేలంతా బురదగా వుంది."

"ఎన్ని దెస్యాతీన్లు?"

"ఆరు"

"ఆరే యెందుకని?" లెనిన్ అన్నాడు.

ఇరవై దేస్యాతీన్లు కాకుండా ఆరు దెస్యాతీన్లు క్లోవర్ని వూడ్చడం యింకా చిర్రెత్తించింది. క్లోవర్ గడ్డిని ముందే పూడ్చాలి అని సిద్ధాంతమూ వుంది, లేవిన్కి అనుభవమూ వుంది. మంచు కరగకముందే చెయ్యాలి అని కాని ఎప్పుడూ అనుకున్నట్టు జరగడం లేదు.

"మనుషుల్లేరు యిలాంటి మనుషులతో పనవుతుందా? ముగ్గురు మనుషులు పనికేరాలేదు. యిప్పుడు సెమ్యోన్..."

"కప్పుమీద గడ్డివేసే వాళ్ళల్లోనుంచి కొంతమందిని తీసికెళ్లి వుండాల్సింది."

"మరి యేరి వాళ్ళంతా?"

"అయిదుగురు కంపోత్[1] (అంటే అతని ఉద్దేశం కంపోస్ట్ అని) చేస్తున్నారు. నలుగురు ఓట్లు తిరగేసేవాళ్లు లేకపోతే రంగు మారిపోయే ప్రమాదం వుందండి."

"రంగు మారిపోయే ప్రమాదం వుంది" అంటే ఏమిటో లెవిన్‌కి చాలా బాగా తెలుసు, బూజు పడతాయని. ఇంగ్లీషు విత్తనాల ఓట్ గింజలన్నీ అప్పటికే పాడయిపోయాయి- తను చెప్పినట్టు చెయ్యకపోవడం వల్ల.

"కాని లెంట్‌కి ముందే చెప్పి చచ్చాను పైపుల్లో గాలి పంపిం..." అని చించుకున్నాడు.

"మరేం బెంగపడకండి. ప్రతీదీ దాని అదనులో జరుగుతుంది."

లేవిన్ కోపంతో చెయ్యి వూపి గాదెల దగ్గరకు వెళ్లాడు. ఓట్లు ఎలా వున్నాయో చూసి అక్కడనుంచి గుర్రాలశాల దగ్గరకు వచ్చాడు. ఓట్లు యింకా బాగానే వున్నాయి. కాని పనివాళ్ళు పారలతో తిరగదోడుతున్నారు. వూరికే పైనుంచి కింది గాదెల్లోకి పోసెయ్యకుండా. అలా చెయ్యమని వాళ్ళకి పురమాయించి, వాళ్ళల్లోనుంచి యిద్దరు మనుషుల్ని తీసి క్లోవర్ గడ్డి వాళ్ళకి సాయం కోసం పంపేడు. అప్పటికి నిగామానువల్ల కలిగిన చిరాకు తగ్గింది. అంత ఆహ్లాదకరంగా వున్న అలాంటి రోజున యెక్కువ సేపు కోపంగా యెవళ్లూ ఉండలేరు.

"ఇగ్నార్!" అని పిలిచేడు. ఆ మనిషి చొక్కా చేతులు పైకి మడిచి నూతి దగ్గర బండి కడుగుతున్నాడు. "గుర్రం కట్టించు" అని చెప్పాడు.

"ఏ గుర్రం అయ్యా?"

"ఏదైనా ఫర్వాలేదు. కోల్పిక్ చాలు."

"అలాగేనయ్యా."

గుర్రానికి జీను వేస్తూ వుండగా నిగామాను అక్కడే తచ్చాడుతూ వుండడం చూశాడు లేవిన్. అతన్ని పిలిచాడు, అతనితో సర్దుబాటు చేసుకున్నట్టవుతుందని. వసంత రుతువులో వాళ్ళు చెయ్యాల్సిన పనుల గురించీ, కొత్త పథకాల గురించీ అతనితో మాట్లాడేడు.

పొలాలకి యెరువులు వెయ్యడం తొందరగా మొదలుపెట్టాలి. అలా అయితే తొలిగడ్డి కోసేనాటికే అంతా సజావుగా పూర్తవుతుంది. దూరంలో వున్నపొలాన్ని పని ఆపకుండా దుక్కి చేసి వుంచెయ్యాలి. గడ్డిమేట్ల పనంతా జీతానికే అనాలిగాని, గుత్త పంకలావతుగా కాదు.

నిగామాను శ్రద్ధగా విన్నాడు. యజమాని చెప్పేదాంతో పూర్తిగా యేకీభవిస్తున్నట్టే విన్నాడు. అయినా కూడా ముసురు మూతి పెట్టుకుని, యెందుకొచ్చిందిరా భగవంతుడా అన్నట్టు ముఖం పెట్టుకునే వున్నాడు. ఆ వాలకం లేవిన్‌కి బాగా తెలుసు. యీ పథకాలన్నీ రైటే, కాని పని దైవసంకల్పం ప్రకారం జరుగుతుంది అనే వాలకం అది.

1. కంపోత్ - ఎండ బెట్టిన పళ్లరసం (రష్యన్). కంపోస్ట్ అంటే యెరువు.

ఆ ధోరణి లేవిన్‌కి దిగాలుగా వుంటుంది. అయినా అతను పనిలో పెట్టుకున్న నిగామానులందరూ అదే తీరులోనే వున్నారు. అందరూ అతని పథకాలను సరిగ్గా అలానే చూశారు. అందుకని అతనికి కోపం కంటే ఎక్కువ దిగాలుగా వుండేది. అతను ఈ ప్రాకృతిక శక్తిగా కనిపించిన దాంతో పోరాడాలనే మరీ ఉత్తేజంతో వున్నాడు. అది యెప్పుడూ అతన్ని ప్రతిఘటిస్తూనే వుంది. 'దైవసంకల్పం ప్రకారం జరుగుతుంది' అని తప్ప దానికి పెట్టడానికి అతనికి వేరే పేరు దొరకలేదు.

"యెంత చెయ్యగలమో చూద్దాం లేవిన్‌గారూ" అన్నాడు నిగామాను.

"యెందుకు చెయ్యలేం?"

"మరో పదిహేనుమందిని పనిలో పెట్టుకోవాలి మనం. కాని చూశారూ, పనివాళ్లు రారు. ఇవాళ కొంతమంది వచ్చేరు. వేసవికి డెబ్బైరూబుళ్లు అడిగారు."

లేవిన్ యేం మాట్లాడలేదు. మళ్ళీ అదే బలీయమైన శక్తిముందు నుంచుంది. ఆ కూలీకి ముప్పైఎనిమిది తప్పితే నలభై మందిని పనిలో పెట్టుకోలేమని అతనికి తెలుసు. మహాఅయితే నలభైమంది. అంతకంటే ఎక్కువ రారు. అయినా లెవిన్ లొంగిపోదల్చుకోలేదు.

"పై వూళ్ళకి పంపించండి సూరికో లేకపోతే చెఫిరొవ్కాకో. మనుషులు రాకపోతే మనం వాళ్ళకోసం వలేసి పట్టుకోవాలి."

"పంపడానికైతే పంపిస్తాను" అన్నాడతను ముడుచుకుని. "గుఱ్ఱాలున్నాయి, వాటికే శక్తిలేదు" అన్నాడు.

"మరి కొన్నిటిని కొందాం. నాకు తెలీదా యీ సంగతి!" అన్నాడు లేవిన్ నవ్వుతూ. "మీ యిష్టం వచ్చినట్టు యెంత తక్కువకి వీలైతే అంత తక్కువకీ, అంత చెడ్డవీ కొంటున్నారు. యీ యేడాది అంతా స్వయంగా నేనే చూసుకుంటాను."

"మీకు సరిగా నిద్రవుండదు. మాకైతే ఫరవాలేదు యజమాని అజమాయిషీ కింద పనిచెయ్యడం."

"బర్చ్ లోయ అవతల క్లోవర్ గడ్డి నాటుతున్నారు కదా? అక్కడికెళ్లి చూసి వస్తాను" అన్నాడు లేవిన్ కోల్పిక్ యెక్కుతూ, ఆ చిన్న గుఱ్ఱాన్ని సైను అతని దగ్గరికి తీసుకొచ్చేడు. నల్లటి జూలు, వీపుమీద నల్లని చారిక వున్న లేతరంగు గుఱ్ఱం అది.

"సెలయేరు దాటలేరండి" అని సైను వెనకనుంచి అరిచాడు.

"అడివిగుండా వెడతాను."

లేవిన్ పెరటి బందలోనుంచి గేటు దాటించి పొలాల్లోకి దాన్ని తోలేడు. శాలలో చాలారోజులు కట్టిపడేసిందానివల్ల విసుగొచ్చేసిందా గుఱ్ఱానికి. అది యిప్పుడు కుంటల్ని చూసి బుసకొడుతూ, కళ్ళెం గుంజుతూ చురుకుగా పోయింది.

లేవిన్‌కి పశువులశాలలోనూ, గాదెల దగ్గరా సంతోషం కలిగితే, పొలాల్లో చాలా ఉత్సాహంగా అనిపించింది. చిన్న గుఱ్ఱంమీద స్వారీ చేస్తూ అడవిలోని గాలినీ, మంచి తాజా వాసననీ గాఢంగా ఆస్వాదించేడు. అక్కడక్కడ మంచు కరుగుతున్న జాడలున్నాయి. చెట్లమీద

పచ్చగా విరుస్తున్న నాచునీ, కొమ్మలమీద మోసులెత్తుతూవున్న మొగ్గల్నీ చూసి, అతని హృదయం పులకించింది. చెట్ల గుబురులోనుంచి యివతలికి రాగానే యెటు చూసినా యీసులెత్తే ధాన్యం ఆకుపచ్చటి ముఖమల్ తివాసీ పరిచినట్టు వుంది. చెదురుమదురుగా కరుగుతూ వున్న మంచు కన్పించడం తప్పిస్తే, మిగిలినదంతా కన్నులపండువుగా వుంది. రెండు రైతు గుఱ్ఱాలు పొలంలో తొక్కుతూ వున్నా అతనికి కోపం రాలేదు. (ఎదురుగా వెడుతూ వున్న వో రైతుతో ఆ గుఱ్ఱాల్ని తోలెయ్యమని చెప్పాడు.) అతను మరో రైతుని చూసి "వూc నాట్ల సమయం అయిందా ఇపాత్?" అని అడిగిన దానికి "మొదట దుక్కి చెయ్యాలి దొరా" అని ఆ రైతు తెలివితక్కువగా, వెక్కిరింతగా చెప్పిన జవాబుక్కూడా కోపం రాలేదు. అతను ముందుకు వెళ్ళేకొద్దీ అతని మనస్సు తేలికపడింది. తన ఎస్టేట్‌ని మెరుగుపరిచే పథకాలు ఒకదాని తర్వాత ఒకటి అతని ముందు ప్రత్యక్షం అయ్యాయి. అతనికి తట్టిన ప్రతి కొత్త వూహా ముందరి దానికంటే మెరుగ్గా వుంది. పొలంగట్ల మీద చెట్లు వేయించాలి. మంచు అక్కడ ఎక్కువ నిలవదు. పొలాలని విభజించాలి ఆరింట్లో యెరువులు వేసి నాట్లకి సిద్ధం చెయ్యాలి. మూడు క్లోవర్ గడ్డికోసం సెట్టెయ్యాలి. ఓ పొలానికి చివర పశువుల దొడ్డిని కట్టించాలి. ఓ చెరువుని తవ్వించాలి. ఎరువు పోగుచెయ్యడానికి వీలుగా ఉలకన పశువుల శాలలు కట్టించాలి. మూడువందల దెస్యాతీన్లలో గోధుమ, వంద దెస్యాతీన్లలో బంగాళాదుంప, ఒకటిన్నర వంద దెస్యాతీన్లలో క్లోవర్ గడ్డి వేయించాలి. అప్పుడు ఒక దెస్యాతీను కూడా వృధా పోదు, నష్టం రాదు.

మనస్సంతా ఆలోచనలతో నిండిపోగా జాగ్రత్తగా గుఱ్ఱాన్ని యీరికలెత్తే గోధుమని తొక్కకుండా వారనే నడిపించుకుంటూ క్లోవర్ విత్తులు చల్లుతూ వున్నపనివాళ్ళ దగ్గరికి వెళ్ళాడు. గడ్డినారు విత్తనాల బండి సరిగ్గా పొలంలోనే వుంది. తొలి శీతకట్టు గోధుమ* బండి చక్రాల కింద గుఱ్ఱం గిట్టలకింద నలిగి పోయింది. పని వాళ్ళిద్దరూ పక్కన నుంచున్నారు. బహుశా ఒకళ్ళ తర్వాత ఒకళ్ళు పైపు తీసుకుని కాల్చుకుంటున్నారేమో. విత్తనాలు చల్లిన మట్టిని బాగా పదును చెయ్యలేదు. మట్టి దట్టంగా లేదా ముద్దలు ముద్దలుగా గడ్డకట్టైనా వుంది. యజమానిని చూసి వసీలియ్ బండి దగ్గరకు వెళ్ళాడు. మిష్క చల్లడం మొదలుపెట్టాడు. అది చిరాకు తెప్పిస్తుంది. కాని లేవిన్ పనివాళ్ళమీద యెప్పుడో గాని కోప్పడడు. వసీలియ్ బండి దగ్గరికి వెళ్ళగానే గుఱ్ఱాన్ని పక్కకి తీసుకెళ్ళమని లేవిన్ చెప్పాడు.

"ఫరవాలేదండి. గోధుమ మళ్ళీ చిగురిస్తుంది" అన్నాడు వసీలియ్.

"నాతో వాదించకు. చెప్పినట్టు చెయ్యి" అన్నాడు లేవిన్.

"చిత్తం" అన్నాడు వసీలియ్. గుఱ్ఱం కళ్ళెం పట్టుకున్నాడు. "మంచి విత్తనాలండయ్యా" అన్నాడు యజమానికి ఉత్సాహం కలిగించాలని. "ఒకటోరకం. నడవడం మాత్రం కష్టంగా వుంది. ముద్దలు ముద్దలు మట్టి అంటుకుపోతోంది కాళ్ళకి" అన్నాడు.

"మట్టిని పదును చెయ్యలేదేం?" అన్నాడు లేవిన్.

"చేత్తో నలుపుతున్నాం" అన్నాడు వసీలియ్. ఓ మట్టి ముద్దని యెత్తి చేత్తో నలిపాడు.

ముద్దలు ముద్దలుగా మట్టి వుండడం వసీలియ్ తప్పుకాదు. అయినాగానీ లేవిన్‌కి చిరాకు కలిగించింది.

అలాంటి సందర్భాలలో తనని సంభాళించుకుని వున్నంతలోనే మేలు చేసే ఉత్తమమైన పద్ధతి లేవిన్‌కి తెలుసు. తనిప్పుడు ఆ పనే చేశాడు. మీష్క కాళ్ళకి పెద్ద పెద్ద మట్టి పెళ్ళలు అంటుకుంటే యీడ్చుకుంటూ పొలంలో తిరగడం కాసేపు చూశాడు. తర్వాత గుర్రం దిగి, వసీలియ్ దగ్గరనుంచి విత్తనాల బుట్ట తీసికొని చల్లటం మొదలుపెట్టాడు.

"యెక్కడ ఆపారు?"

వసీలియ్ కాలితో ఆ చోటు చూపించేడు. లేవిన్ తనకి చేతనైనంత బాగా విత్తనాలు చల్లడం మొదలుపెట్టాడు. వూబిలో నడవడం కష్టంగా వుంది యిక్కడ. ఒక చాలు కడవరకు వెళ్ళేటప్పటికి లేవిన్‌కి చెమట్లు పట్టేశాయి. ఇక వదిలేసి బుట్టని వసీలియ్‌కి యిచ్చేసాడు.

"యీ చాలు బాగా వుండకపోతే వేసవిలో నన్ను తిట్టకండయ్యా" అన్నాడు వసీలియ్.

"నిన్నెందుకు తిడతాను?" అన్నాడు లెవిన్ హుషారుగా. తను అనుసరించే పద్ధతి ఫలవంతంగా వుందని అనిపించింది.

"వేసవిలో చూడండి. అది తేడాగా వుంటుంది. కిందటి వసంత రుతువులో నేను చెల్లిన చోటు చూడండి. తీర్చిదిద్దినట్టుంది. మీరు నా కన్నతండ్రి అయినా యింతకంటే బాగా చేసి వుండనండయ్యా. నాకు వేలెత్తి చూపించే పని చెయ్యడం నచ్చదు. ఇతరులు చేస్తే సహించను. యజమాని మేలే మా మేలు. ఒక్కసారి యిటు చూడండయ్యా" అన్నాడు వసీలియ్ పొలంకేసి చూపిస్తూ. "మనస్సు నిండిపోతుంది. ఆఁ" అన్నాడు.

"భేషైన వసంతం, వసీలియ్."

"ముసలోళ్ళకి కూడా యిలాంఠి వసంతం గుర్తులేదంట. నేను మా వూరు వెళ్లాను. మా ముసలాయన అరదెస్యాతీను పొలంలో గోధుమ చల్లాడండి. రైలాగ దివ్యంగ వస్తుందట అన్నాడు."

"మీరు చాలా యేళ్ళుగా గోధుమ చల్లుతున్నారా యేమిటి?"

"రెండేళ్ళ క్రితం మీరు చెప్పారు కదా, అలాగే. తమరే రెండు పూడ్ల విత్తనాలని యిచ్చేరు. నాల్గోవంతు అమ్మేశాం. మిగతాది చల్లేం."

"చూడు, ఆ మట్టి గడ్డల్ని చిదుపు" అని చెప్పాడు లేవిన్ గుర్రం దగ్గరికి వెడుతూ.

"మీష్కాని వో కంట చూస్తూ వుండు. దుబ్బు బాగా వుంటే దెస్యాతీన్‌కి యాభై కోసెక్కులు అదనంగా ముడుతుంది నీకు" అన్నాడు.

"ఆ మాట చాలయ్యా, యిప్పటికే తమకి రుణపడి వున్నాం."

లేవిన్ మళ్ళీ గుర్రం యెక్కేడు. ముందుటేడు క్లోవర్ గడ్డి నాటిన పొలం దగ్గరికి వెళ్లేడు. తర్వాత ఇటీవలే వసంతరుతు గోధుమ చల్లడానికి దున్నిన పొలం దగ్గరికి వెళ్ళేడు.

కోతపొలంలో క్లోవర్ గడ్డి చూడ్డానికి దివ్యంగా ఉంది. కిందటేడాది కోసిన పంట మొదళ్ళమీద లేచి పచ్చగా వుంది. గుర్రం చీలమండలు దిగబడేటట్టు బురదలో కూరుకుంటోంది. బురదలోనుంచి గిట్ట యెత్తగానే చితచితలాడే చప్పుడు వినిపించింది. నిజానికి

పాపం ఆ గుర్రం దున్నిన పొలంలో నడవలేకపోయింది. బాళ్లల్లో మోకాళ్ల దాకా కూరుకుపోతోంది. అక్కడా, అక్కడా గడ్డకట్టిన జాగాల మీదనే పోగలిగింది. కాని చాళ్లు బాగా దున్నేరు. ఇంకో రెండు రోజుల్లో నొల్ల అవుతుంది. చల్లడం అవుతుంది. అంతా భేషుగ్గా వుంది. ఉత్సాహకరంగా వుంది. లేవిన్ సెలయేటి దారిన తిరిగి వచ్చేడు. మెరకపట్టి వుంటుందనుకున్నాడు. అలానే వుంది. సునాయాసంగా దాటేడు. దాటుతూ వుంటే రెండు అడివి బాతులు బెదిరి లేచాయి. స్నైప్ పిట్టలు కూడా వున్నాయేమోననుకున్నాడు. దారిలో కలిసిన అడివి కాపలామనిషి వున్నాయని చెప్పాడు.

లేవిన్ దౌడు తీయిస్తూ యింటికి వెళ్ళాడు. భోజనం చేసి, సాయంత్రం వేళకి తుపాకీ శుభ్రం చేసుకొనే వ్యవధి వుంటుందనుకున్నాడు.

14

హుషారుగా యింటికి చేరుతూ వుండగా స్లెడ్జి బండి గంటలు వినిపించాయి. సింహద్వారం వేపునుంచి వచ్చిందా గంటల చప్పుడు.

"రైల్వేదారి, అటు వేపే. మాస్కోనుంచి రైలు వచ్చేవేళే యిది' అనుకున్నాడు. 'ఎవరై వుంటారు? నికొలాయ్ అన్నయ్య వచ్చాడేమో! ఖనిజ జలం కోసం విదేశాలకి వెడతానేమో లేదా యిక్కడికి వస్తాను అని అన్నాడు' అనుకున్నాడు. తన అన్నగారైతే తనకి కలిగిన వసంతోత్సాహం చెడిపోతుందేమోనని మొదట లేవిన్ భయపడ్డాడు. మరుక్షణంలోనే సిగ్గు కలిగింది. అలా అనిపించినందుకు. తక్షణం తన హృదయద్వారాలు తెరిచి అన్నగారి కోసం ఆరాటపడ్డాడు. అతనే అయివుండాలని మనసారా కోరుకున్నాడు. గుర్రాన్ని పురిగొల్పేడు. ఆకేషియా పొదలు దాటగానే రైల్వేస్టేషన్ వైపునుంచి మూడు గుర్రాల అద్దెబండి రావడం కనిపించింది. ఎవరో ఫర్‌కోటు తొడుక్కున్నాయన అందులో వున్నాడు. అతను అన్నగారు కాదు. 'ఎవరైనా మంచివారైతే బాగుణ్ణు, మాటాపలుకూ ఆడుకోవడానికి వుంటుంది' అనుకున్నాడు.

"ఓహ్!" అని అరిచాడు అబ్లాన్‌స్కీని గుర్తుపట్టి సంతోషంతో రెండు చేతులూ పైకి యెత్తి. "నీ నెత్తిమీద పాలుపొయ్యాలి. అబ్బ! యెంత సంతోషంగా వుంది నువ్వు రావడం!" అన్నాడు.

'ఆమెకి పెళ్ళయిందా లేకపోతే యెప్పుడవుతుందీ అన్నీ వివరంగా తెలుస్తా యిప్పుడు' అనుకున్నాడు.

అంత ఆనందంగా వున్న ఆ వసంత దినాన ఆమె గుర్తు రావడం తనకి బాధ కలిగించలేదని గమనించాడు.

"హేయ్, అసలు అనుకుని వుండవుకదూ!" అన్నాడు అబ్లాన్‌స్కీ స్లెడ్జి దిగుతూ. అతని ముక్కు, బుగ్గలు, కనుబొమలు బురద కొట్టుకుపోయి వున్నాయి. అయినా ముఖంలో దీప్తి,

ఆనందం తొణికిసలాడుతున్నాయి. "మొదటగా నిన్ను చూద్దామని వచ్చేను" అన్నాడు లేవిన్ కౌగిలించుకుని ముద్దుపెట్టుకుంటూ. "రెండవది కాస్తంత వేటకి వెళ్ళవచ్చుని., మూడవది యెర్గుషోవొలో కలప అమ్మాలని" అంటూ చెప్పేడు.

"భేష్! యెల్లాంటి వసంతం! ఆc! స్లెడ్జిలో యెలా చేరావిక్కడికి?"

"బండిలో యింకా అధ్వాన్నం, లేవిన్‌గారూ" అన్నాడు స్లెడ్జి తోలేవాడు. అతనికి లేవిన్ తెలుసు.

"బాగుంది. నాకింతకంటే సంతోషం వుండదు" అన్నాడు లేవిన్ మనస్ఫూర్తిగా. చిన్నపిల్లాడిలా యికిలించాడు.

లేవిన్ తన మిత్రుణ్ణి గెస్ట్‌రూమ్‌కి తీసికెళ్ళాడు. అతని వస్తువుల్ని అక్కడికి తెప్పించాడు. ఓ తోలుపెట్టె, ఓ గన్ కేస్, చుట్టలున్న చిన్నసంచీ. అబ్లాన్‌స్కీని ముఖం కడుక్కుని బట్టలు మార్చుకొమ్మని చెప్పి, లేవిన్ దున్నడం గురించీ, క్లోవర్ గడ్డి గురించీ మాట్లాడ్డానికి ఆఫీసు గదికి వెళ్ళాడు. యింటి గౌరవం కాపాడాలని యెప్పుడూ తపనపడే అగాఫ్యామిహైలొన్నా అతన్ని మధ్యలో కలుసుకుని భోజనాల యేర్పాట్లు యేం చేయమంటారని అడిగింది.

"మీ యిష్టం వచ్చింది చెయ్యండి. కాని త్వరగా మాత్రం కావాలి" అని నిగామానుతో మాట్లాడ్డానికి వెళ్లాడు.

తిరిగి వచ్చేవేళకి అబ్లాన్‌స్కీ శుభ్రంగా ముస్తాబై తన గదిలోనుండి యివతలికి వొస్తున్నాడు. చిరునవ్వు వెలిగిపోతోంది. ఇద్దరూ కలిసి మేడమీదికి వెళ్లారు.

"ఇక్కడికి వచ్చినందుకు నాకెంత సంతోషంగా వుందో. నువ్విక్కడ యే యే రహస్య వ్యవహారాలు జరిపిస్తున్నావో చూస్తానిప్పుడు. నిజం చెప్పనా, నువ్వంటే నాకు యీర్ష్యగా వుంది. ఏం చక్కని యిల్లు. ఎంత ఉల్లాసంగా వుంది!" అన్నాడు అబ్లాన్‌స్కీ సర్వదా వసంతరుతువే ఉండదనీ, అన్నిరోజులూ ఇవాళ అంత ఉజ్జ్వలంగా వుండవనీ మరిచిపోయి, "మీ ఆయా యెంత ప్రేమాస్పదురాలు. లోటల్లా గంజిపెట్టిన ఆప్రన్ కట్టుకున్న పనిపిల్ల లేకపోవడమే. అయినా నీ సన్యాసి బతుక్కీ, నిష్టాగరిష్టమైన అలవాట్లకీ యిలాంటి ఆవిడే మేలులే" అన్నాడు.

అబ్లాన్‌స్కీ అతనికి చాలా ఆసక్తికరమైన వార్తలు చెప్పాడు. లేవిన్‌కి మహా ఆసక్తి కారకమైంది. అతని మారుటి అన్నగారు కోజ్నిషెవ్ ఆ వేసవిలో తమ్ముణ్ణి చూడ్డానికి పల్లెకి రావాలని అనుకుంటున్నాట్ట.

వాళ్ళావిడ అడిగినట్టు చెప్పమందని తప్పిస్తే కిట్టీకి గురించి గాని షేర్‌బాత్‌స్కీల గురించి కాని ఒక్కముక్క కూడా అతను చెప్పలేదు. లేవిన్ అతని నేర్పుని మెచ్చుకున్నాడు. అతనిలాంటి వాడు తనకి అతిథిగా రావటం మహా సంతోషంగా అనిపించింది. ఎప్పుడూ వున్నట్టుగా అతని వొంటరి జీవితం అతనిలో పుంఖానుపుంఖంగా ఆలోచనల్నీ, అనుభూతుల్నీ రేపుతుంది. కాని తన చుట్టూవున్న వాళ్ళకి వాటిని చెప్పుకోలేడు. యిప్పుడు వసంత రుతువు వల్ల తనకి కలిగిన కవితా పారవశ్యాన్నంతటినీ అబ్లాన్‌స్కీకి చెప్పాడు. వ్యవసాయానికి సంబంధించిన తన నిరుత్సాహాన్ని, తను వేసుకున్న ప్రణాళికల్నీ అబ్లాన్‌స్కీకి వెళ్ళబోసుకున్నాడు. తను చదివిన పుస్తకాల గురించి తన అభిప్రాయాలు, వ్యాఖ్యలూ చెప్పుకున్నాడు. అన్నిటినీ మించి తను

రాస్తూ వున్న సిద్ధాంత వ్యాసం గురించి వెల్లడించాడు, తనకిగా తనకే తెలియకపోయినా అందులోని మౌలిక భావం అంతకు ముందుగానే వ్యవసాయంమీద రాసిన అన్నింటిమీదా విమర్శ. అందిస్తే, అల్లుకుపోయే చక్కని గ్రహణశక్తి వున్న అబ్లాన్స్కీ యిప్పుడు ముఖ్యంగా ముచ్చటగా వున్నాడు. అతనికి తనపట్ల ఆదరపూర్వక గౌరవం వున్నట్లు లేవిన్ కనిపెట్టాడు. అది అతనికి తృప్తిగా కనిపించింది.

అగాఫ్యా మిహైలొవ్నా, వంటమనిషీ కలిసి దివ్యమైన విందుకోసం చేసిన ప్రయత్నాలవల్ల ఆఖరికి ఆకలితో నకనకలాడే మిత్రులిద్దరికీ వడ్డన కోసం నిరీక్షించడంలో ఆబగా రొట్టె ముక్కలమీద వెన్న రాసుకుని, ఉప్పు వేసిన పుట్టగొడుగులు, తంపట వేసిన పిట్టలు నంజుకోవడం సరిపోయింది. మాంసం బూరెలు లేకపోయినా సూప్‌ని ముందు వడ్డించండని లేవిన్ అడగాల్సి వచ్చింది. వంటమనిషి మాంసం బూరెలతో అతిథికి ఆశ్చర్యం కలిగించాలనుకున్నాడు. అబ్లాన్స్కీకి వేరే వంటకాలు యిష్టం అయినా, యీ తిండి భేషుగ్గా వుందని మెచ్చుకున్నాడు. వనమూలికల సుగంధం చేర్చిన వోడ్క, యింట్లో తయారుచేసిన రొట్టె, వెన్న, ప్రత్యేకంగా తంపట వేసిన పిట్ట, ఉప్పు వేసిన పుట్టగొడుగులు, నెట్టిల్ సూప్, తెల్లని సాస్‌తో కోడి, తెల్లని క్రిమియన్ వైన్ – అన్నీ సొడ్డు పెట్టడానికి లేకుండా వున్నాయి, దివ్యంగా వున్నాయి.

"దివ్యంగా వుంది, దివ్యంగా వుంది" అన్నాడతను కోడివేపుడు తిన్నాక సిగరెట్ ముట్టించుకుంటూ. "మహాసముద్రపు అలల తాకిడికి నలిగిపోయిన తర్వాత ప్రశాంతమైన తీరంమీదకి దిగడంలాగా వుంది. వూc అయితే నువ్వనేదన్నమాట శ్రామికుణ్ణి వొక అంశంగా ముఖ్యంగా అధ్యయనం చెయ్యాలనీ, వ్యవసాయిక పద్ధతులను యెంపిక చేసుకోవడానికి యీ అంశం ప్రముఖంగా వుండాలనీ అంటావు. నాకలాంటి విషయం గురించిన పరిజ్ఞానం లేదు కాని, యే సిద్ధాంతమైనా దాన్ని అమలుపరచడం వల్ల శ్రామికుడి మీద ప్రభావం కలిగించి తీరాలని నాకు అనిపిస్తుంది"

"ఆగు మరీ, నేను రాజకీయ అర్ధశాస్త్రం గురించి మాట్లాడ్డం లేదు. నేను వ్యావసాయిక విజ్ఞానం గురించి మాట్లాడుతున్నాను. ప్రకృతి శాస్త్రాల మాదిరిగానే యిదీ వుండాలి. దత్తాంశాలని పరిగణనలోకి తీసుకోవాలి. కార్మికుణ్ణి కలుసుకుని అతని ఆర్థిక, జాతిపర..."

సరిగ్గా ఆ సమయంలో ఆగాఫ్యా మిహైలొవ్నా జామ్ జాడీ తీసుకు వచ్చింది.

"ఆ, అగాఫ్యా మిహైలోవ్నా" అన్నాడు అబ్లాన్స్కీ బొద్దుగా వున్న తన వేళ్ళ అంచుల్ని ముద్దుపెట్టుకుంటూ. "యేం తంపట వేసిన పిట్ట, యేం వోద్క! సరేగాని టైమవలేదూ?" అన్నాడు లేవిన్‌కేసి తిరిగి.

లేవిన్ కిటికీలోనుంచి బయటికి సూర్యుడికేసి చూశాడు. సూర్యబింబం బోసిగా వున్న చెట్ల శిఖరాల వెనక దిగుతోంది.

"ఇదే టైము. కుజ్మా, బండి సిద్ధం చేయించు" అని లేవిన్ కిందికి పరిగెత్తాడు.

అబ్లాన్స్కీ తన గదికి వెళ్ళి మెరుగు పెట్టిన గన్‌కేస్ కాన్వాస్ తొడుగు విప్పాడు. దాన్ని తెరిచాడు. అత్యంత ఆధునికమైన, ఖరీదైన గన్‌ని అమర్చడం మొదలుపెట్టాడు. పెద్దబక్షీ వస్తుందన్న ఆశతో కుజ్మా అబ్లాన్స్కీని అంటిపెట్టుకునే వుంటున్నాడు. అతనికి మేజోళ్ళు,

బూట్లు తొడుక్కోవడానికి కూడా సాయం చేస్తున్నాడు. ఆ సేవని అబ్లాన్స్కీ సంతోషంగా స్వీకరించాడు.

"లేవిన్, వర్తకుడు ర్యబీనిన్ వస్తాడేమో, ఇవాళ సాయంత్రం రమ్మని చెప్పాను. లోపల కూర్చోబెట్టి మనకోసం ఆగమని కబురు చెప్పమను"

"నీ కలప ర్యబీనిన్‌కి అమ్ముతున్నావా?" అని లేవిన్ అడిగాడు.

ఆఁ యేం, నీకతను తెలుసా?"

"ఆఁ తెలుసు. 'నిక్కచ్చిగా నిర్మొహమాటంగా' వ్యవహారాలు పైసలా చేసుకున్నాను నేను అతనితో."

వర్తకుల పడికట్టు పదం గురించి అబ్లాన్స్కీ నవ్వేడు.

"అతను భలే విచిత్రంగా మాట్లాడతాడ్లే. చూడు, దానికి తన యజమాని వేటకి వెడుతున్నాడని తెలుసు" అన్నాడు లాస్క జూలు కొంచెం కుదుపుతూ. కుక్క లేవిన్ చేతిని, బూట్లనీ, తుపాకీని నాకుతూ అతని చూట్టూ కుఁయ్ కుఁయ్‌మంటూ చక్కర్లు కొడుతోంది.

వాళ్ళు బయటికి వెళ్ళారు. బండి సింహద్వారం దగ్గర వుంది.

"మనం దూరం వెళ్ళడం లేదు, అయినా దీన్ని సిద్ధం చేయించాను. లేకపోతే యేం, నడుద్దామా?"

"వద్దులే, బండిలో వెడదాం" అని అబ్లాన్స్కీ బండిలోకి యెక్కి కాళ్ళమీద పులిచారల రగ్గు కప్పుకున్నాడు. చుట్ట ముట్టించాడు. "నువ్వు పొగ తాగకుండా ఎలా నిబ్బరించుకోగలవు? ఒక చుట్ట దీన్ని వొట్టినే సుఖం అంటామా, సుఖానికి మకుటాయమానమైంది. కొలబద్ద అంటాం. ఆహాఁ! యిదీ జీవితం! అద్భుతం! ఇలా బతకాలని వుంటుంది నాకు."

"నీకేమిటి అడ్డం?" అని లేవిన్ చిరునవ్వు నవ్వుతూ అడిగాడు.

"నీకేం జాతకుడివి! నీ మనసు కోరుకున్నదల్లా నీకు దక్కింది. నీకు గుర్రాలంటే యిష్టం- నీకు వున్నాయి. కుక్కలంటే యిష్టం- నీకు వున్నాయి. నీకు వేటంటే యిష్టం - అది వుంది. నీకు వ్యవసాయం యిష్టం- నీకు వుంది"

"బహుశా నేను ఉన్నవాటితో తృప్తిపడతాను కాబట్టి, లేనివాటి కోసం యేడవను కాబట్టి" అన్నాడు లేవిన్ కిట్టీని గుర్తుచేసుకుంటూ.

అబ్లాన్స్కీకి అర్థమైంది. అతనికేసి ఓ చూపు విసిరాడు. కాని యేమీ అన్లేదు.

అబ్లాన్స్కీ షేర్‌బాత్స్కీల ప్రస్తావన చెయ్యకుండా తప్పించుకుంటున్నాడు. లేవిన్ ఆ విషయం అంటే బెదురుతున్నాడని చూసి అలా తప్పించాడు. అతని వ్యవహార కుశలతని లేవిన్ అభినందించాడు. కాని లేవిన్ తనని మథనపెట్టే విషయానికి సమాధానం కోసం తహతహ పడుతున్నాడు. కాని అడిగే ధైర్యం వుండడం లేదు.

"వూఁ నీ వ్యవహారాలు ఎలా ఉన్నాయి?" అని అన్నాడు లేవిన్. తన గురించే ఆలోచించుకుంటూ ఉండటం తప్పని తోచింది.

అబ్లాన్స్కీ కళ్లు హుషారుగా మెరిసాయి.

"అప్పుడే సుష్టుగా భోజనం చేసిన మనిషి, బన్‌రొట్టెని కోరే అవకాశం వుండొచ్చని నువ్వు ఒప్పుకోవు. నీ దృష్టిలో అది నేరం. కాని ప్రేమలేని జీవితాన్ని నేను వూహించలేను" అన్నాడు లేవిన్ ప్రశ్నని తన ధోరణిలో తాత్పర్యం చెప్పి వ్యాఖ్యానిస్తూ. "యేం చెయ్యమంటావ్? నా తత్వం అదీ. నిజంగా చూస్తే దీనివల్ల యెవరికీ హాని జరగదు. మనకిగా మనకి గొప్ప సంతోషం కలుగుతుంది" అన్నాడు.

"నీకు కొత్తది యేదన్నా కనిపించిందా?"

ఆ, మిత్రమా! అస్సీయర్ తరహా ఆడవాళ్ళు* నీకు తెలుసా? కలల్లో నిన్ను కలవరపెడతారు. కలల్లోనే కాదు. అబ్బ వాస్తవంలో. యేం భయంకరమైన ఆడవాళ్ళు! మొత్తంమీద నువ్వు ఆడవాళ్ళని గురించి అధ్యయనం చేసే కొద్దీ కొత్తగానే కనిపిస్తూ వుంటారు వాళ్ళు."

"అధ్యయనం చెయ్యకుండా వుంటేనే మంచిది మరి."

"కాదు. ఎవరో గణిత శాస్త్రజ్ఞుడు చెప్పాడ్లే, సత్యం కనిపెట్టిన దానికంటే, దాన్ని శోధించడం యెక్కువ సంతోషకారకంగా వుంటుందని."

లేవిన్ ఒక్కమాట కూడా మాట్లాడకుండా విన్నాడు. అతను యెంత ప్రయత్నించినా తన మిత్రుడిలాగా చూడలేకపోయాడు. ఆ బాపతు ఆడవాళ్ళని గురించి అధ్యయనం చెయ్యడంలో అతని సంతోషాన్ని అర్థం చేసుకోలేకపోయాను.

15

వేటకోసం యెంచుకున్న చోటు దగ్గర్లోనే వుంది. నది వొడ్డున వున్న ఆస్ప్ చెట్ల తోపు. అక్కడికి చేరుకోగానే లేవిన్ దిగి అబ్లాన్‌స్కీని బయలుగా వుండే చోటుకి చివరికంటా తీసుకువెళ్ళాడు. అక్కడ చిత్తడిగా, నాచుతో వుంది. మంచు కరిగిపోయింది. తను అభిముఖంగా వున్న అంచుకి వెళ్ళాడు. జంటగా వున్న బర్చ్ చెట్లకిందకి వెళ్ళాడు. దిగువగా వున్న కొమ్మ సందులో తుపాకీ నిలబెట్టాడు. కోటు తీసేసి, పటకా బిగించి సునాయాసంగా చేతులు కదిలించవచ్చో లేదో చూసుకున్నాడు.

బూడిద రంగు ముసలి కుక్క లాస్క అతని వెనకాలే వచ్చింది. అతని ఎదురుగా కూర్చుంది. చెవులు రిక్కించింది. సూర్యుడు అడవి వెనక దిగుతున్నాడు. అస్తమయ సూర్యుని కాంతిలో ఆస్ప్ చెట్ల మధ్య చెదురు మదురుగా వున్న కొద్దిపాటి బర్చ్ చెట్లు మోసులెత్తే చిగుళ్ళ కొమ్మలతో సులభంగా కంటికి ఆనుతున్నాయి.

దట్టంగా వున్న అడవిలో మంచి యింకా వుంది. వసంతరుతువు సెలయేళ్ళు అక్కడి చెట్ల మధ్యనుంచి ఉరకలెత్తుతూ పారుతున్నాయి. చిన్న చిన్న పక్షులు కిలకిలా రావాలు చేస్తున్నాయి. అడపాదడపా ఒక చెట్టుమీదనుండి ఇంకొక చెట్టుమీదకి ఎగురుతున్నాయి.

చీమ చిటుక్కుమంటే వినిపించేటంత నిశ్శబ్దంగా వున్న అక్కడ నేలమీద మంచు కరగడం వల్లా, అంకురించే గడ్డివల్లా కదిలిన నిరుటి యెండుటాకుల చప్పుళ్ళు వినిపిస్తున్నాయి.

"అరె వాహ్! గడ్డి మొలవడం వినగల్గుతున్నాం, చూడగల్గుతున్నాం!" అనుకున్నాడు లేవిన్. అప్పుడే మోసులెత్తుతున్న గడ్డిపరక పక్కన బూడిదరంగు తడి అస్పెన్ ఆకు కదలడం చూసి అలా అనుకున్నాడు. చెవులు అప్పగించి నుంచున్నాడు. చెమ్మగా, నాచుతోవున్న నేలకేసి, దేన్నో శ్రద్ధగా వింటూ వున్న లాస్కకేసి, గుట్టకింద కనుచూపు మేరదాకా విస్తరించిన బోసి చెట్ల శిఖరాలకేసి చూస్తూ నుంచున్నాడు. చీకట్లు కమ్మబోయే ఆకాశంమీద తేలియాడే తెల్లటి దూదిపింజల్లాంటి మేఘాలకేసి చూస్తూ నుంచున్నాడు. బద్ధకంగా రెక్కలు ఆడించుకుంటూ వొక డేగ దూరంగా అడవులపైన ఆకాశంలో తేలింది. మరొకటి అంతే బద్ధకంగా అదే దిశలో యెగురుకుంటూ పోయింది. తోపులో పక్షుల కూతలు యింకా బిగ్గరగా, యింకా కంపితంగా వినవచ్చాయి. దగ్గర్లోనే ఒక గుడ్లగూబ అరిచింది. లాస్క కదిలింది. జాగ్రత్తగా కొన్ని అడుగులు ముందుకు వేసింది. ఆగి తల ఒక పక్కకి వొరగేసి వింది. నదిపై నుంచి కోకిల పాట వినిపించింది. రెండుసార్లు అది కుహూ కుహూ అంది. తర్వాత బొంగురుపోయి, ఉత్తేజంతో స్వరాల్ని మేళవించింది.

"చూడు! అప్పుడే కోకిల!" అన్నాడు అబ్లాన్‌స్కీ పొదవెనకనుంచి యివతలకు వస్తూ.

"విన్నా" అన్నాడు లెవిన్. అడవి నిశ్శబ్దాన్ని భంగించే తన కంఠమే అతని చెవులకి కఠోరంగా కనిపించింది. "యెక్కువసేపు నిరీక్షించక్కరలేదు" అన్నాడు.

అబ్లాన్‌స్కీ పొదవెనక్కి అడుగేశాడు. అగ్గిపుల్ల వెలగడం, తర్వాత సిగరెట్టు యెర్రగా మండడం, నీలం పొగ సుడి తిరిగి లేవడం తప్ప లేవిన్‌కి యేమీ కనిపించలేదు.

"క్లిక్! క్లిక్!" అని అబ్లాన్‌స్కీ తుపాకీ యెక్కుపెట్టే చప్పుడైంది.

"యేమిటా కూత?" అని అబ్లాన్‌స్కీ ఎంతోసేపు వినిపించిన కూతని లేవిన్ దృష్టికి తెస్తూ అడిగాడు. ఓ గుర్రపుపిల్ల హుషారుగా హెచ్చుస్థాయిలో సకిలిస్తున్నట్టు వుంది అది.

"అరె, తెలీదా? అది కుందేలు. యిక మాటలు వద్దు. విను! వస్తున్నాయి" అని తుపాకీ యెక్కుపెడుతూ లేవిన్ దాదాపు అరిచాడు.

దూరంనుంచి సన్నగా వూళ వినిపించింది. కొన్నిక్షణాల తర్వాత, ప్రతీ వేటగానికీ తెలిసిన లయలో రెండో వూళ తర్వాత మూడో వూళ, ఆ తర్వాత లఘువుగా రెక్కలు తపతపమనడం వినిపించాయి.

లేవిన్ కుడివేపు, యెడమ వేపు చూశాడు. అప్పుడే సంధ్యాసమయపు నీలి ఆకాశ నేపథ్యంలో, ఆస్పెన్ చెట్ల శిఖరాల యిరికలెత్తే లేత చిగుళ్ళపైన నిబ్బరంగా వొక పక్షి యెగురుకుంటూ రావడం కనిపించింది. అది సరాసరి అతనికేసే యెగురుతూ వస్తోంది. బిగుతుగా వున్న గుడ్డని సర్రని చింపినట్లు వున్నాయా రెక్కల తప్పు శబ్దాలు. అది సరిగా తన తలమీదనుంచే వస్తున్నట్టుంది. అతనికి ఆ పక్షి పొడుగాటి ముక్కు, మెడ కనిపించాయి. అతను గురిచూసే లోగానే అబ్లాన్‌స్కీ నుంచున్న పొదవెనుకనుంచి యెర్రటి మంట కనిపించింది. పక్షి బాణంలాగ కిందికి దూసుకుంటూ వచ్చి మళ్లీ యెగిరింది. మరోసారి మంట వెలిగింది, గుండు తగిలిన చప్పుడు వినిపించింది. గాలిలో తేలి వుండేందుకు గాను రెక్కలు అల్లల్లాడించి ఆ పక్షి ఆగింది. ఓ క్షణంసేపు చక్కర్లు కొట్టింది. తర్వాత బురద నేలమీద తపామని పడింది.

"యేం గురి తప్పిందా?" అని అబ్లాన్‌స్కీ అడిగాడు. పొగవల్ల అతనికి కనిపించడం లేదు.

బొచ్చు తోక అంచుని యెత్తి గాలిలో ఆడిస్తూ యజమాని దగ్గరికి ఆ పక్షిని తీసుకువస్తోంది. ఆ సంతోషాన్ని మరికొంచెంసేపు వుంచుకోవాలన్నట్టుగా, చిరునవ్వు లాంటిదేదో ముఖంలో ద్యోతకమవుతుండగా మెల్లగా నడుచుకుంటూ వస్తోంది. "నాకు సంతోషంగా వుంది, నువ్వు బాగా కొట్టావు" అన్నావు లేవిన్. తను కొట్టలేదు కదా స్నేహితుడు కొట్టాడు కదా అని అసూయపడ్డాడు.

"మొదటిది గురి తప్పడం, అదీ మంచి తుపాకీతో, బాగా లేదు" అన్నాడు అబ్లాన్‌స్కీ మళ్ళీ తుపాకీ నింపుకుంటూ. "హుష్, యింకోటి వస్తోంది" అన్నాడు.

నిజంగానే చెవులు చిల్లులు పడే కూతలు ఒకదాని తర్వాత ఒకటి వినవచ్చాయి. రెండు స్నైప్ పక్షులు ఒకదాన్ని ఒకటి సరదాగా తరుముకుంటున్నాయి. యీలవేస్తూ, కూతలు కూయకుండా నీళ్ళ తలలపైనే సరిగ్గా యెగిరాయి. నాలుగు గుళ్లు పేలాయి. స్నైప్‌లు స్వాలోల మాదిరే గిర్రున తిరిగి కనిపించకుండా మాయమైపోయాయి.

* * *

వేట దివ్యంగా సాగింది. అబ్లాన్‌స్కీ మరో రెండింటిని కొట్టేడు. లేవిన్ రెండింటిని కొట్టేడు. అందులో ఒకటి దొరకలేదు. చీకటి పడుతోంది. పడమటి వేపు బర్చ్ చెట్ల వెనుకనుంచి నిర్మల రజిత పరివేషంలో శుక్ర గ్రహం కోమల కాంతులీనుతోంది. తూర్పున ముటముటలాడుతూ వున్న స్వామి నక్షత్రం యెర్రటి వెలుతురు ప్రసరింపచేస్తోంది. సరిగ్గా నెత్తిమీద లేవిన్‌కి సప్తర్షిమండలం నక్షత్రాలు కనిపించి అదృశ్యమైపోయాయి. స్నైప్ పక్షులు యెగరడం లేదు. కాని బర్చ్ చెట్ల కొమ్మల వెనుకనుంచి ప్రకాశిస్తూవున్న శుక్రగ్రహం కొమ్మలపైకి వచ్చేదాకా, సప్తర్షిమండలం నక్షత్రాలు స్పష్టంగా కనిపించేదాకా అక్కడ వుందామని లేవిన్ అనుకున్నాడు. శుగ్రగ్రహం బర్చ్‌కొమ్మల పైకి యెక్కి వచ్చింది. వినీలాకాశ నేపథ్యంలో సప్తర్షిమండలం ప్రకాశిస్తూ స్పష్టంగా గోచరించింది. అయినా అతను అక్కడే తచ్చాడాడు.

"వెడదామా మరి?" అన్నాడు అబ్లాన్‌స్కీ.

అడవిలో చీమ చిటుక్కుమంటే వినిపించేటంత నిశ్శబ్దంగా వుంది. ఓ పిట్ట టపటపమనటం కూడా వినిపించలేదు.

"కొంచెం వుందాం" అన్నాడు లేవిన్.

"నీ యిష్టం"

వాళ్లిద్దరూ పదిహేను అడుగుల దూరంలో నుంచున్నారు.

"అబ్లాన్‌స్కీ" అన్నాడు లేవిన్ వున్నట్టుండి. "మీ మరదలికి పెళ్లి అయిందో లేదో, యెప్పుడవుతుందో చెప్పావు కావేం?" అని అడిగాడు.

లేవిన్ నిబ్బరంగా, చలించకుండా వున్నాడు. జవాబు యేదైనా తనకి కలవరం కలిగించదన్నట్టు బింకంగా వున్నాడు. కాని అబ్లాన్స్కీ యిచ్చిన జవాబుకి యేరకంగానూ సిద్ధపడి లేదు.

"ఆమెకి పెళ్లి అవలేదు. పెళ్లి చేసుకోవాలనీ లేదు. ఆమెకి చాలా జబ్బు చేసింది. డాక్టర్లు ఆమెని విదేశాలకి పంపేరు. ఆమె ప్రాణానికి ముప్పు రావచ్చని కూడా వాళ్ళు భయపడుతున్నారు."

"ఏమిటి నువ్వంటున్నది? చాలా జబ్బుగా వుందా? యేమైంది ఆమెకి? యేమిటి..." అని లేవిన్ అడిగాడు.

వాళ్ళు ఊరు వెళ్తున్నారు.

వాళ్లిద్దరూ మాట్లాడుకుంటూ వుండగా లాస్క చెవులు రిక్కించి ఆకాశంకేసి చూసింది. తర్వాత వాళ్ళకేసి నిష్ఠూరంగా చూసింది.

"కబుర్లు చెప్పుకోడానికి భలే భేషైన సమయమే!" అని అనుకుంటున్నట్టుగా వుంది దాని చూపు. 'అదిగో పక్షి వస్తోంది. ఆ... వచ్చింది. వీళ్ళు దాన్ని పోగొట్టుకుంటారు' అనుకుంది.

కాని ఆ క్షణంలోనే చెవులమీద కొట్టినట్టుగా ఆ మిత్రులకి కీచుమంటూ వూళ వినిపించింది. ఇద్దరూ ఒకేసారి తుపాకులు పట్టుకున్నారు. రెండు మెరుపులు, రెండు గుండె దెబ్బల చప్పుళ్ళూ ఒకేసారి వచ్చాయి. తక్షణం యెత్తులో యిగిరే స్నైప్ పక్షి రెక్కలు వాలేసి, పొదలో పడిపోయింది. అలా పడ్డంలో లేత చిగురు సన్నటి కొమ్మలు అణగిపోయాయి.

"భేష్! మన ఉమ్మడి వేట" అని లేవిన్ అరిచాడు. స్నైప్‌ని వెదకడం కోసం లాస్కతో పొదల్లోకి పరిగెత్తాడు. "అరే యేమిటి మనసుకి కష్టం కలిగించింది' అని గుర్తు చేసుకో ప్రయత్నించేడు. 'ఆఁ కిట్టీకి జబ్బుచేసింది. యేం చెయ్యాలి? యెంత బాధగా వుంది' అనుకున్నాడు.

"కనిపించింది కదా? భలే కుక్క" అని లాస్క నోటితో పట్టుకున్న వెచ్చనిపిట్టని తీసుకొని తన సంచీలో పడేసుకున్నాడు. అది అప్పటికి నిండుగా వుంది. "అబ్లాన్స్కీ, దొరికింది!" అని అరిచాడు.

16

ఇంటికి తిరిగివచ్చే దారిలో కిట్టీ జబ్బు గురించీ, షేర్‌బాత్‌స్కీల ఉద్దేశాల గురించీ లేవిన్ చాలా వివరాలు అడిగాడు. తను విన్న వార్తవల్ల తనకి సంతోషం కలిగిందని వొప్పుకోడానికి సిగ్గుపడినా నిజానికి అతనికి సంతోషం కలిగింది. కాని యింకా యెక్కువ సంతోషం యెందుకు కలిగిందంటే తనకి క్షోభ కలిగించిన ఆమె తనే క్షోభ పడుతోంది కాబట్టి. అబ్లాన్స్కీ కిట్టీ జబ్బుపడడానికి దారితీసిన కారణాలు గురించి చెబుతూ వ్రాన్స్కీ పేరు ప్రస్తావించాడు. అప్పుడు లేవిన్ అతని మాటకి అడ్డం వెళ్ళాడు.

"కుటుంబ రహస్యాలు తెలుసుకోవాలన్న కోరిక నాకు లేదనుకో, నిజం చెప్పాలంటే నాకెటువంటి ఆసక్తి లేదు" అన్నాడు.

లేవిన్ ముఖం వెంటనే మారిపోవడం చూసి అబ్లాన్‌స్కీ పైకి కనిపించీ కనిపించని చిరునవ్వు నవ్వేడు. ఒక్కక్షణం క్రితమే హుషారుగా వున్నటువంటిది యిప్పుడు నిరుత్సాహం కలిగించేటట్టు మారింది. లేవిన్ ముఖభంగిమ అలా యెప్పుడూ మారుతూనే వుంటుంది. అని అతనికి తెలుసు.

"ర్యబీనిన్‌తో వ్యవహారం ఫైసలైందా?" అని లేవిన్ అడిగాడు.

"ఆఁ, అయింది. మంచిధర పలికింది. ముప్ఫై ఎనిమిది వేలు. ఎనిమిది వేలు రొక్కం యిప్పుడివ్వడం మిగిలింది ఆరేళ్ళల్లో యివ్వడం. ఈ జంఝాటం నాకు చాలాకాలం పట్టింది. యింతకంటే యెక్కువ యెవళ్ళూ యివ్వడానికి సిద్ధపడలేదు."

"నీ కలపని పుణ్యానికి ధారపోస్తున్నావు" అన్నాడు లేవిన్ ఉదాసీనంగా.

"యేం, యెందుకని?" అని అబ్లాన్‌స్కీ అడిగాడు, సరదాగా చిరునవ్వు నవ్వుతూ. ప్రస్తుతం ప్రతీదీ లేవిన్‌కి తప్పుగానే కనిపిస్తాయని తెలుసు.

"యెందుకంటే కలపకి దెస్యాతీన్‌కి హీనపక్షం అయిదువందల రూబుళ్ళు వస్తాయి" అన్నాడు లేవిన్.

"అబ్బ, మీ పల్లెటూరి జమిందార్లున్నారే" అన్నాడు అబ్లాన్‌స్కీ వేళాకోళంగా. "మా బస్తీవాళ్ళంటే చీదరించుకుంటారు. కాని వ్యాపారానికి వచ్చేవేళకి మేమే పైచెయ్యిలో ఉంటాం. నేచెప్తున్నా విను. నామాట గుర్తుంచుకో. కలపని లాభానికే అమ్మాను. యెంత లాభానికంటే నాకు భయమేస్తోంది అతను వెనక్కి తగ్గుతాడేమోనని. ఇదేమంత జాతి కలప కాదు" అన్నాడు అబ్లాన్‌స్కీ. 'జాతికలప' అని పదబంధం వాడి లేవిన్‌ని వొప్పించగలనని అనుకున్నాడు. "చాలామట్టుకి వంట చెరుకుగా పోతుంది. దెస్యతీన్‌కి ముఫ్ఫైసాజెన్‌ల కంటే వుండదు కలప.* అయినా దెస్యతీన్‌కి రెండువందల రూబుళ్ళు యిస్తున్నాడు" అన్నాడు.

లేవిన్ తిరస్కారంగా నవ్వేడు. 'నాకు తెలుసు' అనుకున్నాడు. 'కేవలం యితనొక్కడే కాదు. బస్తీవాళ్ళంతా యింతే. పుష్కరంలో ఒకటి రెండుసార్లు పల్లెకి వస్తారు. ఒకటి రెండుపల్లె పదాలు పట్టుకుంటారు. యిక వాటిని గుప్పిస్తారు. సమయమూ, సందర్భమూ లేకుండా, తాము పండితులమైనట్టు. 'జాతికలప'... 'దెస్యతీన్‌కి ముప్ఫై సాజన్‌ల' కంటే వుండదు కలప వగైరా.'

"మీ ఆఫీసుల్లో మీరేం రాసుకుంటారో నేను నీకు బోధించను. పైపెచ్చు అవసరం అయితే మీ బోంట్ల సలహా అడుగుతాను. కాని, ఇక్కడుంది చూశావ్. అడివి కలప వ్యవహారం అంతా తెలిసిన వాడిలా మాట్లాడకు. యిది అంత తేలిగ్గాదు. చెట్లెన్నో లెక్కపెట్టేవా?" అన్నాడు.

"చెట్లెలా లెక్కపెట్టగలను?" అని అబ్లాన్‌స్కీ నవ్వేడు. లేవిన్‌కి కలిగిన చిరాకుని తొలగించాలని ఆత్రపడ్డాడు. "......... యిసుక రేణువుల్ని, నక్షత్ర కాంతి పుంజాల్ని నిపుణుడైన వాడు లెక్కపెట్టినా..."

"వూఁ, ర్యబీనిన్ నిపుణుడు. లెక్కపెట్టగలడు. వొట్టి పుణ్యానికి ధారాదత్తం చేస్తే తప్ప.

వొక్క వర్తకుడు కూడా నీ చెట్లని లెక్కపెట్టకుండా కొనడు. నువ్వలా దత్తం చేసావు. నీ అడివిలో కలప నాకు తెలుసు, ప్రతి యేడు నేనక్కడికి వేటకి వెడతాను. దెస్యతీన్‌కి అయిదు రూబుళ్లు నగదు ఉన్నపళంగా వచ్చేటటువంటిది నీ అడివి. వాడేమో నీకు రెండువందల రూబుళ్ళు అదీ ఆరు వాయిదాల్లో యిస్తాట్ట! ఇంకోలా చెప్పాలంటే, నువ్వు వాడికి ముప్పైవేలు సువర్ణపుష్పం సమర్పించుకుంటున్నావ్!"

"వూఁ పోన్లేద్దూ" అన్నాడు అబ్లాన్‌స్కీ దీనంగా. "మరి యెవళ్ళూ యెందుకని యెక్కువ యివ్వలేదు?" అని అడిగాడు.

"ఎందుకంటే ఇతర వర్తకులతో లాలూచీ పడ్డాడు వీడు. వాళ్ళని కట్టేసుకున్నాడు. నేనందరితోనూ వ్యవహారం నడిపాను. అందరూ నాకు బాగా తెలుసు. వాళ్ళు వర్తకులు కారు. దోచుకునే దొంగలు. యీత పండిచ్చి తాటి పండులాగే రకం. పదిశాతం, పదిహేను శాతం కూడా లాభం వచ్చే వ్యాపారం వాడు చెయ్యడు. రూబుల్‌ని యిరవై కోపెక్కులు లాగేదాకా నక్కలాగ కాసి కూర్చుంటాడు."

"పోన్లే వదిలెయ్యి. నీ మనస్సు బాగాలేదు."

"అదేం కాదు" అన్నాడు లేవిన్ మబ్బుగా. వాళ్ళు యిల్లు చేరారు.

సింహద్వారం దగ్గర ఒక చిన్నబండి వాళ్ళకి కనిపించింది. తోలుగూడు గట్టిగా బిగించి వుందా బండికి. బాగా మేసిన గుర్రం ఆ బండికి పెద్ద పటకాలతో కట్టి వుంది. లోపల ఒకడు కూర్చుని వున్నాడు. నడుం గట్టిగా బిగించి కట్టుకున్నాడు. బాగా మోటుగా వున్నాడు. అతను ర్యబీనిన్‌కి గుమస్తా. అతనే బండి తోలేవాడూనూ. ర్యబీనిన్ యింట్లో వున్నాడు. హాల్లోనే నీళ్ళని కలిసాడు. అతను సన్నగా, పొడుగ్గా వున్నాడు. నడివయస్కుడు. మీసం పెంచాడు. గడ్డం నున్నగా గీసుకున్నాడు. దవడ స్ఫుటంగా కనిపిస్తుంది. చెమ్మగా వున్నట్టు మిడిగుడ్లు. అతను ముదురు నీలం కోటు తొడుక్కున్నాడు. మడమల దగ్గర ముడతలు పడి పిక్కలపైన నున్నగా వున్నాయి అవి. వాటిపైన పెద్ద ఓవర్‌బూట్లు వేసుకున్నాడు. అది అతని శరీరానికి బాగా నప్పింది. చిరునవ్వు నవ్వుతూ వాళ్ళకి స్వాగతం చెప్పాడు. దేన్నో పట్టుకుంటున్నట్టుగా అబ్లాన్‌స్కీ వేపు చేతిని చాచాడు.

"మీరు వచ్చేసారన్నమాట, నాకు సంతోషంగా వుంది" అన్నాడు అబ్లాన్‌స్కీ చేతిని చాస్తూ.

"దారి బాగోలేక ప్రభువుల ఆజ్ఞని ధిక్కరించే సాహసం చెయ్యలేక పోయాను. నిజం చెప్పాలంటే, యింత దూరమూ నడుచుకుంటూనే వచ్చాను. వేళకి యిక్కడికి చేరుకున్నాను. నమస్కారం, లేవిన్‌గారూ" అన్నాడు లేవిన్‌కేసి తిరిగి, అతని వైపు చెయ్యి చాచాడు గాని లేవిన్ దాన్ని చూడనట్టుగా నటిస్తూ సంచీలోంచి స్నైప్ పిట్టల్ని తీస్తూ ముఖం ముడుచుకున్నాడు. "సరదాగా వేటకి వెళ్ళారేమిటి? అదేం పక్షి?" అని ర్యబీనిన్ అడిగాడు, తిరస్కారంగా స్నైప్‌లకేసి చూస్తూ. "రుచిగా వుంటుంది కదా?" అని తనకి యిష్టం లేనట్టు, యీ మాత్రం వేటకి యింత శ్రమ దండుగ అని అనుమానిస్తున్నట్టు తల ఆడించాడు.

"చదువుకునే గదిలో కూర్చుంటారా?" అని లేవిన్ అబ్లాన్‌స్కీని ఫ్రెంచిలో అడిగేడు. "చదువుకునే గదిలోకి వెళ్ళండి అక్కడ మాట్లాడుకోవచ్చు" అని రష్యనులో అన్నాడు.

"తమరి యిష్టప్రకారమే హుజూర్" అన్నాడు ర్యబినిన్. ఎంత తిరస్కారపూర్వక స్వాభిమానంతో అలా అన్నాడంటే, పరాయివాళ్ళ ముందు వ్యవహారం జరిపించుకోడానికి వేరేవాళ్ళకి మొహమాటంగా వుండవచ్చునేమో గాని తనకి మాత్రం అలా వుండదు అని తెలియజేస్తున్నట్టుగా ఉందా ధోరణి.

ఆ గదిలోకి అడుగుపెడుతూనే ర్యబీనిన్ యధాప్రకారం పూజా విగ్రహంయేదన్నా వుందేమోనని కళ్ళతో వెతికాడు. అది కనిపించినా శిలువ గీసుకోలేదు. పుస్తకాల అల్మారాలనీ, సొరుగుల్నీ చూసి తిరస్కారపూర్వకంగా చిరునవ్వు నవ్వినట్టుగానే నవ్వేడు. తనకి నచ్చనట్టు, ఆ వేటకి నిజంగా శ్రమ దండుగ అన్నట్టు తల ఆడించేడు.

"వూఁ సొమ్ము తెచ్చారా?" అని అడిగాడు అబ్లాన్స్కీ. "కూర్చోండి" అన్నాడు.

"సొమ్ము గురించిన బెంగ అక్కర్లేదు మీకు. వూరికే మిమ్మల్ని చూసి మీతో మాట్లాడదామని వచ్చేను."

"మాట్లాడ్డానికేం వుంది. కాని కూర్చోండి."

"దాన్దేముంది లెండి కూర్చుంటా" అన్నాడు ర్యబీనిన్. చేతుల కుర్చీలో కూర్చుని వెనక్కి అనుకున్నాడు. అది అతనికి సౌకర్యంగా లేదు. "ధర కొంచెం తగ్గించాలి ప్రభూ, అంత ధర అడగడం ధర్మం కాదు. సొమ్ము సిద్ధంగా వుంది. కోపెక్కుతో సహా లెక్క యిస్తా. సొమ్ము గురించి మీకు బెంగ అక్కర్లేదు" అన్నాడు.

వాళ్ళతో పాటు లేవిన్ కూడా లోపలికి వచ్చేడు తుపాకీ పెడదామని. యీ మాటలు విని ఆగేడు.

"యిప్పటికి కలపని అప్పనంగా కొట్టేసారు. మావాడు ఆలస్యంగా వచ్చేడు, ఖర్మ లేకపోతే నేనే యింకా మంచి ధర యిచ్చి వుండేవాణ్ణి" అన్నాడు.

ర్యబీనిన్ ఒక్కమాటా అనకుండా వొట్టినే చిరునవ్వు నవ్వుతూ లేచి లేవిన్‌కేసి చూస్తూ నుంచున్నాడు.

"లేవిన్‌గారు డబ్బు గట్టిమనిషి" అన్నాడు అబ్లాన్స్కీతో యింకా చిరునవ్వు నవ్వుతూనే "ఆయనతో బేరం కష్టం. ఆయన గోధుమ కొనాలనుకున్నారు ధర యిచ్చి"

"నా గోధుమ మీకందుకు సువర్ణ తాంబూలం సమర్పించుకోవాలి? నాకేం దారిలో దొరకలేదు, నేనెక్కడా యెత్తుకు రాలేదు."

"క్షమించండయ్యా రోజుల్లో దొంగిలించుకు రావడం కష్టం. యీ రోజుల్లో అంతా చట్టం ప్రకారం ఆర్భాటంగా జరగాల్సిందే. కాజేసుకొచ్చే మాటే లేదు. నేను న్యాయంగానే వున్నాను. ఆయన కలపకి మరీ యెక్కువ అడుగుతున్నారు. నాకు దానిమీద లాభం యేమీరాదు. వూరికే కొంచెం తగ్గించమంటున్నాను. అదే నేను వేడుకొనేది."

"మీరు ఒప్పందానికి వచ్చేరా లేదా?" అన్నాడు లేవిన్. వస్తే యికపైన చెప్పాల్సిందేమీ లేదు. రాలేదూ, ఆ కలపని నేనే కొంటాను" అన్నాడు.

ర్యబీనిన్ చిరునవ్వు వెంటనే మాయమైపోయింది. కఠినంగా, డేగలాగా కొల్లగొట్టే వాలకం పెట్టేడు. పుల్లల్లా వున్న వేళ్ళతో గబగబా కోటు బొత్తాలు విప్పేడు. లాగుపైకి వున్న చొక్కా

ఇత్తడి బొత్తాలున్న వెయిస్ట్‌కోటు బయటికి కనిపించాయి. వెయిస్ట్ కోటుకి గడియారం గొలుసు వుంది. గబగబా అతను ఉబ్బి వున్న వల్లువాన్ని తీశాడు.

"ఇదిగోనండి, కలప నాది" అన్నాడు. గబగబా శిలువ గుర్తు గీసుకున్నాడు. చేతిని చాచాడు. "రొఖ్ఖం మీది కలప నాది. ర్యబీనిన్‌తో బేరం అంటే అంతే. పైసాపైసా లెక్కపెట్టే రకం కాదు" అన్నాడు ముఖం ముడుచుకుని వల్లువాన్ని ఊపుతూ.

"నేనే నీ స్థానంలో వుంటే అంత తొందర పడను" అన్నాడు అబ్లాన్‌స్కీతో లేవిన్.

"కాని విను, మాట యిచ్చేసాను" అని అబ్లాన్‌స్కీ ఆశ్చర్యపోయేడు.

ధనామని తలుపు మూస్తూ లేవిన్ గదిలోంచి అవతలికి వెళ్ళిపోయాడు. ర్యబీనిన్ తలుపుకేసి చూసి చిరునవ్వు నవ్వుతూ తల ఆడించేడు.

"అంతా కుర్రతనం, చిన్నపిల్లల ప్రవర్తన. యిదుగోనండి కలప కొంటున్నా నమ్మండి నమ్మకపోండి, మాటకోసం. అబ్లాన్‌స్కీగారి అడవుల్ని కొన్నవాడు ర్యబీనిన్, మరెవళ్లూ కాదు అన్నమాట కోసం. ఇందులో నాకేం మిగులుతుంది, పరమాత్ముడికెరుక. ఆ పరమేశ్వరుడే సాక్షి. యిదుగోనండయ్యా, దయచేసి కాగితం తయారు చేయించండి."

ఓ గంట తర్వాత జేబులో ఒప్పంద పత్రం పెట్టుకుని జాగ్రత్తగా కోటు బొత్తాలు పెట్టుకుంటూ ఆ వర్తకుడు గూడు గట్టిగా కట్టిన బండిలో యింటికి వెళ్ళిపోయాడు.

"అబ్బ! యీ పెద్దమనుషులు! ఒకళ్ళని మించినవాడొకడు" అన్నాడు గుమస్తాతో.

"అంతేనండయ్యా" అన్నాడు గుమస్తా. తోలు ఆప్రన్ బొత్తాలు పెట్టుకుంటూ కళ్ళేలు అందించేడు. "వ్యవహారం సజావుగా అయిందా?" అని అడిగాడు.

"వూఁ... వూఁ..."

17

మూడునెలలు అడ్వాన్సుగా వ్యాపారస్థుడు యిచ్చిన బేంక్ నోట్లతో జేబులో ఉబ్బిన అబ్లాన్‌స్కీ మేడమీదకి వెళ్ళాడు. కలప అమ్మకం పూర్తయింది. డబ్బు జేబులో పడింది. వేట దివ్యంగా వుంది. అబ్లాన్‌స్కీ గాలిలో తేలిపోతున్నాడు. ఆ కారణం వల్ల దిగాలుపడిన లేవిన్‌ని హుషారు చెయ్యాలని అతనికి అనిపించింది. ఆ రోజు యెంత సరదాగా మొదలైందో అంత సరదాగా సాయంత్రం భోజనాల దగ్గర ముగించాలని అనుకున్నాడు.

నిజంగానే లేవిన్‌కి మనస్సు బాగా లేదు. తన ప్రాణమిత్రుడిపట్ల ఎంత ఆదరంగా ఆత్మీయంగా వుండాలని అతను కోరుకున్నా అతనికి అలా వుండడం వశం అవడం లేదు. కిట్టీకి పెళ్ళి అవలేదు అన్న వార్త మత్తు కొంచెం కొంచెంగా తన ప్రభావాన్ని చూపిస్తోంది.

కిట్టీకి పెళ్ళవలేదు. జబ్బుగా వుంది. తనని కాదు పొమ్మని తిరస్కరించిన మనిషి జబ్బు పడింది. ఆ తిరస్కారపు ఛాయ అనుకుంటే తనమీదా పడుతోంది. వ్రాన్‌స్కీ కిట్టీని కాదన్నాడు. ఆమె లేవిన్‌ని కాదంది. అందుచేత వ్రాన్‌స్కీకి లేవిన్‌ని తిరస్కరించే అధికారం వుంది. ఆ కారణంగా అతను తనకి శత్రువు. కాని దీనంతటి గురించీ లేవిన్ ఆలోచించలేదు. యేదో

తనని గాయపరిచేది యిందులో వుందని అస్పష్టంగా అనిపించింది. అంచేత తన మనస్సు బాగా లేకపోవడం అనేదాన్ని అసలైన బాధకి ఆపాదించలేదు. ఆ క్షణంలో తటస్థపడిన చిన్నాచితకా విషయాలవల్ల తన మనస్సు బాగా లేదని అనిపించేటట్టు వున్నాడు. తెలివితక్కువగా కలప అమ్మడం, అబ్లాన్‌స్కీ మోసపోవడం, ఆ వ్యవహారం తన యింట్లోనే పైసలా అవడం అతన్ని రెచ్చగొట్టాయి.

"వూఁ అంతా పూర్తిచేసుకువచ్చావా?" అని అబ్లాన్‌స్కీ పైకి రాగానే అడిగాడు. "భోజనం చేద్దామా?" అన్నాడు.

"నా అభ్యంతరం యెంత మాత్రం లేదు. పల్లెటూరు నా జఠరాగ్నికి యేం దోహదం చేస్తోందో ఆశ్చర్యం! ర్యబీనిన్‌ని భోజనానికి వుండమనలేదేం?"

"వాడి సిగ్గోసిరిగాని."

"అతన్ని అలా పురుగులా చూశావేం? చేతిని కూడా అందివ్వలేదు. యెందుకు షేక్‌హాండ్ చెయ్యలేదు?" అని అబ్లాన్‌స్కీ అడిగాడు.

"తొత్తులకి చెయ్యి చాచను, వాడు తొత్తులకంటే వందరెట్లు అధముడు."

"యెంత ప్రగతి వ్యతిరేకివి నువ్వు! అంతస్తులు కలిసిపోవడమేమిటి యిక!" అన్నాడు అబ్లాన్‌స్కీ.

"కలసిపోవాలనుకునే వాళ్ళు కలవవచ్చు. నాకు మాత్రం దుర్భరం."

"నువ్వు నిజంగా ప్రగతి వ్యతిరేకివే."

"నన్ను వర్గీకరించుకునే శ్రమ యెప్పుడూ పడలేదు నేను. నేను కాన్‌స్తన్‌తీన్ లేవిన్‌ని. అంతే"

"ఆఁ, కాన్‌స్తన్‌తీన్ లేవిన్, మనస్సేమీ బాగా లేనివాడు' అని నవ్వుతూ అన్నాడు అబ్లాన్‌స్కీ.

"అవును నా మనస్సు బాగా లేదు. యెందుకో తెలుసా? మరేం అనుకోకు. అడివిని అంత నవ్వుతాలుగా నువ్వు అమ్మిన తీరువల్ల."

అబ్లాన్‌స్కీ అకారణంగా గాయపడి వ్యాకులపడిన వాడిలాగా ముఖం చిట్లించేడు.

"అబ్బ, చాల్లే. వ్యవహారం అంతా ముగిసిన తరువాత యింతకంటె బాగా జరిగివుండేది అనే మాటలు రాకుండా యెవడన్నా ఎప్పుడైనా దేనినైనా అమ్మేడా? అమ్మకానికి ముందు మాత్రం యెవ్వడూ యెక్కువ ధర యిస్తానని అనడు. పాపం ఆ ర్యబీనిన్‌కీ నీకూ పడదు. నాకలా అనిపిస్తోంది" అన్నాడు.

"బహుశా, యెందుకనో తెలుసా? మళ్ళీ నన్ను పాతకాలం వాడిననీ, ఇంకా అలాంటి మాటని దేన్నో అంటావు. అంతే. కాని జమీందారీ కుటుంబాలు దిగనాసిపోవడం వల్ల నా మనస్సెంతో ఖేదపడుతోంది. నేనే జమీందారీ వంశస్థుణ్ణి. అంతస్తులు కలిసిపోయేటప్పుడు కూడా, నేను ఆ అంతస్తుకి చెందినవాణ్ణి అని చెప్పుకోవడం నాకు గొప్ప. వాళ్ళు తీసికట్టు అయిపోవడం భోగలాలసత్వంతో బతకడం వల్ల కాదు అదేమంత పరవాలేదు. వాళ్ళు ఆ వైభవంతోనే బతకాల్సి వుంది, దర్పంగా. జమీందారి కుటుంబాలకే తెలుసు అలా యెలా

బతకాలో. కాని ప్రస్తుతంలో రైతులు మన భూములు కొనేస్తున్నారు. దానికి నేనేం అననుకో. యజమాని గోళ్ళుగిల్లుకుంటూ కూర్చుంటే రైతుపనిచేసి అతన్ని గెంటేస్తాడు. అలాగే జరగాలి. యిది నాకు చాలా సంతోషం కలిగిస్తుంది. కాని జమిందార్ల పరిస్థితి తీసికట్టు అవడానికి కారణం ఒకరకమైన - వూఁ యేమని పిలవను దాన్ని- తెలియడం లేదు- అమాయకత్వం అది నాకు బాధ కలిగిస్తోంది. నీన్‌లో బతుకుతూ వున్న రష్యన్ జమిందారు ఎస్టేట్‌ని సగం నిలువకి ఒక పోలిష్ కౌలుదారు యిక్కడ కొనేస్తున్నాడు. మరేమో వర్తకుడు పది రూబుళ్ల విలువచేసే దెస్యాతీన్‌కి ఒక రూబుల్ శిస్తు యిస్తున్నాడు. యింకా నువ్వు చూడు ఆ బద్మాష్‌కి వొట్టి పుణ్యానికి ముప్పైవేల రూబుళ్ళు ధారపోశావు."

"నన్నేం చెయ్యమంటావ్? చెట్టు చెట్టూ లెక్కపెట్టమంటావా?"

"ప్రతిచెట్టూ! నీవు లెక్కపెట్టవు గాని ర్యబీనిన్ లెక్కపెట్టుకున్నాడు. హాయిగా బతికి చక్కగా చదువుకోవడానికి ర్యబీనిన్ పిల్లలకు డబ్బు వుంటుంది, కాని నీ పిల్లలకి వుండదు."

"వూఁ అలా లెక్కపెట్టడం యేదో చవకబారుగా కనిపిస్తుంది నాకు. మనం చూసుకోవలసిన పనులు మనకి వున్నాయి. వాళ్ల పనులు వాళ్ళకి వున్నాయి. మరి వాళ్లు లాభం కూడా వేసుకోవాలి గదా. వూఁ పోన్లే వదిలెయ్యి ఆ గొడవ. అయిందేదో అయింది. ఆఁ గుడ్లవేపుడు సరిగ్గా నాకిష్టం అయినట్టే వుంది. అగాఫ్యా మిహైలొవ్నా ఆ ఘుమఘుమలాడే వోద్కా యిస్తుంది మనకి."

అబ్లాన్‌స్కీ బల్లదగ్గర కూర్చుని అగాఫ్యా మిహైలొవ్నాని కుశలప్రశ్నలు అడగడం మొదలుపెట్టాడు. తను అలాంటి భోజనం తిని చాలారోజులైందని ఆమెని పొగిడాడు.

"నన్ను పొగుడుతున్నారు మీరు. కాని లేవిన్‌గారికి నేనేం పెట్టినా ఒకలాగే వుంటుంది. రొట్టె పెచ్చుపెట్టినా అదే మాదిరి తినేసి వెళ్ళిపోతాడు" అంది అగాఫ్య మిహైలోవ్నా.

లేవిన్ యెంత ప్రయత్నించినా గానీ హుషారుగా ఉండలేకపోయాడు. దిగాలుగా, ముభావంగా వుండిపోయాడు. అబ్లాన్‌స్కీని అతను వో ప్రశ్న అడగాలని తపనపడ్డాడు. కాని యెలా, యెప్పుడు అడగాలో, యెక్కడ అడగాలో తేల్చుకోలేకపోయాడు. అబ్లాన్‌స్కీ తన గదికి వెళ్లిపోయాడు. బట్టలు మార్చుకొని ముఖం కడుక్కొని లేసు అంచు నైట్‌గౌను తొడుక్కుని మంచం యెక్కాడు. లేవిన్ నానారకాల చిల్లర విషయాల గురించి మాట్లాడుతూ గదిలో తచ్చాడాడు. తను అడగదల్చుకున్న దాన్ని అడిగే ధైర్యం లేకపోయింది.

"సబ్బుని ఎంత భేషుగ్గా చేస్తున్నారు" అని అగాఫ్యా మిహైలోవ్నా చుట్టం కోసం ఆక్కడ పెట్టిన సువాసన సబ్బు పై కాగితాన్ని వేళ్ళతో విప్పుతూ అన్నాడు. కాని అబ్లాన్‌స్కీ దానిని వాడలేదు. "చూడు, కళాత్మకంగా వుంది"

"ఈ మధ్యకాలంలో పరిపూర్ణత సాధిస్తున్నారు" అన్నాడు అబ్లాన్‌స్కీ సంతోషంగా కళ్ళల్లో చెమ్మ తిరిగేటట్టు ఆవులిస్తూ. "మాటకి థియేటర్ తీసుకో. కాబరేలు, ఆయ్!" మళ్ళీ ఆవులించేడు. "విద్యుత్ దీపాలు యెక్కడ చూసినా... ఆయ్!"

"అవును, విద్యుత్ దీపాలు" అన్నాడు లేవిన్. "అవును. సరేగాని వ్రాన్‌స్కీ యిప్పుడేక్కడ వున్నాడు?" అని వున్నట్టుండి అడిగాడు.

"వ్రాన్‌స్కీయా?" అని రెట్టించాడు అబ్లాన్‌స్కీ, ఆవులింత వస్తూవుంటే అణచుకొని. "పీటర్స్‌బర్గ్‌లో ఉన్నాడు. నువ్వు వచ్చేసిన కొద్దిరోజులకే అక్కడికి వెళ్ళిపోయాడు. మళ్ళీ మాస్కో రాలేదు. విను, నిజం చెప్తాను" అన్నాడు మోచేతిని పక్కబల్ల మీద ఆనుస్తూ. యెర్రటి చెక్కిళ్ళతో, అందంగా వున్న ముఖాన్ని అరచేతులమీద ఆన్చుకున్నాడు. నిద్రమత్తుగా, దయగా వున్న కళ్ళు నక్షత్రాల్లా మెరుస్తున్నాయి. "అంతా నీదే తప్పు. నీ పోటీదారుణ్ణి చూసి బెదిరిపోయావు. అప్పుడే చెప్పానుకదా – నాకు నిజంగా తెలియదు. ఎవరికి యెక్కువ అవకాశాలు ఉంది. యెందుకు నువ్వు బరిమీదకి దూకలేదు? నేనప్పుడే చెప్పాను నీకు..." అతను నోరు తెరవకుండా దవడలతోనే ఆవులించాడు.

"నేను ఆమెని అడిగిన విషయం యితనికి తెలుసా, తెలీదా?' అని అతనికేసి చూసి లేవిన్ అనుకున్నాడు. 'ఇతని ముఖంలో కొంటెగా, గూఢంగా యేదో కనిపిస్తోంది.' తను సిగ్గుతో యెర్రబడుతున్నాని తెలిసే అబ్లాన్‌స్కీ కేసి సరాసరి చూశాడు.

"అప్పట్లో కిట్టీ యేమన్నా భ్రమసిందీ అంటే పైపై మెరుగులు చూసి, అంతే. అతను పెద్ద జమిందారనీ, సంఘంలో గొప్ప హోదాలో వుందనీ మాయలో పడింది, అసలు ఆమె కాదు, వాళ్ళ అమ్మ" అన్నాడు అబ్లాన్‌స్కీ.

లేవిన్ ముఖం చిట్లించాడు. తనని తిరస్కరించిన అవమాన గాయం అప్పుడే పొడిచిన దెబ్బలా నలిపింది. కాని అతను తన యింట్లో వున్నాడు. ఇంటిదగ్గర వున్నప్పుడు గోడలు కూడా ఆసరాగా వుంటాయి.

"ఆగు, ఆగు" అన్నాడు అబ్లాన్‌స్కీ మాటకు అడ్డం వెడుతూ. "జమీందారు గిమిందారు అంటున్నావు. వ్రాన్‌స్కీలో గొప్పింటి అంశ యేముంది? నాకు తెలియక అడుగుతాను, ఆ మాటకొస్తే మరెవళ్ళలోనైనా, నాకంటే అతని ఆధిక్యత వుందనడానికి? మీరు వ్రాన్‌స్కీని జమీందారుగా చూస్తున్నారు. నేను చూడను. వాళ్ళ నాయన యెవడు? వాళ్ళ జుట్టూ, వీళ్ళ జుట్టూ ముళ్లెట్టి పైకి వచ్చిన బాపతు. ఇక ఆ తల్లి వుంది. ఆ దేవుడికే తెలియాలి. యెన్ని గ్రంథాలు నడిపిందో... అబ్బ, మరేం అనుకోకు. నేనూ, నా బోటిగాళ్ళం నిజంగా జమీందార్లం. నాలుగైదు తరాల వెనుకనుంచీ పరువు మర్యాదలున్న వాళ్ళం, సాంప్రదాయకమైన కుటుంబాల వాళ్ళం (ప్రతిభ, వ్యుత్పత్తులంటావా అది వేరే విషయం) యెవళ్ళ ప్రాపకం కోసం పాకులాడిన వాళ్ళం కాదు. ప్రాపకం అవసరమూ లేదు. మా తాత, తండ్రుల్లా బతికిన వాళ్లు – అలాంటివాళ్ళని చాలామందిని యెరుగుదును. నేను అడవిలో చెట్లని లెక్కపెట్టడం నీకు చవకబారు వ్యవహారంగా కనిపిస్తుంది. ఆ ర్యబీనిన్‌కేమో ముప్పైవేలు ముడుపు చెల్లిస్తావ్ నువ్వు. నువ్వు శిస్తులమీద బతుకుతావు. మరి యింకా వేటి వేటి మీదనో నాకు తెలియదు. నాకు అలా కాదు. అందుకనే నా పూర్వులనుంచి నాకు వారసత్వంగా సంక్రమించినదాన్నీ నా చెమటోడ్చి సంపాదించిన దాన్నీ నేను సగర్వంగా చూసుకుంటాను. జమీందార్లం మేము, యెంగిలి మెతుకులమీద బతికే ఆ మనుషులు కాదు, యిరవై కోపెక్కుల నాణానికి అమ్ముడుపోయే రకం."

"నువ్వెవళ్ళతో దెబ్బలాడుతున్నావ్? నువ్వనేది నేను కాదనడం లేదే" అన్నాడు అబ్లాన్‌స్కీ, ఇరవై కోపెక్కుల నాణానికి అమ్ముడుపోయే బాపతులో తన మిత్రుడు తనని కూడా చేరుస్తున్నాడని

గ్రహించినా, నిజంగా ఉత్సాహంగానే మాట్లాడేడు. లేవిన్ ధాటీ అతనికి నచ్చింది. "ఎవరితో దెబ్బలాడుతున్నావు నువ్వు? నువ్వు వ్రాన్‌స్కీ గురించి చెప్పేదాంట్లో యెక్కువ భాగం నిజం కాదు. అయినా ఆ విషయం గురించి నేను మాట్లాడ్డం లేదు. నిజం చెప్తున్నా చూడు. నీ స్థానంలో నేను గనుక వున్నట్టయియే నేను తిరిగి మాస్కో వెళ్లి..."

"లేదు. నేను వెళ్ళను. నీకు తెలుసో తెలియదో, నాకంతా ఒకటే. నీకు చెప్తున్నాను. నేను పెళ్ళిప్రస్తావన చేశాను, తిరస్కారం పొందేను. ప్రిన్సెస్ కిట్టీ ష్చేర్‌బాత్‌స్కీ యిప్పుడు నాకు బాధాకరమైన, అవమానకరమైన స్మృతి మాత్రమే."

"యెందుకని? అదేం తెలివితక్కువ మాట."

"ఇక దాని గురించి మనం మాట్లాడుకోవద్దు. నేను పరుషంగా వుంటే మరేం అనుకోకు" అన్నాడు లేవిన్. గుండె బరువు దింపేసుకోవటంతో ప్రొద్దుట వున్న హుషారు తిరిగి వచ్చింది. "నామీద కోపం వచ్చిందా నీకు? మా బాబువి కదూ, నామీద కోపగించుకోకు" అన్నాడు చిరునవ్వు నవ్వుతూ. అతని చేతిని తన చేతిలోకి తీసుకున్నాడు.

"యెంతమాట, కోప్పడాల్సింది యేముంది యిందులో. మనం విషయం మినహాయింపుల్లేకుండా మాట్లాడుకున్నాం. నాకు సంతోషంగా వుంది. విను, ఒకో అప్పుడు వేట పొద్దుటిపూట భేషుగ్గా వుంటుంది. పొద్దున్నే వెడదామా? ఆ తర్వాత నిద్రపోను, వేటనుంచి సరాసరి స్టేషన్‌కి వెళ్లిపోతా."

"సరే, అలాగే."

18

వ్రాన్‌స్కీ అంతరంగిక జీవితం ప్రేమభావంతో వున్నా, అతని బాహ్య జీవితం మాత్రం సామాజిక, రెజిమెంటల్ సంబంధాలు ఆసక్తులు అనే నలిగిన పట్టాలమీద సాగిపోతూనే వుంది. రెజిమెంటల్ ఆసక్తులు వ్రాన్‌స్కీ జీవితంలో గొప్పస్థానాన్ని ఆక్రమించాయి. వ్రాన్‌స్కీ రెజిమెంట్‌ని ప్రేమించడం వల్లనే కాదు, మరీ యెక్కువగా యెందుకంటే రెజిమెంట్ అతనిని ప్రేమించింది కాబట్టి. రెజిమెంట్ అతనంటే అభిమానపడడమే కాదు, అతన్ని ఆరాధించింది. అతనంటే వాళ్ళకి గొప్ప. యెందుకంటే అతను అంతులేని ఐశ్వర్యం వున్నవాడు, గొప్ప విద్య, సామర్థ్యం వున్నవాడు. విజయేందిర యే పథంలోనేనా హారం పుచ్చుకుని తనకోసం సిద్ధంగా వుండేటువంటివాడు. కీర్తిదీధితులు విరజిమ్ముకుంటూ వచ్చే అవకాశం వున్నా వేటినీ పట్టుకోకుండా తన జీవితాసక్తులన్నిటినీ పక్కన పెట్టి తన రెజిమెంట్ ఆసక్తులనీ, తన మనుషుల ఆసక్తులనీ ఆలింగనం చేసుకున్నాడు. కాబట్టి రెజిమెంట్ వాళ్లు తనని యెంతలా అభిమానించేదీ వ్రాన్‌స్కీకి బాగా తెలుసు. అలాంటి జీవితాన్ని ఆనందించడానికి తోడుగా వాళ్లు తనని యెంత అభిమానంగా చూస్తున్నారో దానికి తగ్గ అర్హత తనూ కనిపింప చెయ్యాలని అనుకున్నాడు.

తన ప్రేమ గురించి అతను తన మిత్రులెవళ్ళతోనూ ప్రస్తావించలేదన్న విషయం స్పష్టమే. చిత్తుగా తాగిన సందర్భాలలో కూడా (యింతకీ అతను స్పృహ తప్పేటంతగా యెన్నడూ తాగడు) తన ప్రేమ సంబంధం విషయంలో సూచనప్రాయంగానైన యెవడేనా వదరుబోతు

ఓమాట అనబోయినా తక్షణం వాడి నోరు మూయించేసేవాడు. అయినా గానీ అతని ప్రేమ విషయం పూరంతటికీ తెలిసింది. అతనికీ, అన్నా కరేనినాకి వున్న సంబంధాల గురించి ప్రతి ఒక్కళ్ళు యించుమించుగా నిశ్చయంగా వూహించారు. అతన్ని ఏమనాలో దుస్సహ పార్శ్వంవల్ల, అంటే సంఘంలో కెరనిన్ ఉన్నత స్థాయి హోదా తత్ఫలితంగా యీ వ్యవహారం ఉన్నత సమాజం దృష్టిలో పడడం వల్ల యెక్కువమంది యువకులు అతనంటే ఈర్ష్యపడ్డారు.

అన్నా నిప్పులాంటిదని విని విని విసుగెత్తిపోయి ఆమె అంటే ఈర్ష్యపడ్డ యువతులు చాలామంది అన్నాకి సంబంధించి లోకుల అనుమానాలు నిజమవుతాయని వోపిగ్గా చూస్తున్నారు. తమ అక్కసు అంతా తీరేటట్టు మీదకి విసిరేందుకు అప్పుడే మట్టి ఉండల్ని సమకూర్చుకుంటున్నారు. యీ అవమానకరమైన గొడవ త్వరలో బద్దలయి పడబోవడం ఎక్కువమంది నడివయస్కులు పలుకుబడిగల పెద్దలూ గర్హించారు.

వ్రాన్స్కీ ప్రేమకలాపం సంగతి విని మొదట్లో వాళ్ళమ్మ సంతోషించింది. ఉన్నత సమాజంలో ప్రేమ వ్యవహారం కంటే యెక్కువగా మరేదీ వో యువకుడి ప్రతిభకి మెరుగులు దిద్దదని ఆవిడ అభిప్రాయం. పైగా అన్నా కరేనినా అంటే ఆవిడకి ఆసక్తి కలిగింది. తన కొడుకు గురించి అంతలా చెప్పిన ఆమె కూడా ఆవిడ అభిప్రాయంలో పరువు మర్యాదలున్న అందమైన ఆడవాళ్ళందరూ చేసినట్టే చేసిందన్న విషయం కూడా ఆవిడకి తృప్తి కలిగించింది. కాని అన్నాకి దగ్గరగా వుండాలన్న కోరికతో తన కొడుకు ఉద్యోగ జీవితంలో ముందుకు పోయే అవకాశాన్ని తిరస్కరించాడని యిటీవలే ఆవిడకి తెలిసింది. అలా తిరస్కరించడం పై స్థానాల్లో వున్న కొందరు అధికార్లకి అసంతృప్తి కారకమైందనీ ఆవిడ యీ సంబంధాల్ని ఆమోదించలేకపోయింది. యీ సంబంధాన్ని గురించి ఆమెకి తెలిసిన అన్నిట్ని బట్టీ తను వూఁ అనేటటువంటి తేజోవంతమైన, సొగసైన ఉన్నత సమాజ వ్యవహారం కాదుయిది, ఆమెకి తెలిసినట్టు ఒక రకమైన వెర్తర్ కాంక్ష* పిచ్చికోరిక తన కొడుకుని తెలివి తక్కువ పనులు చేసేటట్టు పురికొల్పేది. అతను అనుకోకుండా మాస్కో వదిలి వెళ్ళిపోయాక ఆవిడ అతన్ని చూడలేదు. అతను మాస్కో వచ్చి తనని చూడాలని పెద్దకొడుకు ద్వారా హుకుం పంపించింది.

అన్నకు కూడా తమ్ముడి వ్యవహారం నచ్చలేదు. అది యెలాంటి ప్రేమ అనే విషయం జోలికి అతను వెళ్ళలేదు. ఘనమైందా, అల్పమైందా, కాంక్షాభరితమైందా లేదా, పాపపూరిత మైందా కాదా అనేవాటిని వేటినీ పట్టించుకోలేదు. (తను పిల్ల తండ్రి అయినా వో నర్తకిని చేరదేశాడు, అందుచేత యిలాంటి విషయాలకి సంబంధించి విశాలమైన దృష్టి కనబర్చేడు) కాని వ్రాన్స్కీ అంటే యిష్టం కలగవలసిన వాళ్ళకి యీ ప్రేమ వ్యవహారం యిష్టంగా లేదు కాబట్టి తనూ దాన్ని ఆమోదించలేదు.

వ్రాన్స్కీకి సైన్యంలో కొలువుకీ, సమాజ జీవితానికీ తోడుగా మరో వ్యాపకం కూడా ఉంది. గుర్రాలు. అవంటే అతనికి వెర్రి వ్యామోహం.

ఆ యేడు ఆఫీసర్లకోసం అవరోధాలు దాటే గుర్రపు పందెంని యేర్పాటుచేశారు. అందులో చేరడానికి వ్రాన్స్కీ పేరిచ్చాడు. అచ్చమైన జాతి ఇంగ్లీషు అశ్వాన్ని కొన్నాడు. ప్రేమ వ్యవహారం

వున్నా, తీవ్రకాంక్షతో, కొంచెం అదుపులో ఉంటూనే యీ రాబోయే పందెం కోసం యెదురుచూశాడు.

యీ రెండు కాంక్షలూ ఒకదాని నొకటి స్పర్థించలేదు. పైగా అతనికి కొంచెం మార్పు కావలసి వచ్చింది. భావావేశపూరితమైన ప్రేమనుంచి కొంచెం మళ్ళడం అవసరం అయింది.

19

క్రాస్నయె సెలో*లో గుర్రప్పందేలు జరిగే రోజున వ్రాన్‌స్కీ రెజిమెంట్ భోజనశాలలో మాంసం తిందామని మామూలు వేళకంటే పెందరాళే వెళ్లాడు. ఖచ్చితమైన ఆహార నియమం పాటించవలసిన అవసరం అతనికి లేదు. వుండవలసిన పరిమితిలోనే డెబ్బైరెండు కిలోగ్రాముల బరువు వున్నాడు. ఏమైనా యిక బరువు యెక్కకూడదు. అందుకని రొట్టె, తీపిపదార్థాలు వదిలేశాడు. అతను రెండు మోచేతుల్నీ బల్లమీద ఆన్చుకున్నాడు. తెల్లటి వెయిస్ట్ కోటుమీద వేసుకున్న జాకెట్‌కి బొత్తాలు పెట్టుకోలేదు. మాంసం వడ్డనకోసం చూస్తూ ఫ్రెంచి నవలని ప్లేటుమీద తెరిచి పెట్టి చదువుతూ కూర్చున్నాడు. అతను పుస్తకం కేసి అలా తేరి చూస్తూ తన ఆలోచనల్లో తను వున్నాడు. పుస్తకం తెరిచి వుంచడంలో ఉద్దేశం లోపలికి వస్తూ పోతూవున్న ఆఫీసర్లతో మాట్లాడకుండా తప్పించుకోవడమే.

అతని ఆలోచనలు అన్నా మీదనే వున్నాయి. ఆ వేళ పందేలయాక తనని కలుసుకుంటానని మాట యిచ్చింది. మూడురోజులుగా అతను ఆమెని చూడలేదు. ఆమె భర్త అప్పుడే విదేశయాత్రనుంచి తిరిగి వచ్చిన దానివల్ల అన్నమాట ప్రకారం తనని కలుసుకుంటుందో లేదో తెలియదు. యెలా ఆ విషయం తెలుసుకోవాలో తెలియలేదు. కిందటిసారి ఆమెని అతని బంధువు అయిన బెట్సీ దాచాలో చూశాడు. కరేనిన్ల దాచాకి తను వీలైనంత తక్కువ వెళ్ళేవాడు. ఇప్పుడు అక్కడికి వెళ్ళాలనుకున్నాడు. యెలా వెళ్లాలా అని ఆలోచించడం మొదలుపెట్టాడు.

'తను పందేలకి వస్తుందో రాదో కనుక్కోమని నన్ను బెట్సీ పంపించిందని చెప్తాను. వూఁ వెడతాను' అని పుస్తకం మీద నుంచి తలపైకి యెత్తి మనస్సులో తీర్మానించుకున్నాడు. ఆ వూహకే అతని ముఖం వెలిగింది.

"మా యింటికి కబురు చేసి ఆఘమేఘాలమీద మూడుగుర్రాల బండిని పంపించమన్నాడని చెప్పు" అని వేడిగా వున్న వెండిపళ్ళెంలో మాంసం తెచ్చిన వెయిటర్‌కి చెప్పాడు. పళ్ళేన్ని తన వేపు లాక్కుని తినడం మొదలుపెట్టాడు.

పక్కనే బిలియర్డు గది వుంది. ఏవో గొంతుకల ధ్వనులు, నవ్వులు, బంతులు టకటక కొట్టుకోవడం వినిపిస్తున్నాయి. ముందు గుమ్మంలోంచి యిద్దరు మిలిటరీ ఆఫీసర్లు లోపలికి వచ్చేరు. ఒకతను పడుచువాడు. పల్చగా పాలిపోయిన ముఖం వున్న మనిషి. కొత్తగా యీ రెజిమెంట్‌కి పేజ్ కోర్*నుంచి వచ్చేడు. రెండో అతను బొద్దుగా వుండే పెద్దాయన. ఆయన చిన్నకళ్ళు లోపలికి దిగినట్టు వున్నాయి. చేతికి కడియం పెట్టుకున్నాడు.

వ్రాన్‌స్కీ వాళ్ళకేసి చూశాడు. ముఖం చిట్లించుకున్నాడు. కళ్ళు పుస్తకం కేసి తిప్పుకున్నాడు. వాళ్ళని చూడనట్టే, తింటూ, చదువుకుంటూ వుండిపోయేడు.

"యేం కార్యనిర్వాహణ కోసం పుంజుకుంటున్నావా?" అని బొద్దుగా వున్న ఆఫీసరు అతని పక్కన కూర్చుంటూ అడిగేడు.

"చూస్తున్నావుగా" అన్నాడు వ్రాన్‌స్కీ పైకి చూడకుండానే కనుబొమలు చిట్లిస్తూ మూతి తుడుచుకున్నాడు.

"లావెక్కిపోతావేమో" అన్నాడు అతను, పడుచు ఆఫీసర్ కోసం కుర్చీ యివతలకు లాగుతూ.

"యేమిటి?" అన్నాడు వ్రాన్‌స్కీ అయిష్టంగా ముఖం పెడుతూ. చక్కని కుదురైన తెల్లని పలువరుస కనిపించింది.

"లావెక్కిపోతావేమోనని భయం లేదా?"

"వెయిటర్! షెర్రీపత్రా" అన్నాడు వ్రాన్‌స్కి జవాబివ్వకుండా. పుస్తకం రెండోవేపు పెట్టుకొని చదవడం మొదలుపెట్టాడు.

బొద్దు ఆఫీసరు వైన్ల లిస్టు తీసుకుని పడుచు ఆఫీసరుకి యిచ్చేడు.

"యేం కావాలో నువ్వే చూడు" అన్నాడు అతనికా లిస్టు అందించి అతనికేసి చూస్తూ.

"బహుశా రైన్‌వైన్ బాగుంటుంది" అన్నాడు పడుచు ఆఫీసరు. వ్రాన్‌స్కీకేసి బిడియంగా చూస్తూ పల్చగా వున్న మీసాల్ని దువ్వుకున్నాడు. వ్రాన్‌స్కీ తమని అసలు యేం పట్టించుకోవడం లేదని గమనించి పడుచు ఆఫీసరు లేచాడు.

"బిలియర్డ్స్ ఆడదాం పద" అన్నాడు.

బొద్దు ఆఫీసరు మారుమాట్లాడకుండా లేచాడు. ఇద్దరూ కలిసి వెళ్ళిపోయారు. సరిగ్గా ఆ సమయంలో కెప్టెన్ యాష్విన్ లోపలికి వచ్చేడు. అతను పొడగరి. దృఢకాయుడు. యీ యిద్దరి ఆఫీసర్లకేసీ వోసారి చూసి వ్రాన్‌స్కి కూర్చున్న బల్ల దగ్గరికి వెళ్ళేడు.

"నువ్విక్కడున్నావా!" అని పెద్దచేత్తో వ్రాన్‌స్కీ భుజంమీద చరుస్తూ అరిచాడు. వ్రాన్‌స్కీ కోపంగా తలయెత్తి చూశాడు. కాని మరుక్షణంలోనే అతనికి స్వతహాగా వుండే దృఢమైన, ప్రశాంతభరితమైన కాంతి అతని ముఖం మీద కనిపించింది.

"మంచిది మిత్రమా" అన్నాడు కెప్టెన్ ఖంగుమనే గొంతుకతో. "భోజనం అయిపోతే నాతో కలిసి కొంచెం తాగు" అన్నాడు.

"భోజనం చెయ్యాలని లేదు."

"చూడు జంటకవులు వాళ్ళిద్దరూ" అన్నాడు యాష్విన్. గదిలోనుంచి బయటికి వెళ్ళిపోతున్న ఆఫీసర్లకేసి చీదరించుకొని చూస్తూ. అతను వ్రాన్‌స్కీ ప్రక్కన కూర్చున్నాడు. బిగుతు బ్రీచెస్ తొడుక్కున్న కాళ్ళని నిబ్బరంగానే వుంచేడు. ఆ బల్లకింద పట్టనంత పొడుగు వున్నాయవి. "రాత్రి థియేటర్‌కి రాలేదేం? న్యుమెరొవా పర్లేదు. యెక్కడ వున్నావు?"

"ప్రిన్సెస్ బెట్సీ యింటి దగ్గర ఆలస్యమైపోయింది" అన్నాడు వ్రాన్‌స్కీ.

"అలాగా" అన్నాడు యాష్విన్.

యాష్విన్ తిరుగుబోతు, జూదరి. మనిషికి నీతి నియమాలు లేకపోవడం సరేసరి వున్నవన్నీ అవినీతి నియమాలే. అలాంటి యాష్విన్ వ్రాన్‌స్కీకి రెజిమెంటులో ప్రాణమిత్రుడు. అతనికి వున్న గొప్పశారీరక శక్తిని వ్రాన్‌స్కీ మెచ్చుకుంటాడు. ఆ శక్తి అధికభాగం సముద్రాల కొద్దీ సారా తాగడంలోనూ నిద్రలేకుండా గడపడంలోనూ, అయినా బుద్ధి విశేషాలు నిలబెట్టుకోవడం లోనూ ప్రదర్శితమవుతూ వుంటుంది. తనతో కలిసి పనిచేసే వాళ్ళతోనూ, పై అధికార్లతోనూ ఒకేమాదిరిగా అతనికి వుండే సంబంధాలలో అతని గొప్ప నైతిక శక్తి వెల్లడవుతుంది. వాళ్ళందరూ దానివల్ల అతనంటే భయపడతారు. అతన్ని గౌరవిస్తారు. అదే శక్తి అతని జూదంలో కూడా వెల్లడి అవుతుంది. వేలవేల మొత్తాలలో ఆడేస్తాడు. ఎంతో సాహసంగా, లాఘవంగా ఆడేస్తాడు, యెంత తాగినాగానీ,. అందుకని అతనికి ఇంగ్లీషు క్లబ్బు*లో సాటిలేని మేటి అని పేరు వచ్చింది. కాని వ్రాన్‌స్కీ అతన్ని గాఢంగా అభిమానించడానికి చెప్పుకోదగ్గ కారణమేమిటంటే తన పేరుకీ, డబ్బుకీ గాక వ్యక్తిగా తనంటే అతను యిష్టపడడమే. తన పరిచయస్థులందరిలోకి వ్రాన్‌స్కీ తన ప్రేమను గురించి చెప్పడానికి యిష్టపడింది ఒక్క యాష్విన్‌కే. మమకారాలంటే పైకి యాష్విన్ యేవగింపుగా చూసినా అతనొక్కడే తన జీవిత సర్వపార్శ్వాలనీ ఆవహించిన తీవ్ర అనురాగ భావనని అర్థం చేసుకోగలవాడని వ్రాన్‌స్కీకి అనిపించింది. పైగా యాష్విన్ దాన్ని చూసి పుకార్లు, అపనిందలు కల్గించే ఆనందంతో తుళ్ళిపోడు. దాన్ని యే రీతిలో అర్థం చేసుకోవాలో ఆ రీతిలో అర్థం చేసుకుంటాడు. అంటే తన ప్రేమ యేదో మజా వ్యవహారం అనీ, తాత్కాలిక వ్యామోహం అనీ కాక నిజమైన లోతైన విషయం అని గ్రహిస్తాడు.

వ్రాన్‌స్కీ అతనితో తన ప్రేమ గురించి చెప్పలేదు కాని అతనికి మొత్తం అంతా తెలుసు, అంతా సరియైన రీతిలో అర్థం అయింది అని వ్రాన్‌స్కీకి తెలుసు. అతని కళ్ళల్లో ఆ భావాన్ని చదివి వ్రాన్‌స్కీకి సంతోషం కలిగింది.

"ఆహాఁ అలాగా" అన్నాడు యాష్విన్ తను బెట్సీ యింటిదగ్గర వున్నానని చెప్పినప్పుడు. తన నల్లని కళ్ళల్లో మెరుపు దూసుకుపోగా అతను యెడమ మీసం పట్టుకుని నోట్లో పెట్టుకున్నాడు. అతని దురలవాటు అది.

"నిన్న సాయంత్రం యేం చేశావ్? నెగ్గావా?" అని వ్రాన్‌స్కీ అడిగాడు.

"ఎనిమిదివేలు. అందులో మూడువేలు కచ్చా అనుకో"

"అయితే పర్లేదు. ఇవాళ నామీద పందెం వోడిపోయినా గానీ" అని వ్రాన్‌స్కీ నవ్వేడు. (యాష్విన్ వ్రాన్‌స్కీమీద పెద్ద పందెం కట్టేడు)

"నాకు ఓడిపోవాలని లేదు. నీ ఒక్క పత్యర్థీ మఖోతిన్."

ఆవేళ పందెంలో జరగబోయే వాటి గురించి ఏయే ఊహాగానాలు సాగుతున్నాయో వాటి మీదకి సంభాషణ మళ్లింది. వ్రాన్‌స్కీ యిప్పుడు పందెం గురించి మాత్రమే ధ్యాస పెట్టేడు.

"రా పోదాం" అన్నాడు వ్రాన్స్కీ లేచి నుంచుని. గుమ్మం దగ్గరికి దారి తీశాడు. యాష్విన్ కూడా పొడుగాటి కాళ్లు, బొమ్మ చాచుకుంటూ లేచాడు.

"భోజనానికి యింకా చాలాపొద్దు వుంది. నాకు కొంచెం తాగాలని వుంది. ఓ క్షణంలో నిన్ను కలుస్తా. వెయిటర్, కొంచెం వైన్‌పట్రా" అని అతను గట్టిగా అరిచాడు. ఖంగుమని మోగే అతని కంఠధ్వని రెజిమెంట్‌లో పేరుమోసింది. అతను అరిస్తే కిటికీలు వో మాదిరిగా అదురుతాయి. "వూఁపోన్లే, వద్దులే" అని మళ్ళీ అరిచాడు. "నువ్వింటికి వెడితే నేనూ వస్తా" అన్నాడు వ్రాన్స్కీతో.

అతనూ, వ్రాన్స్కీ కలిసి వెళ్ళిపోయారు.

20

వ్రాన్స్కీ ఫిన్నిష్ రైతుకుటీరంలో బస చేశాడు. అది పెద్దది, శుభ్రంగా వుంది. అడ్డుగోడ కట్టి రెండు భాగాలుగా వుంది. శిబిరంలో కూడా పెత్రీత్‌స్కీ అతనితోనే వుండేవాడు. వ్రాన్స్కీ యాష్విన్‌లు వచ్చేటప్పటికి పెత్రీత్‌స్కీ నిద్రపోతున్నాడు.

"లే యిక పడుకున్నది చాలు" అన్నాడు యాష్విన్ అడ్డం కట్టిన విభాగంలోకి వెళ్ళి పెత్రీత్‌స్కీని కుదుపుతూ. పెత్రీత్‌స్కీ ముఖం తలగడలో దూర్చేసుకుని నిద్రపోతున్నాడు.

పెత్రోత్‌స్కీ ఒక్క ఉదుటున మోకాళ్ళమీద లేచి అటూ యిటూ చూడ్డం మొదలుపెట్టాడు.

"మీ అన్న వొచ్చేడు" అన్నాడు వ్రాన్స్కీని చూసి. "దుంపతెగ నన్ను లేపాడు. మళ్ళీ వస్తానన్నాడు." ఇంకోసారి దుప్పటీ లాక్కుని మళ్ళీ తలగడలో దూరేడు. "అబ్బ ఆపు యాష్విన్" అన్నాడు చిరాగ్గా యాష్విన్‌తో. యాష్విన్ అతను కప్పుకున్న దుప్పటిని లాగేస్తున్నాడు. "యెహె, ఆపు!" అని యిటు తిరిగి కళ్లు తెరిచాడు. "నోరంతా యేదోలా వుంది, యేం తాగితే మంచిదో చెప్పు" అన్నాడు.

"వోద్కాని మించింది లేదు" అని యాష్విన్ బంయ్‌మంటూ చెప్పేడు. "తెరేషెంకొ, మీ సాబ్‌కి కొంచెం వోద్కా, దోసకాయలూ పట్రా" అని పిలిచాడు, తన కంఠస్వరానికి తనే ఆహా అనుకుంటూ.

"వోద్కా అంటావా? యేహ్?" అన్నాడు పెత్రీత్‌స్కీ. ముఖం ముడతలు పడేసుకుని, కళ్ళు నులుముకున్నాడు. "నువ్వు తాగుతావా? భేష్ కలిసి తాగుదాం. నువ్వూ వ్రాన్స్కీ?" అని అడిగాడు పెత్రీత్‌స్కీ. లేచి దుప్పటి చుట్టబెట్టుకున్నాడు.

అడ్డుగోడ గుమ్మం దాటి లోపలికి వెళ్ళేడు. చేతులు యెత్తి ఫ్రెంచిలో పాడడం మొదలుపెట్టాడు. "మహారాజు తూ... తూ..."* వ్రాన్స్కీ, నువ్వూ తాగు కొంచెం."

"ఛస్, పో" అన్నాడు వ్రాన్స్కీ, తన నౌకరు తెచ్చిన కోటు తొడుక్కుంటూ.

"యెక్కడికి వెడుతున్నావ్?" అని యాష్విన్ వ్రాన్స్కీని అడిగేడు. "అదుగో, బండి వస్తోంది."

"గుర్రాలశాలకి వెడుతున్నాను. తరువాత వెళ్ళి గుర్రాల గురించి కనుక్కోవడానికి బ్రియాన్స్కీ దగ్గరికి వెళ్ళాలి" అన్నాడు వ్రాన్స్కీ.

వ్రాన్స్కీ నిజంగానే బ్రియాన్స్కీ దగ్గరకు వెళ్ళి గుర్రాల ఖరీదు చెల్లిస్తానని మాట యిచ్చేడు. బ్రియాంన్స్కీ పీటర్‌హాఫ్*కి పదికిలోమీటర్ల దూరంలో వుంటాడు. ఇప్పుడా పని కూడా పూర్తి చెయ్యాలని అనుకున్నాడు. కాని అతను ఒక్క బ్రియాన్స్కీ దగ్గరికి మాత్రమే వెళ్ళడం లేదని అతని మిత్రులకి అర్థమైంది.

పెత్రీత్‌స్కీ పాట ఆపకుండానే కళ్ళతో సైగచేసి పెదాలు ముడిచాడు. "నీ బ్రియన్స్కీ కథ మాకు తెలుసులే" అన్నట్టు వుందా భంగిమ.

"నువ్వేం ఆలస్యం చెయ్యకు" అని మాత్రమే యాష్విన్ అన్నాడు. తర్వాత ప్రసంగ విషయం మార్చడానికి "గుర్రాల బండికి కట్టిన గుర్రాల్లో మా ముఖ్య గుర్రం బాగా వుంది కదా?" అని అడిగాడు. కిటికీలోంచి గుర్రంకేసి చూశాడు, తనే దాన్ని వ్రాన్స్కీకి అమ్మేడు.

"ఆగు" అని పెత్రీత్‌స్కీ బయటకు వెడుతూ వున్న వ్రాన్స్కీ కేసి అరిచాడు. "మీ అన్నయ్య ఏదో చీటీని, ఉత్తరాన్ని యిచ్చేడు. యెక్కడున్నాయో అవి" అన్నాడు.

వ్రాన్స్కీ ఆగేడు.

"ఎక్కడున్నాయి?"

"ఎక్కడున్నాయి? అదే యిప్పుడు ప్రశ్న" అని గంభీరంగా అన్నాడు పెత్రోత్‌స్కీ, ముక్కు పైనుంచి తర్జని పోనిస్తూ.

"ఛస్, వేళాకోళం కట్టిపెట్టు" అన్నాడు వ్రాన్స్కీ చిరునవ్వు నవ్వుతూ.

"నేనేం వాటిని తగలెయ్యలేదు. యిక్కడే యెక్కడో వుంటాయి."

"చాలుగాని, యేదా ఉత్తరం?"

"నిజం చెప్తున్నాను గుర్తులేదు. లేకపోతే యిదంతా కలా? ఆగు, ఆగు... కోపం వద్దు. నాకులాగా రాత్రి నాలుగు పీపాలు తాగితే నువ్వు నీ పేరే మరిచిపోతావు. ఆగు, గుర్తుకొస్తుంది."

పెత్రీత్‌స్కీ అవతలి కానాలోకి వెళ్ళాడు. మంచంమీద పడుకున్నాడు.

"యిక్కడ పడుకున్నాను. అతను అక్కడ నుంచున్నాడు. ఆఁ ఆఁ! యిదిగో యిక్కడ వుంది" అని పరుపుకింద దాచిన ఉత్తరాన్ని తీసి యిచ్చేడు.

వ్రాన్స్కీ అన్నగారు యిచ్చిన చీటీని, ఉత్తరాన్ని తీసుకున్నాడు. తను వూహించిందే తనను చూడడానికి రానందుకు తిడుతూ తల్లి రాసిన ఉత్తరం. అన్నగారి చీటీలో ఆయన తనతో మాట్లాడాలనుకుంటున్నట్టు ఉంది. అంతా అదే విషయం గురించి అని వ్రాన్స్కీకి తెలుసు. 'వాళ్ళకేం సంబంధం?' అనుకున్నాడు. దారిలో మరింత శ్రద్ధగా చదువుకోవచ్చునని

ఉత్తరం మడిచి కోటు బొత్తాల వెనుక దోపుకున్నాడు. బయటకు వెళ్ళిపోతూ ఉంటే యిద్దరు ఆఫీసర్లు తగిలారు. ఒకతను వాళ్ళ రెజిమెంట్‌వాడే. రెండో అతను వేరే రెజిమెంట్ వాడు.

వ్రాన్‌స్కీ బసలోనే ఆఫీసర్లందరూ యెప్పుడూ చేరతారు.

"యెక్కడికి?"

"పనిమీద పీటర్‌హోఫ్‌కి."

"త్సార్స్‌కొయె సెలో* నుంచి గుఱ్ఱం వచ్చిందా?"

"వచ్చిందిగాని నేనింకా చూడలేదు"

"మఖోతిన్ గుఱ్ఱం గ్లాడియేటర్ కుంటుతుందంటున్నారు"

"శుద్ధ అబద్ధం. కాని యీ బురదలో పందేలు యెలాగ?" అని రెండో ఆఫీసరు అన్నాడు.

"అమ్మయ్య నన్ను రక్షించేవాళ్ళు వచ్చారు!" అని అరిచాడు పెత్రీత్‌స్కీ యీ కొత్తవాళ్ళని చూసి. అతని నౌకరు ట్రేలో వోద్కా, దోసకాయలూ పట్టుకొచ్చి అతను ముందు నుంచున్నాడు. "తాజాగా తయారవాలంటే నేను మళ్ళీ తాగాలని యాష్విన్ అంటున్నాడు" అన్నాడు.

"నిన్న రాత్రి ముంచావు కదా మమ్మల్ని, కంటిమీద కునుకు లేదు" అన్నాడు ఆ వచ్చిన వాళ్ళలో ఒకతను.

"నిన్న యెలా ముగిసిందో విన్నారా? విసుగ్గా వుందో అంటూ వోల్కొన్ కప్పుమీదకి యెక్కి గొడవ మొదలెట్టాడు. రండి సంగీతం మొదలెడదాం అన్నాను నేను - శవ సంగీతం. అలా నిద్రపోయాడు శవ సంగీతంతో కప్పు మీద" అన్నాడు పెత్రీత్‌స్కీ.

"వూఁ యింద తాగు. వో గ్లాసు వోద్కా, సోడా, నిమ్మరసం" అన్నాడు యాష్విన్ పెత్రీత్‌స్కీమీద చంటిపిల్లకి మందు యిచ్చే తల్లిలాగ వాలి. తర్వాత కొంచెం షాంపేన్. ఒక సీసాకంటె ఎక్కువ వద్దు" అన్నాడు.

"అదీ సలహా అంటే. ఆగు, వ్రాన్‌స్కీ కొంచెం తాగు"

"వద్దు. వుంటా మరి. యివాళ తాగను"

"బరువు పెంచుతుందనుకుంటున్నావా? నువ్వు లేకుండానే మేము తాగుతాంలే. సోడా, నిమ్మరసం పట్రా"

వ్రాన్‌స్కీ గుమ్మం దగ్గరికి వెళ్ళేటప్పటికి "వ్రాన్‌స్కీ!" అని యెవరో పిలిచారు.

"యేం?"

"క్షవరం చేయించుకో. చాలా భారంగా వున్నట్టుంది. మరీ బోడితలమీద!" వ్రాన్‌స్కీ జుట్టు నిజంగానే అకాలంగా పలచబడుతోంది. అతను సరదాగా నవ్వేడు. కుదురైన పలువరస బయటికి కనిపించింది. జుట్టులేని భాగం మీదికి టోపి లాక్కున్నాడు. వెళ్ళి బండి యెక్కాడు.

"శాలకి" అన్నాడు. మళ్ళీ చదవడానికి ఉత్తరం తీద్దామని అనుకుని, గుఱ్ఱం చూసేదాకా వేరే ధ్యాస యెందుకు లెమ్మన్నట్టు మానుకున్నాడు. 'తర్వాత!..."

21

శాల తాత్కాలికంగా నిలబెట్టిన కొయ్యకొట్టం, పందేల చోటుదగ్గర దాన్ని కట్టేరు. అతని గుర్రాన్ని అంతకుముందు రోజునే అక్కడికి తీసుకువచ్చారు. ఇంకా అతను దాన్ని చూడలేదు. గత కొన్ని రోజులుగా తను దానిమీద స్వారీ చేయలేదు. ఆ పనిని ట్రెయినర్‌కి అప్పగించేడు. తన గుర్రం యే స్థితిలో వచ్చిందో, యెలా వుందో ఆ క్షణంలో అతనికి అంచనా లేదు. అతను బండి యింకా దిగీదిగకుండానే బండిని గుర్తుపట్టిన అతని నౌకరు ట్రెయినర్ని పిలిచాడు. అతను బక్కపల్చగా వుండే ఇంగ్లీషతను. యెత్తు బూట్లు తొడుక్కున్నాడు. కురచ వెస్ట్ వేసుకున్నాడు. చిరుగడ్డం వుంది. జాకీలకి వుండే వింత నడక నడుస్తూ, మోచేతులు చాచి, వ్రాన్‌స్కీని కలుసుకోవడానికి వచ్చేడు.

"ఊఁ ఫ్రూ ఫ్రూ యెలా వుంది?" అని వ్రాన్‌స్కీ యింగ్లీషులో అడిగాడు.

"All right, sir అంతా సవ్యంగా వుంది హుజూర్" అన్నాడా ఇంగ్లీషతను. అతనిమాట అతని గొంతుకలోనే వున్నట్టుంది. "దాని దగ్గరకు వెళ్ళద్దులెండి" అన్నాడు టోపీ యెత్తి. "చిక్కం కట్టేను. చిరాగ్గా వుంది. దగ్గరికి వెడితే దానికి ఉద్రేకం యెక్కువ అవుతుంది" అన్నాడు.

"లేదు, వెళతాను. చూడాలి దాన్ని."

"అయితే రండి" అన్నాడా ఇంగ్లీషతను కనుబొమలు చిట్లిస్తూ. మళ్ళీ మాటల్ని పళ్ళ మధ్యనుంచి జల్లిస్తూ పలికేడు. వూగుకుంటూ నడుస్తూ మోచేతులు ఆడిస్తూ వెళ్ళాడు.

శాలముందు వున్న పెరడులోకి వెళ్ళారు. శాల నౌకరు కుర్రాడు తలబిరుసు వాడు. ధగధగ మెరిసే చొక్కా తొడుక్కున్నాడు. అతని చేతిలో చీపురు వుంది. వీళ్ళని చూసి వీళ్ళతో కలిసి వెళ్ళాడు. శాలలో అయిదు గుర్రాలున్నాయి. తనకి గట్టి పోటీ యిచ్చే మఖోతిన్ గుర్రం గ్లాడియేటర్ వాటిల్లో వొకటని వ్రాన్‌స్కీకి తెలుసు. దాన్ని ఆ రోజున అక్కడికి తీసుకువచ్చి వుండాలి. ఎత్తరిగా ఎర్రరంగుతో వున్న గుర్రం అది. తన గుర్రం కంటే కూడా ఎక్కువగా గ్లాడియేటర్‌ని చూడాలనిపించింది. దాన్ని అంతకుముందెన్నడూ చూడలేదు. కాని పందేల మర్యాద ప్రకారం దాన్ని చూడ్డం సరే సరి దాన్ని గురించి అడగడం కూడా ధర్మం కాదని అతనికి తెలుసు. అతను నడవలో వెడుతూ వుంటే శాల కుర్రాడు యెడమ వేపున వున్న రెండో శాల తలుపు తెరిచాడు. వ్రాన్‌స్కీకి ఎర్రరంగు పెద్ద గుర్రం కనిపించింది. దానిని తెల్లని కాళ్ళుల. అది గ్లాడియేటర్ అని అతనికి తెలుసు. కాని ముందు యెవరిదో పరాయివాళ్ళ ఉత్తరం తెరిచివుంటే దాన్ని చూడకుండా తప్పించుకొనే వ్యక్తిలాగ అతను తల పక్కకి తిప్పి ఫ్రూ ఫ్రూ ఉన్న శాలకి వెళ్ళాడు.

"ఆ గుర్రం మాక్.... మాక్... యేమిటో ఆ పేరు చచ్చినా నా నోరు తిరగదు" అంటూ ఆ ఇంగ్లీషతను గ్లాడియేటర్‌కేసి బొటన వేలితో చూపించాడు. పెద్ద మకిలి గోరువున్న బొటనవేలు అతనిది.

"మఖోతిన్‌దా? అవును అతనొక్కడే నాకు గట్టిపోటీ" అన్నాడు వ్రాన్‌స్కీ.

"మీరు దానిమీద స్వారీ చేసేటట్టయితే నేను పూర్తిగా మీ తరుపున పందెం వుంటా" అన్నాడు ఇంగ్లీషతను.

"ఫ్రూ ఫ్రూకి ఉత్తేజం యెక్కువ. గ్లాడియేటర్‌కి శక్తి యెక్కువ" అన్నాడు వ్రాన్‌స్కీ. తన స్వారీ సామర్థ్యం పొగడ్త అందుకున్నందుకు పెదాల మీద చిరునవ్వు విరిసింది.

"అవరోధాల పందెంలో అంతా స్వారీమీదా, Pluck మీదా ఆధారపడి ఉంటుంది" అన్నాడు ఇంగ్లీషతను.

తన Pluck అంటే శక్తి, ధైర్యం ఆ సందర్భానికి సరిపోతుందని అనుకున్నాడు. కాని మరీ ముఖ్యమైంది యేమంటే మరెవళ్ళకీ అంతకంటే యెక్కువ Pluck వుండదని వ్రాన్‌స్కీ దృఢ విశ్వాసం.

"యిక బరువు తగ్గించే శిక్షణ అవసరం లేదంటారా?"

"అక్కర్లేదు" అన్నాడు ఇంగ్లీషతను. "కొంచెం మెల్లగా మాట్లాడండి, గుర్రం ఆవేశపడుతుంది" అన్నాడు తాళం వేసిన శాల ముందు నుంచుని. లోపలనుంచి గుర్రం గడ్డిలో గిట్టలతో కొట్టుకోవడం వినిపిస్తోంది.

అతను తలుపు తెరిచాడు. వ్రాన్‌స్కీ మసకగా ఉన్న శాలలోకి వెళ్ళాడు. దానికి చిన్న కిటికీ వుంది. అందులో నుంచి కొంచెం వెలుతురు వస్తోంది. చిక్కం కట్టిన గోధుమ రంగు గుర్రం గడ్డిమీద నుంచుని కాళ్ళు కదిలిస్తోంది. మసక వెలుతురులోకి పరీక్షగా చూసేడు వ్రాన్‌స్కీ. తన ప్రియమైన గుర్రం అందాన్ని ఒక్కసారి చూశాడు. ఫ్రూ ఫ్రూ సామాన్యమైన యెత్తువున్న గుర్రం రూపంలో మరీ దోషరహితంగా వుండదు. దాని జీను భాగం చిన్నది. ఛాతీ సన్నం. కాని ఎక్కువగా ముందుకు చొచ్చుకుని వుంది. దాని కటి భాగం కొంచెం వాలి వుంది. దాని కాళ్లు, ముఖ్యంగా వెనక కాళ్లు, వో మాదిరిగా దొడ్డికాళ్లు. ముందు కాళ్ళవి గాని, వెనుక కాళ్ళవి గాని కండరాలు మరీ పెద్దవి కావు. దాని కడుపు పల్చగా వుండడం వల్ల అది ముఖ్యంగా మంచి తీరులో వుండడం వల్ల అంస ఫలకం దగ్గర బాగా వెడల్పుగా కనిపించింది. ఎదరనుంచి చూస్తే దాని కాలి యెముకలు వేలంత సన్నంగా కనిపిస్తాయి. కాని పక్కనుంచి చూస్తే మహా విశాలంగా వున్నట్టు కనిపిస్తాయి. దాని ఛాతీ తప్పించి, మిగిలినదంతా పక్కభాగాలు అదిమి నొక్కి బారుగా సాగదీసినట్టు వుంటుంది. ఎన్ని మినహాయింపులున్నా గానీ అన్నిట్నీ మరిపింప చెయ్యగల వొక గుణం అత్యధిక స్థాయిలో దానికి వుంది– అది దాని జాతి రక్తం. ఇంగ్లీషు వాళ్ళన్నట్టు స్వభావం వెల్లడిచేసే రక్తం. పల్చగా కంపిస్తూ, పట్టులాగ సాఫీగా వున్న చర్మం కిందనుంచి నరాలు అల్లిబిల్లిగా అల్లుకుపోయాయి. వాటికింద సూటిగా పొడుచుకు వస్తున్న కండరాలు యెముకలాగా గట్టిగా వున్నాయి. దాని తల చక్కగా తీర్చినట్టుంది. కళ్ళు కాంతివంతంగా, ఉల్లాసంగా ఉబ్బి ఉన్నాయి. తల ముట్టి చివర ముక్కు పుటాల దగ్గర వెల్లడిగా వున్నాయి. అక్కడ వుండే గట్టి పుపాస్థినరం రక్తంతో పొంగరించింది. దాని మొత్తం రూపం, ముఖ్యంగా దాని తల నిశ్చింతగా, ఉత్సాహంగా వున్నాయి. అంతేకాదు, మృదువుగా, కోమలంగా వున్నాయి. తను తమ నోటి

ఆకృతులు మాట్లాడ్డానికి అనుగుణంగా అమరలేని కారణంగా మాట్లాడకుండా వుండిపోయిన జంతువుల బాపతుకి చెందింది అనిపిస్తుంది.

తన అనుభూతి చెందేదాన్నంతట్నీ అది అర్థం చేసుకుంటోందని దానికేసి చూస్తూ వుంటే వ్రాన్స్కీకి అనిపించింది.

వ్రాన్స్కీ లోపలికి వెళ్ళగానే అది గాఢంగా శ్వాస పీల్చింది. పైకి ఉబికి వచ్చిన కంటి తెల్లగుడ్డు రక్తం జీరలతో యెర్రబడేటట్టుగా – గుండ్రంగా తిప్పి శాల అవతలి వేపునుంచి అతనికేసి చూసింది. ఒక కాలిమీద నుంచి యింకో కాలిమీదకి బరువు మార్చుకుంటూ ముట్టె ఆడించింది.

"చూడండి యెంత ఉద్రేకపడుతుందో" అన్నాడా ఇంగ్లీషాయన.

"ఓయ్ నా ముద్దుల పట్టీ, ఓయ్" అని వ్రాన్స్కీ దాని దగ్గరికి వెడుతూ, మృదువుగా మాట్లాడుతూ అన్నాడు.

అతను దగ్గరికి వెళ్ళేకొద్దీ దానికి ఆవేశం ఎక్కువ అయింది. అతను దాని తల దగ్గర నుంచున్నప్పుడే అది ఒక్కసారి శాంతించింది. దాని పల్చటి మృదువైన చర్మంకింద కండరాలు కదిలాయి. దృఢంగా వున్న దాని మెడని వ్రాన్స్కీ నిమిరాడు. కోసుగా వున్న దాని మూపురం అటు పక్కకి వాలిన జూలుని కొద్దిగా యిటువేపు సవరించాడు. వెల్లడిగా తల్లకిందుల పక్షి రెక్కలాగా పారదర్శకంగా వుండే ముక్కుపుటాల దగ్గరి కంటా ముఖం పెట్టేడు. అది ముక్కుపుటాలు పెద్దవి చేసి గాఢంగా శ్వాస పీల్చి వదిలింది. కంపించింది. కోసుగా వున్న చెవుల్ని చదునుగా పెట్టుకుంది. గట్టిగా, నల్లగా వున్న పెదవిని వ్రాన్స్కీకేసి చాచింది. అతని చొక్కా చేతిని పట్టుకుందామా అన్నట్టు. కాని చిక్కం వుందని గుర్తువచ్చి ముట్టె ఆడించి మళ్ళీ నాజూకైన కాళ్ళని అటూ యిటూ కదిలించింది.

"నిదానంగా వుండు, నిదానంగా వుండు" అన్నాడతను దాని వీపుమీద నిమురుతూ గుర్రం మంచి స్థితిలో వుందని చూసి సంతోషంగా శాలలోంచి బయటకు వెళ్ళేడు.

గుర్రానికి వున్న ఆవేశం వ్రాన్స్కీకి సోకింది. తన గుండె దడదడ కొట్టుకుంటున్నట్టు అతనికి అనిపించింది. గుర్రం లాగానే అతనికీ కదలాలనిపించింది, కొరకాలనిపించింది. అతని మానసిక స్థితిలో భయం కలిగించేదీ, సంతోషకరమైందీ యేదో కనిపించింది.

"సరే మరి, మీమీద భరోసా పెట్టుకున్నాను. సరిగ్గా ఆరున్నరకి అక్కడ వుంటాను" అన్నాడు ఇంగ్లీషతనితో.

"అంతా సిద్ధంగా వుంది. మీరు ఎందాక వెడుతున్నారు మిలార్డ్" అని ఇంగ్లీషతను అడిగాడు. అనుకోకుండానే అతన్ని my Lordఅని సంభోధించేడు. అలా యెప్పుడూ చెయ్యడు.

వ్రాన్స్కీ ఆశ్చర్యంతో తల యెత్తి, తను మాత్రమే చూడగల్గినట్టుగా చూశాడు. ఇంగ్లీషతని కళ్ళల్లోకి చూడలేదు. అతని నుదుటికేసి చూశాడు. ధైర్యంగా ఆ అడగడం యేమిటన్నట్టు చూశాడు. కాని అలా అడగడంలో ఇంగ్లీషతను తనని యజమానిగా కాక జాకీగా చూస్తున్నాడని గ్రహించేక జవాబు చెప్పేడు.

"నేను బ్రియాన్స్కీల దగ్గరికి వెళ్ళాల్సిన పని వుంది. ఓ గంటలో వచ్చేస్తాను."

"ఇవాళ ఎన్నిసార్లు యీ ప్రశ్న అడిగారు నన్ను" అని తనలో తను అనుకున్నాడు. సిగ్గుపడ్డాడు. అలాంటిది అతనికి అరుదు. వ్రాన్‌స్కీ ఎక్కడికి వెడుతున్నదీ తనకి తెలిసినట్టుగా ఇంగ్లీషతను ఓ క్షణంసేపు అతన్ని పరకాయించి చూశాడు.

"ముఖ్యమైంది పందేనికి ముందు ఆందోళన పడకుండా స్థిమితంగా వుండడం. దేన్ని గురించీ కలతపడకండి, ఉత్సాహంగా వుండండి" అని చెప్పాడు ఇంగ్లీషతను.

"All right అన్నాడు వ్రాన్‌స్కీ చిరునవ్వు నవ్వుతూ. తర్వాత బండిలోకి గెంతి పీటర్ హాఫ్‌కి తోలుకుపొమ్మని తోలేవాడితో చెప్పాడు.

వాళ్ళు పదడుగులు వెళ్ళారో లేదో పొద్దుటినుంచీ బెదిరిస్తూ వున్న మేఘాలు ముసురుకుంటూ వచ్చి కుండపోతగా వాన కురిసింది.

'బాగా లేదు' అనుకున్నాడు వ్రాన్‌స్కీ బగ్గీ పడిగ పైకి లాగుతూ. 'ఇప్పటికే బురద బురదగా ఉంది. ఇంకా చిత్తడి అయిపోతుందిప్పుడు' అనుకున్నాడు. గూడు వేసుకున్న బండిలో తనొక్కడు వున్నప్పుడు తల్లి రాసిన ఉత్తరం, అన్నగారు రాసిన చీటీ తీసి మళ్ళీ చదివాడు.

అంతా ఒక్క విషయం గురించే. తల్లి, అన్నగారు అందరూ తన హృదయానికి సంబంధించిన విషయాలలో జోక్యం కలిగించుకునే వాళ్ళే. ఆ జోక్యం అతనికి కోపం తెప్పించింది. అతనికి ఎప్పుడో గాని కోపంరాదు. 'వాళ్ళకి ఏమిటి సంబంధం? యెందుకు ప్రతీవాళ్ళకీ నా గురించి యీ పట్టింపు? యెందుకని? నా వెనక బడతారు? దీనికి సంబంధించి వాళ్ళ అవగాహనకి అందనిది వుండబట్టి వాళ్ళు అలా చేస్తున్నారు. ఇది ఉన్నత సమాజంలో వుండే సాధారణ తుచ్ఛ సంబంధం అయితే నన్ను వొదిలేసేవాళ్ళు నామానాన. ఇది వూరికే వినోదం కాదనీ, భిన్నమైందనీ, యీమె నా ప్రాణం కంటే నాకు ప్రియమైందనీ వాళ్ళకి తోచింది. అదే వాళ్ళకి అర్థం కాని విషయం. అందుకనే చింతపడిపోతున్నాడు. మా అదృష్టం యెలా వుందో దానికి మేమే బాధ్యులం, మేమేం ముక్కి మూలగడం లేదు' అని తనలో తను అనుకున్నాడు. 'మేము' అని వాడడం ద్వారా అన్నానీ, తననీ కలుపుకుంటూ. 'లేదు మేం యెలా బతకాలో నేర్పడం వాళ్ళకి అవసరం. ఆనందం అంటే ఏమిటో వాళ్ళ వూహలోకి కూడా రాదు. మా యీ ప్రేమ లేకుండా మాకు ఆనందం అనేది లేదని వాళ్ళకి తెలీదు. దుఃఖం అనేది లేదని వాళ్ళకి తెలీదు. జీవితమే లేదు' అనుకున్నాడు.

వాళ్ళు వొప్పే, అందరూ వొప్పే, అని హృదయాంతరాళంలో అతనికి అనిపించి వాళ్ళు జోక్యం చేసుకుంటూ వుండటం వల్ల అతనికి కోపం వచ్చింది. తననీ అన్నానీ బంధించే ప్రేమ క్షణిక ఆకర్షణ లాంటిది కాదు. అని అతనికి తెలుసు. అలాంటి ఆకర్షణ ఉన్నత సమాజంలో ఒకళ్ళపట్ల ఒకళ్ళకి కటువైనదో, మధురమైనదో స్మృతిని తప్ప మరి దేని చిహ్నాన్నీ మిగల్చకుండా పోతుంది. తన పరిస్థితివల్లా, ఆమె స్థానంవల్లా కలిగే యాతనా భరిత కష్టం అతనికి తెలుసు. ఉన్నత సమాజం దృష్టిలో పడ్డం వల్ల యెదుర్కోబోయే ఘోరమైన కష్టాలు అతనికి తెలుసు. అబద్ధాలు చెప్పడం, మోసం చెయ్యడం, కుయుక్తులు పన్నడం, తమ తీవ్ర కాంక్షాభరిత, అనురాగభరిత క్షణాల్లో తమ ప్రేమని గురించి తప్ప మరి దేన్ని గురించి

అనుకోవడం యిద్దరికీ అసంభవం అయినప్పుడూ యితరుల గురించి నిరంతరంగా తలపు రావడం లాంటివన్నీ యాతనగా అతనికి అనిపించాయి.

తన స్వభావానికి శుద్ధ విరుద్ధంగా వుండే అబద్ధాలకీ, మోసాలకీ తను దిగజారే పరిస్థితులు యెప్పటికీ పునరావృతమవుతూ వుండడం అతనికి స్పష్టంగా గుర్తుకొచ్చాయి. ఆమె అబద్ధాలకీ, మోసాలకీ దిగజారవలసిన పరిస్థితులు వచ్చినప్పుడు ఆమె పడ్డ లజ్జని తను గమనించిన సందర్భాలు మరింత స్పష్టంగా అతనికి గుర్తు వచ్చాయి. అన్నాతో తనకి సంబంధం కలిసాక యిప్పుడతనికి మధ్య మధ్య ఒక వింత అనుభూతి తెలియకుండానే కలుగుతోంది. ఒక విధమైన ఏవగింపు - యెవళ్ళ పట్లనో అతనికి తెలియలేదు. కెరనినా పట్లా? తన పట్లా? ఉన్నతసమాజం పట్లా? అతనికి బాగా తెలియలేదు. ఎప్పుడూ ఆ అనుభూతిని దరికి రానిచ్చేవాడు కాదు. ఇప్పుడు దాన్ని మనస్సుకి తగలకుండా తరిమేసి తన ఆలోచనా ధారలో పడిపోయాడు.

'ఇదివరలో ఆమె సుఖంగా లేదు. కాని గర్వంగా, శాంతంగా వుండేది. ఇప్పుడు పైకి వెల్లడి చెయ్యకపోయినా, శాంతంగా వుండలేకపోతుంది. ఆత్మగౌరవ భావంతో వుండలేక పోతుంది. ఈ పరిస్థితికి స్వస్తి చెప్పాలి' అని తనలో తను నిశ్చయంగా అనుకున్నాడు.

యీ మృషా జీవితానికి స్వస్తి పలకాలని మొట్టమొదటిసారిగా అతని మనస్సుకి స్పష్టంగా ఆలోచన వచ్చింది. అదీ యెంత త్వరగా అయితే అంత త్వరగా జరగడం మేలు.

'ఆమే, నేనూ సర్వాన్నీ త్యజించి వెళ్ళిపోవాలి, మా ప్రేమ తప్ప మరేం లేకుండా వెళ్ళిపోవాలి' అని తనలో తను అనుకున్నాడు.

22

వాన కుండపోతగా వచ్చినా యెక్కువసేపు కురవలేదు. బండికి కట్టిన మూడు గుర్రాల్లోనూ ముఖ్యగుర్రం మంచి చురుగ్గా దౌడు తీస్తూవుంది. అటూ యిటూ కట్టిన రెండు గుర్రాలూ వదులుగా వున్న కళ్లేలతో బురదలో ఆ గుర్రాన్ని అనుసరించే దౌడు తీసాయి. అతను చేరవలసిన చోటుకి చేరే ముందే మళ్ళీ మేఘాల మాటునుంచి సూర్యుడు దోబూచులాడుతూ తొంగిచూశాడు. ఇళ్ల కప్పులు, దారికి అటూ యిటూ వున్న పాత లైమ్ చెట్లు వాన తడికి మెరుస్తున్నాయి. కొమ్మలమీదనుంచీ, యిళ్ళ చూరులనుంచీ కిలకిలా జారుతున్నాయి. యీ వానవల్ల పందేల మైదానం పాడైపోయి వుంటుందన్న విషయం గురించి అతను యిక అనుకోవడం మానేశాడు. వాన పుణ్యమా అని ఆమె యింటి దగ్గర కనిపిస్తుందని సంతోషపడ్డాడు. వొక్కతీ వుండి వుండాలి. కరేనిన్ అంతకుముందు కొద్దిరోజుల క్రితమే విదేశీ ఖనిజ జలస్రోతస్సునుంచి తిరిగి వచ్చాడనీ, పీటర్స్‌బర్గ్ నుంచి దాచాకి యింకా మారలేదనీ అతనికి తెలుసు.

ఆమెని వొంటరిగా కలుసుకోవచ్చుని ఆశిస్తూ వ్రాన్‌స్కీ చిన్న వంతనకి ముందే బండి దిగేడు. యింటి దగ్గరికి నడిచే వెళ్ళాడు. యెవళ్ళ కంటా పడకుండా వుండేందుకని అతను

యెప్పుడూ అలానే వెళ్ళేవాడు. అతను యింట్లోకి వీధి గుమ్మంలోనుంచి వెళ్ళలేదు. పెరట్లో నుంచి చుట్టు తిరిగి వెళ్లేడు.

“అయ్యగారు యింట్లో వున్నారా?” అని తోటమాలిని అడిగేడు.

“లేరండయ్యా. అమ్మగోరున్నారు. ముందటి గుమ్మంలోనుంచి వెళ్లండయ్యా. నౌకర్లు మిమ్మల్ని లోనికి తీసికొని వెళ్తారు” అని తోటమాలి జవాబిచ్చేడు.

“వద్దులే, నేను తోటలోనుంచి వెడతాను.”

ఆమె వొంటరిగా వుంటుందని ధైర్యం చిక్కింది. తను వస్తానని ఆమెకి చెప్పలేదు. పందేలరోజు కాబట్టి తను వస్తాడని ఆమె కూడా అనుకొని వుండదు. అంచేత ఆమెకి ఆశ్చర్యం కలిగించాలని అతను చడీచప్పుడు లేకుండా లోపలికి వెళ్లాడు. నడుంమీద వొరలో వేలాడుతున్న కత్తిని కాలికి అదిమి పట్టుకున్నాడు. ఇసక దారిలో జాగ్రత్తగా అడుగులు వేస్తూ వెళ్లాడు. ఆ దారికటూ యిటూ పుష్పశయ్యలు ఉన్నాయి. తోట వేపు వున్న వరండా దాకా అలానే నడిచి వెళ్ళాడు. దారమ్మట అతని మనస్సంతా తమ స్థితిలో వున్న యాతనల గురించీ, కష్టాల గురించీ రేగిన ఆలోచనలతో నిండి వుంది. ఇప్పుడు ఆ ఆలోచన అంతా పోయింది. ఇప్పుడున్నదల్లా వొకటే ఆలోచన. ఇప్పుడామెని మనోనేత్రం ముందుకాక వున్నదాన్ని వున్నట్టుగా వాస్తవంలో చూడబోతున్నాడు. కిర్రుమని చప్పుడు చెయ్యకుండా వుండేందుకు గాను దిగువ మెట్లమీద చదునుగా పాదం పెట్టి వరండాలోకి యెక్కి వెళ్లేటప్పుడు అతనికి హఠాత్తుగా గుర్తు వచ్చింది, అతను యెప్పుడూ మరిచిపోతూ వుండే విషయం. వాళ్ల మధ్య సంబంధాల్లో మహా బాధాకరమైన అంశంగా వున్న సంగతి: ఆమె కొడుకు. అతను వ్రాన్స్కీకి యిష్టంలేని చూపుతో ప్రశ్నార్థకంగా చూస్తాడు.

తమ యిద్దరిమధ్యా యెక్కువగా యీ కుర్రవాడు బాధాకరంగా ప్రత్యక్షమవుతున్నాడు. అతను వున్నప్పుడు వ్రాన్స్కీ, అన్నాలిద్దరూ పరాయివాళ్ళ ముందు అనుకోలేని మాటల్ని అనుకునే వారు కాదు. అంతమాత్రమే కాదు. కుర్రవాడి అవగాహన పరిధికి మించిన దేన్ని గురించీ సూచనలాగ కూడా అనుకునేవాళ్లు కాదు. ఆ పరిస్థితి యేదో అనుకొని యేర్పాటు చేసుకున్నదీ కాదు, దానంతట అదే వచ్చింది. అతన్ని మోసం చెయ్యడం అనేది తమని తామే అవమానపరుచుకున్నట్టుగా వాళ్ళు పరిగణించి వుండేవాళ్ళు. అతని ముందు వాళ్ళు పరిచయస్థుల్లా మాత్రమే వుండేవాళ్ళు. తాము యెంత హెచ్చరికగా వున్నా సెర్యోష తనకేసి గుచ్చి గుచ్చి, యేదో వెతుకుతున్నట్టు చూపు నిలిపి చూస్తున్నాడని యెక్కువగా గమనించాడు. తనపట్ల ఆ కుర్రవాడి వైఖరిలో వో వింత సిగ్గు, అస్థిరత వున్నట్టు, వ్రాన్స్కీకి అనిపించింది. అతను కాసేపు ఆదరపూర్వకంగా, కాసేపు జంటగా, కాసేపు బెరుకుగా వున్నట్టు తోచేది. తన తల్లికీ, యీ మనిషికీ మధ్య తనకి బోధపడని యేదో ముఖ్య సంబంధం వుందని ఆ కుర్రవాడు అనుకుంటున్నట్టుగా వుండేదా వైఖరి.

వాళ్ళ సంబధం యేమిటైంది ఆ కుర్రవాడు నిజంగానే తనకి అర్థంకాదని అనుకున్నాడు. తను యెంత ప్రయత్నించినాగానీ, యీ మనిషి పట్ల తన మనస్సులో యెలాంటిభావం వుండాలీ అనేది స్పష్ట పరచుకోలేకపోయాడు. అనుభూతి అభివ్యక్తీకరణల విషయానికి సంబంధించి

పిల్లలకి సహజంగా వుండే సుగ్రాహ్యతతో అతను స్పష్టంగా వొక విషయం గమనించాడు. తండ్రి, పంతులమ్మ, ఆయా - అందరూ వ్రాన్‌స్కీని అసహ్యించుకోవడమే కాదు అతన్ని భయంతో, యేవగింపుతో చూసేవాళ్ళు, అతన్ని గురించి యెన్నడూ మాట్లాడుకోక పోయినా, తల్లేమో అతన్ని తన ప్రాణ స్నేహితునిగా చూసేది.

"ఏమిటి దీని అర్థం? ఎవరతను? అతన్ని నేనెలా ప్రేమించాలి? నాకీ విషయం అర్థం అవకపోతే అది నా దోషమే అవుతుంది. నేను మొద్దునైనా కావాలి, చెడ్డ పిల్లాణ్ణైనా కావాలి అనుకున్నాడా కుర్రాడు. అందుకనే వ్రాన్‌స్కీకేసి యెక్కువ ప్రశ్నార్థకంగా, వోరకంగా అనిష్టంగా వుండే చూపు చూసేవాడు. అతని వైఖరిలోకి సిగ్గరితనానికీ అస్థిరతకీ అదేకారణం. అదే వ్రాన్‌స్కీకి యిబ్బందికరంగా తోచేది. ఆ కుర్రవాడు ఉన్నప్పుడల్లా వ్రాన్‌స్కీలో వింత, అకారణం యేవగింపు భావం విధిగా కలిగేది. ఈ మధ్య అలాంటి భావం అతనికి యెక్కువగా కలుగుతోంది. ఆ కుర్రవాడు దగ్గర ఉన్నప్పుడు వ్రాన్‌స్కీ, అన్నాలిద్దరిలోనూ పక్క దారిపట్టిన ఓడ కెప్టెన్‌లో కలగే భావాల్లాంటివి కలుగుతున్నాయి. తను మహావేగంగా పోతూ వున్న దారి, అసలు వెళ్ళాల్సిన దారికి చాలా తప్పిపోయి వుందని దిక్సూచిని బట్టి ఆ కెప్టెన్ గ్రహిస్తాడు. కాని దాన్ని సరిదిద్దుకునే శక్తి అతనికి పోయింది. క్షణక్షణం అసలు దారినుంచి దూరం అయిపోతూనే వుంటాడు. కాని ఆ విషయాన్ని ఒప్పుకొనే ధైర్యం వుండదు. ఏమంటే అలా వొప్పుకోవడం వినాశనం దాపురిస్తోందని విధిగా వొప్పుకోవడమే అవుతుంది.

జీవితం పట్ల అమాయక దృక్పథంతో వున్న ఆ కుర్రాడు దిక్సూచి. తమకి తెలిసిన దారినుంచి వాళ్ళు యెంత పక్కకి మళ్ళిపోయారో సూచించే దిక్సూచి. కాని తాము తెలుసుకోవాలని అనుకోరు వాళ్లు.

ఆ పూట సెర్యోష యింటి దగ్గర లేదు. అన్నా కొడుకు కోసం చూస్తూ వరండాలో వొక్కత్తే వుంది. అతను షికారు వెళ్ళాడు. వానలో చిక్కుకు పోయాడు. అతన్ని వెతికి పట్టుకోమని పనిపిల్లనీ, నౌకర్నీ పంపింది. వాళ్ళ రాకకోసం చుస్తూ వుంది. ఆమె తెల్ల గౌను వేసుకుంది. దానికి వెడల్పాటి జరీ ఎంబ్రాయిడరీ వుంది. వరండాలో ఓ మూల పువ్వుల మధ్య కూర్చుంది. వ్రాన్‌స్కీ రావడం చప్పుడు వినలేదు. గుబురుగా ఉంగరాలు తిరిగిన ఆమె జుట్టు కమ్మీలపైన మొక్కలకి నీళ్ళుపోసే కూజామీదికి వాల్చింది. చల్లని నీళ్ళకూజాని ముచ్చటైన రెండు చేతులతోనూ పట్టుకుని నుదుటి దగ్గర పెట్టుకుంది. ఆ చేతులకి అతనికి బాగా తెలిసిన ఉంగరాలు వున్నాయి. ఆమె మొత్తం మూర్తిలో, ఆమె శిరస్సులో, కంఠంలో, చేతుల్లో, ద్యోతకమయే సౌందర్యం చూసినప్పుడల్లా అది అతన్ని అప్రత్యాశితంగా చకితం చేస్తుంది. అతను నిలచి పారవశ్యంతో ఆమెని చూశాడు. అతను ఆమెవేపు మరో అడుగువెయ్యబోయే సమయంలో అతని ఉనికిని ఆమె అనుభూతి చెందింది. ఆమె కూజాని తోసేసి, సిగ్గుతో యెర్రబడిన ముఖం అతనికేసి తిప్పింది.

"యేమైంది? ఒంట్లో బాగా లేదా మీకు?" అని ఫ్రెంచిలో అడిగాడు, ఆమె దగ్గరగికి వెడుతూ. ఎవళ్ళేనా చూస్తారేమోనన్న భయం అడ్డం రాకపోయి వుంటే ఆమె దగ్గరికి పరిగెత్తి వెళ్ళేవాడే. ఆ భయంవల్ల గుమ్మంకేసి వోర చూపులు చూసి సిగ్గుపడ్డాడు. తను హెచ్చరికగా

కాస్త వెనుకా ముందూ చూసుకుంటూ వుండాలి అని గుర్తు వచ్చినప్పుడల్లా సిగ్గుపడినట్టు సిగ్గుపడ్డాడు.

"అబ్బే బాగానే వుంది" అంది, లేచి నుంచుని అతను చాచిన చేతిని గట్టిగా అదిమింది. "కాని నువ్వు వస్తావని అనుకోలా" అంది.

"బాప్‌రే! చేతులు యెంత చల్లగా వున్నాయి" అన్నాడు.

"నువ్వు నన్ను భయపెట్టేశావ్! ఒక్కత్తినీ వున్నాను. సెర్యోను కోసం చూస్తున్నాను. వాడు షికారు వెళ్ళాడు. అటువేపునుంచి రావాలి."

స్థిమితంగా వుండాలని ప్రయత్నం చేస్తూ వున్నా ఆమె పెదాలు కంపించాయి.

"మన్నించండి నేనిక్కడకు వచ్చేను, కాని మిమ్మల్ని చూడకుండా రోజు గడపలేను" అని ఫ్రెంచిలో అన్నాడు. రష్యన్‌లో "మీరు" "నువ్వు" అనే సంబోధనలని తప్పించడం కోసం అతనెప్పుడూ ఫ్రెంచినే వాడేవాడు. "మీరు" అంటే యేదో దూరంగా, అనార్ద్రంగా ఉంటుంది, "నువ్వు" మరీ ప్రమాదకరమైన సన్నిహితత్వం సూచిస్తుంది.

"మన్నించడానికేముంది? నాకు చాలా సంతోషంగా వుంది."

"కాని మీకు ఒంట్లో బాగా లేదేమో, లేదా యే కారణం వల్లనో కుంగిపోయి వున్నారు. అలా అనిపిస్తోంది" అని ఆమె చేతులు పట్టుకుని ఆమె మీదకి వాలి అన్నాడు. "దేన్ని గురించి ఆలోచిస్తున్నారు?" అని అడిగాడు.

"యెప్పుడూ ఒక్కదాన్ని గురించే ఆలోచిస్తూ వుంటాను" అందామె చిరునవ్వు నవ్వుతూ.

ఆమె అన్నది నిజమే. తను యే విషయం గురించి ఆలోచిస్తుందీ అని యే సమయంలో యే క్షణంలో అడిగినా గానీ ఆమె తడుముకోకుండా చెప్పే జవాబు అదే. యెప్పుడూ ఒకే విషయం గురించి, నా ఆనందం గురించి, నా ఆనందలేమి గురించి అనే. అతను వచ్చే సమయంలో ఆమె అనుకుంటూ వున్న విషయం వరసకి బెట్సీకి (తుష్కేవిచ్‌కీ బెట్సీకీ వున్న రహస్య సంబంధం గురించి ఆమెకి తెలుసు) అది అంత సులభం కావడమేం, తనకి అంత చిత్రహింస కావడమేం? ఆ ఆలోచన యిప్పుడామెని వేధించడానికి ప్రత్యేక కారణాలు వున్నాయి. ఆమె అతన్ని పందేల గురించి అడిగింది. అతను జవాబు చెప్పేడు. కాని ఆమె దిగాలుగా వుందని చూసి అతి మామూలు గొంతుకతో అవరోధాల పందేనికి తగ్గయేర్పాట్ల గురించిన అన్ని వివరాలనీ యేకరువు పెడుతూ ఆమె దృష్టి మళ్ళించ ప్రయత్నించాడు.

'ఇతనికి చెప్పనా వద్దా' అని శాంతంగా మృదువుగా వున్న అతని కళ్ళల్లోకి చూస్తూ ఆమె అనుకుంది. 'అతను యెంతో సంతోషంగా వున్నాడు. తన పందేలలో యెంతో మునిగిపోయి వున్నాడు. మాకు సంబంధించి ఆ విషయం యెంత ప్రాముఖ్యమైందో యిప్పుడు చెప్పినా అర్థం చేసుకోలేడు" అనుకొంది.

"నేను వచ్చినప్పుడు మీరు దేన్ని గురించి ఆలోచిస్తున్నారో ఆ విషయం చెప్పారు కాదు. చెప్పండి వూఁ!" అన్నాడతను తను చెప్పే గొడవ తుంచేసి.

ఆమె జవాబు చెప్పకుండా తల కొంచెం వాల్చింది. కనుబొమల కిందనుంచి వెతుకుతూ చూసే కళ్ళతో అతనికేసి చూసింది. నిడుపాటి పక్ష్మాలతో శోభగా వున్న ఆమె కళ్ళు మెరుస్తున్నాయి. ఆమె వొక ఆకు తుంచి చేత్తో తిప్పుతూ వుంది. ఆ చెయ్యి వొణుకుతోంది. అతను దాన్ని చూశాడు. అతని వదనంమీద అణకువతనం, దాసత్వం, ద్యోతకమయే భావం గోచరమైంది. అవే ఆమె హృదయాన్ని జయించాయి.

"ఏదో జరిగిందని నాకనిపిస్తోంది. నేను పాలు పంచుకోలేనటువంటి బాధ మీకుందని తెలిసి నేను ఒక్కక్షణం మనశ్శాంతిగా వుండగలనా? మీకు పుణ్యం వుంటుంది చెప్పండి" అని ఆమెని బతిమలాడేడు.

'అబ్బ, యితను నేను చెప్పేదాని ప్రాముఖ్యం పూర్తిగా గ్రహించలేకపోతే యితన్ని యెన్నటికీ క్షమించగలగలేను. చెప్పకుండా వుండడమే మెరుగు, యెందుకు పరీక్షకి పెట్టడం యితన్ని?' అనుకుంది. ఇంకా అతనికేసి చూస్తూనే వుంది. ఆకుని పట్టుకున్న చెయ్యి యింకా యెక్కువగా వణుకుతోందని ఆమెకి తెలుసు.

"మీకు పుణ్యం వుంటుంది" అని రెట్టించాడు, ఆమె చేతిని తీసుకుని.

"నిజం చెప్పనా?"

"వూఁ తప్పకుండా ఆఁ."

"నాకు నెల తప్పింది" అందామె మెల్లిగా, నిదానంగా.

ఆకు యింకా యెక్కువగా వణుకుతోంది. కాని ఆ వార్తని విని అతనిలో యెలాంటి మార్పు వస్తుందో చూడ్డానికి ఆమె తన కళ్లని అతని కళ్ళమీదే లగ్నం చేసింది. అతని ముఖం కాంతి విహీనమైంది. యేదో చెప్పాలనుకున్నాడు. కాని సంభాళించుకున్నాడు. ఆమె చేతిని వదిలేసి తల వాల్చుకున్నాడు. 'దీని ప్రాముఖ్యం అతనికి పూర్తిగా అర్ధమయింది' అనుకొంది. కృతజ్ఞతాపూర్వకంగా అతని చేతిని అదిమింది.

కాని తను, ఆడదానిగా ఆ వార్త ప్రాముఖ్యం అర్థం చేసుకున్న రీతిలో అతనూ అర్థం చేసుకున్నాడని భావించడంలో ఆమె పొరపడింది. యిదివరలో ఎవరి పట్లో తనకి కలిగే వింత యేవగింపు భావం ఈ వార్త విన్నాక వ్రాన్స్కీలో ముందటికంటే వెయ్యిరెట్లు యెక్కువగా కలిగింది. కాని తను యెంతగానో యెదురుచూస్తూ వున్న క్లిష్ట సమయం యిప్పుడు వచ్చిందని అప్పుడే అతను గ్రహించాడు. ఆమె భర్తకి తెలియకుండా తమ సంబంధాలని యిక యెంతమాత్రమూ గోప్యంగా వుంచలేరు, యీ అసహజ పరిస్థితిని యెలాగో అలాగ అంతం చెయ్యాలి. అదీ ఆ క్లిష్ట సమయం. యిదికాక అన్నా ఆందోళన అతనికి శారీరకంగా అనుభూతం అయింది. అతను ఆమె వేపు ఆరాధనాపూర్వకంగా, అధీనుడైనట్టుగా వుండే చూపు చూశాడు. ఆమె చేతిని ముద్దుపెట్టుకున్నాడు. లేచి మౌనంగా వరండాలో పచార్లు చేశాడు.

"వూఁ" అన్నాడు ఆమె దగ్గరికి నిబ్బరంగా వస్తూ. "మీరు గాని, నేను గాని మన సంబంధాన్ని తేలికగా తీసుకోలేదు. ఇప్పుడు మన రాత తేలిపోయింది. మనం జీవిస్తూ వున్న యీ అబద్ధానికి స్వస్తి చెప్పాలి" అన్నాడు దిక్కులు చూస్తూ.

"స్వస్తి చెప్పాలా? యెలా స్వస్తి చెప్పాలి? యెలా స్వస్తి చెప్పాలి, అలెక్సేయ్?" అని ఆమె మెత్తగా అడిగింది.

ఆమె యీ పాటికి స్థిమితపడింది. ఆమె ముఖం మృదుహాసంతో వెలుగుతోంది.

"ఆయన్ని వదిలెయ్యి. మన జీవితాలని మనం యేకం చేసుకుందాం."

"మనం అలా యేకం అయే వున్నాం" అందామె వినిపించీ వినిపించని గొంతుకతో.

"కాని సంపూర్తిగా సంపూర్తిగా."

"కాని యెలా అలెక్సేయ్? యెలాగో చెప్పు" అందామె. తన నిస్సహాయ పరిస్థితి పట్ల బాధాకరమైన యెగతాళి ధ్వనించే గొంతుకతో అంది. "మన పరిస్థితి నుంచి బయటపడే మార్గం వుందా? నేను ఆయన ధర్మపత్నినిగానా?"

"యే పరిస్థితిలోనుంచైనా బయటపడే మార్గం వుంటుంది. మనం గట్టిగా అనుకోవాలంతే. యిప్పుడు నువ్వు జీవిస్తూ వున్న పరిస్థితి కంటే మరేదైనా మెరుగ్గానే ఉంటుంది. ప్రతీదీ నీకు మనోవేదనగానే వున్నాయని, ఉన్నత సమాజం, కొడుకు, భర్త – మొత్తం నేను చూడడం లేదనా?"

"భర్త మాత్రం కాదు" అందామె యేవగింపుగా. "నేనాయన్ని గురించి యెరుగను. ఆయన గురించి నేను అనుకోవడం లేదు. నాకు సంబంధించి ఆయన లేనట్టే" అంది.

"నువ్వు మనస్ఫూర్తిగా చెప్పటం లేదు. నీ సంగతి నాకు తెలుసు. ఆయన గురించి ఆలోచనలతో కూడా నువ్వు వ్యథపడుతున్నావు."

"ఆయనకి యింకా తెలీదు" అందామె. అనుకోకుండానే ఆమె ముఖం యెర్రగా అయింది. ముఖం, చెక్కిళ్ళు, నుదురు, కంఠం, యెర్రబడి పోయాయి. సిగ్గుతో కన్నీళ్ళు ఉబికి వచ్చాయి. "ఆయన్ని గురించి మాట్లాడుకోవద్దు" అంది.

23

యిప్పుడంత గట్టిగా కాకపోయినా, గతంలో కూడా వ్రాన్‌స్కీ ఆమె పరిస్థితి గురించి చర్చించే ప్రయత్నం కొన్నిసార్లు చేశాడు. ప్రతీసారీ లోతుగా పోకుండా, తేలిక ధోరణిలో వుండే వైఖరే అతనికి యెదురైంది. యిప్పుడూ ఆమె అలానే అతనికి జవాబు చెప్పింది. ఆమె తనకిగా తాను స్పష్టపరచదలుచుకోలేనిదీ స్పష్టపరచుకో నిష్టపడనిదీ యేదో వున్నట్టుగా వుంది. తన పరిస్థితి గురించి మాట్లాడ్డం మొదలుపెట్టిన ప్రతీసారీ తను, నిజమైన అన్నా, తనలోకి ముడుచుకు పోయి మరో వింత పరాయి అన్నా ప్రత్యక్షమైనట్టు వుంది. ఆ అన్న అంటే అతనికి ప్రేమ లేదు, భయం యెక్కువ. ఆ అన్నా అతని నోరు కుట్టేస్తుంది. కాని యీ సారి అతను తేల్చెయ్యాలనుకున్నాడు.

"ఆయనకి తెలిసినా తెలియకపోయినా" అంటూ తనకు సహజంగా వుండే శాంత, ధృఢ స్వరంతో మొదలెట్టాడు. "ఆయనకి తెలిసినా, తెలియకపోయినా మనకి సంబంధం లేదు. మనం... మీరు... అలా బతకలేరు, ముఖ్యంగా యిప్పుడు"

"అయితే మీ ఉద్దేశ్యం యేం చెయ్యాలంటారు?" అని అదే తేలిక ధోరణి యెగతాళి స్వరంలో అడిగింది. తను గర్భవతి అని తెలిస్తే చులకనగా చూస్తాడేమోనని యెంతో భయపడింది. అలాంటిది యిప్పుడతను తీవ్ర చర్యలు తీసుకునేందుకు సాకుగా దీన్ని చూడ్డం ఆమెకి చిరాకు కలిగించింది.

"యావత్తూ అతనికి చెప్పి వదిలెయ్యి"

"సరే అలానే చేస్తానని అనుకుందాం. యేం జరుగుతుందో తెలుసా? ముందే చెప్పగలనా సంగతి." ఓ క్షణంక్రితం యెంతో మృదువుగా కనిపించిన ఆమె కళ్ళల్లో విద్వేషపూరిత జ్వాలారేఖ దూసుకుపోయింది. "ఓహో! అయితే తమరు మరొకణ్ణి ప్రేమించి అతనితో పాపపంకిలమైన సంబంధం కలిగించుకున్నారన్న మాట?" (భర్తని అనుకరించడంలో ఆమె 'పాపపంకిల'మనే మాటని సరిగ్గా కరేనిన్ అనేటట్టే వొత్తి పలికింది) నేను మిమ్మల్ని ధార్మిక, లౌకిక, కుటుంబిక విషయ ఫలితాలకి సంబంధించి హెచ్చరించాను. తమరు నా మాట చెవిని పెట్టలేదు. యిప్పుడు నా పేరు కళంకితం కావడం నేను వొప్పుకోను..." 'నా కొడుకు పేరు కూడా' అని అన్నా దాదాపు అనేదే కాని కొడుకు గురించి పరిహాసంగా మాట్లాడలేకపోయింది. ".... ఆ ధోరణిలో అలా సాగుతుంది" అంది. "ఒక్కముక్కలో చెప్పాలంటే ఆయన నన్ను విముక్తి చెయ్యనసీ, లోకంలో అప్రదిష్ట రాకుండా వుండేందుకు సకల చర్యలు తీసుకుంటాననీ తన అధికారిక ధోరణిలో పరమస్పష్టంగా ఖచ్చితంగా ప్రకటిస్తాడు. తను అన్నట్టు ఖచ్చితంగా చేస్తాడు. అదీ నిదానంగా యధావిధిగా. ఆయన మనిషి కాదు. యంత్రం. కోపం వస్తే దుష్టయంత్రం" అని తన మనోనేత్రం ముందు కెరనినాని దర్శిస్తూ అంది. అతని రూపంలో వ్యక్తిత్వంలో వున్న ప్రతి అంశాన్నీ, అతను మాట్లాడే ధోరణినీ గుర్తుచేసుకుంటూ అంది. అతనిలో చెడ్డగా కనిపించే ప్రతీదానికీ అతన్ని తప్పు పట్టుకుంది. అతని సముఖంలో తను చేసిన ఘోర దోషానికి అతన్ని క్షమించ నిరాకరించింది.

"కాని అన్నా, అయినా ఆయనకి చెప్పడం అవసరం. ఆ తర్వాత యేం చెయ్యాల్సిందీ మనం నిర్ణయించుకుందాం. ఆయన తీసుకునే చర్యలను బట్టి" అని వ్రాన్స్కీ ఆమెను శాంతపరచ ప్రయత్నిస్తూ ఒప్పించే ధోరణిలో మెత్తగా అన్నాడు.

"ఏమిటి? పారిపోదామా?"

"యెందుకు పారిపోకూడదు? యిలా కొనసాగే అవకాశం నాకు కనిపించడం లేదు, నా కోసం అని కాదు. మీరు వ్యధపడడం చూస్తున్నా."

"మనం పారిపోతాం, నేను మీ ఉంపుడుకత్తె నవుతాను" అంది.

"అన్నా!" అని అతను మెత్తగా మందలిస్తున్నట్టు గొణిగాడు.

"అవును, నేను మీ ఉంపుడుకత్తెనవుతాను, అంతా నాశనం చేసుకుంటాను" అంది. మరోసారి ఆమె "నా బాబు" అనబోయింది. కాని ఆ మాట ఉచ్ఛరించలేకపోయింది.

ఆమె తన దృఢ, నిష్కపట స్వభావంతో తను యిప్పుడున్న కపట స్థితిని యెలా భరిస్తుందో, యెందుకు బయటపడ కోరటం లేదో వ్రాన్స్కీకి బోధపడలేదు. అసలు కారణం కొడుకు అనే మాట అనీ, ఆ మాటని ఆమె ఉచ్ఛరించలేకపోతుందనీ అతను గ్రహించలేడు. తన కొడుకుని

గురించీ, తండ్రిని వదిలిన తల్లిపట్ల వాడు అనుసరించబోయే ధోరణి గురించీ అనుకున్నప్పుడల్లా తను చేసిన దాన్ని చూచి ఆమె భయంతో కంపించిపోయేది. తర్కబద్ధంగా ఆలోచించలేకపోయేది. ఆడది కావడం వల్ల మాయమాటలతో సాకుతో తనను వూరట పరచుకోబోయేది దాంతో వున్నవాటిని వున్నట్టు వదిలేసి, తన బిడ్డకి యేమవుతుంది అనే భయంకరమైన ప్రశ్నని దాటవేసేది.

"నిన్ను బతిమాలుతున్నాను, వేడుకుంటున్నాను" అందామె అతని చేతిని తీసుకుని వున్నట్టుండి. ఆమె గొంతుక యిప్పుడు పూర్తిగా భిన్నంగా, మృదువుగా, నిజాయితీ ధ్వనిస్తూ వుంది. "యీ విషయం గురించి నాతో యిక మాట్లాడవద్దు."

"కాని, అన్నా..."

"యెన్నటికీ వద్దు. దీన్ని నాకు వదిలిపెట్టు. నా పరిస్థితి యెంత భయంకరంగా వుందో, పతనమై వుందో నాకు తెలుసు. కాని నువ్వు చెప్పింది చెయ్యడం నువ్వనుకున్నంత తేలిక కాదు. అన్నీ నాకు వదిలిపెట్టు, నే చెప్పినట్టు విను. దీన్ని గురించి నాతో యెన్నడూ మాట్లాడవద్దు. ఒట్టేనా?.... వద్దు, వద్దు, వొట్టు పెట్టు."

'ప్రతిదానిమీద ఒట్టు పెడతాను. కాని నేను మనశ్శాంతిగా వుండలేను, ముఖ్యంగా యిప్పుడు నువ్వు చెప్పిన విషయం విన్నాక, మనశ్శాంతి నాకెక్కడిది?"

"నాకా? అవును. నాకు అప్పుడప్పుడు విచారంగా వుంటుంది. కాని దాన్ని గురించి నువ్వు మాట్లాడకుండా వుంటే అదే పోతుంది. దాన్ని గురించి మాట్లాడినప్పుడే నాకు మనశ్శాంతి వుండదు" అంది.

"నాకర్థం కావడం లేదు" అన్నాడతను.

"నాకు తెలుసు" అంటూ ఆమె అతని మాటలకి అడ్డం వెళ్ళింది. "నీలాంటి నిజాయితీపరుడికి అబద్ధం ఆడటం యెంత కష్టంగా వుంటుందో నాకు తెలుసు. నువ్వంటే నాకు జాలిగా వుంది. నాకోసంగాను నీ జీవితం యెలా నాశనం చేసుకున్నావో అని యెక్కువ అనుకుంటూ వుంటాను."

"నువ్వు నాకోసం అన్నిట్నీ యెలా అర్పించుకున్నావో అని యిప్పుడే అనుకుంటున్నాను, నిన్ను నిర్భాగ్యురాల్ని చేసినందుకు నన్ను నేను క్షమించుకోలేను."

"నన్ను నిర్భాగ్యురాలిగానా?" అని అతని దగ్గరగా వెళ్ళి ప్రేమ పారవశ్య పూరిత మందహాసంతో అతని కళ్ళల్లోకి చూస్తూ అంది. "నేను తిండిపెట్టిన క్షుధార్తుని మాదిరిగా వున్నాను. ఆ ప్రాణి చలికి వొణికిపోవచ్చు, చింకిపాతల్లో వుండవచ్చు. అవమాన భారంతో కుంగిపోవచ్చు. కాని నిర్భాగ్యుడు కాడు. నేను నిర్భాగ్యురాలినా? లేదు, లేదు. నా ఆనందం యిక్కడ వుంది..."

కొడుకు వస్తున్నట్టుంది, వాడి గొంతుక విని ఆమె తటుక్కున లేచింది. వరండాలో గజగజా అటూ యిటూ చూసింది. అతనికి బాగా తెలిసిన మెరుపు ఆమె కళ్ళల్లో మెరిసింది. ఒక్క ఉదుట్న ఆమె ఉంగరాలున్న అందమైన చేతుల్ని యెత్తి అతని తలని పట్టుకుని తచ్చాడే చూపులతో అతన్ని చూసింది. ఆమె పెదాలు తెరుచుకున్నాయి. చిరునవ్వు నవ్వుతున్నాయి.

అలా వున్న తన ముఖాన్ని అతని ముఖం దగ్గరగా పెట్టి గబగబా అతని పెదాలు ముద్దుపెట్టుకుంది. అతని రెండు కళ్ళమీదా ముద్దుపెట్టుకుని అతన్ని దూరం తోసేసింది. ఆమె వెళ్ళిపోవడానికి అటు తిరిగింది. కాని అతను ఆమెని పట్టుకున్నాడు.

"యెప్పుడు?" అని పారవశ్యంతో ఆమె కేసి చూస్తూ గుసగుసలాడేడు.

"రాత్రి ఒంటిగంటకి" అని మెల్లగా అంది. గాఢంగా నిట్టూర్చి తనకి మామూలుగా వుండే తేలికైన హంస గమనంతో కొడుకుని చూద్దానికి వెళ్ళింది.

వాన కురిసినప్పుడు సెర్యోష పెద్ద తోటలో వున్నాడు. అతనూ, దాదీ వేసవి యింట్లో దూరేరు.

"సరే, వుంటా. కొంచెం సేపట్లో పందేలకి వెళ్ళిపోతున్నాను. బెట్సీ నాకోసం వస్తానంది" అంది వ్రాన్‌స్కీతో.

వ్రాన్‌స్కీ గడియారం చూసుకొని గబగబా వెళ్ళిపోయాడు.

24

వ్రాన్‌స్కీ కెరనిన్ యింటి వరండాలో గడియారం కేసి చూసే సమయంలో యెంతో ఆందోళనతో, తన ఆలోచనల్లో మునిగిపోయి ఉన్నాడు. దాంతో గడియారం ముల్లులనైతే చూశాడుగాని ఎంతవేళ సూచిస్తున్నాయో బుర్రకి యెక్కలేదు రోడ్డుమీదకి వెళ్ళాడు. బురదలోనుంచి జాగ్రత్తగా వెడుతూ బండి దగ్గరికి చేరాడు. అతను అన్నా పట్లా తనలో రేగిన భావాలతో యెంతో ములకలైపోయి వుండడం వల్ల వేళ యెంతైందీ దాన్ని గురించి అనుకోలేదు. బ్రియాన్‌స్కీ దగ్గరికి వెళ్ళే వ్యవధి వుంటుందా లేదా అని ఆలోచించలేదు. యెప్పుడూ జరిగినట్టుగానే అతనికి మిగిలింది జ్ఞాపకాల పైపొర మాత్రమే. యే పని తరువాత యే పని వస్తుందో సూచిస్తుందంతే. అతను బండి తోలేవాడి దగ్గరకు వెళ్ళాడు. అప్పటికే పెద్ద నీడ పరుచుకున్న లైమ్ చెట్టు నీడలో బండి తోలేవాడు తన చోట్లో జోగుతున్నాడు. చెమటలు కక్కే గుర్రాలమీద రొద పెట్టే జోరీగల్ని ఆహా అనుకుంటూ చూశాడు. బండివాణ్ణి లేపాడు. లోపలికి యెగిరిగెంతి బ్రియాన్‌స్కీ యింటికి తోలుకుపొమ్మని పురమాయించాడు. సుమారు పది కిలోమీటర్లు వెళ్ళాకనే అతనికి గడియారం కేసి చూసుకుని అయిదున్నర అయిందనీ, తను ఆలస్యం అయాడనీ గుర్తించేటంత తెలివి చిక్కింది.

ఆ రోజున చాలా పందేలు జరగాల్సి వుంది. మౌంటెడ్ గార్డ్స్* పందెం, తర్వాత ఆఫీసర్ల రెండు కిలోమీటర్ల పందెం, తరువాత నాలుగు కిలోమీటర్ల పందెం, అవరోధాల పందెం జరగాలి. తను యిందులో పాల్గొంటున్నాడు. బ్రియాన్‌స్కీ దగ్గరికి వెళ్లినా తను పాల్గొంటున్న పందెం వేళకి రాగలడు. కాని బొటాబొటీ వ్యవధి మాత్రమే వుంటుంది. అప్పటికి అంతా చేరివుంటారు. అది బాగోదు. కాని బ్రియాన్‌స్కీకి వస్తానని మాట యిచ్చేడు. అందుకనే వెళ్ళాలనే అనుకున్నాడు. వేగంగా గుర్రాల్ని దౌడు తీయించమని బండివానికి పురమాయించేడు.

వ్రాన్‌స్కీ దగ్గరకు వెళ్ళి అయిదు నిమిషాలు వుండి మళ్ళీ వెనక్కి దౌడు తీయించాడు. ఉరవడిగా ప్రయాణం చెయ్యడం వల్ల అని మనస్సు స్థిమితపడింది. అన్నాతో తనకి గల సంబంధాలలో అతనికి కష్టం కలిగించిందంతా, తమ సంభాషణ తర్వాత తను పరిస్థితిలో కనిపించిన అసందిగ్ధత అంతా అతని బుర్రలోంచి మాయమైపోయింది. యిప్పుడు అతను ఆతృతగా ఉద్రిక్తతతో రాబోయే పందెం గురించే ఆలోచిస్తూ, తను ఆలస్యం కాలేదనే అనుకున్నాడు. ఆ రాత్రి అన్నాని కలుసుకునే యేర్పాటు చేసుకున్నానన్న సంతోషకర భావన మధ్య మధ్య అతని మనస్సులో మెరిసింది.

దాచాలనుంచీ, పీటర్స్‌బర్గ్ నుంచీ వచ్చే బుగ్గీలని దాటుకుంటూ అతను రేస్ కోర్టు సమీపించేకొద్దీ కొంచెం సేపట్లో జరగబోయే పందెపు ఉత్తేజం అతని మీద యెక్కువగా ప్రసరించసాగింది.

తన మకాం దగ్గర అతనికి యెవళ్ళూ కనిపించలేదు. అందరూ పందేల దగ్గరికి వెళ్ళిపోయారు. అతని నౌకరు అతని కోసం చూస్తూ గేటు దగ్గర వున్నాడు. అతను బట్టలు మార్చుకుంటూ వుండగా రెండవ పందెం మొదలైందని, అతని గురించి వాకబుచేస్తూ చాలామంది పెద్ద మనుష్యులు అడిగారనీ, శాల కాపలా కుర్రాడు రెండుసార్లు వచ్చేడని నౌకరు చెప్పాడు.

అతను హడావుడి పడకుండా బట్టలు వేసుకున్నాడు. (అతను యెప్పుడూ హడావుడి పడడు, నిబ్బరం కోల్పోడు) శాల దగ్గరికి తోలుకు పొమ్మని బండి తోలేవాడితో చెప్పేడు. శాల దగ్గరనుంచి పందెం మైదానాన్ని చుట్టుముట్టిన బళ్ళు, సైనికులు, జనం ప్రేక్షకుల మండపాల్లో పోగయిన గుంపులు మహా సముద్రంలా కనిపించాయతనికి. రెండవ పందెం సాగుతోందన్నమాట. యేమంటే అతను శాలలోకి వెళ్ళేటప్పటికి అతనికి గంట వినిపించింది. శాల దగ్గరికి వెళ్ళేటప్పుడు అతనికి మఖోతిన్ గుర్రం యెర్రని గ్లాడియేటర్ కనిపించింది. దానికి తెల్లని కాళ్ళు వున్నాయి. దానిమీద నారింజపండు రంగు, నీలం రంగు పట్టా కప్పేరు. దాని చెవుల అంచులమీద నీలంపట్టా వుండడం వల్ల అవి పెద్దగా కనిపిస్తున్నాయి. దాన్ని పందేల దగ్గరికి తీసుకుపోతున్నారు"

"కార్డ్ యెక్కడ?" అని సైనిని అడిగాడు.

"లోపల జీను వేస్తున్నారు."

ఫ్రూ ఫ్రూ వున్న శాల తలుపు తెరచుకుంది. అప్పటికే దానికి జీను వేశారు. దాన్ని యిక బయటికి తీసుకు వస్తారు.

"నేను ఆలస్యం చేశానా?"

"All right All right అంతా సవ్యంగా వుంది. ఉద్రేకపడకుండా వుండడం ముఖ్యం" అన్నాడు ఇంగ్లీషతను.

ఆపాదమస్తకం వణుకుతూ వున్న తన ప్రియమైన ముద్దుల గుర్రం ఫ్రూ ఫ్రూ కేసి వ్రాన్‌స్కీ మళ్ళీ యింకోసారి చూశాడు. దాని నుంచి కష్టం మీద చూపు తప్పించుకుంటూ శాలనుంచి బయటకు వెళ్ళాడు. అతను తనని యెవళ్ళూ గమనించని అదునులో ప్రేక్షక

మండపాల దగ్గర చేరాడు. రెండు కిలోమీటర్ల పందెం ముగింపు కొస్తోంది. అందరి కళ్ళూ ముందు వున్న గుర్రం గార్డ్ ఆఫీసరుమీదా, అతని వెనుక వున్న హుస్సార్‌మీద లగ్నం అయి వున్నాయి. ఇంక పందెం ముగింపు బద్దీ చేరుతున్నారు. వాళ్ళు శాయశక్తులా గుర్రాల్ని దౌడు తీయిస్తున్నారు. పందెం ముగింపు బద్దీకేసే అందరూ కళ్ళప్పగించి చూస్తున్నారు. గార్డ్సు కొంతమంది తమ వాడు నెగ్గుతున్నాడన్న సంతోషంతో అరుస్తున్నారు. వ్రాన్‌స్కీ యెవళ్ళ కంటా పడకుండా గుంపు లోపలకి వెళ్ళేడు. సరిగ్గా ఆ సమయంలో ఆ పందెం అయిపోయిందని సూచిస్తూ గంట మోగింది. మొదటి స్థానంలో వచ్చిన గార్డ్ ఆఫీసరు మెల్లిగా కళ్ళేలు వదిలేస్తూ జీను మీద కూలబడ్డాడు. అతను పొడుగ్గా వున్నాడు. అతని వొళ్ళంతా బురద చిమ్మి ఉంది. ఆ గుర్రం బూడిద రంగుది. పందెంలో అలిసిపోయి వగరుస్తూ చెమట్లు కక్కుతోంది. చెమట్లు కక్కడం వల్ల నల్లగా కనిపిస్తోంది.

ఆ గుర్రం కష్టం మీద కాళ్ళు యెత్తుతూ తన మేరుకాయపు వేగం తగ్గించింది. గార్డు ఆఫీసరు చుట్టూతా చూసి అప్పుడే నిద్రలేచిన వాడిలాగా బలవంతంగా చిరునవ్వు నవ్వేడు. అతని స్నేహితులూ, మిగిలినవాళ్ళూ అతన్ని చుట్టుముట్టేరు.

వ్రాన్‌స్కీ హోదా కనిపింపచేసే గొప్ప సమాజం వాళ్ళ బృందం నుంచి ఉద్దేశపూర్వకంగా తప్పించుకు వెళ్ళిపోయాడు. వాళ్ళు ప్రేక్షక మండపాల ముందర నడుస్తూ అలవోకగా, హుందాగా మాట్లాడుకుంటున్నారు. వాళ్ళల్లో అన్నా వుండడం చూశాడు. బెట్సీ, అతని వదినగారు వున్నారు. తన దృష్టి మళ్ళుతుందేమోనన్న భయం కొద్దీ అతను వెళ్ళి వాళ్ళతో కలవలేదు. కాని అతనికి విరామం లేకుండా పరిచయస్థులు తగులుతూనే వున్నారు. అంతకుముందు జరిగిన పందెం విశేషాలు చెపుతూ తను యెందుకు ఆలస్యంగా వచ్చాడని అడుగుతూనే వున్నారు.

అప్పటికి ముగిసిన పందేల్లో నెగ్గిన వాళ్ళని బహుమతి ప్రధానం కోసం మండపాల దగ్గరికి రమ్మని పిలిచేరు. జనం అందరూ ఆ వేడుక చూద్దామని పోగవగానే వ్రాన్‌స్కీ అన్నగారు అలెగ్జాండర్ వచ్చి అతన్ని కలుసుకున్నాడు. ఆయన కర్నల్. భుజంమీద ఆ హోదా తెలియజేసే తాళ్ళు కట్టుకున్నాడు. మనిషి సామాన్యమైన యెత్తు వుంటాడు. వ్రాన్‌స్కీ లాగానే దిట్టంగా వుంటాడు. కాని యింకా నదురైన కవళికలతో వున్నాడు. యింకా ఎర్రగా అందంగా వున్నాడు. అతని నాసిక ఎర్రగా వుంది. అతను తాగి వున్నాడు. నిష్కపటమైన ముఖంతో వ్రాన్‌స్కీ దగ్గరకు వచ్చాడు.

"నా చీటీ అందిందా? నువ్వో నల్లపూసై పోయావు" అన్నాడు.

అలెగ్జాండర్ తిరుగుబోతు. తాగుడికి పేరు మోసిపోయాడు. అయినా కూడా పద్ధతిగా వుండే రాజదర్బారు మనిషి.

అందుకని యిప్పుడు తమ్ముడితో అప్రియమైన విషయాల గురించి మాట్లాడుతూ వున్నా కూడా యేదో చిల్లర విషయం గురించి పరిహాసంగా మాట్లాడుతున్న వాడిలాగా వాలకం పెట్టి మందహాసం చేశాడు. చాలామంది తమకేసి చూడవచ్చని తెలిసి అలా చేశాడు.

"అందింది. యెందుకు నువ్వు ఆందోళన పడిపోతున్నావో నాకు తెలియడం లేదు" అన్నాడు అలెక్సేయ్ వ్రాన్‌స్కీ.

"యెందుకంటే నువ్విక్కడ లేవనీ, సోమవారం నాడు పీటర్‌హోఫ్‌లో కనిపించావనీ యిప్పుడే విన్నాను కాబట్టి."

"నేరుగా విషయంతో సంబంధం వున్న వాళ్ళతో మాత్రమే మాట్లాడే సంగతులు వుంటాయి. యిప్పుడు నువ్వు మాట్లాడిన విషయం అలాంటిదే..."

"అలాంటప్పుడు సైన్యంలోనుంచి కూడా తప్పుకోవాలి..."

"దయచేసి యిందులో జోక్యం చేసుకోవద్దు, అంతే."

చిరచిరలాడే వ్రాన్‌స్కీ ముఖం పాలిపోయింది. స్ఫుటంగా వుండే అతని కింది దవడ కంపించింది. అలా యెప్పుడో గాని జరగదు. స్వతహాగా మంచి మనస్సుగల వాడవడం వల్ల అతనికి యెక్కువగా కోపం రాదు. కాని కోపం వచ్చి గడ్డం కంపించిందంటే అతన్ని చూసి అవతలివాడు జాగ్రత్త పడాల్సిందే. ఆ విషయం అతని అన్నగారికి తెలుసు. అలెగ్జాండర్ హుషారుగా కనిపించేటట్టు మందహాసం చేశాడు.

"అమ్మ రాసిన ఉత్తరం అందచేద్దామని అనుకున్నానంతే. ఆమెకి జవాబు రాయి. పందేల ముందు మనస్సు పాడుచేసుకోకు. Bonne chance[1]" అని చిరునవ్వు నవ్వుతూ వెళ్ళిపోయాడు.

అతను వెళ్ళాడో లేదో యెవరో మళ్ళీ వ్రాన్‌స్కీని ఆదరంగా పలకరిస్తూ ఆపారు.

"స్నేహితుల్ని పలకరించదలుచుకోలేదన్నమాట? నమస్తే, Mon cher[2]" అన్నాడు అబ్లాన్‌స్కీ. మాస్కోలో మాదిరి యిక్కడ పీటర్స్‌బర్గ్ ధగద్ధగాయమైన సమాజంలో కూడా తన యెర్రటి ముఖాన్నీ, నున్నగా బాగా దువ్వకున్న చెంపల్నీ వాటంగా ప్రదర్శించేడు అతను. "నేను యిక్కడికి నిన్న వచ్చేను. నీ విజయం చూడగల్గుతున్నందుకు సంతోషంగా వుంది. యెప్పుడు కలవను?" అన్నాడు.

"రేపు మా మకాం దగ్గరికి రా" అన్నాడు వ్రాన్‌స్కీ, స్నేహపూర్వకంగా అబ్లాన్‌స్కీ కోటు చెయ్యి పట్టుకుని మరేం అనుకోవద్దని అడుగుతూ రేస్ కోర్స్ మధ్యకి వెళ్ళిపోయాడు. అవరోధాల పందెంలో పాల్గొనే గుర్రాలు అప్పటికే అక్కడ చేరాయి.

పందెంలో పాల్గొని అలిసిపోయి చెమటలు కక్కుతూ వున్న గుర్రాల్ని సైనులు నడిపించుకుపోతున్నారు. కొత్త గుర్రాలు ఒకదాని తర్వాత ఒకటి వస్తున్నాయి. వాటిల్లో యెక్కువ ఇంగ్లీషు వంగడానివే, పడిగెలతోనూ, బిగుతైన ఉదరాలతోనూ అవి యేదో విరాట్ పక్షులని తలపింపచేస్తూ వున్నాయి. కుడివేపున తన ఇంగ్లీషు మనిషి ముచ్చటైన ఫ్రూ ఫ్రూ చేత

అభ్యాసాలు చేయిస్తున్నాడు. దాని మడమలు నిడుపుగా వుండి స్ప్రింగుల మాదిరీ దానికి చూపు యిస్తున్నాయి. దానికి దగ్గర్లోనే పెద్ద చెవులున్న గ్లాడియేటర్ మీదనుంచి పట్టా తీసేస్తూ వున్నారు. ఆ పెద్ద అందమైన రూపంలో యే దోషం లేకుండా వుంది. దాని వీపు భాగం దివ్యంగా వుంది. కాలి మడమల భాగాలు వూహించనంత పొట్టిదిగా వున్నాయి. నిజానికి గిట్టలపైన అవి కనిపించడమే లేదు. ఆ గుర్రంకేసి వ్రాన్‌స్కీ అప్రయత్నంగానే అలా చూస్తూ

1. గుడ్ లక్ (ఫ్రెంచి)
2. మై డియర్ (ఫ్రెంచి)

వుండిపోయాడు. తన గుర్రం దగ్గరికి వెడదామనుకుంటూ వుండగా మళ్ళీ యెవరో తెలిసిన వాళ్ళు ఆపు చేశారు. మళ్ళీ కొన్ని పలకరింపు మాటలు అనాల్సి వచ్చింది.

"అరె కెరనిన్‌గారు అక్కడున్నారే. భార్యకోసం వెతుకుతున్నట్టున్నాడు. ఆమె లోపల ఉంది. ఆమెని మీరు చూడలేదా?" అన్నాడా వ్యక్తి.

"ఉహూం, లేదే" అన్నాడు వ్రాన్‌స్కీ. అన్నా వుంగని ఆ మనిషి చూపించిన వేపు చూడను కూడా చూడకుండా తన గుర్రం దగ్గరికి వెళ్ళిపోయాడు.

జీను వెయ్యడం గురించి తను కొన్ని సూచనలు యివ్వవలసి వుంది. ఆ సంగతి చూసే లోపలే రౌతుల్ని మండపంలోకి రమ్మని పిలుపు వచ్చింది. అక్కడ చీట్లు తీసి వాళ్ళ వాళ్ళ స్థానాలకి పంపుతారు. పదిహేడు మంది ఆఫీసర్లు మండపం దగ్గర చేరారు. వాళ్ళ ముఖాలు గంభీరంగా, చలనం లేకుండా వున్నాయి. చాలామంది నిస్తేజంగా వున్నారు. మండలంలోపల వాళ్ళు చీట్లు తీశారు. వ్రాన్‌స్కీకి ఏడవ సంఖ్య వచ్చింది. "గుర్రాలనెక్కండి" అనే పిలుపు వచ్చింది.

అందరి కళ్ళూ తనమీదా, యితర పోటీదార్ల మీదా వుంటాయని తెలిసే వ్రాన్‌స్కీ గుర్రం దగ్గరికి ఉద్విగ్నంగా వెళ్ళాడు. అలాంటి స్థితిలో వున్నప్పుడెప్పుడూ అతని నడక నిదానంగా ఆచితూచి వుంటుంది. కార్డ్ పందేలకు తగ్గట్టు వేషం వేసుకున్నాడు. నల్లని గుండ్రని టోపీ పెట్టుకున్నాడు. నల్లని కోటు తొడుక్కుని బొత్తాలు పెట్టుకున్నాడు. అతని కాలరు గంజిపెట్టి బిగిగా వుంది. అది చెక్కిళ్ళ పైకి లేచి వుంది. ఎత్తు బూట్లు వేసుకున్నాడు. అతను గుర్రం కళ్ళేలు పట్టుకుని యెప్పుడూ వుండేటట్టుగా శాంతంగా, ధీరంగా గంభీరంగా దానిముందు నుంచున్నాడు. చలిజ్వరంతో వున్నట్టుగా ఫ్రూ ఫ్రూ యింకా వొణుకుతూనే వుంది. వ్రాన్‌స్కీ దగ్గరికి రాగానే అది నిప్పులు కక్కే కంటిని అతని కేసి తిప్పింది. వ్రాన్‌స్కీ టంగువారు కిందికి వేలినిపోనిచ్చాడు. ఆ గుర్రం కంటిని యింకా తిప్పింది. పళ్ళు యికిలించింది. చెవిని అప్పళించుకుంది. ఇంగ్లీషు అతను పెదాలు ముడతలు పడేటట్టు పెట్టాడు. వ్రాన్‌స్కీ జీను సరిగా వుందో లేదో చూసినందుకు అతను చిరునవ్వు నవ్వడం అన్నమాట అది.

"యెక్కండి. ఆందోళన తగ్గుతుంది."

వ్రాన్‌స్కీ పోటీలో వున్నవాళ్ళకేసి ఆఖరిసారి చూశాడు. పందెం సాగుతూ వుంటే వాళ్ళని చూళ్ళేడు. ఆ విషయం అతనికి తెలుసు. యిద్దరప్పుడే పందెం ప్రారంభం అయే బద్దీ దగ్గరకు వెళ్ళిపోయారు. ఒకడు గాల్‌ట్సిన్. తనకి మిత్రుడు, గట్టిపోటీ. ఎరుపురంగు గుర్రం చుట్టూ చక్కెర్లు తిరుగుతున్నాడు. అది అతన్ని జీనుమీదికి రానియ్యడం లేదు. లైఫ్‌గార్డ్స్‌లో పనిచేసే చిన్న హుస్సారు వొకడు బిగుతైన సవారీ లాగు తొడుక్కుని, గుర్రం మీద ఇంగ్లీషు జాకీల మాదిరి పిల్లిలా వొంగిపోయి కూర్చుని దౌడు తీసుకుపోయాడు. ప్రిన్స్ కూజావ్‌లెవ్ ముఖం పాలిపోయి జాతిగుర్రం మీద కూర్చున్నాడు. అది గ్రాబోవ్ గుర్రాలక్షేత్రానికి చెందిన ఆడగుర్రం. దాన్ని వో ఇంగ్లీషు సైనికకళ్ళేలు పట్టురు నడిపించురు వెడుతున్నాడు. కూజావ్‌లెవ్ దుర్బల నరాల వాడనీ, స్వాతిశయానికి తక్కువ లేదనీ వ్రాన్‌స్కీకీ, అతని మిత్రులకీ తెలుసు. అతనికి

యేదన్నా భయమేనని, మంచి తేరిజిమీద స్వారీ చెయ్యడం అంటే కూడా భయమేననీ వాళ్ళకి తెలుసు. యిప్పుడు పందెం ప్రమాదకరమైందవడం వల్లా, మనుషులకి మెడలు విరిగిపోయే పరిస్థితి వుండడం వల్లా, రెడ్‌క్రాస్ వున్న బగ్గీ వొకటి వో డాక్టరుతో, నర్సుతో హాజరుగా వుండడం వల్ల పందేల్లో దిగాలని అతను సంకల్పించేడు. వ్రాన్‌స్కీ అతనూ వొకళ్ళనొకళ్ళు చూసుకున్నారు. వ్రాన్‌స్కీ అతనికేసి ఆదరంగా వూఁ అంటున్నట్టుగా కన్ను గీటేడు. వ్రాన్‌స్కీ చూడని మనిషల్లా గ్లాడియేటర్ అశ్వాన్ని యెక్కిన తన అసలు ప్రత్యర్థి మఖోతిన్.

"కంగారు పడకండి" అంటూ కార్డ్ వ్రాన్‌స్కీని మందలించేడు. అవరోధాల దగ్గర దాని కళ్లేలు బిగలాగద్దు. ముందుకు దూకమని పొడవద్దు. దాని మానాన దాన్ని వెళ్ళనివ్వండి" అని హెచ్చరించాడు.

"అలాగే, అలాగే' అని వ్రాన్‌స్కీ కళ్ళేలు అందుకుంటూ అన్నాడు.

"వీలైతే అందరికంటే ముందు వుండండి. ఒకవేళ వెనకపడితే ఆఖరి దాకా నిబ్బరం కోల్పోవద్దు."

గుర్రం కదలను కూడా కదలలేదు, వ్రాన్‌స్కీ మంచి చురుగ్గా ఉక్కు రికాబులోకి కాలుపెట్టి కండలు దేరిన తన శరీరాన్ని కిర్రుకిర్రుమనే తోలు జీనుమీదికి చేరేశాడు. కుడికాలు రికాబులోకి పెట్టగానే వేళ్ళతో కళ్ళేల్ని సమం చేశాడు తనకి అలవాటుగా వుండే రీతిలో. కార్డు గుర్రాన్ని వదిలేశాడు. యే కాలు ముందు పెట్టాలా అనేది తేలనట్టుగా ఫ్రూ ఫ్రూ నిడుపాటి తన మెడమీద కళ్ళేన్ని లాగింది. తర్వాత వూగుతూ కదిలింది. నాజూగ్గా వున్న వీపుమీద స్వారీ చేసే మనిషి వుయ్యాల వూగినట్టు వూగేడు. కార్డ్ గుర్రం పక్కనే గబగబా అడుగులు వేస్తూ నడిచాడు. గుర్రానికి ఉద్రేకం వచ్చింది. రౌతు చెప్పినట్టే వినకుండా కళ్లేల్ని కాసేపు వొక వేపునుంచి కాసేపు యింకో వేపునుంచి లాగుతూ సాగిపోవాలనుకుంది వ్రాన్‌స్కీ చేత్తో, మాటలతో దాన్ని శాంతింప చెయ్యడానికి వ్యర్థ ప్రయత్నం చేశాడు.

కొంచెంసేపట్లోనే అడ్డుకట్ట కట్టిన నది దగ్గరికి వచ్చేరు. అక్కడనుంచే పందెం మొదలవుతుంది. పందెంలో పాల్గొనే వాళ్ళలో చాలామంది ముందు వున్నారు. చాలామంది వెనుక వున్నారు. వెనకాలనుంచి బురద దారిమీద దౌడుతీస్తూ వస్తున్న గుర్రం గిట్టల చప్పుడు వ్రాన్‌స్కీకి వినిపించింది. మరుక్షణంలోనే తెల్ల కాళ్ళున్న నిడుపాటి చెవుల గ్లాడియేటర్ మీద మఖోతిన్ దూసుకు ముందుకు పోవడం కనిపించింది. పెద్ద పళ్లు బయటికి కనిపించేటట్టుగా మఖోతిన్ నవ్వేడు. కాని వ్రాన్‌స్కీ అతనికేసి కోపంగా చూశాడు. మఖోతిన్ అంటే వ్రాన్‌స్కీకి యెప్పుడూ యిష్టం లేదు. యిప్పుడు అసలు యిష్టం లేదు. యేమంటే అతనే యిప్పుడు తనకి గట్టి ప్రత్యర్థి. తన గుర్రానికి పురిపెట్టి దూసుకుంటూ పోవడం వల్ల అతనికి కోపంగా వుంది. దౌడు తియ్యడానికి ఫ్రూ ఫ్రూ యెడమకాలు విసిరింది, రెండు అంగలు ముందుకి వేసింది. కాని కళ్లేలు వెనక్కి లాగడం వల్ల చిరాగ్గా తగ్గి గెంతులు వేసింది. దాంతో జీనుమీద కూర్చున్న మనిషి యెగిరాడు. కార్డ్ దాదాపు పరిగెత్తుతూ వెనక వస్తూ ముఖం చిట్లించుకున్నాడు.

25

మొత్తం పదిహేడు మంది ఆఫీసర్లు అవరోధాల పందెంలో పాల్గొన్నారు. పందెం నాలుగు కిలోమీటర్ల వలయంలో ప్రేక్షకుల మండపాలకి ముందు జరుగుతుంది. దారిలో తొమ్మిది అవరోధాలు పట్టారు. ఒక నద, మండపానికి ముందు ఒకటిన్నర మీటర్ల ఎత్తు అవరోధం, యెండిపోయిన కందకం, నీళ్ళతో నిండుగా వున్న కందకం, ఓ గుట్ట, ఒక ఐరిష్ అవరోధం (వున్న వాటిల్లోకల్లా బహుశా యిదే కష్టమైనది కావచ్చు). ఇందులో పొదలు కమ్మిన గుట్ట వుంటుంది. అవతలివేపున పెట్టిన కందకాన్ని కనిపించనియ్యకుండా వుండేందుకు అలా పెట్టిన గుట్ట యిది. అంటే గుర్రం వొక్క గెంతులో గుట్టనీ, కందకాన్నీ దాటాలి. లేకపోతే అందులోపడి చచ్చిపోతుంది. ఆ తర్వాత నీళ్ళు నింపిన కందకాలు రెండు, పొడి కందకం వొకటీ వున్నాయి. ఈ పందెం ప్రేక్షక మండపం ముందు ముగుస్తుంది. వలయం దగ్గర కాకుండా పందెం రెండు వందల మీటర్ల దూరంలో మొదలైంది. అక్కడ మొదటి అవరోధం యెదురైంది. రెండు మీటర్ల వెడల్పులో వున్న నది. పందెంలో పాల్గొనేవాళ్ళు దానిమీద నుంచి గెంతనూవచ్చు, లేదా నీళ్ళలో దిగి దాటనూ వచ్చు. వాళ్ళ యిష్టం.

పందెంలో పాల్గొనేవాళ్ళు బయలుదేరడానికి సిద్ధంగా వరసలో మూడుసార్లు నుంచున్నారు. ప్రతీసారీ యేదో గుర్రం ముందుగానే బయల్దేరడం, దాంతో మళ్ళీ అంతా మొదలవడం. అనుభవజ్ఞుడైన అంపైర్ కర్నల్ సెస్ట్రిన్‌కి మంటెక్కిపోయింది. ఆఖరికి పరిగెత్తండి" అని నాలుగోసారి అరిచాడు. దాంతో ఆరంభమైంది.

అందరి కళ్లూ, అందరి ఫీల్డ్‌గ్లాస్‌లూ రంగు రంగుల బట్టలతో మెరిసిపోతున్న రౌతులకేసే లగ్నం అయి వున్నాయి.

"పందెం మొదలైంది. బయలుదేరి వస్తున్నారు" అని మాటలు అప్పటిదాకా ఆతృతగా అన్నివేపులనుంచీ చూస్తున్న వాళ్ళనుంచీ వినిపించాయి.

యిక చూసేవాళ్ళు వొక్కక్కళ్ళుగా, చిన్న చిన్న గుంపులుగా బాగా చూడ్డం కోసమని వో చోటినుంచి యింకో చోటికి పరిగెత్తడం మొదలుపెట్టారు. మొదటిక్షణం అవరోధాల పందెం పోటీదార్లు వొక గుంపుగా, తర్వాత యిద్దరు యిద్దరుగా, ముగ్గురు ముగ్గురుగా నది దగ్గరకు వస్తున్నట్టు కన్పించింది. అందరూ ఒకేసారి బయల్దేరినట్టు చూసేవాళ్ళకి కనిపించింది. కాని పందెంలో పాల్గొంటున్న వాళ్ళకి మాత్రం కొన్నిక్షణాల అంతరం వుంది. పందెంలో అది చాలా ముఖ్యమైంది.

ఉద్వేగంగా వున్న ఫ్రూ ఫ్రూ తత్తరపడిపోయి మొదటిక్షణం నష్టపోయింది. కొన్ని గుర్రాలు దాన్ని దాటి ముందుకు పోయాయి. నది దగ్గరకు చేరుకోకముందే తంటాలు పడి గుర్రాన్ని అదుపులో పెట్టుకుని సునాయాసంగా వ్రాన్‌స్కీ ముగ్గురు పోటీదారుల్ని దాటి వచ్చేశాడు. దాంతో అతని ముందున్న గుర్రాల్లో మఖోతిన్ యెరుపు రంగు గ్లాడియేటర్ వొకటైంది. దాని వెనుక కాళ్ళు సరిసమానంగా సునాయాసంగా వ్రాన్‌స్కీ ముందు యెగురుతున్నాయి; ముందున్న

యింకో గుఱ్ఱం అన్నిటికంటే అందమైన డయానా. దానిమీద స్వారీ చేసే కూజొవ్‌లెవ్, పాపం భయంతో సగం ప్రాణం పోయినట్టు వున్నాడు.

మొదటి క్షణాల్లో వ్రాన్‌స్కీ తనని గాని తన గుఱ్ఱాన్ని గాని అదుపులో వుంచుకో లేకపోయాడు. తొలి అవరోధం చేరేదాకా అతను గుఱ్ఱాన్ని అనుకున్నట్టు నడిపించలేకపోయాడు.

గ్లాడియేటరూ, డయానా నది దగ్గరకి దాదాపు ఒకే సమయంలో వచ్చేయి. రెప్పపాటులో అవి గాలిలోకి యెగిరి అవతలి వేపుకు గెంతాయి. ఏదో రెక్కలున్నట్టుగా అలవోకగా ఫ్రూ ఫ్రూ వాటి వెనుక యెగిరింది. గాలిలో అలా తేలుతూ వున్నట్టున్న ఆ క్షణంలోనే దాదాపు ఫ్రూ ఫ్రూ కాలికింద కూజొవ్‌లెవ్‌ని డయానాతో నది అవతలి వేపున గింజుకులాడుతున్నట్టు వ్రాన్‌స్కీ చూశాడు. (గెంతు తర్వాత కూజివ్‌లెవ్ కళ్ళేల్ని వదులు చేశాడు. దానితో గుఱ్ఱం తలకిందులై పోయింది) తర్వాతనే వ్రాన్‌స్కీకి కారణాలు వివరంగా తెలిసాయి. ప్రస్తుత క్షణంలో అతనికి తెలిసింది యెకాయెకీ డయానా తలమీదా, కాలిమీదా ఫ్రూ ఫ్రూ వచ్చి పడవచ్చనే. కాని కిందికి పడిపోయే పిల్లిలాగ ఫ్రూ ఫ్రూ శరీరాన్ని మెలితిప్పి, ఆ గుఱ్ఱాన్ని తప్పించుకుని తన దారిన ముందుకు వెళ్ళిపోయింది.

"అబ్బ! నా ముద్దుల గుఱ్ఱమా' అనుకున్నాడు వ్రాన్‌స్కీ.

ఆ తర్వాత వ్రాన్‌స్కీకి గుఱ్ఱంమీద పూర్తి అదుపు వచ్చింది. దాన్ని తన ఆధీనంలో ఉంచుకున్నాడు. మఖోతిన్ తర్వాత పెద్ద అవరోధం లంఘించవచ్చని అనుకున్నాడు. అవరోధాలు లేని నాలుగు వందల మీటర్ల బయలులో అతన్ని దాటిపోవచ్చని అనుకున్నాడు.

పెద్ద అవరోధం జార్ మండపం ముందు వుంది. జార్ అంతఃపుర బృందం, మిగిలిన గుంపు అందరూ చూస్తున్నారు అతన్నీ, మఖోతిన్‌నీ. మఖోతిన్ కొంచెం ముందు వున్నాడు. వాళ్లు దయ్యాన్ని (పెద్ద అవరోధాన్ని అలా పిలిచేవాళ్లు) చేరేటప్పటికి అన్నివేపుల నుంచీ కళ్లు తనమీదే లగ్నం అయివున్నాయని వ్రాన్‌స్కీకి తెలుసు. కాని అతని కళ్లకి తన గుఱ్ఱం చెవులూ, మెడా, తనవేపు దూసుకుంటూ వస్తూ వున్న నేల, తన ముందు వేగంగా, లయబద్ధంగా, తమ మధ్య యెడం అంతే వుంచుతూ పోతున్న గ్లాడియేటర్ వెన్ను, తెల్లని కాళ్లూ తప్ప యేమీ కనిపించడం లేదు. గ్లాడియేటర్ గాలిలోకి లేచి అడ్డుపలకలని తాకను కూడా తాకకుండా త్రుటికాలంలో వ్రాన్‌స్కీ దృష్టి పథం నుంచి అదృశ్యమైపోయింది.

"సెభాష్" అని యెవళ్ళో అరిచారు.

సరిగ్గా అదేక్షణంలో అతని వెనక, వ్రాన్‌స్కీ వెనక అవరోధం త్రుటిలో జారిపోయింది. కదలికల్లో పిసరు కూడా మార్పు లేకుండా అతని గుఱ్ఱం అవరోధాన్ని దాటేసింది. పెద్ద అవరోధం దాటేశాడు. కాని యేదో టక్‌మని తట్టిన శబ్దం వెనుకనుంచి వినిపించింది. గ్లాడియేటర్‌ని చేరువలో చూసిన అతని గుఱ్ఱం ఉద్రేకపడిపోయి అవరోదానికి కొంచెం ముందే గెంతేసింది. దాంతో వెనకాలకాలు అవరోధానికి కొట్టుకుంది. కాని అందువల్ల వేగం తగ్గలేదు. వ్రాన్‌స్కీ ముఖంమీద బురద ముద్ద పడింది. గ్లాడియేటర్ యింకా ముందే వున్నట్టు గుర్తించాడు. మళ్ళీ అతనికి దాని వెనుకభాగం, చిక్కులు పడ్డ కురచతోక, గబగబా అంగలు వేసే కాళ్ళు కనిపించాయి. (ఆ అంగలవల్ల తమ మధ్య యెడం అంతే వుండిపోతోంది)

మఖోతిన్‌ని దాటివెళ్ళే వేళ వచ్చిందని వ్రాన్‌స్కీ అనుకుంటూ వుండగానే ఫ్రూ ఫ్రూ అతని వూహని పసికట్టింది. యే మాత్రం ప్రేరణ యివ్వకుండానే సుమారుగా వేగం పెంచింది. అనుకూలంగా వున్న వేపునుంచి మఖోతిన్‌ని సమీపించడం మొదలుపెట్టింది. కాని ఆ దిశలో మఖోతిన్ దాన్ని పోనివ్వలేదు. మఖోతిన్‌ని యివతలి వేపునుంచి అధిగమించే అవకాశం వుందని వ్రాన్‌స్కీ చూడగానే ఫ్రూ ఫ్రూ తన దిశకి మార్చింది. ఆ వేపునించే అతన్ని దాట మొదలుపెట్టింది. చెమటకి నల్లబడ్డ ఫ్రూ ఫ్రూ భుజాలు గ్లాడియేటర్ వెనుక కాళ్ళకి సమంగా వచ్చాయి కూడా. ఆ రకంగా వాళ్లు కొంతదూరం దౌడు తీశారు. తర్వాత అవరోధం చేరుకోకముందే వ్రాన్‌స్కీ తన గుర్రం కళ్లేల్ని అదుపు చేశాడు. బయట పెద్ద వలయంలోకి వెళ్లాలని అతను అనుకోలేదు. గబగబా గుట్టమీదనే మఖోతిన్‌ని దాటి ముందుకు వచ్చేడు. కాని అతను తనని అనుసరించి వెనకాలే వున్నాడన్న విషయం యెరుకలోనే వుంది. గ్లాడియేటర్ లయబద్ధమైన గిట్టల చప్పుడు వినిపిస్తూనే వుంది. దాని శ్వాస యింకా అలసట లేకుండా సరిగ్గా వెనకాల తెలుస్తూనే వుంది.

తర్వాత రెండు అవరోధాలు ఒక కందకమూ, కంచే. వాటిని సునాయాసంగానే దాటేశారు. కాని గ్లాడియేటర్ గిట్టలూ, బుసలూ దగ్గర పడుతున్నట్టు వ్రాన్‌స్కీ గమనించేడు. తన గుర్రాన్ని ఉసికొల్పేడు. యెంత సునాయాసంగా అది వేగం పుంజుకుందోనని మహా సంబరపడిపోయాడు. ఆ వేగం వల్ల గ్లాడియేటర్ గిట్టల చప్పుడు వెనకబడి పోతుంది.

ఆశించినట్టుగానే, కార్డ్ సలహా యిచ్చినట్టుగానే వ్రాన్‌స్కీ ముందుకు వచ్చేడు. యిప్పుడు విజయం సాధించవచ్చని అతనికి హామీ కలిగింది. ప్రతిక్షణం అతని ఉద్రేకం, సంతోషం, ఫ్రూ ఫ్రూ పట్ల ఆప్యాయత పెరుగుతున్నాయి. వెనక్కి చూడాలన్న ప్రేరణ అతనికి కలిగింది. కాని చూడ సాహసించలేదు. నిబ్బరపడటానికి గుర్రాన్ని ఉసి కొల్పకుండా వుండటానికి, గ్లాడియేటర్‌కి తాను వుందనుకున్న శక్తితో దాని శక్తిని సమంగా వుంచడానికీ ప్రయత్నించేడు. అతి కష్టమైన అవరోధం ముందర వుంది. యితరుల కంటే ముందు తను దాన్ని దాటితే, తనే నెగ్గడం ఖాయం. ఐరిష్ అవరోధాన్ని అతను సమీపిస్తున్నాడు. అతను దూరం నించే దాన్ని చూశాడు. ఫ్రూ ఫ్రూ కూడా చూసింది. తనకీ, గుర్రానికీ వో క్షణం సందేహం కల్గింది. గుర్రం చెవుల్లో వూగిసలాటని అతను గమనించాడు. కొరడాని యెత్తాడు. కాని మరుక్షణంలోనే తన అనుమానాలు నిరాధారం అని గ్రహించేడు. యేం చెయ్యాలో గుర్రానికి తెలిసింది. ముందుకు సాగి, అతను వూహించిన సమతూకంతోనూ, కచ్చితత్వంతోనూ నేలపైనుంచి గెంతి వాహకశక్తి సూత్రానికి లొంగింది. అది దాన్ని కందకం పైనుంచి యెక్కువ దూరం తీసుకుపోయింది. అదే తీరుతో యే ప్రయత్నమూ లేకుండా ఫ్రూ ఫ్రూ పందేన్ని కొనసాగించింది.

"సెభాష్ వ్రాన్‌స్కీ" అనే అరుపులు వో గుంపునుంచి వచ్చేయి. వాళ్లు తన రెజిమెంట్ మనుషులని అతనికి తెలుసు. వాళ్లు అవరోధం పక్క నుంచున్నారు. యాష్విన్ కంఠం అతను గుర్తుపట్టేడు. కాని అతన్ని చూడలేదు.

వెనకనుంచి వచ్చే శబ్దాలు వింటూ 'ఆహా! నా ప్రియమైన గుర్రమా' అనుకున్నాడు ఫ్రూ ఫ్రూ గురించి. 'దాటేసింది' అనుకున్నాడు మళ్లీ గ్లాడియేటర్ గిట్టలు వింటూ. యిక వొక్క అవరోధం మాత్రమే వుంది. నీళ్లున్న కందకం. ఒకటిన్నర మీటర్ల వెడల్పు వుంది. వ్రాన్‌స్కీ

దానికేసి చూడలేదు. ముందుగానే గమ్యం చేరుకోవాలన్న ఆతృతతో అతను కళ్లేల్ని గుండ్రంగా తిప్పేడు లయకి అనుగుణంగా. అది తన యావచ్ఛక్తినీ వినియోగిస్తుందని అతనికి తెలుసు. దాని మెడా, భుజాలూ తడిగా అవడమే కాదు, చెమట బిందువులు దాని తలమీదా, మూపురం మీదా, కోసుగా వున్న దాని చెవుల మీదా ప్రత్యక్షమవుతాయి. అది వేగంగా, కొంచెం కొంచెంగా శ్వాస పీలుస్తోంది. అయినా ఆ మిగిలిన నాలుగు వందల మీటర్లు పోవటానికి గల శక్తి కంటే యెక్కువే దాని దగ్గర వుందని వ్రాన్స్కీకి తెలుసు. అది కందకం మీద యెలా యెగిరిందంటే అసలు కందకాన్ని గమనించిందా లేదా అన్నట్టు వుంది. పిట్టలా యెగిరింది. కాని ఘోరం యేమంటే సరిగ్గా ఆ సమయంలో వ్రాన్స్కీ గుర్రంతో సమంగా వుండేటట్టు తన కదలికల్ని సమన్వయించు కోలేకపోయాడు. పరమ ఘోరంగా క్షంతవ్యం కాని రీతిలో అతను జీనుమీద వేళకి ముందే సర్దుకున్నాడు. రెప్పపాటులో సర్వం మారిపోయింది. దారుణం జరిగిపోయిందని అతను గ్రహించాడు. అదేమిటో తెలుసుకునే లోగానే యెర్ర రంగు గుర్రం తెల్ల గిట్టలు అతని పక్క నుంచే దూసుకుపోయాయి. మఖోతిన్ చాలా వేగంగా దౌడు తీయిస్తూ దాటిపోయాడు. వ్రాన్స్కీ ఒక కాలితో నేల తాకేడు. గుర్రం అతని కాలిమీద పడింది. అది వో పక్కకి కుప్పకూలేటప్పటికి అతను సరిగ్గా కాలు యివతలికి తీసుకోను కూడా తీసుకోలేదు. అది చెడ్డగా బుసకొడుతూ, చెమటతో తడిసిన తన సన్నని మెడని తిప్పుతూ, కాళ్ళని కూడదీసుకోవడానికి వృథా ప్రయత్నం చేసింది. అది గుండు దెబ్బ తగిలిన పక్షిలా మెలి తిరిగి వ్రాన్స్కీ కాళ్ళ దగ్గర పడింది. వ్రాన్స్కీ తెలివితక్కువ చేష్ట వల్ల దాని నడుం విరిగిపోయింది. ఆ విషయం తర్వాత తెలిసింది అతనికి. మఖోతిన్ దౌడు తీసుకుంటూపోవడమే అతనికి కనిపించింది. నిశ్చలంగా వున్న బురద నేలమీద ఒక్కడూ వూగుతూ నిలబడిపోయేడు. తల అతనికేసి చాచి, అందమైన కంటితో అతన్ని చూస్తూ మహాయాసంతో శ్వాస పీలుస్తూ అతని ముందు పడివుంది ఫ్రూ ఫ్రూ. ఏం జరిగిందో యింకా గ్రహించలేక వ్రాన్స్కీ దాన్ని లేపడానికి కళ్లేలు లాగేడు. అది మళ్ళీ చేపలాగా తన్నుకులాడింది. దాని జీను పక్కభాగాలు కొట్టుకున్నాయి. ముందు కాళ్ళమీద లేవగలిగింది. అతని కింది దవడ వొణికింది. మడమతో దాని డొక్కలో తన్నాడు. కళ్ళేల్ని మళ్ళీ లాగాడు. కాని అది కదలలేదు. ముట్టె నేలకి ఆన్చి అది యజమానికేసి అలా చూస్తూనే వుండిపోయింది.

"అయ్యో!" అని వ్రాన్స్కీ తల పట్టుకుని మూలిగాడు. "అయ్యో! ఏం చేశాను?" అని అరిచాడు. "పందెంలో ఓడిపోయాను. అంతా నా తప్పే. సిగ్గుమాలిన, క్షంతవ్యం కాని తప్పు. పాపం యీ ప్రియమైన గుర్రం నాశనం అయిపోయింది. అయ్యో! ఎంతపని చేశాను!" అని అరిచాడు.

కొంతమంది, ఓ డాక్టరూ, అతని అసిస్టెంటూ, అతని రెజిమెంట్ ఆఫీసర్లూ, అతనికేసి పరిగెత్తుతూ వచ్చారు. తను మాత్రం చెక్కు చెదరకుండా అలానే వున్నాడు. అతనికి బాధ కలిగించింది అది. గుర్రం నడుం విరిగిపోయింది. యిక దాన్ని గుండుపేల్చి కాల్చెయ్యాలని తీర్మానం చేశారు. యెవళ్లు యేమి అడిగినా వ్రాన్స్కీ జవాబు చెప్పే స్థితిలో లేడు. అసలు మాట్లాడే స్థితిలో లేడు. తలమీదనుంచి జారిపోయిన టోపీని కూడా తీసుకోకుండా, తిరిగి యెక్కడికి పోతున్నదీ తెలియకుండానే వెళ్ళిపోయాడు. అతని మనస్సు దుఃఖభారంతో

నిండిపోయింది. జీవితంలో మొట్టమొదటిసారి పరమ దౌర్భాగ్యమైన స్థితి ప్రాప్తించిందని గ్రహించాడు. దాన్ని కూడదీసుకోవటం అసంభవం. దానికి దోషం తనదే.

యాష్విన్ టోపీ తీసుకొని అతని వెనక్కాలే పరిగెత్తి వ్రాన్స్కీని యింటికి తీసుకొని వెళ్ళాడు. ఓ అరగంట తర్వాత వ్రాన్స్కీ కుదుటపడ్డాడు. కాని జీవితంలో ఆ పందెం స్మృతి అన్నిటికంటే కటువైన, చాలా బాధకరమైన స్మృతిగా మిగిలిపోయింది.

26

పైకి భార్యతో కెరనినా సంబంధాలు యెప్పటిలాగానే వున్నాయి. తేడా అల్లా అతను యిదివరకటికంటే యెక్కువగా పనుల్లో మునిగిపోయాడు. శీతాకాలంలో తీవ్రంగా శ్రమపడి పనులు చేయడం వల్ల ఆరోగ్యం చెడిపోతే, పుంజుకోవడం కోసం అంతకు ముందటి సంవత్సరాల్లో మాదిరీ విదేశీ ఖనిజజలాల దగ్గరకి వెళ్ళాడు. యథాప్రకారం జూలైలో తిరిగి వచ్చేడు. వెంటనే ద్విగుణీకృత శక్తితో బాధ్యతలని అందుకున్నాడు. యథాప్రకారం అతని భార్య పల్లెలో దాచాకి వెళ్ళింది. అతను పీటర్స్‌బర్గ్‌లో వుండిపోయాడు.

ప్రిన్సెస్ బెట్సీ యింటి దగ్గర పార్టీ తర్వాత తమ యింటి దగ్గర జరిగిన దర్చ దరిమిలా అతను తన సందేహాల గురించి గాని, యీర్ష్య గురించి గాని అన్నాతో తిరిగి చర్చించలేదు. తన భార్యతో ప్రస్తుతం వున్న సంబంధాలకి అతని అపహాస భరిత ధోరణి స్వరం యిప్పుడు నప్పింది. భార్యపట్ల అతను ముభావంగా అయేడు. ఆనాటి రాత్రి భార్యతో జరిగిన సంభాషణలో సంభాషణ కొనసాగించాలన్న అతని ప్రయత్నాన్ని ఆమె తోసి వేసిన కారణం వల్ల అతను కొంచెం కష్టపెట్టుకున్నట్టు వుంది. ఆమె పట్ల అతని వైఖరిలో అసంతృప్తి ఛాయ గోచరించింది. అంతే. 'నువ్వు నాతో మనస్సు విప్పి మాట్లాడదలుచుకోలేదన్నమాట' అని మనస్సులో ఆమెని సంబోధిస్తూ అంటున్నట్టు వుండేది. 'అది నీకు చెడ్డది. నువ్వు గనుక యిప్పుడు అలా చెయ్యడానికి నన్ను ప్రాధేయపడితే నేను చెయ్యను. అది నీకు యింకా చెడ్డది.' మంటని ఆర్పడానికి ప్రయత్నించి విఫలుడై, తన విఫల ప్రయత్నాల పట్ల కోపంతో 'ఇలా వుందా నీకు, సరే అయితే తగలడు' అనే వాడిలా అతను యిలా అనుకునేవాడు.

ప్రభుత్వ వ్యవహారాల్లో అంత యుక్తిగా, కుశలంగా వుండే మనిషి భార్యపట్ల అలాంటి వైఖరి పిచ్చిదనం అని గ్రహించలేకపోయాడు. యెందుకు అంటే తన యదార్థ పరిస్థితి గ్రహించడానికి మరీ భయంకరంగా వుండబట్టి. తన కుటుంబం పట్ల అంటే భార్యపట్ల, కొడుకు పట్ల తన అనుభూతికి వుంచిన పెట్టెని గుండెలోతుల్లో మూసేసి, తాళం వేసి సీలు వేసేశాడు. పిల్లవాడి పట్ల శ్రద్ధ పట్టే తండ్రిగా వుండే అతను శీతాకాలం ఆఖరికి కొడుకు పట్ల ఉదాసీనంగా తయారై భార్యతో మాట్లాడే పరిహాస ధోరణినే కొడుకుపట్లా అవలంబించేడు. "ఆహా! యువకుడా!" అంటూ అతని ధోరణిలో సంబోధించేవాడు.

అంతకు ముందెన్నడూ యింత తీరికలేని పని తనకి వుండలేదని కెరనినా అనుకునేవాడు, చెప్పేవాడు కూడా. తనే అన్ని పనులనీ యిప్పుడు సృష్టించుకున్నాడన్న విషయాన్ని అతను

గ్రహించలేదు. తన భార్యపట్ల, కుటుంబం పట్ల వున్న అనుభూతులు, వాళ్ళ గురించిన ఆలోచనలు వున్న పెట్టెని తెరవకుండా యిదొక సాధనం అనీ గ్రహించలేదు. ఆ ఆలోచనలు మూసేసిన కొద్దీ భయంకరంగా తయారయేయి. తన భార్య ప్రవర్తన గురించి తను యేం అనుకుంటున్నాడో అడిగేహక్కు ఎవరికైనా వుండినట్లయితే సాధువు, వినమ్రుడు అయిన కెరనినా జవాబు చెప్పి వుండేవాడు కాదు. కాని అలా అడిగిన వాడిమీద మహా ఆగ్రహపడిపోయేవాడు. అందుకనే తన భార్య యెలా వుందని ఎవరైనా అడిగినప్పుడు అతని ముఖం కఠోరంగా, గంభీరంగా మారిపోయేది. కెరనిన్ తన భార్య ప్రవర్తన గురించీ, అనుభూతుల గురించీ ఏమీ ఆలోచించుకొనేవాడు కాదు. వాస్తవానికి యీ విషయం గురించి అసలు అనుకునేవాడు కాదు.

కెరనిన్ యెప్పుడూ పీటర్‌హాఫ్‌లో అదే దాచాని తీసుకొనేవాడు. మామూలుగా కౌంటెస్ లిదియా ఇవానొవ్నా వేసవిలో అక్కడ వాళ్ళ పొరుగున వుండేది. అన్నాతో యెప్పుడూ మాటాపలుకూ ఆడుతూ వుండేది. ఈ వేసవిలో కౌంటెస్ లిదియా ఇవానొవ్నా పీటర్‌హాఫ్ రావటానికి నిరాకరించింది. అన్నాని ఒక్కసారి కూడా చూళ్ళేదు. బెట్సీ, వ్రాన్‌స్కీలతో అన్నా సన్నిహితంగా వుంటోందనీ, అది అనౌచిత్యం అనీ కెరనిన్‌కి సూచనగా తెలియజేసింది. కెరనిన్ తన భార్యని అనుమానించడానికి లేదని ఆ సూచనలని కరాఖండిగా కొట్టి పారేశాడు. ఆ తర్వాత కౌంటెస్ లిదియా ఇవానొవ్నాని తప్పించుకు తిరిగాడు. తన స్థాయి బృందం వాళ్ళు చాలామంది తన భార్యకేసి చెడ్డగా చూడడం అతను చూడదలచుకోలేదు, చూడలేదు, ఆ యేడు తన భార్య పీటర్‌హాఫ్ నుంచి త్సార్స్‌కొయె సెలోకి మారాలని యెందుకు పట్టుబట్టిందో అతను అర్థం చేసుకోదలచుకోలేదు. అర్థం చేసుకోలేదు. బెట్సీ త్సార్స్‌కొయెలో వుండేది. వ్రాన్‌స్కీ రెజిమెంట్ విడిది చేసిన చోటుకి అది దగ్గర. అతను తనకిగా యీ విషయం గురించి ఆలోచన రానివ్వలేదు ఆలోచించలేదు. కాని అంతరంగంలో మాత్రం అతనికి తనో దగాపడ్డ భర్తనన్న విషయం, దాన్ని తను వొప్పుకోకపోయినా, అందుకు సాక్ష్యం యే మాత్రం లేకపోయినా అనుమానం లేకుండా కచ్చితంగా వుండేది. అందువల్ల మనస్సులో చాలా బాధపడేవాడు.

భార్యతో ఆనందంగా కాపురం చేసిన యీ యెనిమిది యేళ్ళల్లోనూ వంచకురాలైన భార్యల గురించీ, వంచితులైన భర్తల గురించీ యెన్నోసార్లు అనుకున్నాడు. 'అలాంటి వాటిని వాళ్లు యెలా సహిస్తారు? వెలపరంగా వుండే యిలాంటి స్థితికి యెందుకు స్వస్తి చెప్పరు?' అనుకున్నాడు. యిప్పుడు శాపం అతని నెత్తిమీదనే పడినప్పుడు, యీ పరిస్థితికి యెలా స్వస్తి చెప్పాలా అని ఆలోచించడానికి నిరాకరించడమే కాదు, అసలలాంటి పరిస్థితి వుందని గుర్తించ దలచుకోలేదు కూడా. యెందుకు గుర్తించ నిష్టపడలేదూ అంటే అది అంత ఘోరంగా అంత అస్వభావికంగా వుంది కనక.

విదేశాలనుంచి తిరిగి వచ్చేక కెరనిన్ దాచాకి రెండుసార్లు వెళ్లేడు. ఓసారి అక్కడ భోజనం చేశాడు. మరోసారి సాయంత్రం అక్కడ మిత్రులతో కలిసి గడిపేడు. రెండు సందర్భాల్లోనూ కూడా పూర్వం రోజుల్లో మాదిరి అక్కడ రాత్రి గడపలేదు.

పందేల రోజున కెరనిన్ తీరిక లేకుండా వున్నాడు. ఆ రోజు పొద్దుట కార్యక్రమం నిర్ణయించుకుంటూ పెందరాళే భోజనం చేశాక దాచా దగ్గరికి భార్యని చూడ్డానికి వెళ్లి అక్కణ్నించి యెకాయెకీ పందేల దగ్గరికి వెళ్లాలని అనుకున్నాడు. అక్కడ రాజపరివారం యావత్తూ హాజరై వుంటుంది. తనూ తప్పకుండా అక్కడ కనిపించాలి మరి. లోకమర్యాద కోసం భార్యని వారానికోసారి చూడాలని అనుకున్నాడు, కాబట్టి ఆమె దగ్గరికి వెడతాడు. పైగా ప్రతినెలా పదిహేనో తారీఖున ఆమెకి ఖర్చుల నిమిత్తం డబ్బు యివ్వడం అతని అలవాటు.

కెరనిన్ ఆ పొద్దుట పిసరు తీరిక లేకుండా వున్నాడు. అంతకుముందు నాటి సాయంత్రం కౌంటెస్ లిదియా ఇవానొవ్నా అతనికి వో ప్రఖ్యాత యాత్రికుడు చైనామీద రాసిన పుస్తకం పంపింది. ఆ రాసినతను అప్పుడు పీటర్స్‌బర్గ్‌లోనే వున్నాడట. పుస్తకంతో బాటుగా ఆ రచయితని కలుసుకొమ్మని కెరనిన్‌ని అడుగుతూ వో చీటీ కూడా పంపింది. ఆ రచయిత అనేక కారణాల వల్ల చాలా ఆసక్తికరమైన వ్యక్తనీ, చాలా పనులకి ఉపయోగపడే వ్యక్తి అనీ రాసింది. సాయంత్రమే పుస్తకం అంతా చదివే వ్యవధి కెరనిన్‌కి లేకపోయింది. పొద్దుట పూర్తి చేశాడు. తర్వాత మహజర్లు పట్టుకుని అర్థించేవాళ్ళు వచ్చేరు. తర్వాత నివేదికలు, కలుసుకోవడానికి వచ్చిన వాళ్ళు, నియామకాలు, తొలగించడాలు, పతక ప్రదానాలు, పెన్షన్లు, జీతాలు, ఉత్తరాలు రాయడం లాంటివి- యిదంతా కెరనిన్ అన్నట్లు రోజువారీ కార్యక్రమం, దానికి అతని సమయం యెక్కువ ఖర్చయిపోయింది. తర్వాత సొంత పనులూ వున్నాయి. అతని డాక్టరు వచ్చేడు. అతని వ్యవహారాలు చూసే మనిషి వచ్చేడు. అతను యెక్కువసేపు వుండలేదు. కెరనిన్‌కి అవసరమైన డబ్బు యిచ్చి వ్యవహారాల గురించి కొంచెం చెప్పేడు. ఆ యేడు సరదాలకీ, షికార్లకీ యెక్కువ ఖర్చయిందనీ, దానివల్ల ఆదాయం కంటే ఖర్చు యెక్కువై లోటు వచ్చిందనీ తేలింది. డాక్టరు పీటర్స్‌బర్గ్‌లో ప్రసిద్ధుడు. కెరనిన్ స్నేహితుడు. అతను మాత్రం యెక్కువసేపు వున్నాడు. అతను వస్తాడని కెరనిన్ అనుకోలేదు. అంచేత అతన్ని చూసి ఆశ్చర్యపడ్డాడు. అంతేకాక అతను కెరనిన్ ఛాతీ దగ్గర చెవి పెట్టి వినడంతో, ఉదరంమీద తట్టి పరీక్షించడంతో, ఆరోగ్యం యెలా వుందని అతివివరంగా అడగడంతో మరీ ఆశ్చర్యపోయాడు. కెరనిన్‌కి యీ యేడు ఒంట్లో బాగాలేదని చూసి పరీక్షించమని డాక్టరుని తన నేస్తం లిదియా ఇవానొవ్నా పంపిందన్న సంగతి కెరనిన్‌కి తెలీదు. "దయచేసి నా కోసం అలా చెయ్యండి" అని లిదియా ఇవానొవ్నా డాక్టర్ని అడిగింది.

"రష్యాకోసం ఆ పని చేస్తాను" అని డాక్టరు జవాబు చెప్పాడు.

"వెలగట్టలేని మనిషి" అంది కౌంటెస్ లిదియా ఇవానొవ్నా.

కెరనిన్‌ని డాక్టరు పరీక్షించిన తరువాత డాక్టరు అసంతృప్తి ప్రకటించేడు. అతని ఉదరం సుమారుగా పెరిగింది. ఆకలి మందగించింది. ఖనిజ జలం గుణం కనిపించలేదు. సాధ్యమైనంత శారీరక వ్యాయామం చెయ్యమని సలహా ఇచ్చేడు. ఆందోళన అనేది కూడదన్నాడు. మానసికంగా శ్రమ వీలైనంత తక్కువ వుండాలన్నాడు. ఊపిరి పీల్చకుండా

మానెయ్యడం యెలాంటిదో కెరనిన్‌కి యిది అలాంటిది. లోపల యేదో సవ్యంగా లేదు, దాన్ని సరిదిద్దడం తనకి సంభవం కాదు అనే అనిష్టకర భావం కెరనిన్ మనస్సులో మిగిల్చి వెళ్ళాడు డాక్టరు.

కెరనిన్ యింట్లోనుంచి బయటకు వెడుతూంటే గుమ్మంలో డాక్టరుకి స్లూదిన్ కనిపించేడు. అతను కెరనిన్ కార్యదర్శి. డాక్టరు అతన్ని బాగా యెరుగును. ఇద్దరూ కలిసి యూనివర్శిటీలో చదువుకున్నారు. ఎప్పుడో గాని ఒకళ్ళనొకళ్ళు కలుసుకోకపోయినా వొకళ్ళ పట్ల వొకరికి మంచి గౌరవం వుంది. మంచి స్నేహితులు. ఆ కారణంగా స్లూదిన్‌కి డాక్టరు తన రోగి గురించి చెప్పడానికి సంకోచించలేదు.

"మీరు ఆయన్ని పరీక్షించినందుకు నాకు చాలా సంతోషంగా వుంది. ఆయన ఆరోగ్యం బాగా లేదు. నాకు అనిపిస్తోంది... ఆ, అయితే మీకేమనిపించింది?" అన్నాడు స్లూదిన్.

"నాకేమనిపించిందంటే" అని డాక్టరు స్లూదిన్ తలపైనుంచి బండివాడికి బండిని తీసుకురమ్మని సైగచేస్తూ అన్నాడు. "ఇదీ" అని మేకతోలు గ్లవ్స్‌ని తన తెల్ల చేతులతో పట్టుకుని వొక వేలు సాగదీసి అన్నాడు. "తీగని బిగదియ్యకుండా తుంచ ప్రయత్నించండి, చాలా కష్టం. కాని బాగా బిగదీసి వూరికే వేలుతో నొక్కండి చాలు, పుటుక్కున తెగిపోతుంది. కెరనిన్ కష్టపడి పనిచేసే స్వభావం వల్లా, పనంటే ఆయనకుండే చిత్తశుద్ధి వల్లా ఆయన నరాలు బాగా ఒత్తిడికి గురి అయాయి. యిదీ గాక బయటి వొత్తిడి కూడా వుంది. చాలా యెక్కువ వత్తిడి" అని డాక్టరు అర్ధవంతంగా చూపు విసురుతూ ముగించాడు. "గుర్రం పందేలకి వెడుతున్నారా?" అని తన బగ్గీ దగ్గరికి వెడుతూ అడిగాడు. "ఆ, అవును మరి... చాలాకాలం పడుతుంది" అని డాక్డరు స్లూదిన్ అన్న యే మాటకో, ఆ మాటని సరిగ్గా వినకుండానే జవాబిచ్చేడు.

కెరనిన్ కాలహరణం చేసి డాక్టరు వెళ్ళిపోయాడు. ప్రఖ్యాత యాత్రికుడు వచ్చేడు. కరేనిన్ ఆ ఉదయమే పుస్తకం పూరా చదివేసి వుండడం వల్లా, ఆ విషయం గురించి తనకి అప్పటికే వున్న పరిజ్ఞానం వల్లా ఆ రచయితని తన గాఢ విజ్ఞానంతో, విషయజ్ఞాతతో ఆశ్చర్యచకితుణ్ణి చేసేశాడు.

ఆ యాత్రికుడు వచ్చిన విషయం తెలియజేస్తూనే గుబేర్నియా మార్షల్ కూడా వచ్చినట్టు నౌకరు చెప్పాడు. మార్షల్ పీటర్స్‌బర్గ్ వచ్చేడు. కెరనిన్‌కి అతనితో మాట్లాడ్డం అవసరం. మార్షల్ వెళ్ళిపోయాక కెరనిన్ ఆ రోజువారీ కార్యక్రమం తన కార్యదర్శితో ముగించాల్సి వుంది. అప్పటికి యింకా వో గంభీరమైన, ఘనమైన విషయానికి సంబంధించి వో గొప్ప హోదా వ్యక్తిని కలుసుకోవడం పని మిగిలే వుంది. కెరనిన్ భోజనం వేళకి. అంటే అయిదు గంటలకి, యింటికి తిరిగి వచ్చేడు. కార్యదర్శితో కలిసి భోజనం చేశాడు. తనతో పాటు దాచాకీ, గుర్రపు పందేలకీ రమ్మని అతన్ని పిలిచేడు.

27

అన్నా మేడమీద వుంది. అద్దం ముందు నుంచుంది. అన్నుష్కా సాయంతో గౌను ఆఖరి రిబ్బన్లు కట్టుకుంటోంది. అప్పుడు బయటి గుమ్మం రాళ్ళ రోడ్డుమీద బండి చక్రాల చప్పుడు వినిపించింది.

'బెట్సీ యింత పెందరాళే రాదు' అనుకొంది. కిటికీలోనుంచి చూసింది. బండి, అందులో నుంచి కెరనినా నల్ల టోపీ, బాగా పరిచితమైన చెవులూ కనిపించాయి. 'అబ్బ వేళగాని వేళలో పీడగాని! రాత్రి యిక్కడ వుండిపోడు కదా' అనుకొంది. అయినా ఉల్లాసంతో మెరుస్తున్నట్టు వాలకం పెట్టి అతన్ని కలుసుకోవడానికి వెళ్ళింది. అప్పటికే అలవాటైన అసత్యం కపటం మళ్ళీ తనని కమ్మినట్టు అనుభూతి చెందుతూనే, ఆమె వెంటనే వాటికి లొంగిపోయి తను యేం మాట్లాడుతుందో యేమిటో తెలియకుండానే మాట్లాడటం మొదలుపెట్టింది.

"ఎంత దయచూపించారు!" అని భర్తకి చెయ్యి అందిస్తూ, యింట్లో మనిషిలాగా వుండే స్లూదిన్‌కేసి చూసి చిరునవ్వు నవ్వింది. "రాత్రి యిక్కడ వుంటావనుకుంటాను" అని కపటత్వం ఆమెని ప్రేరేపించిన తొలిమాటలు అంది. "ఇప్పుడు మనం కలిసే వెడదాం, కాని, ఖర్మ బెట్సీకి మాట యిచ్చాను. ఆమె నా కోసం యిక్కడకు వస్తుంది."

బెట్సీ పేరు వినగానే నుదురు ముడుచుకుంది.

"యెన్నడూ విడని జంటని వేర్పాటు చెయ్యను" అన్నాడు తన మామూలు పరిహాస ధోరణిలో. "స్లూదిన్ నేనూ కలిసి వెడతాం. నడక వ్యాయామం కావాలి నాకు అని డాక్టరు చెప్పాడు. రోడ్డుమీద నడిచి వెళ్ళి యింకా ఖనిజ జలం దగ్గరే వున్నట్టు వూహించుకుంటాను."

"తొందర పడక్కర్లేదు" అంది అన్నా. "టీ తాగుతారా?" అని గంట మోగించింది.

"కొంచెం టీ తెచ్చిపెట్టండి. వాళ్ళ నాన్న వచ్చేరని సెర్యోషతో చెప్పండి. వూం, యెలా వుంది నీ ఆరోగ్యం? స్లూదిన్‌గారూ, మీరసలు యిక్కడికి రానేలేదు. రండి, మా వరండా యెంత బాగుందో చూద్దురుగాని" అంది కాసేపు వొకళ్ళకేసీ, కాసేపు మరొకళ్ళకేసి చూస్తూ.

ఆమె సాదాగా, సహజంగా మాట్లాడింది. కాని యెక్కువ వేగంగా మాట్లాడింది. ఆ విషయం ఆమెకీ తెలుసు. స్లూదిన్ జిజ్ఞాసగా తనని చూస్తూ అంచనా వేస్తున్నాడని గమనించి దానివల్ల ఆ విషయం గురించిన స్పృహ మరీ కలిగింది.

స్లూదిన్ వరండాలోకి వెళ్ళేడు.

అన్నా భర్త పక్కన కూర్చుంది.

"నువ్వు బాగా వున్నట్టు కనిపించడం లేదు" అంది.

"అవును. యివాళ డాక్టరు వచ్చేడు. నా టైమ్ గంట పూరా లాగేసుకున్నాడు. నా స్నేహితులెవరో పంపి వుంటారతన్ని, నాకలా అనిపిస్తుంది. నా ఆరోగ్యం యెంతో విలువైంది..."

"సరే, ఆయన యేమన్నాడో చెప్పు."

ఆమె అతని ఆరోగ్యం గురించి, వ్యవహారాల గురించి అడిగింది. విశ్రాంతి తీసుకొమ్మని, తనతో బాటు దాచాకి రమ్మనీ అనురోధం చేసింది.

అన్నా యిదంతా అదే ఉల్లాసపూరిత ధోరణిలో కళ్ళల్లో వొక విశేషమైన మెరుపుతో గబగబా అంది. ఆమె మాట్లాడే ధోరణికి కెరనినా యే మాత్రం ప్రాముఖ్యం యివ్వలేదు. ఆమె మాటలు విని వాటి మామూలు అర్థం గ్రహించాడంతే,. సాదాగా కొంచెం పరిహాస ధోరణిలో జవాబు చెప్పేడు. ఈ సంభాషణ అంతటిలోనూ విశేషంగా కనిపించేది యేదీ లేదు. అయినా కానీ ఆ తర్వాత అది అన్నాకి ఎప్పుడు గుర్తు వచ్చినా లజ్జాన్విత యాతనాభరిత బాధ కలిగేది.

సెర్యోష పంతులమ్మతో కలిసి వచ్చేడు. కెరనిన్ గనక దృష్టి పెట్టి వుంటే సెర్యోష సిగ్గుగా, బిత్తరపోతూ తండ్రికేసి, తర్వాత తల్లికేసి చూడటం గమనించేవాడు. కాని అతను దేన్నీ చూడదల్చుకోలేదు. అందుచేత దేన్నీ చూడలేదు.

"ఆహ్, యువకుడా! పెద్దవాడయ్యాడు. నిజంగానే మగాడు అయాడు. ఏమిటి సంగతి, యువకుడా?"

బెదిరిపోయిన సెర్యోషకేసి అతను చెయ్యి చాచేడు.

తండ్రి ముందు సెర్యోష ఎప్పుడూ బెరుగ్గానే వుండేవాడు. కెరనిన్ యిప్పుడు 'యువకుడా' అని పిలవడం వల్లా, వ్రాన్స్కీ మిత్రుడా శత్రువా అనే ప్రశ్న ఉదయించడం వల్లా తండ్రి దగ్గర నిజంగా కుంచించుకుపోయాడు. తన రక్షణకి రమ్మన్నట్టు తల్లికేసి చూశాడు. తల్లితోనే అతను హాయిగా వుండగలడు. కెరనిన్ ఆ సమయంలో పంతులమ్మతో మాట్లాడుతూ కొడుకు భుజం పట్టుకున్నాడు. సెర్యోషకి అది మరీ యిబ్బందిగా వుంది. అతను యేడుస్తాడేమోనని అన్నాకి అనిపించింది.

కొడుకు లోపలికి వచ్చినప్పుడు అన్నా ముఖం సిగ్గుతో యెర్రబడింది. యిప్పుడు కొడుకుపడుతున్న యాతన చూసి ఆమె హడావుడిగా లేచి అతని భుజంమీద నుంచి కెరనిన్ చేతిని తీసేసింది. కుర్రవాణ్ణి ముద్దుపెట్టుకుంది. వరండాలోకి తీసికెళ్ళి దిగబెట్టి వెంటనే తిరిగి వచ్చింది.

"వెళ్ళే వేళ అయింది" అంది తన గడియారం చూసుకుంటూ. "యింకా బెట్సీ యెందుకు రాలేదు చెప్మా" అంది.

"అన్నట్టు" అన్నాడు కెరనిన్ లేచి నుంచుని, మెటికలు విరుచుకున్నాడు. "నీకు డబ్బు యివ్వాలి కదా, నా రాకకి కారణం అదొకటి. ఏమంటే కిలకిలా రావంతోనే బుల్‌బుల్ పిట్టల పొట్టలు నిండవు. నీకు దాని అవసరం ఉందనుకుంటా" అన్నాడు.

"లేదు అవసరం లేదు.. ఆఁ వుంది" భర్తకేసి చూడకుండానే బాగా సిగ్గుపడిపోతూ అంది. "పందేల తర్వాత మళ్ళీ వస్తావు కదా?"

"ఆఁ, ఆఁ" అన్నాడు కెరనిన్. "పీటర్‌హాఫ్ అలంకారం ప్రిన్సెస్ బెట్సీ త్వెర్‌స్కాయా వస్తోంది" అని దారిలో వస్తూ వున్న ఇంగ్లీషు బగ్గీని కిటికీలోనుంచి చూసి అన్నాడు. బాగా

యెత్తుగా, అమరికగా వున్న చిన్న బండి పెట్టె వుంది. "ఏం శోభ! ముచ్చటగా వుంది. సరే మనం వెళ్ళాలి" అన్నాడు.

ప్రిన్సెస్ బెట్సీ బగ్గీ దిగలేదు. గుమ్మం దగ్గరికి రాగానే ఆమె నౌకరు కిందికి గెంతాడు. అతను బొత్తాలు పెట్టుకునే బూట్లు తొడుక్కున్నాడు. చిన్న కేప్ వేసుకున్నాడు. నల్లని టోపీ పెట్టుకున్నాడు.

"నే వెడుతున్నాను" అని అన్నా కొడుకుని ముద్దుపెట్టుకుని భర్తకేసి చేతిని చాచింది. "నువ్వురావడం యెంతో బాగుంది" అంది.

కెరనినా ఆమె చేతిని ముద్దుపెట్టుకున్నాడు.

"ఊఁ సరే, సెలవ్. టీకి వస్తావు కదూ. బాగుంది" అని సంతోషంతో మెరిసిపోతూ వెళ్ళిపోయింది. అతను దృష్టికి అందని దూరం వెళ్ళగానే అతని పెదాలు చేతిమీద తాకిన చోట రోతగా అనిపించింది.

28

కెరనిన్ పందేల మైదానం దగ్గరికి వెళ్ళేవేళకి అన్నా బెట్సీ పక్కన వో మండపంలో కూర్చుంది. అక్కడ ఉన్నత వర్గ సమాజం మొత్తం చేరింది. దూరంనుంచే భర్తని చూసింది. యిద్దరు వ్యక్తులు – పతి, ప్రేమికుడు – ఆమె జీవితపు రెండు కేంద్ర బిందువులుగా వున్నారు. యే బాహ్య శక్తి ప్రభావమూ అవసరం లేకుండానే వాళ్ళు సమీపంలో వున్నట్టు ఆమె అనుభూతి చెందింది. ఇంకా దూరంలో వుండగానే భర్త తన దగ్గరికి వస్తున్నట్టు భావన కలిగింది. అతను గుంపులోనుంచి దారి చేసుకుంటూ వస్తూవుంటే తనకి తెలియకుండానే అతన్ని కళ్ళతో అనుసరించింది. అతను మండపం దగ్గరికి వస్తూ వుండడం చూసింది. తనకి అభివాదం చేసిన తక్కువ తరగతి వాళ్ళకి కృపారసం చిలికేటట్టు ప్రత్యభివాదం చేస్తూ, తన సమస్థాయి వాళ్ళకి పరధ్యానంగా స్నేహపూర్వకంగా నమస్కారం చేస్తూ, హెచ్చుస్థాయి వాళ్ళ దృష్టి ఆకర్షించడం కోసం చూపులు ఆతృతగా పెడుతూ, వాళ్ళని చూసి తన చెవులమీద అదుముకొని వున్న పెద్ద గుండ్రని టోపీని తీసి అభివాదం చేస్తూ వస్తున్నాడతను. అతని పద్ధతులన్నీ అన్నాకి తెలుసు. ఆమెకి అవంటే వెలవరం. 'శుద్ధ దాంభికం తప్ప యేమీ కాదు. నెగ్గుకు రావాలన్న తీవ్రకాంక్ష సంతృప్తిపరుచుకునే మార్గాలు మాత్రమే' అనుకుంది.

ఆడవాళ్ళ మండపం కేసి అతను చూసే తీరును బట్టి అతను తనకోసం వెతుకుతున్నాడని గ్రహించింది. (అతని కళ్ళు నేరుగా ఆమెమీదకే మళ్ళాయి. కాని రవసెల్లాల, రిబ్బన్ల, తురాయిల, గొడుగుల, పువ్వుల మహాసముద్రంలో ఆమెని గుర్తుపట్టలేకపోయాడు) ఆమె కావాలని అతనిని ఉపేక్షించింది.

"కెరనిన్ గారూ! మీ ఆవిడని మీరు చూడలేదని తెలుస్తూనే వుంది. ఆమె యిక్కడ వుంది" అని బెట్సీ అతన్ని పిలిచింది.

అతను మందహాసం చేశాడు.

"ఇక్కడ యింత వైభవంగా వుండడంతో నా కళ్ళు మిరుమిట్లు గొలిపాయి" అన్నాడు మండపంలోకి వస్తూ. భార్యకేసి చూసి, అప్పటికి కొంచెంసేపటి క్రితందాకా భార్యతో వున్నవాడు చిరునవ్వు నవ్వినట్టు చిరునవ్వు నవ్వేడు. ప్రిన్సెస్‌కీ, పరిచయస్థులకీ అభివాదం చేశాడు. ఆడవాళ్ళతో కులాసాగా మాట్లాడుతూ, మగవాళ్ళకి నమస్కారాలు చెప్తూ వెళ్ళాడు. మండపానికి దగ్గర ఆ జనం కూర్చున్న చోటికి దిగువున జార్‌గారి జనరల్ అడ్జుటెంట్* నుంచున్నాడు. అతనంటే కెరనిన్‌కి చాలా గౌరవం. అతను తెలివైన వాడనీ, విద్యావంతుడనీ పేరు వుంది. కెరనిన్ అతనితో మాట్లాడేడు.

పందేల విరామం సమయంలో యిది జరిగింది. అంచేత వాళ్ళ సంభాషణకి అంతరాయం కలగలేదు. జనరల్ అడ్జుటెంట్ గుర్రప్పందేల్ని తిట్టిపోశాడు. కెరనినా సందేహిస్తూనే వాటిని సమర్థించేడు. అన్నాకి అతని కీచుమనే ఉచ్ఛస్వరం వినిపించింది. ఒక్కమాట కూడా ఆమె చెవిని పడకుండా పోలేదు. అతనన్న ప్రతిమాటా ఆమెకి అబద్ధంగానే కనిపించింది. ఆమెని బాధించింది.

అవరోధాల పందెం మొదలయాక ఆమె ముందుకి వంగింది. వ్రాన్‌స్కీ గుర్రంకేసి వెడుతూ వుంటే అతని మీదనుంచి చూపు తప్పించుకోకుండా అతనికేసి చూసింది. అదే సమయంలో విరామం లేకుండా, ఘృణిత స్వరంతో మాట్లాడుతూ వున్న భర్త మాటలు వింటూనే వుంది. వ్రాన్‌స్కీ గురించి ఆమెకి గాభరాగా వుంది. కాని పరిచయమైన గమకంతో భర్త హెచ్చుస్థాయి కీచు స్వరం యింకా యెక్కువ పీడగా వుంది.

"నేను చాలా చెడ్డదాన్నే, నాశనం అయిపోయేదాన్నే" అనుకుంది. "కాని అబద్ధాలు చెప్పడం అంటే నాకు అసహ్యం. అబద్ధాలని సహించలేను. తనకి (ఆమె భర్తకి) అబద్ధాలే చూపిరి. ఆయనకి అన్నీ తెలుసు, అన్నీ చూస్తాడు. యింత నిబ్బరంగా మాట్లాడగలుగుతున్నా డంటే అసలు అనుభూతి అనేది ఏమన్నా వుందా అని? వ్రాన్‌స్కీని గాని, నన్ను గాని చంపేసి వుంటే ఆయన్ని గౌరవించి వుందును. కాని లేదు, తనకి కావలిసిందల్లా అబద్ధాలు, లోక మర్యాద మాత్రమే' అని అన్నా తనలో అనుకుంది. ఇటీవల కెరనిన్ తనకి చిరాకు కలిగించేటట్టు యెక్కువగా వాగుతూ వుండడం, అతనికి లోపల్లోపల వున్న చింతకీ, ఆందోళనకీ వ్యక్తీకరణ అని ఆమె గ్రహించలేకపోయింది. దెబ్బ తగిలించుకున్న పిల్లాడు నొప్పి తెలియకుండా ఉండేటందుకు గెంతి, కండరాలని సాగదీసుకునే కార్యకలాపాలు చేసినట్టుగా కెరనిన్‌కి భార్య గురించిన ఆలోచనలు మర్చిపోవడానికి యీ బౌద్ధిక కార్యకలాపాలు అవసరం అయేయి. ఆమె ఉనికివల్లా, వ్రాన్‌స్కీ ఉనికివల్లా, తరచూ వ్రాన్‌స్కీ పేరు ప్రస్తావనకి వస్తూ వుండడం వల్లా ఆ ఆలోచనలు అతని మనస్సులో ముసురుకుంటున్నాయి. పిల్లవాడికి గెంతడం ఎంత సహజమో అతనికి బాగా, యుక్తిగా మాట్లాడటం అంత సహజం అయింది. అతను అంటున్నాడు.

"సైనిక ఆఫీసర్ల పందేల్లో, ఆశ్విక దళం పందేల్లో ప్రమాదం వొక ముఖ్య అంశం. ఇంగ్లండు తన అశ్వసైన్య చరిత్రలో చాల ఉజ్వల విజయాల గురించి ఉల్లేఖించుకుంటోందీ అంటే, చారిత్రకంగా ఆ దేశం మనుషులకి సంబంధించీ, అశ్వాలకీ సంబంధించీ ఆ శక్తిని

238 టాల్‌స్టాయ్

పెంపొందించడం వల్లనే. నా అభిప్రాయంలో క్రీడలకి బ్రహ్మాండమైన ప్రాముఖ్యం వుంది. కాని యెప్పటిలాగానే దీన్ని కూడా చాలా పైపైనే వో పక్కనుంచి మాత్రమే చూస్తున్నాం."

"పైపైన వో పక్క చూడ్డం కాదు" అంది ప్రిన్సెస్ బెట్సీ. "ఓ ఆఫీసరు యెముకలు విరగ్గొట్టుకున్నాడని అంటున్నారు" అంది.

కెరనిన్ పళ్ళు మాత్రమే బయటకు కనిపించేటట్టు తన ధోరణిలో లాంఛనంగా చిరునవ్వు నవ్వేడు.

"కాని ప్రిన్సెస్, మీరు అనేది పైపైన మాత్రమే కనిపించేదానికి సంబంధించి కాదు, ఆంతరంగికమైనది అనుకుంటే అనుకోండి. కాని ముఖ్య విషయం అది కాదు" అన్నాడు. మళ్ళీ జనరల్‌కేసీ తిరిగి నిబ్బరమైన గొంతుకతో మొదలుపెట్టాడు. "పందెంలో పాల్గొనే వాళ్ళు తమంత తామే యీ పనిని చేపట్టిన ఆఫీసర్లనే విషయాన్ని మర్చిపోకండి. ప్రతీపనికీ దాని చెడ్డ పార్శ్వమూ వుంటుందన్న విషయాన్ని కూడా గమనించండి. సైన్యంలో చేరే యెవళ్ళకేనా వుండే ప్రత్యక్ష కర్తవ్యాల్లో యిది వొకటి. రోతగా వుండే ముష్టి యుద్ధాలూ స్పెయిన్ వృషభ యుద్ధాలూ బర్బరత్వ చిహ్నాలు. విశేషవంతమైన క్రీడలు వికాస లక్షణం."

"అబ్బ, నేనైతే మళ్ళీ రాను. నాకైతే దీనివల్ల మరీ ఆవేశం వస్తుంది. నిజమే కదా, అన్నా?" అంది ప్రిన్సెస్ బెట్సీ.

"ఆవేశం వస్తుంది, నిజమే, కాని చూడకుండా కళ్ళని తప్పించుకోవడం కష్టం" అంది మరొకామె. "నేను గనుక రోమ్‌వాసినినైతే గోదాలో జరిగే ప్రతి తమాషానీ చూస్తాను" అంది.

అన్నా యేమీ మాట్లాడలేదు. ఆమె వో క్షణం కూడా ఫీల్డ్‌గ్లాస్‌లని వదలలేదు. ఒకవేపు దృష్టిని లగ్నం చేసింది.

ఆ సమయంలోనే పొడగరి అయిన వొక జనరల్ మండపం ముందునుంచి వెళ్ళాడు. కెరనిన్ మాట్లాడ్డం ఆపి హడావుడిగానే అయినా హుందాగా లేచి నుంచుని వంగి వందనం చేశాడు.

"మీరు పందేల్లో పాల్గొనటం లేదేమిటి?" అని జనరల్‌గారు వేళాకోళంగా అన్నాడు.

"నా పందేలు మరింత కష్టమైనవి"అని కెరనిన్ మన్నన పూర్వకంగా సమాధానం యిచ్చేడు.

ఈ జవాబుకి అర్థం పర్థం లేకపోయినా చమత్కార కుశలుడి నుంచి చమత్కార పూర్వకమైన జవాబు వచ్చినట్టుగా, దీనిలోని la pointe de la sause[1] పట్టుకున్నట్టుగా జనరల్‌గారు వాలకం పెట్టారు.

"రెండు పక్షాలున్నాయి" అంటూ కెరనిన్ మళ్ళీ మొదలుపెట్టాడు. "పాల్గొనే వాళ్ళు, చూసేవాళ్ళు. ఇది ఒక తమాషా అని యిష్టపడ్డ ప్రేక్షకులు అధమ అభిరుచికి చిహ్నం అనే దానిగా వొప్పుకోకుండా వుండలేను. కాని.."

"ప్రిన్సెస్, పందెం" అని అబ్లాన్స్కీ కిందనుంచి బెట్సీని ఉద్దేశిస్తూ అన్నాడు. "ఎవరుమీద పందెం కడతారు?" అన్నాడు.

"అన్నా, నేనూ ప్రిన్స్ కూజొవ్‌లెవ్‌మీద పందెం కడుతున్నాం" అంది బెట్సీ.

1 అంతరార్థం (ఫ్రెంచి)

"నేను వ్రాన్‌స్కీమీద పందెం కడుతున్నాను. ఓ జత గ్లవ్స్ పందెం."

"సరే"

"చూడ్డానికి ముచ్చటగా వుంది కదూ?"

వాళ్ళు మాట్లాడుకుంటూ వున్నంతసేపూ కెరనిన్ నోరు మెదపలేదు. వాళ్ళు ఆపగానే మళ్ళీ మొదలుపెట్టాడు.

"నే వొప్పుకుంటా, కాని సాహసవంతమైన క్రీడలు..." అంటూ మొదలుపెట్టాడు.

ఆ సమయంలో పందెం మొదలయిందని సూచన రావడంతో అందరూ మాటలు ఆపేశారు. కెరనిన్ కూడా మాట్లాడ్డం మానేశాడు. ప్రతివాళ్ళూ నుంచుని నదికేసి చూడ్డం మొదలుపెట్టారు. కెరనిన్ గుర్రపు పందేల్లో ఆసక్తి లేదు. అందుకని పందెంలో పాల్గొంటున్న వాళ్ళకేసి చూడలేదు. ఏదో పరధ్యానంలో మండపంలో వున్న ప్రేక్షకుల కేసి అలిసిన కళ్ళు సారించేడు. అతని దృష్టి అన్నా మీద పడింది.

అన్నా ముఖం కళావిహీనంగా వుంది. కఠినంగా వుంది. ఆమె పందెంలో పాల్గొంటున్న వాళ్ళల్లో ఒక వ్యక్తికేసే తప్ప మరి యే యితర వ్యక్తిని గాని, వస్తువుని గాని చూడ్డం లేదని ప్రత్యక్షంగా తెలుస్తూనే వుంది. ఆమె విలవిల్లాడుతూ వో చేత్తో విసనకర్రని పట్టుకుంది. ఆమె శ్వాస ఆగినట్టుంది. కెరనినా ఆమెకేసి చూసి గబగబా యితరులమీదకి చూపు మళ్ళించుకున్నాడు.

'ఆఁ, అక్కడున్న ఆ ఆడమనిషీ యితర ఆడవాళ్ళూ కూడా ఆందోళనగా వున్నారు. ఇది సహజమే' అనుకున్నాడు కెరనిన్. అన్నాకేసి చూడదలుచుకోలేదు కాని అనుకోకుండానే అతని కళ్ళు అటు మళ్ళేయి. మరోసారి ఆమె ముఖంకేసి పట్టి చూశాడు. ఆమె ముఖం మీద స్పష్టంగా గోచరమవుతున్న భావాల్ని అర్ధం చేసుకోకుండా వుండే ప్రయత్నం చేశాడు. కాని తన యిష్టానికి విరుద్ధంగా భయభ్రాంతం అవుతూ తను అర్ధం చేసుకోదలచుకోలేని దాన్ని అర్ధం చేసుకున్నాడు.

నది పైనుంచి గెంతేటప్పుడు కూజొవ్‌లెవ్ పడిపోవడం అందరికీ భయం కల్గించింది. అయినా తను యెవరికేసి చూస్తుందో ఆ మనిషి పడిపోలేదన్న భావం అన్నా ఉల్లాసభరిత తెల్లని వదనంలో వెల్లడి కావడం కెరనిన్ స్పష్టంగా గ్రహించాడు. మఖోతిన్, వ్రాన్‌స్కీలు పెద్ద అవరోధాన్ని దాటేక వాళ్ళ వెనకాలే వస్తూవున్న ఆఫీసరు తలమీద దెబ్బ తగిలి చనిపోయాడు. చూసే వాళ్ళకి వణుకు పుట్టింది. అప్పుడేనా అన్నా దాన్ని గమనించను కూడా గమనించలేదని, జనం కంగారుగా యేమి మాట్లాడుకుంటున్నారో ఆమెకి బోధపడ్డం కష్టంగా వుందని కెరనిన్ చూశాడు. కాని అతను మళ్ళీ మళ్ళీ ఎక్కువ గాఢంగా ఆమెకేసి చూశాడు. వ్రాన్‌స్కీని చూడ్డంలోనే అన్నా నిమగ్నం అయివుంది, కాని భర్త జడదృకులు తనమీదనే వున్నాయన్న అనుభూతి ఆమెకి కలిగింది.

ఓ క్షణంసేపు అతనికేసి ప్రశ్నార్ధకంగా చూసింది. ముక్కూ మొహం చిట్లించుకుని పక్కకి మళ్ళింది.

'ఆ, నువ్వేమనుకుంటే నాకేం' అని అతనికి చెప్పినట్టు చూసింది. ఆ తర్వాత భర్తకేసి వొక్కసారి కూడా చూడలేదు.

అవరోధాల పందెం దురదృష్టకరంగా వుంది. పాల్గొన్న పదిహేడు మందిలోనూ సగం మంది కింద పడిపోయారు. వాళ్ళకి దెబ్బలు తగిలాయి. పందెం ముగిసేటప్పటికి అందరికీ ఆందోళన కలిగింది. జార్ అసంతృప్తి చెందడం వల్ల ఆ ఆందోళన మరీ యెక్కువ అయింది.

29

ప్రతివాళ్లూ తమ అసమ్మతిని పైకి వెల్లడి చేశారు. "ఆఁ యిక గోదాలో సింహాల్నీ, వస్తాదులనీ పెట్టడం తరువాయి" అని యెవళ్లో అన్న ముక్కని ప్రతివాళ్ళూ రెట్టించారు. అందరి మనస్సులూ వికలం అయిపోయాయి. వ్రాన్స్కీ కింద పడిపోయినప్పుడు అన్నా గట్టిగా ఎగశ్వాస తీసినా ఎవరికీ అది వింతగా అనిపించలేదు. కాని ఆ తర్వాత అన్నా ముఖం మారిపోయింది. అనుమానం లేకుండా ఆమె వదనం ఉచితంగాని ఆందోళన వ్యక్తం చేసేటట్టు మారింది. తనమీద తనకి పూర్తిగా అదుపు పోయింది. పంజరంలో బంధించిన పిట్టలాగ విలవిల్లాడిపోయింది. కాసేపు వెళ్ళిపోదామనుకొని లేచేది. కాసేపు బెట్సీతో మాట్లాడేది.

"రా పోదాం, పద యిక్కణ్ణుంచి పోదాం" అంది.

కాని బెట్సీ ఆమె మాటలు వినిపించుకోలేదు. ముందుకు వాలి తన దగ్గరికి వస్తూవున్న జనరల్‌గారితో మాట్లాడింది.

కెరనిన్ అన్నా దగ్గరకు వచ్చి, చాలా నమ్రతగా ఆమెకి చెయ్యి అందించేడు.

"రావాలని వుంటే రండి వెడదాం" అని ఫ్రెంచిలో అన్నాడు.

కాని జనరల్‌గారు యేం చెప్తున్నారో వినడం కోసం అన్నా ఆతృతగా చెవులు భర్తకేసి దృష్టిపెట్టనే లేదు.

"అతనిక్కూడా కాలు విరిగి పోయిందంటున్నారు. యిలాంటిది యిక లేదు" అన్నాడు జనరల్‌గారు.

భర్తమాటకి జవాబు చెప్పకుండానే అన్నా ఫీల్డ్‌గ్లాస్‌ని యెత్తి వ్రాన్స్కీ పడిపోయిన వైపు చూసింది. కాని ఆ చోటు చాలా దూరంగా వుండడం వల్లా, చాలామంది జనం పోగవడం వల్లా ఆమెకి యేమీ కనిపించలేదు. ఫీల్డ్‌గ్లాస్‌ని వదిలేసింది. వెళ్ళిపోయి వుండేదే. సరిగ్గా ఆ సమయంలో వో ఆఫీసరు స్వారీ చేసుకుంటూ వచ్చి జార్‌కి నివేదించాడు. అతనేం చెప్తున్నాడో వినడానికని అన్నా ముందుకంటా వాలింది.

"స్తీవా! స్తీవా!" అని తమ్ముడు అబ్లాన్‌స్కీని పిలిచింది.

కాని ఆమె పిలవడం అతనికి వినిపించలేదు. మళ్ళీ అక్కడ నుంచి వెళ్ళిపోవాలనుకుంది.

"రావాలనుకుంటే మరోసారి మీకు చేతిని అందిస్తున్నాను" అన్నాడు కెరనిన్ ఆమె చేతిమీద తన చెయ్యి వేస్తూ.

ఆమె వెలపరంగా అతని చేతిని తోసేసి అతనికేసి చూడకుండానే

"వద్దు, వద్దు, నన్ను వదలండి, నేను యిక్కడే ఉంటాను" అంది.

వ్రాన్‌స్కీ పడిపోయిన చోటు దగ్గర్నుంచి వో ఆఫీసరు పరిగెత్తుకుంటూ రావటం ఆమెకి కనిపించింది. పందేల మైదానం మీదుగా పరిగెత్తుకుంటూ అతను మండపం దగ్గరికి వస్తున్నాడు. బెట్సీ అతనికేసి రుమాలు వూపింది. పందెంలో పాల్గొన్న వ్యక్తికి యేమీ అవలేదనీ, గుర్రానికి మాత్రం నడుం విరిగిపోయిందనీ అతను వార్త అందించేడు.

ఆ వార్త విన్న వెంటనే అన్నా కూలబడిపోయింది. విసనకర్రతో ముఖం కప్పుకుంది. ఆమె యేడుస్తుందనీ, కన్నీళ్ళనే గాక యేడ్చే వెక్కిళ్ళని కూడా ఆపుకోలేకపోతోందనీ కెరనిన్ చూశాడు. ఆ వెక్కిళ్ళకి ఆమె వక్షస్సు యెగిసి పడుతోంది. ఆమెకి సంభాళించుకునే వ్యవధి యిచ్చేందుకని ఆమె ముందు నిలబడి ఆమెని కమ్మేశాడు.

"పట్టుకోవాల్సిందిగా మీకు మూడోసారి చెయ్యి అందిస్తున్నాను" అన్నాడు కొన్నిక్షణాల తర్వాత. అన్నా అతనికేసి చూసింది. ఏం చెప్పాలో ఆమెకి బోధపడలేదు, ప్రిన్సెస్ బెట్సీ ఆమెని రక్షించింది.

"లేదులెండి, కెరనిన్ గారూ, నేను అన్నాని యిక్కడికి తీసుకువచ్చేను. ఆమెని యింటి దగ్గర నేనే దిగబెడతాను" అంది.

"క్షమించండి ప్రిన్సెస్" అన్నాడతను మర్యాదగానే చిరునవ్వు నవ్వుతూ. కాని ఆమె కళ్ళల్లోకి దృఢంగా చూస్తూ అన్నాడు. "అన్నాకి వొంట్లో బాగలేదని నాకనిపిస్తోంది. ఆమె నాతో యింటికి రావాలని నా కోరిక" అన్నాడు.

అన్నా భయం భయంగా అటూ యిటూ చూసింది. కిమ్మనకుండా లేచి భర్త చెయ్యిపట్టుకుంది.

"అతని దగ్గరికి యెవళ్ళనేనా పంపి నీకు కబురు అందజేయిస్తాను" అని బెట్సీ మెల్లిగా అన్నా చెవిలో చెప్పింది.

మండపం నుంచి బయటకు వెళ్ళేటప్పుడు కెరనిన్ యథాప్రకారంగానే తనని పలకరించే వాళ్ళతో మాట్లాడేడు. యథారీతిగానే అన్నా కూడా పలకరింపులకి జవాబు యివ్వవలసి వచ్చింది. కాని ఆమె తన స్వాధీనంలో లేదు. ఏదో కలలో ఉన్నట్టు భర్త చెయ్యి పట్టుకుని నడిచింది.

'అతనికి దెబ్బ తగిలిందో ఏమో? అసలు ఏం జరిగిందో? వస్తాడో రాడో? యీ రాత్రి కలుస్తాడో కలవడో?' అని ఆమె అనుకుంది.

యేం మాట్లాడకుండా ఆమె కెరనిన్‌తో బగ్గీ యెక్కింది. గుంపుగా వున్న బగ్గీల మధ్య నుంచి మాట్లాడకుండానే దారి చేసుకుంటూ వెళ్ళారు. కెరనిన్ తన కళ్ళతో యెంతో చూసినా, భార్య అసలైన పరిస్థితి గురించిన ఆలోచన రానివ్వలేదు. అతను వూరికే బాహ్య లక్షణాలని చూశాడు. ఆమె అనుచితంగా ప్రవర్తించిందనే చూశాడు. ఆ విషయం ఆమెకి చెప్పడం తన విధి అని భావించేడు. కాని అంత మాత్రమే చెప్పడం, అంతకుమించి యేమీ చెప్పకపోవడం

అతనికి చాలా కష్టం అయింది. ఆమె ప్రవర్తన అనుచితంగా వుందని చెప్పడానికి నోరు తెరిచాడు. కాని అప్రయత్నంగానే వేరే మాటలు అనేశాడు.

"అయినా యిలాంటి క్రూర దృశ్యాల్ని చూసే అభిరుచి మనకి యెలా వుంటుందో" అన్నాడు. "నాకనిపిస్తోంది..."

"ఏమిటి? నాకర్థం కావడం లేదు" అని అన్నా తూష్ణీంభావంతో అంది.

అతను నొచ్చుకుని తను చెప్పదల్చుకున్న దాన్ని వెంటనే చెప్పడం మొదలుపెట్టాడు.

"మీతో నేను చెప్పి తీరాలి" అని మొదలుపెట్టాడు.

"ఆఖరికి విషయం బయటపడుతోంది" అనుకుంది అన్నా. ఆమెకి భీతి కలిగింది.

"ఇవాళ మీ ప్రవర్తన అనుచితంగా వుందని నేను చెప్పి తీరాలి" అన్నాడతను ఫ్రెంచిలో.

"ఏ విధంగా అనుచితంగా వుంది?" అని బిగ్గరగా అంది. గిరుక్కున తల అతనికేసి తిప్పి నేరుగా అతనికేసి చూస్తూ అంది. కాని యీసారి గతంలో మాదిరి ఆమె పరదా ముసుగు వేసుకున్నట్టుగా ఉపయోగించే ఉల్లాసకర ధోరణికి బదులు స్థిర నిశ్చయ వైఖరితో అంది. తనలో కలుగుతున్న భయానుభూతిని ఆ వైఖరి కింద కప్ప ప్రయత్నించింది.

"అతన్ని మర్చిపోకండి" అని తెరిచి వున్న కిటికీలోంచి బండి తోలేవాణ్ణి చూపిస్తూ అతను అన్నాడు.

ముందుకు వొంగి కిటికీ మూసేడు.

"అందులో మీకు అనుచితంగా కనిపించిన దేమిటి?" అని ఆమె రెట్టించింది.

"పందెంలో పాల్గొనే వాళ్ళల్లో ఒకతను కింద పడిపోయినప్పుడు మీరు వ్యక్తం చేసిన బాధ."

అబ్బె, అదేం కాదని కొట్టి పారేస్తుందని అతను ఆశించాడు. కాని ఆమె వూరికే ముందుకి గుడ్లప్పగించి చూస్తూ యేమీ జవాబు చెప్పలేదు.

"జనం మీ గురించి చెవులు కొరుక్కుని చెడ్డగా చెప్పడానికి వీలులేకుండా ఉన్నత సమాజం వాళ్ళతో వున్నప్పుడు అలాంటి ప్రవర్తన కనిపించ నియ్యొద్దని మిమ్మల్ని వేడుకున్నాను. మన వ్యక్తిగత సంబంధాల గురించి నేను మాట్లాడానొకప్పుడు. ఇప్పుడిక వాటి గురించి మాట్లాడను. ఇప్పుడు మన బాహ్య సంబంధాల గురించే మాట్లాడతాను. మీ ప్రవర్తన అనుచితంగా వుంది. మళ్ళీ తిరిగి అలా జరగకూడదని కోరుతున్నాను."

అన్నా అతనన్న మాటలు సగం విననే లేదు. అతనంటే భయపడింది. కాని వ్రాన్‌స్కీని గురించే ఆలోచిస్తోంది. అతను గాయపడ లేదన్న మాట నిజమేనా? ఆశ్వికుడికి దెబ్బలు తగలలేదనీ, గుర్రం నడుము విరిగి పోయిందనీ చెప్పిన మాట అతన్ని గురించేనా? కెరనిన్ మాట పూర్తి చెయ్యగానే ఆమె వూరికే కపట ధోరణిలో వ్యంగ్యంగా చిరునవ్వు నవ్వింది. ఏమీ అనలేదు. ఏమంటే అతనన్న మాటలు వినలేదు గనుక. కెరనిన్ ధైర్యంగానే మొదలెట్టాడు గాని తను యేం అంటున్నదీ పూర్తిగా గ్రహించగానే అన్నాకి కలుగుతున్న భయం అతన్నీ పట్టుకుంది. అతను అన్నా చిరునవ్వును చూశాడు. విచిత్రమైన వొక భ్రమలో పడిపోయాడు.

"ఆమె నా అనుమానాలు చూసి నవ్వుతోంది. అప్పట్లో నాతో అన్నమాటలు యిప్పుడు అంటుంది. నా అనుమానాలు నిరాధారం అయినవి, పరిహాసాస్పదమైనవి."

సర్వమూ వెల్లడి అవబోయే సమయం అది. కాని అంతకుముందు లాగానే తన అనుమానాలు నిరాధారమైనవీ, హాస్యాస్పదమైనవనీ ఆమె పరిహాసభరితంగా అనాలనే అతను మనస్సులో కోరుకున్నాడు. అతనికి అప్పటికే తెలిసిన విషయం యెంత భయంకరంగా వుందంటే అతను యేమి చెప్పినా నమ్మడానికి సిద్ధంగా వున్నాడు. కాని భయకంపితమైపోయి, ముభావంగా కనిపించే అన్నా ముఖంలో వ్యక్తమైన భావం అలా మోసం చేసుకోవడానికి కూడా ఆశ కలిగించడం లేదు.

"బహుశా నేను పొరపడి వుండవచ్చు. అలా అయితే క్షమించమని అడుగుతున్నాను" అన్నాడు.

"లేదు మీరు పొరపడలేదు" అందామె మెల్లగా. జడంగా వున్న భర్త ముఖంకేసి హతాశతో చూసింది. "మీరు పొరపడలేదు. నేను ఇందాక విలవిల్లాడిపోయాను. యిప్పుడు కూడా విలవిలలాడిపోకుండా వుండలేను. మీ మాటలు వింటూనే వున్నాను. అతన్ని గురించి అనుకుంటూ వున్నాను. అతన్ని ప్రేమిస్తూ వున్నాను. అతని ప్రేయసిని. మిమ్మల్ని భరించలేను, మీరంటే నాకు భయం, అసహ్యం... యిక మీ ఇష్టం ఏమన్నా చేసుకోండి."

బగ్గీలో వో మూలకి వాలిపోయి ముఖం చేతులతో కప్పుకొని వెర్రిగా యేడ్వడం మొదలుపెట్టింది. కెరనిన్ కొయ్యబారిపోయి కదలకుండా నేరుగా యెదరకి చూస్తూనే కూర్చుండిపోయాడు. కాని అతని ముఖంమీద మృతుని ముఖంమీద మాదిరి గంభీర నిశ్చలత ఆవహించింది. దాచాకి చేరేదాకా ఆ భావం అలానే వుంది. దాచాకి చేరగానే అదే కవళికతో అతను ఆమె కేసి తల తిప్పేడు.

"సరే అయితే సంగతి అదన్నమాట. కాని నేను లోక మర్యాదకోసం ఉచితమైన ప్రవర్తన వుండాలని కోరుతున్నాను" అతని గొంతుక కంపించింది. "నా గౌరవం కాపాడుకోవడానికి తగ్గ చర్యల్ని నేను తీసుకొని, ఆవేమిటో మీకు తెలియజేసే దాకా"

ముందు అతను బండి దిగి, ఆమె దిగడానికి సాయం చేశాడు. నౌకర్ల ముందు మాట్లాడకుండా ఆమె చేతిని అదిమాడు. మళ్ళీ బండి యెక్కి పీటర్‌బర్గ్‌కి వెళ్ళిపోయాడు.

అతను వెళ్ళిపోయిన వెంటనే ప్రిన్సెస్ బెట్సీ నౌకరొకడు వచ్చి అన్నాకి వో చీటీ అందించాడు. 'వ్రాన్స్కీకి యెలా వున్నదీ కనుక్కు రమ్మని పంపేను. తను బాగానే వున్నాననీ, దెబ్బలు యేం తగలలేదనీ, కాని దుఃఖంలో వున్నాననీ రాశాడు.'

'అమ్మయ్య, అయితే వస్తాడు. యావత్తూ అతనికి చెప్పెయ్యడం యెంత బాగుంది!' అనుకుంది.

అన్నా గడియారం చూసుకుంది. మూడుగంటలు నిరీక్షించాలి. గతసారి తాము కలుసుకున్నప్పుడు జరిగింది గుర్తు వచ్చింది. ఆమె రక్తనాళాల్లో రక్తం వెచ్చగా ఉరకలెత్తింది.

'హమ్మయ్యా! ఎంత ప్రకాశవంతంగా వుంది! ఇది భయంకరంగా వుంది కాని, అతని ముఖం చూడ్డం నాకు యిష్టం. ఈ విలక్షణ ప్రకాశం బాగుంటుంది. భర్త! ఉఫ్. ఊః.... దేవుడి దయవల్ల ఆయనతో మొత్తం సమాప్తం అయిపోయింది.'

30

జనం పోగయే అన్ని చోటుల్లో మాదిరీ ష్చేర్‌బాత్‌స్కీల కుటుంబం చేసిన జర్మన్ జలచికిత్సా పట్టణంలో కూడా, సమాజంలో జరిగే లాంటి వొక సామాన్య 'స్ఫటికీ కరణం' జరిగింది. అందులో ప్రతి వొక్క వ్యక్తికీ వొక విశేష అపరివర్తనీయ స్థానం వచ్చేస్తుంది. నీటిబిందువు చలికి గడ్డకట్టి మంచు స్ఫటిరం రూపం తీసుకున్నట్టుగా ఆరోగ్య కేంద్రానికి వొచ్చే ప్రతీ కొత్త వ్యక్తీ తనకి చెప్పిన స్థానంలో పడడం జరుగుతుంది.

పూర్‌స్ట్ ష్చేర్‌బాత్‌స్కీ జమ్త్ గెమాలిన్ ఉండ్ టోహ్‌టర్[1], వుంటున్న నివాసాన్ని బట్టీ, పేరుని బట్టీ అలాగే కలిసి మెలిసి తిరిగే పరిచయస్థులని బట్టీ వొక నిశ్చిత పూర్వనియమిత స్థానంలో స్ఫటిక రూపం తీసుకున్నారు.

అసలైన జర్మను ప్రిన్సెస్ వొకావిడ ఖనిజ జలం దగ్గర వుండటంతో సమాజ స్ఫటికీ కరణ ఆ యేడాది మామూలుకంటే యెక్కువ ఉరవడితో జరిగింది. తన కూతురికి జర్మన్ ప్రిన్సెస్‌తో పరిచయం కలిగించాలని ప్రిన్సెస్ ష్చేర్‌బార్‌స్కాయా ఆతృతపడింది. వాళ్ళు అక్కడికి చేరిన రెండవనాడే ఆ తంతు పూర్తయింది. పారిస్‌నుంచి పురమాయించి తెప్పించిన 'అతి సాధారణ', అంటే మహాశోభాయమైన, వేసవి గౌను తొడుక్కుని కిట్టీ చాలా వంగి, మనోజ్ఞంగా వందనం చేసింది. "ఈ ముచ్చటైన చెక్కిళ్ళమీద గులాబీలు మళ్ళీ వికసిస్తాయని ఆశిస్తున్నాను" అంది జర్మన్ ప్రిన్సెస్. ఆ క్షణంనుంచీ ష్చేర్‌బాత్‌స్కీలకి వో ప్రత్యేక జీవిత విధానం నిర్ణయమైపోయింది. దానినుంచి వాళ్ళు మళ్ళలేకపోయారు. ష్చేర్‌బాత్‌స్కీలు వో యింగ్లీషు ఉన్నత మహిళతో, ఆవిడ కుటుంబంతో సంబంధం కలిగించుకున్నారు. ఓ జర్మన్ కౌంటెస్‌తో, గత యుద్ధంలో గాయపడిన ఆమె కొడుకుతో, ఒక స్వీడిష్ పండితునితో, M. Canutతో, ఆయన సోదరితో పరిచయాలు కలిగించుకున్నారు. కాని మాస్కో నుంచి వచ్చిన మహిళ మరీయా యేవ్‌గెనియెవ్నా ర్తీష్చేవా, ఆమె కూతురూ అనుకోకుండానే వీళ్ళకి ముఖ్యస్నేహితులయ్యారు. ఆమె కూతురు అంటే కిట్టీకి యిష్టంగా లేకపోయింది. యేమంటే ఆమె కూడా భగ్న ప్రేమ వ్యవహారం వల్ల జబ్బు పడింది. మాస్కోనుంచి వచ్చిన కర్నల్ గారొకాయన కూడా వీళ్ళతో యెక్కువ కలిసి మెలిసి వుండేవాడు. కిట్టీ ఆయన్ని మొదట చిన్నపిల్లగా వున్నప్పుడు చూసింది. భుజకీర్తులున్న యూనిఫాం తొడుక్కుని వుండగా ఆయన్ని చూడడానికే అలవాటు పడింది. చిన్నకళ్ళతో పువ్వుల టై కట్టుకుని కాలరు బొత్తాం విప్పుకొని యిప్పుడాయన మహా తమాషాగా కనిపించేడు. ఆమెని అంటిపెట్టుకొని వదలకుండా వుండడం వల్ల మహా విసుగు పుట్టించేడు. యిదంతా స్థిరంగా పాతుకున్నాక కిట్టీకి చాలా నిరుత్సాహం కలిగింది. ముఖ్యంగా తండ్రి కారల్స్‌బడ్‌కి వెళ్ళీ, ఆమె తల్లితో ఒక్కత్తీ వుండవలసి వచ్చినప్పుడు అలా నిరుత్సాహం కలిగింది. అప్పటికే పరిచితులైన వాళ్ళపట్ల ఆసక్తి పోయింది. వాళ్ళ దగ్గర కొత్త విశేషాలేమీ లేవు. ఖనిజ జలాల దగ్గర కనిపించే అపరిచితుల్ని పరిశీలించడం, వాళ్ళని గురించి వూహించుకోవడం కిట్టీకి ముఖ్య ఆసక్తికర విషయమైంది. ఇతరుల్లో ముఖ్యంగా

1. భార్యాబిడ్డలతో ప్రిన్స్ ష్చేర్‌బాత్‌స్కీ (జర్మన్)

తనకి తెలియని వాళ్ళల్లో యెవరు యెవరైందీ, వాళ్ళ మధ్య సంబంధాలు యెలాంటివై వుండేదీ, వాళ్ళు యెలాంటి మనుషులైందీ వూహించుకుంటూ కిట్టీ అద్భుత, శ్రేష్ఠ స్వరూపాల కల్పన చేసుకునేది. ఆమె పరిశీలనలు ఆమె కల్పనలని ఋజువు చేసేవి. అలాంటి వాళ్ళల్లో వొక రష్యన్ అమ్మాయి కిట్టీ ఆకర్షణకి కేంద్ర బిందువు అయింది. ఆ అమ్మాయి వో రష్యన్ మహిళతో వచ్చింది. ఆవిడ జబ్బు మనిషి. ప్రతివాళ్ళూ ఆవిడ్ని మేడం స్థాల్ అని పిలిచేవాళ్ళు. మేడం స్థాల్ ఉన్నత సమాజం ఆవిడ. కాని చాలా జబ్బు మనిషి కావడం వల్ల నడుస్తూ తిరగడానికి వీల్లేకపోయింది. ఎప్పుడేనా వాతావరణం బాగా వున్న రోజుల్లో ఆమె చక్రాల కుర్చీలో బయటకు వచ్చేది. కాని రష్యన్లలో ఆమెకి స్నేహితులు యేర్పడకపోవడానికి రోగంకంటే ఆమె స్వాతిశయం యెక్కువ కారణం అని ప్రిన్సెస్ ష్చేర్ బాత్స్కాయా తాత్పర్యం చెప్పేది. ఆ రష్యన్ అమ్మాయి మేడం స్థాల్ సంరక్షణ చూసేది. ఆమె అక్కడున్న బోలెడుమంది జబ్బు మనుషులతో కలిసిమెలిసి తిరగడం కిట్టీ చూసింది. వాళ్ళకి చాలా సాదాగా చాలా సహజరీతిలో శుశ్రూష చేసేది. కిట్టీ వూహలప్రకారం ఆ రష్యన్ అమ్మాయి మేడం స్థాల్‌కి బంధువు కాదు,. అలా అని జీతానికి కుదురుకున్న పనిపిల్లా కాదు. మేడమ్‌స్థాల్ ఆమెని వారెంకా అని పిలిచేది. పైవాళ్ళు ఆమెని 'M-lle వారెంకా' అని పిలిచేవాళ్ళు. తనకి పరిచితులు కాని యితరులకీ, మేడం స్థాల్‌కీ, ఆ అమ్మాయికీ మధ్య గల సంబంధాలని పరిశీలించే ఆసక్తితో బాటుగా కిట్టీ ఆ అమ్మాయి పట్ల ఫలానా అని చెప్పలేని ఆకర్షణ పొందింది. తరచుగా అలా జరుగుతూ వుంటుంది, ఆ అమ్మాయికి కూడా తనపట్ల యిష్టం వుందని యిద్దరి కళ్ళూ కలిసినప్పుడు గ్రహించింది.

M-lle వారెంకాకి తొలి యౌవన వికాసం గడిచిపోయిందని కాదు, కాని ఆమె యౌవ్వనరాగం యెన్నడూ సోకనటువంటి ప్రాణి. ఆమె వయస్సు పందొమ్మిది వుండచ్చు. ముప్ఫయీ కావచ్చు. ఆమె కవళికల్ని పరిశీలిస్తే ఆమె అనారోగ్యపు శరీరఛాయతో వున్నా, ఆమె అనాకారిగా కాకుండా అందమైన మనిషిలాగే కనిపిస్తుంది. ఆమె చాలా బక్కపల్చగా వుండబట్టీ, తల పెద్దదిగా మనిషి యెత్తు సామాన్యంగా వుండడంతో తూకం కుదరకపోబట్టీ గాని లేకపోతే ఆమె ఆకృతి బాగా వుండి వుండేది. కాని మగాళ్ళకి ఆకర్షణవంతంగా వుండేట్టు కనిపించే అదృష్టం ఆమెకి లేదు. ఆమెలో అదిపూర్తిగా వికసించేస్తోంది. రేకులు యింకా రాల్చలేదు. కాని వాసనలేని అందమైన పువ్వులాంటిది. కిట్టీకి పుష్కలంగా వున్న గుణం ఆమెలో లోపించడం కారణంగా కూడా ఆమె మగాళ్ళని ఆకర్షించలేకపోయింది. జీవితపు సంయమిత అగ్ని, తన ఆకర్షణ పట్ల చేతన.

ఆమె యెప్పుడూ పనిలో మునిగిపోయి వున్నట్టే కనిపించేది. దాని ప్రాముఖ్యం గురించి అనుమానమే వుండడానికి వీల్లేదు. అందుచేత యితర విషయాలకి సంబంధించి ఆమెకి తీరిక వుండేది కాదని అనిపించింది. తనతో పోలిస్తే వున్న యీ భిన్నత్వం కారణంగా, కిట్టీ ఆమె పట్ల విశేషంగా ఆకర్షితమైంది. ఆమె జీవిత విధానం నుంచి తను సర్వాత్మనా కాంక్షిచే దాన్ని పొందగలనని కిట్టీ భావించుకుంది. ఎవళ్ళేనా కొంటారా అని లజ్జారకరంగా ప్రదర్శనకి పెట్టిన వస్తువుల్లాగా తను చూడనారంభించిన ఉన్నత సమాజంలోని అమ్మాయిలకి పురుషులతో వుండే సంబంధాలు నెలపరం పుట్టిస్తాయి. అలాంటి వాటికి ఆవల వుండే జీవితాన్ని, ఆసక్తికరమైన జీవితాన్ని, అర్థవంతమైన ప్రయోజన పుష్టమైన జీవితాన్ని ఆమె కాంక్షించింది.

తన అపరిచిత నేస్తాన్ని పరిశీలించే కొద్దీ ఆమె తను వూహించుకున్న పరిణితమూర్తి అని కిట్టీకి నమ్మకం కలిగింది. ఆమెతో పరిచయం కలిగించుకోవాలన్న కోరిక అధికం అయింది.

వాళ్లు ప్రతిరోజూ వొకళ్ళకొకళ్ళు తటస్థ పడుతూ వుండేవాళ్ళు. ప్రతీసారీ కిట్టీ కళ్ళు 'ఎవరు మీరు? ఏమిటి మీరు? నేను కల్పించుకుంటున్నంత అద్భుతమైన వాళ్లా? నేను బలవంతంగా మీ పరిచయం కలగజేసుకుంటానని, అనుకోకండి మీకు పుణ్యం వుంటుంది, నేను వూరికే ముగ్ధురాలినై మిమ్మల్ని చూసి మిమ్మల్ని అభిమానిస్తున్నాను.' అని చెప్తున్నట్టు వుండేవి. 'నేనూ మీరంటే అభిమానంగా వున్నాను. నాకా వ్యవధే వుంటే యింకా యెక్కువ అభిమానించేదాన్ని' అని ఆ అజ్ఞాత యువతి చెప్తున్నట్టుండేది. యధార్థానికి ఆమెకి తీరిక లేకపోవడం కిట్టీ చూస్తూనే వుండేది. ఆమె వో రష్యన్ కుటుంబం పిల్లల్ని ఖనిజ జల స్రోతస్సునుంచి యిళ్ళకు తీసుకెడుతూనో, వో జబ్బు మనిషికి దుప్పటి తెచ్చి కాళ్ళు కప్పుతూనో, లేదా చిరాకు పడిపోతూ వున్న వో రోగిని వోదారుస్తూనో, లేదా యెవళ్ళకో బిస్కట్లు కొనిపెడుతూనో వుండేది.

ష్చేర్‌బాత్‌స్కీలు వచ్చిన కొన్నిరోజులకే ఖనిజ జలం దగ్గరికి యిద్దరు వ్యక్తులు ఉదయంపూట రావడం ఆరంభించారు. అందరూ వాళ్ళని అయిష్టంగా చూశారు. వాళ్ళల్లో పొడుగ్గా, వొంగి నడిచే మగతను వొకడున్నాడు. అతని చేతులు చాలా చాలా పెద్దవి. చిరిగిపోయిన ఓవర్‌కోటు తొడుక్కునే వాడు. అది అతనికి కురచగా వుండేది. అతని కళ్ళు నల్లగా వుండేవి. అవి భోళాగానూ కనిపించేవి, మళ్లీ భయంకరంగానూ వుండేవి. అతనితోపాటు ఒక స్ఫోటకం మచ్చల ముచ్చటైన ఆడమనిషి వుంది. ఆమె బట్టలు బీదగా, మంచి అభిరుచి లేనట్టుగా వుండేవి. వాళ్లు రష్యన్లు అని తెలిసి కిట్టీ వాళ్ళని గురించి హృద్యంగమమైన ప్రేమ కథని అల్లుకుంది. కాని ప్రిన్సెస్ Kurliste[1] చూసి వాళ్లు నికొలాయ్ లేవిన్, మాషా అని తెలుసుకుంది. లేవిన్ అన్నగారు యెంతచెడ్డ మనిషైందీ ఆమె కిట్టీకి చెప్పింది. దాంతో కిట్టీ మధురకల్పనలన్నీ ముక్కలైపోయాయి. కాని తల్లి చెప్పిందానివల్ల కాక అతను కాన్‌స్తన్‌తీన్ లేవిన్ అన్నగారు అవడం వల్ల యెక్కువగా కిట్టీ అతని అసహ్యించుకుంది. నిజానికి నికొలాయ్ తల యెగరేసే అలవాటు వల్ల, ఆమెలో అదుపు చేసుకోలేని ఘృణభావాన్ని కలిగించేడు.

ఆమెకేసే చూస్తూ వుండే భయానకంగా ఉన్న అతని పెద్ద కళ్లు ద్వేషంతో, పరిహాసంతో ఉన్నట్లు ఆమెకి అనిపించింది. వాటిని తప్పించుకోవడానికి శాయశక్తులా ప్రయత్నించింది.

31

వాతావరణం బాగా లేదు. పొద్దుటపూట అంతా వాన పడుతూనే వుంది. రోగులు గొడుగులు వేసుకొని గేలరీలలో ప్రోగయారు.

కిట్టీ తల్లితోనూ, మాస్కో కర్నల్‌తోనూ కలిసి నడుస్తోంది. అతను ఫ్రాంక్‌ఫర్ట్‌లో కొన్న యూరోపియన్ ఫాషన్ ఓవర్‌కోటు తొడుక్కున్నాడు.వాళ్లు నికొలాయ్ లేవిన్‌ని తప్పించుకోవడానికి

1. సందర్శకుల చిఠ్ఠా (జర్మన్)

గేలరీకి ఓ పక్కనుంచి వెడుతున్నారు. వారెంకా వో ఫ్రెంచి అంధురాలితో కలిసి గేలరీ అంతా తిరుగుతోంది. వారెంకా నల్లని బట్టలు వేసుకుంది. అంచులు వాలివున్న నల్లని టోపీ పెట్టుకుంది. ఆమె కిట్టీకి యెదురుపడినప్పుడల్లా వాళ్లు హొకళ్ళకేసి హొకళ్ళు స్నేహపూర్వకంగా చూసుకున్నారు.

"అమ్మా! ఆమెతో మాట్లాడనా?" అని కిట్టీ అడిగింది, తన అజ్ఞాత నేస్తం జల దగ్గరికి వెళ్ళడం చూసి. అక్కడ తాము తప్పకుండా కలుసుకుంటారు.

"నీకు అంతగా అనిపిస్తే స్వయంగా ఆమె గురించి వాకబు చేసి నిన్ను ఆమె దగ్గరికి నేనే పంపిస్తాను" అందామె. "కాని ఆమెలో అంత విశేషం నీకు యేం కనిపించింది? ఏదో తోడు వుంటుందంతే. నువ్వు కావాలంటే మేడం స్థాల్‌ని పరిచయం చేస్తాను. నాకు ఆవిడ belle-soeur[1] తెలుసు" అని సగర్వంగా తల యెగరేస్తూ అంది.

ఆమెని పరిచయం చెయ్యడంలో మేడం స్థాల్ ఆమెని చీదరించుకుంటుందేమోనని, తల్లి దానితో నొచ్చుకుంటుందని కిట్టీకి తెలుసు. కిట్టీ యిక తల్లిని ఒత్తిడి చెయ్యలేదు.

"ఆమె యెంత ముచ్చటగా, అద్భుతంగా వుంది!" అని వారెంకా ఫ్రెంచి అంధమహిళకి లోటాతో నీళ్లు యివ్వడం చూసి అంది. "చూడండి యెంత మధురంగా, నిష్కపటంగా వుందో!"

"నీ engouements[2] చూస్తే నాకు నవ్వొస్తోంది" అంది ఆమె. "పద పోదాం మంచిది" అని నికొలాయ్ లేవిన్, అతనితో వుండే ఆడమనిషీ తమకేసి రావడం చూసి అంది. ఓ జర్మను డాక్టరు వాళ్ళతో కలిసి వస్తున్నాడు. ఆయనతో నికొలాయ్ లేవిన్ కోపంగా గొంతు పెద్దది చేసుకుని మాట్లాడుతున్నాడు.

వీళ్ళు వెళ్ళిపోదామని వెనక్కి తిరిగారో లేదో పెద్ద గొంతుక చించుకుంటూ మాట్లాడ్డం వినిపించింది. నికొలాయ్ లేవిన్ అక్కడే నిలబడిపోయి డాక్టరుకేసి గొంతు చించుకుని అరుస్తున్నాడు. ఆయన యెదురు అరుస్తున్నాడు. వాళ్ళచుట్టూ ఓ గుంపు పోగయింది. ప్రిన్సెస్, కిట్టీ గబగబా వెళ్ళిపోయారు. సంగతేమిటో చూద్దామని కర్నల్ గుంపులో చేరాడు.

కొన్ని క్షణాల తర్వాత కర్నల్ వచ్చి వీళ్ళని కలిశాడు.

"ఏమిటట?" అని ప్రిన్సెస్ అడిగింది.

"చెప్పుకుంటే సిగ్గు, అవమానం" అని కర్నల్ జవాబిచ్చాడు. "మన రష్యన్లని విదేశాల్లో కలుసుకోవాలంటే భయం వేస్తోంది. ఆ పొడుగాటి ఆయన డాక్టరుని దుమ్మెత్తి పోస్తున్నాడు. నానా మాటలూ అన్నాడు. తనకి డాక్టరు సరిగ్గా వైద్యం చెయ్యడం లేదట: డాక్టరు మీదకి బెత్తం కూడా యెత్తేడు. సిగ్గుచేటు" అన్నాడు.

"ఎంత అసహ్యంగా వుంది" అందామె. "యేమైంది ఆఖరికి?" అని అడిగింది.

1. వదిన లేదా మరదలు (ఫ్రెంచి)

2. ఆకర్షణలు (ఫ్రెంచి).

"Mademoiselle వారెంకా?" అని కిట్టీ సంతోషంగా అడిగింది.

"అదృష్టవశాత్తూ....ఆ పుట్టగొడుగు టోపీ పెట్టుకున్న అమ్మాయి, రష్యన్ అనుకుంటా, రక్షించింది" అన్నాడు కర్నల్.

"అవును ఆమే. ఆమె మొదట పరిస్థితిని చక్కబెట్టింది. ఆ పెద్దమనిషిని చెయ్యి పట్టుకొని తీసుకుపోయింది"

"చూశారా అమ్మా! ఆమెని చూసి నేను ముచ్చట పడుతున్నానని మీరు బెంగపడి పోతున్నారు" అంది కిట్టీ.

ఆ మర్నాడు తన అపరిచిత నేస్తాన్ని చూస్తూ ఉండగా M-lleవారెంకాకి నికొలాయ్ లేవిన్ పట్లా, అతని సహచరిపట్లా, యితర proteges, అంటే తన సంరక్షణ చూసే యితర వ్యక్తులపట్ల వున్న సంబంధాలలాంటివే వున్నాయని కిట్టీ చూసింది. వారెంకా వాళ్ళ దగ్గరికి వెళ్ళేది, మాట్లాడేది. ఆ ఆడమనిషికి యే విదేశీ భాషా రాకపోవడం వల్ల ఆమెకి దుబాసీగా పనిచేసేది.

వారెంకాతో పరిచయం కలిగించుకుందుకు ఒప్పుకోవల్సిందిగా కిట్టీ తల్లిని మరింతగా బలవంతం చెయ్యడం మొదలుపెట్టింది. మేడం స్థాల్‌తో పరిచయం కలిగించుకునే విషయంలో మొదటి అడుగు తను వెయ్యవలసి రావడం అయిష్టంగానే వున్నా- యేమంటే మేడం స్థాల్ మహా స్వాతిశయం ప్రదర్శించేది- వారెంకా గురించి ప్రిన్సెస్ వాకబు చేసింది. తన కూతురికి ఆమెతో పరిచయం అవడం హాని చెయ్యదు మేలు చెయ్యదు అని, తత్ సమాచారం అందుకుని తేల్చుకున్నాక ఆవిడ స్వయంగా వారెంకాని కలుసుకుని పరిచయం చేసుకుంది.

కిట్టీ ఖనిజ జలం దగ్గరికి వెళ్ళిన సమయం ఆమె యెంచుకుంది. అప్పుడు వారెంకా రొట్టె దుకాణం ముందు నుంచుంది.

"మీతో పరిచయం కలిగించుకోవాలని వుంది" అని ప్రిన్సెస్ సగర్వంగా మందహాసం చేస్తూ అంది. "మా అమ్మాయికి మీరంటే మహా మక్కువగా ఉంది. నేనెవరో బహుశా మీకు తెలియదేమో...."

"నాకు అలానే అనిపిస్తుంది ప్రిన్సెస్" అని వారెంకా వెంటనే జవాబు చెప్పింది.

"మన దయనీయ దేశస్థులకి మీరు నిన్న యెంత పని చేశారు నిజంగా" అందావిడ.

వారెంకా సిగ్గుతో యెర్రబడింది.

"యేదీ చేసినట్టు నాకు గుర్తులేదు" అంది.

"చెయ్యకపోవడం యేమిటి? చెడ్డ యిబ్బందుల్లో పడకుండా నికొలాయ్ లేవిన్‌ని తప్పించారు".

"ఓ, అదా! sa compagne [1] నన్ను పిలిచింది. ఆయన్ని శాంతింప చెయ్య ప్రయత్నించాను నేను. ఆయనకి చాలా జబ్బుగా వుంది. డాక్టరు మీద చాలా కోపంగా వున్నారు. అలాంటి రోగులతో వ్యవహరించడం నాకు తెలుసు".

"మీరు మీ పినతల్లి మేడం స్థాల్‌తో మెంటొన్‌లో వుంటున్నారని విన్నాను. నాకావిడ belle-soeur తెలుసు".

"ఆవిడ మా పిన్ని కాదు. ఆవిడని maman అని పిలుస్తాను కాని ఆవిడ నాకు బంధువు కాదు. ఆవిడ నన్ను పెంచింది" అని వారెంకా మళ్ళీ సిగ్గుతో యెర్రబడుతూ అంది.

ఆమె యెంత సాదాగా యీ మాటలు అందంటే, ఆమె ముఖంలో సత్యపూరితంగా, నిష్కపటంగా వ్యక్తమైన భావం యెంత మధురంగా వుందంటే కిట్టీ యీ అమ్మాయిని అంతలా యెందుకు అభిమానిస్తుందో ప్రిన్సెస్‌కి అర్థమైంది.

"అయితే నికొలాయ్ లేవిన్ విషయం యేమైంది?" అని ప్రిన్సెస్ అడిగింది.

"ఆయన వెళ్ళిపోతున్నారు" అని వారెంకా జవాబు చెప్పింది.

సరిగ్గా ఆ సమయంలో కిట్టీ ఖనిజ జల దగ్గర్నుంచి తిరిగి వచ్చింది. తన అజ్ఞాత నేస్తంతో తల్లి మాట్లాడుతూ వుండడం చూసి సంతోషంతో పులకించిపోయింది.

"పూఁ కిట్టీ, నెరవేరింది నీ ఆశ, పరిచయం కావించుకోవాలి Mademoiselle..."

"వారెంకాతో" అందా అమ్మాయి చిరునవ్వు నవ్వుతూ. "నన్నందరూ అలానే పిలుస్తారు" అంది.

కిట్టీ సంతోషంతో కొంచెంసేపు యేమీ మాట్లాడకుండా తన కొత్త స్నేహితురాలి చెయ్యి నొక్కింది. జవాబుగా వారెంకా కిట్టీ చేతిని నొక్కలేదు. ఆమె చెయ్యి కదలకుండా కిట్టీ చేతిలో వుండిపోయింది. చెయ్యి చేతికి జవాబు యివ్వలేదు. కాని M-lle వారెంకా ముఖం శాంతంగా, ప్రసన్నతా పూర్ణంగా, కొంచెం విచార మందహాసంతో కనిపించి, వెలిగింది. ఆ చిరునవ్వుకి ఆమె పలువరుస కనిపించింది. ఆ పలువరుస పెద్దగా వున్నా అందంగానే వుంది.

"చాలా రోజులుగా నేను కూడా మిమ్మల్ని కలుసుకోవాలని అనుకున్నాను" అంది వారెంకా.

"మీరెప్పుడూ యెంతో పనిలో వుంటారు..."

"అబ్బే అదేం లేదు, నాకు తీరిక లేనంత పనే లేదు" అంది వారెంకా. కాని ఆ క్షణంలోనే ఆమె తన కొత్త స్నేహితురాల్ని వదిలిపెట్టి వెళ్ళిపోవాల్సి వచ్చింది. ఎందుకంటే ఖనిజ జలం దగ్గర వుండే ఒక రష్యన్ జబ్బు మనిషి చిన్న కూతుళ్ళిద్దరూ ఆమె దగ్గరికి పరిగెత్తుకుంటూ వచ్చారు.

"వారెంకా, అమ్మ పిలుస్తోంది" అని వాళ్ళు అరిచారు.

వారెంకా వాళ్ళతో వెళ్ళిపోయింది.

---

1 ఆయనకి తోడుగా వున్న మనిషి (ఫ్రెంచి).

32

వారెంకా గురించీ, ఆమెకి మేడం స్థాల్‌తో వుండే సంబంధాల గురించీ, మేడం స్థాల్‌ని గురించీ ప్రిన్సెస్ ష్చేర్‌బాత్‌స్కీ సేకరించిన సమాచారం యిదీ:

మేడం స్థాల్ యెప్పుడూ రోగిష్టి మనిషే, తిక్కమనిషే, భర్తకి పిచ్చి యెక్కించేసేదని, కాదు ఆయనే విచ్చలవిడిగా తిరిగి యీమెకి పిచ్చి యెక్కించాడని కొందరంటారు. భర్తనుంచి విడాకులు తీసుకున్నాక ఆమెకి తొలి కాన్పయింది. ఆ బిడ్డ పురిట్లోనే చనిపోయింది. యీమె మనసు అతి సున్నితం అని తెలిసిన బంధువులు బిడ్డ మృతి ఆమెకి ప్రాణాంతకం అవుతుందని భయపడ్డారు. పీటర్స్‌బర్గ్‌లో అదే రాత్రి రాజవంశస్థుల వంటవాడి యింట్లో పుట్టిన బిడ్డని తెచ్చి, చనిపోయిన బిడ్డ స్థానంలో పెట్టారు. ఆ పిల్లే వారెంకా. ఆమె తన కన్నబిడ్డ కాదని తర్వాత మేడమ్ స్థాల్‌కి తెలిసింది. అయినా గానీ ఆమె సంరక్షణ మానకుండా పెంచింది. ముఖ్యంగా మరొక కారణంవల్ల కూడా అలానే పెంచింది, యేమంటే ఆ తర్వాత త్వరలోనే వారెంకాకి నా అన్న బంధువులెవరూ లేకుండాపోయారు.

పదేళ్ళకి పైగా మేడమ్ స్థాల్ విదేశాల్లో దక్షిణాదిన వుంటోంది. ఎప్పుడూ మంచాన్ని అంటిపెట్టుకునే వుండేది. తను బహు సచ్ఛీలురాలిననీ, మహా దయాశీలవంతురాలిననీ, కావాల్సికి తన కీర్తి సృష్టించుకుని ఉన్నత స్థానం పొందిందని కొందరంటారు. ఆమె స్వతహాగానే పైకి కనిపించేటట్టు, అత్యుత్తమ నైతిక సూత్రాలున్న మహిళ అనీ పరోపకారం కోసమే జీవితం సాగిస్తున్నదని యింకొందరంటారు. ఆవిడదే మతమో యెవళ్ళకీ తెలియదు. కాథలిక్ మతస్థురాలా, ప్రొటెస్టంటా లేక రష్యన్ పూర్వాచార మతానికి చెందిందా అనేది యెవళ్ళకీ తెలియదు. ఆమె సకల ధర్మాలకీ సంప్రదాయాలకీ చెందిన మానవీయులందరిలోనూ స్నేహపూర్వక సంబంధాలు పెట్టుకుందన్న విషయం మాత్రం స్పష్టం.

వారెంకా ఆమెతో అంతకాలమూ విదేశాలలోనే ఉంది. మేడం స్థాల్‌ని యెరిగిన వాళ్ళందరూ ఆమెని ఎరుగుదురు. ఆమె అంటే యిష్ట పడేవాళ్ళు. ఆమెని M-lleవారెంకా అని పిలిచేవాళ్ళు.

ఈ విషయం తెలుసుకున్నాక ఆమె కూతురు వారెంకాతో స్నేహం చెయ్యడంలో తప్పు పట్టుకోవల్సిందేమీ లేదని ప్రిన్సెస్ గ్రహించింది. ముఖ్యంగా యెందుకంటే వారెంకాకి సత్ప్రవర్తన తెలుసు. సుశిక్షణలో పెరిగింది. ఆమె ఇంగ్లీషు, ఫ్రెంచి భాషలని దివ్యంగా మాట్లాడేది. ఇంకా ముఖ్యం అయిందేమంటే, తన జబ్బువల్ల ప్రిన్సెస్‌ని కలుసుకునే అదృష్టం తనకి కలగడం లేదని మేడం స్థాల్ విచారిస్తున్నట్లు వారెంకా వార్త అందజేసినందుకు.

వారెంకాతో పరిచయం అయాక కిట్టీ ఆమెని చూసి యింకా యింకా యెక్కువ ముగ్ధురాలైంది. రోజురోజుకీ ఆమెకి వారెంకాలో నూతన సుగుణాలు వెల్లడవుతూనే వున్నాయి.

వారెంకాకి మంచి స్వరం వుందని తెలిసి ఆమెని పాట పాడమని ప్రిన్సెస్ పిలిచింది.

"కిట్టీ పియానో వాయిస్తుంది. మా దగ్గర పియానో వుంది, చెప్పుకో తగ్గంత మంచిది కాకపోయినా. కాని మాకు చాలా సంతోషంగా వుంటుంది" అంది ప్రిన్సెస్ కృత్రిమంగా

మందహాసం చేస్తూ. కిట్టీకి ఇది నచ్చలేదు. ముఖ్యంగా యెందుకంటే వారెంకాకి పాడాలని లేదని ఆమె అప్పుడు గమనించడంవల్ల. అయినా వారెంకా సాయంత్రం వచ్చింది. కృతులు రాసిన కాగితం తీసుకొని వచ్చింది. ప్రిన్సెస్ మరీయా యెవ్గేనియెవ్నానీ, ఆమె కూతురినీ, కర్నల్నీ కూడా పిలిచింది.

తనకి అపరిచితులైన వాళ్ళు వున్నా కూడా బిడియం లేకుండా, వారెంకా సరాసరి పియానో దగ్గరికి వెళ్ళింది. పియానోతో సమలయ కలవకపోయినా కృతులు చూసి బాగా పాడింది. కిట్టీ బాగా పియానో వాయించి సమలయ కనిపింపచేసింది.

"మీ ప్రతిభ అసాధారణమైంది" అని వారెంకా మొదటి పాట అవగానే ప్రిన్సెస్ అంది.

మరీయా యెవ్గేనియెవ్నా, ఆమె కూతురూ ధన్యవాదాలు చెప్పి వారెంకాని పొగిడారు.

"చూడండి" అన్నాడు కిటికీ దగ్గర నుంచున్న కర్నల్. "మీ పాట వినడానికి జనం పోగయారు" అన్నాడు. నిజంగానే కిటికీ కింద పెద్ద గుంపు పోగయింది.

"మీకు సంతోషం కలిగినందుకు నాకు ఆనందంగా వుంది" అని వారెంకా మామూలుగా జవాబు చెప్పింది.

కిట్టీ తన స్నేహితురాలికేసి సగర్వంగా చూసింది. ఆమె కళ, ఆమె వదనం కిట్టీని ముగ్ధురాల్ని చేశాయి. కాని అన్నిటికంటే యెక్కువగా ఆమె సంస్కారం ముగ్ధురాల్ని చేసింది. ఏమంటే అంత గాత్ర మాధుర్యం వున్నా వారెంకా దానికి ప్రత్యేకం ఏ విశిష్టతనీ యివ్వనట్టే కనిపించింది. పొగడ్తలని చూసి చాలా ఉదాసీనంగా వుండిపోయింది. ఏం యింకా పాడమంటారా, చాలా అని అడుగుతున్నట్టు మాత్రమే వుందామె.

"నేను గనుక ఆమె స్థానంలో వుండి వుంటే, నా పట్ల నాకు యెంత గర్వంగా వుండేది! కిటికీ కింద చేరిన ఆ గుంపు యెంత సంతోషం కలిగించేది! కాని ఆమెకి యివేమీ పట్టినట్టులేదు. యితరుల కోరికలని మన్నించడం, maman ని సంతోషపరచటం మాత్రమే ఆమెకి యిష్టం అయిందల్లా. ఆమెలో యేం వుంది? అన్నిటినీ లొక్కుగా చూసేటట్టు, ఆత్మ నిర్భర ధోరణిలో శాంతంగా వుండేటట్టు యేది ఆమెకి శక్తిని ప్రసాదించింది? దీన్ని తెలుసుకోవాలని, యీమెనుంచి నేర్చుకోవాలని నాకు యెంతో ఉత్సుకతగా వుంది!" అని వారెంకా ప్రశాంత వదనం చూసి కిట్టీ అనుకుంది. ఇంకా యేదన్నా పాడమని ప్రిన్సెస్ వారెంకాని అడిగింది. వారెంకా ముందటి అంత సమస్థాయిలో, స్పష్టంగా, అందంగా పాడింది. పియానో దగ్గర నుంచుని యెండకి కమిలిన పల్చని చేత్తో తాళం వేస్తూ పాడింది.

ఆమె పుస్తకంలో వున్న తర్వాతి పాట ఇటాలియన్ది. కిట్టీ దాని ప్రారంభ సంగీతం వాయించి వారెంకాకేసి చూసింది.

"ఇది వద్దులెండి" అంది వారెంకా సిగ్గుపడుతూ.

కిట్టీ అదేమిటన్నట్టు ప్రశ్నార్థకంగా ఆమెకేసి చూసింది.

"సరే అయితే యింకోటి" అందామె గబగబా పుట తిప్పుతూ. ఆ పాటకి సంబంధించి యేదో వుందనేది స్పష్టంగా తెలుస్తూనే వుంది.

"పోన్లెండి" అని వారెంకా కృతుల పుస్తకంమీద చెయ్యి పెట్టి, చిరునవ్వు నవ్వుతూ అంది "యీ పాటే పాడతానులెండి" అంది. ముందటి పాటల మాదిరి అంతే నిదానంగా, తొట్రుపడకుండా, మధురంగా యీ పాటనీ పాడింది.

ఆమె పాట పూర్తి చెయ్యగానే అందరూ ఆమెకి ధన్యవాదాలు చెప్పి టీ తాగడానికి వెళ్ళారు. కిట్టీ, వారెంకాలిద్దరూ యింటిని ఆనుకుని వున్న తోటలోకి వెళ్ళారు.

"ఈ పాటతో మీ జ్ఞాపకాల్లో యేదో ముడిపడివుంది. నిజమా, అబద్ధమా చెప్పండి" అని కిట్టీ అడిగింది. "అదేమిటైందీ చెప్పద్దులెండి. నిజమో, కాదో చెప్పండి చాలు" అని గబగబా జత చేసింది.

"చెప్పకుండా వుండడానికేముంది లెండి. చెప్తాను" అని వారెంకా మామూలు ధోరణిలో అంది. జవాబు కోసం ఆగకుండానే చెప్పింది. "ఒకప్పుడు ఆ స్మృతి చాలా బాధగా వుండేది. నేను ఒకతన్ని ప్రేమించాను, ఆ పాటని అతనికి పాడి వినిపించేదాన్ని" అంది.

కిట్టీ కళ్ళు చేరెడు చేసుకుని వారెంకాకేసి తేరి చూసింది.

"అతన్ని నేను ప్రేమించాను. అతనూ నన్ను ప్రేమించాడు. కాని అతని తల్లికి యిష్టం లేకపోయింది. అంచేత అతను వేరే అమ్మాయిని పెళ్ళి చేసుకున్నాడు. ఇప్పుడతను యిక్కడికి దగ్గర్లోనే ఉంటున్నాడు. అప్పుడప్పుడు కనిపిస్తూ వుంటాడు. నా జీవితంలో కూడా ప్రేమ కలాపం వుంటుందా యెప్పుడైనా అనుకున్నారా?" అంది. ఆమె ముచ్చటైన వదనం తేజస్సుతో వెలిగింది. ఆమెని ఆపాదమస్తకం అది ప్రకాశవంతం చేసిందని కిట్టీకి అనిపించింది.

"యెందుకనుకోలేదు? నేను మగాణ్ణి అయివుంటే మిమ్మల్ని యెరిగాక మరి వేరే వాళ్ళని ప్రేమించి వుండను. నాకర్థం కానిదల్లా అతను తల్లిని సంతోషపెట్టడం కోసం మిమ్మల్ని యెలా మర్చిపోగలిగాడా, ఎలా మీకు దుఃఖం కలిగించగలిగాడా అని. అతనికి హృదయం లేదు".

"అబ్బెబ్బె. అతను చాలా మంచిమనిషి. నేను దుఃఖించడం లేదు. పైగా సుఖంగా వున్నాను. అయితే యివాల్టికి యిక పాటలు పాడ్డం అయిపోయినట్టేనా?" అంది యింటికేసి తిరుగుతూ.

"మీరెంత మంచివాళ్ళు, యెంత మంచివాళ్ళు!" అని కిట్టీ అరిచింది. ఆమెని ఆపి ముద్దుపెట్టుకుంది. "కొంచెమైనా నేను మీలాగ ఉంటే యెంత బాగుణ్ణు!" అంది.

"మీరు మరొకళ్ళలా వుండాలని యెందుకనుకుంటారు? మీరు యీ వున్నట్టుగానే మంచివాళ్ళుగా వున్నారు" అని వారెంకా వినమ్రంగా కొంచెం అలసటగా మందహాసం చేసింది.

"లేదు, నేను మంచిదాన్ని కాదు. కాని చెప్పండి...ఆగండి, కూర్చోండి" అని కిట్టీ మళ్ళీ తన పక్కన కూర్చునేటట్టు ఆమెని బల్లమీదకి లాగుతూ అంది. "చెప్పండి, ఓ వ్యక్తి మీ ప్రేమని తృణీకరించాడు, యేమీ పట్టనట్టు వున్నాడు, అది అవమానకరం కాదూ?" అని అడిగింది.

"తృణీకరించలేదు. అతనూ నన్ను ప్రేమించాడని నా నమ్మకం. కాని తల్లి మాట వినే కొడుకు..."

"కాని తల్లి మాటని బట్టి కాకుండా తనంతటతనే అలా చేస్తే?" అని కిట్టీ అడిగింది. తన రహస్యాన్ని వెల్లడిస్తున్నానన్న స్పృహ ఆమెకి కలిగింది. అవమానంతో దహించుకుపోతున్న తన ముఖం తన మనోభావాల్ని వ్యక్తం చేస్తోందన్న స్పృహ ఆమెకి కలిగింది.

"అది చెడ్డ పని. అతని పట్ల నాకు జాలి వుండదు" అంది వారెంకా. తన గురించి కాక కిట్టీ గురించి మాట్లాడుకుంటున్నట్టు గ్రహించింది.

"కాని అవమానం?" అంది కిట్టీ. "అవమానాన్ని మర్చిపోలేం, వుహు, యెన్నటికీ!" అంది. ఆ కడపటి బాల్ డాన్సప్పుడు, సంగీతంలో విరామం వచ్చిన సమయంలో అతను చూసిన చూపు గుర్తు వచ్చింది.

"అవమానకరం అయిందేముంది? మీరుగా చెడ్డగా ప్రవర్తించలేదు కదా!"

"అంతకంటే అధ్వానంగా, సిగ్గుచేటుగా"

వారెంకా తల ఆడించి కిట్టీ చేతిమీద చెయ్యి వేసింది.

"సిగ్గుచేటుగానా? మీరంటే యేమీ పట్టని వ్యక్తితో మీరు ప్రేమిస్తున్నట్టు చెప్పి ఉండలేరు కదా?"

"అలా యెలా చెప్తాను! అతనితో ఒక్క మాటా చెప్పలేదు. కాని అతనికి తెలుసు. ఆ చూపులు, హావభావాలు వుంటాయి కదా. నేను యావజ్జీవితమూ మర్చిపోలేను".

"దేన్ని మర్చిపోవడం? నాకు బోధపడడంలేదు. మీరింకా అతన్ని ప్రేమిస్తూ వున్నారా లేదా అనేదే కావల్సినదల్లా" అంది వారెంకా ఖండితంగా.

"అతన్ని అసహ్యించుకుంటున్నాను, నన్ను నేను క్షమించుకోలేను"

"ఎందుకని?"

"సిగ్గు, అవమానం"

"ఆహాఁ! అందరూ మీ అంత సున్నిత మనస్కులైతే" అంది వారెంకా. "ఇలాంటి అనుభవం చవిచూడని ఆడపిల్ల ఒక్కత్తి కూడా ఉండదు. ఇదంతా ముఖ్యం కాదు" అంది.

"అయితే ముఖ్యమైందేమిటి?" అని కిట్టీ జిజ్ఞాసపూర్వక ఆశ్చర్యంతో ఆమె ముఖంకేసే పట్టి చూస్తూ అడిగింది.

"అబ్బో బోలెడున్నాయి ముఖ్యమైన విషయాలు" అంది వారెంకా చిరునవ్వు నవ్వుతూ. ఏం చెప్పాలో ఆమెకి తోచలేదు. ఇంతట్లోనే ప్రిన్సెస్ కిటికీ దగ్గరనుంచి పిలిచింది.

"కిట్టీ, చలి తిరుగుతోంది, శాలువా అయినా తీసుకెళ్ళు, లేకపోతే లోపలికైనా రా".

"వెళ్ళే వేళయింది" అంది వారెంకా లేస్తూ. "నేనింకా Madame Berthe దగ్గరికి వెళ్ళాలి. నన్ను రమ్మందావిడ" అంది.

కిట్టీ ఆమె చేతిని పట్టుకుంది. జిజ్ఞాసపూర్వకంగా, అనునయపూరితంగా వున్న ఆమె దృక్కులు 'యేమిటది? అతి ముఖ్యం అయింది, యింత ప్రశాంతంగా వుండేటట్టు చేసేది,

యేమిటి? మీకు తెలుసు, చెప్పండి' అని అడుగుతున్నాయి. కాని కిట్టీ చూపు యేం ప్రశ్నిస్తుందో వారెంకాకి బోధపడలేదు. తను యింకా m-me Berthe దగ్గరకు వెళ్ళాల్సి వుందనే ఆమెకి గుర్తు వుంది. రాత్రి పన్నెండు గంటలకు ముందే యింటికి వెళ్ళి maman కి టీ యివ్వాలి అనే గుర్తు వుంది. ఆమె లోపలకు వెళ్ళింది. తన కృతుల పుస్తకం తీసుకుంది. అందరికీ శెలవు చెప్పి వెళ్ళడానికి బయల్దేరింది.

"మిమ్మల్ని యింటి దగ్గర దిగబెట్టనివ్వండి" అన్నాడు కర్నల్.

"రాత్రి యింత పొద్దుపోయాక ఒక్కరూ ఎలా వెళ్ళగలరు? పోనీ మీతో పరాషాని పంపిస్తాను" అంది ప్రిన్సెస్.

దిగబెట్టటానికి తనకి తోడు రావల్సిన అవసరం ఉంది అని విని వారెంకా చాల కష్టం మీద చిరునవ్వు ఆపుకోవడం కిట్టీ చూసింది.

"అక్కర్లేదు. నేనెప్పుడూ ఒక్కత్తినీ వెడుతూ వుంటాను, యేం జరగదు" అని టోపీ తీసుకుంటూ అంది. కిట్టీని మళ్ళీ ముద్దుపెట్టుకుంది. ముఖ్యం అయింది యేమిటో ఆమెకి చెప్పకుండానే ఆ వేసవి చీకటి నిశీథిలోకి చేతిలో కృతుల పుస్తకం పట్టుకుని ధైర్యంగా అడుగుపెట్టింది. ఏది ముఖ్యం అయిందో, అసూయపడదగ్గ ప్రశాంతత, గరిమ దేనివల్ల తనకి వచ్చాయో ఆ రహస్యాన్ని తనతో తీసుకెళ్ళిపోయింది.

33

కిట్టీకి మేడం స్థాల్‌తో కూడా పరిచయం అయింది. ఆ పరిచయం, వారెంకాతో స్నేహం ఆమె మీద ఘనమైన ప్రభావాన్ని కలిగించాయి. అంతేకాక ఆమె గాయం మీద లేపనం పూశాయి. ఆమె కొత్త మిత్రుల పుణ్యమా అని ఆమెకి సంపూర్తిగా ఒక నూతన ప్రపంచం ఆవిష్కృతమైంది; దానికీ, అంతకుముందు వున్న ప్రపంచానికీ యేమీ పోలిక లేదు. ఇది ఒక సమున్నత సౌందర్య సమన్విత ప్రపంచం. ఆ శిఖరాల మీదనుంచి ఆమె తన పూర్వ ప్రపంచంకేసి ప్రశాంతంగా చూడగలదు. తను అప్పటిదాకా లొంగిపోయిన సహజప్రేరణల ప్రపంచమే కాకుండా ఒక ఆత్మిక జీవనం కూడా వుందని ఆమె గ్రహించింది. ఆ ఆత్మిక జీవితం ఆమెకి ధార్మికతద్వారా ఆవిష్కృతమైంది. కాని కిట్టీకి చిన్నప్పటినుంచీ తెలిసిన మతానికీ దీనికీ సామ్యం లేదు. ఆ మతం 'వితంతు శరణాలయం'* పగటిపూట ప్రార్థనలతో, సాయంత్రం పూట ఆరాధనలతో వుంటుంది. ఆ సమావేశాల్లో తను స్నేహితుల్ని కలుసుకునేది. ఫాదర్ సహాయంతో స్లావనిక్ భాషలో ఉన్న గ్రంథాలని వల్లె వెయ్యడంలోనే వుంటుంది. అంతకంటే యేమీ ఉండేది కాదు. కాని యీ నూతన మతం సమున్నతమైంది. నిగూఢమైంది. మహిమాన్వితమైన ఆలోచనలతో, అనుభూతులతో నిండి వున్నటువంటిది. ఎవరో ఆదేశించిన కారణంగా దాన్ని నమ్మడం కాదు, దాన్ని ప్రేమించడంవల్ల విశ్వసించడం వుంది.

కిట్టీ దీన్నంతటినీ మాటలద్వారా తెలుసుకోలేదు. ముద్దొచ్చే చిన్నపిల్లలతో మాట్లాడినట్లు మేడం స్థాల్ కిట్టీతో మాట్లాడేది. ఆవిడ యౌవన దినాలు కళ్ళకి కట్టినట్లు కనిపించి మురిపిస్తున్నట్టు, కిట్టీ ఆమెని మురిపించింది.

మేడమ్ స్థాల్ చరిత్ర యెంతో ఉన్నతమైందే. ఆమె కథ హృదయాన్ని ఆకట్టుకునేటటువంటిదే. ఆమె మాటలు ఉత్కృష్టమైనవే, కోమలమైనవే. అయినాగానీ ఆమెలో తనని కలవరపెట్టిన కొన్ని లక్షణాలు కిట్టీకి అనుకోకుండానే కనిపించాయి. తన బంధువుల గురించి అడిగినప్పుడు ఆమె తిరస్కార పూర్వకంగా చిరునవ్వు నవ్వడం, క్రైస్తవ ధర్మానికి విరుద్ధం. ఓసారి మేడం స్థాల్ దగ్గరికి ఓ కాథలిక్ ఫాదర్ వచ్చినప్పుడు ఆమె ప్రయత్నపూర్వకంగా లేంప్ షేడ్ పరిచిన నీడలో తన ముఖాన్ని వుంచుకుంది. ఆమె చిరునవ్వు కూడా ప్రత్యేక పద్ధతిలోనే వుండింది. ఈ విషయం కూడా కిట్టీ గమనించింది. ఇవి చిన్న విషయాలే కావచ్చు గాని కిట్టీని కలవరపెట్టాయి. మేడం స్థాల్ గురించి కిట్టీకి మనసులో కొన్ని సందేహాలు మిగిలిపోయాయి. కాని అటువేపున చుట్టపక్కాలు యెవరూ లేకుండా, భగ్నప్రేమతో, దేన్నీ కోరుకోకుండా, దేన్ని గురించీ ఫిర్యాదు చేయకుండా వున్న వారెంకా పరిపూర్ణతకి ఆదర్శరూపంగా భాసించింది. అలాంటి పూర్ణత్వం కోసం కిట్టీ పరితపించింది. ప్రశాంతంగా, ఆనందంగా, సమున్నతంగా వుండడానికి తమని తాము మర్చిపోయి యితరుల్ని ప్రేమించాలని వారెంకా ఉదాహరణని బట్టి కిట్టీ గ్రహించింది. కిట్టీ తనూ అలా అవాలని కోరుకుంది. 'అన్నిటికంటే ముఖ్యమైనదేమిటో' స్పష్టంగా తెలిశాక కిట్టీ తన మిత్రుల్ని చూసి ముగ్ధురాలవడంతోనే సంతుష్టి పడలేకపోయింది. మేడం స్థాల్, యితర మహిళలు చేసిన వాటి గురించి వారెంకా చెప్పిన దాన్ని ఆధారం చేసుకుని కిట్టీ తన భావిజీవిత పథకం తయారుచేసుకుంది. మేడం స్థాల్ చెల్లెలి కూతురు Aline గురించి వారెంకా చెప్తూ వుండేది. ఆ అమ్మాయిలాగా కిట్టీ కూడా దుఃఖజనుల్ని యెక్కడ వున్నా చూసి వాళ్ళకి సహాయం చేస్తుంది. బైబిల్‌ని పంచిపెట్టి, రోగిష్టి వాళ్ళకి, పతితులకి, మరణశయ్యమీద వున్న వాళ్ళకి చదివి వినిపిస్తుంది. Alineలాగా పతితులకి బైబిల్ చదివి వినిపించే ఆలోచన ఆమెని విశేషంగా ఆకర్షించింది. కాని యివన్నీ రహస్యమైన పథకాలు. వాటిని కిట్టీ తల్లికిగాని, వారెంకాకి గాని చెప్పలేదు.

తన పథకాల్ని భారీ స్థాయిలో అమలుపరిచే వ్యవధి వచ్చేదాకా నిరీక్షిస్తూనే కిట్టీ యిప్పుడు కూడా యెక్కువమంది రోగులున్న ఈ చికిత్సాకేంద్రంలో కూడా, వారెంకా మాదిరి తన నూతన సూత్రాల్ని ఆచరణలో పెట్టే అవకాశం కోసం చూసింది.

మేడం స్థాల్ పట్లా, ముఖ్యంగా వారెంకా పట్లా తన engouementవల్ల- అలా అని ప్రిన్సెస్ పిలిచేది- కిట్టీ బాగా ప్రభావితం అయిందనే మొదట్లో ప్రిన్సెస్ అనుకుంది. కిట్టీ తన కార్యకలాపాల్లోనే గాక, తనకి తెలియకుండానే నడకలో, మాట్లాడ్డంలో, కళ్ళని చికిలించడంలో కూడా వారెంకాని అనుకరిస్తోందని ఆమె గమనించింది. అలా సమ్మోహితమవడమే కాకుండా తన కూతురు గంభీర ఆత్మిక పరివర్తనకి గురవుతోందని గమనించింది.

మేడమ్ స్థాల్ బహూకరించిన ఫ్రెంచి బైబిల్‌ని కిట్టీ సాయంత్రం పూట చదవడం ప్రిన్సెస్ చూసింది. కిట్టీ బైబిల్‌ని అంతకు ముందెన్నడూ చదవలేదు. కిట్టీ ఉన్నత సమాజ మిత్రుల్ని తప్పించుకు తిరుగుతోంది. వారెంకా సంరక్షణలోకి తీసుకున్న రోగులతో, ముఖ్యంగా చిత్రకారుడు పెత్రోవ్ కుటుంబంతో గడిపేది. పెత్రోవ్ రోగిష్టి మనిషి, బీద కుటుంబం వాడు.

ఆ కుటుంబానికి తను నర్సులాగా పనిచేస్తున్నానని గొప్పగా భావించుకునేది. అది మెచ్చుకోదగ్గదే, అందులో ప్రిన్సెస్‌కి అభ్యంతకరమైనదేమీ కనిపించలేదు. పైగా పెత్రోవ్ భార్య చాలా గౌరవ ప్రదమైన కుటుంబంనుంచి వచ్చినటువంటిది. కిట్టీ కార్యకలాపాలు చూసి జర్మన్ ప్రిన్సెస్ ఆమెని పొగిడింది. ఉపకారం చేసే దేవత అంది. పరిమితుల్లో వుండి వుంటే అంతా బాగానే వుండేది. కాని తన కూతురు అతిగా పోతోందని రాకుమారి చూసింది. అందుకని కూతురికి హెచ్చరిక చేసింది.

"Il ne faut jamais rien outrer[1]" అని కిట్టీతో అంది.

కాని కూతురు జవాబివ్వలేదు. క్రైస్తవ ధర్మంలో అతిగా పోవడం అనేదేముంది అనుకుంది. ఈ బోధని అనుసరించడంలో అతిగా చెయ్యడం అనేది యెక్కడుంది? 'నిన్ను కుడి చెంపమీద కొట్టువాని వైపునకు ఎడమ చెంప కూడా త్రిప్పుము', 'ఎవడైనా నీమీద వ్యాజ్యమువేసి నీ అంగీ తీసుకొన గోరిన యెడల వారికి నీ పై వస్త్రమును కూడా ఇచ్చివేయుము" అని చెప్పే యీ బోధని అనుసరించడంలో యెవళ్ళైనా అతిగా యెలా చేస్తారు? కాని ప్రిన్సెస్‌కి కిట్టీ అతిగా వెళ్ళడం నచ్చలేదు. కిట్టీ మనస్సు విప్పి చెప్పకపోవడం అంతకంటే నచ్చలేదు. వాస్తవానికి కిట్టీ తన నూతన దృక్పథాన్నీ అనుభూతులనీ తల్లికి చెప్పకుండా గోప్యంగా వుంచుకుంది. తల్లి అంటే ఆదరం, ప్రేమ లేకకాదు, తల్లి కాబట్టే అలా చేసింది. తల్లితో కంటే మరెవళ్ళతోనైనా సునాయాసంగా చెప్పి ఉండేది.

"ఎందుకనో మరి అన్నా పావ్‌లొవ్నా చాలా కాలంగా మన దగ్గరికి రావడంలేదు" అని ఒక రోజున పెత్రోవ్ భార్య గురించి ప్రిన్సెస్ అంది. "నేను రమ్మని ఆమెని పిలిచాను. కాని ఆమె యే కారణంవల్లనో సుముఖంగా వున్నట్టు లేదు" అంది.

"అబ్బే నాకలా అనిపించడం లేదు, mamam" అని కిట్టీ సిగ్గుతో యెర్రబడుతూ అంది.

"నువ్వు వాళ్ళింటికి చాలా రోజులుగా వెళ్ళలేదు కదా?"

"రేపు కొండలు యెక్కడానికి వెళ్ళాలనుకుంటున్నాం" అంది కిట్టీ.

"బాగుంది, వెళ్ళు" అని ప్రిన్సెస్ అంది. కూతురి ముఖంమీద వ్యాకుల భావం గమనించి, దానికి కారణం యేమై వుంటుందా అని వూహించ ప్రయత్నించింది.

అదే రోజున వారెంకా వీళ్ళ యింటికి భోజనానికి వచ్చింది. ఆ మర్నాడు కొండలు యెక్కడానికి వెళే ఉద్దేశాన్ని అన్నా పావలొవ్నా మార్చుకుందని ఆమె తెలియజేసింది. కిట్టీ ముఖం యెర్రబడడం ప్రిన్సెస్ మళ్ళీ గమనించింది.

"కిట్టీ, నీకూ, పెత్రోవ్ కుటుంబానికీ మధ్య పొరపులు వచ్చాయా?" అని తనూ, కూతురూ మాత్రమే వున్నప్పుడు ప్రిన్సెస్ అడిగింది. "ఆమె పిల్లల్ని మన యింటికి పంపడం మానేసింది, తనూ రావడం మానేసింది, యెందుకనో?" అంది.

1. అతి సర్వత్ర వర్జయేత్ (ఫ్రెంచి).

అలాంటిదేమీ తమ మధ్య లేదనీ, అన్నా పావ్‌లొవ్నా యెందుకు అలా వుందో తనకి నిజంగా అర్థం అవడం లేదనీ కిట్టీ చెప్పింది. కిట్టీ నిజమే చెప్పింది. తనపట్ల అన్నా పావ్‌లొవ్నా వైఖరి యెందుకు మారిందో ఆ కారణం ఆమెకి తెలియదు. కాని ఆమె వూహించింది. తల్లికి చెప్పలేకపోవడమే కాదు, తనకిగా తనే చెప్పుకోలేనిది అది. మనకి తెలిసినా, యిదీ అని ఒప్పుకునే ధైర్యం చిక్కని విషయాల్లో అది ఒకటి. పొరపాటు అయితే గనక మహా భయానకంగా, లజ్జాకరంగా వుండేటటువంటిది.

కిట్టీ తనకీ ఆ కుటుంబానికీ వున్న సంబంధాలని మళ్ళీ మళ్ళీ పునరావలోకనం చేసుకుంది. తనూ, అన్నా పావ్‌లొవ్నా కలుసుకున్నప్పుడు ఆమె గుండ్రటి దయాళు వదనం మీద ప్రకాశించే నిష్కపట సంతోషం గుర్తు వచ్చింది. ఆమె రోగిష్టి భర్త గురించి తాము రహస్యంగా అనుకున్న మాటలు గుర్తు వచ్చాయి. అతను పని చెయ్యకూడదని డాక్టర్లు ఆంక్ష పెట్టారు. అతన్ని పనినుంచి తప్పించి షికార్లకి తీసుకెళ్ళడం విషయంలో తాము ఆలోచించుకున్న పథకాలు గుర్తు వచ్చాయి. తనపట్ల వాళ్ళ చిన్నపిల్లాడికున్న ఆరాధన గుర్తు వచ్చింది. తను పక్కన ఉంటేగాని వాడు నిద్రపోయేవాడు కాదు. తనని 'నా కిట్టీ' అనేవాడు. ఇదంతా యెంత హాయిగా ఉండేది! తర్వాత ఆమెకి కృశించిపోయిన పెత్రోవ్ రూపం గుర్తు వచ్చింది. అతని కాచురంగు ఫ్రాక్‌కోటు, అతని పొడుగాటి మెడ, పల్చని ఉంగరాల జుట్టు, యేదో ప్రశ్నిస్తూ వున్నట్టుండే నీలి కళ్ళూ గుర్తు వచ్చాయి. మొదట్లో ఆ కళ్ళు కిట్టీకి చాలా భయం కలిగించాయి. తన సమక్షంలో ఉల్లాసవంతంగా, ప్రఫుల్లంగా కనిపించాలని అతను చేసే తీవ్ర ప్రయత్నాలు గుర్తు వచ్చాయి. మామూలుగా క్షయరోగులందరి పట్లా ఉన్నట్టే పెత్రోవ్ పట్ల కూడా తనకి వున్న ఘృణ భావాన్ని వదిలించుకోవటానికి మొదట్లో యెంతో శ్రమ పడాల్సి వచ్చింది. తనకేసి పెత్రోవ్ చూసే నమ్రతాపూర్వక ఆర్ద్రతా భరిత దృష్టి ఆమెకి గుర్తు వచ్చింది. ఆ చూపు తను అతనిపట్ల సానుభూతి చూపించేటట్టు, కలత పడేటట్టు ఒక వింత భావాన్ని కలిగించేది. తన పరోపకార్యం గురించిన చేతన కూడా గుర్తు వచ్చింది. కిట్టీ ఆ సమయంలో దాన్ని అనుభూతి చెందుతూ వుండేది. అదంతా యెంత బాగుండేది! కాని వున్నట్టుండి అంతా మారిపోయింది. యిప్పుడు అన్నా పావ్‌లొవ్నా తెచ్చిపెట్టుకున్న స్నేహభావంతో కిట్టీని పలకరిస్తోంది. కిట్టీని, తన భర్తనీ ఓ కంట కనిపెట్టి చూస్తోంది.

కిట్టీ వెళ్ళినప్పుడు అతనికి కలిగే ఉల్లాసం, అన్నా పావ్‌లొవ్నా మూడు రోజుల నాడు "మీరు రాలేదని చూస్తున్నారాయన. మీరు లేకుండా కాఫీ తాగనన్నారు చాలా నీరసంగా వున్నాగానీ" అని చిరచిరలాడుతూ అంది. అన్నా పావ్‌లొవ్నా స్వరం కొంచెం అస్వాభివికంగా కనిపించింది. ఆమెకి సహజంగా వున్న సాధు స్వభావానికి విరుద్ధంగా వుంది.

'అతనికి తను రగ్గు తెచ్చి యివ్వడం అన్నా పావ్‌లొవ్నాకి రుచించకపోయి ఉండచ్చు. అదేమో చాలా సాదా విషయమే. కాని అతను యిబ్బంది పడిపోయి అదే పనిగా నాకు ధన్యవాదాలు చెప్పాడంటే, నేనే యిబ్బంది పడిపోయాను. ఇక అతను గీసిన నా బొమ్మ వుంది. ఎంత బాగా చిత్రించాడు. అన్నిటికంటే ముఖ్యం అతను చూసిన చూపు– యెంత

మృదువుగా సిగ్గుగా వుంది! అవునవును అదే' అని కిట్టీ భయంతో మనస్సులో రెట్టించుకుంది. 'కాదు, అలా జరగదు! జరగకూడదు! అతను యెంత దయనీయంగా వున్నాడు!" అని ఓ క్షణం తరువాత తనలో తాను అనుకుంది.

ఈ సందేహం ఆమె నూతన జీవితానందాన్ని విషకలుషితం చేసింది.

34

ఖనిజ జల శ్రోతస్సు దగ్గర చికిత్స ముగిసే ముందు ప్రిన్స్ ష్చేర్‌బాత్‌స్కీ పర్యటన నుంచి తిరిగివచ్చేది. ఆయన కారల్స్‌బడ్‌నుంచి బాడెన్‌లోనూ, కిస్సెన్‌గెన్‌లోనూ రష్యన్ మిత్రులను చూసి, ఆయన అన్నట్టు 'రష్యన్ గాలి ఆనందాన్ని' అనుభవించి వచ్చాడు.

విదేశ జీవితానికి సంబంధించి భార్యాభర్తలకి వున్న అభిప్రాయాలు ఉత్తర దక్షిణ ధ్రువాల్లాంటివి. ప్రిన్సెస్‌కి అన్నీ వైభవంగానే కన్పించాయి. రష్యన్ సమాజంలో తన స్థానానికి యేమీ ఢోకా లేకపోయినా, ఆవిడ యూరోపియన్ మహిళగా వుండాలని ప్రయత్నించింది. కాని ఆవిడ యూరోపియన్ మహిళ అవలేదు, ఆవిడ సిసలైన రష్యన్ మహిళ. దాంతో ఆవిడ నటించాల్సి వచ్చింది. అది యిబ్బంది కలిగించింది. తద్భిన్నంగా ప్రిన్స్‌కి విదేశాల్లో యేదీ నచ్చలేదు. యూరోపియన్ జీవితం ఆయనని కుంగదీసింది. ఆయన తన రష్యన్ అలవాట్లకే అంటి పెట్టుకుపోయాడు. విదేశాల్లో వున్నప్పుడు యదార్థానికి తను వున్న దానికంటే తక్కువ యూరోపియన్‌లాగా కనిపించ ప్రయత్నించాడు.

ప్రిన్స్ తిరిగి వచ్చేటప్పటికి కొంచెం చిక్కిపోయాడు, చెక్కిళ్ళు వేలాడాయి. కానీ మనిషి మాత్రం చాలా ఉత్సాహంగా వున్నాడు. కిట్టీ పూర్తిగా కోలుకోవడం చూసి ఆయన ఉత్సాహం ఇనుమడించింది. మేడం స్థాల్‌తోనూ, వారెంకాతోనూ కిట్టీ స్నేహం గురించీ, కిట్టీలో తనకి కనిపించిన మార్పు గురించీ ప్రిన్సెస్ చెప్పింది విన్నాక ఆయనకి కొంచెం పరిత్రాసం కలిగింది. కిట్టీని తననుంచి ఆకర్షించి లాక్కుపోయే యెవరిపట్లైనా, దేనిపట్లైనా ఆయనకి యెప్పుడూ కలిగే ఈర్ష్యలాంటిది కలిగింది. తన ప్రభావ పరిధినుంచి కిట్టీని ఆకర్షించి తనకి ప్రవేశం దొరకని క్షేత్రాల్లోకి తీసుకుపోతారేమోనని భయం కలిగింది.

తిరిగి వచ్చిన మర్నాడు ఆయన కూతురితో కలిసి జల దగ్గరికి ఉత్సాహంగా బయల్దేరాడు. పొడుగాటి ఓవర్‌కోటు తొడుక్కున్నాడు. ఆయన ముఖంమీద రష్యన్ ముడుతలున్నాయి. గంజిపెట్టిన చొక్కా కాలర్ వేలాడే బుగ్గల్ని పైకి యెత్తింది.

ఆ ఉదయం పూట చాలా శోభగా వుంది. శుభ్రంగా, ఉల్లాసవంతంగా వున్న యిళ్ళనీ, చిన్న చిన్న తోటలనీ, ప్రకాశవంతంగా వున్న యెండనీ, బీరు తాగి తాగి పొంగిన యెర్ర బుగ్గలూ, చేతులూ వున్న జర్మన్ ఆడపరిచారకులు ఖుషీగా పనులు చేస్తూ వుండడాన్ని చూస్తే మనస్సు ఉప్పొంగ పోతుంది. కాని తండ్రీ కూతురూ ఖనిజ జలానికి దగ్గరగా వచ్చేకొద్దీ రోగిష్టివాళ్ళు యెక్కువగా తగిలారు. వెల్లి విరుస్తూ వున్న జర్మన్ జీవిత సామాన్య పరిస్థితుల్లో,

వాళ్ళు వాళ్ళ ముఖాలు యింకా దయనీయంగా వున్నాయి. కిట్టీకి యీ వైరుధ్యం యిప్పుడేమీ ఆశ్చర్యకరంగా లేదు. ఆమెకి సంబంధించి ప్రకాశవంతంగా వున్న ఆ యెండ, మిలమిలలాడే పచ్చదనం, సంగీత శింజితం ఆ పరిచిత రోగుల వదనాలకీ తాను పరిశీలించిన వాళ్ళ వదనాల్లో కలిగే శుభాశుభ పరివర్తనలకీ ప్రాకృతిక పరిసరాలు మాత్రమే. కాని ప్రిన్స్‌కి మాత్రం ఆ జూన్ మాసపు ప్రభాత తేజస్సు, మిలమిల, ఉల్లాసంగా మోగుతూ ఉన్న వాల్ట్జ్ నృత్యపు సంగీత ధ్వని, ముఖ్యంగా ఆరోగ్యవంతమైన పరిచారకుల ప్రకాశమాన వదనాలు యూరపు నలుమూలలనుంచీ వచ్చి యిక్కడ చేరిన జీవచ్ఛవాల్లాంటి రోగుల సమూహం సరసనే వుండడం యెబ్బెట్టుగా రోతగా కనిపించింది.

తన ముద్దుల కూతురి చెయ్యి పట్టుకు నడుస్తూ వుంటే ప్రిన్స్‌కి గర్వంగా వుంది, యౌవనం తిరిగి వచ్చినట్టుగా వుంది. అయినా కూడా తన ధృఢమైన నడక, కమ్మెచ్చులు తీసినట్టున్న అవయవాలు చూసి ఆయనకి మనస్సులో ఇబ్బందిగా అనిపించింది. సిగ్గు కూడా కలిగింది. నగ్నంగా నలుగురితోనూ నడుస్తున్నట్టు ఆయనకి అనిపించింది.

“నీ కొత్త స్నేహితుల్ని నాకు చూపించు” అన్నాడాయన మోచేత్తో కూతురి చేతిని నొక్కుతూ. “నిన్ను స్వస్థురాల్ని చేసినందువల్ల నాకు నీ వెలపరం పుట్టించే సోడెన్ మంచిదిగానే అనిపిస్తుంది. కాని ఇక్కడ విచారంగా, చాలా నీరసంగా ఉంది. యెవరు వాళ్ళు?” అని అడిగాడు.

తాము కలుసుకున్న పరిచితుల గురించీ, అపరిచితుల గురించీ కిట్టీ తండ్రికి చెప్పింది. తోట గుమ్మం దగ్గర వాళ్ళకి అంధురాలైన m-me Berthe కనిపించింది. ఆమెకి తోడుగా ఓ ఆడమనిషి వుంది. కిట్టీ కంఠం వినగానే ఆ ఫ్రెంచి వృద్ధురాలి ముఖం స్నేహభావంతో వికసించడం చూసి, ప్రిన్స్‌కి సంతుష్టి కలిగింది. ఆమె ఫ్రెంచి వాళ్ళకి ఉండే అతి నమ్రతతో ఆయనతో మాట్లాడింది. కిట్టీలాంటి ముచ్చటైన కూతుర్ని కన్నందుకు చాలా అభినందించింది. కిట్టీ ఆణిముత్యం అనీ, విలువైన నిధి అనీ, దుఃఖితులకి సేవచేసే దేవత అనీ ఆమె సముఖంలోనే మహా ప్రశంసించింది.

“ఆఁ, అయితే మా అమ్మాయి రెండో దేవత అన్నమాట. యీమె Mademoiselle వారెంకాని మొదటి దేవత అంటుంది” అని ప్రిన్స్ చిరునవ్వు నవ్వుతూ అన్నాడు.

“ఓహ్, Mademoiselle వారెంకా సిసలైన దేవత, allez[1]” అని m-me Berthe అంది వెంటనే.

గేలరీలో వాళ్ళకి వారెంకాయే కలిసింది. ఆమె ఫ్యాషైన ఎర్ర పర్స్ పట్టుకుని హడావుడిగా నడుస్తూ వీళ్ళకేసి వస్తోంది.

“మా నాన్నగారు వచ్చారు చూడండి” అంది కిట్టీ.

వారెంకా యెప్పటిలాగానే నాజూగ్గా, సహజంగా ప్రిన్స్‌కి అభివాదం చేసింది. వెంటనే యే సంకోచమూ లేకుండా సరళంగా అందరితోనూ తను మాట్లాడే రీతిలో ఆయనతో మాట్లాడింది.

---

1. ఆ విషయం చెప్పేదేముంది! (ఫ్రెంచి).

“మిమ్మల్ని నేను యెరుగుదును, బాగా యెరుగుదును” అని ప్రిన్స్ చిరునవ్వు నవ్వుతూ అన్నాడు. తన నేస్తం తండ్రికి నచ్చిందని ఆ చిరునవ్వుని బట్టి కిట్టీ సంతోషంతో గ్రహించింది. “యేమిటంత హడావుడిగా వెడుతున్నారు, యెక్కడికి?” అని అడిగాడు.

“mamam యిక్కడ ఉంది” అంది కిట్టీకేసి తిరిగి. “రాత్రంతా ఆమెకి నిద్ర పట్టలేదు. ఆమెని బయటికి షికారు తీసుకెళ్ళమని డాక్టర్ చెప్పాడు. ఆవిడకి కుట్టుపని తీసుకువెళ్తున్నాను” అంది.

“హూఁ, అయితే ఈమేనన్నమాట మొదటి దేవత” అని వారెంకా వెళ్ళిపోయాక ప్రిన్స్ అన్నాడు.

ఆయన వారెంకాని ఎగతాళి చెయ్యాలని అనుకున్నాడనీ, కాని ఆమె తనకి బాగా నచ్చడంతో అలా చెయ్యలేకపోయాడని కిట్టీ గ్రహించింది.

“హూఁ, నీ మిత్రులందర్నీ త్వరలోనే చూసేసామన్నమాట. మేడం స్థాల్‌ని కూడా నన్ను గుర్తుపట్టే మహద్భాగ్యం ప్రసాదిస్తే” అన్నాడు.

“ఏమిటి, నీకామె తెలుసా నాన్నా?” అంది కిట్టీ. ఆమె పేరుని చెప్పినప్పుడు తండ్రి కళ్ళల్లో కనిపించిన పరిహాస రేఖ చూసి బెదిరింది.

“ఆవిడ భర్తని యెరుగుదును. ఆమెనీ కొంచెం యెరుగుదును. కాని ఆమె పయటిస్టు* కాకముందు”.

“పయటిస్టు యెవరు నాన్నా?” అని కిట్టీ అడిగింది. తను మేడం స్థాల్‌లో ఎంతో ఘనమైనవిగా భావించే వాటికి ఒక పేరు కూడా వుందని భయపడింది.

“నాకే తెలీదు సరిగ్గా అదేమిటో. ప్రతీ విషయానికీ దేవుడి దయ అంటుందని తెలుసు; ప్రతి దురదృష్టానికీ, భర్త మృతికీ– దానిక్కూడా, దేవుడి దయ అంటుంది, కొంచెం చిత్రంగా వుంటుంది, యేమంటే వాళ్ళ కాపురం యేం సజావుగా లేకపోయింది”.

“ఎవరతను? యెంత దయనీయంగా వున్నాడు” అని బల్లమీద కూర్చున్న ఓ మనిషిని చూసి ఆయన అడిగాడు. అతను సామాన్యమైన యెత్తు వున్నాడు. కాచురంగు ఓవర్‌కోటు తొడుక్కున్నాడు. తెల్లని లాగు తొడుక్కున్నాడు. శల్యావశిష్టంగా వున్న కాళ్ళమీద లాగు ముడతలు పడిపోయింది.

అతను గడ్డి టోపీని యెత్తాడు. పల్చగా వున్న వుంగరాల జుట్టు, యెత్తైన నుదురు కనిపించాయి. టోపీ ఒత్తుకోవడం వల్ల అతని నుదురు యెర్రగా అయింది.

“అతను చిత్రకారుడు పెత్రోవ్” అంది కిట్టీ, సిగ్గుతో యెర్రబడుతూ. “ఆమె అతని భార్య’ అని అన్నా పావ్‌లొవ్నాని చూపించి చెప్పింది. అన్నాపావ్‌లొవ్నా కావాలని సరిగ్గా వాళ్ళు దగ్గరికి వెడుతూ వున్న ఆ సమయంలో రోడ్డుమీద పరిగెట్టిపోతున్న బిడ్డని తీసుకురావడానికన్నట్టు బిడ్డ వెనకాలే పరిగెట్టింది.

"ఇతని ముఖం యెంత దయనీయంగా వుంది, అయినా యెంత ముచ్చటగా వుంది!" అన్నాడు ప్రిన్స్. "యేం అతని దగ్గరికి వెళ్ళలేదే? నీతో యేమిటో చెప్పాలని అతను అనుకుంటున్నట్టు లేదూ?" అన్నాడు.

"సరే పద వెడదాం" అంది కిట్టీ నిబ్బరంగా పెత్రోవ్ దగ్గరికి వెడుతూ. "యివాళ యెలా వుంది మీకు?" అని అడిగింది.

పెత్రోవ్ కర్రమీద ఆనుకుని లేచి నుంచున్నాడు. ప్రిన్స్‌కేసి చూశాడు.

"యీమె నా కూతురు. మిమ్మల్ని కలుసుకోవడం సంతోషంగా వుంది" అన్నాడాయన.

అతను ఒంగి వందనం చేశాడు. చిరునవ్వు నవ్వాడు. అందమైన తెల్లని పలువరుస అదొకలా మెరుస్తూ కనిపించింది.

"నిన్న మీరు వస్తారని చూశాం, ప్రిన్సెస్" అని అతను కిట్టీకేసి చూస్తూ అన్నాడు.

యీ మాటలు అంటూ అతను తొట్రుపడ్డాడు. ఆ తొట్రుపాటు ఉద్దేశపూర్వకంగానే జరిగినట్టు కనిపింప చెయ్యాలని మళ్ళీ అలానే చేశాడు.

"వచ్చేదాన్నే, కాని మీరు వెళ్ళడం లేదని అన్నా పావ్‌లొవ్నా కబురుపంపినట్టు వారెంకా చెప్పింది".

"యెందుకు వెళ్ళడంలేదూ?" అన్నాడు పెత్రోవ్. కోపంతో యెర్రబడ్డాడు. దగ్గుతూ, కళ్ళతో పెళ్ళాం కోసం వెతికాడు. "అన్నా, అన్నా" అని భార్యని పిలిచాడు. తెల్లటి సన్నని మెడమీద నరాలు కొరడాకోల తాళ్ళల్లా ఉబ్బరించాయి.

అన్నాపావ్‌లొవ్నా దగ్గరికి వచ్చింది.

"మనం వెళ్ళడం లేదని ప్రిన్సెస్‌కి యెలా కబురు పంపించావు?" అని కోపంగా, బొంగురు కంఠంతో అడిగాడు.

"నమస్తే, ప్రిన్సెస్" అంది అన్నాపావ్‌లొవ్నా తెచ్చిపెట్టుకున్న చిరునవ్వు నవ్వుతూ. అంతకుముందు ఆమె వున్న ధోరణికీ, యీ ధోరణికీ పోలికేలేదు. "మిమ్మల్ని కలుసుకోవడం చాలా సంతోషంగా వుంది" అని ప్రిన్స్‌తో అంది. "మీరు వస్తారని చాలాకాలంగా చూస్తున్నాం ప్రిన్స్" అంది.

"మనం వెళ్ళడం లేదని ప్రిన్సెస్‌కి యెలా కబురు పంపించావ్?" అని పెత్రోవ్ యింకా కోపంగా అడిగాడు. అతను గొంతుకని తమాయించుకోలేకపోవడం వల్ల అతను చెప్పదలచుకున్న దాన్ని అతని మాటలు వ్యక్తం చెయ్యలేకపోయాయి.

"హారి భగవంతుడా! మనం వెళ్ళడం లేదనే నిజంగా నేను అనుకున్నాను" అని అతని భార్య చిరాగ్గా జవాబిచ్చింది.

"యెలా మనం..." అని మొదలుపెట్టాడు. కాని దగ్గుతెర కమ్ముకు వచ్చి అతను మాట్లాడలేకపోయాడు. చేసేది లేక చేతులు వూపాడు.

ప్రిన్స్ టోపీ యెత్తి కూతురితో బాటు వెళ్ళిపోయాడు.

"ప్చ్, పాపం! విధివంచితులు" అన్నాడు ప్రిన్స్ నిట్టూరుస్తూ.

"అవును, నాన్నా" అంది కిట్టీ. "పైగా వీళ్ళకి ముగ్గురు పిల్లలు, నౌకర్లూ యెవళ్ళూ లేరు. రాబడి అంతంత మాత్రమే. అతనికి యేదో కొద్దిగా అకాడమీనుంచి ముడుతుంది" అని ఆమె గబగబా మాట్లాడింది. తనపట్ల అన్నా పావ్లొవ్నా వైఖరిలో వచ్చిన వింత మార్పు ఆమెకి ఆందోళన కలిగించింది. దాన్ని నిబ్బరించుకోవడానికి ప్రయత్నిస్తూ అలా మాట్లాడింది.

"అరుగో మేడం స్థాల్" అని కిట్టీ చక్రాల కుర్చీకేసి చూపిస్తూ అంది. బాలీసులకి ఆనుకుని, గొడుగు నీడ కింద, బూడిద రంగు, లేత నీలం రంగు బట్టలలో కొంచెం వాలి వున్న ఆకారం కనిపించింది.

ఆవిడ మేడం స్థాల్. వెనకాల ఖిన్న వదనంతో మోటుగా వున్న జర్మన్ పనిమనిషి వున్నాడు. అతను చక్రాల బండిని తోస్తూ వున్నాడు. మేడం స్థాల్ పక్క ఓ స్వీడిష్ కౌంట్ వున్నాడు. అతని జుట్టు బంగారు రంగులో బాగుంది. అతన్ని కిట్టీ యెరుగును. కొంతమంది జబ్బు మనుషులు అక్కడక్కడనే తచ్చాడుతూ వున్నారు. చక్రాల కుర్చీ దగ్గర ఆగి యేదో వింత వస్తువుని చూసినట్టు ఆవిడకేసి చూస్తూ వున్నారు.

ప్రిన్స్ ఆవిడ దగ్గరకి వెళ్ళాడు. ఆ క్షణంలో తనని అంతకుముందు కలవరపెట్టినలాంటి వ్యంగ్యపూరితమైన మెరుపుని కిట్టీ తండ్రి కళ్ళల్లో చూసింది. ఆయన మేడం స్థాల్ దగ్గరికి వెళ్ళి మన్ననపూర్వకంగా, ఆదరస్వరంతో, చక్కని ఫ్రెంచిలో పలకరించాడు. అలాంటి ఫ్రెంచిని యీ రోజుల్లో చాలా తక్కువమంది మాట్లాడతారు.

"నేను మీకు గుర్తు వున్నానో లేదో తెలీదు, కాని మీరు మా అమ్మాయి పట్ల చూపించిన ఆదరణకి కృతజ్ఞత చెప్పేందుకు నన్ను గుర్తు చేస్తున్నాను మీకు" అని ఆయన టోపీ యెత్తి, మళ్ళీ పెట్టుకుంటూ అన్నాడు.

"ప్రిన్స్ అలెగ్జాండర్ షేర్‌బాత్‌స్కీ" అంది మేడం స్థాల్ తన దివ్యనేత్రాల్ని ఆయనకేసి యెత్తుతూ. ఆ కళ్ళల్లో కిట్టీకి అసంతృప్తి కనిపించింది. "చాలా సంతోషంగా వుంది. మీ అమ్మాయి అంటే నాకెంతో యిష్టం" అంది.

"మీ ఆరోగ్యం యింకా మెరుగవలేదా?"

"దీనికి అలవాటు పడిపోయాను" అంది మేడమ్ స్థాల్. స్వీడిష్ కౌంట్‌ని ఆయనకి పరిచయం చేసింది.

"మీరు యేం మారలేదు. పది పదకొండేళ్ళుగా మిమ్మల్ని దర్శించే అదృష్టం కలగలేదు నాకు" అన్నాడు ప్రిన్స్.

"భగవంతుడు మనకి కష్టాలనీ యిస్తాడు, వాటిని భరించే శక్తినీ యిస్తాడు. యెందుకు ఈ జీవితం యిలా ఆగకుండా యీడ్చుకుంటూ వుందా అనిపించి మామూలుగా ఆశ్చర్యపోతూ వుంటాను- అటు వేపునుంచి" అని ఆవిడ చిరాగ్గా వారెంకాతో అంది. వారెంకా రగ్గుని ఆమె కాళ్ళమీద సరిగ్గా కప్పలేకపోయింది.

"బహుశా సత్కార్యాలు చెయ్యడానికి" అని ప్రిన్స్ కళ్ళతోనే నవ్వుతూ అన్నాడు.

"దాన్ని నిర్ణయించడం మన పనికాదు" అని మేడం స్థాల్ ప్రిన్స్ యెత్తిపొడుపుని గమనిస్తూనే అంది. "వూం, అయితే కౌంట్, మీరు ఆ పుస్తకం పంపిస్తారు కదూ నాకు? కృతజ్ఞురాలిని" అంది పడుచు స్వీడిష్ ఆయనతో.

దగ్గర్లోనే మాస్కో కర్నల్ నిలబడి వుండడం చూసి "ఆంమీరా!" అన్నాడు ప్రిన్స్. మేడమ్ స్థాల్‌కి వంగి వందనం చేసి కూతురునీ, మాస్కో కర్నల్‌నీ తీసుకొని వెళ్ళిపోయాడు.

"వీళ్ళూ మన గొప్పింటివాళ్ళు, ప్రిన్స్" అన్నాడు మాస్కో కర్నల్ యెత్తిపొడిచే ఉద్దేశంతో. మేడం స్థాల్ తనతో పరిచయం కలిగించుకోవడానికి యిష్టపడనందుకు అతనికి మంటగా వుంది.

"యేమీ మారలేదు అలానే వుంది" అన్నాడు ప్రిన్స్.

"యీమె జబ్బు పడకుండా యెరుగుదురా యీవిడ్ని ప్రిన్స్! అంటే మంచం పట్టకముందు?"

"ఆం, నా కళ్ళముందే అలా అయింది" అన్నాడు ప్రిన్స్.

"పదేళ్ళుగా నడిచి యెరగదంటారు".

"యెందుకు నుంచోలేదంటే ఆమె కాళ్ళు చాలా పొట్టివి. ఆమె రూపం దారుణంగా వుంటుంది..."

"నాన్నా అలా అయివుండదు" అని కిట్టీ అరిచింది.

"పాడు నోళ్ళు అలా అంటాయమ్మా మరి. మా వారెంకాకి వున్నాయి పాట్లు. అబ్బ! రోగిష్టి ఆడాళ్ళు కాదు గాని" అన్నాడు.

"లేదు నాన్నా" అని కిట్టీ కోపంగా అభ్యంతరం చెప్పింది. "వారెంకా ఆవిడ్ని నెత్తిమీద పెట్టుకుంటుంది. మేడం స్థాల్ యెన్ని మంచిపనులు చేస్తుంది! యెవళ్ళనైనా అడుగు. ప్రతీ వాళ్ళకి ఆవిడ, Aline స్థాల్‌గా తెలుసు" అంది.

"కావచ్చు" అన్నాడాయన కూతురి చేతిని మోచేత్తో నొక్కుతూ. "కాని అలాంటి మంచిపనులు యెవళ్ళకీ తెలియకుండా చేస్తే మేలు" అన్నాడు.

కిట్టీ యేమీ జవాబు చెప్పలేదు. చెప్పడానికి యేమీ లేనందువల్ల కాదు, తండ్రికి కూడా తన రహస్యాలోచనలని వెల్లడించడం యిష్టంలేక. కాని చిత్రం యేమంటే తండ్రి ఆలోచనల ప్రభావానికి లొంగకుండా, ఆయన్ని తన అంతరంగిక పవిత్ర భావనలని స్పృశించనియ్యకుండా వుండాలన్న గట్టి ఉద్దేశం వున్నా కూడా మేడం స్థాల్ అంటే తన మనస్సులో నెలపైగా ప్రతిష్ఠించుకున్న దివ్యరూపం ఇక యెన్నటికీ తిరిగిరాకుండా అదృశ్యం అయిపోయింది. అజాగ్రత్తగా విసిరేసిన ఓవర్ కోటు, మనిషి ఆకారపు భ్రాంతి కలిగించినా అది ఒట్టి ఓవర్‌కోటే, మనిషి ఆకారం కాదు అని తెలివిడికి వచ్చినప్పుడు ఆ భ్రాంతి అదృశ్యం అయినట్టు.

పొట్టికాళ్ళతో, రూపం దారుణంగా వుండడం వల్ల మంచానికే అంటిపెట్టుకుపోయి, తను కోరుకున్నట్టు రగ్గు కాళ్ళమీద కప్పలేనందువల్ల అణకువ అయిన వారెంకామీద చిర్రుబుర్రులాడే ఆడమనిషి రూపం మాత్రం మిగిలిపోయింది. యెంత శ్రమపడి కల్పించుకుందామనుకున్నా కిట్టీ వూహకి పూర్వపు మేడం స్థాల్ రూపం తిరిగిరాలేదు.

35

ప్రిన్స్ ఉత్సాహం ఆయన భార్యకి, కూతురికి, తాము కాపురముంటున్న జర్మన్ యింటాయనక్కూడా సోకింది.

జలస్రోతస్సు నుంచి కిట్టీతో బాటు తిరిగి వచ్చాక మాస్కో కర్నల్‌ని, మరీయా యెవ్‌గే నియెవ్నాని, వారెంకాని ప్రిన్స్ కాఫీకి రమ్మని పిలిచాడు. ఓ బల్లనీ, కుర్చీలనీ తోటలోకి తెప్పించి, తోటలో ఛెస్ట్‌నట్ చెట్టుకింద వేయించి నాస్తా పెట్టించాడు. యింటాయనకీ, నౌకర్లకీ కూడా ప్రిన్స్ ఉత్సాహంతో హుషారు వచ్చింది. ఆయన చేతికి యెముకలేకుండా పెట్టే మనిషిగా వాళ్ళకి తెలుసు. ఆ యింటి పై అంతస్థులో హాంబర్గ్ నుంచి వచ్చిన ఓ డాక్టరుగారు వుంటున్నారు. ఆయన జబ్బు మనిషి. ఓ అరగంట తర్వాత ఆయన కిందకి చూస్తే ఛెస్ట్‌నట్ చెట్టుకింద హుషారుగా చేరిన ఆరోగ్యవంతులైన రష్యన్లు కనిపించి ఆయనకి ఈర్ష్య కలిగింది. చెట్ల ఆకుల నీడలో ఓ మేజా వుంది. ఆకులు కదులుతూ వుంటే, నీడలూ కదులుతున్నాయి. ఆ మేజామీద తెల్లని గుడ్డ వుంది. కాఫీ పాత్రలు, వెన్న, జున్ను, చల్లారిన పక్షిమాంసం మేజామీద వున్నాయి. దాని దగ్గర ప్రిన్సెస్ కూర్చుంది. ఆవిడ వూదారంగు రిబ్బన్లు చుట్టిన టోపీ పెట్టుకుంది. కప్పుల్నీ, శాండ్‌విచెస్‌నీ అందరికీ అందిస్తూ కూర్చుందావిడ. మేజాకి అటు చివర ప్రిన్స్ కూర్చున్నాడు. ఆయన సుష్టుగా తింటూ హుషారుగా గట్టిగా మాట్లాడుతూ వున్నాడు. ఆయన తను తిరిగిన ఖనిజ స్రోతస్సులన్నింటి దగ్గర్నుంచీ బోలెడు వస్తువులు కొనుక్కొచ్చాడు. నగిషీ చెక్కిన చిన్న పెట్టెలు, సాదా ఆట వస్తువులు, కాగితాలు కోసుకునే నానారకాల కత్తులు వాటిల్లో వున్నాయి. వాటిని గుట్టగా తన పక్కన పెట్టుకుని పనిపిల్ల లీస్‌హెన్, యింటి యజమానితోసహా అందరికీ కానుకలు యిచ్చాడు. వచ్చీరాని జర్మన్‌లో యింటాయనతో నవ్వు తెప్పించేటట్టు హాస్యాలాడాడు. కిట్టీకి జబ్బు ఖనిజం జలంవల్ల నయంకాలేదనీ, యజమాని పెట్టిన భోజనంవల్లా, ముఖ్యంగా ఆల్‌బుఖారా పళ్ళరసంవల్లా నయం అయిందనీ తనకి గట్టి నమ్మకంగా వున్నట్టు చెప్పాడు. ప్రిన్సెస్ తన భర్త రష్యన్ స్వభావం చూసి నవ్వుకుంది. కాని ఖనిజ స్రోతస్సు దగ్గరికి వచ్చిన దగ్గర్నుంచి ఆమె యెన్నడూ యివాళ అంత హుషారుగా లేదు. ప్రిన్స్ ఛలోక్తులకి కర్నల్ గారు యెప్పటిలాగానే నవ్వాడు. కాని యూరప్ విషయం వచ్చేటప్పటికి ప్రిన్సెస్ పక్షం వహించాడు. యూరప్‌ని గురించి తనకి క్షుణ్ణంగా తెలుసని అతని నమ్మకం. సరస్సురాలైన మరీయా యెవ్‌గేనియెవ్నా ప్రిన్స్ హాస్యోక్తులకి విరగబడి నవ్వింది. వారెంకా కూడా ప్రిన్స్ వింత మాటలకి, అందరికి మల్లేనే

పొర్లిపొర్లి నవ్వి ఆయాస పడిపోయింది. కిట్టీ అంతకుముందెప్పుడూ వారెంకాని అలా వుండగా చూళ్ళేదు.

కిట్టీకి యిదంతా సంతోషంగానే వుంది. అయినా కూడా దిగులుగా వుంది. కిట్టీ మిత్రుల పట్లా, ఆమెకి యెంతో యిష్టం కలిగిన ఆ జీవితం పట్ల తండ్రి తన పరిహాస ధోరణి చూపించి, అప్రయత్నంగా ఆమె ముందు లేవనెత్తిన సమస్యని ఆమె పరిష్కరించుకోలేకుండా వుంది. దీనికి తోడు తనకీ పెత్రోవ్ కుటుంబానికీ మధ్య సంబంధాల్లో వచ్చిన మార్పు కొంత దిగులు కలిగించింది. అది ఆ పొద్దుట అనుమానానికి తావు లేకుండా కుండబద్దలు కొట్టినట్టు వెల్లడైంది. ప్రతి ఒక్కళ్ళూ హుషారుగా వున్నారు. కానీ కిట్టీ హుషారుగా ఉండలేకపోయింది. దానివల్ల ఆమెకి మరీ బాధ అనిపిస్తోంది. చిన్నప్పుడు యేదో తప్పు చేసినందుకు తనని గదిలో పెట్టి గొళ్ళెం వేశారు. అక్కలందరూ బయట తుళ్ళుతూ, పేలుతూ ఉంటే తను ఒక్కత్తీ లోపల వుండిపోయింది. యిప్పుడు ఆమెకి అలాంటి అనుభూతే కలిగింది.

"యీ పోగంతా యెందుకు కొనుక్కొచ్చినట్టు?" అని ప్రిన్సెస్ చిరునవ్వు నవ్వుతూ, భర్తకి కాఫీ కప్పు అందిస్తూ అడిగింది.

"ఆం, యేముందీ! షికారుకని బయల్దేరేవాణ్ణి. ఓ దుకాణం తగిలేది. ఎర్ల్హౌట్ట్, ఎక్స్‌చెలెన్స్, దుర్ల్హౌట్ట్[1] అని నన్ను పిలుస్తూ కొనమని అడిగేవాళ్ళు. వాళ్ళు దుర్ల్హౌట్ట్ అన్నారో, అంతే, మనం పడిపోయామే. పది థేలర్లు[2] ఖాళీ".

"విసుగుకి ఫలితం యిదన్నమాట" ప్రిన్సెస్ అంది.

"భేషుగ్గా చెప్పావ్, విసుగనిపించినందువల్లే. యెంత విసుగ్గా వుండేదనుకున్నావ్, చెప్పొద్దు"

"ప్రిన్స్, అంత విసుగని యెలా అనిపిస్తుంది? జర్మనీలో యిప్పుడు యెంత మజా వుందీ, యేం కథా" అంది మరీయా యెవ్‌గేనియెవ్నా.

"ఆ మజాలన్నీ యెరుగుదుం. ఆల్‌బుఖారా పళ్ళరసం, బఠానీ పప్పూన్న సాసేజ్‌లూ అన్నీ యెరుగుదుం".

"మీరెన్నన్నా చెప్పండి, ప్రిన్స్, వాళ్ళ సంస్థలు ఆసక్తికరంగా వుంటాయి" అన్నాడు కర్నల్.

"ఏముంది వాటిలో ఆసక్తికరమైంది? జర్మన్‌లందరూ మెరిసే రాగి నాణాల్లాగా సుఖంగా వుంటారు. అందర్నీ జయించేశారు. కాని నేను యేం చూసుకుని సుఖంగా వుండగలనూ? నేనెవర్నీ జయించలేదు. నా బూట్లు నేనే విప్పుకుని గుమ్మం వార పెట్టుకోవాలి. పొద్దున్నే లేవడం, ఆదరా బాదరా బట్టలు వేసుకోవడం, కప్పు టీ నీళ్ళ కోసం వంటింట్లోకి పరిగెత్తడం. యింటి దగ్గర యెంత అమరికగా వుంటాం! యిష్టం వచ్చినప్పుడు లే, దేన్ని గురించేనా గొణుక్కో, యేడు, హాయిగా మగత విడిచి, యే హడావుడి లేకుండా అన్నిట్నీ గురించి ఆలోచించుకో".

---

1. అయ్యా, ఘనత వహించిన ప్రభూ, దేవరా (జర్మన్).
2. జర్మన్ నాణెం.

"కాని కాలం అమూల్యమైనదని మీరు మరిచిపోతున్నారు" అన్నాడు కర్నల్.

"యే కాలం అనే దానిమీద ఆధారపడి వుంటుంది. కోపెక్కు విలువ కూడా చెయ్యని కాలం నెలల తరబడి వుండచ్చు. ప్రపంచంలోని ఐశ్వర్యమంతటికంటే విలువైన అర్ధగంట సమయాలూ వుండచ్చు. కదమ్మా కిట్టీ ? కాని నువ్వు అంత దిగులుగా వున్నావేం?"

"నేను బాగానే వున్నాను"

"యెక్కడికి వెడుతున్నావు?"

"నేను యింటికి వెళ్ళాలి" అంది వారెంకా. లేచి నుంచుని, మళ్ళీ విరగబడి నవ్వింది. సంబాళించుకున్నాక అందరి దగ్గరా సెలవు తీసుకుని, టోపీ తీసుకోవడం కోసం యింట్లోకి వెళ్ళింది. కిట్టీ ఆమెతో కూడా వెళ్ళింది. వారెంకా కూడా యిప్పుడామెకి కొత్తగా అనిపించింది. ఆమె చెడ్డదయిందని కాదు. కాని తనకు తెలుసుననుకున్న వారెంకా కంటే భిన్నంగా కనిపించింది. యిప్పుడు.

"నా జన్మలో యింతలా నవ్వలేదు" అంది వారెంకా గొడుగూ, సంచీ తీసుకుంటూ. "మీ నాన్న యెంత సరదా అయిన మనిషి!" అంది.

కిట్టీ మాట్లాడలేదు.

"మళ్ళీ యెప్పుడు కలవడం?" అని వారెంకా అడిగింది.

"mamam పెత్రోవ్‌ల దగ్గరికి వెళ్ళాలనుకుంటోంది. మీరు అక్కడ వుంటారా?" అని కిట్టీ వారెంకాని అడిగింది, తన స్నేహితురాలిని పరీక్షకి పెడుతూ.

"ఆఁ, వుంటాను. వాళ్ళు వెళ్ళిపోతున్నారు. సర్దుకోవటానికి సాయం చేస్తానని చెప్పాను" అంది వారెంకా.

"అయితే నేనూ వస్తాను"

"వద్దు. మీరెందుకు రావడం?"

"యెందుకు వద్దు? యెందుకని?" అని కిట్టీ వారెంకాని వెళ్ళనివ్వకుండా ఆపుతూ గొడుగు పట్టుకుని కళ్ళు గుండ్రంగా తిప్పుతూ అడిగింది. "ఆగండి, యెందుకని నేను రాకూడదు?" అని అడిగింది.

"యేంలేదు, మీనాన్న వచ్చారు కదా యిప్పుడే. పైగా మీరు వుంటే వాళ్ళకి సంకోచంగా వుంటుంది".

"వూహుఁ, చెప్పండి, నేను పెత్రోవ్‌ల దగ్గరికి యెందుకు రాకూడదు? మీకిష్టం లేదా? యెందుకనో చెప్పండి".

"నేనలా అనలేదు" అని వారెంకా శాంతంగా అంది.

"దయచేసి చెప్పండి"

"మొత్తం అంతా చెప్పనా?"

"అంతా, అంతా చెప్పండి" అంది కిట్టీ.

"అంటే ప్రత్యేకం యేమీ లేదులెండి. మిఖయిల్ అలెగ్జెయేవిచ్ (చిత్రకారుడి పేరు అది) కొంతకాలంకితం యీ చోటు వదిలిపెట్టి వెళ్ళిపోవాలని పట్టుబట్టారు, యిప్పుడేమో వెళ్ళడానికి యిష్టంగా లేరు" అంది వారెంకా చిన్నగా నవ్వుతూ.

"వూఁ, వూఁ" అని కిట్టీ విచారంగా వారెంకాకేసి చూస్తూ మాట ముందుకు సాగడానికి తొందరచేసింది.

"వూఁ, మరి యెందుకందో తెలీదుగాని మీరిక్కడ వుండబట్టి తనకి వెళ్ళడం యిష్టం లేదంటున్నాడాయన అని అన్నాపావ్‌లొవ్నా అంది. ఆ ముక్క తప్పేననుకోండి. కాని యీ కారణంగా, అంటే మీవల్ల వాళ్ళ యిద్దరికీ మధ్య దెబ్బలాట జరిగింది. జబ్బు మనుషులు యెంత చిరాగ్గా వుంటారో మీకు తెలుసుగా" అంది.

కిట్టీ యేం మాట్లాడలేదు, ఆమె ముఖం యింకా ముడుచుకుపోయింది. కాని ఆమెని శాంతింపచేస్తూ, అనునయింపచేస్తూ వారెంకా మాట్లాడుతూనే ఉంది. కన్నీళ్ళుగాని, మాటలు గాని తెంచుకు ఉరుకుతాయని అనుకుంటూ చూసింది.

"అందుకని మీరు వెళ్ళకుండా వుంటేనే బాగుంటుంది...మీరు అర్థం చేసుకోగలరు, తప్పుగా భావించకండి..."

"నాకిలా జరగాల్సిందే, యిలా జరగాల్సిందే" అని కిట్టీ వారెంకా చేతిలోనుంచి గొడుగు లాక్కుని ఆమెకేసి చూడకుండా గబగబా అంది.

చిన్నపిల్లలా ఆమె ఉడుకుమోత్తనంతో వుండడం చూసి వారెంకాకి చిరునవ్వు నవ్వాలనిపించింది. కాని ఆమె కష్టపెట్టుకుంటుందేమోనని భయపడి మానేసింది.

"నాకర్థం కావడం లేదు, యెందుకు అలా జరగాల్సిందే అంటున్నారో మీరు?" అంది వారెంకా.

"నాకలా జరగాల్సిందే. యిదంతా నటన, అంతా దగా, మనస్సులోంచి వచ్చింది కాదు. ముక్కూ మొహం తెలియని పరాయి మనిషి కోసం నేను తంటాలు పడ్డం యేమిటి? తీరా యిప్పుడు చూస్తే వాళ్ళ దెబ్బలాటకి నేను కారణం అయ్యాను. యెవళ్ళూ నాకు చెయ్యమని చెప్పా పెట్టకుండా వున్నదాన్ని నేను చూశాను. అందుకనే యిదంతా నటన, నటన, నటన!"

"కాని నటన యే ఉద్దేశం?" అని వారెంకా మెల్లిగా నెమ్మదిగా అడిగింది.

"ఉఫ్! యెంత తెలివితక్కువతనం, ఘోరం! అసలు అవసరమే లేదు నాకు...అంతా నటన" అని కిట్టీ గొడుగు తెరుస్తూ, మూస్తూ అంది.

"కాని యే ఉద్దేశంతో?"

"యెందుకంటే పైవాళ్ళ దృష్టిలో బాగా కనిపించాలని, భగవంతునికి బాగా కనిపించాలని, అందరి కళ్ళల్లోనూ దుమ్ము కొట్టాలని. వుహూఁ, మళ్ళీ యిటువంటి చిక్కుల్లో యిరుక్కోను. చెడ్డగానే వుండిపోతాను. కాని వంచకురాలిగా, దగాకోరుగా అవను".

"యెవరు దగాకోరు?" అని వారెంకా నిష్ఠూరంగా అంది. "మీరు యెలా మాట్లాడుతున్నారంటే..."

కాని కిట్టీకి కోపంతో ఒళ్ళు తెలియలేదు. తన స్నేహితురాల్ని మాట్లాడనియ్యలేదు.

"నేను మీ గురించి, అసలు మీ గురించి ప్రమాణపూర్తిగా యేమీ అనడం లేదు. మీరు మచ్చలేనివాళ్ళు. నాకు తెలుసు మీరు మచ్చలేని వాళ్ళని. కాని నేను చెడ్డదాన్ని అయితే యేం చెయ్యగలం? నేను చెడ్డదాన్ని కాకపోయి వుంటే యిదంతా జరిగి వుండేది కాదు. అందుకని నేనిలా వుండడమే మంచిది. కాని నటించను. అన్నాపావ్‌లొవ్నాతో నాకేమిటి సంబంధం? వాళ్ళ మానాన వాళ్ళని బతకనియ్యండి. నా మానాన నేను ఉంటాను. నేను వేరే దానిలా అవలేను...యిదంతా అలా లేదు".

"యేది అలా లేదు?" అని వారెంకా తెల్లమొహం వేసి అడిగింది.

"యిదంతా. నా మనస్సు చెప్పినట్టు తప్ప నేను బతకలేను. కాని మీరు నియమానుసారంగా బతుకుతారు. వూరికే మీరంటే అభిమానపడ్డాను. కాని మీరు నన్ను తరింపచెయ్యాలనుకున్నారు, నాకు బోధించాలనుకుని అలా చేశారు".

"మీరు నా గురించి చాలా అన్యాయంగా మాట్లాడుతున్నారు" అంది వారెంకా.

"నేను పైవాళ్ళ గురించి యేమీ అనడంలేదు. నా గురించే అనుకుంటున్నాను"

"కిట్టీ" అంటూ వాళ్ళ అమ్మ పిలవడం వినిపించింది. "మీ నాన్నకి నా పగడాల దండ చూపించమ్మా" అంది.

తన నేస్తంతో రాజీ అవకుండానే కిట్టీ అహంతో పగడాల దండ వున్న పెట్టె బల్లమీదనుంచి తీసి తల్లి దగ్గరికి వెళ్ళింది.

"యేమైంది? ముఖం యెర్రగా వుందేం?" అని తల్లీ, తండ్రీ ఒక్కసారే అడిగారు.

"యేం లేదు, యిప్పుడే వస్తా" అని కిట్టీ మళ్ళీ లోపలకి పరిగెత్తి వెళ్ళిపోయింది.

"ఆమె యిక్కడే ఉంది! యేం చెప్పను? బాప్‌రే! యేం చేశాను? యేం అనేశాను? యెందుకు ఆమె మనస్సు గాయపర్చాను? యేం చెయ్యను? యిప్పుడామెతో యేం చెప్పను?" అని కిట్టీ గుమ్మం దగ్గర ఆగి అనుకుంది.

వారెంకా టోపీ పెట్టుకుని, చేత్తో గొడుగు పట్టుకుని కిట్టీ కొంచెం విరిచేసిన స్ప్రింగుని పరీక్షగా చూసుకుంటూ కూర్చుంది. తల పైకి యెత్తింది.

"వారెంకా, నన్ను క్షమించండి, క్షమించండి" అని కిట్టీ ఆమె దగ్గరకి వెళ్ళి గొణిగింది. "నేనేమంటున్నానో తెలీకుండా అనేశాను. నాకు.."

"నిజంగా మీ మనస్సు కష్టపెట్టాలని లేదు నాకు" అంది వారెంకా చిరునవ్వు నవ్వుతూ.

ఇద్దరికీ సర్దుబాటు జరిగింది. కాని తండ్రి వచ్చిన తర్వాత కిట్టీకి తను వున్న ప్రపంచం యావత్తూ మారిపోయింది. ఆమె తాను నేర్చుకున్నదాన్ని త్యజించిందని కాదు. కాని తను

కోరుకున్నట్టు తయారుకాగలను అని అనుకోవడంలో తనని తాను మోసం చేసుకుంటున్నానని గ్రహించింది. అప్పుడే మెలకువ వచ్చినట్టు అయింది. తనని తాను వంచించుకోకుండా, నటనలు లేకుండా తను కాంక్షించిన ఉచ్ఛస్థాయిలో బతకడం యెంత కష్టమో అర్థం చేసుకుంది. అది గాక తను జీవించిన లోకం బాధలతో, దుఃఖాలతో, జబ్బులతో, మృత్యువుతో భారంగా వుంది. యిలాంటి లోకాన్ని ప్రేమించడానికి తను విధించుకో చూసిన శ్రమ యిప్పుడు తన శక్తికి మించిందిగా కనిపించింది. ఆమె తాజా గాలికోసం, రష్యాకోసం, యెర్గుషోవొ గ్రామం వెళ్ళడం కోసం తపించింది. దాలీ, పిల్లలూ వేసవి కాలం గడపడానికి అక్కడికి వెళ్ళారని ఉత్తరం వచ్చింది.

అయినా వారెంకా పట్ల ఆమె ప్రేమ తగ్గలేదు. సెలవు తీసుకుంటూ రష్యా రావలసిందిగా ఆమెని అర్థించింది.

"మీ పెళ్ళికి వస్తాను" అంది వారెంకా.

"నేనసలు పెళ్ళి చేసుకోను"

"అయితే నేను రానే రాను".

"మిమ్మల్ని రప్పించాలంటే నేను పెళ్ళిచేసుకోవాలన్నమాట. సరే, మాట తప్పకండేం మరి!" అంది కిట్టీ.

డాక్టరు చెప్పింది నిజమే అయింది. కిట్టీ ఆరోగ్యం కోలుకుని రష్యాకి తిరిగి వచ్చింది. ఆమె ముందటి అంత చలాకీగా ఛలోపాలోమంటూ లేదు కాని మానసిక శాంతితో వుంది. పాత మాస్కో వ్యథలు, వేదనలు యిప్పుడు స్మృతిలో మాత్రమే మిగిలిపోయాయి.

మూడవ భాగం

1

సెర్గేయ్ ఇవానొవిచ్ కోజ్నిషెవ్‌కి బౌద్ధిక కార్యకలాపాలనుండి విశ్రాంతి కావల్సి వచ్చింది. మామూలుగా విదేశాలకి వెళ్ళేవాడు. కాని యీసారి అలాకాక మే నెలాఖరులో తమ్ముడి దగ్గరికి పల్లెటూరు వచ్చాడు. పల్లెటూరి జీవితం అన్నింటికంటే బాగుంటుందని ఆయన నమ్మకం. ఆ జీవితానందంలో పరవశించడానికి తమ్ముడి దగ్గరికి వచ్చాడు. లేవిన్‌కి చాలా సంతోషం కలిగింది. ఆ వేసవిలో అన్నగారు నికొలాయ్ వచ్చే అవకాశం లేనందువల్ల మరీ సంతోషం కలిగింది. కోజ్నిషెవ్ అంటే యెంతో గౌరవం, ప్రేమా ఉన్నప్పటికీ లేవిన్‌కి పల్లెలో అన్నగారితో వుండటం యిబ్బందిగానే అనిపించింది. పల్లెలవల్ల అన్నగారి వైఖరివల్లనే అతనికి అలా యిబ్బందిగా, అసంతృప్తిగా అనిపించింది. లేవిన్‌కి పల్లెటూరు నివాస ప్రాంతం, అంటే సుఖదుఃఖాలకి, పనిపాట్లకు తావు. కోజ్నిషెవ్‌కేమో పల్లెటూరు వొక పక్కపాట్లనుంచి విశ్రమించడానికి తావు. మరోపక్క పట్టణవాసపు ప్రలోభానికి మంచి విరుగుడు. దాని శక్తిని తెలిసే ఆయన ఆ మందుని సంతోషంగా పుచ్చుకుంటాడు. లేవిన్‌మే మో పల్లెటూరు నిశ్చయంగా ఉపయోగకరమైన శ్రమకి కర్మభూమి, అందుకని మంచిది. కోజ్నిషెవ్‌కి పల్లెటూరులో యే పనీ చెయ్యక్కరలేదు కాబట్టి, చెయ్యవలసింది లేదు కాబట్టీ మంచిది. అంతేకాక రైతుల పట్ల అన్నగారి వైఖరి కూడా లేవిన్‌కి నచ్చలేదు. తను రైతుల్ని అర్థం చేసుకుంటాననీ, వాళ్ళంటే యిష్టమనీ కోజ్నిషెవ్ అనేవాడు. రైతులతో యెక్కువగా మాట్లాడేవాడు. యే రకమైన కృత్రిమత్వం, తన ఆధిక్య భావం లేకుండా బాగా మాట్లాడేవాడు. రైతులు స్వతహాగా మంచివాళ్ళనీ, తను వాళ్ళని ఆమూలాగ్రం అర్థం చేసుకున్నానని రుజువు చేస్తూ ప్రతి సంభాషణ తర్వాత సాధారణ సూత్రీకరణలు చేశాడు. రైతుల పట్ల అలాంటి వైఖరి లేవిన్‌కి నచ్చలేదు. లేవిన్ దృష్టిలో రైతులు సమిష్టి శ్రమలో ముఖ్య భాగస్వాములు మాత్రమే. రైతులపట్ల అతనికి ఆరాధనాభావం వుంది. రైతులతో అతను వొక బాంధవ్యం అనుభూతి చెందేవాడు. రైతు దాటి పాలు తాగాడు తను, అందుచేత యీ బాంధవ్యం తనకి వచ్చిందని అనేవాడు. తను రైతులతో భుజం భుజం కలిపి పని చేశాడు. రైతుల శక్తి, వినమ్రత, ధర్మబుద్ధి చూసి మహా ముగ్ధుడైపోయాడు. యిన్ని వున్నా గానీ కలిసి చేసే పనిలో యెదురయే యితర గుణాల అవసరం రీత్యా చూస్తే రైతుల్లో కనిపించే బేఫర్వాతనం, యెడ్డితనం, తాగుబోతుతనం, కపటత్వం అతనికి మంట కలిగించేది. రైతులంటే తనకి యిష్టమేనా అని లేవిన్‌ని అడిగితే యేం జవాబు చెప్పాలో అతనికి తెలిసేది కాదు. వాళ్ళంటే యిష్టమూ వుంది, అయిష్టమూ ఉంది, యితరులందరిపట్ల

మాదిరిగానే. స్వతహాగా మంచివాడవడం వల్ల సహజంగానే అతనికి మనుషులంటే అయిష్టత కంటే యెక్కువ యిష్టమే ఉండేది. రైతుల పట్లా అంతే. కాని రైతుల్ని యేదో దయాతుందిలుడైన మనిషిలాగా ప్రేమించడం, ప్రేమించకపోవడం అనేవి అతనికి సంభవం కాదు. యేమంటే అతను రైతులతో కలిసి జీవించడమే కాదు, అతని ఆసక్తులన్నీ వాళ్ళతో కలిసి ఉండటమే కాదు, తనే వాళల్లో వొకడుగా అతను భావించుకొనేవాడు. వారిలో సుగుణాలు, దుర్గుణాలు కనిపించలేదు. వాళ్ళకీ, తనకీ యేవిధమైన విభిన్నత వున్నట్టు అతను అనేవాడు కాదు. అతనికి వాళ్ళతో యెన్నో యేళ్ళుగా, వాళ్ళ యజమానిగా, తీర్పరిగా, అన్నిటినీ మించి సలహాదారుడిగా సంబంధాలు వున్నా (రైతులకి అతనంటే నమ్మకం, డెబ్బైయేసి కిలోమీటర్ల దూరంనుంచి అతని సలహా కోసం వచ్చేవాళ్ళు) అతనికి రైతులంటే యిదమిద్ధమైన దృక్పథం లేకపోయింది. రైతులను అర్థం చేసుకుంటాడా అని ప్రశ్నిస్తే రైతుల్ని తను ప్రేమిస్తున్నాడా అని అడిగిన దానికి సమాధానం చెప్పడంలాగే, అతనికి కష్టం అవుతుంది. అతను యెప్పుడూ ప్రజల్ని పరిశీలిస్తూనే వున్నాడు, తెలుసుకుంటూనే వున్నాడు రైతులతో సహా. వాళ్ళు మంచివాళ్ళు, సరదా అయినవాళ్ళు అని అతను భావించేవాడు. వాళ్ళల్లో అతనికి నిత్యమూ కొత్త లక్షణాలు కనిపించేవి. కోజ్నిషెవ్ సరిగ్గా దీనికి విరుద్ధం. తనకి యిష్టం లేని జీవితంతో పోల్చి, గ్రామీణ జీవితం పట్ల యిష్టపడి మెచ్చుకున్నట్టుగా, తనకి యిష్టంలేని మనుషుల వర్గంతో పోల్చి, రైతుల పట్ల యిష్టపడి, మెచ్చుకునేవాడు. సామాన్యంగా ప్రజలతో పోల్చి ప్రత్యేకంగా వుండేటట్టు రైతులని చూసేవాడు. ఆయన సువ్యవస్థిత మస్తిష్కంలో రైతు జీవితం గురించిన నిశ్చిత రూపాలు చక్కగా ఏర్పాటై వున్నాయి. వాటిలో కొన్ని రైతుల జీవితం నుంచి తీసుకున్నటువంటివి. అధికభాగం తనకి తెలిసిన జీవితానికి విరుద్ధంగా వుండేదాని ఆధారంగా యేర్పడినవి. రైతుల పట్ల ఆయన దృక్పథం గాని, వాళ్ళ పట్ల సానుభూతి గాని యెన్నడూ మారలేదు.

రైతుల గురించి అన్నదమ్ములిద్దరూ వాదించుకున్నప్పుడల్లా కోజ్నిషెవ్ తమ్ముణ్ణి వోడించేసేవాడు. యెందుకంటే కోజ్నిషెవ్‌కి రైతుల గురించి, వాళ్ళ ప్రవర్తన గురించి, లక్షణాల గురించి, అభిరుచుల గురించి నిర్దిష్టమైన భావనలున్నాయి. లేవిన్‌కి రైతుల గురించి అచంచలమైన, నిర్దిష్టమైన భావన లేదు. అందుచేత వాగ్యుద్ధాల్లో లేవిన్ యెప్పుడూ స్వవచోవ్యాఘాతానికి గురయ్యేవాడు.

క్యోజిషెవ్ దృష్టిలో తమ్ముడు మంచివాడే, 'అతని మనస్సు సరైన దారిలోనే ఉంది' (ఫ్రెంచివాళ్ళు అన్నట్టు). కాని బుర్ర చురుకెక్కితే క్షణికానుభూతులకి లొంగిపోతుంది, అందుకని వైరుధ్యాల పుట్టగా వుంది. పెద్దవాడిగా తమ్ముడి పట్ల దయతో వున్నట్టు ఆయన లేవిన్‌కి కొన్ని విషయాలని స్పష్టంగా వివరించేవాడు. కాని అతనితో వాదించే ఉత్సాహం ఆయనకి ఉండేది కాదు. యేమంటే తను సునాయాసంగా తమ్ముణ్ణి చిత్తుచెయ్యగలడు గనక.

లేవిన్ అన్నగారిని మేధావి అనీ, జ్ఞాని అనీ, అత్యుత్తమ గౌరవనీయ వ్యక్తి అనీ, లోకకళ్యాణం కోసం పనిచేసే ప్రతిభా సంపత్తులున్నవాడనీ భావించేవాడు. కాని తను పెద్దవాడయే కొద్దీ, అన్నగార్ని గురించి తెలిసేకొద్దీ అతనికి హృదయాంతరాళంలో యింకోటి

అనుభూతం అయేది. తనకి లేకపోయిందే అని తను అనుకునే ఆ లోకకల్యాణ క్రియా సామర్థ్యం అనేది సద్గుణమే కాదు; తద్భిన్నంగా యేదో లోపించిన దాని ఫలితం. అంటే మంచితనం, నిజాయితీ, సద్భావనా పూరిత కామితాలు, అభిరుచులు లోపించిన దానివల్లనని కాదు- జీవశక్తి, "హృదయం" లోపించిన దానివల్ల; జీవితంలో యెదురయ్యే అసంఖ్యాక సధాల్లో వొక దాన్ని మాత్రమే మనిషి యెంచుకుని, దాన్నే అనుసరించినట్టు చేసే చోదక శక్తి లోపించిన దానివల్ల వచ్చింది అని. లేవిన్‌కి కోజ్నిషెవ్ గురించి తెలిసే కొద్దీ యింకా మరో విషయం స్పష్టం అయింది. లోక కళ్యాణం కోసం పాటుపడే కోజ్నిషెవ్ యింకా అనేకమంది యితరులూ అలా చెయ్యటం తమ హృదయ ప్రేరణవల్లగాక, అలా చెయ్యడం మంచిదని తార్కిక బుద్ధి బోధించినందువల్లనే అనీ, కేవలం అందుకనే అలా చేస్తున్నారనీ విశదమైంది. అన్నగారు లోక కళ్యాణం, ఆత్మఅమరత్వం లాంటి సమస్యల్ని వో చదరంగం ఆటకంటే, వో సంక్లిష్ట నూతన యంత్ర నిర్మాణం కంటే యెక్కువ మహత్తరమైన వాటిగా పరిగణించడం లేదని గ్రహించాక లేవిన్‌కి తన ఉద్దేశం బలపడింది.

మరో కారణం వల్ల కూడా లేవిన్‌కి అన్నగారితో పల్లెలో యిబ్బంది అయింది, ముఖ్యంగా వేసవి కాలంలో. అప్పుడు లేవిన్‌కి పొలం పన్లతో తీరికే ఉండదు. కోజ్నిషెవ్ చూస్తే విశ్రాంతి తీసుకోవడానికి వచ్చాడు. ఆయన విశ్రాంతి తీసుకుంటున్నాడు, అంటే తన రచనా వ్యాసంగం కట్టి పెట్టాడన్నమాట. కాని బౌద్ధిక కార్యకలాపాలకి అలవాటు పడిన మనిషి కావడం వల్ల తన ఆలోచనలకి చక్కని పదబంధాలలో వాగ్రూపం యివ్వాలన్న ప్రీతి యెక్కువ వుండేది. అలాగే తను చెప్పేదాన్ని వినేవాళ్ళు వుండాలన్న ప్రీతి వుండేది. తమ్ముడు ఆయనకి సాధారణ సహజ శ్రోత అయ్యాడు. వాళ్ళ మధ్య సంబంధాలు సరళంగా మైత్రీపూర్వకంగా వున్నా కూడా ఆయన్ని ఒంటరిగా వదిలి వెళ్ళడం లేవిన్‌కి బాగా అనిపించలేదు. యెండలో విశ్రాంతిగా పచ్చికమీద పడుకుని ఆతపస్నానం చేస్తూ హృదయోల్లాస పూరితంగా మాట్లాడ్డం కోజ్నిషెవ్‌కి యిష్టం.

"ఓ మాట చెప్తాను నమ్ముతావా. పల్లెటూరి అలస జీవితం అంటే నాకు పారవశ్యం కలుగుతుందనుకో. బుర్రలో వొక్క ఆలోచన లేదు. శుద్ధ ఖాళీ" అన్నాడాయన లేవిన్‌తో.

వొట్టినే కూర్చుని ఆయన మాటలు వింటూ వుండడం విసుగ్గా ఉండేది. ముఖ్యంగా మనుషులు పొలాలకి యెరువు తోలుతున్నారనీ, మళ్ళని యింకా అందుకు సిద్ధం చెయ్యలేదనీ, తను గనుక సరిగ్గా చూసుకోకపోతే వో మూల పారేసిపోతారనీ తెలుస్తూ వున్నప్పుడు. నాగళ్ళ కొర్రుల్ని సరిగా బిగించకుండా యీ కొత్త నాగళ్ళు పాతవాటిలా బాగా లేవనీ, యే దెయ్యం కనిపెట్టిందోనని తిడుతూ వుంటారనీ తెలిసినప్పుడు మరీ అన్నగారి దగ్గర విసుగ్గా ఉండేది.

"యెండలో వెళ్ళడం ఆపు" అని కోజ్నిషెవ్ అతనితో అనేవాడు.

"నేను వో క్షణం ఆఫీసుకి వెళ్ళవస్తాను" అని లేవిన్ జవాబు చెప్పి దూరంగా వున్న పొలం దగ్గరికి పరిగెత్తుతూ వెళ్ళిపోయాడు.

2

అగాఫ్యా మిహైలొవ్నా లేవిన్‌కి దాది, గృహనిర్వహణ చూసే మనిషినీ. ఆ జూన్ నెల మొదటి రోజుల్లో ఆమె నేలమాళిగలోకి ఉప్పు వేసిన పుట్టగొడుగుల జాడీ తెస్తూ వుంటే జారిపడిపోయింది. దాంతో చెయ్యి బెణికింది. జేమ్‌స్త్వో వైద్యుణ్ణి పిలిచారు. అతను యువకుడు, వాగుడుకాయ. కొత్తగా వైద్యశిక్షణ పూర్తి చేశాడు. చేతిని పరీక్షించి విరిగిపోలేదని ధైర్యం చెప్పి పట్టీ కట్టాడు. మధ్యాహ్నం భోజనానికి దిగడిపోయాడు. ప్రఖ్యాత సెర్గేయ్ ఇవానొవిచ్ కోజ్నిషెవ్‌తో మాట్లాడే అవకాశం లభించినందుకు ఆ డాక్టరు మురిసిపోతున్నాడని తెలుస్తూనే ఉంది. స్థానికంగా చెవులు కొరుక్కుంటూ వున్న పోచికోలు సంగతులన్నిట్నీ కోజ్నిషెవ్‌కి యేకరువు పెట్టి, స్థానిక వ్యవహారాలు యెలా కప్పల తక్కెడగా వున్నాయో విమర్శించి తన ప్రబుద్ధిని చూపించుకున్నాడు. కోజ్నిషెవ్ శ్రద్ధగా విన్నాడు. కొత్త శ్రోత దొరకడంతో ఉత్తేజం వచ్చింది కోజ్నిషెవ్‌కి. సంభాషణలో తూచి సరియైన వ్యాఖ్యలు కొన్ని చేశాడు. దాంతో ఆ పడుచు డాక్టరు ఆహా అని ఆయన్ని మెచ్చుకున్నాడు. తత్ఫలితంగా కోజ్నిషెవ్‌కి ఉత్సాహం అతిశయించింది. మేధోపరమైన గొప్ప సంభాషణ తర్వాత ఆయనకి అలాంటి ఉత్సాహం కలుగుతుంది. అది లేవిన్‌కి బాగా తెలిసినటువంటిదే. డాక్టరు వెళ్ళిపోయిన తర్వాత చేపలు పట్టడానికి వెళ్ళాలని కోజ్నిషెవ్ కోరిక వెల్లడి చేశాడు. ఆయనకి చేపలు పట్టడం సరదా. అలాంటి రిక్తమైన పని తనకి సరదా కలిగించడం చూసి గర్వం కూడా కలిగేది.

లేవిన్ పొలంలోగాని, పచ్చిక బీట్లో గాని వుండాల్సిన వేళ అది. అందుకని అన్నగార్ని వొంటి గుర్రం బండిలో తీసుకెళ్ళి అక్కడ దిగబెడతానని అన్నాడు.

వేసవి కాలం రోజులు. ఆ యేటి పంట యెంతో తేలే సమయం. మీదటికి దుక్కి యేర్పాట్లు గురించి రైతులు ఆలోచించుకోవలసిన సమయం. గడ్డికోత జరగాల్సిన సమయం. రై పొలాలు కంకులు వేశాయి. కాని ఆ కంకులు యింకా గట్టిపడలేదు, సన్నగా తప్పుగానే వున్నాయి. అవి గాలిలో లేత ఆకుపచ్చ రంగుతో అలలుగా వూగుతున్నాయి. ఆకుపచ్చ ఓట్ విత్తనాలు పొలాల్లో వో పద్ధతి లేకుండా యిరిక లెత్తుతున్నాయి. ఆ పొలాల్లో బంగారు గడ్డి మోపులు చెదురుమదురుగా వున్నాయి. అలాంటి సమయం అది. తొలి బక్‌వీట్ ధాన్యం నేలని పూర్తిగా కమ్మేస్తూ మోపులెత్తే సమయం. పశువులు గిట్టలకింద నలిగిన రాళ్ళల్లా గట్టిపడిపోయిన పల్లం నేల, సగం సగమే దున్నిన సమయం. నాగటి కొర్రు దిగని తావుల్లో పెద్దపెద్ద మట్టి బెడ్డలు మిగిలిపోయి వున్నాయి. యెండిపోయే పేడ గుట్టల వాసన సూర్యాస్తమయం వేళ గడ్డి సువాసనలతో కలిసే సమయం. కొంకి కర్ర కోతకత్తుల కోసం పచ్చిక బీళ్ళ మైదానాలు సిద్ధంగా వున్న సమయం. ఆ మైదానాలు పెద్ద సముద్రంలా పరుచుకుని వున్నాయి. అక్కడక్కడ మధ్యలో యేరి పారేసిన కలుపు మొక్కల కుప్పలు నల్ల సంద్రంలా కనిపించాయి అందులో.

ఆమనికి ముందు పొలం పనుల్లో కొంత తీరిక దొరికే సమయం అది. ప్రతి యేడూ, రైతుల సర్వశక్తుల్నీ సమీకరిస్తూ పౌనఃపున్యంగా వచ్చే సమయమే అది. ఆమని పుష్కలంగా

వుండేటట్టే వుంది. వేసవి రోజులు తేటగా వున్నాయి, వేడిగా వున్నాయి. రాత్రి పొద్దు తక్కువ వుంటోంది. తేమ తుషారం బాగా వుంటోంది.

పచ్చిక బీళ్ళని చేరుకోవడానికి వాళ్ళు అడవిలోనుంచి వెళ్ళాల్సి వచ్చింది. కోజ్నిషెవ్ పత్ర భరితంగా వున్న వనసౌందర్యాన్ని ఆహా ఓహో అని మెచ్చుకుంటూనే వున్నాడు. ఓ వృద్ధ లైమ్ వృక్షాన్ని తమ్ముడికి చూపించి మెచ్చుకున్నాడు. ఆ చెట్టు నీడ వేపు నల్లగా కనిపించేది. గుబురైన పత్రమూలాలతో మిలమిలలాడుతూ మొగ్గ తొడుగుతూ వుండేది. తర్వాత ఆ యేడు యెదుగుతూ ఉన్న ఓ పైన్‌చెట్టు ఆకుపచ్చ చిగుళ్ళతో దర్శన మిచ్చేది. లేవిన్‌కి ప్రకృతి సౌందర్యం గురించి మాట్లాడ్డం, వినడం యిష్టం వుండేది కాదు. మాటలు అతనికి తను చూసిన అందాన్ని పాడు చేస్తాయి. అతను యాంత్రికంగా అన్నగారికి ఆс, వూс అంటూనే వున్నాడు గాని తన ఆలోచనల్లో తను వున్నాడు. అడివి గుబురు దాటి వచ్చేక మిట్ట. సాలులో దున్ని విత్తనాలు చల్లకుండా వున్న నేలమీద అతని దృష్టి లగ్నం అయింది. దానిలో అక్కడక్కడ పసుపురంగు తిరుగుతున్న గడ్డి వుంది. ఆ గడ్డి కొన్ని చోట్ల అణగదొక్కి ఉంది. కొన్నిచోట్ల చదరాలుగా వుంది. కొన్నిచోట్ల పేడపోగులతో కలిసి ఉంది. మరికొన్నిచోట్ల దున్ని ఉంది. బళ్ళు పొలంలో ఓ వరుసగా పోతున్నాయి. అవసరమైన యెరువు తోలడానికి తగినన్ని బళ్ళు వున్నాయో లేదో చూసుకుని వాటిని లెక్కపెట్టి తృప్తిపడ్డాడు లేవిన్. పచ్చిక బీళ్ళని చూడగానే అతనికి గడ్డికోత గురించిన ఆలోచనలు వచ్చాయి. గడ్డికోత విషయం గుర్తుకొచ్చినప్పుడల్లా అతనికి విశేషంగా ఉత్తేజం కలుగుతుంది. పచ్చికబీడు దగ్గరికి వచ్చాక అతను గుర్రాన్ని ఆపాడు.

గడ్డి మొదళ్ళ దగ్గర యింకా మంచు చెమ్మగా వుంది. కోజ్నిషెవ్ కాళ్ళు తడుస్తాయని చెప్పి బండిలోనే తనని పచ్చిక బీటిమీదుగా తీసుకెళ్ళి పెర్చి చేపలు బాగా దొరికే చోట దింపమని తమ్ముణ్ణి అడిగాడు. గడ్డిని తొక్కెయ్యడం లేవిన్‌కి యే మాత్రమూ యిష్టంలేదు. అయినాగానీ బండిని పచ్చికబీట్లోకి తోలాడు. నిడుపాటి గడ్డిపరకలు బండి చక్రాలకీ, గుర్రం కాళ్ళకీ లుంగలు చుట్టుకున్నాయి. బండి చక్రాలమీద, ఆ పరకలు రాల్చిన విత్తనాలు అంటుకుపోయాయి.

లేవిన్ గుర్రాన్ని వో చెట్టుకి కట్టేశాడు. యీ లోపున అన్నగారు వో పొదకింద చేరి గాలాలు సరిచేసుకున్నాడు. లేవిన్ పచ్చికతోటి మహాసముద్రంలోకి చొచ్చుకుపోయాడు. అక్కడ గాలి కదలాడ్డం లేదు. నీటితో బాగా చెమ్మగా ఉంది పచ్చికబీడు. పక్కానికి వచ్చే గింజలతో పట్టులా వున్న గడ్డి అతని మొలదాకా వచ్చింది.

పచ్చికబీటిని దాటి లేవిన్ రోడ్డుమీదకి వచ్చాడు. అతనికి వో ముసలాయన తగిలాడు. అతని కన్ను వాచింది. అతను బుట్టలో తేనెటీగల్ని మోసుకొస్తున్నాడు.

“యేమిటి ఫొమీచ్? తేనెటీగల కొత్త పెట్టె పెట్టావేమిటి?” అని లేవిన్ అడిగాడు.

“కొత్త పెట్టె యెక్కడిది లేవిన్‌గారూ? పాతదాన్ని చూసుకోవడమే చావుగా ఉంటే! రెండోసారి తుట్టె యెగిరిపోయింది...మీ పొలం పనులు చేసేవాళ్ళ ధర్మమా అని దక్కింది. వాళ్ళు ఓ గుర్రం వదిలి దౌడు తీయించారు...”

“ఊc, అయితే ఫొమీచ్, గడ్డి కోయిద్దామంటావా లేక ఆగుదామంటావా?” అని అడిగాడు.

“యేం చెప్పమంటారు? మేమైతే సెయింట్ పీటర్ పండుగ* దాకా ఆగుతాం. కాని తమరు పెందరాళే మొదలెడతారు. దేవుడు చల్లగా చూడాలి, భేషైన గడ్డి. మంచి గ్రాసం పశువులకి.

“వాతావరణం సంగతేమంటావ్?”

“దేవుడి దయ. బహుశా బాగానే ఉంటుంది”.

లేవిన్ అన్నగారి దగ్గరికి వెళ్ళాడు. చేప ఒక్కటి కూడా పడలేదు. అయినా కోజ్నిషెవ్ పట్టించుకోలేదు. ఆయన మంచి హుషారుగా వున్నాడు. డాక్టరుతో సంభాషణ ఆయనకి పురియెక్కించిందనీ, ఆయన మాట్లాడాలని ఉత్సుకతతో ఉన్నాడని లేవిన్ గమనించాడు. కాని లేవిన్‌కేమో యింటికి వెళ్ళిపోవాలని ఆతృతగా వుంది. ఆ మర్నాడు గడ్డికోత మనుషుల్ని పిలిపించమని కబురు పెట్టడానికీ, ఆ పని యెప్పుడు మొదలుపెట్టాడో తన సందేహాలు నివృత్తి చేసుకోవడానికీ వీలవుతుంది.

“వుc, వెడదామా?” అన్నాడు లేవిన్.

“ఏమిటా తొందర? కూర్చో. ఎలా తడిసిపోయావో చూడు. చేపలు మాత్రం పడలేదు. అయితేనేం! చేపలు పట్టడంలో సంతోషం యేమంటే ప్రకృతికి చేరువుగా వస్తాం. వెండిలా మెరిసే నీళ్ళకంటే ముచ్చటైంది యేముంది? ఈ పచ్చికబీటి తీరాలు నాకు యెప్పుడూ వో గూఢమైన పొడుపు కథని గుర్తుకు తెస్తాయి తెలుసా? గడ్డి పరకలు నీటితో అంటాయి ‘మేం వొరుగుతున్నాం, మేం వొరుగుతున్నాం....”

“నేను యెన్నడూ వినలేదు యీ పొడుపు కథ’ అని లేవిన్ దిగాలుగా జవాబిచ్చాడు.

3

“చూడు, నేను నీ గురించే ఆలోచిస్తున్నాను” అన్నాడు కోజ్నిషెవ్. “ఆ డాక్టరు కుర్రాడు బుర్ర ఉన్న వాడిలాగే కనిపిస్తున్నాడు. అతను చెప్పింది నిజమే అయితే మీ జిల్లా వ్యవహారాలు అయ్యవార్లంగారి నట్టిల్లులా ఉన్నాయట. నేను లోగడోసారి నీకు చెప్పాను. ఇప్పుడు మళ్ళీ చెప్తున్నాను. నువ్వు సమావేశానికి హాజరవకపోవడం, జేమ్‌స్త్వో వ్యవహారాలకి దూరంగా ఉండటం సబబుగా లేదు. నిజాయితీపరులు పక్కకి తప్పుకుంటే జేమ్‌స్త్వో వ్యవహారాలు యెలా సాగుతాయో భగవంతుడికే తెలుసు. డబ్బు యిచ్చేది మనం, యేం, అదంతా జీతనాతాలకి చెల్లిపోతుంది. కాని బళ్ళు గాని, డాక్టర్లు గాని, మంత్రసానులు గాని, మందుల షాపులు గాని యేమీ లేవు” అన్నాడు.

“నేను ప్రయత్నించి చూశాను” అని లేవిన్ అయిష్టంగా వున్నట్టు నిదానంగా జవాబు చెప్పాడు. “చెయ్యలేకపోయాను. ఏం చెయ్యాలి మరి?” అన్నాడు.

“ఏం చెయ్యలేక పోయావు? యేమిటో మరి నాకర్థం కావడం లేదు. యిది ఉదాసీనతవల్ల అనో, అసమర్థతవల్ల అనో నమ్మలేను. మరేం కావాలన్నమాట? శుద్ధసోమరితనం, వూc?”

"నువ్వన్నది యేదీ కాదు. నేను ప్రయత్నించాను. యీ విషయంలో ఏమీ చెయ్యలేనని గ్రహించాను" అన్నాడు లేవిన్.

అన్నగారు యేం చెప్తున్నాడో అతను శ్రద్ధగా వినలేదు. నది అవతల పొలంలో అతనికి యేదో నల్లటిది కనిపించింది. అది వొట్టి గుర్రమేనా, లేక గుర్రంమీద స్వారీ చేస్తూ నిగామాను కూడా వున్నాడా అనేది తెలీలేదు.

"యెందుకని నువ్వు యేమీ చెయ్యలేకపోయావు? ప్రయత్నం చేశావ్. నెగ్గలేదు. అంతే దణ్ణం పెట్టి వదిలేశావ్. ఆత్మాభిమానం వుండాలి, ఆఁ".

"ఆత్మాభిమానమా?" అన్నాడు లేవిన్. అన్నగారి మాటలకి కష్టం కలిగింది. "ఈ మాటలు నాకర్థం కావటం లేదు. నేను యూనివర్సిటీలో చదువుకునేటప్పుడు సమాకలన గణితం మిగతా విద్యార్థులకి అర్థమై, నా వొక్కడికే అర్థం కాలేదనీ అంటే నా ఆత్మాభిమానం దెబ్బ తిని వుండేది. కాని యీ విషయానికి సంబంధించి అలాంటి కార్యక్రమాల పట్ల మొగ్గు, యింకా ముఖ్యం ఆ పనులే గొప్పవి అన్న నమ్మకం వుండాలి".

"యేమిటీ? అవి ముఖ్యమైనవి కావంటావా?" అని కోజ్నిషెవ్ ఆశ్చర్యంగా అడిగాడు. తను యెంతో ఆసక్తికరంగా పరిగణించిన వాటిని తమ్ముడు ముఖ్యం అయినవిగా చూడనందుకు యీసారి ఆయనకు కష్టం కలిగించింది. యింకా కష్టం కలిగించింది అతను తను చెప్పేదాని పట్ల చెవిపెట్టటమే లేదు, అనే సంగతి.

"నాకవి గొప్పవిగా కనిపించటం లేదు. వాటిపట్ల నాకు ఆసక్తి పుట్టటం లేదు. యేం చెయ్యను?" అన్నాడు లేవిన్. తను చూసింది నిగామానే అని గ్రహించి, దుక్కి దున్నేవాళ్ళని దున్నడం వదిలి వెళ్ళమంటున్నాడులా వుంది. వాళ్ళు నాగళ్ళని తిరగేసి పెడుతున్నారు. 'అరె, వాళ్ళు పని పూర్తిచేసి వుండరు" అనుకున్నాడు.

"యిదిగో విను" అన్నాడు అన్నగారు. ఆయన అందమైన, తెలివైన ముఖం ముడుచుకుని "ప్రతిదానికీ వో హద్దు ఉంటుంది. విశిష్టమైన, నిజాయితీపరుడైన వ్యక్తిగా వుండడం, అసత్యపూరితమైన ప్రతిదాన్ని యేవగించుకోవడం మంచిదే, యిదంతా నాకు బాగా తెలుసు. కాని నువ్వు చెప్పేదానికి అర్థం లేదు, వున్నా చాలా చెడ్డ అర్థం ఉంటుంది, తెలుసా? నీకు యిందులో గొప్పది యేదీ కనిపించలేదా? నీవు యెవరి పట్ల యిష్టంగా వున్నానంటున్నావో ఆ రైతులకి సంబంధించి…"

"నేనెప్పుడూ అలాంటిదేమీ అనలేదు" అనుకున్నాడు లేవిన్.

"…వాళ్ళు మందూ మాకూ లేకుండా జబ్బులకి గురయి చచ్చిపోవడం? అజ్ఞానంలో కొట్టు మిట్టాడే ఆడవాళ్ళు పసిబిడ్డల్ని మృత్యుముఖంలోకి గెంటడం, సామాన్య జనం చీకట్లో తడుములాడుకుంటూ రాతకోతలు తెలిసిన వాళ్ళ దయాధర్మాలమీద ఆధారపడడం, నువ్వు సహాయం చెయ్యగల స్థితిలో వుండీ అవి నీకు గొప్పవిగా కనిపించకపోవడం వల్ల చెయ్యకుండా వూరుకోవడం" కోజ్నిషెవ్ తమ్ముడిని మీమాంసలో పడేశాడు– తను యేది చెయ్యాలని తెలుసు కోవాలో దాన్ని తెలుసుకునేటంత వికాసం లేకపోయి వుండాలి లేదా తన ప్రశాంతతని,

ఆత్మాభిమానాన్ని లేదా మరి దేన్నైనా గాని అలా చెయ్యడానికి అర్పించనిష్టం లేకుండానైనా వుండాలి.

అన్నగారి ముందు తల వంచనైనా వంచాలి లేదా తనకి లోకహిత కార్యాల పట్ల తగినంత మక్కువ లేదనైనా వొప్పుకోవాలి అని లేవిన్‌కి అనిపించింది. అతని మనస్సుకి కష్టం కలిగింది. గాయం తగిలినట్లైంది.

"రెండూ వొప్పే" అని ధృఢంగా అన్నాడు. "నేననుకోవడం లేదు యిది సాధ్యమని..."

"యేమిటి నీ ఉద్దేశం? సరిగ్గా డబ్బుని కేటాయిస్తే వైద్య సహాయం చెయ్యడం అసంభవమంటావా?"

"అది సాధ్యం కాదనే నాకనిపిస్తుంది. మా జిల్లాలోని ఆరువేల చదరపు కిలోమీటర్ల ప్రాంతానికీ, మా వసంత రుతువు నాటి వరదలతో, శీతాకాలం మంచు తుఫాన్లతో, వేసవికాలం నాటి వ్యవసాయం పన్లతో వైద్య సహాయం యివ్వడం సాధ్యమని అనుకోను. అదీగాక యీ వైద్యం మీద నాకు నమ్మకం లేదు".

"అలా అనడం న్యాయం కాదు..నీకు లక్షాతొంభై ఉదాహరణలు చూపించగలను...సరే పాఠశాలల సంగతి యేమిటి?"

"వాటి అవసరం యేముంది?"

"అరె, యేమిటి నువ్వనేది? విద్యవల్ల ఉపయోగాలేమిటి అనే అనుమానం వుందా? అది నీకు మంచిది అయినప్పుడు అందరికీ మంచిది కాదూ?"

నైతికంగా వాదనలో తను చిత్తుగా ఓడిపోయినట్లు లేవిన్‌కి అనిపించి, కోపం వచ్చింది. ప్రజాహిత కార్యాలపట్ల తన ఉదాసీనతకి గల ముఖ్య కారణాన్ని అనుకోకుండానే బయటపెట్టేశాడు.

"యిదంతా బాగానే వుంది, కాని నేనెన్నడూ వాడుకోని వైద్య సహాయ కేంద్రాల్ని స్థాపించే యాతన నేనెందుకు పడాలి? చదువుకోవడానికి నా పిల్లల్ని యెన్నడూ పంపని బళ్ళని గురించి నేనెందుకు యిబ్బంది పడాలి? రైతులూ వాళ్ళ పిల్లల్ని ఆ బళ్ళకి పంపరు. వాళ్ళు యెందుకు పంపాలా అని నాకు అనిపిస్తుంది" అన్నాడు.

ప్రజాహితం పట్ల యీ వైఖరి చూసి కోజ్నిషెవ్‌కి వో క్షణం సేపు మతిపోయింది. కాని ఆ సమయంలో మరో దాడి పథకం ఆలోచించాడు.

ఆయనేమీ మాట్లాడలేదు. గాలం తాటిని వొకదాన్ని లాగి మళ్ళీ విసిరాడు. తర్వాత చిరునవ్వు నవ్వుతూ తమ్ముడికేసి తిరిగాడు.

"చూడు...మొదటిగా వైద్య సహాయ కేంద్రం ఉపయోగం. యింతాచేసి మనం ఆగాఫ్యా మిహైలొవ్నా కోసం జేమ్‌స్త్వో డాక్టర్ని పిలిపించలా?"

"ఆమె చెయ్యి వంకరయి పోతుందనుకుంటున్నాను"

"ఆ సంగతి తర్వాత చూద్దాంలే...రెండవది, చదువుకున్న రైతు పనివాడుగా యెక్కువ బాగా పనిచేస్తాడు. చదువురాని వాడికంటే చాలా మెరుగ్గా వుంటాడు".

"యేంకాదు, యెవళ్ళనేనా అడుగు" అని లేవిన్ ఖండితంగా జవాబు చెప్పాడు. "చదువూ, సంధ్యా వచ్చిన పనివాడు పని విషయంలో చాలా లొక్కుగా వుంటాడు. దార్లు మరమ్మత్తు చెయ్యలేం. వంతెనని నిర్మిస్తే, దాని కొయ్యదుంగల్ని అప్పుడే యెత్తుకుపోతారు".

"అయినా గానీ.." అని కోజ్నిషెవ్ ముఖం చిట్లించుకుంటూ మొదలుపెట్టాడు. తన మాటని ఖండించడం, ముఖ్యంగా ఖండనలు వో మాటనుంచి యింకో మాటమీదకి గెంతుకుంటూ సంబంధం లేకుండా పోవడం, తమ సమాధానం చెప్పడానికి తయారుగాలేని ప్రశ్నలు లేవనెత్తడం ఆయనకి యిష్టం వుండదు. "అయినాగానీ విషయం అదికాదు. విద్యవల్ల ప్రజలకి లాభం వుందంటావా లేదంటావా?"

"వుందనుకో" అన్నాడు లేవిన్ అనాలోచితంగా. తను అనుకుంటూ వున్నదాన్ని చెప్పలేదని వెంటనే అతనికి తట్టింది. దీన్ని గనక తను ఒప్పుకుంటే తను చెప్పిన మిగిలినదంతా అర్థరహితమైందనీ వ్యర్థమనీ రుజువవుతున్న గుర్తింపు అతనికి వచ్చింది. యెలా రుజువవుతుందో అతనికి తెలియదు. తర్కబద్ధంగా రుజువవుతుందని మాత్రం అతనికి ఖాయంగా అనిపించింది. దానికోసం యెదురుచూశాడు.

లేవిన్ అనుకున్నదానికంటే సులభంగానే వుందా రుజువు.

"లాభం వుందనే నువ్వు అనుకుంటే నిజాయితీ పరుడైన మనిషిగా నువ్వు అలాంటి కార్యక్రమం పట్ల ఆదరం చూపించకుండా, సహానుభూతి ప్రదర్శించకుండా, దాన్ని సాధించడానికి కృషి చేయకుండా వుండలేవు" అన్నాడు కోజ్నిషెవ్.

"కాని యీ కృషి మంచిదని నేననుకోవడం లేదు" అని అన్నాడు.

"అదేమిటి? యిప్పుడేగా నువ్వన్నావు..."

"నా ఉద్దేశంలో అది మంచిదని కాని సంభవమని గాని కాదు".

'సంభవమనో కాదో నువ్వు దానికోసం కృషి చేస్తే తప్పు తెలీదు కదా"

"సరే, పోనీ అలాగే అనుకుందాం" అన్నాడు లేవిన్, తను నిజంగా అలా అనుకోకపోయినా. "సరే అనుకుందాం, అయినా కూడా దీన్ని గురించి నేనెందుకు యాతన పడాలో నాకు బోధపడ్డం లేదు".

"యేమిటది?"

"ఓ క్షణం, మనం దీన్ని గురించి మాట్లాడుకుంటూ వుంటే గనుక, దాన్ని తాత్త్విక దృక్కోణం నుంచి నాకు వివరించు" అన్నాడు లేవిన్.

"తాత్త్విక దృక్కోణానికీ దీనికీ సంబంధం యేమిటో నాకు తెలీదు" అని వో రకంగా గొంతుపెట్టి కోజ్నిషెవ్ అన్నాడు. తను తత్త్వశాస్త్రం గురించి మాట్లాడే హక్కు తమ్ముడికి వుందని గుర్తించడం లేదన్నట్టుగా ఆ స్వరం లేవిన్‌కి అనిపించింది. అతనికి రేగిపోయింది.

"సంబంధం యేమిటో నేను చెప్తాను" అని లేవిన్ కోపంగా అన్నాడు. "మనం చేసే పనులన్నిటికీ వ్యక్తిగత సుఖశాంతులే ప్రేరకంగా ఉంటాయి నా దృష్టిలో. గొప్పింటి బిడ్డగా నాకనిపించిందేమిటంటే మన జేమ్‌స్త్వో సంస్థలు* నా సంక్షేమానికి పనిచెయ్యడంలేదు, రోడ్లు

బాగాలేవు, బాగుపడవు. కాని నా గుర్రాలు నన్ను వాటిమీద తీసుకెడతాయి, అధ్వాన్నంగా వున్నా గానీ. డాక్టర్లు గాని వైద్య కేంద్రాలు గాని నాకవసరం లేదు. యీ కొత్త న్యాయసంస్థలూ* నాకవసరం లేదు. యెన్నడూ వాటి దగ్గరకు వెళ్ళలేదు, వెళ్ళబోను. పాఠశాలల అవసరం నాకు లేకపోవడమే కాదు, నీకు నే చెప్పినట్టు అవి హానికరం కూడానూ. నా మట్టుకు జేమ్‌స్త్వో సంస్థలు యెందుకంటే దెస్యాతీనుకి పద్దెనిమిది కోపెక్కులు చెల్లించడం, బస్తీకి వెళ్ళడం, నల్లుల పడకమీద రాత్రి దొర్లడం, చెత్తంతా వినడం, కాని యివేమీ నాకు వ్యక్తిగత ఆసక్తి కలిగించవు".

"కాని చూడు' అని కోజ్నిషెవ్ చిరునవ్వు నవ్వుతూ అన్నాడు. "మనం భూస్వామ్య దాసుల విముక్తికి కృషి చేసినప్పుడు మనకి వ్యక్తిగతమైన ప్రయోజనాలు ప్రేరేపిస్తే చేశామా? అయినా చేశాం కదా?" అన్నాడు.

"లేదు, అలా కాదు" అని లేవిన్ మరింత రెచ్చిపోయి అన్నాడు. "భూస్వామ్యదాసుల విముక్తి వేరే కథ. మనకందులో వ్యక్తిగత ప్రయోజనం ఖచ్చితంగా వుంది. మర్యాదస్థులందరికీ భారంగా తయారైన మాటని విసిరెయ్యాలనుకుంటున్నాం మనం. కాని జేమ్‌స్త్వో సంస్థలో సభ్యుణ్ణి అయి నేనేం చేస్తానయ్యా అంటే, పట్టణంలో వీధులు తుడవడానికి యెంతమంది తోటి వాళ్ళు కావాలి, అక్కడ గొట్టాలు యెలా వెయ్యాలీ అని చర్చిస్తాను. యింతా చేసి నేను బస్తీలో వుండను, పెట్టను. యెవడో రైతు ఓ పంది మాంసం ముక్కని కాజేస్తే, దాన్ని విచారించే కొత్త న్యాయవ్యవస్థ బృందంలో కూర్చుని పూట పూటంతా వాది ప్రతివాదుల వకీళ్ళు అంకిళ్ళు పడిపోయేటట్టు వాగుతూ ఉంటే వింటాను. అలాగే అధ్యక్షుడు మా బండ బుద్ధావతారం అల్యోష్కని 'యేమయ్యా పంది మాంసం ముక్కని కాజేసినట్టు నేరం వొప్పుకుంటావా' అని అడిగితే అతను 'యేమిటి ప్రభూ' అని జవాబు చెప్పడం వింటూ కూర్చోవాలి'.

లేవిన్ వాగ్ధోరణి అసలు విషయానికి దూరంగా సయ్యిన దూసుకుపోతూ ఉంది. అతను న్యాయాధ్యక్షుణ్ణీ, బుద్ధావతారం అల్యోష్కనీ అనుకరించాడు కూడా. తన వాదనకి అది వూపు యిస్తుందని అతను అనుకున్నాడు.

"అయితే యింతకీ యేమంటావ్?"

"యేమంటానంటే ఆ హక్కుల్ని, యేవైతే నాకు...నా ప్రయోజనాలకి సంబంధించినవో వాటిని నా శాయశక్తులా రక్షించుకుంటాను. నేను చదువుకొనే రోజుల్లో జెండార్మి వాళ్ళు వచ్చి మా గదులు సోదా చేసి మా ఉత్తరాలు చదివారు. విద్యకి సంబంధించి, స్వేచ్ఛకి సంబంధించి నా హక్కుల్ని రక్షించుకోవడానికే నేను సిద్ధపడ్డాను. నిర్బంధ సైనిక సేవవిషయం నా ఆలోచనలకి వస్తుంది. నా పిల్లలకి, నా అన్నదమ్ములకి, నాకు దీనితో సంబంధం వుంది. నాకు సంబంధించిన విషయాల గురించి ఆలోచనా పాలోచనా చెయ్యడానికి నేను తయారుగా వున్నాను. కాని జేమ్‌స్త్వో పరిషత్తు నలభై వేల రూబుళ్ళు యెలా కేటాయించి ఖర్చు చెయ్యాలీ లేదా బుద్ధావతారం అల్యోష్కని యెలా విచారణ జరపాలి అనే వాటి గురించి బుర్ర పాడు చేసుకోవడం నాకు బోధపడదు, బోధపర్చుకోలేను".

ఆనకట్ట తెగినప్పుడు నీళ్ళు వడిగా ప్రవహించినట్టుగా వుంది లేవిన్ వాగ్ధాటి. కోజ్నిషెవ్ మందహాసం చేశాడు.

"మాటకి నువ్వే రేపు విచారణలో వున్నావనుకో, పాతకాలపు పంచాయితీ పరిషత్తుల్లో నీ విచారణ యెలా సాగుతుందంటావ్?"

"నాకు విచారణ యెన్నటికీ జరుగదు. నేనెవ్వడి పీకా యెన్నడూ తెగ్గొయ్యను. అందుచేత నాకా అవసరమూ ఉండదు. తెలిసిందా" అని మళ్ళీ అసలు విషయానికి ఆరు ఆమళ్ళ దూరం పోతూ చెపుతూనే వున్నాడు. "మన జేమ్స్త్వో సంస్థలు ట్రినిటీ పర్వదినం నాడు కొట్టి నేలలో గుచ్చిన బర్చ్ చెట్లలాంటివి. చూడ్డానికి యూరప్‌లో తమంత తాము మొలిచిన చెట్లల్లా వుంటాయి. కాని బర్చ్ మొక్కల్ని నమ్మి నీళ్ళు పోసి దోహదం చెయ్యడానికి నా మనస్సు సమాధానపడదు".

యీ బర్చ్ చెట్లు చర్చలోకి యెలా చొచ్చుకు వచ్చాయా అని ఆశ్చర్యపోతున్నట్టు కోజ్నిషెవ్ వూరికే భుజాలు యెగరేశాడు. తమ్ముడు యే అభిప్రాయంలో వున్నాడో వెంటనే గ్రహించాడు.

"చూడు వాదించే పద్ధతి అదికాదు".

"వ్యక్తిగత ప్రయోజనాలలో యే కార్యకలాపానికీ ఆధారం వుండదు. యిది సాధారణ సత్యం, తాత్విక సత్యం" అన్నాడు. తాత్విక అనే మాటని ధృఢంగా నొక్కి చెప్తూ, ప్రతీవాడికీ వున్నట్టుగానే తనకీ తత్వశాస్త్రం గురించి మాట్లాడే హక్కు వుందని చూపించడానికన్నట్టు అన్నాడు.

కోజ్నిషెవ్ మళ్ళీ చిరునవ్వు నవ్వాడు. "తన ప్రవృత్తిని సమర్థించుకోవడానికి తనకీ ఒక తత్వశాస్త్రం వుంది" అనుకున్నాడు.

"తత్వశాస్త్రం గొడవ పక్కన పెట్టు" అన్నాడాయన పైకి. "వ్యక్తిగత ప్రయెజనాలనీ, సామూహిక ప్రయోజనాలనీ సంధించే బంధనాన్ని కనిపెట్టటమే తత్వశాస్త్రానికి అనేక యుగాలుగా ముఖ్య కర్తవ్యంగా వుంది. కాని అది వేరే చర్చలోకి వెడుతుంది. ప్రస్తుతం నీ పోలికని సరిచెయ్యాలి. బర్చ్ చెట్లని నేలలో గుచ్చలేదు. వాటిలో కొన్ని నాటిన మొక్కలు, కొన్ని పాతిన విత్తనాలు. వాటికి జాగ్రత్తగా దోహదం చెయ్యాలి. తమ తమ సంస్థల్లో యేవి ముఖ్యమైనవో, ప్రముఖమైనవో గుర్తించి వాటిని పదిలం చేసుకున్న దేశాలే భవిష్యత్తు వున్న దేశాలు, చరిత్రలో స్థానం వున్న దేశాలు".

కోజ్నిషెవ్ చర్చనీయ విషయాన్ని చారిత్రక తత్వశాస్త్ర పరిధిలోకి తీసుకుపోయాడు. అది లేవిన్ బుర్రకి యెక్కని విషయం. అతని దృష్టికోణం యెంత తప్పో అతనికి స్పష్టం చేశాడు అన్నగారు.

"యిక యీ కార్యకలాపాలపట్ల నీకిష్టం లేకపోవడానికి సంబంధించి, అది మన రష్యన్ సోమరితనం వల్లా, ఉన్నత వంశీకుల వైఖరివల్లా వచ్చింది. యిది నీలో తాత్కాలిక దశాచ్ఛిద్రమనే అనుకుంటున్నాను. నువ్వు మళ్ళీ సరైన దారిలో పడతావనే నా నమ్మకం".

లేవిన్ యేమీ మాట్లాడలేదు. అన్ని వైపులనుంచీ తను చిత్తుగా ఓడిపోయానని, తను చెప్పదల్చుకున్నదాన్ని అన్నగారు అర్థం చేసుకోలేదని అతనికి అనిపించింది. అన్నగారు తన వూహల్ని యెందుకు అర్థం చేసుకోలేకపోయాడా అనే విషయమే అతనికి తెలియనిదల్లా. తను స్పష్టంగా తన మనస్సులోని మాట చెప్పలేకపోయాడా లేదా అన్నగారు అర్థం చేసుకోలేదా, అర్థం చేసుకునే శక్తి ఆయనకి లేదా అనేది అతనికి తెలియలేదు. ఏమైనా అతను యింక ఆ విషయంలోకి లోతుగా పోదలుచుకో ప్రయత్నించలేదు. మళ్ళీ మాట్లాడకుండా వేరే యేదో విషయం గురించి ఆలోచనలో తన సొంత వ్యవహారంలో మునిగిపోయాడు.

కోజ్నిషెవ్ గాలం ఆఖరి తాడు చుట్టేసి, గుర్రాన్ని విప్పాడు. యిద్దరూ కలిసి యింటికి వెళ్ళిపోయారు.

4

అన్నగారితో మాట్లాడేటప్పుడు ఆఖర్న లేవిన్‌కి తట్టిన సొంత వ్యవహారం యిదీ. గత యేడు గడ్డికోత సమయంలో తనకి నిగామానుపట్ల యేదో విషయంమీద కోపం వచ్చింది. తనని తాను సంబాళించుకోవడానికి వో రైతు చేతిలోనుంచి కొంకికర్ర కత్తిని తీసుకుని కోత మొదలుపెట్టాడు.

ఆ పని అతనికి చాలా సంతోషం కలిగించింది. దాంతో, అతను ఆ తర్వాత కొన్నిసార్లు అలానే గడ్డి కోశాడు. తన యింటి ముందున్న జాగాలో గడ్డిని స్వయంగా తనే కోశాడు. ఈ వసంతరుతు ఆరంభంనుంచీ రైతులతో కలిసి రోజుల తరబడి రోజుకి రోజంతా గడ్డి కొయ్యాలనే యోచన చేశాడు. అన్నగారి రాకతో యేం చెయ్యాలా అన్న సందిగ్ధంలో పడిపోయాడు. రోజంతా అన్నగార్ని వొక్కణ్ణీ వదిలేసి తను వెళ్ళిపోతే అన్నగారు వేళాకోళం చేస్తాడేమోనని భయం కలిగింది. కాని పచ్చిక బీటిగుండా వెడుతూ వున్నప్పుడు గడ్డికోతవల్ల తనకి కలిగిన సంతోషం గుర్తు వచ్చింది. అన్నగారితో యిప్పుడు మంట పుట్టించే వాదన తర్వాత, అది అతని మనస్సుకి తట్టింది.

'నాకు శారీరక శ్రమ కావాలి. లేకపోతే మరీ చిరాకెత్తుతూ ఉంటుంది' అనుకున్నాడు. రైతుల ముందూ, అన్నగారి ముందూ యెంతో యిబ్బందికరంగా వుంటే వుండొచ్చుగాక గడ్డికోత పని చెయ్యాలనే తీర్మానించుకున్నాడు.

సాయంత్రం లేవిన్ ఆఫీసు గదికి వెళ్ళాడు. ఆ మర్నాడు చెయ్యాల్సిన పని గురించి పురమాయింపులు చేశాడు. గడ్డికోతవాళ్ళకి ఆ మర్నాడు కలీనొవ్ పచ్చికబీడుమీద గడ్డి కొయ్యాల్సిందిగా కబురు చేయించాడు. ఉన్న వాటిలో అన్నిటికంటే మంచిదీ, పెద్దదీ కలీనొవ్ బీడే.

"నా కొంకికర్ర కత్తిని తీత్ దగ్గరకి పంపి పదును పెట్టించి రేపు పొద్దుట తీసుకు రమ్మనండి. నేను కూడా కోత పనిలో చేరతానేమో"అని అతను తన బెరుకుని పైకి కనిపించనియ్యకుండా అన్నాడు.

నిగామాను చిరునవ్వు నవ్వాడు.

"అలాగేనండయ్యా" అన్నాడు.

ఆ సాయంత్రం పూట టీ తాగేటప్పుడు లేవిన్ అన్నగారితో యీ విషయం చెప్పాడు.

"వాతావరణం బాగా వుండేటట్టే వుంది. రేపు నేను గడ్డికోత పని మొదలు పెట్టాలనుకుంటున్నాను" అన్నాడు.

"అలాంటి పని నాకిష్టం" అన్నాడు కోజ్నిషెవ్.

"నాకూనూ. అప్పుడప్పుడు నేనూ రైతులతో కలిసి పనిచేస్తూ వుంటాను. రేపు రోజంతా గడ్డికోద్దామని ఉంది నాకు".

కోజ్నిషెవ్ తల పైకెత్తి తమ్ముడికేసి ప్రశ్నార్థకంగా చూశాడు.

"ఏమిటి? రైతులతో సమంగా? రోజంతా?"

"ఆc, చాలా సరదాగా వుంటుంది" అన్నాడు లేవిన్.

"మంచి శారీరక వ్యాయామమేగాని తట్టుకోగలవా?" అని కోజ్నిషెవ్ వ్యంగ్యం యే మాత్రమూ లేకుండా అడిగాడు.

"యిదివరలో చేసి చూశాను. మొదట్లో కష్టంగానే ఉంటుంది, కాని తర్వాత దారిలో పడతాం. వెనకబడననే అనుకుంటున్నాను".

"సరేగాని చెప్పు, రైతులకి యేమనిపిస్తుంది? యజమాని తిక్క అని నవ్వుకుంటారా?"

"లేదు, నేను అలా అనుకోను. కాని పని చాలా సరదాగా, కష్టంగా కూడా వుంటుంది. అంచేత యేమాలోచించడానికీ వ్యవధి వుండదు".

"వాళ్ళతో కలిసే భోజనం చేస్తావా? నీకోసం అక్కడికి వేపుడు టర్కీ కోడినీ, లఫీత్ వైన్‌నీ పంపించడం బాగోదు".

"అబ్బే, భోజనానికి యింటికి వచ్చేస్తాను"

ఆ మర్నాడు ఉదయం లేవిన్ పెందరాళే లేచాడు కాని అనేక వ్యవహారాలవల్ల ఆలస్యమై అతను కోత దగ్గరికి వెళ్ళేటప్పటికి అక్కడ రెండవ వరస కోత సాగుతుంది.

కొండపైనుంచి అతనికి కొండపాద పీఠం దగ్గరి నేల అంతా కనిపించింది. అక్కడ గడ్డికోత అప్పటికే అయింది. అక్కడంతా బూడిదవర్ణంగానూ, మొదటివరస పని మొదలు పెట్టిన చోట మనుషులు విడిచి పెట్టిన కోట్లు నల్లని చుక్కల్లాగానూ కనిపిస్తున్నాయి.

అతను యింకా దగ్గరికి వెళ్ళగానే మనుషులు ఒకళ్ళ వెనక వొకళ్ళు పొడుగాటి గీతలాగా ముందుకి సాగుతూ వుండడం కనిపించింది. కొంతమంది కోట్లు తొడుక్కున్నారు. కొంతమంది చొక్కాలతో వున్నారు. యెవడికి వాడు తన పద్ధతిలో కొంకి కర్ర కత్తిని తిప్పుతూ వున్నారు. అతను లెక్కపెట్టాడు. నలభై రెండుమంది ఉన్నారు.

మిట్టపల్లాలతో వున్న ఆ గడ్డిబీటమీద వాళ్ళు మెల్లిగా ముందుకి సాగుతున్నారు. అక్కడ యిదివరలో కరకట్ట వుండేది. లేవిన్ కొంతమంది రైతుల్ని గుర్తుపట్టాడు. పొడుగాటి తెల్లచొక్కా

తొడుక్కున్న ముసలి యెర్మీల్ వున్నాడు. కొంకికఱ్ఱ కత్తిని వూపుతూ దానిమీదకి మనిషి మొత్తం వొరిగిపోయాడు. పడుచు వాస్య వున్నాడు. అతను లేవిన్‌కి బండి తోలేవాడిగా పనిచేశాడు. అతను జోరుగా, విశాలంగా కత్తిని పోనిస్తూ కోస్తున్నాడు. లేవిన్‌కి గడ్డి కొయ్యడం నేర్పిన బక్కపల్చటి చిన్న మనిషి తీత్ కూడా కనిపించాడు. ఇప్పుడతను వరసని నడిపిస్తున్నాడు. అతను నిటారుగా నుంచున్నాడు. కత్తిని యేదో ఆట వస్తువు అయినట్టుగా వెడల్పాటి వరస కోస్తూ వూపుతున్నాడు.

లేవిన్ గుఱ్ఱం దిగి దాన్ని రోడ్డువార కట్టేశాడు. తీత్ దగ్గరకి వెళ్ళాడు. అతను పొదల్లోనుంచి యింకో కత్తిని తీసి లేవిన్‌కి అందించాడు.

"తయారయిందయ్యా, యమా పదునుగా ఉంది. దానంతట అదే కోసేస్తుంది" అన్నాడు. టోపీ యెత్తి చిరునవ్వు నవ్వుతూ దాన్ని లేవిన్‌కి యిచ్చాడు.

లేవిన్ దాన్ని తీసుకొని పరీక్షించాడు. తమ తమ వరసల్లో గడ్డికోత పూర్తి చేశాక చెమటతో తడిసిపోయి ఉల్లాసంగా వున్న కోతవాళ్ళు ఒకళ్ళ వెనక ఒకళ్ళు దారి దాటి వచ్చారు. నవ్వుతూ యజమానికి నమస్కారం చేశారు. అందరూ అతనికేసి చూశారు కాని యెవళ్ళూ ఏమీ మాట్లాడలేదు. కొన్ని క్షణాల తర్వాత పొడుగ్గా వున్న వో ముసలాయన లేవిన్ దగ్గరకి వచ్చాడు. అతను గొఱ్ఱెతోలు కోటు తొడుక్కున్నాడు. అతని ముఖం ముడతలు పడి వుంది. గడ్డం లేదు.

"అయ్యా, అన్నమాట ప్రకారం పనిలో ముందుకి రండి, వెనక పడిపోవద్దు" అని ఆ ముసలతను లేవిన్‌తో అన్నాడు. పక్కనున్న గడ్డి కోతగాళ్ళు కిసుక్కున నవ్వుకున్నారు.

"వెనకపడకుండా వుండాలని ప్రయత్నిస్తాను" అన్నాడు లేవిన్. తీత్ వెనక నుంచుని పని మొదలయే క్షణం కోసం చూశాడు.

"గట్టిగా నిలబడాలి మరి" అని ముసలాయన రెట్టించాడు.

తీత్ లేవిన్ కోసం జాగా వదిలాడు. లేవిన్ అతని వెనకాలే కోత సాగించాడు. రోడ్డు పక్కనున్న గడ్డి కురచగా వుంది. లేవిన్ చాలాకాలంగా కోత పనిచెయ్యలేదు. పైగా పక్కనున్న ఆ మనుష్యులందరూ తన కేసేచూస్తూ వుండడంతో యిబ్బందిగా వుంది. దాంతో కొంకికఱ్ఱ కత్తిని జోరుగా వూపినా మొదట్లో బాగా కొయ్య లేకపోయాడు. అతనికి వెనకనుంచి మాటలు వినిపిస్తూ వున్నాయి.

"కఱ్ఱకత్తి బారుగా ఉండి పిడి అందడంలేదు. చూడండి ఆయన యెలా వొంగొంగి పోతున్నాడో" అన్నాడొకడు.

"కత్తిని గట్టిగా వొత్తండి" అని యింకొకరు అన్నాడు.

"యేం పర్వాలేదు, అలవాటవుతుంది, బాగానే సాగుతుంది" అని ముసలాయన అన్నాడు. "చూడండి, పోతా వున్నారు...అయ్యా మరీ వెడల్పుగా కోత కొయ్యకండి, అలుపొచ్చేస్తుంది.... ఆయన గడ్డే కదా, సొంత పని. చూడండి యెంత వదిలేశారో! మేం గనక అట్లా చేస్తే, మా వీపులు చిట్లుతాయి" అన్నాడు.

మెత్తని గడ్డి మొదలైంది. లేవిన్ యీ వ్యాఖ్యలన్నీ వింటూ యేమీ మాట్లాడకుండా శక్తి మేరకి గడ్డికోస్తూ తీత్ వెనకాలే తన కోత మెరుగు పర్చుకుంటూ వెళ్ళాడు. ఓ వంద అడుగుల వరకూ వాళ్ళు అలా వెళ్ళారు. తీత్ ఆగకుండా ముందుకు వెళ్ళాడు. యేమీ అలసినట్టు కనిపించలేదు. తను అంతసేపు నిలబడలేనని లేవిన్‌కి భయం వేసింది. అతను అప్పటికే అలసిపోయాడు.

యిక తనకి అదే ఆఖరి శక్తితో కత్తిని పోనియ్యడమనుకుని లేవిన్ చాలిద్దామని తీత్‌కి చెబుదామనుకున్నాడు. కాని సరిగ్గా ఆ సమయంలోనే తీత్ తనకిగా తనే ఆగిపోయాడు. వొంగి కొంచెం గడ్డిని తీసుకుని కత్తిని తుడిచాడు. దానికి పదును పెట్టడం మొదలుపెట్టాడు. లేవిన్ నిటారుగా నుంచుని గట్టిగా గాలి పీల్చి వెనక్కి చూశాడు. వెనక ఉన్న మనిషి కూడా అంతే అలసిపోయాడని తెలుస్తూనే ఉంది. యేమంటే అతను లేవిన్ దగ్గరికి రాకుండా అక్కడనే ఆగిపోయి కత్తిని నూరడం మొదలుపెట్టాడు. తీత్ తన కత్తినీ, లేవిన్ కత్తినీ నూరి పదునుపెట్టాడు. వాళ్ళు మళ్ళీ పనిలోకి వెళ్ళారు.

రెండోసారి కూడా అలానే జరిగింది. తీత్ తన కత్తిని ఆపకుండా, తను అలవకుండా, లయబద్ధంగా పోనిస్తూనే వున్నాడు. లేవిన్ అతన్ని అనుసరించే వెళ్ళాడు. వెనకబడకుండా వుండాలని ప్రయత్నించాడు కాని అతనికి అది కష్టం అయిపోయింది. ఇక తను ముందుకి పోలేడు అని అతనికి అనిపించిన క్షణం వచ్చింది. కాని అదే క్షణంలో తీత్ మళ్ళీ కత్తిని పదును పెట్టుకోవడానికి ఆగాడు.

ఆ రకంగా వాళ్ళు మొదటి వరుస పూర్తి చేశారు. తర్వాత వరుసలేవీ లేవిన్‌కి మొదటి వరుస అంత శ్రమ అనిపించలేదు. కాని యీ వరుస కోత పూర్తయేటప్పటికి తీత్ కత్తిని భుజాన వేలాడేసుకుని మెల్లిగా నడుచుకుంటూ గడ్డిలో పడ్డ తన అడుగుజాడల్ని పట్టుకుని వెనక్కి వచ్చాడు. లేవిన్ కూడా తన జాడలోనే వెనక్కి మళ్ళాడు. అతని ముఖంమీదనుంచి, ముక్కుమీదనుంచి చెమట అలా కారిపోతూనే ఉంది. నీళ్ళల్లో తడిసినట్టుగా అతని చొక్కా వీపు తడిసిపోయింది. అయినా అతను సంతోషంగానే వున్నాడు. తను పనిలో నిలబడగలనని అప్పటికి ధైర్యం చిక్కి అతనికి యెక్కువ సంతోషం కలిగింది.

అతని సంతోషానికి పానకంలో పుడక వొక్కటే కనిపించింది, తను కోసిన వరుసే అంత బాగాలేదు. తీత్ కోసిన వరుసతో పోల్చుకుని చూస్తే తను కోసిన వరుస యెగుడు దిగుడుగా వుంది. తీత్ వరుసలో వొక్క గడ్డి పరక కూడా మిగల్లేదు. "చేతుల్ని తక్కువగానూ, శరీరాన్ని యెక్కువగానూ వూపుతా" అనుకున్నాడు.

తీత్ మొదటి వరుస గబగబా కోసుకుంటూ వెళ్ళాడని లేవిన్ గమనించాడు. బహుశా తన యజమానిని పరీక్షించడానికి అలా చేసి ఉంటాడు. అది పైగా చాలా పొడుగ్గా ఉంది. తర్వాతి వరుసలు కొంచెం తేలిగ్గానే ఉన్నాయి. అయినా లేవిన్‌కి వాళ్ళని అందుకోవడానికి, వాళ్ళకి వెనక బడకుండా, పని బాగా చెయ్యాలన్న దాని గురించి తప్ప లేవిన్ మరి దేన్ని గురించీ ఆలోచించలేదు, కోరుకోలేదు. కత్తులు సర్రున దూసుకుపోతూ చేసే చప్పుడు తప్ప అతను దేన్నీ వినలేదు; తన ముందు నిటారుగా వెడుతూ వున్న తీత్ రూపం తప్ప కోసిన గడ్డి

అర్ధచంద్రాకార వరసలు తప్ప, కత్తికింద మెల్లిగా అలల్లా పడుతున్న గడ్డి తప్ప, కత్తి వాదరకి తెగిపడుతున్న పువ్వులు తప్ప, యెదర ముగిసే వరుస తప్ప, అతనికి యేమీ కనిపించడం లేదు.

కాని, పని మధ్యలో వేడిగా వున్న చెమటకి తడిసిన భుజాల మీద ఒక ఆహ్లాదకరమైన చల్లదనం కలిగినట్టు లేవిన్‌కి అనిపించింది. కత్తులని పదును పెట్టుకోవడం కోసం వాళ్ళు ఆగినప్పుడు అతను ఆకాశంకేసి చూశాడు. నల్లని మేఘం కనిపించింది. పెద్ద పెద్ద వాన చినుకులు పడనారంభించాయి. కొంతమంది కోతవాళ్ళు కోట్లు తీసుకోవడానికి పరిగెత్తారు. లేవిన్‌కి మల్లే యింకొంతమంది హాయిగా వుండే చల్లదనం అనుభవించారు.

వాళ్ళు వరుస తర్వాత వరుస కోశారు. కొన్ని పొడుగు వరసలు, కొన్ని పొట్టి వరుసలు. కొన్నింటిలో గడ్డి పెళుసుగా వుంది, కొన్నింటిలో మెత్తగా వుంది. యెంత పొద్దు గడిచిందీ, లేవిన్‌కి స్పృహే లేదు. అతని పని యిప్పుడతనికి మహా సంతోషాన్ని కలిగించేదిగా ఉంది. పని మధ్యలో తను యేం చేస్తున్నదీ మర్చిపోయిన క్షణాలు కూడా వున్నాయి, అప్పుడు అతనికి అంతా సులభంగానే కనిపించింది. అప్పుడు అతను కోసిన వరుసలు తీత్ వరసలంత బాగా, సమంగా వున్నాయి. కాని, యింకా బాగా చెయ్యాలని ప్రయత్నించేటప్పుడు పనిలో వున్న కష్టం యెరుకలోకి వచ్చింది, దాంతో చేస్తున్నది చెడిపోయింది.

మరో వరుస దగ్గరకి చేరారు. తర్వాత వరుస మొదలుపెట్టాలనుకున్నాడు. కాని తీత్ పని ఆపుచేసి, ముసలాయన దగ్గరికి వెళ్ళి యేదో గొణిగాడు. యిద్దరూ పొదు చేశారు. “యేమిటి సంగతి, వాళ్ళు మళ్ళీ వరుస మొదలుపెట్టరేం?” అనుకున్నాడు లేవిన్. రైతులు విరామం లేకుండా నాలుగ్గంటలకి పైగా పనిచేస్తూనే వున్నారనీ నాస్తా వేళయింది అన్న విషయం అతనికి తట్టనే లేదు.

“నాస్తా చేసే వేళయిందయ్యా” అన్నాడా ముసలాడు.

“అరె, నిజమే, అంత టైమయిందా? సరే, కానివ్వండి”.

లేవిన్ తన కత్తిని అందించాడు, గుర్రం దగ్గరకి బయల్దేరాడు. చద్ది మూటలు కోట్లు ఉన్న చోటుకి వెడుతూ వున్న రైతులతో కలిశాడు. ఆ దారిలో విశాలమైన జాగాలో వెళ్ళారు. కొత్తగా కోసిన గడ్డి వానకి తడిసింది. వాతావరణం గురించిన అనుమానం తనకి రాలేదని అతను అప్పుడు గమనించాడు. వానకి గడ్డి తడిసిపోయింది.

“గడ్డి పాడైపోతుందేమో” అన్నాడు.

“ఏం భయం లేదండయ్యా, కోతకి వాన మేటుకి ఎండ అన్నారు” అని ముసలాడు జవాబిచ్చాడు.

లేవిన్ గుర్రం యెక్కి నాస్తాకి యింటికి వెళ్ళిపోయాడు.

కోజ్నిషెవ్ అప్పుడే లేస్తున్నాడు. లేవిన్ కాఫీ తాగేసి అన్నగారు బట్టలు వేసుకుని భోజనాల గదిలోకి రాకముందే, పచ్చిక బీటికి తిరిగి వెళ్ళిపోయాడు.

5

నాస్తా తర్వాత లేవిన్‌కి కోతగాళ్ళ మధ్యలో స్థానం మారింది. తనని పరాచికాలాడుతూ పలకరించిన ముసలాడు యిప్పుడతన్ని తన పక్కకి రమ్మని పిలిచాడు. అటుపక్కన వో యువకుడు వున్నాడు. అతనికి ఆకురాలు కాలంలో పెళ్ళయింది. ఆ యువకుడికి కోత పని అదే మొదటిసారి. లేవిన్ ఆ యిద్దరికీ మధ్యలో ఉన్నాడు.

ముసలాయన వంగకుండా, స్థిరంగా ముందుకి పెద్ద అంగలతో వెళ్ళాడు. అతని కాలి వేళ్ళు బయటికి వున్నాయి. లయబద్ధంగా కచ్చితంగా వుండే కదలికలతో పని చేశాడు. నడుస్తూ వున్నప్పుడు చేతులు వూపడం కంటే యెక్కువ శ్రమ పడనట్టుగా, గడ్డిని యెత్తుగా వరసలో కూడా మేటు పడేటట్టు కొయ్యడం వొక పని లాగా కాకుండా పిల్లల ఆటలా అతను భావిస్తున్నట్టుగా ఉంది. పదునుగా వున్న కత్తి వూటగల గడ్డిని అతని ప్రమేయం లేకుండా తనంత తనే సంయ్‌న కోస్తూపోతూ వున్నట్టుంది.

లేవిన్ వెనకాల పడుచు మీష్క వున్నాడు. అతని ముఖం ముచ్చటగా వుంది. జుట్టు మొహంమీద పడకుండా తాజా గడ్డిని మెలితిప్పి నుదుటిమీద కట్టుకున్నాడు. అతను పడుతున్న శ్రమకి ముఖం కూడా ముడతలు పడుతోంది. కాని యెవరైనా అతనికేసి చూసినప్పుడు చిరునవ్వు ఆ ముఖంలో తొణికిసలాడేది. తను చేసే పని కష్టంగా వుంది అని వొప్పుకోవడం కంటే ప్రాణం యిచ్చెయ్యడమే మేలని అతను భావిస్తున్నట్టుగా వున్నాడు.

లేవిన్ ఆ యిద్దరి మధ్యా వున్నాడు. పగటి యెండ వేడిలో కూడా గడ్డికోత అతనికి కష్టం అనిపించలేదు. స్వేద రంధ్రాలనుండి వచ్చే చెమట శరీరానికి చల్లదనం కలిగించింది. వీపుమీదా, తలమీదా, చొక్కా చేతిమీదా పడుతున్న యెండ అతనికి శక్తినీ, ధృఢత్వాన్నీ కలిగించింది. తను యేం చేస్తున్నాడో ఆలోచించుకునే అవసరం లేని అచేతనా స్థితి క్షణాలు అతను తరచుగా అనుభవించాడు. కత్తి తన పనిని చేసుకుపోయింది అని మధుర క్షణాలు. ఆ ముసలతను వో పిడికెడు తడి గడ్డిని తీసుకుని కత్తిని తుడిచి, వాదరని నీళ్ళలో కడిగాడు. పదును పెట్టేరాయి దాచే డబ్బాతో కాసిని నీళ్ళు పట్టి లేవిన్‌కి అందించాడు.

"నా క్వాస్ యెలా వుందో చెప్పయ్యా, బాగుందేం" అని కళ్ళు గీటుతూ అన్నాడు.

చిన్న గడ్డిపరకలు తేలుతూ యినప డబ్బా తుప్పు వాసనతో కలిసిన ఆ నును వెచ్చని నీటిలాంటి రుచికరమైన పాయసాన్ని తాగలేదని లేవిన్‌కి నిజానికి అనిపించింది. తర్వాత భుజం మీద పెట్టుకున్న కొంకికర్ర కత్తిమీద చెయ్యివేసి అతను ఉల్లాసంగా నడిచివెళ్ళాడు. అలా వెడుతూ నుదుటిమీద పట్టిన చెమటని తుడుచుకున్నాడు. గుండె నిండుగా గాలి పీల్చాడు. గడ్డికోతగాళ్ళ దీర్ఘ పంక్తి పట్టుకుని అడవిలో, పొలాల్లో జరుగుతున్న వాటిని చూసుకుంటూ వెళ్ళాడు.

తమంతట తాము సాగిపోయే కదలికలని అతను తనకిగా ఆపవలసివచ్చినప్పుడు తన దృష్టిని పనిమీదకి మళ్ళించవలసి వచ్చినప్పుడు పని కష్టం అనిపించేది. ముసలతను

సునాయాసంగా పనిచేశాడు. మిట్టమీదకి వచ్చినప్పుడు అతను తన పద్ధతి మార్చేవాడు. వో సారి కత్తి మొననీ, యింకోసారి కత్తి పిడి దగ్గర భాగాన్నీ అన్ని వైపులా చిన్నగా జరుపుతూ కోశాడు. అలాచేస్తూ యెదర యేం వుందో జాగ్రత్తగా కనిపెట్టి చూసేవాడు. మధ్యమధ్యన ఓ మొక్కని యేరి నోట్లో వేసుకునేవాడు. లేదా లేవిన్‌కి యిచ్చేవాడు,. ఒక్కోసారి కత్తి అంచుతో దారిలోనుంచి వో కొమ్మని యెత్తి విసిరేసేవాడు. వొక్కోసారి వో వురిడి పిట్ట గూడు చూసేవాడు. సరిగ్గా కత్తికిందనుంచి అందులో వున్న తల్లిపిట్ట యెగిరిపోయేది. ఓసారి దారిలో అడ్డం వచ్చే పాము తగిలింది. దాన్ని కత్తి అంచుతో పంగల కర్రతో యెత్తినట్టుగా యెత్తి లేవిన్‌కి చూపించి విసిరేశాడు. లేవిన్‌కీ అతని వెనకాల వున్న పడుచతనికీ అలా కదలికల్ని మార్చుకోవడం కష్టం అయింది.

పొద్దు యెలా గడిచిందో లేవిన్ గమనించలేదు. యెంతసేపటిగా కోతకోస్తూ వున్నాడని గనక అడిగినట్లయితే వో అరగంటనుండి అని జవాబు చెప్పి వుండేవాడు, అప్పుడు భోజనాల వేళయినా. కోసిన గడ్డి మీదనుంచి వస్తూ ఉండగా ముసలతను లేవిన్ దష్టిని కొంతమంది అబ్బాయిలమీదకీ, అమ్మాయిలమీదకీ మళ్ళించాడు. గడ్డి నిటారుగా వుండడం వల్ల వాళ్ళు కనిపించడం లేదు. వాళ్ళు అన్నివైపులనుంచీ గడ్డి కోతగాండ్ర దగ్గరికి వస్తున్నారు. రొట్టెలు రుమాళతో కట్టి పట్టుకు వస్తూ వుండడం వల్లా, గుడ్డలతో బిరడాలు బిగించిన క్వాస్ కూజాలు మోస్తూ ఉండడం వల్లా బరువుకి వాళ చేతులు దిగలాక్కుని వున్నాయి.

“మన పిల్లకాయలు వస్తున్నారు” అని ముసలతను వాళ్ళకేసి చూపిస్తూ అన్నాడు. చేతిని కళ్ళకి అడ్డం పెట్టుకుని సూర్యుడికేసి చూశాడు.

మరో రెండు వరుసలయాక ముసలతను ఆగాడు.

“కడుపులో కామన్నని బుజ్జగించే వేళయిందయ్యా” అన్నాడు నిక్కచ్చిగా. గడ్డికోత గాళ్ళు నది వొడ్డుదాకా వెళ్ళి, కోసిన వరుసలమీదనుంచి దాటుకుంటూ తమ తమ కోట్లున్న చోటికి వెళ్ళారు. అక్కడ వాళ్ళ పిల్లలు భోజనాలు తెచ్చి యెదురు చూస్తూ వున్నారు. వాళ్ళు గుంపులు గుంపులుగా బళ్ళకిందా, విల్లో గుబురు కిందా చేరారు. వాటిమీద నీడకోసమని చెప్పి గడ్డి పరిచారు.

లేవిన్ విల్లో గుబురుకింద కూర్చున్న వో బృందంతో చేరాడు. యింటికి వెళ్ళాలని అతనికి అనిపించలేదు.

యజమాని వున్నాడనే బెరుకు రైతులకి యెప్పుడో పోయింది. వాళ్ళు భోజనానికి కూర్చున్నారు. కొంతమంది కాళ్ళూ చేతులూ కడుక్కున్నారు. పడుచువాళ్ళు కొందరు నదిలో స్నానాలు చేశారు. కొంతమంది విశ్రాంతి తీసుకోవడానికి సుఖమైన యేర్పాట్లు చేసుకున్నారు. అందరూ మూటలు విప్పి, క్వాస్ కూజాలు తెరిచారు.

ముసలతను వో దాబరాగిన్నెలోకి కొంచెం రొట్టె చిదిపాడు. చెంచాకాడతో దాన్ని నలిపాడు. పదును రాయి పెట్టుకునే డబ్బాతో అందులో నీళ్ళు పోశాడు. మరింత రొట్టె చిదిపి, దాంట్లో ఉప్పువేసి, తూర్పు దిక్కుకి తిరిగి యేదో ప్రార్థన చేసుకున్నాడు.

“యిదిగోనయ్యా మా వంటకం” అన్నాడు. దాబరాగిన్నె పక్కన మోకాళ్ళమీద వాలి కూర్చున్నాడు.

అది చాలా రుచిగా వుంది. దాంతో లేవిన్ భోజనానికి యింటికి వెళ్ళే ఆలోచనని మార్చుకున్నాడు. ఆ ముసలతనితో కలిసి భోజనం చేశాడు. అతని గృహ వ్యవహారాల గురించి ముచ్చటించాడు. వాటి పట్ల ఆసక్తి ప్రదర్శించాడు. అతనికి తన వ్యవహారాల గురించి చెప్పాడు. అతనికి ఆసక్తికరంగా కనిపించిన వాటన్నిటి గురించీ చెప్పాడు. అన్నగారి కంటే యీ ముసలతను తనకి దగ్గరైనట్టుగా అతనికి అనిపించింది. ఆ మృదువైన అనుభూతి తనకి తెలియకుండానే చిరునవ్వులో ప్రతిఫలించింది. ముసలతను లేచి, మరోసారి ప్రార్థన చేసి, సందెడు గడ్డి తీసుకుని తలగడదాకా పెట్టుకుని చెట్టుకింద చేరాడు. లేవిన్ కూడా అలానే చేశాడు. యీగలు, నుసుమలు చెమట కక్కుతున్న తన ముఖంమీద, శరీరంమీద గిలిగింతలు పెడుతూ వున్నాగానీ, నడుం వాలుస్తూనే అతనికి నిద్రపట్టేసింది. సూర్యుడు పొదకి అటువేపు వాలి, అతని ముఖంమీద యెండ పడినప్పుడు అతనికి మెలకువ వచ్చింది. ముసలతను అంతకు ముందే లేచాడు. పడుచువాళ్ళు కోతకత్తులని పదును పెడుతున్నాడు.

లేవిన్ చుట్టూ చూశాడు. కాని ఆ తావుని గుర్తించలేకపోయాడు. అంతలా మారిపోయింది. విశాలమైన పచ్చికబీడులో యెక్కువ భాగం కోత పూర్తయింది. సువాసనలీనే గడ్డి వరుసలు యేటవాలుగా పడుతున్న యెండలో నూతన, విశేష శోభతో మెరిశాయి. నది వొడ్డున వున్న పొదలు, అప్పటిదాకా దృష్టి పథంలోకి రాకుండా వున్న నదీ- అది యిప్పుడు వంపులతో తళతళ మెరుస్తూ వుంది- విశ్రాంతి తర్వాత లేచి తిరుగుతూ వున్న కోతవాళ్ళు, గోడలా లేచిన గడ్డి, గడ్డికోత పూర్తయిన పచ్చికబీటపైన చక్కర్లు కొట్టే డేగలు, అన్నీ కొత్తగా కనిపించాయి. బాగా మెలకువ వచ్చాక యెంత కోత అయిందీ, యింకా యెంత ఆ రోజున కొయ్యవచ్చో అని లేవిన్ గుణించుకోవడం మొదలుపెట్టాడు.

కోతవాళ్ళు నలభై రెండు మందేనని దృష్టిలో పెట్టుకుంటే కోత చాలా యెక్కువే అయినట్టు లెక్క. అంత పెద్ద పచ్చికబీటి గడ్డి కొయ్యడానికి పూర్వం రోజుల్లో ముప్పై మంది భూస్వామ్యదాసులకి రెండు రోజులు పట్టేది. అలాంటిది యిప్పుడు దాదాపు అయిపోవచ్చింది. యేవో కొన్ని మూలలు మాత్రం చిన్న చిన్న వరుసలతో మిగిలాయి. కాని ఆ రోజు వీలైనంత మేరకు పూర్తిచేసెయ్యాలని లేవిన్‌కి ఆతృతగా వుంది. అందుచేత పొద్దు గబగబా వాలిపోతూ వుండడంతో అయ్యో అనుకుంటున్నాడు. అతనికి యే మాత్రమూ అలుపనిపించడం లేదు. యెంత గబగబా వీలైతే అంత గబగబా పని చెయ్యాలని మాత్రమే అతను అనుకున్నాడు.

“యేం? యివాళ మాష్కిన్ గుట్టల దాకా కోత పూర్తి చెయ్యగలమా?” అని ముసలతన్ని అడిగాడు.

“దేవుడి సంకల్పం వుంటే, పొద్దేమో వాలిపోతుంది. కుర్రాళ్ళకి కొంచెం వోడ్క యేమన్నా ముడుతుందా?”

మళ్ళీ పనిచేసి తిండి తిన్నాక పొగాకు అలవాటు ఉన్నవాళ్ళు పైప్‌లని తీశారు. ముసలతను "అబ్బాయిలూ, మనమీ పూట మాష్కిన్ గుట్టలదాకా కోసి చూపిస్తే అయ్యగారు వోడ్క యిప్పిస్తారు" అని అన్నాడు.

"కోసి చూపిస్తే! యేమిటది! తీత్, వూc, నడిపించు! వేగంగా! రాత్రి పొట్టనిండా పెట్టించు! నడిపించు" అంటూ అన్ని వైపులనుంచీ కోతవాళ్ళు మిగిలిన రొట్టె తునకలు నోట్లో కుక్కుకుంటూ అరిచారు.

"అయితే, కుర్రాళ్ళూ వెన్ను చూపించకండి" అని తీత్ అరిచి దాదాపు పరిగెత్తుతూ వరుస మొదలెట్టాడు.

"వూc, కానియ్యండి గబగబా" అని ముసలతను తొందరపెట్టాడు. తీత్, తనూ వాళ్ళని అందుకున్నారు. "జాగ్రత్త! నిన్ను కోసేస్తాను" అన్నాడు.

ముసలాళ్ళూ, పడుచువాళ్ళూ ఒకళ్ళనొకళ్ళు వోడించెయ్యాలని పోటాపోటీలమీద పనిచేశారు. తను హడావుడి పడుతూ పనిచేస్తున్నా గానీ గడ్డిని బాగానే కోశాడు. చక్కగా వరుసలుగా పేర్చుకుంటూనే పనిచేశాడు. అయిదు నిమిషాలలో మిగిలిన చిన్న మూలలు పూర్తయిపోయాయి. వెనకాల గడ్డి కోస్తూ వున్నవాళ్ళు తమ వరుసలు పూర్తి చేసే వేళకి ముందర వున్నవాళ్ళు కోట్లు భుజాలమీద వేసుకుని రోడ్డు దాటుకుని మాష్కిన్ గుట్టల వైపు వెళ్ళిపోతున్నారు. వాళ్ళు మాష్కిన్ గుట్టల పొదల చరియల్లోకి ఆకురాయి డబ్బాలు చప్పుడు చేసుకుంటూ వెళ్ళేసరికి సూర్యుడు చెట్ల శిఖరాల వెనక మణిగాడు. పల్లం మధ్యలో గడ్డి మొలదాకా వుంది. మెత్తగా, మృదువుగా, వెడల్పాటి పరకతో వుంది. అక్కడక్కడ రంగురంగుల పువ్వులు మెరుస్తున్నాయి.

నిలువుటవ, అడ్డంగా కోద్దామా అని కాసేపు తర్కించుకున్నాక ప్రోఖొర్ యెర్మీలిన్ ముందు నడిపించాడు. అతను పేరున్న కోతగాడు. మనిషి భారీగా నల్లగా వుంటాడు. అతను వో వరస కోసేసి వెనక్కి తిరిగి వచ్చి మళ్ళీ కోత మొదలుపెట్టాడు. మిగిలిన అందరూ చరియ పైనుంచి కిందదాకా కోసుకుంటూ అడవి అంచున యెదురుగుండా వున్న మిట్టవైపు వెనకాల వచ్చారు. సూర్యుడు అడవి గుబుర్ల వెనక వాలాడు. సాయంత్రం తుషారం మొదలైంది. గుట్టమీద వాళ్ళు మాత్రం యెండలో వున్నారు. కింద పొగమంచు లేస్తూ వున్న చోట పనిచేసేవాళ్ళు, అలాగే అవతలి వైపున వున్న వాళ్ళూ చల్లని తుషార ఛాయలో సాగుతున్నారు. పని మాంచి జోరుగా సాగింది.

లేవిన్ మళ్ళీ ముసలతనికీ, పడుచతనికీ మధ్య తేలాడు. ముసలతను గొర్రెతోలు కోటు తొడుక్కున్నాడు. యెప్పటిలాగానే చాలా హుషారుగా, పరిహాసాలాడుతూ చురుగ్గా వున్నాడు. అడవి పొదల్లో గుబురుగా వున్న గడ్డిలో వాళ్ళకి పుట్టగొడుగులు బాగా కనిపించాయి. వాటిలో చాలా భాగం కత్తులకి యెర అయిపోయేవి. కాని ముసలతనికి పుట్టగొడుగులు తగిలినప్పుడల్లా అతను వొంగి, యెత్తి, "ముసల్దానికి ఫలహారం దొరికింది" అంటూ చొక్కా జేబులో వేసుకునేవాడు.

తడిసి మెత్తగా వున్న గడ్డిని కొయ్యడం సునాయాసంగానే వుంది కాని, నిటారుగా వున్న కొండ చరియమీద కిందకీ పైకీ దిగడం, యెక్కడం కష్టంగా వుంది. అయినా కూడా ముసలాయన హుషారు తగ్గలేదు. కోతకత్తిని సునాయాసంగా ఆడిస్తూ, పెద్దపెద్ద నార బూట్లతో మెల్లిగా, ధృఢంగా అడుగులు వేస్తూ మిట్టమీదకి సాగాడు. లాగులు దిగలాక్కుపోయి చొక్కా పైకి వచ్చేసినట్టుంది. అతని శరీరం, అతను తొడుక్కున్న లాగూ శ్రమతో కంపిస్తున్నట్టుంది. అయినా అతను ఒక్క గడ్డి పరకని వదల్లేదు. ఒక్క పుట్టగొడుగుని వదలలేదు. లేవిన్‌తోనూ, మిగిలిన వాళ్ళతోనూ వేళాకోళాలు ఆడుతూనే వున్నాడు. అతని వెనకాలే వెడుతూ వుంటే కత్తితో సహా చరియలో పడిపోతానేమోననిపించింది లేవిన్‌కి. కోతకత్తి లేకుండా కూడా అక్కడకు వెళ్ళడం కష్టంగా వుంది. కాని అతను ముందుకి సాగుతూనే వున్నాడు. గడ్డిని కోస్తూనే వున్నాడు. యేదో బాహ్యశక్తి అతన్ని నడిపిస్తున్నట్టుగా వుంది.

6

మాష్కిన్ గుట్టలపైన కోత పూర్తి చేశాడు. ఆఖరి వరసలు పూర్తి అయ్యాక వాళ్ళు కోట్లు తొడుక్కుని హుషారుగా యిళ్ళకి వెళ్ళారు. లేవిన్ గుర్రం యెక్కి అయిష్టంగా రైతుల దగ్గర సెలవు తీసుకొని యింటికి బయల్దేరాడు. మిట్టపైనుంచి వెనక్కి చూశాడు. దట్టమైన పొగమంచువల్ల యెవళ్ళూ కంటికి కానరావడం లేదు. కాని వాళ్ళ హుషారైన గొంతుకలు, నవ్వులు, కత్తుల చప్పుళ్ళు వినవచ్చాయి.

లేవిన్ అన్నగారి గదిలోకి వెళ్ళేటప్పటికి కోజ్నిషెవ్ భోజనం చేసి మంచు ముక్కలు వేసిన నిమ్మరసం చప్పరిస్తున్నారు. పోస్టులో అప్పుడే వచ్చిన పత్రికల్నీ, సంచికల్నీ తిరగేస్తున్నాడు. లేవిన్ గొంతుక హుషారుగా వుంది. అతని జుట్టు రేగిపోయి చెమటకి తడిసి నుదుటికి అంటుకుపోయింది. మాసిపోయిన చొక్కా వీపుకీ, ఛాతీకీ అతుక్కుపోయింది.

"మొత్తం పచ్చిక బీడునంతట్నీ కోసేశాం. యెంత బ్రహ్మాండంగా వుంది, యెంత హుషారుగా ఉంది" అన్నాడు లేవిన్. ముందురోజు జరిగిన అప్రియమైన సంభాషణ అసలు గుర్తేలేదు అతనికి.

"అరె బాప్‌రే! యెలా వున్నావో చూడు" అన్నాడు కోజ్నిషెవ్. తమ్ముణ్ని చూసిన వెంటనే అతనికి అసంతృప్తి కలిగింది. "తలుపు! తలుపు! తలుపు మూసెయ్యి! అప్పుడే బోలెడు లోపలికి వచ్చేశాయి"అని అరిచాడు.

కోజ్నిషెవ్‌కి యీగలంటే చిరాకు. రాత్రిళ్ళప్పుడు గదిలో కిటికీ తలుపులు మాత్రం తెరిచే వుంచేవాడు. తలుపు మాత్రం వేసేసేవాడు.

"ఒట్టు ఒక్కటి కూడా రాలేదు. యే ఒక్కటి దూరి వచ్చినా నేను పట్టుకుంటాను. అబ్బ, యెంత హుషారుగా వుందో పని, నువ్వు వూహించలేవు. వూఁ, రోజంతా యెలా గడిచింది?" అని అడిగాడు.

"దివ్యంగా. కాని నిజంగా రోజంతా గడ్డి కోస్తూనే వున్నావా? నీ కడుపులో కామన్న గంతులేస్తూ వుండాలే. కుజ్మా నీకోసం వంట చేశాడు".

"నాకు పిసరు ఆకలిగా లేదు. నేనక్కడే తినేశాను. కాని వెళ్ళి ముఖం, చేతులూ కడుక్కుని వస్తాను"

"వెళ్ళు, వెళ్ళు. నేను నీ దగ్గరికి వస్తాను" అని కోజ్నిషెవ్ తమ్ముడికేసి చూసి తలవూపుతూ అన్నాడు. "వూం, కానీ" అన్నాడు చిరునవ్వు నవ్వుతూ. పేపర్లు కూడా సర్ది పెట్టుకున్నాడు. వున్నట్టుండి ఆయనకి కూడా ఉత్సాహం వచ్చింది. తమ్ముడ్ని వదిలిపెట్ట బుద్ధి పుట్టింది కాదు. "వాన కురిసినప్పుడు యెక్కడ వున్నావ్?" అన్నాడు.

"వాన? వూరికే నాలుగు పొడి చినుకులు. నేనిప్పుడే వస్తాను. అయితే ఈ రోజు కాలక్షేపం బాగానే అయిందన్నమాట. బాగుంది" అంటూ లేవిన్ బట్టలు మార్చుకోవడానికి హడావుడిగా వెళ్ళిపోయాడు.

అయిదు నిముషాల తర్వాత అన్నదమ్ములిద్దరూ భోజనాల గదిలో కలుసుకున్నారు. లేవిన్ తనకు ఆకలి లేదని అన్నా, కుజ్మా సంతృప్తి కోసం టేబిల్ దగ్గర చేరినా, భోజనం చెయ్యడం మొదలుపెట్టాక బాగా రుచిగా అనిపించింది. కోజ్నిషెవ్ చిరునవ్వు నవ్వుతూ లేవిన్‌కేసి చూశాడు.

"చెప్పడం మరిచాను. నీకో ఉత్తరం వచ్చింది. కుజ్మా, కొంచెం ఆ ఉత్తరం తెచ్చిపెట్టు. జాగ్రత్తగా తలుపులు వెయ్యి" అన్నాడు.

అది అబ్లాన్‌స్కీ రాసిన ఉత్తరం. లేవిన్ పైకే చదివాడు. అబ్లాన్‌స్కీ పీటర్స్‌బర్గ్ నుంచి రాశాడు: "నాకు దాలీ దగ్గర నుంచి ఉత్తరం వచ్చింది. ఆమె యెర్గుషోవోలో వుంది. అక్కడ పరిస్థితులు సవ్యంగా వున్నట్టు లేవు. కొంచెం శ్రమ అనుకోకుండా ఆమె దగ్గరికి వెళ్ళి యెలా ఉన్నారో చూసి అవసరమైన సలహాలు యివ్వు. నే చెప్పక్కరలేదు. నీకు అన్నీ తెలుసు. నిన్ను చూసి సంబరపడుతుంది. పాపం వొక్కత్తీ ఉంది. మా అత్తగారూ, మిగిలిన అందరూ యింకా విదేశాల్లో వున్నారు".

"బాగుంది, తప్పకుండా వెళ్ళి చూసి వస్తాను" అన్నాడు లేవిన్. "యేం వస్తావా? దాలీ సరదా అయింది కదా?" అని అడిగాడు.

"యిక్కడికి బాగా దూరమా?"

"ఓ నలభై అయిదు కిలోమీటర్లు వుంటుంది. తప్పితే అరవై. కాని దారి బాగుంటుంది. బండి హాయిగా వెడుతుంది".

"అయితే బాగుంటుంది" అన్నాడు కోజ్నిషెవ్ యింకా చిరునవ్వు నవ్వుతూ.

తమ్ముడి ఉత్సాహంతో ఆయనకీ ఉత్సాహం వచ్చింది.

"చూడు, ఆకలిలేదన్నావ్" అని యెండకి కమిలిన ముఖం, మెడ లేవిన్ ప్లేటు మీద ఒంచినప్పుడు చూసి అన్నాడు.

"అమోఘం! అలాంటి శ్రమ యెంత సకల రోగనివారణో నీకు తెలీదు. వైద్యశాస్త్రానికి కొత్త శబ్దం యిచ్చి పరిపుష్టం చేస్తాను" Arbeitscur[1]" అన్నాడు.

"నీకు అలాంటి చికిత్స అవసరం లేదనుకుంటాను"

"నాక్కాదు, నరాల జబ్బులున్నవాళ్ళకి".

"ప్రయత్నం చేసి చూడాలి. నీ గడ్డికోత పని యెలా వుంటుందో వచ్చి చూద్దామనుకున్నాను, కాని యెండ యెక్కువగా వుండడంతో అడవి దుబ్బులు దాటి రాలేకపోయాను. కాసేపు అక్కడ చతికిలబడి అడవిలోనుంచి నడుచుకుంటూ గ్రామంలోకి వెళ్ళాను. దారిలో మీ దారి కనిపించింది. రైతులు నిన్ను గురించి యేమనుకుంటూ వుంటారని అడిగాను. వాళ్ళు నువ్వు చేస్తున్న పన్లు మెచ్చుకోవడం లేదనే అనిపిస్తుంది. 'అది గొప్పింటి వాళ్ళ పనిదాన'ని ఆమె అంది. 'గొప్పింటివాళ్ళ' పని అని వాళ్ళు పిలిచేదానికి సంబంధించి రైతులకి ఖచ్చితమైన అభిప్రాయం వున్నట్టుంది. వాళ్ళు హద్దు అని భావించే దాన్ని దాటి గొప్పింటి వాళ్ళు రావడం వాళ్ళకి సరిపడదు".

"కావచ్చు, అయినా ఇంత సంతోషం జీవితంలో యెన్నడూ కలగలేదు. పైగా యిందులో తప్పేమీ లేదు, వుందా? వాళ్ళకి సరిపడకపోతే నేనేం చెయ్యను? అది నా దృష్టిలో చెడ్డది కాదు, యేం?" అన్నాడు.

"మొత్తం మీద యివాళ నువ్వు తృప్తిగా గడిపినట్టు కనిపిస్తోంది" అన్నాడు కోజ్నిషెవ్.

"అలాగా యిలాగానా? మొత్తం పచ్చికబీట్నంతట్నీ కోసేశాం. యెలాంటి ముసలాడితో దోస్తీ కుదిరింది. అతనెంత భేషైనవాడో వూహించలేవు".

"అయితే నీకివాళ తృప్తిగా గడిచింది. నాకూ అంతే. మొదటగా నేను రెండు చదరంగం చిక్కులు సాధించాను. వాటిల్లో ఒకటి భలే సరదా అయింది. బంటుతో మొదలెట్టడం, అది నీకు చూపిస్తా. తర్వాత నిన్న జరిగిన సంభాషణ గురించి ఆలోచించాను".

"నిన్న జరిగిన సంభాషణా?" అని లేవిన్ ప్రఫుల్లంగా కళ్ళు ముడిచి అన్నాడు. భోజనం తర్వాత తృప్తిగా తేనుస్తూ, వాళ్ళు దేన్ని గురించి మాట్లాడుకున్నారో గుర్తుకే తెచ్చుకోలేకపోయాడు.

"నువ్వన్నది వో మేరకి వొప్పే. నువ్వు వ్యక్తిగత ప్రయోజనాలే అసలు చోదక శక్తి అంటావు. ఓ మాదిరి సంస్కారవంతుడైన ప్రతివాడూ ప్రజాహితం పట్ల మొగ్గు చూపించాలని నేనంటాను. అక్కడే మనిద్దరికీ అభిప్రాయభేదం వచ్చింది. ప్రజాహిత కార్యక్రమాల్లో భౌతిక ఆసక్తులతో జనం పాల్గొంటే మెరుగే. మొత్తంమీద నువ్వు స్వభావ సిద్ధంగా ఫ్రెంచివాళ్ళన్నట్టు prime-sautiere[2]. నువ్వు మంచి జోరుగా ఉత్సాహంతో పనిచెయ్యాలనుకుంటావ్. లేదా అసలు లేదు".

లేవిన్ అన్నగారి మాటలు వింటున్నాడే గాని, యేమీ అతనికి బోధపడలేదు. అన్నగారు యేదన్నా అడుగుతాడేమో, తను ఆయన చెప్పేదాన్ని వినడం లేదని వెల్లడైపోతుందేమోనని భయపడ్డాడు.

[1] శ్రమద్వారా చికిత్స (జర్మన్).

[2] ఆవేశవంతం (ఫ్రెంచి).

"అదీ అబ్బాయ్, సంగతి" అని కోజ్నిషెవ్ అతని భుజం తడుతూ అన్నాడు.

"ఆఁ, అవునవును. నేను నా మాటమీద రొక్కించను" అని లేవిన్ తప్పు చేసిన కుర్రాడిలాగా నవ్వాడు. 'అసలే విషయం గురించి వాదించుకున్నాం? నేనూ నా మేరకు వొప్పే, ఆయనా ఆయన మేరకు వొప్పే. అన్నీ సవ్యంగానే వున్నాయి. కాని ఆఫీసుగదికి వెళ్ళి యేం చెయ్యాల్సివుందో చూసుకోవాలి' అని తనలో తను అనుకున్నాడు. లేచి వొళ్ళు విరుచుకుని చిరునవ్వు నవ్వాడు.

కోజ్నిషెవ్ కూడా చిరునవ్వు నవ్వాడు.

"కావాలంటే పద వెళ్దాం" అన్నాడు. తమ్ముడు వెళ్ళిపోవడం ఆయనకి యిష్టంగా లేదు. అతను ఉత్సాహాన్నీ, స్ఫూర్తినీ ఉద్దీప్తం చేశాడు. "పద, కావాలంటే ఆఫీసు గది దగ్గర ఆగుదాంలే" అన్నాడు.

"అయ్యో, దేముడా!" అని లేవిన్ అరిచాడు. యెంత గట్టిగా అరిచాడంటే అన్నగారికి భయం కలిగింది.

"యేమిటి సంగతి?"

"ఆగాఫ్యా మిహైలొవ్నా చెయ్యి! అసలా సంగతే మర్చిపోయాను" అని నొచ్చుకుంటున్నట్టు లేవిన్ అన్నాడు.

"యిప్పుడు బాగా మెరుగు"

"అయినా వోసారి వెళ్ళి చూసి వస్తాను. నువ్వు టోపీ పెట్టుకునే లోపున వచ్చేస్తా"

మేడ మెట్లమీదనుంచి అతను రయ్యన దిగుతూ ఉంటే రకరకమడమలు చప్పుడు చేశాయి.

7

అబ్లొన్స్కీ సర్కారు అధికార్లందరికీ బాగా పరిచితమైన కర్తవ్యాన్ని పరిపూర్తి చెయ్యడానికి పీటర్స్‌బర్గ్ వెళ్ళాడు. అది చాలా స్వాభావికమూ, అవసరమూనూ. పైవాళ్ళకి అది అర్థం కాదు. అలాగే సర్కారు అధికార్లు ఆ కర్తవ్యాన్ని చులకనగా చూసి తను నౌకరీల్లో వుండడమూ సాధ్యం కాదు. ఈ కర్తవ్య పరిపూర్తి నిమిత్తం అబ్లొన్స్కీ యింట్లో వున్న సొమ్మునంతటినీ కూడా పట్టుకుపోయాడు. దాచాల్లో మిత్రులతో మజా చేస్తూ గుర్రప్పందాల దగ్గర వినోదిస్తూ గడిపాడు. సరిగ్గా ఆ సమయంలో ఖర్చు వెచ్చాలు తగ్గించుకోవడం కోసం దాలీ పిల్లల్ని తీసుకుని పల్లెటూరికి వెళ్ళింది. దాలీ తనకి కట్నంగా యిచ్చిన యెర్గుషోవొ గ్రామం వెళ్ళింది. అక్కడి కలపనే వసంత రుతువులో అమ్మారు. లేవిన్ పొక్రోవ్‌స్కాయె ఎస్టేట్‌కి యాభై కిలోమీటర్ల దూరంలో వుందా వూరు.

యెర్గుషోవొలో వున్న పురాతన హవేలి యెప్పుడో కూలిపోయింది. దాలీ తండ్రి చిన్న యింటిని బాగు చేయించి పెద్దది చేశాడు. యిరవై యేళ్ళ నాడు దాలీ చిన్నపిల్లగా వున్నప్పుడు ఆ చిన్న యిల్లు పెద్దదిగా సౌకర్యంగా ఉండేది. అలాంటి యిళ్ళన్నింటిలాగానే దక్షిణ ముఖంగా

బండి దారికి యెదురుగ్గా కాకుండా పక్కలకి వుండినా ఏమైనా అది యిప్పుడు పాతదైపోయి శిథిలావస్థలో వుంది. వసంత రుతువులో అబ్లాన్స్కీ అక్కడి కలప అమ్మడానికి వచ్చినప్పుడు యిల్లెలా ఉందో చూసి అవసరమైన మరమ్మత్తులు చేయించమని దాలీ చెప్పింది. తప్పుచేసిన భర్తలందరి లాగానే అబ్లాన్స్కీ కూడా భార్య సుఖసంతోషాల విషయమై మహా శ్రద్ధ చూపించేవాడై స్వయంగా యింటినంతట్నీ చూసి తనకి అవసరం అని తోచిన మార్పులన్నింట్నీ చేయించమని పురమాయింపులు చేశాడు. ఫర్నిచర్కి ప్రింటెడ్ క్లాత్ కప్పించాలి, తెరలు కట్టించాలి, తోటని శుభ్రం చేయించాలి, పువ్వులని పెంచాలి, చెరువు దగ్గర వంతెన కట్టించాలి. కాని అతను యింకా బోలెడు ముఖ్యమైన విషయాలని గురించి పట్టించుకోలేదు. ఆ పట్టించుకోకపోవడం దాలీకి గొప్ప చిక్కులు తెచ్చి పెట్టింది.

యెంతో శ్రద్ధ పట్టే భర్తగా, తండ్రిగా వుండాలని తను యెంత ప్రయత్నించినా గానీ తనకి వో భార్యా, బిడ్డలూ వున్నారన్న విషయమే అబ్లాన్స్కీకి గుర్తు వుండేది కాదు. అతనివన్నీ బ్రహ్మాచారి అభిరుచులు, అతన్ని అదుపుచేసేవన్నీ అవే. మాస్కోకి వెళ్ళి అన్నీ సవ్యంగా జరిపించానని, భార్యకి ఇల్లు అద్దంలా వుందని చెప్పాడు. ఆమె వెళ్ళి అక్కడ హాయిగా వుండవచ్చనేదీ తన అభిప్రాయం అని అన్నాడు. భార్య పల్లెటూరికి వెళ్ళడం అతని దృష్టిలో అన్ని విధాలా అనుకూలం. పిల్లల ఆరోగ్యానికి మంచిది, ఖర్చులూ తగ్గుతాయి. యిక తనకా కావలిసినంత స్వేచ్ఛ. దాలీ పిల్లలకోసమని చెప్పి యిందుకు వొప్పుకుంది. ముఖ్యంగా స్కార్లెట్ ఫీవర్ వచ్చిన పిల్లకోసం. ఆ పిల్ల పూర్తిగా కోలుకోలేదు. పైగా పల్లెటూరి యింటికి వెడితే తనకి తలవంపులు తెప్పించే చిన్నా చితకా గొడవలు కూడా ఉండవు. చెప్పులు కుట్టేవాడికి, చేపలు అమ్మినవాడికి, వంట చెరకు సరఫరా చేసినవాడికి చెల్లించాల్సిన సొమ్ము గొడవల్లాంటివి. పైగా చెల్లెలు కిట్టీ వేసవికాలం మధ్యలో విదేశాలనుంచి తిరిగివస్తుంది. ఆమె నదీ స్నానాలు చెయ్యాలన్చెప్పి డాక్టర్లు సిఫార్సు చేశారు. అందుకని ఆమె వచ్చి తనతో వుంటుందని దాలీ ఆశించింది. ఆ కారణంవల్ల కూడా పల్లెటూరికి మారడం బాగుంటుందని అనిపించింది దాలీకి. బాల్య స్మృతులు పెనవేసుకుపోయి తమ యిద్దరికీ ప్రియం అయిన యెర్గు షోవాలో వేసవి గడపడం కంటే తనకీ యెక్కువ హాయినిచ్చేది యేదీ లేదని కిట్టీ విదేశాలనుంచి రాసింది.

మొదట్లో దాలీకి పల్లెటూళ్ళో మహా యాతనైపోయింది. ఆమె పల్లెటూళ్ళో చిన్నప్పుడెప్పుడో వుంది. ఆమె మనస్సులో పల్లెటూరి గురించి పడిపోయిన ముద్ర యెలాంటిదంటే బస్తీ బ్రతుకు యిబ్బందులన్నిటినుంచీ పారిపోయి శరణు వేడుకోగల చోటు అని. పల్లెటూరి బతుకులో బస్తీ వాసపు నాజూకుతనం లేకపోవచ్చు. (యీ విషయాన్ని దాలీ సునాయాసంగా వొప్పేసుకుంటుంది) గాని యేమైనా అక్కడ చవకగా సౌకర్యంగా వుంటుంది. అన్ని వస్తువులూ చవకగా అక్కడ దొరుకుతాయి. పిల్లలకి అంతకంటే మంచి చోటు వుండదు. కాని యింటి యజమానురాలిగా పల్లెటూరికి వచ్చి చూసేటప్పటికి తను వూహించుకున్నట్టుగా పరిస్థితులు లేవని ఆమెకి కనిపించింది.

పల్లెకి వచ్చిన మర్నాడే కుండపోతగా వాన కురిసింది. పిల్లల గదిలో హాలులో బాగా కురిసింది. మంచాలన్నింటినీ డ్రాయింగు రూమ్లోకి మార్చాల్సి వచ్చింది. నౌకర్లకి వంటమనిషి

లేదు. వున్న తొమ్మిది ఆవుల్లోనూ కొన్ని చూడివీ, కొన్ని అప్పుడే యీనేవీ, కొన్ని ముసలివనీ, మరికొన్ని గొడ్డు పోయేయనీ పశువుల్ని కాసే ఆడమనిషి చెప్పింది. యిక వున్న పాలూ, వెన్నా పిల్లలకి కూడా చాలవు. కోడిగుడ్ల సంగతి సరేసరి. లేత కోడిపెట్టలు లేవు. చర్మం నీలి రంగు తిరిగిపోయిన ముసలి ముదురు కోళ్ళనే వుడకబెట్టీ, వేయించుకునీ తిన్నారు. ఇల్లూ వాకిలీ కడగడానికి ఆడమనిషి దొరకలేదు. యేమంటే అంతా బంగాళదుంప మొక్కల నాట్లకి పోయారట. షికారు వెళ్ళడానికి లేకపోయింది. ఓ గుర్రం పొగరుమోతుగా వుండి బండి కట్టుకి రాకుండా మొరాయించింది. పోనీ నదిలో స్నానం చేద్దామా అంటే పశువులన్నీ వొడ్డుని తొక్కేసి బురద చేసేశాయి. పైగా అది రోడ్డుకేసి వుంది. తోటలో షికారుకి వెడదామన్నా లేకపోయింది. యేమంటే కంచె కంతల్లోనుంచి పశువులు లోపలికి వచ్చేవి. వాటిల్లో ఉగ్రంగా కనిపించే వో ఆంబోతు బయ్‌న రంకె వేసేది. దాన్ని చూస్తే కుమ్మేసేటట్లుండేది. బట్టలు పెట్టుకోవడానికి బీరువాలు లేవు. ఆ వున్న వాటికి తలుపులు పడేవి కాదు. ఒకవేళ పడ్డా, యెవరైనా అటు వెళ్ళినప్పుడు వాటంతట అవే తెరుచుకునేవి. నెగడులో కట్టెలని యెగసన దోచుకునే యినపకోలలు లేవు. బట్టలు వుతుక్కునే బాయిలర్ లేదు. పనిమనిషి గదిలో బట్టలు యిస్త్రీ చేసేందుకు బల్లా లేదు.

యేదో యింత విశ్రాంతిగా, సుఖంగా వుండవచ్చు కదా అనుకున్న దాలీకి యీ గందరగోళం అంతా చూసి మొదట్లో గుండె జారిపోయింది. పరిస్థితిని సర్దుబాటు చెయ్యడానికి ఆమె నానా తంటాలు పడింది. తన నిస్సహాయ స్థితి ఆమెకి తెలుస్తూనే ఉంది. క్షణక్షణం ఉబికి వచ్చే కన్నీళ్ళని ఆపుకో ప్రయత్నించింది. నిగామాను కూడా దాలీ బాధలు చూసి సానుభూతి చూపించలేదు. అతను మనిషి చూడ్డానికి బాగుంటాడనీ, మర్యాద పడికట్లు తెలిసినవాడనీ ముచ్చటపడి అబ్లాన్‌స్కీ గుమ్మం కావలి ఉద్యోగంనుంచి నిగామానుగా చేశాడు. అతను అంతకుముందు సైన్యంలో సార్జెంటుగా వుండేవాడు. దాలీ యేమడిగినా వినయంగా “యేం చెయ్యలేమమ్మా, యీ జనం అలాంటివాళ్ళు” అని దేనికీ అతను సాయపడలేదు.

పరిస్థితి అధ్వాన్నంగా వుంది. కాని అబ్లాన్‌స్కీల యింటిలో కూడా, యితర పెద్ద కుటుంబాల్లో మాదిరీ, దృష్టికి ఆనని ముఖ్యమైన, ఉపయోగకరమైన వ్యక్తి వుంది– మత్రోనా. ఆమె యజమానురాల్ని వోదార్చింది. అన్నీ సర్దుకుంటాయని (ఆ పదాల్ని మత్వేయ్ ఆమె దగ్గర్నుంచి సంగ్రహించింది) ధైర్యం చెబుతూ నిదానంగా హడావుడి పడకుండా చక్కబెట్టడానికి నడుం కట్టింది.

అక్కడికి చేరిన వెంటనే మత్రోనా నిగామాను పెళ్ళాన్ని మంచి చేసుకుంది. మొదటి రోజునే ఆమెతో, నిగామానుతో కలిసి అకేసియా చెట్లకింద కూర్చుని టీ తాగింది. ఆ సమయంలో అన్ని విషయాల గురించీ తర్జన భర్జనలు చేసింది. మత్రోనా త్వరలోనే అకేసియా చెట్టుకింద చేరే వో క్లబ్బులాంటి దాన్ని తయారుచేసింది. ఆ క్లబ్బులో నిగామాను భార్య, గ్రామపెద్ద, ఆఫీసు గుమస్తా సభ్యులు. ఆ క్లబ్బు సాయంతో అక్కడ యెదురైన కష్టాలు సర్దుకోవడం మొదలైంది. నిజంగానే వో వారం రోజుల్లో అంతా చక్కబడింది. కారకుండా కప్పు మరమ్మత్తు చేయించారు. వంటమనిషి దొరికింది. ఆమె గ్రామపెద్ద బంధువు. కోడిపెట్టల్ని కొన్నారు.

ఆవులు పాలు యివ్వడం మొదలుపెట్టాయి. కంచె కంతల్ని మూయించారు. వడ్రంగి బట్టలకి కొయ్యపాత్ర తయారుచేశాడు. అల్మారాలకి కొక్కాలు బిగించాడు. దాంతో అవి తెరుచుకోకుండా మూసుకునే ఉండేవి. ఇస్త్రీ బల్లనొకదాన్ని కుర్చీ వీపుకి అల్మారా అరకీ కట్టి తయారుచేశారు. నౌకర్ల మకాంనుంచి బట్టలు ఇస్త్రీ చేస్తున్న వాసన వచ్చేది.

“చూడండి! మీరేమో బేజారు పడిపోయారు” అంది మత్రోనా ఇస్త్రీ బల్ల చూపించి.

గడ్డి తడికలు పెట్టి స్నానాలకి కూడా జాగా యేర్పాటు చేశారు. లిలీ స్నానం చెయ్యడం మొదలుపెట్టింది. దాలీకి మనశ్శాంతి కలగకపోయినా సౌఖ్య ప్రదమైన జీవితానికి సంబంధించి వో మేరకి కలలు నిజమయాయి. ఆరుగురు పిల్లలతో దాలీకి మనశ్శాంతి రావడం కష్టం. ఓ పిల్లకి జబ్బు చెయ్యవచ్చు. యింకో పిల్ల జబ్బు పడే దశలో వుండవచ్చు. మూడో పిల్లకి యిదో అదో దొరక్కపోవచ్చు. నాలుగో బిడ్డకి దుర్లక్షణాలు కనిపించవచ్చు. ఒకటేమిటి, యిలా యేదో ఒకటి తగుల్తూనే ఉండవచ్చు. హమ్మయ్య యివాళ ప్రశాంతంగా వుంది అని ఆమె వూపిరి పీల్చుకునే క్షణాలు యెప్పుడోగాని రావు. కాని దాలీ ఆనందం అంతా పిల్లలకోసం పడే శ్రమలోనే ఉంది. లేకపోయినట్లయితే భర్తను గురించిన ఆలోచనలతో వ్యథ పడిపోయి వుండేది. అతను ఆమెని యిప్పుడెంత మాత్రం ప్రేమించడం లేదు. యే పిల్లకి యెప్పుడు యేం జబ్బు చేస్తుందోనన్న భయం, పిల్లల్లో రోగ లక్షణాలు కనిపించినప్పుడు కలిగే విచారం తల్లికి యెంత యాతనగా వున్నాగానీ, పిల్లలే చిన్నా చితకా సంతోషం కలిగిస్తూ ఆమె సంతాపాలకి మందు వేశారు. ఆ సంతోషాలు యిసుకలో బంగారు రేణువుల్లా యెంత అల్పమైనవంటే ఆమె మనస్సు యేమీ బాగాలేని సందర్భాల్లో ఆమెకి దుఃఖాలే, ఇసుక మాత్రమే కనిపించేవి. కాని ఆమెకి మధుర క్షణాలూ వుండేవి. అప్పుడు బంగారు రేణువుల్ని , సంతోషాల్ని మాత్రమే ఆమె చూసేది.

ఆరుగురికి ఆరుగురూ యెవళ్ళ మట్టుకి వాళ్ళ వాళ్ళ ప్రత్యేకతలతో వున్నా, యిలాంటి పిల్లలు యెక్కడోగాని వుండరు అనుకునేది. వాళ్ళని చూసి సంతోషపడేది, గర్వపడేది.

8

మే నెలాఖరులో అన్నీ సర్దుకుని వో మాదిరిగా గాడిలో పడ్డాక ఆమెకి భర్త దగ్గర్నుంచి జవాబు వచ్చింది. పల్లెటూర్లో తను పడుతున్న యిబ్బందుల గురించి నిష్ఠూరంగా తను రాసిన జాబుకి అది జవాబు. అన్ని విషయాల గురించి శ్రద్ధ పట్టకపోవడం తన తప్పేననీ, వీలు చిక్కిన వెంటనే తను వూరికి వచ్చేస్తాననీ అతను రాశాడు. కాని అలాంటి వీలు యెంతకీ చిక్కినట్టు లేదు. జూన్ ఆరంభందాకా దాలీ యెర్గుషోవొలో వొక్కత్తే వుండిపోయింది.

సెయింట్ పీటర్ పండుగకి ముందు వో ఆదివారం రోజున పిల్లల్ని దైవారాధన కోసం గుర్రం బండిలో చర్చికి తీసుకువెళ్ళింది. చెల్లెలితో, తల్లితో, మిత్రులతో ఆధ్యాత్మిక, తాత్విక విషయాల గురించి చర్చ వచ్చినప్పుడు మత ధర్మం పట్ల తనకి వున్న స్వతంత్ర భావాలని ప్రదర్శించి దాలీ వాళ్ళకి హైరాన కలిగిస్తూ వుండేది. పునర్జన్మ గురించి దాలీకి సొంత మతం

వుండేది. సంప్రదాయక చర్చి విశ్వాసాలని ఖాతరు చేసేది కాదు. కాని కుటుంబంలో మాత్రం ఆమె సకల చర్చి క్రతువుల్నీ అనుసరించేది. దగ్గర దగ్గర యేడాదికి పైగా పిల్లలు ధర్మానుష్ఠానం చెయ్యలేదని ఆమెకి యిప్పుడు చింత పట్టుకుంది. మత్రోనా పూర్తి తోడ్పాటుతో, సహకారంతో యీ వేసవిలో, యీ పల్లెటూళ్ళో ఆ విధిని నిర్వహించాలని దాలీ నిర్ణయించుకుంది.

దాలీ కొన్ని రోజుల ముందు నుంచి పిల్లలకి యెలాంటి బట్టలు వుండాలీ యేమిటీ అన్న విషయం గురించి ఆలోచించింది. దుస్తుల్ని తయారు చేశారు, మార్పులు చేశారు, చలవ చేశారు, కుచ్చెళ్ళని అమర్చారు, బొత్తాలను కుట్టారు, గోటు షోకు చేశారు. తాన్యా గౌనుని ఇంగ్లీషు పంతులమ్మ తయారుచేస్తానని తీసుకుంది. అది దాలీకి చాలా విచారం కలిగించింది. ఇంగ్లీషు పంతులమ్మ గౌను మడతలు తప్పుగా కుట్టి, చేతుల్ని అధ్వాన్నంగా తయారుచేసింది. దానితో గౌను తగలడ్డట్టే కనిపించింది. తాన్యా భుజాలమీద అది నిలబడనే లేదు. ఘోరంగా ఉంది. అదృష్టవశాత్తు మత్రోనా మాసిక వేసి కుట్టి, పైన కేప్ లాంటిది పెట్టి దాన్ని ఫరవాలేదనిపించింది. గౌను మాట దక్కింది. కాని ఇంగ్లీషు పంతులమ్మతో పేచీ వచ్చినంతపనైంది. ఆ మర్నాడు ఉదయం తొమ్మిది గంటలవేళకి అంతా చక్కబడింది. చర్చి ఆరాధనని తాము వచ్చేదాకా అంటే తొమ్మిది గంటలదాకా ఆపమని కబురు చేశారు. పిల్లలు మంచి చమకు చమకులాడే గౌన్లతో గుర్రం బగ్గీ ముందు, అరుగు దగ్గర అమ్మకోసం యెదురుచూస్తూ సంతోషంగా నుంచున్నారు.

మత్రోనా జోక్యం పుణ్యమా అని పెంకె గుర్రం వోరొన్‌ని కాక నిగామాను గుర్రం బూరియ్‌ని బండికి కట్టాడు. దాలీ తను యెలా ముస్తాబవాలో తోచక ఆలస్యం చేసి ఆఖరికి తెల్లని మజ్లిన్ గౌను తొడుక్కుని బండి దగ్గరికి వచ్చింది.

దాలీ శ్రద్ధగా, అతిశయంతో బట్టలు వేసుకుంది. కేశాలంకరణ చేసుకుంది. ఇదివరలో ఆమె తనకోసం ముస్తాబయేది. ముచ్చటగా కనిపించాలని, నలుగురూ తనని చూసి ఓహో అనాలని ముస్తాబయేది. కాని వయస్సు వచ్చేకొద్దీ ఆమెకి ముస్తాబవడం సంతోషకరంగా అనిపించడం లేదు. కాని యివాళ మళ్ళీ ముస్తాబవటం ఆమెకి సంతోషం కలిగించింది, ఉత్తేజం కలిగించింది. ఈ వేళ ఆమె తనకోసం బట్టలు వేసుకోలేదు. సొగసుగా కనిపించాలని మాత్రమే ముస్తాబవలేదు. ముద్దొచ్చే పిల్లల తల్లిగా తను సామాన్యంగా కలిగే ప్రభావాన్ని పాడు చెయ్యకూడదు, అందుకనే బాగా ముస్తాబయింది. అద్దంలో ఆఖర్న మళ్ళీ చూసుకున్నాక ఆమెకి సంతృప్తి కలిగింది. తను ముచ్చటైందే. తొలి నాళ్ళలో బాల్‌డాన్స్‌లకి వెళ్ళేటప్పుడు తను యెంత ముచ్చటగా వుండాలని తపన పడేదో, అంతలా కాకపోయినా ప్రస్తుత ఉద్దేశ్యానికి సరిపడేటంత ముచ్చటగానే వుంది.

చర్చి లోపల కొంతమంది రైతులు, వాళ్ళ ఆడవాళ్ళు తప్ప యెవళ్ళూ లేరు. కాని తనూ, పిల్లలూ అక్కడికి వెళ్ళగానే వాళ్ళ వదనాల్లో గోచర మైన ప్రశంసా భావాన్ని లేదా తనకి అలా అనిపించినదాన్ని దాలీ చూసింది. పిల్లలు డాబుగా బట్టలు వేసుకుని ముచ్చటగా కనిపించడమే కాదు, బుద్ధిగా వుండి అందరికీ ఆనందం కలిగించారు. అల్యోష బాగా నుంచో లేదన్న ముక్క నిజమే, మాటిమాటికీ చొక్కా యెలా వుందోనని వెనక్కి చూసుకుంటూనే వున్నాడు.

అయినా గానీ మహా ముద్దొస్తూ వున్నాడు. తాన్యా ఆరిందలాగా నుంచుని చిన్న పిల్లలమీద వో కన్నేసి చూస్తూ వుంది. కాని చిన్న పిల్ల లిలీ అన్నింటికేసీ ఆశ్చర్యంగా చూస్తూ అందరికీ యిష్టురాలై పోయింది. ధార్మిక అనుష్ఠానం పూర్తయిం తర్వాత ఆ పిల్ల "please, some more[1]" అని అన్నప్పుడు చిరునవ్వు నవ్వకుండా వుండలేకపోయారు.

ఇంటికి తిరిగి వెళ్ళాక పిల్లలు యేదో గంభీరమైంది జరిగిందన్న భావనతో అణకువగా వున్నారు. ఇంటి దగ్గర అంతా సవ్యంగానే జరిగింది. కాని భోజనాల దగ్గర గ్రీష యీల వెయ్యడం మొదలెట్టాడు. ఇంకా చెడ్డపని ఇంగ్లీషు పంతులమ్మ చెప్పిన మాటని ఖాతరు చెయ్యలేదు. దాంతో దండనగా అతనికి మిఠాయి లేకుండాపోయింది. దాలీ గనుక అక్కడ వుండి వుంటే అలాంటి రోజున దండనలూ గిండనలూ లేకుండా చూసేది. కాని యిప్పుడు యింగ్లీషు పంతులమ్మ తీర్పుని తను తిరగదోడడం సబబు కాదు. అంచేత గ్రీష్మకి మిఠాయి పెట్టకూడదన్న దండన అమలు జరగనిచ్చింది.

గ్రీష్మ యేడ్చాడు. నికొలాయ్ కూడా యీల వేశాడు గాని వాడికి శిక్ష వెయ్యలేదనీ, తను మిఠాయి కోసం యేడవడం లేదనీ– తనకది అసలు లెక్కలేదు– తనకి అన్యాయం జరిగిందని మొత్తుకుంటున్నాననీ ఫిర్యాదు చేశాడు. అంతా చాలా విచారకరంగా తయారై తను యింగ్లీషు పంతులమ్మ దగ్గరకి వెళ్ళి పిల్లవాణ్ణి యీ తప్పు కాయమని అడుగుదామనుకుంది. కాని హాలులోనుంచి వెళ్ళేటప్పుడు ఆమెకి కనిపించిన దృశ్యం ఆమెని సంతోషంతో పులకరింప చేసింది. ఆమెకి కళ్ళమ్మట నీళ్ళు తిరిగాయి. దాంతో దోషిని తనకిగా తను క్షమించేసింది.

ఆ పెద్ద హాల్లో వో మూల కిటికీ వుంది. దానిమీద గ్రీష కూర్చున్నాడు. పక్కన తాన్యా వుంది. ఆ పిల్ల చేతిలో ప్లేటు వుంది. బొమ్మలకి తాయిలం పెట్టాలన్న మిషమీద తాన్యా తన మిఠాయిని పిల్లల గదిలోకి తీసుకెళ్ళడానికి ఇంగ్లీషు పంతులమ్మ చేత వూc అనిపించుకుంది. దాన్ని బొమ్మల దగ్గరికి తీసుకెళ్ళడానికి బదులుగా తమ్ముడి దగ్గరికి తెచ్చింది. వాడు మిఠాయి తింటూనే తనని దండించడం అన్యాయం అంటూ యేడుస్తున్నాడు. వెక్కుతూ మధ్యమధ్య "నువ్వు తిను, యిద్దరం తిందాం...కలిసి తిందాం..." అంటున్నాడు.

మొదట్లో తాన్యాకి గ్రీష పట్ల జాలి కలిగింది. తర్వాత తన ఉదారత్వం గుర్తు వచ్చింది. దాంతో ఆమె కళ్ళు చెమర్చాయి. కానీ మిఠాయిని వదులుకోలేదు, తన వాటా తను తింది.

తల్లిని చూడగానే పిల్లలిద్దరూ బెదిరారు. కాని తాము చేస్తున్న పని సరైనదేనని ఆమె ముఖం చూడగానే వాళ్ళకి అర్థం అయింది. వాళ్ళు వెంటనే ఫక్కున నవ్వారు. మిఠాయి కుక్కుకున్న నోళ్ళని చేతులు తిరగేసి తుడుచుకున్నారు. కిలకిలలాడే వాళ్ళ ముఖాలమీద జామ్, కన్నీళ్ళు పులుముకున్నాయి.

"ఓయి భగవంతుడా! మీ కొత్త బట్టలర్రా! తాన్యా! గ్రీషా!" అని వాళ్ళ అమ్మ అరిచింది, వాళ్ళ బట్టలు పాడైపోకుండా చూడాలని. కాని అప్పుడే ఆనందంతో, పారవశ్యంతో, కన్నీళ్ళతో చిరునవ్వు నవ్వింది.

---

[1] దయచేసి యింకొంచెం (ఇంగ్లీషు).

కొత్తవి విప్పేసి ఆడపిల్లలకి బ్లౌజు తొడగమనీ, మగపిల్లలకి పాత చొక్కాలు తొడగమనీ పురమాయింపు వచ్చింది. గుర్రాల్ని, నిగామానుకు యిష్టం లేకపోయినా బూరియ్‌ని కాడిగుర్రంలా కట్టి, బండికి పూన్చమనీ పురమాయించారు. యేమంటే కుటుంబం అంతా పుట్టగొడుగులు యేరడానికీ, నదిలో యీదడానికీ వెడుతున్నారు. పిల్లల గదిలో సంతోష పారవశ్యంతో కేకలు, అరుపులు రేగాయి. వాళ్ళు బయల్దేరేదాకా అవి సద్దుమణగలేదు.

బుట్ట నిండుగా బుట్టెడు పుట్టగొడుగుల్ని యేరారు. ఆఖరికి లిలీ కూడా వో పుట్టగొడుగుని చూసి యేరింది. ఆ రోజుదాకా పంతులమ్మ మిస్ హాల్ పుట్టగొడుగుల కోసం వెతికి వాటిని లిలీకి చూపించేది. కాని ఆ వేళ లిలీ స్వయంగా పెద్ద పుట్టగొడుగుని యేరింది. "లిలీ పుట్టగొడుగుని యేరిందర్రోయ్!" అని అందరూ యేక కంఠంతో ఆనందంగా అరిచే సంఘటన అయింది అది.

తర్వాత నది దగ్గరికి బండిలో వెళ్ళారు. గుర్రాలని బర్చ్ చెట్లకింద వుంచి స్నానానికి దిగారు. ఈగల్ని తోకలతో తోలుకుంటూ వున్న గుర్రాల్ని బండితోలే తెరెంతీ వో చెట్టుకి కట్టేశాడు. కొంచెం పొగాకు తీసుకుని చుట్టుకుని నిడుపాటి గడ్డిమీద నీడలో కూర్చుని పొగపీల్చటం మొదలుపెట్టాడు. నదిలో యీదులాడుతూ కేరింతలు కొడుతూ వున్న పిల్లల అరుపులు యెడతెగకుండా అతనికి వినిపిస్తూ వున్నాయి.

అంతమంది పిల్లల్ని సందడించుకోవడం, ఒకళ్ళతో ఒకళ్ళు దెబ్బలాడకుండా వుండేటట్టు వాళ్ళని కాయడం, యెవళ్ళ మేజోళ్ళు, చెడ్డీలు, బూట్లు ఎవరివో ఆనవాలుగా చూసుకుంటూ వాటిని కలిసిపోకుండా జాగ్రత్తగా వుంచడం, బొత్తాలు, లేసులు, పట్టీలు సరిగ్గా వున్నాయో లేదో చూసి, కుట్టి, కట్టి, విప్పి సవరించడం లాంటి లక్షా తొంభై చిల్లర చీకుచింతలు దాలీకి వున్నాయి. నదిలో యీదాలంటే ఆమెకు సరదా. పిల్లలకీ అది మంచిదని ఆమె భావన. అన్ని చీకూ చింతలున్నాగానీ పిల్లల్ని నది దగ్గరకి స్నానాల కోసం తీసుకెళ్ళడం అంతగా మరేదీ ఆమెకి ఆనందం కలిగించలేదు. బొద్దుగా వున్న వాళ్ళ కాళ్ళని పట్టుకోవడం, వాటిమీద మేజోళ్ళు పైకి లాగటం, వాళ్ళ శరీరాన్ని తన చేతులతో పట్టుకోవడం, నీళ్ళలోకి వాళ్ళని ముంచేటప్పుడు సంతోషంతోనో, భయంతోనో వాళ్ళు అరిచే వెర్రి అరుపులు వినడం, వాళ్ళు నీళ్ళు చీల్చుకుంటూ వుంటే చూడడం మిలమిలలాడే వెడల్పాటి కళ్ళతో యింతలో యికిలిస్తూ యింతలో బెదిరిపోతూ ముద్దొస్తూ వుండే వాళ్ళ ముఖాల్ని చూడటం కంటే ఆహ్లాదకరమైనది వుండేది కాదు.

పిల్లలు సగంమంది స్నానాలు ముగించి వెనక్కి వచ్చి బట్టలు వేసుకున్నారు. అప్పుడు మంచి బట్టలు వేసుకున్న కొంతమంది రైతు ఆడాళ్ళు స్నాన ఘట్టాల దగ్గరకి వచ్చారు. వాళ్ళు తోటకూర ఆకుల్ని యేరుకోవడానికి వచ్చిన మనుషులు. నీళ్ళల్లో పడిపోయిన వో దుప్పటినీ, చొక్కానీ పైకి తియ్యమని ఆ ఆడవాళ్ళల్లో ఒకామెని పిలిచి మత్రోనా చెప్పింది. వాటిని ఆరబెట్టటానికి పరిచింది. దాలీ ఆ ఆడవాళ్ళతో మాట కలిపింది. మొదట్లో వాళ్ళు చేతుల్ని కొణిదెలాగా పెట్టి ముఖం దాచుకుని కిలకిలా నవ్వుకున్నారు గాని వాళ్ళకి దాలీ మాటలు అర్థం అవలేదు. కాని కొంచెంసేపట్లోనే వాళ్ళకి ధైర్యం చిక్కింది. బెరుకు లేకుండా మాట్లాడారు. పిల్లలు చాలా ముచ్చటగా వున్నారని మెచ్చుకుంటూ దాలీ మనస్సు ఆకట్టుకున్నారు.

"యెంత ముచ్చటగా వుందో! పాలరాతి తెలుపు" అంది వొకామె మురిసిపోయి తాన్యా కేసి చూసి తల వూపుతూ. "కాని చాలా పీలగా వుంది" అంది.

"అవును, జబ్బు పడింది".

"అతను! తనకీ స్నానం చేయించారా?" అని మరొకావిడ వొళ్ళో వున్న చంటివాణ్ణి చూపించి అడిగింది.

"అబ్బెబ్బే! వీడికి మూణ్ణెల్లే" అంది దాలీ గర్వంగా.

"అరె! వాహ్!"

"నీకు పిల్లలున్నారా?"

"నలుగురు పుట్టారు. యిద్దరు దక్కారు. మగపిల్లాడు, ఆడపిల్ల. లెంట్ తర్వాత* పాలు మాన్పించేశాను".

"ఎన్నేళ్ళేమిటి పిల్లకి?"

"యీ మధ్యనే ఏడాది వెళ్ళింది"

"అంతకాలం పాలు యెందుకిచ్చావ్?"

"మాలో అంతే, మూడో లెంట్‌దాకా"

సంభాషణ దాలీకి బాగా ఆసక్తి కలిగించే విషయాలమీదకి మళ్ళింది. ప్రసవం యెలా జరిగింది? బిడ్డ జబ్బేమిటి? నీ పెనిమిటి యెక్కడున్నాడు? తరచూ యింటికి వస్తూ వుంటాడా? అనే వాటిమీదకి.

ఆ పల్లెటూరి ఆడాళ్ళతో మాట్లాడ్డం దాలీకి సరదాగా ఉంది. తమ అభిరుచులు చాలా సమానంగా వుండి వాళ్ళని వదిలిపెట్టి వెళ్ళడానికి ఆమెకి మనస్కరించలేదు. అన్నిటికంటే సంతృప్తి కలిగించిన సంగతి దాలీకి అంతమంది చక్కటి పిల్లలు ఉండటం, తన పిల్లలు వాళ్ళకి నచ్చినట్టు కనబడటం. ఆడవాళ్ళు దాలీకి నవ్వు తెప్పించారు. అది ఇంగ్లీషు పంతులమ్మకి కోపం తెప్పించింది. ఆ నవ్వడం తనని చూసేనని ఆమెకి అర్థమైంది. కానీ అలా నవ్వడానికి కారణం యేమిటైందీ ఆమెకి తెలియలేదు. అందరూ బట్టలు తొడుక్కున్నాక పంతులమ్మ బట్టలు తొడుక్కుంది. ఆమె మూడో స్కర్టు వేసుకున్నప్పుడు అక్కడ నిలబడి చూస్తూ వున్న ఆడవాళ్ళల్లో ఒకామె "చుట్టుకునీ చుట్టుకునీ చుట్టుకోవడమేనా! కట్టుకునేదెప్పటికి!" అని వ్యాఖ్యానించకుండా వుండలేకపోయింది. దాంతో అందరూ ఫక్కున నవ్వారు.

9

స్నానాలు చేసిన పిల్లలు తలలు తడిగా వున్నాయి. దాలీ జుట్టు రుమాలుతో పిడప చుట్టు కుంది. వాళ్ళ జగ్గీ యింటి ద్వాపులకి వచ్చింది. అప్పుడు బండివాడు ఆమెతో

"ఎవరో వస్తున్నారమ్మా, పాక్‌రోవ్‌స్కాయె ఊరి ఆయనలా కనిపిస్తున్నాడు" అన్నాడు.

దాలీ ముందుకి తొంగి చూసింది. బూడిద రంగు టోపీ, బూడిద రంగు ఓవర్‌కోటూ తొడుక్కుని వస్తూ వున్న లేవిన్ కనిపించాడు. ఆమెకి చాలా సంతోషం కలిగింది. అతనెప్పుడు కనిపించినా, ఆమెకి సంతోషంగానే వుంటుంది. కాని యిప్పుడు మరీ సంతోషంగా అనిపించింది. యేమంటే లేవిన్ తనని తన సర్వవైభవంలో చూస్తాడు. తన రాజసాన్ని లేవిన్ అంతగా యెవళ్ళూ మెచ్చుకోరు.

దాలీని చూస్తే లేవిన్‌కి సంసార జీవితం గురించి తను కన్న కలలన్నీ కళ్ళముందు రూపు తీసుకున్నట్టు అనిపిస్తుంది.

"పిల్లల్ని పోగు చేసుకున్న కోడిపెట్టలా వున్నారు నిజంగా దాలీగారూ" అన్నాడు.

"అబ్బ మిమ్మల్ని చూడ్డం యెంత సంతోషంగా వుంది" అని చేతిని చాస్తూ అందామె.

"యేదో మాట వరసకి అలా అంటున్నారు కాని మీరిక్కడున్నట్టు పిసరు నాకు కబురు చేశారా? మా అన్నయ్య మా వూరు వచ్చాడు. మీరిక్కడ వున్నట్టు మీ ఆయన ఉత్తరం వల్ల తెలిసింది".

"ఆయన ఉత్తరంవల్లా?" అని ఆమె ఆశ్చర్యపోతూ రెట్టించింది.

"ఆc, మీరిక్కడున్నారనీ, మీకేదన్నా అవసరం అవుతుందేమో కనుక్కోమనీ రాశాడు" అన్నాడు లేవిన్. ఆ ముక్క అన్నాక అతనికి వున్నట్టుండి యిబ్బంది కలిగింది. మాట సగంలోనే తుంచేసి మౌనంగా లైమ్ చెట్టు కొమ్మనోదాన్ని విరిచి అలా నములుతూ బండి పక్కనే నడిచాడు. తన భర్త స్వయంగా చూడవలసిన విషయాలకి సంబంధించి పై వ్యక్తి సాయం రావడం దాలీకి నచ్చకపోవచ్చన్న భయంవల్ల అతనికి యిబ్బందనిపించింది. తన భర్త తన కుటుంబ బాధ్యతలని పై వాళ్ళకి అప్పగించిన ధోరణి నిజంగానే దాలీకి అసంతృప్తి కలిగించింది. లేవిన్ ఆ విషయాన్ని అర్థం చేసుకున్నాడని ఆమె వెంటనే గ్రహించింది. అర్థం చేసుకోగల ఆ క్షమత, భావనా సూక్ష్మత వుండటం వల్లనే అతనంటే ఆమెకి యిష్టం.

"ఇంతకీ నన్ను చూడ్డం మీకిష్టం అని గ్రహించగలననుకోండి. మీ అభిమానం అలాంటిది. బస్తీలో బతకడం అలవాటైన మీకు ఈ పల్లెటూళ్ళో చాలా యాతనగా వుండవచ్చు. అంచేత మీకు యేం కావాలన్నా ఫరవాలేదు చెప్పండి. నే వున్నా" అన్నాడు లేవిన్.

"అబ్బెబ్బె, యేం అక్కరలేదు" అందామె. "వచ్చిన కొత్తలో అంతా అస్తవ్యస్తంగా వుంది. కాని యిప్పుడన్నీ చక్కబడ్డాయి, మా దాది పుణ్యమా అని" అంటూ మత్రోనాకేసి చూపించింది. వాళ్ళు తన గురించే మాట్లాడుకుంటున్నారని ఆమె పసికట్టి ఉల్లాసభరిత మందహాసం చేస్తూ లేవిన్‌కేసి ఆదరంగా చూసింది. ఆమెకి అతను తెలుసు. అతను తమ చిన్నమ్మాయిగారికి తగ్గ వరుడనీ ఆమె యెరుగును. అలా జరిగితే బాగుండుననీ కోరుకుంది.

"బగ్గీలో కూర్చోండయ్యా, మేం కొంచెం జరుగుతాం" అంది.

"అబ్బే, ఫరవాలేదు నడుస్తా. గుర్రంతో పందానికి నాతో యెవరొస్తార్రా పిల్లలూ?"

పిల్లలు లేవిన్‌ని అంత బాగా యెరగరు. అతన్ని యెప్పుడు చూశారో వాళ్ళకి గుర్తూ లేదు. అయినాగానీ అతని పట్ల సంకోచంగాని బెరుకుగాని వాళ్ళకి లేకపోయాయి. లేవిన్‌లో

దోషాలు వుండొచ్చుగాక, కృత్రిమత్వం మాత్రం లేశం కూడాలేదు. దాంతో పిల్లలకి అతని ముఖంలో తల్లిముఖంలో కనిపించిన లాంటి ఆర్ద్రత కనిపించింది. వస్తారా అని అతను అడగ్గానే పెద్ద పిల్లలిద్దరూ వెంటనే బండిలోనుంచి కిందకి దూకారు. తల్లి పక్కనో, దాది పక్కనో, మిస్ హాల్ పక్కనో గంతులు వేసినంత సునాయాసంగా అతని పక్కన గెంతారు. లిలీ కూడా అతనితో ఉంటానంది. దాలీ ఆ పిల్లని అతనికి అందించింది. అతను ఆ పిల్లని భుజాల మీద యెక్కించుకుని పరిగెత్తాడు.

"మరేం భయపడకండి, దాలీగారూ! మీ అమ్మాయికేం ఫర్లేదు, కింద పడెయ్యను" అని హుషారుగా చిరునవ్వు నవ్వుతూ అన్నాడు.

అతను చాలా ధృఢంగా, చురుగ్గా వున్నాడు. బహు జాగ్రత్తగా వున్నాడు. దాంతో తల్లి గుండె నిమ్మళించింది. అతన్ని సాదరంగా చూస్తూ ఆమె సంతోషంతో చిరునవ్వు నవ్వింది.

లేవిన్‌కి దాలీ అంటే నిజంగా యిష్టం. ఇక్కడ, యీ పల్లెటూళ్ళో పిల్లలనీ, ఆమెనీ చూసేటప్పటికి అతనికి ఒక శైశవ ఆనంద మనస్థితి వచ్చింది. అతనిలో దాలీకి ముఖ్యంగా నచ్చింది అదే. అతను చిన్న పిల్లలతోబాటు పరిగెత్తాడు. వాళ్ళకి కుస్తీ కసరత్తులు నేర్పాడు. వచ్చీరాని ఇంగ్లీషు ముక్కలు మాట్లాడి మిస్ హాల్‌కి నవ్వు తెప్పించాడు. దాలీతో పల్లెటూరి ముచ్చట్ల గురించి చెప్పాడు.

భోజనాల తర్వాత తనూ, అతనూ మాత్రమే వున్న అదును చూసి దాలీ అతనితో కిట్టీ గురించి మాట్లాడింది.

"మీకు తెలుసా కిట్టీ యిక్కడకు వస్తోంది, వేసవి కాలం అంతా నాతోనే ఉంటుంది".

"అలాగా?" అన్నాడతను సిగ్గుపడుతూ. మాట మార్చేద్దామని గబగబా అన్నాడు "అయితే ఆ రెండు ఆవుల్నీ పంపమంటారా? కాదూ కూడదూ డబ్బు యిచ్చి తీరాలి అంటారా. నెలకి అయిదు రూబుళ్ళు పంపండి చాలు– మీకు అంత మొహమాటం అయితే" అన్నాడు.

"అబ్బే వద్దు. మా ఆవులతో కాలక్షేపం అయిపోతోంది".

"కనీసం మీ ఆవుల్ని చూడనియ్యండి. మీకు అభ్యంతరం లేకపోతే వాటికి మేతా అదీ యెలా వుండాలో చెప్తాను. మేత మీదే అంతా వుంటుంది". మాట మార్చేద్దామనే ఉద్దేశంతోనే అతను దాలీకి పాడి పశువుల గురించిన సిద్ధాంతం వివరించడం మొదలుపెట్టాడు.

అతనలా మాట్లాడుతూనే వున్నాడు. కిట్టీ గురించి వినాలని అంతసేపూ తహతహ లాడుతూనే వున్నాడు. మళ్ళీ వినాలంటే భయంగానూ వుంది. తను యెంతో ప్రయాసపడి సాధించుకున్న మనశ్శాంతి భంగం అవుతుందేమోనని అతనికి భయంగా వుంది.

"ఓహో అలాగా! కాని యీ విషయాలన్నిట్నీ దృష్టిలో పెట్టుకుని చేసే వాళ్ళెవరు?" అంది ఖేదపడుతూ దాలీ.

మత్రోనా ధర్మమా అని వ్యవహారాలని సజావుగా నడిపించుకొస్తోంది. అందుచేత యెలాంటి మార్పులైనా చెయ్యడం ఆమెకి యిష్టం లేకపోయింది. అదీగాక వ్యవసాయం గురించి లేవిన్‌కి వున్న పరిజ్ఞానాన్ని నమ్మనూ లేకపోయింది. పాలిచ్చే యంత్రంగా ఆవుని

భావించడం అనేదే పెద్ద సందేహంగా వుంది. ఆమెకి సంబంధించి అంతా సరళంగా, గొడవలు లేకుండా వుండే విషయమే. మత్రోనా చెప్పినట్లు పిస్త్రూఖ, బెలొపాఖయ ఆవులకి యెక్కువ మేత, కుడితీ పెట్టాలి. వంటమనిషి వంటింట్లో మిగిలిన వాటిని చాకలి మనిషి ఆవుకి చేరెయ్యకుండా చూస్తే చాలు. మాంసకృత్తుల గురించీ, గడ్డి మేత గురించీ యీ గొడవంతా అర్థమవుతుందా చస్తుందా గోల తప్ప. కాని యింతకీ ముఖ్య విషయం కిట్టీ గురించి మాట్లాడాలి అనుకుంది ఆమె.

10

"తనకి కావల్సిందల్లా మనశ్శాంతీ, యేకాంతమూనని కిట్టీ నాకు రాసింది" అని దాలీ నిశ్శబ్దాన్ని భంగిస్తూ అంది.

"ఆమె ఆరోగ్యం మెరుగైందా?" అని లేవిన్ తత్తరగా అడిగాడు.

"దేవుడి దయవల్ల పూర్తిగా కోలుకుంది. అసలు తనకి క్షయ అని నేనెప్పుడూ అనుకోనేలేదు".

"నాకు చాలా సంతోషంగా వుంది" అన్నాడు లేవిన్. ఆ మాట విని, మౌనంగా ఆమెకేసి చూశాడు. ఆ తీరులో యేదో స్పందనాత్మకమైంది, నిస్సహాయమైందీ ఉన్నట్టు దాలీకి అనిపించింది.

"లేవిన్‌గారూ, చెప్పండి, మీకు కిట్టీ అంటే కోపం యెందుకు?" అని అతనికేసి చూసి దయగా, అయినా కొంచెం పరిహాసపూరితంగా వుండే చిరునవ్వు నవ్వుతూ అంది.

"కోపమా? నాకామె పట్ల కోపం లేదు" అన్నాడు లేవిన్.

"లేదు మీరు కోపంగా వున్నారు. యేం, మాస్కోలో మమ్మల్నిగాని, వాళ్ళనిగాని చూడ్డానికి యెందుకు రాలేదు?"

"దాలీగారూ" అని అతను సిగ్గుతో కుదుళ్ళలోకంటా యెర్రబడిపోతూ అన్నాడు. "మీది జాలిగుండె అయివుండీ మీరు దీన్ని అర్థం చేసుకోలేకుండా వున్నారంటే నాకు ఆశ్చర్యం కలుగుతోంది. నా పట్ల మీకు దయ యెందుకు రావడం లేదో మీకీ విషయం తెలిసి వుండీ..."

"యేమిటి నాకు తెలిసిన విషయం?"

"నేను ప్రస్తావన చేశాననీ, తిరస్కరించడం జరిగిందనీ" అన్నాడు లేవిన్. ఓ క్షణం క్రితమే కిట్టీ పట్ల అతనికి కలిగిన జాలి అంతా పోయి కోపం, ఘృణ భావం వచ్చాయి.

"నాకు తెలుసని యెలా అనుకున్నారు?"

"యెందుకంటే అందరికీ తెలుసు కాబట్టి"

"అది మీ పొరపాటు. నాకు తెలీదు, నేను కొంచెం అనుమానించానుగాని"

"సరే, అయితే మీకు యిప్పుడు తెలిసింది కదా"

"నాకు తెలిసిందల్లా యేదో గొడవ జరిగిందనీ, అది కిట్టీకి చాలా వ్యథ కలిగించిందనీ. ఆ విషయం గురించి యిక యెన్నడూ చర్చించవద్దని నన్ను వేడుకుంది. నాకే చెప్పకపోతే

తను మరెవ్వరికీ చెప్పి వుండదు. యింతకీ యేం జరిగిందో చెప్పండి".

"చెప్పాను కదా యేం జరిగిందో"

"యెప్పుడు జరిగింది?"

"కిందటిసారి నేను మీ అమ్మగారి యింటికి వచ్చినప్పుడు"

"నేను మీతో యేం చెప్పాలనుకుంటున్నానో మీకు తెలుసా? కిట్టీని చూస్తే నాకు చాలా చాలా బాధ, చెప్పలేనంత బాధ కలుగుతుంది. మీరు మాత్రం కేవలం ఆత్మాభిమానం దెబ్బ తిందని భావించుకుంటున్నారు..." అంది దాలీ.

"కావచ్చు" అన్నాడు లేవిన్. "కానీ..."

ఆమె అతని మాటకి అడ్డం వెళ్ళింది.

"కాని, అబ్బ, పాపం దాన్ని చూస్తే నాకు గుండె చెరువైపోతుంది. యిప్పుడు నాకు సమస్తమూ అర్థమైంది"

"దాలీగారూ" అన్నాడతను లేస్తూ "మరేం అనుకోకండి, నేను వెళ్ళాలి, మరి వుంటాను" అన్నాడు.

"అదేమిటి అప్పుడే? ఆగండి" అందామె అతని చొక్కా చేతిని పట్టుకుని "వెళ్దురుగాని కూర్చోండి" అంది.

"మీకు పుణ్యం వుంటుంది, ఇక ఆ విషయం గురించి మాట్లాడకండి" అన్నాడతను కూర్చుంటూ. కాని వూడ్చుకుపోయింది అనుకున్న ఆశ మళ్ళీ కదులుతూ తల యెత్తుతోంది అని అప్పుడు అతనికి అనిపించింది.

"మీరంటే నాకు యిష్టం లేకపోతే" అని దాలీ కళ్ళు చెమ్మగిల్లగా అంది. "మిమ్మల్ని యింత బాగా యెరిగి వుండకపోతే...."

యిక అడుగంటిపోయింది అని తను భావించుకున్నది మరింతగా సజీవం అయి అతని హృదయాన్ని వశం చేసుకుంటోంది.

"అవును నాకిప్పుడంతా అర్థమైంది" అని దాలీ చెప్తూ వుంది. "మీకు అర్థం అవదు. మీరు మగాళ్ళు. స్వతంత్రంగా దేన్ని కావాలంటే దాన్ని యెంచుకోగలరు. మీరు యెవర్ని ప్రేమిస్తున్నారో మీకు యెప్పుడూ స్పష్టంగా తెలుసు. కాని కన్నెపిల్ల స్త్రీ సహజపు, కన్యాత్వపు లజ్జతో, డోలాయమానంగా వున్న స్థితిలో మగాళ్ళని దూరంనుంచి మాత్రమే చూస్తూ ఉండే పిల్ల, మగాళ్ళ మాటలమీదే దృష్టి పెడుతుంది. అలాంటి పిల్లల హృదయంలో అలాంటి భావన కలిగే వీలు వుంది, కలుగుతుంది యేమంటే యేం చెప్పాల్సిందీ ఆమెకి తెలీదు".

"కాని ఆమె హృదయం కొంచెం చెప్పకపోతే..."

"లేదు, హృదయం చెప్పచ్చు, మీరు ఆలోచించండి. మీ మగాళ్ళు యేదో పిల్ల పట్ల సరదా పడతారు, వాళ్ళ యింటికి వెళ్తారు, దగ్గరవుతారు, శ్రద్ధ పడతారు. మీకిష్టమైనవి వున్నాయా లేదా అని చూస్తూ వుంటారు. పూర్తిగా యిష్టపడుతున్నట్టు నమ్మకం కలగగానే

మీరు పెళ్ళి ప్రస్తావన చేస్తారు..."

"మరీ మీరు చెప్పినట్టే కాదులెండి".

"పోన్లెండి, మీ ప్రేమ పరిణితం అయాక మీ ముందున్న ఆడపిల్లలిద్దరిలోనూ యెవరి వేపు తాను మొగ్గుతుందో వాళ్ళని యెంచుకుని మీరు పెళ్ళి ప్రస్తావన చేస్తారు. కాని ఆడపిల్లని అడగరు. ఆమె తనంత తను యెంచుకుంటోందని అనుకుంటారు గాని ఆమె యెంచుకునే స్థితిలో లేదు. వూరికే అవును, కాదు అని జవాబివ్వగలదంతే".

"కాని నాకూ వ్రాన్‌స్కీకి మధ్యన యెన్నుకుంది" అనుకున్నాడు లేవిన్. అతని హృదయంలో రెబ్బటిల్లిన ఆశ మళ్ళీ మణిగిపోయింది. గుండెని పిండింది.

"దాలీగారూ, గౌన్లని, యితర వస్తువులని అలా యెంపిక చేసుకుంటారు. కాని ప్రేమని మాత్రం కాదు. యెంపిక జరిగిపోయింది, సరే మేలైన మాటే. యిక వెనక్కి మళ్ళడం వుండదు కదా" అన్నాడు.

"అదే ఆత్మాభిమానం, వొట్టి ఆత్మాభిమానం" అంది దాలీ. ఆడవాళ్ళకి మాత్రం తెలిసిన భావనతో పోలిస్తే యీ భావనకి వున్న తుచ్ఛత్వాన్ని చూసి అతన్ని యేవగించుకుంటున్నట్టు యీ మాట అంది. "మీరు కిట్టీతో పెళ్ళి ప్రస్తావన చేసినప్పుడు, ఆమె సరిగ్గా అదే స్థితిలో వుండి మీకు జవాబు చెప్పలేకపోయింది. ఆమె వూగిసలాటతో వుంది. మీరా, వ్రాన్‌స్కీయా అన్నది తేల్చుకోలేకపోయింది. అతన్నేమో రోజూ కలుసుకునేది, మిమ్మల్ని చూసేమో చాలా రోజులైపోయింది. ఆమె కొంచెం అనుభవం వున్నదయితే, మాటకి ఆ చోట్లో నేనే వున్నాననుకోండి, నాకు వూగిసలాట వుండేది కాదు. అతనంటే నాకెప్పుడూ సరిపడేది కాదు. నా మనస్సులో తోచింది నిజమేనని రుజువైంది".

లేవిన్‌కి కిట్టీ చెప్పిన జవాబు గుర్తు వచ్చింది. ఆమె అంది "లేదు, అలా జరగదు.."

"దాలీగారూ" అని అతను పొడిగా అన్నాడు. "మీకు నా మీద ఉన్న నమ్మకానికి సంతోషం. మీరు పొరపాటు పడ్డారని అనిపిస్తోంది. సరే ఒప్పొ తప్పొ అనేది అలా వుంచినా మీరు తిరస్కారంగా చూసే నా ఆత్మాభిమానం వల్ల, కిట్టీ గురించిన ఆలోచనే నాకు అసాధ్యం. శుద్ధ అసాధ్యం".

"నేను ఒక్కమాట మాత్రం చెప్తాను. నేను మా చెల్లెలు గురించి మాట్లాడుతున్నాను. తను నాకు నా పిల్లలతో సమానం. తను మిమ్మల్ని ప్రేమించిందని నేననడం లేదు. కాని ఆ క్షణంలో ఆమె కాదనడం దేన్నీ రుజువు చెయ్యదు అనే చెప్తా" అంది.

"నాకు తెలియదు" అన్నాడు లేవిన్ ఠక్కుమని లేచి నుంచుంటూ. "నా మనస్సులో ఎంత బాధ వుందో మీకు తెలుసా? యిది యెలా వుందంటే బిడ్డ పోయి యేడుస్తూ వుంటే, లోకులు వాడలాగ, యిలాగ వుండేవాడు, బతికుంటే యెంత సంతోషం కలిగించేవాడు అని చెప్పడంలాగ వుంది. ప్చ్, కాని వాడు చనిపోయాడు, చనిపోయాడు, చనిపోయాడు...."

"యెంత నవ్వుతాలుగా అంటూ వున్నారు మీరు" అని దాలీ, లేవిన్ ఉద్రేకాన్ని ఉపేక్షిస్తూ, విచారంగా చిరునవ్వు నవ్వి అంది. "అవును, నాకు యింకా, యింకా యెక్కువ

అర్థమవుతోంది” అంది సాలోచనగా. “అయితే కిట్టీ వచ్చాక మీరు యిక్కడికి రారా?” అని అడిగింది.

“ఊహుఁ, రానుగాక రాను. కిట్టీతో పచ్చికొట్టను గాని వీలైతే నేను ఆమె సమక్షంలో వుండే యిబ్బందిని ఆమెకి కలిగించకుండా చూస్తాను”.

“అబ్బ! మీరు చాలా పరిహాసంగా వున్నారు” అని దాలీ స్నేహభావంతో అతన్ని చూస్తూ అంది. “సరే, పోనీలెండి, అసలీ విషయం గురించి మనం యెప్పుడూ మాట్లాడుకోనట్టే వుందాం. దేనికి వచ్చావ్, తాన్యా?” ఫ్రెంచిలో అంది లోపలికి వచ్చిన ఆ పిల్లని చూసి.

“నా పారయేదమ్మా?”

“నేను ఫ్రెంచిలో అడిగినప్పుడు నువ్వూ ఫ్రెంచిలో చెప్పాలి”.

ఆ చిన్నపిల్ల ఫ్రెంచిలో చెప్పడానికి ప్రయత్నించింది. కాని “పార”ని ఫ్రెంచిలో యేమంటారో గుర్తు రాలేదు. తల్లి ఆ మాట అందించింది. ఆ తర్వాత పార యెక్కడుందో ఫ్రెంచిలో చెప్పింది. లేవిన్‌కది నచ్చలేదు.

యిప్పుడతనికి దాలీ యింటిలోనూ, పిల్లల్లోనూ ముందటిలాగ యిష్టమైంది యేదీ కనిపించలేదు.

‘పిల్లలతో ఫ్రెంచి మాట్లాడ్డం యెందుకు’ అనుకున్నాడు. ‘ఎంత కృత్రిమంగా, కపటంగా వుంది! పిల్లలకి యిది తెలుసు. ఫ్రెంచి నేర్చుకోవడం, నిష్కపటంగా వుండడం మర్చిపోవడం’ అనుకున్నాడు. ఆ విషయం గురించి దాలీయే లక్షసార్లు తనలో వితర్కించుకుందనీ, అయినా నిష్కపటత్వాన్ని మూల్యంగా చెల్లించి పిల్లలకి యీ విధంగా బోధించడం ముఖ్యమని భావించిందనీ అతనికి తెలీదు.

“యెక్కడికి బయలుదేరారప్పుడే! కూర్చోండి”

లేవిన్ టీ వేళదాకా వుండిపోయాడు. కాని అతని ఉత్సాహం మాసిపోయి యిబ్బంది అనిపించింది.

టీ తాగిన తర్వాత గుర్రాల్ని సిద్ధం చెయ్యమని చెప్పాలని హాల్లోకి వెళ్ళాడు. తిరిగి వచ్చేటప్పటికి దాలీ ఆందోళనగా వుండటం కన్పించింది. ఆమె కళ్ళల్లో నీళ్ళు తిరుగుతున్నాయి. లేవిన్ అవతలకి వెళ్ళినప్పుడు ఓ సంఘటన జరిగింది. ఆరోజు కలిగిన ఆనందాన్ని, తన పిల్లల్ని చూసి ఆమెకి కలిగిన గర్వ భావాన్నంతటినీ అది నాశనం చేసింది. గ్రీష, తాన్యా బంతికోసం దెబ్బలాడుకున్నారు. పిల్లల గదిలోనుంచి యేడుపులు వినిపిస్తే ఆమె ఒక్క ఉదుట్న అక్కడికి పరిగెత్తింది. చూస్తే యేముంది ఘోరం. గ్రీష జుట్టు పట్టుకుంది తాన్యా. వాడు కోపంతో ముఖం అంతా జేవురించుకుపోయి పిడి గుద్దులు గుద్దుతున్నాడు. వాళ్ళని చూడగానే దాలీ గుండెలో యేదో పుటుక్కున తెగిపోయింది. తన జీవనజ్యోతి మణగిపోయినట్టు ఆమెకి అనిపించింది. తను యెంతో గొప్పగా భావించుకుంటున్న యీ పిల్లలు వొట్టి సాదా పిల్లలు మాత్రమే కాదు, జంతు లక్షణాలతో సరైన పెంపకం లేకుండా ఉన్న పిల్లలు- దుష్ట సంతానం.

ఆమె యిక దేన్ని గురించీ మాట్లాడలేకపోయింది. తన దౌర్భాగ్య స్థితి గురించి లేవిన్‌కి చెప్పకుండా ఉండలేకపోయింది.

ఆమె చాలా బాధపడుతోందని చూసి అతను ఓదార్చబోయాడు. అందులో చెడ్డ యేమీ లేదనీ, పిల్లలంతా వాళ్ళలో వాళ్ళు కొట్టుకుంటారనీ చెప్పాడు. కాని ఆ మాటలు అంటూ అతను తనలో తను అనుకున్నాడు, 'నేను కృత్రిమంగా వుండను, నా పిల్లలతో ఫ్రెంచి మాట్లాడను. నా పిల్లలు యిలా వుండరు. ముఖ్య విషయం పిల్లల్ని చెడగొట్టకుండా, పాడు చెయ్యకుండా వుండాలి. అప్పుడు వాళ్ళు మంచి పిల్లలవుతారు. లేదు, నా పిల్లలు యిలా వుండరు".

అతను సెలవు తీసుకుని వెళ్ళిపోయాడు, ఆమె అతన్ని ఆపే ప్రయత్నం చెయ్యలేదు.

11

జూలై నెల మధ్యలో లేవిన్ చెల్లెలి వూరినుంచి గ్రామపెద్ద వచ్చాడు. ఆ వూరు పొక్‌రోవ్‌స్కొయెకి వో యిరవై కిలోమీటర్ల దూరం వుంటుంది. అక్కడి గడ్డి కోత గురించీ యితర పనుల గురించి లేవిన్‌కి చెప్పడానికి అతను వచ్చాడు. చెల్లెలి జాగీర్‌లో ముఖ్యంగా పచ్చిక బీటి నుంచే ఆదాయం వస్తుంది. పూర్వం రోజుల్లో రైతులు దెస్యాతీన్‌కి యిరవై రూబుళ్ళు చొప్పున యిచ్చేవారు. లేవిన్ జాగీర్ వ్యవహారాల అజమాయిషీ తన చేతిలోకి తీసుకున్నాక పచ్చికబీటిని పరిశీలించాడు. అక్కడి గడ్డికి యింకా యెక్కువ రావాలని లెక్కగట్టి దెస్యాతీన్‌కి పాతిక రూబుళ్ళు చేశాడు. రైతులు ఆ ధర యివ్వమన్నారు. లేవిన్ అనుమానించినట్టుగా పై కొనుగోలుదార్లని వాళ్ళు అడ్డం కొట్టారు. అప్పుడు లేవిన్ స్వయంగా తనే అక్కడికి వెళ్ళి గడ్డికోత పనిని కొంత కూలీల చేతా, కొంత వాటా పద్ధతుల మేరకీ చేయించాడు. రైతులు తమకి చేతనైనన్ని ఆటంకాలు పెట్టారు. కాని లేవిన్ బెసగకుండా పై చెయ్యి సాధించాడు. మొదటి యేడే గడ్డికి దాదాపు రెండింతలు యెక్కువ వచ్చింది. ఆ మరుసటియేడు, మళ్ళీ ఆ తర్వాతి యేడు రైతులు అలానే వ్యతిరేకించారు గాని గడ్డికోత లేవిన్ అన్న ప్రకారమే జరిగింది. ఈ యేడు రైతులు ఫసలీలో మూడో వంతు తీసుకునే ఒప్పందంమీద రాజీకి వచ్చారు. గడ్డికోత పూర్తయిందనీ, వాన కురిసే భయంవల్ల గుమాస్తాని పిలుచుకెళ్ళి అతని సమక్షంలో గడ్డి వాటాలు చేశారనీ, ఇనాందారుకి పదకొండు మేట్లు వచ్చాయనీ గ్రామపెద్ద చెప్పడానికే వచ్చాడు. లేవిన్ ముఖ్యమైన పచ్చికబీడులో యెంత గడ్డిని కోశారు అని అడిగితే దానికి అతను దాట్లువేస్తూ జవాబులు చెప్పాడు. లేవిన్‌కి కబురు చెయ్యకుండా ఆదరా బాదరా గడ్డిని వాటాలు వేసేశారు. ఈ వ్యవహారం అంతా చూస్తే యేదో లోపాయికారీ పన్లు జరిగిపోయేటట్టు లేవిన్‌కి అనుమానం తట్టింది. అందుకని స్వయంగా వెళ్ళి అదేమిటో తేల్చుకోవాలనుకున్నాడు.

అతను మధ్యాహ్నం భోజనాల వేళకి ఆ వూరికి వెళ్ళాడు. గుర్రాన్ని వో తెలిసినాయనశాలలో కట్టాడు. ఆయన భార్య తన అన్నగారికి పాలిచ్చిన దాదీ. గడ్డి ఫసలీ

విషయాల గురించి వాకబు చేసి తెలుసుకోవడానికి ఆయన్ని తేనెపట్టు గూళ్ళున్న చోటుకి వెళ్ళి కలుసుకున్నాడు. ఆ ముసలాయన పేరు పర్మేనిచ్. స్ఫురద్రూపి. అధిక ప్రసంగి. లేవిన్‌ని ఆదరంగా పలకరించి తన తేనెగూళ్ళన్నిట్నీ చూపించాడు. తేనెటీగల గురించీ, ఆ యేటి దండు గురించీ ఆమూలాగ్రం చెప్పేశాడు. కాని లేవిన్ గడ్డికోత గురించి అడగ్గానే ఆకుకీ పోకకీ అందకుండా నసుగుతూ జవాబు చెప్పాడు. దానితో లేవిన్ అనుమానాలు బలపడ్డాయి. అతను పచ్చికబీటికి వెళ్ళి గడ్డి మేట్లని చూశాడు. యే మేటుకీ కూడా యాభై బళ్ళ గడ్డి వుండి వుండదు. రైతుల దగా బట్టబయలు చెయ్యడం కోసమని చెప్పి లేవిన్ గడ్డి తోలుకుపోతున్న బళ్ళని వెనక్కి మళ్ళించమని పురమాయించాడు. గడ్డి దింపి కొఠారులో వెయ్యమన్నాడు. తీరా చూస్తే మేటుకి ముప్పై రెండు బళ్ళే తేలాయి. గడ్డి అణిగి పోతుందనీ, మేటుల్లో యిమిడిపోయిందనీ, ప్రమాణపూర్తిగా గడ్డిని వాటాల మేరకి పంపకం చెయ్యడం జరిగిందనీ గ్రామపెద్ద వొట్టు పెట్టుకు చెప్పాడు. అయినాగానీ, తన ప్రమేయం లేకుండా పంపకాలు జరిగాయనీ, అందుగ్గాను యీ పదకొండు మేట్లనీ, మేటుకి యాభై బళ్ళ వంతున వున్న ఆ పదకొండు మేట్లనీ రైతులే తీసుకునేటట్టూ, యజమాని వాటాని మళ్ళీ మొదట్నుంచీ యేర్పాటు చేసేటట్టూ ఒప్పందం అయింది. యీ సంప్రదింపులు, గడ్డిని తిరిగి కొలవడం పూర్తయేటప్పటికి అపరాహ్ణం దాటింది. ఆఖరి గడ్డి మోపులు కట్టే వేళకి కొరవ పనులు చూడమని లేవిన్ గుమస్తాకి పురమాయించి, రైతులతో బిలబిలలాడుతున్న పచ్చిక బీటిని కళ్ళారా చూడ్డానికని వో మోపుమీదకి యెక్కాడు.

లేవిన్‌ముందు, బాడవ అవతల, నది వొంపు తిరిగే చోట రంగు రంగుల గౌన్లు తొడుక్కున రైతు ఆడవాళ్ళు ఉల్లాసంగా వున్న స్వరాలతో మాట్లాడుకుంటూ తిరుగుతున్నారు. చెదురుమదురుగా వున్న గడ్డిని లాఘవంగా పనలుగా వొక పంక్తిలో పెడుతున్నారు. ఆకు పచ్చని కొయ్యకాళ్ళ నేపథ్యంలో యీ బూడిద రంగు పంక్తులు అగుపిస్తున్నాయి. ఆడవాళ్ళ వెనకాల మగాళ్ళు ఆటగొర్రులతో వచ్చారు. ఆ పంక్తుల్ని యెత్తుగా, పెద్దగా వుండే మోపులుగా చేస్తున్నారు. క్షేత్రంలో ఖాళీ అయిన జాగాలో బళ్ళు గణగణ చప్పుడు చేసుకుంటూ వెడుతున్నాయి. ఆటగొర్రులకి తగులుకుని గడ్డిమోపులు ఒకదాని తర్వాత ఒకటి మాయమైపోయి బళ్ళ మీద చేరుతున్నాయి. గడ్డిమోపుల అంచులు గుర్రాల వెనక భాగాల్ని కమ్మేస్తున్నాయి.

“చాలు, వాతావరణం యిలాగే వుంటే! భేషైన గడ్డి!” అన్నాడు పర్మేనిచ్ లేవిన్ పక్కన కూర్చుంటూ. “గడ్డి కాదిది! బంగారం! ఆటగొర్రులు చూడండి యెలా పన్జేస్తా వున్నాయో! గింజలు మింగే బాతుల్లాగా!” అన్నాడు బళ్ళకెక్కే మోపుల్ని చూపిస్తూ. “భోజనాల వేళనుంచి బాగానే లాగించేశారు పని” అన్నాడు.

“యేంటి నీ వంతు పని అయిపోయిందా?” అని ఓ పడుచువాణ్ణి చూసి అడిగాడు. అతను ఓ బండి ముందు భాగంలో పగ్గాలు పట్టుకుని తోలుతున్నాడు.

“ఆఁ, అయిపోయింది, నాన్నా” అన్నాడా పడుచువాడు. గుర్రాన్ని లాగుతూ వో యెర్ర బుగ్గల పిల్లకేసి తిరిగి చిరునవ్వు నవ్వాడు. ఆ పిల్ల బండి వెనక కూర్చుంది. బదులుగా చిరునవ్వు నవ్వింది. మళ్ళీ వెంటనే అతను గుర్రాన్ని అదిలించాడు.

"నీ కొడుకా?" అని లేవిన్ అడిగాడు.

"ఆఖరివాడండి" అన్నాడు ముసలాయన చిరునవ్వు నవ్వుతూ.

"మంచి కుర్రాడు".

"ఆఁ, మంచోడే"

"పెళ్ళయిందా?"

"సెయింట్ ఫిలిప్ ఉపవాసం* నాటికి మూడో యేడు మొదలవుద్ది"

"పిల్లా జెల్లా యేమన్నా?"

"పిల్లలా! యేడాదిపాటు యేదేమిటో బోధపడందే, పైగా సిగ్గొకటి" అన్నాడు ముసలతను. "అద్గదండీ గడ్డి! బంగారమే!" అన్నాడు మాట మారుద్దామని.

లేవిన్ పర్మేనిచ్ కొడుక్కేసీ కోడలికేసీ చూశాడు. వాళ్ళు దగ్గర్లోనే వున్న గడ్డి పనలని బండిమీదకి యెక్కిస్తున్నారు. ముచ్చటైన పడుచు పెళ్ళాం పెద్ద ఆటగొర్రులతో గడ్డిని పోగు చేసి పైకి అందిస్తూ వుంటే, అందుకుంటూ దాన్ని బండిమీద సర్ది పరుస్తూ ఇవాన్ బండిమీద నుంచున్నాడు. ఆమె సునాయాసంగా, గబగబా, నేర్పుగా పనిచేస్తోంది. గడ్డి బారుగా వుండడంవల్లా, అణగివుండడంవల్లా సులభంగా కొర్రుకి లొంగడం లేదు. ఆమె ముందుగా చేత్తో పనని విదిల్చి తర్వాత కొర్రుని దాంట్లోకి గుచ్చుతోంది. అప్పుడు చక్మని శరీర భారాన్నంతటినీ కొర్రుమీదకి అదిమి, మరుక్షణంలో నిటారుగా నిలబడేది. ఆమె నడుంకి యెర్రటి దట్టీ చుట్టుకుంది. తెల్లని జాకెట్టు మడతల్లో పయోధరాలు నిండుగా వున్నాయి. ఆమె నిటారుగా నిలబడగానే వక్షస్సు యెగిసేది. ఆమె రకామని కొర్రు పిడిని పట్టుకుని గడ్డిని పైకి యెత్తేది. ఆ పిల్ల వొక్క క్షణం కూడా వృథాగా శ్రమపడకుండా చూడాలన్నట్టు ఇవాన్ ఆతృతగా ఆ గడ్డిని చేతులు బారచాపి ఆదరాబాదరా అందుకునేవాడు. తర్వాత బండిలో దాన్ని సర్దేవాడు. ఆఖరి పనల్ని పోగుచేసి పైకి అందించాక ఆ పిల్ల మెడమీద పడ్డ పరకల్ని విదిలించుకుంది. నుదుటిమీద ఎర్ర రుమాల్ని సవరించుకుంది. ఆ రుమాలువల్ల నుదురు యెండకి కమలకుండా తెల్లగా వుంది. గడ్డిని తాటితో కట్టడానికి బండి కిందకి దూరింది. తాటిని యెలా మెలితిప్పి కట్టాలో ఇవాన్ ఆమెకి చెప్పాడు. పెళ్ళాం యేమందో మరి, ఫక్కున నవ్వాడు. ఇద్దరి ముఖాల్లోనూ యౌవనభరిత, ప్రబల నూతనావిర్భూత ప్రేమ తటిల్లతలా మెరిసింది.

12

బండిమీద కెత్తిన గడ్డిని గబగబా కట్టేశారు. ఇవాన్ కిందికి ఉరికి గుర్రం కళ్ళేలు పట్టుకుని నడిచాడు. అతని పెళ్ళాం కొర్రుని గడ్డిపైకి విసిరి, చేతులు వూపుకుంటూ మిగిలిన ఆడవాళ్ళని కలవడానికి ధృఢంగా నడిచి వెళ్ళింది. ఇవాన్ రహదారి చేరాక బళ్ళ వరసలో కలిశాడు. ఆడవాళ్ళు బళ్ళ వెనుక నడిచారు. వాళ్ళు భుజాలమీద కొర్రులు ఆన్చుకున్నారు. మెరిసిపోయే గౌన్లు తొడుక్కున్నారు. పెద్దగా మాట్లాడుకుంటూ, నవ్వుకుంటూ వున్నారు.

గరగరలాడే ఆడ కంఠం వొకటి యేదో పాటని అందుకుంది. పల్లవి వచ్చేదాకా ఆ వొక్క కంఠమే సాగింది. అప్పుడు యాభై కంఠాలు ఒక్కసారే అందుకున్నాయి. హెచ్చుతగ్గు స్థాయిల్లో అన్నీ భిన్నంగా వున్నాయి. కాని అన్నీ బింకంగా పట్టుగా పాటని అందుకున్నాయి.

పాటలు పాడే ఆడవాళ్ళు లేవిన్ దగ్గరికి వచ్చేటప్పటికి ఆనంద సంరంభంతో గర్జించే తుఫాన్ మేఘం మీదకి ముసురుకు వస్తున్నట్టనిపించింది. తుఫాన్ మేఘం ముసురుకు వచ్చి, తను పడుకున్న గడ్డి మోపును చుట్టుముట్టింది; యితర మోపులు, బళ్ళు, పచ్చికబీడు, సుదూర క్షేత్రాలు, ప్రతీదీ వూగిపోయి అరుపులతో, యీలలతో, కేకలతో నిండిపోయిన ఉన్మత్త గతంలో లయించిపోయాయి. ఆనంద సందోహంగా వున్న వాళ్ళని చూసి లేవిన్ యీర్ష్య పడ్డాడు. ఉరవడిగా ఉన్న ఈ జీవితోత్సాహంలో తనూ పాలుపంచుకోవాలనుకున్నాడు. కాని పంచుకోలేకపోయాడు. అలా పడుకుని వినడం, చూడ్డం తప్ప యేమీ చెయ్యలేకపోయాడు. పాడేవాళ్ళు కనిపించనంత దూరం, వాళ్ళ పాట వినిపించనంత దూరం వెళ్ళగానే లేవిన్ యేదో వొంటరితనంతో, శారీరక అలసత్వంతో, ఆ ఆనందభరిత ప్రత్యేక ప్రపంచం నుంచి దూరీకృతమైన భావనతో కుంగిపోయాడు.

ఆ రైతుల్లోనే కొంతమంది గడ్డి విషయంలో మహా గట్టిగా దెబ్బలాడారు. కొంతమందికి అతను కోపం తెప్పించాడు. వాళ్ళు అతనిని మోసం చెయ్యాలనుకున్నారు. కాని అదే రైతులు అతని ముందునుంచి వెడుతూ ఉల్లాసంతో తల వూపి వందనం చేశారు. తనపట్ల వాళ్ళకి యేమీ కసీ కోపం లేవని స్పష్టంగా తెలుస్తూనే వుంది. తాము చేసిన పన్లకి పశ్చాత్తాప పడడం మాట అటుంచి, అసలు తాము అతని కన్ను కప్పుదామని ప్రయత్నించారన్న విషయమే వాళ్ళకి గుర్తు వున్నట్టు లేదు. అదంతా సంతోషకర సమిష్టి శ్రమ సాగరంలో మునిగిపోయింది. భగవంతుడే రోజుని యిచ్చాడు. భగవంతుడే శక్తిని యిచ్చాడు. రోజు, శక్తి కూడా శ్రమకి అర్పితం అయిపోయాయి. అదే దానికి పురస్కారం. కాని శ్రమ యెవరికోసం? శ్రమ ఫలితాలు యెలాంటివి? అలాంటి విచికిత్స క్షుద్రమూ, అసంగతమూనూ.

లేవిన్ యీ జీవితాన్ని తరచు దర్శించి ముగ్ధుడయ్యాడు. ఈ తరహా జీవితం గడిపే వాళ్ళంటే అతనికి యెప్పుడూ అసూయ కలిగేది. కాని యివాళ మొదటిసారిగా, ఇవాన్‌కీ అతని భార్యకీ మధ్య వున్న మధుర బంధనాలని చూశాక మనస్సుకి నాటిన దాని ఫలితం లేవిన్ హృదయంలో మొదటిసారిగా స్పష్టమైన ఆలోచనగా రూపు తీసుకుంది. తన యీ భారమైన, అలసత్వ భరిత, కృత్రిమ వ్యక్తిగత జీవితాన్ని యీ రకమైన శ్రమ పూర్ణ, నిర్మల, సమిష్టిశ్రమ సౌఖ్య ప్రదాయిక జీవితంగా మార్చుకోవడం తన చేతిలోనే వుందన్న ఆలోచన వచ్చింది.

తన పక్కన కూర్చున్న ముసలాడు పర్మేనిచ్ చాలాసేపయింది యింటికి వెళ్ళి. రైతులు చెదిరిపోయారు. దగ్గర దగ్గర యిళ్ళ వాళ్ళు యెవళ్ళ యిళ్ళకి వాళ్ళు వెళ్ళిపోయారు. దూరంనుంచి వచ్చిన వాళ్ళు పచ్చికబీటిమీద చేరారు. వాళ్ళు భోజనాలు చేసి ఆ రాత్రే అక్కడనే గడుపుతారు. లేవిన్ వాళ్ళకి కనిపించకుండా గడ్డిమోపుమీద పడుకున్నాడు. వాళ్ళని చూస్తూ, వాళ్ళ మాటలు వింటూ, తనకిగా తను ఆలోచించుకుంటూ వున్నాడు. పచ్చిక బీటిమీద పడుకోవాల్సిన రైతులు

ఆ పొద్దు తక్కువ వేసవి రాత్రి అసలు నిద్రపోలేదు. వాళ్ళు భోజనాలు చేస్తూ హుషారుగా మాట్లాడుకోవడం, నవ్వుకోవటం మొదట అతనికి వినిపించాయి. తర్వాత వాళ్ళ పాటలు పరిహాసోక్తులు వినిపించాయి.

యిక తెల్లవారుతుండగా అంతా సద్దుమణిగింది. రాత్రి శబ్దాలు తప్ప మరేదీ వినిపించలేదు. బాడవలో విరామం లేకుండా అరిచే కప్పల బెకబెకలు, పచ్చిక బీటిమీద గుర్రాల సకిలింపులు వినవచ్చాయి. పచ్చిక బీటిమీద ప్రభాత తుషారం పరచుకుంటోంది. కళ్ళు తెరవగానే లేవిన్ గడ్డి మోపు మీదనుంచి లేచి నక్షత్రాలని చూసి రాత్రి గడిచిపోయిందని గ్రహించాడు.

"అయితే నేను యేం చెయ్యను? యెలా చెయ్యను?" అని తనలో తను అనుకున్నాడు. ఆ కురచ రాత్రి తను ఆలోచించుకుని, అనుభూతం చేసుకున్న దాన్ని మూడు తరహాల ఆలోచనా స్రవంతుల కింద విభజించుకోవచ్చు. మొదటిది, తన పాత జీవితాన్నీ, నిరుపయోగమైన జ్ఞానాన్నీ, పనికిరాని విద్యనీ త్యజించడం. అలా త్యజించడం అతనికి సంతోషాన్ని కలిగించింది. దాన్ని అతను సునాయాసంగా, నిరాటంకంగా చేశాడు. రెండవ ఆలోచనా స్రవంతి తను గడపదలుచుకున్న జీవితానికి సంబంధించినది. యీ జీవితం స్వచ్ఛంగా, నిరాడంబరంగా, ఔచిత్యభరితంగా వుంటుందనడంలో అనుమానమే లేదు. తను ప్రస్తుతం బతుకుతున్న జీవితంలో లభ్యంకాని సంతోషం, శాంతి, తృప్తి, యీ జీవితంలో లభ్యమవుతాయన్న విశ్వాసం అతనికి వుంది. ప్రస్తుత జీవితంలో ఆ లోటు అతను విచారంగా అనుభూతి చెందుతూనే వున్నాడు. మూడవ స్రవంతి యీ పాత జీవితం నుంచి కొత్త జీవితానికి పరివర్తన యెలా జరిపించాలన్న సమస్యమీద కేంద్రితమై ఉంది. ఈ ప్రశ్నకి జవాబు అతనికి స్పష్టమవలేదు. 'పెళ్ళిచేసుకోనా? ఏదైనా పని చెయ్యనా? పనిచెయ్యాల్సిన ఆవశ్యకతని అనుభూతం చేసుకోనా? పొక్రోవ్‌స్కాయెని వదిలెయ్యనా? పొలం కొననా? రైతు కమ్యూన్*లో కలిసిపోనా? ఏ రైతు పిల్లనైనా పెళ్ళి చేసుకోనా? యెలా జీవితాన్ని మార్చుకోను?' అని అతను పదేపదే అనుకున్నాడు. కాని జవాబు దొరకలేదు. 'రాత్రంతా నిద్రపోలేదు కాబట్టి స్పష్టమైన జవాబు పట్టుకోలేకపోతున్నాను' అని తనని తను వూరడించుకున్నాడు. 'సరే తర్వాత యీ సంగతి తేల్చుకుంటాను. కాని ఒకటి మాత్రం ఖాయం. యీ రాత్రి నా అదృష్టం నిర్ణయమై పోయింది. కుటుంబ జీవితం గురించి నా పూర్వపు కలలన్నీ వొట్టివి. అవాస్తవికమైనవి. ప్రతిదీ చాలాసాదాగా యింతకంటే మెరుగ్గా వుంటుంది...'

'యెంత మనోహరంగా వుంది' అని పైన ఆకాశంలో ముత్యపు చిప్పలా కనిపించేటట్టు యేర్పడ్డ తెల్లని మేఘాన్ని చూసి అనుకున్నాడు. 'యీ మధురాతి మధురమైన రాత్రి ప్రతిదీ యెంత మనోహరంగా కనిపిస్తోంది. ఆ ముత్యపు చిప్ప యెలా ఏర్పడింది? ఓ క్షణం క్రితమే పైకి చూశాను. యేమీ లేదక్కడ- దూది పింజల్లాంటి రెండు మేఘ శకలాలు తప్ప. జీవితం పట్ల నా దృష్టి కోణం కూడా తెలియకుండానే మారిపోయింది'.

అతను పచ్చికబీటినుంచి బయల్దేరి రాజపథంమీద వూరికేసి నడిచాడు. తెమ్మెర గాలి వీచింది. అంతా బూడిద వర్ణంగా, నిస్తేజంగా అయింది. సూర్యోదయానికి ముందు,

తమస్సుమీద పూర్తి విజయం సాధించే తేజస్సుకి ముందు కనిపించే పొగమంచు ఆవహించే క్షణం అది.

లేవిన్ చలికి భుజాల్ని ముడుచుకుని దారి చూస్తూ గబగబా అడుగులు వేసుకుంటూ నడిచాడు. బండి గంటల చప్పుడు వినిపించింది. 'యేమిటో అది? బండిలో యెవరేనా వస్తున్నారేమో' అనుకున్నాడు. తల పైకి యెత్తాడు. తను వెడుతూ వున్న రాజపథం వైపు వో నలభై అడుగుల దూరంలో నాలుగు గుర్రాల బండి వస్తోంది. ఆ బండిమీద పెద్ద పెద్ద తోలు పెట్టెలు వున్నాయి. తోలేవాడు చురుకైనవాడు. పైన కూర్చుని చక్రాలని గాళ్ళలోనే వుండేటట్టు జాగ్రత్త పడి తోలుతున్నాడు. బండి ఆ మాదిరిగా నలిగిన దారిలో సాఫీగా వస్తోంది.

లేవిన్ అది మాత్రమే చూశాడు. తర్వాత యథాలాపంగా, బండిలో యెవరున్నారో యేమిటో పట్టించుకోకుండానే లోపలికి చూశాడు.

బండిలో వో మూల వో ముసలావిడ జోగుతుంది. కిటికీ దగ్గరలో వో పడుచు అమ్మాయి కనిపించింది. ఆమె అప్పుడే లేచినట్టుంది. రెండు చేతులతోనూ తెల్లని టోపీకి అటూయిటూ వేలాడే రిబ్బన్లు పట్టుకుంది. అకళంకంగా చింతాక్రాంతంగా అతనికి అపరిచితమైన జటిల అంతరంగిక పరిపూర్ణ జీవితంతో వున్న ఆమె అతన్నుంచి దూరంగా ఉషోదయారుణ తేజస్సు కేసి చూస్తోంది.

ఆ దృశ్యం అదృశ్యం అయిపోతూ వుండగా ఆమె స్వచ్ఛమైన నేత్రాలు అతనికేసి చూశాయి. ఆమె లేవిన్‌ని గుర్తుపట్టింది. ఆశ్చర్యపూర్వక సంతోషంతో ఆమె వదనం వెలిగింది.

లేవిన్ పొరపాటు పడడం అనేది జరగదు. ప్రపంచంలో యిలాంటి కళ్ళు మరి వుండవు. తన జీవితాన్ని ప్రకాశవంతం చెయ్యగల ప్రాణి, జీవిత పరమార్థాన్ని వెల్లడించగల ప్రాణి మరొకరు లేరు. ఈమే ఆమె. ఆమె కిట్టీ. ఆమె స్టేషన్‌నుంచి యెర్గుషోవొకి వెడుతోందని లేవిన్ గ్రహించాడు. ఉన్నట్టుండి, నిద్రలేని ఆ రాత్రి అతన్ని కలిచిన విషయాలన్నీ, అతను చేసుకున్న నిర్ణయాలన్నీ అదృశ్యం అయిపోయాయి. యెవరో రైతు పిల్లని పెళ్ళి చేసుకుందామనుకున్న ఆలోచన గుర్తు వచ్చి వెలపరం కలిగింది. గత కొన్ని నెలలుగా తనకి వ్యథ కలిగిస్తూ వున్న జీవిత సమస్యకి పరిష్కారం యిక్కడ మాత్రమే, వేగంగా వెళ్ళిపోతూ వున్న బండిలో మాత్రమే ఉంది.

కిట్టీ మళ్ళీ బండిలోనుంచి యివతలకి చూడలేదు. బండి చక్రాల కిర్రు చప్పుడు, గంటల గణగణ దూరం అయిపోయాయి. కుక్కలు మొరిగాయి. బండి వూళ్ళోనుంచి వెడుతోందన్నమాట. చుట్టుపక్కల బోసిగా వున్న పొలాలు, యెదర గ్రామం, అలాగే యేకాకిగా అన్నిటికీ దూరమై రాజపథంమీద పడి వొంటరిగా వెడుతున్న తను తప్ప యేమీలేదు.

'ఉహుఁ, సరళంగా, శ్రమపూరితంగా వుండే యీ బతుకు యెంత మంచిదైనా గానీ నేను అటు వెళ్ళలేను. నేను ఆమెని ప్రేమిస్తున్నాను' అనుకున్నాడు.

13

కెరనిన్‌కి బాగా సన్నిహితుడైన బహు కొద్దిమందికి తప్పించి మరెవళ్ళకీ తెలియని విషయం వొకటి అతనిలో ఉంది. పైకి జడంగా, తర్క వితర్కంగా కనిపించే యీ మనిషిలో బలహీనత ఉంది. ఓ ఆడమనిషి గాని, చంటిపిల్ల గాని యేడవడం చూసినా, విన్నా అతను తట్టుకోలేడు. కన్నీళ్ళు కనిపిస్తే అతని మనస్సు వికలమైపోతుంది. యిక యేమీ ఆలోచించలేడు. దేన్నీ అర్థం చేసుకోలేడు. అతని కార్యదర్శికీ, ఆఫీసు సూపరింటెండెంటుకీ ఈ విషయం తెలుసు. అందుచేత అతని దగ్గరకు అర్జీలు పట్టుకు వచ్చే ఆడవాళ్ళని హెచ్చరించేవాళ్ళు. యేడిస్తే పనులు జరగవని, ఆయన మండిపడిపోతాడు. మీరు చెప్పేదాన్ని వినను కూడా వినడు అని చెప్పేవాళ్ళు. నిజానిక్కూడా అంతే. కళ్ళమ్మట నీళ్ళు కనిపించాయో కెరనిన్ మానసికంగా వ్యాకుల పడిపోయేవాడు. వెంటనే కోపం వచ్చేసేది. "నేనేమీ చెయ్యను, ఏమీ! మీకు పుణ్యం వుంటుంది యిక్కడ్నుంచి వెళ్ళిపొండి" అని అలాంటి సందర్భాలలో అరిచేవాడు.

గుర్రం పందాలు అయాక తిరిగి వచ్చేటప్పుడు వ్రాన్‌స్కీకీ తనకీ గల సంబంధాల గురించి బయటపెట్టి అన్నా చేతులతో ముఖం కప్పుకుని యేడ్చింది. కెరనిన్‌కి ఆమె పట్ల క్రోధం రేగినా మానసికంగా వివశుడైపోయాడు. కన్నీళ్ళు కనిపించినప్పుడు అతనికి అనుభూతమయే స్థితి అలాంటిది. ఈ విషయం తెలిసీ, యిలాంటి పరిస్థితిలో తన భావనలని వ్యక్తం చెయ్యడం ఉచితంగా వుండదని తెలిసీ అతను జీవలక్షణాలన్నిటినీ దాచుకునే ప్రయత్నం చేశాడు. చలించలేదు. ఆమెకేసి చూడలేదు. ఆ కారణంగా అతని ముఖంలో మృతుని మాదిరి కనిపించే అర్థంకాని కవళిక ద్యోతకమైంది. అది అన్నాని నిశ్చేష్టురాల్ని చేసింది.

ఇంటికి చేరాక ఆమె బండి దిగడానికి సాయం చేశాడు. తన ఆందోళనని అదుపులో వుంచుకుని యెప్పటిలాగానే మామూలు మర్యాదలకి లోటు రానివ్వకుండా ఆమె దగ్గర సెలవు తీసుకుని తను అనవలసిన బాధ్యతలేని ఆ మాటలని అన్నాడు. మర్నాడు తన నిర్ణయాన్ని ఆమెకి తెలియచేస్తానని అన్నాడు.

పరమదారుణమైన తన అనుమానాలని ఋజువు చేస్తూ భార్య చేసిన నివేదన అతనికి తీవ్రమైన బాధ కలిగించింది. ఆమె కన్నీళ్ళు ఆమె పట్ల తనలో కలిగించిన జాలివల్ల యీ బాధ మరింత యెక్కువయింది. కాని బండిలో వొక్కడూ వున్నాక ఆ జాలిగాని, తనని అప్పటిదాకా వేధిస్తూ వున్న అనుమానాలు, యీర్ష్యలు గాని లేకుండా తను పూర్తిగా విముక్తమవడం చూసి అతనికి ఆశ్చర్యం కలిగింది. సంతోషం కలిగింది.

ఎంతోకాలంగా సలుపు పెడుతున్న పన్ను ఊడిపోయిన వాడిలాగా తెరిపిన పడ్డట్టు అతనికి అనిపించింది. భయంకరమైన నొప్పిని, తన తలకంటే పెద్దదాన్ని దవడనుంచి పీకేశాక తన జీవితాన్ని విషకలుషితం చేసి, అంతకాలంగా తన సకల ఆలోచనలకీ కేంద్రం అయినటువంటిది పోయిందనీ, తను మామూలు జీవితం గడపవచ్చనీ, పన్ను గురించి కాక యితర విషయాల గురించి ఆలోచించవచ్చనీ రోగి నమ్మలేడు. కరేనిన్‌కి అలాంటి ఉపశమనం కలిగింది. తెలియని నొప్పి, ఘోరమైన నొప్పి వుంది, కాని అది పోయింది.

'పతితురాలు, నీతి నిజాయితీ లేనిది, హృదయం లేనిది, భ్రష్టురాలు. నాకిది సర్వదా తెలుసు, సర్వదా చూస్తూనే వున్నాను. కాని ఆమె పట్ల జాలి కొద్దీ నన్ను మోసం చేసుకుని ప్రయాసపడ్డాను' అనుకున్నాడు. తను సర్వదా దాన్ని గమనించినట్టే అతనికి నిజంగా అనిపించింది. తాము యిద్దరూ గడిపిన జీవితం గురించి వివరంగా గుర్తు చేసుకున్నాడు. యింతకు పూర్వం అభ్యంతరకరమైంది అతనికి కనిపించలేదు. కాని యిప్పుడు, ఆమె యెప్పుడూ పతితురాలిగా వున్నట్టే కనిపించింది. 'ఆమెని పెళ్ళి చేసుకుని తప్పు చేశాను. కాని నా తప్పులో నింద్యమైంది యేదీ లేదు, అందుచేత విచారించలేను. దోషిని నేను కాదు, ఆమె. ఇక నాకు ఆమెతో సంబంధం యేమిటి? నాకు సంబంధించి ఆమె లేనట్టే...' అనుకున్నాడు.

ఆమెకీ, కొడుక్కీ యిక యేం జరిగినా తనకి పట్టదు. భార్య పట్ల అతని వైఖరి మారినట్టే కొడుకు పట్ల కూడా మారిపోయింది. ఇప్పుడతనికి పట్టిన విషయమల్లా వొకటే. ఉన్నంతలో ఉత్తమంగా, మర్యాదకి భంగం కలక్కుండా, తనకి పరమ శ్రేష్ఠంగా, అంటే న్యాయసమ్మతమైన రీతిలో, ఆమె జారిపోతూ తనమీద చల్లిన బురదని కడుక్కుని, తన క్రియాశీల, నిష్కపట, ఔపయోగిక జీవనపథంమీద వెళ్ళడం యెలాగా అనేది చూడ్డం వొక్కటే.

"ఓ తుచ్ఛురాలెవరో పాపం చేసిందని చెప్పి నేను విచారించను. ఆమె నన్ను యీ వికట పరిస్థితిలోకి తోసింది. దీన్నుంచి బయటపడే మార్గమే నేను వెతుక్కోవాలి. ఆ దారి పట్టుకుంటా" అని అనుకున్నాడు. 'నేను మొదటివాణ్ణీ కాను, ఆఖరివాణ్ణీ కాను' అనుకున్నాడు. మెనెలెస్‌తో మొదలై అనేక ఉదాహరణలు అతని మనస్సుకి స్ఫురించాయి. "సుందరి హెలెన్* ఓపెరెట్టాతో అప్పుడే కొత్తగా అందరికీ గుర్తువచ్చిన దాఖలా అది. ఆ మాదిరి ఐతిహాసిక నామాలే కాకుండా ఆధునిక ఉన్నత సమాజంలో భర్తలకి ద్రోహం చేసిన భార్యల అవిధేయతకి సంబంధించిన ఉదాహరణలు అనేకం గుర్తు వచ్చాయి. 'దర్యాలొవ్, పొల్తావ్‌స్కీ, ప్రిన్స్ కరిబానొవ్, కౌంట్ పస్కూదిన్, ద్రామ్...అవును, ద్రామ్ కూడా...అంతటి నిజాయితీపరుడూ, సమర్థుడూ కూడా...సెమ్యోనొవ్, చాగిన్, సిగోనిన్' ల పేర్లు కెరనిన్‌కి గుర్తు వచ్చాయి. 'పాపం కొంత అన్యాయమైన redicule[1] కి వాళ్ళు గురయి వుండవచ్చు. కాని నాకు వాళ్ళ దురదృష్టం తప్ప మరేదీ కనిపించలేదు. యెప్పుడూ వాళ్ళంటే నాకు జాలిగా వుండేది' అనుకున్నాడు, అది నిజం కాకపోయినా. నిజానికి భర్తలని వంచించే ఆడవాళ్ళ ఉదాహరణలు యెంతగా యెదురైతే అతనికి తనపట్ల ఆధిక్యభావం అంత హెచ్చేది. 'యెవళ్ళకైనా సంప్రాప్తమయే దురదృష్టం యిది. యిప్పుడు నాకు తటస్థించింది. ఇప్పుడున్న ముఖ్య విషయమల్లా యెలా ఉత్తమంగా బయటపడటం అనేదే'. తను ప్రస్తుతం వున్న పరిస్థితుల్లాంటివి యెదురైన వాళ్ళు యేమేం చేశారో వాటిని మననం చేసుకున్నాడు.

'దర్యాలొవ్ ద్వంద్వ యుద్ధం చేశాడు...'

యువకుడుగా వున్నప్పుడు కెరనిన్‌కి ద్వంద్వ యుద్ధం పట్ల ఆకర్షణ ఉండేది. తను స్వభావ రీత్యా పిరికివాడు కావడమే అందుక్కారణం. ఆ విషయం అతనికీ తెలుసు. అతను పడుచుదనంలో ద్వంద్వ యుద్ధాలు చెయ్యడం గురించీ తన బతుకునీ ప్రమాదంలో పడవేసే

1. అవహేళన (ఫ్రెంచి)

పరిస్థితుల గురించీ ఆలోచించుకునేవాడు. తర్వాత జీవితంలో మెట్లెక్కి పైకి వచ్చి, లోకంలో ఓ సుస్థిర స్థానం సంపాదించాక తన చిన్ననాటి యీ వూహల్ని మరిచిపోయాడు. ఇప్పుడు ఆ పాత అనుభూతులు మళ్ళీ తమ రంగు చూపించాయి. తను పిరికివాడు అనే భయం యెంత బలీయంగా వుందంటే అతను చాలాసేపు ద్వంద్వ యుద్ధం చేసే అవకాశం గురించి క్షుణ్ణంగా ఆలోచించాడు. లోపల్లోపల ఆ వూహతో సయ్యాటలాడుకున్నాడు. యెట్టి పరిస్థితులలోనూ తను ద్వంద్వ యుద్ధం చెయ్యడని తెలిసి ఉన్నా.

'నిస్సందేహంగా మన సమాజం యెంత ఆటవికంగా వుందంటే (ఇంగ్లండ్ అలాంటిది కాదు) చాలామంది'– యీ చాలామందిలో కెరనిన్ ఘనంగా యెంపిక చేసేవాళ్ళు కూడా వున్నారు– 'ద్వంద్వ యుద్ధాలు మంచివని అనుకుంటారు. మాటకి, నేనతన్ని ద్వంద్వ యుద్ధానికి రమ్మని సవాల్ చేస్తాననుకుందాం' అని కెరనిన్ మనస్సులో అనుకున్నాడు. సవాలు చేసిన తర్వాత గడపవలసిన ఆ రాత్రి గురించీ, తనకేసి యెక్కు పెట్టిన పిస్తోలు గురించీ కళ్ళకి కట్టినట్టుగా ఊహించుకుని వణికిపోయాడు. తను అలా యెన్నటికీ చెయ్యలేడు. 'మాటకి అతన్ని ద్వంద్వ యుద్ధానికి రమ్మని సవాలు చేస్తాననుకుందాం. పిస్తోలు పేల్చడం గురించి నాకు సూచనలు చేస్తారని అనుకుందాం. నా స్థానంలో నుంచుంటాను. ట్రిగ్గర్ నొక్కుతాను' అనుకున్నాడు కళ్ళు మూసుకుని. 'ఫలితం తేలుతుంది, అతన్ని హత్య చేశానని' కెరనిన్ తనలో తను అనుకుని, యీ తెలివితక్కువ వూహని విదిలించుకున్నట్టుగా తలని గట్టిగా వూపాడు. 'తప్పు చేసిన పెళ్ళానికీ, కొడుక్కీ, తనకీ వున్న సంబంధాలని పరిష్కరించుకోవడానికి యెవణ్ణో హత్య చెయ్యడంలో అర్థమేదన్నా ఉందా? పెళ్ళాంతో వ్యవహారం యెలా తేల్చుకోవాలీ అనే విషయం మిగిలే ఉంటుంది. పైగా నన్నే చంపెయ్యొచ్చు లేదా గాయపర్చచ్చు. యే పాపం పుణ్యం యెరుగని వాణ్ణి బలైపోతాను, చచ్చైనా పోతాను, క్షతగ్రాతుణ్ణైనా అవుతాను. ఇది యింకా అసంబద్ధంగా వుంటుంది. పైగా వో మనిషిని ద్వంద్వ యుద్ధానికి పిలవడం నా తరపునుంచి చూస్తే నిజాయితీ అయిన పనికాదు. నేను ద్వంద్వ యుద్ధం చెయ్యడానికి నా మిత్రులు యెన్నడూ వొప్పుకోరన్న విషయం నాకు ముందే తెలీదా? ఒక రాజనీతిజ్ఞుడు, తన దేశానికి యెంత అవసరం అయిన వ్యక్తి జీవితం ప్రమాద భరితం కావడం యెన్నటికీ వొప్పరు. యేమవుతుందీ అంటే, పరిస్థితి విషమించే అంచుదాకా యీ విషయాన్ని పోనివ్వడం జరగదని ముందే నాకు తెలిసి ఉండడం వల్ల అతన్ని సవాలు చేసి నా శీలంమీద యెందుకూ పనికిరాని నిష్ఫల కాంతి పుంజాల్ని ప్రసరింప చేసుకోవడం జరుగుతుంది. అది దగా, ఆత్మవంచన. ద్వంద్వ యుద్ధం గురించిన మాట యెత్తుకో కూడదు, యెవరూ నేను అలాంటి పని చేస్తానని అనుకోరు. యే యితరమైన బాధా లేకుండా నా కార్యకలాపాలని నిర్వహించు కునేందుకు నా గౌరవం కాపాడుకోవడం నా లక్ష్యం' అనుకున్నాడు. కెరనిన్ యెప్పుడూ ప్రభుత్వ వ్యవహారాలని ముఖ్యమైనవిగా భావించుకునేవాడు. అవి యిప్పుడు ఇంకా ముఖ్యమైనవిగా కనిపించాయి.

ద్వంద్వ యుద్ధం గురించి ఆమూలాగ్రం క్షుణ్ణంగా ఆలోచించి దాన్ని కాదని తోసిపారేశాక కెరనిన్ విడాకుల గురించి అనుకున్నాడు. అతనికి గుర్తు వున్న కొంతమంది దగా పడిన

భర్తలు యెంచుకున్న పరిష్కారం అది. తనకి తెలిసిన విడాకుల సందర్భాల నన్నిట్నీ గుర్తు చేసుకున్నాడు (తనకి పరిచయమైన నాగరిక సమాజంలో అలాంటివి చాలా వున్నాయి). కాని తన లక్ష్యంతో సరిపడే లక్ష్యం గల సందర్భం వొక్కటీ కనిపించలేదు. ప్రతి సందర్భంలోనూ భర్త, వివాహ ధర్మాన్ని అతిక్రమించి నడిచిన భార్యని ఆమె ప్రియుడికి ధారపోసెయ్యడమో, అమ్మెయ్యడమో జరిగింది. ఆ పాపిష్టి ఆడమనిషికి, తను చేసిన దుష్కృతం వల్ల తిరిగి పెళ్ళి చేసుకునే అవకాశం వుండే హక్కులేని ఆ పాపిష్టి ఆడమనిషికి, కొత్త జీవిత భాగస్వామితో కపటమైన చట్ట సమ్మత సంబంధం చేసుకోవడం జరిగింది. తనకి సంబంధించిన యీ సందర్భంలో కెరనినాకి తృప్తికరమైన విడాకుల అవకాశం కనిపించలేదు. అంటే దోషి అయిన భార్యని వదిలెయ్యటం మేరకి మాత్రమే ఉండే విడాకులు. వివాహ ధర్మాన్ని అతిక్రమించి నడిచిన భార్య దోషాన్ని బట్టబయలు చెయ్యడానికి చట్టం కోరే మోటు ప్రమాణాలన్నింటినీ సంపాదించడం, తను వున్న జీవితపు జటిల పరిస్థితులవల్ల సాధ్యం కాదని అతనికి తెలుసు. ఒకవేళ అలాంటి సాక్ష్యాలని సంపాదించినా వాటిని ముందుపెట్టటానికి యీ జీవిత సంస్కారం అనుమతించదు. యేమంటే అలాంటి దానివల్ల తనే లోకం దృష్టిలో ఆమెకంటే నీచంగా చులకన అయిపోతాడు.

తన విరోధులు తనని అప్రతిష్టపాలు చెయ్యడానికీ, సమాజంలో ఉన్నత స్థానం నుంచి తనని దిగలాగడానికీ వాటంగా వాడుకుంటారంతే. తన ముఖ్య ఉద్దేశం, అంటే అతి తక్కువ నష్టంతో వ్యవహారాన్ని పరిష్కరించుకోవడం అనేది, విడాకులవల్ల కూడా నెరవేరదు. అదీగాక విడాకులవల్ల లేదా విడాకులు పొందడానికి చేసే ప్రయత్నం వల్ల కూడా స్పష్టం అయేదేమంటే భార్యకి భర్తతో ఉన్న సంబంధాలు తెగిపోతాయి. తన ప్రియుడితో కలిసిపోవడానికి ఆమె స్వతంత్రురాలయింది. భార్య పట్ల తిరస్కార పూరిత ఉదాసీన భావం తనకిప్పుడు వుందని కెరనిన్ భావించుకున్నప్పటికీ, అతని హృదయాంతరాళంలో ఒకటి మాత్రం బలంగా ఉండిపోయింది. అది ఆమె వ్రాన్‌స్కీతో యే బాధా లేకుండా కలవకూడదు అనేది. ఆమె దోషం ఆమెకి వరం కాకూడదు. అసలా ఆలోచనే కెరనిన్‌కి యెంతో గుండెలు పిండినట్టయి అతను లోపల్లోపల మూలిగాడు. చలికి చల్లగా అయిన పుల్లలాంటి కాళ్ళమీద ఉన్ని రగ్గు కప్పుకున్నాడు.

'చట్ట సమ్మతమైన విడాకులకి బదులుగా కరిబానొవ్, వస్యూగిన్, మంచి మనిషి ద్రామ్ చేసినట్టు చెయ్యొచ్చు, భార్యనుంచి విడిపోవచ్చు' అని మనస్సుకి నిమ్మళం చిక్కాక అనుకున్నాడు. కాని ఆ పనికూడా విడాకులంత అప్రదిష్టగానూ తయారవుతుంది. పైగా ఆ విడాకుల్లాగానే యిదీ ఆమెని వ్రాన్‌స్కీ వొళ్ళో పడేస్తుంది. 'లేదు, యిది అసంభవం, అసంభవం' అని అతను పైకే అనేశాడు. మళ్ళీ రగ్గుని కాళ్ళమీదకి పైకి లాక్కున్నాడు. 'నేను దుఃఖపడకూడదు, కాని అన్నా వ్రాన్‌స్కీలని సుఖపడనివ్వకూడదు' అనుకున్నాడు.

విషయం అసందిగ్ధంగా ఉన్నంత కాలం అతను పడ్డ యాతన, అనుభవించిన యీర్ష్య భావం, బాధతో పన్నుని పీకేసినట్టు, భార్య వెళ్ళగక్కేసిన మాటలతో ఆ క్షణంలోనే పోయాయి. కాని వాటి స్థానంలో మరో భావన వచ్చింది. ఆమె నెగ్గకూడదు, అంతేకాదు, ఆమె దోషానికి

దండన అనుభవించాలి అనే కోరిక అతని మనస్సులో రేగింది. తనకా భావం వుందని అతను వొప్పుకోడు, కాని తనకు మనశ్శాంతి లేకుండా చేసినందుకు, తనకి అప్రతిష్ఠ కలిగించినందుకు ఆమె వ్యథకి గురవాలని లోపల్లోపల అతనికి వుంది. ద్వంద్వ యుద్ధానికి, విడాకులకి, వేర్పాటుకి సంబంధించిన పరిస్థితులని మరోసారి సింహావలోకానికి చేసుకున్నాక, వాటిలో యేదీ సరికాదని మళ్ళీ తోసిపారేశాక కెరనినాకి ఒకే ఒక మార్గం వున్నట్టు నమ్మకం కలిగింది. జరిగిందేదో జరిగింది. దాన్ని నలుగురికీ తెలియకుండా గుంభనంగా వుంచి ఆమెని తనతోనే వుండనివ్వడం; అతనితో కలిసే అవకాశాలు లేకుండా చెయ్యడానికి అలాగే ముఖ్యంగా (యీ విషయాన్ని తనకిగా తను వొప్పుకోకపోయినా) ఆమెని దండించడానికీ, తనకి అందుబాటులో వున్న పద్ధతులన్నిట్నీ వాడడం. 'నేను యీ నిర్ణయాన్ని ఆమెకి ప్రకటించాలి. ఆమె తన సంసారాన్ని యెలాంటి దురదృష్టకర పరిస్థితుల్లో పడేసుకుందో వాటినన్నిట్నీ సాకల్యంగా పర్యాలోచించక పైకి status quo[1] కాపాడుకోవడమే యిరు పక్షాలకీ అన్నిట్లోకీ ఉత్తమమైన పద్ధతి. అలా చెయ్యడానికి నేను వొప్పందం అవుతాను వొక షరతు మీద: అతనితో అన్ని బంధనాలనీ తెంచుకోవాలి అన్న నా కోరికని ఆమె ఖచ్చితంగా పాటించాలి'. కెరనిన్ యీ నిర్ణయం చేసుకోగానే దానికి సమర్థనగా మరో బలీయమైన వాదం అతనికి స్ఫురించింది. 'యిలాంటి నిర్ణయం వల్ల నేను ధర్మానుసారం కూడా చర్చిస్తున్నట్టవుతుంది' అనుకున్నాడు. 'యిలాంటి నిర్ణయం చేసుకోవడం ద్వారా మాత్రమే నేను పాపాత్మురాలైన ఆమెని విసిరెయ్యకుండా వుంటాను, బాగుపడడానికి అవకాశం యిస్తున్నాను. అంతేకాదు, నాకు యెంత కష్టప్రదమైనదైనా గానీ ఆ పని, ఆమెని సంస్కరించడానికి, ఆమెని రక్షించడానికి నా శక్తిని కూడా కొంత సమర్పిస్తున్నాను'. తన భార్యమీద తను యే రకమైన నైతిక ప్రభావాన్నీ కలిగించలేడని కెరనిన్‌కి తెలుసు. ఆమెని సంస్కరించడానికి తను చేసే ప్రయత్నాలవల్ల కపటత్వం, వంచన తప్ప మరేమీ వొరగవనీ తెలుసు. యీ పరీక్షా కాలమంతటిలోనూ ఒక్కసారి కూడా ధర్మాన్ని అనుసరించాలన్న విషయమే అతని మనస్సుకి తట్టలేదు. ఉదాసీన, ఉత్సాహహీన స్థితిలో వున్నప్పుడు యే ధర్మ నియమాల పతాకాన్ని తను యెగరేశాడో వాటికి అనుగుణంగా జీవితంలో యింతటి ముఖ్యమైన విషయానికి సంబంధించి తను నడవలేదన్న నిందని యెవరూ తనమీద మోపలేరని అతనికి సంతోషం కలిగింది. యీ విషయానికి సంబంధించి మరింతగా ఆలోచించుకున్నప్పుడు తన భార్యతో సంబంధాలు దాదాపు పూర్వంలో వున్న మాదిరీ యెందుకు వుండకూడదు అనిపించింది. ఆమె పట్ల మునుపటి గౌరవభావం యిక యెన్నటికీ తిరిగిరాదన్న దాంట్లో అనుమానం లేదు. కాని దుష్టశీల, పాపాత్మురాలు అయిన భార్య కారణంగా తను బాధపడ్డంలో, తన జీవితం నాశనం చేసుకోవడంలో అర్థం లేదు, వుండబోదు. 'కాలం గడుస్తుంది, కాలమే అన్నిటినీ సరిచేసే మందు. పూర్వపు మా సంబంధాలు తిరిగి పాదుకుంటాయి. అంటే నా జీవితంలో అశాంతిని అనుభవించని హద్దుదాకా తిరిగివస్తాయి. ఆమె దుఃఖితురాలు కాక తప్పదు, కాని ఆ తప్పు నాదికాదు. అంచేత నేను దుఃఖితుణ్ణి కాను' అనుకున్నాడు.

1. యథాతథ పరిస్థితి (లాటిన్).

14

బండి పీటర్స్‌బర్గ్ చేరేసరికి కెరనిన్ యీ నిర్ణయం గురించి సకల పార్శ్వాలనుంచీ ఆలోచించటమే కాక, భార్యకి రాయదలచుకున్న ఉత్తరాన్ని కూడా మనస్సులో అనుకున్నాడు. హాల్లోకి వెళ్ళగానే సచివాలయంనుంచి వచ్చిన ఉత్తరాలు, కాగితాలు కనిపించాయి. వాటిని చదువుకునే గదిలోకి తీసుకురమ్మని పురమాయించాడు.

"గుర్రాల్ని వదిలెయ్యండి. యెవర్నీ రానివ్వకండి" అని యీ ఆఖరి మాటని వొత్తి పలుకుతూ నౌకరు అడిగిన దానికి జవాబు చెప్పాడు. అలా అనడం చిహ్నం తను హుషారుగా వున్నట్టు.

చదువుకునే గదిలోకి వెళ్ళాక రెండుసార్లు అటూ, యిటూ పచార్లు చేశాడు. రాసుకునే పెద్ద మేజా పక్కన ఆగాడు. అతని నౌకరు అప్పటికే ఆరు కొవ్వొత్తులు వెలిగించి అక్కడ పెట్టాడు. కెరనిన్ వేళ్ళ మెటికలు విరుచుకుని మేజా దగ్గర కూర్చుని రాత పరికరాల్ని సర్దాడు. తర్వాత మోచేతులు దానిమీద ఆన్చి, తల ఆడించి వో క్షణం ఆలోచించి, తర్వాత వో క్షణం కూడా ఆగకుండా రాయడం మొదలుపెట్టాడు. అతను సంబోధన యేమీ లేకుండా ఫ్రెంచిలో 'మీరు' అని సర్వనామం వాడుతూ రాశాడు. రష్యను భాషలో వున్న తత్సమానార్థక పదం కంటే ఫ్రెంచిలో అది తక్కువ నిరాదరంగా వుంటుంది.

'ఆఖరుసారి మనం మాట్లాడుకున్నప్పుడు మన సంభాషణ విషయానికి సంబంధించి నా నిర్ణయాన్ని తెలియచేస్తానన్న కోరిక వ్యక్తం చేశాను. అన్ని విషయాలనీ సాకల్యంగా ఆలోచించాక, నేనన్న మాటని నిలబెట్టుకుందుకు యీ ఉత్తరాన్ని రాస్తున్నాను. నా నిర్ణయం యిదీ: మీ ప్రవర్తన యెలాంటిదైనప్పటికీ కూడా వొక అధికతర శక్తి మనల్నిద్దర్నీ యేకం చేసిన ఆ బంధనాన్ని తెంచే హక్కు నాకు వుందని నేను భావించడం లేదు. దంపతులతో యే వొకరి చపల చిత్తంవల్ల గాని, యేక పక్ష సంకల్పంవల్ల గాని, చేసిన పాపాలవల్ల గాని కుటుంబం విచ్ఛిన్నం కాకూడదు. మన జీవితం ముందటిలాగానే సాగాలి. యిది నాకు, మీకు, మన కొడుక్కి అవసరం. నేనీ ఉత్తరం రాయడానికి కారణం అయిన విషయానికి సంబంధించి మీరు పశ్చాత్తాపులై వుంటారనీ, యింకా పశ్చాత్తాపులవుతూ వుంటారనీ నాకు పూర్తి విశ్వాసం వుంది. మన విభేదానికి కారణమైన దాన్ని సమూలం పెకిలించి వేస్తారనీ, గతాన్ని మర్చిపోవడంలో నాకు తోడ్పాటు యిస్తారనీ నాకు విశ్వాసం ఉంది. అలా జరగకపోయిన పక్షంలో మీకు, మీ కొడుక్కీ కలగబోయే పరిణామాల గురించి ఊహించుకో గలరు. యీ విషయం గురించి ముఖతః మరింత వివరంగా మాట్లాడగలనని ఆశిస్తున్నాను. పల్లెలోని వేసవి విడిదిలో వుండవలసిన సమయం ముగుస్తోంది కాబట్టి వీలైనంత త్వరగా, మంగళవారం లోపున పీటర్స్‌బర్గ్‌కి తిరిగి రావాల్సిందిగా అభ్యర్థన. యిక్కడికి రావడానికి సంబంధించిన యేర్పాట్లు చెయ్యడం జరుగుతుంది. యీ అభ్యర్థనని మీరు మన్నించడం అనే విషయానికి నేను ప్రత్యేక ప్రాముఖ్యం యిస్తున్న సంగతి మీరు గ్రహించాలి.

అ. కెరనినా.

తా.క. ఈ ఉత్తరంతో బాటు కొంత పైకం కూడా పంపుతున్నాను, మీ ఖర్చులకోసం యిది అవసరం కావచ్చు'.

తను రాసింది చదువుకుని తృప్తి పడ్డాడు. ముఖ్యంగా పైకానికి సంబంధించి కూడా దృష్టి పెట్టినందుకు. ఉత్తరంలో వో పరుష వాక్యంగాని వో ఛషట్కారం గాని లేదు. అలా అని లొంగిపోవడమూ లేదు. ముఖ్య విషయం యేమంటే తిరిగి రావడానికి సువర్ణ వారధిని తెరిచింది యిది. అతను ఉత్తరాన్ని మడిచి, దాన్ని పెద్ద ఏనుగు దంతం పేపర్ నైఫ్‌తో అదిమాడు. పైకాన్నీ, దాన్నీ వో కవరులో పెట్టాడు. అక్కడ వున్న లేఖన సామాగ్రి తనకి సర్వదా ప్రదానం చేసే సంతోషాన్ని అనుభవించాడు. అప్పుడు గంట మోగించాడు.

“దీన్ని హర్కారా కిచ్చి రేపు చాచా దగ్గర అమ్మగారికి అందచెయ్యమని చెప్పాలి” అన్నాడు లేస్తూ.

“చిత్తం హుజూర్, టీ యిక్కడికే తెమ్మంటారా?”

అక్కడికే టీ తీసుకురమ్మని కెరనిన్ పురమాయించాడు. యేనుగు దంతం పేపర్ నైఫ్‌తో ఆడుకుంటూ చేతుల కుర్చీ దగ్గరకు వెళ్ళాడు. దాని పక్కన దీపం వెలుగుతోంది. అక్కడనే ప్రాచీన ఇటాలియన్ లిపి*కి సంబంధించిన పుస్తకం వుంది. అది ఫ్రెంచి భాషలో వుంది. దాన్ని అతను చదువుతున్నాడు. చేతులు కుర్చీ పైన బంగారు అండాకార చట్రం బిగించిన అన్నా చిత్రం వుంది. దాన్ని వో విఖ్యాత చిత్రకారుడు చిత్రించాడు. చిత్రం శోభాయమానంగా వుంది. కెరనిన్ దానికేసి చూశాడు. నిగూఢ నేత్రాలు అతనికేసి పొగరుగా, అవహేళనగా చూశాయి. కడపటిసారి వాళ్ళు సంభాషించుకున్న సాయంత్రం అతనికేసి చూసినట్టు చూశాయి. చిత్రకారుడు అన్నా శిరస్సుపైన యెంతో మనోహరంగా గీసిన నల్లని లేసు, నల్లని జుట్టు, వుంగరం వున్న అనామికతో తెల్లగా అందంగా భాసించే చెయ్యి వ్యక్తం చెయ్యలేనంత పొగరు మొత్తనంగా, సవాల్ చేస్తున్నట్టుగా ప్రతీతమయ్యాయి. అతను చిత్రంకేసి వో క్షణం చూశాడు. అతనికి కంపరం కలిగింది. అతని పెదాలు ‘బ్ర్ర్’మని గొణిగాయి. అతను ముఖం వెనక్కి తిప్పేసుకున్నాడు. అతను హడావుడిగా చేతుల కుర్చీలో కూర్చున్నాడు. చదవడం మొదలెట్టాడు. కాని ప్రాచీన ఇటాలియన్ లిపి పట్ల అతనికి వున్న ఆసక్తి తిరిగిరాలేదు. పుస్తకం చూస్తున్నాడుకాని ఆలోచనలు యెక్కడనో వున్నాయి. అతను భార్య గురించి ఆలోచించటం లేదు. అంతకుముందే ప్రభుత్వ వ్యవహారాల్లో తలెత్తిన వో క్లిష్టమైన సమస్య గురించి ఆలోచిస్తున్నాడు. అతనికి యిప్పుడదే ముఖ్య ఆసక్తికర వ్యవహారం అయింది. వొక ఘనమైన ఆలోచన- అవును, యీ విషయాన్ని అతను బడాయితనం అనేది లేకుండా చెప్పగలడు- అతని మనస్సుకి తడుతోంది. అది చిక్కు ముళ్ళను విప్పేస్తుంది. అతన్ని ఉద్యోగ పథంమీద యింకా ముందుకి తీసుకుపోతుంది. అతని శత్రువులకి వాగ్బంధం చేసేస్తుంది. తద్వారా ప్రభుత్వానికి యెనలేని లాభాన్ని చేకూరుస్తుంది. నౌకరు టీ తెచ్చి, అక్కడ పెట్టి వెళ్ళిపోగానే కెరనిన్ లేచి రాసుకునే మేజా దగ్గరికి వెళ్ళాడు. అప్పటి వ్యవహారాలకి సంబంధించిన దస్త్రం తీసి సంతుష్టికరమైన చిరునవ్వుతో స్టాండునుంచి వో పెన్సిల్ తీశాడు. ఆ జటిల సమస్యకి సంబంధించి తను కబురుపెట్టి తెప్పించిన కాగితాలు చదవడంలో నిమగ్నుడైపోయాడు. జటిలత్వం యిదీ.

ఉన్నతోద్యోగిగా కెరనిన్‌లో వో ప్రముఖ లక్షణం వుంది. ఉద్యోగంలో పైకి వచ్చే కార్యకర్తలందరిలోనూ తప్పకుండా వుండే లక్షణమే అయినా అది కెరనిన్‌ని తోటివాళ్ళకంటే విశిష్టంగా, ప్రత్యేకంగా వుండేటట్టు చేసింది. అది అతని సంయమనం. నిజాయితీతో, ఆత్మవిశ్వాసంతో, తీవ్ర మహత్వ కాంక్షతో యీ లక్షణం మిళితమై అతన్ని ముందుకు తీసుకువెళ్ళింది. పని జాగుపట్ల అతనికి వున్న యేవగింపు, కాగితం పని తగ్గించెయ్యడం, వీలున్నప్పుడల్లా తనే ఖుద్దున వ్యవహారాన్ని పరిష్కరించడం, పొదుపరితనంగా పని జరిపించడం అనేవి అతని విశిష్ట గుణాలు. జూన్ 2 నాటి విఖ్యాత కమిటీ ముందు, జరాయిస్క్ గుబేర్నియా మండలంలోని పొలాలకి నీటి పారుదల కలిగించడంలో జరిగిన అవకతవకల గురించిన విషయం గురించి తీవ్ర విమర్శ వచ్చింది. ఆ వ్యవహారం కెరనిన్ మంత్రివర్గానికి సంబంధించింది. దుబారా ఖర్చుకీ, విపరీతమైన జాగుకీ సాటిలేని ఉదాహరణ అది. కెరనిన్‌కి ఆ విమర్శ సరైనదేనని తెలుసు. జరాయిస్క్ గుబేర్నియా పొలాల నీటి పారుదల వ్యవహారం కెరనిన్‌కి ముందు పనిచేసిన అధికార్ల సమయంలో మొదలైంది. దానికి గాను యేమీ ఫలితం లేకుండా బోలెడు వృథా ఖర్చు అయిపోయిందన్న విషయమూ, యింకా అవుతోందన్న విషయమూ కాదనలేని వాస్తవాలు. కెరనిన్ అధికారంలోకి రాగానే యీ విషయం గ్రహించాడు. యీ వ్యవహారంలో జోక్యం కలిగించుకుందామనుకున్నాడు. కాని మొదట్లోనే కాలు యింకా గట్టిగా మోపుకోకముందే, యీ గొడవలో చాలామంది పెద్ద పెద్దవాళ్ళు యిరుక్కున్నారనీ దీన్ని రేపడం తెలివైన పని కాదనీ అర్థం అయింది. తర్వాత వేరే గొడవల్లో మునిగిపోయి అతను దీని విషయం మర్చిపోయాడు. మిగతా అన్నిటిలాగా యీ పనీ తన దారిన తను మందకొడిగా సాగింది. (చాలామందికి యిది నాలుగు వేళ్ళూ లోపలికి పోవడానికి యింత ఆధారంగా వుంది. ముఖ్యంగా నీతి నియమాలు గల ఆదర్శప్రాయమైన వొక సంగీత ప్రియుల కుటుంబానికి. ఆ కుటుంబంలో ఆడపిల్లలందరూ జంత్ర వాయిద్యం తెలిసినవాళ్ళే. కెరనినాకి ఆ కుటుంబం పరిచితమే. పెద్దపిల్లల్లో వొకామెకి తను ధర్మపితగా కూడా వున్నాడు). విరోధం వున్న మంత్రివర్గం యీ విషయాన్ని కెలకడం కెరనిన్‌కి తప్పనిపించింది. ఆఫీసు వ్యవహారాల నీతినియమానుసారం యెవళ్ళూ వీటి జోలికి పోరు. ఇప్పుడు వ్యవహారం ముగ్గులోకి యెలాగూ వచ్చింది కాబట్టి అతను ధైర్యంగా సరేనని గోదాలోకి దిగాడు. జరాయిస్క్ గుబేర్నియాలోని పొలాల నీటి పారుదల ఆయోగం పని తీరుని అధ్యయనం చేసి, నిరూపించడానికి వొక ప్రత్యేక ఆయోగాన్ని నియమించాలని అభ్యర్థించాడు. యిక యిప్పుడు ఆ పెద్ద మనుషులకి నిద్రపట్టనివ్వడు. అది ఖాయం. రష్యనేతర అల్ప సంఖ్యాక జాతుల స్థితి గతులని మెరుగుపరిచే నిమిత్తం ఆయోగాన్ని కూడా నియమించాలని అభ్యర్థించాడు. అల్పజాతుల స్థితిగతులని మెరుగుపరిచే సమస్య జూన్2 నాటి కమిటీ ముందు కాకతాళీయంగా వచ్చింది. కాని కెరనిన్ యెంతో ఘోరంగా దుర్దశ అనుభవిస్తున్న ఆ జాతుల పట్ల దృష్టి పెడుతూ సమస్యని సమర్థించాడు. కమిటీ సమావేశంలో ఆ విషయం అనేక మంత్రి వర్గాల మధ్య కలహకారణం అయింది. కెరనిన్‌కి విరోధంగా వున్న మంత్రివర్గం రష్యనేతర అల్ప సంఖ్యాక జాతుల స్థితిగతులు యింతకంటే మెరుగ్గా వుండలేవనీ, వాటి పునర్ వ్యవస్థీకరణకి యే చర్యలు చేపట్టినా యీ వున్నవి చెడిపోతాయనీ, చెడుగులనేవి వుంటే కెరనిన్ మంత్రివర్గం చట్టాన్ని సరిగ్గా

అమలుజరపకపోవడం వల్ల ఉత్పన్నమైనవేననీ వాదన తయారుచేసింది. ఇప్పుడు కెరనిన్ కోరదలుచుకున్నది: మొదటగా, అల్పజాతుల స్థితిగతులని అక్కడికి వెళ్ళి అధ్యయనం చెయ్యడానికి వో కొత్త ఆయోగాన్ని అప్పటికప్పుడు నియమించడం; రెండవదిగా ప్రస్తుత ఆయోగం దగ్గర వున్న అధికారిక పత్రాలలో చిత్రించిన మాదిరీ ఆయా జాతుల స్థితిగతులు వుంటే గనక వాళ్ళ దుర్దశకి సంబంధించి 1) రాజకీయంగా, 2) పాలనాపరంగా, 3) ఆర్థికంగా 4) జాతిపరంగా, 5) పాదార్థికంగా, 6) మతపరంగా కారణాలని శోధించడానికి మరో కొత్త ఆయోగాన్ని నియమించడం; మూడవదిగా అల్ప సంఖ్యాక జాతులలో వున్న దుర్భర పరిస్థితులని మెరుగుపరిచే ఉద్దేశంతో గత పదేళ్ళుగా యీ విరోధ మంత్రివర్గం తీసుకున్న చర్యల గురించిన సమాచారం సమర్పించమని అడగడం; నాల్గవదిగా, ఆఖరిదిగా కమిటీకి సమర్పించిన 1863 డిసెంబరు 5, 1864 జూన్ 7 నాటి 1705, 18308 నంబరు ఫైళ్ళలో స్పష్టంగా కనిపిస్తున్నట్టుగా, మౌలిక చట్టం సంపుటం...అధికరణ 18లో 36 అనుబంధంలో చెప్పిన దానికి శుద్ధ విరుద్ధంగా యెందుకు ఆ మంత్రివర్గం చేసిందో దానికి సంజాయిషీ యివ్వాల్సి వుందని చెప్పడం. యీ ఆలోచనలని స్థూల రేఖల్లో హడావుడిగా రాసుకుంటూ వుంటే కెరనిన్ ముఖంలో ఉత్సాహం గోచరించింది. కాగితం మీద పూరా రాశాక అతను లేచి గంట కొట్టాడు. అదనపు సమాచారం పంపించవలసిందిగా అడుగుతూ ఆఫీసు సెక్రటరీ పేర చీటీ రాసి దాన్ని అందజెయ్యమని ఆ నౌకరుకి చెప్పాడు. తర్వాత లేచి గదిలో పచార్లు చేశాడు. మళ్ళీ అన్నా చిత్రం కనిపించి ముఖం చిట్లించుకుని తిరస్కారపూర్వకంగా చిరునవ్వు నవ్వాడు. కూర్చుని మళ్ళీ పుస్తకం అందుకున్నాడు. ప్రాచీన ఇటాలియన్ లిపి పట్ల మళ్ళీ ఆసక్తి కలిగింది. రాత్రి పదకొండు గంటలకి పక్క చేరాడు. పక్కమీద వాలి భార్య పట్ల తన పరిస్థితిని గుర్తు చేసుకున్నాడు. అది అంత నిరాశా జనకంగా కనిపించలేదు.

15

అన్నా పరిస్థితి సహించలేనట్టుగా వుందనీ, ఆమె భర్తకి సర్వమూ చెప్పెయ్యాలనీ వ్రాన్స్కీ యెప్పుడు ఆమెని ఒప్పించ చూసినా, ఆమె చాలా పట్టుగా, కోపంగా అతన్ని వ్యతిరేకించింది. కాని తన అంతరంగపు లోతుల్లో ఆమెకి తన పరిస్థితి మృషామయంగా నిజాయితీ హీనంగా వుందని తెలుసు. దాన్ని మార్చెయ్యాలని మనస్ఫూర్తిగా తపన పడింది. గుర్రం పందాల తర్వాత భర్తతో కలిసి తిరిగి వచ్చేటప్పుడు ఆమె యెంతో ఆందోళనగా వుండడంతో భర్తకి సర్వమూ చెప్పేసింది. అలా చెప్పెయ్యడం ఆమెకి బాధాకరంగా వున్నాగానీ సంతృప్తి కలిగింది. భర్త వెళ్ళిపోయాక తనకి సంతృప్తిగా వుందని కనీసం అబద్ధాలు, వంచన వుండవని తనలో తను అనుకుంది. యిప్పట్నుంచీ తన పరిస్థితి శాశ్వతంగా స్పష్టం అయిందని ఆమెకి అనిపించింది. తన నూతన పరిస్థితి దుష్టమైందే కావచ్చు, కాని స్పష్టపడింది. సందిగ్ధత, అనృతం వుండవు. భర్తకి చెప్పెయ్యడం ద్వారా అతనికీ, తనకీ కలిగిన బాధకి ప్రతిఫలం యేమంటే యిప్పుడు సర్వమూ స్పష్టమైన రూపం తీసుకోవడం. అదేరోజు సాయంత్రం ఆమె, వ్రాన్స్కీ కలుసుకున్నారు. కాని తనకీ భర్తకీ మధ్య జరిగిన దాన్ని ఆమె అతనికి చెప్పలేదు.

ఆ మర్నాడు పొద్దుట కళ్ళు తెరవగానే ఆమెకి తను భర్తతో చెప్పిన మాటలే గుర్తు వచ్చాయి. అవి యెంతో భయంకరంగా కన్పించాయి. అసలు తను అలాంటి అనకూడని రోత మాటలు యెలా సాహసంగా అనగలిగిందా అనేది ఆమెకి యిప్పుడు అర్థం అవలేదు. దాని పరిణామాలు యెలా వుంటాయన్నదీ వూహించుకోలేకపోయింది. కెరనిన్ నోరు మెదపకుండా వెళ్ళిపోయాడు. 'వ్రాన్స్కీని కలుసుకున్నాను గాని యీ విషయం చెప్పలేదు. అతను వెళ్ళిపోయే క్షణంలో వెనక్కి పిలిచి చెప్పాలనిపించింది. కాని మళ్ళీ మనస్సు మారిపోయింది. యేమంటే మొదట్లోనే చెప్పలేదే అని యేదోలా అనిపించింది. చెప్పాలనుకున్నా యెందుకు చెప్పలేకపోయాను?' అనుకుంది. యీ ప్రశ్నకి జవాబుగా ఆమె ముఖంమీద లజ్జాన్వితమైన వెచ్చని అరుణిమ సోకింది. తను అతనికి చెప్పకుండా యేది ఆపిందో ఆమెకి అర్థమైంది. ఆమెకి సిగ్గనిపించింది. అంతకుముందు రోజు సాయంత్రం స్పష్టం అయినట్టు కనిపించిన తన స్థితి, వున్నట్టుండి అస్పష్టంగానే కాక నిరాశాజనకం అయినట్టుగా కూడా అనిపించింది. అంతకుముందు తను ఆలోచించి యెరగని ఆ అపఖ్యాతి తలుచుకుని ఆమె భయభ్రాంతురాలై పోయింది. భర్త యేం చెయ్యగలడోనని ఆలోచించుకున్నప్పుడు ఆమెకి మహా భయంకరమైన వూహలు మనస్సుకి తట్టాయి. భర్త పంపే మనిషి వస్తాడు, తనని యింట్లోనుంచి గెంటేస్తాడు. తను చేసిన అపకీర్తి పని వూరూవాడా టముకైపోతుంది. యింట్లోనుంచి గెంటేస్తే తనెక్కడికి వెళ్ళగలదు అని ప్రశ్నించుకుంది, కాని దానికి యే జవాబూ దొరకలేదు.

వ్రాన్స్కీ గురించిన ఆలోచన రాగానే అతను యిక ప్రేమించడం లేదని ఆమెకి అనిపించింది. అతనికి తనంటే మొహం మొత్తుతోందనీ, తను అతని దాన్ని అయినట్టు చెప్పలేకపోతున్నదనీ ఆమెకి అనిపించింది. దాంతో అతని పట్ల విముఖత కలిగింది. తను భర్తతో యే మాటలు అందో అవి, తన మనస్సులో పదేపదే ఆవృతమవుతూ వున్న అవి, ప్రతీవాళ్ళకీ చెప్పేసినట్టూ, ప్రతివాళ్ళూ వాటిని వినేసినట్టూ ఆమెకి భ్రమ కలిగింది. ఆ మనుషుల కళ్ళల్లోకి తను చూడలేకపోతుంది. తన పనిమనిషిని కూడా పిలవలేకపోతుంది. కిందకి దిగి వెళ్ళి కొడుకునీ, వాడి పంతులమ్మనీ చూసే ధైర్యం కూడా లేకపోతోంది.

తలుపు దగ్గర చాలాసేపటిదాకా చెవి పెట్టి వింటూ వున్న పనిపిల్ల పిలవకుండానే లోపలికి వచ్చింది. అన్నా ఆమె కేసి యేమిటన్నట్టు చూసింది. అన్నా ముఖం భయంతో యెర్రబడింది. లోపలికి రావడం పొరపాటేననీ, గంట కొట్టి పిలిచినట్టు అనిపించడం వల్ల వచ్చాననీ పనిపిల్ల సంజాయిషీ చెప్పింది. ఆమె అన్నా బట్టలూ, వో చీటీ పట్టుకొచ్చింది. ఆ చీటీ బెట్సీనుంచి. లీజా మెర్కాలొవా, బారనెస్ ష్టోల్జ్ లిద్దరూ తమ ఆరాధకులు. కలూజ్స్కీచ వృద్ధ స్త్రేమొవ్‌లతో కలిసి ఆ ఉదయం క్రోకెట్ ఆటకోసం తన దగ్గరకు వస్తున్న విషయాన్ని బెట్సీ అన్నాకి గుర్తు చేసింది. 'ఏమీ లేదు వూరికే లోకరీతిని చూడ్డానికి రండి. మీకోసం యెదురుచూస్తూ వుంటాను' అని రాసింది.

అన్నా అది చదువుకుని గాఢంగా నిట్టూర్చింది.

"యేమీలేదు, నాకు యేమీ అక్కర్లేదు" అంది ఆన్నుష్కాతో. ఆమె సెంటు బుడ్లు, దువ్వెనలూ అక్కడ సర్దుతోంది. "నువ్వు వెళ్ళిపో. నేను బట్టలు తొడుక్కుని కిందకి వస్తాను. నాకు యేమీ అక్కరలేదు, యేమీ" అంది అన్నా.

ఆన్నుష్కా వెళ్ళిపోయింది. కానీ అన్నా ముస్తాబవడం మొదలెట్టలేదు. తలా, చేతులూ వేలేసి కూర్చుండిపోయింది. మధ్య మధ్యన ఆమె యేదో చెప్పబోతున్నట్టూ, యేదో చెయ్యబోతున్నట్టూ శరీరం అంతా కంపించిపోయేది. కాని మళ్ళీ వొక నిర్వేదంలో పడిపోయేది. నిరంతరంగా గొణుక్కుంటూనే వుంది. "ఓ భగవంతుడా! ఓ నా భగవంతుడా!" అని. కాని ఆమెకి 'నా' అన్న మాటకి గాని, 'భగవంతుడా' అన్న మాటకి కాని అర్థం అవగాహనకి రాలేకపోయింది. తను ప్రస్తుతం వున్న స్థితిలో వూరట కోసం మతం వైపు తిరగడం కెరనిన్‌ని సహాయం అర్థించేటంత అసంబద్ధంగా వుంటుంది, ఆమె తను పెరిగిన మతధర్మాన్ని యెన్నడూ శంకించకపోయినా. తన జీవిత పరమార్థంగా భాసించిన దాన్ని తను త్యజించినప్పుడే మతం తనకి ఆసరాగా వస్తుందని ఆమెకి తెలుసు. ఆమె హృదయం భారంగా వుండటం కాక, ముందెన్నడూ యెరగనటువంటి మానసిక స్థితివల్ల కూడా భయకంపితురాలయింది. తన ఆత్మలో ప్రతీదీ ద్వంద్వరూపంతో వున్నట్టు, కళ్ళు బైర్లుకమ్మినప్పుడు ప్రతీదీ రెండుగా కనిపించే రీతిలో, ప్రతీదీ రెండుగా భిన్నమైనట్టు ఆమెకి భాసించింది. తను దేన్ని గురించి భయపడుతుందీ, తనకి యేం కావాలీ అనేది తెలియని క్షణాలు లేకపోలేదు. జరిగిన దాన్ని గురించి తను భయపడిందా లేక జరగాలని కోరుకుందా ఆమెకి తెలియలేదు.

'ఓహ్! నేనేం చేస్తున్నాను?' అని తల రెండు పార్శ్వాలలోనూ వున్నట్టుండి నొప్పి కలిగినట్టయి అనుకుంది. కణతల దగ్గర రెండు చేతులతోనూ జుట్టు పట్టుకుని వున్నట్టు, స్థిమిత పడ్డాక తెలుసుకుంది. గిరుక్కున లేచి గదిలో అటూ యిటూ పచార్లు చెయ్యడం మొదలుపెట్టింది.

"కాఫీ తయారయిందండి. పంతులమ్మగారూ, సెర్యోష మీ కోసం ఎదురుచూస్తూ వున్నారు" అని అన్నా ముందటిలాగానే వుండడం చూసి మళ్ళీ వచ్చిన ఆన్నుష్కా అంది.

"సెర్యోష! యెలా వున్నాడు సెర్యోష?" అని వున్నట్టుండి జీవం వచ్చినట్టు అడిగింది. ఆ పొద్దుటి పూట ఆమెకి మొదటిసారిగా కొడుకు ఉనికి గుర్తు వచ్చింది.

"కొంటెతనంగా తయారైనట్టు కనిపిస్తున్నాడు" అంది చిరునవ్వు నవ్వుతూ ఆన్నుష్కా.

"ఏం కొంటెతనం జరిగింది?"

"మూల బీరువాలో తమరు పెట్టిన పీచ్ పళ్ళల్లో వొకదాన్ని తీసుకు తినేశాడు".

కొడుకు ప్రస్తావన అన్నాని హఠాత్తుగా నిరాశాజనక పరిస్థితినుంచి బయటపడేసింది. కొడుకు కోసమే బతుకుతున్న తల్లిగా కొంచెం అతిశయోక్తి పూరితమైనా పాక్షికంగా నిజమైన తన పాత్ర గుర్తుకు వచ్చింది. గత కొన్ని యేళ్ళుగా ఆ పాత్రని పోషిస్తోంది. తను వున్న పరిస్థితిలో కూడా భర్తతో, వ్రాన్‌స్కీతో తన సంబంధాలు యే రూపంలో వున్నాగానీ వాటి ప్రమేయంలేకుండా తనకి అది ఆసరా. ఆ ఆసరా తన కొడుకు. తను యెట్టి పరిస్థితులలోనూ కొడుకుని వదిలిపెట్టదు. భర్త తనని అవమానం పాల్జేసి యింట్లోంచి గెంటెయ్యవచ్చుగాక,

వ్రాన్స్కీ ప్రేమ తగ్గవచ్చుగాక అతను దారిన అతను బతకవచ్చుగాక (మళ్ళీ ఆమె అతని గురించి కటువుగా, తిరస్కారపూరితంగా అనుకొంది). తను మాత్రం కొడుకుని యెన్నడూ విడిచిపెట్టదు. ఆమెకి జీవితంలో ఒక లక్ష్యం వుంది. కొడుకుతో తన పరిస్థితిని సురక్షితం చేసుకోవడానికి, వాణ్ణి తననుంచి వేర్పాటు చేసి తీసుకుపోకుండా వుండేందుకు, చర్యలు తీసుకోవాలి, చురుకైన చర్యలు తీసుకోవాలి. ఆ పనిని తను త్వరగా చెయ్యాలి. యెంత త్వరగా వీలైతే అంత త్వరగా, తననుంచి వాణ్ణి వేరు చేయకముందే. వాణ్ణి తీసుకుని యెక్కడికైనా వెళ్ళిపోవాలి. అదీ విషయం. తను ఆ పనే చెయ్యాలి. తను శాంతపడాలి, యీ యాతనా భరిత స్థితినుంచి విముక్తి సాధించాలి. కొడుకు కోసం కొన్ని చర్యలు తీసుకోవాలన్న ఆలోచన, యెక్కడికైనా వాణ్ణి తీసుకుని వెళ్ళిపోవాలన్న ఆలోచన ఆమెకి శాంతిని కలిగించింది.

ఆమె గబగబా బట్టలు వేసుకుని కిందికి వెళ్ళింది. డ్రాయింగ్ రూమ్‌లోకి ధృఢ గమనంతో వెళ్ళింది. సెర్యోష, పంతులమ్మ తనకోసం యెదురు చూస్తున్నారు. కాఫీ తయారైంది. సెర్యోష తెల్లని బట్టలు వేసుకున్నాడు. బల్ల పక్కన అద్దం కింద నుంచున్నాడు. తల, వీపు వాల్చుకుని వున్నాడు. అతని ముఖం ధ్యాన మగ్నంగా వుంది. అది ఆమెకి పరిచితమే. తండ్రి పోలికని స్ఫురింప చేస్తుందా వాలకం. అతను లోపలికి తెచ్చిన పువ్వులతో యేదో చేస్తున్నాడు.

పంతులమ్మ మామూలు కంటే కఠినంగా వుంది. సెర్యోష యెప్పటిలాగానే దాదాపు కీచుగా "అమ్మా" అని అరిచాడు. తర్వాత పువ్వులు పడేసి తల్లి దగ్గరికి వెళ్ళాలా, లేదా గుచ్చం పూర్తిచేసి తల్లి దగ్గరకు వెళ్ళాలా తేల్చుకోనట్టు సందిగ్ధంగా నుంచుండిపోయాడు.

పంతులమ్మ నమస్కారం అని చెప్పి, సెర్యోష తుంటరి ప్రవర్తన గురించి యేకరువు పెట్టడం మొదలుపెట్టింది. కాని అన్నా వినిపించుకోలేదు. తమతో బాటు పంతులమ్మని కూడా తీసుకెళ్ళాలా లేదా అనే ఆలోచిస్తుంది. 'ఉహుం, ఆమెని తీసుకెళ్ళను, వొక్క బాబుని మాత్రమే తీసుకెడతాను' అని తీర్మానించుకుంది.

"అవును, కొంటెగా తయారయారు" అంది అన్నా. కొడుకు భుజాలు పట్టుకుని అతనికేసి కఠినంగా కాకుండా, బెరుగ్గా చూసింది. ఆ చూపు అతన్ని గజిబిజి చేసింది, సంతోషపరిచింది. ఆమె అతన్ని ముద్దుపెట్టుకుంది. "వీణ్ణి నా దగ్గర వదిలెయ్యండి" అని ఆమె నిశ్చేష్టురాలైన పంతులమ్మతో అంది. అతన్ని వదలకుండానే కాఫీ సరంజామాలున్న బల్ల దగ్గర కూర్చుంది.

"అమ్మా! నేను...నేను....లేదు నేను..." అని కుర్రాడు ఆమె ముఖంమీద ద్యోతకం అయిన భావం చూసి, పీచ్ పండు తీసుకున్నందువల్ల యేం జరుగుతుందా అని అర్థం చేసుకో ప్రయత్నిస్తూ అన్నాడు.

"సెర్యోష" అందామె పంతులమ్మ వెళ్ళిపోగానే. "తప్పు, అలా చెయ్యకూడదు, యింకెప్పుడూ చెయ్యకు, యేం? నేనంటే నీకిష్టమేనా?" అని అడిగింది.

ఆమె కళ్ళల్లో నీళ్ళు గిర్రున తిరుగుతున్నట్లు ఆమెకి అనిపించింది. "వీడిపట్ల ప్రేమ లేకుండా ఉండగలనా?" అని బెదురు బెదురుగా వున్న వాడి కళ్ళల్లోకి లోతుగా చూస్తూ అనుకుంది. అయినా వాడి కళ్ళు ప్రసన్నంగానే వున్నాయి. 'నన్ను పీడించడానికి వీడు వాళ్ళ నాన్న పక్షం అవుతాడా? నేనంటే జాలిపడడా?' కన్నీళ్ళు ఆమె చెక్కిళ్ళ మీదనుంచి

జారిపోతున్నాయి. వాటిని కనిపించనియ్యకుండా చెయ్యాలని ఆమె గబుక్కున లేచి దాదాపు పరిగెత్తుకుంటూ వసారాలోకి వెళ్ళిపోయింది.

అంతకు ముందు రోజు ఉరుముల్తో, మెరుపుల్తో వానలు కురిశాయి. యిప్పుడు చల్లగా, తేటగా వుంది వాతావరణం. నీళ్ళకి తడిసిన ఆకుల్లోనుంచి యెండ పొడలు పొడలుగా పడుతూ వున్నా గాలి చురుక్కుమనిపిస్తోంది.

అన్నా చలి వల్లా, తన గుండెని అదిమిన అంతరంగిక భయం వల్లా వణికింది. ఆ భయం ఆరు బయటి గాలికి కొత్త శక్తితో పుంజుకుంది.

"వెళ్ళు, mariette దగ్గరకు వెళ్ళు" అని తన కూడా వస్తున్న సెర్యోషతో అంది. వసారాలో పరిచి వున్న చాపలకు అటూ యిటూ పచార్లు చెయ్యడం మొదలుపెట్టింది. 'నన్న క్షమించలేరా యేం వాళ్ళు? యిలా జరిగింది, అలా తప్ప మరొకలా వుండి వుండలేదన్న విషయాన్ని అర్థం చేసుకోలేరా?' అని తనలో తను అనుకుంది.

ఆమె ఆగి ఆస్పెన్ చెట్ల శిఖరాలకేసి చూసింది. ఆ చెట్ల ఆకులు నీటికి తడిసి వేడిలేని యెండలో మిలమిల మెరుస్తున్నాయి. యెవరూ తనని క్షమించరని ఆమె గ్రహించింది. ఆ ఆకాశంలాగా, ఆకుల్లాగా ప్రతివాళ్ళూ తన పట్ల నిర్దాక్షిణ్యంగా వుంటారు. మళ్ళీ తన మనస్సులో ద్వంద్వరూపంతో ఉన్నట్టు ఆమెకి అనిపించింది. 'అబ్బ! వద్దు, దీన్ని గురించి ఆలోచించవద్దు' అనుకుంది. 'వెళ్ళిపోవడానికి సన్నద్ధం కావాలి. వెళ్ళడం యెక్కడికి? యెప్పుడు? యెవర్ని కూడా తీసుకెళ్ళాలి? ఆఁ, మాస్కోకి. సాయంత్రం రైలుకి. అన్నుష్కానీ, సెర్యోషనీ తీసుకుని. వూరికే అత్యవసరంగా కావాల్సిన వాటిని తీసుకెళ్ళడమే. కాని మొదట వాళ్ళిద్దరికీ ఉత్తరాలు రాయాలి'. ఆమె యింట్లో తన గదికి వెళ్ళింది. రాత బల్ల దగ్గర కూర్చుని భర్తకి రాయడం మొదలుపెట్టింది.

'యింత జరిగిన తర్వాత నేను మీ ఇంట్లో వుండలేను. నేను వెళ్ళిపోతున్నాను. అబ్బాయిని నాతో తీసుకెళ్ళి పోతున్నాను. నాకు న్యాయ చట్టాలు తెలీవు. అంచేత తల్లిదండ్రుల్లో యెవరి దగ్గర బిడ్డ వుండాలో నాకు తెలీదు, కాని కొడుకు లేకుండా నేను బతకలేను. కాబట్టి వాణ్ణి కూడా తీసుకుపోతున్నాను. కనికరం చూపించి వాణ్ణి నా దగ్గరే వుండనియ్యండి".

యిక్కడికొచ్చేదాకా గబగబా సహజంగానే రాసేసింది. భర్త దయాంతఃకరణకి, అతనిలో వుందని తను నమ్మిన ఆ గుణానికి, విజ్ఞప్తి చెయ్యడం, అతని హృదయాన్ని స్పృశించే రీతిలో ఉత్తరాన్ని ముగించవలసి రావటం ఆమెని ఆపేయి.

'నా దోషం గురించీ, పశ్చాత్తాపం గురించీ చర్చించలేను, యేమంటే...'

తన ఆలోచనలు చెదిరిపోవడంతో ఆమె మళ్ళీ ఆగింది. 'వుహుఁ, నేనా ముక్క రాయక్కరలేదు' అనుకుంది. ఉత్తరాన్ని చింపేసి అతని దయాంతఃకరణకి విజ్ఞప్తి చెయ్యడాన్ని వదిలేసి తిరిగి రాసింది.

రెండో ఉత్తరాన్ని వ్రాన్స్కీకి రాయాల్సి వుంది. 'నేను మా ఆయనకి విషయం యావత్తూ చెప్పేశాను' అని మొదలుపెట్టింది. కాని యిక ముందుకు సాగలేక చాలాసేపు అలానే కూర్చుండిపోయింది. అలా రాయడం చాలా మోటుగా, స్త్రీ స్వభావ విరుద్ధంగా వుంటుంది.

'మరింక యేం చెప్పను అతనికి?' అనుకుంది. మళ్ళీ ఆమె ముఖం సిగ్గుతో యెర్రబడింది. అతని ప్రశాంతత గుర్తుకు వచ్చింది. అతని పట్ల కలిగిన చిరాకు భావంతో ఆ వొక్క వాక్యాన్నీ రాసిన కాగితం తీసుకుని ముక్కలు ముక్కలుగా చించేసింది. 'యేం అవసరం లేదులే' అనుకుని రాతసామాన్లు కట్టి పెట్టేసింది. పంతులమ్మతోనూ, పనివాళ్ళతోనూ చెప్పింది తను ఆ రోజే మాస్కోకి వెళ్ళిపోతున్నానని. తర్వాత సామాన్లు సర్దుకోవడం మొదలెట్టింది.

16

వేసవి దాచా నౌకర్లు, తోటమాలీలు అందరూ గదుల్లోని సామాన్లని యెత్తి పట్టుకుని మోస్తూ, వస్తున్నారు, పోతున్నారు. అల్మారాలు, బట్టల బీరువాలు తెరిచినవి తెరిచినట్టే వుండిపోయాయి. తాడు చాల్లేదని అప్పటికే రెండుసార్లు దుకాణానికి పంపారు. నేలమీద చిత్తు కాగితాలన్నీ చిందరవందరగా పడి వున్నాయి. సంచీలు, రెండు పెట్టెలు, దుప్పట్లలో కట్టిన మూటలు తీసుకొచ్చి హాలులో పెట్టారు. బగ్గీ వొకటి, రెండు అద్దె బళ్ళూ గుమ్మం దగ్గర వున్నాయి. సామాన్లు సర్దడం పనిలో అన్నా తన ఆందోళనని మర్చిపోయింది. తన గదిలో బల్లముందు నుంచుని ప్రయాణంలో తనతో కూడా వుండాల్సిన సంచీని సర్దుకుంటోంది. అప్పుడు ఆన్నుష్కా గుమ్మం దగ్గరికి యేదో బండి వస్తోందని చప్పుడుని బట్టి చెప్పింది. అన్నా కిటికిలోనుంచి తొంగి చూసింది. కెరనినా హర్కారా గుమ్మం దగ్గర గంట కొడుతూ నుంచోవడం కనిపించింది.

"వెళ్ళి కనుక్కో విషయం యేమిటో" అంది. అది యే కబురైనా సరే అందుకోవడానికి నిబ్బరంగా తయారై వొళ్ళో చేతులు పెట్టుకుని చేతుల కుర్చీలో కూర్చుంది. హర్కారా కెరనిన్ దస్తూరీతో ఉబ్బుగా వున్న పేకెట్ పట్టుకొచ్చాడు.

"మీ దగ్గర్నుంచి జవాబు పత్రమ్మని చెప్పారు" అన్నాడతను.

"మంచిది" అంది అన్నా. ఆ మనిషి గదిలోనుంచి వెళ్ళిపోగానే వణికే వేళ్ళతో పాకెట్‌ని చింపింది. దాంట్లోనుంచి బాంక్ నోట్ల కట్ట కింద పడింది. వాటిని సన్నటి కాగితం ముక్కతో కట్టారు. ఆమె ఉత్తరాన్ని విడదీసి కిందనుంచి చదవడం మొదలుపెట్టింది. 'యిక్కడికి రావడానికి సంబంధించిన యేర్పాట్లనన్నిటినీ చెయ్యడం జరుగుతుంది. యీ అభ్యర్థనని మీరు మన్నించడం అనే విషయానికి నేను ప్రత్యేక ప్రాముఖ్యం యిస్తున్నాను' అని చదివింది. ఆమె గబగబా కళ్ళు పైకి పోనిచ్చి పైన చదివింది. తర్వాత మొత్తం ఉత్తరాన్ని ఓం ప్రథమంనుంచీ చదివింది. పూర్తి చెయ్యగానే శరీరం అంతా చల్లబడిపోయినట్టు అనిపించింది. తను వూహించని గండం తనమీద విరుచుకుపడిందని అనిపించింది.

భర్తతో చెప్పిన మాటలకి ఆ ఉదయమే నిద్ర లేవగానే పశ్చాత్తాపపడింది. తను ఆ మాటలు అనకుండా వుండాల్సిందనే తను కోరుకుంది. యిదిగో తను ఆ మాటలు అననట్టే చాటే ఉత్తరం యిక్కడ వుంది. తన కోరికని యదార్థం చేస్తోంది. అయినా ఇప్పుడీ ఉత్తరం తను ఊహించను కూడా వూహించనంతటి భయానకంగా కనిపిస్తోంది.

'ఆయన వొప్పే! వొప్పే!' అనుకుంది. 'తను యెప్పుడూ వొప్పుగా వున్నట్టే కనిపిస్తాడు. తను క్రైస్తవుడు, దయాంతఃకరణుడు. అబ్బ, నీచ పాపిష్టి వ్యక్తి. నాకు తప్ప యెవరికీ తెలియదు, యెవరూ తెలుసుకోనూ లేరు. దీన్ని నేను వివరంగా చెప్పనూ లేను. అతను ధర్మపరాయణుడనీ, శిష్టాచారుడనీ, నిజాయితీపరుడనీ, తెలివైనవాడనీ అంటారు. కాని నాకు కనిపించేది వాళ్ళకి కనిపించదు. యెనిమిదేళ్ళపాటు నాలో సజీవమైన దాన్నంతటీ్నీ యెలా నులిమేశాడో వాళ్ళకి తెలియదు. ఒక్కసారి కూడా నన్ను ప్రేమని ఆపేక్షించే సజీవమైన ఆడదానిగా చూళ్ళేదు. యీ విషయం వాళ్ళకి తెలియదు. అడుగడుగునా నన్ను యెంత అవమానం పాల్జేసాడో, తను యెంత ఆత్మ సంతుష్టిగా వున్నాడో వాళ్ళకి తెలియదు. నా జీవితాన్ని ఔచిత్య భరితంగా వుంచడానికి ప్రయత్నం చెయ్యలేదా? సర్వాత్మనా ప్రయత్నించలేదా? నేను తనని ప్రేమించ ప్రయత్నించలేదా? భర్తని ప్రేమించడం సంభవం కానప్పుడు కొడుకుని ప్రేమించడానికి ప్రయత్నం చెయ్యలేదా? కాని యిక ఆత్మవంచన చేసుకోలేదు అని గ్రహించే వేళ వచ్చింది. యేమంటే నేను రక్తమాంస పుష్టమైన ప్రాణిని. ప్రేమించి జీవించ వలసినట్టు భగవంతుడు నన్ను తయారుచెయ్యడం నా దోషమా? మరి యిప్పుడు? తను నన్ను చంపినా, అతన్ని హత్యచేసినా నేను భరించేదాన్ని. అంతటీ్నీ క్షమించగలిగి వుండేదాన్ని. కాని వుహుఁ, తను....'.

'తనేం చెయ్యబోయేదీ సూచనప్రాయంగా కూడా యెందుకు నేను వూహించలేను? అంత నీచంగా వుండగలిగే మనిషి మాత్రమే చెయ్యగలదాన్ని చేస్తాడు. తనేం చేసినా అది వొప్పే, పతితురాలైన దాన్ని, యింకా చెడ్డగా, నీచత్వంగా పతితురాల్ని చేస్తాడు...' ఉత్తరంలో మాటలు ఆమెకి స్ఫురణకి వచ్చాయి. 'మీకూ, మీ కొడుక్కి కలగబోయే పరిణామాలని వూహించుకోగలరు...' 'నా కొడుకుని నానుంచి తీసుకుపోవడానికి యిది బెదిరింపు. వెధవ చట్టాలున్నాయిగా, వాటి ప్రకారం అలా చెయ్యవచ్చునేమో. తనెందుకు యీ మాట అన్నాడో నాకు తెలియదా? నా బిడ్డని నేను ప్రేమిస్తున్న విషయాన్ని నమ్మడు. లేదా వాడి పట్ల నా ప్రేమని తిరస్కారంగా చూస్తాడు. (తను యెప్పుడూ నన్ను ఉడికిస్తూనే వుంటాడు). కాని నా బిడ్డని నేను వదులుకోను, ఆ విషయం తనకి తెలుసు. వాడు లేకుండా నేను ప్రేమించిన మనిషితో వున్నాగానీ నాకు జీవితం లేదు. జీవితానికి అర్థం లేదు. నా బాబుని వదిలేసి పారిపోతే నేను పరమ కళంకితురాల్ని, నీచురాల్ని అయిపోతాను. యీ విషయం తనకి తెలుసు, అలాంటి పనిని నేను చెయ్యలేననీ తెలుసు'.

'మన జీవితం ముందటిలాగానే సాగాలి' అని రాసిన ముక్క గుర్తు వచ్చింది. 'యీ జీవితం ముందే యాతనా ప్రదంగా వుంది, యిటీవల దుర్భరమై పోయింది. యిక యిప్పుడెలా వుంటుంది? తనకి అన్నీ తెలుసు, తనకి తెలుసు, నేను దేనివల్ల వూపిరి పీలుస్తున్నానో, దేన్ని ప్రేమిస్తున్నానో దానిపట్ల పశ్చాత్తాప పడనని. కపటత్వం వంచన తప్ప మరేమీ దీని వల్ల వొరగవని తెలుసు. కాని నన్ను క్షోభ పెట్టడమే తనకి కావల్సిందల్లా. నాకు తెలుసు, నీటిలో చేపలాగా, తను అనృతంలోనే యీదులాడుతూ వుంటాడు, ఆనందపడుతూ వుంటాడు. నన్ను పట్టదలచుకున్న అబద్ధపు జాలరుని తెంచేస్తాను, యేమైతే అదవుతుంది. యీ కపటత్వం కంటే, వంచన కంటే యేదైనా మేలే'.

'కాని యెలా? భగవంతుడా! హా భగవంతుడా! నాకంటే దౌర్భాగ్యురాలు వుంటుందా?'..

"లేదు, తెంచేస్తాను, తెంచేస్తాను" అరిచింది, ఒక్క ఉదుట్న లేచి కన్నీళ్ళు దిగమింగుకుంటూ. అతనికి ఉత్తరం రాద్దామని బల్ల దగ్గరకి వెళ్ళింది. కాని దేన్నీ తెంచేసే శక్తి తనకి లేదని, తనున్న పరిస్థితినుంచి బయటపడే శక్తి తనకి లేదనీ, అది యెంత అనృతమయమైన జీవనమైనా, గౌరవహీనమైనదైనా దాన్ని ఛేదించుకు బయటపడే శక్తి తనకి లేదనీ హృదయం లోతుల్లో ఆమెకి తెలుసు.

బల్ల దగ్గర కూర్చుంది. రాయడానికి చేతులు దానిమీద పెట్టి, చేతులమీద తల ఆన్చుకుని యేడ్చింది. బిగ్గరగా యేడ్చింది. గుండె యెగిసి పడేటట్టు చిన్న పిల్లల మాదిరి యేడ్చింది. తన పరిస్థితి స్పష్టంగా, నిశ్చితంగా చేసుకునే స్వప్నం శాశ్వతంగా భగ్నమైపోయిందని యేడ్చింది. అన్నీ యెప్పటిలాగానే వుంటాయనీ, అంతేకాదు ముందటికంటే అధ్వాన్నంగా వుంటాయనీ ఆమెకి తెలుసు. దాని బదులు భర్తనీ కొడుకునీ వదిలేసి, ప్రియుడితో తన బతుకు యేకం చేసుకునే కళంకిత నారీ జీవన స్థితిని తెచ్చుకోలేదు. తను యెంత ప్రయత్నించినా గానీ తను యిప్పుడున్న దానికంటే అధిక శక్తి సంపన్నురాలు కాలేదు. ప్రేమ స్వాతంత్ర్యాన్ని తను యెన్నటికీ అనుభవంలోకి తెచ్చుకోలేదు. సర్వదా పాపిష్టి పత్నిగానే వుండిపోతుంది. బతుకు బట్టబయలవుతుందేమోననే భయంతోనే వుంటుంది. దీనికి అంతం యెలా వుంటుందో వూహించుకోను కూడా ఊహించుకోలేనంత భయంకరంగా వుంటుంది. ఆమె అదుపు లేకుండా, యెవరైనా దండించినప్పుడు చిన్న పిల్లలు యేడ్చినట్టుగా, యేడ్చింది.

నౌకరు వస్తున్న అడుగుల చప్పుడు వినిపించి సంబాళించుకుంది. ఉత్తరం రాస్తున్నట్టు నటిస్తూ ముఖం దాచుకుంది.

"హర్కారా జవాబు కోసం అడుగుతున్నాడు".

"జవాబు? ఆ, అవును ఆగమను. నేనే పిలుస్తాను" అంది అన్నా.

'యేం రాయను?' అనుకుంది. 'నేను వొక్కత్తినీ యేం నిర్ణయించుకోగలను? నాకేం తెలుసు? నాకేం కావాలి? నాకు యేది యిష్టం?' తన ఆత్మలో ప్రతీదీ ద్వంద్వ రూపంతో భిన్నమై పోతున్నట్టు మళ్ళీ ఆమెకి అనిపించింది. ఆ భావన ఆమెని భయభ్రాంతం చేసింది. తన గురించిన ఆలోచనలనుండి మళ్ళడానికి ఆసరాగా మస్తిష్కంలో తట్టిన మొదటి ఆలోచనా రేఖని పట్టుకుంది. 'నేను అలెక్సేయ్‌ని (అంతరంగంలో వ్రాన్‌స్కీని అలానే పిలిచేది) కలుసుకోవాలి. అతను ఒక్కడే చెప్పగలడు నేను యేం చెయ్యాల్సివుందో. బెట్సీ యింటికి వెడతాను. అక్కడ అతను కనిపించవచ్చు' అనుకుంది. తను బెట్సీ యింటికి వెళ్ళనని అతనితో అంతకు ముందు రోజునే చెప్పింది. అప్పుడు తనూ వెళ్ళనని అతనన్నాడు. ఆ విషయం యిప్పుడు మర్చిపోయింది. బల్ల దగ్గరకు వెళ్ళి 'మీ ఉత్తరం అందింది ఆ' అని భర్తకి రాసింది. గంటకొట్టి నౌకర్ని పిలిచి దాన్ని అతనికి యిచ్చింది.

"మనం వెళ్ళడం లేదు" అని లోపలికి వచ్చిన ఆన్నుష్కాతో అంది.

"అసలు వెళ్ళడం లేదా'?"

"యివాళ వెళ్ళడం లేదు. కాని రేపటిదాకా మూటలు విప్పకండి. బండిని వుండమనండి. నేను ప్రిన్సెస్ బెట్సీ త్వెర్‌స్కాయా యింటికి వెళ్ళొస్తాను".

"ఏం బట్టలు తెమ్మంటారు?"

17

ప్రిన్సెస్ బెట్సీ త్వెర్‌స్కాయా అన్నాని రమ్మని పిలిచిన క్రోకెట్ ఆట యిద్దరు ఆడవాళ్ళూ, వాళ్ళ అభిమానులు కలిసి ఆడే ఆట. ఆ యిద్దరు మహిళలూ పీటర్స్‌బర్గ్‌లో బాగా యెంపిక చేసిన వాళ్ళ నూతన బృందానికి చెందిన ప్రముఖ మహిళలు. ఆ బృందాన్ని దేనికో అనుకరణకి అనుకరణగా Les sept meerveilles du monde[1] పిలుచుకునేవారు. ఆ మహిళలు ఉన్నత సమాజ సభ్యుల బృందం వాళ్ళు. కాని ఆ బృందం అన్నా కలిసి మెలిసి తిరిగే బృందానికి విరుద్ధంగా వుండేది. పైగా లీజా మెర్కొలొవా అభిమానీ, పీటర్స్ బుర్గ్‌లో గొప్ప పలుకుబడి వున్న పెద్ద వయస్కుడూ అయిన స్త్రేమొన్ అధికార జీవితంలో కెరనిన్‌కి విరోధి. ఈ కారణాలన్నిటి వల్లా అన్నాకి బెట్సీ యింటికి వెళ్ళడం యిష్టం లేకపోయింది. బెట్సీ చీటీలో ఈ నిరాకరణకి సంబంధించిన సూచన లేకపోలేదు. కాని వ్రాన్‌స్కీని అక్కడ కలుసుకోవచ్చున్న ఆశతో యిప్పుడు అక్కడికి వెళ్ళాలనుకుంది.

మిగతావాళ్ళకంటే ముందే అన్నా ప్రిన్సెస్ బెట్సీ యింటికి వెళ్ళింది.

అన్నా ప్రిన్సెస్ యింట్లోకి వెడుతూ వుంటే వ్రాన్‌స్కీ నౌకరు కూడా మెట్లమీద తగిలాడు. అతను కామేర్ జుంకర్ మాదిరీ చెంపలు పెంచుకున్నాడు. గుమ్మం దగ్గరకి వెళ్ళాక అతను టోపీ తీసేసి ఆమెని లోపలికి వెళ్ళనివ్వడానికి పక్కకు తప్పుకుని దారి యిచ్చాడు. అన్నా అతన్ని గుర్తు పట్టింది. తను అక్కడకు రానని వ్రాన్‌స్కీ అంతకు ముందురోజు చెప్పిన మాట ఠక్కున గుర్తు వచ్చింది. బహాశా యీ నౌకరు ఆ వర్తమానం అందించే చీటీ తెచ్చి వుంటాడు.

ఆమె హాల్లో నుంచుని ఉత్తరీయం తీస్తూ వుంటే అతను చీటీ అందజేస్తూ 'రా' అని ఉచ్చరించడం కూడా కామేర్ జుంకర్ మాదిరి ఉచ్చరిస్తూ "ప్రిన్సెస్‌కి కౌంట్ దగ్గర నుంచి" అనడం వినిపించింది.

మీ యజమాని యెక్కడ అని అడగాలని కూడా అన్నా అనుకుంది. యింటికి వెళ్ళిపోవాలని, తన దగ్గరకి రమ్మని వ్రాన్‌స్కీకి కబురు చెయ్యాలనీ తహతహలాడింది. తనే అతని దగ్గరకి వెళ్ళాలనీ కోరిక కలిగింది. కాని వీటిల్లో యే ఒక్కటీ చెయ్యలేకపోయింది. తను వచ్చినట్టు తెలియజేసే గంట మోగడం వినిపించింది. ప్రిన్సెస్ బెట్సీ నౌకరు తెరిచిన గుమ్మం దగ్గర ఆమెని లోపలికి వెళ్ళనివ్వడం కోసం ఆమె కేసి సగం తిరిగి నుంచుని వున్నాడు.

"ప్రిన్సెస్ తోటలో వున్నారు. మీరు వచ్చిన సంగతి ఆమెకి చెప్తారు. మీరు తోటలోకి వెడతారా ఆమెకోసం?" అని మరో గదిలో యింకో నౌకరు అడిగాడు.

---

[1] ప్రపంచంలోని యేడు అద్భుతాలు (ఫ్రెంచి).

ఆమె యింటి దగ్గరలాగానే అనిశ్చితంగా, అసందిగ్ధంగా వున్నట్టనిపించింది ఆమెకి. ముందటికంటే అధ్వాన్నంగా వున్నట్టనిపించింది. ఏమంటే తను యేమీ చెయ్యలేకపోతుంది. వ్రాన్‌స్కీనా చూడలేదు. తనకి సరిపడని వాళ్ళతో తన మనస్థితికి నప్పని వాళ్ళతో వుండాల్సివస్తోంది. అయినా తనకి నప్పిన గౌను వేసుకుంది. ఆ విషయం ఆమెకి తెలుసు. తను ఒంటరిగా లేదు. తనకి అలవాటుగా వున్న డాబుసరి సోమరి వాతావరణంలో వుంది. యింటి దగ్గర కంటే యిక్కడ ఉండడమే మనస్సుకి తేలిగ్గా వున్నట్టు అనిపించింది. యేమంటే యిక్కడైతే యేం చెయ్యాలో యేమిటో ఆలోచించుకునే అవసరం తనకి లేదు. వేటికవే తమంతట తామే జరిగిపోతాయి. తనని చకితం చేసే సొగసైన తెల్లని గౌను తొడుక్కుని తన దగ్గరికి వస్తూ వున్న బెట్సీని చూసి అన్నా యెప్పటిలాగానే మందహాసం చేసింది. బెట్సీతో పాటు తుష్కేవిచ్ వున్నాడు. వాళ్ళ బంధువు అయిన వో పడుచు అమ్మాయి వుంది. రాజధానికి దూరంలో వుండే ఆమె తల్లిదండ్రులకి తమ బిడ్డ ఆ వేసవికాలం ప్రసిద్ధురాలైన ప్రిన్సెస్‌తో గడుపుతుందని మహా సంతృప్తిగా వుంది.

బహుశా అన్నాలో యేదో కొత్తగా కనిపించి వుంటుంది, యేమంటే బెట్సీ వెంటనే ఆమెకేసే తదేక దృష్టితో చూసింది.

"రాత్రి సరిగ్గా నిద్ర పట్టలేదు" అంది అన్నా. తను వూహించినట్టు వ్రాన్‌స్కీ ఉత్తరం పట్టుకువచ్చిన నౌకరు తమ దగ్గరకి రావడం చూసింది.

"నాకు చాలా సంతోషంగా వుంది మీరు రావడం" అంది బెట్సీ. "నాకు అలసటగా వుంది. వాళ్ళు వచ్చే లోపున కాస్త టీ తాగుదాం" అని తుష్కేవిచ్ కేసి తిరిగి "మీరూ, మాషా వెళ్ళి గడ్డి కోసిన చోట క్రోకెట్ గ్రౌండు చూడండి" అంది. "మనం టీ తాగుతూ హాయిగా మాట్లాడుకుందాం. we'll have a cosy chat, ఆc?" అని చిరునవ్వు నవ్వుతూ అన్నా కేసి తిరిగి గొడుగు పట్టుకున్న అన్నా చేతిని చిన్నగా నొక్కుతూ అంది.

"అదే బాగుంటుంది. యేమంటే నేను యెక్కువసేపు వుండటం లేదు. నేను మేడమ్ వ్రెదె దగ్గరకి వెళ్ళాలి. వస్తానని యెప్పట్నుంచో ఆవిడతో అంటూనే వున్నాను" అంది అన్నా. అబద్ధాలు చెప్పడం ఆమె స్వభావంలో లేకపోయినా యిప్పుడు నలుగురిలోనూ అబద్ధాలు చెప్పడం సునాయాసమూ, సహజమూ అయిపోయింది.

వో క్షణం క్రితం వూహకి కూడా తట్టని మాటని యెందుకని అందో అన్నా యే రకంగానూ స్పష్టంగా చెప్పలేదు. వ్రాన్‌స్కీ యిక్కడ లేడు కాబట్టి అతన్ని చూడ్డానికి యెలా బయటపడాలా అనే మార్గం కోసమే అలా అనేసింది. తను చూడవలసిన బోలెడు మందిలో మేడమ్ వ్రెదె పేరే యెందుకు స్ఫురించిందీ అంటే కారణం చెప్పలేదు. కాని యెన్ని ఉపాయాలు ఆలోచిస్తూ బుర్ర బద్దలు కొట్టుకున్నా వ్రాన్‌స్కీని చూడ్డానికి యింతకంటే మంచి మార్గం తనకి దొరికివుండేది కాదని తర్వాత తేలింది.

"యేం లేదు, యెట్టి పరిస్థితుల్లోనూ మిమ్మల్ని వెళ్ళనివ్వను" అంది బెట్సీ అన్నా కళ్ళల్లోకి గుచ్చి గుచ్చి చూస్తూ. "మీరంటే యింత యిష్టం వుండబట్టి గాని లేకపోతే మీమీద కోపం వచ్చి వుండేది నాకు. మా బృందంతో కలవడం అంటే మీకు హెూదా తగ్గుతుందని భయంగా

వున్నట్టుంది. చిన్న డ్రాయింగు రూమ్‌కి టీ తీసుకురా" అని యెప్పుడూ నౌకర్లతో మాట్లాడేటప్పుడు వాళ్ళని చూసినట్టు కళ్ళు చిన్నవి చేసి చూసి చెప్పింది. నౌకరు యిచ్చిన చీటీ తీసుకుని చదివింది. 'వ్రాన్‌స్కీ రోకరా కొట్టేశాడు. రావడం లేదట" అని ఫ్రెంచిలో అంది. క్రోకెట్ ఆటలో ఆటగాడుగా కంటే ప్రస్తుతం వ్రాన్‌స్కీ అన్నాకి యెంతో యెక్కువ అని ఆమె మనస్సుకి తట్టనే లేనట్టు అలా సాదాగా సహజంగా అనేసింది.

బెట్సీ అన్నీ యెరుగునని అన్నాకి తెలుసు. కాని తనముందు వ్రాన్‌స్కీ గురించి ఆమె ప్రస్తావించడం విన్నప్పుడల్లా ఆమెకి ఏమీ తెలియదు అని ఆ క్షణంలో అన్నాకి నమ్మకం కలిగేది.

"అలాగా" అంది అన్నా ఉదాసీనంగా ఆ విషయం అంత ముఖ్యమైంది కానట్టు. చిరునవ్వు నవ్వుతూనే చెప్పింది. "మీ స్నేహితులతో కలవాలంటే భయం యెందుకు?" మాటలమీద శ్లేష, రహస్యాల్ని దాచుకోవడం యితర మహిళలకి మాదిరి అన్నాకీ చాలా యిష్టంగా వుంది. యేదో దాచుకోవలసిన అవసరం గాని, దాచుకునే కారణం గాని కాకుండా దాచుకునే క్రమం ఆమెకి మురిపెం కలిగించింది. "నేను పోప్ కంటే యెక్కువ కాథలిక్‌గా వుండలేను" అంది. "స్ట్రేమొవ్, లీజా మెర్కాలొవా మన సమాజంలో మేలు బంతులు. అన్నిచోట్లా వాళ్ళకి ఆదరంగా స్వాగతం చెప్తారు. నేను" అని ఆమె 'నేను' వొత్తి పలికింది. "యెన్నడూ కఠినంగా, వోర్మి లేనట్టుగా వుండలేదు. విషయం యేమంటే నేను అంత హడావుడిగా వున్నాను" అంది.

"లేదు. బహుశా స్ట్రేమొవ్‌ని కలుసుకోవడం మీకు యిష్టం లేదేమో? ఆయన్నీ, కెరనిన్‌గారినీ సర్కారీ కమిటీల్లో తన్నుకోనివ్వండి. మనకెందుకు? ఉన్నత సమాజంలో నాకు తెలిసిన వ్యక్తుల్లో యీయన ముచ్చటైన మనిషి, క్రోకెట్ అంటే పడి చస్తాడు. మీరే చూస్తారు. లీజాకి ముసలి ప్రేమికుడిలా నవ్వుతాల స్థితిలో వున్నా ఆ నవ్వుతాలు పరిస్థితి కనిపించనియ్యకుండా బయటపడే ప్రయత్నం చెయ్యడం చూస్తే భలే అనిపిస్తుంది. భేషైన ముచ్చట కొలిపే వ్యక్తి. సాఫో ష్టోల్జ్‌ని యెరుగుదురా? ఆమె బాణీ కొత్తది. సరికొత్త బాణీ".

బెట్సీ అలా మాట్లాడుతూనే వుండగా సంతోషంతో మెరుస్తూ చురుగ్గా వున్న ఆమె కళ్ళని చూసి ఆమె యేదో వూహించిందనీ, యేదో యెత్తు వేస్తోందనీ అన్నా గ్రహించింది.

"ఆc, వ్రాన్‌స్కీకి జవాబు రాసి పంపించాలి" అని రాతబల్ల దగ్గర కూర్చుని గబగబా నాలుగు మాటలు గెలికింది. ఆ కాగితాల్ని కవరులో పెట్టింది. "మనతో భోజనం చెయ్యడానికి రమ్మని పిలిచాను. యిక్కడ వొకామెకి తోడు లేదు. చదవండి, అతన్ని రప్పించేటట్టు వుందా నా ఉత్తరం? మరేం అనుకోకండి, వో క్షణంలో వస్తాను. దీన్ని అతికించి పంపించెయ్యండి" అంది గుమ్మం దగ్గరనుంచి వెళ్ళిపోతూ. "యేమేం చెయ్యాలో నాలుగు మాటలు చెప్పేసి వస్తాను" అంది.

క్షణం కూడా ఆలోచించకుండా అన్నా రాతబల్ల దగ్గరికి వెళ్ళి, ఆ ఉత్తరం చదవకుండానే 'మిమ్మల్ని జరూరుగా కలవాలి. మేడం వ్రెదె తోటలోకి రండి. నేను ఆరు గంటలకి అక్కడ వుంటాను' అని కింద జత చేసింది. దాన్ని కవరులో పెట్టి మూసేసింది. బెట్సీ వచ్చి ఆమె సముఖంలోనే దాన్ని పంపేసింది.

టీ బల్లని చల్లగా వున్న చిన్న డ్రాయింగ్ రూమ్‌లోకి తోసుకువచ్చారు. టీ తాగుతూ వాళ్ళిద్దరూ బెట్సీ మాట యిచ్చినట్టు cosy chat తో గడిపారు. రాబోయే అతిథుల గురించి మాట్లాడుకున్నారు. ముఖ్యంగా లీజా మెర్కాలొవా గురించి.

"చాలా ముచ్చటైంది, నాకు యెప్పుడూ ఆమె అంటే యిష్టమే" అంది అన్నా.

"మీరు ఆమె అంటే యిష్టపడాల్సిందే. ఆమెకి మీరంటే వ్యామోహం. గుర్రప్పందాల తరువాత నా దగ్గరికి వచ్చింది. మీరు వెళ్ళిపోయారని చెప్పి చాలా బాధపడిపోయింది. మీరేదో నవలల్లోని నాయిక అంటుంది. తను మగాడై వుంటేనట మీ కోసం లక్షా తొంభై వెర్రి పనులు చేసి వుండేదట. ఆమె యెలాగైనా ఆ పనులు చేస్తూనే వుందని స్త్రేమొవ్ అంటాడు".

"కాని యిది చెప్పండి నాకు, నాకెన్నడూ అర్థం కావడం లేదు..." అన్నా కొంచెం ఆగింది. ఆమె మాట్లాడే గొంతుకని బట్టి ఆమె యేదో ఉబుసుపోకకి అడిగినట్టు కాక వుండవలసిన దానికంటే యెక్కువ ఘనంగానే భావించుకున్నట్టు స్పష్టంగా కనిపించిందా ప్రశ్న. "ప్రిన్స్ కలూజ్స్కీతో, ఆయన్ని మీష్క అంటారనుకుంటాను. ఆయనతో ఆమె సంబంధాలు యెలా వుంటాయంటారు? నేను వాళ్ళని యెప్పుడోగాని కలవను. యెలాంటి సంబంధాలు?"

బెట్సీ కళ్ళతోనే చిరునవ్వు నవ్వింది. అన్నాకేసి తదేకంగా చూసింది.

"కొత్తరకం సంబంధాలు. వాళ్ళందరూ అలాంటి సంబంధాలనే యెంచుకున్నారు. యేం వస్తే యేం లే అని ఫరవాలేకుండా వుండడం. కాని ఆ ఫరవాలేకుండా ఉండడంలో తేడాలున్నాయి".

"అలాగా, కాని కలూజ్స్కీతో ఆమె సంబంధాలు యెలా వుంటాయి?"

బెట్సీ వున్నట్టుండి పగలబడి నవ్వింది. యెప్పుడోగాని ఆమె అలా నవ్వదు.

"మీరు ప్రిన్సెస్ మ్యాకయా హక్కుల్ని ఉల్లంఘిస్తున్నారు. కొంటెపిల్ల ప్రశ్న యిది" అంది బెట్సీ. నవ్వు ఆపుకుందామని ప్రయత్నించింది కాని ఆపుకోలేక మళ్ళీ నవ్వింది. తరచుగా నవ్వని వాళ్ళల్లో కూడా నవ్వు పుట్టించే నవ్వు అది. "మీరు వాళ్ళని అడగండి" అని నవ్వు తెరల మధ్యలో అంది.

"లేదు మీరు నవ్వుతున్నారు" అని అన్నా తనూ నవ్వడం మొదలుపెట్టింది. "కాని నాకు అర్థం కావటం లేదు. యీ విషయంలో ఆవిడ మొగుడి పాత్ర యేమిటో తెలియడం లేదు".

"ఆవిడ మొగుడా? లీజా మెర్కాలొవా మొగుడు ఆమె కూడా కూడా వుంటాడు. ఆవిడ గౌను కుచ్చెళ్ళు సవరిస్తూ వుంటాడు. యదార్థంలో దానికి మించి యేమిటి వుందో యెవళ్ళూ పట్టించుకోరు. మర్యాదస్థుల సమాజంలో గౌను కుచ్చిళ్ళ తబిసీళ్ళు యెవళ్ళూ అడగరు, వాటిని గురించి ఆలోచించరు. యిక్కడా అదే విషయం వర్తిస్తుంది".

అన్నా ప్రసంగ విషయం హడావుడిగా మార్చడానికని "మీరు రోలందకీ పార్టీకి వెడతారా?" అని అడిగింది.

"యేమో వెళ్ళకపోవచ్చు" అంది బెట్సీ, అన్నాకేసి చూడకుండా. చిన్న చిన్న పారదర్శకమైన కప్పుల్లో ఘుమఘుమలాడే టీ పోసింది. వో కప్పుని అన్నావైపు తోసి తను సిగరెట్ తీసి వెండి హోల్డర్‌లో పెట్టి ముట్టించుకోవడం మొదలుపెట్టింది.

"వూఁ, చూడండి నేను చాలా అదృష్టవంతురాల్ని" అంది ముందటిలాగా నవ్వకుండా. "నేను మిమ్మల్ని అర్థం చేసుకోగలను, లీజాని కూడా. లీజా భోళా స్వభావం వున్న మనుషుల్లాంటిది. పసిపిల్లల మాదిరి యేది మంచీ యేది చెడ్డా తెలుసుకోలేదు. కనీసం చిన్నతనంలో అలా వుండేది. ఇప్పుడు అలా తెలుసుకోకుండా వుండడం తనకి నప్పుతుందని ఆమెకి తెలుసు. యిప్పుడు ఉద్దేశపూర్వకంగానే భోళాగా వుండచ్చు" అంది బెట్సీ చిరునవ్వు నవ్వుతూ. "నిజంగానే అది ఆమెకి తగ్గట్టే వుంది. ఒకే విషయాన్ని వేరు వేరు రకాలుగా తీసుకోవచ్చు.

"నా గురించి నాకు తెలిసినట్టుగా యితరుల గురించి తెలిసి వుంటే యెంత బాగుండును!" అని అన్నా గంభీరంగా, సాలోచనగా అంది. "మిగతా వాళ్ళకంటే మెరుగ్గా వున్నానా, చెడ్డగా వున్నానా? నా ఉద్దేశంలో చెడ్డగానే అని" అంది.

"అచ్చం కొంటెపిల్లల మాదిరీ, అసలైన కొంటెపిల్లల మాదిరి" అని బెట్సీ రెట్టించింది. "ఆఁ, వాళ్ళు వచ్చేశారు" అంది.

18

అడుగుల చప్పుడు వినిపించింది. వొక మగమనిషి కంఠం తర్వాత ఒక ఆడమనిషి కంఠం, నవ్వు వినిపించాయి. వాళ్ళు యెదురు చూస్తూ వున్న అతిథులు వచ్చారు. సాఫో ష్తోల్జ్, అందరూ వాస్క అని పిలిచే వో పడుచతను వచ్చారు. అతను ఆరోగ్యంతో మిసమిసలాడి పోతున్నాడు. వో మాదిరిగా వేయించిన మాంసం, ట్రఫల్స్ పుట్టగొడుగులు, బర్గండీ వైన్ కలిగించిన లాభాలు కంటికి నదురుగా కనిపిస్తున్నాయి. వాస్క తలవంచి ఆడవాళ్ళకి వందనం చేసి వాళ్ళకేసి చూశాడు. కాని వో క్షణంసేపు మాత్రమే అలా చూశాడు. సాఫో వెనకాలే డ్రాయింగు రూమ్‌లోకి వెళ్ళాడు. ఆమెకి అంటుకుపోయినట్టు వెళ్ళాడు. ఆమెని మింగేద్దామా అన్నట్టు మిలమిల మెరిసే చూపులని ఆమె మీదనే లగ్నం చేశాడు. సాఫో ష్తోల్జ్ జుట్టు బంగారురంగులో వుంది. ఆమె కళ్ళు నల్లగా వున్నాయి. ఆమె యెత్తు మడమల చెప్పులతో చిన్న చిన్న అడుగులు వేస్తూనే వేగంగా లోపలికి వెళ్ళింది. ఆ ఆడవాళ్ళ చేతుల్ని మగవాడిలాగా గట్టిగా అదిమింది.

యిటీవల ప్రఖ్యాతమైన యీ మహిళని అన్నా అంతకు ముందు చూడలేదు. ఆమె అందం చూసీ, ఔచిత్యపు హద్దులు దాటే వేషధారణ చూసీ ఆమె తెగువ గల రీతి చూసీ అన్నా చకితురాలైపోయింది. ఆమె తలమీద బంగారు జుట్టూ, సవరాలూ కలిసి ఆమె కొప్పు, చుట్టుకుంది. అది యెగిసి వచ్చే అర్ధ ఆచ్ఛాదిత వక్షస్సూ, మెడా కలిసి చూసినదానికంటే పెద్దగా కనిపించింది. ఆమె గబగబా యెదరికి సాగింది. ఆమె వేసే ప్రతి అడుగూ గౌను కిందనుంచి ఆమె మోకాళ్ళ, పిరుదుల ఆకృతిని గోచరమవచేస్తోంది. వెనకాల ఉబ్బెత్తుగా లేచిన బట్టల బుట్టలో యీ అందమైన నాజూకైన శరీరం యెక్కడ ఆఖరవుతున్నదీ, యెక్కడ బట్టల బుట్ట మొదలవుతుందీ అనే సందేహం యెవళ్ళకైనా వస్తుంది. యీ శరీరం పైన యెంత వెల్లడిగా వుందో కిందా వెనకా, అంత ఆచ్ఛాదితంగా వుంది.

బెట్సీ అన్నాని వెంటనే పరిచయం చేసింది.

"అబ్బా వూహించుకోండి, యిద్దరు సైనికుల్నీ బండికింద నలగ్గొట్టి వుండేవాళ్ళం!" అని ఆమె వెంటనే చిరునవ్వు నవ్వుతూ చెప్పడం మొదలుపెట్టింది. కళ్ళు చికిలిస్తూ, గౌను జీరాడే అంచుని ఆడిస్తూ అలా చెప్పింది. ఆ అంచుని వో పక్కకి యెక్కువ వేసుకుంది. "నేనూ, వాస్క కలిసి వస్తున్నాం... ఆఁ, అవును మీరు అతన్ని కలుసుకోనే లేదు కదూ!" అని ఆ పడుచతన్ని పూర్తి పేరుతో పరిచయం చేసింది. అతనితో పరిచయం లేని కొత్త వాళ్ళ ముందు అతన్ని వాస్క అని పిలిచి మర్యాదనతిక్రమించినందుకు సిగ్గుతో యెర్రబడుతూ కిలకిలా నవ్వింది.

వాస్క మరోసారి అన్నాకి తలవంచి వందనం చేశాడు. కాని ఆమెతో యేమీ అనలేదు. అతను సాఫోకేసి తిరిగి మాట్లాడాడు.

"మీరు పందెం వోడిపోయారు. మనం యిక్కడకు ముందు వచ్చాం. తెండి, పందెం చెల్లించండి" అన్నాడు చిరునవ్వు నవ్వుతూ.

సాఫో యింకా హుషారుగా నవ్వింది.

"యిప్పుడు యివ్వడం వుండదు".

"పోన్లెండి తరువాత రాబట్టుకుంటాను".

"బాగుంది, బాగుంది! అరె ఆఁ!" అంది హఠాత్తుగా యింటావిడ కేసి తిరిగి. "అయ్యో తెలివాని! నా మతిమరుపు కాదు గాని! వో అతిథిని తీసుకొచ్చాను. ఇదుగో" అని చూపించింది.

సాఫో తనతో కూడ తీసుకువచ్చి పరిచయం చెయ్యడం మరిచిపోయిన ఆ వ్యక్తి యెంత ఘనమైన వాడంటే అతను పడుచువాడైనప్పటికీ యిద్దరు ఆడవాళ్ళూ అతనికి స్వాగతం చెప్పడానికి నుంచున్నారు.

అతను సాఫో కొత్త అభిమానుల్లో ఒకడు. అతను కూడా వాస్కలాగానే ఆమెని అంటిపెట్టుకునే వుంటాడు.

కొంచెం సేపటి తర్వాత ప్రిన్స్ కలూజ్‌స్కీ వచ్చాడు. స్ట్రేమొవ్‌తో కలిసి లీజా మెర్కాలొవా వచ్చింది. లీజా మెర్కాలొవా సన్నగా బక్కపల్చగా వుంటుంది. ప్రాచ్యదేశ వాసులలాంటి అలస వదనం ఆమెది. ఆమె కళ్ళు సుందరంగా వుంటాయి. ఆ కళ్ళు నిగూఢమైనవని ప్రతివాళ్ళూ అంటారు. ఆమె వేసుకున్న నల్లని బట్టలు (అన్నా చూడగానే ఆమెని మెచ్చుకుంది) అన్ని విధాలా ఆమె అందానికి నప్పినట్టు వున్నాయి. సాఫో యెంత చురుగ్గా, చకచకమంటూ వుంటుందో లీజా అంత మెత్తగా, అలసటగా వుంటుంది.

కాని అన్నా అభిరుచికి లీజా చాలా ఆకర్షణీయంగా వుంది. ఆమె భోళాభోళా చంటి పిల్లల మాదిరీ నటిస్తుందని బెట్సీ అంది. కాని అది నిజం కాదని ఆమెని చూడగానే అన్నాకి అర్థమైంది. ఆమె నడత సాఫో మాదిరీ వుంటుంది. సాఫో మాదిరీ ఆమెకీ కొంగుకి ముడేసినట్టు కూడా కూడా తిరుగుతూ, కళ్ళతో ఆమెని తినేసేటట్టు చూసే ఆరాధకులు ఇద్దరు వున్నారు. ఒకతను పడుచువాడు, ఒకతను ముసలాయన. కాని తనచుట్టూ వున్న వాతావరణం కంటే ఆమెని అధికం చేసేదేదో ఆమెలో వుంది. గాజు పూసల మధ్యలో అసలు వజ్రంలా మెరిసేదేదో

ఆమెలో వుంది. ఆ మెరుపు ఆమె అందమైన కళ్ళల్లోనుంచి వస్తుంది. అవి నిజంగా నిగూఢమైనవే. నల్లని వృత్తాలతో వున్న ఆ కళ్ళ అలస, రాగాన్విత దృక్కు, పూర్ణ నిజాయితీతో చకితం చేస్తుంది. ఆ కళ్ళల్లోకి చూసిన యెవళ్ళకైనా గానీ పూర్తిగా ఆమె గ్రాహ్యమైనట్టూ, ఆమెని ప్రేమించకుండా వుండలేనట్టూ అనిపిస్తుంది. అన్నాని చూడగానే ఆమె ముఖం వెంటనే సంతోషభరిత మందహాసంతో వెలిగింది.

"మిమ్మల్ని చూసి యెంత సంతోషం కలిగింది!" అని అన్నా దగ్గరికి వెడుతూ అంది ఆమె. "నిన్న పందాల తర్వాత మిమ్మల్ని కలుసుకుందామనుకుంటూ వున్నాను. యింతట్లోకే మీరు వెళ్ళిపోయారు. నిజంగా అది భయంకరమైన దృశ్యం కదూ?" అని అన్నాకేసి తన అంతరంగాన్ని తెరుస్తున్నట్టు కనిపింపచేసే చూపు చూస్తూ అడిగింది.

"అవును, నేను అంతలా చలించిపోతానని అనుకోలేదు" అని సిగ్గుపడుతూ అన్నా జవాబు చెప్పింది.

తోటలోకి వెడదామని సరిగ్గా అప్పుడే అందరూ లేచారు.

"నేను రావడం లేదు" అని లీజా చిరునవ్వు నవ్వుతూ అన్నా పక్క కూర్చుంటూ అంది. "మీరు వెళ్ళడం లేదు కదూ? క్రోకెట్ ఆడ్డంలో సరదా యేముంది?" అంది.

"కాని నాకు యిష్టమే" అంది అన్నా.

"ఆc, చెప్పండి, మీకు కాలక్షేపం అవడానికి యేం చేస్తారు? మిమ్మల్ని చూస్తేనే మనసుకి ఆహ్లాదంగా వుంటుంది. మీరు సరదాగా బతుకుతున్నారు. నాకు విసుగ్గా వుంటోంది".

"విసుగ్గా వుంటోందా? పీటర్స్‌బర్గ్‌లో అందరి కంటే ఖుషీగా వుండే బృందంలో వుంటారే మీరు!" అంది అన్నా.

"అలా అయితే మా బృందంలో లేనివాళ్ళకి యింకా యెక్కువ విసుగ్గా వుండి వుండాలి. మనకు, కనీసం నాకు, యేదీ ఖుషీగా అనిపించదు. చాలా చాలా విసుగ్గా వుంటుంది".

సాఫో సిగరెట్టు కాలుస్తూ తన అభిమానులిద్దరితోనూ తోటలోకి వెళ్ళింది. టీ బల్ల దగ్గర బెట్సీ, స్త్రెమొమ్ కూర్చుండిపోయారు.

"మీకు విసుగ్గా వుంటోందా" అంది బెట్సీ. "నిన్న రాత్రి మీ యింటి దగ్గర భలే మజాగా గడిచిందని సాఫో యిప్పుడే నాతో అంది".

"అబ్బ చచ్చేటంత విసుగనిపించింది" అంది లీజా. "పందాల తర్వాత అందరం మా యింటికి వెళ్ళాం. మళ్ళీ అదే మనుషులు, అవే కబుర్లు. అలా సోఫాలమీద సాయంత్రం అంతా సాగిలపడి వున్నామంతే. అందులో మజా యేముంది? విసుగు లేకుండా వుండాలంటే యేం చేస్తారు మీరు చెప్పండి?" అంది అన్నాకేసి తిరిగి. "మిమ్మల్ని చూస్తే చాలు యెవళ్ళకైనా తెలుస్తుంది యిక్కడుంది ఒకామె, ఆమె బహుశా సుఖంగా వుండచ్చు, దుఃఖంగా వుండచ్చుగాని విసుగ్గా వుందని యెప్పుడూ అనుకోదు అని. మీరు యేమి చేస్తున్నారో చెప్పండి నాకు" అంది.

"నేను యేమీ చెయ్యను" అంది అన్నా, నొక్కి నొక్కి యిలాంటి ప్రశ్నలడగడంతో సిగ్గుపడి.

"అదీ భేషైన పద్ధతి" అన్నాడు స్త్రెమొవ్ సంభాషణలో జోక్యం కలిగించుకుంటూ.

స్త్రేమొవ్‌కి యాభై యేళ్ళుంటాయి. జుట్టు నెరుస్తోంది. అయినా గానీ నేవళింపు పోలేదు. అందమైనవాడు కాదు గాని ముఖంలో తెలివితేటలు, నడవడిలో వ్యక్తిత్వం, ధృఢత్వం గోచరమవుతూ వుంటాయి. లీజా అతని భార్యకి మేనగోడలు. అతను ఖాళీగా వున్నప్పుడల్లా ఆమెతోనే వుండేవాడు. ప్రభుత్వోద్యోగంలో అతను అన్నా భర్త కెరనిన్‌కి విరోధి. అంచేత లౌక్యం అన్నా పట్ల ముఖ్యంగా ఆదరం కనబరుస్తూ స్నేహంగా వుండడానికి ప్రయత్నించాడు.

"నేనూ యేమీ చెయ్యను" అని కుటిలంగా చిరునవ్వు నవ్వుతూ ఆ మాటలని రెట్టించాడు. "అదే భేషైన పద్ధతి. నే చెప్పానా యెప్పుడూ మీకు" అని లీజా మెర్కాలోవాకేసి చూసి అన్నాడు. "విసుగ్గా వుంటుందేమోనని అనుకోకుండా వుంటే విసుగ్గా వున్నట్టనిపించదు. నిద్రలేమివల్ల భయపడే వ్యక్తి నిద్రపట్టదేమోనని భయపడకుండా వుండడంలాంటిదే యిది. అన్నాగారు యిప్పుడు అన్న ముక్క అదే".

"ఆ మాట నేను అని వుంటే నాకు చాలా సంతోషంగా వుండేది. యేమంటే అది తెలివైన మాటే గాక నిజం కూడా" అని అన్నా చిరునవ్వు నవ్వింది.

"ఆహాఁ! అయితే నిద్రలేమి, విసుగు అనేవి లేకుండా యెలా పోతాయో చెప్పండి".

"నిద్రపట్టాలీ అంటే పని చెయ్యాలి. అలాగే సంతోషంగా వుండడానికీ పని చెయ్యాలి".

"నా పని యెవళ్ళకీ అక్కర్లేనప్పుడు నేను పనెందుకు చెయ్యాలి? నటన నా చేత కాదు. నేను అలా చెయ్యనూ చెయ్యను".

"మీరు యిక బాగుపడరు" అని లీజాకేసి చూడను కూడా చూడకుండా అన్నా కేసి తిరిగి మాట్లాడాడు స్త్రేమొవ్.

అన్నాని యెప్పుడోగాని చూడడు అతను. అందుచేత యేదో సాదా విషయాలు తప్ప యేం మాట్లాడలేకపోయారు. ఆ సాదా విషయాలనే, అంటే తను పీటర్స్‌బర్గ్‌కి యెప్పుడు తిరిగి వెడుతుందనీ, కౌంటస లిదియా ఇవానొవ్నాకి ఆమె అంటే యిష్టం అనీ, యిలాంటి మాటల్నే, యెంత అభివ్యక్తిపూర్వకంగా చెప్పాడంటే ఆమెని సర్వాత్మనా సంతుష్టిరాల్ని చెయ్యాలనే గాక తనకి ఆమెపట్ల గల గౌరవభావాన్ని ప్రదరించేటట్టు అన్నాడు.

అందరూ క్రొకెట్ ఆటగాళ్ళ కోసం యెదరు చూస్తున్నారని తుష్కేవిచ్ వచ్చి చెప్పాడు.

"వద్దు, వెళ్ళద్దండీ" అంది లీజా, అన్నా వెళ్ళిపోయే ఉద్దేశంలో వున్నట్టు విని. స్త్రేమొవ్ కూడా లీజాని బలపరిచాడు.

"యిలాంటి మనుషుల్ని కలుసుకున్నాక పెద్దావిడ వ్రెదె దగ్గరికి వెళ్ళడం చాలా విరుద్ధంగా వుంటుంది. పైగా మీరు అక్కడికి వెడితే చెవులు కొరుక్కునే మాటలకి అవకాశం కలిగిస్తారు. యిక్కడైతే మీరు అలాంటి మాటలు కాకుండా ఉన్నతమైన వాటిని జాగృతం చేస్తారు" అన్నాడు.

వో క్షణం అన్నా తటపటాయించింది. తెలివైన యీయన ప్రశంసలు, లీజా మెర్కాలోవా తన పట్ల చూపించిన అమాయిక అభిమానం, యిక్కడున్న పరిచిత నాగరిక వాతావరణం అన్నీ ఆమెకి సునాయాసంగా కనిపించేటట్టు వున్నాయి. మరి అటు చూస్తే యెదర యెంతో కఠినమైన సమయం వుంది. దాంతో ఆమె వెనక్కి దిగడిపోదామా, అన్నీ వ్రాన్‌స్కీకి చెప్పే

గడ్డు క్షణాన్ని వాయిదా వేద్దామా అని వూగులాడింది. కాని యావత్తూ స్పష్టం అవకుండా యింటికి పోతే యెంత యాతనగా వుంటుందో ఆలోచనకి వచ్చింది. తను జ్ఞాపకం చేసుకోవడానికే భయంకరంగా కనిపించే ఆ క్షణం, ఒక్కత్తీ తల చేత్తో పట్టుకుని కూర్చున్న ఆ క్షణం గుర్తు వచ్చి, ఆమె వాళ్ళ దగ్గర సెలవు తీసుకుని వెళ్ళిపోయింది.

19

వ్రాన్‌స్కీ పైకి రంగేళీ జీవితం గడిపేవాడిలా కనిపించినా కూడా అతనికి కంగిరి పింగిరిగా వుండటమంటే అసహ్యం. కుర్రాడిగా వున్నప్పుడు, అంటే సైనిక విద్యాలయంలో చదువుకునే రోజుల్లో, యేదో గడ్డు పరిస్థితి యెదురై అప్పు అడిగే స్థితిలో పడి, లేదనిపించుకునే అవమానం భరించాల్సి వచ్చింది. అప్పట్నుంచి అలాంటి స్థితి రాకుండా జాగ్రత్త పడ్డాడు.

తన వ్యవహారాలు సీదా సాదాగా వుంచుకుందుకు అతను పరిస్థితులను బట్టి సాలుకి నాలుగైదు సార్లు యేకాంతంగా కూర్చుని జమా ఖర్చులు తేల్చుకుంటూ వుంటాడు. దీన్ని జమా ఖర్చుల పద్దు అనీ లేదా faire la lessive[1] అనీ అనేవాడు.

పందాలు జరిగిన మర్నాడు పొద్దుపోయి నిద్ర లేచాక వ్రాన్‌స్కీ గడ్డం గీసుకోకుండా, స్నానం చెయ్యకుండా సైనిక యూనిఫాం వేసుకుని పద్దులు, కాగితాలు దగ్గరున్న డబ్బు ముందేసుకుని పన్లో మునిగిపోయాడు. పెత్రీత్‌స్కీ నిద్ర నుంచి లేచి తన మిత్రుడు రాత బల్ల దగ్గర వుండడం చూసి గప్‌చిప్‌గా బట్టలు వేసుకుని వెళ్ళిపోయాడు. అతనికి అంతరాయం కలిగించకూడదని వెళ్ళిపోయాడు. అలాంటప్పుడు అడ్డం వెళ్తే వ్రాన్‌స్కీ చిరాకు పడిపోతాడని అతనికి తెలుసు.

చాలా సునాయాసమైన పని, తన ఆదాయ వ్యయాల్ని చూసుకోవడం మొదలుపెట్టాడు. చక్కని దస్తూరిలో వో కాగితంమీద తన అప్పులన్నిట్నీ రాశాడు. ఆ మొత్తం పదిహేడు వేల రూబుళ్ళ కొన్ని వందలు తేలింది. పద్దు సాఫీగా తేలడం కోసమన్చెప్పి పై చిలుకు వందల్ని లెక్కలోంచి తీసేశాడు. చేతుల్లో వున్న రొఖ్ఖాన్నీ, బేంక్‌లో దాన్నీ లెక్కపెడితే పద్దెనిమిది వందల రూబుళ్ళు వున్నట్టు తేలింది. సంవత్సరాది లోపున సొమ్ము వచ్చే అవకాశం లేదు. అప్పుల్ని మరోసారి చూసుకుని వాటిని మూడు ఆవర్జాలుగా వర్గీకరించాడు. మొదటి దాంట్లో తక్షణం చెల్లించాల్సిందాన్ని చేర్చాడు. కనీసం అడగ్గానే వెంటనే చెల్లించేందుకుగాను చేపట్టున వుంచుకోవలసిన దాన్ని అందులో చేర్చాడు. ఈ అప్పులన్నీ సుమారు నాలుగువేల రూబుళ్ళు. వో పేకాట అప్పు రెండు వేల అయిదువందలు. వ్రాన్‌స్కీ సమక్షంలో అతని యువ మిత్రుడు వెనేవ్‌స్కీ వో పేకాట మోసగాడికి యీ మొత్తం వోడిపోయాడు. అతనికి వ్రాన్‌స్కీ పూచీ పడ్డాడు. వ్రాన్‌స్కీ ఆ మొత్తాన్ని అప్పుడే యిచ్చేద్దామనుకున్నాడు. (అప్పుడు జేబులో ఆ సొమ్ము వుంది) కాని వెనేవ్‌స్కీ, యాష్విన్‌లు వద్దు మేమే చెల్లిస్తామని బలవంతం చేశారు. వ్రాన్‌స్కీ ఆట ఆడను కూడా ఆడలేదు కదా అని కారణం చూపించారు. అంతుమట్టుకు

---

[1] ఉతకడం (ఫ్రెంచి).

బాగానే వుంది. కాని వెనేవ్‌స్కీ తరఫున హామీ ఉంటానని మాట అనడం ద్వారా యీ వెధవ గొడవలో యిరుక్కున్నందుకు ఆ మోసగాడి మొహాన రెండు వేల అయిదు వందలు విసిరి కొట్టి వాడికి వో నమస్కారం పారేసేందుకు ఆ సొమ్ము వుంచుకోవాలని వ్రాన్‌స్కీకి తెలుసు. ఆ రకంగా ముఖ్యమైన యీ మొదటి జాబితాలో నాలుగు వేలు చేరాయి. రెండవ జాబితాలోని యెనిమిది వేలు తేలాయి. గుఱ్రపుశాల పద్దులవి. గడ్డికీ, ఓట్ ధాన్యానికీ, ఇంగ్లీషు జాకీకి, జీను వాడికి యివ్వాల్సినవీ ఆ బాపతువీనీ. తను కొంచెం తెరిపిన పడాలీ అనుకుంటే కనీసం రెండు వేలు యీ జాబితాలో చెల్లించాల్సినవి వున్నాయి. యిక ఆఖరి జాబితాలో షాపులకి, హొటళ్ళకి, టైలర్‌కి యివ్వాల్సినవి వున్నాయి. వాటి గురించి అంత పట్టించుకోవాల్సిన పనిలేదు. ప్రస్తుతం ఖర్చులకి కనీసం ఆరు వేలన్నా కావాలి కాని దగ్గర పద్దెనిమిది వందలే వున్నాయనీ ఆఖరికి తేలింది. సాలీనా లక్షరూబుళ్ళ ఆదాయం వచ్చే వ్యక్తి అని వ్రాన్‌స్కీ గురించి అందరూ అనుకునేవాళ్ళు. అలాంటివాడికి యీ అప్పులు వో లెక్కా జమాగా కనిపించకూడదు. కాని యదార్థం యేమంటే అతనికి లక్ష రూబుళ్ళ ఆదాయంలాంటిదేమీ లేదు. తండ్రి ఆస్తి చాలా పెద్దది. అదే సాలీనా రెండు లక్షల వరుమానాన్ని యిస్తుంది. దాన్ని అన్నదమ్ములు పంచుకోలేదు. వ్రాన్‌స్కీ అన్నగారు అప్పటికే తలమునకగా అప్పుల్లో వుండి వో డిసెంబరిస్టు తిరుగుబాటుదారుడి కూతురైన* ప్రిన్సెస్ వార్యా చిర్కోవాని పెళ్ళాడాడు. ఆమెకి యే రకమైన ఆస్తీ లేదు. అందుకని వ్రాన్‌స్కీ తండ్రి ఆస్తిమీద వచ్చే ఆదాయాన్నంతట్నీ అన్నగారికి వదిలేశాడు. సాలీనా వో పాతిక వేలు మాత్రం తనకి యిమ్మని అడిగాడు. తను పెళ్ళి చేసుకునే దాకా తన కది చాలని, బహుశా తను పెళ్ళిచేసుకోపోవచ్చనీ అన్నగారితో చెప్పాడు. అన్నగారు వ్యయం యెక్కువ వుండే రెజిమెంట్‌కి కమాండరు, కొత్తగా పెళ్ళి చేసుకున్నాడు. అందుచేత వ్రాన్‌స్కీ ఉదారంగా యిచ్చిన దాన్ని కాదనలేని స్థితి అతనిది. తల్లికి స్వంత యేదర వుంది. ఆమె వ్రాన్‌స్కీకి ఆ పాతికవేలకీ తోడు తను మరో యిరవై వేలు యివ్వడానికి వొప్పుకుంది. ఆ మొత్తం ఆదాయాన్నంతట్నీ కోసెక్కు మిగల్చకుండా వ్రాన్‌స్కీ ఖర్చు పెట్టేసేవాడు. కాని వ్రాన్‌స్కీ మాస్కో వదిలిపెట్టి వెళ్ళిపోవడం, అన్నాతో సంబంధం తల్లికి కోప కారణమై కొంతకాలంగా తను పంపించాల్సింది పంపడం మానేసింది. తత్ఫలితంగా సాలుకి నలభై అయిదు వేలమీద బతకడం అలవాటైన వ్రాన్‌స్కీకి యిప్పుడు యిరవై అయిదు వేలే చేతికి అందుతూ వుంటే చిక్కులు ఏర్పడ్డాయి. వాటిల్లోంచి బయట పడ్డానికి తల్లిని అడగలేదు. ఆమె రాసిన ఆఖరి ఉత్తరం అంతకు ముందు రోజే అందింది. అది అతనికి చాలా కోపం తెప్పించింది. యేమంటే అతను జీవితంలో పురోగతిని సాధించి ఉద్యోగంలో ముందుకుపోతే తను సహాయం చెయ్యగలదు గాని మంచి సమాజంలో తలవంపులు కలిగించేలాంటి బతుకు బతికేందుకు కాదని అందులో సూచనగా వుంది. తల్లి తనని యీ రకంగా కొనెయ్య ప్రయత్నించడం అతనికి అవమానంగా కనిపించింది. ఆమె పట్ల అతని హృదయంలో యింకా యెక్కువ ఉదాసీన భావం కలిగింది. అన్నాతో తన సంబంధాల ఫలితంగా సంఘటనలు యెలా ఉండబోయేదీ కించిత్తు అనుమానం తగిలి, తను ఉదారంగా అన్నగారితో అనేసిన మాటలు అనాలోచితంగా అన్నవనీ, తను బ్రహ్మచారి అయినా కూడా తనకి మొత్తం లక్ష ఆదాయం అవసరమనీ అనిపించింది. కానీ ఉదారంగా అనేసిన మాటలని

యిప్పుడు వెనక్కి తీసుకోలేడు. వదినగారు అన్న మాటలని, ప్రేమాస్పదురాలైన మంచి వార్యా అన్న మాటలని గుర్తు చేసుకుంటే చాలు, తనన్న మాటలని వెనక్కి తీసుకోవడం యెంత అసంభవమో తెలియడానికి. అనుక్షణం అతని దయార్ద్ర స్వభావాన్ని తాము గుర్తు చేసుకుంటామనీ, అతన్ని గురించి యెంతో గొప్పగా భావించుకుంటూ వుంటామనీ ఆమె అంది. అందుచేత అన్న మాటని వెనక్కి తీసుకోవడం, వొక ఆడదాన్ని కొట్టడం, వో అబద్ధం ఆడటం, లేదా దొంగతనం చెయ్యడం అంత అసంభవం. వ్రాన్‌స్కీ వొక్క క్షణం కూడా పస్తాయించకుండా ఆ పని చేద్దామనుకున్నాడు. వడ్డీ వ్యాపారి దగ్గర్నుంచి పదివేలరూబుళ్ళు అప్పు తేవడం. అందులో కష్టం లేదు. తను మామూలు ఖర్చులు తగ్గించుకుంటాడు. పందెం గుర్రాల్ని అమ్మేస్తాడు. ఆ రకంగా నిర్ణయించుకున్నాక అతను రోలందకీకి ఉత్తర ం రాశాడు. ఆ వ్యక్తి గుర్రాలు కొంటానని చాలాసార్లు అన్నాడు. తర్వాత ఇంగ్లీషు జాకీకీ, వడ్డీ వ్యాపారికీ కబురు చేశాడు. తన దగ్గర వున్న సొమ్ముని వాటి వాటి పద్దుల కింద విభజించాడు. యిదంతా అయ్యాక తల్లికి కటువుగా, నిరాదరంగా వుండే ఉత్తరం రాశాడు. తర్వాత అన్నా దగ్గర్నుంచి వచ్చిన మూడు చీటీల్ని యాదాస్తు పుస్తకంలోనుంచి తీసి చదివాడు. మళ్ళీ చదివాడు. అప్పుడు వాటిని కాల్చేశాడు. అంతకుముందు ఆమెతో జరిగిన సంభాషణ గుర్తు వచ్చి ఆలోచనలో మునిగిపోయాడు.

20

తను యేం చెయ్యాలీ, యేం చెయ్యకూడదూ అని ఖచ్చితంగా నిర్ణయించే ప్రవర్తనా నియమావళి పెట్టుకోవడం వల్ల వ్రాన్‌స్కీకి జీవితం సుఖప్రదంగా సాగిపోతుంది. యీ ప్రవర్తనా నియమావళి చాలా తక్కువ పరిధికే పరిమితం అయి వుండవచ్చుగాక, కాని మరో వైపు నుంచి చూస్తే యీ నియమావళి చాలా ఖచ్చితంగా వుండింది. వ్రాన్‌స్కీ వొక్క పిసరు కూడా యీ పరిధి దాటి బయటికి వెళ్ళలేదు. యీ నియమావళి ఖచ్చితంగా నిర్దేశించేదేమంటే పేకాట మోసగాడికి తప్పకుండా చెల్లించాలి. కాని దర్జీకి చెల్లించక్కరలేదు. మగాళ్ళతో అబద్ధం ఆడకూడదు, ఆడవాళ్ళతో అబద్ధం ఆడవచ్చు. యెవర్నీ మోసం చెయ్యకూడదు కాని భర్తని మోసం చెయ్యొచ్చు. అవమానం పాలయితే క్షమించకూడదు కాని అవమానం పాలు చెయ్యొచ్చు, యింకా అలాంటివి. యీ నియమావళి అహేతుకం కావచ్చు, న్యాయం కాకపోవచ్చు కూడా కాని నిస్సందేహమైంది. వ్రాన్‌స్కీ దాన్ని అనుసరించినంత కాలం యే దిగులూ లేకుండా, తల యెత్తుకుని నిబ్బరంగానే వున్నట్టు అనుకున్నాడు. కాని యిటీవల కొంత కాలంగా అన్నాతో తన సంబంధాలలో తన నియమావళి సర్వకాల సర్వావస్థలకీ అనువర్తించదనీ, భవిష్యత్తులో కష్టాలు కలగవచ్చనీ, చిక్కులు రావచ్చనీ, అప్పుడు తనకి మార్గదర్శకంగా వుండే సూత్రాలు యేవీ లేవనీ అతనికి అనిపిస్తోంది.

అన్నా పట్లా, ఆమె భర్తపట్లా తన ప్రస్తుత వైఖరి యేమిటో స్పష్టంగానే, తేటతెల్లంగానే వుంది. అది తన నియమావళిలో స్పష్టంగా, నిర్దిష్టంగా విభాజితమయే వుంది.

అన్నా తన ప్రేమని అర్పించిన మర్యాదస్థురాలైన మహిళ. తను కూడా ఆమెని ప్రేమిస్తున్నాడు. అందుచేత ఆమెని ధర్మపత్ని మాదిరిగా, యింకా యెక్కువగా కూడా, ఆదరించాల్సి వుంది.

సమాజం పట్ల అతని వైఖరి కూడా స్పష్టంగానే వుంది. యీ విషయం నలుగురికీ తెలిసే వుండచ్చు, అనుమానం కలిగి వుండవచ్చు. కానీ దీనికి సంబంధించి యెవళ్ళకీ యేమీ అనే ధైర్యం లేదు. అలా కాకుండా యెవడైనా నోరు విప్పితే అతను వాడి నోరు మూయించేసేవాడు, తనకి ప్రేమ పాత్రురాలైన ఆడమనిషి అవిదిత ప్రతిష్టని కాపాడేవాడు.

అన్నా భర్తపట్ల అతని వైఖరి అన్నిటికంటే యెక్కువ స్పష్టంగా వుంది. అన్నా తనని ప్రేమించిన క్షణంనుంచీ ఆమెమీద తనకే యెదురులేని హక్కు వుందని అతను అనుకున్నాడు. ఆమె భర్తని అనవసరమైన వ్యక్తిగా, జోక్యం కలిగించుకునే వాడిగా పరిగణించాడు. నిస్సందేహంగా అతని స్థితి దయనీయమైందే, కాని చేసేదేముంది? భర్తకున్న అధికారమల్లా చేతిలో ఆయుధం పట్టుకుని తన ప్రతిష్ఠ నిలబెట్టటమే. అందుకు ఆదినుంచీ వ్రాన్స్కీ తయారుగానే వున్నాడు.

కాని కొన్ని రోజులుగా ఆమెకీ తనకీ మధ్య నూతన ఆంతరిక సంబంధాలు వెల్లడవుతూ వచ్చాయి. అవి అస్పష్టంగా వుండి వ్రాన్స్కీకి చింత కలిగిస్తున్నాయి. తనకి నెల తప్పిందని అన్నా అంతకు ముందు రోజునే అతనితో చెప్పింది. యీ వార్తా, అన్నా తననుంచి యేం ఆశిస్తుందో, అపేక్షిస్తుందో అవీ తన జీవితాన్ని నిర్దేశించే నియమావళిలో స్పష్టంగా పూర్తిగా వెల్లడవలేదు. యదార్థానికి అతనిలాంటి వార్త వస్తుందని అనుకోలేదు. అన్నా తన పరిస్థితి గురించి ఘోషించిన వెంటనే ఆమె భర్తని వదిలి పెట్టెయ్యాలని అతని హృదయం ఆక్రోశించింది. ఆ మాటే అతను చెప్పాడు. కాని యిప్పుడు ఆలోచించుకున్నాక అలా చెయ్యకుండా వుండడమే మెరుగని స్పష్టమైంది.

"భర్తని వదిలిపెట్టు అని ఆమెకి చెపితే యేమన్న మాట? నాతో వచ్చెయ్యి అని. కాని నేను అందుకు తయారుగా వున్నానా? యిప్పుడు నా దగ్గర డబ్బు యేం లేదు కదా యెలా తీసుకెళ్ళగలను? పోనీ యీ కష్టం గట్టెక్కుతాననే అనుకుందాం...నేను ఉద్యోగంలో ఉండగా ఆమెని యెలా తీసుకెళ్ళగలను? అలాంటి పని చెయ్యమని అడిగానూ అంటే అందుకు నేను సంసిద్ధుణ్ణయి వుండాలి. అంటే డబ్బు వుండాలి, ఉద్యోగానికి రాజీనామా పెట్టాలి".

మళ్ళీ వ్రాన్స్కీ ఆలోచనలో మునిగిపోయాడు. ఉద్యోగానికి రాజీనామా చెయ్యాలా వద్దా అనే ప్రశ్న మరో రహస్య ప్రశ్నని లేవదీసింది. అది అతనికి మాత్రమే తెలుసు. అది అతని జీవితంలో యెప్పుడూ ముఖ్యమైందిగానే వుంది, అలా అని అతను వొప్పుకోకపోయినా.

చిన్నతనంనుంచీ, యౌవన దినాలనుంచీ విజయ కాంక్షే అతని స్వప్నం. స్వయంగా తను కూడా ఆ స్వప్నం తనకి వుందని ఒప్పుకోడు, కాని అది యెంత బలంగా వుందంటే యిప్పుడు దాని తీవ్రత అతని ప్రేమతో తల పడింది. సమాజంలోనూ, ఉద్యోగంలోనూ ఆరంభంలో అతన్ని విజయమే వరించింది. కాని రెండేళ్ళ నాడు ఘోరమైన తప్పు చేశాడు. తన స్వతంత్రతని చూపించడమూ, ఆ రకంగా లబ్ధి పొందడమూ ఆశించిన అతను

ఉద్యోగంలో ప్రమోషన్‌ని తిరస్కరించాడు. అలా తిరస్కరించడం వల్ల తనకి ఘనత వస్తుందనుకున్నాడు. కాని అలా చెయ్యడం వల్ల అధిక సాహసం వున్నవాడన్న అభిప్రాయం కలిగించి ఉపేక్షకి గురి అయ్యాడు. తెలిసో, తెలియకో స్వతంత్ర వ్యక్తి అనే స్థానం వచ్చాక అతను మహా వ్యవహార కుశలత్వంతో తెలివిగా ప్రవర్తించి, యెవరిపట్లా తనకి కోపం లేదనీ, ఎవరూ తనని బాధపెట్టలేదనీ తనమానాన తను హాయిగా బతకడం కంటే మరేం యెక్కువ కోరుకోవడం లేదనీ కనిపించేటట్టు గడిపాడు. నిజానికి ఒక యేడాది పైగా మాస్కో వెళ్ళిన దగ్గర్నుంచి తనేం హాయిగా బతకడం లేదు. తనని గురించి మంచివాడూ, గౌరవనీయుడూ కాని క్రియాశూన్యుడనీ చాలామంది అనుకోవడం మొదలుపెట్టారని గమనించాడు. అన్నాతో అతని సంబంధాలు అంత మంది దృష్టిని ఆకర్షించి, అంతగా మాట్లాడుకోవడానికి ప్రేరేపించి ఆ రకంగా వ్రాన్‌స్కీకి వొక కొత్త చమక్‌ని ప్రదానం చెయ్యడంతో అతని కొరుక్కు తినేసే విజయ కాంక్ష కొంత మేరకి వెనక్కి సర్దుకుంది. కాని ఒక వారం క్రితమే ద్విగుణీకృతమై యీ కాంక్ష మళ్ళీ కొరకడం మొదలుపెట్టింది. సెర్పుఖొవ్‌స్కాయ్ తన బాల్య మిత్రుడు సాంఘిక హోదా గలవాడే, సైనిక విద్యాలయంలో తన సహపాఠి చదువులో, ఆటల్లో, కొంటెపనుల్లో కాంక్షా తీవ్రతలో తనకి పోటీ అయిన వ్యక్తి యిటీవలే మధ్య ఆసియాలో సైనిక కొలువునుంచి తిరిగి వచ్చాడు. అక్కడ అతనికి రెండుసార్లు ప్రమోషన్ వచ్చింది. అంత చిన్న వయస్సు బ్రిగెడీర్‌లకి అరుదుగా లభించే గౌరవ పురస్కారాలు లభించాయి.

సెర్పుఖొవ్‌స్కోయ్ పీటర్స్‌బర్గ్‌కి వస్తూనే నూతనంగా ఉదయిస్తూ వున్న తొలి మహత్వపూరిత నక్షత్రం అని అతన్ని పొగిడారు. వ్రాన్‌స్కీతో కలిసి చదువుకున్న యీ వ్యక్తి అతని యీడువాడు, అప్పుడే బ్రిగెడీర్ అయిపోయాడు. దేశపు మొత్తం రాజకీయ చర్యల గతిని ప్రభావితం చేసే ఉద్యోగానికి నియుక్తుడయేందుకు వచ్చాడు. మరి వ్రాన్‌స్కీ స్వతంత్రత, మురిపించే శక్తి, సుందర మహిళ ప్రేమ ఉన్నప్పటికీ కూడా సాదా కేప్టెన్‌గానే ఉన్నాడు. కావలసినంత స్వాతంత్రం అనుభవించుకో నిచ్చేటట్టు వున్నాడు. “నేను సెర్పుఖొవ్‌స్కోయ్‌ని చూసి అసూయ పడను” అని తనలో తను అనుకున్నాడు. ‘అతనికి ప్రమోషన్ వచ్చిందన్న విషయం వోపికతో వుంటే నా బోటిగాడిక్కూడా గబగబా పైకి పోయే అవకాశం వుందని తెలియజేస్తోంది. మూడేళ్ళ క్రితం అతనికీ నాలాంటి స్థితే ఉండేది. యిప్పుడు నేను రాజీనామా చెయ్యడం అంటే నా కొమ్మ నేనే నరుక్కున్నట్టు. రాజీనామా పెట్టకపోతే నష్టపోయేదీ యేమీ లేదు. ఉన్న దాన్ని దేన్నీ మార్చడం తనకి యిష్టం లేదని ఆమే అంది. ఆమె ప్రేమ ఉన్నంతకాలం నాకు సెర్పుఖొవ్‌స్కోయ్ అంటే అసూయ లేదు’. మెల్లిగా మీసాలు మెలితిప్పుకుంటూ అతను లేచి గదిలో పచార్లు చేశాడు. అతని కళ్ళల్లో ప్రత్యేక తరహా కాంతి గోచరమైంది. తన పరిస్థితి తనకి స్పష్టంగా వున్నప్పుడు సర్వదా కలిగే శాంత, ధృఢ, సంతోషభరిత మానసిక స్థితి అతనికి కలిగింది. జమాఖర్చుల పద్దులు చూసుకున్నాక అన్ని విషయాలూ యెప్పటిలాగా తేజోవంతంగా, ప్రకాశమానంగా కనిపించాయి. అతను గడ్డం గీసుకుని, చన్నీళ్ళ స్నానం చేసి, బట్టలు వేసుకుని బయటికి వెళ్ళాడు.

21

"నిన్ను పిలుద్దామని వచ్చాను. నీ పద్దుల పని యీ పూట మామూలుకంటే యెక్కువసేపు పట్టింది. అయిపోయిందా?" అన్నాడు పెత్రీత్స్కీ.

"శుభ్రంగా" అన్నాడు వ్రాన్‌స్కీ కళ్ళతోనే చిరునవ్వు నవ్వుతూ. మీసాల రొసల్ని ఇహు జాగ్రత్తగా మెల్లిగా మెలి తిప్పాడు. యే మాత్రం పొరపాటు చేసినా సాఫీ చేసుకున్న తన వ్యవహారాలు చెడిపోతాయేమోనని భయపడినట్టు వున్నాడు.

"దాని తర్వాత స్నానాల గదిలోనుంచి శుభ్రంగా స్నానం చేసి వచ్చిన వాడిలా వుంటావు" అన్నాడు పెత్రీత్స్కీ. "నన్ను గ్రీష్కా" (వాళ్ళ రెజిమెంట్ కమాండర్‌ని అలా పిలిచారు) 'పంపాడు. వాళ్ళు నీ కోసం చూస్తున్నారు".

వ్రాన్‌స్కీ జవాబు చెప్పలేదు. మిత్రుడికేసి చూస్తున్నాడు గాని దేన్ని గురించో ఆలోచిస్తున్నాడు.

"యేమిటిది భజంత్రీలా?" అని అడిగాడు పోల్కా, వాల్ట్జ్‌ల పరిచితమైన వాయిద్యాలు వినిపించి, "యేమిటి వేడుకలు?" అని అడిగాడు.

"సెర్పుఖొవ్‌స్కోయ్ వచ్చాడు".

"అలాగా, నాకు తెలియదు" అన్నాడు వ్రాన్‌స్కీ.

అతని కళ్ళల్లో మందహాసం తేజోవంతమైంది.

తన ప్రేమ ఆనందదాయకంగా వున్నందుకు, దానికోసం తన తీవ్ర విజయ కాంక్షని త్యాగం చేసినందుకు లేదా కనీసం అలాంటి పాత్ర యెన్నుకున్నందుకు మనస్సులో తృప్తి పడ్డాడు. అందువల్ల వ్రాన్‌స్కీకి సెర్పుఖొవ్‌స్కోయ్ పట్ల యీర్ష్య కలగలేదు. అంతేకాదు, సెర్పుఖొవ్‌స్కోయ్ పటాలానికి తిరిగి రాగానే మొదటగా తనని కలుసుకోలేదన్న కోపమూ రాలేదు. సెర్పుఖొవ్‌స్కోయ్ తనకి మంచి మిత్రుడు, అతను వచ్చాడు అదే సంతోషం.

"నాకు చాలా సంతోషంగా వుంది"

రెజిమెంట్ కమాండర్ దెమిన్ వో పెద్ద హవేలీలో వుంటున్నాడు. అతిథులందరూ కింద వరండాలో పోగయారు. పెరట్లోకి అడుగు పెడుతూనే యూనిఫాం వేసుకున్న గాయక బృందం వొకటి పెద్ద వోద్కా పీపా దగ్గర చేరి వుండడం వ్రాన్‌స్కీకి కనిపించింది. సరదాగా వుండే భారీ విగ్రహం కల్నల్‌గారు కూడా కనిపించాడు. ఆయన చుట్టూ ఆఫీసర్లు వున్నారు. కల్నల్‌గారు కూడా వరండా కింది మెట్టుమీదకి దిగివచ్చి అఫెన్‌బాఖ్* క్వాడ్రిల్ వాయిస్తూ వున్న బాండ్ కంటే ఉచ్చైస్వరంతో అరుస్తూ వో పక్కన నుంచున్న సైనికుల కేసి చేతులు వూపుతూ యేదో ఆజ్ఞాపించాడు. ఒక దళం సైనికులు, వో సార్జెంట్, కొందరు చిన్న ఆఫీసర్లు వ్రాన్‌స్కీతో బాటు వరండా దగ్గరికి వెళ్ళారు. కల్నల్ బల్ల దగ్గరకు వెళ్ళి వైన్ గ్లాస్ తీసుకుని మళ్ళీ మెట్ల దగ్గరికి వచ్చి గ్లాసు పైకెత్తి "మన మాజీ సహోద్యోగి, ప్రస్తుతం బ్రిగేడీర్ అయిన సాహసి ప్రిన్స్ సెర్పుఖొవ్‌స్కోయ్ కోసం! హుర్రా!" అన్నాడు.

సెర్పుఖొవ్‌స్కోయ్ నవ్వుతూ చేత్తో గ్లాసు పట్టుకుని కల్నల్ వెనకనుంచి యివతలికి వచ్చాడు.

"నువ్వు యింకా యింకా పడుచువాడైపోతున్నట్టున్నావే, బొందరేంకొ" అన్నాడు యెదురుగా నుంచున్న యెర్ర బుగ్గల సార్జెంట్ కేసి తిరిగి. అతను పడుచువాడిలా కనిపిస్తున్నాడు. సైన్యంలో రెండవ నియమిత కాలాన్ని పూర్తి చేస్తున్నాడు.

వ్రాన్‌స్కీ సెర్పుఖొవ్‌స్కోయ్‌ని చూసి మూడేళ్ళయింది. అతను రాటు దేలాడు. చెంపలు పెంచాడు. కాని ముందటిలాగానే సలాకలా ఉన్నాడు. సౌందర్యంకంటే రూపానికి సంబంధించి వొక విధమైన వదన సౌజన్యంతో, ఉదాత్తతతో విశిష్టంగా వున్నాడు. వ్రాన్‌స్కీకి అతనిలో మరో మార్పు గోచరించింది. ముఖంలో మెరిసే ధీర, స్థిర తేజస్సు. జీవితంలో విజయం సాధించి, యీ విజయాన్ని అందరూ సంభావిస్తున్నారని విశ్వాసం కలిగించుకున్న వాళ్ళందరి ముఖాల్లోనూ అలాంటి తేజస్సు కనిపిస్తుంది. వ్రాన్‌స్కీకి యీ తేజస్సు పరిచితమే, సెర్పుఖొవ్‌స్కోయ్ కేసి చూసిన క్షణమే దాన్ని గమనించాడు.

సెర్పుఖొవ్‌స్కోయ్ మెట్లు దిగుతూ వ్రాన్‌స్కీని చూశాడు. అతని ముఖం ఆనందహాసంతో విరిసింది. అతను తల వెనక్కి యెగరేసి అతని దగ్గరకి వెళ్ళడానికి ముందే సార్జెంట్ బలవంతం చెయ్యడం వల్ల తప్పించుకోవడం సాధ్యమవలేదన్నట్టు సూచిస్తూ, గ్లాసు పైకి యెత్తి వ్రాన్‌స్కీకి అభివాదం చేశాడు. ఆ సార్జెంట్ ముద్దు పెట్టుకోవడానికన్నట్టు పెదాలు పెట్టి నిటారుగా సెర్పుఖొవ్‌స్కోయ్ ముందు నుంచున్నాడు.

"అడుగో వచ్చేశాడు" అంటూ కల్నల్ అరిచాడు. "నీ మనసు అంత యిదిగా లేదని యాష్విన్ చెప్పాడు నాతో" అన్నాడు.

మెరికెలాంటి సార్జెంట్ నవనవలాడే చెమ్మగిల్లిన పెదాలని సెర్పుఖొవ్‌స్కోయ్ ముద్దు పెట్టుకుని, రుమాలుతో మూతి తుడుచుకుని వ్రాన్‌స్కీ దగ్గరకి వెళ్ళాడు.

"యెంత సంతోషంగా వుంది నాకు" అని అతనితో కరచాలనం చేస్తూ, పక్కకి తీసుకుపోతూ అన్నాడు.

"అతన్ని చూసుకో" అని కల్నల్ వ్రాన్‌స్కీని చూపించి యాష్విన్‌కి చెప్పి తను కిందకి సైనికుల కేసి వెళ్ళాడు.

"నిన్న పందాల దగ్గరకి రాలేదేం? నువ్వు వస్తావనుకున్నా" సెర్పుఖొవ్‌స్కోయ్ కేసి పరిశీలనగా చూస్తూ అన్నాడు వ్రాన్‌స్కీ.

"వచ్చాను కానీ ఆలస్యంగా వచ్చాను. మరేం అనుకోకు" అని అడ్జుటెంట్‌తో మాట్లాడ్డానికి వో క్షణం పక్కకి తిరిగాడు. "దీన్ని నా తరఫున సైనికులందరికీ పంచి యివ్వండి" అన్నాడు.

గబగబా మూడు వంద రూబుళ్ళ నోట్లు తీశాడు, అలా తీస్తూ ఉండగా అతని ముఖం సిగ్గుతో యెర్రబడింది.

"వ్రాన్‌స్కీ, యేమిటి యేమన్నా తింటావా, తాగుతావా?" అని యాష్విన్ అడిగాడు. "హేయ్! కౌంట్‌కి తినడానికేమన్నా తెచ్చి పెట్టండి. యిదిగో తాగు" అన్నాడు.

కల్నల్ యింటి దగ్గర మందు విందు చాలాసేపు సాగింది.

అందరూ బాగా తాగారు. సెర్పుఖొవ్‌స్కోయ్‌ని యెత్తి పట్టుకుని యెగరేశాడు. తర్వాత కల్నల్‌ని యెత్తి యెగరేశారు. పాటగాళ్ళ ముందు కల్నల్ పెత్రీత్‌స్కీతో నాట్యం చేశాడు. తర్వాత కల్నల్ కొంచెం అలసిపోయి ముంగిట్లో వో బల్లమీద చేరాడు. ప్రష్యాకంటే రష్యా యెలా యెక్కువో, అదీ ముఖ్యంగా ఆశ్విక దళ దాడికి సంబంధించి, యాష్విన్‌కి రుజువు చెయ్యడం మొదలుపెట్టాడు. కొంచెంసేపు మజా వేడుక మందగించింది. సెర్పుఖొవ్‌స్కోయ్ చేతులు కడుక్కుందుకు లోపలికి వెళ్ళాడు. అక్కడ అతనికి వ్రాన్‌స్కీ కనిపించాడు. వ్రాన్‌స్కీ చన్నీళ్ళతో తల తడుపు కుంటున్నాడు. అతను ట్యూనిక్ తీసేసి జుట్టు కమ్మేసిన యెర్రటి మెడని వాష్‌బేసిన్‌లో కుళాయికింద పెట్టి మెడనీ, తలనీ చేత్తో గట్టిగా రుద్దుకుంటున్నాడు. అయిన తర్వాత సెర్పుఖొవ్‌స్కోయ్ దగ్గరకి వెళ్ళాడు. ఇద్దరూ వెంటనే వో సోఫామీద కూర్చున్నారు. యిద్దరి మధ్యా మంచి ఆసక్తికరమైన సంభాషణ సాగింది.

“నీ విషయం అంతా మా ఆవిడ ద్వారా తెలిసింది. నువ్వు తరచూ మా ఆవిడ్ని కలుసుకున్నావని నాకు సంతోషం” అన్నాడు సెర్పుఖొవ్‌స్కోయ్.

“ఆమె వార్య స్నేహితురాలు. పీటర్స్‌బర్గ్‌లో కలుసుకోవాలంటే నాకు సంతోషంగా వుండేవాళ్ళు యీ యిద్దరు ఆడవాళ్ళే” అని వ్రాన్‌స్కీ చిరునవ్వు నవ్వుతూ అన్నాడు. సంభాషణ యెటు దారి తీస్తుందో ముందే పసికట్టినందువల్ల అతను చిరునవ్వు నవ్వాడు. అతనికి యిష్టంగా వుందది.

“వీళ్ళు మాత్రమేనా?” అని సెర్పుఖొవ్‌స్కోయ్ చిరునవ్వు నవ్వుతూ అడిగాడు.

“నీ గురించి విన్నాను, కాని మీ ఆవిడ ద్వారా మాత్రమే కాదు” అన్నాడు వ్రాన్‌స్కీ ముఖం గంభీరంగా పెట్టి సెర్పుఖొవ్‌స్కోయ్ సూచించిన దాన్ని దాట వేస్తూ. “నువ్వు పైకి రావడం నాకు సంతోషంగా వుంది. కాని పిసరు కూడా ఆశ్చర్యం లేదు. నేను యింతకంటే యెక్కువే ఆశించాను” అన్నాడు వ్రాన్‌స్కీ.

సెర్పుఖొవ్‌స్కోయ్ చిరునవ్వు నవ్వాడు. తన గురించి అలాంటి అభిప్రాయం వినడం అతనికి ఇష్టమని తెలుస్తూనే వుంది. దాన్ని అతను దాచుకునే అవసరమూ కనిపించలేదు.

“నీ దగ్గర దాచుకోవడం యెందుకు గాని నా మట్టుకి నేను తక్కువే ఆశించాను. కాని నాకు సంతోషంగా వుంది, చాలా. నాకు కాంక్ష యెక్కువ. అదే నా బలహీనత, ఆ విషయం వొప్పుకుంటున్నాగా”.

“నువ్వు పైకి రాకుండా వున్నట్లయితే నువ్వీ విషయాన్ని వొప్పుకుని వుండేవాడివి కాదేమో” అన్నాడు వ్రాన్‌స్కీ.

“లేదు, నేనలా అనుకోవడం లేదు” అన్నాడు సెర్పుఖొవ్‌స్కోయ్ మళ్ళీ చిరునవ్వు నవ్వుతూ. “యిది లేకపోతే జీవితం వ్యర్థంగా వుంటుందని నేను అనను కానీ విసుగ్గా వుంటుంది. నేను బహుశా పొరపాటు పడి వుండొచ్చు. కాని నేను యెంచుకున్న జీవిత విధానంలో, అందుగ్గాను నాకు అర్హత, సామర్థ్యం వున్నాయని నాకు అనిపిస్తుంది. నా చేతిలో పడిన అధికారాన్ని, అది

గనక పడితే, అది యెలాంటిదైనా అనేకమంది యితరులతో పోలిస్తే, నేను బాగా జరిపిస్తాను" అని సెర్పుఖొవ్‌స్కోయ్ తను నెగ్గుకొచ్చానన్న గుర్తింపుతో చిరునవ్వు నవ్వుతూ అన్నాడు. "అందుకనే నేను అధికారానికి యెంత దగ్గర అయితే అంత సంతోషంగా వుంటుంది నాకు" అన్నాడు.

"నీ విషయంలో అంతే కావచ్చునేమో గాని అందరికీ అలా వుండాలనేదేం లేదు. నాకూ ఒకప్పుడు అలాంటి అభిప్రాయమే ఉండేది. కాని కాలం గడిచేకొద్దీ కేవలం అందుకోసమే బతకరన్న విషయాన్ని గ్రహించాను" అన్నాడు వ్రాన్‌స్కీ.

"అసలు విషయానికి వచ్చాం, అసలు విషయానికి" అన్నాడు సెర్పుఖొవ్‌స్కోయ్ నవ్వుతూ. "నీ గురించి అంతా విన్నానని మొదలెట్టాను, నువ్వు ప్రమోషన్ వద్దనడం నుంచి. నీ నిర్ణయాన్ని ఆమోదించాననుకో. కాని ప్రతిదానికీ దాని దాని పద్ధతి వుంటుంది. నువ్వు వద్దనడం మంచిదే, కాని ఆ చేసే పద్ధతి బాగాలేదు అని నా అభిప్రాయం".

"జరిగిందేదో జరిగింది. నీకు తెలుసుగా నేనోసారి యేదైనా చేశానూ అంటే యిక మళ్ళీ దానికేసి తిరిగి చూడను. పైగా, నేను హాయిగా వున్నాను".

"హాయిగానే వున్నావు– కాని యీ బాపతు జీవితం నీకు సంతోషం కలిగించదు. మీ అన్నయ్య విషయంలో అలా అనను. ఇప్పుడు మనకీ విందు ఏర్పాటు చేసిన కల్నల్‌లాగా ముద్దొచ్చే పిల్లాడివంతు. అదుగో విను" అని అతను హుర్రా అనే అరుపులు విని అన్నాడు. "అతను మహా సంతోషంగా వున్నాడు. కాని అలాంటిది నీకు సంతోషం కలిగించదు".

"సంతోషం కలిగిస్తుందని నేననలేదు".

"అంతేకాదు, నీలాంటివాళ్ళు అవసరం".

"యెవరికి?"

"యెవరికా? సంఘానికి. రష్యాకి మనుషులు అవసరం. పార్టీ అవసరం. లేకపోతే సర్వనాశనం అయిపోతుంది".

"యేమిటి నీ ఉద్దేశం? రష్యన్ కమ్యూనిస్టులకి వ్యతిరేకంగా బెర్తెనేవ్ పార్టీయా?"

"అబ్బ!" అన్నాడు సెర్పుఖొవ్‌స్కోయ్ తను అంత తెలివి తక్కువగా వుంటాడన్న అభిప్రాయం కలిగినందుకు విచారిస్తున్నట్లు ముఖం పెట్టి. "Tout ca est une blague[1]. అలాంటివి యెప్పుడూ వున్నాయి, వుంటాయి. కమ్యూనిస్టులు వగైరాల్లాంటివాళ్ళు యెప్పుడూ లేరు. కాని యేదో భయం కలిగించే పార్టీని కనిపెట్టే ముచ్చు మనుషులెప్పుడూ వుంటారు. ఇది పాత మాటే. ఇప్పుడు మనకు కావల్సింది నీలాంటి, నాలాంటి స్వతంత్రమైన వాళ్ళ బలమైన పార్టీ".

"కాని యెందుకు?" అని అడిగాడు వ్రాన్‌స్కీ. అధికారం చేతిలో వున్న వాళ్ళ పేర్లు కొన్ని చెప్పాడు. "వాళ్ళు యెందుకు స్వతంత్రులు కారు?" అని అడిగాడు.

---

[1] ఇవన్నీ వూసుపోని కబుర్లు (ఫ్రెంచి).

"యెందుకని అంటే వాళ్ళకి జన్మతః స్వతంత్ర స్థితి లేదు, పేరు లేదు. మనకి మల్లే వాళ్ళ జాతకం ఉచ్ఛలో లేదు. వాళ్ళకి సొమ్ము చూపించో, ఆదరం కురిపించో వాళ్ళని కొనెయ్యవచ్చు. తమ స్థితిని నిలబెట్టుకోవడానికి వాళ్ళు యేదో వొక దాన్ని కల్పించుకుంటూ వుంటారు. అందుకని వాళ్ళు యేదో వూహని, ధోరణిని ముందుకు తోస్తూ వుంటారు. వాటిల్లో వాళ్ళకే నమ్మకం వుండదు. అని వాటికే హాని కలిగిస్తాయంతే. ఈ మార్గాలన్నీ వాళ్ళకి ప్రభుత్వం వారి యిల్లూ, పెద్ద జీతం ప్రాప్తింపచేసే సాధనాలు మాత్రమే. వాళ్ళ చేతుల్లో ముక్కలకేసి చూస్తే cela n'est pas plus fin que ca[1] అనిపిస్తుంది. వాళ్ళకంటే నేను తెలివితక్కువ వాణ్ణి కావచ్చు, బడుద్ధాయిని కావచ్చు. కాని నేనలా యేం ఆలోచించను.

ఒక ముఖ్యమైన విషయానికి సంబంధించి వాళ్ళకంటే నాకు వో ఖచ్చితమైన ఆధిక్యత వుంది. నాలాంటి వాళ్ళని కొనెయ్యడం కష్టం. మరిప్పుడు అలాంటి వాళ్ళ అవసరం యెక్కువ వుంది".

వ్రాన్స్కీ చాలా శ్రద్ధగా విన్నాడు. మాటల అర్థంతో చూసుకుంటే సెర్పుఖొవ్‌స్కోయ్ దృక్పథం అతనికి ఆసక్తి కారకంగా వుంది. అధికారులకి వ్యతిరేకంగా సంఘర్షణ చెయ్యాలని అతను ఆలోచిస్తున్నాడు. ఆ క్రమంలో అతనికి యిష్టమైనవి కొన్ని వున్నాయి. అనిష్టమైనవీ ఉన్నాయి. మరి తనకేమో తన రెజిమెంట్ మేరకే తన యిష్టానిష్టాలన్నీ పరిమితమైపోయాయి. ఏవన్నా విషయాల గురించి ఆలోచించడం వాటిని సమూలంగా అర్థంచేసుకోగలగడం, తెలివితేటలు, వాగ్ధోరణి వుండడంతో సెర్పుఖొవ్‌స్కోయ్ యెంత శక్తివంతుడవగలడో అనే దాన్ని కూడా వ్రాన్స్కీ గ్రహించాడు. యీ గుణాలు తనువున్న మనుషుల్లో చాలా దుర్లభంగా వుంటాయి. వ్రాన్స్కీకి యీర్ష్య కలిగింది. అలా కలిగినందుకు సిగ్గు కలిగింది.

"కాని యిందుగ్గాను నాలో ఒక ముఖ్య విషయం లోపించింది. అధికారం సంపాదించాలనే కోరిక. వొకప్పుడుండేది, కాని పోయింది" అన్నాడు వ్రాన్స్కీ.

"ఇలా అంటున్నందుకు మరేం అనుకోకు. అది నిజం కాదు" అన్నాడు సెర్పుఖొవ్‌స్కోయ్ చిరునవ్వు నవ్వుతూ.

"అబ్బెబ్బె, నిజం, ముమ్మాటికీ నిజం" అని వ్రాన్స్కీ మరింత నిర్దుష్టంగా "యిప్పుడు నిజం" అన్నాడు.

"యిప్పుడు నిజం, అది వేరే విషయం. అయినా యీ 'యిప్పుడు' యెప్పటికీ వుండదు".

"బహుశా వుండకపోవచ్చు" అన్నాడు వ్రాన్స్కీ.

"చూశావా నువ్వు 'బహుశా' అన్నావు" అన్నాడు సెర్పుఖొవ్‌స్కోయ్ అతని మనస్సులోని భావాల్ని పసికడ్తున్నట్టు. "కాని నే చెప్తున్నా, 'నిశ్చ యంగా' అంతే. అందుకనే నిన్ను కలవాలనుకున్నాను. నువ్వు చెయ్యవలసింది నువ్వు చేశావ్. అది నాకు అర్థమవుతుంది. కాని నువ్వు వో హద్దు మించి దాన్ని చెయ్యకూడదు. నిన్ను carte blanche[2] నాకిమ్మని

---

[1] యిదంతా అంత క్లిష్టమైంది కాదు (ఫ్రెంచి).

[2] ఖాళీ చెక్కు, అంటే సర్వాధికారాలు అని అర్థం (ఫ్రెంచి).

అడుగుతున్నాను. ప్రాపకం యివ్వడం లేదు నీకు....యెందుకివ్వకూడదు నేను? నువ్వు నాకెన్నిసార్లు ప్రాపకం యివ్వలేదు! కాని మన స్నేహం దానికి పైన వుంటుందని నా ఆశ. ఆс!" అన్నాడు అతనికేసి చూస్తూ మగువలా మృదువుగా మందహాసం చేస్తూ. "నాకు carte blanche యిచ్చెయ్యి. నీ రెజిమెంట్ వదిలెయ్యి. గుట్టు చప్పుడు కాకుండా పైకి తీసుకొచ్చేస్తాను నిన్ను" అన్నాడు.

"కాని నాకేమీ అక్కర్లేదన్న మాట అర్థం కావడం లేదా? ఏమీ అక్కర్లేదు. యెలా వున్నవి అలానే వుంటే చాలు" అన్నాడు వ్రాన్స్కీ.

సెర్పుఖొవ్స్కోయ్ లేచి అతని ముందు నుంచున్నాడు.

"యెలా వున్నవి అలానే వుంటే చాలని నువ్వనుకుంటావు. నాకు తెలుసు దాని భావం. కాని విను. మనిద్దరం సమవయస్కులం. నీకు బహుశా నాకంటే యెక్కువమంది ఆడవాళ్ళు తెలిసివుంటారు" అని సెర్పుఖొవ్స్కోయ్ చిరునవ్వు నవ్వుతూ, హావభావాలతో వ్రాన్స్కీ భయపడక్కరలేదనీ యేమంటే తను అతని సున్నితమైన అనుభూతి గాయాన్ని మృదువుగా జాగ్రత్తగా స్పృశిస్తాననీ తెలియచేశాడు. "కాని నేను పెళ్ళయినవాణ్ణి. నామాట నమ్ము. ఒక్క ఆడమనిషిని యెరిగి వుంటే (యెవళ్ళో రాసినట్టు) ఆమె నువ్వు ప్రేమించే భార్య అయితే, వేలమంది ఆడవాళ్ళని యెరిగి వున్నప్పుడు తెలుసుకునే దానికంటే యెక్కువ తెలుసుకుంటావు" అన్నాడు.

"యిప్పుడే వస్తున్నాం" అని తమని కల్నల్ దగ్గరకి పిలుచుకు వెళ్ళడానికి లోపలికి చూసిన ఆఫీసర్ని చూసి అన్నాడు వ్రాన్స్కీ.

సెర్పుఖొవ్స్కోయ్ చెప్పేదాన్ని పూర్తిగా వినాలని, అర్థం చేసుకోవాలనీ వ్రాన్స్కీకి అనిపించింది.

"నా అభిప్రాయం యిదీ. ఆడది మగవాడి కార్యకలాపాల్లో పెద్ద ఆటంకం. యే ఆడమనిషినైనా ప్రేమించినప్పుడు మరి దేన్ని సాధించడమేనా కష్టం. ప్రేమని ఆటంకం కాకుండా సౌఖ్యంగా చేసుకోవడానికి వొకటే మార్గం వుంది, పెళ్ళి. యెలా చెప్పను...యెలా..." అని సెర్పుఖొవ్స్కోయ్ ఉపమానం కోసం ఆగాడు. "ఆగు...ఆగు...ఆс, యే fardeau[1] ని యెత్తి కూడా చేతుల్ని ఖాళీగా వుంచుకోవాలీ అంటే ఒకటే మార్గం వుంది. ఆ fardeau ని వీపుమీద పెట్టుకోవడం. అదే పెళ్ళి. పెళ్ళయింతర్వాత నాకు అర్థమైంది అదే. ఒక్కసారి నా చేతులు ఖాళీ అయ్యాయి. పెళ్ళి లేకుండా ఆ బరువుని మొయ్యి. నీ చేతులు ఖాళీ లేక నువ్వు యే పనినీ చెయ్యలేవు. మజన్కొవ్ని చూడు, క్రూపొవ్ని చూడు. ఆడవాళ్ళు వాళ్ళ బతుకుల్ని నాశనం చేసేశారు".

"ఉఫ్! కాని యెలాంటి ఆడవాళ్ళ గురించి చెప్తున్నావ్!" అన్నాడు వ్రాన్స్కీ, తమ యిద్దరికీ తెలిసిన వొక నటినీ, నీచ ఫ్రెంచి ఆడవాళ్ళనీ గుర్తు చేసుకుంటూ.

---

[1] బరువు (ఫ్రెంచి).

"ఉన్నత సమాజంలో ఆడవాళ్ళకి యెంత స్థిరమైన స్థానం ఉంటుందో అది మగాళ్ళకి అంత అనర్థం. ఈ fardeau వూరికే భుజాలమీద మోసుకోవడానికి బదులు దాన్ని వేరేవాడి చేతుల్లోంచి లాక్కోవాలి".

"నువ్వెప్పుడూ ప్రేమించలేదు" అని అన్నాడు వ్రాన్స్కీ మెల్లిగా అలా ముందుకి చూస్తూ అన్నా గురించి ఆలోచించుకుంటూ.

"కావచ్చు, కాని నీతో చెప్పింది గుర్తుంచుకో. యింకొకటి కూడా. ఆడవాళ్ళు మగాళ్ళకంటే లౌకికంగా వుంటారు. మగాళ్ళు ప్రేమని యేదో గొప్ప పనిగా చేస్తారు కాని వాళ్ళు యెప్పుడూ దాన్ని tere-a-terre[1] గా చూస్తారు".

"వస్తున్నాం, వస్తున్నాం" అని లోపలికి వస్తూవున్న నౌకర్ని చూసి అన్నాడు. కాని ఆ నౌకరు వాళ్లని పిలవాలని రాలేదు. వ్రాన్స్కీకి ఉత్తరం అందివ్వాలని వచ్చాడు.

"యెవరో దీన్ని ప్రిన్సెస్ బెట్సీ త్వెర్స్కాయానుంచి తెచ్చారు".

వ్రాన్స్కీ ఉత్తరం తీసి చదువుకున్నాడు. ఉత్తేజంతో మొహం యెర్రబడింది.

"నాకు తలనొప్పిగా వుంది. వెళ్ళిపోతున్నా" అన్నాడు సెర్పుఖోవ్స్కోయ్‌తో.

"అలాగే కాని నాకు carte blance యిస్తావ్ కదూ?"

"తర్వాత మాట్లాడదాం. పీటర్స్‌బుర్గ్‌లో వుంటావుగా, కలుస్తాను".

22

అప్పటికే దాదాపు ఆరయింది. ఆలస్యం కాకుండా అక్కడికి చేరాలి. తన గుర్రాలయితే అందరూ గుర్తుపడతారు. అందుకని వ్రాన్స్కీ యాష్విన్ అద్దె బగ్గీ యెక్కి సాధ్యమైనంత వేగంగా తోలుకుపొమ్మని చెప్పాడు. నలుగురు కూర్చునే బగ్గీ అది. విశాలంగానే వుంది. వ్రాన్స్కీ వో మూల కూర్చున్నాడు. ఎదర సీటుమీద కాళ్ళు పెట్టి ఆలోచనలో మునిగిపోయాడు.

తన వ్యవహారాలన్నిట్నీ వొక పద్ధతిగా యేర్పాటు చేసుకున్న అస్పష్ట భావన, సెర్పుఖోవ్స్కోయ్ స్నేహం, తనని అవసరమైన వ్యక్తిగా పరిగణించడం అనే ప్రశంస స్మృతిలో మెదిలిన భావన; అన్నిటికంటే ముఖ్యం యిప్పుడు సంకేత స్థలంలో జరగబోయే కలయిక-యివన్నీ కలిసి జీవిత సుఖానుభూతితో అతన్ని నింపేశాయి. యీ అనుభూతి యెంత తీవ్రంగా వుందంటే తనకి తెలియకుండానే అతను చిరునవ్వు నవ్వాడు. కాళ్ళు దించి కాలుమీద కాలు వేసుకున్నాడు. పిక్కని చేత్తో పట్టుకున్నాడు. ముందు రోజున పడిపోయినప్పుడు దానికి దెబ్బ తగిలింది. తర్వాత సీట్లో వెనక్కి చేర్లబడి కొన్నిసార్లు గట్టిగా గాలి పీల్చాడు.

'బాగుంది. దివ్యంగా వుంది' అనుకున్నాడు. అంతకుముందు యెన్నోసార్లు తన శరీరం గురించిన సౌఖ్య ప్రదమైన స్పృహ అతనికి అనుభూతమే గాని యిప్పటిలాగా అతనికి తన శరీరం పట్ల యింత ప్రేమ ముందెప్పుడూ కలగలేదు. బలిష్టమైన కాలిమీద చిన్న నొప్పి

[1] రోజువారీ మామూలు విషయం (ఫ్రెంచి).

అతనికి బాగా వున్నట్టనిపించింది. గాలి పీల్చేటప్పుడు ఛాతీ కండరాల కదలిక అనుభూతి ప్రియంగా వుంది. అన్నాకి యెంతో నిరాశాజనకంగా వున్న ఆగష్టు మాసపు నిర్మల శీతలపవనం వ్రాన్‌స్కీకి ఉత్తేజనాపూర్వక జీవ చైతన్యాన్ని ప్రసాదిస్తోంది. చన్నీళ్ళతో బాగా కడుక్కున్న ముఖానికీ, మెడకీ హాయిని కలిగిస్తుంది. ఆ తాజా గాలిలో మీసాలకి రాసుకున్న సువాసన నూనె సుగంధం ముఖ్యంగా హాయి కలిగింపచేస్తోంది. బగ్గీ కిటికీలోనుంచి అతనికి కనిపించేదంతా, నిర్మల శీత పవనంలో, సూర్యాస్తమయ సమయపు కాంతి రేఖల్లో తను వున్నంత తాజాగా, ధృఢంగా, ఉల్లాసభరితంగా వున్నాయి. అస్తమయ సూర్యుని కిరణకాంతిలో మెరిసే యిళ్ళ కప్పులు, కోసుగా వున్న కంచెలు, గృహోపకరణాల మూలలు, మధ్య మధ్య తగిలే వాహనాలు, మనుషులు, నిశ్చలంగా వున్న వృక్ష, తృణ, హరిత వర్ణం, సమస్థాయిలో దున్నిన బంగాళా దుంపల నాగేటి చాళ్ళు, యిళ్ళు, చెట్లు, పొదలు, బంగాళాదుంపల చాళ్ళూ కూడా పరిచే యేటవాలు నీడలు ఉల్లాసభరితంగా కనిపించాయి. ఇవన్నీ కూడా అప్పుడే గీసి రంగులు వేసిన తైల వర్ణచిత్రంగా శోభాయమానంగా భాసించాయి.

"తోలాలి, తోలాలి గబగబా" అని వ్రాన్‌స్కీ కిటికీలోనుంచి తల బయటికి పెట్టి జేబులోనుంచి మూడు రూబుళ్ళ నోటొకటి తీసి బండివాడికి యిచ్చి అన్నాడు. బండి తోలేవాడి చెయ్యి యేదో తడుములాడుతున్నట్టు లాంతరు వెలుతురులో కనిపించింది. కొరడా ఛెళ్ళు మనడం వినిపించింది. బగ్గీ సాఫీగా వున్న రాజపథంమీద జోరుగా పరుగు తీసింది.

"నాకు యేమీ, యేమీ అక్కర్లేదు యీ ఆనందం తప్ప" అనుకున్నాడు. కిటికీల మధ్యలో వున్న గంట యేనుగు దంతపు బొత్తాం కేసి తదేకంగా చూస్తూ తను ఆఖరిసారి చూసినప్పుడు అన్నా యెలా వుందో ఆ రూపాన్ని ఊహించుకుని అనుకున్నాడు. 'ఎంతకాలం గడిస్తే అంత యెక్కువ ప్రేమ వుంటోంది ఆమె పట్ల. అదిగో వ్రెదె తోట. ఆమె యెక్కడ వుందో? యెక్కడ? యెలా కనిపిస్తుంది? కలుసుకునే సంకేత స్థలం యిక్కడ యెందుకు పెట్టింది? బెట్సీ చీటీలో తనెందుకు రాసింది?' యిప్పుడు మాత్రమే అతను ఆ ప్రశ్నలని వేసుకున్నాడు కాని వాటిని గురించి అనుకునే వ్యవధి లేదు. వృక్ష పథం దగ్గరికి చేరకముందే బండిని ఆపమని చెప్పి తలుపు తీసి బగ్గీ యింకా ఆగకముందే దూకేసి యింటి దగ్గరకి పోయే వృక్ష పథంమీద నడవడం మొదలుపెట్టాడు. అక్కడ యెవరూ లేరు. కాని కుడివైపు చూడగానే ఆమె కనిపించింది. ఆమె ముఖంమీద సన్నని ముసుగు వేసుకుంది. కాని సంతోషభరిత దృక్కుతో అన్నా నడకని గుర్తించాడు. ఆ నడక ఆమె సొంతం. ప్రత్యేకం ఆమెకే అలాంటి నడక వుంది. ఆమె భుజాల వంపులు, తల వంచుకునే తీరు గుర్తించాడు. అతని శరీరంలో వొక విద్యుత్తరంగం దూసుకుపోయేట్టు అతనికి ఒక రకమైన తూగుతో కదిలే తన కాళ్ళనుంచి, శ్వాస పీల్చేటప్పుడు కదిలే ఛాతీదాకా వొక కొత్త శక్తి శరీరంలో, ఆపాదమస్తకం, అనుభూతం అయింది. పెదాలమీద గగుర్పాటు అనుభూతి గోచరమైంది.

ఆమె అతని దగ్గరికి వచ్చి గట్టిగా చేతిని అదిమింది.

"నీకోసం కబురెట్టినందుకు కోపం రాలేదు కదా? నీతో మాట్లాడాలి" అంది. ముసుగుకింద నుంచి ఆమె పెదాలు గంభీరంగా, కఠినంగా కనిపించడం చూసి వ్రాన్‌స్కీ మానసిక స్థితి వెంటనే మారిపోయింది.

"కోప్పడ్డమా? కాని నువ్విక్కడికి యెలా వచ్చావ్? యెక్కడికి?"

"యెక్కడికైనా ఫర్లేదు" అందామె వ్రాన్‌స్కీ చేతిమీద తన చెయ్యి వేస్తూ. "నదు నీతో మాట్లాడాలి" అంది.

ఏదో ముఖ్యమైన విషయమే అయుంటుందని, ఈ సమావేశం సౌఖ్యప్రదంగా ఉండదనీ వ్రాన్‌స్కీకి అర్థమైంది. ఆమె ముందు అతనికి సొంత సంకల్ప బలం పోతుంది. అన్నా కలవడానికి కారణం యేమిటో తెలియకుండానే అతనికీ అది సోకింది.

"యేమిటి విషయం? యేం జరిగింది?" అని మోచేత్తో ఆమె చేతిని నొక్కుతూ వ్రాన్‌స్కీ అడిగాడు. ఆమె కళ్ళల్లోకి జవాబు కోసం శోధిస్తూ చూశాడు.

ఆమె మౌనంగా కొంత దూరం నడిచింది. ధైర్యం కూడదీసుకుని హఠాత్తుగా ఆగింది.

"నిన్న నీకు చెప్పలేదు" అని మొదలుపెట్టింది గట్టిగా భారంగా "మా ఆయనతో కలిసి యింటికి వెళ్ళేటప్పుడు దారిలో ఆయనకి విషయం యావత్తూ చెప్పేశాను....తన భార్యగా వుండలేనని...మొత్తం చెప్పేశాను" అంది.

అతను ఆమె చెప్పేదాన్ని శ్రద్ధగా, ఆమె మీదకి వంగుతూ విన్నాడు- ఆ వొంగడం ద్వారా భారాన్ని కొంత ఉపశమింపజేస్తున్నట్టు. ఆమె వినడం పూర్తి చెయ్యగానే అతను నిటారుగా నుంచున్నాడు. అతని ముఖంమీద అహంభావపూరిత గంభీర భావం ద్యోతకమైంది.

"అవును, అవును అదే మెరుగు. వెయ్యి రెట్లు మెరుగు. నీకిది యెంత కష్టం అయివుంటుందో నాకు తెలుసు".

కాని అన్నా అతని మాటలు వినడం లేదు. అతని ముఖంలో కవళికలని బట్టి అతని మనోభావాల్ని గ్రహించే ప్రయత్నం చేస్తోంది. అతనికి తట్టిన మొదటి భావాన్ని అతని ముఖ కవళిక ప్రతిబింబిస్తోందని ఆమెకి తెలియదు- ద్వంద్వ యుద్ధం యిప్పుడు తప్పదు అన్న భావం అది. వ్రాన్‌స్కీ ముఖంలో క్షణకాలంపాటు గోచరమైన గంభీరత్వాన్ని ఆమె వేరే విధంగా అనుకుంది.

భర్త ఉత్తరం అందాక అన్నీ యెప్పటిలాగే వుంటాయనీ, సమాజంలో తన స్థానాన్ని ఉపేక్షించే ధైర్యం లేదనీ, తన బిడ్డని వదులుకుని ప్రియుడితో తన అదృష్టాన్ని జోడించుకోలేదనీ అంతరంగంలో ఆమెకి తెలిసింది. బెట్సీ దగ్గర గడిపిన ఆ పూట అది రుజువు అయింది. అయినా వ్రాన్‌స్కీతో యీ సమావేశానికి చాలా ప్రాముఖ్యం యిచ్చింది. దీనివల్ల తన స్థితిలో మార్పు వస్తుందనీ, తనకి విముక్తి వస్తుందనీ ఆశించింది. మొత్తం అంతా విని వ్రాన్‌స్కీ గనక ధృఢంగా, మహోత్సాహభరితంగా, వొక్క క్షణం కూడా తటపటాయించకుండా "అన్నిటినీ వదిలేసి నాతో వచ్చెయ్యి" అని మాట అంటే తను కొడుకుని కూడా వదిలేసి, అతనితో వెళ్ళిపోయి ఉండేది. కాని తను ఆశించినంత ప్రతిచర్య యీ వార్తవల్ల అతన్నుంచి రాలేదు. తనకి అవమానం కలిగిందని అతను భావించినట్టు కనిపించాడు.

"యిదంతా చెప్పడం నాకు యేమీ కష్టం అవలేదు. దాని మానాన అదే వచ్చేసింది" అంది అన్నా చిరాగ్గా. "ఇదుగో...చూడు..." అని ఆమె గ్లవ్‌లోనుంచి భర్త ఉత్తరం తీసింది.

"నాకు తెలుసు, తెలుసు" అని అడ్డం వచ్చాడతను ఉత్తరం తీసుకుంటూ. కాని దాన్ని చదవలేదు. ఆమెని వోదార్చడానికి ఆతృత పడ్డాడు. "నేను ఒక్క విషయాన్నే కోరుతున్నాను, వొక్క దానికోసమే వేడుకుంటున్నాను. నువ్వు యీ పరిస్థితికి స్వస్తి చెప్పెయ్యి, నా జీవితాన్ని నీ ఆనందం కోసం సమర్పించనియ్యి" అన్నాడు.

"యెందుకు నాతో ఆ మాట అంటున్నావ్?" అందామె. "నాకందులో అనుమానం వుంటుందా? నేను యేమాత్రం అనుమానించినా..."

"యెవరు వాళ్ళు?" అన్నాడు వ్రాన్స్కీ హఠాత్తుగా తమవైపు వస్తూ వున్న యిద్దరు ఆడవాళ్ళని చూసి. "మనల్ని యెరుగుదురేమో" అని గబగబా ఆమెని తనతో కూడా లాక్కుపోతూ పక్క దారిలోకి వెళ్ళాడు.

"అహ్! నాకేం భయంలేదు" అంది అన్నా. ఆమె పెదాలు వొణుకుతున్నాయి. పరదా కిందనుంచి వింత విద్వేషంతో అన్నా కళ్ళు తనకేసి చూస్తున్నట్టు వ్రాన్స్కీకి అనిపించింది. "నీతో నే చెప్పేది అది కాదు. ఆ విషయంలో నాకు ఆవగింజంత అనుమానం లేదు. కాని చూడు. ఆయన ఏమి రాస్తున్నాడో, చదువు" అని మళ్ళీ ఆమె ఆగింది.

భర్తతో అన్నా తెగ తెంపుల వార్త మొదట విన్నప్పటిలాగానే యీ ఉత్తరం చదివినప్పుడు కూడా వ్రాన్స్కీకి అవమానితుడైన భర్తతో తన సంబంధం యెలా వుంటుందా, అనే సహజమైన ఆలోచనే మనస్సుకి తోచింది. ఉత్తరం చేత్తో పట్టుకుని నుంచున్నప్పుడు అతనికి అనుకోకుండానే రేపో మాపో సవాల్ అందుకోవచ్చునీ, ద్వంద్వ యుద్ధం జరగవచ్చునీ తోచింది. తను యిప్పుడున్నట్టే ముఖం గర్వంగా, కటువుగా పెట్టుకుని గాలిలోకి గుండు పేలుస్తాడు. తను అవమానితుడైన భర్త గుండుకి గురి అవుతాడు. సరిగ్గా ఆ క్షణంలో సెర్పుఖొవ్‌స్కోయ్ అన్నమాటా, తనే ఆ ఉదయం అనుకున్న మాటా మెరుపులా తట్టాయి, తను జంజాటం నుంచి దూరంగా వుండాలీ అని. యీ ఆలోచనని తను అన్నా ముందు వ్యక్తం చెయ్యలేదన్న విషయం అతనికి తెలుసు.

ఉత్తరం చదువడం పూర్తయ్యాక అతను కళ్ళెత్తి ఆమె కళ్ళకేసి చూశాడు. అతని చూపులో ధృఢత్వం లేదు. అతను యీ విషయమంతటినీ ముందే ఆలోచించుకున్నాడని అన్నా వెంటనే గ్రహించింది. వ్రాన్స్కీ తనతో యేమి చెప్పినా, అతను అనుకున్న దాన్నంతటినీ చెప్పడని ఆమెకి అర్థం అయింది. తన కడపటి ఆశ అడుగంటిందనీ ఆమెకి తెలిసింది. తను ఆశించింది యిది కాదు.

"ఆయన యెలాంటి వాడో చూశావా?" అందామె వొణికే గొంతుకతో. "ఆయన..."

"మరేం అనుకోకు, నాకీ విషయం సంతోషంగా వుంది" అని వ్రాన్స్కీ ఆమెకి అడ్డం వెళ్ళాడు. తనని మాట్లాడనివ్వమని అర్థిస్తున్నట్టుగా వుంది అతని చూపు. "నాకు సంతోషంగా వుంది యెందుకంటే అతను ప్రతిపాదిస్తున్న రీతిలో అన్నీ యేం జరగవు" అన్నాడు.

"యెందుకని జరగవు?" అని అన్నా కన్నీళ్ళని ఆపుకుంటూ అడిగింది. తన రాత తేలిపోయిందని ఆమెకి అనిపించింది.

వ్రాన్స్కీ ద్వంద్వ యుద్ధం అనివార్యం అనుకున్నాడు. మరి దాని తర్వాత యిలాంటి స్థితి వుండలేదు. ఆ మాటే చెప్పాలనుకున్నాడు. కానీ వేరే మాట చెప్పాడు.

"యీ పరిస్థితి వుండదు. యిప్పుడు నువ్వు అతన్ని వదిలేస్తావని నా ఆశ. నువ్వు" అతను యిబ్బంది పడ్డాడు, అతని ముఖం యెర్రబడింది. "మన జీవితం గురించి నన్ను ఆలోచించనిచ్చి దానికి వో పద్ధతి యేర్పాటు చెయ్యనిస్తావని ఆశిస్తాను. రేపు..." అని అతను మొదలుపెట్టాడు.

ఆమె అతన్ని పూర్తి చెయ్యనివ్వలేదు.

"నా బాబు సంగతి?" అని ఆమె అరిచింది. "ఆయన ఏం రాస్తున్నాడో చదవలేదా? నేను నా బిడ్డని వదిలెయ్యాలి. నేను అలా చెయ్యలేను, చెయ్యాలనుకోవడం లేదు" అంది.

"కాని నీకు పుణ్యం వుంటుంది అన్నా, యేది మెరుగు? నువ్వు కొడుకుని వదులుకోవడమా లేక యీ అవమానకరమైన స్థితిలో కొనసాగడమా?"

"యెవరికి యిది అవమానం?"

"అందరికీ, ముఖ్యంగా నీకు"

"అవమానకరం అంటున్నావ్...అలా అనకు. నాకు మట్టుకు యీ మాటలకి అర్థం లేదు" అందామె. ఆమె కంఠం యింకా వొణుకుతూనే వుంది. యిప్పుడతను నిజం కాని మాట వొక్కటి కూడా అనకూడదని ఆమె భావన. యిప్పుడామెకి అతని ప్రేమ తప్పయేమీ మిగలలేదు. ఆమె అతన్ని ప్రేమించాలనే కోరుకుంది. "నేను నిన్ను ప్రేమించిన నాటినుండీ ప్రతీదీ మారిపోయిందని నువ్వు గ్రహించాలి. నా మట్టుకి నాకు వొక్కటే మిగిలింది...ఒక్కటే, నీ ప్రేమ. నీ ప్రేమ వుంటే చాలు, నేను యెంతో సమున్నతంగా ధృఢంగా వుంటాను, యేదీ అవమాన పరచలేదు నన్ను, యెంతో విశ్వాసం వుంటుంది నాకు, అందుకనే నా పరిస్థితి గర్వంగా వుంటుంది. యెందుకంటే నాకు గర్వం...నాకు గర్వం.." తను యే విషయం చూసి గర్వపడేది ఆమె చెప్పలేదు. సిగ్గు, హతాశ ఆమెని రుద్ధం చేశాయి. ఆమె ఆగి వెక్కింది.

అతని కంఠం కూడా రుద్ధమైంది. ముక్కుపుటాల్లో చిరచిరమనే అనుభూతి కలిగింది. తన జీవితంలో మొట్టమొదటిసారిగా అతనికి కన్నీళ్ళు తిరిగే స్థితి వచ్చింది. తనని అంతలా స్పందింపజేసింది యేమిటో అతను చెప్పలేదు. ఆమెపట్ల అతనికి జాలి కలిగింది. తను ఆమెకి యేమీ సాయం చెయ్యలేడని అతనికి తెలుసు. కాని ఆమె దౌర్భాగ్య పరిస్థితికి దోషం తనదేననీ అతనికి తెలుసు. తనే తప్పు చేశాడు.

"విడాకులు వీలుపడవా?" అని బెరుగ్గా అడిగాడు. ఆమె జవాబు చెప్పకుండా తల ఆడించింది. "అతన్ని వదిలేసి నీ బిడ్డని నీతో తెచ్చుకోలేవా?" అని అడిగాడు.

"తెచ్చుకోవచ్చు. కాని అంతా ఆయనమీద ఆధారపడుతుంది. నేనిప్పుడు ఆయన దగ్గరికి వెళ్ళాలి" అని నిరుత్సాహంగా అంది. అన్నీ అంతకు ముందులాగానే జరిగిపోతాయని ఆమెకి తట్టిన ఊహ స్థిరపడింది.

"నేను మంగళవారం నాడు పీటర్స్‌బర్గ్ వెడతాను. అప్పుడు అన్నీ తేలిపోతాయి".

"ఆс, కాని యీ విషయం గురించి మనం యిక మాట్లాడుకోవద్దు" అంది.

అన్నా బగ్గీని పంపేస్తూ వ్రెదె తోట దగ్గరికి రావల్సిందిగా పురమాయించింది. అది యిప్పుడు అక్కడకు వచ్చింది. అన్నా వ్రాన్స్కీ దగ్గర సెలవు తీసుకుని వెళ్ళిపోయింది.

23

సోమవారం నాడు జూన్ 2 నాటి కమిటీ మామూలు సమావేశం జరిగింది. కెరనిన్ గదిలోకి వెళ్ళి సభ్యులకీ, అధ్యక్షుడికీ యెప్పటిలాగానే నమస్కారం చేశాడు. తనకోసం తయారు చేసి ముందు పెట్టిన కాగితాలమీద చేతిని పెట్టి తన స్థానంలో కూర్చున్నాడు. తను ఉల్లేఖించవలసిన విషయాలు, తన ఉపన్యాస సారాంశం, రాసిన కాగితాలు వాటిలో వున్నాయి. అతని మనస్సులో అన్నీ సిద్ధంగా వున్నాయి. తను చెప్పబోయే దాన్ని మననం చేసుకోనక్కరలేదు. ఉదాసీన భావం కనిపింపచెయ్యాలని వృథాగా ప్రయత్నం చేస్తూ వుండే తన ప్రత్యర్థి ముఖం యెదర కనిపించగానే తన వాగ్ధాటి నిర్నిరోధంగా ప్రవహిస్తోందనీ, తనిప్పుడు వాటిపట్ల ధ్యానం వుంచే దానికంటే వేగంగా మాటలు దూసుకుంటూ వస్తాయనీ అతనికి తెలుసు. తను చెప్పబోయేది అధిక విషయపుష్టంగా వుంటుందనీ, తన ప్రతి మాటకీ విలువ వుంటుందనీ అతనికి అనిపించింది. ఈ లోపున యేదో మామూలు వివరణని వింటూ అతను చాలా అమాయకంగా, చాలా సాధువుగా ముఖం పెట్టి కూర్చున్నాడు. పొంగరించిన నరాలు అల్లుకున్నట్టు వున్న అతని తెల్లని చేతులని చూసి తన ముందున్న కాగితాలమీద మెల్లిగా తాటిస్తూ వున్న పొడుగాటి వేళ్ళని చూసి, అలసిపోయినట్టుగా వో పక్కకి వొరగేసుకున్న తలని చూసిన వాళ్ళెవరూ కూడా యీ మనిషి నోట్లోంచి మాటలు ఝరీ వేగతుల్యంగా వస్తాయనీ, పెద్ద తుఫానుని ప్రేరేపిస్తాయనీ, సభ్యులు వొకళ్ళని చూసి వొకళ్ళు గొంతు చించుకునేట్టు అరుచుకోవడానికి కారకమవుతాయనీ, అధ్యక్షుడు పరిస్థితిని ప్రశాంతంగా వుంచడానికి తన గంటని మోగించాల్సి వస్తుందనీ వూహించలేదు. నివేదిక పూర్తయ్యాక కెరనిన్ నిబ్బరమైన సన్నని కంఠంతో అల్ప సంఖ్యాక జాతుల స్థితి గతుల విషయంలో తనకి తోచిన అభిప్రాయాల్ని చెప్తానని అన్నాడు. అందరూ అతనికేసి తమ దృష్టి మళ్ళించారు. అతను గొంతు సవరించుకున్నాడు. ప్రత్యర్థి కేసి చూడకుండా, తన అలవాటు ప్రకారం యెదురుగ్గా వున్న వ్యక్తి కేసి చూసి అతని మీదే చూపు లగ్నం చేశాడు. ప్రస్తుతం యెదురుగ్గా వున్న ఆ వ్యక్తి సాధువుగా వుండే చిన్న ముసలాయన. సమావేశాల్లో వొక్కసారి కూడ నోరు మెదిపి యెరుగడు. కెరనిన్ అతన్ని చూస్తూ ఉపన్యాసం మొదలుపెట్టాడు. విషయం మౌలిక చట్టం దగ్గరికి రాగానే కెరనిన్ ప్రత్యర్థి వొక్క వుదుట్న లేచి నుంచుని అభ్యంతరం చెప్పడం మొదలుపెట్టాడు. ఆయోగంలో సభ్యుడూ, కెరనిన్ చేత వాదనలో దెబ్బలు తిన్నవాడూ అయిన స్త్రేమొన్ తన వివరణ తను యివ్వబోయాడు. ఇవన్నీ కలిసి మొత్తంమీద సమావేశం మరింత గందరగోళం అయిపోయింది. కాని కెరనిన్ కలిసి తురాయి కొట్టేశాడు, అతని ప్రతిపాదనని ఆమోదించారు. మూడు కొత్త ఆయోగాల్ని నియమించారు. ఆ మర్నాడు పీటర్స్‌బుర్గ్‌లోని వో ముఖ్య బృందంలో

యీ సమావేశమే చర్చనీయాంశం అయిపోయింది. కెరనినా వూహించిన దానికంటే యెక్కువగా విజయం లభించింది.

మర్నాడు మంగళవారం. తెల్లవారుతూనే కెరనిన్‌కి ముందు రోజు నాటి విజయం తృప్తిగా అనిపించింది. అతన్ని పొగడ్డానికి అవకాశం దొరికిందనే ఆశతో అతని సెక్రటరీ వచ్చి ఆ సమావేశం గురించి గుర్తుచేశాడు. తన చెవిన పడిన మాటలని కెరనిన్‌కి చెప్పినప్పుడు కెరనిన్ తనకి అదంతా యేం పట్టనట్టు కనిపించ ప్రయత్నించాడు. కాని చిరునవ్వు నవ్వకుండా వుండలేకపోయాడు.

సెక్రటరీతో మాటల్లో పడి కెరనిన్, ఆ వేళ మంగళవారం అనీ, అన్నాని రమ్మని చెప్పినరోజు అదేననీ మర్చేపోయాడు. దాంతో నౌకరు వచ్చి ఆమె వచ్చిందని చెప్పగానే కెరనిన్‌కి ఆశ్చర్యం, చేదు భావన కలిగాయి.

అన్నా పీటర్స్‌బర్గ్‌కి ఆ ఉదయమే తిరిగి వచ్చింది. ఆమె యిచ్చిన టెలిగ్రామ్ మేరకి ఆమెకోసం బగ్గీ వెళ్ళింది. అందుచేత భర్త తన రాకకోసం చూస్తూనే వుండాలి కదా. కాని ఆమె రాగానే భర్త ఆమెని కలుసుకోవడం కోసం బయటకు రాలేదు. అతను చదువుకునే గదిలోనే సెక్రటరీతో పన్లో వున్నాడనీ, యివతలికి రాలేదనీ ఆమెకి చెప్పారు. తను వచ్చానన్న విషయం భర్తకి కబురు చేసి, తన గదిలోకి వెళ్ళిపోయింది. అతను తన దగ్గరకు వస్తాడని చూస్తూ సామాన్లు సర్దుకోవడం మొదలుపెట్టింది. గంటసేపు గడిచిపోయింది కాని అతను రాలేదు. హౌస్ కీపర్‌కి యేదో చెప్పాలన్న మిషమీద భోజనాల గదిలోకి వెళ్ళి భర్త తనని కలుసుకోవడానికి అక్కడికి వస్తాడని కావాలని గొంతు పెద్దది చేసి మాట్లాడింది. కాని అతను అక్కడికీ రాలేదు. అతను సెక్రటరీని సాగనంపుతూ తలుపు దగ్గర చప్పుడు ఆమె వింది. అప్పుడతను అలవాటు ప్రకారం ఆఫీసుకి వెళ్ళిపోతాడని ఆమెకి తెలుసు. అతను వెళ్ళిపోకముందే అతన్ని చూసి తను సంబంధాల గురించి తేల్చుకుందామని ఆమెకి వుంది.

అన్నా హాలు దాటుకుని ధృఢసంకల్పంతో అతని దగ్గరకి వెళ్ళింది. లోపలికి వెళ్ళేటప్పటికి అతను వెళ్ళిపోవడానికి ఆఫీసు బట్టలు వేసుకొని వున్నాడు. ఓ చిన్న బల్ల దగ్గర కూర్చుని మోచేతులమీద ఆనుకుని అలా దిగాలుగా చూస్తూ కూర్చున్నాడు. అతను తనని చూడకముందే అన్నా అతన్ని చూసింది. తన గురించే అతను ఆలోచిస్తున్నాడని ఆమె వూహించింది.

ఆమెని చూడగానే అతను లేవబోయాడు గాని అతని మనస్సు మారిపోయింది. అతని ముఖం వున్నట్టుండి యెర్రబడింది. అంతకు ముందు అన్నా అలాంటి భావాన్ని యెన్నడూ అతనిలో చూసి యెరగదు. అతను ఆమె కళ్ళల్లోకి కాకుండా వాటి పైగా ఆమె నుదుటికేసి, జుట్టుకేసి చూశాడు. ఆమె దగ్గరకి వెళ్ళి చెయ్యి అందుకుని కూర్చోమని అన్నాడు.

"మీరు వచ్చారు నాకు సంతోషంగా వుంది" అన్నాడతను ఆమె పక్కన కూర్చుని. ఆమెతో మాట్లాడాలనే అనుకున్నాడు కాని మాటలు రాలేదు. యేదో చెప్దామని కొన్నిసార్లు ప్రయత్నించాడు గాని చెప్పలేకపోయాడు. ఈ సమావేశానికి తయారవుతూ అతన్ని తిరస్కరించాలనీ, అవమానం పాలుచెయ్యాలనీ అన్నా అనుకుంది గాని యేం చెప్పాలో తెలియలేదు. అతనంటే జాలి కలిగింది. ఆ రకంగా యిద్దరూ కొంతసేపు మౌనంగా

వుండిపోయారు. "సెర్యోష బాగున్నాడా" అన్నాడతను ఆఖరికి. జవాబు కోసం ఆగకుండానే "యివాళ నేను యింట్లో భోజనం చెయ్యను, యిప్పుడే నేను వెళ్ళిపోవాలి" అన్నాడు.

"మాస్కో వెళ్ళాలని అనుకున్నాను" అందామె.

"లేదు, యిక్కడికి వచ్చి చాలా మంచిపని చేశారు. చాలా మంచిపని" అన్నాడు.

అతను సంభాషణ మొదలుపెట్టలేదని గ్రహించి ఆమే మొదలుపెట్టింది.

"మీరు" అని అతనికేసి చూస్తూ తన జుట్టుమీదనే లగ్నం అయిన అతని దృష్టినుంచి తన కళ్ళు దించకుండా ఆమె మొదలుపెట్టింది. "నేను అపరాధిని, దుష్టురాల్ని, కాని నేను మీతో చెప్పినట్టే వున్నాను. నేను మార్చగలిగింది యేదీ లేదని చెప్పడానికే వచ్చాను".

"నేను మిమ్మల్ని యీ విషయం గురించి అడగలేదు" అని ఆమెకేసి నేరుగా ఘృణత్వంతో చూస్తూ అన్నాడు. "నేను అలానే అనుకున్నాను". కోప తీవ్రతవల్ల అతనికి తన ప్రతిభా విశేషాలమీద తిరిగి పూర్ణాధికారం వచ్చినట్టే కనిపించింది. "కాని నేను మీకు అప్పుడు చెప్పినట్టు, తర్వాత మీకు ఉత్తరంలో రాసినట్టూ" అని అతను కటువుగా కీచు కంఠంతో అన్నాడు "దాన్ని నేను మళ్ళీ చెప్తున్నానిప్పుడు. ఆ విషయం తెలుసుకోవాల్సిన అవసరం నాకు లేదు. దాన్ని నేను ఉపేక్షిస్తున్నాను. పెళ్ళాలెవరూ కూడా మొగుళ్ళకి మీరు అందజేసినంత 'సంతోషకరమైన' సమాచారాన్ని అందివ్వడానికి మీ అంతలా హడావుడి పడిపోరు". 'సంతోషకరమైన' అనే మాటమీద ప్రత్యేకం వొత్తి పలికాడు అతను. "లోకులకి తెలియకుండా వున్నంత కాలం, నా పేరుకి భంగం కలగనంత కాలం, నేను దాన్ని ఉపేక్షిస్తాను. అందుకనే మన సంబంధాలు యెప్పుడూ వున్నట్టే వుండాలనీ హెచ్చరిస్తున్నాను. మీ అంతట మీరు దిగజారే పరిస్థితిలోకి పడిపోతే అప్పుడు మాత్రమే నేను నా గౌరవం కాపాడుకోవడానికి చర్యలు తీసుకోవాల్సి వుంటుందనీ హెచ్చరిస్తున్నాను".

"కాని మన సంబంధాలు పూర్వంలాగా వుండలేవు" అంది అన్నా బెరుగ్గా, అతనికేసి భయంగా చూస్తూ.

"నేను మీ భార్యగా వుండలేను, నేను..." అని చెప్పడం మొదలుపెట్టింది.

అతను కర్కశంగా, కోపంగా నవ్వాడు.

"మీరు యెంచుకున్న జీవిత విధానం మీ బుద్ధి విశేషాలమీద ప్రభావం చూపిస్తున్నట్టు కనిపిస్తోంది. నేను యెంతో గౌరవిస్తున్నాను, యేవగించుకుంటున్నాను– మీ గతంపట్ల గౌరవం, వర్తమానం పట్ల యేవగింపు. నా మాటలని మీరు అర్థం చేసుకున్న పద్ధతి నేననుకున్నది కాదు".

అన్నా గాఢంగా గాలి పీల్చి తల వాలేసుకుంది.

"మీలాగా విశృంఖల అయిన ఆడమనిషి" అని అతను రెచ్చిపోయి అంటూనే వున్నాడు. "భర్తతో తన తప్పుడు పని గురించి చెప్పగలిగి అందులో తప్పేమీ లేదని అనుకోగలిగినటువంటిది, భర్తపట్ల తన విధులని నిర్వహించడం తప్పుగా భావించుకోవడం యేమిటో నాకు అర్థం కావడం లేదు" అన్నాడు.

"మీరు నన్నేం చెయ్యమంటారో చెప్పండి".

"నాక్కావలసిందేమిటో ఆ మనిషి నా యింట్లో కనిపించకూడదు. మన మిత్రులు గాని, నౌకర్లుగాని మీలో అనుమానించవలసింది లేనట్టుగా మీరు ప్రవర్తించాలి...మీరు అతన్ని కలుసుకోవడం మానెయ్యాలి. యిది పెద్ద కోరిక కాదనుకుంటాను. ప్రతిఫలంగా మీరు భార్య హెూదారి తగ్గ హక్కులు అనుభవిస్తారు, ఆ విధులు అమలుజరపనక్కరలేకుండానే అదే నేను చెప్పదల్చుకున్నదంతా. నేను వెళ్ళే వేళయింది. నేను భోజనానికి రాను" అన్నాడు.

అతను లేచి గుమ్మం దగ్గరకి వెళ్ళాడు. అన్నా కూడా లేచింది. ఒక్కమాట కూడా అనకుండా అతను వంగి అభివాదం చేసి ఆమె వెళ్ళడానికి తలుపు తెరిచాడు.

24

గడ్డి మోపుమీద లేవిన్ గడిపిన రాత్రి అతని మనస్సుమీద ముద్రవేసింది. అతనికి వ్యవసాయం పట్ల వైమనస్యం కలిగింది. దాంట్లో వుండే ఆసక్తి అంతా పోయింది. ఫలసాయం చాలా బాగా వుంది, కాని అంత దురదృష్టం యెప్పుడూ కలగలేదు. రైతులతో యీ సంవత్సరం కలిగినంత విరోధం ముందెప్పుడూ కలగలేదు. తనని రైతులకి సన్నిహితం చేసిన ఆ పనిలోని ఆనందం, రైతులన్నా వాళ్ళ జీవిత విధానం అన్నా తనకి కలిగిన ఈర్ష్య, వాళ్ళ జీవిత విధానాన్ని అనుసరించాలన్న తన కోరిక, స్వప్నంగా వున్న దశనుంచి ఆ రాత్రి ఉద్దేశంగా మారిన ఆ కోరిక, దాన్ని యెలా అమలుజరపాలా అనే ఆచరణాత్మక ఉద్దేశం- యివన్నీ కూడా తన ఎస్టేట్ సంచాలకత్వం పట్ల అతని దృష్టిని యెంతలా మార్చేసాయంటే అతనికి యిదివరలో అదంటే వున్న ఆసక్తి కనిపించలేదు. తనకీ వ్యవసాయ కార్మికులకీ మధ్య వున్న వైమనస్య పూరిత సంబంధాలని చూడకుండా వుండలేకపోయాడు. పావా లాంటి మేలుజాతి ఆవుల మంద, యెరువులు వేసి లోహ హలాలతో దున్నిన భూములు, గట్లమీద చెట్లు నాటిన అలాంటి తొమ్మిది సమతల క్షేత్రాలు, లోతుగా దున్ని యెరువులు వేసిన తొంభై దెస్యతీన్లు పొలం, విత్తులు చల్లే యంత్రాలు, అన్నీ కూడా సంతోష కారకాలు అయివుండాలి - అవి గనక తన సొంతంగా గాని, లేక తన అభిప్రాయాలతో పాలు పంచుకుని సాయపడే స్నేహితుల వల్ల గాని సమకూరి వుంటే. కాని యిప్పుడతనికి అంతా స్పష్టంగా విశదమైంది (వ్యవసాయానికి సంబంధించి తను కృషి చేస్తూ వున్న పుస్తకం వల్ల అతనికి యిలా విశదమైంది. వ్యవసాయ కార్మికులు వ్యవసాయంలో ముఖ్యాంశం అవాలని దాని ప్రకారం వుంది). యీ సంఘర్షణలో వొక పక్క, అంటే తన పక్క, అన్నిటినీ భేషుగ్గా వుండేటట్టు మార్చే స్థిర గాఢ ప్రయత్నం వుంది. అటుపక్క యెలా వున్నా వాటికి అలానే లొంగిపోవడం వుంది. యీ సంఘర్షణలో తనవైపునుంచి తను యెంత ప్రయాసపడినా, అవతలివైపునుంచి యే ప్రయత్నమూ, కనీస సంకల్పమూ లేకపోయినా, వ్యవసాయంలో యే పురోగతీ సాధించలేదు. అద్భుతమైన పరికరాలు, పశువులు, భూమి నిరర్థకంగా తగులబడిపోతున్నాయి. అన్నిటికంటే ముఖ్యమైంది, యీ లక్ష్యం కోసం తను పడే శ్రమ వ్యర్థమవుతోందన్నదే కాక, ఆ లక్ష్యమే అనుచితమైందన్న భావం అతనికి కలగడం. ఈ సంఘర్షణ దేని గురించి? తను ప్రతి కోపెక్కుకోసం గుంజాటన

పడుతున్నాడు. (తనకి సంబంధించి అలా చెయ్యడం అవసరం. లేకపోతే యే మాత్రం కళ్ళాలు వదులు చేసినా పనివాళ్ళకి యివ్వడానికి కూడా డబ్బు వుండదు). వాళ్ళేమో నిదానంగా, కులాసాగా, లోగడ అలవాటు పడ్డట్టే చెయ్యడానికి తంటాలు పడుతున్నారు. ప్రతి పనివాడూ యథాశక్తి శ్రమించి, తను చేస్తున్న పనిమీద ధ్యాస పెట్టి, విత్తులు చల్లే యంత్రాన్ని, గుర్రపు కొర్రుని, నూర్పుడు యంత్రాన్ని విరగ్గొట్టకుండా పనిచెయ్యడం తన ప్రయోజనాల దృష్ట్యా అవసరం. అటువైపు నుంచి చూస్తే పనివాడు యెంత వీలైతే అంత కులాసాగా, తీరిగ్గా పనిచెయ్యాలని చూస్తాడు. అన్నిట్నీ మించి బేఫర్వాగా, సరదాగా, తను చేస్తున్న దాన్ని గురించి ఖాతరీ లేకుండా ఉంటాడు. యీ విషయాన్ని లేవిన్ యీ వేసవిలో అడుగడుగునా గమనించాడు. అడవి కలుపు మొక్కలూ, వననాభి మొక్కలూ పెరిగిపోయి, విత్తనానికి పనికిరాకుండా పోయిన క్లోవర్ గడ్డిని కొయ్యమని, అలాంటి జాగాని యెంచి కోతగాళ్ళని తను పంపితే వాళ్ళు అలా చెయ్యడానికి బదులు బాగా వున్న జాగాల్లో గడ్డి కోశారు. యిదేమిటర్రా అంటే నిగామాను అలా కొయ్యమన్నాడని, అది భేషైన గడ్డి అవుతుంది, ఫరవాలేదనీ సాకు చెప్పారు. కాని మంచి గడ్డిని కొయ్యడం తేలిక, అందుకని అలా చేశారు వాళ్ళు. ఆ విషయం తనకి తెలుసు. గడ్డిని ఆరబెట్టడానికి అతను యంత్రాన్ని పంపాడు. మొదటి వరసలో వుండగానే దాన్ని విరగ్గొట్టి పెట్టారు. ఏమంటే నెత్తిమీద యంత్రం రెక్కలు తిరుగుతూ వుంటే దానికింద గోళ్ళు గిల్లుకుంటూ కూర్చోవటం వాళ్ళకి విసుగ్గా వుందట. "మరేం బెంగపడకయ్యా, ఆడోళ్ళు గడ్డిని ఆరబెట్టేస్తారు" అని ధైర్యం చెప్పారు. లోహ హలాల్ని పాడు చేశారు, యేమంటే మలుపుల్లో తిప్పేటప్పుడు కొర్రుని లేపాలని దున్నేవాడి బుర్రకి తట్టక దాన్ని గట్టిగా నొక్కి గుర్రాన్ని గట్టిగా తోలి పీడించి నేలని పాడుచేశారు. మరేం అనుకోవద్దని తనకి దణ్ణం పెట్టారు. గుర్రాలని గోధుమ పొలాల్లోకి వదిలేశారు, యేమంటే యే పనివాడికీ రాత్రి కాపలాపని చెయ్యడం యిష్టంలేక. వద్దని చెప్పినా కూడా పనివాళ్ళు వంతుల వారీగా గుర్రాల్ని కాపలా కాశారు. పగలంతా పని చేసిందానివల్ల నిద్ర వచ్చేసింది. జరిగే హాని జరిగిపోయాక వాడు తప్పయిపోయిందని లెంపలు వేసుకుని "మీ యిష్టం వచ్చిన శిక్ష వెయ్యండయ్యా" అన్నాడు. నీళ్ళు పెట్టకుండా, సగం సగం కోసిన గడ్డి బీటి మీదకి తోలెయ్యడంతో మూడు భేషైన దూడలు చచ్చిపోయాయి. బాగా యెక్కువగా పచ్చి గడ్డిని మేసెయ్యడం వల్ల అవి పొట్టలు ఉబ్బి చచ్చిపోయాయన్న మాటని పనివాళ్ళు వొప్పుకోలేదు. వాళ్ళు లేవిన్‌కి వూరడింపు మాటలు చెపుతూ బాధపడక్కరలేదనీ, పొరుగాయనకి మూడు రోజుల్లో నూట పన్నెండు పశువులు చచ్చిపోయాయని అన్నారు. వాళ్ళేదో లేవిన్‌కీ, అతని ఆస్తికీ నష్టం కలిగించాలని అలా చెయ్యలేదు. తద్భిన్నంగా తనంటే వాళ్ళకి ఆరాధనా భావం వుందని అతనికి తెలుసు. తనని మంచి యినాందారు అంటారని (అదే గొప్ప పొగడ్త) తెలుసు. అలా జరగడానికి కారణం శ్రద్ధ పట్టకుండా కులాసాగా పనిచెయ్యాలని వాళ్ళకి ఉండడం. అదే విధంగా తన ప్రయోజనాలు వాళ్ళకి సంబంధించి పరాయివీ, వాళ్ళకి దురవగాహనమైనవీ మాత్రమే కాదు, వాళ్ళ ప్రయోజనాలకి పూర్తిగా చుక్కెదురుగా వుంటాయి. లేవిన్ కొంతకాలంగా తన వైఖరితో అసంతుష్టిగా వున్నాడు. తన నావ చిల్లు పడిందని తెలుసు కాని, దానికి కారణం తెలియలేదు.

అందుచేత తన యెస్టేటు నిర్వహణ బాధ్యత పట్ల ఆసక్తిపోవడమే కాదు, విముఖత్వం కూడా కలిగింది. దానిమీద యిప్పుడతని మనస్సు లగ్నం అవడం లేదు.

దీనికి తోడు యాభై కిలోమీటర్ల దూరంలోనే కిట్టీ ష్చేర్‌బాత్‌స్కీ వుండటం వొకటి. ఆమెని కలుసుకోవాలని అతనికి వుంది. కాని కలుసుకునే ధైర్యం లేదు. దాలీని చూడ్డానికి వెళ్ళినప్పుడు ఆమె చెప్పింది తనని గమ్మని. పెళ్ళి ప్రస్తావన తిరిగి చేసి యీసారి తన చెల్లెలు తప్పకుండా వొప్పుకుంటుందని అంది. బండిలో వెళ్ళిపోతూ వున్న కిట్టీని యీషణ్మాత్రంగా చూశాక తన ప్రేమ పిసరు కూడా తగ్గలేదని అతనికి తెలిసింది. కాని కిట్టీ అక్కడ వుండడం వల్ల అబ్లాన్‌స్కీల యింటికి వెళ్ళలేకుండా వున్నాడు. తనా వివాహ ప్రస్తావన చేశాడు, ఆమె తిరస్కరించింది అన్న విషయం అధిరోహించలేని అంతరాన్ని యిద్దరి మధ్యా పెట్టింది. 'ఆమె తను కోరుకున్న వాడికి యిల్లాలు కాలేకపోయిందన్న కారణంగా నా యిల్లాలు కమ్మని ఆమెని అడగలేను' అనుకున్నాడు. 'నిష్ఠుర భావం లేకుండా ఆమెతో మాట్లాడలేను. కోపం లేకుండా ఆమెని చూడలేను. ఆమె నన్ను యింకా యెక్కువ యేవగించుకుంటుందంతే. మరి అలానే జరగాలి. పైగా దాలీ నాతో అన్న మాటల తర్వాత అక్కడికి యెలా వెళ్ళను? తను చెప్పింది నాకు తెలుసు అని బయటపడకుండా వుండగలనా? చాలా ఉదారంగా, ఆమెని క్షమిస్తున్నట్టు, ఆమె పట్ల దయ చూపిస్తున్నట్టు వెళ్ళనా? ఆమె ముందు క్షమాశీలిగా, నా ప్రేమ అనుగ్ర హిస్తున్నవాడి పాత్ర ధరిస్తూ వెళ్ళనా?..దాలీ నాకు యెందుకు దాన్ని చెప్పింది? నేను గనక ఆమెని యాదృచ్ఛికంగా కలుసుకుని వున్నట్టయితే అంతా దానంతట అదే సర్దుకుని వుండేది. కాని యిప్పుడు మాత్రం అది అసంభవం, అసంభవం'.

దాలీ అతనికి వో చీటీ రాసి పంపించింది. ఆడవాళ్ళు గుర్రం స్వారీ చేసేటందుకు అనువుగా వుండే జీనుని కిట్టీకోసం పంపమని రాసింది. 'మీ దగ్గర ఆ జీను వుందని విన్నాను. మీరే స్వయంగా తీసుకువస్తారని ఆశిస్తున్నాను' అని రాసింది.

ఇది అతను భరించలేకపోయాడు. వొక తెలివైన, సున్నిత హృదయురాలైన మహిళ తన చెల్లెల్ని యెలా యింతలా అవమానించగలదు? జవాబుగా పది చీటీలు రాసి పదింటినీ చింపేశాడు. ఆఖర్న యే చీటీ లేకుండా జీను పంపించి ఊరుకున్నాడు. తను వస్తున్నాను అని రాయలేకపోయాడు. యెందుకంటే తను వెళ్ళడం లేదు కనక. ఏదో పని తగిలి రాలేకపోతున్నాననో లేదా యెక్కడికో వెళ్ళిపోతున్నాననో రాయటం మరీ బాగోదు. అందుచేత చీటీ యేం లేకుండా జీను పంపేశాడు. అలా పంపినందుకు సిగ్గుపడ్డాడు. మర్నాడు వ్యవసాయం వ్యవహారాలన్ని నిగామానుకి అప్పగించి, దూరంగా వుంటున్న మిత్రుడు స్వియాజ్‌స్కీ దగ్గరకి వెళ్ళిపోయాడు. స్వియాజ్‌స్కీ ఎస్టేట్‌లో మంచి కంజుపిట్టల బాడవలు వున్నాయి. అతను కూడా యీ మధ్యనే ఉత్తరం రాశాడు ఒకసారి వచ్చి తను ముందెప్పుడో అన్నమాట నిలబెట్టుకొమ్మని. తన జమీ వ్యవహారాలు తలమునకలుగా వుండడంతో లేవిన్ యీ కార్యక్రమాన్ని అలా వాయిదా వేస్తూనే వుండిపోయాడు, సూరొవ్‌స్కీ ఉయేజ్ద్‌లో కంజుపిట్టలు భ్రమ కలిగిస్తూ పుస్నప్పటికీ. యిప్పుడు దగ్గర్లో వున్న ష్చేర్‌బాత్‌స్కీల కుటుంబం దగ్గర్నుంచి, తన జమీ వ్యవహారాలనుంచి, వెళ్ళిపోయి కంజుల వేట సరదా తీర్చుకోవచ్చును.

25

సూరొవ్‌స్కీ ఉయేజ్డ్‌లో రైల్వేగాని, టపా తీసికెళ్ళే ప్రభుత్వం దారి గాని లేవు. అందుచేత లేవిన్ తన బగ్గీలో బయలుదేరాడు.

సగం దారిలో గుర్రాలకి దాణా నీళ్ళు పెట్టేందుకు వో సంపన్న రైతు యింటి దగ్గర ఆగాడు. ఆరోగ్యవంతుడైన వో బట్టతల ముసలతను గేటు తెరిచాడు. అతనికి వెడల్పాటి యెర్రటి గడ్డం వుంది. ఆ గడ్డంలో అక్కడక్కడ నెరిసిన వెంట్రుకలు వున్నాయి. గుమ్మం తలుపు తెరిచి అతను గుర్రాల్ని లోపలికి వెళ్ళనిస్తూ గేటు స్తంభానికి కరుచుకున్నాడు. కొత్త పెరట్లో వెల్లడిగా వుండే కొట్టాన్ని బండివాడికి చూపించాడు. ఆ పెరడు చాలా శుభ్రంగా వుంది. ఆ కొట్టంలో కాలిపోయిన కొన్ని స్తంభాలు వున్నాయి. తర్వాత లేవిన్‌ని లోపలకి రమ్మని గదిలోకి తీసుకెళ్ళాడు. నడవలో వాళ్ళకి వో అమ్మాయి కనిపించింది. ఆమె శుభ్రమైన బట్టలు వేసుకుంది. మేజోళ్ళు లేకుండా రబ్బరు బూట్లు వేసుకుంది. వొంగుని నేల తుడుస్తోంది. లేవిన్ కుక్క గెంతుకుంటూ దగ్గరకెళ్ళేటప్పటికి భయంతో కెవ్వుమంది. కుక్క కరవదు ఫరవాలేదని లేవిన్ చెప్పాక నవ్వింది. గది తలుపుకేసి చేతితో చూపించింది. తర్వాత మళ్ళీ వొంగి ముచ్చటైన ముఖం దాచుకుని నేల పామడం మొదలుపెట్టింది.

"సమొవార్ రాజెయ్యనా?" అని అడిగింది.

"ఆఁ".

గది పెద్దది. దాన్ని రెండుగా విభజించారు. డచ్ పొయ్యి వుందక్కడ. దేవతా ప్రతిమలకింద పెద్ద మేజా బల్ల, రెండు కుర్చీలు వున్నాయి. మేజామీద చక్కటి లత బొమ్మలు చెక్కి వున్నాయి. తలుపు పక్కన పింగాణీ సామాను పెట్టిన చిన్న అల్మారా వుంది. యీగలు రాకుండా కిటికీ తలుపులు మూసేశారు. ప్రతీదీ యెంతో శుభ్రంగా వుండడంతో, రోడ్డుమీద కుంటల్లోని బురద చిమ్ముకుంటూ పరిగెత్తుకు వచ్చిన కుక్క లాస్కని లేవిన్ వో మూలకి పోయి పడుకొమ్మన్నాడు. గదిని చూశాక లేవిన్ వెనక పెరట్లోకి వెళ్ళాడు. రబ్బరు బూట్లు తొడుక్కున్న ముచ్చటైన అమ్మాయి అతన్ని దాటుకుని నూతి దగ్గరికి నీళ్ళ కోసం వెళ్ళింది. ఆమె భుజంమీద పెట్టుకున్న కావడికి రెండు ఖాళీ బాల్చీలు వూగుతున్నాయి.

"కొంచెం గబగబా కానియ్యమ్మా" అని ముసలాడు గొంతు పెద్దది చేసి హుషారుగా అరిచాడు. తర్వాత లేవిన్ దగ్గరకి వచ్చాడు. "తమరు నికొలాయ్ ఇవానొవిచ్ స్వియాజ్‌స్కీ దగ్గరికైనా వెళ్తూవుంట, హుజూర్?" అని మోచేతుల్ని వరండా కమ్మీల మీద పెడుతూ, మాట్లాడ్డానికి సరదా పడుతూ అడిగాడు. "ఆయనా వస్తూ వుంటారు" అన్నాడు.

స్వియాజ్‌స్కీతో తన పరిచయం గురించి ముసలతను చెప్తూ వుండగా మధ్యలో గేటు మరోసారి కిర్రుమంది. కొంతమంది పనివాళ్ళు పొలాల దగ్గర్నుంచి వచ్చారు. నాగళ్ళనీ ఆటగొర్రుల్నీలాగే గుర్రాలు బాగా మేసి బలిసి వున్నాయి. పనివాళ్ళు యింట్లో వాళ్ళల్లాగానే వున్నారు. వాళ్ళల్లో యిద్దరు పడుచువాళ్ళు గింటం గుడ్డ కమీజులు వేసుకున్నారు. తలకి టోపీలు పెట్టుకున్నారు. మిగిలిన యిద్దరూ నేతగుడ్డ చొక్కాలు వేసుకున్నారు. వాళ్ళల్లో ఒకతను

ముసలాడు, రెండోవాడు పడుచువాడు. లేవిన్‌తో మాట్లాడే ముసలతను గుర్రాల దగ్గరకి వెళ్ళి వాటిని విప్పడం మొదలుపెట్టాడు.

"ఎక్కడ దున్నుతున్నారు వీళ్ళు?" అని లేవిన్ అడిగాడు.

"బంగాళాదుంపలు తవ్వుతున్నారు. మాక్కూడా కొద్దిగా పొలం వుందయ్యా. ఫెదోత్, ఈ గుర్రాన్ని బయటికి వదలకు. తొట్టి దగ్గర వుంచు. యింకో గుర్రాన్ని కడదాం" అన్నాడు.

"నేను చెప్పిన నాగలి కొర్రులు వచ్చాయా, నాన్నా?" అని పొడుగ్గా, బలిష్టంగా వున్న యువకుడు అడిగాడు. అతను ముసలతని కొడుకని తెలుస్తూనే వుంది.

"స్లెడ్జ్‌లో వున్నాయి" అని ముసలతను కళ్ళాల్ని మెలికలు తిప్పి నేలమీదకి విసిరేస్తూ జవాబు చెప్పాడు. "వాళ్ళు భోజనాలు చేసే వేళకి అన్నిటీ్నీ సర్దెయ్యి" అన్నాడు.

ఆ ముచ్చటైన పడుచుపిల్ల జబ్బలు దిగలాక్కుపోయేటట్టు నీళ్ళ బాల్చీలని మోసుకొచ్చి గుమ్మంలోకి వెళ్ళింది. యెక్కడనుంచో కొంతమంది ఆడవాళ్ళు వచ్చారు. పడుచు పిల్లలు అందంగా వున్నారు. ముసలాళ్ళు, నడివయస్కురాళ్ళు అందంగా లేరు. కొంతమందికి పిల్లలున్నారు. కొంతమందికి లేరు.

యీ లోపున సమొవార్‌లో నీళ్ళు కళపెళ కాగాయి. గుర్రాల పని చూసిన తర్వాత పనివాళ్ళు, యింట్లోవాళ్ళు అందరూ భోజనాలకి వెళ్ళారు. లేవిన్ బగ్గీలోనుంచి తన సామాను తెచ్చుకుని, ముసలతన్ని టీకి రమ్మని పిలిచాడు.

"వోసారి టీ అయిందప్పుడే యివాళ" అన్నాడు ముసలతను ఆ పిలుపుకి సంతోషపడుతూ. "కాని మీతోబాటు కొంచెం తాగుతా" అన్నాడు.

టీ తాగేటప్పుడు లేవిన్ ముసలతని వ్యవసాయం గురించి యావత్తూ తెలుసుకున్నాడు. అతను పదేళ్ళనాడు వో స్థానిక వితంతు జమీందారిణి దగ్గర్నుంచి వందా యిరవై దెస్యతీన్లు భూమిని కౌలుకి తీసుకున్నాడు. ముందటేడు ఈ భూమినంతటీ్నీ కొనేశాడు. అప్పుడే మరో పొరుగు జమీందారునుంచి మూడు వందల దెస్యతీన్లు పొలం కౌలుకి తీసుకున్నాడు. దీన్లోనుంచి కొంత భాగం, తను మరొకళ్ళకి కౌలుకి యిచ్చాడు. మిగిలినదాన్ని తన కుటుంబ సభ్యులని, యిద్దరు పనివాళ్ళని అడ్డం వేసుకుని సాగు చేసుకుంటున్నాడు. తన స్థితి యేమంత లాయకీగా లేదని ముసలాడు బీద అరుపులు అరిచాడు. అతను లాయకీగా లేదనడం యేదో మాట వరసకి అనాలి కదా అని అన్నట్టు వుందనీ నిజానికి అతని వ్యవసాయం మూడు పువ్వులు ఆరుకాయలుగా ఉందని లేవిన్ గ్రహించాడు. లేకపోయినట్టయితే అతను దెస్యతీనుకి నూట అయిదు రూబుళ్ళ చొప్పున పెట్టి పొలం కొనగలుగునా, ముగ్గురి కొడుకులకి, మేనల్లుడికి పెళ్ళిళ్ళు చెయ్యగలుగునా, రెండుసార్లు అగ్ని ప్రమాదాలకి గురైన యింటిని పట్టుపట్టుకీ విశాలం చేసి, మెరుగులు దిద్ది బాగు చేయించగలుగునా. పైకి బీద అరుపులు అరిచినా ముసలతనికి తన వైభవం, తన కొడుకులు, మేనల్లుడు, వాళ్ళ పెళ్ళాలు, ఆవులు, గుర్రాలు మరీ ముఖ్యంగా తన వ్యవసాయం పద్ధతి సమంజసంగానే గర్వకారణంగా వుంది. ముసలతను వ్యవసాయంలో కొత్త పద్ధతులు ప్రవేశపెట్టడానికి వెనకాడ్డని లేవిన్‌కి మాటల సందర్భంలో తెలిసింది. అతను చాలా పెద్దమడిలో బంగాళాదుంపలు వేశాడు. లేవిన్ బంగాళాదుంప

అన్నా కెరనినా 361

పొలం యింకా మొగ్గ తొడుగుతూనే వుంది. కాని ముసలాడి పొలం పూత కూడా అయిపోయింది. దాన్ని అతను వచ్చేటప్పుడు చూశాడు. బంగాళాదుంపల్ని నాటడానికి పొలం దున్నేందుకు పొరుగు జమీందారు దగ్గర్నుంచి లోహ హలం తెచ్చాడు. దాన్ని సాగలం అని పిలుస్తాడతను. గోధుమ కూడా పండిస్తున్నాడు. ఓ చిన్న వివరం లేవిన్‌కి ఆశ్చర్యం కలిగించింది. ముసలతను జల్లించిన రై ధాన్యం పొట్టుని గుర్రానికి పెడుతున్నాడు. రైతులు అలవాటుగా అవతల పారేసే యిలాంటి అద్భుతమైన దాణాని వాడాలని లేవిన్ యెన్నిసార్లు అనుకున్నా యెప్పుడూ చెయ్యలేకపోయాడు. కాని యీ రైతు దాన్ని వాడాడు. ఆ దాణా గొప్పదని ఆకాశానికి యెత్తేస్తున్నాడు.

"పడుచు ఆడవాళ్ళు యెందుకండీ వుంట? కొంచెం కొంచెం అవతల పోస్తారు. అప్పుడు బళ్ళమీద దాన్ని శాలకి తోలుకుపోతారు".

"మా జమీందార్లకి పనివాళ్ళతో యిబ్బందిగా వుంది" అన్నాడు లేవిన్ ముసలతనికి టీ గ్లాసు అందిస్తూ.

"వందనాలండయ్యా" అన్నాడు ముసలతను. కాని చక్కెర వద్దన్నాడు. తను టీ తాగేటప్పుడు కొరుక్కోగా మిగిలిన చక్కెరని చూపించాడు. "పనివాళ్ళతో వ్యవసాయం పనులు అవుతాయా? శుద్ధ దండగ. మీ స్వియాజ్‌స్కీగార్ని తీసుకోండి. ఆయన భూమి యెలాంటిదో మాకు తెలుసు. అలాంటిది మరి ఉండదు. కాని ఆయన రాబడి చూస్తే తీసికట్టే, బాగా చూసుకోకపోవడం వల్ల వచ్చే ఫలితం అది" అన్నాడు.

"కాని నువ్వు కూడా పనివాళ్ళ చేత చేయించుకుంటున్నావు?"

"మాకు మేమే రైతులం కదా. అన్నిట్నీ మేమే స్వయంగా చూసుకుంటాం. పనివాడు బాగా చెయ్యలేదా- తన్ని తగలేస్తాం. వాడి పని మేమే చేసుకుంటాం".

"నాన్నా, ఫినొగేన్‌కి తారు కావాలంట" అని రబ్బర్ బూట్లు వేసుకున్న ముచ్చటైన అమ్మాయి వచ్చి చెప్పింది.

"అదండయ్యా సంగతి" అని ముసలతను లేస్తూ అన్నాడు. అతను చాలాసేపు శిలువ గీసుకుని లేవిన్‌కి కృతజ్ఞతలు చెప్పి బయటికి వెళ్ళాడు.

లేవిన్ బండివాణ్ణి పిలుద్దామని వెనక గదిలోకి వెళ్ళాడు. అక్కడ మగాళ్ళందరూ మేజా దగ్గర భోజనాలకి కూర్చుని వుండడం కనిపించింది. ఆడవాళ్ళు నుంచుని వాళ్ళకి వడ్డన చేస్తున్నారు. ముసలతని దిట్టమైన పడుచు కొడుకు పాయసం నోరంతా కుక్కుకుని, యేదో తమాషా కథ చెప్తున్నాడు. అందరూ నవ్వుతున్నారు. ముసలాడి కూతురు అందరికంటే ఖుషీగా వుండి, ఖాళీ అయిన వో కంచంలో క్యాబేజీ సూప్ వడ్డిస్తోంది.

ఆ అమ్మాయి ముచ్చటైన ముఖంతో, కళకళలాడుతూ కనిపించిన సుఖసంపదలతో ఆ రైతు కుటుంబం చూసి అన్నీ చక్కగా అమిరాయని లేవిన్‌కి తృప్తి కలిగించింది.ఏది ఏమైనా ఆ అనుభూతి చాలా గాఢంగా హత్తుకుంది. లేవిన్ దాన్ని వదిలించుకోలేకపోయాడు. స్వియాజ్‌స్కీ యింటికి చేరేదాకా మాటిమాటికీ ఈ రైతు కుటుంబం వ్యవసాయం గురించిన ఆలోచన వస్తూనే వుంది.

26

స్వియాజ్‌స్కీ ఆ ఉయేజ్డ్‌లోని గొప్పింటివాళ్ళ మార్షల్. లేవిన్ కంటే అయిదేళ్ళు పెద్ద. అతనికి పెళ్ళయి చాలా కాలమైంది. అతని పడుచు మరదలు వాళ్ళింట్లోనే వుంటుంది. ఆమె అంటే లేవిన్‌కి చాలా యిష్టం. ఆ అమ్మాయిని తను పెళ్ళి చేసుకోవాలని స్వియాజ్‌స్కీకి, అతని భార్యకీ వుందని లేవిన్‌కి తెలుసు. పెళ్ళికి యోగ్యమైన పడుచు వాళ్ళందరికి తెలిసి వుండేటట్లే, లేవిన్‌కీ యీ విషయం పిసరు అనుమానానికి తావు లేకుండా తెలుసు. కాని ఆ విషయాన్ని యెవళ్ళూ యెప్పుడూ పైకి చెప్పరు. తను పెళ్ళి చేసుకోవాలని యెంత తనకి వున్నా, యిల్లాలిగా ఆ అమ్మాయి యెంత బాగా వున్నా కిట్టీ అంటే తనకు ప్రేమ లేకపోయినా కూడా తను ఆకాశంలో యెగరలేనట్టే యీ అమ్మాయిని పెళ్ళిచేసుకోలేడని కూడా తనకి తెలుసు. యీ గుర్తింపు, తను స్వియాజ్‌స్కీతో గడుపుతూ పొందవచ్చని ఆశించిన ఆనందంమీద నీడని పరిచింది.

షికారీకి రమ్మని పిలుస్తూ స్వియాజ్‌స్కీ ఉత్తరం అందినప్పుడు లేవిన్‌కి యీ విషయం స్ఫురణకి వచ్చింది. కాని తనని పెళ్ళికొడుకుగా స్వియాజ్‌స్కీ పరిగణిస్తాడని అనుకోవడం తన తప్పు కావచ్చని భావించుకుని అతని వద్దకి వెళ్ళాలనే నిర్ణయించుకున్నాడు. అదీగాక, ఆ అమ్మాయిపట్ల తన భావనలని పరీక్షకి పెట్టాలనీ అంతరంగంలో అతనికి అనిపించింది. స్వియాజ్‌స్కీ కాపరం చాలా సౌఖ్యప్రదంగా ఉంటుంది. వ్యక్తిగా స్వియాజ్‌స్కీయే లేవిన్‌కి జేమ్‌స్త్వో పరిషత్తులోని కార్యకర్తల్లో ఉత్తముడుగా తెలుసు, అతనంటే లేవిన్‌కి యెప్పుడూ సరదాగానే వుండేది.

స్వియాజ్‌స్కీ యెప్పుడూ లేవిన్‌కి ఆశ్చర్యం కలిగించే వాళ్ళల్లోని మనిషిగానే ఉండిపోయాడు. వాళ్ళ ఆలోచనా ధోరణి, అభిప్రాయాలూ మౌలికంగా వుండకపోయినా హేతుబద్ధంగా వుంటాయి, వాటికీ వాళ్ళ జీవిత విధానానికీ యే రకమైన సంబంధమూ వుండదు. వాళ్ళ జీవిత విధానం సునిశితంగా, ధృఢంగా వుంటుంది. స్వియాజ్‌స్కీ చాలా ఉదారమైన అభిప్రాయాలు వున్న మనిషి. అతనికి జమీందారీ గొప్పవాళ్ళంటే ఘృణ భావం వుంది. వాళ్ళల్లో చాలామందికి, పిరికితనం వల్ల వాళ్ళు పైకి తేలకపోయినా, భూస్వామ్య దాసత్వం అంటే పక్షపాతం వుందని అతని నమ్మకం. టర్కీలాగా రష్యా పతనమై పోయిందనీ, రష్యా ప్రభుత్వం కూడా యెంత దుష్టమైందంటే అసలా విషయం గురించి వ్యాఖ్యానం, తాత్పర్యాలు చెయ్యడం అనవసరమనీ అతని భావం. కాని తను మార్షల్‌గా వున్నాడు. అది కూడా ఆదర్శవంతుడైన మార్షల్. ఎక్కడికి వెళ్ళినా ఆ హోదా చిహ్నాలైన యెర్ర పట్టీ, పతకం వున్న టోపీ పెట్టుకునేవాడు. అతని అభిప్రాయంలో మనిషిలా బతకడం అనేది వొక్క విదేశాల్లోనే సాధ్యం. అందుచేత వీలు చిక్కినప్పుడల్లా విదేశాలకి వెళ్ళేవాడు. కాని రష్యాలో సంక్లిష్ట ఆధునిక వ్యావసాయిక పద్ధతుల్తో వుండే పెద్ద జమీనీ నిర్వహించేవాడు. రష్యాలో జరిగేదాన్నంతట్నీ చాలా ఆసక్తిగా గమనించేవాడు. అతని దృష్టిలో రష్యన్ రైతు మానవుడిగా వికసించడానికీ వానరానికీ మధ్య దశలో వున్నాడు. కాని జేమ్‌స్త్వో ఎన్నికలప్పుడు తనే ముందు

మహోత్సాహంతో రైతులతో కరచాలనం చేసి వాళ్ళ అభిప్రాయాలని శ్రద్ధగా వినేవాడు. అతనికి శకునాలన్నా, అపశకునాలన్నా నమ్మకం లేదు. కాని చర్చి ఫాదరీల సంక్షేమం పట్ల చాలా శ్రద్ధ చూపించేవాడు. చర్చిలని సమ్మేళనం చెయ్యకుండా వుండడానికీ అంతే శ్రద్ధ చూపించేవాడు. తను వూళ్ళో వున్న చర్చిని మూసెయ్యకుండా చూసేందుకు చాలా శ్రమపడ్డాడు.

మహిళా సమస్య విషయంలో అతని స్వతంత్రత యింకా విశేషంగా వుంది. మహిళా విమోచన విషయంలో, ముఖ్యంగా ఆడవాళ్ళు పనిచెయ్యడానికి సంబంధించి, అతని అభిప్రాయాలు అతివాద పక్షపాతంగా వుండేవి. భార్యతో యెలా కాపురం చేసే వాడంటే సంతానం లేకుండా స్నేహ పూర్వకంగా వున్న వాళ్ళ దాంపత్యం చూసి అందరూ ముగ్ధులయ్యేవాళ్ళు. పైగా తన భార్య జీవితాన్ని యెలా యేర్పాటు చేశాడంటే వాళ్ళిద్దరూ సాధ్యమైనంత కులాసాగా, ఖుషీగా కాలం వెళ్ళబుచ్చేందుకు తగ్గ ఉమ్మడి ఆసక్తి మినహా తనకిగా ఆమె యే పనీ చేసేది కాదు, చెయ్యగలిగేదీ కాదు.

యితరులలో వున్న ఉత్తమ గుణాలని తప్ప వేరే వాటిని చూసే లక్షణమే లేవిన్‌కి లేకపోయివున్నట్టయితే స్వియాజ్‌స్కీ స్వభావంలో అతనికి గజిబిజి కలిగించేది గాని చిక్కులు పెట్టేది గాని కనిపించి వుండేది కాదు. స్వియాజ్‌స్కీని మూఢుడుగానో, తుంటరిగానో లెక్కవేసే వాడంతే కాని స్వియాజ్‌స్కీని మూఢుడనలేడు, యేమంటే స్వతహాగా అతను బుద్ధిశాలి, బాగా చదువుకున్నవాడు, తన పాండిత్యాన్ని ప్రదర్శించని అణుకువతనం వున్న వాడూనూ. అతనికి తెలియని విషయం లేదు. కాని అవసరం పడినప్పుడే తన జ్ఞానాన్ని చూపించేవాడు. అతన్ని తుంటరి అని అసలే కొట్టిపారెయ్యలేడు. యేమంటే స్వియాజ్‌స్కీ నిస్సందేహంగా నిజాయితీపరుడు, దయాళువు, బుద్ధిశాలి. ఉత్సాహంగా, శక్తితో విరామం లేకుండా అతని తోటి వాళ్ళందరూ మెచ్చుకునేటట్టు పనిచేస్తాడు. అతను ఉద్దేశపూర్వకంగా యెప్పుడూ తప్పు చెయ్యడనీ, చెయ్యగలగలేడనే విషయం ఖాయం.

అతన్ని అర్థం చేసుకుందామని లేవిన్ ప్రయత్నించాడు. కాని అర్థం చేసుకోలేకపోయాడు. స్వియాజ్‌స్కీ జీవితం లేవిన్‌కి యెప్పుడూ విడివడని చిక్కు ప్రశ్నలాగానే వుండిపోయింది.

లేవిన్‌కీ అతనికీ స్నేహం. అందుకని లేవిన్ అతని జీవిత దృక్పథం తెలుసుకుందామని, శోధించుకుందామనీ ప్రయత్నించాడు. కాని ప్రయత్నం ముందుకు సాగలేదు. అందరికీ తెరిచి వుంచిన స్వియాజ్‌స్కీ మనసు తలుపులు దాటి లోపలి గదుల్లోకి లేవిన్ యెప్పుడు ప్రవేశించాలని ప్రయాసపడినా స్వియాజ్‌స్కీ కొంచెం చింతాక్రాంతుడై పోయేవాడు. లేవిన్ తన పేగులు లెక్కపెట్టేస్తాడేమోనని భయపడినట్టు వొక భీతి భావం అతని ముఖంమీద దూసుకుపోయేది. అతను నవ్వుతూ, సహృదయంతో లేవిన్‌ని మళ్ళించేసేవాడు.

యిప్పుడు వ్యవసాయం పనుల నిర్వహణ పట్ల ఆసక్తి పోయాక స్వియాజ్‌స్కీ దగ్గరకి వెళ్ళడం లేవిన్‌కి సంతోషంగా ఉంది. స్వియాజ్‌స్కీ దంపతులు గువ్వ పిట్టల్లా బాగా అమిరిన గూట్లో వుండడమూ తమకి తాము తృప్తిగా, అందరితోనూ తృప్తి పడడమూ చూసి లేవిన్ ప్రసన్న భరితుడయ్యాడు. వాళ్ళ జీవితం అంత తేటగా, సునిశితంగా, ఉల్లాసభరితంగా వుండేటట్టు చేసిన రహస్యం యేమిటో తెలుసుకోవాలని లేవిన్‌కి అనిపించింది. అంతే కాదు,

స్వియాజ్స్కీ దగ్గర యిరుగుపొరుగు జమీందార్లు తగులుతారు. వ్యవసాయం గురించీ, ఫలసాయం గురించీ వ్యవసాయ కార్మికుల్ని పనిలో పెట్టుకోవడం గురించీ, వాళ్ళతో మాట్లాడి వాళ్ళ అభిప్రాయాలు కూడా తెలుసుకోవచ్చునిపించింది. వీటిని ఉదాత్తమైన విషయాలుగా పరిగణించారు. ఆ విషయం లేవిన్‌కి తెలుసు. కాని ప్రస్తుతంలో అతనికి ముఖ్య ఆసక్తికరంగా కనిపించినవి యివే. 'ఇవి భూస్వామ్యదాస వ్యవస్థలో ముఖ్యం అయి వుండకపోవచ్చు. ఇంగ్లండ్‌లో ముఖ్యం కాకపోయి వుండొచ్చు. ఈ రెండింటిలోనూ స్థిరత్వ పరిస్థితులు వున్నాయి. కాని ప్రస్తుతం యిక్కడ అంతా తారుమారు అయిపోయి కొత్త రూపు దాల్చే సమయంలో పరిస్థితులు యెలా కుదురుకుంటాయి అనేది రష్యాకి సంబంధించి అత్యంత ప్రాముఖ్యం గల ప్రశ్న' అనుకున్నాడు లేవిన్.

షికారీ లేవిన్ ఆశించినట్టు లేకపోయింది. బాడవ యెండిపోయింది. కంజులు లేవు. రోజంతా తుపాకీ భుజాన్న వేసుకుని తిరిగినా మూడు పిట్టల్ని మాత్రం కొట్టి పట్టుకువచ్చాడు. కాని వేట తర్వాత యెప్పుడూ వుండేటట్టుగా ఆకలితో బాగా నకనకలాడుతూ తిరిగి వచ్చాడు. శారీరక శ్రమ తర్వాత అతనికి యెప్పుడూ అనుభవంలోకి వచ్చే ఉత్సాహభరిత మానసిక స్థితిలో చురుకెక్కిన బుద్ధికుశలతతో తిరిగివచ్చాడు. వేట సమయంలో, మనస్సుకి వేరే ఆలోచనలు రావని అనుకునే ఆ సమయంలో కూడా, సగం దారిలో తనకి తటస్థపడిన ముసలాయన కుటుంబం గురించే మనస్సుకు తట్టేది. ముసలతని కుటుంబంలో శ్రద్ధగా చూసి నేర్చుకోవలసింది యేదో వుంది.

ఆ సాయంత్రం టీ తాగేటప్పుడు యేదో వ్యవహార విషయాలు మాట్లాడేందుకు వచ్చిన యిద్దరు జమీందార్ల సమక్షంలో ప్రసంగ విషయం లేవిన్ ఆశించినదానితోనే మొదలైంది.

బల్ల దగ్గర లేవిన్ యింటి యిల్లాలి పక్కన కూర్చున్నాడు. అతనికెదురుగా కూర్చున్న ఆమె చెల్లెలితోనూ అతను మాట్లాడుతాడని అనుకున్నారు. యిల్లాలు పొట్టి. ఆమెది గుండ్రటి మొహం, బంగారు రంగు జుట్టు, చిరునవ్వుతో తొణికిసలాడుతుంది. నవ్వినప్పుడు బుగ్గలు సొట్టలు పడుతున్నాయి. తన పాలిట చిక్కు ప్రశ్నగా తయారైన ఆమె భర్త నిగూఢత్వాన్ని ఆమె ఛేదిస్తుందని లేవిన్ ప్రయత్నించాడు. కాని యేదో యిబ్బంది పడుతున్నట్టు అనిపించి సునాయాసంగా ఆలోచన చెయ్యలేకపోయాడు. అతనికి సతమతమవుతున్నట్టు అనిపించడానికి కారణం స్వియాజ్స్కీ మరదలు ప్రత్యేకమైన ఫ్రాక్ వేసుకొని అతని ముందు కూర్చోవడం. అలా వేసుకోవడం తన కోసమేనని అతను భావించుకున్నాడు. ఆ ఫ్రాక్ ఆమె తెల్లటి ఛాతీమీద సమలంబ చతుర్భుజ కత్తిరింపుతో వుంది. ఛాతీ చాలా తెల్లగా వుండడం సంగతి యెలా వున్నా, యీ సమలంబ చతుర్భుజ ఫ్రాక్‌వల్ల లేవిన్‌కి ఆలోచనలు సునాయాసంగా లేకుండా యిబ్బంది కలిగింది. తనని దృష్టిలో వుంచుకునే ఫ్రాక్ మెడ అలా కత్తిరించడం జరిగిందని భావించుకున్నాడు. అందుకని అటు చూడ్డం ఉచితం కాదని అనుకున్నాడు. అటు చూడకుండా వుండాలని ప్రయత్నించాడు. ఫ్రాక్‌ని అలా కత్తిరించి కుట్టడానికి దోషం తనదేనని అతనికి అనిపించింది. అందుకని అతను సిగ్గుపడిపోయాడు, అస్థిమితంగా వున్నాడు. అతను అస్థిమితంగా వుండటం స్వియాజ్స్కీ ముచ్చటైన మరదలుమీద ప్రభావం కలిగించింది. కాని

యిల్లాలు మాత్రం దాన్ని గమనించనట్టే నటించి చెల్లెల్ని మాటల్లోకి దింపాలని ప్రయత్నించింది.

"అయితే మీరంటారు" అని ఆమె అంతకుముందే మొదలైన సంభాషణని మొదలుపెట్టింది. "మా ఆయనకి రష్యన్ వస్తువులంటే సరదా వుండదని. దానికి విరుద్ధం, విదేశాలలో వున్నప్పుడు ఆయన సంతోషంగానే వుంటారు గాని యింటి దగ్గరున్నంత సంతోషంగా యెప్పుడూ వుండరు. ఇక్కడ తన నైజం కనిపిస్తూ వుంటుంది. చేతినిండా పని వుంటుంది. అన్ని విషయాల పట్ల ఆసక్తి వుంటుంది. అవును, మీరు మా బడి చూశారా?"

"ఆ.... ఆ లతలు అల్లుకున్న యిల్లే కదూ?"

"ఆఁ, అది నాస్త్యా పని" అంది చెల్లెలికేసి తిరిగి.

"మీరే అక్కడ చదువు చెప్తున్నారా?" అని లేవిన్ అడిగాడు. ఫ్రాక్ మెడ కత్తిరింపు తప్పించుకుని చూడాలని ప్రయత్నించాడు. కాని అటువైపు చూపు మళ్ళితే మెడ తప్పకుండా కనిపిస్తూనే వుంది.

"ఆఁ, నేనే పాఠాలు చెప్పేదాన్ని, యింకా చెప్తున్నాను గాని మంచి పంతులమ్మ వచ్చింది. మేం శరీర వ్యాయామం కూడా నేర్పడం మొదలుపెట్టాం"

"వద్దు, చాలండి, యింక టీ వద్దు" అన్నాడు లేవిన్. తనకి మర్యాదగా వుండదేమోనని అనుకుంటూనే, సంభాషణని యిలా కొనసాగించలేక సిగ్గుతో యెర్రబడుతూ లేచి నుంచున్నాడు. "వాళ్ళు మంచి ఆసక్తికరమైన విషయం చర్చిస్తూ వున్నట్టున్నారు" అని అంటూ అతను బల్ల అటువైపు వెళ్ళాడు. అక్కడ స్వియాజ్స్కీ, యిద్దరు జమీందార్లూ కూర్చున్నారు. స్వియాజ్స్కీ మేజాకి పక్కవాటుగా కూర్చుని ఓ చేత్తో కప్పు పట్టుకుని ఆడుకుంటున్నాడు. రెండో చేత్తో గడ్డం మెలి తిప్పుకుంటూ, వాసన చూస్తున్నట్టుగా ముక్కు దగ్గర పెట్టుకుని మళ్ళీ కిందకి జారవిడుస్తున్నాడు. మిలమిల మెరిసే అతని నల్లని కళ్ళు కోపంతో బుస్సుమంటూ వున్న నెరిసిన మీసాలాయనమీద లగ్నం అయి వున్నాయి. ఆ జమీందారుగారు మాట్లాడే విషయం అతనికి సరదాగా వున్నట్టు కనిపిస్తోంది. జమీందారుగారు రైతుల గురించి పితూరిచేస్తూ మాట్లాడుతున్నాడు. ఆయన మాటలకి స్వియాజ్స్కీ దగ్గర జవాబు సిద్ధంగా వుందని లేవిన్‌కి తెలుసు. అది వెంటనే ఆయన నోరు కట్టించేస్తుంది కాని జవాబు చెప్పడం బాగోదని చెప్పకుండా వున్నాడు. ఖుషీగానే జమీందారుగారి మాటలు వింటూ కూర్చున్నాడు.

నెరిసిన మీసాలాయన భూస్వామ్య దాస్య వ్యవస్థని బలపరిచే మనిషన్న విషయం తెలుస్తూనే వుంది. ఆయన తన జీవితమంతా పల్లెలోనే బతికాడు, వ్యవసాయానికి అర్పితమైపోయాడు. లేవిన్‌కి యీ లక్షణాలు అతని వేషధారణలో కనిపించాయి. ఆయన తన పాత కాలపు చమ్కీ కోటు తొడుక్కున్నాడు, అది ఆయన మామూలు వేషం కాదని తెలుస్తూనే ఉంది. ముడుచుకున్న కనుబొమలతో తెలివితేటలు కనిపించే కళ్ళు, ఆడంబరంగా వుండే రష్యన్ భాష, యెప్పుడూ అదే ధోరణిలో మాట్లాడుతూ వుండడం వల్ల అబ్బిన అధికారిక స్వరం, మాట్లాడే విషయాన్ని తెగేసి చెపుతున్నట్టుగా యెండకి కమిలిన అందమైన పెద్ద చేతుల్ని విసరడం, వో చేతి అనామికకి వున్న పాతకాలపు పెళ్ళి ఉంగరం లాంటివన్నీ ఆ లక్షణాలని ద్యోతకం చేశాయి.

27

"అమర్చినదాన్ని విడిచిపెట్టడం బాధ కలిగించకుండా వున్నట్లయితే...యెంత శ్రమించాం....చేతులు జాడించుకుని అమ్మేసి చక్కాపోతాను స్వియాజ్స్కీ లాగా...'సుందరి హెలెన్'* పాట వింటా..." అన్నాడు జమీందారు. తెలివితేటలు ఉట్టిపడే ఆయన వృద్ధ వదనం మీద చిరునవ్వు వెలిగింది.

"కాని వదిలిపెట్టడం లేదుగా, అంటే యేదో కారణం వుందన్నమాట" అన్నాడు స్వియాజ్స్కీ.

"కారణం యేముందీ! నా యింట్లో నేను వుంటున్నాను, యిదేం కొన్నదీ, అద్దెకి తీసుకున్నదీ కాదు. పైగా రైతులకి తెలివి రాదా అని ఆశ వొకటుంది కదా. వొప్పుకోండి, మానండి యిప్పుడున్న స్థితి తాగుబోతు బటాచోర్ వ్యవహారం, ఆс. భూమి ఖండ ఖండాలు చేసెయ్యడమూ వో ఆవుగాని, గుర్రంగాని లేకపోవడం రైతులు ఆకలితో మాడుతూ వున్నా. వాళ్ళని పనిలో పెట్టుకోండి!– అన్నిట్నీ తగలేసి నిప్పెట్టేస్తారు! పై పెచ్చు మిమ్మల్ని పంచాయితీకి లాగుతారు".

"కాని పంచాయితీకి మీరే ఫిర్యాదు చెయ్యొచ్చుకదా!" అన్నాడు స్వియాజ్స్కీ.

"నేనా! ఫిర్యాదులు చెయ్యడమా? ఎట్టి పరిస్థితుల్లోనూ వద్దు బాబోయ్! ఫిర్యాదు మాట యెత్తడమే సంకటం. గుర్రాల క్షేత్రంలో యేమైంది? కూలి డబ్బులు దండుకున్నారు, చక్కాపోయారు. మునసబు యేం చేశాడు? వాళ్ళని విడుదల చేసి పారేశాడు. వోలొస్త్ కోర్టువల్లా, గ్రామపెద్ద వల్లా యింకా నడుస్తోంది. అతను పాత రోజుల్లోలాగ మంచిమాట చేస్తున్నాడు. అదే లేకపోయినట్లయితే అన్నిట్నీ వదులుకుని యెక్కడికైనా పారిపోవడమే యిక".

ఆయన స్వియాజ్స్కీకి పురి పెడుతున్నాడని తెలుస్తూనే వుంది. కాని స్వియాజ్స్కీకి కోపం రావడం లేదు అతనికి సరదాగా వున్నట్టే వుంది.

"అలాంటి చర్యలు యేమీ లేకుండానే మేము మా వ్యవసాయం జరిపిస్తున్నాం" అని చిరునవ్వు నవ్వుతూ అన్నాడు. "లేవిన్, నేనూ, ఆయనా".

స్వియాజ్స్కీ రెండో జమీందారుకేసి చూపించాడు.

"ఆс, మిఖయిల్ పెత్రోవిచ్ వ్యవసాయం చేయిస్తూనే వున్నాడు, యెలాగో యేమిటో మరి అడగండి. దాన్నేమన్నా రేషనల్ వ్యవసాయమేనంటారా?" అని ఆ జమీందారుగారు ముదలకించాడు. 'రేషనల్' అనే కొత్త మాట ఆయనకి గొప్పగా కనిపించినట్టే వుంది.

"నేను వ్యవసాయాన్ని సీదాసాదాగా నడిపిస్తాను, దేవుడి దయవల్ల. నా పద్ధతి యేమంటే ఆకురాలు కాలంలో రైతుల పన్నులకి సొమ్ము తయారుగా వుంచుతాం. రైతులు నా దగ్గరకి వచ్చి 'అయ్యా, సాయం చెయ్యండ'ని అడుగుతారు. వాళ్ళు మనవాళ్ళే కదా, మన యిరుగుపొరుగువాళ్లు. వాళ్ళంటే జాలి పుట్టకుండా వుంటుందా? అందుచేత వాళ్ళ పన్నులో మూడోవంతు ముందుగానే యిచ్చి 'ఓరి బాబులూ, మీకు నేను సాయం చేస్తున్నాను, గుర్తుంచుకోండి నాకవసరం పడినప్పుడు మీరు వచ్చి ధాన్యం విత్తడానికి, గడ్డి కోతకి, పంటకోతకి

నాకు సాయం చెయ్యాలి? యీ రకంగా ప్రతి కుటుంబం చెయ్యాల్సిన పని గురించి వాళ్ళతో మాట్లాడి తేల్చడమే. వాళ్ళల్లో బటాచోర్లు వుంటారనుకోండి అది వేరే విషయం".

ఈ పురాతన పితృస్వామిక వ్యవస్థ లేవిన్‌కి బాగా పరిచితమే. అతను స్వియాజ్‌స్కీకేసి చూసి, మిఖయిల్ పెత్రోవిచ్ మాటకి అడ్డం వెళ్ళి, నెరిసిన మీసాలాయన్ని ఉద్దేశించి మాట్లాడాడు.

"మీ అభిప్రాయం యేమిటి? వ్యవసాయం యెలా సాగించాలని మీరనుకుంటున్నారు?" అని అడిగాడు.

"మిఖయిల్ పెత్రోవిచ్ లాగానే. అర్ధ ఫలసాయం యిచ్చేటట్టో లేదా కౌలుకో రైతులకి భూమిని యిచ్చెయ్యడమే. అలా చెయ్యొచ్చు గాని దేశసంపద తగలడుతుంది. భూస్వామ్య దాన పద్ధతి వున్నప్పుడు, వ్యవసాయం యేర్పాట్లు బాగా చేసుకుని నేను తొమ్మిది వంతులు ఫలసాయం పొందితే, యీ ఫలసాయం పంపకం పద్ధతిలో మూడు వంతులు మాత్రమే యిప్పుడు వస్తుంది. భూస్వామ్యదాసుల విమోచనం రష్యాని నాశనం చేసి పారేసింది".

స్వియాజ్‌స్కీ హాసపూరితమైన కళ్ళతో లేవిన్‌కేసి చూశాడు. తనకి సరదాగా వుందని తెలియచేసే సూచన కూడా చేశాడు. కాని జమీందారుగారు చెప్పేదాంట్లో లేవిన్‌కి వేళాకోళంగా వుండేదేం కనిపించలేదు. స్వియాజ్‌స్కీ కంటే అతనికి ఆయనే బాగా అర్థం అయ్యాడు. విమోచన రష్యాకి యెందువల్ల వినాశకరం అయిందీ అని ఆయన వివరించే దాంట్లో చాలా భాగం లేవిన్‌కి సబబుగానే కనిపించింది. లేవిన్‌కి కొత్తవి అనిపించే వాదనలని ఆయన ముందు పెట్టాడు. అవి తిరుగులేనివిగా కనిపించాయి. జమీందారుగారు తన ఆలోచననే వివరిస్తున్నారని తెలుస్తూనే వుంది. అలాంటిది అరుదుగా కనిపించే సుగుణం. తను బతుకుతూ వున్న జీవన పరిస్థితులనుంచి పుట్టినవి. వాటిని గురించి ఆయన తన పల్లెటూరి యేకాంత జీవితంలో యోచన చేసుకున్నాడు. వాటిని గురించి అన్ని వైపులనుంచీ తర్కించుకున్నాడు.

"అన్ని రకాల ప్రగతి చర్యలని అధికారంలో వున్నవాళ్ళే ప్రవేశపెడతారు" అని ఆయన తను విద్యావంతుణ్ణి అని చూపించుకోవడానికి ఆతృత పడుతున్నట్టు అన్నాడు. "పీటర్ ది గ్రేట్, కాథరిన్ రాణీ, అలెగ్జాండర్ చక్రవర్తి చేసిన సంస్కరణలు తీసుకోండి. లేకపోతే యూరోపియన్ చరిత్రని తీసుకోండి. ముఖ్యంగా వ్యావసాయిక పురోగతి విషయంలో యిది మరీ నిజం. వెధవ బంగాళదుంప సంగతే చూడండి! దాన్ని కూడా జబర్దస్తీగా ప్రవేశపెట్టాల్సి వచ్చింది. యిక కొయ్యనాగళ్ళతో ఎప్పుడూ భూమి దున్నేవాళ్ళు కాదు. వాటిని కూడా బహుశా మధ్యయుగాల్లో బలవంతంగా ప్రవేశపెట్టించి వుంటారు. భూస్వామ్య దాస్య వ్యవస్థని రద్దు చేయక పూర్వం జమీందార్లం ఆధునిక వ్యావసాయిక పద్ధతుల్ని ప్రవేశపెట్టాం. ఆరబెట్టే యంత్రాలు, తూర్పారబట్టే యంత్రాలు ఉపయోగించడం, పొలాలకి యెరువులు వెయ్యడం, అన్ని రకాల కొత్త యంత్రాలని తేవడం లాంటివన్నీ, ఆ పన్లు చేసే అధికారం వుండబట్టి అన్నీ చేశాం. మొదట్లో రైతులు అడ్డగించారు, తర్వాత వాళ్ళూ మా దార్లోనే వచ్చారు. ఇప్పుడు భూస్వామ్య దాస వ్యవస్థ రద్దవడంతో మా అధికారాన్ని హరించేసినట్టయింది. ఆధునిక ఉన్నత స్థాయికి మేం తీసుకెళ్ళిన వ్యవసాయం మళ్ళీ ఆదిమ అనాగరిక దశకి జారిపోతుంది.

నాకలా అనిపిస్తోంది" అన్నాడు.

"యెందుకని? మీకది రేషనల్ పద్ధతి అని తోస్తే కూలీలని పెట్టుకుని మీరు కొనసాగించవచ్చు" అన్నాడు స్వియాజ్స్కీ.

"అధికారం లేదు, బాబూ. యెవళ్ళ మద్దతుతో సాగించమంటారు చెప్పండి"

"అద్గదీ' అనుకున్నాడు లేవిన్. 'శ్రమ- నిర్వహణలో ముఖ్య అంశం'.

"కూలీల మద్దతుతో" అన్నాడు స్వియాజ్స్కీ.

"మన కూలీలకి పని పడదు, ఆధునిక పరికరాలు పడవు. వాళ్ళకి కావల్సిందల్లా వొక్కటే- పీకల మొయ్యా తాగడం, వాళ్ళ చేతులలో పడిందాన్ని తగలెయ్యడం. గుర్రాలకి మూర్ఖత్వంగా నీళ్ళు పోసి చంపేస్తారు. మంచి ముస్తీబుని విరగ్గొట్టేస్తారు. బండి చక్రాల టైర్లని వూడపీకి అమ్మేస్తారు. ఆ వచ్చిన డబ్బుతో వోద్కా తాగేస్తారు. నూర్పుడు యంత్రాల్లోకి బోల్టులు పడేసి విరగ్గొట్టేస్తారు. తమ పద్ధతి తప్ప యే పద్ధతీ వాళ్ళు భరించరు. అందుకనే వ్యవసాయం తీసికట్టయిపోతుంది. పొలాన్ని పట్టించుకోరు- కలుపు మొక్కలు పెరిగిపోయి వుంటాయి. ఆ వున్న చెక్కని ఖండ ఖండాలుగా పంచేసుకుంటారు. ఒకప్పుడు పుట్లకొద్దీ పండే పొలం యిప్పుడు తూములకి పడిపోయింది. దేశం మొత్తం ఆదాయం తగ్గిపోయింది. యిప్పుడు తీసుకున్న యీ చర్యలనే కొంచెం ముందు చూపుతో చేసినట్టయితే..."

అక్కణ్ణుంచి ఆయన విమోచనకి సంబంధించి తన యోచనని వివరించాడు. దాని ప్రకారం వెడితే యీ చెడుగులు వుండేవి కాదు.

లేవిన్‌కి యిందులో ఆసక్తి కలగలేదు. ఆయన ముగించగానే అతను స్వియాజ్స్కీ కేసి తిరిగి సమస్యకి సంబంధించిన మొదటి విషయంలో అతని అసలు అభిప్రాయం యేమిటో రాబట్ట ప్రయత్నించాడు.

"వ్యవసాయం దిగనాసిల్లి పోతున్న మాట నిజం. పనివాళ్ళతో మన సంబంధాలు వ్యవసాయాన్ని రేషనల్ దారిలో, ప్రయోజనకరంగా పెడతాయన్నది అసంభవం" అన్నాడు.

"నేనొప్పుకోను" అని స్వియాజ్స్కీ గంభీరంగా అభ్యంతరం చెప్పాడు. "నా అభిప్రాయం యేమంటే మనకి వ్యవసాయాన్ని అజమాయిషీ చెయ్యడం తెలీదని. భూస్వామ్య దాస వ్యవస్థలో మన అజమాయిషీ హెచ్చు స్థాయిలో వుండేది కాదు. చాలా తగ్గు స్థాయిలో వుండేది. మనకి మంచి యంత్రాలా లేవు. సరైన గుర్రాలా లేవు. మంచి నిర్వహణ పద్ధతులా తెలీవు. జమా ఖర్చుల పద్దులా మనం యెరుగం. ఏ జమీందార్నైనా తీసుకోండి. యేది తనకి లాభదాయకమో, నష్టదాయకమో చెప్పలేడు".

"ఇటాలియన్ పద్ధతి జమాఖర్చులు" అన్నాడు నెరిసిన మీసాలాయన వెటకారంగా. "అన్నీ తగలెట్టేస్తూ వుంటే యే జమా ఖర్చులూ పనికి రావు" అన్నాడు.

"యెందుకు తగలెడతారు అన్నిటీని? గుర్రాలులాగే పనికిమాలిన రష్యన్ యంత్రాల్ని పాడుచేస్తారు గాని నా ఆవిరి నూర్పిడి యంత్రాన్ని యెవరూ పాడు చెయ్యరు. మీ పాత పల్లెటూరి ముసలి గుర్రాల్లాంటి వాటిని- దాని పేరేదో వుంది కదూ?- మెలిపెట్టే జాతిని,

తోక మెలిపెట్టి పని చేయించాలే వాటిని, వాటిని తగలెయ్యొచ్చు. కాని పెర్షెరాన్ జాతి గుర్రాల్ని లేదా కనీసం మంచి బండిలాగే మోట గుర్రం జాతికి తిండి యెవళ్ళూ తగలెయ్యరు. అన్నిటితోనూ అంతే. మనం మెరుగు పర్చుకోవాల్సింది మన నిర్వహణ పద్ధతిని" అన్నాడు.

"అందుకు తగ్గ తాహతు అంతా యెక్కడిదండీ! మాటలు అనడానికేం, యిప్పుడు మా అబ్బాయి ఒకడు యూనివర్సిటీలో చదువుతున్నాడు. మిగతా పిల్లలు బళ్ళో వున్నారు. యెక్కణ్ణుంచి తెచ్చి కొనమంటారు పెర్షెరాన్ గుర్రాల్ని?"

"మరి బేంకులున్న దెందుకంటారు?"

"యీ వున్న దాన్ని కాస్తా వేలం పాట పాలు చెయ్యమంటారా? మీకో దణ్ణం"

"వ్యవసాయ స్థాయిని పెంచి తీరాలనీ, పెంచగలమనీ అనే దాంతో యేకీభవించలేను" అన్నాడు లేవిన్. "నేను ప్రయత్నించాను, అందుకు తాహతు నాకూ వుంది. కాని యేమీ సాధించలేకపోయాను. బ్యాంకులు యేం లాభదాయకమో నాకు తెలియదు. నా మట్టుకి నాకు వ్యవసాయం పనిలో పెట్టిన దంతా కృష్ణార్పణం అయిపోయింది- యంత్రాలు, పశువులు అన్నీ నష్టమే" అన్నాడు.

"ఇదీ ముమ్మాటికీ నిజం" అని మీసాలాయన తృప్తిగా వత్తాసు యిచ్చాడు.

"పైగా అలా వున్నది నేనొక్కణ్ణే కాదు. రేషనల్‌గా వ్యవసాయం నడిపించే ప్రయత్నం చేసే భూస్వాములందరి మాటా చెప్తున్నాను. నూటికీ కోటికీ వొకళ్ళూ ఆరా తప్ప అంతా నష్టపోతూనే ఉన్నారు. మీరే చెప్పండి మీ వ్యవసాయం లాభంగా సాగుతోందా?" అని లేవిన్ అడిగాడు. అప్పుడు స్వియాజ్‌స్కీ చూపులో క్షణికమైన భయం గోచరమైంది. స్వియాజ్‌స్కీ అంతరంగం లోపలికి ప్రవేశించాలని తను ప్రయత్నం చేసినప్పుడల్లా గోచరమయే మెరుపు అది.

లేవిన్ అలాంటి ప్రశ్న వెయ్యడం ధర్మంగా లేదు. ఇంటావిడ అంతకుముందు కొంచెంసేపటి క్రితం టీ త్రాగేటప్పుడు అతనికి చెప్పింది. వాళ్ళాయన వో జర్మన్ అకౌంటెంట్‌ని పిలిపించాడనీ, అయిదు వందల రూబుళ్ళ పారితోషకం యిచ్చాడనీ, అతను తమ ఆర్థిక పరిస్థితిని పద్దులు రాసి వ్యవసాయం సాలుకి మూడు వేలో అంతకు కొంచెం పైబడో నష్టంతో సాగుతోందని తేల్చాడనీ చెప్పింది. ఖచ్చితంగా యెంతో ఆమెకి గుర్తులేదట గాని జర్మన్ అకౌంటెంట్ కోపెక్కుతో సహా లెక్కవేశాడని చెప్పింది.

నెరిసిన మీసాల జమీందారు స్వియాజ్‌స్కీ వ్యవసాయం లాభసాటిగా సాగుతోందన్న చర్చ చూసి ముసిముసి నవ్వులు నవ్వుకున్నాడు. తన పొరుగున వున్న మార్షల్‌గారు యేం లాభాలు గూబల్లో దింపుకుంటున్నాడో ఆయనకి తెలియదు కనకనా.

"నాకు లాభం రాకపోవచ్చు. దానివల్ల నేను మంచి దక్షుడైన యజమానిని కాననే తేలుతుంది, లేదా నా శిస్తు పెంచుకోవడానికి మదుపు పెట్టానని" అన్నాడు స్వియాజ్‌స్కీ.

"అబ్బ శిస్తు" అని లేవిన్ పెద్ద చదువు తగిలినట్టు గట్టిగా చించుకున్నాడు. "యూరప్‌లో భూమిమీద పెట్టిన శ్రమవల్ల అది మెరుగుపడి వ్యవసాయంలో శిస్తు రావచ్చు వాళ్ళకి. కాని

370 టాల్‌స్టాయ్

మన దగ్గర శ్రమపడే కొద్దీ అధ్వాన్నం అవుతుంది. చావ దున్నేయడం, అంతే. దాన్నుంచి శిస్తేం రాదు" అన్నాడు.

"శిస్తు యెందుకు రాదు? అది అర్థశాస్త్ర నియమం".

"అయితే మనం ఆ నియమానికి బయట వున్నాం. శిస్తు అనే దానివల్ల మనకు యేమీ స్పష్టం అవదు. పైపచ్చు మన బుర్రలు కంపు అవుతాయి అంతే. మరేం అనుకోకపోతే చెప్పండి. శిస్తు యే సిద్ధాంత రీత్యా..."

"పెరుగు తాగుతారా? ఆ పెరుగు యిలా అందించు మాషా లేకపోతే రాస్ప్‌బెర్రీలనైనా సరే" అని స్వియాజ్‌స్కీ భార్యని అడిగాడు. "యీ యేడాది రాస్ప్‌బెర్రీలు యింకా వస్తూనే వున్నాయి" అన్నాడు.

సంభాషణ ముగిసిందనే అనుకుని స్వియాజ్‌స్కీ మంచి హుషారుగా లేచి వెళ్ళిపోయాడు, లేవిన్‌కి సంభాషణ అప్పుడే మొదలైందని అనిపిస్తే.

వాదించడానికి మనిషి లేకపోయినా లేవిన్ నెరిసిన మీసాల జమీందారుగారితో చర్చ కొనసాగించాడు. అసలు చిక్కు అల్లా పనివాళ్ళ అలవాట్లనీ ధోరణులనీ గురించి సక్రమంగా పరిశీలించకపోవడం నుంచే వచ్చిందని రుజువు చెయ్య ప్రయత్నించాడు. కాని తను సొంత పద్ధతిలో యేకాంతంగా ఆలోచించడానికి అలవాటు పడ్డ వాళ్ళందరికిలాగా ఆ జమీందారు గారికి యితరుల అభిప్రాయాలని అర్థం చేసుకోవడం కష్టం అనిపించింది. తన ఆలోచనా సరళిపట్ల పక్షపాతంతో వుండిపోయాడు. రష్యన్ రైతు పశువు అనీ, పశువులాగానే ప్రవర్తించడం అతనికి యిష్టమనీ, అతని పశుత్వాన్ని వదిలించడానికి కఠిన చట్టం అవసరమనీ, అలాంటిది యిప్పుడు లేదనీ ఆయన నొక్కి చెప్పాడు. గట్టి బడితె అవసరం, కాని మనం చాలా ఉదారులమై పోయాం, శతాబ్దాల నాటి బడితెని అవతల పారేసి వకీళ్ళని జైళ్ళనీ దాని స్థానంలో పెట్టాం. యీ జైళ్ళల్లో మురికి కంపు కొట్టే రైతులకి మంచి సూప్‌ని తినిపిస్తూ యిన్ని ఘనపుటడుగుల జాగాని కేటాయించారు అన్నాడు.

"కాని యెందుకు అనుకోరు..." అని సమర్థవంతంగా పనిచేసేటట్టు పనివాడికి బుద్ధి పుట్టించే సంబంధాలని కనిపెట్టడం సాధ్యమేనని మౌలిక సమస్య కేసి లేవిన్ మళ్ళాడు.

"రష్యన్ రైతుల విషయంలో అలాంటిది యెన్నటికీ సాధ్యం కాదు. బలమైన చట్టం లేదు" అని నెరిసిన మీసాలాయన జవాబు చెప్పాడు.

"కొత్త పరిస్థితులు యెలా పుడతాయి?" అని స్వియాజ్‌స్కీ అడిగాడు. అతను పెరుగు తిని, సిగరెట్ కాల్చి మళ్ళీ చర్చించుకునే వాళ్ళ దగ్గరికి వచ్చాడు. "శ్రమ శక్తికి సంబంధాల గురించి చెప్పగల వాటి నన్నిటినీ చెప్పెయ్యడం జరిగింది, వాటిని గురించి అధ్యయనం చెయ్యడం జరిగిపోయింది. బర్బరత్వపు అవశేషం- అందరి పట్లా బాధ్యత వహించే ఆదిమ కాలం నుంచీ వున్న రైతు కమ్యూన్* దానంతట అదే అంతం అయిపోతోంది. భూస్వామ్య దాస

వ్యవస్థ సమాప్తం అయింది. యిక స్వతంత్ర శ్రమ మిగిలింది. దీని రూపాలు నిశ్చితంగానే వున్నాయి, వాటిని స్వీకరించాలి. వ్యవసాయ కార్మికులు, రోజువారీ కార్మికులు, మధ్య తరగతి రైతులు[1] – యీ పరిధి దాటిపోలేదు" అన్నాడు.

"కాని యూరప్ యీ రూపాలతో తృప్తిపడటం లేదు".

"తృప్తిపడడం లేదు, అన్వేషిస్తున్నారు. తప్పకుండా కొత్త రూపాలని కనిపెడతాడు".

"అదే సరిగ్గా నేను చెప్తున్నదీనీ! వాటి కోసం మనమే యెందుకు వెతకకూడదు?" అన్నాడు లేవిన్.

"యెందుకంటే రైల్వే నిర్వహణ పద్ధతుల్ని మళ్ళీ ఆవిష్కరించుకోవడంలాగా వుంటుంది యిది. ఆ పద్ధతుల గురించి ఆలోచించడమూ జరిగింది. అవి మన ముందు తయారుగానూ వున్నాయి".

"కాని అవి మనకి సరిపడకపోతే? అవి తెలివితక్కువవీ అయితే?" అని లేవిన్ అడిగాడు.

అతనికి మళ్ళీ స్వియాజ్స్కీ కళ్ళల్లో భయం కనిపించింది.

"ఆc, మనం అన్నీ ఉగ్గుబాలతో పట్టేస్తాం. యూరప్ దేనికోసం వెతుకుతుందో దాన్ని మనం యిప్పటికే ఆవిష్కరించాం. నాకదంతా తెలుసు. కాని వొకటి అడుగుతాను. శ్రామిక సంఘటనల విషయంలో యూరప్‌లో జరిగినదంతా మీకు తెలుసా?"

"లేదు, చాల తక్కువ"

"యూరప్‌లో వున్న గట్టి బుర్రలన్నీ యీ ప్రశ్నతోనే సతమతమవుతున్నాయి. షుల్జె-దెలిచ్ ప్రణాళిక* .... శ్రామికుల సమస్యకి సంబంధించిన సాహిత్యం, అన్నిటికంటే యెక్కువగా ఉదారమైన లాస్సాల్ వైఖరి*, మిల్గెజెన్ వ్యవస్థ*... ఇది యిప్పటికే వాస్తవం. మీకు తెలుసనుకుంటాను".

"కొంచెం తెలుసు, కాని చాలా అస్పష్టంగా".

"మీరు వినయానికి అలా అంటున్నారు. నాకు తెలిసిన దానికంటే తక్కువ కాదు అనుకుంటాను. నేను సామాజిక శాస్త్రాల ప్రొఫెసర్ని కాననుకోండి. కాని యీ విషయాలంటే నాకు ఆసక్తి. మీకు నిజంగా దీనిపట్ల అభిరుచి ఉన్నట్లయితే దీన్ని అధ్యయనం చెయ్యండి".

"కాని వాళ్ళు దేన్ని సాధించారు?"

"క్షమించండి..."

జమీందార్లు వెళ్ళిపోవడానికి లేచారు. స్వియాజ్స్కీ వాళ్ళకి వీడ్కోలు చెప్పడానికి వాళ్ళతో కూడా వెళ్ళాడు. స్వియాజ్స్కీ మనసు లోపలి కక్ష్యల్లోకి ప్రవేశించాలన్న లేవిన్ చెడ్డ అలవాటుకి మరోసారి అడ్డుపడింది.

---

1. లేవిన్ వచ్చేటప్పుడు దారిలో కలుసుకున్న ముసలి రైతు లాంటి వాళ్ళు- అను.

28

లేవిన్‌కి ఆ మహిళలతో ఆ సాయంత్రం చెడ్డ విసుగ్గా గడిచింది. అంతకు ముందెన్నడూ లేనంతగా వొక ఆలోచన అతన్ని కలవరపెట్టింది. వ్యవసాయం యేర్పాట్ల పట్ల తనకి కలిగిన అసంతృప్తి కేవలం తనకి మాత్రమే కలిగిన అసంతృప్తి కాదు. యావత్ రష్యాలోనూ వ్యాప్తమై వున్న వొక సామాన్య పరిస్థితి ఫలితంగా వచ్చినటువంటిది. తను వచ్చేటప్పుడు దారిలో ఆగి చూసిన రైతు దగ్గర పనివాళ్ళు చేసినట్టుగా వ్యవసాయ కార్మికుల చేత పని చేయించడం వొట్టి కల కాదు, గట్టిగా ఆలోచించి పరిష్కరించవలసిన సమస్య. దీనికి పరిష్కారం కనిపెట్టవచ్చుని లేవిన్‌కి అనిపించింది. తను ఆ ప్రయత్నం చెయ్యాలని అనుకున్నాడు.

ఆ మర్నాడు గుర్రాలమీద ఆ మహిళలతో కలిసి దగ్గర్లో వున్న ప్రభుత్వ అడివిలోకి గుహని చూడ్డానికి వెళ్ళేందుకుగాను తను వుంటానని చెప్పి వాళ్ళ దగ్గర ఆ రాత్రికి సెలవు తీసుకున్నాడు లేవిన్. నిద్రపోవడానికి ముందు వ్యవసాయ కార్మికుల సమస్యకి సంబంధించిన పుస్తకాలని తీసుకుందామని స్వియాజ్‌స్కీ చదువుకునే గదికి వెళ్ళాడు. వాటిని స్వియాజ్‌స్కీ అతనికి చదువుకోవడానికి యిస్తానని అన్నాడు. స్వియాజ్‌స్కీ చదువుకునే గది చాలా పెద్దది. అన్నివైపులా పుస్తకాలు నిండిపోయిన బీరువాలున్నాయి. రెండు మేజాలు వున్నాయి. ఒకటి పెద్ద రాత మేజా, గది మధ్యలో వుంది. రెండవది గుండ్రటి మేజా. దానిమీద కొత్త విదేశీ వార్తాపత్రికలూ, వార పత్రికలూ, మాస పత్రికలూ వున్నాయి. అవి మధ్యలో వున్న దీపకాంతిలో చుట్టూతా వున్నాయి. రాత మేజా పక్కన బంగారు పూత అక్షరాల లేబుల్స్ వున్న స్టేండ్ ఒకటుంది. అక్కడ నానా రకాల ఫైల్స్ వుంటాయి.

స్వియాజ్‌స్కీ పుస్తకాలు తీసుకుని వూగులాడే పడక కుర్చీలో కూర్చున్నాడు.

“దేనికోసం చూస్తున్నారు?” అని లేవిన్‌ని అడిగాడు. లేవిన్ పత్రికల్ని చూడ్డంకోసమని గుండ్రటి మేజా దగ్గర ఆగాడు.

“ఆc, అందులో మంచి వ్యాసం వొకటుంది” అన్నాడు, లేవిన్ తిరగేస్తున్న పత్రికను చూసి. “పోలండ్ విభజనలో అసలు బాధ్యుడు ఫ్రెడరిక్ కాద*న్నట్టే కనిపిస్తుంది” అని మంచి ఉత్సాహంతో అన్నాడు.

చాలా ఆసక్తికరమైన ముఖ్యమైన అప్పుడే వెలికి వచ్చిన కొత్త విషయాలని తనదైన విశిష్ట స్పష్టతతో వివరించడం మొదలుపెట్టాడు. లేవిన్ మనస్సులో ఆ క్షణంలో వ్యావసాయిక సమస్యలే నిండి వున్నా అతను తన మిత్రుడు చెప్పేది వింటూ ‘యీ మనిషి మనస్సులో యేముంది? పోలండ్ విభజన విషయంలో కడకి యితనికి యేమిటా ఆసక్తి?’ అనుకున్నాడు. స్వియాజ్‌స్కీ పూర్తి చెయ్యగానే “వూ అయితే యేమైంది” అని లేవిన్ జబర్దస్తీగా అడిగాడు. కాని యేమీ అవలేదు. “ఇలా కనిపిస్తోంది” అనే ఆ మాటే ఆసక్తికరంగా వుంది. కాని ఆ విషయం తనకి యెందుకు ఆసక్తికరంగా వుందో స్వియాజ్‌స్కీ స్పష్టం చెయ్యలేదు. చెప్పే అవసరమూ అతనికి అనిపించలేదు.

“ఆ చిరచిరలాడే జమీందారుగారు భలే సరదా అయిన మనిషే” అన్నాడు లేవిన్, నిట్టూరుస్తూ. “తెలివైనవాడే, చాలా విషయాలు చెప్పాడు” అన్నాడు.

“ఓహ్, వదిలేద్దురూ, ఆయన అందరిలాగానూ భూస్వామ్య దాస్య వ్యవస్థని గట్టిగా సమర్థించే మనిషి”.

“మరి మీరు వాళ్ళ మార్షల్…”

“కాని నేను వాళ్ళని రెండోవైపు నడిపిస్తూ వుంటాను”” అన్నాడు స్వియాజ్స్కీ నవ్వుతూ.

“కాని అన్నిటికంటే నాకు ఆసక్తికరమైంది యేమంటే” అని లేవిన్ అన్నాడు. “మన రేషనల్ వ్యవసాయం లాభసాటిగా సాగదు. కేవలం ఆదిమ పద్ధతి అయితేనే సాగుతుంది. లేదా ఆ కిమ్మన్నాస్తిగా కూర్చున్న జమీందారు చేస్తున్నట్టుగా వడ్డీ పద్ధతి సాగుతుంది. దోషం యెవరిది?” అన్నాడు.

“మనదే మరి. మన పని సాగడం లేదనడం తప్పు. వసీల్చికొవ్ సాగిస్తున్నాడు”.

“గుర్రాల క్షేత్రం…”

“కాని మీకది యెందుకు ఆశ్చర్యం కలిగించాలో నాకు అర్థం కాదు. రైతుల భౌతిక, నైతిక వికాసం యెంత తక్కువ స్థాయిలో వుంటే వాళ్ళు కొత్త దాన్ని దేన్నైనా వ్యతిరేకిస్తారు. యూరప్‌లో రేషనల్ వ్యవసాయం సాగుతోందంటే అక్కడి రైతులు విద్యావంతులయ్యారు కాబట్టి. యింతకీ తేలే విషయం యేమంటే మనం రైతుల్ని విద్యావంతుల్ని చెయ్యాలి, అదీ సంగతి”.

“కాని వాళ్ళని యెలా విద్యావంతుల్ని చెయ్యడం?”

“అందుగ్గాను మనకి మూడు విషయాలు కావాలి, పాఠశాలలు, పాఠశాలలు, పాఠశాలలు”.

“మీరిప్పుడే అన్నారు రైతుల భౌతిక వికాసం తక్కువగా వుందని. మరి పాఠశాలలు దానికి ఎలా తోడ్పడుతాయి?”

“మీరు అంటున్న ముక్క నాకు జబ్బు మనిషికి సలహా యిచ్చే సాటువని గుర్తుచేస్తోంది. అతనికి చెప్పారట, ‘మందు తీసుకో’ అని ‘తీసుకున్నా’నని అన్నాట్ట. ‘జలగల్ని పట్టించమ’న్నారట. ‘అదీ అయింది. ఇంకా అధ్వాన్నంగా తయారైంది’ అన్నాట్ట. ‘ఇక మిగిలింది దైవప్రార్థన చెయ్యడమే’ అన్నార్ట. ‘అదీ చేశాను. యింకా అధ్వాన్నం అయింది’ అన్నాట్ట. అలా వుంది మీరు చెప్పేది. నేను అర్థశాస్త్రం గురించి చెపితే యింకా అధ్వాన్నం అంటారు మీరు. నేను సోషలిజం అంటే అదీ అధ్వాన్నం అంటున్నారు. విద్య అంటే అదీనీ అంటున్నారు”.

“కాని పాఠశాలలు యే రకంగా ఉపయోగపడతాయి?”

“రైతులలో కొత్త అవసరాలు పుట్టడానికి దారి తీస్తాయి”.

“అదే నాకెన్నడూ అర్థం కాని విషయం” అని లేవిన్ వేడెక్కిపోయి అడ్డం వెళ్ళాడు. “బళ్ళు యే రకంగా రైతుల భౌతిక పురోగతికి తోడ్పడతాయి? విద్య, బళ్ళు కొత్త అవసరాలు పుట్టడానికి దారి తీస్తాయని మీరు అంటున్నారు. యింకా అధ్వాన్నం అవుతుంది. యేమంటే

ఆ అవసరాలని తీర్చుకునే సమర్థత రైతులకి వుండదు. కూడికలు, తీసివేతలు, ధార్మిక ప్రశ్నోత్తర క్రమం నేర్చుకుంటే వాళ్ళ భౌతిక పరిస్థితులు యెలా మెరుగవుతాయో నాకెన్నడూ అర్థం కాదు. మూడ్రోజులనాడు వో రైతు ఆడమనిషిని కలిశాను, ఆమె చంకలో చంటిబిడ్డ వుంది. ఎక్కడికెడుతున్నావ్ అని అడిగాను. "మా పిల్లాడికి గాలి సోకింది, యేడుపు మానడం లేదు, మంత్రగత్తె దగ్గరకి వెడుతున్నా, నయం చేస్తుంద"ని చెప్పింది. వాళ్ళు యెలా నయం చేస్తారని అడిగాను. 'కోడిపెట్టల గూటిమీద పిల్లాడ్ని పెట్టి మంత్రిస్తార'ని చెప్పింది".

"చూడండి మీరే అన్నీ చెప్పారు. ఆ రైతు ఆడమనిషి బిడ్డని యిలా భూత వైద్యుల దగ్గరకి తీసుకెళ్ళకుండా చెయ్యాలంటే మనకి అవసరం..." అని స్వియాజ్స్కీ వేళాకోళంగా నవ్వుతూ అన్నాడు.

"అదేం కాదు" అని లేవిన్ చిరాగ్గా అన్నాడు. "ఆ రైతు ఆడమనిషి వైద్యం రైతుల పాఠశాలలో సమంగా వుంది నాకు. రైతులు బీదవాళ్ళు, చదువు సంధ్యలు లేవు. ఆ విషయం మనకి స్పష్టంగా తెలుసు, ఆ రైతు ఆడమనిషికి తన బిడ్డ యేడుపులాగా, యేమంటే బిడ్డ వొకటే గోలపెడుతూ వుండడం కనిపిస్తూనే వుందిగా. కాని బళ్ళు వాళ్ళ బీదరికాన్నీ, అవిద్యనీ యెలా తొలగిస్తాయో నాకర్థం కావడం లేదు, కోడిపెట్టల గూటిపైన పెట్టడం ద్వారా పిల్లాడికి యెలా నయమవుతుందో అలాగే. వాళ్ళని బీదవాళ్ళుగా చేసేదేదైతే వుందో దాన్ని దూరం చెయ్యాల్సి వుంది".

"కనీసం ఈ విషయంలో మీరు మొత్తం మీద మీకు యిష్టంలేని స్పెన్సర్‌ని అంగీకరిస్తున్నారు.* సంపన్నత్వంనుంచీ, సౌఖ్యంనుంచీ ఆయన మాటల్లో 'తరచు స్నానం చేసే అలవాటువల్ల శుభ్రమై' విద్య వస్తుందని, చదవడం రాయడం అనే దానివల్ల కాదని ఆయన అంటాడు".

"వూఁ, నాకు చాలా సంతోషంగా లేదా విచారంగా వుంది, స్పెన్సర్‌దీ నాదీ వొకే అభిప్రాయం. నాకీ విషయం చాలా ముందునుంచీ తెలుసు. పాఠశాలలవల్ల లాభమేం ఉండదు. ఉపయోగపడేదల్లా రైతుల్ని ధనికుల్ని చేసి వాళ్ళకి మరింత తీరికని యిచ్చే ఆర్థిక వ్యవస్థ. అప్పుడు పాఠశాలలూ వుంటాయి".

"అయినా యివాళ యూరప్ అంతటా బడి నిర్బంధం".

"మీ విషయం యేమిటి? మీరు స్పెన్సర్‌తో యీ విషయంలో అంగీకరిస్తారా?" అని లేవిన్ అడిగాడు.

కాని స్వియాజ్స్కీ కళ్ళల్లో ఆ భయం భావం మళ్ళీ దూసుకుపోయింది. అతను చిరునవ్వు నవ్వుతూ అన్నాడు.

"కాని ఆ చంటి పిల్లాడి యేడుపు కథ బాగుంది. మీరే స్వయంగా విన్నారా?"

యీ మనిషి జీవిత విధానానికీ, అభిప్రాయానికీ మధ్య వున్న సంబంధం తను యెన్నడూ తెలుసుకో లేదని లేవిన్‌కి అనిపించింది. తన వాద ప్రతివాదాల సూత్రీకరణల గురించి స్వియాజ్స్కీ యేమీ పట్టించుకోవడం లేదు. అతనికి వాద ప్రతివాదాల క్రమం పట్లనే పట్టింపు.

ఆ క్రమం తనని వో మూలకి గెంటేస్తే, అతను తబ్బిబ్బు అయిపోతాడు. అది అతను భరించలేడు. అందుచేత సంభాషణని మరింత సంతోషకరంగా, ఉల్లాసకరంగా ఉండేటట్టు తిప్పి దీన్ని తప్పించుకుంటాడు.

తను వచ్చేటప్పుడు విడిది చేసిన రైతు తన మనస్సుమీద వేసిన ముద్రతో సహా అదే ఆనాటి అనుభూతులన్నిటికీ ఆధారంగా వుండింది– ఆ రోజు తనలో కలిగిన అనుభూతుల వల్ల లేవిన్ చాలా ఉత్సాహ ప్రేరితుడయ్యాడు. యీ ప్రీతిపాత్రుడైన స్వియాజ్‌స్కీ వున్నాడు: సామాజిక ఉపయోగం కోసం తన భావాల్ని పోగుచేసుకుంటున్నాడు, లేవిన్‌కి అందని రహస్యమైన వేరే సిద్ధాంతాలతో అతని జీవితం నిర్దేశితం అయివుంది, కాని మంద అని పిలిచే ప్రజాసమూహంతోపోతూ తనకిగా తాను నమ్మని భావాలతో ప్రజాభిప్రాయాల్ని రూపొందిస్తున్నాడు. ఆ చిరచిరలాడే జమీందారు వున్నాడు. జీవితం రుద్దిన సూత్రీకరణలకి సంబంధించి సబబుగానే వున్నాగానీ మొత్తం వొక వర్గం మీద రష్యాలో అత్యుత్తమమైన వర్గంమీద తన క్రోధ దృష్టి చూపించడం విషయంలో సబబుగా లేదు. యిక లేవిన్‌కి తన కార్యకలాపాలకి సంబంధించే అసంతృప్తి యీ సమస్యలన్నిటికీ పరిష్కారం కనిపెట్టవచ్చనే అస్పష్ట ఆశ– ఇవన్నీ కలిసి, అతనిలో వొక అంతర్గత ఆందోళనని కలిగించాయి. కాని పరిష్కారం అందుబాటులో వుందన్న వొక మిణుకుని మెరిపింపచేశాయి.

లేవిన్ తన గదిలో వొక్కడూ వుండిపోయాడు. స్ప్రింగు సోఫామీద వాలాడు. అతను కాలో చెయ్యో కదిలించినప్పుడల్లా దాని స్ప్రింగులు అనుకోకుండానే లేస్తూ వుండేవి. లేవిన్‌కి చాలాసేపు నిద్రపట్టలేదు. స్వియాజ్‌స్కీ యెన్నో తెలివైన విషయాలు చెప్పినా లేవిన్‌కి వొక్కటీ బుర్రలో మిగల్లేదు. కాని చిరచిరలాడే జమీందారుగారి మాటలు దృష్టి పెట్టవలసినవేనన్నట్టు కనిపించాయి. లేవిన్ ఆయన అన్న ప్రతి మాటనీ మననం చేసుకుని వాటికి తన ఊహల్లో యిచ్చుకున్న సమాధానాలని సరిచూసుకున్నాడు.

'ఆc, నేను ఆయనకి చెప్పి వుండవలసింది– రైతుకి యే విధమైన కొత్త మార్పులూ యిష్టం వుండవు కాబట్టి మన వ్యవసాయం సఫలం కావడం లేదని, మార్పుల్ని బలవంతంగా ప్రవేశపెట్టాలని మీరు అంటారు. యీ మార్పులు వుంటే తప్ప వ్యవసాయాన్ని కొనసాగించలేకపోయినట్లైతే మీరు చెప్పింది సబబే. కాని కొనసాగుతోంది, అదీ బాగా సాగుతోంది. ఎక్కడంటే రైతులు తమ పాత సంప్రదాయాలని అనుసరించిన చోట, దారిలో తగిలిన ఆ ముసలి రైతు క్షేత్రంలో మాదిరీ. వ్యవసాయం విషయంలో మనకు అసంతృప్తి కలిగిందంటే తప్పు మనదేనా కావాలి లేదా వ్యవసాయ కూలీలదేనా కావాలి. మనం చాలాకాలం మన దేశ శ్రమశక్తి ప్రత్యేక లక్షణాలని విస్మరించి యూరోపియన్ పద్ధతి తెచ్చిపెట్ట ప్రయత్నిస్తున్నాం. శ్రమ శక్తిని ఆదర్శప్రాయం అయిందిగా చూడ్డం కాక ప్రత్యేక లక్షణాలు వున్న రష్యన్ రైతుని దృష్టిలో పెట్టుకుని ఆ రకంగా యెందుకు వ్యవసాయం జరిపించుకోకూడదు? మాటకి, నేను వచ్చేటప్పుడు దారిలో తగిలిన రైతు తన వ్యవసాయం జరిపించినట్టుగా మీరు జరిపిస్తే, వ్యవసాయం విజయం సాధించడంలో పనివాళ్ళకి ఆసక్తి కలిగేటట్టు చేస్తే, రైతు స్వీకరించడానికి యిష్టపడే పద్ధతుల్ని కనిపెట్టడంలో నెగ్గితే బాగుంటుంది

అని అతనితో చెప్పి ఉండాల్సింది. యీ రకంగా చెయ్యగలిగితే నేల సారం తగ్గకుండా మన దిగుబడిని రెండింతలు మూడింతలు చేసి వుండేవాళ్ళం. యిందులో సగపాలు సగపాలు భాగం చేసుకోండి, సగం కూలీలకి యిచ్చెయ్యండి. మీ రాబడి యిప్పుడున్న దానికంటే యెక్కువ వుంటుంది, అలాగే కూలీలకీని. యిలా చెయ్యాలంటే మనం వ్యావసాయిక స్థాయిని తగ్గించాలి, వ్యవసాయం దిగుబడి పట్ల కూలీకి ఆసక్తి కలిగించాలి. ఎలా సాధించాలీ అనేది చర్చించాల్సిన ప్రశ్న, కాని ఖాయంగా సాధించవచ్చు'.

యీ ఆలోచనలతో లేవిన్‌కి ఉత్తేజం వచ్చింది. ఈ భావాల్ని ఆచరణ యోగ్యం చెయ్యడం యెలాగా అన్న ఆలోచనలతో అతనికి అర్ధరాత్రిదాకా నిద్రపట్టలేదు. ముందు ఆ మర్నాడు వుండడానికి వొప్పుకున్నాడు. కాని యిప్పుడు పొద్దుటే యింటికి వెళ్ళిపోవాలని తీర్మానించుకున్నాడు. యిదీగాక కొత్తరకం మెడ కత్తిరింపు ఫ్రాక్ తొడుక్కున్న మరదలు అతని మనస్సులో సిగ్గునీ, ఏదో చెయ్యకూడని తప్పు చేసిన పశ్చాత్తాప భావాన్ని రేపింది. శీతాకాలం నాట్లు మొదలవక ముందే తన కొత్త పథకాన్ని రైతుల ముందు పెట్టాలి. అలా అయితే వాళ్ళు కొత్త పునాది మీద చెయ్యవచ్చు. తన వ్యవసాయాన్ని పూర్వ పద్ధతినుంచి పూర్తిగా మార్చెయ్యాలని అతను తీర్మానించుకున్నాడు.

29

లేవిన్ పథకాలని అమలు జరపడంలో కొన్ని చిక్కులు యెదురయ్యాయి. కాని యథాశక్తి ప్రయత్నించాడు. తను ఆశించిన దాన్నంతట్నీ అతను సాధించలేకపోయినా తనని తను మోసం చేసుకోకుండా, కృషి జరపదగ్గంత విలువైందన్న నమ్మకం కలిగేటంత మేరకి సాధించగలిగాడు. అన్నిటికంటే కష్టతరమైందేమిటంటే– వ్యవసాయం పనులు సాగుతున్నాయి. అంతట్నీ ఆపుచేసేసి మళ్ళీ ఓం ప్రథమంనుంచీ ఆరంభించడం సంభవం కాదు. యంత్రం నడుస్తూ వుండగానే దాన్ని మెరుగుపర్చాలి.

ఇంటికి తిరిగి రాగానే అతను నిగామానుతో తన పథకాల గురించి చెప్పాడు. ఇప్పటిదాకా చేసింది తెలివిహీనమైందనీ, లాభరహితమైందనీ అతను సంతోషపడిపోయి లేవిన్ వూహలు బాగున్నాయని మెచ్చుకున్నాడు. తను యెంతో కాలంగా యీ విషయమే చెపుతూ వున్నాడనీ కాని లేవిన్ చెవిని పెట్టలేదనీ నిగామాను అన్నాడు. అన్ని వ్యవసాయం పనుల్లోనూ వ్యవసాయ కూలీలతో బాటుగా పాలు పంచుకునే భాగస్వామిగా వుండాలన్న తన ఉద్దేశం లేవిన్ ప్రకటించగానే నిగామాను కేవలం ఉదాసీనంగా వుండిపోయాడు. తన నిశ్చిత అభిప్రాయం యేమిటైందీ తేల్చలేదు. గబగబ ప్రసంగ విషయం మార్చేసి మిగిలిన రై పంటనంతట్నీ మర్నాడు పోగుచేసేసుకోవాలని, మనుషుల్ని దుక్కి దున్నడానికి పంపాలనీ అన్నాడు. ఆ రకంగా, యీ సమయంలో అలాంటి ఆలోచనలకి వ్యవధి లేదని లేవిన్‌కి అర్థమయేటట్టు చేశాడు.

లేవిన్ గురించి రైతులతో మాట్లాడాడు. కొత్త షరతులతో భూమిని కౌలుకివ్వడం గురించి ప్రతిపాదించాడు. అప్పుడు కూడా అతనికి యిదే కష్టం యెదురైంది. వాళ్ళు రోజువారీ పనుల్లో

యెంతగానో కూరుకుపోయి యీ కొత్త వ్యవస్థలో లాభనష్టాలు యేమిటో ఆలోచించే అవకాశమే లేకపోయింది.

భోళాభోళా రైతు ఇవాన్‌కి మాత్రం లేవిన్ చెప్పింది అర్థమైనట్టే కనిపించింది. అంటే తనూ తన కుటుంబం ఆవు పాడివల్ల వచ్చే లాభాల్లో వాటా పంచుకోవచ్చునన్న విషయం, అతను పూర్తిగా దీన్ని సమర్థించాడు. కాని లేవిన్ అతనికి భావి లాభాల గురించి బోధపర్చడం మొదలుపెట్టగానే ఇవాన్ ముఖకవళికలు భయం ద్యోతకమయేటట్టు మారిపోయి తను పూర్తిగా లేవిన్ చెప్పేది వినలేకపోతున్నానని బాధ వ్యక్తం చేశాడు. అప్పటికప్పుడు యేదో పని కల్పించుకుని దాన్ని సాకుగా చెప్పేవాడు. శాలలో గడ్డిని పోగు చెయ్యడానికి ఆటకొంక్రు తీసుకునేవాడు, లేకపోతే తొట్టిలో నీళ్ళు పోసేవాడు, లేకపోతే పేడ తీసి శుభ్రం చెయ్యడం మొదలుపెట్టేవాడు.

తమని మరింత యెక్కువగా వొలిచేసుకోవడం పైనా జమీందారుకి వేరే ఉద్దేశం లేదని రైతులకి గట్టి నమ్మకం. అది లేవిన్‌కి యెదురైన మరో కష్టం. అతని (యేం చెప్పినా గానీ) అసలు ఉద్దేశం యేమిటైందీ అతను చచ్చినా తమకి చెప్పడని వాళ్ళ ఖాయమైన అభిప్రాయం. వాళ్ళల్లో వాళ్ళు యీ విషయం గురించి చర్చించుకుని తమ మనస్సుల్లో అసలు యేం వుందో బయటపెట్టారు.(ఆ చిరచిరలాడే జమీందారుగారు చెప్పింది యెంత సబబో లేవిన్‌కి యిప్పుడు అవగతం అయింది) కొత్త పద్ధతుల్ని అంగీకరించమని గాని, కొత్త పనిముట్లని వాడమనిగాని తమని ఒత్తిడి చెయ్యకూడదనే షరతుని మొదటగా పెట్టారు. లోహ హలాలతో నేలని బాగా దున్నవచ్చని, తేలికరకం నాగళ్ళతో నేలని బాగా తిరగ దొయ్యవచ్చనీ వాళ్ళూ వొప్పుకున్నారు. కాని వాటిని యెందుకు అమలుపరచలేరో సవాలక్ష కారణాలు వెతికి చెప్పారు. వ్యవసాయ స్థాయి తగ్గించవలసి వస్తుందని లేవిన్‌కి తెలిసినా, లాభాలు యెంతో స్పష్టంగా కనిపిస్తూ వున్న మంచి మార్పుల్ని వదులుకోవడం అతనికి బాధగా ఉంది. యిన్ని యిబ్బందులు ఎదురైనా అతను తన మనస్సులో వున్నదాన్ని ఆకురాలు కాలం నాటికి నెగ్గించుకోగలిగాడు, లేదా కనీసం అతనికి అలా తోచింది.

లేవిన్ మొదట్లో క్షేత్రాన్నంతటినీ వున్నదున్నట్టుగా రైతులకీ, నిగామానుకి కొత్త షరతులమీద అప్పగించేద్దామనుకున్నా అది సంభవం కాదని త్వరలోనే నమ్మకం కలిగి, దాన్ని విభజించి యివ్వాలని నిర్ణయించుకున్నాడు. పశువుల కొట్టం, పళ్ళ తోట, కాయగూరల మళ్ళు, పచ్చిక బీళ్ళు, పొలాలు అన్నీ భాగాలుగా చెయ్యాలి. లేవిన్ దృష్టిలో అందరికంటే విషయం బాగా అర్థం చేసుకున్న పాలేరు భోళాభోళా ఇవాన్ ముఖ్యంగా తన కుటుంబ సభ్యులే కలిసి వున్న బృందంతో పశువుల కొట్టం బాధ్యత తీసుకున్నాడు. యెనిమిదేళ్ళుగా బంజరుగా పడి వున్న దూర భూముల్ని తెలివైన వడ్రంగి ఫ్యోదొర్ రెజునోవ్ పెత్తనంలో వున్న ఆరు రైతు కుటుంబాలు ఉమ్మడిగా తీసుకున్నాయి. అదే షరతులలో రైతు షురాయెవ్ కాయగూరల మళ్ళనన్నిటినీ తీసుకున్నాడు. మిగిలిన జమీ అంతా పాత పద్ధతిలోనే వుండిపోయింది. కాని యీ మూడు విభాగాలూ కొత్త ప్రణాళిక ప్రకారం నాందీ వాచకం పలికి నటువంటివి. లేవిన్ వాటిపట్ల ఆసక్తి చూపించాడు.

పశువుల కొట్టంలో పరిస్థితి యేం మెరుగుపడలేదు. వెచ్చటి శాలల్నీ, తాజా మీగడ చిలికి వెన్న చెయ్యడాన్నీ ఇవాన్ ససేమిరా వొప్పుకోలేదు. శాలలు చల్లగా వుంటేనట ఆవులు మేత తక్కువ తింటాయట. పులిసిన మీగడనుంచి వెన్నని త్వరగా తీయవచ్చట. ఇవీ అతని వాదనలు. ముందటిలాగానే జీతం కావాలని అడిగాడు. తనకి యిప్పుడిచ్చే సొమ్ము జీతం కాదనీ, అతని వాటా లాభాల్లో సంచికరువనీ అతనికి పిసరు కూడా అర్థం కాలేదు.

ఫ్యోదొర్ రెజునోవ్ బృందం విత్తనాలు చల్లడానికి ముందుగా రెండుసార్లు దున్నలేదు. అలా దున్నాలని ముందు వొప్పందం అయారు. యిదేమయ్యా అంటే వ్యవధి లేకపోయిందిట. యీ బృందం రైతులు ఉమ్మడిగా పంచుకున్న భూమి అనకుండా దాన్ని కౌలుకిచ్చిన పొలం అన్నారు. "తమరు గనక శిస్తు పుచ్చుకుంటే తమరికీ సుఖంగా వుంటుంది, మాకూ మనస్సు నిమ్మళంగా ఉంటుంది" అని రెజునోవ్ కొన్నిసార్లు లేవిన్‌తో చెప్పను కూడా చెప్పాడు. ఓ పశువుల శాలనీ, నూర్పిడి కళ్ళాన్నీ కడతామని చెప్పారు గాని కట్టకుండా వాయిదా వేస్తూనే వచ్చారు. ఆకురాలు కాలం వచ్చింది కాని యెక్కడి గొంగళి అక్కడే వుంది.

కాయగూరల మళ్ళ బాధ్యత తీసుకున్న షురాయెవ్ రైతులకి చిన్న చిన్న మళ్ళు చేసి కిరాయికి యిచ్చేయ్యాలని చూశాడు. ఈ మళ్ళని తనకి యిచ్చిన షరతుల్ని అతను, కావాల్సికే పొరపాటుగా అర్థం చేసుకున్నాడన్న విషయం స్పష్టం.

నూతన వ్యవస్థ లాభాలని విపులీకరిస్తూ రైతులతో మాట్లాడేటప్పుడు వాళ్ళు వూరికే తన కంఠధ్వనులు వింటున్నారే తప్ప యెంత మొత్తుకున్నా తమని మోసం చెయ్యనివ్వము అన్న తీర్మానంతో వున్నారన్న భావం లేవిన్‌కి కలగకపోలేదు. రైతులందర్లోకీ చురుకైన రెజునోవ్‌తో మాట్లాడేటప్పుడు అతనికి ముఖ్యంగా అలా అనిపించింది. రెజునోవ్ వ్యంగ్యంగా నవ్వుకోవడం, యెర్రైనా మోసం చెయ్యవచ్చునేమో గాని తనని, రెజునోవ్‌ని మాత్రం కాదనీ స్ఫురింప చేస్తున్నట్టు వుండేదది. ఇవన్నీ నిజమే.

అయినా కూడా, యివన్నీ నిజమే అయినా కూడా యీ పద్ధతిని ఆరంభించి, ఖచ్చితమైన లెక్కలు రాసిపెట్టి తను అన్నమాట ప్రకారం జరిపించితే యీ నూతన వ్యవస్థ లాభాల్ని క్రమేపీ వాళ్ళకి రుజువు చెయ్యగలననీ, అప్పుడు వసూలు వాటంతటవే సాగిపోతాయనీ లేవిన్ నమ్మాడు.

యీ ప్రయోగాలతోనూ, జమీ నిర్వహణతోనూ, తను రాసే పుస్తకం పనితోనూ లేవిన్‌కి తీరికే లేక ఆ వేసవి అంతా అతను వేటకి వెళ్ళనే లేదు. ఆగస్టు నెలాఖరులో అబ్లాన్స్కీల నౌకరు వచ్చి పక్క జీనుని తిరిగి అందజేసి, వాళ్ళంతా తిరిగి మాస్కో వెళ్ళిపోయారని చెప్పాడు. దాలీ రాసిన ఉత్తరానికి జవాబు యివ్వకపోవడం వల్ల తన అమర్యాద లేవిన్‌కి గుర్తుకు వచ్చి సిగ్గుతో కుమిలిపోయాడు. అలా జవాబు యివ్వకుండా వుండడం అనేది యిక తెప్ప తగలేసినట్టే అనిపించింది, యిక మళ్ళీ తను వెళ్ళి వాళ్ళని చూళ్ళేదు. అలాగే స్వియాజ్స్కీల యింటి దగ్గర్నుంచి వచ్చేటప్పుడు మర్యాదకి వాళ్ళ దగ్గరా సెలవు తీసుకోకుండా వచ్చేసి వాళ్ళ పట్లా అమర్యాదగా ప్రవర్తించాడు. యిక మళ్ళీ వాళ్ళింటికీ వెళ్ళలేదు. అయినా అదంత ఫరవాలేదు. తన నూతన వ్యావసాయిక వ్యవస్థని అమలు జరపడం అనేదాంతో అతను తల మునకలుగా

వున్నాడు. అంతకు ముందు మరి యే పనితోనూ యింత తీరిక లేకుండా వుండలేదు. స్వియాజ్‌స్కీ యిచ్చిన పుస్తకాలు చదివాడు, తనకి అవసరమైన కొత్త పుస్తకాల కోసం కబురు చేశాడు. తను అధ్యయనం చేస్తూ వున్న విషయంమీద అర్థశాస్త్రవేత్తలు, సోషలిస్టులు యేం చెప్పారో చదివాడు. తను యెదుర్కొంటున్న సమస్యలకి పరిష్కారం దొరుకుతుందేమోనని అర్థశాస్త్ర పుస్తకాలను, ఉదాహరణకి అతను మిల్ల్* పుస్తకాలని పేజీ పేజీ ఆతృతగా చదివాడు. ఆ పుస్తకాలలో యూరోపియన్ వ్యావసాయిక వ్యవస్థలో వున్న పరిస్థితి మేరకి చేసిన సూత్రీకరణలు వున్నాయి. కాని రష్యాకి వర్తించని ఆ సూత్రీకరణలని యెందుకు విశ్వజనీనమైనవని పరిగణించాలో అతనికి అర్థం కాలేదు. సోషలిజం గురించిన సంబంధించీ అంతే. తన విద్యార్థి రోజుల్లో తను పరవశించిపోయి కలగన్న ఆచరణయోగ్యమవని అద్భుత కల్పనలాంటి వాటినైనా వాళ్ళు చూపించారు, లేదా యూరోపియన్ వ్యవసాయం జబ్బులకి పనికొచ్చే నాటు చిట్కాలైనా చెప్పారు. రష్యా జబ్బులకీ ఆ యూరోపియన్ జబ్బులకీ అసలు సామ్యమే లేదు. యూరప్ సంపద పెరిగిన నియమాలని, ఆ సంపద యింకా పెరుగుతూ వున్న నియమాలని విశ్వజనీనమైనట్టుగా, తిరుగు లేనివన్నట్లుగా అర్థశాస్త్రం ఢంకా బజాయించి చాటుతోంది. అది గాని, యిది గాని తను, లేవిన్ అలాగే సకల రష్యన్ రైతాంగమూ, వ్యవసాయదార్లూ సామూహిక సంక్షేమం కోసం కృషి చేసేందుకు మహా ఫలవంతంగా తను కోట్లాది హస్తాల్ని, కోట్లాది దేస్యతీన్ల భూమినీ యెలా వినియోగించాలో జవాబివ్వడం లేదు, సూచన ప్రాయంగా కూడా తెలియచెయ్యడం లేదు.

అధ్యయనం చెయ్యడమంటూ ఒకసారి మొదలుపెట్టాడు కాబట్టి లేవిన్ ఆ విషయానికి సంబంధించిన దాన్నంతటినీ చిత్తశుద్ధితో క్షుణ్ణంగా చదివాడు. స్వయంగా పరిస్థితుల్ని గురించి తెలుసుకుందుకు ఆకురాలు కాలంలో విదేశాలకి వెళ్ళాలనుకున్నాడు. తనతో మాట్లాడే వాళ్ళ ఆలోచనలని అర్థం చేసుకుంటూ, తను తన ఆలోచనలని వెల్లడిచేస్తూ కూడా తనకి తెలియకుండానే "కౌఫ్‌మన్? మరి జోన్స్? ద్యుబావాయో? మిచెలీ సంగతి?* వాళ్ళ పుస్తకాలు చదవలేదూ? అయ్యయ్యో! తప్పకుండా చదవాలి. వాళ్ళు యీ విషయం గురించి ఆమూలాగ్రం శోధించేశారు" అనే మాటలు యెదురయ్యేవి.

కౌఫ్‌మన్ గాని, మిచెలీ గాని తనకి చెప్పేది యేమీ లేదని యిప్పుడు స్పష్టంగా తెలిసింది. తనకేం కావాలో తనకి తెలుసు. రష్యాలో బ్రహ్మాండమైన నేల వుంది, బ్రహాండమైన రైతులున్నారు. కొన్ని సందర్భాలలో స్వియాజ్‌స్కీ యింటికి వెళ్ళేటప్పుడు తనకి దారిలో తగిలిన రైతు మాదిరీ పనివాళ్ళూ నేలా యెక్కువ ఉత్పాదకంగా కనిపించడమూ వుంది. యెక్కువ సందర్భాల్లో యూరోపియన్ పద్ధతిలో పెట్టుబడిని పెట్టినప్పుడు ఫలసాయం చాలా తక్కువ వుంది. ఇలా యెందుకు జరుగుతోందీ అంటే రైతులు గనక తమ యిచ్ఛానువర్తిగా పనిచేస్తే చక్కగా చేస్తారు. వాళ్ళ ప్రతికూలత యాదృచ్ఛికం కాదు, నిత్యం వుండే అంశం. దానికి పునాది ఆ మనుషుల స్వభావంలోనే వుంది. విస్తారమైన ఉజాడు భూముల్ని లాయకీ చేసి సాగు చెయ్యాల్సిన పరిస్థితి సంప్రాప్తమైన రష్యన్ ప్రజలు, అలాంటి భూములు వున్నంత కాలం అందుకు తగ్గ పద్ధతులనే అమలుపరుస్తూ వుంటారు. ఆ పద్ధతులు అందరూ

అనుకున్నంత చెడ్డవి కావు. తను ఆ విషయాన్నే తన పుస్తకంలో సిద్ధాంతపరంగా తన జమీలో ఆచరణపరంగా రుజువు చెయ్యదల్చుకున్నాడు.

30

సెప్టెంబరు నెలాఖర్లో రైతులతో భాగస్వామ్యంగా యిచ్చిన భూమిలో పశువుల శాల కట్టడం కోసం కలపని కొన్నారు. వెన్నని అమ్మేశారు. ఆ వచ్చిన లాభాల్ని సమంగా పంచుకున్నారు. వ్యవసాయ క్షేత్రంలో ఆచరణాత్మకంగా పెద్ద పని జరిగిపోతుంది, కనీసం లేవిన్‌కి అలా అనిపించింది. ఈ మొత్తం అంతటినీ సిద్ధాంతపరంగా స్థాపించాలి. తను రాస్తూ వున్న పుస్తకాన్ని పూర్తి చెయ్యాలి. తన పుస్తకం అర్థశాస్త్రంలో విప్లవాన్ని తీసుకురావడమే గాక, భూమి పట్ల రైతుల వైఖరికి సంబంధించి పూర్తిగా కొత్త విజ్ఞానానికి పునాది వేసి ఆర్థిక శాస్త్ర విజ్ఞానాన్ని సమూలంగా ధ్వంసం చేసి పారేస్తుంది. అందుచేత ఈ పనులు చేసేందుగ్గాను విదేశాలు వెళ్ళి అక్కడ జరుగుతూ వున్న కార్యక్రమాలనన్నిట్నీ అధ్యయనం చెయ్యాలి. అలాగే అక్కడ యేం జరిగిందో అది అలా జరగకూడదని విశ్వసనీయమైన ప్రమాణంతో రుజువు చెయ్యాలి. ప్రయాణానికి డబ్బు సమకూరడానికి గోధుమ అమ్మకం కోసమే లేవిన్ ఆగాడు. కాని వానలు మొదలై పొలంలో మిగిలిపోయిన పంటనీ, బంగాళాదుంపలనీ మాసూలు చేసుకోవడం వీలు అవలేదు. మొత్తం పనంతా స్తంభించి పోయింది. గోధుమని అమ్మడానికి బళ్ళకెత్తడం కూడా కుదరలేదు. బాటలన్నీ బురదమయం అయిపోయి దారి లేకుండాపోయింది. రెండు గాలి మరలు వరదకి కొట్టుకుపోయాయి. వరద వాతావరణం రానురాను మరీ దిగజారింది.

సెప్టెంబరు 30 ఉదయం పూట సూర్యదర్శనం అయింది. వాతావరణం మెరుగవుతుందని ఆశ కలిగింది. తన ప్రయాణం గురించి లేవిన్ నిశ్చయంగా తయారవడం మొదలుపెట్టాడు. గోధుమని గాదెల్లో నింపమని పురమాయించాడు. సొమ్ము పత్రమ్మని నిగామానుని వర్తకుడి దగ్గరకి పంపాడు. ప్రయాణానికి ముందు ఆఖరి యేర్పాట్లని చూసుకుందుకు స్వయానా తనే గుర్రం బండిలో బయల్దేరి వెళ్ళాడు.

సాయంత్రం వేళకి పనులన్నీ పూర్తయ్యాయి. తొడుక్కున్న తోలు కోటుమీదేనుంచి మెడపైన, బూట్లపైన నీళ్ళు కారుతూ తడిసి ముద్దయిపోయాడు. అయినా కూడా మాంచి ఉత్సాహంగానే వుండి లేవిన్ యింటి ముఖం పట్టాడు. సాయంత్రానికి వాతావరణం యింకా చెడిపోయింది. వడగళ్ళు గుర్రంమీద దడదడా పడుతూ వుంటే పాపం ఆ ప్రాణి చెవులనీ, తలనీ కుదుపుతూ గింజుకుంటూనే దౌడు తీసింది. కాని లేవిన్ టోపీ పెట్టుకుని హాయిగా వుండి రాస్తామీద గాడుల్లో ఉరవడిగా పారే సెలయేళ్ళనీ, బోసి కొమ్మల మీదనుంచి జారే నీటి బిందువుల్నీ వంతెన చెక్క పలకలమీద పోగుపడే వడగళ్ళనీ, ఆకులు రాలిన చెట్టు కింద నేలమీద కమ్ముకున్న బీచ్ చెట్ల ఆకుల్నీ వినోదంగా చూస్తూనే వెళ్ళాడు. చుట్టూతా వున్న దృశ్యం బావురుమంటూ వున్నా లేవిన్‌కి మాత్రం మహా ఉత్సాహంగా వుంది. దూరంలో వున్న వో గ్రామం రైతులతో జరిగిన సంభాషణ వల్ల తమ కొత్త సంబంధాలకి వాళ్ళు అలవాటు

పడుతున్నట్టు అతనికి తెలిసింది. బట్టలు ఆరబెట్టుకుందామని లేవిన్ వో ముసలి రైతు యింటి దగ్గర ఆగాడు. ఆ ముసలాడు లేవిన్ పథకం బాగుందని మెచ్చుకుని పశువులని కొనుక్కునేందుకు వో సహకార బృందంలో చేరేందుకు ముందుకు వచ్చాడు.

"నేను గట్టిగా నిలబడాలంతే నా లక్ష్యం కోసం, నేననుకున్న దానిని సాధించగలను" అనుకున్నాడు లేవిన్. పనిచెయ్యడానికీ, ప్రయాసపడడానికీ తగ్గ హేతువు వుంది. వ్యవసాయ వ్యవస్థకి సంబంధించి ముఖ్యంగా ప్రజల స్థితికి సంబంధించీ ఆమూలాగ్రం మార్పు తేవాలి; దారిద్ర్యం బదులుగా సమృద్ధి, సంతృప్తి రావాలి. శత్రుత్వం స్థానంలో సహనం, పరస్పర ప్రయోజనాపేక్ష రావాలి. ఒక్క ముక్కలో చెప్పుకోవాలంటే రక్తపాత రహిత విప్లవం, బ్రహ్మాండమైనటువంటిది. మొదట మా ఉయేజ్డ్ నాలుగు గోడల మధ్యా, తర్వాత గుబేర్నియాలో, తర్వాత రష్యా మొత్తం, ఆ మీదట సర్వప్రపంచమంతటా వస్తుంది. ధర్మబద్ధమైన సంకల్పం ఫలవంతం కాకుండాపోదు. అవును, కృషి చెయ్యడానికి తగ్గ హేతువు వున్న లక్ష్యం యిదే. నేను నల్ల టై కట్టుకుని బాల్ డాన్స్‌కి వెళ్ళి కిట్టీ ష్చేర్‌బాత్‌స్కీ పెళ్ళి చేసుకోను అంటే ఆ తిరస్కారానికి గురయి, పనికిమాలిన వాడిగా దయనీయంగా తయారైన కాన్‌స్తంతీన్ లేవిన్‌ని, దీన్నంతటినీ చేస్తున్నానన్నది తక్కువేం కాదు. బెంజిమన్ ఫ్రాంక్లిన్* క్కూడా తన గురించి యిలాంటి హేయమైన అనుభూతి కలిగి వుండచ్చు, ఆయనక్కూడా తన పట్ల స్థైర్యం కలిగి ఉండకపోవచ్చు. అంతమాత్రం చేత యేమైంది. ఆయనకి కూడా తన అగాఫ్యా మిహైలొవ్నా వుండే వుండవచ్చు. తన వూహలని ఆమెకి చెప్పుకుని వుండచ్చు" అనుకున్నాడు.

లేవిన్ యిలా ఆలోచన చేసుకుంటూ యింటికి చేరాడు. అప్పటికి చీకటి పడింది. వర్తకుడి దగ్గర కొంత సొమ్ము తీసుకుని నిగామాను వచ్చాడు. సహకార బృందంలో చేరేందుకు ఆ ముసలి రైతుతో యేర్పాటు జరిగింది. వచ్చేటప్పుడు దారిలో చాలా పొలాల్లో గోధుమ నిల్చిపోయి వుందని అతను చూశాడు. అందుచేత వాళ్ళతో పోల్చుకుంటే మాసూలు కాకుండా మిగిలిన పోయిన తమ నూట అరవై మోపులూ పెద్ద లెక్కలోది కాదు అనిపించింది.

భోజనం చేశాక లేవిన్ యెప్పటిలాగా పుస్తకం తీసుకుని చేతుల కుర్చీలో కూర్చున్నాడు. చదువుతూనే తను రాయబోయే పుస్తకం కోసం చేయవలసిన విదేశయాత్ర గురించి ఆలోచిస్తూ ఉండిపోయాడు. ఇవాళ అతనికి ముందు కంటే ఎక్కువగా తన కృషి ప్రాముఖ్యం అంతా స్పష్టంగా విశదం అయింది. అతని ఆలోచనలని అభివ్యక్తం చేసే వాక్యాలకి వాక్యాలు ప్రయత్నరహితంగానే మనస్సులో రూపు తీసుకున్నాయి. "వీటిని రాసి పెట్టుకోవాలి. వీటి ఆధారంగా సంక్షిప్త భూమిక తయారుచేసుకోవాలి, ముందు దీని అవసరం లేదని అనుకున్నాను". బల్ల దగ్గరకు వెడదామని అతను లేచాడు. అతని కాళ్ళ దగ్గర పడుకున్న లాస్క కూడా లేచి, వొళ్ళు చాచుకుని యెక్కడికి వెళ్ళాలి మనం అన్నట్టు అతనికేసి చూసింది. కాని అతనికి రాసే అవకాశం లేకపోయింది. సరిగ్గా ఆ సమయంలో దళ ముఖ్యులు వచ్చారు. వాళ్ళని కలుసుకోవడం కోసం లేవిన్ హాల్లోకి వెళ్ళాడు.

ఆ మర్నాడు చెయ్యవలసిన పన్ల గురించి పురమాయింపులు జరిగి పనిమీద వచ్చిన ఆ రైతులందర్నీ కలుసుకున్నాక లేవిన్ చదువుకునే గదిలోకి వెళ్ళి పని చేసుకోవడం

మొదలుపెట్టాడు. లాస్క బల్లకింద లుంగ చుట్టుకుని పడుకుంది. ఆగాఫ్యా మిహైలొవ్నా తన కుర్చీలో చేరి అల్లిక పని మొదలుపెట్టింది.

కొంచెంసేపు రాశాక లేవిన్‌కి అనుకోకుండానే అసాధారణ సజీవ రూపంతో కిట్టీ గుర్తు వచ్చింది. ఆమె తిరస్కారం, మొన్న బండిలో వెడుతూ ఆమె దర్శనమవ్వడం స్పష్టంగా గుర్తు వచ్చాయి. అతను లేచి గదిలో అటూ యిటూ పచార్లు చెయ్యడం మొదలుపెట్టాడు.

"పనిమాలి దిగాలుగా వుండడం యెందుకు? యెందుకు యింట్లో కూర్చోవడం? అంతా సిద్ధంగా వుంటే యేదైనా మంచి వూరు వెళ్ళి ఖనిజం జలం దగ్గరికి వెళ్ళచ్చుగా" అంది ఆగాఫ్యా మిహైలొవ్నా.

"యెల్లుండి వెడతా, ఆగాఫ్యా మిహైలొవ్నా. దానికి ముందు యిక్కడి వ్యవహారాలు చక్కబెట్టుకోవాలి కదా".

"యేమిటో నానెత్తి! యేమిటా వ్యవహారాలు? రైతులకి తమరు చేసింది చాలదటనా? ఊళ్ళో యేమంటున్నారో తెలుసా? మీ యజమానికి యిందుగ్గాను జార్ యేం లాభం చేస్తాడమ్మా అని. మీరు రైతుల గురించి యేం బెంగ పడిపోతున్నారో నాకర్థం కాదు" అంది.

"నేను వాళ్ళకోసం కాదు, నా కోసమే అలా చేసుకుంటున్నాను".

వ్యవసాయానికి సంబంధించి లేవిన్ పథకాలు యావత్తూ ఆగాఫ్యా మిహైలొవ్నాకి తెలుసు. లేవిన్ తన ఆలోచనలన్నిటినీ ఆమెకి చెప్పేవాడు. చాలాసార్లు ఆమెతో వాదించి ఆమె వాదన తప్పని చెప్పేవాడు. కాని యీసారి ఆమె అతన్ని పూర్తిగా వేరే రకంగా అర్థం చేసుకుంది.

"అసలు విషయం మన మోక్షం మనం చూసుకోవడం" అని నిట్టూరుస్తూ అందామె. "పర్‌ఫేన్ దెనీసిచ్‌ని చూడండి. వో చదువుందా, రాతకోతలు యెరుగునా యేమన్నానా? కాని దేవుడు చల్లగా చూసి అందరం అలా తనువు చాలించాలి!" అందామె అంతక్రితమే చనిపోయిన వో నౌకర్ని మనస్సులో వుంచుకుని. "పవిత్ర జలం తీసుకున్నాడు, పద్ధతిగా అంతిమ సంస్కారం జరిపించుకున్నాడు" అంది.

"నేనా విషయం గురించి చెప్పడం లేదు. ఇదంతా నా లాభం కోసమే చేస్తున్నాను. రైతులు యెంత బాగా పనిచేస్తే అంత యెక్కువగా మనకి లబ్ధి వుంటుందన్నమాట" అన్నాడు లేవిన్.

"మీరు వెయ్యి చెప్పండి, లక్ష చెప్పండి. రైతు గనక వొళ్ళు వంగనివాడైతే యేమీ చెయ్యడు, చూడడు. కొంచెం పాపభీతి వున్న మనిషైతే కాస్త పనిచేసి తగలెడతాడేమో తప్పిస్తే లేకపోతే అంతే".

"కాని ఇవాన్ పశువుల గురించి చాలా శ్రమ పడుతున్నాడని మీరే అన్నారు కదా"

"నేను ఒకటే చెప్పదలుచుకున్నా" అని ఆగాఫ్యా మిహైలొవ్నా ఖరాకండిగా, పైకి సంభాషణకి సంబంధం లేకపోయినా తన ఆలోచనని బయటపెడుతూ "మీరు పెళ్ళి చేసుకోవాలి. అదీ అసలు విషయం" అంది.

లేవిన్ యే విషయం గురించి అప్పుడు అనుకుంటూ వున్నాడో దాన్ని గురించే ఆమె ప్రస్తావించడం అతని మనస్సుకి గుచ్చుకుంది. అతను ముఖం చిట్లించి మళ్ళీ పని చేసుకుందామని కూర్చున్నాడు. పుస్తకం విషయంలో తను యేది ముఖ్యం అనుకుంటున్నాడో దాన్ని గురించి మనస్సులో తర్కించుకున్నాడు. మధ్య మధ్య ఆగి నిశ్శబ్దంగా ఆగాఫ్యా మిహైలొవ్నా సూదులు టకటకలాడ్డం విన్నాడు. తను గుర్తు చేసుకోవడం యిష్టంలేని విషయం గుర్తుకురాగానే మధ్య మధ్య ముఖం చిట్లించుకున్నాడు.

తొమ్మిది గంటల ప్రాంతంలో బండి మువ్వల చప్పుడు, బురదలోనుంచి బండి యీడ్చుకుంటూ వచ్చే చప్పుడు వినిపించాయి.

"అదుగో యెవళ్ళో వస్తున్నారు. మీరు దిగాలుగా వుండడం తప్పుతుంది" అని ఆగాఫ్యా మిహైలొవ్నా లేచి గుమ్మం దగ్గరికి వెడుతూ అంది. లేవిన్ కూడా ఆమె వెనకాలే వెళ్ళాడు. తన పని ముందుకు సాగకపోవడంతో యెవళ్ళో ఒకళ్ళు వస్తున్నారని చూసి పోనీ లెమ్మని తెరిపిన పడ్డాడు.

31

మెట్ల మీదనుంచి పరిగెత్తుకుంటూ సగం దిగేటప్పటికి లేవిన్‌కి హాల్లోనుంచి దగ్గుతూ వుండే పరిచయమైన కంఠధ్వని వినిపించింది. కాని తన అడుగుల చప్పుడులో ఆ ధ్వని అతనికి స్పష్టంగా వినిపించలేదు. తను పొరపాటు పడవచ్చు కదా అనుకున్నాడు. కాని అంతట్లోనే అతనికి శుష్కించి పోయిన పొడగరి విగ్రహం కనిపించింది. తనని తను మోసం చేసుకోనక్కర లేదని యిప్పుడు స్పష్టపడింది గాని అయినా దగ్గుతూ, ఫర్‌కోటు విప్పుతూ వున్న ఆ పొడగరి తన అన్న నికొలాయ్ కాదు పొరపాటు పడ్డాననే భావించుకోబోయాడు.

లేవిన్‌కి అన్నగారంటే ప్రేమ వుంది. కాని అతనితో వుండడం మహా యాతనగా వుంటుంది. ఇప్పుడు, తన ఆలోచనలతో, అగాఫ్యా మిహైలొవ్నా గుర్తు చెయ్యడంతో ఆ విషయమే బుర్రలోకి వచ్చి గజిబిజిగా పోయిన ఆ సమయంలో, అన్నగార్ని చూడ్డం అంటే మరీ కష్టం కలిగింది. తనకి కొత్త మనిషి కులాసా, సరదా అతిథి అయితే బాగుంటుంది, గజిబిజిగా వున్న తన మనస్థితిని వేరే విషయాలమీదికి మళ్ళిస్తాడు అని అతని ఆశ. కాని అందుకు బదులుగా తన పుట్టు పూర్వోత్తరాలు యావత్తూ తెలిసిన అన్నగార్ని కలుసుకోవాల్సి వస్తోంది. అన్నగారు తన మనోభావాల్ని వెల్లడి చెయ్యమని అడిగి తనని వివశుణ్ణి చేస్తాడు. అతనికి అది యిష్టం లేదు.

తన మనసులో యిలాంటి పాడు వూహలు పుట్టుకొస్తున్నాయేం ఖర్మ అని తనమీద తనే చిరాకుపడుతూ లేవిన్ హాల్లోకి పరిగెత్తి వెళ్ళాడు. అన్నగార్ని దగ్గర్నుంచి చూడగానే అతనికి కలిగిన నిరాశ వెంటనే పోయి జాలి అతని హృదయంలో పొంగింది. నికొలాయ్ సన్నగా జబ్బుగా వుండడం వల యింకా చిక్కిపోయి రోగగ్రస్తంగా ఒట్టి ఎముకల గూడులా కనిపించాడు.

సన్నగా పొడుగ్గా వున్న మెడ యెగరేస్తూ, మఫ్లర్ విప్పుతూ దయనీయంగా విచిత్రమైన మందహాసం చేస్తూ హాల్లో నుంచున్నాడతను. శాంతంగా, నమ్రతగా వున్న ఆ చిరునవ్వు చూడగానే లేవిన్‌కి తన కంఠం రుద్ధమైనట్లు అనిపించింది.

"చూశావా, నీ దగ్గరికి వచ్చేశాను" అని నికొలాయ్ తమ్ముడి ముఖం కేసి వో క్షణం కూడా కళ్ళు మళ్ళించుకోకుండా చూస్తూ కీచుకంఠంతో అన్నాడు. "ఇక్కడికి రావాలని చాలాకాలంగా అనుకుంటూ వున్నాను. కాని ఒంట్లో అసలు బాగుండలేదు. ఇప్పుడు చాలా మెరుగు" అని యీచుకుపోయిన పెద్ద చేతులతో గడ్డం దువ్వుకుంటూ అతను అన్నాడు.

"ఆc, ఆc" అన్నాడు లేవిన్. అన్నగార్ని ముద్దుపెట్టుకున్నప్పుడు అతని పెదాలకి అన్నగారి చర్మం యెంత పొడారిపోయిందో స్పర్శ తగిలింది, వింత వెలుగుతో ప్రకాశిస్తూ వున్న ఆ పెద్ద కళ్ళని దగ్గర్నుంచి చూశాడు. దాంతో లేవిన్‌కి భయం యింకా యెక్కువ అయింది.

తాము యింకా పంచుకోకుండా వున్న తమ జమీలో భాగాన్ని అమ్మేశాననీ అన్నగారు వచ్చి తన వాటా రెండు వేల రూబుళ్ళనీ తీసికెళ్ళవచ్చనీ లేవిన్ అతనికి కొన్ని వారాల ముందు రాశాడు.

తన రాకకి ఒక కారణం ఆ సొమ్ము తీసుకోవడం అనీ, కాని అసలు కారణం పాత గూటిలో కొన్ని రోజులు గడిపి తన స్వస్థలంలో కొంచెం తిరగడమనే కోరిక అనీ నికొలాయ్ చెప్పాడు. పాతకాలపు వీరులకి మాదిరి స్వస్థలం తన భవిష్యత్తు కార్యకలాపాలకి ఉత్తేజాన్ని యిస్తుందట, అని అతను అన్నాడు. అంతకు ముందుకంటే అతను వొంగిపోయాడు, అయినా గానీ అతని కదలికల్లో చురుకు, లాఘవం యెప్పటిలాగానే వున్నాయి. లేవిన్ అతన్ని తను చదువుకునే గదికి తీసికెళ్ళాడు.

అన్నగారు చాలా సావధానంగా బట్టలు మార్చుకున్నాడు. అంతకు ముందు అలా చేసేవాడు కాదు. పల్చగా వున్న జుట్టు దువ్వుకున్నాడు. చిరునవ్వు నవ్వుతూ మెట్లు యెక్కాడు.

చిన్నప్పుడు తను యెన్నోసార్లు చూసినట్లే అన్నగారు స్నేహపూర్వకంగా, ప్రసన్నభావంతో లేవిన్‌కి కనిపించాడు. అతను పెద్దన్నగారు సెర్గేయ్ ఇవానొవిచ్ కోజ్నిషెవ్ గురించి కూడా యే రకమైన కటుత్వం లేకుండా మాట్లాడాడు. ఆగాఫ్యా మిహైలొవ్నాని కలుసుకున్నాక ఆమెతో నవ్వుతూ వేళాకోళం ఆడాడు. పాత నౌకర్ల గురించి అడిగాడు. పర్ఫేస్ దేనిసిచ్ చనిపోయాడన్న వార్త అతన్ని నిశ్చేష్టుణ్ణి చేసింది. అతని ముఖంమీద వొక భీతి ఛాయ దూసుకుపోయింది. కాని వెంటనే దాన్నుంచి తేరుకున్నాడు.

"పాపం! మంచి ముండావాడు" అని విషయం మార్చాడు. "ఆc, నెలో, రెండు నెలలో వుంటాను. ఆ తర్వాత మాస్కో వెడతాను. మ్యాకోవ్ నాకు ఉద్యోగం యిస్తానన్నాడు తెలుసా, నేను ప్రభుత్వ ఉద్యోగం చేస్తాను. ఇప్పటినుంచి వేరే రకంగా బతుకుతా" అని చెప్తూనే వున్నాడు. "ఆ తెలుసా? ఆ ఆడమనిషిని వదిలేశాను" అన్నాడు.

"మాషానా? యెందుకని?"

"అబ్బ! దరిద్రపుగొట్టుముండ! ఎన్ని యిబ్బందులు పెట్టింది" అన్నాడే గాని ఆమె పెట్టిన యిబ్బందులేమిటైందీ వివరించాడు కాదు. పల్చని టీ కాచిపెట్టినందుకు ఆమెని పంపించేశానని చెప్పలేదు, ఆమె తనని రోగిష్టి మనిషిగా చూడ్డం కారణం అనీ చెప్పలేదు. "అసలేమిటంటే నా జీవితాన్ని మార్చేసుకోవాలనుకుంటున్నాను. అందరిలాగానే నేనూ తప్పులు చేశాను. డబ్బు తగలేశాను. దీన్దేముందిలే, తుచ్ఛం. అందుగ్గాను నేనేం విచారించను. నాకు కావల్సిందల్లా మంచి ఆరోగ్యం. దేవుడి దయవల్ల నా ఆరోగ్యం యిప్పుడు బాగానే వుంది" అన్నాడు.

లేవిన్ అతను చెప్పేదాన్ని విన్నాడు. దేన్ని గురించైనా చెప్దామా అని ఆలోచించబోయాడు. కాని యేది అతనికి తట్టింది కాదు. నికొలాయ్ అది గ్రహించాడు. అతను లేవిన్ పని యెలా వుందీ యేమిటీ అని అడిగాడు. లేవిన్‌కి సంతోషం కలిగింది. ఆ వొక్క విషయం గురించే అతను వంచన యేమీ లేకుండా మాట్లాడగలడు. అతను తన పథకాల గురించీ, తను తీసుకున్న ఆచరణాత్మక చర్యల గురించీ అన్నగారికి వివరంగా చెప్పాడు.

నికొలాయ్ విన్నాడు గాని పెద్ద ఆసక్తికరంగా వున్నట్టు కనిపించలేదు.

ఇప్పుడిద్దరి మనస్సుల్లోనూ వొకే ఆలోచన ప్రబలంగా వుంది– నికొలాయ్ జబ్బూ, ఆసన్న మృత్యువు. కాని నికొలాయ్‌గాని, లేవిన్‌కి గాని దాన్ని గురించి మాట్లాడే ధైర్యం లేకపోయింది. అంచేత మనస్సుల్లో ఉన్న దాన్ని గురించి చెప్పుకోకపోవడంతో వాళ్ళనుకునే మిగిలిన ప్రతీ మాటా అనృతంగానే వుంది. రాత్రయింది. పడుకునే వేళ అయింది. ఆ విషయం యిప్పటంతగా లేవిన్‌కి యెప్పుడూ సంతోషం కలిగించలేదు. మృత్యు ముఖంలోకి చూస్తూ వున్న ప్రియమైన అన్నగారి కోసం కన్నీళ్ళు కార్చాలని మనస్సులో వుంది. కాని యెలా జీవించాలనుకుంటున్నదీ అన్నగారు చెప్తూ వుంటే ఆ మాటలు వింటున్నాడు.

ఇంట్లో చెమ్మగా వుండడం వల్లా, వొక పడక గదే వెచ్చజేసి వుండడం వల్లా లేవిన్ అన్నగారికి తన పడక గదిలోనే పరదా వెనకాల పడక యేర్పాటు చేశాడు.

అన్నగారు మంచంమీద వాలాడు. నిద్రపోయాడో లేదో గాని జబ్బు మనిషి చేసినట్లే అటూ యిటూ దొర్లాడు. దగ్గాడు. దగ్గుకి కఫం అడ్డుపడినప్పుడు తనలో తనే గొణుక్కున్నాడు. మధ్య మధ్యన గాఢంగా పీల్చి "హోరి భగవంతుడా" అని గొణిగాడు. కఫం అడ్డం పడి ఉక్కిరి బిక్కిరి అయినప్పుడు "అబ్బ, దీన్ని తగలెయ్య" అని చిరాగ్గా తిట్టాడు. ఇవన్నీ వింటూ లేవిన్‌కి చాలాసేపు నిద్ర పట్టలేదు. అతని మనస్సులో ఆలోచనలు పరిపరి విధాల తచ్చాడాయి. కాని అన్ని ఆలోచనలూ ఒక్క విషయం మీదకే, అంటే మృత్యువు మీదకు వచ్చి వాలాయి.

మృత్యువు ప్రతిదానికీ అనివార్య అంతం అనేది మొదటిసారిగా ఒక అదమనీయ శక్తి రూపంలో అతని ముందు ప్రత్యక్షం అయింది. ఆ మృత్యువు, నిద్రలో మూలుగుతూ తర్కవితర్కం యేమీ లేకుండానే వొట్టి అలవాటు వల్ల కొంచెంసేపు దేవుణ్ణీ కొంచెంసేపు దెయ్యాన్నీ గుర్తుకు తెచ్చుకుంటూ వున్న తన ప్రియమైన అన్నగారి రూపంలో అప్పటిదాకా వున్న సుదూర భావన కాదు. మృత్యువు తనలోనూ వుంది, అని తను అనుభూతి చెందాడు. ఇవాళ కాకపోతే రేపు, రేపు కాకపోతే యెల్లుండి, కాకపోతే ముప్పై యేళ్ళ తరవాత– తేడా యేం వుంది గనక? ఈ అనివార్య మృత్యువు యేమిటైందీ అతనికి తెలియదు. దాన్ని గురించి తను ఆలోచించలేదు. ఆలోచించలేదు, ఆ ధైర్యం లేదు.

"నేను పని చేస్తున్నాను, యేదో చెయ్యాలని అనుకుంటున్నాను అయినా అన్నీ సమాప్తం అయిపోతాయనే విషయాన్ని మరిచేపోయాను,మృత్యువనే లాంటి దొకటుందని మర్చేపోయాను".

అతను ముడుచుకుపోయి, మోకాళ్ళమీద చేతులు పెట్టుకుని మంచంమీద కూర్చున్నాడు. ఆలోచనల్లో తీవ్రంగా మునిగిపోయి వుండడంతో గట్టిగా శ్వాసకూడా పీల్చకుండా వుండిపోయాడు. కాని యెంతగా మనస్సు లగ్నం చేస్తే అంతగా అతనికి యిది స్పష్టపడింది,

నిస్సందేహంగా స్పష్టపడింది. ఏమంటే నిజానికి జీవితంలో ఒక చిన్న విషయం మీద తను దృష్టి పెట్టలేదు, మర్చిపోయాడు. మృత్యువు వస్తుంది, అన్నిట్నీ సమాప్తం చేస్తుంది. అందుచేత దేన్ని ఆరంభించినా వ్యర్థం, మనం నిస్సహాయులం. ఇది భయంకరంగానే వుంది కాని యిది అంతే.

"కాని నేనింకా బతికే వున్నాను. నేనేం చెయ్యాలి? ఏం చెయ్యాలి? అని హతాశుడై అనుకున్నాడు. అతను కొవ్వొత్తి వెలిగించి మెల్లిగా లేచి అద్దంలో ముఖం చూసుకుందామని వెళ్ళాడు. ముఖాన్నీ, జుట్టునీ పరకాయించి చూసుకున్నాడు. కణతల దగ్గర నెరిసిన వెంట్రుకలు కనిపించాయి. నోరు తెరిచి చూసుకున్నాడు. దంతాలు కొన్ని చెడిపోతున్నాయి. కండపుష్టి గల చేతుల్ని చాచాడు. ఆం, గట్టిగానే వున్నాడు. కాని నికొలాయ్ కూడా, యిప్పుడు శిథిల శ్వాసకోశాలతో వూపిరి పీల్చుకోవడానికి తంటాలు పడుతూ వున్నా వొకప్పుడు బలంగా, శరీర దారుఢ్యంతోనే వున్నాడు. హఠాత్తుగా అతనికి తమ చిన్నతనం గుర్తు వచ్చింది. పడుకుందామని పక్కల మీదకి చేరినా నిద్రపోకుండా ట్యూటర్ ఫ్యోదొర్ బొగ్దానిచ్ గదిలో నుంచి అవతలికి వెళ్ళిపోయేదాకా ఆగేవాళ్ళు. అప్పుడు వొకళ్ళ మీదకి వొకళ్ళు తలగడాలు విసురుకుని కేరింతలు కొడుతూ తెగ నవ్వుకునేవాళ్ళు. "ఇప్పుడు వంగిపోయిన ఆ శూన్య ఛాతీ....నేను, నాకేం జరుగుతుందో యెందుకు జరుగుతుందో తెలియకుండా..."

"హాక్! హాక్! అబ్బ! దీన్తగలెయ్య! నువ్వేం చేస్తున్నావ్? నిద్రపోవడం లేదేం?" అని నికొలాయ్ అడిగాడు.

"యెందుకనో నిద్రపట్టడం లేదు".

"నాకు మంచి నిద్రపట్టింది. ఇప్పుడు నాకు చెమట కూడా పట్టడం లేదు. చూడు నా చొక్కా చెమట వుందా?"

లేవిన్ అతని చొక్కా తడిమి చూశాడు. మళ్ళీ తెర అవతలి వైపు వెళ్ళి కొవ్వొత్తి ఆర్పేశాడు. అయినా అతనికి నిద్ర రాలేదు. తను యెలా బతకాలీ అనే సమస్యని పరిష్కరించుకున్నాను అనుకున్నాడో లేదో యీ సమస్య వచ్చి పడింది- మృత్యువు సమస్య. దీనికి సమాధానం లేదు

"అవును, అతను చనిపోతున్నాడు. వసంత రుతువు దాకా వుంటాడేమో. అతనికేం చెయ్యగలను? యేం చెప్పగలను? నాకేం తెలుసు దీన్ని గురించి? అసలు దీన్ని గురించి మరిచిపోయాను".

32

మొదట్లో నమ్రతగా అణకువగా వుండి అయ్యోపాపం అనే భావం కలిగించే మనుషులు, అంతే త్వరగా తమ అనుచిత కోపం, తప్పులు యెంచే లక్షణాలతో భరించలేనివాళ్ళుగా తయారవుతారని లేవిన్‌కి చాలా కాలంగా తెలుసు. అన్నగారి విషయంలో యిది నిజమే అవుతుందని అతను ముందే గ్రహించాడు. నిజంగానే నికొలాయ్ మెతకదనం యెక్కువసేపు వుండలేదు. ఆ మర్నాడు ఉదయమే అతను చిరాకు పడిపోయాడు. లేవిన్‌కి బాగా సలుపుపెట్టే పుళ్ళమీదే ఉప్పు రాశాడు.

తప్పు తనదేనని లేవిన్‌కి అనిపించింది గాని యిప్పుడు చేసేది యేమీ లేకపోయింది. తామిద్దరూ నటన మానేసి వొకళ్ళతో వొకళ్ళు మనస్సు విప్పి మాట్లాడినట్లయితే గనక, వొకళ్ళ కళ్ళల్లోకి వొకళ్ళు చూసుకుని "నువ్వు చనిపోతున్నావు, చనిపోతున్నావు, చనిపోతున్నావు" అని లేవిన్ చెప్పేవాడు, "చనిపోతున్నానని తెలుసు, కాని భయపడుతున్నా, భయపడుతున్నా" అని నికొలాయ్ చెప్పేవాడు. మనస్సు విప్పి మాట్లాడుకుంటే వాళ్ళు వేరే యింకో మాటని దేన్నీ మాట్లాడేవాళ్ళు కాదు. కాని అది అసంభవం. దాంతో లేవిన్ జీవితమంతా ప్రయత్నించినా చెయ్యలేక పోయినదాన్ని చెయ్య ప్రయత్నించాడు. అతను చూసినట్టుగా చాలామంది దీన్ని యెంతో బాగా చెయ్యగలిగి వుంటారు, అలా లేకుండా వాళ్ళకి బతకడం అసంభవం- అదేమంటే తను అనుకుంటూ వున్న దాన్ని చెప్పకుండా వుండటం. అతను అదే చేశాడు, కాని చాలా పాడుగా చేశాడు, తనకి తెలుసు. అన్నగారు దాన్ని కనిపెట్టేవాడు. దాంతో అతనికి మరింత మంటెక్కి పోయేది.

మూడో రోజున నికొలాయ్ తమ్ముణ్ణి తన పథకాలన్నిట్నీ మరోసారి వివరించమని అడిగాడు. విన్నాక లేవిన్‌ని చెడామడా విమర్శించాడు. ఉద్దేశపూర్వకంగానే దాన్ని కమ్యూనిజంతో కలగాపులగం చేశాడు.

"నువ్వు వూరికే పరాయివాళ్ళ ఆలోచనలు అంది పుచ్చుకున్నావ్. కాని వాటిని వక్రీకరించావు. ఎక్కడ లాకీ కాదో అక్కడ వాటిని అమలు చెయ్యబోతున్నావు".

"నేను చేసే దానికీ, కమ్యూనిజానికీ అసలు సామ్యమే లేదు. కమ్యూనిస్టులు సొంత ఆస్తి, పెట్టుబడి, వారసత్వ హక్కు అనేవి న్యాయసమ్మతం కాదని అంటారు. కాని నేను యీ ముఖ్య స్టిమ్యులస్ కాదనడం లేదు" (యీ బాపతు మాటలని వాడడం లేవిన్‌కి యిబ్బంది అనిపించింది గాని తన పనిలో యెక్కువ అభిరుచి చూపించడం పెరిగిన దగ్గర్నుంచీ అలాంటి రష్యనేతర మాటల్ని యింకా యింకా యెక్కువ వాడాడు). "నేను శ్రమని నియమితం చెయ్యాలనే కోరుతున్నాను" అన్నాడు.

"అదే, అదే మరి. నువ్వు యెంగిలి ఆలోచనలు పట్టావు. వాటికి ప్రాణభూతమయిన వాటినన్నిట్నీ కొట్టి పారేశావు. నువ్వేదో కొత్తదాన్ని కనిపెట్టినట్టు మమ్మల్ని నమ్మించ ప్రయత్నిస్తావు" కోపంతో టై కట్టుకున్న మెడని యెగరేస్తూ అన్నాడు నికొలాయ్.

"కాని నా ఆలోచనలకీ, వాటికీ మధ్య సామ్యం యేమీ లేదు..."

"వాటికి..." అని నికొలాయ్ కళ్ళల్లో కోపరేఖ ఝలక్ మనగా వ్యంగ్యంగా చిరునవ్వు నవ్వుతూ అన్నాడు. "ఆ ఆలోచనలకి కనీసం యేమనాలో దాన్ని జామెట్రిక్ సౌందర్యం అయినా వుంది, వొక స్పష్టత, అసందిగ్ధ సౌందర్యం వుంది. అవి వూహాస్వర్గాలే కావచ్చు. కాని మన గతాన్నంతటినీ tabula rasa[1] చేస్తే- అంటే సొంత ఆస్తి, కుటుంబం వుండవు- అప్పుడు శ్రమ వ్యవస్థితం అవుతుంది. నీ ఆలోచనలు అందించేదేమీ లేదు..."

1. తుడిచి పెట్టిన పలక (లాటిన్). అంటే సాఫుగా తుడిచెయ్యడం- అను.

"యెందుకు యీ రెండింటినీ కలగాపులగం చేస్తావు? నేనెప్పుడూ కమ్యూనిస్టుగా లేను".

"నేను వున్నాను, కమ్యూనిజం సమయం యింకా రాలేదు, కాని అందులో తార్కికత వుంది. దానికి భవిష్యత్తు వుంది. తొలి శతాబ్దాల్లో క్రైస్తవ మతానికి వున్నట్టు".

"నేననుకొనేదల్లా శ్రమ శక్తిని శాస్త్రీయ దృక్పథం దృష్ట్యా దర్శించాలని. అంటే దాని లక్షణాలని అధ్యయనం చేసి నిరూపించాలి..."

"యేం లాభం లేదు. శ్రమ శక్తి అభివృద్ధి చెందే క్రమంలో తన రీతిలో కొన్ని నిశ్చిత రూపాలు తీసుకుంటుంది. ఒకప్పుడు బానిసలు వుండేవాళ్ళు, వాళ్ళ తర్వాత metayers[1] యిప్పుడు మనకి పంట పంచుకునే వ్యవస్థ వుంది, పట్టాదారు పద్ధతి వుంది, కూలీ పద్ధతి వుంది. ఇంకేం కావాలి?"

ఈ మాటలు విని లేవిన్‌కి చర్రున కోపం వచ్చింది. యేమంటే తను కమ్యూనిజానికి ప్రస్తుతం వున్న రూపాలకీ మధ్య సమతూకంగా వుండేదాన్ని పట్టాలని అనుకుంటున్నట్టు, అది సాధ్యం అయ్యే అవకాశాలు తక్కువ అయినట్టు అతని మనస్సు లోపల్లోపల అది నిజమేనన్నట్టనిపించింది.

"పనివాడికీ నాకూ పనిని ఉత్పాదకంగా వుండేటట్టు చెయ్యాలని ప్రయత్నిస్తున్నాను. నేను యేర్పాటు చెయ్యాలనుకుంటున్న..." అని కోపంగా అన్నాడు.

"నువ్వేమీ యేర్పాటు చెయ్యాలనుకోవడం లేదు. యెప్పుడూ వున్నట్టే వుండాలనుకుంటున్నావంతే, అందరికంటే తేడాగా వుండాలనుకుంటున్నాను. రైతులని వూరికే దోచుకోవడం లేదని కాని దాని గురించి నీకు ఆలోచన కూడా వుందని చూపించుకోవాలనుకుంటున్నావు".

"నువ్విలా అనుకుంటూ వుంటే నీకో దండం నన్నొదిలెయ్యి" అని లేవిన్ జవాబిచ్చాడు. తన యెడమ బుగ్గ అదుపు చేసుకోలేనట్టుగా అదురుతోందని అతనికి అనిపిస్తూనే వుంది.

"నీకసలు నిజమైన నమ్మకాలు లేవు, వుండవు, నీ అహం తృప్తిపడడం కోసం చూస్తూ వుంటావంతే".

"సర్లే, వదిలెయ్యి నన్ను".

"యెలాగూ వదిలేస్తాను. ఇదివరకే అలా చేసి వుండాల్సింది. నీ ఖర్మ, ఫో, అసలు యిక్కడికి రావడం నాదే బుద్ధి తక్కువ".

తర్వాత అన్నగార్ని శాంతింప చెయ్యాలని లేవిన్ యెంత కాళ్ళావేళ్ళా పడ్డా కూడా నికొలాయ్ వినిపించుకోలేదు.

తను వెళ్ళిపోతాననే మంకు పట్టు పట్టి కూర్చున్నాడు. అన్నగారికి బతుకు దుర్భరం అయిందని లేవిన్‌కి అనిపించింది.

వెళ్ళిపోవాలని నికొలాయ్ అంతా సిద్ధమై వుండగా లేవిన్ మళ్లీ బతిమలాడి, తన తప్పులుంటే క్షమించమని వేడుకున్నాడు.

---

1. పట్టాదార్లు (ఇంగ్లీషు).

"అరె, నీ ఔదార్యం చూపించదలుచుకున్నావా?" అని నికొలాయ్ చిరునవ్వు నవ్వాడు. "నువ్వు గొప్పు అని అనిపించుకోవాలనుకుంటే, సరే నీకా సంతోషాన్ని యిస్తాను. అయినా నేను వెళ్ళిపోతున్నా".

అతను వెళ్ళిపోయే ముందు నికొలాయ్ అతన్ని ముద్దు పెట్టుకున్నాడు. అతని కళ్ళల్లోకి వింత గాంభీర్యంతో చూశాడు.

"అయినా నా గురించి చెడ్డగా అనుకోరూ" అన్నాడు. అతని కంఠం రుద్ధమైంది.

హృదయం పలికిన మాటలు అవి మాత్రమే. యీ మాటల అభిప్రాయం లేవిన్‌కి బోధపడింది. 'నువ్వే చూస్తున్నావుగా నీకే తెలుసుగా నా పరిస్థితి అధ్వాన్నంగా వుంది. బహుశా మనం యెన్నటికీ మళ్ళీ కలుసుకోమేమో'. లేవిన్‌కి యిది బోధపడింది. అతని కళ్ళల్లో నీళ్ళు గిరుక్కున తిరిగాయి. అన్నగార్ని ముద్దుపెట్టుకున్నాడు, కాని యేమీ అనలేదు. అనడానికేముంది గనక.

అన్నగారు వెళ్ళిపోయిన రెండు రోజుల తరువాత లేవిన్ విదేశాలకి వెళ్ళాడు. రైల్లో అతనికి కిట్టీ పినతండ్రి కొడుకు ష్చేర్‌బాత్‌స్కీ తగిలాడు. తను దిగాలు పడివుండడం అతనికి ఆశ్చర్యకారకమైంది.

"యేమిటి సంగతి?" అని ష్చేర్‌బాత్‌స్కీ అడిగాడు.

"ప్రత్యేకం యేమీ లేదు. యీ లోకంలో సుఖంగా వుండే వీలూ లేదు".

"యెందుకు లేదు? మ్యూలుస్‌కి గీలుస్‌కి బదులుగా నాతో పారిస్ రా. అక్కడ చూద్దువుగాని యెలాంటి మజా వుంటుందో".

"వద్దు. నాకు సంబంధించి అంతా ముగిసినట్టే. ఇక నేను ఈ లోకంనుంచి వెళ్ళిపోయే వేళ వచ్చింది".

"అదేమిటి!" అని ష్చేర్‌బాత్‌స్కీ నవ్వుతూ అన్నాడు. "నేనైతే యిప్పుడు మొదలుపెట్టడానికి తయారుగా వున్నాను".

"అవును, కొన్ని రోజుల క్రితందాకా నేనూ అలానే అనుకున్నాను. కాని యిప్పుడు తెలుస్తోంది త్వరలో యీ లోకంనుంచి వెళ్ళిపోతున్నానని".

తను కొన్ని రోజులుగా తను అనుకుంటూ వున్న విషయాన్నే నిజంగా చెప్పాడు. అన్నిట్లోనూ అతనికి మృత్యువు కన్పిస్తుంది. లేదా మృత్యువు రాక కనిపిస్తోంది. అయినా కూడా అతనికి తను వేసుకున్న పథకాల పట్ల ఆసక్తి పోలేదు. మృత్యువు వచ్చేదాకా యెలాగో అలా బతకాలి. అతనికి సంబంధించి అన్నిటి మీదా చీకటి కమ్ముకుంటోంది. కాని యీ చీకటి మూలంగానే తన కృషి తమస్సునుంచి జ్యోతివైపు నడిపించే సూత్రం అని అతనికి అనిపించింది. సర్వశక్తితోనూ దాన్ని ఆలంబనగా పెట్టుకున్నాడు.

నాల్గవ భాగం

1

కెరనిన్‌భార్యాభర్తలు వొకే ఇంట్లో కాపరం చేస్తూనే వున్నారు, ప్రతిరోజూ కలుసుకుంటూనే వుండేవాళ్ళు. కాని వొకళ్ళకి వొకళ్ళు పరాయివాళ్ళల్లా వుండిపోయారు. యింట్లో పనిపాటలు చేసేవాళ్ళకి యే పిసరూ అనుమానం కలక్కూడదని కెరనినా భార్యని రోజూ విధిగా చూసేవాడు. కాని యింటి దగ్గర భోజనం చెయ్యడం మానేశాడు. వ్రాన్‌స్కీ యెప్పుడూ యీ యింటికి వచ్చేవాడు కాదు కాని అన్నా అతన్ని వేరే యెక్కణ్ణో కలుసుకునేది. ఆ విషయం ఆమె భర్తకి తెలుసు.

పరిస్థితి ముగ్గురికీ దుర్భరంగానే వుంది. యిది తాత్కాలిక దుఃఖకరమైన యిబ్బంది అనీ, త్వరలోనే మారిపోతుందనీ వాళ్ళకి గనక ఆశలేకపోయినట్లయితే వొక్కళ్ళు కూడా దాన్ని ఒక్క రోజు కూడా భరించగలిగి వుండేవాళ్ళు కాదు. ప్రతిదీ ముగిసిపోయినట్టు గానే ఈ ప్రేమ కాంక్ష పోతుందనీ, ప్రతివాళ్ళూ దీన్ని గురించి మరిచిపోతారనీ తన పేరు నిష్కళంకంగా బయటపడుతుందనీ కెరనిన్ నమ్మకం. యీ పరిస్థితికంతటికీ బాధ్యురాలై, మిగిలిన వాళ్ళకన్నా యెక్కువ దుర్భర వేదన పడుతున్న అన్నా త్వరలోనే యీ చిక్కు విడిపోతుందనీ, తన పరిస్థితి తేటతెల్లమవుతుందనీ అనుకోవడమే కాక, అలా జరుగుతుందని గాఢంగా నమ్మింది. అందుచేత దాన్ని భరించింది. యీ చిక్కుని యెవరు విప్పుతారో ఆమెకి తెలియదు కాని అది యేమైనా త్వరలోనే జరుగుతుందనే ఆమె గాఢ విశ్వాసం. తనకి తెలియకుండానే ఆమె వొరవడిని అనుసరిస్తూ వ్రాన్‌స్కీ కూడా తన ప్రమేయం లేనిది యేదో తమ కష్టాలన్నిట్నీ విధిగా పరిష్కరించవలసినదేదో వస్తుందని ఆశించాడు.

శీతకట్టు మధ్యలో వ్రాన్‌స్కీ వొక వారం విసుగ్గా గడపవలసివచ్చింది. పీటర్స్‌బర్గ్ చూడవచ్చిన వొక విదేశీ ప్రిన్స్‌ని అతనికి అప్పగించారు. అతను అక్కడ చూడదగ్గ వాటినన్నిట్నీ ప్రిన్స్‌కి చూపించాల్సి వుంది. వ్రాన్‌స్కీ తనకిగా తనేం తక్కువ వాడు కాదు, విశిష్ట వ్యక్తిత్వం వున్నవాడే. అదీ గాకుండా తన ఆత్మాభిమానానికి కించిత్ భంగం కలక్కుండా మంచీ మర్యాదలు చూపించడం, ఆ ప్రిన్స్ హోదాలాంటి వాళ్ళతో కలిసిమెలిసి తిరగడం అనే కళలని వొడిసి పట్టిన వాడే. అందుకనే ఆ ప్రిన్స్‌ని అతనికి అప్పగించారు. ప్రిన్స్‌కి పిసరు పొల్లుపోకుండా అన్నిట్నీ చూడాలని కోరిక. యేమంటే తిరిగి వెనక్కి వెళ్ళాక రష్యాలో తనేం చూశాడూ అని అడిగితే చెప్పొద్దూ! అదీగాక రష్యాలో అనుభవించదగ్గ రసగుళికలన్నిట్నీ అనుభవించాలని అతనికీ ఆతృతగా వుంది. ఆ రెండు రకాలా పర్యటన నిర్వహించడం వ్రాన్‌స్కీ బాధ్యత అయింది. పొద్దుటి పూట చూడదగ్గ విశేషాలు చూడ్డానికి వెళ్ళేవాళ్ళు. సాయంత్రాలప్పుడు జాతీయ వినోద కార్యక్రమాల్లో పాల్గొనేవాళ్ళు. ప్రిన్స్‌లలో కూడా యీ ప్రిన్స్ ఆరోగ్యం

యెన్నతగింది. కసరత్తు చేసి శరీరాన్ని బాగా రూపుతీర్చుకున్నాడు. అందుచేత అలవాట్లు శ్రుతి మించినా కూడా పువ్వులా నవనవలాడుతూ వుండేవాడు. ప్రిన్స్ విస్తృతంగా దేశాటన చేశాడు. ఆధునిక రవాణా సౌకర్యాల వల్ల కలిగిన గొప్ప లాభం విదేశీ భోగాలు అందుబాటులోకి రావడం అని గుర్తించాడు. అతను స్పెయిన్ సందర్శించి అక్కడ ప్రేమ గీతాలు పాడాడు. వొక స్పానిష్ మాండలీన్ వాయిద్యకారిణితో ప్రేమ కలాపం జరిపాడు. స్విట్జర్లాండ్‌లో సంభార్ జింకల్ని వేటాడాడు. ఇంగ్లండ్‌లో ఎర్ర కోటు తొడుక్కుని గుర్రాల్ని కంచెలమీద గెంతిస్తూ దౌడు తీశాడు. పందెం కాసి రెండు వందల అడవి కోళ్ళని కొట్టాడు. టర్కీలో వో జనానాకి వెళ్ళాడు. భారతదేశంలో యేనుగు సవారీ చేశాడు. యిప్పుడు రష్యా యాత్రలో రష్యన్ విచిత్రాలన్నిట్నీ రుచి చూడాలనే కోరికతో వున్నాడు.

ప్రిన్స్‌కి వినోదం కలిగించే బాధ్యత తనమీద ఉండటంతో వినోదాలు యెంచుకోవడం వ్రాన్స్కీకి కష్టం అయింది. వాళ్ళు అట్లు తిన్నారు. ఎలుగుబంట్ల వేటకెళ్ళారు. మూడు గుర్రాల బగ్గీ యెక్కారు. జిప్సీలని చూశారు. అచ్చమైన రష్యన్ పద్ధతిలో, పింగాణీ సామాను పప్పు పప్పు చేసేదాకా, కైపు యెక్కేట్టు తాగి తందనాలాడారు. ఆ ప్రిన్స్ మహా తేలిగ్గా రష్యన్ స్వభావంలోకి పరకాయ ప్రవేశం చేశాడు. వొక పళ్ళెం నిండుగా వున్న పింగాణీ సామానుని చిత్తు చేసేశాడు. వో జిప్సీ ఆడమనిషిని వొళ్ళో కూర్చోబెట్టుకుని "వూc, యింకేమి వుంది? ఓస్, యింతేనా రష్యన్ విచిత్రం అంతా" అని అడుగుతున్నట్టు చూశాడు.

నిజానికి రష్యన్ సరదాలన్నిటిలోనూ ప్రిన్స్‌కి బాగా నచ్చినవి ఫ్రెంచి నటీమణులు; బాలేనర్తకులు, శ్వేత చిహ్న షాంపేన్. వ్రాన్స్కీకి ప్రిన్స్‌లు కొత్తకాదు; అయినా గత కొంతకాలంగా అతను మారిపోయిన దానివల్లనో, మరే కారణంవల్లనో లేకపోతే యీ ప్రిన్స్‌ని మరీ సన్నిహితంగా చూడ్డంవల్లనో అతనికి ఆ వారం చాలా యీడ్చుకుంటూ గడుస్తున్నట్టు అనిపించింది. ప్రిన్స్ దగ్గర వున్న సమయంలో తన ఆత్మాభిమానం యే మాత్రం గాయపడకుండా వుండాలంటే తన హుందాతనాన్ని కొంచెం కూడా సడలనివ్వకూడదన్న గుర్తింపు వ్రాన్స్కీకి వుంది. రష్యన్ మాధుర్యాల్ని చవి చూపించడానికి మితిమీరి అతిగాపోయిన వాళ్ళపట్ల ప్రిన్స్ తిరస్కార పూర్ణ వైఖరి చూపించాడు. వ్రాన్స్కీకి వాళ్ళు తమ ప్రవర్తనతో ఆశ్చర్యం కలిగించారు. తను బాగా తెలుసుకోవాలనుకుంటున్న రష్యన్ మహిళల గురించి ప్రిన్స్ చెప్పిన అభిప్రాయాలు విని వ్రాన్స్కీ కోపంతో యెర్రబడిపోయాడు. కాని ప్రిన్స్ అంటే వ్రాన్స్కీకి వెలపరం కలగడానికి ముఖ్య కారణం అతనికి ప్రిన్స్‌లో తన ప్రతిబింబం కనిపించడమే. మరి ఆ దర్పణంలో కనిపించేది అతని ఆత్మాభిమానానికి సంతుష్టిని యివ్వలేదు. ప్రిన్స్ శుద్ధ బుద్ధవతారం, మితిమీరిన ఆత్మ విశ్వాసం, మహా ఆరోగ్య సంపన్నుడు, బహుశుచిత్వమన్యుడు. అతను పెద్ద మనిషి- ఆ ముక్క నిజం, దాన్ని వ్రాన్స్కీ కొట్టిపారెయ్యలేడు. తనకంటే అధికులైన వాళ్ళ దగ్గర అతను సహజత్వంతో, ఆత్మసమ్మానభావంతో వుంటాడు. తన సమానస్థులతో సాదాగా, అరమరికలు లేకుండా వుంటాడు. తనకంటే తక్కువ వాళ్ళతో సహృదయ ప్రాపకం కనబరుస్తున్నట్టుంటాడు. వ్రాన్స్కీ అలానే వుండేవాడు, అలా వుండడం గొప్ప అని యెప్పుడూ భావిస్తూ వుండేవాడు. కాని ప్రిన్స్‌కి సంబంధించి వ్రాన్స్కీ తక్కువ వర్గం వాడే అవడంతో, అందువల్ల తనపట్ల అతను అలా ప్రాపక దృష్టి చూపించడంతో వ్రాన్స్కీకి మంటెక్కిపోయింది.

"బడుద్దాయి, దున్నపోతు! యేం నేనలా కనిపిస్తున్నానా?" అనుకున్నాడు.

సరే, యేది యేమైతేనేం, యేడవ రోజున ప్రిన్స్‌ని మాస్కోకి పంపిస్తూ వీడ్కోలు చెప్పి, అయిష్టమైన విధుల్నీ, అనిష్టమైన దర్పణాన్నీ వదిలించుకున్నందుకు హమ్మయ్య అనుకున్నాడు. తను చేసిన సహాయానికి కృతజ్ఞతలు పొందాడు. ఎలుగుబంటి వేటనుంచి తిరిగివచ్చాక రాత్రంతా రష్యన్ జాతర రుచి చూపించి రైల్వే స్టేషన్లో ప్రిన్స్‌కి వీడ్కోలు చెప్పి సెలవు తీసుకున్నాడు.

2

ఇంటికి వెళ్ళాక వ్రాన్‌స్కీకి అన్నా దగ్గర్నుంచి వచ్చిన చీటీ కనిపించింది. "నాకు బాగాలేదు, విచారంగా వుంది. యిల్లు వదిలిపెట్టలేను, మిమ్మల్ని చూడకుండా వుండనూలేను. యీ సాయంత్రం రండి. కెరనిన్ యేడు గంటలకి ఆయుక్త సమావేశానికి వెడతారు, పది గంటలదాకా అక్కడే ఉంటారు" భర్త స్పష్టంగా యిచ్చిన ఆజ్ఞని ఉల్లంఘించి ఆమె తనని యింటికి రమ్మంటున్నందుకు క్షణకాలంపాటు ఆశ్చర్యపోయాడు. కాని వెళ్ళాలని నిర్ణయించుకున్నాడు.

ఆ శీతకట్టులో వ్రాన్‌స్కీని కల్నల్ చేశారు. అతను రెజిమెంట్‌తోబాటు కాకుండా విడిగా వొంటరిగా వుండడం మొదలుపెట్టాడు. నాస్తా తిన్నాక అతను సోఫాలో పడుకున్నాడు. అయిదు నిముషాలలో గత కొద్ది రోజులుగా తను చూసిన వెలపరం కలిగించే దృశ్యాల జ్ఞాపకాలు కలగాపులగంగా కలిసిపోయి అన్నా జ్ఞాపకాలూ అలాగే ఎలుగుబంటి వేటలో సాయం చేసిన రైతు దృశ్యాలూ మిళితం అయిపోయాయి. తెలియకుండానే అతని కళ్ళు నిద్రలో మూసుకుపోయాయి. భయంతో వొణుకుతూ లేచేటప్పటికి చీకటి పడింది. గబగబా వో కొవ్వొత్తి వెలిగించాడు. "యేమిటి? యేం జరిగింది? యెంత భయంకరమైన కల నన్నిలా బెదరగొట్టింది? ఆఁ, అవును, వేటప్పుడు ఆ రైతు, పీచు గడ్డం వున్న మురికి చిన్న మనిషి. అతను వొంగిపోయి యేదో చేస్తూ వున్నట్టుండి ఫ్రెంచిలో అర్థం కాకుండా యేదో గొణిగాడు. అదీ" అని అనుకున్నాడు. "యెందుకిది నన్నింతలా భయపెట్టాలి?" మరోసారి ఆ చిన్న మనిషి అతని కళ్ళముందు కనిపించాడు. అర్థం కాకుండా అతను గొణిగిన ఫ్రెంచి మాటలు వినిపించాయి. వ్రాన్‌స్కీ వెన్నులో భయంతో వణుకు పుట్టింది.

"యేమిటీ అర్థం పర్థంలేని చెత్త" అని గడియారం కేసి చూస్తూ అనుకున్నాడు.

ఎనిమిదిన్నర అయింది. నౌకర్ని పిలిచాడు. గబగబా బట్టలు వేసుకుని బయటికి వెళ్ళాడు. ఆలస్యం అయిపోయిందన్న బెంగలో కల విషయం మరిచిపోయాడు. కెరనినాల యిల్లు చేరాక గడియారంకేసి చూశాడు. పది నిమిషాలు తక్కువ తొమ్మిది అయింది. వో జత బూడిద రంగు గుర్రాలు కట్టిన యెత్తు బగ్గీ వొకటి గుమ్మం దగ్గర వుంది. అది అన్నా బగ్గీ అని గుర్తించాడు. "ఆమె నా దగ్గరికి బయల్దేరింది" అనుకున్నాడు. "అదే బాగుంటుంది. యీ యింట్లోకి అడుగుపెట్టడం అంటే నాకు అసహ్యం. యేదైతేనేం నేను దాక్కోలేను" అనుకున్నాడు. బాల్యంనుంచీ దేనిపట్లా కూడా సిగ్గుపడక్కర్లేకుండా వుండే మనిషిలాగా స్లెడ్జ్ దిగి గుమ్మం వైపు వెళ్ళాడు. తలుపు తెరుచుకుంది. చేతిమీద రగ్గు వేసుకున్న వాకిలి కావలివాడు

బగ్గీని పిలిచాడు. వ్రాన్‌స్కీకి చిన్నా చితకా వివరాలు పట్టించుకునే అలవాటు లేదు కాని వాకిలి కావలివాడి ముఖంలో యిప్పుడు కనిపించిన ఆశ్చర్యాన్ని గమనించకుండా వుండలేకపోయాడు. సరిగ్గా గుమ్మంలోనే అతను కెరనిన్‌ని దాదాపు ఢీ కొట్టాడు. పాలిపోయి దిగాలుగా వున్న కెరనినా ముఖం మీద దీప కాంతి నేరుగా పడింది అతను గుండ్రటి నల్లని టోపీ పెట్టుకున్నాడు. బీవర్ కాలర్ కింద తెల్లని మెడపట్టీ మెరుస్తోంది. కెరనినా నిశ్చల జడ దృక్కులు వ్రాన్‌స్కీ మీదనే లగ్నం అయ్యాయి. వ్రాన్‌స్కీ వొంగి అభివాదం చేశాడు. కెరనిన్ యేదో చెప్పబోయినట్టు పెదవి ఆడించి, ప్రత్యభివాదం చేస్తున్నట్టు టోపీని తాకి గబగబా వెళ్ళిపోయాడు. అతను వెనక్కి చూడకుండా బండి యెక్కడం, కిటికీలోంచి అందించిన ఓపెరా గ్లాస్‌లనీ రగ్గునీ అందుకోవడం, బండిలో కనిపించకుండా పక్కకి మళ్ళడం వ్రాన్‌స్కీ చూశాడు. వ్రాన్‌స్కీ హాల్లోకి వెళ్ళాడు. అతని కనుబొమలు ముడుచుకుపోయాయి. కళ్ళల్లో కోపమూ, అలాగే గర్వమూ మెరిశాయి.

"యేం పరువు తక్కువ పరిస్థితి! యీ మనిషి ద్వంద్వయుద్ధం చేసి తన గౌరవాన్ని కాపాడుకుంటే నేనూ యేదో చెయ్యగలను, నా ఉద్దేశాలేమిటో చెప్పగలను. కాని యీ దౌర్భల్యం....లేదా నీచత్వం...నేను తనని మోసం చేస్తున్నాననిపించేటట్టు చేస్తున్నాడితను. తనని మోసం చేసే ఉద్దేశం నాకు లేదు, రాదు" అనుకున్నాడు.

వ్రెదె తోటలో అన్నాతో మాట్లాడిన తర్వాత వ్రాన్‌స్కీ ఆలోచనాధోరణి మారింది. అన్నా పూర్తిగా అతనికి అర్పితం అయిపోయింది, అతనే తన అదృష్ట నిర్ణేత అంది. భవిష్యత్తు యెలాంటిదైనప్పటికీ ఆ భవిష్యత్తుని స్వీకరించడానికి సిద్ధంగా వుంది. వ్రాన్‌స్కీ అప్రయత్నంగానే అన్నా దుర్భల స్థితిని గ్రహించి, తమ సంబంధం పరిసమాప్తమవుతుందని వొకప్పుడు తనకి కలిగిన వూహకి తిలోదకాలిచ్చాడు. అతని వైయుక్తిక కాంక్ష మరోసారి వెనక్కి పోయింది. ప్రతిదీ పరమ స్పష్టంగా నిర్దిష్టంగా వున్న కార్యకలాప పరిధి నుంచి తను బయట పడుతున్నాననే యెరుకతోనే అతను పూర్తిగా తన అనుభూతులకి లొంగిపోయాడు. అతని అనుభూతులు మరింతగా అతన్ని అన్నాకి బంధించాయి.

ఇంకా హాల్లో వుండగానే అతనికి ఆమె లోపలికి వెడుతున్న అడుగుల చప్పుడు వినిపించింది. ఆమె తనకోసం యెదురుచూస్తూ వుందని అతను వూహించాడు. తన రాక విని లోపలికి వెళ్ళిందని అనుకున్నాడు.

"అబ్బా! వద్దు!" అని వ్రాన్‌స్కీని చూడగానే ఆమె అరిచింది. మొదటి మాటతోబాటే ఆమె కళ్ళల్లో నీళ్ళు ఉబికాయి. "అబ్బా! వద్దు! యిలాగ కనక జరిగితే చాలా ముందే, చాలాముందే అలా జరిగిపోయింది" అంది.

"యేమిటి? ప్రియా!"

"యేమిటా? నేను యెదురు చూస్తూ వుంటాను. గంట, రెండు గంటలు వ్యథ పడుతూ వుంటాను...లేదు, చెయ్యలేను, నీతో పోరు చెయ్యలేను. నువ్వు త్వరగా రాలేకపోయావు. రాలేదు, చెయ్యలేను".

అన్నా రెండు చేతులూ అతని భుజంమీద వేసి చాలాసేపు గాఢంగా, పారవశ్యంతో, ప్రశ్నార్థకంగా చూస్తూనే వుండిపోయింది. యెంత కాలంగా తను అతన్ని చూడలేదో దాన్ని భర్తీ చేస్తున్నట్టుగా అతని ముఖంలోకి చూస్తూ వుండిపోయింది. తాము కలుసుకున్నప్పుడు యెప్పుడూ వున్నట్టుగానే యిప్పుడు కూడా ఆమె తన వూహల్లో అతన్ని దర్శించినదాంతో (యెంతో మహనీయంగా వాస్తవంలో అసంభవంగా వుండే దాంతో) అతను వాస్తవంలో వున్న దాన్ని తులనాత్మకంగా చూసింది.

3

"అయితే ఆయన్ని చూశావ్?" అని దీపం కింద బల్ల దగ్గర చేరి కూర్చున్నాక అడిగింది. "ఆలస్యంగా వచ్చినందుకు నీకు శిక్ష" అంది.

"కాని యెలా జరిగిందిది? పరిషత్తులో వుండాలి కదా అతను?"

"వెళ్ళాడు, అక్కణ్ణుంచి తిరిగివచ్చి మళ్ళీ యెక్కడికో వెళ్ళాడు. సరే, దాంతో యేమిలే, వదిలెయ్యి. ఆ గొడవ యెత్తకు. నువ్వెక్కడున్నావ్? ప్రిన్స్‌తోనా?"

అన్నాకి అతని జీవితంలోని అన్ని విషయాలూ తెలుసు. తనకి రాత్రంతా నిద్రలేకపోయిందనీ అంచేత ఆదమరిచి నిద్రపోయాననీ చెప్పబోయాడు. కాని సంతోషంతో ఉత్తేజంగా వున్న ఆమె వదనం చూసి అతనికి సిగ్గు అనిపించింది. అందుకని ప్రిన్స్ యాత్రమీద వో నివేదిక యివ్వవలసివచ్చిందని అన్నాడు.

"వూఁ, అయితే యిప్పుడదంతా అయిపోయింది కదా? అతను వెళ్ళిపోయాడు కదా?"

"దేవుడి దయవల్ల అంతా అయిపోయింది. యిది నాకు యెంత యాతనగా వుందో చెపితే నువ్వు నమ్మవు".

"యెందుకని? మీ పడుచు మగవాళ్ళందరికీ యిదే నిత్య జీవితం కదా!" అని బల్లమీద వున్న అల్లిక సరంజామాని అందుకుని కనుబొమలు చిట్లిస్తూ అందామె. అతనికేసి చూడకుండానే కొక్కెం విప్పడం మొదలుపెట్టింది.

"అలాంటి జీవితం నేను యెప్పుడో వదిలేశాను" అని ఆమె ముఖంలో వచ్చిన మార్పుకి ఆశ్చర్యపోయి దాని అర్థం యేమిటా అని వెతుకుతూ అన్నాడు. "యీ వారంలో యిలాంటి జీవితం చూసి స్వయంగా అద్దంలో ప్రతిబింబం చూసుకున్నట్లుగా అనిపించింది నాకు. నాకు చాలా చెడ్డగా అనిపించింది. యీ విషయం నేను వొప్పుకుని తీరాలి" అని అందమైన తెల్లని పలువరస కనిపించేటట్టు చిరునవ్వు నవ్వుతూ అన్నాడతను.

ఆమె చేతిలో అల్లిక సూది పట్టుకుంది గాని అల్లడం లేదు. వూరికే కూర్చుని అతనికేసి నిగూఢ, తేజోభరిత, అనాదరపూర్వక కళ్ళతో చూస్తూ వుంది.

"యివాళ పొద్దుట లీజా వచ్చింది. కౌంటెస్ లిదియా ఇవానొవ్నా గురించి పట్టింపు లేకుండా పాపం వాళ్ళు నా దగ్గరకి వస్తూనే వున్నారు." అని జత చేసి చెప్పింది. "మీ ఎథీనీ పార్టీ గురించి చెప్పింది. యెంత వెలపరంగా వుంది" అంది.

"నేను చెప్పబోతూ వున్నా..."

అన్నా అతని మాటకి అడ్డం వెళ్ళింది.

"అక్కడ Theresa కూడా వుంది కదా, నీకు తెలిసినావిడ?"

"నే చెప్దామనుకున్నా..."

"మీ మగాళ్ళు యెంత వెలపరంగా వుంటారు! వొక ఆడది అలాంటి వాటిని యెన్నటికీ మర్చిపోలేదని నీకు తెలీదూ?" అందామె. యెక్కువ కాక రేగిపోతూ. ఆ రకంగా తన కోపానికి కారణం వెల్లడి చేసింది. "ముఖ్యంగా నీ జీవితం గురించి తెలియని ఆడమనిషికి. నాకేం తెలుసు? నాకు అసలు ఆదినుంచీ యేం తెలుసు? నువ్వు చెబితే తప్ప. నువ్వు నిజమే చెప్తున్నావో అబద్ధమే చెప్తున్నావో నాకెలా తెలుసు?" అంది.

"అన్నా! నువ్వు నన్ను అవమానపరుస్తున్నావు. నామీద నీకు నమ్మకం లేదా? నేను నీకు చెప్పలేదా నీ ముందు వెల్లడి చెయ్యని ఆలోచన వొక్కటి కూడా నా మనసులో లేదని?"

"అవునవును" అందామె తన అసూయని తరిమేసే ప్రయత్నం చేస్తున్నట్టు. "కాని అబ్బ! నేనెంత దౌర్భాగ్యంగా వున్నానో నీకు తెలిస్తేనా? నువ్వంటే నాకు నమ్మకం వుంది. నమ్మకం వుంది...ఆం, అయితే యేమిటి నువ్వంటున్నది?"

తను యేం చెప్పదలచుకున్నాడో అది అతనికి వెంటనే గుర్తు రాలేదు. యిటీవల కొంత కాలంగా అన్నాలో కనిపిస్తున్న ఈర్ష్య అతన్ని భయ విహ్వలుణ్ణి చేసింది. అతనెంత ప్రయత్నించినా గానీ అతని ఉత్సాహం చల్లబడిపోతుంది, తనపట్ల ఆమెకిగల ప్రేమవల్లనే ఆమెకా యీర్ష్య కలుగుతోందని అతనికి తెలిసినా గానీ. ఆమె ప్రేమే తనకి పరమ ఆనందదాయకమైందని యెన్నిసార్లు తను అనుకోలేదు. ఆమె తనని ప్రపంచంలోని సుఖాలన్నిటికంటే ప్రేమ మహత్వంగా వుండే స్త్రీలాగా ప్రేమిస్తోంది. అలాంటిది యిప్పుడు, ఆమెతోబాటుగా మాస్కోనుంచి వచ్చిన వాటికంటే, అతనికి ఆనందం దూరమై పోయింది. అప్పుడతను విచారగ్రస్తుణ్ణని అనుకున్నాడు గాని ఆనందం ముందు రాబోతోందని భావించుకున్నాడు. యిప్పుడు మహత్తర ఆనందం వెనక పడిపోయిందని అనిపించింది. ఆమె తను మొదటిసారి చూసిన స్త్రీలాగా యే మాత్రంలేదు. భావనాత్మకంగా శారీరకంగా ఉభయత్రా కూడా ఆమె మొదటిసారి కంటే దిగజారిపోయింది. ఆమె మోటు అయింది, ఆ నటి Theresa ప్రస్తావన వచ్చినప్పుడు క్రోధభావం ఆమె వదనాన్ని వికృతం చేసింది. యెవరైనా వ్యక్తి తను కోసి వాడిపోయిన పువ్వుకేసి చూసినట్టుగా అతను అన్నాకేసి చూశాడు. యే సౌందర్యం నిమిత్తమై దాన్ని కోసి పాడు చేశాడో ఆ సౌందర్యాన్ని ఆ పువ్వులో చూడ్డం అతనికి కష్టం అవుతుంది. అయినా తన ప్రేమ చాలా ప్రబలంగా వున్నప్పుడు, నిజంగా తలుచుకుని వుంటే దాన్ని తన హృదయంలో నుంచి పెరికి పారెయ్యగలిగి వుండేవాడు. కాని యీ క్షణంలో ఆమె పట్ల తనకి ప్రేమ లేదని అనిపించినప్పుడు కూడా, అన్నాతో తన బంధనాలని తెంచుకోవడం సాధ్యం కాదని అతనికి తెలుసు.

"వూం, చెప్పు, ప్రిన్స్ గురించి యేమిటి చెప్పాలనుకున్నావు? నేను భూతాన్ని తరిమేశానులే, తరిమేశా" అంది. ఆమెలో రేగే యీర్ష్యని వాళ్ళు భూతం అని పిలిచేవాళ్ళు. "వూం, ప్రిన్స్

గురించి యేమిటి చెప్తున్నావు? అతనితో గడపడం నీకెందుకంత కష్టం అనిపించింది?" అని అడిగింది.

"దుర్భరం" అన్నాడతను. "దగ్గరగా చూసే కొద్దీ అతని మంచి లక్షణాలనేవి కరిగిపోతూ వుంటాయి. అతన్ని గురించి వర్ణించాలంటే బాగా మేసిన పశువు అనాలి. పోటీల్లో మొదటి బహుమతి వస్తుందే అలాంటి పశువు, అంతే" అని అతను విసుగ్గా అన్నాడు. ఆ విసుగు ఆమెకి కుతూహలం కలిగించింది.

"అదేమిటి? యెంత చెడ్డా అతను చదువుకున్నవాడు, లోకం చూసినవాడు కదా" అని మాట చేర్చింది.

"ఆ చదువే వేరు- వాళ్ళ చదువు. చదువుని యేవగింపుగా చూసే హక్కుని వాళ్ళకి యివ్వడమే వాళ్ళ చదువు యేకైక లక్ష్యంగా వుంది. యేమంటే పాశవిక సుఖాలని తప్ప మిగతా ప్రతిదాన్నీ వాళ్ళు యేవగింపుగానే చూస్తారు".

"కాని ఆ పాశవిక సుఖాలంటే మీకందరికీ యిష్టమే కదా" అంది. మరోసారి తనని తప్పించుకుని చూసే మలిన దృక్కు అతనికి కనిపించింది.

"యెందుకంతలా అతన్ని వెనకేసుకు వస్తున్నావు?" అని అతను చిరునవ్వు నవ్వుతూ అడిగాడు.

"నేనతన్ని వెనకేసుకు రావడం లేదు. కాని నీకుగా నీకు ఆ సుఖాలంటే అంత యిష్టం లేనప్పుడు అతనితో వుండనని చెప్పి వుండాల్సిందనుకుంటా. కాని థెరాసాని ఈవ్ వేషంలో చూడ్డం నీకూ సరదాయే".

"అదిగో మళ్ళీ భూతం, భూతం" అని వ్రాన్స్కీ బల్లమీద ఆనుకున్న ఆమె చేతిని తీసుకుని ముద్దుపెట్టుకుంటూ అన్నాడు.

"నాకు తెలుసు, కాని యేం చెయ్యలేను. నీ కోసం యెదురుచూస్తూ కూర్చుని యెంత నరకం అనుభవించానో నువ్వు వూహించలేవు. నేను యీర్ష్యగా వున్నానని అనుకోను. నాకు యీర్ష్యలేదు. నువ్వు నా దగ్గర వున్నప్పుడు నువ్వంటే నమ్మకంగా వుంటుంది. నానుంచి దూరంగా నాకు యేమీ తెలియని బతుకు గడుపుతూ వుంటే..."

ఆమె తన చేతిని లాక్కుని ఆఖరికి కొక్కెం విప్పింది. చూపుడు వేలుని తోస్తూ వెలుతుర్లో మెరుస్తూ వున్న తెల్లని వూలుని మెలి తిప్పింది. ఆమె నాజూకైన మణికట్టు బుటా వేసిన గౌను చేతిలో గబగబా కంపిస్తూ తిరిగింది.

"వూఁ, అయితే యిదెలా జరిగింది? మా ఆయన్ని యెక్కడ కలుసుకున్నావ్?" అని కంఠంలో అస్వాభావికమైన జీర కనిపించేటట్టు అడిగింది.

"గుమ్మం దగ్గర తారసపడ్డాం వొకళ్ళకొకళ్ళం".

"తను యిలా నీకు వొంగి దణ్ణం పెట్టాడా?"

ఆమె ముఖం వాలేసుకుని కళ్ళు సగం మూసి, చేతులు ముడిచి గబగబా ముఖ భంగిమని మార్చింది. సరిగ్గా కెరనిన్ తనకి వొంగి అభివాదం చేసినప్పటి భంగిమ ముద్రని వ్రాన్స్కీ ఆమె ముచ్చటైన ముఖంలో గుర్తించాడు. అతను మందహాసం చేశాడు. ఆమె కిలకిలా

నవ్వింది. ఆమె గొప్ప సమ్మోహన శక్తుల్లో వొకటైన సంతోషభరిత హృదయ పూర్వకమైన నిండు నవ్వు అది.

"యేమిటో ఆయన నాకు యెంతకీ అంతుబట్టడు. తనతో నువ్వు మాట్లాడిన తర్వాత నీతో తెగతెంపులు చేసుకున్నా లేదా నన్ను ద్వంద్వ యుద్ధానికి రమ్మని తొడ గొట్టినా... కాని యిదేమిటో నాకు అర్థంకాదు. యిలాంటి పరిస్థితిని యెలా భరిస్తాడు? అతను బాధ పడుతున్నాడు. అది తెలుస్తూనే వుంది" అన్నాడు వ్రాన్స్కీ.

"తనా?" అంది ఆమె వెటకారంగా. "యే బాధాలేకుండా హాయిగా వున్నాడు" అంది.

"అన్నీ అంత దివ్యంగా యేర్పాటు చేసుకోగలిగినప్పుడు మనకందరికీ యేమిటీ వ్యధ?"

"కాని ఆయనేం బాధపడ్డంలేదు. నాకాయన సంగతి తెలీదా– అబద్ధాల పుట్ట. యేమాత్రం హృదయం వున్నా తను నాతో వుంటున్నట్టుగా వుండడం సాధ్యమేనా? ఆయనకి యేదీ అర్థం కాదు, చలనం కలిగించదు. యే మాత్రం చలించిన మనిషేనా పాపిష్టి పెళ్ళాంతో వొకే యింట్లో వుండగలడా? ఆమెతో మాట్లాడగలడా? దగ్గర కనిపించినప్పుడు 'నువ్వు' అని పిలవగలడా?" అంటూ "నువ్వు ma chere, నువ్వు అన్నా" అని కెరనినా అనడం అనుకరించి చూపించకుండా వుండలేకపోయింది.

"అతను మొగాడు కాదు, మనిషి కూడా కాదు. తోలుబొమ్మ. యెవళ్ళూ ఆయన్ని గురించి యెరుగరు. నేనొక్కత్తైనే యెరుగుదును. అబ్బ, నేనే తన స్థానంలో వుంటేనా, ఆమెని యెప్పుడో నరికి పోగులుపెట్టి వుండేదాన్ని– నాలాంటి భార్యని– 'నువ్వు, ma chere, అన్నా' అని పిలిచే బదులుగా. తను మగాడు కాదు. సచివాలయ యంత్రం. నేను నీ యిల్లాలినీ తను బయటి మనిషనీ, తను అడ్డం వున్నాడనీ అర్థం చేసుకోడు...పోన్లే, వెధవ గొడవ, అతన్ని గురించి మాట్లాడుకోవద్దు...వద్దు, మాట్లాడుకోవద్దు".

"నువ్వు అన్న మాట సరికాదు, తగింది కాదు, ప్రియా" అన్నాడు వ్రాన్స్కీ ఆమెని ఓదార్చ ప్రయత్నిస్తూ. "సరే పోన్లే అతన్ని గురించి మాట్లాడుకోవద్దు. వూఁ, చెప్పు, యేం చేస్తూ వున్నావు. యేమిటి సంగతి? నీ నలత యేమిటి? డాక్టరు యేమన్నాడు?"

ఆమె అతనికేసి అధిక్షేపపూరిత సంతోషంతో చూసింది. బహుశా ఆమె భర్త గురించిన వేరే హాస్యాస్పద, వికృత పార్శ్వాలు గుర్తు చేసుకుంటూ వాటిని వెల్లడించే అదును కోసం చూస్తూ వుండి వుండాలి.

కాని వ్రాన్స్కీ చెపుతూనే వున్నాడు.

"నా అనుమానం నలత కాదు, నువ్వు నీళ్ళోసుకోవడం అయివుంటుంది. యెప్పుడు అవచ్చు అది?"

అన్నా కళ్ళల్లో అధిక్షేపపూరిత మెరుపు దూసుకుపోయింది, ముందటి మందహాసం స్థానంలో మరొక రకమైన చిరునవ్వు వచ్చింది. దానిలో వ్రాన్స్కీకి తెలియనిదేదో ఆమెకి వెల్లడైనట్టు వుంది. అందులో విచారభరిత ఛాయ గోచరమైంది.

"త్వరలోనే, త్వరలోనే. మన పరిస్థితి సంకటంగా వుందనీ, దీన్ని సమాప్తం చెయ్యాలనీ నువ్వు అన్నావుగా. యెంత దుర్భరంగా వుందో, నిన్ను నిరాటంకంగా, బహిరంగంగా

ప్రేమించగలగడానికి యే మూల్యం చెల్లించడానికి సిద్ధంగా వున్నానో నువ్వు వూహించగలిగితేనా! అప్పుడు నేను చిత్రహింసలు పడను, నిన్ను నా యిర్ష్యతో యాతన పెట్టను..త్వరలోనే యిది జరుగుతుంది, కాని మనం అనుకుంటున్నట్టు కాదు".

యిది యెలా జరుగుతుందోనన్న ఆలోచన రాగానే ఆమెకి తనమీద తనకే జాలి కలిగింది. ఆమె కళ్ళల్లో నీళ్ళు ఉబికాయి. ఆమె కంఠం రుద్ధమైంది. దీపం వెలుతుర్లో ఉంగరాలతో మెరిసే మిలమిలలాడే తన తెల్లని చేతిని అతని చేతిమీద వుంచింది.

"యిది మనం అనుకుంటూ వున్నట్టు జరగదు. యీ విషయం నీకు చెప్పాలనుకోలేదు, కాని నువ్వు చెప్పేటట్టు చేశావు. త్వరలోనే చాలా తొందర్లోనే యీ ముడి విడిపోతుంది. మనమంతా శాంతిగా వుంటాం, యిక యెంత మాత్రం బాధపడం".

"నాకర్థం కావడం లేదు" అన్నాడతను. కాని అతనికి అర్థమైంది.

"యెప్పుడు జరుగుతుంది అని అడిగావు నువ్వు. త్వరలోనే. నేను బతికి బయటపడలేను. హుష్, నాకు అడ్డంరాకు" అని ఆమె గబగబా చెప్పింది. "నాకు తెలుసు, ఖాయంగా తెలుసు. నేను చచ్చిపోబోతున్నాను. చచ్చిపోతున్నందుకు మీకిద్దరికీ తెరిపి కలిగిస్తున్నందుకూ చాలా సంతోషంగా వుంది".

కన్నీళ్ళు ఆమె కళ్ళనుంచి జారాయి. అతనామె చేతిమీదకి వొంగి మళ్ళీ మళ్ళీ ముద్దుపెట్టుకున్నాడు. తను ఉద్రేకాన్ని అణుచుకో ప్రయత్నించాడు, ఆ ఉద్రేకానికి నిజమైన కారణం లేదని తెలిసినా దాన్ని దాటలేకపోయాడు.

"అందుచేత అదీ విషయం, అదే మేలు" అందామె అతని చేతిని గట్టిగా అదుముతూ. "యిదొక్కటే మనకి మిగిలింది" అంది.

అతను సంబాళించుకుని తల పైకి ఎత్తాడు.

"యేం చెత్త! యెంత పరమ చెత్త మాటలు మాట్లాడుతున్నావు"

"వుహు, లేదు, యిది నిజం"

"యేది నిజం?"

"నేను చచ్చిపోవడం. నాకు కల వొచ్చింది".

"కల?" అని వ్రాన్స్కీ రెట్టించాడు. అతనికి వెంటనే తన కలలో కనిపించిన రైతు గుర్తువచ్చాడు.

"ఆ, కల. యిదే కల కొంతకాలం క్రితం వచ్చింది. నా పడక గదిలోకి దేన్నో తెచ్చుకుందామనో, వెతుకుదామనో వెళ్ళానట– నీకు తెలుసుగా కలల్లో యెలా వుంటుందో" అందామె. ఆమె కళ్ళు భయంతో పెద్దవయాయి. "యేం, అప్పుడు మూల యేదో నుంచుంది".

"వెర్రి మాటలు! నువ్వెలా నమ్ముతున్నావ్..." కాని ఆమె తన మాటకి అతన్ని అడ్డం రానివ్వలేదు. తను చెప్పదలచుకున్నది ఆమెకి చాలా ముఖ్యం.

"యేం ఆ నుంచున్నది యిటు తిరిగింది. చూస్తే జీబురు గడ్డం వున్న రైతు. భయంకరమైన చిన్న మనిషి. నేను పారిపోదామనుకున్నాను. కాని ఆ రైతు వొంగి యేదో సంచీలో కెలకడం

మొదలుపెట్టాడు".

ఆ రైతు సంచీ యెలా కెలకడం మొదలుపెట్టాడో ఆమె చూపించింది. ఆమె ముఖం భయ విహ్వలమైపోయింది. వ్రాన్స్కీకి తన కల గుర్తు వచ్చింది, అతనికీ అదే భయం కలిగింది.

"అతను కెలికి యేదో గబగబా గొణిగాడు, గబగబా ఫ్రెంచిలో 'Il faut le baltre le fer, le broyer, le petrir.--'[1] నా భయంతో నేను లేద్దామని ప్రయత్నించాను లేచాను, కాని కలలోనే. యిదేమిటని ప్రశ్నించుకున్నాను. కొర్నేయ్ చెప్పాడు: 'నువ్వు పురుట్లో చనిపోతావు, అమ్మా, పురుట్లో...' అప్పుడు మెలకువ వచ్చింది..."

"యేం అర్థంపర్థంలేని మాట. శుద్ధ చెత్త" అన్నాడు వ్రాన్స్కీ. కాని తన గొంతుక నమ్మకంగా లేదని అతనికే తెలుసు.

"సరే, దాన్ని గురించి మాట్లాడొద్దులే. గంట కొట్టు, టీ తెప్పిస్తాను. వుహుఁ, వెళ్ళొద్దు. యెక్కువసేపు కాదులే, నేను..."

కాని ఆమె హఠాత్తుగా మాట్లాడ్డం ఆపేసింది. ఆమె ముఖంలో వెంటనే మార్పు వచ్చింది. భయం, ఆందోళన పోయి గంభీర, శాంత, ఆనందపూరిత ఏకాగ్రత వచ్చింది. యీ మార్పు ఏమిటో అతనికి బోధపడలేదు. ఆమె తనలో నూతన ప్రాణి కదలికలని అనుభూతి చెందింది.

4

ఇంటి గుమ్మం దగ్గర వ్రాన్స్కీని చూశాక కెరనిన్ తను ముందనుకున్నట్టే ఇటాలియన్ ఓపెరాకి వెళ్ళాడు. రెండు అంకాలు అయ్యేదాకా కూర్చుని, తను చూడవలసివున్న వాళ్ళందర్నీ చూశాడు. ఇంటికి తిరిగివచ్చాక మిలటరీ ఆఫీసరు ఓవర్‌కోటు వుందేమోనని కోట్లు పెట్టుకునే రాక్‌లో జాగ్రత్తగా చూశాడు. కాని అది కనిపించకపోవడంతో యథాప్రకారం తన గదికి వెళ్ళాడు. కాని యథాప్రకారం పడక చేరలేదు. దానికి బదులుగా తెల్లవారకట్ల మూడింటిదాకా తను చదువుకునే గదిలో అటూ ఇటూ పచార్లు చేస్తూనే వున్నాడు. భార్య పట్ల కోపంతో అతనికి మనశ్శాంతి లేకుండా వుంది. పై మర్యాదలు ఆమె పాటించలేదు. తను పెట్టిన వొక్క షరతూ, అంటే తన ప్రియుణ్ణి తమ యింట్లో కలుసుకోవడానికి వీలు లేదన్న వొక్క షరతూ ఆమె ఉల్లంఘించింది. తన ఆదేశాన్ని ఆమె మన్నించలేదు. అందుచేత విడాకులు యిచ్చి తన కొడుకుని ఆమెనుంచి తీసేసుకునే బెదిరింపుని అమలుజరిపి ఆమెని దండించాలి. యిందులో వున్న యిబ్బందులన్నీ అతనికి తెలుసు. కాని తనలా బెదిరించాడు కాబట్టి దాన్ని అమలుజరపడం తనమీద వుంది. తనున్న పరిస్థితిలో యిదే భేషైన మార్గం అని కౌంటెస్ లిదియా ఇవానొవ్నా సూచించింది. అదీగాక విడాకులు పొందే క్రమం యిటీవల కాలంలో యెంత పకడ్బందీ అయిందంటే మామూలు యిబ్బందుల్ని తొలిగించుకునే అవకాశాలు కెరనిన్‌కి అవగతం అయ్యాయి. కష్టాలు కలిసికట్టుగా వస్తాయి గాని వొక్కటొకటి రావు. అల్ప సంఖ్యాక జాతుల స్థితిగతుల్ని మెరుగుపరిచే జరాయిస్క్ గుబేర్నియాకి నీటి పారుదల సౌకర్యం కల్పించడం

---

[1] యినప ముక్కని సమ్మెటతో మోదాలి, సాగదియ్యాలి, సాపు చెయ్యాలి (ఫ్రెంచి).

అనే విషయమూ అతనికి పనిలో యెంతో యిబ్బంది కలిగించింది. దాంతో అతను కొంతకాలంగా మహా చిరాగ్గా వుంటున్నాడు.

అతనికి రాత్రంతా నిద్రపట్టలేదు. అతనికోసం గెంతుకుంటూ యెక్కిపోయి, పొద్దుటి వేళకి చరమ హద్దుకి చేరుకుంది. అతను గబగబా బట్టలు వేసుకుని, భార్య నిద్ర లేచిందని విన్న ఉత్తరక్షణం ఆమె దగ్గరికి పూరా కోపంతో నిండిపోయిన ఛషకంలా వెళ్ళాడు. ఆ ఛషకం యెక్కడ తుళ్ళితే ఆమతో మాట్లాడేందుకు అవసరం అయిన శక్తి వొలికిపోతుందోననే భయంతో వెళ్ళాడు.

భర్తని ఆమూలాగ్రం బాగా యెరుగుదుననుకొన్న అన్నా అతను దగ్గరకి రాగానే చూసి నిశ్చేష్టురాలైపోయింది. అతని కనుబొమలు ముడుచుకున్నాయి. అతని కళ్ళు ఆమెని తప్పించుకుని ముందుకు మబ్బుగా చూస్తూ వున్నాయి. అతని నోరు యేవగింపుగా బిగిసిపోయి వుంది. అతని నడకలో, కదలికల్లో, కంఠధ్వనిలో అంతకు ముందు ఆమె యెన్నడూ యెరగని ధృఢత్వం, కటుత్వం కనిపించాయి. అతను గదిలోకి వెళ్ళి ఆమెని పలకరించకుండా రాత బల్ల దగ్గరికి వెళ్ళిపోయాడు. తాళం చెవి తీసుకుని సొరుగు తెరిచాడు.

"యేం కావాలి మీకు?" అని ఆమె అరిచింది.

"మీ ప్రేమలేఖలు" అన్నాడతను.

"అక్కడ లేవవి" అందామె సొరుగు మూసేస్తూ. కాని ఆమె సొరుగుని మూసే పద్ధతి తన వూహ సరైందని అతనికి తెలియచెప్పింది. అతను మోటుగా ఆమె చేతిని తోసేసి ఠక్కున సంచీని లాగాడు, ఆమె అందులో తన ముఖ్యమైన పత్రాలని పెట్టుకుంటుందని అతనికి తెలుసు. అతని చేతిలోనుంచి ఆమె దాన్ని లాక్కుందామని ప్రయత్నించింది కాని అతనామెని తోసేశాడు.

"కూర్చోండి, మీతో మాట్లాడాలనుకుంటున్నాను" అని, ఆ సంచీని చంకలో పెట్టుకుని అన్నాడు. దాన్ని గట్టిగా అదిమి పట్టుకోవడం వల్ల అతని భుజం పైకి లేచింది.

అన్నా మాటా పలుకూ లేకుండా ఆశ్చర్యంతో, పిల్లిలా అతనికేసి చూస్తూ వుండిపోయింది.

"మీరు మీ ప్రియుణ్ణి యీ యింట్లో కలుసుకోవడానికే వీల్లేదని మీకు చెప్పడం జరిగింది".

"అతన్ని కలుసుకోవడం నాకు అవసరం అయింది, యేమంటే..."

ఆమెకి యేం చెప్పాలో తోచక మాట్లాడలేకపోయింది.

"ఒక ఆడమనిషి తన ప్రియుణ్ణి యెందుకు కలుసుకుంటుందో ఆ వివరాల్లోకి నేను పోదల్చుకోలేదు"

"నాకు వూరికే..." అని ఆమె రేగిపోయింది. అతని మోటుతనంతో ఆమెకి కోపం వచ్చి ధైర్యం చిక్కింది. "నన్ను అవమానపరచడం మీకెంత తేలికో నిజంగా మీకు తెలియదా?" అంది.

"నిజాయితీ వున్న మగాడికో, ఆడదానికో అవమానం జరగొచ్చు. కాని దొంగని దొంగ అని పిలవడం వూరికే la constation d'un fait[1]"

---

[1] యదార్థం చెప్పడమే (ఫ్రెంచి).

"యింతకు ముందెన్నడూ మిమ్మల్ని యింత క్రూరంగా చూడలేదు"

"భర్త భార్యకి స్వేచ్ఛ యిచ్చి, తను మర్యాదలు పాటించాలీ అన్నా వొక్కగానొక్క షరతుమీద గౌరవ పూర్వకమైన పేరు కింద రక్షణ యివ్వడం క్రూరత్వం అంటావ్? యిదేనా క్రూరత్వం?"

"అంతకంటే కనాకష్టం, తెలుసుకోవాలనుకుంటే నీచత్వం" అని అన్నా మండిపడిపోతూ అరిచింది. గదిలోనుంచి వెళ్ళిపోవడానికని లేచింది.

"లేదు!" అని అతను గయ్‌మని అరిచాడు. అతని కంఠం అంతకు ముందెన్నడూ లేనంతగా యీ క్షణంలో కీచుమని హెచ్చు స్థాయిలో లేచింది. తన వేళ్ళతో ఆమె మణికట్టుని గట్టిగా పట్టుకున్నాడు. అలా పట్టుకోవడంతో ఆమె చేతిని వున్న కంకణం వొరుసుకుని చర్మం కందింది. ఆమెని కుర్చీలోకి విసిరి కూలేశాడు. "నీచత్వం? అలాంటి మాటని నువ్వు వాడదలచుకుంటే నన్ను చెప్పనీ నీకు, కట్టుకున్న మొగుణ్ణీ, కొడుకునీ వదిలేసి ప్రియుడితో కులుకుతూ కూడా మొగుడు పెట్టిన తిండి తినడం అనేది నీచత్వం" అన్నాడు.

ఆమె తల వంచుకుంది. ముందురోజు రాత్రి తన ప్రియుడికి చెప్పిన మాటని ఆమె చెప్పలేకపోయింది. అతనే తన భర్త అనీ, శాస్త్ర ప్రకారం కట్టుకున్న వాడు అడ్డం వస్తున్నాడు అనీ. ఆమె దాన్ని గురించి అనుకోను కూడా అనుకోలేదు. ఆమె అతని మాటల ఔచిత్యాన్ని గ్రహించి మెల్లగా అంది.

"నా పరిస్థితి నాకే కనిపిస్తోంది, దానికంటే అధ్వాన్నంగా మీరు చిత్రించలేరు, కాని మీరెందుకు నాకీ విషయం చెప్పాలి?"

"యెందుకు చెప్పాలా? యెందుకా?" అతను అదే తారాస్థాయిలో అన్నాడు. "యెందుకంటే లోక మర్యాద కాపాడమని నేనడిగిన దాన్ని తమరు పాటించకపోవడం వల్ల మన యీ పరిస్థితిని అంతం చేసే చర్యలు తీసుకుంటాను" అన్నాడు.

"త్వరలోనే, త్వరలోనే యిది యెలాగైనా అంతం అవుతుంది" అందామె. దగ్గరకు వస్తూ వున్న మృత్యువు, యిప్పుడు తను కోరుకుంటూ వున్న మృత్యువు గురించిన ఆలోచన మనసుకి మళ్ళీ తట్టి ఆమె కళ్ళల్లో నీళ్ళు తిరిగాయి.

"నువ్వూ, నీ ప్రియుడూ అనుకున్న దానికంటే ముందే యీ పరిస్థితి అంతం అవుతుంది. మీకు పాశవిక మోహం తీరడం చాలు..."

"కెరనినాగారూ! యిది క్రూరత్వం కంటే అధ్వాన్నం - చచ్చిన పాముని కొట్టడం పిరికితనం".

"ఆహా! మీరు మీ గురించే అనుకుంటున్నారు, ఒకప్పుడు మీ భర్త అయిన ఆ మగాడి వ్యథ గురించి మీకేం పట్టదు. అతని బతుకు నాశనం అయిపోయినా మీకు చీమ కుట్టినట్టు లేదు, అతను వ్యథాలికి...వ్యథాకిలి...వ్యథపడ్డాడు".

కెరనిన్ యెంత ఉరవడిగా మాట్లాడాడంటే మాట తడబడిపోయి వ్యథాకులితుడయ్యాడన్న మాటని పలకలేకపోయాడు. ఆఖరికి వ్యథ పడ్డాడని అనగలిగాడు. అన్నాకి నవ్వూ వచ్చింది, అలాంటి సమయంలో నవ్వు పుట్టించేదేదో కనిపించడంతో సిగ్గూ వచ్చింది. మొదటిసారిగా

ఆమె క్షణకాలం పాటు అతని పట్ల జాలిపడింది. అతని స్థానంలో తనని చూసుకుంది. అతని పట్ల విచారం కలిగింది. కాని తనేం చెప్పగలదు? చెయ్యగలదు? తల వాల్చుకుని మౌనంగా వుండిపోయింది. అతను కూడా వో క్షణంసేపు మౌనంగా వుండిపోయాడు. ఆ తర్వాత అతను మాట్లాడినప్పుడు కంఠం అంత కీచుగా లేదు. మరింత నిదానంగా, అలవోకగా వచ్చిన మాటలని వొత్తి పలుకుతూ మాట్లాడాడు.

"నేను యేం చెప్పాలని వచ్చానంటే..." అన్నాడు.

ఆమె అతనికేసి చూసింది. "వుహుఁ, నేను ఊహించుకున్నానంతే" అని 'వ్యథపడడం' అనేమాట అనడంలో అతను తడబడినప్పుడు అతని ముఖంలో కనిపించిన భంగిమని గుర్తు చేసుకుని అనుకుంది. 'యిలాంటి శూన్య నేత్రాలు, ఆత్మ తృప్తి వున్నలాంటి మనిషి అసలు దేనికైనా స్పందించడం అనేది యెలా సాధ్యం?" అనుకుంది.

"దేన్నీ మార్చే శక్తి నాకు లేదు" అని గొణిగింది.

"నేను యేం చెప్దామని వచ్చానంటే రేపు నేను మాస్కో వెళుతున్నాను. మళ్ళీ యీ యింటికి తిరిగిరాను. నేను విడాకుల విషయం అప్పచెప్తున్న లాయరు నా నిర్ణయం మీకు తెలియచేస్తాడు. నా బిడ్డడు మా చెల్లెలి దగ్గర వుంటాడు" అని, కొడుకు గురించి యేం చెప్పదలచుకున్నాడో కష్టపడి గుర్తు చేసుకుంటూ అన్నాడు కెరనినా.

"నన్ను హింస పెట్టడానికే మీరు సెర్యోషని నా నుంచి తీసుకుపోతున్నారు" అందామె కనుబొమల కిందనుండి అతనికేసి చూస్తూ. "మీకు వాడంటే ప్రేమ లేదు. సెర్యోషని నా దగ్గర ఉండనివ్వండి" అంది.

"అవును, నా కొడుకు పట్ల నాకు ప్రేమ లేకుండాపోయింది. యేమంటే నీ పట్ల నాకు వున్న యేవగింపు భావం వాడిమీదకి పాకింది. అయినా కూడా వాణ్ణి నేను తీసుకెడతాను. సెలవ్"

వెళ్ళిపోవడానికి అతను అటు తిరిగాడు. కాని యీసారి ఆమె అతన్ని ఆపింది.

"మీరు సెర్యోషని నా దగ్గర ఉండనివ్వండి" అని మరోసారి గొణిగింది. "నేనింత కంటే యెక్కువ యేమీ చెప్పలేను. సెర్యోషని నా దగ్గర వుండనివ్వండి కనీసం నా...త్వరలోనే కాన్పు వస్తుంది నాకు. అప్పటిదాకా వాణ్ణి నా దగ్గర వుండనియ్యండి" అంది.

కెరనినా జేవురించుకున్నాడు. మోటుగా ఆమెనుంచి విడిపించుకుని ఒక్క మాట కూడా అనకుండా గదిలోనుంచి వెళ్ళిపోయాడు.

5

ప్రఖ్యాత పీటర్స్‌బర్గ్ లాయరుగారి వెయిటింగ్ రూమ్‌లోకి కెరనిన్ వెళ్ళేటప్పటికి అక్కడ నిండుగా జనం వున్నారు. ముగ్గురు ఆడవాళ్ళు వున్నారు. ఒక ముసలావిడ, వో పడుచావిడ, వో వర్తకుడి భార్య, ముగ్గురు పెద్దమనుషులు వున్నారు. వేలికి వుంగరం పెట్టుకున్న వో

జర్మన్ బేంకర్, గడ్డం వున్న వర్తకుడు, పతకం తగిలించుకున్న యూనిఫాం తొడుక్కుని కోపంగా వున్న వో ఆఫీసరూ. అందరూ కొంతసేపటిగా అక్కడ నిరీక్షిస్తూ వున్నట్టే కనిపించారు. యిద్దరు అసిస్టెంట్లు కాగితాలమీద యేదో బరబర గిలికేస్తూ బల్లల దగ్గర కూర్చున్నారు. బల్లమీద ఉండే రాత సామాన్లంటే కెరనిన్‌కి మహా మోజు, అవి చాలా భేషుగ్గా వున్నాయి. ఆ విషయం గుర్తించకుండా వుండలేకపోయాడు కెరనిన్. ఓ అసిస్టెంట్ కళ్ళు రెట్టగించి, కూర్చున్న చోట్నుంచి లేవకుండానే కెరనిన్ కేసిచూసి ఆగాడు.

"మీకు యేం కావాలి?"

"నాకు లాయరుగారితో పని వుంది".

"ఆయనకి తీరికలేదు" అని అసిస్టెంటు టక్కున అక్కడ వున్న వాళ్ళకేసి కలం చూపి మళ్ళీ రాతలో పడిపోతూ అన్నాడు.

"కొన్ని క్షణాలు ఆయన తీరిక చేసుకోలేరూ?" అని కెరనిన్ అడిగాడు.

"ఆయనకి తీరిక క్షణాలు వుండవు. ప్రతి క్షణమూ వ్యవధి లేకుండానే వుంటుంది. కొంచెం ఓపిక పట్టండి"

"అయితే కొంచెం శ్రమ అనుకోకుండా ఆయనకి నా కార్డు యివ్వండి" అని కెరనిన్ తన గురించి వెల్లడి చేసుకోవాల్సిన అవసరం తప్పదనుకొని హుందాగా అన్నాడు.

అసిస్టెంటు కార్డు తీసుకున్నాడు. దానిమీద రాసి వున్నది తనకి యిష్టంలేనట్టు కనిపించాడు. దాన్ని తీసుకుని తలుపు తెరుచుకుని లోపలికి వెళ్ళాడు.

కెరనిన్ సూత్ర రీత్యా బహిరంగ విచారణ పక్షం వహిస్తాడు. కాని కొన్ని ఉన్నత స్థానాల్లో వున్న వాళ్ళ కారణంగా రష్యాలో దాన్ని అమలు జరిపే కొన్ని వివరాలని ఆమోదించలేకపోయాడు. అంచేత వీటిని, జార్ స్వయంగా మద్దతునివ్వని వాటిని గురించి యే మేరవరకూ వ్యాఖ్యానించవచ్చో ఆ మేరవరకూ, వాటిని వ్యాఖ్యానించేవాడు. అతని జీవితమంతా పాలనా కార్యకలాపాలతోనే గడిచింది. అంచేత తను యెప్పుడు యేది ఆమోదించకపోయినా, తప్పులు చెయ్యడం తప్పనిసరి అనీ, యే రంగంలో అవి కనిపించినా వాటిని సరిదిద్దుకునే అవకాశం వుందనీ గుర్తించడం ద్వారా తన అనిష్టతని తగ్గించుకునేవాడు. నూతన న్యాయ వ్యవస్థలో లాయర్ ప్రతివాది తరఫున వాదించడం కోసం యేర్పాటైన షరతులు అతనికి నచ్చలేదు. యేమైనా అంతవరకూ అతనికి స్వయంగా లాయర్లతో వ్యవహారాలు లేకపోయాయి, అందుచేత అతని అనిష్టత సూత్ర రీత్యా వుండే మేరకే పరిమితం అయిపోయింది. యిప్పుడు యీ లాయరుగారి వెయిటింగ్ రూమ్ కలిగించిన విసుగు వల్ల అనిష్టితా భావం మరింత పెరిగింది.

"ఆయన యిప్పుడే మిమ్మల్ని పిలుస్తారు" అన్నాడు అసిస్టెంటు. రెండు క్షణాల తర్వాత లాయరుగారితో మాట్లాడుతున్న పొడగరి సీనియర్ సొలిసిటర్‌గారు గుమ్మంలో ప్రత్యక్షమయ్యారు. ఆయన వెనకాల లాయరుగారే ప్రత్యక్షమయారు.

లాయరుగారు పొట్టిగా దిట్టంగా వుంటారు. ఆయనది బట్టతల. ఆయన గడ్డం జేగురు రంగు నలుపు రంగు కలిసి ఉంది. ఆయన కనుబొమలు నిడుపుగా నిస్తేజంగా వుంటాయి.

ఆయన నుదురు కోతి నుదురులాగా వుంది. మెడపట్టీ దగ్గర్నుంచి, రెండు గొలుసుల గడియారం దగ్గర్నుంచి, నిగనిగ మెరిసే తోలు బూట్లదాకా ఆయన వేషం యెప్పుడో పెళ్ళినాడు వేసుకున్నది అయివుంటుంది. ఆయనది తెలివితేటలున్న రైతు ముఖమే కాని ఆయన బట్టలు మొహం మొత్తేటట్టు, తక్కువ అభిరుచితో వున్నాయి.

"రండి" అని కెరనిన్‌తో అన్నాడు. తను వో పక్కకి తప్పుకుని కెరనిన్‌ని లోపలికి వెళ్ళడానికి దారి యిచ్చి తలుపు వేసేశాడు.

"కూర్చోండి" అని కాగితాలతో నిండిపోయిన రాత బల్ల పక్క వున్న చేతుల కుర్చీ చూపించాడు. తను బల్ల దగ్గర కూర్చున్నాడు. తల వో పక్కకి వొంచి చిన్న చేతుల్ని రుద్దుకోవడం మొదలుపెట్టాడు. అతని చేతివేళ్ళు పొట్టిగా, లావుగా వున్నాయి. వాటికి తెల్లని వెంట్రుకలు వున్నాయి. ఆయన కులాసాగా సర్దుకుని కూర్చున్నాడో లేదో యింతలోకి వడ్ల పురుగు వొకటి బల్లమీదకి లటక్కున యెగురుతూ వొచ్చింది. లాయరుగారు అతనిలాంటి వాడికి వుంటుందని వూహించలేని లాఘవంతో చేతులు చాచి దాన్ని టక్కున పట్టుకుని మళ్ళీ యథాప్రకారం కులాసాగా సర్దుకున్నాడు.

"నా పని గురించి మాట్లాడేముందు" అని లాయరుగారి చర్యల్ని ఆశ్చర్యపోయి చూస్తూ కెరనిన్ అన్నాడు. "నేను మాట్లాడబోయే విషయాన్ని రహస్యంగా వుంచాలని మీకు నేను చెప్పాలి" అన్నాడు.

జేగురు రంగుతో కొంచెం కొంచెం వాలి వున్న లాయరుగారి మీసాలపైన కనిపించీ కనిపించని చిరునవ్వు లాస్యం చేసింది.

"నామీద వుంచిన విశ్వాసాన్ని మన్నించకపోయి వున్నట్లయితే నేను లాయర్ని అయివుండే వాణ్ణి కాను. కాని మీకు దాఖలా కావాల్సి వస్తే..."

కెరనిన్ ఆయనకేసి కళ్ళు యెత్తాడు. ఆయన చురుకైన బూడిదరంగు కళ్ళు నవ్వుతున్నాయని చూశాడు. అప్పటికే ఆయనకి యావత్తూ తెలిసినట్టు వుంది.

"నా పేరు మీకు తెలుసు కదా?" అన్నాడు కెరనిన్.

"మిమ్మల్ని యెరుగుదును. ప్రతి రష్యన్ మాదిరిగానే మీ అమూల్యమైన.." యిక్కడ ఆయన మళ్ళీ యింకో వడ్ల పురుగుని పట్టుకున్నాడు. "సేవలనీ యెరుగుదును" అని లాయరు గౌరవ పురస్సరంగా తలవొంచి అన్నాడు.

కెరనిన్ ధైర్యం పుంజుకోవడం కోసం గాఢంగా శ్వాస పీల్చాడు. కాని వొకసారంటూ ధైర్యం పుంజుకున్నాక ఉచ్ఛస్వరంతో, కీచుగా తడబడకుండా, నీళ్ళు నమలకుండా, కొన్ని మాటల్ని యథాప్రకారం వొత్తుతూ చెప్పుకుంటూ పోయాడు.

"పెళ్ళాం ప్రవర్తన సరిగా లేదని పితూరీ చెయ్యాల్ని వచ్చిన దురదృష్టవంతుడైన భర్తని నేను" అని మొదలుపెట్టాడు. "చట్ట ప్రకారం మా సంబంధాలకి స్వస్తి చెప్పాలనుకుంటున్నాను అంటే ఆమెకి విడాకులివ్వాలనుకుంటున్నాను. కాని నా బిడ్డడు ఆమె అజమాయిషీలో వుండని రీతిలో" అన్నాడు.

లాయరుగారి బూడిదరంగు కళ్ళు నవ్వకుండా వుండాలని ప్రయత్నం చేశాయి. కాని ఆపుకోలేని సంతోషంతో చమక్‌మన్నాయి. అది చక్కటి పారితోషకం ముడుతుందన్న ఆశతో మాత్రమే కాదని కెరనిన్ గ్రహించాడు. అది విజయోత్సాహాల మెరుపు. అది తను తన భార్య కళ్ళల్లో చూసినలాంటి ద్వేషపూరిత హర్షోల్లాసాన్ని పోలిన హర్షోల్లాస మెరుపు.

"విడాకులు పొందడానికి మీకు మా సాయం కావాలి, కదూ?"

"ఆc, సరిగ్గా చెప్పారు. కాని మీకు కాలహరణం చేస్తున్నానేమోనని హెచ్చరించాలనుకుంటున్నాను. ప్రాథమిక సమాచారం కోసం మాత్రమే నేను వచ్చాను. నాకు విడాకులు కావాలి. కాని విడాకులు లభ్యం అయే షరతులు నాకు చాలా ముఖ్యం. యీ షరతులు నా అవసరాలకి తగ్గట్టు లేకపోతే నేను చట్టపరమైన కార్యక్రమాన్ని చేపట్టకపోవచ్చును కూడ".

"ఓ, అంతే మరి. యెప్పుడూ నిర్ణయం తీసుకునేది క్లయింట్లే" అన్నాడు లాయరు.

లాయరు కెరనిన్ కాళ్ళకేసి చూపు దించాడు. తన అదమనీయ సంతోషం క్లయింట్‌కి కష్టం కలిగించవచ్చని అనిపించి అలా చూశాడు. తన ముక్కు ముందు వో వడ్ల పురుగు యెగరడం కనిపించింది. ఆయన చెయ్యి టక్కున లేచింది. కాని కెరనిన్ ఉన్నత స్థితి, హోదాపట్ల గౌరవం కొద్దీ ఆ కోరికని అణుచుకున్నాడు.

"యీ విషయానికి సంబంధించి నాకు చట్టాలు వో మాదిరిగా తెలిసి వున్నప్పటికీ, యిలాంటి కేసులు నిర్వహించబడిన ఆ యదార్థ పద్ధతులు తెలుసుకోవాలని వుంది" అన్నాడు కెరనిన్.

"మీరు కోరుకున్న దాన్ని మీరు సాధించగలిగే అనేక మార్గాల గురించి నన్ను చెప్పమంటారు" అని తృప్తిగా తన వాది వాగ్ధోరణిని అనుసరిస్తూ అన్నాడాయన.

ఔనన్నట్టు కెరనిన్ తల వూపడంతో ప్రోత్సాహం వొచ్చి లాయరు యెర్రటి మచ్చలు పడే కెరనిన్ ముఖంకేసి మధ్యమధ్య చూస్తూ చెప్పాడు.

"మన చట్టాల ప్రకారం విడాకులు యెలాంటి సందర్భాల్లో సాధ్యం" అని మొదలుపెట్టాడు. మన చట్టాల పట్ల అసమ్మతి వున్న ఛాయ ఆయన గొంతుకలో ధ్వనించింది. "ఆగు కొంచెం" అన్నాడు ఆ సమయంలో గుమ్మంలోనుంచి లోపలికి చూసిన అసిస్టెంటుని ఉద్దేశించి. కాని లేచి అతనితో యేదో మాట్లాడి వచ్చి మళ్ళీ కూర్చున్నాడు. "...యీ సందర్భాల్లో సాధ్యం. మొదటిది, శారీరకంగా భార్యాభర్తలు వికలులైనప్పుడు; రెండవది, కనీసం అయిదు సంవత్సరాలు యే సంబంధమూ లేకపోయినప్పుడు" అన్నాడు పాయింటు పాయింటుకీ వెంట్రుకలున్న బొద్దు వేళ్ళని ముడుస్తూ. "మూడవది, వ్యభిచరించడం" (యీ మాటని వివరించడంలో ఆయనకి కలిగిన సంతోషం స్పష్టం) "ఉప విభాగాలు యివీ" (అని బొద్దు వేళ్ళని మడుస్తూ చెప్పాడు, యీ పరిస్థితుల్నీ ఉప విభాగాల్నీ వొకే విధంగా వర్గీకరించడానికి లేకపోయినా) "భర్తగాని భార్యగాని శారీరకంగా వికలులవడం, భార్యగాని భర్తగాని వ్యభిచరించడం" వేళ్ళనన్నిటినీ వాడ్డం అయిపోవడంతో చేతిని తెరిచాడు. "యిదంతా సూత్రరీత్యా చెప్పేమాట. కాని మీరు యదార్థ స్థితిని తెలుసుకునే ఉద్దేశంతో యిక్కడికి వచ్చి నాకు గౌరవం కలిగించారు. తదనుగుణంగా, లోగడ వున్న వాటి ఆధారంగా, విడాకుల విషయాన్ని యిలా

కుదించి చెప్పుకోవచ్చుని మీకు తెలియజేస్తున్నాను...శారీరక వైకల్యం లేదనుకుంటున్నాను. అలాగే యెడబాటూ లేదనుకుంటున్నాను".

కెరనిన్ అవునన్నట్టుగా తల వూపాడు.

"యిక మిగిలింది యిదే. భార్తాభర్తల్లో యెవళ్ళో వొకరు వ్యభిచరిస్తున్నట్టు పరస్పర వొప్పందం మేరకి కోర్టులో తేలడం. లేదా పరస్పర వొప్పందం లేకుండా ఆ వ్యభిచారం నిర్ధారితం కావడం. యీ రెండవ సందర్భం యెప్పుడోగాని ఆచరణలో కనిపించదు" అన్నాడు లాయరు. కెరనిన్ మొహం కేసి ఒకసారి చూసి మౌనంగా వుండిపోయాడు. పిస్తోళ్ళని అమ్మేవాడు అనేక రకాల పిస్తోళ్ళ గుణగుణాల్నీ వర్ణించి యిక యెంచుకోవడం ఖాతాదారుడి యిష్టం అని వూరుకున్నట్టుగా వూరుకున్నాడు. కెరనినా యేమీ అనకపోవడంతో లాయరు మళ్ళీ చెప్పాడు. "అతి తేలిక పద్ధతీ, సాధారణంగా వుండే పద్ధతీ యింకా చెప్పాలంటే హేతుబద్ధమైందీ యేమిటంటే పరస్పర వొప్పందం మేరకి వ్యభిచరించడం అనేది. నేను విద్యాగ్రంథం లేని వాడితో మాట్లాడుతూ వున్నట్టయితే యిలా చెప్పి వుండేవాణ్ణి కాదు. కాని మనకి సంబంధించి విషయం స్పష్టంగా వుందని అనుకుంటున్నాను" అన్నాడు లాయరు.

కెరనిన్ యెంత వ్యాకుల పడిపోయాడంటే పరస్పర వొప్పందం వల్ల వ్యభిచరించడం అనే వాదన తాలూకు సహేతుకత్వాన్ని వెంటనే గ్రహించలేకపోయాడు. అలా అని అతని ముఖం చూస్తే తెలుస్తూనే ఉంది. అందుకని లాయరు మళ్ళీ హడావుడిగా చెప్పాడు:

"మనుషులు వొకళ్ళతో వొకళ్ళు కలిసి యిక యెక్కువ కాలం వుండలేరు– అదీ వున్న పరిస్థితి. యిద్దరికీ అంగీకారం యిక చిల్లర మల్లర విషయాల గురించి పట్టించుకోరు. అంచేత యిదే తేలికైన, దివ్యమైన పద్ధతి."

ఇప్పటికి కెరనిన్‌కి చక్కగా బోధపడింది. కాని అతనికి ధార్మిక శంకలు వున్నాయి. అవి అలాంటి పద్ధతి అనుసరించకుండా అడ్డుపడ్డాయి.

"ప్రస్తుత సందర్భంలో ఆ ఉపాయం అనవసరం. ప్రస్తుతం ఒక్కటే సాధ్యం : ఉత్తరాల ద్వారా బలవంతంగా వెల్లడి చెయ్యడం, అవి నా దగ్గర ఉన్నాయి" అన్నాడు.

ఉత్తరాల ప్రస్తావన రాగానే లాయరు పెదాలు బిగించాడు. సానుభూతీ, యేవగింపూ రెండూ వెల్లడి చేసే చిన్న ధ్వని చేశాడు.

"అలాంటి తరహా విషయాలు పీఠాధిపతులు నిర్ణయిస్తారని తమకి చెప్పాలి. అలాంటి సందర్భాల్లో వున్న చిన్న చిన్న మతలబులు పురోహితులకి యిష్టం" అన్నాడాయన, పురోహితుల అభిరుచి అంటే తనకి యిష్టం అయినట్టు చిరునవ్వు నవ్వుతూ. "ఉత్తరాలు పాక్షికంగా కేసుని రుజువు చేస్తాయనుకోండి. కాని వెల్లడి చెయ్యడం అనేది నేరుగా జరగాలి, కచ్చితంగా చెప్పాలంటే సాక్షుల ద్వారా, యీ విషయాన్ని నా చేతుల్లో పెట్టే గౌరవాన్ని గనక నాకు మీరు కలిగించినట్లయితే యే మార్గాలు అనుసరించాలో యెంచుకోవడం నాకు వదిలిపెట్టండి. ఫలితం ఆశించేవాడు మార్గాల్ని అంగీకరించాలి" అన్నాడు.

"అలా అయినట్లయితే గనక..." అని కెరనిన్ వున్నట్టుండి పాలిపోతూ మొదలుపెట్టాడు. కాని సరిగ్గా ఆ సమయంలో లాయరు లేచి, లోపలికి వచ్చిన అసిస్టెంటుతో మాట్లాడానికి

గుమ్మం దగ్గరికి వెళ్లాడు.

"మనతో బేరాలు కుదరవని ఆమెకి చెప్పు" అని మళ్ళీ కెరనిన్ దగ్గరికి వచ్చాడు.

తన బల్ల దగ్గరికి వచ్చి దొంగగా యింకో వడ్ల పురుగుని పట్టుకున్నాడు. 'వేసవి కాలంనాటికి నా ఫర్నిచరు యేం తగులడుతుందో' అని ముక్కు చిట్లించుకుంటూ అనుకున్నాడు.

"వూ, మీరనే మాటకి వస్తే..." అన్నాడు.

"నా నిర్ణయం యేమిటైందీ తర్వాత తెలియజేస్తాను" అని లేచి నుంచుంటూ బల్లమీద ఆనుకుని కెరనిన్ అన్నాడు. కొంచెంసేపు మౌనంగా నుంచుని మళ్లీ అన్నాడు. "మీరు చెప్పిన దాన్ని బట్టి విడాకులు తీసుకోవడం సాధ్యం అని నేను నిర్ధారణకి వచ్చాను. మీ పారితోషకం యెంతో తెలియజెయ్యండి."

"మీరు నన్ను నా పద్ధతిలో పనిచేసేందుకు పూర్తి స్వేచ్ఛ యిస్తేనే అంతా జరుగుతుంది" అన్నాడు లాయరు కెరనిన్ అభ్యర్థనని గురించి పట్టించుకోకుండా. "తమరినుంచి యే మాట యెప్పుడు తెలుస్తుంది?" అని గుమ్మం దగ్గరకి వెడుతూ అడిగాడు. ఆయన కళ్ళు మెరిసే తోలు బూట్లలాగా మిలమిల మెరిసిపోతున్నాయి.

"వో వారంలోగా. మీరు యీ కేసుని తీసుకునే విషయమూ, మీ పారితోషకం విషయమూ దయచేసి తెలియచెయ్యండి."

"తప్పకుండా."

లాయరు గౌరవంగా పరస్పరంగా వొంగి వందనం చేశాడు. తలుపు తెరిచి పట్టుకున్నాడు. తర్వాత ఒక్కడూ వుండిపోవడంచేత తన సంతోషాన్ని వెల్లడి చేసుకున్నాడు. ఆయనకి యెంత సంతోషం కలిగిందంటే తన నియమానికి భిన్నంగా వర్తకుడి భార్యకి కొంత రాయితీ యిచ్చేడు, వడ్ల పురుగుల్ని పట్టుకోవడం కూడా మానేశాడు. ఫర్నిచరుని మార్చాలనీ, వాటికి శీతలకట్టులోగా సిగోనిన్ మాదిరీ ముఖమల్ గుడ్డలు వేయించాలనీ అనుకున్నాడు.

6

ఆగస్టు 17 కమీషన్ సమావేశంలో కెరనిన్‌కి దిగ్విజయం లభించింది. కాని ఆ విజయ పరిణామాలు అతనికి చెడ్డగా తయారయ్యాయి. అల్పసంఖ్యాక జాతుల జీవితం గురించి అన్ని పార్శ్వాలూ శోధించేందుకు మరో కొత్త కమీషన్‌ని నియమించారు. కెరనిన్ పుణ్యామా అని అంతకు ముందు యెన్నడు లేనంత వేగంగా, ఉత్సాహంతో పనిలోకి పంపారు. మూడు నెలలలో నివేదిక తయారైంది. రాజకీయ, పాలనాత్మక, ఆర్థిక, జాతిపర, మతపర రంగాలలో అల్పసంఖ్యాక జాతుల గురించి పరిశోధన జరిగింది. అన్ని ప్రశ్నలకీ జవాబులు వచ్చాయి. యే మాత్రం అనుమానానికి తావులేని జవాబులు. ఏమంటే ప్రమాద పతితం అయే మానవ మస్తిష్క జనితం కావవి, అధికార పరిశోధనా ఫలితం అవి. జవాబులన్నిటీ్నీ అధికారిక సమాచారంనుంచి తీసుకోవడం జరిగింది. గుబేర్నియా గవర్నర్ల, బిషప్పుల నివేదికలనుంచి తీసుకోవడం జరిగింది. వాళ్ళ నివేదికలు మళ్లీ ఉయేజ్ద్ అధికారులనుంచీ, డీకన్ల నుంచీ,

అవి మళ్లీ వోలోస్ట్ పాలకులనుంచీ, చర్చి పురోహితులనుంచీ తీసుకున్నటువంటివి. అంచేత యీ జవాబులవల్ల సందేహానికి తావుండదు. ఉదాహరణకి ఆయా సంవత్సరాల్లో పంట దిగుబడి యెందుకు పడిపోయిందీ, అక్కడ నివసించే ప్రజలు తమ మత విశ్వాసాలకి యెందుకు అంటి పెట్టుకుని వున్నారు లాంటి వాటికి, యెన్ని యుగాలు గానో సమాధానాలు లేని వాటికి, అధికార యంత్రాంగం ఆసరా లేకుండా జవాబులు లభ్యంకాని వాటికి యిప్పుడు సందేహానికి తావు లేని జవాబులు వచ్చాయి, యీ జవాబులు కెరనిన్‌కి అనుకూలం అయే రీతిలో ఉన్నాయి. కాని గత సమావేశంలో గట్టిగా దెబ్బతిన్న స్త్రేమొవ్, కమీషన్ నివేదిక రాగానే కెరనిన్ వూహించని యెత్తుగడలకి దిగాడు. వున్నట్టుండి స్త్రేమొవ్, మరి కొంతమంది సభ్యులు కెరనిన్ పక్షం వైపు తిరిగిపోయారు. కెరనిన్ సూచించిన చర్యలని బలపరిచి బల పరచడమే కాక, అదే ధోరణిలో యింకా తీవ్రమైన చర్యల్నీ ప్రతిపాదించారు. కెరనిన్ మూలభావానికి యింకా గట్టిగా వున్న యీ చర్యల్ని ఆమోదించడం జరిగింది. అప్పుడు స్త్రేమొవ్ ఎత్తుగడలు తేటతెల్లం అయ్యాయి. కాని కడకంటా యీడిస్తే గనక యీ చర్యలు ఎంత చవటతనంతో వుంటాయంటే ప్రతివాళ్లూ – ఉన్నత అధికార్లు, ప్రజాభిప్రాయం, రాజకీయ వైఖరి వున్న ఆడవాళ్లు, పత్రికల వాళ్లు, వాటికి వ్యతిరేకంగా గోల చేశారు. వాటికి వ్యతిరేకంగా, వాటిని నలుగురి దృష్టికీ తెచ్చినటువంటి గుర్తింపు వచ్చిన కెరనిన్‌కి వ్యతిరేకంగా గోలగోల చేశారు. స్త్రేమొవ్ పక్కకి తప్పుకున్నాడు. తను గుడ్డిగా కెరనిన్ వెనకబడిపోయినట్టు కనిపింపచేసి, యీ పరిణామం చూసి నిశ్చేష్టుడైనట్టు కనిపించాడు. ఆ విధంగా కెరనిన్ ప్రతిష్ఠకి గండి పడింది, తనకి అనారోగ్యంగా వున్నా, తను అనుభవిస్తూ ఉన్న కుటుంబ సమస్యలకు కెరనిన్ లొంగలేదు. కమీషన్లో చీలిక వచ్చింది. స్త్రేమొవ్ నాయకత్వం కింద కొంతమంది సభ్యులు నివేదికని సమర్పించిన కెరనిన్ నాయకత్వం కింద ఉన్న పునఃపరిశీలక సంఘాన్ని తాము నమ్మేమని తమ తప్పుని సమర్థించుకున్నారు. యీ నివేదిక శుద్ధ చెత్త అనీ, కాగితం దండుగ తప్ప మరేం కాదనీ వాదించారు. పత్రాలపట్ల అలాంటి విప్లవాత్మక వైఖరి వుండడంలోని ప్రమాదం గుర్తించిన కెరనిన్, మరి కొంతమంది వ్యక్తులూ పునఃపరిశీలక సంఘం ఇచ్చిన సమాచారాన్ని బలపరిచారు. అల్పసంఖ్యాక జాతుల వాళ్లు బాధలు పడుతున్నారో, క్షీణించిపోతున్నారో లేదా పురోగమిస్తున్నారో తేల్చుకోలేకపోయారు. యీ పరిస్థితి వల్లా కెరనిన్ పరిస్థితి బాగా కదిలిపోయింది. ఆ విషమ స్థితిలో అతను ఒక ముఖ్యమైన నిర్ణయం తీసుకున్నాడు. మొత్తం కమీషన్ అంతటికీ ఆశ్చర్యం కలిగేటట్టు, తను స్వయంగా అల్పసంఖ్యాక జాతులని దర్శించేందుకు, పరిశీలించేందుకూ వెళ్లడానికి అనుమతీ అడగదలచుకున్నట్టు ప్రకటించాడు. అనుమతీ అందుకుని దూర ప్రాంతాలకి బయల్దేరాడు.

కెరనిన్ ప్రయాణం యెంతో సంచలనం రేపింది. యెందుకంటే ప్రయాణం అయి బయల్దేరే ముందుగా అతను తనని గమ్యానికి తీసుకెళ్లవలసి వున్న పన్నెండు గుర్రాల నిమిత్తం కేటాయించిన ఖర్చు సొమ్ముని తిరగ్గొట్టాడు.

“ఆయన అలా చెయ్యడం చాలా ఘనంగా రేపింది. యిప్పట్లో ప్రతివాళ్ళు రైళ్లల్లో అన్ని చోట్లకీ వెడుతూ వున్నప్పుడు గుర్రాలకి సొమ్ము కేటాయించడం ఏమిటి?” అని ప్రిన్సస్ మ్యాకయాతో ప్రిన్సెస్ బెట్సీ అంది.

ప్రిన్సెస్ మ్యాకయా ఒప్పుకోలేదు. అలాంటి అభిప్రాయం ప్రిన్సెస్ బెట్సీ వ్యక్తం చెయ్యడం చిరాకు కలిగించింది కూడా.

"మీకేం చెప్తారు, బాగానే ఉంది! మీ దగ్గర లక్షలు లక్షలు మూలుగుతూ ఉన్నాయి కాబట్టి. కాని వేసవిలో తనిఖీ నిమిత్తం మా ఆయన్ని పంపినప్పుడు నాకు సంతోషంగా ఉంటుంది. ప్రయాణం సరదాగా ఉంటుంది, ఆయన ఒంటికీ మంచిది. గుర్రాలకి కేటాయించిన సొమ్ము నా బండికీ, బండివాడికీ సరిపోతుంది" అంది.

దూరప్రాంతానికి వెళ్లే దారిలో కెరనినా మాస్కోలో మూడ్రోజులు వున్నాడు.

మాస్కో వెళ్లిన రోజునే గవర్నర్ జనరల్‌ని దర్శించాడు. తిరిగి వచ్చేటప్పుడు బగ్గీలూ, బళ్లూ ఎప్పుడు రద్దీగా ఉండే గజేత్నీ సందులో ఎవళ్లో తన పేరుని గట్టిగా, హుషారుగా పిలవడం వినిపించింది. అతను అటువైపు తిరక్క తప్పలేదు. కాలిబాటమీద చిన్న షోకైన టోపీ తలమీద ఓ పక్కకి పెట్టుకుని చిన్న షోకైన కోటు తొడుక్కుని అబ్లాన్‌స్కీ నుంచున్నాడు. అతను పడుచుతనంతో, ఉత్సాహంతో, ఎర్రటి పెదాల మధ్య తెల్లని పళ్లు కనిపించేటట్టు మిలమిలా మెరిసే చిరునవ్వుతో, కెరనిన్ బగ్గీ ఆగాలని అరుస్తూ నుంచున్నాడు. ఓచేత్తో అక్కడ నుంచున్న బగ్గీ కిటికీని పట్టుకున్నాడు.ఆ బగ్గీలో నుంచి ముఖమల్ టోపీ పెట్టుకున్న ఆడమనిషి తలా, యిద్దరు పిల్లల తలలూ కనిపించాయి. రెండో చెయ్యి ఊపుతూ అబ్లాన్‌స్కీ బావగార్ని పిలిచాడు. ఆవిడ కూడా ఆప్యాయంగా చిరునవ్వు నవ్వి కెరనిన్‌ని పిలిచింది. ఆమె దాలీ, వాళ్లు ఆవిడ పిల్లలు.

కెరనిన్ మాస్కోలో యెవళ్లనీ చూడాలని అనుకోలేదు, యిక భార్య తమ్ముడి సంగతి సరేసరి. అతను టోపీ పైకి లాక్కుని ముందుకు వెళ్లాలని అనుకున్నాడు. కాని బండి ఆపమని అబ్లాన్‌స్కీ తోలేవాడికేసి అరిచి మంచులో బండి దాకా నడుచుకుంటూ వెళ్లాడు.

"యిక్కడికి వచ్చిన కబురు కూడా తెలియ చెయ్యకపోవడం ఎంత అన్యాయం! ఎప్పుడు వచ్చావు? నిన్న ద్యుస్సో హెూటెల్‌కి వచ్చాను. అక్కడ కెరనిన్ అని పేరు కనిపించింది కాని, ఒట్టు, నువ్వన్న అనుమానమే తగల్లేదు" అన్నాడు అబ్లాన్‌స్కీ బగ్గీ కిటికీలోనుంచి తల లోపలికి పెడుతూ. "లేకపోతే గదికి వచ్చి వుండేవాణ్ణి. ఎంత సంతోషంగా ఉంది నిన్ను యిక్కడ కలుసుకోవడం" అన్నాడు. మంచుని దులుపు కోవడం కోసం ఓ కాలుని మరో కాలికి వేసి కొట్టుకున్నాడు. "నువ్వు వచ్చినట్టు కబురు చెయ్యకపోవడం ఎంత అన్యాయం!" అని రెట్టించాడు.

"నాకు వ్యవధి లేకపోయింది. అస్సలు ఖాళీ లేకపోయింది" అని కెరనిన్ పొడిగా జవాబు చెప్పాడు.

"రా, మా ఆవిడ్ని చూద్దువుగాని, ఆవిడ నిన్ను చూడాలని యిదవుతోంది."

చలికి బిగిసిపోయిన కాళ్ల చుట్టూ కప్పుకున్న కంబళీని విప్పి కెరనిన్ బగ్గీ దిగి దాలీ దగ్గరికి వెళ్ళాడు.

"ఏమిటిది కెరనిన్‌గారూ మామీద యిలా శీతకన్ను వేశారేమిటి?" అంది దాలీ చిరునవ్వు నవ్వుతూ.

"అస్సలు కాళీ లేకపోయిందమ్మా, మిమ్మల్ని చూడ్డం చాలా సంతోషంగా ఉంది" అని వాళ్లని చూడ్డం తనకి చాలా విచారంగా ఉందని ధ్వనించే గొంతుకతో అన్నాడు. "బాగున్నారా" అన్నాడు.

"మా అన్నా యెలా ఉంది?"

కెరనిన్ యేదో గొణిగాడు. వెళ్లిపోవడం కోసం అటు తిరిగేడు. కాని అబ్లాన్స్కీ అతన్ని ఆపాడు.

"చూడు, రేపు యిలా చేద్దాం. దాలీ, రేపు యీయన్ని భోజనానికి రమ్మని పిలు. నేను కోజ్నిషెవ్‌నీ, పెస్త్సోవ్‌ని రమ్మని పిలుస్తాను. మన మాస్కో బుద్ధిజీవులని రుచి చూపిద్దాం" అన్నాడు.

"ఆఁ, తప్పకుండా వస్తారు కదూ" అంది దాలీ. "మీ యిష్టం అయిదింటికి గాని ఆరింటికి గాని, మీ వీలునుబట్టి. యింతకూ మా అన్నా యెలా ఉందో చెప్పారు కాదు. యెంత కాలం అయింది చూసి..." అంది.

"ఆమె బాగానే ఉంది" అన్నాడు కెరనిన్ చిరచిరలాడుతూ. "మిమ్మల్ని చూసినందుకు సంతోషంగా ఉంది" అంటూ బగ్గీ దగ్గరికి వెళ్లిపోయాడు.

"మీకోసం చూస్తూ ఉంటాం మరి" అంది దాలీ.

కెరనిన్ చెప్పిన మాట బళ్ల గోలలో కలిసిపోయి వినిపించలేదు.

"రేపు నేను నీ దగ్గరకి వచ్చి నిన్ను తీసుకువెడతా" అని అబ్లాన్స్కీ అరిచాడు.

కెరనిన్ బగ్గీలోకి యెక్కి ఎవళ్లనీ చూడకుండా, యెవళ్లకీ కనిపించకుండా వుండేందుగ్గాను ఓ మూలకి జరిగి కూర్చున్నాడు.

"చిత్రమైన మనిషి" అని అబ్లాన్స్కీ భార్యతో అన్నాడు. తర్వాత గడియారం కేసి చూశాడు. ప్రేమ పూర్వకంగా పెళ్లానికీ, పిల్లలకీ ముద్దు గాలిలోకి విసిరి చకచకా వెళ్లిపోయాడు.

"మాట! మాట!" అని దాలీ సిగ్గుపడుతూ భర్తని పిలిచింది.

అతను వెనక్కి తిరిగాడు.

"తాన్యాకీ, గ్రిషకీ కోట్లు కొనాలి. డబ్బు కావాలి,"

"ఫర్వాలేదు. నేను తర్వాత యిస్తానని చెప్పు" అని అంటూ, దారిలో తగిలిన పరిచయస్థులెవళ్లకో హుషారుగా తల వూపుతూ వెళ్లిపోయాడు.

7

ఆ మర్నాడు ఆదివారం. అబ్లాన్స్కీ బొల్షోయ్ థియేటర్‌లో ఓ బాలే రిహార్సల్‌కి వెళ్లాడు. అప్పుడే అతని అభ్యర్థన మేరకే ఆ థియేటర్ బృందంలో చేరిన ముచ్చటైన చిన్న నర్తకి మాష చీబిసొవాకి తను యిస్తానని అంతకు ముందు రోజు వాగ్దానం చేసిన పగడాల హారం యిచ్చాడు.

థియేటర్ చీకట్లో, తెరల వెనక ఆ కానుకతో వెలిగిపోతున్న ఆమె ముచ్చటైన ముఖాన్ని ముద్దు పెట్టేసుకున్నాడు. పగడాల హారం కానుక యివ్వడమే కాకుండా ఆ సాయంత్రం బాలే తర్వాత ఆమెని కలుసుకోవడం కోసం ఏర్పాటు చేసుకోవాల్సి ఉంది కూడా. ప్రదర్శన మొదలైనప్పుడు తను రాలేననీ ఆఖరి అంకం వేళకి వచ్చి ఆమెని భోజనానికి తీసుకెడతాననీ చెప్పాడు. థియేటర్ దగ్గర్నుంచి అతను అఖోత్నీ రియాద్ చౌక్‌కి వెళ్లి విందు భోజనాలకి చేపల్నీ, కాయగూరల్నీ స్వయంగా ఎంపిక చేశాడు. పన్నెండు గంటలకల్లా ద్యుస్సో హొటల్‌కి వెళ్లాడు. అదృష్టవశాత్తూ అతను చూడవలసిన ముగ్గురు మిత్రులూ అదే హొటల్లో ఉన్నారు. అప్పుడే విదేశాలనుంచి తిరిగివచ్చిన లేవిన్; అబ్లాన్‌స్కీ కొత్త అధికారి – అప్పుడే ఆయనకా ఉన్నత పదవిని యిచ్చారు, ఆయన పర్యవేక్షణ నిమిత్తం మాస్కో వచ్చాడు; యిక తన బావ కెరనిన్. అతన్ని యెలాగైనా అబ్లాన్‌స్కీ యింటికి భోజనానికి తీసుకెళ్లవలసి ఉంది.

అబ్లాన్‌స్కీకి భోజనం చెయ్యకుండా సరదా, కాని ఖరీదైన భోజ్యాలతో, సారాయిలతో, అతిథులతో వుండే చిన్న విందులు ఇవ్వడమంటే యింకా సరదా. ఆవేళ విందు భోజనం యేర్పాట్లు అతనికి చాలా నచ్చాయి; సజీవంగా తెచ్చిన పెర్చ్ చేపలు, కాయగూరలు, la piece de resistance[1] మామూలుదే అయినా బీఫ్ వేపుడు ఉంటుందిగాని, అది అద్భుతమైన నాణ్యంతో ఉంటుంది. యిక ఈ వంటకాలకి తగ్గట్టుగా మధువులు ఉంటాయి. భోజన పానీయాలకి సంబంధించి అది. యిక అతిథుల విషయానికి వస్తే కిట్టీ వుంటుంది, లేవిన్ ఉంటాడు. చూసే వాళ్ల దృష్టికి వీళ్లిద్దరే ఆనితే అంత బాగుండదని చెప్పి యింకో బంధువుల ఆమెనీ, యువ ష్చేర్‌బాత్‌స్కీనీ కూడా పిలిచాడు. అతిథుల్లో la piece de resistance కోజ్నిషెవ్, కెరనిన్‌లు ఉంటారు. కోజ్నిషెవ్ మాస్కో తత్వవేత్త. కెరనిన్ పీటర్స్‌బర్గ్ వ్యవహారజ్ఞుడు. వీళ్లు కాక అందరికీ తెలిసిన తిక్క మనిషీ, ఔత్సాహికుడూ పెస్త్‌సోవ్‌నీ పిలిచాడు. అతను ఉదారవాది, సంగీతం తెలిసినవాడు, చరిత్రకారుడు, వాగుడుపిట్ట, యాభై యేళ్ల యువకుడు. కోజ్నిషెవ్, కెరనిన్‌లకి మసాలాలాగా పనికొస్తాడు. వాళ్లిద్దర్నీ పోటీ పెట్టి యేడిపించుకునేట్టు చేస్తారు.

కలప వర్తకుడు కలపకి రెండో వాయిదా పంపాడు. అందులో కొంత సొమ్ము యింకా మిగిలి ఉంది. యీ మధ్య దాలీ చాలా సరసంగా సౌమ్యంగా ఉంటోంది. ఇవాళ విందు భోజనం ఊహలు ఏ రకంగా చూసినా అబ్లాన్‌స్కీకి సంతోషకారకంగా వున్నాయి. ఫలితంగా అతను అంత కంటే ఆనంద దాయక మానసిక స్థితిలో ఉండి ఉండలేడు. ఒకటి రెండుసార్లు విషయాలు ముసుగులో కనిపించాయి కాని అబ్లాన్‌స్కీ హృదయంలో తరంగిస్తూ వున్న ఆనంద సముద్రంలో అవి మునిగిపోయాయి. ఆ రెండు సొద్దులూ యివి: ఒకటి, అంతకు ముందు రోజు వీధిలో తారసపడినప్పుడు కెరనిన్ తనని పలకరించిన కటువైన ముభావపు తీరు; కెరనిన్ మాస్కో వచ్చి తమని చూడకుండా కనీసం తమకి కబురు చెయ్యకుండా ఉండడం, అన్నాకీ వ్రాన్‌స్కీకీ గల సంబంధాల గురించి రేగుతున్న పుకార్ల నేపథ్యంలో చూస్తే ఆ భార్యా భర్తల మధ్య పరిస్థితి సవ్యంగా లేదని ఊహించడానికి అబ్లాన్‌స్కీకి ఆస్కారం యిచ్చింది.

---

[1] ప్రముఖ వంటకం (ఫ్రెంచీ).

ఇది మొదటి సొద్దు. యిక చిన్నది రెండోది ఉంది, అదేమంటే ప్రస్తుతం వచ్చిన కొత్త అధికారి, కొత్త అధికార్లందరికి లాగానే, చండ భయంకరుడనే పేరుతో వచ్చాడు. పొద్దున్నే ఆరింటికే లేచి కూర్చుంటాడట. ఎద్దులాగా పని చేస్తాడట. తన కింద పనిచేసేవాళ్లూ అలానే ఉండాలంటాడట. అంతే కాకుండా వ్యవహార విషయాల్లో చాలా మొరటుగా వుంటాడనీ, అంతకు ముందు అధికారి వున్న దానికీ ప్రస్తుతందాకా అబ్లాన్‌స్కీ వున్నదానికీ అన్ని విధాల యెడ్డెం అంటే తెడ్డెం అనే రకంగా ఉంటాడనీ అన్నారు. అంతకు ముందు రోజు అబ్లాన్‌స్కీ సర్కారువారు నిర్దేశించిన బట్టలు వేసుకుని ఆఫీసుకి వెళ్ళాడు. కొత్త అధికారి చాలా ఆదరపూర్వకంగా పాత పరిచయస్థుడిలా మాట్లాడాడు. అందుకని మామూలు కోటు తొడుక్కుని ఆయన్ని దర్శించడం తన బాధ్యతగా అబ్లాన్‌స్కీ భావించాడు. యేమో అధికారి తనని యిప్పుడు ముభావంగా చూస్తాడేమో అనే భయం యిప్పుడతనికి వున్న యింకొక చిన్న సొద్దు. కాని అన్నీ దివ్యంగా అమరుతాయని అబ్లాన్‌స్కీ అంతఃకరణకి తోచింది. 'మనమంతా మనుషులమే, పాపులమే. అంచేత మనం కజ్జాలు పెట్టుకుని వొకళ్ల కొకళ్లు బాధ పెట్టుకోవడం యెందుకు?' అని హొటల్‌కి అడుగు పెడుతూ అనుకున్నాడు.

"ఏమిటి వసీలీ" అని అతను టోపీని ఓ పక్కకి వొరగేసుకుని వసారాలోకి యెగురుకుంటూ వెళ్లి తనకి తెలిసిన ఓ నౌకర్ని పలకరించాడు. "చెంపలు పెంచావేమిటి? ఆс! లేవిన్‌గారు యేడవ నంబరు గదిలో వున్నాడు కదా? యేదీ దారి చూపించు. కౌంట్ ఆనిచ్ కిన్‌గార్ని (కౌంట్ ఆనిచ్‌కిన్‌గారే కొత్త అధికారి) నేను చూడవచ్చేమో కనుక్కో" అన్నాడు.

"అలాగేనయ్యా. చాలా కాలం అయిందయ్యా తమ దర్శనం అయి" అన్నాడు వసీలీ చిరునవ్వు నవ్వుతూ.

"నిన్న వచ్చానిక్కడికి, కాని అటువైపు దారినుంచి వచ్చాలే. యిదేనా ఏడవ నంబరు గది?"

అబ్లాన్‌స్కీ లోపలికి వెళ్ళేటప్పటికి లేవిన్, త్వేర్ గుబేర్నియా వాడైన ఓ రైతుతో కలిసి తాము చంపిన ఎలుగుబంటి చర్మాన్ని కొలుస్తున్నాడు.

"ఆс! మీ వేట? బాగుంది. ఆడయెలుగా? నమస్తే అర్ఖీప్" అన్నాడు అబ్లాన్‌స్కీ.

ఆ రైతుతో కరచాలనం చేసి కోటూ, టోపీ తీసెయ్యకుండా కూర్చున్నాడు.

"విప్పెయ్యి వాటిని, కాసేపు కూర్చో" అని లేవిన్ అబ్లాన్‌స్కీ టోపీ తీసేస్తూ అన్నాడు.

"వ్యవధి లేదు. ఊరికే చూసి పోదామని వచ్చేను" అన్నాడు అబ్లాన్‌స్కీ. కోటు బొత్తాలు విప్పేసి. కాని తర్వాత దాన్ని తీసేసి వేట గురించీ, సొంత విషయాలు గురించీ లేవిన్‌తో మాట్లాడుతూ గంటసేపు వుండిపోయాడు.

"వూс! విదేశాల్లో యెలా గడిపావో యేమిటో చెప్పు. యెక్కడెక్కడికి వెళ్లావు?" అని రైతు వెళ్లిపోయాక అడిగాడు.

"జర్మనీ వెళ్లాను, ప్రష్యా, ఫ్రాన్స్, ఇంగ్లండ్ దేశాలకి వెళ్లాను. కాని రాజధాని నగరాలకి వెళ్లలేదు. ముఖ్యంగా కార్ఖానా నగరాలకి వెళ్లాను. నాకు తెలియని వాటిని చాలా చూశాను. వెళ్లినందుకు చాలా సంతోషం కలిగింది."

"శ్రమ శక్తిని నిర్వహించడం గురించి నీ అభిప్రాయాలు నాకు తెలుసులే."

"అబ్బే లేదు, రష్యాలో శ్రామిక సమస్య లేదు. రష్యాలో వున్నది శ్రామికుడికీ నేలకీ వుండే సంబంధం సమస్య. విదేశాల్లోనూ యిదే సమస్య ఉంది. కాని అక్కడ తగలేసిందాన్ని సర్దుబాటు చేసుకోవడం సమస్య. కాని మనదైతే...."

అబ్లాన్స్కీ లేవిన్ చెప్పేదాన్ని శ్రద్ధగా విన్నాడు.

"అవును నిజమేలే. నువ్వన్న ముక్క నిజమే. కాని నువ్వు యింత భేషుగ్గా వుండడం నాకు సంతోషంగా ఉంది. ఎలుగుబంట్ల వేటకెడుతున్నావు, పనిచేస్తున్నావు, మనసు పెట్టి పనులు చేస్తున్నావ్. ష్చేర్‌బాత్‌స్కీ చెప్పాడు – నిన్ను కలిశాట్ట కదా – నువ్వు దిగాలుగా వున్నావనీ, చావు గురించి మాట్లాడేవనీ..."

"వూఁ, మృత్యువు గురించి అనుకోవడం యెప్పుడు మానననుకో" అన్నాడు లేవిన్. "నిజానికి అందుకు సమయం వచ్చిందనుకుంటున్నాను. మిగిలిందంతా అర్థవిహీనం. నిజంగా చెప్తున్నా విను: నా అభిప్రాయాలూ, పనీ నాకు చాలా యిష్టమైనవే. కాని నీ అంతట నువ్వే చూడు – యీ ప్రపంచమంతా యేమిటంటావ్, సూక్ష్మాతి సూక్ష్మ గోళంమీద పెరిగిన పల్చని బూజు కాకపోతే. మరి మనమేమో గొప్ప పనులు చెయ్యగల సమర్థులమనుకుంటాం. గొప్ప వూహలు, గొప్ప పనులు! ప్చ్! ఒట్టి యిసుక రేణువులు."

"నాయనా, ఇక్ష్వాకుల నాటినుంచీ వున్న మాట అంటున్నావు అంతే."

"కావచ్చు. కాని నువ్వు దీన్ని స్పష్టంగా చూడగలిగితే మిగతా ప్రతీదీ విలువ కోల్పోతుంది. యివాళో రేపో నువ్వు చచ్చిపోతావనీ, యేదీ మిగలదనీ నువ్వు క్షుణ్ణంగా గ్రహించగలిగినప్పుడు ప్రతీదీ యెంత అర్థరహితమవుతుంది! నా ఆలోచన ఘనమైందని నేననుకుంటున్నాను, దీనికి వ్యావహారిక రూపాన్ని యివ్వగలిగినట్టయితే కూడా అది యెలుగుబంటి వేట అంత తుచ్ఛమూ అవుతుంది. మనం మన బతుకుల్ని అలా వెళ్లబారుస్తాం – వేటలో, పనిలో మనసు లగ్నం చేసి మృత్యువు గురించి ఆలోచనే చెయ్యం."

లేవిన్ చెప్పేది వింటూ వుంటే అబ్లాన్స్కీ పెదాలమీద ఆదరపూర్వక మందహాసం లాస్యం చేసింది.

"అదుగో మరి చూశావా! నువ్వు నా దారిలోకి వచ్చావు. గుర్తుందా, నేను జీవితంలో ఆనందం పొందే దారిలో తిరుగుతూ ఉన్నందుకు నామీద దాడి చేశావ్, గుర్తుందా? అంత కటువవకు, నైతికవాదీ!..."

"లేదు, అయినా జీవితంలో కొంత మంచి ఉంది, అది...." లేవిన్‌కి ఆలోచన తట్టలేదు. "నాకు తెలిసినదల్లా మనం త్వరలో చనిపోతామనే."

"త్వరలో ఎందుకని?"

"యిదిగో విను, మృత్యువు గురించిన ఆలోచనలు వుంటే జీవితం అంత ఆకర్షవంతంగా కనిపించకపోయినా మానసిక శాంతి లభిస్తుంది."

"అందుకు వ్యతిరేకం, అంత్య ఘడియకి చేరువయే కొద్దీ జీవితం తీపి యెక్కువ అవుతుంది. సరే, నాకు వేళ అయింది" అన్నాడు అబ్లాన్స్కీ పదోసారి లేస్తూ.

"ఫర్లేదులే, కూర్చో కాసేపు" అన్నాడు లేవిన్ అతన్ని ఆపుతూ. "మళ్లీ యెప్పుడు కలుస్తామో యేమిటో, నేను రేపు వెళ్లిపోతున్నాను."

"బాగుంది, నేనూ భలేవాణ్ణే! నేను యెందుకొచ్చినట్టు యిక్కడికి?... నువ్వివాళ సాయంత్రం మా యింటికి భోజనానికి రావాలి. మీ అన్నయ్య కోజ్నిషెవ్, మా బావ కెరనినా వస్తారు."

"ఆయన యిక్కడున్నాడా?" అని లేవిన్ అడిగాడు. కాని నిజానికి కిట్టీ గురించి అడగాలనుకున్నాడు. శీతకట్టు ఆరంభంలో ఆమె రెండో అక్కగార్ని, అంటే దౌత్య ఉద్యోగి భార్యని, చూడ్డానికి సెయింట్ పీటర్స్‌బర్గ్ వెళ్లినట్లు విన్నాడు. ఆమె తిరిగి వచ్చిందీ లేనిదీ తెలియలేదు. అయినా అతను అడగలేదు. యేమైనా అతని ఆలోచన మారిపోయింది. 'వచ్చిందో, లేదో యేమిటి దానివల్ల నాకు!' అనుకున్నాడు.

"యేం, వస్తావు కదూ!"

"యెందుకు రాను!"

"అయితే అయిదింటికి. మామూలు కోటు వేసుకుని."

యీ సారి అబ్లాన్‌స్కీ లేచి తన కొత్త అధికారిని చూడ్డానికి కిందికి వెళ్లాడు. అతని అంతఃకరణకి తట్టింది దగా అవలేదు. ఆ భయంకరుడు చాలా అదరంగా ఉండే వాడిగా తేలాడు. అబ్లాన్‌స్కీ ఆయనతో మధ్యాహ్న భోజనం చేసి చాలా సేపు కూర్చుండిపోయాడు. దాంతో మూడు తర్వాతఎ కెరనినాని చూడ్డానికి వెళ్లగలిగాడు.

8

పొద్దున్నే చర్చిలో ప్రార్ధనకి వెళ్లి వచ్చాక కెరనిన్ ఆ పొద్దుటి పూట అంతా తన గదిలోనే వుండిపోయాడు. ఆ పూట అతను రెండు పనులు చెయ్యవలసి వుంది. మొదటిది, పీటర్స్‌బర్గ్ వెడుతూ దారిలో మాస్కోలో ఆగిన అల్పసంఖ్యాక జాతుల ప్రతినిధివర్గాన్ని కలుసుకుని వాళ్లకి సూచనలు యివ్వడం. రెండవది లాయరుకి రాస్తానని చెప్పిన ఉత్తరం రాయడం. యీ ప్రతినిధివర్గాన్ని పిలవడం చొరవ కెరనిన్‌దే అయినా వాళ్ల రాక అతనికి కొంచెం యిబ్బంది కలిగించవచ్చు, కొంత ప్రమాద సూచకం కావచ్చు. వాళ్లింకా మాస్కోలో వుండగానే వాళ్లని కలుసుకునే అవకాశం వచ్చినందుకు కెరనినా చాలా సంతోషపడ్డాడు. పాపం కమీషన్ సభ్యులకి తాము నిర్వహించవలసిన కర్తవ్యం యేమిటో, తాము యేం చెయ్యవలసి వుందో పిసరు కూడా తెలీదు. తమ అవసరాలని, పరిస్థితి గురించీ చెప్పుకోవడమూ, తమకి సాయం చెయ్యవలసిందిగా ప్రభుత్వాన్ని అర్థించడమూ తమ రాక ఉద్దేశ్యం అని వాళ్లు అమాయకంగా అనుకున్నారు. తమ అభ్యర్థనల్లో కొన్ని, తమ విజ్ఞాపనల్లో కొన్ని శత్రుపక్షాన్ని బలపరుస్తాయనీ, కెరనిన్ లక్ష్యానికి భంగం కలిగిస్తాయనీ వాళ్లకి అసలు తెలీదు. కెరనిన్ వాళ్లతో చాలా సేపు గడిపాడు. కార్యాచరణ కార్యక్రమాన్నొక దాన్ని తయారుచేశాడు. వాళ్లు యెట్టి పరిస్థితుల్లోనూ దాన్ని అతిక్రమించకూడదు. వాళ్లు వెళ్లిపోయిన తర్వాత, యీ ప్రతినిధివర్గంతో యెలా వ్యవహరించాల్సి ఉందో వివరిస్తూ పీటర్స్‌బర్గ్‌కి ఉత్తరాలు రాశాడు. యీ విషయంలో అతని

మొదటి సహాయకురాలు కౌంటెస్ లిదియా ఇవానొవ్నా. ప్రతినిధివర్గాలతో వ్యవహరించడంలో ఆమె దిట్ట. ఆమెకిలాగా యెవళ్లూ వాళ్లని కదిలించి, సరైన దార్లో నడిచేట్టు ఉంచలేరు. యీ వ్యవహారం పూర్తవగానే కెరనిన్ లాయర్‌కి ఉత్తరం రాశాడు. యే విధమైన సందేహాలు లేకుండా, తనకి ఉచితం అని తోచిన రీతిలో లాయరు పని చేసేందుకు పూరా అనుజ్ఞ యిచ్చాడు. వ్రాన్‌స్కీ అన్నాకి రాసిన ఉత్తరాల్లో మూడింటిని యీ ఉత్తరంతో జత చేసి పంపాడు. ఆ ఉత్తరాలు అన్నా సొరుగులోనుంచి అతను తీసినవి.

ఇక తిరిగి యింటికి వెళ్లకూడదనే ఉద్దేశ్యంతో కెరనిన్ ఇల్లు వదిలినప్పట్నుంచీ, లాయర్ని చూసి తన మనసులో మాట నివేదించు కున్నప్పట్నుంచీ, ముఖ్యంగా తన జీవిత సమస్యని కాగితంమీద పెట్టే సమస్యగా మార్చినప్పట్నుంచీ అతను తను తీసుకున్న నిర్ణయానికి క్రమేపీ అలవాటు పడ నారంభించాడు. దాన్ని అమలు జరిపే అవకాశం అతనికి యిప్పటికి స్పష్టంగా కనిపించింది.

అతను లాయరుకి రాసిన ఉత్తరాన్ని అతికించబోతూ ఉండగా అబ్లాన్‌స్కీ గట్టిగా మాట్లాడ్డం వినిపించింది. అబ్లాన్‌స్కీ తను వచ్చినట్టు కెరనినాకి చెప్పమని ఒత్తిడి చేస్తూ నౌకరుతో వాదిస్తున్నాడు.

'సరే యిప్పుడేమిటిహ? మరీ మంచిది. తన అక్కగారికి సంబంధించి పరిస్థితి యేమిటో అతనికి చెప్పేస్తాను, భోజనానికి యెందుకు రాలేనో చెప్తాను' అనుకున్నాడు.

"రానియ్యి" అని కాగితాల్ని సర్దుకుని పెట్టెలో పెట్టుకుంటూ అన్నాడు.

"అదుగో, చూశావా? వున్నాడాయన లోపల! నువ్వు అబద్ధం ఆడేవు" అని అబ్లాన్‌స్కీ నౌకరుతో అని, కోటు తీసేసి గదిలోకి వచ్చాడు. "నిన్ను కలిసినందుకు చాలా సంతోషంగా ఉంది. నేననుకుంటూ వున్నా...." అని అబ్లాన్‌స్కీ హుషారుగా మొదలుపెట్టాడు.

"నేను రాలేను" అని కెరనిన్ నుంచుంటూ, అతన్ని కూర్చోమని అనకుండా ముక్తసరిగా అన్నాడు.

అబ్లాన్‌స్కీ పట్ల అనాదరపూర్వక వైఖరి అవలంబించాలనుకున్నాడు కెరనిన్ తను విడాకులు యిచ్చెయ్యబోయే భార్య తమ్ముడి పట్ల అలా ఉండడం సహజమే మరి. కాని అబ్లాన్‌స్కీ హృదయంలో తరంగిస్తూ ఉన్న ఉత్సాహ సముద్రంపై అతను దృష్టి పెట్టలేదు.

అబ్లాన్‌స్కీ తేటగా మెరుస్తూ ఉండే తన కళ్లతో తేరిచూశాడు.

"యెందుకని రాలేవు? యేమిటి నీ ఉద్దేశం?" అని ఆశ్చర్యపోయి ఫ్రెంచిలో అన్నాడు. "కాని వస్తానని మాట యిచ్చావు. నువ్వు వస్తావని మాకు ఆశగా ఉంది" అన్నాడు.

"నేను రాలేను అని చెప్పాలనుకుంటున్నాను, యేమంటే మన బంధుత్వ సంబంధాలు తెంచుకోవాలి."

"యేమిటి? యేమిటి నువ్వంటున్నది? యెందుకని?" అని అబ్లాన్‌స్కీ చిరునవ్వు నవ్వుతూ అన్నాడు.

"యెందుకంటే నేను మీ అక్కకి, అంటే నా భార్యకి విడాకులు యిచ్చేస్తున్నాను, నేను భరిం..."

కాని కెరనిన్ మాట పూర్తి చెయ్యకముందే అతను అనుకోని విధంగా అబ్లాన్‌స్కీ ప్రవర్తించడంతో పూర్తి చెయ్యలేకపోయాడు. అబ్లాన్‌స్కీ గట్టిగా నిట్టూర్చి కుర్చీలో కూలబడిపోయాడు.

"లేదు, లేదు బావగారూ వుహు, మీరంటున్నది నిజం కాదు" అని ముఖం దీనంగా పెట్టి అన్నాడు.

"యిది అంతే."

"క్షమించాలి. నేను, అబ్బా, నేను నమ్మలేను."

కెరనిన్ కూర్చున్నాడు. తను ఊహించిన దానికి భిన్నంగా తన మాటల ప్రభావం కనిపించిందనీ, తన పరిస్థితిని వివరించవలసి ఉందనీ, యెలా వాటిని గురించి వివరించినా తన బావమరిదిపట్ల తన వైఖరి యెప్పుడూ వున్నట్టే ఉంటుందనీ అతను గ్రహించాడు.

"గత్యంతరం లేక విడాకుల పరిష్కారం దాకా నేను పోవాల్సి వచ్చింది" అన్నాడు.

"నే చెప్పేది ఒక్కటే బావా, నాక తెలుసు నువ్వు ధర్మబద్ధంగా ఉండే మంచి మనిషివని. అన్నా కూడా క్షమించాలి, ఆమె గురించి నా అభిప్రాయం మార్చుకోలేను – మంచి మనిషి, అద్భుతమైనది, అంచేత, క్షమించాలి, నువ్వన్న దాన్ని నమ్మలేను. యేదో పొరపాటు జరిగి ఉంటుంది" అన్నాడు.

"అబ్బ, యిది ఒట్టి పొరపాటు మాత్రమే అయితేనా!"

"అవును.... నాకు తెలుసు" అని అబ్లాన్‌స్కీ అతనికి అడ్డం వెళ్లాడు. "అవును... కాని ఒకటి, తొందరపడద్దు. అయ్యో తొందరపడద్దు, తొందరపడద్దు" అన్నాడు.

"నేను తొందరపడడం లేదు" అన్నాడు కెరనిన్ పొడిగా. "కాని యిలాంటి విషయాలకి సంబంధించి యెవళ్లూ సలహా ఇవ్వలేరు. నా నిర్ణయం మారదు" అన్నాడు.

"యెంత ఘోరం" అన్నాడు అబ్లాన్‌స్కీ గాఢంగా నిట్టూరుస్తూ. "నేనోటి చెప్తాను, బావా, నిన్ను వేడుకుంటున్నా అలా చెయ్యి" అన్నాడు. "నువ్వింకా యీ వ్యవహారంలోకి దిగలేదనుకుంటున్నా. దిగే ముందు మా ఆవిడ్ని చూసి ఆమెతో మాట్లాడు. ఆమెకి అన్నా అంటే తోబుట్టువు ప్రేమ. ఆమెకి నువ్వంటేనూ యిష్టమే. ఆమె భలే మనిషి. నీకు పుణ్యం ఉంటుంది ఆమెతో మాట్లాడు. నాకోసం, దయచేసి, నిన్ను వేడుకుంటున్నాను" అన్నాడు.

కెరనినా ఆలోచనలో పడ్డాడు. అబ్లాన్‌స్కీ అతన్ని సానుభూతితో చూశాడు. నిశ్శబ్దాన్ని భంగించకుండా.

"యేం వచ్చి ఆమెని చూస్తావా?"

"యేమో చెప్పలేను. అందుకనే నిన్ను చూడంది. మన సంబంధాలు మారాలి."

"కాని యెందుకని? యెందుకనో నాకు అర్థం అవడం లేదు. మనం బంధువులం అనేది అలా వుంచినా నీ పట్ల నాకు స్నేహభావం పైగా నిజమైన గౌరవ భావం" అని కెరనిన్ చేతిని నొక్కుతూ అన్నాడు. "అందులో కనీసం కొంత నా పట్ల వుందనే అనుకుంటున్నాను. నీ దారుణాతి దారుణమైన అనుమానం నిజమే అని తేలినా నేను యే పక్షమూ వహించే

కోరిక కనబర్చను, అంచేత మన సంబంధాలు యెందుకు మారాలో నాకు తెలీదు. కాని నే అడిగినట్లు చెయ్యి, వచ్చి మా ఆవిడతో మాట్లాడు."

"యీ విషయంలో మన దృష్టి వేరు వేరుగా ఉంది. యిక దాన్ని గురించి ప్రస్తావించుకోవద్దులే" అని కెరనిన్ ముభావంగా అన్నాడు.

"కాని యెందుకు నువ్వు రాకూడదు? కనీసం యివాళ భోజనానికి. నువ్వు వస్తావని మా ఆవిడ చూస్తోంది. రావాలి మరి. ఆమెతో తప్పకుండా మాట్లాడు. ఆమె భలే మనిషి. బాబ్బాబు! యివి చేతులు కావు, అంతలా నిన్ను బతిమాలుతున్నాను" అన్నాడు.

"నీకంత యిదిగా ఉంటే వస్తాలే" అన్నాడు కెరనిన్ నిట్టూరుస్తూ.

మాట మారుద్దామని అతను యిద్దరికీ ఆసక్తికరంగా వుండే విషయం గురించి మాట్లాడేదు: అబ్లాన్స్కీ కొత్తగా వచ్చిన అధికారి, యింకా పడుచు వాడే అయినా, ఆ హోదా ఉద్యోగానికి నియమితుడయ్యాడు.

కెరనిన్‌కి యీ కొత్త అధికారి కౌంట్ ఆనిచ్‌కిన్ అంటే యింతకముందు పడదు. యెప్పుడు యిద్దరి అభిప్రాయాలూ యెడమొహం పెడమొహంగా ఉండేవి. యిప్పుడు, దీనికి తోడు, తన ఉద్యోగంలో కంగుతిన్న మనిషికి ప్రమోషన్ వచ్చిన వ్యక్తిపట్ల వుండే ఘృణత్వం అతను దాచుకోకుండా కనిపింప చేశాడు.

"అతన్ని చూశావా?" అని కెరనినా విషపు నవ్వు నవ్వుతూ అడిగాడు.

"ఆం, కాని యీ శక్తి ఎటు మళ్ళుతుందో?" అన్నాడు కెరనిన్. "దేన్నేనా సాధించే దిశకా లేక యిప్పటికే సాధించిన దాన్ని తగలెయ్యడానికా? మన ప్రభుత్వంలో వున్న పెద్ద అనర్థం జాగు. దీనికి అతను ఘనుడు" అన్నాడు.

"యేమో నాకు తెలీదు ఆయన్ని దేనికి తప్పు పట్టవచ్చో. పర్యవేక్షకుడిగా ఆయన్ని గురించి నాకింకా తెలీదు. కాని ఒకటి తెలుసు – గట్టి వాడు. యిప్పుడే ఆయన్ని చూసి వస్తున్నాను. నిజంగా గట్టివాడు. యిద్దరం కలిసి భోజనం చేశాం. మద్యం పాళ్లు వైన్‌నీ నారింజ రసాన్నీ యెలా కలపాలో చూపించాను. చాలా హాయిగా ఉంది. చిత్రం ఆయన యింతకు ముందు యెరగడట. ఓ, భలే వాడు" అన్నాడు అబ్లాన్స్కీ.

అప్పుడు అబ్లాన్స్కీ గడియారం చూశాడు. "బాప్‌రే! అప్పుడే నాలుగు దాటిపోయింది. నేనింకా దొల్గొవూషిన్ దగ్గర ఆగాల! వూం, అయితే, మరి భోజనానికి రా. నువ్వు రాకపోతే మా ఆవిడ యెంత దిగులుపడుతుందో చెప్పలేను."

తన బావమరిది వచ్చినప్పుడు పలకరించిన రీతిలో కాకుండా పూర్తి భిన్నంగా వుండే రీతిలో కెరనిన్ అతన్ని సాగనంపేడు.

"వస్తానని అన్నాను కాబట్టి వస్తాను" అని ఉదాసీనంగా జవాబు చెప్పాడు.

"ఆ ముక్క నాకు నచ్చింది, తెలుసా, యెందుకు వచ్చాన్రా నాయనా అని అనుకోవులే" అన్నాడు అబ్లాన్స్కీ చిరునవ్వు నవ్వుతూ.

బయటికి పరిగెత్తుతూ కోటు పైకి లాక్కుని, ప్రమాద వశాత్తూ ఓ నౌకరు నెత్తి మీద మోచెయ్యి కొట్టుకుంటే నవ్వేసి తన దారిన వెళ్లిపోయాడు.

"అయిదింటికి, మామూలు కోటు వేసుకుని రా" అని వెనక్కి తిరిగి కేకవేశాడు.

9

అయిదు దాటి కొంచెం సేపు అయింతర్వాత, కొంతమంది అతిధులు కూడా వచ్చేసిం తర్వాత అబ్లాన్స్కీ యింటి దగ్గర ప్రత్యక్షమయ్యాడు. కోజ్నిషెవ్, పెస్త్సోవ్‌లతో కలిసి వచ్చాడు. వాళ్లిద్దరూ అతనికి గుమ్మంలో తగిలేరు. వాళ్లిద్దరూ మాస్కో బుద్ధి జీవుల అగ్ర ప్రతినిధులనే యెప్పుడూ అబ్లాన్స్కీ వాళ్ల గురించి అంటూ ఉండేవాడు. ఆ యిద్దరికీ కూడా సచ్ఛీలతకీ, మేధకీ సంబంధించి గొప్ప గౌరవం ఉండేది. వాళ్లు వొకళ్ల నొకళ్లూ గౌరవించుకునేవాళ్లు. కాని దాదాపు ప్రతి విషయంలోనూ శుద్ధ విరుద్ధంగా వుండేవాళ్లు. కాని ఆ ఒక్క శిబిరంలోనూ ఎవళ్ల మొగ్గులు వాళ్లకి వుండేవి. అర్ధ అమూర్త విషయాలకి సంబంధించి ఉండే అభిప్రాయ భేదాలంతగా యేదీ మనుషుల్ని దూరం చెయ్యలేదు కాబట్టి వాళ్లు తమ తమ అభిప్రాయాల్లో విభేదించడమే కాక, యే కోపమూ లేకుండా యీ పరిస్థితిని అంగీకరించేందుకు అలవాటు పడ్డారు; చెరపలేని ఒకళ్ల దురభిప్రాయాలని చూసి మరొకళ్లు నవ్వుకునేవాళ్లు.

వాళ్లు వాతావరణం గురించి మాట్లాడుకుంటూ లోపలికి అడుగు పెట్టేటప్పుడు అబ్లాన్స్కీ వాళ్లని దాటేడు. అప్పటికి అబ్లాన్స్కీ మామ ప్రిన్స్ ష్చేర్‌బాత్‌స్కీ, యువ ష్చేర్‌బాత్‌స్కీ తూరొవ్‌త్సిన్, కిట్టీ, కెరనిన్ డ్రాయింగు రూమ్‌లో కూర్చున్నారు.

అక్కడ పరిస్థితి సాఫీగా లేదని అబ్లాన్స్కీ వెంటనే పసికట్టాడు. పండగలప్పుడు వేసుకునే పట్టు గౌను తొడుక్కుని దాలీ పిల్లల గదిలో ఒంటరిగా భోజనాలు చేస్తున్న పిల్లల గురించీ, యింకా యిల్లు చేరని భర్త గురించీ ఆలోచనల్లో మునిగి పోయి యీ వచ్చిన వాళ్లందర్నీ కలిసి కాలక్షేపం అయ్యేట్టు చూడలేకపోయింది. పెద్ద ప్రిన్స్ అన్నట్టు వాళ్లంతా అక్కడ పూజారి కూతుళ్లలా కూర్చున్నారు, నిశ్శబ్దం భంగించడానికి మాటల్ని పిండుతూ, అసలు తాము అక్కడ యెందుకు చేరినట్టో తెలీక ఆశ్చర్యపోతూ ఉన్నట్టు వున్నారు. హుషారుగా ఉండే తూరొవ్‌త్సిన్ గట్టున పడ్డ చేపలా ఉన్నాడు. అబ్లాన్స్కీ లోపలికి వచ్చేటప్పటికి అతను చిరునవ్వు నవ్వుతూ పెదాలు చాచాడు. 'భేష్ బాబూ! యేదో సరదాగా యింత తాగి Chateau des fleurs పోదాం అనుకున్న నన్ను యీ ముప్పి మునుషుల్తో బంధించడం!' అని అంటున్నట్టుగా ఉందా చిరునవ్వు. పెద్ద ప్రిన్స్ మాటా పలుకూ లేకుండా కూర్చున్నాడు. మాటి మాటికీ కెరనినా కేసి చూసి యీ ఘనమైన ఉన్నతాధికార్ని విందు భోజనాల దగ్గర వడ్డించే అపురూప వంటకంలాగా వున్న అతన్ని యెలా ఆట పట్టించాలా అని మాటల కోసం బుర్ర బద్దలు కొంటున్నట్టు వున్నాడని అబ్లాన్స్కీకి అనిపించింది. కిట్టీ కళ్లు గుమ్మం కేసే చూస్తూ వున్నాయి, ఆమె లేవిన్ రాగానే సిగ్గు పడకుండా వుండేందుకుగాను శక్తినంతటీ కూడగట్టుకుంటోంది. కెరనిన్‌కి పరిచయం చెయ్యని యువ ష్చేర్‌బాత్‌స్కీ తనని గురించి ఖాతరు చెయ్యకపోయినా తనేం పట్టించుకోనని కనిపించాలని మహా ప్రయత్నం చేస్తున్నాడు. కెరనిన్ తెల్లని టై

కట్టుకున్నాడు, ఫ్రాక్ కోటు వేసుకున్నాడు. ఆడవాళ్లతో కలిసి భోజనం చెయ్యాల్సి వచ్చినప్పుడు పాటించే పీటర్స్‌బుర్గ్ ఆచారం అది. తను వస్తానని అన్నాడు కాబట్టి వచ్చాడనీ, యీ బృందంతో వుండడం తనకి బాధగా ఉందని అబ్లాన్స్కీకి చెప్తున్నట్టుంది అతని ముఖం. నిజం చెప్పాలంటే అబ్లాన్స్కీ వచ్చేదాకా అక్కడి మనుషులు మౌనంగా బిగిసిపోయి ఉండడానికి తప్పు కెరనిన్ బెల్లం కొట్టిన రాయిలా ఉండడమే.

అబ్లాన్స్కీ ఆలస్యం అయిపోయిందని, యెవరో ప్రిన్స్ తనని ఆపు చేసేసాడనీ గొణుగుతూ లోపలికి వచ్చాడు. తను రాకపోవడానికీ, తన ఆలస్యాలకీ యెప్పుడూ దోషం ఆ అజ్ఞాత ప్రిన్స్ నెత్తినే పడేసేవాడు. లిప్త కాలంలో అందరికీ పరిచయాలు చేసేసాడు. కోజ్నిషెవ్‌ని కెరనిన్ దగ్గరికి తీసికెళ్లి పోలండ్ రష్యనీకరణం అనే చర్చనీయాంశాన్ని వదిలాడు. పెస్త్సోవ్‌తో సహా అందరూ ఆతృతగా ఆ అంశాన్ని అందుకున్నారు. అబ్లాన్స్కీ తూరొవ్‌త్సిన్ వీపు చరిచి యేదో తమాషాగా అతని చెవిలో ఊది అతన్ని దాలీకి, పెద్ద ప్రిన్స్‌కీ పక్కన కూర్చోబెట్టాడు. తర్వాత కిట్టీతో ఆమె ఆ పూట చాలా శోభాయమానంగా కనిపిస్తోందని అని, పడుచు ష్చేర్‌బాత్‌స్కీని కెరనిన్‌కి పరిచయం చేశాడు. నిజంగానే క్షణం కాలంలో అతను ఈ సమాజ మర్యాదలనే పిండిన ఎంత బాగా కలిపేడంటే డ్రాయింగ్ రూమ్ ఉల్లాసభరితమైన సంభాషనతో, సందడితో కళకళలాడింది. అక్కడ లేనివాడల్లా లేవిన్ ఒక్కడే. అదీ మంచికే జరిగింది. ఏమంటే భోజనాల గదిలోకి ఓసారి చూసేసరికి పోర్ట్, షెర్రీ వైన్లని లెవె దుకాణంనుంచి కాకుండా దెప్రె దుకాణంనుంచి తెప్పించినట్టు అబ్లాన్స్కీకి తెలిసింది. వెంటనే బండి వాణ్ణి లెవె దగ్గరికి ఆఘమేఘాలమీద పంపించి ఆ పొరపాటు సవరించే వ్యవధి దొరికింది.

తిరిగి డ్రాయింగు రూమ్‌లోకి వచ్చేటప్పుడు అతనికి లేవిన్ తగిలాడు.

"నేను ఆలస్యం చెయ్యలేదు కదా?"

"నువ్వు ఆలస్యం చెయ్యంది యెప్పుడు?" అని అతని చేతిని అందుకుంటూ అన్నాడు అబ్లాన్స్కీ.

"యేం చాలామంది చేరారేమిటి? యెవరున్నారు?" అని లేవిన్, టోపీమీదనుంచి గ్లవ్‌తో మంచు దులుపుకుంటూ తనకి తెలియకుండానే సిగ్గు పడుతూ అన్నాడు.

"అంతా మన వాళ్లే. కిట్టీ ఉంది. రా, నిన్ను కెరనినాకి పరిచయం చేస్తాను."

అబ్లాన్స్కీ ఉదారభావాలు వున్న వాడే అయినా కెరనిన్‌తో పరిచయం అంటే యెవళ్లైనా పొంగుతారని తెలిసిన మనిషి అవడంచేత తన మిత్రరత్నాలకి ఆ గౌరవం కలిగిస్తూ ఉండేవాడు. కాని లేవిన్ యీ క్షణంలో ఆ సమ్మానం అభినందించే స్థితిలో లేడు. అప్పుడు యీషణ్మాత్రంగా దారిమీద బండిలో చూసిందే తప్ప అతను కిట్టీని ఆ మరపురాని నిశీధి నాటినుంచీ, తను వ్రాన్‌స్కీని కలుసుకున్న ఆ సాయంత్రంనుంచీ మళ్లీ చూళ్లేదు. తను యీ విందులో ఆమెని చూడగలడని అతని హృదంతరాళంలో అనిపించింది. కాని తనకా యెరుక లేనట్టు సమాధాన పర్చుకుని మనసుని శాంతంగా వుంచుకోవాలని ప్రయత్నించాడు. ఆమె నిజంగా అక్కడే వుందని విన్నాక అతనికి తెలియకుండానే యెంత సంతోష పారవశ్యమూ,

భయమూ కలిగాయంటే ఊపిరి పీల్చుకోవడం అతనికి కష్టం అయింది, తను యేం చెప్పదలచుకున్నాడో అది చెప్పలేకపోయాడు.

'యెలా వుంది? యెలా ఉందామె? పూర్వంలాగానే ఉందా లేక బగ్గీలో ఉన్నట్టు ఉందా? దాలీ నిజం చెప్పిందా? ఆవిడ మాట నిజం యెందుకు కాకపోతుందీ?' అని అతను ఆలోచనల్లో వున్నాడు.

"ఓ, కెరనిన్‌గారికి నన్ను పరిచయం చెయ్యి" అని అతను తెగింపుతో డ్రాయింగ్ రూమ్‌లోకి అడుగుపెడుతూ అన్నాడు. ఆమె కనిపించింది.

ఆమె పూర్వంలాగా లేదు, బగ్గీలో కనిపించి నప్పటిలాగానూ లేదు. పూర్తిగా వేరేగా ఉంది.

ఆమె భయంగా ఉంది. బెరుగ్గా ఉంది. లజ్జాన్వితంగా ఉంది. అయినా కూడా మనోహరంగా ఉంది. అతను గదిలోకి అడుగుపెట్టిన క్షణమే ఆమె అతన్ని చూసింది. ఆమె అతని కోసమే చూస్తోంది. ఆమెకి సంతోషం కలిగింది, ఆ సంతోషంలో యెంత వివశు రాలయి పోయింది. ఒక క్షణంలో, అతను యింటావిడ దగ్గరికి, అంటే దాలీ దగ్గరికి వెళ్లి తనకేసి తిరిగి చూపు విసిరినప్పుడు, ఆ క్షణంలో సంబాళించుకోలేక యేడ్చేస్తుందేమోనని ఆమెకి, లేవిన్‌కి, యిదంతా చూస్తూ వున్న దాలీకి కూడా, అనిపించింది. ఆమె సిగ్గు పడింది, పాలిపోయింది, మళ్లీ సిగ్గు పడింది. గడ కర్రలాగా బిగిసిపోయి పెదాలు వొణుకుతూ అతని కోసం చూస్తూ కూర్చుంది. అతను ఆమె దగ్గరికి వెళ్లాడు. వంగి అభివాదం చేశాడు, ఒక్క మాట కూడా అనకుండా చేతిని ఆమె చేతివైపు చాచాడు. ఆమె పెదాల వణుకూ, కళ్ల చెమ్మ – దానివల్ల ఆ కళ్ల మెరుపు అధికమైంది – లేనట్లయితే ఆమె.

"ఎంతకాలం అయింది మనం కలుసుకుని!" అని అన్నప్పుడు ఆమె మందహాసం దాదాపు శాంతంగానే కనిపించేది. అప్పుడు అతని చేతిని తన చల్లని చేత్తో హతాశాజనిత దృఢత్వంతో అదిమింది.

"మీరు నన్ను చూళ్లేదు గాని నేను మిమ్మల్ని చూశాను" అని లేవిన్ ఉల్లాసపూర్వక మందహాసంతో అన్నాడు. "రైల్వేస్టేషన్నుంచి యెర్గుషోవొ వెళ్లేదారిలో మిమ్మల్ని చూశాడు" అన్నాడు.

"యెప్పుడు?" అని ఆమె ఆశ్చర్యపోయి అడిగింది.

"మీరు యెర్గుషోవొ వెడుతూ ఉన్నప్పుడు" అని లేవిన్ గుండెలో యెగిసి వస్తూ వున్న ఆనందంతో ఉక్కిరిబిక్కిరి అవుతూ మళ్లీ చెప్పాడు. 'యీ సున్నిత ప్రాణి ముగ్ధత్వాన్ని నేనెలా శంకించగలిగాను? దాలీ నిజం చెప్పినట్టే కనిపిస్తోంది' అనుకున్నాడు.

అబ్లాన్‌స్కీ అతని చెయ్యి పట్టుకుని కెరనిన్ దగ్గరికి తీసుకువెళ్లాడు.

"యితను" అంటూ ఒకళ్ల నొకళ్లకి అబ్లాన్‌స్కీ పరిచయం చేశాడు.

"మిమ్మల్ని మళ్లీ కలుసుకోవడం సంతోషంగా ఉంది" అని కెరనిన్ ముక్తసరిగా అన్నాడు.

"యింతకు ముందే మీరు కృత పరిచితులా?" అని అబ్లాన్‌స్కీ ఆశ్చర్యంగా అడిగాడు.

"మేం యిద్దరం ఓ రైలుపెట్టెలో మూడు గంటలు కలిసి గడిపాం" అని చిరునవ్వు నవ్వుతూ లేవిన్ చెప్పాడు. "కానీ ముసుగు నాట్యం తర్వాత ఒకళ్లకొకళ్లు తెలుసుకోకుండా, తెలుసుకోవాలనే కుతూహలం తీరకుండానే విడిపోయాం. కనీసం నా మట్టుకి అలా జరిగింది" అన్నాడు.

"ఓ, అదా! మరి లేవండి భోజనాలు చేద్దాం" అంటూ భోజనాలు గది వైపు చూపిస్తూ అబ్లాన్‌స్కీ అన్నాడు.

మగాళ్లందరూ భోజనాల గదిలో ఆరు రకాల వోద్కా, అన్ని రకాలు జున్నూ వున్న బల్ల దగ్గరికి వెళ్లారు. ఆ జున్నుల్లో కొన్నిటికి వెండి చాకులు గుచ్చి వున్నాయి. కొన్నిటికి లేవు. ఆ బల్లమీద చేప గుడ్లు, హెర్రింగ్ చేపలు, నిలవ చేసిన రకరకాల పదార్థాలు, ఫ్రెంచి రొట్టె ఉన్నాయి.

మగాళ్లు సుగంధ వోద్కాలూ, నంజుళ్లు వున్న బల్ల దగ్గరే తిరిగారు. కోజ్నిషెవ్, కెరనిన్, పెస్త్‌సోవ్‌లు చర్చిస్తూ వున్న పోలండ్ రష్యనీకరణం అనే విషయం వాళ్లు భోజనాల కోసం యెదురు చూస్తూ వుండడంలో కొంచెం కొంచెంగా జావగారిపోతూ ఉంది.

యెంతో గంభీరమైన సైద్ధాంతిక చర్చలని యెవళ్లూ గమనించకుండానే పరాచికం అనే లవణం పడేసి సమాప్తం చేసేసి, మాట్లాడేవాళ్ల ధోరణిని మార్చెయ్యడంలో కోజ్నిషెవ్ సిద్ధ హస్తుడు. అతను యిప్పుడు తన నైపుణ్యాన్ని చూపించాడు.

రష్యన్ అధికారులు పై నుంచి ప్రవేశపెట్టే సూత్రాల్ని అనువర్తింప చెయ్యడం ద్వారానే పోలండ్ రష్యనీకరణం సాధించవచ్చని కెరనిన్ వాదించేడు.

ఒక జాతి జనాభా అధికం కావడం ద్వారానే రెండవ జాతిని యిముడ్చుకుంటుందని పెస్త్‌సోవ్ వాదించాడు.

కోజ్నిషెవ్ రెండు వాదనలనీ ఒప్పుకున్నాడు. కాని కొన్ని మినహాయింపులతో ఒప్పుకున్నాడు. వాళ్లు డ్రాయింగ్ రూమ్‌లోనుంచి వెళ్లిపోయేటప్పుడు అతను మందహాసం చేసి చర్చను ముగించేస్తున్నట్టు అన్నాడు.

"అంటే అల్ప సంఖ్యాక జాతులని రష్యనీకరణం చెయ్యడానికి ఒక పకడ్బందీ అయిన మార్గం ఉందంటారు: వీలైనంత మంది సంతానాన్ని కనడం. మా తమ్ముడూ నేనూ యీ మహత్తర లక్ష్యానికి దోహదం చెయ్యలేకపోయాం. కాని వివాహితులైన మీరు, ముఖ్యంగా అబ్లాన్‌స్కీ మీరు, నిజమైన దేశభక్తి పరాయణులుగా మెలగండి. మీకు పిల్లలెంత మంది?" అని వైన్ పొయ్యమన్నట్టు చిన్న వైన్ గ్లాసు చాచి, అబ్లాన్‌స్కీని కొంటెగా అడిగాడు.

అందరూ ఫక్కున నవ్వారు. యెవళ్లూ అబ్లాన్‌స్కీ అంత గట్టిగా నవ్వలేదు.

"అవునవును అదే భేషైన ఉపాయం" అని అతను జున్ను ముక్క నముల్తూ, తన ముందుకు చాచిపెట్టిన గ్లాసులో ప్రత్యేక తరహా వోద్కా పోస్తూ అన్నాడు. సంభాషణ ఆ విధంగా సరదాగా ముగిసింది.

"యీ జున్ను ఫర్వాలేదు. రుచి చూడండి" అన్నాడు అబ్లాన్స్కీ. "హూఁ, అయితే కసరత్తు చేస్తున్నావన్న మాట మళ్లీ" అని లేవిన్ కేసి తిరిగి యెడమ చేత్తో అతని దండలు పట్టి చూస్తూ అన్నాడు. లేవిన్ చిన్నగా నవ్వి, కండరాలు బిగించేడు. అతని కోటు చేతి కింద, అబ్లాన్స్కీ వేళ్లు నొక్కిన చోట జున్ను ముద్ద గట్టి చేసిన లాంటి ఉక్కు కండరం లేచింది.

"అదీ! కండలంటె అలా ఉండాలి! అచ్చం భీముడు!"

"ఎలుగుబంట్ల వేటకెళ్లేవాళ్లకి గట్టి కండలుండాలేమో" అని వేట ముక్కా మోహమూ తెలియని కెరనిన్ పల్చని రొట్టె ముక్కని తీసుకుని దానిమీద జున్ను పెట్టుకుంటూ అన్నాడు.

లేవిన్ చిరునవ్వు నవ్వాడు.

"యేమీ కాదు, అందుకు వ్యతిరేకంగా చిన్న పిల్లాడు కూడా ఎలుగుబంటిని చంపగలడు" అని ఆడవాళ్లకి దారి యివ్వడం కోసం పక్కకి తప్పుకుంటూ అన్నాడు లేవిన్. దాలీ ఆడవాళ్లని నంజుళ్లు వున్న బల్ల దగ్గరికి తీసుకువచ్చింది.

"మీరు ఎలుగుబంటిని వేటాడేరని విన్నా" అని కిట్టీ మసాలా వేసిన పుట్టగొడుగు ఫోర్కుకి అందకుండా జారిపోతూ ఉంటే దాన్ని ఫోర్కుతో పట్టుకునే యాతన పడుతూ, కింద నుంచి తెల్లనిచెయ్యి మెరుస్తూ ఉన్న లేసుని వెనక్కి తోస్తూ అడిగింది. "మీ ప్రాంతంలో ఎలుగుబంట్లు ఉంటాయని నాకు తెలవదు" అని ముచ్చటైన తలని అతనికేసి వోరగా పెట్టి చిరునవ్వు నవ్వుతూ జత చేసింది.

ఆమె అన్న యీ మాటల్లో ప్రత్యేకమైంది యేదీ లేదు. కాని ప్రతి మాటా, ఆమె పెదవుల ప్రతి కదలికా, కాళ్లా చేతులా ప్రతి కదలికా అతనికి వర్ణించి చెప్పలేనంత మహత్వపూరితంగా భాసించాయి. కిట్టీ మాటల్లో క్షమ కోసం అభ్యర్థన ఉంది, తనపట్ల విశ్వాస ప్రకటన ఉంది, లాలన ఉంది, కోమల వినయపూరిత లాలన; ఆశ ఉంది, ప్రేమ ఉంది. దేనిపట్ల విశ్వాసం లేకుండా తను ఉండలేడో ఆ ప్రేమ. ఆ ఆనందంతో అతను ఉక్కిరి బిక్కిరి అయ్యాడు.

"ఆఁ! మేం ఎలుగుబంట్ల వేట కోసం త్వేర్ గుబేర్నియా వెళ్లాం. అక్కణ్ణుంచి వచ్చేసేటప్పుడే రైల్లో కెరనిన్‌గార్ని లేకపోతే మీ బావగారి బావగార్ని కలుసుకుంట' అన్నాడు లేవిన్ చిరునవ్వు నవ్వుతూ. "భలే తమాషా అయిన కలయిక" అన్నాడు.

లేవిన్ చాలా వర్ణనాత్మకంగా, ఆసక్తికరంగా వుండేట్టు రాత్రంతా జాగారం చేశాక గొర్రె తోలు ఓవరుకోటు తొడుక్కుని కెరనిన్ వున్న పెట్టెలోకి యెలా వెళ్లింది చెప్పాడు.

"మసిలో మాణిక్యం వుంటుందనే సామ్యాన్ని అవహేళన చేసేటట్టు నా గొర్రె తోలు కోటుని చూసి కండక్టరు నన్ను బయటికి గెంటేద్దామనుకున్నాడు. కాని నేను అట్టహాసంగా పదగుంఫన మొదలుపెట్టాను, మీరు కూడా" అని కెరనిన్ కేసి తిరిగాడు. అతని అసలు పేరూ, తండ్రి పేరూ మర్చిపోయినందువల్ల "మీరు" అన్నాడు.

"నా గొర్రె తోలు కోటుని బట్టి నన్ను బయటికి గెంటేద్దామనుకున్నారు, కాని తర్వాత నా పక్షం వహించారు, అందుగ్గాను మీకు చాలా కృతజ్ఞుణ్ణి" అన్నాడు.

"విషయం ఏమిటంటే సీట్లు ఎన్నుకోవడంలో ప్రయాణీకుల హక్కులేమిటో చాలా అస్పష్టంగా వున్నాయి" అని వేళ్ల అంచుల్ని రుమాలుమీద తుడుచుకుంటూ కెరనిన్ అన్నాడు.

"నా విషయంలో మీరు సందిగ్ధంలో పడ్డారనిపించింది నాకు" అని లేవిన్ సరదాగా అన్నాడు. "అందుకని నా గొర్రె తోలు కోటు కలిగించిన దురభిప్రాయాన్ని యెదుర్కొందుకు నేను పాండిత్య ప్రకర్షక సంభాషణ మొదలెట్టాను" అన్నాడు.

యింటావిడతో మాట్లాడుతూ వున్నా ఓ చెవి అప్పగించి తమ్ముడి మాటలు వింటూ ఉన్న కోజ్నిషెవ్ అతనికేసి ఓరగా చూశాడు. 'ఏమైందివాళ వీడికి? పెద విజేత వాలకం పెట్టేస్తున్నాడు' అనుకున్నాడు. లేవిన్ తనకి రెక్కలు మొలిచినట్టు భావించుకుంటున్నాడని అతనికి తెలీదు. ఆమె తన మాటలు వింటోందని, ఆ వినడం ఆమెకి సంతోషంగా ఉందనీ అతనికి తెలుసు, అతనికి అది చాలు, అదే సర్వస్వమూనూ. యీ గదిలో మాత్రమే కాదు, యావత్ప్రపంచంలోనూ మహత్తర ప్రాముఖ్యం, ఘనత్వం సంపాదించుకున్న తనూ, కిట్టీ తప్ప మరెవళ్లూ లేరు. తను ఏదో, కళ్లు గిర్రున తిరిగిపోయేటంత, యెత్తులో ఉన్నట్టుగా అతనికి భాసించింది. మిగిలిన వాళ్లందరూ, యీ సాధువులైన కెరనినాలూ, అబ్లాన్‌స్కీలూ, మిగిలిన ప్రపంచం, చాలా కింద వున్నట్టు అనిపించింది.

అబ్లాన్‌స్కీ బల్ల దగ్గర కిట్టీనీ, లేవిన్‌నీ చాలా యధాలాపంగా, మరెక్కడా కూర్చోడానికి వాళ్లకి చోటు దొరకనట్టు, వాళ్లకేసి చూడకుండానే పక్క పక్కన కూర్చోబెట్టాడు.

"నువ్విక్కడ కూర్చోలే" అని లేవిన్‌తో అన్నాడు.

భోజనం పింగాణీ పాత్ర సామానంత చక్కగానూ ఉంది. చక్కని పింగాణీ భోజన పాత్రలంటే అబ్లాన్‌స్కీకి వెర్రిమోజు. మారీ లూయిజ్ సూప్ వంక పెట్టడానికి లేనంత భేషుగ్గా కుదిరింది. నోట్లో వేసుకుంటే కరిగిపోయే చిన్నచిన్న పిండివంటలు అసలు సొద్దు పెట్టడానికి వీల్లేనట్టుగా వున్నాయి. తెల్ల టై కట్టుకున్న మాత్వేయి, మరో యిద్దరు నౌకర్లూ అన్న పానాలకి సంబంధించిన వాటినన్నిటినీ చకచకా, గబగబా, చడీ చప్పుడూ లేకుండా, వడ్డించారు.

భోజనం పదార్థాల విషయానికి సంబంధించి దివ్యంగా ఉంది. పదార్థేతర విషయంగా కూడా అంతే దివ్యంగా ఉంది. భోజనాలు ముగిసే వేళకి యెంత ఉల్లాసభరితంగా ఉందంటే మగాళ్లు అలా మాట్లాడుకుంటూనే భోజనాల బల్ల దగ్గర్నుంచి లేచారు. కెరనిన్ కూడా ఉల్లాసం కనిపింపచేసే స్థాయికి వచ్చాడు.

10

వాదనని తుదిదాకా లాగించడం పెస్త్‌సోవ్‌కి సరదా, కోజ్నిషెవ్ దాన్ని తెంపెయ్యడంతో కష్టం కలిగింది, ముఖ్యంగా తన అభిప్రాయానికి న్యాయం జరగలేదని అనిపించింది.

"జనాభా సాంద్రత అనే కాదు నా అభిప్రాయం" అని సూప్ తింటూ వున్నప్పుడు కెరనిన్‌తో అన్నాడు. "జన సాంద్రత - సూత్రాలతో కాకుండా, జాతీయ మూలాధారాలతో కలిసి" అని వివరించాడు.

"ఏదైనా ఒక్కటే ననిపిస్తుంది నాకు" అన్నాడు కెరనిన్ మెల్లిగా అలసత్వంతో, "నా దృష్టిలో ఒక జాతి పెచ్చుస్థాయి అభివృద్ధి వుంటేనే మరొక జాతిమీద ఆధిపత్యం సంపాదించగలదు, అదిగనక..."

"కాని అసలు సమస్య అదే" అని పెస్త్సోవ్, యెప్పుడూ తనే మాట్లాడాలన్న ఆతృత వుండేవాడిలాగా, ఖంగుమనే స్వరంతో అడ్డం వచ్చాడు. "పెచ్చు స్థాయి అభివృద్ధి అనే దాన్ని అర్థం చేసుకోవడం యెలాగ? ఇంగ్లీషు వాళ్లా, ఫ్రెంచి వాళ్లా, జర్మన్ వాళ్లా - యెవరు హెచ్చు స్థాయి అభివృద్ధి సాధించారు? వీళ్లల్లో యెవళ్లు యితరుల్ని తమ ప్రభావం కిందకి తెచ్చుకుంటారు? రైన్ ప్రాంతంమీద ఫ్రెంచి వాళ్లకి పలుకుబడి బాగా ఉందని మనకి కనిపిస్తోంది. కాని జర్మన్లు అభివృద్ధి స్థాయిలో తక్కువలో యేం లేరే!" అని అతను అరిచాడు. "యిక్కడ వేరే నియమాలు వర్తిస్తాయి" అన్నాడు.

"నిజంగా సుశిక్షితమైన జాతికి యెప్పుడూ ప్రభావం కలిగించే యిది ఉంటుందని నాకనిపిస్తుంది" అన్నాడు కెరనిన్.

"నిజమైన సుశిక్షణని యే లక్షణాలని బట్టి గుర్తించడం?" అని పెస్త్సోవ్ అడిగాడు.

"ఆ లక్షణాలు మామూలుగా సర్వవిదితమే అంటా" అన్నాడు కెరనిన్.

"ఆc, సర్వవిదితమే!" అని కోజ్నిషెవ్ కొంటెగా చిరునవ్వు నవ్వుతూ మాట కలిపాడు. "యివాళ ఒక్క భాషాసాహిత్యాల విద్య*నే నిజమైన విద్యగా చూస్తున్నారు. కాని ఉభయపక్షాల వాళ్లూ వోరాహోరి కుమ్ములాడుకుంటున్నారు. భాషసాహిత్యాల విద్యని వ్యతిరేకించే వాళ్ల వాదనలని పసలేనివని కొట్టెయ్యడం అసాధ్యం" అన్నాడు.

"మీరే అలాంటి విద్యలో పండితులు, కోజ్నిషెవ్. కొంచెం రెడ్ వైన్ కావాలా?" అని అబ్లాన్‌స్కీ అడిగాడు.

"నేను యీ విద్య గురించి గాని ఆ విద్య గురించి గాని నా అభిప్రాయాన్ని చెప్పను" అని కోజ్నిషెవ్ పిల్లవాడికి చెప్తున్నట్టు అనుగ్రహించే చిరునవ్వు నవ్వుతూ రెడ్ వైన్‌కోసం గ్లాసు చాచి అన్నాడు. "ఉభయ పక్షాల వాదనలూ గట్టివే అని మాత్రం చెప్పగలను" అని కెరనిన్ కేసి తిరిగి అన్నాడు. "నామట్టుకు నాకు ఆ భాషాసాహిత్యాల విద్య వచ్చింది. అయినా గానీ యీ వాగ్యుద్ధంలో నేను యెవరి పక్కన చేరాలీ అన్న దాన్ని నిర్ధారించుకోలేకపోతున్నాను. ఆ విద్యని శాస్త్ర విద్యకంటే పై మెట్టులో పెట్టడాన్ని అర్థం చేసుకోవడానికి అసమర్థుణ్ణి" అన్నాడు.

"ప్రకృతి శాస్త్రాలకీ అంతే బోధనాత్మక ప్రభావం ఉంది, దానివల్లా మానసిక వికాసం ఉంటుంది" అని పెస్త్సోవ్ గబగబా అన్నాడు. "ఖగోళ శాస్త్రాన్ని గాని, వృక్ష శాస్త్రాన్ని గాని తీసుకోండి. లేకపోతే సార్వజనీన నియమాలు వున్న జంతుశాస్త్రం తీసుకోండి" అన్నాడు.

"దీంతో పూర్తిగా యేకీభవించలేకుండా వున్నాను" అన్నాడు కెరనిన్. "భాషాశాస్త్ర రూపాలని అధ్యయనం చేసే క్రమమే మానసిక వికాసానికి విశేషంగా ప్రభావం కలిగిస్తుంది. పైగా సంప్రదాయిక రచయితల ప్రభావం అత్యున్నత నైతిక స్థాయిలో వుంటుందన్న విషయాన్ని కాదన కూడదు. దురదృష్టవశాత్తూ ప్రకృతి శాస్త్ర బోధనతో యివాళ పీడగా తయారైన హానికర, అసత్యపూరిత సిద్ధాంతాలు కలిసి ఉన్నాయి" అన్నాడు.

కోజ్నిషెవ్ జవాబు చెప్పబోయాడు. కాని పెస్త్‌సోవ్ ఖంగుమనే స్వరం అడ్డు వచ్చింది. అలాంటి అభిప్రాయం ధర్మం అయింది కాదని పెస్త్‌సోవ్ ఉగ్రంగా విరుచుకు పడిపోయాడు. కోజ్నిషెవ్ తన అభేద్యమైన వాదనని ముందు పెట్టడానికి తన వంత వచ్చేదాకా వోపిగ్గా ఆగేడు.

"హూc, అయితే" అని కనిపించీ కనిపించని చిరునవ్వు నవ్వుతూ కెరనిన్ కేసి తిరిగి అన్నాడు. "యిటు పక్షంవిగాని, అటు పక్షంని గాని లాభ నష్టాలని సరిగా తూకం వెయ్యడం కష్టం అని మీరు ఒప్పుకోవాలి. యే పక్షాన్ని బలపరచాలీ అనే సమస్యని, యిప్పుడు మీరు చెప్పిన లాభాలు భాషాసాహిత్యాల విద్య యివ్వక పోయినట్లయితే, అంటే దాని నైతిక ప్రభావం – disons le mot[1] – సర్వఖండనవాద విరోధ ప్రభావం, లేనట్లయితే సులభంగా తిరుగు లేనిదిగా నిర్ణయించి ఉండలేం" అన్నాడు.

"నిస్సందేహంగా."

"యీ లాభం, సర్వఖండనవాద విరోధ ప్రభావం భాషా సాహిత్యాల విద్య పక్షాన లేనట్లయితే, మనం ఉభయ పక్షాల తర్కం పట్లా యెక్కువ ఆలోచన చేసి, వాటిని యెక్కువ లాగీ పీకీ చూసే వాళ్లం" అని కోజ్నిషెవ్ అదే చిరునవ్వు నవ్వుతూ అన్నాడు. "మనం రెండు ధోరణులకీ సమాన విస్తార అవకాశాలు యిచ్చేవాళ్లం. కాని యీ భాషాసాహిత్యాల విద్యామాత్రల్లో సర్వఖండన మోతాదులు బలంగా వున్నాయని స్పష్టమైంది, అంచేత ధైర్యంగా వాటిని రోగులకి యిస్తున్నాం.... వాటిల్లో ఆ బలమైన మోతాదులు లేకపోతేనో?" అని అతను అనుకోకుండా పరిహాసపూర్వక చమత్కారంతో అన్నాడు.

కోజ్నిషెవ్ మాత్రలు, మోతాదులు అందరికీ నవ్వు తెప్పించాయి. యీ నీరస సంభాషణలో యేదన్నా సరదాగా ఉండేది తల యెత్తుతుందా అని పొంచి కూర్చున్న తూరొవ్‌త్సిన్ యెవళ్లూ నవ్వనంత గట్టిగా, ఖంగు ఖంగుమని నవ్వాడు.

పెస్త్‌సోవ్‌ని పిలవడంలో అబ్లాన్‌స్కీ తప్పు చెయ్యలేదు. పెస్త్‌సోవ్ ఉంటే బౌద్ధిక సంభాషణ జావగారదు. కోజ్నిషెవ్ యీ చర్చకి స్వస్తి చెప్పెయ్యగానే పెస్త్‌సోవ్ మరోటి మొదలుపెట్టాడు.

"ప్రభుత్వానికి యీ లక్ష్యం దృష్టిలో ఉందని అనలేం. ప్రభుత్వం సాధారణంగా వుండే వాటిని బట్టి నడవాలి మరి. ఆచరణలో ఉన్న చర్యలు కలిగించే ప్రభావాన్ని పట్టించుకోదు. ఉదాహరణకి మహిళల విద్య విషయం తీసుకోండి. యిది హానికరం అని పరిగణించాలి. అయినా ప్రభుత్వం మహిళల కోసం విద్యాలయాల్ని, విశ్వవిద్యాలయాల్ని కూడా తెరుస్తోంది" అన్నాడు.

సంభాషణ వెంటనే మహిళా విద్య విషయంలోకి పడింది.

మహిళా విద్య అనేదాన్ని మహిళా విమోచన అనేదాంతో మామూలుగా కలగాపులగం చేస్తున్నారనీ అందుకనే దాన్ని హానికరం అనవచ్చునీ కెరనిన్ తన అభిప్రాయం చెప్పాడు.

"కాని యీ రెండు సమస్యలూ పరస్పరం కలిసే ఉంటాయని నా భావన" అని పెస్త్‌సోవ్ ప్రకటించాడు. "ఇదో విషవలయం. విద్యలేకపోవడంవల్ల ఆడవాళ్లకి హక్కులు లేవు, మరి

---

[1] సాఫీ మాటలో (ఫ్రెంచి).

వాళ్లకి హక్కులు లేకపోవడం అనే దాని ఫలితమే వాళ్లకి విద్య లేకపోవడం. మహిళల్ని దాసత్వంలో బంధించడం యెంత గాఢమైందంటే, యెంత పాతదంటే మనల్నీ వాళ్లనీ పెద్ద అగాధం వేరు చేస్తోందన్న విషయాన్నీ గమనించడం మనకిష్టం లేదు" అన్నాడతను.

"మీరు హక్కుల గురించి మాట్లాడేరు" అని పెస్త్సోవ్ ముగించడం కోసం చూస్తూ వున్న కోజ్నిషెవ్ అన్నాడు. "జూరి సభ్యులుగా, జేమ్‌స్త్వో మండలి సభ్యులుగా కమిటీ అధ్యక్షులుగా, గుమాస్తాలుగా, పార్లమెంట్ సభ్యులుగా ఉండే హక్కు..."

"కచ్చితంగా."

"కాని, దారి తప్పి యెక్కణ్ణో చెదురుమదురుగా, ఆడవాళ్లు యీ స్థానాలకి వచ్చినా మీరు 'హక్కులు' అనే పదాన్ని వాడలేదని నాకనిపిస్తుంది. వాటిని 'విధులు' అవడం మరింత బాగుంటుంది. మనం జూరి సభ్యులుగా, జేమ్‌స్త్వో మండలి సభ్యులుగా టెలిగ్రాఫ్ ఆపరేటర్లు వుంటున్నప్పుడు మనం ఒక విధిని నిర్వహిస్తున్నామనే యెవళ్లేనా అనుకుంటారు. అంచేత ఆడవాళ్లు తమ విధుల పరిపూర్తి కోసం చూస్తున్నారని అనడం మరింత సబబు, సమంజసం. సామాన్యంగా మగవాళ్లు చేసే ప్రయత్నానికి దోహద పడాలన్న వాళ్ల కోరికకి సానుభూతి చూపించకుండా వుండలేం."

"మాటికి నూరు పాళ్లూ నిజం" అని కెరనిన్ తల ఊపాడు. "నా దృష్టిలో యిక మిగిలిన సమస్య అలా వాళ్లు ఆ విధుల్ని అందుకోవడానికి సమర్థులేనా అని" అన్నాడు.

"విద్య అంటూ ఒకసారి వాళ్లకి అందుబాటులోకి వస్తే వాళ్లు చాలా సమర్థులని తప్పకుండా రుజువు చేసుకుంటారు" అన్నాడు అబ్లాన్‌స్కీ. "మనం చూశాం..." అని చెప్పబోయాడు.

"యిదో, ఆ సామెత యేమిటీ అది?" అని కళ్లల్లో కొంటెతనం తొణికిసలాడుతూ యీ సంభాషణ వింటూ ఉన్న పెద్ద ప్రిన్స్ అన్నాడు. "మా అమ్మాయిల ముందర దాన్ని చెప్పడానికి నాకు జంకులేదనుకోండి; జుట్టు బారెడు తెలివి చిటికెడు..."

"నీగ్రో వాళ్లు విముక్తం అయే దాకా వాళ్లు గురించీ సరిగ్గా అలానే అనుకునేవాళ్లు" అని పెస్త్సోవ్ కోపంగా అన్నాడు.

"ఆడవాళ్లు యీ కొత్త విధులు అంది పుచ్చుకోవడానికి ఆతృతగా వున్నారనుకోవడం చిత్రం, మగాళ్లు దురదృష్టవశాత్తూ వాటిని వదిలించుకోవడానికి ఆతృతగా వున్నప్పుడు" అన్నాడు కోజ్నిషెవ్.

"విధులు హక్కులతో కలిసి ఉంటాయి: అధికారం, డబ్బు, గౌరవం. ఆడవాళ్లు వెంటబడేది అలాంటివే" అన్నాడు పెస్త్సోవ్.

"యిది యెలాంటిదంటే నేను దాయి హక్కు కావాలనుకుంటూ, ఆడవాళ్లకి అందుగాన డబ్బు యిచ్చి నాకు యివ్వనందుకు కష్టపెట్టుకోవడం లాగా" అన్నాడు పెద్ద ప్రిన్స్.

తూరొవ్‌త్సిన్ ఫెళ్లున విరగబడి నవ్వాడు. కోజ్నిషెవ్ తను ఆ పరిహాసం ముక్క అనలేకపోయానే అని నాలిక కరుచుకున్నాడు. కెరనిన్ కూడా చిరునవ్వు నవ్వాడు.

"కాని మగవాడు దాయి కాలేడు, ఆడదైతే..." అని చెప్పబోయాడు పెస్త్సోవ్.

"యెందుకు కాలేదు? యెవడో ఇంగ్లీషు వాడు యేదో ఓడమీద తన బిడ్డకి పాలు యిచ్చాడు" అని పెద్ద ప్రిన్స్ తన కూతుళ్ల ముందు ఆ మాత్రం స్వేచ్ఛ తీసుకుంటూ అన్నాడు.

"అలాంటి ఇంగ్లీషు వాళ్లు యెంతమంది వున్నారో అంతమంది ఆడగుమాస్తాలు ఉంటారు" అన్నాడు కోజ్నిషెవ్.

"కాని కుటుంబంలేని ఆడమనిషి యేం చెయ్యాలంటారు?" అని అబ్లాన్స్కీ అడిగాడు. అతను అంతసేపూ చీబిసోవా గురించే ఆలోచిస్తున్నాడు. ఆ కారణంగా పెస్త్సోవ్ పట్ల సానుభూతి కనబరుస్తూ అతన్ని సమర్థించాడు.

"అలాంటి ఆడమనిషి సంగతి గనక చూస్తే ఆమె తన కుటుంబాన్ని లేకపోతే తన తోబుట్టువుల కుటుంబాన్ని వదిలేసి ఉంటుంది. అక్కడ ఆవిడకి ఆడవాళ్లు చేసే పని బోలెడు ఉంటుంది" అని దాలీ వున్నట్టుండి, కసిగా అంది. భర్త మనసులో ఉన్నది యేమిటో ఆమె కచ్చితంగానే పసికట్టినట్టు ఉంది.

"కాని మనం సూత్రపరంగా, సిద్ధాంతరీత్యా మాట్లాడుతున్నాం" అని పెస్త్సోవ్ ఖంగుమన్నాడు. "ఆడమనిషి స్వతంత్రంగా ఉండాలనీ, విద్య కావాలనీ కోరుతోంది. యివి తనకి సంబంధించిన విషయాలు కావు అనేదాంతో నలిగిపోతోంది, బాధపడుతోంది" అన్నాడు.

"నన్ను అనాధాశ్రమంలో దాయిగా నియమించుకోరే అనే బాధతో నేను నలిగిపోతున్నాను, బాధ పడిపోతున్నాను" అని పెద్ద ప్రిన్స్ తూరొవ్త్సిన్‌కి అపార ఆనందం కలిగిస్తూ అన్నాడు. తూరొవ్త్సిన్ యెంత పగలబడి నవ్వాడంటే తింటూ తింటూ వున్న ఆకుకూర లావాటి కాండం చెయ్యి జారి చట్నీలో పడిపోయింది.

11

లేవిన్, కిట్టీలు తప్ప మిగిలిన వాళ్లందరూ చర్చలో మాట కలుపుతూనే ఉన్నారు. ఒక జాతి మరో జాతిమీద కలిగింపజేసే ప్రభావం గురించి వాళ్లు మొదట్లో మాట్లాడే సమయంలో తనూ యేదో చెప్పాలని లేవిన్‌కి అనిపించింది. కాని ఒకప్పుడు యెంతో ప్రముఖంగా తనకి కనిపించిన తన అభిప్రాయాలు అతని మనసులో కలలాగా కరిగిపోయేయి, అతనికి యే మాత్రం ఆసక్తికరంగా లేవు. యెవడూ చిటికిన వేలు కూడా కదపని విషయాల పట్ల తమ అభిప్రాయాలు చెప్పెయ్యాలనే దురద వీళ్లకి యెందుకోనని లేవిన్ ఆశ్చర్యపోయాడు కూడా. మహిళ హక్కులకీ, విద్యకీ సంబంధించి చెప్పిన విషయం పట్ల కిట్టీకి ఆసక్తి ఉందేమోనని యెవళ్లకేనా అనిపించవచ్చు. తన నేస్తం వారెంకా గురించి, ఆమె అసహ్యకరమైన పరాధీనతని గురించీ యెంత పట్టించుకుందీ! తనకి గనక పెళ్లి కాకపోతే తన పరిస్థితీ తత్తుల్యంగానే ఉంటుందని యెన్నిసార్లు అనుకుంది గాదు! తన అక్కతో సరిగ్గా దీన్ని గురించే యెన్ని సార్లు వాదించింది కాదు! కాని యిప్పుడు దీనికి సంబంధించిన పిసరు కూడా ఆమె అభిరుచి కనపర్చలేదు. లేవిన్‌కీ ఆమెకీ తమ సొంత సంభాషణ సాగుతోంది. మాటల సంభాషణ కాదు, రహస్య భాషణ సాగుతోంది. క్షణ క్షణానికీ అది వాళ్లని సన్నిహితం చెస్తోంది, వాళ్లు ప్రయాణం అయి సాగబోయే ఆ అజ్ఞాత పథపు సంతోషభరిత భీతిని వాళ్లల్లో కదిలిస్తోంది.

మొదటగా లేవిన్ అంతకు ముందటేడు కిట్టీని యెలా బగ్గీలో చూసిందీ, తనకి ఆమె కనిపించేముందు తను యెలా గడ్డి కోతకోసి తిరిగి వస్తూ వున్నదీ ఆమె అడిగిన ప్రశ్నకి జవాబుగా చెప్పాడు.

"అప్పుడే తెల్లవారింది, మీరు అప్పుడే లేచి ఉంటారు. మీ యింకా ఓ మూల నిద్రపోతూనే ఉన్నారు. చక్కని ఉదయం. నేను నడిచి వస్తూ బగ్గీ యెవళ్లదై ఉంటుంది చెప్మా అనుకున్నాను. మువ్వలు కట్టిన భేషైన గుర్రాలవి. అవి పక్కనుంచి పరిగెత్తి వెళ్లాయి. కిటికీలో నాకు కనిపించిం దెవరనుకున్నారు? మీరు! రెండు చేతుల్లోనూ టోపీ రిబ్బన్లు పట్టుకున్నారు. యేదో గాఢాలోచనలో మునిగిపోయి వున్నారు" అన్నాడతను చిరునవ్వు నవ్వుతూ. "అప్పుడు మీరేం ఆలోచిస్తూ వున్నారో తెలుసుకోవచ్చా? యేదేనా ముఖ్య విషయం గురించా?" అని అడిగాడు.

'నా జుట్టు రేగిపోయి ఉందో యేమిటో' అనుకొంది ఆమె. అయినా ఆ సంఘటన జ్ఞప్తికి వచ్చినప్పుడు లేవిన్ ముఖంమీద తటిల్లతలా మెరిసిన మందహాసం చూసి అప్పుడు తను అతనికి చెడ్డ అభిప్రాయం కాక సదభిప్రాయమే కలిగించినట్టు ఆమె గ్రహించింది. ఆమె సిగ్గుపడిపోయి సంతోషంగా మందహాసం చేసింది.

"యేమో నిజంగా నాకు గుర్తులేదు."

"తూరొవ్‌త్సిన్ యెంత నిష్కపటంగా నవ్వుతాడు" అని అతని చెమ్మగిల్లిన కళ్లనీ, యెగిసిపడే భుజాల్నీ చూసి అన్నాడు లేవిన్.

"మీరాయన్ని చాలా కాలంగా యెరుగుదురా?"

"ఆయన్ని యెరుగని వాళ్లెవరు?"

"మీరాయన చెడ్డ వారనుకుంటున్నారని నా కనిపిస్తోంది."

"చెడ్డ కాదు, కొరగాని వాడని."

"అయ్యో కాని మీరు పొరబడ్డారు. వెంటనే ఆ అభిప్రాయం మార్చుకోండి. నాక్కూడా ఆయన్ని గురించి చెడ్డ అభిప్రాయమే ఉండేది. కాని నిజానికి ఆయన ప్రేమాస్పదుడు, కాలి మనిషి. ఆయన మనసు బంగారం" అంది కిట్టీ.

"ఆయన మనసు గురించి మీకెలా తెలియవచ్చింది?"

"ఓ, ఆయనా నేను మంచి నేస్తులం. నాకాయన బాగా తెలుసు. కిందటేడాది శీతకట్టలో, మీరు మా యింటికి వచ్చివెళ్లాక" అని తప్పు చేసినట్టు కాని ఒప్పుకుంటున్నట్టు చిరునవ్వు నవ్వుతూ అంది. "దాలీ పిల్లలందరూ స్కార్‌లెట్ జ్వరంతో మంచాలెక్కారు. ఆయన మమ్మల్ని చూద్దామని ఓ రోజున వచ్చాడు. యేం జరిగిందో చెప్తే నమ్ముతారా?" అని గొంతు తగ్గించు అంది. "ఆయన యెంతో జాలిపడి అక్కడే ఉండి పిల్లల సంరక్షణ చూడ్డంలో ఆమెకి సాయం చేశాడు. వరసగా మూడు వారాలు అక్కణ్ణే వుండిపోయి దాది లాగా పిల్లల్ని సాకాడు... నేను స్కార్‌లెట్ ఫీవర్ అప్పుడు తూరొవ్‌త్సిన్ గురించి లేవిన్‌కి చెప్తున్నా" అని అక్కవైపు వొరిగి చెప్పింది.

"ఆఁ, అద్భుతమైన మనిషి, దొడ్డ మనిషి" అని దాలీ తూరొవ్‌త్సిన్ కేసి చూసి బెరుగ్గా చిరునవ్వు నవ్వుతూ అంది. తన గురించే వాళ్లు మాట్లాడుకుంటున్నారని అతను గ్రహించాడు.

లేవిన్ మళ్లీ అతనికేసి చూసి తను అతని సుగుణాల్ని యింతకు ముందు గ్రహించలేకపోయానేమో అని ఆశ్చర్యపడ్డాడు.

"పొరపాటు అయిపోయింది, ఘోరమైన పొరపాటు. యిక యెప్పుడు యెవళ్ల గురించీ చెడ్డగా అనుకోను" అని ఆ క్షణంలో తనకి తోచిందాన్ని ఉత్సాహంగా, మనస్ఫూర్తిగా చెప్పాడు.

12

ఆడవాళ్ల హక్కుల గురించిన చర్చ దాంపత్య హక్కుల అసమానత్వం సున్నితమైన విషయానికి దారి తీసింది. దాన్ని ఆడవాళ్ల ముందు చర్చించడం కుదరదు. భోజనాలు చేసేటప్పుడు పెస్త్‌సోవ్ మళ్లీ మళ్లీ ఆ విషయానికే మళ్లబోయాడు కాని కోజ్నిషెవ్, అబ్లాన్‌స్కీ నేర్పుగా అతన్ని ఆ విషయంనుంచి తప్పించేశారు.

భోజనాలయి అందరూ లేచాక ఆడవాళ్లు వెళ్లిపోయాక పెస్త్‌సోవ్ అందరితోబాటూ నడవక కెరనిన్ కేసి తిరిగి యీ అసమానత్వానికి గల ముఖ్య కారణాన్ని వివరించడం మొదలుపెట్టాడు. చట్టం కాని, సమాజం గాని వివాహబంధాన్ని అతిక్రమించిన భర్తనీ, భార్యనీ అసమానంగా దండించడమే తన అభిప్రాయం ప్రకారం భార్యాభర్తల అసమానత్వానికి కారణం అన్నాడు.

అబ్లాన్‌స్కీ హడావుడిగా కెరనినా దగ్గరికి వచ్చి సిగరెట్ కాలుద్దామని పిలిచాడు.

"నేను సిగరెట్ కాల్చను" అని కెరనిన్ నిదానంగా అన్నాడు. తనకి ఆ విషయం గురించిన చర్చ అంటే భయం లేదని ఉద్దేశపూర్వకంగా చూపించ దలచుకున్నట్టు అతను పెస్త్‌సోవ్ కేసి పొడిగా మందహాసం చేస్తూ చూశాడు.

"అలాంటి దానికి తగ్గ గట్టి ఆధారం వుందని నా కనిపిస్తోంది" అని డ్రాయింగ్ రూమ్‌కేసి నడుస్తూ అన్నాడు కాని హఠాత్తుగా తూరొవ్‌త్సిన్ అడ్డం వచ్చాడు.

"మీరు ప్ర్యాచ్నికొవ్ సంగతి విన్నారా?" అని తూరొవ్‌త్సిన్ అడిగాడు. అతను షాంపేన్ తాగిన ప్రభావం కనిపిస్తోంది. మాట్లాడే అవకాశం కోసం చాలాసేపు చూస్తూ ఉన్నాడు. "నాకివాళే తెలిసింది" అని కెరనిన్‌ని ఉద్దేశించి ముఖ్యంగా మాట్లాడుతూ తడిగా ఉన్న యెర్రటి పెదాలమీద మధురమైన మందహాసం లాస్యం చేస్తూ ఉండగా మొదలుపెట్టాడు. "వాస్య ప్ర్యాచ్నికొవ్ త్వేర్ పట్టణంలో క్వీత్‌స్కీతో ద్వంద్వయుద్ధం చేసి అతన్ని చంపేశాడు."

తగిలిన వేలికే తగులుతూ వుంటుందన్న సామెతలాగా ఆ పూట సంభాషణ పదేపదే కెరనిన్ పుండుమీదకే మళ్లుతోందని అబ్లాన్‌స్కీకి అనిపించింది. యీసారి కూడా అతను కెరనిన్‌ని తీసుకుపోదామని ప్రయత్నం చేశాడు. కాని కుతూహలం పట్టలేక కెరనిన్–

"ఆఁ, ఆఁ, చెప్పండి, ప్ర్యాచ్నికొవ్ యెందుకు ద్వంద్వయుద్ధం చేశాడు?" అని అడిగాడు.

"ఎందుకంటే పెళ్లాంవల్ల. పౌరుషం చూపించాడు. ఆ మనిషిని సవాల్ చేసి కాల్చి పారేశాడు."

"హుమ్!" అని కెరనిన్ యధాలాపంగా అని, కనుబొమలు పైకి యెత్తి డ్రాయింగ్ రూమ్ వైపు వెళ్లాడు.

"మీరు వచ్చారు నాకెంతో సంతోషంగా ఉంది" అని దాలీ డ్రాయింగ్ రూమ్ ముందు ఉన్న గదిలో అతన్ని చూసి బెదురుగా చిరునవ్వు నవ్వుతూ అంది. "మీతో మాట్లాడాలి, యిక్కడ కూర్చుందాం" అంది.

అతను ఆమె పక్కన కూర్చున్నాడు. కనుబొమ్మలు యెత్తేడు, దాంతో ఒక ఉదాసీనత అతని ముఖం మీద కనిపించింది. అతను కుటిలంగా చిరునవ్వు నవ్వుతూ కూర్చున్నాడు.

"బాగుంది, నేను కూడా మీతో మాట్లాడి యిక వెళ్లొస్తానని చెప్పాలనుకున్నాను. నేను రేపు వెళ్లిపోతున్నాను" అన్నాడు.

అన్నా నిర్దోషి అని దాలీకి పూర్తి నమ్మకం ఉంది. నిర్దయుడైన యీ జడ మానవుడు నిదానంగా తన నిర్దోషి నేస్తాన్ని నాశనం చెయ్యడానికి కుట్ర పన్నుతున్నందుకు అతనిమీద కోపంతో ఆమె ముఖం పాలిపోతున్నట్టూ, పెదాలు వణుకుతున్నట్టూ అనిపించింది.

"అన్నయ్యగారూ" అని ఆమె అతని ముఖంలోకి యేమైతే కానీలే అని తెగింపుగా చూస్తున్నట్టు అంది. "అన్నా యెలా ఉందని మిమ్మల్ని అడిగాను. మీరు జవాబు చెప్పలేదు. ఆమె యెలా ఉంది?" అని అడిగింది.

"నేననుకోవడం ఆమె భేషుగ్గా ఉందని, దాలీగారూ" అని అతను ఆమె కేసి చూడకుండా జవాబు చెప్పేడు.

"అన్నయ్యగారూ, మరేం అనుకోకండి, నాకు ఆ హక్కు లేదనుకోండి.. కాని అన్నా అంటే నాకు సోదరి ప్రేమ, గౌరవం. మీ మధ్య యేం జరిగిందో చెప్పమని వేడుకుంటున్నాను. ఆమెలో మీకు యేం దోషం కనిపించింది?"

కెరనిన్ నుదురు ముడతలు పడింది. దాదాపు కళ్లు మూసుకుంటూ, తల వాలేసుకున్నాడు.

"అన్నాతో నా పూర్వ సంబంధాల్ని మార్చుకునే అవసరం కనిపించిన దానికి కారణాల్ని మీ ఆయన మీకు చెప్పే ఉంటారు" అని అతను కళ్లల్లోకి చూడకుండా, ఆ క్షణంలో ఆ గదిలోనుంచి వెళ్లిన ష్చేర్‌బాత్‌స్కీ కేసి చిరచిర చూస్తూ అన్నాడు.

"నేను నమ్మను, నమ్మను నేను, నమ్మలేను" అని దాలీ ఒక్కసారి ఝటితంగా సన్నని వేళ్లని ముందు కట్టుకుని అంది. ఆమె గబగబా లేచి చేతిని కెరనిన్ చొక్కా చేతిమీద వేసింది. "యిక్కడ మాట్లాడుకోవడానికి అంతరాయంగా ఉంటుంది. నాతో రండి" అంది.

దాలీ ఆందోళనకి కెరనిన్ చలించాడు. లేచి, మాటా పలుకూ అనకుండా పిల్లలు చదువుకునే గదిలోకి ఆమె వెనకే వెళ్లాడు. వాళ్లు చాకుతో అటూ యిటూ గీతలు పెట్టి వున్న నూనె గుడ్డ కప్పిన మేజా దగ్గర కూర్చున్నారు.

"నేను నమ్మను, నేను నమ్మను" అని దాలీ, తనకేసి చూడకుండా తప్పించుకుంటున్న అతని కళ్లల్లోకి చూడ ప్రయత్నం చేస్తూ, రెట్టించింది.

"యదార్ధాన్ని నమ్మక తప్పదు, దాలీగారూ" అన్నాడు, 'యదార్ధం' మీద వొత్తి పలుకుతూ.

"కాని ఆమె యేం చేసింది? యిదిగో ఫలానా అనేది యేం చేసింది?" అని అడిగింది.

"ఆమె తన ధర్మాన్ని అతిక్రమించి భర్తకి అన్యాయం చేసింది. అదీ ఆమె చేసిన పని" అన్నాడు.

"లేదు, లేదు, అది అసంభవం! మీరు తప్పకుండా పొరపడ్డారు" అని దాలీ కళ్లు మూసుకుని వేళ్లు కణతలమీద నొక్కుకుని అంది.

కెరనిన్ తను అనుకున్న దానికి తిరుగులేదని ఆమెకీ, అలాగే తనకిగా తనకీ, చూపించనాశిస్తున్నట్టు చిరునవ్వు నవ్వాడు. కాని అతన్ని కదపకపోయినా దాలీ అన్నాని గట్టిగా సమర్థించడం పుండుమీద కారం చల్లినట్టుగా ఉంది అతనికి. అతను ఆవేశంగా మాట్లాడాడు.

"పెళ్లామే కట్టుకున్నవాడితో స్వయానా అలాంటి ముక్క అంటూ ఉంటే యింకా పొరపాటు పడ్డం ఏమిటి ఖర్మ! తమతో కలిసి, తమ కొడుకుతో కలిసి గడిపిన ఎనిమిదేళ్ల కాపరం పొరపాటైపోయిందని లెంపలు వాయించుకుంటూ, మళ్లీ బతుకు ఓం ప్రథమం నుంచీ మొదలుపెట్టాలనుకుంటూ ఉంటే" అని అతను కోపంగా బుసలు కొట్టాడు.

"అన్నా – దురాచారం! యీ రెండింటినీ పక్కపక్కన పెట్టి చూడలేను. నేను నమ్మలేని నామీద ఒట్టు."

"దాలీగారూ!" అన్నాడతను. ఆమె ముఖం కేసి నేరుగా చూశాడు. దయగా, ఆందోళనగా ఉందామె. తన నాలిక స్వాధీనం తప్పుతోందని అతనికి తెలుస్తూనే ఉంది. "యిది ఒట్టిదే అని అనుమానంతో ఉండిపోవడానికి నేను యేం మూల్యం యిచ్చి ఉందను? అనుమానంతో వున్నప్పుడు నాకు కష్టంగా ఉండేదే కాని యిప్పటికంటే బాగా ఉండేది అనుమానం వున్నంత కాలం ఆశ ఉండేది. యిప్పుడు ఆ ఆశాలేశం కూడా లేకుండా పోయింది. అయినా అనుమానిస్తూనే ఉన్నాను యిప్పుడు ప్రతీదాన్ని యేమేరకి అనుమానిస్తున్నానంటే నా కొడుకు నా కొడుకేనా అనే శంక వస్తోంది. వాడంటే నాకు అసహ్యం పుడుతోంది. నేనెంత నిర్భాగ్యుణ్ణి!" అన్నాడు.

ఆ మాట అతను అనవలసిన అవసరం లేదు. అతని ముఖంలోకి చూసిన మరుక్షణమే దాలీ ఆ విషయాన్ని గ్రహించింది. అతనిపట్ల ఆమెకి జాలి కలిగింది. తన ఆప్తురాలి పవిత్రత పట్ల ఆమెకు నమ్మకం కుదిరింది.

"అబ్బ, ఎంత దారుణం! దారుణం! కాని మీరు ఆమెకి విడాకులు యివ్వాలని నిర్ణయించుకున్నారట, నిజమేనా!

"యిక గత్యంతరంలేక చెయ్యాల్సిన పని అని నిర్ణయించుకున్నాను. యిక నాకు వేరే మార్గం ఏముంది?"

"యేమీ లేదు, యేమీ లేదు!" అని ఆమె కళ్లల్లో నీళ్లు తిరుగుతూ ఉటే రెట్టించింది. "ఉహుం, ఉండాలి!" అంది.

"యిలాంటి దురదృష్టకరమైన వాటికి సంబంధించి దారుణమైంది యిదే. యితర బాధలు ఓ చావో, కావాల్సిన వాళ్లు పోవడమో భరించినట్టుగా దీన్ని భరించలేం. యీ సందర్భంలో యేదో చేసి తీరాలి" అని ఆమె మనసు చదువుతున్నట్టు అన్నాడు. "యింతటి అవమానకరమైన స్థితినుంచి బయటపడే మార్గం చూడాలి. మేం ముగ్గురం కలిసి బతకలేం" అన్నాడు.

"యేమైనా చెయ్యండి, విడాకులు తప్ప" అది దాలీ.

"మీకు పుణ్యం ఉంటుంది అదేమిటో చెప్పండి."

"అబ్బ, యెంత భయంకరమైంది. ఆమె యెవళ్ల భార్యగానూ ఉండలేదు. నాశనం అయిపోతుంది.

"నన్నేం చెయ్యమంటారు?" అని కెరనిన్ కనుబొమలు, భుజాలు కొంచెం యెత్తి అన్నాడు. తన భార్య కొత్తగా చేసిన తప్పు అతనికి గుర్తు వచ్చి గుండె రగిలిపోయింది. దాలీతో మాట్లాడ్డం మొదలుపెట్టినప్పుడు వున్న కటుత్వం అతనిలో మళ్లీ కనిపించింది. "మీరు ఆ మాత్రం ఆదరం చూపించారు, మరి ఉంటాను" అని లేస్తూ అన్నాడు.

"వుహూఁ, ఉండండి! మీరామెని నాశనం చెయ్యకూడదు. ఒక్కమాట! నా విషయం చూడండి. నాకు పెళ్లయింది, మా ఆయన దారి తప్పి ప్రవర్తించారు. కోపంతో, అసూయతో కుతకుత లాడిపోయి నేనూ అన్నిట్నీ కాల దన్నేద్దా మనుకున్నాను... నేనూ... కాని నా కళ్లు తెరిపించింది యెవరనుకున్నారు? అన్నా ఆమె నన్ను కాపాడింది. నా బతుకు నేను బతుకుతున్నాను. పిల్లలా యెదుగుతున్నారు. మా ఆయన కాపరం ఆయనకి దక్కింది, తప్పయి పోయిందని నాలిక కరుచుకుంటారు, బాగుపడుతున్నారు, మెరుగవుతున్నారు. నేను... ఆయన్ని క్షమించాను, మీరూ క్షమించాలి' అంది.

కెరనిన్ వింటూనే వున్నాడు గాని ఆమె మాటలు యెటో పోతున్నాయి. విడాకులు యివ్వాలీ అని తను నిర్ణయం చేసుకున్నప్పుడు కలిగిన కోపం మళ్లీ అతనిలో రేగింది. అతను భుజాలు విరుచుకుని కీచు గొంతుకతో గట్టిగా అన్నాడు.

"ఆమెని క్షమించలేను, క్షమించను. అలాంటిది అన్యాయం నా దృష్టిలో. ఆమె కోసం నేను చెయ్యంది లేదు, ఆమె తను పొర్లే బురదని అన్నిటిమీదా చిందించి కంపు చేసింది. నేనేం దుర్మార్గుణ్ణి కాదు, నేనెప్పుడూ యెవళ్లనీ అసహ్యించుకోలేదు. కాని ఆమె అంటే నాకు నరనరానా అసహ్యం పుడుతోంది; ఆమెని క్షమించలేను, ఆమె చేసిన అన్యాయం అంతటిది!" అని కోపంతో కంఠం రుద్ధమైపోతూ ఉండగా అన్నాడు.

"మిమ్మల్ని ద్వేషించేవాళ్లని ప్రేమించండి" అని దాలీ సిగ్గు పడుతూ గొణిగింది.

కెరనిన్ యేవగింపుగా బుసకొట్టాడు. ఆ సూక్తి అతనికి బాగా తెలుసు, కాని దాన్ని యీ సందర్భంలో అనువర్తింప చెయ్యలేం.

"మిమ్మల్ని ద్వేషించేవాళ్లని మీరు ప్రేమించవచ్చునేమో గాని తను ద్వేషించేవాళ్లని యే మనిషీ ప్రేమించలేడు. సరే, మిమ్మల్ని కలతపెట్టినందుకు యేమీ అనుకోకండి. యెవళ్ల బాధలు వాళ్లకి వున్నాయి" అని కెరనినా యిప్పటికి పూర్తి నిబ్బరం చిక్కించుకుని సెలవు తీసుకుని వెళ్లిపోయాడు.

13

భోజనాల బల్ల దగ్గర్నుంచి అందరూ లేచినప్పుడు లేవిన్ డ్రాయింగు రూమ్‌లోకి కిట్టితో వెళ్లి ఉండేవాడు. కాని తను మరీ ఆమె పట్ల శ్రద్ధ పడ్తున్నట్టు కనిపించడం ఆమెకి నచ్చదేమోనని అతనికి భయం కలిగింది. అతను మగాళ్లతో వుండిపోయి, వాళ్ల చర్చనీయాంశంలో మాట కలిపాడు. కాని అంతసేపూ ఆమె ఉనికి, ఆమె కదలికలు, ఆమె చూపులు, అతని యెరుకలోనే వున్నాయి - తను ఆమె కేసి చూడకపోయినా.

యెవర్ని గురించీ చెడ్డగా అనుకోవద్దు, అన్నిటినీ ప్రేమించు అని తను ఆమెకి యిచ్చిన వాగ్దానాన్ని అతను అతిసునాయాసంగా నెరవేరుస్తున్నాడు. లేవిన్ పెస్త్‌సోవ్ చెప్పినదాంతో గాని తన అన్నగారు చెప్పిన దాంతో గాని, యేకీభవించలేదు. లేవిన్ అన్నగారు రష్యన్ రైతు కమ్యూన్‌ల ప్రాముఖ్యాన్ని గుర్తించనూ గుర్తించలేదు. వాళ్ల మధ్య వున్న అభిప్రాయ భేదాల్ని తగ్గించి, యిద్దర్నీ సర్దుబాటు చేసే మేరకి లేవిన్ సంభాషణలో జోక్యం చేసుకున్నాడు. తను యేం చెప్తున్నాడో అందులో తనకే ఆసక్తి లేదు, యిక వాళ్లు చెప్తూ వున్న దాని సంగతి సరేసరి. అతనికి కావాల్సిందల్లా ఒక్కటే, తామిద్దరూ, మిగిలిన అందరూ సుఖ శాంతులతో వుండాలనే. ఆ ఒక్క విషయపు సాకార రూపం డ్రాయింగు రూమ్‌లో ఉంది. అప్పుడు గుమ్మం దాకా వచ్చి అక్కడ ఆగింది. అటువైపు తిరగకుండానే అతనికి ఆ దృక్కు అనుభూతం అయింది, తన వైపే ఓ మందహాసం విరుస్తూ వున్నట్టు అనిపించింది. అతను అటువైపు తిరిగాడు. ఆమె గుమ్మంలో తనకేసి చూస్తూ ష్చేర్‌బాత్‌స్కీతో కలిసి నుంచుని ఉంది.

“మీరు పియానో దగ్గరికి వెళ్తున్నారని అనుకున్నా” అని కిట్టీ దగ్గరికి వెడుతూ అన్నాడు. “పల్లెటూళ్లో మాకు లేనిది అదే - సంగీతం” అన్నాడు.

“వుహుఁ, మిమ్మల్ని పిలుద్దామని వచ్చాం. మీరు వచ్చారు బాగుంది” అని చిరునవ్వు కానుక యిస్తూ ఆమె అంది. “యెందుకొచ్చిన వాదనలివి? యెవళ్లూ అవతలి వాళ్లని ఒప్పించలేరు” అంది.

“కావచ్చు లెండి. మన ప్రత్యర్థి ఏం చెప్తున్నాడో మనం అర్థం చేసుకోం కాబట్టే అంత వేడివేడిగా వాదిస్తాం” అన్నాడు లేవిన్.

అపారమైన తెలివితేటలున్న యిద్దరి మధ్య జరిగే వాదోపవాదాలుచూసి లేవిన్‌కి ఒక విషయం యెన్నడనగానో తెలిసింది. ఆ వాదించుకునేవాళ్లు ఆయాసం వచ్చేటట్టు అరిచి, వాళ్ల సున్నితమైన తర్కబద్ధమైన వాదనలు జోరుగా గుప్పించేసి తాము ఒకళ్ల కొకళ్లు చెప్పదలచుకున్న విషయాలు యే నాటినుంచో తమకి తెలుసనీ వాగ్వాదం మొదలైనప్పటినుంచీ తెలుసనీ, కాని తమ అభిరుచులు వేరనీ, భిన్నభిన్నమైన వాటిని తాము అభిమానించేమనీ, కాని యిష్టానిష్టాలు చెప్పకుండా వుండిపోయామనీ ఆఖరికి తేలతారు. అనే విషయాన్ని లేవిన్ అనేక సందర్భాల్లో గమనించాడు. వాదం జరిగే సమయంలో తన ప్రత్యర్థికి యిష్టం యేమిటో తను గ్రహించే వాడు, తనూ అదంటే యిష్టపడేవాడు. వెంటనే ఆ విషయంలో అవతలి వ్యక్తితో యేకీభవించేవాడు. దాంతో వాదనకి యిక అవసరం తీరిపోయేది. మరో అప్పుడు అవతలి

వ్యక్తీ అలానే ప్రవర్తించడం ఉండేది. అంటే తన అభిప్రాయంతో యేకీభవించడం, తను యిష్టపడి దేన్ని సమర్థించాలని వాదనా బలం పుంజుకోబోతున్నాడో దాంతో యేకీభవించడం, తను గనుక స్పష్టంగా నిజాయితీగా తన మాటని సమర్థించుకుంటే తన ప్రత్యర్థి వున్నట్టుండి తను చెప్పిందాన్ని ఒప్పేసుకుని వాదన ఆపెయ్యడం – యిలా చాలా సార్లు జరిగింది. కిట్టీతో అదే విషయం చెప్పాడు. అతను చెప్పిన దాన్ని అర్థం చేసుకో ప్రయత్నిస్తూ ఆమె నుదురు ముడిచింది. కాని అతను వివరించబోగానే ఆమెకి అర్థం అయింది.

"అలాగా, అవతలి వ్యక్తి దేన్ని సమర్థిస్తున్నాడో, యేదంటే యిష్ట పడుతున్నాడో మీరు గ్రహించాలంతే, అప్పుడు...."

ఆమె చక్కగా గ్రహించింది, అతను డొంక తిరుగుడుగా చెప్పిన దాన్ని సునాయాసంగా చెప్పింది. అతను సంతోషంగా నవ్వాడు. పెస్త్సోవ్, కోజ్నిషెవ్‌లు బండరాళ్లలాంటి శబ్దాలు వాడి వాదించుకున్న దానికంటే క్లిష్టమైన ఆలోచనని అతి తక్కువ పదాలతో స్పష్టంగా తార్కికంగా చెప్పడం యెంత హాయిగానో ఉంది.

ష్చేర్‌బాత్‌స్కీతో వెళ్లిపోయాడు. కిట్టీ అప్పుడే పేకల కోసం పరిచిన బల్ల దగ్గరికి వెళ్లింది. ఆమె అక్కడ కూర్చుని ఓ సుద్ద ముక్క తీసుకుని ఆకుపచ్చ వులెన్ టేబిల్ క్లాత్ మీద వృత్తాలు గీయడం మొదలుపెట్టింది.

వాళ్లు భోజనాల బల్ల దగ్గర మొదలైన మహిళల హక్కులు అన్న చర్చని తిరిగి ఆరంభించారు. పెళ్లికాని పిల్ల యేదో కుటుంబంలో ఆడపని చూసుకోవచ్చని దాలీ అన్న మాటని లేవిన్ ఒప్పుకున్నాడు. సహాయం అవసరంలేని కుటుంబం ఒక్కటి కూడా లేదనీ, వున్నదైనా లేనిదైనా ప్రతి కుటుంబానికీ కూలికి పెట్టుకున్నదో సొంత యింటి మనిషో వొక దాది అవసరం వుందనీ లేవిన్ వాదించాడు.

"వుహుఁ" అంది కిట్టీ సిగ్గుపడుతూ. కాని ధైర్యంగా అతనిమీదే తన నిశ్చలమైన కళ్లు లగ్నం చేసింది. "ఆడపిల్ల తిరస్కారం లేకుండా కుటుంబంలోకి వెళ్లలేని స్థితిలో పడవచ్చు, కాని ఆమె...."

అతనికి వెంటనే అర్థం అయింది.

"ఓ, అవును. మీరన్న మాట నిజమే, నిజమే" అన్నాడు.

పెస్త్సోవ్ భోజనాల దగ్గర ఆడవాళ్ల హక్కుల గురించి రుజువు చెయ్యబోతున్నదంతా యిప్పుడతనికి అర్థమైంది. యేమంటే పెళ్లి కాని పడుచులాగా వుండిపోయి, అవమానం భరించడం అంటే కిట్టీ యెంత భయపడిందో అతను గ్రహించాడు. తను ఆమెని ప్రేమించడం వల్ల ఆమె భయమూ, అవమానమూ తనూ అనుభూతి చెందగలిగాడు. దాంతో వెంటనే తన వాదన వెనక్కి తీసేసుకున్నాడు.

తర్వాత కొంచెంసేపు యెవళ్లూ మాట్లాడలేదు. ఆమె సుద్ద ముక్కతో గీస్తూ వుంది. ఆమె కళ్లల్లో కొంచెం కొంచెం మెరుపు మెరిసింది. ఆమె మానసిక స్థితికి వశుడౌతూ అతను తన ప్రతి అణువు ఆనంద పులకాంకిత భారంతో నిండిపోతున్నట్టు అనుభూతి చెందాడు.

"అయ్యో! మొత్తం బల్లంతా గీతలు గీసేశానే" అందామె. సుద్ద కింద పెట్టి లేవబోయింది.

'తను లేకుండా నేనొక్కణ్ణీ యెలా ఉండనిక్కడ?' అని భయపడిపోయి అతను అనుకున్నాడు. సుద్దని తీసుకున్నాడు. "కొంచెం ఆగండి" అని బల్ల దగ్గర కూర్చుంటూ అన్నాడతను. "చాలా కాలంగా మిమ్మల్ని ఓ విషయం అడగాలనుకుంటూ వున్నా" అన్నాడు.

ఆమె స్నేహపూర్వకమైన కళ్లల్లోకి, కాని భీతిగా వున్న కళ్లల్లోకి, కళ్లు పెట్టి చూశాడు.

"వూఁ, ఆగండి."

"యిదిగో" అని అతను కొన్ని మాటల మొదటి అక్షరాల్ని క్రమంగా రాశాడు. 'అ.సా.కా.అ.మీ.అ.ఎ.సా.కా.లే.అ.సా.కా.' అని రాశాడు. 'అది సాధ్యం కాదు అని మీరు అన్నప్పుడు ఎప్పటికీ సాధ్యం కాదనా లేక అప్పటికి సాధ్యం కాదనా' అని ఆ అక్షరాల అర్థం. యింత నిగూఢంగా ఉండే వాక్యాన్ని ఆమె ఊహించగలిగే అవకాశం తక్కువే అయినా అతని కళ్లు ఆమెలోకంటా చొచ్చుకు చూశాయి. ఆమె ఆ అక్షరాల అర్థాన్ని ఊహించడంమీద తన జీవితమే ఆధారపడి వున్నట్టు చూశాయి.

ఆమె అతనికేసి గంభీరంగా చూసింది. గడ్డం చేతిమీద ఆన్చుకుని, కనుబొమలు ముడిచింది. ఆ అక్షరాల అర్థం యేమిటైందీ ఊహించ మొదలుపెట్టింది. 'నా వూహ సరైందేనా?' అని అడుగుతున్నట్టు తడవ తడవకీ అతని కేసి చూసింది.

"నాకు అర్థమైంది" అంది సిగ్గు పడుతూ.

"యేమిటిది?" అని అతను 'ఎ.సా.కా.' అనే అక్షరాలు చూపించి అడిగాడు.

"ఎప్పటికీ సాధ్యం కాదని" అందామె. "కాని అది నిజం కాదు" అంది.

అతను గబగబా తను రాసింది చెరిపేసి ఆమెకి సుద్ద యిచ్చి తను నుంచున్నాడు. ఆమె 'అ.వే.చె.గ.వుం.కా.' అని రాసింది.

వీళ్లిద్దరూ పేక బల్ల దగ్గర ఉండడం దాలీ చూసింది. కెరనిన్‌తో సంభాషణ జరిపాక భారమైన ఆమె హృదయం తేలికపడింది. కిట్టీ బల్ల దగ్గర సుద్దతో కూర్చుంది. అజ్ఞాన్విత, సంతోష భరిత మందహాసంతో లేవిన్ కేసి చూస్తోంది. అందమైన లేవిన్ శరీరం బల్లమీదకి వాలి ఉంది. కాంతిలో మెరిసే అతని కళ్లు కాసేపు ఆమె కేసి, కాసేపు అక్షరాల కేసి మళ్లాయి. అతను వున్నట్టుండి కాంతితో మెరిశాడు. అతను బల్లమీద కిట్టీ యేమిటో గ్రహించాడు. 'అప్పట్లో వేరే చెప్పగలిగి వుండేదాన్ని కాదు.'

అతను ఆమెకేసి సిగ్గుపడుతూ అర్థిస్తున్నట్టు చూశాడు.

"అప్పట్లోనేనా?"

"వూఁ" అందామె చిరునవ్వు నవ్వుతూ.

"యిప్పుడు?"

"యిదిగో, చదవండి. నా మనస్ఫూర్తిగా యేది వేడుకున్నానో దాన్ని రాస్తాను. ఆమె 'మీ.మ.మ.పో.' అని రాసింది. 'మీరు మన్నించి మర్చిపోగలిగితే' అని వాటి అర్థం.

అతను ఉద్రేకంతో వణికే వేళ్లతో సుద్దముక్క తీసుకుని తుంపి యీ మాటల మొదటి అక్షరాలు రాశాడు. 'నేను మన్నించాల్సింది మర్చిపోవాల్సింది లేదు. మిమ్మల్ని ప్రేమించడం యెన్నడూ మానలేదు.'

ఆమె అతనికేసి కంపిస్తూ నవ్వింది.

"నాకర్థం అయింది" అని గొణిగింది.

అతను కూర్చుని దీర్ఘ వాక్యం రాశాడు. ఆమె దాన్ని అర్థం చేసుకుని, తను ఊహించింది అవునా కాదా అని అడగకుండా దానికి జవాబు రాసింది.

ఆమె రాసింది యేమిటో అతను కొంచెంసేపు ఊహించలేకపోయాడు. యేమిటన్నట్టు ఆమెకేసి చూస్తూ ఉండిపోయాడు. ఆనంద పారవశ్యంతో అతని చేతన మొద్దుబారింది. యెంత బుర్ర బద్దలు కొట్టుకున్నా ఆ మాటల అర్థం బోధపడలేదు. కాని అతను తెలుసుకోవాల్సి వున్న దాన్నంతటీ్నీ ఆమె అందమైన కళ్లల్లోని కాంతి తెలియ చెప్పింది. అతను మూడు మాటలు రాశాడు. అతను యింకా పూర్తి చెయ్యక ముందే వెనక నుంచి చూసి ఆమె వాక్యం పూర్తి చేసి "వూఁ" అని జవాబు రాసింది.

"గళ్లనుడి కట్టు ఆడుకుంటున్నారేమిటర్రా" అని అప్పుడే లోపలికి వచ్చిన పెద్ద ప్రిన్స్ అడిగాడు. "వూఁ, అమ్మా, కిట్టీ థియేటర్‌కి వెళ్లాలనుకుంటే బయల్దేరాలి" అన్నాడు.

లేవిన్ లేచి కిట్టీని గుమ్మందాకా సాగనంపాడు.

ఆ యిద్దరి సంభాషణలోనూ మొత్తం చెప్పేసుకున్నారు. తను అతన్ని ప్రేమించినట్టు ఆమె చెప్పింది, అతను ఆ మర్నాడు ఉదయం తను యింటికి వస్తాడని తను తల్లికీ తండ్రికీ చెప్తుంది.

14

కిట్టీ వెళ్లిపోయింది. లేవిన్ ఒక్కడూ ఉండిపోయాడు. అతను ఆమె లేకుండా ఒంటరితనంతో నలిగిపోయాడు. ఎప్పుడూ తెల్లవారి ఉదయం అవుతుందా అని ఆత్రపడ్డాడు. ఉదయం గబగబా, గబగబా రావాలి. తను ఆమెని మళ్లీ చూస్తాడు. శాశ్వతంగా తాము యేకమైపోతారు. ఆమె లేకుండా యిప్పుడు పధ్నాలుగు గంటలు ఒక్కడూ గడపడం అంటే ప్రాణం పోతున్నట్టుగా ఉంది. తను జనంతో కలిసి, కాలక్షేపం కోసం యేదో మాట్లాడ్డం తప్పదు. అబ్లాన్‌స్కీ కంటే మంచి కాలక్షేపం అప్పుడు వుండదు కాని అతను వేరే యెక్కడికో వెడుతున్నాడు. అలా అని అన్నాడు కాని నిజానికి బాలేకి వెడుతున్నాడు. యేమైనా తను పరమానందభరితుడై వున్నాడనీ, తను అతన్ని యెంతో అభిమానిస్తున్నాడనీ, యెన్నటికీ యెన్నటికీ అతని మేలు మరువులేననీ లేవిన్ అతనికి చెప్పగలిగాడు. అబ్లాన్‌స్కీ చూసిన చూపూ, నవ్విన చిరునవ్వూ తన అనుభూతుల్ని అతను సరిగ్గా గ్రహించినట్టు లేవిన్‌కి తెలియచేశాయి.

"అయితే చనిపోయే యిది లేదన్న మాట" అని అబ్లాన్‌స్కీ ఆదరపూర్వకంగా లేవిన్ చేతిని వొత్తుతూ అన్నాడు.

"అబ్బె.... బ్బె.... బ్బె!" అన్నాడు లేవిన్.

అతను సెలవు తీసుకుని వెళ్లిపోయేటప్పుడు అభినందనలు తెలియజేస్తున్నట్టుగా దాలీ కూడా అంది :

"మీరు కిట్టీని మళ్లీ కలుసుకున్నారు, నాకు యెంత సంతోషంగా ఉందో చెప్పలేను! పాత స్నేహాల్ని పదిలంగా చూసుకోవాలి!"

లేవిన్‌కి ఆమె మాటలు నచ్చలేదు. యిదంతా యెంత ఉన్నత స్థానంలో, ఆమె అవగాహనకి అందని స్థానంలో ఉందంటే ఆమెకి వాటిని గురించి సూచించబోవడం సాహసంగా కనిపించింది.

లేవిన్ సెలవు తీసుకుని, ఒంటరిగా వుండకూడదని అన్నగారితో కలిశాడు.

"యెక్కడికి వెడుతున్నావ్?"

"యేదో సమావేశం ఉంది."

"నేనూ వస్తాను, రానా?"

"దాన్దే ముంది! రా!" అన్నాడు కోజ్నిషెవ్ చిరునవ్వు నవ్వుతూ. "యివాళ నీకేమైంది?" అని అడిగాడు.

"నాకా? ఆనందం యివాళ నాకు దక్కింది!" అని బగ్గీ కిటికీ అద్దం దించేస్తూ అన్నాడు లేవిన్. "మరేం ఫరవాలేదుగా? ఉక్కగా ఉంది! ఆనందం! అవును గాని నువ్వెందుకు పెళ్లి చేసుకున్నావ్ కాదు?" అని అడిగాడు.

కోజ్నిషెవ్ చిరునవ్వు నవ్వాడు.

"నాకు చాలా సంతోషంగా ఉంది, ఆమె యెంతో ముచ్చటగా...." అని మొదలుపెట్టాడు.

"వద్దు, వద్దు ఒక్క మాట కూడా అనవద్దు" అని లేవిన్ కోజ్నిషెవ్ ఫర్ కాలర్‌ని రెండు చేతులతోనూ పట్టుకుని, అతని మూతిమీద కాలర్‌ని పెట్టి అన్నాడు. 'ఆమె యెంతో ముచ్చటగా ఉంది' అనే మాటలు చాలా సాదాగా, అరిగిపోయినట్టుగా, తన స్పందనా శిఖరాలతో తూగనట్టుగా వున్నాయి.

కోజ్నిషెవ్ హుషారుగా నవ్వాడు. మామూలుగా అలా నవ్వడు.

"కనీసం యీ సందర్భంగా నా సంతోషాన్ని అయినా తెలియచెయ్యనీ" అన్నాడు.

"ఆ పని రేపు చేద్దువుగాని, యిప్పుడే కాదు. ఒక్క మాట కూడా, ఒక్కమాట కూడా అనద్దు! గప్‌చుప్!" అని లేవిన్ మళ్లీ అన్నగారి మూతిమీద కాలర్‌పెట్టి కప్పేస్తూ అన్నాడు. "నువ్వంటే నాకు చచ్చేటంత అభిమానం. మీ మీటింగ్‌కి రానా?" అన్నాడు.

"దానికేం, రా!"

"యివాళ అక్కడ యేం చర్చిస్తారు?" అని లేవిన్ చిరునవ్వు నవ్వుతూ అడిగాడు.

వాళ్లు మీటింగ్‌కి వెళ్లారు. కార్యదర్శి నత్తుతూ ముందటి సమావేశం గురించిన నివేదిక చదవడం లేవిన్ విన్నాడు. కార్యదర్శికే అదేమిటో అర్థం కాలేదన్నది తెలుస్తూనే ఉంది. కాని

అతని ముఖం చూస్తే అతను యెంతో మంచివాడనీ, దయగల మనిషని, సహృదయుడనీ లేవిన్‌కి తెలిసింది. నివేదిక చదివేటప్పుడు నత్తడం అతనికి గాభరా కలిగించింది, గడబిడపడ్డాడు. అతని మంచితనానికి అదే దాఖలా. తర్వాత ఉపన్యాసాలు మొదలయేయి. కోజ్నిషెవ్ యిద్దరు సభ్యులకి కష్టం కలిగించాడు. యేదో నోట్సు రాసుకుంటూ వున్న సభ్యుడొకరు బెరుకు బెరుగ్గా మాట్లాడ్డం మొదలుపెట్టి తర్వాత స్థిమితపడి కచ్చితంగా తెగేసినట్టు కోజ్నిషెవ్‌కి జవాబు చెప్పాడు. అప్పుడు స్వియాజ్‌స్కీ (అతనూ అక్కడ వున్నాడు) చక్కని, ఉదాత్త స్వరంతో యేదో చెప్పాడు. లేవిన్ అందరూ మాట్లాడిందీ విన్నాడు. యీ నిధులు గాని, పైపులుగాని యేం కొంపలంటుకు పోతున్న విషయమో అతనికి అర్థం కాలేదు. ఆ మాట్లాడిన వాళ్లు నిజంగా కోపంగా లేరు, అంతా మంచివాళ్లుగానే ఉన్నారు, తమ విధుల్ని చాలా చక్కగా, సరదాగా నిర్వహించుకుపోతున్నారు అనే లేవిన్‌కి అనిపించింది. యెవళ్లకీ యెవళ్లూ బాధ కలిగించడం లేదు. లేవిన్‌కి సంబంధించి యివాళ మహా విలక్షణమైంది వాళ్ల అసలు స్వభావం చూడగలడం. అంతకు ముందు యెన్నడూ గమనించని చిన్న చిన్న లక్షణాలద్వారా వాళ్ల మనసుల్ని గ్రహించగలగడం, ఆ రకంగా వాళ్లందరూ మంచి వాళ్లనీ, దయాగుణం వున్న వాళ్లనీ లేవిన్‌కి అనిపించింది. వాళ్లందరూ ముఖ్యంగా లేవిన్ పట్ల ఆదరంగా వున్నారు. వాళ్లు తనతో మాట్లాడిన తీరుబట్టీ, తనకేసి చూసిన సోదర, సౌశీల్య వైఖరి బట్టీ అతనా విషయం గ్రహించాడు. తను అంతకు ముందు కలుసుకోని వాళ్లు కూడా తన పట్ల యివాళ అలానే ప్రవర్తించారు.

"వూం, బాగుందా?" అని కోజ్నిషెవ్ అడిగాడు.

"బ్రహ్మాండంగా ఉంది. యింత సరదాగా ఉంటుంది అనుకోలేదు. దివ్యంగా ఉంది! చాలా సంతోషంగా ఉంది."

స్వియాజ్‌స్కీ లేవిన్ దగ్గరికి వెళ్లి తమ యింటికి టీకి రమ్మని పిలిచాడు. స్వియాజ్‌స్కీలో తనకి నచ్చినది యేమిటి చెప్మా, యేమిటి యితనిలో నేను వెతికింది అని యెంత బుర్ర బద్దలు కొట్టుకున్నా లేవిన్‌కి గుర్తురాలేదు. అతను తెలివైనవాడు, అద్భుతమైన దయాస్వభావం కలవాడు కదా! అనిపించింది.

"అంతకంటేనా" అని లేవిన్ అన్నాడు, స్వియాజ్‌స్కీ భార్య, మరదలు యెలా ఉన్నారోనని వాకబు చేశాడు. లేవిన్ మనసులో స్వియాజ్‌స్కీ మరదలు ఆమె వివాహ ఆలోచనతో ముడిపడిపోయి ఉండడంవల్ల యెందుకనో తెలియని కారణంగా స్వియాజ్‌స్కీ భార్య మరదళ్ల కంటే తన సౌభాగ్యం గురించి చెప్పదగినవాళ్లు వుండరని అతనికి అనిపించింది. అందుకని వెళ్లి టీ తాగాలంటే అతనికి సంతోషం కలిగింది.

పల్లెలో వ్యవహారాలు యెలా సాగుతున్నాయని స్వియాజ్‌స్కీ లేవిన్‌ని అడిగాడు. యూరప్‌లో వాడని పద్ధతులు లేవిన్‌కి కనిపించే అవకాశం లేదని అభిప్రాయపడ్డాడు. కాని యీ పూట ఆ ముక్కవల్ల లేవిన్‌కి చిరాకు కలగలేదు. తద్భిన్నంగా స్వియాజ్‌స్కీ ఒప్పేననీ యీ గొడవంతా నిష్ఫలమనీ, అతనికి అనిపించింది. స్వియాజ్‌స్కీ యెంతో నైపుణ్యంతో, సరసత్వంతో తన వాదననే మొండిగా పట్టుకోకుండా ఉండడం కూడా అతనికి కనిపించింది. స్వియాజ్‌స్కీ యింట్లో వున్న ఆడవాళ్లు మరీ విశేషంగా కనిపించారు, అంతకు ముందెన్నడూ అంత ముచ్చటగా

వాళ్లు కనిపించలేదు. వాళ్లకి సర్వమూ తెలుసనీ, తన ఆనందం వాళ్లకి సంతోషం కలిగించిందనీ కాని బాగుంటుందో బాగోదోనని ఆ విషయం గురించి మాట్లాడకుండా వున్నారనీ అనిపించింది. అతను గంట, రెండు గంటలు, మూడుగంటలు నానా రకాల విషయాలు వాళ్లతో మాట్లాడుతూ కూర్చున్నాడు, కాని తన హృదయం దేనితో నిండిపోయిందో దాన్ని గురించి మాత్రమే ఆలోచిస్తూ ఉన్నాడు. వాళ్లకి విసుగ్గా ఉందనీ, యిక నిద్రపోవాలనుకుంటూ వున్నారనీ గమనించనేలేదు. స్వియాజ్స్కీ ఆవలింతలు ఆపుకోలేక, తన మిత్రుడికి యేం పూనిందో అర్థం చేసుకోలేక అతన్ని హాలుదాకా సాగనంపాడు. అప్పటికి తెల్లవారకట్ల రెండవుతోంది. హోటల్‌కి చేరాక పది గంటలు యెలా ఓపిక పట్టి గడపాలా అన్న ఆలోచనతో లేవిన్ భయపడిపోయాడు. రాత్రి కాపలా ఉండే మనిషి దీపం వెలిగించాడు. లేవిన్ గనక ఆపకపోయినట్లయితే వెళ్లిపోయి ఉండేవాడే. యెగోర్ నామధేయుడైన ఆ నౌకరు ఎప్పుడూ లేవిన్ దృష్టిని ఆకర్షించలేదు గాని యీ పూట మాత్రం లేవిన్‌కి అతను మంచివాడుగా, చురుకైనవాడుగా, దయాస్వభావం వున్న వాడుగా కనిపించాడు.

"రాత్రంతా జాగారం ఉండడం కష్టం కదా యెగోర్?"

"యేం చెప్తామయ్యా! యిళ్లల్లో పని తేలికే గాని యిక్కడ బక్షీలు యెక్కువ వస్తాయి."

యెగోర్‌కి ముగ్గురు కొడుకులూ, ఒక కూతురూనూ. ఆమె కట్టుపని చేస్తుంది, యెగోర్ ఆమెని ముస్తీబు షాపులో పనిచేసే వాడికిచ్చి పెళ్లి చెయ్యాలనుకుంటున్నాడు, అని సమాచారం లాగాడు లేవిన్.

లేవిన్ యీ అవకాశం తీసుకుని పెళ్లిలో అసలు వుండాల్సింది ప్రేమ అనీ, దంపతులు ఒకర్ని ఒకరు ప్రేమించుకుంటే ఆనందానికి చూసుకో నక్కర్లేదనీ యేమంటే ఆనందం ఆ మనిషి హృదయంలోనే ఉంటుందనీ సిద్ధాంతాన్ని యెగోర్‌కి వివరించి చెప్పాడు.

యెగోర్ అతను చెప్పినదాన్ని శ్రద్ధగా విన్నాడు. ఆ విన్నది శుభ్రంగానే అర్థమైనట్టూ కనిపించాడు. యేమంటే తను ఎప్పుడు మంచి యజమానుల దగ్గర పనిచేసినా తనకి తృప్తి కలిగిందనీ, ప్రస్తుతం తను పని చేస్తున్న యజమాని ఫ్రెంచి వాడైనా తనకి తృప్తిగా ఉందనీ చెప్పాడు. అలాంటి సమర్థన చూసి లేవిన్‌కి ఆశ్చర్యం కలిగింది.

'చాలా దయాస్వభావం కలవాడు' అనుకున్నాడు లేవిన్.

"మరి నువ్వు పెళ్లి చేసుకున్నప్పుడు మీ ఆవిడ్ని ప్రేమించావా, యెగోర్?"

"యెందుకు ప్రేమించమయ్యా!" అని యెగోర్ అన్నాడు.

యెగోర్ కూడా ఉల్లాసంగా వున్నాడనీ, తన మనసులో వున్న దాన్నంతట్నీ వ్యక్తం చేయాలనుకుంటూ వున్నాడనీ లేవిన్ చూశాడు.

"నా జీవితం కూడా అద్భుతమైంది. యింత పిల్లాడప్పట్నుంచీ...." అని మెరిసే కళ్లతో మొదలుపెట్టాడు. లేవిన్ ఉల్లాసం చూసి అతనికీ ఉల్లాసం వచ్చినట్టుంది, ఆవలించేవాణ్ణి చూసి అవతలి వాడికి ఆవలింతలు వచ్చినట్టు.

ఆ సమయంలో గంట మోగింది. యెగోర్ వెళ్లిపోయాడు. లేవిన్ ఒక్కడూ ఉండిపోయాడు. భోజనాలప్పుడు లేవిన్ దాదాపు యేమీ తినలేదు. స్వియాజ్‌స్కీల యింటి దగ్గర రాత్రి భోజనం, టీ వద్దన్నాడు, అయినా భోజనం గురించిన ఆలోచనే రావడం లేదు. అంతకు ముందు రోజు రాత్రి నిద్రలేదు, అయినా నిద్ర తలపే లేదు. గదిలో చలిగా ఉంది కాని అతనికి ఉక్కగా ఉంది. కిటికీల పై రెక్కలు తెరిచి ఎదురుగ్గా కూర్చున్నాడు. మంచు కమ్మిన యిళ్ల కప్పులమీదనుంచి చర్చి గుమ్మటానికి పైన ఉన్న యినుప శిలువ కనిపించింది, దానికి గొలుసులు ఉన్నాయి. దానిపైన రథసారథి నక్షత్ర రాశిలో యెంతో ప్రకాశమానంగా వున్న కెపెల్లా తార కనిపించింది. కిటికీలోనుంచి వీస్తూ ఉన్న చల్లని తాజా గాలి గాఢంగా పీలుస్తూ ఆ నక్షత్రాలనీ, శిలువనీ చూస్తూ, కలలో లాగా మనసులో జ్ఞాపకాలనీ, చిత్రాలనీ పోనిస్తూ అక్కడ కూర్చున్నాడు. మూడు గంటలు దాటిన తర్వాత కొంచెం అతనికి వసారలో అడుగుల చప్పుడు వినిపించింది. అతను తలుపు తెరిచి యెవరోనని చూశాడు. తనకి తెలిసిన మనిషే, మ్యాస్‌కిన్. జూదరి క్లబ్బునుంచి తిరిగి వస్తున్నాడు. అతను విచారంగా చిరచిర లాడుతూ దగ్గుతూ వున్నాడు. 'పాపం, విధివంచితుడు' అనుకున్నాడు లేవిన్. ఆ మనిషి పట్ల సానుభూతితో, ఆదరంతో లేవిన్ కళ్లలో నీళ్లు తిరిగాయి. అవతలికి వెళ్లి అతనితో మాట్లాడేవాడే, కాని తను రాత్రి తొడుక్కునే చొక్కా తొడుక్కుని వున్నాడని గుర్తు వచ్చి లోపలికి వెళ్లి తెరిచిన కిటికీ దగ్గర కూర్చున్నాడు. తాజా గాలి పీలుస్తూ, తనకి యెంతో అర్థవంతంగా కనిపించిన ఆ మౌన శిలువ చిత్రం కేసీ, పైకి యెక్కి వచ్చే ప్రకాశమాన తారక కేసీ చూస్తూ వుండిపోయాడు. ఏడుగంటలప్పుడు నేల సామేవాళ్లు తమ పని మొదలుపెట్టారు, చర్చి గంటలు మోగడం మొదలైంది లేవిన్‌కి చలి అనిపించింది. కిటికీ తలుపు మూసేసి, మొహం కడుక్కుని బట్టలు వేసుకుని, బయటికి వెళ్లాడు.

15

వీధులు నిర్మానుష్యంగా ఉన్నాయి. లేవిన్ ష్చేర్‌బాత్‌స్కీల యింటికి వెళ్లాడు. సింహద్వారం మూసే ఉంది. యింట్లో అంతా నిద్రపోతూ వున్నట్టే కనిపించింది. అతను తిరిగి హెూటల్‌కి వెళ్లిపోయి గదిలోకి వెళ్లి కాఫీ తెమ్మని చెప్పాడు. యెగోర్ కాకుండా పగలు పనిలో ఉండే నౌకరు కాఫీ తెచ్చిపెట్టాడు. లేవిన్ అతనితో మాట్లాడదామనుకున్నాడు కాని యెవళ్లో గంట కొట్టి పిలవడంతో ఆ నౌకరు వెళ్లిపోయాడు. లేవిన్ కొంచెం రొట్టె ముక్క కొరికి కాఫీ తాగుదామనుకున్నాడు కాని అతని నోటికి యేదీ రుచించలేదు అతను వాటిని ఉమ్మేసి, కోటు తొడుక్కుని మళ్లీ బయటికి వెళ్లాడు ష్చేర్‌బాత్‌స్కీల యింటికి రెండవసారి వెళ్లేటప్పటికి తొమ్మిదైంది. యింట్లో వాళ్లు అప్పుడే లేచినట్టు ఉంది. వంట మనిషి బజారు పనిమీద వెళ్లడం కనిపించింది. లేవిన్ మరో రెండుగంటలు ఓపిక పట్టాల్సి ఉంది.

ఆ రాత్రీ, పొద్దుటా అంతా లేవిన్ పూర్తిగా అచేతనావస్థలోనే ఉన్నాడు, యీ భౌతిక ప్రపంచంనుంచి పూర్తిగా నిస్సంగుడై ఉన్నాడు. పగలంతా యేమీ తినలేదు, రెండు రాత్రుళ్లు కునుకు లేదు, కొన్ని గంటలు ఒట్టి చొక్కాతో చలిలో (బట్టలు సరిగా వేసుకోకుండానే)

కూర్చున్నాడు. అయినా ఎన్నడూ లేనంత తాజాగా, శక్తివంతంగా వున్నట్టూ, శరీరంతో సంబంధం లేకుండా కండరాల్ని కదుపుతున్నాడు. తను చెయ్యలేనిది యేదీ లేదని అతనికి అనిపించింది. అవసరం పడితే గనక తను గాలిలో యెగరగలననీ, ఓ యింటిని కదిలించగలననీ అతనికి విశ్వాసం ఉంది. అతను తడవ తడవకీ గడియారం చూసుకుంటూ, చుట్టూతా పరిశీలిస్తూ మిగిలిన సమయాన్ని వీధుల్లో తిరుగుతూ గడిపాడు.

లేవిన్ ఆ సమయంలో చూసిన వాటిని ఆ తర్వాత మళ్లీ యెన్నటికీ చూడగలగ లేకపోయాడు. బళ్లోకి వెళ్లే పిల్లలూ, యింటి కప్పుమీదనుంచి యెగురుతూ కిందికి దిగి వచ్చిన పావురాళ్లు, చల్లారడం కోసమన్చెప్పి కిటికీ తీనెమీద యే కనిపించని హస్తమో వుంచిన పిండి చల్లిన తాజా రొట్టెలూ విశేషంగా అతన్ని హత్తుకున్నాయి. యీ రొట్టెలు, యీ పావు రాళ్లు, యీ పిల్లల గుంపులు యీ లోకానికి కావు. అంతా ఒకే క్షణంలో జరిగింది, యేక కాలమందే జరిగింది: ఓ పిల్లవాడు ఓ పావురాయి కేసి పరిగెత్తి, లేవిన్ కేసి తిరిగి చిరునవ్వు నవ్వాడు. ఆ పావురాయి రెక్కలు ఆడించి గాలిలోకి యెగిరింది. తళతళలాడే మంచుమీద యెండలో అది మెరిసింది. రొట్టెలు వుంచిన కిటికీలోనుంచి తాజాగా కాల్చిన రొట్టెల సువాసన వచ్చింది. అంతా మిళితమై యెంత అసాధారణంగా మంచితనంతో శోభిస్తూ ఉందంటే సంతోష పారవశ్యంలో లేవిన్‌కి నవ్వాలనీ యేడవాలనీ కూడా అనిపించింది. అతను గజేత్నీ వీధి గుండా, కిస్లోవ్కా వీధి గుండా చుట్టు తిరగేసుకుని వెళ్లి తిరిగి హోటల్‌కి చేరుకున్నాడు. గడియారం ముందర పెట్టుకుని పన్నెండు గంటలు అవడం కోసం జపం చేస్తూ కూర్చున్నాడు. పక్క గదిలోనుంచి యంత్రాల గురించీ, యేదో మోసం గురించీ మాట్లాడుకోవడం వినిపించింది. పొద్దుటిపూట దగ్గే దగ్గులు కూడా వినిపించాయి. గడియారం ముల్లులు పన్నెండుకి చేరడం ఆ మనుషులకి తట్టలేదు. ముల్లులు పన్నెండుమీదకి చేరాయి. లేవిన్ బయటికి వెళ్లాడు. బగ్గీల వాళ్లకి అంతా తెలిసినట్టే ఉంది. అతన్ని తన బగ్గీలో తీసుకువెళ్లాలనే హక్కు యెవళ్ల మట్టుకి వాళ్లు తనకే దక్కాలన్న భావంతో వాళ్లు అతన్ని చుట్టు ముట్టేశారు. అతను ఓ బగ్గీని పిలిచాడు. మిగిలిన వాళ్లు కష్టపెట్టుకోకుండా వుండేందుకని మరోసారి తను వాళ్ల బగ్గీ యెక్కుతానని హామీ యిస్తూ తను యెక్కిన బగ్గీని ష్చేర్‌బాత్‌స్కీ యింటికి తోలుకు పొమ్మని చెప్పాడు. బగ్గీ తోలేవాడు గొర్రెతోలు కోటు వేసుకున్నాడు. లోపల తొడుక్కున్న చొక్కా తెల్లని కాలరు మెడని చుట్టి ఉంది. ఆ వేషంలో అతను అద్భుతంగా వున్నాడు. ఆ బగ్గీ సొగసుగా ఉంది. ఎత్తుగా ఉంది. లేవిన్ మళ్లీ అంత అందమైన బగ్గీ యెక్కడు అన్నట్టు ఉంది. గుర్రం కూడా అందంగా ఉంది. శాయశక్తులా పరిగెత్తాలని ప్రయత్నించింది కాని యెందుకనో అసలు కదులుతున్నట్టే లేదు. బగ్గీ తోలేవాడికి ష్చేర్‌బాత్‌స్కీల యిల్లు తెలుసు. ఆ యింటి సింహద్వారం దగ్గరికి చేరగానే తను తీసుకువచ్చిన ఘనమైన వ్యక్తికి ప్రత్యేక మన్నన చూపిస్తున్నట్టు అతను చేతుల్ని చుట్టి 'హ్వాయ్' అని అరిచాడు. ష్చేర్‌బాత్‌స్కీల దర్వాన్‌కి సర్వమూ తెలుసులా ఉంది.

"యెంతకాలం అయిందయ్యా మిమ్మల్ని చూసి" అని అతను లేవిన్‌తో అన్న తీరూ మందహాసం చేసే అతని కళ్లూ ఆ విషయాన్ని తెలియచేశాయి.

అతనికి అన్నీ తెలియడమే కాదు, అతను సంతోషంతో పొంగిపోతున్న. ఆ పొంగిపొర్లే సంతోషాన్ని అదుపు చేసుకోవడం కష్టంగా వున్నట్టూ కూడా కనిపించాడు. నిజానికి ఆ ముసలాయన దయాన్విత నేత్రాల్లోకి చూశాక తన ఆనందానికి వున్న నూతన పార్శ్వం లేవిన్ అవగాహనకి వచ్చింది.

"యింట్లో వాళ్లు లేచారా?"

"లేవకేమండీ!" అని అతను చిరునవ్వు నవ్వుతూ చెప్పి, లేవిన్ టోపీని కూడా తీసుకెళ్లే ఉద్దేశ్యంతో వున్నట్టు చూసి "దాన్ని యిక్కడ వుంచెయ్యండయ్యా!" అన్నాడు. అదీ కొంచెం అర్థవంతంగా ఉన్నమాటే.

"తమరు వచ్చారని యెవరితో చెప్పమంటారయ్యా?" అని లోపల్నుంచి నౌకరు అడిగాడు.

నౌకరు పడుచు వాడైనా, కొత్త తరహా వాడైనా, షోకిలాగా వున్నా దయాళువు, మంచివాడు. అందరికిలాగానే అతనికీ అన్నీ తెలుసు.

"పెద్ద ప్రిన్సెస్... ప్రిన్స్.... చిన్న ప్రిన్సెస్‌తో..." అన్నాడు లేవిన్.

అతనికి మొట్టమొదట కనిపించిన వ్యక్తి mademoiselle Linon. ఆమె హాల్లో నుంచి వెడుతోంది. ఆమె ఉంగరాల ముంగుర్లూ ముఖమూ మెరిసిపోతున్నాయి. అతను ఆమెని యింకా పలకరించాడో లేదో గుమ్మం అవతలనుంచి గౌన్లు రెపరెపలాడ్డం వినిపించింది. యిక లేవిన్‌కి mademoiselle Linon. కనిపించడం లేదు, ఆసన్న ఆనంద పారవశ్యం అతన్ని అంతలా ముంచెత్తి వేసింది. Mademoiselle Linon అతన్ని వదిలి పెట్టి వేరే గుమ్మంలోనుంచి తొందరగా అవతలకి వెళ్లిపోయింది. ఆమె వెళ్లిపోగానే చెక్కపలకల పై చిన్న అడుగులు గబగబా చప్పుడు చేస్తూ వచ్చాయి. తన ఆనందం, తన జీవితం, అంతకాలమూ తను వెతికి ఆర్తితో చూసిన మెరుగైన తన భాగం – గబగబా తనకేసి వచ్చింది. నడిచి రాలేదు, వుహుఁ, ఆమె యేదో అగోచర శక్తితో అతనివైపు దూసుకువచ్చింది.

అతనికి ఆమె నిర్మల, నిశ్చల నేత్రాలు తప్ప మరేం కనిపించలేదు. తన హృదయాన్ని ఆనందంతో నింపిన అదే సంతోష భీతి నేత్రాలు అవి. ఆమె కళ్ల మెరుపు యింకా యింకా దగ్గర పడింది, ప్రేమ దీధితులతో అతన్ని అంధుణ్ణి చేసింది. ఆమె అతన్ని తాకుతూ వుండేటంత దగ్గరగా వచ్చి ఆగింది. ఆమె చేతులు లేచి అతని భుజంమీద వాలాయి.

ఆమె చెయ్యగలిగినదంతా చేసింది. అతని దగ్గరికి పరిగెత్తుకు వచ్చింది, సిగ్గు పడుతూ సంతోషభరితంగా తనని సంపూర్ణంగా అతనికి అర్పించుకుంది. అతనామెని ఆలింగనం చేసుకుని, తన చుంబనని కాంక్షిస్తున్న ఆమె అధరాలకి తన అధరాలని ఆనించాడు.

ఆమె కూడా రాత్రంతా నిద్రపోలేదు, ఆ ఉదయం అంతా అతని కోసం యెదురుచూస్తూ గడిపింది. ఆమె తల్లీదండ్రీ సంతోషంతో ఆమెకి అనుమతీ యిచ్చారు, ఆమె సంతోషం తమ సంతోషంగా భావించారు. ఆమె అతని కోసం యెదురుచూస్తూ ఉంది. తనే అతన్ని మొదటగా చూసి తన సంతోషం గురించీ అతని సంతోషం గురించీ అతనికి చెప్పాలని అనుకొంది. ఒంటరిగా అతన్ని కలుసుకోవడానికి సమాయత్తమైంది, ఆ కలయిక గురించి అనుకుంటూ

సంబర పడింది, తను యెలా ప్రవరిస్తుందో తెలియక బెరుకు పడింది, సిగ్గు పడింది. అతని పదధ్వని ఆమె వింది, అతని కంఠ స్వరం వింది. Mademoiselle Linon వెళ్లిపోయేదాకా గుమ్మం దగ్గర ఆగింది. Mademoiselle Linon వెళ్ళింది. యే రకమైన ఆలోచనా లేకుండా, యెలా యేమిటీ అని తనని తను ప్రశ్నించుకోకుండా అతనివైపు పరిగెత్తి వెళ్లి సంపూర్ణంగా తనని అర్పించుకుంది.

"రండి, అమ్మ దగ్గరికి వెడదాం" అని అతని చెయ్యి పట్టుకుని అంది. అతను చాలాసేపు యేమీ మాట్లాడలేకపోయాడు. మాటలు తన అనుభూతుల ఔన్నత్యాన్ని నష్టపరుస్తాయన్న భయంతోకంటే తను యేదో చెప్పబోయిన ప్రతిసారీ ఆనందాశ్రువులు ఉబికి మాటల్ని ముంచెత్తుతాయనే భయంతోనే అతను యేమీ అనలేకపోయాడు. అతనామె చేతిని అందుకుని ముద్దు పెట్టుకున్నాడు.

"యిది నిజమా?" అని అతను ఆఖరికి గద్గదంగా అన్నాడు. "నువ్వు నన్ను ప్రేమిస్తున్నావంటే నమ్మలేకపోతున్నాను" అన్నాడు.

కిట్టీ తనని అతను 'నువ్వు' అన్నందుకూ, అతను తనకేసి చూసిన భీరుత్వానికీ చిరునవ్వు నవ్వింది.

"వూఁ" అని కిట్టీ మెల్లిగా, విశేషమహత్వంతో అంది. "నేను అదృష్టవంతురాల్ని" అంది.

చెయ్యి వదలకుండానే అతన్ని డ్రాయింగు రూమ్‌లోకి తీసుకుపోయింది. పెద్ద ప్రిన్సెస్ వాళ్లని చూడగానే రొప్పింది. వెంటనే ఆమెకి యేడుపు వచ్చింది, నవ్వు వచ్చింది. ఆమె లేవిన్ ఊహించని చురుకుతో వాళ్లకేసి పరిగెత్తుకుంటూ వెళ్లి, అతని తలని చేతులతో పట్టుకుని ముద్దు పెట్టుకుని తన కన్నీళ్ళతో అతని బుగ్గలు తడిపేసింది.

"హమ్మయ్య, అంతా స్థిరపడింది. నాకు సంతోషంగా ఉంది. యీమెని ప్రేమించు. నాకు సంతోషంగా ఉంది, అబ్బ! కిట్టీ!"

"గబగబానే విషయం తెలిసిపోయింది" అని పెద్ద ప్రిన్స్ పట్టించుకోనట్టు కనిపించాలని ప్రయత్నిస్తూ అన్నాడు. కాని అతని కళ్లు కూడా చెమ్మగిల్లడం లేవిన్ గమనించాడు.

"చాలా కాలంగా, యెప్పుడూ యిదే కోరుకున్నాను" అని ఆయన లేవిన్ చెయ్యి పట్టుకుని తనవైపు లాక్కుంటూ అన్నాడు. "అప్పుడు కూడా, యీ కొంటెపిల్ల బుర్రకి కొంచెం యేదో..."

"నాన్నా" అని కిట్టీ గంయ్‌మని రెండు చేతులతోనూ తండ్రి నోరు మూసేసింది.

"సరే, చెప్పన్లే" అన్నాడతను. "నాకు చాలా చాలా ఆనందంగా ఉంది... బాప్‌రే! నేనెంత మంద మతిని!"

అతను రెండు చేతులూ కిట్టీ చుట్టూతా వేసి ఆమె ముఖాన్ని, చేతుల్నీ, మళ్లీ ముఖాన్ని ముద్దుపెట్టుకుని ఆమెమీద శిలువ గీశాడు.

కిట్టీ అంత సేపు, ఆర్ద్రానుభూతితో తండ్రి బొద్దుచేతిని చుంబించడం చూసినప్పుడు, తనకి సంబంధించి అప్పటిదాకా పరాయివాడైన ప్రిన్స్‌పట్ల నూతన ఆర్ద్ర భావన లేవిన్ మనసులో తరంగిస్తూ వచ్చింది.

16

పెద్ద ప్రిన్సెస్ మాట్లాడకుండా చిరునవ్వు నవ్వుతూ చేతుల కుర్చీలో కూర్చుంది. ప్రిన్స్ ఆమె పక్కన కూర్చున్నాడు. కిట్టీ తండ్రి చెయ్యి పట్టుకునే ఆయన పక్కన కుర్చీలో కూర్చుంది. యెవళ్లూ మాట్లాడ్డం లేదు.

ప్రిన్సెస్ మొదటగా మాటల్లో అన్ని విషయాల్నీ పెట్టి ఆలోచనలకీ అనుభూతులకీ వ్యావహారిక రూపం యిచ్చింది. మొదట్లో అందరికీ అది వింతగా, బాధగా కనిపించింది.

"వూఁ, అయితే యెప్పుడు? తాంబూలాలు పుచ్చుకుని ప్రధానం చేసుకోవాలి. ముహూర్తం యెప్పుడు పెట్టాలి? యేమంటావ్, అలెగ్జాండర్?"

"చెప్పాల్సింది అతను" అన్నాడు పెద్ద ప్రిన్సెస్ లేవిన్ కేసి చూపిస్తూ. "అతనే కథానాయకుడు" అన్నాడు.

"యెప్పుడా?" అని లేవిన్ సిగ్గుపడుతూ అన్నాడు. "రేపే, నన్ను గనక అడిగినట్టయితే. యివాళ ప్రధానం, రేపు వివాహం" అన్నాడు.

"చాల్లే, mon cher, పరాచికాలు."

"పోనీ అయితే, ఓ వారం రోజుల్లో."

"యేమిటి, మతిపోయిందా యితనికి."

"యేం యెందుక్కూడదు?"

"ఆయ్ బాప్‌రే!" అని లేవిన్ తొందర చూసి నవ్వుతూ అంది పెద్ద ప్రిన్సెస్. "పెళ్లి కూతురి బట్టలూ అవీ వద్దూ!" అంది.

'పెళ్లికూతురి బట్టలూ గిట్టలూ అన్నీ వుండాలా యేమిటి?' అని దడదడ లాడే గుండెతో లేవిన్ అనుకున్నాడు. 'కాని పెళ్లికూతురి బట్టలూ, ప్రధానం యింకా చెత్తా చెదారం – యేం ఉంటేనేం గాక, నా ఆనందాన్ని పాడు చెయ్యగలవా? లేదు, యేదీ నా ఆనందానికి సోద్దు పెట్టలేదు' అనుకుని అతను కిట్టీ కేసి చూశాడు. పెళ్లికూతురి బట్టల ప్రస్తావన ఆమెకి యే పిసరూ కష్టం కలిగించినట్టే కనిపించింది. 'అంటే దీనర్థం అవి ఉండాలన్నమాట' అనుకున్నాడు.

"నాకీ గొడవలేమీ తెలీవు, వూరికే నాకు తోచింది చెప్పాను" అని నొచ్చుకుంటున్నట్టుగా చెప్పాడు.

"అయితే మనమే స్థిరమైన యేర్పాట్లు చేద్దాం. తాంబూలాలు పుచ్చుకోవడం, ప్రధానం యిప్పుడు జరిపిద్దాం. బాగుంటుంది."

ప్రిన్సెస్ భర్తకేసి జరిగి అతన్ని ముద్దుపెట్టుకుని వెళ్లిపోబోయింది. కాని అతను ఆమెని ఆపుచేసి ఆమె చుట్టూ చేతులు వేసి పడుచు ప్రేమికుడిలా నవ్వుతూ మళ్లీ మళ్లీ ముద్దుపెట్టుకున్నాడు. ఆ ముసలి దంపతులు గందరగోళ పడిపోయినట్టుగా వున్నారు. ప్రేమ పిచ్చివాళ్ళు తామా లేక తమ కూతురా అనేది తేలనట్టు వున్నారు. ముసలాళ్లు అవతలికి

వెళ్లిపోగానే లేవిన్ వధువు దగ్గరికి వెళ్లి ఆమె చేతిని తీసుకున్నాడు. యిప్పుడతను తనని సంభాళించుకున్నాడు. మాట్లాడగలుగుతున్నాడు. ఆమెకి చెప్పాలని అనుకున్నది యెంతో ఉంది. కాని యేం చెప్పాలనుకున్నాడో దాన్ని చెప్పలేదు.

"యిలాగే జరుగుతుందని నాకు తెలుసు. నేనెప్పుడూ ఆశ పెట్టుకోలేదు కాని మనసులో యీ విశ్వాసం పాతుకుంది. ముందే రాసి ఉందని నాకు నమ్మకం ఉంది" అన్నాడు.

"నా సంగతో?" అందామె. "అప్పుడు కూడా..." కిట్టీ ఓ క్షణం ఆగింది. నిశ్చలమైన చూపుని అతని వైపే ఉద్దేశపూర్వకంగా తిప్పి చెప్పింది. "అప్పుడు కూడా, నా అదృష్టాన్ని మోకాలడ్డి తొలగదోసుకున్నప్పుడు కూడా. నేను యెప్పుడూ మిమ్మల్ని మాత్రమే ప్రేమించాను, కాని వ్యామోహంలో పడిపోయాను. నేను యీ విషయాన్ని ఒప్పుకు తీరాలి... మీరు దాన్ని మర్చిపోగలరా?" అంది.

"బహుశా మేలే జరిగింది. మీరు కూడా నన్ను యెంతో క్షమించాల్సి ఉంది. నేను మీకు చెప్పకుండా వుండలేను..."

కిట్టీకి యేదో చెప్పాలని లేవిన్ నిర్ణయించుకున్నాడు, యిది అందులో ఒకటి. ఆదిలోనే రెండు విషయాలు చెప్పాలని అనుకున్నాడు. తను నాస్తికుణ్ణనీ, రెండవది ఆమెకిలాగా పవిత్రుడు కాదనీ. అలా చెప్పడం అతనికి యాతనగానే ఉంది. కాని యీ రెండు విషయాలూ చెప్పడం విధాయకం అనీ అనిపించింది.

"ఉహూం, యిప్పుడు కాదు, తర్వాత" అన్నాడు లేవిన్.

"అలాగే, తర్వాత. కాని చెప్పితీరాలి. నేను దేన్ని గురించీ భయపడను. నాకు అన్నీ తెలియాలి. యేం, యిది ఫైసలయింది కదా."

లేవిన్ ఆమె మాట పూర్తి చేశాడు :

"నేను యెలా వున్నానో అలా మీరు స్వీకరించడం, నన్ను కాదనకుండా ఉండడం ఫైసలయింది. అంతేనా?"

"ఆఁ, ఆఁ, కాదనను" అంది.

Mademoiselle Linon వాళ్ల మాటలకి అడ్డం వచ్చింది. ఆమె ఆప్యాయమైన చిరునవ్వు నవ్వుతూ, అది తెచ్చి పెట్టుకున్నట్టే కనిపించినా తన ప్రియమైనా శిష్యురాలికి శుభాకాంక్షలు చెప్పడానికి వచ్చింది. ఆమె వెళ్లిపోతూనే నౌకర్లు, పనివాళ్లు శుభాకాంక్షలు చెప్పడానికి వచ్చారు, తర్వాత బంధువులు వచ్చారు, యెలాంటి ఆనందమధువులలో ములిగి తేలడం మొదలైందంటే లేవిన్ పెళ్లయిన తర్వాతి రోజుదాకా దాంట్లోనుంచి బయట పడలేకపోయాడు. లేవిన్‌కి యిబ్బందిగా, అసౌకర్యంగా అనిపించింది, కాని అతని ఆనందం నిరంతరాయంగా పెరిగిపోతూ ఉంది. అతనికి తెలియని వాటిని యెన్నటినో అతను చెయ్యాల్సి వచ్చింది, కాని చెయ్యమని చెప్పిన వాటినన్నిటినీ అతను చేశాడు. ఆ చెయ్యడం అతనికి సంతోషం కలిగించింది. తన ప్రధానం మిగతా మామూలు ప్రధానాలు కంటే భిన్నంగా ఉంటుందనీ, వాటిని అనుసరించి ఉండే లాంఛనాలు తన ప్రత్యేక సందర్భంలో సుఖసౌభాగ్యాలకి ఆటంకంగా ఉంటాయనీ

అనుకున్నాడు. కాని జరిగింది యేమిటీ అంటే అతనూ అందరికి లాగానే చేశాడు, దానివల్ల అతని ఆనందం యెక్కువ అయింది, దానివల్ల అతనికి యెంత విశేష ఆనందం కలిగిందంటే అలాంటిది యితరులకి యెన్నడూ తెలిసి ఉండదు.

"ఆc, మనం యిప్పుడు మిఠాయిలు తిందాం" అని M–lle Linon అంటే లేవిన్ మిఠాయిలు కొనడానికి వెళ్లాడు.

"నాకు చాలా సంతోషంగా ఉంది. ఫొమీన్ దుకాణంలో పుష్ప గుచ్ఛాలు కొనాలని నా సలహా" అని స్వియాజ్స్కీ అన్నాడు.

"అలా కొనాలి కదా?" అని అతను ఫొమీన్ దుకాణం దగ్గరికి వెళ్లాడు.

కొంచెం డబ్బు బదులు పుచ్చుకొమ్మనీ, యేమంటే బోలెడు ఖర్చు ఉంటుందనీ, కానుకలు కొనాల్సి ఉంటుందని అన్నగారు సలహా యిచ్చాడు.

"కానుకలు కావాలి కదా?" అని అతను కానుకల కోసం ఫూల్దె దగ్గరికి వెళ్లాడు.

మిఠాయి దుకాణం వాళ్లు, ఫొమీన్ దుకాణం దగ్గర, ఫూల్దె దగ్గర తనకోసం కనిపెట్టుకు చూస్తున్నట్టు మిగిలిన అందరికిలాగానే, తన సంతోషం చూసి వాళ్లకీ సంతోషం కలిగినట్టు కనిపించింది. అసాధారణమైన విషయం ప్రతివాళ్లూ అతనంటే యిష్ట పడడమే కాదు, తనంటే అంతకు ముందు స్నేహభావంలేని వాళ్లు, ఉదాసీనంగా వుండేవాళ్లు,ఆర్ద్రత లేని వాళ్లు కూడా తనపట్ల ముగ్ధులవుతున్నారు, తన కోరికలని నెరవేర్చే ప్రయత్నం చేస్తున్నారు, తన అనుభూతుల పట్ల కోమలత్వం, సరసత్వం చూపిస్తున్నారు. అలాగే తన వధువు పరమ పరిపూర్ణమైం దవడం వల్ల లోకంలో తన కంటే అదృష్టవంతుడు లేడన్న తన విశ్వాసాన్ని మన్నిస్తూ వున్నారు. కిట్టీ కూడా తనకి సంబంధించి అలాగే అనుకుంటోంది. కౌంటెస్ నార్డ్‌స్టన్ కిట్టీకి యింతకంటే మంచి వరుడు లభించి వుండగలడని సూచన చెయ్య సాహసించినప్పుడు కిట్టీ యెంత ఉద్వేగపడి, లోకంలో లేవిన్ కంటే మంచివాడు లేడని తిరుగు లేకుండా చెప్పిందంటే, కౌంటెస్ నార్డ్‌సన్ ఆ విషయాన్ని ఒప్పుకోవాల్సి వచ్చింది. ఆ తర్వాత కిట్టీ ఉండగా ఆమె లేవిన్‌ని కలుసుకోవడం తటస్థిస్తే ఆమె మందహాసం చేస్తూ ప్రశంసాపూర్వకంగా అతన్ని చూసేది.

తన గురించి ఆమెకి యావత్తూ నివేదించుకుంటానని లేవిన్ కిట్టీకి యిచ్చిన మాట ఒక్కటే ఆనాటి పానకంలో పుడక. అతను పెద్ద ప్రిన్స్‌ని సంప్రదించి, అతని అనుమతి తీసుకుని తన అంతరాత్మ క్షోభ అక్షర రూపంలో వున్న డైరీలని ఆమెకి ఇచ్చాడు. తన భవిష్యత్ అర్ధాంగిని దృష్టిలో ఉంచుకునే అతనా డైరీలని రాసి పెట్టుకున్నాడు. అతన్ని రెండు విషయాలు క్షోభపెట్టాయి. ఒకటి తన అపవిత్రత, రెండవది నాస్తికత. అతని నాస్తికతని గురించి ఆమె పెద్ద పట్టించుకోలేదు. ఆమె ఆస్తికురాలు, మతసత్యాలని ఆమె యెప్పుడూ శంకించలేదు. కాని లేవిన్ బాహిర నాస్తికత ఆమెకి చింత కలిగించలేదు. ఆమె ప్రేమ బలంతో అతని మనసులోకి చూసింది, అక్కడ ఆమెకి కనిపించింది పూర్తి తృప్తిని యిచ్చింది. అతని మనస్థితి నాస్తికమైందని అన్నా ఆమెకి యేం ఫర్వాలేదు. రెండవ నివేదన ఆమెకి విపరీతమైన దుఃఖం కలిగించింది.

లేవిన్ మానసిక క్షోభ లేకుండా ఆమెకి తన డైరీలని యివ్వలేదు. తనకీ ఆమెకీ మధ్య యే రహస్యాలూ ఉండరాదనీ, వుండకూడదనీ అతనికి తెలుసు. వాటిని ఆమె చదవాలని అనుకున్నాడు కాని ఆమెమీద యెలాంటి ప్రభావం పడుతుందీ అన్న విషయాన్ని వూహించలేకపోయాడు. ఆ సాయంత్రం థియేటర్‌కి వెళ్లేముందు వాళ్ల యింట్లో అడుగుపెట్టి కిట్టీ గదిలోకి వెళ్లి ఆమె దయనీయ, విచారభరిత వదనం కన్నీళ్లతో తడిసి ముద్దయి ఉండడం చూసినప్పుడు గాని లజ్జాజనకమైన తన గతాన్నీ, ఆమె నిష్కళంక పవిత్రతనీ వేరు చేసే భయంకర అగాధాన్ని అతను అర్థం చేసుకోలేకపోయాడు. తను చేసిన పనికి స్తంభించిపోయాడు.

"తీసెయ్యండి, తీసెయ్యండి యిక్కణ్ణుంచి మీ భయంకరమైన డైరీలని" అని ఆమె బల్లమీదనుచి వాటిని అతని వైపు గెంటుతూ అంది. "యెందుకు మీరు వాటిని నాకిచ్చారు?... వుహుం, యిదే మంచిది లెండి" అని లేవిన్ ముఖంమీద హతాశ చూసి జాలిపుట్టి తన మాట సంబాళించుకుని అంది. "కాని యిది భయంకరం, భయంకరం" అంది.

అతను తల వాల్చుకుని యేమీ మాట్లాడలేదు, యేమీ చెప్పలేకపోయాడు.

"మీరు నన్ను క్షమించలేరా?" అని గొణిగాడు.

"క్షమించడం జరిగింది, కాని యివి భయంకరంగా వున్నాయి."

కాని లేవిన్ ఆనందం యెంత అధికంగా వుందంటే యీ స్వీకారం కూడా దాన్ని తగ్గించలేకపోయింది. కాని ఒక నూతన వర్ణాన్ని ప్రసాదించింది. కిట్టీ అతన్ని క్షమించింది, ఆ క్షణంనుంచీ ఆమె భర్తగా వుండడానికి తన అయోగ్యత యింకా యెక్కువ అతనికి గ్రహింపు అయింది. నైతికపరంగా ఆమె ముందు తను యింకా తల వంచుకోవాల్సివచ్చింది.

17

భోజనాలప్పుడు, ఆ తర్వాతా జరిగిన సంభాషణని గురించే అప్రయత్నంగా ఆలోచిస్తూ కెరనినా తన హోటల్ గదికి తిరిగి వెళ్లాడు. క్షమించండం గురించి దాలీ అన్నమాటలు అతనికి చిర్రెత్తాయి. ఆ క్రైస్తవ ధర్మ సూక్తి యీ సందర్భంలో వర్తిస్తుందా లేదా అనేది చాలా జటిలమైన ప్రశ్న. దాన్ని ఆషామాషీగా చర్చించడానికి లేదు. పైగా కెరనినా యెన్నడనగానో దీనికి నకారాత్మక సమాధానం యిచ్చాడు. అక్కడ యేమేం మాటలు దొర్లినా బుద్ధావతారం, సాధువు అయిన తూరొవ్‌త్సిన్ అన్న మాటలు అతని మనసుకి బాగా నాటుకున్నాయి : భేష్ అదీ, ద్వంద్వ యుద్ధానికి తొడగొట్టాడు, వేరే లోకానికి పంపాడు. ప్రతివాళ్లకీ యీ ముక్క నచ్చినట్టే ఉంది, కాని లోక మర్యాద కోసం అలా పైకి తేలారు కాదు.

'యేమైనా ఆ విషయం ముగిసిపోయింది, దాన్ని గురించి యేమీ ఆలోచించే ప్రశ్నే లేదు' తనలో తను అనుకున్నాడు. గది చేరుకునే వేళకి యీ ఆలోచనలన్నిట్నీ తరిమేసి రాబోయే ప్రయాణం గురించీ, దాని ఉద్దేశ్యం గురించీ ఆలోచిస్తూ వున్నాడు. తనని అనుసరించి గదికి వచ్చిన హోటల్ దరవాన్‌ని తమ నౌకరు యెక్కడ వున్నాడని అడిగాడు. అప్పుడే

బయటికి వెళ్లాడని అతగాడు సమాధానం చెప్పాడు. కెరనిన్ టీ తెమ్మని పురమాయించి బల్ల దగ్గర కూర్చుని ప్రయాణం దారిని రైల్వే గైడ్‌లో చూడ్డం మొదలుపెట్టాడు.

“రెండు టెలిగ్రామ్‌లు వచ్చేయండి, హుజూర్, మన్నించండి, నేనిప్పుడే బయటికి వెళ్లాను” అని లోపలికి వస్తూ నౌకరు అన్నాడు.

కెరనిన్ టెలిగ్రామ్‌లు అందుకుని తెరిచాడు. మొదటి టెలిగ్రామ్‌లో తనకిగా తను ఆశిస్తూ వున్న పదవికి స్త్రెమొవ్‌ని నియిమించినట్టు సమాచారం ఉంది. అతను ఆ టెలిగ్రామ్‌ని నేలకి విసిరి కొట్టి జేవురించుకుని లేచి అటూ యిటూ పచారు చెయ్యడం మొదలుపెట్టాడు. 'Quos vult perdere dementat'[1] అనుకున్నాడు. అంటే అతని దృష్టిలో ఆ ఉద్యోగానికి నియమించిన వాళ్లని. తనకి ఆ స్థానం లభించనందుకు అతనికి కష్టం కలగలేదు, తనని దాటి పోయినందుకు కష్టం కలగలేదు, కాని యీ కేతిగాడు, వదరుబోతు స్త్రెమొవ్ కంటే అసమర్థుడు ఆ ఉద్యోగానికి వుండడనే విషయం వాళ్ల బుర్రకి యెక్కలేదేమో అనేది అతనికి అర్థం కాక గందరగోళ పడిపోయాడు. వాళ్లు స్త్రెమొవ్‌ని నియామనం చేసి తమని నాశనం చేసుకున్నారు, తమ prestige[2] పోగొట్టుకున్నారు.

‘యిందులో కూడా యిలాంటిదే యేదో ఉంటుంది’ అని రెండో టెలిగ్రామ్ విప్పుతూ అనుకున్నాడు. ఆ టెలిగ్రామ్ భార్యనుంచి నీలం పెన్సిల్‌తో వున్నా ‘అన్నా’ అనేమాట మొదటగా అతని కంటికి కనిపించింది. ‘చనిపోతున్నాను. రండి అని వేడుకుంటున్నాను ప్రాధేయ పడుతున్నాను. క్షమాదానం పొంది శాంతంగా కళ్లు మూస్తాను’ అని చదివాడు. అతను తిరస్కారపూర్ణంగా చిరునవ్వు నవ్వి, ఆ టెలిగ్రామ్‌ని విసిరేశాడు. అతని మనసుకి యిది దగా, ఉచ్చు అనిపించింది.

‘తను యెలాంటి మోసానికేనా దిగజారుతుంది. కడుపుతో ఉంది. బహుశా కాన్పు రోజులయి వుండచ్చు. కాని తన ఉద్దేశ్యం యేమై ఉంటుంది? బిడ్డ అక్రమ సంతానం కాదనిపించుకోవాలనేమో నన్ను సమాధాన పరుచుకుని విడాకులు లేకుండా చేసుకోవాలనేమో’ అనుకున్నాడు. ‘కాని యిందులో యేమని ఉంది – చనిపోతున్నాను...’ అతను టెలెగ్రామ్‌ని యింకోసారి చదివాడు. ఆ మాటల ప్రత్యక్ష అర్థం అతన్ని వివశుణ్ణి చేసింది. ‘యిది నిజమే అయితే?’ అనుకున్నాడు. ‘వ్యథ, మృత్యుసామీప్యం ఆమెకి పశ్చాత్తాపం కలిగించాయేమో, నేను యిదేదో ఉచ్చు అనుకుని ఆమె దగ్గరికి వెళ్లడానికి యిష్టంగా లేనేమో. యిది క్రూరం అవుతుంది, అందరూ నన్ను వేలెత్తి చూపిస్తారు, పైగా అలా చెయ్యడం మూర్ఖత్వం కూడానూ’ అనుకున్నాడు.

“ప్యోత్ర్, బగ్గీ పిలు, నేను పీటర్స్‌బుర్గ్ వెళ్లిపోతున్నాను” అని నౌకర్ని పిలిచాడు.

పీటర్స్‌బుర్గ్ వెళ్లి భార్యని చూడాలని కెరనిన్ నిర్ణయించుకున్నాడు. ఆమె జబ్బు గనక అబద్ధం అని తేలితే వెళ్లిపోతాడు. ఆమె నిజంగా జబ్బుగా ఉంటే, చావు బతుకుల మధ్య

[1] వాళ్లకి వినాశకాలే విపరీత బుద్ధి (లాటిన్).

[2] ప్రతిష్ఠ (ఫ్రెంచి).

ఉంటే, చనిపోయే ముందు తనని చూడాలని అనుకుంటే, తను ఆలస్యం కాకుండా వేళకి వెడితే ఆమెని క్షమిస్తాడు. తను వెళ్లడం ఆలస్యమై ఆమె ముందే అంతిమ శ్వాస విడిస్తే సరియైన కర్మకాండ జరిపిస్తాడు.

ప్రయాణంలో తను చెయ్యవలసిం దాన్ని గురించి యిక ఆలోచించలేదు.

రాత్రంతా రైలు ప్రయాణం చేసి అలసిపోయి తనకోసం యే కార్యక్రమాలు నిరీక్షిస్తూ ఉన్నాయో వాటి గురించి అనుకోకుండా, కెరనినా పొగమసక కమ్మిన పీటర్స్‌బర్గ్ నగరంలో రాజపథంలో నేరుగా ముందుకే చూస్తూ, బగ్గీలో వెడుతున్నాడు. అతనా విషయం గురించి ఆలోచించలేకపోయాడు. యేమంటే అతనికి అన్నా చనిపోతే తన పరిస్థితిలో వున్న కష్టాలన్నీ పరిష్కారం అయిపోతాయన్న అవగాహన కళ్ల ముందు తారట్లాడింది. రొట్టెలమ్మే కుర్రాళ్లు, మూసి ఉన్న దుకాణాలు, రాత్రింబవళ్ళు తోలేవాళ్ళు, కాలిబాటలు తుడిచేవాళ్లు అతని కళ్లముందు దూసుకుపోతున్నారు. యింటి గుమ్మం దగ్గరికి వెళ్లాడు. గుమ్మం ముందు ఓ అద్దె బండి, ఓ బగ్గీ వున్నాయి. యీ బగ్గీలో తోలేవాడు కునుకు తీస్తున్నాడు. గుమ్మం దగ్గరికి వెడుతూ కెరనినా తన మనసులో యే మూలనో చేసుకుని వుంచుకున్న నిర్ణయాన్ని అద్దంలాగా యివతలికి తీసి చూసుకున్నాడు. 'యిది గనక మోసం అయితే తిరస్కారపూర్వక శాంతంతో చటక్కున అక్కడినుంచి వెళ్లిపోవడం, నిజం గనక అయితే వ్యావహారిక మర్యాదలు పాటించడం' అనేది ఆ నిర్ణయం.

కెరనిన్ గుమ్మం దగ్గర గంట కొట్టక ముందే దరవాన్ తలుపు తీశాడు. టై లేకుండా, పాత కోటు వేసుకుని స్లిప్పర్లు తొడుక్కున్న దరవాన్ పెత్రోవ్, లేకపోతే కపితోనిచ్, వింతగా కనిపిస్తున్నాడు.

"అమ్మగారికెలా వుంది?"

"నిన్న పురుడు వచ్చింది, యిబ్బంది లేకుండా."

కెరనిన్ ఆగేడు, అతని ముఖం వివర్ణమైంది. అప్పుడు అతనికి అవగాహనకి వచ్చింది తను యెంతలా ఆమె మృత్యువుని కోరుతున్నదీ.

"ఆమె వంట్లో యెలా ఉంది?"

ఆ సమయంలో ఉదయంపూట వేసుకునే ఆప్రన్ వేసుకుని కొర్నేయ్ మెట్లు దిగి పరిగెత్తుతూ వచ్చాడు.

"యేం బాగా లేదండి, నిన్న కొంతమంది డాక్టర్లు వచ్చారు, యిప్పుడు కూడా ఓ డాక్టరు పక్కనే ఉన్నాడు" అన్నాడతను.

"సామాన్లు లోపలికి తెప్పించు" అన్నాడు కెరనిన్, యింకా మృత్యువు అవకాశం వుందని యీ మాటలని విని తేలిక పడుతూ లోపలికి వెళ్లాడు.

చిలక్కొయ్యని సైనిక ఓవర్ కోటు వొకటి వేలాడుతోంది. కెరనిన్ దాన్ని చూశాడు.

"యెవరున్నారక్కడ?" అని అడిగాడు.

"డాక్టరుగారు, మంత్రసాని, కౌంట్ వ్రాన్‌స్కీ."

కెరనిన్ లోపలి గదుల్లోకి వెళ్లాడు.

డ్రాయింగు రూమ్‌లో యెవళ్లూ కనిపించలేదు. అతని అడుగుల చప్పుడు విని ఊదారంగు రిబ్బన్‌ల టోపీ పెట్టుకున్న మంత్రసాని లోపలినుంచి యివతలికి వచ్చింది.

ఆమె కెరనిన్ దగ్గరికి వచ్చింది. మృత్యువు సమీపంలో వున్నప్పుడు వచ్చే చొరవతో కరేనిన్ చేతిని పట్టుకుని అతన్ని పడక గది లోపలికి తీసుకువెళ్లింది.

"దేముడి దయవల్ల మీరు వచ్చారు. ఆమె మీ గురించి మాత్రమే, పలవరిస్తూ వున్నారు" అని చెప్పింది.

"మంచు ముక్క యిలా యివ్వాలి! గబగబా!' అని ఆదేశిస్తున్నట్టు డాక్టరు కంఠధ్వని వినిపించింది.

కెరనిన్ అన్నా గదిలోకి వెళ్లాడు. ఆమె రాత బల్లపక్కన కురచ కుర్చీమీద కాళ్లు ఒకవైపు వేసి వ్రాన్‌స్కీ కూర్చున్నాడు. చేతుల్లో ముఖం పెట్టుకుని ఏడుస్తున్నాడు. డాక్టరు గొంతుక విని ముఖంమీదనుంచి చేతులు తీసేసి ఒక్క ఉదుట్న నుంచున్నాడు. వెంటనే అతనికి కెరనిన్ కనిపించాడు. కెరనిన్‌ని చూడగానే అతను చకితుడైపోయి, మళ్లీ కుర్చీమీద కూలబడి, కనిపించకుండా అదృశ్యం అయిపోవాలని అనుకుంటున్నట్టుగా తలని భుజాల మధ్యకంటా వాల్చుకున్నాడు. కాని మళ్లీ ప్రయాసమీద సంబాళించుకుని లేచాడు.

"ఆమె అవసాన దశలో ఉంది. ఆశ కనిపించడం లేదని డాక్టర్లు అంటున్నారు. నేను సంపూర్తిగా మీ దయాదాక్షిణ్యాలమీద ఆధారపడ్డాను. కాని నన్నిక్కడ వుండనివ్వండి... అయినా మీ యిష్ట ప్రకారం చేస్తాను నేను..."

యితరుల బాధ కంట బడినప్పుడు ఎప్పుడూ కలిగే మానసిక దౌర్బల్యం వ్రాన్‌స్కీ కన్నీళ్లు చూసినప్పుడు కలిగింది. అతను వెంటనే ముఖం తిప్పేసుకుని వ్రాన్‌స్కీ చెప్పేది పూరా వినకుండానే గబగబా పడక గది గుమ్మం దగ్గరికి వెళ్లిపోయాడు. లోపలినుంచి అన్నా గొంతుక వినిపించింది. ఆమె స్వరం స్వచ్ఛంగా, జీవంతో తొణికిసలాడుతూ, కచ్చితమైన తూగుతో ఉంది. కెరనిన్ లోపలికి అడుగుపెట్టి ఆమె మంచం దగ్గరికి వెళ్లాడు. ఆమె ముఖం అతనివైపే పెట్టుకుని పడుకుంది. ఆమె చెక్కిళ్లు యెర్రగా వున్నాయి. ఆమె కళ్లు తళతళమంటున్నాయి. గౌను కఫ్స్‌నుంచి యివతలికి వచ్చిన తెల్లని చిన్న చేతులు దుప్పటీ అంచులతో ఆడుకుంటున్నాయి. ఆమె ఆరోగ్యంగా, తాజాగానే కాకుండా మంచి మానసిక స్థితిలో వున్నట్టు కూడా కనిపించింది. ఆమె గబగబా, ఉచ్చ స్వరంతో, అసాధారణమైన నిర్దుష్ట ధ్వనితో, ఉద్రేకభరిత కంఠంతో మాట్లాడింది.

"యేమంటే అలెక్సేయ్... నేను మా ఆయన అలెక్సేయ్ అలెగ్జాంద్రోవిచ్ గురించి మాట్లాడుతున్నాను (యిద్దరి పేర్లూ అలెక్సేయ్ కావడం యెంత వింత, భయంకర కాకతాళీయ ఘటన!) అలెక్సేయ్ నన్ను తిరస్కరించరు. నేను మర్చిపోతాను, ఆయన నన్ను క్షమిస్తారు... కాని ఆయన రారేం? ఆయన జాలి మనిషి. యెంత మంచి మనసున్న నాడో తనకే తెలీదు. ఓయ్! దేముడా! యెంత క్షోభగా ఉంది! నీళ్ళు కావాలి, గబగబా! అబ్బ! కూడదు, బిడ్డకి

చెరుపు చేస్తుంది. వూ౦, సరే, దాన్ని దాదికి యివ్వండి. అదే మంచిది. ఆయన వస్తారు, దీన్ని చూసి కష్టం కలుగుతుంది. దాదికి యివ్వండి."

"అన్నాగారూ, ఆయన వచ్చారు" అని ఆమె దృష్టిని కెరనినా వైపు మళ్లించాలని మంత్రసాని అంది.

"ఓహ్! యేం వాగుడు!" అని అన్నా భర్తని చూడకుండా అంటూనే ఉంది. "దాన్ని నా దగ్గరికి తీసుకు రండి, నా దగ్గరికి. ఆయన యింకా రాలేదు. యెవళ్లకీ ఆయన గురించి తెలీదు. అందుకనే క్షమించడని అంటున్నారు. నా ఒక్కత్తెకే తెలుసు. యిది నాకు సంబంధించి దుఃఖకరమైంది. ఆయన కళ్లు! సెర్యోష కళ్లు అలాంటివి. అందుకనే వాడి కళ్లు చూడలేను. సెర్యోషకి అన్నం పెట్టారా? మీరంతా వాణ్ణి గురించి పట్టించుకోకుండా వదిలేస్తారని నాకు తెలుసు. ఆయన మర్చిపోరు. సెర్యోషని మూల గదిలోకి మార్చి Mariette ని తోడు పడుకోమని చెప్పాలి."

వున్నట్టుండి ఆమె మాట తెంపేసింది. ముడుచుకుపోయింది – మీద పడబోయే దెబ్బని తప్పించుకోవాలన్నట్టుగా చేతుల్ని ముఖంపైకి యెత్తుకుంది. భర్తకేసి చూసింది.

"లేదు, లేదు. ఆయనంటే నాకు భయం లేదు. చావంటే భయంగా ఉంది. అలెక్సేయ్ యిటు నా దగ్గరికి రావాలి. నాకు వ్యవధి లేదు, అందుకని త్వరపడుతున్నాను. ఎక్కువ బతకను, జ్వరం మళ్ళీ ఉధృతంగా వస్తుంది, అప్పుడు నాకు స్పృహ ఉండదు. యిప్పుడు వుంది, అన్నీ అన్నీ తెలుస్తాయి" అంది.

కెరనిన్ ముడతలు పడ్డ ముఖంమీద తీవ్ర వేదనాభరిత భంగిమ కనిపించింది. అతను ఆమె చేతిని తీసుకుని యేదో చెప్పబోయాడు గాని ఒక్క ముక్క కూడా పెగల్లేదు. అతని కింది పెదవి వణికింది, కాని అతను యింకా అమిత ఆవేశభరితుడై వున్నాడు. మధ్య మధ్యన ఆమెకేసి చూశాడు, అంతే. అలా చూసినప్పుడల్లా ఆమె కళ్లు తనమీదనే లగ్నమై ఉన్నట్టు కనిపించింది. ఆ చూపు యెంత ఆర్ద్రభరిత ముగ్ధత్వంతో కనిపించిందంటే అంతకు ముందు అలాటిది ఆమె కళ్లల్లో కనిపించలేదు.

"కొంచెం ఆగు, నీకు తెలీదు... ఆగండి, ఆగండి..." అని ఆమె తన ఆలోచనల్ని కూడదీసుకునే ప్రయత్నంలో వున్నట్టు మౌనంగా ఉండిపోయింది. "ఆ౦!" అని చెప్పడం మొదలుపెట్టింది. "ఆ౦, యిదీ నే చెప్పదలచుకున్నది. నన్ను చూసి ఆశ్చర్యపోవద్దు – నేను మారలేదు... కాని నన్నెవరో ఆవేశించారు లోపల, ఆమెని చూస్తే నాకు భయంగా ఉంది. ఆమె ఆ మనిషిని ప్రేమించింది, నేను నిన్ను అసహ్యించుకోవాలని ప్రయత్నించాను, కాని నేను ముందర వున్న మనిషిగా నన్ను మర్చిపోలేకపోయాను. నేను ఆమెని కాదు. నేనిప్పుడు అసలు మనిషిని, పూర్తిగా. నేనిప్పుడు చనిపోతున్నాను, చనిపోతున్నానని నాకు తెలుసు, అతన్ని అడుగు. యిప్పుడు చేతులమీద, కాళ్లమీద ఆ భారం నాకు తెలుస్తుంది. వేళ్లు ఎలా వున్నాయి – చాలా పెద్దవిగా ఉన్నాయి. కాని అంతా త్వరలోనే ముగిసిపోతుంది. నా కోరిక అల్లా ఒకటే నన్ను మన్నించు, పూర్తిగా క్షమించు. నేను పాపిష్టిని. నేను రోమ్ వెళ్లిపోతాను

అక్కడ యెడారి ఉంది, అప్పుడిక నావల్ల ఎవళ్లకీ చింత కలగదు. ఒక్క సెర్యోషనీ, యీ చిన్న పాపనీ తీసుకెడతానంతే… లేదు, నువ్వు నన్ను క్షమించలేవు. నాకు తెలుసు యిలాంటి పనికి క్షమ లేదు. అబ్బ, లేదు, వెళ్లిపో, నువ్వు అతి మంచివాడివి" అని అన్నా సలసల కాగిపోతే చేత్తో అతని చేతిని పట్టుకుని రెండో చేత్తో అతన్ని దూరం గెంటింది.

కెరనిన్ మానసిక దౌర్బల్యం అని అనుకుంటూ వున్నది అలా కాక మానసిక పరమానంద స్థితి తను అంతకుముందు యెరగని సుఖాన్ని ప్రసాదిస్తోంది అనీ అతనికి అనిపించింది. తను జీవితం అంతా అనుసరించ ప్రయత్నిస్తూ ఉన్న క్రైస్తవ ధర్మ నియమం, శత్రువుల్ని ప్రేమించు, క్షమించు అని శాసిస్తోన్న విషయం అతనికి తట్టనే లేదు. కాని శత్రువుల్ని అలా ప్రేమించడవం వల్ల క్షమించడం వల్ల ఆనందం కలిగి అతని ఆత్మ నిండిపోయింది. అతను మంచం పక్కన మోకాలిమీద వాలి, గౌను కిందనుంచి సలసల కాగిపోతూ ఉన్న ఆమె చేతిమీద తల పెట్టి చిన్న పిల్లవాడిలా వెక్కి వెక్కి యేడ్చాడు. జుట్టు పల్చబడిపోతూ వున్న అతని తలని ఆమె చేతుల్లోకి తీసుకుని, తనవైపు లాక్కుని, విజయ గర్వంతో తొణికిసలాడే కళ్లని ఎత్తింది.

"ఆయన వచ్చారు! నాకు తెలుసు. యిప్పుడు అందరికీ సెలవు, అందరికీ!.. వాళ్లు మళ్లీ వెనక్కి వచ్చారు, యేం వాళ్లు వెళ్లరెందుకని?… అబ్బ, నామీదనుంచి తీసెయ్యండి యీ ఫర్ కోట్లని!"

డాక్టరు మెల్లిగా ఆమె చేతిని విడిపించి ఆమెని తలగడమీద ఆన్చేడు. భుజాలదాకా కప్పాడు. ఆమె కిమ్మనకుండా వాలి పడుకుని మెరిసే కళ్లతో శూన్యంకేసి చూస్తూ ఉంది.

"ఒక్క విషయం గుర్తుంచుకోవాలి, నాకు క్షమాభిక్ష మాత్రమే కావాలి, మరేం అక్కర్లేదు… 'అతను' రాడేం?" అని గుమ్మం దగ్గర నుంచున్న వ్రాన్‌స్కీ కేసి చూస్తూ అంది. "యిటు రా, యిటు రా! యీయనతో చెయ్యి కలుపు."

వ్రాన్‌స్కీ మంచం దగ్గరికి వచ్చాడు. ఆమెని చూసి ముఖాన్ని మళ్లీ చేతులతో కప్పేసుకున్నాడు.

"చేతులు తీసేసి ఆయన కేసి చూడు. ఆయన రుషి! చేతులు తీసెయ్యి, ఆఁ" అంది కోపంగా. అప్పుడు భర్తకేసి తిరిగి "ఆలెక్సేయ్, యితని ముఖంమీద చేతులు తీసెయ్యి, యితని ముఖం చూడాలని వుంది నాకు" అంది.

వ్రాన్‌స్కీ ముఖంమీద పెట్టుకున్న చేతుల్ని కెరనిన్ తీశాడు. వ్రాన్‌స్కీ ముఖం లజ్జతో, వ్యధతో వికారంగా కనిపిస్తోంది.

"యిప్పుడు యితని చేత్తో చెయ్యి కలుపు. యితన్ని క్షమించు."

కెరనిన్ కళ్లల్లో ఉబికి వస్తూ వున్న నీళ్లని ఆపుకునే ప్రయత్నం చెయ్యకుండానే వ్రాన్‌స్కీ వైపు చేతిని చాచాడు.

"దేవుడి కృప! దేవుడి కృప!" అందామె. "యిప్పుడు నేను సిద్ధంగా వున్నాను. కొంచెం కాళ్లు చాచుకుంటాను… యిలా. ఇప్పుడు బాగుంది. ఆ పువ్వులు అలా అసహ్యంగా

ఉన్నాయేమిటి? వయొలెట్ పూలల్లా లేనే లేవు అసలు!" అంది వాల్ పేపర్ కేసి చూస్తూ. "ఓరి దేముడోయ్! యెప్పుడు అంతమవుతుందిది? నాకు మత్తుమందు యివ్వండి! మత్తుమందు! అబ్బా! అబ్బా! అబ్బా!" అని అరిచింది.

మంచంమీద అటూ యిటూ దొర్లడం మొదలుపెట్టింది.

ఆ డాక్టరూ, యితర సహ డాక్టర్లూ అది ప్రసూతి జ్వరం అని చెప్పారు. ఎక్కడో నూటికి ఒకటీ రెండూ తప్పిస్తే గండం గడిచి బయట పడడం కష్టం అట. రోజంతా ఆమెకి జ్వరం పేల్చేసింది. సంధి స్థితిలోనేనా ఉంది, స్పృహ లేకుండానేనా ఉంది. అర్ధరాత్రి వేళకి పూర్తిగా స్పృహ పోయింది. నాడి అందీ అందకుండా పడిపోయింది.

యే క్షణంలోనేనా ప్రాణం పోవచ్చుననే స్థితిలో ఉంది.

వ్రాన్‌స్కీ యింటికి వెళ్లిపోయాడు. పొద్దుటే మళ్లీ వచ్చాడు. కెరనినా అతన్ని హాల్లోనే కలుసుకోవడం తటస్థించింది.

"మీరు ఉండిపొండి, ఆమె మిమ్మల్ని చూడాలని అనుకుంటుందేమో" అని, తనే అతన్ని ఆమె గదిలోకి తీసుకువెళ్లాడు.

పొద్దుటిపూట ఆమెకి మళ్లీ ఉత్తేజం వచ్చింది. మాటల్లో, ఆలోచనల్లో చురుకుదనం వచ్చింది. మళ్లీ స్పృహ పోయింది. మూడవ రోజు కూడా యిదే ధోరణి సాగింది. ఆశ మిణుక్కుమంటోందని డాక్టర్లు చెప్పారు. ఆ రోజున వ్రాన్‌స్కీ కూర్చున్న గదిలోకి కెరనిన్ వెళ్లాడు. తలుపు మూసేసి అతనికి ఎదురుగా కూర్చున్నాడు.

"కెరనిన్ గారూ" అని వ్రాన్‌స్కీ మొదలుపెట్టాడు, సంజాయిషీలు చెప్పుకునే వేళ వచ్చిందని గుర్తించి. "నేను ఏమీ చెప్పలేకుండా ఉన్నాను. అర్థం చేసుకోలేకుండా వున్నాను. నా పట్ల సానుభూతి చూపించండి. మీకు ఎంతో కష్టంగా వుండక తప్పదు కాని నా పరిస్థితి యింకా అధ్వాన్నం అని నమ్మండి" అన్నాడు.

అతను లేవబోయాడుగాని కెరనిన్ అతని చెయ్యి తీసుకుని అన్నాడు :

"నేను చెప్పేది పూరా వినమని వేడుకుంటున్నాను. యిది చాలా అవసరం. నా మనసులో మాటని స్పష్టంగా చెప్పుకోవడం యేమంటే నా పట్ల మీకు తప్పు అభిప్రాయం ఉండకూడదని. నా మనసులో వున్న మాటలు నన్ను నడిపించాయి, నడిపిస్తాయి. మీకు తెలుసు నేను విడాకులు యిచ్చేద్దామని నిర్ణయించుకుని, తత్సంబంధమైన చర్యలు మొదలుపెట్టాను కూడా. యిలా చెయ్యి మొదలుపెట్టడానికి గుంజాటన పడ్డ విషయం మీ దగ్గర దాచను, శంకలతో నలిగిపోయాను. మరో విషయం కూడా దాచుకోకుండా చెప్పేస్తాను, మీ మీద, ఆమెమీద పగ తీర్చుకోవాలన్న తపనతో బాధపడ్డాను. ఆమె టెలిగ్రాం అందుకుని యిక్కడికి వచ్చినప్పుడు కూడా నా మనసు మారకుండానే ఉంది. అంతే కాదు, ఆమె చావుని కోరుకున్నాను...కాని..." అతను తన అనుభూతుల్ని వెల్లడి చెయ్యాలా లేదా అని ఆలోచించుకుంటూ ఆగాడు. "కాని ఆమెని చూసి క్షమించాను. క్షమాదానం చేసిన ఆనందం నేనేం చెయ్యాలో ఆ కర్తవ్యాన్ని నాకు చూపించింది. నేనామెని పూర్తిగా క్షమించాను. నేను 'ఎడమ చెంప కూడా తిప్ప'

కోరుకుంటున్నాను. నా 'అంగీ తీసుకున్నప్పుడు పై వస్త్రమును యివ్వడా'నికి తయారుగా ఉన్నాను. నా ప్రార్థన అల్లా భగవంతుడు నాకీ క్షమాదాన ఆనందాన్ని దూరం చెయ్యకుండా వుండాలనే." అతని కళ్లల్లో నీళ్లు తిరిగాయి. అతని దృక్కులోని నిర్మలత్వాన్నీ, ప్రశాంతినీ చూసి వ్రాన్‌స్కీ చకితుడై పోయాడు. "యిదీ నా పరిస్థితి" అని కెరనినా సాగించాడు. "నన్ను దుమ్ములో అణగదొక్కవచ్చు, నలుగురి ముందూ నవ్వుల పాలు చెయ్యవచ్చు. కాని ఆమెని పరిత్యజించను, ఒక్క పరుషవాక్కు మీరు నా నుంచి వినరు. నా కర్తవ్యం స్పష్టం అయింది. నేను ఆమెతో కలిసి ఉండాలి నేను కలిసి ఉంటాను. ఆమె మిమ్మల్ని చూడగోరితే మీకు కబురు చేస్తాను. కాని మీరు ప్రస్తుతం యిక్కడినుంచి వెళ్లిపోవడం మంచిది" అన్నాడు.

అతను లేచి నుంచున్నాడు, వెక్కిళ్లవల్ల అతని కంఠం రుద్ధమైంది. వ్రాన్‌స్కీ కూడా లేచి నుంచున్నాడు. నిటారుగా నుంచోలేక, భుజాలు పంచుకునే అతనికేసి చూశాడు. కెరనిన్ మనోభావాలు అతనికి అవగాహన కాలేదు. కాని అవి ఉన్నతమైనవనీ, తన దృష్టి క్షేత్ర పరిధికి బయట ఉండి తను అందుకోలేనివనీ గ్రహించాడు.

18

కెరనిన్‌తో సంభాషణ తర్వాత వ్రాన్‌స్కీ యింట్లోనుంచి బయటికి వచ్చి మెట్ల ముందు నుంచుండిపోయాడు. యెంతో కష్టంమీద తను యెక్కడ ఉన్నదీ, నడిచి గాని బగ్గీలో గాని యెక్కడికి వెళ్లాల్సి ఉంది అర్థం చేసుకోబోయాడు. తను లజ్జితుడుగా, అవమానితుడుగా, దోషిగా, తన అవమానాన్ని స్నపతం చేసుకునే మార్గంలేని వాడుగా అతనికి అనిపించింది. అప్పటిదాకా తను యెంతో గర్వంగా, సునాయాసంగా నడుస్తూ ఉన్న బాటమీదనుంచి పిడుగు పడినట్టుగా ఉందతనికి. అంత వరకూ యెంతో దృఢంగా ఉన్నవన్నీ, తను ఆధారపడగల జీవిత సకల నియమాలూ, అలవాట్లూ అన్నీ హఠాత్తుగా మృషామయంగా, అనుచితమైనవిగా తయారయ్యాయి. వంచితుడైన భర్త, అప్పటిదాకా తన అదృష్ట మార్గంలో యాదృచ్ఛికంగా, ఒక మేర వరకూ హాస్యాస్పదంగా, అవరోధంగా వున్న మనిషిని, హఠాత్తుగా ధర్మపత్ని స్వయంగా పిలిపించి, కళ్లు తిరిగి పోయేటంత యెత్తులో అధిష్టింపచేసింది. ఆ యెత్తులో యీ భర్త క్రూరుడుగా, కపటిగా హాస్యాస్పదుడిగా కనిపించలేదు; ఉదారుడిగా, సాధుమూర్తిగా మహోన్నతుడిగా కనిపించాడు. వ్రాన్‌స్కీ దీన్ని గుర్తించకుండా ఉండలేక పోయాడు. అనుకోకుండానే భూమికలు మారిపోయాయి. కెరనిన్ ఔన్నత్యం, తన నీచత్వం, కెరనిన్ ఔచిత్యం తన అనౌచిత్యం గుర్తించాడు. కెరనిన్ దుఃఖంలో కూడా ప్రదర్శించిన ఔదార్యం, తను చేసిన వంచనలోని తుచ్ఛత్వం, నైచ్యం అతను గుర్తించాడు. తను అన్యాయంగా యేవగించుకున్న ఆ మనిషి ముందు తను నైచ్యంగా వున్నానన్న గుర్తింపు, అప్పుడు అతను అనుభవిస్తున్న బాధలో ఒక లఘు అంశం మాత్రమే. అతను మాటల్లో చెప్పలేనంత వ్యధ యెందుకు అనుభవిస్తున్నాడంటే, యిటీవల అన్నాపట్ల తగ్గుతోందీ అని అనుకున్న తన కాంక్షాభరిత ప్రేమ ఆమెని శాశ్వతంగా పోగొట్టుకున్నానన్న గుర్తింపువల్ల యెన్నడూ లేనంత

తీవ్రంగా జ్వలించింది. జబ్బుగా ఉన్నప్పుడు అన్నాని అతను సంపూర్తిగా గుర్తించాడు. ఆమె అంతరంగంలోకి చూశాడు. అప్పటి దాకా తను ఆమెని ప్రేమించలేదనే అనిపించింది. యిప్పుడు, ఆమెని పూర్తిగా యెరిగినప్పుడు, యెలా ప్రేమించాలో అలా ప్రేమించ మొదలుపెట్టినప్పుడు ఆమె ముందు అవమానితుడైపోయాడు, శాశ్వతంగా దూరమైపోయాడు, ఆమె మనసులో లజ్జాకరమైన తన స్మృతిని వదిలిపెట్టి పోతున్నాడు. సిగ్గుతో యెర్రబడిన తన ముఖంమీదనుంచి తన చేతుల్ని కెరనినా తీసెయ్యడం కంటే భయంకరమైన హాస్యాస్పదమైన, లజ్జాకరమైన స్థితి మరొకటి తనకి సంబంధించి వుండబోదు. అతను కెరనిన్ యింటి మెట్లమీద కొరడు బారిపోయి, యేం చెయ్యాలో తోచక నుంచుండిపోయాడు.

“బగ్గీ తెప్పించమంటారా, ప్రభూ” అని దరవాన్ అడిగాడు.

“ఆc, తీసుకు రా.”

వ్రాన్స్కీకి మూడు రోజులుగా కంటిమీద కునుకు లేదు. ఇంటికి చేరగానే బట్టలు మార్చుకోకుండానే ముఖం బోర్ల పెట్టి తల చేతిలో పెట్టుకుని సోఫామీద పడిపోయాడు. అతని బుర్ర బరువెక్కిపోయింది. యెంతో వింత వింత బింబాలు, జ్ఞాపకాలు, ఆలోచనలు ప్రచండ వేగంతో, స్పష్టతతో బుర్రలో దూసుకుపోతున్నాయి. రోగి కోసం మందుని చెంచాలో తను పోస్తున్నట్టు, అది కొంచెం కింద వొలికినట్టూ కాసేపు కళ్ల ముందర మెదిలింది. కాసేపు మంత్రసాని తెల్లనిచేతులు కళ్ల ముందు కనిపించాయి, కాసేపు కెరనిన్ వింతగా మంచం పక్కన మోకాలిమీద కూర్చున్న దృశ్యం తారట్లాడింది.

‘నిద్రపోవాలి, మర్చిపోవాలి’ అని ఆరోగ్యవంతుడు అలిసిపోయి పడుకోవాలనుకుంటే పడుకోగలిగిన శాంత చిత్తంతో, విశ్వాసంతో అనుకున్నాడు. నిజంగానే ఆ క్షణంలో అతని బుర్ర మసక బారిపోయింది, అతను విస్మృతిలో పడిపోతున్నాడు. అచేతన జీవన తరంగాలు అతని మనసుమీద దుమకడం మొదలుపెట్టాయి. ఉన్నట్టుండి విద్యుత్ఘాతం కర్కశంగా తగిలినట్టు సోఫామీద అతని యావచ్ఛరీరం కుదిలింది, భయంతో చేతులని ఆన్చుకుని అతను ఒక్క ఉదుట్న లేచాడు. అతని కళ్లు విప్పారి తెరుచుకున్నాయి, అసలు అతను వాటిని మూయనే మూయనట్టు. ఎంతో భారంగా వున్నట్టనిపించిన శిరోభారం, అవయవాల అలసత్వం హఠాత్తుగా మాయమైపోయాయి.

‘నన్ను దుమ్ములో అణగదొక్కవచ్చు’ అని కెరనిన్ అన్న మాటలు గింగురుమంటున్నాయి. కెరనిన్ తన ముందు కూర్చుని వున్నాడు. అన్నా జ్వలిస్తున్న చెక్కిళ్లతో, తేజోవంతంగా వున్న కళ్లతో తన కేసి కాక కెరనిన్ కేసి కోమలంగా, ప్రేమగా చూడ్డం కనిపిస్తోంది; కెరనిన్ తన ముఖంమీదనుంచి తన చేతుల్ని తీసినప్పుడు యెంత మూఢుఢిగా, వికృతంగా తను వున్నాడో తనకి కనిపించింది. అతను మళ్లీ పడుకుని కాళ్లు చాచుకుని కళ్లు మూసుకున్నాడు.

‘నిద్రపోవాలి! నిద్రపోవాలి!’ అని అతను మళ్లీ అనుకున్నాడు. కాని కళ్లు మూసుకుంటే, యెంతో స్పష్టంగా, మరపురాని గుర్రప్పందేల ముందు రోజు సాయంత్రం అన్నా యెలా వుందో ఆమె ముఖం ప్రత్యక్షమైంది.

"యిది యిక యెన్నటికీ తిరిగిరాదు. తన స్మృతి పథంలోనుంచి దీన్ని తొలగించుకోవాలని చూస్తోంది. కాని యిది లేకుండా నేను బతకలేను. యెలా మా యిద్దరికీ సర్దుబాటు అవుతుంది? యెలా సర్దుబాటు అవుతుంది?" అని తనకి తెలియకుండానే ఆ మాటల్ని మళ్లీ మళ్లీ అన్నాడు. యీ శబ్ద పునరావృత్తి అతని మస్తిష్కంలో ముసురుకుంటూ వస్తున్న బింబాలా, స్మృతులా గుంపుని దూరం గెంటేసింది. కాని యీ పునరావృత్తి అతని మనసులో చెలరేగే వూహల్ని కొంచెంసేపు మాత్రం అడ్డగించ గలిగింది. అన్నాతో తను గడిపిన మధురాతి మధుర క్షణాలతో బాటు యీ అవమానం మరో సారి ప్రచండ వేగంతో, ఒకదాని తర్వాత ఒకటి ప్రత్యక్షమయ్యాయి. "చేతులు తీసెయ్యి" అని అన్నా గొంతుక వినిపించింది. కెరనిన్ చేతులు తీసేశాడు. ఆ క్షణంలో తన వదనం మీదున్న లజ్జాపూర్వక, మూఢ భంగిమ అతనికి అనుభూతం అయింది.

నిద్రవచ్చే అవకాశం లేదని తెలిసీ నిద్రపోవాలని కృషి చేస్తూ అతనక్కడ అలానే పడుకున్నాడు. మస్తిష్కంలోకి కొత్త దృశ్యాలు రాకుండా చేసుకుందుకు యే ఆలోచనలకి సంబంధించిన కొన్ని శబ్దాలు వచ్చినా వాటిని గొణుక్కుంటూ వున్నాడు. అతనికీ మాటలు పరాయి గొంతుక ఉన్మత్తతో అంటున్నట్టు పౌనఃపున్యంగా వినిపించాయి: "నేను దీని విలువని గుర్తించలేకపోయాను, దీన్ని సరిగా ఆస్వాదించలేకపోయాను. నేను దీని విలువని గుర్తించలేకపోయాను, దీన్ని సరిగా ఆస్వాదించలేకపోయాను."

"యేమిటిది?" నాకేమన్నా పిచ్చెక్కుతోందా?" అని తనలో తను అనుకున్నాడు. "బహుశా అలానే అవుతుందేమో. జనానికి యెందుకు పిచ్చెక్కుతుంది? యెందుకు తమని తమని కాల్చుకుంటారు?" అనుకున్నాడు. కళ్లు తెరిచాడు. తల వైపున వదినగారు వార్య అల్లిక పని చేసిన దిండు కనిపించి ఆశ్చర్యం కలిగింది. దిండు కుచ్చులు వేళ్లతో తడిమాడు. వార్యనీ ఆఖరిసారి కలుసుకున్న సందర్భాన్నీ గుర్తు చేసుకో ప్రయత్నించాడు. కాని మనసు వేరే ఆలోచనలకి మళ్లడం కష్టంగా ఉంది. "నేను నిద్రపోవాలి, నిద్ర పోవాలి" అని దిండుని తలవైపు లాక్కుని అనుకున్నాడు. కళ్లు మూసుకోవడానికే చాలా యాతన పడాల్సివచ్చింది. అతను ఒక్క ఉదుట్న లేచి సోఫా అంచుమీద కూర్చున్నాడు. "నాకు అంతా ముగిసిపోయింది. యిప్పుడేం చెయ్యాలి? బతుక్కి యిక మిగిలిందేమిటి?" అనుకున్నాడు. అన్నా పట్ల ప్రేమ కాకుండా తన జీవితంలో మిగిలిన వాటి గురించి గబగబ ఆలోచనలు వచ్చాయి.

"కాంక్ష? సెర్పుఖొవ్‌స్కోయ్? ఉన్నత సమాజం? రాజ దర్బారు?" దేనిమీదా అతని మనసు లగ్నం కాలేదు. వీటన్నిటికి పూర్వం విలువ వుండేది. యిప్పుడేమీ లేదు. అతను సోఫాలో నుంచి లేచాడు. కోటు తీసేశాడు, బెల్టు వదులు చేసుకున్నాడు. బాగా తేలికగా గాలి పీల్చుకోవడం కోసం ఛాతీమీదనుంచి చొక్కా తీసేశాడు. నేలమీద అటూ యిటూ పచారు చెయ్యడం మొదలుపెట్టాడు. "జనానికి యిలాగే పిచ్చెక్కుతుంది, యిలాగే వాళ్లు పిస్తోలుతో కాల్చుకుంటారు... అవమానం తప్పించుకుందుకు" అని మెల్లిగా మాట జోడించుకున్నాడు.

వ్రాన్‌స్కీ గుమ్మం దగ్గరికి వెళ్లి తలుపు మూశాడు. తర్వాత రెప్పవెయ్యకుండా అలా చూస్తూ, పళ్లు బిగపట్టి మేజా దగ్గరికి వెళ్లాడు. అందులోనుంచి రివాల్వర్ తీసి, తదేకంగా

చూశాడు. గుళ్లు నింపిన దాని గుర్రాన్ని పైకి లేపాడు. ఆలోచనల్లో మునిగిపోయాడు. చేతిలో రివాల్వర్‌తో, తల వాల్చుకుని, ముఖం తీవ్రంగా ముడుచుకుని కొన్ని క్షణాలు అలానే నిలబడిపోయాడు. 'ఖాయంగా' అని ఒక తర్కబద్ధ, దీర్ఘ, స్పష్ట ఆలోచన నిశ్చిత పరిణామం దగ్గరికి చేర్చినట్టు అనుకున్నాడు. నిజానికి ఎంతో నిర్వివాదంగా కనిపించే యీ 'ఖాయంగా' అనేది గత గంటసేపట్లోనూ కనీసం పది సార్లయినా మస్తిష్కంలో పునరావృతమవుతూ వున్న జ్ఞాపకాల, బింబాల పరిణామం మాత్రమే. అవి శాశ్వతంగా ఘనీభవించిపోయిన ఆనంద స్మృతులు, జీవితంలో ముందు ముందు రాబోయేవి నిష్ప్రయోజనకరమన్న భావనలు, తన అవమానం సలుపుతున్న అదే చేతన - యిదే క్రమంలో యీ బింబాల, భావనల సుళ్లు తిరుగుతూ వచ్చాయి.

'ఖాయంగా' అని రెట్టించుకున్నాడు. మూడవసారి అతని ఆలోచనల స్మృతులు వేదనాత్మక విషవృత్తం పరిభ్రమించ సాగింది. అతను రివాల్వర్ ఛాతీమీద యెడమ వైపు పెట్టుకుని, పిడికిలి ముడుచుకుంటున్నట్టుగా చేతిని నొక్కి, ట్రిగ్గర్ నొక్కాడు. గుండు పేలిన చప్పుడు అతనికి వినిపించలేదు, కాని ఛాతీమీద తగిలిన తీవ్ర అఘాతానికి అతను కింద పడిపోయాడు. అతను మేజా అంచుని ఆసరాగా పట్టుకోబోయాడు, రివాల్వర్ కింద పడిపోయింది. ఆశ్చర్యంగా చూస్తూ నేలమీద చతికిల బడిపోయాడు. నౌకరు డ్రాయింగ్ రూమ్‌లో నేలమీద కిర్రు కిర్రు చప్పుడు చేస్తూ గబగబా రావడం వినిపించింది. గట్టి సంకల్పం ప్రయత్నంమీద తను నేలమీద వున్నట్టూ పులి చర్మం తివాసీమీదా చేతిమీదా వున్న రక్తం చూసి తనని తాను కాల్చుకున్నట్టూ అతనికి స్పృహ తగిలింది.

"యెంత తెలివితక్కువ! గురితప్పింది!" అని చేత్తో రివాల్వర్ కోసం తడుముకుంటూ గొణుక్కున్నాడు. రివాల్వర్ దగ్గర్లోనే ఉంది. కాని అది బాగా దూరంలో ఉన్నట్టు అతనికి స్ఫురించింది. దాన్ని చూడాలనే ప్రయత్నంలో అతను వంగాడు, దాంతో పట్టుదప్పి పడిపోయాడు. అతని గాయంనుంచి రక్తం ధారాపాతంగా కారింది.

ఆ నౌకరు చెంపలు పెంచకున్న భారీ మనిషి. తన నరాలు దుర్బలమైనవి చాలాసార్లు పరిచయస్థులతో మొరపెట్టుకునేవాడు. అతను యజమాని నేలమీద పడి ఉండడం చూసి గాభరా పడిపోయి, రక్తం కారుతూ వున్న అతన్ని అలానే వదిలేసి సాయం పిలుచుకురావడానికి పారిపోయాడు. ఓ గంట తర్వాత వ్రాన్‌స్కీ వదినగారు ముగ్గురు డాక్టర్లని వెంటబెట్టుకుని వచ్చింది. ఆ డాక్టర్ల కోసం ఆమె నాలుగు దిక్కులకీ మనుషుల్ని పంపింది. అందరూ ఒకేసారి వచ్చారు. ఆమె గాయపడిన మనిషిని మంచంమీద పడుకోబెట్టి, అతన్ని కనిపెట్టుకుని అక్కడ్నే ఉండిపోయింది.

19

భార్య దగ్గరికి వెళ్లి, ఆమెని చూసే ప్రయత్నంలో వున్నప్పుడు కెరనిన్ పక్షంగా ఓ తప్పు జరిగింది. ఆమె పశ్చాత్తాప మనస్ఫూర్తిగా వుండగలదు, తను ఆమెని క్షమించగలడు, ఆమె కోలుకుని బతకగలదు అనే అవకాశాన్ని కెరనినా దృష్టిలోకి తీసుకోకుండా తప్పు చేశాడు.

అతను మాస్కోనుంచి తిరిగివచ్చిన రెండు నెలలకి యీ తప్పు అతని ముందు పూర్తి శక్తితో ప్రత్యక్షమైంది. అలాంటి అవకాశం వుంటుందని అతను దృష్టిలోకి తీసుకోకపోవడంవల్లనే కాక మృత్యుశయ్యమీద వున్న భార్యని ముఖాముఖీ చూసేదాకా తెలీలేదు. యితరుల బాధ చూసినప్పుడు అతనికి యెలాంటి గాఢ సానుభూతి కలుగుతుందో, దేన్ని అతను అనవసరమైన దౌర్బల్యం అని సిగ్గుపడ్డాడో, దానికి మృత్యుశయ్యమీద వున్న భార్య పక్కన కూర్చున్నప్పుడు మొదటిసారిగా వశుడైపోయాడు. ఆమ పట్ల సానుభూతి, ఆమె చావును కోరుకున్నందుకు పశ్చాత్తాపం, అన్నిటినీ మించి ఆమెని క్షమించడంద్వారా లభించిన ఆనందం అతని బాధని తగ్గించడమే చిత్తశాంతిని ప్రసాదించాయి. తనకి యేది వ్యధాకులితం అయిందో అదే మానసిక సౌఖ్యప్రదాయిని అయిందని హఠాత్తుగా అతను గుర్తించాడు. ఆ సమయందాకా తను అసహ్యించుకుని, తీర్పు చేసి, నిందించిన ఆ జటిల అపరిష్కృత సమస్య, తన మనసు ప్రేమతో, క్షమతో నిండిపోయినప్పుడు సరళంగా స్పష్టంగా కనిపించింది.

అతను భార్యని క్షమించాడు. ఆమె పడుతున్న బాధకీ పశ్చాత్తాపానికీ విచారించాడు. అతను వ్రాన్‌స్కీని క్షమించాడు. అతని పట్ల జాలిపడ్డాడు. కొడుకు పట్ల అతనికి యెక్కువ ప్రేమ కలిగింది. తన కొడుకు గురించి శ్రద్ధ పెట్టనందుకు నొచ్చుకున్నాడు. కాని కొత్తగా పుట్టిన బిడ్డ పట్ల అతనికి దయే కాకుండా అనిర్వచనీయ కోమల అనుభూతి కలిగింది. మొదట్లో ఆ దుర్బల శిశువుపట్ల జాలివల్ల అతను తన కూతురుగాని ఆ పిల్ల గురించి శ్రద్ధ పట్టాడు. తల్లి జబ్బుగా వుండడంవల్ల యెవళ్లూ ఆ పిల్ల గురించి పట్టించుకోలేదు. అతను గనుక శ్రద్ధ చూపించకపోతే ఆ పిల్ల చనిపోయి వుండేదే. తనకి ఆ పిల్ల పట్ల ప్రేమ యెలా పుట్టిందో అతనికే తెలియలేదు. ఒక్కరోజులో అతను కొన్నిసార్లు చంటి బిడ్డ గదికి వెళ్లి చాలా సేపు కూర్చుండి పోయేవాడు. మొదట్లో అతను అక్కడ ఉండడం దాదికి ఆయాకి యిబ్బందిగా ఉండేది. కాని రాను రాను వాళ్లు అలవాటు పడిపోయారు. ఒకోసేపు అతను దగ్గర దగ్గర అరగంటసేపు నిద్రపోతూ ఉన్న ఆ పిల్ల యెండిపోయిన గౌరవర్ణ ముఖం కేసి, ఆ పిల్ల కనుబొమలు ముడుచుకునేటప్పుడు పడే ముతకల కేసి, ముడుచుకున్న వేళ్ల చేతులని వెనక్కి తిప్పి కళ్లనీ ముక్కునీ ఆ పిల్ల రుద్దుకుంటూ వుండడాన్నీ చూస్తూ ఉండిపోయేవాడు. అలాంటి సమయాల్లో కెరనిన్ విశేషంగా మానసిక శాంతి, సంతుష్టి కలిగేవి. తన పరిస్థితిలో అసాధారణమైంది గాని మార్చవలసింది గాని వున్నట్టు అతనికి కనిపించేది కాదు.

తన పరిస్థితి యెంత స్వాభావికంగా కనిపించినప్పటికీ తనని అందులో అలాగే ఉండనివ్వడం జరగదని కాలం గడిచేకొద్దీ అతనికి స్పష్టం అవసాగింది. ప్రతివాళ్లు తన కేసే ప్రశ్నార్థక ఆశ్చర్యంతో చూస్తున్నారని, తనని వాళ్లు అర్థం చేసుకోవడం లేదనీ, తననుంచి యేదో ఆశిస్తూ వున్నారనీ అతను గ్రహించాడు. తన భార్యతో గల సంబంధాలు అస్థిరంగా, అస్వాభావికంగా వున్న విషయాన్ని అతను ప్రత్యేకంగా గుర్తించాడు.

మృత్యు సామీప్యంలో వున్నప్పుడు అన్నా స్వభావంలో మోసులెత్తిన నెనరు జారిపోగానే ఆమెకి తనంటే భయంగా ఉందని, తను ఉంటే ఆమెకి బాధగా ఉందనీ, ఆమె తన ముఖంలోకి

చూడగలిగే ధైర్యం చెయ్యడం లేదనీ కెరనిన్ గమనించాడు. ఆమె తనతో యేదో చెప్పాలని అనుకుంటున్నట్టూ, కాని చెప్పే ధైర్యం చెయ్యలేకపోతున్నట్టూ ఉండేది.

ఫిబ్రవరి ఆఖరిలో అన్నా బిడ్డ, ఆ బిడ్డ పేరు కూడా అన్నాయే, జబ్బు పడింది. పొద్దుటి పూట ఆ బిడ్డ గదికి వెళ్లి చూసి, డాక్టరుకి కబురు పెట్టమని చెప్పి కెరనిన్ సచివాలయానికి వెళ్లిపోయాడు. మధ్యాహ్నం మూడు గంటలదాకా అతను తిరిగి యింటికి రాలేదు. లోపలికి అడుగుపెట్టగానే లాంఛనమైన ఉడుపులు వేసుకుని, ఎలుగు చర్మం జాకెట్ వేసుకున్న అందమైన నౌకరొకడు ఆడమనిషి ఫర్ కోటు పట్టుకుని నుంచుని ఉండడం కనిపించింది.

"యెవరు వచ్చారు?" అని కెరనిన్ అడిగాడు.

"ప్రిన్సెస్ బెట్సీ త్వెరస్కాయా" అని నౌకరు జవాబు చెప్పాడు, అతను చిరునవ్వు నవ్వుతూ అలా జవాబిచ్చినట్టు కెరనిన్‌కి అనిపించింది.

యీ కఠిన కాలం అంతా కూడా తన ఉన్నత సమాజ పరిచయస్థులంతా, ముఖ్యంగా మహిళలు, తన పట్లా, తన భార్య పట్లా యెక్కడ లేని ఆసక్తి కనబరుస్తూ వున్నారని కెరనిన్ గమనించాడు. యీ జనం అంతా ప్రయాసపడి దాచుకోలేకుండా యేదో సంతోషాన్ని, తనకి లాయరు దగ్గరా, యిప్పుడు నౌకరు దగ్గరా కనిపించనలాంటి సంతోషాన్ని. కనిపింప చేస్తున్నట్టు అతనికి అనిపించింది. యెప్పుడు అతన్ని కలుసుకున్నా, ప్రయాసమీద దాచి పెట్టుకున్న సంతోషంతో, వాళ్లు ఆమె ఆరోగ్యం గురించి అతన్ని అడిగేవాళ్లు.

ప్రిన్సెస్ బెట్సీ త్వెర్స్కాయా రావడం కెరనిన్‌కి యిష్టం లేదు. ఆమెతో కలిసి వున్న జ్ఞాపకాలవల్లా, ఆమె అంటే ఉండే అయిష్టతవల్లా కూడా ఆమె రాక అతనికి యిష్టం లేకపోయింది. అందుకని కెరనిన్ భార్య గదిలోకి వెళ్లకుండా తిన్నగా పిల్లల గదిలోకి వెళ్లాడు. మొదటి గదిలో సెర్యోష బల్లమీద ఛాతీ ఆన్చుకుని కుర్చీ పైన మోకాలి మీద వాలి యేదో గీసుకుంటూ హుషారుగా మాట్లాడుతూ వున్నాడు. అన్నా జబ్బు పడినప్పుడు ఫ్రెంచి గవర్నెస్ స్థానంలో వచ్చిన ఇంగ్లీషు గవర్నెస్ సెర్యోష పక్కన కూర్చుని అల్లుకుంటోంది. కెరనిన్ లోపలికి వెళ్లగానే ఆమె హడావుడిగా లేచి నుంచుంది. అతనికి నమస్కారం పెట్టి లేచి నుంచోమన్నట్టు సెర్యోష చొక్కా చేతిని గుంజింది.

కెరనిన్ కొడుకు జుట్టు నిమిరి, భార్య ఆరోగ్యం గురించి అడిగిన గవర్నెస్‌కి సమాధానం చెప్పి, చంటి బిడ్డ గురించి డాక్టరు యేం చెప్పాడని అడిగాడు.

"మరేం బెంగ లేదనీ, చికిత్సా స్నానాలు చేయించమనీ డాక్టరు చెప్పాడు, హుజూర్."

"కాని అది యింకా యేడుస్తూనే ఉంది" అని కెరనినా పక్క గదిలోనుంచి వచ్చే చంటి బిడ్డ ఏడుపు విని అన్నాడు.

"కౌంటెస్ పాల్ వాళ్లకీ అంతే అయిందండి. చంటి బిడ్డకి యేదో వైద్యం చేయిస్తూనే వున్నారు గానండీ, అసలు సంగతి పిల్లలకి ఆకలి తీరకపోవడం అండి. దాది దగ్గర పాలు లేవు."

కెరనిన్ ఆలోచించుకుంటూ కొంచెంసేపు వుండిపోయాడు. తర్వాత చంటి బిడ్డ గదిలోకి వెళ్లాడు చంటి బిడ్డ దాది వొళ్లో తల వెనక్కి వాలేసుకుని, గీపెడుతూ, తన్నుకుంటూ ఉంది. దాది అందిస్తున్న ఉరుస్తనాన్ని ఆమె, ఆయా యిద్దరూ బుజ్జగిస్తూ వున్నాగానీ తోసేస్తోంది.

"యేం వొంట్లో అలాగే ఉందా?" అని కెరనిన్ అడిగాడు,

"చాలా తిక్కగా ఉంది హుజూర్" అని ఆయా అంది.

"దాది దగ్గర పాలు లేవంటోంది మిస్ ఎడ్వర్డ్స్" అన్నాడు.

"నాకూ అలానే అనిపిస్తోందండీ" అంది ఆయా.

"మరి ఆ ముక్క యెందుకు చెప్పలేదు?"

"యెవరికి చెప్పమంటారు? అన్నాగారికి యింకా స్వాస్థ్యంగా లేదు" అని ఆయా కొంచెం కోప్పడుతున్నట్లు అంది.

ఆమె యింట్లో చాలాకాలంగా పనిచేస్తూ ఉంది. ఆమె సీదా సాదాగా అన్న యీ మాటల్లో కెరనిన్‌కి తన స్థితి గురించిన సూచన ధ్వనించింది.

చంటి పిల్ల యింకా ఎక్కువగా గుక్కపట్టి యేడుస్తోంది. ఆయా హుస్సని చెయ్యి విసిరి దాది దగ్గరనుంచి చంటిబిడ్డని తీసుకుని చేతుల్లో వూపుతూ అటూ యిటూ పచార్లు చెయ్యడం మొదలుపెట్టింది.

"దాదిని పరీక్షించమని డాక్టరుకి చెప్పండి' అన్నాడు కెరనిన్.

చక్కగా ముస్తాబై, ఆరోగ్యంతో తోణికిసలాడుతూ వున్నట్టు కనిపించే దాది యేదో మెల్లి మెల్లిగా గొణుక్కుంటూ ఉరువక్షోజాల్ని రవికెతో కప్పుకుని బొత్తాలు పెట్టుకుంటూ, యెక్కడ తనకి ఉద్వాసన జరుగుతుందోననే భయంతో తన దగ్గర పాలు లేవన్న సందేహం పట్ల తిరస్కారపూరితంగా చిరునవ్వు నవ్వింది. ఆ చిరునవ్వులో కూడా కెరనిన్‌కి తన స్థితి పట్ల యేవగింపు కనిపించింది.

"అదృష్టంలేని బిడ్డ" అని తీసుకుని వూరుకో బెడుతూ నడుస్తూ వున్న ఆయా అంది.

కెరనిన్ ఆమె అటూ యిటూ పచారు చెయ్యడం చూస్తూ కూర్చున్నాడు. అతని ముఖంలో బాధ, నిరుత్సాహం కనిపించాయి.

యెలాగైతేనేం పిల్లని సముదాయించి ఊరుకోబెట్టి ఆయా ఉయ్యాల్లో పడుకోబెట్టింది. తలగడాలు సర్ది వెళ్లిపోయింది. అప్పుడు కెరనిన్ లేచి మునివేళ్లమీద కష్టంగా నడిచి బిడ్డ దగ్గరికి వెళ్లాడు. ఓ క్షణమో, రెండు క్షణాల్లో మౌనంగా నుంచుని బిడ్డని నిరుత్సాహంగా చూస్తూ వుండిపోయాడు. హఠాత్తుగా అతని ముఖం చిరునవ్వుతో వెలిగింది. ఆ చిరునవ్వుకి అతని నుదుటిమీద చర్మం కదిలింది, ముందు జుట్టు కదిలింది. మరుక్షణం అతను మునివేళ్ల మీద గది బయటికి వెళ్లిపోయాడు.

భోజనాల గదికి వెళ్లి గంట మోగించి నౌకర్ని పిలిచి డాక్టరుకి మళ్లీ కబురు చెయ్యమని చెప్పాడు. యిలాంటి ముచ్చటైన బిడ్డ గురించి యేమీ పట్టించుకోకుండా వున్నందుకు భార్యమీద చిరాకు కలిగింది. అలా చిరాగ్గా భార్య దగ్గరికి వెళ్లడం యిష్టంలేకపోయింది, ప్రిన్సెస్ బెట్సీని

చూడబుద్ధి పుట్టలేదు. కాని తను మామూలుగా రావాల్సిన వేళకి అతను యెందుకు రాలేదా అని భార్య ఆశ్చర్యపోవచ్చు. అంచేత బలవంతంగా ఆమె గదికి వెళ్లాడు. మందంగా ఉన్న తివాసీమీద అడుగులు వేస్తూ గది దగ్గరికి వెళ్లేటప్పటికి, వినాలని లేకపోయినా కొన్ని మాటలు చెవిన పడక తప్పలేదు.

"అతను యిక్కణ్ణుంచి వెళ్లకుండా వుండిపోయినట్లయితే మీరూ, అతనూ చూసుకోక పోవడం నాకు అర్థమయ్యేది. కాని మీ ఆయన వీటికి అతీతంగా ఉండాలి" అంది బెట్సీ.

"మా ఆయన వల్ల కాదు చూడకపోవడం. నాకే అతన్ని చూడ్డం యిష్టం లేదు. యీ విషయం గురించి మాట్లాడుకోవద్దు లెండి" అని అన్నా ఆవేశంగా అంది.

"కాని మీకోసం పిస్టల్‌తో కాల్చుకున్న వ్యక్తికి వీడ్కోలు చెప్పడానికి నిరాకరిస్తారా? పైగా..."

"సరిగ్గా ఆ కారణంవల్లనే అతన్ని కలుసు కోదల్చుకోలేదు."

ముఖంమీద భయం, దోషిత్వం ద్యోతకమవుతూ ఉండగా కెరనిన్ ఆగాడు, యెవళ్లకీ కనబడకుండానే వెనక్కి వెళ్లిపోదామనుకున్నాడు. అలా చెయ్యడం బాగోదనిపించింది. అందుకని తన రాకని తెలియజేస్తున్నట్టు దగ్గు దగ్గేడు. లోపల మాటలు ఆగిపోయాయి. అతను లోపలికి వెళ్లాడు.

అన్నా బూడిదరంగు డ్రెస్సింగు గౌను తొడుక్కుని సోఫామీద కూర్చుంది. చిన్నగా కత్తిరించిన ఆమె నల్లని గుండ్రటి శిరసుమీద నల్లని టోపీ ఉంది. భర్తని చూసినప్పుడెప్పుడూ జరిగేటట్టుగానే ఆమె ఉల్లాసం అంతా అదృశ్యమైపోయింది. ఆమె తల వాల్చుకుని ఆందోళనగా బెట్సీ కేసి చూసింది. బెట్సీ నవనాగరికంగా ముస్తాబై ఉంది. ఆమె తలమీద పెద్ద టోపీ దీపం షేడ్‌లాగా ఆనింది. ఆమె నీలంరంగు ఫ్రాక్ తొడుక్కుంది. దానిమీద చారలు ఒకవైపు, చోళీమీద చారలు మరో వైపూ ఉన్నాయి. ఆమె బొమ్మ నిటారుగా పెట్టి సోఫామీద అన్నా పక్కన కూర్చుంది. ఆమె తల పంకించి వెటకారంగా చిరునవ్వు నవ్వుతూ కెరనినాని చూసింది.

"ఓహ్" అని ఆమె ఆశ్చర్యపోతున్నట్టుగా అంది. "మిమ్మల్ని యింటి దగ్గర చూడ్డం నాకు చాలా సంతోషంగా ఉంది. మీరు యెక్కడికీ రావడమే లేదు, దాంతో అన్నా జబ్బు పడిం దగ్గర నుంచీ మీరు కనిపించనే లేదు. కాని మీ గురించి అంతా విన్నాను. మీలాంటి భర్త నూటికీ కోటికీ గాని దొరకరు" అని ఆప్యాయంగా, అర్థవంతంగా ఉండే గొంతుకతో, తను అతనికి విశాలహృదయుడన్న పతకం ప్రదానం చేస్తున్నట్టుగా అంది.

కెరనిన్ అంత పట్టించుకోనట్టుగా వంగి వందనం చేసి భార్య చేతిని ముద్దుపెట్టుకుని యెలా ఉందని అడిగాడు.

"బాగానే ఉన్నట్టుంది" అని అతని కళ్లకేసి చూడకుండా ఆమె జవాబు చెప్పింది.

"కాని మీ ముఖం జ్వరం వచ్చినట్టు కనిపిస్తోంది" అన్నాడు "జ్వరం' అనేమాటని వొత్తి పలుకుతూ.

"మేమిద్దరం యెక్కువగా మాట్లాడుకుంటున్నాం. యిది నా స్వార్థమే. అందుకని యిక నేను దిగడతా" అంది బెట్సీ.

ఆమె లేచి నుంచుంది. కాని అన్నా హఠాత్తుగా సిగ్గుపడుతూ గబుక్కున ఆమె చేతిని పట్టుకుంది.

"అబ్బే, అప్పుడేనా కొంచెంసేపు ఆగండి. నేను మీతో మాట్లాడాలి, వుహుఁ మీతో" అంది కెరనిన్ కేసి తిరిగి. సిగ్గుతో ఆమె మెడ, నుదురు యెర్రబడ్డాయి. "నేను మీనుంచి యేమీ దాచుకోను, దాచుకోలేను నిజానికి" అంది.

కెరనిన్ మెటికలు విరుచుకుని తల పంకించాడు.

"తాష్కెంట్‌కి వెళ్లిపోయే ముందు యిక్కడికి వచ్చి సెలవు చెప్పి పోదామని కౌంట్ వ్రాన్‌స్కీ అనుకుంటున్నాడని బెట్సీ అంది" ఆమె భర్త కేసి చూడలేదు. తను చెప్పదలుచుకున్నది యెంత కష్టమైందేనా గానీ చెప్పెయ్యాలని తాను తారసపడుతున్నట్టు కనిపించింది. "అతన్ని కలుసుకోలేనని ఆమెకి చెప్పాను" అంది.

"లేదమ్మా, కెరనిన్‌గారిమీద ఆధారపడి వుందని మీరు అన్నారు" అని బెట్సీ ఆమెని సవరించింది.

"లేదు, నేను అతన్ని కలుసుకోను, యేమీ వొరగదు దానివల్ల.." ఆమె హఠాత్తుగా ఆగిపోయింది, భర్తకేసి ప్రశ్నార్థకంగా చూసింది. (అతను ఆమెకేసి చూడడం లేదు.) "ఒక్క ముక్కలో నాకు యిష్టం లేదు..."

కెరనిన్ ఆమె దగ్గరికి వెళ్లి ఆమె చెయ్యి అందుకోడానికి చెయ్యి చాచాడు.

పొంగరించిన నరాలతో వేళ్లు చెమ్మగా వున్న ఆ చేతినుంచి అన్నా మొదట తన చేతిని లాగేసుకుంది. కాని తర్వాత తనే ప్రయత్నపూర్వకంగా అతని చేతిని అదిమింది.

"నామీద ఆ మాత్రం నమ్మకం వుంచినందుకు సంతోషంకాని..." అని అతను అన్నాడు. తను ఒక్కడూ వున్నప్పుడు యెంతో తేటతెల్లగా, సాదాగా కనిపించిన నిర్ణయం బెట్సీ వుండగా చర్చించడం కుదరడం లేదని చిరాకు పడ్డాడు. ఉన్నత సమాజం దృష్టిలో తన జీవిత సంచాలనం చేసే కఠోర శక్తి, తను ప్రేమ, క్షమ లాంటి వారికి అర్పితం కాకుండా అడ్డగించే ఆ కఠోర శక్తి మృత్తికా రూపం బెట్సీ అని అతని భావన. అతను ఆమె కేసి చూస్తూ మధ్యలోనే ఆపేశాడు.

"వూఁ, సెలవు డార్లింగ్" అంది బెట్సీ లేచి నుంచుంటూ. ఆమె అన్నాని ముద్దు పెట్టుకుని వెళ్లిపోయింది. కెరనినా ఆమెతో కూడా వెళ్లాడు.

"కెరనిన్‌గారూ! మీరు నిజంగా దయాంతఃకరణ కలవారని నాకు తెలుసు" అని చిన్న డ్రాయింగు రూమ్‌లో మరోసారి యెంతో ఆప్యాయంగా అతని చేతిని అదుముతూ అంది. "నేను పరాయిదాన్నే అనుకోండి, కాని అన్నా అంటే నాకు యెంతో ప్రేమ, మీరు అంటే నాకెంతో గౌరవం ఉండడంవల్ల సలహా యిచ్చే సాహసం చేస్తున్నాను. అతన్ని యిక్కడికి రానివ్వండి. వ్రాన్‌స్కీ ప్రతిష్ఠకి మూర్తిమంత రూపం, అతను తాష్కెంట్ వెళ్లిపోతున్నాడు" అంది.

"మీ ఆదరాభిమానాలకి సలహాకీ సంతోషం ప్రిన్సెస్, కాని యెవర్ని కలుసుకోవాలో, కలుసుకోనక్కర్లేదో అనే విషయం తెల్సుకోవలసింది మా ఆవిడే" అన్నాడు.

కెరనిన్ కనుబొమలు యెత్తి గౌరవంగా ఉచితమైన మాటలు అన్నాడు. కాని అదే సమయంలో, మాటలు యేమైనా గానీ ప్రస్తుతం పరిస్థితిలో గౌరవం అనే ప్రశ్నేలేదని అతనికి ఆలోచన స్ఫురించింది. తను మాట్లాడిన తర్వాత బెట్సీ ఆపుకుని ఆపుకుని వికటంగా, వ్యంగ్యంగా చిరునవ్వు నవ్వుతూ అతని కేసి చూసిన చూపులో అతను దాన్ని చూశాడు.

20

కెరనిన్ పెద్దహాల్లో బెట్సీకి వీడ్కోలు చెప్పి తిరిగి మళ్లీ భార్య దగ్గరికి వెళ్లాడు. ఆమె పడుకుంది. కాని అతని అడుగుల చప్పుడు వినిపించగానే గబగబా లేచి కూర్చుంది. అతనికేసి బెదరుతూ చూసింది. ఆమె యేడుస్తూ వుందని అతను గ్రహించాడు.

"నామీద నమ్మకం ఉంచినందుకు సంతోషం" అని అతను బెట్సీ వుండగా ఫ్రెంచిలో అన్నదాన్ని రష్యన్‌లో రెట్టించాడు. అతను రష్యన్‌లో మాట్లాడితే "నువ్వు" అంటాడు. "నువ్వు" అనే ఆ మాట అన్నాకి తప్పకుండా మంటగా ఉంటుంది. "నువ్వు తీసుకున్న నిర్ణయానికీ చాలా సంతోషం. తను యెలాగూ వెళ్లిపోతున్నాడు కాబట్టి కౌంట్ వ్రాన్‌స్కీ యిక్కడికి రావడం యేమీ అవసరం లేదనే నాకు అనిపిస్తూ ఉంది, యేమైనా..."

"నేనే ఆ విషయం చెప్పేశాను కదా, యిక రెట్టించవలసిన అవసరం ఏముంది?" అని ఆమె ఆపుకోలేని చిరాకుతో అంది 'యేమీ అవసరం లేదు' అని తనలో తను అనుకుంది. 'తను ప్రేమించే ఆడమనిషి దగ్గరికి వెళ్లి సెలవు తీసుకునే అవసరం లేదు, యెవళ్ల కోసం అయితే చనిపోవాలనుకున్నాడో, యెవరు లేకుండా తను బతకలేడో ఆ మనిషి దగ్గరికి వెళ్లి వీడ్కోలు తీసుకునే అవసరం లేదు! వుహుఁ, అవసరం లేదు' అనుకుంది. ఆమె పెదవి కొరుక్కుంది. పొంగరించిన నరాలు వున్న అతని చేతులమీదకి చూపు పోనిచ్చింది. అతను మెల్లిగా ఒక చేత్తో మరో చేతిని నలుపుకుంటున్నాడు.

"యీ విషయం గురించి యిక చర్చించుకోవద్దు" అని మరింత శాంతంగా వుండే గొంతుకతో అంది.

"యీ విషయం పరిష్కరించుకోవడం పూర్తిగా నీకు వదిలేశాను, నాకు సంతోషం కలిగింది యేమంటే..." అని కెరనినా మొదలుపెట్టాడు.

"నా కోరిక మీ కోరిక ఒకటే అయింది" అని ఆమె గబగబ పూర్తి చేసింది, అతను నానుస్తూ మాట్లాడ్డంతో చిరాకు పుట్టి యే మాట చివరికి వస్తుందో తెలిసినందుకు.

"ఆఁ" అని వత్తాసు యిచ్చాడు. "చాలా చిక్కులతో ఉన్న సొంత వ్యవహారాల్లో ప్రిన్సెస్ బెట్సీ జోక్యం కలిగించుకోవడం యేమీ సబబుగా లేదని నాకనిపించింది. ఆమె ముఖ్యంగా...."

"ఆమెని గురించి లోకులు యేమనుకున్నా, ఒక్క ముక్క కూడా నేను నమ్మను" అంది అన్నా గబగబా. "నేనంటే ఆమెకి మనస్ఫూర్తిగా యిష్టం" అంది.

కెరనిన్ హుస్సురని నిట్టూర్చి యేమీ మాట్లాడలేదు. ఆమె ఆందోళనగా గౌను కుచ్చెళ్లతో ఆడుకుంది. అతనికేసి లోపలినుంచి పుట్టుకువచ్చే వెలపర భావంతో చూసింది, అలాంటి ఛాయ కలిగినందుకు తనని తను తిట్టుకుంది, ఆమెకి ఆ సమయంలో ఒక్కటే కావాల్సి వచ్చింది, వెలరం పుట్టించే అతని సన్నిధి తొలగిపోవడం.

"డాక్టరు కోసం కబురు పెట్టాను" అన్నాడు.

"నాకు బాగానే ఉంది. నాకెందుకు డాక్టరు?"

"నీ కోసం కాదు, చంటి పిల్ల కోసం. ఆయా చెప్పడం దాది దగ్గర పాలు లేవని."

"నేను చంటి దానికి పాలిస్తాను మొర్రో అంటే యివ్వనివ్వలేదు పోనీ ఫర్లేదు" (యీ పోనీ ఫర్లేదు అనే దాని ప్రాముఖ్యం కెరనినా గ్రహించాడు.) "అదేమో చంటిది, ఆకలికి మాడుతోంది" అని ఆమె గంట మోగించి చంటిపిల్లని తీసుకురమ్మని పురమాయించింది. "నేను పాలిస్తానంటే ఒప్పుకోలేదు, యిప్పుడు నన్ను తప్పు పట్టుకున్నారు" అంది.

"నిన్నేం తప్పట్టు కోలేదు..."

"ఆఁ, పట్టుకున్నావు! ఓయ్, భగవంతుడా! నాకు చావెందుకు వచ్చింది కాదు?" అని భోరుమంది. "క్షమించండి, నాకు చిరాగ్గా వుంది, అన్యాయంగా మాట్లాడుతున్నాను" అని అంది. "కాని, నువ్వు వెళ్ళు..."

'లాభం లేదు, యిలా సాగడం కుదరదు' అని కెరనిన్ భార్య గదిలోనుంచి బయటికి వెడుతూ తీర్మానం చేసుకుంటున్నట్టు తనలో తాను అనుకున్నాడు.

ఉన్నత సమాజం దృష్టిలో తన స్థితి అసాధ్యత, తన పట్ల తన భార్య యేవగింపు, తన మనఃస్థితికి వ్యతిరేకంగా తన జీవితాన్ని నిర్దేశిస్తూ పూర్తిగా తన యిచ్ఛనీ, అలాగే భార్య పట్ల తన వైఖరినీ మార్చుకోవాలని అభ్యర్థిస్తోందో ఆ సర్వ శక్తివంతమైన నిగూఢ కఠోర శక్తి యివాల్టిలాగా యింత స్పష్టంగా ఉగ్రరూపంలో అతని ముందు యెన్నడు ప్రత్యక్షం అవలేదు. ఉన్నత సమాజం, తన భార్య తన నుంచి దేన్నో ఆపేక్షిస్తున్నారు, కాని అది యేమిటైందీ కచ్చితంగా తెలీలేదు. యీ కారణంవల్లనే అతని మనసులో క్రోధభావం పుడుతోంది. అదే అతని మనశ్శాంతినీ, ఔదార్య ఫలితాన్నీ నష్టపరుస్తోంది. వ్రాన్స్కీతో సంబంధాల్ని తెంచుకోవడం అన్నాకి ఉచితంగా వుంటుందని అనుకున్నాడు. కాని అలాంటిది అసంభవం అని ప్రతివాళు అనుకుంటే, పిల్లలు అవమానం పాలవకుండా ఉన్నంత కాలం, వాళ్లని తననుంచి వంచించకుండా వున్నంత కాలం, తన స్థితిలో మార్పు చేసుకునే అవసరం రానంత కాలం ఆ సంబంధాలని పునరుద్ధరించడానికీ తయారుగానే ఉన్నాడు. యిది చాలా చెడ్డగానే వుండచ్చు. కాని అన్నాని నిస్సహాయ, లజ్జానక స్థితిలో పడవేసే సంబంధ విచ్ఛేదం కంటే, తనకి ప్రియమైన అన్నిటినుంచీ తనని వంచించడం జరిగే దాని కంటే అదే మెరుగు. కాని తను వివశుడైనట్టుగా వుందతనికి. తనకి యిప్పుడు స్వాభావికంగా, మంచిగా కనిపించేదాన్ని చెయ్యనివ్వరనీ, ప్రతివాళ్లూ తనకి వ్యతిరేకం అవుతారనీ అతనికి ముందుగానే తెలుసు. తను చెడ్డదాన్ని చేసేటట్టు చేస్తారు, కాని వాళ్ల దృష్టిలో అది తన కర్తవ్యం.

21

బెట్సీ యింకా పెద్దహాల్లోనుంచి బయటికి వెళ్లకుండానే గుమ్మం దగ్గర అబ్లాన్స్కీ తగిలాడు. అతను సీపి గుల్లలు అమ్మే యెలిసేయెవ్ దుకాణంనుంచి అప్పుడే వచ్చాడు.

"హేయ్! ప్రిన్సెస్! యెంత చిత్రంగా ఉంది మిమ్మల్ని కలుసుకోవడం! నేను మీ యింటికి వెళ్లే వస్తున్నాను" అన్నాడు.

"ఓ నిముషం సేపు కలుసుకోవడమే, నేను వెళ్లిపోతున్నా" అని ఆమె గ్లవ్ తొడుక్కుంటూ అంది.

"ప్రిన్సెస్, గ్లవ్ తొడుక్కోవడానికి తొందర పడకండి, ముందు మీ చేతిని ముద్దు పెట్టుకోనివ్వండి. పాత ఆచారాల్ని పునరుద్ధరిస్తున్నారు కాబట్టి, చేతిని ముద్దు పెట్టుకునే ఆచారం కంటే ఘనమైంది లేదంటాను" అని బెట్సీ చేతిని ముద్దు పెట్టుకున్నాడు. "యెప్పుడు దర్శనం చెయ్యను?"

"ఆ లాయకీ లేదు తమకి" అని బెట్సీ అంది చిరునవ్వు నవ్వుతూ.

"అయ్యో, లేకపోవడం యేమిటి? చాలా ఉంది. నేను చాలా సీరియస్ మనిషిని అయాను. నా సొంత వ్యవహారాల్లోనే కాదు, యితరుల వ్యవహారాల్నీ తృప్తిగానే సర్దుబాటు చేస్తూ ఉన్నాను" అని అర్థవంతంగా చూశాడు.

"ఓ, నాకు చాలా సంతోషంగా ఉంది" అంది బెట్సీ, అతను అన్నాని ఉద్దేశించి మాట్లాడుతున్నాడని వెంటనే ఊహించింది. వాళ్లు హాల్లో ఓ మూలకి వెళ్లారు. "అతను ఆమెని చంపేస్తున్నాడు!" అని అర్థవంతంగా ధ్వనించేటట్టు గుసగుసలాడింది. "యిలా బతకడం అసంభవం, అసంభవం..."

"మీరు అలా అర్థం చేసుకున్నారు, సంతోషం" అని అబ్లాన్స్కీ గంభీరంగా బాధ ద్యోతకమయ్యే చూపు చూస్తూ తల ఆడించి అన్నాడు. "అందుకనే నేను పీటర్స్‌బర్గ్ వచ్చాను" అన్నాడు.

"ఊరు ఊరంతా యీ విషయం గురించే మాట్లాడుకుంటున్నారు" అందామె. "యీ పరిస్థితి అసంభవంగా ఉంది. ఆమె శుష్కించి పోతోంది. అన్నా ప్రేమని తేలిగ్గా తీసుకునే రకం ఆడవాళ్లలాంటిది కాదని అతనికి అర్థమయి చావదు. యేదో ఒకటే అవాలి : అతను పట్టుగా ఉండి యెక్కడికేనా తనతోబాటు తీసుకుపోనేనా తీసుకుపోవాలి లేదా విడాకులేనా యివ్వాలి. ప్రస్తుత పరిస్థితిలో అన్నా ఉక్కిరిబిక్కిరి అయిపోతుంది" అది.

"అవును, అవును... నిజమే..." అని అబ్లాన్స్కీ నిట్టూరుస్తూ అన్నాడు. "అందుకనే వచ్చాను. అంటే కేవలం యిందు కోసమనే కాదు... నన్ను కామ్మేర్‌హేర్* చేశారు. అంచేత వాళ్లనీ వాళ్లనీ చూసి కృతజ్ఞతలు చెప్పుకోవాలి కదా. కాని ముఖ్య విషయం ఆమె సంగతులు సర్దుబాటు చెయ్యడం" అన్నాడు.

"దేవుడు మీకు సాయం చెయ్యాలని కోరుతున్నాను" అంది బెట్సీ.

బెట్సీని బయటి దాకా సాగనంపి, మరోసారి నాడి కొట్టుకునే చేతి భాగంలో మణికట్టు దగ్గర గ్లవ్‌పైన ముద్దు పెట్టుకుని కొంటె మాటలేవో అన్నాడు. వాటిని విని నవ్వాలో కోప్పడాలో ఆమెకి తెలీలేదు. అలా అన్నాక అతను అక్కగారి గది దగ్గరికి వెళ్లాడు. ఆమె యేడుస్తూ కనిపించింది.

అబ్లాన్‌స్కీ రావడం ఉత్సాహంగా వచ్చినా అన్నా మనఃస్థితికి అనుగుణంగా ఉండేటట్టు సానుభూతి పూర్వకంగా, కవితావేశ పూరితంగా స్వాభావికంగా మారాడు. ఆమెని యెలా ఉందని అడిగి, ఆ ఉదయం యెలా గడిపిందని అడిగాడు.

"రోతగా, రోతగా. పగలు. ఉదయం, గడిచిన రోజులు, రాబోయే రోజులు కూడా" అని అన్నా జవాబు చెప్పింది.

"నువ్వు విచారంగా వుండిపోతున్నావనిపిస్తోంది నాకు. నువ్వు దిగమింగుకోవాలి, బతుకుని బతుకులా చూడాలి. నాకు తెలుసు యెంత కష్టమో కాని..."

"ఆడవాళ్లు మగాళ్లని వాళ్ల చెడుగులకి కూడా ప్రేమిస్తారని విన్నాను" అని ఆమె ఉన్నట్టుండి అంది. "కాని ఆయన సుగుణాలకి ఆయన్ని అసహ్యించుకుంటున్నాను. ఆయనతో కలిసి ఉండలేను. నువ్వే చూడు, ఆయన ముఖం చూస్తేనే నా నరనరానా మంట పుడుతుంది. నేను ఆయనతో ఉండలేను, వుండలేను, వుండలేను. నేను యేం చెయ్యను? నేను నిర్భాగ్యురాల్ని, యింత కంటే నిర్భాగ్యురాలుగా వుండలేనని అనుకున్నా. ఆయన యెంత మంచివాడో, అద్భుతమైన మనిషో తెలిసీ, నేను ఆయన చిటికిన వేలి గోటిపాటి చెయ్యనని తెలిసీ యెలా ఆయన్ని అసహ్యించుకోగలుగుతున్నాను? ఆయన ఔదార్యానికి ఆయన్ని యేవగించుకుంటున్నాను. నాకు సంబంధించి మిగిలింది యేదీ లేదు, యిక..."

"చావు తప్ప" అని ఉండేదే. కాని అబ్లాన్‌స్కీ ఆమెని పూర్తి చెయ్యనివ్వలేదు.

"నువ్వు ఒంట్లో బాగాలేక ఆవేశపడుతున్నావు. నువ్వు గోరంతలు కొండంతలు చేస్తున్నావు. అంత భయంకరమైంది యేమీ లేదిప్పుడు" అన్నాడు.

అని అబ్లాన్‌స్కీ చిరునవ్వు నవ్వాడు. అలాంటి హతాశాపూరిత స్థితి ముందు అబ్లాన్‌స్కీ చోట్లో వేరే యెవళ్లున్నా చిరునవ్వు నవ్వి ఉండేవాళ్ళు కాదు (చిరునవ్వు నవ్వడం చాలా క్రూరం) కాని అతని చిరునవ్వులో యెంతో దయ, దాదాపు స్త్రీ సమ కోమలత్వం వుండడంతో అది కష్టం కలిగించలేదు సరికదా వూరడించింది, ఓదార్చింది. ఊరడింపుగా అతను సాఫీగా అన్న మాటలు, చిరునవ్వు నవనీతంలాగా పనిచేశాయి. అన్నాకి అది శీఘ్రం అనుభవంలోకి వచ్చింది.

"లేదు, స్తీవా, నేను నాశనం అయిపోయాను. నాశనం అయిపోయాను. అంత కంటే అధ్వాన్నంగా వుంది నా స్థితి. అంతా ముగిసిందని అనలేను. తద్విరుద్ధంగా అంతా పూర్తిగా అంతం కాలేదే అని నాకే అనిపిస్తోంది. బాగా పురిపెట్టిన తాడులా వున్నాను, యెప్పుడేనా పుటుక్కున తెగిపోవచ్చు. యింకా అంతా ముగిసిపోలేదు, అంతం భయంకరంగా ఉంటుంది" అంది.

"మరేం ఫరవాలేదు, నిబ్బరించుకో. తాడుని వదులు చెయ్యవచ్చులే. పరిష్కారం లేని చిక్కులంటూ వుండవులే."

"నేను ఎంతో ఆలోచించాను, ఒక్కటే మార్గం..."

ఆమె భయకంపిత వదనం చూసి ఆమె చూడగలిగే ఒక్క మార్గమూ మృత్యువు అని అతను గ్రహించాడు. అతను ఆమెని చెప్పనివ్వలేదు.

"యేం కాదు" అన్నాడతను. "నువ్వు నీ అంతట నీ పరిస్థితిని అంచనా కట్టలేవు. అసలు నేనేమనుకుంటున్నదీ చెప్పనీ" అని మరోసారి నవనీతంలాంటి చిరునవ్వు నవ్వాడు. "నేను ఓం ప్రథమంనుంచీ మొదలుపెడతాను. నీకంటే వయసులో యిరవై యేళ్లు పెద్దవాడైన అతన్ని పెళ్లి చేసుకున్నావు. ప్రేమించకుండా పెళ్ళి చేసుకున్నావు, ప్రేమంటే యేమిటో తెలీకుండా, అది మరి తప్పే కదా?"

"భయంకరమైన తప్పు" అంది అన్నా.

"నే మళ్లీ అంటున్నా. యిది ఒక వాస్తవం. తర్వాత దురదృష్టవశాత్తూ నువ్వు ఆ మనిషిని ప్రేమించావు. దురదృష్టమే, కాని అదీ వాస్తవమే. నీ భర్త యీ వాస్తవాన్ని గుర్తించాడు, నిన్ను క్షమించాడు" అతను ప్రతి వాక్యం తర్వాతా ఆగాడు, ఆమె అభ్యంతరం చెపుతుందేమోనని చూస్తూ. కాని ఆమె యేమీ అనలేదు. "అంచేత యిదీ. ప్రస్తుతం సమస్య యేదంటే నువ్వు నీ భర్తతోబాటు యిక్కడ వుండగలవా లేదా? నీకలా ఉండాలని ఉందా లేదా? అతను అలా ఉండాలనుకుంటున్నాడా లేదా?"

"నాకేం తెలీదు, నాకేం తెలీదు."

"కాని నువ్వే అన్నావు కదా దీన్ని భరించలేకుండా వున్నానని."

"లేదు, నేనేం అనలేదు, ఆ మాటని ఖండిస్తున్నాను. నాకేం తెలీదు,నాకేం అర్థం కాదు."

"కాని చూడు..."

"నువ్వు అర్థం చేసుకోలేవు. తలకిందులుగా అగాధంలోకి పడిపోతున్నట్టుగా ఉంది, కాని నన్ను రక్షించవద్దు. రక్షించుకోలేను కూడా."

"భయపడకు, నిన్ను యెలాగైనా అగాధంలో పడకుండా రక్షిస్తాం. నీ దుస్థితిని నేను అర్థం చేసుకున్నాను. నీకేం కావాలో నువ్వే మనుకుంటున్నావో చెప్పలేకుండా వున్నావు."

"నాకేమీ యేమీ అక్కర్లేదు, యిది అంతం అయిపోవాలన్న ఒక్కటీ తప్ప."

"కాని అతను దీన్ని చూస్తూనే ఉన్నాడు, తెలుసుకుంటూనే ఉన్నాడు. అతని బాధ నీ బాధకంటే తక్కువ అనుకుంటున్నావా? అతనూ క్షోభ పడుతున్నాడు, నువ్వూ క్షోభ పడుతున్నావు. కాని దీని ఫలితం యేమిటవుతుంది? విడాకులు యీ చిక్కునంతటినీ విడదీస్తాయి" అన్నాడు. తను అనుకుంటూ వున్న ముఖ్య విషయాన్ని యెలాగో చెప్పేశాడు, చెప్పేసి అర్థవంతంగా ఆమెకేసే చూశాడు.

ఆమె యే జవాబూ చెప్పలేదు. చిన్నగా కత్తిరించిన జుట్టు వున్న తలని వూపిందంతే. కాని ఉన్నట్టుండి పూర్వం వుండే మాదిరీ సౌందర్యంతో మెరిసే ముఖంమీద కనిపించిన

భావాన్ని బట్టి అన్నా అది తనకి అందుకోలేని ఆనందం కావడంవల్ల మాత్రమే దాన్ని కోరుకోవడం లేదని అతనికి అర్థం అయింది.

"మీ యిద్దర్నీ చూస్తూ ఉంటే నాకు చెప్పలేనంత విచారంగా ఉంది. యీ చిక్కు విడదియ్యగలిగితే నాకెంత సంతోషంగా ఉంటుంది!" అని అబ్లాన్స్కీ మరింత ధైర్యంగా చిరునవ్వు నవ్వుతూ అన్నాడు. 'వుహుc, నువ్వు యేమీ, యేమీ అనవద్దు. నేను అనుకుంటూ వున్నదాన్ని మాటల్లో చెప్పగలిగే శక్తిని భగవంతుడు నాకు యిస్తే యెంత బాగుండును! నేను అతని దగ్గరికి వెడతాను" అన్నాడు.

అన్నా అతని కేసి చమక్‌మని మెరిసే ఆలోచనామగ్న నేత్రాలతో చూసింది. యేమీ మాట్లాడలేదు.

22

బోర్డు మీటింగుల్లో అధ్యక్షస్థానంలో కూర్చున్నప్పుడు కనిపించే ధోరణిలో అబ్లాన్స్కీ బావగారి చదువుకునే గదిలోకి వెళ్లాడు. కెరనిన్ చేతులు వెనక్కి కట్టుకుని గదిలో అటూ ఇటూ పచారు చేస్తున్నారు. అబ్లాన్స్కీ అన్నాతో చర్చిస్తూ వున్న విషయాల గురించే కెరనిన్ ఆలోచిస్తూ ఉన్నాడు.

"అంతరాయం కలిగించడం లేదు కదా?" అని అబ్లాన్స్కీ బావగార్ని చూసి యెందుకో తెలియకుండానే బెదురు పుట్టినట్టు అనిపిస్తూ అడిగాడు. ఆ బెదుర్ని కప్పి పుచ్చుకున్నందుకు అతను కొత్తగా కొన్న సిగరెట్ పెట్టెని తీసి తోలు వాసన చూసి సిగరెట్టొకటి తీసుకున్నాడు. ఆ సిగరెట్ పెట్టెకి మూత తెరిచే పద్ధతి కొత్తగా ఉంది.

"లేదు, నాతో యేమన్నా పని ఉందా?" అని కెరనినా తుంపేస్తున్నట్టుగా అడిగాడు.

"ఆс, నేననుకున్నా... నాకు మాట... మాట్లాడాల్సి ఉంది" అని, తనకే ఆశ్చర్యం కలిగేటట్టు, యెన్నడూ యెరుగని బెరుకుతో అన్నాడు.

ఆ బెదురు చాలా వింతగా, దానంతట అదే వచ్చింది. అందులో తను చెయ్యబోతున్నది పాపకార్యం అని చెప్పే అతని అంతరాత్మ గొంతుకని అతను గుర్తుపట్టలేకపోయాడు. ఆ బెరుకుని అధిగమించడానికి చాలా ప్రయాసపడ్డాడు.

"మా అక్కపట్ల నాకు వున్న ప్రేమ గురించీ, నీ పట్ల నాకు గల ఆదరాభిమానాల గురించీ అనుమానం వుండదనుకుంటున్నాను" అని బెరుకుతో యెర్రబడుతూ అన్నాడు.

కెరనిన్ పచార్లు చెయ్యడం ఆపాడు, యేం మాట్లాడలేదు. నేను నా ఖర్మకి బలి అయిపోయాను అన్న భావం అతని ముఖంలో చూసి అబ్లాన్స్కీ చకితుడైపోయాడు.

"నా ఉద్దేశ్యం, అంటే, అక్కకీ మీకూ మధ్య వున్న సంబంధాల గురించి చర్చించాలని నా కోరిక" అని బెదురు పోగొట్టుకోవడానికి యింకా తంటాలు పడుతూ అన్నాడు అబ్లాన్స్కీ.

కెరనిన్ విచారంగా చిరునవ్వు నవ్వాడు. యేమీ మాట్లాడకుండా బావమరిది కేసి చూసి మేజా దగ్గరికి వెళ్లాడు. తను రాస్తూ ఉన్న ఉత్తరాన్ని తీసి బావమరిదికి యిచ్చాడు.

“నేను నిరంతరంగా దీన్ని గురించే ఆలోచిస్తున్నాను. ఇదిగో నేను రాసింది యిదీ. నాకు సంబంధించి రాతలో నా మనసులో ఉన్నది పెట్టడం బాగుంటుందనిపిస్తుంది, యేమంటే నేను యెదర ఉండటమే ఆమెకి కారం రాసుకున్నట్టు వుంటుంది” అన్నాడు దాన్ని అందిస్తూ.

అబ్లాన్స్కీ దాన్ని అందుకుని, తనమీదనే లగ్నమైన నిస్తేజ నేత్రాలలోకి ఆశ్చర్యంగా చూస్తూ చదవడం మొదలుపెట్టాడు.

‘నేను యెదురుగుండా వుండడం మీకు మంటగా ఉన్నట్టు కనిపిస్తోంది. యిలా ఉందని ఒప్పుకోవడం నాకు యెంత బాధాకరంగా ఉన్నాగానీ నాకు పరిస్థితి యిలానే కనిపిస్తోంది, దీనికంటే భిన్నంగా వుండదు. మిమ్మల్ని తప్పు పట్టను, భగవంతుడి సాక్షిగా చెపుతున్నాను మీరు జబ్బుగా ఉన్నప్పుడు మిమ్మల్ని చూసి మన యిద్దరి మధ్యా జరిగిన దాన్నంతటినీ మనస్ఫూర్తిగా మర్చిపోయి కొత్త జీవితాన్ని ప్రారంభించాలని తీర్మానించుకున్నాను. నేను చేసిన పని తప్పయి పోయిందని విచారించను, యెన్నటికీ విచారం కలగదు. నాక్కావాల్సిందల్లా ఒక్కటే మీ సుఖశాంతులు, మీ మానసిక సుఖశాంతులు. కాని నాకిప్పుడు అనిపిస్తోంది దాన్ని నేను సాధించలేకపోయానని. మీకు అసలైన ఆనందం మనశ్శాంతి యెలా లభిస్తుందో మీరే చెప్పండి. మీ యిచ్ఛకి మీ న్యాయ భావనకి పూర్తిగా లొంగిపోతున్నాను.’

అబ్లాన్స్కీ ఉత్తరాన్ని తిరిగి యిచ్చేసి, యేం చెప్పాలో తోచక, ముందు మాదిరి ఆశ్చర్యంతో బావగారి కేసి చూశాడు. ఆ నిశ్శబ్దం యిద్దరికీ యిబ్బందికరంగానే ఉంది. కెరనిన్ ముఖం కేసే చూస్తూ మౌనంగా ఉండడంతో అబ్లాన్స్కీ పెదాలు వణుకుతున్నాయి.

“అదీ, నేను చెప్పదలచుకున్నది” అని అవతలివైపు ముఖం మళ్లించుకుంటూ ఆఖరికి అన్నాడు కెరనిన్.

“ఆఁ... అవును...” అని కంఠం రుద్ధమైపోవడంతో అబ్లాన్స్కీకి యేం చెప్పడానికీ శక్తి లేకపోయింది. “ఆఁ,అవును, మీ మనసులో వున్నది నాకు అర్థమైంది” అని ఆఖరికి అనగలిగాడు.

“ఆమెకి యేం కావాలో నాకు తెలుసుకోవాలనే ఉంది” అన్నాడు కెరనిన్.

“ఆమెకిగా ఆమె తనస్థితి యేమిటో యెరగదని ఆమె యేదో నిర్ణయం చేసుకోవడం అసాధ్యం” అని తేరుకుంటూ అన్నాడు అబ్లాన్స్కీ. “ఆమె మీ ఆదరతతో ఉక్కిరిబిక్కిరిగా ఉంది, మునిగిపోయింది. ఆమె ఆ ఉత్తరం చదివితే యేమీ చెప్పగలగలేదు, ఆమె తల యింకా కిందుగా వాల్చేసుకుంటుంది” అన్నాడు.

“అయితే యిప్పుడు యేం చెయ్యాలి? యెలా పరిష్కరించడం? ఆమెకేం కావాలో యెలా తెలుసుకోవాలి?”

“నా అభిప్రాయం చెప్పమంటే యీ పరిస్థితికి స్వస్తి చెప్పడానికి అవసరం అని మీకు తోచిన చర్యలని సూచించడం మీ మీదే ఉందని.”

“అయితే నీ ఉద్దేశం దీనికి స్వస్తి చెప్పాల్సిన అవసరం ఉందని?” అని కెరనిన్ అడ్డం వెళ్లాడు. “కాని యెలా?” అని కళ్ల ముందు చేతులతో సూచిస్తూ అడిగాడు. అలాంటిది అతనికి కొత్త.

"నాకే దారీ కనిపించడం లేదు" అన్నాడు కెరనిన్.

"యే దారీ దొరకనంతటి కష్టం యేదీ ఉండదు" అని లేస్తూ, ప్రఫుల్లంగా అన్నాడు అబ్లాన్స్కీ. "సంబంధాలన్నిటినీ తెంచుకుందామని నువ్వు అనుకున్న సమయం... యిప్పుడు నీకు నమ్మకం కుదిరితే మీ యిద్దరూ ఒకే చోట సుఖంగా ఉండలేరని..."

"సుఖం గురించి యెవళ్ల అర్థాలు వాళ్లకి ఉంటాయి. కాని చూడు, నేను ప్రతి దానికీ ఊ అంటాను, నాకుగా ఏమీ కావాలని కోరను. అప్పుడు మా పరిస్థితికి పరిష్కారం యేమిటి?"

"నన్నడిగితే" అని అన్నాతో మాట్లాడినప్పుడు నవ్వినలాంటి నవనీత మందహాసం చేస్తూ అన్నాడు అబ్లాన్స్కీ. ఆ చిరునవ్వు యెంతో విశ్వాసాన్ని పుట్టిస్తుంది. తన బలహీనత తెలిసిన కెరనిన్ దానికి లొంగిపోతూ, అబ్లాన్స్కీ యేం చెప్పినా ఒప్పుకోవడానికి తయారయ్యాడు. "నన్నడిగితే ఒక్కటే అవకాశం ఉంది" అన్నాడు. 'తను ఒప్పుకోకపోయినా ఆమెకి కావాల్సింది ఒక్కటే. మీ యిద్దరి సంబంధాలనీ, వాటితో మిళితమై వున్న స్మృతుల్నీ అంతం చేసుకోవడం. ప్రస్తుత స్థితిలో కొత్త సంబంధాలని యేర్పాటు చేసుకోవడం అవసరం. యీ నూతన సంబంధం ఉభయ పక్షాలూ స్వతంత్రులైనప్పుడు సాధ్యం" అన్నాడు.

"విడాకులు" అని కెరనినా ఘృణ భావంతో అడ్డంవెళ్లాడు.

"అవును, నేననుకోవడం విడాకులు ఒక్కటే మార్గం" అని అబ్లాన్స్కీ సిగ్గుతో యెర్రబడుతూ అన్నాడు. "మీ యిద్దరూ వున్న స్థితిలో ఉండే ప్రతివాళ్లకీ, యే దృష్టితో చూసినా యిదే అత్యుత్తమ మార్గంగా కనిపిస్తుంది. దంపతులిద్దరికీ కలిసి బతకలేమని తెలిసినప్పుడు మరిక మార్గం యేమిటి? అలాంటిది యెప్పుడేనా జరగచ్చు." కెరనిన్ గాఢంగా నిట్టూర్చి కళ్లు మూసుకున్నాడు. "ఒక్కటే దృష్టిలో వుంచుకోవాల్సిన విషయంగా వుంది. భార్యా భర్తల్లో యెవళ్లేనా వేరే వాళ్ళని పెళ్ళి చేసుకోవాలనుకుంటున్నారా లేదా అనేది. అలా కాకపోయినట్లయితే అంతా చాలా సీదా సాదాగా ఉంటుంది" అని బెరుకు తగ్గి నిబ్బరం పుంజుకుంటూ అన్నాడు అబ్లాన్స్కీ.

కెరనిన్ ఆవేశపడి తనలో తను గొణుక్కుని యేమీ మాట్లాడలేదు. అబ్లాన్స్కీకి అంత సులభంగా కనిపించిన దాన్ని అతను కొన్ని వేలసార్లు ఆలోచించాడు. అతనికి యిది సీదా సాదాగా కనిపించలేదు. యిప్పుడు విడాకుల విషయం కూలంకషంగా సర్వమూ తెలియవచ్చింది. అంచేత అది అసంభవంగా కనిపించింది. యేమంటే తన ఆత్మగౌరవభావన, ధర్మం పట్ల వున్న గౌరవం అసత్యపూరిత వ్యభిచార అపరాధాన్ని నెత్తిమీద మోపుకోనివ్వవు, పైగా తను ప్రేమించి క్షమాదానం ప్రసాదించిన భార్యని అవమానానికీ అప్రతిష్ఠకీ గురి చెయ్యడానికి అసలు అనుమతించవు. యింకా యెక్కువ యితర ఘనమైన కారణాలవల్ల కూడా విడాకుల ఆలోచనని అతను తిరస్కరించాల్సి వచ్చింది.

విడాకులు తీసుకుంటే పిల్లాడి గతి ఏమిటి? వాడ్ని తల్లి దగ్గర వదలడం పడదు. విడాకులు తీసుక్ను భార్యకి పరువులేని కొత్త కాపరం ఉంటుంది. అలాంటి కాపరంలో సవతి బిడ్డ పరిస్థితి, వాడి ఆలనా పాలనా చెడిపోతాయి. కొడుకుని దగ్గరే ఉంచుకుంటే? అలాంటిది

పగ తీర్చుకోవడంలాగా ఉంటుంది, తనకి అలా చెయ్యడం యిష్టం లేదు. కాని విడాకులు తీసుకోవడం అతనికి అసాధ్యంగా కనిపించిన ముఖ్య కారణం విడాకులు యిస్తే అన్నా జీవితం నాశనం అయిపోతుందని. మాస్కోలో దాలీ చెప్పిన మాటలు అతను మర్చిపోలేకపోయాడు : విడాకులు తీసుకుందామని నిర్ణయించడంలో తను తన విషయమే చూసుకుంటున్నాడు గాని దానివల్ల ఆమె పుట్ట గతుల్లేకుండా నాశనం అయిపోతుందని చూడడం లేదు. ఆ మాటలు యిప్పుడు తను ఆమెని క్షమించాక, పిల్లల పట్ల బంధం యెక్కువైయాక తన ధోరణిలో కొత్త అర్థంతో స్ఫురించాయి. విడాకులకి ఒప్పుకోవడం, భార్యకి స్వతంత్రం యివ్వడమంటే తను ప్రేమించే పిల్లలని బంధించే సకల పాశాలనీ తెంచుకోవడంగా, పుణ్యమార్గంమీద అన్నాకి ఆఖరి సహాయాన్ని లేకుండా చెయ్యడంగా అతనికి కనిపించింది. అంటే ఒక్క ముక్కలో చెప్పాలంటే ఆమె పతనం అన్న మాట. అన్నాకి విడాకులంటూ వస్తే ఆమె వ్రాన్‌స్కీ వొళ్లో వాలిపోతుంది. ఆ సంబంధం అక్రమం, పాపపూరితం, యేమంటే చర్చి నియమాల ప్రకారం భర్త బతికి ఉన్నంతకాలం ఆడది మళ్లీ పెళ్లి చేసుకోవడానికి లేదు. యివన్నీ అతనికి తెలుసు. 'ఆమె వ్రాన్‌స్కీతో చేరుతుంది, యేడాదో రెండేళ్లో అయ్యాక అతను ఆమెని వదిలి పెట్టేస్తాడు లేకపోతే ఆమె మరో సంబంధం పెట్టుకుంటుంది' అనుకున్నాడు కరేనిన్. 'విడాకులివ్వడానికి ఒప్పుకోవడం ద్వారా ఆమె నాశనానికి నేను జవాబు దారీ అవుతాను' అనుకున్నాడు. అతను యీ విషయం గురించి కొన్ని వందలసార్లు ఆలోచించాడు. విడాకులు, బావమరిది చెప్పినట్టు సాదాసీదాగా ఉండకపోగా చాలా అసంభవంగా కనిపించాయి. బావమరిది చెప్పిన మాటలు అతనికి నమ్మకంగా కనిపించలేదు. అతను చెప్పేది అతని ప్రాపంచిక జీవితాన్ని నడిపించే ప్రబల కఠోర శక్తి అనిపిస్తోందని, దాని ముందు తల వంచాలని తెలిసే వింటూ ఉన్నాడు.

"సమస్య యేమిటంటే యెలాగ, యే షరతులకి నువ్వు విడాకులు యిస్తావూ అనేది. ఆమె యేమీ కోరదు, నిన్ను యేమీ అర్థించే సాహసం ఆమెకి లేదు, అంతా నీ సహృదయతలమీద ఆధారపడి ఉంటుంది."

'ఓరి భగవంతుడా! ఓరి భగవంతుడా!' అని కెరనిన్ విడాకుల లోతుపాతులు గుర్తుకువచ్చి లోపల్లోపల మూలిగాడు. ఆ ప్రకారం భర్త నేరం మోపుకోవాలి. వ్రాన్‌స్కీ చేసినట్టుగా సిగ్గుపడి అతను చేతులతో ముఖం కప్పుకున్నాడు.

"నువ్వు చాలా కుమిలిపోతున్నావు నాకు తెలుసు. కాని నువ్వు గట్టిగా యీ విషయం గురించి ఆలోచిస్తే..."

'నిన్ను కుడి చెంపమీద కొట్టే వాని వైపునకు ఎడమ చెంప కూడా త్రిప్పుము. ఎవడైన నీమీద వ్యాజ్యము వేసి నీ అంగీ తీసికొన గోరిన యెడల వానికి నీ పై వస్త్రమును కూడా యిచ్చి వేయుము' అని కెరనిన్ అనుకున్నాడు.

"ఆం, ఆం" అని అతను కీచు గొంతుకతో అరిచాడు. "నేను నిందనంతనీ నెత్తిమీద మోపుకుంటాను. కొడుకుని కూడా ఆమె దగ్గర్నే వుంచుకోనిస్తాను...కాని..కాని, అన్నిట్నీ యిలానే ఉండనివ్వడం మెరుగ్గా ఉండదా? సరే, యెలా కావాలనుకుంటే అలానే చేద్దాం."

బావమరిదికి ముఖం కనిపించకుండా ఉండాలని అటు తిరిగి అతను కిటికీ దగ్గర కూర్చున్నాడు. అతనికి కటువుగా ఉంది, లజ్జగా ఉంది, కాని వీటికి తోడుగా అలాంటి ఔన్నత్య భరిత త్యాగంవల్ల కలిగే సుఖమాధుర్యాలు అనుభవంలోకి వచ్చాయి.

అబ్లాన్స్కీ చలించిపోయాడు. మాట్లాడకుండా ఉండిపోయాడు.

"బావా" అని ఆఖరికి అన్నాడు. "నీ ఔదార్యాన్ని ఆమె యెంతలా సంభావిస్తుందో చెప్పలేనంటే నమ్ము. కాని యిదే భగవదేచ్ఛలాగా ఉన్నట్టు కనిపిస్తోంది" అని జత చేశాడు. ఆ మాట అన్నాక అది యెంత తెలివితక్కువగా ఉందో తట్టి, తన తెలివితక్కువతనానికి నవ్వకుండా ఉండలేకపోయాడు.

కెరనిన్ యేదో చెప్పాలనుకున్నాడు కాని కన్నీళ్లు అడ్డం వచ్చాయి, అతను చెప్పలేకపోయాడు.

"యిదంతా విధి లిఖితం అని దీన్ని స్వీకరించాల్సిందే. దీన్ని యదార్థంగా అంగీకరించి, నేను నీకూ అన్నాకీ సాయం చెయ్యడానికి ప్రయత్నిస్తాను" అన్నాడు అబ్లాన్స్కీ.

బావగారి గదిలోనుంచి అవతలికి వెళ్లేటప్పటికి అబ్లాన్స్కీ చలించిపోయాడు. కాని దానివల్ల తను సాధించదలచుకున్న దాన్ని సాధించగలిగానన్న సంతోషం భగ్నం కాలేదు. కెరనిన్ తను అన్న మాట తప్పి వెనక్కి వెళ్లడని అతనికి నమ్మకం ఉంది. యీ సంతోషంతో బాటుగా విడాకుల సంగతి తేలిపోయాక తన భార్యకీ, దగ్గరి మిత్రులకీ ఒక పొడుపు కథని విప్పమని యిచ్చే ఆలోచన తట్టి సంతోషం కలిగింది. 'నాకూ జార్‌కీ మధ్య తేడా యేమిటి? జార్ విభజన అవసరమయే వ్యవస్థని యేర్పాటు చేస్తాడు, అది సైన్యానికి మాత్రమే, దానివల్ల యెవళ్లకీ సుఖం ఉండదు. కాని నేనూ ఆ విభజనలు చేస్తాను, దాని వల్ల ముగ్గురి బతుకులుసుఖంగా గట్టున పడ్డాయి.... లేదా చక్రవర్తికీ నాకూ మధ్య సమానంగా ఉన్నదేమిటి? అప్పుడు... సరే.. యింకా బాగా ఉండే ఊహ చేస్తా' అని చిరునవ్వు నవ్వుతూ తనలో తను అనుకున్నాడు.

23

వ్రాన్స్కీకి ఛాతీమీద గుండె భాగంనుంచి గుండు తప్పిపోయినా గాయం గట్టిదే తగిలింది. కొన్ని రోజులు అతను చావు బతుకుల మధ్య పెనుగు లాడాడు. మొదటిసారి నోరు తెరిచి మాట్లాడగలిగినప్పుడు వదిన వార్య ఒక్కత్తే గదిలో ఉంది.

"వార్య" అన్నాడతను ఆమెకేసి గుడ్లప్పగించి చూస్తూ.

"నేను యాదృచ్ఛికంగా కాల్చుకున్నాను. ఆ ముక్క మళ్లీ నా దగ్గర యెత్తవద్దు, యిది యాదృచ్ఛికమనే యెవళ్లేనా అడిగితే చెప్పు లేకపోతే చాలా మూర్ఖంగా ఉంటుందిది" అన్నాడు.

వార్య యేమీ జవాబు చెప్పకుండానే అతనిమీదకి వాలి అతని కళ్లల్లోకి సంతోషభరిత మందహాసంతో చూసింది. అతని కళ్లు తేటగా ఉన్నాయి, జ్వరగ్రస్తంగా లేవు, కాని ఆ దృక్కులో గంభీరత్వం ఉంది.

"దేవుడి దయ! నీకు నొప్పిగా ఉందా?" అని వార్య అడిగింది.

"కొద్దిగా, యిక్కడ" అని అతను ఛాతీ కేసి చూపించాడు.

"కట్టు మారుస్తా పోనీ."

అతను వెడల్పాటి దవడల్ని బిగబట్టి ఆమె కట్టు మారుస్తూ ఉంటే మెదలకుండా ఆమెకేసి చూశాడు. కట్టడం పూర్తయ్యాక అన్నాడు :

"నా బుర్ర చంచలంగా లేదు. నేను కావాల్సికి పిస్తోలు యెక్కుపెట్టి పేల్చుకున్నానన్న మాట రానివ్వద్దు."

"అలాంటి మాట యేమీ లేదు. నువ్వు మళ్లీ పొరపాటున యిలా కాల్చుకోకుండా ఉండాలంతే, ఆఁ?" అని ఆమె ప్రశ్నార్థ పూర్వక మందహాసం చేస్తూ అంది.

"అలా చెయ్యననే అనుకుంటున్నాను, కాని బాగా ఉండి ఉండేది అప్పుడే గనక..." అంటూ అతను విచారంగా చిరునవ్వు నవ్వాడు.

వార్యని భయపెట్టిన యీ మాటలు, యీ చిరునవ్వు యెలా ఉన్నా జర్వం తగ్గి అతని ఆరోగ్యం మెరుగు పడుతూనే తన దుఃఖంలో ఒక భాగంనుంచి తను పూర్తిగా విముక్తుడైనట్టు అతనికి అనిపించింది. రివాల్వర్‌తో కాల్చుకోవడం ద్వారా తను అనుభవించిన లజ్జనీ, అవమానాన్నీ కడిగేసుకున్నాడు. కెరనిన్‌ని గురించి శాంతంగా ఆలోచించగలిగాడు. కెరనిన్ చాలా ఉదారంగా ఉన్నాడని ఒప్పుకోగలిగాడు, తనకి యిప్పుడు అవమానం అనిపించలేదు. యిప్పుడు తన జీవితంలో తన పాత స్థానాన్ని తిరిగిపొందచ్చు. జనం కళ్లల్లోకి లజ్జా భావం లేకుండా చూడగలడు. తన పాత అలవాట్ల ప్రకారం బతకగలడు. ఒక్క విషయాన్ని మాత్రం హృదయంలోనుంచి పెకలించలేకపోయాడు. అది ఆమె శాశ్వతంగా దూరం అయిపోయిందేనన్న విదారకమైన విషయం. యిప్పుడు, అన్నా భర్త ముందు తన అపరాధానికి ప్రాయశ్చిత్తం చేసుకున్నప్పుడు ఆమెని వదిలేసి యిక యెన్నటికీ అన్నాకీ, ఆమె పశ్చాత్తాపానికీ, అన్నా భర్తకీ మధ్య అడ్డం వెళ్లకూడదు. యీ విషయం గురించి అతను గట్టిగా నిర్ణయం చేసుకున్నాడు. కాని ఆమె ప్రేమ పోగొట్టుకున్న విచారాన్ని, ఆమెతో గడిపిన పారవశ్యపూరిత క్షణాల స్మృతుల్ని తొలగించుకోలేకపోయాడు. అప్పట్లో వాటి విలువ తెలియలేదు, యిప్పుడు అవి వెంటాడుతున్నాయి.

సెర్పుఖొవ్‌స్కోయ్ అతనికి తాష్కెంట్‌లో ఉద్యోగం వేయించాడు. ఒక్క క్షణం సందేహించకుండా వ్రాన్‌స్కీ అందుకు ఒప్పుకున్నాడు. కాని ప్రయాణం ఘడియ దగ్గర పడే కొద్దీ, తన కర్తవ్యంగా భావించుకుంటూ ఉన్న ఆ త్యాగం చెయ్యడం అతనికి మరింత కష్టంగా తయారైంది.

వ్రాన్‌స్కీ గాయం మానింది. ప్రయాణానికి యేర్పాట్లు చేసుకోవడం మొదలుపెట్టాడు.

'ఒక్కసారి ఆమెని కలుసుకోనా, ఆమెనుంచి కరిగిపోనా, మరణించనా' అని అతను అనుకుంటూ, బెట్సీ దగ్గర సెలవు తీసుకోవడానికి వెళ్లినప్పుడు ఆమెకి తన మనసులో ఉన్న సంగతి చెప్పాడు. బెట్సీ ఆ వార్తని అన్నా దగ్గరికి తీసుకువెళ్ళి వీల్లేదన్న కబురు తీసుకువచ్చింది.

‘యిదీ మంచిదే’ అని ఆ కబురు వచ్చాక వ్రాన్‌స్కీ అనుకున్నాడు. ‘యిదో బలహీనత, నాలో మిగిలి ఉన్న కాస్త శక్తినీ అది హరించి వేసేది’ అనుకున్నాడు.

మర్నాడు ఉదయం బెట్సీ తనే వచ్చింది. అబ్లాన్‌స్కీ వచ్చి కెరనిన్ విడాకులకి ఒప్పుకున్నాడన్న సంతోషకరమైన వార్త తనకి చెప్పాడనీ, అంచేత వ్రాన్‌స్కీ వెళ్లి ఆమెని చూడవచ్చనీ చెప్పింది.

వెళ్లివస్తానని బెట్సీకి చెప్పను కూడా చెప్పకుండా, తన నిర్ణయం విషయం మర్చిపోయి, కెరనిన్ యెక్కడ వున్నాడు ఏమిటీ అని అడగను కూడా అడక్కుండా, కనీసం విచారించను కూడా విచారించుకోకుండా వ్రాన్‌స్కీ కెరనిన్ యింటికి వెంటనే బయల్దేరి వెళ్లిపోయాడు. అతను దేనివంకా చూడకుండా, యెవళ్లని గురించీ దృష్టి పెట్టకుండా పరిగెత్తుకుంటూ మెట్లు యెక్కాడు. తర్వాత పరిగెత్తడం ఉచితం కాదని, కష్టంమీద వేగం తగ్గించిన అడుగులతో ఆమె గదిలోకి వెళ్లాడు. గదిలో యెవళ్లన్నా వున్నారా లేదా అనే ఆలోచన లేకుండా, చూడకుండా అతను అన్నాని చేతుల్లో కౌగలించుకుని ఆమె ముఖంమీద, చేతుల మీద, మెడమీద ముద్దుల వర్షం కురిపించాడు.

అన్నా అతని రాక కోసం చూస్తూనే ఉంది. అతనికి యేం చెప్పాలా అని ఆలోచిస్తూ ఉంది. కాని యేమీ చెప్పలేకపోయింది. వ్రాన్‌స్కీ భావావేశం అన్నానీ ముంచెత్తింది. అన్నా వ్రాన్‌స్కీనీ, తననీ సంబాళించుకుందామని అనుకుంది కాని మించిపోయింది. వ్రాన్‌స్కీ ఆవేశం ఆమెని కమ్మింది. కంపించే అధరాలతో ఆమె చాలాసేపు యేమీ అనలేకపోయింది.

“ఆఁ, నువ్వు జయించలేవు. నేనిప్పుడు నీ దాన్ని” అని ఆమె అతని చేతిని ఛాతీమీద అదుముకుంటూ అంది.

“యిలానే ఉండాల్సింది, మన బొందిలో ప్రాణం వున్నంతకాలం యిలానే ఉండాలి. నాకిప్పుడిది తెలిసింది” అన్నాడు వ్రాన్‌స్కీ.

“యిది నిజం” అందామె యెక్కువ వివర్ణం అవుతూ, తలని తన చేతిలోకి తీసుకుని “కాని యింత జరిగిన యిందులో భయానకమైంది యేదో ఉంది” అంది.

“సర్దుకుంది, అంతా సర్దుకుంటుంది. మనం చాలా అదృష్టవంతులం అవుతాం. మన ప్రేమ, యింకా తీవ్రం గనక అయితే, అందులో భయానకం అయింది ఉండబట్టే” అని అతను తల పైకి యెత్తుతూ, ముచ్చటైన పలువరస మెరుస్తూ ఉండగా అన్నాడు.

ఆమె అతని మాటలకి గాక, ప్రేమ పూరితమైన నేత్రాలకి జవాబుగా చిరునవ్వు నవ్వకుండా ఉండలేకపోయింది. ఆమె అతని చేతిని తీసుకుని తన చల్లని చెక్కిళ్లమీదా, కత్తిరించిన జుట్టుమీదా నిమురుకుంది.

“యీ కత్తిరించిన జుట్టుతో నిన్ను గుర్తేపట్టలేదు. నువ్వు యెంత ముచ్చటగా వున్నావు! పిల్లాడిలాగా! కాని యెంత పాలిపోయావు!” అన్నాడు.

“చాలా నీరసంగా ఉంది” అని చిరునవ్వు నవ్వుతూ అంది. ఆమె పెదవులు మళ్లీ కంపించాయి.

"మనం ఇటలీ వెళ్లిపోదాం. నీ ఆరోగ్యం అక్కడ బాగవుతుంది" అన్నాడు.

"అది సాధ్యమేనా! నువ్వూ నేనూ భార్యా భర్తలుగా మన కుటుంబంతో ఉండడం సాధ్యమేనా?" అని అతని కళ్లల్లోకి దగ్గరగా చూస్తూ అంది.

"నేననుకున్నది దీనికి భిన్నంగా యెప్పటికేనా యేదన్నా జరుగుతుందా అని" అన్నాడు.

"స్తీవ అనడం ఆయన అన్నిటికీ ఒప్పుకున్నాడని. కాని ఆయన్నుంచి అంత ఔదార్యం నేను స్వీకరించను" అని సాలోచనగా వ్రాన్స్కీనుంచి దూరంగా యెటో చూస్తూ అంది. "నాకు విడాకులు అక్కర్లేదు. యిప్పుడు నాకు యెలాగైనా ఒకటే. నాకు యిదొక్కటే తెలీలేదు, సెర్యోష విషయం ఏం చేస్తాడో" అంది.

తను పునస్సమాగ శుభ క్షణంలో ఆమె విడాకుల గురించీ, కొడుకు గురించీ యెలా ఆలోచన చేస్తోందో అతనికి బోధపడలేదు. వాటికి విలువ వున్నట్టు!

"ఆ విషయాలు యెత్తద్దు, ఆ విషయాలు యెత్తద్దు" అని ఆమె చేతిని తన చేతుల్లోకి తీసుకుని అటూ యిటూ తిప్పుకుంటూ, తనవైపు దృష్టి మళ్లింప చేసుకుంటూ అన్నాడు. కాని ఆమె అతనికేసి చూళ్లేదు.

"అయ్యో! నేనెందుకు చచ్చిపోలేదు? యెంత బాగుండేది అది!" అని ఆమె అంది. ఆమె చెక్కిళ్లపై నుంచి కన్నీళ్లు జారాయి. కాని అతనికి బాధకలక్కుండా వుండాలని ఆమె చిరునవ్వు నవ్వే ప్రయాస పడింది.

వ్రాన్స్కీ విషయాలని గతంలో చూసే రీతి ప్రకారం చూస్తే తాష్కెంట్‌లో వచ్చిన ప్రశంసనీయ, సాహసోపేత ఉద్యోగవకాశాన్ని మోకాలొడ్డి తిరస్కరించడం చాలా అవమానకరం, అసంభవం అయిన మాట. కాని యిప్పుడు ఒక్క క్షణం కూడా ఆలోచించకుండా దాన్ని అతను తిరస్కరించాడు. పై అధికార వర్గాల్లో అది కోపకారణం అయిందని తెలిసి సైనిక కొలువుకి రాజీనామా చేశాడు.

ఓ నెల తర్వాత కొడుకుతో యింట్లో కెరనిన్ ఒక్కడూ వుండిపోయాడు. విడాకులు తీసుకోకుండా, దాన్ని గట్టిగా తిరస్కరించి వ్రాన్స్కీతో కలిసి అన్నా విదేశాలకి వెళ్లిపోయింది.

అయిదవ భాగం

1

వివాహం బహుశా లెంట్* ముందు జరగదేమోనని ప్రిన్సెస్ ష్చేర్‌బాత్‌స్కీ అనుకొంది. లెంట్ అప్పటికి అయిదు వారాలే వుంది. పెళ్లికూతురి కట్టువర్గం సరంజామా సగం మాత్రమే సమకూరుతుంది. కాని లెంట్ తర్వాతదాకా వాయిదా వేయించడం మంచిది కాదన్న లేవిన్ అభిప్రాయాన్ని ఆవిడ కాదనలేకపోయింది. యేమంటే ప్రిన్స్ ష్చేర్‌బాత్‌స్కీ ముసలి అత్త చాలా జబ్బుగా రేపో మాపో అన్నట్టుంది. వొకవేళ అటో ఇటో అయితే మైల శుద్ధి దినం అయ్యేదాకానో, యింకా ముందుకో దేకించాల్సి వస్తుంది. ఆ కారణంగా లెంట్‌కి ముందే సుముహూర్తాన్ని జరిపించడానికి ఆమె సరేనంది. పెళ్లికూతురి కట్టువర్గాన్ని పెద్దా చిన్నా అని రెండు భాగాలుగా చెయ్యొచ్చు. చిన్నభాగం పెళ్లికి తయారవుతుంది. పెద్ద భాగాన్ని తర్వాత పంపించవచ్చు. ఈ ఏర్పాటు తనకి ఇష్టమో కాదో తెల్సి సరిగా చెప్పనందుకు లేవిన్‌మీద ఆమె చిరాకుపడింది. పెళ్లయిన వెంటనే నూతన వధూవరులు లేవిన్ పల్లె ఎస్టేట్‌కి వెళ్లే కల్పంలో ఈ ఏర్పాటు సౌకర్యంగా వుండేటట్టే కనిపించింది. ఆ పల్లెల్లో కట్టువర్గం పెద్ద భాగం వెంటనే అవసరం వుండదు.

లేవిన్ ఇంకా ఆనందోన్మాదంలోనే వున్నాడు. ఆ మానసిక స్థితిలో తనూ, తన ఆనందమూనే విశ్వంలో ఏకైక లక్ష్యంగా కనిపించాయి. తను దేన్నిగురించీ పట్టించుకోనవసరం లేదనీ, ప్రతిదాన్నీ పైవాళ్లు చూసుకున్నారనీ ఇకపైనా చూసుకుంటారనీ అతనికి అనిపించింది. అతను తన భవిష్యత్ జీవితం గురించి ఆలోచించలేదు. ఆ విషయాల్ని కూడా పైవాళ్లకి వదిలేశాడు. అంతా దివ్యంగా అమరుతుందనే నమ్మకంతో వున్నాడు. కోజ్నిషెవ్, అబ్లాన్‌స్కీ, ప్రిన్సెస్‌లు అతని చేత ఏవేం చేయించాల్సి వుందో అవన్నీ అతను చేసేటట్టు చూశారు. వాళ్లు ఏం చెప్పినా అతను ఊఁ అనే అన్నాడు. అతనికి అన్నగారు డబ్బు సమకూర్చిపెట్టాడు. పెళ్లవగానే మాస్కో నుంచి వెళ్లిపోవాలని ప్రిన్సెస్ అంది. విదేశాలకి వెళ్లమని అబ్లాన్‌స్కీ అన్నాడు. అతను అన్నిటికీ ఊ అనే అన్నాడు. 'నాచేత మీకెలా కావాలంటే అలా చేయించుకోండి మీ సరదానిబట్టి. నాకు ఆనందంగా వుంది. మీరేం చేసినా నా ఆనందం పెరగదు, పక్కకి మళ్లదు' అనుకున్నాడు. తాము విదేశాలకి వెళ్లాలని అబ్లాన్‌స్కీ సలహా ఇచ్చినట్టు అతను కిట్టీకి చెప్పాడు. ఆమె ఆ సలహాని కొట్టిపారెయ్యడమూ, తాము ఎలా బతకాలో అన్న విషయంమీద ఆమెకి స్థిరమైన అభిప్రాయాలు ఉండడమూ చూసి అతనికి ఆశ్చర్యం కలిగింది. పల్లెలో లేవిన్‌కి పని ఉందనీ, ఆ పనంటే అతనికి పంచప్రాణాలు అనీ ఆమెకి తెలుసు. తన పని ఆమెకి అర్థం కాదనీ, అర్థం చేసుకోవాలనే కోరిక ఆమెకి లేదనీ అతను గ్రహించేడు. అయినా అతని పని చాలా ముఖ్యం అయింది అని ఆమె తెలుసుకోవడానికి అవి ఆటంకం కాలేదు. తను పల్లెలో కాపురం వుంటుంది, అంచేత విదేశాలకి వెళ్లాలని ఆమె అనుకోలేదు.

ఆ దేశాల్లో తను యెన్నటికీ వుండలేదు. తను వుండాల్సింది పల్లెలో, తను అక్కడికే వెడుతుంది. తన అభిప్రాయాన్ని అంత కరాఖండీగా ఆమె చెప్పడం లేవిన్‌కి ఆశ్చర్యం కలిగించింది. ఇంతకీ అతనికి ఎలాగైనా ఒకటే. అంచేత అబ్లాన్‌స్కీని తమ ఎస్టేట్‌కి వెళ్లి అన్నిటినీ తన శక్తి మేరకి సొడ్డుపెట్టడానికి లేకుండా పుష్కలంగా వున్న తన మంచి అభిరుచి మేరకు ఏర్పాటు చెయ్యమని లేవిన్ అడిగాడు – అక్కడికి అబ్లాన్‌స్కీ తను ఏమడిగినా చెయ్యాల్సి వున్నట్టు.

అబ్లాన్‌స్కీ పల్లెకి వెళ్లి పడుచుజంట గృహ ప్రవేశానికి తగ్గట్టుగా అన్ని యేర్పాటు చేసి వచ్చాక ఓసారి

"అది సరేగాని, నువ్వు మత సంస్కారం తీసుకున్నట్టు కాగితం సంపాదించేవా?" అని అడిగేడు.

"లేదు, ఏం?"

"అది లేకుండా చర్చి వివాహం జరిపించదు."

"బాప్‌రే!" అని లేవిన్ అరిచాడు. "తొమ్మిదేళ్లయింది చర్చిలో అడుగు పెట్టి. అసలా విషయం గురించి అనుకోనే లేదు" అన్నాడు.

"భేష్!" అని అబ్లాన్‌స్కీ చిరునవ్వు నవ్వాడు. "నన్ను పాషండుడు అని నువ్వు తిడతావు! కాని లాభం లేదు తెలుసా? నువ్వు ఉపవాసం చేసి, చర్చికి హాజరయి సంస్కారం తీసుకోవాల్సిందే" అన్నాడు.

"కాని నాలుగు రోజులే వ్యవధి వుందే!"

అబ్లాన్‌స్కీ దీనిక్కూడా యేర్పాట్లు చూశాడు. లేవిన్ ఉపవాసం చెయ్యడం, చర్చికి వెళ్లడం మొదలెట్టాడు. అతనికి మత కర్మకాండ కష్టంగా వుంది. తను నమ్మడు కాని ఇతరుల నమ్మకాల్ని గౌరవిస్తాడు. ఇప్పుడతని మానసిక స్థితి మెత్తగా వుంది. అన్నిటిపట్లా స్పందనాత్మకంగా వుంది. యిటువంటి స్థితిలో నటించడం కష్టమేగాక దాదాపు అసాధ్యం కూడా. ఇలాంటి వైభవోపేత స్థితిలో, ఉల్లాసం పొంగిపొర్లేటప్పుడు అబద్ధమైనా ఆడాలి లేదా అపవిత్ర కార్యం అయినా చెయ్యాలి. ఇప్పుడు ఈ రెండింటిలో ఏదీ చేయలేనని అతనికి అనిపించింది. ఈ తంతు జరిపించక్కర్లేకుండానే తను ఆ బాపతు పత్రం సంపాదిస్తానని యెంత చెప్పినా అబ్లాన్‌స్కీ టట్ వీల్లేదని మొండిగానే ఉన్నాడు – యథావిధిగా మత సంస్కారం తీసుకోవాల్సిందే అన్నాడు.

"ఎందుకింత రాద్ధాంతం చేస్తావయ్యా! రెండు రోజులు కళ్లు మూసుకుంటే పోయె! పురోహితుడు మంచివాడు, లోకజ్ఞుడు. ఇట్టే జరిపించేస్తాడు."

మొదటిసారి ప్రాతః ఆరాధనలో పాల్గొన్నప్పుడు తనకి పదహారు పదిహేడేళ్ల వయసప్పుడు వున్న గట్టి మతానుభూతుల తరుణ స్మృతుల్ని జ్ఞప్తికి తెచ్చుకోబోయాడు లేవిన్. కాని అది అసాధ్యం అని త్వరలోనే గ్రహించాడు. తర్వాత ఈ తంతుని ఎవరినైనా చూడ్డానికి వెళ్లినట్టు ఏ ప్రాముఖ్యమూ లేని బోలు ఆచారంగా చూడబోయాడు. కాని అలాగా చెయ్యలేకపోయాడు. ఆనాటివాళ్లకి చాలామందికి వున్నట్టుగానే మతం పట్ల లేవిన్ వైఖరీ ఎంతో అస్పష్టంగా వుంది. అతనికి విశ్వాసం లేకపోయింది. దానా దీనా తను చేస్తున్న పని ప్రాముఖ్యం ఏమిటో

నమ్మనూలేక, దాన్ని వొట్టి లాంఛనంగా మొక్కుబడిగా స్వీకరించనూలేక అతను మత సంస్కారం కోసం తనకి అర్థంకానివాటిని చేస్తూ ఉండిపోయాడు. అవి అంతర్వాణి బోధించినట్టు అనృతమూ, నిజాయితీలుప్తమూ అని ఇబ్బందిపడిపోయేడు, సిగ్గుపడిపోయాడు.

ఆరాధన సమయంలో అతను తన అభిప్రాయాలని ప్రతిఘటించని అర్థాన్ని లాగ ప్రయత్నిస్తూ బోధని వినేవాడు. తర్వాత తను దాన్ని అర్థం చేసుకోలేనని గ్రహించి దాన్ని కాదనాల్సిన స్థితిలో పడేవాడు. అప్పుడు ప్రార్థనని వినకుండా ఉండే ప్రయత్నం చేసేవాడు. చర్చిలో వొట్టినే నుంచున్నప్పుడు తన మనసులో ఎంతో స్పష్టంగా ఉధృతమైన ఆలోచనలకి, పరిశీలనలకి, జ్ఞాపకాలకి లొంగిపోయేవాడు.

ప్రాతః ఆరాధనకి, మధ్యాహ్న ఆరాధనకి, సాయం ఆరాధనకి హాజరయాడు. మర్నాడు మామూలుకంటే పెందరాళే లేచి నాస్తా తినకుండా చర్చికి ఎనిమిది గంటలకి నియమంగా చదవాల్సిన ధర్మబోధభాగం వినేటందుకు, ప్రాతఃకాల కార్యక్రమాన్ని వినేటందుకు, నివేదన చేసుకునేటందుకు వెళ్లేవాడు.

ఓ బీద సైనికుడూ, యిద్దరు ముసలమ్మలూ, కొద్దిమంది అర్చకులు తప్ప చర్చిలో ఎవరూ లేరు.

ఓ పడుచు డీకన్ లేవిన్‌ని కలుసుకున్నాడు. ఆ డీకన్ వేసుకున్న పల్చని ఉడుపు కింద ఆయన వెన్నుపట్టి బారుగా రెండు భాగాలుగా స్పష్టంగా కనిపించింది. అతను లేవిన్‌ని గోడవార ఉన్న ఓ బల్ల దగ్గరికి తీసికెళ్ళాడు. తిన్నగా అక్కడ ధర్మబోధ చదవడం మొదలుపెట్టాడు. అతను చదువుతూ, ముఖ్యంగా "ప్రభువు కృప చూపించుగాక" అనే మాటలు యెక్కువసార్లు తొందరగా వల్లిస్తూ మాట మింగేసి "ప్రభు కృప చూపించుగాక" అని ధ్వనించేటట్టు చదవడంతో లేవిన్‌కి తన ఆలోచనలు తాళంపెట్టి సిక్కా వేసినట్టు, వాటిని కదలించకూడదన్నట్టు, లేకపోతే అవి బుర్రని గందరగోళ పరుస్తాయన్నట్టూ అనిపించింది. అంచేత డీకన్ వెనకాల నుంచున్నా అతను ఏమీ వినిపించుకోలేదు, అర్థం చేసుకో ప్రయత్నించలేదు. తన ఆలోచనల్లో తను మునిగిపోయాడు. 'ఆమె చేతులు ఎంత సొగసుగా ఉన్నాయి' అనుకున్నాడు అంతకు ముందురోజు సాయంత్రం ఓ మూల బల్ల దగ్గర తామిద్దరూ కూర్చున్న సంగతిని గుర్తు చేసుకుని. ఇప్పుడు ఒకళ్ల కొకళ్లు ప్రత్యేకంగా చెప్పుకోవలసింది ఏదీ లేకపోయింది, ఈ మధ్య ఎక్కువ అలానే వుంటోంది. ఆమె బల్లమీద చెయ్యిపెట్టి దాన్ని మూస్తూ తెరుస్తూ వుంది. అలా చేస్తూ నవ్వింది. అతను ఈ చేతిని ముద్దు పెట్టుకుని, గులాబీ రంగు అరచేతిలో రేఖలు చూస్తూ వుండడం గుర్తు చేసుకున్నాడు. 'మళ్లీ ప్రభు కృప చూపించుగాక" అని శిలువ గీసుకుంటూ, వంగి వందనం చేస్తూ డీకన్ ఎంత చురుగ్గా వంగి వందనం చేస్తున్నాడో చూస్తూ, అనుకున్నాడు. 'అప్పుడు ఆమె నా చేతిని తీసుకుని రేఖలు చూసింది. "నీ చెయ్యి యెంత ముద్దుగా వుంది" అంది.' అతను తన చేతికేసీ డీకన్ బండ వేళ్లకేసీ చూశాడు. 'కొంచెంసేపట్లో అయిపోతుందేమో! ఉహు, మళ్లీ మొదలెడుతున్నాడులావుంది' అనుకున్నాడు ప్రార్థన వింటూ. 'లేదు, అనగొట్టేస్తున్నాడు, నేలమీదకి వంగుతున్నాడు. ఆఖర్న చేసే పని కదా ఇది' అని అనుకున్నాడు.

తనకిచ్చిన మూడు రూబుళ్ల నోటు అందుకుని డీకన్ అంగరఖా మఖమల్ కఫ్ కింద పైకి కనిపించనియ్యకుండా పట్టుకున్నాడు. పత్రం రాసి ఇస్తానని చెప్పి, ఖాళీగా ఉన్న చర్చి నేలమీద కొత్త బూట్లు చప్పుడు చేసుకుంటూ బలివితర్ది గది లోపలకి వెళ్లాడు. కొంచెంసేపట్లోనే అతను అక్కడినుంచి ఇవతలికి తొంగిచూసి లేవిన్‌ని పిలిచాడు. లేవిన్ బుర్రలో తాళంవేసి పెట్టుకున్న ఆలోచనల తుట్టరేగింది. కాని అతను దాన్ని తరిమేసుకున్నాడు. 'ఏదో రకంగా అయిందనిపిస్తాను' అని అనుకున్నాడు. అనుకొని వితర్ది కమ్మీల దగ్గరికి వెళ్లాడు. అతను మెట్లమీద ఎక్కి కుడివేపు తిరిగి పురోహితుణ్ణి చూశాడు. అతను ఓ వాలుబల్ల దగ్గర నుంచుని జప గ్రంథం తిరగేస్తున్నాడు. అక్కడా అక్కడా నెరుస్తూ వున్న గడ్డం, అలసిన కరుణాపూరిత నేత్రాలూ వున్న వృద్ధుడు. అతను లేవిన్ కేసి చూసి కొంచెం తల వంచి మొక్కుబడిగా ప్రార్థన చదవడం మొదలుపెట్టాడు. చదవడం పూర్తయాక నేలమీదకంటా వంగి, లేవిన్‌కేసి తిరిగాడు.

"మీ పాప నివేదన వింటానికి ఇక్కడ క్రీస్తు అదృశ్యంగా వచ్చి ఉన్నాడు" అని శిలువకేసి చూపిస్తూ అన్నాడు. "పవిత్ర అపోస్తలుల చర్చి బోధనలనన్నిట్నీ మీరు విశ్వసిస్తున్నారా?" అని కళ్లని లేవిన్‌మీదనుంచి తప్పించుకుంటూ, చేతుల్ని అంగవస్త్రంకింద పెట్టుకుంటూ అడిగేడు.

"నాకు సంశయాలున్నాయి, నేను ప్రతిదాన్నీ సంశయిస్తాను" అని లేవిన్ అన్నాడు. అతని గొంతుక అతనికే వికారంగా అనిపించింది.

అతను ఇంకా చెప్తాడని పురోహితుడు కొద్ది క్షణాలు ఆగాడు. అతను అలా చెప్పకపోవడంతో పురోహితుడు కళ్లు మూసుకుని వోల్గా ప్రాంతం ఉచ్చారణతో 'ఓ'లని నొక్కి పలుకుతూ గబగబా అన్నాడు.

"మానవుడు తన దౌర్బల్యంవల్ల సంశయాత్ముడవవచ్చు. కాని ప్రభువు దయామయుడై మన విశ్వాసాన్ని దృఢతరం చెయ్యాలని మనం ప్రార్థన చెయ్యాలి. యేమిటి మీ దోషాలు?" అని లిప్త కాలం కూడా ఆక్కుండా, ఏ మాత్రం కాలం వృధా చెయ్యకుండా వుండాలని ఆతృతతో వున్నట్టు, అన్నాడు.

"సంశయమే నా పెద్ద పాపం. నేను ప్రతిదాన్నీ సంశయిస్తాను. ఎక్కువగా సంశయాత్మక స్థితిలోనే వుంటాను."

"మానవుడు తన దౌర్బల్యంవల్ల సంశయాత్ముడవవచ్చు" అని పురోహితుడు మళ్లీ అదే పాట పాడాడు. "మీకున్న పెద్ద సంశయం ఏమిటి?" అని అడిగాడు.

"నేనన్నిటి పట్లా సంశయాత్మకంగానే వున్నాను. ఒకో అప్పుడు ఈశ్వరుడి ఉనికే నాకు సంశయంగా వుంటుంది" అని లేవిన్ ఠక్కున అనేశాడు. వెంటనే యేమిటిలా కొంపములిగే మాట అన్నానని బిత్తరపోయాడు. కాని పురోహితుడిమీద అతని మాటలు ఏం చలనం చూపించనట్టుగానే కనిపించింది.

"ఈశ్వరుడి అస్తిత్వం గురించి సంశయం ఏం వుంటుంది నాయనా?" అని పురోహితుడు కనిపించీ కనిపించని చిరునవ్వు నవ్వుతూ అన్నాడు.

లేవిన్ ఏం మాట్లాడలేదు.

"సృష్టికర్త చేసినవాటిని చూస్తూ ఆయన అస్తిత్వాన్ని ఎలా సంశయించగలరు?" అని పురోహితుడు సామాన్యంగా వుండే స్వరంతో గబగబా అన్నాడు. "ఆకాశంలో నభోమణుల్ని అలంకరించిందెవరు? ఇలని సౌందర్య సమన్వితం చేసిందెవరు? సృష్టికర్త తప్ప ఎవరు చెయ్యగలరీ పనిని?" అని లేవిన్‌కేసి ఏం సమాధానం చెప్తావ్ అన్నట్టు చూశాడు.

పురోహితుడితో అస్తినాస్తి తాత్విక విచికిత్స చేసే సమయం అది కాదని లేవిన్‌కి అనిపించింది. అంచేత అడిగినదానికి సూటిగా సంబంధించిన జవాబు చెప్పాడు.

"నాకు తెలియదు" అన్నాడు.

''తెలియదా? దీన్నంతటినీ ఈశ్వరుడు సృష్టించాడన్న విషయాన్ని ఎలా సంశయించగలరు?" అని పురోహితుడు సరదాగా వుందే అన్నట్టు కనిపించే విస్మయంతో అన్నాడు.

"నాకు యేమీ అర్థం అవడం లేదు" అని తన మాటలు బుద్ధిహీనంగా వున్నాయని అనుకొంటూ సిగ్గుపడుతూ, అలాంటి సందర్భంలో అవి బుద్ధిహీనంగా తప్ప వుండవని భావించుకుంటూ అన్నాడు.

"ఈశ్వరుణ్ణి ధ్యానం చేసి ఆయన సహాయాన్ని అర్థించండి. మహర్షులకు కూడా సంశయం కలిగిన ఘట్టాలు వున్నాయి. తమ విశ్వాసాన్ని పటుతరం చెయ్యమని వాళ్లు అర్థించారు. సైతాన్ చాలా శక్తివంతుడు, మనం సైతాన్‌కి లొంగకూడదు. ఈశ్వరుణ్ణి ధ్యానించి ఆయన కృపావరాన్ని అర్థించండి. ప్రార్థన చెయ్యండి" అని దడదడ రెట్టించాడు.

తర్వాత పురోహితుడు కొంచెంసేపు ఏం మాట్లాడలేదు. దేన్ని గురించో ఆలోచిస్తూ వున్నట్టుగా వుండిపోయాడు.

"మీరు మా చర్చి సభ్యులు, ప్రాపకంలో వున్నవారు ప్రిన్స్ ష్చెర్‌బాత్‌స్కీ గారి అమ్మాయిని వివాహమాడబోతున్నారని విన్నాను" అని మందహాసం చేస్తూ అన్నాడు. "ముచ్చటైన అమ్మాయి" అన్నాడు.

"ఊఁ" అన్నాడు లేవిన్ సిగ్గుపడుతూ. 'పాప నివేదన సమయంలో ఈ గొడవ ఎందుకట?' అనుకున్నాడు.

తను పైకి అడగని ప్రశ్నకి సమాధానంగానా అన్నట్టు పురోహితుడు చెప్పాడు:

"మీరు పవిత్ర వివాహబంధంలోకి వస్తున్నారు. భగవంతుడు మీకు సంతాన ప్రాప్తి కలగచేస్తాడు, అంతేకదా? సైతాన్ ప్రలోభానికి లొంగి అవిశ్వాసపరులై వుంటే మీరు మీ పిల్లలకి ఏం బోధిస్తారు?" అని చిన్నగా మందలిస్తున్నట్టు అన్నాడు. "మీరు మీ బిడ్డల్ని ప్రేమిస్తే మంచి తండ్రిగా వాళ్లకి సిరిసంపదలు హోదాలు మాత్రమే ఇవ్వాలని అనుకోరు కదా! మీ పిల్లలకి మోక్షమార్గం చూపించాలనుకుంటారు. సత్య తేజంతో వాళ్ల ఆత్మలు ప్రకాశించాలనుకుంటారు. మీ బిడ్డ 'నాన్నా, ఈ ప్రపంచంలోని అందాలన్నిటినీ, ఈ భూమిని, నీటిని, సూర్యుణ్ణి, పువ్వుల్ని, గరికల్ని ఎవరు సృష్టించారు?' అని అమాయకంగా అడిగితే

మీరేం జవాబు చెప్తారు? 'నాకేం తెలీదు' అని చెప్పలేరు కదా! మీరు తెలుసుకోకుండా వుండలేరు. కృపామయుడైన సర్వేశ్వరుడు మీకు దాన్ని విశదం చేశాడు. లేకపోతే 'చనిపోయిన తర్వాత నాకు ఏం జరుగుతుంది?' అని మీ బిడ్డ అడిగినప్పుడు మీకే తెలియకపోతే మీరేం చెప్తారు? ఎలా జవాబు చెప్పగలరు? మీరు మీ బిడ్డల్ని ఐహిక కామనలకి, సైతాన్ ప్రలోభాలకి ఎర చేస్తారా? అది మీ ఘోర తప్పిదం అవుతుంది" అని ఆగి, తల వో పక్కకి వొరగేసుకుని, సౌమ్య దయార్ద్రపూరిత నేత్రాలతో లేవిన్ కేసి చూస్తూ అన్నాడు. లేవిన్ ఈసారి ఏ జవాబూ చెప్పలేదు. పురోహితుడితో వాదం ఎందుకని వూరుకోవడం కాదు, కాని యింతకుముందు ఎవరూ ఇలాంటి ప్రశ్నలు తనకి వెయ్యకపోవడం వల్ల. తన పిల్లలు అడిగితేనా, అప్పుడు చూసుకుంటాడు ఎలా జవాబు చెప్పవచ్చో. బోలెడు వ్యవధి వుంది.

"మీరు జీవితంలో పక్కకి మళ్లడంకాక ఒక మార్గాన్ని యెంచుకునే దశకి చేరుకుంటున్నారు" అని పురోహితుడు చెప్పాడు. "పరాత్పరుడు మీమీద తన కృప వర్షించేటట్టు ప్రార్థన చెయ్యండి" అన్నాడు. "ప్రభువు ఈశుడు ఏసుక్రీస్తు మానవాళిపట్ల వున్న తన అపార ప్రేమతో ఇతన్ని, తప్పు చేసిన తనయుణ్ణి మన్నించుగాక..." అని ముగింపు ప్రార్థన చేస్తూ పురోహితుడు లేవిన్‌ని ఆశీర్వదించి పంపేశాడు.

ఇంటికి తిరిగి వచ్చాక లేవిన్ సంతోషంతో హమ్మయ్య అనుకున్నాడు. ఇష్టంలేని ఒక పని పూర్తయింది. అది కూడా తను అబద్ధం ఆడవలసిన పరిస్థితి రాకుండా పూర్తయింది. పాపం ఆ ముసలాయన చెప్పిన మాటలు మొదట కనిపించినంత తెలివిహీనంగా లేవు, తను వివరంగా తెలుసుకోవాల్సినదేదో అందులో వుంది అనే ఒక అస్పష్ట భావన అతనికి కలిగింది.

'ఇప్పుడు కాదు, ముందు ముందు ఈ విషయం చూడాలి' అనుకున్నాడు లేవిన్. అతనికి మనసులో ఏదో అస్పష్టమైందీ, మలినమైందీ అంతకుముందు యెన్నడు లేనట్టుగా తోచింది. మతానికి సంబంధించి ఇతరులు వున్న స్థితిలోనే తనూ వున్నట్టు, తన మిత్రుడు స్వియాజ్‌స్కీని విమర్శించి తను అంగీకరించని ఆ స్థితిలోనే వున్నట్టు అనిపించింది.

ఆ సాయంత్రం అతనూ, కిట్టీ కలిసి దాలీ యింటి దగ్గర గడిపారు. లేవిన్ మహా ఉత్సాహంగా వున్నాడు. తన ఉత్సాహాన్ని గురించి అబ్లాన్‌స్కీకి చెబుతూ చిన్న కుక్కకి చక్రంలోనుంచి ఎగరడం నేర్పితే అది ఎంత సంబరంగా వుంటుందో తనకి అలా వుందని అన్నాడు. మొదటిసారి చక్రంలోనుంచి దూకుతూ అది ఎంత హుషారుగా వుంటుందంటే అది గుంయ్‌మని అరుస్తుంది. తోక ఆడిస్తుంది. పరవశించిపోయి బల్లమీద గెంతేస్తుంది. కిటికీ తీనెమీదకి ఎగురుతుంది.

2

పెళ్లి రోజున లేవిన్ ఆచారం ప్రకారం వధువు దగ్గరికి వెళ్లలేదు. (అతను అన్ని ఆచారాలనీ తు.చ. తప్పకుండా పాటించాలని పెద్ద ప్రిన్సెస్, దాలీ పట్టుబట్టారు). అలా వెళ్లకుండా అతను కాకతాళీయంగా తనని చూడవచ్చిన ముగ్గురు బ్రహ్మచార్లతో హొటెల్‌లో భోజనం చేశాడు. వాళ్లు కోజ్నిషెవ్, కతవాసొవ్, చీరికొవ్‌లు. కతవాసొవ్ యూనివర్సిటీనాటి మిత్రుడు. ఇప్పుడతను

ప్రకృతిశాస్త్రాల ప్రొఫెసరు. అతను రోడ్డుమీద తగిలితే లేవిన్ హోటెల్‌కి తీసుకువచ్చాడు. చీరికొవ్ పెళ్లి పెద్ద. అతను మాస్కో రాజీ కోర్టులో జడ్జి*. లేవిన్, అతనూ కలిసి ఎలుగుబంటి వేటకి వెళ్లారు ఒకసారి. ఇప్పుడు భోజనం మజాగా సాగింది. కోజ్నిషెవ్ మంచి హుషారుగా వున్నాడు. కతవాసొవ్‌కి గల ప్రత్యేకత అనేదాన్ని చూసి చాలా ముచ్చట పడ్డారు. తన ప్రత్యేకతని గుర్తించారని గమనించి కతవాసొవ్ పూర్తిగా తన ప్రతిభా విశేష కాంతులు విరజిమ్మాడు. ఇక చీరికొవ్ ప్రసక్తం అయిన ఏ విషయాన్నైనాగాని సంతోషంగా సరదాగా సై అంటూ అందుకున్నాడు.

"అవును, నిజంగా" అని కతవాసొవ్ తన సహజ బోధనాత్మక ధోరణిలో మాటలు సాగదీస్తూ మొదలుపెట్టాడు. "మనవాడు లేవిన్ ఇప్పుడు ఒకటో రకం శక్తి సామర్థ్యాలు చూపించాడు. నేను మనలో లేని వ్యక్తిని గురించి మాట్లాడుతున్నాను, ఏమంటే లేవిన్ మనలో వాడు కాదు యిక. యూనివర్సిటీ వదిలేటప్పటికే విజ్ఞానశాస్త్రానికి అంకితం అయిపోయాడు. మానవులకి సహజమైన ఆసక్తులు వచ్చాయి. ఇప్పుడు ఇతనికి వున్న శక్తి సామర్థ్యాలు సగం ఆత్మవంచనకీ, మిగిలిన సగం ఆ వంచనని సమర్థించుకోవడానికీ పోతాయి" అన్నాడు.

"వివాహ జీవితాన్ని నీకంటే పట్టుగా శత్రుత్వంతో వ్యతిరేకించేవాణ్ణి నేనింతవరకూ చూడలేదు" అని కోజ్నిషెవ్ అన్నాడు.

"ఉహుఁ, నేను శత్రువుని కాదు, నేను శ్రమ విభజన కావాలనేవాణ్ణి. ఇక వేరే ఏమీ సృష్టించలేనివాళ్లు పిల్లల్ని సృష్టించాలి. మిగిలినవాళ్లు వాళ్ల ఆనందం కోసం, వికాసం కోసం కృషిచెయ్యాలి. నా దృష్టి అదీ. చాలామంది యీ రెండింటినీ కలగాపులగం చేసేస్తారు. నేను ఆ బాపతువాణ్ణి గాను*" అన్నాడు కతవాసొవ్.

"మీరు ప్రేమించారని వింటే నాకెంత కసి తీరుతుందో. మీ పెళ్లికి నన్ను పిలవడం మర్చిపోకండేం" అన్నాడు లేవిన్.

"నేనిప్పటికే ప్రేమించాను."

"అవును కటిల్ ఫిష్‌ని! నీకు తెలుసా?" అంటూ లేవిన్ అన్నగారి వేపు తిరిగి అడిగేడు. "కతవాసొవ్ ఒక సిద్ధాంత వ్యాసం రాస్తున్నాడు పోషక పదార్థాలమీదా..."

"కలగాపులగం చెయ్యకండి. దేనిమీద అయితే ఏమిటి గనక? నేను నిజంగా ప్రేమిస్తూ వున్నది కటిల్ ఫిష్."

"కాని మీరు భార్యని ప్రేమించడానికి అది అడ్డం రాదులెండి."

"కటిల్ ఫిష్ అడ్డం రాకపోవచ్చు కాని, భార్య అడ్డం వస్తుంది."

"ఆవిడెందుకు అడ్డం వస్తుంది?"

"కొంచెం ఆగండి, మీరే చూద్దురు గాని. మీకు వ్యవసాయం అన్నా, వేట అన్నా ఇష్టం, ఊఁ, మీరు చూద్దురు గాని."

"యివాళ అర్ఖిప్ వచ్చాడు. ప్రూద్నొయె దగ్గరున్న అడవుల్లో బోలెడు కణుజులు, రెండు ఎలుగుబంట్లు వున్నాయని చెప్పాడు" అన్నాడు చీరికొవ్.

"ఊc, మరి మీరు నేను లేకుండానే వాటి వేటకోసం వెళ్లాలీసారి."

"అదుగో బయట పడ్డావు! ఇక్కడినుంచి ఎలుగుబంటి వేటకో సలాం కొట్టెయ్యచ్చు నువ్వు! మీ ఆవిడ వెళ్లనివ్వదు" అన్నాడు కోజ్నిషెవ్.

లేవిన్ చిరునవ్వు నవ్వాడు. తన భార్య వెళ్లనివ్వదు అన్న ఊహ ఎంత ఆనందం కలిగించిందీ అంటే ఆ వేట సుఖాన్ని శాశ్వతంగా వదులుకోవడానికి అతను సిద్ధంగా వున్నాడు.

"కాని మీరు లేకుండా ఆ రెండు ఎలుగుల్నీ వెంబడించి పట్టడం తలుచుకుంటే బాధగా వుంది. ఖపీలొవొకి కిందటిసారి మనం వెళ్లడం గుర్తుందా? ఇవాళ కూడా ఎంత బ్రహ్మాండంగా వుంటుంది!" అన్నాడు చీరికొవ్.

ఎక్కడేనా గానీ ఆమె లేకుండా బ్రహ్మాండం ఏం వుంటుంది అని అందామనుకున్నాడు లేవిన్. కాని అలా అని అతనికి దిగ్భ్రాంతి కలిగించడం యెందుకులే అని వూరుకున్నాడు.

"బ్రహ్మచారి జీవితానికి సెలవు చెప్పే ఈ తంతులో అర్థం వుంది. నీకు ఆనందం కలగవచ్చుననుకో, అయినా గానీ స్వేచ్ఛని వదులుకోవడం ఏం బాగా లేదు" అన్నాడు కోజ్నిషెవ్.

"ఏం, నిజం చెప్పండి, గోగొల్ కామెడీలోని నాయకుడిలాగా కిటికీనుంచి దూకి పారిపోవాలని* ఉండదూ మీకు?"

"కచ్చితంగా చెప్తాను వుంటుందని, కాని ఒప్పుకోడు" అంటూ కతవాసొవ్ పగలబడి నవ్వాడు.

"ఊc, సరే మరి, కిటికీ తెరిచే వుంది.. పదండి త్వేర్*కి పోదాం. ఒంటరిగా గుహలో దాంకున్న ఆడఎలుగుని వేటాడవచ్చు. అయిదు గంటల రైలుకి వెడదాం. వెనక దిగడిపోయినవాళ్ల ఖర్మ" అని చీరికొవ్ చిరునవ్వు నవ్వుతూ అన్నాడు.

"నమ్మండి నమ్మకపోండి!" అని లేవిన్ కూడా చిరునవ్వు నవ్వుతూ అన్నాడు. "నా స్వేచ్ఛ పోతోందే అన్న విచారం పిసరు కూడా నాకు లేదు. నా హృదయసాక్షిగా చెప్తున్నా" అన్నాడు.

"వాహ్వా! మీ హృదయం తలకిందులైపోయి వుంది. మీకందులో ఇప్పుడేమీ కనిపించదు. కొంచెం ఆగి చూడండి. హృదయం యథాస్థానంలో సర్దుకున్నాక మీకు తెలుస్తుంది" అన్నాడు కతవాసొవ్.

"అబ్బెబ్బె, నాకు కనీసం సూచనగా అయినా నా...నా... అనుభూతి పక్కన" (అతను వాళ్లముందు 'ప్రేమ' అనే పదాన్ని వాడదలచుకోలేదు) "నా ఆనందం పక్కన, నా స్వేచ్ఛ పోతోందే అన్న అనుమానమేనా కనీసం తగలాలి కదా! అది లేకపోవడం సరే కదా దానికి శుద్ధ వ్యతిరేకంగా నా స్వేచ్ఛ పోగొట్టుకుంటున్నందుకు నాకు సంతోషంగా వుంది."

"ఏం లాభం లేదు, వ్యవహారం ముదిరిపోయింది" అని కతవాసొవ్ విచారం వ్యక్తం చేశాడు. "సరే, పట్టండి. అతను కోలుకుందుకు తన స్వప్నాలలో వందోవంతైనా కనీసం సాధించేందుకు తాగుదాం, అలా సాధించడమే లోకం ఇంతవరకూ ఎరగని ఆనందమే మరి" అన్నాడు.

భోజనాల తర్వాత పెళ్లి ముస్తాబు కోసం వాళ్లందరూ వెళ్లిపోయారు.

లేవిన్ ఒంటరిగా ఉండిపోయాడు. ఈ బ్రహ్మచారుల సంభాషణని నెమరువేసుకుని మరోసారి తనలో తను అనుకున్నాడు: వాళ్లు అంటూ వున్న స్వేచ్ఛని పోగొట్టుకుంటున్నానే అన్న విచారం పిసరేనా తన మనసులో వుందా? ఆ ప్రశ్నకి అతని పెదాలమీద చిరునవ్వు లాస్యం చేసింది. 'స్వేచ్ఛ? యెందుకు స్వేచ్ఛ? ప్రేమించడంలోనే అనందం వుంది, అమె ఆలోచనలు తనవిగా, ఆమె కోరికలు తనవిగా - అంటే స్వేచ్ఛ అనేది లేకపోవడమా! అదే ఆనందం!'

'కాని ఆమె ఆలోచనలు ఏమిటో, ఆమె కోరికలు ఏమిటో, అనుభూతులు యేమిటో నీకు తెలుసా?' అని అంతర్వాణి ఏదో అతని చెవిలో అంది. అతని చిరునవ్వు మాయమైపోయింది. అతను ఆలోచనలో మునిగిపోయాడు. హఠాత్తుగా ఏదో వింత అనుభూతి అతన్ని ఆవహించింది. సంశయాల, భయాల గుప్పిట్లో వున్నట్టనిపించింది.

'ఆమె నన్ను ప్రేమించకపోతూ వుంటే? పెళ్ళికావాలి కాబట్టే నన్ను పెళ్లి చేసుకుంటూ వుంటే? తను ఏం చేస్తూ వుందో ఆమెకిగా ఆమెకే తెలియకపోతే?' అనుకున్నాడు. 'ఆమెకి ఈ తొలిప్రేమ మైకం తగ్గచ్చు. పెళ్లయినతర్వాత నన్ను ప్రేమించడం లేదనీ, ఎన్నటికీ ప్రేమించలేదనీ గ్రహించుకోవచ్చు.' చిత్రాతి చిత్రమైన, పరమ దుష్టమైన ఆలోచనలు అతన్ని పీడించాయి. వ్రాన్స్కీతో ఆమె వున్న సందర్భాన్ని గురించి గుర్తు చేసుకున్నాడు. అతనికి అసూయ కలిగింది, ముందుటేడంతా వున్న అసూయ. వ్రాన్స్కీతో ఆమె వుండగా చూసిన ఆ సాయంత్రం నిన్న సాయంత్రం అయినట్టుగానే అతనికి అనిపించింది. తనతో అన్నీ దాపరికం లేకుండా ఆమె చెప్పలేదేమోనన్న అనుమానం అతనికి కలిగింది.

అతను వెంటనే లేచాడు. 'ఇలా జరగడానికి వీల్లేదు' అనుకున్నాడు నిరాశతో. 'ఆమె దగ్గరికి వెడతాను. ఆఖరుసారి ఆమె ముఖంమీదనే అడిగేస్తాను - మనిద్దరం స్వేచ్ఛగా ఉన్నాం, ఇలానే ఎప్పటికీ వుంటే మెరుక్కదూ అని. నిత్యం వేధించే బాధ, అవమానం, వంచన వుండడం కంటే మెరుగే!' అనుకున్నాడు. అతని మనసంతా విచారంతో నిండిపోయింది. తనని, ఆమెని, ప్రతి ఒక్కరినీ అస్యహించుకుంటూ అతను హొటల్ నుంచి బయల్దేరి వాళ్ల ఇంటికి వెళ్ళాడు.

ఆమె ఒక్కత్తే లోపల గదిలో వుంది. పనిపిల్లకి ఏవేవో పురమాయింపులు చేస్తూ ట్రంకు పెట్టెమీద కూర్చుంది. కుర్చీలమీదా, నేలమీదా పడి వున్న రంగురంగుల ఫ్రాక్‌లని కెలుకుతూ వుంది.

"హొయ్!" అని సంతోషంతో వెలిగిపోతూ అతన్ని చూసి అరిచింది. "ఎలా నువ్వు... మీరు" (ఆనాటిదాకా ఆమె అతన్ని కొంతసేపు 'మీరు' అని, కొంతసేపు 'నువ్వు' అని పిలుస్తూ వుంది) "నేనసలు అనుకోనేలేదు! నా గౌన్లూ అవీ ఏం కావాలో తీసుకొమ్మని మా అమ్మాయితో చెప్తున్నా..."

"బాగుంది" అని అతను పనిపిల్లకేసి ముటముటలాడుతూ చూశాడు.

"నువ్వెళ్లు దున్యాషా, మళ్లీ పిలుస్తా" అంది కిట్టీ. "నువ్వా! ఏమిటి విశేషం?" అని పనిపిల్ల వెళ్లిపోగానే అడిగింది. అతన్ని 'నువ్వ' అనే పిలిచింది. అతని ముఖం వింతగా వుండడం, కళతగ్గి వుండడం, బాధతో వుండడం గమనించింది. ఆమెకి బెదురు పుట్టింది.

"కిట్టీ! నేను చిత్రహింస పడుతున్నాను. నేనొక్కణ్ణీ ఇలా వేదన పడలేను" అని అతను ఆమె ఎదురుగా నుంచుని, అర్థిస్తూన్నట్టుగా ఆమె కళ్ళల్లోకి చూస్తూ విచారంగా అన్నాడు. ఆమె కళ్ళల్లో ప్రేమ, నిష్కపటత్వం మాత్రమే అతనికి కనిపించాయి. దాంతో తను ఆమెతో చెప్పదలచుకున్నదేదీ నోట్లోనుంచి బయటికి రాదని అతనికి తెలిసింది. అయినా గానీ ఆమె ధైర్యం చెప్పే మాటలు అతని చెవిన పడాలి. "ఇప్పటికీ మించిపోలేదని నీతో చెపుదామని వచ్చాను. దీన్ని ఆపుచేసి ఇంకా సరిదిద్దుకోవచ్చు" అన్నాడు.

"ఏమిటి? నాకర్థం అవడం లేదు. ఏం జరిగింది నీకు?"

"నీతో ఇప్పటికే లక్ష సార్లు చెప్పిందీ, నా మనసులో అనుకోకుండా వుండలేకపోతున్నదీ – నేను నీకు తగను అని. నన్ను పెళ్లి చేసుకోవడం నీకు ఇష్టం లేకపోవచ్చు. బాగా ఆలోచించుకో. నువ్వు పొరపాటు పడి వుండచ్చు. బాగా ఆలోచించుకో. నువ్వు నన్ను ప్రేమించడం అసాధ్యం కావచ్చు. అదయితే... ఇప్పుడే చెప్పడం మెరుగు" అని ఆమెకేసి చూడకుండా అన్నాడు. "నాకు మహా బాధగా వుంటుంది. లోకులు ఏమన్నా అనుకోనీ. ఈ బాధకంటే ఏదన్నా మెరుగే.. ఇంకా వ్యవధీ మించిపోలేదు, ఇదే సమయం" అన్నాడు.

"నాకేం అర్థం అవడం లేదు" అందామె భయంతో. "అంటే నువ్వు తెంచుకుందామని.. అక్కర్లేదని అనుకుంటున్నావా?" అని అడిగింది.

"ఆఁ, నువ్వు గనక నన్ను ప్రేమించకపోతే."

"నీకు పిచ్చెక్కింది" అని ఆమె కోపంతో యెర్రబడుతూ అరిచింది. కాని అతన్ని చూస్తే ఎంతో దయనీయంగా వున్నాడు. దాంతో ఆమె కోపం అణచుకుంది. ఓ కుర్చీ మీదనుంచి ఫ్రాక్ తీసేసి అతని పక్కనే కూర్చుంది. "నువ్వేమనుకుంటున్నావో ఏమిటో అంతా వివరంగా చెప్పు" అంది.

"నువ్వు బహుశా నన్ను ప్రేమించవేమోనని. నన్ను ఏం చూసి ప్రేమిస్తావ్?"

"అయ్యో! ఖర్మ! ఏం చెయ్యను..." అని ఆమె గుడ్లలో నీరు కుక్కుకుంది.

"అయ్యయ్యో! యెంత పని చేశాను!" అని అతను అరిచి ఆమె ముందు మోకాళ్లమీద వాలి ఆమె చేతుల్ని ముద్దు పెట్టుకోవడం మొదలుపెట్టాడు.

అయిదు నిముషాల తర్వాత ప్రిన్సెస్ గదిలోకి వచ్చేటప్పటికి ఇద్దరూ సమాధానపడ్డారు. తను అతన్ని ప్రేమిస్తున్నానని కిట్టీ చెప్పింది. అంతే కాకుండా ఎందుకు అతన్ని ప్రేమిస్తూ వుందో కూడా చెప్పింది. తను అతని అంతరంగంలోకి చూడగలుగుతోంది కాబట్టి అతను దేన్ని ప్రేమిస్తాడో ఆమెకి తెలుసు. అతను ప్రేమించేవన్నీ మంచివే కాబట్టీ అతన్ని ప్రేమించింది అని చెప్పింది. దాంతో అతనికి అంతా స్పష్టపడింది. అంచేత ప్రిన్సెస్ గదిలోకి వచ్చేటప్పటికి వాళ్లు పెట్టెమీద కూర్చుని ఫ్రాక్‌లని ఏరుతున్నారు, వాదించుకుంటున్నారు. ఏమంటే లేవిన్

వివాహ ప్రస్తావన చేసిన రోజున కిట్టీ వేసుకున్న ఫ్రాక్‌ని ఆమె దున్యాషాకి ఇస్తానంది, దాన్ని ఎవ్వరికీ ఇవ్వకూడదనీ, దున్యాషాకి నీలంది ఇవ్వవచ్చని అతను పట్టుబడుతున్నాడు.

"ఆమె చామన ఛాయ మనిషి, నల్ల జుట్టుంది ఆమెకి. ఇది ఆమెకి నప్పదు అర్థమైందా? నేనంతా ఆలోచించాను."

అతను ఎందుకు అక్కడికి వచ్చిందీ తెలుసుకుని ప్రిన్సెస్ అతన్ని నిజంగా కొంతమేరకి, పరిహాసంగా కొంతమేరకి కేకలేసి గబగబా వెళ్ళి పెళ్ళికొడుకు ముస్తాబై రమ్మని, కిట్టీ కేశాలంకరణకి ఆలస్యం కలిగించవద్దనీ, ఏమంటే అలంకరణ చేసే షార్ల్ ఏ క్షణంలోనేనా రావచ్చనీ చెప్పింది.

"వెర్రి పిల్ల. యిన్ని రోజులూ యేమీ కతికిందే కాదు, చూడు యెలా వాడిపోయిందో! నువ్వేమో చెత్తంతా పోగుచేసి దాని మనసు పాడు చేస్తున్నావు. వూఁ, వెళ్లు, వెళ్లు తయారవు నాయనా" అంది.

లేవిన్ నేరంచేసినవాడిలాగా హొటల్‌కి తిరిగి వెళ్లాడు, కాని గుండె బరువు దిగినవాడిలా వెళ్లాడు. కోజ్నిషెవ్, దాలీ, అబ్లాన్‌స్కీ పెళ్లివారి ముస్తాబు చేసుకుని అతన్ని దేవుడి బొమ్మతో ఆశీర్వదించడం కోసం వచ్చి అతని కోసం ఎదురుచూస్తున్నారు. వ్యవధి అట్టే లేదు. పైగా దాలీ ఇంటికి వెళ్లి ఉంగరాల జుట్టుకి నూనె రాసి దువ్వి చిన్నవాణ్ణి తీసుకురావాల్సి వుంది. ఆ కుర్రాడు బొమ్మనీ, పెళ్లికూతుర్ని చర్చి దగ్గరకి తీసుకువెళ్లాలి. తర్వాత పెళ్లి పెద్ద కోసం బగ్గీ పంపించాలి, కోజ్నిషెవ్‌ని తీసుకువెళ్లిన బగ్గీ తిరిగి వచ్చిందో లేదో చూసుకోవాలి.. మొత్తంమీద చూసుకోవాల్సిన పనులు బోలెడున్నాయి. అసలు వొక్క క్షణం కూడా వృథా చేసేందుకు లేదు, ఏమంటే అప్పటికే ఆరున్నర అయింది.

దేవుడి బొమ్మ ఆశీర్వాదం తంతువల్ల ఒరిగింది యేమీ లేదు. అబ్లాన్‌స్కీ పెళ్లాం పక్కన నవ్వు తెప్పించే గంభీర వాలకం పెట్టి నుంచున్నాడు. బొమ్మ అందుకున్నాడు. లేవిన్‌ని నేలకంటా వంగి వందనం చెయ్యమన్నాడు. మంచి మనసుతోనే వ్యంగ్యపూరిత మందహాసం చేస్తూ ఆశీర్వదించి మూడుసార్లు ముద్దు పెట్టుకున్నాడు. దాలీ కూడా అలానే చేసింది. తర్వాత వెంటనే హడావుడిగా వెళ్లిపోయేదే గాని ఆమె బుర్రంతా బగ్గీలని ఎక్కడికి ఎవరికోసం పంపాలో అన్న ఆలోచనలతో గందరగోళంగా వుంది.

"మనం యిలా చేద్దాం: నువ్వు మన బండిలో కుర్రాణ్ణి తీసుకురా, కోజ్నిషెవ్‌గారు కూడా నీతో వస్తారు, మళ్లీ బండిని వెనక్కి పంపిస్తారు."

"అలాగే, సంతోషం."

"ఇప్పుడు అతనితో బయల్దేరదాం, పంపించాల్సిన అన్నిటీ్నీ పంపించేశావా?" అని అబ్లాన్‌స్కీ అడిగేడు.

"పంపేశాను" అని లేవిన్ జవాబు చెప్పాడు. తను తీసి వుంచమని కుజ్మాకి చెప్పిన బట్టల్ని తీసుకురమ్మన్నాడు.

3

వివాహం కోసం దేదీప్యంగా దీపాలు పెట్టిన చర్చి చుట్టూతా ఓ గుంపు పోగయింది. ముఖ్యంగా ఆడవాళ్లు ఎక్కువ వున్నారు. లోపలికి వెళ్లలేని దురదృష్టవంతులు తోసుకుంటూ, కుమ్ముకుంటూ, కమ్మీల్లోంచి లోపలికి తొంగి చూస్తూ కిటికీల దగ్గర చేరారు.

జెండార్మీవాళ్లు ఇరవై పైగా బగ్గీలని బారుగా నిలబెట్టారు. చలీ గిలీ లెక్క చెయ్యకుండా ఓ పోలీసు ఆఫీసరు ధగధగ మెరిసిపోయే యూనిఫాం వేసుకుని గుమ్మం దగ్గర నుంచున్నాడు. బగ్గీలు ఇంకా వస్తూనే వున్నాయి. పువ్వులు పెట్టుకుని, జీరాడే కుచ్చెళ్లని ఎత్తి పట్టుకుంటూ వున్న ఆడవాళ్లు, చర్చిలోకి అడుగుపెట్టేటప్పుడు బొచ్చు శాటుల్నీ, ఎత్తు టోపీల్నీ చేత్తో పట్టుకుంటూ వున్న మగవాళ్లు చర్చి లోపలకి వెళుతూ వున్నారు. చర్చిలో వున్న రెండు చాండెలీర్స్‌నీ, బొమ్మల ముందు వున్న అన్ని కొవ్వొత్తుల్నీ అప్పటికే వెలిగించారు. విగ్రహ వితర్ది అరుణ నేపథ్యంలోని బంగారు రేఖ విగ్రహాల బంగారు పూత చిత్రాలు, దీపం సెమ్మెల వెండి, నేలమీద వున్న రాతి చౌకట్లు, తివాసీలు, గాయకబృందం వేదికమీదనుంచి వేలాడే పవిత్ర కేతనాలు, వితర్ది మెట్లు, నలుపు తిరిగిన ప్రాచీన ప్రార్థనా గ్రంథాలు, పొడుగాటి అంగీలు, వైభవంగా వున్న జరీ ఉత్తరీయాలు – అన్నీ ధగద్ధగాయమానంగా వెలిగిపోతూ వున్నాయి. చర్చి కుడి భాగంలో ఫ్రాక్ కోట్లు, తెల్ల టైలు, యూనిఫాంలు, సిల్కులు, శాటిన్లు, వెల్వెట్‌లు, కేశాలు, పుష్పాలు, అనాచ్ఛాదిత భుజాలు, చేతులు, నిడుపాటి గ్లవ్స్ వున్న గుంపులోనుంచి కొంచెం మంద్రస్వరంతో అయినా ఉల్లాసవంతంగా వున్న గొంతు ధ్వనులు ఎత్తుగా ఉన్న చర్చి కప్పుకింద చిత్రంగా జుమ్మంటూ ప్రతిధ్వనిస్తున్నాయి. కిర్రుమని తలుపు తెరుచుకున్నప్పుడల్లా గొంతుకల స్వరం ఆగేది. పెళ్లికొడుకూ, పెళ్లి కూతురూ వస్తున్నారేమోనని అందరూ అటే చూసేవాళ్లు. కాని ఆ తలుపు అలా బోలెడుసార్లు తెరుచుకుంది. ప్రతిసారీ ఆలస్యంగా వచ్చినవారు రావడం, కుడివేపున ఆహుతులైన బృందంతో చేరడం జరిగేది. లేదా పోలీసు ఆఫీసరు కన్నుగప్పి లోపలికి దూరిన ఎవరో అయి వుండేవాళ్లు. వీళ్లు యెడమవేపున వున్న బయటివాళ్ల బృందంలో చేరేవాళ్లు.

పెళ్లికొడుకూ, పెళ్లికూతురూ ఏ క్షణంలోనైనా వస్తారని అనుకున్నారు. మొదట్లో, ఆలస్యాన్ని గురించి ఏం పట్టించుకోలేదు. తర్వాత కొంచెం సేపట్లోనే గుమ్మంకేసి ఎక్కువసార్లు చూస్తూ ఏమీ పొరపాటు జరగలేదు కదా అని ఒకళ్ల నొకళ్లు అడగడం మొదలుపెట్టారు. ఆఖరికి ఈ ఆలస్యం వాళ్లకి ఇబ్బందిగా వుంది. బంధువులు, మిత్రులు తాలిమి కనిపింప చేస్తున్నట్టు మాటల్లోకి దిగారు.

ఆర్చ్ డీకన్ తన విలువైన కాలం వృథా చేస్తున్నారని గుర్తు చేస్తున్నట్టుగా ఓపికలేక గొంతు సవరించుకుంటూ దగ్గాడు. దాంతో కిటికీ రెక్కలు అదిరాయి. గాయక బృంద వేదిక మీద వున్న గాయకులకి ఓపిక పోయి కాసేపు గొంతులు సవరించుకుంటూ, కాసేపు ముక్కులు చీదుకుంటూ వున్నారు. పెళ్లికొడుకు వచ్చేడో లేదో చూడ్డానికి పురోహితుడు ఓ కుర్రాణ్ణో ఓ డీకన్‌నో పంపుతూనే వున్నాడు. బుటేదారీ నడికట్టు వున్న ఎర్ర అంగీతో తనే పెళ్లి కొడుకు రాకకోసం చూస్తూ ఒకటికి రెండుసార్లు పక్క గుమ్మం దగ్గరికి వెళ్లేవాడు. ఆఖరికి ఒక మహిళ

గడియారం కేసి చూసుకుని "చాలా చిత్రంగా వుందే" అంది. దాంతో ఆహూతులందరూ ఇబ్బందిగా తమ ఆశ్చర్యాన్ని, అసంతృప్తిని పైకి వెల్లడించారు. పెళ్లి పెద్దల్లో ఒకరు అసలు గొడవ ఏమిటో చూద్దాం అని హుటాహుటీన వెళ్ళాడు. కిట్టీ తెల్లని గౌనూ, నారింజ పువ్వు*ల గుచ్ఛంతో అలంకరించిన పొడుగు మేలి ముసుగు వేసుకుని ష్చేర్‌బాత్‌స్కీల డ్రాయింగ్ రూమ్‌లో, పెళ్లికూతురికి తోడుగా వుండాల్సిన తన అక్క మేడం ల్వోవాతో యెప్పుడనగానో ముస్తాబై నుంచుంది. పెళ్లికొడుకు చర్చిలో వున్నాడని వార్త పట్టుకొస్తూ పెళ్లి పెద్ద ఇదిగో వస్తాడు, అదిగో వస్తాడు అని అరగంటకి పైగా వృధాగా ఎదురుచూస్తూ వున్నారు.

అక్కడ లేవిన్ లాగు వేసుకుని వెయిస్ట్ కోటుగాని, పై కోటుగాని లేకుండా హోటల్ గదిలో అటూ ఇటూ పచారు చేస్తున్నాడు. క్షణక్షణానికీ తలుపు తీసి వసారాలోకి చూస్తూ వున్నాడు. కాని అతను ఎదురు చూస్తూ వున్న మనిషి వసారాలో అగుపడడం లేదు. నిరాశగా చెయ్యి ఊపుతూ అయ్యో అంటున్నట్టు అతను తొణుకూ బెణుకూ లేకుండా సిగరెట్ కాలుస్తూ కూర్చున్న అబ్లాన్‌స్కీ దగ్గరికి వెళ్లేవాడు.

"ఇంత ఘోరమైన నవ్వుతాలు పరిస్థితిలో ఎవడన్నా ఎప్పుడన్నా పడ్డాడా?" అన్నాడు.

"అవును. కొంచెం తెలివితక్కువగానే వుంది. కాని స్థిమితంగా ఉండు, ఓ క్షణంలో వచ్చేస్తుంది" అని అబ్లాన్‌స్కీ అవునంటూ ఓదార్పుగా చిరునవ్వు నవ్వుతూ అన్నాడు.

"ఊ, చూడు!" అన్నాడు కోపం అణచుకుంటూ. "వెధవ పనికిమాలిన ఓపెన్ వెయిస్ట్ కోటు!" అని ముడతలు పడిన చొక్కాకేసి చూసుకుంటూ అన్నాడు. "కొంపదీసి నా సామానంతా స్టేషన్‌కి పంపేశారేమో" అని కొంప మునిగినట్టు మూలిగాడు.

"అయితే నావి వేసుకుందువుగాన్లే."

"ఆ పని ఎప్పుడో చెయ్యాల్సింది."

"నవ్వుతాలుగా కనిపించకు.. కొంచెం ఓపిక పట్టు, అన్నీ సర్దుకుంటాయి."

అసలు గొడవ ఏమిటంటే లేవిన్ కుజ్మాతో తన బట్టల్ని తీసి పెట్టమన్నప్పుడు ఆ ముసలి నౌకరు అతని కోటుని, వెయిస్ట్ కోటుని, అవసరమైనవాటినన్నిటినీ తీసుకువచ్చాడు.

"చొక్కా యేదీ?" అని లేవిన్ అరిచాడు.

"తొడుక్కునే వున్నారు కదా!" అని ఆ ముసలతను నిదానంగా జవాబు చెప్పాడు.

వస్తువులన్నిటినీ సర్ది కట్టేసి ష్చేర్‌బాత్‌స్కీల ఇంటికి తీసుకుపొమ్మని చెప్పినప్పుడు – అక్కడినుంచే నవదంపతులు ఆ రాత్రికే బయల్దేరి వెళ్లిపోవాలి – ఆ ముసలతను ఓ శుభ్రమైన చొక్కాని తీసి వుంచాలన్న విషయం మర్చిపోయాడు. అతను తీసిపెట్టిందల్లా లేవిన్ సూట్‌ని మాత్రమే. లేవిన్ పొద్దుటినుంచీ వేసుకుని వున్న చొక్కా ముడతలు పడిపోయి వుంది. ఓపెన్ వెయిస్ట్ కోటు వున్నప్పుడు దాన్ని వేసుకోవడం బాగుండదు. ఇంకో చొక్కాని తేవడానికి వెళ్లాలంటే ష్చేర్‌బాత్‌స్కీల యిల్లు చాలా దూరమాయె. అందుకని కొత్త చొక్కా కొని తెమ్మని పంపించేరు. అది మరీ వదులుగా వుంది, పొట్టి అయింది. ఇక చేసేదిలేక మూట విప్పి తెమ్మని చెప్పి ష్చేర్‌బాత్‌స్కీల ఇంటికే పంపారు. చర్చిలోనేమో ప్రతివాళ్లూ పెళ్లికొడుకు కోసం

ఎదురు చూస్తున్నారు. తనేమో ఇక్కడ బోనులో వున్న జంతువులాగా అటూ ఇటూ గదిలో పచార్లు చేస్తున్నాడు వసారాలోకి చూస్తూ. ఆ పూటే కిట్టీతో జరిగిన సంభాషణ తర్వాత కిట్టీ ఏమనుకుంటోందో అని దిగులుగా భయంతో వొణికిపోతూ బాధపడుతూ వున్నాడు.

ఆఖరికి తప్పు నెత్తిమీద వున్న కుజ్మా వగురుస్తూ చొక్కా చేత్తో పట్టుకుని గదిలోకి దూకుతూ వచ్చాడు.

"ఒక్క పిసరులో దాటిపోయి వుండేది... సామాను బళ్లకెత్తేస్తూ వున్నారు..." అని ఆయాసంతో వగిర్చేడు.

మూడు నిముషాల తర్వాత లేవిన్ గడియారం కేసి చూడ్డానికి భయమై పుండుమీద ఉప్పు పడిన వాడిలా హొటల్ వసారాలోనుంచి హడావుడిగా పరిగెట్టాడు.

అతని వెనకాల తాపీగా వెడుతూ "కంగారుపడి లాభం లేదు, అన్నీ సర్దుకుంటాయి, అన్నీ సర్దుకుంటాయి నే చెప్తున్నాగా నీకు" అన్నాడు అబ్లాన్స్కీ.

4

"వచ్చేశారు!...." – "అడుగో...." – "ఎవరు?" – "ఆ పడుచతను?" – "అయ్యో పాపం! ఆమె! కళ్ళల్లో ఉన్నాయి ప్రాణాలు!" అనే వ్యాఖ్యలు లేవిన్ పెళ్లికూతుర్ని గుమ్మంలో కలుసుకుని చర్చి లోపలికి వెళ్లేటప్పుడు వినవచ్చేయి.

ఎందుకు ఆలస్యం అయిందీ అబ్లాన్స్కీ తన శ్రీమతితో చెప్పాడు. వచ్చిన అతిథులు ముసిముసి నవ్వులు నవ్వుకుంటూ వాళ్లల్లో వాళ్లు గుసగుసలాడుకున్నారు. లేవిన్ ఎవరినీ చూళ్లేదు, దేన్నీ చూళ్లేదు. అతని కళ్లు పెళ్లికూతురి మీదే లగ్నం అయివున్నాయి.

ఆమె సొగసు తగ్గిపోయిందనీ, మామూలుగా వుండే కళ లేదని ప్రతివాళ్లూ అన్నారు. కాని లేవిన్‌కి అలా అనిపించలేదు. ఆమె జుట్టు యెత్తుగా కొప్పు కట్టుకుంది. దానిమీదనుంచి రవసెల్లా ముసుగు కిందికి జారుతోంది. లేవిన్ ఆ జుట్టుకేసీ ముసుగుకేసీ, తెల్లని పువ్వులకేసీ చిన్నచిన్న జడలుగా కట్టిన విడుపు మెడపట్టీకేసీ చూశాడు. ఆ జడలు కన్యాన్వితంగా ఎంతో స్వచ్ఛంగా వున్న ఆమె పొడుగాటి మెడమీద అటూ ఇటూ పడుతున్నాయి. ఎదర మెడ వెల్లడిగా వుంది. ఆమె నడుము పిడికిట పట్టేట్టుగా వుంది. యిదంతా లేవిన్ చూశాడు. ఆమె అతనికి ఎప్పటికంటే ముచ్చటగా వున్నట్టు కనిపించింది. ఆ పువ్వులు, ముసుగు, పారిస్‌నుంచి తెప్పించిన గౌను ఆమె శోభని పెంచడంవల్ల కాదు, ఆమె భారీగా షోకు చేసుకున్నప్పటికీ కూడా ఆమె విలక్షణమైనట్టు వుండే ఆ వదనంలో గోచరమయే మాధుర్యం, ఆమె పెదవులు, ఆమె ముఖానికి ప్రత్యేక శోభాయమానంగా వుండే అమాయక సహజ భంగిమతో ఉన్నాయి.

"నువ్వు పారిపోయావేమో అనుకుంటున్నానింక" అంది ఆమె చిరునవ్వు నవ్వుతూ.

"అసలేం తెలివితక్కువ పని జరిగిందో చెప్పాలంటే సిగ్గుగా వుంది" అని అతను సిగ్గుపడి, అప్పుడే దగ్గరికి వచ్చిన కోజ్నిషెవ్ కేసి చూడ్డం అవసరం అయి అటు తిరిగాడు.

"భలే గొడవలే! చొక్కా గొడవ!" అని కోజ్నిషెవ్ తల ఆడించి చిన్నగా నవ్వాడు.

"అవునవును" అన్నాడు లేవిన్, ఏం చెప్పిందీ వినకుండానే.

"ఊс, లేవిన్, పెద్ద సమస్యని పరిష్కరించాలిప్పుడు" అన్నాడు అబ్లాన్స్కీ పరిహాసంగా వుండే గంభీర దృక్కుతో. "సరిగ్గా ఇప్పుడే దీని ప్రాముఖ్యం నిర్ణయించగలిగే స్థితిలో వున్నావు నువ్వు. కొవ్వొత్తులు కొత్తవి వుండాలా లేక వాడినవాటిని వుంచాలా అని నన్ను అడిగారు. పది రూబుళ్లే తేడా" అని పెదాల్ని చిరునవ్వు నవ్వేటట్టు పెట్టాడు. "ఏం చెప్పాలో నేను ముందే అనుకున్నాననుకో, నువ్వేమంటావో అని!" అన్నాడు.

అది వేళాకోళం అని లేవిన్‌కి అర్థమైంది కాని నవ్వలేకపోయాడు.

"ఊс, చెప్పు. కొత్తవా, వాడినవా?"

"కొత్తవే వుండాలికదా."

"బాగుంది. ఈ గొడవ తేలింది" అని అబ్లాన్స్కీ ఇకిలించాడు. "పెళ్లి సమయంలో మనిషి యెంత మనస్థిమితం తప్పినవాడవుతాడు!" అని, లేవిన్ ఓ క్షణంసేపు శూన్యంగా తనకేసి చూసి వధువుకేసి తిరిగినప్పుడు, అబ్లాన్స్కీ సూచన చేస్తూ చీరికొవ్‌తో అన్నాడు.

"ఇదిగో కిట్టీ, నువ్వే మొదట తివాసీమీద కాలు పెట్టాలి సుమా" అని అప్పుడు వచ్చిన కౌంటెస్ నార్డ్‌స్టన్ గుర్తు చేస్తున్నట్టు అంది. "మీరు భలేవాళ్లు" అంది లేవిన్‌ని చూసి.

"బెరుగ్గా లేదూ?" అని ముసలి అత్త మరీయా ద్మీత్రియెవ్నా అడిగింది.

"చలిగా వుందా అమ్మా, చాలా పాలిపోయినట్టున్నావు. ఉండు, కిందికి వంగు" అని కిట్టీ అక్క మేడం ల్వోవా చిరునవ్వు నవ్వుతూ, కిట్టీ తలమీద వున్న పువ్వుల్ని లావాటి అందమైన చేతుల్ని వృత్తంగా పెట్టి సర్దుతూ అంది.

దాలీ ఏదో చెప్దామని వచ్చింది. కాని ఏమీ అనలేకపోయింది. ఏడుస్తూ తెచ్చిపెట్టుకున్న నవ్వు నవ్వింది.

కిట్టీ కూడా లేవిన్‌లాగానే ప్రతివాళ్లకేసీ అదే పరధ్యానంతో చూసింది. తనతో ఎవరేనా మాట్లాడినప్పుడు సమాధానంగా తనకి ఇప్పుడు ఎంతో నిష్కల్మషంగా వుండే కమ్మని చిరునవ్వునే బదులు యిచ్చింది.

ఆ వేళకి చర్చి అధికారులు అధికార చిహ్నం అయిన ఉడుపులు వేసుకున్నారు. పురోహితుడూ, డీకన్ చర్చిలో వెనక్కంటా వున్న వాలుబల్ల దగ్గరికి వెళ్లారు. పురోహితుడు లేవిన్ కేసి తిరిగి ఏదో చెప్పాడు. కాని లేవిన్ వినిపించుకోలేదు.

"వధువు చెయ్యి పట్టుకుని నడిపించుకు రండి" అని పెళ్లి పెద్ద అన్నాడు.

తను ఏం చెయ్యాల్సి వుందో లేవిన్‌కి కొంతసేపటికిదాకా తట్టలేదు. వాళ్లు అతనికి అందిస్తూనే వున్నారు, కాని అతను తన ఎడమ చెయ్యినేనా చాచేవాడు, ఆమె ఎడమ చేతినేనా పట్టుకునేవాడు. దాంతో విసుగొచ్చి వాళ్లు చెప్పడం వదిలేశారు. ఆఖరికి అతనికి అర్థం అయింది, తనున్న చోటు మారకుండా తన కుడిచేత్తో ఆమె కుడిచేతిని పట్టుకోవాలి అని. మొత్తంమీద అతను అలా చేశాక పురోహితుడు కొన్ని అడుగులు ముందుకు నడిచి వచ్చి వాలుబల్ల దగ్గర ఆగాడు. చుట్టాలు, స్నేహితులు గుంయ్ గుంయ్‌మని మాట్లాడుకుంటూ,

కొంగులు జీరాడించుకుంటూ వాళ్ల వెనక వెళ్ళారు. ఎవరో వంగి పెళ్లికూతురి కుచ్చెళ్లు సర్దారు. వెంటనే చర్చిలో కొవ్వొత్తి కరిగి మైనం టపటపమంటూ పడడం వినిపించేటంత నిశ్శబ్దం ఆవహించింది.

పెద్ద పురోహితుడు నిడుపాటి శిరోవేష్టం పెట్టుకున్నాడు. అతను రజితకేశాల్ని చెవుల వెనక్కి తోసుకున్నాడు. అతను వెండి జరీ భారీగా అలంకరించిన అంగీ తొడుక్కున్నాడు. దాని వెనక బంగారు బుటేదారీ అల్లకం శిలువ వుంది, అతను అంగీలోనుంచి చేతుల్ని బయటికి పెట్టి వాలుబల్ల మీద దేన్నో తడమడం మొదలుపెట్టాడు.

అబ్లాన్‌స్కీ మెల్లిగా ఆయన దగ్గరికి వెళ్లి చెవిలో ఏదో చెప్పి, లేవిన్ కేసి చూసి కన్ను గీటుతూ తన చోట్లోకి వెళ్ళాడు.

పురోహితుడు పువ్వులతో అలంకృతమైన రెండు కొవ్వొత్తులు వెలిగించి మైనం మెల్లిగా కారేటట్టు ఎడమ చేత్తో వంచి వధూవరులకేసి తిరిగాడు. లేవిన్ పాపనివేదన విన్న పురోహితుడే ఇతను. వధూవరులకేసి విచారభరిత అలసిన నేత్రాలు లగ్నంచేసి చూస్తూ గాఢంగా నిట్టూర్చి అంగీ కిందినుంచి కుడి చెయ్యి ఎత్తి పెళ్లికొడుకుని ఆశీర్వదించాడు. అదే రకంగానే, కానీ లీలామాత్ర జాగరూక మృదుత్వంతో కిట్టీ అవనత శిరసుమీద వేళ్లని వుంచాడు. తర్వాత ఇద్దరికీ ఆ కొవ్వొత్తులు అందించి, తను ధూప పాత్రని తీసుకుని మెల్లిగా వెనక్కి వెళ్ళాడు.

'ఇది నిజమేనా?' అని లేవిన్ తనలో తను అనుకున్నాడు. తిరిగి పెళ్లికూతురికేసి చూశాడు. ఆమె పార్శ్వభాగం పై నుంచి కనిపించింది. ఆమె వణికే పెదవులని బట్టీ, పక్ష్మాలని బట్టీ తన చూపు ఆమెమీద వున్నట్టు గ్రహించిందని ఊహించాడు. ఆమె కళ్లు పైకి ఎత్తలేదు. కాని ఎత్తుగా వున్న జరీ మెడపట్టీ కదిలి ఆమె గులాబీరంగు చెవిని తాకింది. ఆమె నిట్టూరుస్తున్నట్టు అతను చూశాడు. పొడుగాటి గ్లవ్ తొడుక్కుని కొవ్వొత్తిని పట్టుకున్న ఆమె చెయ్యి వణికింది.

చొక్కా గొడవ, తన ఆలస్యం, చుట్టపక్కాలతో మాటలు, వాళ్ల కోపం, తన అపహాస్య పరిస్థితి అంతట్నీ చూస్తూ వుంటే ఇదంతా ఎన్నడూ జరగనట్టే వుంది. అతనికి భయం, సంతోషం కలిగాయి.

పొడగరీ, స్ఫురద్రూపీ అయిన ఆర్చ్ డీకన్ ఒకరు వెండి ఉత్తరీయం వేసుకుని, కేశాల్ని ఉంగరాలు తిప్పుకుని – అవి టోపీనుంచి అటూ ఇటూ ఇవతలికి వచ్చాయి – ముందుకు చకచకా నడిచి వచ్చాడు. అతను ఉడుపు పొడుగాటి రిబ్బన్‌ని అలవాటుగా రెండువేళ్లతో పట్టుకుని పురోహితుడి ముందు వచ్చి ఆగాడు.

"భగవదనుగ్రహం చూపించు ప్రభూ!" అని కంపించే అలల్లాగా ఒక స్వరం తర్వాత ఒక స్వరం మెల్లిగా ప్రతిధ్వనితో వచ్చింది.

"ప్రభువు ఇప్పుడు, ఎప్పుడూ, సర్వదా స్తుతింపబడుగాక" అని పురోహితుడు వాలుబల్లమీద దేన్నో సవరిస్తూ తడుముతూ మెల్లిగా సాగదీసుకునే గొంతుకతో జవాబుగా అన్నాడు. అప్పుడు కిటికీలనుంచి ఎత్తుగా వున్న కమాన్లదాకా బంయ్‌మంటూ మార్మోగే

సంగీత ధ్వనులు అదృశ్య గాయక బృందంనుంచి వచ్చాయి. అవి విస్తరించి స్థాయి పెరుగుతూ తర్వాత ఒక క్షణం ఆగి ఆపైన మెల్లిమెల్లిగా లుప్తం అయిపోయాయి.

ఎప్పటిలాగా పరలోక రాజ్యం కోసం, ముక్తి కోసం, సినాద్* కోసం, చక్రవర్తి కోసం ప్రార్థనలు జరిగాయి. ఆ రోజు వివాహబంధంతో ఏకం అవుతూ వున్న ప్రభు భక్త పరాయణులైన లేవిన్, కిట్టీల కోసం ప్రత్యేక ప్రార్థనలు జగిసాగు

"ప్రభూ! మా ప్రార్థన ఆలకించు, వీరిమీద పరిపూర్ణ శాంతియుత ప్రేమనీ, వీరికి నీ తోడునీ అనుగ్రహించు" అనే ఆర్చ్ డీకన్ గొంతుకతో చర్చి మొత్తం పూర్తిగా మమైక్యం చెందినట్టు కనిపించింది.

లేవిన్ ఆ మాటలు విన్నాడు. అతనికి ఆశ్చర్యం కలిగింది. 'వీళ్లకి అనుమానం ఎలా తట్టింది తోడు కావాలని! అవును, తోడు' అని కొంచెం సేపటి క్రితం తనకి కలిగిన భయాలనీ సందేహాలనీ గుర్తు చేసుకుంటూ అతను అనుకున్నాడు. 'నాకేం తెలుసు? ఈ భయకారక విషయంలో తోడు లేకుండా నేను ఏం చెయ్యగలను? అవును, నాకిప్పుడు తోడు అవసరం' అని అతను అనుకున్నాడు.

డీకన్ ప్రార్థన పూర్తి చేశాక పురోహితుడు పుస్తకం చేత్తో తీసుకుని వధూవరుల్ని ఉద్దేశిస్తూ చదివాడు.

"అజరామర ఈశ్వరా, ఏ గూటికాగూడుగా వుండే వీళ్లిద్దర్నీ ఎడతెగని ప్రేమబంధంతో కలిపావు. నీ పవిత్ర నిర్ణయానుసారం ఐజక్, రెబెకాలని వారి సంతతిని ఆశీర్వదించావు. ఇప్పుడు నీ భక్తవరేణ్యులైన లేవిన్, కిట్టీలని ఆశీర్వదించు, సద్ధర్మమార్గాన వారిని నడిపించు. ఈశ్వరుడు ప్రేమాస్పద దయాగుణ పరిపూర్ణుడు. ప్రభువు, కుమారుడు, పవిత్ర ఆత్మ స్తుతింపబడుగాక. ఆదిలో మాదిరీ ఇప్పుడూ ఎప్పుడూ సర్వదా" అని సాగదీస్తూ చదివాడు. మరోసారి అదృశ్య గాయక బృందం బంయ్‌మని గింగుర్లెత్తించింది.

' "అజరామర ఈశ్వరా, ఏ గూటికా గూడుగా వుండే వీళ్లిద్దర్నీ ఎడతెగని ప్రేమబంధంతో కలిపేవు...." యెంత గంభీరమైన అర్థంతో వున్న మాటలు! ఆ సమయంలో అనుభూతం అవుతూ వున్న భావనలకి ఎంత అనురూపంగా వున్న మాటలు' అనుకున్నాడు లేవిన్. 'ఆమె కూడా నాకులాగే అనుకుంటోందా?' అనిపించింది అతనికి.

లేవిన్ తల పక్కకి తిప్పి చూశాడు. కిట్టీ చూపుతో అతని చూపు కలిసింది.

ఆ మాటలు తనకిలాగానే ఆమెకీ అనిపించాయని ఆమె చూపు వ్యక్తం చేస్తున్న భావాన్ని బట్టి అతను సూత్రీకరించాడు. కాని ఆమె వినలేకపోతోంది, అర్థం చేసుకోలేకపోతోంది. ఆమె మనసులో నిండుగా వ్యాపించి అధికాధికంగా తీవ్రం అవుతూ వున్న అనుభూతి అంత ప్రబలంగా వుంది. ఆమెకి ఆరు వారాల క్రితం మనసులో అంకురించి ఈ ఆరు వారాలూ ఎడతెగని వ్యథకీ, అలాగే సంతోషానికీ కారణంగా వున్నటువంటిది సఫలత్వం పొందుతోందన్న సంతోషానుభూతి అది. ఆరు వారాల నాడు ఆ రోజు అర్బాత్ వీధిలోని తన ఇంటి డ్రాయింగ్ రూమ్‌లో కావి రంగు ఫ్రాక్ తొడుక్కుని అతని దగ్గరికి వెళ్లి తనని సమర్పించుకున్న రోజునుంచి, ఆ క్షణం నుంచి, ఆమె హృదయంలో తన గత జీవిత బంధం పూర్తిగా తెగిపోయింది.

నూతన, భిన్న, అజ్ఞాత జీవితానికి శ్రీకారం జరిగింది, నిజానికి అదే పాత జీవితం ఎడతెగకుండా సాగుతూ వున్నా గానీ. ఈ ఆరు వారాలూ ఆమెకి పరమ ఆనందదాయకమైన, పరమ వేదనాభరితమైనవి. తన యావజ్జీవితం, సకల కోరికలు, సర్వ ఆశలు తనకి ఇంకా అర్థం కాని ఈ అనుభూతి ఆమెని ఆవహించింది. పాత ఫక్కీ జీవితంలో వుంటూనే ఆమెకి తత్సంబంధ వస్తువులన్నిటి పట్ల, ఆచారాలన్నిటిపట్ల, తనని ప్రేమించి ఇంకా ప్రేమిస్తూ వున్న మనుషులందరి పట్ల, తల్లి పట్ల, అప్పటిదాకా తను ప్రాణసమానంగా ప్రేమించే ప్రియమైన, స్నేహపూర్ణుడైన తండ్రి పట్ల ప్రదర్శితమైన తన అగమ్య ఉదాసీనత చూసి ఆమెకి త్రాస కలిగింది. ఆ ఉదాసీనత వల్ల తల్లికి దుఃఖం కలిగింది. తన ఈ ఉదాసీనత చూసి ఆమెకి కొంచెంసేపు త్రాస కలిగేది, మరుక్షణంలో ఆ ఉదాసీన భావం ఏర్పడడానికి కారణభూతమైన పరిస్థితులవల్ల సంతోషం కలిగేది. ఈ వ్యక్తితో జీవించడం గురించి తప్ప ఆమె వేరే దేన్ని గురించీ ఆలోచించలేకపోయింది. దేనిపట్లా ఆమెకి కోరిక లేకపోయింది. కాని ఆ నూతన జీవితం ఇంకా ఉపస్థితం కాలేదు, అది ఎలా వుంటుందో స్పష్టంగా ఆమె వూహకి కూడా అందలేదు. ఇప్పుడున్నది కేవలం ప్రతీక్ష మాత్రమే. నూతనమూ అజ్ఞాతమూ అయిన దాన్ని గురించిన భయమూ సంతోషమూ మాత్రమే ఉన్నాయి. నూతన జీవితానికి నాందీ ప్రస్తావన జరుగుతుంది. నూతన జీవితం గురించిన అస్పష్టత వల్ల అదంటే భయం కలగడం అనివార్యం అవుతుంది. భయావహం అయినా కాకపోయినా అది ఆరు వారాల నాడే తన అంతరంగంలో అడుగుపెట్టింది. యిప్పుడు దాన్ని ఊరికే శంఖంలో పొయ్యడం జరుగుతోందంతే. అది తన ఆత్మలో ముందే జరిగింది.

పురోహితుడు మళ్ళీ వాలుబల్ల దగ్గరికి వెళ్లి కష్టంమీద కిట్టీ పెళ్లి ఉంగరాన్ని తీసి – అది చిన్నది – లేవిన్‌ని చెయ్యి చాచమని చెప్పి అతని వేలి చివర తొడిగి “భక్తవరేణ్యుడైన లేవిన్ ప్రభు భక్తపరాయణురాలైన కిట్టీని పరిగ్రహిస్తున్నాడు” అన్నాడు. తర్వాత లేవిన్ పెద్ద ఉంగరం తీసుకుని దుర్బలంగా వున్న కారణంవల్ల దయనీయంగా కనిపించే కిట్టీ గులాబీరంగు చిన్న వేలికి తగిలించి మళ్లీ అవే మాటలు వల్లించాడు.

తాము ఏం చెయ్యాల్సి వుందో దాన్ని వధూవరులు ప్రతీసారీ అపసవ్యంగానే చేశారు. అలా చేసిన ప్రతిసారీ పురోహితుడు వాళ్లకి అందిస్తూనే వున్నాడు. ఆఖరికి చెయ్యవలసినదంతా పూర్తిచేశాక, ఉంగరాల్ని కిట్టీకీ, చిన్నదాన్ని లేవిన్‌కి మళ్లీ ఇచ్చాడు. మళ్లీ వాళ్లు వ్యవహారం కలగాపులగం చేసేసి ఉంగరాల్ని ఒకళ్ల కొకళ్లు రెండు సార్లు ఇచ్చుకున్నారు. యింత జరిగినా ఏం చెయ్యాల్సి వుందో అది జరగలేదు.

వ్యవహారం చక్కగా సాఫీగా జరిపించేందుకు దాలీ, చీరికొవ్, అబ్లాన్‌స్కీ ముందుకు వచ్చారు. దాంతో జనంలో కలకలం రేగింది. నవ్వులు, గుసగుసలు మొదలయాయి. కాని వధూవరుల వదనాలమీద గంభీరత, సమున్నత భావం తొలగలేదు. పైపెచ్చు ఉంగరాలు కలగాపులగం అయేకొద్దీ వాళ్ల గంభీర దృక్కు అధికం అయింది. ఒకళ్ల కొకళ్లు ఉంగరాలు తగిలించుకోవాలని చెప్పి అబ్లాన్‌స్కీ నవ్వబోయిన చిరునవ్వు మాయమైంది. తను నవ్వితే వాళ్లకి కష్టం కలగవచ్చుని అతనికి అనిపించింది.

“ఆదినుంచి నీవు స్త్రీ పురుషులుగా సమస్త ప్రాణులను సృష్టించితివి” అని పురోహితుడు ఉంగరాలు పెట్టుకున్నాక చదివాడు. “పురుషుని సహకారిగా, సంతతిని వృద్ధి చేయు నిమిత్తము స్త్రీని ఇచ్చితివి. ప్రభువైన పరాత్పరా, సత్యమును నీ సంతతిలో స్తవనీయము చేసి భగవదనుగ్రహపాత్రులైన సేవకులతో పితృదేవతలతో నిర్ణయము చేసి తరతరానికీ నీ దాసుడైన లేవిన్‌నీ, నీ దాసురాలైన కిట్టీనీ దయతో చూసి వారి కలయికని విశ్వాసపూరితంగా, మనస్కారంగా ప్రేమతో, సత్యంతో వుండునట్లు అనుగ్రహించమని వేడుకుంటున్నాను...”

వివాహం గురించి తన అభిప్రాయాలు యావత్తూ, తమ జీవితాన్ని ఎలా రూపొందించు కోవాలోనన్న కల్పనలు యావత్తూ అనుభవశూన్యమైనవనీ, వివాహం అనేది తనకి అప్పటిదాకా అర్థం కాకుండా అది తనతో నిర్వహింపబడుతూ వున్నా, ఇప్పుడు ఇంకా తక్కువ అర్థం అవుతూ, యదార్థంలో వేరే ఏదోనన్న నమ్మకం లేవిన్‌కి ఇంకా ఇంకా ఎక్కువగా కలగసాగింది. తన గొంతుక బిగబట్టినట్టు అతనికి అనిపించింది. అతని కళ్లల్లో నీళ్లు గిరుక్కున తిరిగాయి.

5

మాస్కో అంతా చర్చికి తరలివచ్చింది, చుట్టాలు పక్కాలు మిత్రులు యావన్మందీ వచ్చేరు. దేదీప్యమానంగా వెలిగిపోతూ వున్న చర్చిలో పెళ్లి జరుగుతూ వున్నంతసేపూ ధగధగ మెరిసిపోయే బట్టలు వేసుకున్న ఆడవాళ్లు, తెల్లని టైలు, ఫ్రాక్ కోట్లు, యూనిఫాంలు వేసుకున్న మగవాళ్లు అక్కడ చేరారు. పెళ్లి జరుగుతూ వున్నంతసేపూ అక్కడ ఆగకుండా సన్నని సంభాషణ సాగుతూనే వుంది, ముఖ్యంగా మగవాళ్లలో. ఏమంటే ఆడవాళ్లు పిసరు కూడా తప్పిపోకుండా పెళ్లి తంతుని చూడ్డంలో నిమగ్నం అయిపోయారు. వాళ్లకి అలాంటివాటిల్లో ఎప్పుడూ మంచి రుచి కనిపిస్తూనే వుంటుంది.

వధువుకి బాగా దగ్గరగా ఆమె అక్కగార్లు దాలీ, ప్రత్యేకం పెళ్లి నిమిత్తం విదేశాల నుంచి వచ్చిన అందమైన పెద్దక్క మేడం ల్వోవా నుంచున్నారు.

“పెళ్లప్పుడు మరీ నల్లగా కనిపించే ధూమ్ర వర్ణం గౌను వేసుకుందేవిటి యిలా?” అంది కొర్‌సూన్‌స్కాయా.

“ఆమె చాయకి నప్పే రంగు అదే....” అని ద్రుబెత్‌స్కాయా అంది. “అసలు వీళ్లు సాయంత్రం పెట్టుకోవడమేమిటో ముహూర్తం. వ్యాపారం చేసే వర్తకుల మాదిరీ...” అంది.

“సాయంత్రం పూట అయితే అందం వుంటుంది. నా వివాహమూ సాయంత్రం పూటే అయింది” అని కొర్‌సూన్‌స్కాయ్ జవాబు చెప్పింది, నిట్టూరుస్తూ . ఆ సాయంత్రం పూట తను ఎంత ముచ్చటగా వున్నదీ, భర్త ఎంత పిచ్చి ప్రేమతో వున్నదీ, ఇప్పుడు అంతా ఎలా మారిపోయిందీ గుర్తు వచ్చి ఆమె నిట్టూర్చింది.

“పెళ్లిళ్లలో పెళ్లికొడుకులకి పదిసార్లకిపైన పెళ్లి పెద్దగా వున్నవాడికి ఇక పెళ్లవదంటారు. ఇవాళ పదోసారి అలా వుండి గండం గట్టెక్కిద్దామనుకున్నాను, కాని మనకి అవకాశం రాలేదు” అని కౌంట్ సిన్యావిన్ సొగసుగా వున్న ప్రిన్సెస్ చార్‌స్కాయాతో అన్నాడు. ఆమెకి అతనిమీద ఆశ వుంది.

ప్రిన్సెస్ చార్స్కాయా ఊరికే మందహాసం చేసింది. ఆమె కిట్టీని చూస్తూ కౌంట్ సిన్యావిన్ పక్కనుండగా తను కిట్టీ స్థానంలో ఎప్పుడు నుంచుంటానా అని అనుకుంటూ వుంది.

కిట్టీ సవరం సిగ పైన కిరీటాన్ని పట్టుకోవాలనుకున్నాననీ, దానివల్ల ఆమెకి సౌభాగ్యం కలుగుతుందనీ యువ ష్చేర్బాత్స్కీ రాణీవాసపు నికొలాయెవాతో అన్నాడు.

"ఆమె సవరం సిగ చుట్టుకోకుండా వుండాల్సింది" అని నికొలాయెవా జవాబు చెప్పింది. తను వలవేస్తున్న వృద్ధ విధురుడు తనని పెళ్లి చేసుకుంటే గనక ఆ పెళ్లి చాలా సాదాగా వుండాలని ఆమె నిర్ణయం చేసుకుంది. "ఈ అట్టహాసం నాకు నచ్చదు" అందామె.

నూతన వధూవరులు పెళ్లయిన వెంటనే వెళ్లిపోవడం అనే ఆచారం బాగా వ్యాపిస్తోందనీ, ఏమంటే నూతన వధూవరులు ఎప్పుడూ కొత్తగా సిగ్గుపడుతూ వుంటారనీ దాలీతో కోజ్నిషెవ్ వేళాకోళం ఆడుతూ చెప్తున్నాడు.

"మీ తమ్ముడు గొప్పగా భుజాలు ఎగరేసుకోవచ్చు. ఇంతకంటే మంచి అమ్మాయి అతనికి దొరకదు. మీకు కన్ను కుడుతోందనిపిస్తోంది నాకు."

"నాకు అది పాతబడిపోయింది దాలీగారూ" అన్నాడు కోజ్నిషెవ్. అతని ముఖంమీద అనుకోకుండానే విచార, గంభీర ఛాయ గోచరమయింది.

అబ్లాన్స్కీ విడాకుల గురించి తన పరిహాసాన్ని వదినగారికి చెప్తున్నాడు.

"ఆమె తలమీద పువ్వుల్ని సరిగా పెట్టాలి" అని ఆమె అతను చెప్పేది వినిపించుకోకుండా అంది.

"అయ్యో పాపం! ఆమె నేవళింపు అంతా పోయింది" అని కౌంటెస్ నార్డ్స్టన్ మేడం ల్వోవాతో అంది. "అయితేనేం గాక, అతనామె చిటికెన వేలికి తూగడు! నిజమేనా?" అంది.

"ఏం కాదు. అతనంటే నాకు చాలా ఇష్టం. అతను నా beau-frere[1] అవడంవల్ల కాదు" అని మేడం ల్వోవా జవాబు చెప్పింది. "ఎంత చక్కగా కనిపిస్తున్నాడో చూడండి! ఇలాంటప్పుడు నిబ్బరంగా వుండడం, హాస్యాస్పదంగా కనిపించకుండా వుండడం ఎంత కష్టం! అతను హాస్యాస్పదంగానూ లేడు, తత్తర పడుతున్నట్టూ లేడు. బాగా చలించిపోయినట్టు కనిపిస్తున్నాడు" అంది.

"ఈ సంబంధం కుదురుతుందని మీరు అనుకుంటూనే వున్నారేమో లెండి."

"కొంచెం ఇంచుమించులో. ఆమెకి అతనంటే ఎప్పుడూ ప్రేమ వుంది."

"పదండి చూద్దాం, ఎవరు మొదట తివాసీమీద అడుగు పెడతారో."

"దానివల్ల ఏం వుంది లెండి. మా ష్చేర్బాత్స్కీ ఆడపడచులందరం మొగుడి మాట వినేవాళ్లమే. అది మా సంప్రదాయంలోనే వుంది."

"కాని నేను వసీలియేకంటె ముందు అడుగుపెట్టాలని పట్టుగా తివాసీమీద అడుగువేశాను. దాలీ, మీరేం చేశారు?"

---

[1] బావమరిది (ఫ్రెంచి)

దాలీ వాళ్ల పక్కనే నుంచుంది, వాళ్ల మాటలు వింది. కాని జవాబు చెప్పలేదు. ఆమె బాగా చలించిపోయింది. ఆమె కళ్లల్లో నీళ్లు తిరుగుతున్నాయి. మాట్లాడ్డానికి నోరు విప్పితే ఏడుపు రావచ్చు, అలా వుంది. కిట్టీ, లేవిన్‌లని చూసి ఆమెకి పరమ సంతోషంగా వుంది. ఆమెకి తన పెళ్లి గుర్తు వచ్చి ఉల్లాసంగా వున్న అబ్లాన్‌స్కీ కేసి చూసింది. ఆమె ప్రస్తుత స్థితి మర్చిపోయింది. అలనాటి అమాయక తొలిప్రేమ గుర్తు వచ్చింది. జీవితంలో ఒక్కసారే వచ్చే ఆ ఘనమైన రోజు గుర్తు వచ్చింది. అప్పుడు వాళ్లు కిట్టీకిలాగానే ప్రేమ, ఆశ, భయం నిండిన హృదయంతో వేదిక దగ్గర తమ గత జీవితాలకి వీడ్కోలు చెబుతూ, అజ్ఞాత భవిష్యత్తులోకి అడుగుపెడుతూ నిలబడ్డారు. ఆమెకి అలా గుర్తుకొచ్చిన వధువుల్లో ఆమెకి యిష్టురాలైన అన్నా కూడా వుంది. అలాంటి అన్నా విడాకులు తీసుకునే గొడవలో వుందని కొంతకాలం క్రితమే తను వింది. ఆమె కూడా నారింజ పుష్పాలు అలంకరించిన తెల్లని లేసు వేసుకుని అమాయకంగా నిర్మలంగా నుంచున్నదే. మరి ఇప్పుడు! “ఎంత వింతగా వుంటుంది!” అని గొణుక్కుంది.

పెళ్లి జరుగుతూ ఉన్నంతసేపూ ప్రతి అంశాన్నీ తదేక దృష్టితో చూసిన వాళ్లు కిట్టీ అక్కగార్లు, స్నేహితురాళ్లు, బంధువులూ మాత్రమే కాదు. వేడుక చూడవచ్చిన పై ఆడవాళ్లు కూడా మహా ఉత్సుకతతో, వూపిరి బిగపట్టి, ఆదమరిస్తే ఎక్కడ ఏ వింత పోతుందోనని అంతట్నీ చూశారు. వధూవరుల ముఖాలమీద గోచరమయేది ఏ వొక్కటీ పిసరు కూడా తప్పిపోవడం యిష్టం లేనట్టు చూశారు. అలాగే పరిహాసోక్తులకీ అక్కడక్కడా వ్యాఖ్యానాలు చేస్తూ వున్న మగాళ్ల మాటలకి జవాబివ్వకపోవడం సరేసరి మొత్తంమీద వాటిని విననే లేదు.

“ఆమె ఎందుకంత ఏడుస్తున్నట్టు కనిపిస్తోంది? ఇష్టంలేని పెళ్లి చేస్తున్నారా?’

“మన్మథుడులాంటి పెళ్లికొడుకైతే ఇష్టం లేకపోవడం ఏమిటి? ఎవరన్నా ప్రిన్సా?”

“తెల్లటి శాటిన్ వేసుకున్నావిడ అక్కగారా? విను, ఈ డీకన్ ఏం చించుకుంటున్నాడో! ‘స్త్రీలారా మీ స్వపురుషులకు లోబడి ఉండండి’ అని.”

“ఇదిగో చూదొవొ చర్చి గాయక బృందం.”

“ఉహుం కాదు సినాద్‌వాళ్లు. *”

“నేను నౌకర్ని అడిగాను. ఎకాఎకీ వాళ్లు జాగీరుకి వెళ్లిపోతారని చెప్పాడు. ఐశ్వర్యవంతులట. అందుకనే సంబంధం యిచ్చేరు తల్లీ తండ్రీనీ.”

“అబ్బే, అందుక్కాదు, జోడీ బాగుందని.”

“మరీయా వ్లాస్యెవ్నా నే చెప్తే కాదన్నారు. ఇలాంటి గౌను వేసుకునే రివాజు వుందంటే. చూడండి ఆ వూదా రంగు బట్టలు వేసుకున్న ఆవిడని, ఎవరో రాజదూతగారి భార్యట.... ఆమె ఫ్రాక్ యెగరడం లేదు....”

“పెళ్లికూతురు ఎంత ముద్దొస్తూ వుంది! ముస్తాబు చేసి తీసుకెళ్లే గొర్రెపిల్లలాగా! ఏమన్నా అనండి, ఆడవాళ్లకోసం బాధపడకుండా వుండలేం.”

చర్చి గుమ్మంలోనుంచి లోపలకి దూరి రాగలిగిన ఆడవాళ్లు ఈ రకంగా మాట్లాడుకుంటూ వున్నారు.

6

ఉంగరాలు మార్చుకునే కార్యక్రమం అయ్యాక చర్చిలో పని చేసే ఒకరు వచ్చి చర్చిలో మధ్య వున్న వాలుబల్ల ఎదర ఎర్రని పట్టు తివాసీని పరిచాడు. గాయక బృందం చాలా నేర్పుగా ఒక జటిల గీతం ఆలపించడం మొదలుపెట్టింది. ఆ గీతంలో మంద్రస్వరాలు, తారాస్థాయి సప్తకాలు ఒకదాని తర్వాత ఒకటి పొంగి వచ్చాయి. పురోహితుడు వెనక్కి తిరిగి వధూవరులకి అక్కడ పరచిన ఎర్రని తివాసీ వేపు సంకేతం చేశాడు. ఎవరు మొదట కాలు పెడితే వాళ్లు సంసారంలో పెత్తనం చేస్తారన్న నమ్మకం గురించి వాళ్లిద్దరూ చాలాసార్లు అంతకుముందు వినివున్నా మొదట కాలు పెట్టాల్సి వచ్చిన ఈ సమయంలో కిట్టీకి గాని లేవిన్‌కిగాని అది గుర్తుకు రాలేదు. హెచ్చుస్థాయిలో వస్తూ వున్న వ్యాఖ్యలు గాని, అతను ముందు అడుగు పెట్టాడని కొందరు, లేదు ఇద్దరూ ఒకేసారి పెట్టారని కొందరూ వాదించుకునే వాదనలుగాని వాళ్లు విననే లేదు.

వివాహ బంధంలో ఏకం అవడం పట్ల వాళ్ల కోరిక గురించీ, వేరే ఎవరికేనా వాళ్లు అలాంటి వాగ్దానం చెయ్యడం గురించీ పురోహితుడు మామూలుగా వుండే ప్రశ్నలు వేశాడు. వాటికి వాళ్లు తమ చెవులకే వింతగా ధ్వనించే సమాధానాలు చెప్పినతర్వాత కొత్త ప్రార్థన మొదలైంది. కిట్టీ ఆ ప్రార్థనా గీతంలోని మాటల్ని విని వాటి అంతరార్థం గ్రహించ ప్రయత్నించింది. కాని గ్రహించలేకపోయింది. అది సాగుతూ వుండగా ఆమె మరింతగా ఆ గంభీర వాతావరణంలో ఆనందోత్సాహాతిరేకంలో మునిగిపోయింది. అక్కడ జరుగుతున్న దానిమీద దృష్టి లగ్నం చెయ్యడం ఆమెకి కష్టం అయింది.

“వీరి ప్రేమ పవిత్రముగానుండి, వీరికి గర్భఫల ప్రసాదం లభించుగాక, పిల్లపాపలతో సుఖమును బడయుదురు గాక” అని ప్రార్థన సాగుతూనే వుంది. భగవంతుడు స్త్రీని ఆదాం పక్కటెముకనుంచి తయారుచేశాడు. అందుకని “పురుషుడు తన తల్లితండ్రుల్ని వదిలిపెట్టి అర్థాంగితో కలుస్తాడు, ఆ యిరువురూ ఏకమవుతారు,” అది “ఒక మహా రహస్యం” అని ప్రార్థనలో ఉల్లేఖించి వుంది. ప్రభువు వాళ్లకి సంతాన సౌఖ్యం ప్రసాదించాలనీ, ఆయన ఐజక్ రెబెకాలమీద, జోసెఫ్‌మీద, మోజెస్, జిప్పోరాహ్‌ల*మీద వర్షించినలాంటి కృపారసాన్ని వీళ్లమీదా వర్షించాలనీ, వీళ్లు మనుమల్ని మునిమనవల్ని కళ్లారా చూసేదాకా ఆయుష్మంతులై వుండాలనీ ప్రార్థన సాగింది. ‘ఎంత అద్భుతంగా వుంది!’ అని కిట్టీ ఈ మాటలు వింటూ అనుకొంది. ‘కాని దీనికి భిన్నంగా ఏమీ జరగదు’ అనుకొంది. సంతోషభరిత మందహాసం ఆమె అధరాలమీద లాస్యం చేసింది. ఆ మందహాసం ఆమెకేసి చూస్తూ వున్న వాళ్లందరి వదనాలమీద మెరుస్తూ ప్రతిఫలించింది.

“ఆమె శిరసుమీద వుంచండి” అని పురోహితుడు కిరీటాన్ని తీసుకురాగానే జనం అన్నారు. యువ ష్చేర్‌బాత్‌స్కీ మూడు బొత్తాముల గ్లవ్ తొడుక్కున్న చెయ్యి వణుకుతూ వుండగా, దాన్ని కిట్టీ తలమీద యెత్తి పట్టాడు.

“తలమీద వుంచండి” అని కిట్టీ చిరునవ్వు నవ్వుతూ మెల్లిగా అంది.

లేవిన్ ఆమెకేసి చూశాడు. కిట్టీ ముఖంలో మెరుస్తూ వున్న ఆనందం చూసి చకితుడయ్యాడు. అతనికి తెలియకుండానే ఆ భావన అతన్నీ వశీభూతం చేసుకుంది. కిట్టీకిలాగానే అతని హృదయమూ సంతోషంతో, ఉల్లాసంతో తరంగించింది.

పెద్ద డీకన్ అపోస్తలుల సందేశాన్ని చదివి వినిపించాడు. ఖంగుమని మోగే కంఠంతో ఆఖరి ఎటాల్ని పఠించడం వుంటుందని బయటివాళ్లు ఎంతో ఆతృతతో ఎదురు చూశారు. ఆ చదవడం ఈ ఇద్దరికీ చాలా సంతోషకరంగా వుంది. చదును చషకంలో మంచినీళ్లు కలిపిన ఎర్ర ద్రాక్ష సారాయిని చప్పరించడం సంతోషకరంగా వుంది. పురోహితుడు అంగీ చేతులు వెనక్కి తోసుకుని వాళ్లిద్దరి చేతులూ పట్టుకుని "సంతోషాంత రంగుడవుకమ్ము ఇసయా"* అని ఉచ్చైస్వనంతో ఏకవాద్యనాదం మోగుతూ వుండగా, వాలుబల్ల దగ్గరికి నడిపించుకు వెళ్లి ప్రదక్షిణ చేయించడం ఇంకా అధిక సంతోషకారకంగా వుంది. ష్చేర్‌బాత్‌స్కీ, చీరికొవ్‌లు వధూవరుల శిరసులమీద కిరీటాల్ని యెత్తి పట్టుకుని, కాళ్లు వధువు జీరాడే మైజారు కింద ఇరుక్కొని వెనకబడుతూ, పురోహితుడు టక్కున ఆగ్గానే వధూవరుల్ని ఢీకొంటూ ముసిముసి నవ్వులు నవ్వుకుంటూ, సంతోషంతో మురిసిపోతూ కనిపించారు. కిట్టీ అధరాలమీద లాస్యం చేసిన మందహాస సౌదామిని చర్చిలో వున్న వాళ్లందర్నీ దీప్తం చేసింది. తనకిలాగానే పురోహితుడూ, డీకన్ కూడా నవ్వాలని అనుకుంటున్నారని లేవిన్‌కి అనిపించింది.

పురోహితుడు కిరీటాల్ని తీసేస్తూ స్వస్తి వచనం చదివి దంపతుల్ని ఆశీర్వదించాడు. లేవిన్ కిట్టీకేసి చూశాడు. అప్పటిదాకా అతనికి ఆమె ఎప్పుడూ అలా కనిపించలేదు. సౌభాగ్య తేజంతో వెలిగిపోతూ ఆమె వదనం అతిశయించిన సౌందర్యంతో మెరిసిపోతోంది. ఆమెకి ఏదో చెప్పాలని లేవిన్‌కి అనిపించింది కాని కార్యక్రమం ముగిసిందో లేదో తెలియక ఆగిపోయాడు. పురోహితుడు ఆ యిబ్బందినుంచి అతన్ని బయట పడేశాడు. దయాన్విత వదనంతో మందహాసం తొణికిసలాడుతూ వుండగా "నీ భార్యని చుంబించండి, మీరు మీ భర్తని" అని చెపుతూ అతను వాళ్ల చేతుల్లోనుంచి కొవ్వొత్తుల్ని తీసుకున్నాడు.

చిరునవ్వు నవ్వే ఆమె పెదాల్ని లేవిన్ మృదువుగా చుంబించాడు. ఆమె చేతిని తన చేతిలోకి తీసుకుని యేదో తెలియని కొత్త నికటతతో చర్చి బయటికి తీసుకెళ్లాడు. అది అంతా నిజమని అతనికి నమ్మకం కలగలేదు, నమ్మకం కలిగించుకోలేకపోయాడు. సిగ్గుతో బెదురుతూ, ఆశ్చర్యచకితంగా వున్న వాళ్ల చూపులు కలిసినప్పుడే అతనికి నమ్మకం కలిగింది, యేమంటే తామిద్దరూ వొకటి అయినట్లు ఆ చూపులు అతనికి అనుభూతం అయాయి.

ఆ రోజు రాత్రి భోజనాల తర్వాత వాళ్లిద్దరూ పల్లెకి వెళ్లిపోయారు.

7

అన్నా, వ్రాన్‌స్కీ యూరప్‌లో మూడు నెలలుగా పర్యటిస్తూ వున్నారు. వాళ్లు వెనిస్, రోమ్, నేపుల్స్ నగరాలని చూశారు. అంతకు కొంచెం ముందే ఇటలీలోని ఓ చిన్న పట్టణానికి వచ్చారు. అక్కడ కొంతకాలం వుండాలని అనుకున్నారు.

అందమైన హెడ్‌వెయిటర్ లాగు జేబుల్లో చేతులు పెట్టుకుని నుంచున్నాడు. అతని జుట్టు వొత్తుగా వుంది. ఆ జుట్టుకి చమురు రాసుకున్నాడు. మెడ వెనుకనుంచి నుదుటిదాకా పాపిడి తీశాడు. ఫ్రాక్ కోటు తొడుక్కుని, తెల్లని లాన్ చొక్కా వేసుకున్నాడు. అది బిగుతుగా వుంది. అతని బాన బొజ్జమీద అలంకారంగా రింగులున్న గొలుసు వేలాడుతోంది. అతను యెదురుగా నుంచున్న పెద్దమనిషిని కళ్లు రెట్టగించి తిరస్కారపూర్వకంగా చూస్తూ ఆ మనిషి అడిగినవాటికి పొడిముక్కలతో జవాబు చెప్పాడు. ఎవరో పక్క సాల్పునుంచి మెట్ల దగ్గరికి వస్తూ వున్న అడుగుల చప్పుడు విని హెడ్‌వెయిటర్ తల అటు తిప్పి చూశాడు. హోటల్‌లో వున్న గదుల్లో మహా ఖరీదైనదాన్ని తీసుకున్న రష్యన్ కౌంట్ వస్తున్నాడని చూసి మర్యాద ఉట్టిపడేట్టు జేబుల్లోనుంచి చేతులు తీసేశాడు. తల వొంచి వందనం చేసి, వొక మనిషి వచ్చాడనీ, అద్దెకి వొక పెద్ద భవనం తీసుకునే యేర్పాట్లు జరిగాయనీ చెప్పాడు. నిగామాను ఖరారు నామామీద దస్కత్తు చెయ్యడానికి తయారుగా వున్నాడనీ చెప్పాడు.

"బాగుంది, సంతోషంగా వుంది. అమ్మగారు గదిలో వున్నారా?" అని వ్రాన్‌స్కీ అడిగాడు.

"ఆమె షికారు వెళ్లారండి, కాని తిరిగివచ్చేశారు" అని హెడ్‌వెయిటర్ జవాబు చెప్పాడు.

వ్రాన్‌స్కీ వెడల్పాటి అంచులు వున్న మెత్తని టోపీని తీసి చెమటలు కారే నుదుటినీ, జుట్టునీ జేబురుమాలుతో తుడుచుకున్నాడు. అతని జుట్టు బాగా పెరిగి సగం చెవుల్ని కమ్మేస్తోంది. తలమీద బట్ట కట్టిన భాగంమీదకి దాన్ని దువ్వాడు. వ్రాన్‌స్కీ తనకేసే చూస్తూ అక్కడ నుంచున్న పెద్దమనిషి కేసీ బేఫర్వాగా చూసి వెళ్లిపోబోయాడు.

"ఈయన రష్యన్ అండి, మీ కోసం అడిగాడు" అని హెడ్‌వెయిట్ అన్నాడు.

తెలిసినవాళ్లు తగలకుండా తప్పించుపోయే చోటే లేదా అన్న చిరాకు కొంత, దంపుళ్లపాట బాపతుగా వున్న జీవితంలో మజా కోసం ఆశ కొంత కనిపిస్తూ వుండగా వ్రాన్‌స్కీ కొంచెం దూరం వెళ్లి నుంచున్న ఆ మనిషికేసి చూశాడు. యిద్దరి చూపులు ఒకేసారి కలిశాయి. ఇద్దరి కళ్లూ సంతోషంతో మెరిశాయి.

"గొలెనీశ్చెవ్!"

"వ్రాన్‌స్కీ!"

అతను నిజంగా గొలెనీశ్చెవే. పేజ్‌కోర్*లో వ్రాన్‌స్కీ సహపాఠి. చదువుకునే రోజుల్లో గొలెనీశ్చెవ్ ఉదారవాదిగా వుండేవాడు. స్కూల్ వదిలిపెట్టి వెళ్లిపోయి పౌర హోదా సంపాదించుకుని* ఏ కొలువులోనూ చేరలేదు. ఆ తర్వాత వ్రాన్‌స్కీ, అతనూ వేరువేరు జీవిత పథాల్లో సాగిపోయారు, ఒక్కసారి మాత్రం కలుసుకున్నారంతే.

ఆ కలుసుకున్నప్పుడు గొలెనీశ్చెవ్ ఉన్నత బౌద్ధిక ఉదారవాద పంథాని ఎంచుకున్నాడనీ, తత్ఫలితంగా తన కార్యకలాపాల పట్లా, సైనిక హోదా పట్లా తిరస్కార భావంతో వున్నాడనీ వ్రాన్‌స్కీకి అర్థమైంది. అందుకని వ్రాన్‌స్కీ కూడా గొలెనీశ్చెవ్‌ని చూసి అలవోకగా తన ఉదాసీనతని తెలియచేశాడు. అలాంటి వైఖరిని తెలియచెయ్యడంలో వ్రాన్‌స్కీ గట్టివాడు. దాని అర్థం 'తమకి నా జీవిత విధానం నచ్చవచ్చు, నచ్చకపోవచ్చు, నాకు ఈషణ్మాత్రం ఖాతరీ లేదు. కాని తమరు నాకు తెలిసినవాళ్లు అనుకోవాలంటే మాత్రం నన్ను గౌరవంగా

చూడాలి’ అని. వ్రాన్స్కీ వైఖరి చూసి గొలెనీశ్చెవ్ తిరస్కారపూర్వక ఉదాసీన భావంతో వుండిపోయాడు. అంచేత ఈ ప్రస్తుత కలయిక ఆ దూరాన్ని ఇంకా ఎక్కువ చేస్తుంది అని అనిపిస్తుంది. కాని ఇప్పుడు ఒకళ్లనొకళ్లు గుర్తుపట్టి ఇద్దరూ సంతోషంతో ముఖాలు చేటంత చేసుకుని హేయ్ అని అరిచారు. గొలెనీశ్చెవ్‌ని చూస్తే తనకి అంత సంతోషం కలుగుతుందని వ్రాన్స్కీ ఎన్నడూ వూహించలేదు. కాని బహుశా తనకిప్పుడు ఎంత విసుగ్గా వుంటూ వుందో అతను గ్రహించలేకపోయి వుండవచ్చును. గతసారి కలుసుకున్నప్పుడు కలిగిన అస్పష్టకర అనుభూతిని మర్చిపోయి, నిశ్చలంగా సంతోషంగా మెరుస్తూ వున్న ముఖంతో అతన్ని చూసి వ్రాన్స్కీ చేతిని చాచాడు. గొలెనీశ్చెవ్ ముఖంమీద మొదట వున్న అసందిగ్ధ ముద్రని తొలగించే అదే సంతోషభావం గోచరమైంది.

“నిన్ను చూడడం యెంత సంతోషంగా వుంది!’ అని వ్రాన్స్కీ గట్టిగా వున్న తన తెల్లని పలువరస మెరుస్తూ కనిపించేటట్టు ఆర్ద్రంగా చిరునవ్వు నవ్వుతూ అన్నాడు.

“వ్రాన్స్కీ ఇక్కడికి వచ్చాడని విన్నాను గాని ఏ వ్రాన్స్కీ అయిందీ తెలీలేదు. ఎంత సంతోషంగా వుందో చెప్పలేను.”

“రా లోపలికి వెడదాం, అయితే ఇక్కడ ఏం చేస్తున్నావ్?”

“ఇక్కడ రెండేళ్లుగా వుంటున్నాను. పని చేస్తున్నాను.”

“అలాగా” అన్నాడు వ్రాన్స్కీ ఆసక్తిగా. “పద, లోపలికెడదాం.”

వ్రాన్స్కీ రష్యన్‌లో మాట్లాడకుండా ఫ్రెంచిలో మాట్లాడడం మొదలుపెట్టాడు. నౌకర్ల ముందు మాట్లాడుకునేటప్పుడు వాళ్లకి తెలియకూడని వాటిని కప్పిపుచ్చేందుకు ఫ్రెంచిలో మాట్లాడే రష్యన్ల అలవాటు ప్రకారం అలా ఫ్రెంచిలో మాట్లాడాడు.

“నీకు మేడం కెరనినా తెలుసా? మేం యిద్దరం కలిసే యాత్రలు చేస్తున్నాం. ఆవిడ దగ్గరికి వెడుతున్నాను” అని గొలెనీశ్చెవ్ ముఖం కేసి తదేకంగా చూస్తూ ఫ్రెంచిలో అన్నాడు వ్రాన్స్కీ.

“ఓహో! అలాగా! నాకు తెలియదు” అన్నాడు గొలెనీశ్చెవ్ అంత పట్టించుకోనట్టు (అతనికి తెలిసివున్నాగానీ). “ఇక్కడికొచ్చి చాలా రోజులైందా?” అని అడిగాడు.

“నేనా! నాల్రోజులైంది” అని వ్రాన్స్కీ మళ్లీ అతనికేసి తదేకంగా చూస్తూ అన్నాడు.

‘ఆఁ, ఇతను మర్యాద తెలిసినవాడే. ఈ విషయానికి సంబంధించి ఇతని వైఖరి యుక్తంగానే వండచ్చు’ అని గొలెనీశ్చెవ్ ముఖంమీద ద్యోతకమయ్యే భావం చూసి అతను ప్రసంగ విషయాన్ని మార్చ ప్రయత్నించడం చూసి వ్రాన్స్కీ అనుకున్నాడు. ‘ఇతన్ని అన్నాకి పరిచయం చేస్తాను, ఈ విషయంలో ఇతని వైఖరి యుక్తంగానే వుండచ్చు’ అనుకున్నాడు.

అన్నాతో కలిసి యూరప్‌లో పర్యటిస్తున్న ఈ మూడు నెలల్లోనూ కొత్తవాళ్లతో పరిచయం అయినప్పుడల్లా తనకీ అన్నాకీ వుండే సంబంధం గురించి వాళ్లు ఏమనుకుంటున్నారా అని వ్రాన్స్కీ అనుకునేవాడు. మగవాళ్లలో యెక్కువమంది యుక్తమైన వైఖరి వుండేవాళ్లే తగిలారు. కాని అతన్ని గాని, అలా భావిస్తారని అనుకునేవాళ్లని గాని ఏమిటా యుక్తమైంది అని

అడిగినట్లయితేగనక అతనూ జవాబు చెప్పలేకపోయి వుండేవాడు, వాళ్లూ చెప్పలేకపోయి వుండేవాళ్లు.

యుక్తమైన వైఖరితో వుండేవాళ్లు అని వ్రాన్‌స్కీ అనుకున్న వ్యక్తులకి నిజానికి ఏ వైఖరీ వుండేదే కాదు. జీవిత క్లిష్ట, అపరిష్కృత సమస్యలు ఎదురైనప్పుడు మామూలుగా మర్యాదస్థులు ప్రవర్తించేట్టు వాళ్లు ప్రవర్తించారు. అన్యాపదేశాలూ, అనిష్టకరమైన ప్రశ్నలు లేకుండా ప్రవర్తించారు. పరిస్థితినీ దాని అంతరార్థాన్నీ గ్రహిస్తున్నట్టూ, ఆమోదిస్తున్నట్టూ కూడా కనిపించారు. కాని వివరాల్లోకి పోవడం అనుచితమూ, కుసంస్కారమూ అయినట్టు చూశారు.

గొలెనీశ్చెవ్ ఈ రకం మనిషి అని వ్రాన్‌స్కీ వెంటనే గ్రహించేడు. అంచేత అతన్ని కలుసుకోవడం వల్ల వ్రాన్‌స్కీ ద్విగుణీకృత సంతోషం కలిగింది. వ్రాన్‌స్కీ అతన్ని అన్నాకి పరిచయం చేసినప్పుడు గొలెనీశ్చెవ్ వ్రాన్‌స్కీ కోరుకుంటున్నట్టుగానే ప్రవర్తించాడు. అతను ఇబ్బంది కలిగించే సంభాషణ తప్పించడానికి ఏమీ శ్రమ పడక్కర్లేకపోయింది.

గొలెనీశ్చెవ్ అంతకుముందు అన్నాని చూడలేదు. ఆమె సౌందర్యం చూసి అతను చకితుడయ్యాడు. యింకా యెక్కువగా తన పరిస్థితికి ఆమె అలవాటుపడిన సహజత్వాన్ని చూసి చకితుడయ్యేడు. వ్రాన్‌స్కీ, గొలెనీశ్చెవ్‌తో కలిసి లోపలికి రావడంతో ఆమె సుందరవదనంమీద లజ్జారుణిమ వ్యాపించింది. నిష్కల్మషంగా వున్న ఆ సిగ్గు ఆమె సుందర, నిశ్చల వదనం మీద చాలా శోభగా గొలెనీశ్చెవ్‌కి కనిపించింది. అతనికి ఇంకా ఎక్కువ గొప్పగా భాసించింది ఏమంటే ఆమె పరాయి వ్యక్తి ముందు వ్రాన్‌స్కీని అరమరికల్లేకుండా అలెక్సేయ్ అని పిలిచి, తాము అద్దెకి ఒక ఇంటిని తీసుకుంటున్నామనీ, దాన్ని ఇక్కడివాళ్లు పలాజ్జో అని పిలుస్తారనీ చెప్పడం. తన పరిస్థితిపట్ల ఇంత దాపరికంలేని వైఖరి కనిపింపచెయ్యడం గొలెనీశ్చెవ్‌కి బాగుందనిపించింది. అన్నా అంత ఉల్లాసంగా, హుషారుగా వుండడం చూసి వ్రాన్‌స్కీని, కెరనిన్‌నీ యెరిగినవాడవడంవల్ల అన్నాని బాగా అర్థం చేసుకున్నట్టు గోలెనీశ్చెవ్‌కి అనిపించింది. ఆమె తనకిగా అర్థం చేసుకోనిదాన్ని తను బాగా అర్థం చేసుకున్నట్టు అనుకున్నాడు : భర్తకి దుఃఖం కలిగించి, అతన్నీ కన్న కొడుకునీ వదిలేసి తన పేరుకి కళంకం తెచ్చుకుని కూడా ఆమె యింత ఉత్సాహంగా ఉల్లాసంగా సంతోషంగా యెలా వుండగలుగుతోందోనన్న విషయాన్ని.

"గైడ్ బుక్‌లో దాన్ని గురించిన ప్రస్తావన వుంది" అని వ్రాన్‌స్కీ అద్దెకి తీసుకున్న పలాజ్జోని గురించి గొలెనీశ్చెవ్ చెప్పాడు. "గొప్ప తిన్‌తోరెత్తో* చిత్రం వుందక్కడ. ఆయన ఆఖరి రోజుల నాటిది" అన్నాడు.

"వో పని చేద్దాం. వాతావరణం చాలా బాగుంది. మనం అక్కడికి వెళ్లి మరోసారి ఆ ఇంటిని చూద్దాం" అని వ్రాన్‌స్కీ అన్నాకేసి తిరిగి అన్నాడు.

"బాగుంది, అయితే నేను టోపీ పెట్టుకుని వస్తా. ఏం, బయట బాగా వేడిగా వుందంటారా?" అని అన్నా గుమ్మం దగ్గర ఆగి వ్రాన్‌స్కీకేసి చూసింది. మరోసారి ఆమె ముఖంమీద సిగ్గుదొంతరలు లాస్యం చేశాయి.

గొలెనీశ్చెవ్‌తో ఎలాంటి సంబంధాలు వుంచుకోవాలని అతని అభిమతం అయిందీ తనకి తెలియదనీ, తను అతను కోరుకున్నట్టే ప్రవర్తిస్తోందో లేదో తెలియదనీ ఆమె చూపుని బట్టి వ్రాన్‌స్కీ అర్థం చేసుకున్నాడు.

వ్రాన్‌స్కీ మృదువుగా చాలాసేపు ఆమెకేసి చూశాడు.

"లేదు, మరీ అంత వేడిగా లేదు" అన్నాడు.

తను అంతా అర్థం చేసుకున్నట్టే ననిపించింది అన్నాకి. ముఖ్యమైంది ఆమె ప్రవర్తన పట్ల వ్రాన్‌స్కీ సంతృప్తిగా వున్నాడు, అంతే. ఆమె చిరునవ్వు నవ్వుతూ చురుగ్గా నడుస్తూ లోపలికి వెళ్లింది.

మిత్రులిద్దరూ వొకళ్లకేసి వొకళ్లు చూసుకున్నారు. ఇద్దరూ గజిబిజి పడ్డారు. గొలెనీశ్చెవ్ స్పష్టంగా అన్నాని మెచ్చుకుంటూ ఏదో చెప్పాలని అనుకున్నట్టూ కాని ఏం చెప్పాలో తోచనట్టూ కనబడ్డాడు. వ్రాన్‌స్కీ కూడా అలా కోరుకున్నాడు కాని భయపడినట్టు కనిపించాడు.

"ఊఁ, అయితే అదన్నమాట" అని వ్రాన్‌స్కీ సంభాషణ మొదలుపెట్టాడు. "ఇక్కడ వున్నావన్నమాట. అదే పనిలో వున్నావా యింకా?' అని అడిగాడు. గొలెనీశ్చెవ్ ఏదో రచనా వ్యాసంగంలో వున్నాడని ఎవరో చెప్పిన విషయం గుర్తుకొచ్చి అలా అడిగాడు.

"ఊఁ. 'రెండు సిద్ధాంతాలు' అనే పుస్తకం రెండవ భాగం రాస్తున్నాను" అని గొలెనీశ్చెవ్ తన రచనా వ్యాసంగం గురించి అడిగినందుకు సంతోషపడుతూ అన్నాడు. "కచ్చితంగా చెప్పాలంటే ఇంకా రాత మొదలెట్టలేదు. విషయం సేకరిస్తున్నాను. రెండవ భాగం విస్తారంగా వుంటుంది. అన్నిరకాల వాదనలనీ సమీకరిస్తుంది. మనం బైజాంటైన్ వారసులం అన్న విషయాన్ని మన రష్యన్లెవరూ అర్థం చేసుకోరు" అని అతను తన దృక్పథాన్ని దీర్ఘంగా, శక్తివంతంగా వివరించడం మొదలుపెట్టాడు.

వ్రాన్‌స్కీ "రెండు సిద్ధాంతాలు" మొదటి భాగం గురించి ఏమీ తెలియకపోవడంవల్లా, రచయిత అది విశ్వవిఖ్యాత గ్రంథం అయినట్లు చెపుతూ వుండడంవల్లా మొదట ఇబ్బంది కలిగింది. కాని తర్వాత గొలెనీశ్చెవ్ తన ఆలోచనలని వివరించడంతో వ్రాన్‌స్కీ వాటిని అర్థం చేసుకున్నాడు, గొలెనీశ్చెవ్ బాగా చెపుతూ వుండడంతో ఆసక్తి కలిగి వున్నాడు. కాని గొలెనీశ్చెవ్ తను చెప్పే విషయాన్ని గురించి చెప్పే ఆవేశభరిత ఉత్సాహం వ్రాన్‌స్కీకి ఆశ్చర్యాన్నీ, దిగులునీ కలిగించింది. గొలెనీశ్చెవ్ మాట్లాడే కొద్దీ అతని కళ్లల్లో క్రోధాగ్ని అధికమైంది, అతని ముఖ భంగిమ అంత వేదనాభరితంగా, దెబ్బ తిన్నట్టుగా మారింది. వ్రాన్‌స్కీకి పూర్వపు గొలెనీశ్చెవ్ గుర్తు వచ్చాడు. బక్కపల్చగా, హుషారుగా, మంచివాడుగా, అందరి పట్లా ఆదరంగా, చదువులో ఎప్పుడూ మొదటగా వుండేవాడు గొలెనీశ్చెవ్. అలాంటివాడిప్పుడు ఇంత రేగిపోవడం ఏమిటో వ్రాన్‌స్కీకి అర్థం కాలేదు. అతనికి ఆ ధోరణి నచ్చలేదు. గొప్ప కుటుంబంనుంచి వచ్చిన గొలెనీశ్చెవ్ సాదా రచయితల సరసన పడి అంత కోప్పడిపోవడం, రెచ్చిపోవడం ఏమిటో వ్రాన్‌స్కీకి అసలు నచ్చలేదు. కాని గొలెనీశ్చెవ్ బాధపడుతున్నాడని చూసి అతనిపట్ల జాలిపడ్డాడు. అతని భావవ్యక్తీకరణ, సుందర వదనంమీద బాధ, దాదాపు ఉన్మాదసమమైన బాధ వ్యక్తం అయింది. అన్నా వచ్చిన విషయం గమనించకుండానే అతను గబగబా తీవ్రంగా తన వాదనలని వివరించాడు.

అన్నా టోపీ పెట్టుకుని, భుజంమీద శాలువా కప్పుకుని అందమైన చేత్తో గొడుగు తిప్పుతూ వచ్చి వ్రాన్‌స్కీ పక్కన నుంచుంది. వెంటనే అతను, తన మీదనే లగ్నం అయిన గొలెనీశ్చేవ్ ముటముటలాడే కళ్లనుంచి చూపు తప్పించుకుని వూపిరి పీల్చాడు. తన అతిలోక సౌందర్యరాశికేసి, జీవంతో సంతోషంతో తొణికిసలాడే సహచరికేసి దృష్టి మళ్లించాడు. గొలెనీశ్చేవ్ ప్రయాసమీద తేరుకున్నాడు. కొంచెంసేపు అతను ముసురుమూతి పెట్టుకుని వుండిపోయాడు. కాని అందరి పట్లా ఆదరపూర్వకంగా వుండే (కనీసం ఆ సమయంలో అలా వున్న) అన్నా తన అరమరికల్లేని మంచిమాటలతో అతన్ని దారిలోకి తెచ్చింది. అనేక విషయాల గురించి ప్రస్తావిస్తూ ఆమె ఆఖరికి చిత్రలేఖనం విషయం తెచ్చింది. అతను దాన్ని గురించి అద్భుతంగా మాట్లాడాడు. ఆమె శ్రద్ధగా వింది. కొత్తగా తీసుకున్న యింటికి వాళ్లు నడిచేవెళ్లారు. దాన్ని బాగా చూశారు.

"ముఖ్యంగా నాకు వొకటి నచ్చింది" అని వెనక్కి తిరిగి వచ్చేటప్పుడు అన్నా గొలెనీశ్చేవ్‌తో అంది. "అలెక్సేయ్‌కి మంచి atelier[1] వస్తుంది. నువ్వు తప్పకుండా ఆ గది తీసుకో" అని ఆమె వ్రాన్‌స్కీతో రష్యన్‌లో చాలా చనువుగా 'నువ్వు' అని పిలుస్తూ అంది. తాము ఏకాంతంలో వుండగా గొలెనీశ్చేవ్ దగ్గరివాడవుతాడనీ అతని దగ్గర ఏమీ దాపరికం వుండక్కర్లేదనీ తెలిసే అలా ప్రవర్తించింది.

"నువ్వు బొమ్మలు గీస్తావా యేమిటి?" అని గొలెనీశ్చేవ్ వ్రాన్‌స్కీకేసి తిరిగి అడిగాడు.

"ఎప్పుడో గీసేవాణ్ణి, ఇప్పుడు మళ్లీ మొదలుపెట్టాను" అని వ్రాన్‌స్కీ సిగ్గుతో ఎర్రబడుతూ అన్నాడు.

"అతనికేం, మంచి ప్రతిభ వుంది" అని అన్నా సంతోషంగా చిరునవ్వు నవ్వుతూ అంది. "నాకు విమర్శగా చెప్పేటంత ఇది లేదుగాని వున్న వాళ్లు అలా అని చెప్పారు" అంది.

8

అన్నా స్వేచ్ఛనీ వేగంగా స్వస్థతనీ పొందిన ప్రథమ దశలో అక్షంతవ్యంగా సంతోషపడింది, జీవితానందంతో తల మునకలైపోయింది. భర్తకి తనవల్ల కలిగిన దుఃఖ స్మృతి ఆమె ఆనందంలో సొడ్డు పెట్టలేదు. ఆ స్మృతి వొక పక్క మహా భయంకరం అయి, దాన్ని గురించి ఆలోచనే చెయ్యలేదు. రెండో వేపున భర్త దుఃఖం ఆమెకి మహదానందాన్ని ప్రసాదించి పశ్చాత్తాప భావాన్నే కలగనియ్యలేదు. జబ్బుపడి కోలుకున్న తర్వాత జరిగిన ప్రతీదీ – భర్తతో సమాధానపడడం, పొరపొచ్చాలు, వ్రాన్‌స్కీ ఆత్మహత్యా ప్రయత్నం వార్త, అతను చూడ్డానికి రావడం, విడాకుల ప్రయత్నాలు, భర్త ఇల్లు వదిలి వెళ్లిపోవడం, కొడుకుని వదిలిపెట్టడం – ఇవన్నీ కూడా, జ్వరోద్విగ్న దుష్ట స్వప్నంలాగా భాసించాయి. వ్రాన్‌స్కీతో కలిసి విదేశాలకి వెళ్లితర్వాతనే ఆమె నాటినుంచి మేలుకొంది. భర్త పట్ల కలిగిన తప్పు ఆమె మనసులో వెలపరం పుట్టించింది. నీళ్లల్లో మునిగిపోయే వాడి మృత్యు హస్తాన్ని వదిలించుకుని బయట పడేవాడికి

[1] స్టూడియో (ఫ్రెంచి)

కలిగేలాంటి అనుభూతి కలిగింది. అవతలివాడు మునిగిపోతాడు. అది విచారకరమైన విషయమే. కాని తను బయటపడాలంటే యిదొక్కటే మార్గం. అలాంటి భయంకర సన్నివేశాల్ని గుర్తుచేసుకోకపోవడమే బాగుంటుంది.

భర్తని వదిలిపెట్టేసిన వెంటనే మనసుకి వూరట కలిగించే ఒక ఆలోచనా సరళి అన్నాకి తోచింది. ఆ జరిగిన గొడవలన్నిటినీ నెమరు వేసుకున్నప్పుడల్లా ఆమె ఆ సరళిని గుర్తు చేసుకునేది. 'నేనాయనకి దుఃఖం కలిగించాను నిజమే కాని ఆ దుఃఖంనుంచి లాభం పొందాలని మాత్రం అనుకోలేదు' అనుకునేది. 'నేనూ దుఃఖితురాల్నే, దుఃఖిస్తూనే వుంటాను. నా జీవితంలో ప్రాణప్రదంగా చూసుకునేవి నాకు లేకుండా పోయాయి - నా మంచిపేరు, నా కొడుకు. నేను తప్పు చేశాను అంచేత సుఖం, విడాకులు కోరను. కళంకినివన్న అవమానాన్ని, కొడుకు ఎడబాటు బాధని అనుభవిస్తాను' అనుకునేది. కాని బాధపడాలని అన్నా ఎంత మనస్ఫూర్తిగా కోరుకున్నా ఆమె బాధితురాలు కాలేదు. ఏ రకంగానూ అవమానం పాలవలేదు. వాళ్లు విదేశాలలో రష్యన్ మహిళలకి దూరంగానే వున్నారు. తమకి ఇబ్బంది కలిగించనివాళ్లతోనే కలిశారు. తమ యిద్దరికీ బాగా వున్న నేర్పుతో ఎప్పుడూ తమని సంకటపరిచే పరిస్థితి కలక్కుండా చూసుకున్నారు. మొదట్లో ఆమెకి కొడుకు ఎడబాటు బాధ కలిగించలేదు. చంటిపిల్ల, వ్రాన్‌స్కీ కూతురు, యెంతో ముచ్చటగా వుండడంవల్ల, తన దగ్గర ఆ బిడ్డ వొక్కత్తే వుండడంవల్ల బాగా దగ్గరయి అన్నాకి కొడుకు ఎప్పుడో గాని గుర్తుకు వచ్చేవాడు కాదు.

జీవితేచ్ఛ, స్వాస్థ్యం చిక్కిన తర్వాత అధికం అయిన ఆ జీవితేచ్ఛ, ఎంత అతిశయంగా వుందంటే, జీవిత పరిస్థితులు ఎంత నూతనంగా సంతోషంగా వున్నాయంటే అన్నాకి అక్షంతవ్య రూపంలో ఆనందం కలిగింది. వ్రాన్‌స్కీ గురించి బాగా తెలుసుకొనేకొద్దీ అతని పట్ల ఆమె ప్రేమ ఎక్కువ అయింది. అతనిమీద తనకి వున్న పూర్ణాధికారం ఆమెకి నిరంతర ఆనందదాయక స్రోతస్సుగా వుండేది. అతని సామీప్యం ఆమెకి సర్వదా సంతోషకరంగా వుండేది. వ్రాన్‌స్కీ వ్యక్తిత్వం సకల గుణాలూ ఆమెకి ఎంతలా తెలుస్తూ వుంటే మాటలలో వ్యక్తం చేయలేనంత ప్రేమ ఆమెకి కలిగేది. పౌరదుస్తుల్లో కొత్తగా కనిపించే అతని సుందర రూపం ఆమెని ప్రేమోన్మాద నవయువతికిమల్లే ఆకర్షించింది. అతను అనే ప్రతిమాటా, అతని ప్రతి ఆలోచనా, అతను చేసిన ప్రతి పనీ ఆమెకి ఏదో మహోన్నతతో, ఔన్నత్యంతో భాసించాయి. వ్రాన్‌స్కీ పట్ల తన ఆరాధనా భావం ఆమెకే భయకారకంగా తోచేది. అతనిలో లోపాలున్నాయేమోనని వేలు పెట్టి చూపించాలని యెంత ప్రయత్నించినా చూపించలేకపోయేది. అతనితో పోలిస్తే తను ఇసక రేణువునన్న భావాన్ని వెల్లడిచేసే ధైర్యం ఆమెకి లేదు. ఆ యెరుక అతనికి వస్తే తన పట్ల ప్రేమ లుప్తం అయిపోతుందని ఆమెకి అనిపించింది, అతని ప్రేమ లుప్తం కావడం కంటే భయంకరమైంది అన్నాకి లేదు, అలాంటి భయానికి ఆధారాలు లేకపోయినా. తనపట్ల అతని ఆరాధనకి జోహారు చెప్పకుండా, దాన్ని తను ఎంత ఘనంగా భావించుకుంటోందో తెలియచెయ్యకుండా వుండలేకపోయింది. ఆమె దృష్టిలో అతని జీవితం రాజకీయ క్షేత్రంలో మహత్తరంగా రాణించేది. అ మహత్వ కాంక్షని అతను తన కోసం త్యాగం చేశాడు. అతను ముందటి కంటే అన్నాని యెక్కువ ప్రేమిస్తూ వున్నాడు, ఎక్కువ ఆదరం కనబరుస్తూ వున్నాడు. అన్నా తన పరిస్థితి ఎన్నడూ ఆవేదనపడకుండా చూడాలన్న స్పృహ అతనికి సర్వదా వుండేది.

ఇంత ఓజశ్శక్తి సంపన్నుడైన ఈ మనిషి అన్నా మాటకు ఎదురుచెప్పకపోవడం సరేసరి, అసలు తన మనసులో వున్నది ఫలానా అని పైకి అనేవాడు కాదు. అంతేకాక అన్నా కోరిక యేమై వుంటుందీ అని వూహించే యేకైక లక్ష్యంతో వున్నట్టు కనిపించాడు. అన్నా దీన్ని అమూల్యమైనదిగా భావించకుండా వుండలేకపోయింది.

ఇక, వ్రాన్స్కీ తన చిరకాల వాంఛితం నెరవేరినా పూర్తి ఆనందంతో వుండలేకపోయాడు. తన ఇచ్ఛా పరిపూర్తి తను అనుభవించదలచుకున్న ఆనంద మేరునగంలో ఒక అణువు మాత్రమేనని అతనికి త్వరలోనే అనిపించింది. కోరికల సాఫల్యమే ఆనందమని భావించే లోక వ్యవహారంలో వున్న తప్పునే తనూ చేశానని అతనికి అనిపించింది. అన్నాతో తన జీవిత సౌభాగ్యాన్ని ముడివేసుకుని, పౌరదుస్తులకి మారిన కొత్తలో అతనికి అప్పటిదాకా అపరిచితంగా వున్న స్వాతంత్ర్య మధువులు పూర్తిగా ఆస్వాదితం అయ్యాయి. అలాగే ప్రేమ విశృంఖలత అనుభవంలోకి వచ్చింది. అతని అంతరంగంలో సంతోషం కలిగింది. కాని అది కొంత కాలం మాత్రమే వుంది. అతని అంతరంగంలో కోరికలకు కోరిక అయిన అసంతృప్తి పడగ విప్పింది. తనకి తెలియకుండానే అతను ప్రతి క్షణిక చపలతనీ తన కోరిక అనీ, తన ధ్యేయం అనీ భావించుకోవడం మొదలుపెట్టాడు. వాళ్లు విదేశాల్లో ఏ బంధనాలూ లేని స్వేచ్ఛతో వుండడంవల్లా, పీటర్స్‌బుర్గ్ సమాజ జీవిత వ్యాపకాలకి బాహిరంగా వుండడం వల్లా రోజూ పదహారు గంటలు ఏదో వ్యాపకం వుండేటట్టు చూసుకోవాల్సి వచ్చింది. ఒంటరిగా విదేశ యాత్రలు చేసేటప్పుడు తను అనుభవించిన వినోదాలలాంటివాటిని ఇప్పుడు ఊహలోకి కూడా రానివ్వడానికి లేదు. కారణం ఏమంటే, కొంతమంది తెలిసినవాళ్లతో కలిసి ఓ రాత్రి పొద్దుపోయేదాకా విందులారగిస్తూ గడపడంతో అన్నాకి అనుకోని రీతిలో తీవ్రమైన మనోవేదన కలిగి ఆమె విచారగ్రస్తం అయింది. అందుకని ఇలాంటి వినోదాల ప్రసక్తే లేదు. ఇకపోతే ఇటాలియన్లతోగాని స్థానిక రష్యన్ సమాజంతోకాని కలవాలి. వాళ్లు అది చెయ్యలేకపోయారు, తమ సంబంధాలు అస్పష్టంగా వుండడంవల్ల.

తినదగ్గ వస్తువనే ఆశతో ఆకలిగొన్న జంతువు దేన్నిపడితే దాన్ని అందుకున్నట్టు వ్రాన్స్కీ అతర్కంగా ఓసారి రాజనీతి శాస్త్రాన్ని, తర్వాత కొత్త గ్రంథాల్ని, మరోసారి చిత్రకళని అంకించుకున్నాడు.

వయసు వచ్చినప్పటినుంచీ అతనికి చిత్రకళపట్ల అభినివేశం వున్న కారణంగా, చేతిలో వున్న సొమ్ము యెలా ఖర్చు చెయ్యాలో తెలియని రేఖాచిత్రాల్ని పోగుచెయ్యడం మొదలుపెట్టిన కారణంగా చిత్రలేఖనం వ్యావృత్తిగా యెంచుకుని, దాన్ని శోధించి తృప్తి కోసం తపించే తన ఇచ్ఛా భండారాన్ని దానిమీద వ్యయం చేశాడు.

కళని అర్థం చేసుకునే ప్రతిభ, నిర్దుష్టంగా అభిరుచి పూర్వకంగా తద్రూప చిత్రణ చేసే నేర్పూ వ్రాన్స్కీకి నిజంగానే వున్నాయి. దాంతో చిత్రకారుడికి అవసరమైన లక్షణాలు తనకి వున్నాయని అతను భావించుకున్నాడు. అంచేత, ధార్మిక, చారిత్రక, వాస్తవవాద శైలుల్లో దేన్ని ఎంచుకోవాలన్న విచికిత్స కొంతకాలం చేసుకుని అతను చిత్రాలు గియ్యడం మొదలుపెట్టాడు. అతనికి చాలా శైలులు, శాఖలు తెలుసు. ఎందులోనేనా అతనికి ప్రేరణ

కనిపించేది. కాని అతను వూహించలేకపోయింది వొక్కటే - శాఖలో శైలిలా సంబంధం లేకుండా, తను గీసిన చిత్రం ఏ శాఖకి శైలికి చెందుతుందన్న పట్టింపు లేకుండా హృదయ ప్రేరణానుసారంగా మాత్రమే దాన్ని గ్రహించాలని. ఇది అతనికి తెలియకపోవడంవల్లా, జీవితంనుంచి నేరుగా ప్రేరణ పొందకుండా, కళలో వ్యక్తం అయిన రీతిలో పరోక్షంగా జీవితంనుంచి ప్రేరణ పొందడంవల్లా చాలా శీఘ్రంగా, సునాయాసంగా ప్రేరితుడై అంతే శీఘ్రంగా సునాయాసంగా బొమ్మల్ని గీసేవాడు. అవి తను యే శైలిని అనుకరించదలచుకున్నాడో ఆ శైలివిలాగానే కనిపించేవి.

అతనికి బాగా స్పందన కలిగించింది యెంతో సొగసుగా, సమ్మోహనపూరితంగా వున్న ఫ్రెంచి శైలి. అతను ఆ పద్ధతిలో ఇటాలియన్ వేషధారణలో అన్నా చిత్రాన్ని గియ్యడం మొదలుపెట్టాడు. అతనికీ, ఆ బొమ్మని చూసిన అందరికీ అది బాగా కుదిరినట్టు అనిపించింది.

9

బొమ్మలు చెక్కిన ఎత్తైన సరంబీలు, గోడలమీద చిత్రాలు, నేలమీద మొజాయిక్ పలకలు, ఎత్తైన కిటికీలకి భారీ పసుపుపచ్చ పరదాలు, గోడ గూళ్లల్లో, పొగగొట్టాల తావుల్లో పూలకుండీలు, పోగరపని చేసిన తలుపులు, చిత్ర సజ్జితం అయిన ముసురు పడసాలలు వున్న ఈ పురాతన ఉపేక్షిత పలాజ్జోలో ప్రవేశించిన తర్వాత దాని బాహ్య రూప విశేషాలు వ్రాన్‌స్కీ మనసులో మధురోహలు కల్పించాయి. తను రష్యన్ జాగీర్దారు, పదవీ విరమణ చేసిన రాజోద్యోగి మాత్రమే గాక ఏదో వికాసవంతుడైన కళా ప్రేమికుడనీ, కళా పోషకుడనీ భావన కలిగింది. అలాగే తనూ ప్రేమకోసం లోకాన్ని, మహత్వ కాంక్షని, ఘనమైన సంబంధ బాంధవ్యాల్ని తృణప్రాయంగా త్యజించిన సామాన్య చిత్రకారుడన్న భావన కలిగింది.

పలాజ్జోకి మారినతర్వాత వ్రాన్‌స్కీ తను అవలంబించిన పాత్రని సంపూర్తిగా సఫలం చేశాడు. గొలెనీశ్చెవ్ ద్వారా కొంతమంది ఆసక్తికరమైన వాళ్లతో పరిచయాలు చేసుకున్నాక మొదట్లో మనశ్శాంతిగానే వున్నట్ట నిపించింది. ఒక ఇటాలియన్ చిత్రలేఖన ప్రొఫెసర్ పర్యవేక్షణలో అతను ప్రకృతి చిత్రణ చేశాడు. మధ్యయుగాలనాటి ఇటాలియన్ జీవితం గురించి అధ్యయనం చేశాడు. మధ్యయుగాలనాటి ఇటలీ అతన్ని ఎంత సమ్మోహం కావించిందంటే ఆ రీతిలో టోపీ పెట్టుకుని, భుజం కింద నుంచి ఉత్తరీయం వేసుకున్నాడు. ఈ రెండూ అతనికి ఎంతో బాగా నప్పేయి.

"మనం ఇక్కడ వుంటున్నాం కాని మనకి ఏ వార్తలూ తెలియవు" అని ఓ రోజు ఉదయం తమని చూడ్డానికి వచ్చిన గొలెనీశ్చెవ్‌తో అన్నాడు. "మిహైలొవ్ గీసిన ఈ చిత్రం చూశావా?" అని పొద్దుట వచ్చే రష్యన్ పత్రికని అందిస్తూ అన్నాడు. అదే పట్టణంలో వుంటూ వున్న రష్యన్ చిత్రకారుడి గురించి రాసిన వ్యాసాన్ని చూపించాడు. ఆ చిత్రకారుడు ఒక చిత్రాన్ని పూర్తిచేశాడు. ఆ చిత్రం గురించి నలుగురినోళ్లల్లోనూ అప్పటికే ఆడుతోంది. దాన్ని అప్పటికే కొనెయ్యడం కూడా అయిపోయింది. అంతటి మహా చిత్రకారుడికి సహాయాన్నీ ప్రోత్సాహాన్నీ ఇవ్వనందుకు ప్రభుత్వాన్నీ, అకాడెమీనీ ఆ వ్యాసం విమర్శించింది.

"అతని చిత్రం చూశాను" అని గొలెనీశ్చెవ్ జవాబు చెప్పాడు. "సత్తా వున్నవాడిలాగే కనిపిస్తున్నాడు, కాని అతని కళాధోరణి శుద్ధ తప్పు. క్రీస్తు పట్ల, మతం పట్ల అతనిది ఇవానొవ్ – స్ట్రాస్ – రెనాన్ ధోరణి*" అన్నాడు.

"చిత్రంలో వస్తువు దేన్ని గురించి?" అని అన్నా అడిగింది.

"పైలేట్ సముఖంలో క్రీస్తు, నవీన కళాశైలిలో క్రీస్తుని పూర్తి యదార్థవాదంతో యూదుడిగా ప్రదర్శించడం జరిగింది."

చిత్రం వస్తువు గురించిన ఈ ప్రశ్న గొలెనీశ్చెవ్ అభిమాన పాత్ర విషయానికి సంబంధించిందవడంతో అతను తన ధోరణిలో మొదలుపెట్టాడు.

"అసలింత ఘోరమైన తప్పు ఏలా చేస్తారో నాకు అర్థం కాదు. పూర్వకాలం మహాచిత్రకారుల కృతుల్లో క్రీస్తు మూర్తి నిశ్చింతగా వుంది. వీళ్లు భగవంతుణ్ణిగాక ఒక విప్లవకారుణ్ణో, ఋషినో చిత్రించదలచుకుంటే చరిత్రనుంచి సోక్రటీస్‌నో ఫ్రాంక్లిన్‌నో లేదా షార్లెతో కోర్దేనో* తీసుకోమనండి గాని క్రీస్తుని కాదు. కళలు వ్యక్తం చెయ్యలేని మనిషినే తీసుకుంటున్నారు, పైగా...."

"మిహైలొవ్‌కి రోజు గడవడం కష్టంగా వుందట నిజమేనా?" అని వ్రాన్‌స్కీ అడిగాడు. బొమ్మ బాగోగులు ఎలా వున్నా, రష్యన్ కళాపోషకుడిగా కళాకారుడికి సహాయం చెయ్యడం తన బాధ్యత అన్నట్టు.

"ఏమో మరి. అతను మంచి రూప చిత్రకారుడు. అతను గీసిన వసీల్చికొవా బొమ్మ చూశావా? కాని అతను రూప చిత్రాల్ని గియ్యడం మానేస్తాట్ట. అలా అయితే ఇబ్బందిపడుతూనే వుండచ్చు. కాని నేను చెప్పేదేమంటే..."

"అతను అన్నా బొమ్మ గీస్తాడేమో అడిగితే?" అన్నాడు వ్రాన్‌స్కీ.

"ఎందుకు?" అంది అన్నా. "నువ్వు గీసిన బొమ్మ తర్వాత నా చిత్రం మరోటి అఖ్ఖర్లేదు. ఆన్యా బొమ్మ గీయమను" (తన చంటిపిల్లని ఆమె అలా పిలిచేది) "అదుగో" అని కిటికీలోనుంచి చంటిపిల్లని తోటలోకి తీసికెళ్లిన ముచ్చటైన ఇటాలియన్ దాదికేసి చూసి, తర్వాత వ్రాన్‌స్కీకేసి దృష్టి తిప్పుతూ అంది. అందమైన ఆ ఇటాలియన్ దాది వదన చిత్రాన్ని వ్రాన్‌స్కీ గీస్తూ వున్నాడు. ఆమె అందం అన్నాకి లోపల గుచ్చుకునేటట్టు వుంది. ఆమె బొమ్మ గీస్తూ వ్రాన్‌స్కీ ఆమె అందాన్ని, మధ్యయుగాన రూపాన్ని పొగిడాడు. ఆ దాది అంటే తనకి ఈర్ష్య కలగుతుందనే భయం వున్నట్టు వొప్పుకునే ధైర్యం లోపల అన్నాకి లేకపోయింది. దాది పట్ల ఈర్ష్య పడ్డానికి భయం వేసింది. అందుకని దాది పట్ల చాలా ఆదరం చూపిస్తూ, ఆమె చంటిపిల్లాడ్ని మహా ముద్దు చేసేది.

వ్రాన్‌స్కీ కూడా కిటికీలోనుంచి చూసి తర్వాత అన్నా కళ్లల్లోకి చూశాడు. వెంటనే గొలెనీశ్చెవ్‌కేసి తిరిగాడు.

"నీకు మిహైలొవ్ తెలుసా?" అని అడిగాడు.

"చూశాను. వింత మనిషి, చదువూ సంధ్యా లేదు. ఇవాళ రోజుల్లో ఎక్కడపడితే అక్కడ తగుల్తూ వుండే కొత్త జడ్డి రకం మనుషుల బాపతు. స్వేచ్ఛానుభావుకల రకం,

d'emblee[1], నాస్తికులుగా, సంశయాత్ములుగా, భౌతికవాదులుగా తయారైనవాళ్లు. పాత రోజుల్లో..." అని గొలెనీశ్చెవ్ సాగించాడు. అన్నా, వ్రాన్స్కీ యేదో చెప్పబోతున్నారన్న విషయాన్ని పట్టించుకోకుండా, లేదా పట్టించుకోవాలనే దృష్టి కూడా లేకుండా చెప్పసాగాడు. "పాత రోజుల్లో మతం, చట్టం, నైతిక విలువలు అనే వాటి ప్రకారం శిక్షణ పొందినవాళ్లు స్వేచ్ఛాభావుకులుగా వుండేవాళ్లు. ఎంతో కష్టపడి ఆంతరంగిక పోరాటం జరిగిన తర్వాత స్వేచ్ఛాభావుకుల స్థాయికి చేరేవాళ్లు. నీతి నియమాలనేవి తగలడ్డాయనీ మతం అనేది ఒకటి ఏడిసిందనీ వీళ్లు విని కూడా వుండరు. తమకంటే గొప్పవాళ్లు తమకి ముందు వున్నారనీ వీళ్లకి తెలీదు. ప్రతిదాన్నీ కొట్టిపారేస్తూనే వుంటారు వీళ్లు. ఒక్క ముక్కలో చెప్పాలంటే అడివి మనుషుల బాపతు. ఇదిగో, ఇతనూ అంతే. ఇతను మాస్కోలో రాచకొలువులో నౌకరు కొడుకట. ఏ బాపతు చదువు సంధ్యలనేవీ లేవు. అకాడెమీలో చేరి కొంచెం నలుగురి నోళ్లల్లోనూ తన పేరు ఆడ్డం మొదలెట్టాక ముందుచూపు వున్న వాడవడంతో విద్యాభ్యాసం మొదలెట్టాలను కున్నాడు. అంచేత చదువుకి ఆధారం అని తను అనుకున్నదానికేసి మళ్ళాడు – పత్రికలకేసి. పాత రోజుల్లో విద్యాభ్యాసం చెయ్యదలచుకున్నవాడు, మాటకి ఓ ఫ్రెంచి వాడనుకో, పంచ కావ్యాలతో మొదలెట్టేవాడు. ధర్మశాస్త్రాల్ని, మహా విషాద నాటక రచయితల కృతుల్ని, చరిత్రకారుల గ్రంథాల్ని, తత్వవేత్తల రచనలని పఠించేవాడు. అందుగ్గాను నిద్రాహారాలుమాని శ్రమ పడేవాడు. కాని ఇవాళ ఎత్తుకోవడం ఎత్తుకోవడమే నాస్తికవాద సాహిత్యాన్ని! నాస్తికవాద సారాన్ని వెంటనే జీర్ణించేసుకుంటాడు. అంతే విద్యాధికుడైపోతాడు. అంతేనా! ఇరవై ఏళ్ల నాటి సాహిత్యం చదివేవాడికి పాతకాలంనాటి గొప్పవాళ్లతో పురాతన నమ్మకాలతో సంఘర్షణ జరిగిన చిహ్నాలు కనిపించేవి, ఒకప్పుడు వేరే దృష్టి కోణం అనేది ఒకటుండేదని తెలుసుకునే వాడు. కాని ఇవాళ అతనికి సరాసరి ఎలాంటి సాహిత్యంతో సంబంధం వస్తోందంటే, అది పురాతన భావాలని ఖండించను కూడా ఖండించకుండా ఎకాఎకీ చెప్పేస్తుంది -evolution[2], ప్రాకృతికవరణం, అస్తిత్వ సంఘర్షణ* తప్ప వేరే ఏమీ లేవు అని. నేను రాసిందాంట్లో.."

"ఓ పని చేద్దాం" అంది అన్నా. ఆమె చాలాసేపటిగా వ్రాన్స్కీ కేసి సావధానంగా చూస్తూనే వుంది. ఆ చిత్రకారుడి విద్యా విషయాల గురించి అతనికి ఏమీ ఆసక్తి లేదనీ, అతనికి సాయం చెయ్యాలనీ, అతనిచేత రూప చిత్రం గీయించాలనుకుంటున్నాడనీ గ్రహించింది. "ఓ పని చేద్దాం" అంది దడదడ సాగిపోయే గొలెనీశ్చెవ్ ధోరణికి అడ్డుకట్ట వెయ్యాలన్న నిర్ణయంతో. "మనం వెళ్లి అతన్ని చూద్దాం" అంది.

గొలెనీశ్చెవ్ ధోరణి కట్టిపెట్టి, చిత్రకారుడి దగ్గరికి వెళ్లడానికి సంతోషంగా సరేనన్నాడు. ఆ చిత్రకారుడి ఇల్లు దూరం కావడంతో బగ్గీలో వెళ్లాలని అనుకున్నారు.

అన్నా, గొలెనీశ్చెవ్ పక్కపక్కన, వ్రాన్స్కీ ముందు కూర్చున్న బగ్గీ ఓ గంట తర్వాత అందమైన కొత్త యింటిముందు ఆగింది. ఇంటి నౌకరు భార్య వచ్చి మిహైలొవ్ తనని చూడవచ్చినవాళ్లని స్టూడియోలో కలుసుకుంటాడనీ, కాని ఆ సమయంలో అతను కొన్ని

---

[1] మొదట్నుంచి (ఫ్రెంచి)

[2] పరిణామ క్రమం (ఫ్రెంచి)

అడుగుల దూరంలో వున్న తన ఇంట్లో వున్నాడనీ చెప్పింది. అప్పుడు వాళ్లు తను విజిటింగ్ కార్డులని పంపిస్తూ, తన చిత్రాలని చూపించవలసిందిగా అభ్యర్థన చేశారు.

10

చిత్రకారుడు మిహైలోవ్ యెప్పటిలాగానే తన పనిలో వుండగా కౌంట్ వ్రాన్‌స్కీ గొలెనీశ్చెవ్‌ల విజిటింగ్ కార్డులు వచ్చేయి. ఉదయం అతను స్టూడియోలో పెద్ద చిత్రం గీసే పనిలో వున్నాడు. ఇంటికి వెళ్లగానే అద్దె ఇమ్మని రొక్కించిన యజమానురాల్ని సర్ది పంపనందుకు పెళ్లాంమీద కోప్పడ్డాడు.

"ఆమెతో వాదన పెట్టుకోవద్దని తొంభైసార్లు చెప్పాను నీకు. నువ్వసలే దద్దమ్మవి, ఇక ఇటాలియన్‌లో వాదన మొదలెట్టానంటే ఇంతకు మూడింతలు దద్దమ్మవై పోతావు" అని పెద్ద గొడవ జరిగేక అతను అన్నాడు.

"అయితే అద్దె యివ్వడంలో ఆలస్యం చెయ్యకుంటే, నా తప్పేం వుంటుంది. నా దగ్గర డబ్బుంటే గనక...."

"అబ్బబ్బ! నీకు పుణ్యం వుంటుంది నన్నొదిలిపెట్టు" అని మిహైలోవ్ రుద్ధ కంఠంతో అన్నాడు. చేతులతో చెవులు మూసుకుని అడ్డుగోడ వెనక తను పని చేసుకునే గదిలోకి వెళ్లి తలుపు వేసుకున్నాడు. 'చవట!' అని కూర్చుంటూ తిట్టుకున్నాడు. బొమ్మలు గీసే అట్ట తెరిచి తను గీస్తూ వున్న చిత్రం పనిలో చాలా ఉత్సాహంతో మునిగిపోయాడు.

జీవిత శకటం వడిదుడుకుల్తో నడుస్తూ వున్నప్పుడు, ముఖ్యంగా పెళ్లాంతో తగూ పడ్డప్పుడు చేసినంత ఉత్సాహంగా అతను ఎన్నడూ పని చెయ్యడు. 'అబ్బ! దీన్ని తగలెయ్య!' అని పని చేస్తూ అనుకున్నాడు. అతను కోపావేశపూరితుడైన మనిషి రేఖాచిత్రం గీస్తున్నాడు. బాహ్య రేఖాకృతి దాదాపు గీశేడు కాని అతనికి తృప్తిగా లేదు. 'వుహుఁ, అదే బాగుంది, ఎక్కడుందో అది?' అనుకుంటూ పెళ్లాం దగ్గరికి వెళ్ళాడు. ముఖం ముడుచుకుని ఆమె కేసి చూడకుండానే తను వాళ్లకిచ్చిన కాగితం ఏమైందని పెద్ద కూతుర్ని అడిగాడు. పనికిరాదని పారేసిన రేఖాచిత్ర కాగితం దొరికింది కాని దానిమీద కొవ్వొత్తి మైనం మరకలు పడి, జిడ్డు అంటుకుంది. అయినా అతను దాన్ని తీసుకుని బల్లమీద పెట్టి కొన్ని అడుగులు వెనక్కి వేసి కళ్లు ముడుస్తూ దానికేసి చూశాడు. ఉన్నట్టుండి చిరునవ్వు నవ్వి సంతోషంతో చేతులు ఎగరేశాడు.

"అద్గదీ!" అని వెంటనే పెన్సిల్ తీసుకుని గబగబా గియ్యడం మొదలుపెట్టాడు. ఆ కొవ్వొత్తి మరక చిత్రానికి నూతన ముద్ర ప్రసాదించింది.

అతను ఆ నూతన ముద్రని గీస్తూ వుండగా తనకి చుట్టలు అమ్మే మనిషి ఔత్సుక్యభరిత వదనం అతనికి హఠాత్తుగా గుర్తువచ్చింది. ఆ మనిషిది పెద్ద చుబుకం. అతను ఈ చిత్రానికి ఆ ముఖం, చుబుకం వున్న ఆకృతి ఇచ్చాడు. అతనికి సంతోషంతో నవ్వు వచ్చింది. నిర్జీవ, కాల్పనిక ఆకృతి స్థానంలో సజీవ ఆకృతి వచ్చి అది ఎలా మారిందంటే ఇక అందులో వేలు పెట్టడానికి లేదు. ఆ చిత్రం సజీవం అయింది, ఒక సునిశ్చిత రూపం దానికి వచ్చింది. ఆ

రేఖాచిత్రాన్ని ఈ ఆకృతికి అనురూపంగా సవరించవచ్చు. కాళ్లని వేరే పద్ధతిలో పెట్టచ్చు, పెట్టి తీరాలి. ఎడమ చెయ్యిని పూర్తిగా మార్చెయ్యాలి. జుట్టుని వెనక్కి గెంటాలి. ఈ సవరింపులు చేసిన అతను అసలు చిత్రాన్ని ఏమీ మార్చలేదు, ఆకృతిని ఛాదితం చేసేవాటిని మాత్రమే తొలగించాడు. పూర్తిగా కంటికి ఆనకుండా అవరోధంగా వున్నవాటిని తొలగించాడు. అతను గీసే ప్రతి గీతకీ సర్వశక్తితోనూ ఆకృతి తీసుకుని, మరకవల్ల అతనికి తట్టిన రీతిలో చిత్రం మూర్తమంతం అవుతోంది. అతనికి విజిటింగ్ కార్డులు అందే సమయానికి అతను ఏకాగ్రతతో ఆ చిత్రాన్ని పూర్తిచేస్తూ వున్నాడు.

"అయిపోయింది, వస్తున్నా!"

అతను పెళ్లాం దగ్గరికి వెళ్ళాడు.

"హూఁ, చాలు! మరి కోప్పడకు సాషా" అని అతను గోముగా, మృదువుగా చిరునవ్వు నవ్వుతూ అన్నాడు. "నీ తప్పూ వుంది, నా తప్పూ వుంది. అన్నిట్నీ చక్కబెడతాగా" అన్నాడు. పెళ్లాన్ని ప్రసన్నం చేసుకున్నాక, మఖమల్ కాలరు వున్న ఆకుపచ్చ రంగు వోవరుకోటు తొడుక్కుని టోపీ పెట్టుకుని, స్టూడియోకి వెళ్లాడు. బాగా కుదిరిన బొమ్మ గురించి పూర్తిగా మర్చేపోయాడు. బగ్గీలో కూర్చున్నాక తన స్టూడియోకి ప్రముఖ రష్యన్లు వచ్చారన్న ఉత్తేజమూ సంతోషమూ అతన్ని ముంచెత్తేశాయి.

చిత్రకారుడి ఏటవాలు బల్లమీద వున్న చిత్రం గురించి హృదయాంతరాళంలో అతనికి ఒకే అభిప్రాయం వుంది. అలాంటి చిత్రాన్ని ఎవళ్లూ ఎన్నడూ గీసి వుండలేదు అని. తన చిత్రం రాఫేల్* గీసిన వాటన్నిటికంటే బాగుందని అతను అనుకోలేదు. కాని తను వ్యక్తం చెయ్యదలచుకున్న భావం, ఈ చిత్రంలో యదార్థానికి సాధించినటువంటి భావం ఎవరూ ఎన్నడూ వ్యక్తం చెయ్యలేదు. అతనికా విషయం కచ్చితంగా తెలుసు. చాలా కాలంగా, తను చిత్రలేఖనం మొదలుపెట్టినప్పటినుంచీ తెలుసు. అయినా కూడా ప్రజల అభిప్రాయాలు, - ఆ అభిప్రాయాలు ఎలాంటివైనప్పటికీ, - అతనికి ఎంతో విలువైనవి. అవి అతని హృదయాంతరాళాన్ని స్పందింపచేశాయి. కళాకారుడిగా తనకి తన చిత్రంలో కనిపించేవాటిలో ఒక శకలాన్ని చూసి చెపితే అతని అంతరంగంలో స్పందన కలిగేది. తన చిత్రం చూసి అభిప్రాయం చెప్పేవాళ్లు తనకంటే గాఢతరమైన అవగాహన వున్నవాళ్లని, అతను సర్వదా అనుకునేవాడు. వాళ్లు ఎప్పుడూ తన చిత్రాల్లో తనే చూడగలగలేని వాటిని చూస్తారని అతనికి అనిపించేది. వాళ్లు తమ అభిప్రాయాన్ని చెపుతూ వుంటే వాటిని దర్శించినట్టే కనిపించేది.

అతను చురుగ్గా అడుగులు వేస్తూ స్టూడియో గుమ్మం దగ్గరికి వెడుతూ వున్నాడు. ఉత్తేజంగా వున్నాగానీ అక్కడ నీడలో నుంచుని, తీవ్రంగా గొలెనీశ్చెవ్ చెప్తూ వున్న విషయాన్ని వింటూ, గుమ్మం దగ్గరికి వస్తూ వున్న చిత్రకారుడ్ని చూడ్డానికి ఉత్సుకంగా వున్న అన్నా ఆకృతి అతన్ని ఆశ్చర్య చకితం చేసింది. ఆమె దగ్గరికి వెళ్లేటప్పుడు, చుట్టలు అమ్మేవాడి చుబుకం మాదిరిగా ఆమె ప్రభావం ఎలా తనమీద పడి మనసులో ముద్రితమై పోయిందీ అతనికే తెలీలేదు. ఆ ముద్రని అవసరం పడినప్పుడు బయటికి తీస్తాడు. గొలెనీశ్చెవ్ ఈ చిత్రకారుడి గురించి చెప్పినదాంతో వ్రాన్‌స్కీ, అన్నాలు అప్పటికే నిరాశగా వున్నారు. ఆ

చిత్రకారుణ్ణి చూశాక ఆ నిరాశ యెక్కువైంది. మిహైలొవ్ సామాన్యమైన ఎత్తు వుంటాడు, స్థూలకాయుడు. అగల్ బగల్‌గా నడుస్తాడు. గోధుమరంగు టోపీ పెట్టుకున్నాడు. ఆకుపచ్చ రంగు వోవరుకోటు వేసుకున్నాడు. వెడల్పాటి లాగులు యెప్పట్నుంచో ఫాషన్‌గా వుంటూ వున్నా తను ఇంకా బిగుతు లాగునే తొడుక్కున్నాడు. అతని ముఖం సామాన్యంగా, వెడల్పుగా వుంది. ఏదో బెదురు వాలకం కనిపిస్తూ వుంది కాని తన గరిమ చూపించాలన్న కోరిక దాంతో మిళితం అయింది. ఇలాంటి వ్యక్తిని చూడగానే వాళ్లకి చాలా నిరుత్సాహం కలిగింది.

"దయ చెయ్యండి, దయ చెయ్యండి" అని అతను ఉదాసీన భావంతో వున్నట్టు కనిపించ ప్రయత్నిస్తూ గుమ్మం లోపలికి వెళ్లి, జేబులోనుంచి తాళం తీసి తలుపు తెరిచాడు.

11

స్టూడియో లోపలికి వెళ్ళాక మిహైలొవ్ మళ్లీ ఇంకోసారి వాళ్లకేసి చూశాడు. వ్రాన్‌స్కీ ముఖాన్ని, ముఖ్యంగా అతని చెక్కిళ్లని మనసులో ముద్రించుకున్నాడు. అతనిలో వున్న చిత్రకారుడి అంశ భవిష్యత్ ఉపయోగం కోసం సామాగ్రిని నిరంతరంగా సేకరిస్తూ పనిచేస్తూ వుంటుంది. తన చిత్రాలని వాళ్లకి చూపించే క్షణం దగ్గర పడుతూ వుండడం వల్ల అతనికి ఆందోళన ఎక్కువ అవుతూ వున్నా అగోచర చిహ్నాలతో సూక్ష్మంగా ఆ ముగ్గురి గురించీ అతను మనసులో ధారణ చేస్తూనే వున్నాడు. అతను (గొలెనీశ్చెవ్) ఇక్కడే వుంటూన్న రష్యన్. అతని పేరేమిటో ఎక్కడ కలుసుకున్నారో, ఏం మాట్లాడుకున్నారో మిహైలొవ్‌కి గుర్తులేదు. అతని ముఖం మాత్రమే గుర్తు వుంది, తను చూసిన ముఖాలన్నీ గుర్తు వున్నట్టుగానే. కాని ఈ ముఖాన్ని కుహనా ప్రాముఖ్యం వ్యక్తంచేసే బాహిర ఆకృతితో, అభివ్యక్తిహీనంగా వుండే ముఖాల సమూహంలోకి నెట్టేసి మనసులో ఆ విభాగంలో ఓ మూల పడేశాడు అనీ గుర్తు వచ్చింది. గుబురు జుట్టు, విశాలమైన నుదురు పైకి గొప్పతనం భాసింపచేస్తున్నాయి కాని ముఖంలో కొంచెం కుర్రతరహా చంచలభావం నాసికా దూలం పైన సన్నగా కేంద్రీకృతమై కనిపిస్తోంది. వ్రాన్‌స్కీ, అన్నాలు ఐశ్వర్యవంతులైన ప్రముఖ రష్యన్లు అయివుంటారనీ, ఐశ్వర్యవంతులైన రష్యన్లందరిలాగానే కళగిళ ఏమీ తెలియనివాళ్లనీ కాని కళాప్రియులలాగా, కళాభిరుచి కలవాళ్లలాగా వాలకం పెడుతూ వుంటారనీ మిహైలొవ్ వూహించాడు. 'వీళ్లు పాత కళా క్షేత్రాలన్నీ చూసేసి ఇప్పుడు నవీన చిత్రకారుల స్టూడియోలని పట్టినట్టున్నారు. జర్మన్ దగా చిత్రకారుడు, రాఫేల్ పూర్వశైలీ వైఖరి,* టక్కరి ఇంగ్లీషువాడ్నీ చూసేసి వుంటారు. ఇక ఏమీ మిగల్లేదు అనిపించుకోడానికి నా దగ్గరికి వచ్చి వుంటారు' అని అతను అనుకున్నాడు. అతనికి కళాప్రియుల ధోరణి బాగా తెలుసు (వాళ్లు ఎంత గ్రహణ శక్తిగల వాళ్లైతే అంత అధ్వాన్నంగా వుంటారు). వాళ్లు సమకాలీన కళాకారుల స్టూడియోలని దర్శించడం ఎందుకంటే కళ దిగజారిపోయిందనీ, నవీన చిత్రకారుల చిత్రాలని చూసేకొద్దీ పాతకాలం చిత్రకారుల మహత్తర చిత్రాలు ఎంత అసామాన్యమైనవో అర్థం అవుతుందనీ చెప్పగలిగే అధికారం సంపాదించడం కోసమే. మిహైలొవ్ దీన్నంతట్నీ వూహించాడు. వాళ్ల ముఖాల్లో ఇదంతా అతనికి కనిపించింది. అక్కడ వున్న ప్రతిమల్ని, బొమ్మల్ని చూస్తూ తమలో తాము మాట్లాడుకుంటూ, బేఫర్వాగా

అక్కడ తిరుగుతూ, అతను పెద్ద చిత్రంమీది తెర ఎప్పుడు తీస్తాడా అని చూస్తూ వుండేవాళ్ల ఉదాసీన తేలికభావం అతనికి కనిపించింది. అయినాగానీ రేఖా నమూనా చిత్రాలని పరుస్తూ, వాటిమీద కప్పిన తెరల్ని తొలగిస్తూ వుండగా అతని ఆందోళన యెక్కువ అయింది. అతని ఆందోళన ఎక్కువవడానికి ముఖ్యమైన మరో హేతువూ వుంది. ఐశ్వర్యవంతులూ, ప్రముఖులూ అయిన రష్యన్లు అందరూ మొరటుగా, బుద్ధావతారాల్లా వుంటారన్న అభిప్రాయం తనకి వున్నా అతనికి వ్రాన్‌స్కీ పట్లా, ముఖ్యంగా అన్నా పట్లా ఇష్టత కలిగింది.

"దీన్ని దర్శించండి" అని అతను అగల్‌బగల్ నడకతో ఓ పక్కకి వెళ్లి ఓ బొమ్మని చూపిస్తూ అన్నాడు. "పైలేట్ ముందు క్రీస్తు, మాథ్యూ - 27" అని పెదాలు ఉత్తేజంతో వణుకుతూ వుండగా అన్నాడు. అతను పక్కకి తప్పుకుని వాళ్ల వెనక నుంచున్నాడు.

వాళ్లు మౌనంగా చిత్రాన్ని చూస్తూ వున్నంతసేపూ మిహైలొవ్ కూడా దానికేసి పైవాడిలాగా, నిష్పక్షపాతంగా చూశాడు. ఆ కాసిని క్షణాల్లోనూ తను కొంచెంసేపటి క్రితం తిరస్కారపూరిత దృష్టితో చూసినవాళ్లు చాలా న్యాయమైన ఉత్తమమైన అభిప్రాయాన్ని ఆ చిత్రం గురించి చెప్తారని అతను మనసులో అనుకున్నాడు. తను ఆ చిత్రం గురించి అనుకున్నదంతా, దాన్ని గీస్తూ వుండిన ఆ మూడేళ్లలోనూ అనుకున్నదంతా అతను మర్చిపోయాడు. ఆ చిత్రానికి తను నిస్సందేహంగా వున్నాయనుకున్న సొంపు లక్షణాలన్నీ మర్చిపోయాడు. ఇప్పుడతను దానికేసి కొత్తగా, పరాయివాడి నిష్పక్షపాత దృష్టితో చూశాడు. అతనికి అందులో చెప్పుకోదగిందేమీ కనిపించలేదు. చిత్ర అగ్రభాగంలో చిరచిరలాడే పైలేట్ ముఖం, క్రీస్తు శాంతవదనం కనిపించాయి. వెనక భాగంలో పైలేట్ పరిచారకులు, అలాగే అక్కడ జరుగుతూ వున్నదాన్ని చూసే జాన్ వదనం కనిపించాయి. అతనికి ఎంతో ప్రియమైన క్రీస్తు వదనం, చిత్రంలో కేంద్రబిందువుగా వున్నటువంటిది, తను గవేషించి సాధించినప్పుడు పారవశ్యపూరితం చేసినటువంటిది పరాయివాళ్ల కళ్లతో చూసినప్పుడు మహత్వహీనంగా కనిపించింది. అతను బాగా చిత్రించిన (బాగా చిత్రించడం కాదు, ఏమంటే అతనికి అందులో చాలా దోషాలు కనిపిస్తున్నాయి) ఆ సైనికులతో, పైలేట్‌తోబాటు టిట్సియాన్, రాఫేల్, రూబెన్స్‌ల* చిత్రాల్లో లెక్కకు మించిన సార్లు చిత్రితమైన క్రీస్తు చిత్రం గోచరమైంది. అదంతా ఏదో తుచ్ఛంగా, సామాన్యంగా పురాతన రీతిలో చిత్రించినదిగా - పరమ రసహీనంగా పేలవంగా కనిపించింది. వాళ్లు చిత్రకారుడి సమక్షంలో ఆహా ఓహో అని మెచ్చుకోలు మాటలు చెప్పి, ముఖం చాటయాక వెక్కిరించుకుంటూ నవ్వుతాలు మాటలు ఆడుకోవడంలో అయ్యో పాపం అని అతన్ని గురించి అనుకోవడంలో తప్పేమీ వుండదు అనిపించింది.

అక్కడి నిశ్శబ్దం (ఇంతా చేసి అది క్షణంకంటే ఎక్కువ లేకపోయినా) అతనికి భారంగా కనిపించింది. నిశ్శబ్దాన్ని, భంగించడానికీ, తను మనసులో బెదరలేదని చూపించడానికీ అతను చిక్కబట్టుకుని గొలెనీశ్చెవ్‌ని ఉద్దేశిస్తూ మాట కలిపాడు.

"మిమ్మల్ని ఇదివరకే కలుసుకున్న అదృష్టం నాకు కలిగిందనుకుంటాను" అని బెరుగ్గా అన్నాడేసీ వ్రాన్‌స్కీన్ రేసీ, వాళ్ల ముఖాల్లో గోచరమయ్యే ఏ భావాన్నీ తప్పిపోనివ్వకూడదన్నట్టు చూశాడు.

"కలుసుకోకపోవడమేమిటి? రోస్సీల ఇంటి దగ్గర కలుసుకున్నాం, గుర్తులేదా? ఆ ఇటాలియన్ అమ్మాయి - నూతన రాఫేల్* - కవిత్వం చదివినప్పుడు" అని గొలెనీశ్చెవ్ ఏమాత్రం సంకోచం లేకుండా చిత్రంమీదనుంచి దృష్టి మళ్లించి అతనికేసి తిరిగి అన్నాడు.

కాని మిహైలొవ్ చిత్రం గురించి తన అభిప్రాయం ఏమిటో తెలుసుకోవాలనుకుంటున్నా డని గమనించి చెప్పాడు:

"కిందటిసారి నేను చూసినదానికంటే మీ చిత్రం చాలా ముందుకు సాగింది. అప్పటిలాగానే ఇప్పుడు కూడా నన్ను పైలేట్ ఆకృతి ఆశ్చర్యచకితం చేస్తోంది. అతని స్వభావాన్ని చాలా బాగా వ్యక్తం చేశారు. దయాళువైన ఈ మనిషి అణువణువునా ఉద్యోగ నిర్వాహకుడిగా 'తను యేం చేస్తున్నదీ తనకే తెలియనివాడు'గా చాలా బాగా రూపుకడుతున్నాడు. కాని నాకనిపించడం..."

మిహైలొవ్ భావయుక్త వదనం అనుకోకుండా విరిసింది, అతని కళ్లల్లో మెరుపు మెరిసింది. అతను ఏదో చెప్పాలనుకున్నాడు, కాని భావావేశంవల్ల ఏమీ చెప్పలేక, గొంతు సవరించుకుంటున్నట్టు నటించాడు. కళని అవగాహన చేసుకుని అభినందించే గొలెనీశ్చెవ్ క్షమతని తను ఎంత తక్కువ అంచనా వేసినా, పైలేట్ ముఖం అధికారి భావంతో గోచరమైందన్న అభిప్రాయం ఎంత సాదాగా వున్నా, అన్నిటికంటే ఘనంగా వుండేవాటిని వదిలేసి సాదావాటి గురించి వ్యాఖ్యలు మొదట చెయ్యడం కష్టం కలిగిస్తూ వున్నా ఆ అభిప్రాయం మిహైలొవ్‌కి మహదానందం కలిగించింది. పైలేట్ గురించి గొలెనీశ్చెవ్ చెప్పిందే తన అభిప్రాయమునూ. గొలెనీశ్చెవ్ వ్యాఖ్య లక్షల కోట్ల ఇతర వ్యాఖ్యలలో ఒకటిగా వుండేదే అయినా, అవన్నీ సమంజసమేనని మిహైలొవ్‌కి తెలిసివున్నా ప్రస్తుతం గొలెనీశ్చెవ్ వ్యక్తం చేసిన వ్యాఖ్య మహత్వం మాత్రం అతనికి తక్కువగా కనిపించలేదు. ఆ వ్యాఖ్యతో అతని మనసులో గొలెనీశ్చెవ్ పట్ల స్నేహభావం పొంగిపొర్లింది. మనసులోని దిగులు పటాపంచలైపోయి దానిస్థానంలో తెలియకుండానే ఆనందం వెల్లివిరుస్తూ వచ్చింది. వెంటనే అతని చిత్రం సంపూర్ణంగా జాగృతమై వర్ణించలేని జటిలతతో సజీవమైంది. తను పైలేట్‌ని అర్థం చేసుకున్న పద్ధతీ అదీ అని మిహైలొవ్ చెప్పబోయాడు గాని మళ్లీ అతని పెదాలు కంపించి మాట్లాడలేకపోయాడు. జనం మామూలుగా ప్రదర్శనశాలల్లో మాట్లాడుకునేటట్టు అన్నా, వ్రాన్‌స్కీలు లోగొంతుకలో మాట్లాడుకున్నారు. చిత్రకారుడికి ఏరకమైన కష్టం కలగకుండా వుండాలన్న మేరకు మెల్లిగా మాట్లాడుకున్నారు. అలాగే, కళా ప్రదర్శనలని చూసేటప్పుడు సునాయాసంగా వచ్చే చులకన మాటలు గొంతు పైకి ఎత్తి అనకూడదనే దానివల్ల కూడా మెల్లిగా మాట్లాడుకున్నారు. ఆ చిత్రం వాళ్లనీ ప్రభావితం చేసిందని మిహైలొవ్‌కి అనిపించింది. అతను వాళ్ల దగ్గరికి వెళ్ళాడు.

"క్రీస్తు వదనం ఎంత అద్భుత భావద్యోతకంగా వుంది!" అని అన్నా వ్యాఖ్యానించింది. ఆ భావం ఆమెని బాగా అలరించింది. చిత్రంలో కేంద్ర బిందువు అదేనని ఆమెకి అనిపించింది. అంచేత దాన్ని మెచ్చుకుంటే చిత్రకారుడికి తృప్తిగా వుంటుందని ఆమెకి అనిపించింది. "పైలేట్ పట్ల జాలి కనబరుస్తూ వుందీ వదనం" అంది.

ఆ చిత్రం గురించీ, క్రీస్తు రూపం గురించీ ఎవరేనా వ్యక్తం చేసే లక్షలాది అభిప్రాయాల్లో

ఇదీ ఒకటి. క్రీస్తు పైలేట్ పట్ల జాలిగా వున్నాడని ఆమె అంది. క్రీస్తు భావం దయాపూర్ణంగా తప్ప అన్యంగా వుండలేదు. ఏమంటే ప్రేమ, అలౌకిక శాంతి, మృత్యు తత్పరత, శాబ్దిక నిస్సారత వెల్లడిచేసే భావచేతన అది. పైలేట్ భావం విధి నిర్వహణోద్యోగిగా క్రీస్తు భావం దయామూర్తిగా తప్ప ఉండలేవు. ఏమంటే ఒకరు దేహభూత మూర్తులు, రెండవవారు ఆత్మభూత మూర్తులు. ఈ ఆలోచనలు, వేరే ఆలోచనలూ మిహైలొవ్ మనసులో తిరగాడాయి. మళ్లీ అతని ముఖం సంతోషంతో మెరిసింది.

"ఈ బొమ్మ ఎంత అద్భుతంగా వుంది! ఎంత గాలి చుట్టూతా వుంది! ఎవరేనా చుట్టూతా నడవచ్చు!" అని గొలెనీశ్చెవ్ అన్నాడు. తను చేసిన యీ వ్యాఖ్యద్వారా ఆ బొమ్మ, ఆ భావాలూ తనకి నచ్చలేదని తెలియ చెయ్యాలని అనుకుంటున్నట్టు స్పష్టమైంది.

"అవును, అద్భుత కళాశిల్పం వుంది" అన్నాడు వ్రాన్‌స్కీ. "వెనక వున్న ఆ రూపాలు ఎంత స్పష్టంగా కనిపిస్తున్నాయి. దీన్నే శిల్పం అంటారు" అని అతను గొలెనీశ్చెవ్ సంబోధించి అన్నాడు. తమ మధ్య జరిగిన సంభాషణని సూచిస్తూ అలాంటి శిల్పనైపుణ్యం తనకి ప్రాప్తమవదన్నట్టు వ్రాన్‌స్కీ విచారం వ్యక్తంచేశాడు.

"అవునవును నిజంగా అద్భుతం!" అని గొలెనీశ్చెవ్ అన్నా బలపరిచారు. సంతోషంతో ఉత్తేజంగా వున్నా శిల్ప సంబంధమైన వ్యాఖ్యతో మిహైలొవ్ హృదయంలో రాయి పడ్డట్టైంది. వ్రాన్‌స్కీకేసి చురచుర చూసి మూతి ముడుచుకున్నాడు. అతను శిల్ప నైపుణ్యం అనే మాట చాలాసార్లు విన్నాడు గాని అర్థం ఏమిటైందీ ఇదమిత్థంగా బోధపడింది కాదు. వస్తువు ప్రమేయం లేకుండా యాంత్రికంగా చిత్రించే సామర్థ్యాన్ని సూచించడానికి ఆ పదాన్ని వాడడం అతను ఎరుగును. యిప్పుడు వ్రాన్‌స్కీ ప్రశంసించిన రీతిలోనే అతను అంతర్గత గుణానికి పోటీగా శిల్పాన్ని పెట్టడం చాలాసార్లు గమనించాడు. చెడ్డదాన్నుంచి మంచి చిత్రాన్ని తయారుచెయ్యడం కుదిరేటట్టు! మౌలిక చిత్రాన్ని అనావిద్ధంగా వుంచుకుంటూ ఊహల్ని అనావృత్తం చేసి రూపం ఇవ్వడానికి ఎంతో ఏకాగ్రత, మనస్కారం అవసరం అనీ, యెంతవరకూ చిత్రణ కళకీ లేదా శిల్పానికీ సంబంధం వుంటుందో అది యిక్కడ లేనేలేదు అనీ అతనికి తెలుసు. తను చూడగలిగేది ఓ పిల్లాడికో, వంటవాడికో కనిపించగలిగితే వాళ్లు కూడా అనావృత్తం చెయ్యగల సమర్థులుగానే వుంటారు. ఎంతో సిద్ధహస్తుడైన, కౌశల్యంగల చిత్రకారుడు కూడా, తను చిత్రిస్తున్న వస్తువు సీమ రేఖలు ముందే మనోగోచరం కాకపోతే యాంత్రిక సామర్థ్యంమీదనే ఆధారపడి ఏమీ చిత్రించలేడు. అదీగాక సంభాషణ శిల్ప సంబంధమైన చర్చమీద సాగితే తనని మెచ్చుకునేందుకు లేదని అతనికి కనిపిస్తూనే వుంది. అతను చిత్రించినవాటిలోనూ, ఇంకా చిత్రిస్తూవున్నవాటిలోనూ చూడ్డానికి మంటపుట్టించే నెరసులు ఎన్నో కనిపిస్తూ వున్నాయి. అవి అజాగ్రత్తగా తన వూహల్ని అనావృత్తం చేసిన దాని ఫలితం, ఇప్పుడు చిత్రాన్ని పాడుచెయ్యకుండా ఆ నెరసుల్ని తొలగించడం సాధ్యం కాదు. ఈ బొమ్మలోనే అన్ని ముఖాల్లోనూ, ఆకృతుల్లోనూ ఎలాంటి నెరసులు అతనికి కనిపిస్తున్నాయంటే చిత్రాన్ని అవి పాడుచేస్తున్నాయి.

"తమరి అభ్యంతరం లేకపోతే వో మాట చెప్తా" అన్నాడు గొలెనీశ్చెవ్.

"మహా సంతోషం, సెలవియ్యండి" అని మిహైలొవ్ తెచ్చిపెట్టుకున్న మందహాసంతో అన్నాడు.

"ఏమీ లేదు, మీరీ చిత్రంలో మానవ రూపంలో వున్న భగవంతుని ప్రదర్శించారని, భగవద్రూప మానవుణ్ణి కాదు అని, మీరలా భావించారనే నేననుకుంటున్నాను."

"నా హృదయంలోలేని క్రీస్తుని నేను చిత్రించలేను" అని మిహైలొవ్ చిన్నబుచ్చుకుంటూ జవాబిచ్చాడు.

"ఆc, అలా అయితే, నా మనసులో మాట చెప్పనియ్యండి... మీ చిత్రం చాలా అద్భుతంగా వుంది కాబట్టి నా అభిప్రాయం వల్ల దానికి లోటు రాదనుకోండి, అదీగాక అది నా వ్యక్తిగత అభిప్రాయం. మీకు వర్తించదు. మీ విషయం వేరు. ఉదాహరణకి ఇవానొవ్*ని తీసుకోండి. క్రీస్తుని చారిత్రక వ్యక్తి కిందికి దించదలచుకుంటే ఇవానొవ్ వేరే కొత్త, అస్పృశిత, చారిత్రక విషయాన్ని ఎంచుకోవడం మంచిదని నా అభిప్రాయం."

"కాని కళ్లకి సంబంధించి ఇదే మహత్తర విషయం అయితే?"

"వెదికితే అనేక విషయాలు దొరుకుతాయి. కాని అసలు విషయం ఏమంటే కళ వాదననీ, తాత్పర్య వ్యాఖ్యానాలనీ సహించదు. నమ్మేవాళ్లకీ నమ్మనివాళ్లకీ ఇవానొవ్ చిత్రం వొక్కలాంటి సందేహాల్ని రేకెత్తిస్తుంది : ఆయన భగవంతుడా కాదా? మరి అది ఏకైక రసోద్దీపనకి నష్టం కలిగిస్తుంది."

"కాని అలా ఎందుకని? విద్యావంతులకి ఇలాంటి వాదమే ఉత్పన్నం కాదు" అన్నాడు మిహైలొవ్.

గొలెనీశ్చెవ్ ఆ మాట వొప్పుకోలేదు. యేకైక రసోద్దీపన కలిగించాలన్నది కళకి మూలం అని తన వాదనని రొక్కిస్తూ మిహైలొవ్‌ని పడగొట్టేశాడు.

మిహైలొవ్‌కి ఆవేశం వొచ్చింది కాని తన వాదనకి సమర్థనగా ఏమీ చెప్పలేకపోయాడు.

12

అన్నా, వ్రాన్‌స్కీలు తమ మిత్రుడి పాండిత్యపూరిత వాచలత్వంవల్ల కొంచెంసేపటిదాకా వొకళ్లకేసి వొకళ్లు చూసుకుంటూ వుండిపోయారు. ఆఖరికి, మిహైలొవ్ ముందుకు వెళ్లేదాకా ఆగకుండా వాళ్లు మరో చిన్న చిత్రంకేసి నడిచారు.

"ఆహా! ఎంత సుందరంగా వుంది! మణిపూస! అద్భుతం! ఎంతటి మహత్తర చిత్రం" అని ఇద్దరూ వొక్కసారే చకితులై అన్నారు.

'ఏమిటిందులో కనిపించే గొప్పతనం!" అని మిహైలొవ్ అనుకున్నాడు. మూడేళ్ల నాడు గీసిన ఈ చిత్రం గురించి అతను మరిచిపోయాడు. వరుసగా రాత్రీ పగలూ కొన్ని నెలల పాటు ఆ చిత్రం గీసేటప్పుడు తనకి కలిగిన యాతనల్నీ, తను పొందిన సంతోషాన్నీ అతను మర్చిపోయాడు. పూర్తిచేసిన అన్ని చిత్రాల గురించీ మర్చిపోయాడు. అతనికా చిత్రాన్ని

చూడ్డం కూడా ఇష్టం లేదు. ఒక ఇంగ్లీషాయన దాన్ని కొంటాడనుకున్నందువల్ల ఇప్పుడు దాన్ని యివతలికి తీశాడు.

"ఓ, దీన్ని ఎప్పుడో గీశాను" అన్నాడు.

"ఎంత ముచ్చటగా వుంది" అని గొలెనీశ్చెవ్ కూడా అన్నాడు. అతనికి ఆ చిత్రం బాగా నచ్చినట్టే వుంది.

ఒక విల్లో చెట్టు నీడలో కూర్చుని ఇద్దరు అబ్బాయిలు గాలాల్తో చేపలు పడుతున్నారు. వాళ్లల్లో పెద్దవాడు అంతకు కొంచెంసేపటి క్రితమే గాలాన్ని నీళ్లల్లో వేసి పూర్తిగా ఆ పనిలోనే మునిగిపోయాడు. ఎంతో శ్రమపడి పొదల వెనకనుంచి బెండుని లాగుతున్నాడు. ఇతనికంటే చిన్నవాడైన రెండవవాడు గడ్డిమీద పడుకుని ఆలోచనలో మునిగిపోయిన నీలి కళ్లతో నీళ్లకేసి చూస్తూ వున్నాడు. అతని అందమైన జుట్టు రేగిపోయి వుంది. అతను దేన్ని గురించి ఆలోచిస్తున్నాడు?

వాళ్లు ఆ చిత్రాన్ని ఎంతగానో మెచ్చుకోవడంతో మిహైలొవ్ మనసులో ఆ చిత్రం గీసేటప్పుడు వున్న ఉత్తేజ భావం తిరిగి తలెత్తింది. పూర్తి చేసిన చిత్రాలపట్ల అలాంటి వ్యర్థ భావాలంటే అతనికి భయం. అది అతనికి ఇష్టం వుండదు. అందుకని దాన్నిగురించిన ప్రశంసలు విన్నప్పుడు సంతోషం కలిగినా అతను మూడో చిత్రంకేసి వాళ్ల దృష్టిని మళ్లించాలనుకున్నాడు. కాని ఆ చిత్రం అమ్మకానికి వుందా లేదా అని వ్రాన్‌స్కీ అడిగాడు. వాళ్ల రాకతోనే చాలా ఆందోళనపడుతూ వున్న మిహైలొవ్‌కి డబ్బు గొడవల ప్రస్తావనలోకి దిగడానికి ఇష్టం లేకపోయింది.

"దీన్ని అమ్మడానికే సిద్ధం చేశాను" అని అతను ముఖం ముడుచుకుంటూ అన్నాడు.

వాళ్లు వెళ్లిపోయాక మిహైలొవ్ పైలేట్ సముఖంలో క్రీస్తు వున్న చిత్రం ముందు కూర్చుని వాళ్లు చెప్పినవాటిని గురించీ, మాటల్లో చెప్పకుండా సూచించిన అభిప్రాయాల గురించీ నెమరువేసుకున్నాడు. వాళ్లు వున్నప్పుడు తను వాళ్ల దృష్టితో చూసినప్పుడు కనిపించినవన్నీ ఇప్పుడు ఏమీ గొప్పగా అనిపించలేదు. అది వింతగా వుంది. అతను తన నిజమైన కళాత్మకతతో ఆ చిత్రాన్ని చూడడం మొదలుపెట్టాడు. దాని నిర్దుష్టత గురించిన ఆత్మవిశ్వాసం, అలాగే దాని ప్రాముఖ్యం అతనికి అందాయి. ఇవి మిగిలిన అన్ని ఆసక్తులనీ అవహేళన చేసే ఏకాగ్రత సాధించడానికి ముఖ్యం. కేవలం దానివల్లనే అతను పని చెయ్యగలుగుతాడు.

క్రీస్తు కాలిని ముందుకు కనిపింపచేయడం బాగా లేదు. అతను వర్ణపట్టికని తీసుకుని పనిచెయ్యడం మొదలుపెట్టాడు. కాలుని సరిచేస్తూ అతను వెనుకభాగంలో వున్న జాన్ ఆకృతిని చూశాడు. దాన్ని వాళ్లు చూడలేదు. కాని అది కళకి పరాకాష్ఠ అని అతనికి తెలుసు. కాలిని సవరించడం అయ్యాక జాన్ ఆకృతి పని చూద్దామనుకున్నాడు కాని ఎంతో భావ వివశుడైపోయి చెయ్యలేకపోయాడు. ఉదాసీన మనస్థితి వున్నప్పుడు పని చెయ్యలేడు, అలాగే అతను తీవ్ర భావావేశితుడైనప్పుడూ పని చెయ్యలేడు. అప్పుడతనికి అన్నీ మరీ స్పష్ట రూపంలో కనిపిస్తాయి. ఉదాసీన స్థితినుంచి తీవ్రభావావేశ దశకి అంతరం వుంది. ఒక దశలో మాత్రమే పని చెయ్యగలడు. ఇప్పుడతను చాలా భావావేశితుడై వున్నాడు. అతను చిత్రాన్ని

కప్పేద్దామనుకున్నాడు కాని తెరమీద చెయ్యివేసి ఆగిపోయాడు. పెదాలమీద హర్ష మందహాసం లాస్యం చేసింది. చాలాసేపు జాన్ ఆకృతికేసి చూస్తూ నుంచుండిపోయాడు. ఆఖరికి చిత్రాన్ని విడిచి వెళ్లిపోవడం బాధ కలిగించినట్టు అతను దాన్ని తెరలో కప్పి, అలిసిపోయినట్టుగా, అయినా సంతోష ప్రఫుల్లంగా యింటికి వెళ్ళాడు.

ఇంటికి తిరిగివెళ్లిపోతూ వ్రాన్స్కీ, అన్నా, గొలెనీశ్చెవ్ విశేషంగా ఉల్లాసభరితులైన జీవంతో తొణికిసలాడుతూ మాట్లాడుకున్నారు. మిహైలొవ్ గురించీ, అతని చిత్రాల గురించీ చర్చించుకున్నారు. 'ప్రతిభ' అనే పదం వాళ్ల సంభాషణలో పునరుక్తంగా వినిపించింది. వాళ్ల అభిప్రాయం ప్రకారం అది జన్మతః సిద్ధించే దాదాపు ఒక శారీరక సామర్థ్యం, మస్తిష్క హృదయాలమీద ఆధార పడనటువంటిది. చిత్రకారుడికి అనుభూతం అయిన ప్రతిదానికీ వాళ్లా పేరు తగిలించాలనుకున్నారు. ఏమంటే వాళ్లకి ఏమీ అర్థంకానిదాన్ని అభివ్యక్తీకరించ డానికి ఆ పదం వాళ్లకి అనవసరంగా కనిపించింది. అతనికి ప్రతిభ వుందనడంలో సందేహమే లేదనీ, కాని విద్య లేకపోవడంవల్ల అది కుంటుపడిందనీ, విద్య లేకపోవడమే మన రష్యన్ చిత్రకారులందరి దురదృష్టం అనీ అనుకున్నారు. ఏమైనా ఆ ఇద్దరు అబ్బాయిలూ వున్న చిత్రం వాళ్లని బాగా హత్తుకుంది. తడవతడవకీ దాని ప్రస్తావన చేసుకున్నారు.

"ఎంత మణిపూస! అంత అలవోకగా ఎలా సాధించగలిగేడు! అది ఎంత గొప్పగా వుందో కూడా అతను గ్రహించలేకపోతున్నాడు. దీన్ని చెయ్యి జారిపోనివ్వకూడదు, కొనెయ్యాలి" అన్నాడు వ్రాన్స్కీ.

13

మిహైలొవ్ తన చిత్రాన్ని వ్రాన్స్కీకి అమ్మాడు. అన్నా చిత్రాన్ని గియ్యడానికి ఒప్పుకున్నాడు. అనుకున్న రోజుకి అతను వచ్చి బొమ్మ గియ్యడం మొదలుపెట్టాడు.

అయిదవసారి కూర్చునేటప్పటికల్లా చిత్రం అందరికీ ముఖ్యంగా వ్రాన్స్కీకి, రూపతులన రీత్యానే కాకుండా, ఆమె విశిష్ట సౌందర్యాన్ని ప్రతిఫలించడంవల్ల కూడా ఆశ్చర్యచకితంగా కనిపించింది. 'మిహైలొవ్ ఇంత గొప్పగా ఎలా గియ్యగలిగాడు! ఆమెలో అన్నిటికంటే అతీతంగా వుండే ప్రియమైన ఆత్మిక లక్షణాన్ని కనిపెట్టేటందుకు నాకులాగా ఆమెని ఎరిగి వుండడం, ప్రేమించడం అవసరం' అనుకున్నాడు వ్రాన్స్కీ. నిజానికి ఆ చిత్రమే అతనికా అతీత ప్రియమైన ఆత్మిక లక్షణాన్ని ఎరుకపర్చింది. కాని ఆ లక్షణం ఎంత వాస్తవికంగా వుందంటే అతనూ, అలాగే ఇతరులు దాన్ని ఎప్పట్నుంచో ఎరిగివున్నట్టుగా భావించుకున్నారు.

"ఎంత కాలంగానో తన్నుకులాడుతున్నాగాని ఏమీ లాభం లేకుండా వుంది" అని వ్రాన్స్కీ తను గీసే చిత్రం గురించి అన్నాడు. "అతనేమో ఇలా వచ్చాడు అలా గీసేశాడు. మరి దాన్నే శిల్పం అంటారు" అన్నాడు.

"నీకూ పట్టుబడుతుందిలే" అని గొలెనీశ్చెవ్ వూరట కలిగించే మాట అన్నాడు. అతని దృష్టిలో వ్రాన్స్కీకి ప్రతిభ వుంది, అంతకంటే ముఖ్యమైన విద్య వుంది. దానివల్ల అతనికి కళ పట్ల ఉన్నత దృక్పథం ఏర్పడింది. వ్రాన్స్కీ ప్రతిభ పట్ల గొలెనీశ్చెవ్ విశ్వాసం వ్రాన్స్కీ తన

వ్యాసాల్నీ అభిప్రాయాల్నీ మెచ్చుకోవాల్సిన అవసరంవల్ల కూడా బలపడింది. మెచ్చికోలు, సమర్ధన పరస్పరంగా వుండాలి అని అతని అనుభవం చెప్పింది.

పరాయి ఇళ్లల్లో, ముఖ్యంగా వ్రాన్స్కీ పలాజ్జోలో, మిహైలొవ్ తన స్టూడియోలో వున్నలాంటి వ్యక్తిగా కాక పూర్తి భిన్నంగా వుండేవాడు. అతను మర్యాదగా దూరంలో వుండిపోయేవాడు. తను మన్నించలేనివాళ్లకి దగ్గరవాలంటే భయపడినట్టు. అతను వ్రాన్స్కీని ఎప్పుడూ 'హుజూర్' అనే పిలిచేవాడు. వ్రాన్స్కీ, అన్నా ఎన్నిసార్లు వుండమని పిలిచినా భోజనానికి వుండేవాడు కాదు. చిత్రం గీసే సందర్భాలలో తప్ప వాళ్ల ఇంటికి వెళ్లేవాడు కాదు. అన్నా చాలామందిపట్ల కంటే ఇతని పట్ల ఎక్కువ ఆర్ద్ర భావాన్ని కనబర్చేది. ఆ బొమ్మకిగాను కృతజ్ఞత చూపించేది. వ్రాన్స్కీ అతని పట్ల కొంచెం ఎక్కువ నమ్రత చూపించాడు. తన చిత్రం గురించి అతని అభిప్రాయం ఏమిటో తెలుసుకోవాలని అనుకున్నట్టు వుంది. మిహైలొవ్‌కి కళ పరమార్థం బోధపరచాలన్న పట్టుదలని మాత్రం గొలెనీశ్చెవ్ చెయ్యి జారవిడుచుకున్నాడు కాదు. కాని మిహైలొవ్ ఆ అందరిపట్లా ఒకే రీతి ఉదాసీనతతో వున్నాడు. తనకేసి చూడ్డం మిహైలొవ్‌కి సంతోషంగా వుందనీ, కాని అతను తనతో మాట్లాడ్డం తప్పించుకుంటున్నాడనీ అన్నా గ్రహించింది. వ్రాన్స్కీ చిత్రకళ గురించి తనతో చర్చ చేసినప్పుడు అతను మౌనంగా వుండిపోయేవాడు, వ్రాన్స్కీ తన చిత్రాన్ని చూపించినప్పుడూ అంతే మౌనంగా వుండిపోయేవాడు. గొలెనీశ్చెవ్ సొద వినడం ఏదో పరీక్షలాగా వుండేది కాని అతనితో ఎప్పుడూ వాదించేవాడు కాదు.

మిహైలొవ్ బాగా పరిచయం అయ్యాక అతని ముభావం, అనిష్టకరమైన, ఇంకా చెప్తే విద్వేషపూరిత వైఖరి వాళ్లకి వొరుసుకున్నట్టుగా కనిపించాయి. బొమ్మ గియ్యడం పూర్తయాక వాళ్ల చేతుల్లోకి చక్కటి చిత్రం వచ్చింది, అతను రావడం మానేశాడు. అప్పుడు వాళ్లకి తెరిపినపడ్డట్టు అనిపించింది.

వ్రాన్స్కీ అంటే మిహైలొవ్‌కి అసూయ అన్న అభిప్రాయాన్ని, అందరి మనసుల్లోనూ వున్న అభిప్రాయాన్ని మొదట పైకి గొలెనీశ్చెవ్ వెల్లడి చేశాడు.

"చూడు, ఈర్ష్య అని అనకూడదనుకో, యేమంటే అతనికి ప్రతిభ వుంది. కాని సంపన్న కుటుంబంవాడు, కౌంట్ (వాళ్లందరూ బిరుదుల్ని అసహ్యించుకుంటారు తెలుసా) ఏ ప్రత్యేక శ్రమా లేకుండా, తనకంటే బాగా కాకపోయినా, తనకిలాగా గియ్యడం, – మరి తనేమో యావజ్జీవితం దీనికి అర్పించాడు – అతనికి మంటగానే వుంటుంది. అసలు కావాల్సింది విద్య, అదే అతనికి పూజ్యం."

వ్రాన్స్కీ మిహైలొవ్ పక్షాన సమర్థించేవాడు కాని, అతని మనసు లోతుల్లో గొలెనీశ్చెవ్ మాట నిజమేనని అనిపించేది. ఏమంటే మరో స్థాయికి, తక్కువ స్థాయికి చెందినవాళ్లు ఈర్ష్యగా వుండేవుండాలి అని అతను అనుకున్నాడు.

అన్నా రెండు చిత్రాలూ మిహైలొవ్‌కీ తనకీ వున్న అంతరాన్ని చూపించి వుండాల్సింది, రెండూ అన్నాని యెదురుగా కూర్చోబెట్టుకుని గీసినవే. కాని అతను ఆ అంతరాన్ని చూడలేకపోయాడు. మిహైలొవ్ చిత్రం పూర్తయాక అతను తన చిత్రాన్ని వదిలేశాడు. ఊరికే

రెండు యెందుకు అనవసరం అనే భావంతోనే అలా చేశాడు. కాని మధ్యయుగాల నాటి జీవితం ప్రదర్శించే చిత్రాన్ని గియ్యడం మాత్రం మానలేదు. అతనికీ, గొలెనీశ్చెవ్‌కీ, ముఖ్యంగా అన్నాకీ అది అద్భుతంగా కనిపించింది. ఏమంటే అది మిహైలొవ్ వాటికంటే ఎక్కువ తమకి తెలిసిన సుప్రసిద్ధ చిత్రాలని పోలి వుంది.

మిహైలొవ్‌కి అన్నా చిత్రం గియ్యడం రంజించినా చిత్రం పూర్తయాక అతనికి ఇంకా ఎక్కువ హాయిగా వున్నట్టనిపించింది. కళ గురించి తను ఇక గొలెనీశ్చెవ్ సొద వినక్కర్లేదు, వ్రాన్‌స్కీ బొమ్మల గురించి శుభ్రంగా మరిచిపోవచ్చు. చిత్రాలు గియ్యకుండా వ్రాన్‌స్కీని తను ఆపలేదు. వ్రాన్‌స్కీ, యింకా అతనిలాగా కందూతి వున్న ఔత్సాహికులనేకమందీ తమ కిష్టమైన వాటిని తనివిదీరా చిత్రించుకోవచ్చు. కాని అది తనకి వెలపరంగా వుంది. ఎవడేనా మైనంతో బొమ్మ చేసుకుని దాన్ని ముద్దు పెట్టుకుంటూ వుంటే ఎవరూ అతన్ని ఆపలేరు. కాని ఆ బొమ్మని తీసుకుని ఓ ప్రేమికుడి దగ్గరికి వెళ్లి అతను తన ప్రియురాలిగా లాలించినట్టుగా లాలించడం సరసాలాడ్డం మొదలుపెడితే అతనికి వెలపరంగా వుంటుంది. వ్రాన్‌స్కీ చిత్రం చూసి మిహైలొవ్‌కి అలాంటి వెలపరమే కలిగింది. అతనికా చిత్రం నవ్వుతాలుగా, చిర్రెత్తించేదిగా, జాలికొలిపేదిగా తోచింది, అసహ్యంగా కూడా కనిపించింది.

చిత్రకళపట్లా, మధ్య యుగాలపట్లా వ్రాన్‌స్కీ అభిరుచి ఎక్కువ కాలం నిలవలేదు. చిత్రకళపట్లా అతనికి ఎంత నికర అభిరుచి వుందంటే తను గీసే చిత్రాన్ని పూర్తి చెయ్యకుండా వుంచేశాడు. చిత్రం ఆగిపోయింది. లీలగా గోచరమవుతూ వున్న దాని లోపాలు ముందుకి సాగితే గనక కొండంతలుగా కనిపిస్తాయి అని అతనికి అస్పష్టంగా బోధపడింది. గొలెనీశ్చెవ్‌కీ మాదిరిగానే అతనికీ అయింది. చెప్పడానికి ఏమీ లేదని గ్రహించే గొలెనీశ్చెవ్ తన భావాలు పరిపక్వం కాలేదనీ, ఇంకా పక్వం చేస్తున్నాననీ, విషయం సేకరిస్తూ వున్నాననీ ఆత్మ వంచన చేసుకుంటూ వుంటాడు. కాని అతనికి అది యాతనా కారకమూ, కటుత్వ కారకమూ అవుతుంది. వ్రాన్‌స్కీకి యాతనా లేదు, ఆత్మ వంచనా లేదు, అతను ఎట్టి పరిస్థితిలోనూ కటువుగా తయారవడు. అంచేత తన వ్యక్తిత్వ విశిష్ట దృఢత్వానికి అనుగుణంగా అతను చిత్రకళకి నమస్కారం పెట్టేశాడు. అలా చేసినందుకు ఏ సంజాయిషీలు ఇవ్వలేదు, ఏ రకమైన సమర్థనల దాఖలాలూ చూపించలేదు.

కాని ఈ వ్యాపృత్తి లేకుండా, తన నిరాశని అర్థం చేసుకోలేని అన్నాతో జీవితం అలానే సాగించడం ఆ ఇటాలియన్ బస్తీలో అతనికి విసుగ్గా కనిపించింది. వున్నట్టుండి ఆ పలాజ్జొ పాతబడిందిగా, మకిలిగా కనిపించింది. తెరలమీద మరకలు, నేలమీద పగుళ్లు కనిపించాయి. గోడలు బెల్లులు వూడిపోయి కనిపించాయి. సరంబీలకి కన్నాలు కనిపించాయి. అవన్నీ కళ్లకి మంటగా కనిపించాయి. రోజూ చూసే గొలెనీశ్చెవ్, ఇటాలియన్ ప్రొఫెసర్, జర్మన్ యాత్రికుడు ఎంత విసుగు పుట్టించారంటే తక్షణం జీవిత విధానం మార్చుకోవాల్సిన అవసరం అతనికి కనిపించింది. వాళ్లు రష్యాకి, తమ ఊరికి వెళ్లిపోవాలని తీర్మానం చేసుకున్నారు. పీటర్స్‌బుర్గ్‌లో అన్నగారితో ఆస్తి వాటా పంపకాలు వేసుకోవాలని వ్రాన్‌స్కీ అనుకున్నాడు. తన కొడుకుని చూడాలని అన్నా అనుకుంది. వ్రాన్‌స్కీ పెద్ద జిరాయితో జాగీర్‌లో వేసవికాలం గడపాలని వాళ్లు అనుకున్నారు.

14

లేవిన్ పెళ్లయి మూడు నెలలు అవుతోంది. అతనికి సంతోషంగా వుంది. కాని పిసరు కూడా తను ఆశించినట్టు లేదు. అడుగడుక్కీ తొలినాటి అతని కలల విషయంలో నిరుత్సాహం కలుగుతూనే వుంది. తను ఊహించని కొత్త ఆకర్షణలు వచ్చి అలరిస్తూ వున్నాయి. సరస్సులో నావ జాయ్‌గా, అలవోకగా వెడుతూ వుంటే ముగ్ధుడై ఆహా ఓహో అంటూ చూసి ఆనందించేవాడు తనే నావలో ఉంటే ఎలా వుంటుందో లేవిన్‌కీ అలా వుంది. నావని కదల్చకుండా వొట్టినే కూర్చోవడం చాలదని అతనికి తెలుస్తుంది. తను ఎక్కడికి పోతూ వున్నదీ, తన కాళ్ల కింద వున్నది నీరు గాని నేల కాదనీ, తను తెడ్లు వేస్తూనే వుండాలి అనీ క్షణకాలం కూడా మరిచిపోకూడదు. కాని అలవాటులేనివాళ్లకి తెడ్లు వెయ్యడం నొప్పిగా వుంటుంది, నావ జాయ్‌గా వెడుతూ వుంటే చూడ్డమే కులాసాగా వుంటుంది, స్వయంగా తొయ్యడం సంతోషంగానే వున్నా కష్టంగా వుంది అని గ్రహించాడు.

తను ఇంకా అవివాహితుడుగా వున్నప్పుడు పై వాళ్ల దాంపత్య జీవితంలో కనిపించే చిన్నా చితకా చింతలూ, పొరపొచ్చేలూ, కలహాలూ చూసి ఏమి అల్పత్వం అని చిన్నగా నవ్వుకునేవాడు. తనకి పెళ్లయితే ఇలాంటివేమీ వుండవని, తన దాంపత్య జీవితపు బాహ్యరూపం కూడ ఇతరులదానికంటే భిన్నంగా వుంటుందనీ అతనికి నమ్మకంగా వుండేది. కాని అలా జరగలేదు. అతని దాంపత్య జీవితం విశిష్టంగా వుండడం మాట సరేసరి, అతను ఎంతగానో ఏవగించుకున్న ఆ చిన్నా చితకా చింతలన్నీ తననీ చుట్టుకున్నాయి. అవి అతని ఇష్టానికి విరుద్ధంగా అసాధారణ నిర్వివాద ఘనత్వం సంపాదించుకున్నాయి. దాంపత్యజీవితం గురించి తనకి స్పష్టమైన ఊహలు వున్నాయని అతను అనుకున్నా యదార్థంలో మగాళ్లందరిలాగా, అతనూ తనకి తెలియకుండానే వివాహ జీవితం అంటే కేవలం ప్రణయ సుఖమనే భావించుకున్నాడు, దాన్ని ఏ అల్ప విషయాలూ బాధించకూడదనీ అనుకున్నాడు. చిన్నా చితకా చింతలు అటువేపు తలయెత్తకూడదనీ అనుకున్నాడు. లేవిన్ అనుకున్నదానిప్రకారం తను తన పని చెయ్యాలి, తర్వాత ప్రణయ సౌఖ్యంలో ఆనందాన్ని ఆస్వాదిస్తూ సేదదీరాలి. అర్ధాంగి కేవలం ప్రేమ చషకంలాగా వుండాలి, అంతే. ఆమెకీ పని వుంటుందన్న విషయాన్ని మగాళ్లందరిలాగానే అతనూ మరిచిపోయాడు. ఆమె, తన కావ్యగీతిక, ఆరాధ్య దేవత అయిన కిట్టీ, దాంపత్య జీవిత తొలి వారాల సంగతి సరేసరి, తొలిరోజుల్లోనే టేబిల్ క్లాత్‌ల గురించీ, ఫర్నిచర్ గురించీ, చుట్ట పక్కాల పడకల గురించీ, పళ్లేల గురించీ, భోజనాల గురించీ, వంట మనిషి గురించీ వగైరాల గురించీ పట్టించుకుని బాధ పడిపోవడమేమిటో బోధపడలేదు. పెళ్లయాక విదేశాలకి వెడదామంటే కరాఖండీగా నిరాకరించడం, తను యేం చెయ్యాలో తెలుసుకుని వున్నట్టు ఎకాఎకీ పల్లెకి వెడదామనడం, తన ప్రేమని గురించి మాత్రమే గాక వేరేవాటి గురించీ ఆలోచించినట్టు వుండడం వివాహం కాకముందు అతన్ని చకితుణ్ణి చేశాయి. లేవిన్ మనసుకి అప్పుడు కష్టం కలిగింది. ఇప్పుడు చిన్నా చితకా చింతలవల్లా, రచ్చలవల్లా కష్టం కలుగుతోంది. కాని కిట్టీకి అవన్నీ అవసరమేనని అతనికి కనిపించింది. తను ఆమెని ప్రేమించాడు, అందువల్ల కిట్టీ చింతలు తనకి అర్థం కాకపోయినా, వాటిని చూసి తను

నవ్వినా వాటిని చూసి ముచ్చటపడకుండా వుండలేకపోయేవాడు. ఆమె మాస్కోనుంచి తెచ్చిన కొత్త ఫర్నిచరుని సర్దింది. తన గదిని కొత్తగా ఏర్పాటు చేసుకుంది, అతని గదిని ఏర్పాటు చేసింది. తెరలు అమర్చింది. చుట్టాలు వొస్తే ఏ గదులు వాళ్లకి వుండాలో, దాలీకి ఏ గది వుండాలో తీర్మానం చేసింది. తన పనిపిల్లకి గది కేటాయించింది. మధ్యాహ్నం భోజనాల గురించి ముసలి వంటమనిషికి పురమాయింపులు చేసింది. అగాఫ్యా మిహైలొవ్నాతో రసవర్గం గురించి వాదన వేసుకుని తనే ఆ పని తీసుకుంది. ఇవన్నీ చూసి అతనికి నవ్వు వచ్చింది. అనుభవం లేక ఆమె సాధ్యపడని పురమాయింపులు చేస్తూ వుంటే చూసి ముసలి వంటవాడు ముచ్చటగా ఆమెకేసి చూసి ఎలా చిరునవ్వు నవ్వాడో లేవిన్ చూశాడు. రసవర్గం గురించి కొత్తగా కాపురానికి వచ్చిన పడుచు యజమానురాలు చేసిన సూచనల గురించి ఆలోచిస్తూ అగాఫ్యా మిహైలొవ్నా స్నేహభావంతో తల వూపడం అతను చూశాడు. పనిపిల్ల మాషా తనని చిన్నపిల్లలా చూడ్డంతో మిగతా వాళ్లెవరూ తన మాటని ఖాతరీ చెయ్యడంలేదని ఏడుపు మొహం పెట్టుకుని నవ్వుతూ తనతో చెప్పడానికి వచ్చినప్పుడు ఆమె అతనికి ఎక్కడలేని మనోహరత్వంతోనూ కనిపించేది. అతనికి అదంతా ఇష్టంగా, వింతగా కనిపించేది. ఇవి లేకుండా కూడా బాగా వుంటుందని అతనికి అనిపించేది.

ఇక్కడికి వచ్చాక ఆమె పరిస్థితిలో వస్తూ వున్న పరివర్తన భావాన్ని లేవిన్ గమనించలేకపోయాడు. పుట్టింటి దగ్గర ఎప్పుడేనా క్వాస్ పానీయంతోబాటు కాబేజీ తినాలని మనసు పుట్టినా లేదా మిఠాయి తినాలనిపించినా రెండింటిలోనూ ఏదీ దొరికేది కాదు. కాని ఇక్కడ, తన ఇంటికి, తను కోరుకున్నవాటినన్నిట్నీ తెప్పించుకోగలదు. గుట్టల కొద్దీ మిఠాయిలు తెప్పించుకోగలదు. కావలసినంత డబ్బు ఖర్చు పెట్టగలదు. మనసుకి నచ్చిన పిండివంటలు తెప్పించుకోగలదు.

దాలీ పిల్లల్ని తీసుకుని దగ్గరికి వస్తే బాగుంటుందని కిట్టీ ఊహించుకుంటూ మురిసిపోయేది. ముఖ్యంగా పిల్లలు యిష్టపడిన పిండివంటలనన్నిట్నీ తెప్పించగలదు, దాలీ తన ఇంటి ఏర్పాట్లు చూసి మెచ్చుకుంటూంటే వినగలదు. ఎందుకో ఏమిటో కిట్టీకి తెలియకుండానే ఆమె బలవంతంగా గృహ జంజాటంకేసి ఆకర్షితమైపోతోంది. వసంతం వస్తోందని సహజ ప్రవృత్తిలో అనుభూతి చెంది, ఈ రుతువులో మంచి రోజులూ వుంటాయి, వాన రోజులూ వుంటాయని తెలిసి తన గూడు కట్టుకుంటోంది. అలా కట్టుకునే క్రమంలోనే ఎలా దాన్ని కట్టుకోవాలో నేర్చుకునే వేగిరపాటూ పడింది.

చిల్లరమల్లరవాటిపట్ల కిట్టీకి వున్న ఈ చింత మొదట్లో లేవిన్ ఉన్నత సౌఖ్యాదర్శాలకి ఎంతో విరుద్ధంగా వుండి అతనికి నిరాశ కలిగించిన వాటిలో ఒకటైంది. కాని అతనికి బోధపడని ఈ ప్రియమైన గృహ చింతన తన మనసుని వశం చేసుకోకుండా వుండలేకపోయింది, అది అతనికి ఒక నూతన ఆకర్షణ కూడా అయింది.

తమ కలహాలు మరో నిరాశా, ఆకర్షణ హేతువులయ్యాయి. తనకీ తన అర్ధాంగికీ మధ్య మృదుత్వం, ప్రేమ, పరస్పర ఆదరణ తప్ప మరే యితరమైనవీ వుండవని ఊహించుకున్నాడు లేవిన్. ఇంతట్లోకీ వున్నట్టుండి పెళ్లయిన కొత్తలోనే ఇద్దరూ

దెబ్బలాడుకున్నారు. అదీ ఎంత తీవ్రంగానంటే తనని అతను ప్రేమించడంలేదనీ, అతనికి తనమీద తనకి తప్ప మరి ఎవరిమీదా ప్రేమ లేదనీ కిట్టీ అతన్ని దుమ్మెత్తిపోసి ఏడుస్తూ చేతులు చాపుతూ వెళ్లిపొమ్మంది.

వాళ్ల మధ్య మొదటి తగూకి కారణం లేవిన్ అరగంట ఆలస్యంగా రావడం. అతను కొత్త పొలాల్ని చూడ్డానికి గుర్రంమీద వెళ్ళాడు. తిరిగి వచ్చేటప్పుడు అడ్డదారమ్మట రాబోయి దారి తప్పాడు. దాంతో ఆలస్యం అయింది. అంతసేపూ అతను కిట్టీ గురించీ, తన ప్రేమ గురించీ, తన సంతోషం గురించీ మనసులో అనుకుంటూ వున్నాడు. ఇల్లు దగ్గర పడే కొద్దీ కిట్టీపట్ల ప్రేమభావన అతన్ని అంత అధికంగా దీప్తం చేసింది. కిట్టీని పెళ్లి చేసుకుంటానని అడగడానికి ష్చేర్‌బాత్‌స్కీల ఇంటికి వెళ్లినంత తీవ్ర భావంతో పరుగులు తీస్తూ కిట్టీ గదిలోకి వెళ్ళాడు. కిట్టీ ముఖం వేలాడేసుకుని హఠాత్తుగా అతను అంతకుముందు ఎన్నడూ చూడని రీతిలో కనిపించింది. అతను ఆమెని ముద్దుపెట్టుకుందామనుకున్నాడు కాని ఆమె అతన్ని తోసేసింది.

"ఏం జరిగింది?"

"నీకు హుషారుగా వుంది..." అని కిట్టీ శాంతంగా వుంటూనే విషబాణం వదలాలనుకుంటూ మొదలుపెట్టింది.

కాని నోరు విప్పగానే అర్థంలేని ఈర్ష్యా భావం పురిపెట్టిన భర్త్సన పదాలు వడిగా వచ్చాయి. ఆ అరగంటసేపూ కదలకుండా కిటికీ దగ్గరే కూర్చుని తను పడిన బాధ అంతా వెళ్లకక్కేసింది. ఈ క్షణంలో అతనికి మొదటిసారిగా ఒక విషయం అర్థమైంది. తను ఆమెని చెయ్యి పట్టుకుని వివాహం అయాక చర్చిలోనుంచి బయటికి తీసుకు వచ్చేటప్పుడు అర్థం అవనిది అది. ఆమె తనకి సన్నిహితంగా వుండడమే కాదు, తనలో ఒక భాగం అని అర్థమైంది. తను, ఆమె ఏకమైన ఆ మూర్తిలో ఆమె ఎక్కడ ముగుస్తుందో తను ఎక్కడ ఆరంభమవుతాడో తెలియలేదు. ఆ క్షణంలో ద్విదీభాగంగా విభజన అయిన యాతనాపూర్ణభావన అనుభవంలోకి వచ్చింది. తద్వారా అతనికి ఆ విషయం అర్థమైంది. మొదట అతను గాయపడ్డాడు. కాని వెంటనే ఆమే తను అనే అద్వైత భావంవల్ల ఆమె తనని గాయపరచదు అని అతనికి తెలిసింది. అతను మొదటి క్షణంలో, వెనకనుంచి దెబ్బ తగిలిందనుకున్న మనిషిలాగా అనుకున్నాడు. వెనకనుంచి ఎవరో కొట్టారనుకుని వాళ్లని టక్కున పట్టుకుందామని గిరుక్కున తిరిగి చూసుకుంటే ఎవరూ కాదు తనే పొరపాటున తనని కొట్టుకున్నట్టు ఆ మనిషికి తెలుస్తుంది. ఇక ఎవర్ని తిడతాడు? తన దెబ్బని తనే భరించి కోపం తగ్గించుకోవాలి.

ఆ తర్వాత ఎన్నడూ అతను దాని అంత బలీయంగా అనుభూతి చెందలేదు. కాని ఈసారి అతను చాలాసేపటిదాకా సంబాళించుకోలేదు. తను సమాధానం చెప్పి ఆమె తప్పు వెల్లడిచెయ్యాలని సహజ ప్రేరణ తోసింది. తప్పుని తన భుజాలమీదనుంచి వదిలించుకుని కిట్టీ భుజాలమీదకి గెంటెయ్యాలని మామూలుగా మనుషులకి వుండే వొక అనుభూతి ప్రేరేపించింది. వెడల్పుల ఏ అంతరాన్ని సాధ్యమైనంత వేగంగా పూడ్చెయ్యాలని మరో బలీయమైన అనుభూతి ఘోష పెట్టింది. అతని పరిస్థితి సగం నిద్రలో వున్న మనిషి పడే

బాధలా వుంది. ఆ మనిషి బాధతో వున్న ఆ భాగాన్ని కోసెయ్యాలనుకుంటాడు. మెలుకువ తెచ్చుకుని చూస్తే అది తనలోనిదే, దాన్ని కోసెయ్యడం కుదరదు. బాధ తగ్గేదాకా అనుభవించాల్సిందే. లేవిన్ అలానే చెయ్య ప్రయత్నించాడు.

ఇద్దరి మధ్యా సర్దుబాటు జరిగింది. తప్పు తనదేనని కిట్టీ అనుకుంది. ఆ ముక్క పైకి అనకుండానే లేవిన్ పట్ల మరింత ఆదరం కనబర్చింది. వాళ్లు ఒక నూతన, ద్విగుణీకృత ప్రేమ సౌఖ్యాన్ని పొందేరు. అంత మాత్రం చేత కలహాలు రాకుండా పోలేదు. తరచుగా అతి చిన్నవిషయాలకి, వూహించని క్షుద్ర కారణాలకీ వచ్చేది. ఎవర్లు ఏది ముఖ్యం అనుకుంటూ వున్నదీ ఇద్దరికీ తెలియకపోవడంవల్లా, ఇద్దరూ మొదట్లో చిరాగ్గా వుంటూ వుండడంవల్లా కలహాలు ఎక్కువగా వచ్చేవి. ఒకరు బాగా వుండి, మరొకరు చిరాగ్గా వుంటే ఇద్దరికీ రాజీగానే వుండేది. ఇద్దరూ చిరాగ్గా వున్నప్పుడు ఎంత క్షుద్రమైనవాటిమీద పోట్లాటలు వచ్చేవంటే తర్వాత చూసుకున్నప్పుడు అసలు ఎందుకు దెబ్బలాడుకున్నారో ఎవరికీ తెలిసేది కాదు. ఇద్దరూ బాగా వున్నప్పుడు వాళ్ళ జీవితానందం ద్విగుణీకృతంగా వుండేది.

మొదట్లో జీవితం నిజంగా గడ్డుగా వుంది. ఇద్దర్నీ బంధించిన పాశం ఒకో అప్పుడు ఒక వేపు, మరో అప్పుడు మరోవేపు లాగుతూ వుండేది. మొత్తంమీద వాళ్ల వైవాహిక జీవిత మధుమాసం అంటే పెళ్లయిన తర్వాత నెల, వాళ్లూ వాళ్లూ చెప్పగా విన్న మాటలని బట్టి లేవిన్ ఆకర్షితుడైనటువంటిది, కేవలం మధువుల్ని మాత్రమే మిగల్చక, ఇద్దరి స్మృతిలోనూ ఆనాటి కటువైన లజ్జాజనక మాసంగా మిగిలింది. తర్వాత వాళ్లు తమ స్మృతిలో నుంచి ఆ వికార లజ్జాజనక అనుభవాల్ని ఆ ఆటుపోట్ల కాలాన్ని చెరిపివేసుకో ప్రయత్నించారు. ఇద్దరూ మామూలుగా వుండని పరిస్థితి అది, అతనుగాని ఆమెగాని తమ తమ స్వభావరీత్యా మామూలుగా వుండని దశ అది.

పెళ్లయిన మూడవ నెలలో, ఒక నెల రోజులపాటు మాస్కో వెళ్లివచ్చాకనే వాళ్ల జీవితం సాఫీగా సాగడం ఆరంభమైంది.

15

వాళ్లు మాస్కోనుంచి తిరిగి వచ్చారు. ఏకాంతంగా వున్నందుకు సంతోషంగా వుంది. అతను చదువుకునే గదిలో డస్కు దగ్గర కూర్చుని రాసుకుంటున్నాడు. ఆమె ముదురు వూదా రంగు గౌను తొడుక్కుని లేవిన్ తండ్రి తాతల కాలంనుంచీ ఆ గదిలోనే వున్న తోలు సోఫామీద కూర్చుని ఎంబ్రాయిడరీ పని చేసుకుంటోంది. ఆమె తొడుక్కున్న గౌను ఆమె పెళ్లయిన కొత్తలో వేసుకునేది, అదంటే లేవిన్‌కి ఎంతో ఇష్టం. ఆ స్మృతులన్నీ అతనికి వస్తాయి. కిట్టీ అక్కడ వుంది అనే ఎరుకతో ఎంతో సంతోషపడుతూ లేవిన్ ఆలోచించుకుంటూ రాసుకుంటూ వున్నాడు. అతను వ్యవసాయాన్ని వదలలేదు, అలాగే వ్యవసాయం గురించి కొత్త పద్ధతి మూలభూత సిద్ధాంతాల్ని విపులీకరిస్తూ రాయదలచుకున్న పుస్తక రచననీ వదల్లేదు. కాని తన గతజీవితంమీద కమ్మిన అంధకార ఛాయవల్ల ఆ పని, ఆలోచనలు నిస్సారంగా, అల్పంగా ఎలా కనిపించాయో అదే రకంగా ఇప్పుడు భావిజీవిత జాజ్జ్వల్యభరిత తేజస్సులో దీప్తం

అయే సౌఖ్యంవల్ల నిస్సారంగా అల్పంగా కనిపించాయి. అతను తన పని కొనసాగిస్తూనే వున్నాడు. కాని ఇప్పుడు తన ధ్యాన కేంద్ర బిందువు మారిందని అతనికి అనిపించింది. తత్ఫలితంగా తన పనిని భిన్న రీతిలో మరింత స్పష్టంగా దర్శించాడు. లోగడ అతని పని జీవితంనుంచి పారిపోయేందుకు సాధనంగా వుండేది. ఆ పని లేకుండా తన జీవితం దుర్భర నిరాశాపూరితంగా వుంటుందని లోగడ అతనికి అనిపించేది. ఇప్పుడు జీవిత వైవిధ్య రహిత ఆనంద మధువులనుంచి మళ్లడానికి ఆ పని అవసరం అయింది. తను రాసిన కాగితాల్ని తీసి చదువుకున్నాడు. తన పని బాగా వున్నట్టే కనిపించింది. అది కొత్తగా వుంది, ఉపయోగకరంగా వుంది. రష్యాలో వ్యవసాయం ఎందుకు లాభదాయకంగా లేదు అన్నదానిమీద ఒక కొత్త అధ్యాయం రాస్తూ వున్నాడు. భూమి విభజన లోపభూయిష్టంగా వుండడంవల్లా, యాజమాన్య దోషాలవల్లా మాత్రమే రష్యా బీదరికం రాలేదు. ఈ చెడుగుల్ని పెంచి పోషించాయనుకున్న కారణాల వల్ల కూడానని అతను రుజువు చెయ్య ప్రయత్నించేడు. అవేమిటీ అంటే గత కొంతకాలంగా రష్యాకి విదేశీ నాగరికతని కృత్రిమంగా అంటుకట్టడం. ముఖ్యంగా, ఆధునిక రవాణా పద్ధతులు, రైల్వేలు రావడంతో నగరాల్లో జనసాంద్రత ఎక్కువై సంపద పెరిగింది. దీని ఫలితంగా వ్యవసాయానికి హాని కలిగించే ఫాక్టరీలు, పరిశ్రమలు, రుణ వ్యవస్థ ఆ రుణ వ్యవస్థని అంటి పెట్టుకువచ్చే స్టాక్ ఎక్స్‌ఛేంజ్ ఏర్పడ్డాయి. ఇవన్నీ దోషాలు. యే దేశ సంపత్తి అభివృద్ధి అయినా సహజ క్రమంలో జరిగితే ఇవన్నీ కూడా వ్యవసాయ రంగంలో తగినంత శ్రమ వున్నప్పుడు, మంచి పరిస్థితుల్ని, కనీసం అభివృద్ధికి తగ్గ స్థిరమైన పరిస్థితుల్ని స్థాపించినప్పుడు తగిన సమయంలో అవే వస్తాయి. దేశ వనరుల్ని సమతూకంగా అభివృద్ధి చెయ్యాలి, కనీసం ఇతర శాఖలు వ్యవసాయంకంటే ముందు వెళ్లకుండా చూడాలి. ఏమంటే వ్యవసాయంతో తూగేటట్టుగా రవాణా వికాసం వుండేటట్టు చూడాలి. భూమిని సక్రమంగా ఉపయోగపెట్టకపోవడంతో ఆర్థికపరమైన కారణాల కంటే ఎక్కువగా రాజకీయ కారణాలవల్ల రైల్వేల్ని ముందే ప్రవేశపెట్టడం జరిగింది. అవి ఆశించినట్టు వ్యవసాయానికి సహాయం చెయ్యకుండా ముందుకు సాగిపోయి, పరిశ్రమల్నీ, రుణ వ్యవస్థనీ తీసుకువచ్చి వ్యవసాయ ప్రగతిని అడ్డం కొట్టాయి. ఒక జంతువు శరీరంలో ఏదేనా ఒక అవయవం ఏకపక్షంగా, తగిన సమయానికి ముందే పెరిగితే మిగతా శరీర అభివృద్ధికి అది బాధాకరం అయినట్టు రష్యాలో రుణ వ్యవస్థని ప్రవేశపెట్టడం, రవాణా సాధనాల్నీ, ఫాక్టరీలనీ తీసుకురావడం అనేవి – సరి అయిన సమయంలో ఆవశ్యకంగా యూరప్‌లో వచ్చినటువంటివి – వ్యవసాయ సువ్యవస్థ అనే ముఖ్య సమస్యని దూసుకు ముందుకుపోయి ఇక్కడ దేశ సంపద సర్వతోముఖ అభివృద్ధికి హానికరంగా పరిణమించాయి అని అతను భావించాడు.

లెవిన్ తన ఆలోచనలని కాగితంమీద పెడుతూ వుంటే తన భర్త, తనూ మాస్కో నుంచి తిరిగి రావడం కిట్టీ గుర్తు చేసుకుంటూ వుంది. తాము వచ్చేటప్పుడు తనని అధికంగా పొగిడిన యువ ప్రిన్స్ చార్‌స్కీని చూసి తెలివి తక్కువతనంతో లెవిన్ ఎంత అసహజమైన నమ్రత కనబర్చాడో దాన్ని గురించి అనుకుంటూ వుంది. 'ఇతనికి ఈర్ష్యగా వుంది' అని తనలో తను అనుకొంది. 'బాప్‌రే! మా ఆయన ఎంత ముచ్చటైన మనిషి, ఎంత అమాయకుడు! నావల్ల ఈర్ష్య పడుతున్నాడు! అతనికి తెలిసివుంటేనా నా దృష్టిలో వీళ్లంతా వంటమనిషి

ప్యోత్ర్‌తో సమానంఅని!' అని ఆమె ఒక వింత స్వాయత్త భావనతో లేవిన్ తల వెనక భాగాన్నీ, ఎండకి కమిలిన మెడనీ చూస్తూ అనుకొంది. 'పనిలో నుంచి అతని దృష్టి మళ్లించడం బాధగానే వుంది, పాపం! (అయినా ఫరవాలేదు తర్వాత కూడదీసుకుంటాడు!) అయినా అతని ముఖాన్ని చూడాలి. నేను తనకేసే చూస్తూ వున్నానని అనుకుంటున్నాడా లేదా? అతను ఇటు తిరిగి చూడాలని నాకు వుంది. అవును, వుంది, వుంది' అనుకుంటూ తన దృష్టి ప్రభావాన్ని తీవ్రం చేసే కోరికతో అన్నట్టుగా ఆమె కళ్లని విప్పారించి చూసింది.

"అవును. ఇవి మొత్తం రసాన్ని పీల్చి పిప్పిచేసి దొంగ మెరుపుని ఇస్తున్నాయి" అని అతను కలం కింద పెడుతూ, తనమీద ఆమె దృష్టి వుందన్న గ్రహింపు వచ్చినట్టు తల తిప్పుతూ గొణుక్కున్నాడు.

"ఏమిటి సంగతి?" అని చిరునవ్వు నవ్వుతూ, లేచి నుంచుంటూ అడిగాడు.

'తల తిప్పి చూశాడు' అని ఆమె అనుకొంది.

"ఏమీ లేదు, నువ్వు తల తిప్పి చూడాలని అనుకున్నాను" అని తను అతని పనికి అంతరాయం కలిగించినందుకు అతనికి కోపం ఏమన్నా వచ్చిందేమో వెతుకుతున్నట్టు అతని ముఖంలోకి పరీక్షగా చూస్తూ అంది.

"మనం ఇద్దరమే ఏకాంతంగా వుండడం ఎంత బాగుంది! నాకు అలా అనిపిస్తోంది" అని అతను కిట్టీకి దగ్గరగా వస్తూ, సంతోషంతో చిరునవ్వు నవ్వుతూ అన్నాడు.

"నాకు చాలా సంతోషంగా వుంది. నేనిప్పుడు ఎక్కడికీ వెళ్లను, ముఖ్యంగా మాస్కోకి."

"ఏమిటాలోచిస్తున్నావ్?"

"నేనా? నేను ఏమాలోచిస్తున్నానంటే... ఏమీ లేదు, ఏమీ లేదు, రాసుకో. వేరే ఆలోచనలెందుకులే" అని ఆమె పెదాలు ముడుచుకుంటూ అంది. "నేను ఈ చిన్న కన్నాల్ని కత్తిరించాలి, చూశావా?" అంది.

కత్తెర తీసుకుని కత్తిరించడం మొదలుపెట్టింది.

"అసలేమి ఆలోచిస్తున్నావో చెప్పు" అని అతను ఆమె పక్కన చేరి చిన్న కత్తెర ఆమె చేతిలో కత్తిరిస్తూ చుట్టు తిరగడం చూసి అడిగాడు.

"ఓ, యేమిటాలోచిస్తున్నాను? మాస్కో గురించి, నీ తల వెనక భాగం గురించి ఆలోచిస్తున్నాను."

"నాకు అంత అదృష్టం ఎందుకు కలిగింది? ఇది సహజంగా లేదు, నిజం అయినట్టు కనిపించడం లేదు" అని ఆమె చేతిని ముద్దు పెట్టుకుంటూ అన్నాడు.

"నాకు అలాక్కాదు, ఎంత ఎక్కువ సుఖంగా వుంటే అంత సహజంగా కనిపిస్తుంది."

"నీ ముంగుర్లు చెదిరిపోతున్నాయి" అని అతను ఆమె తలని నిదానంగా తనకేసి తిప్పుకుంటూ అన్నాడు. "జుట్టు! చూశావా ఎక్కడ కొప్పునుంచి వూడి పడిందో. పోనీ లే, మన పని మనం చేసుకుందాంలే" అన్నాడు.

కాని వాళ్ల పని సాగలేదు. కొంచెంసేపటి తర్వాత టీ తయారుగా వుందని నౌకరు కుజ్మా చెప్పడానికి వచ్చినప్పుడు తప్పు చేసిన పిల్లల్లాగా టక్కని వొకరి కొకరు దూరంగా జరిగారు.

"బస్తీనుంచి వాళ్లు తిరిగివచ్చేరా?" అని లేవిన్ కుజ్మాని అడిగాడు.

"ఇప్పుడే వచ్చారు. టపా విప్పుతున్నారు."

"వెంటనే వచ్చెయ్యి" అని కిట్టీ గదిలోనుంచి బయటికి వెడుతూ అంది. "లేకపోతే నువ్వు లేకుండానే ఉత్తరాలు చదివేసుకుంటా. తర్వాత కలిసి పియానో వాయించుకుందాం" అంది.

ఒంటరిగా వుండిపోయిన అతను కిట్టీ కొనిపెట్టిన కొత్త లెదర్ బేగ్‌లో తన కాగితాలు పెట్టుకున్నాడు. రకరకాల చక్కటి హంగులూ వున్న కొత్త వాష్ స్టేండ్ దగ్గరికి వెళ్లి చేతులు కడుక్కున్నాడు. దాన్నీ కిట్టీయే కొంది. లేవిన్ తన ఆలోచనలకి చిరునవ్వు నవ్వుకుని తనని తిట్టుకుంటున్నట్టు తల వూపాడు. పశ్చాత్తాపం లాంటి భావం అతన్ని కలత పెట్టింది. తన ప్రస్తుత జీవితంలో లజ్జా కారకమైందీ, పురుష స్వభావ విరుద్ధమైంది, జావజావగా వుండేదీ, కపూయ నగర జీవిత సౌఖ్యప్రద జీవితం*లో వుండేది – అతను తన ప్రస్తుత స్థితికి అలాంటి పేరు పెట్టాడు – ఏదో వుందని అతనికి అనిపించింది. 'ఇలా బతకడం బాగా లేదు' అని అతను అనుకున్నాడు. 'అప్పుడే మూణ్ణెల్లు అయిపోతోంది. దాదాపు ఏ పనీ చెయ్యలేదు. మొదటిసారిగా ఇవాళ కూర్చున్నాను పని చేద్దామని. కాని యేం లాభం? మొదలుపెట్టీ పెట్టకుండానే వదిలేశాను. అంతేనా, రోజువారీ పనిపాట్లు కూడా చూడ్డం లేదు. వ్యవసాయం పన్లు చూడ్డానికి ఎప్పుడోగాని వెళ్లడమే లేదు. కిట్టీని వొంటరిగా వదిలి వెళ్లాలంటే బాధగా వుంటోంది. ఒంటరిగా వదిలేస్తే ఆమెకి విసుగ్గా వుంటుందని. పెళ్లికి ముందు వుండే జీవితం పెద్ద లెక్కలోకి తీసుకోదగ్గది కాదనీ పెళ్లి తర్వాతనే అసలు జీవితం మొదలవుతుందనీ అనుకుంటూ వుండేవాణ్ణి. ఇప్పుడు చూస్తే మూణ్ణెల్లు అయిపోతున్నాయి. ఇంత సోమరితనంతో వ్యర్థంగా ఎప్పుడూ గడపలేదు. యిలా అయితే లాభం లేదు. పని చేసుకోవాలి. కిట్టీ తప్పేమీ లేదు. ఆమెని ఏ రకంగానూ మాట అనలేను. నేనే మరింత దృఢ నిశ్చయంతో వుండాలి, మగవాడి స్వతంత్రతని చూపించాలి. లేకపోతే నేను ఈ బతుక్కి అలవాటు పడిపోయి, ఆమెకీ దీన్నే అలవాటు చేస్తాను. ఆమె తప్పు ఎంతమాత్రం లేదు' అని అతను అనుకున్నాడు.

అసంతృప్తిచెందిన మనిషి యెవరినో, అందులో తనకి దగ్గరివారినే తన అసంతృప్తికి నిందించకుండా వుండడు. లేవిన్ మనసులో కిట్టీ దోషి కాదన్న వూహ(ఆమె యే రకంగానూ దోషి కాలేదు) తారట్లాడింది. కాని ఆమె పెంపకంది ఆ తప్పు. అందులో చాలా తేలికతనం, చంచలత వున్నాయి ('ఆ చవట చార్స్కీ చూడు! కిట్టీ అతన్ని ఆపుదామనుకుంది కాని ఆపలేకపోయింది') తన బట్టలేమిటో తన ఎంబ్రాయిడరీ ఏమిటో ఆ గొడవే తప్ప వేరే ఆసక్తులేమీ లేవు. ఆమెకి నా పనిలో ఆసక్తి లేదు. వ్యవసాయం పనులన్నా, రైతులన్నా, పుస్తకాలన్నా ఆసక్తి లేదు. సంగీతంలో ప్రావీణ్యం వుంది కాని అదన్నా ఆసక్తి లేదు. ఆమె ఏమీ చెయ్యదు కాని హాయిగా చీకూచింతా లేకుండా వుంది.' ఆమెని గురించి లేవిన్ మనసులో నిష్ఠూరంగా

అనుకున్నాడు. కాని అతను వొక విషయాన్ని అర్థం చేసుకోలేకపోయాడు: ఆమె భర్తకి అర్ధాంగిగా, ఇంటికి ఇల్లాలిగా వుంటూ పిల్లల తల్లి అయి వాళ్లకి పాలిచ్చి పెంచి పెద్దవాళ్లని చేసే క్రియాశీల చర్యలు చేపట్టే ఆ సమయం కోసం తయారవుతోందీ అనే విషయాన్ని. ఆమె సహజ జ్ఞానంతో ఆ విషయాన్ని గ్రహించిందనీ, అంతటి భారీ శ్రమకి తయారవుతూనే, ఆడుతూ పాడుతూ తన భావి కుటీరాన్ని నిర్మించుకునే ఈ సమయంలో ప్రణయ సుధాంబుధిలో మునకలాడే ఈ క్షణాలకి గాను తనని నిందించుకోకుండా వాటిని ఆనందిస్తోందనీ అతను అర్థం చేసుకోలేకపోయాడు.

16

లేవిన్ పై గదిలోకి వెళ్లేటప్పటికి అతని భార్య కొత్త వెండి సమొవార్ పక్కన, కొత్త టీ సెట్ పక్కన కూర్చుని వుంది. వృద్ధ అగాఫ్యా మిహైలొవ్నాకి కప్పులో టీ పోసి ఇచ్చి చిన్న బల్ల దగ్గర కూర్చోబెట్టింది. తను దాలీ రాసిన ఉత్తరం చదువుకుంటూ వుంది. దాలీ తనూ ఎక్కువగా ఉత్తరాలు రాసుకుంటూ వుంటారు.

"చూడండి, మీ శ్రీమతిగారు నన్నిక్కడ కూర్చోబెట్టారు. తనతోబాటు కూర్చోవాలని ఆజ్ఞాపించారు" అని అగాఫ్యా మిహైలొవ్నా ఆప్యాయంగా నవ్వుతూ కిట్టీ కేసి చూసింది.

అగాఫ్యా మిహైలొవ్నా మాటల్ని బట్టి కిట్టీకి, ఆమెకీ మధ్య కొంతకాలంగా నడుస్తూ వున్న రహస్య నాటకం ముగిసిందని లేవిన్‌కి అనిపించింది. గృహ నిర్వహణని తననుంచి ఆమె చేతుల్లోకి తీసుకుందన్న మంట అగాఫ్యా మిహైలొవ్నాకి కిట్టీపట్ల వున్నా, కిట్టీ ఆమెని ఆకట్టుకుందనీ, ఆమెని తనపట్ల ఆదరంగా వుండేట్టు చేసుకుందనీ అతనికి అర్థమైంది.

"ఇదిగో నీ ఉత్తరం, చదివాను" అని కిట్టీ అతనికి పల్లెటూరి వాటంలో వున్న ఉత్తరాన్ని అందిస్తూ అంది. "ఆమె రాసింది, మీ అన్నగారు చేరదీసిన..." అంది. "లేదు, నేనేం చదువలేదులే. ఇది ఇంటి దగ్గర్నుంచి వచ్చింది, ఇది దాలీ రాసింది. వూహించగలవా! సర్మాత్‌స్కీల యింటి దగ్గర పిల్లల బాల్‌కి గ్రీషనీ, తాన్యానీ దాలీ తీసుకువెళ్లిందట. తాన్యా ఫ్రెంచి మార్క్విస్‌లాగా తయారై వెళ్లిందట."

కాని లేవిన్ ఆమె మాటలు వినలేదు. సిగ్గుతో ఎర్రబడుతూ అతను లోగడ అన్నగారి దగ్గర వున్న ఆడమనిషి మాషా రాసిన ఉత్తరం చదవడం మొదలుపెట్టాడు. మాషా అతనికి ఉత్తరం రాయడం ఇది రెండవసారి. మొదటిసారి రాసినప్పుడు అతని అన్నగారు నిష్కారణంగా తనని తన్ని తగలేశాడనీ, తనకి ఏమీ అక్కర్లేదనీ, తను పరమ బీదరికం అనుభవిస్తూ వున్నా ఏమీ కోరటం లేదనీ హృదయం చలించేలా అమాయకంగా రాసింది. కాని తను లేకపోతే పాపం, ఎంతో నికృష్టంగా వున్న నికొలాయ్ చనిపోతాడనీ, లేవిన్ అతని విషయం చూడాలనీ అర్థిస్తూ రాసింది. ఇప్పుడు రాసిన ఉత్తరంలో వేరే సంగతులు రాసింది. తను నికొలాయ్‌ని చూసిందట, ఇద్దరూ మాస్కోలో కలిసి వున్నారట. ఒక గుబేర్నియా కేంద్రానికి వెళ్లారట, అక్కడ అతనికి ఏదో కొలువు దొరికిందట. కాని నికొలాయ్ అక్కడ తన పై అధికారితో దెబ్బలాట వేసుకోవడంతో మళ్లీ మాస్కోకి తిరిగివచ్చారట. దారిలో చాలా జబ్బు చేసిందిట.

బహుశా యీ గండం గట్టెక్కలేకపోవచ్చునట. “మీ పేరే పలవరిస్తూ వున్నాడు, పైగా ఇప్పుడు చేతిలో చిల్లిగవ్వ లేదు.”

“ఇదిగో చూడు, దాలీ నీ గురించి యేం రాసిందో” అని కిట్టీ చిరునవ్వు నవ్వుతూ చెప్పడం మొదలుపెట్టింది. కాని భర్త మొహంలో వచ్చిన మార్పు చూసి ఠక్కున ఆగిపోయింది

“ఏమిటి సంగతి? ఏం రాసింది?” అని అడిగింది.

“నికొలాయ్ అన్నయ్యకి రేపోమాపో అన్నట్టు వుందని రాసింది. నే వెడతా అక్కడికి.”

ఆ మాటకి కిట్టీ ముఖంలో కూడా మార్పు వచ్చింది. దాలీ గురించి, తాన్యా మార్క్విస్‌గా తయారవడం గురించీ ఆలోచనలు మటుమాయమై పోయాయి.

“ఎప్పుడు వెడతావు?” అని కిట్టీ అడిగింది.

“రేపు.”

“నేనూ రానా నీతో?” అని అడిగింది.

“కిట్టీ! ఏమిటిది?” అని నిష్ఠూరంగా అన్నాడు.

“ఏమిటి నువ్వంటూ వున్నది?” అని కిట్టీ కష్టపెట్టుకుంటూ అంది. లేవిన్ పరుషత్వం, అయిష్టత ఆమెని గాయపరిచాయి. “నేనెందుకు రాకూడదు? నీకేం నేను అడ్డం రానే? నేను...’

“మా అన్న ఆఖరి క్షణాల్లో వున్నాడు కాబట్టి నేను వెడుతున్నా” అన్నాడు లేవిన్. “కాని నువ్వెందుకు...”

“ఎందుకా? అందుకే!”

‘నా జీవితంలో ఇలాంటి విషమ పరిస్థితిలో తను వొక్కత్తీ వుండిపోవాలనీ, విసుగ్గా వుంటుందనీ బాధపడిపోతోంది’ అని లేవిన్ అనుకున్నాడు. ఇలాంటి విషమ పరిస్థితిలో కిట్టీ ధోరణి అతనికి చిర్రెత్తించింది.

“అసంభవం” అని అతను తెగేసినట్టు అన్నాడు.

వాళ్లిద్దరి మధ్యా దెబ్బలాట వస్తోందని పసికట్టి అగాఫ్యా మిహైలొవ్నా చడీచప్పుడూ కాకుండా కప్పు కింద పెట్టేసి వెళ్లిపోయింది. ఆమె వెళ్లిపోయిన సంగతి కిట్టీ గమనించనుకూడా గమనించలేదు. భర్త ఈ ఆఖరి మాటలు అన్న గొంతుక ధోరణీ, ముఖ్యంగా తన మాటని అతను నమ్మడంలేదన్న సంగతీ ఆమెని గాయపరిచాయి.

“నేను చెపుతున్నా నువ్వు వెడితే నేను కూడా వస్తా. ఆరు నూరైనా నూరు ఆరైనా వచ్చి తీరతా” అని కిట్టీ దడదడ కోపంతో అనేసింది. “ఏం ఎందుకు సంభవం కాదు? అసంభవం అని యెందుకంటున్నావు?” అంది.

“ఎందుకంటే నేను ఎక్కడెక్కడికి వెళ్లాలో, ఏ సందులు గొందులు తిరగాలో, ఏ పూటకూళ్ల ఇళ్లు వెతకాలో బ్రహ్మదేవుడికి కూడా తెలీదు కాబట్టి. నాతో కూడా నువ్వూ వుంటే యాతనవుతుందని” అన్నాడు లేవిన్ శాంతంగా వుండడానికి ప్రయత్నిస్తూ.

"ఏ యాతనా పెట్టను. నాకేం అక్కర్లేదు. నువ్వెక్కడుంటే, నేనూ అక్కడే..."

"మరెందుకూ కాకపోయినా ఆ ఆడమనిషి అక్కడ వుంటుంది కాబట్టి, నువ్వామె దగ్గర వుండగలవా" అన్నాడు.

"అక్కడ ఎవరుంటారో ఏం వుంటుందో నాకు తెలీదు, తెలుసుకో దల్చుకోలేదు. నా భర్త అన్నగారు అవసాన దశలో వున్నాడు. నా భర్త వెడుతున్నాడు. నేనూ నా భర్తతో వెళ్లాలి అనే నాకు తెలుసు, ఎందుకంటే..."

"కిట్టీ, మరోలా అనుకోవద్దు! కాని నువ్వే చూడు. ఇది ఇంత విషమ పరిస్థితి కదా, నాకు యెంతో బాధగా వుంది. నువ్వు ఒక్కత్తివీ వుండాలన్న పిరికితనాన్ని ఇప్పుడు చూపించడం. నీకిక్కడ వంటరితనంగా వుంటే మాస్కో వెళ్లు."

"చూశావా, నువ్వెప్పుడూ తుచ్ఛమైన ఉద్దేశాలే నాకు అంటగడుతూ వుంటావు!" అని కిట్టీ అవమానంతో కోపంతో కళ్లమ్మట నీళ్లు జలజల కారుతూ వుండగా అంది. "అలాంటిదేమీ లేదు, పిరికితనం ఏమీ లేదు... నా భర్త కష్టంలో వున్నప్పుడు నేనతని పక్కన వుండటం నా కర్తవ్యం అని నాకనిపిస్తూ వుంటే నువ్వు కావాల్సికి నన్ను గాయపరుస్తున్నావ్. కావాల్సికి నువ్వు అర్థం చేసుకో ప్రయత్నించడంలేదు..."

"ఇది ఘోరం! ఎవరి బానిసో అవడం!" అని లేస్తూ తన కోపాన్ని అదుపు చేసుకోలేక లేవిన్ అన్నాడు. కాని తనమీద తనే దెబ్బలు కొట్టుకుంటున్నాడని ఆ క్షణంలోనే అతనికి అనిపించింది.

"నువ్వసలు పెళ్లెందుకు చేసుకున్నావ్? స్వేచ్ఛగా వుంటూ! అంత పశ్చాత్తాపపడేవాడివి పెళ్లెందుకు చేసుకున్నావ్?" అని ఆమె ఒక్క ఉదుట్న గెంతి విసవిసా డ్రాయింగ్ రూమ్‌లోకి వెళ్లిపోతూ అంది.

అతను అక్కడికి వెళ్లేటప్పటికి ఆమె వెక్కుతూ వుంది.

కిట్టీ ఉద్దేశాన్ని మార్చే మాట సరేసరి. ఆమెని శాంతింపచెయ్యాలన్న ప్రయత్నంతో మాటలకోసం వెతుక్కుంటూ చెప్పడం మొదలుపెట్టాడు. కాని ఆమె అతను చెప్పే మాటలు వినలేదు, ఒప్పుకోలేదు. అతను ఆమెమీదకి వాలి, ఆమె తోసేస్తూ వున్నాగానీ ఆమె చేతిని తన చేతిలోకి తీసుకున్నాడు. ఆమె చేతినీ, జుట్టునీ, మళ్లీ చేతినీ ముద్దు పెట్టుకున్నాడు. ఆమె ఏమీ అనలేదు. అతను ఆమె ముఖాన్ని రెండు చేతుల్లోనూ పట్టుకుని "కిట్టీ" అన్నాడు. అప్పుడు ఆమె ఒక్కసారి మెలుకువ వచ్చినట్టు భోరుమంది, ఇద్దరికీ రాజీ కుదిరింది.

ఆ మర్నాడు పొద్దుట ఇద్దరూ వెళ్లాలని ఏర్పాటు చేసుకున్నారు. ఆమె తనకి ఏదన్నా అవసరానికి అందుబాటులో వుండేందుకే తనతోబాటు వస్తోందన్న మాట తనకి నమ్మకమేననీ, మాషా తన అన్నగారితో వుండడం ఏమీ అభ్యంతరకర విషయం కాదన్న అంగీకారం కుదరిందనీ అతను ఆమెతో అన్నాడు. కాని అతని అంతరంగం లోతుల్లో మాత్రం అతనికి ఆమె పట్లా, తన పట్లా ఒక అసంతృప్తి మిగిలిపోయింది. తను వెళ్లవలసిన అవసరం పడినా తనని వెళ్లనివ్వనందుకు అతనికి కిట్టీపట్ల అసంతృప్తి కలిగింది (ఎంత చిత్రమైన విషయమంటే, ఆమె తనని ప్రేమించగలగడమే తన మహద్భాగ్యంగా భావించిన అతను ఇప్పుడు ఆమె

తనని మేరమీరినట్టు ప్రేమిస్తోందని బాధపడిపోతున్నాడు!), ఆమెని గట్టిగా వారించనందుకు తన పట్ల అతనికి అసంతృప్తి కలిగింది. అదీగాక అతనికి మనసులో మరో విషయంలో కూడా సమాధానం కుదరలేదు: అన్నగారితో వున్న ఆ ఆడమనిషి ఈమెకేమాత్రమూ నచ్చదు. ఇద్దరి మధ్యా గట్టిగా మాటామాటా రేగితే ఎలా వుంటుందో అన్నదాన్ని తలచుకుంటేనే అతనికి భయంతో వణుకు పుట్టింది. అసలు, కిట్టీ – తన భార్య – బజారు ఆడమనిషి వున్న అదే గదిలో వుండడమనే ఊహే అతనికి ఏవగింపుగా వుంది, అతన్ని భయంతో కంపింపచేసింది.

17

నికొలాయ్ జబ్బుతో మంచం యెక్కిన గుబేర్నియా కేంద్రంలోని ఆ హొటెల్ గుబేర్నియాలో వుండే బాపతు హొటళ్లలాంటిదే. శుచి శుభ్రతలూ, సౌకర్యాలూ, అందమూ కూడా వుండే లక్ష్యంతో నవీన నాగరిక సూత్రాలకి అనుగుణంగా కట్టినటువంటిదే. కాని అక్కడికి వచ్చే ఖాతాదార్ల స్థాయి కారణంగా పైకి ఆధునిక సౌకర్యాల డాబు మిగుల్చుకుని గబగబా దుర్గంధ భూయిష్ట అధమ స్థాయికి దిగజారిపోతాయి అవి. ఈ పై పటారం వల్ల పాతకాలపు దుర్గంధపూరిత హొటెళ్లకంటే అధ్వాన్న స్థాయికి పడిపోతాయి. ప్రస్తుతం ఈ హొటెల్ అదే అవస్థకి చేరుకుంది. అక్కడ మురికి ఓడే యూనిఫాం వేసుకున్న మాజీ సైనికుడొకడు వాకిలి కావలివాడుగా వున్నాడు. అతను సోమరితనంగా సిగరెట్ కాలుస్తూ గుమ్మం దగ్గర వున్నాడు. అక్కడి మెట్లు చవకబారు ఇనప ముక్కల డిజైన్లతో, రోతగా, దిగాలుగా వున్నాయి. మరకల మరకల ఫ్రాక్ కోటు తొడుక్కున్న పొగరుబోతు వెయిటర్ ఒకడక్కడ వున్నాడు. హాల్లో బల్లమీద దుమ్ము కొట్టుకుపోయిన మైనం పూలగుచ్ఛాల పూలకుండీ ఉంది. ఇక చుట్టూతా ఎక్కడచూసినా దుమ్మూ ధూళి, చెత్తాచెదారం కనిపిస్తున్నాయి. దీనికితోడు రైల్వే స్టేషన్లలో వుండేలాంటి ఆధునిక బేఫర్వా వేడుక కనిపిస్తోంది. దీన్నంతట్నీ చూసేసరికి శుభ్రమైన జీవితం గడుపుతూ వున్న లేవిన్ దంపతులకి తేడా కొట్టవచ్చినట్టు కనబడి రోత పుట్టింది. వాళ్ల గుండెలో బండ పడినట్టైంది. ముఖ్యంగా, అక్కడి వాతావరణం తాము ఎదురుచూసేదానితో ఏమాత్రం పొసగకుండా వుంది.

మామూలుగా జరిగేటట్టే ఇప్పుడూ జరిగింది. ఇలాంటి గది కావాలో అడిగినతర్వాత మంచి గది కూడా ఖాళీ లేదని జవాబు చెప్పారు. ఒక గదిలో రైల్వే ఇనస్పెక్టరెవరో వున్నాట్ట. మరోదాంట్లో మాస్కో లాయరెవరో వున్నాట్ట. మూడో గదిలో అప్పుడే పల్లెనుంచి వచ్చిన ప్రిన్సెస్ అస్తాఫ్యెవా వుంది. ఓ మురికి గది మాత్రం ఖాళీగా వుంది, దాని పక్కనే ఉన్న గది ఒకటి సాయంత్రానికి ఖాళీ అవవచ్చునట. లేవిన్ పెళ్లాన్ని తీసుకుని తమకి ఇచ్చిన గదికి వెళ్లాడు. తను ఊహించినట్టే పరిస్థితి వుండడంతో అతనికి ఆమెమీద కోపం వచ్చింది. ఇక్కడికి రాగానే అన్నగారికి ఎలా వుందో ఏమిటోనన్న తీవ్ర ఆందోళనతో హుటాహుటీ అతని గది దగ్గరికి వెళ్లడానికి బదులుగా పెళ్లాం సంగతి ముందు చూడాల్సి వచ్చింది.

"నువ్వెళ్లు, ఆయన దగ్గరికి వెళ్లు" అని కిట్టీ నేరం చేసినదాన్లా చూస్తూ లేవిన్‌తో బెరుకు బెరుగ్గా అంది.

లేవిన్ వొక్క మాట కూడా అనకుండా గది బయటికి వెళ్ళాడు. గుమ్మంలోనే అతనికి మాషా తగిలింది. అతను వచ్చినట్టు ఆమెకి కబురు అందింది. కాని అతని గదిలోకి అడుగుపెట్టే ధైర్యం ఆమెకి లేకపోయింది. ఆమె మాస్కోలో కనిపించినప్పటిలాగానే వుంది. మెడకి, చేతులకి తెల్లని లేసులేసి అదే ఉన్ని గౌను వేసుకుంది. స్ఫోటకం మచ్చల మొహం మీద అదే సౌజన్యపూరిత, జడభావం వుంది. కాని మొహం కొంచెం లావెక్కినట్టుంది.

"ఊఁ, అన్నయ్యకి యెలా వుంది?"

"ఏం బాగా లేదు. అస్సలు లేవలేకుండా వున్నాడు. మీకోసమే చూస్తూ వున్నాడు. మీరు... ఆమె.... మీ భార్య కూడా వచ్చేరా?"

ఆమె ఎందుకు గడబిడపడుతోందో లేవిన్‌కి మొదట అంతుపట్టలేదు. ఆమె కారణం చెప్పింది.

"నే వెళ్లిపోతా. కింద వంట గదికి వెళ్లిపోతా. మీ అన్నకి సంతోషంగా వుంటుంది. ఆవిడ వచ్చేరని అతను విన్నాడు. ఆవిడ్ని ఎరుగును, విదేశాల్లో వుండగా పరిచయం అయిన గుర్తు వుంది" అని మాషా అంది.

ఆమె కిట్టీని ఉద్దేశిస్తోందని లేవిన్‌కి బోధపడింది. కాని ఏం జవాబు చెప్పాలో తట్టలేదు.

"నడవండి, అక్కడికి వెడదాం" అని లేవిన్ అన్నాడు.

ఇంకా గట్టిగా ఒక అడుగు వేశారో లేదో గది తలుపు తెరుచుకుంది, కిట్టీ బయటికి చూసింది. ఆమె తనకిగా తననీ అతన్నీ ఎంత సంకట స్థితిలో పడేసిందోనన్న కారణంగా అతను సిగ్గుతో కోపంతో యెర్రబడిపోయాడు. మాషా ఇంకా సిగ్గుతో ఎర్రబడిపోయింది. ఆమె ముడుచుకుపోయి కుదుళ్లలోకంటా ఎర్రబడిపోయింది. ఏం చెప్పాలో చెందాలో తెలియక రెండు చేతులతోనూ భుజంమీద వున్న రుమాలు చివళ్లు పట్టుకుని ఎర్రటి వేళ్లతో మెలితిప్పడం మొదలుపెట్టింది.

తనిక అర్థం కాని, ఘోరమైన ఆ ఆడమనిషికేసి కిట్టీ చూసిన చూపులో మహా కుతూహలం తటక్కని లేవిన్‌కి కనిపించింది. కాని ఆమె కుతూహలం ఒక్క క్షణంపాటే వుంది.

"ఆయనకి ఎలా వుంది? ఎలా వుంది?" అని కిట్టీ మొదట అతన్నీ తర్వాత ఆమెనీ అడిగింది.

"ఇది మాట్లాడుకునే చోటు కాదు" అని లేవిన్ వరండాలో అటు వస్తున్న ఎవరినో చూసి అన్నాడు. ఆ మనిషి కాళ్లు ఎగరేసుకుంటూ తన పనిమీద పోతున్నాడు.

"అయితే లోపలికి రండి" అని కిట్టీ కొంచెం తేరుకున్న మాషాని చూసి అంది. కానీ లేవిన్ ముఖంలో కనిపించిన భయం చూసి "వుహు, వెళ్లండి, వెళ్లి తర్వాత నన్ను పిలవండి."

లేవిన్ అన్నగారి గదిలోకి వెళ్లి చూసిందీ, అనుభూతి చెందిందీ అతను వూహించనట్టుగా వుంది. అన్నగారు మామూలుగా క్షయ రోగులందరికీ వుండే అనవసరమైన ఆందోళనతో వుంటాడులెమ్మని లేవిన్ అనుకున్నాడు. ఆ ఆకురాలు కాలంలో అన్నగారు తన దగ్గరికి వచ్చినపుడు తనని చకితుణ్ణి చేసిన స్థితి అదీ. మృత్యు సామీప్యపు శారీరక లక్షణాలు మరింత

స్పష్టంగా కనిపించవచ్చు, ఎక్కువ నీరసం, మరింత ఎండిపోవడం లాంటివి; కాని మొత్తంమీద మునుపటి స్థితిలోనే వుండచ్చులెమ్మని అనుకున్నాడు. లోగడ అతను వచ్చినప్పుడు అనిపించినట్టే ప్రియమైన అన్న బతకడనీ, మృత్యువు పట్ల అదే భయం కలుగుతుందనీ కాకపోతే మరింత తీవ్రంగా వుండచ్చనీ అనుకున్నాడు. అలా అతను మనసులో వూహించుకుని పరిస్థితిని యెదుర్కోవడానికి తయారై వెళ్ళాడు. కాని అక్కడ అతనికి పూర్తిగా భిన్నమైన దృశ్యం కనిపించింది.

ఆ గది చిన్నది. మురికిగా వుంది. గోడమీద అతికిన రంగుల పలకలు శ్రద్ధపట్టక మరకలు మరకలుగా వున్నాయి. పల్చని గోడ అవతలినుంచి ఎవరివో గొంతుకలు వినిపిస్తున్నాయి. గదినిండా చెడు వాసనలు కొడుతున్నాయి. అలాంటి గదిలో గోడకి దూరం జరిపిన మంచంమీద దుప్పటీ కప్పుకుని ఓ శరీరం పడుకుంది. ఆ శరీర బాహువు వొకటి దుప్పటీ పైన వుంది. ఆ బాహువు హస్తం, మోచేతిదాకా వొక్క రీతిగా, సన్నటి సలాకకి ఆటగొర్రు తగిలించినట్టుగా వుంది. తల దిండుమీద వొక పక్కకి వొరిగింది. కణతలమీద స్వేదబిందువుల చెమ్మకి అంటుకున్న పల్చని జుట్టు, ముక్కిపోయి పారదర్శక చర్మం వున్నట్టు కనిపించే నుదురు లేవిన్‌కి కనిపించాయి.

'ఈ ఘోరమైన శరీరం మా అన్న నికొలాయ్ కాదు' అనుకున్నాడు లేవిన్. కాని దగ్గరికి వెళ్ళి ముఖం చూడగానే అనుమానఛాయలు కూడా మిగల్లేదు. ఆ ముఖంలో భయంకరమైన మార్పులు వచ్చినప్పటికీ, తన దగ్గరికి వచ్చిన మనిషికేసి చూడ్డానికిగాను పైకి యెత్తిన సజీవ నేత్రాలని చూస్తే చాలు, చెమ్మగిలిన మీసం కింద పెదాల నీరస కదలిక చూస్తే చాలు. ఈ మృతశరీరం తన సజీవ సోదరుడన్న భయంకర సత్యాన్ని లేవిన్ గ్రహించడానికి.

మిలమిల మెరిసే నికొలాయ్ కళ్లు గదిలోకి వచ్చిన తమ్ముడికేసి కఠినంగా నిష్ఠూరంగా చూశాయి. తక్షణం ఆ చూపు జీవితుల మధ్య జీవ సంబంధాన్ని స్థాపించింది. ఆ చూపులో ద్యోతకమయ్యే తత్కాల నిష్ఠూరం, తన సుఖశాంతుల పట్ల పశ్చాత్తాపం లేవిన్‌కి అనుభూతం అయ్యాయి.

లేవిన్ నికొలాయ్ చేతిని తన చేతిలోకి తీసుకోగానే అతను చిరునవ్వు నవ్వాడు. ఆ చిరునవ్వు నీరసంగా వుంది. కనిపించీ కనిపించనట్టుగా వుంది. ఆ చిరునవ్వు వున్నా కూడా చూపులో ద్యోతకమయే కఠోరత మారలేదు.

"నన్నిలా చూస్తావని అనుకున్నావా?" అని అతను గొణిగాడు.

"ఊఁ... లేదు" అని లేవిన్ తడబడ్డాడు. "నువ్వు ముందే, అంటే పెళ్లప్పుడే, ఎందుకు వర్తమానం చెయ్యలేదు? నీకోసం ఎన్నో చోట్ల వాకబు చేశాను" అన్నాడు.

మౌనంగా వుండకూడదని మాట్లాడ్డం తప్పిస్తే లేవిన్‌కి ఏం చెప్పాలో తెలియలేదు. ముఖ్యంగా నికొలాయ్ తను అనే ప్రతి మాట ప్రాముఖ్యం ఏమై వుంటుందా అని శోధిస్తున్నట్టు చూపు నిలిపి ఏమీ మెదలకుండా వుండడంతో మరీ అలా అనిపించింది. తన భార్య కూడా తనతో వచ్చిందని లేవిన్ చెప్పాడు. నికొలాయ్ సంతోషం కనపింపచేశాడు. కాని తన పరిస్థితి ఆమెని భయపెడుతుందేమోనని గాబరాపడుతున్నానని అన్నాడు. తర్వాత ఎవరూ మాట్లాడలేదు.

ఉన్నట్టుండి నికొలాయ్ కదిలి మాట్లాడ్డం మొదలుపెట్టాడు. అతని ముఖంలో కనిపించిన భావాన్ని బట్టి అతను ఏదో చాలా ముఖ్యమైన, అర్థవంతమైన విషయాన్ని చెప్తాడని లేవిన్ అనుకున్నాడు కాని అతను తన ఆరోగ్యం గురించి చెప్పాడు. డాక్టర్ని తిట్టిపోశాడు. మాస్కోనుంచి గట్టి డాక్టర్ని పిలిపించలేదని బాధపడ్డాడు. అతనికి ఇంకా బతకవచ్చనే ఆశ వున్నట్టు లేవిన్‌కి అర్థమైంది.

అతను మాట్లాడ్డం ఆపగానే లేవిన్ ఆ అవకాశాన్ని తీసుకుని లేచి నుంచున్నాడు. ఓ క్షణంసేపైనా యాతనాభరిత ఉద్రేకాలనుంచి తప్పించుకుందామని అనుకుని తను వెళ్లి భార్యని తీసుకువస్తానని అన్నాడు.

"మంచిది, గది శుభ్రం చెయ్యమంటాన్లే. ఇది మురిగ్గా వున్నట్టుంది, గబ్బుగా వున్నట్టుంది. మాషా, ఇక్కడ శుభ్రం చెయ్యి" అని అతను కష్టంమీద అన్నాడు. "శుభ్రం చేసేసి వెళ్లిపో" అని, తమ్ముడికేసి ఏం అన్నట్టు చూశాడు.

లేవిన్ ఏమీ జవాబు చెప్పలేదు. వరండాలోకి వెళ్లి ఆగాడు. భార్యని తీసుకువస్తానని అన్నాడేగాని, అన్నగారి గదిలోకి వెళ్ళాక తనకి కలిగిన త్రాసని చూసి ఆమె ఆ గదిలోకి అడుగుపెట్టకుండా వుండేటట్టు ఆమెని వొప్పించాలనుకున్నాడు. 'నాకుమల్లే తనూ ఎందుకు యాతనపడ్డం?' అనుకున్నాడు.

"చెప్పు ఎలా వుందాయనకి?" అని కిట్టీ అడిగింది. ఆమె ముఖంలో భయం కనిపించింది.

"అబ్బ, ఘోరం, ఘోరం! నువ్వెందుకొచ్చావిక్కడికి" అన్నాడు లేవిన్.

కిట్టీ కొన్ని క్షణాలసేపు బెరుగ్గా జాలిగా భర్తకేసి చూసింది. తర్వాత అతని దగ్గరికి వెళ్లి రెండు చేతుల్తోనూ అతని చెయ్యి పట్టుకుంది.

"మంచివాడివి కదూ! నన్ను ఆయన దగ్గరికి తీసుకెళ్లవూ! మన ఇద్దరికీ ఇది భరించడం తేలిక అవుతుంది. ఊరికే నన్నక్కడికి తీసుకువెళ్లి వదిలిపెట్టెయ్యి చాలు, ఏం" అని అతన్ని బతిమాలింది. "నిన్ను చూసి, ఆయన్ని చూడకపోవడం నాకు ఇంకా కష్టంగా వుంటుంది, ఊఁ? నేను నీకూ ఆయనకీ ఏమన్నా సాయపడతానేమో. ఊఁ? నీకు పుణ్యం వుంటుంది, నన్ను తీసికెళ్లు" అని ఆమె తన జీవిత సుఖ సౌభాగ్యాలు దానిమీదే ఆధారపడినట్టు అంది.

లేవిన్ సంబాళించుకున్నాక ఆమె అభ్యర్థనని కాదనలేకపోయాడు. మాషా విషయం పూర్తిగా మర్చిపోయి కిట్టీని అన్నగారి గదిలోకి తీసుకెళ్లాడు.

తేలిగ్గా అడుగులు వేస్తూ, మాటిమాటికీ భర్తకేసి చూస్తూ, ధైర్యంగా సానుభూతిగా కనిపిస్తూ ఆమె రోగి గదిలోకి వెళ్లింది. హడావుడిపడకుండా మెల్లిగా వెనక్కి తిరిగి తలుపు వేసింది. చప్పుడు చెయ్యకుండా గబగబా అడుగులు వేస్తూ రోగి మంచం దగ్గరికి వెళ్లింది. అతను తల తిప్పవలసిన అవసరం లేకుండా అటువేపే వెళ్లింది. వెంటనే శల్యావశిష్టంగా వున్న అతని పెద్ద చేతిని నవనవలాడే తన పడుచుహస్తంతో పట్టుకుని, ఆడవాళ్లు మాట్లాడే తీరులో ఏమాత్రం కష్టం కలగనియ్యకుండా ఎంతో జాలి కనబరుస్తూ మృదు సజీవ స్వరంతో అతనితో మాట్లాడింది.

"మనం జర్మనీలో ఖనిజ జలం దగ్గర కలుసుకున్నాం కాని అప్పుడు మనకి పరిచయం అవలేదు" అంది కిట్టీ. "నేను మీ మరదల్ని అవుతానని అప్పుడు మీరు అనుకుని వుండరు" అంది.

"మీరు నన్ను గుర్తుపట్టి వుండలేరు కదా?" అని నికొలాయ్ కిట్టీ గదిలోకి అడుగుపెడుతూనే తన ముఖంలో లాస్యంచేసిన చిరునవ్వుతో అన్నాడు.

"ఎందుక్కాదు? గుర్తు పట్టగలను. మాకు కబురు చెయ్యడం మంచిదైంది. మీ తమ్ముడు రోజూ మిమ్మల్ని జ్ఞాపకం చేసుకుంటూనే వుంటారు, మిమ్మల్ని గురించి అనుకుంటూనే వుంటారు" అంది.

కాని రోగిలో కనిపించిన సజీవ చైతన్యం ఎక్కువసేపు నిలవలేదు.

ఆమె మాట్లాడ్డం ముగించకముందే జీవంతో తొణికిసలాడేవాళ్ల పట్ల మరణించేవాళ్లకి వుండే ఈర్ష్యా కఠోర భావం, నిష్ఠుర భావం నికొలాయ్ ముఖంలో కనిపించాయి.

"మీకు ఇక్కడ సౌకర్యంగా వున్నట్టు లేదు" అని ఆమె అతని చూపు తప్పించుకుని గదిని కలియచూస్తూ అంది. "వేరే గది ఇమ్మని హొటల్ ఆయనతో చెప్పాలి" అంది భర్తకేసి తిరిగి. "మన గదికి దగ్గర్లో" అంది.

18

లేవిన్ అన్నగారికేసి నిబ్బరంగా చూడలేకపోయాడు. అతని సమక్షంలో నిబ్బరంగా, మామూలుగా వుండనూ లేకపోయాడు. అతని దగ్గర వున్నప్పుడు లేవిన్ కళ్లూ, ధ్యానమూ తనకి తెలియకుండానే పరదా పడినట్టైపోయేవి. అన్నగారి పరిస్థితిని వివరంగా చూడలేకపోయాడు. లేవిన్‌కి భయంకరమైన వాసన తగుల్తోంది. మురికి గడబిడ, అన్నగారి యాతనభరిత స్థితి చూస్తున్నాడు. అతని మూలుగులు చెవిన పడుతున్నాయి. కాని చెయ్యగలిగిందేమీ లేదని అనుకున్నాడు. అన్నగారి పరిస్థితిని వివరంగా చూద్దాం, దుప్పటి కింద ఆ శరీరం ఎలాంటి స్థితిలో వుందో చూద్దాం. శుష్కించిపోయిన కాళ్లు, నడుము, కటి భాగం ఎలా వంగిపోయి వున్నాయో? అతనికి మెరుగ్గా వుండేటట్టు చెయ్యలేకపోయినా కనీసం బాధ ఇంతలా లేకుండా తగ్గించగలమేమో అన్న ఆలోచనే అతని బుర్రకి తట్టలేదు. ఈ వివరాల గురించి అనుకుంటే చాలు లేవిన్ వెన్నుపూసలో వణుకు పుట్టుకొచ్చింది. అన్నగారిని మరింత కాలం బతికించుకునేట్టు చెయ్యడంగాని అతని బాధని తగ్గించడంగాని ఏ రకంగానూ సాధ్యం కాదని లేవిన్‌కి గట్టి నమ్మకం పాతుకుపోయింది. తమ్ముడు తనకి సాయం చెయ్యడం అసాధ్యమనుకుంటున్నాడని రోగి భావించుకున్నాడు. అందుకని అతనికి తృణీకారం కలిగింది. దాంతో లేవిన్ పరిస్థితి మరీ భారంగా తయారైంది. రోగి గదిలో వుండడమూ యాతనగా వుంది, ఉండకుండా పోవడమూ యింకా యాతనగా వుంది. మాటిమాటికీ ఏదో సాకుతో గదిలోనుంచి బయటికి వెడుతూ, ఒంటరిగా వుండడం సాధ్యం కాకపోవడంవల్ల మళ్లీ లోపలికి వస్తూ కాలయాపన చేశాడు.

కాని కిట్టీ అలా ఆలోచించలేదు, అలా అనుకోలేదు. ఆమె చర్యలూ అలా లేవు. రోగిని చూడగానే ఆమెకి అతని పట్ల జాలి కలిగింది. ఆ జాలి ఆమె నారీ హృదయంలో భర్త హృదయంలో మాదిరి భయాన్నీ యేవగింపునీ కలిగించలేదు. కాని ఏదన్నా చెయ్యాలన్న ప్రేరణని, రోగి పరిస్థితిని వివరంగా తెలుసుకోవాలన్న కోరికని అతనికి సాయపడాలన్న కోరికని కలిగించింది. తను అతనికి సాయం చెయ్యాలన్న విషయంలో ఎలాంటి సందేహమూ లేనందుకు, తను అలా చెయ్యగలదు అన్నదాంట్లో కూడా ఏ మాత్రం సందేహమూ ఆమెకి లేకపోయింది. ఆమె వెంటనే ఆ పనికి నడుంకట్టింది. ఏ విషయాల గురించి వివరంగా అనుకోవడం భర్తకి వణుకుపుట్టించిందో వాటిమీదే ఆమె తక్షణం దృష్టిపెట్టింది. డాక్టరుకి కబురు చేసింది. మందుల కోసం పంపించింది. తనతో వచ్చిన పనిమనిషినీ, మాషానీ గది తుడవడానికీ, దుమ్ము దులపడానికీ, కడగడానికీ పురమాయించింది. తనే కొన్నిటిని తుడిచి కడిగింది. దుప్పటి కింద దేన్నో పెట్టింది. ఆమె సూచనల మేరకి రోగి గదిలో కొన్ని వస్తువుల్ని తెచ్చి పెట్టారు, కొన్ని వస్తువుల్ని అక్కడినుంచి తొలగించారు. వరండాలో ఎవరు ఎదురవుతున్నారూ ఏమిటీ అనే పట్టింపు లేకుండా ఆమె కొన్నిసార్లు తన గదికి వెళ్లి అక్కణ్ణుంచి దుప్పట్లు, గలేబులు, తువ్వాళ్లు, రోగికి చొక్కాలు వగైరా తీసుకువచ్చింది.

ఉమ్మడి హాల్‌లో ఇంజనీర్లకి భోజనాల ఏర్పాట్లు చూస్తున్న నౌకరు కిట్టీ కబురంపగానే కొన్నిసార్లు ముసురు ముఖం పెట్టుకు వచ్చాడు. కాని ఆమె అడిగిందాన్ని చెయ్యనని అనలేక పోయాడు. ఆమె అంత స్నేహంగా అడగడంతో కాదనడం అతనికి కష్టమయింది. లేవిన్ దీన్ని దేన్నీ సమ్మతించలేకపోయాడు. రోగికి దానివల్ల లాభం వుంటుందని అతనికి నమ్మకం కలగలేదు. పైగా అతనికి కోపం వస్తుందేమోనని కూడా లేవిన్‌కి భయం కలిగింది. రోగి తనకేం పట్టనట్టుగా పైకి కనిపించినా కోప్పడలేదు. సిగ్గు పడ్డాడు. మొత్తంమీద కిట్టీ చేసినదాంట్లో ఆసక్తి చూపించాడు. కిట్టీ పంపిస్తే డాక్టరు దగ్గరికి వెళ్లి అతన్ని తీసుకువచ్చాడు లేవిన్. వచ్చి తలుపు తొయ్యగానే కిట్టీ ఆదేశానుసారం మాషా, నౌకరూ కలిసి అన్నగారికి చొక్కా మారుస్తూ వుండడం కనిపించింది. వెనకనుంచి చూస్తే బారుగా తెల్లగా వున్న కాయం, పొడుచుకువచ్చిన భుజాస్థులు, ఎండిపోయిన పక్కటెముకలు, వెన్నుపూస పూర్తిగా ఆచ్ఛాదన లేకుండా కనిపించాయి. రోగి వేళాడే పొడుగాటి చేతులకి మాషా, నౌకరూ కలిసి చొక్కా చేతులు తొడగలేకపోతున్నారు. లేవిన్ రాగానే వెంటనే కిట్టీ తలుపులు మూసేసి రోగి వేపు చూడకుండా ముఖం తిప్పుకుంది. కాని రోగి మూలగడంతో ఆమె గబగబా అతనివేపు వెళ్లింది.

"వూ గబగబా కానీండి" అంది కిట్టీ.

"ఇక్కడికి రావద్దు" అన్నాడు రోగి కోపంగా. "నేను నా అంతట..."

"ఏమంటారు?" అని మాషా అడిగింది.

కాని కిట్టీ వింది. తన ముందు చొక్కా లేకుండా కనిపించడానికి అతను సిగ్గుపడుతున్నాడనీ, బాధపడుతున్నాడనీ గ్రహించింది.

"నే చూడ్డంలేదు, నే చూడ్డంలేదు" అని కిట్టీ చొక్కా తొడుగుతూ అంది. "మాషా! అటువేపు వెళ్లి సరిగా లాగండి" అంది.

"కొంచెం వెళ్లి నా చిన్న సంచీలో సీసా వుంటుంది, తే" అని భర్తకేసి తిరిగి అంది. "పక్కనున్న చిన్న అరలో వుంటుంది. తీసుకురా, ఈ లోపున ఇక్కడ అంతా సర్దేస్తాం" అంది.

సీసా తీసుకుని లేవిన్ తిరిగి వచ్చేటప్పటికి రోగి పడుకున్నాడు, అక్కడ అంతా మారిపోయింది. చెడ్డ వాసన పోయింది. ద్రావకం, అత్తరు కలిసిన సుగంధం వ్యాపించింది. కిట్టీ ఓ గొట్టాన్ని పెదాల దగ్గర పెట్టుకుని, యెర్రని చెక్కిళ్లతో వూదుతూ దాన్ని చిమ్మింది. ఎక్కడా దుమ్మన్న మాట లేదు. మంచం పక్కన నేలమీద ఓ కంబళీ పరిచి వుంది. బల్లమీద మందు సీసాలు, నీళ్ల సీసా సర్ది వున్నాయి. తుడిచే గుడ్డ కొత్తదీ వుంది. కిట్టీ ఎంబ్రాయిడరీ చేసిందీ వుంది. మంచం పక్క బల్లమీద నీళ్ల గ్లాసు, కొవ్వొత్తి, ఏవో చూర్ణాలూ వున్నాయి. రోగికి శుభ్రంగా చేతులూ ముఖమూ కడిగి తల దువ్వి శుభ్రమైన దుప్పట్లమీద ఎత్తుగా పేర్చిన దిండ్లకి ఆన్చి పడుకోబెట్టారు. అతను కొత్త చొక్కా తొడుక్కున్నాడు. ఎండిపోయిన మెడమీద ఆ చొక్కా తెల్లని కాలరు అంటిపెట్టుకు వుంది. అతని కళ్లు కిట్టీమీదనుంచి మళ్లలేదు, ఆ కళ్లల్లో నూతన ఆశ కనిపించింది.

క్లబ్బులో వెతికి లేవిన్ పట్టుకువచ్చిన డాక్టరు నికొలాయ్‌కి చేసే పాత డాక్టరు కాదు. నికొలాయ్‌కి అసంతృప్తి కలిగించిన అతను కాదు. ఈ కొత్త డాక్టరు స్టెతస్కోప్ పెట్టి విని తల ఊపి ఏదో ప్రిస్క్రిప్షన్ రాసి మందుని యెలా తీసుకోవాలో మొదట సవివరంగా చెప్పాడు. తర్వాత పథ్య పానాలు ఎలా వుండాలో వివరించాడు. పచ్చివిగాని మెత్తగా వుడకబెట్టినవిగాని గుడ్లు తీసుకోవచ్చుట, గోరువెచ్చగా కాచిన పాలల్లో సోడా నీళ్లు కలిపి తీసుకోవచ్చుట. డాక్టరు వెళ్లిపోయాక నికొలాయ్ ఏదో లేవిన్‌తో చెప్పాడు. కాని లేవిన్‌కి 'నీ కాత్యా' అనే మాటలే తెలిశాయి. కాని అతను ఆమెకేసి చూసిన తీరుని బట్టి ఆమెని మెచ్చుకుంటున్నాడని లేవిన్‌కి అర్థమైంది. అన్న కిట్టీని కాత్యా అని పిలిచి దగ్గరకి రమ్మన్నాడు.

"నాకు చాలా మెరుగ్గా వుంది!" అన్నాడు. "మీ దగ్గర వుండి వుంటే ఎప్పుడో బాగయివుండేది నాకు. ఎంత తేలిగ్గా వుంది!" అన్నాడు. అతను ఆమె చేతిని తీసుకుని దాన్ని పెదాలదాకా పట్టుకున్నాడు. కాని ఆమె వెలపరంతో దులపరించుకుంటుందేమో అనుకున్నట్టు మళ్లీ వదిలేసి ఊరికే నిమిరాడు. కిట్టీ అతని చేతిని తన రెండు చేతుల్లోకీ తీసుకుని అదిమింది.

"నన్ను ఎడమ వేపు తిప్పి, వెళ్లి కాసేపు నిద్రపోండి" అని అతను గొణిగాడు.

అతనేమన్నాడో కిట్టీ తప్ప ఎవరూ గ్రహించలేదు. ఆమెకి అర్థమైంది. ఎందుకంటే అతని ప్రతి కోరిక ఏమై వుంటుందో వూహించడంమీదనే ఆమె మనసు లగ్నం అయింది.

"అటువేపుట" అంది భర్తతో. "ఆయన ఎప్పుడూ అటు ఒత్తిగిలే పడుకుంటారు. మీరు సాయం చెయ్యండి, వేరే మనిషిని పిలిస్తే ఆయనకి ఇష్టం వుండదు. నేను తిప్పలేను. మీరు చెయ్యగలరేమో" అంది మాషాకేసి తిరిగి.

"నాకు భయంగా వుంది" అంది మాషా.

ఆ భయంకరమైన శరీరాన్ని చేతుల్లోకి తీసుకోవడం లేవిన్‌కి భయంకరంగా వున్నాగానీ, దుప్పటీ కింద వున్న శరీర భాగాల్ని గురించి అనుకోవడం కూడా అతనికి ఇష్టం లేకపోయినా స్పృశించడం భయంకరంగా వున్నాగానీ అతను భార్య చెప్పినట్టే చేశాడు. ఆమెకి బాగా

తెలిసిన గంభీర వాలకం పెట్టి - తన ఈ వాలకం ఆమెకి బాగా తెలుసు - చేతులు చాచి అన్నగార్ని పట్టుకున్నాడు. తను దారుఢ్యవంతుడే అయినా శుష్కించిపోయిన ఆ అవయవాల భారం అతనికి ఆశ్చర్యం కలిగించింది. అన్నగారి భారీ శల్య హస్తం తన మెడని చుట్టుకోగా తను అతన్ని ఎత్తుతూ వుంటే కిట్టీ గబగబా ఏం మాట్లాడకుండా తలగడలు ఎత్తి, దులిపి రోగి తలకింద సర్దింది, ఆమె నికొలాయ్ జుట్టుని సర్దింది. అది పలచగా వుంది. అతని తలకి మళ్లీ అంటుకుపోయింది.

రోగి తమ్ముడి చేతిని తన చేతితో పట్టుకున్నాడు. అతను కావాల్సికి ఎందుకనో తన చేతిని అతనివేపు లాక్కుంటున్నట్టు లేవిన్‌కి అనిపించింది. ఏం విదిలించుకోకుండా అతను ఉగ్గబట్టి వున్నాడు. అవును, రోగి తన చేతిని యెత్తి ముద్దుపెట్టుకున్నాడు. లేవిన్ వెక్కుతో కదిలిపోతూ, ఆపుకోలేక ఒక్క మాట కూడా అనలేక గదిలోనుంచి బయటికి వెళ్లిపోయాడు.

19

"మహర్షులకు బోధపడని రహస్యాన్ని* పసిపిల్లలకు అమాయకులకు విశదం చేసితిని" - ఆ సాయంత్రం భార్యతో మాట్లాడుతూ వుండగా లేవిన్ ఆమెని గురించి అనుకున్నాడు.

లేవిన్ తను మహర్షినని భావించుకుంటూ వున్నందువల్ల అతనికి పవిత్ర గ్రంథంలోని ఈ పాదాలు గుర్తుకువచ్చాయని కాదు. అతను వివేకవంతుణ్ణని అనుకోలేదు కాని తన భార్య కంటే, అగాఫ్యా మిహైలొవ్నా కంటే తనకి ఎక్కువ అవగాహన వుందని అతనికి తెలియకపోలేదు. మృత్యువు గురించి ఆలోచన చేసినప్పుడు తన సర్వబౌద్ధిక శక్తితోనూ అలా చేస్తాడని అతనికి తెలుసు. మృత్యువు గురించి తను ఏ మహాత్ముల రచనలు చదివాడో వాళ్లంతా ఆ విషయంమీద గాఢావలోకనం చేశారనీ, కాని దాన్ని గురించి తన భార్య, అగాఫ్యా మిహైలొవ్నాలకి తెలిసినదాంట్లో శతాంశం కూడా వాళ్లకి తెలియదనీ అతనికి తెలుసు. ఈ ఇద్దరు నారీమణులు, అగాఫ్యా మిహైలొవ్నా, కాత్య అని తన అన్నగారు సంబోధించిన కిట్టీ,-తనకీ ఇప్పుడు అలా ఆమెని పిలవడం ఇష్టమైంది - భిన్నమైన వ్యక్తిత్వాలు వున్నవాళ్లైనా ఈ విషయానికి సంబంధించి ఒకలాగే వున్నారు. జీవితం ఏమిటి, మృత్యువు ఏమిటి అని ఇద్దరికీ నిస్సందేహంగా తెలుసు; అలాగే లేవిన్ ముందు ప్రత్యక్షం అయే ప్రశ్నలని వాళ్లు అర్థం చేసుకోనూ లేరు, సమాధానం చెప్పనూ లేరు. ఈ ఘటన ప్రాముఖ్యం గురించి ఆ ఇద్దరికీ సందేహం లేదు. లోకంలో వున్న కోట్లాది ప్రజలలాగా ఆ ఇద్దరికీ ఈ విషయంలో ఒకే దృష్టికోణం వుంది. మృత్యువు అంటే ఏమిటీ అనేది ఆ ఇద్దరికీ తెలుసునని చెప్పడానికి దాఖలా ఏమంటే ఏ రకమైన తటపటాయింపులూ లేకుండా మృత్యు సమీపంలో ఏం చెయ్యాలో వాళ్లకి తెలిసి వుండడం, అదంటే భయపడకపోవడం. లేవిన్, అతనిలాంటి ఇతరులూ కూడా మృత్యువు గురించి ఎంతో విపులీకరించగలిగినా అదంటే ఏమిటో వాళ్లకి తెలియదనడం స్పష్టం. ఏమంటే వాళ్లకి మృత్యువు అంటే భయం, ఎవరైనా చనిపోయేటప్పుడు ఏం చెయ్యాలో వాళ్లకి అసలు తెలీదు. అన్నగారు నికొలాయ్‌తో లేవిన్ ఒక్కడూ గనక ఇప్పుడు వున్నట్లయితే అతను భయభ్రాంతుడై అన్నగారికేసి చూస్తూ వుండేవాడు, అంతకుమించి ఏమీ చెయ్యలేకపోయి వుండేవాడు.

ఏం మాట్లాడకుండా కూర్చోవడమూ అనుచితమే. 'అతనికేసి చూస్తే నేను తననే పరీక్షగా చూస్తూ వున్నాననీ, తనంటే భయపడుతున్నాననీ అనుకుంటాడు; చూడనూ - నేను ఏవో వేరేవాటి గురించి అనుకుంటూ వున్నానని బాధపడచ్చు. మునివేళ్లమీద నడిచి వెళ్లానా అతనికి తప్పుగా తోచవచ్చు, గబగబా నడిచానా బాగుండదు.' కిట్టీకి ఇలాంటి ఆలోచనలేమి లేవనేది స్పష్టమే. నిజానికి తన గురించి ఆలోచిస్తూ కూర్చునే వ్యవధీ ఆమెకి లేదు. ఆమె నికొలాయ్ గురించే ఆలోచిస్తోంది. ఆమెకి ఏదో తెలుసు, అంచేత అంతా సవ్యంగా జరుగుతోంది. ఆమె అతనికి తన గురించి చెప్పింది. తన పెళ్లి గురించి చెప్పింది. చిరునవ్వు నవ్వింది. అతన్ని చూసి జాలిపడింది. అతనితో మృదువుగా ప్రవర్తించింది. లోకంలో అద్భుతంగా కోలుకున్న ఘటనల గురించి చెప్పింది. అంతా సాఫీగా సాగింది. అంచేత ఆమెకి తెలుసుననే అనుకోవాలి. కిట్టీ, అగాఫ్యా మిహైలొవ్నాల చర్యలు సహజ ప్రేరణవల్ల, ఐంద్రిక అహేతుక వ్యవహార పరిణామంవల్ల వచ్చినవి కాదు. వాళ్లు రోగి భాధని తగ్గించడానికి ప్రయత్నించడం, శారీరక పోషణ విషయం చూడ్డం మాత్రమే కాక ఆ ఇద్దరూ మరణించే వ్యక్తి శారీరక సేవ చెయ్యడంకంటే ఎక్కువ అపేక్షించారు. దానికి మరణించే వ్యక్తి శరీరంతో ఏ సంబంధమూ లేదు. అగాఫ్యా మిహైలొవ్నా ఆ మధ్య చనిపోయిన వ్యక్తి గురించి అంది: దేముడి దయవల్ల అతనికి ధర్మానుష్టానం, పవిత్ర విలేపన సంస్కారం జరిగాయి. ప్రతివాళ్లకీ పరాత్పరుడు అలాంటి మరణం ప్రసాదించాలి." కిట్టీ కూడా నికొలాయ్‌కి శుభ్రమైన బట్టలు తొడగడం, తాగేందుకు నీళ్లు ఇవ్వడం, శయ్యావ్రణాల్ని నయం చెయ్యడంలాంటి వాటి గురించి సతమతమవుతూవున్నా ధర్మానుష్టానం,పవిత్ర విలేపన సంస్కారం తీసుకొనేటట్టు అతన్నిమొదటిరోజునే సమ్మతి చేసింది.

లేవిన్ రోగి గదినుంచి రాత్రి పడుకునేందుకు తమ రెండు గదులకీ వెళ్లాక తల వాలేసుకుని ఏం చెయ్యాలో తోచక కూర్చుండిపోయేడు. భోజనం, పడక ఏర్పాట్లు చూడమని చెప్పడం, ఇకముందు ఏం చెయ్యాలీ అన్న ఆలోచన చెయ్యడం సరే సరి. అతను భార్యతో మాట్లాడను కూడా మాట్లాడలేకపోయాడు. అతనికి సిగ్గుగా వుంది. కిట్టీ తద్భిన్నంగా మామూలు రోజుల్లోకంటే చురుగ్గా వుంది. మామూలు రోజుల్లోకంటే చొరవగా వుంది. భోజనం తెమ్మని పురమాయించింది. తనే సామాన్లని సర్దింది, పడకలు వెయ్యడానికి చెయ్యి అందించింది. వాటిమీద క్రిమినాశక మందు చల్లడం కూడా మర్చిపోలేదు. యుద్ధానికి ముందు, జీవిత ప్రమాద భూయిష్ట నిర్ణాయక క్షణంలో, ఓ మగాడికి వచ్చేలాంటి ఉత్సాహమూ, శీఘ్ర గ్రహణశక్తీ ఆమెకి వచ్చాయి. అలాంటి క్షణంలో ఆ మగవాడు తన సామర్థ్యాన్ని ప్రదర్శిస్తాడు. ఆ క్షణానికి ముందుదాకా వున్న జీవితమంతా వ్యర్థం కాదనీ, ఆ అత్యంత ముఖ్య ఘటనకి సన్నద్ధం కావడమనీ రుజువు చేస్తాడు.

కిట్టీ ప్రతి పనినీ లాఘవంగా చేసింది. ఇంకా అర్థరాత్రి కూడా కాలేదు, అన్ని వస్తువులూ చక్కగా ఎలా అమిరాయంటే గదులు ఇల్లులాగా, ఇంట్లో వున్న గదుల్లాగా కనిపించాయి. పడకలు ఏర్పాటయాయి. బ్రష్షులు, దువ్వెనలు, అద్దాలు సరిగా సర్ది అమిరాయి. బల్లమీద చేతి తువాళ్లని పరచడం జరిగింది.

అలాంటి సమయంలో తినడం, నిద్రపోవడం, మాట్లాడుకోవడం క్షమించరానివని లేవిన్‌కి అనిపించింది. తన ప్రతి కదలిక అనుచితంగా కనిపించింది. అందుకు విరుద్ధంగా

కిట్టీ బ్రష్షులని సరిగా పెడుతోంది, కాని అన్నిటినీ ఎలా సర్దుతోందంటే అందులో నాలిక కరుచుకోవాల్సింది ఏమీ లేదన్నట్టు చేస్తోంది.

అయినా ఎవరూ తిండి తినలేకపోయారు, నిద్రపోలేకపోయారు, చాలా సేపటిదాకా మెలుకువగా కూర్చుండిపోయారు.

"నాకు చాలా సంతోషంగా వుంది. రేపు పవిత్ర విలేపన సంస్కారం తీసుకుందుకు ఆయన్ని వొప్పించాను" అని ఆమె అద్దం ముందు బ్లౌజు తొడుక్కుని కూర్చుని సువాసనలు చిమ్మే తన మెత్తటి జుట్టుని దువ్వుకుంటూ అంది. "నేనీ సంస్కారం ఏమిటో ఎన్నడూ చూళ్లేదు. కాని ఆయుష్షు కోసం ప్రార్థన చెయ్యడం వుంటుందని అమ్మ చెప్పగా విన్నాను" అంది.

"అతను కోలుకుంటాడని నువ్వు అనుకుంటున్నావా నిజంగా?" అని కిట్టీ దువ్వెన జుట్టుమీద పోనిచ్చినప్పుడు ఆమె గుండ్రటి చిన్న తల వెనక సన్నటి పాపిడి మాయమైపోతూ వుండడం చూస్తూ లేవిన్ అన్నాడు.

"నేను డాక్టర్ని అడిగాను. బావగారు మూడ్రోజులకంటే ఎక్కువ బతకరని చెప్పాడు. కాని డాక్టర్లేం సర్వజ్ఞులా? సరే, ఏమయితేనేం నాకు సంతోషంగా వుంది. ఆయన్ని ఒప్పించాను" అని ఆమె మొహంమీద పడిన జుట్టులోనుంచి భర్తకేసి చూస్తూ అంది. "ఏమన్నా జరగవచ్చు" అని ఆమె అంది. మతం గురించి మాట్లాడినప్పుడల్లా ఆమె ముఖంలో ప్రత్యేక తరహాగా, కొంచెం కొంటెగా, గోచరమయే భావంతో అంది.

పెళ్లికి ముందు మతం గురించి మొదటిసారి మాట్లాడుకున్న తర్వాత ఇద్దర్లో ఎవరూ ఆ విషయం గురించి మళ్లీ ప్రస్తావించలేదు. కాని ఆమె చర్చికి వెళ్లడం, ప్రార్థనలు చెయ్యడం అనే ఆచారాల్ని, అవి అవసరం అయినట్టు, శాంతచిత్తంతో పాటించేది. లేవిన్ ప్రతికూల విశ్వాసం కనబరిచినా అతను కూడా క్రైస్తవుడేననీ, తనలాగా, తనకంటే ఎక్కువ మంచి క్రైస్తవుడేనని ఆమె దృఢంగా నమ్మింది. ఆ విషయం గురించి అతనేం అన్నా అది మగాళ్లకి వుండే పరిహాస ధోరణివల్లనే అనీ అనుకుంది. మంచి ఇల్లాళ్లు కంతల్ని కప్పుతారనీ, కాని తను కావాల్సికి కంతల్ని చేస్తుందనీ, అతను ఎంబ్రాయిడరీ గురించి వ్యాఖ్య చేసినట్టు అంటున్నాడనీ ఆమె అనుకొంది.

"చూశావా, ఆ మనిషి మాషా నువ్వు చేసినట్టు చెయ్యలేకపోయి వుండేది" అన్నాడతను. "నిజం చెప్తున్నా... నువ్వు రావడం నాకు చాలా సంతోషంగా వుంది. నువ్వు పవిత్రతా మూర్తివి..." అంటూ అతను కిట్టీ చేతిని తీసుకున్నాడు కాని ముద్దు పెట్టుకోలేదు (మృత్యువు సన్నిధిలో ముద్దు పెట్టుకోవడం అనుచితం అనిపించి). అతను ఊరికే చేతిని అదిమి కిట్టీ మెరిసే కళ్లల్లోకి అపరాధిలా చూశాడు.

"నువ్వొక్కడివీ ఇక్కడ వుండడం మహా యాతనగా వుండేది" అని ఆమె చేతుల్ని ఎత్తి ముఖం దాచుకుంటూ అంది. ఆమె ముఖం సంతోషంతో యెర్రబడింది. ఆమె జుట్టుని చిన్నగా ముడి చుట్టి సూదులు గుచ్చుకుంది. "వూహుఁ" అంది. "ఆమెకి తెలీదు పాపం. అదృష్టవశాత్తూ నాకు ఖనిజ జలం దగ్గర చాలా విషయాలు తెలిశాయి.

"ఏం, అక్కడ ఇతనంతటి జబ్బు మనుషులుండేవారా?"

"ఇంకా అధ్వాన్నంగా వుండే మనుషులుండేవారు."

"పడుచువాడిగా వున్న రోజులనాటి రూపంలో తప్ప మరోలా అన్నయ్యని వూహించుకోలేకపోతున్నాను. అది చాలా భయంకరంగా వున్న విషయం. చెపితే నమ్మవు నువ్వు అతనెంత అందంగా వుండేవాడో. కాని అప్పుడు నేనతన్ని అర్థం చేసుకోలేదు."

"ఎందుకు నమ్మను! అయినా, నేనూ మంచి నేస్తాలం అయివుండేవాళ్లం అని నాకు అనిపిస్తోంది" అని కిట్టీ ఆగిపోయింది. తన మాటల అర్థ సంకేతానికి భయ విహ్వలితురాలై భర్తకేసి చూసింది. ఆమె కళ్లల్లో నీళ్లు తిరిగాయి.

"అవునవును, అంతే వుండేది" అని అతను విచారంగా అన్నాడు. "ఈ లోకానికి చెందిన మనిషి కాదు అంటూ వుంటారే, అతను నిజానికి ఆ కోవలో మనిషి" అన్నాడు.

"కాని మనకి ముందు ముందు ఇంకా గడ్డు రోజులున్నాయి. ఊఁ, పడుకుందాం" అని కిట్టీ తన చిన్న గడియారంకేసి చూసుకుంటూ అంది.

20

మరణం

మర్నాడు రోగికి ధర్మానుష్ఠానం, పవిత్ర విలేపన సంస్కారం జరిగాయి. ఆ సమయంలో నికొలాయ్ చాలా తీవ్రంగా ప్రార్థన చేశాడు. రంగుల గుడ్డ కప్పిన మేజాపైన దేవ ప్రతిమని పెట్టారు. నికొలాయ్ కళ్లు దానిమీదనే లగ్నం అయి యెంత ఉత్సాహభరిత వేడికోలుతో తీవ్ర ఆశాపూరితంగా కనిపించాయంటే లేవిన్‌కి వాటిని చూడ్డానికి భయం అయింది. అంతటి ఉత్సాహపూరిత వేడికోలు, తీవ్ర ఆశ అతను అంతగా ప్రేమించిన జీవితానికి వీడ్కోలు చెప్పడం కష్టతమం చేస్తాయని లేవిన్‌కి తెలుసు. లేవిన్‌కి అన్నగార్ని గురించీ, అతని ఆలోచనారీతి గురించీ తెలుసు. భగవంతుడిపట్ల అతనికి అవిశ్వాసం కలగడానికి కారణం నమ్మకం లేకుండా బతకడం అతనికి సులభమైనందువల్ల అని కాదు. విశ్వరూపం గురించి ఆధునిక శాస్త్రీయ వివరణలు వచ్చినదాని ఫలితంగా క్రమక్రమంగా భగవంతుడి మీద అతనికి వున్న ఆదరణభావం తొలిగిపోయింది అని లేవిన్‌కి తెలుసు. అంచేత ఇప్పుడు అతని నమ్మకం సత్యపూరితంగా ఆలోచనా పరిణామక్రమంగా వచ్చినటువంటిది కాదు, తాత్కాలికమైంది. స్వస్థత చేకూరాలన్న వివేకహీన తీవ్రకామనా ప్రేరిత స్వలాభాపేక్షవల్ల వచ్చినటువంటిది అనీ లేవిన్‌కి తెలుసు. అద్భుతంగా కోలుకున్న గాథలు చెప్పి కిట్టీ అతని ఆశల్ని రగిలించిందనీ లేవిన్‌కి తెలుసు. ప్రార్థన చేస్తూ ఆశాపూరితంగా వున్న ఆ కళ్లు, ఎండిపోయి శల్యామాత్రంగా మిగిలి, శిలువ గీసుకుందుకు కూడా నుదుటి దగ్గరకి ఎత్తలేని చెయ్యి, బొమికెలు పొడుచుకువచ్చిన భుజాలు, దేనికోసం అయితే అతను అంత తీవ్రంగా ప్రార్థిస్తూ వున్నాడో ఆ ప్రాణాన్ని ఇక నిలబెట్టుకోలేని శూన్య ఛాతీ – వీటిని చూడ్డం లేవిన్‌కి చెప్పలేనంత దుర్భర యాతనగా వుంది. లేవిన్‌కి అవన్నీ తెలుసు. ధార్మిక అనుష్టానం సమయంలో లేవిన్ కూడా ప్రార్థన చేశాడు. నిరీశ్వరవాది అయిన తను వెయ్యిసార్లు చేసినలాంటి వాటినన్నిట్నీ చేశాడు. భగవంతుణ్ణి స్మరిస్తూ అతను

అన్నాడు: "నువ్వంటూ వుంటే ఈ రోగిని స్వస్థుణ్ణి చెయ్యి (ఎన్ని చెప్పినా అనేక సార్లు అలా జరిగింది కదా) అలా చేసి అతన్నీ నన్నూ రక్షించు."

పవిత్ర విలేపనా సంస్కారం తర్వాత రోగి ఆరోగ్యం అనూహ్యంగా బాగుపడినట్టు అనిపించింది. గంటదాకా అతనికి దగ్గనేదే రాలేదు.అతను చిరునవ్వు నవ్వాడు, కిట్టీ చెయ్యి ముద్దు పెట్టుకున్నాడు. కళ్ల నీళ్లు తిరుగుతూ వుంటే ఆమెకి కృతజ్ఞతలు చెప్పి తనకి ఒంట్లో బాగా వుందనిపిస్తోంది అన్నాడు. అతనికి ఏ బాధా అనిపించలేదు. ఆకలి పుట్టినట్టు, లోపల శక్తి వచ్చినట్టు అనిపించింది.భోజనం తెచ్చినప్పుడు స్వయంగా తనే లేచి కూర్చున్నాడు,కట్లెట్ కూడా కావాలని అడిగాడు. అతని పరిస్థితి ఏ మాత్రం ఆశాజనకంగా లేదనీ, ఎంత కోరుకున్నా అతను బతకలేడనీ తెలిసినా లేవిన్, కిట్టీ వొక గంటసేపు సంతోషభరిత, ఉత్తేజిత స్థితిని, అలాగే తాము పొరపాటుపడుతున్నామేమోనన్న భయభీత భావాన్నీ కూడా అనుభవించారు.

"బాగుందా?" – "ఆc, చాలా బాగుంది!" – "ఆశ్చర్యంగా వుంది" – ఇందులో ఆశ్చర్యకరమైందేమీ లేదు" – "మళ్లీ బాగయింది" అని వాళ్లు వొకళ్లకేసి వొకళ్లు చూసుకుంటూ గుసగుసలాడుకున్నారు.

ఈ భ్రాంతి యెక్కువసేపు వుండలేదు. రోగి ప్రశాంతంగా నిద్రపోయాడు. కాని అరగంట తర్వాత దగ్గువల్ల మెలుకువ వచ్చింది. వెంటనే అతనికీ, అతని చుట్టుపక్కల వున్న అందరికీ ఆశ అడుగంటింది. అతను వేదనపడుతున్న యదార్థ స్థితి ఏ అనుమానమూ లేకుండా అతనికి, లేవిన్‌కి, కిట్టీకి అంతకుముందు కించిత్‌మాత్రంగా తలెత్తిన ఆశాలేశాన్ని కూడా మిగల్చకుండా హరించివేసింది.

తనకి అరగంట క్రితం నమ్మకం కలిగించిన విషయాన్ని గురించి ప్రస్తావించకుండా, ఆ స్ఫురణే లజ్జాకారకం అయినట్టు, ఆఘ్రాణించడానికి చిల్లుల కాగితం చుట్టిన అయొడిన్ సీసాని ఇమ్మని అతను అడిగాడు. లేవిన్ అతనికి సీసాని అందిచ్చేడు. ధార్మిక అనుష్టాన సమయంలో మాదిరి తీవ్ర ఆశాపూరిత చూపు చూస్తూ, అయొడిన్ ఆవిరి వాసన చూస్తే మహిమలు జరిగిపోతాయన్న డాక్టరు మాటలు నిజమే కదూ చెప్పు అని లేవిన్‌ని అర్థిస్తున్నట్టు అతని దృష్టి లేవిన్‌మీద లగ్నమైంది.

లేవిన్ డాక్టరు అన్న మాట నిజమేనని ఇష్టంలేకుండా చెప్పడంతో అటూ యిటూ చూస్తూ అతను "ఏం, కాత్యా లేదా యిక్కడ?" అని గరగరలాడే గొంతుకతో అడిగాడు. "నీతో ఇప్పుడు చెప్తా... ఆమె చెప్పింది కదా అని ఆ తంతుకి ఒప్పుకున్నానంతే. ఆమె ఎంత ముచ్చటగా వుంది, కాని మనిద్దరం ఆత్మవంచన చేసుకోలేం కదా! ఇదుగో, దీనిమీద నాకు నమ్మకం వుంది" అని సీసాని శల్యామాత్రంగా వున్న చేత్తో నొక్కి పీలుస్తూ అన్నాడు.

అదే రోజు సాయంత్రం ఎనిమిది గంటలకి లేవిన్, కిట్టీ వాళ్ల గదిలో టీ తాగుతూ వుండగా మాషా వగరుస్తూ పరిగెత్తుకు వచ్చింది. ఆమె ముఖం పాలిపోయింది. పెదాలు వొణుకుతున్నాయి.

"ఆయన ప్రాణం పోతోంది" అని గుసగుసలాడుతూ చెప్పింది. "నాకు భయంగా వుంది ఇప్పుడే చనిపోతాడని" అంది.

వాళ్లు అతని దగ్గరికి పరిగెత్తి వెళ్లారు. నికొలాయ్ మంచంమీద లేచి వొక చేతిమీద ఆనుకుని వీపుని వొంచి కూర్చున్నాడు. అతని తల వాలిపోతూ వుంది.

"ఎలా వుంది నీకు?" అని లేవిన్ ఓ క్షణం ఆగి మెల్లిగా అడిగాడు.

"వెళ్లిపోతానేమో ననిపిస్తోంది" అని నికొలాయ్ కష్టంమీదే కాని స్పష్టంగా, మెల్లిగా వొక్కొక్క మాటే వదులుతూ అన్నాడు. అతను తల ఎత్తలేదు, కళ్లు మాత్రం ఎత్తేడు కాని ఆ చూపు తమ్ముడి ముఖం దాకా అందలేదు. "కాత్యా, నువ్వెళ్లిపో" అని అన్నాడు.

లేవిన్ ఠక్కున లేచి, తప్పదన్నట్టు గుసగుసలాడుతూ ఆమెని బయటికి వెళ్లిపోయేటట్టు హడావుడి చేశాడు.

"వెళ్లిపోతున్నా" అని నికొలాయ్ మళ్లీ అన్నాడు.

"ఎందుకలా అంటావ్?" అని లేవిన్ ఏదో వొకటి అనాలన్నట్టు అన్నాడు.

"వెళ్లిపోతున్నాను కాబట్టి" అన్నాడు ఆ పదబంధం ఇష్టంగా వున్నట్టు రెట్టిస్తూ. "తుది ఘడియ వచ్చింది" అన్నాడు.

మాషా అతని దగ్గరికి వచ్చింది.

"పడుకుంటే మీకు బాగా వుంటది" అంది.

"కొంచెంసేపట్లోనే మాటా పలుకూ లేకుండా పడుకుంటా" అని నికొలాయ్ గొణిగాడు. "చనిపోయి" అని వ్యంగ్యంగా చిరాకుపడుతూ అన్నాడు. "సరే, కావాలనుకుంటే పడుకోబెట్టండి" అన్నాడు.

లేవిన్ అన్నగార్ని నడుంమీద వాలేటట్టు కిందికి పడుకోబెట్టాడు. తను పక్కన కూర్చుని తదేక ధ్యానంతో అతని ముఖంలోకి చూశాడు. మృత్యు శిఖరంమీదకి చేరిన నికొలాయ్ వెల్లకిలా కళ్లు మూసుకుని పడుకున్నాడు కాని నుదుటిమీద కండరాలు అతనేదో దీర్ఘ గాఢ ఆలోచనలో నిమగ్నమై వున్నట్టు కంపించాయి. లేవిన్ అప్రయత్నంగానే అన్నగారి అంతరంగంలో ఏం జరుగుతోందా అని అతని ఆలోచనలేమిటో వూహించబోయాడు. కాని అన్నగారి ఆలోచనలని అందులో ప్రయత్నం చేసినా, అతని శాంత గంభీర వదనంమీది భావాన్ని బట్టీ, కనుబొమల పైన కండర చలనాన్ని బట్టీ మరణించే ఆ వ్యక్తికి స్పష్టమవుతూ వున్నదేదో తనకి నిగూఢంగానే మిగిలిపోతుందని లేవిన్‌కి అవగతమైంది.

"అవును, అవును... అదే..." అని మరణించే వ్యక్తి మాట మాటకీ మధ్య ఆగుతూ మెల్లిగా అన్నాడు. "కొంచెం ఆగు" అని మళ్లీ మౌనంగా వుండిపోయాడు. "అదే" అని అతను హఠాత్తుగా, తనకి అన్నీ విశద పడినట్టుగా అన్నాడు. "భగవంతుడా" అని గాఢమైన శ్వాస పీలుస్తూ మూలిగాడు.

మాషా అతని పాదాల్ని తాకింది. "చల్లబడుతున్నాయి" అని గుసగుసలాడింది.

చాలాసేపు, లేవిన్‌కి ఒక యుగంలాగా అనిపించినంతసేపు, రోగి నిశ్చలంగా పడుకున్నాడు. కాని అతనికి ప్రాణం వుంది, మధ్య మధ్య నిట్టూర్చాడు. లేవిన్ ఆలోచనా తీవ్రతతో అలసిపోయాడు. అంత తీవ్రంగా ఆలోచించినా "అదే" అనేదేమిటో అర్థం

చేసుకోలేకపోయాడు. మరణించే వ్యక్తిని ఎప్పుడో మరిచిపోయినట్టుగా వుంది. లేవిన్ ఇక మృత్యువుని గురించి ఆలోచించలేకపోయాడు. అప్రయత్నంగానే అతని ఆలోచనలు కొంచెంసేపటిలోనే తను ఏం చెయ్యాలి అనే వాటిమీదే వున్నాయి: మృతుని కళ్లు మూయాలి, బట్టలు వెయ్యాలి, శవపేటికని పురమాయించాలి. చిత్రమైన విషయం, దీంతో అతను చాలా ఉదాసీనంగా అయాడు, ఏ రకమైన విచారమూ, అన్నగారు పోతున్నాడనే బాధా అతనికి లేకపోయాయి. అతని పట్ల అంత సానుభూతి కూడా కలగలేదు. ఆ క్షణంలో అన్నగారి గురించి అతనికి ఏమన్నా అనిపించి వున్నట్లయితే మరణించే ఆ వ్యక్తికి ప్రాప్తమై తనకి లభించకుండా దాటిపోయిన జ్ఞానం పట్ల ఈర్ష్య, అంతే.

అన్నగారి అంతిమ ఘడియ కోసం చూస్తూ అలా చాలాసేపు అతని పక్కనే కూర్చుండిపోయాడు. కాని ఆ ఘడియ రాలేదు. తలుపు తెరుచుకుంది. కిట్టీ కనిపించింది. ఆమె లోపలికి రాకుండా ఆపాలని లేవిన్ లేచాడు. కాని తను లేవగానే, మరణించే మనిషి కదిలిన అలికిడి అయింది.

"వెళ్లకు" అని నికొలాయ్ చేతిని చాచేడు. లేవిన్ దాన్ని అందుకుని, రెండో చేత్తో పెళ్లాన్ని వెళ్లిపొమ్మని చిరాగ్గా సైగచేశాడు.

అతను మరణించే వ్యక్తి చేతిని తన చేతిలో అరగంటసేపు, గంటసేపు, మరో గంటసేపు పట్టుకునే కూర్చున్నాడు. అతను ఇక మృత్యువు గురించి ఆలోచించడమే లేదు. కిట్టీ ఏం చేస్తోందో అనుకున్నాడు. పక్క గదిలో ఎవరున్నారో అనుకున్నాడు, డాక్టరుకి సొంత ఇల్లు ఉందో లేదో అనుకున్నాడు. ఏదన్నా ఇంత తిని నిద్రపోవాలని తపనపడ్డాడు. జాగ్రత్తగా అన్నగారి చెయ్యి వదిలేసి పాదాలు తాకాడు. కాళ్లు చల్లగా వున్నాయి కాని శ్వాస ఆడుతూనే వుంది. లేవిన్ మరోసారి మునిగాళ్ల మీద బయటికి వెళ్లబోయాడు కాని మళ్లీ రోగి కదిలి అన్నాడు:

"వెళ్లకు."

....

తెల్లవారింది. రోగి పరిస్థితి ఏమీ మారలేదు. లేవిన్ మెల్లిగా చేతిని విడిపించుకుని, మరణించే వ్యక్తికేసి చూడకుండా తన గదికి వెళ్లి నిద్రపోయాడు. అతను లేచాక అన్నగారు చనిపోయాడని తను వూహించిన వార్తని చెప్పడానికి బదులుగా రోగి ముందటి స్థితికి వచ్చాడన్న వార్తని చెప్పారు. అతను లేచి, దగ్గి, తిని, మాట్లాడి, మళ్లీ మృత్యువు గురించిన మాటలు మానేసి కోలుకుంటానన్న ఆశ వెల్లడించాడట. కాని ముందుటికంటే ఎక్కువ చిరచిరలాడుతూ, భిన్నచిత్తంతో వున్నాడట. ఎవరూ, లేవిన్ గాని కిట్టీ గాని, అతన్ని శాంతింపచెయ్యలేకబోయారు. అతను అందరిమీదా చిరాకుపడ్డాడు. ప్రతివాళ్ల గురించీ కటువుగా మాట్లాడాడు. తన బాధకి ప్రతివాళ్లనీ దుమ్మెత్తిపోశాడు. ప్రసిద్ధ మాస్కో వైద్యుడి కోసం కబురు పంపించమని అడిగాడు. ఎలా వుందని అడిగిన ప్రతిసారీ కోపంతో, తిట్టి పోస్తూ అదే జవాబు యిచ్చాడు:

"యమయాతన పడుతున్నాను, చెప్పలేనంత బాధ!"

రోగి ఇంకా ఇంకా ఎక్కువ బాధపడ్డాడు. ముఖ్యంగా శయ్యావ్రణాలవల్ల. వాటిని బాగుచెయ్యడం సాధ్యంకాదు. తన చుట్టు పక్కల వున్న వాళ్లమీద ఇంకా ఎక్కువగా

విరుచుకుపడ్డాడు. ప్రతిదానికీ వాళ్లని తిట్టిపోశాడు. ముఖ్యంగా మాస్కో వైద్యుడి కోసం కబురు చెయ్యనందుకు. అతనికి అన్నివిధాలా సాయంచేద్దామనీ ఉపశాంతి కలిగిద్దామనీ కిట్టీ ఎంతో ప్రయత్నం చేసింది కాని వృధా అయింది. ఆమె శారీరకంగా, మానసికంగా నలిగిపోయిందని లేవిన్‌కి స్పష్టంగా అనిపించింది కాని ఆమె ఆ మాటని ఒప్పుకోలేదు. అన్నగారు తనని రమ్మని పిలిచి తన దగ్గర కూర్చోమన్న నాటి ఆ రాత్రి జీవితానికి వీడ్కోలు చెప్పే మాటల కారణంగా అందరిలోనూ ఉత్పన్నమైన మృత్యుభావన ఇప్పుడు చెదిరిపోయింది. అతని మరణం ఆసన్నమైందనీ, తథ్యమనీ అప్పటికే సగం విగతజీవుడనీ అందరికీ తెలుసు. అందరూ కేవలం వొక్కటే కోరుకున్నారు - అతను త్వరగా చనిపోవాలి అని. కాని అందరూ ఈ మాటని దాచుకుని అతనికి అరుకులు తాగించారు, కొత్త మందుల కోసం, డాక్టర్ల కోసం వెతికారు, అతన్ని మోసగించారు. తమని మోసగించుకున్నారు, ఒకరినొకరు మోసగించుకున్నారు. ఇదంతా అబద్ధం - పరమ ఏహ్యమైన, ఘృణితమైన, నిందాపూర్వకమైన అనృతం. ఈ అనృతాన్ని స్వభావరీత్యా, మరణ ముఖంలో వున్న తన అన్నగార్ని అందరికంటే ఎక్కువగా ప్రేమిస్తూ వున్నందు వల్లనూ లేవిన్ యెక్కువ తీవ్రంగా అనుభూతి చెందాడు.

నికొలాయ్ చనిపోకముందే అతన్నీ కోజ్నిషెవ్‌నీ సమాధానపరచాలనే ఆలోచన లేవిన్‌కి చాలా రోజులుగా వుంది. అతను కోజ్నిషెవ్‌కి రాశాడు. అతన్నుంచి వచ్చిన జవాబుని నికొలాయ్‌కి చదివి వినిపించాడు. తను రాలేకపోతున్నానని రాస్తూ తనని క్షమించమని తమ్ముణ్ణి హృదయం స్పందించే రీతిలో అర్థించేడు కోజ్నిషెవ్.

రోగి ఏమీ మాట్లాడలేదు.

"అయితే అన్నయ్యకి ఏం రాయమంటావ్? అతనిపట్ల నీకేం కోపం లేదనే అనుకుంటాను" అన్నాడు లేవిన్.

"యేమ్హీ, యేమ్హీ కోపం లేదు" అన్నాడు నికొలాయ్, మనసులో ఆ ప్రశ్న గుచ్చుకుంది అతనికి. "నా కోసం మాస్కో డాక్టర్ని పంపించమను" అన్నాడు.

యాతనాభరితంగా మరో మూడు రోజులు గడిచాయి. రోగి పరిస్థితి మారలేదు. అతన్ని చూసిన ప్రతివాళ్లూ అతను వెళ్లిపోతేనే బాగుంటుందనుకున్నారు. హొటల్ నౌకర్లు, యజమాని, హొటల్‌లో వుంటున్న వాళ్లందరు, డాక్టరు, మాషా, లేవిన్, కిట్టీ అలానే కోరుకున్నారు. ఒక్క రోగిమాత్రమే ఆ కోరికని వ్యక్తం చెయ్యలేదు. పైగా మాస్కో వైద్యుడి కోసం పంపనందుకు వాళ్లమీద కోప్పడ్డాడు. మందులు తీసుకున్నాడు. తనకి బాగవుతుందని అంటూనే వున్నాడు. ఎప్పుడో అరుదుగా, అనవరత బాధనుంచి నల్లమందు ఉపశాంతి కలిగించిన క్షణాల్లో మాత్రం, ఇతరులకంటే ఎంతో తీవ్రంగా తన మనసులో వున్నదాన్ని అర్ధ నిద్రా స్థితిలో వ్యక్తం చేసేవాడు: "అబ్బ, యిది ముగిసిపోతే బాగుండును!" లేదా "ఎప్పుడు అంతమవుతుంది యిది!" అని.

క్రమక్రమంగా ఎక్కువ అవుతూ వున్న బాధ తన ప్రభావాన్ని చూపిస్తూ రోగిని మృతికి తయారుచేసింది. బాధని తప్పించే స్థితి ఏదీ అతనికి కనిపించలేదు, ఒక్క క్షణం కూడా అతను బాధపడకుండా వుండలేదు. అతని శరీరంలో బాధపెట్టని, వేదన కలిగించని తావుగాని అవయవంగాని ఒక్కటి కూడా లేదు. ఇతరులు ఎదురుగా వుండడం, వాళ్ల గొంతుకలు

చెవిన పడడం, తన ఆలోచనలు అన్నీ కూడా అతనికి దుఃఖకారణంగా వున్నాయి. అతని చుట్టు పక్కల వున్నవాళ్లకి ఇది అనుభూతం అయింది. అతని సమక్షంలో వాళ్లు మాట్లాడుకునేట్టు వుండలేదు, స్వేచ్ఛగా తిరగలేదు, తమ మనసులో వున్న దాన్ని పైకి చెప్పుకోలేదు. అతని మొత్తం జీవితం ఇప్పుడు వ్యధాత్మక భావనగా, ఆ వ్యధనుంచి విముక్తి పొందే కోరికగా ఏకమైపోయింది.

ఒకటి బహుశా స్పష్టంగా కనిపించింది: తన ఇచ్ఛా పరిపూర్తిగా మృత్యువుని సౌఖ్యప్రదాయినిగా పరిగణించేటట్టు చేసే ఉగ్రపరివర్తన అతనిలో వస్తోంది. ఇదివరలో బాధనుంచీ అభావంనుంచీ పుట్టే ప్రత్యేక కోరికలు, ఆకలి, దప్పిక, అలసట లాంటివి ఏ శరీర వ్యాపారంలోనో సంతుష్టిపడి సుఖాన్ని ఇచ్చేవి. కాని ఇప్పుడు బాధనుంచీ, అభావంనుంచీ అతనికి ఏ సంతుష్టీ రాలేదు, పైగా సంతుష్టి పొందేందుకు పడే ప్రతి ప్రయాసంవల్లా కొత్త బాధ ఉత్పన్నం అయేది. దాంతో అతని సకల కోరికలూ ఒక కొత్త కోరికతో ఏకీభూతం అయ్యాయి – అన్ని బాధలనుంచీ, వాటికి కారణభూతమైన పాంచ భౌతిక కాయం నుంచీ విముక్తి పొందాలన్న కోరిక. కాని ఈ ముక్తి కామనని వ్యక్తం చేసేందుకు తగ్గ మాటలు అతని దగ్గర లేకపోయాయి. అందుకని అతను దాన్ని గురించి ప్రస్తావన చెయ్యలేదు. "నన్ను అటువేపు తిప్పండి" అనేవాడు. మరుక్షణంలోనే మళ్లీ ఇటు తిప్పమనేవాడు. "అన్నం పట్రండి", "వద్దు, పట్టుకుపొండి", "ఏదన్నా చెప్పండి ఎందుకు నోళ్లు మూసుకు వున్నారు?" కాని వాళ్లు ఏదేనా చెప్పడం మొదలుపెట్టగానే అతను కళ్లు మూసేసుకుని అలసట, ఉదాసీనత, అరుచి వెల్లడి చేసేవాడు.

అక్కడికి వెళ్లిన పదవ రోజున కిట్టీకి నలత చేసింది. ఆమెకి తలనొప్పి వచ్చింది. వమనం అయింది. ఉదయం పూట అంతా మంచంమీదనుంచి లేవలేదు.

అలసటవల్ల, ఆందోళనవల్ల ఆమెకి నలత చేసిందనీ, విశ్రాంతిగ వుండాలనీ ఆందోళన కూడదనీ డాక్టరు అన్నాడు.

అయినా మధ్యాహ్నంవేళ కిట్టీ లేచింది, ఎంబ్రాయిడరీ పని తీసుకుని రోగి గదిలోకి వెళ్లింది. ఆమె గదిలోకి వెళ్లగానే అతను ఆమెకేసి చురచుర చూశాడు. తనకి ఒంట్లో బాగాలేదని ఆమె చెప్పినప్పుడు అతను తిరస్కారపూరితంగా చిరునవ్వు నవ్వాడు. అతను ఆ రోజంతా ముక్కుతో రొప్పుతూనే వున్నాడు, దయనీయంగా మూలుగుతూనే వున్నాడు.

"ఎలా వుంది మీకు?" అని కిట్టీ అడిగింది.

"అధ్వాన్నంగా వుంది" అని కష్టంమీద అన్నాడు. "నొప్పిగా వుంది" అన్నాడు.

"ఎక్కడ నొప్పి?"

"ఒక చోట అనేమిటి."

"ఇవాళ అయిపోతుంది, చూడండి" అంది మాషా. ఆమె లోగొంతుకలో అన్నా రోగికి వినబడిందనే లేవిన్‌కి అనిపించింది. రోగి చాలా చురుగ్గా వున్నట్టు లేవిన్ గమనించాడు. లేవిన్ వూరుకొమ్మన్నట్టు ఆమెకి సైగ చేసి రోగికేసి చూశాడు. నికొలాయ్ ఆ ముక్క విన్నాడు

కాని అతనిమీద దాని ప్రభావం ఈషణ్మాత్రం కూడా పడలేదు. అతని చూపు ముందటిలాగానే తిరస్కారపూరితంగా తీక్షణంగా వుంది.

"ఎందుకని అలా అనిపించింది మీకు?" అని లేవిన్ ఆమె తన వెనకాలే వరండాలోకి వచ్చినప్పుడు అడిగాడు.

"తనని తను పీక్కుంటున్నాడు" అంది.

"తనని తను పీక్కోవడమా? అంటే?"

"అంటే యిలా" అని ఆమె తన ఉన్ని ఫ్రాక్ కుచ్చిళ్లు పీకి చూపిస్తూ అంది. వాస్తవానికి రోగి దేన్నో పెరికిపారెయ్యాలన్నట్టు తనని తనే పీక్కోవడం లేవిన్ చూశాడు.

మాషా జోస్యం నిజమే అయింది. రాత్రి అయే వేళకి రోగి చెయ్యి కూడా పైకి ఎత్తలేకపోయాడు. ఏమాత్రం చలించని కేంద్రీకరించిన దృష్టితో తన ముందుకే చూస్తూ వుండిపోయాడు. అతను తమకేసి చూస్తాడేమోనని లేవిన్‌గాని, కిట్టీగాని అతనిమీదకి వంగినా అతని చూపు మరల్లేదు. అలానే చూస్తూ వుండిపోయాడు. మరణించకముందే అతని కోసం ప్రార్థనలు చేస్తాడని పురోహితుడి కోసం కిట్టీ కబురు పెట్టింది.

పురోహితుడు ప్రార్థన చేసే సమయంలో మరణాసన్నుడైన రోగిలో ఏ జీవ చలనమూ కనిపించలేదు. అతని కళ్లు మూసుకునే వున్నాయి. లేవిన్, కిట్టీ, మాషా అతని మంచం పక్కనే నుంచున్నారు. ప్రార్థనపూర్తవకముందే మరణించే రోగి కాళ్లూ చేతులూ చాచుకుని శ్వాస పీల్చి కళ్లు తెరిచాడు. పురోహితుడు ప్రార్థన పూర్తిచేశాక రోగి చల్లని నుదుటిమీద శిలువ తాకించి తర్వాత దాన్ని తన అంగీలో పెట్టుకున్నాడు. ఒకటి రెండు నిముషాలు మౌనంగా నుంచున్నాక చల్లబడుతూ వున్న రక్తవిహీన భారీ హస్తాన్ని తాకాడు.

"అయిపోయింది" అంటూ పురోహితుడు వెనక్కి తిరగబోయాడు. కాని మృత ప్రాయుడైన వ్యక్తి మీసాల కింద పెదాలు వొక్కసారి కదిలాయి. ఛాతీ లోతుల్లోనుంచి స్పష్టంగా సూటిగా అన్న మాటలు వినవచ్చాయి.

"ఇంకా పూర్తిగా కాదు... కాస్సేపట్లో."

మరుక్షణం అతని ముఖం చమక్‌మని మెరిసింది. అతని పెదాల కింద చిరునవ్వు కనిపించింది. అక్కడ చేరిన ఆడవాళ్లు మెల్లిగా మృతునికి బట్టలు వెయ్యడం మొదలుపెట్టారు.

అన్నగార్ని ఈ దశలో చూడ్డం, మృత్యు ఉపస్థితి లేవిన్ మనసులో తిరిగి మృత్యు నిగూఢత, దాని సామీప్యం, దాని అనివార్యత కలిగించిన భయాన్ని రేకెత్తించాయి. అన్నగారు జబ్బుతో తన దగ్గరికి వచ్చిన ఆ ఆకురాలు కాలపు సాయంత్రం అతన్ని భయం ఆవహించింది. ఇప్పుడా భయం ఇదివరలోకంటే తీవ్రంగా వుంది. మృత్యువు నిగూఢత్వం ఏమిటైందీ అర్థం చేసుకునే సామర్థ్యం ముందున్నంతగా లేదు. దాని అనివార్యత మరింత భయానకంగా ప్రతీతమైంది. కాని ఇప్పుడు అర్ధాంగి దగ్గర వుండడం పుణ్యమా అని ఆ భయభావం అతన్ని హతాశుణ్ణి చెయ్యలేదు. మృత్యువు వున్నప్పటికీ తను జీవించి ప్రేమించాల్సిన ఆవశ్యకత వుందని అతనికి అనిపించింది. ప్రేమ మాత్రమే తను హతాశుడు కాకుండా రక్షించిందని

అతనికి తోచింది. హతాశ భయం అతని ప్రేమని మరింత శక్తివంతం చేసింది, నిర్మలం చేసింది.

డాక్టరు కిట్టీ గురించి తన అనుమానాన్ని ఖాయం చేశాడు. ఆమె నెల తప్పడంవల్ల నలతగా వుంది.

21

బెట్సీ, అబ్లాన్‌స్కీలు తనతో మాట్లాడినతర్వాత తన భార్యని ఆమె మానాన ఆమెని వుండనివ్వాలనీ, తను దగ్గర వుండి ఆమెని కలత పెట్టకూడదనీ, తన భార్య ఆపేక్షిస్తూ వున్న విషయమల్లా అదేననీ తననుంచి కోరుతూ వున్న విషయమూ అదేనని కెరనిన్‌కి అర్థమైంది. ఆ క్షణంనుంచీ అతను స్తంభీభూతుడైపోయాడు. దేన్నిగురించీ ఏ నిర్ణయాలూ తీసుకోలేకపోయాడు. తనకి ఏం కావాలో కూడా అతనికిప్పుడు తెలియలేదు. ఎంతో హుషారుతో తన వ్యవహారాలు చక్కబెట్టడానికి ముందుకు వచ్చిన వాళ్లకి పూర్తిగా దాసోహం అన్నట్టయిపోయి వాళ్లు ఏం చెప్పినా చెందినా గంగిరెద్దులా తల వూపాడు. అన్నా యిల్లు వదిలి వెళ్లిపోయాక పిల్లవాడి ఇంగ్లీషు పంతులమ్మ ఆ పూట భోజనం అతనితో కలిసిచెయ్యాలా లేక విడిగానా కనుక్కురమ్మని నౌకర్ని పంపినప్పుడు మాత్రమే మొదటిసారి అతనికి తన పరిస్థితి స్పష్టంగా కళ్లకి కట్టినట్లైంది. దాన్ని చూసి అతను భయ భ్రాంతుడైపోయాడు.

ఈ స్థితిలో మహా ఘోరంగా వున్న విషయం ఏమిటంటే అతను గడిచిపోయినదాన్నీ ప్రకృతాన్నీ ఏ సూత్రంతోనూ బంధించలేకపోవడం, అనుసంధించలేకపోవడం. తను భార్యతో సంతోషంగా గడిపిన గతం అతన్ని కలతబెట్టలేదు. ఆ గతంనుంచి భార్య పక్కదారి పట్టింది అని తెలియవచ్చిన దశదాకా అతను భయంకరమైన వ్యధాకులిత జీవితం గడపనే గడిపాడు. అది బహు కష్టమైనదే కాని కనీసం అర్థం చేసుకోవచ్చు. తను పక్కదారి పట్టాను అని చెప్పేసి ఆమె గనక అప్పుడే వెళ్లిపోయి వుంటే అతను దురటిల్లి వుండేవాడు. హృదయాంతరాళంలో చింత గూడుకట్టుకుని వుండేదే. కాని ఇంత నిస్సహాయుడిగా దిక్కుతోచని పరిస్థితిలో పడివుండేవాడు కాదు. కొంతకాలం క్రితమే తను ప్రసాదించిన క్షమాదానాన్ని, స్నేహశీలతని, జబ్బు చేసిన భార్యపట్లా, పరాయి బిడ్డపట్లా తన ప్రేమని ఏ రకంగానూ ఇప్పుడు జరిగినదానితో సమాధానపరచుకోలేకపోతున్నాడు. అంటే, తన ఔదార్యానికి ప్రతిఫలంగా వచ్చిన ఒంటరితనాన్ని, అనుమానాన్ని, తలవంపుల పరిస్థితిని, పరులచేత తిరస్కృత, పరిత్యక్త స్థితిని సమాధాన పరుచుకోలేకపోతున్నాడు.

భార్య వదిలిపెట్టి వెళ్లిపోయిన మొదటి రెండు రోజులూ కెరనిన్ అర్జీదార్లని కలుసుకున్నాడు, ఆఫీస్ సెక్రటరీతో మాట్లాడాడు, కమిటీ సమావేశానికి హాజరయాడు. యధాప్రకారం డైనింగ్ రూమ్‌లో భోజనం చేశాడు. ఎందుకు అలా చేస్తున్నారు అనే ప్రశ్నే వేసుకోకుండా అతను ఆ రెండు రోజులూ పైకి శాంతంగా, ఏం పట్టనట్టుగా వున్నట్టు కనిపించాలనే ప్రయత్నంలో సకల మానసిక శక్తుల్నీ కూడగట్టుకున్నాడు. అన్నా వస్తువులనీ, గదులనీ ఏం చెయ్యమంటారని పనివాళ్లు అడగవచ్చినప్పుడు జరిగింది అసాధారణం

అయిందేమీ కాదనీ, లోకంలో వింత అయిందీ కాదనీ తెలియ చెప్తున్నట్టు కనిపించడానికి విశ్వప్రయత్నం చేశాడు. అతను అందులో సాఫల్యం సాధించాడు. అతను దిగాలుపడిపోయాడని ఎవరూ అనుకోలేకపోయారు. అన్నా వెళ్లిపోయిన రెండవరోజున కర్నేయ్ వచ్చి అతనికి ఓ ఫాషనబుల్ షాపునుంచి వచ్చిన బిల్లు అందించాడు: అన్నా ఆ బిల్లు చెల్లించడం మర్చిపోయిందట. షాపు అసిస్టెంట్ స్వయంగా ఆ బిల్లు పట్టుకువచ్చాడట. అతన్ని పిలిపించమని కెరనిన్ చెప్పాడు.

"హుజూర్, మిమ్మల్ని ఇబ్బందిపెడుతున్నందుకు మన్నించండి. శ్రీమతిగారికి దీన్ని పంపించమని తమరు ఆదేశిస్తే అలాగే చేస్తా, దయచేసి ఎక్కడున్నారో చెప్పండి."

కెరనిన్ వో క్షణం ఆలోచనలో పడ్డాడు. కనీసం అలా అని షాపు అసిస్టెంట్‌కి అనిపించింది. తర్వాత గబుక్కున వెనక్కి తిరిగి బల్ల దగ్గర కూలబడ్డాడు. తల చేతుల్లో వాలేసుకుని అతనక్కడ కొంచెంసేపు కూర్చుండిపోయాడు. ఒకటి రెండుసార్లు యేదో చెప్పబోయాడు. కాని చెప్పలేకపోయాడు.

అతని మానసిక స్థితిని అర్థం చేసుకున్న కర్నేయ్ మళ్లీ రమ్మని షాపు అసిస్టెంట్‌ని పంపేశాడు. ఒంటరిగా వుండిపోయాక కెరనిన్ తను దృఢంగా శాంతచిత్తంతో కనిపించాలనే నాటకం ఆడలేనని గ్రహించాడు. తనకోసం ఎదురుచూస్తూ వున్న బగ్గీని పంపెయ్యమనీ, ఎవరినీ రానివ్వద్దనీ ఆజ్ఞ జారీ చేశాడు. గది వదిలి భోజనం చెయ్యడానికి కూడా వెళ్లలేదు.

ఆ షాపు అసిస్టెంట్ చూపుల్ని, కర్నేయ్ చూపుల్ని ఆ రెండు రోజుల్లోనూ తనకి తటస్థపడిన ప్రతివాళ్లూ చూసే ఆ తిరస్కారపూరిత కఠినమైన చూపుల్ని సహించలేనని అతనికి అనుభవం అయింది. తనపట్ల లోకుల ఘృణభావాన్ని తొలగించలేడని, ఏమంటే ఆ ఘృణత్వం తను చెడ్డవాడైనదానివల్ల ఉత్పన్నం కాలేదనీ (అలా గనక అయివుంటే మంచివాడుగా వుండే ప్రయత్నం చేసును తను) కాని లజ్జాకరంగా, వెలపరం పుట్టించేటట్టుగా అభాగ్యుడైనందువల్లననీ అతనికి కనిపించింది. అందుగ్గాను, తన హృదయం ఛిన్నమైనందుకుగాను ఎవరూ అయ్యో అని జాలిపడరు అని అతనికి తెలుసు. వాళ్లు తనని నాశనం చేసేస్తారని, చెడ్డగా బాధపడిపోతూ రక్తం కారుతూ కుయ్యో మొర్రోమని మూలిగే కుక్కని సాటికుక్కలు నాశనం చేసినట్టు చేసేస్తారని అతనికి తెలుసు. అందుకనే అతను రెండు రోజుల దాకా అనుకోకుండానే ఆలా వుండే ప్రయత్నం చేశాడు కాని సమతూకంగా లేని సంఘర్షణని తట్టుకునే శక్తి లేదని ఇప్పుడు అతనికి తెలియవచ్చింది.

తన దుఃఖంలో అన్ని విధాలా ఏకాకిగా వున్నాననే స్పృహవల్ల అతని హతాశ మరింత తీవ్రం అయింది. ఒక ఉన్నత అధికారిగా కాక, సమాజంలో గొప్పవాడిగా కాక అతనొక వ్యక్తిగా, పీడిత వ్యక్తిగా అతనిపట్ల సానుభూతి చూపించే మనిషీ, అతను తన హృదయాన్ని విప్పి చెప్పుకోగల మనిషీ పీటర్స్‌బుర్గ్‌లోనే కాదు, యెక్కడా కూడా లేదు.

కెరనిన్ అనాథగా పెరిగాడు. అతనికి ఓ అన్నగారు వుండేవాడు. ఆ అన్నదమ్ములిద్దరూ తండ్రిని ఎరుగరు. కెరనిన్‌కి పదేళ్ల వయసప్పుడు తల్లి కన్ను మూసింది. ఏదో కొద్దిగా అస్తి మిగిలింది. కెరనిన్ పినతండ్రి పెద్ద రాజోద్యోగి. ఆయన చక్రవర్తికి అభిమాన పాత్రుడు. అన్నదమ్ములిద్దర్నీ ఆయనే పెంచి పెద్ద చేశాడు.

కెరనిన్ చదువులో బళ్లో ప్రథమ స్థాయిలో వుండేవాడు. పతకాలతో యూనివర్సిటీ చదువు పూర్తిచేశాడు. పినతండ్రి సాయంతో ఉన్నత ప్రభుత్వ ఉద్యోగంలో చేరాడు. అది మొదలు అతను ఉదోగ్య నిర్వహణా మహత్వ కాంక్షకి అంకితం అయిపోయాడు. బళ్లో చదువుకునే రోజుల్లో గాని, యూనివర్సిటీలో చదువుకునే రోజుల్లో గాని, తర్వాత ఉద్యోగంలో వున్నప్పుడు గాని అతనికి ఎవరితోనూ స్నేహపూరిత సంబంధాలు పెరగలేదు. అన్నగారు అందరికంటే బాగా మనసుకి సన్నిహితంగా వుండేవాడు కాని అతను విదేశీ మంత్రిత్వ శాఖలో పనిచేసేవాడు. ఎప్పుడూ విదేశాల్లోనే వుండేవాడు. కెరనిన్‌కి పెళ్లి అయినతర్వాత కొంత కాలానికి స్వర్గస్థుడయాడు.

కెరనిన్ యేదో గుబేర్నియాకి అధిపతిగా వున్నప్పుడు అదే గుబేర్నియాలోనే అన్నా పెత్తల్లి వుండేది. ఆవిడ ఐశ్వర్యవంతురాలు. ఆవిడ తన చెల్లెలి కూతురుకీ నడివయస్కుడైన కెరనిన్‌కీ సంబంధం కలపాలని ప్రయత్నించింది. కెరనిన్ వయసులో యువకుడు కాదు, కాని అతని గవర్నరు పదవికి సంబంధించి యువకుడే. అన్నా పెత్తల్లి ఆ యిద్దరికీ మధ్య పొత్తు కలిపి అతను పెళ్లి ప్రస్తావన అయినా చెయ్యాలి లేదా ఆ వూరినుంచి వెళ్లిపోనేనా వెళ్లిపోవాలి అనే పరిస్థితిని కెరనిన్‌కి కల్పించింది. కెరనిన్ సందిగ్ధావస్థలో పడ్డాడు. అలా చెయ్యడానికి ఎన్ని సబబులు కనిపించాయో, చెయ్యకుండా వుండడానికీ అన్నే కనిపించాయి. ఏదీ ఇదమిత్థంగా తేలి కనిపించలేదు. ఎటూ తేలక సందిగ్ధంగా వున్నప్పుడు యేమీ చెయ్యద్దు అనే తన సిద్ధాంతాన్ని మార్చుకునే తీర్పు ఆ పరిస్థితిలో అతనికి కనిపించలేదు. కాని అతని ప్రవర్తనవల్ల అమ్మాయి పరిస్థితి, మంచి పేరు అభాసయ్యేటట్టు తెలిసిన మధ్యవర్తుల ద్వారా అతనికి తెలియచేసింది. అతను అలానే ప్రస్తావించి వధువు అలాగే అర్ధాంగీ అయిన ఆమెకి తన శక్తిమేరకి అనురాగాన్ని అర్పించాడు.

అన్నా పట్ల అతని అనురాగంవల్ల అతనికి ఇతరులెవరిపట్లా హార్దిక సంబంధాల ఆవశ్యకత లేకపోయింది. ఇప్పుడు పరిచయస్థులు ఇంతమంది ఉన్నా ఒఖళ్లు కూడా అతనికి సన్నిహితులు లేకపోయారు. చేరికగా వుండేవాళ్లయితే చాలామందే వున్నారు కాని స్నేహపూర్వక సంబంధాలు మాత్రం ఎవరితోనూ లేకపోయాయి. కెరనిన్ తన ఇంటికి భోజనానికి రమ్మని పిలిచేవాళు చాలామంది వుండేవాళ్లు. తను ఆసక్తి చూపించే విషయాల్లో భాగం పంచుకొమ్మని తను అడగలిగేవాళ్లూ వున్నారు. తను ప్రాపకం చూపించేవాళ్లకి సాయం చేసేవాళ్లూ వున్నారు. ఇతర అధికారుల ప్రవర్తన గురించీ ఉన్నతాధికారుల చర్యల గురించీ దాపరికం లేకుండా తను మాట్లాడగలిగేవాళ్లూ చాలామంది వున్నారు. కాని అలాంటి వ్యక్తులందరితోనూ అతని సంబంధాలు అలవాటు, ఆచారాలవల్ల పరిమితమై, వాటి హద్దు ఎట్టి పరిస్థితుల్లోనూ మీరకుండానే వుండేవి. యూనివర్సిటీ రోజుల్లో ఒక మిత్రుడు వుండేవాడు. అతనితో తర్వాత తన మంచీ చెడ్డా మనసు విప్పి చెప్పుకోగల మంచి హార్దిక సంబంధాలు వుండేవి. కాని అతనిప్పుడు స్కూళ్ల ఇనస్పెక్టరుగా ఎక్కడో దూర ప్రాంతంలో వున్నాడు. పీటర్స్‌బుర్గ్‌లో అతనికి సెక్రటరీ, డాక్టరు బాగా చేరికగా వుండేవాళ్లు. వాళ్లతో తన మంచీ చెడ్డా చెప్పుకోగల స్థాయీ సంబంధాలు యేర్పడే అవకాశాలు వున్నాయి.

మిఖయీల్ వసీల్‌యెవిచ్ స్లూదిన్ అతని సెక్రటరీ. స్లూదిన్ దాపరికం లేనివాడు. తెలివైనవాడు, మంచి మనసున్న మనిషి, నిజాయితీపరుడు. తన పట్ల అతను సద్భావన వున్న మనిషి అని కెరనిన్‌కి అనిపించేది. కాని అయిదేళ్లుగా తామిద్దరూ కలిసి పని చేస్తూ వున్నారు. వాళ్ల మధ్య వున్న ఆఫీసు బాపతు సంబంధాలు మనసులో మాట చెప్పుకునేందుకు అవరోధం కలిగించాయి.

అవసరమైన ఆఫీసు కాగితాలమీద సంతకాలు చేశాక కెరనిన్ కొంచెం సేపు మాట్లాడకుండా స్లూదిన్‌కేసి చూస్తూ వుండిపోయాడు. కొన్నిసార్లు మాట కదలేద్దామని ప్రయత్నం చేశాడు గాని కదలెయ్యలేకపోయాడు. 'నా దుస్థితి గురించి విన్నారా?' అనే వాక్యాన్ని కూర్చుకున్నాడు కూడా, కాని ఎప్పటిలాగానే 'ఊc, అయితే ఆ కాగితాలు తయారు చేయించండి' అనే మాటలతో ముగించి అతన్ని పంపేశాడు.

రెండో వ్యక్తి డాక్టరు, అతనికి కూడా కెరనిన్ పట్ల సద్భావమే వుంది. కాని ఇద్దరూ విధులతో తలమునకలై వున్నారనీ, సర్వదా హడావుడి పడుతూ వున్నారనీ ఒక మౌన అవగాహన ఆ ఇద్దరి మధ్యా ఎంతో కాలంగా ఏర్పడిపోయింది.

కెరనిన్‌కి స్నేహితురాళ్లు, వాళ్లల్లో అగ్రభాగంలో వుండే కౌంటెస్ లిదియా ఇవానొవ్నా కూడా స్ఫురణకి రాలేదు. అతనికి ఆడవాళ్ల పేరు చెపితే భయమూ, అసహ్యమూ - వాళ్లు ఆడవాళ్లు అవడమే కారణం.

22

కౌంటెస్ లిదియా ఇవానొవ్నాని కెరనిన్ మరిచిపోయాడు గాని ఆమె అతణ్ణి మరిచిపోలేదు. అతను వొంటరితనంతో మహా హతాశుడై వున్న ఈ క్షణంలో ఆమె అతని దగ్గరికి వచ్చింది. తను వొచ్చినట్టు కబురు కూడా చెయ్యకుండా తిన్నగా కెరనిన్ చదువుకునే గదిలోకి వెళ్లింది. అతను రెండు చేతుల్లోనూ తల పెట్టుకుని కూర్చున్న స్థితిలో అతన్ని చూసింది.

"J'ai force la consigne[1]" అని గబగబా లోపలికి అడుగుపెడుతూ ఉద్రేకంవల్లా హడావుడిగా రావడంవల్లా ఆయాసపడుతూ అంది. "అంతా విన్నాను! కెరనిన్‌గారూ! మిత్రమా!" అంది. ఆమె అతని చేతిని తన రెండు చేతులతోనూ అదిమి అతని కళ్లల్లోకి తన అందమైన సాలోచనాత్మక నేత్రాలతో చూసింది.

కెరనిన్ ముఖం ముడుచుకుని లేచి చెయ్యి విదిలించుకుని ఆమె వేపు వొక కుర్చీ లాగాడు.

"కూర్చోండి కౌంటెస్! నేను ఎవరినీ చూడడంలేదు కౌంటెస్, యేమంటే ఒంట్లో బాగోలేదు" అని అతను అన్నాడు. అతని పెదాలు వణికాయి.

"అయ్యో, కెరనిన్‌గారూ" అని కౌంటెస్ లిదియా ఇవానొవ్నా మళ్లీ అంది. ఆమె కళ్లు అతనికేసే చూస్తూ వున్నాయి. హఠాత్తుగా ఆమె కనుబొమలు పైకి లేచాయి, దాంతో ఆమె నుదుటిమీద త్రికోణం యేర్పడింది. ఆమె పాలిన వదనం ఇంకా అందవిహీనంగా తయారైంది.

---

[1] నేను మీ నిషేధ ఆజ్ఞల్ని ఉల్లంఘించాను (ఫ్రెంచి)

తన పట్ల ఆమె జాలిపడుతోందని కెరనిన్‌కి అనిపించింది. ఆమె కళ్లల్లో ఏ క్షణంలోనేనా కన్నీళ్లు గిర్రున తిరగవచ్చనీ అనిపించింది. కరేనిన్ చలించిపోయాడు. అతనామె బొద్దు చేతిని అందుకుని ముద్దు పెట్టుకున్నాడు.

"ప్రియ మిత్రమా!" అని ఆమె ఆవేశంతో కంపించే స్వరంతో అంది. "మీరు దుఃఖాన్ని దిగమింగెయ్యాలి. చాలా విచారకరమైన పరిస్థితే, కాని వూరటగా వుండాలి."

"నా నడుం విరిగిపోయింది! కుదేలయిపోయాను, నేనింకా బతికే వున్నానూ?" అని కెరనిన్ ఆమె చేతిని వదిలేసి కన్నీళ్లు ఉబికివచ్చే ఆమె కళ్లల్లోకి చూస్తూ అన్నాడు. "నా స్థితి ఎంత భయానకంగా వుందంటే నా లోపల కూడా నాకు ఆసరా అందడంలేదు" అన్నాడు.

"ఆసరా అందుతుంది. దాన్ని నాలో వెతకండి, నా స్నేహంపట్ల విశ్వాసం వుంచమని అర్థిస్తూ వున్నాగానీ" అంది నిట్టూరుస్తూ. "మన ఆసరా భక్తి, ఆయన మనకి ప్రసాదించిన భక్తి. ఆయన మోపిన భారం కష్టమైంది కాదు" కౌంటెస్ పారవశ్యపూరితంగా చూస్తూ అంది. ఆ చూపు అతనికి బాగా తెలుసు. "ఆయన మీకు ఆసరా వుంటాడు, మీకు సాయం చేస్తాడు" అంది.

ఉన్నత భావాలని వ్యక్తం చేస్తూ వున్న ఈ మాటలని పలకడంలో ఆమె స్వయంగా చలించిపోయినా, పీటర్స్‌బుర్గ్‌లో అప్పుడు వ్యాపించి వున్న పారవశ్యపూరిత మార్మికతని – అతిశయం వృథా అని కెరనిన్ అనుకున్న మార్మికతని – వెల్లడిచేసినా కూడా ఈ సమయంలో వాటిని వినడం అతనికి బాగా ఆహ్లాదంగా అనిపించింది.

"నా శక్తి హరించిపోయింది. నేను కుదేలైపోయాను. నేను మొదట్లో ఏమీ చూడలేకపోయాను. ఇప్పుడు ఏమీ అర్థం చేసుకోలేకుండా వున్నాను."

"అయ్యో కెరనిన్‌గారూ!" అని మళ్లీ మళ్లీ అంది ఆమె.

"ఇప్పుడు లేనిదాన్ని గురించి నేను పట్టించుకోవడం లేదు" అని కెరనిన్ అన్నాడు. "దాన్ని గురించి నాకు బాధలేదు. కాని ఇప్పుడున్న నా పరిస్థితికి లోకులముందు తల ఎత్తుకు తిరగలేను. ఇది చెడ్డదే, కాని నేనేం చెయ్యలేను, ఏమీ చెయ్యలేను" అన్నాడు.

కెరనిన్ కనుబొమలు ముడుచుకుని, వేళ్లల్లోకి వేళ్లు పోనిచ్చి కణుపులు విరుచుకున్నాడు.

"మీరు మొత్తం విషయాలన్నిట్నీ తెలుసుకోవడం అవసరం" అని అతను కీచుకంఠంతో మొదలుపెట్టాడు. "మనిషన్నవాడి తాహతుకి పరిమితి అంటూ వుంటుంది కౌంటెస్. నేను ఆ హద్దు చేరుకున్నాను. ఇవాళ రోజంతా నేను ఏకాకినైన పరిస్థితి ఫలితంగా" (అతను 'ఫలితంగా' అనే మాటని నొక్కి పలికాడు) "ఇంటి విషయాల గురించి అవీ ఇవీ అడుగుతూనే వున్నారు. నౌకర్లు, పంతులమ్మ, బిల్లులు... యీ చిల్లర గొడవలన్నీ నన్ను తినేశాయి. నాకు వీటిని భరించడం కష్టమైపోయింది. భోజనం దగ్గర... నిన్న భోజనాల బల్ల దగ్గర్నుంచి లేచి వెళ్లిపోయినంత పనైంది. మా అబ్బాయి చూసే చూపు భరించడం కష్టమైపోయింది. ఈ గొడవంతా ఏమిటని వాడు అడగలేదు, కాని వాడు అడగదలచుకున్నాడు. వాడు ఆ ధోరణిలో చూసిన చూపుని తట్టుకోలేకపోయాను. వాడు నాకేసే చూస్తూ గాభరా పడిపోయాడు. కాని ఇంతటితో అయిందనుకోకండి...."

కెరనిన్ ఆ బిల్లు గురించి చెప్పాలనుకున్నాడు. కాని అతని గొంతుక పెగల్లేదు. నీలం కాగితంమీద రాసిన టోపీ, రిబ్బన్ల బిల్లుని తనపట్ల తనకి విపరీతమైన జాలి కలగకుండా గుర్తు చేసుకోలేకపోయాడు.

"నాకు తెలుసు, తెలుసండీ" అంది కౌంటెస్ లిదియా ఇవానొవ్నా. "నాకన్నీ తెలుసు. సహాయం, వూరట మీకు నానుంచి రావు. కాని నేను కేవలం అందుకోసమే ఇక్కడికి వచ్చాను. చెయ్యగలిగితే మీకు సాయం చెయ్యాలని. ఈ చిన్న చిన్న బరువుల్ని మీ భుజస్కంధాలమీదనుంచి నేను దించగలిగితే...మీ ఇంట్లో ఆడదానిమాట, ఆడదాని సాయం అవసరం అని నాకు తెలుసు. మీరు ఆ భారం నామీద వదిలిపెడతారా?" అంది.

కెరనిన్ మౌనంగానే కృతజ్ఞతాభావంతో ఆమె చేతిని నొక్కాడు.

"మీరూ నేనూ కలిసి సెర్యోష సంరక్షణ చూద్దాం. వ్యవహారం విషయాలు నాకంత తెలియవుగాని నేను ఈ బరువు ఎత్తుకుంటాను. మీ ఇంటి వ్యవహారాలు నేను చూస్తాను. ఇదంతా ఏదో నా మంచితనం అని మెచ్చుకోకండి. ఇదంతా చేస్తూ వున్నది నేను కాదు....."

"నేను మీ రుణం ఎలా తీర్చుకోగలను?"

"కాని, చూడండి, మీరు అదే తలుచుకుని కుంగిపోకండి, ఒక క్రైస్తవుడు ఆశించే ఉన్నత శిఖరాల గురించి సిగ్గుపడకండి. 'వినమ్రులైనవాళ్లే ఉన్నతులుగా వుంటారు.' మీరు నా రుణం గిణం మాటలే అనద్దు. ఆయనకి రుణపడి ఉన్నారు. ఆయన సహాయాన్ని అర్థించండి. ఆయనలోనే మనకి శాంతి, వూరట, విముక్తి, ప్రేమ లభిస్తాయి" అని మళ్లీ కళ్లు పైకి ఎత్తి అంది. ఆ తర్వాత నిశ్శబ్దంగా వుండడంతో ఆమె ప్రార్థన చేస్తోందని కెరనిన్ అనుకున్నాడు.

కెరనిన్ ఆమె మాటలు వినేటప్పుడు అతనికి ముందు అప్రియంగా కాకపోయినా అతిశయంగా కనిపించిన మాటలు ఇప్పుడు స్వాభావికంగా, సాంత్వనప్రదంగా కనిపించాయి. అతను ఆస్తికుడే గాని ఎక్కువగా రాజనీతిపరంగానే మతంలో అతనికి ఆసక్తి. కొత్త అర్థాలకి వీలు కలిగించే ఈ నూతన బోధన అతనికి సూత్రరీత్యా రుచించదు, ఏమంటే అది వాదనలకీ, వ్యాఖ్యానాలకీ దారి తీస్తుంది. ఇంతకుముందు అతను ఆ కొత్త అర్థం పట్ల ఉదాసీనంగా, ఓ రకంగా విద్వేషంగా కూడా వున్నాడు. కాని ఆ సిద్ధాంతాన్ని అనుసరించిన లిదియా ఇవానొవ్నాతో ఎన్నడూ వాదించలేదు. ఆమె అభిప్రాయాలు చూసి ఏం మాట్లాడకుండా వూరకుండేవాడు. ఇవాళ మొదటిసారిగా ఎంతో సంతోషంగా ఆమె చెప్పింది విన్నాడు, మనసులో వాటిపట్ల విరోధభావం కలగలేదు.

"మీ మాటలకి, మీ సాయానికీ ఎలా బదులు తీర్చగలనో తెలియడం లేదు" అని ఆమె ప్రార్థన ముగించాక అన్నాడు.

కౌంటెస్ లిదియా ఇవానొవ్నా మరోసారి అతని రెండు చేతుల్నీ అదిమింది.

"ఇప్పుడు వ్యవహారానికి వస్తాను" అని ఆమె మౌనంగా కన్నీళ్ల జాడల్ని చెక్కిళ్ల మీదనుంచి తుడుచుకుంటూ అంది. "నేనిప్పుడు సెర్యోష దగ్గరికి వెడతాను. ఇక తప్పని పరిస్థితిలో మాత్రం మీ దగ్గరకి సాయం కోసం వస్తాను" అని లేచి లోపలికి వెళ్లింది.

కౌంటెస్ లిదియా ఇవానొవ్నా సెర్యోష గదికి వెళ్లింది. కుఱ్ఱవాడు బెదిరిపోయేటంతగా వాడి చెక్కిళ్లని కన్నీళ్లతో ముంచెత్తేసి వాళ్ల నాన్న రుషి అనీ, వాళ్లమ్మ చనిపోయిందనీ చెప్పింది.

కౌంటెస్ లిదియా ఇవానొవ్నా తను అన్న మాట నిలబెట్టుకుంది. కెరనిన్ ఇంటి పనులన్నీ అజమాయిషీ చేసి నిర్వహించే మొత్తం బాధ్యతని నెత్తిమీద వేసుకుంది. వ్యవహారం విషయాల్లో తనకి చురుకులేదని అన్నప్పుడు ఆమె నిజమే చెప్పింది. ఆమె పురమాయింపులనన్నిట్నీ మార్చాల్సి వచ్చేది. ఏమంటే వాటిని అమలుజరపడం అసాధ్యం. ఆ మార్పుల్ని కెరనిన్ నౌకరు కర్నేయ్ చేసేవాడు. ఎవరికీ ఆచూకీ కూడా తెలియకుండా అతను కెరనిన్ ఇంటి వ్యవహారాలు చక్కబెట్టాడు. యజమానికి బట్టలు అందిస్తూ నేర్పుగా ఏవేమిటి అవసరమో చెప్పేవాడు. అయినా కూడా దిలియా ఇవానొవ్నా సాయం చాలా ఘనంగానే వుంది. ఆమె కెరనిన్ పట్ల తన ప్రేమనీ, గౌరవాన్నీ చూపిస్తూ అతనికి నైతిక తోడ్పాటుని యిచ్చింది. ముఖ్యంగా లిదియా ఇవానొవ్నా అతన్ని అసలైన క్రైస్తవుడిగా మార్చింది, అది ఆమెకి చాలా సంతోషం కలిగించింది. ఇంకోలా చెప్పాలంటే ఉదాసీనంగా ఏదో మొక్కుబడికి ఆస్తికవాదిగా వున్న అతన్ని అప్పట్లో పీటర్స్‌బుర్గ్‌లో వ్యాప్తిలో వున్న క్రైస్తవ విశ్వాస నూతన అర్థానికి స్థిరమైన, ఉత్సాహపూరితమైన అనుయాయిగా మార్చింది. కెరనిన్ సునాయాసంగా అటు మారిపోయాడు. లిదియా ఇవానొవ్నాకీ అలాంటి దృక్పథాలు వున్న ఇతరులకి మాదిరీ కెరనిన్‌కి కూడా భావనా గాఢత్వం, అంటే ఒక మానసిక క్షమత లేకపోయింది. మానసిక క్షమత వుంటే భావనల్లో కలిగిన ముద్రలు ఎంతో వాస్తవికంగా కనిపిస్తాయి. అవి ఇతర ముద్రలకీ, వాస్తవికతకీ అనురూకతని ఆపేక్షిస్తాయి. తనకి సంబంధించి నాస్తికులకున్న మృత్యువు తనకి లేదనీ, తనకి పూర్తి విశ్వాసం వుండబట్టి, అది ఎంత స్థాయిలో వున్నదీ నిర్ణయించుకునేది స్వయంగా తనే అయివుండి, తన ఆత్మ సకల పాపాలనుంచీ విముక్తం అయిందనీ, భూమ్మీదే తనకి ముక్తి అనుభవంలోకి వస్తోందనీ భావించడంలో అసంభవమైంది గాని, విరుద్ధంగా వున్నది గాని ఏమీ అతనికి కనిపించలేదు.

ఈ తన విశ్వాస భావనలోని గాంభీర్యతలేమి గురించీ, మృష గురించి లీలగా కరేనిన్ ఎరుకలో వుందన్న మాట నిజమే. తను అన్నాకి ప్రసాదించిన క్షమాదానం ఏ ఉచ్ఛశక్తి ప్రేరితమూ కాక అనాలోచితంగా సద్యోజనితంగా ఒక తత్కాల బోధనకి ప్రేరణగా వచ్చింది. కాని ప్రస్తుతంలో క్రీస్తు తన హృదయ స్థితమై వున్నాడని, కాగితాలమీద సంతకాలు పెట్టేటప్పుడు కూడా ప్రభువు ఆజ్ఞనే తను అమలుపరుస్తూ వున్నాడనీ ప్రతి క్షణం అనుకుంటున్నాడు. అయినా ప్రస్తుతంలోకంటే అప్పుడే ఎక్కువ ఆనందం కలిగిందని అతనికి తెలుసు. కెరనిన్‌కి సంబంధించి అలా అనుకోవడం అవసరం. తన అవమాన వ్యాకులిత దశలో వూహించుకున్నదే అయినప్పటికీ అతనికి ఆ ఉచ్ఛ స్థితి అవసరం. ఆ యెత్తునుంచి, అందరిచేతా తిరస్కృతుడైన తను, మిగిలిన అందర్నీ తిరస్కార దృష్టితో చూడగలడు. అంచేత అతను వాస్తవిక ముక్తికిలాగా ఈ కృత్రిమ ముక్తికి అంటిపెట్టుకుపోయాడు.

23

కౌంటెస్ లిదియా ఇవానొవ్నాకి చిన్నప్పుడే పెళ్లయింది. ఆమె అప్పటికి చాలా చిన్న పిల్లగా పారవశ్యపూరిత నేత్రాలతో వుండేది. వరుడు ఓ సంపన్న ఉన్నత వంశీకుడు, సాధుస్వభావం వున్నవాడు, ఖుషా మజా మనిషి. పెళ్లయాక రెండు నెల్లు నిండకముందే అతను ఆమెని వదిలేశాడు. ఆమె పారవశ్యపూరిత ప్రణయ నివేదనలు చేసేది, అతను కేవలం వ్యంగ్య పూరిత బాణాలు వదులుతూ శత్రుభావం ప్రదర్శిస్తూ బదులు చెప్పేవాడు. అతని దయాపూరిత హృదయం గురించి తెలిసినవాళ్లకీ, పారవశ్యంతో వివశురాలైన కౌంటెస్ లిదియా ఇవానొవ్నాలో అభ్యంతకరమైంది ఏదీ చూడలేని వాళ్లకీ ఈ విషయం ఏమిటో అంతుబట్టక చిక్కుపడిపోయారు. అప్పట్నుంచీ వాళ్లు విడాకులు అంటే పుచ్చుకోలేదు గాని విడివిడిగానే వుండిపోయారు. ఎప్పుడన్నా భార్య తటస్థపడితే అతను అదే విషభరిత వ్యంగ్యపూరిత పద్ధతిలో ప్రవర్తించేవాడు. దానికి కారణం ఏమిటై వుండేదీ ఎవరికీ అంతుబట్టలేదు.

కౌంటెస్ లిదియా ఇవానొవ్నాకి భర్త పట్ల ప్రేమ ఎప్పుడో పోయింది. కాని ఎప్పుడూ ఎవరినో ఒకరిని ప్రేమిస్తూనే వుండేది. కొంతమంది మగాళ్లని, ఆడవాళ్లని వొక్కసారే ప్రేమిస్తూనే వుండేది. ప్రముఖులు అనుకునే వాళ్లందర్నీ ఆమె ప్రేమించేది. రాజ దర్బారులోకి వచ్చే ప్రతి కొత్త ప్రిన్స్‌నీ, ప్రిన్సెస్‌లనీ ప్రేమించేది. ఆమె రష్యన్ చర్చి బిషప్‌ని ప్రేమించింది. ఉపబిషప్‌ని ప్రేమించింది. పురోహితుణ్ణి ప్రేమించింది. ఒక పత్రికా విలేకరిని ప్రేమించింది. ముగ్గురు స్లావ్‌లని, కొమిస్సారొవ్‌ని,* వొక మంత్రిని, డాక్టర్‌ని, ఇంగ్లీషు మిషనరీని, కెరనిన్‌ని ప్రేమించింది. రాజదర్బారులోనూ, సమాజంలోనూ బహు విస్తారమైన సంబంధాలనీ, జటిలమైన సంబంధాలనీ యేర్పాటు చేసుకోవడానికి ఆటుపోట్లతో వుండే ఈ ప్రేమలో ఒక్కటి కూడా ఆమెకి ఆటంకపడలేదు. కాని కెరనిన్‌కి ఈ దురదృష్టం సంప్రాప్తమయి అతన్ని తన ప్రత్యేక సంరక్షణలోకి తీసుకున్నప్పటినుంచీ, కరేనిన్ సుఖశాంతుల గురించి దృష్టి పెట్టినప్పట్నుంచీ అతని ఇంటి విషయాలు చక్కబెట్టడానికే తంటాలు పడినప్పట్నుంచీ, తన ఇతర ప్రేమలన్నీ పైపై మిణుకులే అనీ, నిసర్గమైన ప్రేమ తనకి కరేనిన్ పట్లనే వుందనీ ఆమెకి నమ్మకం కలిగింది. అతని పట్ల ఇప్పుడు తనకి కలిగిన ప్రేమభావంలాంటిది అసలు ఎవరిపట్లా ఎప్పుడూ అంతకుముందు కలగలేదని ఆమెకి అనిపించింది. ఆమె తన ముందటి అనుభూతుల్ని ప్రస్తుతంతో పోల్చి విశ్లేషణ చేసుకుంది. జార్ జీవితాన్ని కాపాడకపోయివుంటే తను కొమిసారొవ్‌ని ప్రేమించి వుండేది కాదు. స్లావ్ సమస్య లేకపోయినట్లయితే గనక రీస్తిచ్ - కుడ్‌జీత్‌స్కీని ప్రేమించి వుండేది కాదు.* కాని కరేనిన్‌ని మాత్రం అతని కోసమే, మరే ఇతర ప్రభావాల ప్రమేయమూ లేకుండా ప్రేమించింది. అతని సమున్నత, నిగూఢ ఆత్మకోసం, సాగదీస్తూ మాటల్ని పలికే కీచు కంఠం కోసం, - ఆమెకి అది మనోహరంగా కనిపించింది - అలసినట్టుండే చూపు కోసం, అతని వ్యక్తిత్వం కోసం, ఉబ్బిన నరాలతో వుండే తెల్లని మృదువైన చేతుల కోసం ప్రేమించింది. అతన్ని కలుసుకోవడం ఆమెకి సంతోషంగా వుండేది. అంతే కాదు, తనని కలుసుకున్నప్పుడు అతనికి ఎలా వుంటుందో అనే చిహ్నాల కోసం అతని ముఖంలో వెతికేది కూడా. మాటలతోనే కాక మొత్తం తన

వ్యక్తిత్వంతో అతన్ని సంతుష్టిపరచాలని చూసేది. అతని కోసమన్చెప్పి ఆమె ముందటికంటే ఎక్కువగా ముస్తాబుమీద శ్రద్ధ పెట్టేది. తనకి పెళ్లి కాకుండా, తను బంధంలో ఇరుక్కోకుండా వుంటే ఎంత మధురంగా వుండేదో కదా అని కలలు గనేది. అతను గదిలోకి వచ్చినప్పుడు తత్తరపాటుతో సిగ్గుపడిపోయేది. అతను ఏదన్నా ముచ్చటైన మాట అంటే ఆమె పెదాలమీద పారవశ్యపూరిత మందహాసం లాస్యం చేసేది.

కౌంటెస్ లిదియా ఇవానొవ్నా కొన్ని రోజులుగా మహా ఉత్తేజంగా వుంది. అన్నా, వ్రాన్‌స్కీ పీటర్స్‌బుర్గ్‌లో వున్నారని వింది. కెరనిన్ పెళ్లాన్ని కలుసుకోకుండా తప్పించాలి తను. ఆ ఘోరమైన ఆడమనిషి అదే వూళ్లో వుంది, ఏ క్షణంలోనేనా ఆమె తటస్థపడవచ్చు అనే బాధాకరమైన విషయమే అతనికి తెలియకూడదు.

ఆ 'ఘోరమైన మనుషులు' – ఆమె అన్నా వ్రాన్‌స్కీలని అలానే పిలిచేది – ఎక్కడ వున్నదీ, ఏం చెయ్యబోతూ వున్నదీ ఆమె తనకి తెలిసిన వాళ్లద్వారా కూపీలాగేది. తదనుగుణంగా ఆమె తన మిత్రుడు వాళ్లతో భేటీ పడకుండా తప్పించుకునేట్టు అతని కార్యక్రమాల్ని నడిపించేది. వ్రాన్‌స్కీ నేస్తుడైన ఓ పడుచు అడ్జుటెంట్ ఆమెకి ఆ సమాచారం యావత్తూ చేరవేసేవాడు. ఆమె ప్రాపకంద్వారా తన పనులేవో జరిపించుకోవాలని అతనికి వుండేది. అన్నా వ్రాన్‌స్కీలు అక్కడి పనులు పూర్తిచేసుకుని ఆ మర్నాడు వెళ్లిపోతున్నారని అతను కౌంటెస్ లిదియా ఇవానొవ్నాకి వార్త చేరవేశాడు. ఆ వార్త విని తెరిపినపడ్డట్టు వూపిరి పీల్చిందో లేదో ఆమెకి ఓ చీటీ అందింది. ఆ దస్తూరీ గుర్తు పట్టి ఆమెకి వణుకు పుట్టింది. అన్నా కెరనినా దస్తూరీ అది. లిఫాఫా దళసరి కాగితంతో చేసింది. అండాకార పసుప్పచ్చ కాగితంమీద పెద్ద నామ ముద్ర వుంది. ఉత్తరం సువాసన చిమ్ముతోంది.

"ఎవరు తెచ్చారు?"

"ఎవరో హెూటల్‌నుంచి వచ్చిన మనిషి."

కొంతసేపటిదాకా లిదియా ఇవానొవ్నా ఉత్తరం చదివేటంత స్థిమితంగా సర్దుకోలేకపోయింది. ఆందోళనవల్ల ఆమె బాధపడే ఉబ్బసం, దగ్గు ప్రకోపించింది. ఆమె ఆందోళన తగ్గించుకుని శాంతంగా అయ్యాక ఫ్రెంచిలో రాసిన ఉత్తరాన్ని చదివింది.

'Madame la Comtesse,[1]

'మీ హృదయంలో పొంగిపొర్లే క్రైస్తవ ధార్మిక భావనలు నన్ను మీకీ ఉత్తరం రాసే అక్షంతవ్య సాహసాన్ని ఇస్తున్నాయి. పుత్రుని ఎడబాటువల్ల నేను దురపిల్లుతున్నాను. నేను వెళ్లిపోయేలోపున ఒక్కసారి వాడిని చూడనివ్వవలసిందిగా అర్థిస్తున్నాను. మీ దృష్టికి తీసుకువస్తూన్నందుకు క్షమించమని వేడుకుంటున్నాను. కెరనిన్‌గారిని కాకుండా మిమ్మల్ని అర్థించడానికి కారణం ఏమిటంటే నా ఉనికిని గురించి జ్ఞప్తి చేసి ఆ దయాతఃకరణుడైన వ్యక్తికి బాధ కలిగించడం నాకు యిష్టంగా లేకపోవడం. మీరు ఆయనతో ఎంత స్నేహితంగా వున్నారో నాకు తెలుసు. మీరు నన్ను అర్థం చేసుకుంటారని ఆశిస్తున్నాను. మీరు సెర్యోషని నా దగ్గరికి పంపిస్తారా లేక మీరు నిర్దేశించిన వేళకి నేను రానా? లేదా ఎక్కడ ఎప్పుడు

[1] కౌంటెస్ (ఫ్రెంచి)

వాణ్ణి ఇంటి దగ్గర కాకుండా వేరే చోట కలవవచ్చు? మీ ఔదార్యం నాకు తెలిసి వుండడం కారణంగా అనుమతీ ఇవ్వడం వీలు పడదు అనే మాటని వినవలసిరాదనే ధైర్యంతో వున్నాను. నా కన్నకొడుకుని చూడ్డానికి యెంత తపన పడుతున్నానో మీరు వూహించలేరు. అలాగే మీకు ఈ సహాయానికి గాను ఎంత రుణపడి వుంటానో అదీ వూహించలేరు.

అన్నా'

ఈ ఉత్తరంలో వున్న ప్రతీదీ కౌంటెస్ లిదియా ఇవానొవ్నాకి చిర్రెత్తించింది. ప్రసక్తమైన విషయాలు, తన ఔదార్యం గురించిన సూచన, అన్నిటీ మించి కౌంటెస్‌కి అనిపించినట్టు, ఆ ధోరణిలోని సాదాతనం ఆమెకి చిర్రెత్తించాయి.

"జవాబు లేదని ఈ చీటీ తెచ్చిన మనిషికి చెప్పు" అంది కౌంటెస్ లిదియా ఇవానొవ్నా. వెంటనే తన రాత బల్ల తెరిచి అదే రోజు మధ్యాహ్నం దర్బారులో జరిగే అతని అభినందన సభలో తను అతన్ని చూడదలచు కుంటున్నట్టుగా కెరనిన్‌కి ఉత్తరం రాసింది.

'వొక ముఖ్య విషయం గురించి మీతో మాట్లాడాలి. మనం కలుసుకున్నాక ఎక్కడ మాట్లాడుకోగలిగేదీ నిర్ణయించుకుందాం. మా ఇంటి దగ్గరైతే బాగుంటుంది. 'మీ' టీ తయారు చెయ్యమంటాను. మనం తప్పకుండా కలుసుకోవాలి. ఆయన శిలువనీ ఇస్తాడు, దాన్ని భరించే శక్తినీ ఇస్తాడు' అని కెరనిన్‌ని మానసికంగా ముందటినుంచీ తయారు చేసేటందుగ్గాను జతచేసింది.

కౌంటెస్ లిదియా ఇవానొవ్నా కెరనిన్‌కి రోజూ రెండు మూడు చీటీలు పంపే అలవాటు చేసుకుంది. అతనితో ఈ విధంగా సంబంధం నిలబెట్టుకోవడం ఆమెకి బాగా వుంది. ప్రత్యక్ష సంబంధాల్లో లేని వొక లాలిత్యపూరిత, నిగూఢ అంశ యిందులో వుంది, అది ఆమెకి యిష్టం.

24

అభినందన సభ ముగిసింది. అతిథులు వెళ్లిపోతూ వొకరినొకరు తాజా సమాచారం తెలియచేసుకుంటూ, అభివాదాలు చేసుకుంటూ, అప్పుడే ప్రదానం అయిన పతకాల గురించి ముచ్చటించుకుంటూ, ఉన్నత ప్రభుత్వ ఉద్యోగాల్లో జరిగిన మార్పుల గురించి ముచ్చటించు కుంటూ మాట్లాడుకుంటూ వున్నారు.

"కౌంటెస్ మరీయా బోరీసొవ్నాని యుద్ధమంత్రిగానూ, ప్రిన్సెస్ వత్కోవ్‌స్కయాని సేనాధిపతిగానూ నియమిస్తే ఎంత బాగుంటుంది" అని వొక ముసలాయన, పొడుగ్గా వున్న అందమైన ఒక దర్బారు పరిచారిక కొత్త ఉద్యోగాల గురించి అడిగిన ప్రశ్నకి జవాబుగా అన్నాడు. ఆయన బంగారు జరీ అల్లిక యూనిఫాం వేసుకున్నాడు. ఆయన జుట్టు పండిపోయింది.

"అయితే నన్ను ఎయి - డి - కేంప్‌గా వెయ్యచ్చు" అని చిరునవ్వు నవ్వుతూ అందామె.

"అబ్బెబ్బె, మీ ఉద్యోగం అప్పుడే తేల్చేశాంగా! మీరు మత విషయాల శాఖ అధిపతిగా వుంటారు. మీకింద సహాయకుడిగా కెరనిన్ వుంటారు."

"నమస్తే ప్రిన్స్" అని ఆ ముసలాయన తన దగ్గరికి వచ్చిన ఓ పెద్ద మనిషి చేతిని పట్టుకుని అన్నాడు.

"కెరనిన్‌గారి గురించి ఏదో అంటున్నారే" అని ఆ ప్రిన్స్ అన్నాడు.

"ఆఁ ఏముంది! ఆయనకీ పుత్యాతొవ్‌కీ అలెగ్జాండర్ నేవ్‌స్కీ ఆర్డరు* యిచ్చారు."

"ఆయనకి ఇదివరకే ఇచ్చారనుకున్నానే."

"వుహూఁ, లేదు. ఆయనకేసి చూడండి" అని ముసలాయన జడలల్లిన తన టోపీతో గుమ్మంకేసి చూపిస్తూ అన్నాడు. కెరనిన్ దర్బారు యూనిఫాం వేసుకుని, భుజంమీదనుంచి నడుందాకా ఛాతీపైనుంచి అడ్డంగా కొత్త యెర్ర రిబ్బను కట్టుకుని గుమ్మం దగ్గర ఎవరో రాజకీయ మండలి* ప్రముఖ సభ్యుడితో మాట్లాడుతూ నుంచున్నాడు. "యెంత సంతోషంగా, కులాసాగా వున్నాడు" అని ఓ క్షణం ఆగి అన్నాడు. ఆ క్షణంలో అందంగా, క్రీడాకారుడి శరీర సౌష్ఠవం వున్న వొక కామ్మేహెర్* చేతిని అదిమాడు.

"ఆయనకి ముసలితనం వచ్చేసింది" అన్నాడు కామ్మేహెర్

"విధుల వల్ల. ఇప్పుడు కొత్త పథకం తయారుచేస్తున్నాడు. పాపం సవివరంగా అన్నీ వింటేనేగాని అతన్ని వదలడు" అన్నాడు.

"ముసలితనం వచ్చేసిందంటారా? Il fait des passions.[1] కౌంటెస్ లిదియా ఇవానొవ్నాకి ఆయన భార్యంటే అసూయగా వుంది."

"ఆపండి, కౌంటెస్ లిదియా ఇవానొవ్నా గురించి చెడ్డగా అనకండి."

"ఏం? ఆమె కెరనిన్‌గార్ని ప్రేమించడం చెడ్డ అంటారా?"

"మేడం కెరనినా యిక్కడ వుందట! నిజమేనా?"

"అంటే ఇక్కడ దర్బార్లో అని కాదు, పీటర్స్‌బుర్గ్‌లో. నిన్న ఆమెనీ, ఆలెక్సేయ్ వ్రాన్‌స్కీని మొర్‌స్కాయ వీధిలో bras dessus, bras dessous[2] చూశాను."

"C'est un homme qui n'a pas....[3] అని కామ్మేర్‌హెర్ మొదలుపెట్టాడు. ఎవరో రాజకుటుంబం ఆయన అటు వెడుతూ వుంటే ఆయనకి వందనం చేస్తూ దారియిచ్చేందుకు మాత్రం కాసేపు ఆగాడు.

అందరూ కెరనిన్ గురించి అడ్డూ ఆపూ లేకుండా మాట్లాడుతూనే వున్నారు. విమర్శిస్తూనే వున్నారు. వెక్కిరింతగా అనుకుంటూనే వున్నారు. గుమ్మం దగ్గర కెరనిన్ రాజకీయ మండలి సభ్యుణ్ణి పట్టుకుని బంకలాగా వదలకుండా తన కొత్త ఆర్థిక పథకాల గురించి సందు ఇవ్వకుండా విపులీకరిస్తూనే వున్నాడు.

భార్య తనని వదిలిపెట్టి వెళ్లిపోయిన ఇంచుమించు అదే సమయంలోనే ఉద్యోగస్థులకి సంప్రాప్తించే ఘోర విపత్తు కెరనిన్‌కి సంభవించింది – ఉద్యోగంలో ప్రమోషన్‌లేని దశకి

[1] ఆడవాళ్లు పడిచస్తున్నారు (ఫ్రెంచి).

[2] చేతిలో చెయ్యి వేసుకుని (ఫ్రెంచి).

[3] అతను యెలాంటి వ్యక్తి అంటే, అతని దగ్గర వుండవు... (ఫ్రెంచి).

చేరుకోవడం. ఆ దశ వచ్చేసింది. అందరికీ అది స్పష్టంగా కనిపించింది. కాని తన ఉద్యోగ జీవిక ముగిసిందన్న ఎరుక కెరనిన్‌కి రాలేదు. స్త్రేమొవ్‌తో ఘర్షణవల్ల గాని, పెళ్లాంతో యేర్పడ్డ చిక్కులవల్ల గాని, లేదా తననే విధిగీసిన వొక హద్దుకి చేరుకున్నందువల్ల గాని, కారణం ఏదైతేనేం గాక, ఉద్యోగంలో కెరనిన్ స్థితి అతని ప్రాభవం అంతమయ్యే దశకి చేరింది, అది అందరికీ తెలుసును కూడా. అతని ముఖ్యమైన పదవి ఇంకా వుండనే వుంది. ప్రభుత్వ ఆయోగాల్లో, కమిటీల్లో ఇంకా సభ్యుడిగానే వున్నాడు. కాని అతని స్థితి కరిమింగిన వెలగపండు బాపతుగా మిగిలిపోయింది. అతను ఏం చెప్పినా అదంతా పాత చింతకాయ పచ్చడి బాపతుగా, దాని అవసరం ఏమీ కనిపించనట్టు జనం వినేవాళ్లు.

కాని కెరనిన్‌కి అది గుర్తింపులోకి రాలేదు. రాకపోవడం సరే కదా, ప్రభుత్వ వ్యవహారాల్లో నేరుగా పాల్గోకపోవడంవల్ల అతనికి ఇతరుల చర్యల్లో లోపాలు, తప్పులు ఇదివరకటికంటే ఎక్కువ స్పష్టంగా కనిపించేవి. వాటిని సవరించే సూచనలు చెయ్యడం తన కర్తవ్యంగా అతనికి కనిపించేది. భార్య వెళ్లిపోయిన వెంటనే అతను నూతన న్యాయవిధానం గురించి మొదటి వ్యాఖ్య రాయడం మొదలుపెట్టాడు. ప్రభుత్వ పాలనలోని నానా రకాల అంశాల గురించీ రాయబోయే పనికిమాలిన అసంఖ్యాక వ్యాఖ్యల్లో అది ఒకటి.

తన పరిస్థితి ఎంత అధ్వాన్నంగా వుందోనన్న గుర్తింపు కెరనిన్‌కి లేకపోయింది. అంచేత దుఃఖపడిపోలేదు. అంత మాత్రమే కాదు అంతకు ముందు ఎన్నటికంటే ఎక్కువగా తన కార్యకలాపాలతో సంతోషపడ్డాడు.

"పెండ్లికానివాడు ప్రభువును ఏలాగు సంతోషపెట్టగలనని ప్రభువు విషయమైన కార్యములను గూర్చి చింతించుచున్నాడు. పెండ్లియైనవాడు భార్యను ఏలాగు సంతోషపెట్టగల నని లోక విషయమైన వాటిని గూర్చి చింతించుచున్నాడు" అన్నాడు అపోస్తలుపౌల్. కెరనిన్ ఎక్కువసార్లు దీన్ని గుర్తుచేసుకునేవాడు – ప్రస్తుతం పవిత్ర గ్రంథాల్లో నిర్దేశితమైనదాని ప్రకారం నడుచుకుంటూ వున్నట్టుగా. భార్య తనని వదిలిపెట్టి వెళ్లిపోయిన క్షణంనుంచీ తను అంతకు ముందటికంటే తన పథకాలవల్ల భగవంతుడికి ఎక్కువ సేవ చేస్తున్నట్టు భావించుకున్నాడు.

రాజకీయ మండలి సభ్యుడు స్పష్టంగా తెలిసేట్టుగా చిరాకుపడి, తనని వదిలిపెట్టి వెళ్లిపోవాలనుకోవడం చూసి కరేనిన్‌కి ఏ ఇబ్బందీ కలగలేదు. ఆ సభ్యుడు ఎవరో రాజ కుటుంబీకుడు అటు వెడుతూ వుంటే అతని వెనకాలే పడి వెళ్లినప్పుడు మాత్రమే కెరనిన్ మాట్లాడ్డం ఆపు చేశాడు.

ఒంటరిగా వుండిపోయి కెరనిన్ తన ఆలోచనల్ని కూడదీసుకుందుకు తల వాల్చుకున్నాడు. తర్వాత పరధ్యానంగా చుట్టూతా చూశాడు. కౌంటెస్ లిదియా ఇవానొవ్నాని కలుసుకోవచ్చున్న ఆశతో గుమ్మం వేపు వెళ్ళాడు.

'వీళ్లంతా ఎంత పుష్టిగా దిట్టంగా వున్నారు!' అని వస్తాదులా వున్న కామ్మేర్ హెర్‌ని, ఓ ప్రిన్స్‌ని చూసి కెరనిన్ అనుకున్నాడు. కామ్మేర్‌హెర్ సువాసనగా వున్న చెంపల్ని దువ్వుకున్నాడు. ప్రిన్స్ మెడ యెర్రగా వుంది. అతను యూనిఫాంలో వున్నాడు. 'లోకంలో అంతా చెడే అని నిజంగానే అన్నారు' అనుకున్నాడు కామ్మేర్‌హెర్ బలిష్ఠమైన పిక్కలకేసి వోరగా చూసి.

కెరనిన్ నిదానంగా కాళ్లెత్తి అడుగులు వేస్తూ, తన మామూలుగా అలస, హుందా వైఖరితో నడుస్తూ, అతన్ని గురించి మాట్లాడుకుంటూ వున్న వాళ్లకి అభివాదం చేస్తూ లిదియా ఇవానొవ్నా కనిపిస్తుందేమోనని గుమ్మంకేసి చూశాడు. కెరనిన్ దగ్గరికి వచ్చి, ఉదాసీనంగా తల వూపగానే

"హేయ్! కెరనిన్‌గారూ" అని కళ్లల్లో కసి కనిపిస్తూ వుండగా ఆ ముసలాయన అన్నాడు. నేను మిమ్మల్ని అభినందించనేలేదు" అన్నాడు కొత్త రిబ్బన్ చూపించి.

"కృతజ్ఞుణ్ణి. ఇవాళ వాతావరణం ఎంత బాగుంది!" అన్నాడు కెరనిన్ 'ఎంత బాగుంది' అన్న మాటని తన ధోరణిలో వొత్తి పలుకుతూ.

వాళ్లు తన గురించి వేళాకోళాలాడుకుంటున్నారని అతనికి తెలుసు. విద్వేషం తప్ప మరి ఏదీ వుంటుందనీ అతను అనుకోలేదు. అతను దానికి అలవాటుపడిపోయాడు.

గుమ్మం దగ్గర లిదియా ఇవానొవ్నా కనిపించింది. ఛోళీ వెలుపలకి వచ్చిన ఆమె భుజాలూ,యిటు రమ్మని సైగ చేసే అందమైన స్వాప్నిక నేత్రాల మిలమిల చూడగానే కెరనిన్ పటుత్వంతో వున్న తన తెల్లని పళ్లు కనిపించేటట్టు చిరునవ్వు నవ్వుతూ ఆమె దగ్గరికి వెళ్ళాడు.

లిదియా ఇవానొవ్నా ఇటీవల కొంతకాలంగా తన అలంకరణ గురించి శ్రద్ధపడుతూ వున్నట్టుగా ఇప్పుడూ బాగా శ్రద్ధగా ముస్తాబయింది. ముప్పయి ఏళ్ల కిందటి దాంతో పోల్చుకుంటే ఇప్పుడు ఆమె ముస్తాబవడం ఉద్దేశం పూర్తి తలకిందులుగా వుంది. అప్పట్లో తను ఎంత ఎక్కువ అలంకారం చేసుకుంటే అంత మేలు అని వుండేది. ఇప్పుడు తద్ వ్యతిరేకం. తన వయసుకీ, ఆకారానికీ ఏ మాత్రం నప్పకుండా వుండే రీతిలో ముస్తాబు తప్పకుండా వుంటోంది. కాని ఈ అలంకారానికీ రూపానికీ మధ్య తేడా మరీ భయంకరంగా వుండరాదని ప్రస్తుత ఉద్దేశం. కెరనిన్ విషయంలో ఆమె ఉద్దేశం నెరవేరింది. ఆమె అతనికి ఆకర్షవంతంగా కనిపించింది. అతని పాలిటికి ఆమె, శత్రుత్వ, వ్యంగ్యపూరిత ప్రజా సముద్ర మధ్యంలో వున్న దయా ద్వీపం మాత్రమే కాదు, ఏకైక స్నేహ ద్వీపం కూడా.

అపహాసపూరిత చూపుల తీరంలో తచ్చాడుతూ వున్న అతను ఆమె ప్రేమపూరిత దృక్కుకి, చెట్టు ఎండవేపు ఆకర్షితమైనట్టుగా ఆకర్షితుడయ్యాడు.

"అభినందనలు" అని ఆమె కళ్లతో రిబ్బన్‌ని సూచిస్తూ అంది.

సంతోషపూరిత మందహాసాన్ని అణుచుకుంటూ అతను కళ్లు మూసుకుంటూ అలాంటివి తనకి సంతోషాన్నివ్వవు అన్నట్టు భుజాలు ఎగరేశాడు. అతను పైకి ఒప్పుకోకపోయినా ఇవే అతనికి ముఖ్యమైన సంతోషకారకాలు అని లిదియా ఇవానొవ్నాకి బాగా తెలుసు.

"ఎలా వున్నాడు మన దీపకుడు?" అని సెర్యోషని దృష్టిలో వుంచుకుని కౌంటెస్ లిదియా ఇవానొవ్నా అడిగింది.

"నాకు తృప్తిగా వుందని అనలేను" అని కెరనిన్ కనుబొమలు పైకి ఎత్తి కళ్లు తెరుస్తూ అన్నాడు. "సీత్నికొవ్ కూడా తృప్తిగా వున్నట్టు కనిపించడం లేదు" (సీత్నికొవ్ కెరనిన్ తన కొడుకుని అప్పగించిన గురువు. ధర్మశాస్త్రాలు తప్పించి మిగిలిన అన్నీ చెపుతున్నాడతను). "నేను లోగడ వొకసారి మీకు చెప్పినట్టు పెద్దలనీ, పిన్నలనీ అందరినీ అలరించవలసిన

560 టాల్‌స్టాయ్

గొప్ప విషయాల పట్ల ఏదో ఉదాసీనత చూపిస్తున్నాడు" అని అతను తనకి ఉద్యోగ ధర్మం ఇవతల ఆసక్తి కలిగించిన ఒకే ఒక విషయాన్ని గురించి విపులీకరించడం మొదలుపెట్టాడు: అది కొడుకు శిక్షణ.

లిదియా ఇవానొవ్నా సాయంతో కెరనిన్ తిరిగి జీవితంకేసీ క్రియాశీల కార్యకలాపాల తేసి మళ్లినప్పుడు తన దగ్గర వుండిపోయిన కొడుకు సెంరక్షణ, విద్యాబుద్ధులు చూడ్డం తన బాధ్యత అని అతనికి అనిపించింది. ఎప్పుడూ విద్యా విషయాల గురించి చూడనివాడు, ఇప్పుడు దాన్ని గురించి సైద్ధాంతిక అధ్యయనం మొదలుపెట్టాడు. మానవశాస్త్రం, విద్యా శిక్షణ శాస్త్రం, శిక్షావిధి లాంటి విషయాలమీద అనేక పుస్తకాలు చదివాక తన కొడుకు చదువు గురించి ఒక ప్రణాళిక తయారుచేశాడు. పీటర్స్‌బుర్గ్‌లో వున్న ఉత్తమ టీచర్ సాయంతో పనికి నడుం కట్టాడు. ఆ పనే అతనికి పెద్ద ధ్యాస అయింది.

"కాని మనసో! వాడికి తండ్రి మంచి మనసు వచ్చింది. అలాంటి మనసు వున్నవాడు చెడ్డవాడు అవడు" అని కౌంటెస్ లిదియా ఇవానొవ్నా చాలా పారవశ్యపూరితంగా అంది.

"కావచ్చు.... నాకు సంబంధించి నా విధి నేను నిర్వహిస్తున్నాను. ఇంక అంతకంటే చెయ్యలేను."

"మీరు మా ఇంటికి రావాలి" అని కౌంటెస్ లిదియా ఇవానొవ్నా కొంచెంసేపు ఆగి అంది. "ఒక విషయం గురించి మాట్లాడుకోవాలి. మీకు అది కష్టం కలిగించవచ్చు. మీకు ఆ స్మృతులు రాకుండా వుండేందుకు ఏమైనా చేస్తాను. కాని పై వాళ్లు అలా అనుకోరు. నాకు 'ఆమె' ఉత్తరం రాసింది 'ఆమె' పీటర్స్‌బుర్గ్‌లో వుంది" అంది.

భార్య ప్రస్తావన రాగానే కెరనిన్ ఒక్కసారి కంపించాడు కాని మృత్యువు జడత్వం అతని ముఖంలో ప్రత్యక్షమైంది. ఈ విషయంలో అతని పూర్తి వివశత్వాన్ని అది వెల్లడి చేసింది.

"నేననుకున్నా అలా జరుగుతుందని" అన్నాడు

కౌంటెస్ లిదియా ఇవానొవ్నా అతనికేసి పారవశ్యపూరితంగా చూసింది. అతని ఆత్మ ఔన్నత్యం పట్ల ప్రశంసాపత్రంగా ఆమె కళ్లల్లో నీళ్లు తిరిగాయి.

25

కెరనిన్ చిన్న విశ్రాంతి మందిరంలోకి వెళ్లాడు. ఆ గది గోడలకి తైలవర్ణ చిత్రాలు వున్నాయి. పింగాణీ సామాను పరిచిన మేజా ఆ గదిలో వుంది. కాని అసలు ఇంటావిడ అక్కడ లేదు. ఆమె బట్టలు మార్చుకుంటోంది.

టేబిల్ క్లాత్ పరిచిన వో గుండ్రటి బల్ల అక్కడ వుంది. దానిమీద పింగాణీ టీ సెట్ వుంది. వెండి టీ కెటిల్ స్పిరిట్ లాంప్‌మీద వేడి చెయ్యడానికి వుంది. కెరనిన్ పరధ్యానంగా ఆ చిత్రాలకేసి చూశాడు. అవి అతనికి పరిచితమైనవే. తర్వాత ఓ చిన్నబల్ల దగ్గర కూర్చున్నాడు. దానిమీద వున్న బైబిల్ అందుకున్నాడు. సిల్కు గౌను రెపరెపలు వినిపించి అతను ఈ లోకంలోకి వచ్చాడు.

"హమ్మయ్య! ఆఖరికి టీ తాగుతూ కబుర్లు చెప్పుకుంటూ కూర్చోవచ్చు" అని కౌంటెస్ లిదియా ఇవానొవ్నా కంపించే చిరునవ్వు నవ్వుతూ అంది. ఆమె గబగబా టీ బల్లకీ, సోఫాకీ మధ్య చేరి కూర్చుంటూ అంది.

కొంత లోకాభిరామాయణం తర్వాత కౌంటెస్ లిదియా ఇవానొవ్నా ఉత్తేజంతో యెర్రబడుతూ, రొప్పుతూ కెరనిన్‌కి అన్నా రాసిన ఉత్తరాన్ని అందించింది.

దాన్ని చదివాక అతను కొంతసేపు ఏమీ మాట్లాడలేదు.

"వీల్లేదని చెప్పే హక్కు నాకు లేదనుకుంటాను" అని కళ్లు పైకి ఎత్తుతూ బెరుకు బెరుగ్గా అన్నాడు.

"అయ్యో! సత్యకాలమాని! మీకు ఎందులోనూ చెడు కనిపించదు."

"అందుకు వ్యతిరేకం, నాకు ప్రతిదాంట్లోనూ చెడు కనిపిస్తోంది. కాని అలా చెయ్యడం న్యాయమేనా?"

అతని ముఖంలో సందిగ్ధత, సలహా కోసం అభ్యర్థన, తోడ్పాటు కోసం అనురోధం, తన అవగాహనకి అందని విషయంలో మార్గ నిర్దేశం చెయ్యమన్న కోరిక కనిపించాయి.

"న్యాయమే. దేనికన్నా అర్థం పర్థం వుండాలి" అని కౌంటెస్ లిదియా ఇవానొవ్నా చెప్పడం మొదలుపెట్టింది. "నేను అవినీతిని అర్థం చేసుకోగలను" అంది. కాని అది నిజంగా నమ్మి అన్న మాట కాదు. ఏమంటే ఆడవాళ్లని అవినీతికి పురికొల్పేది ఆమెకి ఎన్నడూ అర్థం కాదు. "కాని క్రూరత్వాన్ని అర్థం చేసుకోలేను, అదీ యెవరిపట్ల? మీపట్ల! మీరు వున్న ఈ వూరికి ఆమె ఎలా రాగలిగిందీ అని! లోకం చూసి తెలుసుకోండి అన్నారు. మీ ఔన్నత్యం గురించీ, ఆమె నీచత్వం గురించీ నాకు తెలిశాయి."

"మొదటి రాయి ఎవరు విసురుతారు?" అని కెరనిన్ తన పాత్రపట్ల సంతృప్తి పడుతున్నట్టు అన్నాడు. "నేను ఆమెను క్షమించాను. అంచేత ఆమెకి ప్రేమ అవసరం వున్నదాన్ని లేకుండా చెయ్యలేను, అంటే తన కొడుకుపట్ల ప్రేమని..."

"కాని అది ప్రేమంటారా? కడుపులోనుంచి వచ్చినదేనా? మాటకి మీరు క్షమించారనే అనుకుందాం, క్షమిస్తారనే అనుకుందాం, అంత మాత్రం చేత ఆ కులదీపకుడి మనసు క్షోభపెడదామా? ఆమె చనిపోయిందని వాడనుకుంటున్నాడు. ఆమె కోసం దేవుణ్ణి ప్రార్థించి ఆమె పాపాలకి ఆమెని క్షమించమని అడుగుతున్నాడు. అదే మేలుగా వుంది. ఇప్పుడేమనుకుంటాడు తను?"

"ఆ విషయం నాకు స్ఫురించలేదు" అని ఆమె మాటలు ఒప్పుకుంటూ అన్నాడు కెరనిన్.

కౌంటెస్ లిదియా ఇవానొవ్నా చేతులతో ముఖం కప్పుకుని యేమీ మాట్లాడలేదు. ఆమె ప్రార్థన చేస్తోంది.

"నా సలహా గనక అడిగితే" అని ప్రార్థన అవగానే చేతులు దించి అంది. "ఒప్పుకోవద్దనే అంటాను. మీరెంత బాధపడుతున్నారో ఇది ఎలా మీ పుండుని రేపిందో నాకు కనిపించడం

లేదూ? మాటకి ఎప్పట్లాగే మీరు మీ గురించి అనుకోరనే అనుకుందాం. దాని ఫలితం ఏమిటి? మీరు కొత్తగా యాతన పడడం, పిల్లవాడికి లేనిపోని వేదన. తను ఇంకా అన్నం తినే మనిషే గనుక అయివుంటే ఆమె ఇలాంటి కోరిక కోరదు. నేనైతే వుహుఁ, వీల్లేదు అని కరాఖండీగా చెప్పేదాన్ని. మీరు వూఁ అంటే ఆమెకి అలా అని ఉత్తరం రాస్తాను" అంది.

కెరనిన్ సరేనన్నాడు. కౌంటెస్ లిదియా ఇవానొవ్నా ఫ్రెంచిలో ఉత్తరం రాసింది.

'ప్రియమైన అమ్మగారూ!

మీ కుర్రవాడికి మిమ్మల్ని గురించి గుర్తు చెయ్యడంవల్ల వాడికి యక్ష ప్రశ్నలు పుడతాయి. ఆ ప్రశ్నలకి చెప్పవలసిన జవాబులు వాడికి పవిత్రమైన విషయాలపట్ల వుండవలసిన భక్తి భావాన్ని నాశనం చేస్తాయి. అందుచేత మీరు మీ భర్తగారి నిరాకరణని క్రైస్తవ ధర్మ శ్రేయో భావనానురూపంగా గ్రహించవలసిందని చెపుతున్నాను. సర్వశక్తివంతుడైన పరాత్పరుడు తన కృపాసుధని మీమీద వర్షించుగాక.

కౌంటెస్ లిదియా'

ఈ ఉత్తరం కౌంటెస్ లిదియా ఇవానొవ్నా స్వయంగా పైకి ఒప్పుకోలేని రహస్య లక్ష్యాన్ని సాధించింది. అన్నా మనసుకి శల్యంలాగా గుచ్చుకుంది.

కౌంటెస్ లిదియా ఇవానొవ్నా న్యాయంగానే తన గురించి చెప్పినట్టు భార్య పట్ల తను పవిత్రంగా వున్నాడు. ఆమె దోషి. ఆమె స్మృతి అంత కలత కలిగించి వుండకూడదు. కాని అతనికి మనశ్శాంతి లేకపోయింది. చదివే పుస్తకం బుర్రకెక్కడం లేదు. అన్నాతో తన పూర్వ సంబంధాల వేదనా భరిత స్మృతుల్ని తరిమేసుకోలేకపోయాడు. తను దోషాలుగా ఇప్పుడతనికి కనిపించేవాటిని మర్చిపోలేకపోయాడు. గుర్రం పందేల తర్వాత ఇంటికి తిరిగివచ్చే సమయంలో అన్నా తన ప్రేమకలాపం గురించి వెల్లడి చేసినప్పుడు తను ప్రతిస్పందించిన విధం (మరీ ముఖ్యంగా ఆమె లోకుల ముందు ఎలా నడుచుకోవాల్సిందీ తను కోరడం, వ్రాన్స్కీని ద్వంద్వయుద్ధానికి సవాల్ చెయ్యకపోవడం) అతనికి గుర్తు వచ్చింది. అది అతన్ని పశ్చాత్తాపంతో వేదన పెట్టింది. అలాగే తను ఆమెకి రాసిన ఉత్తరం గుర్తు వచ్చి వ్యధ కలిగించింది. కాని ముఖ్యంగా శుద్ధ అనవసరమైన తన క్షమాదానం, మరొకడి బిడ్డ పట్ల తను చూపించిన బెంగ అతని హృదయంలో లజ్జా పశ్చాత్తాపాల నిప్పులాగా మారి అతన్ని దహించివేశాయి.

తను ఆమెతో గడిపిన గత జీవితం అంతటినీ గుర్తు చేసుకుని, తను ఎంతో తటాపటాయించి, నంగినంగి మాటలతో వివాహ ప్రస్తావన చేసిందీ గుర్తు చేసుకుని అతను సిగ్గుతో, పశ్చాత్తాపంతో కుంగిపోయాడు.

'కాని నా తప్పు ఏం వుంది?' అనుకున్నాడు. ఈ ప్రశ్ననుంచి విధిగా ఇంకో ప్రశ్న పుట్టింది. మిగతావాళ్లు ఈ వ్రాన్స్కీలు, అబ్లాన్స్కీలు.... బలిష్ఠమైన పిక్కలతో వున్న కామ్మెర్‌హెర్‌లు వేరేగా అనుభూతి చెందుతారా, ప్రేమిస్తారా, వేరేగా వివాహం చేసుకుంటారా? అన్నివేళలా, అన్ని చోట్లా తన దృష్టిని ఆకర్షించి, తన కుతూహలాన్ని రెచ్చగొడుతూ నేవళింపుగా వుండి జీవితంతో తొణికిసలాడుతూ ఎన్నడూ ఏ సంశయాలకీ గురికాని మనుషులు అతని కళ్లముందు ప్రత్యక్షమయ్యారు. అతనీ ఆలోచనలని తరిమేశాడు. తను వున్నది ఈ

బుద్బుదప్రాయమైన పాంచభౌతిక జీవితం గడిపేటందుకు కాదనీ, శాశ్వత జీవితం కోసమనీ, తన ఆత్మ ప్రేమతో శాంతితో నిండుగా వుందనీ నమ్మకం కలిగించుకో ప్రయత్నించాడు. కాని యీ బుద్బుదప్రాయ, తుచ్ఛ జీవితంలో కొన్ని తుచ్ఛమైన పొరపాట్లు తను చేశాడనే యెరుక వచ్చి తను నమ్మేటటువంటి శాశ్వత ముక్తి లేనట్టు అతన్ని వేదన పెట్టింది. కాని ఈ ఆత్మ చేతనాపరీక్ష కొంచెం సేపే వుంది. కొంచెంసేపట్లోనే కరేనిన్ మనసుకి శాంతి, సమున్నత స్థితి తిరిగి వచ్చాయి. దాంతో తను వేటిని గుర్తు చేసుకోకూడదనుకుంటున్నాడో వాటిని మర్చిపోగలిగాడు.

26

"అయితే, కపితోనిచ్" అని సెర్యోష తన పుట్టిన రోజుకి ముందు రోజున షికారు వెళ్లి తిరిగివచ్చాక ముసలి పొడగరి దర్వాన్‌కి ఓవర్‌కోటు అందిస్తూ అన్నాడు. సెర్యోష చెక్కిళ్లు ఎర్రగా వున్నాయి, హుషారుగా వున్నాడు. దర్వాన్ చిన్నగా వున్న సెర్యోషమీదకి వంగి చిరునవ్వు నవ్వాడు. "బేండేజీ కట్టుకున్న గుమాస్తా ఇవాళ మళ్ళీ వచ్చేడా? నాన్న అతన్ని కలుసుకున్నారా?" అని సెర్యోష అడిగాడు.

"కలుసుకున్నారు. సెక్రటరీగారు బయటికి రాగానే నే వెళ్లి అయ్యగారికి చెప్పా" అని దర్వాన్ హుషారుగా కన్ను గీటుతూ అన్నాడు. "ఇలా రండి, నే విప్పుతా" అన్నాడు.

"సెర్యోష!" అని కుర్రవాడి స్లావ్ ట్యూటర్ లోపలికి వెళ్లే గది గుమ్మం దగ్గర ఆగి మందలింపుగా అన్నాడు. "సొంతంగా విప్పుకోండి."

ట్యూటర్ లోగొంతుకలో అన్న మాటని విన్నా సెర్యోష పట్టించుకోలేదు. దర్వాన్ పటకా పట్టుకుని అతని ముఖంలోకి చూస్తూ అక్కడే నుంచున్నాడు.

"నాన్న అతనడిగింది చేశారా?"

దర్వాన్ చేశారన్నట్టు తల వూపాడు.

అతనికీ, సెర్యోషకీ ఇద్దరికీ ఆ బేండేజీ గుమాస్తా అంటే ఆసక్తి కలిగింది. ఆ గుమాస్తా కెరనిన్ సాయం అర్థిస్తూ ఏడుసార్లు వచ్చాడు ఒకసారి సెర్యోష అతన్ని గుమ్మంలో చూశాడు. తను వచ్చినట్టు అయ్యగారికి చెప్పమని దర్వాన్‌ని బతిమలాడేడు. తనూ తన పిల్లలూ తిండికి మాడిపోతున్నామని అన్నాడు.

అప్పట్నుంచీ సెర్యోష అడపాదడపా అతన్ని చూస్తూనే వున్నాడు. అతనంటే సెర్యోషకి ఆసక్తి కలిగింది.

"అతను చాలా సంతోషించాడా?" అని అడిగాడు.

"మామూలుగానా! ఎగిరి గంతేశాడు!"

"ఏమన్నా వస్తువు వచ్చిందా?" అని సెర్యోష కొంచెంసేపు ఆగి అడిగేడు.

"ఆం, చిన్న హుజూర్!" అని దర్వాన్ తల వూపుతూ తల వొంచి మెల్లిగా అన్నాడు. "కౌంటెస్‌గారి దగ్గర్నుంచి."

అది కౌంటెస్ లిదియా ఇవానొవ్నా పంపిన జన్మదిన కానుక అని సెర్యోష వెంటనే గ్రహించాడు.

"నిజంగా? ఏమిటది?"

"కర్నేయ్ దాన్ని నాన్నగారి దగ్గరికి పట్టికెళ్ళాడు. చూస్తే చాలా బాగా వున్నట్టే వుంది."

"ఎంత పెద్దది? ఇంత పెద్దదా?"

"చిన్నదే, కాని చాలా బాగుంది."

"పుస్తకమా?"

"కాదు. వేరే ఏదో. కాని పదండి, వసీలియ్ లుకీచ్ పిలుస్తూ వున్నారు" అని ట్యూటర్ అడుగుల చప్పుడు దగ్గర పడుతూ వుండడం వినిపించి అన్నాడు. మెల్లిగా ఆ చిన్న చేతిని తన పటకా నుంచి విడిపించాడు. ఆ చేతికి వున్న గ్లవ్ అంతకుముందు సగం విడి వుంది. అతను గుమ్మం కేసి తల వూపి చూపిస్తూ కనుసైగ చేశాడు.

"ఇప్పుడే వస్తున్నా, వసీలియ్ లుకీచ్‌గారూ" అని ఆహ్లాదంగా మురిపించే చిరునవ్వు నవ్వుతూ అన్నాడు. ఆ చిరునవ్వు కర్తవ్య పరాయణుడైన ఆ ట్యూటర్ మనసుని ఎప్పుడూ వశం చేసుకునే చిరునవ్వు.

ఆ వేళ సెర్యోష చాలా హుషారుగా వున్నాడు, ఆ రోజు ప్రతీదీ ఎంతో ఉల్లాసంగా వుంది. దాంతో అతను దర్వాన్‌కి మరో మంచి వార్త చెప్పకుండా వుండలేకపోయాడు. సమ్మర్ గార్డెన్*లో షికారుచేస్తూ కౌంటెస్ లిదియా ఇవానొవ్నా మేనకోడలు అతనికి ఆ వార్త చెప్పింది. గుమాస్తా గురించిన మంచి వార్త, తన జన్మదిన కానుక వార్తల్తో కలిసి ఆ శుభవార్త రావడంతో దాని ఘనత పెరిగింది. ప్రతివాళ్లూ సంతోషంగా, ఉల్లాసంగా వుండవలసిన రోజు అది అని సెర్యోషకి అనిపించింది.

"విన్నావా? నాన్నకి అలెగ్జాండర్ నేవ్‌స్కీ పతకం వచ్చింది."

"వినకపోవడమేమిటి? నాన్నగార్ని అభినందించడానికి జనం వచ్చారు."

"నాన్న సంతోషంగా వున్నారా?"

"యెందుకుండరు? స్వయంగా జార్ అనుగ్రహం చూపిస్తే! కాని నాన్నగారికా అర్హత వుంది" అని దర్వాన్ గంభీరంగా అన్నాడు.

సెర్యోష దర్వాన్ ముఖంకేసి చూస్తూ ఏదో ఆలోచనలో పడిపోయాడు. పెరిగిన చెంపల మధ్యనుంచి కిందికి దిగినట్టుండే చుబుకం వున్న ఆ ముఖం సెర్యోషకి బాగా పరిచితమే. సెర్యోష తప్ప ఎవరూ ఆ చుబుకాన్ని తలపైకెత్తి కిందనుంచి చూడరు.

"మీ అమ్మాయి యిక్కడికి వచ్చి చాలా రోజులైంది కదా?"

దర్వాన్ కూతురు బాలే నర్తకి.

"పని రోజుల్లో ఎలా వస్తుంది? దానికీ పాఠాలు వుంటాయి. చిన్న హుజూర్, మీరు కూడా వెళ్లి చదువుకోవాలి."

గదిలోకి వెళ్లాక చదువుకోవడానికి బదులుగా సెర్యోష ట్యూటర్‌కి తన అనుమానాన్ని వెల్లడి చేశాడు. తనకోసం తెచ్చిన కానుక బహుశా మోటారు అయివుంటుంది. "ఏమంటారు?" అని అడిగారు.

కాని మధ్యాహ్నం రెండు గంటలకి ప్రైవేటు మాస్టారు వచ్చేలోపుగానే వ్యాకరణ పాఠం తయారు చెయ్యాలనే విషయం గురించి వసీలియ్ లుకీచ్ ఆలోచించాడు.

"కాని వసీలియ్ లుకీచ్‌గారూ, యిది చెప్పండి. అలెగ్జాండర్ నేవ్‌స్కీ పతకం కంటే పెద్దది ఏది?" అని సెర్యోష బల్ల దగ్గర పుస్తకం పట్టుకుని కూర్చుని హఠాత్తుగా అడిగాడు. "మీకు తెలుసా నాన్నగారికి అలెగ్జాండర్ నేవ్‌స్కీ పతకం వచ్చింది" అన్నాడు.

వ్లదీమిర్ పతకం దానికంటే పెద్దదని* వసీలియ్ లుకీచ్ చెప్పాడు.

"ఇంకా దానికంటే?"

"అన్నిటికంటే పెద్దది సెయింట్ అంద్రేయ్ పతకం."

"అంద్రేయ్‌కంటే పెద్దదో?"

"ఏమో మరి తెలీదు."

"ఏమిటి? మీకూ తెలీదా?" అని తలచేతిమీద పెట్టుకుని ఆలోచనలో మునిగాడు.

అతనికి ఆలోచనలు ఎక్కువ, జటిలమైనవీనీ. ఆ వేళే తండ్రికి వ్లదీమిర్, అంద్రేయ్ పతకాలు రెండూ వచ్చేసి తండ్రి పాఠం చెపుతూ వుంటే ఎక్కువ సరసంగా ఉంటాడనీ, తను పెద్దవాడయాక అన్ని పతకాలనీ పొందడం గురించీ, అంద్రేయ్ పతకం కంటే ఎక్కువ స్థాయి పతకాన్ని పెడితే దాన్ని గురించీ అనుకున్నాడు. అసలు ఏదన్నా కొత్త పతకం పెడితే చాలు తను సాధించేస్తాడు. ఇంకా దానికంటే పెద్దదాన్ని పెడితే దాన్నీ తనకి యిచ్చేస్తారు.

ఆ రకంగా ఆలోచనలతో కాలం గడిచింది. దాంతో వ్యాకరణం మాస్టారు వచ్చేటప్పటికి క్రియా విశేషణాల సమయ, స్థాన, ప్రకారవాచక పాఠం తయారవలేదు. ఆ మాస్టారికి అసంతృప్తి మాత్రమే కాక బాధ కూడా కలిగింది. మాస్టారి బాధ సెర్యోష మనసుకి కష్టం కలిగించింది. పాఠం చదవనందుకు తప్పు తనదని అతననుకోలేదు. ఎంత ప్రయత్నించినా చదవలేకపోయాడు. మాస్టారు చెప్పేటప్పుడు వ్యాకరణం అర్థం అయినట్టే వుండేది. కాని ఒక్కడూ వున్నప్పుడు పాఠం ఏమీ గుర్తు వచ్చేది కాదు. 'హఠాత్తుగా' అనే చిన్న, స్పష్టమైన మాట ప్రకారవాచక క్రియా విశేషణమో బోధపడలేదు. కాని మళ్లీ మాస్టారు బాధపడుతున్నాడే అని కష్టం కలిగేది, ఆయనకి అలా అనిపించకుండా చెయ్యాలని అనుకున్నాడు.

మాస్టారు మాట్లాడకుండా పుస్తకం చదువుకుంటూ వున్న సమయం చూసి మొదలుపెట్టాడు.

"మిఖయీల్ ఇవానిచ్‌గారూ, మీ పుట్టినరోజు ఎప్పుడు?" అని అడిగాడు.

"తమరు పాఠం విషయం ఆలోచించడం మెరుగు, బుద్ధిమంతుడైన వాడికి పుట్టినరోజు గొప్పదేమీ కాదు. అది మిగతారోజుల్లాంటిదే, పని చెయ్యాలి" అన్నాడు.

సెర్యోష మాస్టారికేసి పట్టి చూశాడు. ఆయన పలచని గడ్డం కేసి, ముక్కు చివరకంటా జారిన కళ్లద్దాలకేసి పట్టి చూశాడు. దాంతో అతను ఇంకా ఆలోచనల్లో మునిగిపోయాడు. మాస్టారు చెప్పేదేమీ వినలేదు. తను అంటూ వున్న దానిపట్ల ఆయనకే పట్టింపులేదని అతనికి తెలుసు. ఆయన చెప్పే ధోరణిని బట్టి ఆ విషయం అతను చెప్పగలడు. 'వీళ్లంతా విసుగ్గా వుండే అనవసరమైన విషయాల్ని దంపుళ్ల పాటలా అదే లోకంగా చెప్తారెందుకనో? ఆయన నానుంచి దూరం ఎందుకు పోతున్నాడు? నేనంటే ఆయనకెందుకు ఇష్టంలేదు?' అని సెర్యోష విచారంగా అనుకున్నాడు. దానికి జవాబు దొరకలేదు.

27

వ్యాకరణం మాస్టారి పాఠం తర్వాత సెర్యోష తండ్రి దగ్గర కూర్చుని చదవాలి. తండ్రి కోసం యెదురు చూస్తూ సెర్యోష యేదో ఆలోచనలో పడి చిన్న చాకుతో ఆడుకుంటూ బల్ల దగ్గర కూర్చున్నాడు. షికారు వెళ్లినప్పుడు తల్లికోసం వెతకడం సెర్యోషకి యిష్టమైన పనుల్లో ఒకటి. అతనికి మామూలుగా మృత్యువు అన్నా, ముఖ్యంగా తల్లి మృత్యువు అన్నా నమ్మకం లేదు – లిదియా ఇవానొవ్నా అలా అని తనకి చెప్పినా తండ్రి దాన్ని బలపరిచినా కూడా. అందుకనే ఆమె చనిపోయిందని చెప్పినా కూడా అతను ఆమెకోసం వెతుకుతూనే వున్నాడు. చక్కని పొంకమైన శరీర సౌష్ఠవం, అందమైన నల్లని జుట్టు వున్న ఏ ఆడావిడ అయినా అతనికి తన తల్లిలాగానే కనిపించేది. అలాంటి మహిళ ఎవరు కనిపించినా అతని హృదయంలో ఎంతో మార్దవం పొంగేది. దాంతో అతని కంఠం రుద్ధమైపోయేది. కళ్లల్లో నీళ్ళు గిరుక్కున తిరిగేవి. ఆమె అప్పుడే తన దగ్గరికి వస్తుందనీ ముఖం మీదనుంచి రవసెల్లా ముసుగు తొలగించుకుంటుందనీ అనిపించేది. అప్పుడు ఆమె ముఖం పూర్తిగా కనిపిస్తుంది. చిరునవ్వు నవ్వుతుంది. తనని చేతుల్తో వాటేసుకుంటుంది. ఆమె సుగంధం తనకి తెలుస్తుంది. ఆమె చేతుల మృదుత్వం తెలుస్తుంది. తను హర్షాతిరేకంతో ఏడ్చేస్తాడు. అచ్చం అప్పట్లాగే, ఒకసారి సాయంత్రం ఆమె తనని కాళ్లమీద కూర్చోబెట్టుకుని గిలిగింతలు పెట్టి తనని కిలకిలా నవ్వించి, తను ఆమె ఉంగరాల చేతిని కొరికినప్పటిలాగానే వుంటుంది అనిపించేది. తర్వాత సందర్భవశాత్తూ అతని దాదిద్వారా తల్లి చనిపోలేదని తెలిసింది. అప్పుడు తండ్రి, అలాగే లిదియా ఇవానొవ్నా చెప్పారు తనకి సంబంధించినంతవరకూ ఆమె చనిపోయినట్టేనని. ఎందుకంటే ఆమె దుష్టురాలు (ఆ విషయాన్ని అతను ఎట్టి పరిస్థితుల్లోనూ ఒప్పుకునేందుకు తయారుగా లేడు. ఏమంటే ఆమెని తను ప్రేమించాడు) అని చెప్పారు. అయినా అతను తల్లి కోసం వెతుకుతూనే వున్నాడు. ఆ వేళ సమ్మర్ గార్డెన్‌లో వూదారంగు రవిసెల్లా ముసుగు వేసుకున్న ఒక ఆమె కనిపిస్తే ఆమె తన అమ్మేనని కొండంత ఆశతో ఆమె తన వేపే వస్తూ వుంటే అదేపనిగా ఆమెకేసే చూస్తూ వుండిపోయాడు. కాని ఆమె తన దగ్గరికి రాకుండా పక్కకి తిరిగి వెళ్లిపోయింది. ఆ వేళ అతనికి ముందెన్నడూ లేనంతగా ఆమె అంటే ప్రేమ పెల్లుబికింది. అతను ఆ ఆలోచనల్లో మునిగిపోయి పరధ్యాన్నంగా బల్లమీద చాకుతో గీస్తూ తండ్రి రాక కోసం నిరీక్షిస్తూ మిలమిల మెరిసే కళ్లతో శూన్యంలోకి చూస్తూ కూర్చున్నాడు.

"నాన్నగారు వస్తున్నారు" అని వసీలియ్ లుకీచ్ చేసిన హెచ్చరికతో ఈ లోకంలోకి వచ్చాడు.

సెర్యోష వొక్క ఉదుట్న గెంతి తండ్రి దగ్గరికి వెళ్లి అతని చేతిని ముద్దు పెట్టుకుని అలెగ్జాండర్ నేవ్స్కీ పతకం వచ్చినందుకు సంతోష చిహ్నాలేమైనా కనిపిస్తాయేమోనని అతని ముఖంలోకి గుచ్చిగుచ్చి చూశాడు.

"బాగా షికారు వెళ్లావా?" అని కెరనిన్ చేతుల కుర్చీలో కూర్చుని పాత నిబంధన పుస్తకాన్ని అందుకుని తెరుస్తూ అడిగాడు. ప్రతి క్రైస్తవుడూ ధర్మశాస్త్ర గ్రంధాలని బాగా తెలుసుకోవాలని అతను సెర్యోషకి పదే పదే చెబుతూ వుండేవాడు. కాని తనే నియమావళి గురించి తెలుసుకోవడానికి ఎక్కువసార్లు పుస్తకం తీసి చూడాల్సి వచ్చేది. ఆ విషయం సెర్యోష గమనించాడు.

"ఆc, చాలా హుషారుగా తిరిగేం నాన్నా" అని సెర్యోష కుర్చీమీద కాళ్ళు అటూ యిటూ వేసి కూర్చుని వూపుతూ (అతనలా చెయ్యకూడదని నిషేధం వుంది) అన్నాడు. "నేను నాద్యాని" (లిదియా ఇవానొవ్నా చేర తీసి పెంచుతున్న ఆమె మేనకోడలు నాద్యా) "చూశాను. మీకు మరో కొత్త పతకం వచ్చిందని ఆమె చెప్పింది. మీకు సంతోషంగా వుందా నాన్నా?" అన్నాడు.

"మొదట కుర్చీ వూపకు" అన్నాడు కెరనిన్. "రెండవది పతకం కాదు, పని ఎక్కువ విలువైంది. నువ్వీ విషయం అర్థం చేసుకోవాలి. నువ్వు బహుమతి కోసమే పని చేస్తే, చదివితే, నీ శ్రమ భారం అవుతుంది. కాని నువ్వు శ్రమిస్తే" అని కెరనిన్ ఆ వేళ పొద్దుట కర్తవ్య పరాయణత్వంతో నూట పద్దెనిమిది కాగితాలమీద సంతకం చేసిన నీరస కార్యక్రమాన్ని గుర్తు చేసుకుంటూ అన్నాడు. "శ్రమని ప్రేమిస్తూ చేస్తే అప్పుడు నీకు అదే బహుమానం" అన్నాడు.

మృదుత్వంతో, ఉల్లాసంతో మెరిసే సెర్యోష కళ్ళల్లో కాంతి వెంటనే మణిగిపోయింది, తండ్రి చూపు ముందు అతని కళ్ళు వాలిపోయాయి. తండ్రి సెర్యోషతో మాట్లాడేటప్పుడూ అదే గొంతుకతో మాట్లాడతాడు. అది సెర్యోషకి బాగా తెలుసు, దాంతో అతను కూడా దాన్నే అనుసరించడానికి అలవాటు పడ్డాడు. తండ్రి ఎప్పుడూ అతనితో ఏదో కాల్పనిక బాలుడితో మాట్లాడినట్టు, ఏదో పుస్తకాలలో వుండే పిల్లలతో, సెర్యోషలాగా ఏ మాత్రం వుండనివాళ్లతో మాట్లాడినట్టు మాట్లాడేవాడు. అంచేత తండ్రి దగ్గర వున్నప్పుడు పుస్తకాలలోని కాల్పనిక బాలుడిగా వుండ ప్రయత్నించేవాడు.

"నీకిది అర్థం అయిందనుకుంటాను" అన్నాడు కరేనిన్.

"ఆc, నాన్నా" అన్నాడు సెర్యోష కాల్పనిక బాలుడి పాత్రలో.

కొత్త నిబంధననుంచి కొన్ని కీర్తనలని నేర్చుకోవడం, పాత నిబంధన మొదటి అధ్యాయాలనుంచి వల్లెవెయ్యడం ఆ పాఠంలో వున్నాయి. సెర్యోషకి కీర్తనలు బాగా వచ్చు. కాని వప్పచెప్పేటప్పుడు అతని దృష్టి తండ్రి నుదుటిమీద పడి ధ్యాస మళ్లిపోయింది. తండ్రి నుదుటి ఎముక కణతల దగ్గర ఎక్కువ వంపు తిరిగి వుంది. ఆ ధ్యాసలో గజిబిజి పడి ఓ

కీర్తన ఆఖరి పాదాలనీ మరోదాని మొదటి పాదాలనీ కలగాపులగం చేశాడు. దాంతో తను చెప్పేది కుర్రవాడికి అర్థంకాలేదన్న భావం కెరనిన్‌కి కలిగి, అతను ఉసూరుమన్నాడు.

సెర్యోష యెన్నోసార్లు విని బాగా అర్థం చేసుకోవడంవల్ల వివరణ ఎన్నటికీ గుర్తుంచుకోలేనిదాన్ని కెరనిన్ ముఖం ముడుచుకుని మళ్లీ వివరించడం మొదలెట్టాడు. సెర్యోషకి సుబోధకమైన 'హఠాత్తుగా' అనే పదం ప్రకార వాచక క్రియా విశేషణం అని గుర్తుంచుకోలేనట్టుగా వుంది. సెర్యోష బెరుకు బెరుగ్గా తండ్రికేసి చూశాడు. అతని బుర్రలో ఒక్కటే ఆలోచన వుంది: తండ్రి అప్పుడప్పుడు చేసినట్టుగా, ఇప్పుడు ఆయన చెప్పిందాన్ని తనచేత మళ్లీ వల్లెవేయించడుకదా అని. ఈ ఆలోచనతో సెర్యోషకి భయం పుట్టేసి ఇక ఏమీ బుర్రకెక్కలేదు. అదృష్టం బాగుండి తండ్రి వల్లె వెయ్యమనకుండా పాత నిబంధన పాఠం వేపు వచ్చాడు. సెర్యోషకి ఘటనల క్రమం బాగా గుర్తు వుంది. కాని కొన్ని ఘటనలవల్ల ఏం తేలుతుందీ అని అడిగితే అతను జవాబు చెప్పలేకపోయేవాడు, అందుగ్గాను ఒకసారి దండన పడినా. జల ప్రళయానికి ముందున్న ఋషుల ప్రస్తావన వచ్చినప్పుడు అతను జవాబు చెప్పలేక తడబడిపోయి, బల్లమీద చాకుతో గంట్లు గీకుతూ, సణుగుతూ, కుర్చీ వూపుతూ వుండిపోయాడు. అతనికి తెలిసిన ఒక్క రుషీ ఈనక్. ఈనక్‌ని బొందితో కైలాసానికి తీసుకువెళ్లారు. అంతకుముందు కనీసం ఋషుల పేర్లయినా గుర్తుండేవి, ఇప్పుడు వాటినీ మర్చిపోయాడు. బహుశా ఈనక్ పాత నిబంధనలో తనకి ఇష్టమైన పాత్ర కావడంవల్లనో, ఈనక్‌ని బొందితో కైలాసానికి తీసికెళ్లడంవల్లనో ఈనక్ మాత్రం గుర్తు వున్నాడు. ఈ ఘటన అతని బుర్రలో ఆలోచనాధారకి ప్రేరకం అయింది. అతనా ధారలో పడిపోయి తండ్రి గడియారం గొలుసుకేసీ తండ్రి వెయిస్ట్ కోటుకి సగం తగిలించిన బొత్తాంకేసీ కళ్లప్పగించి చూస్తూ వుండిపోయాడు.

వాళ్ళు ఎన్నోసార్లు మృత్యువు గురించి సెర్యోషకి చెపుతూ వున్నా అతనసలు మృత్యువు అనేదాన్ని నమ్మలేదు. తను ప్రేమించినవాళ్లు చనిపోతారన్న మాట అతను నమ్మలేదు. తనే చనిపోతాడన్న ముక్క అసలు నమ్మలేదు. అది అసంభవమూ, అర్థం కానిదీనీ. కాని ప్రతివాళ్లూ చనిపోతారని అతనికి చెబుతూ వుంటారు. అతను తనకి నమ్మకంగా వుండే వాళ్లని అడిగాడు. వాళ్లు అవునన్నారు. ముసలి దాది అయిష్టంగానే అయినా, అవునని అంది. కాని ఈనక్ చనిపోలేదు, అంటే అందరూ చనిపోరన్నట్టే కదా! 'అందరూ భగవంతుణ్ణి అలా కొలిచి, ఆయన తమని బొందితో కైలాసం తీసుకుపోయేటట్టు చేసుకోవచ్చు కదా' అనుకున్నాడు సెర్యోష. కాని చెడ్డ మనుషులు, అంటే సెర్యోషకి ఇష్టంలేనివాళ్లు చనిపోవచ్చు. కాని మంచివాళ్లంతా ఈనక్‌లాగా అవాలి.

"ఊం, ఋషులెవరు?"

"ఈనక్, ఈనస్,"

"ఆ పేర్లు చెప్పేశావ్. సెర్యోష, బాగా లేదు, ఏం బాగా లేదు. ప్రతి క్రైస్తవుడూ తెలుసుకోవాల్సినవాటిని నువ్వు తెలుసుకో ప్రయత్నించకపోతే" అని నుంచుంటూ అన్నాడు తండ్రి. "నీకు మరేది ఆసక్తి కలిగిస్తుంది? నాకు నీ వ్యవహారం నచ్చలేదు, ప్యోత్ర్ ఇగ్నాతిచ్‌కీ (సెర్యోష ముఖ్య టీచర్) నచ్చలేదు, నిన్ను చక్కదిద్దాల్సి వుంది నేను" అన్నాడు.

తండ్రీ, ముఖ్య టీచరూ ఇద్దరూ సెర్యోష పట్ల అసంతృప్తిగా వున్నారు. నిజానికి అతను చదువులో లొక్కుగానే వున్నాడు. కాని అతనికి శక్తి లేదు అనడం మాత్రం తప్పు. తద్వ్యతిరేకంగా టీచర్ తనకి ఉదాహరణగా చూపించే పిల్లల కంటే ఎన్నో రెట్లు ఎక్కువ శక్తి తనకి వుంది. తండ్రి ఉద్దేశంలో వాళ్లు చెప్పేది తనకి నేర్చుకోవడం ఇష్టం లేదని. నిజానికి తను నేర్చుకోలేడు. ఎందుకు నేర్చుకోలేడూ అంటే తండ్రిగాని టీచర్గాని చెప్పేవాటికంటే ఎక్కువ ముఖ్యమైనవాటిని అతని మనసు కోరుతోంది. తన మనసు కోరేదీ, వాళ్ల ఉద్దేశాలూ ఎదురు బొదురు అవడంతో అతను టీచర్లతో విరుద్ధ సంఘర్షణ పడుతున్నాడు.

అతని వయస్సు తొమ్మిదేళ్లే. అతను పిల్లవాడే. కాని అతని ఆత్మ అతనికి తెలుసు. దాని విలువ అతనికి తెలుసు. కంటిరెప్పలా దాన్ని కాపాడుకునేవాడు. ప్రేమతాళంతో తెరిస్తే తప్ప ఎవర్నీ లోపలికి రానిచ్చేవాడు కాదు. అతనికి చదువంటే ఆసక్తి లేదని టీచర్లు ఫిర్యాదు చేస్తున్నారు, కాని జ్ఞాన పిపాసతో అతని ఆత్మ తహతహమనేది. అతనికి జ్ఞానం దర్వాన్ కపితోనిచ్నుంచి, దాదినుంచి, నాద్యానుంచి, వసీలియ్ లుకీచ్నుంచి అందేది. కాని టీచర్లనుంచి కాదు. తండ్రి, టీచర్లూ తమ వేపు మళ్లించుకుందామనుకున్న జీవధార మరో దిశకి మళ్లింది, అక్కడ తన జీవాత్మని చూపిస్తోంది.

లిదియా ఇవానొవ్నా మేనకోడలు నాద్యాని చూడ్డానికి సెర్యోష వెళ్లకూడదని తండ్రి శిక్ష వేశాడు. కాని ఆ శిక్ష అతనికి వరం అయింది. వసీలియ్ లుకీచ్ మంచి హుషారుగా వున్నాడు, గాలి మిల్లు తయారు చెయ్యడం ఎలాగో అతనికి చూపించాడు. ఆ రోజు సాయంత్రం అంతా ఆ పని చేస్తూనే వున్నాడు. గాలి మిల్లు రెక్క వొకటి పట్టుకుని లేదా దానికి కట్టేసుకుని దాంతోపాటుగా గిరగిర తిరగగలిగేలాంటిదాన్ని ఎలా తయారు చెయ్యవచ్చో కలగంటూనే వున్నాడు. ఆ సాయంత్రమంతా సెర్యోషకి తల్లి గుర్తుకు రానే లేదు. కాని పడక చేరగానే ఆమె హఠాత్తుగా గుర్తు వచ్చింది. ఆమె ఎక్కడ దాంకున్నా ఆ మర్నాడు తన పుట్టినరోజున ఇవతలికి వచ్చి తనని దర్శించాలని కోరుతూ తన మాటల్లో ప్రార్థన చేశాడు.

“వసీలియ్ లుకీచ్గారూ! నేను ఏమని ప్రార్థించానో వూహించారా? అన్నిటికంటే ఎక్కువగా?”

“బాగా చదువుకోవాలనా?”

“ఊహుఁ.”

“కొత్త బొమ్మల కోసమా?”

“అబ్బే. మీరెన్నటికీ ఊహించలేరు. ఒక అద్భుతమైనదానికోసం. కాని రహస్యం ఇప్పుడు చెప్పను, జరిగాక చెప్తా. ఊహించారా?”

“ఉహుఁ. తట్టడం లేదు. తమరే చెప్పండి” అని వసీలియ్ లుకీచ్ చిరునవ్వు నవ్వుతూ అన్నాడు. అతను ఎప్పుడోగాని అలా నవ్వడు. “సరే, పడుకోండి. కొవ్వొత్తి ఆర్పేస్తాను” అన్నాడు.

“కొవ్వొత్తి లేకుండా కూడా నేను చూసేదీ, ప్రార్థన చేసేదీ నాకు బాగానే కనిపిస్తుంది. చూశారా, నా రహస్యం ఇంచుమించు చెప్పేశాను” అని సెర్యోష కిలకిల నవ్వుతూ అన్నాడు.

కొవ్వొత్తిని తీసుకుపోగానే సెర్యోషకి తల్లి పిలుపు వినిపించినట్టూ, ఆమె దగ్గరికి వచ్చినట్టూ అనిపించింది. ఆమె అతనిమీదకి వాలి ప్రేమ దృక్కుతో నిమురుతోంది. కాని అంతట్లోకీ గాలి మిల్లులు, చాకులు కనిపించి అంతా మసక కమ్మేసింది. అతను నిద్రపోయాడు.

28

పీటర్స్‌బుర్గ్‌కి వచ్చాక వ్రాన్‌స్కీ, అన్నా వొక గొప్ప హొటల్‌లో దిగారు. వ్రాన్‌స్కీ కింది అంతస్తులో ఒక్కడూ ఉన్నాడు. అన్నా చంటిపిల్లని, దాయిని, పనిపిల్లని పెట్టుకుని పై అంతస్తులో నాలుగు గదుల సూట్‌లో వుంది.

పీటర్స్‌బుర్గ్ వచ్చిన రోజునే వ్రాన్‌స్కీ అన్నగార్ని చూడ్డానికి వెళ్లాడు. అక్కడ తల్లి కనిపించింది. ఆవిడ ఏదో పనిమీద మాస్కోనుంచి వచ్చింది. తల్లి, వదినగారు మామూలుగానే పలకరించారు. విదేశ యాత్రల గురించీ, తెలిసిన వాళ్ల గురించీ అడిగారు కాని, అన్నాతో అతని సంబంధాల గురించిన ప్రస్తావన అయినా చేశారు కాదు. ఆ మర్నాడు అన్నగారు హొటల్‌లో అతన్ని చూడ్డానికి వెళ్లినప్పుడు ఆమెని గురించి అడిగాడు. తనకీ ఆమెకీ భార్యాభర్తల సంబంధమే వుందని తను భావిస్తున్నాననీ, ఆమె విడాకులకి ఏర్పాటు చేసి ఆమెని పెళ్లాడతాననీ వ్రాన్‌స్కీ నిర్మొహమాటంగా చెప్పాడు. అప్పటిదాకా అందరు పెళ్లాలకి మాదిరిగానే ఆమెనీ తను భార్యగా చూస్తున్నట్టు చెప్పాడు. ఈ విషయాన్ని తల్లికీ, వదినగారికీ తెలియ చెయ్యమని అన్నగారికి చెప్పాడు.

"సంఘం వొప్పుకున్నా మానినా నాకు ఖాతరీ లేదు. కాని నా బంధువులు నన్ను తమ బంధువుగా చూస్తే నా భార్యనీ అలాగే చూడాలి" అన్నాడు వ్రాన్‌స్కీ.

అన్నగారికి తమ్ముడి అభిప్రాయాల పట్ల ఎప్పుడూ గౌరవం వుంది. కాని సంఘం ఇదమిత్థంగా తేల్చి చెప్పని దాకా అతను వొప్పో తప్పో అన్న విషయాన్ని నిర్ణయించలేడు. అతనికిగా అతనికి అందులో తప్పు కనిపించలేదు. అంచేత వ్రాన్‌స్కీతో కలిసి అన్నాని చూడ్డానికి వెళ్లాడు.

పై వాళ్లెవరేనా వున్నప్పుడు పిలిచే మాదిరిగానే వ్రాన్‌స్కీ అన్నగారి ముందు కూడా అన్నాని "మీరు" అనే పిలిచాడు. చాలా సన్నిహిత స్నేహితురాలిగా ఆమెతో మాట్లాడాడు. కాని అన్నగారికి వాళ్ల సంబంధాల గురించి తెలుసని స్పష్టంగా వెల్లడవుతూనే వుంది. అన్నా వ్రాన్‌స్కీ జాగీర్‌కి వెళ్లి వుండడం విషయం గురించి వాళ్లు చర్చించారు.

ఉన్నత సమాజ జీవితంలో ఎంతో అనుభవం వున్నప్పటికీ కూడా వ్రాన్‌స్కీ ఇప్పుడు తను వున్న కొత్త పరిస్థితి ఫలితంగా ఏదో తెలియని దోష భావానికి గురయి బాధపడుతున్నాడు. తనకీ, అన్నాకీ ఉన్నత సమాజ ద్వారాలు మూసుకుపోయాయన్న విషయం అతను తెలుసుకుని వుండాలని ఎవరికేనా అనిపిస్తుంది. కాని అలా లోగడ జరిగేదనీ కాని ఇప్పుడు, ఇంత వేగవంతమైన పురోగతి (అతను తనకి తెలియకుండానే అన్ని రకాల పురోగతినీ సమర్థించే వాడయ్యాడు) కారణంగా సమాజం వైఖరి మారిందనీ ఈ వైఖరి నిలదొక్కుకుంటుందా లేదా అన్నది ఇంకా తేలలేదనీ అతని మనసులో ఏదో అస్పష్ట భావాలు ఉత్పన్నం అయాయి.

'రాజదర్బారుతో సంబంధాలున్న గొప్పింటి వాళ్లు అన్నాని అనుమతించరు అనేది స్పష్టమే. కాని, బాగా సన్నిహితులు సరిగా అర్థం చేసుకోగలరు. వాళ్లు అలానే అర్థం చేసుకోవాలి' అనుకున్నాడు వ్రాన్‌స్కీ.

సమాజ ద్వారాలు తమకి మూసుకుపోయి ఉంటాయీ అని అంతరంగం లోతుల్లో ఎరుకలో వున్నా సమాజం మారుతుందో లేదోననీ తమని ఆదరిస్తుందో లేదోననీ చూద్దామని ప్రయత్నించాడు. సమాజం తనని స్వీకరిస్తుంది గాని ఆమెని స్వీకరించదని త్వరలోనే అతనికి తేటపడింది. మార్జాల మూషిక క్రీడలాగా, తన కోసం సాదరంగా పైకి లేచిన చెయ్యి అన్నా రాగానే కిందికి వాలిపోయేది.

పీటర్స్‌బుర్గ్ సమాజంలో అతనికి తటస్థపడిన మొదటి మహిళల్లో వరసకి తన అక్క అయిన ప్రిన్సెస్ బెట్సీ వుంది.

"ఎంత కాలానికి దర్శనమైంది!" అని ఆమె ముఖం చేటంత చేసుకుని ఆదరంగా పలకరించింది. "అన్నా యేది? యెంత పండగలాగా వుంది నాకు! ఎక్కడుంటున్నారు? మీ పెద్ద యాత్రల తర్వాత పీటర్స్‌బుర్గ్ దెయ్యాల కొంపలాగా వుంటుందేమో మీకు! రోమ్ నగరంలో మీ శోభన విహారం బ్రహ్మాండంగా వుండివుంటుందిలే. ఊc, విడాకుల విషయం ఏమైంది? అంతా అయినట్టేనా?" అని అడిగింది.

విడాకులు ఇంకా తరువాయి వున్నాయని వినగానే బెట్సీ ఉత్సాహం సన్నగిల్లడం వ్రాన్‌స్కీ గమనించాడు.

"నామీద రాళ్లు పడతాయి, నాకు తెలుసు" అందామె. "అయినా అన్నాని పలకరిస్తాను, తప్పకుండా. ఎక్కువ రోజులు వుంటారా?" అని అడిగింది.

నిజంగానే ఆమె ఆ వేళ అన్నాని చూసింది. కాని పలకరింపు తీరు ముందటిలాగా లేదు. తన ధైర్యం చూసుకుని గర్వపడినట్టు కనిపించింది. తన స్నేహశీలత ఎంత గట్టిదో అన్నా మెచ్చుకోవాలని ఆశించింది. ఆమె ఉన్నత సమాజం కబుర్లు చేరవేస్తూ పది నిముషాల కంటే ఎక్కువ వుండలేదు.

"నువ్వు విడాకుల గురించి ఏమీ చెప్పావేకాదు.సరే, నాకంటే యేం ఫర్వాలేదనుకో. కాని మన ఉన్నత సమాజం వాళ్ళు మీరు పెళ్లి చేసుకుంటేనే గాని సరిగ్గా నీ ముఖంకేసి చూడరు. ఈ రోజుల్లో విడాకులు మామూలు విషయమేనాయిరి. Ca se failt.[1] అయితే శుక్రవారం వెళ్లిపోతున్నావా? అయ్యో! మళ్ళీ వొకరినొకరు చూడ్డం కుదరదే పాపం!" అని వెళ్ళిపోతూ వెళ్ళిపోతూ అంది.

ఉన్నత సమాజంనుంచి తను ఏం ఆశించవచ్చో బెట్సీ తీరు చూసి వ్రాన్‌స్కీ అర్థం చేసుకుని వుండాల్సింది. కాని తన కుటుంబంలోనే మరో ప్రయత్నం చేశాడు. తల్లి ఆదరిస్తుందన్న ఆశ అతనికే మాత్రమూ లేదు. అన్నాని మొదట్లో కలుసుకున్నప్పుడు ఆమె రాళ్లు రువ్వదనీ, సరళంగా దృఢంగా అన్నాని పలకరిస్తుందనీ, తన ఇంటికి పిలుస్తుందనీ వ్రాన్‌స్కీ అనుకున్నాడు.

---

[1] సాదా విషయం (ఫ్రెంచి)

పీటర్స్‌బుర్గ్‌లో వచ్చిన రెండో రోజున వ్రాన్‌స్కీ వార్యాని చూడ్డానికి వెళ్ళాడు. ఆమె ఒక్కత్తే వుంది. అది చూసి తన మనసులో వున్నదాన్ని నిర్మొహమాటంగా చెప్పేశాడు.

"నీకు తెలుసు కదా" అని ఆమె అతను చెప్పింది విన్నాక అంది. "నువ్వంటే నాకు ఎంత ఇష్టమో, నీ కోసం ఏది చెయ్యాలన్నా ఎంత వెనకాడనో. కాని నేను నోరు మూసుకు కూచున్నా, ఎందుకంటావ్? నీకోసం, అన్నాగారి కోసం నేను ఏమీ చెయ్యలేను." ఆమె 'అన్నాగారు' అని ప్రత్యేకం వత్తి పలికింది. "నిన్ను తప్పుపడుతున్నాననుకోకు. ఎన్నటికీ అలా చెయ్యను. ఆమె స్థానంలో నేను వున్నా అలాగే చేసి వుందును. ఈ విషయం లోతుల్లోకి వెళ్లను, వెళ్లలేను" అని ఆమె బెదురుతూ బెదురుతూ చింతాకులితమైన అతని ముఖంలోకి చూస్తూ అంది. "కాని ఉన్నదున్నట్టు అనుకోవాలి కదా. నన్ను వచ్చి ఆమెని చూసి, మా ఇంటికి పిలవమని అంటావు. కాని కొంచెం నా విషయం చూడు, నేనలా చెయ్యలేను. నాకా ఆడపిల్లలు ఎదుగుతున్నారు, కట్టుకున్న మొగుడి కోసం అయినా సంఘంలో నా మొహం చూపించాలి కదా. సరే మాటకి నేను వెళ్లి అన్నాగారిని చూశానే అనుకో. నేను ఆమెని పిలవలేననీ, ఇంటికి తీసుకురాలేననీ ఆమె అర్థం చేసుకుంటుంది. పోనీ ఒకవేళ అలా చేసినా, వేరే రకంగా అనుకునేవాళ్ల కంటబడకుండా చెయ్యాలి నేను. దానివల్ల ఆమెకి కష్టం కలుగుతుంది. నేనామెని పైకి తీసుకురావడానికి అశక్తురాల్ని...."

"మీ ఇంట్లో నువ్వు ఆదరించే వందలాది ఆడవాళ్లకంటే కనా కష్టంగా కిందికి పడిపోయిందా ఆవిడ? అలా అని అనుకోను" అని వ్రాన్‌స్కీ మరింత వ్యాకులంగా ఆమె మాటకి అడ్డం వెళ్ళాడు. తర్వాత ఏమీ అనకుండా, వదినగారి తీర్పు తిరుగులేదని గ్రహించి, లేచాడు.

"ఇదిగో! నామీద కోపగించుకోకు. ఇందులో నా తప్పేమీ లేదని అర్థం చేసుకో ప్రయత్నించు" అని మళ్లీ బెరుగ్గా చిరునవ్వు నవ్వుతూ అంది వార్యా.

"నీమీద నాకు కోపం ఏమీ లేదు" అని అతను అదే వ్యాకులపాటు మనసుతో అన్నాడు. "నాకు రెట్టింపు విచారంగా వుంది. మన స్నేహం చెడిపోతుందని నాకు విచారంగా వుంది. చెడిపోకపోయినా తగ్గిపోవడం ఖాయం. కాని నాకు సంబంధించి వేరే దారి లేదని నువ్వు అర్థం చేసుకో."

ఆ ముక్క అని అతను అక్కడినుంచి వెళ్లిపోయాడు.

ఇక పైన ప్రయత్నాలు చెయ్యడం వృథా అని వ్రాన్‌స్కీకి అనిపించింది. పీటర్స్‌బుర్గ్‌లో వుండే ఆ కాసిని రోజులూ ఏదో పరాయి వూళ్లో వున్నట్టు వుండాలంతే. ఉన్నత సమాజంలోని పూర్వ పరిచితులతో కలిసి మెలిసి తిరక్కూడదు. తనకి కర్కశంగా తగిలిన అవమాన కాఠిన్యాల గాయాలు లేకుండా చూసుకోవాలి. పీటర్స్‌బుర్గ్‌లో కెరనిన్, అతని పేరూ ఎక్కడ పడితే అక్కడ తగలడం అతనికి మహా కష్టతరంగా వుంది. తను మెదిల్తే చాలు కెరనిన్ పేరు వినిపిస్తుంది. కదిల్తే చాలు కెరనిన్ తగులుతాడు. కనీసం వ్రాన్‌స్కీకి అలా అనిపించింది. ఏదేనా వేలుకి దెబ్బ తగిలిన వాడికి ప్రతి చోటా అదే వేలుకి దెబ్బ తగులుతున్నట్టుగా వుంది వ్రాన్‌స్కీకి.

పీటర్స్‌బుర్గ్‌కి రావడం మరొకందుకు కూడా వ్రాన్‌స్కీకి ఎక్కువ భారంగా కనిపించింది. ఇక్కడికి వచ్చినదగ్గర్నుంచీ అన్నా బోధపడని ఏదో కొత్త మనఃస్థితిలో వున్నట్టు కనిపించింది. ఒకోసారి అతన్ని ప్రేమతో ముంచెత్తేసేది. మరోసారి ఉదాసీనంగా చిరాగ్గా అభేద్యంగా కనిపించేది. ఆమెని ఏదో కలవరపెడుతోంది. దాన్ని ఆమె అతన్నుంచి దాచిపెట్టింది. అతనికి కలిగిన అవమానాల గురించి ఏమీ పట్టించుకునేది కాదు. అవి వ్రాన్‌స్కీ జీవితాన్ని విషపూరితం చేస్తున్నాయి.

29

రష్యాకి తిరిగి రావాలన్న అన్నా ఉద్దేశాల్లో వొకటి కొడుకుని చూడటం. ఇటలీ వదిలిన క్షణంనుంచి కొడుకుని చూస్తాననే ఊహలతోనే పులకించిపోయింది. పీటర్స్‌బుర్గ్ దగ్గరపడేకొద్దీ కొడుకుని కలుసుకునే సంతోషం గురించి, ప్రాముఖ్యం గురించి ఆమె ఎక్కువ కలగంటూనే వుంది. అతన్ని కలుసుకునే ఏర్పాటు ఎలా చేసుకోవాలీ అన్న ప్రశ్నే ఆమెకి తలెత్తలేదు. ఒకే ఊళ్లో వుండటంవల్ల కొడుకుని కలుసుకోవడం ఆమెకి సహజంగా ఒక సాదా విషయంగా కనిపించింది. కాని పీటర్స్‌బుర్గ్ చేరాక సంఘంలో తన కొత్తస్థానం ఆమెకి స్పష్టంగా విశదం అయింది. కొడుకుని కలుసుకోవడం తేలిక కాదు అని ఆమె గ్రహించింది.

ఆమె పీటర్స్‌బుర్గ్ వచ్చి రెండ్రోజులు గడిచాయి. కొడుకు గురించి ఒక్క క్షణం కూడా మర్చిపోలేదు. అయినా అతన్ని చూడడం పడలేదు. ఎకాఎకీ ఇంటికి వెళ్ళే హక్కు తనకి లేదని ఆమెకి అనిపించింది. అక్కడ కెరనిన్ తగలచ్చు. అసలు తనని లోపలికి రానివ్వకపోవచ్చు కూడా, తనకి అవమానం కలగవచ్చు కూడా. భర్తకి ఉత్తరం రాయడం, అతనితో ఏ విధమైన సంబంధమేనా పెట్టుకోవడం అనే ఆలోచనే ఆమెకి మహా యాతనాకారకంగా వుంది. భర్త గురించి ఆలోచన లేకపోతేనే ఆమె ప్రశాంతంగా వుండగలిగింది. కొడుకు ఎక్కడ ఎప్పుడు షికారు వెడతాడూ అని వాకబు చేసి అక్కడికి వెళ్లి అతన్ని కలుసుకోవచ్చు. కాని అది ఆమెకి తృప్తి లేదు. కొడుకుని చూడాలి చూడాలి అని ఎంతో కాలం తపనపడిపోయింది. ఎన్నో విషయాలు చెప్పాలనుకుంది, తనివితీరా కొడుకుని కౌగిలించుకుని ముద్దులతో ముంచెత్తెయ్యాలని తపించింది. అందుకు సెర్యోష వృద్ధ దాది ఆమెకి సాయపడి వుండేది. కాని ఆ దాది ఇప్పుడు కెరనిన్ ఇంట్లో వుండడం లేదు. ఈ రకంగా ఎటూ తేలకుండా సందిగ్ధంగానూ, దాది కోసం వెతకడంలోనూ రెండు రోజులు గడిచిపోయాయి.

కెరనిన్‌తో లిదియా ఇవానొవ్నా సన్నిహితంగా వుందని విని, మూడవ రోజున ఆమెకి ఉత్తరం రాద్దామని నిర్ణయించుకుంది. అందుగ్గాను ఆమె మనసులో చాలా యాతన పడింది. కొడుకుని చూసేటందుకు అనుమతీ భర్త ఉదారత్వంమీద ఆధారపడి వుందని ఉద్దేశపూర్వకంగా రాసింది. ఆ ఉత్తరాన్ని లిదియా ఇవానొవ్నా కెరనిన్‌కి చూపిస్తే గనుక అతను ఉదారంగా కనిపించేటందుకుగాను తిరస్కరించడని ఆమెకి తెలుసు.

ఆ ఉత్తరం పట్టుకెళ్లిన మనిషి పరమ క్రూరమైన జవాబు పట్టుకుని తిరిగివచ్చాడు. అసలు ఊహించని జవాబు అది. తన ఉత్తరానికి జవాబు లేదు అని! అతన్ని పిలిపించి వివరంగా అన్నీ వింది, చాలాసేపు ఎదురు చూసి "జవాబు లేదు" అనే కబురు ఎలా వచ్చిందీ

అతను చెప్పాక ఆమె అంతకుముందెన్నడూ లేనంత అవమానంతో దహించుకుపోయింది. అన్నా అవమానితురాలిగా, తిరస్కృతురాలిగా బాధపడింది కాని లిదియా ఇవానొవ్నా తరపు నుంచి ఆలోచిస్తే ఆమె సబబేనని అర్థం చేసుకుంది. ఆమె తన బాధని వ్రాన్స్కీకి చెప్పలేకపోయింది, చెప్పదలచుకోలేదు. తన బాధ ఎంత తీవ్రమైనదో అతను పూర్తిగా అర్థం చేసుకోలేడు అని ఆమెకి తెలుసు. చెప్పిన తర్వాత అతను ఉదాసీనంగా దాన్ని గురించి మాట్లాడితే, అది తనకి అతని పట్ల ద్వేషాన్ని కలిగిస్తుందని ఆమెకి తెలుసు. ఆమె అన్నిటికంటే భయపడింది ఇలాంటి స్థితి తలెత్తుతుందనే. అంచేత తన కొడుకుకి సంబంధించిన ప్రతి విషయాన్నీ అతన్నుంచి దాచిపెట్టింది.

రోజంతా ఆమె హొటల్ గదినుంచి కదల్లేదు. కొడుకుని ఎలా కలుసుకోవాలా అని ఆలోచిస్తూనే వుంది. ఆఖరికి భర్తకి ఉత్తరం రాద్దామనుకుంది. ఆమె ఉత్తరం రాస్తూ ఉండగా లిదియా ఇవానొవ్నా ఉత్తరం వచ్చింది. కౌంటెస్ లిదియా ఇవానొవ్నా మౌనం ఆమెని పడగొట్టేసి పరాభూతం చేసేసింది. కాని ఆమె ఉత్తరంలో దాగివున్న భావం చూసి అన్నా కుతకుతలాడిపోయింది. కొడుకు అంటే తనకి వున్న తీవ్ర అనురాగంతో, న్యాయసమ్మత ప్రేమతో పోల్చి చూస్తే కౌంటెస్ విషపుటాలోచన ఎంత దురన్యాయంగా కనిపించిందంటే అన్నా తనని దోషిగా భావించుకోవడం మానేసింది. ఆమెకి ఇతరులమీద కోపం వచ్చింది.

'ఇంత వెన్నపూసిన కత్తులు!' అనుకుంది. 'వాళ్లకి కావల్సిందల్లా నన్ను అవమానించి నా బిడ్డడిని యాతనపెట్టడమే. నేను దీన్ని చూస్తూ నోరుమూసుకు కూచోనా? నా కంఠంలో ప్రాణం వుండగా అలా చెయ్యను! నాకంటే పాడుది తను! నేను కనీసం మోసం చెయ్యడం లేదు' అనుకుంది. ఆ క్షణంలోనే ఆమె నిర్ణయించుకుంది. మర్నాడు, సెర్యోష పుట్టినరోజున, తిన్నగా భర్త ఇంటికి వెళ్లి నౌకర్లకి నజరానా యిచ్చి, అవసరం పడితే రోకరా ఇచ్చి, ఎలాగైనా కానీ కొడుకుని చూస్తుంది, వాడికి వాళ్లు చెప్పే అబద్ధాల్ని తూట్లుపొడిచేస్తుంది.

ఆమె ఆట వస్తువుల దుకాణానికి వెళ్లి కొన్ని బొమ్మలు కొని తను చెయ్యవలసిన పని గురించి ఆలోచించింది. పొద్దున్న ఎనిమిది గంటలకి వెడుతుంది. అప్పటికి కెరనిన్ లేవడు. దర్వాన్‌కీ నౌకరుకీ తనని లోపలికి వెళ్లనిచ్చేందుకుగాను చేపట్టున కొంత డబ్బు వుంచుకుంటుంది. ముఖంమీద వేసుకున్న రవసెల్లా ముసుగు తియ్యకుండానే సెర్యోషకి పుట్టినరోజు కానుకలందచెయ్యడానికి వాడి జ్ఞానపిత పంపించినట్టు, కానుకల్ని వాడి మంచం పక్కన పెట్టి రమ్మన్నట్టు చెప్తుంది. ఇకపోతే, కొడుక్కి ఏం చెప్పాలీ అన్నదాన్ని గురించే అన్నా ఏమీ ఆలోచించలేదు. ఎన్నిసార్లు అనుకున్నా ఏమీ ఆలోచించలేకపోయింది.

ఆ మర్నాడు ఎనిమిది గంటలకి అన్నా పొక్కత్తీ అద్దె బండి దిగి తను అంతకుముందు కాపరం చేసిన ఇంటి సింహద్వారం దగ్గర గంట మోగించింది.

"వెళ్లి ఏం కావాలో కనుక్కో. ఎవరో ఆడావిడలా వున్నారు" అని కపితోనిచ్ అన్నాడు. అతను భుజాలమీద ఓవరు కోటు వేసుకుని, కాళ్లకి బూటు తొడుగులు తొడుక్కున్నాడు. కిటికీలోనుంచి రవసెల్లా ముసుగు ముఖంమీద వేసుకుని గుమ్మం దగ్గర నుంచున్న ఆడమనిషికేసి చూశాడు.

దర్వాన్ పడుచు సహాయకుడు తలుపు తెరవగానే అన్నా లోపలికి అడుగుపెట్టింది. అన్నా ఆ పడుచతన్ని ఎరగదు. చేతి మఫ్‌లోనుంచి మూడు రూబుళ్ల నోటు ఒకటి తీసి అతని చేతిలో పెట్టింది.

"సెర్యోష... చిన్న బాబుగారు...." అని గొణిగింది. అతన్ని దాటుకుని లోపలికి వెళ్లిపోయి వుండేదే. మూడు రూబుళ్ల నోటుని పట్టి చూసిన ఆ నౌకరు ఆమెని రెండవ అద్దాల తలుపు దగ్గర ఆపు చేశాడు.

"ఎవరు కావాలి మీకు?" అని అడిగాడు.

ఆమె అతని మాటలు వినలేదు, ఏ జవాబూ చెప్పలేదు.

ఆ అపరిచితురాలి కంగారు చూసి కపితోనిచ్ గుమ్మం దగ్గరికి వచ్చి ఏం కావాలని అడిగాడు.

"ప్రిన్స్ స్కొరొదూమొవ్ నన్ను చిన్నబాబుగారి కోసం పంపారు" అంది అన్నా.

"చిన్న బాబుగారు ఇంకా లేవలేదు" అని కపితోనిచ్ ఆమెకేసి గుచ్చిగుచ్చి చూశాడు.

తను తొమ్మిదేళ్లు కాపరం చేసిన ఆ యింటి సింహద్వారం, తను వెళ్లిపోయినప్పుడు ఎలా వున్నాయో అన్నీ అలానే మారకుండా వున్న ఆ వాతావరణం ఇంత గాఢంగా తనని కదిలించివేస్తాయని అన్నా ఊహించలేదు. సంతోషభరితంగానూ, విచారపూరితంగానూ కూడా వుండే స్మృతులు ఒకదానితర్వాత ఒకటిగా ఆమె మనసులో తోసుకుంటూ వచ్చి తను అక్కడికి ఎందుకువచ్చిందో మరిచిపోయేటంత వివశురాల్ని చేశాయి.

"కొంచెంసేపు ఆగుతారా?" అని భుజాలమీదనుంచి ఓవరు కోటు తీస్తూ అన్నాడు కపితోనిచ్.

కోటు తీస్తూ వుండగా అతను ఆమె ముఖంకేసి పట్టి చూశాడు. అతను ఆమెని గుర్తు పట్టి మాట్లాడకుండా తలవంచి వందనం చేశాడు.

"రండమ్మా" అన్నాడు.

ఆమె అతనితో మాట్లాడదామనుకుంది. కాని ఒక్క మాట కూడా గొంతు పెగల్లేదు. అతనికేసి తప్పుచేసినదానిలాగా అర్థిస్తున్నట్టుగా ఒక చూపు చూసి గబగబా తేలిగ్గా అడుగులు వేస్తూ మెట్లకేసి నడిచింది. కపితోనిచ్ ముందుకు వాలిపోతూ మెట్లకి బూటు తొడుగులు తగులుతూ వుండగా ఆమెని అందుకుందామని వెనకాలే పరిగెత్తాడు.

"టీచర్ అక్కడ వున్నారు. ఆయన బట్టలు వేసుకున్నారో లేదో. నేనిప్పుడే ఆయనకి చెప్తా" అన్నాడు.

అతనేం చెప్తున్నాడో బోధపడకుండానే అన్నా అలవాటుపడిన ఆ మెట్లు ఎక్కుతూనే వుంది.

"ఇటు, ఎడంవేపండీ అమ్మా. ఇంకా వాకిలి తుడవలేదండమ్మా. చిన్నబాబుగారు ఇదివరకటి సోఫా గదిలో వుండారమ్మ" అన్నాడు దర్వాన్ ఆయాసపడుతూ. "ఓ క్షణం ఆగండమ్మా. ఓసారి లోపల చూస్తా" అన్నాడు. ఆమెని దాటుకుంటూ వెళ్లి, ఎత్తైన తలుపు

తెరిచి లోపలికి వెళ్లి మూశాడు. అన్నా అక్కడే వుండిపోయింది ఎదురుచూస్తూ. "చిన్నబాబు యిప్పుడే లేచారు" అన్నాడతను మళ్లీ వచ్చి.

అతనా ముక్క అంటూ వుండగానే అన్నాకి చిన్నపిల్లాడు ఆవలించడం వినిపించింది. ఆ చప్పుడుని బట్టి ఆమె కొడుకుని గుర్తుపట్టింది. అతను తన కళ్ళముందు ప్రత్యక్షమైనట్టే అనిపించింది ఆమెకి.

"లోపలికి వెళ్లనీ, లోపలికి వెళ్లనీ" అంటూ ఆమె ఎత్తైన తలుపుల్లోనుంచి లోపలికి దూరింది. తలుపు పక్క కుడి వేపున ఓ మంచం వుంది. దానిమీద వొక పిల్లవాడు కూర్చున్నాడు. అతను చొక్కా మాత్రం తొడుక్కున్నాడు. దాని బొత్తాం విడిపోయింది. అతను ఆవలిస్తూ వొళ్లు విరుచుకుంటూ చాచుకుంటూ వున్నాడు. పెదాలు మూసుకుని సంతోషభరిత నిద్రమగత మందహాస రూపంలో వున్నట్టు కనిపించాయి. మళ్లీ అతను తలగడమీదకి మెల్లిగా హాయిగా జారాడు.

"సెర్యోష!" అని ఆమె చప్పుడు చెయ్యకుండా అతని దగ్గరికి వెళ్లి మెల్లిగా అంది.

అతని యెడబాటు కాలం అంతా, అతని పట్ల ఆమెకి గత కొద్దిరోజులూ వెల్లువగా కలిగిన తీవ్ర అనురాగం సమయంలోనూ ఆమె కల్పనలో అతను ప్రాణాధికంగా తను ప్రేమించిన నాలుగేళ్ల పిల్లవాడే. ఇప్పుడు అతను వదిలిపెట్టి వెళ్లిననాటి పిల్లవాడిలా లేనేలేడు. నాలుగేళ్ల పిల్లాడితో పోల్చి చూస్తే అతను ఇంకా పెద్దవాడయాడు, సన్నబడ్డాడు. అరె, ఏమిటి? వీడి ముఖం ఎంత పల్చగా వుండేది, జుట్టు ఎంత చిన్నగా వుండేది! చేతులు ఎంత పొడుగ్గా వుండేవి! తను లోగడ చూసిందానికంటే ఎంత మారాడు! కాని వాడే వీడు. ఆ తల, పెదాలు, మెత్తని మెడ, వెడల్పాటి భుజాలు వీడివే!

"సెర్యోష!" అని అతని దగ్గరగా వెళ్లి మళ్లీ పిలిచింది.

అతను మోచేతిని ఆనుకుని కొంచెం పైకి లేచాడు. రేగిపోయిన మెత్తని కుచ్చు జుట్టు వున్న తలని అటూ ఇటూ దేన్నో వెతుకుతున్నట్టు తిప్పి కళ్లు తెరిచాడు. కొన్ని క్షణాలు ఏం మాట్లాడకుండా పక్కనే నిశ్చలంగా నుంచున్న తల్లికేసి నిదానంగా, ఏమిటన్నట్టుగా చూశాడు. సంతోషంగా చిరునవ్వు నవ్వుతూ మళ్లీ కళ్ళు మూసుకున్నాడు, మళ్లీ వాలాడు – ఈసారి తలగడమీదకి కాక ఆమె చేతుల్లోకి.

"సెర్యోష! నా బాబూ!" అని ఆమె రుద్ధకంఠంతో, ముద్దుగా వున్న కొడుకు శరీరాన్ని చేతులతో పెనవేసుకుంటూ అంది.

"అమ్మా!" అని అతను తన మొత్తం శరీరాన్ని ఆమె చేతులు తాకేటట్టు లుంగలు తిరిగిపోతూ అన్నాడు.

నిద్రమగతగా కళ్ళు మూసుకునే చిరునవ్వు నవ్వాడు. తన చిన్న చేతుల్ని ఆమె భుజాలమీద వేశాడు, ఆమెకి హత్తుకుపోయాడు. నిద్రపోయేటప్పుడు పిల్లలనుంచి మాత్రమే వచ్చే కమ్మని తావి, వెచ్చదనం ఆమెని ముంచెత్తాయి. అతను తన చెక్కిలిని ఆమె ముఖానికీ, మెడకీ రాశాడు.

"నాకు తెలుసు" అని కళ్ళు తెరిచి అన్నాడు. "ఇవాళ నా పుట్టినరోజు. నువ్వు వస్తావని నాకు తెలుసు. ఇప్పుడే ఓ క్షణంలో లేస్తా" అన్నాడు.

అలా అంటూనే మళ్ళీ నిద్రలోకి జారిపోయాడు.

పిల్లవాడు తను లేని సమయంలో ఎలా ఎదిగాడో మారాడో అన్నా గమనిస్తూ ఆశగా అతనికేసి చూసింది. దుప్పటి కిందనుంచి బయటికి వచ్చిన దిసకాళ్లని – ఇప్పుడవి పొడుగ్గా వున్నాయి– పల్చబడిన చెక్కిళ్లని, తల వెనక క్రాపు చేసిన ఉంగరాల జుట్టుని – తను ఎన్నోసార్లు అక్కడ ముద్దు పెట్టుకుంది – ఆమె గుర్తు పట్టింది, గుర్తు పట్టనూ లేదు. ఆమె ఆ అన్ని తావులనీ నిమిరింది. ఏమీ మాట్లాడలేకపోయింది. కన్నీళ్లతో ఆమె కంఠం రుద్ధమైపోతోంది.

"ఎందుకమ్మా ఏడుస్తున్నావ్?" అని అతను నిద్రమగత వదిలి లేచి అన్నాడు. "అమ్మా, ఏందుకు ఏడుస్తున్నావ్?" అని ఏడుపు వచ్చే గొంతుకతో అన్నాడు.

"నేనా? లేదు, ఏడవను... సంతోషంతో నాకు యేడుపు వస్తోంది. ఎన్ని రోజులైందిరా నాయనా నిన్ను చూసి. వుహుం. ఇక ఏడవనులే" అని ఆమె కన్నీళ్లని ఆపుకుంటూ తల పక్కకి తిప్పేసుకుని అంది. "లే మరి, బట్టలు వేసుకునే వేళయింది నీకు" అని కొంచెంసేపాగి అంది. ఆ వ్యవధిలో తనని తను సంబాళించుకుంది. అతని చేతిని తన చేతిలో పట్టుకునే ఆమె మంచం పక్క కుర్చీమీద కూర్చుంది. ఆ కుర్చీమీద అతని బట్టలు వున్నాయి.

"నేను లేకపోతే బట్టలు ఎలా తొడుక్కుంటావ్? ఎలా..." ఆమె మామూలుగా సంతోషంగా మాట్లాడబోయింది. కాని మాట్లాడలేకపోయింది. మళ్లీ తల పక్కకి మళ్లించుకుంది.

"అమ్మా! నేనిప్పుడు చన్నీళ్ళతో స్నానం చెయ్యడం లేదు. నాన్న వద్దన్నారు. వసీలియ్ లుకీచ్‌ని చూశావా? ఆయన ఇప్పుడు వస్తారు. అయ్యయ్యో! నువ్వు నా బట్టలమీద కూర్చున్నావు" అన్నాడు.

సెర్యోష ఫక్కున నవ్వాడు. ఆమె అతనికేసి చూసి చిరునవ్వు నవ్వింది.

"అమ్మా! నా ఇష్టమైన మంచి అమ్మ! మా అమ్మా!" అని మళ్లీ ఆమెమీదకి వాలిపోతూ, ఆమెని వాటేసుకుంటూ అన్నాడు. ఇప్పుడు మాత్రమే ఆమె చిరునవ్వుని చూసి మాత్రమే జరిగిందేమిటో గ్రహించినట్టు వున్నాడు. "ఇదెందుకమ్మా!" అంటూ ఆమె టోపీని తీసేస్తూ అన్నాడు. టోపీ లేకుండా ఆమెని కొత్త తీరులో చూస్తున్నట్టుగా అతను ఆమెని మళ్లీ ముద్దు పెట్టుకున్నాడు.

"నా గురించి ఏమనుకున్నావురా? నేను చనిపోయాననుకున్నావా?"

"నేనెన్నడూ ఆ మాట నమ్మలేదు."

"లేదూ? మా నాన్నా! మా బాబూ."

"నాకు తెలుసు, నాకు తెలుసు" అని తనకి ఇష్టమైన ఆ మాటల్ని రెట్టిస్తూ అన్నాడు. తన తలని నిమిరే ఆమె చేతిని పట్టుకున్నాడు. ఆమె అరచేతిని తన పెదాల దగ్గరికి తీసుకుని మళ్లీ మళ్లీ ముద్దు పెట్టుకున్నాడు.

30

ఈ లోపున వసిలీయ్ లుకీచ్ గంగవెర్రులెత్తిపోతున్నాడు. ఆమె ఎవరైందీ అతనికి మొదట తెలీలేదు. కాని వాళ్ల మాటలని బట్టి భర్తని వదిలిపెట్టి వెళ్లిపోయిన తల్లి ఆవిడేనని గుర్తుపట్టాడు. అతను ఆవిడని ఎరగడు, అతను రాకముందే ఆమె వెళ్లిపోయింది. తను ఆ గదిలోకి వెళ్లాలా వద్దా, కెరనిన్‌కి చెప్పాలా వద్దా అనే ధర్మసందేహంలో పడ్డాడు. పిల్లవాణ్ణి అనుకున్న వేళకి లేపడం తన కర్తవ్యం అని, అక్కడ వున్నది పిల్లవాడి తల్లా మరొకరా అన్న విషయంతో తనకి ప్రమేయం లేదనీ కడకి తేల్చుకుని బట్టలు వేసుకున్నాక గది గుమ్మం దగ్గరికి వెళ్ళి తలుపు తెరిచాడు.

తల్లీ కొడుకుల మమతానురాగపూరిత కౌగిలింతలు, వాళ్ల కంఠధ్వనులు, వాళ్లు అనుకున్న మాటలు అతని మనసుని మార్చాయి. అతను సర్లే అని తల ఆడించి, నిట్టూర్చి తలుపు మూసేశాడు. “ఓ పదినిముషాలు చూద్దాం” అని రుద్ధకంఠాన్ని సవరించుకుంటూ, చెమ్మగిల్లిన కళ్ళని తుడుచుకుంటూ అనుకున్నాడు.

అదే సమయంలో ఇంట్లోని నౌకర్లు మహా తలకిందులైపోతున్నారు. ఇంటావిడ వచ్చిందనీ, కపితోనిచ్ ఆవిడ్ని లోపలికి రానిచ్చాడనీ, ఆమె సెర్యోష గదిలో వుందనీ, ఇంటాయన రోజూ ఎనిమిదీ తొమ్మిదీ మధ్య కొడుకుని చూడ్డానికి వెడతాడనీ వాళ్లకి తెలుసు. ఆయనకీ, ఆవిడకీ భేటీ జరక్కుండా చూడాలని అందరికీ తెలుసు. వాళ్లు వొకరికొకరు తటస్థపడకుండా చూడాలనీ తెలుసు. ఇంటి వ్యవహారాలు చూసే కర్నేయ్ దర్వాన్ గదికి వెళ్లి ఆమెని ఎవరు లోపలికి రానిచ్చారని అడిగాడు. కపితోనిచ్ ఆమెని లోపలికి రానిచ్చాడని, తనే పిల్లవాడి గదికి ఆమెని తీసుకెళ్ళాడనీ తెలిసి ఆ ముసలాడిమీద విరుచుకుపడిపోయాడు. అతను ఏం మాట్లాడలేదు. కాని అలాంటి పని చేసినందుకుగాను అతనికి దేవిడీమన్నా అయిపోతుందని కర్నేయ్ బెదిరించగానే కపితోనిచ్ అతనిమీదకి ఉరుకుతూ కోపంగా చేతులు ఊపాడు.

“నువ్వు ఆమెని లోపలికి రానివ్వకుండా ఆపుతావు! పదేళ్లుగా ఇక్కడ పని చేస్తున్నావు కాని ఎప్పుడన్నా మంచిమాట తప్ప ఆవిడనుంచి విన్నావా? నువ్వు వెళ్లి ఇక్కడికి రాకండమ్మా అని చెప్పగలవూ? మీకు మీ కడుపులు నింపుకోవడం మాత్రమే తెలుసు. కక్కుర్తి మాటలు. ఎంతసేపూ స్వార్థం, అయ్యగారికి ఇచ్చకాలు చెప్పడం, ఆయన ఫర్ కోటు కొట్టెయ్యడం!” అన్నాడు.

“పల్లెటూరి బైతు” అని కర్నేయ్ చీదరించుకుని, అప్పుడే లోపలికి వచ్చిన దాదిని చూశాడు. “కొంచెం ఆలోచించండి మరీయా యెఫీమొన్నా! ఎవరికీ చెప్పా పెట్టకుండా ఆమెని లోపలికి రానిచ్చాడు. అయ్యగారు ఇవతలికి వచ్చే వేళైంది, ఆయన చినబాబుగారి గదిలోకి వెడతారు” అన్నాడు.

“అయ్యయ్యో!” అంది దాది. “ఎలాగో అలాగ ఆయన్ని తన గదిలోనే కొంచెం ఆపుచెయ్యండి. నేను చినబాబు గదికి వెళ్లి అమ్మగార్ని ఇవతలికి తీసుకువస్తాను. అయ్యయ్యో!” అంది.

దాది సెర్యోష గదిలోకి అడుగుపెట్టేటప్పటికా కుర్రాడు తనూ నాద్యా ఎలా గుట్టమీదనుంచి కిందికి జారిందీ, ఎలా మూడుసార్లు పిల్లి మొగ్గలు వేసిందీ తల్లికి చెప్తున్నాడు. ఆమె అతని గొంతుక వింది. అతని ముఖంకేసీ, ముఖంలో మారే భంగిమలకేసీ చూస్తూ వుంది, అతని చేతిని తాకుతూ వుంది కాని అతను చెప్పేదాన్ని వొక్క ముక్క కూడా అర్థం చేసుకోలేదు. తను వెళ్లిపోవాలి, వాడ్ని వదిలిపెట్టి వెళ్లిపోవాలి అనే ఆలోచన వొక్కటే వుంది ఆమె బుర్రలో. వసీలియ్ లుకీచ్ గుమ్మం దగ్గరికి రావడం, ఖాండ్రించడం వింది. దాది అడుగులు దగ్గరవడం వింది. కాని ఆమె ఏదో సమాధిలో వున్నట్టు కూర్చుండిపోయింది. కదిలే శక్తీ, మాట్లాడే శక్తీ ఆమెకి లేకపోయాయి.

"అమ్మగారూ!" అంటూ దాది ఆమె దగ్గరికి వచ్చి ఆమె చేతుల్నీ భుజాల్నీ ముద్దుపెట్టుకుంటూ అంది. "చిన్నబాబుగారి పుట్టినరోజుకి దేవుడు ఎంత చల్లగా చూశాడు! మీరసలు ఏమీ మారలేదండమ్మా!" అంది.

"ఓ! దాదీ!మీరిక్కడ వున్నట్టు నాకు తెలియదు" అంది అన్నా అప్పుడే ఈ లోకంలోకి వస్తూ.

"నేనిక్కడ ఉండడంలేదండమ్మా. మా అమ్మాయి దగ్గర వుంటున్నా. చిన్నబాబు పుట్టినరోజుగదా అని వచ్చాను" అంది.

దాది ఉన్నట్టుండి ఏడ్చి అన్నా చేతిని మళ్లీ ముద్దుపెట్టుకోవడం మొదలెట్టింది.

సంతోషంతో మెరిసే కళ్లతో, పెదాలమీద చిరునవ్వుతో సెర్యోష ఓ చేత్తో తల్లినీ, రెండో చేత్తో దాదినీ పట్టుకుని బొద్దుగా వున్న తన దిసకాళ్లతో తివాసీపైన గంతులు వేశాడు. అమ్మపట్ల ప్రియమైన దాది చూపించిన స్నేహభావం అతన్ని సంతోషంతో మునకలెత్తించింది.

"అమ్మా! ఈమె ఎక్కువగా నన్ను చూడ్డానికి వస్తూ వుంటుంది. వచ్చినప్పుడల్లా..." అని చెప్పడం మొదలుపెట్టాడు. కాని దాది తల్లి చెవిలో ఏదో గుసగుసలాడ్డం, దాంతో తల్లి ముఖంమీద ఆమె స్వభావ విరుద్ధమైన భయం, సిగ్గు వ్యక్తంకావడం చూసి అతను మెదలకుండా వూరికే వుండిపోయాడు.

అన్నా కొడుకుమీదికి వాలింది.

"నా బాబూ" అందామె.

'మరి నే వెళ్లిపోతున్నా' అని ఆమె అనలేదుకాని ఆమె ముఖంలో ఆ భావం వ్యక్తమైంది. సెర్యోష దాన్ని అర్థం చేసుకున్నాడు. "నా బుజ్జి, బుజ్జి బాబూ" అందామె అతన్ని చిన్నపిల్లాడిగా వున్నప్పుడు పిలిచే పిలుపుతో. "నన్ను మర్చిపోవుకదూ నువ్వు..." కాని ఆ తర్వాత ఒక్కమాట కూడా అనలేకపోయింది.

ఆ తర్వాత బిడ్డతో చెప్పుకోగలిగిన మాటలు ఎన్నో ఆమె బుర్రకి తట్టాయి! కాని ఈ క్షణంలో ఆమె ఏమీ అనుకోలేకపోయింది, ఏమీ చెప్పలేకపోయింది. కాని ఆమె చెప్పదలచుకున్న అంతట్నీ అర్థం చేసుకున్నాడు. అమ్మ విచారంగా వుందనీ, ఆమెకి తనంటే ఇష్టమనీ అర్థం

చేసుకున్నాడు. దాది ఆమె చెవిలో చెప్పినదాన్ని కూడా అతను అర్థం చేసుకున్నాడు. 'ఎప్పుడూ తొమ్మిది గంటలకే' అనే మాటలు విన్నాడు. తండ్రి గురించి ఆమె ఆ మాటలు అంటోందనీ, తండ్రిని తల్లి కలుసుకోకూడదనీ కూడా అర్థం చేసుకున్నాడు. ఇదీ అతనికి అర్థం అయింది కాని ఒక విషయం అతనికి అర్థం కాలేదు. తల్లి ముఖంమీద భయం, సిగ్గు ఎందుకు కనిపించినట్టు?.... ఆమె దోషి కాదు, కాని అమె భయపడింది, సిగ్గుపడింది. తన అనుమానం తీర్చుకుందుకు అతను ఆమెని అడుగుదామనుకున్నాడు కాని ధైర్యం చెయ్యలేకపోయాడు. ఆమె బాధపడుతోంది అని అతనికి కనిపిస్తూనే వుంది. ఆమె పట్ల జాలి కలిగింది. ఏమీ అడక్కుండా ఆమెకి హత్తుకుపోయి గుసగుసలాడాడు....

"అప్పుడే వెళ్లకు. ఆయన రారు అప్పుడే."

అమ్మ అతన్ని పక్కకి తీసుకుపోయింది, అతననే మాట అతనికి అర్థమైందా లేదా అని చూడ్డానికి. అతను తండ్రిని గురించి అంటున్నాడనే గాక, ఆయన్ని గురించి ఏమనుకోమంటావ్ అని అడుగుతున్నాడని కూడా అతని బెదిరిన ముఖం చూసి ఆమెకి అనిపించింది.

"సెర్యోష, నా బాబూ!" అందామె. "నాన్నగార్ని ప్రేమించు. ఆయన నాకంటే మంచివారు, దయగలవారు. నేనాయనకి అన్యాయం చేశాను. పెద్దయాక నువ్వే నిర్ణయించుకో" అంది.

"నీకంటే ఎక్కువ మంచివాళ్లెవరూ లేరు" అని అతను ఏడుస్తూ బాధగా అరిచాడు. ఆమె భుజాలు పట్టుకుని బలంకొద్దీ ఉద్రిక్తతకొద్దీ వణికే చేతుల్తో ఆమెని తనవైపు లాక్కున్నాడు.

"నా బాబూ! నా బుజ్జి బాబూ!" అని అన్నా గొణిగి, మౌనంగా రోదించింది. చిన్న పిల్లాడిలా, అచ్చు అతను ఏడుస్తున్నట్టే ఏడిచింది.

సరిగ్గా అప్పుడే తలుపు తెరుచుకుంది, వసీలియ్ లుకీచ్ లోపలికి వచ్చాడు. మళ్లీ గుమ్మం దగ్గర అడుగుల చప్పుడు వినిపించింది. దాది బెదిరిపోతూ "ఆయనే" అని మెల్లిగా అంటూ అన్నాకి టోపీ అందించింది.

సెర్యోష చేతులతో ముఖం కప్పుకుని మంచంమీదకి వాలి వెక్కి వెక్కి ఏడ్చాడు. అన్నా అతని చేతులు తోసేసి, కన్నీళ్లతో తడిసిన ముఖాన్ని ముద్దుపెట్టుకుని గబగబా బయటికి నడిచింది. కెరనిన్ ఆమె వేపు వచ్చాడు. ఆమెని చూసి అతను ఆగి తల వంచాడు.

ఆమె అతనికేసి ఒక చూపు చూసింది. ఆ చూపులోనే అతని మొత్తం ఆకృతిలోని ప్రత్యేకతలన్నీ స్ఫురణకి వచ్చేశాయి. అతను తనకంటే మంచివాడనీ, దయగలవాడనీ ఆమె ఓ క్షణంక్రితమే అంది. అయినా ఇప్పుడు అతనిపట్ల ఘృణత్వం, ద్వేషం, కొడుకు కోసం ఈర్ష్య ఆమెలో నిండిపోయాయి. వెంటనే ఆమె రవసెల్లా ముసుగు ముఖంమీదకి లాక్కుని, గబగబ అడుగులు వేస్తూ, దాదాపు పరుగులు తీస్తూ గదిలోనుంచి బయటికి వెళ్లిపోయింది.

అంతకు ముందురోజు సాయంత్రం యెంతో ప్రేమా, విచారంగా కొన్న ఆటవస్తువుల్ని కూడా బయటికి తియ్యలేకపోయింది. వాటిని తనతో కూడా వెనక్కి తీసుకుపోయింది.

31

కన్నకొడుకుని చూడాలని అన్నా ఎంత తపనపడినా, తమ కలయిక గురించి ఎంతో వూహించుకుని, సమాయత్తం అయినా కూడా ఆ కలయిక ఇంత గాఢంగా తనని కదలించివేస్తుందని ఆమె అనుకోలేదు. హొటల్‌లో తనకి విడిగా వున్న గదులకి వచ్చాక తను అక్కడ ఎందుకు వున్నదీ మొదట ఆమెకి అర్థం అవలేదు. 'ఆc, అంతా ముగిసింది, నేను మళ్లీ వొంటరిగా వున్నాను' అనుకొంది. టోపీ తియ్యకుండానే నెగడు పక్కన కుర్చీలో కూర్చుంది. కిటికీల మధ్య బల్లమీద వున్న కంచు గడియారంకేసి తదేకంగా చూస్తూ ఆలోచనల్లో మునిగిపోయింది.

ఆమె విదేశాలనుంచి కూడాతీసుకువచ్చిన ఫ్రెంచి పనిపిల్ల వచ్చి బట్టలు మార్చుకుంటారా అని అడిగింది. అన్నా బిత్తరపోయి ఆమెకేసి చూసి.

"తర్వాత" అంది.

నౌకరు వచ్చి కాఫీ తాగుతారా అని అడిగాడు.

"తర్వాత" అంది.

ఇటాలియన్ దాది చంటిపిల్లని ముస్తాబు చేసి తల్లి దగ్గరికి తీసుకువచ్చింది. సంరక్షణ బాగా జరగడంవల్ల చంటిపిల్ల బొద్దుగా వుంది. తల్లిని చూసి ఎప్పటిలాగా బోసినోటితో నవ్వి, బొద్దుగా వుండడంవల్ల ముడతలు పడ్డ చేతుల్ని చేపలు రెక్కలు ఆడించినట్టుగా తన్నుకుంటూ ఊపుతూ, గంజి పెట్టిన ఎంబ్రాయిడరీ గౌను చప్పుడు చేసేటట్టు తాడించింది. ఆ పిల్లని చూసి నవ్వకుండా వుండడం, ముద్దు పెట్టుకోకుండా వుండడం అసాధ్యం. ఆ పిల్లకి వేలిని అందివ్వకుండా – (ఆ వేలిని పిల్ల ముద్దు పెట్టుకుంటున్నట్టు నోట్లోకి లాక్కుంటుంది) – వుండడం అసాధ్యం. అన్నా ఇవన్నీ చేసింది. చంటిపిల్లని చేతుల్లోకి తీసుకుని పైకి ఎగరేసి పట్టుకుంటూ, నవనవలాడే బుగ్గల్ని, బోసి మోచేతుల్ని ముద్దు పెట్టుకుంది. కాని ఆ బిడ్డ సముఖంలో వుండడంతో ఆమె పట్ల తనకి కలిగిన అనుభూతి సెర్యోష పట్ల కలిగిన అనుభూతితో పోలిస్తే ప్రేమే కాదు అని అన్నాకి స్పష్టమైంది. చంటిపిల్ల ఎంతో ముద్దు వస్తూ వున్న మాట నిజమే కాని కారణం ఏమిటో మరి, ఆ పిల్ల హృదయాన్ని స్పందింపచెయ్యడం లేదు. తను ప్రేమించని వ్యక్తికి పుట్టిన మొదటి బిడ్డడు తన ప్రేమ సరస్వాన్నీ దొంగిలించాడు. ఆమె ప్రేమ సర్వస్వమూ వాడికి అర్పితం అయింది. ఈ పిల్ల చాలా విచారకరమైన పరిస్థితుల్లో పుట్టింది, మొదటి బిడ్డపట్ల చూపించిన శ్రద్ధలో పదోవంతు కూడా ఈ బిడ్డకి దక్కలేదు. అదీగాక ఈ చిన్నపిల్ల భవిష్యత్తులో వ్యక్తిత్వం రూపు తీసుకుంటుంది. కాని సెర్యోష ఇప్పటికే దాదాపు ఒక వ్యక్తి అయాడు, ప్రేమాస్పదుడయాడు. వాడు తనని అర్థం చేసుకున్నాడు, ప్రేమించాడు, తన గురించి ఆలోచిస్తున్నాడు. పిల్లవాడి మాటలూ చూపులూ గుర్తుచేసుకుని ఆమె అలా అనుకొంది. తను శారీరకంగా కాక ఆత్మికంగా కూడా శాశ్వతంగా వాడికి దూరమైపోయింది. ఈ పరిస్థితిని ఇక చక్కబెట్టడం కుదరదు.

ఆమె చంటిపిల్లని దాదికి అందించి వాళ్లని పంపేసింది. తర్వాత లాకెట్ తెరిచింది. లాకెట్‌లో సెర్యోష ఫోటో వుంది. అతను ఈ చంటిపిల్ల వయసులో వున్నప్పటి ఫోటో. ఆమె

లేచి టోపీ తీసేసి ఆల్బమ్ అందుకుంది. ఆ ఆల్బమ్‌లో వేరు వేరు వయసులో తీసిన సెర్యోష ఫోటోలు వున్నాయి. వాటిని పోల్చి చూద్దామనుకుని వాటిని ఆల్బమ్‌లోనుంచి తియ్యడం మొదలుపెట్టింది. అన్నిటినీ తీసింది, ఒక్కదాన్ని తప్ప. ఆ ఫోటో అన్నిటికంటే బాగుంది. సెర్యోష తెల్లని చొక్కా తొడుక్కుని, కుర్చీలో కాళ్లు అటూ ఇటూ వేసి కూర్చున్న ఫోటో. కళ్లు నుదుచుకు చూస్తూ పెదాలమీద చిరునవ్వు తొణికిసలాడుతూ వుండగా అది అతని ముఖంలో అన్నిటికంటే విశేషంగా కనిపించే మంచి భంగిమ. ఆమెకి ఎంతో ఇష్టమైన భంగిమ. చురుగ్గా వుండే తన చిన్న చేతుల్తో ఆ ఫోటోని పీకబోయింది. ఆమె చేతివేళ్ళు ఇటీవల బిరుసుగా తయారయ్యాయి. ఆమె ఫోటోని తియ్యడానికి కొన్నిసార్లు ప్రయత్నించింది కాని అది వూడి రాలేదు. పేపర్ నైఫ్ అందుబాట్లో లేకపోయింది. దాంతో ఈ ఫోటోకి పక్క ఫోటో వూడి వచ్చేసింది. (గుండ్రటి టోపీ పెట్టుకుని, పొడుగాటి జుట్టుతో రోమ్‌లో వ్రాన్‌స్కీ తీయించుకున్న ఫోటో అది.) ఆ ఫోటోతో బాటు సెర్యోష ఫోటో కూడా వూడొచ్చింది. 'ఇక్కడ అతను!' అని వ్రాన్‌స్కీ ఫోటో చూసి అన్నా అనుకొంది. ఆమెకి అప్రయత్నంగానే తన ప్రస్తుత దుఃఖానికి ఎవరు కారకులో గుర్తువచ్చింది. ఆ పూట పొద్దుటినుంచి ఆమెకి ఒక్కసారి కూడా వ్రాన్‌స్కీ గుర్తు రాలేదు. కాని ఇప్పుడు ఆ సాహసపూరిత ఉదాత్త, గాఢపరిచిత ప్రియమైన ముఖం చూడగానే ప్రయత్నరహితంగా హృదయంలో ప్రేమ వెల్లువలా పొంగి వచ్చింది.

'అవును, ఎక్కడున్నాడు అతను? నా బాధకి నన్ను వదిలేసి ఎలా వెళ్లగలిగాడు?' అనుకొంది. తన కొడుకుకి సంబంధించి ఏ విషయమూ అతనికి చెప్పకుండా దాచిపెట్టిన విషయం మరిచిపోయి అతన్ని తప్పు పట్టడం మొదలెట్టింది. వెంటనే రమ్మని అతనికి కబురు పెట్టింది. అతనికోసం ఎదురుచూస్తూ ఉగ్గబట్టి కూర్చుంది. ఎలా తను అతనికి యావత్తూ చెప్పబోయేదీ. అతను ఎలా తనని వూరడించేదీ ఆలోచించుకుంటూ కూర్చుంది. అతనితో ఎవరో వున్నారనీ, కాని తను కొంచెంసేపట్లో వస్తాడనీ నౌకరు సమాధానం పట్టుకొచ్చాడు. పీటర్స్‌బుర్గ్ వచ్చిన ప్రిన్స్ యాష్విన్ కూడా తనతోబాటు ఆమె దగ్గరికి రావచ్చో లేదో కనుక్కురమ్మన్నాడనీ నౌకరు చెప్పాడు. 'ఒక్కడూ రాడు! నిన్న రాత్రి భోజనాల దగ్గర్నుంచీ నన్ను కలుసుకోలేదు మళ్లీ' అనుకుంది. 'నేను తనకి విషయాలన్నీ చెప్పుకునేటట్టు ఒక్కడూ రాడు కాని యాష్విన్‌తో కలిసి వస్తాడు' అనుకొంది. వున్నట్టుండి ఒక భయంకరమైన ఆలోచన ఆమె బుర్రకి తగిలింది. నామీద అతనికి ప్రేమ లేకపోతే?

గత కొన్ని రోజులు జరిగిన విషయాల్ని గురించి మనసులో అనుకుంది. అవి ఈ భయంకర ఆలోచనకి బలం కలిగిస్తూ ఉన్నట్టే ఉన్నాయి. అతను ముందురోజు ఆమెతో కలిసి భోజనం చెయ్యలేదు. పీటర్స్‌బుర్గ్‌లో తాము విడివిడిగా వుండాలీ అని పట్టుబట్టాడు. ఇప్పుడూ ఒక్కడూ రావడం లేదు, తనతో ఏకాంతంగా వుండడం ఇష్టంలేనట్టు ఎవరో స్నేహితులతో కలిసి వస్తున్నాడు.

'కాని తను నాతో ఆ విషయం చెప్పాలి. నాకది తెలియాలి. నాకా విషయం తెలిస్తే ఖాయంగా నేనేం చెయ్యాలో నాకు తెలుసు' అనుకొంది. కాని అతను తన గురించి పట్టించుకోవడం లేదు అన్న నమ్మకం కలిగితే తను ఏ స్థితిలో వుండేదీ వూహించుకొనే శక్తి కూడా ఆమెకి లేకపోయింది. అతనికి తనపట్ల ప్రేమ పోయిందని ఆమె అనుకుంది. హతాశు

రాలైనటువంటి స్థితిని దర్శించుకుంది. తత్ఫలితంగా మామూలుకంటే ఎక్కువ ఆవేశితురాలైనట్టు తోచింది. ఆమె పనిపిల్లని పిలుస్తూ గంట కొట్టి బట్టలు మార్చుకునే గదిలోకి వెళ్లింది. మామూలుకంటే ఎక్కువసేపు ముస్తాబు అవుతూ గడిపింది. ప్రేమ తగ్గిపోయినా తన ఫ్రాకునీ, కేశ అలంకారాన్నీ చూసి ప్రేమిస్తాడని – అవి అతన్ని ముఖ్యంగా ఆకర్షించి పట్టుకునేటట్టు.

ఆమె ఇంకా తయారవకముందే గంట మోగింది.

డ్రాయింగు రూమ్‌లోకి వస్తూనే ఆమెకి వ్రాన్‌స్కీ చూపులకంటే యాష్విన్ చూపులు స్వాగతం చెప్పాయి. వ్రాన్‌స్కీ ఆమె కొడుకు ఫోటోలు చూస్తూ వున్నాడు. ఆమె వాటిని తియ్యడం మరిచిపోయింది. అతను అన్నావేపు చూడ్డానికి వేగిరపడలేదు.

"మనం కలుసుకున్నాం" అని తన చేతిని యాష్విన్ పెద్ద చేతికి అందిస్తూ పలకరించింది. యాష్విన్ సిగ్గుపడిపోయాడు. (అతని భారీ ఆకారానికీ, ముతక కవళికలకీ అలా సిగ్గుపడ్డం వింతగా వుంది.) "గత ఏడు గుర్రప్పందేల దగ్గర కలుసుకున్నాం." నాకు ఇవ్వండి అని వ్రాన్‌స్కీ చేతుల్లోనుంచి తన కొడుకు ఫోటోలు లాగేసుకుంటూ అంది. మిలమిల మెరిసే కళ్లతో వ్రాన్‌స్కీ కేసి అర్థవంతంగా చూసింది. "ఈ ఏడాది పందేలు సరదాగా జరిగాయా? నేను వీటి బదులు రోమ్‌లో కోర్సోలో పందేలు చూశాను. కాని విదేశాల్లో జీవితం మీకు ఆనందంగా వుండదు" అని ఆర్ద్రంగా నవ్వుతూ అంది. "మిమ్మల్ని కలుసుకోవడం బహు తక్కువే అయినా మీ గురించీ, మీ అభిరుచుల గురించీ నాకు బాగా తెలుసు."

"నాకు చాలా విచారంగా వుంది ఏమంటే నా అభిరుచులు చాలా చెడ్డవి" అని యాష్విన్ ఎడమ మీసాన్ని దువ్వుకుంటూ అన్నాడు.

కొంచెంసేపు అన్నాతో మాట్లాడిన తర్వాత వ్రాన్‌స్కీ గడియారంకేసి చూడ్డం గమనించి పీటర్స్‌బుర్గ్‌లో ఎక్కువ రోజులు వుంటారా అని అడిగి తన పొడుగాటి కాళ్లని చాచుకుని అతను టోపీ అందుకున్నాడు.

"ఎక్కువ రోజులు వుండమేమో" అని ఆమె వ్రాన్‌స్కీకేసి యిబ్బంది పడుతున్నట్టు చూసి అంది.

"అయితే మళ్లీ కలుసుకోమేమో మరి" అని యాష్విన్ లేచి వ్రాన్‌స్కీకేసి తిరిగి "మధ్యాహ్నం భోజనం ఎక్కడ?" అని అడిగాడు.

"భోజనానికి యిక్కడికి వచ్చెయ్యండి" అని అన్నా తీర్మానంగా అంది. ఇబ్బందిపడ్డట్టు కనిపించినందుకు తనమీద తనకి కోపం వచ్చినట్టు. పరాయివాళ్లముందు తన స్థితి వెల్లడి అయినప్పుడెప్పుడూ వుండే మాదిరిగా సిగ్గుతో ఎర్రబడింది. "ఇక్కడ భోజనం అంత బాగుంటుందని కాదు, కానీ కనీసం మీరిద్దరూ కలిసి వుంటారని. పటాలంలో వుండే మిత్రులెవరూ అలెక్సేయ్‌కి మీ అంత ఇష్టులు కారు" అంది.

"చాలా సంతోషం" అని యాష్విన్ చిరునవ్వు నవ్వుతూ అన్నాడు. అన్నా అతనికి బాగా నచ్చిందని ఆ చిరునవ్వు వ్రాన్‌స్కీకి స్పష్టం చేసింది.

యాష్విన్ సెలవు తీసుకుని బయటికి వెళ్లిపోయాడు. వ్రాన్‌స్కీ గదిలో వుండిపోయాడు.

"నువ్వూ వెడుతున్నావా?" అని అన్నా అడిగింది.

"ఇప్పటికే ఆలస్యం చేశాను" అని అతను జవాబు చెప్పాడు. "నువ్వు నడుస్తూ వుండు, నిన్ను అందుకుంటాను" అని యాష్విన్‌ని ఉద్దేశించి గట్టిగా అరిచాడు.

అన్నా అతని చేతిని పట్టుకుని, అతనికేసే కళ్ళు లగ్నంచేసి, అతన్ని ఆపడానికి ఏం చెప్పాలా అని మనసులో ఆలోచన చేసింది.

"ఉండు, నీతో కొంచెం మాట్లాడాలి" అని అతని చిన్న అరచేతిని తన చేతిలోకి తీసుకుని కంఠంమీద అదుముకుంటూ అంది. "అతన్ని భోజనానికి రమ్మన్నందుకు ఏమన్నా అనుకున్నావా అలెక్సేయ్?" అని అడిగింది.

"అబ్బే, మంచి పని చేశావు" అని అతను ప్రశాంతంగా కుదురైన పలువరస కనిపించేటట్టు చిరునవ్వు నవ్వాడు. ఆమె చేతిని ముద్దు పెట్టుకున్నాడు.

"అలెక్సేయ్, నాపట్ల మారలేదుకదా నువ్వు?" అని తన రెండు చేతులతోనూ అతని చేతిని నొక్కుతూ అంది. "ఇక్కడ నాకు నరకయాతనగా వుంది. ఎప్పుడు వెళ్లిపోదాం?" అని అడిగింది.

"త్వరలోనే, చాలా తొందర్లో. నాక్కూడా ఎంత యాతనగా ఉందో నువ్వు ఊహించలేవు" అన్నాడతను చేతిని లాగేసుకుంటూ.

"సరే అయితే వెళ్లు, వెళ్లు" అని నొచ్చుకుంటున్నట్టు అంది. గబగబా అక్కణ్నుంచి వెళ్లిపోయింది.

32

వ్రాన్‌స్కీ తిరిగి వచ్చేటప్పటికి అన్నా లేదు. తను వెళ్లిన కొంచెంసేపటికి ఎవరో మహిళ వచ్చిందనీ, ఇద్దరూ కలిసి బయటికి వెళ్లారనీ అతనికి తెలిసింది. తనతో చెప్పకుండా ఎక్కడికో వెళ్లిపోవడం, ఇంకా తిరిగి రాకపోవడం, ఒక్కముక్క కూడా చెప్పకుండా పొద్దున్నే ఎక్కడికో వెళ్లడం, అలాగే ఆ పొద్దుట ఆమె ముఖంలో కనిపించిన వింత ఉత్తేజం, యాష్విన్ ముందు తన చేతుల్లోనుంచి ఆమె తన కొడుకు ఫోటోలు లాగేసుకున్న కోపం–అన్నీ వ్రాన్‌స్కీకి ఆలోచనా ప్రేరకం అయ్యాయి. అన్ని విషయాలనుంచీ దాపరికం లేకుండా అన్నాతో మాట్లాడాలని అను కున్నాడు. ఆమె కోసం డ్రాయింగ్ రూమ్‌లో చూస్తూ కూర్చున్నాడు. అన్నా తిరిగివచ్చింది. కాని వొక్కత్తీ రాలేదు. తనతో కూడా వృద్ధ అవివాహిత మేనత్త ప్రిన్సెస్ అబ్లాన్‌స్కీని తీసుకువచ్చింది. పొద్దుట వచ్చిన ఆవిడ ఈ మేనత్తే. ఆమెతో కలిసే అన్నా ఏవో కొనుక్కోవడానికి వెళ్లింది. వ్రాన్‌స్కీ ముఖంలో కనిపించే ఆందోళన, ప్రశ్నార్థక దృక్కు గమనించనట్టుగా అన్నా తను ఆ పూట ఏవేం కొందో ఉత్సాహంగా వర్ణించి చెప్పింది. ఆమెలో ఏదో మార్పు వస్తోందని వ్రాన్‌స్కీకి అనిపించింది. మిలమిల మెరిసే ఆమె కళ్లు క్షణకాలంసేపు తన కళ్లకేసి చూడగానే ఒక బిగబట్టిన ఏకాగ్రతా తళుకును ఆమె కళ్లల్లో అతను పసిగట్టాడు. ఆమె మాటల్లోనూ, కదలికల్లోనూ ఒక ఆందోళనాపూరిత వడి, సోయగం కనిపించాయి. తమ ఇద్దరికీ సన్నిహితత్వం ఏర్పడే తొలి రోజుల్లో తనని వశంచేసుకున్న అవి ఇప్పుడు అతనికి వ్యాకులతనీ, భయాన్నీ కలిగించాయి.

భోజనం బల్ల నలుగురి కోసం ఏర్పాటైంది. వాళ్లు భోజనాల గదిలోకి వెడుతూ వుండగా తుష్కేవిచ్ వచ్చాడు. ప్రిన్సెస్ బెట్సీ అన్నాకి అందజెయ్యమన్న కబురు తీసుకువచ్చాడు. తనకి

అన్నా కెరనినా 585

ఒంట్లో బాగాలేకపోవడంవల్ల వీడ్కోలు చెప్పడానికి రాలేకపోతున్నానని బెట్సీ కబురు చేసింది. కాని ఆ సాయంత్రం ఆరున్నర – తొమ్మిదీ మధ్య అన్నా తన దగ్గరికి రావాలని కోరింది. ఆ టైమ్ ప్రస్తావన విని వ్రాన్‌స్కీ అన్నాకేసీ చూశాడు. అలా టైమ్‌ని నిర్దేశించడంలో ఉద్దేశం అప్పుడు అక్కడ అన్నా తప్ప అన్యులెవరూ వుండరని జాగ్రత్తపడడం అన్నమాట. కాని అన్నా దానిపట్ల దృష్టి పెట్టనట్లు కనిపించింది.

"అయ్యో, కాని నేను ఆరున్నర – తొమ్మిదీ మధ్య రాలేను" అని పేలవంగా చిరునవ్వు నవ్వుతూ అంది.

"ప్రిన్సెస్ చాలా నొచ్చుకుంటుంది."

"నేనూనూ."

"మీరు గాయని పత్తీ* పాట వినడానికి వెళ్తారా?" అని తుష్కేవిచ్ అడిగాడు.

"పత్తీ పాట? ఆఁ, కోరిక రేపెట్టారు. బాక్స్ టికెట్ దొరికితే వెడతాను."

"నేను ఏర్పాటు చేస్తాను" అని తుష్కేవిచ్ సంసిద్ధత వెల్లడించాడు.

"మీకు ధన్యవాదాలు. ఊఁ, మాతో కలిసి భోజనం చెయ్యకూడదూ?" అంది అన్నా.

వ్రాన్‌స్కీ కనిపించీ కనిపించనట్టుగా భుజాలు ఎగరేశాడు. అన్నా ఏం చేస్తోందో అతనికి ఏమీ చాలూ మూలం తెలీటం లేదు. వృద్ధ ప్రిన్సెస్‌ని కూడా ఎందుకు తీసుకువచ్చినట్టు, తుష్కేవిచ్‌ని భోజనానికి ఎందుకు వుండమన్నట్టు, ఇక ఇంకా బాధ కలిగించే విషయం థియేటర్ బాక్స్ టికెట్ ఎందుకు ఏర్పాటు చెయ్యమన్నట్టు? ప్రస్తుతం తను వున్న పరిస్థితిలో పత్తీ ఓపెరాకి వెళ్లే ఆలోచన యేమిటని – అక్కడ పీటర్స్‌బుర్గ్ ఉన్నత సమాజం యావత్తూ పోగవుతుందే? అతను ఆమెకేసి గంభీరంగా చూశాడు. కాని జవాబుగా ఆమె అదే ధిక్కార వైఖరితో సగం సంతోషంగా, సగం హతాశగా కనిపించే చూపు చూసింది. దాని అర్థం ఏమిటైందీ అతనికి బోధపడలేదు. భోజనాల దగ్గర ఆమె అతి అనిపించే హద్దు దాకా ఖుషీగా వుంది. తుష్కేవిచ్, యాష్విన్‌లతో కులుకులుపోతూ ప్రవర్తించింది. భోజనాలయ్యాక తుష్కేవిచ్ ఆమెకి బాక్స్ టికెట్ సంపాదించడం కోసం వెళ్లిపోయాడు. యాష్విన్ సిగరెట్ కాల్చుకోవడానికి వెళ్లిపోయాడు. వ్రాన్‌స్కీ కూడా అతనితోబాటు తన గదికి వెళ్లాడు. కాని కొంచెంసేపట్లోనే తిరిగి మేడమీదకి పరిగెత్తి వెళ్లాడు. అన్నా పారిస్‌లో కుట్టించిన దిగు భుజాల లేత రంగు మఖమల్ శాటిన్ గౌను వేసుకుంది; తలకి ఖరీదైన తెల్లని లేసు కట్టింది. దానివల్ల ఆమె ముఖం పటంకట్టినట్టు కనిపించి, కళ్లు చెదరగొట్టే ఆమె సౌందర్యం దిగంతాలకి కాంతులు ప్రసరింపచేసేటట్టు భాసించింది.

"మీరు నిజంగానే థియేటర్‌కి వెడుతున్నారా?" అన్నాకేసి చూడకుండా వుండ ప్రయత్నిస్తూ అడిగాడు వ్రాన్‌స్కీ.

"మీరంత బెదురు బెదురుగా అడగడం ఎందుకు?" అని, అతను తనకేసి చూడ్డంలేదని నొచ్చుకుంటున్నట్టు అంది. "ఏం, ఎందుకు వెళ్లకూడదు?" అని అడిగింది.

అతనడిగిన ప్రశ్న భావం బోధపడనట్టుగా అన్నా నటించింది.

"అబ్బే, కారణం ఏం లేదు" అన్నాడతను ముఖం ముడుచుకుంటూ.

"నేనూ అదే అంటున్నాను" అని ఆమె కావాల్సికి అతనికి వ్యంగ్యపూరిత ధోరణిలో అవహేళన చేస్తున్నట్టు మాట్లాడింది. చాలా తృప్తిగా సెంటు వాసనతో ఘుమఘుమలాడే గ్లవ్‌ని తొడుక్కుంది.

"అన్నా, మీకు పుణ్యం వుంటుంది చెప్పండి ఏమైంది మీకు?" అని వ్రాన్‌స్కీ అన్నా భర్త వాడే పదాలని, కాకతాళీయంగా వాడుతూ అడిగాడు.

"మీరేం అడుగుతున్నారో నాకు అర్థం కావడం లేదు."

"అక్కడికి వెళ్లడం బాగోదని మీకు తెలుసునా?"

"ఎందుకని? నేనేం ఒక్కత్తినీ వెళ్లడం లేదు. ప్రిన్సెస్ వర్వారా ముస్తాబై రావడానికి ఇంటికి వెళ్లింది. ఆవిడ నాతోబాటు వస్తుంది."

వ్రాన్‌స్కీ హైరాన, హతాశ వెల్లడిచేస్తున్నట్టు భుజాలు ఎగరేశాడు.

"కాని మీకు తెలియదా...." అని అతను చెప్పడం మొదలుపెట్టాడు.

"నేనేమీ తెలుసుకోవాలనుకోవడం లేదు" అని అన్నా అరిచినంత పని చేసింది. "అనుకోవడం లేదు. నేను చేసిన పనికి బాధపడుతున్నానా? లేదు, లేదు, మరోసారి చెప్తున్నా లేదు. ఒకవేళ మళ్లీ మొదటినుంచీ ఇదే జరిగేటట్టుంటే గనక ఇలాగే చేస్తాను. మనకోసం, నాకోసం, మీకోసం. ముఖ్యమైనదల్లానొక్కటే – మనకి ఒకరిపట్ల ఒకళ్లకి ప్రేమ వుందా లేదా అనేదే. మరి మిగిలిన ఏదీ గుడ్డిగవ్వ చెయ్యదు. ఎందుకని మనం ఇక్కడ వేరే వేరే గదుల్లో వుంటున్నాం? ఎందుకు ఎక్కువ కలుసుకోవడం లేదు? నేను ఎందుకు థియేటర్‌కి వెళ్లకూడదు? నేను నిన్ను ప్రేమిస్తున్నాను, అంతే. నాకిక వేరే దేంతోనూ సంబంధం లేదు" అని అన్నా వ్రాన్‌స్కీకి అర్థంకాని విశేషమైన తళుకు కళ్ళల్లో మెరుస్తూ వుండగా అతనికేసి చూస్తూ రష్యన్‌లో అంది. "అదంతా నీ మనసు మారకుండా వుంటే. ఎందుకు నువ్వు నాకేసి చూడడంలేదు?" అని అడిగింది.

అతను ఆమెకేసి తిరిగి చూశాడు. ఆమె ముఖ సౌందర్యాన్నీ, సర్వదా ఆమెకి నప్పేటట్టు అమిరే అలంకరణనీ మొత్తం చూశాడు. కాని ఇప్పుడూ ఈ సౌందర్యమూ, సోయగమూనే అతనికి మంట పుట్టిస్తున్నాయి.

"మీకు తెలుసు మీపట్ల నా ప్రేమభావం మారదని. కాని మిమ్మల్ని బతిమాలుతున్నాను. వెళ్లద్దని వేడుకుంటున్నాను" అని వ్రాన్‌స్కీ మళ్లీ ఫ్రెంచిలో అన్నాడు. అతని స్వరం మృదువుగానే వుంది, అర్థిస్తున్నట్టే వుంది, కాని అతని చూపు జడంగా ఉంది.

ఆమె అతని మాటలు వినలేదు. అతని చూపులోని జడత్వాన్ని మాత్రమే ఆమె చూసింది. ఆమె చిరాగ్గా అంది:

"ఎందుకు వెళ్లకూడదో దయచేసి చెప్పమని వేడుకుంటున్నాను" అని.

"ఎందుకంటే మీకు..." అతను చెప్పలేకపోయాడు.

"నాకు నిజంగా ఏం అర్థం కావడం లేదు. యాష్విన్ n'est pas compromettant[1]. ప్రిన్సెస్ వర్వారా మిగతావాళ్లకంటే చెడ్డదీ కాదు. అదుగో, ఆమె వచ్చేసింది!".

[1] ఇబ్బంది పడే పరిస్థితిలోకి తొయ్యదు (ఫ్రెంచి).

33

అన్నా తన పరిస్థితిని కావల్సికి అర్థం చేసుకోకుండా ప్రవర్తించినందుకు వ్రాన్స్కీకి ఆమెమీద చిరాకు, దాదాపు కోపం మొట్టమొదటిసారిగా కలిగాయి. తన చిరాకు ఎందుకో కారణం ఆమెకి చెప్పలేకపోయినందువల్ల కోపం ఇంకా తీవ్రం అయింది. తను అనుకుంటున్నది ఆమెకి దాపరికం లేకుండా చెప్పగలిగినట్లయితే ఇలా చెప్పేసి వుండేవాడు: 'ఈ సింగారంతో, అందరికీ తెలిసిన ప్రిన్సెస్‌తో థియేటర్‌కి వెళ్లడం అనేది పతితురాలిగా నీ పరిస్థితిని ఒప్పుకోవడమేనన్నమాట. అంతేకాదు, ఉన్నత సమాజాన్ని ధిక్కరించడమూ అవుతుంది, ఇక శాశ్వతంగా అక్కడికి వెళ్లే అర్హత కోల్పోవడమూ అవుతుంది.'

అతను అన్నాకి ఆ మాటలు చెప్పలేకపోయాడు. 'కాని ఆమె ఎందుకు అర్థం చేసుకోదు? ఆమెని ఏం ఆవేశించింది?' అనుకున్నాడు. అన్నాపట్ల తన ఆదరం తగ్గిపోతూ వున్న సందర్భంలో ఆమె సౌందర్య స్పృహ అధికం అవుతూ వుందని అతనికి అనిపించింది.

అతను ముఖం ముటముటలాడుతూ గదికి తిరిగివచ్చాడు. యాష్విన్ పక్కన కూర్చున్నాడు. యాష్విన్ పొడుగాటి కాళ్లని కుర్చీమీదకి చాచి పెట్టుకుని సోడా కలిపి బ్రాందీ తాగుతున్నాడు. వ్రాన్స్కీ తనకి కూడా దాన్ని తీసుకురమ్మని పురమాయించాడు.

"నువ్వు లంకోవ్‌స్కీ గుర్రం గురించి చెప్తున్నావు కదూ! మంచి గుర్రం. నన్నడిగితే కొనమంటాను" అని యాష్విన్ తన మిత్రుడి ముసురు ముఖంకేసి ఓ చూపు చూసి అన్నాడు. "దాని వెనకభాగం దిగలాక్కుపోయినట్టు వుంటుంది కాని కాళ్లు, తల చూసుకోనక్కర్లేదు, పోటీ లేనివి!" అన్నాడు.

"నాకూ దాన్ని కొందామనే వుంది" అన్నాడు వ్రాన్స్కీ.

అతను యాష్విన్‌తో గుర్రాల గురించి మాట్లాడుతున్నాడే గాని లిప్త కాలం కూడా అన్నాని మర్చిపోలేదు. హాల్లో అడుగుల చప్పుడు వినిపిస్తుందేమోనని అప్రయత్నంగానే చెవి పెట్టాడు. నెగడు తీనెమీద వున్న గడియారంకేసి పదేపదే చూశాడు.

"థియేటర్‌కి వెడుతున్నట్టు అన్నాగారు తమకి చెప్పమని నన్ను పంపారు."

బుడగలు చిమ్మే సోడా నీళ్లల్లో మరో గ్లాసు బ్రాందీ పోస్తున్న యాష్విన్ గటుక్కున దాన్ని తాగేసి లేచి నుంచుని కోటు బొత్తాలు పెట్టుకున్నాడు.

"సరే అయితే, పోదామా?" అన్నాడు. వ్రాన్స్కీ ఎందుకు ముఖం ముడుచుకున్నాడో కారణం తెలుసునన్నట్టు మూతి మీసాలకింద పెదాలు చిరునవ్వు నవ్వాయి. కాని అతను దాన్ని గురించి పట్టించుకోలేదు.

"నేను రాను" అని వ్రాన్స్కీ మబ్బుగా అన్నాడు.

"కాని నేను వెళ్లాలి. వస్తానని మాట ఇచ్చాను. సెలవ్. కాని కావాలంటే నువ్వు స్టాల్‌కి వచ్చి కూర్చోవచ్చు. క్రసీన్‌స్కీ కుర్చీలో కూర్చో" అని యాష్విన్ బయటికి వెళ్లిపోతూ అన్నాడు.

"లేదు, నాకు వేరే పనుంది."

'పెళ్లాం జంజాటంగా వుంటుంది. పెళ్లాం కాకపోతే ఇంకా ఎక్కువ జంజాటంగా వుంటుంది' అని హొటల్‌నుంచి వెళ్లిపోతూ యాష్విన్ అనుకున్నాడు.

ఒంటరిగా ఉండిపోయిన వ్రాన్‌స్కీ గదిలో పచార్లు చెయ్యడం మొదలుపెట్టాడు.

'ఇవాళ అక్కడ ప్రోగ్రాం ఏమిటో? సీజన్‌లో నాలుగోది... అన్నయ్య, వదిన అక్కడికి వెడతారు. అమ్మ కూడా వెళ్లచ్చు బహుశా. అంటే మొత్తం పీటర్స్‌బర్గ్ అంతా అక్కడ పోగవుతుంది. ఇప్పుడామె థియేటర్ దగ్గరికి వెళ్లి వుంటుంది. ఫర్ కోటు విప్పేసి, దీపాల వెలుతురులోకి వెళ్లివుంటుంది. తుష్కేవిచ్, యాష్విన్, ప్రిన్సెస్ వర్వారా...' అతను ఊహించు కుంటూ ఉన్నాడు. "మరి నేను ఏం చెప్పుకోను నా గురించి? నేను భయపడుతున్నానా లేక ఆమెని తుష్కేవిచ్ సంరక్షణకి అప్పగించేశానా? ఏ రకంగా చూసినా ఇది మూర్ఖత్వమే.... ఎందుకు ఆమె నన్ను ఇలాంటి పరిస్థితిలోకి నెట్టింది?" అని అతను విసుగ్గా చేతులు విసిరి అనుకున్నాడు.

అలా చెయ్యడంతో అతని చెయ్యి సోడా, బ్రాందీ వున్న బల్లని కొట్టుకుంది. అవి పడిపోయినంత పనైంది. వాటిని పడిపోకుండా ఆపుదామని పట్టుకున్నాడో లేదో అవి జారి కింద పడిపోయాయి. కోపం వచ్చేసి మొత్తం బల్లని బోర్ల పడతోసేసి నౌకర్ని పిలవడానికి గంట కొట్టాడు.

"నువ్వు నా దగ్గర పని చెయ్యాలనుకుంటే ఏమేం చెయ్యాలో గుర్తు పెట్టుకో" అని లోపలికి వచ్చిన నౌకరుతో అన్నాడు. "మళ్లీ ఇలా జరగడానికి వీల్లేదు. వీటన్నిట్నీ తీసేసి వుండాల్సింది" అన్నాడు.

తన తప్పేం లేదని అనుకున్న నౌకరు ఆ మాట చెప్పబోయాడు గాని యజమాని ముఖంకేసి చూసి మెదలకుండా వుండాలని అర్థం చేసుకున్నాడు. గబగబా నేలమీదకి వంగి సీసా పెంకుల్ని ఏరడం మొదలుపెట్టాడు.

"ఇది నీ పని కాదు, వెయిటర్‌ని పంపించు ఇక్కడ శుభ్రం చెయ్యడానికి. నా ఫ్రాక్ కోటు తీసుకురా" అన్నాడు వ్రాన్‌స్కీ.

వ్రాన్‌స్కీ ఎనిమిదన్నర గంటలకి థియేటర్‌లోకి వెళ్లాడు. ఓపెరా జోరుగా సాగుతోంది. వార్డ్ రోబ్ దగ్గర వుండే ముసలి నౌకరు ఓవరు కోటు విప్పుకోవడంలో వ్రాన్‌స్కీకి సాయం చేస్తూ అతన్ని గుర్తుపట్టాడు. "హుజూర్" అని పలకరించాడు. ఓవరు కోటు టోకెన్ తీసుకునే బెడద పడక్కర్లేదనీ, ఊరికే ఫోదార్‌ని పిలిచి కోటు తీసుకోవచ్చనీ అన్నాడు. ఈ ముసలాడూ, చేతులతో ఫర్ కోట్లు పట్టుకుని ఓరగా తలుపు సందులోనుంచి ఓపెరా వినే ఇద్దరు నౌకర్లూ తప్ప వెలుతురుగా వున్న ఆ వరండాలో ఎవరూ లేరు. ఆ తలుపు సందులోనుంచి ఎంతో నియతంగా భిన్న స్వరస్థాయిలతో తూగుతూ ఉండే వాయిద్య సంగీతం, గాయని కంఠం స్పష్టంగా వినిపిస్తున్నాయి. ముసలి నౌకరు లోపలికి వెళ్లేందుకు తలుపు తెరిచాడు. అప్పుడు ముగింపు చరణాలు వ్రాన్‌స్కీకి బహు స్పష్టంగా వినిపించాయి. వెంటనే తలుపు మూసుకుపోవడంతో పాట ముక్తాయింపు వినబడలేదు కాని ధనధన చప్పట్లు మోగడంతో ఆ కృతి ముగిసిందని అతనికి అర్థమైంది. చప్పట్లు ఇంకా మోగుతూ ఉండగానే అతను లోపలికి

వెళ్లాడు: ఛాండ్‌లీర్ల దీపాలూ, గోడలకి ఉన్న కంచు సెమ్మేల దీపాలూ చిమ్మే కాంతులతో హాలంతా ధగద్ధగాయమానంగా వుంది. రంగస్థలంమీద ప్రధాన గాయని మందహాసపూరితంగా వంగి అభివాదం చేస్తోంది. బోసిగా వున్న ఆమె భుజాలు, ఆమె మెడలోని వజ్రాలు కాంతులు చిమ్ముతున్నాయి. యుగళ గీతంలో తనకి తోడుగావున్న గాయకుడు ఆమె చేతిని పట్టుకుని రాగా ఫుట్ లైట్ల పైనుంచి రంగస్థలంమీదకి దూసుకువచ్చి పడుతూ వున్న పుష్ప గుచ్ఛాలని ఆమె వంగి ఏరుకుంటోంది. ఫుట్ లైట్లమీదనుంచి ఆమెకేసి పొడుగాటి చేతుల్ని చాచి ఏదో బహుమతి అందిస్తూ వున్న పెద్ద మనిషికేసి ఆమె వెళ్లింది. అతని జుట్టు నిగనిగలాడుతోంది, మధ్య పాపిడి తీసుకున్నాడు. స్టాల్స్‌లో, బాక్సుల్లో వున్నవాళ్లందరూ ఉత్తేజితులై అటూ ఇటూ కదిలారు, ముందుకి వొంగారు, అరిచారు, చప్పట్లు చరిచారు. సంగీత దర్శకుడు తను కూర్చున్న ఎత్తైన సీట్లోనుంచి లేచి ఆ బహుమతిని ఆమె అందుకోవడానికి సాయపడి తర్వాత తన తెల్లని టైని సర్దుకున్నాడు. వ్రాన్‌స్కీ స్టాల్స్ మధ్యకి వెళ్లి ఆగి చుట్టూ చూశాడు. ఆ వాతావరణం బాగా తెలిసిందే: ఆ రంగస్థలం, ఆ కోలాహలం, థియేటర్ నిండా కిక్కిరిసిపోయిన పరిచితులు, రసహీన, నానావర్ణ శోభిత దుస్తులు వేసుకున్న ప్రేక్షక బృందం. ఎప్పటి మాదిరిగా వ్రాన్‌స్కీ ఈ దృశ్యం పట్ల దృష్టి పెట్టలేదు.

ఎప్పటిలాగా అపరిచితులైన ఆడవాళ్లు, వాళ్ల వెనక అపరిచితులైన ఆఫీసర్లు బాక్సుల్లో కూర్చున్నారు. ఎప్పటిలాగా రంగు రంగుల గౌన్లు వేసుకున్న ఆడవాళ్లు ఉన్నారు – దేవుడి కెరుక వాళ్లెవరో! అవే యూనిఫాంలు అవే ఫ్రాక్ కోట్లు వున్నాయి. గేలరీల్లో అదే పాటకజనం గుంపులుగా ఉన్నారు. ఈ మొత్తం గుంపులో, బాక్సుల్లోనూ స్టాల్స్ మొదటి వరుసల్లోనూ కలుపుకుని సుమారు వో నలభైమంది 'అసలైన' మహిళలు, పురుషులు వుంటారు. వ్రాన్‌స్కీ ఆ హ్రదాలకేసి దృష్టి మళ్లించాడు. వెంటనే వాళ్లతో సంబంధసూత్రం ఏర్పడిపోయింది.

అతను లోపలికి వెళ్లేటప్పటికి ఒక అంకం అవడంతో అతను అన్నగారున్న బాక్స్ దగ్గరికి వెళ్లలేదు. మొదట వరసకి వెళ్లి సెర్పుఖోవ్‌స్కోయ్ పక్కన చేరాడు. సెర్పుఖోవ్‌స్కోయ్ ఆర్కెస్ట్రా వున్న చోటుకి అనుకుని, మోకాలు వంచి మడమతో తాళం వేస్తూ వ్రాన్‌స్కీని చూసి తన దగ్గరికి రమ్మని చిరునవ్వుతో పిలిచాడు.

వ్రాన్‌స్కీ ఇంకా అన్నాని చూళ్లేదు. ఆమె వున్న వేపు చూడకూడదని అనుకున్నాడు. అందరి కళ్లూ మళ్లిన దిశని బట్టి అన్నా ఎక్కడ ఉందో అతనికి తెలిసింది. అతను దొంగలా చుట్టూతా చూశాడు కాని అన్నాని వెతుకుతున్నట్టు కాదు. దుశ్శకునం అనుమానిస్తూ కెరనిన్ వున్నాడేమోనని వెతికాడు. కాని అదృష్టవశాత్తూ కెరనిన్ అక్కడ లేడు.

"సైన్యం వాసనలే నీలో లేవు చూడు! ఇప్పుడు నిన్ను చూస్తే దౌత్యవేత్తవో, నటుడివో, అలాంటి ఘనమైన ఎవడివిగానో కనిపిస్తావు" అన్నాడు సెర్పుఖోవ్‌స్కోయ్.

"ఆఁ, స్వదేశం రాగానే ఫ్రాక్ కోటు వేసేశాను" అని వ్రాన్‌స్కీ చిరునవ్వు నవ్వుతూ మెల్లిగా ఓపెరా గ్లాసులు తీస్తూ అన్నాడు.

"నాకు ఈర్ష్యగా వుంది నిన్ను చూస్తే యిందుగ్గాను. విదేశాలనుంచి తిరిగివచ్చాక ఇది వేసుకున్నప్పుడల్లా" అంటూ అతను భుజకీర్తులని చూపించి, "నాస్వేచ్ఛ పోయిందేనని బాధపడుతూ వుంటాను" అన్నాడు.

సైన్యంలో వ్రాన్‌స్కీ ప్రమోషన్ గురించి సెర్పుఖొవ్‌స్కోయ్ ఎప్పుడో ఆలోచించడం మానేశాడు. కాని అతనంటే సెర్పుఖొవ్‌స్కోయ్‌కి అభిమానం మాత్రం ఎప్పటిలాగానే వుంది. ముఖ్యంగా ఇప్పుడు మరీ ఆదరంగా వున్నాడు.

"మొదటి అంకానికి నువ్వు లేవు, నాకు బాధగా వుంది."

వ్రాన్‌స్కీ ఒపెరా గ్లాస్‌ని బాక్స్ మొదటి అంతస్తు నుంచి రెండో అంతస్తు కేసి తిప్పి చూస్తూ సెర్పుఖొవ్‌స్కోయ్ చెప్పేదాన్ని పరధ్యానంగా వింటున్నాడు. పాగా వున్న ఆడమనిషి కనిపించింది. ఆమె పక్కన వో బట్టతల ముసలతను కనిపించాడు. ఒపెరా గ్లాస్ తమవేపు తిప్పినందుకు వ్రాన్‌స్కీకేసి కోపంతో గుడ్లు మిటకరించి చూశాడు ఆ ముసలాయన. వ్రాన్‌స్కీకి వున్నట్టుండి అన్నా ముఖం చమక్‌మని కనిపించింది. గర్వంగా, ఆశ్చర్యకరమైన అందంతో, లేసు చుట్టి చౌకట్టుతోవుంది.దిగువ వరసలో ఓ ఇరవై అడుగుల దూరంలో అయిదవ బాక్స్‌లో వుందామె. ముందువేపు కూర్చుంది. కొంచెం వెనక్కి తల తిప్పి యాష్విన్‌తో మాట్లాడుతోంది. అందమైన, వెడల్పాటి భుజాలమీద తీర్చినట్టున్న ఆమె శిరసు, కళ్లల్లోని సంయమిత ఉత్తేజిత తేజం, ఆమె మొత్తం ముఖ కట్టు మాస్కో బాలేలో తను ఆమెని చూసిన రూపాన్ని గుర్తుకు తెచ్చాయి. కాని ఇప్పుడు ఈ సౌందర్యం చూసి భిన్న రీతిలో ప్రతిస్పందిస్తున్నాడు. అన్నాపట్ల అతని భావనలో నిగూఢమైంది ఏదీ మిగలలేదు, అంచేత ఎప్పటికంటే ఎక్కువగా ఆమె సౌందర్యం ఆకర్షిస్తూ వున్నాగానీ అది అతని మనసుకి ఖేదకారకంగా వుంది. ఆమె అతనివేపు చూడ్డం లేదు, కాని తనని ఆమె చూసిందని వ్రాన్‌స్కీ గ్రహించాడు.

వ్రాన్‌స్కీ మళ్లీ ఒపెరా గ్లాస్‌లని అటువేపు తిప్పాడు. ప్రిన్సెస్ వర్వారా ముఖం చాలా ఎర్రగా వుంది. ఆమె విపరీతంగా నవ్వేస్తోంది, దాదాపు వంగి వంగి పక్క బాక్స్‌లోకి తొంగి చూసేస్తోంది. అన్నా విసనకర్ర మూసి బాక్స్ యెర్రటి మఖమల్ గ్రాదిమీద సన్నసన్నగా తాడిస్తోంది. శూన్య దృక్కులతో, పక్క బాక్స్‌లో ఏం జరుగుతూ వుందో చూడనట్టుగా చూడ్డం ఇష్టంలేనట్టుగా ఎటో కళ్ళప్పగించి చూస్తోంది. యాష్విన్ అయితే పేకాటలో బాగా పోయేటప్పుడు వుండే వాలకంతో వున్నాడు. అతను ముఖం ముడుచుకుని ఎడం మీసాన్ని ఇంకా ఇంకా ఎక్కువ దువ్వుతున్నాడు, పక్క బాక్స్‌కేసి మింగేస్తామన్నట్టు చూపులు విసురుతున్నాడు.

ఆ బాక్స్‌లో కర్‌తాసొవ్ దంపతులు వున్నారు. వ్రాన్‌స్కీ వాళ్లని ఎరుగును. అన్నాకి కూడా వాళ్లు పరిచయమే అనీ తెలుసు. చిన్నగా బక్కపల్చగా వుండే కర్‌తాసొవ్ భార్య అన్నావేపు వీపు తిప్పి నుంచుంది. భర్త అందిస్తూ వున్న ఉత్తరీయం కప్పుకుంటోంది. ఆమె ముఖం పాలిపోయి కోపంగా వుంది. ఆమె ఆవేశంగా మాట్లాడేస్తోంది. కర్‌తాసొవ్ లావుగా, బట్టతలతో వుంటాడు. అతను అన్నాకేసి చూస్తూ, పెళ్లాన్ని శాంతింపచెయ్య ప్రయత్నిస్తున్నాడు. పెళ్లాం బయటికి వెళ్లిపోగానే అతను అన్నా తనకేసి చూస్తుందేమో వొంగి వందనం చేద్దామని తచ్చాడాడు. కాని అన్నా అతన్ని హేళన చేస్తున్నట్టు వెనక్కి తిరిగి పొట్టిగా క్రాప్ చేయించుకున్న తలని వంచి వింటూ వున్న యాష్విన్‌తో ఏదో చెపుతూ వుంది. అభివాదం చెయ్యకుండానే కర్‌తాసొవ్ వెళ్లిపోయాడు. బాక్స్ ఖాళీ అయిపోయింది.

కర్‌తాసొవ్‌లకీ అన్నాకీ మధ్య ఏం జరిగిందో వ్రాన్‌స్కీకి తెలీదు. కాని అన్నాకి అవమానకరమైంది ఏదో జరిగే వుంటుందని గ్రహించాడు. తను చూసిందాన్ని బట్టీ, ముఖ్యంగా

అన్నా వదనాన్ని బట్టీ అలా గ్రహించాడు. అన్నా సర్వశక్తుల్నీ కూడగట్టుకుని తను నిర్వహించ దలచుకున్న పాత్రని పోషించ ప్రయత్నిస్తోంది. ఆమె నెగ్గింది:యే మాత్రం చలించని నిబ్బరంతో వున్నట్టు దివ్యంగా పాత్ర పోషణ చేసింది. ఆమెని గాని, ఆమె కలిసి మెలిసి వుండే పరిధులు గాని ఎరగనివాళ్లెవరైనా, సమాజంలోకి వచ్చి దర్శనమిచ్చే తెగువ చేసిందని, ఆ దర్శనమివ్వడం కూడా రంగు పొంగులతో అలంకరించుకుని మరీ అని ఆమెపట్ల సానుభూతి, ఆగ్రహం, ఆశ్చర్యంలాంటి భావాలు వ్యక్తం చేసే ఆడవాళ్ల మాటలు వినని ఎవరేనా ఆమె సౌందర్యాన్ని చూసీ, నిబ్బరాన్ని చూసీ ముగ్ధులైపోయి వుండేవాళ్లు. అవమానించేందుకు బొందకొయ్యలో పడేసిన నేరస్థునిలాగా ఆమె మానసిక క్షోభకి గురయి వుందన్న భ్రమ కూడా వాళ్లకి కలగదు.

ఏదో వ్యాకులం కలిగించేదే జరిగి వుంటుందని వ్రాన్‌స్కీకి అనిపించింది. కాని అదేమిటైందీ తెలియక యాతనపడిపోయాడు. ఏదో కాస్తేనా తెలుస్తుందనే ఉద్దేశంతో అన్నగారు వున్న బాక్స్‌కేసి వెళ్లాడు. కావాల్సికి అన్నా బాక్స్‌కి ఎదురుగా బయటికి పోయేందుకు వున్న దారిని పట్టుకున్నాడు. అతనికి గుమ్మందగ్గర లోగడ తన రెజిమెంట్ కమాండర్‌గా వున్నతను కనిపించాడు. అతను ఎవరో ఇద్దరు మిత్రులతో మాట్లాడుతూ నుంచున్నాడు. వాళ్లు కెరనిన్ దంపతుల గురించి మాట్లాడుకోవడం వ్రాన్‌స్కీ చెవిన పడింది. రెజిమెంట్ కమాండర్ అర్థవంతంగా తన మిత్రులకేసి చూపు విసిరి తనని ఎంత హడావుడిగా బిగ్గరగా పలకరించిందీ అతను గమనించాడు.

"హేయ్! వ్రాన్‌స్కీ! రెజిమెంట్‌కి ఎప్పుడు వస్తున్నావ్? పార్టీ ఇవ్వకుండా వెళ్లనివ్వం! మా పాత మిత్రుల్లో వాడివి నువ్వు!" అన్నాడు రెజిమెంట్ కమాండర్.

"అబ్బే! ఇప్పుడు కుదరదు. యీసారి వచ్చినప్పుడు" అని చెప్పి వ్రాన్‌స్కీ గబగబ పరిగెడుతూ మెట్లు ఎక్కి అన్నగారి బాక్స్ దగ్గరికి వెళ్లాడు.

వ్రాన్‌స్కీ తల్లి, వెండి ఉంగరాల జుట్టు వృద్ధ కౌంటెస్ బాక్స్‌లో వుంది. బయట నడవలో వార్యా, ప్రిన్సెస్ సొరోకినా అతనికి కనిపించారు.

ప్రిన్సెస్ సొరోకినాని వార్యా లోపలికి తల్లి దగ్గరికి తీసుకెళ్లి మరిదికి చెయ్యి అందించింది. వెంటనే అతని మనసులో వున్న దాన్ని గురించి మాట్లాడ్డం మొదలుపెట్టింది. ఆమె ఎప్పుడోగాని అంత ఆవేశంగా వుండదు.

"ఇది చాలా హేయం, నీచం నా దృష్టిలో. Madame కర్ తాసొవాకి అలా చేసే హక్కు లేదు. Madame కెరనినా – " అని ఆమె మొదలుపెట్టింది.

"కాని యేం జరిగింది? నాకేం తెలీదు."

"ఏమిటి నువ్వేం వినలేదా?"

"అందరికంటే ఆఖర్న తెలిసేది నాకే అని నీకు తెలుసు కదా?"

"ఆ కర్‌తాసొవ్ భార్యకంటే పాడు మనిషి ఎవరైనా వుంటారా?"

"ఇంతకీ ఆమె ఏం చేసిందని?"

"మీ అన్నయ్య చెప్పారు. ఆమె అన్నాని అవమానించిందట. పక్క బాక్స్‌లో వున్న వాళ్లాయన అన్నాతో మాట్లాడబోయేటప్పటికి ఆవిడ రాద్ధాంతం చేసేసిందట. అవమానించే

మాటలు ఏవో గట్టిగా అరుస్తూ అందట. అని అక్కడినుంచి చక్కా పోయిందట."

"కౌంట్, మీ అమ్మగారు పిలుస్తున్నారు" అని ప్రిన్సెస్ సొరోకినా గుమ్మం వెనకనుంచి కేకేసింది.

"నువ్వు వస్తావని చూస్తున్నాను" అని తల్లి హేళనగా అంది. "బొత్తిగా నల్లపూసైపోయావు" అంది.

ఆమె సంతోషంతో చిందులుతొక్కే చిరునవ్వుని అణుచుకోలేకుండా వుందని అతను గమనించాడు.

"బాగున్నారా maman! నేను మీ దగ్గరికే వస్తూవున్నా" అని అతను జడంగా అన్నాడు.

"నువ్వు faire la cour a madame Karenine[1] వెళ్లవేం?" అని ఆమె ప్రిన్సెస్ సొరోకినా బయటికి వెళ్లగానే అంది. "Elle fait sensation. On oublie la Patti pour elle[2]" అంది.

"Maman ఈ విషయం గురించి నాతో మాట్లాడవద్దని మీకు చెప్పాను" అని అతను ముఖం ముడుచుకుని అన్నాడు.

"అందరూ అనే ముక్కే నేనూ అన్నాను.'"

వ్రాన్‌స్కీ ఏం జవాబు చెప్పలేదు. ప్రిన్సెస్ సొరోకినా కాసేపు మాట్లాడి వెళ్లిపోయాడు. గుమ్మంలో అతనికి అన్నగారు కనిపించాడు.

"అరె, అలెక్సేయ్! ఎంత రోతగా వుంది! ఆవిడో మూర్ఖురాలు. ఆఁ! నేను అన్నా దగ్గరికి వెడదామనుకుంటున్నానిప్పుడే. పద, వెడదాం" అన్నాడు.

వ్రాన్‌స్కీ అతని మాటలు వినిపించుకోవడంలేదు. గబగబ మెట్లు దిగిపోయాడు. తను ఏదో ఒకటి చెయ్యాల్సి వుందని అతనికి అనిపించింది కాని ఏం చెయ్యాలో తెలీలేదు. అన్నా తనని ఛండాలమైన పరిస్థితుల్లోకి తోసింది. తనూ ఆ పరిస్థితిలో పడింది. అందుకు అతనికి అన్నామీద కోపం వచ్చింది. కాని మళ్లీ వెంటనే ఆమె ఎంత బాధపడిపోతోందో అనిపించి జాలీ కలిగింది. అతను కింది స్టాల్‌కి వెళ్లాడు. ఆమె బాక్స్ ముందు ఆగాడు. బాక్స్ పక్కన స్త్రేమొవ్ నుంచుని అన్నాతో మాట్లాడుతున్నాడు.

"మంచి గాయకులిప్పుడు లేరు. Le m oule en est brise.[3]"

వ్రాన్‌స్కీ ఆమెకి అభివాదం చేసి స్త్రేమొవ్‌కి నమస్కారం చేసి ఆగాడు.

"మీరు ఆలస్యంగా వచ్చినట్టున్నారు. ఎంత మంచి కృతి వినలేకపోయారు!" అని అన్నా, ఎత్తిపొడుపుచూపులాగా వ్రాన్‌స్కీకి అనిపించినట్టు చూస్తూ అంది.

"నాకు సంగీతం గురించి బాగా తెలీదు" అని ఆమెకేసి కటువుగా చూస్తూ అన్నాడు వ్రాన్‌స్కీ.

---

[1] మదాం కరేనినా సేవకి (ఫ్రెంచి)

[2] ఆమె కుతూహలం రేకెత్తించేస్తోంది. ఆవిడ కారణంగా జనం గాయకి పత్తీని గురించి కూడా మర్చిపోతున్నారు (ఫ్రెంచి)

[3] వాళ్ల టైం అయిపోయింది (ఫ్రెంచి).

"ప్రిన్స్ యాష్విన్‌లాగా" అని ఆమె చిరునవ్వు నవ్వుతూ అంది. "పత్తీ మరీ తారాస్థాయిలో పాడుతోందంటాడు" అంది.

"కృతజ్ఞతలు" అని కింద పడిన ప్రోగ్రాం కాగితాన్ని వ్రాన్‌స్కీ ఎత్తి అందించినప్పుడు గ్లవ్ తొడుక్కున్న చేత్తో దాన్ని తీసుకుంటూ అంది. ఆ క్షణంలో వున్నట్టుండి ఆమె అందమైన ముఖం కంపించింది. ఆమె లేచి బాక్స్ వెనక్కి వెళ్లిపోయింది.

రెండవ అంకం మొదలైనప్పుడు అన్నా బాక్స్ ఖాళీగా వుండడం వ్రాన్‌స్కీ చూశాడు. వొక "కవాతీనా" లఘు గీత స్వరం ఆలాపన అవుతుండగా శాంతించిన జనంలోనుంచి, అబ్బ, హుష్షు అని కోపంతో సన్నగా గొణుక్కునే జనంలోనుంచి, స్టాల్స్ బయటికి వచ్చాడు. హోటల్‌కి వెళ్లిపోయాడు.

అన్నా అప్పటికే గదికి చేరుకుంది. వ్రాన్‌స్కీ ఆమె గదిలోకి వెళ్లేటప్పటికి ఆమె థియేటర్‌కి వెళ్లిన అదే గౌనుతో ఒంటరిగా వుంది. గోడ వార వున్న చేతుల కుర్చీలో కూర్చుంది. అతనికేసి ఓసారి చూసి మళ్లీ ముందటిలాగానే కూర్చుండిపోయింది.

"అన్నా" అన్నాడు వ్రాన్‌స్కీ

"నీది! తప్పంతా నీదే!" అని లేస్తూ అరిచింది. కోపం, హతాశ పెనవేసుకురాగా కళ్ళ నీళ్లు తిరుగుతూ వుంటే ఆమె కంఠం రుద్ధమైపోయింది.

"నువ్వు వెళ్లద్దు అని బతిమలాడాను, నాకు తెలుసు నీకది కొంచెం ఇబ్బందిగా వుంటుందని...."

"ఇబ్బంది?" అని ఆమె చించుకుంది. "ఘోరం! నా బొందిలో ప్రాణం వుండగా మర్చిపోలేను. నా పక్కన కూర్చోవడం తనకి తలవంపులట, తనంది!"

"ఏదో మూర్ఖురాలి మాటలు!" అన్నాడు వ్రాన్‌స్కీ. "కాని అలాంటి పని ఎందుకు, జనాన్ని రెచ్చగొట్టి..."

"నీ నిబ్బరం నాకు అసహ్యం! నన్నీ స్థితికి నెట్టకుండా వుండాల్సింది. నువ్వు నన్ను ప్రేమిస్తే గనక...."

"అన్నా! నా ప్రేమకీ దీనికీ సంబంధం ఏమిటి?"

"నేను నిన్ను ప్రేమించినట్లుగా నన్ను నువ్వు ప్రేమించివుంటే నేను బాధపడ్డట్టుగా బాధపడివుంటే..." అని అన్నా వ్రాన్‌స్కీకేసి చూస్తూ బెరుకు బెరుగ్గా అంది.

ఆమెపట్ల వ్రాన్‌స్కీకి జాలి కలిగింది. దాంతోబాటు కోపమూ వచ్చింది. ఆమెపట్ల తన ప్రేమ గురించి ఆమెకి నమ్మకం కలిగించాడు. ఆ మాటలే ఆమెని శాంతింపచేస్తున్నాయి అనిపించింది. అతను ఆమెని మాటల్లో తిట్టకపోయినా మనసులోపల తిట్టుకున్నాడు.

ప్రేమ గురించి వొట్టుపెట్టుకు చెప్పిన మాటలు అతనికి సాదాగా, నోటితో పలకడం లజ్జ కలిగించేటట్టుగా ఉన్నా, ఆమె ఆబగా అందుకుంది. క్రమక్రమంగా శాంతించింది. ఇది జరిగిన ఒక రోజుకి ఇద్దరి మధ్యా పూర్తి సఖ్యత ఏర్పడింది. వాళ్లు పల్లెకి వెళ్లిపోయారు.

ఆరవ భాగం

1

దాలీ, పిల్లలూ వేసవి సెలవలు పొక్‌రోవ్‌స్కొయె గ్రామంలో చెల్లెలు కిట్టీతో గడిపారు. దాలీ సొంత జాగీర్లో ఇల్లు శిధిలావస్థలో ఉంది. వేసవికాలం తమ దగ్గరికి వచ్చి ఉండమని లేవిన్, కిట్టీ ఆమెని బలవంతం చేశారు. ఈ ఏర్పాటు చాలా భేషుగ్గా వుంటుందని అబ్లాన్‌స్కీ బలపరిచాడు. కుటుంబంతో కలిసి వేసవి రోజులు పల్లెలో గడపడంకంటే తనకి ఎక్కువ సంతోషకరమైంది లేదుకాని ఉద్యోగ విధులు అడ్డం వచ్చి మాస్కో వదల్లేకపోవడం తనకి బాధగా వుందని అబ్లాన్‌స్కీ అన్నాడు. ఎప్పుడో వచ్చి వొకటి రెండు రోజులుండి చూసి వెళ్లేవాడు. దాలీ, పిల్లలూ, పంతులమ్మ వచ్చారు. వాళ్లతో బాటుగా కిట్టీ తల్లి కూడా వచ్చింది. కూతురు ఓపలేని మనిషీ, మొదటి కాన్పు కావడంతో ఆమెని కనిపెట్టి వుండడం తన కర్తవ్యంగా ఆమెకి తోచింది. వీళ్లుకాక విదేశాల్లో వున్నప్పుడు కిట్టీకి స్నేహం కలిసిన వారెంకా కూడా వచ్చింది. పెళ్లయ్యాక వచ్చి కిట్టీని చూస్తానని మాట ఇచ్చింది ఆమె. ఈ వేసవిలో కిట్టీని చూడ్డానికి వచ్చింది. ఈ చుట్టు పక్కలందరూ లేవిన్ భార్య కిట్టీ తరపు వాళ్లు. లేవిన్‌కి వాళ్లందరిపట్లా ఇష్టం వున్నా తన ప్రపంచం–లేవిన్ ప్రపంచం–దాని పరిసరాలు, లేకపోయా యని అతనికి బాధ కలిగింది. "ష్చేర్‌బాత్‌స్కీ తత్వం" అని అతను పిలిచే ఆ వరద అతని ప్రపంచాన్ని ముంచెత్తేసింది. తన బంధువు అని చెప్పి ఆ వేసవిలో తనని చూడవచ్చినవాడు సవతి అన్నగారు కోజ్నిషెవ్ ఒక్కడే. అతనేనా కోజ్నిషెవ్ అంశ యెక్కువ ప్రదర్శించాడు గాని లేవిన్ కుదురుని కాదు. అంచేత లేవిన్ ప్రపంచం అనేది బొత్తిగా లేకుండా పోయింది.

ఎంతో కాలం ఖాళీగా వున్న లేవిన్ ఇల్లు జనంతో కిటకిటలాడిపోయింది. దాదాపు అన్ని గదులూ నిండిపోయాయి. దాదాపు ప్రతి రోజూ వృద్ధ ప్రిన్సెస్ భోజనాల బల్ల దగ్గర ఎంతమంది కూర్చున్నారూ అని లెక్కపెట్టి పదముగ్గురు గనక ఉన్నట్టయితే మనవడ్నో, మనవరాలినో వేరే బల్ల దగ్గరకి తీసికెళ్లి కూర్చోపెట్టేది. కిట్టీ దీక్షగల గృహిణిగా వేసవి కాలం ఆకళ్లకి తృప్తిగా పెట్టేందుగ్గాను తగినన్ని కోళ్ళని, టర్కీ కోళ్లని, బాతుల్ని చేపట్టున వుంచుకునేందుకు చాలా తంటాలు పడేది.

కుటుంబం యావత్తూ భోజనాల బల్ల దగ్గర చేరింది. భోజనాల తర్వాత పుట్టగొడుగుల్ని ఏరుకోవడానికి ఎక్కడికి వెళ్లాలీ అని దాలీ పిల్లలూ, వాళ్ల పంతులమ్మ వారెంకా అనుకుంటున్నారు. పుట్టగొడుగులకి సంబంధించిన మాటల్లో కోజ్నిషెవ్ జోక్యం చేసుకోవడం అందరికీ ఆశ్చర్యం కలిగించింది. కోజ్నిషెవ్ పాండిత్యానికి ప్రతివాళ్లూ అతన్ని గౌరవించడమే కాదు, దాదాపు ఆరాధిస్తారు.

"నన్నూ మీతోబాటు తీసుకెళ్లండి. పుట్టగొడుగులు ఏరడం నాకూ సరదా. నాకు మంచి హుషారుగా వుంటుంది" అని వారెంకాకేసి చూస్తూ అన్నాడతను.

"మాకు చాలా సంతోషంగా వుంటుంది" అని వారెంకా సిగ్గుతో యెర్రబడుతూ అంది. కిట్టీ అర్థవంతంగా దాలీకేసి చూసింది. కొద్ది రోజులుగా కిట్టీకి గిలిగింతలు పెట్టే అనుమానం ఒకటి వుంది. అది మేధావి, విద్వాంసుడు అయిన కోజ్నిషెవ్ పుట్టగొడుగుల కోసం వారెంకాతో వెళతానని సూచించడంవల్ల బలపడింది. తను దాలీకేసి చూసిన అర్థవంతమైన చూపుని ఎవరూ గమనించకుండా వుండడంకోసమన్నెప్పి గబగబా తల్లితో మాట్లాడ్డం మొదలుపెట్టింది. భోజనా లయినతర్వాత కోజ్నిషెవ్ కాఫీ కప్పు చేత్తో పట్టుకుని కిటికీ దగ్గర చేరాడు. అంతకుముందు తమ్ముడితో మాట్లాడుతూవున్న విషయాన్ని కొనసాగించాడు. గుమ్మంకేసి ఓ కన్ను వేసే వుంచాడు. అటునుంచే పిల్లలు అడవిలోకి వెళతారు. లేవిన్ అన్నగారి దగ్గర కిటికీ పక్కన చేరి కూర్చున్నాడు.

కిట్టీ భర్త పక్కన నుంచుంది. వాళ్ల నీరస సంభాషణ పూర్తయితే తను ఏదో చెపుదామని అనుకున్నట్టు కనిపించింది.

"పెళ్లయ్యాక నువ్వు చాలా మారిపోయావు. ముందటికంటే మంచిగానే అనుకో" అని కోజ్నిషెవ్ లేవిన్‌తో అన్నాడు. తమ సంభాషణ నీరసంగానే వుందన్నట్టు కిట్టీకేసి చూసి చిరునవ్వు నవ్వాడు. "కాని పరమ విరుద్ధ భావాల్ని సమర్థించడం మాత్రం ముందటిలాగానే వుంది, మారలేదు" అన్నాడు.

"నుంచోవద్దు కిట్టీ, నీకు మంచిది కాదు" అని భర్త ఆమెకేసి అర్థవంతంగా చూసి ఆమెకోసం కుర్చీ లాగుతూ అన్నాడు.

"సరే, మంచిది. తర్వాత మాట్లాడుకుందాం" అని కోజ్నిషెవ్ పరిగెత్తుకుంటూ వచ్చే పిల్లల్ని చూసి అన్నాడు.

మొదట తాన్యా వచ్చింది. ఆ పిల్ల బిగుతుగా వుండే తొడుగు వేసుకుంది. వో చేత్తో బుట్టని వూపుతూ, వోచేత్తో కోజ్నిషెవ్ టోపీ పట్టుకుని పక్కకి వంగిపోతూ తిన్నగా కోజ్నిషెవ్‌కేసే పరిగెత్తుకుంటూ వచ్చింది.

ధైర్యంగా కోజ్నిషెవ్ దగ్గరికి వచ్చి, తండ్రి కళ్లలాగే అందంగా వుండే కళ్లు మిలమిల మెరుస్తూ వుండగా అతనికి టోపీ అందించింది. తనే దాన్ని అతనికి పెడదామన్నట్టుగా అందించింది. కమ్మగా, బెరుగ్గా చిరునవ్వు నవ్వి తన తెగువతనాన్ని కోమలం చేసింది.

"వారెంకా మనకోసం చూస్తోంది" అంది తాన్యా. కోజ్నిషెవ్ చిరునవ్వుని 'వూc కానిమ్మన్నట్టుగా' గ్రహించి, వంచిన అతని శిరసుమీద జాగ్రత్తగా టోపీ సర్దుతూ ఆ ముక్క అంది.

వారెంకా పసుప్పచ్చని నూలు గౌను వేసుకుని, తలకి తెల్లని రుమాలు కట్టుకుని గుమ్మం దగ్గర నుంచుంది.

"వస్తున్నా, వస్తున్నా వారెంకాగారూ" అని కోజ్నిషెవ్ కప్పులో మిగిలిన కాసిన కాఫీ చుక్కలూ గొంతుకలో పోసుకుని జేబురుమాలునీ, సిగరెట్‌కేస్‌నీ జేబుల్లో సర్దుకుంటూ అన్నాడు.

"ముచ్చటైన మనిషి మా వారెంకా! కదూ!" అని కోజ్నిషెవ్ నుంచోగానే కిట్టీ భర్తతో అంది. కోజ్నిషెవ్‌కి వినిపించాలనీ, అతను తప్పకుండా వినాలనీ ఉద్దేశించే ఆమె గట్టిగా అంది. "ఎంత ముచ్చటగా వుంది, మురిపించే అందంతో వుంది!" అంటూ "వారెంకా" అని ఆమెని పిలిచింది. "మీరు మిల్లు చక్రాలు దాటివున్న అడవికి వెడతారు కదా? మేమూ అక్కడికి వస్తాం" అంది.

"కిట్టీ, ఏమిటి నువ్వు మర్చిపోతున్నావ్, ఆఁ?" అని అప్పుడు అక్కడికి వచ్చిన వృద్ధ ప్రిన్సెస్ హెచ్చరించింది. "నువ్వు అలా గట్టిగా అరవకూడదు" అంది.

కిట్టీ పిలవడం, వృద్ధ ప్రిన్సెస్ మందలించడం విని వారెంకా గబగబ కిట్టీ దగ్గరికి వచ్చింది. ఆమె నడక వేగం, ఉత్తేజంగా వున్న ముఖంమీద దూసుకుపోయిన అరుణిమ, ఆమె అంతరంగంలో ఏదో అసాధారణమైనది జరుగుతోంది అని వెల్లడి చేశాయి. ఆ అసాధారణమైనది ఏమిటో కిట్టీకి తెలుసు. అందుకని వారెంకాని ఓకంట కనిపెట్టి వుంది. భోజనాల తర్వాత అడివిలో అతిముఖ్యమైంది జరుగుతుంది అని తను వూహించిన ఆ సంఘటనకి మౌన ఆశీస్సు అందిద్దామనే కిట్టీ ఇప్పుడు వారెంకాని పిలిచింది.

"వారెంకా, ఒక సంగతి జరిగితే నాకు చాలా సంతోషంగా వుంటుంది" అని ఆమెని ముద్దుపెట్టుకుంటూ, చెవిలో చెప్పింది కిట్టీ.

"మీరూ మాతో వస్తున్నారా?" అని వారెంకా ఆమె మాట విననట్టు నటిస్తూ ఇబ్బందిపడి లేవిన్‌ని అడిగింది.

"మార్పిడి కళ్లందాకా. అక్కడ దిగడిపోతాను."

"అక్కడేముంది పని?" అని కిట్టీ అడిగింది.

"కొత్త బళ్లని చూడాలి. యెంత బరువు యెక్కించవచ్చో చూడాలి'' అంటూ "నువ్వెక్కడుంటావ్?" అని లేవిన్ అడిగాడు.

"వరండాలో."

2

ఆడవాళ్లందరూ వరండాలో చేరారు. మామూలుగా వాళ్లు భోజనాల తర్వాత అలా అక్కడ చేరుతూ వుంటారు. ఇవాళ అలా చేరడానికి ప్రత్యేక కారణం వుంది. పుట్టబోయే బిడ్డకోసం బట్టలు కుట్టి, పొత్తిగుడ్డలు తయారుచేసే పనితోబాటుగా ఇవాళ వాళ్లు ఓ కొత్త పద్ధతిలో జామ్ తయారుచేసే పనిలో వున్నారు. అగాఫ్యా మీహైలొవ్నా నీళ్లు కలిపి జామ్ తయారుచేస్తుంది. ఈ కొత్త పద్ధతి అలా కాదు. కిట్టీ తన పుట్టింట్లో పద్ధతిని ఇక్కడ ఆచరణలో పెట్టింది. అప్పటిదాకా అగాఫ్యా మిహైలొవ్నాయే జామ్ తయారుచెయ్యడం బాధ్యత వహించేది. లేవిన్‌ల ఇంట్లో ఏం చేసినా సజావుగానే చేస్తారన్న భావనతో వేరే పద్ధతిలో జామ్ కుదరదని అనుకుంటూ స్ట్రాబెరీల జామ్‌లో ఎవళ్లూ చూడకుండా నీళ్లు పోసేసింది. ఆ పని చేసినందుకు పట్టుబడిపోయింది. ఇప్పుడు అందరూ వుండగానే జామ్ తయారుచెయ్యడం మొదలుపెట్టారు. నీళ్లు పొయ్యకుండా రాస్ప్ బెర్రీల జామ్ తయారుచేస్తున్నారు. నీళ్లు లేకుండా జామ్ యెలా తయారు చెయ్యవచ్చో అగాఫ్యా మిహైలొవ్నా స్వయానా చూడాలి మరి.

అగాఫ్యా మిహైలొవ్నా జుట్టు రేగిపోయి ముఖం ముడుచుకుని, ఎర్రబడిపోయి మోచేతులపైకంటా గౌను చేతులు మడుచుకుని బొగ్గుల కుంపటిమీద పెనాన్ని చుట్లు తిప్పుతూ వుంది. కళ్లు రాస్ప్‌బెర్రీలకేసే మబ్బుగా లగ్నం చేసి చూస్తూ వుంది. జామ్ తయారుచెయ్యడం కొత్త పద్ధతికి ప్రధాన దర్శకత్వం తనదవడంతో అగాఫ్యా మిహైలొవ్నాకి తనమీద పీకదాకా కసిగా వుంటుందని వృద్ధ ప్రిన్సెస్‌కి తెలుసు. అందుకని వేరే విషయాల మీదకి దృష్టి మళ్లించుకుంటున్నట్టు తను రాస్ప్‌బెర్రీల గురించి పట్టించుకోవడం లేనట్టూ నటించింది. ఆవిడ వేరే విషయాల గురించి మాట్లాడుతూ వుందే గాని కుంపటికేసి మాటి మాటికీ చూస్తూనే వుంది.

“నేను పనిమనుషులకి ఎప్పుడూ స్వయంగా తగ్గింపు ధరలకి ఫ్రాక్‌లు కొంటాను” అని చెప్పడం మొదలుపెట్టింది ఆవిడ. “చూడమ్మా, తుట్టె తీసెయ్యచ్చేమో” అని అగాఫ్యా మిహైలొవ్నాతో అని, “వద్దమ్మా, నువ్వు సెగ దగ్గరకి రాకూడదు, కుంపటి మరీ వేడిగా వుంది” అంటూ కిట్టీని వారించింది.

“నేను చూస్తాలే” అంటూ దాలీ లేచి మరిగే పంచదార పాకంమీది తుట్టెని జాగ్రత్తగా తీసెయ్యడం మొదలుపెట్టింది. చెంచాకి అంటుకున్న తుట్టెని రాల్చడం కోసం మధ్య మధ్య దాన్ని పళ్లెంలో కొట్టింది. ఆ పళ్లెంలో లేత గులాబీరంగు తుట్టె, దాన్నుంచి దిగే ఎర్రని రంగు రంగుల రసం వున్నాయి. ‘ఇంత ఇష్టంగా టీ తాగుతూ నాకుతారు దీన్ని వాళ్లు’ అనుకుంది పిల్లల గురించి. జామ్‌లో బాగా వుండే ఈ నురుగుని పెద్దవాళ్లు ఎందుకు తినరో అని తను పిల్లగా వున్నప్పుడు ఆశ్చర్యపోతూ వుండడం ఆమెకి గుర్తు వచ్చింది.

“పనిపిల్లలకి డబ్బులు పడెయ్యడమే మంచిదంటారమ్మా మీ అల్లుడు” అని దాలీ పనివాళ్లకి కానుకలివ్వడం అనే ఆసక్తికరమైన చర్చలో మాట కలుపుతూ అంది. “కాని...”

“డబ్బులెలా ఇస్తావ్?” అని ప్రిన్సెస్, కిట్టీ ఒక్కసారే అరిచారు. “బహుమతులైతేనే వాళ్లకి తృప్తి” అన్నారు.

“మాటకి, కిందటేడాది మాత్రోనా సెమ్యొనొవ్నాకి పాప్లిన్ కాకపోయినా అచ్చం పాప్లిన్‌లాంటిదాన్నే కొని ఇచ్చాను” అంది ప్రిన్సెస్.

“అవును, నాకు గుర్తు వుంది. మీ పేరింటి రోజు* పండక్కి వేసుకుంది.”

“ఎంత ముచ్చటైన డిజైను వుందో దానిమీద! సాదాగా ఉంది కాని చక్కగా వుంది. ఆమెకి అలాంటి ఫ్రాక్ లేకపోయివుంటే నేనే దాన్ని కుట్టించుకుని వుండేదాన్ని. వారెంకా వేసుకుందే, అలాంటి బాపతుది. ఎంతో బాగుంది, చవక.”

“అయినట్టే వుందేం” అని దాలీ చెంచానుంచి పాకం పళ్లెంలో కారుతూ వుండడం చూస్తూ అంది.

“పాకం వుండకట్టినప్పుడు అయినట్టు లెఖ్ఖ. ఇంకొంచెం మరగనీయండి అంది అగాఫ్యా మిహైలొవ్నా.”

“అబ్బ! ఈ ఈగలొకటి సలపాదిలాగా!” అని అగాఫ్యా మిహైలొవ్నా చిరాగ్గా చించుకుంది. “ఎలాగైనా అవుతుంది” అని జతచేసింది.

"అయ్! ఎంత బాగుంది! దాన్ని బెదిరించకండి" అని కిట్టీ హఠాత్తుగా కమ్మీలమీద వాలిన పిచికని చూస్తూ అంది. ఆ పిచ్చిక రాస్ప్‌బెర్రీ కాండాన్ని ముక్కుతో పొడుస్తోంది.

"సర్లే, నువ్వు కుంపటికి దూరంగా కూర్చో" అంది ప్రిన్సెస్.

"A propos de వారెంకా[1]" అని కిట్టీ ఫ్రెంచిలో మొదలుపెట్టింది. తాము మాట్లాడుకునే విషయం అగాఫ్యా మిహైలొవ్నాకి తెలియకూడదన్నప్పుడల్లా వాళ్లు ఫ్రెంచిలోనే మాట్లాడుకునేవాళ్లు. "Maman, ఇవాళ ఏదో ఒకటి తేలిపోతుందని నేను చూస్తున్న సంగతి మీకు తెలుసు కదా! ఏదైందీ మీకు తెలుసు. అబ్బ, ఎంత బాగుంటుంది!" అంది.

"సంబంధాలు కుదిర్చేటంతటిదైంది తను!" అంది దాలీ. "ఎంత గుట్టుగా, ఆరిందాలా ఇద్దర్నీ దగ్గరికి చేర్చిందో చూడండి...."

"Maman, కాని చెప్పండి, మీరేమనుకుంటున్నారు?"

"అనుకోడానికేముంది? ఆయనకి...." (అంటే కోజ్నిషెవ్‌కి) "రష్యాలో ఆణిముత్యంలాంటి పిల్ల దొరుకుతుంది. ఆయనేం పడుచువాడు కాదు కాని ఇప్పుడు కూడా ఆయనంటే బోలెడుమంది పెళ్లికావాల్సిన పిల్లలు ఎగిరి గంతేస్తూ వస్తారనిపిస్తుంది నాకు... ఆమె చక్కటి పిల్లే, కాని ఆయనకి..."

"లేదమ్మా, ఇద్దరికీ సంబంధించి లోకంలో ఇంతకంటే మంచి సంబంధం వుండదని మీరు అర్థం చేసుకోవడం లేదు. అన్నిటికంటే ఎక్కువ ఆమె చాలా ముచ్చటైన అమ్మాయి" అని కిట్టీ వేళ్లు ముడిచి లెక్కపెడుతూ మొదలెట్టింది.

"ఆయనకి ఆమె అంటే చాలా ఇష్టంగా వున్నట్టే వుంది" అని వంత పలికింది దాలీ.

"రెండోది, ఉన్నత సమాజంలో ఆయనకి ఎంతో గౌరవం వుంది. అంచేత పెళ్లాంపేరుమీదా, ఐశ్వర్యంమీదా ఇంకా పైకి వెళ్లే అవసరం లేదు. ఆయనకి కావాల్సిందల్లా అనుకూలంగా వుంటూ గొడవా గొష్ఠూ లేకుండా సంసారం చేసుకునే చక్కటి ఇల్లాలు."

"అవును, ఆమెతో గొడవా గొష్ఠూ లేకుండా వుంటుంది" అని వంత పలికింది దాలీ.

"మూడవది, ఇల్లాలు ఆదరణగా చూడాలి ఆయన్ని. వారెంకా అలానే చూస్తుంది. అబ్బ, ఎంత చక్కటి జోడీయో చెప్పలేను. అడివినుంచి వస్తారు, అంతా నిర్ణయమైపోయివుంటుందనే ఎదురుచూస్తున్నాను. కళ్లతో చూస్తే పట్టేస్తాను. ఎంత సంతోషంగా వుంటుంది నాకు! ఏమంటావ్ దాలీ?"

"నువ్వు ఆవేశపడకు. నువ్వు ఆవేశపడకూడదు" అని తల్లి మందలించింది.

"ఆవేశం లేదమ్మా! ఇవాళ ఆయన పెళ్లి ప్రస్తావన చేస్తాడనే నాకు అనిపిస్తోంది."

"ఎంత వింత విషయం! మగాళ్లు ఎప్పుడు ఎలా పెళ్లి ప్రస్తావన చేస్తారో... దారిలో ఏదో అడ్డం వున్నట్టుంటుంది, వున్నట్టుండి అడ్డం పోతుంది" అని దాలీ సాలోచనగా, అబ్లాన్స్కీతో తన ప్రేమకలాపం గుర్తువచ్చి చిరునవ్వు నవ్వుతూ అంది.

"అమ్మా! నాన్న మీతో యెలా ప్రస్తావించారు?" అని కిట్టీ వున్నట్టుండి అడిగింది.

[1] అన్నట్టు, వారెంకాకి సంబంధించి (ఫ్రెంచి)

"లోకంలో లేనిదేం జరగలేదమ్మా, అంతా మామూలుగా వుండేటట్టే" అని ప్రిన్సెస్ అంది. కాని ఆనాటి సంగతి గుర్తువచ్చి ఆమె ముఖం వెలిగింది.

"సరేననుకోండి, కాని ఎలా? ఆయన ఆ ప్రస్తావన చెయ్యకముందే మీరు ఆయన్ని ప్రేమించివుంటారు కదా?"

ఆడవాళ్లందరికీ చాలా ముఖ్యంగా ఉండే విషయం గురించి తను తల్లితో సమాన హెూదాలో మాట్లాడగలుగుతున్నందుకు కిట్టీకి గొప్ప సంతోషంగా వుంది.

"ఏముంది, ప్రేమించాను. మీ నాన్న పల్లెకి మా ఇంటికి వస్తూ వుండేవారు.""

"కాని అసలు ప్రస్తావన ఎలా జరిగింది అమ్మా?"

"మీ తరం వాళ్లంతా కొత్తగా కనిపెట్టామనుకుంటున్నారేమో బహుశా, కాని అంతా మామూలుగానే జరుగుతుంది – చూపులతో, చిరునవ్వులతో."

"ఎంత బాగా చెప్పారమ్మా! చూపులతో, చిరునవ్వులతో!" అని దాలీ వత్తాసు పలికింది.

"కాని నాన్న ఏ మాటలు అన్నారని?"

"మీ ఆయన ఏ మాటలు అన్నాడు?"

"తను సుద్దముక్కతో రాశాడు. అబ్బ, అద్భుతం!.... ఎంతోకాలం గడిచినట్టనిపిస్తోంది నాకు."

ఆ ముగ్గురు ఆడవాళ్లూ ఒకే విషయం గురించి ఆలోచించడం మొదలుపెట్టారు. కిట్టీయే మొదట మాట కదలేసింది. ఆమె పెళ్లి ముందటి శీతకట్టు గురించీ, వ్రాన్స్కీ పట్ల తన వెర్రి వ్యామోహం గురించీ జ్ఞాపకం చేసుకుంది.

"ఒక్కటే వుంది.... వారెంకా తొలిప్రేమ" అని అంది. ఆమె ఆలోచనా ధార సహజంగా ఈ విషయం వేపే మళ్లింది. "నేను ఉట్టిపాటున వున్నట్టు కాకుండా వుండేందుకు ఈ విషయం కోజ్నిషెవ్‌కి చెప్దామనుకున్నాను. మగాళ్లందరూ" అని ఆమె ఠక్కున జత చేసింది "మన పూర్వ ప్రేమల పట్ల మహా ఈర్ష్యగా వుంటారు."

"అందరూ కాదు" అంది దాలీ. "నువ్వు మీ ఆయన్ని దృష్టిలో వుంచుకుని అలా అంటున్నావు. అతనింకా వ్రాన్స్కీని గుర్తు చేసుకుని బాధపడుతూనే వుంటాడు. ఏం, కాదంటావా? యదార్థం చెప్పు" అంది.

"అవును" అని కిట్టీ కళ్లల్లో సాలోచనాత్మక మందహాసం తెచ్చి పెట్టుకుంటూ అంది.

"అయినా నాకర్థం కాదు" అంటూ కూతుర్ని తను చక్కగా పెంచానన్నట్టు తెలియజేస్తున్నట్టుగా ప్రిన్సెస్ మొదలెట్టి "నువ్వేం తప్పు చేశావని అతనికి బాధ కలగాలి?" అంది. "వ్రాన్స్కీ కూడా తిరిగాడనా? సరే, అలాంటిది ప్రతి ఆడపిల్లకీ వుంటుంది" అంది.

"కాని అమ్మా, మనం ఆ విషయం గురించి కాదుకదా మాట్లాడుకుంటూ వుంట" అని కిట్టీ సిగ్గుతో ఎర్రబడుతూ అంది.

"ఉండు, నన్ను చెప్పనీ అమ్మా" అంది ప్రిన్సెస్. "నువ్వే నన్ను వ్రాన్స్కీతో మాట్లాడనివ్వలేదు. గుర్తుందా?"

"అబ్బ! అమ్మా!" అంది కిట్టీ. ఆమె ముఖంలో బాధ కనిపించింది.

"ఈ రోజుల్లో మీ బోటి పిల్లల్ని గిరిగీసి కూర్చోపెట్టడం కుదురుతుందా... అయినా మీ సంబంధాలు హద్దుమీరలేదు కదా! నేనే అతన్ని నిలదీసి వుండేదాన్ని. సర్లే, నువ్వు ఉద్రేకపడకూడదు జాగ్రత్త. ఆ విషయం మర్చిపోకు, శాంతంగా వుండు" అంది.

"నేనేం ఉద్రేరపడ్డం లేదు, "

"కిట్టీ అదృష్టం ఎంత బాగుంది! సరిగ్గా అన్నా అప్పుడే నన్ను చూడ్డానికి వచ్చింది" అంది దాలీ. "ఆమెకి ఎంత దురదృష్టం కలిగిందో చూడు. మరిప్పుడు ప్రతీదీ తలకిందులై కూర్చుంది" అని తనకి తట్టిన వూహకి చకితురాలైంది. "అప్పుడు అన్నా సంతోషంగా వుండేది, కిట్టీ విచారంగా వుండేది. ఇప్పుడు ఉల్టా అయింది. అన్నా గురించే ఎప్పుడూ అనుకుంటూ వుంటా" అంది.

"అయ్యో! అనుకోవద్దూ మరి! పాపిష్టి, రోత మనిషి! అసలు మనసంటూ వుందా ఆమెకి?" అంది తల్లి, కిట్టీ వ్రాన్స్కీని గాక లేవిన్‌ని పెళ్లి చేసుకుందే అనే విషయాన్ని మర్చిపోలేకుండా వుందావిడ.

"ఎందుకా విషయం గురించే మాట్లాడతారు?" అంది కిట్టీ చిరాగ్గా. "నేను దాన్ని గురించి ఆలోచించను, ఆలోచించదలుచుకోలేదు.... వుహుఁ, ఆలోచించదలచుకోలేదు" అని ఆమె పరిచితమైన భర్త అడుగుల చప్పుడు వరండాలో వినిపించి రెట్టించింది.

"దేన్ని గురించి ఆలోచించదలచుకోలేదు?" అని వరండాలోకి వస్తూ లేవిన్ అడిగాడు.

ఎవరూ జవాబు చెప్పలేదు, అతను రెట్టించి అడగనూలేదు.

"నేను మీ ఆడ ప్రపంచంలోకి చొరబడ్డానేమో, ఏమీ అనుకోకండి" అని అందరికేసీ కొంచెం నొచ్చుకుంటున్నట్టు చూశాడు. తన సమక్షంలో ప్రస్తావించలేని విషయం గురించి వాళ్లు మాట్లాడుకుంటూ వున్నారని గ్రహించాడు.

నీళ్లు పొయ్యకుండా జామ్ తయారు చేస్తున్నారనీ, ష్చేర్‌బాత్‌స్కీల పరాయి ప్రభావం తమ ఇంట్లో ప్రసరిస్తోందనీ, అది బాగాలేదనీ అగాఫ్యా మిహైలొవ్నాలాగా అతనికీ ఓ క్షణంసేపు అనిపించింది. కాని చిరునవ్వు నవ్వుతూ కిట్టీ దగ్గరికి వెళ్లాడు.

"ఊఁ, ఎలా వుంది నీకు?" అని ఇప్పుడు అందరూ ఆమెని చూసేటట్టుగా చూస్తూ, అడిగాడు.

"దివ్యంగా వుంది!" అంది కిట్టీ చిరునవ్వు నవ్వుతూ. "ఊఁ, నీ పనేమైంది?" అని అడిగింది.

"కొత్త బళ్లు పాతవాటికంటే మూడు రెట్లు యెక్కువ సరుకు మోస్తాయి. ఏం, మనం పిల్లల దగ్గరి కెడదామా? గుర్రాల్ని కట్టమని చెప్పాను."

"యేమిటీ! కిట్టీని గుర్రం బండిలో తీసుకెడదామనుకుంటున్నావా ఏమిటి?" అని ప్రిన్సెస్ మందలిస్తున్నట్టుగా అంది.

"గుర్రాల్ని నడిపిస్తూ తోలిద్దాం ప్రిన్సెస్."

లేవిన్ ఆవిడ్ని ఎప్పుడూ అల్లుళ్లందరూ పిలిచినట్టు maman అని పిలవలేదు. ఆవిడకది కష్టంగా వుండేది. కాని ఆవిడ పట్ల అభిమానం గౌరవం వున్నా అలా maman అని ఆవిడని పిలవడం తన తల్లి స్మృతికి అవమానం చెయ్యడమేనని అతనికి అనిపించేది.

"మాతో రండి, maman " అంది కిట్టీ.

"ఇలాంటి దుడుకువాటిల్లో నేను కలగచేసుకోనమ్మా."

"అయితే నేను నడిచే వెళతా. నాకది బాగుంటుంది" అని కిట్టీ లేచి నుంచుంటూ భర్త చేతిని పట్టుకుని అంది.

"మంచిదే కావచ్చు, కాని ప్రతిదానికి హద్దు వుంటుంది" అంది ప్రిన్సెస్.

"ఊఁ, అగాఫ్యా మిహైలొవ్నా, జామ్ తయారైందా?" అని లేవిన్ ఆమెకి ఉత్సాహం కలిగించాలన్న ఆశతో నవ్వుతూ అడిగాడు. "ఏం కొత్త పద్ధతి బాగా వుందా?" అని అడిగాడు.

"కొంతమందికి బాగానే వుంటుందేమో మరి. మన పద్ధతిలో అయితే ఎక్కువ ముద్ద కడుతుంది."

"అలా వుంటేనే మంచిది అగాఫ్యా మిహైలొవ్నా, పాడవదు. మన మంచు కొట్లో మంచు కరిగిపోయింది మరి ఎక్కడ నిలవ చేస్తాం?" అని కిట్టీ, భర్త ఏమనుకుంటూ వున్నదీ ఊహించి ఆమెకి ఉత్సాహం కలిగించాలన్న ఆశతోనే అంది. "మరి ఊరగాయల విషయానికి వస్తే మీరు పెట్టిన ఊరగాయల్లాంటివాటిని తనెప్పుడూ రుచి చూడలేదని అమ్మ అంటుంది. అంత బాగా వుంటాయి మీ ఊరగాయలు" అని కిట్టీ చిరునవ్వు నవ్వుతూ ఆ ముసలామె తలమీది రుమాలు సర్దుతూ అంది.

అగాఫ్యా మిహైలొవ్నా కిట్టీకేసి చురచుర చూసింది.

"నన్ను బుజ్జగించక్కర్లేదు చిన్నమ్మా. అతనితో కలిసి మిమ్మల్ని చూస్తే నా మనసుకి నిండుగా వుంటుంది చాలు" అంది. 'ఆయనతో కలిసి' అనకుండా 'అతనితో కలిసి' అని చనువు మాటలు అనడం కిట్టీ మనసుకి హత్తుకుంది.

"మాతోబాటు పుట్టగొడుగులు ఏరడానికి రండి. అవి బాగా ఎక్కడ దొరుకుతాయో మీరు చూపించగలరు" అంది కిట్టీ.

అగాఫ్యా మిహైలొవ్నా ఊరికే చిరునవ్వు నవ్వింది, తల వూపింది. 'మీమీద సంతోషంగా కోపం తెచ్చుకుంటాను, కాని అలా చెయ్యలేను' అని ధ్వనించేటట్టు.

"నా మాట వినండి" అంది ప్రిన్సెస్. "జామ్‌మీద రమ్‌లో ముంచిన కాగితం కప్పండి. మంచు లేకపోయినా అది బూజుపట్టదు" అంది.

3

భర్తతో ఒంటరిగా వుండే అవకాశం వచ్చినందుకు ముఖ్యంగా కిట్టీకి సంతోషంగా వుంది. యెందుకంటే అతను వరండాలోకి వచ్చి, ఏం మాట్లాడుకుంటున్నారని అడిగినప్పుడు తామెవ్వరూ జవాబు చెప్పలేదు. అప్పుడతని మనసులో కలిగిన అసంతృప్తి ఛాయ ముఖం మీద ప్రతిబింబించడం ఆమె గమనించింది.

వాళ్లు మిగతావాళ్లకంటే ముందు వెళ్లారు. ఇల్లు కనుమరుగైపోయి దుమ్ము కొట్టుకుపోయిన ఎగుడుదిగుడు రాస్తా మీదకి వచ్చారు. ఆ రాస్తామీద రై గింజలు, కంకులు చెదిరిపడి వున్నాయి. ఆ రాస్తామీదకి వచ్చాక ఆమె అతని చేతిమీదకి ఆనుకుని గట్టిగా అదుముకుంది. లేవిన్ తనకి కలిగిన క్షణిక అసంతృప్తిని పూర్తిగా మర్చిపోయాడు. ఇప్పుడు, ఆమె గర్భవతి అన్న స్పృహ లిప్తకాలం కూడా మస్తిష్కంలోనుంచి తొలిగిపోకుండా వున్నప్పుడు, తను ప్రేమించే స్త్రీ సాన్నిహిత్యంలో అతను ఒక నూతన గాఢానురక్తి సుఖద భావనని పొందాడు. ఆ అనుభూతి కామవాసనా విముక్తమైనటువంటిది. చెప్పవలసిన మాటలు ఏమీ లేవు. కాని కిట్టీ గొంతుక వినాలని అతనికి అనిపించింది. గర్భవతి అయ్యాక ఆమె కళ్లల్లో మార్పు వచ్చినట్టే ఆమె గొంతుకా మారింది. కిట్టీ గొంతుకలోనూ, చూపులలోనూ ఒక కోమలత్వం, గంభీరత వచ్చాయి. ఏదేనా ఒక ప్రియమైన కార్యంమీద స్థాయీరూపంలో ధ్యానం కేంద్రితం చేసేవాళ్లకే అలాంటివి వుంటాయి.

"అలిసిపోయినట్టున్నావు. ఇంకొంచెం గట్టిగా నామీద ఆనుకో" అన్నాడు లేవిన్.

"లేదు, నీతో ఒంటరిగా వుండడం బాగుంది. అందరూ ఉన్నప్పుడు ఎంత బాగా వున్నట్టనిపించినా మనిద్దరం గడిపిన శీతకట్టు సాయంత్రాలు వుంటేనే ఎంతో బాగుంటుందనిపిస్తుంది నాకు."

"అవీ బాగున్నాయి, ఇవి ఇంకా బాగున్నాయి. రెండూ బాగున్నాయి" అని కిట్టీ చేతిని అదుముతూ అన్నాడతను.

"నువ్విందాక వచ్చినప్పుడు మేమేం మాట్లాడుకుంటున్నామో తెలుసా?"

"జామ్ గురించా?"

"జామ్ గురించి సరేననుకో. మగాళ్లు యెలా ప్రస్తావన చేస్తారో అనే విషయం గురించి మాట్లాడుకుంటున్నాం."

"అలాగా!" అన్నాడు లేవిన్. అతను ఆమె చెప్పే మాటలకంటే ఎక్కువగా ఆమె గొంతుక వింటున్నాడు. దారిలో గొప్పులూ గోతులూ వున్నాయేమోనని జాగ్రత్తగా చూస్తున్నాడు, ఆమె తొట్రుపడకుండా. వాళ్లు అడివిలోకి చేరారు.

"కోజ్నిషెవ్ గురించీ, వారెంకా గురించీ అనుకుంటున్నాం. నువ్వు గమనించావా? అలా జరిగితే బాగుంటుంది అని నా తపన" అంది. "ఏమంటావ్?" అని అతని ముఖంలోకి గుచ్చి చూసింది.

"ఏమనుకుంటున్నానో చెప్పలేను" అని లేవిన్ చిరునవ్వు నవ్వుతూ అన్నాడు. "ఈ విషయంలో అన్నయ్య ఏం అంతుబట్టడు. నీకు చెప్పాను గదా...."

"ఆయన యెవరో అమ్మాయిని ప్రేమించారనీ, ఆమె చనిపోయిందనీ..."

"అది నేను చిన్నపిల్లాడిగా వున్న నాటి మాట. ఆ విషయమేనా నేను ఎవరో చెప్పగా విన్నదే. అన్నయ్య అప్పుడెలా వుండేవాడో నాకు గుర్తు వుంది. చాలా సౌమ్యంగా వుండేవాడు. అప్పట్నుంచీ ఆయన ఆడవాళ్లతో ఎలా వుండేదీ గమనించేవాణ్ణి. ఆడవాళ్ల పట్ల మర్యాదగా

వుంటాడు. కొంతమంది ఆడవాళ్లంటే ఆయనకి ఇష్టం. అయినా వాళ్లెవరూ ఆయనకి ఆడవాళ్లు కారు. వూరికే మనుషులు అనే నాకు ఎప్పుడూ అనిపించేది."

"కాని వారెంకా విషయంలో.... ఆయన ఏదో భావిస్తున్నట్టే కనిపిస్తోంది..."

"బహుశా కావచ్చు... కాని అన్నయ్యని గురించి తెలుసుకుని వుండడం అవసరం...ఆయన చాలా అసాధారణ, అద్భుత వ్యక్తి. ఆయనకి తెలిసిన జీవితమల్లా బౌద్ధిక జీవితమే. ఆయన చాలా నిర్మలినుడు, ఉన్నతుడు."

"దానివల్ల ఆయన స్థాయి దిగిపోతుందంటావా?"

"అహఁ, అది కాదు. ఆయన బౌద్ధిక జీవితానికి అలవాటు పడ్డాడు. లౌకిక జీవితంతో రాజీపడలేదు. మరి వారెంకా అంటే లౌకిక జీవితమే కదా!"

లేవిన్ తన మనసుకి తట్టినట్టుగా ఆలోచనల్ని వ్యక్తం చెయ్యడానికి అలవాటుపడి పోయాడు. సరైన పదాల్ని ఎంచుకుని చెప్పే ప్రయత్నం చేసేవాడు కాదు. అప్పుడు తాము వున్న లాంటి అనురాగపూరిత క్షణాల్లో సూచనమాత్రంగా చెప్పినా తన అర్ధాంగి అర్థం చేసుకుంటుందని అతనికి తెలుసు. ఆమె అర్థం చేసుకునేది.

"కాని ఆమె నాకులాంటి లౌకికమైన మనిషి కాదు. ఆయన నన్ను ప్రేమించరని నాకు తెలుసు. మరి వారెంకా ఆత్మికుల్లో ఆత్మికురాలు."

"అలా అనకు, ఆయన నిన్ను ప్రేమిస్తాడు, నాకు చాలా సంతోషంగా వుంది, మా బంధువులందరికీ నువ్వు ఇష్టమే."

"ఆయన నా పట్ల చాలా దయగా వుంటారు కాని..."

"కాని నికొలాయ్ అన్నయ్యలా కాదు. మీకు వొకరంటే వొకరికి ఇష్టం కలిగింది" అన్నాడు లేవిన్. "ఏం, ఆ విషయం గురించి మాట్లాడుకోవచ్చుగా" అన్నాడు. "ఒకో అప్పుడు నన్ను నేనే తిట్టుకుంటూ వుంటాను. నేనతన్ని ఆఖరికి మర్చిపోతానేమోనని భయం వేస్తుంది. అబ్బ, ఎంత భయంకరమైన అద్భుతమైన వ్యక్తి అతను... ఆఁ, మనం దేన్ని గురించి మాట్లాడుకుంటున్నాం?" అని కాసేపాగి అడిగాడు.

"ఆయన ఎవరినీ ప్రేమించలేడు అనేనా నీ అభిప్రాయం?" అని కిట్టీ అతని ఊహలకి వాగ్రూపం యిస్తూ అంది.

"ప్రేమించలేడంటే ప్రేమించలేడని కాదు" అని లేవిన్ చిన్నగా నవ్వుతూ అన్నాడు. "అందుకవసరమైన దౌర్బల్యం ఆయనకి లేదు....ఊఁ, నాకెప్పుడూ ఆయనంటే ఈర్ష్యగానే వుండేది, ఇప్పుడు కూడా, ఇంత ఆనందంగా నేను వున్నప్పుడు కూడా ఆయనంటే నాకు ఈర్ష్యగా వుంది" అన్నాడు.

"ఆయన ప్రేమించలేడు కాబట్టి ఈర్ష్యగా వుందా?"

"కాదు, ఆయన నాకంటే బాగా వున్నందుకు" అని లేవిన్ చిన్నగా నవ్వాడు. "ఆయన తనకోసం బతకడం లేదు. ఆయన జీవితం విధి నిర్వహణకి అంకితం అయిపోయింది. అందుకనే ఆయన శాంతంగా, సంతృప్తిగా వుంటాడు" అన్నాడు.

"మరి నువ్వు?" అని కిట్టీ ఎతికుతంగానే కాని ప్రేమగా చిరునవ్వు నవ్వుతూ అంది.

తనని చిరునవ్వు నవ్వేటట్టు చేసిన ఆలోచనాధారని ఆమె వివరించగలిగి వుండేదికాదు. కాని అన్నగార్ని అందలం ఎక్కిస్తూ తనని తగ్గించుకోవడంలో భర్త నిష్కపటంగా లేడన్న తీర్మానానికి మాత్రం వచ్చింది. అన్నగారి పట్ల ప్రేమవల్ల, తను పరమానందంగా వున్నాడన్న స్పృహవల్ల, మరీ ముఖ్యంగా, ఇంకా బాగా వుండాలన్న నిరంతర, నిరవద్య కామన వల్ల అతను నిష్కపటంగా వుండలేకపోతున్నాడని కిట్టీకి తెలుసు. అతనిలో ఆ సుగుణాన్నే కిట్టీ ప్రేమించింది, అందుకనే చిరునవ్వు నవ్వింది.

"మరి నువ్వు? నీకెందుకు అసంతృప్తి?" అని ఆమె అదే చిరునవ్వు నవ్వుతూ అంది.

తనకి అసంతృప్తిగా వుందన్నమాట ఆమె నమ్మనందుకు అతనికి సంతోషంగానే వుంది. ఆమె ఎందుకు నమ్మలేదో అతను అప్రయత్నంగా రాబట్టాడు.

"నేను సంతోషంగానే వున్నాను, కాని నా పట్ల నాకు అసంతృప్తిగా వుంది" అన్నాడు.

"సంతోషంగా వుంటే అసంతృప్తిగా ఎలా వుంటావు?"

"ఎలా చెప్పను?.. నాకు ఇంతకంటే ఎక్కువ ఏమీ అక్కర్లేదు, మాటకి, నువ్విప్పుడు తొట్రుపడకుండా వుండాలి. చూడు, నువ్వలా ఎగిరి గంతులెయ్యకూడదు" అని మాట మార్చి, దారిలో అడ్డంగా వున్న దుంగమీదనుంచి ఆమె దాటబోవడం చూసి అన్నాడు. "కాని నేను నా విషయం గురించి ఆలోచించుకుంటూ ఇతరులతో పోల్చుకున్నప్పుడు, ముఖ్యంగా అన్నయ్యతో, నేను పనికిరానని అనిపిస్తుంది" అన్నాడు.

"ఎందుకని?" ఆమె ఇంకా చిరునవ్వు నవ్వుతూనే అంది. "నువ్వు కూడా ఇతరుల కోసం పని చెయ్యడం లేదా?నువ్వు చేసే పొలంపని,రైతులతో పని,నీ పుస్తక రచన?" అంది.

"కాదు, నాకు అలా అనిపిస్తుంది ముఖ్యంగా ఇప్పుడు. అందుకు కారణం నువ్వు" అని అతను కిట్టీ చేతిని అదుముతూ అన్నాడు. "నేనా పనులన్నీ అర్థమనస్కంగా చేస్తున్నాను. నేను నిన్ను ప్రేమించినట్టుగా పనిని ప్రేమించినట్లయితే... కాని కొంత కాలంగా బడి పిల్లాడు ఇంటి దగ్గర చెయ్యాల్సిన లెక్కలు చేసినట్టుగా చేస్తున్నాను" అన్నాడు.

"అలా చూస్తే నాన్నగారి గురించి ఏమంటావ్? ఆయన నలుగురి మంచికోసం ఏ పనీ చెయ్యడంలేదు" అంది కిట్టీ.

"మీ నాన్నగారా? లేదు. కాని ఇందుగ్గాను మీ నాన్నగారిలా మంచితనం, సౌమ్యత, సారళ్యం వుండాలి. కాని నాకు అవి వున్నాయా? నేనేమీ చెయ్యడం లేదు, నాకది మహా బాధగా వుంది. ఇదంతా నీ తప్పే. నువ్వు, ఇదీ" అంటూ అతనామె గర్భంకేసి చూశాడు, ఆమె దాని అర్థం గ్రహించింది. "లేనప్పుడు నేను యావచ్ఛక్తినీ పనిమీద లగ్నం చేసేవాణ్ణి. కాని ఇప్పుడు చెయ్యలేను, అందుకుగాను నా అంతరాత్మ క్షోభ పెడుతోంది. ఏదో బడిపిల్లాడు ఇంటి దగ్గర లెక్కలు చేసినట్టుగా చేస్తున్నాను. బడాయికి..."

"అయితే నువ్వు బావగారి స్థానంలోకి వెళ్లి ఆయన్ని నీ స్థానంలోకి రానిచ్చుకుంటావా? ప్రజాహితం కోసం పనిచేస్తూ, ఆయన చేసినట్టుగా ఇంటి దగ్గర చెయ్యాల్సిన లెక్కల్లాగా ఇక వేరే ఏమీ లేకుండా?" అని అడిగింది.

"రానిచ్చుకోను అనేది స్పష్టంగానే వుంది. నేను ఎంతో ఆనందంగా వుండడంవల్ల నాకు ఏదీ అంతుబట్టడం లేదు.... అయితే నువ్వనుకోవడం ఆయన ఇవాళ వారెంకాతో పెళ్లి ప్రస్తావన చేస్తాడని?" అని జత చేశాడు.

"చెయ్యచ్చు, చెయ్యకపోవచ్చు. కాని చెయ్యాలనే ఎంతో కోరుకుంటున్నా. కొంచెం ఆగు" అని కిట్టీ వొంగి దారి పక్క మొక్కమీదనుంచి ఓ పువ్వుని కోసింది. "ఇదిగో, లెక్క పెట్టు దీని రేకల్ని చేస్తాడు చెయ్యడు అంటూ" అంది అతనికి పువ్వుని అందిస్తూ.

"చేస్తాడు, చెయ్యడు" అంటూ లేవిన్ వొకదాని తర్వాత వొకటిగా బారుగా సన్నంగా వున్న దాని రేకల్ని తుంచడం మొదలుపెట్టాడు.

"వుహుం, కాదు అలాక్కాదు" అని ఉగ్గపట్టుకుని అతని వేళ్లకేసే చూస్తూ వున్న కిట్టీ "నువ్వు రెండు రేకల్ని ఒక్కసారే తుంపేశావ్" అంది.

"ఈ చిన్నది లెక్కలేదులే" అన్నాడు లేవిన్ పొట్టిగా వున్న ఓ రేకని తుంపేస్తూ. "అదుగో, బండి రానేవచ్చింది" అన్నాడు.

"అలసిపోయావా, అమ్మా" అంది ప్రిన్సెస్.

"లేదు. పిసరు కూడా అలవలేదు" అంది కిట్టీ.

"గుర్రాలు కుదపకుండా లాగితే నువ్వు ఎక్కచ్చు" అంది.

కాని బండి ఎక్కడం అనవసరం. వాళ్లు అప్పటికే అడివిని అందుకున్నారు. అందరూ బండి దిగి కాలినడకన బయల్దేరారు.

4

వారెంకా నల్లని జుట్టుకి తెల్లని రుమాలు చుట్టుకుంది. ఆమె చుట్టుతా పిల్లలు మూగారు. ఆమె సరదాగా హుషారుగా వాళ్లతో నవ్వుతూ, తనకి ఇష్టమైన వ్యక్తి వివాహ ప్రస్తావన చేస్తాడన్న ఆశ కారణంగా ఉత్తేజితంగా కనిపిస్తూ చాలా మనోహరంగా వుంది. ఆమె పక్కన నడిచి వెడుతూ కోజ్నిషెవ్ ఆమెని ముగ్ధుడై చూస్తూ వున్నాడు. ఆమెని చూసినప్పుడు ఆమె నోట్లోనుంచి వచ్చిన అన్ని మంచిమాటలు, తను ఆమె గురించి విన్న మంచి సంగతులు అన్నీ గుర్తు వచ్చాయి. ఆమె పట్ల తన అనుభూతి తను ఎప్పుడో పూర్వం పడుచువాడిగా వున్నప్పుడు పొందినలాంటిదని అధికాధికంగా అతనికి అనిపించసాగింది. ఆమె సామీప్యంలో వుండడం అనే ఆనందం అతనిలో ఏ మేరకి చేరిందంటే తను ఏరిన ఓ పుట్టగొడుగుని ఆమె బుట్టలో వేశాక – ఆమె కళ్లల్లోకి చూశాడు. ఆమె ముఖంలో సంతోషమూ భయాందోళనా కలిసిన ఎరుపు గోచరమయ్యాయి. దాంతో అతనూ సిగ్గుపడిపోయి, ఆమెకేసి చూసి మౌనంగా చిరునవ్వు నవ్వాడు. ఆ మందహాసం ఎంతో వ్యక్తీకరంగా వుంది.

'అలాంటి విషయం గనక అయినట్లయితే నేను బాగా సాకల్యంగా ఆలోచించుకోవాలి. ఒక నిర్ణయానికి రావాలి. పిల్లల మాదిరీ క్షణిక ఆకర్షణకి లొంగకూడదు' అనుకున్నాడు.

"అందరితోబాటు అయితే నేను ఏరినవి కనిపించవు. విడిగా నే ఒక్కణ్ణీ వెళ్లి ఏరతా" అని అతను వాళ్లు పుట్టగొడుగులు ఏరుతూ వున్న చోటునుంచి, మిసిమి గరిక, విస్తారమైన

బర్చ్ చెట్లూ వున్న ఆ చోటునుంచి, అడివి లోపలికంటా వెళ్లాడు. అక్కడ తెల్లని బర్చ్ చెట్లు, మధ్యమధ్య బూడిదరంగు ఆస్పెస్ చెట్లు, దట్టమైన హేజెల్ పొదలు వున్నాయి. ఓ నలభై అడుగులు వెళ్లి కొన్ని పొదల వెనక ఎవరికీ కనిపించని చోటుకి చేరాడు. గులాబీ ఎరుపు రంగు చిన్న పూలతీగలు అన్ని వేపులా వేళాడుతూ ఆ పొదల్ని కమ్మాయి. అతను అక్కడ ఆగాడు. చుట్టూతా చాలా నిశ్శబ్దంగా వుంది. తేనెటీగల గుంపులాగా ఈగలు ఆ బర్చ్ చెట్ల శిఖరాలమీద రొద చేస్తున్నాయి. మధ్యమధ్యన పిల్లల గొంతుకలు చెవిన పడుతున్నాయి. వున్నట్టుండి దగ్గర్లో వారెంకా మంద్రస్వరం మోగింది. ఆమె గ్రీషని పిలుస్తోంది. కోజ్నిషెవ్ ముఖంలో సంతోషపూరిత మందహాసం లాస్యం చేసింది. అలా మందహాసం చేసే మనఃస్థితి చూసి కోజ్నిషెవ్ ఇదేం బాగా లేదన్నట్టు తల వూపి చుట్ట తీసి ముట్టించుకోబోయాడు. బర్చ్ చెట్టు పట్టమీద అగ్గిపుల్లల్ని చాలాసేపు గీస్తూ వున్నా ఒక్కటీ వెలగలేదు. బర్చ్ చెట్టు కాండంమీద పల్చటి త్వక్కు భాస్వరం చుట్టూతా ఉంగరం చుట్టుకుపోయి అగ్గిపుల్ల వెలగడం లేదు. ఆఖరికి వొక అగ్గిపుల్ల భగ్గున వెలిగింది, కమ్మని చుట్ట పొగ పెద్ద సుళ్లు తిరుగుతూ సాగిపోయింది. వాలిన బర్చ్ కొమ్మ చెట్టుకింద పెరిగిన పొదమీదనుంచి విశాలమైన తెరలా పోయింది. కోజ్నిషెవ్ మెల్లిగా నడుస్తూ ఎగిరిపోతూ వున్న పొగకేసి చూస్తూ తన స్థితిని గురించి ఆలోచించుకున్నాడు.

'ఎందుకలా చెయ్యకూడదు?' అని అనుకున్నాడు. 'ఇది క్షణిక కోరిక, భావావేశం అయినట్లయితే, ఇది ఆకర్షణ మాత్రం అయితే, – పరస్పర ఆకర్షణ, (నిజంగా పరస్పర ఆకర్షణ అనగలను), నా జీవిత విధానానికి ప్రతికూలంగా వుండేదైతే, దీనికి లొంగిపోయి నా జీవిత లక్ష్యాన్నీ, కర్తవ్యాన్నీ వమ్ముచేసినవాడినవుతాను... కాని అలా కాదు. దీనికి ప్రతికూలంగా ఒక్కటే విషయం వుంది. Maric పోయినప్పుడు ఆమె స్మృతిని పదిలంగా కాపాడుకుంటానని ప్రమాణం చేసుకున్నాను. అదొక్కటే దీనికి ప్రతికూలంగా నే చెప్పకోగల మాట. కాని అది ముఖ్యమైందే' అనుకున్నాడు కోజ్నిషెవ్. కాని స్వయంగా తనకి అది ముఖ్యమైంది కాదనీ, కేవలం ఇతరుల దృష్టిలో తన కాల్పనిక కావ్యగీతికా భూమిక వన్నె తగ్గుతుందనీ అనుకున్నాడు. 'అది తప్పిస్తే నా ఈ భావనకి ప్రతికూలంగా ఒక్క కారణం కూడా కనిపించదు. నా హేతువాదంతో ఎంచుకోదలచుకుంటే ఇంతకంటే మంచి వాళ్లెవరినీ పొందలేను' అనుకున్నాడు.

తనకి పరిచయస్థులైన ఆడవాళ్లందర్ని గురించీ మనసులో బేరీజు వేసుకున్నాడు. కాని తన భార్యలో వుండాలని కోరుతూ హేతుపూర్వకంగా నిదానంగా వెతుకుతూ వున్న గుణాలన్నీ కలిసి వున్నవాళ్లు ఒక్కళ్లు కూడా అతనికి దొరకలేదు. వారెంకాలో యౌవన లాలిత్యం, మనోహరత్వం వున్నాయి. అయినా ఆమె చిన్నపిల్ల కాదు. ఆమె తనని ప్రేమిస్తే, పరిణిత మనస్కురాలైన మహిళలాగా పూర్తి చైతన్యంతో ప్రేమిస్తుంది. ఇది ఒక విషయం. మరొక విషయం ఏమిటంటే ఆమె నవ నాగరిక సమాజ మహిళ కాదు సరికదా, ఆమెకి ఆ సమాజం అంటే వైముఖ్యం స్పష్టంగా వుంది. అలా అని సద్వంశ సంజాతురాలి నడవడిక లేకపోనూలేదు, సమాజంతో పరిచయం కొరవడనూ లేదు. ఇవి లేకుండా కోజ్నిషెవ్ జీవిత భాగస్వామిని ఊహించుకోలేకపోయాడు. మూడవదిగా, ఆమె భక్తి పరాయణురాలు. అలా అని చిన్నపిల్లల్లాగా

సహజ దయా స్వభావంతో, మంచితనంతో, ఉదాహరణకి కిట్టీలాగా వుండే భక్తి భావం కాదు. ఆ భక్తి భావ విశ్వాసాలు ఆమె జీవిత ఆలంబన అయ్యాయి. అర్ధాంగిలో ఉండవలసిన అన్నీ పొల్లుపోకుండా అతిచిన్న అంశం కూడా ఆమెలో ఉన్నాయి. ఆమె బీదది, ఒంటరిది. అంటే కిట్టీలాగా ఓ దండు బంధువర్గాన్ని, వాళ్ల ప్రభావాన్ని మొగుడి ఇంటికి తీసుకురాదు. ప్రతి విషయానికీ భర్తమీద ఆధారపడుతుంది. భవిష్యత్ కుటుంబ జీవితానికి వాంఛనీయమైన మరో విషయం ఇది. ఇన్ని సద్గుణాల పోగు అయిన ఈ అమ్మాయి తనని ప్రేమిస్తోంది. తను వినయంగా ఉన్నా ఇది ఆమెలో దాగకుండా కనిపిస్తోంది. తనకీ ఆమె పట్ల ప్రేమ వుంది. ఉన్న ఒక్క అవరోధమూ తన వయస్సు. కాని తను దీర్ఘాయుష్మంతులైన కుటుంబంవాడు. ఒక్క వెంట్రుక తెల్లబడలేదు. తనని చూసిన ప్రతివాళ్లూ తనకి నలభైకంటే ఎక్కువ వుండవంటారు. వారెంకా కూడా అంది, రష్యాలోని మనుషులు యాభై ఏళ్లకి ముసలాళ్లయి పోయామనుకుంటారు. ఫ్రాన్స్‌లో యాభై యేళ్లవాడు dans la force da lagel[1] అనీ, un jeune homme[2] నలభై ఏళ్లవాడు అనీ అనుకుంటారట. అయినా మనసు ఇరవై ఏళ్ల వయసులో మాదిరిగా వున్నట్టుంటే వయసుతో పనేముంది? ఏటవాలుగా పడుతూ వున్న సూర్య కిరణాల కాంతిలో, పసుపుపచ్చ గౌను తొడుక్కుని చేత్తో బుట్ట పట్టుకుని తేలిక అడుగులతో ముసలి బర్చ్ చెట్టు వారగా నడుస్తూ ఇప్పుడు అడివి అటు వేపునుంచి వచ్చే సొగసైన వారెంకా రూపం చూస్తే కలిగింది యౌవన భావం కాదూ? వారెంకా కనిపిస్తూ వున్న ఈ దృశ్యాన్ని సూర్యకిరణాల కాంతిలో ప్రతిఫలించే పసుపుపచ్చ ఓట్ క్షేత్ర అవర్ణనీయ సౌందర్యంతో, ఆ ఓట్ క్షేత్రానికి ఆవల ఆకురాలు కాలపు హరిద్రావర్ణ సుశోభితంగా, క్షితిజ నీలిమ వర్ణంతో కలిసిపోయే దవిష్ఠ ప్రాచీన కాంతార దృశ్యంతో మనసులో మేళవింప చేసుకోవడం ఆ యౌవన భావనా ప్రాగ్భావంవల్ల కాదూ? అతని హృదయం సంతోషంతో తరంగించింది. అతను గాఢంగా చలించిపోయాడు. సర్వమూ నిర్ణయమైపోయిందని అతనికి అనిపించింది. పుట్టగొడుగులు ఏరడానికి తడవ తడవకీ నేలమీదకి వంగే వారెంకా, చురుగ్గా నిలబడి చుట్టూతా చూసింది. కోజ్నిషెవ్ చుట్ట విసిరేసి దృఢంగా అడుగులు వేస్తూ ఆమెకేసి వెళ్లాడు.

5

'వారెంకా! నేను పడుచువాడిగా ఉన్నప్పుడు ప్రేమించి నా అర్ధాంగిగా స్వీకరించే ఆదర్శ స్త్రీ ఎలా వుండాలో ఊహించుకునేవాణ్ణి. నా జీవితం దీర్ఘమైందే, ఇప్పుడు మొదటిసారిగా నేను అన్వేషించినదాన్నంతట్నీ మీలో చూశాను. మిమ్మల్ని ప్రేమిస్తున్నాను, నా శ్రీమతికమ్మని అడుగుతున్నాను.'

కోజ్నిషెవ్ ఆ సమయంలో మనసులో ఈ మాటలు అనుకున్నాడు. అప్పుడు వారెంకా ఓ పది అడుగుల దూరంలో వుంది. ఆమె మోకాళ్లమీద ఆనుకుని కూర్చుంది. ఆమె పుట్టగొడుగుని చూసింది, దాన్ని గ్రీష ఏరకుండా చేత్తో పట్టుకుని అతన్ని ఆపుతూ బుజ్జి మాషాని రమ్మని పిలుస్తుంది.

[1] అసలైన వయసు (ఫ్రెంచి)

[2] పడుచువాడు (ఫ్రెంచి)

"ఇటు రా, ఇటు! బుజ్జివి! బోలెడు బోలెడు వున్నాయి" అని మనోహరమైన మంద్రస్వరంతో అంటోంది.

కోజ్నిషెవ్‌ని చూసి ఆమె లేచి నుంచోలేదు. తను వున్న భంగిమని మార్చుకోలేదు. కాని అతను అక్కడికి వచ్చిన ఎరుక ఆమెకి వుందనీ, ఆమెకి సంతోషంగా వుందనీ అక్కడున్న యావత్తూ అతనికి తెలియచేశాయి.

"ఏమన్నా దొరికాయా మీకు?" అని అడిగింది. తెల్లని రుమాలు కట్టుకుని, మందహాసం చేసే ముచ్చటైన ముఖాన్ని అతనికేసి తిప్పుతూ అడిగింది.

"ఒక్కటి కూడా దొరకలేదు. మరి మీకు?" అన్నాడు కోజ్నిషెవ్.

పిల్లలందరూ ఆమెని చుట్టుముట్టెయ్యడంతో ఆమె జవాబు చెప్పలేకపోయింది.

"అదుగో ఆ కొమ్మకింద ఇంకోటుంది" అని బుజ్జి మాషాకి ఓ పుట్టగొడుగుని చూపిస్తూ అంది. ఎండిన గడ్డిపరకవల్ల ఆ పుట్టగొడుగు లేత ఎరుపు గొడుగు రెండుగా చీలింది. అది ఆ గడ్డిపరక కిందనుంచి లేచింది. మాషా దాన్ని రెండుగా తెల్లని ముక్కలుగా చించేస్తూ ఏరినప్పుడు వారెంకా లేచి నుంచుంది. "దీన్ని చూస్తే నాకు నా చిన్నతనం గుర్తువస్తోంది" అంది. పిల్లల్ని వదిలిపెట్టి కోజ్నిషెవ్ దగ్గరికి వస్తూ.

వాళ్లు ఏం మాట్లాడుకోకుండా కొన్ని అడుగులు నడిచారు. అతను ఏదో మాట్లాడాలనుకుంటున్నాడని వారెంకా గమనించింది. అది ఏమిటైందీ ఆమె ఊహించింది. సంతోషమూ, భయమూ ముసురుకు వస్తూ వుంటే ఆమె ఉక్కిరిబిక్కిరి అయిపోయింది. తమ మాటలు ఎవరికీ వినబడనంత దూరం వాళ్లు వెళ్లారు. అయినా కోజ్నిషెవ్ మాట కదపలేదు. వారెంకా మౌనంగా వుండడమే మేలుగా వుండేది. ఆ తర్వాత తమ మనసులో మాట చెప్పుకోవడం సులభం అయివుండేది. అప్పుడే పుట్టగొడుగుల గురించి మాట్లాడడంకంటే. కాని తన ఇష్టానికి వ్యతిరేకంగా, ఏదో కాకతాళీయంగానన్నట్టు ఆమె.

"అయితే మీకు ఏమీ దొరకలేదన్నమాట. అడివి లోపల్లోపల ఎప్పుడూ పుట్టగొడుగులు తక్కువే వుంటాయి" అంది.

కోజ్నిషెవ్ దీర్ఘంగా నిట్టూర్చాడు. ఏమీ మాట్లాడలేదు. ఆమె పుట్టగొడుగుల గురించి మాట్లాడినందుకు అతనికి చిరాకు కలిగింది. ఆమె తన బాల్యం గురించి ఇందాక చేసిన ప్రస్తావన గురించి మాట్లాడాలనుకున్నాడు. కాని అతనూ తన ఇష్టానికి విరుద్ధంగానన్నట్టు, కొంచెంసేపు మౌనం తర్వాత ఆమె మాటలకి వ్యాఖ్యగా అన్నట్టు అన్నాడు:

"తెల్ల పుట్టగొడుగులు ఎక్కువగా అడివి శివార్లలోనే పెరుగుతాయని విన్నాను. అయినా నాక్కనిపించినా తెల్ల పుట్టగొడుగేదో గుర్తు పట్టలేను."

మరికొన్ని నిముషాలు గడిచాయి. వాళ్లు పిల్లలనుంచి ఇంకా దూరం వెళ్లారు. వాళ్లిద్దరూ ఏకాంతంగా వున్నారు. వారెంకా గుండె తీవ్రంగా దడదడ కొట్టుకుంటోంది. అది ఆమెకి వినిపిస్తోంది. తన ముఖంమీద అరుణిమ వస్తోందనీ, ముఖం రంగు మారిపోతోందనీ ఆమెకి అనిపించింది. ఆమె ఇంకా సిగ్గుతో యెర్రబడింది.

మేడం స్థాల్ దగ్గర గడిపిన తర్వాత కోజ్నిషెవ్‌లాంటి వ్యక్తికి అర్థాంగి కావడం తన మహదదృష్టంగా కనిపిస్తోంది. అదీగాక, తను అతన్ని ప్రేమించిందన్న విషయమూ దాదాపు విశ్వసనీయమే. ఇప్పుడు తన రాత తేలిపోతుంది. ఆమెకి అతనేం అంటాడోనన్నదాంతో మనసుకి భయంగా వుంది, ఏం చెప్పడో దాంతోటీనీ.

చెపితే ఎప్పుడు తన మాట చెప్పాలి లేకపోతే ఎప్పటికీ లేదు అని కోజ్నిషెవ్‌కీ అనిపించింది. వారెంకా చూపు, సిగ్గుతో ఎర్రబడిన చెక్కిళ్లు, కిందికి వాలిన కళ్లు – ప్రతీదీ ఆమె వేదనాపూరిత ప్రతీక్షని వెల్లడిస్తున్నాయి. కోజ్నిషెవ్ ఆ స్థితిని చూశాడు, ఆమెపట్ల అతనికి జాలి కలిగింది. ఇప్పుడేమీ చెప్పకుండా వుండడం ఆమెని అవమానపరచడమేననీ అతనికి అనిపించింది. తన నిర్ణయానికి అనుకూలించే మొత్తం తర్కాన్ని గబగబ మనసులో అవలోకనం చేసుకున్నాడు. ఏ మాటలతో వివాహ ప్రస్తావన చెయ్యాలో ఆ మాటల్ని కూడా మననం చేసుకున్నాడు. కాని ఆ మాటలకి బదులు ఏ ప్రేరణవల్లనో తెలియకుండానే మరోటి అడిగాడు:

"తెల్ల పుట్టగొడుక్కీ, బర్చ్ చెట్టు కింద వుండేవాటికీ తేడా ఏమిటి?"

వారెంకా దానికి జవాబు చెప్పేటప్పుడు ఆమె పెదాలు ఆవేశంతో కంపించాయి.

"గొడుగులో ఏ తేడానూ లేదు, కాండంలోనే తేడా వుంది అంతే.,"

ఆ మాటలు అనగానే ఇద్దరికీ అర్థమైపోయింది అంతా ముగిసిందని, ఏది చెప్పవలసివుందో దాన్నిక చెప్పడం కుదరదని. పరాకాష్ఠకి చేరిన ఉద్రికత్త తగ్గనారంభించింది.

"బర్చ్ కింద పెరిగిన పుట్టగొడుగు రెండు రోజులు పెరిగిన గడ్డాన్ని గుర్తుకు తెస్తుంది" అని కోజ్నిషెవ్ ఇప్పుడు శాంతపడి అన్నాడు.

"అవును" అని వారెంకా చిరునవ్వు నవ్వింది. వాళ్లకి తెలియకుండానే వాళ్ల నడక దిశ మారింది. తిరిగి పిల్లల దగ్గరికి వచ్చారు. వారెంకాకి విచారమూ, లజ్జా కూడా కలిగాయి. కాని వాటితోపాటు తెరిపినపడ్డట్టూ అనిపించింది.

కోజ్నిషెవ్ ఇంటికి తిరిగివెళ్లి సింహావలోకనం చేసుకున్నాక తన ఆలోచనాధోరణి సరికాదని అతనికి అనిపించింది. Marie స్మృతికి తను అన్యాయం చెయ్యలేడు.

"ఏయ్! మెల్లిగా, పిల్లలూ మెల్లిగా" అంటూ లేవిన్ చిరాగ్గా పిల్లల్ని వారించాడు. పిల్లలందరూ సంతోషంగా కేరింతలు కొడుతూ తమ వైపు దూసుకుంటూ వచ్చేస్తూ వుంటే, తన భార్యమీదకి పడతారేమోనని అడ్డం నుంచుని అలా అరిచాడు.

పిల్లల వెనక్కాలే కోజ్నిషెవ్, వారెంకాలు కూడా వచ్చారు. కిట్టీకి ఏదీ అడిగే అవసరం లేకపోయింది. వాళ్లిద్దరూ శాంతంగా వుండడమూ, ఓ రకంగా సిగ్గుపడిపోయి వుండడమూ తన ఆశలు భగ్నం అయ్యాయని ఆమెకి తెలియచేశాయి.

"ఊс, అయితే ఏమైంది?" అని ఇంటికి తిరిగి వచ్చేస్తూ వుంటే ఆమెని భర్త అడిగాడు.

"పండలా" అని కిట్టీ మందహాసం చేస్తూ అంది. ఆ మాట్లాడ్డం తీరు, మందహాసం చెయ్యడం తీరు ఆమె తండ్రిని గుర్తుకు తెస్తాయి. అలా తరచూ జరుగుతూ వుంటుంది, అది లేవిన్‌కి ఇష్టం.

"పండకపోవడం అంటే?"

"ఇలా" అని ఆమె భర్త చేతిని తన చేత్తో పట్టుకుని తన మూతిదాకా లాక్కుని పెదాలు చుట్టి ముద్దుపెట్టుకుంటూ అంది.

"ఎవరి వేపునుంచీ పండలేదంటావ్?'"

"ఇద్దరి వైపునుంచీనీ, పండితే ఇలా వుండాలి..."

"ఊc, ఎవరో రైతులు వస్తున్నారు."

"చూళ్లేదులే."

6

పిల్లలు టీ తాగుతూ ఉండగా పెద్దవాళ్లు మేడమీద బాల్కనీలో చేరి ఏమీ జరగనట్టే మాట్లాడుకుంటూ కూర్చున్నారు. కాని అందరికీ తెలుసు, కోజ్నిషెవ్, వారెంకాలకి ఇంకా బాగా తెలుసు నకారాత్మకమైనదైనా ఒక ముఖ్యమైన సంఘటన జరిగింది అని. వాళ్లిద్దరూ, పరీక్ష తప్పి అదే క్లాసులో మళ్లీ చదవడమో లేకపోతే పాఠశాల బహిష్కరణమో జరిగే విద్యార్థికిలాగా వున్నారు. ఏదో ముఖ్యమైంది జరిగిందని మిగిలినవాళ్లకి తెలుసు కాని వాళు వేరే విషయాల గురించి ఉత్సాహంగా మాట్లాడుకుంటున్నారు. ఆ సాయంత్రం లేవిన్, కిట్టీలు మరీ ఎక్కువ ఆనందంగా, అనురాగంతో వున్నారు. వాళ్లిద్దరూ తమ ప్రేమవల్ల సంతోషంగా వుండడం అనేదే, అలా సంతోషంగా వుండాలని కోరుకున్నా వుండలేక తత్కారణంగా లజ్జితులైన వాళ్లకి నిందాసూచకంగా అనిపించింది.

"నే చెప్తున్నా కదా. నాన్న అతనితో రారు" అని వృద్ధ ప్రిన్సెస్.

ఆ సాయంత్రం రైలుకి అబ్లాన్స్కీ వస్తాడని వాళ్లు ఎదురుచూస్తున్నారు. కిట్టీ నాన్న తనూ రావచ్చు బహుశా అని రాశాడు.

"ఎందుకో చెప్పమంటావా?" పడుచు జంటని కొత్త కాపరంలో వాళ్ల మానాన వాళ్లని వుండనివ్వాలని ఆయన మతం" అని ప్రిన్సెస్ అంది.

"నాన్న మమ్మల్ని ఒంటరిగానే వదిలేశాడు. ఆయన్ని చూసి యుగాలైనట్టుగా ఉంది" అంది కిట్టీ. "మమ్మల్ని నవదంపతులు అంటారేమిటి? ఎప్పుడో పాతబడిపోయేం" అంది.

"ఊc, ఆయన రాకపోతే నేనూ సెలవు తీసుకుంటానర్రా పిల్లలూ" అని ప్రిన్సెస్ విచారంగా నిట్టూర్చి అంది.

"అదేం మాటమ్మా?" అని కూతుళ్లిద్దరూ ఒకేసారి అన్నారు.

"మీరు ఆయన విషయం కూడా ఆలోచించండి. ఇప్పుడు..."

పెద్ద ప్రిన్సెస్ కంఠం హఠాత్తుగా రుద్ధమైంది. కూతుళ్లు మాట్లాడకుండా ఒకరికేసి వొకరు చూసుకున్నారు. 'Maman ఎప్పుడూ దేన్ని గురించో ఒకదాన్ని గురించి బాధపడుతూనే వుంటుంది' అంటున్నట్టు ఉన్నాయి వాళ్ల చూపులు. తమ కూతురి ఇంట్లో ఉండడం ప్రిన్సెస్‌కి ఎంతో సంతోషంగా వుంటుందని, తను వుండడంవల్ల వాళ్లకి పెద్ద దిక్కుగా వుంటానని

ఆమెకి అనిపిస్తూ ఉంటుందని, అయినా ముద్దుల కడసారి కూతురికి పెళ్లి చేసి అత్తవారింటికి పంపేశాక తమ గూడు చిన్నబోయిందని, తనూ భర్త దిగాలుగా వుంటున్నారని వాళ్లకి అర్థం కాదు.

“ఏమిటి సంగతి, అగాఫ్యా మిహైలొవ్నా” అని కిట్టీ ఏదో గొప్ప రహస్యం వున్నట్టు ముఖంలో అర్థవతు భావం గోచరమవుతూ వచ్చిన ఆమెని అడిగింది.

“రాత్రి భోజనాల విషయం అడుగుదామని.”

“సరే అయితే, నువ్వెళ్ళి రాత్రి భోజనాల విషయం చూడు. నేను గ్రీష చేత పాఠం వల్లెవేయిస్తాను, ఇవాళ వాడు పుస్తకమే ముట్టుకోలేదు” అంది దాలీ.

“అది నా బాధ్యత. నే వెడతా దాలీ” అని లేవిన్ వెంటనే లేస్తూ అన్నాడు.

గ్రీషని హైస్కూల్లో చేర్చారు. వేసవి సెలవుల్లో పాఠాలు వల్లెవెయ్యాలని చెప్పారు. దాలీ మాస్కోలో వాడితోబాటు లాటిన్ భాష పాఠాల్ని వల్లెవేసేది. లేవిన్ దంపతుల ఇంటికి సెలవలకి వచ్చాక కనీసం రోజుకి ఒక్కసారేనా లెక్కల్లోనూ, లాటిన్‌లోనూ చాలా కష్టంగా వుండే పాఠాల్ని మళ్లీ చదివిస్తూ వుండేది. లేవిన్ ఆమె బదులు వాడికి తను పాఠం చెప్తానన్నాడు. కాని ఒకసారి ఆమె లేవిన్ పాఠం చెప్పడం చూసింది, లేవిన్ గ్రీషకి మాస్కో టీచరు చెప్పినట్టు కాకుండా తన ధోరణిలో చెప్పడం వింది. అందుకని అతనికి కష్టం కలక్కుండా, కొంచెం ఇబ్బందిగానే అయినా నిష్కర్షగా చెప్పింది. మాస్కో టీచరు చెప్పినట్టు ఒక క్రమపద్ధతిలో పుస్తకాన్ని చదివించాలని. తను అలానే చేయిస్తానని అంది. లేవిన్‌కి అబ్లాన్‌స్కీ బేఫర్వాతనంమీద కోపం వచ్చింది. ఏమీ తెలియని పెళ్లాం చేతిలో పిల్లల పెంపకం, విద్యాబుద్ధులు నేర్పడం బాధ్యత పడేశాడు అబ్లాన్‌స్కీ. రోత కలిగించే బోధనా పద్ధతులు అనుసరించే టీచర్లమీద ఇంకా కోపం వచ్చింది లేవిన్‌కి. కాని గ్రీషకి ఆమె కోరుకున్నట్టే చెప్తానని మాట ఇచ్చి తన పద్ధతిలో కాక పాఠ్య పుస్తకం ప్రకారం పాఠాలు చెప్పడం సాగించాడు. అది అతనికి ఏమీ రుచించకపోవడంతో ఎప్పుడూ పాఠం టైమ్ మరిచిపోయేవాడు. ఈ వేళ కూడా అంతే జరిగింది.

“నే వెడతా నువ్వు కూర్చో దాలీ” అన్నాడు లేవిన్. “మేం అన్నీ సవ్యంగా పుస్తకం ప్రకారం చేస్తాం. కాని మీ ఆయన వచ్చినప్పుడు మేం వేటకి వెడతాం, అప్పుడు పాఠాలు చెప్పలేను” అన్నాడు.

లేవిన్ గ్రీష గదికి వెళ్లాడు.

వారెంకా కూడా కిట్టీతో అలానే అంది. లేవిన్ దంపతుల సౌఖ్యప్రద గృహంలో కూడా తను ఉపయోగపడే దారి ఆమె చూసుకుంది.

“రాత్రి భోజనాల విషయం నేను చూస్తాను, మీరు వుండండి” అని ఆమె అగాఫ్యా మిహైలొవ్నా దగ్గరికి వెళ్లింది.

“అలాగే, అలాగే, బహుశా లేత కోళ్లు దొరికినట్టు లేవు. లేకపోతే మన పెట్టల్నే...” అంది కిట్టీ.

"అగాఫ్యా మిహైలొవ్నా, నేనూ ఆ విషయం చూసుకుంటాం" అని వారెంకా ఆమెతో కలిసి వెళ్లిపోయింది.

"ఎంత ముచ్చటైన పిల్ల!" అంది ప్రిన్సెస్.

"వొట్టి ముచ్చటైన పిల్లే కాదు, maman, ఆణిముత్యంలాంటి అమ్మాయి."

"అయితే ఇవాళ అబ్లాన్స్కీ వస్తాడంటారన్నమాట" అన్నాడు కోజ్నిషెవ్. వారెంకాని గురించి మాట్లాడుకోవడం అతనికి ఇష్టంలేనట్టు స్పష్టంగా తెలుస్తూనే వుంది. "ఒకరి కొకరు ఇంత తేడాగా వుండే అల్లుళ్లు కనిపించడం కష్టం" అని సున్నితంగా మందహాసం చేస్తూ అన్నాడు. "ఒకతను కులాసా మనిషి. లోకులు కూడా అలానే కులాసాగా వుంటారని అనుకుంటాడు. నీట్లో చేపలాగా. రెండోవాడు, మా లేవిన్, ఉత్సాహంగా, చురుగ్గా వుంటాడు. మనసు చాలా సున్నితంగా వుండే మనిషి, కాని పదిమందిలోకి వెళ్లాడో నీట్లోనుంచి బయటపడ్డ చేపలాగా అయిపోతాడు. దిక్కు తోచనట్టు ముడుచుకుపోతాడు, రెక్కలు కొట్టుకుంటాడు" అన్నాడు.

"అతను అయ్యో! దీన్ని శ్రద్ధగా దృష్టి పెట్టి చూడాలే అని ఆలోచించడు" అని ప్రిన్సెస్ కోజ్నిషెవ్‌తో అంది. "మీరు కొంచెం అతనితో చెప్పండి మా అమ్మాయిని" (ఆమె కిట్టీని ఉద్దేశించి అంది) "ఇక్కడ వుంచకూడదని, తప్పకుండా మాస్కోకి పంపించెయ్యాలని. డాక్టర్లని మాస్కోనుంచి పిలిపిస్తానంటాడతను."

"Maman, తను అన్నీ చేస్తాడు. అన్నిటికీ తయారయే వున్నాడు" అని కిట్టీ తల్లికి అడ్డం వెళ్లింది. ఇలాంటి విషయానికి తల్లి కోజిష్నెవ్‌తో మొరపెట్టుకోవడం ఆమెకి నచ్చలేదు.

వాళ్లు మాట్లాడుకుంటూ వుండగా తోటలో రాతి దారిమీద బండి చక్రాల చప్పుడూ, గుర్రాల బుసలూ వినిపించాయి.

దాలీ భర్తకి ఎదురు వెళ్లడానికి లేచిందో లేదో గ్రీష పాఠం చదువుకుంటూ వున్న గది కిటికీలోనుంచి లేవిన్ బయటికి దూకి వచ్చాడు. కూడా గ్రీషనీ దింపాడు.

"అబ్లాన్స్కీయే" అని లేవిన్ బాల్కనీ కిందనుంచి అరిచాడు. "పాఠం చదివేశాం, దాలీ, దిగులుపడకు" అని అరుస్తూ చిన్న పిల్లాడిలాగా బండివైపు పరిగెత్తాడు.

"Is, ea, id, ejus, ejus, ejus[1]" అని అతని వెనకాలే గెంతుతూ యెగురుతూ లాటిన్ భాషాసర్వ నామాల్ని వల్లెవేస్తూ వెళ్లాడు గ్రీష.

"ఇంకా ఎవరో కూడా వున్నారు. బహుశా నాన్నగారేమో" అని లేవిన్ దారి దగ్గర ఆగి అన్నాడు. "నిట్రపాటి మెట్లమీదనుంచి దిగద్దు కిట్టీ, చుట్టూ తిరిగి రా" అని హెచ్చరించాడు.

బండిలో వున్న రెండోమనిషి పెద్ద ప్రిన్స్ అనుకున్నాడు లేవిన్. కాని అతను పొరపడ్డాడు. బండి దగ్గరికి వెళ్లి చూస్తే అబ్లాన్స్కీ పక్కన కూచున్న మనిషి పెద్ద ప్రిన్స్ కాదు. లావాటి అందమైన పడుచతను. అతను వెనక వేలాడే రిబ్బన్లున్న స్కాచ్ టోపీ పెట్టుకున్నాడు. అతను వాస్య వెస్లోవ్‌స్కీ. ష్ఛేర్‌బాత్‌స్కీల దూరపు బంధువు. మాస్కో, పీటర్స్‌బుర్గ్ నగరాల్లో ఫేషైన

---

1 ఆయన, ఆవిడ, అది, ఆయనయొక్క, ఆవిడయొక్క, దాని (లాటిన్)

నాగరిక యువకుడు. అబ్లాన్స్కీ అతన్ని 'బహుచక్కటివాడు, వేట వ్యసనం వాడు' అని పరిచయం చేశాడు.

పెద్ద ప్రిన్స్ రాకపోవడం వాళ్ళకి కొంత నిరాశ కలిగించిందనిపించినా, వెస్లోవ్స్కీ అందుకు ఏమీ చలించకుండానే హుషారుగా లేవిన్‌ని పలకరించాడు. తాము అంతకుముందు కలుసుకున్న సందర్భాన్ని గుర్తుచేశాడు. అబ్లాన్స్కీ తనతో కూడా తెచ్చిన కుక్కమీదనుంచి గ్రీషని యెత్తి బండిలోకి తీసుకున్నాడు.

లేవిన్ బండి ఎక్కలేదు. వెనక నడిచాడు. అతనికి బాధ కలిగింది పెద్ద ప్రిన్స్ రాలేదని. ఆయనతో పరిచయం ఎక్కువయేకొద్దీ ఆయనంటే అభిమానం పెరిగింది లేవిన్‌కి. వాస్య వెస్లోవ్స్కీ వచ్చినందుకు బాధ కలిగింది. అతను పరాయివాడు, ప్రస్తుతం పానకంలో పుడకలాంటి మనిషి. పెద్దలూ పిన్నలూ ఉగ్గబట్టుకుని వరండా దగ్గర ఎదురుచూస్తున్నారు. అక్కడికి వెళ్ళగానే వెస్లోవ్స్కీ కిట్టీ చేతిని అతిగా కనిపించే అనురాగంతో, శూరత్వంతో ముద్దుపెట్టుకోవడం చూశాడు.

"మీ ఆవిడా నేనూ cousins[1], పాత పరిచయస్థులం" అని వెస్లోవ్స్కీ అన్నాడు. మరోసారి లేవిన్ చేతిని గట్టిగా అదిమాడు.

"ఊం, అయితే వేట బాగుంటుందా?" అని అబ్లాన్స్కీ లేవిన్‌ని అడిగాడు. ఏదో మాట అంటూ అందర్నీ పలకరించాడు. "నాకూ, ఇతనికీ భయంకరమైన కోరికలున్నాయి. Maman, అప్పట్నుంచీ వాళ్లు మాస్కో రానేలేదు. తాన్యా, యిదిగో, నీకు ఓ వస్తువు తెచ్చాను. బండి వెనకాల వుంది, తెచ్చుకో." అతను ఎవరినీ పలకరించకుండా వదలకూడదన్నట్టు అందరికేసీ తిరుగుతూనే వున్నాడు. "నీకు నేవళింపు వచ్చింది దాలీ" అని అతను పెళ్లాం చేతిని ముద్దుపెట్టుకుంటూ అన్నాడు. ఆమె చేతిని పట్టుకుని గోముగా నిమిరాడు.

ఓ క్షణంక్రితందాకా మహా హుషారుగా వున్న లేవిన్ ఇప్పుడు అందరికేసీ దిగులుగా, అక్కడ జరుగుతూ వున్నదేదీ తనకి నచ్చనట్టుగా చూశాడు.

'ఈ పెదాలు నిన్న ఎవరి చేతిని ముద్దు పెట్టుకున్నాయో?' అని పెళ్లాంపట్ల అబ్లాన్స్కీ ఒలకబోస్తున్న అనురాగం చూసి లేవిన్ అనుకున్నాడు. అతను దాలీకేసి చూశాడు. ఆమె కూడా అతనికి నచ్చలేదు.

'అబ్లాన్స్కీ ఆమెని ప్రేమించడంలేదని ఆమెకి ఖాయంగా తెలుసు. తెలిసీ ఎందుకంత మురిసి ముక్కలైపోతోంది? అబ్బ, వెలపరం' అనుకున్నాడు లేవిన్.

అతను ప్రిన్సెస్‌కేసి చూశాడు. ఓ క్షణం క్రితమే ఆమె ఎంతో ఆప్యాయంగా కనిపించింది. అలాంటి ఆవిడ రిబ్బన్ల టోపీ పెట్టుకున్న వెస్లోవ్స్కీకి పూర్ణకుంభంతో – అక్కడికి ఆవిడ తన సొంత ఇంట్లో వున్నట్టు – స్వాగతం చెప్పడమూ అతనికి నచ్చలేదు.

అతను కోజ్నిషెవ్‌కేసి చూశాడు. కోజ్నిషెవ్ వరండాలోకి వచ్చాడు. వచ్చి అబ్లాన్స్కీని ఎంతో స్నేహంగా పలకరించాడు. అబ్లాన్స్కీ పట్ల ఇష్టమూ లేదు, గౌరవమూ లేదు. అది లేవిన్‌కి తెలుసు. అంచేత కోజ్నిషెవ్ ధోరణీ అతనికి నచ్చలేదు.

[1] బంధువులం (ఫ్రెంచి)

వారెంకా కూడా అతనికి చీదర కలిగించింది. ఆమె ఈ మహానుభావుడికి sainte nitouche[2] లాగా పరిచయం అయింది. మనసులో ఆమె ఎలా ఎవరికో ఒకరికి పెళ్లాం కావాలా అని చూస్తోంది.

కాని అతనికి అందరికంటే కిట్టీ వెలపరంగా కనిపించింది. ఆ పెద్ద మనిషి పల్లెకి వేంచేయడం తనకీ, అలాగే మిగతావాళ్లకీ తిరనాళ్లుగా భావించుకునే సంబరంలో ఆమె కూడా మునిగిపోయింది. అతను ఆమెని చూసి ప్రత్యేకంగా నవ్విన చిరునవ్వుకి బదులుగా ఆమె నవ్విన చిరునవ్వు కంటే వెలపరం కలిగించేది మరొకటి వుండదు.

గట్టిగా మాట్లాడుకుంటూ వాళ్లందరూ ఇంట్లోకి వెళ్లారు. అందరూ కూర్చున్నాక లేవిన్ వెనక్కి తిరిగి బయటకి వెళ్లాడు.

తన భర్తని ఏదో మనసులో వేధిస్తోందని కిట్టీ గమనించింది. అతనితో ఒంటరిగా మాట్లాడే అవకాశంకోసం చూసింది. కాని తనకి ఆఫీసుగదిలో పని వుందని అంటూ అతను గబగబా వెళ్లిపోయాడు. చాలాకాలంగా అతను తన వ్యవసాయం పన్లకి ఇవాల్టంతటి ప్రాముఖ్యం ఇవ్వలేదు. 'ఈ జనాలకి ప్రతిరోజూ తిరణాళ్లే. కాని నా పని తిరణాళ్లు కాదు. ఈ పని ఆగదు, ఇది లేకుండా జీవితం సాగదు' అనుకున్నాడు.

7

సాయంత్రం భోజనాలకి రమ్మని కబురు అందాక మాత్రమే లేవిన్ ఇంటికి తిరిగి వచ్చాడు. ఏ రకాల వైన్ ఇవ్వాలా అని కిట్టీ, అగాఫ్యా మిహైలొవ్నా మెట్లమీద నుంచుని చర్చించుకుంటున్నారు.

"ఎందుకంత fuss[2] చేస్తున్నారు? రోజూ వుండేదాన్నే కానివ్వండి."

"ఉహుం, బావ తాగడు... కొంచెం ఆగు. ఏమిటి సంగతి?" అని ఆమె అతని వెనకాల హడావుడిగా వెడుతూ అంది. కాని అతను ఆమెని పట్టించుకోకుండా కటువుగా అంగలువేస్తూ భోజనాల గదికి వెళ్లాడు. వెస్లోవ్‌స్కీ, అబ్లాన్‌స్కీ భోజనాల గదిలో రంజుగా మాట్లాడు కుంటున్నారు. లేవిన్ కూడా వెంటనే వాళ్ల సంభాషణలో కలిశాడు.

"ఏమిటి మరి రేపు వేటకి వెళ్లడమేనా?" అని అబ్లాన్‌స్కీ అడిగాడు.

"ఆం, మరి వెళ్లద్దూ" అన్నాడు వెస్లోవ్‌స్కీ. అతను మరో కుర్చీలోకి మారి పక్కగా కూర్చుని, లావాటి కాలిని రెండో కాలి మోకాలిమీద వేసుకున్నాడు.

"సంతోషంగా వెడదాం. ఈ ఏడాది ఎక్కడికేనా వేటకి వెళ్లారా?" అని లేవిన్ వెస్లోవ్‌స్కీని అడిగాడు. అతను వెస్లోవ్‌స్కీ లావాటి కాలికేసి చూస్తూ తెచ్చిపెట్టుకున్న సంతోషంతో అడిగాడు. అతని మనఃస్థితి అలా అవుతూ వుండడం కిట్టీకి తెలుసు. అది అతని స్వభావానికి నప్పదు. "మనకి పెద్ద కంజులు దొరుకుతాయో లేదో తెలీదుకాని చిన్న రకంవి బాగా వున్నాయి. మనం తెల్లవారుతూనే వెళ్లిపోదాం, అలిసిపోవు కదా? ఏం, అలసటగా వుందా అబ్లాన్‌స్కీ?"

---

[1] యోగిని (ఫ్రెంచి)

[2] రాద్ధాంతం (ఫ్రెంచి).

"నేనా, అలిసిపోవడమా? నా జన్మలో నాకు అలుపనేది లేదు. కావాలంటే పట్టు, రాత్రి జాగారం చేద్దాం. పోయి తిరుగుదాం."

"భేష్! బాగుంది, మంచిది. పదండి, జాగారం చేద్దాం" అని వెస్లోవ్‌స్కీ సై అన్నాడు.

"నువ్వు రాత్రంతా జాగారం చెయ్యగలవనీ, అందరికీ నిద్దర్లు లేకుండా జాగారం చేయిస్తావనీ మాకు తెలుసు" అని దాలీ భర్తని చూసి అంది. ఆ అనడంలో సన్నటి ఎత్తిపొడుపు కనిపించింది. ఈ మధ్య వాళ్ల సంబంధాల్లో అది ఎక్కువగా కనిపిస్తోంది. "నే వెళ్లి పడుకునే వేళయింది.. నే వెడుతున్నా. నేను భోజనం చెయ్యను" అంది.

"ఉహుఁ,.. కాసేపు మాతో కూర్చోరాదా" అని అబ్లాన్‌స్కీ భోజనాలు వడ్డిస్తూ ఉన్న పెద్ద బల్ల దాటి భార్య దగ్గరికి వెడుతూ అన్నాడు. "ఇంకా నీతో మాట్లాడాల్సిన విషయాలున్నాయి" అన్నాడు.

"ఆఁ, వట్టిది, ఏమీ లేవు."

"విన్నావా, వెస్లోవ్‌స్కీ అన్నాని చూడ్డానికి వెళ్లేడు. మళ్లీ వెడుతున్నాడు. వాళ్లు ఇక్కడికి ఓ డెబ్భై వెరెస్ట్*ల్లో వున్నారు. నేనూ వెడదామనుకుంటున్నాను. వెడతాను. వెస్లోవ్‌స్కీ ఇలా రా!"

వెస్లోవ్‌స్కీ ఆడవాళ్ల దగ్గరికి వెళ్లి కిట్టీ పక్కన కూర్చున్నాడు.

"ఓహ్! చెప్పండి. అన్నాని చూశారా? ఎలా వుంది?" అని దాలీ అడిగింది.

లేవిన్ బల్లకి అటువైపు కూర్చున్నాడు. ప్రిన్సెస్‌తోనూ వారెంకాతోనూ మాట్లాడుతూ వున్నాడు కాని అబ్లాన్‌స్కీని, దాలీని, వెస్లోవ్‌స్కీని, కిట్టీని గమనిస్తూనే వున్నాడు. వాళ్లు మంచి రంజుగా, రహస్యంగా మాట్లాడుకుంటూ వున్నారు. సంభాషణ రహస్యంగా వున్నట్టు కనిపించడమే కాదు, అతనికి గంభీరంగా వింటున్నట్టు కూడా భార్య ముఖం కనిపించింది. ఆమె వెస్లోవ్‌స్కీ అందమైన ముఖంకేసి చూస్తూనే వుంది, అతను మహోత్సాహంతో ఏదో చెప్పేస్తున్నాడు.

"వాళ్లున్న చోట వేలు పెట్టడానికి లేనట్టుగా వున్నాయి అన్నీ" అని అతను అన్నా, వ్రాన్‌స్కీల గురించి అన్నాడు. "నేను తీర్పు చెప్పకూడదనుకోండి కాని భార్యా భర్తా కలిసి కాపరం చేసే కుటుంబంలో వున్నట్టే వుంది నాకు" అన్నాడు.

"వాళ్లు ఏం చెయ్యాలనుకుంటున్నారు?"

"శీతకట్టు మాస్కోలో గడుపుతారనుకుంటా."

"మనం అందరం కలిసి అక్కడికి వెడితే ఎంత బాగుంటుంది! నువ్వు ఎప్పుడు వెడుతున్నావ్" అని అబ్లాన్‌స్కీ వెస్లోవ్‌స్కీని అడిగాడు.

"నేను జూలై నెల వాళ్లతో గడుపుతాను."

"నువ్వూ వస్తావా?" అని అబ్లాన్‌స్కీ భార్యని అడిగాడు.

"ఆమెని చూడాలని నాకు చాలాకాలంగా వుంది, వస్తాను" అంది దాలీ. "ఏమిటో ఆమెని చూస్తే జాలేస్తుంది. నాకామె బాగా తెలుసు, చాలా మంచి మనిషి. కాని నువ్వు

వెళ్లిపోయాక వెడతాను ఒక్కత్తినీ. ఎవరికీ కష్టం కలగకుండా. నువ్వు లేకుండా ఉంటేనే ఇంకా బాగుంటుంది" అంది.

"బాగుంది, మరి నువ్వు కిట్టీ?" అన్నాడు అబ్లాన్స్కీ.

"నేనా? నేనెందుకు వెడతాను?" అని కిట్టీ ఒక్కసారిగా తీక్షణంగా ఎర్రబడుతూ అంది. భర్తకేసి చూసింది.

"మీకు అన్నాగారు తెలుసా? చాలా అందమైన ఆవిడ" అన్నాడు వెస్లోవ్స్కీ.

"ఆఁ" అని ఇంకా ఎర్రబడిపోతూ అందామె. లేచి భర్త దగ్గరికి వెళ్లింది.

"అయితే రేపు వేటకి వెడుతున్నావా?" అని అడిగింది.

ఆ కాసిని క్షణాల్లోనూ, ముఖ్యంగా వెస్లోవ్స్కీతో మాట్లాడేటప్పుడు కిట్టీ ముఖం ఎరుపెక్కడం చూశాక లేవిన్ ఈర్ష్య భావం చాలా ఎక్కువైంది. ఆమె ఇప్పుడు మాట్లాడిన మాటలకి అతను తన ధోరణిలో వ్యాఖ్య చెప్పుకున్నాడు. తర్వాత ఆ విషయం గురించి తలుచుకున్నప్పుడు ఏమిటది నిజమా అని తోచినా, వెస్లోవ్స్కీకి వేట సౌఖ్యాన్ని ఇచ్చేటందుకు గాను తను మర్నాడు వేటకి వెడుతున్నట్టేనా అని ఆమె అడిగిందనీ, ఆమె అతన్ని ప్రేమిస్తోందనీ లేవిన్‌కి నమ్మకంగా అనిపించింది.

"ఆఁ, వెడుతున్నా" అని అతను తనకే వెలపరంగా కనిపించిన అస్వాభావిక స్వరంతో అన్నాడు.

"వద్దు, రేపు యింట్లో వుండిపొండి. దాలీ వాళ్లాయన్ని సరిగ్గా పలకరించనుకూడా పలకరించలేదు కదా! ఎంతకాలమైందో ఆయన్ని చూసి. ఎల్లుండి వెడుదురుగాని" అంది కిట్టీ.

కిట్టీ అన్న ఈ మాటలకి లేవిన్ మరోలా వ్యాఖ్యానం చెప్పుకున్నాడు : "నా దగ్గర్నుంచి 'యితన్ని' తీసుకెళ్లద్దు. నువ్వు వెళ్లినా నాకు ఫర్వాలేదు. సరదాగా వున్న ఈ పడుచతని సాంగత్యం నాకు లేకుండా చెయ్యద్దు' అని.

"అలాగే, నువ్వు కావాలంటే వుండిపోతాం" అని ప్రత్యేకం మధురంగా వుండేటట్టు లేవిన్ అన్నాడు.

వెస్లోవ్స్కీ తన ఉనికి ఎలాంటి వ్యధకి కారకమవుతోందో గమనించకుండా కిట్టీని చూసి అనురాగభరితంగా నవ్వి, బల్ల దగ్గరనుంచి లేచి ఆమె వెనక వెళ్లాడు.

ఆ అనురాగపూరిత మందహాసాన్ని లేవిన్ గమనించాడు. అతని ముఖం పాలిపోయింది. ఒక్క క్షణం ఊపిరి ఆగినంత పని అయింది. 'నా భార్యకేసి అలా చూడ్డానికి యెంత ధైర్యం' అనుకున్నాడు. కోపంతో కుతకుత లాడిపోయాడు.

"ఊఁ, రేపు వెడదామా? రేపే వెడదాం" అని వెస్లోవ్స్కీ తన అలవాటు ప్రకారం మోకాలిమీద కాలు వేసుకుంటూ అన్నాడు.

లేవిన్ ఈర్ష్య ఇంకా ఎక్కువైంది. తను వంచితుడైన భర్తగా అతను భావించుకున్నాడు. తన భార్య, ఆమె ప్రియుడూ సుఖంగా, సౌకర్యంగా వుండేందుకే కేవలం తన అవసరం

వున్నట్టుగా అతనికి అనిపించింది.. అయినా అతను వెస్లోవ్‌స్కీని అతని వేట గురించీ, తుపాకుల గురించీ, బూట్ల గురించీ మర్యాదగానే అడిగాడు. మర్నాడు ఉదయం వెళ్లడానికి ఇష్టపడ్డాడు.

లేవిన్ అదృష్టం బాగుండి పెద్ద ప్రిన్సెస్ లేచి, వెళ్లి పడుకొమ్మని సలహా ఇవ్వడంతో అతనికి యాతన తప్పింది. కాని లేవిన్‌కి మరో పరీక్ష ఎదురైంది. కిట్టీ వెళ్లిపోయేటప్పుడు సెలవు చెప్తున్నట్టుగా వెస్లోవ్‌స్కీ ఆమె చేతిని ముద్దు పెట్టుకోబోయాడు. కాని ఆమె గబగబా చేతిని వెనక్కి లాక్కుని సిగ్గుతో యెర్రబడిపోతూ అమర్యాదగా – అలా ప్రవర్తించినందుకు ఆమెని తల్లి తర్వాత మందలించింది – అంది:

"ఇక్కడ అలా చెయ్యరు" అని.

ఆమె మొదటగా అంత చనువు ఇవ్వడం తప్పు అని, తర్వాతగా తన అయిష్టతని అలా అమర్యాదగా ప్రదర్శించడం తప్పు అని లేవిన్‌కి అనిపించింది.

"ఏమిటి? ఇప్పుడు వెళ్లి పడుకోవడంలో అందం ఏముంది?" అన్నాడు అబ్లాన్‌స్కీ, భోజనాలప్పుడు తాగిన ఛషకాల వైన్‌వల్ల అతనికి మధుర, కావ్యమయ మనఃస్థితి వచ్చింది. "చూడు కిట్టీ" అని అతను లిండెన్ చెట్ల వెనకనుంచి ఉదయిస్తూ వున్న చంద్రుడికేసి చూపిస్తూ అన్నాడు. "ఇంతకంటే అందంగా కనిపించేది ఏం వుంటుంది? వెస్లోవ్‌స్కీ, ప్రేమ గీతాలు ఆలాపించే సమయం ఇది. అతని స్వరం చాలా బాగుంటుంది, తెలుసా? అతనూ నేనూ ఇక్కడికి వచ్చేటప్పుడు దారి పొడుగూతూ మా స్వరాలు బాగా కలిసేటట్టు పాడుకుంటూనే వున్నాం. అతను కొన్ని మంచి ప్రేమ గీతాలు తెచ్చాడు – రెండు కొత్తవి. వారెంకాతో కలిసి పాడితే చెప్పావ్, మజా!" అన్నాడు.

అందరూ పడకలు చేరాక అబ్లాన్‌స్కీ, వెస్లోవ్‌స్కీలు చెట్ల మధ్య దారిలో ప్రేమ గీతాలు పాడుకుంటూ చాలాసేపు షికారు చేశారు. కొత్త పాటలు పాడారు.

భార్య పడక గదిలో చేతుల కుర్చీలో ఆ పాటలు వింటూ కూర్చున్నాడు లేవిన్. అతను ముటముటలాడుతూ కూర్చున్నాడు. ఏమిటి విషయం అని భార్య పదేపదే అడిగినా జవాబు చెప్పకుండా మొండిగా కూర్చున్నాడు. కాని ఆమె ధైర్యం తెచ్చుకుని "నీకు వెస్లోవ్‌స్కీ వ్యవహారం నచ్చలేదు కదా?" అని బెరుకు బెరుగ్గా చిరునవ్వు నవ్వుతూ అనేటప్పటికి లేవిన్ బయ్‌న లేచిపోయాడు. తన మనసులో వున్న యావత్తూ చెప్పేశాడు. ఆ చెప్పిన విషయంవల్ల మనసు గాయపడటంతో మరింత రెచ్చిపోయాడు.

లేవిన్ ఆమె ముందు నుంచున్నాడు. సాగదీసుకున్న కనుబొమల కింద కళ్లు భీతావహంగా నిప్పులు కక్కుతున్నాయి. అతను తన శక్తుల్ని అదుపులో వుంచుకుంటూ వున్నట్టుగా ఛాతీ మీద తన బలమైన చేతుల్ని కట్టుకున్నాడు. అతని ముఖం కటువుగా, క్రూరంగా కూడా వుండి వుండేది. కాని కిట్టీని కలచివేసిన వేదన దాన్ని తగ్గించింది. అతని దవడలు కంపించాయి, అతని కంఠం రుద్ధం అయింది.

"కాని అర్థం చేసుకో, నాకు ఈర్ష్య లేదు, అది ఏవగింపు మాట. నాకు ఈర్ష్య లేదు, దీన్ని నమ్మను... ఎలా చెప్పాలో నాకు తెలీటం లేదు.. కాని ఘోరం...నాకు ఈర్ష్య లేదు కాని నాకు అవమానంగా, బాధగా వుంది నీ గురించి అలా అనుకోవడానికి కూడా... ఎవరైనా నిన్ను అలా చూసే సాహసం చెయ్యడం."

"ఎలా చూడ్డం?" అని కిట్టీ అడిగింది. ఆ సాయంత్రం జరిగిన ప్రతిదాన్నీ, ప్రతి మాటనీ వివరంగా పాపభీతితో గుర్తు చేసుకో ప్రయత్నించింది.

వెస్లోవ్‌స్కీ తన వెనకాలే బల్ల రెండోవైపు వచ్చినప్పుడు ఆ క్షణంలో అలాంటిది లీలగా గోచరమైన విషయం తన హృదయం లోతుల్లో కిట్టీకి తెలుసు. ఆ విషయాన్ని చెప్పడం, తద్వారా అతని వ్యధని ఎక్కువ చెయ్యడం మాట అటుంచి, అలాంటిది అనిపించినట్టు తనకిగా తనే అంగీకరించలేదు.

"ఇప్పుడు నే వున్న పరిస్థితిలో ఎవరికేనా ఎలా ఆకర్షవంతంగా వుంటాను?"

"అబ్బ!" అని లేవిన్ తల పట్టుకుని అరిచాడు. "అలా అంటావు!... అంటే నువ్వు ఆకర్షవంతంగా వుండి వుంటే.."

"లేదు, లేదు కొంచెం ఆగు! విను!" అని ఆమె అతనికేసి బాధగా జాలిగా చూస్తూ అంది. "నాకు వేరే మగాళ్ల ఉనికే లేనప్పుడు, నిజంగా లేనప్పుడు, నువ్వెలా ఆ మాట అనగలవు?.. నేను ఎవరినీ కలుసుకోకుండా వుండాలని వుందా నీకు?" అంది.

మొదట అతని అసూయ ఆమెకి కష్టం కలిగించింది. తను చాలా సాధారణంగా, భోళా భోళీగా ఎవరితోనేనా మాట్లాడుతూ కాలక్షేపం చెయ్యకుండా ఆటంకపరచడం ఆమెకి కోపం కలిగించింది. కాని ఇప్పుడు భర్త పడే బాధని తప్పించడానికి, అతను ప్రశాంతంగా వుండేటట్టు చెయ్యడానికీ, ఇలాంటి చిన్నచిన్నవాటినే గాక అన్నిటినీ కూడా త్యాగం చెయ్యడానికి సిద్ధంగా వుంది.

"నువ్వీ విషయం అర్థం చేసుకో. నా పరిస్థితి ఎంత ఘోరంగా, హాస్యాస్పదంగా వుందో" అని లేవిన్ హతశాపూరితంగా అన్నాడు. "అతను నా ఇంట్లో వున్నాడు, నిజానికి తప్పు ఏమీ చెయ్యలేదు. తన చనువుని చూపించుకోవడం, కాలుమీద కాలు వేసుకు కూర్చోవడం తప్ప. అది సత్ప్రవర్తన అని అతననుకుంటున్నాడు, అందుగ్గాను నేను అతనితో సాయిలాపాయిలాగా వుండాలన్నమాట" అన్నాడు.

"కాని నువ్వు గోరంతలు కొండతలు చేస్తున్నావు" అని కిట్టీ అంది. అతనితో అలాంటి ఈర్ష్యకి కారకమైన ప్రేమ శక్తికి లోపల్లోపల ఆమెకి సంతోషంగా వుంది.

"ఇక అన్నిటికంటే ఘోరం నువ్వు – నాకు సంబంధించి సర్వదా ఎలా ఉన్నావు, ఇప్పుడు ఎంతో పవిత్ర పావనమూర్తిగా వున్నావు, మనం ఇంత ఆనందంగా వున్నప్పుడు, ఎంతో గొప్ప ఆనందంగా వున్నప్పుడు... ఎవడో త్రాష్టుడు హఠాత్తుగా వూడిపడడం... వుహుఁ, త్రాష్టుడు కాదు.. అయినా అతన్ని తిట్టడం ఎందుకు? అతన్తో నాకేం సంబంధం లేదు. కాని నా ఆనందం, నీ ఆనందం ఎందుకు..."

"నాకు తెలుసు ఎందుకు అలా జరిగిందో" అని కిట్టీ చెప్పడం మొదలుపెట్టింది.

"ఎందుకు? అలా ఎందుకు జరిగింది?"

"మేం భోజనాల దగ్గర మాట్లాడుకుంటూ వుండగా మమ్మల్ని నువ్వెలా చూశావో నేను గమనించాను" అంది.

"ఆఁ, అదే, అదే" అని లేవిన్ భయపడుతూ అన్నాడు.

తాము దేన్ని గురించి మాట్లాడుకున్నారో ఆమె చెప్పింది. ఆమె ఆవేశపడి మాట్లాడుతూ వుండడంతో ఆమెకి కొంచెం కొంచెంగా ఆయాసం వచ్చింది. ఓ క్షణంసేపు లేవిన్ ఏమీ అనలేదు. బెదిరి, పాలిపోయిన ఆమె ముఖంకేసి చూసి వున్నట్టుండి తల పట్టుకున్నాడు.

"కిట్టీ, నిన్ను నరకయాతన పెట్టేస్తున్నాను! నన్ను క్షమించు, నా కిట్టీ! నాకు పిచ్చి పట్టింది. తప్పంతా నాదే. ఒట్టి పుణ్యానికి ఎందుకూ కొరగాని చెత్తకి నేనెందుకింత వ్యధపడ్డాను?"

"నువ్వంటే నాకు జాలిగా వుంది."

"నామీద? నామీద? నేను, నేను నిజంగా పిచ్చివాణ్ణి. కాని నువ్వెందుకు బాధపడాలి? ఎవడో దారినపోయే దానయ్యవల్ల మన ఆనందం విషపూరితం అవుతుందనుకోవడం దారుణం."

"అవును, ఇది చాలా బాధాకరమైన విషయమే.."

"ఉహుఁ, ఏమైనా అతన్ని ఈ వేసవి అంతా ఇక్కడే వుంచేస్తాను. అతనిపట్ల ఆదరంగా వుంటాను" అని లేవిన్ కిట్టీ చేతిని ముద్దు పెట్టుకుంటూ అన్నాడు. "చూడు, రేపు... ఆఁ, నిజంగానే.. రేపు మనం వేటకి వెడుతున్నాం" అన్నాడు.

8

మర్నాడు ఉదయం ఆడవాళ్లు ఇంకా లేవలేదు, వేటకి వెళ్లే బగ్గీ, బండీ సింహద్వారం దగ్గరికి వచ్చి నుంచున్నాయి. వేటకి వెడుతున్నారని పొద్దున్నే పసికట్టిన కుక్క లాస్క చిన్న చిన్నగా మొరుగుతూ గెంతుతూ వుంది. ఆ మొరుగులు గెంతులు అయేక బగ్గీలో తోలేవాడి పక్కన చేరి కూర్చుంది. గుమ్మంకేసే చూస్తూ వుంది. ఏమిటి వీళ్లు ఎంతకీ రారు అని అసంతృప్తి పడింది, వేటకి వెడుతున్నారన్న ఉత్తేజం వున్నాగానీ. మొదట వెస్లోవ్‌స్కీ వచ్చాడు. అతను లావాటి పిక్కల మధ్యదాకా వచ్చేట్టు కొత్త పెద్ద బూట్లు వేసుకున్నాడు. ఆకుపచ్చని కమీజు తొడుక్కున్నాడు. దాని చుట్టూతా కొత్త తూటా పట్టీ కట్టుకున్నాడు. ఆ పట్టీ తోలు వాసన కొడుతోంది. రిబ్బన్ల టోపీ పెట్టుకున్నాడు. మెడలో వేసుకునే దట్టీలేని ఇంగ్లీషు తుపాకీని పట్టుకున్నాడు. లాస్క అతని దగ్గరికి పరిగెత్తి వెళ్లింది. మిగిలినవాళ్లు వూడి పడుతున్నారా లేదా అని అతన్ని తన పద్ధతిలో అడిగింది. అతన్నుంచి ఏ జవాబు రాకపోవడంతో తన చోట్లోకి తిరిగి వెళ్లి తల ఒరగేసుకుని, ఓ చెవి రిక్కించి, ఉగ్గబట్టుకుని కూర్చుంది. ఎట్టకేలకి తలుపు తెరుచుకుంది. అబ్లాన్‌స్కీ పొడల కుక్క క్రాక్ దూసుకుంటూ వచ్చింది. తాజా గాలిలో చక్కర్లు కొడుతూ, వురుకుతూ వచ్చింది. దాని వెనకాలే అబ్లాన్‌స్కీ వచ్చాడు. అతని చేతిలో తుపాకీ వుంది. అతని నోట్లో చుట్ట వుంది. "కిందికి, కిందికి, క్రాక్" అని అతను ఆప్యాయంగా దాన్ని వూరుకోబెట్టేందుకు అరిచాడు. అది అతని ఛాతీమీద, కడుపుమీద పంజాలు పెట్టుకుని వేట సంచీకేసి వచ్చినప్పుడు అలా అరిచాడు. అబ్లాన్‌స్కీ కురచ కోటు తొడుక్కున్నాడు. ఈసులు లేచిపోయిన లాగు తొడుక్కున్నాడు. మెత్తటి చర్మం బూట్లు వేసుకున్నాడు. రైలు మాదిరీ కాళ్లకి మేజోళ్లలాగా గుడ్డ ముక్కలు చుట్టబెట్టాడు. తలమీద ఎప్పటిదో శిథిలమైన టోపీ

పెట్టుకున్నాడు. కాని అతని తుపాకీ మాత్రం ఖరీదైంది. అతి కొత్త తయారీ. అతని వేటసంచీ, తూటాల పట్టీ కొత్తవి కాకపోయినా సాటిలేని పనివాడితనంతో వున్నవి.

దిమ్మరిలాగా వేషం వేసుకోవడం, కాని సొమ్ము పెట్టి కొనుక్కోగల అత్యుత్తమమైన సరంజామాని సమకూర్చుకోవడం వేటగాళ్ల షోకు వేషం అని వెస్లోవ్‌స్కీకి తెలీదు. అతను అబ్లాన్‌స్కీని చూసి ఇప్పుడు ఆ విషయాన్ని నేర్చుకున్నాడు. అబ్లాన్‌స్కీ చింకి పాతల్లో హుందాగా, పుష్టిగా, హుషారుగా అసలైన పెద్దమనిషిలా కనిపించాడు. మళ్లీసారి వేటకి వెళ్లినప్పుడూ తనూ అలానే తయారవాలని వెస్లోవ్‌స్కీ నిర్ణయించుకున్నాడు.

"ఏడీ లేవిన్?" అని అడిగాడు.

"పడుచు పెళ్లాం" అన్నాడు అబ్లాన్‌స్కీ చిరునవ్వు నవ్వుతూ.

"ముచ్చటైన పెళ్లాం, పైగా."

"తయారయ్యాడు. మళ్లీ వెనక్కి పరిగెత్తి వుంటాడు."

అబ్లాన్‌స్కీ అన్నది నిజమే. లేవిన్ మళ్లీ పెళ్లాం దగ్గరికి పరిగెత్తాడు. అంతకు ముందురోజు సాయంత్రం తను తెలివితక్కువగా ప్రవర్తించినందుకు ఆమె క్షమించిందో లేదో అడగడానికీ, నీకు పుణ్యం వుంటుంది జాగ్రత్తగా వుండు. పిల్లలు దూసుకుంటూ వచ్చి మీదపడతారు చూసుకోమని ఆమెని మందలించడానికీ పరిగెత్తి వెళ్లాడు. అదీగాక, తను రెండు రోజులు ఆమెని వదిలి వెడుతూ వున్నందుకు ఆమె తనమీద కోప్పడకుండా వుంటుందని ధైర్యం చిక్కడానికీ, ఆమె ఆ మర్నాడు ఉదయం రెండే రెండు ముక్కలు నేను బాగున్నాను అని రాసి చీటీ తనకి పంపించాలని ఒత్తిడి చెయ్యడానికి వెళ్లాడు.

భర్త తనని వదిలి వెడుతున్నందుకు, ఇప్పుడు ఏకంగా రెండ్రోజులపాటు వెడుతున్నందుకు, కిట్టీ ఎప్పటిలాగానే కష్టపెట్టుకుంది. కాని అతన్ని చూడగానే ఆమె తన బాధని మర్చిపోయింది. అతను వేటకి వెళ్లే ఆతృతతో వున్నాడు. వేట బూట్లు, తెల్లని జుబ్బా వేసుకుని ఎంతో పెద్దగా, దృఢంగా కనిపించాడు. వేటకి వెళ్లే వాళ్ల ఉత్తేజం అతనిలో కనిపిస్తోంది. ఆమెకి అది అర్థం కాదు. అతని సంతోషం కోసం ఆమె తన బాధని మర్చిపోయి, నవ్వుతూ వీడ్కోలు చెప్పింది.

"ఆలస్యం అయింది ఏమీ అనుకోకండి" అంటూ అతను గుమ్మంలోనుంచి పరిగెత్తుకుంటూ వచ్చాడు. "నాస్తా పెట్టారు కదా? జేగురు గుర్రాన్ని కుడివైపున కట్టేరేం? ఊc, పోనివ్వండి, ఫర్లేదు. లాస్క, పద, పద, నీ చోట్లో కూర్చో" అన్నాడు.

"వాటిని మందలో కట్టెయ్యి" అని పొట్టేళ్ల గురించి ఏం చెయ్యమంటారని అడిగిన పాలేరుకేసి తిరిగి అన్నాడు. "మరేం అనుకోకండి బాబులూ. మరో చీడ తగులుకుంటోంది" అన్నాడు.

లేవిన్ అప్పుడే సర్దుకు కూర్చున్నాడు. ఇంతలోకే కొలబద్ద తీసుకుని తన దగ్గరికి వడ్రంగంవాడు వస్తూ వుంటే చూసి బగ్గీలోనుంచి కిందికి ఉరికాడు. అతనికేసి వెళ్లాడు.

"నిన్న సాయంత్రం ఆఫీసుకి రమ్మంటే రాలేదు. నారేమో ఇప్పుడు ఆలస్యం అయిపోతోంది. ఏమిటి సంగతి?"

"తమరు ఊఁ అంటే మరో వరస వేస్తా. ఒక్క మూడు మెట్లు మాత్రమే నయ్యా. చాలా బాగా కుదురుతుంది. బావుంటుంది."

"నా మాట వినిపించుకోవేం?" అని లేవిన్ విసుక్కున్నాడు. "నీకు ముందే చెప్పాను, మొదట చక్రం కట్టు, తర్వాత మెట్లు పెట్టు అని. ఇప్పుడిక చేసేదేమీ లేదు. చెప్పినట్టు చెయ్యి. కొత్త చట్రం తయారుచెయ్యి" అన్నాడు.

గొడవేమిటంటే ఇంటికి కొత్త కొంజా ఎత్తేటప్పుడు మెట్లని విడిగా చేసి వడ్రంగి దాన్ని పాడుచేశాడు. అంతా తయారయ్యాక చూస్తే వంపులు వచ్చాయి. పాత చట్రాన్ని అలాగే వుంచి మూడు మెట్లు చేరుస్తానంటాడు వడ్రంగి.

"చాలా పెద్ద పని అవుతుందండి."

"ఆ మూడు మెట్లనీ పెడితే పడిగట్టు ఎక్కడికి చేరుతుంది?"

"మీరు గడబిడ చేసేస్తున్నారు" అని వడ్రంగి తిరస్కారంగా చిరునవ్వు నవ్వాడు. "సరైన చోట్లోకే వెడతాయి. కిందనుంచి సరిచేస్తాం" అని ఒప్పిస్తున్న కవళిక పెట్టి అన్నాడు. "పైకి ఎక్కుతూ వెడతాయి. సరిగ్గా సర్దుకుంటాయి" అన్నాడు.

"మూడు మెట్లు అయితే బారు ఎంత వుంటుందనుకుంటున్నావ్?... అలా అయితే ఎక్కడికి వెడతాయి?"

"అది నే జూసుకుంటా, కిందనుంచి సరిచేస్తాం, సర్దుకుంటాయి" అని అతను మొండిగా అంటూనే వున్నాడు.

"అవును, సర్దుకుంటాయి, కప్పుదాకా, గోడదాటి."

"లేదు హుజూర్, కిందనుంచి పైకి వెళ్తాయి. పైకి పైకి వెడతాయి.

లేవిన్ తుపాకీ తీసుకుని మట్టిలో పడిగట్టు గీయడం మొదలుపెట్టాడు.

"చూశావా?"

"ఆయ్! తమరు సెలవిచ్చినట్టే" అని వడ్రంగి అన్నాడు. జ్ఞానోదయం అయినట్టు హఠాత్తుగా అతని కళ్లు మెరిశాయి. "అయితే కొత్త చట్రం చెయ్యాల్సిందే" అన్నాడు.

"అంచేత నే చెప్పినట్టు చెయ్యి" అని బండిలోకి ఎక్కుతూ లేవిన్ అరిచాడు. "వూ, పద ఫిలిప్, కుక్కల్ని పట్టుకో" అన్నాడు.

ఇంటి గొడవలూ, సంసారం చింతలూ వెనకబడిపోయాక లేవిన్‌కి జీవితం, ఆశ ఎంత గాఢమైన సుఖానుభూతిని ఇచ్చాయంటే అతనికి మాటా పలుకూ ఆడేందుకు కూడా మనసు పుట్టలేదు. అదీగాక ప్రతి వేటగాడు తన వేట రంగస్థలం చేరినప్పుడు కలిగే సాంద్ర ఉత్తేజ భావం అతనికి కలిగింది. అతని మనసులో ఇప్పుడు ఒక్కటే ఆలోచన తిరుగుతుంది. కోల్పెన్‌స్కీ బాడవలో ఏం దొరుకుతుందీ, క్రాక్‌తో పోటీలో లాస్క ఎలా వుంటుందీ, వేటలో తనకి ఎలా కలిసివస్తుందీ అనే ఆలోచనే వుంది. కొత్త మనిషి ముందు తను తేలిపోతే అవమానం కదూ అనిపించింది. అబ్లాన్‌స్కీ తనని మించిపోతాడేమోననే ఆలోచనా అతనికి తట్టింది.

అబ్లాన్‌స్కీక్కూడా కొంచెం ఇంచుమించుగా ఇలాంటి ఆలోచనలే వచ్చాయి. అతనూ మౌనంగా ఉండిపోయాడు. వెస్లోవ్‌స్కీ ఒక్కడే హుషారుగా మాట్లాడేస్తూ ఉన్నాడు. అతని

మాటలు వింటూ అయ్యో పాపం! ఇతని పట్ల నిన్న సాయంత్రం అన్యాయంగా ప్రవర్తించానే అని లేవిన్ సిగ్గుపడ్డాడు. వెస్లోవ్‌స్కీ నిజంగానే భేషైనవాడు. భోళాభోళీ మనిషి. సరదా అయినవాడు, మంచివాడు. పెళ్లికాక ముందు అతన్ని కలుసుకొనివుంటే లేవిన్ అతనికి మిత్రుడై ఉండేవాడు. జీవితం పట్ల అతని కులాసా వైఖరీ, డాబు ప్రదర్శించాలనే తత్వం లేవిన్‌కి నచ్చలేదు. పొడుగాటి గోళ్లూ, స్కాచ్ టోపీ ఇంకా ఇతరమైనవీ తనకి ఉన్నందుకు అతను గొప్పగా భావించుకుంటూ ఉన్నట్టుంది. అయినా అతని సత్ప్రభావానికీ, నడవడికకీ వీటిని క్షమించవచ్చు. అతని పెంపకం మంచిది. అతనికి ఫ్రెంచి, ఇంగ్లీషు చాలా బాగా వచ్చు. అతను తను చాలులో వుండే మనిషి. అందుగ్గాను లేవిన్‌కి అతనిపట్ల ఇష్టం కలిగింది.

వెస్లోవ్‌స్కీకి దాపటి గుర్రం నచ్చింది. అది దాన్ జాతి స్తెప్ బీళ్ల గుర్రం. తన పొగడ్తని దాచుకోలేకపోయాడు.

"స్తెప్ బీళ్ల గుర్రంమీద స్తెప్ మైదానంలో దౌడు తియ్యడం ఎంత బాగుంటుంది? ఏం, బాగోదూ?" అని అడిగాడు.

స్తెప్ బీళ్ల గుర్రంమీద స్వారీ చెయ్యడం గురించి వెస్లోవ్‌స్కీ లాలిత్య భరిత కల్పన చేసుకోవడం అకల్మష సౌందర్యాన్వితమూ వాస్తవంతో అతకనిదీనీ. కాని అతని అమాయకత్వం, అతని అందం, సొగసైన మందహాసం, ముచ్చటైన హావభావాలతో కలిసి అతన్ని చాలా ఆకర్షవంతం చేసింది. వెస్లోవ్‌స్కీ సాహసం లేవిన్‌కి నచ్చినందువల్లనైతేనేం, ముందు రోజు సాయంత్రం కలిగిన చెడ్డ ఊహలకి ప్రాయశ్చిత్తం చేసుకోవాలనుకోవడంవల్లనైతేనేం ఇప్పుడు లేవిన్‌కి వెస్లోవ్‌స్కీతో వుండడం ఆహ్లాదంగా వుంది.

మూడు వెర్‌స్తులు వెళ్లాక తన యాదాస్తు పుస్తకం, సిగార్ కేస్ లేవని వెస్లోవ్‌స్కీ హఠాత్తుగా చూసుకున్నాడు. అవి పోయాయో, లేక వాటిని బల్లమీద వదిలేశాడో తెలియలేదు, యాదాస్తూ పుస్తకంలో మూడు వందల డెబ్బై రూబుళ్లు ఉన్నాయి. అంచేత ఈ విషయాన్ని అంత తేలికగా చూడ్డానికి వీల్లేదు.

"లేవిన్‌గారూ! ఓ మాట చెప్తా. దాన్ గుర్రంమీద ఇంటికి దౌడు తీసి వెళ్లి వస్తా. దివ్యంగా వుంటుంది, కదా?" అని బండి దిగబోతూ అడిగాడు.

"అబ్బే, ఎందుకు?" అని లేవిన్ మనసులో వెస్లోవ్‌స్కీ కనీసం ఆరు పూడ్లేనా*ఉంటాడని గుణించుకుంటూ అన్నాడు. "బండివాణ్ని పంపిస్తా" అన్నాడు.

బండితోలేవాణ్ని పంపారు. లేవిన్ తన గుర్రాల్ని తోలేడు.

9

"మన దారి యెలా? సరిగ్గా చెప్పు" అన్నాడు అబ్లాన్‌స్కీ.

"ఇదీ మన కార్యక్రమం : మనం ఇప్పుడు గ్వొజ్‌ద్యోవొ దాకా వెడదాం. దాని అవతలి వైపు పెద్ద కంజుపిట్టల బాడవ వుంది. అక్కణ్నుంచి బాడవ చాలా వుంటుంది. మనకి పెద్ద కంజులూ, చిన్న కంజులూ కూడా కనిపిస్తాయి. ఇప్పుడు వేడిగా వుంది. సాయంత్రం అయే

వేళకి అక్కడికి చేరుకుంటాం (సుమారు ఇరవై వెర్స్ట్‌లు). సాయంత్రం కూడా వేటాడదాం. రాత్రి అక్కడ దిగడి రేపు ఉదయమే బయల్దేరి పెద్ద బాడవలకి వెడదాం."

"దారిలో ఏమీ ఉండవా?"

"ఉన్నాయి గాని, దండుగ వ్యవహారం. పైగా వేడిగా వుంది. ఫేషైన చోట్లు రెండు ఉన్నాయి గాని నాకనుమానం ఏమన్నా దొరుకుతాయా అని."

ఆ చోట్లకి వెళ్లాలని లేవిన్‌కే వుంది. కాని అవి ఇంటికి దూరం కాదు, తను అక్కడికి యెప్పుడు కావాలనుకున్నా వెళ్లగలడు. పైగా ఆ చోట్లు చాలా చిన్నవి. ముగ్గురు వేటగాళ్లకి తగ్గంత వేట అక్కడ వుండదు. అందుకని అక్కడ ఏమన్నా దొరుకుతాయో లేదో తనకి అనుమానంగా వుందని దాటవేశాడు. వాళ్లు చిన్న బాడవ అందుకున్నాక లేవిన్ ముందుకు వెళ్లిపోదామనుకున్నాడు గాని అబ్లాన్‌స్కీ షికారీ దృష్టి దారిలోనే కనిపించే బాడవని పట్టేసింది.

"ఇక్కడ వద్దా ఏం?" అని బాడవని చూపిస్తూ అడిగాడు.

"లేవిన్‌గారూ! వెడదామండీ! ఎంత మంచి చోటు!" అన్నాడు వెస్లోవ్‌స్కీ. లేవిన్ కాదనలేకపోయాడు.

బండి ఆగీ ఆగగానే కుక్కలు ఒకదానివెనక ఒకటి గబగబా బాడవకేసి పరిగెత్తిపోయాయి.

"క్రాక్! లాస్క!"

అవి తిరిగి వచ్చాయి.

"ముగ్గురికీ అక్కడ ఇరుకవుతుంది. నేనిక్కడ ఉండిపోతా" అన్నాడు లేవిన్. వాళ్లకి అక్కడ చిన్న కంజులు తప్ప దొరకవన్న భావంతో. కొన్ని పిట్టలు కుక్కలకి బెదిరి ఎగిరిపోయి బాడవపైన చక్కర్లు తిరుగుతున్నాయి, గీగీ మంటూ కూస్తున్నాయి. అక్కడ ఏమీ దొరకవు అనిపించింది.

"అబ్బ, రండి లేవిన్‌గారూ. అందరం కలిసి వెడదాం" అన్నాడు వెస్లోవ్‌స్కీ.

"వద్దు, అక్కడ చోటు చాలా ఇరుగ్గా వుంది. వెనక్కి రా లాస్క, ఏయ్ లాస్క! మీకు ఇంకో కుక్క అవసరమా?"

లేవిన్ వెనక దిగడిపోయి బగ్గీ పక్క నుంచుని అసూయగా మిత్రులకేసి చూశాడు. వాళ్లు మొత్తం బాడవ అంతా తిరిగారు. అడివికోళ్లు, చిన్న కంజులు తప్ప వేరే ఏమీ లేవు. వెస్లోవ్‌స్కీ ఒకదాన్ని కొట్టాడు.

"చూశారా, అందుకనే ఈ బాడవ దగ్గర ఆగవద్దన్నాను. ఒఠ్ఠి దండుగ వ్యవహారం" అన్నాడు లేవిన్.

"ఆc, ఏదో సరదా. చూశారుగా?" అని బండిలోకి ఎడ్డిగా ఎక్కుతూ అన్నాడు వెస్లోవ్‌స్కీ. అతని ఓ చేతిలో తుపాకీ, ఓ చేతిలో అడివి కోడీ వున్నాయి. "దీన్ని ఎలా కొట్టానని! మీరు చూశారా? మనం అసలైన చోటుకి యెప్పుడు చేరతాం?" అన్నాడు.

హఠాత్తుగా గుర్రాలు ఎదరకి లాగడంతో లేవిన్ తల తుపాకీ గొట్టానికి కొట్టుకుంది. తుపాకీ గుండు పేలిన శబ్దం వినిపించింది. వాస్తవానికి గుండు ముందు పేలింది, కాని

లేవిన్‌కి అది ముందూ ఇది తర్వాత జరిగినట్టనిపించింది. విషయం ఏమిటంటే వెస్లోవ్‌స్కీ ఒక బారెల్ ట్రిగ్గర్‌ని నొక్కుతూ దాని బటన్‌కి బదులు పొరపాటుగా రెండోదాని బటన్ మూశాడు. అదృష్టవశాత్తూ తూటా నేలలోకి పోయింది, ఎవరూ గాయపడలేదు. అబ్లాన్‌స్కీ తల వూపి, వెస్లోవ్‌స్కీ కేసి చూస్తూ మందలిస్తున్నట్టు నవ్వాడు. అతన్ని మందలించే ధైర్యం లేవిన్‌కి లేకపోయింది. ఒక కారణం ఏమంటే ఏ మందలింపేనా గానీ తాను తప్పించుకున్న ప్రమాదం కారణంగానూ, తన తలకి తగిలిన దెబ్బ కారణంగానూ వచ్చినట్టు కనిపిస్తుంది. రెండవ విషయం, వెస్లోవ్‌స్కీ మొదట నిజంగా చాలా బాధపడిపోయాడు. తర్వాత ముగ్గురికీ సామాన్యంగా కలిగిన బెదురు చూసి నిష్కల్మషంగా నవ్వేశాడు. దాంతో లేవిన్ కూడా నవ్వకుండా వుండలేకపోయాడు.

రెండో బాడవ కొంచెం పెద్దది. వేట చాలాసేపు సాగుతుంది. అక్కడికి చేరాక లేవిన్ ఆగద్దని అన్నాడు. కాని మళ్లీ వెస్లోవ్‌స్కీయ్ బలవంతం చేశాడు. కాని బాడవ ముగ్గురి వేటకీ చిన్నది కావడంతో లేవిన్ గృహస్థధర్మంగా తను బండిలో దిగిపోయాడు.

వాళ్లు అక్కడికి వెళ్లగానే క్రాక్ తిన్నగా గడ్డి పెరిగిన మిట్టలకేసి పరిగెత్తింది. ముందుగా వెస్లోవ్‌స్కీ దాని వెనకాల పరిగెత్తాడు. అబ్లాన్‌స్కీ అతన్ని అందుకునేలోపలే ఓ కంజు ఎగిరింది. వెస్లోవ్‌స్కీ గురి తప్పింది. ఆ పిట్ట కోతపడని గడ్డి మైదానంమీద కూర్చుంది. అబ్లాన్‌స్కీ దాన్ని వెస్లోవ్‌స్కీకి వదిలేశాడు. క్రాక్ దాన్ని చూసింది, వెస్లోవ్‌స్కీ కొట్టాడు. అప్పుడు తిరిగి బగ్గీ దగ్గరికి వచ్చాడు.

"మీరు వేటకి వెళ్లండి, నేనుంటా ఇక్కడ" అన్నాడు.

వేట తమకం లేవిన్‌ని ఆవహించింది. అతను కళ్లేల్ని వెస్లోవ్‌స్కీకి అప్పగించి బాడవ మీదకి వెళ్లాడు.

లాస్క చాలాసేపటిగా తనకి అన్యాయం జరిగిపోతోందే అని బాధ వెల్లడయే స్వరంతో కుయ్యోకుయ్యో మంటూనే వుంది. ఈ అవకాశం రాగానే అది నేరుగా ఓ చోటుకి పరిగెత్తింది. ఆ చోటుని క్రాక్ చూడలేదు, అది లేవిన్‌కి పరిచయమైన చోటు.

"దాన్నెందుకు ఆపవు?" అని అబ్లాన్‌స్కీ అరిచాడు.

"అది పిట్టల్ని బెదరగొట్టదులే" అని లేవిన్ తన కుక్క గురించి గొప్పపోతూ దాని వెనకాలే వడివడిగా వెడుతూ అన్నాడు.

లాస్క దానికి తెలిసిన చోటుకి ఎంత దగ్గరికి వెడుతూ వుంటే అంతలా అది వెతికే తీరు గంభీరంగా వుంది. ఒక్క క్షణంసేపే దాని దృష్టి చిన్న బాడవ పిట్టవల్ల పక్కకి మళ్లింది అంతే. అది ఆ చోట్లో ఒకసారి చుట్టు తిరిగింది. రెండోసారి అలా తిరగబోయింది. కాని అంతట్లోకి ఒక్కసారి కదిలి ఆగిపోయింది.

"రా, ఇటు రా అబ్లాన్‌స్కీ" అంటూ లేవిన్ అరిచాడు. గుండె దడదడ కొట్టుకుంటున్నట్టూ, తన చెవుల కిటికీలు తెరుచుకుని అన్ని ధ్వనులూ దూరంతో సంబంధం లేకుండా వచ్చిపడుతూ ఉన్నట్టూ లేవిన్‌కి అనిపించింది. అన్ని ధ్వనులూ కలగాపులంగం అయిపోయి. కాని తీక్షణంగా వినిపిస్తున్నట్టు అనిపించింది. అతనికి అబ్లాన్‌స్కీ అడుగుల చప్పుడు వినిపించింది. దూరంనుంచి

వినవచ్చే గుర్రపు గిట్టల చప్పుడులా వుంది అది. అతను ఎగుడుదిగుడుగా వున్న నేలమీద నడుస్తూ వుంటే మట్టి పెళ్ల గడ్డి మొదళ్లతో సహా చీలి పడిపోతూన్నట్టు సన్నని చప్పుడు వినిపించింది. పక్షి రెక్కలు దూసినట్టు చప్పుడైంది. నీట్లో ఏదో తపామనడం అతనికి వినిపించింది. ఆ చప్పుడేమిటైందీ అతనికి తెలియలేదు.

జాగ్రత్తగా అడుగులు వేస్తూ అతను కుక్క దగ్గరికి వెళ్లాడు.

"ఉరుకు!"

లాస్క దగ్గర పెద్ద కంజు లేదుగాని, అది చిన్న కంజుని లేపింది. లేవిన్ తుపాకీ బారు చేశాడు. గురి చూడబోతున్నాడు, అప్పుడు నీటి తపతప చప్పుడు ఎక్కువైంది. మామూలుకంటే గట్టిగా ఏదో అరుస్తూ వున్న వెస్లోవ్‌స్కీ గొంతుక వినిపించింది. లేవిన్ సరిగా గురిచూడలేదుగాని ఏదైతే అది అవుతుందని ట్రిగ్గర్ నొక్కేశాడు.

గురి తప్పింది అని ఖాయంగా తెలిసి, అతను చుట్టు తిరిగి చూశాడు. బగ్గీ, గుర్రాలు రోడ్డుమీద లేవు, బాడవలోకి వచ్చేశాయి.

గురి ఎలావుందో బాగా చూడ్డంకోసమన్చెప్పి వెస్లోవ్‌స్కీ బాడవలోకి తోలుకువచ్చేశాడు. గుర్రాలు అందులో దిగబడ్డాయి.

'ఈ దెయ్యం ఎక్కడ తగలడింది!' అనుకున్నాడు లేవిన్ బగ్గీ దగ్గరికి వస్తూ. "బగ్గీని ఇక్కడికి యెందుకు తోలుకువచ్చారు?" అని కటువుగా అడిగాడు. బండి తోలేవాణ్ణి పిలిచాడు. ఇద్దరూ కలిసి గుర్రాల్ని బాడవ బందలోనుంచి లాగే పనికి నడుం కట్టారు.

లేవిన్‌కి మంటెక్కిపోయింది. ఈ గొడవవల్ల తన గురి తప్పింది. గుర్రాలు బురదలో దిగబడిపోయాయి. పైగా గుర్రాల్ని బండినుంచి విప్పుతూ వుంటే అబ్లాన్‌స్కీగాని, వెస్లోవ్‌స్కీగాని తనకీ, బండివాడికీ సాయంగా చెయ్యి అందివ్వడంలేదు. తమ ఇద్దర్లో ఎవరికీ గుర్రాల్ని ఎలా విప్పాలో తెలీదు. తమ బండి తోలిన చోటు అచ్చం పొడిగానే ఉందని వెస్లోవ్‌స్కీ ధైర్యం చెపుతూ వుంటే లేవిన్ ఒక్క ముక్క కూడా జవాబు చెప్పకుండా బండివాడితో కలిసి తన పనిలో ఉండిపోయాడు. తర్వాత పనిలో పూర్తిగా మునిగిపోయాడు. అప్పుడు వెస్లోవ్‌స్కీ మడ్‌గార్డ్ విరిగేట్టు మహా ప్రయాసపడి గట్టిగా పట్టుకుని సాయం చెయ్యబోతూ బండిని వెనక్కి లాగుతూ వుండడం లేవిన్‌కి కనిపించింది. అంతకు ముందురోజు సాయంత్రం వెస్లోవ్‌స్కీపట్ల తనకి కలిగిన భావంవల్ల అతన్ని నిరాదరంగా చూసినందుకు లేవిన్ తనని తాను నిందించుకున్నాడు. ఆ నిరాదరణకి ప్రాయశ్చిత్తం చేసుకుంటున్నట్టుగా అతనిపట్ల విశేషంగా ఇప్పుడు ఆదరం చూపించాడు. అంతా సవ్యంగా పూర్తయ్యాక, బగ్గీ రోడ్డుమీదకి వచ్చింది. అప్పుడు లేవిన్ నాస్తా వడ్డించమని పురమాయించాడు.

"Bon appetit - bonne conscience![1] Ce poulet va tomber jusqu'au fond de bottes[2] అని వెస్లోవ్‌స్కీ వల్లించాడు. రెండో కోడి పూర్తిచేసే వేళకి అతనికి మళ్లీ హుషారు వచ్చింది. "ఇక మన కష్టాలు గట్టెక్కాయి. ఇప్పుడు ప్రతీదీ దివ్యంగా సాగుతుంది.

[1] ఆకలి బాగా వుందీ అంటే అర్థం మనసు సాఫీగా వుందని (ఫ్రెంచి)

[2] (అక్షరాలా) ఈ కోడి నా మనసు లోతుల్లోకంటా పోతోంది (ఫ్రెంచి)

కాని నా తప్పులకి నేను బోను ఎక్కాలి, కదా? ఊం, నేను మీ ఆటోమెడాన్*ని. చూడండి ఎలా తోలతానో!" అని, కళ్ళెల్ని బండివాడికి ఇమ్మని లేవిన్ అన్నమాటకి జవాబుగా అన్నాడు. "నా అపరాధాలకి ప్రాయశ్చిత్తం చేసుకోవాలి. ఇక్కడ తోలే చోట వుండడం నాకు మజాగా వుంది" అని బండిని ఎదరకి పరిగెత్తించాడు.

అతను గుర్రాల్ని, ముఖ్యంగా అదుపుచెయ్యలేకుండా వున్న దాపటి గుర్రాన్ని, అలవగొట్టేస్తాడని లేవిన్ భయపడ్డాడు. కాని లేవిన్ అనుకోకుండానే వెస్లోవ్‌స్కీ ఉత్సాహ ప్రభావంలో పడిపోయాడు. అతని ప్రేమగీతాలు విన్నాడు. ఇంగ్లీషు వాళ్లు four in hand[1] ఎలా తోలతారో అభినయిస్తూ వర్ణించి చెప్పడం విన్నాడు. అలా నాస్తా అయినతర్వాత మంచి ఉత్సాహంగా తుళ్లుతూ పేలుతూ గ్వొజ్‌ద్యోవో బాడవ చేరారు.

10

వెస్లోవ్‌స్కీ చాలా వేగంగా తోలడంతో వాళ్లు అనుకున్నదానికంటే చాలా ముందుగా గ్వొజ్‌ద్యోవో చేరుకున్నారు. అప్పటికి ఇంకా వేడి తగ్గలేదు.

తమ వేట గమ్యస్థానం చేరుకున్నారు. బాడవ విస్తారంగా వుంది. వెస్లోవ్‌స్కీ బెడదలేకుండా ఎలా స్వేచ్ఛగా తన వేట సాగించాలా అని లేవిన్ ఆలోచనలో పడ్డాడు. అబ్లాన్‌స్కీకీ అదే ఆలోచన వున్నట్టుంది. ఏమంటే వేట మొదలు పెట్టేటప్పుడు నిజమైన వేటగాడెవడికేనా కలిగే ఆందోళన అతని ముఖంలో లేవిన్‌కి కనిపించింది. అబ్లాన్‌స్కీలో కొన్ని కొన్ని సందర్భాల్లో కనిపించే ఖుషీ చలాకీతనం ఇప్పుడు లేవిన్‌కి కనిపించింది.

"అయితే ఎలా వెడదాం? బాడవ చాలా పెద్దది, చూడండి డేగలు కూడా వున్నాయి" అని అబ్లాన్‌స్కీ తుంగపైన ఆకాశంలో చక్కర్లు తిరిగే పెద్ద పెద్ద పక్షుల్ని చూపించి అన్నాడు. "డేగలున్నాయీ అంటే వేటకి పక్షులు ఉన్నాయన్నమాట" అన్నాడు.

"ఆం, చూడండి బాబులూ" అని లేవిన్ మోకాళ్లదాకా బూట్లు లాక్కుంటూ, తుపాకీ ట్రిగ్గరు పరీక్షగా చూస్తూ మబ్బుగా వున్నట్టు అన్నాడు. "ఆ తుంగ చూశారు కదా?" అని అతను నది కుడివైపున రెల్లు సగం కోసం విస్తరించుకున్న పచ్చిక బీటికేసి చూపిస్తూ అన్నాడు. "బాడవ అక్కణ్నుంచి మొదలవుతుంది. తిన్నగా మన ముందునుంచి. ఏం, చూశారా, ఆకుపచ్చగా వున్న చోట. ఇక్కణ్నుంచి కుడివైపు విస్తరించుకుంది, గుర్రాలున్న చోటుకి. అక్కడ మిట్టలున్నాయి, పెద్ద కంజులు అక్కడ వుంటాయి. తుంగ చుట్టూతా, ఆల్డర్ చెట్ల తోపుదాకా, మిల్లుదాకా ఉంటాయి. అదుగో అటు చూడండి, తేమగా వున్న చోటుకి, అది అన్నిటికంటే భేషైన చోటు. ఓసారి నేనక్కడ పదిహేడు కంజుల్ని కొట్టాను. మనం కుక్కల్ని తీసుకుని విడివిడిగా వెడదాం, తలా ఒకవేపూ వెడదాం. మిల్లు దగ్గర కలుద్దాం" అన్నాడు.

"అయితే యెడంవేపు ఎవరు, కుడివేపు ఎవరు?" అని అబ్లాన్‌స్కీ అడిగాడు. "కుడివైపున ఎక్కువ విశాలంగా వున్నట్టుంది. మీరిద్దరూ అటు వెళ్లండి. నేను ఎడంవైపువెడతా" అని చాలా యథాలాపంగా అన్నట్టు అన్నాడు.

---

[1] నాలుగు గుర్రాల బండి (ఇంగ్లీషు)

“భేష్! మనం పందెం కొట్టేస్తాం. పదండి, పదండి” అని వెస్లోవ్‌స్కీ అందుకున్నాడు.

లేవిన్‌కి ఇక చేసేదేమీ లేకపోయింది. దాంతో వాళ్లు అటువైపు వెళ్లారు.

బాడవలోకి వెళ్లేటప్పటికి రెండు కుక్కలూ వేట వాసన పట్టడం మొదలుపెట్టాయి. నీళ్లు జేగురు రంగుగా వున్న చోటికి వెళ్లాయి. లాస్క వేటని వెతికే పద్ధతి లేవిన్‌కి తెలుసు. సావధానంగా అన్నివైపులా వెతుకుతుంది. అతనికి ఆ చోటూ తెలుసు, అది అక్కడ కంజుల గుంపుని పట్టేస్తుంది.

“వెస్లోవ్‌స్కీగారూ, ఇటు ఇటు దగ్గరగా” అని లేవిన్ లోగొంతుకలో అన్నాడు. వెస్లోవ్‌స్కీ నీళ్లల్లో తపతప ఈడ్చుకుంటూ వెనకాలే వస్తున్నాడు. కోల్పెన్‌స్కీ బాడవలో పొరపాటుగా తుపాకీ పేలిన తర్వాత వెస్లోవ్‌స్కీ తుపాకీ ఎటు ఎక్కుపెట్టిందీ లేవిన్ చూసుకుంటూ ఉన్నాడు.

“వద్దులెండి, మీ దారికి అడ్డం యెందుకు? నా గురించి పట్టించుకోకండి.”

కాని లేవిన్ పట్టించుకున్నాడు. ‘కాస్త జాగ్రత్తగా వేటాడుకోండి. ఒకరినొకరు కాల్చుకోకండి’ అని వచ్చేటప్పుడు కిట్టీ అన్న మాటలు గుర్తు వచ్చాయి. కుక్కలు ఒకదాని కొకటి దగ్గరగా వచ్చాయి. దేనికది తన వేటని పసికడుతూ ఇంకా ఇంకా దగ్గర పడ్డాయి. కంజుల కోసం చూడ్డం ఎంత తీవ్రంగా వుందంటే జేగురు నీళ్లల్లో కాళ్లు ఎత్తి అడుగులు వేసేటప్పుడు వినవచ్చే చప్పుడు కంజుల కూతలాగా అనిపించింది. లేవిన్ తుపాకీని ఒడిసి పట్టేసుకునేవాడు.

ధన్! ధన్! అని చెవుల పైన దూసుకుపోయే తుపాకీ గుళ్ల చప్పుడు వినిపించింది. బాడవలో లేచి వేటగాళ్ల వైపు అందుకోలేని ఎత్తులో ఎగురుతూ వస్తూ వున్న అడివి బాతులకేసి వెస్లోవ్‌స్కీ తుపాకీ పేలుస్తున్నాడు. లేవిన్ వెనక్కి తిరిగి చూడలేదు యింకా. అప్పుడే కంజులు వొకటి, మరోటి, మూడోది అలా ఏడు, ఎనిమిది ఒకదాని తర్వాత ఒకటి యెగిరి వచ్చేశాయి.

ఓ కంజు అడ్డదిడ్డంగా ఎగురుతూ వచ్చింది, వెంటనే అబ్లాన్‌స్కీ దాన్ని కొట్టాడు. అది రాయిలాగా నీళ్లల్లో ధామ్మని పడింది. హడావుడి పడకుండా అబ్లాన్‌స్కీ తుంగకేసి ఎగిరిపోయే మరో కంజుని కొట్టాడు. తుపాకీ పేలిన చప్పుడుతోబాటే కంజు కిందపడ్డ చప్పుడు వినిపించింది. అది దెబ్బ తగలని రెక్కని తపతప కొట్టుకుంటూ, గెంతబోవడం సగం కోసిన గడ్డిలో స్పష్టంగా కనిపించింది.

లేవిన్‌కి అలా కలిసిరాలేదు. అతను మొదటి కంజుకేసి మరీ దగ్గరగా గురిచూసి కొట్టాడు. ఆ గురి తప్పింది. అది పైకి లేవగానే దాన్ని తుపాకీతో వెంబడించాడు. కాని సరిగ్గా అదే సమయంలో మరోటి కిందనుంచి లేచి, అతని దృష్టి మళ్లించింది. దాంతో రెండోసారి కూడా అతను గురి తప్పాడు.

వాళ్లు తుపాకీలో తూటాలు మళ్లీ నింపేటప్పుడు మరో కంజు లేచింది. వెస్లోవ్‌స్కీ ముందుగా తయారై వుండడంతో నీళ్లమీదుగా రెండుసార్లు పేల్చాడు. అబ్లాన్‌స్కీ తను కొట్టిన కంజుల్ని తీసి సంతోషంతో మెరిసే కళ్లతో లేవిన్‌కేసి చూశాడు.

“ఊం, మరి, విడివిడిగా వెడదాం” అన్నాడు అబ్లాన్‌స్కీ. తుపాకీని ఎప్పుడు అవసరమైతే

అప్పుడు పేల్చేటందుకు వీలుగా పట్టుకుని కుక్కని ఈల వేసి పిలుస్తూ ఒక దిశలో బయల్దేరి వెళ్లిపోయాడు. లేవిన్, వెస్లోవ్‌స్కీలు మరో దిశలో వెళ్లారు.

లేవిన్‌కి ఎప్పుడూ అంతే అవుతుంది – మొదటి గురి తప్పిందీ అంటే అతనికి వణుకు పుడ్తుంది, చిరాకు వస్తుంది. ఇక ఆ రోజంతా సరిగా పేల్చలేడు. ఈ రోజునా అంతే అయింది. కంజులు చూస్తే బోలెడు వున్నాయి. దాదాపు అవి కుక్కల పక్కనుంచి, వేటగాళ్ల కాళ్ల దగ్గర్నుంచి ఎగురుతూ వున్నాయి. బోలెడు వుండడంతో మొదటి గురి తప్పినా లేవిన్ ఆ నష్టం పూడ్చుకుని వుండేవాడే. కాని అతను ఎన్నిసార్లు గురిచూసి కొట్టినా అన్నిసార్లూ గురి తప్పిపోయింది. వెస్లోవ్‌స్కీ ముందు లొక్కు అయిపోయాడు. వెస్లోవ్‌స్కీ మాంచి హుషారుగా గురి అందినా, అందకపోయినా పేల్చేస్తున్నాడు. దేన్నీ కొట్టలేదు అయినా యేమీ పట్టించుకోనూ లేదు. లేవిన్ నిభాయించుకోలేక మరీ దూకుడు పడిపోయాడు. ఇంకా ఇంకా ఎక్కువ ఆవేశపడిపోయాడు. ఆఖరికి వొక్కదాన్నీ కొట్టలేననే నిరాశపడిపోయాడు. లాస్క దీన్ని అర్థం చేసుకున్నట్టే వుంది. దానికి కంజులని పసికట్టడం ఆసక్తి తగ్గింది. ఏమిటిది అని మందలిస్తున్నట్టు చీకాకుపడినట్టు వేటగాళ్ల కేసి చూసింది. ఒకదాని తర్వాత ఒకటి తూటాలు పేలిపోతూనే ఉన్నాయి. వేటగాళ్ల చుట్టూతా మందుగుండు పొగ కమ్ముకుంది. అయినా లేవిన్ వెడల్పాటి సంచీలో చిన్నచిన్నవి మూడు మాత్రమే కంజులు వున్నాయి. ఆ మూడింటిలోనూ ఒకటి వెస్లోవ్‌స్కీ వేట. ఇంకోటి ఇద్దరూ కలిసి కొట్టిన వేట. ఈ లోపున బాడవ అవతలి వైపునుంచి అబ్లాన్‌స్కీ తుపాకీ కాల్పులు వినిపిస్తున్నాయి. మధ్య మధ్య ఆగి ఆగి వినవస్తూ వున్నాయి, కరుకుగా వున్నాయి. ఏమంటే తుపాకీ పేలినప్పుడల్లా "క్రాక్, క్రాక్, ఎత్తి పట్రా" అనే అరుపులు వినిపించాయి.

దీంతో లేవిన్ మరింత ఆవేశపడిపోయాడంతే. తుంగపైన కంజులు విరామంలేకుండా ఎగురుతూనే వున్నాయి. నేలమీద అవి కుయ్యడం, ఆకాశంలో అవి గీపెట్టడం అన్నివైపుల నుంచీ సందులేకుండా వినిపిస్తూనే వుంది. ఆకాశంలో ఎగురుతూ ఉన్నవి కాసేపు విశ్రాంతిగా నేలమీద వుండేందుకు వేటగాళ్ల ముందు వాలేవి. రెండు డేగల బదులుగా ఇప్పుడు డజన్లకొద్దీ డేగలు బాడవమీద గీపెడుతూ చక్కర్లు కొట్టాయి.

బాడవ సగంపైగా దాటాక లేవిన్, వెస్లోవ్‌స్కీ రైతులు గడ్డి కోత కోసం కేటాయించుకుని బారు వరుసలు ఏర్పాటుచేసుకున్న చోటికి చేరారు. ఆ వరసలు చివరలు తుంగ దగ్గర కలుస్తున్నాయి. వాళ్లు కొన్నిచోట్ల గడ్డి కోసీ, మడదొక్కి గుర్తులు పెట్టుకున్నారు. ఆ వరసల్లో సగందాకా కోసేశారు అప్పటికే.

కొయ్యని గడ్డిలోలాగా కోసిన గడ్డిలో వేటకి పక్షులు దొరకవు. కాని లేవిన్ అబ్లాన్‌స్కీని కలుసుకుంటానని చెప్పాడు. అందుకని అతనూ, వెస్లోవ్‌స్కీ గడ్డి కోసిన చోటుమీదనుంచి కొయ్యని చోటుమీదనుంచీ ఎదరకి వెళ్లారు.

"యేమండోయ్ వేటగాళ్లూ!" అని ఒక రైతు పిలిచాడు. అతను గుర్రం విప్పేసిన బండి పక్కన తన మిత్రులతోబాటుగా కూర్చున్నాడు. "రండి, మాతో కలిసి భోజనంచేద్దురుగాని! వోద్కా తాగుదురు గాని" అన్నాడు.

లేవిన్ అటు వేపు చూశాడు.

"రండి, రండయ్యా!" అని ఓ యెర్రటి ముఖం కులాసా మనిషొకతను తెల్లని పళ్లు కనిపించేటట్టుగా చిరునవ్వు నవ్వుతూ ఆకుపచ్చ సీసాని ఊపుతూ అన్నాడు. ఆ సీసా ఎండలో తళక్కమంది.

"Quest ce qu'ils disent?[1]" అని వెస్లోవ్‌స్కీ అడిగాడు.

"వోద్కా తాగడానికి రమ్మని పిలుస్తున్నారు. గడ్డి కోత బంటా వీళ్లేననుకుంటా. నాకేం అభ్యంతరం లేదు తాగడానికి" అన్నాడు కొంటెగా లేవిన్, వోద్కా భ్రమతో వెస్లోవ్‌స్కీ రైతులతో కలుస్తాడని ఆశిస్తూ.

"వాళ్లు మనకి తాగుడు ఇవ్వడం ఎందుకు?"

"ఊరికే సరదాకి. ఏం, వెళ్లండి, సరదాగానే వుంటుంది."

"Allons, c'est curieux[2]."

"వెళ్లండి, వెళ్లండి. మిల్లు దగ్గరికి దారి మీరు పట్టుకుంటారు లెండి" అని లేవిన్ గట్టిగా చెప్పాడు. వెనక్కి తిరిగి చూస్తే అతనికి సంతోషం కలిగింది. వెస్లోవ్‌స్కీ వంగి బాడవలో అలసిన కాళ్లతో అడుగులు వేస్తూ శరీరం ఊగుతూ వుంటే తలపైన తుపాకీ పట్టుకుని రైతుల దిశలో వెడుతున్నారు.

"నువ్వూ రావయ్యా" అని ఓ రైతు లేవిన్‌నీ పిలిచాడు. "మరేం ఫర్లేదు, మా వంటలు రుచి చూడు" అన్నాడు.

లేవిన్‌కి ఏదో ఇంత తినాలనీ తాగాలనీ మనసుగానే వుంది. అతనికి నీరసం వచ్చేసింది. అడుగడుక్కీ ఆగిపోతున్న కాళ్లని జబర్దస్తీగా ఈడుస్తున్నట్టుగా వుంది అతనికి. ఓ క్షణంసేపు సందేహించాడు. కాని ఆ సమయంలో కుక్క ఆగింది. వెంటనే అతని అలసట గిలసట ఎగిరిపోయాయి. అతను తేలిగ్గా కుక్క దగ్గరికి వెళ్లాడు. ఓ కంజు అతని కాళ్ల దగ్గర్నుంచి ఎగిరింది. అతను దాన్ని కాల్చి చంపేశాడు. కుక్క కదలకుండా అలానే వుండిపోయింది. "కొట్టు". మరో కంజు ఎగిరింది. లేవిన్ కాల్చాడు. కాని ఆ రోజు అదృష్టం బాగాలేదు. గురి తప్పింది. అప్పుడతను చంపిన కంజుని వెతకడం మొదలుపెట్టాడు. కాని అతను గడ్డంతట్నీ మడదొక్కేసినా అది కనిపించలేదు. అతను పిట్టని కొట్టి నేలమీదకి పడేశాడని లాస్క నమ్మలేదు. కంజుని వెతకమని అతను ఆజ్ఞాపించినప్పుడు అది వెతుకుతున్నట్టు నాటకమాడింది కాని నిజంగా వెతకలేదు.

వెస్లోవ్‌స్కీని వదిలించుకున్నా అదృష్టం బాగుపడలేదు. తన వేట బాగా లేకపోవడానికి తప్పు అతనిదేనని తను అనుకున్నాడు. ఇక్కడా బోలెడు కంజులు ఉన్నాయి. కాని లేవిన్ వరసగా గురి తప్పుతూనే ఉన్నాడు.

పొద్దు వాలినా ఎండ వేడిగానే వుంది. లేవిన్ బట్టలు చెమటతో తడిసిపోయాయి, ఒంటికి అంటుకుపోయాయి. ఎడమ బూటు నిండా నీళ్లు చేరాయి. అది బరువెక్కిపోయింది.

[1] ఏమంటున్నారు వాళ్లు? (ఫ్రెంచి)

[2] రండి, ఇదేదో కుతూహలంగానే వుండేటట్టుంది (ఫ్రెంచి)

అడుగు తీసి అడుగేస్తే తపతపమంటోంది. తుపాకీ మందు పులుముకుపోయిన ముఖంమీద చెమట ధారలుగా కారుతోంది. అతని నోట్లో చేదుగా అనిపించింది. తుప్పు వాసనా, తుపాకీ మందు వాసనా ముక్కుకి తగుల్తున్నాయి. కంజుల కూతలు ఆగకుండా చెవుల పడుతున్నాయి. జోడు గుళ్ల తుపాకీ తాకలేనంత వేడిగా వుంది. అతని గుండె దడదడ గట్టిగా కొట్టుకుంటోంది. ఆవేశంతో అతని చేతులు వణుకుతున్నాయి. అతని కాళ్లు తడబడుతున్నాయి. గడ్డి మోపుల మీద తూలిపోతున్నాడు, బురదలో కూరుకుపోతున్నాడు. కాని ఎదరరి వెదుతూనే వున్నాడు, వేట సాగిస్తూనే వున్నాడు. ఆఖరికి చెడ్డ అవమానకరంగా గురి తప్పి అతను తుపాకీని టోపీని నేలమీదకి విసిరికొట్టాడు.

'అబ్బే! లాభం లేదు! నేను స్థిమితపడాలి' అనుకున్నాడు. తుపాకీని, టోపీని మళ్లీ తీసుకున్నాడు. కుక్కని పిలిచాడు. బాడవ అవతలికి వెళ్లాడు. పొడినేలమీదకి చేరాక ఓ మిట్ట మీద చేరి, బూట్లు విప్పేసి, ఎడమ బూట్లోనుంచి నీళ్లు వంపాడు. మళ్లీ బాడవలోకి వెళ్లాడు. తుప్పు రంగు నీళ్లనే తాగాడు. వేడెక్కిన తుపాకీ గొట్టాల్ని తడిపి చల్లబరిచాడు. ముఖమూ చేతులూ కడుక్కున్నాడు. ఆ రకంగా ఆయాసం తీర్చుకున్నాక తను గురి తప్పిన కంజు వాలిన చోటికి తిరిగి వెళ్లాడు. ఇక ఎంతమాత్రమూ దూకుడుగా వుండకూడదని తీర్మానించుకున్నాడు.

నిదానంగా వుండాలని ప్రయత్నించాడుగాని పరిస్థితి ముందటిలాగానే అయింది. సరిగా గురి కుదరకుండానే వేలు ట్రిగ్గర్‌ని నొక్కేసింది. దాంతో వ్యవహారం ఇంకా దిగజారింది.

బాడవ దాటి అబ్లాన్‌స్కీని కలుసుకోవాల్సిన ఆల్డర్ చెట్ల తోపు దగ్గరికి చేరేటప్పటికి వేట సంచీలో అయిదు పిట్టలు మాత్రమే వున్నాయి.

అబ్లాన్‌స్కీకంటే ముందు అబ్లాన్‌స్కీ కుక్క కనిపించింది. దుర్గంధ భూయిష్టమైన బాడవ బురద ఒంటినిండా అంటుకుని క్రాక్ నల్లగా అయింది. వంగి వంకరగా వున్న ఆల్డర్ చెట్టు కిందనుంచి అది ఎగిరి గెంతింది, అది విజేత దర్పంతో లాస్కని వాసన చూసింది. క్రాక్ వెనక్కాల ఆల్డర్ చెట్ల నీడలో అబ్లాన్‌స్కీ మనోజ్ఞమైన విగ్రహం కనిపించింది. అతను కందిపోయి, చెమటలు కక్కుతూ వున్నాడు. అతని కాలరు బొత్తాం విప్పేసి వుంది. అతను ఇంకా ముందటిలాగే కుంటుతూ లేవిన్ వైపు వచ్చాడు.

"ఊఁ వేట ఎలా సాగింది? మీ పేలుళ్లు ఎక్కువగానే ఉన్నాయి" అని సంతోషంగా చిరునవ్వు నవ్వుతూ అన్నాడు.

"నీది ఎలా వుంది?" అని లేవిన్ అడిగాడు. అసలు అతను అడగవలసిన పనిలేదు, అబ్లాన్‌స్కీ వేట సంచీ ఉబ్బుగా వుండడం అతను చూడనే చూశాడు.

"ఫరవాలేదు."

అతను పద్నాలుగు పిట్టల్ని కొట్టారు.

"భలే బాడవలే! ఆ వెస్లోవ్‌స్కీయే ఇంతకీ నీ వేటకి దిష్టి కొట్టాడు. ఇద్దరు మనుషులకి వొకటే కుక్క, మరి కష్టమే కదా" అని తన విజయాన్ని తగ్గించుకుంటూ అన్నాడు అబ్లాన్‌స్కీ.

11

లేవిన్ ఎప్పుడూ రాత్రిళ్లు విడిదిచేసే రైతు ఇంటికి లేవిన్, అబ్లాన్‌స్కీలు వెళ్లేటప్పటికి అక్కడ వెస్లోవ్‌స్కీ కనిపించాడు. అతను గది మధ్యలో వున్న బల్లమీద కూర్చున్నాడు. రెండు చేతులతోనూ బల్లని గట్టిగా పట్టుకున్నాడు. పక్కనున్నవాళ్లని కూడా నవ్వేటట్టు చేసే తన సహజమైన హుషారైన నవ్వు నవ్వుతున్నాడు. ఈ లోపున ఇంటావిడ తమ్ముడైన సైనికుడు బురద కొట్టుకుపోయిన అతని బూట్లని విప్పడానికి లాగుతున్నాడు.

"ఇప్పుడే వచ్చాను. Ils ont ete charmants.[1] చూశారా, వాళ్లు నాకు తిండి పెట్టారు, తాగుడు ఇచ్చారు. ఆ రొట్టె! ఏం రొట్టె! అద్భుతం! Delicieux[2]! ఆ వోద్కా! అలాంటిదాన్ని నేను రుచిచూడలేదనుకోండి. పైగా డబ్బిస్తే పుచ్చుకున్నారు కాదు. 'మమ్మల్ని గురించి చెడ్డగా అనుకోకండి, ప్రభూ' అని ఒకటే అనడం."

"డబ్బు ఎందుకు పుచ్చుకుంటారు, మిమ్మల్ని ఆదరిస్తూ వుంటే? వాళ్లు వోద్కా అమ్ముతున్నారనుకుంటున్నారా?" అని సైనికుడు ఆఖరికి తడి బూటుని, బురదతో నల్లబడ్డ మేజోడునీ కూడా లాగుతూ అడిగాడు.

గుడిసె అంతా వేటగాళ్ల బూట్ల బురదతో కచాడీ అయిపోయింది. మురికివోడుతూ ఉన్న కుక్కల కుళ్లు వుంది. బాడవ దుర్వాసన, తుపాకీ మందు వాసనా గుడిసెనిండా వ్యాపించాయి. ఇక అక్కడ చాకులు గాని, ఫోర్కులు గాని లేవు. ఇన్ని వున్నా గానీ వేటగాళ్లు వేట తర్వాత వుండే ఉత్సాహంతో భోజనాలు చేశారు, తాగారు. ముఖం కాళ్లు చేతులు కడుక్కుని, తలలు దువ్వుకుని తుడిచి శుభ్రంచేసిన గడ్డి కొఠారంలోకి విశ్రాంతికి వెళ్లారు. బండివాళ్లు అక్కడ వాళ్లకి పడకలు ఏర్పాటు చేశారు.

చీకటిపడుతోందిగాని ఎవరికీ నిద్రలు రావడం లేదు.

సంభాషణ తుపాకుల గురించీ, కుక్కల గురించీ, లోగడ జరిగిన వేటల జ్ఞాపలకీ, కథలకీ సంబంధించి జరిగింది. తర్వాత అందరికీ ఇష్టమైన విషయంమీదకి మళ్లింది. ఆ రాత్రి అలా గడపడం, గడ్డి, సువాసన, బండి విరిగిపోవడంలోని చమత్కారం (ముందరి ఇరుసు తీసెయ్యడంవల్ల బండి విరిగిందని అతనికి అనిపించింది). తనకి వోద్కా ఇచ్చిన రైతుల ఔదార్యం, తమ తమ యజమానుల కాళ్ల దగ్గర పడుకున్న కుక్కలు – అన్నిటి గురించీ వెస్లోవ్‌స్కీ పొంగిపోయి చాలాసార్లు చెప్పాడు. దాంతో ఉత్సాహం పుట్టి అబ్లాన్‌స్కీ అంతకుముందు వేసవిలో యెవరో మాల్థస్ దగ్గర జరిగిన వేట మజా గురించి వర్ణన చేశాడు. మాల్థస్ ప్రసిద్ధ రైల్వే షావుకారు. ఈ మాల్థస్ త్వేర్ గుబేర్నియాలో ఎంత అద్భుతమైన బాడవలున్నదీ, అతను వాటిని ఎలా చూసుకుంటూ వున్నదీ, ఎలాంటి మంచి బళ్లల్లో బగ్గీల్లో వేటగాళ్లని తీసుకువెళ్లిందీ, బాడవ చివర భోజనాలకి గాను ఎలాంటి అట్టహాసమైన గుడారం వేసిందీ అబ్లాన్‌స్కీ చెప్పాడు.

"నిన్ను నేను అర్థం చేసుకోలేను" అంటూ లేవిన్ గడ్డిపైన మోచేతులమీద ఆనుకుంటూ లేచి అన్నాడు. "అలాంటివాళ్లంటే నీకు అసహ్యం పుట్టదూ? నాస్తాతోబాటు ఓ సీసా లాఫీత్

---

[1] ఈ మనుషులు భలేవాళ్లు (ఫ్రెంచి)

[2] నిజంగా సంతుష్టికరంగా వుంది (ఫ్రెంచి)

వైన్ భలే మజాగా వుంటుంది కాదనను, కాని అలాంటి భోగం వెలపరంగా ఉండదూ? ఈ మనుషులు పూర్వం మనకి ఉండేవాళ్లే పన్నులు దండుకునేవాళ్లు* అలాంటివాళ్లు, ప్రజలకి ఏవగింపు పుట్టేట్టు సొమ్ము మూట కట్టేసుకోవడమే. అయినా ప్రజలు ఏమనుకుంటున్నారో పట్టించుకోరు వాళ్లు. అన్యాయంగా కూడబెట్టిన సొమ్ముతో ఆ ఏవగింపునుంచి ముక్తి సంపాదించేస్తారు."

"బాగా చెప్పారు!" అంటూ వెస్లోవ్స్కీ వంతపలికాడు. "నిజమే. అయినా అబ్లాన్స్కీ bonhomie[1] తో అలా చేస్తున్నాడు. కాని 'అబ్లాన్స్కీ అలాంటి వాళ్లతో స్నేహం చేస్తున్నాడు' అని పై వాళ్లు అన్నాడు.

"నేనలా చెయ్యను" అన్నాడు అబ్లాన్స్కీ. ఆ ముక్క అంటూ వుంటే అబ్లాన్స్కీ చిరునవ్వు నవ్వుతూ వున్నాడని లేవిన్‌కి అనిపించింది. "కాని అతను డబ్బున్న వ్యాపారస్థులకంటే గొప్పింటివాళ్లకంటే అన్యాయంగా వున్నాడని అనను. వీళ్లంతా బుర్ర ఉపయోగించీ, కష్టపడీ డబ్బు కూడబెడతారు" అన్నాడు.

"అవును. కానీ ఎలాంటి కష్టం? దేన్నో రాయితీకి సంపాదించి తర్వాత లాభంకోసం అమ్ముకోవడం – దీన్ని కష్టపడ్డం అంటావూ?"

"ఆఁ, కష్టపడ్డం అనే అంటాను. అసలు ఇలాంటివాళ్లు లేకపోతే మనకి రైల్వేలు ఉండవా యేమిటి?"

"కాని రైతులో, శాస్త్రజ్ఞులో పడే కష్టంతో చూస్తే దీన్ని కష్టపడ్డం అంటామా?"

"ఒప్పుకున్నాం, కాని అతను చేసే పనులవల్ల ఫలితాలు వస్తున్నాయి – రైల్వేలు. ఆ రకంగా అది కష్టపడడమే. కాని నీకు రైల్వేలంటే ఏమీ కొరగానివని."

"అది వేరే విషయం. వాటికి ఉపయోగం వుందని ఒప్పుకోవడానికి సిద్ధమే. కాని పడిన కష్టానికి అనుగుణంగా లేని లాభమంతా అన్యాయమే."

"ఇది అనుగుణంగా వుంది, ఇది లేదు అని తేల్చగలవాడెవడు?"

"అన్యాయంగా, మోసంద్వారా సంపాదించిన సొమ్ము" అన్నాడు లేవిన్. న్యాయమైన శ్రమకీ అన్యాయమైనదానికీ మధ్య స్పష్టమైన అంతరం చూపించలేకపోతున్నానే అని అతనికి తెలుస్తూనే వుంది. "మాటకి బేంకుల లాభాలు" అని చెప్పసాగాడు. "ఈ దుర్మార్గం, ఏ శ్రమా లేకుండా అప్పనంగా సొమ్ము మూటగట్టుకోవడం వుందే! సరిగ్గా మన సంకరులు చేసినట్టే వుంది. కాని పద్ధతి మారిందంతే. Le roi est mort, vive le roi![2]* సుంకరులని అంతం చేశామో లేదో రైల్వే అధికారులు, బేంకుల వాళ్లు తయారయ్యారు. వీళ్లదీ కష్టంలేని లాభమే" అన్నాడు.

"బహుశా ఇదంతా నిజమే కావచ్చు, చాలా తెలివైన ముక్కే కావచ్చు... క్రాక్ పడుకో" అని అబ్లాన్స్కీ తన కుక్కని గద్దించాడు. అది గోక్కుంటూ గడ్డిని పీకుతోంది. తర్వాత నిదానంగా,

---

[1] సహజంగా వుండే మంచితనం (ఫ్రెంచి)

[2] రాజు లేడు, రాజు వర్ధిల్లాలి! (ఫ్రెంచి)

శాంతంగా తన వాదన కొనసాగించాడు. తన దృక్పథం సరైనదని అతనికి నమ్మకం వుంది. "కాని నువ్వు న్యాయమైన కష్టానికీ, అన్యాయమైన కష్టానికీ మధ్య అంతరాన్ని చెప్పలేదు. మాటకి, నాకు మా హెడ్ క్లార్క్‌కంటే ఎక్కువ జీతం వస్తుంది, నాకంటే అతనికి పని ఎక్కువ తెలుసు. నీ దృష్టిలో ఇది అన్యాయమే కదా?"

"ఏమో నాకు తెలీదు."

"అయితే నన్ను చెప్పనీ. వ్యవసాయంలో నీకు అయిదు వేల రూబుళ్లు లాభం వస్తుంది, పాపం రైతు అహోరాత్రాలూ తన్నుకులాడినా యాభై రూబుళ్లు కళ్ల చూళ్లేడు. ఇదెంత అన్యాయమో నాకు మా హెడ్ క్లార్క్‌కంటే యెక్కువ జీతం రావడం, మాల్థస్‌కి ఇంజన్ డ్రైవరుకంటే ఎక్కువ రావడం అంతే అన్యాయం. ఇందుకు విరుద్ధంగా నేను వీళ్లపట్ల సంఘంలో వున్న శత్రుత్వానికి ఆధారం లేదని అంటాను. అసూయవల్ల వస్తుంది..."

"అబ్బె, ఆ ముక్క సబబు కాదు" అన్నాడు వెస్లోవ్‌స్కీ. "అది అసూయ కాదు, ఏమైనా ఆ బాపతు వ్యవహారాల్లో లోపాయికారీ పన్లు వుండకపోవు" అన్నాడు.

"ఆగు, నన్ను పూరా చెప్పనీ" అని లేవిన్ తన ఆలోచనని ముందుకు తీసికెళ్లాడు. "నాకు అయిదు వేల రూబుళ్లు రావడం అన్యాయం అని నువ్వు అంటావు. అది నిజమే. అన్యాయమే. నాకూ అలానే అనిపిస్తుంది, కాని..."

"నిజానికి అంతే! రైతు అహోరాత్రాలూ రెక్కలు ముక్కలు చేసుకుంటూ వుంటే మనం విందులూ మందులూ విహారాలు సేవించడం ఏమిటి చెప్పండి?" అని వెస్లోవ్‌స్కీ అన్నాడు. అతని జీవితంలో ఈ సమస్యని మొదటిసారి ఎదుర్కొంటున్నట్టు తెలుస్తూనే వుంది. అందుకని మనస్ఫూర్తిగానే అన్నాడు.

"ఆఁ, నీకూ అలా అనిపిస్తూనే వుంది కాని అంతమాత్రంచేత నువ్వు రైతుకి నీ జాగీరు ధారాదత్తం చేస్తావా?" అని కావాల్సికి లేవిన్‌ని ఉడికిస్తున్నట్టు అబ్లాన్‌స్కీ అన్నాడు.

ఇటీవల కొంతకాలంగా ఈ తోడల్లుళ్లిద్దరి మధ్యా పైకి తేలని వైషమ్యం పుట్టుకొచ్చింది. ఇద్దరూ అక్కాచెల్లెళ్లని పెళ్లి చేసుకోవడం దగ్గర్నుంచి ఎవరు తమ తమ జీవితాలని చక్కగా మలచుకున్నారు అన్న విషయంలో యిద్దరికీ మధ్య స్పర్థ వచ్చినట్టుగా వుంది. ఈ వైషమ్యం సంభాషణ వ్యక్తిగతం కావడంతో బయటపడడం మొదలుపెట్టింది.

"నన్నెవరూ అలా అడగవకపోవడంవల్ల నేను నా జాగీర్‌ని ఇవ్వను, ఒకవేళ నేను అలా ఇవ్వాలని కోరుకున్నా ఇవ్వలేను. ఎవరికని ఇవ్వను?" అని లేవిన్ జవాబు చెప్పాడు.

"ఇక్కడున్న ఈ రైతుకియ్యి. అతను కాదనడు."

"కాని ఎలా ఇవ్వను? అతని దగ్గరికి వెళ్లి అతని పేరుమీద పెట్టెయ్యనా?"

"నాకు తెలీదు, కాని నీకు హక్కు లేదు అని పూర్తి నమ్మకం వుంటే..."

"లేదు, నాకు నమ్మకం లేదు. అందుకు వ్యతిరేకంగా, దీన్ని అర్పించే హక్కు నాకు లేదని, ఈ భూమిపట్ల, నా కుటుంబంపట్లా నాకు బాధ్యత వుందని నా నమ్మకం."

"లేదు, కాని అలాంటి అసమానత్వం అన్యాయం అని నువ్వు అనుకుంటే ఎందుకని అలా చెయ్యలేవు? అని..."

"నేను చేస్తూనే వున్నాను, కాని వ్యతిరేకార్థంలో. ఏమంటే మా ఇద్దరి మధ్యా వున్న అంతరాన్ని పెంచే యత్నం యేదీ నేను చెయ్యడంలేదు."

"మరేం అనుకోకు, నువ్వు చెప్పేది శుద్ధ ఎడ్డెతెడ్డెంగా వుంది."

"అవును, అడ్డదిడ్డం తర్కంలా వుంది" అని వెస్లోవ్స్కీ వత్తాసు పలికాడు. "ఆఁ, మన గృహస్థు" అని అప్పుడు కిర్రుమని చప్పుడు చేస్తూ తలుపు తీసి లోపలికి వచ్చిన రైతుని చూసి అన్నాడు. "ఏం, నిద్రపోలేదా?" అని అడిగాడు.

"ఎక్కడి నిద్రండీ బాబూ! పెద్దోరు మీరు పండుకున్నారనుకున్నా. కాని మీ మాటలు వినిపించాయి. ఆటగొర్రు తీసికెళ్దారని వచ్చాను. తవరి కుక్కలు కరవ్వు కదా!" అని దిసకాళ్లతో జాగ్రత్తగా లోపలికి అడుగేస్తూ అడిగాడు.

"నువ్వెక్కడ పడుకుంటావ్?"

"రాత్రిళ్లు మేం గుర్రాల కాపలాగా వుంటాం."

"ఆహాఁ, ఎంత చక్కటి రాత్రి!" అని వెస్లోవ్స్కీ తెరిచి వున్న గుమ్మం గుండా చూస్తూ అన్నాడు. మసక వెలుతుర్లో గుర్రం విప్పిన బండి, ఇంటి ముందు భాగం కనిపిస్తున్నాయి. "వినండి, ఆడవాళ్లు పాడుతున్నారు. ఫరవాలేదు. ఎవరా పాడేది?" అని అతను గృహస్థుని అడిగాడు.

"రైతు అమ్మాయిలయ్యా!"

"పదండి, షికారు పోదాం. నిద్ర ఎలాగూ లేదు. అబ్లాన్స్కీగారూ, వెడదాం."

"ఇక్కడ ఇలా వాలి పడుకునే అలా వెళ్లడం ఎంత బాగుంటుంది" అని అబ్లాన్స్కీ ఒళ్లు విరుచుకుంటూ అన్నాడు. "ఇలా పడుకోవడం ఎంతో బాగుంది" అన్నాడు.

"అయితే నేనొఖ్ఖణ్ణే వెడతా" అని వెస్లోవ్స్కీ అవతలికి వెళ్లిపోయాక, రైతు తలుపు మూసేక అన్నాడు.

"అవును, భలేవాడే" అన్నాడు లేవిన్. అతని మనసు ఇంకా ఆ సంభాషణ గురించిన ఆలోచనలోనే వుంది. తను తన ఆలోచనల్ని స్పష్టంగా చెప్పినట్టే అతనికి అనిపించింది. అయినా వాళ్ళిద్దరూ తమ అడ్డదిడ్డం తర్కంతో తన మనసు సమాధానపరచుకుంటున్నట్టు ఏకగ్రీవంగా అన్నారు. మరి వాళ్లు తెలివితక్కువవాళ్లూ కాదు, నిజాయితీలేనివాళ్లూ కాదు. లేవిన్‌కి కష్టం కలిగింది.

"అంచేత సంగతి అదీ బాబూ! నువ్వు ఏదో ఒకదాన్ని ఎంచుకోవాలి. ఈ ప్రస్తుత సామాజిక వ్యవస్థ న్యాయమైందని ఒప్పుకున్నట్టయితే నీ హక్కుల్ని నువ్వు రక్షించుకో. లేదా మనం అనుభవించే హక్కులు అన్యాయమైనవే, అయినా వీలైనంత సుఖాన్ని జుర్రుకుందాం నాలాగా, అవి ఒప్పుకో" అన్నాడు అబ్లాన్స్కీ.

"లేదు, అవి అన్యాయమైనవి అని నువ్వు అనుకుంటే సుఖాన్ని పొందలేవు. కనీసం నేను అలా చెయ్యలేను. నాకు ముఖ్యమైంది నా దోషం లేదని నాకు అనిపించడం."

"ఏం, మనం కూడా అలా వెడదామా?" అన్నాడు అబ్లాన్స్కీ. ఆలోచనతో అతని బుర్ర వేడెక్కిపోయినట్టే వుంది. "ఎలాగూ నిద్రపోలేం, పద" అన్నాడు.

అన్నా కెరనినా 635

లేవిన్ మాట్లాడలేదు. తను న్యాయపూరితంగా వున్నాడు అనేది వ్యతిరేకార్థకంగానే తప్ప మరోలా లేదనేది అతనికి కుతూహలం కలిగిస్తోంది. 'వ్యతిరేకార్థకమైందే న్యాయపూరితంగా వుండగలదా?' అని తనలో తను అనుకున్నాడు.

"కొత్తగా కోసిన ఈ గడ్డి ఎంత ఘాటుగా వుంది" అని అబ్లాన్స్కీ లేస్తూ అన్నాడు. "ఎలాగూ నిద్రపట్టదు. వెస్లోవ్స్కీ అక్కడ ఏదో వ్యవహారం చేస్తున్నాడు. అతని గొంతుక, ఆ నవ్వు విన్నావా? పద మనమూ వెడదాం. లే" అన్నాడు.

"ఉహుఁ, నేను రాను" అన్నాడు లేవిన్.

"ఏమిటి ఇది కూడా సూత్రబద్ధంగానే చేస్తున్నావా ఏమిటి?" అని అబ్లాన్స్కీ చీకట్లో టోపీ కోసం తడుముకుంటూ మందహాసంతో అన్నాడు.

"సూత్రప్రాయంగా కాదు. కాని యెందుకు రావడం?"

"జాగ్రత్త, ఇరుకులో పడకు" అని అబ్లాన్స్కీ టోపీ అందుకుని లేస్తూ హెచ్చరించాడు.

"అదేమిటి?"

"నువ్వు నీ పెళ్లాం దగ్గర ఎలా వంగివంగి వున్నావో నాకు తెలీదనుకుంటున్నావా ఏమిటి? నేను విన్నా నువ్వామెతో రెండ్రోజులు వేటకి వెళ్లడం విషయం ఏదో పెద్ద రాజకీయ విషయం అయినట్టు సంప్రదించడం. ఏదో కొంతకాలందాకా అది మనోహరమైన ఆదర్శంగానే వుండచ్చు కాని జీవితాంతం సాగదు. మగాడన్నాక స్వతంత్రం వుండాలి, మగవాడి సరదాలు వుండాలి. మగాడు మగాడిలా వుండాలి" అన్నాడు అబ్లాన్స్కీ తలుపు తెరుస్తూ.

"ఏమిటి నీ ఉద్దేశం? వెళ్లి రైతు ఆడపిల్లలతో సరసాలాడమంటావా?" అని లేవిన్ అడిగాడు.

"మజాగా వుంటే అందులో తప్పేమిటి? Ca ne tire pas a consequence[1]. దానివల్ల కట్టుకున్నదానికి నష్టం ఆవగింజంత వుండదు. నాకూ సరదాగా వుంటుంది. అన్నిటికంటే ముఖ్యమైనది కాపురాన్ని పదిలంగా చూసుకోవడం. ఇలాంటివాటిని కొంపలోకి లాక్కుండా చూసుకోవాలి. కాని నీ చేతుల్ని కట్టేసుకోకు."

"అలాగా!" అంటూ లేవిన్ పొడిగా అని అటుపక్కకి వెళ్లాడు. "మనం పెందరాళే లేవాలి. నేనెవరినీ లేపనుగాని తెల్లవారుతూనే వెళ్లిపోతాను" అన్నాడు.

"Messieurs, venez vite[2]" అంటూ అప్పుడే తిరిగివచ్చిన వెస్లోవ్స్కీ గొంతుక వినిపించింది. "Charmante![3] నేనే వెతికి పట్టాను. Charmante! అసలైన గ్రెత్‌ఖెన్*. అప్పుడే మా ఇద్దరికీ స్నేహం కలిసింది. అబ్బ! ఎంత బాగుంది!" అని అతను ఆమెని ఏదో తనకోసమే ముచ్చటైనదానిగా తయారుచేసినట్టు, అందుగ్గాను సృష్టికర్తకి ఋణపడివున్నట్టు ఆనందంతో అన్నాడు.

[1] ఇందులో చెడ్డ ఫలితాలు లేవు (ఫ్రెంచి)

[2] మహానుభావులారా, త్వరగా రండి (ఫ్రెంచి)

[3] చాలా అందమైంది (ఫ్రెంచి)

లేవిన్ నిద్రపోయినట్టు నటించాడు. అబ్లాన్‌స్కీ ఆకు చెప్పులు వేసుకుని, చుట్ట ముట్టించుకుని అవతలకి వెళ్లాడు. కొంచెంసేపట్లోనే వాళ్ల గొంతుకలు వినిపించకుండా దూరం అయిపోయాయి.

లేవిన్‌కి చాలాసేపు నిద్రపట్టలేదు. గుర్రాలు గడ్డి నములుతూ వుండడం వినిపించింది. రైతు అతని పెద్ద కొడుకుని తీసుకుని రాత్రికాపలా కోసం వెళ్లిపోయాడు. ఆ తర్వాత కొట్టం మరో మూల సైనికుడు, అతని మేనల్లుడు, అంటే రైతు చిన్న కొడుకు, పడుకోవడం వినిపించింది. ఆ కుర్రవాడు సన్న గొంతుకతో కుక్కల్ని చూస్తే తనకేమనిపించిందీ చెప్తున్నాడు. అవి భయం కలిగిస్తూ వున్నాయి. చాలా పెద్దగా వున్నాయి. ఇంతకీ అవి వేటిని పట్టుకోవాలీ అని అడిగాడు. వేటగాళ్లు మర్నాడు వేటకి తుపాకులు పేలుస్తారని సైనికుడు నిద్రమగతగా వున్న బొంగురు కంఠంతో చెప్పాడు. ఇక మళ్లీ కుర్రవాడు ఏమీ అడక్కుండా "పడుకో, వాస్క! పడుకో, లేకపోతేనా!" అన్నాడు. వెంటనే సైనికుడు గుర్రుకొట్టడం మొదలుపెట్టాడు. తర్వాత అంతా సద్దుమణిగిపోయింది. గుర్రాల సకిలింపులూ, కంజుల కూతలూ మాత్రమే వినిపించాయి. 'వ్యతిరేకార్థకంలోనేనా?' అని లేవిన్ తనలో తను అనుకున్నాడు. 'అలానే కానీ, అయితే నా తప్పేం వుంది?' అనుకున్నాడు. మర్నాడు చెయ్యాల్సిన పనుల గురించి అనుకున్నాడు.

'పొద్దున్నే లేచి వెడతాను. గట్టి నిర్ణయం చేసుకోవాలి. నిబ్బరంగా వుంటాను. బాడవ నిండా కంజులు తెగ వున్నాయి. పెద్ద కంజులు కూడా. తిరిగి వచ్చేటప్పటికి కిట్టీ పంపే చీటీ వుంటుంది. అవును, అబ్లాన్‌స్కీ అన్న ముక్క నిజమే. నేను మగాడిలా ఆమెతో ప్రవర్తించడంలేదు. ఆమె కొంగు పట్టుకుని తిరుగుతున్నాను... అయినా మరి ఏం చెయ్యాలి? అదుగో మళ్లీ వ్యతిరేకార్థకం' అనుకున్నాడు.

కునుకుపడుతూ వుండగా వెస్లోవ్‌స్కీ, అబ్లాన్‌స్కీలు కిలకిల నవ్వుతూ వుండడం, హుషారుగా మాట్లాడుకోవడం వినిపించింది. లేవిన్ ఓ క్షణంసేపు కళ్లు తెరిచాడు. చంద్రుడు ఉదయించాడు. చక్కగా కాస్తున్న వెన్నెలలో వాళ్లిద్దరూ గుమ్మం దగ్గర నుంచుని మాట్లాడుకుంటూ వున్నారు. అబ్లాన్‌స్కీ ఆ అమ్మాయిని పక్వానికి వచ్చిన పండుతో పోలుస్తూ ఆమె నేవళింపు గురించి చెప్తున్నాడు. వెస్లోవ్‌స్కీ తన నవ్వుతో పక్కవాళ్లూ నవ్వేటట్టు చేస్తూ, ఎవరో రైతు అన్న మాటల్ని అప్పచెపుతూ "నీ పెళ్లాంలాగే వుండేటట్టు చేసుకో" అన్నాడు. లేవిన్ నిద్రమగతగా-

"బాబులూ రేప్పొద్దుట" అని నిద్రపోయాడు.

12

లేవిన్ పొద్దున్నే లేచాడు. వాళ్లనీ లేపబోయాడు. వెస్లోవ్‌స్కీ మేజోళ్ళు తొడుక్కున్న ఓ కాలిని బారచాచి బోర్ల పడుకుని గాఢంగా నిద్రపోతున్నాడు. లేవిన్ లేపితే ఉలకలేదు, పలకలేదు. అబ్లాన్‌స్కీ నిద్రమత్తుగా అంత పొద్దున్నే ఏమిటి పొమ్మని అన్నాడు. గడ్డిమీద ఓ వార హాయిగా ముడుచుకుపడుకున్న లాస్క కూడా ఇష్టంలేనట్టుగా, బద్ధకంగా లేచి వెనకకాళ్లని ఒకదాని తర్వాత ఒకటి సాగదీసుకుంది. లేవిన్ బూట్లు తొడుక్కుని, తుపాకీ తీసుకుని, కిర్రుమని

చప్పుడుచేసే కొట్టం తలుపుని జాగ్రత్తగా తీసి బయటికి వెళ్లాడు. బళ్లు తోలేవాళ్లు బళ్ల పక్కనే పడుకున్నారు. గుర్రాలు జోగుతున్నాయి. ఓ గుర్రం బద్ధకంగా ఓట్లు దానా తింటోంది. ఓట్లని తొట్టిలోనుంచి ముట్టెతో పైకి ఇటూ అటూ తోసుకుంటూ తింటోంది. బయట ఇంకా వెలుతురు పరుచుకోలేదు.

"ఇంత పెందరాళే ఎందుకు లేచావు బాబూ" అని రైతు భార్య అప్పుడే బయటికి వస్తూ అతన్ని పాత పరిచితుడిలాగా పలకరిస్తూ అంది.

"వేటకి వెడుతున్నానత్తా. ఇక్కడినుంచి బాడవకి ఎలా వెళ్లచ్చు?"

"పెరట్లోనుంచి నూర్పుడు కళ్లం దాటి, తిన్నగా నారచేను దాటి వెడితే దారి వస్తుంది."

ఎండకి కమిలిన దిసకాళ్లతో జాగ్రత్తగా అడుగులువేస్తూ ఆమె లేవిన్‌కి దారిచూపించి కంచె కమ్మీని అతను వెళ్లడంకోసమని తెరిచింది.

'నూర్పిడి కళ్లం దాటితే తిన్నగా బాడవలోకి వెడతావు. రాత్రి మా వాళ్లు అటే మైదానాలకి గుర్రాల్ని తోలుకెళ్లారు."

లాస్క ముందు పరిగెత్తింది. లేవిన్ చురుగ్గా అడుగులు వేస్తూ నడిచాడు. నడుస్తూ వున్నంతసేపూ ఆకాశంకేసి చూస్తూనే వున్నాడు. తను బాడవ దగ్గరికి వెళ్లేలోపల పొద్దు పైకిఎక్కదు అనుకున్నాడు. కాని సూర్యుడు ఆలస్యం చెయ్యలేదు. లేవిన్ బయల్దేరినప్పుడు ప్రకాశమానంగా వున్న చంద్రుడు ఇప్పుడు వెలవెలబోతూ వున్నాడు. కొన్ని క్షణాల క్రితం దాకా దూరంలో అస్పష్టంగా వున్న మచ్చలు ఇప్పుడు స్పష్టంగా కనిపిస్తున్నాయి. అవి రై కంకులు. పుప్పొడి పోయిన ఆ నార పువ్వుల్ని కోసేశారు. ఎత్తుగా పెరిగి, సుగంధం చిమ్ముతూ వున్న నారమీద మంచుబిందువులు సూర్యకాంతి లేకపోవడంతో కనిపించడంలేదు. కాని ఆ మంచు లేవిన్ కాళ్లనీ, నడుం పైకంటా చొక్కానీ తడిపింది. ప్రాతఃకాల పారదర్శక నీరవతలో అతిచిన్న ధ్వనులు కూడా వినిపిస్తున్నాయి. లేవిన్ చెవి పక్కనుంచే జుమ్మంటూ తుపాకీ గుండు దూసుకుపోయినట్టుగా ఒక తేనెటీగ దూసుకుపోయింది. తర్వాత మరోటీ, మూడోదీ అలా దూసుకుపోయాయి. కర్ర గుంజల దడి వెనక వున్న తేనెటీగల పెట్టెలోనుంచి బాడవ దిశలో పోతూ వున్న తేనెటీగలు అవి. ఆ దారి తనని తిన్నగా బాడవ దగ్గరికి తీసుకువెడుతుంది. పొగమంచుని బట్టి బాడవని గుర్తుపట్టవచ్చు. పొగమంచు ఓచోట పల్చగా, ఓచోట దట్టంగా వుంది. ఆ మధ్యలో తుంగ, విల్లో పొదలు వున్న భాగాలు ద్వీపాల్లా కానవస్తున్నాయి. బాడవ దగ్గర రోడ్డుమీద రాత్రి గుర్రాల్ని కాపలాకాస్తూ వున్న పిల్లవాళ్లు, పెద్దవాళ్లు కోట్లు కప్పుకుని గాఢంగా నిద్రపోతున్నారు. వాళ్లకి దగ్గర్లోనే బంధాలు వేసిన మూడు గుర్రాలు మేస్తున్నాయి. ఓ గుర్రం కాళ్లకి కట్టికి యినుప బంధాన్ని గణగణ చప్పుడు చేసింది. లాస్క ముందుకు వెడతామరి అన్నట్టు అనుమతికోసం చూస్తూ, ముట్టె ఎత్తి వెనక్కి యజమాని పక్క పక్కనే నడుస్తోంది. నిద్రపోతూ వున్న రైతుల్ని దాటి దగ్గర దగ్గర బాడవ చేరేక లేవిన్ తూటాలని పరీక్షించి, లాస్కని వదిలాడు. అక్కడున్న గుర్రాల్లో ఒకటి సన్నగా ఎరుపురంగులో వుంది. మూడేళ్ల వయసుది. ఆ గుర్రం కుక్కని చూసి తోక ఎత్తి బెదిరి సకిలించింది. మిగిలిన గుర్రాలూ బెదిరి బాడవలో గెంతాయి. బంధాలు వేసిన కాళ్లతో నీళ్లలో తపాతపామనీ చిక్కగా

వున్న బురదలో కాళ్లు ఎత్తుతూ వుంటే గిట్టలు చితచితమని చప్పుడు చేస్తూ వుండగా బాడవనుంచి గెంతాయి. లాస్క ఆగి గుర్రాలకేసి అసహ్యించుకునే చూపు చూసి ఏమిటి మరి అని అడుగుతున్నట్టు లేవిన్‌కేసి చూసింది. లేవిన్ దాన్ని తట్టాడు, ఊ కానీ అని సూచిస్తున్నట్లు ఈల వేశాడు.

లాస్క సంతోషంగా పని ధ్యాసలోనే కాళ్ల కింద జవజవలాడ్తూ వున్న నేలమీద పరిగెట్టింది.

బాడవలోకి పరిగెత్తాక లాస్క తనకి తెలిసిన మొక్కల వాసననీ, బాడవ గడ్డి వాసననీ అలాగే కొత్తగా వున్న గుర్రాల లద్దెల వాసననీ పట్టింది. వీటితోబాటు దానికి ఉత్తేజం కలిగించే విశేషమైన పక్షి వాసననీ పట్టింది. ఆ ప్రాంతం అంతా ఆ వాసన వ్యాపించింది. అక్కడక్కడ నాచులో, బాడవ మొక్కల్లో ఈ వాసన ఇంకా ఘాటుగా వుంది. కాని ఎక్కడ మరీ ఘాటుగా వున్నదీ, ఎక్కడ తక్కువ ఘాటుగా వున్నదీ అది పసికట్టలేకపోయింది. అంచేత సరిఅయిన దిశని పట్టుకునేందుగ్గాను గాలికి దూరంగా వెళ్లడం దానికి అవసరమైంది. కాళ్లు ఎలా పరిగెడుతున్నాయో తెలీకుండానే, లాస్క బిగిగా పరిగెత్తింది. పిసరు అవసరంపడితే ఆగగలిగేటట్టు పరిగెత్తింది. కుడివైపు పరిగెత్తింది. తూర్పునుంచి వీచే ప్రత్యూష శీతపవనంనుంచి దూరంగా వెళ్లి గాలికేసి ముట్టె పెట్టింది. ముక్కు పుటాలు పెద్దవి చేసుకుని నిండుగా గాలి పీల్చేక దానికి పక్షుల వాసనే గాదు, ఎదురుగ్గా వున్న పక్షుల్నే పసికట్టింది. అది వేగం తగ్గించింది. అవి అక్కడే ఉన్నాయి కాని కచ్చితంగా ఎక్కడ అనేది తేల్చుకోలేకపోయింది. కచ్చితమైన చోటు పట్టుకుందుకు అది సుళ్లు తిరిగింది. కాని యజమాని పిలుపుతో ఠక్కున ఆగిపోయింది. “ఇదుగో, లాస్క” అని మరో దిశకేసి చూపిస్తూ అతను అరిచాడు. తను మొదలుపెట్టినదాన్ని ముగించాక అటు వెళ్లకూడదూ అని అడుగుతున్నట్టు అతనికేసి చూస్తూ ఆగింది. కాని లేవిన్ నీళ్లు నిండిన రెల్లుకేసి అక్కడ వేట వుండవచ్చునేమోనని చూపిస్తూ మళ్లీ అదే మాట కోపంగా రెట్టించాడు. అది అతని మాట వింది. అతని తృప్తికోసం అన్నట్టు వెతకడం నటించింది. కొంత దూరం తిరిగి మళ్లీ ముందటి చోటుకే వచ్చి వెంటనే వాసన పట్టింది. అతను ఇప్పుడు జోక్యం చేసుకోకపోవడంతో తనేం చెయ్యాల్సిందీ దానికి తెలిసింది. అది కిందికి చూడకుండా, ఎగుడుదిగుడు నేలమీద తడబడుతూ, నీళ్లల్లో పడుతూ వుంది. కాని చురుకైన కాళ్లమీద మళ్లీ టక్కని లేస్తూ చక్కర్లు తిరగడం మొదలుపెట్టింది. ఆ తిరగడం దానికి విషయాన్ని విశదం చెయ్యాలన్నమాట. పక్షుల వాసన ఇంకా ఇంకా ఎక్కువగా తెలుస్తోంది. ఇంకా ఇంకా ఎక్కువ సాంద్రంగా వుంది. ఓ పక్షి అక్కడనే, మిట్ట వెనక అయిదడుగుల దూరంలో వుందని దానికి హఠాత్తుగా తెలిసింది. అది అలానే ఆగిపోయింది. గట్టిగా ఊపిరి కూడా తియ్యలేదు. మహా బిగువుగా నుంచుండిపోయింది. దాని కాళ్లు మరీ పొట్టిగా ఉండడంతో ఎదరవున్నది ఏదీ దానికి ఆనటం లేదు. కాని వాసనని బట్టి పక్షి అయిదడుగులకంటే ఎక్కువ దూరంలో లేదని అది గ్రహించింది. అది ఇంకా ఎక్కువగా పక్షి వాసనని అఘ్రాణిస్తూ, దానికోసం ఎదురుచూసే ఆనందాన్ని పొందింది. అది తోకని బారుగా బిగిగా చాచింది. తోక చివర మాత్రం కంపించింది. దాని నోరు సగం తెరుచుకుంది. చెవులు రిక్కించింది. పరిగెత్తడం వల్ల ఓ చెవి వెనకనుంచి ముడుచుకుంది. అది ఆయాసపడుతూ పక్షిని బదరకొట్టకుండా నిదానంగా వూపిరి పీల్చింది. జాగ్రత్తగా ఇంకా జాగ్రత్తగా, తలకంటే ఎక్కువగా కళ్లని తిప్పి

యజమానిని చూసింది. అతని వాలకం దానికి బాగా తెలుసు. అతని కళ్లు దానికి ఎప్పుడు భయం కలిగించేవి. అతను చాలా నిదానంగా అడుగులో అడుగు వేసుకుంటూ ఎగుడుదిగుడు నేలమీద తొట్రిపడుతూ వస్తూ వున్నట్టు దానికి అనిపించింది. అతను మరీ చచ్చుగా నడిచి వస్తూ వున్నట్టు దానికి అనిపించింది, నిజానికి అతను పరిగెత్తి వస్తూ వున్నా గానీ.

అది వేటని వెతికినట్టు వాలకం పెట్టి, నేలని కరిచి పెట్టుకుపోయి, మూతి సగం తెరిచి, వెనక కాళ్లని ఈడుస్తున్నట్టు పెట్టిన పద్ధతి చూసి అది కంజుల వాసన పట్టిందని గ్రహించి దానివైపు పరిగెత్తాడు. లేవిన్ మనసులో జయలక్ష్మి వరించాలని ముఖ్యంగా మొదటి పిట్ట వేట అయినా విజయం సాధించాలని కోరుకున్నాడు. లాస్క పక్కకి వెళ్లీ వెళ్లగానే అతను యెదర చూడ్డం మొదలుపెట్టాడు. తన ఎత్తుగా వుండడంవల్ల లాస్క నాసికతో పసికట్టినదాన్ని కళ్లతో చూశాడు. రెండు మిట్టల మధ్య ఓ కంజు మరో మిట్టమీద కూర్చుని వుంది. అది అతని కంటబడింది. అది తల పైకి ఎత్తి చప్పుళ్ల వైపు ఓ చెవి పెట్టి హెచ్చరికగానే వుంది. తర్వాత రెక్కలు కొంచెం కొట్టుకుని మళ్లీ ముడుచుకుని, వింతగా తోక ఊపి మిట్ట వెనక్కిపోయింది.

“ఉరుకు, ఉరుకు” అని లేవిన్ వెనకనుంచి లాస్కకి ఊపు ఇచ్చాడు.

‘కాని నేను వెళ్లలేను’ అనుకొంది లాస్క. ‘ఎక్కడికి వెళ్లను? ఇక్కడ్నుంచైతే వాటి వాసన తెలుస్తోంది. కాని ముందుకు వెడితే అవి ఎక్కడున్నాయో, అవి ఏమిటో పట్టుకోలేను’ అనుకొంది. కాని లేవిన్ మోకాలితో దాన్ని కొంచెం తోసి ఆవేశంలో గొణిగాడు : “ఉరుకు, లాస్క ఉరుకు” అని.

‘సరే! తనకి అలా అనిపిస్తే, అలానే చేస్తాను. కాని నా జవాబుదారీ ఏమీ వుండదు మరి’ అనుకొంది. దాంతో అది మిట్టల మధ్యకి దూకింది. దానికిప్పుడు ఏ వాసనా తగిల్లేదు. ఏదో వినిపించింది కనిపించింది, యేమీ అర్థం కాలేదు.

ఆ చోటునుంచి ఓ పది అడుగుల దూరంలో ఓ పెద్ద గీమనే కూతతో, కంజులకి ప్రత్యేకం వుండే మోతతో ఓ పెద్ద కంజు లేచింది. గుండు పేలగానే ఆ పక్షి తెల్లని ఛాతీ తడి నేలమీద గట్టిగా తపామని పడింది. రెండో పిట్ట కూడా కుక్క ఇంకా బెదిరించకుండానే లేవిన్ వెనకనుంచి లేచింది.

లేవిన్ దానివేపు తిరిగేటప్పటికి అది కొంచెం దూరం పోగలిగింది. కాని అతను పేల్చిన తూటా దాన్ని కొట్టింది. అది మరో ఇరవై అడుగులు ఎగిరింది. బలంగా పైకి లేచింది, మళ్లీ సుళ్లు తిరుగుతూ గాలిలోకి విసిరిన బంతిలాగా సర్రన కిందికి జారుతూ పొడినేలమీద పడింది.

‘బోణీ బాగానే వుంది’ అని లేవిన్ వెచ్చగా లావుగా వున్న పిట్టల్ని సంచీలో వేసుకుంటూ అనుకున్నాడు. ‘ఏమంటావ్ లాస్క, బోణీ బాగానే వుందా?’

లేవిన్ తుపాకీ నింపుకుని మళ్లీ బయల్దేరేటప్పటికి పొద్దు ఎక్కింది, మేఘాల మాటున ఉన్నా గానీ చంద్రుడు పూర్తిగా వెలవెల బారిపోయి ఆకాశంలో తెల్లని మేఘంలాగా వున్నాడు. ఒక్క నక్షత్రం కూడా కంటికి కనిపించడం లేదు. మంచు బిందువుల వల్ల అప్పటిదాకా

తెల్లగా వున్న బాడవ నేల ఇప్పుడు బంగారు శోభలో కనిపిస్తోంది. జేగురు రంగు నీళ్లు పసుపుపచ్చగా కనిపిస్తున్నాయి. గడ్డి శ్యామల వర్ణం హరిద్రా హరితవర్ణంగా మారింది. బాడవ పిట్టలు వెండిలా మెరుస్తున్న నదిమీద నిడుపాటి నీడలు పరుస్తూ వున్న చెట్లలో హడావుడిగా వున్నాయి. ఓ డేగ లేచి, కోసుగా వున్న గడ్డివాముమీద కూర్చుంది. తల అటూ ఇటూ ఊపుతూ బాడవకేసి చిర్రుబుర్రుమనుకుంటూ చూస్తోంది. దొంగ కాకులు పొలాల మీద ఎగురుతున్నాయి. దిసపాదాల కుర్రాడొకడు గుర్రాల్ని ఓ ముసలాయన వేపు తోలుకువెడుతున్నాడు. ఆ ముసలతను అప్పుడే కోటు కిందనుంచి లేచి కూర్చుని గోక్కుంటున్నాడు. తుపాకీ పేల్చిన తర్వాత లేచిన పొద ఆకుపచ్చ గడ్డి నేపథ్యంలో పాలలా తెల్లగా కనిపిస్తోంది.

ఓ కుర్రాడు లేవిన్‌వైపు పరిగెత్తుకుంటూ వచ్చాడు.

“మామా, నిన్న ఇక్కడ బాతులు వున్నాయి’ అని లేవిన్‌తో చెప్పి కొంత దూరం దాకా అతని వెనక వెనకనే వెళ్లాడు.

లేవిన్ ఆ కుర్రాడు వుండగా మూడు కంజుల్ని కొట్టడంతో మహా సంతోషంగా వున్నాడు. ఆ కుర్రవాడు ఆహా అని మెచ్చుకున్నాడు.

13

వేటలో మొదటి జంతువుగాని, పక్షిగాని చెయ్యిజారిపోకుండా దక్కినట్లయితే మిగిలిన వేటంతా ఘనంగా వుంటుందనే వేటగాళ్ల నమ్మకం నిజమనే తేలింది.

లేవిన్ అలిసిపోయి, ఆకలితో, దప్పికతో, అయినా సంతోషంతో, సుమారు ఓ ముప్పై వెర్‌స్తులు తిరిగి, పంతొమ్మిది కంజుల్ని సంచీలో వేసుకుని, సంచీలో పట్టని ఓ అడివి బాతుని పటకాకి కట్టుకుని తిరిగి వెనక్కి వచ్చేటప్పటికి దగ్గర దగ్గర పదైంది. అతని నేస్తాలు లేచి నాస్తా చేశారు.

“ఆగండి, ఆగండి, పంతొమ్మిది వుంటాయనుకుంటాను” అని లేవిన్ కంజుల్ని, పెద్ద కంజుల్ని మళ్లీ లెక్కపెడుతూ అన్నాడు. అవి ఎగిరేటప్పుడున్నట్టుగా అందంగా లేవు. ముడుచుకుపోయి వేళ్లాడిపోతున్నాయి. ఆరిపోయిన రక్తం మరకలతో ఉన్నాయి. వాటి తలలు వేలబడి వున్నాయి.

లెక్క సరిగానే వుంది. అబ్లాన్‌స్కీ తనని చూసి అసూయపడ్డం లేవిన్‌కి సంతోషంగా ఉంది. కిట్టీ దగ్గర్నుంచి ఉత్తరం తెచ్చిన మనిషి తన కోసం నిరీక్షిస్తూ ఉండడమూ సంతోషం కలిగించింది.

‘నా ఒంట్లో హాయిగా వుంది. సంతోషంగా ఉన్నాను. నా గురించిన బెంగలేం వద్దు, అలాంటి బెంగలు వుండవలసిన కారణం ఏమీ లేదు. ఏమంటే ఇప్పుడు నాకు కొత్త అంగరక్షకురాలు వచ్చింది, మరీయా వ్లాస్యెవ్నా’ (లేవిన్ ఇంట్లో ఈ మధ్యనే చేరిన కొత్త ముఖ్యమైన సభ్యురాలు, మంత్రసాని). ‘నేనెలా ఉన్నానో చూద్దామని వచ్చింది. నేను అంతా బాగానే వున్నట్టు ఆమె అంది. నువ్వు తిరిగివచ్చేదాకా ఉండిపొమ్మని ఆమెని అడిగాం. అందరూ

క్షేమం. అంచేత నువ్వేమీ బెంగపడక్కర్లేదు, తొందరపడక్కర్లేదు. వేట బాగావుంటే మరో రోజు వుండు.'

భేషైన వేట, భార్య ఉత్తరం అనే రెండు మహత్తర సంతోషకర విషయాలు, తర్వాత వచ్చిన రెండు అప్రియమైన విషయాల్ని కమ్మేశాయి. లేవిన్‌కి అవి అంతగా కష్టం కలిగించలేదు. ఒక అప్రియమైన విషయం గోధుమరంగు గుర్రం అలసంగా వుండి ఏమీ మేత మెయ్యలేదు. దాన్ని ముందురోజున ఎక్కువ తోలడంవల్ల అలా వుంది. గుర్రం బాగా నలిగిపోయినందువల్లనని చెప్పి బండితోలేవాడు అన్నాడు.

"నిన్న బాగా నలిగిపోయిందండయ్యా. ఈ కచ్చా రోడ్లమీద పది వెర్స్తులు పరిగెత్తడం మరి" అన్నాడు.

రెండో అప్రియమైన విషయం, మొదట అది అతనికి చిరాకు కలిగించినా తర్వాత నవ్వు తెప్పించింది. అదేమిటంటే కిట్టీ తమకి వారానికి సరిపడా సర్దిపెట్టిన తిండి పిసరు కూడా మిగలకుండా ఖర్చయిపోవడం. బాడవనుంచి అలిసిపోయి ఆకలితో తిరిగివచ్చేటప్పుడే అతను పిండివంటల గురించి ఊహించుకుంటూ, లాస్క వేట వాసనని పట్టుకోగలిగినట్టుగా వాటి వాసనని గుర్తు చేసుకుంటూ వచ్చాడు. గుమ్మంలో అడుగుపెట్టగానే వాటిని తింటానికి తెమ్మని ఫిలిప్‌కి పురమాయించాడు. అప్పాలు సరేసరి కోళ్లు కూడా మిగల్లేదని తెలిసింది.

"ఏం జఠరాగ్ని ఇతనిది!" అని అబ్లాన్‌స్కీ నవ్వాడు వెస్లోవ్‌స్కీకేసి తలవూపి చూపిస్తూ. "నా జఠరాగ్ని తక్కువదని అనను గాని ఇతనిది అందరినీ సొడ్డుపెట్టేసింది."

"అయితే ఏం లే!" అని లేవిన్ వెస్లోవ్‌స్కీకేసి గుర్రుగా చూసి అన్నాడు. "అయితే కొంచెం మాంసం పట్టుకురా ఫిలిప్" అన్నాడు.

"అదీ అయిపోయిందండయ్యా. బొమికెల్ని కుక్కలకి వేసేశాను" అన్నాడు ఫిలిప్.

లేవిన్‌కి చాలా కష్టం కలిగి చించుకున్నాడు.

"ఏదో ఒకటి మిగిల్చి తగులడాల్సింది!" అతను ఏడ్చినంత పని చేశాడు.

"సరే వెళ్లి ఈ పిట్టల్ని శుభ్రం చేసి, కానీ" అని వణికే గొంతుకతో ఫిలిప్‌కి చెప్పాడు. "కొత్తిమీర వెయ్యడం మర్చిపోకు. పోనీ పాలైనా ఉన్నాయా?" అన్నాడు.

పాలు తాగాక కడుపు చల్లబడింది. అప్పుడు అయ్యో అనవసరంగా కొత్త మనిషి ముందు చిరాకుపడ్డానే అని సిగ్గుపడ్డాడు. తన కోపాన్ని వేళాకోళం అయినట్టుగా తిప్పాడు.

సాయంత్రం వాళ్లు వేటకి వెళ్లారు. వెస్లోవ్‌స్కీ కాసిని పిట్టల్ని కొట్టాడు. రాత్రికి ఇంటికి తిరిగివచ్చారు.

తిరుగు ప్రయాణం కూడా వచ్చే ప్రయాణంలాగా దారి పొడుగుతా మజాగా వుంది. వెస్లోవ్‌స్కీ పాటలు పాడాడు. తనకి వోద్కా ఇచ్చి బాగా చూసిన రైతులని గుర్తు చేసుకున్నాడు. 'మమ్మల్ని గురించి చెడ్డగా అనుకోకండయ్యా' అని వాళ్లు అన్న మాటల్ని గుర్తు చేసుకున్నాడు. తను పల్లె పడుచులతో మజా చెయ్యడం, ముఖ్యంగా ఆ పడుచుపిల్లని, తనని పెళ్లి అయిందా అని అడిగి కాలేదని విన్నాక 'పేరేవాళ్ల పెళ్లాల వెనకబడి తిరక్కుండా తమరి పెళ్లాన్ని తెచ్చుకోండి' అని రైతు అన్న మాటల్ని గుర్తు చేసుకున్నాడు. ఇదంతా అతనికి నవ్వు తెప్పించింది.

"మొత్తంమీద మన వేట భలే సరదాగా గడిచింది. ఏమంటారు, లేవిన్‌గారూ?"

"నాకూ సరదాగానే అనిపించింది" అన్నాడు లేవిన్ మనస్ఫూర్తిగా. వెస్లోవ్‌స్కీ పట్ల తనకి ఇంటి దగ్గర అనిపించిన వైషమ్య భావం పోవడమే కాక మహా స్నేహభావం అతనిపట్ల కలగడంతో లేవిన్‌కి మరీ సంతోషంగా వుంది.

14

మర్నాడు ఉదయం తన పొలాలూ అవీ తిరిగాక ఉదయం పది గంటలకి లేవిన్ వెస్లోవ్‌స్కీ గదికి వెళ్లి తలుపు తట్టాడు.

"Entrez[1]" అని వెస్లోవ్‌స్కీ గట్టిగా అరిచాడు. "మరేం అనుకోకండి, ఈ వాలకంతో వున్నందుకు. ఇప్పుడే ablutions[2] పూర్తి చేశాను" అని ఒట్టి చెడ్డీతో నుంచున్న వెస్లోవ్‌స్కీ అన్నాడు.

"దాన్ని గురించేం పట్టించుకోకండి" అని లేవిన్ కిటికీ దగ్గర కూర్చున్నాడు. "బాగా నిద్రపట్టిందా?" అని అడిగాడు.

"ఏనుగులు తొక్కినా లేవనంత నిద్రపట్టింది. ఇవాళ వేటకి బాగానే ఉంటుందా?"

"మీరు టీ తాగుతారా? కాఫీయా?"

"ఏం వద్దు. నాస్తా తీసుకుంటాను. నాకు భలే సిగ్గుగా వుంది. ఆడవాళ్లంతా లేచారనుకుంటాను. ఇప్పుడు కాస్త తిరగడం బాగుంటుంది. మీ గుర్రాల్ని చూపిస్తారేమిటి?"

లేవిన్ అతనికి తోటనీ, గుర్రాల శాలనీ చూపించాడు. పారలెల్ బార్లమీద అతనితో కలిసి వ్యాయామం చేశాడు. తర్వాత తిరిగి ఇంట్లోకి వచ్చి డ్రాయింగ్ రూమ్‌లోకి వెళ్లారు.

"వేట దివ్యంగా వుంది, ఎన్ని అనుభూతులు మనసులో నాటుకున్నాయి!" అని కిట్టీ దగ్గరికి వెడుతూ వెస్లోవ్‌స్కీ అన్నాడు. కిట్టీ సమొవార్ వెనకాల కూర్చుంది. "ఆడవాళ్లకి ఈ సంతోషం లేకపోవడం ఎంత బాధగా వుంటుంది!" అన్నాడు.

'ఇందులో తప్పేముందిలే, ఇంటావిడ్ని పలకరించాలి కదా' అని లేవిన్ తనలో తను అనుకున్నాడు. అయినా వెస్లోవ్‌స్కీ చిరునవ్వులో, అతను కిట్టీని సంబోధిస్తూ విజేతలాంటి తీరులో చూసిన చూపులో ఏదో అభ్యంతరకరమైంది వున్నట్టు అతనికి అనిపించకపోలేదు..

ప్రిన్సెస్ బల్ల అటువైపున మరియా వ్లాస్యెవ్నా అబ్లాన్‌స్కీలతో కలిసి కూర్చుంది. లేవిన్‌ని తన దగ్గరికి రమ్మని పిలిచింది. కిట్టీని కాన్పుకి మాస్కో తీసికెళ్లడం గురించీ అక్కడ అందుకుగాను ఇంటిని సిద్ధం చెయ్యడం గురించీ మాటలు మొదలుపెట్టింది. పెళ్లి సందర్భంలో చేసిన అన్ని ఏర్పాట్లూ లేవిన్‌కి ఇష్టంలేకపోయినట్టే – వివాహ మహత్యాన్ని ఈ ఏర్పాట్లు తమ అల్పత్వంతో కించపరుస్తాయి – పుట్టబోయే శిశువు (యెప్పుడు పుట్టబోయేదీ వాళ్లు తిథులు వేళ్లమీద లెక్కపెడుతున్నారు) పురిటికి చేసే ఏర్పాట్లూ అతనికి అంతకంటే ఇప్పుడు ఎక్కువ అనిష్టకరంగా

---

[1] రండి (ఫ్రెంచి)

[2] స్నానాదికాలు (ఫ్రెంచి)

కనిపించాయి. పుట్టబోయే శిశువుని ఎలా గళ్ల గుడ్డల పొత్తిళ్లలో కప్పాలీ అనే మాటలకేసి చెవినపెట్టేవాడు కాదు లేవిన్. తెగూ తెంపూ లేకుండా అల్లుతూ ఉండే పట్టీలకేసీ, నార గుడ్డతో చేసే త్రికోణాలకేసీ చూసే ప్రయాస పడేవాడు కాదు. వీటికి దాలీ మహత్తర ప్రాముఖ్యం ఇచ్చేది. కొడుకు పుట్టడం (పుట్టబోయేది కొడుకే అని అతని నమ్మకం) అనే మహత్తర ఘటన జరుగుతుంది అని అతనికి నమ్మకంగా చెప్పారు కాని అతనికి ఇంకా విశ్వాసం కలగడం లేదు. అంత మహత్తరమైన విషయంలా అది భాసించింది. ఆ సంఘటన అతనికి ఓ వేపున ఎంతో అపారమైనదిగా అందువల్ల అసంభవ సౌఖ్యప్రదమైన విషయంగా కనిపించింది. మరోవేపున ఎంతో నిగూఢమైన విషయంగా కనిపించింది. జరగబోయే అలాంటిదాన్ని గురించి తమకి తెలిసిందని అనుకోవడం, దాన్ని ఏదో సాధారణ విషయంగా తీసుకుని మనుషులు తమ చేతులతో చేసిన వస్తువుకిమల్లే ఏర్పాట్లు చెయ్యడం అతనికి ఘృణితంగా, తిరస్కారపూరితంగా కనిపించింది.

కాని ప్రిన్సెస్‌కి అతని మనోభావాలు అర్థం కాలేదు. ఈ విషయం గురించి మాట్లాడాలన్నా, ఆలోచించాలన్నా అతను విముఖంగా వుండడం చూసి అతనికి ఏమీ పట్టలేదనీ, ఉదాసీనంగా వున్నాడనీ ఆమె అనుకొంది. దాంతో ఆమె అతన్ని స్థిమితంగా వుండనివ్వలేదు. ఆమె ఇల్లు వెతకమని అబ్లాన్‌స్కీకి చెప్పింది. ఇప్పుడు లేవిన్‌ని తన దగ్గరికి రమ్మని పిలిచింది.

"నాకీ గొడవలేం తెలియవు ప్రిన్సెస్! మీకెలా తోస్తే అలా చెయ్యండి" అన్నాడు లేవిన్.

"మీరు అక్కడికి ఎప్పుడు మారేదీ తేల్చుకోవద్దూ మరి?"

"నాకు తెలీదు, నమ్మండి. నాకు తెలిసిందల్లా మాస్కో గాని డాక్టర్లు గాని లేకుండానే లక్షలాది బిడ్డలు పుడుతూ వున్నారని... మరి ఎందుకు..."

"అలా అనుకుంటే ఇక..."

"అబ్బెబ్బె, కిట్టీకి ఎలా ఇష్టమైతే అలా చెయ్యండి."

"అమ్మో! కిట్టీతో ఈ విషయం గురించి మాటమాత్రం అనడానికి లేదు. దాన్ని బెదరగొట్టమంటావ్? మొన్న ఏప్రిల్ నెలలో సరైన మంత్రసాని లేకపోవడంవల్ల నతాలీ గలీత్సినా, పాపం, పోయింది."

"మీరు ఎలా అంటే అలా చేస్తా" అని లేవిన్ మబ్బుగా అన్నాడు.

ప్రిన్సెస్ ఏదో చెప్పబోయింది కాని అతనావిడ మాటలు వినలేదు. ప్రిన్సెస్‌తో మాటలవల్ల అతనికి కష్టంకలిగిన మాట నిజమే, కాని ఆ మాటలవల్లే కాకుండా సమొవార్ దగ్గర జరుగుతూవున్న దాన్ని చూసి అతని మనసు వికలమైపోయింది.

'ఉహుఁ, ఇది అసంభవం' అని మధ్యమధ్య కిట్టీకేసీ, వెస్లోవ్‌స్కీకేసీ చూస్తూ మనసులో అనుకున్నాడు. వెస్లోవ్‌స్కీ కిట్టీమీదకి వాలుతూ, సమ్మోహనకరమైన మందహాసం చేస్తూ ఆమెకి ఏదో చెపుతూనే వున్నాడు. ఆమె సిగ్గుతో యెర్రబడిపోయి భావ విహ్వలితురాలవుతోంది.

వెస్లోవ్‌స్కీ వైఖరీలో, చూపులో, మందహాసంలో అనుమానాస్పదమైంది ఏదో వుంది. కిట్టీ వైఖరిలోనూ, చూపులోనూ కూడా లేవిన్‌కి అంతే శంకా కారకమైంది కనిపించింది.

అతనికి మళ్లీ ప్రపంచం అంధకార బంధురమైపోయింది. మళ్లీ అంతకుముందురోజుకి మాదిరిగానే ఈషణ్మాత్ర చైతన్యరహితంగా అతను తనకి తెలియకుండానే ఆనంద, ప్రశాంత, గరిమా శిఖరంమీదనుంచి నిరాశా క్రోధావమానాల అధఃపాతాళంలోకి పోయాడు. మరోసారి అతనికి అందరూ, అన్నీ ఘృణితంగా కనిపించడం జరిగింది.

"మీరు ఎలా కావాలనుకుంటే అలా జరిపించండి ప్రిన్సెస్" అని మళ్లీ అటువైపు చూస్తూ అతను అన్నాడు.

"తలమీద మనోమాఖ్ కిరీటం మోసేవాడికి మనశ్శాంతి వుండదు"* అని అబ్లాన్స్కీ వేళాకోళంగా అన్నాడు. ప్రిన్సెస్‌తో లేవిన్ సంభాషణని ఉద్దేశించి మాత్రమే కాక, లేవిన్ మనోవ్యాకులతని ఉద్దేశించీ అబ్లాన్స్కీ అలా అన్నాడని తెలుస్తూనే వుంది. అబ్లాన్స్కీ ఈ విషయాన్ని గమనించాడు. "ఇవాళ ఇంత ఆలస్యం చేశావేమిటి దాలీ" అని అటు తిరిగాడు.

దాలీని పలకరించడానికి అందరూ లేచి నుంచున్నారు. వెస్లోవ్‌స్కీ లిప్తకాలంసేపు నుంచుని, యువతరంవాళ్లకి మహిళల పట్ల వుండే మన్నన భావం తక్కువ చూపిస్తూ, మొక్కుబడిగా తల అలా వంచి వందనం చేసి తనన్న ఏదో మాటకి తనే నవ్వుతూ మళ్లీ మాటల్లో పడిపోయాడు.

"మాషా నా గడ్డి నాకు పెట్టింది. రాత్రి కాస్సేపు సుఖంగా నిద్రపోలేదు, మహా పెంకితనంగా వుంది" అని దాలీ చెప్పింది.

వెస్లోవ్‌స్కీ కిట్టీతో మళ్లీ ఆన్నాకి సంబంధించి ముందు రోజు ప్రస్తావించిన విషయం గురించి మాట్లాడ్డం మొదలుపెట్టాడు. ప్రేమ అనేది సామాజిక పరిస్థితుల్ని అధఃకరించగలదా అని మాట్లాడుతున్నాడు. కిట్టీకి ఆ విషయం గురించి మాట్లాడ్డం ఇష్టంలేదు. ఆ విషయమూ, దాన్ని గురించి మాట్లాడే తీరూ ఆమెకి ఆందోళన కలిగించాయి. అన్నిటినీ మించి, భర్తకి ఇది ఏమీ ఇష్టంగా వుండదు అని ఆమెకి తెలియడంవల్ల మరీ ఆందోళనపడింది. కాని ఆమె చాలా సరళ స్వభావురాలు, నిష్కపటి కావడంతో ఆ సంభాషణని ఆపలేకపోయింది. ఆ పడుచువాడి ప్రశంసవల్ల తనకి కలుగుతూ వున్న సంతోష బాహ్య చిహ్నాల్ని దాచుకోలేకపోయింది. ఈ సంభాషణకి స్వస్తి చెప్పాలని అనుకొంది కాని ఎలాగో ఆమెకి తెలియలేదు. తను ఏం చేసినా భర్త దృష్టిలో పడుతుందనీ, అపార్థానికి దారితీస్తుందనీ ఆమెకి తెలుసు. నిజానికి ఆమె మాషాకి ఏం జరిగిందని దాలీని అడిగినప్పుడు, వెస్లోవ్‌స్కీ ఏమిటీ విసుగుపుట్టించే విషయం ముగుస్తుందా అని నిరీక్షిస్తూ దాలీకేసి ఏదో పరధ్యానంగా చూడడంతో లేవిన్‌కి కిట్టీ అడిగిన ఆ ప్రశ్న అసహజంగా, ఏవగింపు కలిగించే కుయుక్తిగా కనిపించింది.

"ఏం మరి, ఇవాళ పుట్టగొడుగులు ఏరడానికి వెళ్లద్దూ" అంది దాలీ.

"వెడదాం, నేనూ వస్తా" అంది కిట్టీ. హఠాత్తుగా ఆమె ముఖం ఎర్రబడింది. మీరు కూడా వస్తారా అని మర్యాద కోసం వెస్లోవ్‌స్కీని అడగబోయింది. కాని ఠక్కన ఆగిపోయింది. "ఎక్కడికి వెడుతున్నావ్?" అని తన పక్కనుంచి దృఢంగా నడిచి వెడుతూ వున్న భర్తని ఏదో నేరం చేసినదానిలా కనిపిస్తూ అడిగింది. కిట్టీ ముఖంలో కనిపించే అపరాధిని భావం అతని అనుమానాల్ని ఖాయం చేసింది.

"మెకానిక్ వచ్చాడట కదా, అతన్ని చూడాలి" అని లేవిన్ ఆమెకేసి కన్నెత్తి చూడకుండా అన్నాడు.

అతను కిందికి దిగి, ఇంకా చదువుకునే గది దాటి ఇవతలికి వచ్చాడో లేదో భార్య పరిచితమైన అడుగుల చప్పుడు అతనికి వినిపించింది. ఆమె హడావుడిగా అటూ ఇటూ చూసుకోకుండా వస్తోంది.

"ఏమిటి సంగతి?" అని లేవిన్ పొడిగా ఆమెని అడిగాడు. "నాకు తీరికలేదు" అన్నాడు.

"మరేం అనుకోకండి" అని ఆమె జర్మన్ మెకానిక్‌ని చూసి అంది. "మా ఆయనతో కొంచెం మాట్లాడాలి" అంది.

అతను అవతలికి వెళ్లబోయాడుగాని లేవిన్ అతన్తో "ఫరవాలేదు లెండి" అన్నాడు.

"రైలు మూడుగంటలకి వెళ్లిపోతుంది కదా?" అని జర్మన్ అడిగాడు. "ఆలస్యం అవకూడదు" అన్నాడు.

లేవిన్ అతనికేమీ జవాబు చెప్పకుండా భార్యతో బయటికి వెళ్లాడు.

"తమరు ఏం చెప్పాలనుకుంటున్నారు?" అని లేవిన్ ఫ్రెంచిలో అడగడం మొదలుపెట్టాడు.

అతను ఆమె ముఖంలోకి చూడలేదు. ఆమె ప్రస్తుతం వున్న పరిస్థితిలో గజగజ వొణికిపోతూ వుందనీ, ఆమె ముఖం చాలా దయనీయంగా, దీనంగా వుందనీ చూడడం కూడా అతనికి ఇష్టంలేకపోయింది.

"నేను.. నేను చెప్పదలచుకున్నది ఇలా బతకడం సాధ్యపడదని, ఇది నరకయాతనగా వుందని" అని ఆమె మొదలుపెట్టింది.

"వంటగది నౌకర్లున్నారు ఇక్కడ,ఊరికే రచ్చ చెయ్యకు" అని అతను కటువుగా అన్నాడు.

"అయితే ఇటు పద."

వాళ్లు మధ్యగదిలో నుంచున్నారు. కిట్టీ ఆ పక్క గదిలోకి వెళ్లేదే కాని అక్కడ ఇంగ్లీషు పంతులమ్మ తాన్యాకి పాఠం చెప్తోంది.

"అయితే తోటలోకి వెడదాం."

తోటలో దారి ఊడుస్తూ ఉన్న తోటమాలి తగిలాడు. కన్నీటి చారికలు కట్టిన కిట్టీ ముఖాన్ని, వ్యాకులంగా వున్న ఆమె భర్త ముఖాన్ని అతను చూస్తాడన్న పట్టింపు లేకుండా, ఏదో ఘోర విపత్తునుంచి పారిపోతూ వున్న వాళ్లలా కనిపిస్తూ ఉన్నావేమో అనే విషయం గురించి ఆలోచించకుండా వాళ్లు గబగబ అడుగులు వేసుకుంటూ ముందుకు వెళ్లిపోయారు. తమ గుండెల బరువు దింపుకోవాలి. పరిస్థితిని చక్కదిద్దుకోవాలి, ఇద్దరూ ఏకాంతంగా వుండాలి, ఆ రకంగా ఈ దుర్భర వేదనని తొలగించుకోవాలి అని అనుకుని గబగబ అడుగులు వేసుకుంటూ ముందుకు వెళ్లారు.

"ఇలా బతకడం సాధ్యం కాదు. ఇది మహా నరకయాతనగా వుంది. నేనూ యాతన పడుతున్నా నువ్వు యాతన పడుతున్నావు. ఎందుకిదంతా?" అని. లిండెన్ చెట్ల తోపులోకి ఆఖరికి ఏకాంతంగా వున్న బెంచీ దగ్గరికి చేరాక కిట్టీ అంది.

"కాని మొదటగా వో విషయం చెప్పు. అతని తీరులో అభ్యంతరకరమైన, నీచమైన, భయంకరంగా అవమానకారకమైనదేదో వుందంటావా లేదంటావా?" అని అతను అడిగాడు. ఆమె ముందు తన ఛాతీమీద ముష్టి బిగించి, వెస్లోవ్స్కీ వచ్చిన రోజు రాత్రి నుంచున్నట్టుగా నుంచుని అడిగాడు.

"ఆఁ, వుంది" అని ఆమె కంపించే గొంతుకతో అంది. "కాని నువ్వు చూడ్డం లేదా ఇందులో నా తప్పేముంది? పొద్దుటినుంచీ అతని ధోరణిని పట్టించుకోకుండా వుండాలనే ప్రయత్నించాను. కాని ఈ మనుషులు.. అయినా అతను ఇక్కడికి యెందుకు వచ్చాడు? మనం ఎంత ఆనందంగా వున్నాం!" అని ఆమె రుద్ధకంఠంతో అంది. వెక్కుతూ వుండడంవల్ల, గర్భిణి కాబట్టి, మొత్తం శరీరం అంతా ఊగులాడింది.

వాళ్లని ఏదీ తరమలేదు. దేన్నుంచీ వాళ్లు పారిపోనవసరమూ లేదు. తోటలో వున్న ఈ బెంచీ వాళ్లకి విశేషంగా ఏ సౌఖ్యాన్నీ యివ్వనూ లేదు. అయినా ఇద్దరూ శాంతంగా, వెలిగిపోతూ వున్న ముఖాలతో తిరిగి ఇంటికి వెళ్లిపోతూ వుండడం చూసిన తోటమాలికి ఏమీ అర్థంకాక ఆశ్చర్యపోయాడు.

15

భార్యని మేడమీద దిగబెట్టి లేవిన్ దాలీ ఉంటున్న వాటాకేసి వెళ్లాడు. ఆ పూట దాలీ కూడా బాగా కళవిళపడిపోయి ఉంది. ఆమె అటూ ఇటూ తిరుగుతూ కోపంగా చిన్నపిల్లని కేకలేస్తూ వుంది. ఆ పిల్ల ఓ మూల యేడుస్తూ నుంచుంది.

"ఆ మూల అలానే రోజంతా నుంచునే వుంటావు. ఒక్కత్తివీ తిండి తింటావు. ఒక్క బొమ్మ కూడా ఉండదు నీకు. కొత్త గౌను కుట్టించను" అని, పిల్లని ఇక వేరే ఎలా దండించాలో తెలీక, ఆమె అంటోంది.

"ఇది పిల్ల కాదు, పిశాచం. ఎక్కడ్నుంచి పుట్టుకొస్తున్నాయో దీనికీ పాడుబుద్ధులు" అని లేవిన్‌ని చూసి అంది.

"ఏం చేసింది?" అని లేవిన్ ఉదాసీనంగా అడిగాడు. అతను తన వ్యవహారం గురించి దాలీతో మాట్లాడదామని వచ్చాడు. తీరా చూస్తే ఇక్కడ ఇలా వుంది, దాంతో వచ్చిన వేళ మంచిదికాదని అతనికి చిరాకు కలిగింది.

"ఇదీ గ్రీష కలిసి రాస్ప్‌బెర్రీ పళ్లు ఏరుకురావడానికి వెళ్ళారు, అక్కడ.. ఏం చేసిందో చెప్పనుకూడా చెప్పలేను. అబ్బ, miss Elliot లేకపోవడం ఇక్కడ ఏం చావొచ్చి పడింది! ఈ కొత్త పంతులమ్మ దేన్నీ గురించి శ్రద్ధ పట్టదు. ఒట్టి యంత్రం... Figurez vous, que la petite[1]...."

మాషా ఏం చేసిందో దాలీ అతనికి చెప్పింది.

"అంతమాత్రానికే! అదేం పాడుబుద్ధీ కాదు, ఏదో కొంటెతనం" అని లేవిన్ ఆమెని ఓదార్చబోయాడు.

[1] ఊహించండి ఈ పిల్ల... (ఫ్రెంచి).

"కాని నువ్వెందుకు ఆందోళనగా వున్నావు? ఏం ఇలా వచ్చావు?" అని దాలీ అడిగింది. "అక్కడ యేం జరుగుతోంది?" అని అడిగింది.

ఆమె గొంతుక ధోరణిని బట్టి చూస్తే తను చెప్పదలచుకున్నదాన్ని చెప్పేందుకు ఏం కష్టంవుండదని లేవిన్‌కి అనిపించింది.

"నేనక్కడలేను. కిట్టీ, నేనూ తోటలో వున్నాం. మీ ఆయన వచ్చినప్పట్నుంచీ.. మా ఇద్దరికీ మధ్య రెండోసారి దెబ్బలాట జరిగింది."

దాలీ అర్థం అయినట్టు, మనసులో మాట గ్రహించగలిగినట్టూ కనిపించే కళ్లతో అతనికేసి చూసింది.

"నువ్వు గుండెమీద చెయ్యి వేసుకుని చెప్పు... కిట్టీలో కాదనుకో, ఈ పెద్దమనిషి ధోరణిలో మొగుడికి అభ్యంతరకరమైంది - అభ్యంతరకరమైందే కాదు, ఘోరమైంది అవమానకరమైంది ఏదీ లేదూ?"

"ఎలా చెప్పాలో తెలీటం లేదు... అలాగే మూల నుంచో!" అని తన ముఖంలో లీలగా కనిపించిన చిరునవ్వు చూసి అటువైపు రావాలనుకున్న మాషాని గద్దిస్తూ అంది. "లోకం దృష్టిలో అతను పడుచువాళ్లందరూ ప్రవర్తించినట్టే ప్రవర్తిస్తూ వున్నాడు. Il fait la cour a une jeune femme[1]. ఉన్నత సమాజం పతికి ఇది గొప్ప విషయంగా కనిపించాలి మరి" అంది.

"ఆс, ఆс" అని లేవిన్ ముఖం మాడ్చుకుంటూ అన్నాడు. "కాని నువ్వు గమనించావు కదా?" అని అడిగాడు.

"నేనే ఏమిటి? మా ఆయన కూడా. టీ తాగిన తర్వాత నాతో స్పష్టంగా 'Je crois que వెస్లోవ్‌స్కీ fait un petit brin de cour a కిట్టీ![2]" అన్నాడు.

"బాగుంది. ఇప్పుడు నా మనసు ప్రశాంతంగా వుంది. అతన్ని గెంటేస్తాను" అన్నాడు లేవిన్.

"ఏమిటి నీకు పిచ్చెక్కిందా?" అని దాలీ గాభరాపడి అరిచింది. "నువ్వు ఉఏమంటున్నావ్ తెలుసా? చిక్కబట్టుకో" అని దాలీ నవ్వుతూ అంది. "ఊс, నువ్వు ఫేన్నీ దగ్గరికి వెళ్లచ్చు" అని మాషాతో అంది. "వద్దు, నువ్వు కావాలంటే మా ఆయనతో మాట్లాడతా, అతన్ని ఇక్కడినుంచి తీసుకుపోతాడు. మీ ఇంటికి చుట్టాలు వస్తున్నారని చెప్తాడులే. మొత్తంమీద అతను మన ఇంటి చాలులోవాడు కాదులే" అంది.

"వద్దు, వద్దు, స్వయంగా నేనే ఆ పని చేస్తా."

"కాని మీరు పోట్లాడుకుంటారు.."

"అబ్బే, అలా జరగదు. అలాచేస్తే నాకు హాయిగా వుంటుంది" అన్నాడు లేవిన్. నిజానికి అతని కళ్లు సంతోషంగా మెరిశాయి. "ఊс, దాలీ! ఈ పాప తప్పు ఈసారి కాయి, మళ్లీ

[1] అతను అందమైన పడుచు ఆమెపట్ల ప్రేమ ప్రదర్శిస్తున్నాడు (ఫ్రెంచి).

[2] కిట్టీతో వెస్లోవ్‌స్కీ సల్లాపం సాగిస్తున్నట్టు అనిపిస్తోంది (ఫ్రెంచి).

అలా చెయ్యదులే" అని పిల్ల తరపున అన్నాడు. మాషా ఫేన్నీ దగ్గరికి వెళ్లలేదు. తల్లి తనకేసి చూస్తుందనే ఆశతో కనుబొమల కిందనుంచి ఆమెకేసి చూస్తూ తల్లి దగ్గరే పస్తాయిస్తూ నుంచుంది.

తల్లి ఆమెకేసి చూసింది. ఆ చిన్నపిల్ల భోరున ఏడ్చేసింది. ముఖాన్ని తల్లి కుచ్చెళ్లల్లో దాచేసుకుంది. దాలీ సన్నని చేతిని గోముగా పిల్ల తలమీద వేసింది.

'ఆ మనిషికీ మనకీ మధ్య సరిపడేది ఏదీ లేదు' అని వెస్లోవ్‌స్కీ ఎక్కడున్నదీ వెతుక్కుంటూ వెడుతూ లేవిన్ అనుకున్నాడు.

హాల్లోనుంచి వెడుతూ స్టేషన్‌కి వెళ్లడానికి బగ్గీని కట్టమని పురమాయించాడు,..

"స్ప్రింగు ఒకటి విరిగిపోయింది" అని నౌకరు బదులుచెప్పాడు.

"అయితే నాలుగు చక్రాల బండిని కట్టమను, గబగబా కానీ. ఏడీ మన పెద్దమనిషి?"

"గదిలో ఉన్నారండి."

లేవిన్ వెస్లోవ్‌స్కీ గదిలోకి వెళ్లాడు. వెస్లోవ్‌స్కీ సంచీలోనుంచి సామాన్లు తీస్తున్నాడు. తనతో కూడా తెచ్చిన కొత్త ప్రేమగీతాల పుస్తకాల్ని ముందు పెట్టుకున్నాక గుర్రం స్వారీ చేసేందుకు అవసరమైన తోలు పట్టీలు సరిపోతాయో లేదో చూసుకుంటున్నాడు.

లేవిన్ ముఖంలో ఏదన్నా విశేషం కనిపించిందో లేకపోతే తను చేసిన ce petit brin de cour[1] ఈ ఇంట్లో పొసగదని అనిపించిందో మరి కారణం తెలీదు కాని లేవిన్ రాగానే అతను కలవిళ (ఉన్నత సమాజం వ్యక్తి ఏ మేరకి కలవిళపడగలదో ఆ మేరకి) పడిపోయాడు.

"మీరు తోలుపట్టీలు కట్టుకుని స్వారీ చేస్తారా?"

"అవును. దీనివల్ల బాగా శుభ్రంగా వుంటుంది" అని వెస్లోవ్‌స్కీ లావాటి కాలిని కుర్చీమీద పెట్టి కింది కొక్కెం తగిలించుకుంటూ హుషారుగా కళకళలాడే చిరునవ్వు నవ్వుతూ అన్నాడు.

ఇతను నిజంగా భలే పడుచువాడే, వెస్లోవ్‌స్కీ తనకేసి చూసిన ఆ కళ్లల్లో కాతరత చూసి అతనిపట్ల జాలి, గృహస్థుగా తనపట్ల సిగ్గు కలిగాయి.

బల్లమీద కర్ర ముక్క వుంది. ఆ పొద్దుట కసరత్తు చేసేటప్పుడు అది విరిగిపోయింది. లేవిన్ ఆ ముక్కని తీసుకుని ఎలా మాట కదలెయ్యాలో తెలీక దాన్ని చివర చీల్చడం మొదలుపెట్టాడు.

"నేను అనుకున్నా.." అతని మాట తెగిపోయింది. కాని కిట్టీ గుర్తుకు వచ్చింది. జరిగినదంతా గుర్తు వచ్చింది. దాంతో అతను వెస్లోవ్‌స్కీ కళ్లల్లోకి చూసి నిబ్బరంగా "మీ ప్రయాణానికి గుర్రాల్ని కట్టమన్నాను" అన్నాడు.

"ఏమిటి?" అని వెస్లోవ్‌స్కీ తికమకపడిపోయి అడిగాడు. "ఎక్కడికెళ్లడానికి?" అన్నాడు.

"రైల్వేస్టేషన్‌కి వెళ్లడానికి" అని లేవిన్ చీలిన కర్రముక్కని చివర్న తుంపుతూ విసురుగా అన్నాడు.

---

[1] కొంచెం సరస సల్లాపం (ఫ్రెంచి).

"మీరెక్కడికేనా హఠాత్తుగా వెడుతున్నారా లేక ఏమన్నా జరిగిందా?"

"మాకు చుట్టాలు వస్తున్నారు" అని లేవిన్ కర్రముక్క పేళ్లు గట్టి వేళ్లతో ఇంకా గబగబా చీలుస్తూ అన్నాడు. "లేదు, చుట్టాలు రావడంలేదు, ఏమీ జరగలేదు. కాని మీరు వెళ్లిపోవాలి అని కోరుతున్నాను. నా మొరటుతనం గురించి మీరు ఎలా అనుకున్నా సరే" అన్నాడు.

వెస్లోవ్‌స్కీ నిటారుగా నుంచున్నాడు.

"మీరు సంగతి ఏమిటైందీ వివరించాలని అర్థిస్తున్నాను.." అని అసలు విషయం ఆఖరికి అర్థంచేసుకుంటూ హుందాగా అతను అడిగాడు.

"నేను వివరించలేను" అని లేవిన్ దవడల వణుకుని ఆప ప్రయత్నిస్తూ నిదానంగా అన్నాడు. "మీరు ఆగకుండా వుండడం చాలా మంచిది" అన్నాడు.

కర్ర ముక్క పేళ్లనన్నిట్నీ చీల్చెయ్యడంతో లేవిన్ లావుగా వున్న ఆ కర్ర రెండు అంచుల్నీ పట్టుకుని దాన్ని రెండుగా విరిచాడు. కిందికి పడిపోయే ముక్కని లాఘవంగా చేత్తో పట్టుకున్నాడు.

బిగిగా వున్న లేవిన్ చేతులు, పొద్దుట వ్యాయామం చేసేటప్పుడు కనిపించిన అవే కండలు, జ్వలించే కళ్లు, నిబ్బరమైన గొంతుక, కంపించే దవడలు చూడగానే వెస్లోవ్‌స్కీకి మాటలు లేకుండానే అంతా విశదం అయిందని తెలుస్తూనే వుంది. అతను సరేనన్నట్టు భుజాలు ఎగరేసి హేళనగా చిరునవ్వు నవ్వి తల వంచాడు.

"నేను అబ్లాన్‌స్కీని చూడవచ్చా?"

వెస్లోవ్‌స్కీ చిరునవ్వు, అతను భుజాలు ఎగరేసిన తీరు చూసి లేవిన్ మండిపడలేదు. 'పాపం ఇంతకంటే ఏం చెయ్యగలడు' అనుకున్నాడు.

"ఇప్పుడే మీ దగ్గరికి పంపిస్తాను."

"ఏమిటీ పిచ్చి పని?" అని అబ్లాన్‌స్కీ తన స్నేహితుణ్ణి ఇంట్లోనుంచి గెంటేస్తున్నారని అతని ద్వారా తెలుసుకుని లేవిన్ కోసం వెతికి అతన్ని తోటలో కలుసుకుని అన్నాడు. వెస్లోవ్‌స్కీ వెళ్లిపోయే దారికేసి చూస్తూ లేవిన్ ఒంటరిగా తోటలో తిరుగుతూ వున్నాడు. "Mais c'est ridicule![1] నిన్నేం దెయ్యం పట్టుకుంది? Mais c'est du dernier ridicule![2] నీకేమైంది, ఆ పడుచువాడు ఏదో..."

కాని లేవిన్‌ని పట్టిన దెయ్యం ఇంకా పీడిస్తూనే వుంది. అందుకనే అబ్లాన్‌స్కీ కారణం గీరణం అని చెప్పి వివరించబోతే లేవిన్ ముఖం మళ్లీ పాలిపోయింది, అబ్లాన్‌స్కీని మాట్లాడనియ్యకుండా తుంచేస్తూ అన్నాడు:

"నీకు పుణ్యం వుంటుంది, సాకులు చెప్పకు! నేను మరోలా చెయ్యలేను. నీకూ అతనికీ ఇబ్బంది కలిగించినందుకు సిగ్గుగావుంది నాకు.కాని అతనిక్కడినుంచి వెళ్లిపోవడంవల్ల అతనికేం విచారంగా వుండదు, నా భార్యకీ, నాకూ అతను వుండడం అభ్యంతరకరంగా వుంది."

[1] దీన్ని చూస్తే ఎవరైనా నవ్వుతారు! (ఫ్రెంచి).

[2] చాలా నవ్వుతాలుగా వుంది! (ఫ్రెంచి).

“కాని అతన్ని అవమానించేవు!” Et puis c'est ridicule![1]

“అతను నన్ను అవమానించాడు. గాయపరిచాడు. నా దోషం ఏమీ లేదు. నేనెందుకు బాధపడాలి?”

“సరే, నువ్విలాంటి పని చేస్తావని నేను ఎన్నడూ అనుకోలేదు. On peut etre jalous, mais a ce point, c'est du dernier ridicule![2]

లేవిన్ గబగబా వెనక్కి తిరిగి సందులోకి మళ్ళాడు. అక్కడ మళ్లీ ఒక్కడూ పచార్లు చెయ్యడం మొదలుపెట్టాడు. కొంచెంసేపట్లోనే అతనికి నాలుగు చక్రాల బండి గణగణ మోత వినిపించింది. చెట్ల వెనకనుంచి వెస్లోవ్‌స్కీ గడ్డిమీద కూర్చుని (దురదృష్టవశాత్తూ బండిలో మెత్తలు లేకపోయాయి) స్కాచ్‌టోపీ పెట్టుకుని వెడుతూ వుండడం కనిపించింది. రోడ్డుమీద గతుకులు తగిలినప్పుడల్లా అతని టోపీ పైకి లేస్తూ వుంది.

‘ఇంకేం జరిగింది?’ అని లేవిన్ ఓ మనిషి పరిగెత్తుకుంటూ వచ్చి బండిని ఆపడం చూసి అనుకున్నాడు. అతను జర్మన్ మెకానిక్. లేవిన్ అతన్ని గురించి పూర్తిగా మరిచిపోయాడు. జర్మన్ మెకానిక్ వెస్లోవ్‌స్కీకి దణ్ణం పెట్టి, ఏదో చెప్పి బండి ఎక్కి పక్కన కూర్చున్నాడు. బండి వెళ్లిపోయింది.

లేవిన్ చేసిన పని అబ్లాన్‌స్కీకీ, ప్రిన్సెస్‌కీ కోపం తెప్పించింది. స్వయంగా అతనికి ridicule[3] మాత్రమే గాక, శుద్ధ దోషి భావం, అవమానం అనిపించింది. కాని తనూ తన భార్యా అనుభవించిన అవస్థ గుర్తుకు వచ్చి, ఒకవేళ అతనితో వ్యవహరించవలసివస్తే ఏమి చేస్తానూ అని ప్రశ్నించుకుంటే సరిగ్గా ఇదే పని చేస్తానూ అనే జవాబు వచ్చింది.

ఏం జరిగిందీ ఏమిటీ అనేదాంతో ప్రమేయం లేకుండా సాయంత్రం వేళకి ప్రిన్సెస్ తప్ప – ఆమె మాత్రం లేవిన్ చేసిన పనిని క్షమించలేకపోయింది – మిగిలిన అందరూ మహా ఉల్లాసంగా, హుషారుగా వున్నారు. దండనగా ఎక్కడికీ కదలనివ్వకుండా ఇంట్లో పెట్టి తలుపు వేసిన పిల్లల్ని బయటికి పోయి ఆడుకొమ్మంటే ఎలా వుంటారో అలాగా, లేదా శాస్త్రోక్తంగా స్వాగత సత్కారాలు జరిగిన పెద్దల్లాగా వున్నారు. ప్రిన్సెస్ లేనప్పుడు వెస్లోవ్‌స్కీ బహిష్కారం అనేదాన్ని గురించి ఏదోపాత కథలాగా చెప్పుకున్నారు. హాస్యపూరిత ధోరణిలో మాటలు చెప్పే నేర్పు తండ్రిదగ్గర్నుంచి పుణికి పుచ్చుకున్న దాలీ మూడు నాలుగు సార్లు వెస్లోవ్‌స్కీ భాగోతం చెప్పింది; చెప్పిన ప్రతిసారీ కొత్తమజా జోడించింది. ఈ గొప్ప అతిధి కోసం తను కొత్త రిబ్బన్లు చుట్టుకుని, తీరా డ్రాయింగ్ రూమ్‌లోకి వచ్చి చూస్తే ఏముందీ, బండి గణగణ వినిపించింది అని వర్ణించి చెప్పి, వారెంకాని పొట్ట చెక్కలయ్యేటట్టు నవ్వేటట్టు చేసింది. నాలుగు చక్రాల బండిలో కూర్చున్న వాళ్లు ఎవరనుకుంటున్నారు? పాటల పుస్తకాలూ, మోకాళ్ల తోలు పట్టీలూ పట్టుకుని స్కాచ్ టోపీ పెట్టుకుని గడ్డిమీద కూర్చున్న ఆ మహానుభావుడు వెస్లోవ్‌స్కీయే!

---

[1] పైగా ఇది నవ్వుతాలుగా వుంది (ఫ్రెంచి).

[2] మనిషికి అసూయ ఉండవచ్చు కాని ఓ హద్దు వరకూనే – యది చాలా నవ్వుతాలుగా వుంది! (ఫ్రెంచి).

[3] నవ్వుతాలుగా వుండడం (ఫ్రెంచి)

"కనీసం బగ్గీలోనేనా పంపాల్సింది! వెంటనే నాకు ఎవరో 'ఆపండి' అనడం వినిపించింది. అతనిపట్ల జాలి కలిగిందేమోననుకుని బయటికి చూద్దును కదా లావాటి జర్మన్ అతని పక్కన కూలబడ్డాడు, బండి వెళ్లిపోయింది.. నా కొత్త రిబ్బన్లతో నేను అలానే నిలబడిపోయాను!"

16

దాలీ తను అనుకున్న ప్రకారం అన్నాని చూడ్డానికి బయల్దేరింది. చెల్లెలికి కష్టం కలిగిస్తున్నందుకు, మరిదికి విచారం కలిగిస్తున్నందుకు బాధపడింది. వ్రాన్‌స్కీతో ఏ రకమైన సంబంధాలూ పెట్టుకోకూడదన్న విషయానికి సంబంధించి లేవిన్ దంపతుల అభిప్రాయం ఎంత సబబైందీ ఆమెకి తెలుసు. కాని అన్నాని చూడడం, అన్నా పరిస్థితిలో ఎలాంటి మార్పు వచ్చినప్పటికీ ఆమెపట్ల తన అభిమానం అలానే వుందని చూపించడం తన కర్తవ్యం అని ఆమెకి అనిపించింది.

అన్నా దగ్గరికి వెళ్లే ప్రయాణానికి సంబంధించి లేవిన్ దంపతులమీద ఆధారపడకూడదనుకొంది. అందుకని అద్దె గుర్రాల్ని తెమ్మని పురమాయించింది. కాని ఆ విషయం తెలియగానే లేవిన్ ఆమె దగ్గరికి వెళ్లి కోప్పడ్డాడు.

"నువ్వు వెళ్లడం నాకు ఇష్టంలేదని ఎందుకనుకున్నావ్? ఒకవేళ నాకిష్టంలేకపోయినా నువ్వు మా గుర్రాలు తీసుకెళ్లకపోవడం ఇంకా కష్టం కలిగిస్తుంది మాకు" అన్నాడు. "ఖాయంగా వెడుతున్నాని చెప్పలేదు నువ్వు. మొదటి విషయం నువ్వు ఊళ్లో గుర్రాలు అద్దెకి తీసుకోవడం నాకు నచ్చదు. ఏం, అంతకంటే ముఖ్యం ఇంకోటుంది. అద్దె గుర్రాలవాడు నిన్ను తీసుకువెడతానని అనచ్చు. కాని తీసుకుపోకపోవచ్చు. మా గుర్రాలున్నాయి, నాకు కష్టం కలిగించకూడదనుకుంటే తీసుకో" అన్నాడు.

దాలీ కాదనలేకపోయింది. ప్రయాణం స్థిరపరుచుకున్న రోజున లేవిన్ వదినగార్ని పంపించడానికి నాలుగ్గుర్రాల్ని, దారిలో మార్చుకుందుకు అదనంగా మరికొన్ని గుర్రాల్నీ సిద్ధం చేయించాడు. వ్యవసాయం పనులు చేసే గుర్రాల్లోనుంచి సవారీవాటిల్లోనుంచి వాటిని ఎంచాడు. అవి జట్టుగా జోడీ కుదరకపోయినా ప్రయాణం ఓ రోజులో లాగిస్తాయి. ప్రిన్సెస్‌ని ఇంటికి పంపాల్సిన సమయం, మంత్రసానిని తీసుకురావాల్సిన సమయం అది. యిందుగ్గాను గుర్రాలు అవసరమైన ఈ సమయంలో దాలీకి గుర్రాల్ని ఏర్పాటుచెయ్యడం కష్టమే అయినా గృహస్థుగా మర్యాదకోసం దాలీని అద్దెగుర్రాలు తీసుకోనియ్యలేదు. అదీగాక గుర్రాలకి యిరవై రూబుళ్ల చొప్పున అయ్యే ఖర్చు ఆమెకి తక్కువ కాదు. కటకటలాడే దాలీ పరిస్థితి ఒకటీ తన పరిస్థితి ఒకటీనా అనిపించింది లేవిన్‌కి.

లేవిన్ సలహామేరకి దాలీ తెల్లవారుతూనే బయల్దేరింది. రాస్తా బాగా వుంది. బగ్గీ సౌకర్యంగా వుంది. గుర్రాలు చురుగ్గా పరిగెత్తాయి. బండితోలే వాడితోబాటు నౌకరికి బదులుగా గుమాస్తా కూడా కూర్చున్నాడు. లేవిన్ మరింత జాగ్రత్త కోసం అతన్ని పంపాడు. దాలీకి కునుకు పట్టింది. గుర్రాల్ని మార్చుకోవాల్సిన మజిలీలో మాత్రమే మెలుకువ వచ్చింది.

స్వియాజ్‌స్కీల దగ్గరికి వెళ్లేటప్పుడు లేవిన్ ఆగిన రైతు ఇంటి దగ్గర దాలీ ఆగి టీ తాగింది. ఆడవాళ్లతో పిల్లల గురించి ముచ్చటించింది. ముసలి రైతుతో కౌంట్ వ్రాన్‌స్కీ గురించి మాట్లాడింది. రైతుకి వ్రాన్‌స్కీ తెలుసు, అతనంటే అమిత గౌరవం వుంది. అప్పుడు పది గంటలకి దాలీ ప్రయాణం సాగించింది. ఇంటి దగ్గర పిల్లలతో బొత్తిగా తీరికలేపోవడంతో దేన్ని గురించి ఆలోచించుకోవడానికీ ఆమెకి వీలుండేదే కాదు. ఇప్పుడు ఈ నాలుగు గంటల ప్రయాణంలోనూ అప్పటిదాకా అణిచి పట్టుకున్న ఆలోచనలు ఆమె మనసులో ముసురుకుంటూ వచ్చాయి. అంతకు ముందెన్నడూ లేనంతగా తన జీవితం గురించి అన్ని కోణాలనుంచీ అనుకుంది. ఆమెకి తట్టిన ఆలోచనలు ఆమెకే ఆశ్చర్యం కలిగించాయి. మొదట పిల్లల్ని గురించి అనుకుంది. తను లేనప్పుడు పిల్లల్ని జాగ్రత్తగా చూసుకుంటామని తల్లి, కిట్టీ చెప్పినా (కిట్టీ మాట ఆమెకి ఎక్కువ ధైర్యం) ఆమెకి వాళ్లగురించిన బెంగపోలేదు. 'మాషా మళ్లీ చిలిపితనం పోతే? గ్రీషని ఏ గుర్రమేనా తన్నితే. లిల్లీ కడుపునొప్పి ఇంకా ఎక్కువైతే?' అనిపించింది. కాని కొంచెంసేపటితర్వాత ప్రస్తుత సమయానికి సంబంధించిన ప్రశ్నల స్థానంలో తక్షణ భవిష్యత్తుకి సంబంధించినవి చోటు చేసుకున్నాయి. శీతాకాలంనాటికి మాస్కోలో కొత్త మకాం చూడాలి. డ్రాయింగ్ రూమ్‌కి కొత్త ఫర్నిచరు సమకూర్చాలి. పెద్ద పిల్లకి కొత్త శీతాకాలం కోటు కుట్టించాలి. తర్వాత దూర భవిష్యత్తు గురించిన ఆలోచనలు వచ్చాయి. పిల్లలు పెద్దవాళ్లయ్యాక ఎలా వాళ్ల బతుకు ఏర్పాటు చేస్తుంది తను? 'ఆడపిల్లల గురించి బెంగలేదు, మగపిల్లల సంగతే ఏమిటో' అనుకొంది.

'నేనే గ్రీషకి పాఠాలు చెప్పడం మంచిదైంది. ఖాళీగా వుండబట్టి, కాన్పులు లేకపోబట్టి చెప్పగలుగుతున్నా. ఆయన్ని నమ్ముకుంటే అయినట్టే. అయినా ఫరవాలేదు. కాస్త మంచివాళ్ల కడుపు కాళ్లూ పట్టుకుని పిల్లల్ని వృద్ధిలోకి తీసుకొచ్చేస్తాను. కాని ఖర్మకొద్దీ మళ్లీ నాకు కడుపు వస్తేనో...' ఆడది మహావేదనపడి పిల్లల్నికనడం యెంత శాపం అనే ఊహ తట్టి ఆమె చకితురాలైపోయింది. 'అసలు కనడం అనేది ఫరవాలేదు కాని నవ మాసాలూ మొయ్యడం ఎంత యాతన!' అని తన కడపటి కాన్పు,బిడ్డ చనిపోవడం గుర్తువచ్చి అనుకొంది. ఇది గుర్తుకు రాగానే మజిలీ దగ్గర ఇంతకుముందు ఆ రైతు ఆడమనిషితో జరిగిన సంభాషణ గుర్తు వచ్చింది. పిల్లలున్నారా అని దాలీ అడిగినప్పుడు అందమైన ఆ పడుచు జవాబు చెప్పింది:

"ఆడపిల్ల పుట్టింది, కాని దేముడు తీసుకుపోయాడు, అంత్యక్రియలు జరిపించాం."

"ఆ పిల్లకోసం ఎంతో ఏడ్చావేమో?" అని దాలీ అడిగింది.

"ఏడవడం ఎందుకు? ముసలాయనకి మనవలు మనవరాళ్లు చాలా మంది వున్నారు. చాలు, ఆ ధ్యాస. పనీపాటూ ఏమీ లేదు. చేతులు కట్టయిపోయాయి.

ఆ మాట అందంగా హుషారుగా వున్న పడుచుపిల్ల నోటమ్మట రావడం చూసి మొదట దాలీ తల తిరిగిపోయింది. కాని ఇప్పుడు గుర్తు చేసుకుంటూ వుంటే ఆ పడుచు అన్న తేలికమాటల్లో కొంత నిజం లేకపోలేదని దాలీకి అనిపించింది.

'ఇంతకీ ఏమైనట్టు?' అని తన పదిహేనేళ్ల వివాహ జీవితాన్ని వెనక్కి తిరిగి చూసుకుంటూ అనుకుంది. 'కడుపు, వేవిళ్లు, తలదిమ్ము, దేనిపట్లా రుచిలేకపోవడం, ఇక అన్నిటినీ మించి

వున్న అందం కాస్తా వూడ్చుకుపోవడం. కిట్టీ, పడుచుదనంతో ముచ్చటగా వున్న కిట్టీక్కూడా, అందం పోయింది. నా సంగతైతే చెప్పనే అక్కర్లేదు కడుపుతో వున్నప్పుడు ఎంత రోతగా వుంటానో! ప్రసవం, యాతన, నరకయాతన ఆ ఆఖరి క్షణంలో... తర్వాత పాలు ఇవ్వడం, కంటిమీద కునుకులేకుండా రాత్రిళ్లు గడపడం, భయంకరమైన బాధ...'

చూచుకాలు ఎంత సలుపుపెట్టేదీ గుర్తుచేసుకుని దాలీ వొణికిపోయింది. ప్రతి కాన్పుకీ ఆమెకి అలానే అయేది. 'ఇక పిల్లల నలతలు, అవి ఎప్పటికీ ఉండే భయమే. వాళ్ల చదువుసంధ్యలు, దుర్మార్గం బుద్ధులు' (రాస్ప్‌బెర్రీ పొదల్లో మాషా చేసిన పని ఆమెకి గుర్తుకొచ్చింది) 'పాఠాలు, లాటిన్ భాష – అన్నీ అర్థంగాని కఠోర విషయాలు. ఇవి చాలదన్నట్టు ఆ బిడ్డ దక్కకపోవడం.' మళ్లీ దాలీకి కడపటి కాన్పు బిడ్డ పోవడం గుర్తువచ్చింది. ఆమె మాతృహృదయంలో ఎంత భారంగా ఉండే జ్ఞాపకం అది! మగబిడ్డ, కింకివాయువు వచ్చి పోయాడు. ఆ పిల్లవాడి అంత్యక్రియలు, వాడి చిన్న గులాబీ శవపేటిక పట్ల అందరూ ఉదాసీనంగా వుండడం, వాడి కణతల దగ్గర ఉంగరాలు చుట్టుకున్న జుట్టు, తెల్లని నుదురు, బంగారు శిలువ వున్న గులాబీ శవపేటిక మూత మూసేటప్పుడు ఆశ్చర్యంగానా అన్నట్టు తెరుచుకున్న వాడి చిన్న నోరు చూసినప్పుడు తన ఏకాకి మాతృహృదయం విలవిలలాడిపోవడం గుర్తువచ్చాయి.

'ఇదంతా దేనికోసం? దీనంతటి పరమార్థం ఏమిటి? ఏముంది? ఈ ఏడాది గర్భవతిని అవుతూ, మళ్లీ ఏడాది చంటిబిడ్డని సాకుతూ, ఎప్పుడూ చిరాగ్గా, గొణుగుతూ సణుగుతూ, నా మట్టుకి నేను వ్యధపడుతూ యితరులకి వ్యధ కలిగిస్తూ భర్తకి ఏవగింపుగా ఉంటూ క్షణం కూడా మనశ్శాంతి లేకుండా జీవితం గడుపుతాను. ఇదంతా సరైన ఆలనాపాలనా లేని నిర్ధనులైన పిల్లల్ని నికృష్టంగా కనిపెంచడం కోసం. లేవిన్ దంపతుల దగ్గర ఈ వేసవికాలం గడపబట్టిగాని లేకపోతే మా పని ఏమై వుండేదో! కిట్టీ, లేవిన్‌లు ఎంతో నేర్పుగా వుండబట్టి మాకు ఏమీ కష్టం అనిపించకుండా చూస్తున్నారు. కాని అలా ఎల్లవేళలా జరగదు కదా! వాళ్లకీ పిల్లలు పుడతారు, వాళ్లు మాకు సాయం చెయ్యలేరు. ఇప్పటికే వాళ్లకీ గడలు అందడం లేదు. నాన్న సాయం చెయ్యగలడా! ఆయన దగ్గరా పాపం ఏమీ మిగల్లేదు. నా అంతట నేను పిల్లల్ని వాళ్ల కాళ్లమీద నిలబడేటట్టు చెయ్యలేను, వేరేవాళ్లు చెయ్యి ఆసరాయిస్తే తప్ప, అదీ ఎంతో అవమానంతో. అదృష్టం కలిసొచ్చి అంతా బాగా వుంటుందని ఆశిస్తాను. పిల్లలందరూ బతికి బట్టకడతారనీ ఆశిస్తాను. తల తాకట్టు పెట్టి వాళ్లని పైకి తీసుకువస్తాను. అప్పుడు కూడా, వాళ్లు జులాయిలు కాకుండా వుంటే చాలనే నా కోరిక. నేను ఆశించగలిగినదంతా అంతే. ఇందుకోసం ఎంత యాతనపడాలి, ఎంత శ్రమపడాలి! నా యావజ్జీవితం నష్టమైపోయింది!' మరోసారి ఆమెకి ఆ రైతు యువతి అన్న మాటలు గుర్తువచ్చాయి. ఆమెకి మళ్లీ ఘోరం అనిపించింది. అయినా రైతు యువతి అన్న కటువైన మాటల్లో ఎంతో కొంత నిజం వుందన్న సంగతిని కాదనలేకపోయింది.

"ఏం, ఇంకా ఎక్కువ దూరం వుందంటావా మిఖయీల్" అని దాలీ తనని భయభీతం కావించే ఆలోచనలనుంచి దృష్టి మళ్లించుకుందుకుగాను గుమాస్తాని అడిగింది.

"ఈ వూరినుంచి ఏడు వెర్‌స్తులుంటుందంటున్నారు."

బండి వూరి రోడ్డుమీదనుంచి వంతెనమీదకి తిరిగింది. హుషారుగా వున్న రైతు పడతులు, కొంతమంది ఆడవాళ్లు, తుళ్లుతూ పేలుతూ వంతెన దాటుతున్నారు. మోపులు కట్టుకుందుకు గడ్డి వెంటుల్ని భుజంమీద తీసుకు వెడుతున్నారు. పక్కనుంచి బండిపోతూ వుంటే చూసేందుకు కుతూహలంగా ఆగారు. వాళ్లందరి ముఖాలూ కళకళలాడుతూ ఆరోగ్యవంతంగా, తమ జీవిత ఆనందంతో తనని ఉడికిస్తున్నట్టుగా కనిపించాయి దాలికి. 'అందరూ నిండుగా జీవిస్తున్నారు, జీవితానందాన్ని జుర్రుతున్నారు' అని బండి ఆ ఆడవాళ్లని దాటి వెళ్లిపోయి, గుట్ట ఎక్కేక అనుకుంది దాలీ. గుర్రాలు అలసంగా పరుగెత్తి పాతబండి అలసంగా కమాన్లమీద ఊగుతూ వెళ్లింది. 'నేను ఖైదీలాగా, చింతలతో హరించివేసే లోకంనుంచి, బయటపడి వచ్చానిప్పుడు. లిప్తకాలంపాటు నాకు మామూలు స్పృహ వచ్చింది. అందరూ జీవశక్తితో బతుకుతున్నారు – ఆ రైతు ఆడాళ్లు, అక్క నతాలీ, వారెంకా. నేను ఇప్పుడు చూడ్డానికి వెడుతూ వున్న అన్నా, అందరూ – నన్ను మాత్రం జీవితం వంచించింది."

'వీళ్లేమో అన్నాని మాటలు అంటున్నారు. ఎందుకని? ఏం నేనామెకంటే బాగున్నానూ? గుడ్డిలో మెల్లగా నాకు పెనిమిటి వున్నాడు, నేనతన్ని ప్రేమిస్తున్నాను. నేను కోరుకున్నట్టుగా కాకపోయినా ఏదో ప్రేమిస్తున్నాను. అన్నాకి భర్తంటే ప్రేమ లేదు. ఆమె తప్పేముంది? ఆమె జీవితం కోసం తపిస్తోంది. భగవంతుడు హృదయాల్లో ఈ ప్రేమ భావం విత్తాడు. నేనూ అలానే చేసి వుండేదాన్నే కదా! ఆ భయంకర సమయంలో ఆమె మాస్కో వచ్చినప్పుడు ఆమె బోధ వినడంద్వారా మంచి పని చేశానా లేదా అనేది ఇప్పటికీ నాకు తెలీదు. నేనూ నా పెనిమిటిని వదిలేసి కొత్త జీవితంలోకి అడుగుపెట్టి వుండాల్సింది. నేనూ ప్రేమించగలిగి ఉండేదాన్ని, సరైన అర్థంలో ప్రేమని పొంది ఉండేదాన్ని. ఇప్పుడు ఇదేమన్నా మెరుగ్గా వుందా? నేనతన్ని గౌరవించను, కాని అతని అవసరం నాకు వుంది' అని ఆమె భర్త గురించి అనుకొంది. 'అతన్ని భరిస్తున్నాను. ఇది మెరుగ్గా వుందా? అప్పుడైతే ఎవరికేనా ఆకర్షకంగా వుండేదాన్ని, అప్పటికింకా నేవళింపు పోలేదు' అని నెమరువేసుకుంటూ వుంది. ఉన్నట్టుండి అద్దంలో తను ఎలా వున్నదీ చూసుకోవాలని ఆమెకి అనిపించింది. ఆమె ప్రయాణం సంచీలో చిన్న అద్దం వుంది. దాన్ని తియ్యాలని ఆమెకి అనిపించింది. కాని బండితోలేవాడినీ, అతని పక్కన ఊగుతూ కూర్చున్న గుమాస్తానీ చూశాక వాళ్లలో ఎవరేనా వెనక్కి తిరిగి చూస్తే సిగ్గుగా వుంటుందని చెప్పి ఆమె అద్దం ఇవతలికి తియ్యలేదు.

అద్దం తీసి చూసుకోకపోయినా కూడా, ఇప్పటికీ మించిపోలేదనే ఆమెకి అనిపించింది. ఆమెకి కోజ్నిషెవ్ గుర్తువచ్చాడు. తనపట్ల అతను ప్రత్యేకమైన శ్రద్ధ కనబరిచాడు. ఇక అబ్లాన్‌స్కీ నేస్తం, మంచి మనిషి అయిన తూరొవ్‌స్తిన్ వున్నాడు. పిల్లలకి ఎర్ర జ్వరం వచ్చినప్పుడు తనతో కలిసి వాళ్ల సేవ చేశాడు, తను అంటే పడి చచ్చేవాడు. ఇంకో అతనూ వున్నాడు, పడుచువాడు, అబ్లాన్‌స్కీ వేళాకోళం ఆడినట్టు, ఆమె అక్కడ చెల్లెళ్లలందర్లోకీ ముచ్చటగా వుంటుందని అనుకునే అతను. ఆవేశపూరిత, అసంభావ్య ప్రేమలీలలని దాలీ ఊహల్లో ఉద్దీప్తం చేసుకుంది. 'అన్నా సరైన పనే చేసింది, కనీసం నేను అందరిలాగా ఆమెని నిందించను. ఆమె సుఖపడుతోంది, మరొకళ్లని సుఖపెడుతోంది. నాకులాగా అణగారిపోయిన మనిషి

కాదు. ఆమె ఎప్పటిమాదిరీ పువ్వులాగా, తెలివితేటలతో, అన్నిటీ్నీ ఆస్వాదించే సామర్థ్యంతో ఉంటుందన్నమాట ఖాయం' అనుకొంది దాలీ. ఓ కొంటె చిరునవ్వు ఆమె పెదాల్ని ముకుళితం చేసింది. అలా అవడానికి అన్నిటికంటే ముఖ్యకారణం ఆమె అన్నా ప్రేమలీలల గురించి తల పోసుకుంటూ వుంటే, తనని మహా వ్యామోహంతో ప్రేమించాడనుకున్న ఊహావ్యక్తితో కలిసి తనకీ అలాంటి ప్రేమలీలలు వున్నట్టు ఆమె ఊహించుకోవడం. అన్నాకిలాగే తనూ భర్తకి వున్న విషయం యావత్తూ చెప్పేస్తుంది, ఆ ముక్క విని అబ్లాన్‌స్కీ నిశ్చేష్టుడైపోతాడు, చింతాకులితుడైపోతాడు. ఆ భావనే ఆమెకి చిరునవ్వు తెప్పించింది.

అలాంటి ఊహలతో ఆమె బండి రాజపథం మీదనుంచి వాజ్దీజెన్‌స్కాయె వెళ్లే దారి చేరేదాకా గడిపేసింది.

17

బండితోలేవాడు నాలుగు గుర్రాల బండిని ఆపి కుడివైపు ఉన్న రై పొలాలకేసి చూశాడు. అక్కడ కొంతమంది రైతులు ఓ చెకడా బండి పక్క కూర్చున్నారు. గుమాస్తా కిందికి ఉరికి వాళ్ల దగ్గరికి వెడదామనుకున్నాడు. కాని అంతలోనే ఎందుకులెమ్మని ఆలోచన చేసి ఓ రైతుని తన దగ్గరికి రమ్మని పిలిచాడు. బండి ఆగగానే గాలి కూడా తగ్గింది. చెమటలు కక్కుతూ వున్న గుర్రాలమీద జోరీగలు వాలుతున్నాయి. అవి వాటిని చిరాగ్గా తోలేసుకుంటున్నాయి. ఆకురాళ్లమీద కత్తులు పదునుపెడుతూ వుంటే వచ్చే చప్పుళ్లు మణిగిపోయాయి. ఓ రైతు లేచి బండి దగ్గరికి వచ్చాడు.

"ఏం, ఒంట్లో ఊపిరి లేదా ఏమిటి?" అని గుమాస్తా బండి చక్రాల గాళ్లలో దిసపాదాలతో అడుగులో అడుగు వేసుకుంటూ వస్తూ వున్న ముసలి రైతుని చూసి చిరాగ్గా అన్నాడు. "చురుగ్గా నడు" అన్నాడు.

ఆ ముసలాడు ఉంగరాల జుట్టుని వెనక్కి నారతో కట్టుకున్నాడు. అతని వీపు వంగింది. ఆ వీపుమీద చొక్కా చెమటకి నల్లబడింది. అతను నడక చురుకు చురుకు చేసి బండి దగ్గరికి వచ్చి ఎండకి కమిలిన చేత్తో, మడ్ గార్డ్ పట్టుకున్నాడు.

"వాజ్దీజెన్‌స్కాయె ఊరేనాండీ? జాగీర్దార్‌గారి హవేలీయా? కౌంట్‌గారి దగ్గరకా?" అని అడిగాడు. "తిన్నగా కొంచెం దూరం వెళ్లండి. అప్పుడు ఎడంవైపు తిరగండి. సందు వస్తుంది. అక్కణ్ణే వుంటుంది. ఎవరు కావాలండి? కౌంట్‌గారా?" అని అడిగాడు.

"వాళ్లు ఇంటిదగ్గరున్నారా?" అని దాలీ, అన్నా గురించి ఆ రైతుని ఎలా అడగాలో తెలీక, అనుమానంగా అడిగింది.

"ఆఁ, ఆఁ వుండే వుంటారు" అని రైతు దిసపాదంమీద బరువు మార్చుకుంటూ దుమ్ములో మడమ గుర్తూ, కాలివేళ్ల గుర్తులూ పడగా అన్నాడు. "ఉండే ఉంటారు" అని మళ్లీ అన్నాడు. మాట తెగిపోకుండా సంభాషణ సాగించాలని అతనికి ఉన్నట్టు తెలుస్తూనే వుంది. "నిన్న కూడా ఎవరో చూడవచ్చారు. వాళ్ళింట్లో చాలామంది పెద్దపెద్దోళ్లు ఉంటా ఉంటారు... ఏంటిరా?" అని గుర్రం బండి దగ్గర కూర్చుని తనకేసి ఏదో అరుస్తూ వున్న కుర్రాడికేసి

చూస్తూ అడిగాడు. "ఆఁ! ఇంత క్రితమే వాళ్లు కోతలు ఎలా అవతా ఉన్నాయో చూద్దామని గుర్రాలమీద వెళ్లారట. ఈపాటికి వచ్చేసే వుంటారండి. తమరెక్కణ్నుంచండి?" అని అడిగాడు.

"మేం చాలా దూరంనుంచి వచ్చాం" అని బండితోలేవాడు మళ్లీ బండి ఎక్కుతూ అన్నాడు. "అయితే దూరం కాదన్నమాట?" అన్నాడు.

"చెప్పానుగా దగ్గర్లోనని. తిన్నగా ముందుకి వెళ్లి...." అని రెట్టించాడు, చేతిని బండి మడ్ గార్డుమీద రాస్తూ.

రైతుతో మాట్లాడిన కుర్రాడు కూడా బండి దగ్గరికి వచ్చాడు. అతను బలంగా, పొంకంగా వున్నాడు.

"కోతలకి మనిషి కావాలా అండీ?" అని అడిగాడు.

"తెలీదు."

"ఎడంవైపు తిరిగితే నేరుగా అక్కడికెడతారు" అని ముసలతను చెప్పాడు. వెళ్లను, వెళ్లిపోనివ్వడం ఇష్టం లేనట్టూ, మాటలు సాగించాలనే అతనికి ఉన్నట్టూ తెలుస్తూనే వుంది.

బండి తోలేవాడు గుర్రాల్ని అదిలించాడు. బండి కదిలిందో లేదో రైతు మళ్లీ అరిచాడు:

"ఆపు! ఆపయ్యా!"

బండివాడు ఆపాడు.

"ఆళ్లు తమకేసే వస్తా ఉన్నారు. అరుగో!" అని రైతు అరిచాడు. "అరుగో దౌడు తీయించుకుంటూ వస్తా వున్నారు" అన్నాడు. గుర్రాలమీద స్వారీ చేసుకుంటూ వస్తూ వున్న నలుగురు మనుషులకేసి, బండిలో వస్తూ వున్న ఇద్దరికేసీ చూపించాడు.

వ్రాన్‌స్కీ, అతని జాకీ, వెస్లోవ్‌స్కీ, అన్నా గుర్రాలమీద స్వారీ చేస్తూ వస్తున్నారు. బండిలో ప్రిన్సెస్ వర్వారా, స్వియాజ్‌స్కీ వున్నారు. వాళ్లు సరదాకి స్వారీ వెళ్లారు. పనిలో పనిగా కొత్తగా సంపాదించిన కోతయంత్రాలని చూడాలనీ వెళ్లారు.

దాలీ బండి ఆగగానే గుర్రాలమీద స్వారీ చేసేవాళ్లు పరుగు తగ్గించి గుర్రాల్ని నడిపించారు. అన్నా, వెస్లోవ్‌స్కీలు ఎదర వస్తున్నారు. అన్నా దృఢమైన ఇంగ్లీషు గుర్రంమీద వస్తోంది. ఆ గుర్రం జూలు, తోక కత్తిరించి వున్నాయి. అన్నా ఎత్తైన టోపీ పెట్టుకుంది. ఆ టోపీ కిందనుంచి ఇవతలికి పడిన నల్లని ముంగురుల తలనీ, రూపుతీరిన భుజాలనీ, స్వారీ చేసే వేషంతో నల్లని గౌను కింద వున్న అన్నువ నడుమునీ, గుర్రంమీద ఆమె కూర్చున్న శాంత సుందర ముద్రనీ చూసి దాలీ ఆశ్చర్యపోయింది.

అన్నా గుర్రంమీద స్వారీచెయ్యడం మొదట ఆమెకి అనుచితంగా కనిపించింది. మహిళలు గుర్రంమీద స్వారీచెయ్యడం అనేది ఏదో వగల మారితనం అన్న భావం ఆమె మనసులో వుంది. అలాంటిది అన్నా ప్రస్తుత పరిస్థితికి శోభాకరం కాదు. కాని దగ్గర్లో అన్నాని చూసినప్పుడు ఆమె గుర్రంమీద స్వారీచెయ్యడం అనేదాంట్లో అనుచితం అయింది ఏదీ దాలీకి కనిపించలేదు. ఆమె తీరులో, వేసుకున్న బట్టలలో ఆమె వైఖరిలో నడవడికలో ఎంత సరళత్వం, శాంతం, హూందాతనం కనిపించాయంటే ఇంతకంటే స్వాభావికం అయింది ఏదీ వుండదని అనిపిస్తుంది.

అన్నా కెరనినా 657

అన్నా పక్కన వెస్లోవ్‌స్కీ బూడిదరంగు సైనిక అశ్వంమీద వున్నాడు. వేగంగా పరిగెత్తడంవల్ల అది ఉత్తేజంగా వుంది. అతను స్కాచ్ టోపీ పెట్టుకున్నాడు. దాని రిబ్బన్లు ఎగురుతూ ఉన్నాయి. లావుగా వున్న కాళ్లని ముందుకి చాచాడు. అతను చాలా సంతృప్తిగా వున్నాడని కనిపిస్తూనే వుంది. అతన్ని గుర్తుపట్టగానే దాలీ చిరునవ్వు నవ్వకుండా వుండలేకపోయింది. వాళ్ల వెనక్కాల వ్రాన్‌స్కీ వచ్చాడు. అతని గుర్రం మంచిజాతి గుర్రం. అది దౌడు తీసుకుంటూ రావడంవల్ల ఉత్తేజంగా వుంది. వ్రాన్‌స్కీ దాన్ని అదుపులో ఉంచేందుకు కళ్లేలు లాగుతూ వున్నాడు.

అతని వెనక్కాల జాకీ వేషంలో ఓ చిన్న మనిషి గుర్రంమీద వస్తున్నాడు. స్వియాజ్‌స్కీ, ప్రిన్సెస్ వర్వారా వీళ్లని దాటి బండిలో ముందు వచ్చారు. వాళ్ల బండి గొప్పగా వుంది. పెద్ద నల్లగుర్రం ఆ బండిని లాగుతోంది.

పాత బండిలో వో మూల ముడుచుకు కూర్చున్న మనిషి దాలీ అని గమనించగానే అన్నా ముఖం సంతోష హాసంతో వెలిగింది. ఆమె హేయ్ అని అరిచింది. జీనుమీద ఎగిరి కూర్చుని గుర్రాన్ని మళ్లీ దౌడు తీయించింది. బండి దగ్గరికి రాగానే ఎవరూ చెయ్యి అందివ్వకుండానే సునాయాసంగా కిందికి వురికి గుర్రం స్వారీ వేషంలో ఉన్న గౌనుని చేతుల్తో పైకి లాక్కుని పట్టుకుని దాలీ దగ్గరికి పరిగెత్తింది.

"నేననుకున్నాను నువ్వేనని, మళ్లీ కాదేమోనని భయం వేసింది. అబ్బ, ఎంత సంతోషంగా వుంది! నాకెంత సంతోషంగా వుందో నీకు తెలీదు" అని కాసేపు దాలీ ముఖానికి తన ముఖం ఆనించి ముద్దు పెట్టుకుంటూ, తర్వాత ఆమెని ఎడంగా పట్టుకుని మందహాసంతో ఆమెకేసి చూస్తూ అంది.

"ఇదే సంతోషం అంటే, అలెక్సేయ్" అని గుర్రం దిగి తమ వైపు వస్తూ ఉన్న వ్రాన్‌స్కీకేసి తిరిగి అంది.

వ్రాన్‌స్కీ తలమీదనుంచి ఎత్తైన బూడిదరంగు టోపీ తీసి చేత్తో పట్టుకుని దాలీని పలకరించాడు.

"మీ రాకవల్ల మాకు ఎంత సంతోషంగా వుందో మీరు ఊహించలేరు" అని మాట మాట ప్రత్యేకంగా ఒత్తిపలుకుతూ, తెల్లని పలువరస కనిపించేటట్టు చిరునవ్వు నవ్వుతూ అన్నాడు.

వెస్లోవ్‌స్కీ గుర్రంమీదనుంచి దిగకుండానే తలమీద వున్న స్కాచ్ టోపీ తీసేసి, రిబ్బన్లు కదిలేటట్టు దాన్ని తలపైన ఊపుతూ దాలీకి స్వాగతం చెప్పాడు.

"ఈమె ప్రిన్సెస్ వర్వారా" అని గొప్ప బగ్గీ తమ దగ్గరికి వచ్చినప్పుడు ఆమె ఎవరన్నట్టు దాలీ చూసినదానికి జవాబుగా చెప్పింది అన్నా.

"ఓహో!" అంది దాలీ. ఆమె ముఖంలో అనిష్టతని సూచించే భావం గోచరమైంది.

ప్రిన్సెస్ వర్వారా దాలీ అత్తగారి చెల్లెలు. ఆమెని దాలీ చాలాకాలంగా ఎరుగును. ఆవిడంటే దాలీకి గౌరవం లేదు. ప్రిన్సెస్ వర్వారా జీవితం అంతా సంపన్నులైన బంధువుల

ఇళ్లల్లోనే బతికింది. ఇప్పుడు తనకి ఏ రకంగానూ చుట్టమూ పక్కమూ కాని వ్రాన్‌స్కీ మీద పడి తింటూ వుండడం, తన భర్తకీ ఆమెకీ గల బంధుత్వం దృష్ట్యా దాలీకి సిగ్గనిపించింది. అన్నా దాలీ ముఖంలో కనిపించిన భావాన్ని గమనించి సిగ్గుపడింది. ఆమె ముఖం ఎర్రబడింది. ఆమె గౌను అంచులు వదిలేసింది. అవి కాళ్లకి అడ్డం పడ్డాయి.

దాలీ మాట్లాడకుండా గొప్ప బగ్గీ దగ్గరికి వెళ్లి ముక్తసరిగా ప్రిన్సెస్ వర్వారాకి అభివాదం చేసింది. దాలీ స్వియాజ్‌స్కీని కూడా ఎరుగును. పడుచుపెళ్లాం కాపరంతో తన తిక్కమిత్రుడు ఎలా వున్నాడని అతను అడిగాడు. తర్వాత పంచమేళం గుర్రాలనీ, మరమ్మత్తు చేసిన మడ్ గార్డుల బండినీ ఓ చూపు చూసి మహిళలు గొప్ప బండిలో ఎక్కాలని ప్రస్తావించాడు.

"నేనా దడదడ బండి ఎక్కుతాను" అన్నాడు. "ఈ గుర్రం మంచిది. ప్రిన్సెస్ బాగా తోలుతుంది" అన్నాడు.

"వద్దు, ఎవరి బండిలో వాళ్లు వుండండి" అని దగ్గరికి వస్తూ అన్నా అంది. "మేమూ బండిలో వెడతాం" అని దాలీ చెయ్యి పట్టుకుని తీసుకుపోయింది.

ఎంతో ఘనంగా వుంది ఆ బగ్గీ – అంతకుముందు దాలీ అలాంటి బగ్గీని చూళ్లేదు – భారీ గుర్రాల్నీ, అన్నాని పరివేష్టించి ఉన్న ఉల్లాసభరిత సుందర వదనాలనీ చూసి దాలీ కళ్లు చెదిరిపోయాయి. కాని అన్నిటికంటే ఎక్కువగా తనకి బాగా తెలిసిన ప్రియమైన అన్నాలో వచ్చిన మార్పుకి ఆమె చకితురాలైంది. అన్నాని అంత బాగా ఎరగనటువంటి అంత పరిశీలనగా చూడనటువంటి, ముఖ్యంగా ప్రయాణం చేసే సమయమంతా దాలీ మనసులో చెలరేగిన ఆలోచనల లాంటివి మరో మహిళకెవరికైనా అన్నాలో విశేషమైంది ఏదీ కనిపించి వుండదు. కాని దాలీకి ఇప్పుడు, ప్రేమించిన క్షణాల్లో మహిళల్లో ద్యోతకమయే ఆ క్షణిక సౌందర్యం అన్నాలో కనిపించి చకితురాలైంది. అన్నా వదనంలో కనిపించే ప్రతీదీ.... ఆమె బుగ్గలమీద, చుబుకంమీద స్పష్టంగా వున్న సొట్టలు, ఆమె పెదాల వొంపులు, వాటిమీదకి దిగివచ్చినట్టుగా వున్న మందహాసం, ఆమె కళ్లల్లోని తేజస్సు, ఆమె కదలికల్లోని వడి, సోయగాలు, ఆమె వాక్కులోని పౌష్కల్యగమకం, ఆమె గుర్రంమీద ఎక్కి ముందు కుడికాలుతో దౌడుతియ్యడం దానికి నేర్పుతానని వెస్లోవ్‌స్కీ అడిగినప్పుడు సస్నేహంగానే అయినా తేజంతో అతనికి జవాబు చెప్పిన ఆమె తీరూ అన్నీ అద్వితీయ మనోహరత్వంతో భాసించాయి. అన్నా స్వయంగా వాటి గురించిన ఎరుకతో వుందనీ, వాటిపట్ల సంతోషంతో వుందనీ అనిపిస్తోంది.

ఇద్దరు మహిళలూ బండిలో కూర్చున్నాక ఇద్దరికీ అప్రయత్నంగానే ఇబ్బందిగా వున్నట్టనిపించింది. దాలీ తనకేసి చూస్తూ వున్న ఉద్విగ్న ప్రశ్నార్థక దృక్కుతో అన్నాకి ఇబ్బంది కలిగించింది. తనతోబాటు అన్నా కూర్చున్న ఆ పాడు పాతబండి కారణంగా దాలీకి ఇబ్బంది అనిపించింది – మరీ స్వియాజ్‌స్కీ దడదడ బండి అని అన్నాక. బండి తోలే ఫిలిప్‌కీ, గుమాస్తాకీ కూడా అలానే అనిపించింది. తనకి కలిగిన ఇబ్బందిని కప్పిపుచ్చుకోవడానికి గుమాస్తా, ఆ మహిళలు బండిలోకి ఎక్కగానే దుమ్ము దులుపుతున్నట్టు హడావుడి చేశాడు. కాని ఫిలిప్ మబ్బుముఖం పెట్టుకుని ఇకముందు అలాంటి ఘనమైన మర్యాదల ప్రభావానికి లొంగకుండా వుండదలచుకున్నట్టు వాలకం పెట్టాడు. గొప్ప బండికి కట్టిన నల్లని గుర్రంకేసి చూసి ఇదో

బడాయి, షికారుకి బాగానే వుంటుంది. ఇలాంటి ఎండలో గట్టిగా నలభై వెర్‌స్తులు లాగలేదు అని మనసులో అనుకుని ఫోఫోస్ గొప్ప అన్నట్టు చిరునవ్వు నవ్వాడు.

చెకడా బండి దగ్గర కూర్చున్న రైతులందరూ లేచి నుంచుని స్వాగతం చెపుతున్నట్టు అతిథులకేసి సంతోషపూరిత కుతూహలంతో చూస్తూ తమ తమ వ్యాఖ్యలు చేస్తూ వున్నారు.

"సంతోషంగా వున్నట్టున్నారు కదా? ఒకరినొకరు చాన్నాళ్లు చూసుకుని వుండరు" అని నారపట్టీ తలకి చుట్టుకున్న ఉంగరాల జుట్టు రైతు అన్నాడు.

"గెరాసిమ్ మామా! ఆ నల్లగుర్రం మన మోపులు మోస్తే భలే వుంటుంది కదా?"

"అరె, లాగు తొడుక్కున్న పిల్లేంటి?" అని వాళ్లల్లో వొకడు ఆడవాళ్ల జీను ఎక్కి స్వారీ చేస్తున్న వెస్లోవ్‌స్కీని చూపిస్తూ అన్నాడు. వెస్లోవ్‌స్కీ అన్నా స్వారీ చేసిన గుర్రం ఎక్కాడు.

"ఎహె కాదు, మగమనిషి. చూడు ఎంత గబగబా తోలాడో!"

"ఏం కాస్త కునుకు తియ్యరేంటర్రా?"

"ఇవాళ కునుకూ గినుకూ లేదు" అని ముసలాడు కళ్లు రెట్టగించి పొద్దుచూసి అన్నాడు. "పొద్దు దాటింది. కోత కత్తులు తీసుకుని పనిలోకి దిగండి" అన్నాడు.

18

అన్నా తదేకంగా దాలీ ముఖంకేసి చూసింది. దాలీ ముఖం చింతలతో పీక్కుపోయి వుంది. ముఖంమీద ముడతలలో దుమ్ము కొట్టుకుపోయి వుంది. దాలీ చిక్కిపోయింది అని తను అనుకున్న మాట చెపుదామనుకుంది అన్నా. కాని ముందటికంటె తనకి అందం పెరిగిందని గుర్తుకు వచ్చి, – అలా అని దాలీ చూసిన చూపు చెప్పకనే చెప్పింది, – అన్నా వూరికే నిట్టూర్చి తన గురించే చెప్పడం మొదలుపెట్టింది.

"నువ్వు నాకేసి చూసి ప్రస్తుతం నేను ఉన్న పరిస్థితిలో ఎవరైనా సుఖంగా వుండగలరా అని అనుకుంటున్నావు కదూ?" అని అన్నా మొదలుపెట్టింది. "చెప్తా. తలుచుకుకుంటే సిగ్గవుతుంది కాని.. నేను క్షంతవ్యం కానంత సంతోషంగా వున్నాను. నాకు జరిగింది యేదో మాయలా వుంటుంది, వ్యధాకులితమైన భయంకరమైన పీడకలనుంచి ఒక్కసారి కళ్లు తెరిచి చూసుకుంటే అసలా కల తాలూకు ఛాయలే మిగలనట్టు వుంటుంది. నేను మేల్కొన్నాను. నేనా భయంకర వ్యధాకులిత స్థితిని అనుభవించాను. కొంతకాలంగా, ముఖ్యంగా ఇక్కడికి వచ్చినప్పట్నుంచీ చెప్పలేనంత సంతోషంగా వుంది" అని ఏమంటావ్ అన్నట్టు బెరుకుగా చిరునవ్వు నవ్వుతూ దాలీకేసి చూసి అన్నా అంది.

"నాకెంతో సంతోషంగా వుంది!" అని దాలీ తిరిగి చిరునవ్వు నవ్వుతూ అది. కాని ఆమె స్వరం ఆమె అనుకున్నదానికంటే ఎక్కువ అనార్ద్రంగా వుంది. "నువ్వంటే నాకు చాలా సంతోషంగా వుంది. అయినా నువ్వు నాకు ఉత్తరం ఎందుకు రాశావు కాదు?" అని అడిగింది.

"ఎందుకు రాయలేదంటావా? ధైర్యం చాలింది కాదు... నువ్వు నా స్థితిని మర్చిపోతున్నట్టుంది."

"నాకు ఉత్తరం రాసేందుకు ధైర్యం లేకపోయిందా? నీకు తెలుసా నేను ఎంత... నాకనిపించింది..."

దాలీ ఆ ఉదయం తన మనసులో రేగిన వూహల గురించి చెపుదామనుకుంది. కాని ఎందుకనో అది సమయమూ, సందర్భమూ కాదనిపించింది.

"సర్లే, తర్వాత మాట్లాడుకుందాం ఆ విషయాల గురించి. ఆ ఇళ్లన్నీ ఏమిటి?" అని మాట మార్చేటందుకని అకేషియా, లైలాక్ పొదల వెనుకనుంచి కంటికి ఆనుతూ ఉన్న ఇళ్ల ఎర్ర కప్పులకేసీ, ఆకుపచ్చ కప్పులకేసీ చూపిస్తూ అడిగింది. "ఏదో బస్తీలా వుంది" అంది.

కాని అన్నా ఆ ముక్క పట్టించుకోలేదు.

"ఉహుఁ, లేదు, లేదు. చెప్పు నా గురించి ఏమనుకుంటున్నావ్? నీకేమనిపిస్తోంది? చెప్పు" అని అన్నా అడిగింది.

"ఏమనుకుంటున్నాను...." అని దాలీ చెప్పబోయింది. సరిగ్గా ఆ వేళకి వెస్లోవ్‌స్కీ ముందు కుడి కాలితో దౌడు తీయించడం నేర్పిస్తున్న గుర్రంమీద అక్కడికి వచ్చాడు. ఆడవాళ్ల సాంబర్ జీనుమీద కురచ స్వారీ జాకెట్‌తో జోరుగా పైకీ కిందికీ లేస్తూ పడుతూ వున్నాడు.

"సాధిస్తున్నానండీ అన్నాగారూ" అని అరిచాడు.

అన్నా అతనికేసి చూడనుకూడా చూడలేదు. కాని బండిలో ఈ రామాయణం మొదలెట్టడం ఉచితంగా లేదని మరోసారి దాలీకి అనిపించింది. అందుకని ఆలోచనల్ని క్లుప్తంచేసి చెప్పింది.

"నేనేమీ అనుకోవడం లేదు. నాకెప్పుడూ నువ్వంటే ప్రేమే. మరి నువ్వు ఎవరినేనా ప్రేమిస్తే ఆ మనిషిని ఎలా వున్న స్థితిలో అలా ప్రేమిస్తావు గాని నువ్వు కోరుకున్న స్థితిలో వున్నట్టు కాదుగా" అంది.

అన్నా తన నేస్తం ముఖంమీదనుంచి కళ్లని పక్కకి తిప్పుకుని కళ్లని కొంచెం ముడుచుకుని (అదో కొత్త అలవాటు, దాలీ అంతకుముందెన్నడూ ఎరగనిది) తన ఆలోచనల్లో మునిగిపోయింది, ఈ మాటల అర్థం ఏమిటో బోధపరుచుకుంటున్నట్టు. తను కోరుకున్నట్టు అర్థం చెప్పుకుని – అలానే కనిపించింది – ఆమె మళ్లీ దాలీకేసి చూసింది.

"నీ దోషాలేమన్నా ఉన్నా, నువ్విక్కడి వచ్చి నాకు ఈ మాటలు చెప్పుకున్నందుకు అవన్నీ మాసిపోతాయి" అంది అన్నా.

అన్నా కళ్లల్లో నీళ్లు తిరగడం దాలీ చూసింది. మాట్లాడకుండా అన్నా చేతిని నొక్కింది.

"కాని ఆ ఇళ్లేమిటి?" అని కొంచెంసేపాగి మళ్లీ అడిగింది. "ఎన్ని ఉన్నాయో!" అంది.

"అవి పనివాళ్ల ఇళ్లు. గుర్రాల క్షేత్రం, గుర్రం శాలలు" అని చెప్పింది అన్నా. "అక్కణ్ణుంచి పార్కు మొదలవుతుంది. అంతా అయ్యావారి నట్టిల్లులా ఉండేది. వ్రాన్‌స్కీ అంతట్నీ చక్కబరిచాడు. అతనికి ఈ జాగీరంటే చాలా ఇష్టం. వ్యవసాయం పనులంటే ఎంతో మక్కువ. నాకాశ్చర్యం అవుతుంది ఎంతలా ఈ పనిలో మునిగిపోతాడో చూస్తూ వుంటే. అతని స్వభావం అలాంటిది తెలుసా? ఏ పని పట్టుకోనీ, దాన్ని సొద్దు లేకుండా చెయ్యాల్సిందే. అసలు విసుగనేది అనిపించనే

అనిపించదేమో, అంతలా పనిలో లగ్నమైపోతాడు. నాకతను బాగా తెలుసు కదా, లెక్కలు పద్దులూ విషయంలో ఎంత గట్టివాడో! వ్యవసాయం పనులకి సంబంధించి పొల్లు పోనివ్వడు, పెద్ద అజమాయిషీదారు అయ్యాడు. ఆ మాటకొస్తే పైసాపైసా కూడా లెక్క చూస్తాడు. కాని వ్యవసాయం పనులకి సంబంధించి మాత్రం అలా వుంటాడులే. మరి వేలు లక్షలు విషయంలో ఖాతరీయే ఉంచడు" అని ఆమె, ప్రియుడి సుగుణాలు తను మాత్రమే కనిపెట్టిన ఆడదానికి ఉండేలాంటి సంతోషభరిత కుటిల మందహాసంతో చెప్పింది. "అదుగో అక్కడున్న ఆ పెద్ద మేడ చూశావా? అది కొత్త హాస్పిటల్. ఖాయంగా లక్షకి పైనే అయుంటుంది. అది ఇప్పుడతని dada[1]. ఈ మోజు ఎలా పట్టిందనుకుంటున్నావు? రైతులు పచ్చిక బీళ్లని కౌలుకి యిమ్మన్నారు. తక్కువ కిస్తీకే అయి ఉంటుందిలే. అతను వల్ల కాదన్నాడు. ఏమిటా పిసినారితనం అని అతన్ని తిట్టాను. ఏం, అంటే ఈ వొక్క దానివల్లనే కాదనుకో. అన్నీ వచ్చాయి, తను పిసినారిని కాదని చూపించుకోవడానికి ఈ హాస్పిటల్ కట్టించడం మొదలెట్టాడు. దీన్ని నీ ఇష్టం c'est une petitesse[2] అను కావాలంటే. కాని అందుకనే అతనంటే ఎక్కువ ఇష్టపడతాను. మా హవేలీ చూస్తావు కదా ఇప్పుడు నువ్వు. ఇది వాళ్ల తాతగారిది, పై ఆకారం ఏమీ మార్చలేదతను."

"ఎంత బాగుంది!" అని దాలీ అప్రయత్నంగా ఆశ్చర్యం ప్రకటించింది. తోటలోని అనేక హరితవర్ణ వృద్ధ వృక్షాల వెనకనుంచి ఆనుతూ వున్న స్తంభాల, అందమైన పెద్ద హవేలీని చూసి ఆమె అలా అంది.

"బాగా వుంది కదూ! పై కిటికీ దగ్గర్నుంచి చూస్తే అద్భుతంగా వుంటుంది."

వాళ్ల బండి గులకరాళ్లు పరిచిన దారి గుండా కళకళలాడే పువ్వులు వున్న ఆవరణలోకి వెళ్లింది. అక్కడ ఇద్దరు పనివాళ్లు ఒక పుష్పశయ్య దగ్గర మడికట్టి బెజ్జాలు వున్న ముతకరాళ్లని పరుస్తున్నారు. బండి వెళ్లి సింహద్వారం దగ్గర పోర్టికోలో ఆగింది.

"వాళ్లూ వచ్చేశారు" అని అన్నా అక్కడినుంచి తోలుకుపోతూ ఉన్న స్వారీ గుర్రాల్ని చూసి అంది. "నిజంగా అది భేషైన గుర్రం కదూ? అది స్వారీ గుర్రం. నాకిష్టమైన గుర్రం. దాన్నిలా తీసుకురండి, కొంచెం పంచదార పట్రండి. కౌంట్ ఎక్కడ?" అని పరిగెత్తుకుంటూ ఇవతలికి వస్తూ ఉన్న ఇద్దరు డవాలా బంట్రోతుల్ని చూసి అన్నా అడిగింది. "అదుగో, వచ్చాడు" అని వెస్లోవ్స్కీతో కలిసి తమకేసి వస్తూ వున్న వ్రాన్స్కీని చూసి అంది.

"ఆవిడకి ఏ గది ఇద్దామంటారు?" అని వ్రాన్స్కీ ఫ్రెంచిలో అన్నాని అడిగాడు. అన్నా జవాబుకోసం ఆగకుండా అతను దాలీకి అభివాదం చేశాడు, ఈసారి ఆమె చేతిని ముద్దు పెట్టుకుని అభివాదం చేశాడు. "బాల్కనీ ఉన్న పెద్ద గది బాగుంటుందేమో" అన్నాడు.

"ఊహుc, వద్దు వద్దు. అది చాలా దూరం. మూల వున్న గది చాలా బాగుంటుంది. ఒకరికొకరు దగ్గరగా వుంటాం, బాగుంటుంది. వూc, పద" అని అన్నా నౌకరు తెచ్చి ఇచ్చిన పంచదార తనకిష్టమైన గుర్రానికి పెడుతూ అంది.

---

[1] అన్నింటినీ మించిన మోజు (ఫ్రెంచి)

[2] చిన్న విషయం (ఫ్రెంచి)

"Et vous oubliez votre devoir[1]" అని వ్రాన్‌స్కీతోబాటు పోర్టికోలోకి వచ్చిన వెస్లోవ్‌స్కీతో అంది.

"Pardon, i'en ai tout plein les poches[2]" అని అతను వెస్ట్ జేబులో చేతులు పెట్టుకుంటూ అన్నాడు.

"Mais vous venez trop tard[3]" అని అన్నా గుర్రం పంచదార నాకిన చేతిని జేబు రుమాలుతో తుడుచుకుంటూ అంది. "ఎక్కువ రోజులు ఉంటావు కదూ?' అని దాలీని అడిగింది. "ఒక్క రోజు మాత్రమేనా? అలా వీల్లేదు సుమా" అంది.

"నేనలానే మాట ఇచ్చి వచ్చాను. పిల్లలు..." అని దాలీ వెళ్లి బండిలోనుంచి తన సంచీ తెచ్చుకుని దుమ్ము కొట్టుకుపోయిన ముఖం తుడుచుకోవాలన్న కోరికతో ఇబ్బందిపడుతూ అంది.

"ఉహుఁ, వీల్లేదు దాలీ! అలా వీల్లేదు... సర్లే, ఆ సంగతి తర్వాత చూద్దాం. రా, రా లోపలికి" అని అన్నా ఆమెని గదిలోకి తీసికెళ్లింది.

అది వ్రాన్‌స్కీ ప్రస్తావించిన ఘనమైన గది కాదు. అంత బాగా లేదు ఏమీ అనుకోకు అని అన్నా దాలీకి చెప్పిన గది. అన్నా అంత బాగా లేదని చిన్నబుచ్చుకున్న ఈ గది ఎంత దివ్యంగా వుందంటే దాలీకి ఎప్పుడూ అలాంటి గదిలో వుండే అదృష్టం కలగలేదు. విదేశాల్లోని అతిఘనమైన హెూటెళ్లు ఆమెకి గుర్తు వచ్చాయి.

"నాకెంత సంతోషంగా వుందో దాలీ" అని అన్నా స్వారీ బట్టలతోనే ఓ క్షణంసేపు దాలీ పక్కన కూర్చుంటూ అంది. "మీ సంసారం ఎలా ఉందో చెప్పు. మీ ఆయన్నీ పెద్దగా కలుసుకోలేదు. కాని పిల్లల గురించి ఏమీ చెప్పావే కాదు. మా ముద్దుల తాన్యా ఎలా వుంది? పొడుగయిందేమో, ఏం?" అంది.

"ఆఁ, బాగా సాగింది" అని ముక్తసరిగా అంది దాలీ. తన పిల్లల గురించి తను అంత పట్టనట్టుగా మాట్లాడ్డం ఆమెకే ఆశ్చర్యం కలిగించింది. "మేం లేవిన్ల ఇంట్లో చాలా సుఖంగా గడుపుతున్నాం" అని జోడించింది.

"నేనంటే నీకు తృణీకారం లేదని నాకు తెలిసివుంటేనా..." అంది అన్నా. "మీరందరూ ఇక్కడికి వచ్చి ఉండవచ్చును. ఎంతయినా మా తమ్ముడు వ్రాన్‌స్కీకి పూర్వంనుంచీ మంచి స్నేహితుడు కదా" అని ఒక్కసారి సిగ్గుతో ఎర్రబడింది.

"కాని మేం చాలా బాగా ఉన్నాం..." అని దాలీ ఇబ్బంది పడుతున్నట్టుగా అంది.

"ఆఁ, నేను ఎంతో సంతోషంగా ఉండబట్టి ఏదేదో పిచ్చి వాగుడు వాగుతున్నాను. ఊఁ, పోన్లే, నువ్వొచ్చావు నాకు ఏనుగెక్కినంత సంతోషంగా వుంది" అని ఆమెని మళ్లీ ముద్దు పెట్టుకుంటూ అంది అన్నా. "కాని నన్ను గురించి ఏమనుకుంటున్నదీ చెప్పావే కాదు.

---

[1] మీరు మీ పని మర్చిపోతున్నారు (ఫ్రెంచి).

[2] మన్నించండి, నా జేబులనిండా వుంది (ఫ్రెంచి).

[3] కాని మీరు ఆలస్యంగా ముందుకు వస్తారు (ఫ్రెంచి).

నాకు అది తెలుసుకోవాలని ఉంది. కాని నేను ఉన్నట్టుగా నన్ను చూస్తున్నావు అదే సంతోషంగా వుంది నాకు. నేను దేన్నో రుజువు చేద్దామనుకుంటున్నానని ఎవరూ అనుకోకూడదు, అదే నాక్కావాల్సిన ముఖ్య విషయం. నేను దేన్నీ రుజువు చెయ్యాలనుకోవడం లేదు. నేను కేవలం బతకాలనుకుంటున్నాను, నాకు తప్ప ఎవరికీ అపకారం చెయ్యాలనుకోవడం లేదు. అలాంటి హక్కు నాకు లేదంటావా? సర్లే, ఇదో పెద్ద గొడవ, తర్వాత అన్ని విషయాల గురించీ బాగా మాట్లాడుకుందాంలే. ముందు నే వెళ్లి బట్టలు మార్చుకుంటా, నీకు సాయం చెయ్యడానికి పనిమనిషిని పంపుతా" అంది.

19

దాలీ వొక్కత్తి వుండిపోయి గది అంతట్నీ ఇంటి యజమానురాలు చూసే తీరులో చూసింది. ఆ యింటికి వచ్చేటప్పుడు, ఇంటి లోపల తిరిగేటప్పుడు ఆమెకి కనిపించినదంతా, ఇప్పుడు ఆమెకి గదిలో కనిపించేదంతా ఆమె మనసుమీద గొప్ప ఐశ్వర్యం, సొగసు, నూతన యూరోపియన్ వైభోగం స్ఫురణకి తెచ్చే ముద్ర వేసింది. అలాంటి వాటి గురించి ఆమె ఇంగ్లీషు నవలల్లో చదివింది, రష్యాలో ఎన్నడూ చూడలేదు - ముఖ్యంగా పల్లె ప్రాంతాల్లో. అక్కడున్న ప్రతీదీ కొత్తదే - గోడలకి అతికించిన ఫ్రెంచి వాల్‌పేపర్ దగ్గర్నుంచి, నేలమీద మొత్తం అంతా పరిచిన తివాసీదాకా. మంచంమీద స్ప్రింగు పరుపు వుంది. చిన్న తలగడలకి పట్టు గలేబులు ఉన్నాయి. చలవరాతి వాష్ స్టేండ్, అలంకరణ మేజా, సోఫా, బల్లలు, చలినెగడుమీద కంచు గడియారం, కిటికీలకి గుమ్మాలకి వున్న తెరలు అన్నీ కొత్తవి, ఖరీదైనవి.

సేవ చెయ్యడానికి వచ్చిన షోకిలా పనిమనిషీ అక్కడున్న అన్నిటిలాగా కొత్తది, ఖరీదైంది. ఆమె దాలీ వేసుకున్నదానికంటే ఎక్కువ నాగరికమైన ఫ్రాకు వేసుకుంది, ఆమె కేశ విన్యాసం కూడా నదురుగా వుంది. ఆమె శుచి శుభ్రతలు, ఏం కావాలి ఏం చెయ్యాలి అంటూ మర్యాదా ఆతృతా చూపించడమూ దాలీకి నచ్చాయి. కాని దాలీకి సిగ్గయింది. దాన్ని పొరపాటున సంచీలో పెట్టుకుంది. ఆమెకి యింటి దగ్గర గొప్పగా కనిపించే మాసికలూ, కుట్లూ ఇక్కడ తలవంపు కలిగించేటట్టుగా ఉన్నాయి. ఇంటి దగ్గర ఒక విషయం స్పష్టంగా ఉండేది. ఆరు నైట్ గౌన్లకి గజం అరవై అయిదు కోపెక్కుల చొప్పున ఇరవై నాలుగ్గజాల నూలు బట్ట అవసరం. అంటే పదిహేను రూబుళ్లకి పైబడి తేలుతుందన్న మాట. ఇది కుట్టు ఖర్చు కత్తిరింపు ఖర్చు కాక. ఈ పదిహేను రూబుళ్లూ ఇంటి ఖర్చుతో ఆదా చేసినట్టే కదా. అయినా ఆమె పనిమనిషి ముందు సిగ్గుపడడం మాత్రమే కాక ఇబ్బందిపడింది.

చాలా పాతకాలం నాటి పరిచయస్థురాలు అన్నుష్కా రావడంతో దాలీకి తెరిపి పడ్డట్టనిపించింది. షోకిలా పనిమనిషికి యజమానురాలి దగ్గరికి వెళ్లాల్సిన పని పడిందట. అందుకని అన్నుష్కా దాలీ దగ్గర వుండిపోయింది.

దాలీని చూసి అన్నుష్కా సంతోషపడింది. అడ్డూ ఆపూ లేకుండా మాట్లాడుతూనే ఉంది. తన యజమానురాలి స్థితి గురించి చెప్పాలని, ముఖ్యంగా కౌంట్ అన్నాని ఎంతగా ప్రేమించి ఆరాధిస్తూ ఉన్నాడో చెప్పాలని, ఆమెకి ఆతృతగా ఉన్నట్టు దాలీ గ్రహించింది, కాని ఎప్పుడు విషయం ఆ స్థాయికి చేరినా ఆమెనిఅలా చెప్పకుండా నివారించే ప్రయత్నం చేసింది.

"నేను అన్నాగారితో పెరిగాను. ఆవిడకంటే నాకు లోకంలో ఎక్కువ ఇష్టమైంది లేదు. ఆవిడ మంచిదో చెడ్డదో నిర్ణయించడానికి మనం ఎవరం? కౌంట్ ఆవిడ్ని ఎంతలా ప్రేమిస్తున్నారో..."

"ఇబ్బందిలేకపోతే కొంచెం వీటిని ఉతికించిపెట్టు" అని దాలీ తుంచేసింది.

"తమ చిత్తం. మా దగ్గర బట్టలు ఉతకడానికి ప్రత్యేకం ఇద్దరు ఆడమనుషులున్నారు. పక్క బట్టలలాంటివన్నీ ఉతకడానికి మెషీన్లు ఉన్నాయి. కౌంట్ స్వయంగా అన్నీ చూసుకుంటారు. ఎంత మంచి పెనిమిటో...."

ఆ సమయంలో అన్నా రావడం దాలీకి సంతోషం కలిగించింది. ఆమె రాకతో అన్నుష్కా వాగ్ధోరణి కట్టుబడింది.

అన్నా నిరాడంబరమైన మల్లు ఫ్రాక్ వేసుకుంది. దాలీ ఆ నిరాడంబరమైన ఫ్రాక్‌ని శ్రద్ధగా చూసింది. అలాంటి నిరాడంబరత్వం అర్థం ఏమిటో, దానికి ఖర్చు ఎంతో ఆమెకి తెలుసు.

"పాత నేస్తం" అని అన్నా అన్నుష్కా నుద్దేశించి అంది.

అన్నా ఇప్పుడు ఏమీ ఇబ్బందిపడుతున్నట్టుగా లేదు. చాలా శాంతంగా, తన స్థితి గురించిన చింత ఏమీ లేకుండా వుంది. తను వచ్చినప్పుడు అన్నాలో కనిపించిన ఒడిదుడుకు అంతా పోయిందని దాలీ గమనించింది. ఆమె తన మనోభావాల, ఆంతరిక విచారాల ద్వారం తలుపు సురక్షితంగా మూతపడిందన్న బాహ్య, ఉదాసీన ధోరణితో వుంది.

"మీ అమ్మాయి ఎలా వుంది?" అని దాలీ అడిగింది.

"ఆన్నీ?" (బిడ్డకి పెట్టిన ముద్దు పేరు అది) "బాగానే వుంది. బొద్దుగా తయారైంది. చూస్తావా? దా, చూపిస్తా. ఎప్పుడూ దాదులతో ఆయాతో ఇంత యాతన పడలేదు" అంది. "ఓ ఇటాలియన్ ఆమెని దాయిగా పెట్టుకున్నాం. మంచిదే కాని శుద్ధ మొద్దు. బిచాణా ఎత్తిం చేద్దామనుకున్నాం గాని పాప ఆమెకి బాగా చేరిక అవడంతో పోన్లెమ్మని వుంచేశాం" అంది.

"ఊం, అయితే ఏం నిర్ణయించారు?" అని మొదలుపెట్టింది దాలీ. పిల్లకి ఇంటిపేరు ఏం పెడతారు అని అడగాలని మనసులో ఉద్దేశపడింది. కాని అన్నా ముఖంమీద అనుకోకుండానే గోచరమైన ఛాయ చూసి తను అడగదలచుకున్న దాని అర్థం మార్చేసింది. "అయితే ఏం నిర్ణయించారు? పాలు మాన్పించెయ్యలనా?" అంది.

కాని అన్నా ఆమె భావం గ్రహించింది.

"నువ్వు అడగదలచుకున్నది అది కాదు కదా? పాప యింటిపేరు గురించి అడగాలనుకున్నావు, కదా? అలెక్సేయ్‌కి ఇది బాధగా వుంది. దానికి యింటిపేరు లేదు. అంటే అది కెరనినాయే" అంది అన్నా, కనుపాపలు సగం మూతపడే దాకా పక్ష్మాలు మూసుకుంటూ. "సర్లే" అంది ఆమె. ఆమె ముఖం ఉన్నట్టుండి తేటపడింది. "ఆ విషయాలన్నీ తర్వాత మాట్లాడుకుందాంలే. దా, పాపని చూద్దువుగాని. Elle est tres gentille.[1] అప్పుడే పాకుతోంది" అంది.

---

[1] అది చాలా ముచ్చటగా వుంది (ఫ్రెంచి).

ఇంట్లో దాలీకి ప్రతిచోటా ఆశ్చర్యకరంగా కనిపించిన వైభోగం చంటిపిల్ల గదిలో అన్నిటీ్నీ తలదన్నేటంత ఆశ్చర్యకరంగా కనిపించింది. గదినిండా ఇంగ్లాండ్‌నుంచి పురమాయించి తెప్పించిన చిన్న చిన్న బొమ్మ బళ్లు, పిల్లకి నడక నేర్పే వస్తువులు, పిల్ల పాకడానికి ప్రత్యేకం మెత్తగా వున్న బిల్లియర్డ్ బల్లలాంటి ఉయ్యాలలు, కొత్త రకం స్నానాల తొట్టెలు ఉన్నాయి. ప్రతీదీ ఇంగ్లీషు తయారీ వస్తువే. దృఢంగా ఉన్నదే. అనుమానం లేకుండా ఖరీదైందే. ఆ గది పెద్దది. వెలుతురు బాగా వస్తోంది. కప్పు ఎత్తుగా వుంది.

చంటిపిల్ల ఒంటిమీద చిన్న గౌనుతో వుంది. ఎత్తైన కుర్చీమీద కూర్చుని సూప్ తింటోంది. అది పిల్ల ఛాతీ అంతటిమీదా ఒలికి పడుతోంది. పిల్ల గదిలో ఉండే రష్యన్ పనిమనిషి పిల్లచేత సూపు తినిపిస్తోంది. వాళ్లు పక్క గదిలో వున్నారు. వాళ్లు చిత్రమైన ఫ్రెంచి భాషలో మాట్లాడుకుంటూ వున్నట్టు వినిపిస్తోంది. వాళ్లు ఒకరితో ఒకరు మాట్లాడుకోగల భాష అదే.

అన్నా గొంతుక వినిపించగానే ఇంగ్లీషు దాది ఇవతలికి వచ్చింది. ఆమె పొడుగ్గా ఉంది. ఆర్భాటంగా బట్టలు వేసుకుంది. ఆమె ముఖం ఇంపుగా లేదు. ఆ ముఖంలో కృత్రిమ వాలకం కనిపిస్తోంది. ఆమె బంగారు రంగు ఉంగరాల జుట్టుని ఎగరేసుకుంటూ వచ్చింది. వస్తూనే ఏవేవో సాకులు చెప్పడం మొదలుపెట్టింది, అన్నా ఏమీ అనకపోయినా కూడా. అన్నా నోటినుంచి వచ్చిన ప్రతి మాటకీ గబగబా "Yes, my lady"[1] అంటూనే వుంది.

తనని చూడవచ్చిన ఈ పరాయి వ్యక్తి ఎవరబ్బా అని ఆ చంటిపిల్ల ముఖంలో కటువైన చూపు కనిపించినప్పటికీ, నల్లని జుట్టు, నల్లని కనుబొమలు, ఎర్రటి బుగ్గలు, చలికి బిరుసెక్కిన ఎర్రటి చర్మమూ వున్న ఆ పిల్లని చూడగానే దాలీకి ముచ్చటేసింది. ఆ పిల్ల ఆరోగ్యం దాలీకి ఈర్ష్య కలిగించింది. ఆ పిల్ల పాకే తీరు దాలీకి నచ్చింది. తన పిల్లలు ఎవరూ అలా పాకలేదు. ఫ్రాక్ వెనక్కి మడిచి తివాసీమీద కూర్చోబెట్టినప్పుడు ఆ పిల్ల దాలీకి అద్భుతంగా కనిపించింది. చిన్న జంతువులాగా ఆ పిల్ల పెద్ద వాళ్లకేసి నల్లని కళ్లతో చూసింది. తనని వాళ్లు పొంగిపోయి చూస్తున్నారన్న భావం ఆ పిల్లకి సంతోషకరంగా వుందన్న విషయం తెలుస్తూనే వుంది. వాళ్లకేసి చూసి చిన్నగా నవ్వుతూ, అటూ ఇటూ కాళ్లతో తోసుకుంటూ, బలంగా చేతుల్ని ఊపుతూ, ముందుకి సాగుతూ, మళ్లీ చేతుల్ని ముందుకు వేస్తూ వచ్చింది.

కాని దాలీకి ఆ గది వాతావరణం నచ్చలేదు. ముఖ్యంగా ఆమెకి ఆ ఇంగ్లీషావిడ నచ్చలేదు. మనుషుల్ని గురించి అంత బాగా తెలిసిన అన్నా, తన బిడ్డకి చెడ్డ ప్రభావం కలిగించే అసహ్యకరమైన ఇంగ్లీషు దాదిని పెట్టుకోవడానికి కారణం ఆమె ప్రస్తుతం ఉన్నలాంటి అసహజ కుటుంబ పరిస్థితుల్లో వేరే మంచి దాది ఎవరూ పని చెయ్యడానికి ఇష్టపడక పోవడమేనని దాలీ ఊహించడానికి సిద్ధపడింది. అంతేకాకుండా అన్నా, దాయి, దాది, చంటి పిల్ల సజావుగా కలిసి మెలిసి వుండడం లేదనీ, తల్లి బిడ్డ గదికి వెడుతూ వుండడం కూడా సామాన్యంగా జరగదనీ వాళ్లనుకున్న కొన్ని మాటల్లోనే దాలీ వూహించింది. చంటిబిడ్డకి అన్నా ఏదో బొమ్మ యిద్దామనుకుంది, కాని అది దొరకలేదు.

---

[1] చిత్తం, అమ్మగారూ (ఇంగ్లీషు).

కాని అన్నిటికంటే ఆశ్చర్యం కలిగించింది పిల్లలకి పాల పళ్లు ఎన్ని వచ్చాయని దాలీ అడిగితే అన్నా తప్పు చెప్పడం. తన బిడ్డకి రెండు కొత్త పళ్లు వచ్చిన విషయం కూడా అన్నాకి తెలీదు.

"నా అవసరం ఇక్కడ లేకపోవడం చూసి మధ్యమధ్య నా మనసుకి దిగులుగా వుంటుంది" అని అన్నా ఆ గదిలోనుంచి యివతలికి వస్తూ అంది. అలా వచ్చేటప్పుడు దారిలో అడ్డం వున్న ఆట వస్తువులకి తగుల్తుందని ఆమె జీరాడే ఫ్రాక్‌ని పైకి ఎత్తి పట్టుకుంది. "మొదటి బిడ్డప్పుడు ఇలా వుండేది కాదు" అంది.

"నేను అందుకు విరుద్ధంగా అనుకున్నానే" అని దాలీ బెరుగ్గా అంది.

"అబ్బే కాదు! నీకు తెలుసుకదా నేను వాణ్ణి, సెర్యోషని చూశాను" అని అన్నా దూరంలో ఉన్న దేన్నో చూస్తున్నట్లుగా కళ్లు ముడిచి అంది. "సర్లే, ఆ విషయాల గురించి తర్వాత మాట్లాడుకుందాం. ఆకలితో నకనక లాడిపోయే మనిషి ముందు పంచభక్ష్య పరమాన్నాలూ పెట్టినట్టుంది నాకు, నీకు తెలుసో తెలీదో, ఏ పదార్థంతో భోజనం మొదలుపెట్టాలో ఆ మనిషికి తెలీదు. పంచభక్ష్య పరమాన్నాలతో వున్న విందు నువ్వు, నీతో నేను మాట్లాడాల్సిన విషయాలూనూ. నేను వేరే ఎవరితోనూ ఆ విషయాల గురించి మాట్లాడలేను. ఎక్కడ మొదలుపెట్టాలో నాకు తెలీటం లేదు. Mais je ne vous ferai grace de rien.[1] నీకు అన్నీ చెప్పెయ్యాలి. ఆс, ఇక్కడ ఉన్న వాళ్ల గురించి నీకు కొంచెం చెప్పాలి కదూ" అంది అన్నా. "మొదట ఆడవాళ్ల గురించి. ప్రిన్సెస్ వర్వారా. నీకు ఆవిడ తెలుసు. నీకూ, మీ ఆయనకీ ఆమె అంటే వున్న అభిప్రాయం నాకు తెలుసు. ఆవిడ జీవిత లక్ష్యం తను ఎకతెరీనా పావ్లొవ్నా పిన్నికంటే మంచిదాన్నని చూపించుకోవడం అని మీ ఆయన అంటాడు. ఆ ముక్క నిజమే కావచ్చు. కాని ఆవిడ మంచి మనస్వి. నేనామెకి రుణపడి వున్నాను. పీటర్స్‌బుర్గ్‌లో un chaperon[2] నాకు చాలా అవసరం అయిన సందర్భం వచ్చింది. ఆవిడ నాకు సాయితా వచ్చింది. నిజంగా ఆవిడ చాలా దయా స్వభావం ఉన్న మనిషి. నాకు చాలా సునాయాసంగా ఉండేందుకు ఎంతో చేసింది. పీటర్స్‌బుర్గ్‌లో నా పరిస్థితి ఎంత యమయాతనగా వుందో నువ్వు ఊహించలేవు" అంది. "నేను ఇక్కడ హాయిగా ప్రశాంతంగా ఉన్నాను. సరే, ఆ విషయం గురించి తర్వాత మాట్లాడుకుందాం. ముందు మిగిలిన వాళ్ల గురించి చూద్దాం. ప్రిన్సెస్ తర్వాత స్వియాజ్‌స్కీ. అతను గొప్పవాళ్ల మార్షల్. చాలా సహృదయుడు. కాని అలెక్సేయ్ అవసరం ఏదో ఉన్నట్టుంది. నీకు తెలుసు కదా! తనకున్న సంపదతో అలెక్సేయ్ ఈ ఊళ్లో గొప్ప పలుకుబడి ఉన్న మనిషవుతాడు. తర్వాత తుష్కేవిచ్. నువ్వతన్ని చూశావు. బెట్సీ దగ్గర ఉండేవాడు. ఆమె అతన్ని వదిలేసింది, ఇక్కడికి వచ్చాడు. అలెక్సేయ్ చెప్పినట్టు తాము ఎలా కనిపిస్తున్నారో అలానే అందరూ భావించుకోవాలి, అప్పుడు చాలా ప్రేమాస్పదులవుతారు అనే కోవలోకి చెందినవాళ్లలాంటి మనిషి. Et puis, il est comme ilfaut[3] ప్రిన్సెస్

[1] కాని నేను నీమీద జాలి చూపించను (ఫ్రెంచి).

[2] తోడు (ఫ్రెంచి).

[3] పై అతను చాలా మంచి మర్యాద వున్న మనిషి (ఫ్రెంచి).

వర్వారా అన్నట్టు. ఇక వెస్లోవ్‌స్కీ - నీకతను తెలుసుగా! ముచ్చటైన కుర్రాడు" అంది అన్నా. ఆమె పెదాలు కుటిల మందహాసంతో ముడుచుకున్నాయి. "లేవిన్‌తో జరిగిన ఆ నవ్వుతాలు గొడవ ఏమిటి? వెస్లోవ్‌స్కీ అలెక్సేయ్‌కి చెప్పాడు, కాని మేం నమ్మలేకపోయాం. Il est tres gentil et naif[1]" అందామె అదే చిరునవ్వుతో. "మగాళ్లకి సరదా కావాలి, అలెక్సేయ్‌కి తనకి నచ్చిన మనుషులు కావాలి. అందుకనే వీళ్లందర్నీ ఇక్కడ చేరతీశాను. అలెక్సేయ్‌కి మరి యేదీ కావాలనిపించకూడదు. తర్వాత మా నిగామానుని చూస్తావు. అతను జర్మన్. చాలా మంచివాడు, తన పని తెలిసినవాడు. అలెక్సేయ్‌కి అతనంటే గౌరవం. తర్వాత డాక్టరు వున్నాడు, పడుచువాడు. పూర్తిగా నిహిలిస్టు కాదనుకో, కాని చాకుతో తింటాడు తెలుసా.... కాని చాలా మంచి డాక్టరు. యిక వాస్తుశిల్పి వున్నాడు.... Une petite cour.[2]"

20

"ప్రిన్సెస్, యిదుగో దాలీ, మీరు యెవరని చూడాలనుకుంటున్న వ్యక్తి" అని అన్నా దాలీతో కలిసి రాతి వరండా మీదకి వస్తూ అంది. అక్కడ ప్రిన్సెస్ వర్వారా నీడలో నగిషీలు చెక్కిన చట్రం దగ్గర కూర్చుని కౌంట్ వ్రాన్‌స్కీ పడక కుర్చీకి గలేబు బుటాలు అల్లుతోంది. "సాయంత్రం భోజనాలదాకా ఏమీ వద్దంటుంది దాలీ. కానీ మాకు ఏదన్నా తినడానికి తెమ్మని పురమాయించండి. నే వెళ్లి వ్రాన్‌స్కీ ఎక్కడున్నారో చూసి అందర్నీ ఇక్కడికి తీసుకువస్తాను" అంది.

ప్రిన్సెస్ వర్వారా దాలీని సాదరంగా, కొంచెం అనుగ్రహపూర్వకంగా పలకరించింది. వెంటనే తను అన్నాతో ఎందుకు వుంటున్నదీ కారణాలు చెప్పడం మొదలుపెట్టింది. అన్నాని చేరదీసి పెంచిన సోదరీ ఎకతెరీనా పావ్లొవ్నా కంటే అన్నాపట్ల తనకి ఎక్కువ అభిమానం ఉందనీ, అన్నానుంచి అందరూ ముఖం చాటుచేసుకుని వెళ్లిపోయే యిప్పుడు, ఆమెకి చాలా కష్టకాలంగా వుండే ఈ సమయంలో, ఆమెకి తోడు వుండడం తన కర్తవ్యంగా భావించిందనీ చెప్పింది.

"అన్నా పెనిమిటి విడాకులు ఇచ్చేస్తే నేను నా ఒంటరి బతుకు గడపడం మొదలెడతాను. కాని నావల్ల ఉపయోగం ఉన్నంతకాలం నా విధి నేను నెరవేరుస్తాను, అది ఎంత కష్టమైనాగానీ. మిగతా వాళ్లల్లాగా ఉండలేను. ఎంత మంచిదానివి నువ్వు, ఇక్కడికి వచ్చి ఎంత మంచి పనిచేశావు! మంచి దంపతుల్లాగా వుంటున్నారు వీళ్లు. మనం కాదమ్మా మంచి చెడ్డలు ఎంచేవాళ్లం, భగవంతుడు. మరి బిర్యుజోవ్‌స్కీ, అవేన్యెవాలని గుర్తుతెచ్చుకో.... నికాన్ డ్రావ్, వసీల్‌యెవ్, మమోనొవాలు, లీజా నెప్తునోవాని గుర్తుతెచ్చుకో. ఆఖరికి ఎవరైనా వాళ్ల గురించి పల్లెత్తు ముక్క అన్నారా? చివరకొచ్చేటప్పటికి అందరూ మేం అంటే మేం అని వాళ్లకి అర్ఘ్య పాద్యాదులు ఇచ్చారు. అదీ గాక c'est un interieur si joli, si comme il faut. Tout-a-fait a l'anglaise. On se reunit le matin au breakfast et puis on

---

[1] ఇతను చాలా ప్రియమైన సరళ హృదయుడైన వ్యక్తి (ఫ్రెంచి).

[2] ఓ చిన్న కొలువు (ఫ్రెంచి).

se separe.[1] సాయంత్రం భోజనాల దాకా ఎవరి పనులు వాళ్లు చేసుకుంటారు. ఏడు గంటలకి సాయంత్రం భోజనాలు. అబ్లాన్స్కీ నిన్ను పంపించి మంచిపని చేశాడు. వీళ్లతో సంబంధాలు తెంచుకోకూడదతను. వ్రాన్స్కీ తల్లిద్వారా, అన్నద్వారా చేయించుకోలేని పని లేదు. అంతేకాక అతను చాలా సత్కార్యాలు చేస్తున్నాడు. హాస్పిటల్ గురించి చెప్పాడా? Ce sera admirable[2] అన్నీ పారిస్‌నుంచి తెచ్చినవే."

అన్నా రాకతో ఆమె మాటలకి అడ్డు పడింది. ఆమె బిలియర్డ్ రూమ్‌లో మగవాళ్లని పట్టుకుని తీసుకువచ్చింది. భోజనాలకి ఇంకా వేళ వుంది. వాతావరణం బాగా వుంది. దాంతో ఆ మిగిలిన రెండు గంటలూ గడపడానికి రకరకాల సూచనలు వచ్చాయి. వాజ్‌వీజెన్స్కాయె గ్రామంలో కాలక్షేపం జరిపించడానికి అనేక పద్ధతులున్నాయి. అన్నీ పొక్‌రోవ్‌స్కాయ్‌లో కంటే భిన్నంగా వుండేవే.

"Une partie de lawn tennis[3]"అని కమ్మగా చిరునవ్వు నవ్వుతూ అన్నాడు వెస్లోవ్‌స్కీ. "మీరూ నేనూ కలిసి వుంటాం అన్నాగారూ" అన్నాడు.

"వద్దు, చాలా వేడిగా వుంది. కొంచెంసేపు షికారు వెళ్లి తర్వాత పడవలో వెళ్లడం బాగుంటుంది. దాలీగారు మన నది వొడ్డు చూస్తారు" అన్నాడు వ్రాన్స్కీ.

"నేను దేనికైనా తయారే" అన్నాడు స్వియాజ్‌స్కీ.

"అవును, దాలీకి కొంచెంసేపు షికారు వెళ్లడం బాగా వుంటుంది, ఏమంటావ్ దాలీ? తర్వాత పడవలో వెడదాం" అంది అన్నా.

అందుకు అందరూ సరేనన్నారు. వెస్లోవ్‌స్కీ, తుష్కేవిచ్‌లు పడవని సిద్ధంచేసి, వీళ్లకోసం చూస్తూవుంటామని చెప్పి నది దగ్గరికి వెళ్లారు.

అన్నా, స్వియాజ్‌స్కీ అలాగే దాలీ, వ్రాన్స్కీ – జంటలుగా తోటలోకి వెళ్లారు. దాలీ అపరిచిత వాతావరణంలో పడింది, అది ఆమెకి బెదురునీ, యిబ్బందినీ కలిగించింది. సూత్రరీత్యా ఆమె అన్నా చేసినదాన్ని ఉచితం అని భావించడమేకాక దాన్ని సమర్థించింది కూడా. నైతికంగా సర్వవిధాలా దోషరహితంగా, సచ్ఛీలంగా ఉండే మహిళలతో మామూలుగా జరిగేటట్టు – వాళ్లకా నైతిక జీవన వైవిధ్య రాహిత్యంతో విసుగ్గా వుంటుంది. – దాలీ కూడా అక్రమ సంబంధాలని కేవలం క్షమించడమే కాదు, అన్నా పట్ల ఆమెకి అసూయగా కూడా వుంది. ఇది కాకుండా ఆమెకి అన్నా అంటే ఆప్యాయత వుంది. కాని యదార్థానికి అన్నాకి అన్నివిధాలా పరాయివాళ్లైన జనం మధ్యలో ఆమెని చూడ్డం, ఉచితానుచితాల పట్ల వాళ్ల దృష్టికోణాలు తనకి కొత్త కావడం దాలీకి కొంచెం అసౌకర్యంగా అనిపించింది. ప్రిన్సెస్ వర్వారా అంటే ఆమెకి ముఖ్యంగా అనిష్టంగా వంది, ప్రిన్సెస్ వర్వారా ఇక్కడ తనకి సుఖంగా కాలక్షేపం జరిపించుకుందుగ్గాను అన్నిటినీ క్షమించే మొగ్గు చూపిస్తోంది.

---

[1] ఇంత ముచ్చటైన, పద్ధతిగా ఉన్న వాతావరణం. అచ్చం ఇంగ్లీషు పద్ధతి. పొద్దుట నాస్తా కోసం అందరూ కలుస్తారు, మళ్లీ ఎవరిమట్టుకి వాళ్లు పనులమీద వెళ్లిపోతారు (ఫ్రెంచి).

[2] చాలా ప్రశంసనీయమౌతుంది (ఫ్రెంచి).

[3] లాన్ టెన్నిస్ ఓ ఆట ఆడచ్చు (ఫ్రెంచి).

సామాన్యంగా, సూత్రరీత్యా దాలీ అన్నా చేసిన పనిని సమర్థించింది. కాని ఏ వ్యక్తి కోసం అలా చేసిందో ఆ వ్యక్తి దాలీకి అనిష్టంగా ఉన్నాడు. ఆమెకి వ్రాన్‌స్కీ అంటే ఎప్పుడూ ఇష్టం లేదు. అతనికి గర్వం అని ఆమె భావన. డబ్బు తప్ప వేరే ఏదీ గర్వపడదగ్గది అతనిలో లేకపోయినా. కాని తన ఇచ్ఛకి వ్యతిరేకంగా అతను ఇక్కడ, తన ఇంట్లో, ముందటి కంటే ఎక్కువ ప్రభావితం చేస్తున్నాడు. దాలీ అతనితో సాయలా పాయిలాగా వుండలేకపోతోంది. తన నైట్ గౌన్ చూసి షోకిలా పనిమనిషి ముందు కలిగినలాంటి భావం అతనిముందు ఆమెకి కలుగుతోంది. పనిమనిషి ముందు మాసికల కారణంగా సిగ్గు కలగడమే కాదు, ఇబ్బంది అనిపించింది. అలాగే వ్రాన్‌స్కీ ముందు ఆమెకి తనపట్ల తెగని సిగ్గు కాదు, ఇబ్బంది అనిపిస్తూ వుంది.

దాలీ ఇబ్బంది పడుతూ, ఎలా మాట మొదలెయ్యాలా వెతుకుతోంది. తన తోట, ఇల్లు చాలా బాగా ఉన్నాయని పొగడ్డం గర్విష్టి కావడంవల్ల వ్రాన్‌స్కీకి నచ్చకపోవచ్చును. కాని చెప్పడానికి ఇక అంతకంటే మంచి విషయం ఏదీ దొరకక వాళ్ల ఇల్లు తనకి బాగా నచ్చిందని ఆమె అతనికి చెప్పింది.

"అవును. చక్కని పాత పద్ధతిలో కట్టిన అందమైన ఇల్లు" అన్నాడు.

"సింహద్వారం దగ్గరున్న మళ్లు నాకు నచ్చాయి. అవి ముందునుంచీ అలానే ఉండేవా?"

"ఓహ్, లేదు!" అన్నాడతను. అతని ముఖం సంతోషంతో వెలిగింది. "ఆ మళ్లని మీరు ఈ వసంతరుతువులో చూసివుండాల్సింది" అన్నాడు.

ఆ ఇంటినీ, తోటనీ అందంగా చెయ్యడానికి అనుసరించిన అనేక పద్ధతుల వివరాల పట్ల దాలీ దృష్టిని ఆకర్షించేందుకు మొదట సావధానంగా, తర్వాత ఉత్తేజం పుంజుకుంటూ వర్ణించడం మొదలుపెట్టాడు. తన ఎస్టేట్‌ని మెరుగుపరచడానికీ, శోభాయమానం చెయ్యడానికీ ఎంతో కృషిచేసిన దానిమీదట దాన్ని గురించి కొత్త వ్యక్తికి గొప్ప చెప్పుకోవలసిన అవసరం వుందని వ్రాన్‌స్కీ భావించినట్టు తెలుస్తూనే వుంది. దాలీ పొగడ్త అతనికి సంతోషం కలిగించింది.

"హాస్పిటల్ చూడాలనుకుంటే, మీరు అలిసిపోకుండా ఉంటే, దగ్గర్లోనే వుంది. వెడదామా?" అని, తను ఆమెని విసిగించడంలేదని ఖాయ పరచుకోవడానికి ఆమె ముఖంలోకి చూస్తూ అన్నాడు.

"అన్నా, వస్తావా?" అని అడిగాడు.

"అలాగే, వెడదాం, ఆఁ" అని ఆమె స్వియాజ్‌స్కీని అడిగింది. "Mais il ne faut pas laisser le pauvre వెస్లోవ్‌స్కీ et తుష్కేవిచ్ se morfondre la dans le bateau.[1] వాళ్లకి చెప్పేందుకు ఎవరినేనా పంపిద్దాం. ఇది తన జ్ఞాపకంగా అతనిక్కడ వదిలేసేటటువంటిది" అని అన్నా దాలీకేసి తిరిగి హాస్పిటల్ గురించిన ప్రస్తావన వచ్చినప్పుడు కనిపించినలాంటి చిరునవ్వు పెదాలతో తిరిగి అంది.

---

[1] కాని పాపం వెస్లోవ్‌స్కీ, తుష్కేవిచ్‌లని బోటు దగ్గర ఎదురుచూస్తూ వుండనివ్వడం బాగోదు (ఫ్రెంచి).

"అబ్బ! ఎంత పెద్ద పని!" అన్నాడు స్వియాజ్స్కీ. వ్రాన్స్కీకి తను అతుక్కుపోయినట్టు కనిపించకుండా వుండాలన్నట్టు అప్పటికప్పుడు విమర్శనాత్మక వ్యాఖ్య కూడా జోడించాడు. "కాని ఓ విషయం నాకు ఆశ్చర్యం కలిగిస్తోంది, కౌంట్. ప్రజల ఆరోగ్యం కోసం ఇంత చేస్తూ వున్న మీరు పాఠశాలల గురించి ఏం పట్టించుకోకపోవడం" అన్నాడు.

"C'est devenu tellement commun les ecoles[1]" అన్నాడు వ్రాన్స్కీ. "కాని కారణం అది కాదనుకోండి. ప్రస్తుతం నేను యిందులో మునిగిపోయి ఉన్నాను. హాస్పిటల్‌కి ఇటు" అని పక్కదారి చూపిస్తూ దాలీతో అన్నాడు.

ఆడవాళ్లు గొడుగులు విప్పి పక్కదారిలోకి మళ్లారు. వాళ్లు కొంచెం దూరం నడిచి, ఓ తోట గేటుగుండా వెళ్లేటప్పటికి దాలీకి ఎదర ఎత్తైన ప్రదేశంమీద పెద్ద యెర్రరంగు భవనం కనిపించింది. అది షోగ్గా వుంది. దాదాపు పూర్తయింది. ఇంకా రంగులు పూర్తిగా వెయ్యని ఇనప కప్పు ఎండలో కళ్లు బైర్లు కమ్మేటట్టు ప్రకాశిస్తోంది. దాని పక్కనే మరో భవనం లేస్తోంది. దానికి ఇంకా పరంజా వుంది. ఆ పరంజామీద ఆప్రన్‌లు వేసుకున్న పనివాళ్లు ఇటికలు పెట్టి, సున్నం వేసి తాపీలతో సమతలంగా చేస్తున్నారు.

"ఎంత చురుగ్గా పని జరిపిస్తున్నారు!" అన్నాడు స్వియాజ్స్కీ. "క్రితం సారి నేనిక్కడకు వచ్చినప్పుడు ఇంకా కప్పు పడలేదు" అన్నాడు.

"ఆకురాలు కాలంనాటికి అంతా పూర్తవుతుంది. లోపల అంతా రంగులు వెయ్యడం, అలంకరించడం దాదాపు పూర్తయినట్లే" అంది అన్నా.

"ఆ కొత్త భవనం ఏమిటి?"

"అది డాక్టరుగారి ఇల్లు, మందులషాపు" అన్నాడు వ్రాన్స్కీ. చిన్న కోటు తొడుక్కున్న వాస్తు శిల్పి వస్తూ వుండడం చూసి ఆడవాళ్లతో మరేం అనుకోవద్దని చెప్పి అతను వాస్తుశిల్పి దగ్గరికి వెళ్లాడు.

అతను సున్నం కలిపిన కళ్లం దగ్గరికి వెళ్లాడు. పనివాళ్లు అక్కణ్ణుంచి సున్నం తీస్తున్నారు. వాస్తుశిల్పి దగ్గరికి వెళ్లి పెద్ద గొంతుకతో ఏదో మాట్లాడ్డం మొదలుపెట్టాడు.

ఏమిటి విషయం అని అడిగిన అన్నాకి "పై భాగం కిందికే వుంటుంది" అని జవాబుగా అన్నాడు.

"పునాదులు లేపాలని చెప్పనే చెప్పాను" అంది అన్నా.

"అలా చేసివుంటే బాగా వుండేది అన్నాగారూ, కాని ఇప్పుడు మించిపోయింది" అన్నాడు వాస్తుశిల్పి.

"నాకు ఇందులో ఆసక్తి వుంది" అని అన్నా, తన వాస్తుశిల్ప పరిజ్ఞానానికి ఆశ్చర్యపోయిన స్వియాజ్స్కీతో అంది. "కొత్త భవనం అచ్చం హాస్పిటల్ భవనంలాగా ఉండాలి. కాని ఈ ఉద్దేశం తర్వాత తట్టింది, ముందేమీ అనుకోకుండానే దీన్ని మొదలెట్టాం" అంది.

---

[1] పాఠశాలలు చాలా సాదా విషయం అయిపోయాయి (ఫ్రెంచి).

వాస్తుశిల్పితో మాట్లాడ్డం అయ్యాక వ్రాన్‌స్కీ తిరిగి ఆడవాళ్ల దగ్గరికి వచ్చి, హాస్పిటల్ లోపలికి తీసికెళ్లాడు.

బయట స్తంభాలమీద నగిషీ పీఠాలు చెక్కుతున్నారు. కిందిభాగంలో ఇంకా రంగులు వేస్తున్నారు. కాని పై భాగంలో అంతా పూర్తయింది. విశాలమైన ఇనప మేడ మెట్లు ఎక్కి పెద్ద గదిలోకి వెళ్లారు వాళ్లు. గోడలకి చలవరాతి మాదిరిగా వుండే గిలాబా చేశారు. పెద్ద కిటికీలకి గాజు పలకలు అమర్చారు. చెక్కపలకల నేల మాత్రం ఇంకా పూర్తవలేదు. నలుచదరపు గట్టి చెక్క పలకని చిత్రిక పడుతూ వున్న వడ్రంగం వాళ్లు పని ఆపుచేసి, కళ్లమీద పడకుండా జుట్టుకి కట్టుకున్న తాటిని విప్పి, వచ్చిన గొప్పవాళ్లకి అభివాదం చేశారు.

"ఇది కన్సల్టింగ్ రూమ్. ఇందులో డెస్కు, టేబిలు, కేబినెట్ వుంటాయంతే" అన్నాడు వ్రాన్‌స్కీ.

"ఇటు రండి, ఇటు. కిటికీ దగ్గరకంటా వెళ్లద్దు" అని అన్నా, రంగు ఆరిందో లేదో చూడ్డానికి కలపని తాకుతూ అంది. "అలెక్సేయ్ రంగు ఆరింది" అంది.

కన్సల్టింగ్ రూమ్‌లోనుంచి వసారాలోకి వెళ్లారు. అక్కడ వ్రాన్‌స్కీ గాలి వచ్చే కొత్త పద్ధతుల్ని చూపించాడు. తర్వాత చలవరాతి స్నానాల గదుల్నీ, అద్భుతమైన స్ప్రింగులున్న పడకల్నీ చూపించాడు. ఒక వార్డులోనుంచి ఇంకో వార్డులోకి తీసికెళ్లాడు. స్టోర్ రూమ్ తెరిచి చూపించాడు. బట్టలు ఉంచుకునే గది, కొత్త నమూనా పొయ్యిలు, వసారాలోనుంచి చప్పుడు లేకుండా పదార్థాలని తీసుకెళ్లే బళ్లు, ఇంకా అనేక ఇతర విశేషాలు చూపించాడు. ఆధునిక సౌకర్యాలు తెలిసిన మనిషవడం చేత స్వియాజ్‌స్కీ అక్కడున్న దాన్నంతట్నీ మెచ్చుకున్నాడు. ఆ కొత్తదనం అంతా చూసి దాలీ తల మునకలైపోయింది,తెలుసుకోవాలన్న ఆతృతతో ప్రతిదాన్ని గురించీ వివరాలు అడిగింది. వ్రాన్‌స్కీ సంతోషం కనబరుస్తూ అన్ని వివరాలూ చెప్పాడు.

"అన్ని రకాలుగానూ సరిగా తీర్చిదిద్దిన హాస్పిటల్ రష్యాలో ఇదేనేమో" అన్నాడు స్వియాజ్‌స్కీ.

"ప్రసూతి విభాగం లేదా?" అని అడిగింది దాలీ. "పల్లెల్లో అది చాలా అవసరం. నేను తరచుగా...."

మామూలుగా మర్యాదపూర్వకంగా ఉంటూ వుండే వ్రాన్‌స్కీ దాలీ మాటకి అడ్డం వెళ్లాడు.

"ఇది ప్రసూతి భవనం కాదు, హాస్పిటల్. అంటువ్యాధుల వాళ్లు తప్పిస్తే అన్నిరకాల రోగులకీ ఇక్కడ చికిత్స జరుగుతుంది" అన్నాడు. "ఇదిగో చూడండి" అంటూ అతను కోలుకునే రోగుల అవసరార్థం విదేశాలనుంచి తెప్పించిన చక్రాల బండిని దాలీ దగ్గరికి తోసుకువచ్చాడు. "చూడండి" అంటూ అందులో కూర్చుని తొయ్యడం మొదలుపెట్టాడు. "రోగి నడవలేకపోవచ్చు, ఇంకా చాలా నీరసంగా ఉండచ్చు లేదా కాళ్లు అస్వస్థతగా ఉండచ్చు. కాని రోగికి తాజా గాలి కావాలి. దీంట్లో కూచుని తోసుకుంటూ అవతలకి వెళ్లచ్చు" అన్నాడు.

దాలీకి ప్రతిదీ ఆసక్తిగానే వుంది, ప్రతిదీ ఆమెకి సంతోషకరంగానే వుంది. కాని అన్నిటికంటే ఎక్కువగా ఆమెకి వ్రాన్‌స్కీ, ఎంతో సహజంగా, నిష్కపటంగా ఉత్సాహభరితంగా వున్న వ్రాన్‌స్కీ మనసుకి హత్తుకున్నాడు. 'ఆc, ఇతను ఎంతో మంచివాడు, ప్రేమాస్పదుడు'

672 టాల్‌స్టాయ్

అని అతను మాట్లాడుతూ వుంటే, మధ్య మధ్య వినకుండా, అతని ముఖభంగిమల మార్పు గమనిస్తూ, తనని అన్నా స్థానంలో ఊహించుకుంటూ తనలో తను అనుకొంది. అంత ఉత్సాహంతో వున్న అతను ఆమెకి చాలా బాగా కనిపించాడు. అన్నా ఎలా అతన్ని ప్రేమించిందో ఆమెకి అర్థమైంది.

21

"వద్దు, దాలీగారు అలిసిపోయారని నాకనిపిస్తోంది. గుర్రాలపట్ల ఆసక్తి వుండకపోవచ్చు" అన్నాడు వ్రాన్స్కీ. అన్నా గుర్రాల శాలకి వెడదామంది. అక్కడ స్వియాజ్స్కీ కొత్త గుర్రాన్ని చూడాలనుకున్నాడు. ఆ మాటమీద వ్రాన్స్కీ అలా జవాబిచ్చాడు. "మీరిద్దరూ వెళ్లండి. నేను ఆవిడ్ని ఇంటికి తీసుకెడతాను. మేం కబుర్లు చెప్పుకుంటూ వుంటాం. అంటే" అని దాలీకేసి తిరిగి "మీకిష్టం అయితేనే" అన్నాడు.

"నాకు గుర్రాల గురించి ఏమీ తెలీదు, మీ కబుర్లే నాకు చాలా సంతోషంగా ఉంటాయి" అని దాలీ కొంచెం తబ్బిబ్బయి అంది.

వ్రాన్స్కీ ముఖం చూసి అతను తనకి ఏదో చెప్పాలనుకుంటున్నాడని గ్రహించింది. ఆమె పొరపాటు పడలేదు. వాళ్లు గేటు దాటి, మళ్లీ తోటలోకి రాగానే అతను అన్నా వెళ్లిన దిశకేసి చూశాడు. తమ మాటలు వినబడవు, తాము దూరంగా వుండి కనబడరు అని ఖాయపర్చుకున్నాక అతను మొదలుపెట్టాడు.

"నాకు మీతో మాట్లాడాలని వుందన్న విషయం కనిపెట్టారనుకుంటాను?" అని నవ్వే కళ్లతో దాలీకేసి చూస్తూ అన్నాడు. "మీరు అన్నాకి నిజమైన స్నేహితురాలన్న మాట అబద్ధం కాదనుకుంటాను, ఏమంటారు?" అని అతను టోపీ తీసేసి, జుట్టు పలచబడుతూ వున్న తలని తుడుచుకున్నాడు.

దాలీ ఏం జవాబు చెప్పకుండా ఆగి ఆగి అతనికేసి భయంగా చూసింది. అతనితో ఒంటరిగా ఉండడంతో హఠాత్తుగా ఆమెలో భయం కలిగింది. అతని నవ్వే కళ్లు, కఠోర ముఖ ముద్ర ఆమెకి భయం కలిగించాయి.

వ్రాన్స్కీ తనతో ఏం చెప్పదలచుకున్నాడో వాటి గురించి రకరకాల ఊహలు ఆమె బుర్రలో తిరిగాయి. 'పిల్లల్ని తీసుకువచ్చి వేసవికాలం తమతో ఉండమంటాడేమో, నేను కాదనాల్సి వస్తుంది. లేకపోతే మాస్కోలో అన్నాతో కలిసి తిరిగే వాళ్లని చూడమంటాడేమో... లేకపోతే వెస్లోవ్స్కీతో అన్నా సంబంధాల గురించి మాట్లాడతాడేమో? ఏమో కిట్టీ గురించి ప్రస్తావించవచ్చు, ఆమెకి తను అన్యాయం చేశానన్న భావం వుందేమో?' అని దాలీ అన్నిరకాల అప్రియ విషయాల గురించీ ఊహించుకుంది గాని వ్రాన్స్కీ తనతో యేం చెప్పదలచుకున్నాడో దాన్ని ఊహించలేకపోయింది.

"అన్నాకి మీరంటే ఎంతో గురి, ఆమెకి మీరంటే చాలా ఇష్టం అంచేత నాకో సాయం చెయ్యమని అడుగుతున్నాను" అన్నాడు వ్రాన్స్కీ.

దాలీ ఏమిటన్నట్టు బెరుకుతో వ్రాన్‌స్కీ ఓజపూర్ణ వదనంకేసి చూసింది. వ్రాన్‌స్కీ ముఖం లిండెన్ వృక్షాల ఆకుల మధ్యనుంచి పడ్డ ఎండకి ఓసారి పూర్తిగానూ, ఓసారి పాక్షికంగానూ వెలిగింది. వ్రాన్‌స్కీ ఏం చెపుతాడో అని ఆమె ఎదురు చూసింది. కాని అతను మాట్లాడకుండా ఆమె పక్కనే, నేలపైన రాళ్లమీద కర్ర తాటిస్తూ నడిచాడు.

"అన్నా పాత నేస్తాల్లో మీరు ఒక్కరే – నేను ప్రిన్సెస్ వర్వారాని లెక్కపెట్టడం లేదు – అన్నాని చూడ్డానికి వచ్చారంటే నేననుకోవడం మా స్థితిని మామూలుగా వుందని భావించి కాక, ఆమెకి ఈ స్థితి ఎంత కష్టంగా ఉందో తెలిసి కూడా ఆమెని అభిమానిస్తూ ఆమెకి సాయం పడాలనుకోవడమే కారణం. ఏమంటారు?" అని ఆమెకేసి చూస్తూ అడిగాడు.

"ఆఁ, అంతే" అని దాలీ గొడుగు మూసేస్తూ అంది. "కాని.."

"ఆగండి" అతనామెకి అడ్డం వెళ్లాడు. దాలీని యిబ్బందికరమైన పరిస్థితిలో పడేస్తున్నానని మరిచిపోయి ఆగాడు. దాలీ కూడా ఆగాల్సి వచ్చింది. "అన్నా పరిస్థితిలో ఉన్న కష్టానికి నాకంటే ఎక్కువ తీవ్రంగా బాధపడేవాళ్లు ఉండరు. నన్ను హృదయం ఉన్న వ్యక్తిగా మీరు మన్నించినట్లయితే ఈ విషయం మీకు అర్థం అవుతుంది. ఆమె ఈ పరిస్థితిలో పడడానికి నాదే బాధ్యత, అందుకనే నేనంత తీవ్రంగా బాధపడుతున్నాను" అన్నాడు.

"నాకది అర్థమవుతుంది" అంది దాలీ. వ్రాన్‌స్కీ ఈ మాటల్ని ఎంతో మనస్ఫూర్తిగా, దృఢంగా అన్నాడు. అది ఆమె అప్రయత్నంగా మనసుకి హత్తుకుంది. "కాని మీరు దీనికి కారణం కావడంవల్ల దీన్ని గోరంతలు కొండంతలు చేసి చెప్తున్నారేమోనని నాకు భయంగా వుంది. సమాజంలో అన్నా పరిస్థితి గడ్డుగా వుంది, ఆ విషయం నాకు తెలుసు" అంది.

"సమాజంలో నరకప్రాయంగా వుంది" అని అతను ముఖం ముడుచుకుంటూ గబగబా అన్నాడు. "పీటర్స్‌బుర్గ్‌లో ఆమె వున్న రెండు వారాల్లో ఆమె అనుభవించిన ఘోరనరకం కంటే అధ్వాన్న స్థితిని ఊహించుకోలేం... నా మాట నమ్ముతారనుకుంటాను."

"కాని ఇక్కడ, మీరు అన్నా... అంటే నా ఉద్దేశం సమాజం అవసరం ఉండదు అని..."

"సమాజం!" అని వ్రాన్‌స్కీ చీదరింపుగా అన్నాడు. "నాకు సమాజం అవసరం ఏం వుంది..."

"అప్పటిదాకా, అలా ఎప్పటికేనా జరగచ్చు, మీరు సంతోషంగా మనశ్శాంతిగా వుండచ్చు. అన్నా సంతోషంగా వుంది, నేను చూస్తున్నాను కదా, నిజంగా ఆనందంగా ఉంది, నాకా విషయం చెప్పింది" అని దాలీ చిరునవ్వు నవ్వుతూ అంది. అలా అంటూనే తనకి తెలియకుండానే ఆమె మనసులో నిజంగా అన్నా సంతోషంగా ఉందా అనే సందేహం కలిగింది.

కాని వ్రాన్‌స్కీకి ఆ విషయమై ఏ సందేహమూ లేనట్టే కనిపించింది.

"అవునవును!" అన్నాడతను. "ఆ యాతనంతటి తర్వాతా ఆమె కోలుకున్నట్టే వుంది. ఆమె సంతోషంగా వుంది. ప్రస్తుతంలో సంతోషంగా వుంది. కాని నాకు?.... మాకు ముందు ఏం జరగబోతోందో అన్న భయం వుంది... అయ్యో, మన్నించండి, నడుస్తారా?" అన్నాడు.

"లేదు, నాకెలాగైనా ఫరవాలేదు."

"అయితే ఇక్కడ కూర్చుందాం."

దాలీ తోట దారి మలుపులో ఓ బెంచీమీద కూర్చుంది. అతను ఆమె ముందు నుంచున్నాడు.

"ఆమె చాలా సంతోషంగా ఉన్నట్టే నాకనిపిస్తోంది" అని అతను రెట్టించాడు. అన్నా నిజంగా సంతోషంగా ఉందా లేదా అనే సందేహం దాలీకి ముందటికంటే ఎక్కువ కలిగింది. "కాని ఈ పరిస్థితిని ఇలానే వుంచగలగడం సాధ్యమా అని. మేం చేసింది తప్పా ఒప్పా అనేది వేరే సంగతి. కాని బరిలోకి దూకేశాం" అని రష్యన్‌నుంచి ఫ్రెంచిలోకి మారుతూ అన్నాడతను. "మేం జీవితాంతం బంధితులమయాం. మేం అత్యంత పవిత్రమైన దాంతో బంధితులం అయాం – ప్రేమ బంధంతో. మాకో బిడ్డ వుంది, ఇంకా పిల్లలు పుట్టచ్చు. కాని చట్టమూ, మా మొత్తం పరిస్థితీ సవాలక్ష చిక్కులకి దారి తీస్తాయి. ఇప్పుడు తన పరీక్షలనుంచీ, బాధలనుంచీ బయటపడి మనశ్శాంతిగా వుండడంలో ఆమె ప్రస్తుతంలో వాటిని చూడడం లేదు, చూడదలచుకోలేదు. ఆ విషయం అర్థం చేసుకోవచ్చు. కాని నేను కళ్లు మూసుకోలేను. నా కూతురు చట్ట ప్రకారం నా కూతురు కాదు, కెరనిన్ కూతురు. ఇలాంటి అబద్ధాన్ని నేను సహించను" అని బలంగా లేదు లేదు అనే సూచన చేస్తున్నట్టు కనిపించాడు. తర్వాత మబ్బుగా, ప్రశ్నార్థకంగా దాలీకేసి చూశాడు.

ఆమె ఏమీ బదులు చెప్పకుండా అతనివైపు చూసింది. వ్రాన్‌స్కీ చెప్పసాగాడు.

"రేపు కొడుకు పుట్టచ్చు. నా కొడుకు, కాని చట్టప్రకారం కెరనిన్ కొడుకవుతాడు. నా పేరుకీ, నా ఆస్తికీ వారసుడు కాడు. మా సంసార జీవితం ఎంత ఆనందంగానేనా ఉండనీయండి, మాకు ఎంతమంది పిల్లలేనా వుండనీయండి వాళ్లకీ నాకూ మధ్య బంధం వుండదు. వాళ్లు కెరనిన్‌కి చెందినవాళ్లు. ఈ పరిస్థితి ఎంత గడ్డుగా, ఘోరంగా వుంటుందో మీరు ఊహించండి! ఈ విషయం గురించి అన్నాతో ప్రస్తావించ చూశాను. ఆమె ఊరికే చిరాకు పడుతుందంతే. ఆమె అర్థం చేసుకోదు, ఆమెతో నేను అన్ని విషయాలూ చెప్పలేను. ఇప్పుడీ విషయాన్ని మరో వైపునుంచి చూద్దాం. ఆమె ప్రేమ నాకు ఆనందంగానే వుంది, కాని నాకో వ్యావృత్తి వుండాలి కదా. నేను దాన్ని చూసుకున్నాను, నాకు అదంటే గొప్పగానూ వుంది. ఇది నా పూర్వం దర్బారు మిత్రులకంటే, సైన్యం కొలువుకంటే ఎక్కువ ఉచితమైన వ్యావృత్తిగానే ఉంది నాకు. వాళ్లు చేసే దానికోసం నేను చేస్తూ వున్న దాన్ని ఏమైనా వదులుకోను. నేనిక్కడే వుండి నా పని చేస్తున్నాను, చాలా సంతోషంగా వున్నాను, సంతృప్తిగా ఉన్నాను. మాకు సంతోషం కలగడానికి ఇంతకంటే ఏమీ అక్కర్లేదు. ఈ బాపతు పని నాకు ఆనందంగా వుంది. cela n'est pasun pisaller.[1] సంగతి యిందుకు విరుద్ధం..."

అతను విషయం స్పష్ట పరచబోయి కొంచెం గజిబిజి పడిపోయాడని దాలీ గ్రహించింది. తను అతనికి విషయాంతర ప్రస్తావనని అర్థం చేసుకోలేదు. కాని తన అంతరంగంలో వున్న ఊహల్ని, అన్నాకి కూడా అతను చెప్పలేని ఊహల్ని, చెప్పడం మొదలు పెట్టినప్పుడు అన్ని విషయాలూ చెప్తున్నాడు, అన్నాతో అతని సంబంధాల సమస్యలాగా ఊళ్లో అతను చేస్తున్న

[1] ఇంతకంటే మంచిదైన రెండోది లేదు కాబట్టి కాదు (ఫ్రెంచి).

కార్యకలాపాలు అతని ఆంతరంగిక భావాలలో భాగం.

"నేను ఇంకా చెప్పాల్సి వుంది" అని వ్రాన్స్కీ సంబాళించుకుని అన్నాడు. "నేను పనిచేస్తూ వుంటే నేను చేసే పని నాతో అంతరించకూడదని నాకు అనిపించాలి. నా తర్వాతి వాళ్లకి సంక్రమించాలి – కాని నాకు సంబంధించి అలా జరగడం లేదు. తన బిడ్డలు, తను ప్రేమించిన స్త్రీకి పుట్టిన బిడ్డలు తనకి కాకుండా మరో మనిషికి, వాళ్లని అసహ్యించుకునే మనిషికి వాళ్లతో ఏ సంబంధమూ లేదనుకున్న వ్యక్తికి చెందుతారంటే కన్నతండ్రి పరిస్థితి ఎలా వుంటుందంటారు? ఇంతకంటే అఘోరమైంది ఉంటుందంటారా?"

అతను చాలా ఉద్వేగ పడి ఆగాడు.

"అవును, ఇది స్పష్టంగానే వుంది, నాకీ విషయం అర్థం అవుతుంది. కాని అన్నా ఏం చెయ్యగలుగుతుంది?" అని దాలీ అడిగింది.

"మీరలా అడగడమే నా సంభాషణ ఉద్దేశ్యం" అని క్రమాంతరంమీద వడి తగ్గించు కుంటూ అన్నాడతను. "అన్నా చెయ్యగలదు, ఇది ఆమెమీదే ఆధారపడి ఉంది... దత్తత చేసుకోవడం కోసం జార్‌ని అభ్యర్థించాలన్నా విడాకులు కావాలి. అది అన్నామీదనే ఆధారపడి వుంది. ఆమె భర్త విడాకులకి ఒప్పుకున్నాడు. ఒకప్పుడు మీ ఆయన అందుకు ఏర్పాటు కూడా చేశాడు. యిప్పుడు ఆయన వెనకాడతాడనుకోను. ఆమె ఊరికే ఆయనకి రాస్తే చాలు. ఆమె గనక కోరితే తను కాదనని ఆయన అప్పుడు చెప్పనే చెప్పాడు. ఇది క్రూరమైన కోరిక" అని అతను విచారంగా అన్నాడు, "హృదయంలేని కపటులే వ్యక్తం చెయ్యగలరనుకోండి. తన జ్ఞాపకమే ఆమెకి మహా యాతనాకారకం అవుతందని తెలిసీ, అన్నాని బాగా ఎరిగి వుండీ ఆయన ఆమెనుంచి ఉత్తరం కావాలంటున్నాడు. ఇది ఎంత బాధాకరమో నాకు తెలుసు. కాని ఫలితం ఎంత మహత్తరమైందో అంటే psser pardessus toutes ces finesses desentiment. Il y va bonheur et de l'existence d'Anne et de ses enfants.[1] నా వియం గురించి నే చెప్పడం లేదు, నాకు కష్టంగా ఉన్నా, చెప్పలేనంత కష్టంగా ఉన్నా" అని అతను తనకి కష్టం కలిగించేవాళ్లు ఎవరైనా వాళ్లని బెదిరిస్తూ వున్నట్టు చూసే చూపుతో "అందుకనే, ప్రిన్సెస్ మీరే దిక్కన్నట్టు మీ చేతిని పట్టుకుంటున్నాను. ఆమె విడాకులు అడుగుతూ ఉత్తరం రాసేటట్టు నాకు సాయం చెయ్యండి" అన్నాడు.

"ప్రయత్నిస్తాను" అని దాలీ ఆలోచనామగ్నంగా అంది. తనూ కెరనిన్ ఆఖరుసారి మాట్లాడుకున్న సందర్భం ఆమె మనసు ముందు ప్రత్యక్షమైంది. "అలాగే చేస్తాను" అని నిశ్చయంగా అంది, అన్నా గురించి ఆలోచిస్తూ.

"ఆమెకి మీమీద గల గురిని ఉపయోగించండి. ఆమె రాసేటట్టు ఒత్తిడి చెయ్యండి. ఆమెతో ఈ విషయం గురించి మాట్లాడలేను. అందుకు నాకసలు శక్తి లేదు."

"సరే, ఆమెతో మాట్లాడతాను. కాని ఈ విషయాన్ని ఆమె ఎందుకు చూడడం లేదు?" అని దాలీ, హఠాత్తుగా అన్నా వింతగా కనిపించేటట్టు కళ్లు ముడిచే తీరు గుర్తు చేసుకుంటూ

---

[1] మనోభావాల్లోని ఈ సున్నితత్వాలనన్నిటీ్నీ అధిగమించాలి. విషయం అన్నాకీ, ఆమె పిల్లలకీ ఉండే సుఖ సౌభాగ్యాలు (ఫ్రెంచి).

అంది. అన్నా తన జీవిత అంతరంగ విషయాల గురించి ఆలోచించుకుంటున్నప్పుడే అలా కళ్లు ముడుస్తుందని ఆమెకి గుర్తు వచ్చింది. 'జీవితాన్ని చూడకుండా తన కళ్లని ముడుచుకుంటోందేమో' అనుకుంది దాలీ. "నేను తప్పకుండా ఆమెతో మాట్లాడతాను. నాకోసం ఆమె కోసం కూడా" అని అతని కృతజ్ఞతా పూర్వకమైన మాటలకి బదులుగా అంది.

వాళ్లు లేచి ఇంటికేసి వెళ్లారు.

22

అన్నా ఇంటికి తిరిగి వచ్చాక దాలీ తనకంటే ముందే తిరిగి వచ్చిందని తెలుసుకుని వ్రాన్‌స్కీతో ఏం మాట్లాడిందో అన్నట్టు గుచ్చిగుచ్చి ఆమె కళ్ళల్లోకి చూసింది. కాని మాటల్లో ఆ ప్రశ్నని అడగలేదు.

"భోజనాల వేళ అయింది" అంది అన్నా. "మనం ఇంకా ఒకర్ని వొకరు సరిగా చూసుకోనే లేదు. రాత్రి ఎప్పుడవుతుందా అని చూస్తున్నాను. బట్టలు మార్చుకుంటాను. నువ్వూ బట్టలు మార్చుకోవూ. ఆ కడుతూ వున్న ఇళ్ల దగ్గర మన బట్టలు దుమ్ము కొట్టుకుపోయాయి" అంది.

దాలీ తన గదికి వెళ్లింది. ఆమెకి దాదాపు నవ్వు వచ్చినంత పనైంది. ఆమె దగ్గర మార్చుకోవడానికి ఏమీ లేదు. వున్న మంచి గౌను అప్పటికే తొడుక్కుంది. కాని భోజనాల బల్ల దగ్గర కూర్చునేందుకు తయారవుతున్నట్టు చూపించడానికి గౌను శుభ్రం చెయ్యమని పనిమనిషికి చెప్పింది. కొత్త కఫ్స్ వేసుకుని, కొత్త బౌ కట్టుకుని తలకి లేసురుమాలు చుట్టుకుంది.

"ఇదే నేను చెయ్యగలిగింది, అంతే" అని దాలీ చిరునవ్వు నవ్వుతూ అన్నాతో అంది. అన్నా మూడో గౌను వేసుకుంది. ఈసారి కూడా అది చాలా నిరాడంబరంగా వుంది.

"ఆఁ, ఇక్కడ చాలా అభిరుచులు చూపిస్తూ ఉంటాం" అని తన శోభకి క్షమాపణ అడుగుతున్నట్టు అంది. "నువ్వు రావడం అలెక్సేయ్‌కి చాలా సంతోషాన్ని ఇచ్చింది. అతనికీ మధ్య అంతటి సంతోషం ఎక్కువగా కలగడం లేదు. ఖాయంగా అతనికి నువ్వంటే ఇష్టంలాగే ఉంది" అని జత చేసింది. "నువ్వు అలిసిపోలేదు కదా?" అని అడిగింది.

భోజనాలకి ముందు మాట్లాడుకునే వ్యవధి లేకపోయింది. డ్రాయింగు రూమ్‌లోకి వెళ్లేటప్పటికి ప్రిన్సెస్ వర్వారా అక్కడ ఉంది. మగాళ్లు నల్లకోట్లు తొడుక్కున్నారు. వాస్తు శిల్పి ఫ్రాక్‌కోటు తొడుకున్నాడు. వ్రాన్‌స్కీ డాక్టరుకి, నిగామానుకి దాలీని పరిచయం చేశాడు. ఆమె వాస్తుశిల్పిని హాస్పిటల్ దగ్గర అంతకు ముందే కలుసుకుంది.

ఓ లావాటి బట్లరు వచ్చాడు. అతని ముఖం గుండ్రంగా వుంది. గడ్డం గీసుకున్నాడు. గంజిపెట్టిన టై కట్టుకున్నాడు. భోజనాలు వడ్డించారని చెప్పాడు. ఆడవాళ్లు లేచారు. అన్నాకి చెయ్యి అందించమని వ్రాన్‌స్కీ స్వియాజ్‌స్కీకి చెప్పి తను దాలీ చెయ్యి పుచ్చుకున్నాడు. తుష్కేవిచ్ ప్రిన్సెస్ వర్వారాని పిలిచే లోపునే వెస్లోవ్‌స్కీ ఆమెని పిలిచాడు. తుష్కేవిచ్, నిగామాను, డాక్టరు భోజనాల గదిలోకి ఒంటరిగా వెళ్లాల్సి వచ్చింది.

భోజనం, భోజనాల గది, పింగాణీ సామాను, నౌకర్లు, వైన్లు, భోజన పదార్థాలు – అన్నీ ఆ ఇల్లు ఉన్నంత నూతన సంపన్న వాతావరణంలో ఉండడమే కాదు, అన్నిటీన్నీ మించిన

నవీనతతో, పుష్కలత్వంతో భాసించాయి. తనకి నూతన ఐశ్వర్యంతో శోభిస్తూ వున్న వాటి నన్నిటినీ దాలీ తదేకంగా చూస్తూనే ఉంది. ఇంటి యజమానురాలిలాగా ప్రతీ వివరం మనసులో ముద్రించుకుంటూ ఉంది, అక్కడ కనిపించే ఏ వస్తువునీ తన ఇంట్లో ప్రవేశపెట్టే ఆశ లేకపోయినా. ఏమంటే ఇలాంటి వైభవం ఆమె జీవిత సరళికి మించింది. ఆమె మనసులో ఎవరు ఎలా వాటిని సమకూర్చారు అనే ప్రశ్న వచ్చింది. వెస్లోవ్స్కీ, తన భర్త, స్వియాజ్స్కీ ఇంకా అలాంటి చాలామంది తనకి తెలిసిన వాళ్లు ఎవళ్లూ ఈ విషయం గురించి పట్టించుకోరు. ప్రతి యజమానీ తన ఇంట్లో వున్న ప్రతీదీ, ఎంతో చక్కగా అమరిన ప్రతీదీ, సునాయాసంగా దానంతట అదే సమకూరినట్టూ తన అతిథులు అలా నమ్మాలని ఆశిస్తున్నట్టు అనుకుంటారు. అయినా దాలీకి తెలుసు పిల్లల నాస్తాలోకి పారిడ్జ్ కూడా దానంతట అదే రాదని. ఆ విధంగానే ఇంత జటిలమైన, అద్భుతమైన ఏర్పాటు అంటే దానిపట్ల ఎవరు ఎక్కువ దృష్టి పెట్టే వుండాలి. భోజనాల బల్లకేసి వ్రాన్స్కీ చూసిన తీరుని బట్టీ, తల వూపి బట్లర్‌కి సూచన చేసిన తీరుని బట్టీ, బీట్ దుంపల చల్లని సూప్ తీసుకుంటారా, మాంసం సూప్ తీసుకుంటారా అని దాలీని అడిగిన తీరుని బట్టీ ఇదంతా వ్రాన్స్కీ ఆలోచనల ఫలితమనీ పర్యవేక్షణా ఫలితమని దాలీ గ్రహించింది. అన్నా తన వంతుగా వెస్లోవ్స్కీ చేసినంత చేసి వుంటుందని స్పష్టంగా తెలుస్తూనే వుంది. అన్నా, స్వియాజ్స్కీ, ప్రిన్సెస్ వర్వారా, వెస్లోవ్స్కీలందరూ ఒక్కలా చుట్టపు చూపుగా వచ్చినవాళ్లే, ఏది తమకి సమకూర్చినా సంతోషంతో గ్రహిస్తూ ఉండేవాళ్లే.

సంభాషణ నడిపించడం మేరకే అన్నా ఇంటి యజమానురాలు. రకరకాల జీవిత పంథాల వాళ్లు – నిగామాను, వాస్తుశిల్పిలాంటి వాళ్లు – చేరిన ఈ చిన్నబల్ల దగ్గర సంభాషణ నడిపించడం కష్టం. నిగామాను, వాస్తుశిల్పి ఈ ఐశ్వర్యం చూసి బెదిరిపోకుండా వుండాలని ప్రయత్నిస్తున్నారు. ఎక్కువసేపు మామూలు సంభాషణలో పాల్గొలేకపోతున్నారు. అన్నా తన కర్తవ్యాన్ని స్వభావసిద్ధమైన నేర్పుతో, సహజత్వంతో సంతోషంతో కూడా నిర్వహిస్తోందని దాలీ గమనించింది.

తుష్కేవిచ్, వెస్లోవ్స్కీలు ఎలా పడవ నడిపారో అన్న విషయంమీదకి సంభాషణ మళ్లింది. అప్పుడు తుష్కేవిచ్ పీటర్స్‌బుర్గ్‌లో ఆఖరిగా జరిగిన పడవల పందెం గురించి చెప్పాడు. అన్నా వాస్తుశిల్పిని సంభాషణలోకి దించే అవకాశం కోసం చూసి అతన్ని పలకరించింది.

"స్వియాజ్స్కీగారూ ఆశ్చర్యపోయారు" అని అన్నా అంది, "ఆయన క్రితం సారి వచ్చినప్పటికంటే పని ఎంత చురుగ్గా సాగిందో చూసి. నా మట్టుకు నేను రోజూ చూస్తూనే ఉన్నాను అయినా పని ఎంత చకచకా సాగుతోందో చూసి ఆశ్చర్యం అవుతూనే ఉంది" అంది.

"కౌంట్‌గారితో పని చెయ్యడం హాయి" అని వాస్తుశిల్పి చిరునవ్వు నవ్వుతూ అన్నాడు. (అతను తన సత్తా తెలిపిన వాడు, మంచీ మర్యాద తెలిసిన శాంత స్వభావుడు). "స్థానిక అధికార్లతో పని చెయ్యడం కంటే చాలా తేడాగా వుంటుంది. పిసరు పని జరగాలంటే గుట్టల కొద్దీ కాగితాలు కదలాలి అక్కడ. కౌంట్‌గారికి అయితే నా సూచనలు ఇవీ అంటాను, వాటి గురించి చర్చించుకుంటాం, పని అయిపోతుంది" అన్నాడు.

“అమెరికన్ పద్ధతులు” అని స్వియాజ్‌స్కీ చిరునవ్వు నవ్వుతూ అన్నాడు.

“అవును, అమెరికన్లు క్రమ పద్ధతిలో కడతారు.”

తర్వాత సంభాషణ అమెరికాలో అధికార దుర్వినియోగం వైపు మళ్లింది. కాని నిగామాను మాట్లాడ్డం లేదని చూసి అన్నా కొత్త విషయాన్ని ఎత్తింది.

“నువ్వెప్పుడేనా కోత యంత్రాన్ని చూశావా?” అని దాలీని అడిగింది. “నిన్ను కలుసుకునే ముందే ఓ యంత్రాన్ని చూసి వస్తున్నాం మేము. అలాంటిదాన్ని నేను ఇదివరకు చూడలేదు” అంది.

“ఎలా పని చేస్తాయవి?” అని దాలీ అడిగింది.

“కత్తెరల్లాగా. బోలెడు చిన్న కత్తెరలున్న పలక ఉంటుంది. ఇలాగా.”

అన్నా ఉంగరాలున్న ముచ్చటైన తెల్లని చేతులతో ఓ చాకునీ, ఫోర్కునీ తీసుకుని చూపించడం మొదలుపెట్టింది. తను చూపిస్తూ వున్న దానివల్ల ఎవరికీ ఏమీ బోధపడలేదని తెలుస్తూనే వుంది. కాని తను ముచ్చటగా మాట్లాడుతున్నాననీ, తన చేతులు అందంగా ఉన్నాయనీ తెలిసే ఆమె ఆ వివరణ సాగించింది.

“కత్తెర్లకంటే ఎక్కువగా పెన్‌నైవ్స్‌లా ఉంటుందనడం బాగుంటుంది” అని వెస్లోవ్‌స్కీ చూపు ఆమెమీదనే నిలిపి కొంటెగా చిరునవ్వు నవ్వుతూ అన్నాడు.

అన్నా కనిపించీ కనిపించకుండా ఉండే మందహాసం చేసింది, ఏమీ మాట్లాడలేదు.

“అవి కత్తెర్లలా ఉండవూ? ఏమంటారు?” అని నిగామానుని అడిగింది.

"O ja" అని అతను జర్మన్‌లో జవాబు చెప్పాడు. "Es ist ein ganz einfaches Ding[1]" అంటూ ఆ యంత్ర నిర్మాణాన్ని గురించి వివరించడం మొదలుపెట్టాడు.

“అది మోపులు కట్టదు, బాగా లేదు. వియన్నా ప్రదర్శనలో చూశాను తీగతో మోపులు కూడా కడుతుంది. అలాంటిదైతే ఇంకా లాభం” అన్నాడు స్వియాజ్‌స్కీ.

"Es kommt drauf an... Der Preis vom Draht muss ausgerechnet werden[2]" అని జర్మన్ కూడా మాట కలుపుతూ వ్రాన్‌స్కీ నుద్దేశించి చెప్పాడు. "Das lasst sich ausrechnen, Erlaucht[3]" అంటూ జర్మన్ జేబులో చెయ్యి పెట్టబోయాడు. జేబులో అతను పెన్సిల్, నోటు పుస్తకం వుంచుకుంటాడు. అందులో మొత్తం లెక్కలన్నీ వుంటాయి. కాని భోజనాల బల్ల దగ్గర కూర్చున్నాం అనీ, వ్రాన్‌స్కీ ఉదాసీనంగా వున్నాడనీ గ్రహించి ఉద్దేశం మార్చుకున్నాడు. "Zu complicirt, macht zu viel Klopot[4]" అని ఆఖర్న అన్నాడు.

---

[1] అవునండీ, నిజంగా ఇది చాలా సీదా సాదా యంత్రం (జర్మన్).

[2] విషయం ఏమంటే తీగ ధర లెక్కగట్టుకోవాలి (జర్మన్).

[3] దీని లెక్కాచారం కలుపుకోవచ్చు, హుజూర్ (జర్మన్).

[4] చాలా గొడవ, జంజాటం (జర్మన్).

"Wunscht man Dochots, so hat man auch Klopots[1]" అని వెస్లోవ్స్కీ జర్మన్ నిగామానుని అనుకరిస్తూ అన్నాడు. "J'adore l'allemand[2]" అని అతను ముందటి లాగా చిరునవ్వు నవ్వుతూ అన్నాతో అన్నాడు.

"Cessez[3]" అంటూ అన్నా కఠినంగా వున్నట్టు వేళాకోళంగా అంది.

"మిమ్మల్ని మైదానంలో కలుసుకుంటామనుకున్నాము డాక్టరుగారూ" అని డాక్టర్‌తో అంది. ఆయన రోగిష్టి మనిషి. "మీరు అక్కడికి వచ్చారా?" అని అడిగింది.

"నేనక్కడికి వచ్చాను, కాని గాలిలో ఎగిరిపోయాను" అని డాక్టరు పరిహాసపూరితంగా కనిపించినా దిగులు గొంతుకతో అన్నాడు.

"అయితే మీకు మంచి వ్యాయామం అయివుంటుంది."

"మామూలుగానా!"

"ఆ ముసలావిడ ఒంట్లో ఎలా వుంది? ఆమెకి టైఫాయిడ్ కాదు కదా?"

"కాదు, కాని ఆమె దిగజారిపోయింది."

"అయ్యో పాపం!" అంది అన్నా. తమ దగ్గర పని చేసేవాళ్లపట్ల మర్యాదలు చూపించేసింది కాబట్టి తన మిత్రులపట్ల ఆసక్తి చూపించడం మొదలెట్టింది.

"మీరు చెప్పినట్టు యంత్రాన్ని నిర్మించడం కష్టం అనుకుంటా అన్నాగారూ" అన్నాడు స్వియాజ్‌స్కీ నవ్వుతూ.

"ఎందుకనండోయ్?" అంది అన్నా చిరునవ్వుతో. తను యంత్ర నిర్మాణాన్ని వర్ణించిన తీరు స్వియాజ్‌స్కీకి ఆకర్షకంగా కనిపించింది ఏదో వున్నట్టుందని ఆ చిరునవ్వు సూచించింది. అన్నాలో కన్నెపిల్లలాంటి ఈ కొత్త చమక్కు చూసి దాలీకి విస్మయం కలిగింది.

"కాని అన్నాగారికి వాస్తుశిల్పం చాలా తెలుసు" అని తుష్కేవిచ్ అన్నాడు.

"అవును ఆవిడ నిన్న స్తంభాల అడుగు భాగాల గురించీ, పునాది పీఠాల గురించీ మాట్లాడారు, కదా?" అన్నాడు వెస్లోవ్‌స్కీ.

"అదే పనిగా అవే చూస్తూ ఉంటే అందులో ఆశ్చర్యం ఏముంది? ఇళ్లు వేటితో కడతారో కూడా మీకు తెలీదా ఏమిటి?" అంది.

వెస్లోవ్‌స్కీ తనతో మాట్లాడేటప్పుడు పెట్టిన పరిహాస స్వరం అన్నాకి నచ్చలేదని, కాని తనకి తెలియకుండానే తనూ ఆ ధోరణిలో పడిందనీ దాలీ గమనించింది.

దీనికి సంబంధించి వ్రాన్‌స్కీ వైఖరి లేవిన్ వైఖరికి పూర్తి విరుద్ధంగా వుంటుంది. అతను వెస్లోవ్‌స్కీ చతురోక్తులకి ఏ ప్రాముఖ్యమూ ఇవ్వలేదని తెలుస్తూనే వుంది. నిజానికి అతన్ని ప్రోత్సహిస్తూ వున్నట్టు కూడా వుంది.

---

[1] సంపాదనాపరుడికి జంజాటం వుంటుంది (జర్మన్).

[2] జర్మన్ భాషాభక్తుణ్ణి (ఫ్రెంచి).

[3] చాలు (ఫ్రెంచి)

"అయితే వెస్లోవ్‌స్కీగారూ, రాళ్లని దేంతో కలిపినట్టుగా వుంచుతారు?"

"సిమెంట్‌తో కదా!"

"బావుంది, సిమెంట్ అంటే ఏమిటి?"

"అది ఓ రకం బంక... కాదు, జిగురు" అని వెస్లోవ్‌స్కీ అందరూ నవ్వేటట్టు అన్నాడు.

డాక్టరు, వాస్తుశిల్పి, నిగామాను ముభావంగా ముదుముకు కూర్చుని వుండడం తప్పిస్తే సంభాషణ అడ్డూ ఆపూ లేకుండా సాగింది. ఒకోసారి సాఫీగా సాగింది, ఒకో సారి వ్యక్తిగతం అయి గాయపరుస్తూ సాగింది. దాలీ ఓ సారి అలా కష్టపెట్టుకుని కుదుళ్లలోకంటా ఎర్రబడుతూ కోపపడింది. తర్వాత, తను అనవసరంగా, అనిష్టకరమైన విషయాన్ని ఏమన్నా అన్నానేమోనని, భయపడింది. స్వియాజ్‌స్కీ అంతకు ముందే యంత్రాల గురించి లేవిన్‌కి వున్న చిత్రమైన అభిప్రాయాల గురించీ, అవి రష్యా వ్యవసాయానికి అవరోధంగా వుంటాయనడం గురించీ ప్రస్తావించాడు.

"నాకు లేవిన్‌గార్ని కలుసుకునే అదృష్టం కలగలేదు" అని వ్రాన్‌స్కీ చిరునవ్వు నవ్వుతూ అన్నాడు. "కాని ఆయన తను తిట్టిపోసే యంత్రాల్ని ఎన్నడూ చూసి వుండడని నా ఊహ. ఒకవేళ చూసి, వాటిని ఉపయోగ పెట్టుకున్నా అరకొరగానే అయివుండవచ్చు. మంచి రకమైన, విదేశీ యంత్రాలు కాదు, యేవో రష్యన్‌వి అయి వుండవచ్చు. అలాంటప్పుడు ఈ వైఖరిని ఎలా విమర్శించగలడు?" అన్నాడు.

"టర్క్ వైఖరినుంచి అనచ్చు" అని వెస్లోవ్‌స్కీ అన్నాని ఉద్దేశించి చిరునవ్వు నవ్వుతూ అన్నాడు.

"అతని వైఖరిని నేను సమర్థించలేను" అని దాలీ ఆవేశంగా అంది. "కాని అతను చాలా చదువుతున్న మనిషి. అతను ఇక్కడ వుండి వుంటే మీకు మీ ధోరణిలో జవాబు చెప్పి వుండేవాడు. నాకా శక్తి లేదు" అంది.

"అతను నాకు చాలా ఇష్టుడు. మేమిద్దరం మంచి స్నేహితులం" అని స్వియాజ్‌స్కీ హుషారుగా మందహాసం చేస్తూ అన్నాడు. "Mais pardon, il est un petit peu toque.[1] ఉదాహరణకి జేమ్‌స్త్వో సంస్థలు, రాజీ కోర్టులు* కూడా అవసరం లేదంటాడు, వాటిలో పాల్గొనడానికి తిరస్కరిస్తాడు" అన్నాడు.

"అది మన రష్యన్ ఉదాసీనత్వం" అని వ్రాన్‌స్కీ మంచు గడ్డలు వేసిన నీటిని సున్నితమైన కాడ వున్న గ్లాసులో పోస్తూ అన్నాడు. "మన హెూదా ఏ కర్తవ్య నిర్వహణని మనకి నిర్దేశిస్తోందో దాన్ని గుర్తించకపోవడం, అందుకని ఈ బాధ్యతల్ని తిట్టిపోయడం" అన్నాడు.

"తమ కర్తవ్య నిర్వహణని అంతకంటే బాగా చేసేవాళ్లని నేను ఎరగను" అని దాలీ, వ్రాన్‌స్కీ ఆధిక్యతా భావం చిర్రెత్తించి అంది.

"తద్భిన్నంగా నేను" అని వ్రాన్‌స్కీ ఆమె అన్న మాటకి ఎందుకనో నొచ్చుకుంటూ అన్నాడు. "తద్భిన్నంగా నేను, న్యాయాధికారిగా ఎన్నికయే గౌరవాన్ని నికొలాయ్ ఇవానొవిచ్"

---

[1] కాని క్షమించండి, అతనొక విచిత్రమైన వ్యక్తి (ఫ్రెంచి)

(స్వియాజ్‌స్కీని ఉద్దేశించి)" ధర్మమా అని పొందాను, కృతజ్ఞతలు. కచేరీకి హాజరు కావడం రైతులకీ గుర్రాలకీ సంబంధించిన తగూలు వినడం నేను చేసే అన్ని పనులంతటి గొప్పగానూ భావిస్తున్నాను. జేమ్‌స్త్వో సంస్థ సభ్యుడిగా ఎన్నికవడం గౌరవంగా భావిస్తాను. భూస్వామిగా నేననుభవించే సౌకర్యాలకి కేవలం ఈ మాదిరిగానే బదులు తీర్చుకోగలను. ప్రభుత్వంలో భూస్వాములు ఎంతటి మహత్తర పాత్ర నిర్వహించగలరో దురదృష్టవశాత్తూ ఎవరూ గుర్తించడం లేదు" అన్నాడు.

తన ఇంట్లో తన భోజనాల దగ్గర కూర్చుని తన భావాలు ఎంత సహేతుకమైనవో మనోస్థైర్యంతో అతను చర్చించడం దాలీకి చిత్రంగా కనిపించింది. లేవిన్, వీటికి పరస్పర విరుద్ధంగా వుండే భావాల్ని అంతే మనోస్థైర్యంతో తన భోజనాల బల్ల దగ్గర కూర్చుని మాట్లాడతాడు. కాని ఆమెకి లేవిన్ అంటే ఇష్టం, అందుకని అతని పక్షం వహించింది.

"అయితే కౌంట్ ఈ సారి కచేరీలో మీరు పాల్గొంటారనుకుంటాను" అన్నాడు స్వియాజ్‌స్కీ. "కాని కొంచెం ముందుగా రండి, ఎనిమిదో తారీకు నాటికి అక్కడ వుండేటట్టు. ముందు మా దగ్గరికి రండి, ఆ గౌరవం నాకు కలిగించండి" అన్నాడు.

"మీ మరిది అభిప్రాయాలని కొంత మేరకు ఒప్పుకుంటాను" అంది అన్నా. "కాని వేరే కారణంగా" అని చిరునవ్వు నవ్వుతూ అంది. "ఇక్కడ ఈ సాంఘిక కార్యకలాపాలు ఈ మధ్య మాకు కొంచెం ఎక్కువైనట్టుంది. పూర్వం ఎంతో మంది కార్యనిర్వాహకులుండేవాళ్ళు, ప్రతి విభాగానికీ ఒకోళ్లు వుండాల్సి వచ్చేది. అలాగే ఇప్పుడు ప్రజా ప్రముఖుల గురించీ చెప్పాల్సి వస్తోంది. అలెక్సేయ్ ఇక్కడికి వచ్చి ఆరు నెలలే అయింది. అప్పుడే అయిదారు ప్రజాసంస్థలకి ముడి పడిపోయాడు. ట్రస్టీ బోర్డు మెంబరు, న్యాయాధికారి, జేమ్‌స్త్వో సంస్థ సభ్యుడు, జ్యూరీ సభ్యుడు, అశ్వసమితి సభ్యుడు అయ్యాడు. Du train que cela va[1] అతని సమయం అంతా దీనికందే పోతోంది. ఇన్ని పనులు నెత్తిన పెట్టుకుంటే ఒట్టి మొక్కుబడి అయిపోతుందేమోనని నా భయం. స్వియాజ్‌స్కీ గారూ మీరెన్ని సంస్థల్లో సభ్యులు?" అని అన్నా స్వియాజ్‌స్కీని అడిగింది. "ఇరవై పాతిక సంస్థల్లో సభ్యులేమో?" అంది.

అన్నా పరిహాస ధోరణిలోనే మాట్లాడింది కాని ఆమె గొంతుకలో చిరాకు కనిపించింది. అన్నానీ వ్రాన్‌స్కీని పట్టి పట్టి చూస్తూ ఉన్న దాలీ వెంటనే దాన్ని గమనించింది. ఈ సంభాషణ ప్రారంభం అప్పుడు వ్రాన్‌స్కీ ముఖంలో గంభీరత, కఠినత్వం ద్యోతకమవడం కూడా ఆమె గమనించింది. ఈ చిహ్నాలూ, ప్రిన్సెస్ వర్వారా పీటర్స్‌బుర్గ్ మిత్రుల గురించి మాట మొదలెట్టి ప్రసంగ విషయం మార్చడమూ గమనించి, తోటలో తనతో మాట్లాడేటప్పుడు వ్రాన్‌స్కీ అకారణంగానే తన కార్యకలాపాల గురించి ప్రస్తావించడమూ గుర్తువచ్చి ఈ ప్రజా కార్యకలాపాల విషయమై అన్నాకీ వ్రాన్‌స్కీకీ మధ్య భేదాభిప్రాయాలున్నట్టు దాలీ అర్థం చేసుకుంది.

భోజనం, వైన్, వెండి పాత్ర సామాను – అన్నీ అద్భుతంగానే వున్నాయి. కాని ఇదంతా దాలీ మామూలు విందులప్పుడూ, నాట్యాలప్పుడూ చూసిందే, ఆమెకిప్పుడదంతా అలవాటు

[1] ఇలాంటి జీవిత విధానంతో (ఫ్రెంచి).

తప్పిపోయింది. అదే పద్ధతిలో వుందిది, బిగపట్టినట్టు ఆత్మీయత లోపించినట్టు వుంది. అంచేత మామూలు సందర్భానికి, కొద్ది మందే వున్న ఈ సమయంలో ఈ అట్టహాసమంతా ఏమిటో అని ఆమె మనసుకి ఎబ్బెట్టుగా తోచింది.

భోజనాలయ్యాక వాళ్లు చపటామీదకి వెళ్లారు. టెన్నిస్ ఆడారు. ఆటగాళ్లు రెండేసి జతలుగా విడిపోయారు. బాగా చదును చేసిన క్రోకెట్ గ్రౌండ్‌మీద మధ్యలో బంగారు మెరుగు పూసిన గుంజలకి నెట్ కట్టారు. దాలీ ఆడబోయింది కాని కొంచెంసేపటిదాకా ఆమెకి ఆట అర్థం కాలేదు. ఆట అర్థం అయే వేళకి అలిసిపోయి ప్రిన్సెస్ వర్వారా పక్కన కూర్చుని ఆడేవాళ్లని చూస్తూ వుండిపోయింది. ఆమె జత ఆటగాడు తుష్కేవిచ్ కూడా ఆడ్డం మానేశాడు. మిగిలినవాళ్లు కొంతసేపు ఆడారు. స్వియాజ్‌స్కీ, వ్రాన్‌స్కీలు దృష్టి లగ్నం చేసి బాగానే ఆడారు. బంతిమీదే దృష్టి పెట్టి హడావుడి పడకుండా చురుగ్గా, అదునులో బంతి గెంతేదాకా చూసి అందుకుని గురిపెట్టి రాకెట్‌తో కొట్టారు. వెస్లోవ్‌స్కీ అధ్వాన్నంగా ఆడాడు. మరీ ఆతృత పడిపోయాడు, కాని తన ఉత్సాహంతో మిగిలిన వాళ్లకి ప్రోత్సాహం కలిగించాడు. అతని పరిహాసాలకీ, నవ్వుకీ ఆపు లేకపోయింది. మిగిలిన మగాళ్ల లాగే అతనూ ఆడవాళ్ల అనుమతితో కోటు విప్పేశాడు. కోర్టులో అటూ ఇటూ కలదిరిగేస్తూ, తెల్లని చొక్కాతో అందంగా, ముఖం ఎర్రబడి, చెమటతో మెరుస్తూ భలే కనిపించాడు.

ఆ రాత్రి దాలీ పడకమీద చేరినప్పుడు కోర్టులో కలదిరిగేస్తూ వున్న వెస్లోవ్‌స్కీ రూపమే కళ్లు మూసుకుంటే ఆమెకి ప్రత్యక్షం అయింది.

ఆటప్పుడు దాలీకి సంతోషం కలగలేదు. కోర్టులో అన్నా వెస్లోవ్‌స్కీల మధ్య కనిపించిన రంగేళీతనం, పిల్లలెవరూ లేకుండా పిల్లల ఆట ఆడేటప్పుడు పెద్ద వాళ్లకుండే సామాన్య నటన ఆమెకి నచ్చలేదు. కాని తన మనఃస్థితిని ఇతరులకి చెప్పుకోకుండా, కాలక్షేపం చెయ్యడానికి ఆమె కొంచెం విశ్రాంతి తీసుకున్నాక ఆటగాళ్లతో మళ్లీ కలిసి, ఆట ఇష్టంగా వున్నట్టు వాలకం పెట్టింది. తను రంగస్థలంమీద వున్నట్టు, ఎక్కువ కౌశలం వున్న నటులతో నటిస్తూ తన చెడ్డ నటనతో అంతట్నీ పాడు చేస్తున్నట్టూ రోజంతా దాలీకి అనిపిస్తూనే వుంది.

బాగా వుంటే రెండు రోజులు వుందామనే దాలీ ఇక్కడికి వచ్చింది. కాని ఆ సాయంత్రం టెన్నిస్ ఆట అప్పుడు మర్నాడు వెళ్లిపోవాలని నిర్ణయించుకుంది. ప్రయాణం అప్పుడు ఎంతో కలత పెట్టిన ఆలోచనలు, తల్లులకి వుండే యాతనలు చీకులు చింతలు, ఇప్పుడామెకి భిన్నంగా గోచరమయ్యాయి. ఆమె ఒక రోజు ఆ చింతలు లేకుండా గడిపింది. అవి యిప్పుడు ఆమెని వెనక్కి లాగాయి.

సాయంత్రం టీ తాగాక, రాత్రి పడవలో విహారం చేశాక ఒక్కత్తీ తన గదికి వెళ్లడం దాలీకి హాయి అనిపించింది. గదిలో ఆమె ఫ్రాక్ విప్పేసి, తల దువ్వుకోవడానికి కూర్చుంది.

అన్నా అప్పుడు తన దగ్గరికి వస్తుందన్న ఆలోచన అనిష్టంగా కనిపించింది. తన ఆలోచనలతో ఒక్కత్తీ తన మానాన ఏకాంతంగా వుండిపోవాలనుకుంది.

23

దాలీ మంచం ఎక్కుదామనుకునే వేళకి అన్నా నైట్ గౌను తొడుక్కుని వచ్చింది.

ఆ రోజున అన్నా ఆమెతో మనసు విప్పి మాట్లాడదామని ఎక్కువసార్లు ప్రయత్నించింది, కాని ఏవో కొన్ని మాటలు అని మానేసింది. "తర్వాత, మనిద్దరం వున్నప్పుడు అన్నీ మాట్లాడుకుందాం. నీకు ఎన్నో విషయాలు చెప్పాల్సి వుంది నేను" అంటూనే వుంది అన్నా.

ఇప్పుడు తామిద్దరూ మాత్రమే వున్నారు. కాని ఏం చెప్పాలో అన్నాకి తెలీలేదు. దాలీని చూస్తూ కిటికీ దగ్గర కూర్చుంది. చెప్పవలసిన ఆంతరంగిక విషయాలు ఎన్ని వున్నాయో నెమరు వేసుకుంది గాని చెప్పడానికి ఒక్కటీ తట్టలేదు. ఆ సమయంలో అన్నీ అంతకు ముందే చెప్పేసినట్టు ఆమెకి భాసించింది.

"ఊఁ, కిట్టీ ఎలా వుంది?" అని ఆఖరికి గాఢంగా నిట్టూర్చి దాలీకేసి అపరాధినిలాగా చూస్తూ కదలేసింది. "నిజం చెప్పు దాలీ, ఆమెకి నామీద కోపంగా వుందా?" అని అడిగింది.

"కోపమా? అబ్బే, లేదు" అని దాలీ చిన్నగా నవ్వింది.

"కాని నేనంటే అసహ్యంగా వుండి వుంటుంది. నన్ను ఏవగించుకుంటూ వుంటుందా!"

"తెలుసు" అని అన్నా అటు తిరిగి కిటికీలోనుంచి బయటికి చూస్తూ అంది. "కాని నా తప్పు లేదు. ఎవరి తప్పు వుంది? తప్పు అంటే ఏమిటి? యిలా కాకుండా మరోలా వుండగలదా? చెప్పు, ఏమంటావ్. నువ్వు మా తమ్ముడి భార్య అవకుండా వుండగలిగే దానివా?"

"ఏమో నాకు తెలీదు. కాని నాకీ సంగతి చెప్పు..."

"చెప్తా, చెప్తా. కాని కిట్టీ సంగతి పూర్తవనీ. ఆమె సంతోషంగా వుందా? అతను చాలా మంచివాడని విన్నాను."

"మంచివాడు అనేది చిన్నమాట. అంతకంటే మంచి మనిషిని నేనెరగను."

"చాలా సంతోషంగా వుంది. చాలా. 'మంచివాడు అనేది చిన్నమాట' " అని ఆమె దాలీ అన్న ముక్కని రెట్టించింది.

దాలీ మందహాసం చేసింది.

"కాని నీ గురించి చెప్పు. నువ్వూ నేనూ బోలెడు విషయాలు మాట్లాడుకోవాల్సి వుంది. మా మధ్య సంభాషణ జరిగింది....నాకు..." దాలీకి అతన్ని ఏమని పిలవాలో తెలీలేదు. కౌంట్ అని గాని, పేరు ఉచ్చరిస్తూ గాని వ్రాన్‌స్కీని గురించి ప్రస్తావించడం ఆమెకి ఎబ్బెట్టుగా తోచింది.

"అలెక్సేయ్‌కి" అని అన్నా అందించింది. "అతను నీతో మాట్లాడాడని నాకు తెలుసు. కాని నేనడగ దలుచుకున్నది నా గురించి, నా జీవిత విధానం గురించి నువ్వే మనుకుంటున్నావని" అంది.

"అంత అర్థంతరంగా అడిగితే ఏం చెప్పను? నిజం చెప్తున్నా నాకు తెలీదు" అంది దాలీ.

"ఉహూం కాదు, కాని ఇది చెప్పు నాకు... నువ్వు నా జీవితం చూస్తున్నావు. కాని మేం వేసవి కాలంలో, మేం ఒక్కళ్లం లేనప్పుడు వచ్చి చూస్తున్నావన్న విషయం మరిచిపోకు.... ఇక్కడికి వసంతరుతువు మొదట్లో వచ్చేం, దాదాపు మేమిద్దరమే వున్నాం. మళ్లీ ఇద్దరమే వుండిపోతాం, అంతకంటే ఎక్కువ నేనేం కోరననుకో. కాని అతను లేకుండా నేనొక్కత్తినీ ఇక్కడ వుంటున్నట్టు ఊహించుకో. అది ఎలా వుంటుందంటే... అన్ని విషయాల్నీ దృష్టిలో వుంచుకుంటే అతను సగం రోజులు ఎక్కడో వుండిపోతాడు అలా జరుగుతుంది అని నాకు తోస్తుంది" ఆమె లేచి దాలీ దగ్గర కూర్చుంటూ అంది.

"అలా జరగదు" అని అన్నా తన మాటకి అడ్డం రాబోతున్న దాలీని అభ్యంతర పెడుతూ అంది. "నేనతన్ని బలవంతంగా అడ్డుపెట్టడం జరగదు. ఇప్పుడు అడ్డు పెట్టడమూ లేదు. త్వరలో గుర్రప్పందాలు జరుగుతాయి. అతని గుర్రాలు పందెంలో వున్నాయి. అతనక్కడికి వెడతాడు. నాకు చాలా సంతోషంగా వుంది. కాని నా గురించి ఆలోచించు, నా స్థితి చూడు... కాని ఈ విషయం గురించి చర్చ ఎందుకులే" అని అన్నా చిరునవ్వు నవ్వింది. "ఊc, అయితే ఏం చెప్పాడు నీకు?" అని అడిగింది.

"నేను నీతో మాట్లాడదామనుకుంటూ వున్న దాని గురించే మాట్లాడాడు. దీన్ని గురించి అతని తరపున సులభంగా మాట్లాడగలను. మాకిద్దరికీ అనిపించింది ఎందుకలా జరగలేదో, జరగకూడదో..." దాలీ కొంచెంసేపు గుంజాటన పడింది. "...నువ్వు నీ పరిస్థితిని సాఫీ చేసుకో, మెరుగు పరుచుకో.. ఈ విషయానికి సంబంధించి నా ఉద్దేశం నీకు తెలుసు, అయినా కానీ, సాధ్యమైతే నువ్వు పెళ్లి చేసుకోవాలి" అంది.

"అంటే విడాకులు తీసుకొమ్మంటావా?" అంది అన్నా. "నీకు తెలుసా పీటర్స్‌బుర్గ్‌లో నన్ను చూడ్డానికి కేవలం వొక్క మహిళ మాత్రమే, బెట్సీ త్వెర్‌స్కాయా మాత్రమే వచ్చిందని? నువ్వు ఆమెని ఎరుగుదువేమో. Au fond c'est la femme la plus depravee qui existe.[1] మొగుణ్ణి ఘోరంగా మస్కా కొట్టి తుష్కేవిచ్‌తో గ్రంథం నడిపింది. అయినా, అలాంటి మనిషి కూడా నా పరిస్థితి అక్రమంగా వున్నంత కాలం నాకూ తనకీ ఏ సంబంధమూ వుండదని అంది. నేను నిన్నూ ఆమెనీ ఒకే గాట కడుతున్నాననుకోకు... నీ గురించి నాకు బాగా తెలుసు కదా. దాలీ! కాని ఆ విషయం గుర్తు చేసుకోకుండా వుండలేను.... అయితే అతనేం చెప్పాడు?" అని మళ్లీ అడిగింది.

"అతను నీ గురించీ, తన గురించీ బాధపడుతున్నానని అన్నాడు. దాన్ని నువ్వు అతని స్వార్థం అనచ్చు కాని అది సహజమైన న్యాయమైన స్వార్థం. మొదటగా అతను తన కూతురు చట్టబద్ధంగా తన కూతురయేట్టు చేసుకోవాలనుకుంటున్నాడు. నీ భర్త కావాలనుకుంటున్నాడు, నీమీద హక్కు సాధించాలనుకుంటున్నాడు."

"ఏ భార్య, ఏ బానిస నేను ప్రస్తుత పరిస్థితిలో అతనికి బానిస అయినంతగా అవుతుంది?" అని అన్నా మబ్బుగా అడ్డం వచ్చింది.

"కాని అన్నిటికంటే ఎక్కువగా అతను కోరుకునేది... నీకీ నరక యాతన తప్పించడం."

---

[1]సూక్ష్మంగా చెప్పుకోవాలంటే ఆమె చెడు ప్రవర్తన వున్న మనిషి (ఫ్రెంచి).

"అది అసంభవం. ఇంకా ఏం కోరుకుంటున్నాడు?"

"ఏముంది. చాలా ధర్మబద్ధమైందే. మీ పిల్లలకి తన ఇంటి పేరు వుండాలని."

"ఏ పిల్లలు?" అని అన్నా దాలీనుంచి చూపు తప్పించుకుంటూ కళ్లు ముడిచి అడిగింది.

"అన్యాకీ, ఇంకా పుట్టబోయే పిల్లలకీ."

"ఇంక పిల్లలు పుడతారన్న చింత పెట్టుకోనక్కర్లేదులే అతను."

"అంత కచ్చితంగా ఎలా చెప్పగలవు?"

"పుట్టరు, ఏమంటే నాకా కోరిక లేదు కాబట్టి."

అన్నా ఆవేశపడినా దాలీ ముఖంలో కనిపించిన జిజ్ఞాస, భీతి, ఆశ్చర్యం చూసి చిరునవ్వు నవ్వింది.

"నా జబ్బు తర్వాత డాక్టరు నాకు చెప్పాడు."............ ....

"అసంభవం!" అని కళ్లు చేటంత చేసుకుని అంది దాలీ. ఆమెకీ అది ఎంత తీవ్ర పరిణామాలు సూచనలు వున్న ఆవిష్కరణ అంటే వెంటనే దాని సారం అంతా బుర్రకి ఎక్కలేదు. లోతుగా చాలాసేపు ఆలోచించాల్సిన విషయంలాగా అది కనిపించింది.

ఒకో కుటుంబానికి ఒకరో ఇద్దరో పిల్లలు వుండడం ఏమిటో అర్థంకాని పరిస్థితిని ఈ ఆవిష్కరణ వెంటనే పటాపంచలు చేసి ఎన్నో ఆలోచనలని, పరస్పర విరుద్ధ ఉద్రేకాల్ని రెచ్చగొట్టింది. దాంతో దాలీ మాట్లాడలేక కళ్లప్పగించి అన్నాకేసి ఆశ్చర్యంతో చూస్తూ కూర్చుండి పోయింది. అది ఆమె కోరుకున్నటు వంటిదే, ఇక్కడికి వచ్చేటప్పుడు దారిలో మధురంగా వూహించుకున్నటువంటిదే. కాని అలాంటిది తథాస్తుగా జరుగుతుందని తెలిసి భీతిల్లిపోయింది. మహా జటిలమైన సమస్యకి బహు తేలికైన పరిష్కారం అని ఆమెకి అనిపించింది.

"N'est ce pas immoral?[1]"అని మాత్రమే చాలాసేపు మౌనంగా వున్న తర్వాత అనగలిగింది.

"అలా ఎందుకవుతుంది? కొంచెం ఆలోచించు, నాకు రెండు దారులే వున్నాయి. కాన్పురావడం అంటే జబ్బు తెచ్చుకోవడం. లేదా నా భర్తకి, అంటే ఇతను భర్తే కదా – స్నేహితురాలిగా, తోడుగా వుండడం" అని అన్నా కావాల్సికి తేలికగా, భేషర్వాగా కనిపించే స్వరంతో అంది.

"అవును, అవును" అని దాలీ ఆమె తర్కం వింటూ, ఆ వాదనలని తనకి అన్వయించుకుని, అంతకుముందు లాగా తన మనసుని అవి పట్టుకోడం లేదని అనిపించింది.

"ఇప్పుడు నీకూ పై వాళ్లకీ" అని అన్నా దాలీ మనసులో ఆలోచనల్ని చదువుతున్నట్టు మొదలుపెట్టింది. "దీనికి సంబంధించి అనుమానాలు వుండచ్చు. కాని నేను... అర్థం చేసుకో, నేనతని కట్టుకున్న పెళ్లాన్ని కాను. నాపట్ల ప్రేమ ఉన్నంత కాలం నన్ను ప్రేమిస్తాడు. దేంతో అతని ప్రేమని బంధించి వుంచగలను? దీంతో?"

---

[1] ఏం ఇది నీతిబాహ్యంగా లేదంటావా? (ఫ్రెంచి)

అన్నా తన తెల్లని చేతుల్ని కడుపుమీద పెట్టుకుని అంది.

మానసిక ఆందోళన కలిగిన సందర్భాల్లో ఎప్పుడూ జరిగినట్టు గానే దాలీ మనసులో స్మృతులు, విపరీతమైన వడితో దూసుకుపోయాయి. 'నేను మా ఆయన్ని బంధించే ప్రయత్నం చేయలేదు' అనుకొంది. 'తను నన్నొదిలేసి వేరే ఆడమనుషులతో తిరిగాడు. తన కోసమన్చెప్పి నన్నొదిలి వెళ్లిన అతన్ని పోనీ ఆ మనిషేనా నిలబెట్టుకుందా? ఆమె ముచ్చటగా హుషారుగా వుందిగా! ఆమెనీ వొదిలేసి ఇంకొకత్తిని పట్టాడు. అన్నా ఈ రకంగా కౌంట్ వ్రాన్‌స్కీని తన ఆకర్షణలో ఉంచుకుంటుందా? అతను 'ఇలాంటి' ధోరణిలో వుంటే అతనికి ఇంతకంటే మంచి గౌన్లు తొడుక్కుని టక్కులు పోయే ఆడాళ్లు కో అంటే కోటిమంది వస్తారు. ఆమె బోసి చేతులు తెల్లగా అందంగానే వున్నాయి, ఆమె పూర్ణ మూర్తి, నల్లని తలకట్టుతో గులాబీ వదనంతో మనోహరంగానే వుంది. కాని అతనికి ఇంకా అందమైన ఆడవాళ్లు దొరుకుతారు, దయనీయంగా, ఏవగింపుగా, ప్రేమగా వుండే నా భర్తకి దొరికినట్టు."

కాని ఈ ఆలోచనల్లో ఒక్కదాన్ని కూడా దాలీ అన్నాకి చెప్పలేదు. ఊరికే నిట్టూర్చిందంతే. అన్నా ఆ నిట్టూర్పుని అసమ్మతిని వ్యక్తం చెయ్యడంగా భావించుకుని తన మాట సాగించింది. ఆమె దగ్గర చాలా బలమైన వాదనలు వున్నాయి, వాటిని కొట్టి పారెయ్యడం దాదాపు అసంభవం.

"ఇది తప్పంటావు? కాని న్యాయంగా ఆలోచించు. నా పరిస్థితి మర్చిపోతున్నావు. నేను పిల్లల్ని కనాలి అని ఎలా అనుకోగలను. బాధల సంగతి, వేదనల సంగతి చెప్పడం లేదు నేను, నాకు వాటి భయమూ లేదు. కాని ఆలోచించు. నా పిల్లలు ఎవరు? ఎవరో పరాయి యింటి పేరు తగిలించుకోవాల్సిన నికృష్టులు. పుట్టిన ఉత్తర క్షణంనుంచీ తమ తల్లినీ, తండ్రినీ చూసి, తమ పుట్టుకని చూసి అవమానంతో కుమిలిపోవాల్సిన వాళ్లు" అంది.

"అందుకే మరి విడాకులు తీసుకోవాలనడం."

కాని అన్నా ఆమె అన్న ముక్క వినలేదు. తనని తను ఎన్నోసార్లు సమాధాన పరుచుకున్న వాదనలని చెప్పాలని అనుకుంది.

"నికృష్టులైన పిల్లల్ని ఈ భూమ్మీద పడెయ్యకుండా చెయ్యలేకపోతే నాకు బుర్ర ఎందుకు వున్నట్టు?"

ఆమె దాలీకేసి చూసింది. ఆమెనుంచి జవాబు కోసం చూడకుండా తన మాట కొనసాగించింది.

"ఆ దురదృష్టవంతులైన పిల్లల విషయంలో నేను ఎప్పుడూ దోషిననే బాధపడుతూ వుంటాను. వాళ్లు పుట్టకుండా వుంటే కనీసం దౌర్భాగ్యులు కారు. వాళ్లు దౌర్భాగ్యులైనట్టయితే తప్పంతా నాదే అవుతుంది" అంది.

దాలీ తనకి సంబంధించి అనుకున్న వాదనలే ఇవీనీ. కాని ఇప్పుడు వాటిని వింటూ వుంటే అవి ఆమెకి బోధపడలేదు. 'అసలు పట్టని వాళ్లకి సంబంధించి దోషులం అని ఎలా అనుకోగలరు?' అనుకుంది. హఠాత్తుగా ఓ ఆలోచన ఆమెకి స్ఫురించింది. తన ముద్దుల బిడ్డడు గ్రీష అసలులీ భూమ్మీద ప్రత్యక్షం అవకుండా ఉండి వుంటే వాడికి బాగా వుండేదా?

ఆమెకి ఈ ఆలోచన యెంత చిత్రంగా అసంబద్ధంగా తోచిందంటే తన బుర్రలో రేగుతూ వున్న ఈ పిచ్చి వూహల్ని తోలేసుకోవడానికన్నట్టుగా ఆమె తల విదిలించుకుంది.

"ఉహుఁ, ఏమో నాకు తెలీదు, కాని అది ఖాయంగా తప్పు" అని ముఖం వికారంగా పెట్టి అంది.

"కాని నువ్వు మరిచిపోవద్దు నువ్వెవరో నేనెవరో... అదీ గాక" అని అన్నా సాగించింది. తన వాదనలు పుష్కలంగా వుండి, దాలీకి వాదనలు లేకపోయినప్పటికీ అది తప్పు అని ఒప్పుకుంటున్నట్టే కనిపించి అంది. "నువ్వో ముఖ్యమైన విషయాన్ని గుర్తుంచుకోవాలి. నీ పరిస్థితికీ నా పరిస్థితికీ సామ్యం లేదు. నీకు సంబంధించి నీకింకా పిల్లలు కావాలా లేదా అనేదే సమస్య. నాకు సంబంధించి పిల్లలుండాలా లేదా అనేది సమస్య. ఈ రెండింటికీ హస్తిమశకాంతర భేదం వుంది. ఇప్పుడు నేను వున్న పరిస్థితిలో పిల్లలు వుండాలనుకోవడం అసంభవం కదా" అంది అన్నా.

దాలీ ఆ మాటకి ఏం అభ్యంతరం చెప్పలేదు. తనకీ అన్నాకీ మధ్య ఎంతో పెద్ద అగాధం ఏర్పడినట్టు, కొన్ని విషయాలకి సంబంధించి తామిద్దరూ ఏకాభిప్రాయానికి రాలేనట్టూ ఇక ఆ విషయాల గురించి చర్చించకపోవడం మంచిదైనట్టూ ఆమెకి హఠాత్తుగా అనిపించింది.

24

"అందుకనే నువ్వు నీ పరిస్థితిని, సాధ్యమైతే తప్పకుండా మార్చుకోవాలి" అంది దాలీ.

"సాధ్యమైతే" అని అన్నా మరో భిన్నమైన స్వరంతో, అంటే మెల్లిగా విచారంగా వుండే గొంతుకతో అంది.

"విడాకులు తీసుకోవడం సాధ్యపడదా? మీ ఆయన అందుకు తయారుగానే వున్నాడని విన్నాను."

"దాలీ, ఆ విషయం గురించి చర్చించవద్దులే."

"సరే అయితే" అని దాలీ అన్నా ముఖంలో కనిపించిన బాధ చూసి గబగబా అంది. "కాని నువ్వు మరీ అంతా చీకటైపోయినట్టు మాట్లాడుతున్నావు" అంది.

"నేనా? అబ్బే, లేదు. నేను ఉత్సాహంగా, సంతృప్తిగా వున్నాను. చూళ్లేదా je fais des passions.[1] వెస్లోవ్‌స్కీ.....'

"కాని నిజం చెప్పమంటావా? వెస్లోవ్‌స్కీ నీతో ప్రవర్తించిన తీరు నాకు నచ్చలేదు" అని దాలీ విషయం మార్చాలని త్వరపడుతూ అంది.

"అబ్బే, అలాంటిదేం లేదు. ఊరికే వ్రాన్‌స్కీని ఏడిపించడం అంతే. వెస్లోవ్‌స్కీ కుర్రకుంక, నా చేతిలో ఉన్నాడు. నేనెలా కావాలంటే అలా అతన్ని ఆడించగలను. అతను మీ గ్రీషలాంటి వాడు..దాలీ" అని హఠాత్తుగా అంది, మళ్లీ ముందటి విషయానికే మళ్లుతూ. "నేను అంతా మరీ చీకటైపోయినట్టు మాట్లాడుతున్నానని అన్నావు నువ్వు. నువ్వు అర్థం చేసుకోలేవు. ఇదంతా

[1] నామీద బొంగరాలు తిరుగుతున్నాయి (ఫ్రెంచి).

మహా భయంకరంగా వుంది. దీనికేసి చూడకుండా కళ్లు మూసేసుకో ప్రయత్నిస్తున్నాను" అంది.

"నువ్వు కళ్లు మూసేసుకోకూడదనీ తెరుచుకోవాలనీ నాకు అనిపిస్తోంది. ఏది సాధ్యపడితే దాన్ని చెయ్యచ్చు."

"కాని ఏది సాధ్యం? ఏదీ కాదు. ఆలెక్సేయ్‌ని పెళ్లి చేసుకొమ్మంటావు, నేనా విషయం గురించి అనుకోవడం లేదంటావు. నేనా విషయం గురించి అనుకోవడం లేదూ!" అని ముఖం ఎర్రబడుతూ ఉంటే రెట్టించింది. ఆమె లేచి నుంచుని, భుజాలు నిటారుగా పెట్టుకుని, గాఢంగా వూపిరి పీల్చి, తేలిగ్గా గబగబా అడుగులు వేస్తూ, మధ్య మధ్య ఆగుతూ అటూ ఇటూ పచారు చేసింది. "నేను యీ విషయం గురించి అనుకోవడం లేదూ? ఒక్కరోజు గాని, ఒక్క ఘడియ గాని దీన్ని గురించి నేను ఆలోచించకుండా జరగడం లేదు, ఎందుకిలాంటి ఆలోచనలు చేస్తున్నావని నన్ను నేను తిట్టుకోకుండా జరగడం లేదు... ఏమంటే ఈ విషయం గురించి రేగే ఆలోచనలు పిచ్చెక్కిం చెయ్యగలవు. పిచ్చి ఎక్కించెయ్యగలవు" అని రెట్టించింది. "ఆ ఆలోచనలు వచ్చినప్పుడు మార్ఫియా లేకుండా నాకు నిద్రపట్టదు. కాని, సరేలే. మరింత నిదానంగా దీన్ని గురించి మాట్లాడుకుందాం. విడాకులు తీసుకో అని నాకు చెపుతున్నారు. మొదటి సంగతి ఆయన నాకు విడాకులివ్వరు. ఇప్పుడాయన కౌంటెస్ లిదియా ఇవానొవ్నా గీసిన గీటు దాటడం లేదు."

దాలీ కుర్చీలో నిటారుగా కూర్చుని, ముఖంలో అన్నా పట్ల సానుభూతి పూరిత బాధ కనిపిస్తూ వుండగా, అటూ ఇటూ పచారు చేస్తూ ఉన్న అన్నాకేసి తల అటూ ఇటూ తిప్పుతూ చూస్తూనే వుంది.

"కాని ప్రయత్నించాలి కదా" అని దాలీ మెత్తగా అంది.

"సరే ప్రయత్నించానే అనుకో. ఏమిటి దానర్థం?" అని తన మనసులో లక్షా తొంభైసార్లు మననం చేసుకుని, హృదయస్థితంగా వున్న ఆలోచనలకి వ్యక్త రూపం ఇస్తూ అంది. "అంటే ఆయన్ని అసహ్యించుకుంటూనే అయినా నేను ఆయనపట్ల దోషిగా వుంటూ కూడా ఆయన ఔదార్యం సమ్మానిస్తూ నా అవమానం దిగమింగుకుని ఆయనకి ఉత్తరం రాయాలి. సరే ఎలాగో అలాగ ఆయనకి ఉత్తరం రాశానే అనుకుందాం. అప్పుడు ఆయన్నుంచి అవమానకరమైన జవాబేనా వస్తుంది. అంగీకారమేనా వస్తుంది. సరే, అంగీకారం వచ్చిందీ అనుకుందాం..." ఈ మాటలు అనే సమయానికి అన్నా గదిలో ఓ మూలకి వెళ్లి అక్కడ ఆగి కిటికీ తెరచి దేన్నో సర్దుతూ వుంది. "ఆయన అంగీకారం వస్తుంది.. కాని నా... కొడుకు? వాణ్ణి నాకు అప్పగించరు. వాడు నన్ను ఏవగించుకుంటూ నేను వదిలిపెట్టిన తండ్రితో ఉంటూ పెరుగుతాడు. అర్థం చేసుకో ప్రయత్నించు, నాకు ఇద్దరూ సెర్యోష, వ్రాన్‌స్కీలిద్దరూ – సమంగా ప్రాణప్రదమైన వాళ్లే. నా ప్రాణంకంటే ఎక్కువగా నేను ప్రేమించేవాళ్లే."

అన్నా గది మధ్యలోకి వచ్చి, ఛాతీమీద రెండు చేతులూ అదుముకుంటూ దాలీ ముందునుంచుంది. తెల్లని నైట్ గౌనులో ఆమె రూపం మరీ పొడగరిగా, హుందాగా వున్నట్టు కనిపించింది. మాసికల గౌను వేసుకుని, రాత్రి టోపీ పెట్టుకుని ఆవేశం చెందిన కారణంగా

కంపిస్తూ వున్న దయనీయమైన పల్చని దాలీకేసి ఆమె తలవొంచి, చెమ్మగిల్లిన మెరిసే కళ్లని తిప్పింది.

"నేను ప్రాణప్రదంగా చూసుకుంటూ వున్న వాళ్లు ఈ ఇద్దరూ మాత్రమే. వాళ్లని వొకరికొకరిని కలపలేను. వాళ్లని నేను కలపలేను. నాకు కావాల్సింది అదొక్కటే. నేను అలా చెయ్యలేనప్పుడు ఇక ఏదన్నా నాకు ఖాతరీ లేదు. ఏదన్నా, ఏదన్నా ఖాతరీ లేదు. ఎలా జరగాలో అలా జరుగుతుంది అందుకని నేనా విషయం గురించి చర్చించలేను. చర్చించడం నాకు ఇష్టం ఉండదు. అంచేత నన్ను తప్పు పట్టుకోకు, మరి దేనికి గానీ నన్ను ఆడిపోసుకోకు. నువ్వు పిసరు కూడా మచ్చలేని దానివి, అందుకని నన్ను వ్యథ పెట్టే వాటినన్నిటినీ అర్థం చేసుకోలేవు."

అన్నా దాలీ దగ్గరికి వచ్చి కూర్చుంది. అపరాధం చేసిన దానిలా దాలీ చేతిని అందుకుని ఆమె కళ్లల్లోకి చూసింది.

"ఏమిటాలోచిస్తున్నావు? నా గురించి ఏమనుకుంటున్నావు? నన్ను అసహ్యించుకోకు. నేను అసహ్యించుకోవలసిన దాన్ని కాదు. నిర్భాగ్యురాల్ని – ఎవరన్నా ఎన్నడన్నా నిర్భాగ్యులుగా ఉంటే అది నేనే' అని అన్నా గొణిగి ముఖం చాటు చేసుకుని భోరుమంది.

గదిలో ఒక్కత్తీ మిగిలిపోయాక దాలీ ప్రార్థన చేసుకుని మంచం ఎక్కింది. అన్నాతో మాట్లాడుతూ వున్నంతసేపు మనస్ఫూర్తిగా ఆమెకి అన్నాపట్ల సానుభూతి కలిగింది. కాని ఇప్పుడు అన్నా గురించి అనుకోవడమే లేదు. ఇంటి గురించీ, పిల్లల గురించీ ఆలోచనలు ముసురుకు వచ్చి ఒక నూతన విశేష రూపంతో, సౌందర్యభరిత ఆకర్షణతో భాసించి ఆమెని పెనవేసుకున్నాయి. ఆమెకి తన లోకం ఎంతో సౌందర్యవంతంగా, ప్రేమాస్పదంగా తోచింది. ఆ లోకం ఎడబాటు మరో రోజు భరించేటందుకు సిద్ధంగా లేకపోయింది. తెల్లవారుతూనే వెళ్లిపోవాలని అనుకుంది.

ఈ లోపున అన్నా తన గదికి తిరిగివెళ్లింది. చిన్న వైన్ గ్లాస్ తీసుకుని ఏదో మందు పోసుకుంది. అందులో ఎక్కువ మార్ఫియా వుంది. దాన్ని తాగాక కదలకుండా కూర్చుంది. కొంచెంసేపటి తర్వాత ఉద్రేకం తగ్గి స్థిమిత పడింది. మనసుకి తేలికగా అనిపించాక పడక గదిలోకి వెళ్లింది.

ఆమె లోపలికి వెళ్లగానే వ్రాన్‌స్కీ ఆమెకేసి తదేకంగా చూశాడు. దాలీతో ఆమె చాలాసేపు ఉండబట్టి ఆమెతో మాట్లాడుతూ ఉండి ఉండాలని అతనికి తెలుసు. అన్నా ముఖంలో ఆ సంభాషణా చిహ్నాల కోసం ఇప్పుడు వ్రాన్‌స్కీ వెతికాడు. కాని అన్నా ఉత్తేజాన్ని అదుపు చేసుకుని, దేన్నో గోప్యంగా ఉంచుకోవంతో ఆమె ముఖ సౌందర్యం తప్ప ఏమీ ద్యోతకం కాలేదు. ఆమె సౌందర్యం అతనికి కొత్త కాకపోయినప్పటికీ అతన్ని ఆకర్షిస్తూనే వుంది, తన సౌందర్యం గురించిన ఆమె స్పృహ, ఆ సౌందర్యం తనని వశం చేసుకోవాలన్న ఆమె కోరిక అతనికి గోచరమయ్యాయి. ఏం మాట్లాడుకున్నారని అతను అడగదలచుకోలేదు. కాని ఆమె తనంత తనే చెపుతుందని ఆశించాడు. కాని ఆమె అన్న ముక్క అల్లా ఇది :

"నువ్వు దాలీ అంటే ఇష్టపడడం నాకు సంతోషంగా వుంది. ఏమంటావ్?"

"ఆమెని చాలా కాలంగా ఎరుగుదును. మంచి మనిషి, mais excessivement terre-a-terre[1] అనిపిస్తుంది. అయినా ఆమె వచ్చింది, నాకు చాలా సంతోషంగా వుంది."

అతను అన్నా చేతిని తీసుకుని ఆమె కళ్లల్లోకి గుచ్చి గుచ్చి చూశాడు.

అన్నా అతని చూపుని మరోలా భావించుకుని మందహాసం చేసింది.

మర్నాడు పొద్దుట అన్నా, వ్రాన్‌స్కీ బలవంతం చేసినా వినకుండా దాలీ ప్రయాణం కట్టింది. లేవిన్ పంపిన బండివాడు పాతకోటు తొడుక్కుని, బండితోలేవాడు పెట్టుకునే టోపీ పెట్టుకున్నాడు. ముఖం ముడుచుకుని జోడీ కుదరని గుర్రాల్ని మరమ్మత్తు చేసిన బండికి కట్టి గంభీరమైన వాలకంతో ఇసుక పరిచిన పోర్టికోలోకి తోలుకువచ్చారు.

ప్రిన్సెస్ వర్వారా దగ్గర, మగాళ్ల దగ్గర సెలవు తీసుకోవడం దాలీకి ఇష్టంగా లేదు. దాలీ తమ కత్తులో కలిసే రకం కాదనీ, వెళ్లిపోవడమే హాయి అనీ ఆమె అక్కడ గడిపిన ఒక్క రోజులోపూ వాళ్లకి తెలిసింది. దాలీ వెళ్లిపోతూ వుంటే బాధపడింది అన్నా ఒక్కత్తే. తాము కలుసుకున్నప్పుడు తన హృదయంలో తల ఎత్తిన అనుభూతుల్లాంటి వాటిని దాలీ వెళ్లిపోతే మరెవరూ జాగృతం చెయ్యలేరని ఆమెకి తెలుసు. ఆ అనుభూతులు ఆమెకి బాధ కలిగించాయి. కాని అవి తన హృదయంలో ఉత్తమ పార్శ్వానికి చెందినవనీ, తను ఇప్పుడు బతుకుతూ ఉన్న జీవితం ఆ ఉత్తమ పార్శ్వానికి గబగబా అణగదొక్కేస్తోందనీ ఆమెకి తెలుసు.

బండి మైదానంమీదకి చేరగానే దాలీకి తెరిపిన పడినట్టు హాయిగా అనిపించింది. వ్రాన్‌స్కీ ఇంటి దగ్గర ఎలా వుందని బండి తోలేవాణ్ణీ, గుమాస్తానీ అడగాలని ఆమెకి అనిపించింది. బండితోలే ఫిలిప్ ఇంతట్లోకీ తనే ఆ ముక్క అన్నాడు:

"ఉన్నవాళ్లయితే అయివుండొచ్చు. కాని గుర్రాలకి మూడు పళ్ల ఓట్లు దాణా పెట్టారు. మూడు పళ్లు ఏ మూలకి? గుర్రాలకి అవి ఓ దవడ పంటి కిందకి చాలవు. ఓట్లు ఈ రోజుల్లో పడి నలభై అయిదు కోపెక్కులు. మన ఇంటికి వచ్చే వాళ్ల గుర్రాలకి ఎంత కావాలంటే అంత ఓట్లు దాణా పెడతాం."

"ఆ అయ్యగారు పిసినారిలా వున్నాడు" అన్నాడు గుమాస్తా.

"కాని వాళ్ల గుర్రాలు నచ్చాయా మీకు?" అని దాలీ అడిగింది.

"ఆ గుర్రాల సంగతి చెప్పక్కర్లేదు! తిండీ భేషుగ్గా వుంది. కాని నాకైతే ఏం మజా వున్న చోటులా కనిపించలేదమ్మా. మీకెలా అనిపించిందో గాని" అంటూ హుషారుగా అందంగా వుండే ముఖాన్ని ఆమెకేసి తిప్పాడు.

"నాకూ అలానే అనిపించింది. సరే, సాయంత్రానికి ఇంటికి చేరతామా?"

"చేరాలి మరి."

ఇంటికి తిరిగివెళ్లి అంతా సక్రమంగా, సవ్యంగా వున్నట్టు చూసి దాలీ తన ప్రయాణం గురించి మహా ఉత్సాహంతో వర్ణించి చెప్పింది. అక్కడ తనని ఎంత ఆదరించిందీ, వ్రాన్‌స్కీ ఇంట్లో ఎంత ఐశ్వర్య వైభవం ఉన్నదీ, వ్రాన్‌స్కీ కుటుంబ జీవితం, అభిరుచులు యెంత

[1] కాని చాలా నీరసంగా వున్నట్టనిపిస్తుంది (ఫ్రెంచి).

ఘనంగా వున్నదీ, యెన్ని సరదాలు వున్నదీ వర్ణించి చెప్పింది. వ్రాన్‌స్కీకి వ్యతిరేకంగా ఎవరినీ ఒక్క మాట కూడా అననివ్వలేదు.

“అన్నా, వ్రాన్‌స్కీలు ఎంత సరసులో ప్రేమాస్పదులో గ్రహించాలంటే వాళ్ల గురించి బాగా తెలిసి వుండాలి. ఇప్పుడు నాకు వ్రాన్‌స్కీ గురించి చాలా బాగా తెలిసింది' అని దాలీ, వాళ్ల ఇంటి దగ్గర ఉన్నప్పుడు ఎంత అసంతృప్తిగా, ఇబ్బందిగా తనకి అనిపించిందో ఆ విషయం మరిచిపోయి, నిజంగా మనస్ఫూర్తిగా ఇప్పుడు అంది.

25

ఆ మిగిలిన వేసవి అంతానూ, ఆకురాలు కాలంలో కొన్నిరోజులూ వ్రాన్‌స్కీ, అన్నాలు అదే పరిస్థితుల్లో, విడాకులు తీసుకోవడం గురించిన ఆలోచనలేం లేకుండా ఆ పల్లెలో గడిపారు. ఎక్కడికీ వెళ్లద్దని ఇద్దరూ అనుకున్నారు. కాని పల్లెలో ఒంటరిగా, ఎక్కువ రోజులు గడిపే కొద్దీ – ముఖ్యంగా ఆకురాలు కాలంలో చుట్టాలూ పక్కాలూ ఎవరూ రాకుండా ఉన్నప్పుడు – ఈ బాపతు బతుకు లాభం లేదనీ, దాన్ని మార్చుకోవాలనీ మరింత స్పష్టపడింది.

తమ బతుకులో కోరుకోవాల్సింది ఏదీ లేనట్టే కనిపించింది. సర్వసుఖాలూ ఉన్నాయి, బాగా వున్నారు, బిడ్డ వుంది, ఎవరి వ్యావృత్తి వాళ్లకి వుంది. ఇంటికి చుట్టాలు, పక్కాలూ ఎవరూ రాకపోయినా అన్నా బాగా ముస్తాబు చేసుకునేది. బాగా పుస్తకాలు చదివేది. నవలలు, అప్పట్లో ఫాషన్‌గా వుండే ఇతర విషయాలకి సంబంధించిన పుస్తకాలు చదివేది. ఆమె విదేశీ పత్రికలకి, వార్తాపత్రికలకి చందాకట్టి తెప్పించుకునేది. వాటిలో పొగిడిన పుస్తకాల్ని తెప్పించుకునేది. కడుపులో చల్ల కదలకుండా గడపగలిగే సందర్భాల్లోనే సాధ్యం అయే సావకాశంతో వాటిని చదివేది. వ్రాన్‌స్కీకి వ్యాపకం కలిగించే విషయాలన్నిటికి సంబంధించీ పుస్తకాలు చదివేది, ప్రత్యేకం ఆయా విషయాల కోసమే కేటాయింపైన పుస్తకాలనీ చదివేది. దాంతో వ్రాన్‌స్కీ ఎక్కువగా వ్యవసాయం గురించీ, వాస్తుశిల్పం గురించీ, అడపాదడపా గుర్రాల పెంపకం గురించీ, క్రీడల గురించీ కూడా ఆమెని సంప్రదించేవాడు. ఆమె పరిజ్ఞానం, ధారణా శక్తీ చూసి అతను ఆశ్చర్యపోయేవాడు. ఎప్పుడేనా ఏదన్నా సమాచారం తప్పో ఒప్పో అనే అనుమానం అతనికి తగిల్తే ఆమె ఏ పుస్తకంలో ఎక్కడ అది వుందో చూపించి అతనికి కావాల్సిన దాన్ని చెప్పేది.

ఆమె హాస్పిటల్‌కి అవసరం అయిన సామాన్లు సమకూర్చడం లాంటి పనులు కూడా చూసేది. ఆ పన్లకి సాయపడ్డమే కాక ఆమె స్వయంగా ఆలోచించి మంచి ఏర్పాట్లు చేసేది. కాని ఆమె ముఖ్య చింత తన గురించే. వ్రాన్‌స్కీకి తనపట్ల ఎంత ప్రేమ వున్నదీ, వ్రాన్‌స్కీ తన కోసం త్యాగం చేసిన దానంతట్నీ తను ఎలా భర్తీ చెయ్యగలిగిందీ అనేదే ఆమె ముఖ్య చింత. తనని సంతృప్తిపరిచే కోరికమీదనే కాక తన పనులకి చేదోడు వాదోడు కావడానికిక్కూడా అన్నా తన యావజ్జీవితాన్నీ అప్పగించడం వ్రాన్‌స్కీ ఘనంగా మెచ్చుకున్నాడు. కాని తనని ప్రేమపాశంలో బంధించాలని అన్నా పడే ప్రయాస అతనికి కష్టం కలిగించేది. యెంత యెక్కువ సమయం గడిస్తే అంత అధికంగా ఈ పాశంలో తను బంధితమైనట్టు అతనికి అనిపించేది.

అంత ఎక్కువగా అతను దాన్నుంచి బయటపడాలనే తపన పడేవాడు. దాన్నుంచి విముక్తుడు కావాలన్న కోరిక కంటే ఎక్కువగా అది తన స్వేచ్ఛని ఏ మేరకి నిరోధించిందో తెలుసుకోవాలనే వుండేది. స్వేచ్ఛాయుతుడు కావాలనే ఈ ఇతోధిక కామన తప్పిస్తే, ఏదన్నా సమావేశానికో గుర్రప్పందేలకో బస్తీకి వెళ్లవలసి వచ్చినప్పుడల్లా రేగే రచ్చలు తప్పిస్తే వ్రాన్‌స్కీకి అతని జీవితం పరమ సంతృప్తిగా వుంది. తను ఎంచుకున్న సంపన్న భూస్వామి పాత్ర – ఈ భూస్వాములే రష్యన్ గొప్ప వంశీకుల కేంద్ర స్థానంలో వుండాలని అతని భావన – అతని అభిరుచులకి తగినట్టే వుంది. ఆరునెలల పాటు అతను ఇతోధిక సంతృప్తితో ఆ జీవితం గడిపాడు. అతనికి ఆసక్తికరంగా వుండి, అతన్ని ఇంకా ఇంకా ఎక్కువ పెనవేసుకుపోతున్న అతని కార్యకలాపాలు దివ్యంగా ముందుకు పోతున్నాయి. హాస్పిటల్‌కి, యంత్రాలకి, స్విట్జర్లాండ్‌నుంచి తెప్పించిన మేలు జాతి ఆవులకి విపరీతంగా ధనం వ్యయం అయినా తన సంపద తరగడం లేదనీ పెరుగుతోందనీ అతనికి భరోసా కలిగింది. ఆదాయం విషయానికి సంబంధించి, కలప, ధాన్యం, ఉన్ని అమ్మడం, భూముల్ని కౌలుకి ఇవ్వడం విషయాలకి సంబంధించి వ్రాన్‌స్కీ బెసకని నల్ల రాయి అనే చెప్పాలి. తను కోరుకున్న ధర రాబడతాడు. ఈ ఎస్టేట్‌నీ, తన ఇతర ఎస్టేట్‌లనీ నిర్వహించడంలో వ్రాన్‌స్కీ ఢోకాలేని సాదా సీదా సూత్రాలకి కట్టుబడి వుండేవాడు. చిన్నా చితకా వ్యవహారాల విషయం వచ్చేటప్పటికి గుప్పిడి బిగించేసి కోపక్కు, కోపెక్కు పద్దు చూసేవాడు. జర్మన్ నిగామాను యుక్తికీ, నేర్పుకీ వ్రాన్‌స్కీ లొంగిపోలేదు. ఆ నిగామాను మొదట్లో ఎక్కువ ధరకి, అవసరమైన దానికంటే ఎక్కువ వ్రాన్‌స్కీ చేత కొనిపిద్దామనుకున్నవి కొంచెం నిదానించి చూడడంమీద చవగ్గా కొనవచ్చునీ, వాటివల్ల వెంటనే లాభం వుంటుందని లెక్కపెట్టి చెప్పినా వ్రాన్‌స్కీ అతని మాట ప్రకారం నడిచేవాడు కాదు. అతను నిగామాను చెప్పింది వినేవాడు, తబిసీళ్లు అడిగేవాడు. బయటనుంచి తెప్పించే వస్తువు సరికొత్తదీ, రష్యాలో యెరగనిదీ, జనాలకి ఆశ్చర్యం కలిగించేదీ అయినప్పుడు మాత్రమే నిగామాను చెప్పిందానికి సరేననేవాడు. అంతే కాదు, తన దగ్గర అదనంగా రొఖ్ఖం వున్నప్పుడే పెద్ద ఖర్చులకి తల ఊపేవాడు. అలా ఖర్చు చేసే సందర్భాల్లో అన్ని వివరాలనీ తరిచి చూసేవాడు. తను ఖర్చు పెడుతూ వున్న దానికి సొడ్డులేని ఉపయోగం వుండేటట్టు చూసుకునేవాడు. అలాంటి నిర్వహణలో వుంటే సంపద తరగడానికి బదులు ఇనుమడిస్తుందన్న విషయం స్పష్టమే.

అక్టోబరు నెలలో కాషిన్ గుబేర్నియాలో గొప్ప వంశీకులు ఎన్నికలు జరుగుతాయి. ఈ గుబేర్నియాలోనే వ్రాన్‌స్కీకి, స్వియాజ్‌స్కీకి, కోజ్నిషెవ్‌కి, అబ్లాన్‌స్కీకి ఎస్టేట్లు ఉన్నాయి. లేవిన్‌కి కూడా కొంత ఎస్టేట్ వుంది.

అనేక కారణాలవల్ల, ఎన్నికల్లో పాల్గొనే ప్రముఖులవల్లా ఈ ఎన్నికలు ప్రజల దృష్టిని బాగా ఆకర్షించాయి. ఈ విషయం గురించే ఎక్కడ చూసినా మాట్లాడుకున్నారు, దీనికి ఏర్పాట్లూ అలానే జరిగాయి. ఈ ఎన్నికలకి మాస్కోనుంచి, పీటర్స్‌బుర్గ్ నుంచి జనం వచ్చారు. విదేశాల్లో వుండే రష్యన్లూ వచ్చారు. వాళ్లు మామూలుగా ఇలాంటి ఎన్నికలకి రారు, కాని దీనికి ప్రత్యేకంగా వచ్చారు.

తను హాజరవుతానని వ్రాన్‌స్కీ ఎప్పుడో స్వియాజ్‌స్కీ మాట ఇచ్చాడు.

వ్రాన్‌స్కీ ఎస్టేట్‌కి తరచూ వచ్చే స్వియాజ్‌స్కీ ఎన్నికలకి ముందు తనతో కూడా తీసుకెళ్లేందుకని వ్రాన్‌స్కీ దగ్గరికి వచ్చాడు.

ఆ వెళ్లడానికి ముందు రోజున ఈ విషయమై వ్రాన్‌స్కీకీ, అన్నాకీ గొడవ జరిగినంత పనైంది. ఆకురాలు కాలం, పల్లెటూళ్లో పరమ విసుగ్గా, పొద్దుపోకుండా వుండే సమయం అదే. అందుకని అన్నాతో గొడవ వస్తుందని సిద్ధపడి అంతకు ముందు ఎన్నడూ ప్రవర్తించని రీతిలో జడంగా, కఠినంగా తన ప్రయాణం గురించి అన్నాకి చెప్పాడు. అన్నా ఏమీ కలవరపడకుండా ఆ ముక్క విని, ఎప్పుడు తిరిగిరావడం అని అడిగింది. ఆమె నిదానం అతనికి ఆశ్చర్యం కలిగించింది. అతనామెకేసి తదేకంగా చూశాడు ఆమె నిశ్చలత్వం అర్థంకాక. ఆమె దానికి జవాబుగా చిరునవ్వు నవ్వింది. తనలో తను ముడుచుకుపోయే స్వభావం ఆమెకి వుందని అతనికి తెలుసు. తను ఏమనుకుంటున్నదీ అతనికి చెప్పకూడదనుకున్న సందర్భాల్లోనే ఆమె అట్లా వుంటుందనీ తెలుసు. అతనికి అలాంటిదంటే భయం. కాని గొడవ ఏమీ లేకుండా ఉండాలని అతను మహా కోరుకున్నాడు; అందుకని పైకి కనిపించేటట్టు ఓ మేరకి మనస్ఫూర్తి గాను, తను నమ్మదలచుకున్న దాన్ని, అంటే ఆమె సబబుగానే వుంది అన్నదాన్ని, నమ్మాడు.

“నీకు విసుగ్గా వుండదనుకుంటాను?”

“నేనూ అలానే అనుకుంటున్నాను. నిన్న గొత్యే దగ్గర్నుంచి పెట్టెడు పుస్తకాలు వచ్చాయి. నాకు విసుగ్గా వుండదు” అంది అన్నా.

‘తను కావాల్సికి ఈ ధోరణిలో వుంటే అదే పదివేలు. లేకపోతే ఎప్పటిలాంటి కథ జరిగేది’ అనుకున్నాడతను.

అంచేత ఆ విషయాన్ని ఇక రాపాడించకుండా అతను ఎన్నికలకి వెళ్లిపోయాడు. అరమరికల్లేకుండా, విషయం ఎటూ స్పష్టంగా తేలకుండా అలా అతను వెళ్లడం ఇదే మొదటిసారి. ఇది ఓ పక్క అతనికి కలత కలిగించింది, మరోపక్క ఇదీ మేలేననిపించింది. ‘మొదట్లో ఈ మాదిరిగానే కొంత ముసుగులాట, పైకి తేలని విషయం వుండచ్చు. కాని త్వరలో దీనికి అలవాటు పడిపోతుంది. ఏమైనా ఆమెకి నా పురుష స్వాతంత్ర్యం తప్ప దేన్నైనా ఇస్తాను’ అనుకున్నాడు.

26

లేవిన్ సెప్టెంబరు నెలలో కిట్టీ కాన్పుకి మాస్కో వెళ్లాడు. ఏ పనీ పాటూ లేకుండా నెల్లాళ్లు గడిపాడు. అప్పుడు కోజ్నిషెవ్ ఎన్నికల్లో చురుగ్గా పాల్గొనేందుకు తన ఎస్టేట్ వున్న కాషిన్ గుబేర్నియాకి బయల్దేరాడు. సెలెజ్‌నేవ్ ఉయేజ్డ్‌లో లేవిన్‌కి ఓటు ఉంది. అందుకని లేవిన్‌ని తనతో రమ్మన్నాడు కోజ్నిషెవ్. ఓటు సంగతి అలా వుంచినా లేవిన్‌కి కాషిన్‌లో అక్కగారి ఎస్టేటు వ్యవహారం చూడాల్సిన జరూరు పనీ వుంది. అక్కగారు విదేశాల్లో ఉంటోంది. ఆ వ్యవహారం అక్కగారి న్యాసానికి, అమ్మకాలయిన భూముల రొఖ్ఖం వసూలు*కీ సంబంధించినటువంటిది.

వెళ్లాలా వద్దా అని లేవిన్ తేల్చుకోలేకపోయాడు. కాని అతనికి మాస్కోలో కాలక్షేపం కావడం లేదని కిట్టీ గమనించి వెళ్లమని ప్రోత్సహించింది. అతనికి తెలియకుండానే గొప్పింటి వాళ్లు వేసుకునే ఉడుపులు పురమాయించింది. దానికి నలభై రూబుళ్లు ఖర్చయ్యాయి. లేవిన్ అక్కడికి వెళ్లడానికి ఈ ఎనభై రూబుళ్ల ఖర్చు ఖరారు కారణం అయింది. అతను కాషిన్‌కి వెళ్లాడు.

లేవిన్ కాషిన్‌కి వెళ్లి ఆర్రోజులైంది. ప్రతిరోజూ సమావేశాలకి హాజరవుతూ వుండడం, అక్కగారి వ్యవహారాల పరిష్కారం చూడ్డం సరిపోయింది. కాని వ్యవహారాలు సంతృప్తిగా ఒక కొలిక్కి రాలేదు. గొప్ప వంశీకుల మార్షల్స్ అంతా ఎన్నికల్లో కూరుకుపోవడంతో న్యాసం లాంటి చిన్నపని కూడా జరగలేదు. రొఖ్ఖం వసూలు పనిక్కూడా అలానే అంతరాయాలు కలిగాయి. నానా యాతనా పడ్డాక రొఖ్ఖం చెల్లించేందుకు ఉన్న ఆటంకాలు తొలిగాయి. రొఖ్ఖం చేతికి వచ్చేదే ఇక, నోటరీ పరోపకార పరాయణుడే పాపం, కాగితాలు అందించేవాడే కానైతేం కాగితాలు ఇవ్వలేకపోయాడు. ఏమంటే ఆ కాగితాలమీద అధ్యక్షుడి సంతకాలు అవాలి. అతను తన తరపున పని జరిపించే బాధ్యత ఎవరికీ అప్పగించకుండా సమావేశానికి చక్కాపోయాడు. ఈ మొత్తం యాతన, ఓ చోటునుంచి ఇంకో చోటుకి పరిగెత్తడం, లేవిన్‌కి చెప్పలేనంత వేదన కలిగించాయి. అది ఓ మనిషి శారీరక శక్తిని ఉపయోగ పెట్టాలని నిరర్థకంగా స్వప్నంలో ప్రయత్నించి హతాశాభరిత వివశత్వం అనుభవించే లాంటిది. ఉత్సాహవంతుడైన తన వకీలుతో మాట్లాడే సమయంలో లేవిన్‌కి బహుధా అలానే అనిపించింది. వకీలు తన శక్తి మేరకి అంతా చెయ్యాలని చూస్తున్నట్టే వుంది. లేవిన్‌ని కష్టాల్లోనుంచి ఒడ్డున పడెయ్యడానికి బుద్ధినంతట్నీ కూడగడుతున్నట్టే కనిపించింది. "ఇలా చేసి చూడండి" అని చాలాసార్లు వకీలు చెప్పాడు. "ఆయన దగ్గరికి వెళ్లండి.... ఈయన దగ్గరికి వెళ్లండి" అనీ చెప్పాడు. లేవిన్ ప్రయత్నాలకి అడ్డు తగలుతున్నాయనిపించే ఆటంకాలని తొలగించేందుకు పథకాలు తయారుచేశాడు. "వాళ్లు సైంధవుళ్లలా అడ్డుపడచ్చు, అయినా ఇలా ప్రయత్నించి చూడండి" అనీ అదే సందర్భంలో హెచ్చరిస్తూ వుండేవాడు. లేవిన్ అలానే ప్రయత్నం చేసేవాడు. ఆయన దగ్గరికి వెళ్లేవాడు, ఈయన దగ్గరికీ వెళ్లేవాడు. అందరూ మంచివాళ్లే. సానుభూతి సహకారాలు అందించబోయేవాళ్లే. లేవిన్‌కి అన్నిటికంటే ఎక్కువ మతిపోగొట్టింది ఎవరు తనకి వ్యతిరేకంగా ఉన్నారో, ఎవరికి తన పని కాకపోవడం లాభమో అంతుబట్టకపోవడం. ఆ రహస్యం మాత్రం ఎవరికీ అంతుబట్టినట్టు లేదు, వకీలుకి కూడా. రైలు టికెట్ కొనుక్కోవడానికి స్టేషన్లోకి వెళ్లినవాడు టికెట్ కౌంటర్ దగ్గర క్యూలో నిలబడాలని తెలుసుకున్నట్టుగా ఈ విషయం కూడా తనకి తెలిసి లేవిన్‌కి ఇంత చిరాకు కలగదు, మంటా పుట్టదు. కాని తన పని జరక్కుండా అడ్డుపడే ఆటంకాలు ఎందుకు వున్నాయో ఎవరూ అతనికి తెలియచెప్పలేకపోయారు.

ఏమైనా పెళ్లయిన తర్వాత లేవిన్ చాలా మారాడు. ఓపిక పెరిగింది. ఏదన్నా విషయం అలా ఎందుకు ఉందో అర్థం కాకపోతే, మొత్తం పూర్వాపరాలు అన్నీ బోధపడితేగాని అలా ఎందుకు వుందో తేల్చలేమనీ, అందుకు తగ్గ కారణం వుండచ్చునీ తనని తను సమాధానపరుచుకునేవాడు. అంచేత ఓర్మి చంపుకోకుండా వుండేందుకు ప్రయత్నించాడు.

అలాగే తను పాల్గొంటూ వున్న సమావేశాల్లో, ఎన్నికల్లో కూడా తిట్టుకోవడాలు వాదప్రతివాదాలు లేకుండా ఆ సత్సంకల్పంగల వ్యక్తులు, నిజాయితీగా, ఎంతో గౌరవప్రదంగా వుండేవాళ్లు ఇంత ఉత్సాహంతో, శ్రద్ధాసక్తులతో ఎందుకు ఇందులో నిమగ్నమవుతూ వున్నారో అతను అర్థం చేసుకో ప్రయత్నించాడు. పెళ్లికి ముందు దాకా తను పైపైన మాత్రమే చూస్తూ వుండిన కారణంగా తేలిగ్గా అల్పంగా కనిపించినటువంటివి పెళ్లయిన తర్వాత లేవిన్‌కి నూతనంగా గంభీర పార్శ్వంతో వున్నట్టు కనిపించాయి. ఇప్పుడు ఎన్నికలకి సంబంధించీ ఏదో గట్టి ప్రాముఖ్యమే వుంటుందనిపించింది. అదేమిటో తెలుసుకోవాలని ప్రయత్నించాడు.

ఈ ఎన్నికలద్వారా తాము సాధించదలచుకున్న వ్యవహారం సారం, ప్రాముఖ్యం ఏమిటైందీ కోజ్నిషెవ్ వివరించాడు. గొప్ప వంశీకుల మార్షల్ చేతిలో చట్టప్రకారం చెప్పలేనన్ని అధికారాలు వుంటాయి. న్యాసం విషయంలో (ప్రస్తుతంలో లేవిన్‌కి చిక్కులు ఎదురైంది దీనివల్లనే), గొప్ప వంశీకుల ధనరాశుల విషయంలో, బాలబాలికల పాఠశాల విద్య విషయంలో, సైనిక పాఠశాల విషయంలో, నవీన ప్రణాళిక కనుగుణమైన ప్రజా విద్య విషయంలో, కడగా జేమ్‌స్త్వో పరిపాలన విషయంలో గుబేర్నియా మార్షల్‌కి విశేష అధికారాలు వుంటాయి. ప్రస్తుతం వున్న మార్షల్ స్నెత్కోవ్. ఆయన పాతకాలం జమీందార్ల బాపతు మనిషి, బాగా సంపద ఖర్చుపెట్టాడు. మంచివాడు. తన ఫక్కీలో నిజాయితీపరుడు. కాని ఈనాటి అవసరాల గురించి అవగింజంత అవగాహనలేని మనిషి. ఆయన ఎప్పుడూ, ప్రతి విషయంలోనూ గొప్పింటి వాళ్ల పక్షమే వుంటాడు; ప్రజా విద్యా వ్యాప్తిని బహిరంగంగా వ్యతిరేకించాడు. జేమ్‌స్త్వోకి, యెంతో ప్రముఖ పాత్ర వహించాల్సిన దానికి, శుద్ధ వర్గ స్వభావం అంటగట్టాడు. ఆయన స్థానంలో ఆధునిక భావాలు వున్న కొత్త వ్యక్తిని, సమర్థుడైన వాణ్ణి ఎన్నుకోవాలి. ఈనాటి అవసరాలని ఆకళింపు చేసుకున్నవాణ్ణి ఎన్నుకోవాలి. సంపదత్వమైన ఈ కాషిన్ గుబేర్నియా, ఎప్పుడూ అగ్రభాగంలో వుండే ఈ గుబేర్నియా, ఎన్నో అనుకూల్యాలు వున్న ఈ గుబేర్నియా సరిగా గనక వాటిని కూడగట్టి కార్యక్రమాలు జరిపిస్తే ఇతర గుబేర్నియాలకే కాదు మొత్తం రష్యాకే ఆదర్శప్రాయం అవుతుంది. అందుకనే ఈ ఎన్నికల్ని మహత్తరమైనవిగా భావించాలి. స్నెత్కోవ్ స్థానంలో స్వియాజ్‌స్కీని ఎన్నుకోవాలన్న ప్రతిపాదన వుంది. లేదా ఇంకా మంచి అభ్యర్థి నెవెదోవ్‌స్కీని ఎన్నుకోవచ్చు. ఇతను లోగడ ప్రొఫెసరు, గొప్ప తెలివైనవాడు. కోజ్నిషెవ్‌కి సన్నిహిత మిత్రుడు.

గవర్నరు సభని ప్రారంభించాడు. మొహమాటాలకి లొంగికాక, యోగ్యతలని బట్టీ, దేశ సంక్షేమం కోసం పాటుపడే సామర్థ్యాన్ని బట్టీ ఎన్నుకొమ్మని ఆయన వాళ్లకి విజ్ఞప్తి చేశాడు. కాషిన్ గుబేర్నియా గొప్ప వంశీకులు ఇంతకు ముందు ఎన్నికల్లో చేసినట్టుగా, ఆ రకంగా చక్రవర్తి వాళ్లపట్ల వుంచిన విశ్వాసానికి తగ్గట్టుగా తమ పవిత్ర కర్తవ్యాన్ని ఉచితంగా నిర్వహిస్తారన్న ఆశని ఆయన వ్యక్తం చేశాడు.

ఉపన్యాసం అయ్యాక గవర్నరు హాలు అవతలకి వెళ్లాడు. గొప్ప వంశీకులు కోలాహలంగా, ఉత్సాహంతో, కొంతమంది అయితే ఉల్లాసంతో, గవర్నరు వెనక్కాలే వెళ్లారు. ఆయన కోటు తొడుక్కుంటూ ఆదరపూర్వకంగా గుబేర్నియా మార్షల్‌ని పలకరిస్తూ వుంటే చుట్టూ మూగారు. అన్ని విషయాలనీ లోతుగా తరిచి చూడాలనీ, దేన్నీ తెలుసుకోకుండా

వదలకూడదనీ ఆతృతగా వున్న లేవిన్, గొప్ప వంశీకులు గుంపుగా నుంచున్న చోట పక్కనే చేరాడు. గవర్నరు మార్షల్‌తో అనే మాటలు విన్నాడు. "దయచేసి మరీయా ఇవానొవ్నాతో చెప్పండి మా ఆవిడ చాలా బాధపడుతున్నప్పటికీ అనాథ శరణాలయాన్ని చూడవలసి వచ్చిందని." గవర్నరు వెళ్లిపోయాక గొప్ప వంశీకులు ఉత్సాహంగా ఫర్ కోట్లు తొడుక్కుని, చర్చికి వెళ్లారు.

చర్చిలో లేవిన్ మిగిలిన గొప్ప వంశీకులందరిలాగా చెయ్యి యెత్తి ఫాదర్ అంటున్న మాటలని వల్లిస్తూ, గవర్నరుగారు తాము చేస్తామని ఆశ ప్రకటించిన అన్నిటినీ చేస్తామని గట్టి శపథం చేశాడు. చర్చి ఆరాధనకి లేవిన్ ఎప్పుడూ చలిస్తాడు. "శిలువని చుంబించండి" అని వల్లిస్తూ ఈ సమయంలో ప్రార్థన చేసేటప్పుడు అతను చుట్టూ చూశాడు. అక్కడున్న పడుచువాళ్లూ, ముసలివాళ్లూ యివే మాటల్ని రెట్టిస్తూ వున్నారు. దాంతో లేవిన్ గాఢంగా స్పందించాడు.

రెండో రోజునా, మూడో రోజునా ఆర్థిక విషయాలకి సంబంధించీ, ఆడపిల్లల బళ్లకి సంబంధించి చర్చలు జరిగాయి. ఈ చర్చలు అంత ముఖ్యమైనవి కావని కోజ్నిషెవ్ అన్నమీదట లేవిన్ తన వ్యవహారాలు చూసుకోవడంలో మునిగిపోయి ఈ సమావేశాలకి హాజరవలేదు. నాలుగో రోజున గుబేర్నియా జమా ఖర్చుల పద్దులు చూడ్డం జరిగింది. ఇక్కడ కొత్త పక్షానికీ పాత పక్షానికీ మధ్య మొదటి సంఘర్షణ తలయెత్తింది. జమా ఖర్చులు చూడమని నియోగించిన కమిటీ పద్దులు సవ్యంగా వున్నాయని నివేదిక సమర్పించింది. గుబేర్నియా మార్షల్ లేచి తనపట్ల విశ్వాసం వుంచినందుకు ప్రభువులకి కృతజ్ఞతలు చెప్పి, కంట తడిపెట్టాడు. గొప్ప వంశీకులు ఘనంగా చప్పట్లు కొట్టి ఆయన్ని అభినందించి కరచాలనం చేశారు. ఈ సమయంలో కోజ్నిషెవ్ పక్షం మనిషి ఒకాయన లేచి పద్దులు చూడమని నియోగించిన కమిటీ జమా ఖర్చులు చూడనట్టూ జమా ఖర్చులు చూడ్డం మార్షల్‌ని అవమానించడం అని తనకి తెలిసిందని అన్నాడు. కమిటీ సభ్యుల్లో ఒకరు ఆ ముక్క నిజమేనని అనాలోచితంగా తేలిపోయాడు. అప్పుడు పొట్టిగా, పడుచువాడిలా కనిపించే ఒకతను లేచి మాట్లాడాడు. అతని మాట తేలుకుట్టినట్టు వుంది. మార్షల్ తనకి అప్పగించిన నిధుల జమా ఖర్చులని సభ ముందు వుంచడానికి చాలా సంతోషపడతాడని తెలుస్తూనే వుందనీ, కమిటీ సభ్యులు అధిక నమ్రత ప్రదర్శించి మార్షల్‌కి ఈ నైతిక సంతోషం లేకుండా చేశారనీ అన్నాడు. దాంతో కమిటీ సభ్యులు తను నివేదికని ఉపసంహరించుకున్నారు. అప్పుడు కోజ్నిషెవ్ గొప్ప తార్కిక పద్ధతిలో జమా ఖర్చుల పద్దు చూసినట్టో, చూడనట్టో ఏదో ఒకటి తేల్చాలని వాదిస్తూ ఈ చిక్కుని విస్తారంగా లాగిపొమ్మని కొట్టి పారేశాడు. అతని తర్వాత స్వియాజ్‌స్కీ లేచాడు. స్వియాజ్‌స్కీ తర్వాత తేలుకొండి మనిషి లేచాడు. అంతసేపు అలా వాదించుకోవడం లేవిన్‌కి ఆశ్చర్యం కలిగింది. ముఖ్యంగా, నిధుల్ని దుర్వినియోగం చేసినట్టు తనకి అనిపిస్తోందా అని కోజ్నిషెవ్‌ని అడిగినప్పుడు అతను జవాబుగా–

"అబ్బెబ్బే, కాదు, ఆయన నిప్పులాంటివాడు. కాని పాత పద్ధతి పితృస్వామిక వ్యవహార ధోరణికి స్వస్తి చెప్పే సమయం వచ్చింది" అన్నాక ఆ వాదన లేవిన్‌కి ఆశ్చర్యం కలిగించింది.

అయిదో రోజున ఉయేజ్ద్ మార్షల్స్‌ని ఎన్నుకున్నారు. కొన్ని ఉయేజ్ద్‌లకి సంబంధించి వ్యవహారం తుఫాన్‌లా సాగింది. సెలెజ్‌నేవ్ ఉయేజ్ద్‌నుంచి స్వియాజ్‌స్కీ ఏకగ్రీవంగా, వోట్లు వేసే అవసరం లేకుండానే, ఎన్నికయ్యాడు. ఆ సాయంత్రం ఈ సందర్భాన్ని పురస్కరించుకుని గొప్ప విందు చేశాడు.

27

గుబేర్నియా మార్షల్ ఎన్నిక ఆరవ రోజున జరగాల్సి వుంది. రంగురంగుల యూనిఫాం బట్టలు వేసుకున్న ప్రభువులతో చిన్న హాలూ, పెద్ద హాలూ నిండిపోయాయి. చాలామంది ఆ రోజు కోసమే వచ్చారు. చాలాకాలం ఒకరికొకరు కలుసుకోని పరిచయస్థులు క్రిమియా నుంచి, పీటర్స్‌బుర్గ్ నుంచి, విదేశాలనుంచి వచ్చి ఈ సభాస్థానంలో కలుసుకున్నారు. గవర్నర్ గారి బల్ల పైన జార్ చిత్రం వేలాడుతూ వుంది. ఆ బల్ల పక్కన వాద ప్రతివాదాలు చెలరేగాయి.

చిన్న హాల్లోనూ పెద్ద హాల్లోనూ ప్రభువులు బృందాలుగా ఏర్పడ్డారు. వాళ్ల చూపుల్లో కనిపించే శత్రుత్వ భావ అవిశ్వాసాలని బట్టి, అవతలి పక్షం మనిషి ఎవరన్నా తమవైపు వస్తున్నప్పుడు వాళ్లు మాట్లాడుకోవడం ఆపు చేస్తున్న తీరుని బట్టి వాళ్లు గుసగుసలాడుకునే ధోరణిని బట్టి, వసారా చివరికంటా వెళ్లిపోతూ వుండే ధోరణిని బట్టి ఒక పక్షానికి అందకూడని రహస్యాలు మరో పక్షానికి ఉన్నాయని తెలుస్తూ వుంది. పైకి కనిపించడానికి మాత్రం ప్రభువులు రెండు పక్షాలుగా విడిపోయారు – ముసలివాళ్లు పడుచువాళ్లు. పాతతరం వాళ్లల్లో చాలా మంది పాతబడిపోయిన గొప్పింటి వాళ్ల యూనిఫాంలు వేసుకుని కత్తులు, టోపీలు ధరించారు. లేదా పాతకాలపు నౌకాదళ, అశ్విక, పదాతిదళ కొలువు ఉడుపులు వేసుకున్నారు. ఈ యూనిఫాంలు పాత పద్ధతుల్లో కుట్టినవి. పడుచువాళ్లు ఆధునిక పద్ధతి యూనిఫాంలు వేసుకున్నారు. భుజాల దగ్గర వెడల్పుగా, నడుము దగ్గర విశాలంగా వుండే, తెల్లని వెయిస్ట్ కోటులకి పైన బొత్తాలు పెట్టుకోని యూనిఫాంలు వేసుకున్నారు. కొంతమంది న్యాయ మంత్రిత్వ శాఖ యూనిఫాంలు వేసుకున్నారు. నల్లని మఖమల్ మెడపట్టీలతో, విశిష్టమైన బుటాలు వున్నటువంటివి. పడుచు ప్రభువులే మధ్యమధ్య జనంలో తళక్ తళక్‌మని మెరిసే దర్బార్ యూనిఫాంలు వేసుకున్నారు.

లేవిన్ తన వాళ్లతో కలిసి చిన్న హాల్లో నుంచున్నాడు. అక్కడున్న వాళ్లు ఏదో తింటూ తాగుతూ చుట్టలు కాలుస్తున్నారు. లేవిన్ ఓ మిత్ర బృందం దగ్గర చేరాడు. వాళ్ల మాటలు వింటూ వాటి అర్థం గ్రహించడానికి వ్యర్థంగా బుద్ధి కుశలతని శ్రమపెట్టాడు. ఆ బృందం కేంద్ర స్థానంలో కోజ్నిషెవ్ వున్నాడు. ఆయన స్వియాజ్‌స్కీ, తమ పక్షాన్ని బలపరుస్తూ వున్న వో ఉయేజ్ద్ మార్షల్ ఖ్లూస్తొవ్ చెప్పేదేదో వింటున్నాడు. స్నెత్కోవ్‌ని అభ్యర్థిగా నిలబడమని చెప్పడానికి ఖ్లూస్తొవ్ అతని ఉయేజ్ద్ వొప్పుకోవడం లేదు. కాని వొప్పించమని స్వియాజ్‌స్కీ వొత్తిడి చేస్తున్నాడు ఖ్లూస్తొవ్‌ని. కోజ్నిషెవ్ ఈ ఆలోచనని బలపరుస్తున్నాడు. తాము తొలగించాలనుకుంటున్న మార్షల్‌ని నిలబడమని ప్రతిపక్షం అడగడం ఏమిటో లేవిన్‌కి బోధపడలేదు.

అబ్లాన్స్కీ కొంచెం తిని తాగి, సుగంధం పూసిన సొగసైన అంచుల చక్కని రుమాలుతో మూతి తుడుచుకుంటూ ఈ బృందం దగ్గరికి వచ్చాడు. అతను దర్బారు యూనిఫాం వేసుకున్నాడు.

"సాధించేస్తున్నామంటారా, కోజ్నిషెవ్‌గారూ" అని మీసాలు అదుముకుంటూ అన్నాడు.

సంభాషణని బట్టి విషయం పట్టురుని స్వియాజ్‌స్కీ వూహాకి వత్తాసు ఇచ్చాడు.

"ఒక్క ఉయేజ్ద్ చాలు, ఖాయంగా స్వియాజ్‌స్కీ ప్రతికక్షిగా వుంటాడు" అన్నాడు. లేవిన్‌కి తప్ప అందరికీ ఆ మాటలు అర్థమయ్యాయి.

"ఊఁ, నీకూ ఇది పసందుగా ఉందన్నమాట" అంటూ లేవిన్ చెయ్యి పట్టుకున్నాడు. ఈ గొడవంతా ఏమిటో బుఱ్ఱకెక్కి వుంటే లేవిన్‌కి పసందుగానే వుండి వుండేది, కాని అతనికి ఏమీ అర్థం అవడం లేదు. అక్కడ మాట్లాడుకునే వాళ్ల దగ్గర్నుంచి అతను అబ్లాన్స్కీని ఓ వారకి తీసుకెళ్లి ప్రస్తుతం వున్న మార్షల్‌ని నిలబడమనడంలో అర్థం ఏమిటని అడిగాడు.

"అయ్యో, sancta simplicitas![1]" అని అబ్లాన్స్కీ క్లుప్తంగా, సుబోధకంగా తమ ఎత్తుగడలని లేవిన్‌కి వివరించాడు.

గత ఎన్నికల్లో మాదిరిగా అన్ని ఉయేజ్ద్‌లూ మార్షల్‌ని నిలబడమని అడిగితే ఆయన ఓట్లూ గీట్లూ లేకుండానే నెగ్గేస్తాడు. అది ప్రతిపక్షానికి ఇష్టం లేదు. ప్రస్తుతం ఎనిమిది ఉయేజ్ద్‌లు నిలబడమని ఆయన్ని అడిగాయి. రెండు ఉయేజ్ద్‌లు నిలబడమని అడగకపోతే స్నెత్కోవ్ ఉపసంహరించుకోవచ్చు. వాళ్ల పక్షం మరొకరిని నిలబెట్టచ్చు. ఏమంటే వాళ్ల పక్షం ఆయన్ని నమ్ముకోలేదు గనక. కాని వొక్క ఉయేజ్ద్, స్వియాజ్‌స్కీ ఉయేజ్ద్, స్నెత్కోవ్‌ని అడగకుండా పోయినా, ఆయన ఉపసంహరించుకోవాల్సిన అవసరం లేదు. ఆయన గెలవవచ్చు. కొంతమంది ఆయన వ్యతిరేకులు కూడా కావాల్సికి ఆయనకి ఓటు చేస్తారు. దాంతో వాళ్లకి ఏ పక్షం వాళ్లు ఎంతమంది ఎటో ఓటు చేసిందీ లెక్క తేలదు. తర్వాత మన పక్షంనుంచి ఉప మార్షల్ అభ్యర్థిని పెడితే స్నెత్కోవ్ పక్షం వాళ్లు కూడా తమ ఓట్లు వేస్తారు.

లేవిన్‌కి బోధపడింది, కాని ఆసాంతం కాదు. అతను ఇంకా ఏదో అడగాలనుకున్నాడు. కాని వున్నట్టుండి అందరూ మాట్లాడుకుంటూ కోలాహలంగా పెద్ద హాల్లోకి వెళ్లారు.

"ఏమిటి సంగతి? ఎవరికి?" – "ఆయన బదులు?" – "ఎవరి బదులు? యేమిటి?" – "ఒప్పుకోవడం లేదు?" – "హక్కు లేదూ?" – "ఫ్లెరోవ్‌కి అనుమతి లేదూ?" – "అతనిమీద అభియోగం వుంటే మాత్రం?" – "అలా అయితే ఎవరికీ అనుమతి వుండదు. ఇది నీచం" – "చట్టం!" లేవిన్‌కి అన్నివైపులనుంచీ ఈ వ్యాఖ్యలు వినిపించాయి. గబగబా అడుగులు వేస్తూ, ఏ మాటలేనా చెవిని బడకుండా పోతాయేమోనన్న భయంతో అతను అందరితోబాటుగా హాలుకేసి వెళ్లాడు. గొప్పింటి వాళ్ల గుంపు ముందుకి గెంటుకుంటూ పోవడంతో వాళ్లతోబాటు గుబేర్నియా మార్షల్ బల్ల దగ్గర తేలాడు. అక్కడ స్వియాజ్‌స్కీ, స్నెత్కోవ్, ఇతర పెద్దలు వేడివేడిగా వాదించుకుంటున్నారు.

---

[1] సత్యకాలంవాడివి (లాటిం).

28

లేవిన్ కొంత దూరంలో నుంచున్నాడు. ఓ ప్రభువు పక్కనే నుంచుని గట్టిగా శ్వాస పీలుస్తూ వుండడంవల్లా, ఎవరివో బూట్లు చేసే కిరకిర చప్పుడువల్లా అతనికి మాటలు సరిగా వినిపించడం లేదు. అతనికి దూరంనుంచి మార్షల్‌గారి మెత్తని స్వరం, తేలుకొండి పెద్దమనిషి కీచు కంఠం, తర్వాత స్వియాజ్‌స్కీ గొంతుక వినిపించాయి. అతనికి అర్థమైన మేరకి వాళ్లు చట్టంలో ఒక అంశం గురించీ, "అభియోగంమీద విచారణ జరుగుతూ వున్న వాడంతే ఎవరు" అనే అంశం గురించి వాదించుకుంటున్నారు.

వేదిక దగ్గరికి వెడుతూ వున్న కోజ్నిషెవ్‌కి దారి ఇవ్వడానికి జనం అటూ ఇటూ తప్పుకున్నారు. వేదిక దగ్గరికి వెళ్లి తేలుకొండి పెద్దమనిషి మాట్లాడ్డం పూర్తిచేసే దాకా కోజ్నిషెవ్ ఆగాడు. అప్పుడు ఈ విషయానికి సంబంధించి చట్టాన్ని చూడ్డం బాగుంటుందని చెప్పిన కార్యదర్శిని ఆ అధికరణం ఏమిటో తియ్యమని అడిగాడు. ఈ విషయానికి సంబంధించి అభిప్రాయ భేదాలు వస్తే వోటింగ్ జరపాలని అందులో వుంది.

కోజ్నిషెవ్ ఆ అధికరణాన్ని పైకి చదివాడు. దాని భావం వివరించ ప్రయత్నించాడు. కాని ఓ పొడగరి జమీందారు అతని మాటకి అడ్డం వెళ్లాడు. ఆ జమీందారు లావుగా వున్నాడు. అతని భుజాలు వంగి వున్నాయి. మీసాలకి రంగు వేసుకున్నాడు. బిగుతైన యూనిఫాం అతని భుజాలు వొంగి వున్నాయి. మీసాలకి రంగు వేసుకున్నాడు. బిగుతైన యూనిఫాం వేసుకున్నాడు. దాని కాలరు మెడ వెనక కూరుకుపోయింది. అతను వేదిక దగ్గరికి వెళ్లి, గట్టిగా ఉంగరంతో బల్లమీద కొట్టి అరుస్తూ అన్నాడు.

"ఓటు! మాటలవల్ల కార్యం లేదు. ఓటింగ్ పెట్టండి, అంతే తేలుతుంది."

అప్పుడు యింకా అరుపులు రేగాయి. కాని ఈ ఉంగరం పెద్దమనిషి ఇంకా ఇంకా రెచ్చిపోయాడు, ఇంకా ఇంకా ఎక్కువ చించుకున్నాడు. కాని అతనేం చెప్తున్నదీ ఎవరికీ అంతుబట్టలేదు.

కోజ్నిషెవ్ చెప్పిన దాన్నే అతనూ చెప్పాడు. కాని స్పష్టమైంది ఏమంటే అతనికి కోజ్నిషెవ్ అన్నా, ఆయన పక్షం అన్నా మహా విద్వేషం. అది అతని పక్షం వారందరికీ అంటుకుంది. ప్రతిపక్షం తరఫునుంచీ అదే ఘృణ భావం వచ్చింది. కానైతే కొంచెం మర్యాదగా వచ్చింది. అరుపులూ, కేకలూ చెలరేగిపోయాయి. పరిస్థితిని అదుపు చెయ్యడం కోసం మార్షల్ ప్రాధేయ పడాల్సివచ్చింది.

"ఓటింగ్! ఓటింగ్! ప్రభువంశీకుడైన వాడికి అర్థం అవుతుంది." – "రక్తం చిందిస్తున్నాం.." – "చక్రవర్తికి మనమీద విశ్వాసం వుంది..." – "మార్షల్ ఆజ్ఞలు మాకక్కర్లేదు." – "అది వేరే విషయం" – "దయచేసి వోటింగ్ తీసుకోండి! ఎలాంటి తుక్కుమాటలు!....." అన్ని వైపులనుంచీ ఆగ్రహపూరితంగా అరుపులు వినిపించాయి. కళ్లూ మొహాలూ గొంతులకంటే ఆగ్రహపూరితంగా కనిపించాయి. పరమ ఘృణత్వం వాటిల్లో వెల్లడవుతోంది. లేవిన్‌కి, ఈ గొడవకి తలా తోకా ఏమిటో బోధపడలేదు. ఫ్లేరొవ్ గొడవని తేల్చడానికి ఓటింగ్ వుండాలనీ,

అక్కర్లేదనీ మహోద్రేకంతో తన్నుకు లాడుకోవడం అతనికి విస్మయంగా వుంది. అతను ఓ విషయం మరిచిపోతూ వున్నాడు, దాన్ని కోజ్నిషెవ్ తర్వాత విశదంగా చెప్పాడు. సార్వజనిక కల్యాణం కోసం ఈ గుబేర్నియా మార్షల్‌ని గద్దె దించాలి, అలా చెయ్యాలంటే ఎక్కువ వోట్లు కావాలి. ఎక్కువ వోట్లు రావాలీ అంటే ఫ్లేరొవ్‌కి ఓటింగ్ హక్కు ఇవ్వాలి. ఆ హక్కుని ఇవ్వడం కోసం చట్టం అధికరణాన్ని వివరించాలి.

"ఒక్క ఓటు తాడో పేడో తేల్చెయ్యచ్చు. ప్రజాశ్రేయస్సు కోసం పని చేసేవాడు ఆషామాషీగా వుండకూడదు, నిలకడగా వుండాలి" అని చెప్పాడు కోజ్నిషెవ్.

కాని లేవిన్ దీన్నంతటినీ మర్చిపోయాడు. ఇంత మంది మర్యాదస్తులు, మంచివాళ్లు అసహ్యాకరంగా ఉద్రేకపడి పోవడం చూసి ఖేదపడ్డాడు. అక్కడినుంచి వెళ్లిపోయాడు. అదే హాల్లో కొద్దిమంది వెయిటర్లు తప్ప ఎవరూ లేని కౌంటీన్ దాపులకి వెళ్లాడు. అక్కడ వాళ్లు కప్పుల్ని కడుగుతూ, గ్లాసుల్ని సర్దుతూ వున్నారు. వాళ్ల ముఖాలు నిశ్చింతగా కళకళలాడుతూ వున్నాయి. వాళ్లని చూడగానే ఉక్కపోసే గదిలోనుంచి బయటికి తాజా గాలిలోకి వెళ్లిన వాడికి లాగా హమ్మయ్య అని తెరిపిన పడ్డట్టు అతనికి అనిపించింది. వాళ్లని చూస్తూ అటూ ఇటూ పచార్లు చెయ్యడం మొదలుపెట్టాడు. చెంప వెంట్రుకలు తెల్లగా వున్న ముసలి వెయిటరొకనిని చూసి అతనికి ముచ్చటైంది. ఆ ముసలతన్ని పడుచు వాళ్లు ఉడికిస్తున్నారు. అయినా అతను పట్టించుకోకుండా కుర్రకుంకలన్నట్టు వాళ్లకేసి చూస్తూ రుమాలుని ఎలా మడత పెట్టాలో చూపిస్తున్నాడు. లేవిన్ అతనితో మాట్లాడాలనుకున్నాడు. సరిగ్గా అప్పుడు ప్రభువంశీకుల న్యాయ సంఘటన వృద్ధ కార్యదర్శి వచ్చాడు. గుబేర్నియాలోని ప్రభువంశీకుల పేర్లూ, ఇంటి పేర్లూ తెలుసుకోవడం అతని పని. లేవిన్ దృష్టిని తనవైపు తిప్పుకునేటట్టు అన్నాడు.

"లేవిన్‌గారూ, మీ అన్నగారు తమ కోసం చూస్తున్నారు. ఓటింగ్ జరుగుతుంది ఈ విషయం తేల్చడానికి."

లేవిన్ హాల్లోకి వెళ్లాడు. అతనికి ఓ తెల్లబంతిని ఇచ్చారు. అన్నగారి వెనకాలే లేవిన్ బల్ల దగ్గరికి వెళ్లాడు. బల్ల పక్కనే స్వియాజ్‌స్కీ నుంచున్నాడు. అతని ముఖంమీద అర్థవతుగా, వ్యంగ్యపూరితంగా వుండే భావం కనిపిస్తోంది. అతను గుప్పిడితో గడ్డం పట్టుకుని వాసన చూస్తున్నాడు. కోజ్నిషెవ్ పెట్టెలోకి చెయ్యి పెట్టి తన బంతిని ఏలాగో పడేసి లేవిన్‌కి దారి ఇస్తూ పక్కకి తప్పుకున్నాడు. లేవిన్ ముందుకు వెళ్లాడు కాని ఏం చెయ్యాలో మరిచిపోయి, ఇబ్బంది పడుతూ అన్నగారికేసి తిరిగాడు. "దీన్ని ఎక్కడ వెయ్యాలి?" అని అడిగాడు. పక్కన నుంచుని మాట్లాడుకుంటూ వున్న వాళ్ల చెవిన బడకుండా వుండాలనుకుని అతను మెల్లిగానే అడిగాడు. కాని ఆ మాట్లాడుకుంటూ వున్న వాళ్లు మాటలు ఆపుచేసి అతనడగకూడనిదాన్ని అడగడం విన్నారు.

"ఎవరి అంతరాత్మ ఎలా చెపితే అలా చెయ్యాలి" అని కటువుగా జవాబు చెప్పాడు కోజ్నిషెవ్.

కొంతమంది ముసిముసి నవ్వులు నవ్వారు. లేవిన్ జేవురించుకుని హడావుడిగా చేతిని పెట్టె ఫెల్ట్ మూత కిందకి పెట్టి బంతిని కుడివైపు తోశాడు. బంతి కుడిచేతిలో వుండబట్టి

అలా తోశాడు. కాని ఎడమ చేతిని పెట్టాలని వెంటనే గుర్తువచ్చి, అలానే చేశాడు కాని ఆలస్యం అయిపోయిందప్పటికే. దాంతో అతను ఇంకా ఎక్కువ తత్తరపడిపోయి గబగబా హాలు వెనక్కి వెళ్లిపోయాడు.

"నూట యిరవై ఆరు అనుకూలంగా, తొంభై ఎనిమిది వ్యతిరేకంగా" అని కార్యదర్శి ప్రకటించాడు. అతని మాట ముద్దమాట. అతను ప్రకటించగానే జనం నవ్వారు: పెట్టెలో ఓ బొత్తం,రెండు అక్రోటు గింజలు దొరికాయి. ఫ్లేరొవ్‌కి ఓటు హక్కు వచ్చింది,కొత్త పక్షం నెగ్గింది.

అయినా పాత పక్షం ఓటమిని అంగీకరించలేదు. స్నెత్కోవ్‌ని నిలబడమని అడగడం లేవిన్ విన్నాడు. కొంతమంది ప్రభువులు స్నెత్కోవ్ చుట్టూ మూగి ఆయన చెప్తూ దాన్ని వినడం లేవిన్ చూశాడు. లేవిన్ ఇంకా దగ్గరికి వెళ్లాడు. గొప్ప వంశీకులు తనమీద వుంచిన నమ్మకానికి, తనపట్ల చూపుతూ వున్న ఆదరానికి, అందుకు తగ్గ అర్హత ఏదీ తనకి లేదు అని స్నెత్కోవ్ కృతజ్ఞత చెప్తున్నాడు. అతని ప్రకారం గొప్పింటి వాళ్లకి తను విధేయంగా వుండడం, వాళ్ల సేవలో తన జీవితంలో ఇరవై ఏళ్లు గడపడం మాత్రమే అతనికి వున్న యోగ్యతలు. "నా శక్తి మేరకి, విశ్వాసం కొద్దీ, చిత్తశుద్ధి మేరకి, కృతజ్ఞుణ్ణి, రుణపడి వున్నాను" అనే మాటలని రెట్టిస్తూనే వున్నాడు. వున్నట్టుండి మార్షల్‌గారి కంఠం రుద్ధమైపోయింది. అలా కంఠం రుద్ధం కావడం తనకి అన్యాయం జరిగిందన్న భావంవల్ల వచ్చిందో, గొప్పింటి వాళ్ళపట్ల వున్న అభిమానం కొద్దీ వచ్చిందో, లేకపోతే ఆ పరిస్థితి, అంటే శత్రువులు చుట్టిముట్టి వుండే పరిస్థితి, ప్రేరేపించిన మానసిక వొత్తిడివల్ల వచ్చిందో చెప్పడం కష్టం. సరే కారణం ఏదయితేనేం చాలామంది ప్రభువులు చలించిపోయారు, లేవిన్‌కి ఆయనపట్ల సానుభూతి పెల్లుబికి వచ్చింది.

గుమ్మం దాటి వెళ్లేటప్పుడు మార్షల్‌గారు లేవిన్‌ని ఢీకొన్నారు.

"క్షమించాలి దయచేసి ఏం అనుకోకండి" అని పరాయివాడికి చెప్పినట్టు చెప్పారు. కాని లేవిన్‌ని గుర్తుపట్టగానే బెరుగ్గా మందహాసం చేశారు. ఆయన తనతో ఏదో చెప్పాలనుకుంటున్నారని లేవిన్ వూహించుకున్నాడు. కాని చాలా ఖేదపడి వుండడంవల్ల చెప్పలేకపోతున్నాడనీ అనుకున్నాడు. మార్షల్‌గారి ముఖంలో కనిపించిన భావం బట్టీ, యూనిఫాంకి తగిలించిన అలంకారాలతో జటాలంకృతమైన తెల్ల లాగుతో గబగబా వెళ్లిపోయే ఆ హడావుడి వాలకం బట్టీ చూస్తే లేవిన్‌కి ఇక తన పని ముగిసినట్టేనని గ్రహించిన వేట జంతువు గుర్తు వచ్చింది. ఆయన ముఖంలో కనిపించిన భావం లేవిన్‌ని అధికంగా ఆకట్టుకుంది. ఏమంటే అంతకు ముందు రోజునే తన వ్యవహారంమీద ఆయన్ని వాళ్ల యింటి దగ్గర కలుసుకున్నాడు. అప్పుడు ఆయన దయాళువుగా, సద్గృహస్థు రూపంలో తన యావత్ వైభవంతోనూ కనిపించాడు. ఆయన ఇల్లు పెద్దది. తాతల నాటినుంచి సంక్రమించిన కుర్చీలు, మేజాలు వగైరా సామాను వుంది. పాతకాలం నౌకర్లు, వాళ్ల వేషధారణ మరీ నాజుగ్గా గాని, అమిత శుభ్రతతో గాని లేదు. కాని వాళ్లకి యజమాని పట్ల భక్తి ప్రపత్తులు వున్నాయి. వాళ్లు పూర్వం భూస్వామ్య దాసులై ఉంటారు. ఇప్పుడు విధేయంగా కొలువులో వుండి వుంటారు. ఆయన భార్య లావుగా, సరదాగా వుంది. ఆవిడ అల్లిక టోపీ పెట్టుకుని, టర్కీ శాలువా కప్పుకుని, కూతురి బిడ్డ అయిన మనవరాలిని లాలిస్తోంది. ఆరో తరగతి చదివే పుత్రకిశోరం

తండ్రి వెడల్పాటి చేతిని ముద్దు పెట్టుకుని ఆయనకి వందనం చేశాడు. తండ్రి మృదువుగా, స్నేహపూర్వకంగా మాట్లాడాడు. ఇవన్నీ కూడా అంతకు ముందు రోజున లేవిన్‌కి ఆయన పట్ల భక్తి ప్రపత్తులనీ, సానుభూతినీ కలిగించాయి. ఇప్పుడు ఆ ముసలాయన లేవిన్‌కి దయనీయంగా, జాలి గొలిపేటట్టు కనిపించాడు. దాంతో ఆయనకి సంతోషం కలిగించే ముక్కలు రెండు చెపుదామని లేవిన్‌కి అనిపించింది.

"మీరే తిరిగి మార్షల్‌గా వుంటారనిపిస్తోంది" అన్నాడు.

"ఏమో!" అని మార్షల్‌గారు ఆ ముక్క ఎవరి చెవినేనా పడుతుందేమోనని పక్కకి చూశారు. "నేను అలసిపోయాను, పెద్దవాణ్ణయి పోయాను. నాకంటే పడుచువాళ్లు, మంచివాళ్లు వున్నారు. వాళ్లు రావాలి ఈ పనులకి" అన్నాడు.

అని పక్కనున్న గదిలోకి వెళ్లిపోయాడు.

అసలు ఘడియ రానే వచ్చింది. ఎన్నికలు మొదలవాలి. ఉభయ పక్షాల నాయకులు తమకి ఎన్ని వోట్లు పడేదీ లెక్కలు వేసుకుంటున్నారు.

ఫ్లేరొవ్ రగడ కొత్తపక్షం వాళ్లకి అదనంగా ఒక ఓటుని ఇవ్వడమే కాక వ్యవధిని కూడా ఇచ్చింది. కొత్త పక్షం ఈ వ్యవధిలో, పాత పక్షం వాళ్ల కుతంత్రం వల్ల ఎన్నికల్లో పాల్గొన లేకుండా పోయిన తమ వత్తాసుదార్లు ముగ్గురికి కబుర్లు పెట్టగలిగింది. వాళ్లల్లో ఇద్దరికి బుడ్డిమీద ప్రేమ ఎక్కువ. దాంతో స్నెత్కోవ్ వాళ్లని ధారాళంగా తాగించేసి పడుకోబెట్టించేశాడు. మూడో అతనికి యూనిఫాం లేకుండా కాజేయించాడు.

ఈ విషయం తెలుసుకుని, ఫ్లేరొవ్ గొడవ సమయంలో, కొత్త పక్షం వాళ్లు తమ మనుషుల్ని అద్దెబండిలో పంపారు. యూనిఫాం లేని మనిషికి యూనిఫాం ఇప్పించి తీసుకురమ్మనీ, మందు కొట్టేసి పడుకున్న వాళ్లల్లో ఒక్కణ్ణేనా తీసుకురమ్మనీ పంపారు.

"ఒకాయన్ని తీసుకువచ్చాం, నిండా నీళ్లు పోశాం" అని అతనికోసం వెళ్లిన జమీందారు స్వియాజ్‌స్కీకి చెప్పాడు. "ఆయన ఫర్లేదు" అన్నాడు.

"మరీ తూలిపోవడం లేదు కదా? కాళ్లమీద నిలబడగలడా?" అని స్వియాజ్‌స్కీ దుఃఖంతో తల వూపుతూ అడిగాడు.

"అబ్బెబ్బె! బాగానే వున్నాడు. మళ్లీ ఇక్కడెవరూ బుడ్డి పెట్టకుండా వుండాలి... కౌంటీన్‌లో వాళ్లకి చెప్పాను ఎట్టి పరిస్థితుల్లోనూ ఒక్క చుక్క కూడా ఇవ్వడానికి వీల్లేదు."

29

సిగరెట్లు కాల్చుకోవడానికీ, టిఫిన్లు, కాఫీ, టీలూ సేవించడానికీ ఓ చిన్న హాలు వుంది. దాని నిండా ప్రభువులు కిటకిటలాడిపోతూ వున్నారు. అందరి ముఖాల్లోనూ ఉత్తేజం అధికం అవుతూ కనిపిస్తోంది. ఆందోళన కనిపిస్తోంది. బంతులు ఎలా పడిందీ తెలిసి వుండడంతో నాయకులు మరీ ముఖ్యంగా ఆవేశంగా వున్నారు. వాళ్లు రాబోవు యుద్ధానికి సేనాధిపతులు; మిగిలిన వాళ్లు సాదా సీదా సైనికులు. యుద్ధంకోసం తయారుగా వున్నా అది ఆరంభం

అయే ముందు కొంచెం ఏమార్పు వాళ్లకి అవసరమైంది. కొంతమంది నుంచుని, కొంతమంది బల్లల దగ్గర కూర్చుని ఏవో తింటూ తాగుతూ వున్నారు. కొంతమంది ధూమపానం చేస్తూ అటూ ఇటూ పచార్లు చేస్తున్నారు. చాలాకాలం కలుసుకోకుండా వున్న పరిచయస్థుల్ని పలకరిస్తున్నారు.

లేవిన్‌కి తినాలనీ లేదు, చుట్ట అలవాటు లేదు. కోజ్నిషెవ్, అబ్లాన్‌స్కీ, స్వియాజ్‌స్కీ ఇంకా యితర మిత్రులతో కలవాలనీ లేదు. ఏమంటే వాళ్లంతా వ్రాన్‌స్కీతో మాటల్లో మునిగిపోయి వున్నారు. వ్రాన్‌స్కీ అశ్వశాలాధ్యక్షుని ఉడుపులు వేసుకున్నాడు. అంతకు ముందు రోజు ఎన్నికలప్పుడు లేవిన్ అతన్ని చూశాడు. కావల్సికి అతన్ని తప్పించుకు తిరిగాడు. లేవిన్ యిప్పుడు కిటికీ వార చేరి కూర్చుని గుంపులు గుంపులుగా వున్న ఆ జనాన్ని చూస్తూ వాళ్లు అనుకునే మాటలు వింటూ వున్నాడు. లేవిన్‌కి ఆ జనం అంతా ఆతృతగా, ఆందోళనగా వ్యస్తంగా వుండడం, తను నిర్వ్యాపారంగా వుండడం విచారంగా వుంది. అతను ఒక్కడు, నౌకాదళ యూనిఫాం వేసుకున్న మరో ముసలాయనతో కలిసి కూర్చున్నాడు. ఆయన పళ్లులేని చిగుళ్లతో ఏదో చప్పుడు చేస్తూ కూర్చున్నాడు.

"ఎంత బద్మాష్! నేను చెప్పాను, కాని వింటేగా అతను! ఉహుం, వినడు! మూడేళ్లకి కూడా వసూలు చేసుకోలేదు" అని పొట్టిగా దిగు భుజాలతో వున్న ఒక జమీందారు అన్నాడు. అతను జుట్టుకి చమురు రాసుకున్నాడు. అది బుటాలు కుట్టిన మెడ పట్టీమీద పడుతోంది. అతను బూట్లు టకటకలాడిస్తూ వచ్చాడు. ఆ బూట్లని ఎన్నికల కోసమే కొన్నట్టు వుంది. లేవిన్‌ని చూసి అతను ముఖం చిట్లించుకుని, టక్కని పక్కకి మళ్లాడు.

"ఏం చెప్పండి, ఇది దరిద్రపు గొట్టు వ్యవహారం" అని పొట్టిగా వున్న ఓ జమీందారు కీచు కంఠంతో అన్నాడు.

ఆ తర్వాత ఓ జమీందార్ల బృందం లావాటి ఓ జనరల్‌గారి చుట్టూ మూగి వచ్చింది. వాళ్లు గబగబ లేవిన్ వైపు వచ్చారు. తాము మాట్లాడుకునే మాటలు ఎవరూ వినకుండా వుండే చోటు కోసం వాళ్లూ వెతుకుతున్నట్టుగానే వుంది.

"ఎన్ని గుండెలు చూడండి, నేను తన లాగులు కొట్టెయ్యమని చెప్పానట! తనే అమ్మేసుకుని సారా తాగేసి వుంటాడు. వీడెంత, వీడి జమీ ఎంత? అలా వాగకుండా నోరు కట్టిపెట్టుకోవాలి!"

"ఆం, వాళ్లు చట్టం ప్రకారం మాట్లాడుతున్నారు" అని మరో బృందం వాళ్లు అనుకుంటున్నారు. "ఆయన భార్యని ప్రభువుల హోదాలో చేర్చాలి."

"చట్టం సిగ్గో సిరి! నాకేమనిపిస్తోందో దాన్ని చెపుతున్నా. గొప్పింటి వాడిలాగా, జమీందారు. మాటంటే మాటే."

"హుజూర్, రండి. fine champagne.[1]"

చించుకుంటూ అరుస్తూ వెళ్లే ఎవరో జమీందారు వెనకాలే మరో బృందం వచ్చింది. ఆ మనిషే చిత్తుగా తాగుడు పోయించిన మనిషి.

---

[1] శ్రేష్ఠమైన షాంపేన్ (ఫ్రెంచి).

"మరీయా సెమోనొవ్నాకి యెప్పుడూ చెపుతూనే వున్నా నీ భూములు కౌలుకి ఇయ్యవమ్మా అని. తను లాభం సంపాదించేటట్టు చేసుకోలేదు" అని తెల్లని మీసాల జమీందారు, మాజీ జనరల్ స్టాఫ్ దగ్గర కర్నల్ యూనిఫాం వేసుకుని చక్కని గొంతుకతో అన్నాడు. స్వియాజ్‌స్కీ ఇంటి దగ్గర లేవిన్ కలుసుకున్న జమీందారు ఆయనే. అతను వెంటనే ఆయన్ని గుర్తు పట్టాడు. ఆ జమీందారు లేవిన్‌కేసి మరోసారి చూసి అతని దగ్గరికి వెళ్ళి నమస్కారం చేశాడు.

"చాలా సంతోషం మిమ్మల్ని చూసినందుకు. ఆс, గుర్తు వున్నారు. కిందటేడాది స్వియాజ్‌స్కీగారి ఇంటి దగ్గర కలుసుకున్నాం."

"ఎలా వుంది మీ వ్యవసాయం?"

"ఎప్పటిలాగానే వుంది నష్టాలతో" అని అది అంతేలే అన్నట్టు ఆ జమీందారు మందహాసం చేస్తూ అన్నాడు. "మీరేమిటి మా గుబేర్నియాకి వచ్చారు? మా coup d'etat[1] లో పాల్గొనడానికి వచ్చారేమిటి?" అని ఆ ఫ్రెంచి మాటల్ని గట్టిగా అపసవ్యంగా ఉచ్చరిస్తూ అన్నాడు. "రష్యా అంతా ఇక్కడే వున్నట్టుంది. రాజదర్బారు వాళ్ళనుంచి దాదాపు మంత్రులదాకా" అని రాజదర్బారు యూనిఫాం, తెల్లని లాగు వేసుకున్న అబ్లాన్‌స్కీని ఉద్దేశిస్తూ అన్నాడు. అబ్లాన్‌స్కీ ఓ జనరల్ పక్కన నడిచి వెడుతూ వున్నాడు.

"ప్రభువుల ఎన్నికల ప్రాముఖ్యం నాకు అంతగా తెలియడం లేదు అనే చెప్పాలి" అన్నాడు లేవిన్.

ఆ జమీందారు లేవిన్‌కేసి ఓసారి చూశాడు.

"తెలియడానికేముంది? ఓ ప్రాముఖ్యమూ లేదు. జడత్వంతో ఊరికే సాగే పాత కాలపు నీరస సంస్థ. ఈ యూనిఫాంలని చూడండి. రాజీ కోర్టు జడ్జీ, జేమ్‌స్త్వో సంస్థ సభ్యులు ఆ బాపతు వాళ్ళు తప్ప జమీందార్లు వున్న సభ కాదు అని తెలిసిపోతుంది."

"మరైతే మీరు ఎందుకు వచ్చారు." అని లేవిన్ అడిగాడు.

"మొదటగా ఏదో అలవాటువల్ల. తర్వాత సంగతి వున్న సంబంధాలు తెంపుకోవడం ఎందుకులే అని. ఓ మేరకి నైతిక బాధ్యతా వుంది. ఉన్న మాట చెప్పాలీ అంటే నాకు సొంత కారణం వుంది. మా అల్లుడు జేమ్‌స్త్వో సంస్థ సభ్యుడుగా ఎన్నిక అవాలనుకుంటున్నాడు. అతను అంత వున్న వాడు కాదు, అంచేత అతనికిది ముఖ్యం. అతనికి సాయపడాలి నేను. కాని అలాంటివాళ్ళు ఎందుకు రావడం?" అని గవర్నరుగారి వేదిక దగ్గర మాట్లాడిన తేలుకొండి మనిషికేసి తల వూపి చూపిస్తూ అన్నాడు.

"వాళ్ళు జమీందార్లలో కొత్త తరం వాళ్ళు."

"కొత్తవాళ్ళే సందేహం లేదు. కాని జమీందార్లు కాదు. వాళ్ళు భూస్వాములు, మనం జమీందార్లం. వాళ్ళు గొప్పింటి వాళ్ళల్లా వచ్చి తమని తామే అంతం చేసుకుంటున్నారు."

---

[1] తిరుగుబాటు (ఫ్రెంచి).

"కాని ఇది పాతగిలిన వ్యవస్థ అని మీరిప్పుడేగా నాతో అన్నారు."

"పాతగిల్లిందే, సందేహం లేదు, కాని అలా అయినా కొంత గౌరవం చూపించాల్సి వుంది కదా. స్నెత్కోవ్‌నే తీసుకోండి... మంచో చెడ్డో వెయ్యేళ్ళుగా మన వికాసం జరిగింది. మాటకి మీరు మా యింటి ముందర ఓ తోట పెంచాలనుకుంటారు. అదే చోట్లో వంద ఏళ్ళ నాటి చెట్టు ఒకటి వుంటుంది.... అది ముసలి చెట్టే, వొంగిపోయిన చెట్టే. అయినా మళ్లు కట్టుకోవడానికీ, పాదులు తవ్వుకోవడానికీ అడ్డం అని దాన్ని కొట్టెయ్యరు కదా. చెట్టును ఉపయోగ పెట్టుకుంటూనే మీ పాదుల్నీ, మళ్లని చూసుకుంటారు. ఒక్క ఏడాదిలో అంత చెట్టుని పెంచలేరు కదా..." అని ఆయన సావధానంగా అన్నాడు. వెంటనే ప్రసంగ విషయాన్ని మార్చేశాడు. "ఊఁ, సరే, మీ వ్యవసాయం ఎలా సాగుతోంది?" అన్నాడు.

"అంత బాగాలేదు. అయిదు శాతంకంటే ఆదాయం రావడం లేదు."

"అదీ మీ శ్రమని లెక్క పెట్టుకోకుండా. దానికీ కొంత మూల్యం వుంది కదా? నా సంగతి చూడండి. వ్యవసాయంలోకి దిగకముందు సైన్యం కొలువులో మూడు వేలు వచ్చేది. ఇప్పుడు సైన్యం కొలువులో చూసుకుంటే చాకిరీ ఎక్కువ చేస్తున్నాను, మీకులాగే అయిదు శాతమే ఆదాయం వస్తోంది. ఎక్కడి కక్కడికే దేవుని దయ అనుకుంటున్నాను. నా చాకిరీ మళ్లీ జీతం బత్తెం లేకుండానే సాగుతోంది" అన్నాడు.

"అంత ఆవదం వ్యవహారంగా వుంటే ఎందుకు చేస్తున్నారు?"

"మరింకేం చెయ్యగలం? అలవాటు అయిపోయింది. అలానే చెయ్యాలని తేలిపోయింది. అంతే కాదు ఇంకా చెపుతా వినండి" అంటూ ఆయన కిటికీ తీనెమీదకి ఆనుకుంటూ, ప్రసక్తం అయిన విషయంలో మునిగిపోతూ చెప్పసాగాడు. "మా అబ్బాయికి వ్యవసాయం అంటే ఏమీ ఆసక్తి లేదు. ఏ సైంటిస్టో అవుతాడేమో. అంచేత దీన్ని నడిపించడానికి ఎవరూ లేరు. అయినా అంటి పెట్టుకునే వున్నాను. ఈ ఏడాది పళ్ల తోట వేశాను" అన్నాడు.

"ఆఁ, ఆఁ" అన్నాడు లేవిన్. "మీరన్న ముక్క నిజమే. వ్యవసాయం వల్ల లాభం లేదని నాకు బాగానే తెలుసు. అయినా చేస్తూనే వున్నాను... భూమిపట్ల ఏదో జవాబుదారీ వున్నట్టుంది" అన్నాడు.

"ఈ ముక్క వినండి" అని ఆ జమీందారు సాగించాడు. "నా పొరుగాయన ఒకాయన వ్యాపారస్థుడు. నేనతనికి మా వ్యవసాయం చూపించాను. తోట చూపించాను. అంతా చూశాక 'అంతా పద్ధతిగా వుందండీ, కాని తోటని సరిగ్గా చూడడం లేదు' అన్నాడు. సంగతేమిటంటే తోట చాలా బాగా వుంది. 'మీ స్థానంలో నేను వుండి వుంటే ఈ లైమ్ చెట్లని కొట్టేసి వుండేవాణ్ణి. చెట్టు బెరడు సరిగా వుండగానే వాటిని కొట్టించెయ్యాలి. వెయ్యి చెట్లు వున్నాయి. వొకో దానినుంచీ చక్కని బెరడు వస్తుంది. ఇప్పుడు ధర బాగా వుంది దీనికి. నేను ఈ చెట్లనన్నిటీ్నీ తీసేసుకుంటాను' అన్నాడు అతను.

"ఆ డబ్బుతో అతను పశువుల్ని కొంటాడు, లేదా చవగ్గా భూమిని కొనేసి రైతులకి కౌలుకి ఇచ్చేస్తాడు" అని లేవిన్ చిరునవ్వు నవ్వుతూ మాట పూర్తి చేశాడు. ఈ బాపతు

వ్యవహారం ఎలా తేలుతుందో అతనికి ముందే తెలిసి వుండడంవల్ల అలా మాట ముగించాడని తెలుస్తూనే వుంది. "దానివల్ల సంపద కూడబెడతాడు. మరి మనం, మీరూ నేనూ దేవుడు చల్లగా చూస్తే ఈ వున్న దాన్ని వుంచుకుని పిల్లలకి ఇస్తే అదే గొప్ప మాట" అన్నాడు.

"మీరు పెళ్లి చేసుకున్నారని విన్నాను" అన్నాడు జమీందారు.

"ఆఁ" అని లేవిన్ గొప్పగా, తృప్తిగా అన్నాడు. "నిజానికి ఇది చిత్రంగా వుంది కదూ?" అని చెప్పసాగాడు. "మీరూ నేనూ రేపటి సంగతేమిటా అని ఆలోచనా పాలోచనా లేకుండా బతుకుతాం, పాతకాలం వేస్తా దేవత పవిత్ర కన్యలకి పవిత్రాగ్ని రక్షణ బాధ్యత వున్నట్టు*" అన్నాడు.

జమీందారు తెల్లని మీసాల కింద పళ్లు తెల్లగా మెరుస్తూ బయటికి కనిపించాయి.

"మనలోనే కొంతమంది వున్నారు, మన మిత్రుడు స్వియాజ్స్కీలాంటి వాళ్లు, కౌంట్ వ్రాన్స్కీలాంటి వాళ్లు. అతను ఇక్కడికి వచ్చాడు. వీళ్లు పారిశ్రామిక క్షేత్రాల్ని నడిపించాలని చూస్తున్నారు. ఇంత వరకూ పెట్టుబడి ఆవదం వదిలింది తప్ప ఏమీ లాభం కనిపించలేదు" అన్నాడు జమీందారు.

"కాని మనం వ్యాపారస్థుల మాదిరీ ఎందుకు చెయ్యకూడదు? బెరడు కోసం చెట్లని ఎందుకు కొట్టకూడదు?" అని లేవిన్ తనకి ఆశ్చర్యంగా కనిపించిన సమస్యని తిరిగి ఎత్తుకుంటూ అన్నాడు.

"మీరన్నట్టు పవిత్రాగ్ని రక్షణచేస్తూ వున్నాం. ఆ పని మన గొప్పింటి వాళ్లకి సంబంధించింది కాదు. గొప్పింటి వాళ్ల పని ఇక్కడ కాదు, ఎన్నికలలో కాదు, తమ ఇళ్ల దగ్గరా వాకిళ్ల దగ్గరా జరుగుతోంది. మనం ఏం చెయ్యాలీ ఏం చెయ్యకూడదూ అనే నైసర్గిక ప్రవృత్తీ వుంటుంది. రైతులకీ అది వుంటుంది. మంచి రైతు అయితే గనక వీలైనంత భూమిని అంకించుకుంటాడు. భూమి మంచిది కాకపోవచ్చు, అయినా దున్నుతూనే వుంటాడు. లాభం గీభం కూడా చూసుకోడు. నష్టంతోనే అయినా వ్యవసాయం చేస్తూనే వుంటాడు."

"మనకిలాగా" అన్నాడు లేవిన్. "మళ్లీ మిమ్మల్ని కలుసుకోవడం సంతోషంగా వుంది" అని స్వియాజ్స్కీ తమ వైపు చూస్తూ వుండడం చూసి అన్నాడు.

"మీ ఇంటి దగ్గర కలుసుకున్నాక మా ఇద్దరికీ భేటీ మొదటిసారి ఇక్కడే అయింది" అని జమీందారు స్వియాజ్స్కీతో అన్నాడు. "మా చర్చ కొనసాగించాం" అన్నాడు.

"కొత్త పద్ధతుల్ని తూట్లు పొడిచేసి వుంటారు కదా" అని స్వియాజ్స్కీ చిరునవ్వు నవ్వుతూ అన్నాడు.

"ఆఁ, అలానే చేశాం."

"మనసులు తేలిక పరుచుకున్నాం."

30

స్వియాజ్‌స్కీ లేవిన్‌ని చెయ్యి పట్టుకుని తన మిత్రుల దగ్గరికి తీసుకుపోయాడు.

ఇక వ్రాన్‌స్కీని తప్పించుకోవడం అతనికి కుదరలేదు. అబ్లాన్‌స్కీ, కోజ్నిషెవ్‌ల పక్కన నుంచుని వ్రాన్‌స్కీ తన దగ్గరకు వస్తూ వున్న లేవిన్‌కేసి చూస్తూ వున్నాడు.

"చాలా సంతోషంగా వుంది. మిమ్మల్ని ప్రిన్సెస్ ష్చేర్‌బాత్‌స్కీ వాళ్ల ఇంటి దగ్గర కలుసుకున్న అదృష్టం కలిగింది" అని లేవిన్‌కేసి చెయ్యి చాస్తూ అన్నాడు వ్రాన్‌స్కీ.

"నాకు చాలా గుర్తుంది మిమ్మల్ని కలుసుకోవడం" అన్నాడు లేవిన్. తన ముఖం ఎర్రబడుతోందని అతనికి తోచి, అన్నగారితో మాట్లాడేందుకు అటు తిరిగాడు.

వ్రాన్‌స్కీ కొంచెం మందహాసం చేసి లేవిన్‌తో మాట్లాడ్డం ఇష్టం లేనట్టుగా కనిపిస్తూ స్వియాజ్‌స్కీతో మాట్లాడ్డం సాగించాడు. కాని లేవిన్ అన్నగారితో మాట్లాడుతూనే ఓ కన్ను వ్రాన్‌స్కీమీద వేసి వుంచాడు. తను పెడసరంగా ప్రవర్తించాడు, ఆ దురభిప్రాయం తొలగించేందుకు ఏం చెప్పాలా అని ఆలోచించాడు.

"ఇప్పుడు ఇక తరువాయి ఏమిటి?" అని స్వియాజ్‌స్కీకేసీ వ్రాన్‌స్కీకేసీ చూస్తూ అడిగాడు.

"స్నెత్కోవ్ జవాబే. అతను ఊఁ అనడమో, ఉహుఁ అనడమో" అన్నాడు స్వియాజ్‌స్కీ.

"ఊఁ అన్నాడా లేదా?"

"అదే కదా గోలంతా. ఎటూ తేల్చి చెప్పందే" అన్నాడు వ్రాన్‌స్కీ.

"ఆయన కాదంటే ఎవరు నిలబడతారు?" అని లేవిన్ వ్రాన్‌స్కీకేసి చూస్తూ అడిగాడు,

"ఎవరు కావాలనుకుంటే వాళ్లు" అన్నాడు స్వియాజ్‌స్కీ.

"మీరు నిలబడతారా?" అని లేవిన్ అడిగాడు,

"అయ్యో! నేనా! చాలు!" అని స్వియాజ్‌స్కీ తత్తరపడి, కోజ్నిషెవ్ పక్కన నుంచున్న తెలుకొండి మనిషికేసి చూపు విసురుతూ అన్నాడు.

"అయితే ఎవరు నిలబడతారు? నెవెదోవ్‌స్కీ?" అని లేవిన్, తను గడబిడలో చిక్కుకుపోయానని తెలిసీ, అన్నాడు.

దాంతో పరిస్థితి మరీ అధ్వాన్నం అయింది. నెవెదోవ్‌స్కీ, స్వియాజ్‌స్కీలు పోటీదార్లు.

"నేనా ఎట్టి పరిస్థితుల్లోనూ!" అన్నాడు తెలుకొండి మనిషి.

అతనే నెవెదోవ్‌స్కీ అట. స్వియాజ్‌స్కీ అతన్ని లేవిన్‌కి పరిచయం చేశాడు.

"ఊఁ, అయితే నీకూ ఎన్నికల జ్వరం అంటుకుందన్న మాట?" అని అబ్లాన్‌స్కీ కళ్లతో సైగచేస్తూ వ్రాన్‌స్కీతో అన్నాడు. "ఇది గుర్రప్పందేల లాంటిది. పందేలు కూడా కాసుకోవచ్చు" అన్నాడు.

"అఁ,ఇది జ్వరం కిందే లెక్క" అన్నాడు వ్రాన్‌స్కీ. "ఒకసారి ఇరుక్కుంటే అంతు చూసేదాకా నిద్రపట్టదు. సంఘర్షణ మరి" అని అతను మొహం చిట్లించుకుంటూ, గట్టి దవడలని బిగపడుతూ అన్నాడు.

"స్వియాజ్‌స్కీ భలే కార్యదక్షుడు! ప్రతి విషయాన్ని విశదంగా చూస్తాడు."

"అవునవును" అని వ్రాన్‌స్కీ ఏదో పరధ్యానంగా అన్నాడు.

ఎవరూ మాట్లాడలేదు. ఆ సమయంలో వ్రాన్‌స్కీ ఎవరికేసో ఒకరికేసి చూడక తప్పదు కాబట్టి లేవిన్‌కేసి చూశాడు. లేవిన్ కాళ్లకేసీ, యూనిఫాంకేసీ, ముఖంకేసీ చూశాడు. దిగాలుగా, కొంచెం కొరకొరలాడుతూ చూస్తూ వున్న లేవిన్ నేత్రాలు తన మీదే లగ్నం అయి వుండడం చూసి, ఇక ఏమనడానికీ మాటలు తోచక –

"మీరు పల్లెలోనే వుండిపోతూ రాజీ కోర్టులో జడ్జి కాకపోవడం ఏమిటి? రాజీ కోర్టులో జడ్జి యూనిఫాం వేసుకోవడం లేదేం?" అన్నాడు.

"రాజీ కోర్టుల వ్యవస్థ పనికిమాలిందని నేను అనుకోబట్టి" అన్నాడు లేవిన్ దిగాలుగా. తను ఇంతకు ముందు పెడసరంగా వున్నానే అని బాధపడుతూ వున్నాడు. దానికి సర్దుబాటు చేసుకుందుకు వ్రాన్‌స్కీతో మాట ఎలా కదలెయ్యాలా అని ఇంతసేపూ లోపల్లోపల గుణించుకుంటూనే వున్నాడు. అయినా ఇలా అనేశాడు.

"ఆ ముక్క నే ఒప్పుకోను. అందుకు భిన్నంగా..." అని వ్రాన్‌స్కీ కలవరపాటు లేకుండా ఆశ్చర్యపోతూ మొదలుపెట్టాడు.

"ఇది ఓ ఆట, వేడుక" అని లేవిన్ అతని మాటకి అడ్డం వెళ్లాడు. "మనకి రాజీ కోర్టుల జడ్జీలు అవసరం లేదు. ఎనిమిదేళ్లుగా మా దగ్గరికి ఒక్క తగూ కూడా రాలేదు. ఆ వచ్చిన ఒక్కటీ అపసవ్యంగా పరిష్కారం అయింది. రాజీ కోర్టు జడ్జీ మా ఊరికి నలభై వెర్‌స్తుల దూరంలో వున్నాడు. రెండు రూబుళ్ల తగూకి పదిహేను రూబుళ్లు తగలేసి వకాలతు పంపాలి" అన్నాడు.

లేవిన్ ఓ తగూ గురించి చెప్పాడు. ఓ రైతు ఏదో మిల్లు వాడి దగ్గర్నుంచి గోధుమపిండి కొట్టేశాడుట. ఆ మిల్లు వాడు ఆ సంగతి అతనితో అన్నాట్ట. దాంతో ఆ రైతు తనని అపఖ్యాతి పాలు చెయ్యాలని ప్రయత్నించినట్టు అతనిమీద వ్యాజ్యం వేశాడుట. ఈ కథ మొత్తం అప్రస్తుతమూ, అసందర్భమూ అనే విషయం లేవిన్ తనే గ్రహించాడు, చెపుతూ వుండగా.

"అబ్బో, మావాడో పెద్ద తిక్కశంకరయ్య!" అని అబ్లాన్‌స్కీ స్నిగ్ధ మందహాసం చేస్తూ అన్నాడు. "సర్లే, పదండి పోదాం. ఓటింగ్ మొదలైనట్టుంది" అన్నాడు.

వాళ్లు వెళ్లిపోయారు.

"నాకు అర్థం కావడం లేదు" అని తమ్ముడి అప్రస్తుత ప్రసంగం విన్న కోజ్నిషెవ్ అన్నాడు. "నాకు అర్థం కావడం లేదు. ఇంత అధ్వాన్నంగా, రాజకీయ పరిజ్ఞానం లేకుండా వుండడం. మన రష్యన్లకి, ఇది బొత్తిగా లేదు. గుబేర్నియా మార్షల్ మనకి ప్రతి కక్షి. నువ్వతనితో ami cochon,[1] పైగా అతన్ని ఎన్నికల్లో పాల్గొనమంటున్నావు. కౌంట్ వ్రాన్‌స్కీకి సంబంధించి కూడా... అతన్ని నా స్నేహితుడిగా నేను భావించడం లేదు. సాయంత్రం భోజనానికి రమ్మన్నాడు, నే రానని చెప్పాను. కాని అతను మన పక్షంలో వున్నాడు. అతన్ని దూరం చేసుకోవడం

[1] సాయిలా పాయిలాగా వుంటున్నావు.

ఎందుకు? నువ్వేమో నెవెదోవ్‌స్కీని నిలబడతావా అని అడుగుతున్నావు! అలాంటివి జరగవు, తెలుసా?" అన్నాడు.

"అబ్బ, నాకేమీ తెలీదు. ఇదంతా సాదా విషయమే" అని లేవిన్ దిగాలుగా అన్నాడు.

"సాదా విషయం అని నువ్వంటున్నావు. అయినా ఇందులో దూరేవు, అంతా గందరగోళం చేస్తున్నావు."

లేవిన్ ఏమీ జవాబు చెప్పలేదు. అందరూ హాల్లోకి వెళ్లారు.

గుబేర్నియా మార్షలు స్నెత్కోవ్ నిలబడ్డానికి ఒప్పుకున్నాడు. ఆయన నుంచోవాలన్న ప్రతిపాదన ఏకగ్రీవంగా రాకపోయినా, తనకి వ్యతిరేకంగా పెద్ద వ్యూహ రచన జరుగుతోందన్న దాని వాసన సోకుతూ వున్నా కూడా నుంచున్నాడు. గుబేర్నియా ప్రభువుల మార్షల్‌గా మిఖయీల్ స్తెపానొవిచ్ స్నెత్కోవ్ నుంచున్నట్టూ, ఓటింగ్ జరగబోతున్నట్టూ కార్యదర్శి గట్టిగా ప్రకటించాడు. హాల్లో చీమ చిటుక్కు మనడం లేదు.

ఉయేజ్డ్ మార్షల్స్ చిన్నచిన్న పళ్లేల్లాంటి వాటిని తమ బల్లల దగ్గర్నుంచి తీసుకుని గవర్నరుగారి బల్ల దగ్గరికి వెళ్లారు. ఆ పళ్లేల్లో బంతులు వున్నాయి. ఎన్నిక మొదలైంది.

"కుడివైపు వెయ్యి!" అని అబ్లాన్‌స్కీ లేవిన్ చెవిలో చెప్పాడు. లేవిన్, కోజ్నిషెవ్ వాళ్ల ఉయేజ్డ్ మార్షల్ వెనకాలే వెళ్లారు. వాళ్లు తనకి వివరించి చెప్పిన సంగతుల్ని ఆ పాటికి లేవిన్ మరిచిపోయాడు. 'కుడివైపు' అని చెప్పి అబ్లాన్‌స్కీ పొరపాటు పడ్డాడేమోనని భయం కూడా కలిగింది. ఏమైనా స్నెత్కోవ్ విరోధి కదా. లేవిన్ బంతిని కుడిచేత్తో పట్టుకున్నాడు. కాని పొరపాటు జరుగుతుందేమోనని బెదిరి దాన్ని ఎడమ చేతిలోకి మార్చుకున్నాడు, పెట్టె దగ్గరికి వెళ్లి ఎడమవైపు విసిరాడు. పెట్టె దగ్గర నుంచో బెట్టిన పెద్దమనిషి సూక్ష్మగ్రాహి. మోచెయ్యి కదలికని బట్టే బంతిని ఎటు విసిరారో పట్టేస్తాడు. ప్రస్తుతంలో తన సూక్ష్మగ్రాహ్యతని ఉపయోగించే అవసరం కూడా అతనికి లేకపోయింది. తమరు ఏమీ సరిగా చెయ్యలేదు అన్నట్టు అతను లేవిన్‌ని చూసి ముఖం ముడుచుకున్నాడు.

మళ్లీ చీమ చిటుక్కుమంటే వినిపించేటంత నిశ్శబ్దంగా అయింది. బంతులు లెక్క పెడుతున్నారు. కొంచెంసేపటి తర్వాత ఒక వ్యక్తి పోటీలో వున్న వ్యక్తికి అనుకూలంగా ఎన్ని వచ్చిందీ, ప్రతికూలంగా ఎన్ని వచ్చింది ప్రకటించాడు.

మార్షల్ సుమారైన ఆధిక్యతతోనే గెలిచాడు. అన్నివైపులనుంచీ హుషారుగా మాటలు వినవచ్చాయి. అందరూ గుమ్మం వైపు వెళ్లారు. స్నెత్కోవ్ వచ్చాడు. వెంటనే జనం అతన్ని చుట్టుముట్టేశారు. అభినందనలు చెప్పారు.

"అయితే అంతా అయిపోయినట్టేనా?" అని లేవిన్ కోజ్నిషెవ్‌ని అడిగాడు.

"ఇప్పుడే మొదలవుతోంది" అని స్వియాజ్‌స్కీ చిరునవ్వు నవ్వుతూ కోజ్నిషెవ్ బదులు జవాబు చెప్పాడు. "మార్షల్‌కంటే డిప్యూటీ మార్షల్‌కి ఎక్కువ ఓట్లు రావచ్చు"* అన్నాడు.

లేవిన్ దీనంతటి గురించి మరిచిపోయాడు. దీంట్లో ఏదో లొసుగు వుందనే గుర్తు వుంది.

అదేమిటో తెలుసుకో ప్రయత్నించడం తలనొప్పి వ్యవహారంగా వుంది. అతనికి మళ్లీ విచారం కలిగింది, బయటికి వెళ్లిపోవాలని అనిపించింది.

ఎవరూ తన గురించి పట్టించుకోకపోవడంవల్లా తన అవసరం ఎవరికీ ఉన్నట్టు కనిపించకపోవడంవల్లా లేవిన్ చడీ చప్పుడూ లేకుండా జనం టిఫిన్లు, కాఫీలూ తీసుకునే చోటుకి వెళ్లిపోయాడు. అక్కడ మరోసారి వెయిటర్లని చూడగానే అతనికి హాయిగా అనిపించింది. వృద్ధ వెయిటర్ ఏదన్నా తినమని లేవిన్‌ని అడిగాడు. లేవిన్ సరేనని అన్నాడు. ఓ కట్లేట్‌నీ, చిక్కుడు కాయల్నీ తిన్నాడు. అంతకుముందు అతను పనిచేసిన యజమానుల గురించి వెయిటర్‌తో మాట్లాడాక లేవిన్ తనకి విసుగ్గా వున్న హాల్లోకి తిరిగి వెళ్లకుండా గేలరీ వైపు వెళ్లాడు.

గేలరీ నిండా మంచి షోగ్గా బట్టలు వేసుకున్న ఆడవాళ్లు వున్నారు. కింద మాట్లాడుకుంటూ వున్న మాటలు ఒక్కటి కూడా తప్పిపోకుండా ఉండేందుకుగ్గాను వాళ్లు కమ్మీలమీద కంటా వాలి వింటున్నారు. ఆడవాళ్ల దగ్గర మంచి మంచి బట్టలు వేసుకున్న ఆఫీసర్లు, వకీళ్లు, కళ్లద్దాలు పెట్టుకున్న స్కూలు టీచర్లు కొంతమంది కూర్చున్నారు, కొంత మంది నుంచున్నారు. ప్రతివాళ్లూ ఎన్నికల గురించే మాట్లాడుకుంటున్నారు. మార్షల్ ఎంత అలిసిపోయినట్టు కనిపిస్తున్నాడోననీ, ఉపన్యాసాలు ఎంత బాగా వున్నాయోననీ మాట్లాడుకుంటున్నారు. ఓ బృందం తన అన్నగారిని మెచ్చుకుంటూ వుండడం లేవిన్ చెవినబడింది. ఓ మహిళ ఎవరో వకీలుతో అంటోంది –

"కోజ్నిషెవ్‌గారి ఉపన్యాసం వినే అదృష్టం కలగడం ఎంత సంతోషంగా వుంది! ఆయన ఉపన్యాసం కోసం భోజనం మానేసైనా వుండాలి. అద్భుతం! ఎంత స్పష్టంగా, చక్కగా వుంది! మీ కోర్టుల్లో అలాంటివి ఉండవు. ఒక్క మాయిదెల్ తప్ప, అయినా ఆయనా ఇంత బాగా మాట్లాడలేడు."

లేవిన్ కమ్మీల దగ్గర చోటు సంపాదించాడు. ఏం జరుగుతోందో చూసి, వినడం కోసమని వంగాడు.

తమ తమ ఉయేజ్డ్‌ల కోసం నిర్దేశించిన స్థలాల్లో ప్రభువులు కూర్చున్నారు. యూనిఫాం తొడుక్కున్న ఒకాయన హాలు మధ్యలో నుంచుని అరుస్తున్నాడు:

"గుబేర్నియా డిప్యూటీ మార్షల్ అభ్యర్థిగా కేప్టెన్ యెవ్‌గేనీ ఇవానోవిచ్ అవూఖ్‌తిన్ పేరు ప్రతిపాదిస్తున్నారు".

చీమ చిటుక్కుమంటే వినిపించేటంత నిశ్శబ్దం ఆవహించింది. అప్పుడు ఓ నీరస వృద్ధ కంఠం వినవచ్చింది :

"ప్రతిపాదనని తిరస్కరిస్తున్నాం."

"గుబేర్నియా డిప్యూటీ మార్షల్ అభ్యర్థిగా దర్బారు సలహాదారు ప్యోత్ర్ పెత్రోవిచ్ బాల్ పేరు ప్రతిపాదిస్తున్నారు."

"ప్రతిపాదనని తిరస్కరించడం జరుగుతోంది" అని ఓ పడుచు కంఠం కీచుమంది.

మళ్లీ మరో ప్రతిపాదన, మళ్లీ నిరాకరణ. అలా ఓ గంటసేపు సాగింది. లేవిన్ కమ్మీల దగ్గర నుంచున్నాడు. వింటున్నాడు, చూస్తున్నాడు. ఇదంతా ఏమిటోనని మొదట గందరగోళపడ్డాడు, అర్థం చేసుకోవాలనుకున్నాడు. ఇక తనకి అర్థం కాదు అని తేలిపోయాక విసుగనిపించింది. కొంచెంసేపటి తర్వాత అందరి ముఖాలమీద కనిపించిన క్రోధావేశాలు గుర్తు వచ్చి అతనికి విచారం కలిగింది, వెళ్లిపోదామనుకున్నాడు. అతను కిందివైపు వెళ్లాడు. గేలరీ దారి దాటుతూ వుంటే అతనికి ఓ బడి కుర్రాడు కనిపించాడు. అతని కళ్లు కాయలు కాచి వున్నాయి. విచారంగా వున్నాడు. అటూ ఇటూ తిరుగుతున్నాడు. లేవిన్‌కి మెట్లమీద ఎత్తు మడమల చెప్పులు తొడుక్కున్న ఆడమనిషి కనిపించింది. ఆమె గబగబ పరిగెడుతోంది. ఆమె వెనకాల చురుగ్గా అడుగులు వేసే అసిస్టెంట్ ప్రాసిక్యూటర్ వెడుతున్నాడు.

"నే చెప్పా తమకి, మనం ఆలస్యం అవలేదని" అంటూ లేవిన్ తప్పుకుని దారి ఇస్తే ముందుకు వెడుతూ వుండగా ఆ ప్రాసెక్యూటర్ ఆమెతో అన్నాడు.

లేవిన్ వెళ్లిపోయేందుకు హాలులో ఫర్‌కోటు తీసుకునే చోట టోకెన్ కోసం జేబులో చెయ్యిపెట్టి వెతుకుతూ వుంటే సెక్రటరీ అతన్ని పట్టుకున్నాడు. "లేవిన్‌గారూ! ఓట్లు వెయ్యడం మొదలైంది" అన్నాడు.

ఓటింగ్ నెవెదోవ్‌స్కీ కోసం జరుగుతోంది. అతను ఆరు నూరైనా నూరు ఆరైనా అభ్యర్థిగా వుండను అన్న మనిషి.

లేవిన్ హాలు గుమ్మం దగ్గరికి వెళ్లాడు. అది లోపల్నుంచి మూసేసి వుంది. సెక్రటరీ తలుపు తట్టాడు. తలుపు తెరుచుకుంది. ఇద్దరు జమీందార్లు ఇవతలికి దూసుకువచ్చారు. ఇద్దరూ ముఖాలు జేవురించుకున్నారు.

"ఉఫ్, ఇలా నావల్ల కాదు" అని ఓ జేవురించుకున్న జమీందారు అన్నాడు.

వాళ్ల వెనకనుంచి గుబేర్నియా మార్షల్‌గారి ముఖం గుమ్మంలో కనిపించింది. ఆయన ముఖం అలసటవల్లా, భయంవల్లా పీక్కుపోయింది.

"ఎవరినీ అవతలకి వెళ్లనివ్వద్దని చెప్పాను నీకు!" అని ఆయన గుమ్మం కాపలా వాడిమీద అరిచాడు.

"నేనీయన్ని లోనికి రానిచ్చాను, హుజూర్."

"హోయ్, భగవాన్!" అని మార్షల్‌గారు గాఢంగా నిట్టూర్చి, తల వాలేసుకుని, తెల్లని లాగు తొడుక్కున్న కాళ్లని ఈడ్చుకుంటూ హాలు మధ్యలో వున్న పెద్ద మేజా దగ్గరికి వెళ్లాడు.

కొత్త పక్షం వూహించినట్లే, అవతలి పక్షం నుంచి నెవెదోవ్‌స్కీకి ఉపమార్షల్‌గా ఎక్కువ ఓట్లు వచ్చాయి. దాంతో అతనికి మార్షల్ కంటే ఎక్కువ ఓట్లు వచ్చాయి. అంచేత అతను ప్రభువంశీకుల కొత్త మార్షల్ అయ్యాడు. చాలామంది సంతోషించారు. తృప్తి పడ్డారు. యింకా చాలామంది పరవశించిపోయారు. మరీ చాలామంది ఏడుపు ముఖాలేసుకుని జావ గారిపోయారు. పాత మార్షల్ స్నెత్కోవ్ తన ఏడుపు దాచుకోలేకపోయాడు. నెవెదోవ్‌స్కీ హాలు బయటికి రాగానే చాలామంది అభిమానులు అతన్ని చుట్టు ముట్టేశారు. పారవశ్యంతో అతన్ని అనుసరించారు. ఎన్నికలకి ప్రారంభోత్సవం జరిపిన మొదటిరోజున గవర్నరుగారిని

అనుసరించినట్టే ఇతన్నీ అనుసరించారు. స్నెత్కోవ్ ఎన్నికైనప్పుడు ఆయన్ని చుట్టుముట్టినట్టే ఇతన్నీ చుట్టుముట్టారు.

31

ఎన్నికల్లో నెగ్గిన కొత్త మార్షల్‌కీ, విజయలక్ష్మి వరించిన కొత్త పక్షం ప్రముఖులు చాలామందికీ వ్రాన్‌స్కీ విందు ఏర్పాటు చేశాడు.

పల్లెటూళ్లో విసుగ్గా వుండడం వల్లా, అన్నా ముందర తన స్వతంత్రతా హక్కుని చూపించాలనుకోవడంవల్లా వ్రాన్‌స్కీ ఎన్నికలకి వచ్చాడు. తనని జేమ్‌స్త్వో సంస్థకి ఎన్నిక చేయించడంలో స్వియాజ్‌స్కీ పడ్డ శ్రమకి కృతజ్ఞతగా అతన్ని ఇప్పుడు బలపరచడం కోసం వ్రాన్‌స్కీ ఎన్నికలకి వచ్చాడు. ప్రభువంశీకుడిగా, జమీందారుగా తనుఎంచుకున్న ఆ భూమిక బాధ్యతల్ని నిర్వర్తించేందుకు మరీ ముఖ్యంగా వ్రాన్‌స్కీ ఎన్నికలకి వచ్చాడు. కాని ఎన్నికలకి సంబంధించి తనకి ఇంత ఆసక్తి పుడుతుందనీ, తను ఈ తతంగంలో కంఠ దఘ్నంగా మునిగిపోతాడనీ, ఈ కార్యక్రమాన్ని యింత ఘనంగా జరిపించగల ప్రతిభా విశేషాలు తనకి వున్నాయనీ అతను అసలు ఏమాత్రం అనుకోలేదు. ఈ గొప్పింటి వాళ్ల బృందానికి అతను శుద్ధ పరాయివాడు. కాని, వాళ్లు తనని ఆదరంగా ఆలింగనం చేసుకుని మరీ స్వాగతం చెప్పారు. ప్రభు వంశీకులలో తనకి స్థానం ఏర్పాటు అయిపోయిందన్న ఊహ అతనికి వచ్చిందంటే అందులో ఏమీ తప్పు లేదు. అందుకు కారణం అతని హోదా, ఐశ్వర్యం; కాషిన్‌లో ప్రవర్ధమానమవుతూ వున్న ఒక బేంక్ స్థాపకుడూ, వడ్డీ వ్యాపారీ, పాతమిత్రుడూ షిర్కోవ్ తన బసకిగాను చేతిలో తాళాలు వుంచిన సొగసైన భవంతి; పల్లె నుంచి తను కూడా తీసుకువచ్చిన అద్భుతమైన వంటవాడు; తన సహపాఠి, తన ఆదర్శపాత్రుడు అయిన గవర్నరుతో స్నేహం. కాని ఈ కారణాలన్నిట్నీ మించిపోయిన కారణం అందరితోనూ సాయిలా పాయిలాగా కలిసిపోయి అతను మెలగడం. ఇలా మెలగడంవల్ల తను తల బిరుసు మనిషి అని గొప్పింటి వాళ్లకి చాలా మందికి వున్న దురభిప్రాయం పటాపంచలై పోయింది. తనకి పరిచయం అయిన ప్రభువులందరూ ఉత్తరక్షణంలో తనకి మిత్రులై పోయిన విషయాన్ని వ్రాన్‌స్కీ స్వయంగా గమనించాడు – ఒక్కరు తప్ప. ఆ ఒక్కడు కిట్టీ ష్చేర్‌బాత్‌స్కీని పెళ్లి చేసుకున్న తిక్క పెద్దమనిషి. అతను a propos de bottes[1] విద్వేషంగా పొగలు కక్కి సెగలు చిమ్మాడు. నెవెదోవ్‌స్కీ నెగ్గాడంటే అందుకు తన మద్దతే కారణం అని తనకీ తెలుసు, మిగిలిన వాళ్లకీ తెలుసు. ఇప్పుడు మార్షల్‌గా నెవెదోవ్‌స్కీ విజయాన్ని ఘనంగా జరుపుకుందుకు యేర్పాటైన ఈ విందులో అగ్రస్థానంలో కూర్చుని అతను తన అభ్యర్థిగా నెగ్గాడన్న సంతోషంతో పులకిస్తున్నాడు. ఎన్నికల రుచి తనకి స్వయంగా అందుతోంది. అసలు రాబోయే మూడేళ్లలో వివాహం జరిగిపోతే గనక తనే ఈ పదవికి పోటీ చెయ్యొచ్చు కూడా. ఈ కోరిక పందెంలో జాకీ స్వారీ కింద సొంత గుర్రం బహుమతీ సంపాదించాక, యజమాని తనే స్వయంగా పందెంలో గుర్రాన్ని దౌడు తీయించాలనుకున్నట్టు వుంది.

---

[1] అకారణంగా (ఫ్రెంచి).

ఇప్పుడు జాకీ విజయాన్ని సంతోషంగా జరుపుకుంటున్నారు. వ్రాన్‌స్కీ మేజా అగ్రస్థానంలో కూర్చున్నాడు. అతని కుడివైపున పడుచు గవర్నర్ కూర్చున్నాడు, చక్రవర్తి అనుగామి దళంలో అతను జనరల్. అక్కడి వాళ్లందరికీ గవర్నరు గుబేర్నియా అధిపతి, యధావిధిగా ఉపన్యాసం చేసి ఎన్నికలని ప్రారంభించే వ్యక్తి. భక్తి ప్రపత్తులు ఉద్దీప్తం చేసే వ్యక్తి. వంగివంగి అందరూ సలాములు చేసే వ్యక్తి. కాని వ్రాన్‌స్కీకి మాత్రం ఈ గవర్నరు చనువైన "మాస్లోవ్ కాత్క" – అని పేజ్ కోర్‌లో అతన్ని పిలిచేవాళ్ళు, – వ్రాన్‌స్కీ సముఖంలో కుదురుగా ఉండలేక ఇబ్బంది పడే వ్యక్తి. అతన్ని mettre a son aise[1] వ్రాన్‌స్కీ ప్రయాసపడ్డాడు. వ్రాన్‌స్కీ ఎడమ వైపున నెవెదోవ్‌స్కీ కూర్చున్నాడు. అతని ముఖం పడుచుదనంతో, కఠోర భావంతో వుంది. తెలుకొండి స్వభావంతో వుంది. వ్రాన్‌స్కీ అతన్ని ఆదరపూర్వకంగా, సరళంగా చూశాడు.

స్వియాజ్‌స్కీ తన ఓటమిని సరదాగా తీసుకున్నాడు. అసలు దాన్ని ఓటమి అనలేం. అలా అని నెవెదోవ్‌స్కీ గౌరవార్థం చషకం ఎత్తి అతన్ని సంబోధిస్తూ అన్నాడు స్వియాజ్‌స్కీ. ఏమంటే ప్రభువంశీకులు అనుసరించవలసిన నూతన మార్గానికి నెవెదోవ్‌స్కీ కంటే మంచి ప్రతినిధి దొరకడు. ఆ కారణంగా నిజాయితీపరులందరూ ఆ విజయోత్సవ సందర్భాన్ని ఘనంగా జరుపుకుంటున్నారు అన్నాడు స్వియాజ్‌స్కీ.

హాయిగా మజాగా గడిచినందుకూ, అందరికీ సంతృప్తి కలిగినందుకూ అబ్లాన్‌స్కీ సంతోషపడ్డాడు. విందు భోజనాల మేజా దగ్గర ఓటింగ్ సంఘటనల ప్రస్తావన వచ్చింది. పాత మార్షల్‌గారు రుద్ధ కంఠంతో చేసిన ఉపన్యాసాన్ని స్వియాజ్‌స్కీ అనుకరిస్తూ వర్ణించి చెప్పాడు. ఆ దొడ్డ ప్రభువులు 'తమరు కన్నీళ్లు కార్చడంకంటే జటిలమైన పద్ధతిని జమా ఖర్చు పద్దుల విషయంలో ప్రవేశపెట్టాలని' ఆశిస్తున్నట్టు నెవెదోవ్‌స్కీని చూస్తూ అన్నాడు. హాస్యచతురుడైన మరో జమీందారు ఇంకో విషయం చెప్పాడు. పాత మార్షలుగారు తన విజయోత్సవాన్ని జరుపుకునే ఉద్దేశ్యంతో నాట్యానికి లాంఛన చిహ్నాల బట్టలు వేసుకున్న మార్బలం సమకూర్చుకున్నాట్ట. ఇప్పుడు కొత్త మార్షల్‌కి అలాంటి హంగులతో నాట్యం ఏర్పాటు చేసే ఉద్దేశం లేకపోతే ఆ మార్బలాన్ని సాగనంపెయ్యాల్సి వస్తుందట.

విందు ఆరగించేటంత సేపూ జమీందార్లు నెవెదోవ్‌స్కీని "మా మార్షల్‌గారు" అని, "హుజూర్" అనీ సంబోధిస్తూనే వున్నారు.

ఈ పిలుపులు "మదాం..." అనో "శ్రీమతి..." అనో కొత్తగా పెళ్లయిన ఆమెని పిలిచినప్పుడు ఆమెకి కలిగే ఉత్సాహంలాంటి ఉత్సాహాన్ని కలిగించాయి. ఈ నూతన బిరుదుని తను ఏం పట్టించుకోనట్టూ, ఇంకా చెప్తే తిరస్కారపూరితంగా దాన్ని చూస్తూ వున్నట్టూ కూడా నెవెదోవ్‌స్కీ కనిపించ ప్రయత్నించాడు. కాని అతని హృదయం సంతోషంతో పొంగుతూ వున్నట్టు, వాటిని అదుపులో వుంచుకుందుకు శ్రమపడ్డట్టు అందరికీ తెలుస్తూనే వుంది.

విందు జరిగేటప్పుడే ఎన్నికల ఫలితాలు ఏమిటో తెలుసుకోవాలని కుతూహలం వుండే వాళ్లకి టెలిగ్రామ్‌లు పంపారు. మంచి పొంగులో వున్న అబ్లాన్‌స్కీ కూడా భార్యకి టెలిగ్రామ్

---

[1] ఉత్సాహ పరచడానికి (ఫ్రెంచి).

పంపాడు. "నెవెదోవ్‌స్కీ పన్నెండు ఓట్లతో నెగ్గాడు. అభినందనలు. అందరికీ ఈ శుభవార్త చెప్పు" అని అంటూ అతను టెలిగ్రామ్‌లో మాటలకి తోడుగా పైకి "వాళ్లని కూడా ఆనందింపచెయ్యాలి" అనే ముక్కని జత చేశాడు. టెలిగ్రామ్ అందుకుని, రూబుల్ క్షవరం అయింది అని దాలీ నిట్టూర్చి, భోజనాలు పూర్తయే ముందు దాన్ని పంపి వుంటాడని అనుకుంది. విందు పూర్తయ్యాక "faire jouer le telegraphe[1]" అబ్లాన్‌స్కీ బలహీనత ఆమెకి తెలుసు.

మంచి వంటకాలు, రష్యన్ మద్య విక్రేతలనుంచి గాక ఎకాఎకీ విదేశాలనుంచి తెప్పించిన వైన్‌లూ పుష్కలంగా వున్న వ్రాన్‌స్కీ విందు ఏ రకంగా చూసినా చాలా హుషారుగా, సరదాగా, చక్కని మర్యాదగా అభిరుచితో వుంది. కొత్త తరహా ఉదారవాదుల్లో నుంచి మంచి హుషారుగా, సరదాగా వుండే ఇరవై మందిని స్వియాజ్‌స్కీ ఎంపిక చేశాడు. వాళ్లు హుషారుగా వేళాకోళాలాడుతూ కొత్త మార్షల్ కోసం, గవర్నరు కోసం, బేంక్ డైరక్టరు కోసం, "మన ఘనమైన అతిథేయుని కోసం" టోస్టులు ప్రతిపాదించారు.

వ్రాన్‌స్కీ సంతృప్తి కలిగింది. ప్రాంతీయ నగరంలో ఇంత పసందైన వాతావరణం వుంటుందని అతను అనుకోలేదు.

విందు ముగిసే వేళకి ఆనందోత్సాహాలు ఇంకా అతిశయించాయి. "సెరీబ సోదరుల" సహాయార్థం తన శ్రీమతి ఏర్పాటు చేసిన ఆయోజిత కచేరీకి రమ్మని గవర్నరు వ్రాన్‌స్కీని పిలిచాడు. వ్రాన్‌స్కీ పరిచయ భాగ్యం కలిగించుకోవాలని గవర్నరుగారి శ్రీమతికి కోరికగా వుందట.

"అక్కడ బాల్ కూడా వుంటుంది. మా ప్రాంతం సౌందర్య రాశిని కూడా నువ్వు చూడచ్చు. నిజంగా ఆమె రంభ అనుకో."

"Not in my line"[2] అని వ్రాన్‌స్కీ ఇంగ్లీషులో అన్నాడు. ఆ పదబంధం అతనికి ఇష్టం. కాని మందహాసం చేసి వస్తానని మాట ఇచ్చాడు.

భోజనాల బల్ల దగ్గర్నుంచి లేచే ముందు, అందరూ సిగరెట్లు ముట్టించుకున్నాక, వ్రాన్‌స్కీ నౌకరు ట్రేలో పెట్టి ఓ ఉత్తరం పట్టుకువచ్చాడు.

"వాజ్ద్ వీజెన్స్కాయెనుంచి ప్రత్యేక హర్కారా పట్టుకొచ్చాడు దీన్ని" అని అర్థవంతంగా చూస్తూ చెప్పాడు.

"అరె, అచ్చం ప్రాసిక్యూటర్ స్వెంతిత్‌స్కీలా వున్నాడు కదూ?" అని నౌకర్ని చూసి ఒకాయన ఫ్రెంచిలో వ్యాఖ్య చేశాడు. ఆ సమయంలో వ్రాన్‌స్కీ ముఖం ముడుచుకుని ఉత్తరం చదువుకుంటున్నాడు.

ఉత్తరం అన్నానుంచి. చదవక ముందే అందులో ఏం వుందో అతను ఊహించాడు. ఎన్నికలు అయిదు రోజులుంటాయనే ఉద్దేశంతో అతను శుక్రవారం తిరిగి వస్తానని చెప్పాడు. ఆ వేళ శనివారం. ఉత్తరంలో అందుగ్గాను శాపనార్థాలు వుంటాయని అతను వూహించాడు. తను ముందు రోజు సాయంత్రం పంపించిన ఉత్తరం ఆమెకి ఇంకా చేరలేదన్న మాట.

[1] టెలిగ్రామ్ దురుపయోగ పరిచే (ఫ్రెంచి).

[2] మనకి యిష్టం అయినది కాదు (ఇంగ్లీషు).

ఉత్తరంలో విషయం వ్రాన్‌స్కీ ఊహించినట్టే వుంది. కాని ధోరణి మాత్రం ఊహించినట్టు లేదు, ముఖ్యంగా కష్టం కలిగించింది. 'ఆన్యాకి చాలా జబ్బుగా వుంది. న్యూమోనియా కావచ్చుని డాక్టరు అన్నాడు. వొక్కత్తినీ అవడంతో ఏం చెయ్యడానికీ నాకు తోచడం లేదు. ప్రిన్సెస్ వర్వారా సాయం చెయ్యడం సరేసరి బాధ కలిగిస్తోంది. నువ్వు వస్తావని మొన్న, నిన్న ఎదురు చూశాను. నువ్వెక్కడున్నదీ, ఏం చేస్తున్నదీ తెలుసుకుని రమ్మని మనిషిని పంపుతున్నాను. నేనే స్వయంగా వద్దామని అనుకున్నాను కాని ఎందుకు లెమ్మని మానేశాను. నీకు నేను రావడం ఇష్టం వుండదని తెలిసి. ఏదో కబురు వెంటనే పంపించు. ఏం చెయ్యాల్సిందీ నాకు అర్థమవుతుంది.'

బిడ్డకి ఒంట్లో బాగా లేదు ఓ పక్కన, తనేమో ఇక్కడకి ప్రయాణమవుదామనుకుందీ! పాపకి ఒంట్లో బాగా లేదా? తనుయిలా అక్కసుగా రాస్తుంది!

ఎన్నికల నిర్మలిన మనోల్లాసానికీ, భారమైన విచారకరమైన ప్రేమకీ – తను ఆ ప్రేమ దగ్గరికిప్పుడు తిరిగి వెడుతున్నాడు – మధ్య వున్న పరస్పర విరుద్ధత వ్రాన్‌స్కీని ఆశ్చర్యచకితుణ్ణి చేసింది. కాని వెళ్లక తప్పదు. అంచేత అతను సాయంత్రం అందిన మొదటి రైలుకి ప్రయాణం అయి యింటికి వెళ్లిపోయాడు.

32

వ్రాన్‌స్కీ ఇదివరలో ఎక్కడికేనా వెళ్లవలసి వచ్చినప్పుడు తన మధ్య రేగిన జగడాలని, అతను ఎన్నికలకి వెళ్లడానికి ముందు అన్నా మనసులో నెమరువేసుకుంది. అలాంటి వాటివల్ల అతన్ని ఆపుచేసి తన వశంలో వుంచుకోవడం కుదరదనీ, వాటివల్ల అతన్ని ఇంకా దూరం చేసుకోవడం అవుతుందనీ తెలుసు. అందుకని అతని ఎడబాటుని నిబ్బరంగా భరించాలనే ఈసారి అనుకొంది. కాని వ్రాన్‌స్కీ తను వెడుతున్నానని చెప్పేటప్పుడు అన్నాకేసి చూసిన జడ దృక్కు ఆమెని తీవ్రంగా గాయపరిచింది. దాంతో అతను వెళ్లక ముందే ఆమె నిబ్బరం సడలిపోయింది.

ఆ చూపు అతనికి వున్న స్వేచ్ఛాధికారాన్ని చాటింది అని తర్వాత ఒంటరిగా ఉన్నప్పుడు దాన్ని గురించి అనుకుంది. దాంతో ఎప్పటిలాగానే తన అవమాన భరిత స్థితి ఆమెకి గుర్తుకొచ్చింది. 'తనకిష్టం వచ్చిన చోటుకి, ఇష్టం వచ్చినప్పుడు వెళ్లే హక్కు వుంది. వెళ్లడమే కాదు, నన్ను వొదిలిపెట్టే హక్కూ వుంది. తనకి అన్ని హక్కులూ వున్నాయి. నాకు యేమీ లేవు. ఆ విషయం తెలిసీ అతను అలా చేసి వుండకూడదు.' 'కాని తను యేం చేశాడు?... నాకేసి కఠినంగా జడంగా చూశాడు. సరే ఆ చూపు ఫలానా అని చెప్పలేం, వివరించలేం. కాని ఇంతకు ముందు ఎన్నడూ అలా లేదు. ఈసారి చూసిన చూపులో ఏదో అంతరార్థం వుంది' అనుకొంది. 'నాపట్ల తన ప్రేమ వన్నె తగ్గుతోందని ఆ చూపు అర్థం' అనుకొంది.

తనమీద అతనికి ప్రేమ తగ్గుతోంది అని ఆమెకి నమ్మకం కలిగినా దాన్ని గురించి చెయ్యగలిగింది ఏమీ లేకపోయింది. అతనితో తన సంబంధాలని మార్చుకొనేందుకూ మార్గం లేకపోయింది. ఇప్పుడు అంతకు ముందులాగానే తన ప్రేమపాశంతో, సౌందర్యంతో మాత్రమే

అతన్ని బంధించి వుంచగలదు. ఇప్పుడూ అంతకు ముందులాగానే పగలు ఏదో వ్యాపకం కలిగించుకునీ, రాత్రిళ్లు మార్ఫియా తీసుకునీ ఆ భయంకరమైన ఆలోచనని - తనపట్ల అతని ప్రేమపోతే ఏమవుతుంది అన్న ఆలోచనని - మనసునుంచి దూరం చేసుకుంటూ వుంది. అవును, మరో ఉపాయమూ వుంది - అతన్ని తన వశంలో వుంచుకోవడమే కాదు, అందుకు ప్రేమ తప్ప వేరే సాధనం లేదు, - కాని తనని అంటిపెట్టుకుని వుండేటట్టు, తనని వదిలిపెట్టి అతను వెళ్లిపోకుండా వుండే పరిస్థితి కల్పించుకునేటట్టు చెయ్యడం. ఆ ఉపాయం విడాకులు, వివాహం. అన్నా మనసులో దాన్ని గాఢంగా కోరుకో ప్రారంభించింది. అబ్లాన్స్కీ గాని, వ్రాన్స్కీ గాని ఆ ముక్క ప్రస్తావిస్తే వెంటనే అందుకు ఒప్పేసుకుందామని నిర్ణయించింది.

అలాంటి ఊహలతో ఆమె ఆ అయిదు రోజులు, అతను లేని అయిదు రోజులూ గడిపింది.

ప్రిన్సెస్ వర్వారాతో మాట్లాడ్డం, షికార్లు వెళ్లడం, హాస్పిటల్‌ని చూసి రావడం, ఇంకా ముఖ్యంగా చదువుకోవడం, ఒక దాని తర్వాత ఒకటిగా పుస్తకాలు చదవడం ఆమెకి వ్యాపకం కలిగించాయి, కాలక్షేపం అయింది. కాని ఆరో రోజున బండివాడు ఖాళీగా వ్రాన్స్కీ లేకుండా స్టేషన్‌నుంచి తిరిగి రావడంతో వ్రాన్స్కీ గురించీ, అతనేం చేస్తున్నాడో అన్న విషయం గురించీ మనసుకి ఆలోచనలు రాకుండా చేసుకోలేకపోయింది. సరిగ్గా అప్పుడే బిడ్డకి ఒంట్లో నలత చేసింది. తనే స్వయంగా బిడ్డ పరిస్థితి చూడడం మొదలెట్టింది అన్నా. కాని ఆ పనీ ఆమెకి ఏమార్పు కలిగించలేకపోయింది. ముఖ్యంగా బిడ్డ నలత అంత ఆందోళనకరమైంది కాకపోవడంవల్ల, తను ఎంత కొట్టుకులాడినా ఈ బిడ్డని ప్రేమించలేకపోయింది. ప్రేమ వున్నట్లు నటించే శక్తి ఆమెకి లేదు. ఆ సాయంత్రం వేళకి ఒంటరిగా ఉండిపోయింది. దాంతో అన్నాకి వ్రాన్స్కీ గురించిన భయం పుట్టేసింది. బయల్దేరి పట్టణానికి వెడదామనుకుంది. కాని మళ్లీ తలాతోకా అందని ఉత్తరం రాసి దాన్ని రెండోసారి చదవను కూడా చదవలేకుండా పంపించింది. దాన్నే వ్రాన్స్కీ చదివాడు. ఆ మర్నాడే ఆమెకి వ్రాన్స్కీ రాసిన ఉత్తరం అందింది. తను ఉత్తరం రాసి పంపినందుకు నొచ్చుకుంది. అతను మళ్లీ తనకేసి జడంగా చూస్తాడేమోనని, ముఖ్యంగా బిడ్డకి అంత పెద్ద నలత కాదు అని తెలిశాక, అలా చూస్తాడేమోనని ఆమె అతని జడ దృక్కుని గుర్తు చేసుకుని వొణికింది. అయినా ఉత్తరం పంపించినందుకు ఆమెకి సంతోషమూ కలిగింది. తను వ్రాన్స్కీకి బరువు అవుతున్నానన్న విషయాన్ని తన దగ్గరికి తిరిగి రావడానికి అతను విచారంగా తన స్వేచ్ఛని వదులుకుంటాడు అన్న విషయాన్ని అన్నా ఇప్పుడు మనసులో ఒప్పుకుంది. అయినా గానీ సంతోషపడింది అతను తిరిగి వస్తున్నాడు అని. తనని అతను గుదిబండ అనుకుంటే ఏంగాక అతను తన దగ్గర వుంటాడు తను అతన్ని చూస్తుంది. అతని ప్రతి కదలికనీ గమనిస్తుంది.

ఆమె డ్రాయింగ్‌రూమ్‌లో దీపం దగ్గర టైయిన్* రాసిన కొత్త పుస్తకం పుచ్చుకుని కూర్చుంది. చదువుకుంటూ, ఏ క్షణంలోనైనా బండి వస్తుందని ఎదురుచూస్తూ, గాలి సవ్వడి వింటూ వుంది. బండి చక్రాల చప్పుడు వినిపించినట్టు చాలాసార్లు అనిపించింది. కాని ఆమె పొరపడింది. ఆఖరికి చక్రాల చప్పుడే కాక బండివాడి అరుపులూ, సింహద్వారం దగ్గర

ఛాదితమైన పోర్టికోలో మందంగా చప్పుడు వినిపించాయి. పేషెన్స్ పేకాటలో మునిగిపోయిన ప్రిన్సెస్ వర్వారా కూడా ఆ చప్పుళ్లు వింది. అన్నా బుగ్గలు కెంపెక్కి నుంచుంది. అప్పటికి రెండుసార్లు మెట్లు దిగి వెళ్లింది. ఈసారి అలా వెళ్లకుండా అక్కణ్నే నుంచుండిపోయింది. తన జిత్తులమారితనం గుర్తువచ్చి హఠాత్తుగా ఆమెకి సిగ్గయింది. కాని వ్రాన్‌స్కీ అందుకు ఎలా ప్రవర్తిస్తాడోనని ఇంకా ఎక్కువ భయం కలిగింది. మనసులో రేగిన అసూయ తగ్గింది, ఇప్పుడు కేవలం అతనికి కోపం వస్తుందేమోనని భయంగా వుంది. పాపకి తగ్గిపోయి హాయిగా వుందన్న విషయం గుర్తు వచ్చింది. తను వ్రాన్‌స్కీకి ఉత్తరం రాయగానే నలత తగ్గిపోయి కిలకిల ఆడుకున్నందుకు పిల్లమీద అన్నాకి కోపం కూడా వచ్చింది. ఆ సమయంలోనే ఆమెకి వ్రాన్‌స్కీ అక్కడ వున్నట్టు, అతని చేతులు, అతని కళ్లు అతని మొత్తం మూర్తి ఎదురుగా వున్నట్టు స్ఫురణకి వచ్చింది. అతని గొంతుక ఆమెకి వినిపించింది. సర్వమూ మరిచిపోయి ఆమె అతన్ని కలుసుకుందుకు సంతోషం పొంగి వస్తూ ఉండగా కిందికి పరిగెత్తింది.

"పాపకి ఎలా వుంది?" అని అతను మెట్ల మీదనుంచి అన్నా తనవైపే పరిగెత్తుకు రావడం చూసి బెరుగ్గా అడిగాడు.

అతను కుర్చీలో కూర్చున్నాడు. ఒక నౌకరు అతని బూట్లు విప్పుతున్నాడు.

"ఇప్పుడు బాగా వుంది."

"నువ్వెలా ఉన్నావు?" అని వ్రాన్‌స్కీ బట్టలమీద మంచు దులుపుకుంటూ అడిగాడు.

ఆమె అతని చేతిని తన రెండు చేతులతోనూ పట్టుకుని, అతనికేసే కళ్లప్పగించి చూస్తూ, తన నడుము చుట్టూ వేసుకుంది.

"నాకు ఇప్పుడు హాయిగా వుంది" అని ఆమె కేశబంధాన్నీ, గౌనునీ – తనకోసమే ఆ గౌను ఆమె వేసుకుందని అతనికి తెలుసు – తదేకంగా చూస్తూ వ్రాన్‌స్కీ అన్నాడు.

ఇదంతా వ్రాన్‌స్కీకి సంతోషకరంగానే వుంది. కాని ఎన్నిసార్లు సంతోషం కలిగించలేదు! అతని ముఖంమీద, ఆమె ఎంతో భయపడిన, శిలాసదృశ కఠోర దృక్కు కనిపించింది.

"నాకు చాలా సంతోషంగా ఉంది. నువ్వు బాగానే ఉన్నావు కదా?" అని చేతి రుమాలుతో తడి గడ్డాన్ని తుడుచుకుంటూ ఆమె చేతిని ముద్దు పెట్టుకుంటూ అడిగాడు.

'అయినా ఫరవాలేదు. అతను ఇక్కడ వుంటే చాలు. తను ఇక్కడ వుంటే నన్ను ప్రేమించకుండా వుండలేడు, అంతటి ధైర్యం చెయ్యలేడు' అనుకుంది అన్నా.

ఆ సాయంత్రం హుషారుగా నవ్వుతూ తుళ్లుతూ గడిచిపోయింది. ప్రిన్సెస్ వర్వారా కూడా వాళ్లతోనే వుంది. వ్రాన్‌స్కీ లేనప్పుడు అన్నా మార్ఫియా తీసుకుందని ఆమె అతనితో పితూరీ చేసింది.

"నన్నేం చెయ్యమంటావు? నిద్రపట్టి చావలేదు. ఒకటే ఆలోచనలు. నువ్విక్కడ వుంటే మార్ఫియా ఎప్పుడూ తీసుకోను. దాదాపు ఎప్పుడూ తీసుకోను" అంది అన్నా.

వ్రాన్‌స్కీ ఎన్నికల గురించి చెప్పాడు. అన్నా అదీ ఇదీ అడుగుతూ అతను అలా చెప్పేటట్టు చేసింది. అది అతనికి అన్నిటికంటే ఎక్కువ సంతోషం కలిగిస్తుంది. ఏమంటే అది అతని

విజయమే. తర్వాత ఇంటి దగ్గర విషయాల్లో అతనికి ఆసక్తి కలిగించే వాటి గురించి చెప్పింది. ఆమె చెప్పిన వార్తలన్నీ హుషారు కలిగించే వార్తలే.

కాని రాత్రి పొద్దుపోయాక ఇద్దరూ ఏకాంతంగా వున్నప్పుడు, అతను మళ్లీ సంపూర్తిగా తన వశంలో వున్నాడని అన్నా చూసి, తన ఉత్తరంవల్ల ఏర్పడ్డ దురభిప్రాయాన్ని తొలగించాలనుకుంది.

"నిజం చెప్పు నా ఉత్తరం చూసి నీకు చిరాకు అనిపించింది. నామీద నమ్మకం పోయింది నీకు కదూ?" అంది అన్నా.

ఆ మాటలు అంటూనే, తనపట్ల అతని ప్రేమ ఎంతటిదైనా తను ఉత్తరం రాసినందుకు అతను క్షమించడు అని ఆమెకి అనిపించింది.

"ఆం! అది గూఢంగా వుంది. పాపకి ఒంట్లో బాగాలేదు, నువ్వేమో స్వయంగా అక్కడికి వద్దామనుకున్నావు" అన్నాడతను.

"అదంతా నిజమే."

"కాదని నాకు అనుమానం వుందంటావా?"

"అవును, ఉంది. నీకు కోపం వచ్చింది, కనిపిస్తూనే వుంది."

"ఏం కాదు. నాకు కోపం వచ్చిందీ అంటే ఒకటి, నువ్వు ఒప్పుకోవు నాకు కొన్ని బాధ్యతలున్నాయని..."

"కచేరీలకి వెళ్ళే బాధ్యతలు..."

"పోన్లే ఈ గొడవని ఇంతటితో వదిలేద్దాం" అన్నాడతను.

"ఎందుకు వదిలెయ్యాలి?" అందామె.

"నేను ఒక్కటే చెప్పదల్చుకున్నాను. కొన్ని అత్యవసరమైన పనులు తగులుతూ ఉంటాయి. మాటకి ఇంటి వ్యవహారం గురించి నేను మాస్కో వెళ్ళితీరాలి కదా... అబ్బ, నువ్వు ఎందుకింత చిరచిరలాడే మనిషివయ్యేవు అన్నా? నీకు తెలీదా నువ్వు లేకుండా నేను వుండలేనని?"

"అలా అయితే" అని అన్నా హఠాత్తుగా గొంతుక మారిపోతూ వుండగా అంది, "నీకు ఈ పద్ధతి జీవితం బరువైందని తేలుతోంది... ఒక్క పూటకి వస్తావు, మళ్ళీ చక్కాపోతావు, ఎలా అంటే..."

"అన్నా, ఇది అన్యాయం! నా ప్రాణం అర్పించడానికి తయారుగా వున్నాను–"

కాని అన్నా అతను చెప్పేదాన్ని వినిపించుకోవడం లేదు.

"నువ్వు మాస్కో వెడితే నేనూ వస్తాను. నేనొకత్తినీ ఇక్కడ వుండను. మనం విడిపోనేనా విడిపోవాలి, వుంటే కలిసే వుండాలి."

"నీకు తెలుసు అదొక్కటే నా కోరిక అని. అందుగ్గాను..."

"నేను విడాకులు తీసుకోవాలి అంతేనా? నేను ఆయనకి ఉత్తరం రాస్తాను... చూస్తూనే వున్నాను యిలా వుండలేను. కాని నీతో మాస్కో వస్తాను."

“నువ్వు అలా బెదిరిస్తూ వున్నట్టు మాట్లాడుతున్నావు. సర్వదా నీతోనే వుంటాను, అంతకంటే నే కోరుకునేది ఏం లేదు” అన్నాడు వ్రాన్‌స్కీ, చిరునవ్వు నవ్వుతూ.

కాని వ్రాన్‌స్కీ ఈ మృదువైన మాటలు అంటూ వున్నా అతను చూసిన చూపు జడంగా మాత్రమేకాక సంతప్త, ఘోర పీడిత మానవుని చూపులాగా కూడా భాసించింది.

అన్నా ఆ చూపుని గ్రహించి దాని అర్థం నిజంగా ఊహించింది.

‘అలా అయితే సరే, చెడ్డరోజులు వచ్చాయనుకో’ అని అతని చూపు చెప్తున్నట్టు కనిపించింది. అది క్షణికమైన ఛాయ మాత్రమే, కాని ఆమె దాన్ని మనసులోనుంచి ఎప్పటికీ తుడిచేసుకోలేకపోయింది.

అన్నా భర్తకి ఉత్తరం రాసి విడాకులు ఇమ్మని అభ్యర్థించింది. నవంబరు ఆఖర్లో ప్రిన్సెస్ వర్వారాని పీటర్స్‌బుర్గ్ పంపేసి ఆమె, వ్రాన్‌స్కీ కలిసి మాస్కో వెళ్లిపోయారు. ఇప్పుడు కెరనిన్ నుంచి జవాబు ఏ రోజునేనా రావచ్చునని ఎదురుచూస్తూ వుండడం వల్ల వాళ్ళు భార్యాభర్తల్లాగే కలిసి కాపురం చెయ్యడం మొదలుపెట్టారు.

యేడవ భాగం

1

లేవిన్ దంపతులు మాస్కో వచ్చి మూడు నెలలు అయింది. కిట్టీకి పురుడు రావాల్సి వుండిందని అలాంటి విషయాల లెక్కల్లో తలపండినవాళ్ళంతా అనుకున్నారు. అయినా కిట్టీకి కాన్పు అవలేదు. కాన్పు వచ్చే సూచనలు రెండునెలల నాడు ఉన్నప్పటికంటే, దగ్గరపడినట్లూ కనిపించలేదు. డాక్టరు, మంత్రసాని, దాలీ, తల్లి, ముఖ్యంగా లేవిన్ – ఆసన్న సంఘటన గురించి వణుకు రాకుండా వూహించుకోలేకుండా వున్నాడతను – అందరూ ఆందోళనపడుతున్నారు. కాలు కాలిన పిల్లుల్లా వున్నారు. ఒక్క కిట్టీ మాత్రమే చీకూ చింతా లేకుండా మనశ్శాంతిగా హాయిగా వుంది.

ఆమెకి పుట్టబోయే బిడ్డపట్ల, దాదాపు ఆమెకి సంబంధించి విద్యమానంగా వున్న బిడ్డపట్ల, ఆమె అంతరంగంలో ఉత్పన్నమవుతూ వున్న నూతన ప్రేమ భావన ఇప్పుడు స్పష్టంగా అనుభూతం అవుతోంది. ఆమె సహర్షంగా ఈ అనుభూతికి పులకరిస్తోంది. బిడ్డ ఇప్పుడు ఎంతమాత్రమూ తనలో అంగంగా భాగం కాదు. ఓ మేరకి బిడ్డకి సొంత జీవితం, తన ప్రమేయం లేనటువంటిది వచ్చేసింది. కిట్టీకి ఇది ఎక్కువసార్లు బాధకలిగించింది. కాని దీంతోబాటు ఏదో తెలియని నూతన ఆనందంతో నవ్వాలనిపించే కోరికా పుట్టేది.

కిట్టీకి ఆత్మీయులైనవాళ్ళంతా దగ్గరే వున్నారు. అందరూ ఆమెపట్ల ఎంతో ఆదరంగా వున్నారు. చెయ్యి కదిపితే ఎక్కడ కందిపోతుందో అన్నట్టు చూస్తున్నారు. ఆమెకి సంతోషం కలిగించాలని చూస్తున్నారు. ఇదంతా త్వరలో ముగుస్తుందీ అని ఆమెకి అనిపించి, తెలిసి వుండకపోతే ఆమె ఇంతకంటే ఎక్కువ సుఖప్రదమైనదాన్ని కోరుకుని వుండదు. ఇంతటి మాధుర్య జీవితానికి ఒక్కటే సొద్దుగా వుంది. అది పల్లెలో ఆమె ప్రేమిస్తున్న రీతిలో భర్త ఇక్కడ లేకపోవడం.

పల్లెటూళ్ళో అతను స్థిమితంగా, మార్దవంగా, ఆతిథ్యపూరితంగా వుండేవాడు. అలా వుండడం ఆమెకి ఇష్టం. పట్టణంలో ఎప్పుడూ వ్యాకులపాటుగా, ఎలా వుంటే ఏమవుతుందో అని తనకి, ఇంకా ఇదిగా ఎవరన్నా కిట్టీ మనసు కష్టపెడతారేమోనన్న బెదురుతో హెచ్చరికపాటుగా వున్నాడు. పల్లెటూళ్ళో స్పష్టంగా అది తన స్వస్థానం అని ధీమా వుండడంతో అతను ఎక్కడికీ ఫలానా పని అని లేకుండా వూరికే వెళ్ళేవాడు కాదు. పట్టణంలో అలా కాకుండా అయ్యో అది చెయ్యి జారిపోతుందేమోనన్నట్టు ఎప్పుడూ హడావుడిగానే వుండేవాడు. ఇంతా చేసి ఏ పనీ వుండేది కాదు. కిట్టీకి లేవిన్‌పట్ల జాలి కలిగింది. పైవాళ్ళకి అతను అలా కనిపించడం లేదని ఆమెకి తెలుసు. దయనీయంగా కనిపించకపోవడమే కాక అందుకు భిన్నంగా వుండేవాడు. నలుగురిలోనూ వున్నప్పుడు అతను పై వాళ్ళకి ఎలా కనిపిస్తాడోనని కిట్టీ నిష్పాక్షిక దృష్టితో అతన్ని చూసేది. ఆమెకి అలా అతన్ని చూసినప్పుడు కొంచెం అసూయ

కూడా కలిగేది. అతను నలుగురిలోనూ దయనీయంగా కనిపించకపోవడం సరేసరి, తన ఔచిత్యంవల్ల మహిళలపట్ల చూపించే లజ్జాన్విత ప్రాచీన ధోరణి మన్నన వల్ల, తన దృఢగాత్రం వల్ల, అన్నిటినీ మించి ఆమెకి తోచినట్టు అతని అభివ్యక్తిపూర్వక వదనంవల్లా ఎంతో ఆకర్షణీయంగా ఉండేవాడు. కాని అతన్ని ఆమె పరాయివ్యక్తి దృష్టి నుంచి కాక అంతరంగిక దృష్టి కోణంనుంచి చూసినప్పుడు అతను అతనిలా వున్నట్టు కనిపించేవాడు కాదు. అతని స్థితిని ఆమె ఇంతకంటే వేరేవిధంగా వర్ణించలేకపోయింది. పట్టణంలో అతను ఇమడలేకపోతున్నందుకు హృదయాంతరాళంలో అతనిమీద చిరాకు కలిగేది. మళ్ళీ మధ్యమధ్య అంతే, అతనికి బస్తీ బతుకు సరిపడదు. సంతృప్తి చెందలేదు అని సమాధానపడేది.

అయినా నిజానికి అతనిక్కడ చెయ్యడానికి ఏం వుంది? అతనికి పేకాట ఇష్టం లేదు. క్లబ్బులకి వెళ్ళనూ వెళ్ళడు. అబ్లాన్‌స్కీలాంటి మజా షోకిలాలతో చెట్టా పట్టా లేసుకు తిరగడం అంటే ఏమిటో ఆమెకి ఈపాటికి తెలిసొచ్చింది... పూటుగా తాగడం, తర్వాత ఎక్కడికో పోవడం. అలాంటి సందర్భాల్లో మగాళ్ళు ఎక్కడికి వెడతారో అనే స్ఫురణకే కిట్టీ వొణికిపోయింది. కాని కిట్టీకి తెలుసు, అలా కలవడానికి పడుచు పిల్లల్తో సంతోషంగా సల్లాపాలాడాలి, మరి అలాంటిది ఆమెకి ఇష్టం లేదు. పోనీ అతను తనతో, తల్లితో, తన అక్కల్తో ఇంటి దగ్గర కూర్చోవాలా? కాని తమ అక్కచెల్లెళ్ళు రోజూ చెప్పుకునే కబుర్లు – తండ్రి తమ పోచికోలు కబుర్ల గురించి చెప్పినట్టు "అమ్మలక్కల వూసులు" – హుషారుగా సరదాగా అనిపించినా, అతనికి విసుగెత్తాయి. ఇక మరి ఏం చెయ్యాలి? తను రాస్తూ వున్న పుస్తకం రాసుకుంటూ వుండాలా? అతనా పనీ ప్రయత్నించాడు. లైబ్రరీకి వెళ్ళి ఆ విషయమై పుస్తకాలు చదివి, నోట్సు రాసుకున్నాడు కూడా. కాని అతను కిట్టీకి చెప్పినట్టు ఎంత ఎక్కువసేపు ఏం చెయ్యకుండా ఊరికే ఉంటాడో అంత తక్కువ తీరిక ఆ పనికి వుంటోంది. పైగా ఆమెతో తన పుస్తకం గురించి ఇక్కడ మరీ ఎక్కువ ప్రస్తావన చేశాడు. తత్ఫలితంగా అతని ఆలోచనలు గజిబిజి అయిపోయి, అతనికి దానిమీద ఆసక్తి పోయింది.

బస్తీలో వుండడం వల్ల లాభం ఒక్కటే కనిపించింది. వాళ్ళ మధ్య దెబ్బలాటలు లేవు. వాతావరణం మారిందానివల్ల నైతేనేం, ఈ విషయానికి సంబంధించి ఇద్దరూ అర్థం చేసుకుని హెచ్చరికగా వుండడం వల్ల నైతేనేం మాస్కోకి మకాం మార్చేముందు వాళ్ళిద్దరూ భయపడినట్టుగా అనుమానం, అసూయల సాకుతో వాళ్ళిద్దరి మధ్యా జగడాలు జరగలేదు.

దీనికి సంబంధించి ఇద్దరికీ మహత్తర ప్రాముఖ్యం వుండే సంఘటన ఒకటి జరిగింది – కిట్టీకి వ్రాన్‌స్కీకీ మధ్య భేటీ.

మరీయా బొరీసొవ్నా అనే వృద్ధ ప్రిన్సెస్ వుంది. ఆవిడ కిట్టీకి ధర్మమాత. కిట్టీ అంటే ఆవిడకి ప్రాణం. కిట్టీ మాస్కో వస్తే చూడాలని వుంది అని ఆవిడ అందట. నెలలు నిండి కాన్పు అయ్యే స్థితిలో కిట్టీ ఎక్కడికీ వెళ్ళదలుచుకోకపోయినా ఆమెపట్ల గౌరవంకొద్దీ తండ్రితో కలిసి ఆవిడ్ని చూడ్డానికి వెళ్ళింది. అక్కడ వ్రాన్‌స్కీ కనిపించాడు.

ఈ భేటీ జరిగిన క్రమంలో కిట్టీ దేన్నిగురించేనా తనని తను నిందించుకుని ఉంటే, అది కేవలం ఈ కారణం వల్లనే – యూనిఫాంలేని ఆ సుపరిచిత విగ్రహాన్ని గుర్తుపట్టగానే

కొంచెంసేపు ఆమె శ్వాస ఆగినంత పనయింది. రక్తం జర్‌న తల్లోకి దూసుకువచ్చింది, ముఖం ఎర్రబడిపోయినట్టు ఆమెకి అనిపించింది. కాని కేవలం ఆ స్థితి కొన్నిక్షణాల సేపే వుంది. తండ్రి వ్రాన్‌స్కీతో కావాల్సికి పెద్దగొంతున పెట్టి మాట్లాడ్డం ముగించేలోపునే ఆమె అతనికేసి చూడగలిగి, ప్రిన్సెస్ మరీయా బొరీసొవ్నా మాట్లాడే మాదిరి మాట్లాడ్డానికీ తయారుగానే వుంది. అన్నిటికంటే చెప్పుకోవలసింది వ్రాన్‌స్కీతో మాట్లాడ్డానికి ఆమె ఎలా తయారయి వుందంటే ఆమె ప్రతి మందహాసం, ప్రతి గమకం, ఆ సమయంలో తన ముందు అదృశ్యంగా వున్నాడని ఆమె భావించుకుంటూ వున్న భర్త ఆమోదిస్తాడు.

వ్రాన్‌స్కీతో ఏవో కాసిని మాటలు కిట్టీ మాట్లాడింది. ఎన్నికల గురించి అతను వేళాకోళంగా "మన పార్లమెంట్" అని ప్రస్తావించినప్పుడు మందహాసం చేసింది. (అతని వ్యంగ్యం పట్టుకున్నట్టు సూచించడానికి చిరునవ్వు నవ్వడం అవసరం.) కాని అప్పుడే ప్రిన్సెస్ మరీయా బొరీసొవ్నా కేసి ముఖం తిప్పి ఆ తర్వాత ఒక్కసారి కూడా, అతను సెలవు తీసుకునేందుకు లేచేదాకా, అతనికేసి తిరగలేదు. అప్పుడేనా అతనికేసి తిరగడానికి హేతువు విశదమే: సెలవు తీసుకునేందుకు వొంగి వందనం చేసేటప్పుడు ఆ మనిషికేసి చూడకపోవడం మర్యాద కాదు.

వ్రాన్‌స్కీతో జరిగిన ఈ భేటీ గురించి తండ్రి ఒక్క మాట అనకుండా ఉన్నందుకు మనసులో ఆయనకి దణ్ణం పెట్టింది. కాని యింటికి తిరిగివచ్చాక రోజూ మాదిరిగా షికారు వెళ్ళినప్పుడు ఆయన చూపించిన ప్రత్యేక ఆదరాన్ని బట్టి ఆయనకి తృప్తి కలిగినట్టే వుందని ఆమె గ్రహించింది. తనపట్ల తనకీ తృప్తి కలిగింది. వ్రాన్‌స్కీపట్ల తన పూర్వానుభూతులనన్నిటినీ హృదయాంతరాళంలో అణిచిపెట్టుకోగల శక్తి తనకి వుంటుందనీ, పైకి కనిపించడం మాత్రమే గాక నిజంగా యదార్థానికి అతనిపట్ల ఉదాసీనంగా, పట్టించుకోకుండా వుండగలదనీ ఆమె ఊహించలేదు.

ప్రిన్సెస్ మరీయా బొరీసొవ్నా ఇంటి దగ్గర తను వ్రాన్‌స్కీని చూశానని కిట్టీ లేవిన్‌తో చెప్పినప్పుడు అతను కిట్టీకంటే ఎక్కువగా సిగ్గుతో ఎర్రబడి పోయాడు. అతనికి ఆ విషయం చెప్పడం ఆమెకి కష్టం అయింది. ఆ భేటీ వివరాలు చెప్పడం ఆమెకి ఇంకా కష్టం అయింది. ఏమంటే అతనా వివరాలు అడగలేదు. ఊరికే ముఖం ముడతలు పడేసుకుని ఆమెకేసి చూస్తూండి పోయేడంతే.

"నువ్వు అక్కడ లేకపోవడం నాకు యాతనైంది" అందామె. "అంటే నా ఉద్దేశం అది కాదు. అదే గదిలో... నువ్వుండి వుంటే ఇంత ఇదిగా అనిపించేది కాదు నాకు... నాకిప్పుడు ఎక్కువ సిగ్గుగా వుంది" అని ఆమె కుదుళ్ళల్లో కంటా ఎర్రబడిపోతూ అంది. "....కాని నువ్వు ఏ సందులో నుంచేనా చూసి ఉండాల్సింది" అంది.

తను చేసిన పని ఆమెకి తృప్తి కలిగించినట్టు ఆమె నిజాయితీపూర్వక నేత్రాలు లేవిన్‌కి చెప్పాయి. ఆమె సిగ్గుతో ఎర్రబడుతూ ఉన్నప్పటికీ అతనికి స్థిమితం కలిగింది. ఆమెను అవీ ఇవీ అడగడం మొదలుపెట్టాడు. ఆమె కోరుకున్నదీ అదే. ఆమెనుంచి అన్ని వివరాలూ తెలుసుకున్నాక, కేవలం మొదటి క్షణంలోనే ఆమె సిగ్గుతో బెదిరింది కాని తర్వాత వ్రాన్‌స్కీతో

శుద్ధ పరాయి మనిషితో ఉన్నట్టు మామూలుగా, సాదాగా వుందని తెలుసుకున్నాక లేవిన్‌కి పూర్తిగా ఉత్సాహం కలిగింది. తను ఇక పైన ఎన్నికలప్పుడు ప్రవర్తించినట్టు తెలివితక్కువతనంతో వ్రాన్‌స్కీతో ప్రవర్తించనని, వీలైనంత స్నేహపూర్వకంగా ఉంటాననీ చెప్పాడు.

"ఓ వ్యక్తి దాదాపు నీకు శత్రువు, అతన్ని కలుసుకోవడం కష్టంగా వుంటుంది. ప్రాణసంకటమే అనేది చాలా బాధగా వుంటుంది" అంటూ "నాకు చాలా చాలా సంతోషంగా వుంది" అన్నాడు లేవిన్.

2

"నీకు పుణ్యం ఉంటుంది, బాల్ దంపతుల్ని చూడు వెళ్ళి" అని కిట్టీ భర్తతో అంది. ఉదయం పదకొండు గంటలప్పుడు ఇంట్లో నుంచి బయటకి వెడుతూ అతను ఆమె దగ్గరికి వచ్చాడు. "సాయంత్రం క్లబ్బులో భోజనం చేస్తావని* నాకు తెలుసు. నాన్న నీ పేరు రాయించారట. కాని అప్పటిదాకా ఏం చేస్తావు?" అంది.

"ఊరికే కతవాసొవ్ దగ్గరికి వెడతా" అని లేవిన్ అన్నాడు.

"ఇంత పెందరాళేనా?"

"నన్ను మేత్రొవ్‌కి పరిచయం చేస్తానని ఆయన అన్నాడు. మేత్రొవ్‌తో నా పుస్తకం గురించి మాట్లాడతాను. ఆయన పీటర్స్‌బుర్గ్‌లో పేరున్న మేధావి" అన్నాడు లేవిన్.

"ఆయన వ్యాసాన్నేనా నువ్వు అంతలా పొగిడావు? ఊఁ, తర్వాత ఏం చేస్తావు?"

"మా అక్క వ్యవహారాలు ఏ దిశకి వచ్చాయో కోర్టుకి వెళ్ళి కనుక్కుంటా."

"మరి సంగీత కచేరీయో?"

"నే నొక్కణ్ణీ అక్కడేం చెయ్యను?"

"ఉహూఁ, తప్పకుండా వెళ్ళు, కొత్తవాటిని వినిపిస్తారట... నీకు సరదాగా వుండేవాటిని. నేనైతే తప్పకుండా వెళ్ళేదాన్ని."

"ఏమైనా సాయంత్రం భోజనాలకి ముందు వచ్చేస్తాను ఇంటికి" అని గడియారం కేసి చూసుకుంటూ అన్నాడు.

"ఫ్రాక్ కోటు తొడుక్కుని వెళ్ళు. తిన్నగా కౌంటెస్ బాల్ వాళ్ళ యింటికి వెళ్ళడానికి."

"అక్కడికి వెళ్ళక తప్పదా?"

"తప్పదు. వాళ్ళు మనింటికి వచ్చి చూశారు. ఏమంత ఇబ్బంది నీకు? వెడతావు, అయిదు నిమిషాలు కూర్చుంటావు, వాతావరణం చలిగా ఉందనో, మరోలా వుందనో మాట్లాడతావు. తర్వాత లేచి చక్కా పోతావు."

"నువ్వు నమ్మవు నాకిది ఎంత అలవాటులేని పనో, ఎంత సిగ్గుగా కనిపిస్తుందో. ఇదెలా బాగుంటుంది? ఎవరో ముక్కూ మొహం తెలియని వాళ్ళ ఇంటికి వెళ్ళడం, కూర్చోవడం,

పనీగినీ లేకుండా బైఠాయించడం, వాళ్ళ పని పాడుచెయ్యడం, వాళ్ళని విసిగించడం, బుర్ర పాడుచేసుకోవడం చక్కాపోవడం?"

కిట్టీ నవ్వింది.

"కాని పెళ్ళవకముందు వాళ్ళింటికీ వీళ్ళింటికీ వెడుతూవుండేవాడివి కదా?" అంది.

"వెళ్ళేవాణ్ణి. కాని ఎప్పుడూ సిగ్గుగా వుండేది. ఇప్పుడు ఆ అలవాటూ తప్పిపోయింది. నిజం చెప్తున్నా. రెండురోజులు భోజనం లేకుండా వుండగలను అక్కడికి వెళ్ళడం కంటే, ఒట్టు! నాకెంత సిగ్గుగా వుంటుందో. నాకనిపిస్తూంది వాళ్లు 'ఏం పనీ గినీ లేకుండా తమరిక్కడికి దయచేసినట్టు' అనుకుంటారేమోనని."

"అబ్బే, ఏం అనుకోరు, నే చెప్తున్నాగా, ఒట్టు" అని కిట్టీ అతని ముఖంలోకి చూస్తూ నవ్వుతూ అంది. ఆమె అతని చెయ్యి అందుకుంది. "సరే మరి, వెళ్ళిరా... నీకు పుణ్యం వుంటుంది వాళ్ళ ఇంటికి మాత్రం వెళ్ళడం మర్చిపోకేం" అంది.

అతను ఆమె చెయ్యి ముద్దుపెట్టుకుని వెళ్ళిపోబోతూ వుంటే కిట్టీ అతన్ని ఆపింది.

"చూడు, నా దగ్గర ఒక యాభై రూబుళ్ళు మాత్రమే మిగిలాయి."

"అలాగా! నేను దారిలో బేంక్‌కి వెళ్ళి తెస్తాలే. ఎంత కావాలి?" అని అడిగాడు. అతని ముఖంలో అసంతృప్తి కనిపించింది. అది ఆమెకి బాగా తెలుసు.

"ఉండు, కొంచెంసేపు ఆగు" అంది అతని చెయ్యి పట్టుకుంటూ. "ఈ విషయం గురించి కొంచెం మాట్లాడుకుందాం. నాకు ఈ విషయం ఇబ్బందిగా వుంది. నేనేం అనవసరంగా ఒక్క కోపెక్కు ఖర్చుపెట్టడం లేదు, అయినా డబ్బు హారతి కర్పూరంలా ఇగిరిపోతోంది. లొసుగు ఎక్కడుందో తెలీటంలేదు" అంది.

"అబ్బే, అదేం కాదు" అని అతను గొంతుక సవరించుకుని కనుబొమలు ముడుచుకుని ఆమెకేసి చూస్తూ అన్నాడు.

అతను గొంతుక అలా సవరించుకోవడం అంటే ఏమిటో ఆమెకి తెలుసు. అతనికి బాగా అసంతృప్తిగా వుందని దాని అర్థం. ఆమెపట్ల కాదు, తన పట్లనే ఆ అసంతృప్తి. అతనికి నిజంగానే అసంతృప్తిగా వుంది. డబ్బు హరించుకుపోతోందన్నదానివల్ల కాదు, ఏదో పొరపాటు జరిగిపోతోంది అని అతనికి గుర్తువచ్చిందానివల్ల. ఆ విషయాన్ని అతను మర్చిపోదామనుకుంటున్నాడు.

"గోధుమ అమ్మేసి సొమ్ము వసూలు చెయ్యమని సొకొలొవ్‌తో చెప్పాను. డబ్బుకేం బెంగలేదు, భయపడకు" అన్నాడు.

"అది కాదు నా భయం. ఎక్కువ ఖర్చవుతోందేమో..."

"అబ్బే, అదేం కాదు" అని లేవిన్ తన మాటల్ని రెట్టించాడు. "సరే వెళ్ళొస్తా" అన్నాడు.

"కాదు, నాకు అప్పుడప్పుడు అయ్యో అనిపిస్తూ వుంటుంది అమ్మ మాట విని ఇక్కడికొచ్చామే అని. పల్లెలో ఎంత బాగుండేది! ఇక్కడ అందరికీ ఇబ్బంది కలిగిస్తున్నాను. బోలెడు డబ్బు ఖర్చు అవుతోంది"

“అబ్బే, అదేం కాదు, అదేం కాదు! మన పెళ్ళి రోజునుంచీ ఒక్క సారి కూడా ఇంతకంటే బాగా వుండగలమా అని అనుకోలేదు.”

“నిజంగానా?” అని ఆమె లేవిన్ కళ్ళల్లోకి చూస్తూ అంది.

అతనా మాటని అనుకోకుండానే ఆమెకి సంతుష్టి కలిగించడానికి అన్నాడు. కాని తన కళ్ళల్లోకి గుచ్చిగుచ్చి నిజమా అన్నట్టు చూస్తూ వున్న ఆమె అనురాగపూరిత నిశ్చల నేత్రాలని చూడగానే మనస్ఫూర్తిగా అదే మాటలని రెట్టించాడు. 'నేను ఈమె సంగతి ఏమిటో మర్చేపోతూ వుంటా' అని జరగబోయేదాన్ని గురించి గుర్తుచేసుకుని అనుకున్నాడు.

“త్వరలో రావచ్చంటావా? నీకెలా వుంది ఒంట్లో?” అని ఆమె రెండు చేతులూ పట్టుకుని అడిగాడు.

“నాకు తెలిసిపోయిందని ఎన్నిసార్లో అనుకున్నాను, ఇక ఇప్పుడు అనుకోవడం మానేశాను: నాకు ఏం తెలీదు.”

“నీకేం భయంలేదు కదా?”

ఆ మాటని ఆమె కొట్టిపారేస్తున్నట్టు చిన్నగా నవ్వింది.

“పిసరు కూడా భయం లేదు.”

“నా అవసరం పడితే కతవాసావ్‌ల ఇంటికి కబురు చెయ్యి.”

“ఏం అవసరం వుండదు. నువ్వు దాన్ని గురించి ఏమీ అనుకోను కూడా అనుకోవద్దు. నాన్నా నేనూ కలిసి చెట్లున్న రోడ్డు మీద షికారు వెడతాం. దాలీని చూస్తాం. సాయంత్రం భోజనాల వేళ నీకోసం చూస్తూ వుంటాను. అయ్యో, ఉఫ్! నీకు తెలుసా దాలీ పరిస్థితి బొత్తిగా తీసికట్టుగా వుంటోంది! తల మునకలుగా అప్పులు. చేతిలో చిల్లిగవ్వలేదు. నిన్న నేనూ అమ్మా ఆర్సేనియ్ బావతో (అక్కగారు నతాలీ భర్త అర్సేనియ్ ల్వోవ్‌ని అలా పిలుస్తారు) మాట్లాడేం. నిన్నూ బావనీ అబ్లాన్‌స్కీ దగ్గరికి పంపుదామనుకున్నాం. అతనికి చెపుతారని. పరిస్థితి అధ్వాన్నంగా వుంది. నాన్నతో ఈ విషయం చెప్పలేం... కాని మీరిద్దరూ కలిసి...”

“కాని మేమేం చెయ్యగలం?” అని లేవిన్ అడిగాడు.

“యేముంది, నువ్వు అర్సేనియ్ బావ దగ్గరికి వెడతావు, అతను మాట్లాడతాడు. మేం ఏం నిర్ణయం చేశామో అతను చెప్తాడు.”

“అర్సేనియ్ ఏం చెప్పినా ముందే ఊఁ అనేస్తాను. అతని దగ్గరికీ వెడతాను. ఆఁ, సరే, నేను గనక సంగీత కచేరీకి వెడితే నతాలీతో కలిసి వెడతా. మరి, ఉంటా.”

అతనికి గుమ్మంలో తన బ్రహ్మచారి రోజుల నాటి పాత నౌకరు కుజ్మా ఎదురయ్యాడు. అప్పట్లో బస్తీలో ఇంటిని చూస్తూ వుండేవాడు.

“బ్యూటీ...” (బండికి ఎడమవేపు కట్టే గుర్రం) ఊరినుంచి తీసుకొచ్చారు “మళ్ళీ నాడాలు వేయించారు, కాని అది ఇంకా కుంటుతూనే వుంది. ఏం చెయ్యమని హుకుం?” అని అడిగాడు.

మాస్కో వచ్చిన కొత్తలో లేవిన్ వూరినుంచి తీసుకువచ్చిన గుర్రాలని శ్రద్ధగా చూసేవాడు, వుంచేవాడు. ఎంత వీలైతే అంత బాగా, చవగ్గా గుర్రబ్బండి సమస్య లేకుండా చేసుకోవాలని

అనుకున్నాడు. కాని నిదానంమీద తేలిందేమిటంటే సొంత గుర్రాల్ని వుంచుకోవడం కంటే అద్దెబండి గుర్రాలని తెచ్చుకోవడం చవక అని. దాంతో సొంత గుర్రాలు ఉన్నా అద్దె గుర్రాల్ని తెచ్చుకునేవాళ్ళు.

"పశువుల డాక్టర్ని పిలిపించండి. ఆనెలు వాచాయేమో."

"కాని అమ్మగారికి బండి లేకుండా ఎలా జరుగుతుందండి?" అని కుజ్మా అడిగాడు. మాస్కో వచ్చిన కొత్తలో మాదిరి లేవిన్ ఈ ముక్క విని అదిరిపోలేదు. వాజ్దవీజెన్క వీధినుంచి సీవ్‌త్సెవ్ వ్రాజెక్ వీధిదాకా సుమారు ఓ కాలు వెర్‌స్తు దూరం మంచులో వెళ్ళేందుకుగాను భారీబగ్గీకి రెండు దిట్టమైన గుర్రాల్ని కట్టాల్సి వచ్చేది. అక్కడ ఆ గుర్రాలు నాలుగు గంటలు వుండడానికి పట్టుకి అయిదు రూబుళ్ళు ఖర్చయేవి. ఇప్పుడు ఇది మామూలైపోయింది.

"మన బగ్గీకి రెండు అద్దె గుర్రాల్ని కట్టించమని చెప్పు."

"చిత్తం అయ్యా."

పల్లెటూళ్ళో తలకాయ నొప్పి తెప్పించే ఈ సమస్యని బస్తీ జీవితం ధర్మమా అని ఇంత సునాయాసంగా తేల్చేసి లేవిన్ బయటికి వెళ్ళాడు. అద్దెబండిని పిలిచి ఎక్కి నికీత్స్ కయా వీధికి పొమ్మని చెప్పాడు. దారిలో అతను డబ్బు గురించి ఆలోచించలేదు. పీటర్స్‌బుర్గ్ సామాజికశాస్త్రవేత్తని కలుసుకోవడం గురించే అనుకున్నాడు. తన పుస్తకం గురించి అతనితో చర్చించే విషయాల గురించే అనుకున్నాడు.

మాస్కోకి మకాం మారి వచ్చిన కొత్తలో లాభం ఏమాత్రమూ లేకపోయినా తప్పనిసరిగా చెయ్యాల్సి వచ్చిన ఖర్చులు చూసి ఆశ్చర్యపోయాడు. పల్లెటూరివాడికి ఏమీ అర్థంకాని ఆ ఖర్చులు ఎటువేపు తల తిప్పితే అటువేపునుంచి తగిలేవి. అతను ఇప్పటికి వాటికి అలవాటు పడ్డాడు. తాగుబోతుల విషయంలో జరుగుతూ వుంటుందనేలాంటిదే అతనికీ జరిగింది: మొదటిది గొంతుకి అడ్డం పడుతుందట, రెండోది సీపిగుల్లలా జారుతుందిట. మూడోదాని తర్వాత చిన్న చిన్న పిట్టలు యెగిరినట్లుగా గొంతుకలో జారిపోతుందిట. లెవిన్ దర్వాన్‌లకి డవాలు కొండానికి వంద రూబుళ్ళ నోటు మార్చినప్పుడు ఎందుకీ దండుగమారిన డవాలు బట్టలు అని అనుకోకుండా వుండలేకపోయాడు. (వాటికి ఓ దణ్ణం పెట్టెయ్యొచ్చు, కాని వాటిని వదిలించేసుకుందాం అని లేవిన్ చూచాయగా అన్నప్పుడు అత్తగారు అమ్మ బాబోయ్ కొంప మునిగిపోతుందన్నట్టు చూసిన చూపుని బట్టి అవి ఎంత తప్పనిసరో దృష్టిలో వుంచుకున్నాడు.) ఆ డవాలు బట్టల ఖరీదు వేసవిలో పనికిపెట్టుకున్న ఇద్దరు వ్యవసాయ కార్మికుల కూలీ అంత వుంది. అంటే ఆ ఖర్చు ఇంచుమించు ప్రతిరోజూ ఉదయం నుండి సాయంత్రందాకా వంచిన నడుం ఎత్తకుండా పనివాళ్ళు శ్రమించే మూడువందల పనిరోజుల కూలీకి సమానం అన్నమాట. అందుకని ఆ వందరూబుళ్ళ నోటు ఖర్చు చెయ్యడం అతని గొంతుకి అడ్డం పడినట్లైంది. తర్వాత వందరూబుళ్ళ నోటు, ఎవరో బంధువుల భోజనాల నిమిత్తం ఖర్చు చేసినటువంటిది, అంత అడ్డం పడలేదు; అయ్యో ఈ ఖర్చు మూడు పూడ్ల ఓట్ ధాన్యం కోతకి, కట్టివేతకి, నూర్పిడికి తూర్పారబట్టడానికి, జల్లించడానికి, గాదెల్లో పొయ్యడానికి సరిపోతుందే అని మనసుకి అనిపించినా, ఇప్పుడు ఈ బాపతు నోట్లు పిట్టల్లా

ఎగిరిపోతున్నాయి. ఆ సొమ్ము సంపాదించడానికి పడ్డ శ్రమ ఆ సొమ్ము ఖర్చుపెడితే వచ్చే సుఖానికి తూగుతోందా లేదా అనే మాట ఎప్పుడో సొద్దయిపోయింది. ఫలానా ధర పలికితేనే గాని ధాన్యం అమ్మకూడదు అన్న తన నియమాన్ని అతను మరిచిపోయాడు. తను అనుకున్న ధర పలుకుతుందని రై ధాన్యం అమ్మకుండా జాప్యం చేసి నెలముందు అమ్మగలిగిన దానికంటే పూడు యాభై కోపెక్కులు తక్కువకి అమ్మించాడు. ఈ ధోరణిలో సొమ్ము ఖర్చు చేసేస్తే ఖాయంగా ఏడాది తిరిగే లోపున అప్పుల్లో పడిపోతానన్న చింత మాత్రమే. ఎక్కణ్ణుంచేనా రానీ సొమ్మంటూ బేంకులో వుంటే చాలు, రేపు మాంసం కొనుక్కోవడానికి ఫరవాలేదు వుంది అనే దిలాసా. ఇప్పటిదాకా అతనికి బేంక్‌లో జమ వుంది. ఇప్పుడది ఇగుర్చుకుపోయింది. దాన్ని ఎలా భర్తీ చెయ్యాలో అతనికి తెలీలేదు. డబ్బు గురించి కిట్టీ ప్రస్తావించినప్పుడు అతనికి కలత కలిగించింది ఆ విషయమే. కాని ఇప్పుడా విషయం గురించి ఆలోచించే వ్యవధి లేదు. బండిలో వెడుతూ వుండగా అతను కతవాసొవ్ గురించీ, మేత్రావొని కలుసుకోవడం గురించీ అనుకున్నాడు.

3

లేవిన్ ఈ సారి మాస్కో వచ్చిన తర్వాత అతనికి ప్రొఫెసర్ కతవాసొవ్‌తో సన్నిహితంగా కలిసి తిరిగే అవకాశం వచ్చింది. కతవాసొవ్ చదువుకునే రోజుల్లో యూనివర్శిటీలో మిత్రుడు. లేవిన్ అతన్ని తన పెళ్ళయిన దగ్గర్నుంచీ కలవలేదు. కతవాసొవ్ జీవిత దృష్టికోణం స్పష్టంగా సరళంగా వుంటుందని. అందుకని లేవిన్‌కి అతనంటే ఇష్టం. కతవాసొవ్‌కా స్పష్టమైన దృష్టికోణం అతని మానసిక పరిమితుల వల్ల వచ్చిందని లేవిన్ అభిప్రాయం. లేవిన్ ఆలోచనల్లో తార్కిక సంగతి లేకపోవడానికి అతనికి మానసిక క్రమశిక్షణ లేకపోవడం కారణం అని కతవాసొవ్ అభిప్రాయం. కాని కతవాసొవ్ స్పష్టత లేవిన్‌కి ఇష్టం, లేవిన్ తార్కిక అసంగత కతవాసొవ్‌కి ఇష్టం. అంచేత ఇద్దరికీ ఒకరినొకరు కలుసుకోవడం వాదించుకోవడం సరదాగా వుండేది.

లేవిన్ తను రాస్తూ వున్న పుస్తకంలో కొన్ని భాగాలు కతవాసొవ్‌కి చదివి వినిపించాడు. కతవాసొవ్‌కి అవి నచ్చాయి. అంతకుముందు రోజు సాయంత్రం ఓ బహిరంగ సభ దగ్గర కలుసుకున్నప్పుడు కతవాసొవ్ సుప్రసిద్ధ మేత్రొవ్ వచ్చాడని లేవిన్‌తో చెప్పాడు. మేత్రొవ్ రాసిన వ్యాసం ఒకటి లేవిన్‌కి బాగా నచ్చింది. లేవిన్ రాస్తున్న పుస్తకం పట్ల మేత్రొవ్ ఆసక్తి కనబరిచాడట; మేత్రొవ్ మర్నాడు పొద్దున్న పదకొండు గంటలకి తమ ఇంటికి వస్తాడనీ, లేవిన్‌ని కలుసుకోవడం అతనికి చాలా సంతోషంగా వుంటుందనీ కతవాసొవ్ అన్నాడు.

"చాలా బాగుంది, నువ్వు నీ పద్ధతులు మార్చుకున్నావు" అని చిన్న డ్రాయింగ్ రూమ్‌లో లేవిన్‌ని పలకరిస్తూ కతవాసొవ్ అన్నాడు. "గంట మోగడం వినిపించింది, కాని, తను అన్నవేళకి రాడే నిజంగా అనుకున్నాను... ఊఁ, అయితే చెర్నోగోరియా వాసుల గురించి ఏమంటావ్*? జన్మతః యుద్ధ వీరులంటావ్?" అన్నాడు.

"ఏం? ఏమైంది?" అని లేవిన్ అడిగాడు.

కతవాసొవ్ క్లుప్తంగా కాసిని మాటల్లో అతనికి యుద్ధానికి సంబంధించిన తాజా సమాచారం చెప్పి చదువుకునే గదిలోకి తీసికెళ్ళాడు. ఆ గదిలో లేవిన్‌కి సామాన్యమైన ఎత్తు

వున్న దిట్టమైన వ్యక్తిని పరిచయం చేశాడు. ఆ వ్యక్తి చూడ్డానికి ఆహ్లాదకరంగా వున్నాడు. అతనే మెత్రోవ్. వాళ్ళు రాజకీయాల గురించి కాసేపు మాట్లాడుకున్నారు. తాజావార్తల గురించి పీటర్స్‌బుర్గ్ ఉన్నత వర్గాలలో ఏమనుకుంటున్నదీ ప్రస్తావించుకున్నారు. దీనికి సంబంధించి చక్రవర్తి, ఒక మంత్రీ అన్నట్టుగా ఒక విశ్వసనీయమైన శ్రోత చెప్పిన మాటల్ని ఉల్లేఖించాడు. చక్రవర్తి అచ్చం వేరే మాటలు అన్నట్టు కతవాసొవ్ కూడా అంతే విశ్వసనీయ వర్గాల ద్వారా విన్నాడు. లేవిన్ ఈ రెండు రకాల మాటలూ అనగలిగి వుండిన పరిస్థితి గురించి ఊహించుకున్నాడు. దాంతో ఆ విషయానికి సంబంధించిన చర్చ ముగిసింది.

"ఊఁ, సరే. మా లేవిన్ భూమికి సంబంధించిన వ్యవసాయ కార్మికుల సహజ పరిస్థితుల గురించి పుస్తకం రాస్తున్నాడు" అని కతవాసొవ్ చెప్పాడు. "నేనీ విషయంలో చెయ్యి తిరిగినవాణ్ణి కాదు. కాని ప్రకృతి శాస్త్రాలని అధ్యయనం చేసేవాణ్ణి కాబట్టి ఇతను మనుషుల్ని జీవశాస్త్ర నియమాలకి బయట పడెయ్యకుండా తద్భిన్నంగా వాళ్లు వాతావరణం మీద ఆధారపడినట్టు చూడ్డమూ, వాళ్ళ వికాస నియమాలని ఈ ఆధారపడడంతో ముడిపెట్టి చూడ్డమూ నాకు సంతోషకారకంగా వుంది" అన్నాడు.

"చాలా ఆసక్తిగా వుంది" అన్నాడు మేత్రోవ్.

"అసలైతే నేను వ్యవసాయం మీద పుస్తకం రాద్దామని మొదలుపెట్టాను. కాని వ్యావసాయిక ఉత్పత్తిలో ప్రధానం అయిన వ్యవసాయ కూలీ గురించి అధ్యయనం చెయ్యడంతో అనుకోని సూత్రీకరణల దగ్గర చేరాను" అని లేవిన్ బెదురుతో ఎర్రబడుతూ అన్నాడు.

లేవిన్ తన అభిప్రాయాలు వివరించడానికి దారి వెతుక్కుంటున్నట్టుగా నిదానంగానే మొదలుపెట్టాడు. మామూలుగా చలామణిలో వున్న అర్థశాస్త్ర బోధనలకి వ్యతిరేకంగా మేత్రొవ్ వ్యాసాన్ని రాశాడని అతనికి తెలుసు. కాని తన నూతన ఆలోచనా ధోరణిపట్ల మేత్రొవ్ సానుభూతి ఏ మేరకి సంపాదించగలడు అనే విషయాన్ని ఆ విద్వాంసుడి శాంత, విజ్ఞతా ప్రకాశమానమైన ముఖాన్ని చూసి గ్రహించలేకపోయాడు, వూహించనూ లేకపోయాడు.

"కాని రష్యన్ వ్యవసాయ కూలీ ప్రత్యేక లక్షణాలు ఏ విషయంలో మీ దృష్టికి వచ్చాయి? ఒక ప్రాణిగా అతని గుణాల్లోనా, లేక అతను వున్న పరిస్థితులలోనా?" అన్నాడు మేత్రొవ్.

ఆ అడిగిన ప్రశ్నలోనే తను అంగీకరించని వైఖరి ఒకటి వున్నట్టు లేవిన్ గమనించాడు. కాని తన అభిప్రాయాన్ని విపులీకరించాడు. అదేమిటంటే భూమిపట్ల రష్యన్ వ్యవసాయ కులీ వైఖరి ఇతర దేశాల్లోని వ్యవసాయ కూలీల వైఖరికంటే భిన్నంగా వుంటుంది అని. తన అభిప్రాయాన్ని బలపరచుకుందుకు మరో విషయాన్ని అతను గబగబా జత చేశాడు. అదేమిటంటే విస్తారమైన ప్రాచ్య బీడు భూముల్ని లాయకీ చేసుకోవడం తను విధి అనే చింతన నుంచి రష్యన్ ప్రజల వైఖరి ఉత్పన్నం అయిందని తన అభిప్రాయంగా చెప్పాడు.

"ప్రజల విధి గురించి సూత్రీకరణలు చేస్తే సులభంగా బోల్తాపడే అవకాశం వుంది" అని మేత్రొవ్ అడ్డం వెళ్ళాడు. "వ్యవసాయ కూలీ స్థితి ఎప్పుడూ భూమి, పెట్టుబడి విషయంలో అతని సంబంధం మీద ఆధారపడి వుంటుంది" అన్నాడు.

లేవిన్ తన ఆలోచనని పూరా చెప్పే అవకాశం ఇవ్వకుండానే మేత్రొవ్ తన ఆలోచనకి సంబంధించిన ప్రత్యేక విషయాన్ని వివరించడం మొదలుపెట్టాడు.

మేత్రొవ్ చెప్పిందాంట్లో ప్రత్యేకం అయింది ఏమిటో లేవిన్‌కి బోధపడలేదు. ఏమంటే అతను అర్థం చేసుకునే ప్రయత్నం చెయ్యలేదు. ప్రాచుర్యంలో వున్న ఆర్థిక ధోరణులకి మేత్రొవ్ తన వ్యాసంలో తిలోదకాలు ఇచ్చినా అతను కూడా మిగిలినవాళ్ళల్లాగా రష్యన్ వ్యవసాయ కూలీ స్థితిని పెట్టుబడి, కూలీ, శిస్తు అనేవేపునుంచే చూస్తున్నాడని లేవిన్‌కి అర్థమైంది. కాని మేత్రొవ్‌కి తెలిసివుండాలి ఏమంటే ప్రాచ్యభాగంలో, ఎక్కువగా రష్యా భూములు వున్న చోట శిస్తు అనేలాంటిదే లేదు; రష్యా ఎనిమిది కోట్ల జనాభాలో పదింట తొమ్మిదిమందికి కూలీ అంటే పొట్ట నింపుకోవడమే. ఆదిమ ఉత్పత్తి సాధనాలకంటే వేరే పెట్టుబడి లేదు. అయినా మేత్రొవ్ ప్రతి వ్యవసాయ కూలీని ఈ దృష్టినుంచే చూస్తున్నాడు. ఆర్థికవేత్తలకీ తనకీ అభిప్రాయభేదాలు ఉన్నా, కూలీకి సంబంధించి తను కొత్త సిద్ధాంతం చేసినా – దాన్ని అతను లేవిన్‌కి వివరిస్తున్నాడు – అతని వైఖరి అలాగే వుంది.

లేవిన్ అయిష్టంగానే విన్నాడు. మొదట అతనితో వాదించాలనుకున్నాడు. మేత్రొవ్ మాటకి అడ్డంవెళ్ళి తన సిద్ధాంత వివరణ పూర్తి చెయ్యాలనుకున్నాడు. ఇలా చేస్తే ఇకపైన వాదన వుండదు. కాని తామిద్దరూ అంత భిన్న భిన్న కోణాల నుంచి చూస్తున్నామని తేలిపోయాక, ఒకరినొకరు అర్థం చేసుకోవడం పడదు అని నమ్మకం ఏర్పడిపోయాక లేవిన్ అతన్ని వ్యతిరేకించడం మానేసి ఊరికే అతను చెప్పేదాన్ని విన్నాడు. మేత్రొవ్ చెప్పేది అంత ఆసక్తిదాయకంగా లేకపోయినప్పటికీ వింటూ వుంటే అతనికి కొంత సంతోషం కలిగిస్తూ ఉన్నట్టే అనిపించింది. మేత్రొవ్ అంతటి పండితుడు ఎంతో ఉత్సాహంతో, శ్రద్ధతో, చర్చనీయాంశానికి సంబంధించి లేవిన్‌కి వున్న పరిజ్ఞానం మీద ఎంతో విశ్వాసంతో, మధ్యమధ్య అవతలి మనిషి గ్రహించగలడు అని, మొత్తం సమస్యని సూచనప్రాయంగా తెలియజేస్తూ తన ఆలోచనలని వివరించడం లేవిన్ అహానికి తృప్తి కలిగించింది. లేవిన్ తనపట్ల అతనికా విశ్వాసం ఉండడానికి యోగ్యత ఉందని భావించుకున్నాడు. కాని మేత్రొవ్ తన సన్నిహిత మిత్రులతో యీ విషయం గురించి చర్చ ఆమూల చూడం కానిచ్చేశాడు. ఇక ఏ కొత్త మనిషి కనిపించినా, మరీ ముఖ్యంగా తనకే ఇంకా స్పష్టమైన రూపు తీసుకొని ఏర్పడకుండా మసక మసకగా వున్న విషయాన్ని శ్రోత దొరికితే తనివితీరా చెప్పేసుకోవాలని మహా కండూతిగా ఉన్నాడని లేవిన్‌కి తెలీదు.

"కాని ఆలస్యం అవుతోందేమో మనకి" అని కతవాసొవ్ గడియారం చూసుకుంటూ మేత్రొవ్ తన వాగ్ధోరణిని ఆపగానే అన్నాడు.

"ఇవాళ స్విన్తిచ్ యాభైయ్యవ వర్ధంతిని* మా ఔత్సాహికుల సమాజం జరుపుతోంది" అని లేవిన్ అడిగినదానికి జవాబుగా కతవాసొవ్ చెప్పాడు. "మేత్రొవ్, నేనూ అక్కడికి వెడుతున్నాం. స్విన్తిచ్ జంతుశాస్త్రంలో చేసిన పరిశోధనల మీద ఓ పత్రం సమర్పిస్తానని అన్నాడు. రా, సరదాగా వుంటుంది" అన్నాడు.

"ఆఁ, ఆఁ వెళ్ళే వేళ అయింది" అన్నాడు మేత్రోవ్. "మాతో రండి. తర్వాత మా ఇంటికి వద్దురుగాని బుద్ధిపుడితే. మీ పుస్తకంలో కొన్ని భాగాలు వినిపిద్దురుగాని" అన్నాడు.

"అబ్బే లేదులెండి. ఇంకా పూర్తవలేదు. కాని మీతో మీటింగుకి వస్తాను."

"ఇదిగో తెలుసునా? బేదాభిప్రాయం పంపేశారు?" అని కతవాసొవ్ ఫ్రాక్ కోటు తొడుక్కుంటూ లోపల్నించి కేకవేశాడు.

ఈవిధంగా వాళ్ళు విశ్వవిద్యాలయ సమస్య గురించి చర్చించుకోవడం మొదలుపెట్టారు.

ఆ శీతకట్టులో విశ్వవిద్యాలయ సమస్య గురించే ఎక్కడ చూసినా మాస్కోలో చర్చ జరిగింది. పడుచు ప్రొఫెసర్లు ప్రతిపాదించిన ఓ తీర్మానాన్ని పెద్ద ప్రొఫెసర్లు ముగ్గురు అకడమిక్ కౌన్సిల్‌లో తోసిపుచ్చారు. దాంతో పడుచు ప్రొఫెసర్లు తమ భిన్న అభిప్రాయాన్ని ప్రకటించారు. కొంతమంది దృష్టిలో పడుచు ప్రొఫెసర్ల ఈ అభిప్రాయం దుష్టమైంది. కొంతమంది దృష్టిలో అది సబబుగానే ఉందని దాంతో ప్రొఫసర్లు రెండు పక్షాలుగా విడిపోయారు.

కతవాసొవ్‌తో సహా కొంతమంది, తన ప్రత్యర్థుల్ని ద్రోహులుగా, కపటులుగా చూశారు. రెండో పక్షం వాళ్ళు వీళ్ళని తుదీ మొదలూ తెలీని కుర్రకారుగా, పెద్దవాళ్ళని నిరాదరించే వాళ్ళుగా భావించారు. లేవిన్‌కి విశ్వవిద్యాలయంతో ఇప్పుడు సంబంధాలు లేకపోయినా మాస్కోలో వుండగా ఈ విషయం గురించి విని, చాలాసార్లు చర్చించాడు. ఈ సమస్యకి సంబంధించి తనదంటూ ఒక అభిప్రాయం కూడా అతనికి వుంది. అంచేత ఇప్పుడు వాళ్ళతో కలిసి విశ్వవిద్యాలయ పాతభవనం దగ్గరికి వెడుతూ అతనూ చర్చలో చురుగ్గా పాల్గొన్నాడు.

సభ మొదలైంది. ఊలు టేబిల్ క్లాత్ కప్పిన మేజా దగ్గర కతవాసొవ్, మేత్రొవ్‌లు కూర్చున్నారు. అక్కడ్నే మరో ఆరుగురు వ్యక్తులు కూర్చున్నారు. వాళ్ళల్లో ఒకతను వంగిపోయి తను రాసినదాన్ని చదువుతున్నాడు. లేవిన్ మేజా దగ్గర ఖాళీగా ఉన్న కుర్చీలో కూర్చుని, తన పక్కన కూర్చున్న విద్యార్థిని ఆ చదువుతూ ఉన్నదేమిటని అడిగాడు. ఆ విద్యార్థి చిరాగ్గా లేవిన్‌కేసి చూసి అన్నాడు.

"జీవితచరిత్ర"

లేవిన్‌కి శాస్త్రవేత్త స్విన్టిచ్ జీవిత విశేషాల గురించి తెలుసుకోవాలని ఏమీ ఆసక్తి లేదు. కాని వినక చేసేదీ లేదు. అతనికి ఆ ప్రఖ్యాత శాస్త్రవేత్త గురించి అనేక కొత్త, కుతూహలకరమైన విశేషాలు తెలిశాయి.

చదవడం అయ్యాక అధ్యక్షుడు చదివిన అతనికి కృతజ్ఞతలు చెప్పాడు. అదయ్యాక కతవాసొవ్ ఆ ప్రముఖ శాస్త్రవేత్త విజ్ఞాన శాస్త్రానికి చేసిన దోహదం గురించి తను రాసిన వ్యాసం కీచుగొంతుతో బిగ్గరగా చదివాడు.

కతవాసొవ్ వ్యాసం చదవడం పూర్తిచేశాక లేవిన్ గడియారం చూసుకున్నాడు. ఒంటిగంట దాటింది. కచేరికి ముందుగా మేత్రోవ్‌కి తన పుస్తకంలో భాగాల్ని చదవివినిపించడం కుదరదని గ్రహించాడు. నిజానికి చదివి వినిపించే కుతూహలం యిప్పుడతనికి పోయింది. అక్కడ వాళ్ళు వ్యాసాలు చదువుతూ వుంటే అతను బుర్రలో మేత్రొవ్‌తో మాట్లాడిన విషయాల గురించి ఆలోచించాడు. మేత్రొవ్ అభిప్రాయాలు గొప్పవే అనుకుంటూనే తన అభిప్రాయాలూ గొప్పవే

అనీ, ఇద్దరి అభిప్రాయాల్నీ స్పష్టంగా విపులీకరించి ఒక సూత్రీకరణకి రావచ్చనీ, ఎవరిమట్టుకి వాళ్ళు తన దారిలో కృషి చేసుకుంటూ పోతే అలా జరగవచ్చనీ అతనికి విశదం అయింది. సభ ముగిసిన తర్వాత మేత్రావ్ దగ్గరికి వెళ్ళి తను రాలేనని లేవిన్ చెప్పాడు. మేత్రావ్ అతన్ని అధ్యక్షుడికి పరిచయం చేశాడు. అధ్యక్షుడితో మేత్రావ్ తాజా రాజకీయ విషయాల గురించి అంతకుముందు లేవిన్‌తో చెప్పిన విషయాన్నే అధ్యక్షుడితో చెపుతున్నాడు. లేవిన్ సరిగ్గా తను అప్పుడు చేసిన వ్యాఖ్యనే యిప్పుడు చేశాడు. కొంచెం తేడా కనిపించడం కోసం అప్పుడే తనకి తట్టిన మరో ఊహని జోడించాడు. తర్వాత విశ్వవిద్యాలయ వ్యవహారాల గురించి చర్చ మొదలైంది. లేవిన్ ఆ గొడవ అంతట్నీ విని వుండడం వల్ల, గబగబా మేత్రావ్‌తో తను రాలేకపోతున్నందుకు ఏమీ అనుకోవద్దని చెప్పి, అందరి దగ్గరా సెలవు తీసుకుని, ల్వోవ్‌ల ఇంటికి వెళ్ళిపోయాడు.

4

కిట్టీ అక్క నతాలీ భర్త అర్సేనియ్ ల్వోవ్ జీవితమంతా పీటర్స్‌బుర్గ్‌లోనూ, మాస్కోలోనూ, విదేశాల్లోనూ గడిచింది. అతను అక్కడే చదువుకున్నాడు, రాజనీతిజ్ఞుడుగా కొలువు చేశాడు.

అంతకుముందుటేడే అతను దౌత్య ఉద్యోగానికి రాజీనామా చేశాడు. రాజీనామా చెయ్యడానికి కారణం కష్టాలు కాదు (ల్వోవ్‌కి యెప్పుడూ ఎవరితోనూ ఏ కష్టాలూ రాలేదు), తన ఇద్దరు కొడుకులకీ మంచి విద్యాబుద్ధులు అబ్బేట్టు చెయ్యాలని అనుకోవడమే కారణం. అందుకని అతను రాజప్రాసాద పాలనా శాఖలో ఓ ఉద్యోగంలో చేరి మాస్కోలో స్థిరపడ్డాడు.

ల్వోవ్‌కీ లేవిన్‌కి అభిప్రాయాలకి సంబంధించి అయితేనేం, అలవాట్లకి సంబంధించి అయితేనేం, వయసుకి సంబంధించి అయితేనేం చాలా తేడా వుంది. ల్వోవ్ వయసులో లేవిన్‌కంటే చాలా పెద్ద. అయినా ఈ శీతకట్టులో ఇద్దరికీ మంచి స్నేహం కలిసింది. ఒకరి పట్ల ఒకరికి బాగా ఇష్టం కలిగింది.

లేవిన్ వెళ్ళేటప్పటికి ల్వోవ్ యింట్లో వున్నాడు. లేవిన్ తను వచ్చినట్టు కబురు పంపించకుండానే ల్వోవ్ గదిలోకి వెళ్ళాడు.

ల్వోవ్ నడుం దగ్గర పటకా బిగించిన కురతా తొడుక్కుని, ఆకు చెప్పులు వేసుకుని నీలం అద్దాల Pince-nez[1] పెట్టుకున్నాడు. చేతుల కుర్చీలో కూర్చుని ఎదురుగా స్టాండు మీద పెట్టిన పుస్తకాన్ని చదువుతున్నాడు. చేతిని దూరంగా చాచి అందంగా కోసు తేలిన వేళ్ళ మధ్య చుట్ట పట్టుకున్నాడు. చుట్ట సగం కాలి నుసి ఏర్పడింది.

అతని ముఖం చక్కని కను ముక్కు తీరుతో అందంగా పడుచుతనంతో వున్నట్టు కనిపిస్తుంది. ఉంగరాలు తిరిగిన వెండి జుట్టు అతని ఆకృతిని మరింత రాజసం ఉట్టిపడేటట్టు చేస్తోంది. లేవిన్‌ని చూడగానే ఆ అందమైన ముఖం వికసించింది.

“అరె! ఆశ్చర్యంగా వుందే! ఇప్పుడే అనుకుంటున్నా ఎవరినేనా మీ కోసం పంపుదామని! కిట్టీ యెలా వుంది? ఇక్కడ కూర్చోండి... బాగుంటుంది..” అని అతను లేచి ఉయ్యాలలా

1. చెవికాడలు లేకుండా ముక్కుమీద ఆని వుండే కళ్ళజోడు.

ఊగే కుర్చీని లేవిన్‌కేసి తోశాడు. "Journal de St.Petersbourg* లో కొత్తగా వచ్చిన సర్క్యులర్ చదివారా? నాకు చాలా బాగా నచ్చింది" అని కొంచెం ఫ్రెంచి యాసతో అన్నాడు.

పీటర్స్‌బుర్గ్‌లో ఏమనుకుంటున్నదీ తాను కతవాసొవ్ చెప్పగా విన్నానని లేవిన్ అతనితో అన్నాడు. రాజకీయాలు మాట్లాడుకున్నాక అతను మెత్రొవ్‌తో తన పరిచయం గురించీ, తను వెళ్ళిన సభ గురించీ చెప్పాడు. ల్వోవ్‌కి అతను చెప్పిన విషయాలన్నీ బాగా ఆసక్తికరంగా కనిపించాయి.

"మీరు ఈ పండిత ప్రపంచంలో కలిసి వెళ్ళగలుగుతున్నందుకు నాకు మిమ్మల్ని చూస్తే అసూయగా వుంది" అన్నాడు ల్వోవ్. అలా అని అతను ఫ్రెంచిలో మాట్లాడ్డం మొదలుపెట్టాడు, అదే అతనికి సునాయాసంగా వుంటుంది. "నాకు తీరిక లేదనుకోండి, నిజమే, నాకు పిల్లల చదువుతో తీరికే వుండదు. నాకు ఆ అవకాశం వుండకుండా పోతోంది. కాని అసలు విషయం, ఈ ముక్క చెప్పడానికి నాకు సంకోచం లేదనుకోండి, నాకే అంత విద్య లేదు" అన్నాడు.

"భలేవారే! మీకు విద్య లేకపోవడం ఏమిటి?" అని లేవిన్ చిరునవ్వు నవ్వుతూ అన్నాడు. ఎప్పటిలాగానే ల్వోవ్ తన గురించి తక్కువ చేసి చెప్పుకోవడం లేవిన్‌ని కదిలించింది. ల్వోవ్ అలా చెప్పుకోవడం పైకి కనిపించాలని కాదు; నమ్రతవల్లా కాదు. నిజంగానే దాపరికం లేకుండానే అతను అలా అంటాడు.

"నిజమే! నాకా చదువులేదు. నా చదువులో లోపాలు ఇదివరలోకంటే నాకు ఇప్పుడు బాగా కనిపిస్తున్నాయి. పిల్లలకి చెపుతున్నాగా, అందుగ్గాను నా ధారణకి పదును పెట్టాల్సి వస్తోంది. ఎన్నో కొత్త అంశాలు నేర్చుకోవాల్సి వస్తోంది. పిల్లలకి ట్యూటర్లని పెట్టడమే చాలదు. వాళ్ళని పైనుంచి చూసుకోవడమూ కావాలి, మీ వ్యవసాయంలో పనివాళ్ళతో బాటుగా పైన అజమాయిషీ చేసేవాడు ఉన్నట్టు. చూస్తున్నారుగా, నేనేం చదువుతున్నానో" అని స్టాండ్‌మీద వున్న బుస్లాయెవ్ రాసిన వ్యాకరణం పుస్తకం* చూపించాడు. "మీష దీన్ని చదవాల్సి వుంది. ఇది ఎంత కష్టంగా వుంది... ఇదిగో ఇదేమిటో చెప్పండి. యిక్కడేముందంటే..."

అలాంటివాటిని వివరించడం కష్టం అనీ, వాటిని అలానే కంఠస్థం చెయ్యాలనీ లేవిన్ అతనికి బోధపరచాలనుకున్నాడు. కాని ల్వోవ్ దాన్ని ఒప్పుకోలేదు.

"మీకిదంతా తమాషాగా కనిపిస్తోంది."

"అబ్బెబ్బే, ఏం కాదు. మీరు ఆశ్చర్యపోతారు వింటే. నా భవిష్యత్ కర్తవ్యం ఏమిటైందీ, అంటే పిల్లలకి విద్యాబుద్ధులు నేర్పడం మీనుంచి నేను ఎప్పుడూ నేర్చుకుంటున్నాను."

"చాల్లెండి, నా నుంచి నేర్చుకునేది ఏముంటుంది మీకు!" అన్నాడు ల్వోవ్.

"నాకు ఒకటి మాత్రం తెలుసు. మీ పిల్లలకంటే చక్కని శిక్షణతో పెంచుతూ వున్న పిల్లల్ని నేను చూడలేదు. ఇలాంటి పిల్లలు వుండాలనే నా కోరిక" అన్నాడు లేవిన్.

ఆ మాటలు కలిగించిన సంతోషం దాచుకోవడం ల్వోవ్‌కి కష్టం అయిందని తెలుస్తూనే వుంది, కాని అతని ముఖం మందహాసంతో మెరవనే మెరిసింది.

"వాళ్ళు నాకంటే బాగా వుండాలనేదే నా కోరిక. అంతకంటే నాకు కావాల్సిందేమీ లేదు. మీకు తెలీదు మా పిల్లల్లాంటివాళ్ళు పడేలాంటి కష్టాలు ఏమిటో. దేశంకాని దేశాల్లో వుండడంతో వాళ్ళ చదువు గుండు కొట్టుకుపోయింది" అన్నాడతను.

"ఆ లోటు భర్తీ అవుతుందిలెండి, మీ పిల్లలు గట్టివాళ్ళు. ముఖ్యంగా కావాల్సింది నైతిక శిక్షణ. మీ పిల్లల్ని చూసి అదే నేను నేర్చుకుంటున్నాను" అన్నాడు లేవిన్.

"మీరు నైతిక శిక్షణ గురించి చెప్తున్నారు. అది ఎంత కష్టమైందీ మీరు ఊహించలేరు. ఓ దుర్లక్షణం అణిచామూ అనుకోగానే మరోటి తల ఎత్తుతుంది. మళ్ళీ పోరు మొదలు. మతం వెనక దన్ను లేకపోయినట్లయితే – గుర్తుంది కదా! ఆ విషయమై మనిద్దరం మాట్లాడుకున్నాం – ఏ తండ్రీ తన పిల్లల్ని సరైన మార్గంలో పెంచిన పిల్లలుగా చెయ్యలేడు."

లేవిన్‌కి ఎప్పుడూ సరదాగా కనిపించే ఈ విషయం గురించిన చర్చకి ల్వోవ్ భార్య నతాలీ రావడంతో అడ్డం పడింది. ఆమె అందగత్తె. ఎక్కడికో వెళ్ళడానికి ముస్తాబై వచ్చింది.

"అయ్యో! మీరొచ్చిన సంగతి నాకు తెలవనే తెలవదే!" అందామె. తను ఎన్నోసార్లు విని విని విసుగొచ్చిన భర్త సంభాషణకి అడ్డం వచ్చినందుకు నొచ్చుకోవడం సంగతి సరే సరి, ఆమెకి సంతోషంగా కూడా వుందనేది తెలుస్తూనే వుంది. "కిట్టీ ఎలా వుంది? ఇవాళ భోజనానికి అక్కడికి వస్తున్నాను. ఊఁ" అని భర్తకేసి తిరిగి అంది. "నువ్వు బగ్గీ తీసుకురా..."

ఆ రోజు ఎలా పొద్దుపుచ్చాలా అనే విషయమై భార్యాభర్తల మధ్య చర్చ జరిగింది. ల్వోవ్ ఎవరికో స్వాగతం చెప్పడానికి అధికారికంగా వెళ్ళాల్సి వుండడం వల్లా, భార్య కచేరికి, అలాగే ఆగ్నేయ ప్రాంత వ్యవహారాల కమిటీ మీటింగుకీ వెళ్ళాల్సి వుండడం వల్లా, వాళ్ళు చాలా చాలా విషయాల గురించి ఆలోచించి నిర్ణయం చెయ్యాల్సి వుంది. లేవిన్ కూడా ఇంట్లో మనిషే కాబట్టి ఈ విషయాల్లో అతనూ తన అభిప్రాయం చెప్పాల్సి వచ్చింది. మొత్తంమీద లేవిన్ కచేరీకీ, మీటింగుకీ నతాలీతో వెళ్ళేటట్టూ, అక్కడ్నుంచి వాళ్ళు బగ్గీని ల్వోవ్ కోసం ఆఫీసుకి పంపితే అతను తర్వాత అక్కడికి వెళ్ళి ఆమెని తీసుకుని కిట్టీ దగ్గరికి వెళ్ళేటట్టూ నిర్ణయం చేశారు. ఒకవేళ అప్పటికి అతని పని అవకపోతే బగ్గీని తిప్పి పంపేస్తాడు. లేవిన్ ఆమెని తీసుకు వెడతాడు.

"ఈయన నన్ను పొగడ్తలతో చెడగొడుతున్నాడు" అని ల్వోవ్ పెళ్ళాంతో అన్నాడు. "మన పిల్లలు దీటులేనివాళ్ళట, ఈయన అంటున్నాడు. వాళ్ళ సత్తా ఎలాంటిదైందీ నాకు తెలిసివుండగా" అన్నాడు.

"ఈయనకి ఎప్పుడూ అన్ని విషయాలకీ సారం చూడాలని" అంటూ ఆమె భర్త గురించి చెప్పింది. ప్రతీదీ సొడ్డు లేకుండా ఒకటో రకంగా వుండాలంటే ఎప్పటికీ సంతృప్తి కలగదు. మా పెంపకం మరో దిక్కులో అతిగా సాగిందని నాన్న అనే మాట నిజమే. అప్పట్లో తల్లిదండ్రులు పిల్లల్ని మిద్దెమీద వుంచి తాము కింద మంచిభాగంలో వుండేవాళ్ళు. ఇప్పుడు శుద్ధ తల్లకిందులు వ్యవహారం జరుగుతోంది. తల్లిదండ్రులు మిద్దెమీద వుంటూ వుంటే పిల్లలు మంచిభాగంలో వుంటున్నారు. ఈ రోజుల్లో తల్లిదండ్రులకి వాళ్ళ బతుకంటూ ఏమీ లేదు, అంతా పిల్లల కోసమే" అంది.

"కాని ఇది మనసుకి బాగా తోస్తే ఇందులో చెడు ఏముంది?" అని ల్వోవ్ మనోహరమైన మందహాసం చేస్తూ ఆమె చెయ్యి పట్టుకుని అన్నాడు. "నిన్ను ఎరగనివాళ్ళు నువ్వు కన్నతల్లివి కాదనీ సవతి తల్లివి అనీ అనుకుంటారు" అన్నాడు.

"అతి ఎక్కడా కూడదు" అని నతాలి, భర్త కాగితాలు కోసుకునే చాకుని యధాస్థానంలో పెడుతూ అంది.

"ఒరేయ్, మెరికల్లాంటి పిల్లలూ ఇటు రండి రా" అని ల్వోవ్ గుమ్మం దగ్గరికి వచ్చిన తన ముచ్చటైన పిల్లల్ని కేక వేశాడు. వాళ్ళు లేవిన్‌కి నమస్కారం పెట్టి ఏదో అడిగేందుకు తండ్రి దగ్గరకి వెళ్ళారు.

వాళ్ళ మాటలు, తండ్రికి ఏం చెప్తున్నారో అదీ విందాం అని లేవిన్ అనుకున్నాడు. కాని మొదట నతాలీ అతనితో మాటలు మొదలుపెట్టింది. తర్వాత దర్బారు బట్టలు వేసుకున్న ల్వోవ్ సహోద్యోగి మఖోతిన్ వచ్చాడు. అతనూ ల్వోవ్‌తో కలిసి ఎవరినో కలుసుకుందుకు వెళ్ళాలి. అంతే, ఇక ధారాప్రవాహంలాగా హెర్‌జెగొవీనా గురించి*, ప్రిన్సెస్ కొర్జీన్ స్కయా గురించి, నగర దూమ* గురించి, మదాం అప్రాక్సినా అకాల మృత్యువు గురించి మాటలు దొర్లిపోయాయి.

లేవిన్ తను వచ్చిన పనేమిటో మర్చిపోయాడు. హాల్లోకి వచ్చాకనే అతనికది గుర్తు వచ్చింది.

"ఆఁ, మరిచిపోయాను, అబ్లాన్‌స్కీ గురించి కిట్టీ నన్ను మీతో మాట్లాడమని చెప్పింది." అని ల్వోవ్‌తో అన్నాడు. అతను తన భార్య, లేవిన్ కలిసి వెడుతూ వుంటే సాగనంపడానికి వచ్చి మెట్లమీద ఆగాడు.

"అవును, maman మన les beaux-freres,[1] అతనిమీద దాడి చెయ్యమంది" అని ల్వోవ్ చిరునవ్వు నవ్వుతూ ఎర్రబడుతూ అన్నాడు. "కాని నన్నెందుకు ఇరికిస్తారు ఈ గొడవలో?" అన్నాడు.

"సరే అయితే నే దాడి చేస్తాను" అని నతాలీ చిరునవ్వు నవ్వుతూ అంది. ఆమె తెల్లని బొచ్చుకోటు వేసుకుంది. మాట్లాడ్డం ఆగడం కోసం చూసింది. "రండి, వెళదాం" అంది అప్పుడు.

5

మాట్నీ కన్సర్ట్‌లో రెండు మంచి కృతుల కచేరీ జరిగింది.

ఒకటి "పచ్చిక బీట్లో కింగ్ లియర్"* సంగీత రచన, రెండవది బాఖ్* స్మృత్యర్థం కూర్చిన క్వార్టెట్. రెండూ కొత్తవే. కొత్త శైలిలో వున్నవే. వాటి గురించి లేవిన్ తన అభిప్రాయం ఏర్పాటు చేసుకోవాలనుకున్నాడు. వదినగార్ని ఆవిడ చోట్లో కూర్చోబెట్టి అతను ఓ స్తంభం పక్కన నుంచున్నాడు. శ్రద్ధగా, యధాశక్తి జాగ్రత్తగా వాటిని వినాలని అనుకున్నాడు. దృష్టి

[1] తోడల్లుళ్లమైన వాళ్లం (ఫ్రెంచి)

మళ్ళకుండా వుండేటట్టు ప్రయత్నించాడు. తెల్ల టై కట్టుకుని చేతులు వూపి దర్శకత్వం చేస్తూ వున్న సంగీత దర్శకుడి చేష్టల వల్ల సంగీత శ్రావ్యత ఆస్వాదించే స్థాయి తగ్గకుండా వుండాలని ప్రయత్నించాడు. సంగీత దర్శకుడు అలా చేతులు ఊపడం ఎప్పుడూ దృష్టి మళ్ళించేస్తూ వుంటుంది. అలాగే కచేరీ కోసమన్చెప్పి మహా ప్రయాసపడి చెవుల మీదకి రిబ్బన్లు కట్టుకుని టోపీలు పెట్టుకున్న ఆడవాళ్ళవల్లా తన దృష్టి మళ్ళకుండా వుండాలని ప్రయత్నించాడు. అలాగే మృత్తికాయుత మస్తిష్కులయి, సంగతం వదిలేసి మిగిలిన అన్ని విషయాల్లోనూ ఆసక్తి వున్నట్టు కనిపించే మనుషులకేసీ అతను చూడలేదు; దృష్టి మళ్ళకుండా వుండాలని,పక్కన నుంచుని వదురుతూ వుండేవాళ్ళనీ సంగీత ప్రియుల్నీ తప్పించుకున్నాడు. స్తంభం ఆనుకుని నుంచుని కిందికి చూస్తూ సంగీతం వింటూ వున్నాడు.

"కింగ్ లియర్" సంగీత కృతిని వింటూవున్నకొద్దీ అతనికి నిర్దిష్టమైన అభిప్రాయం ఏర్పడ్డం కష్టమైంది. సంగీతం ఒక రసాన్ని ప్రోదిచేస్తూ ఆరోహణలో వుందనుకుంటూ ఉండేవేళకి, సంగీతంలో కొత్త భావాలు అభివ్యక్తమవుతూ రసభంగం జరిగేది. ఒకో అప్పుడు అసంబద్ధ, శుద్ధ జటిల ధ్వనుల రూపంలో స్వరకర్త తిక్క తప్ప ఏదీ వ్యక్తమయ్యేది కాదు. కాని ఈ సంగీత రసాభివ్యక్తి ఖండాలు కూడా, ఒకో అప్పుడు దివ్యంగా భాసిస్తూ, ఒకో అప్పుడు కఠోరంగా అనిపిస్తూ వున్నాయి. ఏమంటే యే మాత్రం ఊహించని రీతిలో పడి, భూమికని తయారుచెయ్యలేకపోయాయి. సంతోషం, విచారం, హతాశ, ప్రేమ, అలాగే విజయోల్లాసం – అన్నీ ఏ తారతమ్య విచక్షణ లేకుండా ఉన్మాది ఉద్రేకానుభూతుల్లాగా వెల్లడయాయి. ఉన్నాదికిలాగానే అవి రెప్పపాటులో లుప్తం అయాయి.

సంగీత ప్రస్తుతీకరణ జరిగేటంతసేపూ లేవిన్ నాట్యం చేస్తూ వున్నవాళ్ళని చూసే బధిరుడి మాదిరిగా వున్నాడు. అది పూర్తయేవేళకి అతను నిశ్చేష్టుడైపోయాడు. ఏ ప్రతిఫలమూ లేని ధ్యానమగ్నతవల్లా, ఏకాగ్రతవల్లా బాగా అలసటవచ్చినట్లు కూడా అనిపించింది. నాలుగు వేపులనుంచీ అభినందనపూర్వకంగా దీర్ఘ కరతాళధ్వనులు రేగాయి. ప్రతి ఒక్కరూ లేచి నుంచున్నారు. నడుస్తూ మాట్లాడుకోవడం మొదలుపెట్టారు. యితరులకి కలిగిన అభిప్రాయాలు తన నివ్వెరపాటుని తొలగిస్తాయని భావించి లేవిన్ సంగీతప్రియుల కోసం చూశాడు. సంగీతం శాస్త్రజ్ఞానం బాగా వున్న ఓ పెద్ద మనిషి కనిపించడంతో సంబరపడ్డాడు. ఆయన తన మిత్రుడు పెస్త్సోవ్‌తో మాట్లాడుతున్నాడు.

"అద్భుతం!" అని పెస్త్సోవ్ ఉచ్చస్వరంతో అంటున్నాడు. "లేవిన్‌గారా! బాగున్నారా? ముఖ్యంగా ఆ భాగం, కార్డీలియా* వస్తున్నదనిపించే భాగం, ఆడది das ewig weibliche[1] విధితో పోరాటం చేసే సందర్భం విశేషం. అలంకార శోభితంగా, మూర్తిమయంగా అనిదంపూర్వమైన స్వర శోభితంగా వుంది. ఏమంటారు?" అన్నాడు.

"ఉమ్‌ ...మ్... ఇంతకీ కార్డీలియా ఎక్కణ్ణుంచి ఊడిపడింది?" అని లేవిన్ బెరుకు బెరుగ్గా అడిగాడు, ఈ సంగీత కృతి "కింగ్ లియర్"దని పూర్తిగా మర్చేపోయి.

---

[1] శాశ్వత అబలత్వం (జర్మన్)

"కార్డీలియా రాకపోవడమేమిటి? ఇదుగో చూడండి" అంటూ పెస్త్సోవ్ నున్నటి కార్యక్రమ పత్రం లేవిన్‌కి అందించాడు.

అప్పుడు మాత్రమే లేవిన్‌కి ఈ సంగీత కృతి పేరు గుర్తువచ్చింది. ఆ కాగితం వెనకాల అచ్చయిన షేక్స్పియర్ పద్యభాగాల రష్యన్ అనువాదాన్ని గబగబా చదవడం మొదలుపెట్టాడు.

"ఇది లేకుండా సంగీతాన్ని అందుకోలేరు" అని పెస్త్సోవ్ తన సంగీతాభిమాని మిత్రుడు వెళ్ళిపోవడంతో తనకి మాట్లాడ్డానికి ఎవరూ లేక లేవిన్‌కేసి తిరిగి అన్నాడు.

విరామ సమయంలో పెస్త్సోవ్‌కీ లేవిన్‌కీ సంగీతంలో వాగ్నర్* ధోరణి మీద వాదం జరిగింది. వాగ్నర్, ఆయన అనుయాయులూ ఇతర కళల స్థానాన్ని సంగీతం ఆక్రమించేటట్టు చేస్తారు. అదే వాళ్ళ తప్పు అని లేవిన్ వాదించాడు. ముఖ లక్షణాలని వర్ణించేటప్పుడు కవిత్వమూ ఇదే తప్పు చేస్తుంది, ఈ పని చిత్రలేఖనంది అన్నాడు. ఈ దోషానికి ఉదాహరణగా అతను ఓ శిల్పిని చూపించాడు. ఆ శిల్పి ఓ కవిగారి విగ్రహం పాలరాతి పాదపీఠం మీద కవికృత కావ్యబింబ మూర్తుల ఛాయల్ని పోగరించాడు. "ఈ ఛాయలు ఛాయల్లా లేవు, అవి ఆ విగ్రహం మెట్లని ఆనుకున్నాయి" అన్నాడు లేవిన్. అతనికి ఈ పదబంధం నచ్చింది. కాని ఇంతకుముందే తను ఈ మాటని ఇదే పెస్త్సోవ్‌తో వాడాడేమో ననిపించింది. ఈ శంక అతన్ని మహా ఇబ్బందిపడేట్టు చేసింది.

అటువేపు పెస్త్సోవ్ కళ సమీచీనంగా ఏకమనీ అన్ని కళారూపాలూ మేళన పొందినప్పుడు కళ అభివ్యక్తీకరణలో మహోన్నత స్థితికి చేరుతుందనీ వాదిస్తున్నాడు.

కచేరీలో రెండవ భాగాన్ని లేవిన్ వినలేకపోయేవాడు. అతన్ని తగులుకున్న పెస్త్సోవ్ విసుగూ విరామం లేకుండా ఆ ఖండికని గురించి మాట్లాడుతూనే వున్నాడు. అవసరం అయినదానికంటే అతిగా వుందనీ, చవకబారు సరళత అనీ విమర్శించి ఈ సాదాతనాన్ని రాఫేల్ పూర్వశైలి వైఖరి* చిత్రలేఖనంతో పోల్చాడు. తర్వాత బయటికి వెడుతూ వుంటే లేవిన్‌కి చాలామంది పరిచయస్థులు తగిలారు. వాళ్ళతో లేవిన్ రాజకీయాల గురించీ, సంగీతం గురించీ, తమ ఉభయులకీ తెలిసిన పరిచయస్థుల గురించీ మాట్లాడాడు. లేవిన్‌కి అక్కడ కౌంట్ బాల్ కూడా కనిపించాడు. తను వాళ్ళ ఇంటికి వెళ్ళాలనే విషయం లేవిన్ పూర్తిగా మరిచేపోయాడు.

"మీరు వెళ్ళండి" అని నతాలీ అంది లేవిన్ ఈ విషయం చెప్పగానే. "బాల్ దంపతుల్ని కలవడం కుదరకపోతే నా కోసం సభ దగ్గరికి రండి. మీకు వ్యవధి వుంటుంది" అంది.

6

"బహుశా యిప్పుడు వాళ్ళు ఎవరినీ కలుసుకోరేమో?" అని కౌంట్ బాల్ ఇంటి సింహద్వారం దాటి లోపలికి వెడుతూ అడిగాడు లేవిన్.

"లేదయ్యా, కలుసుకుంటారు, రండి" అని దర్వాన్ లేవిన్ ఫర్ కోటు అందుకుంటూ కచ్చితంగా కలుసుకుంటారన్నట్టు అన్నాడు.

'అబ్బ! ఏం అవస్థ వచ్చిపడింది!' అని లేవిన్ ఉస్సురంటూ ఒక గ్లవ్‌ని తీసేస్తూ, టోపీ సర్దుకుంటూ అనుకున్నాడు. 'పైకెందుకు వెళ్ళాలి నేను వాళ్ళ దగ్గరికి? ఏం మాట్లాడాలో ఏమిటో?' అనుకున్నాడు.

ముందున్న డ్రాయింగ్ రూమ్ దాటి లోపలికి వెడుతూ వుంటే గుమ్మంలో కౌంటెస్‌బాల్ కనిపించింది. ఆమె నౌకర్లకి ఏవో పురమాయింపులు చేస్తూ, ఆందోళనగా వుంది. లేవిన్‌ని చూసి ఆమె చిరునవ్వు నవ్వి పక్కనే వున్న చిన్న డ్రాయింగ్‌రూమ్‌లోకి రమ్మని పిలిచింది. అక్కడినుంచి ఎవరివో గొంతులు వినిపిస్తున్నాయి. అక్కడ లేవిన్‌కి కౌంటెస్ ఇద్దరు కూతుళు ళ్ళ, తనకి పరిచయం వున్న ఓ మాస్కో నగర కర్నల్ కనిపించారు. వాళ్ళు చేతుల కుర్చీల్లో కూర్చు న్నారు. లేవిన్ వాళ్ళని పలకరించి, టోపీ ఒళ్ళో పెట్టుకుని సోఫా దగ్గర కుర్చీలో కూర్చున్నాడు.

"మీ ఆవిడ ఎలా వున్నారు? మీరు కచేరీకి వెళ్ళారా? మేం రాలేకపోయాం. అమ్మ ఉత్తర క్రియలకి వెళ్ళాల్సి వచ్చింది."

"ఆc, విన్నా... పాపం, అనుకోకుండా సంభవించిన మృతి" అన్నాడు లేవిన్.

కౌంటెస్ లోపలికి వచ్చి సోఫా మీద కూర్చుంది. ఆమె కూడా లేవిన్‌ని అతని భార్య గురించీ, కచేరీ గురించీ అడిగింది.

లేవిన్ జవాబు చెప్పి అప్రాక్సినా మరణం గురించి అదే ముక్క మళ్ళీ అన్నాడు.

"ఏమిటో, ఆవిడ ఆరోగ్యం ఎప్పుడూ అంతంతమాత్రంగానే వుండేది."

"నిన్న మీరు ఓపేరాకి వెళ్ళారా?"

"ఆc, వెళ్ళాను."

"లుక్కా, ఏం పాడింది!"

"అవును, అద్భుతంగా పాడింది" అన్నాడు. వాళ్ళూ తన గురించి ఏమనుకున్నా తనకి ఫరవాలేదు కాబట్టి ఆ ప్రఖ్యాత గాయని శ్రావ్య కంఠం గురించి తను వందసార్లు వినివున్న మాటలనే రెట్టించాడు. కౌంటెస్ బాల్ వింటున్నట్టు నటించింది. అతను సుమారుగా మాట్లాడాననుకున్నాక మానేసి పూరకే వుండిపోయాడు. అప్పటిదాకా ఏమీ నోరు విప్పని కర్నల్‌గారు అప్పుడు అందుకున్నాడు. ఒపేరా గురించీ, స్టేజీ లైటింగ్ గురించీ చెప్పాడు. అఖర్న త్యూరిన్ ఇంటి దగ్గర folle journee[1]* గడిపే ప్రస్తావన చేసి, కర్నల్ నవ్వి, లేచి వెళ్ళివస్తానన్నాడు. లేవిన్ కూడా లేచాడు. కాని కౌంటెస్ చూసిన చూపుని బట్టి తను అంత తొందరపడి వెళ్ళనవసరం లేదని అర్థమైంది. ఇంకో రెండు మూడు క్షణాలు వుండచ్చు తను. అతను మళ్ళీ కూర్చున్నాడు.

ఇది ఎంత తెలివిమాలినతనం అని లేవిన్ అనుకుంటూ వుండడం వల్ల ఏం మాట్లాడాలో దాన్ని గురించి ఆలోచించలేదు. అంచేత నోరు విప్పలేదు.

"మీరు బహిరంగ సభకి వెళ్తారా? చాలా బాగా వుండే సభ అని విన్నాను" అని కౌంటెస్ మాట కదిలేసింది.

---

[1] పిచ్చిరోజు (ఫ్రెంచి)

“లేదు. నేను belle-soeur[1]కి చెప్పాను ఆమె కోసం వస్తానని” అన్నాడు లేవిన్.

మళ్ళీ నిశ్శబ్దం. మళ్ళీ తల్లీ కూతుళ్ళూ ఒకరికేసి ఒకరు చూసుకున్నారు.

‘ఇక వెళ్ళే వేళ అయినట్టే వుంది’ అనుకున్నాడు లేవిన్. అతను లేచి నుంచున్నాడు. ఆడవాళ్ళు అతనితో కరచాలనం చేసి అతని భార్య అడిగినట్టు చెప్పమనీ mille choses[2] అందచెయ్యమని చెప్పారు.

కోటు తొడుక్కునేందుకు లేవిన్‌కి సాయం చేస్తూ దర్వాన్

“తమరు ఎక్కడ వుంటారండీ?” అని అడిగి గబగబా అతని చిరునామాని అందంగా బైండు చేసిన పెద్ద పుస్తకంలో రాసుకున్నాడు.

“ఏమైతే నాకేం గాని, మొత్తంమీద అంతా సిగ్గుచేటుగా, పరమ శుంఠాయమానంగా వుంది’ అని లేవిన్ అనుకున్నాడు. అందరూ చేసే పనే తనూ చేశాడు అని వూరడించుకున్నాడు. అక్కడి నుండి అతను ఎకాఎకీ సభ దగ్గరికి వెళ్ళాడు, వదినగారు ఎక్కడుందో పట్టుకుని ఇంటికి తీసుకుపోవడానికి.

బహిరంగ సభ దగ్గర చాలామంది వున్నారు. దాదాపు గొప్పింటి వాళ్ళంతా వున్నారు. లేవిన్ వెళ్ళేటప్పటికి నివేదిక ఇంకా సాగుతోంది. అందరూ అన్నట్టు అది సరదాగా వుంది. అది అయిపోగానే జనం ఒకరి నొకరు కలుసుకుంటూ పలకరింతలు మొదలుపెట్టారు. లేవిన్‌కి స్వియాజ్‌స్కీ తగిలాడు. లేవిన్‌ని ఆ సాయంత్రం వ్యవసాయిక సంఘం సమావేశానికి రమ్మనీ, ఓ గొప్పాయన మాట్లాడతాడనీ స్వియాజ్‌స్కీ చెప్పాడు. లేవిన్‌కి అబ్లాన్‌స్కీ కూడా కనిపించాడు. అబ్లాన్‌స్కీ అంతకుముందే గుర్రప్పందాల దగ్గర్నుంచి వచ్చాడు. ఇంకా చాలామంది మిత్రులు, పరిచయస్థులు లేవిన్‌కి కనిపించారు. లేవిన్ సభ గురించీ, కొత్త నాటకం గురించీ, అప్పట్లో జరుగుతూ వున్న ఓ న్యాయవిచారణ గురించీ తను అనుకుంటూ వున్నదాన్ని చెప్పి వాళ్ళు చెప్పేది విన్నాడు. బహుశా బుర్ర అలిసిపోయినదానివల్లనో ఏమో న్యాయ విచారణ గురించిన ప్రస్తావనలో అతనో పెద్ద తప్పు చేశాడు. తర్వాత ఆ తప్పు గుర్తు వచ్చినప్పుడల్లా చాలా బాధ కలిగేది. ఆ ప్రస్తావన రష్యాలో నేర విచారణ జరుగుతూ వున్న ఒక విదేశీయుడికి విధించవలసి వచ్చిన దండన గురించి.* దేశం నుంచి బహిష్కరించడం అనే దండన అతనికి విధించడం తప్పు అని చాలామంది అభిప్రాయం. తనకి తెలిసిన ఓ వ్యక్తి అంతకు ముందురోజు సాయంత్రం అన్నమాటలని లేవిన్ ఈ సందర్భంలో పునరుద్ఘాటించాడు.

“దేశ బహిష్కార దండన విధించడం అనేది చేపని నీళ్ళనుంచి బయట పడేసి దండించడం లాంటిది” అన్నాడు లేవిన్. తన మాటలుగా లేవిన్ అన్న ఆ మిత్రుడి మాటలు క్రిలోవ్* నీతి కథలో చేపకి సంబంధించినవి అనీ, తన మిత్రుడు వాటిని ఏదో పత్రికలో పడ్డ వ్యాసం నుంచి తీసుకున్నాడనీ లేవిన్‌కి తర్వాత గుర్తుకొచ్చింది.

---

[1] వదిన (ఫ్రెంచి)

[2] వెయ్యి ప్రణామాలు (ఫ్రెంచి)

వదినగారిని తీసుకొని ఇంటికి వెళ్ళాక, కిట్టీ బాగా హుషారుగా వుండడం చూశాక సంతోషపడి లేవిన్ క్లబ్బుకి వెళ్ళాడు.

7

లేవిన్ క్లబ్బుకి సరిగ్గా వేళకి వెళ్ళాడు. క్లబ్బు సభ్యులు, వాళ్ళ అతిథులు అప్పుడే పోగవుతున్నారు. లేవిన్ క్లబ్బుకి వెళ్ళి ఏనాడైందో. యూనివర్సిటీ చదువు పూర్తి చేసిన తర్వాత మాస్కోలో నాగరిక సమాజంలో కలిసి మెలిసి తిరిగే నాటినుంచీ మళ్ళీ క్లబ్బుకి వెళ్ళలేదు. అతనికి క్లబ్బు పరిసరాలు స్థూలంగా గుర్తువున్నాయి. కాని అప్పట్లో క్లబ్బువల్ల తనమీద పడిన ముద్ర ఏమిటైందీ పూరా మరిచిపోయాడు. అద్దెబండి అర్థవృత్తాకారంగా వున్న ముంగిట్లోకి వెళ్ళాక, అతను బండి దిగి గుమ్మంలోకి అడుగుపెట్టగానే డవాలా కావలివాడు చప్పుడు చెయ్యకుండా తలుపు తెరిచి వంగి వందనం చేసి అతన్ని లోపలికి వెళ్ళనివ్వగానే, కావలివాడి దగ్గర గుట్టగా వున్న శీతాకాలం కోట్లూ, బూట్లూ కనిపించగానే – వాటిని పైన వున్న వార్డ్‌రోబ్ దగ్గర కంటే ఇక్కడ వొదలడమే వాళ్ళకి సౌకర్యంగా కనిపించింది – తను వచ్చినట్టు తెలియచేసే నిగూఢ ఘంటికా నాదం విని తివాసీ కప్పిన మెట్లు ఎక్కి మెట్ల వరసపైన వున్న బొమ్మనీ తనకి బాగా పరిచితమైన బాగా వయసు పైబడినట్టు కనిపిస్తూ వున్న డవాలా కావలివాణ్ణి చూడగానే– ఆ కావలివాడు తనని పట్టిపట్టి చూసి వెంటనే, కాని తొందర లేకుండా, తలుపు తెరిచి లోపలికి వెళ్ళనిచ్చాడు – ఇదంతా చూడగానే లేవిన్‌కి క్లబ్ పాత పరిచిత వాతావరణం ఒక్క ఉదుట్న గుర్తు వచ్చింది. ఒక ఆనందానుభూతి, హాయి అనిపించే భావన, సభ్య వాతావరణం అతన్ని ముంచెత్తాయి.

“అయ్యా, తమరి టోపీ” అని కావలివాడు లేవిన్‌కి గుర్తు చేశాడు. టోపీలని గుమ్మం దగ్గరే వదిలిపెట్టాలనే క్లబ్బు నియమాన్ని లేవిన్ మరిచిపోయాడు. “తమర్ని చూసి శానా రోజులైందండయ్యా. ప్రిన్స్ నిన్న తమరి పేరు రాయించారండి. ప్రిన్స్ అబ్లాన్‌స్కీగారు ఇంకా ఏం చేయలేదండి” అన్నాడు.

కావలివాడు లేవిన్‌ని మాత్రమే గాక అతని బంధువర్గం యావన్మందినీ, అతనికి బాగా సన్నిహితులైనవాళ్ళందర్నీ ఎరుగును. ఇప్పుడు లేవిన్‌తో వాళ్ళ గురించిన ప్రస్తావన చేశాడు.

లేవిన్ లోపలికి వెళ్ళాడు. అక్కడ కొయ్య చట్రపు తెరలతో కానాలుగా వేర్పాటై వుంది. కుడివేపున పళ్ళు అమ్మేవాళ్ళ గది వుంది. లేవిన్ ముందుకు వెళ్ళాడు. మెల్లిగా అడుగులో అడుగు వేసుకుంటూ నడుస్తూ వున్న ఓ ముసలాయన్ని దాటి భోజనశాలలోకి వెళ్ళాడు. అక్కడంతా జనం వున్నారు. అందరూ మాట్లాడుకుంటూ వున్నారు.

లేవిన్ అక్కడ వున్న వాళ్ళకేసి పట్టిపట్టి చూస్తూ బల్లల దగ్గర తిరిగాడు. బల్లల దగ్గర ఎక్కడా దాదాపు ఖాళీ లేదు. అతనికి అటూ యిటూ అన్నివేపులా ముసలాళ్ళు, పడుచువాళు ళ్ళ, ఒట్టి ముఖపరిచయం మాత్రమే వున్నవాళ్ళు, బాగా సన్నిహితులైన మిత్రులు కనిపించారు. ఒక్కరు కూడా ఆందోళనగా చిరాగ్గా వున్నట్టు కనిపించలేదు. తమ టోపీలతో బాటుగా తమ బెంగలన్నీ వాకిలి కావలి వాడి దగ్గర దిగవిడిచి వచ్చేసినట్టుగా కనిపించారు వాళ్ళు, జీవిత

భౌతికసుఖాల్ని నిదానంగా అనుభవించడానికి వచ్చినట్టుగా కనిపించారు వాళ్ళు. అక్కడ అతనికి స్వియాజ్స్కీ, పడుచు ష్చేర్‌బాత్‌స్కీ, నెవెదోవ్‌స్కీ, మావగారు వృద్ధ ప్రిన్స్, వ్రాన్‌స్కీ, జోజ్నిషెవ్‌లూ కూడా కనిపించారు.

"అరె! ఏం ఇంత ఆలస్యం చేశావ్?" అని వృద్ధ ప్రిన్స్ చిరునవ్వు నవ్వుతూ లేవిన్ వేపు చెయ్యి చాచాడు. "కిట్టీకి ఎలా వుంది?" అని వేస్ట్ కోటు కాజాలోకి దూరిన చేతి రుమాలు సరి చేసుకుంటూ అడిగాడు.

"బాగానే వుంది. వాళ్ళు ముగ్గురూ ఇంటి దగ్గర భోజనం చేస్తున్నారు."

"గౌన్లు, రిబ్బన్లు ముచ్చట్లు! ఈ బల్ల దగ్గర ఖాళీ లేదు. అదుగో ఆ బల్ల దగ్గరికి గబగబా వెళ్ళి చోటు చూడు" అని వృద్ధ ప్రిన్స్, పక్కకి తిరిగి వెయిటర్ చేతిలోనుంచి జాగ్రత్తగా టర్బోట్ చేప ప్లేటు అందుకుంటూ అన్నాడు.

"లేవిన్, ఇటు రా" అని కొంచెం దూరంనుంచి ఉల్లాసంగా ఎవరో పిలుస్తూ వున్న గొంతుక వినిపించింది. అతను తూరొవ్‌స్తిన్. అతను ఓ పడుచు ఆఫీసరు పక్కన కూర్చున్నాడు. వాళ్ళ బల్ల దగ్గర రెండు కుర్చీలని తిప్పి పెట్టారు. లేవిన్ సంతోషంగా వాళ్ళ దగ్గరికి వెళ్ళాడు. ఉల్లాసంగా వుండే తూరొవ్‌స్తిన్ అంటే అతనికి ఎప్పుడూ ఇష్టమే. అతని జ్ఞాపకంలో తూరొవ్‌స్తిన్‌కీ, కిట్టీకి తను వివాహ ప్రస్తావన చెయ్యడానికీ ఏదో సంబంధం కలిసిపోయింది. ఇవాళ బుర్రకి వేడెక్కించే చర్చల అలసట తర్వాత తూరొవ్‌స్తిన్ ఉల్లాసపూరిత ముఖం చూడ్డం ఎంతో ఇష్టంగా వుంది.

"ఈ కుర్చీలు నీ కోసమూ, అబ్లాన్‌స్కీ కోసమూ. అతను ఇప్పుడొస్తాడు."

పడుచు ఆఫీసరు పేరు గాగిన్. అతని వెన్నుపట్టు నిటారుగా వుంది. అతని కళ్ళు ఎప్పుడూ నవ్వుతూ వున్నట్టే కనిపిస్తాయి. అతను పీటర్స్‌బుర్గ్ నుంచి వచ్చాడు. తూరొవ్‌స్తిన్ అతన్ని లేవిన్‌కి పరిచయం చేశాడు.

"అబ్లాన్‌స్కీ ఎప్పుడూ ఆలస్యంగానే వస్తాడు."

"అదుగో, రానే వచ్చాడు."

"నువ్విప్పుడే వచ్చావా?" అని అబ్లాన్‌స్కీ గబగబా బల్ల దగ్గరికి వస్తూ అడిగాడు. "నమస్తే. వోద్కా పుచ్చుకున్నావా? అయితే రా, మరి వెడదాం" అన్నాడు.

లేవిన్ లేచి అతనితో కలిసి బారుగా వున్న బల్ల దగ్గరికి వెళ్ళాడు. దానిమీద రకరకాల వోద్కాలు, నంజుళ్ళు వున్నాయి. అక్కడ వున్న ఇరవై, పాతిక రకాల తినుబండారాల్లో నుంచి ఎవరికిష్టమైనవాటిని వాళ్ళు తీసుకోవచ్చు. కాని అబ్లాన్‌స్కీ అక్కడలేని ప్రత్యేకమైనదాన్ని దేన్నో తెమ్మని అడిగాడు. దాన్ని తెచ్చి పెట్టారు. ఇద్దరూ చెరో బుల్లి గ్లాసూ వోద్క తీసుకుని మళ్ళీ బల్ల దగ్గరికి వెళ్ళారు.

బల్ల దగ్గరున్న వాళ్ళు టర్బోట్ సూపు తింటూ వున్నారు. తింటూ వుండగానే గాగిన్ ఓ షాంపేన్ బుడ్డి తెప్పించి నాలుగు గ్లాసుల్లో పోయించాడు. లేవిన్ వద్దనలేదు. తనే స్వయంగా మరో బుడ్డి తెప్పించాడు. అతనికి బాగా ఆకలిగా వుందేమో తృప్తిగా తింటూ తాగుతూ

ఇంకా సంతోషంగా వాళ్ళ హుషారైన సాదా సంభాషణలో మాట కలుపుతూ వున్నాడు. గాగిన్ గొంతు తగ్గించి పీటర్స్‌బుర్గ్‌లో చెప్పుకుంటూ వున్న సరికొత్త జోక్‌ని చెప్పాడు. అది చవకబారు, అశ్లీలంగా ఉన్నా నవ్వు తెప్పించేదిగానే వుంది. లేవిన్ పగలబడి నవ్వాడు. ఆ నవ్వుకి పక్క బల్లల దగ్గర కూచున్నవాళ్ళు ఇటువేపు తిరిగారు.

"నువ్వు చెప్పిన జోకు 'నేను దీన్ని తట్టుకోలేను' అన్నదానిలా వుంది. తెలుసా అది?" అని అబ్లాన్‌స్కీ అడిగాడు. "భలే వుందిలే! మరో సీసా తే" అని వెయిటర్‌కి పురమాయించి జోకు మొదలుపెట్టాడు.

"ప్యోత్ర్ ఇల్యీచ్ వినోవ్‌స్కీ గారు అభ్యర్థిస్తున్నారు" అని వొక ముసలి వెయిటర్ బుసబుస బుడగలు చిమ్మే షాంపేన్ రెండు పెద్ద గ్లాసుల్లో పోసి ట్రేలో పెట్టి తీసుకువచ్చి అబ్లాన్‌స్కీని, లేవిన్‌నీ సంబోధిస్తూ అన్నాడు. అబ్లాన్‌స్కీ గ్లాసు అందుకుని గది చివర వున్న ఓ బట్టతల యెర్ర మీసాల ఆయనకేసి తిరిగి చిన్నగా నవ్వి తలవూపాడు.

"ఎవరాయన?" అని లేవిన్ అడిగాడు.

"ఓసారి మా ఇంటి దగ్గర చూశావు. గుర్తుందా? భలేవాడు"

లేవిన్ తన వంతు గ్లాసు అందుకుని అబ్లాన్‌స్కీలాగే చిన్నగా నవ్వి తల వూపాడు.

అబ్లాన్‌స్కీ చెప్పిన జోకు కూడా పసందుగానే వుంది. లేవిన్ కూడా ఓ జోక్ చెప్పాడు, అదీ పసందుగానే వుంది. తర్వాత గుర్రాల గురించీ, ఆ యేటి పందేల గురించీ, వ్రాన్‌స్కీ గుర్రం అత్లాస్‌నీ ఎంత సునాయాసంగా పందెం గెలిచిందో దాన్ని గురించీ మాట్లాడుకున్నారు. భోజనాలు ఎంత తొందరగా అయిపోయిందీ లేవిన్‌కి తెలియనేలేదు.

"ఆఁ, అదీ! వచ్చారు!" అని అబ్లాన్‌స్కీ, భోజనాలైపోతూ వుండగా కుర్చీ వెనక్కి తిరిగి, గార్డ్స్ దళంలో వుండే ఓ పొడుగాటి కర్నల్‌తో కలిసి వస్తూ వున్న వ్రాన్‌స్కీని చూసి అతనికేసి చెయ్యి చాపుతూ అన్నాడు. క్లబ్బులో మెరుస్తూ వున్న హుషారైన వాతావరణం వ్రాన్‌స్కీ ముఖంలో ప్రతిఫలిస్తోంది. అతను సరసంగా మోచేతిని అబ్లాన్‌స్కీ భుజం మీద వేసి చెవిలో ఏదో గుసగుసలాడేడు. తర్వాత ప్రఫుల్ల మందహాసంతో లేవిన్‌కేసి చెయ్యి చాపాడు.

"మిమ్మల్ని ఇక్కడ కలుసుకోవడం సంతోషంగా వుంది. ఎన్నికలైన తర్వాత మీ కోసం చూశాను, కాని మీరు వెళ్ళిపోయేరని చెప్పారు" అన్నాడు.

"అవును. ఆ రోజే వెళ్ళిపోయాను. ఇప్పుడే మీ గుర్రం గురించి మాట్లాడుకున్నాం. చాలా సంతోషం నెగ్గినందుకు. మీ గుర్రం మాంచి పందెం గుర్రం అయివుండాలి" అన్నాడు.

"మీ దగ్గరా అలాంటి గుర్రాలున్నాయని విన్నాను."

"ఉహూఁ, మా నాన్నగారి దగ్గర వుండేవి. నాకవి గుర్తు వున్నాయి, కొద్దిగా వాటి గురించి తెలుసు."

"నువ్వెక్కడ కూర్చున్నావు?" అని అబ్లాన్‌స్కీ వ్రాన్‌స్కీని అడిగాడు.

"రెండో బల్ల దగ్గర, స్తంభాల వెనక."

"కొంచెం విజయోత్సవం జరుపుకున్నాంలెండి" అన్నాడు పొడగరి కర్నల్. "రెండోసారి చక్రవర్తి బహుమతీ గెలిచాడు కదా. ఇతనికి గుర్రాలతో అదృష్టం కలిసొచ్చినట్టుగా నాకు పేకాటలో వస్తే బాగుణ్ణు. సరే బంగారంలాంటి సమయాన్ని పాడుచేసుకోవడం ఎందుకు?" అధోలోక కక్ష్యలోకి వెళ్ళిపోతాను" అంటూ కర్నల్ వెళ్ళిపోయాడు.

"యాష్విన్" అని వ్రాన్స్కీ అక్కడ ఖాళీ అయిన కుర్చీలో కూర్చుంటూ తూరొవ్స్తిన్ అడిగినదానికి జవాబుగా అన్నాడు. తనకి అందించిన షాంపేన్ తాగాడు. మరో సీసా తెమ్మని పురమాయించాడు. క్లబ్బులో మెరుస్తూ వున్న వాతావరణం వల్ల నైతేనేం, తాగిన వైన్ ప్రభావం వల్ల నైతేనేం లేవిన్ తన పశువుల మేలు వంగడం గురించి వ్రాన్స్కీతో సాయిలాపాయిలాగా మాట్లాడగలిగాడు. అతనిపట్ల తనకి యేమీ ద్వేషభావం అనిపించలేదు. అతన్ని ప్రిన్సెస్ మరీయా బొరీసొవ్నా ఇంటి దగ్గర కలుసుకున్నానని తన భార్య చెప్పిందని కూడా చెప్పాడు.

"ఓ! ప్రిన్సెస్ మరీయా బొరీస్నావా! భలే ఆవిడ!" అని అబ్లాన్స్కీ మాట కలిపాడు. ఆమెని గురించిన విశేషం చెప్పడం మొదలుపెట్టాడు. అది విని అందరికీ నవ్వు వచ్చింది. వ్రాన్స్కీ ముఖ్యంగా ఉల్లాసంగా నవ్వాడు. దాంతో లేవిన్‌కి అతనిపట్ల మనసులో భేదభావం అణుమాత్రం కూడా లేకుండా తొలగిపోయింది.

"ఊఁ మరి లేవండి, పోదాం" అని అబ్లాన్స్కీ లేస్తూ చిరునవ్వు నవ్వుతూ అన్నాడు.

8

బల్ల దగ్గర్నుంచి లేచి ముందుకు నడిచినప్పుడు తన చేతులు మహా తేలిగ్గా సవ్యంగా ఊగుతున్నాయని లేవిన్‌కి అనిపించింది. అతను గాగిన్‌తో కలిసి కప్పు ఎత్తుగా వున్న గదులు దాటుకుంటూ బిల్లియర్డ్ గదిలోకి వెళ్ళాడు. పెద్ద హాల్లో అతనికి మామగారు కనిపించాడు.

"ఊఁ, అయితే మా సోమరిపోతుల మందిరం ఎలా వుంది?" అని వృద్ధ ప్రిన్స్ అతని చెయ్యి పట్టుకుంటూ అడిగాడు. "రా, అలా నడుద్దాం" అన్నాడు.

"నేనూ అలా నడిచి వెళ్ళి చూడాలనే అనుకుంటున్నాను. చాలా సరదాగా వుంది."

"నీకు సరదాగానే వుందన్నమాట. కాని నాకు సరదాగా వుండేది ఇంకోటుంది. ఆ ముసలాయల్ని చూశావా?" అంటూ ఒక ముసలి తొక్కు సభ్యుడికేసి చూపించాడు. అతను మనిషి వింటిబద్దలా వంగిపోయాడు. అతని కింద పెదవి వాలిపోయి వుంది. మెత్తని బూట్లు తొడుక్కుని గట్టిగా అడుగులు వెయ్యలేకపోతూ వీళ్ళ వేపే చూస్తూ వున్నాడు. "వాళ్ళు ఇలా 'గొణుగుడు అణుగుడు' గానే పుట్టారనుకుంటావు కదూ?" అన్నాడు.

"గొణుగుడు అణుగుడు? అదేం అవస్థ?"

"ఎప్పుడూ వినలేదూ? వాళ్ళని క్లబ్బు పరిభాషలో అలా అనే పిలుస్తాం. బాగా ఉడికిన గుడ్లని దొర్లించే ఆట తెలుసా నీకు? వాటిని బాగా దొర్లిస్తే గనక అవి అణిగిపోతాయి. మా ముసలాళ్ళతోటీ అంతే. క్లబ్బుకి వస్తూ పోతూ, పోతూ వస్తూ వుంటాం. అణిగిపోతాం. అదుగో నవ్వుతున్నావు. కాని నా వయసు వాళ్ళం మేం కూడా ఎప్పుడు ఆ లెక్కలో పడతామా

అనుకుంటూ వుంటాం. ప్రిన్స్ చెచేన్స్కీని యెరుగుదువు కదూ?" అని ప్రిన్స్ అడిగాడు. ఆయన కళ్ళల్లో కనిపించిన చమక్‌ని బట్టి ఏదో తమాషా సంగతి చెపుతాడని లేవిన్ గ్రహించాడు.

"ఉహుఁ, ఎరగను"

"ఎరక్కపోవడమేమిటి? చాలా పేరున్న ప్రిన్స్ చెచేన్స్కీ. సర్లే, ఆ విషయం అలా వుంచు. సంగతేమిటంటే ఆయన గొప్ప బిలియర్డ్ ఆటగాడు. మూడేళ్ళనాడు ఆ మనిషి ఇంకా గొణుగుడు అణుగుడు కాదు. అలా కానందుకు గొప్పలు పోతూ వుండేవాడు. ఓ రోజున క్లబ్బుకి వచ్చాడు. మా కావలివాడు... తెలుసుకదా, వసీలియ్? ఆ లావాటి మనిషి. వాడు భలే కొంటెగాడు. యేం? ప్రిన్స్ చెచేన్స్కీ వాణ్ణి అడిగాడు 'ఏం, వసీలియ్, ఎవరెవరు వచ్చారు? ఎవరేనా గొణుగుడు అణుగుడుగాళ్ళు వచ్చారా?' అని. చూడు వసీలియ్ జవాబు 'తమరు మూడోవారండి' అని. అదీ సంగతి నాయనా!" అన్నాడు.

లేవిన్ మామగారితో ఇలా మాట్లాడుతూ తెలిసినవాళ్ళు దారిలో తగిల్తే పలకరిస్తూ అన్నిగదులూ తిరిగాడు. వాళ్ళిద్దరూ పెద్ద గదిలోకి కూడా వెళ్ళారు. అక్కడ పేకాట మేజాలు యేర్పాటై వున్నాయి. ఒకరితో ఒకరు జోడీగా పేకాట ఆడుకునేవాళ్ళు చిన్న చిన్న మేజులకి ఆడుకుంటున్నారు. సోఫాల గదిలోకి వెళ్ళారు. అక్కడ చదరంగం ఆటలు సాగుతున్నాయి. అక్కడ కోజ్నిషెవ్ ఎవరితోనో మాట్లాడుతున్నాడు. ఆ మనిషెవరో లేవిన్ ఎరగడు. బిలియర్డ్ గదిలోకి వెళ్ళారు. ఆ గదిలో ఓ మూల గాగిన్‌తో సహా కొంతమంది షాంపేన్ తాగుతూ వున్నారు. జోరుగా మజా సాగుతోంది. మామా అల్లుళ్ళు "అధోలోక కక్ష్య'లోకీ వెళ్ళేరు. అక్కడ యాష్విన్ అప్పటికే వో బల్ల దగ్గర జేరి జూదంలో వున్నాడు. పందేలు కాసేవాళ్ళ గుంపు ఒకటి బల్ల దగ్గర పోగయింది. ఏ మాత్రం చడీచప్పుడూ చెయ్యకుండా వాళ్ళు రీడింగ్ రూమ్‌లోకి వెళ్ళారు. అక్కడ షెడ్ వున్న దీపాల కింద ముఖం చిరచిరలాడుతూ వున్న యువకుడొకడు పత్రిక తర్వాత పత్రిక తిరగేస్తూ వున్నాడు. బట్టతల జనరల్‌గారొకడు దీక్షగా పుస్తక పఠనంలో నిమగ్నం అయిపోయాడు. తర్వాత వాళ్ళు "వివేకవంతుల గది" అని వృద్ధప్రిన్స్ పేరు పెట్టిన గదిలోకి వెళ్ళారు. అక్కడ వాళ్ళకి ముగ్గురు పెద్ద మనుషులు తాజా రాజకీయ సమాచారం గురించి వేడివేడిగా వాదించుకుంటూ కనిపించారు.

"ప్రిన్స్, అంతా సిద్ధంగా వుంది రండి" అని ఆయన కోసం వెతుక్కుంటూ వచ్చిన పేకాట జోడీ ఒకతను పిలిచాడు. ఆయన వెళ్ళాడు. లేవిన్ అక్కడ కూర్చుని కొంచెంసేపు ఆ పెద్దమనుషుల వాదన విన్నాడు. కాని పొద్దున్న జరిగిన సంభాషణ అంతా గుర్తువచ్చి అతనికి తెలియకుండానే మహా విసుగనిపించింది. గబగబా లేచి అబ్లాన్స్కీ, తూరవ్‌స్తిన్ ఎక్కడున్నారో వెతుక్కుంటూ వెళ్ళాడు. వాళ్ళుంటే అతనికి హుషారు వస్తుంది.

తూరవ్‌స్తిన్ ఎత్తైన సోఫా మీద కూర్చుని బీరు తాగుతున్నాడు. అబ్లాన్స్కీ గది ఆ చివర గుమ్మం దగ్గర నుంచుని వ్రాన్స్కీతో ఏదో మాట్లాడుతూ వున్నాడు.

"ఆమె నిరుత్సాహపడిపోతోందని కాదు కాని ఆమె అనిశ్చిత పరిస్థితి, వూగిసలాట..." అనే మాటలు వాళ్ళ దగ్గరికి వెళ్ళేటప్పటికి లేవిన్‌కి వినిపించాయి. అక్కణ్ణుంచి వెంటనే వెనక్కి తిరిగి వెళ్ళిపోవాలని అనుకున్నాడు, కాని అబ్లాన్స్కీ అతన్ని పిలిచాడు.

"లేవిన్!" అని అబ్లాన్స్కీ పిలిచాడు. లేవిన్ అతనికేసి చూశాడు. అతని కళ్ళల్లో కనిపించేది కన్నీరు కాదనీ, అతను తాగినప్పుడు, గాఢంగా చలించినప్పుడూ అతనికి వుండే చెమ్మగిల్లడం అనీ గ్రహించాడు. ప్రస్తుతంలో రెండూ వున్నాయి. "లేవిన్, వెళ్ళద్దు" అని లేవిన్ మోచేతిని గట్టిగా పట్టుకున్నాడు, ఎలాగైనా అతన్ని ఆపుచెయ్యాలనుకున్నట్టు.

"ఇతను నా అసలైన మిత్రుడు. ఓ రకంగా నా ఉత్తమ మిత్రుడు" అని లేవిన్ గురించి వ్రాన్స్కీతో చెప్పాడు. "నువ్వు నాకు దగ్గరివాడివే, ఇష్టుడివేననుకో. మీరిద్దరూ స్నేహంగా వుండాలని నా కోరిక. మీరు స్నేహితులుగా వుండి తీరాలి, సన్నిహితులుగా వుండాలి. ఏమంటే మీరిద్దరూ అసలైన మంచి మనుషులు."

"ఇక ఏమీ తరువాయి లేదు మా ఇద్దరి మధ్యా, ఒకరినొకరు కౌగిలించుకోవడం తప్ప" అని వ్రాన్స్కీ నవ్వుతూ సరదాగా చేతిని చాస్తూ అన్నాడు.

లేవిన్ తనవేపు చాచుకున్న ఆ చేతిని ఆబగా అందుకుని గట్టిగా అదిమాడు.

"నాకు చాలా చాలా సంతోషంగా వుంది" అన్నాడు లేవిన్.

"వెయిటర్, షాంపేన్" అని అబ్లాన్స్కీ కేకవేశాడు.

"నాకూ చాలా సంతోషంగా వుంది" అన్నాడు వ్రాన్స్కీ.

అబ్లాన్స్కీకి, వాళ్ళిద్దరికీ మాట్లాడుకోవాలన్న కోరిక వున్నాగానీ ఒకరికొకరు చెప్పుకునేది ఏమీ లేకపోయింది. అలా అని ఇద్దరికీ అనిపించింది.

"తెలుసా నీకు, లేవిన్ యెప్పుడూ అన్నాని చూడలేదు?" అని అబ్లాన్స్కీ, వ్రాన్స్కీతో అన్నాడు. "ఇతన్ని తీసికెళ్ళి అన్నాకి చూపించాలని నాకు వుంది. వస్తావు కదూ లేవిన్?" అన్నాడు.

"ఏమిటి? నిజంగా ఎరగడా?" అన్నాడు వ్రాన్స్కీ. "అన్నా చాలా సంతోషపడుతుంది. నేనిప్పుడే యింటికి వెడుతున్నా" అని "కాని యాష్విన్ గురించే నాకు బెంగగా వుంది. అతను ఆట ఆపేదాకా వుండాలిక్కడ" అని జత చేశాడు.

"ఏం? పరిస్థితి బాగా లేదా?"

"పోగొట్టుకుంటున్నాడు. నేనొక్కణ్ణే అతన్ని ఆట మాన్పించగలవాణ్ణి."

"ఓ ఆట బిలియర్డ్ ఆడదామా? ఆడతావా లేవిన్? మంచిది" అన్నాడు అబ్లాన్స్కీ. "బంతులు పట్రా" అని బిలియర్డ్ ఆటలో లెక్కలు వేసే అతనికి చెప్పాడు.

"చాలాసేపటిగా అన్నీ తయారుగా వున్నాయండి" అన్నాడతను. బంతుల్ని త్రికోణాకారంగా ఏర్పాటు చేసిపెట్టాడు. ఎర్రబంతిని తోస్తూ తన వినోదంలో తను వున్నాడు.

"ఊఁ, కానీ మొదలెడదాం."

ఆటపూర్తయ్యాక వ్రాన్స్కీ, లేవిన్‌లు గాగిన్ బల్ల దగ్గర చేరారు. అబ్లాన్స్కీ సూచన మీద లేవిన్ ఆసుమీద పందెం కట్టాడు. వ్రాన్స్కీ తన దగ్గరికి వచ్చే పరిచయస్థులని పలకరిస్తూ "అధోలోకం" గది దగ్గరికి వస్తూపోతూ వున్నాడు. యాష్విన్ ఎలా ఆడుతున్నదీ చూసుకుంటూ వున్నాడు. ఆ ఉదయం బుర్ర అలిసిపోయి వుండడంతో లేవిన్‌కి ఇప్పుడు హాయిగా ప్రశాంతంగా

వుంది. తనకీ వ్రాన్స్కీకీ మధ్య ఏ విద్వేషమూ లేకుండా సమసిపోయినందుకు అతనికి సంతోషంగా వుంది. క్లబ్బు వాతావరణతో బాటుగా అతనికి శాంతిగా ఆహ్లాదకరంగా, మధురానుభూతి పూర్వకంగా వుంది.

ఆట అయిపోగానే అబ్లాన్స్కీ లేవిన్ చెయ్యి పట్టుకున్నాడు.

“పద వెడదాం అన్నాని చూడడానికి. ఇప్పుడే వెడదాం ఏం? ఆమె ఇంటి దగ్గర వుంది. నిన్ను తీసుకొస్తానని ఎన్నడనగానో చెప్పాను. ఈ పూట ఏముంది నీకు పని?” అన్నాడు.

“ప్రత్యేకం ఏమీ లేదు. వ్యవసాయ సమావేశానికి వస్తానని స్వియాజ్స్కీకి చెప్పాను. కాని నీతో వస్తాలే” అన్నాడు లేవిన్.

“భేష్, బాగుంది. పద. మా బండి వచ్చిందేమో చూడు” అంటూ ఓ నౌకరుకి పురమాయించాడు.

లేవిన్ బల్ల దగ్గరికి వెళ్ళి పందెం కట్టి ఓడిపోయిన నలభై రూబుళ్ళు యిచ్చాడు. క్లబ్బు బిల్లు కట్టాడు గుమ్మం దగ్గర నుంచున్న నౌకరు ఏదో నిగూఢమైన పద్ధతిలో లెక్కగట్టి చెప్పేడు ఆ మొత్తం ఎంతో. తర్వాత లేవిన్ గదులనిండా చేతులు కులాసాగా ఊపుకుంటూ నడిచి బయటికి వెళ్ళేడు.

9

“అబ్లాన్స్కీగారి బండి” అని వాకిలి కావలివాడు గట్టిగా అరిచాడు. బండి గుమ్మం దగ్గరికి వచ్చింది. ఇద్దరూ బండి ఎక్కారు. బండి పెరడు దాటిన కొన్ని క్షణాలదాకా లేవిన్ క్లబ్బు వాతావరణం నుంచి, అశాంతి, ఆహ్లాదం, మధురానుభూతిపూర్వక స్థితి నుంచి బయటపడలేదు. కాని బండి ఇవతలకి వచ్చి రాళ్ళుపరిచిన బాటమీదకి చేరినట్టు తెలియగానే, బళ్ళవాళ్ళ కోపిష్టి అరుపులు వినగానే, దుకాణాలకీ కల్లు అంగడికీ వున్న ఎఱ్ఱ దీపం కాంతి చూడగానే ఈ క్లబ్బు వాతావరణం తొలగిపోయింది. తను చేస్తున్న పని గురించిన ఆలోచన వచ్చింది. తను అన్నాని చూడ్డానికి వెళ్ళాలా అని మనసులో అనుకున్నాడు. కిట్టీ ఏమంటుంటో! కాని అబ్లాన్స్కీ అతన్ని ఆలోచించుకోనివ్వలేదు. తన మనసులో వున్న శంకల్ని పసిగట్టినట్టు వాటిని తోసిపారేస్తూ అతను మాట్లాడాడు.

“నాకు ఎంత సంతోషంగా ఉందో! నువ్వు అన్నాని చూస్తున్నావు. కొంతకాలంగా దాలీ కోరిక ఇదే. ల్వోవ్ వెళ్ళి ఆమెని చూశాడు. వెళ్ళి ఆమెని చూస్తూనే వున్నాడు. ఆమె నాకు అక్కగారే కావచ్చు, అయినా ఆమె మామూలు మహిళ కాదని చెప్పగలను. నువ్వే చూస్తావుగా! ఆమె పరిస్థితి బాగా లేదు, ఇప్పుడు మరీనీ” అన్నాడు.

“ఇప్పుడు మరీనా? ఎందుకని?”

“విడాకుల గురించి బావగారితో మాటలు జరుపుతున్నాం. ఆయనా ఊఁ అన్నాడు. కాని కొడుకు పోషణ బాధ్యతల చిక్కు వచ్చింది. ఎప్పుడనగానో తేలిపోవాల్సిన విషయం మూణ్ణెల్లుగా ఈడ్చుకుంటూ సాగుతోంది. విడాకులు రాగానే వ్రాన్స్కీని పెళ్ళి చేసుకుంటుంది.

పెళ్ళికి సంబంధించి ఈ పాత తంతులు ఎంత బోలు విషయాలో చూడు. ఎవరూ వాటిని నమ్మినా నమ్మరు, కాని జనాలు హాయిగా బతకడానికి లేకుండా తగలేస్తాయి అవి” అన్నాడతను. “అప్పుడు వాళ్ళ పరిస్థితి నలుగురికీ నమ్మకం అవుతుంది, నీ పరిస్థితిలాగా నా పరిస్థితిలాగా” అన్నాడు.

“చిక్కు ఎక్కడ వుంది?” అని లేవిన్ అడిగాడు.

“అబ్బో, అదో కొండవీటి చేంతాడంత కథ. మన దగ్గరుండే, ఏదీ ఖచ్చితంగా వుండదు. అంతా అస్పష్టంగా వుంటుంది. కాని ఆమె మూడునెలలుగా మాస్కోలో విడాకుల కోసం చూస్తూ వుందన్న విషయం నిజం. ఆమె ఎక్కడికీ వెళ్ళదు. ఏ ఆడమనిషీ ఆమెని చూడ్డానికి వెళ్ళదు, దాలీ తప్ప. ఎందుకో తెలుసా? తనమీద సానుభూతి చూపిస్తూ ఎవరూ తన దగ్గరికి రావడం ఆమెకి ఇష్టం వుండదు. ఆ ముసలి నక్క ప్రిన్సెస్ వర్వారా చూడు– ఆమె కూడా వెళ్ళిపోయింది, తనకి పరువు తక్కువ అట! ఇంత దారుణ పరిస్థితిలో మరే ఆడదన్నా అంత నిబ్బరంగా వుండగలదా అని నాకనిపిస్తూ ఉంటుంది. కాని అన్నా– నువ్వు చూస్తున్నావు కొంచెంసేపట్లో, ఎలా తన బతుకుని ఎంత చక్కగా ఏర్పాటు చేసుకుందో. ఎంత నిదానంగా, గౌరవంగా ఏర్పాటు చేసుకుందో. ఎడమవేపు, సందు ఎగువకి, చర్చి ఎదురుగా ఆపు” అని బండి కిటికీలోనుంచి ఇవతలకి వంగుతూ అబ్లాన్స్కీ అరిచాడు. “అబ్బ! ఎంత ఉక్కగా వుంది!” అని అంటూ బొత్తాలు పెట్టుకోకుండా వున్న కోటుని విప్పాడు. కాని మైనస్ పన్నెండు డిగ్రీలు వుంది బయట.

“కాని ఆమెకి బిడ్డ వుంది కదా? పాపతో పొద్దుపోతుందిలే” అన్నాడు లేవిన్.

“ప్రతి మహిళా ఒట్టినే ఆడజీవి అనే అనుకుంటావు నువ్వు. Une Conveuse[1]” అన్నాడు అబ్లాన్స్కీ. “ఆడమనిషికి పొద్దుపోతూ వుందీ అంటే పిల్లలతోనే అని కానే కాదు. అన్నా తన బిడ్డని చక్కగా పెంచుతుందనడంలో నాకు సందేహం లేదు. కానీ ఈ విషయం గురించి ఏమీ వినిపించలేదు. ఆమెకి మొదటగా పొద్దుగడపడం రాత పనిలో. నువ్వు ఎతికుతంగా నవ్వుతున్నావు కాని నువ్వు పొరపాటుపడుతున్నావు. ఆమె పిల్లల కోసం పుస్తకం రాస్తోంది, దాన్ని గురించి ఎవరికీ చెప్పడంలేదు. కాని నాకు చదివి వినిపించింది. ఆ రాత ప్రతిని వర్క్యుయెవ్‌కి – నీకు తెలుసుకదా ప్రచురణకర్త... ఇచ్చాను. అతనూ సొంతంగా రాస్తాడట. ఏమైనా ఆ విషయాలన్నీ అతనికి తెలుసు. ఈ పుస్తకం బాగుందని అన్నాడు. అన్నా మీ అణాకానీ రచయిత్రుల బాపతు అనుకున్నావా యేమిటి? ఏం కాదు. నువ్వే చూస్తావుగా, మొదటగా హృదయం వున్న ఆడమనిషి ఆమె. ఇప్పుడు వాళ్ళ ఇంటి దగ్గర ఓ యింగ్లీషు అమ్మాయి, ఆమె మొత్తం కుటుంబం ఉంటున్నారు. అన్నా ప్రస్తుతం వాళ్ళని గురించి శ్రద్ధపడుతోంది.”

“దయాదాన కార్యక్రమమా ఏమిటి?”

“అదే నీతో గొడవ. ప్రతీదాన్నీ వంకరగా చూస్తావు! దయా కాదు, గియా కాదు, హృదయ ప్రేరణ. వాళ్ళకి, అంటే వ్రాన్స్కీకి, ఓ ఇంగ్లీషు అశ్వ శిక్షకుడు వుండేవాడు. పనిలో

---

[1]గుడ్లు పెట్టే కోడి (ఫ్రెంచి)

గట్టివాడు కాని మనిషి మజ్జు. తెగ తాగి delirium tremens[1] పాలబడ్డాడు. పెళ్ళాం బిడ్డల్ని వాళ్ళ ఖర్మానికి వదిలేశాడు. అన్నా ఆ పరిస్థితి చూసి, వాళ్ళకి సాయంచెయ్యడం మొదలుపెట్టింది. ఇప్పుడు వాళ్ళ బాధ్యత నెత్తిన వేసుకుంది. అంటే ఊరికే డబ్బు దస్కం ఇచ్చి సంరక్షణ చూడ్డం అనుకునేవు. తనే సొంతంగా అబ్బాయిలకి రష్యన్ నేర్పుతోంది. వాళ్ళు హైస్కూల్లో చేరేందుకు వీలుగా. వాళ్ళ పిల్లని తన దగ్గరే వుంచుకుంది. ఆ అమ్మాయిని చూస్తావుగా నువ్వే" అన్నాడు.

బండి ముంగిట్లోకి వెళ్ళింది. అబ్లాన్స్కీ గుమ్మం దగ్గర గట్టిగా గంట కొట్టాడు. ఆ గుమ్మం దగ్గర ఓ స్లెడ్జ్ బండి వుంది.

నౌకరు తలుపు తెరిచాడు. అమ్మగారు వున్నారా లేదా అని అడగా పెట్టాకుండా అబ్లాన్స్కీ లోపలికి వెళ్ళాడు. లేవిన్ అతని వెనకాలే వెళ్ళాడు, తను చేస్తున్న పని సబబా కాదా అని అతనికి సందేహాలు పెరిగాయి.

అద్దంలో చూసుకుంటే అతనికి తన ముఖం ఎర్రబడ్డట్టు కనిపించింది. కాని మత్తుగా లేదని ఖాయంగా అతనికి తెలుసు. అబ్లాన్స్కీ వెనకాలే దృఢంగా అడుగులు వేస్తూ తివాసీ పరిచిన మెట్లపైకి ఎక్కాడు. అక్కడ అబ్లాన్స్కీని నౌకర్లు బాగా ఎరుగుదురు. కాబట్టి నౌకరు వంగి వందనం చేశాడు. అన్నా ఒంటరిగా వుందా అని అడిగాడు అబ్లాన్స్కీ. వర్క్యాయెవ్ ఆమెతో వున్నాడని అతను చెప్పాడు.

"ఎక్కడున్నారు వాళ్ళు?"

"చదువుకునే గదిలో."

వాళ్ళు ఓ మాదిరి చిన్నగా వున్న భోజనాల గదిగుండా వెళ్ళారు. ఆ గది గోడలకి నల్ల కొయ్య పలకలు వున్నాయి. నేలమీద తివాసీలు వున్నాయి. ఆ గది దాటి చదువుకునే గదిలోకి వెళ్ళారు. ఆ గదిలో మసక వెలుతురుగా వుంది. దీపానికి నల్లని షేడ్ వుంది. మరో దీపం వుంది. దానికి రిఫ్లెక్టర్ వుంది. దాని కాంతి ఓ చిత్రంమీద ప్రసరించేటట్టు అమర్చారు. తక్షణం ఆ చిత్రం లేవిన్ దృష్టిని ఆకట్టుకుంది. ఇటలీలో మిహైలొవ్ గీసిన అన్నా చిత్రం అది. అబ్లాన్స్కీ అడ్డపలకలు పెట్టిన కానా వెనక్కి వెళ్ళాడు. ఠక్కున ఓ మగ కంఠం మాట్లాడ్డం ఆపింది. లేవిన్ అన్నా చిత్రం ముందు నుంచుండి పోయాడు. ధగధగ మెరిసే కాంతి నేపథ్యంలో చట్రంలోనుంచి ఆమె ఇవతలకి అడుగు వేసి వస్తున్నట్టుగా కనిపిస్తోంది. అతను చిత్రంమీద నుంచి దృష్టి మళ్ళించుకోలేకపోయాడు. తనెక్కడవున్నదీ మర్చిపోయాడు. ఏమి మాటలు సాగుతున్నదీ అతని చెవిన పడడంలేదు. అద్భుతమైన ఆ చిత్రంమీదనే దృష్టి లగ్నం చేసి నుంచుండి పోయాడు. అది బొమ్మ కాదు. నల్లని ఉంగరాల జుట్టు, బోసి చేతులు, బోసి భుజాలు, మధుర కోమల అధరాల మీద లాస్యం చేసే అర్ధస్వాప్నిక దరహాసం వున్న జీవ జాగృథ సమ్మోహకర సుందరనారి అక్కడ వుంది. ఆమె అతనికేసే కోమల విజయోల్లాసపూర్వక దృక్కులతో చూస్తోంది. ఆ చూపు అతన్ని వివశుణ్ణి చేసింది. ఆమె జీవంతో తొణికిసలాడుతున్నట్టున్న బొమ్మ, ఏమంటే సజీవ వనితలెవ్వరూ బహుశా అంత సౌందర్య సమన్వితంగా భాసించరు.

[1] మానసిక అస్థిరత్వం (లాటిన్)

"చాలా సంతోషంగా వుంది నాకు" అని ఎవరో పక్కనే అనడం వినిపించింది. తను మంత్రముగ్ధుడై చూస్తూ వున్న ఆ చిత్రంలోని మనిషి గొంతుకే అది. అన్నా కానా వెనక నుంచి అతన్ని పలకరించడానికి వచ్చింది. ఆ చదువుకునే గది మసక వెలుతురులో లేవిన్‌కి ఆ చిత్రంలోని వనిత కనిపించింది. ఆమె ముదురు నీలం సిల్కు గౌను వేసుకుంది. ఆమె చిత్రంలో వున్న రూపం కంటే వేరు భంగిమలో వుంది. ఆమె ముఖంలో కవళిక వేరుగా వుంది. కాని కళాకారుడు ప్రదర్శించిన అనుపమ సౌందర్య సమన్వితంగా ఆమె భాసించింది. యదార్థ రూపంలో ఆమె తక్కువ చకితంగా వుంది. కాని బొమ్మలో లేని నూతన, ఆకర్షక అంశం సజీవ రూపంలో వుంది.

10

అన్నా అతన్ని పలకరిద్దామని లేచి వచ్చింది. అతన్ని చూశాక కలిగిన తన సంతోషాన్ని దాచుకోలేకపోయింది. ఆమె తొణుకూ బెణుకూ లేకుండా చిన్న దృఢమైన చేతిని చాచింది. వర్కూయెవ్‌ని పరిచయం చేసింది. ఏదో వ్యాపకంలో వున్న ముచ్చటైన ఎర్రజుట్టు అమ్మాయిని చూపించి తన పోషణలో ఉన్న పిల్ల అని చెప్పింది. యీ పనులన్నీ ఆమె చేసిన తీరులో లేవిన్‌కి ఉన్నత సమాజ మహిళల్లో సర్వదా కనిపించే శాంత, స్వాభావిక లక్షణం అనుభూతం అయింది. అది లేవిన్‌కి పరిచితమైందే, హృద్యంగమమైనదే.

"చాలా సంతోషంగా వుంది, చాలా సంతోషంగా వుంది" అని ఆమె రెట్టించింది. మరి ఎందుకనో తెలియకుండానే ఆమె నోటినుంచి వచ్చే ఆ సాదా మాటలే ఒక ప్రత్యేక అర్థాన్ని సంతరించుకున్నట్టు తోచాయి. "మిమ్మల్ని చాలా కాలంగా ఎరుగుదును. మా తమ్ముడికీ మీకూ వున్న స్నేహంవల్లా మీ భార్యని బట్టీ... ఆమెతో నా పరిచయం బాగా తక్కువే అనుకోండి. కాని ఆమె అందమైన పువ్వులాగా, అవును, పువ్వులాగా నా హృదయానికి హత్తుకుపోయింది. ఆమెకి కాన్పు అయ్యే రోజులని విన్నాను!" అంది.

అన్నా యే తొట్రుపాటు లేకుండా, నిదానంగా మాట్లాడింది. లేవిన్‌మీద నుంచి కళ్ళు మధ్య మధ్య తమ్ముడికేసి తిప్పి చూస్తూ అంది. తనపట్ల ఆమెకి సదభిప్రాయం కలిగిందనే లేవిన్‌కి అనిపించింది. వెంటనే ఒక రకమైన భోళాభోళీతనంతో నిష్కపటంగా వుండే రీతిలో, ఒకరి నొకరు చిన్నప్పట్నుంచీ ఎరిగున్నవాళ్ళ మాదిరిగా కలిసిపోయాడు.

"వర్కూయెవ్ నేనూ ఇప్పుడే సిగరెట్ కాల్చుకునేందుకే వ్రాన్‌స్కీ చదువుకునే గదిలోకి వచ్చాం" అని సిగరెట్ కాల్చుకోవచ్చా అని అబ్లాన్‌స్కీ అడిగినదానికి జవాబుగా ఆమె చెప్పింది. లేవిన్‌కేసి చూసి, అతను సిగరెట్ కాలుస్తాడా అని అడగకుండానే తాబేటి చిప్ప పెట్టె అందుకుని ఓ సిగరెట్ తీసింది.

"ఎలా ఉంది నీకివాళ?" అని అబ్లాన్‌స్కీ ఆమెని అడిగాడు.

"ఫరవాలేదు. నరాలు మామూలుగా ఎప్పటిలాగానే వున్నాయి."

"అద్వితీయంగా వుంది కదా?" అని లేవిన్ బొమ్మకేసి చూడ్డం గమనించి అబ్లాన్‌స్కీ అన్నాడు.

"ఇంతకంటే మంచి బొమ్మని నేను చూడలేదు."

"అచ్చం ముమ్మూర్తులా మనిషి రూపంలాగే వుంది కదా?" అని వర్క్యూయెవ్ అన్నాడు.

లేవిన్ బొమ్మనుంచి చూపు మళ్ళించుకుని బొమ్మకి ఆధారం అయిన ఆమెకేసి చూశాడు. తనమీద అతని చూపు పడింది అని అనిపించగానే అన్నా ముఖంలో ఓ ప్రత్యేక కాంతి విరిసింది. లేవిన్ సిగ్గుతో ఎర్రబడ్డాడు. తనకి కలిగిన ఆ ఇబ్బందిని కమ్ముకుందుకు తను ఇటీవల దాలీని చూసిందా అని అన్నాని అడగబోయాడు కాని అన్నా మొదట మాట్లాడింది.

"వర్క్యూయెవ్, నేనూ వాష్చెంకొవ్ ఇటీవల గీసిన బొమ్మల గురించి మాట్లాడుకుంటున్నాం. మీరు చూశారా వాటిని?"

"ఆఁ" అన్నాడు లేవిన్.

"మరేం అనుకోకండి, మీరు ఏదో చెప్పబోయారు" అంది.

తను ఈ మధ్యలో దాలీని చూసిందా అని లేవిన్ అడిగాడు.

"నిన్ననే ఇక్కడికి వచ్చింది. గ్రీష లాటిన్ టీచరు పిల్లవాణ్ణి సరిగా చూడలేదని కోప్పడింది."

"అవును, నేనతని చిత్రాలు చూశాను. నాకు అంత ప్రత్యేకంగా నచ్చలేదు" అని లేవిన్ అంతకుముందు ప్రసక్తమైన విషయంకేసి మళ్ళుతూ అన్నాడు.

లేవిన్ ఇప్పుడు కళ్ళ గురించి పొద్దున్న మాట్లాడిన మాదిరిగా రంజుగా మాట్లాడలేదు. అన్నాతో మాట్లాడుతూ వుంటే ప్రతిమాట ప్రత్యేక ప్రాముఖ్యం సంతరించుకున్నట్టుగా కనిపించింది. ఆమెతో మాట్లాడ్డమే ఆహ్లాదంగా వుంది, ఆమె మాట్లాడుతూ వుండగా వినడం ఇంకా ఆహ్లాదంగా ఉంది.

అన్నా నిష్కపటంగా, తెలివి ఉట్టిపడేటట్టు మాట్లాడ్డమే కాదు, తను చెప్పేదానికి విశేషత్వం అంటగట్టకుండా ఇతరులు చెప్పేదాన్ని ఘనంగా భావిస్తూ మాట్లాడింది.

సంభాషణ కళలో నూతన రీతుల మీదకి మళ్ళింది. ఓ ఫ్రెంచి కళాకారుడు బైబిల్‌కి గీసిన కొత్త బొమ్మలమీదకి మళ్ళింది. ఆ కళాకారుడు వాస్తవికతని మరీ అతికి తీసుకుపోయాడని వర్క్యూయెవ్ వ్యాఖ్య చేశాడు. కళలో వాస్తవికతనుంచి పక్కకు మళ్ళడంలో ఫ్రెంచివాళ్ళు అందర్నీ మించిపోయారని, అందుకనే వాస్తవికత వేపు తిరిగి రావడాన్ని ఓ మహత్తర సంఘటనగా వాళ్ళు భావిస్తున్నారనీ లేవిన్ అన్నాడు. వాళ్ళు ఇప్పుడు మోసం చెయ్యడం లేదు, అలా చెయ్యలేకపోవడమే కవిత్వం అంటున్నారు.

లేవిన్ ఇంతకుముందు ఎన్నడూ కూడా తను చెప్పిన తెలివైన మాటలకి ఇంతలా సంతృప్తిపడలేదు. లేవిన్ చెప్పిన మాటలని బాగా మెచ్చుకుంటూ అన్నా ముఖం వెలిగింది, ఆమె కిలకిలా నవ్వింది.

"ఎంతో దగ్గరి పోలిక వున్న బొమ్మని చూసి నవ్వినట్టు నవ్వేను నేను" అందామె. "మీరన్న ముక్క యివాళ్టి ఫ్రెంచికళని, చిత్రకళని సాహిత్యాన్ని కూడా.... జోలా, దొదే*.... పూర్తిగా ప్రతిబింబిస్తుంది. కాని బహుశా ఎప్పుడూ అలానే వుంటుందేమోలెండి. కళాకారుడి

కల్పిత, అనుమానిత ఆకృతుల్లోనుంచి తన conceptions[1] ఏర్పడతాయి. అన్నివిధాల combinaisons[2] చేశాక కల్పిత ఆకృతుల వల్ల విసుగెత్తిపోయి, చాలా సహజమైన వాస్తవిక రూపాల్ని చిత్రిస్తారు" అంది.

"చాలా బాగా చెప్పారు" అన్నాడు వర్న్యాయెవ్.

"అయితే మీరు క్లబ్బుకి వెళ్ళారన్నమాట" అని అన్నా తమ్ముణ్ణి అడిగింది.

'ఆహా! ఈమే మహిళ అంటే' అని లేవిన్ ఆమె అందమైన సజీవ వదనం చూస్తూ అనుకున్నాడు. ఆమె ముఖంలో హఠాత్తుగా మార్పు వచ్చింది. ఆమె తమ్ముడిమీదకంటా వాలుతూ ఏమి మాటలు అందో లేవిన్ వినలేదు. కాని ఆమె ముఖంలో కనిపించిన మార్పు చూసి ఆశ్చర్యపోయాడు. ఓ క్షణం క్రితం సాధు శాంతంగా వున్న ఆ వదనంలో అహం, ఆగ్రహం, ఓ వింత ఉత్కంఠ వచ్చాయి. కాని అలా అని ఆ మార్పు ఎక్కువసేపు వుండలేదు. మరుక్షణం ఆమె కళ్ళు ముడుచుకుంది, దేన్నో గుర్తు చేసుకున్నట్టు

"అవునవును, కాని అది ఎవరికీ పసందుగా వుండదు" అని అంటూ అన్నా ఇంగ్లీషు అమ్మాయికేసి తిరిగి "Please order the tea in the drawing-room[3]" అంది.

ఆ అమ్మాయి లేచి వెళ్ళింది.

"అయితే, ఈమె పరీక్షలో నెగ్గిందా?" అని అబ్లాన్స్కీ అడిగాడు.

"భేషుగ్గా. పనికొచ్చే పిల్ల. స్వభావం కూడా మంచిది."

"ఆఖరికి నీ కూతురుమీదకంటే ఈ పిల్లమీదే ఎక్కువ అభిమానం పెంచుకుంటావు."

"అలాంటి మాటలు మగవాడే అనగలడు. ప్రేమకి హెచ్చు, తగ్గులుండవు. నా కూతుర్ని ఓ రకంగా ప్రేమిస్తాను, ఈమెని మరో రకంగా" అంది.

"తను ఈ ఇంగ్లీషు పిల్లపట్ల చూపించేదాంట్లో పదోవంతు శ్రద్ధ రష్యన్ పిల్లల చదువుపట్ల చూపిస్తే ఇంతకంటే మంచి, విలువైన కృషి జరిగేదని నేను అన్నాగారితో చెపుతున్నా" అన్నాడు వర్న్యాయెవ్.

"ఆఁ, మీరు ఎన్ని చెప్పండి నేను అలా చెయ్యలేకుండా వున్నా. కౌంట్ వ్రాన్స్కీ" (వ్రాన్స్కీ పేరు అలా ప్రసావిస్తూ ఆమె తన అనురోధపూర్వక భీరు దృష్టితో లేవిన్‌కేసి చూసింది, లేవిన్ ఆదరపూర్వకంగా ఆమోదిస్తున్నట్టు చూపు చూసి బదులు చెప్పాడు) "నన్ను ఊళ్ళో ఉన్న బడిపట్ల ఆసక్తి చూపించేటట్టు చాలా ప్రయత్నం చేశాడు. నేను కొన్నిసార్లు బడికి వెళ్ళాను. అక్కడ పిల్లలు ముద్దొచ్చేవాళ్ళే, అయినా ఆ పనిలో మనసు కుదిరింది కాదు. మీరు శక్తి గురించి ఏదో అంటారు. శక్తి ప్రేమవల్ల వస్తుంది. నాకు ప్రేమ యెక్కణ్ణుంచి వస్తుంది? కడుపులో లేనిది కౌగిలించుకుంటే వస్తుందా? కాని ఈ పిల్ల పట్ల అభిమానం పెరిగింది. ఎందుకనో నాకే తెలీదు" అంది.

---

[1] ఊహలు (ఫ్రెంచి).

[2] సంయోజనలు (ఫ్రెంచి)

[3] దయచేసి డ్రాయింగ్ రూమ్‌లోకి టీ పట్టుకురమ్మని చెప్పు (ఇంగ్లీషు)

మరోసారి ఆమె లేవిన్‌కేసి చూసింది. ఆమె చిరునవ్వు, ఆమె చూసిన చూపు తను లేవిన్‌తోనే మాట్లాడుతూ ఉన్నట్టు. అతని అభిప్రాయాన్నే పరిగణనలోకి తీసుకుంటున్నట్టు, ఒకరినొకరు బాగా అర్థం చేసుకుంటున్నామన్న సంగతి ముందటినుంచీ తెలిసినట్టు చెప్పాయి.

"నాకు మీరు చెప్పింది అర్థమైంది. ఓ బడికి గాని, ఇతర సంస్థలకి గాని మనిషి హృదయపూర్వకంగా అర్పితమై పని చెయ్యలేడు. అందుకనే పరోపకార సంస్థల ప్రయోజనం అంత తక్కువగా వుంటోంది" అన్నాడు లేవిన్.

ఆమె ఓ క్షణం ఏం మాట్లాడలేదు. తర్వాత చిరునవ్వు నవ్వింది.

"అవును. అంతే మరి" అని ఒప్పుకుంది. "నా మట్టుకి నేను అలా చెయ్యలేను. Jen'al pas le coeur assez large[1] పిల్లలందర్నీ ఒళ్ళో కూచోపెట్టుకుని అనాథ శరణాలయం ప్రేమించడానికి. Cela ne m'a jamals reussi.[2] చాలామంది ఆడవాళ్ళు వున్నారు. వాళ్ళు దాన్ని తమ position sociale[3] చేసుకున్నారు. ఇవాళ రోజుల్లో మరీనీ" అని ఆమె విచారంగా, తన రహస్యాన్ని పంచుకునేటట్టు చేసే భావం కనబరుస్తూ పైకి తమ్ముడితో మాట్లాడుతూ వున్నట్టున్నా స్పష్టంగా లేవిన్‌ని ఉద్దేశించే అంది. "ఇప్పుడు కూడా, ఏదో పనితో వ్యాపకం కల్పించుకోవాల్సిన అవసరం నాకు వున్నాగానీ నేనలా చెయ్యలేను" అంది. ఆమె కనుబొమలు ముడుచుకుని (తన గురించిన చర్చ చెయ్యవలసిరావడం వల్ల ఆమె అసంతృప్తి పడి కనుబొమలు ముడుచుకుందని లేవిన్ గ్రహించాడు), వెంటనే ప్రసంగ విషయం మార్చేసింది. "మీ గురించి నాకు తెలుసు" అని లేవిన్‌తో అంది, "మీరు ప్రజాహిత కార్యాలంటే ఇష్టపడరని. మిమ్మల్ని గట్టిగా సమర్థించాను" అంది.

"నన్ను ఎలా సమర్థించేరు?"

"ఆ వచ్చిన దాడులని బట్టి అనేక రకాలుగా. కాని రండి, టీ తీసుకుందాం" అని అన్నా లేచింది. మొరాకో తోలు బైండింగ్ చేసిన పుస్తకాన్ని చేత్తో తీసుకుంది.

"దాన్ని నాకివ్వండి అన్నాగారూ!" అని పుస్తకం వేపు చూపిస్తూ వర్కుయేవ్ అన్నాడు. "అచ్చుకి తగింది" అన్నాడు.

"అబ్బెబ్బె, ఇంకా చెయ్యాల్సిన పని వుంది దీనితో."

"నేనతనికి దాన్ని గురించి చెప్పాను" అని లేవిన్ వేపు తల వూపి చూపిస్తూ అబ్లాన్‌స్కీ ఆమెతో అన్నాడు.

"అయ్యో, ఎందుకు చెప్పావు? నే రాసింది జైలు ఖైదీలు అల్లిన తడిక బుట్టల బాపతు సరుకు, లీజా మెర్కాలొవా నాకు అప్పుడప్పుడు అమ్మలాంటిది. ఆమె ఏదో ప్రజాహిత సంస్థ తరపున ఖైదీ విభాగం అధ్యక్షురాలు" అని ఆమె లేవిన్‌కి వివరించింది. "ఆ దురదృష్టవంతులు ఓర్పుతో అద్భుతాలు చేస్తారు" అంది.

---

[1] నా మనసు అంత దొడ్డ మనసు కాదు (ఫ్రెంచి)

[2] నాతో అలా యెన్నటికీ జరగదు (ఫ్రెంచి)

[3] సమాజంలో స్థాయి (ఫ్రెంచి)

అద్వితీయ ఆకర్షణతో భాసించే ఈ నారీమణిలో లేవిన్‌కి మరో నూతన లక్షణం దీనివల్ల వెల్లడైంది. ఆమె తెలివైంది, మనోహరమైంది, అందమైంది. అంతేకాదు నిజాయితీ ఆమెలో ఉట్టిపడుతోంది. తన పరిస్థితిలో వున్న గడ్డుసమస్యల్ని లేవిన్ నుంచి దాచిపెట్టే ప్రయత్నం చెయ్యడం లేదు. ఆ ముక్క అంటూ ఆమె నిట్టూర్చింది. ఆమె ముఖం మీద కఠిన భావం వెంటనే కమ్ముకుంది, శిలాసదృశం అయినట్టు. ముఖంమీద ఆ భావంతో ఆమె ఇంకా అందంగా వుంది. కాని అది నూతన భావం. చిత్రకారుడు గ్రహించి ఆమె చిత్రంలో గీసి వెల్లడి చేసినటువంటి భావానికి పరాయిది. సంతోషంతో మెరుస్తూ ఇతరులకి సంతోషం కలిగిస్తూ వుండే భావాలకి పరాయిది. లేవిన్ మళ్ళీ చిత్రంకేసి చూశాడు. తర్వాత తమ్ముడి చెయ్యి పట్టుకుని ఎత్తైన గుమ్మం దగ్గరికి వెడుతూ వున్న అన్నాకేసి చూశాడు. ఆమె పట్ల అతనికి సంవేదన, దయ కలిగాయి. అవి అతనికే ఆశ్చర్యం కలిగించాయి.

ఆమె లేవిన్‌నీ, వర్కూయెవ్‌నీ డ్రాయింగ్ రూమ్‌లోకి వెళ్ళమని చెప్పి తను ఓ క్షణం అబ్లాన్‌స్కీతో మాట్లాడేందుకు ఆగింది. 'విడాకుల గురించా? వ్రాన్‌స్కీ గురించా? క్లబ్బులో అతను ఎందుకు దిగడిపోయిందీ అడగడానికా? లేకపోతే నా గురించా?' అనే విషయ తర్కంలో గాఢంగా మునిగిపోయి అన్నా పిల్లల కోసం రాసిన నవలా విశేషాలు వర్కూయెవ్ చెపుతూ వుంటే లేవిన్ వినడనే లేదు.

టీ తాగేటప్పుడు కూడా అదే ఆహ్లాదకరమైన పసందైన సంభాషణ సాగింది. మాట్లాడ్డానికి విషయాలు వుండవేమోననే సంగతి సరేసరి తను చెప్పదలచుకున్నది చెప్పే అవకాశం వస్తుందో లేదోననే ప్రతీవాళ్ళకీ భయం కలిగింది. అయినాగానీ ప్రతివాళ్ళూ అవతలివాళ్ళు చెప్పేదాన్ని వినడం కోసం తమంత తాముగా మాట్లాడకుండా గమ్మున వుండిపోయారు. అన్నా స్వయంగా చెప్పిందే కాకుండా, వర్కూయెవ్, అబ్లాన్‌స్కీలు చెప్పేది కూడా అన్నా చూపించిన శ్రద్ధవల్లా చేసిన వ్యాఖ్యల వల్లా ప్రత్యేక ప్రాముఖ్యం సంతరించుకుందని లేవిన్‌కి అనిపించింది.

సంభాషణ వింటూ అన్నా సౌందర్యాన్ని, వివేకాన్ని వీటితోబాటుగా ఆమె సహృదయతని, నిష్కపటత్వాన్ని చూసి లేవిన్ ముగ్ధుడవుతూనే వున్నాడు. అతను వింటూ వున్నాడు, తనూ యేదో చెపుతూ వున్నాడు. అప్పుడే అన్నా గురించి, ఆమె అంతరంగిక జీవితం గురించి ఆలోచిస్తూ ఆమె భావాల్ని అర్థం చేసుకో ప్రయత్నిస్తూ వున్నాడు. అంతకుముందు ఆమె గురించి నిర్దాక్షిణ్యంగా అనుకున్న తను ఇప్పుడు ఏ నిగూఢ హేతువువల్లనో ఆమె నడవడికని సమర్థించాడు. ఆమెపట్ల జాలిపడ్డాడు, వ్రాన్‌స్కీ ఆమెని ఆమూలచూడం అర్థం చేసుకోలేదని శంకపడ్డాడు. అబ్లాన్‌స్కీ వెళ్ళేందుకు లేచేటప్పటికి రాత్రిపది అయింది. (వర్కూయెవ్ ముందే వెళ్ళిపోయాడు) కాని లేవిన్‌కి అప్పుడే అక్కడికి వచ్చినట్టుగా వుంది. భార హృదయంతో అతనూ వెళ్ళడానికి లేచాడు.

"సెలవు" అని లేవిన్ చేతిని పట్టుకుంటూ, అతని చూపు తనమీద నిలిచేటట్టు చేస్తూ అందామె. "నాకు చాలా సంతోషంగా వుంది que la glace est rompue[1]" అంది.

అతని చేతిని వదిలేసి కళ్ళు ముడిచింది.

---

[1] ఏమంటే మందు కరిగిపోయింది (ఫ్రెంచి)

"తనంటే ఎప్పటిలాగా నాకు ఇష్టం వుందని మీ ఆవిడతో చెప్పండి. నా పరిస్థితికి ఆమె నన్ను క్షమించలేకపోతే ఆమె ఎప్పటికీ నన్ను క్షమించక్కర్లేదని నా కోరిక. క్షమించడానికి నేను అనుభవించినదాన్ని అనుభవించగలిగి వుండాలి. భగవంతుడు దాన్ని ఆమెకి తప్పించాలని నా కోరిక" అంది.

"తప్పకుండా చెప్తాను" అని లేవిన్ సిగ్గుతో ఎర్రబడుతూ అన్నాడు.

11

'ఎంత అద్భుతమైన, మనోహరమైన దురదృష్ట జాతకురాలైన మహిళ' అని అబ్లాన్స్కీతో బాటుగా చలి గాలిలోకి బయటికి వస్తూ అనుకున్నాడు లేవిన్.

"ఏం, నే చెప్పలేదూ నీకు?" అని అబ్లాన్స్కీ పరవశించిన లేవిన్‌ని చూసి అన్నాడు.

"అవును" అని సాలోచనగా అన్నాడు లేవిన్. "ఇలాంటి ఆమెని నేను చూడలేదు. ఆమె వివేకవంతురాలే కాదు, గొప్ప సహృదయురాలు కూడా. ఆమెను చూస్తే నాకు చాలా జాలిగా వుంది" అన్నాడు.

"దేవుడు చల్లగా చూస్తే అన్నీ సర్దుకుంటాయి. నే చెప్పేదేమంటే ఇకపైన మనుషుల్ని గురించి తొందరగా అభిప్రాయాలు ఏర్పరచుకోవద్దు" అని అబ్లాన్స్కీ బండి తలుపు తెరుస్తూ అన్నాడు. "మరి ఉంటా, మనిద్దరి దార్లూ వేరు" అన్నాడు.

దారి పొడుగూతా లేవిన్ అన్నా గురించీ, సాఫీగా సాగిన తమ సంభాషణ గురించీ అనుకుంటూనే వున్నాడు. ఆమె ముఖంలో కనిపించిన ప్రతి మార్పునీ గుర్తు చేసుకున్నాడు. ఆమెపట్ల మరింత సానుభూతి, జాలీ కలిగాయి. అలా అనుకుంటూనే లేవిన్ ఇంటికి చేరాడు.

ఇంటికి చేరగానే కిట్టీ బాగానే వుందనీ, ఆమె అక్కగార్లు అప్పుడే తిరిగి వెళ్ళిపోయారనీ కుజ్మా చెప్పి, అతనికి రెండు ఉత్తరాలు అందించాడు. తర్వాత మళ్ళీ దృష్టి మళ్ళడం ఎందుకని చెప్పి లేవిన్ వాటిని అక్కడనే చదివాడు. ఒకటి నిగామాను సొకొలోవ్ నుంచి. గోధుమ అమ్మలేకపోయినట్టూ ఏమంటే పూడ్‌కి అయిదున్నర రూబుళ్ళే ఇస్తామన్నట్టూ, వేరేరకంగా సొమ్ము సమకూడనట్టూ రాశాడు. రెండో ఉత్తరం అక్కగారి నుంచి. తన వ్యవహారాల విషయంలో అంత జాప్యం చేస్తున్నందుకు ఆమె నిష్ఠూరంగా రాసింది.

'అయిదున్నర రూబుళ్ళకే అయితే అలానే అమ్మేస్తే వదిలిపోతుంది కదా' అని లేవిన్ గతంలో ఎంతో తర్జన భర్జనకి కారణం అయే సమస్యని తేలిగ్గా పరిష్కరించేస్తూ అనుకున్నాడు. 'నిజంగా భలే ఆశ్చర్యంగా వుంది. ఇక్కడ ఏదో వ్యాపకంగా వుంటూనే వుంది' అనుకున్నాడు రెండో ఉత్తరం గురించి. అక్కగారు చెయ్యమని చెప్పిన పని ఇంకా చెయ్యనందుకు అతనికి సిగ్గనిపించింది. 'ఇవాళ కూడా రెవెన్యూ కార్యాలయానికి వెళ్ళలేదు. కాని నిజంగా తీరిగ్గా యెక్కడున్నాను?' అనుకున్నాడు. మర్నాడు తప్పకుండా వెళ్ళాలని మనసులో గట్టిగా అనుకుని భార్య దగ్గరికి వెడుతూ ఆ రోజు యేమేం జరిగిందీ మనసులో గబగబా గుర్తు చేసుకున్నాడు. ఆ రోజంతా సంభాషణలే సరిపోయాయి. విన్నవీ, పాల్గొన్నవీ. ఆవేళ సంభాషించుకున్న

విషయాల్లో దేన్ని గురించీ తను పల్లెటూళ్ళో వుండివుంటే అనుకోను కూడా అనుకుని వుండేవాడు కాదు. ఇక్కడ అవన్నీ ఆసక్తికరంగా వున్నాయి. రెండు విషయాలు మాత్రం అతనికి కష్టంగా తోచాయి. ఒకటి చేపని దండించడం విషయంలో తనన్న మాటా, రెండవది అన్నాపట్ల తనకి కలిగిన జాలి- ఇందులో సమంజసమైంది లేదని అతనికి అనిపించింది.

లేవిన్‌కి భార్య నిఠాగంగా, విసుగ్గా వున్నట్టుగా కనిపించింది. అక్కగార్లతో భోజనాలు చెయ్యడం అదీ హుషారుగానే గడిచింది. కాని తర్వాత వాళ్ళు అతనికోసం చూసీ చూసీ చాలాసేపు చూశారు. వాళ్ళకి సాలొచ్చింది. వెళ్ళిపోయారు. తను ఒక్కత్తీ వుండిపోయింది.

"ఏం చేశావు?" అని లేవిన్ కళ్ళల్లోకి చూసి అడిగింది. అతని కళ్ళల్లో అనుమానకారకమైన మెరుపు ఏదో ఆమెకి కనిపించింది. అన్నీ వివరంగా అతను చెప్పకుండా అడ్డం వెడుతున్నానేమోనని భయపడుతూ ఆమె తన ఆందోళనని కమ్ముకో ప్రయత్నించింది. చిరునవ్వు నవ్వుతూ అతను ఎలా ఆ పూట గడిపిందీ చెపుతూ వుంటే వింది.

"వ్రాన్‌స్కీని కలుసుకున్నందుకు చాలా సంతోషంగా వుంది. అతనితో సాయిలా సాయిలాగా, కొత్త లేకుండా కలిసిపోయాను. ముందు ముందు అతన్ని కలుసుకోకుండా వుండేందుకే ప్రయత్నం చేస్తాననుకో. కాని మొత్తంమీద నాకు సంతోషంగా వుంది, మా మధ్య పొరపొచ్చాలు అంతమయ్యాయి" అన్నాడు. 'ముందు ముందు అతన్ని చూడకుండా వుండే ప్రయత్నం చేస్తాన'న్న తను తిన్నగా అతని ఇంటికే అన్నాని చూసేందుకు వెళ్ళాడని గుర్తు వచ్చింది, అతని బుగ్గలు ఎరుపెక్కాయి. "రైతులు తాగుతారంటాం మనం, రైతులే తాగుతారో గొప్పింటివాళ్ళు తాగుతారో, ఎవరెక్కువ తాగుతారో నాకు తెలీదు. వాళ్ళు కనీసం పండగలప్పుడు పబ్బాలప్పుడూ తాగుతారు, మనం...."

కాని కిట్టీకి రైతులు ఎప్పుడు తాగుతారో అందులో ఆసక్తి లేదు. అతని బుగ్గలు ఎరుపెక్కడం ఆమె చూసింది, ఎందుకు అనేది తెలుసుకోవాలని వుంది ఆమెకి.

"తర్వాత ఎక్కడికెళ్ళావు?"

"అన్నాగారిని చూద్దాం పదమని అబ్లాన్‌స్కీ బలవంతం చేశాడు."

ఆ ముక్క అంటూ లేవిన్ ఇంకా ఎక్కువ ఎర్రబడ్డాడు. తను అన్నాని చూడ్డానికి వెళ్ళడం ఒప్పొ తప్పొ అనే శంక తీరింది. తను వెళ్ళి వుండకూడదు అని ఇప్పుడు తెలిసింది.

అన్నా పేరు వినగానే కిట్టీ కళ్ళు చేటంత అయ్యాయి, మెరిశాయి. కాని ఆమె తన మనోభావాల్ని అణచుకోగలిగింది, అతన్ని నమ్మించగలిగింది.

"అలాగా" అని మాత్రం అంది.

"నేనక్కడికి వెళ్ళినందుకు నువ్వు తప్పుగా అనుకోవన్న నమ్మకం నాకుంది. అబ్లాన్‌స్కీ బలవంతం చేశాడు, దాలీక్కూడా అలా అలా అనిపించిందట" అన్నాడు లేవిన్.

"ఏం లేదు" అంది కిట్టీ. కాని ఆమె మనోభావాలని మహా ప్రయత్నం మీద అణచుకుంటోందని, దానివల్ల తనకి మంచి పరిణామం కలగదని అతను ఆమె కళ్ళు చూసి గ్రహించాడు.

"ఆమె చాలా ప్రేమాస్పదురాలు, మంచిది, పాపం చెప్పలేనంత దురదృష్టవంతురాలు" అన్నాడు. అన్నా వ్యాపకాల గురించీ, కిట్టీతో ఆమె చెప్పమన్న మాటల గురించీ యావత్తూ చెప్పాడు.

"ఆమె దురదృష్టవంతురాలు అనేది వేరే చెప్పుకోనక్కర్లేదు" అని అతను ముగించగానే కిట్టీ అంది. "ఉత్తరాలు ఎక్కణ్ణుంచి?" అంది.

ఉత్తరాలు ఎక్కడినుంచో చెప్పి, ఆమె గొంతుకని బట్టి శాంతించిందని అనుకుని బట్టలు మార్చుకోవడానికి వెళ్ళాడు.

తిరిగి వచ్చేటప్పటికి కిట్టీ ఇంకా ఆ కుర్చీలోనే కూర్చుంది. ఆమె దగ్గరికి అతను వెళ్ళగానే ఒక్కసారి భోరుమంది.

"ఏమిటిది? ఏమైంది?" అని లేవిన్, ఎందుకనో తనకి తెలిసినా అడిగాడు.

"ఆ ఘోరమైన ఆడమనిషంటే నీకు ఇష్టంగా వుంది. ఆమె మాయలో పడిపోయావు. నీ కళ్ళల్లోనే నాకు అది కనిపిస్తోంది. అయ్యో! ఆః! ఇది ఎక్కడకి దారితీస్తుందో! క్లబ్బుకి వెళ్ళావు, తాగావు. తాగి జూదం ఆడావు, తర్వాత ఎవరి దగ్గరికి... ఎవరి దగ్గరికి వెళ్ళావు? ఆమె దగ్గరికి! వద్దు, వెళ్ళిపోదాం ఇక్కణ్ణుంచి.... నేను రేపే వెళ్ళిపోతున్నా."

ఆమెని శాంతింపచెయ్యడానికి లేవిన్‌కి తాతలు దిగి వచ్చారు. ఆఖరికి శాంతింప చెయ్యగలిగాడు. అన్నాపట్ల తనకి కలిగిన జాలి తాగుడు మైకంతో కలిసి తనని తప్పుడు దారిలో పడేసిందనీ, తను అన్నా కపట నాటకాలకి లొంగిపోయాడనీ ఇక పైన హద్దు మీరననీ చెప్పి శాంతింపచెయ్యగలిగాడు. ఒక విషయం అతను మనస్ఫూర్తిగా చెప్పాడు, మాస్కోలో అంతకాలం ఒట్టి కబుర్లతో, తిండి తీర్థాలతో గడపడంతో తన బుర్ర చెడిపోయిందని. ఇద్దరూ తెల్లవారకట్ల మూడింటిదాకా కబుర్లు చెప్పుకుంటూ కూర్చుండిపోయారు. అప్పుడు మాత్రమే యిద్దరి మధ్యా రాజీ కుదిరి నిద్రపోగలిగారు.

12

అన్నా వాళ్ళని సాగనంపాక కూర్చోలేదు. గదిలో అటూ ఇటూ పచార్లు చెయ్యడం మొదలుపెట్టింది. తనకి తెలియకుండానే (ఈ మధ్య కొంతకాలంగా ఆమె యువకులతో ప్రవర్తిస్తూ వున్నట్టుగా) ఆ సాయంత్రం అంతా లేవిన్‌కి తనపట్ల ఇష్టం కలిగేటట్టు ప్రయత్నం చేసింది. అతను చంచలుడు కాదు, వివాహితుడు అన్న విషయాన్ని దృష్టిలో వుంచుకుని ఆ పరిమితి మేరకి ఒక్కపూటలో సాఫల్యం పొందిందనే తెలిసినప్పటికీ అన్నిట్నీ మించి అతను ఆమెకి బాగా ఇష్టం కలిగించినప్పటికీ (మగాళ్ళ దృష్టి నుంచి వ్రాన్‌స్కీకీ, లేవిన్‌కీ వుండే భేదం కొట్టవచ్చినట్టు వున్నా తను, ఆడదిగా, వాళ్ళిద్దరిలోనూ కిట్టీ ప్రేమని ఆకట్టుకోగలిగిన సామాన్య లక్షణాన్ని వాళ్ళలో పసిగట్టగలిగింది) అతను గది దాటి బయటికి వెళ్ళగానే ఆమె అతన్ని గురించి పూర్తిగా మరిచిపోయింది.

అనేక రూపాలలో ఒకే ఒక ఆలోచన అదేపనిగా ఆమె బుర్రలో తిరుగుతూ వుంది. 'పై వాళ్ళని ఇంతలా సమ్మోహితం చేస్తున్నాను కదా – మాటకి పెళ్ళయి పెళ్ళాం మొహం

తప్పు పై వాళ్ళని కన్నెత్తి చూడని ఈ మనిషిని కూడా – మరి అతను నాపట్ల ఎందుకంత ఉదాసీనంగా వున్నాడు?... అంటే ఉదాసీనంగా వున్నాడని కాదు, నన్ను ప్రేమిస్తూనే ఉన్నాడు, నాకు తెలుసు. కాని ఏదో కొత్తది మా ఇద్దరినీ ఒకరినుంచి ఒకరిని దూరం చేస్తోంది. ఈ సాయంత్రం పూట అసలు ఇంటి పట్టున లేడు ఎందుకని? యాష్విన్‌ని వదిలేసి గాలేనని, పేకాటప్పుడు అతన్ని ఓ కంట కనిపెట్టి వుండాలని అబ్లాన్‌స్కీ చేత కబురుపెట్టాడు. యాష్విన్ ఏమన్నా బుల్లారికూచా? సరే అదీ నిజమేననుకుందాం. అతనెప్పుడూ అబద్ధం ఆడడు. కాని ఈ నిజంలో వేరే ఏదో కూడా వుంది. తనకి వేరే పనులూ వుంటాయని ఈ అవకాశం తీసుకుని నాకు చూపించి సంతోషపడుతున్నాడు. నాకూ ఆ విషయం తెలుసు, నేనూ ఒప్పుకుంటాను. మరి దీనికి దాఖలా చూపించాలనుకోవడం ఎందుకు? నేనంటే తనకి వున్న ప్రేమవల్ల తన స్వేచ్ఛకి భంగం కలగకూడదనుకుంటున్నాడు. కాని నాకు రుజువులు దాఖలాలూ అక్కర్లేదు. ప్రేమ కావాలి. ఇక్కడ, మాస్కోలో నా మొత్తం బతుకులో వున్న దుస్థితి అతనికి అర్థం కావాలి. ఏమిటో, నేను బతుకుతున్నానా? లేదు, బతకడం లేదు. తను వొచ్చినట్టు ఎప్పుడు గంట మోగుతుందా అని ఒళ్ళంతా చెవులు చేసుకుని ఎదురు చూస్తున్నాను, యింతవరకూ జవాబు జాడా లేదు. ఆయన దగ్గరికి వెళ్ళి మాట్లాడలేనంటాడు అబ్లాన్‌స్కీ. నాకుగా మళ్ళీ నేను ఆయనకి రాయలేను. నేనేం చెయ్యడానికీ సమర్థురాల్ని కాదు, దేన్నీ మొదలుపెట్టలేను, దేన్నీ మార్చలేను. నిగ్రహంతో వుండగలనంతే, ఎదురుచూస్తూ వుండగలనంతే, ఏదోరకంగా దృష్టి మళ్ళించుకో చూసుకోగలనంతే... ఇంగ్లీషతని కుటుంబం... రాసుకోవడం... చదువుకోవడం... కాని ఇదంతా ఆత్మవంచన. మరోరకం మత్తుమందు. అతను నన్ను చూసి జాలిపడాలి' అని తన కళ్ళలో తనపట్ల సానుభూతి పూరిత కన్నీళ్ళు ఉబుకుతూ వుండగా అనుకొంది ఆమె.

వ్రాన్‌స్కీ గట్టిగా గంట మోగిస్తూ వుండడం వినిపించింది. గబగబా కన్నీళ్ళు తుడిచేసుకుంది. తుడిచేసుకోవడమే కాదు దీపం పక్కన కూర్చుని, తనేం కలవరపడినట్టు కాకుండా నిబ్బరంగా వున్నట్టు అనిపింపచేస్తూ పుస్తకం అందుకుంది. అతను వస్తానని మాట ఇచ్చి రాకపోవడం తనకి నచ్చలేదని, నచ్చలేదని మాత్రమే వ్రాన్‌స్కీకి తెలియచెప్పడం అవసరం, అంతే ఎట్టి పరిస్థితుల్లోనూ అతనికి తన దుఃఖాన్ని, ముఖ్యంగా తన పట్ల తనకి పుట్టిన జాలిని కనిపింపచెయ్యకూడదు. తనపట్ల తనకి జాలిపుట్టచ్చు, కాని అతను జాలి చూపించకూడదు. అన్నా సంఘర్షణ కావాలనుకోలేదు. అతను సంఘర్షణ కోరుతున్నాడని అతన్ని తిట్టింది, కాని తనకి తెలియకుండానే అలాంటి పరిస్థితిని తను రేకెత్తించేది.

"నువ్వు ఒక్కత్తివీ లేవు కదా?" అని అతను హుషారుగా కిలకిలలాడుతూ అన్నా దగ్గరికి వచ్చి అడిగాడు. "జూదం వుందే మహా కండూతి అనుకో" అన్నాడు.

"ఒక్కత్తినీ లేను. అలా ఉండకూడదని చాలాకాలం క్రితమే తెలుసుకున్నాను. అబ్లాన్‌స్కీ వచ్చేడు, లేవిన్ కూడా."

"అవును, వాళ్ళు వద్దామనుకున్నారని నాకు తెలుసు, ఊఁ, లేవిన్‌ని చూసి నీకు ఏం అనిపించింది?" అని ఆమె పక్కన కూర్చుంటూ అడిగాడు.

"చాలా మంచివాడు అనిపించింది. వాళ్ళు ఇంత క్రితమే వెళ్ళారు. యాష్విన్‌కి బాగా వుందా?"

"మొదట్లో చాలా బాగుంది. పదిహేడు వేలు నెగ్గాడు. వచ్చెయ్యమన్నాను. వచ్చేశాడు కూడా. కాని మళ్ళీ వెనక్కి వెళ్ళాడు, పోగొట్టుకుంటున్నాడు."

"మరి అక్కడెందుకు దిగబడ్డావు?" అని ఒక్కసారి కళ్ళని వ్రాన్‌స్కీ మీదకి ఎత్తుతూ అడిగింది. ఆమె ముఖం కఠినంగా విద్వేషంతో వున్నట్టు కనిపించింది. "యాష్విన్‌ని అక్కడ్నుంచి తీసుకువచ్చేందుకుగాను అక్కడ దిగడిపోయావని అబ్లాన్‌స్కీతో చెప్పావు. కాని అతన్ని అక్కడే వదిలేసి వచ్చేవు" అంది.

వ్రాన్‌స్కీ ముఖంలో కూడా సంఘర్షణకి తయారై వున్నట్టు కఠినభావం కనిపించింది.

"మొదటి సంగతి, నీకు ఏమీ చెప్పమని అబ్లాన్‌స్కీతో నేను చెప్పలేదు. రెండవ సంగతి, నేను ఎప్పుడూ అబద్ధం ఆడలేదు. అసలు విషయం వుండాలనుకున్నాను, వున్నాను" అని ముఖం ముడుచుకుంటూ అన్నాడు. "అన్నా, ఎందుకిది? యెందుకు?" అని ఓ క్షణం ఆగిన తర్వాత, ఆమె మీదకి వాలుతూ, తన చేతిమీద ఆమె చేతిని వేస్తుందని ఆశిస్తూ చెయ్యి చాచాడు.

ప్రేమని సఖ్యతని ఉద్దేశిస్తూ అతను అలా చెయ్యి చాచడం అన్నాకి సంతోషంగానే వుంది. కాని ఏదో తెలియని దుష్టశక్తి ఆమెని ఆ ప్రేరణకి లొంగనివ్వలేదు, సంఘర్షణ నియమాలు దానికి అనుకూలించనట్టు.

"నువ్వు దిగడిపోవాలనుకుని దిగడిపోయినట్టు చెప్పక్కర్లేకుండానే తెలుస్తోంది. నీ ఇష్టం వచ్చినట్టు చేస్తున్నావు. కాని ఆ సంగతి నాతో ఎందుకు చెప్పడం? యెందుకు?" అని కోపం రేగుతూ అందామె. "నీ హక్కుని ఎవరన్నా కాదన్నారా? కాని నువ్వు అంతా సక్రమంగా వుంటున్నట్టు అనుకుంటావు, ఉండు" అంది.

అతను చేతిని ముడుచుకున్నాడు. అతని ముఖం ముందటికంటే మొండితనంగా మారింది.

"నీకు సంబంధించి నీ మొండితనం" అంది అతనికేసి తదేకంగా చూస్తూ. తనకి కోపం కలిగించిన అతని ముఖ భంగిమకి తగిన శబ్దాన్ని అనుకోకుండా అందుకుంటూ అంది. "అవును, అవును. మొండితనమే. నీకు మట్టుకి ఇదంతా నామీద విజయం సాధించానా లేదా అనే. కాని నాకు మట్టుకి..." ఆమెకి మళ్ళీ తనమీద తనకే జాలి కలిగింది. ఆమె కష్టంమీద కన్నీళ్ళు ఆపుకుంది. "నీకు తెలిసి ఉంటేనా నాకు సంబంధించి గొప్పది ఏదో! నాకు అనుభూతం అవుతూ ఉన్నప్పుడు, ఇప్పుడు అనుభూతం అవుతూ ఉన్నట్టుగా, నువ్వు నాపట్ల విద్వేషభావంతో ఉన్నావని, అవును, అవును, శత్రుభావంతో,– అబ్బ! నీకు తెలుసా నాకు సంబంధించి దాని అర్థం యేమిటో! అలాంటి క్షణాల్లో నేను వినాశనానికి ఎంత చేరువగా ఉంటానో, ఎంత భయపడతానో, నాపట్ల నాకు యెంత భయం కలుగుతుందో!" అంటూ ఆమె కన్నీళ్ళని కప్పిపుచ్చుకోవడానికి ముఖం అటు తిప్పుకుంది.

"అయ్యో! ఏమిటి మనం చేస్తున్న పని?" అని ఆమె దుఃఖం చూసి గాబరాపడి, ఆమె మీదకి వాలుతూ మళ్ళీ చెయ్యి తీసుకుని ముద్దుపెట్టుకుంటూ అన్నాడు. "ఎందుకని? నేను యిల్లు వదిలిపెట్టి వెళ్ళడం ఏమార్పు కోసం అంటావా? పరాయి ఆడవాళ్ళనెవరినీ కన్నెత్తి చూడకుండా వుండడం లేదూ నేనూ?" అన్నాడు.

"ఉన్నావనే నా ఆశ!" అంది అన్నా.

"నీ మనశ్శాంతి కోసం యేం చెయ్యమంటావో చెప్పు. నీ సంతోషం కోసం ఏదన్నా చేస్తా" అని ఆమె విచారం చూసి చలించిపోయి అన్నాడతను. "ఇలాంటి వేదన నీకు లేకుండా ఉండేందుకు నేను ఏ పని చెయ్యడానికి తయారుగా లేనో చెప్పు, అన్నా" అన్నాడు.

"ఏం ఫరవాలేదు, ఏం ఫరవాలేదు" అని ఆమె జవాబు చెప్పింది. "నాకే కారణం ఏమిటో తెలీదు... ఒంటరితనం... నరాలు వశంలో వుండడం లేదేమో... సరే, ఆ గొడవ వదిలెయ్యి. గుఱ్రం పందేలు ఎలా ఉన్నాయి? వాటి గురించి చెప్పు" అని అన్నా ఆఖరికి తను విజయం సాధించానన్న సంతోషాన్ని దాచుకో ప్రయత్నిస్తూ అడిగింది.

వ్రాన్‌స్కీ రాత్రి భోజనం తెమ్మని చెప్పి పందేల గురించి యావత్తూ ఆమెకి చెప్పడం మొదలుపెట్టాడు. కాని అతని స్వరాన్ని బట్టి, అంతకంతకు నిరాదరం అవుతూ వున్న చూపుని బట్టి తను సాధించిన విజయాన్ని అతను క్షమించడం లేదనీ, తను దేనితో అయితే పోరాడుతూ వుందో ఆ మొండితనం మళ్ళీ అతన్ని ఆవహిస్తోందనీ ఆమె గ్రహించింది. అతను ఆమెపట్ల ముందటికంటే ఎక్కువ ఉదాసీనంగా వున్నట్టు కనిపించాడు. తన లొంగుబాటుకి విచారిస్తున్నట్టు. ఆమె తనకి విజయం సమకూర్చిపెట్టిన, మాటల్ని 'నేను వినాశనానికి ఎంత చేరువగా ఉంటానో, ఎంత భయపడతానో' అనే వాటిని గుర్తుచేసుకుని అవి ప్రమాదకరమైన మాటలు అనీ, మరోసారి వాటిని ప్రయోగించకూడదు అనీ గమనించింది. తామిద్దరూ ప్రేమపాశంతో బంధితులై వుండీ కూడా తామిద్దరి మధ్యా సంఘర్షణా దుర్భావన చోటుచేసుకుంది, దాన్ని అతని మనసులోనుంచి బహిష్కరించలేదు, తన మనసులోనుంచి బహిష్కరించుకోవడమూ ఇంకా కష్టం అనీ ఆమెకి అనిపించింది.

13

మనిషి అలవాటుపడలేని పరిస్థితులు అంటూ వుండవు. ముఖ్యంగా తన చుట్టూ ఉన్న మనుషులు అలాంటి పరిస్థితుల్లో ఉంటున్నారని చూసినప్పుడు. తను ఆ సాయంత్రం ఉన్నలాంటి పరిస్థితిలో గుండెమీద చెయ్యి వేసుకుని నిద్రపోగలను అని లేవిన్ మూడు నెలల నాడు నమ్మి వుండేవాడు కాదు. నిష్ప్రయోజనంగా, అర్థం పర్థం లేకుండా తన స్థితికి మించి, సారాయి మత్తులో చరించిన తర్వాత (క్లబ్బులో జరిగినదాన్ని మరో రకంగా వ్యక్తం చెయ్యలేకపోయాడు), ఒకప్పుడు తన భార్య ప్రేమించిన వాడితో అసంబద్ధమైన స్నేహం కుదుర్చుకున్నాక, అంతకంటే అసంబద్ధంగా, చెడిపోయిన ఆడది అని మాత్రమే పిలవగలిగిన ఆమెని వాళ్ళింటికి వెళ్ళి చూశాక, అలాంటి ఆడమనిషి వగలకి లొంగి కట్టుకున్న పెళ్ళానికి వ్యథ కలిగించాక – ఇంత జరిగాక గుండెమీద చెయ్యి వేసుకుని నిద్రపోగలిగి ఉండేవాణ్ణని

మూడునెలలనాడు అతను అనుకుని ఉండేవాడు కాదు. అయినా అతనికి అలసటవల్లా, పొద్దు పోవడం వల్లా, తాగినదాని మత్తువల్లా నిద్ర ముంచుకువచ్చింది, అదీ గాఢంగా.

తెల్లవారకట్ల అయిదు గంటలకి తలుపు కిర్రుమని చప్పుడయి అతనికి మెలుకువ వచ్చింది. అతనికి మెలుకువ వచ్చి లేచి కూర్చున్నాడు. కిట్టీ పక్కన మంచంమీద లేదు. కానా అవతల ఒక దీపం కదిలి వెడుతూ వుంది. ఆమె అడుగుల చప్పుడు అతనికి వినిపించింది.

"ఏం... ఏమిటి?" అని నిద్రమగతలో గొణిగాడు. "కిట్టీ! ఏమిటి?" అని అడిగేడు.

"ఏమీలేదు" అని ఆమె చేత్తో కొవ్వొత్తి పట్టుకుని ఇవతలికి వస్తూ అంది. "నాకు ఏమిటో బాగా లేదు" అని ప్రత్యేక పద్ధతిలో మందహాసం చేస్తూ అంది.

"ఏమిటి? నొప్పులు వస్తున్నాయా?" అని భయపడుతూ అడిగాడు. "అయితే ఎవరినేనా పంపాలి" అంటూ ఒక్క ఉదుట్న లేచి గబగబా బట్టలు వేసుకోవడం మొదలుపెట్టేడు.

"అబ్బెబ్బె, ఏం లేదు" అని ఇంకా చిన్నగా నవ్వుతూ, అతని చేతిమీద చెయ్యివేస్తూ అంది. "బహుశా అదేం కాదు. కొంచెం బాగా లేదంతే. అయినా తగ్గిపోయిందప్పుడే" అంది.

మంచం దగ్గరికి వెడుతూ ఆమె కొవ్వొత్తిని ఆర్పేసి, మంచంమీద వాలి ఏమీ మెదలకుండా వుండిపోయింది. ఆమె మెదలకుండా అలా వుండడమూ, ఆమె శ్వాస ఆడే తీరూ, ముఖ్యంగా ఆమె "అబ్బే ఏమీ లేదు" అని మార్దవంగా, ఉత్తేజంగా అన్న వైఖరీ ఏదో వున్నట్టేనని అతనికి చెప్పాయి. అయినాగానీ అతను బాగా అలసిపోయి వుండడంతో వెంటనే మళ్ళీ నిద్రపోయాడు. తర్వాతనే ఆమె శ్వాస మెల్లిగా పీల్చడం గుర్తువచ్చి, ఆమె ఏమీ కదులూ మెదులూ లేకుండా అతని ప్రక్కనే వాలి స్త్రీ జీవితంలో మహత్తరంగా వుండే ఆ సంఘటన కోసం ఎదురుచూస్తూ వున్నదాన్నీ, ఆమె ప్రేమాస్పదమైన హృదయంలో ఏం జరుగుతుందో దాన్నీ అతను అర్థం చేసుకున్నాడు. ఏడుగంటలకి ఆమె చెయ్యి అతని భుజం మీద తగలడం వల్లా, ఆమె చిన్నగా గుసగుసలాడడం వల్లా అతనికి మెలుకువ వచ్చింది. అతన్ని లేపడం ఎందుకులే పాపం అని ఓ పక్క, కాని మాట్లాడాల్సిన అవసరం వుందని మరో పక్క ఆమె గుంజాటనపడుతున్నట్టు కనిపించింది.

"మరేం కంగారుపడకు. అంత ఇదేం కాదు. కాని... లిజవేత పెత్రోవ్నా కోసం కబురుపెడితే బాగుంటుందేమో."

కొవ్వొత్తిని మళ్ళీ వెలిగించాడు. ఆమె మంచం వార కూర్చుంది. అల్లిక పని చేసుకుంటూ వుంది. గత కొద్దిరోజులుగా ఆమె ఆ వ్యాపకంతో గడుపుతోంది.

"నువ్వేం గాబరాపడకు నీకు పుణ్యం వుంటుంది. ఏం లేదు. నాకైతే పిసరు కూడా భయం లేదు" అని విపరీతంగా భయపడిపోతూ వున్న అతని ముఖం చూసి అంది. అతని చేతిని తీసుకుని తన ఛాతీమీద, పెదాలమీద అదుముకుంది.

లేవిన్ తనని తనే మర్చిపోయి రకామని లేచి కిట్టీకేసే కళ్ళప్పగించి చూస్తూ డ్రెస్సింగ్ గౌను తొడుక్కున్నాడు. ఆమెకేసే చూస్తూ అలానే మేకులా నుంచుండిపోయాడు. అతను ఒక్క ఉదుట్న పరిగెత్తి వెళ్ళి వుండాల్సింది. కాని కిట్టీ ముఖంమీద నుంచి దృష్టి మళ్ళించుకోలేకుండా

వున్నాడు. అతనెంతగానో ప్రేమించిన కిట్టీ ముఖాన్ని, చూపుని, ప్రతి కవళికని అతనికంటే ఎవరూ బాగా ఎరుగరు. అయినా ఆమెని అతను అంతకుముందెప్పుడూ ఇలా చూసి ఎరగడు. ఆమెని ఆ రూపంలో చూస్తూ వుండగా ముందు రోజు రాత్రి ఎలా మనసుకి కష్టం కలిగించిందీ గుర్తువచ్చి లేవిన్‌కి తనమీద తనకే కోపం వచ్చింది,అసహ్యం కలిగింది. కిట్టీ రాత్రిళ్ళు పెట్టుకునే టోపీ పెట్టుకుంది. దాని కిందనుంచి ఇవతలికి పడుతున్న మెత్తని ఉంగరాల ముంగురుల ప్రభాపరివేషంలో ఆమె కెంపు వదనం ప్రసన్నతతో, పట్టుదలతో మెరుస్తూ వుంది.

కిట్టీ వస్తుతః ఎంత నిష్కల్మషంగా, నిసర్గంగా ఉన్నా అన్ని ముసుగులూ తొలగిపోయి ఆమె ఆత్మసారం ఆమె కళ్ళల్లో సమ్ముఖాన చమక్‌మని భాసించగా లేవిన్ నిశ్చేష్టుడైపోయాడు. యీ నిసర్గతత్వంతో, ఆత్మావిష్కరణతో అతను ఎంతో ప్రేమించే ఈ కిట్టీ అనిదంపూర్వమైన స్పష్ట రూపంతో అతనికి కనిపించింది. ఆమె అతనికేసి చూసి దరహాసం చేసింది. అంతలోనే వున్నట్టుండి ఆమె కనుబొమలు కంపించాయి. ఆమె తల వెనక్కి వాలేసుకుంది. గబుక్కున అతని చెయ్యి అందుకుంది, వేడి ఊర్పుతో కాలిపోతూ ఉన్నట్టు అతనికి హత్తుకుంది. ఆమె యాతన పడుతోంది. తన యాతన గురించి అతనికి ఫిర్యాదు చేస్తున్నట్టుగా వుంది. అతనికి అలవాటు ప్రకారం మొదటి క్షణంలో తనే అందుకు దోషినని అనిపించింది. కాని ఆమె తన యాతనకి అతన్ని నిందించడంలేదనీ, అందుగ్గాను అతన్ని ప్రేమిస్తూ వుంది కూడాననీ సాధు స్వభావంతో తొణికిసలాడుతూ ఉన్న ఆమె కళ్ళు తెలియచెప్పాయి. 'ఇందుకు తప్పు నాది కాకపోతే ఎవరిది?' అని అతను దోషి ఎవరని వెతుకుతూ అనుకోకుండా ఉండలేకపోయాడు. అందుకు దోషికి దండన పడాలి అనుకున్నాడు. కాని దోషి దొరకలేదు. ఆమె యాతన పడుతోంది. యాతన పడుతున్నానని ఫిర్యాదుచేస్తోంది. కాని అందుకు ఆమె పొంగిపోతోంది, పరవశించిపోతోంది. దాన్నే కోరుకుంటోంది. ఆమె మనసులో అద్భుతమైనదేదో జరుగుతోందని లేవిన్ చూస్తున్నాడు. కాని అదేమిటైందీ అతనికి బోధపడడం లేదు. అతని గ్రహణకి బాహిరంగా వుంది అది.

"నేను అమ్మని పిలవమని కబురు చేశాను. నువ్వు గబగబా లిజవేత పెత్రోవ్నా కోసం వెళ్ళు... అబ్బెబ్బె. ఇదేం కాదు, ఏం బాధగా లేదు" అంది.

ఆమె వెళ్ళి గంట మోగించింది.

"మరి నువ్వు వెళ్ళు. పాషా వస్తోంది. నాకు బాగానే వుంది."

ఆమె మళ్ళీ అల్లిక పని అందుకోవడం లేవిన్ ఆశ్చర్యపోతూ చూశాడు.

లేవిన్ బయటికి వెడుతూ వుండగా మరో గుమ్మంలోనుంచి పనిపిల్ల లోపలికి వస్తూ వుండడం చప్పుడు వినిపించింది. అతను ఆగాడు. ఏమేం చెయ్యాలో వివరంగా కిట్టీ ఆమెకి సూచనలు ఇవ్వడం విన్నాడు. మంచం సర్దడానికి కిట్టీ స్వయంగా ఆమెకి సాయం చేసింది.

లేవిన్ బట్టలు వేసుకున్నాడు. గుర్రాన్ని కడుతూ వుండగా (అద్దెబళ్ళు అంత పెందరాళే దొరకవు కాబట్టి) అతను మళ్ళీ పడక గది దగ్గరికి పరిగెత్తి వెళ్ళాడు. ఆ వెళ్ళడం మునిగాళ్ళమీద కాదు, అతను ఊహించుకున్నట్టుగా రెక్కలమీద ఎగురుతూ. ఆందోళనగా కనిపిస్తూ ఉన్న ఇద్దరు పని అమ్మాయిలు అక్కడ అవీ ఇవీ సవరిస్తున్నారు. కిట్టీ అల్లిక పని చేస్తూనే అటూ

ఇటూ పచార్లు చేస్తోంది. ఆ పిల్లలకి పురమాయింపులు ఇస్తూ అల్లికని గబగబా మెలికలు తిప్పుతోంది.

"నేను డాక్టరు కోసం వెడుతున్నా. లిజవేత పెత్రోవ్నా కోసం కబురు వెళ్ళింది. అయినా నేనే వెళ్ళి కనుక్కుంటా. నీకు ఇంకా ఏమన్నా కావాలా? దాలీని కూడా పిలుచుకురమ్మంటావా?"

లేవిన్ అంటున్నదేమిటో విననట్టు కిట్టీ అతనికేసి చూసింది.

"ఊс, ఊс, వెళ్ళు, వెళ్ళు" అని కిట్టీ ముఖం చిట్లించుకుంటూ, చేత్తో వూపి వెళ్ళమని సైగచేస్తూ గబగబా అంది.

అతను డ్రాయింగు రూమ్‌లోకి వెడుతూ వుండగా అతనికి పడక గదిలోంచి ఒక్కసారి వేదనాభరితమైన మూలుగు, కాని అంతట్లోనే సంభాళించుకున్న మూలుగు వినిపించింది. అతను ఆగిపోయాడు. కొంచెంసేపటిదాకా ఏమీ అర్థం చేసుకోలేకపోయాడు.

'ఆс, ఆ మూలుగు కిట్టీది' అనుకుంటూ చేత్తో తలపట్టుకుని కిందికి పరిగెత్తి వెళ్ళాడు.

"ప్రభూ! కరుణించు, క్షమించు, రక్షించు" అనే మాటల్ని అతనికి తెలియకుండానే అతని పెదాలు పలికాయి. అతను, దేవుడంటే నమ్మకం లేనివాడు, ఒట్టినే పెదాలని కదలిస్తూ మాత్రమే కాక ఆ మాటలని రెట్టించాడు. ఈ క్లిష్ట సమయంలో అతనికి బాగా తెలిసినట్టుగా తన సంశయాలు మాత్రమే కాక, విశ్వాస సూత్రాలని అంగీకరించే తన బుద్ధి అసమర్థత కూడా భగవంతుని వేడుకుందుకు బాధాకరం కాలేదు. అదంతా అతని మనసులోనుంచి బూడిదలా చెదిరిపోయింది. ఎవరి హస్తాలలో తనని, తన ఆత్మని, తన ప్రేమని అనుభూతం చెందుతున్నాడో ఆయనకి కాకపోతే మరెవరికి తను విన్నవించుకుంటాడు?

గుర్రం ఇంకా సిద్ధం కాలేదు. అంచేత అంతర్గతంగా శారీరక శక్తికి గల విశేష బిగువుతో తను చెయ్యవలసి వున్న పనులమీదనే ధ్యానం లగ్నం చేస్తూ, ఒక్కక్షణం కూడా వృథా చెయ్యడం అన్యాయమన్న భావంతో బండి సిద్ధం కాకపోయినా ఆగకుండా అతను కాలినడకన బయల్దేరాడు. బండి కట్టాక గబగబా వచ్చి తనని అందుకొమ్మని కుజ్మాకి పురమాయించాడు.

మలుపులో రాత్రి బండి ఏదో వేగంగా వస్తూ కనిపించింది. అందులో లిజవేత పెత్రోవ్నా వుంది. ఆమె ముఖమల్ కోటు తొడుక్కుని , తలమీద శాలువా కప్పుకుంది. ఆమెని గుర్తుపట్టగానే "దేముడిదయవల్ల హమ్మయ్య!" అని సంతోషంగా గొణుక్కున్నాడు. ఆమె ముఖం అందమైన జుట్టుతో, గంభీరంగా, ఇంకా చెప్తే కఠినంగా కూడా కనిపించింది. బండి తోలేవాణ్ణి ఆపమని కేక వెయ్యకుండానే అతను వెనక్కి తిరిగి బండి పక్కనే పరిగెత్తాడు.

"రెండు గంటలేనా అవుత? యెక్కువ కాదూ?" అని ఆమె అడిగింది. "డాక్టరు ప్యోత్రో ద్మీత్రియెవిచ్‌ని తీసుకురండి. ఆయన్ని తొందరపెట్టకండి. మందుల కొట్లోకి వెళ్ళి కొంచెం నల్లమందు తెండి" అంది.

"అంతా సవ్యంగా జరుగుతుందంటారా? భగవంతుడా! దయ చూపించు, కాపాడు!" అన్నాడు లేవిన్. అతని బండి గేటులోనుంచి బయటికి వస్తూ కనిపించింది. బండిలోకి దూకి కూజ్మా పక్కన కూర్చుని డాక్టరు దగ్గరికి తోలుకుపొమ్మన్నాడు.

14

డాక్టరు ఇంకా లేవలేదు. ఆయన "ఆలస్యంగా పడుకున్నారు, లేపవద్దని చెప్పారు కాని కొంచెంసేపట్లో లేస్తారు" అని నౌకరు చెప్పాడు. నౌకరు దీపం చిమ్నీలు తుడుస్తున్నాడు. సర్వశక్తులూ రూడగట్టుకుని ఆ పనిలోనే మునిగిపోయినట్లు కనిపించాడు. దీపం చిమ్నీల పనిలోనే అతను మునిగిపోవడం, తన ఇంట్లో జరుగుతూ వున్న దాన్ని గురించి ఏమీ పట్టించుకోకపోవడం చూసి లేవిన్ మొదట నిశ్చేష్టుడైపోయాడు. కాని తన బాధ ఎవరూ అర్థం చేసుకోలేదనీ, అర్థం చేసుకోవాల్సిన అవసరమూ లేదనీ తనకి తను అనుకున్నాడు. అంచేత ఈ ఉదాసీనతా కుడ్యాన్ని కూలగొట్టి తన లక్ష్యాన్ని సాధిందలచుకుంటే తను మరింత శాంతంగా, దృఢంగా ముందు వెనకలు బాగా ఆలోచించి పని చేయాల్సి వుందనుకున్నాడు. అతను "తొందరపాటు వద్దు, దేన్నీ మర్చిపోవద్దు" అనే నియమం పెట్టుకున్నాడు. తన శారీరక శక్తి, తన ఎదర వున్న పనులపట్ల ధ్యానం మరింతగా పెరుగుతూ ఉన్నాయన్న ఎరుక అతనికి కలిగాయి.

డాక్టరు ఇంకా లేవలేదు అని విన్నాక, లేవిన్ తన బుర్రలో తోచిన అనేక ఉపాయాల్లో నుంచి ఎంచుకుని ఇలా అమలు చెయ్యాలనుకున్నాడు. ఇంకో డాక్టరుకి చీటీ రాసి ఇచ్చి కుజ్మాని పంపాలి; తను మందుల దుకాణానికి వెళ్ళి నల్లమందు కొనాలి; తను తిరిగి వెనక్కి వచ్చేటప్పటికి డాక్టరు ఇంకా లేవకపోతే నౌకరు చెయ్యి తడిచేసి డాక్టరుని లేపమనాలి; దానివల్లా పని కాకపోతే తనే డాక్టరుని నయాన్నో భయాన్నో లేపాలి.

ఇక్కడ నౌకరు లేవిన్‌ని గురించి పట్టించుకోకుండా ఎలా దీపం చిమ్నీలు తుడవడంలో కూరుకుపోయాడో, అదేరకంగా మందుల దుకాణంలో సన్నగా బక్కపల్చగా ఉన్న మనిషీ లేవిన్ గురించి పట్టించుకోకుండా, అక్కడ యెదురుచూస్తూ నుంచున్న బండివాడికి ఏవో చూర్ణాలు పొట్లాలు కట్టి ఇస్తున్నాడు. లేవిన్‌కి నల్లమందు ఇవ్వనని చెప్పాడు. తొందరపడకుండా, కోపం తెచ్చుకోకుండా వుండాలని ప్రయత్నిస్తూ లేవిన్ డాక్టరు పేరూ, మంత్రసాని పేరూ చెప్పాడు. నల్లమందు అవసరం ఎందుకొచ్చిందో చెప్పాడు. ఇమ్మని బతిమలాడాడు. అతను జర్మన్ భాషలో లోపలున్న ఎవరినో ఈయనకి నల్లమందు ఇమ్మంటారా వద్దా అని అడిగాడు. ఇమ్మని జవాబు వచ్చాక ఓ చిన్నమందు సీసానీ, గరాటానీ తీసి, ఓ పెద్ద సీసాలోనుంచి నల్లమందుని చిన్న సీసాలోకి పోసి దానిమీద పట్టీ తగిలించి లేవిన్ వద్దు వద్దు అంటూ వున్నా వినిపించుకోకుండా దానికి మూత బిగించాడు. దాన్ని పొట్లం కట్టేవాడేమో కూడా. కాని అప్పటికి లేవిన్‌కి ఓపిక చచ్చిపోయింది. ఆ మనిషి చేతిలో నుంచి సీసా రకామని లాక్కుని అద్దాల తలుపుల గుండా ఉరికి ఇవతల పడ్డాడు. డాక్టరు ఇంకా లేవలేదు. నేలమీద తివాసీలు పరుస్తూ వున్న నౌకరు ఆయన్ని లేపనన్నాడు. ఏం మాటా పలుకూ లేకుండా లేవిన్ తన యాదాస్తు పుస్తకంలోనుంచి ఓ పది రూబుళ్ళ నోటు తీసి, నౌకరుకేసి చాచి, మెల్లిగానే కాని సమయం వృథా కాకుండా, డాక్టరుగారు ఏ వేళప్పుడేనా (ఆహా! ఇంతకుముందటిదాకా తనకి ఎందుకూ పనికిరాకుండా వున్న ఈ డాక్టరు ఇప్పుడు ఎంత ఘనమైన, విశిష్టమైన వ్యక్తి

అయ్యాడు!) రాత్రిపూటగాని పగటిపూట గాని వస్తానని మాట ఇచ్చాడనీ, అంచేత ఆయన కోపగించుకునే అవకాశం లేదనీ, కాబట్టి కొంచెం ఏమీ అనుకోకుండా లేపమనీ అన్నాడు.

నౌకరు సరేనని మెట్లెక్కి పైకి వెళ్ళాడు. లేవిన్‌ని వెయిటింగ్ రూమ్‌లోకి వెళ్ళి వుండమని చెప్పాడు.

వెయిటింగ్ రూమ్ అవతలి వేపునుంచి డాక్టరు దగ్గడం, అటూ ఇటూ నడుస్తూ వుండడం, ముఖం కడుక్కోవడం, తనలో తను గొణుక్కొంటూ వుండడం లేవిన్‌కి వినిపించాయి. అప్పటికి మూడు నిముషాలే గడిచాయి; కాని లేవిన్ ప్రాణానికి గంటలా కనిపించింది. ఇక ఎదురుచూడ్డం అసాధ్యం అనిపించింది అతనికి.

"డాక్టరుగారూ! డాక్టరుగారూ!" అని ఓరగా తెరుచుకున్న తలుపు సందులోనుంచి కేకవేశాడు. "మరేం అనుకోవద్దు, మన్నించండి. ఫరవాలేదు ఎలా వున్నవాళ్ళు అలానే రండి. అప్పుడే రెండు గంటలు దాటిపోయింది" అని ప్రాధేయపడ్డాడు.

"అయిపోయింది, ఒక్క నిముషం" అన్నాడు డాక్టరు. అలా అంటూ డాక్టరు చిరునవ్వు నవ్వాడని లేవిన్‌కి అనిపించి ఆశ్చర్యం కలిగింది.

"ఒక్కక్షణం..."

"వచ్చేస్తున్నా."

మరో రెండు నిముషాలు గడిచాయి. డాక్టరు బూట్లు వేసుకున్నాడు. బట్టలు వేసుకుని తల దువ్వుకోవడంలో మరో రెండు నిముషాలు గడిచిపోయాయి.

"డాక్టరుగారూ" అంటూ లేవిన్ బాధ కనిపించే గొంతుకతో మళ్ళీ మొదలెట్టబోయాడు. సరిగ్గా అప్పుడు డాక్టరు తల దువ్వుకుని తయారై వచ్చాడు. 'ఈ డాక్టర్లకి హృదయం లేదు' అనుకున్నాడు లేవిన్. 'వో పక్క మనుషుల ప్రాణాలు పోతూ వుంటే తల దువ్వుకుంటూ ముస్తాబవుతారు' అనుకున్నాడు.

"నమస్తే" అని డాక్టరు లేవిన్‌కేసి చేతిని చాస్తూ అన్నాడు. ఆయన ఆవగింజంత ఆదుర్దా పడడం లేదు. డాక్టరు అలా వుండడం అతని ముఖంమీద చరుస్తూ వున్నట్టు వుంది. "ఏమిటి తొందర? చెప్పండి" అన్నాడు.

లేవిన్ పెళ్ళాం పరిస్థితి గురించి సాంతం చెప్పాలనే ప్రయత్నంలో అనవసరమైన వివరాలని చెప్పడం మొదలెట్టాడు. మధ్య మధ్య గబగబా రండి, వెడదాం అని బతిమలాడుకుంటూ చెప్పాడు.

"మీరు తొందరపడకండి. అయినా మీకు అలాంటివాటి గురించి తెలీదులెండి. అక్కడ నా అవసరం వున్నట్టు కనిపించడం లేదు. అయినా వస్తానని అన్నాను కదా, వస్తాను. కానీ అంత హడావుడిపడక్కర్లేదు. అయ్యో, కూర్చోండి. కాఫీ తాగుతారా?"

ఏమిటి మీరు నన్ను ఆట పట్టిస్తున్నారా అని అడుగుతున్నట్టు లేవిన్ డాక్టరుకేసి చూశాడు. కాని డాక్టరు ముఖంలో అసలలాంటి ఛాయలే లేవు.

"నాకు తెలుసండీ, నాకు తెలుసు" అని డాక్టరు చిరునవ్వు నవ్వుతూ అన్నాడు. "నేనూ పిల్లలున్నవాణ్ణే. కాని ఇలాంటి క్షణాల్లో మన మగాళ్ళ కంటే అనవసరం అయినవాళ్ళుండరు. మా పేషెంట్ ఒకావిడ వుంది. ఇలాంటి సందర్భాల్లో ఆవిడ మొగుడు గుర్రాలశాలలో దాంకుంటాడు పోయి" అన్నాడు.

"కాని మీరేమనుకుంటున్నారు డాక్టరుగారూ? ఇప్పుడు అంతా సవ్యంగా గడుస్తుందనే అనుకుంటున్నారా?"

"అన్నీ సలక్షణంగా జరుగుతాయనే సూచనలని బట్టి తెలుస్తోంది."

"మరి నాతో రారూ?" అని ఆ క్షణంలో కాఫీ పట్టుకు వచ్చిన నౌకరు కేసి చిరచిర చూస్తూ అడిగాడు.

"ఓ గంటలో."

"గంటసేపే? మీకు పుణ్యం వుంటుంది. అంత ఆలస్యం చెయ్యకండి."

"కొంచెం శాంతంగా కాఫీ తాగనివ్వండి."

డాక్టరు కాఫీ తాగడం మొదలుపెట్టాడు. ఇద్దరూ మాట్లాడకుండా మౌనంగా వుండిపోయారు.

"టర్క్‌లకి బాగా మర్దనా జరుగుతోంది. తాజా వార్త చదివారా?" అని బన్ ముక్క కొరుక్కుంటూ డాక్టరు అడిగాడు.

"అబ్బ, ఇది దుర్భరంగా వుంది" అని లేవిన్ అరిచి లేచాడు. "పదిహేను నిమిషాల్లో బయల్దేరతారా?' అన్నాడు.

"అరగంటలో"

"ఒట్టే?"

ఇంటికి వెళ్ళగానే లేవిన్‌కి అత్తగారు కనిపించింది. ఇద్దరూ కలిసి పడకగది గుమ్మం దగ్గరికి వెళ్ళారు. పెద్దావిడ కళ్ళల్లో నీళ్ళు తిరుగుతున్నాయి. ఆవిడ చేతులు వణుకుతున్నాయి. ఆవిడ లేవిన్ మెడచుట్టూ చేతులు వేసి ఏడ్చింది.

"ఏమమ్మా, ఎలా ఉంది?" అని ఆవిడ లిజవేత పెత్రోవ్నా బయటికి వచ్చినప్పుడు అడిగింది. లిజవేత పెత్రోవ్నా ముఖం ఆదుర్దాగా వుంది కాని మెరుస్తూ వుంది.

"అన్నీ సవ్యంగా వున్నాయి. ఆమెని పడుకొమ్మని నచ్చచెప్పండి. అప్పుడు తేలిక అవుతుంది." అని చెప్పిందామె.

కళ్ళుతెరిచి పరిస్థితిని అర్థం చేసుకున్న క్షణం నుంచీ లేవిన్ ఈ అగ్ని పరీక్షకి దృఢంగా నిలబడాలనే సిద్ధపడ్డాడు. దాన్ని గురించి ఏ రకమైన ఆలోచనలూ రానివ్వకుండా, ఏం జరగబోతోందో దాన్ని గురించిన అనుమానాలు ఏమీ లేకుండా అన్ని ఆలోచనలనీ, భయాందోళనలనీ తనలో అణచుకుంటూ పెళ్ళాన్ని ఏ రకంగానూ కంగారు పెట్టకుండా, పైపెచ్చు ఆమెకి ధైర్యం చెపుతూ ఊరడిస్తూ తను పైకి దిటవుగా కనిపిస్తూ అలా చెయ్యాలని అనుకున్నాడు. జరగబోయేది యేమిటో, అది యెలా ముగుస్తుందో అనేదానిమీదకి మనసు

మళ్ళకుండా, ఈ కథ ఎంతసేపు జరుగుతుందో మామూలుగానని పై వాళ్ళ ద్వారా తెలుసుకుని, లేవిన్ మనసులో అయిదుగంటల సేపు ఓపిక పట్టి గుండె చిక్కబట్టుకుందుకు తయారయే వున్నాడు. కాని డాక్టరు దగ్గర్నుంచీ తిరిగివచ్చి కిట్టీ పడుతూ వున్న వేదన చూశాక నిట్టూర్పు విడుస్తూ, తల పైకెత్తి మరిన్నిసార్లు "ప్రభూ, కరుణించు, మన్నించు, కాపాడు" అని రెట్టించుకున్నాడు. తను ఈ అగ్ని పరీక్షని భరించలేననీ, భోరుమని విలపిస్తాననీ లేదా ఎక్కడికేనా పారిపోతాననీ అతనికి భయం కలిగింది. అతని యాతన అంత దారుణంగా వుంది. ఇంతా చేసి గడిచింది ఒక గంట మాత్రమే.

తర్వాత మరో గంట గడిచింది. రెండు, మూడు, ఐదు గంటలు గడిచాయి. అతను పెట్టుకున్న గడువు అయింది. కాని పరిస్థితి యధా ప్రకారంగానే వుంది. అతను భరిస్తూనే వున్నాడు, భరించక చేసేది ఏమీ లేదు. ప్రతిక్షణం తన సహిష్ణుత హద్దు సమీపిస్తోందనీ, ఆమెతోబాటు బాధపడుతూ తన గుండె ముక్కలు ముక్కలైపోతుందనీ విహ్వాలుడైపోతూనే ఉన్నాడు.

కాని నిముషాలు, గంటలు ఈడ్చుకుంటూ గడుస్తూనే ఉన్నాయి. వాటితోబాటు అతని భయమూ, వేదనా కూడా తీవ్రం అవుతూనే వున్నాయి.

ఏవి లేకుండా జీవితం ఉండదో ఆ సామాన్య పరిస్థితులు లేవిన్‌కి సంబంధించి అస్తిత్వం కోల్పోయాయి. అతనికి యావత్తు కాలస్పృహ పోయింది. ఆ క్షణాలు – కిట్టీ అతన్ని తన దగ్గరికి పిలుచుకుని, అతను ఆమె చెమట చేతిని పట్టుకుని, ఆమె ఆ చేతిని ఓ సారి అసాధారణ శక్తితో అదిమి మరోసారి దూరం తోసేసిన ఆ క్షణాలు – యుగాల్లా గడిచాయి. ఇప్పుడా యుగాలు క్షణాలుగా కనిపించాయి. కానా వెనక కొవ్వొత్తి వెలిగించమని లిజవేత పెత్రోవ్నా అతనితో చెప్పినప్పుడు అతను ఆశ్చర్యపోయాడు. సాయంత్రం అయిదు గంటలు అయిందని తెలిసింది. ఒకవేళ వాళ్ళు అప్పుడు ఉదయం పదిగంటలు అయిందని చెప్పినా అతను అంతే ఆశ్చర్యపోయి వుండేవాడు. కాలస్పృహ ఎంత ఎందో, అలాగే తను ఎక్కడ ఉన్నాడో అనే ఆ స్థల స్పృహ అతనికి అంతే వుంది. అతను పెద్ద ప్రిన్సెస్‌కేసి చూశాడు. ఆవిడ ముఖం ఎర్రబడి ఉద్విగ్నంగా వుంది. ఆవిడ నెరిసిన ఉంగరాల జుట్టు చెదిరిపోయింది. ఆవిడ పెదవి కొరుక్కుంటూ ఉబికివచ్చే కన్నీళ్ళని ఆపుకుంటోంది. అతను దాలీని, డాక్టరునీ చూశాడు. డాక్టరు బొండు చుట్ట తర్వాత బొండు చుట్టని కాలుస్తూనే వున్నాడు. లిజవేత పెత్రోవ్నాని చూశాడు. ఆమె ముఖం దృఢంగా, నిబ్బరంగా, ఉత్తేజకరంగా వుంది. పెద్ద ప్రిన్స్ కనుబొమలు ముడుచుకుని హాల్లో అటూ ఇటూ తిరుగుతూ వున్నాడు. కాని వాళ్ళు ఎలా వస్తువున్నారో ఎలా వెడుతూ ఉన్నారో అతనికి తెలియలేదు. ప్రిన్సెస్ ఓ క్షణం పడగకదిలో డాక్టరుతో వుండేది, మరుక్షణంలో చదువుకునే గదిలో వుండేది. అక్కడ ఓ బల్ల వేశారు. ఆ గదిలో ఒకోసారి దాలీ ఉండేది, ప్రిన్సెస్ కాదు. తర్వాత తనని యెక్కడికో దేనికోసమో పంపినట్టు లేవిన్‌కి గుర్తువచ్చింది. ఓసారి బల్లనీ సోఫానీ తేవడానికి అతన్ని సాయం పిలిచారు. అతను ఆతృతగా వాటిని తెచ్చాడు అవి ఆమెకి అవసరమేమోనని. తర్వాత తెలిసింది ఆ రెండూ తను పడుకోవడం కోసమేనని. అతను డాక్టర్ని యేదో అడిగేందుకు చదువుకునే గదిలోకి వెళ్ళాడు. డాక్టరు అతను అడిగిందానికి జవాబు చెప్పి, నగర దూమాలో జరిగిన గొడవ

గురించి చెప్పడం మొదలుపెట్టాడు. తర్వాత అతన్ని బంగారు మలామా చేసిన వెండి చట్రం దేవతా చిత్రాన్ని తీసుకురమ్మని ప్రిన్సెస్ గదిలోకి పంపారు. ప్రిన్సెస్ వృద్ధపరిచారికా, అతనూ దాన్ని దింపడానికి బట్టల బీరువామీదకి ఎక్కారు. అలా దించడంలో దాని ముందు వేలాడుతూ వున్న దీపాన్ని విరగ్గొట్టారు. ఆ పరిచారిక కిట్టీ సలక్షణంగా వుంటుందనీ, దీపం గురించి బెంగపడవద్దనీ అతనికి ధైర్యం చెప్పింది. అతను చిత్రాన్ని తెచ్చి కిట్టీ మంచం దగ్గర తలదిశగా దాన్ని జాగ్రత్తగా తలగడల కింద దూర్చిపెట్టాడు. కాని ఈ పనులన్నిటినీ ఎప్పుడు ఎలా చేశాడో అతనికి ఎరుకలేదు. అలాగే ప్రిన్సెస్ ఎందుకు తన చేతుల్ని పట్టుకుని సానుభూతిపూర్వకంగా కళ్ళల్లోకి చూస్తూ ఆందోళనా ఆదుర్దా పడద్దని చెప్పిందో, దాలీ ఏదన్నా ఇంత తినమని బతిమాలి తనని గదిలోంచి అవతలికి ఎందుకు తీసుకుపోయిందో, డాక్టరు సానుభూతిపూర్వకంగా చూసి ఎందుకు మందు చుక్కలు కాసిని ఇస్తానన్నాడో కూడా అతనికి ఎరుకలేదు.

లేవిన్‌కి ఎరుకలో వున్నదల్లా ప్రస్తుతం ఇక్కడ జరుగుతూ వున్నది, గుబేర్నియా ముఖ్యపట్టణం హోటెల్‌లో ముందుటేడు తన అన్నగారు నికొలాయ్ మృత్యుశయ్యమీద వున్నదానికి తుల్యంగా వుందనే. కాని అది శోకం, ఇది సంతోషం. కాని ఆ శోకం, ఈ సంతోషం రెండూ సమానంగానే సాదా జీవిత పరిస్థితులని మించి అతీతంగా ఉంటాయి. అంటే అవి ఈ సామాన్య జీవితంలో చిన్న గవాక్షం లాంటివి. దానిగుండా ఏదో మహత్తరమైనదాని మెరుపు లీలగా దృశ్యమానమవుతుంది. ఈ రెండు ఘటనలూ సమానంగానే వేదనాభరితమైనవి, కఠినమైనవి. అలాగే ఈ రెండు స్థితుల్లోనూ ఈ అతీత మహత్తరమైనదాన్ని గురించి చింతన చేసే మనిషి ఆత్మ పైకి అసంభవంగా కనిపించి, బుద్ధికి దురవగాహంగా తోచినటువంటి మహోన్నత శిఖరాల్ని అధిరోహిస్తుంది.

"ప్రభూ కరుణించు, మన్నించు, కాపాడు" అని లేవిన్ మనసు లోపల్లోపల పునశ్చరణ చేసుకుంటూనే వున్నాడు.

ఇంతసేపూ అతని మనఃస్థితి ద్వైదీభావభరితంగా వుంది. ఒకటి అతనామెతో గాక, ఒకదానిమీద ఒకటి బొండు చుట్ట కాలుస్తూ, పీకలు పోగుపడిన యాష్ట్రేమీద వాటిని నలిపి ఆర్పేస్తూ వున్న డాక్టరుతో ఉన్నప్పటిది. మరీయా పెత్రోవ్నా జబ్బు గురించీ మాట్లాడుతూ ఉన్నారు. ఈ సందర్భాల్లో లేవిన్ ప్రకృతంలో జరుగుతూ ఉన్న దాని గురించి పూర్తిగా మర్చిపోయి హఠాత్తుగా నిద్రనుంచి మేల్కొన్నవాడిలా ఉండేవాడు. రెండో మనఃస్థితి ఆమె సముఖంలో వచ్చేటటువంటిది. ఆమె మంచం తలాపి వేపున నుంచున్నప్పటిది. అక్కడ అతని హృదయం సానుభూతితో వ్రయ్యలైపోయే స్థితికి చేరేది, అయినా భిన్నం కాకుండా వుండేది. అక్కడ అవిరామంగా భగవన్నామ స్మరణ చేస్తూనే ఉండేవాడు. పడకగదినుంచి కిట్టీ మూలుగు వినిపించిన ప్రతీసారీ ఒక్క ఉదుట్న లేచి తన దోషం ఏమిటో చెప్పడానికి ఆమె గదివైపు పరిగెత్తేవాడు. తర్వాతనే అతని స్ఫురణకి వచ్చేది అది తన దోషం కాదని. ఆమెని రక్షించడం, ఆమెకి సహాయం చెయ్యడం మాత్రమే తను కోరుకున్నాడు. కాని ఆమెకేసి చూసినప్పుడు తను ఆమెకి సాయం చెయ్యలేనని తెలిసేది. అది అతన్ని భయవిహ్వలితుణ్ణి

చేసేది. "ప్రభూ కరుణించు, మన్నించు రక్షించు" అంటూనే ఉండేవాడు. ఆమె బాధ తెలుసుకునీ దాన్ని తను తగ్గించలేనని తెలుసుకునీ మరింత వ్యధాకులితుడయ్యేవాడు. పారిపోదామనే కోరికతో టక్కన లేచేవాడు, కాని ఆమె దగ్గరికే పరిగెత్తి వెళ్ళేవాడు. తనని తడవ తడవకీ పిలుస్తూ ఉన్నందుకు ఆమెపట్ల కోపం వచ్చేది. కాని ఆమెని చూడగానే, అణకువగా దరహాసం చేసే ఆమె వదనాన్ని చూడగానే, ఆమె 'నిన్ను యమయాతన పెడుతున్నాను' అని గొణగడం వినగానే దేవుడిమీద కోపం వచ్చేది. కాని దేవుడు స్ఫురణకి రాగానే క్షమనీ, దయనీ చూపించమనే వేడుకోలు వచ్చేది.

15

వ్యవధి ఎంత గడిచిందో అతనికి తెలీదు. కొవ్వొత్తులు కాలిపోతూ వున్నాయి. దాలీ కొంచెంసేపటి క్రితమే చదువుకునే గదిలోకి వచ్చి డాక్టరుని కాసేపు పడుకొమ్మని చెప్పింది. డాక్టరు ఎవరో దొంగ ఇంద్రజాలికుడి గురించి చెపుతూ వుంటే వింటూ, ఆయన చుట్ట చివర నుసి పేరుకుంటూ ఉండడం చూస్తూ చేతుల కుర్చీలో కూర్చున్నాడు లేవిన్. అది విశ్రాంతి, విస్మరణలో అంతరాయ సమయం. ఏం జరుగుతూ ఉందో దాన్ని గురించి అతను సంపూర్తిగా మరిచిపోయాడు. హఠాత్తుగా ఓ కేక వినిపించింది. లేవిన్ ఠకామని లేచి నుంచోనుకూడా నుంచోలేనంత భీకరంగా ఉంది ఆ కేక. ఊపిరి ఆగిపోయింది. భీతిల్లిన ప్రశ్నార్థక దృక్కులతో డాక్టరుకేసి చూశాడు. డాక్టరు చెవిపెట్టి వింటూ ఒకవేపు తల ఒరగేసి, ఆఁ అదీ అలానే జరగాలి అంటునట్టు చిరునవ్వు నవ్వాడు. ప్రతీదీ ఎంతో అసాధారణంగా వుండడంతో ఇప్పుడు లేవిన్‌ని ఏదీ భయపెట్టలేకుండా వుంది. 'ఇది అలానే వుండాలేమో' అనుకుని ఉన్నచోటనే కూర్చుండిపోయాడు. కాని ఎవరిదా కేక? అతను వొక్క ఉదుట్న లేచి నుంచున్నాడు. మునిగాళ్ళమీద పడక గదిలోకి వెళ్ళాడు. లిజవేత పెత్రోవ్నాకి ప్రిన్సెస్‌కి వెనక్కి వెళ్ళి తలాపి వేపున నుంచున్నాడు. కేక ఆగిపోయింది. కాని యేదో మార్పు వచ్చింది. ఆ మార్పు ఏమిటైందీ అతను చూడలేదు, గ్రహించలేదు. లిజవేత పెత్రోవ్నా ముఖం చూసి మార్పు వచ్చిందని గమనించాడు. ఆమె ముఖం కాంతివిహీనంగా కటువుగా, ముందటి మాదిరీ నిశ్చితంగా వుంది. కాని ఇప్పుడు ఆమె దవడ వణుకుతోంది, ఆమె కళ్ళు కిట్టీమీదనే లగ్నం అయివున్నాయి. కిట్టీ ముఖం ఎర్రగా వుంది, పీక్కుపోయి వుంది. చెమ్మగిల్లిన ముంగురులు ముఖంమీద అంటుకుపోయాయి. అతని కళ్ళని వెతుకుతూ ఆమె ముఖం తిప్పింది. చేతులెత్తి అతని చేతుల కోసం తడుముకుంది. వెచ్చగా, చెమ్మగా వున్న ఆమె చేతులలో చల్లగా వున్న అతని చేతులని తీసుకుని ముఖంమీద అద్దుకుంది.

"నువ్వు వెళ్ళదు, వెళ్ళిపోవద్దు. నాకు భయం ఏం లేదు, భయం ఏం లేదు" అని గబగబా అంది. "అమ్మా, నా దుద్దులు తీసెయ్యి నొప్పి పెడుతున్నాయి. నువ్వేం భయపడడంలేదు కదా? త్వరగా, త్వరగా, లిజవేత పెత్రోవ్నా..."

ఆమె గబగబా మాట్లాడింది, చిరునవ్వు నవ్వబోయింది. కాని హఠాత్తుగా ఆమె ముఖం వంకర తిరిగిపోయింది. ఆమె అతన్ని దూరం తోసేసింది.

"అబ్బా, ఇది దుర్భరం. నే బతకను, బతకను! వెళ్ళిపో వెళ్ళిపో!" అని అరుస్తూనే ఉంది. మరోసారి ముందటి మాదిరీ భయంకరమైన కేకవేసింది.

లేవిన్ తల చేత్తో పట్టుకుని గదిలోనుంచి బయటికి పరిగెత్తాడు.

"ఏం ఫరవాలేదు, ఫరవాలేదు, అంతా సవ్యంగా వుంది" అని దాలీ వెనుకనుంచి అతనికి చెప్పింది.

వాళ్ళేంచెప్పినా, లేవిన్‌కి ఇప్పుడు తెలిసింది ఆఖరి ఘడియ వచ్చిందని. అతను పక్కగదిలో తలుపు చట్రానికి తల ఆన్చి నుంచున్నాడు. అంతకు ముందు ఎన్నడూ విని ఎరగని కేకలు, మూలుగులు వింటూ నుంచున్నాడు. అలా అరిచేదీ, మూలిగేదీ ఆమే, ఒకప్పుడు కిట్టీగా ఉన్న ఆమే అని అతనికి తెలుసు. బిడ్డ కావాలీ అనే కోరిక అతనికి అంతకుముందే ఎప్పుడో పోయింది. బిడ్డ తలపే అతనికి వెగటు పుట్టిస్తోంది. కిట్టీ బతకాలని కూడా అతను కోరుకోవడం లేదు, ఈ దుర్భర వేదన అంతంకావాలనే అతను కోరుకున్నాడు.

"డాక్టర్! ఏమిటిది? ఏమిటీ అంట? భగవంతుడా!" అని అతను లోపలికి వస్తూ వున్న డాక్టరు చేతిని పట్టుకుంటూ అడిగాడు.

"అయిపోయింది, దాదాపు" అన్నాడు డాక్టరు. ఆ మాటలు అంటూ వుంటే డాక్టరు ముఖం గంభీరంగా కనిపించింది. 'అయిపోయింది' అంటే అర్థం కిట్టీ జీవితం ముగిసిపోతోంది అని లేవిన్ అనుకున్నాడు.

తనేం చేస్తున్నాడో అనే దాని స్ఫురణ లేకుండా అతను మళ్ళీ పడక గదిలోకి పరిగెత్తాడు. అతనికి మొదటగా కనిపించింది లిజవేత పెత్రోవ్నా ముఖం. అంతకుముందుకంటే ఆమె కటువుగా వుంది, ఆమె కనుబొమలు ఇంకా ఎక్కువ ముడుచుకుపోయి ఉన్నాయి. కిట్టీ ముఖం గుర్తుపట్టలేనట్టుగా వుంది. ఒత్తిడివల్లా, ఆమె నుంచి వెలువడే అరుపులవల్లా ఏదో భయంకరమైనది ఆమె ముఖం వుండాల్సిన స్థానంలో వచ్చింది. లేవిన్ తన గుండె ముక్కలైపోతోందని అనుకున్నాడు. ఎత్తైన కొయ్య మంచంమీద తల వాలేసుకున్నాడు. ఆ భయంకరమైన అరుపులు ఇంకా భయంకరం అయ్యాయి. భయంకరత్వపు చివరి అంచు చేరి ఇక అవతలకి సాగలేక ఠక్కున ఆగిపోయాయి. లేవిన్ తన చెవుల్ని తనే నమ్మలేకపోయాడు. కాని నమ్మకుండా ఉండకపోవడమూ అసంభవంగానే వుంది. అరుపులు ఆగిపోయాయి. ఏమీ వినిపించడం లేదు, ఏదో చప్పుడు లేని కదలికలు, వేగంగా శ్వాస పీల్చే శబ్దం, కిట్టీ సజీవ కోమల సంతోషభరిత శాంత భిన్న స్వరం "అయిపోయింది" అనడం వినిపించాయి.

లేవిన్ తల పైకి ఎత్తాడు. దుప్పటిమీద శక్తిహీనమైన చేతుల్ని చాచుకుని, అవర్ణనీయ ప్రశాంతత, సౌందర్యం కనిపించే కిట్టీ, చప్పుడు లేకుండా లేవిన్‌కేసి చూస్తూ వుంది, మందహాసం చెయ్యబోయింది కాని చెయ్యలేకపోయింది.

లేవిన్ గత ఇరవై రెండు గంటలుగా వున్న ఆ నిగూఢ, భయానక మరో ప్రపంచం నుంచి పరిచితమైన పాత ప్రపంచంలోకి హఠాత్తుగా ఒక్క క్షణంలో ఊడిపడ్డాడు. ఈ ప్రపంచం ఇప్పుడు ఎంత ధగధ్ధగాయమాన నూతన సంతోషంతో విరాజిల్లుతూ ఉందంటే అతను దాన్ని తట్టుకోలేకపోయాడు. మరీ బిగిసిన తీగలు పుటుక్కుమని తెగిపోయాయి. సంతోషభరిత

అ(శువులు, ఉచ్ఛ్వాస నిశ్వాసాలు ఉద్భూతమై అతని యావత్ శరీరమూ కంపించి అతనికి నోట మాట రాలేదు.

అతను మంచం పక్కన మోకాళ్ళమీద వాలాడు. భార్య చేతుల్ని పెదాల దగ్గరికి తీసుకున్నాడు. ఆమె చేతిమీద ముద్దులు కురిపించాడు. ఆ ముద్దులకి జవాబుగా ఆమె వేళ్ళతో మెల్లిమెల్లిగా తడిమింది. అప్పుడే మంచంకోడు దగ్గర లిజవేత పెత్రోవ్నా నేర్పయిన హస్తాల్లో ఓ మానవప్రాణి, వత్తి చివర దీపశిఖలా చలిస్తోంది. ఆ ప్రాణి ప్రాగభావంగా ఉన్నటువంటిది. ఇప్పుడు అస్తిత్వం వచ్చిన ఈ ప్రాణి ఇతరుల మాదిరి అదే అధికారంతో మహత్వంతో జీవితం సాగించి, తనలాంటివాళ్ళని పునరుత్పత్తి చేస్తుంది.

"ప్రాణం వుంది! ప్రాణం వుంది! మగపిల్లాడు! ఇక ఏ బెంగా లేదు" అని లిజవేత పెత్రోవ్నా కంపించే చేత్తో శిశువు వీపుమీద తపతపమనిపిస్తూ అనడం లేవిన్‌కి వినిపించింది.

"అమ్మా! నిజమా?" అని కిట్టీ అడిగింది.

ప్రిన్సెస్ వగరుస్తూ తీసిన శ్వాసే ఆమెకి జవాబుగా వచ్చింది.

కాని ఆ నిశ్శబ్ద మధ్యంలో, కిట్టీ అడిగిన ప్రశ్నలోని సకల సందేహాలనీ దురీకృతం చేస్తున్నట్టుగా ఆ గదిలో వున్న మంద్రస్వరాలకి భిన్నమైన ఒక అన్యస్వరం వినిపించింది. ఎక్కడినుంచి వచ్చిందో ఎవరికీ తెలియని ఆ నూతనప్రాణి, ఎవరినీ లక్ష్యపెట్టనన్న ధిక్కారంతో, సాహసపూరితంగా నిర్భయంగా తన రాకని ప్రకటిస్తూ చేసిన రోదనాస్వరం అది.

కొంచెంసేపటి క్రితం కిట్టీ చనిపోయిందనీ, తనూ ఆమెతోబాటు చనిపోయాడనీ, తమ బిడ్డ దేవత అనీ, భగవంతుడు తమ ముందు వున్నాడనీ చెప్పి వుండినా లేవిన్ దేన్ని గురించీ ఆశ్చర్యపడి ఉండేవాడు కాదు. కాని ఇప్పుడు వాస్తవిక ప్రపంచంలోకి తిరిగి వచ్చాక, ఆమె బతికే వుందనీ బాగానేవుందనీ, ఆ రోదించే ప్రాణి తన పుత్రుడనీ బోధపరుచుకోవడానికి బుర్రగట్టిగా ప్రయత్నం చేయాల్సి వచ్చింది. కిట్టీ బతికే వుంది, ఆమె వేదనలు మాయమైపోయాయి. అతని ఆనందానికి అవధి లేకపోయింది. అది అతనికి బోధపడింది. అతనికి కావాల్సింది అంతా అదే. కాని ఆ శిశువు? యెక్కణ్ణుంచి వచ్చినట్టు? ఎందుకు వచ్చినట్టు? ఎవరైనట్టు? అతను ఏ రకంగానూ అర్థం చేసుకోలేకపోయాడు. ఈ ఆలోచనకి అలవాటుపడలేకపోయాడు. ఇది వొక భారం, అవసరానికి మించినటువంటిది అని తోస్తోంది. చాలాసేపటిదాకా అతను దానికి అలవాటుపడలేకపోయాడు.

16

ఉదయం తొమ్మిది గంటల ప్రాంతంలో వృద్ధ ప్రిన్స్, కోజ్నిషెవ్, అబ్లాన్స్కీ, లేవిన్ డ్రాయింగ్‌రూమ్‌లో కూర్చున్నారు. ప్రసవించిన ఆమె గురించిన చర్చ యావత్తూ అయిపోయింది. దాంతో వేరే విషయాల మీదకి సంభాషణ మళ్ళింది. లేవిన్ ఈ సంభాషణ వింటూ వున్నాడు. అనుకోకుండానే అతనికి ఆ ఉదయానికి ముందు జరిగిందీ, తను ఎలా వున్నవాడైందీ గుర్తువచ్చాయి. అప్పట్నుంచి వంద ఏళ్ళు గడిచినట్టుగా వుంది. తను అలంఘనీయ

అలంగంపైకి వెళ్ళినట్టు, అక్కణ్ణుంచి తను మాట్లాడుతూ వున్నవాళ్ళకి కష్టం కలగకుండా బహు సావధానంగా కిందికి దిగినట్టూ వుంది. లేవిన్ అక్కడి కబుర్లలో కల్పించుకుని మాట్లాడుతూనే వున్నాడు. కాని ఓ పక్క భార్య గురించి, ఆమె ప్రస్తుత పరిస్థితి గురించి, బిడ్డడి గురించి - తను వాడి అస్తిత్వం విషయానికి ఇంకా అలవాటుపడాల్సి వుంది - ఆలోచించుకుంటూనే వున్నాడు. తన వివాహం అయిన తర్వాత ఒక నూతన, అపరిచిత మహత్వం ప్రాప్తింపచేసిన సకల నారీజగత్తు ఇప్పుడతనికి ఎంత మహోన్నతంగా భాసిస్తూ వుందంటే అతని వూహ కూడా దాన్ని అందుకోలేకుండా వుంది. ముందురోజు క్లబ్బులో జరిగిన భోజనాల గురించిన చర్చ వింటూ అతను అనుకున్నాడు - 'ఇప్పుడు తను ఏం చేస్తోందో! నిద్రపోయి వుంటుందా? ఆమెకి ఎలా వుందో? ఏం ఆలోచిస్తోందో? పిల్లవాడు ద్మీత్రియ్ ఏడుస్తున్నాడేమో?' సంభాషణ మధ్యలో, మాట పూర్తి కాకుండానే అతను లేచి గదిలోనుంచి వెళ్ళిపోయాడు.

"నేను కిట్టీ దగ్గరికి వెళ్ళచ్చో లేదో చెప్పేందుకు ఎవరినేనా ఇక్కడికి పంపించు" అని వృద్ధ ప్రిన్స్ అతనితో అన్నాడు.

"అలాగే, ఇప్పుడే పంపిస్తా" అని లేవిన్ జవాబు చెప్పాడు. ఆగకుండానే ఆమె దగ్గరికి వెళ్ళిపోయాడు.

ఆమె మెలుకువగానే వుంది. తల్లితో మెల్లిగా మాట్లాడుతోంది. పిల్లవాడి నామకరణం గురించి ఆలోచన చేస్తోంది.

ఆమె ముఖం కడుక్కుని, తల దువ్వుకుని ఏదో నీలంరంగుది తగిలించిన షోకైన టోపీ పెట్టుకుని చేతులు దుప్పటిపైన పెట్టి వెనక్కి వాలి పడుకుంది. అతని చూపు, ఆమె చూపు, కలిశాయి. తన దగ్గరికి రమ్మని అతన్ని ఆమె పిలిచింది. సర్వదా తేజోవంతంగా వుండే ఆమె నేత్రాలు దగ్గరికి వస్తూ అతను వేసే ప్రతి అడుగుకీ మరింత ప్రకాశమానం అయ్యాయి. ఆమె ముఖంలో ఈ లోకంనుంచి ఆ పరలోక పరివర్తన, మరణించేవాళ్ళ ముఖంమీద కనిపించేలాంటిది వచ్చింది. కాని తేడా అల్లా ఆ సందర్భంలో వీడ్కోలు వుంటుంది, ఇక్కడ ఈమె ముఖంమీద ఆమంత్రణం వుంది. ఆమె కాన్పు అయేటప్పుడు కలిగినలాంటి విహ్వలత అతని హృదయంలో కలిగింది. ఆమె అతని చెయ్యి అందుకుని నిద్రపోయావా లేదా అని అడిగింది. అతను జవాబు చెప్పలేదు. తన దుర్బలత్వం స్ఫురించి ముఖం అటువేపు మళ్ళించుకున్నాడు.

"నేను కొంచెంసేపు నిద్రపోయాను. ఇప్పుడు నాకు హాయిగా వుంది" అని చెప్పింది.

అతని ముఖంకేసి చూడగానే హఠాత్తుగా ఆమె ముఖంలో భావం మారిపోయింది.

"వాణ్ణి ఇలా ఇయ్యండి" అని పిల్లవాడు కుంయ్‌మనడం విని అంది. "వాణ్ణి నాకు ఇవ్వండి లిజవేత పెత్రోవ్నా. మా ఆయన చూస్తారు" అంది.

"అవును మరి, తండ్రి చూడద్దూ" అని లిజవేత పెత్రోవ్నా ఏదో వింతగా, ఎర్రగా కదలాడుతూ ఉన్నదాన్ని ఎత్తుతూ అంది. "కాని ఆగండి, బిడ్డకి సంరక్షణ చెయ్యాలి ముందు" అంది. ఆ కదలాడే ఎర్రవస్తువుని మంచంమీద పడుకోబెట్టి, పొత్తిళ్ళు విప్పదీయడం

మొదలుపెట్టింది. తర్వాత వేరే బట్టలు కప్పడం మొదలెట్టింది. అప్పుడు ఎత్తి ఓ వేలితో తిప్పి బిడ్డమీద ఏదో చల్లింది.

ఆ దయనీయ సూక్ష్మ ప్రాణికేసి చూస్తూ లేవిన్ తన మనసులో పితృభావన లక్షణాలు అగుపడతాయేమోనని వృధా ప్రయత్నం చేశాడు. కాని అతనికి ఘృణత్వం మాత్రమే కలిగింది. కాని ఆ ప్రాణికి కప్పిన పొత్తిళ్ళు విప్పదీసి నగ్నం చెయ్యగానే వేళ్ళు, కాలివేళ్ళు మాత్రమే కాకుండా బొటనవేళ్ళు కాలిబొటన వేళ్ళు కనిపించాయి. స్పష్టంగా వున్న గోధుమరంగు చిన్ని చేతులు, కాళ్ళు కనిపించాయి. లిజవేత పెత్రోవ్నా ఆ ప్రాణి చాచిన చేతుల్ని మెత్తని చిన్న చిన్న స్ప్రింగుల మాదిరీ నొక్కింది. ఆ చేతుల చుట్టూతా మెత్తని గుడ్డలు చుట్టింది. ఇదంతా చూడగానే అతని హృదయంలో ఆ ప్రాణిపట్ల జాలి, ఆమె వాణ్ణి గాయపరుస్తుందేమోనని భయమూ ఎంత కలిగాయంటే అతను ఆమె చేతిని పట్టుకుని ఆపాడు.

లిజవేత పెత్రోవ్నా ఫక్కున నవ్వింది.

"అయ్యో, బెంగపడిపోకండి, బిడ్డనేం చెయ్యను" అంది.

పిల్లవాణ్ణి ముస్తాబు చేసి, పట్టుపురుగు తన చుట్టూ అల్లుకునే కాయలాగా చేశాక, తను చేసిన పనిని చూసి గర్వపడుతున్నట్టుగా లిజవేత పెత్రోవ్నా పిల్లవాణ్ణి ఊపుతూ పైకి ఎత్తింది. లేవిన్ తన పుత్రుణ్ణి షోడశ కళలతో విరాజిల్లుతున్నవాడిలా బాగా చూస్తాడని పైకి ఎత్తింది.

కిట్టీ దీన్నంతట్నీ క్రీగంటితో చూస్తూనే వుంది.

"ఇలా ఇవ్వండి వాణ్ణి, ఇలా ఇవ్వండి వాణ్ణి" అని కిట్టీ లేచి కూర్చునే ప్రయత్నం చేస్తూ అంది.

"ఏమిటా పని కిట్టీగారూ! మీరలా లేవకూడదు! కొంచెం ఆగండి, ఇప్పుడే ఇస్తా. కొంచెం వాళ్ళ నాన్నకి కూడా చూపించనియ్యండి తన కొడుకు ఎంతటి గడుగ్గాయో!" అంది.

లిజవేత పెత్రోవ్నా ఈ వింతప్రాణిని, పొత్తిళ్ళల్లో కదులుతూ తలదాచుకుంటూ వున్న ఈ యెర్రని ప్రాణిని ఒక చేత్తో పట్టుకుని (రెండో చేతివేళ్ళతో వాలిపోతూ వున్న శిరసుకి ఆను ఇస్తూ) లేవిన్‌కి అందించింది. కాని ఈ బుజ్జి ముఖానికి ముక్కు కూడా వుంది, ధిక్కారంగా చూసే కళ్ళు ఉన్నాయి, చప్పరించే పెదాలు ఉన్నాయి.

"చక్కని బిడ్డ" అంది లిజవేత పెత్రోవ్నా.

లేవిన్ భారమైన మనసుతో గాఢంగా శ్వాస పీల్చాడు. ఈ చక్కని బిడ్డ అతని మనసులో కేవలం ఘృణత్వాన్ని, దయాభావాన్ని కలిగించాడు. తను ఆశించినదాన్ని దేన్నీ కలిగించలేదు.

పిల్లవాడికి తల్లి స్తనం అందుకోవడం నేర్పగానే లేవిన్ తల పక్కకి తిప్పుకున్నాడు.

ఉన్నట్టుండి ఒక నవ్వు వినిపించింది. అతను అటువేపు తిరిగాడు. కిట్టీ నవ్వింది. పిల్లవాడు స్తనం పట్టుకున్నాడు.

"ఊఁ చాలు, చాలు" అని లిజవేత పెత్రోవ్నా అంటోంది. కాని కిట్టీ బిడ్డడిని తిరిగి వెనక్కి ఇవ్వడంలేదు. వాడు ఆమె చేతుల్లోనే నిద్రపోయాడు.

"ఇప్పుడు చూడు" అని కిట్టీ వాణ్ణి లేవిన్‌కి చూపించేందుకు అటు తిప్పింది. ఆ చిన్న ముఖంమీద వృద్ధుడి ముఖంమీదలాంటి ముడతలు హఠాత్తుగా కనిపించాయి, పిల్లవాడు తుమ్మాడు.

చిరునవ్వు నవ్వుతూ, ఆర్ద్రతతో ద్రవించిపోయిన కారణంగా కళ్ళల్లో తిరిగిన నీళ్ళని ప్రయాసమీద ఆపుకుంటూ లేవిన్ భార్యని ముద్దుపెట్టుకుని చీకటి కమ్మిన ఆ గదిలో నుంచి అవతలికి వెళ్ళిపోయాడు.

ఈ చిన్న ప్రాణిపట్ల అతనికి కలిగిన అనుభూతి అతను ఊహించింది ఎంతమాత్రం కాదు. ఈ అనుభూతిలో సంతోషం కలిగించేది కాని, ఆనందదాయకమైంది కానీ ఏమీ లేదు. తద్భిన్నంగా అతనికి కొత్త భయాలు పీడించాయి. మనసుని విహ్వలం చేసే కొత్త ఎల్లలు తెరుచుకున్నాయి అన్న చేతన వచ్చింది. ఆదిలో ఈ చేతన ఎంత పీడాకారంగా ఉందంటే, ఈ నిస్సహాయ బుజ్జిపిల్లడికి ఏదన్నా హాని జరుగుతుందేమోనన్న భయం ఎంత తీవ్రంగా కనిపించిందంటే పిల్లవాడు తుమ్మినప్పుడు అతనికి అనుభూతం అయిన అర్థంలేని సంతోషం, నిగూఢ గర్వభావం లుప్తం అయిపోయాయి.

17

అబ్లాన్‌స్కీ వ్యవహారాలు ఏమీ బాగా లేవు.

అడివిలోని కలప అమ్మగా వచ్చే సొమ్ముతో మూడింట రెండు వంతులు ఖర్చు చేసేశాడు. ఆ మిగిలిన మూడో భాగంలో పదిశాతం తప్ప మిగిలిన అంతటినీ వ్యాపారి దగ్గర్నుంచి ముందే తీసేసుకున్నాడు. వ్యాపారి ఇంక సొమ్ము ఇవ్వనన్నాడు. ఏమంటే దాలీ మొట్టమొదటి సారిగా ఈ ఆస్తిమీద తన హక్కు స్థాపించుకుంటూ ఆఖరి చెల్లింపు రసీదు మీద సంతకం చెయ్యమని చెప్పింది. అబ్లాన్‌స్కీ జీతం మొత్తం ఇంటి ఖర్చులకి, చిన్నా చితకా చేబదుళ్ళకీ సరిపోయేది. దాంతో అతని చేతిలో బొత్తిగా పైసలు మిగలడంలేదు.

ఇది బాగా లేదు, ఇబ్బందికరంగా వుంది. అబ్లాన్‌స్కీ దృష్టిలో ఈ పరిస్థితికి స్వస్తి చెప్పాలి. అతని ప్రకారం దీనికి కారణం తనకి చాలా తక్కువ జీతం రావడమే. అయిదేళ్ళ క్రితం అతని ఉద్యోగం మంచిదే, కాని ఇప్పుడు కాదు. బాంకు డైరెక్టరు పెత్రోవ్‌కి పన్నెండువేలు వస్తున్నాయి. ఓ కంపెనీ డైరెక్టరు స్వెంతిత్‌స్కీకి పదిహేడు వేలు వస్తున్నాయి. బేంక్ వ్యవస్థాపకుడు మీతిన్‌కి యాభైవేలు వస్తున్నాయి. 'తెలుస్తూనే వుంది, నేను కళ్ళు మూసుకుపోయి వున్నాను, దాంతో నన్ను దాటిపోయారు' అని అబ్లాన్‌స్కీ మనసు లోపల్లోపల అనుకున్నాడు. అందుకని అతను కళ్ళు తెరుచుకుని, చెవులు సావధానంగా పెట్టి అప్రమత్తంగా వున్నాడు. దాంతో శీతకట్టు ఆఖరికి అతనికి తగిన ఉద్యోగం కనిపించింది. దానిమీద మొదట మాస్కోలో, పినతండ్రులు పినతల్లులు మేనమామలు మేనత్తలు స్నేహితులు మిత్రులు చేతులు అందివ్వగా దాడి ఆరంభించాడు. పరిస్థితులు ఒక కొలిక్కి వస్తున్నట్టు కనిపించగానే పీటర్స్‌బుర్గ్‌కి వసంతరుతువులో స్వయంగా ప్రయాణం కట్టాడు. ఆ ఉద్యోగం సాలుకి వెయ్యినుండి యాభై వేలదాకా జీతం తెచ్చిపెట్టే వాటిల్లో ఒకటి. లంచాలు, పై ముడుపులు ముట్టే ముందటి

ఉద్యోగాలతో పోలిస్తే ఇప్పుడు ఎక్కువగా వున్నటువంటిది. అది దక్షిణరైల్వే, బాంకుల పరస్పర రుణకోశ సంయుక్త ఏజన్సీ బోర్డులో ఒక సభ్యుడి ఉద్యోగం. అలాంటి ఉద్యోగాలన్నిటిలాగానే ఈ పదవికీ ఎంతో విషయ పరిజ్ఞానం, కార్యనిర్వాహక సామర్థ్యం అవసరం అయినటువంటిది. ఏ ఒక్క వ్యక్తీ ఇన్ని గుణాలు కలిగివుండడం అసంభవం. ఇన్ని సుగుణాలు కలిసిన మనిషి ఒక్కడు దొరకడం అసాధ్యం కాబట్టి ఆ పదవిని ఎవడో అవినీతిపరుడికి కట్టబెట్టడం కంటే నిజాయితీపరుడికి కట్టబెట్టడం మెరుగు. అబ్లాన్స్కీ వొట్టి నిజాయితీపరుడు మాత్రమే కాదు (సామాన్యార్థంలో) గట్టి అర్థంలో గట్టిగా నిజాయితీపరుడైన మనిషి. మాస్కోలో 'నిజాయితీపరుడైన అధికారి, నిజాయితీపరుడైన రచయిత, నిజాయితీగల పత్రిక, నిజాయితీగల సంస్థ, నిజాయితీగల ధోరణి' అని ఏ అర్థంలో వాడుకలో వుంటాయో, అంటే ఆ బాపతు వ్యక్తిగాని సంస్థగాని నిజాయితీ ప్రదర్శించడమే గాక సందర్భం వచ్చినప్పుడు ప్రభుత్వంతో తలపడగల వైఖరితో కూడా వుండడం అనే అర్థంలోనన్నమాట. మాస్కోలో ఈ అర్థంలో ఈ పదాన్ని వాడే బృందాల్లో అబ్లాన్స్కీ తిరిగాడు. అతన్ని నిజాయితీపరుడుగా అక్కడ చూసేవాళ్ళు, అంచేత పై వాళ్ళతో పోలిస్తే అతను ఆ పదవికి ఎక్కువ తగినవాడు.

ఈ ఉద్యోగానికి సాలుసరి జీతం ఏడునుంచి పదివేలదాకా వుంటుంది. అబ్లాన్స్కీ ప్రస్తుతం వున్న మంత్రిత్వ శాఖ ఉద్యోగాన్ని వదులుకో నక్కర్లేకుండానే దీన్నీ చెయ్యవచ్చు. ఈ నియామకం రెండు మంత్రిత్వశాఖలమీదా, ఒక మహిళమీదా, ఇద్దరు యూదులమీదా ఆధారపడి వుంది. దీనికి సంబంధించి పట్టవలసినవాళ్ళందర్నీ పట్టుకున్నాక, వీళ్ళని స్వయంగా వెళ్ళి పీటర్స్‌బుర్గ్‌లో దర్శించడం అబ్లాన్స్కీ ధర్మం అయింది. అదీగాక విడాకుల విషయంలో కెరనిన్‌ని కచ్చితంగా తేల్చి చెప్పమని అడిగి జవాబు తీసుకువస్తానని అన్నాకి అతను మాట ఇచ్చాడు. అంచేత దాలీని బతిమాలి యాభై రూబుళ్ళు వడుక్కుని అతను పీటర్స్‌బుర్గ్‌కి బయలుదేరాడు.

కెరనిన్ చదువుకునే గదిలో కూర్చుని రష్యా విత్త విధానాల కారణాల గురించి అతను చెపుతూ వుంటే అబ్లాన్స్కీ వింటూ, తను తన వ్యవహారం గురించీ అన్నా వ్యవహారం గురించీ మాట్లాడ్డం కోసం ఆయన ఎప్పుడు ఆపుతాడా అని ఎదురుచూస్తూ కూర్చున్నాడు.

"అవును, ముమ్మాటికీ నిజం" అని అతను, కెరనిన్ కళ్ళజోడు తీసి – ఇప్పుడు కళ్ళజోడు లేకుండా కెరనిన్ చదవలేకపోతున్నాడు – తన బావమరిదికేసి ప్రశ్నార్థకంగా చూడగానే అన్నాడు. "ప్రతి అంశం వివరంగా చూస్తే అది ముమ్మాటికీ నిజమే. కాని మన యుగసిద్ధాంతం స్వాతంత్ర్యం" అన్నాడు.

"అవును కాని స్వాతంత్ర్య సిద్ధాంతాన్ని కలుపుకొచ్చే మరో సిద్ధాంతాన్నీ ప్రతిపాదిస్తున్నాను" అని కెరనిన్ 'కలుపుకొచ్చే' అనే మాటమీద ప్రత్యేక పూనిక పెడుతూ, ఆ విషయం ఎక్కడ ప్రసక్తమయిందో చదివి చెప్పేందుకు గాను మళ్ళీ కళ్ళజోడు పెట్టుకుంటూ అన్నాడు.

కెరనిన్ రాతప్రతి తీసుకుని చదివాడు. ముత్యాలకోవ లాంటి దస్తూరీలో వుంది అది. మార్జిన్లు బాగా వెడల్పుగా వదిలి చక్కగా వుంది. చర్చనీయాంశానికి బలం ఇచ్చే సందర్భం వెతుకుతూ దాన్ని తన శ్రోతకి అతను చదివి వినిపించాడు.

“నేను సొంత ప్రయోజనాల కోసం కాక నిన్ను, ఉచ్చవర్గాల కోసం, సామాన్య సంక్షేమం నిమిత్తం వ్యాపార రక్షా ప్రణాళికని వ్యతిరేకిస్తున్నాను” అబ్లాన్స్కీ కేసి కళ్ళజోడు పైనుంచి చూస్తూ అన్నాడు. “కాని ‘వాళ్ళు’ ఈ విషయాన్ని అర్థం చేసుకోలేకుండా వున్నారు. సొంత సంక్షేమం పట్లనే వాళ్ళ ఆసక్తి, ఏవో పదబంధాలు కనిపెట్టడంలో తృప్తిపడుతూ ఉంటారు” అన్నాడు.

కెరనిన్ ‘వాళ్ళు’ ఏమనుకున్నదీ చేసిందీ చెప్పడం మొదలుపెట్టగానే, తన ప్రణాళికల్ని అంగీరించ నిష్టంలేని వాళ్ళ గురించి, రష్యా చెడుగులకి కారణభూతులైనవాళ్ళ గురించీ చెప్పడం మొదలుపెట్టగానే తన ఉపన్యాసం ముగింపుదశకి వస్తున్నాడని అబ్లాన్స్కీ అర్థం చేసుకున్నాడు. అంచేత ఇష్టాపత్తిగా స్వతంత్రతా సిద్ధాంతాన్ని వదిలిపెట్టి, కెరనిన్ ఏకీభవించాడు.

“అరె, ఆం” అని అబ్లాన్స్కీ అన్నాడు. “నిన్ను ఒకటి అడగాలనుకున్నాను. నువ్వు పామోర్స్కీని కలిస్తే దక్షిణ రైల్వే, బాంక్‌ల పరస్పర రుణకోశ సంయుక్త ఏజన్సీ బోర్డు సభ్యుడి పదవి ఖాళీ వుంది. దానికి నా తరపున ఒక ముక్క ఆయనకి చెప్పాలి” అన్నాడు.

తను ఎంతగానో కోరుతూ ఉన్న ఈ పదవి పేరు నోట్లో ఎంతో నానుతూ వుండడం వల్ల యే పొరపాటూ లేకుండా సునాయాసంగా వల్లించేశాడు.

ఈ కమీషన్ కార్యకలాపాలు ఏమిటని కెరనిన్ అడిగేడు. అవేమిటో విని మళ్ళీ ఆలోచనలో పడ్డాడు. ఈ కార్యకలాపాలు తన ప్రణాళికకి ప్రతికూలంగా వుండచ్చు కదా అని అనుకున్నాడు. కాని ఈ కమీషన్ కార్యకలాపాలు చాలా జటిలంగా వుండడంతో, దాని ప్రణాళిక విస్తృత పరిధిని ఆవరించుకుని వుండడంతో వెంటనే అప్పుడే ఆ సమస్యని తేల్చుకోలేకపోయాడు. దాంతో కళ్ళజోడు తీసేస్తూ అన్నాడు.

“చెప్పడానికేం! తప్పకుండా చెపుతాను. కాని నీకు ఆ ఉద్యోగం ఎందుకు కావాలనిపించింది?”

“ఎందుకంటే జీతం బాగుంది కాబట్టి. తొమ్మిదివేలు. నా పరిస్థితులు...”

“తొమ్మిదివేలా!” అని కెరనిన్ రెట్టించాడు. ముఖం చిట్లించుకున్నాడు. కనీసం ఆ హెచ్చు జీతం దృష్ట్యా అబ్లాన్స్కీ తీసుకోదలుస్తున్న చర్యలు, పొదుపుచెయ్యాలని ఉద్దేశించిన తన ప్రణాళికలకి వస్తుతః విరుద్ధంగా వున్నాయని అతనికి అనిపించింది.

“దీనికి సంబంధించి నేను ఒక నోట్ ప్రస్తావించాను. ఇంతంతలేసి జీతాలు మన ప్రభుత్వ తప్పుడు ఆర్థిక assiette[1]కి కొట్టవచ్చినట్టు కనిపించే ఉదాహరణ” అన్నాడు.

“అయితే నీకు ఏం కావాలి?” అని అబ్లాన్స్కీ తెలుసుకోగోరాడు. “తెలుసా, బాంక్ డైరెక్టరుకి పదివేలు వస్తాయి, అందుకు అతనికా యోగ్యత వుంది. ఇంజనీర్‌కి ఇరవై వేలు వస్తాయి. నువ్వేమన్నా చెప్పు వాళ్ళ పని కులాసా పని కాదు” అన్నాడు.

“నా దృష్టిలో జీతాలు వస్తువుకి మూల్యం. అంచేత వాటికి సప్లయి, డిమాండ్ సూత్రం వర్తించాలి. జీతాల నియమం ఈ సూత్రానికి బాధకంగా వుంటే, మాటకి ఇద్దరు ఇంజనీర్లు

[1]విధానాల (ఫ్రెంచి)

ఒకేచోట చదువుకున్నారు. ఇద్దరికీ సమానమైన పరిజ్ఞానం సామర్థ్యం వున్నాయి; ఒకడికి నలభై వేలు ఇచ్చి రెండోవాడికి రెండువేలిచ్చి సరిపెట్టుకోమన్నారు; అలాగే ఒక బాంక్ డైరెక్టరుగా ప్రత్యేక శిక్షణ ఏమీ లేకుండానే ఓ వకీలునో లేదా ఆశ్విక దళం అధికారినో పెద్ద పెద్ద జీతాలు పోసి నియమించుకున్నారు. అప్పుడు జీతాలు సప్లయి డిమాండ్‌కి తూగకుండా ఎవరికో సంతృప్తి కలిగించడం కోసం ఇస్తున్నట్టు నేను నిర్ధారించాల్సి వస్తుంది. ఇది దానికదే మహా ఘోరం, దురుపయోగం, ప్రభుత్వ సేవలమీద కూడా దీని దుష్ప్రభావం పడుతుంది. నా అభిప్రాయం ఏమంటే...”

అబ్లాన్‌స్కీ గబగబా కెరనిన్ మాటకి అడ్డం వెళ్ళాడు.

“కానీ నువ్వీ విషయం ఒప్పుకోకుండా వుండలేవు. ఒక కొత్త, ఎంతో లాభదాయకమైన సంస్థ పుడుతోంది. నువ్వేం చెప్పు, గొప్ప విషయం! అంచేతే అన్నిటికంటే ముఖ్యంగా నిజాయితీపరుల చేతుల్లో దీన్ని ఉంచాలనుకుంటున్నారు” అని అబ్లాన్‌స్కీ నిజాయితీపరులన్న మాటని వొత్తి పలుకుతూ చెప్పాడు.

కాని కెరనిన్ ‘నిజాయితీపరుల’నే మాటని మాస్కోవాళ్ళ అర్థంలో గ్రహించలేదు.

“నిజాయితీ అనేది కేవలం నకారాత్మక గుణం” అన్నాడు.

“అయినాగానీ నువ్వు నాకు గొప్పసాయం చేస్తున్నట్టు, పొమోర్‌స్కీ చెవిలో ఒక మాట వేస్తే, ఊరికే మాటల సందర్భంలో, అంతే” అన్నాడు అబ్లాన్‌స్కీ.

“కాని ఇది ఎక్కువ బొల్గారినొవ్ చేతిలో వుందనుకుంటా” అన్నాడు కెరనిన్.

“బొల్గారినొవ్ అందుకు ఊఁ అనేశాడు” అని అబ్లాన్‌స్కీ ముఖం ఎర్రబడుతూ వుండగా అన్నాడు.

బొల్గారినొవ్ పేరు వినగానే అబ్లాన్‌స్కీ ఎర్రబడ్డాడు, ఏమంటే ఆ ఉదయమే అతను యూదు బొల్గారినొవ్‌ని కలుసుకుందుకు వెళ్ళాడు. ఆ కలయిక అతనికి చెడ్డ చేదుజ్ఞాపకంగా మిగిలింది. అబ్లాన్‌స్కీకి తను అపేక్షిస్తున్న ఈ పదవి నూతనమైంది, ఘనమైంది, నిజాయితీపరులైన వాళ్ళు చేపట్టాల్సిందీ అనేదాంట్లో ఆవగింజంత అనుమానం లేదు. అయినా బొల్గారినొవ్ ఆవేళ పొద్దున్న అతన్ని మిగతా అభ్యర్థితులతో బాటుగా రెండుగంటల సేపు వెయిటింగ్ రూమ్‌లో కూర్చోబెట్టేశాడు. కావాల్సికే అలా చేశాడు. అబ్లాన్‌స్కీకి అది చాలా కష్టం కలిగించింది.

అతనికి కష్టం ఎందుకు కలిగిందో చెప్పడం మహా కష్టం. తను, రష్యన్ రాజ్య స్థాపకుడైన రూరిక్ వంశం* వాడైన ప్రిన్స్ అబ్లాన్‌స్కీ ఒక యూదు వెయిటింగ్ రూమ్‌లో రెండు గంటలు ఎదురు చూస్తూ కూర్చోవలసి వచ్చినందుకా, లేక జీవితంలో మొదటిసారిగా రాజ్య సేవాతత్పరులైన తన తాత ముత్తాతల ఒరవడిని అనుసరించకుండా కొత్తక్షేత్రంలో ప్రవేశించాలని చూస్తున్నందుకా అనేది చెప్పడం కష్టం, ఏది ఏమైనా అతను మహా ఇబ్బంది పడిపోయాడు. కాని అతను బొల్గారినొవ్ వెయిటింగ్ రూమ్‌లో నిరీక్షిస్తూ వున్న ఆ రెండుగంటలసేపూ అటూ ఇటూ పచారు చేస్తూ, మీసాలు దువ్వుకుంటూ, అక్కడున్న అభ్యర్థితులతో మాట కదలేస్తూ, తను ఈ యూదు గదిలో నిరీక్షించడం గురించి మిత్రులకి చెప్పడానికి శ్లేషపదం

ఊహించుకుంటూ వున్నాడు. ప్రయాసపడి ఇబ్బంది భావాన్ని పక్కవాళ్ళకి తెలియకుండా తనకీ తెలియకుండా కమ్ముకున్నాడు.

అయినా అంతసేపూ ఎందుకనో కారణం చెప్పలేకుండానే అతను ఇబ్బందిపడ్డాడు, చిరాకుపడ్డాడు. బహుశా తను కూర్చుకున్న శ్లేషపదం బాగా లేకపోవడంవల్లనో, మరిదేనివల్లనో తెలీదు. ఆఖరికి బొల్గారినొవ్ అతన్ని అతిమర్యాదతో పిలవగానే, తనని పరాభవించినందుకు లోపల్లోపల పొంగిపోతూ వున్నాడని తేటతెల్లంగా వెల్లడైంది. అతను సాయం చెయ్యడానికి దాదాపు తిరస్కరించాడు. అప్పుడు అబ్లాన్‌స్కీ ఆ విషయాన్ని వెంటనే మర్చిపోవడానికి తొందరపడ్డాడు. అందుకనే కెరనిన్ ఆ పేరు చెప్పగానే అబ్లాన్‌స్కీ సిగ్గుతో ఎర్రబడ్డాడు.

18

"ఇప్పుడు నీతో మరో విషయం మాట్లాడాలనుకుంటున్నాను. నీకు తెలుసు ఏమిటైందీ. అన్నా గురించి" అని అబ్లాన్‌స్కీ కొంచెంసేపు ఆగి అన్నాడు. ఈ కాస్సేపట్లో ఆ యూదుదగ్గర నిరీక్షించిన కటువైన జ్ఞాపకాన్ని మరిచిపోయాడు.

అబ్లాన్‌స్కీ అన్నాపేరు ప్రస్తావించగానే కెరనిన్ ముఖం పూర్తిగా మారిపోయింది. ముందున్న ఉల్లాసం బదులు అలసత్వపూరిత నిరుత్సాహం వచ్చింది.

"మీరు నన్నేం చెయ్యమంటారు?" అని కెరనిన్ చేతుల కుర్చీలో కదులుతూ జోడు సవరించుకుంటూ అడిగాడు.

"నిర్ణయం, ఏదో నిర్ణయం కెరనిన్. ఇప్పుడు నీతో ఈ విషయం" ('అవమానితుడైన పతిగా కాకుండా' అని అబ్లాన్‌స్కీ అనబోయాడు, కాని వెంటనే తన లక్ష్యం గంగలో కలుస్తుందని గ్రహించి నాలిక కరుచుకుని మార్చేశాడు) "ఒక ప్రముఖ వ్యక్తిగా కాకుండా" (ఇదీ అంత బాగా తగులబడలేదు) "వొక మనిషిగా, దయాపూర్ణుడైన మనిషిగా క్రైస్తవుడివిగా చెప్పాలనుకుంటున్నాను. నువ్వు ఆమెపట్ల జాలి చూపించాలి" అన్నాడు.

"మీ ఉద్దేశ్యం ఏమిటో మరి" అని కెరనిన్ మెల్లిగా అన్నాడు.

"ఆc, ఆమెపట్ల జాలి చూపించాలి. నువ్వు ఆమెని నా తరఫునుంచి చూస్తే, – ఈ శీతకట్టు అంతా ఆమెతో గడిపాను నేను,– నీకు అయ్యో పాపం అనిపిస్తుంది. ఆమె పరిస్థితి దారుణంగా వుంది, అవును దారుణంగా వుంది" అన్నాడు.

"నాకు అనిపించింది, స్వయంగా తను కోరుకున్నవన్నీ ఆమెకి ప్రాప్తించాయి అని" అన్నాడు కెరనిన్, అతని గొంతుక దాదాపు కీచుమంది.

"అయ్యో! కెరనిన్! పుణ్యం ఉంటుంది, ఆ దెప్పుళ్ళు వద్దు. ఆ మంచిచెడ్డల జోలికి మనం వెళ్ళద్దు. జరిగిందేదో జరిగింది. ఇప్పుడామె ఏం కోరుతోందో, దేనికోసం ఎదురుచూస్తోందో నీకు తెలుసు – ఆమె విడాకులు కోరుతోంది."

"కాని నా ఉద్దేశం ప్రకారం నేను పిల్లవాణ్ణి నా దగ్గరే ఉంచుకుంటానని పట్టుబడితే ఆవిడ విడాకులు అక్కర్లేదంటుంది. ఆ ఉద్దేశంతోనే నేను జవాబు ఇచ్చాను. నా వ్యవహారం

అంతటితో ముగిసిపోయిందనుకున్నాను. ముగిసిపోయినట్టే నేను భావిస్తూ వున్నాను" అని కెరనిన్ కీచుమంటూ చెప్పాడు.

"బాబ్బాబు, కోప్పడవద్దు" అని అబ్లాన్స్కీ బావగారి మోకాలిమీద చెయ్యి వేస్తూ అన్నాడు. "వ్యవహారం ముగిసిపోలేదు. నన్ను విషయం యావత్తూ చెప్పనియ్యి, మళ్ళీ పరిస్థితి ఇలా వుంది: మీరిద్దరూ విడిపోయినప్పుడు నువ్వు ఎంతో మహత్వాన్నీ ఔదార్యాన్నీ చూపించావు. ఆమెకి సర్వమూ ఇచ్చావు- స్వేచ్ఛనీ, విడాకుల్నీ కూడా. ఆమె కూడా దాన్ని ఘనంగా భావించింది. నిజం చెపుతున్నాను, నువ్వు నమ్మవు నా మనసులో మాట. ఆమె చాలా ఘనంగా భావించింది. మొదట్లో తను నీకు చేసిన ద్రోహం తెలిసి ఆ హద్దుదాకా ఆమె ఏమీ ఆలోచనా సాలోచనా చెయ్యలేకపోయింది. అన్నిట్నీ కాదంది. కాని జీవిత యదార్థ పరిస్థితి, కాలం ఆమెకి తన స్థితిని తెలియజేశాయి. అది మహా యాతనగా దుర్భరంగా వుంది" అన్నాడు.

"ఆవిడ జీవితం గురించి నాకు ఏ రకమైన ఆసక్తి లేదు" అని కెరనిన్ కనుబొమలు పైకి ఎత్తి అన్నాడు.

"మరేం అనుకోవద్దు ఈ ముక్క అంటున్నందుకు. నేనా విషయాన్ని ఒప్పుకుందుకు తయారుగా లేను" అని అబ్లాన్స్కీ మర్యాదగానే అభ్యంతరం చెప్పాడు. "ఆమె పరిస్థితి ఆమెకి బాధాకరంగా వుంది. దానివల్ల ఇతరులకి లాభమూ లేదు. ఆమెకి అదే లాయకీగా ఉందని నువ్వు అంటున్నావు. అది ఆమెకి తెలుసు, అందుకని నిన్ను ఏమీ అడగదు. ఆమె దాచుకోకుండా పైకే చెప్తోంది. నిన్ను ఏదీ అడిగే ధైర్యం లేదని. కాని నేనూ, మిగతా బంధువులం, ఆమె అంటే అభిమానం ఉన్నవాళ్ళందరు నిన్నీ విషయం గురించి అడుగుతున్నాం, అర్థిస్తున్నాం. ఆమె ఎందుకంతలా యాతనపడాలి? దీనివల్ల ఎవరికి లాభం?"

"చూడండి, నా దోషం ఏదో వున్నట్టు మీరు భావిస్తున్నారు" అన్నాడు కెరనిన్.

"అబ్బెబ్బె, లేదు లేదు. కాని నా ఉద్దేశం అర్థం చేసుకో" అని మళ్ళీ అబ్లాన్స్కీ కెరనిన్ని చేత్తో తాకుతూ అన్నాడు.అలా తాకడం ద్వారా అతన్ని సానునయపరచగలిగినట్టు. "నేను ఒక్కటే చెపుతున్నాను. ఆమె పరిస్థితి దారుణంగా ఉంది. నీకు ఏ రకమైన హానీ లేకుండా ఆమె పరిస్థితిని మెరుగుపరచగలవాడివి నువ్వే. నేను విషయం యావత్తూ నడిపిస్తాను, నీకు పిసరు ఇబ్బంది కూడా లేకుండా. నువ్వే ఇంతకీ వాగ్దానం చేశావు కదా?" అన్నాడు అబ్లాన్స్కీ.

"లోగడ వాగ్దానం చేశాను. నా పిల్లవాడి సంరక్షణ బాధ్యత పరిష్కారమైనాక సమస్య వుండదని నా అభిప్రాయం. అదీ కాకుండా ఆవిడ ఉదారత్వం చూపిస్తుందని నేను ఆశించి..." అంటూ కెరనిన్ పాలిపోయాడు, వణికే పెదాలతో మాటల్ని సరిగ్గా అనలేకపోయాడు.

"ఆమె నీ ఔదార్యం మీద ఆధారపడింది. ఆమె ఒక్క విషయాన్ని మాత్రమే అర్థిస్తోంది, ప్రార్థిస్తోంది. ఇప్పుడు తను వున్న దుర్భర పరిస్థితి నుండి బయటపడెయ్యమని వేడుకుంటోంది. ఆమె కొడుకునిమ్మని కూడా అడగడంలేదిప్పుడు. కెరనిన్, నువ్వు దయార్ద్ర హృదయుడివి. ఓ క్షణంసేపు నువ్వే ఆమె అయినట్టు ఊహించుకో. ఆమె వున్న పరిస్థితిలో ఆమెకి విడాకులు జీవన్మరణ సమస్య. ఇదివరలో నువ్వామెకి మాట ఇచ్చి వుండకపోయినట్లయితే ఆమె తన రాత ఇంతేనని సమాధానపడిపోయి, పల్లెలోనే ఉండిపోయేది. కాని నువ్వు మాట ఇచ్చావు.

ఆమె నీకు రాసింది, మాస్కో వచ్చింది. మరి మాస్కోలో, ప్రతి భేటీ గుండెకి కళాఘాతంలా తగిలే చోట నీ నిర్ణయం కోసం ప్రతిరోజూ చూస్తూ ఆమె ఆర్నెల్లుగా బతుకుతోంది. ఇది మరణశిక్ష విధించినవాణ్ణి మెడకి ఉరితాడు బిగించి కొంచెంసేపు ఉరితీస్తామనీ, కొంచెంసేపు క్షమిస్తామనీ చెపుతూ నెలల తరబడి వుంచడం లాంటిది. ఆమె మీద దయతలచు, పైగా నేను అంతా ఏర్పాటు చేసే పూచీ మీద వేసుకుంటాను... Vos Scrupules....[1]"

"నేనా.... నేనా విషయం గురించి మాట్లాడ్డంలేదు" అని కరేనిన్ కీచుగొంతుకతో అడ్డం వచ్చాడు. "కాని వాగ్దానం చేసే అధికారం నాకు లేదు, నాకు లేనిదాన్ని నేను వాగ్దానం చేసి వుండవచ్చు" అన్నాడు.

"అయితే ఆడిన మాటని తప్పుతున్నావా?"

"సాధ్యం అని నేననుకున్నదాన్ని ఎన్నడూ కాదని నేనను. కాని ఈ వాగ్దానాన్ని నెరవేర్చడం సాధ్యమా కాదా అని ఆలోచించుకునే వ్యవధి నాకు కావాలి."

"అయ్యో! అలా అనకు కరేనిన్" అని అబ్లాన్స్కీ ఒక్క ఉదుట్న లేస్తూ అన్నాడు. "నేనా మాటలని నమ్మదలచుకోలేదు. ఏ ఆడదీ ఆమె అంత దౌర్భాగ్య స్థితిలో లేదు, అయినా నువ్వు కాదంటున్నావు. ఆమెకి..."

"ఇచ్చిన మాటని ఏ మేరకి పరిపూర్తి చేయడం సాధ్యమా అని. Vous professez detre un libre penseur.[2] కాని నేను ఆస్తికుణ్ణి. క్రైస్తవ ధర్మాన్ని అతిక్రమించే పనిని దేన్నీ చెయ్యలేను, ముఖ్యంగా ఇలాంటి వ్యవహారంలో" అన్నాడు.

"నాకు తెలిసిన మేరకి క్రైస్తవ మతానుయాయులు అన్నిచోట్లా, ఇక్కడ కూడా, విడాకులు అనుమతిస్తున్నారు" అన్నాడు అబ్లాన్స్కీ. "మన చర్చి విడాకుల్ని ఒప్పుకుంది. మనకి కనిపిస్తోంది కదా..."

"అనుమతిస్తున్నారు. కాని ఆ అర్థంలో కాదు."

"కెరనిన్, నేను నిన్ను అర్థం చేసుకోలేకుండా వున్నాను" అని కొంచెంసేపు ఆగాక అబ్లాన్స్కీ అన్నాడు. "అన్నిటినీ క్షమించింది నువ్వు కాదూ? (మేం దాన్ని ఎంతో ఘనమైన ఉదారచర్యగా భావించలేదూ?) క్రైస్తవ ధర్మ బోధ అనుసారంగా అన్నిటినీ త్యాగం చెయ్యడానికి సిద్ధపడింది నువ్వు కాదూ? 'ఎవరైనను నీ ఉత్తరీయము తీసుకున్నచో నీ అంగీ కూడా ఇమ్ము' అని చెప్పింది నువ్వు కాదూ, మరి ఇప్పుడు..."

"నేను వేడుకుంటున్నాను" అని కెరనిన్, ముఖం పాలిపోయి దవడ కంపిస్తూ వుండగా, ఠక్కని లేచి నుంచుంటూ కీచుగా అరిచాడు. "మిమ్మల్ని వేడుకుంటున్నాను... ఈ మాటలు కట్టిపెట్టండి, కట్టిపెట్టండి."

"అబ్బా! లేదు... సరే, సరే, నీ మనసుకి కష్టం కలిగిస్తే క్షమించు, క్షమించు" అని అతనికేసి చేతిని చాస్తూ వ్యాకులంగా తెచ్చిపెట్టుకున్న చిరునవ్వు నవ్వుతూ అన్నాడు అబ్లాన్స్కీ.

---

[1] నీ సున్నిత భావన.... (ఫ్రెంచి)

[2] నువ్వు ఉదార మనస్కుడివని అంటారు (ఫ్రెంచి)

"ఇంతా చేసి నేను వచ్చింది రాయబారానికి. నన్ను చెప్పమన్న మాటలు చెప్పి నా పని పూర్తిచేశాను" అన్నాడు.

కెరనిన్ అతనికి చెయ్యి అందించి, ఓ నిముషం ఆలోచించాడు.

"నేనీ విషయం గురించి ఆలోచించి, సలహాలు తీసుకోవాలి. రేపుగాక ఎల్లుండి మీకు ఏ విషయమూ తేల్చి చెపుతాను" అని ఏదో హఠాత్తుగా గుర్తువచ్చినట్టు అన్నాడు.

19

అబ్లాన్స్కీ వెళ్ళిపోవడానికి తయారవుతూ ఉండగా నౌకరు కర్నేయ్ సేర్గేయ్ అలెక్సేయిచ్ వచ్చాడని చెప్పాడు.

ఈ సెర్గేయ్ అకెల్సేయిచ్ ఎవరు అని అబ్లాన్స్కీ అడగబోయాడు, అంతలోనే అతనికి గుర్తువచ్చింది.

"ఆం, సెర్యోష!" అన్నాడు. "సెర్గేయ్ అలెక్సేయిచ్ అంటే యెవరో డిపార్టుమెంట్ డైరెక్టరైనా కనీసం అయి వుంటాడనుకున్నాను." తన కొడుకుని చూసి రమ్మని అన్నా చెప్పిన సంగతి అతనికి గుర్తు వచ్చింది.

అబ్లాన్స్కీని వెళ్ళిరమ్మని చెప్పేటప్పుడు అన్నా బేలగా, బెంగగా ముఖంపెట్టి చెప్పింది– "వాడు నీకు కనిపిస్తాడులే. వాడు ఎక్కడ వుంటున్నాడో, ఎవరు వాడి ఆలనాపాలనా చూస్తున్నారో కనుక్కో. అబ్బ తమ్ముడూ... అది గనక సాధ్యమైతేనా! సాధ్యమవుతుందంటావా?" అంది. 'అది గనక సాధ్యమైతేనా' అనేది ఏదో అబ్లాన్స్కీకి అర్థమైంది. సాధ్యమైతే గనక విడాకుల్ని కొడుకు తనకి దక్కేటట్టు ఏర్పాటు చెయ్యాలి... అలాంటి ఆలోచన చెయ్యడానికి కూడా ఇప్పుడవకాశం లేదని అబ్లాన్స్కీ కనిపిస్తూ వుంది. కానీ మేనల్లుణ్ణి చూసినందుకు సంతోషించాడు.

కుర్రాడి ముందు ఎవరూ తల్లి గురించిన ప్రస్తావన చెయ్యరనీ, అంచేత వాడికి తల్లిని గుర్తుకుతెచ్చే మాట ఒక్కటి కూడా అనద్దనీ కెరనిన్ బావమరిదికి గుర్తుచేశాడు.

"తల్లిని అప్పుడు చూశాక వాడు చాలా జబ్బుపడ్డాడు. వాడు తల్లిని చూస్తాడని అలా ముందు మేం వూహించలేదు" అని కెరనిన్ చెప్పాడు. "బతుకుతాడా లేదా అని భయపడ్డాం. మంచి వైద్యంవల్లా వేసవికాలంలో సముద్రస్నానాలవల్లా గండం గడిచేం. ఇప్పుడు డాక్టరు సలహా మీద బళ్ళో వేశాం. తోటి వయసు వాళ్ళతో కలిసి మెలిసి తిరగడంతో గుణం కనిపించింది. ఇప్పుడు వాడు ఆరోగ్యంగా వున్నాడు, చదువులో కూడా బాగా వున్నాడు" అన్నాడు కరేనిన్.

"అరె, వావ్! ఎంత మెరికలాంటివాడు! సెర్యోష్‌గాడు కాదింక, సెర్గేయ్ అలెక్సేయిచ్!" అని అబ్లాన్స్కీ చిరునవ్వు నవ్వుతూ అన్నాడు. వెడల్పాటి భుజాల అందమైన కుర్రాడొకడు నీలం చొక్కా, పొడుగు లాగు తొడుక్కుని చురుగ్గా, యే నదురూ బెదురూ లేకుండా లోపలికి వస్తూనే వాణ్ణి చూసి అబ్లాన్స్కీ అలా అన్నాడు. ఆ కుర్రాడు ఆరోగ్యంగా, సంతోషంగా కనిపించాడు. ఏదో పరాయివాడికి మాదిరిగా మేనమామకి వొంగి వందనం చేశాడు. కాని

అతన్ని గుర్తుపట్టగానే సిగ్గుతో ఎర్రబడి, వెంటనే ముఖం అవతలివేపు తిప్పేసుకున్నాడు, ఏదో కారణంగా తనకి కష్టమూ కోపమూ కలిగినట్టు. తండ్రి దగ్గరికి వెళ్ళి బళ్ళో యిచ్చిన మార్కుల పత్రం అందించాడు.

“బాగుంది. నువ్వు వెళ్ళచ్చు” అన్నాడు కెరనిన్.

“పొడుగు ఎదిగేడు, సన్నబడ్డాడు. పెద్దవాడయాడు. చిన్నపిల్లవాడు కాదింక. నాకు తృప్తిగా వుంది” అన్నాడు అబ్లాన్‌స్కీ. “ఏరా, నే గుర్తున్నానా?” అని అడిగాడు.

కుర్రాడు వెంటనే తండ్రివేపు చూశాడు.

“గుర్తులేకేం, mon oncle[1] అని మేనమామకేసి చూసి, కళ్ళు దించుకుంటూ అన్నాడు.

మేనమామ అతన్ని దగ్గరికి రమ్మని పిలిచి చెయ్యి అందుకున్నాడు.

“ఊఁ, ఏమిటి సంగతులు?” అని అడిగాడు. కుర్రాడితో మాట్లాడాలని వుంది అతనికి, కాని ఏం మాట్లాడాలో తెలీలేదు.

కుర్రవాడు సిగ్గుపడ్డాడు. జవాబు చెప్పలేదు, మెల్లిగా చేతిని వెనక్కి లాక్కున్నాడు. అబ్లాన్‌స్కీ అతని చేతిని వదలగానే తండ్రికేసి ఏమిటన్నట్టు చూసి, తర్వాత గబగబా పంజరంలోనుంచి వదిలిపెట్టిన పిట్టలాగా గదిలోనుంచి వెళ్ళిపోయాడు.

సెర్యోష తల్లిని చూసి ఏడాది అయింది. అప్పట్నుంచి ఆమె గురించి ఒక్క ముక్క కూడా వినలేదు. ఈ ఏడాదే అతన్ని బళ్ళో వేశారు. తోటి పిల్లలతో పరిచయాలు ఏర్పడి చేరిక అయింది. తల్లిని ఆఖరిసారి కలుసుకున్న తర్వాత ఆ స్వప్నాలవల్లా, స్మృతులవల్లా అతనికి జబ్బు చేసింది. ఇప్పుడా కలలూ, జ్ఞాపకాలూ అతన్ని చింతపెట్టడం లేదు. అవి గుర్తుకువస్తే అతను సిగ్గుపడిపోయి అలాంటిది మగపిల్లలకి తగినది కాదనీ, ఆడపిల్లలకే తగినదనీ అనుకుంటూ వాటిని మనసులోనుంచి దూరం తరిమెయ్యడానికి యావచ్ఛక్తితో ప్రయత్నం చేసేవాడు. తండ్రికీ తల్లికీ మధ్య దెబ్బలాట జరిగిందనీ, అందువల్ల వాళ్ళు విడిపోయారనీ అతనికి తెలుసు. తను తండ్రితోనే వుండిపోవాలనీ అతనికి తెలుసు. అంచేత ఈ పరిస్థితికి సమాధానపడిపోవడం కోసం శక్తిమేరకి ప్రయత్నించాడు.

ముఖ కవళికల్లో తల్లి పోలికలు గుర్తుకు తెచ్చే మేనమామని చూడడం అతనికి ఇష్టం లేకపోయింది. ఏమంటే దానినుంచి తను లజ్జాజనకంగా భావించే స్మృతులు పైకి ఉబికి వచ్చాయి. తను గది లోపలికి వెడుతూ గుమ్మం దగ్గర నుంచున్నప్పుడు చెవినిపడిన మాటలవల్లా అలానే లోపలికి వెళ్ళాక తండ్రికీ మేనమామకీ తల్లి గురించి చర్చ జరిగిందని వాళ్ళ ముఖాలని చూసి గ్రహించడంవల్లా అతనికి మరీ ముఖ్యంగా అయిష్టం కలిగింది. తను తండ్రితో వుంటున్నాడు. ఆయనమీద ఆధారపడ్డాడు అంచేత ఆయన్ని తప్పు పట్టలేడు. ఆ కారణంవల్లా, ముఖ్యంగా తనకి లజ్జాకారకంగా కనిపించిన అనుభూతులకి లొంగిపోకూడదని అనుకోవడం వల్లా అతను మామకేసి, తన మనశ్శాంతిని భగ్నం చేయవచ్చిన ఆ వ్యక్తికేసి చూడకుండా వుండ ప్రయత్నించాడు. మేనమామ కలకబరిచే స్మృతుల్ని రేగకుండా వుంచుకోవాలనుకున్నాడు.

---

[1] మా మేనమామ (ఫ్రెంచి)

అయినా అబ్లాన్స్కీ అతని వెనకాలే వచ్చాడు. అతన్ని మెట్లమీద చూసి తన దగ్గరికి రమ్మని పిలిచాడు. బళ్ళో ఖాళీ సమయంలో ఎలా కాలక్షేపం చేస్తారని అడిగాడు. అప్పుడు, తండ్రి సముఖంలో ఉన్నప్పటిలా కాక, మేనమామతో మాట్లాడ్డం అతనికి అయిష్టంగా అనిపించలేదు.

"ఈ మధ్యకాలంలో మేం రైలుబండి ఆట ఆడుకుంటున్నాం. ఎలా ఆడతామంటే ఇద్దరు పిల్లలు బల్లమీద కూర్చుంటారు. వాళ్ళు ప్రయాణీకులు అన్నమాట. ఒకడు బల్లమీద నుంచుంటాడు. మిగతా అందరూ ఆ బల్లని లాగుతారు. చేత్తో పట్టుకుని లాగచ్చు, నడుముకి కట్టుకునీ లాగచ్చు. అలా అన్ని గదుల్లోనుంచీ లాక్కెడతాం. ముందుగా గదుల తలుపులు తెరిచేస్తాం. ఈ ఆటలో కండక్టరు పని వుంటుంది బాబూ, భలే కష్టం. ఆఁ" అని చెప్పాడు.

"అంటే ఆ నుంచున్నవాడే గదా కండక్టరు అంటే?" అని అబ్లాన్స్కీ చిరునవ్వు నవ్వుతూ అడిగాడు.

"ఊఁ వాడే. వాడికి గుండె ధైర్యం, చురుకు వుండాలి తెలుసా! ముఖ్యంగా బండిని హఠాత్తుగా ఎవరన్నా ఆపినప్పుడు, లేపోతే ఎవరైనా పడిపోయినప్పుడు."

"అవునవును, ఇది నవ్వుతాలు పనేం కాదు" అని అబ్లాన్స్కీ విచారంగా సెర్యోష కళ్ళని చూస్తూ అన్నాడు. ఆ కళ్ళు వాడి తల్లి కళ్ళలాగానే వున్నాయి. జీవంతో తొణికిసలాడుతున్నాయి. అవి పిల్లలమాదిరిగా, కల్లాకపటం ఎరగని కళ్ళు కాదు ఇప్పుడు. కుర్రవాడి దగ్గర అన్నా పేరు ప్రస్తావించనని కెరనిన్‌తో చెప్పినప్పటికీ ఇప్పుడు ప్రస్తావించకుండా వుండలేకపోయేడు అబ్లాన్స్కీ.

"యేరా, నీకు మీ అమ్మ గుర్తుందిరా?" అని అడిగేడు.

ఉహుఁ, గుర్తులేదు" అని సెర్యోష టక్కన జవాబు చెప్పాడు. వెంటనే అతని ముఖం యెర్రబడింది. కళ్ళు కిందకి వాల్చాడు. తర్వాత మేనమామ అతన్నుంచి వొక్క ముక్క కూడా రాబట్టలేకపోయాడు.

అరగంట తర్వాత స్లావ్ భాష ట్యూటర్ వచ్చి తన శిష్యుడు మెట్లమీద కూర్చుని వుండడం చూశాడు. తన శిష్యుడు కోపంగా ఉన్నాడా ఏడుస్తూ వున్నాడా అనేది చాలాసేపటిదాకా ఆ ట్యూటర్‌కి అర్థం కాలేదు.

"మీరు కిందపడి దెబ్బ తగిలించుకున్నట్టుగా వుంది" అన్నాడు ట్యూటరు. "నే చెప్పాను మంచి ఆట కాదని. బళ్ళో హెడ్మాస్టరుకి చెప్పాల్సి వస్తుంది" అన్నాడు.

"దెబ్బ తగిలివుంటే ఎవరికీ పిసరు ఆచూకీ తెలీదు. ఆ సంగతి తెలుసుకోండి."

"అయితే ఏమిటి సంగతి మరి?"

"నన్ను విసిగించకండి. గుర్తుంచుకునే అవసరం నాకేం వుంది? నన్ను విసిగించకండి" అని అతను ట్యూటర్‌కి గాక సకల ప్రపంచానికే చెపుతూ వున్నట్టు అన్నాడు.

20

అబ్లాన్స్కీ ఎప్పటిలాగానే పీటర్స్‌బుర్గ్‌లో వ్యర్థంగా పొద్దుపుచ్చలేదు. అక్కగారి విడాకుల విషయం చూడడం, తన ఉద్యోగం ప్రయత్నాలు చూడడం మాత్రమే కాకుండా అతను పీటర్స్‌బుర్గ్‌లో ఎప్పటిలాగా, అతనన్నట్టు మాస్కో ఉక్కని తగ్గించుకుని ఉల్లాసభరితం చేసుకోవాల్సి వచ్చింది.

Cafes Chantants,[1] బస్సులు వున్నప్పటికీ మాస్కో నిలవనీటి కుంటలా వుంటుంది. అబ్లాన్స్కీకి ఎప్పుడూ అలానే అనిపించేది. మాస్కోలో ముఖ్యంగా కుటుంబం దగ్గర అతనికి ఉత్సాహం చలాకీతనం జావగారి పోయినట్టు వుండేది. వేరేచోటికి ఎక్కడికీ మధ్యలో మకాం వెయ్యకుండా మాస్కోలోనే చాలాకాలం వుంటే, భార్య రుసరుసలు, దెప్పుళ్ళు, పిల్లల ఆరోగ్యం పెంపకం, ఆఫీసులో వుండే చిన్నా చితకా గొడవలు, అప్పులు కూడా చిరాకెత్తించేస్తాయి. పీటర్స్‌బుర్గ్ వెళ్ళి తను ఎప్పుడూ కలిసి మెలిసి వుండేవాళ్ళతో, మాస్కోలో మాదిరీ ఏదో బతుకు వెళ్ళబార్చేవాళ్ళు కాక అసలు సిసలుగా జీవించేవాళ్ళతో చేరగానే అతని చీకూచింతా అన్నీ వేడికి మంచు కరిగినట్టుగా కరిగిపోతాయి.

పెళ్ళాం?... ఆ రోజే అతను ప్రిన్స్ చెచేన్స్కీతో మాట్లాడేడు. ప్రిన్స్ చెచేన్స్కీకి పెళ్ళాం బిడ్డలు వున్నారు. ఎదిగిన పిల్లలు, సైనిక స్కూల్లో చదువుకునేవాళ్ళున్నారు. అతనికి వేరే ఇంకో కాపరం కూడా వుంది. అక్కడా పిల్లలు వున్నారు. మొదటి కాపరం దివ్యంగా వున్నప్పటికీ చెచేన్స్కీ రెండో కాపరంలో ఎక్కువ ఆనందంగా వున్నాడు. అతను పెద్దకొడుకుని తన రెండో కాపరం దగ్గరికి తీసుకెళ్ళాడు. అలా చెయ్యడం ఆ కుర్రాడికి మంచిదనీ, వాడి దృష్టి విశాలమవుతుందనీ అబ్లాన్స్కీకి చెప్పాడు. కాని ఇలా చేస్తే మాస్కోలో ఒప్పుతారా?

పిల్లలు? పీటర్స్‌బుర్గ్‌లో పిల్లలు తల్లిదండ్రుల్ని బాధించరు. పిల్లలకి బళ్ళో చదువూ సంధ్యా వుంటాయి. మాస్కోలో మాదిరీ దురంతమైన ఊహలు ఇక్కడ లేవు. పిల్లలు జీవితం సుఖంగా గడపాలనీ, తల్లిదండ్రులు చాకిరీ చేస్తూ చింతపడాలనీ ల్వోవ్‌లాగా ఎవళ్ళూ ఇక్కడ అనుకోరు. ఇక్కడ ఎవడిబతుకు వాడు బతకాలనీ, మంచి సంస్కారులైనవాళ్ళలాగా బతకాలనీ అభిప్రాయపడతారు.

ప్రభుత్వ కొలువు? ఇక్కడ కొలువు కూడా మాస్కోలో మాదిరీ ఎప్పుడూ మెడమీద భారంగా, నిరాశాపూరితంగా తొక్కే బండి కాడి కాదు. ఇక్కడ దానికి కొంత మజా వుంది. ఆ రకం మనుషులతో కలయికలు, ఎవరికేనా అనుగ్రహం చూపించినట్టు పనులు చేసిపెట్టడం, సరిగ్గా గురి చూసి వదిలిన పదబంధాలు, పరిహాసంగా కబుర్లు చెప్పేటప్పుడు ఒక రకమైన అనుకరణ, నేర్పరితనం - అన్నిటినీ మించి, చూస్తూ చూస్తూ వుండగానే ఇక్కడి మనిషి ఎక్కడికో ఎగబాకిపోవడం వున్నాయి. ఆ బ్రియాన్‌త్సేవ్‌కి ఏం జరిగిందో చూస్తే చాలు. ఓ రోజు ముందే అబ్లాన్స్కీ అతన్ని కలుసుకున్నాడు. ఇవాళ అతను పైన ఎక్కడ్నో పెద్ద హోదాలో వున్నాడు. అలాంటి కొలువు అయితే మజాగా వుంటుంది.

[1]వినోద ప్రదర్శనలు వుండే కేఫ్ (ఫ్రెంచి)

అన్నిటినీ మించి అబ్లాన్స్కీకి హాయి అనిపించేది డబ్బు విషయంలో పీటర్స్‌బుర్గ్ వాళ్ళ దృష్టి. తన train[1]కి తగ్గట్టుగా సాలుకి చచ్చు యాభై వేలు ఖర్చుపెట్టే బర్త్న్యాస్కీ అంతకుముందు రోజు అక్షర లక్షలు చేసే మాటలు చెప్పాడు.

సాయంత్రం భోజనాల ముందు మాటల సందర్భంలో అబ్లాన్స్కీ అతనితో అన్నాడు.

"నేననుకోవడం నీకూ మోర్ద్‌వీన్స్కీకి మంచి దోస్తీ వుందని. నా తరపున ఆయనతో రెండు ముక్కలు చెపితే బాగుంటుంది. నాకు చాలా సాయం చేసినట్టవుతుంది. వో ఉద్యోగం వుంది. దానికోసం ప్రయత్నం చేస్తున్నాను. బోర్డు సభ్యత్వ..."

"ఆc వద్దులే. నువ్వు చెప్పినా నాకు గుర్తుండి చావదు. అయినా రైల్వేలతో, యూదులతో వ్యవహారాలు చేసి సాధించేదేమిటి?... రోత అంటాను నన్నడిగితే" అన్నాడతను.

అది ఘనమైన పదవి అని అబ్లాన్స్కీ అతనికి చెప్పలేదు. చెప్పినా బర్త్న్యాన్స్కీకి అర్థం అవదు.

"సొమ్ము కావాలి, బతకాలి కదా!"

"అయినా బతుకుతూనే వున్నావు కదా!"

"అప్పులు చేసి."

"అలాగా! చాలా అప్పుల్లో ఉన్నావా?" అని బర్త్న్యాన్స్కీ సానుభూతి చూపిస్తూ అడిగాడు.

"కాస్తాకూస్తానా! ఓ ఇరవై వేలుంటాయి."

బర్త్న్యాన్స్కీ వొక్క పెట్టున నవ్వాడు.

"అంతేనా! భలేవాడివే! మనకయితే పదిహేను లక్షలదాకా వుంటాయి. వెనకాల కోపెక్కులేదు. అయినా చూస్తున్నావు కదా, బతికేస్తున్నాం" అన్నాడు.

ఒట్టినే మాటల్లోనే గాక యదార్థానికి జీవితంలో కూడా ఈ సంగతి అబ్లాన్స్కీకి కనిపిస్తూనే వుంది. జివాహొవ్‌కి మూడులక్షలదాకా అప్పులు వున్నాయి. తనదంటూ ఏగాణీ ఆస్తి లేదు, అయినా బతుకుతూనే వున్నాడు. అందులోనూ దర్జాగా కూడా. ఇక కౌంట్ క్రివ్‌త్సోవ్ వున్నాడు, లోకుల దృష్టిలో ఎప్పుడనగానో కుదేలు అయిపోయాడు, అయినా ఇద్దరు ప్రియురాళ్ళని చేరదీశాడు. పెత్రోవ్‌స్కీ యాభై లక్షలదాకా కూరుకుపోయాడు కాని ముందటి పద్ధతి మారలేదు, ఆర్థిక శాఖలో పెద్ద హోదాలో వున్నాడు, సాలుకి ఇరవై వేలు జీతం తీసుకుంటున్నాడు. వీటికి తోడు శారీరక దృష్టి కోణంనుంచి కూడా పీటర్స్‌బుర్గ్ అబ్లాన్స్కీ మీద మంచి ప్రభావం కలిగిస్తుంది. అక్కడ అతనికి పడుచువాడైనట్టు అనిపిస్తుంది. మాస్కోలో అప్పుడప్పుడు నెరుస్తూ వున్న వెంట్రుకలకేసి దృష్టి మళ్ళుతుంది, రాత్రి భోజనాలయాక నిద్ర ముంచుకొస్తుంది. కాళ్ళూ చేతులూ చాచుకుంటూ వుంటాడు, మెట్లు ఎక్కేటప్పుడు ఒగర్పు వస్తుంది, మెల్లిగా ఎక్కుతాడు, పడుచు అమ్మాయిల దగ్గర ఏదో నిరాసక్తత ఉంటోంది, బాల్ డాన్సుల్లో నాట్యం చెయ్యడం లేదు. కాని పీటర్స్‌బుర్గ్‌లో అయితే వయస్సు పదేళ్ళు తగ్గినట్టు అయిపోతుంది.

[1] జీవిత విధానం (ఫ్రెంచి)

అంతకుముందు రోజు అతని పెత్తండ్రి కొడుకు, అరవై ఏళ్ళ ప్రిన్స్ ప్యోత్ర్, చెప్పినట్టు వుంటుంది పీటర్స్‌బుర్గ్‌లో అతనికి. ఆ ప్రిన్స్ ఈ మధ్యే విదేశాలు తిరిగి వచ్చాడు.

"ఒరే, అబ్బాయ్! ఇక్కడ మనకి ఎలా బతకాలో తెలీదురా! చెపితే నమ్మవు - ఈ వేసవికాలం లాడెన్‌లో గడిపాను. బాప్‌రే! కుర్రాణ్ణి అయిపోయినట్టు అనిపించిందనుకో నాకు. నదురైన పడుచు పిల్ల కనిపిస్తే చాలు నా బుర్ర తిరిగిపోయేదనుకో... ఎహ్... సుష్టుగా తినడం, మందు కొట్టడం. నరాలకి పట్టు వస్తుంది. మనసుకి హాయిగా వుంటుంది. రష్యాకి తిరిగివచ్చాను, చూస్కో! పెళ్ళాం దగ్గరికి వెళ్ళాను, అంతా పల్లెల్లో వున్నారు. నువ్వు నమ్మవు, రెండు వారాలు తిరిగాయో లేదో నా డ్రెస్సింగ్ గౌను నేనూ తయారు. భోజనాలకి బట్టలు మార్చుకోవడం కూడా పోయింది. పడుచు పిల్లల గురించిన ఆలోచనలెక్కడ్నుంచి వస్తాయ్? నాకే ముసలాణ్ణయిపోయినట్లు అనిపిస్తూ వుంటే? ఏమీ మిగల్లేదు, పాప ప్రాయశ్చిత్తం గురించీ, మోక్షం గురించీ ఆలోచనలు తప్ప. అప్పుడు పారిస్ వెళ్ళాను - మళ్ళీ కాయకల్ప చికిత్స జరిగినట్టయింది నాకు" అని ప్రిన్స్ ప్యాత్ర్ చెప్పాడు.

అచ్చం పెత్తండ్రి కొడుక్కి అనిపించినట్టే అబ్లాన్స్కీకీ అనిపించింది. మాస్కోలో అతనికి ఎలా అనిపించిందంటే, ఎక్కడికీ వెళ్ళకుండా ఏకటాకీన అక్కడే యెక్కువ రోజులు వుండినట్లయితే పాప ప్రాయశ్చిత్తాలు, ఆత్మమోక్షం దశకి చేరేస్తాడు. కాని పీటర్స్‌బుర్గ్ పొలిమేరకి వచ్చాడో లేదా మళ్ళీ ఫక్తు మనిషి అయిపోయినట్లనిపిస్తుంది అతనికి.

ప్రిన్సెస్ బెట్సీ త్వెర్‌స్కాయాకీ, అబ్లాన్స్కీకీ మధ్య ఎంతోకాలంగా, ఒక ప్రత్యేక రకమైన సంబంధాలు సాగుతూ ఉన్నాయి. అబ్లాన్స్కీ పరాచికంగా అసభ్యంగా కనిపించే వ్యాఖ్యలు చేసేవాడు. ఏమంటే ఆమెకి అవి పసందుగా వుంటాయని అతనికి తెలుసు. కెరనిన్‌ని కలుసుకున్న మర్నాడు అబ్లాన్స్కీ ఆమె దగ్గరికి వెళ్ళాడు. తను చాలా పడుచువాడైనట్టు భావించుకుంటూ ఈ వ్యామోహ ప్రదర్శనలో పరాచికంలో చాలాదూరం వెళ్ళాడు. అలా వెళ్ళి వెళ్ళి అనుకోకుండానే ఇరుకులో పడి ఎలా ఇవతలకి రావాలో తెలుసుకోలేకపోయాడు. ఏమంటే ఆమె అంటే అతనికి ఇష్టం వుండడం మాట సరేసరి, అసహ్యం కూడానూ. కాని ఆమెకి అతనంటే చచ్చే వ్యామోహం. అసలు ఆ ఇద్దరి మధ్యా సంబంధాలు ఏర్పడ్డానికి కారణం అదే. ఆ పరిస్థితిలో ప్రిన్సెస్ మ్యాకయా దైవవశాత్తూ వచ్చి ఈ ఏకాంతాన్ని భగ్నం చెయ్యడంతో ఆబ్లాన్స్కీ తెరిపిన పడ్డాడు.

"అరె, మీరూ ఇక్కడున్నారా!" అని అతన్ని చూడగానే అందామె. "పాపం మీ అక్క ఎలా వుంది? మీరు నాకేసి అలా చూడకండి" అని జత చేసింది. "ఆమెకంటే లక్షరెట్లు చెడిపోయినవాళ్ళు ఆమెని దుమ్మెత్తి పోసినప్పట్నుంచీ నాకనిపించింది ఆమె చక్కని పని చేసిందని. ఆమె పీటర్స్‌బుర్గ్ వచ్చినట్టు నాకు వ్రాన్స్కీ చెప్పాడు కాదు, అందుకతన్ని ఈసారి కనిపిస్తే ఏం చేస్తానో చూడండి. తెలిసుంటే వెళ్ళి చూసి ఉండేదాన్ని. ఆమెతో కలిసి అన్నిచోట్లకీ వెళ్ళేదాన్ని. ఆమెని అడిగానని చెప్పండి. ఆఁ ఇంతకీ ఆమె ఎలా వుంది ఏమిటీ అంతా చెప్పండి" అని ప్రిన్సెస్ మ్యాకయా అంది.

"ఆమె పరిస్థితి చిక్కుగానే వుందనుకోండి" అని అబ్లాన్స్కీ మొదలుపెట్టాడు. ప్రిన్సెస్ 'ఎలా వుందీ ఏమిటీ అంతా' చెప్పమని మనస్ఫూర్తిగానే అడిగిందని అమాయకంగా అనుకునే అతను నిజంగా చెప్పడం మొదలుపెట్టాడు. కాని తన అలవాటు ప్రకారం ప్రిన్సెస్ మ్యాకయా అతని మాటలకి అడ్డం వెళ్ళి తనే మాట్లాడ్డం మొదలెట్టింది.

"ఆమె అదే పని చేసింది, నేను తప్ప ఎవరేనా అలానే చేస్తారు. వాళ్ళు గుట్టుగా చేస్తారు. ఆమె కపటం లేకుండా పైకి చేసింది, అంతే. ఆమె మంచిపని చేసింది. ఆమె చాలా మంచిపని చేసింది. ఆ మీ నంగిరి పింగిరి బావగార్ని వదిలేసి. అలా అంటున్నందుకు ఏమనుకోకండి. ఆయన ఇంత తెలివైనవాడు, అంత తెలివైనవాడు అని ప్రతివాళ్ళూ అనేవాళ్ళే. ఆయన ఒట్టి బుద్ధావతారం అని అన్నదాన్ని నేనొక్కత్తినే. ఆయన లిదియా ఇవానొవ్నా, Landauలతో చేరడంతో ఇప్పుడు ప్రతివాళ్ళూ అంటూ ఉన్నారు ఆయన బుద్ధావతారం అని. అందరూ చెప్పేదాన్ని కాదుపొమ్మని సంతోషంగా కొట్టిపారేసి వుండేదాన్నే గాని ఈ సందర్భంలో అలా చెయ్యడం అసాధ్యం" అంది.

"మీకు తెలిసుంటే ఇదేమిటో కొంచెం నాకు బోధపరుద్దురూ" అన్నాడు అబ్లాన్స్కీ. "నిన్న మా అక్క తరపున మాట్లాడదామని కెరనిన్ దగ్గరికి వెళ్ళాను. ఏదో తేల్చి చెప్పమని వేడుకున్నాను. ఆయన ఏం తేల్చి చెప్పలేదు, ఆలోచించుకోవాలన్నాడు. ఆయన నుంచి అమీతుమీ తేల్చే మాట ఏదీ రాలేదు సరికదా ఈ సాయంత్రం వెళ్ళి నేను లిదియా ఇవానొవ్నాని కలుసుకోవాలని ఇవాళ పొద్దున కబురు చేశాడు. ఏమంటారు దీన్ని?" అన్నాడు.

"చూశారా, అదీ సంగతి!" అని ప్రిన్సెస్ మ్యాకయా సంతోషంగా అందుకుంది. "వాళ్ళు Landauని అడుగుతారు ఏం చెయ్యాలని" అంది.

Landau నా? ఈ Landau ఎవరు?"

"ఏమిటి? మీరు Jules Landauని ఎరగరూ, le fameux jules Landau, le clairvoyant?[1] అతనో శుంఠ, కాని మీ అక్క రాత ఆయన చేతిలో వుంది. మారుమూల వుంటే జరిగేది అదే, మీకు ఏం తెలీదు. ఈ Landau పారిస్ దుకాణంలో Commis[2]గా వుండేవాడు. ఓ రోజున డాక్టరు దగ్గరికి వెళ్ళాడుట. డాక్టరుగారి వెయిటింగ్ రూమ్‌లో కూర్చుని అలానే నిద్రపోయాట్ట. నిద్రలోనే పక్క రోగులకి సలహాలు ఇవ్వడం మొదలుపెట్టాట్ట. దివ్యమైన సలహాలు. యూరీ మెలెదీన్స్కీ – ఆయన జబ్బు మనిషి, తెలుసా? – భార్య Landau గురించి విని భర్త దగ్గరికి తీసుకువచ్చిందట. అతనింకా రోగికి చికిత్స చేస్తున్నాడు. నేననుకోవడం రోగికి యేమీ మెరుగుదల కనిపించలేదు, ముందటిలాగానే నీరసంగా వున్నాడు. కాని వాళ్ళు అతన్ని నమ్మారు. ఎక్కడికెళ్ళినా కూడా తీసుకెడుతూ వుంటారు. తమతోబాటు రష్యాకి తీసుకువచ్చారు. ఇక్కడ ప్రతివాళ్ళూ అతని కాళ్ళమీద సాష్టాంగ పడిపోతున్నారు. అతను అందరినీ బాగు చేస్తున్నాడు. కౌంటెస్ బెజ్జుబొవాకి నయం చేశాడు. ఆమెకి అతనంటే ఎంత అభిమానం అంటే దత్తు తీసేసుకుంది."

---

[1] జ్యూల్ లందో, సుప్రసిద్ధ లందో అతీంద్రియశక్తులు, దివ్యదృష్టి వున్న ఆయన? (ఫ్రెంచి).

[2] ఉద్యోగి (ఫ్రెంచి)

"దత్తు తీసుకోవడమా?"

"ఆc, దత్తత. ఇప్పుడతను Landau కాదు. కౌంట్ బెజ్జుబొవ్. సరే సంగతి అదికాదులెండి. లిదియాకి – ఆవిడంటే నాకు చాలా ఇష్టం లెండి. కాని ఆవిడ బుర్రలో ఏదో పురుగు పట్టింది – అతనంటే మోజు పుట్టింది. అంచేత ఇప్పుడు ఆవిడక్కాని, కరేనిన్‌కిగాని Landauని సంప్రదించకుండా ఏ వ్యవహారమూ సాగదు. అందుకనే మీ అక్క రాత Landau అనగా నౌంట్ బెజ్జుబొవ్ చేతిలో వుంది" అని ముగించింది.

21

ఆ సాయంత్రం బర్త్న్యాన్‌స్కీ ఇంటి దగ్గర చక్కగా సుష్టుగా భోజనం చేసి తగుమాత్రంగా బ్రాందీ సేవించేక అబ్లాన్‌స్కీ అనుకున్నదానికంటే కొంచెం ఆలస్యంగా కౌంటెస్ లిదియా ఇవానొవ్నా ఇంటికి వెళ్ళాడు.

"కౌంటెస్‌తో కూడా ఇంకా ఎవరున్నారు? ఫ్రెంచి అతనా?" అని అబ్లాన్‌స్కీ అడిగాడు. అక్కడ కెరనిన్ ఓవర్‌కోటుని గుర్తుపట్టాడు. పక్కనే మరో ఓవర్‌కోటు కనిపించింది. అది చిన్నపిల్లలా, వింతగా క్లిప్పులతో వుంది. దాన్ని చూసి ఇంకెవరున్నారని నౌకర్ని అడిగాడు.

"కెరనిన్‌గారు, కౌంట్ బెజ్జుబొవ్" అని నౌకరు గంభీరంగా జవాబు చెప్పేడు.

'ప్రిన్సెస్ మ్యాకయా చెప్పింది నిజమే' అని అబ్లాన్‌స్కీ మెట్లు ఎక్కుతూ అనుకున్నాడు. 'చాలా చిత్రంగా వుంది. అయినా లిదియా ఇనావొవ్నా దృష్టికి బాగా ఆనేట్టు ప్రయత్నించాలి. ఆమెకి చాలా పలుకుబడి వున్నట్టుంది. ఆమె పామోర్స్కీతీ ఒక్క ముక్క చెపితే ఆ ఉద్యోగం నా చేతిలో పడుతుంది' అనుకున్నాడు.

బయట ఇంకా వెలుతురుగానే వుంది. కాని లోపల దీపాలు పెట్టారు. కౌంటెస్ లిదియా ఇవానొవ్నా డ్రాయింగ్ రూమ్ కిటికీలకి పరదాలు లాగారు.

కౌంటెస్ లిదియా ఇవానొవ్నా, కెరనిన్ దీపం కింద ఓ గుండ్రటి బల్ల దగ్గర కూర్చుని మెల్లిగా మాట్లాడుకుంటున్నారు. ఓ మాదిరి బక్కపల్చగా వున్న చిన్న మనిషి గోడమీద బొమ్మలు చూస్తూ గదిలో ఆ మూల నుంచున్నాడు. అతని చుట్టలు ఆడవాళ్ళ చుట్టల్లా వున్నాయి. కాళ్ళు దొడ్డికాళ్ళు. నదురైన వర్చస్సు లేదు కాని ముఖం అందంగా వుంది. అతని కళ్ళు తేజస్సుతో మెరుస్తూన్నాయి. పొడుగాటి జుట్టు ఫ్రాక్ కోటు మెడమీద పడుతోంది. అబ్లాన్‌స్కీ యింటావిడకీ, కెరనిన్‌కీ నమస్తే చెప్పేటప్పుడు ఆ వ్యక్తికేసి దృష్టి మళ్ళించకుండా వుండలేకపోయాడు.

"Monsieur Landau" అని కౌంటెస్ చెప్పింది. మెల్లిగా, హెచ్చరికగా వుంది ఆమె కంఠం. అది అబ్లాన్‌స్కీకి ఆశ్చర్యం కలిగించింది. ఆమె ఇద్దర్నీ ఒకరినొకరికి పరిచయం చేసింది.

Landau చటుక్కున తిరిగి, దగ్గరికి వచ్చి, చిరునవ్వు నవ్వి, కదలకుండా నుంచుని చెమటకి తడిసిపోయిన చేతిని నిశ్చలంగా అలానే పెట్టి కరచాలనం చేశాడు. వెంటనే మళ్ళీ వెనక్కి వెళ్ళిపోయి బొమ్మలు చూడ్డం మొదలుపెట్టాడు. కౌంటెస్, కెరనిన్ ఒకరికేసి నొకరు అర్థవతుగా చూసుకున్నారు.

"మిమ్మల్ని కలుసుకోవడం చాలా సంతోషంగా వుంది, ముఖ్యంగా ఇవాళ" అని కౌంటెస్ లిదియా ఇవానొవ్నా కెరనిన్ పక్కన వున్న కుర్చీలో కూర్చోమని అబ్లాన్‌స్కీకి సైగచేస్తూ అంది.

"అతన్ని Landau అని మీకు పరిచయం చేశాను" అని ఆమె ఆ ఫ్రెంచతనికేసీ, తర్వాత కెరనిన్‌కేసీ వెంటనే చూసి మెల్లిగా అంది. "కాని నిజానికి అతను కౌంట్ బెజ్జుబొవ్, మీరు బహుశా వినే వుంటారు అలా అని. కాని అతనికి ఆ బిరుదు ఇష్టం వుండదు." అంది.

"ఆс, విన్నాను. కౌండెస్ బెజ్జుబొవ్‌కి పూర్తిగా నయం చేశాడని చెప్పారు" అన్నాడు అబ్లాన్‌స్కీ.

"ఆమె ఇవాళ ఇక్కడికి వచ్చింది" అని కెరనిన్‌కేసి తిరుగుతూ అంది లిదియా ఇవానొవ్నా. "ఈ ఎడబాటు ఆమెకి చాలా దారుణంగా వుంది. పెద్ద దెబ్బ" అంది.

"అయితే అతను ఖాయంగా వెళ్ళిపోతున్నాడా?" అని కెరనిన్ అడిగాడు.

"ఆс, పారిస్‌కి. నిన్న అతను వాణి విన్నాడు" అని లిదియా ఇవానొవ్నా ఈసారి అబ్లాన్‌స్కీ కేసి తిరిగి అంది.

"ఆ, వాణి" అని అబ్లాన్‌స్కీ, ఏదో ముఖ్యమైంది జరుగుతుందనీ లేదా జరగబోతోందనీ, అది అర్థం చేసుకునే తాళం తన చేతికి అందడం లేదనీ గ్రహించి వాళ్ళ మధ్య సాధ్యమైనంత జాగ్రత్తగా వుండాలని ప్రయత్నిస్తూ అన్నాడు.

ఓ క్షణంసేపు ఎవరూ మాట్లాడలేదు. తర్వాత కౌంటెస్ లిదియా ఇవానొవ్నా అసలు విషయాన్ని ప్రస్తావనకి తెస్తున్నట్టు అబ్లాన్‌స్కీకేసి అలవోకగా మందహాసం చేసి చూసింది.

"మిమ్మల్ని చాలాకాలంగా యెరుగుదును. యింకా బాగా దగ్గరగా పరిచయం కావడం చాలా సంతోషంగా వుంది. 'Les amis de nos amis sont nos amis.'[1] కాని మిత్రుడు కావడం కోసం మనం మిత్రుడి మనఃస్థితిని చూడాలి. మీరు కరేనిన్‌కి సంబంధించి ఈ విషయం ఉపేక్షించారని నా భయం. నా ఉద్దేశం మీకు అర్థమవుతూ వుందనే అనుకుంటాను" అని మత్తుగా అందంగా వున్న కళ్ళని అబ్లాన్‌స్కీ వేపు ఎత్తుతూ అంది.

"కౌంటెస్, ఓ మేరవరకూ నాకు కెరనిన్ పరిస్థితి తెలుసు..." అని అబ్లాన్‌స్కీ ఆమె ఏం ఉద్దేశించిందో అర్థం కాకపోవడం వల్ల అస్పష్టంగా ఉండ ప్రయత్నిస్తూ అన్నాడు.

"అంటే బయటికనిపించే స్థితికి సంబంధించిన పరివర్తన కాదు" అని కౌంటెస్ లిదియా ఇవానొవ్నా గంభీరంగా అంది. కాని అప్పుడే Landau దగ్గరికి వెళ్ళిన కెరనిన్‌కేసి ఆదరపూర్వకంగా చూసింది. "అతని హృదయం పరివర్తన చెందింది. అతనికి కొత్త హృదయం వచ్చింది. అతని అంతరంగిక పరివర్తనని మీరు ఆసాంతం అర్థం చేసుకోలేరని నా అనుమానం" అంది.

"ఈ పరివర్తన స్థూలంగా గ్రహించగలిగేననుకుంటున్నాను. అతనూ నేనూ ఎప్పుడూ మిత్రులమే, ఇప్పుడు..." అని అబ్లాన్‌స్కీ కౌంటెస్ ఆదరపూర్వకంగా చూసినదానికి ఆదరపూర్వకంగానే చూస్తూ అన్నాడు. ఆమె ఆ ఇద్దరు మంత్రుల్లోనూ యే మంత్రికి సన్నిహితంగా

[1] మన మిత్రులు మిత్రులు మన మిత్రులే (ఫ్రెంచి)

అయి వుంటుందా, తన తరపున ఎవరితోనో ఓ మాట చెప్పించవచ్చా అని ఆలోచించుకుంటూ అన్నాడు.

"అతనిలో వచ్చిన పరివర్తన వల్ల ప్రజలపట్ల అతని ప్రేమ తగ్గలేదు. తద్భిన్నంగా అతనిలో వచ్చిన మార్పు అతని ప్రేమని అధికం చెయ్యాలి. కాని మీకు నే చెప్పేది బోధపడ్డంలేదని నాకు భయంగా వుంది. కొంచెం టీ తాగుతారా?" అని ట్రేలో టీ అందిస్తూ వున్న నౌకరుకేసి కళ్ళు తిప్పి అంది.

"సొంతం అర్థం కావడం లేదనుకోండి, కౌంటెస్. చెప్పక్కర్లేకుండానే తెలుస్తోందనుకోండి అతని దురదృష్టకర...."

"ఆ దురదృష్టమే అతనికి పెద్ద అదృష్టంగా మారింది. అతనికి నూతన హృదయం వచ్చింది, పరమేశ్వరుడు నిండుగా వున్న హృదయం" అని ప్రేమతో పొంగిపొర్లే కళ్ళతో అబ్లాన్‌స్కీకేసి చూస్తూ అంది.

అబ్లాన్‌స్కీ లోపల 'నేననుకోవడం ఇద్దరికీ ఈవిడచేత చెప్పించవచ్చు' అని అనుకున్నాడు.

పైకి మాత్రం "ఆ, అవును కౌంటెస్. కాని అలాంటి పరివర్తన వ్యక్తిగతంగా ఎంత గాఢమైందంటే, ఎవరికీ, ప్రాణమిత్రుడికి కూడా దాన్ని గురించి ప్రస్తావించే ధైర్యం చాలదు" అన్నాడు.

"అదే తప్పు, అలాంటి వాటి గురించి మాట్లాడుకోవాలి, ఒకరికొకరు సాయం చేసుకోవాలి."

"అయ్యో, అనుమానం లేకుండా. కాని మనుషులంతా ఒక్కలా వుండరు కదా, విశ్వాసాల్లో అంతరం వుంటుంది. అదీగాక..." అని అబ్లాన్‌స్కీ మృదువుగా మందహాసం చేస్తూ అన్నాడు.

"పవిత్ర సత్యం విషయంలో అంతరాలు వుండేందుకు వీల్లేదు."

"ఆం, అవునవును కాని..." అంటూ అబ్లాన్‌స్కీ గాబరాపడి ఏం మాట్లాడకుండా వుండిపోయాడు. మతం గురించిన చర్చ సాగుతోందని అతనికి అర్థమైంది.

"అతను ఇప్పుడు నిద్రపోతాడేమో, నాకనిపిస్తోంది అలా" అని కరేనిన్ అర్థవంతంగా గుసగుసలాడుతూ కౌంటెస్ లిదియా ఇవానొవ్నా దగ్గరికి వచ్చి చెప్పాడు.

అబ్లాన్‌స్కీ అటు తిరిగి చూశాడు. Landau చేతుల కుర్చీ చేతికీ, వెనక్కీ ఆనుకుని తల వాల్చుకుని కిటికీ దగ్గర కూర్చున్నాడు. వాళ్ళు తనకేసి చూస్తున్నారని గ్రహించి అతను తల పైకెత్తి నిష్కపటంగా, చిన్నపిల్లలు చేసే మందహాసంలాంటి మందహాసం చేశాడు.

"అతన్ని గురించి పట్టించుకోకండి" అని లిదియా ఇవానొవ్నా అంటూ, కెరనిన్ కూర్చుందుకు కుర్చీ ముందుకు లాగింది. "నేను ఈ విషయం గమనించాను..." అంటూ చెప్పడం మొదలుపెట్టింది. కాని అప్పుడే ఓ నౌకరు ఏదో ఉత్తరం పట్టుకుని గదిలోకి వచ్చాడు. ఆమె గబగబా దాన్ని చూసి, మరేం అనుకోకండని వాళ్ళకి చెప్పి, దడదడ జవాబు రాసేసి నౌకరుకి యిచ్చి పంపేసి మళ్ళీ మేజా దగ్గరికి వచ్చింది. "నేను గమనించాను" అని మళ్ళీ అందుకుంది. "మాస్కో వాళ్ళంతగా, ముఖ్యంగా మాస్కో మగాళ్ళంతా, ఎవరూ మతం గురంచి పట్టించుకోకుండా వుండరు" అంది.

“కాదు, కాదు. కౌంటెస్. మాస్కోవాళ్ళు మహా భక్తిశ్రద్ధలు వున్నవాళ్ళని పేరు పొందారు” అని అబ్లాన్‌స్కీ అన్నాడు.

“కాని, నాకర్థమైనంతవరకూ, దురదృష్టవశాత్తూ మీరు ఉదాసీనంగా వున్నారు” అని కెరనిన్ అలసంగా చిరునవ్వు నవ్వుతూ అబ్లాన్‌స్కీ నుద్దేశించి అన్నాడు.

“ఎవరేనా ఉదాసీనంగా ఎలా వుండగలరు?” అంది లిదియా ఇవానొవ్నా.

“నేను ఈ విషయంలో ఉదాసీనంగా వున్నానని కాదు, ప్రతీక్ష స్థితిలో వున్నాను” అని అబ్లాన్‌స్కీ ఎంతో మార్దవంగా మందహాసం చేస్తూ అన్నాడు. “ఇలాంటి ప్రశ్నలకి సంబంధించిన సమయం ఇంకా నాకు రాలేదని అనుకుంటున్నాను” అన్నాడు.

కెరనిన్, లిదియా ఇవానొవ్నా ఒకరికేసి ఒకరు చూసుకున్నారు.

“సమయం వచ్చిందో లేదో మనం ఎప్పటికీ చెప్పలేం” అని కరేనిన్ కటువుగా అన్నాడు.

“మనం తయారుగా వున్నామా లేదా అని నిర్ణయించుకోవాల్సింది మనమే కాదు. భగవత్కృప మానవ మాత్రుల ఇష్టానిష్టాల మీద ఆధారపడి లేదు. అందుకోసం తపస్సు చేసేవాళ్ళకి అది ఒకో అప్పుడు అందకపోవచ్చు, అందుకోసం తయారుగా లేనివాళ్ళకి అది ప్రాప్తించవచ్చు, సౌల్‌కి మాదిరిగా” అన్నాడు.

“లేదు, ఇంకా వచ్చే సూచనలు లేవు” అని లిదియా ఇవానొవ్నా మధ్యలో ఆ ఫ్రెంచి అతని కదలికలు చూస్తూ అంది.

Landau లేచి వాళ్ళ దగ్గరికి వచ్చాడు.

“నేనూ మీ కబుర్లు వినచ్చా?” అని అడిగాడు.

“ఎంతమాట! తప్పకుండా. ఎందుకంటే మీ ధ్యానం భగ్నం చెయ్యడం అనుకున్నా” అని అతనికేసి మృదువుగా చూస్తూ లిదియా ఇవానొవ్నా అంది. “రండి, ఇటు వచ్చి కూర్చోండి” అంది.

“కాని తేజస్సు గోచరమవుతూ ఉంటే కళ్ళు మూసుకోకూడదు ఎవరేనా” అని కరేనిన్ అంటూనే వున్నాడు.

“అబ్బ, మన మనస్సులో పరమేశ్వరుడి అస్తిత్వం గురించిన చేతన మనకి ఉంటే ఎంత ఆనంద పులకాంకితులం అవుతామో మీకు తెలిస్తేనా” అని పారవశ్యపూరిత మందహాసంతో అంది లిదియా ఇవానొవ్నా.

“కాని అంతటి శిఖరాలకి యెగరలేమని ఒకో అప్పుడు ఎవరికేనా అనిపించవచ్చు” అని అబ్లాన్‌స్కీ అన్నాడు. మతం శిఖర ప్రాయమైంది అని ఒప్పుకోవడం వంచన అని తెలిసినా, పొమోర్‌స్కీతో తన పని అయిపోయేటందుకు ఈ మహిళ ఒక మాట చెపితే చాలు కాబట్టి ఆమె దగ్గర తమ స్వతంత్ర ఆలోచనాశీలినని ప్రకటించుకోవడం ఇష్టంలేక అలా అన్నాడు.

“అంటే అలాంటివాడికి పాపాలు బాధాకరం అవుతాయంటారా?” అంది లిదియా ఇవానొవ్నా. “కాని అది తప్పు అభిప్రాయం. ఆస్తికులకి పాపాలు లేవు. అలాంటివాళ్ళకి పాపాల ప్రాయశ్చిత్తం జరిగిపోయింది. Pardon" అని నౌకరు రెండో ఉత్తరం తీసుకుని

మళ్ళీ లోపలికి రావడం చూసి అంది. ఈసారి దానికి నోటిమాటగా జవాబు చెప్పింది. "అతనికి చెప్పండి రేపు గ్రాండ్ డచెస్ దగ్గర అని– ఆఁ, యేం, ఆస్తికులకి పాపం లేదు" అని కొనసాగించింది.

"కాని కర్మరహితమైన విశ్వాసం మృతమైంది" అని అబ్లాన్స్కీ ప్రశ్నోత్తర రూప సంభాషణలో చదివిన ఈ పదబంధాన్ని గుర్తుచేసుకుంటూ తన స్వాతంత్ర్యాన్ని చిరునవ్వుతో కాపాడుకుంటూ అన్నాడు.

"అదుగో చూశారా, సెయింట్ జేమ్స్ నుంచి దీన్ని ఉల్లేఖిస్తున్నారు" అని కెరనిన్ లిదియా ఇవానొవ్నాని తప్పు పడుతున్నట్టుగా అన్నాడు. అంతకు ముందే తనూ, లిదియా ఇవానొవ్నా చర్చించిన విషయం గుర్తుకు తెచ్చుకుని అలా అన్నాడు. "దీన్ని తప్పు వ్యాఖ్య చేస్తే ఎంత ప్రమాదం జరుగుతుందో చూడండి! దీని తప్పుడు వ్యాఖ్యలా ప్రజల్ని యేదీ విశ్వాసం నుంచి దూరం చెయ్యదు. 'నాకు ఖర్మ లేదు. కాబట్టి నమ్మకం లేదు' అని తేలుతుంది. కాని అసలు చెప్పింది అలాంటిదేమీ కాదు. నిజానికి దానికి విరుద్ధమైంది" అన్నాడు.

"భగవంతుడి కోసం కర్మ చెయ్యాలి. కర్మ ద్వారా, ఉపవాసం ద్వారా మోక్షసాధనకి" అంది లిదియా ఇవానొవ్నా ఏవగింపుతో. "అది సర్వసంగ పరిత్యాగుల కల్పితం... అలా చెయ్యమని ఎక్కడా లేదు. ప్రతీదీ మరింత సరళంగా, తేలిగ్గా వుంది" అందామె. చిరునవ్వు నవ్వుతూ అబ్లాన్స్కీకేసి చూసింది. రాజదర్బారు కొత్త వాతావరణంలో మహారాణిని చూసి బెదిరిపోయిన యువపరిచారికలకేసి భయంలేదన్నట్టు చెప్పేలాంటి చిరునవ్వు అది.

"క్రీస్తు మనకోసం బలిదానం చేసుకుని మనల్ని రక్షించాడు. విశ్వాసం వల్ల మనం రక్షితులవుతాం" అని కెరనిన్, ఆమె చెప్పేదాన్ని తను ఆమోదిస్తున్నట్టు తెలియజేసేందుకు కౌంటెస్‌కేసి తిరిగి అన్నాడు.

"Vous Comprenez l'anglais?"[1]? అని లిదియా ఇవానొవ్నా అడిగింది. అబ్లాన్స్కీ ఊఁ అనగానే ఆమె లేచి ఏదో పుస్తకం కోసం షెల్ఫ్ దగ్గరికి వెళ్ళి వెతికింది.

"మీకు 'Safe and Happy'[2] అనేదాన్నుంచి గాని 'Under the Wing'[3] అనేదాన్నుంచి గాని కొన్ని భాగాలు చదివి వినిపిస్తున్నాను" అని కెరనిన్‌కేసి ఏమంటారు అన్నట్టు చూస్తూ అంది. ఆ పుస్తకం వెతికిపట్టుకుని బల్ల దగ్గరికి తిరిగి వచ్చింది. "చిన్న అంశం మాత్రమే. లౌకికమైన అన్నిట్నీ అధిగమించి ఆత్మిక సౌఖ్యం ప్రాప్తింపచేసే విశ్వాసం పొందేమార్గం గురించి చెప్పే భాగం. నమ్మినవాడు దుఃఖితుడుగాడు. ఏమంటే అతను ఒంటరిగా లేదు. మీరే స్వయంగా చూస్తారు" అంటూ ఆమె చదవబోయింది కాని మళ్ళీ నౌకరు లోపలికి వచ్చాడు. "బొరొజ్దినా? రేపు రెండు గంటలకి అని చెప్పండి" అని పుస్తకంలో ఆ భాగం వేళ్ళమధ్యపెట్టుకుని, గాఢంగా శ్వాస పీల్చి తన అందమైన, స్వాప్నిక నేత్రాలతో ఎదరికి ఎటో చూస్తూ అంది. "ఏం సత్యపూరితమైన విశ్వాస ప్రభావం అది! మరీయా సానినా తెలుసా

[1] మీకు ఇంగ్లీషు తెలుసు కదా? (ఫ్రెంచి)

[2] "సురక్షితంగా, సుఖంగా" (ఇంగ్లీషు)

[3] "రెక్క కింద" (ఇంగ్లీషు)

మీకు? ఆవిడ ఒక్కగానొక్క బిడ్డ దక్కలేదు. చాలా దురన్యాయం. కానైతేనేం, ఆఖరికి ఏమైందనుకున్నారు? ఆమెకి ఈ నేస్తం దొరికాడు, ఇప్పుడామె తన బిడ్డ మృతికి భగవంతునికి రుణపడి వుంది. సత్యపూరిత విశ్వాసం వల్ల కలిగే ఆనందం అలాంటిది" అని చెప్పింది.

"అవునవును, అది చాలా..." అని అబ్లాన్స్కీ, ఆమె పుస్తకం చదివేటంత సేపూ తను సంభాళించుకుంటూ వుండవచ్చని సంతోషపడుతూ అన్నాడు. 'ఇవాళ యీామెని ఏమీ నేను అడక్కుండా వుండడం మేలేమో' అని మనసులో అనుకున్నాడు. 'ఇక్కడ్నుంచి కంపుగాకుండా మర్యాదగా బయటపడితే అదే పదివేలు' అనుకున్నాడు.

"మీకు ఇంగ్లీషు తెలియకపోవడం వల్ల ఇది విసుగనిపించవచ్చు, కాని చాలా చిన్నది" అని కౌంటెస్ Landau కేసి తిరిగి అంది.

"పర్లేదండీ, అర్థమవుతుంది నాకు" అని Landau అదే చిరునవ్వు నవ్వుతూ అన్నాడు, అని కళ్ళు మూసుకున్నాడు.

కెరనిన్, లిదియా ఇవానొవ్నా ఒకరికేసి ఒకరు భావగర్భిత దృక్కులతో చూసుకున్నారు. పఠనం మొదలైంది.

22

అబ్లాన్స్కీ తనకి కొత్తగా, నిగూఢంగా కనిపించే ఆ మాటలు విని మొత్తం నిర్ఘాంత పోయాడు. పీటర్స్‌బుర్గ్ జీవిత సంక్లిష్టత మొత్తంమీద అతన్ని మాస్కో స్తబ్ధత నుంచి బయటికి లాగి ఎప్పుడూ ఉత్తేజితం చేస్తూ వుంటుంది. కాని తనకి పరిచితం అయి తన హృదయానికి సమీపంగా వుండే బృందాల్లో అలాంటి సంక్లిష్టత అతనికి బాగా హృద్యంగా వుంటుంది. కాని ఈ పరాయి వాతావరణం అతన్ని ఆశ్చర్యచకితం చేసింది. అతను నిశ్చేష్టుడైపోయాడు, అతనికి మతిపోయింది. ఈ గొడవనుంచి ఎలా బయటపడాలిరా నాయనా అనుకున్నాడు. కౌంటెస్ లిదియా ఇవానొవ్నా మాటలు వింటూ, Landau అందమైన కళ్ళు – అవి అమాయకమైనవో కపటమైనవో, ఏమిటైందీ తేల్చుకోలేక – ఆ కళ్ళు తనమీద లగ్నం అయ్యాయని గ్రహించాడు. అతని తల ఇనపగుండులా భారమైపోయింది.

అతని బుర్రలో నానా రకాల ఆలోచనలూ రేగాయి. 'మరీయా సానినా బిడ్డ చనిపోయినందుకు సంతోషంగా వుంది... ఇప్పుడు సిగరెట్ కాలిస్తే బాగుంటుంది... మోక్షం కావాలంటే విశ్వాసం వుంటే చాలు, సాధు పుంగవులకి ఈ విషయం తెలీదు గాని లిదియా ఇవానొవ్నాకి తెలుసు... నా తల ఏమిటింత భారంగా వుంది? బ్రాందీవల్లా లేకపోతే ఇదంతా నిగూఢంగా వుండడం వల్లా? ఇప్పటిదాకా ఇక్కడ అనుచితమైన పని ఏమీ నేను చెయ్యలేదు. కాని దేన్ని గురించీ నేను అడగకూడదు. వాళ్ళు మనుషులచేత బలవంతంగా ప్రార్థనలు చేయిస్తారని అంటారు. నాచేత అలా చేయించే యత్నం చెయ్యరనే అనుకుంటాను. అలా అయితే చాలా బేకారు పని అవుతుంది. ఏమిటా చెత్తంతా చదువుతోంది? కాని ఆమె ఇంగ్లీషు ఉచ్చారణ బాగుంది. Landau బెజ్జుబొవ్. ఎందుకని ఇతను బెజ్జుబొవ్ అయ్యాడు?' అబ్లాన్స్కీకి వున్నట్టుండి కింది దవడ ఆవలింతని ఆపుకుందుకు, చెంపల్ని నిమురుకుని

తనని తను ఒకసారి కుదుపుకున్నాడు. కాని మరుక్షణంలోనే నిద్రముంచుకొస్తున్నట్టు గుర్రుకొట్టబోతున్నట్టు అనిపించింది. "అతను నిద్రపోతున్నాడు" అని కౌంటెస్ లిదియా ఇవానొవ్నా అన్నమాటలకి అతని కళ్ళు తెరుచుకున్నాయి.

అబ్లాన్‌స్కీ తప్పుచేసి దొరికిపోయినవాడిలా బాధపడుతూ గాబరా పడి నిటారుగా కూర్చున్నాడు. కాని వెంటనే "అతను నిద్రపోతున్నాడు" అనేమాటలు తనని ఉద్దేశించి అన్నవి కాదనీ, Landauని ఉద్దేశించి అన్నవనీ తెలిసి హమ్మయ్య అనుకున్నాడు. ఆ ఫ్రెంచి అతనికీ అబ్లాన్‌స్కీ మాదిరి నిద్రవస్తోంది. తను నిద్రపోతే వాళ్ళకి కష్టం కలుగుతుందని (అక్కడ అన్నీ నిగూఢంగా ఉండడంతో ఇది కూడా అతనికి ఇదమిత్థంగా తేలలేదు) ఆ ఫ్రెంచి అతను నిద్రపోతే సంతోషంగా వుందనీ, ముఖ్యంగా లిదియా ఇవానొవ్నాకి Landau నిద్రపోవడం అలా వుందనీ అనిపించింది.

"Mon ami[1]" అంది లిదియా ఇవానొవ్నా, చప్పుడు అవకూడదని చెప్పి తన గౌను కుచ్చిళ్ళని బహు జాగ్రత్తగా చేత్తో మడిచి పెట్టుకుని, ఆ ఉత్తేజంలో కరేనిన్‌ని పేరు పెట్టి పిలవకుండా 'mon ami" అని సంభోధిస్తూ "donnez lui la main. Vous voyez?[2]" అంది. మళ్ళీ గదిలోకి వస్తూ వున్న నౌకరు కేసి తిరిగి హుష్! చప్పుడు చెయ్యొద్దన్నట్టు సైగ చేసింది. "నేనిప్పుడు ఎవరినీ కలుసుకోనని చెప్పు" అంది.

ఆ ఫ్రెంచి అతను కుర్చీ వీపుమీదకి తల ఆన్చి నిద్రపోతున్నాడు, లేదా నిద్రపోయినట్టు నటిస్తున్నాడు. మోకాలిమీద ఆనుకున్న చెమ్మగిలిన చేత్తో దేన్నో పట్టుకో ప్రయత్నిస్తున్నట్టు మెల్లిమెల్లిగా కదలికలు చేశాడు. కెరనిన్ లేచాడు. బహు జాగ్రత్తగా అతని దగ్గరికి వెడదామనుకుని మేజా కోడుకి కాలు కొట్టుకుని దెబ్బ తగిలించుకున్నాడు. అలా లేచి ఫ్రెంచి అతని దగ్గరికి వెళ్ళి తన చేతిని అతని చేతిలో వుంచాడు. అబ్లాన్‌స్కీ కూడా లేచి నుంచున్నాడు. అతను కళ్ళు బాగా విప్పారించుకున్నాడు, తను నిద్రపోవడం లేదని రుజువు చేసుకోవడానికి. అప్పుడు మొదట ఒకరికేసీ, తర్వాత రెండో వారికేసీ చూశాడు. తను నిద్రపోవడం లేదు. తల ఇంకా ఇంకా బరువెక్కి పోతున్నట్టు అతనికి అనిపించింది.

"Que la personne qui est arrivec la derniere, celle qui demande, qu'elle sortel Qu'elle sortel[3]" అని ఆ ఫ్రెంచి అతను కళ్ళు తెరవకుండానే గొణిగాడు.

"Vous m'excuserez, mais vous voyez.... Revenez Vers dix heures, encore mieux demain.[4]"

---

[1] నా మిత్రమా (ఫ్రెంచి)

[2] అతనికి చెయ్యి అందివ్వండి, చూస్తున్నారు కదా? (ఫ్రెంచి)

[3] అందరికంటే ఆఖర్న, అడగడానికి వచ్చిన, అతను బయటికి వెళ్లిపోవాలి, బయటికి వెళ్లిపోవాలి (ఫ్రెంచి)

[4] మన్నించండి,కాని మీరు చూస్తున్నారుగా.పదిగంటలకి రండి, రేపొస్తే యింకా మేలు (ఫ్రెంచి)

"Qu'elle sortel"[1] అని ఫ్రెంచి అతను చిరాగ్గా రెట్టించాడు.

"C'est moi, n'est ce pas?"[2]

అవును అని జవాబు వచ్చాక అబ్లాన్స్కీ, తను లిదియా ఇవానొవ్నాని సిఫార్సు అడగ వచ్చానన్న విషయం, తన అక్కగారి వ్యవహారం మీద వచ్చానన్న విషయం యావత్తూ మరిచిపోయి ఆ ఇంట్లోనుంచి, కలరా సోకిన ఇంట్లో నుంచి మాదిరి, తక్షణం పారిపోవాలన్న ఏకైక ప్రేరణతో, మునిగాళ్ళమీద గుమ్మందాకా చకచక వెళ్ళి వెంటనే వీధిలోకి పరిగెత్తి వెళ్ళి పడ్డాడు. బగ్గీలో పడ్డాక త్వరగా మామూలు మనిషిగా హుషారుగా అవాలని బగ్గీ తోలేవాడితో మాటకదలేసి హాస్యాలాడుతూ గడిపాడు.

ఆఖరి అంకం వేళకి అందుకున్న ఫ్రెంచి నాటకశాలలోనూ, తర్వాత పెద్ద రెస్టారెంట్‌లో షాంపేన్ సేవించి తనకి అలవాటైన వాతావరణంలో అబ్లాన్స్కీ హమ్మయ్య అని ఊపిరి పీల్చుకున్నాడు. ఇంత అయినా కూడా అసలు మనిషి కాలేకపోయాడు.

తను పీటర్స్‌బుర్గ్‌లో విడిదిచేసిన పెత్తండ్రి కొడుకు ప్యోత్రో ఇంటికి వెళ్ళాడు. అక్కడ ప్రిన్సెస్ బెట్సీ తనకోసం పంపిన చీటీ వుంది. తాము మాట్లాడుకుంటూ వున్న విషయం గురించి సొంతం మాట్లాడాలని తనకి కుతూహలంగా ఉందనీ, మర్నాడు తన దగ్గరికి రమ్మనీ ఆమె రాసింది. అతను ఆ చీటీ చదివి ముఖం చిట్లించుకున్నాడు. ఇంతలోకి కిందనుంచి మనుషుల భారమైన అడుగుల చప్పుడు వినిపించింది. దేన్నో భారంగా మోసుకువస్తున్నట్టు.

అదేమిటో చూద్దామని అబ్లాన్స్కీ వెళ్ళాడు. యువకుడై పోతూ వున్న ప్రిన్స్ ప్యోత్రో ఆ మనిషి. అతను చిత్తుగా తాగేసి మెట్లు ఎక్కలేకుండా వున్నాడు. అబ్లాన్స్కీని చూడగానే అతని తనని సరిగా నుంచోపెట్టించమని చెప్పాడు. తనే అబ్లాన్స్కీ మెడమీద వాలి అతని సాయంతో గదిలోకి వెళ్ళాడు. గదిలోకి వెళ్ళాక ఆ పూట తను ఎలా గడిపిందీ చెప్పడం మొదలుపెట్టి పూర్తి చెయ్యకుండా అలానే నిద్రపోయాడు.

అబ్లాన్స్కీ మనసు జావగారిపోయింది. అలా అతనికి ఎప్పుడోగాని జరగదు. నిద్రపట్టలేదు. అతను జ్ఞాపకం చేసుకునేవన్నీ వెలపరంగానే వున్నాయి. అన్నిటికంటే వెలపరంగా కనిపించింది లిదియా ఇవానొవ్నా ఇంటి దగ్గర గడిపిన ఆ సాయంత్రం. అది అవమానకరంగా కనిపించింది.

ఆ మర్నాడు అతనికి విడాకులు ఇవ్వను అనే ఖండితమైన జవాబు కెరనిన్ నుంచి వచ్చింది. ఆ ఫ్రెంచి అతను అసలైనదో, అబద్ధమైనదో తెలీని ఆ సమాధినుంచి పలికిన మాటల మీద ఆ నిర్ణయం ఆధారపడిందని అబ్లాన్స్కీకి అర్థమైంది.

---

[1] బయటికి వెళ్ళిపోవాలి (ఫ్రెంచి)

[2] ఆయన అన్నది నన్ను ఉద్దేశించి, కదా? (ఫ్రెంచి)

23

సంసారంలో ఏదన్నా నిర్ణయం తీసుకోవాల్సి వచ్చినప్పుడు భార్యాభర్తల మధ్య ఏమాత్రం పొసగని భేదాలైనా వుండాలి, పూర్తి అనుకూల ప్రేమపూర్వక సహకారమైనా వుండాలి. ఇద్దరి మధ్యా సంబంధాలు అటూ ఇటూగాక దెబ్బలాటా అంటే దెబ్బలాటా కాదు, ప్రేమా కాదు అనే సందిగ్ధ స్థితిలో వుంటే ఏ ముఖ్యమైన పనీ జరగదు.

దంపతులిద్దరూ ఏకాభిప్రాయం లేక విసుగ్గా వున్నా అదే చోట గడిపే స్థితిలో అనేక కుటుంబాలు ఏళ్ళతరబడి సాగుతూ వుంటాయి. ఏమంటే ఇద్దరి మధ్యా ఎరమరిక లేని అన్యోన్యతగాని, పచ్చగడ్డి వేస్తే భగ్గుమనే విభేదం కాని వుండకపోవడమే కారణం.

వ్రాన్స్కీ, అన్నాలిద్దరికీ మాస్కో వేడీ, ధూళీ భరింపశక్యంగాకుండా వున్నాయి. వసంతరుతువులో వుండే అహ్లాదకరమైన ఎండ పోయింది, వేసవి తాపం వచ్చింది. చౌకుల్లో చెట్లకి నిండుగా ఆకులు విచ్చుకున్నాయి. ఆకులు దుమ్ముకొట్టుకుపోయి వున్నాయి. అయినా ముందు అనుకున్నట్టుగా వాళ్ళు పల్లెకి వెళ్ళలేదు. అనుకోకపోయినప్పటికీ దరిద్రపుగొట్టు మాస్కోలోనే వుండిపోయారు. ఏమంటే వాళ్ళిద్దరి మధ్యా సయోధ్య ఇక లేకపోయింది.

ఆ ఇద్దరి మధ్యాదూరం కలిగించే క్లేశానికి పైకి ఏ గట్టి కారణమూ లేదు. విషయం ఏమిటో తేల్చివేసే ప్రతి ప్రయత్నమూ దాన్ని తప్పించడానికి బదులు దానికి ఆజ్యంపోసింది. అది లోతుగా పాతుకున్న క్లేశం. తనమీద అతనికి ప్రేమ తగ్గుతోంది అని ఆమె అనుకోవడం నుంచి వచ్చింది. వ్రాన్స్కీకి అయితే అన్నాకోసం తను కటువైన పరిస్థితిలో పడ్డాననీ, ఆమె దాన్ని తగ్గించడానికి బదులు ఇంకా కటువు చేస్తోందనీ విచారం. ఆమె గాని, అతను గాని తమ క్లేశ కారణం గురించి చర్చించుకోలేదు. కాని అవతలి వాళ్ళు తప్పు అని ఎవరిమట్టుకి వాళ్ళు అనుకున్నారు, ఒకరికొకరు దాన్ని రుజువు చెయ్యడానికి ప్రయత్నించారు.

అన్నాకి సంబంధించి వ్రాన్స్కీ – అతని ఆలోచనలు, అలవాట్లు, కోరికలు, మానసిక శారీరక విశిష్టతలన్నిటితో సహా అతని వ్యక్తిత్వం అంతా ఒక్కదాన్నే స్ఫురింపచేశాడు– ఆడవాళ్ళకి ప్రేమికుడు. అతని ఆ ప్రేమ సర్వస్వం, తనకి మాత్రమే దక్కాల్సిన ప్రేమ, తగ్గిపోతుంది. అన్నా తర్కం ప్రకారం అతను కొంత ప్రేమని పరాయి మహిళలకి లేదా మహిళకి ఇస్తున్నాడు. ఆ కారణంగా ఆమె ఈర్ష్యాగ్రస్తురాలైంది. ప్రత్యేకం ఫలానా ఆడమనిషి వల్ల కాక, అతని ప్రేమ తగ్గిపోతోందన్నదానివల్ల ఆమె ఈర్ష్యాగ్రస్తురాలైంది. ఈర్ష్యాకారకమైన వస్తువు ఎదర లేకపోవడంతో ఆమె అలాంటి దాన్ని కనిపెట్టబోయింది. ఒట్టినే పిసరు అనుమానం తగిలితే చాలు ఆమె ఒకదాని బదులు మరొకదానిమీద ఈర్ష్య కలిగించుకునేది. ఒకో అప్పుడు ఆమెకి బజారు ఆడమనుషుల వల్ల ఈర్ష్యకలిగేది. ఇంకో అప్పుడు ఏ కల్పిత యువతిపట్లనో ఈర్ష్య కలిగేది. తనతో సంబంధాలు తెగిపోయాక అతను ఆ యువతిని పెళ్ళాడతాడు అనుకునేది. యీ కడపటి యీర్ష్య ఆమెని అన్నిటికంటే ఎక్కువగా క్షోభ పెట్టింది. ఏమంటే మనసు విప్పి మాట్లాడుకునే ఓ సందర్భంలో అతను ఆమెతో ఓ ముక్క జారాడు. తన తల్లి

తనని ఎంతమాత్రమూ సరిగా అర్థం చేసుకోలేదనీ, తను ప్రిన్సెస్ సారొకినాని పెళ్ళి చేసుకోవాలని ఒప్పించ ప్రయత్నించిందనీ చెప్పాడు.

వ్రాన్‌స్కీవల్ల ఈ రకమైన ఈర్ష్య పెంచుకున్న కారణంగా ఆమెకి అతనిపట్ల కోపం వచ్చేది, ప్రతి దానిమీదా కోపము కారణాన్ని వెతకబోయేది. తన పరిస్థితిలోని ప్రతి ఇబ్బందికీ అతన్నే దోషిగా చూసేది. తప్పంతా అతనిదే: మాస్కోలో తనని ఉంచిన వ్యధాకులితమైన ఆశా నిరాశ అనిశ్చిత పరిస్థితి, కరేనిన్ తాత్సారం చెయ్యడం, ఊగిసలాడడం, తన జీవితంలోని ఒంటరితనం. అతను గనక తనని మనస్ఫూర్తిగా ప్రేమించివుంటే తన పరిస్థితి ఎంత గడ్డుగా ఉందో చూసేవాడు. దానికి పరిష్కారం చూపేవాడు. పల్లెల్లో కాకుండా మాస్కోలో ఉండడం అతని దోషమే. ఆమె కోరుకున్నట్టు పల్లెలో కూరుకుపోయే జీవితం గడపడానికి అతను తయారుగా లేడు, అతనికి ఉన్నత సమాజం అవసరం. అందుకని తనని ఘోరమైన స్థితిలో పడేసి, దానివల్ల తనకి ఎంత అవస్థగా వుందో చూడ నిష్టపడడం లేదు. తన కొడుకు శాశ్వతంగా ఎడబాటు అయిపోవడానికి కూడా అతన్దే దోషం.

మధ్యమధ్య వచ్చే ప్రేమతో నిండే మధుర క్షణాలు కూడా అన్నాకి స్వాంతనం ఇవ్వలేకపోయేయి. ఇప్పుడు అతని ప్రేమలో ఆమెకి ఇదివరలో లేని శాంతి, ఆత్మ విశ్వాసాల ఛాయ అతనిలో గోచరమయ్యేది, అది ఆమెకి చిరాకు కలిగించింది. సాయం సంధ్య అయింది. అన్నా అటూ ఇటూ పచారు చేస్తూ వ్రాన్‌స్కీ గదిలో (వీధి చప్పుళ్ళు ఏమీ వినబడని గది అది) వుంది. వ్రాన్‌స్కీ బ్రహ్మచారుల విందుకి వెళ్ళాడు. అన్నా అతని రాకకోసం చూస్తూ వుంది. అలా గదిలో పచారుచేస్తూ ముందురోజు తమ మధ్య జరిగిన దెబ్బలాట గురించి ఆలోచించుకుంటూ వుంది. ఆ దెబ్బలాటలో రేగిన చెడ్డమాటలు ఒకదాని తర్వాత ఒకటి ఎలా వచ్చాయో వితర్కించుకుంటూ దెబ్బలాట మొదలులో కంటా వెళ్ళింది. ఆ దెబ్బలాట అంత సాదా విషయం గురించి, ఇద్దరికీ ఏ రకంగానూ ప్రముఖం కాని విషయం గురించి రేగిందని ఆమె నమ్మలేకపోయింది. కాని అది జరిగింది. వ్రాన్‌స్కీ ఆడపిల్లలకి ఉన్నత పాఠశాల విద్య అనవసరం అని చెప్పి దాన్ని గురించి వేళాకోళం చేశాడు. తను దాన్ని సమర్థించింది. అక్కడ మొదలైంది దెబ్బలాట. అతనికి మొత్తంమీద ఆడపిల్లల చదువుపట్ల ఆదరం లేదు, అన్నా చేరదీసిన ఇంగ్లీషు అమ్మాయి హన్నాకి భౌతికశాస్త్ర పరిజ్ఞానం అవసరం లేదని అన్నాడు.

దాంతో ఆమెకి చిర్రెత్తింది. వ్రాన్‌స్కీ అలా అనడం ద్వారా తనకి ఇష్టమైన విషయాల పట్ల తిరస్కారం చూపించాడని ఆమెకి అనిపించింది. దాంతో తనకి అతను కలిగించిన నొప్పికి బదులుగా ఏదో అనాలనిపించింది.

"ఒక వ్యక్తిని ప్రేమించిన వ్యక్తి తప్పక కనబరిచేలాంటి దృష్టిని నాపట్ల నా భావనల పట్ల మీరు వుంచుతారని నేను ఆశించలేదు కాని కనీస మర్యాద చూపిస్తారని మాత్రం ఆశించాను" అంది.

దాంతో నిజానికి అతను కోపంతో జేవురించుకున్నాడు, కష్టం కలిగించే మాటని దేన్నో అతను అన్నాడు. జవాబుగా తనేం అన్నదీ ఆమెకి గుర్తులేదు కాని బహుశా ఆమె మనసుకి కష్టం కలిగించడానికి అన్నాడు.

"ఇది నిజం, ఈ అమ్మాయిపట్ల మీ ఆరాధన నాకు నచ్చలేదు, ఏమంటే అది అసహజంగా కనిపిస్తోంది నాకు."

తన భారమైన జీవితాన్ని ఓర్పుతో భరించేందుకు తను ఎంతో కష్టపడి నిర్మించుకున్న ప్రపంచాన్ని అతను ఖండఖండాలు చేసేసిన ఆ క్రూరత్వం, తనమీద వంచన అసహజత్వాల దోషారోపణ చేసిన ఆ అన్యాయపూరిత విధానం అన్నాని దహించేశాయి.

"చాలా విచారకరమైన విషయం మీకు ముతక ఐహిక విషయాలే సహజంగా కనిపించి, అర్థం కావడం" అని అనేసి గదిలోనుంచి బయటికి వెళ్ళిపోయింది.

ఆ సాయంత్రం వ్రాన్‌స్కీ ఆమె దగ్గరికి వెళ్ళినప్పుడు ఈ దెబ్బలాట విషయం మళ్ళీ ఎత్తుకోలేదు. దాన్ని ఊరికే దాటవెయ్యడం జరిగింది, కాని ముగిసిపోలేదని ఇద్దరికీ అనిపించింది.

వ్రాన్‌స్కీ ఈ వేళ రోజంతా ఇంట్లో లేడు. దెబ్బలాట జ్ఞాపకం వచ్చి ఆమె ఇంట్లో ఒంటరిగా వుండిపోయింది. మనసంతా ఎంతో భారమైపోయింది. దాన్నంతటినీ మరిచిపోవాలనీ, క్షమ పొందాలనీ, అతనితో రాజీ చేసుకోవాలనీ, దోషమంతా తనమీదే వేసుకోవాలనీ, అతను నిర్దోషి అని చెప్పాలనీ పరితపించిపోయింది.

'అసహజం!' అన్నమాట హఠాత్తుగా ఆమెకి గుర్తు వచ్చింది. అది ఆమె మనసుకి చాలా కష్టం కలిగించింది. ఏమంటే తనకి కష్టం కలిగించేందుకే అతనా మాట అన్నాడు.

'అతనేం ఉద్దేశించాడో నాకు తెలుసు. నీ బిడ్డని నువ్వు ప్రేమించడం లేదుగాని పరాయి పిల్లని ప్రేమిస్తున్నావు అది అసహజం అని. పిల్లలపట్ల ప్రేమ అంటే అతనికి ఏం తెలుసు? సెర్యోషపట్ల నా ప్రేమ ఏమిటో అతనికి తెలుసా? దాన్ని తనకోసం త్యాగం చేశానే! నన్ను గాయపరచడానికే అతనా ముక్క అన్నాడు. ఆఁ, అతను ఖాయంగా వేరే ఆమెని ప్రేమిస్తున్నాడు. ఇక వేరే కారణం లేదు.'

మనశ్శాంతి సాధించే ఉద్దేశంతో తను మళ్ళీ అదే దారిలో, ఇంతకుముందు అనేకసార్లు దాటివచ్చిన దారిలో గుడుగుడు కుంచం గుండారామం అని చక్కర్లు కొడుతున్నానని వెంటనే ఆమెకి భీతి కలిగింది. 'ఏమిటి, అలా చెయ్యలేనా? దోషం అంతా నా నెత్తిమీద వేసుకోలేనా?' అని ఆమె తనలో తను అనుకొంది. మళ్ళీ ఆదినుంచీ ఈ విషయం గురించి ఆలోచించింది. 'అతను నిజాయితీపరుడు, సత్యవాది, నన్ను ప్రేమిస్తున్నాడు, నేనూ అతన్ని ప్రేమిస్తున్నాను. ఇక కొన్నిరోజుల్లో విడాకులు వస్తాయి. ఇక నాకు కావాల్సింది ఏముంది? నేను శాంతంగా, భరోసాగా వుండాలి. తప్పంతా నా నెత్తినే వేసుకుంటాను. అవును, అతనింటికి రాగానే చెప్తాను తప్పంతా నాదేనని, నిజంగా నా తప్పు లేకపోయినా. ఊరికి వెళ్ళిపోతాం.'

ఇక మళ్ళీ దాన్ని గురించి తడుముకోకుండా ఉండేందుకూ, విద్వేషం కలగకుండా ఉండేందుకూ ఆమె గంట మోగించి, ఊరికి వెళ్ళేందుకు పెట్టెలు సర్దమని పనిపిల్లకి చెప్పింది.

రాత్రి పదిగంటలకి వ్రాన్‌స్కీ ఇంటికి వచ్చాడు.

24

"ఊఁ, బాగా మజాగా జరిగిందా?" అని అతన్ని పలకరిస్తూ అడిగింది. ఆమె ముఖంలో నమ్రత, తను దోషి అన్న భావం కనిపించాయి.

"మామూలే" అని అతను బదులు చెప్పాడు. ఆమె ముఖం చూశాడు. ఆమె చిర్రుబుర్రులాడకుండా సౌమ్యంగా వుందని గ్రహించాడు. వ్రాన్‌స్కీ ఆమె మనఃస్థితుల్లో వచ్చే మార్పులకి ఈ పాటికి అలవాటుపడ్డాడు. ఇవాళ ఆమెలో కనిపించే మార్పు అతనికి సంతోషంగా వుంది, ఏమంటే తనే మాంచి హుషారుగా వున్నాడు.

"ఏమిటి నాకు కనిపిస్తున్నవి! చాలా సంతోషంగా వుంది నాకు" అని వ్రాన్‌స్కీ హాలులో వున్న పెట్టెలకేసి చూసి అన్నాడు.

"అవును, మనం వెళ్ళాలి. ఇవాళ బండిలో షికారు వెళ్ళాను, బయట ఎంత బాగుందో, పల్లెకి వెడదామనిపించింది. నువ్విక్కడ వుండే పనేం లేదు కదా?" అంది.

"నాక్కావాల్సిందీ అదే. నేనిప్పుడే బట్టలు మార్చుకుని వస్తాను మాట్లాడుకుందాం. టీ ఇక్కడికి తెమ్మని కబురు చెయ్యి."

అలా అని అతను తిన్నగా చదువుకునే గదిలోకి వెళ్ళాడు.

వ్రాన్‌స్కీ 'చాలా సంతోషంగా వుంది నాకు' అన్న తీరులో కష్టం కలిగించేది ఏదో తోచింది. ముఖం మాడ్చుకుని చిరచిరలాడుతూ వున్న పిల్లలెవరేనా ఆ మూతి విరుపులు తగ్గించుకుని మామూలుగా అయినప్పుడు వాళ్ళతో మాట్లాడే ధోరణిలో వుంది. తను దోషినన్న భావం, అతని ఆత్మ విశ్వాసపూరిత భావం పోటీపడి ఇంకా కష్టం కలిగించేటట్టు వున్నాయి. స్పర్థించాలన్న కోరిక క్షణకాలం పాటు ఆమెలో ఉబికింది. కాని ఆమె చాలా ప్రయాసపడి దాన్ని అణచుకుని, ముందటి మాదిరి హుషారుగా వ్రాన్‌స్కీని పలకరించింది.

అతను తిరిగివచ్చాక తను ఆ రోజంతా ఎలా గడిపిందీ పల్లెకి వెళ్ళాలన్న ఆలోచనచేసిందీ, తను అంతకుముందే వూహించుకున్న మాటలని వల్లిస్తూ చెప్పింది.

"చెప్పనా నీకు, ఏదో ఆంతరంగిక ప్రేరిత భావం కలిగినట్లైంది నాకు" అంది. "ఇక్కడ వుండి విడాకుల కోసం ఎందుకు ఎదురుచూడ్డం? ఆ పనేదో పల్లెటూళ్ళోనే చెయ్యొచ్చుగా! ఇక నేను ఎదురుచూస్తూ కూర్చోలేను. నేను ఆశపెట్టుకోదలచుకోలేదు, విడాకుల గురించి వినదలచుకోలేదు. ఇక నా జీవితం మీద అది ఎలాంటి ప్రభావమూ కలిగించదు అని తేల్చుకున్నాను, ఏమంటావ్?" అంది.

"ఆఁ, ఆఁ" అని అన్నా ఉత్తేజిత వదనాన్ని ఆందోళనగా చూస్తూ అన్నాడు.

"ఊఁ, అయితే అక్కడ ఎలా గడిచింది? విందుకు ఎవరెవరు వచ్చారు?" అని కొంచెంసేపు ఆగి అన్నా అడిగింది.

వ్రాన్‌స్కీ అక్కడికి వచ్చినవాళ్ళ పేర్లు కొన్ని చెప్పాడు. "విందు పసందుగా వుంది. పడవల పందెలు జరిగాయి. ప్రతీదీ భేషుగ్గా వుంది. కాని మాస్కోలో ఏదో ఒక ridicule[1]

---

[1] హాస్యాస్పదం (ఫ్రెంచి)

జరక్కుండా ఏదో సాగదు. ఒకావిడ వచ్చింది, స్వీడిష్ మహారాణికి ఈత నేర్పే ఆవిడట. ఆవిడ తన విద్య ప్రదర్శించింది."

"ఏమిటి? ఆమె ఈదిందా?" అని అన్నా ముఖం ముడతలు పడేలా అడిగింది.

"ఎర్రరంగు Costume de natation[2] వేసుకుని చాలా వెలపరం పుట్టించే ముసల్ది. ఊc, అయితే యెప్పుడు వెడుతున్నాం మనం?"

"ఎంత వింత! ఆమె ఏమిటి, ఏదన్నా విశేషమైన పద్ధతిలో ఈదిందా?' అని అన్నా వ్రాన్‌స్కీ అడిగినదానికి జవాబు చెప్పకుండా అడిగింది.

"ప్రత్యేకత ఏమీ లేదు. చాలా వెలపరంగా వుందని చెప్పాను కదా. ఇంతకీ మనం ఎప్పుడు వెడుతున్నాం?"

అన్నా ఏదో అనిష్టకరమైన ఊహని తొలగించుకోచూస్తున్నట్టుగా తల విదిలించుకుంది.

"ఎప్పుడు వెడుతున్నాం? ఎంత త్వరగా వీలైతే అంత త్వరగా. రేపటికి అవదు. ఎల్లుండి."

"ఆc... కాని, ఆగు. ఎల్లుండి ఆదివారం. నేను maman దగ్గరికి వెళ్ళాలి" అని వ్రాన్‌స్కీ ఇబ్బందిగా అన్నాడు, ఏమంటే అతను అమ్మ అనే మాట ఉచ్చరించగానే ఆమె చురుక్కున చూసింది. అతని ఇబ్బంది ఆమె అనుమానాల్ని రుజువు చేసింది. ఆమె ముఖం ఎర్రబడింది, ఆమె అతనికి దూరంగా వెళ్ళిపోయింది. ఇప్పుడు ఆమె మనోనేత్రం ముందు స్వీడిష్ మహారాణికి ఈత నేర్పే ఆవిడ గాక అతని తల్లితో మాస్కో దగ్గరి ఊళ్ళో వుంటూ వున్న ప్రిన్సెస్ సారోకినా కనిపించింది.

"రేపు వెళ్ళచ్చుగా ఆమె దగ్గరికి?"

"అలా కుదరదని నీకు చెప్పాను. నేనావిడ దగ్గరికి వెళ్ళే పని, అత్యవసరమైన కాగితం, డబ్బూ తీసుకోవడం. రేపటికి తయారవవు" అని జవాబు చెప్పాడు.

"అలా అయితే అసలు వెళ్ళనే వద్దు."

"ఎందుకని?"

"ఆలస్యం అయితే నే రాను. వెడితే సోమవారం వెళ్ళడం లేకపోతే లేదంతే."

"ఏమన్నా అర్థముందా? అలా ఎందుకని?" అని వ్రాన్‌స్కీ ఆశ్చర్యపోతూ అడిగాడు.

"నీకిందుకలో అర్థం పర్థం కనిపించకపోవచ్చు. ఏమంటే నువ్వేమన్నా నా గురించి పట్టించుకుంటే కదా? నా జీవితం ఏమిటో అర్థం చేసుకోవాలని నీకు లేదు. ఇక్కడ నాకు పొద్దుపోతున్నదల్లా హాన్నాతో. నీకేమో అది నటనలాగా కనిపిస్తోంది. నా కూతురిపట్ల నాకు ప్రేమలేదనీ, ఈ ఇంగ్లీషు పిల్ల పట్ల ప్రేమ నటిస్తున్నాననీ అది అసహజంగా వుందనీ నిన్న నువ్వు అనలేదూ? ఇక్కడ నాకు ఎలాంటి జీవితం సహజంగా వుంటుందో తెలుసుకోవాలని వుంది నాకు."

---

[2] ఈతబట్టలు (ఫ్రెంచి)

ఓ క్షణంసేపు ఆమె సంభాళించుకుంది. తను ఏం చెయ్యకూడదని తీర్మానించుకుందో సరిగ్గా దాన్నే చేస్తున్నందుకు ఆమె కంపించింది. తనకి తనే చేటు తెచ్చుకుంటున్నానని ఆమెకి తెలిసినా ఆమె సంబాళించుకోలేకపోయింది. తప్పు అతనిదే అని అతనికి చూపించకుండా వుండలేకపోయింది, అతని ముందు తల వంచలేకపోయింది.

"నేనలా అనలేదే! హఠాత్తుగా నువ్వు పెంచుకున్న ఈ బంధంపట్ల నాకు సానుభూతి లేదు అన్నాను."

"సత్యవాదినని డబ్బా వాయించుకునే నువ్వు నిజం చెప్పవెందుకని?"

"నేనెప్పుడూ డబ్బా వాయించుకోను, అబద్ధమూ చెప్పను" అని అతను లోపల రేగుతూ వున్న కోపాన్ని అణచుకుంటూ మెల్లిగా అన్నాడు. "చాలా విచారకరమైన విషయం నువ్వు గౌరవించకుండా ఉన్నట్లయితే..."

"ప్రేమ వుండాల్సిన చోట ఆ ఖాళీ జాగాని కమ్ముకోవడానికి వాడే మాట గౌరవించడం అనేది. నామీద నీకు ఇక ప్రేమ లేకపోతే ఆ ముక్కని నాన్పుడులేకుండా చెప్పడం ధర్మంగా వుంటుంది."

"అబ్బబ్బ! దీన్ని భరించడం కష్టం!" అని కుర్చీలోంచి లేచి నుంచుంటూ అరిచాడు వ్రాన్‌స్కీ. అన్నా ముందు నుంచుని, మెల్లిగా "ఎందుకిలా నా ఓర్పుకి పరీక్ష పెడతావు?" అని అన్నాడు. తను ఇంకా ఎక్కువ అనే వాడే కాని తనని తను అదుపు చేసుకున్నాడు అని తోచేటట్టు అన్నాడు. "దానికి కూడా హద్దులు వుంటాయి" అన్నాడు.

"అంటే మీరు ఏం చెప్పదలచుకున్నారు?" అని అన్నా చించుకుంది. వ్రాన్‌స్కీ ముఖంలో, ముఖ్యంగా అతని క్రూరమైన, భీతికారక నేత్రాలలో ఘృణత్వం స్పష్టంగా కనిపించి భయభ్రాంతురాలైపోయింది.

"నేనేం చెప్పాలనుకున్నానంటే...." అని మొదలుపెట్టాడు, కాని మధ్యలోనే ఆగిపోయాడు. 'నేనడగదలచుకున్నాను, నా నుంచి మీరు కోరేది ఏమిటి అని?"

"నేనేం కోరగలను? నే కోరేదల్లా ఒక్కటే మీరు నన్ను వదిలిపెట్టి వెళ్ళద్దు, మీరనుకుంటున్నట్టు" అని అతను చెప్పకుండా వదిలిపెట్టినదాన్ని యావత్తూ గ్రహించి ఆమె అంది. "ఉహుఁ, కాదు, కాని నే కోరేది అది కాదు, అది గౌణం. నాక్కావాల్సింది ప్రేమ, అది లేదు. అంటే సర్వం సమాప్తం అయిందని అర్థం" అంది.

అన్నా గుమ్మంవేపు వెళ్ళింది.

"ఆగు! కొంచెం.. ఆగు!" అని వ్రాన్‌స్కీ ఇంకా ముఖం ముడుచుకునే వున్నాగానీ, ఆమె చేతిని పట్టుకుని అన్నాడు. "ఏమిటీ రాద్ధాంతం? ప్రయాణం మూడ్రోజులు వాయిదా వేద్దామని అన్నాను. అంతమాత్రానికే నువ్వు నన్ను అబద్ధాలకోరునని, నిజాయితీ లేనివాణ్ణని అన్నావు."

"ఆఁ ఇప్పుడు మళ్ళీ రెట్టించి అంటాను, నా కోసం తన సర్వస్వమూ త్యజించానని నన్ను నిందించే మనిషి" అని ఆమె అంతకుముందెప్పుడో జరిగిన పోట్లాటలోని మాటలు గుర్తుచేసుకుని అంది. "అవినీతిపరుడికంటే అధ్వాన్నం, అతనికి హృదయం లేదు."

"అబ్బబ్బ, ఓర్మికి హద్దు వుంటుంది" అని అతను ఆమె చేతిని వదిలేస్తూ అరిచాడు.

"అతను నన్ను ఏవగించుకుంటున్నాడు, తెలుస్తూనే వుంది' అనుకొంది. ఏమీ మాట్లాడకుండా, వెనక్కి తిరిగి చూడకుండా తడబడే అడుగులతో ఆమె గదిలోంచి బయటికి వెళ్ళిపోయింది.

'తను వేరే ఎవరినో ప్రేమిస్తున్నాడు. అదింకా స్పష్టంగా తెలుస్తూనే వుంది' అని తన గదిలోకి వెడుతూ అనుకొంది. 'నేను ప్రేమకోసం పరితపిస్తున్నాను. కాని ప్రేమ లేదు. అంటే సర్వం సమాప్తమైపోయింది' అని ఆ మాటలని మళ్ళీ అనుకొంది. 'దీనంతటినీ సమాప్తం చెయ్యాలి' అనుకొంది.

'కాని ఎలా? అనుకుంటూ అద్దం ముందు చేతుల కుర్చీలో కూర్చుంది.

ఇప్పుడు తను ఎక్కడికి వెళ్ళగలదు? తనని పెంచి పెద్దచేసిన పినతల్లి దగ్గరికా? దాలీ దగ్గరికా? లేకపోతే తనొక్కత్తీ విదేశాలకి వెళ్ళగలదా? 'తను' ఒక్కడూ తన గదిలో ఏం చేస్తున్నాడు? పీటర్స్‌బర్గ్‌లో వున్న పాత పరిచయస్థులు ఇప్పుడు ఏమంటారు? కెరనిన్ ఏమనుకుంటాడు? తాము విడిపోతే ఏమవుతుందీ అనేది తట్టి ఆమె మనసులో రకరకాల ఆలోచనలు రేగాయి. కాని ఆమె మనసు పూర్తిగా ఆ ఆలోచనల్లో మునిగిపోలేదు. ఆమె అంతరంగంలో మరో అస్పష్టమైన ఆలోచనా కలిగింది. అది ఆమెని ఆకట్టుకుంది. కాని నిశ్చిత రూపం తీసుకోవడం లేదు. కెరనిన్ గుర్తుకు రాగానే ఆమెకి పురుడు వచ్చాక జబ్బు చెయ్యడం గుర్తువచ్చింది. అప్పుడు కలిగిన మనోభావాలు గుర్తు వచ్చాయి. 'ఎందుకు చనిపోలేదు?' అని అప్పట్లో తన మాటలు, మనోభావాలు గుర్తు వచ్చాయి. హఠాత్తుగా ఆ అస్పష్టమైన,. గాఢ ఆలోచన ఏమిటైందీ తట్టింది. అవును ఇదే ఆలోచన, అన్ని సమస్యలకీ సమాధానం అవుతుంది. 'అవును, మృత్యువు!...'

'కెరనిన్ అపఖ్యాతి, నాకూ సెర్యోషకి కలిగిన ఘోర అవమానం దీంతో తుడిచిపెట్టుకుపోతాయి. నేను చచ్చిపోతే అతను పశ్చాత్తాపపడతాడు, నామీద దయ, ప్రేమ కలుగుతాయి." తనమీద తనకే జాలి పుట్టించే చిరునవ్వు పెదాలమీద దోగాడింది. ఆమె చేతుల కుర్చీలో కూర్చుని ఎడమ చేతివేళ్ళ ఉంగరాలు తీస్తూ, మళ్ళీ పెట్టుకుంటూ తను చనిపోయిన తర్వాత వ్రాన్‌స్కీ భావనలు ఎలా వుండేదీ వివిధ కోణాలనుంచీ స్పష్టంగా ఊహించుకుంటూ వుంది.

దగ్గరవుతున్న అడుగుల చప్పుడు, అతని అడుగుల చప్పుడు, ఆమె ఆలోచనలని భగ్నం చేసింది. ఉంగరాలని పెట్టుకోవడంలో ఎంతో మునిగిపోయినట్టు నటిస్తూ ఆమె అతనికేసి చూడలేదు.

అతను ఆమె దగ్గరికి వచ్చి, చేతిని అందుకుని, మెల్లిగా అన్నాడు:

"అన్నా, నువ్వు కావాలంటే ఎల్లుండి వెళ్ళిపోదాం. అన్నీ నాకు సమ్మతమే."

ఆమె యేమీ మాట్లాడలేదు.

"ఏమంటావు?" అని అడిగాడు.

"నీకే అన్నీ తెలుసు" అంది. ఆ క్షణంలో ఇక ఆపుకోలేక భోరున ఏడ్చింది.

"నన్ను వదిలిపెట్టెయ్యి, ఎప్పటికీ!" అని వెక్కుతూ అంది. "నేను రేపే వెళ్ళిపోతాను... ఇంకా ఎక్కువే చేస్తాను. నేను ఎవత్తిని? పతితని. నీ మెడకి గుదిబండని. నిన్ను చిత్రహింసలు పెట్టను, ఉహుం పెట్టను. నీ స్వేచ్ఛ నీకు ఇస్తాను. నువ్వు నన్ను ప్రేమించడంలేదు, ఎవరినో ప్రేమిస్తున్నావు."

ఆమెని శాంతంగా వుండమని వ్రాన్స్కీ వేడుకున్నాడు. తన ఈర్ష్యకి, శంకకి పిసరు ఆధారం లేదని చెప్పాడు. ఆమెపట్ల తనకి గల ప్రేమ పోలేదనీ, ముందటిలాగానే తను ఇప్పుడూ ఆమెని ప్రేమిస్తున్నాననీ చెప్పేడు.

"అన్నా, ఎందుకిలా నువ్వు చిత్రహింసలు పడి నన్ను చిత్రహింసలు పెడుతున్నావు?" అని ఆమె రెండు చేతుల్నీ ముద్దుపెట్టుకుంటూ అన్నాడతను. అతని ముఖం ప్రేమతో మిలమిల మెరుస్తోంది. అతని కంఠంలో అశ్రువుల ధ్వని, తన చేతులమీద వాటి తడీ ఆమెకి అనుభూతం అయ్యాయి. ఆమె తీవ్రమైన ఈర్ష్యా భావం తీవ్ర ప్రవాహంగా మారింది. ఆమె అతన్ని కౌగిలించుకుని, అతని ముఖాన్ని, కంఠాన్ని, చేతుల్ని ముద్దులతో ముంచెత్తింది.

25

తమ ఇద్దరి మధ్యా సంపూర్తి సఖ్యత ఏర్పడిందన్న భావంతో అన్నా ఉదయంనుంచీ ప్రయాణానికి చాలా ఉత్సాహంగా ఏర్పాట్లు చేసుకోవడం మొదలుపెట్టింది. ముందురోజు రాత్రి ఒకరి మాట ఒకరు మన్నించేందుకు తయారై వుండబట్టి ప్రయాణం సోమవారంనాడా, మంగళవారంనాడా అనేది తేలకపోయినా ఆమె జాగ్రత్తగా పెట్టే బేడా సర్దింది. ఓ రోజు ముందు వెనకల్లో ఏమిటిలే ఫరవాలేదన్నట్టుగా సర్దింది. ఆమె తన గదిలో పెట్టె తెరిచి అవసరంలేని పనికిరాని వస్తువుల్ని ఏరుతూ వుంటే అతను మామూలుగా వచ్చేదానికంటే ముందే, బాగా ముస్తాబై వచ్చాడు.

"నేనిప్పుడే maman దగ్గరికి వెళ్ళివస్తాను. ఆమె ఎగోరొవ్ ద్వారా సొమ్ము పంపించే ఏర్పాట్లు చేసి వస్తాను. రేపు వెళ్ళిపోవడానికి నేను సిద్ధంగా వున్నాను" అన్నాడు.

అన్నా మనఃస్థితి చెప్పలేనంత ఆనందంగా ఉన్నా, పల్లెటూరి ఇంటికి వెళ్ళి తల్లిని చూసివస్తానని అతననడంతో గుండెలో ముల్లు గుచ్చినట్టు అయింది.

"అయ్యో, నేనే ఇంకా పూరా తయారవలేదు" అంది. అప్పుడే కాసేపు ఆలోచించింది, 'నేను కోరుకున్నట్టే చేసే వీలు వుంది అన్నమాట' 'అబ్బే వద్దు, నువ్వన్నట్టే చెయ్యి. వెళ్ళి టిఫిన్ తింటూ వుండు. అనవసరమైన వస్తువుల్ని ఏరి పారేసి నేను వస్తాను" అని ఆమె దేన్నో అన్నుష్కా చేతులతో పట్టుకున్న మూటమీదికి గిరవాటేసింది.

ఆమె భోజనాల గదిలోకి వెళ్ళేటప్పటికి వ్రాన్స్కీ నాస్తా చేస్తున్నాడు.

“చెపితే నమ్మవు ఈ గదులు నాకు ఎంత వెలపరంగా కనిపిస్తున్నాయో” అని కాఫీ తాగడానికి అతని దగ్గర కూర్చుంటూ అంది. “ఈ Chambres garnies[1] కంటే ఘోరమైనవి ఉండవు. వీటికో ప్రత్యేకతా ఉండదు, ఆప్యాయకరమైనదీ వుండదు. ఈ గడియారాలు, తెరలు, ఇక ఆ వాల్ పేపరు– అబ్బ, చెప్పకు, రోత! వాజ్డ్ వీ జెన్స్కాయెలంటే నాకు స్వర్గమే అనిపిస్తుంది. నువ్వు గుర్రాల్ని ఇంకా పంపలేదా?”

“లేదు, మనం వెళ్ళాక వస్తాయి. ఏం ఎక్కడికేనా వెళ్ళాలా నువ్వు?”

“వెళ్ళి విల్సన్ని చూసి వద్దామనుకుంటున్నా. నా గౌన్లు కొన్ని యివ్వాలి. అయితే రేపు వెళ్ళిపోవడం ఖాయమేనా?” అని ఆమె ఉత్సాహంగా అడిగింది. కాని ఆమె ముఖం హఠాత్తుగా మారిపోయింది.

అప్పుడు వ్రాన్స్కీ నౌకరు పీటర్స్బర్గ్నుంచి వచ్చిన తంతివిషయమై అడగడానికి వచ్చాడు. వ్రాన్స్కీకి తంతి రావడంలో, వింతా, విశేషమూ ఏమీ లేదు. కాని అది తమ చదువుకునే గదిలో వుందని చెప్పడంతో తనతో మాట్లాడ్డానికి త్వరపడి ప్రసంగ విషయం మార్చడంలో ఏదో దాచాలన్న సూచన అతని గొంతుకలో అన్నాకి కనిపించింది.

“తప్పకుండా అన్ని పనులనీ రేపు పూర్తిచేస్తా.”

“టెలిగ్రామ్ ఎవరిచ్చారేమిటి?” అని ఆమె అతని మాటని పట్టించుకోకుండా అడిగింది.

“అబ్లాన్స్కీనుంచి” అని అతను అయిష్టంగానే బదులు చెప్పాడు.

“నాకెందుకు చూపించలేదు? నాకూ, వాడికీ మధ్య ఏం రహస్యాలున్నాయని?”

వ్రాన్స్కీ నౌకరుని వెనక్కి పిలిచి టెలిగ్రామ్ తీసుకురమ్మని చెప్పాడు.

“నీతో ఎందుకు చెప్పలేదంటే ఏముంది, ఏ విశేషమూ లేకుండా టెలిగ్రామ్లు ఇచ్చే పిచ్చి అబ్లాన్స్కీది. ఏ విషయమూ తేలనిదానికి టెలిగ్రామ్ ఎందుకు చెప్పు?”

అన్నా వణికే చేతులతో దాన్ని అందుకుంది. వ్రాన్స్కీ చెప్పిందే అందులో వుంది. ఆఖర్న కొసరు చేర్చి వుంది: “పని జరుగుతుందన్న నమ్మకం లేదు. కాని ప్రయత్నాలు చేస్తాను.”

“విడాకులు వచ్చినా రాకపోయినా నాకు ఒకటే అని నిన్న రాత్రి అన్నాను” అందామె సిగ్గుతో ఎర్రబడుతూ. “దీన్ని దాచిపెట్టే అవసరం లేదు” అంది. ‘ఈ రకంగానే తను ఆ ఆడమనిషి ఉత్తరాల్నీ నాకు చూపించకుండా దాచి వుంటాడు’ అనుకొంది.

“యాష్విన్ ఈ పొద్దుట వోయ్తొవ్తో జతకలిసి ఇక్కడికి వద్దామనుకుంటూ యాష్విన్ మొత్తం అంతా పెవ్త్సోవ్ దగ్గర్నుంచి, అతను ఇవ్వగలిగినదాన్నంతా గెలుచుకున్నట్టే వుంది. దగ్గర దగ్గర అరవై వేలు” అని వ్రాన్స్కీ అన్నాడు.

“ఏమిటి, నాకు చెప్పకుండా దాచిపెట్టాలన్నంత ముఖ్యమైన విషయం ఎందుకు అనుకున్నావు?” అని అన్నా అతను మాట మార్చాలని చూడడంతో తనకి చిరాకెత్తుతోందని చూపించడానికన్నట్టు చెప్పింది. “నే చెప్పనే చెప్పాను దీన్ని గురించి నేను ఆలోచించడం

[1] అద్దె యిళ్ళు (ఫ్రెంచి)

లేదనీ, నువ్వు కూడా దీని విషయంలో నాకు మల్లేనే అంత పట్టించుకోకుండా వుండాలనీ" అంది.

"నాకు చీకట్లో వుండకుండా విషయాలు స్పష్టం కావాలి, అందుకని నాకు పట్టింపు వుంది" అన్నాడు.

"బాహ్యా రూపం వల్ల కాదు, ప్రేమవల్ల అసలు స్పష్టత వస్తుంది" అంది. అతని మాటలకంటే కూడా అతను నిదానంగా ఆ మాటలని అన్న తీరుతో ఆమెకి కోపం ఎక్కువ వచ్చింది. "అది నీకు ఏం పట్టింది?" అంది.

'హారి భగవంతుడా! మళ్ళీ ప్రేమ గురించి చర్చిస్తోంది' అనుకున్నాడతను, ముఖం ముడతలు చేసుకుని.

"నీకు తెలుసా విడాకుల గురించి నేను ఎందుకు పట్టించుకుంటున్నానో! నీ కోసం, ఇంకా పుట్టబోయే నీ పిల్లల కోసం" అన్నాడు.

"పిల్లలు ఇంక పుట్టరు."

"చాలా విచారకరమైన విషయం" అన్నాడు వ్రాన్స్కీ.

"పిల్లల కోసం అంటున్నావు నువ్వు. కాని నా గురించి ఏమీ ఆలోచించడం లేదు" అని ఆమె అతను 'నీకోసం, పిల్లల కోసం' అన్నమాటలని పూర్తిగా మరిచిపోయేనా లేదా వాటి గురించి పట్టించుకోకుండానేనా అంది.

పిల్లలు పుట్టడం విషయం వాళ్ళిద్దరి మధ్యా చాలాకాలంగా వివాదకారణంగా వుంది. అది అన్నాకి మంట రేకిస్తుంది. పిల్లలు కావాలి అన్న అతని కోరిక అర్థం తన అందం గురించి అతను పట్టించుకోవడం లేదు అన్నమాట అని ఆమెకి అనిపించింది.

"అబ్బా! నీకోసం అని అన్నాను నేను. అన్నిటికంటే ఎక్కువగా నీకోసం" అని అతను ఏదో నొప్పి పెట్టినట్టుగా ముఖం పెట్టి ఆ మాటలు రెట్టించాడు. "ఏమంటే నీకు చిరాకులూ పరాకులూ ఎక్కువ అవడానికి కారణం నీ పరిస్థితి అసందిగ్ధంగా వుండడమేనని నాకు తెలుసు" అన్నాడు.

'అవును, ఇప్పుడు నటన మానేశాడు, నాపట్ల తన కఠోరమైన ఏవగింపుని స్పష్టంగా చూపిస్తున్నాడు' అని మనసులో అనుకొంది. అతని మాటలని వినకుండా, తనని నిష్ఠూరంగా కఠోర క్రూర ప్రాడ్వివాకుని కళ్ళతో చూస్తూ వున్న అతనికేసి భయాతుర అయి చూసి అనుకొంది.

"అదికాదు కారణం. నా చిరాకు అని నువ్వు అనేదానిక్కారణం నేను పూర్తిగా నీ వశంలో వుండడం ఎలా అవుతుందో నాకు అర్థం కావడం లేదు. అందులో ఉఏదన్నా అసందిగ్ధత వుందా? అందుకు విరుద్ధం" అంది అన్నా.

"నువ్వు అర్థం చేసుకోదలచుకోవడం లేదు. నా రాత, యేం చెయ్యను" అని తను చెప్పదలచుకున్నదాన్ని పూర్తిగా చెప్పాలనే పట్టుదలతో ఆమె మాటకి అడ్డం వెడుతూ అన్నాడు అతను. "నేను స్వతంత్రంగా వున్నానని నువ్వు వూహించుకోవడంలో అసందిగ్దత వుంది అంటున్నాను" అన్నాడు.

"ఆ విషయానికి సంబంధించి నువ్వు నిశ్చింతగా వుండవచ్చు" అని ఆమె ముఖం అటు తిప్పుకుని కాఫీ తాగడం మొదలుపెట్టింది.

ఆమె చిటికిన వేలుని చాచి కప్పుని యెత్తి నోటి దగ్గర పెట్టుకుంది. రెండు మూడు గుక్కలు తాగిన తర్వాత వ్రాన్స్కీకేసి చూసింది. అతని ముఖకవళికలని బట్టి తన చెయ్యి, తన హావభావాలు, పెదాలతో చేసే చప్పుడు సర్వం అతనికి ఏవగింపు కలిగిస్తున్నాయని ఆమెకి అనిపించింది.

"మీ అమ్మ ఏమనుకుంటూ వున్నా, ఎలా నీకు పెళ్ళి చెయ్యాలని అనుకుంటూ వున్నా నాకేం ఫరవాలేదు" అని వణికే చేత్తో కప్పు కింద పెడుతూ అంది.

"కాని మనం ఆ విషయాల గురించి మాట్లాడుకోవడంలేదు."

"లేకేం, ఆ విషయం గురించీ మాట్లాడుకుంటున్నాం. కాని ఓ విషయం చెప్తున్నా గుర్తుంచుకో, నాకు హృదయంలేని ఆడదంటే, ఆమె ముసల్ది కాని పడుచుదిగాని నీ తల్లిగానీ మరొకరు కాని నాకు ఏ ఆసక్తీ లేదు. అలాంటి మనిషితో నాకు ఏ సంబంధమూ లేదు" అంది.

"అన్నా, మా అమ్మ గురించి చులకనగా మాట్లాడవద్దని నిన్ను కోరుతున్నాను."

"తన కొడుకు సుఖసమ్మానాలు ఎందులో వున్నాయో తన హృదయంతో గ్రహించలేని ఆడమనిషికి హృదయం లేదు."

"ఇదుగో మళ్ళీ కోరుతున్నాను. నేను గౌరవించే మా అమ్మ గురించి చులకనగా మాట్లాడద్దు" అని అతను గొంతు పెంచి, ఆమెకేసి చురచుర చూస్తూ అన్నాడు.

ఆమె ఏమీ బదులు చెప్పలేదు. అతన్ని, అతని ముఖాన్ని చేతుల్ని తదేకంగా చూస్తూ ముందురోజు తమ ఇద్దరికీ మధ్య కుదిరిన సయోధ్యనీ అతను ఉద్రేకపూరితంగా లాలించడాన్నీ చిన్న చిన్న వివరాలతో సహా గుర్తు చేసుకుంది. 'సరిగ్గా ఇదేరకంగా వేరే ఆడవాళ్ళపట్ల లాలన చూపించి వుంటాడు, చూపించాలని అనుకునీ వుంటాడు. చూపిస్తాడు కూడా" అనుకొంది.

"మీ అమ్మ అంటే నీకు ప్రేమా గీమా ఏం లేదు. ఒట్టి మాటలు, మాటలు, మాటలు' అని అతనికేసి ద్వేషంతో చూస్తూ అంది.

"అలా అయితే మనం..."

"విషయం అమీతుమీ తేల్చేసుకోవాలి. నేను తేల్చేసుకున్నాను." అంది ఆమె. అని వెళ్ళబోయింది. ఆ సమయంలో యాష్విన్ గదిలోకి వచ్చాడు. ఆమె అతన్ని పలకరించి ఆగిపోయింది.

తన మనసులో సంవర్త ఝంఝ రేగుతూ వున్న ఆ క్షణంలో, దారుణ పరిణామాలు సంభవించే జీవిత పర్వత సానువులో తను నుంచున్న ఆ క్షణంలో ఒక పరాయి వ్యక్తి ఎదుట, కొంచెం హెచ్చు తగ్గుల్లో ఇవాళ కాకపోతే రేపేనా సర్వం తెలుసుకునే ఆ వ్యక్తి ఎదుట

యెందుకు బేడిజం పోయిందో అది ఆమెకి తెలీదు. కాని ఆ క్షణంలో తన హృదయాంతర్గత సంవర్త ఝంఝని అణచుకుని, కూర్చుండిపోయి అతనితో మాట్లాడ్డం మొదలుపెట్టింది.

"ఆc, ఏమిటి విశేషాలు? రావాల్సింది రాబట్టినట్టేనా?" అని యాష్విన్‌ని అడిగింది.

"విశేషాలు మామూలే. సొమ్మంతా చేతికి రాలేదు, బుధవారం నేను వెళ్ళిపోవాలి. మీరెప్పుడు వెడుతున్నారు?" అని యాష్విన్ కళ్ళు ముడిచి వ్రాన్‌స్కీకేసి చూస్తూ, వాళ్ళిద్దరికీ మధ్య పోట్లాట జరిగిందని గ్రహించినట్టు అడిగాడు.

"ఎల్లుండి అనుకుంటున్నాం" అన్నాడు వ్రాన్‌స్కీ.

"మీరు వెళ్ళిపోవాలని చాలా రోజులుగా అనుకుంటున్నారుగా."

"కాని ఇప్పుడు ఖాయం అయింది" అని అన్నా తిన్నగా వ్రాన్‌స్కీకేసి చూస్తూ అంది. ఇక సయోధ్య జరిగే అవకాశం కలలో కూడా లేదన్నట్టు వుంది ఆ చూపు.

"పాపం ఆ పెవ్‌త్సోవ్‌ని చూస్తే మీకు జాలిగా లేదూ?" అని యాష్విన్‌తో మాట సాగించింది.

"జాలి పుడుతుందా లేదా అని నేనెప్పుడూ ప్రశ్నించుకోలేదండీ. మన సంపదంతా ఇక్కడుంది" అని అతను పక్కజేబు తట్టి చూపిస్తూ అన్నాడు. "ఇప్పుడు నేను సంపన్నుణ్ణి. కాని ఇవాళ క్లబ్బుకి వెళితే అక్కణ్ణుంచి బికారిగా తిరిగి రావచ్చు. నాతో ఆడిన ప్రతివాడికీ నా చొక్కా విప్పించెయ్యాలనే, మరి నేనూ అలానే చెయ్యాలనుకుంటూ వుంటా. అంచేత ఇలా సాగుతూనే వుంటుంది, ఇదే మజా" అన్నాడు.

"కాని మీరు పెళ్ళయినవాళ్ళయితే మీ ఆవిడ ఏమనుకుంటుందంటారు?" అని అడిగింది అన్నా.

యాష్విన్ నవ్వాడు.

"అందుకనే మనం పెళ్ళి చేసుకోలేదండీ, ఇక చేసుకునే ఉద్దేశ్యమూ లేదు."

"కాని ఆ హెల్సింగ్ ఫర్స్?" అని వ్రాన్‌స్కీ మాట కలుపుతూ అన్నాకేసి చూసి అన్నాడు.

ఆమె చిరునవ్వు నవ్వుతోంది.

అన్నా అతని చూపు పసికట్టింది. వెంటనే ఆమె ముఖం జడంగా కటువుగా అయింది. 'ఏమీ మరుగున పడలేదు, అన్నీ అలానే వున్నాయి' అని చెపుతున్నట్టుంది ఆమె ముఖం.

'నిజంగా మీరెప్పుడైనా ప్రేమించారా?" అని ఆమె యాష్విన్‌ని అడిగింది.

"అయ్యోరామా! ఒకసారా! కాని సంగతి ఏమిటంటే ఎవరైనా జూదం దగ్గర కూర్చున్నా rendez-vous[1] సమయం కాగానే సర్వదా అక్కణ్ణుంచి లేచి వెళ్ళిపోగలుగుతారు. కాని మనం సాయంత్రం జూదం వేళ దాకానే ప్రేమ కలాపం సాగిస్తాం. మన వ్యవహారాల్ని అలా ఏర్పాటు చేసుకుంటున్నాం."

---

[1] ప్రియురాల్ని కలుసుకునే (ఫ్రెంచి)

"నేనలాటి వాటి గురించి మాట్లాడ్డం లేదు లెండి, కాని అసలైన ప్రేమ గురించి మాట్లాడుతున్నా" అంది. ఆమె హెల్సింగ్‌ఫర్స్ పేరు ప్రస్తావించాలనుకుంది, కాని వ్రాన్‌స్కీ వాడిన పదాన్ని రెట్టించడం ఇష్టం లేకపోయింది.

అప్పుడు వోయ్‌తోవ్ వచ్చాడు. అతను వ్రాన్‌స్కీ దగ్గర గుర్రం కొంటున్నాడు. అన్నా లేచి గదిలోనుంచి బయటికి వెళ్ళిపోయింది.

ఇంటినుంచి వెళ్ళేముందు వ్రాన్‌స్కీ ఆమె దగ్గరికి వెళ్ళాడు. తను బల్లమీద ఏదో వెతుకుతూ వున్నట్టు కనిపించాలనుకుంది. కాని తన నటనకి సిగ్గుపడి ఆమె జడంగా అతనికేసి వేరుగా చూసింది.

"ఏం కావాలి?" అని ఫ్రెంచిలో అడిగింది.

"గాంబేతా వంశవృక్ష కాగితం. నేను అతనికా గుర్రాన్ని అమ్మాను" అని అతను అన్నాడు. 'నాకు సంజాయిషీలు ఇచ్చుకునే వ్యవధి లేదు, అయినా వాటివల్ల ప్రయోజనమూ లేదు' అని మాటల్లోకంటే ఎక్కువ స్పష్టంగా చెప్తున్నట్టు వుంది అతని స్వరం.

'నా దోషం ఆవగింజంత లేదు' అని వ్రాన్‌స్కీ అనుకుంటూ వున్నాడు. 'ఒకవేళ తనని తను శిక్షించుకోదలచుకుంటే సరే tant pis pour elle[1] అనుకున్నాడు. కాని గదిలోనుంచి బయటికి వెళ్ళిపోయేటప్పుడు అన్నా ఏదో అందని అతనికి అనిపించింది. ఆమెపట్ల అతని హృదయంలో ఒక్కసారి సానుభూతి ఉబికింది.

"ఏదో చెపుతున్నావు అన్నా?" అని అడిగాడు.

"ఏమీ లేదు" అని ఆమె ముందటిలాగానే నిదానంగా జడంగా అంది.

'ఏమీ లేదూ! సరే tant pis' అని మళ్ళీ కటువుగా మారిపోతూ అనుకుని, తిరిగి వెళ్ళిపోయాడు. వెళ్ళిపోతూ వుండగా అతనికి అద్దంలో పాలిపోయిన అన్నా ముఖమూ, కంపించే పెదాలూ ఈషణ్మాత్రంగా కనిపించాయి. ఆగి వూరట కలిగించే మాట ఏదన్నా చెప్పాలన్న ప్రేరణ అతనికి కలిగింది. కాని ఏం చెప్పాల్సిందీ ఆలోచించుకొనే లోపలే అతనికాళ్ళు బయటికి దారి తీశాయి. రోజంతా అతను ఇంటికి రాకుండా ఎక్కడో వుండిపోయాడు. రాత్రి పొద్దుపోయాక తిరిగి ఇంటికి వచ్చాడు. అన్నాకి తలనొప్పిగా వుందనీ, అతన్ని తన దగ్గరికి రావద్దని చెప్పమందనీ పనిమనిషి వ్రాన్‌స్కీకి చెప్పింది.

26

ఇంతకుముందెన్నడూ ఇలా పోట్లాట తర్వాత సర్దుబాటు అవకుండా ఒక్కసారి కూడా రోజంతా గడవలేదు. ఇదే మొదటిసారి. ఇది పోట్లాట కాదు. అతని ప్రేమ పూర్తిగా చల్లబడినదన్న స్పష్టమైన స్వీకారం. లేకపోతే గుర్రం వంశవృక్షం కాగితం కోసం గదిలోకి వచ్చినప్పుడు తనవేపు అలా చూడడం ధర్మమేనా? తనవేపు చూశేడు; తన హృదయం ముక్కలు ముక్కలైపోతోందని గమనించాడు; తన పక్కనుంచి ఏం పట్టనట్టుగా, కసాయి వదనంలో

[1] అది ఆమెకే చెడ్డది (ఫ్రెంచి)

మాటాపలుకూ లేకుండా బయటికి వెళ్ళిపోతాడా? అతని ప్రేమ చల్లబడడమే కాదు, తనని ఏవగించుకుంటున్నాడు. ఏమంటే వేరే ఎవత్తెనో ప్రేమిస్తున్నాడు – అది స్పష్టం.

అతను అన్న పరుష వాక్యాలన్నిటీ గుర్తుచేసుకుంటూ అతను తప్పకుండా అనాలనుకుని వుంటాడన్న పదాలని అన్నా వూహించుకుంది. అలా వూహించుకోవడంతో మరింతగా కోపం పెరిగిపోయింది.

'నేను మిమ్మల్ని ఆపడం లేదు' అని వుండేవాడు. 'మీరు మీ ఇష్టం వొచ్చిన చోటికి పోవచ్చు. మీరు భర్త దగ్గర్నుంచి విడాకులు కోరకపోవడానికి బహుశా కారణం ఆయన దగ్గరికి తిరిగి వెళ్ళవచ్చునని కావచ్చు. మంచిది వెనక్కి తిరిగి వెళ్ళండి. ఒకవేళ మీకు డబ్బు అవసరం ఉంటే ఇస్తాను.

ఎన్ని రూబుళ్ళు కావాలి మీకు?'

అతను అంటాడని ఆమె కల్పించుకున్న మాటలలో గుండెలేని బండరాతి మనిషి మాట్లాడగలిగిన మాటలు అతను మాట్లాడాడు. అందుగ్గాను అతన్ని ఆమె క్షమించలేకపోయింది, అతను ఆ మాటలన్నీ నిజంగానే అన్నట్టు.

'కాని నిన్న అనగా నిన్న కదూ సత్యసంధుడు, నిజాయితీపరుడు అయిన ఈ మనిషి ఒట్టు పెట్టుకుని నన్ను ప్రేమిస్తున్నానని చెప్పింది? ఏం, ఇంతకు ముందు అనేకసార్లు నేను నిష్కారణంగా భగ్న హృదయురాల్ని అవలేదూ?' అని కొన్నిక్షణాల తర్వాత ఆమె తనకి తను అనుకొంది.

శ్రీమతి విల్సన్‌ని చూసి వచ్చిన రెండు గంటలు తప్పిస్తే ఆ రోజంతా అన్నా ఇదే ఊహలతో గడిపింది: సర్వం సమాప్తం అయినట్టేనా లేదా యింకా రాజీ కుదిరే ఆశ వుందా? తను వెంటనే వెళ్ళిపోవాలా లేదా మరోసారి అతన్ని చూడాలా? రోజంతా అతనికోసం ఎదురుచూసింది. సాయంత్రం తన గదికి వెళ్ళిపోతూ అతనితో తనకి తలనొప్పిగా వుందని చెప్పమని పనిమనిషితో అని మరో ఆలోచన చేసింది. 'పనిమనిషి చెప్పినా అతను నా దగ్గరికి వస్తే అతను నన్ను ప్రేమిస్తూ ఉన్నట్టు. లేనిపక్షంలో అంతా ముగిసిపోయినట్టు, అప్పుడు తీర్మానించుకుంటాను ఏం చెయ్యవలసిందీ..'

రాత్రి వ్రాన్‌స్కీ బగ్గీ గుమ్మం దగ్గరికి రావడం వింది. అతను గుమ్మం దగ్గరి గంట మోగించడం వింది. అతని అడుగుల చప్పుడు, అతను పనిమనిషితో మాట్లాడడం వింది. అతను పనిమనిషి చెప్పిన మాటలు నమ్మి, మరింత ఏమీ తెలుసుకో ప్రయత్నించకుండా తన గదికి వెళ్ళిపోయాడు. అంటే అంతా ముగిసిపోయిందన్నమాట.

వ్రాన్‌స్కీ మనసులో తనపట్ల ప్రేమని తిరిగి ఉద్దీపన చెయ్యడానికి, అతన్ని దండించడానికి, తన హృదయంలో తిష్ట వేసిన క్రోధపిశాచం వ్రాన్‌స్కీకి విరుద్ధంగా చేసే ఆ సంఘర్షణలో విజయం పొందడానికి ఏకమాత్రసాధనా రూపంలో మృత్యువుని ఆమె స్పష్టంగా, తీక్షణంగా కల్పన చేసుకొంది.

తాము వాజ్డ్ వీజెన్స్కాయ్ గ్రామానికి వెళ్ళినా వెళ్ళకపోయినా ఇప్పుడు ఒకటే, తనకి విడాకులు వచ్చినా రాకపోయినా ఒకటే, ఏ ప్రమేయమూ లేదు తనకి. ప్రమేయం వున్నదల్లా ఒక్కటే – తను పగ తీర్చుకోవాలి.

ఆమె మామూలుగా వేసుకునే మోతాదులో నల్లమందు తీసుకోబోతూ చనిపోవడానికి మొత్తం సీసా అంతా వేసేసుకోవడం చాలనుకొంది. అది చాలా తేలికగా సునాయాసంగా కనిపించి ఆమె మళ్ళీ అతను ఎలా యాతనపడేదీ, పశ్చాత్తాప్పడేదీ, అంతా మించిపోయాక తన స్మృతిని ఆరాధించేదీ సంతుష్టిగా వూహించుకుంది. ఆమె మంచంమీద కళ్ళు తెరుచుకుని వెల్లకిలా పడుకుంది. దాదాపు పూర్తిగా కాలిపోయిన కొవ్వొత్తి వెలుతురులో కప్పుమీద గచ్చు చేసిన నగిషీ పీఠంకేసీ సరంబీమీద పడే కొయ్యతెర నీడకేసీ చూస్తూ వుంది. తను లేకపోయాక, అతనికి తను ఒక స్మృతిగా మిగిలాక అతని హృదయవేదనలు ఎలా వుండేదీ కట్టెదుట కనిపించేటట్టు కల్పన చేసుకుంది. 'అలాంటి కసాయి మాటలు నేను ఎలా అన్నాను' అనుకుంటాడతను. 'ఆమెతో ఏ మాటా పలుకూ అనకుండా గదిలోనుంచి ఎలా వెళ్ళిపోగలిగాను? ఇప్పుడు ఆమె లేదు. శాశ్వతంగా నన్ను వదిలి వెళ్ళిపోయింది. ఆమె 'అక్కడ' వుంది...' వున్నట్టుండి కొయ్య తెర నీడ సరంబీమీద కదిలింది, మొత్తం నగిషీ పీఠం అంతా కమ్మింది, అన్నివేపులనుంచీ నీడలు లేచి కమ్ముకుంటూ వచ్చాయి. క్షణమాత్రం సేపు అవి వెనక్కి తగ్గాయి, వెనక్కి పరిగెత్తేయి, వొకదానితో వొకటి కలిశాయి. అంటే, మొత్తం అంతా ఛాయావృతమై అంధకార బంధురమైపోయింది. 'మృత్యువు!' అనుకొంది అన్నా. ఆమెని ఎంతటి ఘోరమైన భీతి ఆవహించిందంటే చాలాసేపటిదాకా తను ఎక్కడ వున్నదీ ఆమెకి అర్థంకాలేదు. కాలిపోయిన కొవ్వొత్తి బదులు కొత్తదాన్ని వెలిగించాలనుకుంది. వణికే చేతులతో చాలాసేపటిదాకా అగ్గిపెట్టె కోసం వెతకలేకపోయింది. 'ఉహుఁ, కాదు, బతికే వుండాలి! నేను అతన్ని ప్రేమిస్తున్నాను. తనూ నన్ను ప్రేమిస్తున్నాడు! ఇలాంటి మాటపట్టింపులు ఇంతకుముందూ వచ్చాయి, అవే పోతాయి' అనుకొంది ఆమె. జీవితం కేసి మళ్ళీ తిరిగివచ్చిన సంతోషంలో ఆనందాశ్రువులు చెక్కిళ్ళమీద జారడం ఆమెకి అనుభూతం అయింది. తన భయాలనుంచి తన్ను రక్షించుకోవడం కోసం ఆమె గబగబా వ్రాన్స్కీ గదిలోకి వెళ్ళింది.

వ్రాన్స్కీ గాఢంగా నిద్రపోతున్నాడు. ఆమె అతని దగ్గరికి వెళ్ళి కొవ్వొత్తి కాంతిలో అతని ముఖంకేసి చాలాసేపు చూస్తూ వుండిపోయింది. అతన్ని అక్కడ అలా పడుకుని వుండడం చూడగానే అతనిపట్ల ఆమె హృదయంలో ఎంత ప్రేమ పొంగిందంటే, అతన్ని చూస్తూ వుండగానే ఆమె ప్రేమాశ్రువుల్ని నిభాయించుకోలేకపోయింది. కాని అతను గనుక కళ్ళు తెరిస్తే తనే ఒప్పు అన్న ఆ జడ దృక్కుతో ఆమెని చూస్తాడు అని ఆమెకి తెలుసు. ఆమె తన ప్రేమ గురించి మాట్లాడకముందే అతను తప్పు అని ఆమె రుజువు చెయ్యాలి. అందుకని అతన్ని లేపకుండానే ఆమె తన గదిలోకి వెళ్ళిపోయింది. మరో మోతాదు నల్లమందు తీసుకున్నాక తెల్లవారకట్ల వేళకి అర్ధ సుషుప్తిలోకి జారింది, కాని ఆమె తెలివిడిమాత్రం పూర్తిగా పోలేదు.

తెల్లవారేముందు ఆమెకి ఆ భయంకరమైన పీడకల, వ్రాన్స్కీతో సంబంధం ఏర్పడకముందు కొన్నిసార్లు ఆ భయంకరమైన పీడకల వచ్చింది. ఆమెకి మెలకువా వచ్చింద. జీబురు గడ్డం వున్న ఓ ముసలి రైతు ఏదో ఇనప దానిమీద వంగి, ఫ్రెంచిలో అర్థం పర్థం

లేకుండా ఏదో గొణుక్కుంటూ ఏమిటేమిటో చేస్తున్నాడు. ఈ భయంకర పీడకలలో ఎప్పుడు జరిగేటట్టుగానే (ఇదే ఈ పీడకలని భయంకరం చేసేది) ఆ చిన్న రైతు ఆమె గురించి పిసరు కూడా పట్టించుకోకుండానే ఇనప ముక్కతో ఆమెమీద ఆ భయంకరమైన దాన్ని చేస్తున్నాడు. భయంతో ఆమెకి చెమటలు పట్టేశాయి. ఠక్కున లేచింది.

మెలకువ రాగానే పొగమంచులో నుంచి వచ్చినట్టుగా ముందటిరోజు జ్ఞాపకాలు ఆమెకి స్ఫురించాయి.

'ఊఁ అవును, పోట్లాట జరిగింది. అంతకుముందు కొన్నిసార్లు జరిగిన లాంటిది జరిగింది. నాకు తలనొప్పిగా వుందని అన్నాను. అతను నా గదికి రాలేదు. రేపు మేం వెళ్ళిపోతున్నాం. అతని దగ్గరికి వెళ్ళి ప్రయాణానికి తయారవమనాలి' అని తనలో తను అనుకొంది. అతను తన గదిలో వున్నాడని తెలిసి అతని దగ్గరికి వెళ్ళింది. డ్రాయింగ్ రూమ్‌లో నుంచి వెడుతూ వుంటే ఆమెకి గుమ్మం దగ్గర బండి ఆగిన చప్పుడు వినిపించింది. ఆమె కిటికీలోనుంచి బయటికి చూసింది. బండి కనిపించింది. వూదారంగు టోపీ పెట్టుకున్న ఓ పడుచు అమ్మాయి తల ఇవతలికి పెట్టి, గుమ్మం దగ్గర గంట మోగించే నౌకరుతో ఏదో చెప్తోంది. హాల్లో ఏవో మాటలు మాట్లాడుకున్నాక, ఎవరో మెట్లు ఎక్కి పైకి వెళ్ళారు. అప్పుడు అన్నాకి డ్రాయింగ్ రూమ్ దగ్గర్లో వ్రాన్‌స్కీ అడుగుల చప్పుడు వినిపించింది. అతను చురుగ్గా మెట్లు దిగి వెళ్ళాడు. అన్నా నుళ్ళీ కిటికీ దగ్గరికి వెళ్ళింది. అతను తలకి టోపీ లేకుండా మెట్లు దిగుతూ బండి దగ్గరికి వెడుతున్నాడు. ఊదారంగు టోపీ పెట్టుకున్న పడుచామె అతనికి ఓ పేకెట్ అందించింది. వ్రాన్‌స్కీ చిరునవ్వుతో ఆమెకి ఏదో చెప్పాడు. బండి వెళ్ళిపోయింది. వ్రాన్‌స్కీ చురుగ్గా అడుగులు వేస్తూ మెట్లు ఎక్కి తిరిగి వచ్చేడు.

అన్నా మనసుని కమ్మిన పొగమంచు హఠాత్తుగా విడిపోయింది. ముందటి రోజు స్మృతులు ఆమె వ్యథిత హృదయాన్ని మరింతగా పిండాయి. అంత జరిగాక అదే ఇంట్లో రోజంతా గడిపేటంతగా తనని తను ఎలా నీచపరుచుకుందో ఆమె ఊహకి అందలేదు. తన నిర్ణయాన్ని చెప్పేందుకు ఆమె అతని గదిలోకి వెళ్ళింది.

"ఆ వచ్చినవాళ్ళు ప్రిన్సెస్ సొరొకినా, ఆమె కూతురు. Maman పంపించిన సొమ్ము, కాగితాలు ఇవ్వడానికి వచ్చారు. నిన్న అవి నాకు అందలేదు. నీ తలనొప్పి ఎలా వుంది? తగ్గిందా?" అని అతను తొణక్కుండా మామూలుగానే అడిగాడు. ఆమె ముఖంమీద కనిపించే ముసురునీ, ముటముటనీ గమనించకుండా, అర్థం చేసుకోకుండా వుండాలనే కోరికతోనే అలా చెప్పాడు.

ఆమె ఏమీ మాట్లాడకుండా, తదేకంగా అతనికేసే చూస్తూ గది మధ్యలో నుంచుంది. అతను ఆమెకేసి చూసి, లిప్తకాలంపాటు కనుబొమలు ముడుచుకుని ఉత్తరం చదువుకుంటూ వుండిపోయాడు. ఆమె గిరుక్కున వెనక్కి తిరిగి మెల్లిగా గదిలోంచి బయటికి వెళ్ళిపోయింది. అతనామెని అప్పుడేనా వెనక్కి పిలిచి వుండేవాడే, కాని ఆమె గుమ్మం దగ్గరికి వెళ్ళేదాకా ఏమీ మాట్లాడకుండా వుండిపోయాడు. అతను కాగితాలు తిప్పే చప్పుడు తప్ప ఏమీ వినిపించలేదు.

"అఁ చూడు" అని వ్రాన్‌స్కీ ఆమె గడప దాటి వెళ్ళిపోయే సమయంలో అన్నాడు.

"మనం రేపు వెళ్ళిపోవడం ఖాయమే కదా?"

"మీరు వెళ్ళిపోతున్నారు, నేను కాదు" అని అతనివేపు తిరుగుతూ అంది ఆమె.

"అన్నా, ఇలా బతకడం అసాధ్యం..."

"మీరు వెళ్ళిపోతున్నారు నేను కాదు" అని ఆమె రెట్టించింది.

"ఇది భరించశక్యం కాకుండా పోతోంది"

"మీరు... మీరు ఇందుగ్గాను పశ్చాత్తాపపడతారు." అని, ఆమె గదిలోనుంచి బయటికి వెళ్ళిపోయింది.

ఆమె ఈ మాటలు అన్న నిరాశాపూరిత ధోరణి చూసి భయపడి వ్రాన్‌స్కీ ఒక్క ఉదుట్న లేచేడు. ఆమె వెనకాల పరిగెత్తి వెళ్ళి వుండేవాడే, కాని ఓ క్షణంసేపు పస్తాయించి పళ్ళు పటపట కొరుకుతూ, ముఖం ముడుచుకుని కూర్చుండిపోయాడు. అన్నా బెదిరింపు అతన్ని రెచ్చగొట్టింది. ఆమె బెదిరింపు చాలా నీచంగా కనిపించింది. 'నేను అన్ని ప్రయత్నాలూ చేసి చూశాను. ఇక మిగిలిందల్లా ఏం పట్టించుకోకుండా వదిలెయ్యడం' అనుకున్నాడు. తర్వాత అతను ఊళ్ళోకి వెళ్ళడానికీ, కాగితాలమీద సంతకాలు చేయించుకుందుకు తల్లి దగ్గరికి వెళ్ళడానికీ తయారుకావడం మొదలెట్టాడు.

చదువుకునే గదిలోనూ, భోజనాల గదిలోనూ అతని అడుగుల చప్పుడు అన్నా వింది. అతను డ్రాయింగు రూమ్ బయట ఆగాడు కాని ఆమె వున్న గదిలోకి వెళ్ళలేదు. తను లేకపోయినా బోయ్‌తొవ్ వస్తే గుర్రం తోలుకుపొమ్మని పురమాయింపు చేశాడు. తర్వాత బండిని తోలుకు రావడం, తలుపు తెరవడం, వ్రాన్‌స్కీ బయటికి వెళ్ళిపోవడం అన్నాకి వినిపించాయి. కాని మళ్ళీ అంతట్లోనే అతను హాల్లోకి వచ్చేడు. ఎవరో పరిగెత్తుకుంటూ మెట్లెక్కి పైకి వెళ్ళారు. ఆ మనిషి అతని నౌకరు. అతను గ్లవ్స్ మరిచిపోయాడు, అతని నౌకరు వెళ్ళి వాటిని తీసుకొచ్చాడు. ఆమె కిటికీ దగ్గరికి వెళ్ళింది. అతను కళ్ళు పైకి ఎత్తకుండా గ్లవ్స్ తీసుకుని, బండి తోలేవాణ్ణి వీపుమీద తట్టి ఏదో చెపుతూ వుండడం కనిపించింది. తర్వాత కిటికీకేసి కన్నెత్తి చూడకుండా కాలుమీద కాలు వేసుకుని తన మామూలు ధోరణిలో కూర్చున్నాడు. గ్లవ్స్ తొడుక్కుంటూ ఉంటే బండి మలుపు తిరిగి వెళ్ళిపోయింది.

27

'వెళ్ళిపోయాడు. సర్వం సమాప్తం' అని కిటికీ దగ్గర నుంచుని అన్నా అనుకొంది. వెంటనే, కొవ్వొత్తి ఆరిపోయినప్పుడు చీకట్లో ఆమెని పెనవేసుకున్న భయాలు, ఆ భయంకర స్వప్న విపన్నత ఒకదానితో ఒకటి మిళితం అయిపోయాయి. గజగజ వొణికించే ఘోర భీతి ఆమె హృదయాన్ని అదిమి పట్టుకుంది.

"వీల్లేదు, వీల్లేదు, అలా జరగడానికి వీల్లేదు" అని ఉచ్చైస్వరంతో అరిచి, గదిలోనుంచి బయటికి ఉరుకుతూ గట్టిగా గంట మోగించింది. వివిక్తంగా వుండడం మహత్తర భీతి కారకం అయి, నౌకరు వచ్చేలోపునే ఆమె అతనికేసి బయటికి పరిగెత్తింది.

"కౌంట్ ఎక్కడికి వెళ్ళారో తెలుసుకోండి" అని నౌకరుతో చెప్పింది.

వ్రాన్‌స్కీ అశ్వశాలకి వెళ్ళాడని నౌకరు చెప్పాడు.

"తమరు గనక ఎక్కడికేనా వెళ్ళాలనుకుంటే బండిని ఇప్పుడే తిరిగి వెనక్కి పంపిస్తారని తమతో చెప్పమని నాకు పురమాయించారు."

"బాగుంది, కాని ఆగండి. ఇప్పుడే ఓ చీటీ రాసిస్తాను, చీటీ తీసుకుని మిహాయిల్‌ని వెంటనే అక్కడికి పంపండి. వెంటనే" అని అన్నా కూర్చుని చీటీ రాసింది.

"తప్పు నాదే. ఇంటికి రా. మనం వివరాలు మాట్లాడుకుని తేల్చుకోవాలి. దేవుడిమీద ఒట్టు. రా, నాకు మహా భీతిగా వుంది."

అన్నా దాన్ని మూసి నౌకరుకి ఇచ్చి పంపింది.

ఒంటరిగా వుండడానికి భయం వేసి అతని వెనకాలే నడుస్తూ చంటి పిల్లల గది దగ్గరికి వెళ్ళింది.

'అరె, ఏమైంది? వాడు కాదే, వాడు కాదు. వాడి నీలంకళ్ళు, కమ్మని బెరుకైన చిరునవ్వు యేవి?' అని అన్నా మనసుకి మొదట అనిపించింది. చక్కని బుగ్గలు, ఎర్రటి చెక్కిళ్ళు, నల్లని ఉంగరాల జుట్టు వున్న కూతుర్ని చూసి అలా అనుకొంది. ఆమె మనసంతా గాసటబీసటగా వుండడంతో పిల్లల గదిలో సెర్యోష కనిపిస్తాడని అనుకొంది. వాడి బదులు ఆ పిల్ల కనిపించింది. ఆ పిల్ల బల్ల దగ్గర కూర్చుని ఆగకుండా, నీళ్ళ సీసా మూతతో జోరుగా కొడుతూ ఆడుకుంటూ వుంది. తల పైకి యెత్తి నల్లని ద్రాక్షపళ్ళలాంటి కళ్ళతో తల్లికేసి శూన్యంగా చూసింది. అన్నా తనకి ఒంట్లో శుభ్రంగా వుందనీ, మర్నాడు వూరికి వెళ్ళిపోతున్నామనీ ఇంగ్లీషు గవర్నెస్ అడిగినదానికి జవాబు చెప్పి పాప పక్కన కూర్చుంది. సీసా మూతని ఆమె ముందు తిప్పడం మొదలెట్టింది. కాని పాప జోరుగా గంట మోగించినట్టుగా నవ్వడం, కనుబొమలు పైకి ఎత్తడం అన్నాకి వ్రాన్‌స్కీని గుర్తు చేశాయి. దాంతో అన్నా గబగబా లేచి, ఉబికివచ్చే వెక్కిళ్ళని ఆపుకుంటూ బయటికి వెళ్ళిపోయింది. 'నిజంగా అంతా సమాప్తం అయిపోయినట్టేనా? ఉహూం, అలా జరగదు' అనుకొంది. 'వెనక్కి తిరిగి వస్తాడు. కాని ఆ చిరునవ్వుకీ సారొకినాతో మాట్లాడిన తర్వాత కలిగిన ఉత్సాహానికీ ఏం జవాబు చెప్తాడు? పోనీలే, ఏం చెప్పకపోయినా ఫరవాలేదు, అతన్ని నమ్ముతా, నమ్మకపోతే మిగిలిందల్లా ఒక్కటే నాకు – అయినా నేను దాన్ని కోరను' అనుకుంది.

గడియారం చూసింది. పన్నెండు నిమిషాలు గడిచాయి. "నా చీటీ అంది వుంటుంది, వెనక్కి వస్తూ వుంటాడు. ఎక్కువసేపు పట్టదు, పదినిముషాలు... ఒకవేళ అతను రాకపోతే? అబ్బెబ్బె, అలా జరగదు. కాని నేను ఏడుస్తూ వున్నట్టు అతనికి తెలియకూడదు నా కళ్ళని బట్టి. వెళ్ళి కడుక్కుంటాను. అరె, తల దువ్వుకోలేదా?' అనుకొంది. ఆమెకి గుర్తురాలేదు. చేత్తో తల తడిమి చూసుకుంది. 'ఆఁ, తల దువ్వుకున్నాను. కాని ఎప్పుడు దువ్వుకున్నానో గుర్తే రావడం లేదు.' చేత్తో తడుముకున్నా నమ్మకం కలగకపోవడంతో అద్దం దగ్గరికి వెళ్ళి నిజంగా తల దువ్వుకున్నదీ లేనిదీ చూసుకుంది. తల దువ్వే వుంది. అయినా ఎప్పుడు దువ్వుకున్నదీ ఆమెకి గుర్తు రాలేదు. 'ఎవరది?' అని వింతగా మిలమిల మెరిసే కళ్ళతో

భయభ్రాంతంగా అద్దంలో ప్రతిబింబిస్తూ వున్న వదనం కేసి తేరిచూసి అనుకొంది. 'నేనే!' అని వెంటనే ఆమెకి తట్టింది. ఆపాదమస్తకం తన ప్రతిబింబం చూసుకోగానే హఠాత్తుగా తన శరీరం మీద అతని చుంబనాలు ఆమెకి స్పర్శనీయం అయి వొక అనిర్వచనీయ పులకరింత నాడుల్లో దూసుకుపోయింది. ఆమె భుజాలు పైకి యెత్తి, చేతిని పెదాల దగ్గర అదుముకుని ముద్దుపెట్టుకుంది.

'ఏమిటిది? నాకు మతి భ్రమిస్తోందా?' అనుకొని పడుకునే గదిలోకి వెళ్ళింది. అన్నుష్కా ఆ గదిని తుడుస్తోంది.

"అన్నుష్కా" అని ఆమె ముందు నిలబడి, ఆమెకేసి చూస్తూ అంది. కాని తర్వాత ఏం చెప్పాలో బోధపడింది కాదు.

"మీరు దాలీగారి దగ్గరికి వెళ్ళాలనుకున్నారు" అని అన్నుష్కా ఆమె మనసులో మాట గ్రహించినట్టు అంది.

"దాలీగారి దగ్గరకా? అవును, వెడతాను."

'గుర్రాలశాల దగ్గరికి వెళ్ళడానికి పదిహేను నిముషాలు, రావడానికి పదిహేను నిముషాలు పడుతుంది. అతను తిరిగి వస్తూ వుంటాడు. ఏ క్షణంలోనేనా రావచ్చు' అనుకొంది. ఈ పాటికి అతను వెనక్కి తిరిగి వచ్చేయాలి. తను పొరపాటుగా గుణించుకుందేమో అనుకుని మళ్ళీ వ్రాన్‌స్కీ ఎప్పుడు వెళ్ళిందీ గుర్తుచేసుకుని నిముషాలు లెక్కపెట్టడం మొదలుపెట్టింది.

తన గడియారం సరిగా వుందో లేదో చూసుకుందుకు పెద్ద గడియారం దగ్గరికి వెళ్ళబోతూ కిటికీ దగ్గర్నుంచి తిరగ్గానే ఆమెకి బయట బండి చప్పుడు వినిపించింది. బండి వచ్చి ఆగింది. అతని బండి. కాని ఎవరూ మెట్లు ఎక్కి వస్తూ వున్న జాడ తెలియలేదు. కిందనుంచి ఆమెకి మాటలు వినిపించాయి. చీటీ యిచ్చి తను పంపిన మనిషి అతను. ఆ బండిలో తిరిగి వచ్చాడు. ఆమె అతని దగ్గరికి వెళ్ళింది.

"కౌంట్‌గారు దొరకలేదండి. ఆయన నిజెగొరోద్‌స్కయా స్టేషన్‌కేసి వెళ్ళిపోయారు."

"ఏం కావాలి నీకు, ఏం కావాలి?" అని ఉత్సాహంగా కనిపించే ఎర్రముఖం మిహయిల్‌ని అడిగింది, అతను ఆమె రాసిన చీటీని తిరిగి ఇస్తున్నప్పుడు.

'చీటీ అతనికి అందనేలేదు!' అని ఆమెకి గుర్తు వచ్చింది.

"ఇదే చీటీ తీసుకువెళ్ళి ఆయన తల్లిగారి ఇంటికి వెళ్ళి అందచెయ్యి. తెలుసుకదా ఇల్లు? వెంటనే ఏ కబురూ నాకు పట్రావాలి" అని అతనితో అంది.

'మరి నేనేం చెయ్యాలి?' అనుకొంది. ఆఁ, నిజమే, దాలీ దగ్గరికి వెళతాను. లేకపోతే బుర్రకి పిచ్చెక్కిపోతుంది. ఈ చీటీతో బాటుగా టెలిగ్రామ్ కూడా ఇస్తాను" అనుకొని ఈ తంతివార్త రాసింది:

"మీతో అత్యవసరంగా మాట్లాడాలి, వెంటనే రండి."

తంతి పంపాక ఆమె బట్టలు మార్చుకుందుకు లోపలికి వెళ్ళింది. ఆమె బట్టలు వేసుకుని, టోపీ కూడా పెట్టుకున్నాక లావుగా, నిదానంగా వున్న అన్నుష్కా కళ్ళలోకి చూసింది. అన్నుష్కా

దయార్ద్రపూరిత వెలిబూదిరంగు చిన్నకళ్ళల్లో సానుభూతి మిణుకుమనడం స్పష్టంగా కనిపించింది.

“అన్నుష్కా బుజ్జీ! యేం చెయ్యను నేను?” అని ఆమె వెక్కుతూ నిస్సహాయంగా కుర్చీలో కూలబడుతూ అంది.

“ఎందుకమ్మా అంత కళవిళపడిపోతారు? మధ్య మధ్య అలా జరుగుతూ వుంటుంది. ఒక్కసారి అలా తిరిగివస్తే అంతా సర్దుకుంటుంది” అని అన్నుష్కా అంది.

“అవును, వెడతాను” అని అన్నా సంభాళించుకుని లేస్తూ అంది. “నేను లేనప్పుడు ఏదన్నా టెలిగ్రామ్ వొస్తే దాలీగారింటి దగ్గరికి పంపించు... ఉహుఁ, వద్దులే, నేనే తిరిగి వచ్చేస్తాను” అంది.

‘అవును, నేనేమీ ఆలోచించకూడదు. ఏదో ఒకటి చెయ్యాలి నేను. అలా వెళ్ళాలి, అన్నిటికంటే ముఖ్యం ఈ ఇల్లు వదిలి వెళ్ళాలి’ అని గుండె దడదడ కొట్టుకునే చప్పుడు వింటూ అనుకొంది. గబగబా బయటికి వెళ్ళిపోయి బండి ఎక్కింది.

“ఎక్కడికి తోలుకెళ్ళమంటారమ్మా?” అని బండి ఎక్కే ముందు బండి తోలే ప్యోత్ర్ అడిగాడు.

“అబ్లాన్స్కీల ఇంటికి, జ్నామెంకా వీధికి.”

28

వాతావరణం బాగుంది. పొద్దుట పూట అంతా వాన కురుస్తూనే వుంది. అంతకుముందే ఆకాశం తేటపడింది. ఇళ్ళ కప్పులు, కాలిబాటమీద పరిచిన పెంకులు, రాస్తామీద పరిచిన ఇటుకలు, బండి చక్రాలు, తోలు, రాగి, ఇత్తడి పూతలు అన్నీ మే నెల ఎండలో మెరుస్తున్నాయి. ఆ మధ్యాహ్నం మూడయింది. రాస్తా మంచి రద్దీగా వుండే సమయం అది.

అన్నా సౌకర్యంగా వున్న బండిలో ఓ మూల కూర్చుంది. బూడిదరంగు గుర్రాలు చకచక లాగుతూ వుంటే బండి కమానుమీద అలసంగా వూగుతూ సాగుతోంది. బళ్ళ చక్రాల తిడిమి ఆడ్డూ ఆపూ లేకుండా చెవిన పడుతూనే వుంది. ఆరుబయట క్షణక్షణమూ మారిపోతూ వున్న ఆ దృశ్య నేపథ్యంలో అన్నా మళ్ళీ వొకసారి గడిచిన రోజుల ఘటనల మీదకి దృష్టి తిప్పింది. ఆమెకి తన స్థితి యింటి దగ్గర వున్నదానితో చూసుకుంటే భిన్నంగా కనిపించింది. యిప్పుడు మృత్యు ఆలోచనలు అంత భయంకరంగా, స్పష్టంగా రావడం లేదు. నిజానికి తన మృతి తప్పదు అన్న వూహే రావడం లేదు. అంత అవమానకరమైన పరిస్థితిలో పడినందుకు తనని తను తిట్టుకుంది. ‘నన్ను క్షమించమని అతన్ని వేడుకుంటున్నాను. అతని ముందు లొంగిపోయాను. తప్పు నాదే అని చెప్పి ఒప్పేసుకున్నాను. ఎందుకని? అతను లేకపోతే బతకలేనా?’ అనుకుంది. కాని ఈ ప్రశ్నకి జవాబు చెప్పుకోకుండానే వీధిలో వున్న సైన్ బోర్డులని చదవడం మొదలుపెట్టింది. ‘ఆఫీసు, గోడౌన్, దంత వైద్యుడు. ఆఁ, దాలీకి యావత్తూ చెప్పేస్తాను. ఆమెకి వ్రాన్స్కీ అంటే యిష్టం లేదు. నాకు సిగ్గురావచ్చు బాధ కలగచ్చు,

అయినా కూడా ఆమెకి మొత్తం చెప్పేస్తాను. ఆమెకి నేనంటే ఇష్టం. ఆమె సలహా అడుగుతాను. అతనికి పాదాక్రాంతంగాను. నేనేం చెయ్యాలో చెందాలో అతను నాకేం చెప్పక్కర్లేదు. ఫీలీపావ్ రొట్టెల దుకాణం. వీళ్ళు తమ పిండిని పీటర్స్‌బుర్గ్ పంపుతారట. మాస్కో నీళ్ళు ఎంత మంచివి! మితీష్చి నూతులు,* అట్లు కూడా.' చాలా చాలా ఏళ్ళ కితం ఆమెకి పదిహేడేళ్ళ వయసప్పుడు తన పిన్నితో కలిసి త్రోయిత్సా మఠానికి* వెళ్ళిన సందర్భం గుర్తు వచ్చింది. 'గుర్రం బగ్గీలోనే. నేనేనా ఆ పిల్లని! ఎర్రచేతుల దాన్ని? అప్పట్లో అందని అందాలుగా, మురిపించేవిగా కనిపించినవి ఎన్ని ఇప్పుడు పనికిమాలినవి అయిపోలేదు! అప్పట్లో వున్న ఎన్నో శాశ్వతంగా చెయ్యి జారిపోలేదు? ఇంత నీచంగా అవమానంగా భరించాల్సి వస్తుందని అప్పట్లో నమ్మి వుండేదాన్నా? నా చీటీ అందితే అతను యెంత గర్వంగా తృప్తిగా మీసం మెలివేసుకుంటాడు! కాని అదేమిటో చూపిస్తాను... అబ్బ, ఆ రంగు ఎంత వాసనగా వుంది! ఎందుకనో యెప్పుడూ ఇళ్ళు కడుతూనే వుంటారు, రంగులు పూస్తూనే వుంటారు? టోపీలు, గౌన్లు' అని చదివింది. ఒకాయన తలవంచి ఆమెకి వందనం చేశాడు. అతను ఆన్నుష్కా మొగుడు. 'మనమీద పడి తినే పరాన్న భుక్కులు' అని వ్రాన్‌స్కీ అన్న మాటలు ఆన్నాకి గుర్తు వచ్చాయి. 'మనమీద? 'మన' ఎందుకు? భయంకరమైన విషయం ఏమంటే గతాన్ని సమూలం పెకిలించెయ్యలేం. సమూలం పెకిలించెయ్యలేం, కాని ఆ జ్ఞాపకాల్ని మరుగు పరచగలం. నేను మరుగుపరుస్తాను.' అప్పుడామెకి కెరనిన్‌తో గడిపిన జీవితం, దాన్ని తను ఎలా స్మృతిపథం నుంచి మరుగున పడేసిందీ గుర్తువచ్చింది. 'నేను రెండో భర్తని కూడా వదిలిపెట్టేస్తున్నాననీ, అంచేత నేను సబబైన పని చెయ్యడంలేదనీ దాలీ అనుకుంటుంది. నేను సబబు అని చూపించాలను కుంటున్నట్టు అక్కడికి! నేనలా చెయ్యలేను' అని గొణుక్కుంది. ఆమెకి ఏడవాలనిపించింది. మరుక్షణంలోనే ఆమె ఆ ఆడపిల్లలు దేన్ని చూసి ముసిముసి నవ్వులు నవ్వుకుంటున్నారో అనుకొంది. 'ప్రేమ గురించేమో? పాపం, వాళ్ళకి తెలీదు ఇందులో ఎంత పీడ, అవమానం వున్నదనీ..... వృక్షపథం.... పిల్లలు. ముగ్గురు పిల్లలు గుర్రం ఆట ఆడుకుంటూ పరిగెత్తుతున్నారు. సెర్యోష! నేను సర్వం పోగొట్టుకుంటున్నాను. అతన్ని వెనక్కి తెచ్చుకోను. అవును. అతను వెనక్కి రాకపోతే సర్వం పోగొట్టుకుంటాను. బహుశా అతనికి రైలు అందలేదేమో! ఈ పాటికి వచ్చే వుంటాడు. అదిగో మళ్ళీ అవమానం కోరుకుంటున్నాను' అని తనలో తను అనుకొంది. 'దాలీ దగ్గరికి వెళ్ళి యావత్తూ చెప్పేస్తాను. నేను నిర్భాగ్యురాల్ని అనీ, నాకలా జరగాల్సిందేననీ, తప్పంతా నాదేననీ అయినా నిర్భాగ్యురాల్ననీ నన్ను ఆదుకొమ్మనీ చెప్పేస్తాను. ఈ గుర్రాలు, ఈ బగ్గీ – అబ్బ, ఈ బగ్గీలో నామీద నాకు ఎంత అసహ్యంగా వుంది! ప్రతీదీ అతనిదే. కాని ఇదే ఆఖరిసారి, ఇక మళ్ళీ వీటిమొహం చూడను.'

దాలీకి ఏం చెప్పాల్సిందీ వాటి గురించే ఆలోచించుకుంటూ, లోపల్లోపల ఇంకా ఇంకా కసి పెంచుకుంటూ అన్నా మెట్లు ఎక్కింది.

"చుట్టాలెవరన్నా వున్నారా? అని హాల్లో నౌకర్ని అడిగింది.

"లేవిన్‌గారి భార్య కిట్టీగారు వచ్చేశారు" అని నౌకరు చెప్పాడు.

‘కిట్టీ! వ్రాన్‌స్కీ ప్రేమించిన ఆ కిట్టీ!’ అనుకొంది అన్నా. ‘ఆమె, అతను ప్రేమగా గుర్తు తెచ్చుకునే ఆమే! ఆమెని పెళ్ళి చేసుకోలేకపోయానే అని విచారిస్తూ వుంటాడు. కాని నన్ను ఏవగింపుతో స్మరించుకుంటాడు, నాతో సంబంధం పెట్టుకున్నందుకు బాధపడుతూ వున్నాడు.”

అన్నా అక్కడికి వెళ్ళేటప్పటికి అక్క చెల్లెళ్ళిద్దరూ చంటిబిడ్డకి పాలు పట్టించడం గురించి మాట్లాడుకుంటున్నారు. తమ మాటలకి అంతరాయం కలిగించిన అన్నాని పలకరించడానికి దాలీ ఒక్కత్తే ఇవతలికి వచ్చింది.

“అయితే ఇంకా వెళ్ళలేదన్నమాట! నేనే నీ దగ్గరికి వద్దామనుకున్నా. మీ తమ్ముడి దగ్గర్నుంచి ఉత్తరం వచ్చింది.”

“మాకూ వచ్చింది టెలిగ్రామ్” అని కిట్టీ కనిపిస్తుందేమోనని చుట్టూతా చూస్తూ అంది అన్నా.

“కెరనిన్‌కి కావాల్సిందేమిటో తనకి అర్థం అవడం లేదనీ, కాని సమాధానం పట్రాకుండా రాననీ రాశారు.”

“ఎవరో చుట్టాలొచ్చేరనుకున్నాను మీ ఇంటికి. ఏదీ ఆ ఉత్తరం నేను చదవచ్చా?”

“కిట్టీ వచ్చింది” అని దాలీ ఇబ్బందిపడుతూ అంది. “చంటి పిల్లల గదిలో వుంది. ఆమెకి ఒంట్లో ఏం బాగా లేదు” అంది.

“విన్నానా ముక్క. ఏది ఆ ఉత్తరం?”

“తెస్తా. కెరనిన్ విడాకులు ఇవ్వనన్నాడనుకోకు. అదేం కాదు. మీ తమ్ముడికి విడాకులు సాధిస్తానన్న ఆశ వుంది” అని దాలీ గుమ్మం దగ్గర ఆగి అంది.

“నాకా ఆశ ఏం లేదు. కోరికా లేదు” అంది అన్నా.

“ఏమిటిది? నన్ను చూడ్డం తనకి నామర్దా అనుకుంటోందా కిట్టీ?’ అని ఒక్కత్తే వున్నప్పుడు అన్నా అనుకొంది. ‘బహుశా ఆమె అలా అనుకోవడం సబబేనేమో! కాని తను, వ్రాన్‌స్కీని ప్రేమించిన తను, అందుకు నన్నిలా అవమానించడం తగదు. ఒకవేళ సబబే అయినా, నా ప్రస్తుత పరిస్థితుల్లో పరువు మర్యాదలున్న ఏ ఆడదీ నన్ను పలకరించదని నాకు తెలుసు. ఓం ప్రథమం నుంచీ నాకు తెలుసు, నేనతని కోసం సర్వం కాలదన్నేను. మరి దాని ప్రతిఫలం ఇదీ, అతనంటే ఎంత అసహ్యం పుడుతోంది! ఇంతకీ నేనిక్కడికి ఎందుకొచ్చినట్టు? నా బుర్ర ఇంకా చెడిపోయింది, మరింత అవమానభారం నెత్తిమీద పడింది.’ ఆమెకి పక్క గదిలోనుంచి అక్క చెల్లెళ్ళ మాటలు వినవచ్చాయి. ‘ఇప్పుడు దాలీకి ఏం చెప్పను? నేను నిర్భాగ్యురాలిననీ, తన దయా, సానుభూతి కావాలి అనీ కిట్టీకి తెలియపరిచి ఆమెకా సంతోషం కలిగించనా? ఉహూం, వద్దు, దాలీ కూడా అర్థం చేసుకోలేదు. ఆమెకి చెప్పడానికీ నాకు ఏం లేదు. అవును, కిట్టీని కలుసుకుని నేను అందర్నీ, అన్నింటినీ అసహ్యించుకుంటున్నానని, నాకిప్పుడు ఏదేనా గానీ కాలిగోటితో సమానమనీ చూపించడం నాకు తృప్తిగా వుంటుంది.’

దాలీ ఉత్తరం తీసుకు వచ్చింది. అన్నా దాన్ని చదివి ఏం మాట్లాడకుండా తిరిగి ఇచ్చేసింది.

"నాకు తెలుసు అదంతా. నాకేం ఆశ లేదిందులో" అంది.

"అదేమిటి? అందుకు ప్రతిగా నాకు మాత్రం ఆశగానే వుంది" అని దాలీ అన్నాకేసి కుతూహలంగా చూస్తూ అంది. అంతకుముందెన్నడూ ఆమె అంత చిరాగ్గా వుండగా దాలీ చూళ్ళేదు. "ఎప్పుడు వెడుతున్నావు?" అని దాలీ అడిగింది.

అన్నా కళ్ళు మూడుచుకుని ఏ జవాబూ చెప్పకుండా శూన్యంలోకి చూస్తూ వుంది.

"కిట్టీ రాదేం? నాక్కనిపించకుండా దాంకుంటోందా ఏం?" అని గుమ్మం వేపు చూస్తూ సిగ్గుపడుతూ అన్నా అడిగింది.

"ఛ, ఛ, ఏమిటా మాట! పిల్లాడికి పాలిస్తోంది. సరిగా లేకపోతే చెప్పి వచ్చాను... చాలా సంబరపడింది, ఓ క్షణంలో వచ్చేస్తుంది" అని దాలీ అబద్ధాలు చెప్పే నేర్పులేకపోవడంవల్ల ఇబ్బందిపడుతూ అంది. "అదుగో, రానే వచ్చింది" అంది.

అన్నా వచ్చిందని తెలిసినా కిట్టీకి ఆమెని చూడడం ఇష్టం లేకపోయింది. కాని దాలీ అది తప్పని చెప్పి వొప్పించింది. మొత్తంమీద మనసు గట్టి చేసుకుని కిట్టీ ఇవతలకి ఊడిపడింది. సిగ్గుతో ఎర్రబడుతూ అన్నా దగ్గరికి వెళ్ళి చేతిని చాచింది.

"చాలా సంతోషం" అని కంపించే కంఠంతో అంది.

ఈ పాపిష్టి ఆడదానిపట్ల విద్వేషానికీ, ఆమెపట్ల జాలి చూపించాలన్న కోరికకీ మధ్య నలిగిపోతున్నట్టు కనిపించింది కిట్టీ. కాని అన్నా అందమైన, ప్రేమాస్పదమైన వదనం చూడగానే ఆమె విద్వేషం అంతా మటుమాయమైపోయింది.

"నన్ను కలుసుకోవడం మీకిష్టం వుండకపోయినా నాకు ఏమీ ఆశ్చర్యం కలిగేది కాదు. నేను అన్నిటికీ అలవాటుపడిపోయాను. మీకు ఒంట్లో బాగా లేదట? అవును, మీలో మార్పు వచ్చింది" అంది అన్నా.

అన్నా తనకేసి శత్రుత్వంతో చూస్తోందని కిట్టీకి అనిపించింది. దీనికి కారణం, ఒకప్పుడు తనని లాలనగా చూసిన అన్నా ఇప్పుడు అనుభవిస్తూ వున్న ఆటుపోటు పరిస్థితి అని కిట్టీకి అనిపించింది. అన్నాపట్ల ఆమెకి జాలి కలిగింది.

కిట్టీ ఆరోగ్యం గురించీ, చంటి పిల్లాడి గురించీ, అబ్లాన్‌స్కీ గురించీ వాళ్ళు మాట్లాడుకున్నారు. కాని అన్నాకి ఏ విషయం మీదా ఆసక్తిగా లేదని స్పష్టంగా తెలుస్తూనే వుంది.

"మీ దగ్గర సెలవు తీసుకుపోదామని వచ్చాను" అని అన్నా లేస్తూ అంది.

"ఎప్పుడు వెడుతున్నారు?"

కాని అన్నా ఈసారి కూడా జవాబు చెప్పలేదు. ఆమె కిట్టీకేసి తిరిగింది.

"మిమ్మల్ని చూసినందుకు చాలా సంతోషంగా వుంది" అని కిట్టీతో చిరునవ్వు నవ్వుతూ అంది అన్నా. "చాలామంది మీ గురించి చెప్పగా విన్నాను, మీ భర్త చెప్పగా కూడా. అతను నన్ను చూడ్డానికి వచ్చాడు. చాలా మంచివాడు" అని దుర్భావనతోనే జతచేసింది. "అతనేడీ?" అంది.

“ఊరికి వెళ్ళిపోయారు” అంది కిట్టీ మళ్ళీ సిగ్గుతో ఎర్రబడుతూ.

“అడిగానని చెప్పండి, మర్చిపోవద్దు.”

“మర్చిపోను” అని కిట్టీ అమాయకంగా రెట్టించింది, జాలిగా అన్నా కళ్ళల్లోకి చూస్తూ.

“ఊఁ మరి సెలవు దాలీ” అని దాలీని ముద్దుపెట్టుకుంటూ కిట్టీకి చెయ్యి అందిస్తూ చెప్పి అన్నా గబగబ అడుగులు వేస్తూ వెళ్ళిపోయింది.

“ఆమె ఏం మారలేదు, అందం ఏం తగ్గలేదు. ఎంత ముచ్చటగా వుందో!” అని కిట్టీ అక్క, తనూ వున్నప్పుడు అక్కతో అంది. “కాని ఏదో దయనీయంగా వుంది, చాలా దయనీయంగా” అంది.

“ఇవాళ తను మామూలుగా లేదు, హాల్లో ఆమెని సాగనంపేటప్పుడు చూస్తే భోరుమని ఏడుస్తుందేమోననిపించింది” అంది దాలీ.

29

అన్నా ఇంటినుంచి బయల్దేరినప్పుడు ఎంత హృదయభారంతో వుందో అంతకంటే ఎక్కువ హృదయభారంతో వచ్చి బండి ఎక్కింది. అంతకుముందున్న హృదయభారానికి కిట్టీ తనని బహిష్కృతురాలిగా చూసి తిరస్కారంగా ప్రవర్తించిందన్నది తోడై మరింత వ్యథ కలిగింది.

“ఎక్కడికెడదామమ్మా? ఇంటికా?’ అని ప్యోత్ర్ అడిగాడు.

“ఆఁ, ఇంటికే” అని తనెక్కడికి వెడుతుందో దాన్ని గురించి పట్టించుకోకుండా జవాబు చెప్పింది.

‘వాళ్ళు నన్నెలా చూశారు– ఎవరో భయంకరమైన, నిగూఢ, వింత వ్యక్తికేసి చూసినట్టు. ఊఁ, అతను అవతలివాడితో అంత ఉత్సాహంగా ఏం చెప్తున్నాడో?’ అనుకొంది దారిలో నడిచి వెడుతూ వున్న ఇద్దరికేసి చూసి. “ఒకరి మనోభావాన్ని ఒకళ్ళకి చెప్పడం సాధ్యమైనట్టు. నేను దాలీకి మనసులో మాట చెపుదామనుకున్నాను, మంచిదైంది చెప్పకపోవడం. నా మనస్తాపం ఆమెకియెంత పండగ చేసేదో! అలా అని పైకి తేలి వుండేది గాదు, కాని ముఖ్యంగా, తను అసూయపడే ఆ మోజులకీ, మజాలకీ నాకు దండన పడిందని లోపల మహా సంతోషపడి వుండేది. కిట్టీ ఇంకా ఎక్కువ పొంగిపోయేది. నేనామె మనసులో ఏం వుందో కనిపెట్టాను. తన భర్తపట్ల మామూలుగా వుండేదానికంటే ఎక్కువ అనుగ్రహపూర్వకంగా వున్నానని ఆమెకి తెలుసు. మరి ఆమె నేనంటే అసూయపడుతోంది, నన్ను అసహ్యించుకుంటోంది. పైగా నన్ను తిరస్కారంగా చూస్తోంది. తన దృష్టిలో నేనో నీతీ న్యాయం లేని మనిషిని. నేను నీతీగీతీ లేనిదాన్నయితే తన మొగుణ్ణి నా ప్రేమ వలలో పడేసుకుని వుండేదాన్ని... నేనలా తలుచుకుని వుంటే. ఆఁ, నేను తలుచుకున్నాను కూడా. చూడు, ఆ పెద్దమనిషి ఎంత తలకొవ్వి వున్నాడో’ అని ఆమె పక్కనుంచే బండిలో వెళ్ళిన లావాటి ఎర్రబుగ్గల మనిషిని చూసి అనుకొంది. అతను అన్నా తనకి తెలుసుననుకుని తళతళ మెరిసే టోపీ ఎత్తి తళతళ

మెరిసే బోడి బుర్ర కనిపించేటట్టు అభివాదం చేసి, వెంటనే తప్పయి పోయిందని నాలిక్కరుచుకున్నాడు. 'నన్ను ఎరుగుదునని అతను అనుకున్నాడు. పాపం, ఈ లోకంలో ఎవరేనా నన్నెంత ఎరుగుదురో తనూ అంతే ఎరుగును. నా మట్టుకు నేనే నన్నెరగను. ఫ్రెంచివాళ్ళు చెప్పినట్టు నా క్షుత్తు నాకు తెలుసు. చూడటు, ఆ పిల్లలకి ఆ పాటు ఐస్‌క్రీం తినాలనిపిస్తోంది, అ విషయం వాళ్ళకి కచ్చితంగా తెలుసు' అని అన్నా ఐస్‌క్రీం అమ్మేవాడిని పిల్లలు ఆపడం చూసి అనుకొంది. అతను ఐస్‌క్రీం డబ్బా నెత్తిమీద నుంచి ఎత్తి తువ్వాలుతో ముఖంమీద చెమట తుడుచుకున్నాడు. 'అందరం మిఠాయిలు, రుచిగా వుండే పదార్థాలు కావాలనుకుంటాం. చాకొలెట్లు కాకపోతే ఆ పాడు ఐస్‌క్రీం. కిట్టీ కూడా అంతే – వ్రాన్‌స్కీ కాకపోతే లేవిన్. మరి తను నన్ను చూసి ఈర్ష్యపడుతోంది. నన్ను అసహ్యించుకుంటోంది. మనందరం ఒకరినొకరు అసహ్యించుకుంటాం. నేను కిట్టీని అసహ్యించుకుంటాను. కిట్టీ నన్ను అసహ్యించుకుంటుంది. అదీ వున్న నిజం. త్యూత్కిన్ coiffeur. Je me fais coiffer par త్యూత్కిన్...[1] అతను ఇంటికి రాగానే ఈ విషయం చెప్పాలి' అనుకొంది చిరునవ్వు నవ్వుతూ. మరుక్షణంలోనే పరిహాసాలాడుకుందుకు తనకి ఎవరూ లేరు అని ఆమెకి గుర్తువచ్చింది. 'నిజానికి వేళాకోళాలు, కులాసా కబుర్లు చెప్పుకునే యిదీ లేదు. ప్రతీదీ వెలపరంగానే వుంది. సాయంకాలం ప్రార్థనకి గంటలు మోగుతున్నాయి. ఆ వర్తకుడు ఏం శ్రద్ధగా శిలువ గీసుకుంటున్నాడు!– ఏదో తన చేతిలోనుంచి జారిపోతుందని భయపడుతున్నట్టు. ఆ చర్చిలు, ఈ చర్చి గంటలు, ఈ నటనలు అన్నీ ఎందుకు? ఒకరికి వున్న అసహ్యాన్ని, అదుగో ఒకరినొకరు కుత్సితంగా తిట్టుకుంటూ వున్న బండివాళ్ళకి మాదిరీ వున్న అసహ్యాన్ని కమ్ముకుందుకు. తనతో జూదం ఆడేవాడి చొక్కా విప్పించెయ్యాలని తనూ, తన చొక్కా విప్పించెయ్యాలని అవతలివాడూ చూస్తూ వుంటామని యాష్విన్ చెప్పాడు. అసలు నిగ్గు అదీ!'

అన్నా తన పరిస్థితిని గురించి మరిచిపోయేటంతగా ఇలా ఆలోచనల్లో మునిగిపోయింది. బండి ఇంటి గుమ్మం దగ్గరికి వచ్చి ఆగింది. నౌకరు బండి దగ్గరికి వచ్చాక గాని, తను వ్రాన్‌స్కీకి చీటీని తంతినీ పంపిన సంగతి ఆమెకి గుర్తు రాలేదు.

"ఏమన్నా జవాబొచ్చిందా?" అని అడిగింది.

"చూస్తానుండండమ్మా" అని నౌకరు చెప్పి, హాల్లో వున్న బల్ల దగ్గరికి వెళ్ళాడు. అక్కడ చిన్న నలుచదరం లిఫాపా వుంది. అది టెలిగ్రామ్ కవర్. దాన్ని ఆమెకి అందించాడు. "రాత్రి పదిలోపున రాలేను, వ్రాన్‌స్కీ" అని అన్నా చదువుకుంది.

"చీటీ పట్టుకెళ్ళిన మనిషి వచ్చాడా?"

"రాలేదండమ్మా" అని నౌకరు జవాబు చెప్పాడు.

---

[1] త్యూత్కిన్, క్షురకుడు. నేను త్యూత్కిన్ దగ్గర కేశవిన్యాసం చేయించుకుంటా (ఫ్రెంచి)

'ఊc సంగతి ఇదే అయితే, నేనేం చెయ్యాల్సి వుందో అది నాకు తెలుసు' అనుకొంది ఆమె. లోపల్లోపల కోపం, కసీ పెరుగుతూ వుండగా ఆమె మేడపైకి పరిగెత్తి వెళ్ళింది. 'నేనే అతని దగ్గరికి వెడతాను. యిక తెగతెంపులు చేసుకొనేముందు అన్నీ చెప్పేస్తాను. ఈ మనిషిని అసహ్యించుకుంటున్నంతగా ఎవరినీ ఎన్నడూ అసహ్యించుకోలేదు' అనుకొంది. చిలక్కొయ్యమీద అతని టోపీ కనిపించింది. ఆమె ఘృణత్వంతో వణికిపోయింది. టెలిగ్రామ్ మీద టెలిగ్రామ్‌కి జవాబని, తన చీటీ అతనికి ఇంకా అందలేదనీ ఆమె గమనించలేదు. అతను తల్లితోనూ, ప్రిన్సెస్ సొరోకినాతోనూ తాయితీగా మాట్లాడుతూ వున్నట్టు, తన వ్యథావేదనలకి సంతోషపడుతూ వున్నట్టూ మనోనేత్రం ముందు కల్పించుకుంది. 'అవును, నేను గబగబా వెళ్ళాలి' అనుకొంది. ఎక్కడికీ, ఎందుకు వెళ్ళాలీ అనే విషయం తెలియకుండానే. ఈ భయంకరమైన ఇంట్లో తను అనుభవించిన వ్యథల నుంచి పారిపోవాలనే ఆమెకి తెలుసు. ఈ నౌకర్లు, ఈ గోడలు, ఈ కుర్చీలు బల్లలు మేజాలు– సర్వం ఆమెలో కోపాన్ని, ఏవగింపుని రెచ్చగొడుతూ వుండగా ఆమె వాటి భారం కింద నలిగిపోతోంది.

'రైల్వేస్టేషన్‌కి వెళ్ళాలి, అతను గనక స్టేషన్లో తటస్థపడకపోతే అక్కడికే వెళ్ళి కన్నం దొంగని కన్నంలోనే పట్టాలి' అనుకొంది. అన్నా పేపరు తీసుకుని రైళ్ళ వేళ ఏమిటో చూసింది. రాత్రి యెనిమిదీ రెండు నిముషాలకి ఓ రైలు వుంది. 'ఇంకా వ్యవధి వుంది.' బండి గుర్రాలు మార్చమని పురమాయించి, కొన్నిరోజులకి సరిపడా బట్టలు ప్రయాణం సంచీలో సర్దుకుంది. తను మళ్ళీ ఈ ఇంటికి తిరిగి రాదని ఆమెకి తెలుసు. రైల్వే స్టేషన్లో గాని కౌంటెస్ ఇంటి దగ్గర గాని ఏం జరిగినా ఆ తర్వాత తను నిజెగొరోద్‌స్కయా రైల్వేదారిలో తగిలే మొదటి పెద్ద బస్తీకి వెళ్ళి అక్కడ ఆగుతుంది అనుకొంది. మనసుకి తట్టిన అనేక అస్పష్ట ఆలోచనల్లో ఇదీ ఒకటి, దాన్ని ఆమె ఖాయపర్చుకుంది.

సాయంత్రం భోజనం వడ్డించారు. ఆమె బల్ల దగ్గరికి వెళ్ళి రొట్టెనీ, జున్నునీ వాసన చూసింది. భక్ష్య చోష్యాలన్నీ వెలపరం పుట్టిస్తున్నాయని తేలిపోయాక బండిని గుమ్మం దగ్గరికి తీసుకురమ్మని పురమాయించి బయటికి వెళ్ళిపోయింది. ఇంటి నీడ వీధి మొత్తం అడ్డంగా పడుతోందప్పటికే. సాయంత్రం తేటగా, వెచ్చగా వుంది. ఆమె వస్తువులు ఇవతలికి మోసుకు వచ్చిన ఆన్నుష్కా వాటిని బండిలో పెట్టిన ప్యోత్రో, ముటముటలాడుతూ వున్న బండి తోలేవాడు– అందరూ అన్నాకి అసహ్యంగా కనిపిస్తున్నారు. వాళ్ళు అనే ప్రతిమాటా వాళ్ళ ప్రతి కదలికా ఆమెకి చిర్రెత్తిస్తున్నాయి.

"ప్యోత్రో! నీ అవసరం లేదులే నాకు."

"టికెట్ ఎవరు కొనిపెడతారమ్మా?"

"సరే, నీ ఇష్టం, నాకెలాగైనా ఒకటే" అని తుంపేస్తున్నట్టు అంది.

ప్యోత్రో బండిమీదకి గెంతాడు. చేతులు కట్టుకుని, తోలేవాడితో రైల్వేస్టేషన్‌కి తోలుకుపొమ్మని చెప్పాడు.

30

'అదీ విషయం, మళ్ళీ అదే వచ్చింది. మళ్ళీ నాకు అన్నీ బోధపడుతున్నాయి' అని బండి అగలుబగలు ఊగుతూ రాస్తామీద పరిచిన రాళ్ళపైన తిడిమి చేస్తూపోతూ వుంటే అన్నా అనుకొంది. ఆమె మనసులో ఒకదాని తర్వాత ఒకటిగా ఊహలు ముసురుకొంటూ వచ్చేయి.

'ఆఁ, అన్నిటికంటే ఎక్కువ బాగా కనిపించిన ఆఖరి ఊహ ఏమిటబ్బా?' అని గుర్తుచేసుకో ప్రయత్నించింది. 'త్యూత్కిన్ coiffeur ఉహుఁ, కాదు, అది కాదు. ఆఁ, అదీ యాష్విన్ అన్న ముక్క – అస్తిత్వం కోసం సంఘర్షణ, ఘృణత్వం – ఇవే మనుషుల్ని బంధించి వుంచే విషయాలు. అయ్యో, వెళ్ళి ఏం లాభం నాయనలారా' అని పల్లెటూరికి సరదాగా గడపడానికి నాలుగు గుర్రాల బండిలో వెడుతూ వున్నట్టు కనిపిస్తూ వున్న మనుషుల్ని చూసి వాళ్ళని మనసులో సంబోధిస్తూ అనుకొంది. "మీతో కూడా తీసుకుపోతూ వున్న కుక్కవల్ల కూడా ఏం ఒరగదు. మీరు మీనుంచి దూరం పారిపోలేరు.' ప్యోత్రతో తల తిప్పినవేపు ఆమె చూపు మళ్ళించింది. చిత్తుగా తాగి వేలాడిపోతూ వున్న కార్మికుడొకడ్ని ఓ పోలీసు లాక్కుపోతున్నాడు. 'బహుశా వాడే చాలా బాగా వున్నట్టున్నాడు' అనుకొంది అన్నా. 'కౌంట్ వ్రాన్‌స్కీకీ నాకూ ఆనందయోగం లేకపోయింది మేం ఎన్నో ఎన్నో ఆశలు పెట్టుకున్నప్పటికీ.' అతనితో తన సంబంధాల మీద అన్ని కోణాల నుంచీ వెలుతురు ప్రసరింపచేస్తూ మొదటిసారిగా అన్నా తలపోసింది. ఇంతవరకూ తను ఊహల్లో అంతా విశదం అయ్యేట్టు వెలుతురు ప్రసరింప చెయ్యకుండా తప్పించుకున్న సంబంధాలని అలా వెలుతురు ప్రసరింపచేసి చూసింది. 'నాలో ఏం కాంక్షించేదతను? తన అహంభావ తృప్తి అయినంతగా ప్రేమని కాదు.' అతనితో సంబంధం ఏర్పడిన కొత్తలో అతనన్న మాటలని గుర్తు చేసుకుంది. అతని ముఖంలో కనిపించిన భావాల్ని గుర్తు చేసుకుంది. తోక ఆడిస్తూ వెంటబడే కుక్కని గుర్తు తెచ్చే ముఖం అది. ఇప్పుడు ప్రతీదీ దానికి రుజువుగా వుంది. 'అవును, అహంభావ తృప్తి అతనికి అన్నిటికంటే గొప్ప కలిగిస్తుంది. ప్రేమ లేకపోలేదు. కాని అన్నిటికంటే గొప్ప తను నెగ్గేనన్న గర్వం వల్ల వచ్చింది. నన్ను చూపించి తను బోర విరుచుకునేవాడు. సరే, ఇప్పుడంతా సమాప్తం అయిపోయింది. ఇక గర్వపడాల్సిందేమీ లేదు. గర్వపడాల్సిన విషయం కాదు, సిగ్గుతో తల వాల్చుకోవాల్సిన విషయం. నా దగ్గర్నుంచి తీసుకోగల అంతట్నీ తీసేసుకున్నాడు. ఇక నా అవసరం తీరిపోయింది. నేనంటే మొహం మొత్తింది. నన్ను మోసం చెయ్యకుండా వుండాలని ప్రయత్నిస్తున్నాడు. ఆ ముక్క నిన్న తేలనే తేలాడు కూడా – నాకు విడాకులు వస్తే, నన్ను పెళ్ళి చేసుకుని తెప్ప తగలేసుకుంటాడు. తనకి నేనంటే ప్రేమ వుంది – కాని ఎలాంటి ప్రేమ? The Zest is gone[1] ఆ మనిషి అందరికీ ఆశ్చర్యం కలిగించాలనుకుంటున్నాడు. మనసులో మహా తృప్తిగా వున్నాడు' అని అద్దె గుర్రం మీద స్వారీ చేసుకుపోతూ వున్న ఎర్రబుగ్గల షాప్ అసిస్టెంట్‌ని చూసి అనుకొంది. 'లేదు, అతనికి నాలో ఇప్పుడు సరదా కనిపించడం లేదు. నేనతన్ని వదిలిపెట్టి వెళ్ళిపోతే లోపల్లోపల సంతోషిస్తాడు' అనుకొంది.

---

[1] వేడి చల్లారిపోయింది (ఇంగ్లీషు)

ఇది ఒట్టి శంక మాత్రంగానే లేదు. జీవిత పరమార్థాన్నీ, మానవ సంబంధాలనీ విశదపరిచే ఆ తీక్షణ కాంతిలో ఈ విషయాన్ని అన్నా సర్వం స్పష్టంగా చూసింది.

'నా ప్రేమ మరింత ప్రబలం అవుతోంది. ప్రతిదాన్ని అపేక్షించేదిగా అవుతోంది. అతని ప్రేమ అంతకంతకీ తగ్గుతోంది. అదే మమ్మల్ని ఒకరినుంచి ఒకరిని దూరం చేస్తోంది' అనుకొంది. 'ఈ విషయానికి సంబంధించి చెయ్యగలిగిందీ ఏమీ లేదు. నాకు అతనే సర్వస్వం. తను మరింతగా నాకు అర్పితం కావాలని నా కోరిక. మరి తనేమో మరింతగా దూరం అయిపోవాలనుకుంటున్నాడు. ఇద్దరం కలిసేదాకా ఒకరి దగ్గరికి ఒకరు వచ్చాం. కలిసినదగ్గర్నుంచీ ఆగకుండా దూరం దూరంగా పోతూ వున్నాం. ఈ స్థితిని మార్చడం సంభవం కాదు. నేను పిచ్చి అసూయగా వుంటున్నానని అతనంటాడు. నేనే అంటున్నాగా నేను పిచ్చి అసూయగా వున్నానని, కాని అది నిజం కాదు. నేను అసూయగా లేను, అసంతృప్తిగా వున్నాను. కాని....' ఆమె మనసుకి అనుకోకుండా తట్టిన ఆలోచనతో ఆమె ఆందోళనపడిపోయింది, నోరు తెరిచి వూపిరి పీల్చుకుంది. బండిలో చోటు మార్చుకుంది. 'అతని ప్రేయసిని కాక, అతని లాలింపుల కోసం గాఢంగా తపించిపోయేదాన్నిగాక, మరేదన్నా అయి వుంటే! కాని నేను మరొకలా వుండలేను, వుండాలని కోరుకోనూ లేను. నా తపన అతనికి ఘృణకారకంగా వుంది, నాకు కోపకారకంగా వుంది. ఇలా కాక మరోలా వుండలేదు. నాకు తెలీదా అతను నన్ను మోసం చెయ్యడని, ప్రిన్సెస్ సొరోకినా మీద కన్ను వెయ్యలేదనీ, కిట్టీ పట్ల ప్రేమ లేదనీ, నాపట్ల అన్యాయంగా వుండడనీ? నాకు తెలుసు, కాని దానివల్ల నాకు ఏమీ మనశ్శాంతిగా ఉండడం లేదు. తను నన్ను ప్రేమించకుండా, ఏదో తప్పదు కాబట్టి నాపట్ల దయగా స్నేహపూరితంగా వుంటే, నేను దేనికోసం పరితపిస్తున్నానో దాన్ని ఇవ్వకపోతే – అది ఈ కోపంకంటే వెయ్యి రెట్లు అధ్వాన్నం! అది నరకం! వాస్తవానికి ఇప్పుడున్నది అదే. ఎంత కాలంగానో అతను నన్ను ప్రేమించడం లేదు. ప్రేమ లుప్తం అయినప్పుడు ద్వేషం పుడుతుంది. ఈ వీధులేమిటో నేనసలు గుర్తుపట్టనేలేను. ఈ మిట్టలు, ఈ ఇళ్ళు.... ఇళ్ళల్లో జనం... ఎంతమంది వున్నారో అంతే లేదు. మళ్ళీ అందరూ ఒకరికొకరు అసహ్యించుకుంటున్నారు. సరే, ఆనందంగా వుండడానికి ఏం కావాలో నాకు, దాన్ని గురించి చూస్తాను. అంటే? విడాకులు వచ్చాయీ అనుకుందాం, ఆయన సెర్యోష నాతో ఉండేందుకు ఒప్పుకుంటారు. నేను వ్రాన్‌స్కీని పెళ్ళి చేసుకుంటాను.' కెరనిన్ గుర్తురాగానే అసాధారణమైన సజీవత్వంతో వాస్తవానికి కెరనిన్ నీరస, నిర్జీవ, నిస్తేజ నేత్రాలతో, తెల్లని చేతులమీద పొంగరించిన నీలి రక్త నాళాలతో, కీచు కంఠంతో, కణుపులు విరుచుకుంటూ ఆమె ముందు ప్రత్యక్షం అయ్యాడు. తమ ఇద్దరి మధ్యా వుండిన అనుభూతిని, దేనికి కూడా ప్రేమ అనే సంజ్ఞని ఇవ్వడం వుందో దాన్ని, గుర్తు చేసుకోగానే ఆమెకి ఒంటిమీద తేళ్ళూ జెర్రులూ పాకినట్టు కంపరం కలిగింది. 'సరే విడాకులు వచ్చి వ్రాన్‌స్కీ ఇల్లాల్ని అవుతాననుకొందాం. కిట్టీ ఇకపైన నన్ను ఇవాళ చూసినట్టు చూడదా? అబ్బే, ఆమె అలానే చూస్తుంది. మరి సెర్యోష నా ఇద్దరు భర్తల గురించి అడగడూ? అనుకోడూ? వ్రాన్‌స్కీకి నాకూ మధ్య ఏ నూతన భావనని కల్పించగలను? ఆనందం రాకపోయినా, యాతనలు అంతం కావడమైనా

సాధ్యమేనా? లేదు, లేదు ముమ్మాటికీ లేదు!' అని ఆమె ఈషణ్మాత్రం కూడా అనుమానం లేకుండా తనలో అనుకొంది. 'అసంభవం! జీవితమే మమ్మల్ని చెరో వేపూ తరిమేస్తోంది. అతన్ని నిర్భాగ్యుణ్ణి చేస్తోంది, నన్ను నిర్భాగ్యురాల్ని చేస్తోంది. అతనుగాని నేనుగాని మారడం అసాధ్యం. అన్ని ప్రయత్నాలూ జరిగాయి, కీలు సడలిపోయింది. ఆఁ, బిడ్డతో ముష్టి మనిషి. తనపట్ల జాలి చూపిస్తాం అనుకుంటూ వుంది. ఒకరినొకరం అసహ్యించుకోవడానికి కాదూ ఒకరికొకరు యాతన కలిగించుకోవడానికి కాదూ విసిరిపడేసింది ఈ లోకంలోకి మన అందర్నీ. స్కూలు పిల్లలు కామోసు నవ్వుకుంటూ వస్తున్నారు. సెర్యోష?' ఆమెకి కొడుకు గుర్తు వచ్చాడు. 'వాడంటే నాకు ప్రేమ అని అనుకుంటూ వుండేదాన్ని, వాడిపట్ల ప్రేమతో ద్రవించిపోయేదాన్ని. కాని వాడు లేకుండానే బతికాను. వాడి ప్రేమని ఈ ప్రేమకి తాకట్టు పెట్టాను. కాని యీ కొత్త ప్రేమ తృప్తిని కలిగించినంత కాలం ఆ మార్పుని గురించి అయ్యో అని అనుకోను కూడా అనుకోలేదు.' ఆమె మళ్ళీ 'ఈ ప్రేమ' ని గురించి ఏవగింపుగా గుర్తు చేసుకొంది. తన జీవితాన్నీ, ఇతరుల జీవితాన్నీ ఏ స్పష్టతతో చూడగలుగుతోందో దాంతో ఆమెకి సంతోషం కలిగింది. 'అంతే, నాకు ప్యోత్రోకి, బండి తోలే ఫ్యోదొర్‌కి, ఆ వ్యాపారానికి, వోల్గా తీరం మీద బతికే జనాలందరికీ - వోల్గా తీరానికి వచ్చి స్థిరపడండని విజ్ఞప్తి నియంత్రిస్తోంది - అన్నిచోట్లా, ఎప్పుడూ ఇదే విషయం' అని నిజెగొరోద్‌స్కయా రైల్వే స్టేషన్ చిన్న భవనం దగ్గరికి చేరుతూ అనుకొంది. ఆమె సామాన్లు అందుకోవడానికి పోర్టర్లు పరిగెత్తుకుంటూ వచ్చారు.

"ఒబిరాలొవ్కదాకా టికెట్ తీసుకోమంటారా?" అని ప్యోత్రో అడిగాడు.

తను యెక్కడికి యెందుకు వెడుతూ వున్నదీ ఆమె పూర్తిగా మరిచేపోయింది. అతనంటున్నదేమిటో ఆమెకి కష్టంమీద బోధపడింది.

"ఆఁ" అంటూ డబ్బు వున్న పర్సు అతనికి అందించింది. అప్పుడు చిన్న ఎర్ర సంచీ తీసుకుని దిగింది.

ఆమె స్టేషన్లో వున్న జనం గుండా దారి చేసుకుని ఫస్ట్ క్లాస్ వెయిటింగ్ రూమ్‌లోకి వెడుతూ వుంటే తన పరిస్థితికి సంబంధించిన అన్ని వివరాలూ, తను ఆలోచన చేస్తూ వున్న అన్ని నిర్ణయాలూ ఆమె మనసుకి క్రమంగా తట్టాయి. గాయపడి భీకరంగా కంపిస్తూ వున్న ఆమె హృదయంలో ఒకసారి ఆశ, ఒకసారి నిరాశ పాతపుళ్ళమీద పూత పూస్తే, కారం చల్లుతూ వచ్చేయి. ఆమె పంచకోణంగా వున్న సోఫా మీద కూర్చుని లోపలికి, బయటికి వస్తూ పోతూ వున్న మనుషులకేసి చూస్తూ (ఇప్పుడు వాళ్ళందరూ ఆమెకి చెడ్డగా కనిపించారు) ఆమె తను స్టేషన్‌కి రావడం, అతనికి చీటీ రాయబోవడం, తను రాయబోతున్న విషయం యేమిటైందీ దాన్ని గురించీ అనుకుంటూ వుంది. అతను (తన బాధలేమిటైందీ అవగాహన లేకుండా) తల్లికి యేం పితూరీ చేస్తూ వున్నదీ, తను ఎలా గదిలోకి వెళ్ళేదీ అతనికి ఏం చెప్పబోయేదీ వూహించుకుంటూ వుంది. ఇంతలోకీ మళ్ళీ తన జీవితం ఇంక ఎలా సుఖపడబోయేదీ, అతనిపట్ల ప్రేమ, ఘృణత్వం ఎంత వేదనాభరితంగా వున్నదీ, తన గుండె యెంత భీకరంగా కొట్టుకుంటూ వున్నదీ వాటి గురించి ఆమె ఆలోచించింది.

31

స్టేషన్లో గంట మోగింది. అందవికారమైన పొగరుబోతు పడుచు వారు ఎవరో కొంతమంది పక్కనుంచి దూసుకుపోయారు. కాని అలా వెడుతూ వుంటే తమని చూసి అక్కడివాళ్ళు ఏమనుకుంటారో దానిపట్ల వాళ్ళకి శ్రద్ధ. దవాలా వేసుకుని బొత్తాల బూట్లు తొడుక్కున్న ప్యోత్ర్, – అతనిది జడంగా వుండే మొద్దు మొహం – వెయిటింగ్ రూమ్‌లోంచి బయటపడుతూ వున్న ఆమె దగ్గరికి వచ్చాడు ఆమెని రైలు పెట్టెదాకా తీసుకువెళ్ళేందుకు. ప్లాట్‌ఫాంమీద అన్నా ఆ గోల చేసే పడుచువాళ్ళని దాటి వెళ్ళేటప్పుడు వాళ్ళు గోల ఆపుచేసి కిమ్మన్నాస్తిగా వున్నారు. వాళ్ళల్లో ఒకడు పక్కవాడితో ఏదో గుసగుడలాడుతూ చెప్పాడు. వాడు ఏదో అశ్లీలమైన మాటే చెప్పి వుంటాడు. ఆమె యెత్తుగా వున్న మెట్లు ఎక్కి ఓ ఖాళీ పెట్టెలోకి వెళ్ళింది. వెళ్ళి ఓ మరకలైపోయిన స్ప్రింగ్ బెర్త్‌మీద కూర్చుంది. ఒకప్పుడు అది తెల్లగానే వుండి వుండేది. పెట్టెలో ఆమె ఒక్కత్తే వుంది. ఆమె సంచీ బెర్త్ స్ప్రింగుమీద పైకి లేచి పడింది. ప్లాట్‌ఫాం మీద నుంచే బుద్ధావతారంలా చిన్నగా నవ్వుతూ, బంగారు కుచ్చుతో వున్న టోపీ యెత్తి ప్యోత్ర్ కిటికీ అవతలి నుంచే ఆమెకి సెలవు చెపుతున్నాడు. పొగరు మోతు కోచ్ కండక్టరు టకామని తలుపు మూసేసి గడియవేశాడు. ఎత్తైన పిరుదు దిండ్ల గాగరా వేసుకున్న ఓ కురూపి ఆడమనిషీ (అన్నా తన మనోనేత్రం ముందు ఆమెని నగ్నంగా వూహించుకుని, ఆమె కురూపితనానికి స్తంభించిపోయింది) ఓ అమ్మాయీ తెచ్చిపెట్టుకున్న నవ్వు నవ్వుతూ కిటికీ పక్కనుంచి పరిగెత్తుతూ పోయారు.

"ఎకతెరీనా అంద్రేయెవ్నా దగ్గర, అన్నీ ఆమె దగ్గరే ఉన్నాయి, ma tantle[1]" అని ఆ అమ్మాయి అరిచింది.

'చూస్తే చిన్నపిల్లే అయినా బుద్ధి పాడైపోయింది, మహా కుటిలంగా తయారైంది' అనుకొంది అన్నా. ఎవర్నీ చూడకుండా వుండేందుకని ఆమె ఖాళీగా వున్న ఆ పెట్టెలో అవతలి వేపు కిటికీ దగ్గరికి గబగబా లేచి వెళ్ళింది. ఎవరో ముసలాడు ఆ కిటికీ పక్కనుంచి వెళ్ళాడు. అతను అందవికారంగా వున్నాడు. మురికిగా వున్నాడు. పని చేసేటప్పుడు పెట్టుకునే టోపీ పట్టుకున్నాడు. టోపీ కిందనుంచి అట్టకట్టిన జుట్టు ఇవతలికి కనిపిస్తోంది. పెట్టె చక్రాలకి ఏదో చెయ్యడానికని వంగాడు. 'ఆ అందవికారమైన మనిషి పరిచితమైనవాడులాగానే కనిపిస్తున్నాడు' అనుకొంది ఆన్నా. ఆమెకి పీడకల గుర్తు వొచ్చింది. భయంతో కంపించిపోతూ లేచి నుంచుని గుమ్మానికి దూసుకుపోయింది. సరిగ్గా అప్పుడే కండక్టరు ఎవరో దంపతుల్ని లోపలికి రానిచ్చేందుకు తలుపు తీశాడు.

"యేం, అవతలికి వెడతారా?"

అన్నా జవాబు చెప్పలేదు. ఆమె ముఖం మేలిముసుగుతో కప్పి వుండడం వల్ల కండక్టరుగాని, పెట్టెలోకి ఎక్కే దంపతులుగాని ఆమె ముఖంమీద కమ్ముకున్న భీతిని చూడలేకపోయారు. ఆమె తన చోట్లోకి వెళ్ళిపోయి కూర్చుంది. ఆ దంపతులు ఆమెకి ఎదురుగా

[1] పిన్నీ (ఫ్రెంచి)

వున్న చోటుల్లో సర్దుకున్నారు. పైకి తేలకుండా గుట్టుగానే కాని జాగ్రత్తగా ఆమె బట్టలని పరిశీలించారు. అన్నాకి భార్యా భర్తలిద్దరూ ఏవగింపుగా కనిపించారు. తను సిగరెట్ కాలుస్తే అభ్యంతరం లేదుకదా అని భర్త అన్నాని అడిగాడు. సిగరెట్ కాల్చడం కంటే ఎక్కువగా ఆమెతో మాట కదలేసేటందుకే అలా అడిగాడని స్పష్టం. అభ్యంతరం లేదన్నమీదట అతను భార్యతో ఫ్రెంచిలో మాట్లాడ్డం మొదలుపెట్టాడు. ఆ విషయాలు సిగరెట్ కాల్చడం కంటే అప్రస్తుతంగా వున్నాయి. వాళ్ళు అన్నా వింటుందనే ఉద్దేశంతోనే పనికిమాలినవాటన్నిటి గురించీ మాట్లాడుకున్నారు. వాళ్ళిద్దరికీ ఒకరంటే ఒకరికి యెంత వెలపరంగా వున్నదీ, ఒకరినొకరు ఎంత ఏవగించుకుంటూ ఉన్నదీ అన్నా స్పష్టంగా చూసింది. అలాంటి దరిద్రపుగొట్టు జీవుల్ని అసహ్యించుకోకుండా వుండడం అసంభవం.

రెండవ గంట మోగింది. వెంటనే సామాన్లు లాగే చప్పుడు, నవ్వులు, కేకలు వినవచ్చాయి. ఎవళ్ళకీ, ఏ కారణంగానూ నవ్వే పనిలేదని అన్నాకి స్పష్టంగా తెలుస్తూనే వుంది. అంచేత ఆమెకి ఆ నవ్వులు మంటగా వున్నాయి, ఎంత చిరాకు తెప్పించాయంటే ఆమెకి చెవులమీద చేతులు పెట్టి మూసుకుందామనిపించింది. ఆఖరికి మూడో గంట మోగింది. ఈల ఊదడం వినిపించింది. ఇంజన్ ఆవిరి కక్కింది. గొలుసులు చప్పుడు చేశాయి. అక్కడ కూచున్న దంపతుల్లో భర్త శిలువ గీసుకున్నాడు. 'అలా శిలువ గీసుకోవడంలో అతని ఉద్దేశం ఏమిటో అడగాలనిపిస్తోంది నాకు' అని అతనికేసి కొరకొర చూస్తూ అనుకొంది. కిటికీలోనుంచి బయటికి చూసింది. ప్రయాణీకులకు సెలవు చెపుతూ కిటికీ పక్క ప్లాట్‌ఫాం మీద వున్న వాళ్ళకేసి చూసింది, ముందటిలాగే వాళ్ళు దొర్లిపోతూ వున్నట్టుగా కనిపించారు. రైలు పాట్‌ఫాంనీ, ఓ రాతి గోడనీ, సిగ్నల్స్‌నీ, ఇతర రైళ్ళనీ దాటుకుంటూ జారిపోతూ వుంటే అన్నా కూర్చున్న పెట్టె రైలు పట్టాల జాయింట్లమీద టకటకా చప్పుడు చేస్తూ వెళ్ళింది. రైలు చక్రాల తిడిమి లయబద్ధంగా వుంది, కిటికీ అస్తమయ సూర్యుని ప్రకాశమాన కిరణాలలో ప్రతిఫలించింది. పిల్ల తెమ్మెరకి కిటికీ తెరలు వూగాయి. అన్నా రైలు కదలికతో వూగుతూ, తాజాగాలికి తెప్పరిల్లి పక్కన వున్న వాళ్ళ విషయం మర్చిపోయి మళ్ళీ తన ఆలోచనల్లో మునిగిపోయింది.

'ఆఁ, ఎక్కడ తెగిపోయింది నా ఊహ? ఆఁ, అవును, జీవితం వ్యధితంగా ఉండని స్థితిని ఊహించుకోవడం అసంభవం. జనం బాధలు పడడానికే పుట్టేరు. ఈ విషయం మనకి తెలుసు. అయినా మనల్ని మోసం చేసుకునే మార్గాలని అన్వేషిస్తూనే జీవితాలు గడిపేస్తాం. కాని సత్యాన్ని చూస్తే ఏం జరుగుతుంది?'

"మనిషికి అందుకనే బుద్ధిని ఇవ్వడం జరిగింది, ఏమంటే మనిషికి వ్యధ కలిగించే దాన్నుంచి విముక్తి పొందేందుకు" అని ఎదర కూర్చున్న ఆడమనిషి ఫ్రెంచిలో అంటోంది. ఆమె నాలిక కొన బయటికి పెట్టి అన్నమాట ఆమెకే సంతృప్తి కలిగించినట్టు స్పష్టంగా తెలుస్తూనే వుంది.

ఆమె ఆ మాటలు అన్నా ఆలోచనలకి జవాబుగా అన్నట్టు కనిపించింది.

'మనిషికి వ్యథ కలిగించేదాన్నుంచి విముక్తి పొందేందుకు' అని అన్నా రెట్టించుకుంది. ఆమె ఎర్రబుగ్గల మొగుడికేసీ, ఈనుపుల్లలా ఉన్న పెళ్ళాంకేసీ చూసింది. జబ్బుగా వున్నట్టు కనిపించే ఆ పెళ్ళాం తను ఏదో నిగూఢమైందన్నట్టు భావించుకుంటోందనీ, మొగుడు ఆమె అభిప్రాయం సరైందన్నట్టు ఆమెని మోసం చెయ్యడానికి దాన్ని వాడుకుంటున్నాడనీ అన్నా గ్రహించింది. అన్నా వాళ్ళమీద వెలుతురు ప్రసరింపచేస్తూ తను వాళ్ళ జీవితగాథని వాళ్ళ హృదయాల్లోని రహస్య స్థానాలని చూస్తున్నట్టు కనిపించింది. కాని ఆమెకి అందులో ఆసక్తికరమైంది ఏదీ వున్నట్టు తోచలేదు. అంచేత తన ఆలోచనలవేపు మళ్ళీ తిరిగింది.

'అవును, నేను చాలా వ్యథపడిపోతున్నాను. అందుకనే విముక్తి పొందే బుద్ధి నాకు వుంది. అంచేత విముక్తి పొందాలి. చూసేందుకు ఏమీ లేనప్పుడు, ప్రతీదీ ఏవగింపుగా వున్నప్పుడు ఈ కొవ్వొత్తిని ఎందుకు ఆర్పెయ్యకూడదు? కాని ఎలా? కండక్టరు అలా కారిడర్‌లో పరిగెత్తి వెళ్ళాడెందుకో? ఆ పెట్టెలో ఆ పడుచువాళ్ళు ఎందుకు అలా అరుచుకుంటున్నారు? వాళ్ళు ఎందుకు మాట్లాడుకుంటున్నారు? ఎందుకు నవ్వుతున్నారు? ఏదీ నిజం కాదు, అంతా అబద్ధం, అంతా మోసం, అంతా చెడు.'

రైలు తను వెళ్ళాల్సిన స్టేషన్ చేరి ఆగింది. అన్నా మిగిలిన ప్రయాణీకులతో బాటుగా దిగింది. కుష్ఠురోగుల నుంచి దూరం పోయినట్టుగా వాళ్ళనుంచి తప్పుకుంటూ, ఎందుకు తను అక్కడికి వచ్చిందో, ఏ ఉద్దేశ్యంతో వచ్చిందో గుర్తు చేసుకో ప్రయత్నిస్తున్నట్టు ప్లాట్‌ఫాం మీద నుంచుంది. ముందు సాధ్యంగా కనిపించినవన్నీ ఇప్పుడు బోధపర్చుకోవడం మహా కష్టమైపోయినట్టు కనిపించాయి. ముఖ్యంగా ఏహ్యకరమైన జన సమూహంలో అలా కనిపించాయి. ఈ జనం ఆమెని మనశ్శాంతిగా వుండ నివ్వదలచుకున్నట్టు లేరు. మూటలు వుంటే తెస్తామంటూ ఓసారి కూలీలు వచ్చి పోతున్నారు. మరుక్షణంలో కొంతమంది పడుచువాళ్ళు ప్లాట్‌ఫాం కొయ్య పలకల నేలమీద బరువైన బూట్లతో ధనధన చప్పుడు చేస్తూ, బిగ్గరగా మాట్లాడుతూ ఆమెని నఖశిఖ పర్యంతరం చూస్తూ పక్కనుంచి పోతున్నారు. లేకపోతే ఎదరనుంచి వచ్చే జనం ఆమెకి చిరాకు కలిగేటట్టు దగ్గరకంటా వచ్చి అటూ ఇటూ పక్కలకి పోతున్నారు. తన చీటీకి జవాబు గనక రాకపోతే ఇంకా ముందుకు పోదామనుకున్న విషయం గుర్తువచ్చి ఆమె ఓ కూలీని ఆపింది. కౌంట్ వ్రాన్‌స్కీకి ఉత్తరం పట్టుకువెళ్ళే బండివాడెవరన్నా అక్కడ వున్నారా అని అడిగింది.

"కౌంట్ వ్రాన్‌స్కీ? వ్రాన్‌స్కీ గారి బండి ఇందాకనే ఇక్కడ వుంది. ప్రిన్సెస్ సొరోకినాగారినీ, ఆమె కూతురుగార్నీ కలుసుకుందుకు వచ్చింది. బండివాడు ఎలా ఉంటాడు?"

ఆమె కూలితో మాట్లాడుతూ వుండగా బండితోలే మిహయిల్ ఆమె దగ్గరికి వచ్చాడు. అతని ముఖం యెర్రగా హుషారుగా వుంది. అతను చక్కని నీలం కోటు తొడుక్కున్నాడు. గడియారం గొలుసు ఛాతీలోకి దోపుకున్నాడు. తన పనిని దివ్యంగా పరిపూర్తిచేశానన్న గర్వంతో అతను ఛాతీ విరుచుకుంటున్నట్టు స్పష్టంగా కనిపిస్తోంది. అతను ఆమెకి ఏదో చీటీని అందచేశాడు. ఆమె కవరుని చింపింది. ఇంకా చదవకముందే ఆమె గుండె జారిపోయింది.

"చాలా విచారంగా వుంది నాకు, నీ చీటీ అందలేదు. పదిగంటలకి ఇంటికి వస్తాను" అని వ్రాన్‌స్కీ నిర్లక్ష్యంగా గిలికాడు.

'అదీ విషయం. నేనలానే అనుకున్నాను' అని ఆమె కసిగా మందహాసం చేస్తూ అనుకొంది.

"సరే మంచిది, సువ్వు ఇంటికి వెళ్ళు" అని మిహయీల్‌తో మెల్లిగా చెప్పింది. ఆమె గుండె దడదడ కొట్టుకుంటూ వుండడం వల్ల ఊపిరి పీల్చుకోవడం కష్టమై మెల్లిగా చెప్పింది. 'లేదు, నన్నిలా బాధాతప్తం చెయ్యనివ్వను నిన్ను' అని ఆమె అతనితోగాని తనతోగాని కాకుండా, తనని యాతన పెడుతూ వున్న ఆ శక్తిని ఉద్దేశించి చెపుతున్నట్టు ధిక్కారంగా అనుకొంది. అనుకొని స్టేషన్ భవనం దాటి ప్లాట్‌ఫాం మీదకి వెళ్ళిపోయింది.

ప్లాట్‌ఫాంమీదకి వస్తూ పోతూ వున్న యిద్దరు ఆడ పనిమనుషులు ఆమె బట్టలు చూసి గట్టిగా పైకే మాట్లాడుకున్నారు. "అసలైంది" అని ఆమె వేసుకున్న గౌను లేసు చూసి అన్నారు. ఆ పడుచువాళ్ళు ఆమెని మనశ్శాంతిగా వుండనివ్వలేదు. వాళ్ళు ఆమె ముఖంలోకి తేరిచూసి నవ్వుతూ, తెచ్చి పెట్టుకున్న ఉత్సాహంతో ఏదో అరుస్తూ ఆమె పక్కనే తిరిగారు. స్టేషన్ మాస్టరు ఆమె పక్కనుంచి వెడుతూ ఆమె ఆ రైల్లో ఇంకా ఎదరకి ప్రయాణం చేస్తోందా అని అడిగాడు. క్వాస్ పానీయం అమ్మే కుర్రాడొకడు ఆమె మీద నుంచి దృష్టి మళ్ళించుకోలేకపోయేడు. 'భగవాన్! యెక్కడికి వెళ్ళను నేను?' అని ఆమె ప్లాట్‌ఫాం చివరికంటా వెడుతూ అనుకొంది. ప్లాట్‌ఫాం చివరికంటా చేరాక ఆగింది. కళ్ళజోడు పెట్టుకున్న ఎవరో పెద్దమనిషిని కలుసుకోవడానికి వచ్చిన కొంతమంది ఆడవాళ్ళూ, పిల్లలూ ఉత్సాహంగా నవ్వుకుంటూ వున్నారు. ఆమె వాళ్ళ దగ్గరికి వెళ్ళగానే వాళ్ళు మాటలు, నవ్వులు ఆపి ఆమెకేసి తేరి చూశారు. అన్నా నడక వేగం పెంచి ప్లాట్‌ఫాం మీద ఓ పక్కకి దూరం వెళ్ళిపోయింది. ఓ గూడ్స్ రైలు వస్తోంది. ప్లాట్‌ఫాం దడదడ అదిరింది. తను ఆ రైల్లో మళ్ళీ వెడుతున్నానేమోనని అన్నాకి అనిపించింది.

తను మొట్టమొదటిసారి వ్రాన్‌స్కీని కలుసుకున్నప్పుడు రైలుకింద మనిషి పడడం హఠాత్తుగా ఆమెకి గుర్తువచ్చింది. దాంతో తను ఏం చెయ్యాల్సిందీ ఆమెకి అర్థమైంది. పంప్‌హౌస్ నుంచి రైల్వే లైను వేపు వెళ్ళే మెట్ల మీద గబగబా దిగి ఆమె అటు వెళ్ళే రైలు బండి పక్కన నిలబడింది. పెట్టెల కింది భాగాల్నీ, సీలల్నీ, గొలుసుల్నీ పట్టాలమీద మెల్లిగా సాగిపోతూ వున్న మొదటి పెట్టె పెద్ద చక్రాల్నీ చూసింది. పెట్టె యెదర చక్రాలకీ వెనక చక్రాలకీ మధ్యభాగం గురించీ, తనకి యెదురుగ్గా అది వచ్చే క్షణం గురించీ కంటిచూపుతోనే అంచనా వేసింది.

'అక్కడికి!' అని స్లీపర్ల మధ్య వున్న ఇసిక, బొగ్గు మిశ్రమం మీద పడిన పెట్టె నీడని చూస్తూ అనుకొంది. 'అదీ అక్కడ, సరిగ్గా మధ్యలో, నేను అతన్ని శిక్షిస్తాను, అందరినుంచీ, నా నుంచీ విముక్తి పొందుతాను.'

మొదటి పెట్టె మధ్యభాగం తన యెదరకి రాగానే కిందపడి పోదామనుకొంది. కాని చేతిలో వున్న యెర్రసంచీ తీసేసే లోపల ఆలస్యమైపోయింది. అది ముందుకు వెళ్ళిపోయింది.

రెండో పెట్టె రావడం కోసం చూడాల్సి వచ్చింది. చన్నీళ్ళల్లో స్నానానికి మొదటిసారి దూకేముందు ఎలా వుంటుందో అలా ఆమెకి అనిపించింది. ఆమె తనపైన శిలువ గుర్తు గీసుకుంది. శిలువ గీసుకునే ఈ చిరపరిచిత సంకేతం ఆమెలో బాల్య కౌమార గత స్మృతుల్ని ఉద్భూతం చేసింది. హఠాత్తుగా తన జీవితంలో అన్నిట్నీ ఆవరించిన అంధకారం పటాపంచలైపోయింది. గడిచిపోయిన మధుర ఘటనలతో క్షణకాలంపాటు జీవితం తేజోవంతం అయి ఆమెకి సాక్షీభూతంగా నిలిచింది. కాని దగ్గరికి వచ్చేస్తూ వున్న రెండవ పెట్టె చక్రాలమీద నుంచి ఆమె చూపు తప్పించుకోలేదు. సరిగ్గా పెట్టె మధ్యభాగం ఎదరికి రాగానే ఆమె ఎర్ర సంచీని విసిరేసింది. భుజాల కిందికి తల వంచి చేతులమీద ఆనుకుని పెట్టె కింద పడింది. వెంటనే చురుగ్గా కదిలి అప్పుడే లేవబోతూ వున్నట్టుగా, మోకాళ్ళమీద లేచింది. తక్షణం తను ఏం చేస్తోందో స్ఫురణకి వచ్చి భయభ్రాంత అయిపోయింది. 'నేను ఎక్కడున్నాను? ఏం చేస్తున్నాను? దేనికోసం?' అనుకొని లేవబోయింది. వెనక్కి వాలిపోబోయింది. కాని మహా భారమైనదేదో, అనివార్యమైనదేదో ఆమె శిరస్సుని మోది, ఆమె వీపుని లాగి ఈడ్చుకుపోయింది. 'ప్రభూ, నన్ను క్షమించు' అని, పెనుగులాటకి అశక్తురాలినని తనకి తానుగా గ్రహించి, అనుకొంది. ఓ ముసలాడు తనలో తను ఏదో గొణుక్కుంటూ యినప ముక్కతో ఏదో చేస్తున్నాడు. వ్యథలు, మోసం, విచారం, దౌష్ట్యం నిండిన పుస్తకాన్ని తను ఏ కొవ్వొత్తి వెలుతుర్లో చదువుతోందో ఆ కొవ్వొత్తి నుంచి ఒక అపూర్వ మహాప్రభ అంతవరకూ తమోరాశి కమ్మిన సర్వాన్నీ తేజోవంతం చేస్తూ ప్రసరించింది. తర్వాత అది మిణుకు మిణుకు మంటూ క్షీణించి శాశ్వతంగా ఆరిపోయింది.

యెనిమిదవ భాగం

1

దగ్గర దగ్గర రెండు నెలలు గడిచిపోయాయి. ఎండ పేల్చేసే వేసవి సగం గడిచిపోయింది. అయినా ఇప్పుడే కోజ్నిషెవ్ మాస్కో నుంచి సెలవులకి వెళ్ళడానికి ఏర్పాట్లు చేసుకుంటున్నాడు.

ఈ మధ్యకాలంలో అతని జీవితంలో కొన్ని ముఖ్య సంఘటనలు జరిగాయి. ఏడాది క్రితం అతను ఆరేళ్ళ శ్రమ ఫలితం అయిన 'యూరప్, రష్యాలలో పాలనా రూపాల సింహావలోకనం' అన్న పుస్తకాన్ని పూర్తి చేశాడు. ఆ పుస్తకంలోని కొన్ని భాగాలు, అముఖం ప్రతికలలో పడ్డాయి. కొన్ని భాగాలని కోజ్నిషెవ్ తన పరిచితులకి మిత్రులకి చదివి వినిపించాడు. అంచేత ఈ పుస్తకంలో వెల్లడించిన అభిప్రాయాలు జనాలకి పూర్తిగా కొత్తవి కావు. అయినా కూడా పుస్తకం వెలువడ్డాక సమాజంలో పెద్ద సంచనలం కలుగుతుందని కోజ్నిషేవ్ ఆశించాడు. ఆ పుస్తకం విజ్ఞాన క్షేత్రంలో విప్లవం లేపకపోయినా విద్వత్ లోకంలో చాలా కలకలం రేపుతుందని కోజ్నిషెవ్ ఆశించాడు.

మొత్తంమీద నానాయాతనలూ పడి మెరుగులు దిద్ది కిందటేడాది కోజ్నిషెవ్ దాన్ని వెలువరింపచేశాడు. పుస్తక విక్రేతలకి అది చేరింది.

కోజ్నిషెవ్ ఎవరినీ ఈ పుస్తకం గురించి అడగలేదు. ఎలా పోతోందీ అని ఎవరేనా అడిగినప్పుడల్లా అనిష్టంగా, తెచ్చిపెట్టుకున్న ఉదాసీనతతో జవాబు చెప్పేవాడు. పుస్తక విక్రేతల్ని అది ఎలా పోతోందీ అని అడగను కూడా అడిగేవాడు కాదు. అయినాగాని ఆ పుస్తకం జనంలో, సాహిత్య లోకంలో యెలాంటి సంచలనం రేకెత్తిస్తూ వున్నదీ మహా శ్రద్ధగా గమనించేవాడు.

ఓ వారం గడిచింది. రెండో వారం గడిచింది. మూడోవారం కూడా అయింది. కాని యెక్కడా సంచలనం కలిగిన సూచనలు కనబడలేదు. విషయజ్ఞులు, విద్వాంసులు అయిన అతని మిత్రులు కొందరు పుస్తకం గురించి అతనితో మాట్లాడారు గాని అది ఏదో మర్యాదకే అనే సంగతి స్పష్టంగా తెలుస్తూనే వుంది. ఇతర పరిచితులు శాస్త్రీయ గ్రంథం గురించి యే ఆసక్తీ చూపించలేదు, దాన్ని గురించి అతనితో ఏమీ ప్రస్తావించనూ లేదు. జనం కూడా ఆ సమయంలో వేరే విషయాలతో వ్యస్తంగా వుండి ఈ పుస్తకం గురించి ఏం పట్టించుకోలేదు. నెలదాకా పత్రికల్లో ఈ పుస్తకం గురించి ఒక్కమాట కూడా రాలేదు.

సమీక్షలు రావడానికి ఎంత వ్యవధి పట్టేదీ కోజ్నిషెవ్ లెక్క వేసుకున్నాడు. కాని ఒక నెల గడిచింది, రెండోనెల గడిచింది. ఒక్క ముక్క కూడా ఎక్కడ్నుంచీ రాలేదు.

"ఉత్తరాది పట్టుపురుగు" అనే పత్రికలో కంఠం మూగబోయిన ద్రబాంతి అనే గాయకుని మీద అధిక్షేపంగా రాసిన వ్యాసంలో కోజ్నిషెవ్ పుస్తకం గురించిన ప్రస్తావన వున్న మాట నిజమే. అందులో ఆ పుస్తకం గురించి తీసిపారేస్తున్నట్టుగా కొన్నిమాటలు రాశారు. వాటి ఉద్దేశం యేమిటంటే ఈ పుస్తకం సత్తా ఏమిటో అందరికీ తెలుసనీ, అందరూ దాన్ని నవ్వుతాలుగా చూస్తున్నారనీనీ.

ఎట్టకేలకి పుస్తకం వెలువడిన తర్వాత మూడవ నెలలో దానిమీద విమర్శ ఓ చెప్పుకోదగ్గ పత్రికలో పడింది. దాన్ని రాసినవాళ్ళెవరో కోజ్నిషెవ్‌కి తెలుసు. అతను ఆ విమర్శ రాసినతన్ని గొలుబ్‌త్సోవ్‌ల ఇంటి దగ్గర కలుసుకున్నాడు.

ఆ రాసినతను చాలా కుర్రాడు. జబ్బు మనిషి. హాస్యంగా వ్యంగ్యంగా రాస్తూ వుంటాడు. రాతకి సంబంధించి నిర్భీకుడే కాని అంత డొక్కశుద్ధి వున్నవాడు కాదు. నలుగురిలో చాలా పిరికిగా వుంటాడు.

ఆ కుర్రాడంటే కోజ్నిషెవ్‌కి ఏవగింపు. అయినా కూడా ఆ సమీక్షని చాలా శ్రద్ధగా చదివాడు. ఆ వ్యాసం దారుణంగా వుంది.

ఆ హాస్య రచయిత ఆ పుస్తకాన్ని అర్థంచేసుకున్న తీరు ఏమాత్రం క్షంతవ్యంగా లేదు. కాని అతను ఉల్లేఖనల్ని ఎంత నేర్పుగా ఎంచుకున్నాడంటే పుస్తకాన్ని చదవనివాళ్లెవరికేనా గానీ (మరి దాదాపు ఎవరూ పుస్తకాన్ని చదవలేదు) అది శబ్దాడంబర సమాసాల పోగు అనీ, ఆ శాబ్దిక ప్రయోగాలేనా తప్పుగా వాడినవనీ (వాటి ముందర పుష్కలంగా ప్రశ్నార్థక చిహ్నాలని పెట్టడం ద్వారా అలా సూచించడం జరిగింది), పుస్తక రచయిత అలాంటి ఆ పుస్తకం రాయడానికి ఏమాత్రం అర్హతలేని చవట అనీ అనిపిస్తుంది. దీన్నంతటినీ ఎంత యుక్తిగా చెప్పడం జరిగిందంటే కోజ్నిషెవ్ కూడా ఆ యుక్తిని కాదనలేడు. అదే అన్నిటికంటే దారుణమైన విషయం.

సమీక్షకుడి తీర్పుని కోజ్నిషెవ్ చాలా న్యాయంగా పరిశీలించాడు. అయినా సమీక్షకుడు ఎత్తి పొడుస్తూ చూపించిన తప్పులమీదా, దోషాల మీదా మాత్రమే దృష్టి నిలిపెయ్యలేదు. ఆ తప్పులనీ దోషాలనీ అతగాడు ఉద్దేశపూర్వకంగా పట్టి చూపిస్తూ వున్నట్టు తెలుస్తూనే వుంది. కాని కోజ్నిషెవ్ ప్రస్తుతం తను మొదటసారి ఈ సమీక్షకుణ్ణి కలుసుకున్నప్పుడు జరిగిన ప్రతి చిన్న వివరాన్నీ తనకి తెలియకుండానే గుర్తు చేసుకోవడం మొదలుపెట్టాడు.

'అతన్ని ఏమన్నా కష్టపెట్టానా నేను?' అనుకున్నాడు కోజ్నిషెవ్.

కొంచెం ప్రయత్నం చేసినమీదట గుర్తు వచ్చింది. ఆ సమీక్షకుడు ఒక శబ్దాన్ని తప్పుగా ప్రయోగించాడు, దాన్ని కోజ్నిషెవ్ చూపించాడు. ఇప్పుడు కోజ్నిషెవ్‌కి ఈ సమీక్ష వెనక వున్న రహస్యం స్పష్టం అయింది.

ఈ సమీక్ష తర్వాత అచ్చులో గాని, సంభాషణల్లో గాని ఈ పుస్తకం గురించిన మాటా పలుకూ వినిపించలేదు. తను ఆరేళ్ళు పడ్డ శ్రమకి గుర్తులు కూడా మిగలకుండా పోతున్నాయని కోజ్నిషెవ్‌కి అనిపించింది.

ఇంతవరకూ తనకి తీరిక లేకుండా చేతినిండుగా పని కల్పించిన ఈ పుస్తకం పూర్తయింది. దాంతో చదువుకునే గదిలో కోజ్నిషెవ్‌కి చేసే పనీ లేకపోయింది. ఈ కారణంగా అతని పరిస్థితి మరీ బేజారుగా తయారైంది.

కోజ్నిషెవ్ వివేకవంతుడు, సంస్కారి, ఆరోగ్యవంతుడు, కార్యశీలుడు. అంచేత తన కార్యశీలతని ఎలా ఉపయోగపెట్టాల్సిందీ అతనికి తెలియలేదు. కొంత సమయం డ్రాయింగ్ రూమ్‌ల కబుర్లలో, కమిటీలలో, సమావేశాల్లో, సభల్లో గడిచిపోతోంది. ఎక్కడ సంభాషణలకి అనుకూలంగా వుంటే అక్కడల్లా గడిచిపోతోంది. కాని చాలా ఏళ్ళుగా నగరంలో వున్నవాడు కాబట్టి అనుభవంలేని తన పల్లెటూరి తమ్ముడు మాస్కోకి వచ్చినప్పుడు కబుర్లతో పొద్దుపుచ్చినట్టుగా, కోజ్నిషెవ్ కబుర్లతో కాలక్షేపం జరిపించెయ్యలేదు. దాంతో కోజ్నిషెవ్‌కి చాలా సమయం, మానసిక శక్తి మిగిలిపోయాయి.

తన పుస్తకం నెగ్గుకురాకుండా పోతూ వున్న ఆ గడ్డుకాలంలో అతని అదృష్టవశాత్తూ ఒకటి కలిసొచ్చింది. మామూలుగా వుండే ప్రసంగ విషయాలు – భిన్నమతాల సమస్య, అమెరికా మిత్రులు, సమారలో కరువు*, కళా ప్రదర్శనలు, మంత్రశక్తులు – వెనక్కి తగ్గి స్లావ్ సమస్య ముందుకు వచ్చింది. కొంతకాలంగా అది సమాజంలో రాజుకుంటూ వుంది. ఈ సమస్యని మొదట్లో లేవనెత్తినవారిలో కోజ్నిషెవ్ ఒకడు. అంచేత ఇప్పుడతను ఈ పనిలో పూర్తిగా మునిగిపోయాడు.

కోజ్నిషెవ్‌తో సంబంధం వున్నవాళ్ళు యిప్పుడు స్లావ్ సమస్య గురించీ, సెర్బియన్ యుద్ధం గురించీ తప్ప మరి దేన్నిగురించీ రాయలేదు, మాట్లాడలేదు. ఏదో కాలక్షేపం చూసుకుంటూ పొద్దు పుచ్చే తీరికగల కులాసా వర్గాలవాళ్ళు ఇప్పుడు స్లావ్‌ల క్షేమం కోసం దృష్టి లగ్నం చేసి పొద్దుపుచ్చుతున్నారు. నాట్యాలు, కచేరీలు, విందులు, ఉపన్యాసాలు, మహిళల ఫేషన్లు, బీరుబార్‌లు, రెస్టారెంట్లు – ఒకటేమిటి సర్వ స్థలాలూ స్లావ్‌లకి సానుభూతి ప్రకటన స్థలాలు అయ్యాయి.

ఈ విషయం గురించి రాసినవాటినన్నిటినీ, చెప్పినవాటినన్నిటినీ కోజ్నిషెవ్ ఒప్పుకోలేదు. స్లావ్ సమస్య సమాజంలో కాలక్షేపం కోసం ఎప్పుడూ మారిపోతూ వుండే మోజు విషయాల్లో ఒకటి అయింది అని అతను గ్రహించాడు. చాలామంది తమ ఆత్మతృప్తి కోసం, తమ సొంత ప్రయోజనాల కోసం ఈ సమస్యని అందిపుచ్చుకున్నారనీ అతను కనిపెట్టాడు. పత్రికలు నలుగురి దృష్టిని ఆకర్షించడానికీ, ఇతరులకంటే ఎక్కువగా అరిచి గోల చెయ్యడానికీ మాత్రమే అనవసరమైనవాటినో, అతిశయోక్తులనో చెరిగేస్తున్నాయనీ చూశాడు. సమాజంలో ఇప్పుడున్న ఈ ప్రవాహంలో అందరికంటే ముందుకి వచ్చేసినవాళ్ళు, అందరికంటే గట్టిగా చించుకుని అరుస్తూ వున్నవాళ్ళూ తమకిగా తమ జీవితాల్లో ఓడిపోయినవాళ్ళు, అలక్ష్యానికి గురైనవాళు ్ళ – సైన్యాలులేని సేనాధిపతులు, మంత్రిత్వశాఖలు లేని మంత్రులు, పత్రికలు లేని పత్రికా రచయితలు, పార్టీలు లేని పార్టీనాయకులు – అనే విషయాన్నీ అతను చూశాడు. దీనంతట్లోనూ పైపై మినుకు వుండడం, కొంత హాస్యాస్పదంగా వుండడం అతను చూశాడు. అయినా గానీ, అన్నివర్గాలవాళ్ళనీ ఏకం చేస్తూ నిస్సందేహంగా ఇతోధికంగా అవుతూ వున్న ఉత్సాహాన్నీ

అతను చూశాడు. దానిపట్ల సానుభూతి పొందకుండా వుండడం అసంభవం. స్లావ్ సహధర్మానుచరులు, సోదరుల హత్యాకాండకి గురి అవుతున్నారు, వాళ్ళపట్ల సానుభూతి, వాళ్ళ పీడకులపట్ల ఆగ్రహం కలుగుతున్నాయి. సెర్బులు, చెర్నోగోరియావాసులు మహా సాహసోపేతంగా చేస్తూ వున్న పోరాటం మాటలతోగాక చేతల ద్వారా తమ సోదరులకి సాయపడాలన్న కోరికని యావత్ దేశంలోనూ కలిగించింది.

అయినా కోజ్నిషెవ్‌ని ఎంతగానో సంతోషపెట్టిన సంగతి మరోటి వుంది. స్పష్టంగా అభివ్యక్తం అయిన ప్రజాభిప్రాయం. సమాజం కచ్చితంగా తన అభిప్రాయాన్ని వెల్లడి చేసింది. అలా వెల్లడైంది స్పష్టమైన జాతీయ భావమేనని కోజ్నిషెవ్ నొక్కి చెప్పేడు. ఈ ధ్యేయం కోసం అతను ఎంతగా అర్పితమైతే, అంతగా ఇది విరాట్ ప్రమాణాలకి విస్తరించుకుంటుందనీ, యుగ సంఘటన అవుతుందనీ అతనికి నమ్మకం కలిగింది.

అందుకని అతను ఈ మహత్తర లక్ష్యం కోసం సంపూర్తిగా అర్పితమయ్యాడు. అలా అర్పితమవ్వడం ద్వారా తన పుస్తకం గురించి ఆలోచించడం మానేశాడు.

ఇప్పుడు అతనికి పొద్దుపుచ్చడం ఎలా అనే ప్రశ్నే లేదు. నిజానికి తనకి అందుతూవున్న ఉత్తరాలకీ, విజ్ఞప్తులకీ జవాబుయిచ్చే తీరికే వుండడం లేదు.

వసంతరుతువు మొత్తం, వేసవిలో కొంతభాగం అతను తీరిక లేకుండా పనిచేశాడు. జూలైలో మాత్రమే అతను తమ్ముడి దగ్గరికి పల్లెటూరు వెళ్ళడానికి తయారవగలిగాడు.

కోజ్నిషెవ్ రెండు వారాలు విశ్రాంతిగా గడపటానికి, ఆ గడపడం కూడా సుదూర రష్యన్ గ్రామంలో పవిత్రాతి పవిత్రం అయిన రష్యన్ ప్రజల జాతీయభావాభిర్భావం చూస్తూ, తనకీ సకల నగరవాసులకీ ఏ ఆత్మావిర్భావం గురించి పూర్తి విశ్వాసంవుందో దాన్ని చూస్తూ, ఆనందించడానికి అతను అక్కడికి వెళ్ళాడు. వాళ్ళ వూరు వస్తానని లేవిన్‌కి ఎప్పుడో మాటయిచ్చిన కతవాసొవ్ కూడా కోజ్నిషెవ్‌తో బయలుదేరాడు.

2

కోజ్నిషెవ్, కతవాసొవ్ మాస్కోలో కూర్స్క్ రైల్వేస్టేషన్ చేరారు. స్టేషన్ ఆ వేళ చాలా రద్దీగా వుంది. వాళ్ళు బండి దిగి, నౌకరు సామాను తెస్తున్నాడో లేదో చూసే లోపలే నాలుగు బళ్ళల్లో యుద్ధానికి వెళ్ళే వలంటీర్లు* కూడా వచ్చారు. మహిళలు వాళ్ళకి పూలతో స్వాగతం చెప్పారు. వాళ్ళ వెనకాలే హితుల బృందం స్టేషన్ లోపలికి చేరింది.

వలంటీర్లకి వీడ్కోలు చెప్పడానికి వచ్చారా?" అని ఆమె ఫ్రెంచిలో అడిగింది.

"లేదు ప్రిన్సెస్, నేనే వూరికి వెడుతున్నాను. మా తమ్ముడి దగ్గరికి విశ్రాంతిగా గడపడానికి. యేమిటి మీరు యిలా అస్తమానూ వీడ్కోలు చెప్పడానికి వస్తూ వుంటారా?" అని కోజ్నిషెవ్ లీలగా మందహాసం చేస్తూ అడిగాడు.

"అలా రావాలనే నాకు వుంటుంది. మన వూరినుంచి ఎనిమిది వందలమంది వలంటీర్లని పంపించాం. నిజం కాదూ? నేనా ముక్క చెబితే మల్వీన్‌స్కీ నమ్మడంలేదు" అంది ప్రిన్సెస్.

"ఎనిమిది వందలకి పైబడి పంపించాం. ఎకాఎకీ మాస్కోనుంచి కాక వేరే వూళ్ళనుంచి వచ్చినవాళ్ళని కూడా కలుపుకుంటే వెయ్యికి పైబడి వుంటారు" అని కోజ్నిషెవ్ అన్నాడు.

"అదో, చూశారా!" అని ప్రిన్సెస్ సంబరపడిపోయింది. "ఏం, విరాళాలు కూడా పదిలక్షలకి మించి వుండవూ?" అంది.

"ఇంకా ఎక్కువే ప్రిన్సెస్."

"సరే, ఇవాళ వార్త గురించి మీరేమనుకుంటున్నారు? మళ్ళీ టర్కీ వాళ్ళు ఓడిపోయారు."

"ఆc, ఆ వార్త చదివాను" అన్నాడు కోజ్నిషెవ్. వాళ్ళు అంతకుముందే అందిన టెలిగ్రామ్ గురించి మాట్లాడుకుంటున్నారు. మూడురోజుల్లో అన్ని శ్రేణుల్లోనూ టర్కీవాళ్ళు మట్టికరిచారనీ, వెనక్కి పారిపోతున్నారనీ, మర్నాటికల్లా అటో ఇటో తేలిపోయే యుద్ధం జరుగుతుందనీ ఆ టెలిగ్రామ్‌లో వుంది.

"అయ్యో, మీకో మంచి వార్త చెప్పనేలేదు! ఓ మంచి కుర్రాడు, భేషైన కుర్రాడు వలంటీర్‌గా వస్తానన్నాడు. కాని ఏం జరిగిందో తెలీదు అతనికి ఏవో అడ్డంకులు వచ్చాయి. మీరు కొంచెం శ్రమ అనుకోకుండా అతని తరపున ఓ చీటీ రాసివ్వాలి. కౌంటెస్ లిదియా ఇవానొవ్నా అతన్ని పంపించింది."

ఆ యువకుడి గురించి ప్రిన్సెస్ చెప్పినదాన్నంతట్నీ విని కోజ్నిషెవ్ ఫస్ట్ క్లాస్ వెయిటింగ్ రూమ్‌లోకి వెళ్ళి ఈ విషయానికి సంబంధించిన వ్యక్తికి చీటీరాసి ప్రిన్సెస్‌కి ఇచ్చాడు.

"మీకు తెలుసోలేదో! ప్రసిద్ధ.... కౌంట్ వ్రాన్‌స్కీ కూడా ఇదే రైలుకి వెడుతున్నాడు" అని ప్రిన్సెస్ చీటీ అందుకుంటూ ఉత్సాహంగా, అర్థగర్భితంగా మందహాసం చేస్తూ చెప్పింది.

"వెడతాడని విన్నాగాని ఎప్పుడైందీ తెలీలేదు. ఈ రైలుకే వెడుతున్నాడా?"

"నేనాయన్ని చూశాను. యిక్కడే వున్నాడు. వాళ్ళమ్మగారొక్కరే ఆయన్ని సాగనంపడానికి వచ్చారు. ఆయన ప్రస్తుతం వున్న పరిస్థితిలో యిదే ఉత్తమం, ఆయన చెయ్యగలిగిన పనులన్నిట్లోకీ."

"ఆc, ఆc, అంతే మరి!"

వాళ్ళు మాట్లాడుకుంటూ వుంటే జనం గుంపుగా స్టేషన్ రెస్టారెంట్లోకి తోసుకుపోయేరు. కోజ్నిషెవ్, ఆ ప్రిన్సెస్ కూడా జనంతో వెళ్ళారు. వలంటీర్లని ఉద్దేశించి, చేతిలో వైన్ గ్లాస్ పట్టుకున్న వొకాయన ఉచ్చైస్వరంతో మాట్లాడుతున్నాడు. "మన ధర్మం కోసం, మానవజాతి కోసం, మన సోదరుల కోసం" అని అతను స్వరం హెచ్చిస్తూ నినదిస్తున్నాడు. "మీరీ మహత్తర కార్యనిమిత్తం వెడుతూ వున్నందుకు మాస్కో మాత మిమ్మల్ని ఆశీర్వదిస్తోంది. హుర్రే!" అని అతను ఉచ్చైస్వరంతో, అశ్రునయనాలతో ముగించాడు.

ప్రతివాళ్ళూ 'హుర్రే' అని అరిచారు. ఇంకా ఎక్కువమంది ప్రేక్షకులు గదిలో మూగారు, వాళ్ళు దాదాపు, ప్రిన్సెస్‌ని తొక్కిపడేశారు.

"ఓహ్! ప్రిన్సెస్, చెప్పండి ఎలా వుంది ఉపన్యాసం?" అని అబ్లాన్‌స్కీ గుంపు మధ్యలో హఠాత్తుగా ప్రత్యక్షమై సంతోషంతో నవ్వుతూ అడిగాడు. "ఏం అద్భుతోపన్యాసం! ఎంత

హార్దికంగా వుంది! భేష్! కోజ్నిషెవ్‌గారూ, మీరూ ఇక్కడే వున్నారా? మీరు కూడా రెండు ముక్కలు చెప్పకూడదూ! ఊరికే ప్రోత్సాహం ఇవ్వడానికి, మీరు బాగా మాట్లాడతారు కదా" అని అతను ఆదరపూర్వకంగా, మన్ననపూర్వకంగా, సావధానభరితంగా వుండే మందహాసంతో అన్నాడు. కోజిష్నెవ్ చెయ్యి పట్టుకుని మెల్లిగా ముందుకు తోస్తూ అన్నాడు.

"అబ్బే, లేదు, నేను వూరికి వెడుతున్నా."

"ఎందాకా వెడుతున్నారో తెలుసుకోవచ్చా?"

"వూరికి, మా తమ్ముడి దగ్గరికి" అన్నాడు కోజ్నిషెవ్.

"అయితే మా ఆవిడ్ని కలుసుకుంటారు. నేనామెకి ఉత్తరం రాశాననుకోండి, కాని ఉత్తరంకంటే ముందే మీరు కలుసుకుంటారు. మరేం అనుకోకుండా మీరు నన్ను చూశారనీ, యిక్కడ నేను all right[1]గా వున్నానని చెప్పండి. ఆమెకి అర్థమవుతుంది. ఆc, ఈ ముక్క కూడా చెప్పండి నాకు బోర్డు ఉద్యోగం వచ్చిందని... ఆమెకి తెలుసులెండి. ఇవన్నీ les petitesmiseres de la vie humaine[2]" అంటూ అతను మరేం అనుకోకండని క్షమాపణ అర్థిస్తున్నట్టు ప్రిన్సెస్‌కేసి తిరిగి అన్నాడు. "మ్యాకయా ప్రిన్సెస్, లీజా కాదు బీబష్, వెయ్యి తుపాకుల్ని పన్నెండుమంది నర్సుల్ని పంపిస్తోంది తెలుసా? నే చెప్పలేదూ ఆమె పంపిస్తుందని?" అన్నాడు.

"ఆc, విన్నాను" అని కోజ్నిషెవ్ అంత ఉత్సాహం చూపించకుండా అన్నాడు.

"ఏమిటో మీరు ఊరికి వెళ్ళిపోవడం బాగా లేదు!" అన్నాడు అబ్లాన్‌స్కీ. "రేపు మేం ఇద్దరు వలంటీర్లకి వీడ్కోలు విందు ఇస్తున్నాం – పీటర్స్‌బుర్గ్ వాసి దీమెర్ బర్త్ న్యాన్‌స్కీకీ, మన గ్రీష వెసెలోవ్‌స్కీకీ. ఇద్దరూ వెడుతున్నారు. వెసెలోవ్‌స్కీకీ మొన్న మొన్ననే పెళ్ళయింది. భలేవాడు మనిషి, కదండీ ప్రిన్సెస్?" అని ఆమెకేసి తిరుగుతూ అన్నాడు.

ప్రిన్సెస్ ఏ జవాబు చెప్పకుండా కోజ్నిషెవ్‌కేసి తిరిగింది. తనని వదిలించుకోవాలని వాళ్ళు చూస్తున్నారని గ్రహించినా అబ్లాన్‌స్కీకి అది బాధకం కాలేదు. అతను చిరునవ్వు నవ్వి ప్రిన్సెస్ టోపీకి తగిలించుకున్న యీకకేసీ, కాసేపు చుట్టూ వున్న మనుషులకేసీ దేన్నో గుర్తు చేసుకో ప్రయత్నిస్తున్నట్టుగా చూశాడు. చందాల కోసం డబ్బా చేత్తో పట్టుకుని వస్తూ వున్న ఓ ఆడమనిషిని చూసి తన దగ్గరికి రమ్మని పిలిచి అయిదు రూబుళ్ళ నోటు అందులో వేశాడు.

"నా జేబులో పైసలు వుంటే చందా డబ్బా నన్ను మనశ్శాంతిగా వుండనివ్వదు" అన్నాడు. "ఏమిటి వాళ్ళ వార్తలు? చెర్నోగోరియా వాళ్ళకి నిజంగా జోహార్" అన్నాడు.

వ్రాన్‌స్కీ ఆ రైలుకి వెడుతున్నాడని ప్రిన్సెస్ అతనికి చెప్పింది. "అరె, చెప్పరేం!" అని అరిచాడు. ఓ లిప్తకాలం పాటు అతని ముఖం చింతా గ్రస్తంగా కనిపించింది. కాని మరుక్షణంలోనే అతను తూగు నడకతో వెయిటింగ్ రూమ్‌లోకి వెళ్ళాడు. చేతుల్ని చెంపల

[1] బాగా (ఇంగ్లీషు)

[2] మానవ జీవితంలోని చిల్లర మల్లర విషయాలు (ఫ్రెంచి)

మీద పెట్టుకుని దువ్వుకుంటూ అక్కగారి మృతదేహం మీదపడి తను ఎలా వెక్కి వెక్కి విలపించిందీ మర్చిపోయి, వ్రాన్‌స్కీ మూర్తిలో ఒక వీరుణ్ణి, పాతమిత్రుణ్ణి దర్శిస్తూ అతన్ని కలుసుకుందుకు ఆ గదిలోకి వెళ్ళాడు.

"ఎన్ని లోటుపాట్లు వున్నా ఇతని సుగుణాల్ని చెప్పుకోవాలి, లేకపోతే అన్యాయం" అని అబ్లాన్‌స్కీ వెళ్ళిపోయాక ప్రిన్సెస్ కోజ్నిషెవ్‌తో అంది. "అచ్చమైన రష్యన్. సిసలైన స్లావ్ తత్వం వున్నవాడు. కాని వ్రాన్‌స్కీకి ఇతన్ని చూడ్డం ఇష్టంగా వుండదేమోనని నాకు భయంగా వుంది. మీరేం చెప్పండి, వ్రాన్‌స్కీ దురదృష్టం చూస్తే నాకు కడుపు తరుక్కుపోతోంది. ప్రయాణంలో ఆయనతో మాట్లాడండి" అంది ప్రిన్సెస్.

"అవకాశం వస్తే ఎందుకు మాట్లాడకుండా వుంటాను, మాట్లాడతాను."

"ఆయనంటే నాకు ఎప్పుడూ ఇష్టంగా వుండేది కాదు. కాని ఆయన చేస్తున్న ఈ పని ఆయనకి నిష్కృతిని ప్రసాదిస్తుంది. తనొక్కడే కాదు, మొత్తం ఒక దండుని తన ఖర్చుతో తీసుకువెడుతున్నాడు."

"అట, నేనూ విన్నాను."

గంట మోగింది. అందరూ గుమ్మంవేపు బయల్దేరారు.

"అడుగో ఆయన!" అని ప్రిన్సెస్ వ్రాన్‌స్కీ వేపు సూచిస్తూ అంది. వ్రాన్‌స్కీ పొడుగాటి కోటు తొడుక్కున్నాడు. వెడల్పు అంచులున్న నల్లని టోపీ పెట్టుకున్నాడు. తల్లి చేతిని చేత్తో పట్టుకుని నడిచి వెడుతున్నాడు. అతని పక్కనే అబ్లాన్‌స్కీ మహా ఉత్సాహంగా మాట్లాడుతూ నడుస్తున్నాడు.

వ్రాన్‌స్కీ కనుబొమలు ముడుచుకుని ఎదరకే చూస్తూ వున్నాడు, బ్లాన్‌స్కీ చెప్పేది ఏమీ విననట్టే కనిపించాడు.

బహుశా అబ్లాన్‌స్కీ చెప్పి వుంటాడు, ప్రిన్సెస్, కోజ్నిషెవ్‌లు నుంచున్న వేపు చూశాడు. వ్రాన్‌స్కీ ఏం మాట్లాడకుండా టోపీ యెత్తాడు. వయసు పై బడినట్టు, బాధతో వున్నట్టు కనిపించే అతని ముఖం శిలా నిర్మితంగా తోచింది.

ప్లాట్‌ఫాంమీదకి వచ్చాక అతను ఏం మాట్లాడకుండా తల్లి పెట్టెలోకి వెళ్ళేందుకు పక్కకి తప్పుకుని దారి యిస్తూ నుంచున్నాడు. తర్వాత తనే పెట్టెలోకి వెళ్ళాడు.

ప్లాట్‌ఫాం మీద 'భగవంతుడు జార్‌ని కాపాడుగాక!'* అని గీతం పాడారు. తర్వాత 'హుర్రే' అని 'జిందాబాద్' అనీ అరుపులు వినిపించాయి. ఓ వలంటీర్ తన ఫెల్ట్ టోపీని వొంచి వందనం చేస్తూ, పుష్ప గుచ్ఛం తలపైన ఊపుతూ అట్టహాసం చేశాడు. అతను పొడుగ్గా వున్నాడు. చాలా పడుచువాడు. అతని ఛాతీ ముడుచుకుపోయి వుంది. అతని పక్కన ఇద్దరు ఆఫీసర్లు, ఓ వయసుమళ్ళిన ఆయన – ఆయనకి గడ్డం వుంది, జిడ్డు టోపీ పెట్టుకున్నాడు – ఎదరకి తోసుకుపోయారు. వాళ్ళూ వందనం చేశారు.

3

ప్రిన్సెస్ దగ్గర సెలవు తీసుకుని కోజ్నిషెవ్, కతవాసొవ్‌తో కలిసి కిక్కిరిసి వున్న పెట్టెలోకి వెళ్ళాడు. రైలు కదిలింది.

త్సరీత్సినొ స్టేషన్లో యువజనం 'యశస్సు మీది' అని పాడుతూ రైలుకి స్వాగతం చెప్పారు. మళ్ళీ వలంటీర్లు కిటికీల్లోనుంచి వొంగి వందనం చేశారు. కాని కోజ్నిషెవ్ వాళ్ళని పట్టించుకోలేదు. అతను చాలామంది వలంటీర్‌లని చూశాడు. వాళ్ళు ఎలాంటి రకం వాళ్ళు, ఏమిటి వాళ్ళ పరిస్థితి అని బాగా తెలుసు. అంచేత వాళ్ళంటే అతనికి ఆసక్తి లేకపోయింది. కతవాసొవ్ పాండిత్య వ్యాసంగంలో తలమునకలైపోయి వుండడం వల్ల వలంటీర్‌లని చూసే అవకాశం అంతకుముందు లేకపోయింది అతనికి. దాంతో మహా కుతూహలంగా వీళ్ళని చూసి, కోజ్నిషెవ్‌ని వాళ్ళ గురించి అడుగుతూ వున్నాడు.

రెండవ తరగతి పెట్టెలోకి వెళ్ళి వాళ్ళతో మాట్లాడమని కోజ్నిషెవ్ అతనికి చెప్పాడు. తర్వాతి స్టేషన్లో కతవాసొవ్ ఆ సలహాని పాటించాడు.

రైలు ఆగినప్పుడు అతను రెండవ తరగతి పెట్టెలోకి వెళ్ళాడు. వలంటీర్లతో పరిచయం కలిగించుకున్నాడు. వాళ్ళు ఓ మూల చేరి గట్టిగా మాట్లాడుకుంటున్నారు. ఈ కొత్తగా వచ్చిన మనిషి, యితర ప్రయాణీకులు తమని దృష్టిపెట్టి చూస్తున్నారన్న ఎరుక వాళ్ళకి వున్నట్టు తెలుస్తూనే వుంది. ముడుచుకుపోయిన ఛాతీ యువకుడు అందరికంటే గట్టిగా మాట్లాడుతున్నాడు. అతను తాగినట్టు కనిపించాడు. బళ్ళో శిక్షణ పొందేటప్పుడు జరిగిన దేన్నో వర్ణించి చెపుతున్నాడు. అతనికి ఎదురుగుండా ఓ ఆఫీసరు కూర్చున్నాడు. అతని గార్డ్సు యూనిఫాం చొక్కా వేసుకున్నాడు. వయసుమళ్ళినవాడిలాగే వున్నాడు. అతను ఆ యువకుడు చెప్పేది వింటూ చిరునవ్వు నవ్వి తడవతడవకీ అతని మాటలకి అడ్డం వెడుతూనే వున్నాడు. అర్టిల్లరీ యూనిఫాం వేసుకున్న మరో ఆఫీసరు పక్కనే ఓ సూట్‌కేస్ మీద కూర్చున్నాడు. నాలుగో అతను నిద్రపోతున్నాడు.

కతవాసొవ్ పొడగరి యువకుడితో మాట కదలేశాడు. అతను మాస్కోలో ధనిక వర్తకుడని తెలిసింది. ఇరవై రెండేళ్ళు తిరక్కుండానే లక్ష్మీప్రసన్నం అయిందట. అతను సుకుమారంగా, దుర్బలంగా వుండడంవల్ల పాడయిపోయి వుండడంవల్ల అతనంటే కతవాసొవ్‌కి అయిష్టం కలిగింది. ఆ యువకుడు, ముఖ్యంగా మత్తెక్కి వుండడంవల్ల, తనో వీరుణ్ణని భావించుకుంటున్నాడు, చెడ్డ వెలపరం పుట్టించే తీరులో సొంత డబ్బా వాయించుకుంటున్నాడు.

సర్వీసునుంచి రిటైరైపోయిన మరో ఆఫీసరు కూడా కతవాసొవ్‌కి నచ్చలేదు. అతను జీవితంలో అన్నిరకాల ప్రయత్నాలూ చేశాడు. రైల్వేల్లో పనిచేశాడు. నిగామానుగా వున్నాడు. ఫాక్టరీలు నడిపాడు. అతను ఈ అన్నిటి గురించీ సమయం సందర్భం లేకపోయినా, పెద్ద పెద్ద మాటలని తప్పుగా వాడుతూ చెప్పేశాడు.

వీళ్ళిద్దరికీ భిన్నంగా అర్టిలరీ మనిషి కతవాసొవ్‌కి బాగా నచ్చాడు. అతను చాలా వినమ్రంగా వున్నాడు. తన గురించి ఒక్క ముక్క కూడా చెప్పుకోలేదు. రిటైర్డ్ ఆఫీసరు పరిజ్ఞానం

చూసీ, యువ వ్యాపారి వీరత్వం చూసీ చకితుడైపోయి తన గురించి ఏమీ చెప్పుకోలేకుండా వున్నట్టు కనిపించాడు. తనెందుకు సెర్బియా వెడుతున్నాడని కతవాసొవ్ అతన్ని అడిగాడు.

"అందరూ వెడుతున్నారు. సెర్బ్‌లకి సాయపడాలి కదా! వాళ్ళపట్ల జాలి చూపించకుండా వుండలేం" అని అతను వినయంగా జవాబు చెప్పాడు.

"అవును, వాళ్ళకి ఆర్టిలరీవాళ్ళు మా చెడ్డ అవసరం" అన్నాడు కతవాసొవ్.

"నాకు అర్టిలరీలో పెద్ద అనుభవం లేదు. ఇన్‌ఫాన్‌ట్రీలోగాని కావల్రీలో గాని వేస్తారేమో!"

"ఆర్టిలరీవాళ్ళూ బాగా అవసరం అయినప్పుడు ఇన్‌ఫాన్‌ట్రీలో ఎందుకు వేస్తారు?" అని కతవాసొవ్ వ్యాఖ్యానించాడు. ఆ మనిషి వయసుని బట్టి అతను పెద్ద రేంక్‌వాడే అయివుంటాడని అతనికి కచ్చితంగా అనిపించింది.

"నేను అర్టిలరీలో ఎక్కువ లేను. నేను రిటైరైన కేడెట్‌ని*" అని తను పరీక్ష తప్పిందీ వివరించడం మొదలెట్టేడు.

వీళ్ళందర్నీ చూసి కతవాసొవ్‌కి నిరుత్సాహం కలిగింది. వలంటీర్లు మద్యం తాగుదామని స్టేషన్లో దిగగానే ఇతరులతో మాట్లాడి తనకి కలిగిన అభిప్రాయం సరైందో కాదో చూసుకుందామనుకున్నాడు కతవాసొవ్. యూనిఫాంలో వున్న ఓ ముసలాయన కతవాసొవ్ వాళ్ళతో మాట్లాడ్డం విన్నాడు. కతవాసొవ్ ఒంటరిగా వుండగా చూసి మాట కదలేశాడు.

"నానా రకాల జీవితాలవాళ్ళు అక్కడికి పోతూ వున్నట్టుంది చూడగా" అన్నాడు. కతవాసొవ్ తన అభిప్రాయం చెప్పి, దాంతోపాటుగా ముసలతని అభిప్రాయాలు తెలుసుకోవాలన్న తీరులో అన్నాడీ ముక్కని.

ఆ ముసలాయన ఆఫీసరు. రెండు యుద్ధాల్లో పాల్గొన్నాడు. సైనికుడు ఎలా వుండేదీ అతనికి తెలుసు. ఈ వలంటీర్‌ల నాజూకుతనం, వాళ్ళ మాటలు, మద్యం తాగడానికి సీసాలు ఎత్తడం చూసి వాళ్ళు మంచి సైనికులు కాదు అని గ్రహించాడు. పైగా అతను ఓ స్థానిక పట్టణంలో వున్నాడు. తమ ఊరినుంచి దొంగ, తాగుబోతు అయిన యువకుడొకడు ఎవరూ తనని పనిలో పెట్టుకోనందువల్ల వలంటీరు అయి వెళ్ళే వైనం చెప్పబోయాడు. కాని ప్రస్తుతం ప్రజాభిప్రాయం వున్న తీరుని అనుభవం వల్ల గ్రహించి, తద్విరుద్ధంగా ఏమన్నా అంటే ఎంత ప్రమాదమో తెలిసి, ముఖ్యంగా వలంటీర్లని చులకనచేసే మాటలు అనడం ఎంత ప్రమాదకరమో తెలిసి, అతను నోరు కుట్టేసుకున్నాడు. కతవాసొవ్‌తో మాట్లాడేటప్పుడు చాలా జాగ్రత్త, శ్రద్ధ చూపించాడు.

"ఆc, కదా, వాళ్ళకి పోరాడేవాళ్ళు కావాలి మరి" అని కళ్ళల్లో నవ్వు మెరిసేటట్టు అన్నాడు. దాంతో వాళ్ళ సంభాషణ యుద్ధం గురించిన తాజా సమాచారానికి పరిమితం అయింది. టర్క్‌లు అన్ని రంగాల్లోనూ ఓడిపోయారని తాజా వార్తలు తెలియజేస్తున్నాయి. అలాంటి సందర్భంలో మర్నాడు జరిగే ఈ నిర్ణాయకమైన పోరులో ఎవరితో పోరాడాలని స్లావ్‌లు చూస్తూ వున్నదీ ఆశ్చర్యంగానే వుంది, ఈ ఇద్దరూ ఒకరినుంచి ఒకరు ఈ ఆశ్చర్యాన్ని పైకి కనపడకుండా దాచుకున్నారు. ఆ రకంగా ఎవరూ తమ అభిప్రాయాల్ని తేలకుండాం విడిపోయేరు.

తన పెట్టెలోకి తిరిగి వెళ్ళాక కతవాసొవ్ కోజ్నిషెవ్‌కి వలంటీర్ల గురించి మనసులో అనుకున్నది కాక వేరే అభిప్రాయం చెప్పాడు. అతని ప్రకారం వాళ్ళు మంచి కుర్రాళ్ళన్న అభిప్రాయం కలుగుతుంది.

తర్వాత పెద్దస్టేషన్లో వలంటీర్‌లకి మళ్ళీ పాటలతో జయజయ ధ్వానాలతో స్వాగతం లభించింది. మళ్ళీ చందాల డబ్బా చుట్టూ తిరిగింది. మళ్ళీ స్థానిక మహిళలు పువ్వులు తెచ్చారు. వలంటీర్‌లు స్టేషన్ రెస్టారెంట్‌లోకి వెళ్ళారు. కాని ఇదంతా మాస్కోలో వున్నంత ఉత్సాహంగా లేదు, తక్కువస్థాయిలో జరిగింది.

4

రైలు ఓ గుబేర్నియా కేంద్రంలో ఆగింది. కోజ్నిషెవ్ ఫలహారశాలలోకి వెళ్ళకుండా ప్లాట్‌ఫాంమీద అటూ ఇటూ పచారు చెయ్యడం మొదలుపెట్టాడు.

మొదటిసారి వ్రాన్‌స్కీ పెట్టె పక్కనుంచి వెళ్ళినప్పుడు కిటికీమీద తెరలాగి వుండడం చూశాడు. తర్వాతసారి వృద్ధ కౌంటెస్ కిటికీ దగ్గర కనిపించింది. ఆవిడ అతన్ని పిలిచింది.

"నేను మా వాడికి వీడ్కోలు చెప్పడానికి కూర్స్క్‌దాకా వెడుతున్నాను" అందావిడ.

"అలా అని విన్నాను" అని కోజ్నిషెవ్ కిటికీ పక్కన ఆగి లోపలికి తొంగి చూస్తూ అన్నాడు. "ఎంత మహోన్నతమైన పని చేస్తున్నాడతను!" అని వ్రాన్‌స్కీ పెట్టెలో లేడని చూసి అన్నాడు.

"అంత ఘోరం జరిగాక మరింకేం చెయ్యగలడు?"

"దారుణం! మహా దారుణం" అన్నాడు కోజ్నిషెవ్.

"అబ్బ, ఎంత దుర్భర వేదన అనుభవించాననుకున్నారు! కాని లోపలికి రండి..." అబ్బ, అని కోజ్నిసెవ్ పెట్టెలోకి వెళ్ళి ఆవిడ పక్కన కూర్చున్నాక రెట్టించింది. "చెప్పినా నమ్మలేరు! ఆరువారాల పాటు ఒక మాటా పలుకూ కూడా లేదు. నేను కడుపూ కాళ్ళూ పట్టుకు బతిమాలితే ఓ పిసరు కతికేవాడు. ఒక్కక్షణం కూడా తనని వదిలిపెట్టి వుండడానికి వీల్లేకపోయింది. ప్రాణాపాయకరంగా వుండే ప్రతిదాన్నీ అందుబాటులో లేకుండా చేసేవాళ్ళం. మేం కింది భాగంలోనే వుండేవాళ్ళం. అయితేనేం అనుక్షణం ఓ కంట చూసుకుంటూ వుండేవాళ్ళం. మీకు తెలుసు కదా ఆ ఆడదాని కోసం ఓసారి పిస్తోలు గుండు తనమీదనే పేల్చుకున్నాడు" అని ఆ స్మృతి రాగానే ముఖం ముడుచుకుని ఆవిడ చెప్పింది. "ఏముందీ, తనలాంటి ఆడవాళ్ళు యేం చేస్తారనుకుంటామో అదే చేసి ప్రాణం తీసుకుంది. తను చచ్చిన చావు కూడా నీచంగా, అసహ్యంగా వుంది" అని వ్యాఖ్యానించింది ఆవిడ.

"మనం ఎవరం నిర్ణయించడానికి కౌంటెస్" అని కోజ్నిషెవ్ నిట్టూరుస్తూ అన్నాడు. "కాని మీకిది యెంత నరకయాతనగా వుండిందో నేను అర్థం చేసుకోగలను" అన్నాడు.

"అబ్బబ్బ! చెప్పకండి! నేను జాగీర్లో వున్నాను, తనూ నాతోనే వున్నాడు. అప్పుడెవరో ఏదో చీటీ తెచ్చారు, దానికి జవాబు రాసి పంపాడు. ఆమె రైల్వేస్టేషన్ దగ్గర వుందని మాకు

తెలవనే తెలవదు. రాత్రయింది, నేను నా గదికి వెళ్ళాను, మా పనిమనిషి చెప్పింది యెవరో ఆడావిడ రైలుకింద పడిందని. మాకా వార్త పిడుగుపాటులా వచ్చిందనుకోండి. ఆమే అని నాకు అనిపించింది. నేను అన్న మొదటి ముక్క ఏమిటో తెలుసా మీకు? తనకి ఈ వార్త చెప్పద్దని! కాని వాళ్ళు అప్పటికే చెప్పేశారు. బండి తోలేవాడు అక్కడే వుండి సర్వం చూశాడట. నేను వెంటనే మా వాడి గదిలోకి పరిగెత్తి వెళ్ళి చూద్దునుకదా మనలో లేడు. మనిషిని చూడ్డానికే భయం వేసింది. నాతో ఒక్కమాట కూడా అనకుండా స్టేషన్‌కి గుర్రాన్ని దౌడు తీయించి వెళ్ళిపోయాడు. అక్కడేం జరిగిందో నాకు తెలీసు కాని శవాన్ని మోసుకొచ్చినట్టు తిరిగి మోసుకొచ్చారు వాణ్ణి! నేనే గుర్తు పట్టలేకపోయాను. Prostration Complete[1] అన్నాడు డాక్టరు. తర్వాత మనిషికి పిచ్చెక్కినంత పనైంది.

"కాని ఇప్పుడు ఆ చర్చ చేసి ఏం లాభం?" అని కౌంటెస్ చెయ్యి విసురుతూ అంది. "చాలా ఘోరమైన రోజులనుకోండి. మీరెన్ని చెప్పండి, ఆమె దుష్టురాలు. ఇంత భయంకరమైన వ్యామోహాలుంటాయని ఎరుగుదురా? తను మామూలు తరహా మనిషి కాదని చూపించడానికే అంతా చేసింది. చేసి చూపించింది. తననీ నాశనం చేసుకుంది. ఇద్దరు మణిపూసల్లాంటి మగాళ్ళని – తను కట్టుకున్న మొగుణ్ణీ, రాత బాగాలేని నా కొడుకునీ నాశనం చేసింది" అంది కౌంటెస్.

"ఆమె భర్త ఎలా వున్నాడు?" అని కోజ్నిషెవ్ అడిగేడు.

"ఆమె కూతుర్ని తీసుకున్నాడు. మొదట్లో మావాడు ప్రతిదానికీ ఊం అన్నాడు. ఇప్పుడు తన కూతుర్ని పరాయివాళ్ళ చేతుల్లో పడేశానే అని కుమిలిపోతున్నాడు. కాని మాట అనేశాక వెనక్కి తగ్గడం కుదరదు కదా! అంత్యక్రియలకి కెరనిన్ వచ్చాడు. కాని ఆయన మా అబ్బాయిని కలవకుండా వుండేటట్టు జాగ్రత్తపడ్డాం. భర్తగా ఆయనకి మేలే జరిగిందిలెండి. ఆయన్ని బంధవిముక్తుణ్ణి చేసింది. కాని నా కన్నకొడుక్కి ఆమే జీవిత సర్వస్వం. ఆమె కోసం తను సర్వం అర్పించాడు. తన జీవికని త్యజించాడు. నన్ను త్యజించాడు. అయినా ఆమె మావాడిపట్ల కనికరం చూపించలేదు; ఉద్దేశపూర్వకంగా కావాల్సికి అరునిలువుల లోతు పాతేసింది. మీరెన్ని చెప్పండి, ఆమె చావు పాపం పుణ్యంలేని భయంకరమైన ఆడదాని చావు. ఈ ముక్క అంటున్నందుకు దేవుడు నన్ను రక్షించాలి, కాని నా కొడుకు బతుకు బుగ్గి చేసినందుకు ఆమె పేరు చెబితే రోత కలక్కుండా వుంటుందా నాకు" అంది.

"అయితే అతను యిప్పుడెలా వున్నాడు?"

"దేవుడు చల్లగా చూసి ఈ సెర్బియన్ యుద్ధాన్ని వరంలా ప్రసాదించాడు. నేను ముసలిదాన్ని, ఈ గొడవేమిటో నాకు బోధపడదు. కాని ఈ యుద్ధాన్ని మావాడి కోసం దేవుడు పంపించాడు. తల్లిగా నాకు భయం వుండడం సహజమనుకోండి. ముఖ్యంగా ce n'est pas tres bien vu a petersbourg[2] అని వినిపిస్తున్నది. కాని చేసేది ఏముంది చెప్పండి? కేవలం ఇదొక్కటే వాణ్ణి ఉత్తేజపరుస్తుంది. మావాడి నేస్తం యాష్విన్ జూదంలో

---

[1] పూర్తిగా మతి తప్పిపోయింది (ఫ్రెంచి)

[2] పీటర్స్‌బుర్గ్‌లో ఇదంటే ఇష్టం లేదు (ఫ్రెంచి)

అన్నిటినీ పోగొట్టుకుని సెర్బియాకి పోవాలని తీర్మానించుకున్నాడు. అతనొచ్చి మావాణ్ణి బయల్దేరదీశాడు. ఇప్పుడు మావాడికి ఇదంటే ఆసక్తి పుట్టింది. మీరు కొంచెం మావాడితో మాట్లాడండి. వాడి మనసు మళ్ళించాలి. అంతలా కుంగిపోయాడు. ఇవి చాలదన్నట్టు పంటి నొప్పి వొకటి సలుపుతోంది వాణ్ణి. మిమ్మల్ని చూస్తే చాలా సంతోషిస్తాడు. దయచేసి వాడితో మాట్లాడండి. వాడు ఇక్కడే ఎక్కడో పచార్లు చేస్తున్నాడు" అంది ఆవిడ.

అతనితో మాట్లాడ్డం తనకి చాలా సంతోషంగా వుంటుందని కోజ్నిషెవ్ అని, అటువేపు వెళ్ళాడు.

5

ప్లాట్‌ఫాం మీద బస్తాలు లాట్లుగా పేర్చి పెట్టారు. సాయంకాలం నీడలు నిటారుగా పరుచుకుంటున్నాయి. వ్రాన్‌స్కీ పొడుగాటి కోటు తొడుక్కుని, మెత్తటి టోపీ కళ్ళమీద వాలేటట్టు పెట్టుకుని, జేబుల్లో చేతులు పెట్టుకుని బోనులో పెట్టిన జంతువులాగా అటూ యిటూ తిరుగుతున్నాడు – ఇరవై అడుగులు నడవడం, గిరుక్కున తిరగడం. తను దగ్గరకి వెడుతూ వుంటే వ్రాన్‌స్కీ చూశాడు గాని చూడనట్లు నటిస్తున్నాడని కోజ్నిషెవ్‌కి అనిపించింది. దానివల్ల కోజ్నిషెవ్‌కి ఫరవా యేమీలేదు. వ్రాన్‌స్కీకీ, తనకీ మధ్యన వ్యక్తి గతంగా ఏ కోపతాపాలూ లేవు.

కోజ్నిషెవ్ దృష్టిలో వ్రాన్‌స్కీ ఈ సమయంలో ఒక మహత్తర లక్ష్యం కోసం నడుంకట్టిన ఘనమైన కార్యకర్త అతన్ని ప్రోత్సహించి ధైర్యం చెప్పడం తన కర్తవ్యం అని అతనికి అనిపించింది. అందుకని అతని దగ్గరికి వెళ్ళాడు.

వ్రాన్‌స్కీ ఆగి, అతనికేసి తేరిచూసి గుర్తుపట్టాడు. ముందుకు వచ్చి అతనికి చేతిని ఆప్యాయంగా అందించాడు.

"బహుశా మీకు నన్ను కలుసుకోవాలని అనిపించకపోవచ్చు. కాని మీకు నావల్ల ఏమన్నా సాయం కావాలా?" అని కోజ్నిషెవ్ అన్నాడు.

"మిమ్మల్ని చూస్తేనే మేలు, మరెవరిని చూసినా నాకు ఈ మాత్రం ఇది కూడా వుండదు. మరేం తప్పుగా అనుకోకండి. నా జీవితంలో ఏదీ నాకు ఇక సంతృప్తి కలిగించదు" అన్నాడు వ్రాన్‌స్కీ.

"నాకు తెలుసులెండి. కాని మీకు సాయపడాలనుకుంటున్నాను" అని కోజ్నిషెవ్ వ్రాన్‌స్కీ ముఖంకేసి చూసి అన్నాడు. వ్రాన్‌స్కీ వదనం బాధతో నలిగిపోయింది. "రీస్తిచ్‌గారికి గాని మీలన్‌గారికి గాని* ఏదన్నా ఉత్తరం రాసి ఇమ్మంటారా?" అని అడిగాడు.

"అబ్బెబ్బె, అక్కర్లేదు" అని కోజ్నిషెవ్ అన్నమాటలు బోధపడ కొంత శ్రమపడినట్లు అన్నాడు వ్రాన్‌స్కీ. "మీకేం ఇబ్బంది లేకపోతే నాలుగడుగులు నడుద్దాం పదండి. పెట్టెలో చాలా ఉక్కగా వుంది. ఉత్తరం యిస్తానంటారా? అబ్బే, అవసరం లేదు. చచ్చిపోవడానికి సిఫార్సు ఎందుకు? టర్క్‌లకి సిఫార్సు అంటారా..." అని పెదాలతో లీలగా మందహాసం చేస్తూ అన్నాడు. అతని కళ్ళు చిరచిరలాడుతూ వ్యధని వ్యక్తం చేస్తున్నాయి.

"కాని ఎవరితోనో ఒకరితో సంబంధాలు పెట్టుకోవాలి కాబట్టి ఉత్తరం ద్వారా ఆ వ్యక్తి పరిచయం అయితే బాగుంటుంది కదా అని. సరే, మీ యిష్టం. మీ నిర్ణయం విని నాకు చాలా సంతోషం కలిగింది. వలంటీర్ల గురించి నానా రకాల మాటలూ వినిపిస్తున్నాయి. మీబోటి వారివల్ల సంఘం దృష్టిలో వాళ్ళపట్ల గౌరవం పెరుగుతుంది."

"మనిషిగా నేను ఈ లక్ష్యం కోసం బాగా పనికొస్తాను" అన్నాడు వ్రాన్‌స్కీ. "ఏమంటే నా జీవితానికిప్పుడు ఏ విలువా లేదు. ఇక యుద్ధరంగంలోకి దూసుకుపోయి చంపడానికో, చావడానికో తగ్గ శారీరక శక్తి విషయం అంటారా, అది నాకు వుంది. నా జీవితం నాకు అవసరం లేదని కాదు, కాని ఏమిటో నాకు వెలపరంగా వుంది. ఏ కర్తవ్యానికేనా ఉపయోగపడచ్చు" అని అతను ఒక్కలా సలుపు పెడుతూ, తను ఉద్దేశించిన రీతిలో మాటలు అననియ్యకుండా అవరోధంగా వున్న పంటినొప్పి వల్ల దవడ నొక్కుకుంటూ అన్నాడు.

"నేనిప్పుడు చెబుతున్నా గుర్తుంచుకోండి. మీరు నూతన జీవితంతో తిరిగి వస్తారు" అని కోజ్నిషెవ్ నిజంగా స్పందించి అన్నాడు. "మన సోదరుల్ని పారతంత్ర్య విముక్తుల్ని చేసే లక్ష్యం జీవించడానికీ, మరణించడానికీ యోగ్యమైంది. పరాత్పరుడు మీకు విజయాన్నీ, మనశ్శాంతినీ ప్రసాదిస్తాడు" అని కోజ్నిషెవ్ చేతిని చాస్తూ అన్నాడు.

వ్రాన్‌స్కీ అతని చేతిని గట్టిగా అదిమాడు.

"సాధనంగా నేను పనికిరావచ్చు, కాని మనిషిగా శిధిలం అయిపోయాను" అని గొణిగాడు.

పంటినొప్పి సలపడం వల్ల నోరు లాలాజలంతో నిండి అతను గట్టిగా మాట్లాడలేక పోయాడు. అతని కళ్ళు పట్టాలమీద మెల్లిగా దొర్లుకుంటూ పాకిపోయే ఇంజన్ చక్రాలని చూశాయి, అతను యేమీ మాట్లాడలేకపోయాడు.

ఉన్నట్టుండి శారీరకమైన బాధకాక ఏదో యాతనాపూర్వక ఆంతరంగిక నిశ్చేష్టత క్షణకాలంపాటు అతని పంటినొప్పిని మరపించింది. ఇంజన్‌నీ, పట్టాలనీ చూడగానే, ఆ విషాద సంఘటన తర్వాత యిప్పటిదాకా తను కలుసుకోని మిత్రునితో మాట్లాడేటప్పుడు, అతనికి "ఆమె", లేదా "ఆమె" పేరుమీద మిగిలిన అవశేషం, తను పిచ్చివాడిలా రైల్వే స్టేషన్‌కి పరిగెత్తి వెళ్ళినప్పుడు కనిపించినటువంటిది, స్ఫురణకి వచ్చింది. అంతకుముందు దాకా జీవితపూర్ణత్వంతో తొణికిసలాడిన ఆమె శరీరం రక్తసిక్తమై పరాయివాళ్ళ మధ్య నిస్సిగ్గుగా బల్లమీద వుంది. ఆమె తల యేమీ గాయపడలేదు, వెనక్కి వాలి వుంది. భారమైన కురులు ఆమె శిరసుమీదనుంచి వేలాడుతున్నాయి. కణతల దగ్గర ముంగురులు ఉంగరాలు చుట్టుకున్నాయి. యెర్రటి నోరు సగం తెరుచుకున్న ఆ అందమైన ముఖంలో వొక నిగూఢ ఘనీభూత భావం, దయనీయంగా తెరుచుకున్న కళ్ళమీదా, అధరాల మీదా భయంకరంగా ద్యోతకమైంది. కడసారి తాము దెబ్బలాడుకున్నప్పుడు ఆమె అన్నమాటలని అభివ్యక్తం చేస్తున్నట్టుగా వుందా భావం – 'నువ్వు ఇందుకు పశ్చాత్తాప పడతావు.'

మొట్టమొదటిసారి రైల్వేస్టేషన్లో ఆమెని కలుసుకున్నప్పుడు ఎలా వుందో ఆ రూపంలో ఆమెను గుర్తుచేసుకో ప్రయత్నించాడు – నిగూఢంగా, కమనీయంగా, ప్రేమపూరితంగా,

ఆనందాన్ని పొందడానికీ అందివ్వడానికీ ఆతురంగా వున్నరూపంలో; కాని కడసారి కలుసుకున్ననాడు వున్న మాదిరీ క్రూరంగా పగతీర్చుకునే రీతిలో ఆమె స్మృతి మిగిలిపోయింది. తామిద్దరూ కలిసి గడిపిన మధుర క్షణాల్ని మననం చేసుకో ప్రయత్నించాడు. కాని ఆ క్షణాలు శాశ్వతంగా విషపంకిలం అయిపోయాయి. నిరర్థక, అనశ్వర పశ్చాత్తాపంతో అతనికి నాశనం కలగచేస్తానన్న బెదిరింపుని అమలుజరిపి, తన మృతిద్వారా విజయం సాధించినట్టుగానే ఆమె అతని స్మృతికి వచ్చింది. దంత బాధని అతనిప్పుడు మరిచిపోయాడు. ఎక్కి వస్తూ వున్న వెక్కిళ్ళతో అతని ముఖం మెలికలు తిరిగిపోయింది.

బస్తాల దగ్గరికి ఏం మాట్లాడకుండా వెళ్ళి ఒకటి రెండుసార్లు పచార్లు చేసి, కొంచెం చిక్కబట్టుకున్నాక వ్రాన్‌స్కీ శాంతంగా కోజ్నిషెవ్‌తో అన్నాడు:

మిలన్‌ని చక్రవర్తిని చేసిన సంగతి గురించీ, దాని ఫలితంగా వచ్చే బ్రహ్మాండమైన మార్పులని గురించీ కొంచెంసేపు మాట్లాడుకున్నారు. అప్పుడు రెండవసారి మోగిన గంట విని ఎవరి పెట్టెలోకి వాళ్ళు వెళ్ళిపోయారు.

6

తను మాస్కోనుంచి ఎప్పుడు బయల్దేరబోయేదీ యిదమిత్థంగా తెలియకపోవడంతో కోజ్నిషెవ్ తమ్ముడికి స్టేషన్‌కి రమ్మని టెలిగ్రాం ఇవ్వలేకపోయాడు. స్టేషన్ దగ్గర అద్దె బగ్గీ కుదుర్చుకుని కోజ్నిషెవ్, కతవాసొవ్‌లు పోక్‌రోవ్‌స్కాయె చేరే వేళకి లేవిన్ యింట దగ్గర లేడు. కోజ్నిషెవ్, కతవాసొవ్‌లిద్దరూ దుమ్ము కొట్టుకుపోయారు. కిట్టీ తండ్రితో, దాలీతో కలిసి బాల్కనీలో కూర్చుంది. బావగార్ని గుర్తుపట్టి, అతన్ని కలుసుకుందుకు కిందికి పరిగెత్తింది.

"ఏమిటి, కబురేనా చేశారు కాదు" అని చెయ్యి చాచి కోజ్నిషెవ్‌కి అందించి, అతను అభివాదపూర్వకంగా చుంబించడానికి నుదురు అతని ముందు పెడుతూ అంది.

"మేం హాయిగా ఇక్కడికి వచ్చాం, మిమ్మల్ని యిబ్బందిపెట్టకుండా" అన్నాడతను. "చాలా దుమ్ము కొట్టుకుపోయి వున్నాను, నీ నుదురు చుంబించాలంటే భయంగా వుంది. బోలెడు పనులుండిపోవడంతో ఎప్పుడు బయల్దేరతామో తెలీలేదు. మీరు మీ మీ లోకాల్లో హాయిగా మనశ్శాంతిగా వుంటున్నారు ముందటిలాగా" అని అతను చిరునవ్వుతో అన్నాడు. "ఇతను మా మిత్రుడు కతవాసొవ్. ఆఖరికి ఇక్కడికి రావడానికి తీరిక చేసుకున్నాడు" అన్నాడు.

"నన్ను చూసి నల్లని నీగ్రో అనుకునేరుస్మా! కాస్త కాళ్ళూ చేతులూ ముఖం కడుక్కున్నాక మళ్ళీ మనిషవుతాను చూద్దురుగాని" అని కతవాసొవ్ తన హాస్యధోరణిలో అంటూ, దుమ్ముకొట్టుకుపోయిన ముఖంలో మరీ తెల్లగా మెరుస్తూ వున్న పళ్ళు కనిపించేట్టు చిరునవ్వు నవ్వుతూ చేతిని చాచాడు.

"తను చాలా సంబరపడిపోతాడు. పొలానికి వెళ్ళాడు. వచ్చేస్తూ వుంటాడు."

"ఇంకా వ్యవసాయంలోనే ఇరుక్కుపోయి వున్నాడు. తను వేరులోకం" అన్నాడు కతవాసొవ్. "బస్తీలో మాకు సెర్బియన్ యుద్ధం తప్ప వేరే ఏం కనిపించడం లేదు.

ఏమంటున్నాడు మా మిత్రుడు దాన్ని గురించి? మామూలు మనుషుల మాదిరి వుండరు, అది ఖాయం" అన్నాడు.

"అబ్బెబ్బె, కాదు. అందరూ అనుకుంటున్నట్టే అనుకుంటున్నాడు" అని కిట్టీ ఇబ్బందికరంగా కోజ్నిషెవ్‌కేసి చూస్తూ అంది. "నేను ఆయన కోసం కబురు చేస్తాను. నాన్నగారు ఇక్కడే వున్నారు. ఆయన మొన్నీమధ్యనే విదేశాలనుంచి తిరిగివచ్చారు" అంది.

ఆమె లేవిన్‌కి కబురు పంపించింది. ఒకరికి చదువుకునే గదిలోనూ, మరొకరికి దాలీ పెద్దగదిలోనూ వుండడానికి అతిథులకి ఏర్పాట్లు చెయ్యమని పురమాయించింది. వాళ్ళ స్నానాదికాలకీ, నాస్తాలకీ ఏర్పాట్లు చేసింది. తర్వాత బాల్కనీలోకి తిరిగి వెళ్ళింది. కడుపుతో వున్నప్పుడు తన ఇష్టంవొచ్చినట్టు చకచకా నడవనివ్వకుండా పోయిన అవకాశాన్ని ఉపయోగ పెట్టుకుంటున్నందుకు ఆమెకిప్పుడు ఆనందంగా వుంది.

"కోజ్నిషెవ్, ప్రొఫెసర్ కతవాసొవ్ వచ్చారు" అని చెప్పింది.

"అబ్బ, ఈ ఎండలో ఎంత కష్టం!" అన్నాడు వృద్ధ ప్రిన్స్.

"లేదు నాన్నా, ఆయన చాలామంచివాడు, మీ అల్లుడికి ఆయనంటే చాలా ఇష్టం" అని కిట్టీ తండ్రి ముఖంలో కనిపించిన హాస్యపూరిత ధోరణి చూసి ఆయన్ని ఒప్పిస్తున్నట్టు చిరునవ్వు నవ్వుతూ అంది.

"ఆయనంటే నాకే వ్యతిరేకతా లేదు."

"ఊఁ, నువ్వొకసారి వాళ్ళ దగ్గరికి వెళ్ళవూ" అని కిట్టీ దాలీతో అంది. "కొంచెం వాళ్ళకి ఏం కావాలో చూడు. స్టేషన్లో వాళ్ళకి బావ కనిపించాట్ట. బాగానే వున్నాడని చెప్పారు. నేను మీత్య దగ్గరికి వెళ్ళాలి. పాపం వాడికి నాస్తా తర్వాత పాలు పట్టించలేదు. వాడు లేచి ఏడుస్తున్నాడేమో మరి" అని స్తనాల్లో పాలు పొంగడం అనుభూతి చెందుతూ ఆమె చంటిపిల్లాడి గదికి వెళ్ళింది.

ఆమె వాస్తవం వూహించిందని కాదు (శిశువుకీ తనకీ మధ్య ఇంకా శారీరక బంధనాలు వున్నాయి) కాని స్తనాల్లో పొంగుతూ వున్న పాల ప్రవాహాన్ని బట్టి వాడికి ఆకలిగా వుందని గ్రహించింది.

చంటి పిల్లాడి గదిలోకి వెళ్ళకముందే ఆమెకి తెలుసు వాడు ఏడిచి గోలచేస్తూ వుంటాడని. నిజానికి వాడు యేడుస్తూనే వున్నాడు. వాడి ఏడుపు విని ఆమె ఇంకా గబగబ నడిచింది. కాని ఆమె నడక వేగం హెచ్చేకొద్దీ వాడి ఏడుపూ ఎక్కువైంది. అది ఆరోగ్యంగా వున్న చక్కని గొంతుక, కాని ఆకలిగా చిరాగ్గా వున్న గొంతుక.

"దాదీ, చాలాసేపటిగా ఏడుస్తున్నాడా?" అని కూర్చుని పిల్లవాడికి పాలు పట్టించేందుకు తయారవుతూ గబగబా అడిగింది. "వాణ్ణిలా ఇయ్యి, ఊఁ గబగబా! అబ్బ, దాదీ, ఏమిటా నిదానం! టోపీ తర్వాత కట్టవచ్చులే" అంది.

పిల్లవాడు ఆకలితో గుక్క తిప్పుకోకుండా ఏడుస్తున్నాడు.

"ఉహుం, అలా చెయ్యడం సరికాదమ్మా" అని దాదాపు రోజంతా చంటిపిల్లాడి గదిలోనే కాలక్షేపం చేస్తూ వున్న అగాఫ్యా మిహైలొవ్నా అంది. "చిన్నబాబుని సరిగ్గా ముస్తాబు చెయ్యాలి. ఛీ, ఛీ, ఛీ, ఛీ" అని పిల్లవాణ్ణి చూసి ముద్దులు కురిపిస్తూ, తల్లి మాటలు లక్ష్యపెట్టకుండా అంది.

దాది పిల్లవాణ్ణి కిట్టీ దగ్గరికి తీసికెళ్ళింది. అగాఫ్యా మిహైలోవ్నా స్నేహార్ధ వదనంతో కూడా వెళ్ళింది.

"నన్ను గుర్తుపడుతున్నాడు, గుర్తుపడుతున్నాడు! దేవుడు సాక్షి! కిట్టీగారూ! చినబాబు నన్ను గుర్తుపడుతున్నాడు!" అని అగాఫ్యా మిహైలోవ్నా పిల్లవాడి ఏడుపు స్థాయికంటే హెచ్చుస్థాయిలో అరిచింది.

కాని కిట్టీ ఆమె మాటలు వినడం లేదు. పిల్లవాడి చిరాకుతో సమంగా ఆమె చిరాకూ ఎక్కువవుతూ వుంది.

ఈ చిరాకువల్ల తల్లీ పిల్లాడూ ఇద్దరూ తంటాలుపడుతూ వున్నా లాభం లేక పిల్లవాడు స్తనాన్ని నోటిదగ్గరికి తీసుకోలేకపోయాడు, దాంతో మరింత గింజుకులాడిపోయాడు.

ఆఖరికి, వృధా ప్రయత్నాలు ఏడుపులు అయిన తర్వాత అన్నీ గాడిలో పడ్డాయి. పిల్లాడూ తల్లీ శాంతపడ్డారు.

"అయ్యో, బాబూ, ఒళ్ళంతా చెమట పట్టేసింది కదరా" అని పిల్లాణ్ణి ముద్దు పెట్టుకుంటూ గుసగుసలాడింది కిట్టీ. "వీడు మిమ్మల్ని గుర్తుపట్టాడని ఎలా అనుకున్నారు మీరు?" అని కిట్టీ తల వోరగా పెట్టి పిల్లవాడి కళ్ళకేసి చూస్తూ అగాఫ్యా మిహైలొవ్నాని అడిగింది. పిల్లాడి కళ్ళు టోపీ కిందనుంచి కొంటెగా మెరుస్తూ వున్నట్టు ఆమెకి అనిపించిది. వాడి బుగ్గలు హెచ్చు తగ్గులు లేకుండా చప్పరిస్తున్నాయి. ఎర్రటి హస్తం వున్న వాడి చిన్న చెయ్యి గాలిలో చక్రాలు తిప్పుతోంది.

"అలా జరగదు! ఎవరినేనా గుర్తుపట్టగలిగితే అది నన్నే" అని కిట్టీ చిరునవ్వు నవ్వుతూ అగాఫ్యా మిహైలొవ్నా మాటకి జవాబుగా అంది.

కిట్టీ మందహాసం చెయ్యడానికి కారణం వుంది. పిల్లాడు ఆమెని గుర్తుపట్టలేడు అని తను అంటూ వున్నా, వాడు కేవలం అగాఫ్యా మిహైలొవ్నానే గాక వేరేవాళ్ళు గుర్తుపట్టలేని, తెలుసుకోలేని చాలావాటిని ఎరుగుననీ, గుర్తుపట్టగలడనీ, పిల్లవాడి తల్లి అయిన తను కూడా వాడి పుణ్యమా అని వాటినన్నిటీ్న తెలుసుకోగలిగిందనీ ఆమెకి హృదంతరాళంలో తెలుసు. అగాఫ్యా మిహైలొవ్నాకి, దాదికి, తాతకి, తండ్రికి కూడా మీత్య ఒక ప్రాణి, కేవలం తన ఆలనాపాలనా చూడమని కోరే జీవి మాత్రమే. కాని తల్లికి మాత్రం వాడు ఎప్పట్నుంటో ఒక నైతిక అస్తిత్వం వున్న జీవి. వాడికీ ఆమెకీ మధ్య ఆత్మిక సంబంధాల పూర్తి చరిత్ర విద్యమానంగా స్థాపితమైంది.

"అదే నిజమైతే పిల్లాడు లేచాక మీరే స్వయంగా చూద్దురుగాని. నేను ఛీ, ఛీ అని లాలిస్తాను, బాబు మురుస్తాడు. ఎంత ముద్దొస్తున్నాడు నాకు బాబు! ఎంత కిలకిలలాడుతున్నాడు! సూర్యరశ్మితో ప్రకాశమానంగా వున్నట్టు!" అంది అగాఫ్యా మిహైలొవ్నా.

"సరే, మంచిది, అప్పుడు చూద్దాం. ఇప్పుడు వెళ్ళిపోండి, వాడి కళ్ళు మూతలు పడుతున్నాయి" అని కిట్టీ మెల్లిగా అంది.

7

అగాఫ్యా మిహైలోవ్నా మునికాళ్ళమీద అవతలికి వెళ్ళిపోయింది. దాది తెరలు దించింది. పిల్లవాడి మంచంమీద తెరలో దూరిన ఈగల్ని తోలేసింది. కిటికీ అద్దంమీద రొదపెడుతూ వున్న కందిరీగనీ తోలేసింది. అప్పుడు తల్లినీ పిల్లవాడినీ వాడిపోయిన బర్చ్ కొమ్మతో విసురుతూ కూర్చుంది.

"అమ్మమ్మ! ఎంత వేడిగా వుంది! ఉఫ్! దేవుడు దయతలచి ఓ జల్లు పడితే బాగుణ్ణు!" అంది.

"ఆఁ ష్...ష్..." అని మాత్రమే అంది కిట్టీ. మెల్లిగా వెనక్కీ ముందుకీ కొంచెంగా వూగుతూ మీత్య కళ్ళు మూస్తూ తెరుస్తూ, అలసంగా ఆడిస్తూ వున్న బొద్దు చేతిని మెల్లిగా ప్రేమగా అదిమింది. వాడి చేతి మణికట్టు దగ్గర వొత్తుగా ముడతపడింది. ఆ చెయ్యి కిట్టీని పురికొల్పుతోంది. దాన్ని ముద్దుపెట్టుకుందామని ఆమెకి కోరిక పుట్టింది, కాని వాణ్ణి నిద్ర లేపుతానేమోనని ఓ పక్క భయం కలిగింది. ఆఖరికి ఆ చెయ్యి వూగడం ఆగింది. కళ్ళు మూతలు పడ్డాయి. చనుబాలు తాగే బిడ్డ కేవలం మధ్య మధ్య తన నిడుపాటి వంపులు తిరిగిన పక్ష్మాలు ఎత్తి మసక వెలుతురులో వున్న గదిలో నల్లగా నిగనిగలాడే కళ్ళతో తల్లికేసి చూశాడు. దాది విసరడం మానేసి జోగుతోంది. పైనుంచి వృద్ధ ప్రిన్స్ ఉచ్చైస్వరం, కతవాసొవ్ నవ్వు వినవచ్చాయి.

"నేను లేకపోయినా వాళ్ళు కలిసిపోయినట్టున్నారు" అనుకొంది కిట్టీ. 'ప్చ్, ఏమిటో తను ఇంకా ఇంటికి రాలేదు. మళ్ళీ తేనెటీగల పెంపకంవాడి దగ్గరికి వెళ్ళేడో యేమో. తను అక్కడ అంతసేపు గడపడం నాకు బాధగానూ వుంది, మరోపక్క సంతోషంగానూ వుంది. ఈ పనులవల్ల అతని మనసు ధ్యాస మళ్ళుతోంది. వసంతరుతువుతో పోలిస్తే అతను బాగున్నాడు, ఉల్లాసంగా వున్నాడు.

'...అప్పుడు ఎంతో మబ్బుగా దిగులుగా వుండేవాడు. నాకు భయం వేసేది. ఎంత వింత వ్యక్తి అతను....' అని కిట్టీ చిరునవ్వుతో గొణుక్కుంది.

భర్తకి ఎందుకు దిగులుగా వుంటుందో ఆమెకి తెలుసు. అతని నాస్తికత. భగవంతుడి మీద విశ్వాసం లేకపోతే ఉత్తర జన్మలో శప్తుడవుతాడా అని ఆమెని అడిగితే అవునని ఆమె అని వుండేది. కాని అతనికి విశ్వాసం లేకపోవడం ఆమెకి బాధాకరం కాలేదు. నాస్తికులకి మోక్షం లేదని తెలిసినా, భర్తని అన్నిటికంటే ఎక్కువ ప్రాణప్రదంగా చూసుకున్నా కూడా ఆమె చిరునవ్వుతో అతని నాస్తికత్వాన్ని గురించి ఆలోచించగలిగేది, అతను వింత వ్యక్తి అని తనకి తను చెప్పుకునేది.

'ఎందుకని అతను ఏటి పొడుగూతా తత్వశాస్త్రం చదువుతూ వున్నాడు? ఆ పుస్తకాల్లో సర్వం రాసి వుంటే ఈ పాటికి అతను గ్రహించగలిగేవాడు. ఒకవేళ వాటిలో సత్యం లేనట్లయితే

చదవడం ఎందుకు? విశ్వాసంకోసం తపిస్తున్నానని తనే అంటాడు మళ్ళీ. మరి ఎందుకు విశ్వసించలేదు? బహుశా అతిగా ఆలోచించడం వల్లనో ఏమో అనిపిస్తుంది నాకు. ఎప్పుడూ ఒంటరిగా, ఒక్కడూ వుండిపోతాడు అందుకని అతిగా ఆలోచిస్తాడు. మాతో ఆ విషయాలన్నిట్నీ చర్చించడు. నేననుకోవడం వీళ్ళని, ముఖ్యంగా కతవాసొవ్‌ని చూసి చాలా సంతోషిస్తాడని. ఆయనతో వాదనంటే అతనికి ఇష్టం' అనుకొంది ఆమె. అప్పుడు కతవాసొవ్‌కి పడకఏర్పాట్లు బాగా వుండేటట్టు చెయ్యడం గురించి అనుకొంది. కోజ్నిషెవ్‌తో కలిసి ఒక గదిలో వుంచాలా లేక వేరే గదిలో వుంచాలా ఆయన్ని అనుకొంది. ఈ ఆలోచన వస్తూనే వెంటనే మరో ఆలోచన తట్టింది, అది ఆమెని వ్యాకులపరిచి బెదరగొట్టింది. దాంతో ఆమె మీత్య నిద్ర చెడగొట్టింది. వాడు కళ్ళు తెరిచి ఏమిటిదన్నట్టు కటువుగా ఆమెకేసి చూశాడు. 'చాకలి బట్టలు తేలేదు, చుట్టాల కోసం విడిగా పెట్టిన పక్కబట్టలన్నీ వాడేశాం. ఆగాఫ్యా మిహైలొవ్నాతో చెప్పకపోతే వాడిన పక్కబట్టలు కోజ్నిషెవ్‌కి ఇస్తుందో యేమో!' అలాంటి ఆలోచన తట్టగానే ఆమెకి బుగ్గలు ఎరుపెక్కిపోయాయి.

'ఆఁ, ఆమెతో చెప్తాను' అని సమాధానపరచుకుని తన ముందటి ఆలోచనలకి మళ్ళింది. తను ఏదో పెద్ద విషయాన్ని, ముఖ్యమైనదాన్ని గురించి పూరా ఆలోచించలేదని గుర్తు వచ్చింది, అదేమిటైందీ గుర్తు చేసుకో ప్రయత్నించింది. 'ఆఁ, అతనికి విశ్వాసం లేకపోవడం గురించి' అని చిరునవ్వు నవ్వుకుంటూ జ్ఞాపకం చేసుకుంది.

'హుమ్! నాస్తికుడు! అతను అలా వుండడమే మెరుగు, మేడం స్థాల్‌లాగా వుండడం కంటే, విదేశాల్లో వున్నప్పుడు నేను వుండాలనుకున్నదానికంటే. వుహుఁ లేదు, అతను ఎప్పుడూ వంచన చెయ్యడు.'

ఇలా అనుకోగానే ఉదాహరణగా అతని ఔదార్య లక్షణం ఒకటి ఆమెకి స్ఫురణకి వచ్చింది. రెండు వారాల క్రితం దాలీకి అబ్లాన్స్కీ నుంచి పశ్చాత్తాపభరిత ఉత్తరం ఒకటి వచ్చింది. అందులో అతను తన గౌరవం కాపాడమనీ, కాగీత్ అమ్మేసి తన రుణాలు తీర్చుకోవడానికి సాయపడమనీ ఆమెని వేడుకున్నాడు. దాలీ చాలా ఖేదపడిపోయింది. భర్తని అసహ్యించుకుంది. తిరస్కారంగా చూసింది. అతనిపట్ల ఆమెకి జాలి కలిగింది. అతని అభ్యర్థనని కొట్టి పారేద్దామనుకుంది. అతనికి విడాకులు ఇచ్చేద్దామనుకొంది. కాని ఆఖరికి కొంతభాగం జాగీరు అమ్మడానికి సరేనంది. ఆ తర్వాత కిట్టీకి తన భర్త అప్పట్లో ఎంత చింతపడిపోయిందీ, ఈ సున్నితమైన విషయాన్ని ప్రస్తావించడానికి ఎలా ప్రయత్నాలు వేసిందీ, ఆఖరికి వదినగారికి సాయం చెయ్యడానికి ఆమె అహం దెబ్బతినకుండా ఒక్కటే మార్గం వుందని నిర్ణయించి ఆమెకి తన జాగీరు వాటా నిమ్మని అడిగిందీ – ఆ విషయం గురించి కిట్టీయే అసలు ఆలోచించలేదు – స్నేహార్ద్రపూరిత మందహాసంతో ఆమె గుర్తు చేసుకొంది.

'మరి తను నాస్తికుడా? అంత మంచి మనసు వున్నవాడు, ఎవరి హృదయమేనా, పిల్ల హృదయాన్ని కూడా నొప్పించాలంటే భయపడే వాడు నాస్తికుడా? అన్నీ ఇతరుల కోసమే, తనకోసం ఏమీ అక్కర్లేదు! తమ్ముడు తన జాగీరుకి నిగామాను అని కోజ్నిషెవ్ అనుకుంటాడు! అతని అక్కగారూ అలానే అనుకుంటుంది! ఇప్పుడు దాలీకీ, దాలీ పిల్లలకీ కూడా ఆధారం

అయ్యాడు. ఇక రోజూ అతని దగ్గరికొచ్చి మొర పెట్టుకునే రైతులు, అక్కడికి అతను వాళ్ళ సేవ కోసమే వున్నట్టు!

'బుజ్జీ, మీ నాన్నలాగా తయారవాలిరా నువ్వు కూడా, అచ్చు అలానే' ఆమె మీత్యని దాదికి అందిస్తూ, వాడి బుగ్గల్ని ముద్దుపెట్టుకుంటూ అంది.

8

లేవిన్ తన ప్రియమైన అన్నగారు మృత్యు శయ్యమీద వుండగా మొదటిసారి 'జీవితం – మృత్యువు' అనే సమస్య గురించి, నూతన విశ్వాసాలు అని తను భావించుకునే ఆ పట్టిక గుండా చూడ్డం ప్రారంభించాడు – తనకి ఇరవై, ముప్పై నాలుగు ఏళ్ళ వయసు మధ్య కాలంలో క్రమేపీ మారుతూ బాల్య, యౌవన ప్రాయ విశ్వాసాల స్థానం ఆక్రమించిన ఆ నూతన విశ్వాసాల పట్టిక గుండా చూడ్డం ప్రారంభించాడు. ఆ క్షణంనుంచీ అతనికి జీవితం గురించిన ఆలోచన, దాని ఆవిర్భావం ఎక్కడ, ఎందుకు వుంది? చరితార్థత ఏమిటి, రూపం ఏమిటి అనేవి సామాన్య బుద్ధికి అందని కారణంగా, మృత్యువు గురించిన దానికంటే ఎక్కువ భయభ్రాంతంగా కనిపించింది. జీవం, దాని నాశం, పదార్థ అనశ్వరత, శక్తి సంయోజనా నియమం, వికాసం అనే భావనలు అతనికి పూర్వం వుండే విశ్వాసం స్థానాన్ని ఆక్రమించాయి. ఈ శబ్దాలు, అవి సూచించే భావనలు, బౌద్ధిక లక్ష్యాల దృష్ట్యా చూసినప్పుడు మహత్తరంగా భాసించాయి. కానీ జీవితానికి సంబంధించి ఏమీ పనికిరావు. లేవిన్‌కి వున్నట్టుండి తన స్థితి, ఫర్‌కోటునిచ్చేసి దోమతెర గుడ్డ చొక్కా సంపాయించుకున్న మనిషి స్థితిలాగా కనిపించింది. మొదటిసారి చలిలోకి వెళ్ళినప్పుడు అతగాడికి తర్క వితర్కాలవల్ల కాకుండా తక్షణం కలిగే అనుభవం వల్ల తను దిగంబరుడిలా వున్నట్టూ తనకి అవశ్యం వ్యథాభరిత అంతం ప్రాప్తమవుతూ వున్నట్టూ తెలిసి వివశుడైపోతాడు.

ఆ క్షణంనుంచీ లేవిన్, ఈ విషయం గురించిన చేతన లేకపోయినప్పటికీ, యథాప్రకారం తన జీవితాన్ని సాగిస్తున్నప్పటికీ, తన అజ్ఞాన కారణంగా నిరంతరం భయానుభూతికి గురవుతూ వున్నాడు.

విశ్వాసాలు అని తను అనుకునేవి కేవలం అజ్ఞానం మాత్రమే కాక ఏ జ్ఞానం తనకి అవసరమో దాన్ని పొందడానికి సంభవం కాని చింతనా ధోరణి కూడా అని అతనికి అస్పష్టంగా అంతరంగంలో అవగాహన వుంది.

పెళ్ళయిన కొత్తలో కన్నెమెరుపు సుఖాలు, బాధ్యతలు ఈ చింతనలని అతని బుర్ర నుంచి పూర్తిగా తప్పించాయి. కాని తర్వాత భార్య కాన్పు అప్పుడు, మాస్కోలో ఏ పనీ లేకుండా గడిపినప్పుడు అతని ఈ ప్రశ్న ఎక్కువసార్లు, ఎక్కువ తీవ్రంగా సమాధానాన్ని అన్వేషిస్తూ ప్రత్యక్షమైంది.

ప్రశ్న ఇలా ప్రత్యక్షమైంది: 'నా జీవితానికి సంబంధించి క్రైస్తవ ధర్మం అందిస్తూ వున్న జవాబుల్ని నేను స్వీకరించకపోతే నేను ఏ జవాబుల్ని స్వీకరిస్తాను?' అతనికి తన మొత్తం

విశ్వాస భాండాగారంలో జవాబు కనిపించకపోవడమే కాదు, జవాబుని పోలినలాంటిది కూడా కనిపించలేదు.

అతను ఆట వస్తువుల దుకాణంలో, ఆయుధాల దుకాణంలో ఆహారం కోసం వెతికేవాడిలా వున్నాడు.

అప్రయత్నంగానే, తనకి తెలియకుండానే అతనిప్పుడు ప్రతి పుస్తకంలో, సంభాషణలో, ప్రతి వ్యక్తిలో ఈ ప్రశ్నకి సంబంధించిన వైఖరుల్ని, దానికి జవాబునీ అన్వేషిస్తున్నాడు.

తన వయసువాళ్ళు, తన పరిధివాళ్ళు చాలామంది తనకిలాగానే తమ పాత నమ్మకాలని వదిలేసి కొత్త విశ్వాసాలని స్వీకరించినా, వాళ్ళకి ఏ బాధా అనిపించకుండానే అంతకు పూర్వం మాదిరి సుఖంగా మనశ్శాంతిగా వుండడం చూసి అతనికి ఆశ్చర్యమూ, మనస్తాపమూ కలిగాయి. దాంతో మౌలిక ప్రశ్నకి అదనంగా మరిన్ని జత అయ్యాయి. ఈ మనుషులు నిష్కపటంగా వుంటున్నారా లేదా? వాళ్ళు వంచన చెయ్యడం లేదు కదా? తమని కలవర పెట్టే సందేహాలకి విజ్ఞానశాస్త్రం ప్రసాదించే జవాబులని తనకంటే మరింత స్పష్టంగా, భిన్న రీతిలో అవగాహన చేసుకుంటున్నారా? అంచేత ఈ జనాల అభిప్రాయాల్నీ, ఈ సమస్యలని స్పృశించిన గ్రంథాలనీ అతను దీక్షగా పరిశీలించాడు.

ఈ ప్రశ్నలని గురించి అధ్యయనం చేసేటప్పుడు అతనికి విశదం అయిందేమిటంటే తన యౌవన దశని, విశ్వవిద్యాలయం రోజులని ఆధారం చేసుకుని మతం గతం అయిపోయిందని, ప్రకృతంలో దానికి యే ఉనికీ లేదని తీర్మానించడం తప్పు అని. మంచివాళ్ళందరూ, తనకి సన్నిహితులైన అందరూ ఆస్తికులే. వృద్ధ ప్రిన్స్, తనకి బాగా ఇష్టుడైన ల్వోవ్, కోజ్నిషెవ్, ఆడవాళ్ళందరూ, తన భార్య కూడా. తను శైశవావస్థలో ఎలాంటి ఆస్తికతతో వుండేవాడో అదే ఆస్తికతతో వున్నారు. తను ఎంతో ఎక్కువ ఆదరభావంతో చూసే సామాన్యజనం, అంటే రష్యన్ ప్రజలలో ముక్కాలు మువ్వీసం మంది, కూడా అంతే.

అతను అనేక పుస్తకాలు చదివాక మరో విషయాన్ని కూడా గమనించాడు. తనకిలాంటి అభిప్రాయాలున్న వాళ్ళు వాటిని గాఢంగా అర్థం చేసుకున్నవాళ్ళు కాదు; తమకి స్పష్టం కాకపోయినా, తను జవాబు లేకుండా బతకలేదనుకుంటూ ఉన్న ప్రశ్నలని ఊరికే ఉపేక్షిస్తారు. నిజానికి వేరే సమస్యల్ని ముందు పెట్టే ప్రయత్నాలు చేస్తారు. తనకి ఏ మాత్రం ఆసక్తి లేనటువంటి వాటిని. ఉదాహరణకి ప్రాణికోటి పరిణామం, ఆత్మకి సంబంధించిన యాంత్రిక వ్యాఖ్యలాంటివి.

ఇవి కాకుండా భార్య ప్రసవ సమయంలో అతనికి ఒక అసాధారణ అనుభవం కలిగింది. నాస్తికుడైన తను భగవన్నామ స్మరణ చేశాడు. అలా చేసేటప్పుడు విశ్వాసం వుంచాడు. ఆ క్షణం గడిచిపోయింది. కాని ఆ క్షణంలో కలిగిన మనస్థితి తన మామూలు జీవితంలో జీరగా వుండిపోయిందని తర్వాత అతను గమనించాడు.

ఆ సమయంలో తనకి సత్యం తెలుసునన్న విషయాన్నీ, తను ఇప్పుడు తప్పన్న విషయాన్నీ అతను అంగీకరించాడు. ఏమంటే దాన్ని గురించి శాంతంగా అవలోకించినప్పుడు అది ఖండఖండాలై చెదిరిపోతుంది. పోనీ అప్పుడు తను తప్పుగా వున్నాడు అనే విషయాన్నీ

ఒప్పుకోడు. ఏమంటే ఆ ఆధ్యాత్మిక అనుభవాన్ని పదిలంగా చూసుకుంటాడు కాబట్టి, దాన్ని ఏదో క్షణిక దౌర్బల్యం కింద తీసిపారెయ్యడం ఆ క్షణాన్ని కలుషితం చెయ్యడం కాబట్టి. అతని లోపల ఒక తీవ్రమైన సంఘర్షణ చెలరేగుతోంది. దీన్ని పరిష్కరించడానికి అతను యావత్ ఆత్మశక్తినీ కూడగట్టాడు.

9

లేవిన్‌కి ఈ ఆలోచనలు ఓ సారి తక్కువగా పీడించాయి కాని సర్వదా అంటి పెట్టుకునే వున్నాయి. అతను పుస్తకాలు చదివాడు, ఆలోచించేవాడు. ఎంత ఎక్కువ చదివి, ఆలోచిస్తే అంత ఎక్కువ దూరం పోయేది గమ్యం అనిపించింది అతనికి.

భౌతికవాదులు తన సందేహాలకి సమాధానాలు చెప్పలేరని నమ్మకం ఏర్పడ్డాక అతను మాస్కోలో వున్నప్పుడూ, తర్వాత పల్లెకి వచ్చినప్పుడూ ప్లేటో, స్పినోజ, కాంట్, షెల్లింగ్, హెగెల్, షాపెన్‌హావర్ లాంటి తత్వవేత్తల గ్రంథాల్ని*, జీవితాన్ని భౌతికవాద దృక్పథంతో విశ్లేషించని తత్వవేత్తల గ్రంథాల్ని చదివాడు.

వాళ్ళ పుస్తకాలు చదివేటప్పుడూ, లేదా భౌతికవాదుల సిద్ధాంతాలని ఖండించే తర్కాన్ని గురించి తనే ఆలోచన చేసినప్పుడు ఆ భావాలు ఉత్తేజకరంగా కనిపించాయి. చదవడం పూర్తి చేసిన తర్వాత, కొన్ని సిద్ధాంతాల్ని ఖండించే ఆలోచనలు చేశాక మళ్ళీ అదే ఫలితం తేలేది. 'ఆత్మ', 'సంకల్పం', 'స్వేచ్ఛ,' 'తత్వం'లాంటి అపరిమేయ శబ్దాలకి అంగీకృత నిర్వచనాలని ఒప్పుకున్నాక, దార్శనికులు గాని స్వయంగా తను గాని పెట్టుకున్న శాబ్దిక జాలంలోకి ఉద్దేశపూర్వకంగా ప్రవేశించక అతనికి ఏదో బోధ పడినట్టే వుండేది. కాని కృత్రిమ విచార ధారని మరిచి, నిశ్చిత చింతన ధారానుకరణ చేస్తూ, తనకి సంతోష జనకంగా వున్న అది వాస్తవ జీవితంకేసి మళ్లుతూనే ఆ కృత్రిమ భవనం పేకముక్కల ఇల్లులాగా కుప్పకూలిపోయేది. ఆ భవనం జీవితంలోని తర్క శక్తికంటే మహత్వమైన దానిమీద ఆధారపడని శాబ్దిక డాంభికత మీద నిర్మించిందని స్పష్టమయిపోయేది.

ఒకసారి షాపెన్‌హావర్ పుస్తకం చదివేటప్పుడు అతను 'సంకల్పం' అనే మాట స్థానంలో 'ప్రేమ' అనే పదాన్ని పెట్టుకున్నాడు. ఆ ఉత్తరీయాన్ని వదిలేసే దాకా ఒకటి రెండు రోజులు ఈ కొత్త దర్శన అతనికి వూరట కలిగించింది. కాని అది కూడా జీవిత పార్శ్వం నుంచి చూడగానే కుప్పకూలిపోయింది. అతనికి వెచ్చదనాన్ని ఇవ్వలేని దోమతెర గుడ్డ చొక్కాకంటే అధికంగా కనిపించలేదు.

ధర్మశాస్త్రాల గురించి ఖొమ్యకోవ్* రచనలు చదవమని కోజ్నిషెవ్ అతనికి సలహా ఇచ్చాడు. లేవిన్ ఆ రచయిత రెండవ భాగం చదివాడు. తనకి నచ్చనటువంటి వివాదపూరిత, ఘనమైన, చమత్కార పూరిత ధోరణి రచయితకి వున్నా చర్చికి సంబంధించి ఖొమ్యకోవ్ బోధ ఆశ్చర్యకరంగా కనిపించింది. ఈశ్వరుని సత్యం బోధపరచుకోవడం ఏ ఒక్క వ్యక్తికో సాధ్యం కాదనీ, చర్చిద్వారా సూత్రబద్ధంగా ప్రేమతో ఏకమైన జనులందరూ కలిసి దీన్ని

గ్రహించగలరనీ అతను చేసిన వాదన చూసి లేవిన్‌కి ఆశ్చర్యమైంది. అతనికి ఈ ఊహ అన్నిటికంటే సంతోషం కలిగించింది. సకల జనుల నమ్మకాలనీ సమాహితం చేసే విద్యమాన, ప్రకృత, సజీవ చర్చిని, చూడాలంకృత స్థానంలో ఈశ్వరుడు వుండడం వల్ల పవిత్రమూ పాపముక్తమూ అయిన ఆ చర్చిని, విశ్వసించడం ఎక్కువ సులభంగా వుంది. దవిష్ఠ, నిగూఢ భగవంతుడు, విశ్వ సృష్టిలాంటి వడికట్లతో ఆరంభించడం కంటే ఆ సులభమైన దాన్ని ప్రస్థాన బిందువు చేసుకుని ఈశ్వరుణ్ణి, సృష్టిని, పతనాన్ని, మోక్షాన్ని విశ్వసించగలగవచ్చు అనే ఊహ ఇది. కాని తర్వాత అతను చర్చి పురాణాన్ని గురించిన ఓ కాథలిక్ రచయిత పుస్తకాన్నీ, రష్యన్ సాంప్రదాయిక పుస్తకాన్నీ చదివాడు. నిర్వచనరీత్యా రెండు చర్చిలు సారభూతంగా పాపముక్తమైనవే అయినా ఒక దాన్ని ఒకటి ఖండించుకోవడం చూసి అతనికి ఖొమ్యకోవ్ బోధన నిరాశ కలిగించింది. ఈ భవనమూ దార్శనికుల భవనంలాగా కుప్ప కూలిపోయింది.

ఆ వసంత రుతువు అంతా అతను అతనిలా లేడు. చాలా భయంకర క్షణాల యాతన అనుభవించాడు.

'నేనెవర్ని, ఎందుకు ఇక్కడ వున్నాను అనేదాన్ని తెలుసుకోకుండా నేను జీవించలేను. కాని వీటి గురించి తెలుసుకోలేను. అంటే నేను జీవించలేనన్నమాట' అనుకున్నాడు లేవిన్.

'అనంతకాలంలో, అనంత రోదసిలో, అనంత ద్రవ్యరాశిలో జీవి రూపంలో ఒక బుద్బుదం ప్రత్యక్షం అవుతుంది, అది క్షణకాలం వుంటుంది, రాలిపోతుంది. ఈ బుద్బుదం నేనే.'

ఇది వ్యథాకులితమైన అసత్యం. కాని ఈ దిశలో యుగయుగాల మానవ చింతన చేరిన ఏక మాత్ర అంతిమ పరిణామం ఇది.

దాదాపు సకల క్షేత్ర మానవ చింతనలు అన్వేషణలు ఆధారితం అయిన అంతిమ విశ్వాసం ఇదే. మిగిలిన వాటికంటే యెక్కువ స్పష్టతరం కావడం వల్ల లేవిన్ దీన్ని, ఎప్పుడు ఎలా జరిగిందీ తనకి తెలియకుండానే, స్వీకరించాడు.

కాని ఇది అసత్యం మాత్రమే కాదు, దుష్ట శక్తినుంచి ఉత్పన్నం అయిన క్రూర వ్యంగ్యం. ఈ దుష్ట శక్తి ముందు, ఘృణిత శక్తి ముందు తలవంచడం ఉచితం కాదు.

ఈ శక్తి నుంచి నిచ్ఛేదం పొందాలి. నిచ్ఛేదం పొందడం ప్రతి వ్యక్తికీ అందుబాటులో వుంది. దౌష్ట్య పాశం నుంచి తెంచుకోవాల్సిన అవసరం వుంది. దానికి సాధనం ఒకటే మృత్యువు.

హాయిగా సంసారం చేసుకుంటున్న వాడు, ఆరోగ్యవంతుడు అయిన లేవిన్ కొన్నిసార్లు ఆత్మహత్యకి ఎంత సమీపవర్తిగా వెళ్ళాడంటే ఉరిపోసుకుంటా నేమోననే భీతి పుట్టి రుజ్జువుల్ని దాచేశాడు. ఆ భీతి కారణంగా ఎక్కడన్నా తనమీద ఎక్కుపెట్టుకుని కాల్చుకుంటా నేమోనని చేతిలో తుపాకీ వుంచుకునేవాడు కాదు.

లేవిన్ తుపాకీతో కాల్చుకోలేదు, ఉరిపోసుకోలేదు. జీవిస్తూనే వున్నాడు.

10

లేవిన్ తనెవరూ, ఎందుకు వున్నాడూ అనేవాటి గురించి ఆలోచన చేసినప్పుడు అతనికి ఏ జవాబులూ వచ్చేవి కాదు, అతను నిరాశపడి పోయేవాడు. కాని ఆ ప్రశ్నలు అనుకోకుండా నుంటే తనెవరైందీ ఎందుకు బతుకుతూ వున్నదీ తెలిసినట్టే వుండేది. ఏమంటే అతను నిశ్చిత ధ్యేయంతో, దృఢత్వంతో పనిచేసేవాడు, జీవించేవాడు. ఇటీవల కొంతకాలంగా అతను ముందటికంటే ఎక్కువ దృఢత్వంతో, స్పష్ట లక్ష్యంతో జీవిస్తూ వున్నాడు.

జూన్ ఆరంభంలో పల్లెకి తిరిగివచ్చాక అతను యథాప్రకారం కార్యకలాపాలు అందుకున్నాడు. వ్యవసాయం పనులతో, రైతులతో, పొరుగు వాళ్ళతో వుండే వ్యవహారాలతో, ఇంటిపనులతో, అక్కగారి ఆస్తినీ, అన్నగారి ఆస్తినీ అజమాయిషీ చెయ్యడంతో, పెళ్ళాన్నీ బంధువులనీ చూసుకోవడంతో, పిల్లవాడిపట్ల ఆసక్తితో, తేనెటీగల పెంపకంతో – వసంత రుతువులో అతనికీ కొత్త సరదా వచ్చింది – అతనికి తీరికే వుండేది కాదు.

అతను ఈ పనులన్నిటికీ అర్పితమయి పోవడానికి కారణం గతంలో మాదిరి వాటిని ఉన్నత సిద్ధాంతాలతో సమర్థించుకోవడం వల్ల కాదు, అందుకు పూర్తి విరుద్ధం. ఓ పక్కన, సార్వజనిక సంక్షేమం కోసం లోగడ చేసిన పనుల వైఫల్యం నిరాశ కలిగించింది. రెండో పక్క తన ఆలోచనలూ, అన్నివేపుల నుంచీ ఎదురైన పనులూ అతనికి ప్రజాసంక్షేమ కార్యాల గురించి ఆలోచించే తీరికే ఇవ్వలేదు. తను చేస్తూ వున్న దాన్ని చెయ్యవలసి వుంది కాబట్టీ, మరింక వేరే ఏదీ చెయ్యలేకపోబట్టీ అతనికి అనిపించింది.

లోగడ (అంటే ఇంచుమించు బాల్యం నుంచి యౌవన ప్రాంగణంలోకి అడుగుపెట్టేదాకా) అతను సకల మానవాళి సంక్షేమం కోసం, రష్యా కోసం, ఊరి కోసం ఎప్పుడన్నా అలా చెయ్యాలని ప్రయత్నం చేసినప్పుడు అతనికి ఆ వూహ సంతోష కారకంగా వుండేది. కాని చెయ్యడంలో ఏదో లోటు వుండేది. తను చేస్తూ వున్నది నిజంగా ఎంతో అవసరం అయింది అనే భరోసా అతనికి పూర్తిగా వుండేది కాదు. ఆరంభంలో మహత్తరమైనదిగా కనిపించిన క్రియాశీలత క్రమేపీ తగ్గుతూ వచ్చి కడకి ముగిసిపోయేది. ఇప్పుడు, వివాహం అయ్యాక, తన జీవిత ప్రయోజనాల నిమిత్తం అధికారికంగా తన కార్యకలాపాల్ని సీమితం చేసుకున్నప్పుడు అతనికి తను చేసేది అంత తృప్తికరంగా తోచేది కాదు. కాని తను చేస్తూ వున్నది అవసరం అని అతనికి ఖాయంగా అనిపించింది. ముందటికంటే ఎక్కువ చురుగ్గా సాగింది, ఎక్కువ విస్తరించింది.

తాతతండ్రులు అలవాటుపడిన రీతిలోనే సంసారం సాగాలనీ, అదే స్థాయి శిక్షణలో పరిస్థితుల్లో సంతానాన్ని పెంచి పెద్ద చెయ్యాలనీ నిస్సందేహంగా మనసులో నాటుకుపోయింది. ఆకొన్న వాడికి అన్నంలాగా ఇది అత్యవసరం. అందుగ్గాను అన్నం వండడం ఎంత అవసరమో ఆదాయం రాబట్టడానికి పొకొరోవ్స్కాయె జమీని బాగా నిర్వహించడమూ అంతే అవసరం. రుణాలు తీర్చడం అవసరమైనట్టే పైతృక జిరాయితీని అదే స్థితిలో వుంచడమూ అవసరం. ఏమంటే తను, లేవిన్, తాతముత్తాతలకి దాన్నలా పెంచి పోషించినందుకు కృతజ్ఞతా

బద్ధుడవడానికి. మరి అందుగ్గాను తమ భూమిని కౌలుకి ఇవ్వకూడదు, స్వయంగా తనే సాగు చెయ్యాలి, పశుగణం వృద్ధి చెయ్యాలి, పొలాలకి యెరువు వెయ్యాలి, అడవులు పెంచాలి.

కోజ్నిషెవ్ ఆస్తినీ, అక్కగారి వ్యవహారాలనీ నిర్లక్ష్యం చెయ్యనూ లేడు. తన దగ్గరికి సలహా సంప్రదింపుల నిమిత్తం వచ్చే రైతుల బాగోగులు చూడకుండానూ వుండలేడు. తన ఒళ్ళో బాధ్యతగా వుంచిన బిడ్డని తోసెయ్యడం అసాధ్యం అయినట్టే యివీ అసాధ్యమే. తను భార్యకీ కొడుక్కీ సుఖంగా వుండేటట్టు చూడాలి, వదినగారికీ ఆవిడ పిల్లలకీ సుఖంగా వుండేటట్టు చూడాలి. ఎంతో కొంత వ్యవధి వాళ్ళతో గడపగలగాలి.

ఈ కార్యకలాపాలు, వేట, అలాగే తేనెటీగల పెంపకం అనే కొత్త సరదా లేవిన్‌కి తీరిక లేకుండా చేశాయి. తను యేం చెయ్యాల్సి వున్నదీ అనుమానం లేకుండా తనకి తెలిసినట్టే, ఎలా చెయ్యాల్సిందీ కూడా అనుమానం లేకుండా లేవిన్‌కి తెలుసు. ఏది ముఖ్యమైనదో కూడా అతనికి తెలుసు.

కూలీలని అతిచవకగా కుదుర్చుకోవాలని అతనికి తెలుసు. అలా అని తనకి ఎంత లాభదాయకంగా కనిపించినా వాళ్ళ అవసరాల్ని వాటంగా వాడుకుని ధర్మంగా ఇవ్వవలసిన దానికంటే తక్కువా ఇవ్వకూడదు. రైతుల పశువులకి మేత కరువైనప్పుడు తను రైతులకి పశుగ్రాసం అమ్ముతాడు. అందుగ్గాను వాళ్ళ దగ్గర్నుంచి సొమ్ము తీసుకోవడం బాధాకరంగా అనిపించినా. సారాదుకాణాన్నీ, కల్లు అంగడినీ తీసెయ్యాలి, అవి తనకి ఆదాయం తెచ్చిపెట్టినా. తన అడవిలో కలప కాజేసినందుకు రైతులకి గట్టిగా బుద్ధి చెప్పాలి. కాని తమ పశువుల్ని వాళ్ళు తన పచ్చిక బీళ్ళమీదకి మేతకోసం తోలినప్పుడు జరిమానా వెయ్యకూడదు. అవి కాపలా వాడికి కోపం తెప్పించినా, రైతులు మళ్ళీ పశువుల్ని పచ్చిక బీళ్ళలోకి తోలబోయినా, పశువుల్ని వాళ్ళకి తిరిగి అప్పగించెయ్యాలి.

ప్యోత్ర్ ప్రతినెలా పదిశాతం వడ్డీ కడుతూ వుండే రుణదాత నుంచి విముక్తి పొందేందుకు అతనికి సొమ్ము తను ఇస్తాడు. కాని రైతులు శిస్తులు చెల్లించకుండా, బకాయిలు పెడుతూనే వుంటే ఒప్పుకోకూడదు. నిగామాను పచ్చిక బీళ్ళ గడ్డినంతటినీ కోయించేటట్టూ, దాన్ని మంచి ధరకి అమ్మించేటట్టూ చూడాలి. కాని తను రెండువందల ఎకరాల భూమిలో పెంచుతూ వున్న అడివిలో గడ్డిని ఎట్టి పరిస్థితుల్లోనూ కొయ్యనివ్వకూడదు. పని మంచి ముమ్మరంగా సాగాల్సిన సమయంలో తండ్రి చచ్చిపోయాడనే నెపంతో నెల్లాళ్ళు ఊరికి వెళ్ళే కూలికి, అతని కష్టానికి సానుభూతి చూపించినా, మజూరీ ఇవ్వకూడదు, నష్టపోయిన కాలానికి నాగా కట్టాల్సిందే. కాని ముసలీ ముతకా నౌకర్లకి నెలవారీ జీతాలు ఇస్తూనే వుండాలి.

ఇంటికి తిరిగి వెళ్ళగానే మొదటగా ఒంట్లో బాగాలేని భార్య దగ్గరికి వెళ్ళాలి. తన కోసం మూడు గంటలుగా చూస్తూ వున్న రైతులు మరో కొంచెంసేపు నిరీక్షించగలరు అని లేవిన్‌కి తెలుసు. తేనెటీగల క్షేత్రంలో తనని కలుసుకుందుకు వచ్చి రైతులతో మాట్లాడేందుకు గాను తేనెటీగల గుంపుని పట్టులో పెట్టే తన సరదాని వదులుకుని క్షేత్రం కాపలా ముసలతన్ని ఆ పని చెయ్యనివ్వాలి అని అతనికి తెలుసు.

తను చేసే పని తప్పో ఒప్పో అతనికి తెలీదు. ఆ విషయం గురించి చర్చించడం గాని, ఆలోచించడం గాని అతనికి ఇష్టం వుండదు.

చర్చలవల్ల శంకలు పెరుగుతాయంతే. తను ఏం చెయ్యాలో ఏం చెయ్యకూడదో చూడకుండా అడ్డం పడతాయంతే. ఆలోచించకుండా జీవిస్తూనే వుండగా, ఇది మంచిదా అది మంచిదా అని సందిగ్ధ స్థితి వచ్చినప్పుడు ఎప్పుడూ సరైందే జరిపించే నిర్ణాయక శక్తి ఆత్మలో వుంటున్నట్టు అతని చేతనకి వచ్చింది. తను చెయ్యకూడని దాన్ని చేసిన ప్రతిసారీ అతనికి వెంటనే అది తెలిసిపోయేది.

ఆ రకంగా అతను తనెవరైందీ, తనెందుకు ఈ లోకంలో జీవిస్తూ వున్నదీ తెలియకుండానే, తెలుసుకునే అవకాశం కనిపించకుండానే జీవిస్తూనే వున్నాడు. జ్ఞాన అభావం అనే ఈ వ్యథ ఎంత తీవ్రంగా వుందంటే, తను ఆత్మహత్య చేసుకుంటానేమోననే భయం అతనికి కలిగింది. కాని మళ్ళీ తన వ్యక్తిగత జీవన పథాన్నీ ఏర్పాటు చేసుకుంటూ వున్నాడు.

11

కోజ్నిషెవ్ పొక్రోవ్స్కొయెకి వచ్చిన రోజు లేవిన్ మహా యాతనపడే పరిస్థితిలో వున్నాడు.

ఊపిరి పీల్చుకోవడానికి తీరిక వుండని సమయం అది. ఊళ్ళో వాళ్ళందరూ పిసరు కూడా వొళ్ళు దాచుకోకుండా తీవ్రంగా పనికి అర్పితమైపోయే సమయం అది. అలా అర్పితమైపోవడం జీవితంలో మరే రంగంలోనూ వుండదు.

రై ధాన్యాన్నీ, ఓట్ ధాన్యాన్నీ కోసి, మోపులు కట్టి బళ్ళకెత్తడం, పచ్చిక బీళ్ళని దున్నడం, నేలని మళ్ళీ దున్నడం, విత్తులు జల్లించడం, శీతకట్టు గోధుమ చల్లడం – ఇవన్నీ సాదాగా, సామాన్యంగా కనిపిస్తాయి. కాని దీన్నంతట్నీ అదునులో జరిపించడానికి వూళ్ళో వాళ్ళంతా ఆబాలవృద్ధం వొంచిన నడుం యెత్తకుండా మామూలుకంటే మూడురెట్లు సాగించాలి, మోపులు కట్టించాలి. రోజుకున్న ఇరవై నాలుగ్గంటల్లోనూ రెండు మూడు గంటలకంటే ఎక్కువ నిద్రపోలేరు. నల్ల రొట్టెనీ, ఉల్లిపాయల్నీ మాత్రమే తింటూ, క్వాస్ పానీయం మాత్రమే తీసుకుంటూ గడపగలరు. మరి ఈ పని రష్యా అంతటా ప్రతి యేడూ జరుగుతూనే వుంటుంది.

లేవిన్ జీవితంలో ఎక్కువభాగం పల్లెటూళ్ళో గడిపాడు. రైతులతో సన్నిహితంగా వుంటూ గడిపాడు. ఈ మాసూళ్ళ సమయంలో రైతుల ఉత్సాహం అతనికీ ఉత్సాహాన్ని కలిగించేది.

వేగుచుక్క పొడుస్తూనే పొలంలోకి వెళ్ళిపోయేవాడు. శీతకట్టు రై విత్తడం, ఓట్ల ధాన్యాన్ని మోపులు కట్టి బళ్ళకెత్తడం చూసేవాడు. ఇదంతా అయ్యాక భార్యా, వదినగారూ కాఫీ తీసుకునే వేళకి వచ్చేవాడు, తనూ వాళ్ళతో కలిసి కాఫీ తాగేందుకు. ఆ తర్వాత కాలి నడకన క్షేత్రంలోని కొట్టం దగ్గరికి వెళ్ళేవాడు. అక్కడ విత్తనాలని శుద్ధి చెయ్యడానికి కొత్త నూర్పుడు యంత్రాల్ని పనిలో పెడతారు.

నిగామానుతో, రైతులతో, భార్యతో, దాలీతో, ఆమె పిల్లలతో, మామగారితో మాట్లాడుతూ వున్నా వ్యవసాయం పనుల గురించిన ఆలోచనలతోబాటుగా రోజంతా ఒక దాన్ని గురించే

అనుకుంటూ వుండేవాడు: 'నేనెవరు? ఎక్కడున్నాను? ఎందుకు వున్నాను?' అనే ప్రశ్నలకి జవాబు శోధిస్తూనే వుండేవాడు.

లేవిన్ అంతకు ముందే కప్పు వేయించిన గాదెల నూర్పుడు కళ్ళం చల్లదనంలో నుంచుని తాజాగా బెరడు వొలిచిన యాస్ప్ కాండాలనుంచీ, ఇంకా పత్రశోభితంగా హేజెల్ తీగల నుంచీ వస్తూ వున్న సుగంధాన్ని ఆస్వాదిస్తూ తలుపులు తెరిచి వుంచిన గుమ్మం గుండా చూస్తూ వున్నాడు. నూర్పుడు కళ్ళంలో ఘాటైన పొడి ధూళి లేచి సుళ్ళు తిరుగుతూ పోతూ వుంది. అక్కడ ఎండలో మెరుస్తూ వున్న గడ్డి కేసి, కొట్టంనుంచి అప్పుడే తెచ్చిన ఎండుగడ్డి కేసీ చూస్తూ వున్నాడు. గాదెల దగ్గరి ఛాయలో ధూళిలో స్థూల రేఖా రూపం తోపింప చేస్తూ కూతలు కూస్తూ కప్పుకిందకి దూసుకు వస్తూ తెల్లని ఛాతీలు, పొడల పొడల తలలు వున్న స్వాలో పిట్టలకేసి చూస్తూ వున్నాడు. నూర్పుడు కళ్ళం ధూళిలో, మసకలో తిరుగుతూ వున్న మనుషులకేసి చూస్తూ వున్నాడు. అలా చూస్తూ వుంటే అతనికి వింత వింత ఊహలు రేగాయి.

'ఎందుకని దీన్నంతటినీ చేస్తున్నట్టు? నెనేందుకు ఇక్కడ నుంచున్నాను? వీళ్ళ చేత ఎందుకు శ్రమ చేయిస్తున్నాను? తాము ఎంతో చిత్తశుద్ధిగా పనిచేస్తున్నట్టు నాకు కనిపించాలని వాళ్ళు అంత తాపత్రయ పడుతున్నారెందుకు? నాకు బాగా పరిచితం అయిన మాత్రానా ఎందుకంత ఎక్కువ పనిచేస్తోంది? (అగ్ని ప్రమాదం జరిగినప్పుడు ఆమెమీద దంతె పడినప్పుడు ఆమెకి నేను వైద్యం చేశాను)' అని అతను బక్కపల్చగా వున్న ఓ రైతు ఆడమనిషిని చూసి అనుకున్నాడు. ఆమె ఆట కొర్రుతో విత్తనాలని కదలేస్తోంది. ఎండకి కమిలిన దిసపాదాలతో గతుకులు గతుకులుగా గట్టిగా వున్న నూర్పుడు కళ్ళంలో తిరుగుతూ పని చేస్తోంది. 'అప్పుడు కోలుకుంది. కాని ఇవాళో, రేపో లేకపోతే పదేళ్ళ తర్వాతో మట్టిలో కలిసిపోతుంది. ఆమె అంటూ ఏం మిగలదు. ఎర్ర గౌను తొడుక్కుని చలాకీగా సొగసుగా గింజల్నుంచి పొట్టు రాలుస్తూ వున్న ఆమె కూడా మిగలదు. ఆమె కూడా మట్టిలో కలిసి పోతుంది. ఆ పంచకల్యాణి గుర్రం ఇంకా పెందరాళే వెళ్ళిపోతుంది' అని వేలాడే పొట్ట, వెడల్పైన నాసికాపుటాలు వున్న గుర్రాన్ని చూసి అనుకున్నాడు. 'గుర్రం మట్టి కలిసి పోతుంది. ఉంగరాల గడ్డంలో గడ్డి పరకలు తగులుకున్న ఫ్యోదొర్, చొక్కా చిరుగుల్లో నుంచి తెల్లని భుజాలు కనిపిస్తున్న ఈ ఫ్యోదొర్‌నీ మట్టిలో పూడ్చి పెట్టేస్తారు. అయినా చిత్రం అతను ఎంత కష్టపడి పనలు మోపులు కడుతున్నాడు. ఆడవాళ్ళని కూక లేస్తున్నాడు. పనులు పురమాయిస్తున్నాడు, యెంత నేర్పుగా చక్రం బెల్టు సరిదిద్దుతున్నాడు. వాళ్ళే ఏమిటి, నన్నూ పూడ్చి పెడతారు, ఏమీ మిగలదు నేనంటూ. దీనంతటి అర్థం యేమిటి అని?'

అతను అలా ఆలోచించుకుంటూనే వున్నాడు. అప్పుడే మళ్ళీ గడియారంకేసి చూశాడు. గంటలో యెంత నూర్చేరా అని లెక్క వేసుకున్నాడు. దీన్ని బట్టి మర్నాడు పనిని నిర్ణయించాలి.

'దాదాపు గంటయింది. కాని వీళ్ళు మూడో కుప్ప మొదలుపెడుతున్నారు' అనుకున్నాడు లేవిన్. అనుకుని యంత్రంలోకి మోపులు తోస్తూ వున్న ఫ్యోదొర్ దగ్గరికి వెళ్ళాడు. యంత్రం చప్పుడు చేస్తోంది, అంచేత గొంతు పెంచి అతన్ని యంత్రంలోకి తక్కువ వెయ్యమని చెప్పాడు.

"మరీ ఎక్కువ మోపులు వేస్తున్నావు ఫ్యోదొర్! చూడు, ఇరుక్కుపోయి యంత్రం ఆగిపోతుంది. త్వరగా అవదు. కొంచెం కొంచెం వెయ్యి."

ఫ్యోదొర్ మొహం చెమటకి తడిసిన దుమ్ము మరకలు అయాయి. అతను జవాబుగా ఏదో అరిచాడు. కాని పని మార్చకుండా అలానే చేస్తూ వున్నాడు.

లేవిన్ యంత్రం దగ్గరికి వెళ్ళి అతన్ని పక్కకి తోసేసి తనే మోపులు వెయ్యడం మొదలుపెట్టాడు.

కొంచెంసేపట్లోనే భోజనాల వేళ అయింది. అప్పటిదాకా రైతులతో లేవిన్ పనిచేశాడు. తర్వాత ఫ్యోదొర్‌తో కలిసి ఇవతలికి వచ్చి ఇంకా నూర్చవలసి వున్న పసుపుపచ్చ రై ధాన్యం కుప్ప దగ్గర అతనితో మాట్లాడ్డానికని ఆగాడు.

ఫ్యోదొర్ దూరం ఊరివాడు. లేవిన్ అక్కడున్న తన పొలాన్ని లోగడ సహకార సంఘానికి కౌలుకి ఇచ్చాడు. ఇప్పుడు దాన్ని ధనిక రైతు కిరీల్లొవ్‌కి కౌలుకి ఇచ్చాడు.

లేవిన్ ఈ కౌలుభూమి సంగతే ఫ్యోదొర్‌తో మాట్లాడాలనుకున్నాడు. ఆ వూళ్ళో వుండే విశ్వసనీయమైన ధనిక రైతు ప్లతోన్ ఆ భూమిని ఆ మరుసటి ఏడు తీసుకుంటాడా అని అడిగాడు.

"కౌలు చాలా ఎక్కువండయ్యా, ప్లతోన్ అంత ఇచ్చుకోలేడు" అని చొక్కాలో ఛాతీమీద గుచ్చుకున్న గడ్డి పరకలు తీసేస్తూ అన్నాడు ఫ్యోదొర్.

"మరి కిరీల్లొవ్ ఎలా ఇవ్వగలుగుతున్నాడు?"

"ఓ, మీత్కా" (అతను కిరీల్లొవ్‌ని అలా తిరస్కారంగా పిలుస్తాడు) "ఇసికలోనుంచి నూనె పిండే రకం. పనివాళ్ళని పిండి వసూలు చేస్తాడు. మనిషి మీద జాలి చూపించడు. ఫొకానిచ్ మామ" (ప్లతోన్‌ని అలా అని పిలుస్తాడు) "అలాంటి వాడు కాదు. మామ ఎప్పుడన్నా ఎవరినన్నా నిలువుదోపిడీ చేశాడా? ఎవరికన్నా అప్పుపెట్టినా, వొకోసారి వెనక్కి తీసుకోను కూడా తీసుకోడు. ఎవరినీ పీల్చి పిప్పి చెయ్యడు. మనిషి జాలీ నాలీ వున్నవాడు, ఆఁ" అని చెప్పాడు.

"అప్పు రాబట్టుకోకుండా వదిలెయ్యడం యెందుకు?"

"మనుషులు రకరకాలుగా వుంటారయ్యా! ఒకోడున్నాడంటే తన కడుపే కైలాసంగా చూసుకుంటాడు మీత్కాలాగా. తన చిన్ని బొజ్జకి శ్రీరామరక్ష అనే రకం వోడు ఆడు. కాని ఫొకానిచ్ మామ మనిషంటే! పరమార్థం కోసం వుంటాడు. దేవుడంటే భక్తి వున్న వాడు."

"పరమార్థం కోసం వుండడం, దేవుడంటే భక్తి వుండడం అంటే ఏమిటి నీ ఉద్దేశం?"

"ఏమిటి బాబూ, ఇశదమే కదా! నిజాయితీగా బతుకుతాడు, దేవుడి దారిలో బతుకుతాడు, సూశారా! మనుషుల్లో తేడా! మాటకి మిమ్మల్నే తీసుకోండి, మీరు కూడా యెవళ్ళ మనసునీ నొప్పించరు...."

"అలాగా, సరే, నే వెడతా" అని లేవిన్ ఉత్తేజంతో ఉక్కిరిబిక్కిరి అవుతూ అన్నాడు. గిరుక్కున తిరిగి కర్ర చేత్తో అందుకుని గబగబా ఇంటి దారి పట్టాడు. ఫొకానిచ్ మామ

సన్మార్గంలో, దైవ పథంలో, పరమార్థం కోసం వుంటున్నాడన్న మాటలు తాళం పెట్టి లోపల బిగించి వున్న ఊహా సమూహాన్ని ఒక్క సారి బయటికి వదిలాయి. తన ఆలోచనల నన్నిట్నీ ఒకే లక్ష్యం వేపు నడిపిస్తూ, వాటిని ప్రకాశమానం చేసి మిరుమిట్లు గొలుపుతూ తన మనసులో సుళ్ళు తిరిగాయి.

12

లేవిన్ పెద్ద రాస్తా మీద పెద్ద పెద్ద అంగలు వేస్తూ నడుస్తూ వున్నాడు. తన ఆలోచల మీద అంత దృష్టి పెట్టలేదు (వాటిని బాగా అర్థం చేసుకోవడానికూడా అతనికి శక్తి కాలేదు) అంతకు ముందు ఎన్నడూ ఎరగని మానసిక స్థితిపట్ల పెట్టినంత దృష్టి.

ఫ్యోదొర్ అన్నమాటలు అతనిమీద విద్యుత్ తరంగంలా పనిచేశాయి. వ్యస్తంగా వున్న ఆలోచనలని, తన మనసుని క్షణం కూడా వదలకుండా నిష్ప్రయోజనకరంగా, అనేకంగా వున్న ఆ ఆలోచనలని హఠాత్తుగా పరివర్తన చెందించి సమ్మేళనం చేశాయి. ఫ్యోదొర్‌తో మాట్లాలడేటప్పుడు కూడా అతనికి తెలియకుండానే ఆ ఆలోచనలు అతని మనసులో తారట్లాడుతూ వున్నాయి.

'తన పొట్ట కోసం, తన అవసరాల కోసం కాకుండా భగవంతుడి కోసం జీవిస్తున్నాడు. ఏ భగవంతుడి కోసం? ఆ రైతు అన్న మాటలకంటే అర్థం పర్థం లేనిది వుంటుందా? మన అవసరాల కోసం మనం బతక్కూడదన్నాడు, అంటే మనకి బోధ పడేదాని కోసం, మనల్ని ఆకర్షించేదాని కోసం, మనం కోరుకున్న దాని కోసం కాక మనకి అర్థం అవని దాని కోసం ఎవరూ అర్థం చేసుకోలేని, ఫలానా అని వివరించలేని భగవంతుడి కోసం బతకాలి. అంటే యేం తేలినట్టు? ఫ్యోదొర్ అన్న ఆ అర్థరహితమైన మాటలు నాకు బోధపడలేదూ? బోధపడ్డాక అవి న్యాయంగా లేవని అనుమానించానా? అవి నాకు మూర్ఖంగా గజిబిజిగా, అస్పష్టంగా కనిపించాయా?

'లేదు. సరిగ్గా అతను అర్థం చేసుకున్న రీతిలోనే సరిగ్గానే అర్థం చేసుకున్నాను. బాగా అర్థం చేసుకున్నాను. నాకర్థం అయే వాటన్నిటికంటే స్పష్టంగా అర్థం చేసుకున్నాను. వాటి గురించి నాకు జీవితంలో ఎప్పుడూ సందేహం కలగలేదు, కలగబోదు. నేనొక్కణ్ణే కాదు, ప్రతివాళ్ళూ, లోకంలో యావన్మందీ దీన్ని బాగా అర్థం చేసుకుంటారు. ఎవరూ సందేహించరు దీన్ని, ప్రతివాళ్ళూ అంగీకరిస్తారు.

'కౌలుకి తీసుకున్న కిరీల్లొవ్ తన కడుపే కైలాసంగా బతికే మనిషని ఫ్యోదొర్ అన్నాడు. అది అర్థం అవుతూనే వుంది, సబబుగానూ వుంది. బుద్ధి వివేచన వున్న జీవులందరం పొట్టకోసమే బతుకుతున్నాం. కాని పొట్ట కోసం మాత్రమే బతకడమే తప్పు అని ఫ్యోదొర్ అన్నాడు. మనం మంచి కోసం, భగవంతుడి కోసం బతకాలన్నాడు. మరి ఆ మాటలు వెంటనే నాకు బోధపడ్డాయి. నేను, అలాగే శతాబ్దాల ముందు ఇప్పుడు ఈ భూమ్మీద బతుకుతూ వున్న కోట్ల కోట్ల ప్రజానీకం, రైతులు, బుద్ధి విశేషం లేని వాళ్ళు, ఈ విషయం గురించి ఆలోచనలు చేసి తమ అస్పష్ట భాషలో రాసినటువంటి మహావిద్వాంసులు అందరం ఒక

విషయం గురించి ఒప్పుకుంటున్నాం – ఎందుకోసం బతకాలి ఏది మంచిది అనే విషయం గురించి. అందరితో బాటుగా నాకూ ఒక దృఢ నిర్వివాద స్పష్ట అవగాహన వుంది, దీన్ని బుద్ధితో విశ్లేషించలేం. బుద్ధి విశ్లేషణకి అతీతమైంది ఇది, దానికి ఒక కారణం లేదు, పరిణామం లేదు.

'శివం అయిన దానికి కారణం ఏదన్నా వుంటే అది శివం కాదు. దానికి అర్థాతః ఏదన్నా పురస్కారం వుంటే అది శివం కాదు.అంటే తేలేది ఏమన్న మాట శివం అనేద కార్యకారణ పరిణామ శృంఖలాతీతమైంది.

'ఇది నాకు తెలుసు, అలాగే అందరికీ తెలుసు.'

'నేను మహిమల కోసం చూశాను. అయ్యో మహిమ జరగలేదే అని బాధపడ్డాను, అదుంటే నాకు విశ్వాసం కలుగుతుంది అనే ఉద్దేశ్యంతో. ఇదిగో మహిమ ఇక్కడుంది – సంభవమైన వొక్కటీ, స్థాయీ రూపంలో విద్యమానమైనటువంటిది, అన్నివేపులనుంచీ నన్ను పరివేష్టించి వున్నటువంటిది. కానైతేనేం, నేను దీని వేపు దృష్టి పెట్టలేదు!

'ఇంతకంటే గొప్ప మహిమ ఏముంటుంది?'

'నా సందేహాలన్నిటికీ సమాధానం దొరికినట్టేనా? నా వ్యధలన్నీ అంతమైనట్టేనా?' అని దుమ్ము కొట్టుకుపోయిన దారిలో వెడుతూ అనుకున్నాడు లేవిన్. తన అలసటగాని, తాపంగాని గుర్తే లేవు. దీర్ఘ వ్యథలన్నీ అంతమైనప్పుడు కలిగే సౌఖ్యం మాత్రమే కలుగుతోంది. అతనికి ఎంత సౌఖ్యప్రదంగా వుందంటే దాన్ని నమ్మలేకపోయాడు. ఉత్తేజం కారణంగా ఉక్కిరిబిక్కిరి అయాడు. ముందుకు నడవడం కష్టమనిపించింది. దారిమీదనుంచి పక్కకి మళ్ళి అడివిలోకి వెళ్ళాడు. ఆస్పెన్ వృక్షాల నీడలో గడ్డిమీద కూర్చున్నాడు. చెమటకి తడిసిన తలమీదనుంచి టోపీ తీసేశాడు. బోటుగా మోచెయ్యి ఎత్తి పెట్టుకుని తల ఆన్చుకుని కోమలమైన గడ్డిమీద చాచుకుపడుకున్నాడు.

'నేను శాంతంగా దీని గురించి పరిశీలనగా చూడాలి' అని తన ముందు ఊగులాడే గడ్డికేసి, అణగదొక్కని గడ్డికేసి చూస్తూ అనుకున్నాడు. గొల్లభామ ఒకటి గడ్డి పరక రెమ్మ మీద పాకుతూ, దాని దారికి అడ్డంగా వున్న మరో గడ్డి రెమ్మ దగ్గర ఆగిపోతూ వుంది. లేవిన్ దానికేసి చూస్తూ వున్నాడు. 'ఓం ప్రథమం నుంచీ అన్నిటి గురించీ ఆలోచించుకోవాలి' అనుకుంటూ గొల్లభామకి అడ్డం పడిన రెమ్మని తొలగించి, అది పక్క రెమ్మమీదకి మళ్ళ గలందులకు వీలుగా మరో గడ్డి పరకని వాల్చాడు. 'ఎందుకు నాకు ఇంత సంతోషం కలుగుతోంది? ఏమి ఆవిష్కరించేను?'

'నా శరీరంలో, ఈ గడ్డికి, ఈ గొల్లభామ శరీరంలో (అదీ మరి, గొల్లభామ ఆ రెమ్మమీదకి వెళ్ళాలనుకోలేదు, రెక్కలు చాచి ఎగిరిపోయింది) భౌతిక, రసాయనిక, శారీరక నియమానుసారంగా పదార్థ పరివర్తన సర్వదా జరుగుతూనే వుందని ఇదివరలో అనుకుంటూ వుండేవాణ్ణి. ఆస్పెన్ చెట్లు, ఆ మేఘాలు, నీహారికా సమేతంగా యావత్తూ నిరంతర పరివర్తనంతో వున్నాయనుకునేవాణ్ణి, దేన్నుంచి, దేనివేపు? అనంత వికాసం, సంఘర్షణ? అనంతమైనదాంట్లో వొక దిశ, సంఘర్షణ వున్నట్టు! నాకాశ్చర్యం వేసింది, ఈ పంథాలో తీవ్రంగా ఆలోచనలు

చేసినప్పటికీ కూడా నాకు జీవిత అర్థం, అంతః ప్రేరణలకీ ఆకాంక్షలకీ వున్న అర్థం బోధపడలేదు. నా అంతఃప్రేరణల అర్థం ఎంత స్పష్టంగా వుందంటే నిరంతరం వాటికి అనుగుణంగా బతుకుతున్నాను. అయినా గాని ఆ రైతు దాన్ని గురించి ఏదో చెప్పగానే ఆశ్చర్యానందాలు నన్ను ముంచెత్తాయి: భగవంతుడి కోసం, పారమార్థికం కోసం జీవించడం!

'నేను కొత్తగా కనిపెట్టింది ఏమీ లేదు. నాకిది వరకే తెలిసిన దాన్నే గుర్తించానిప్పుడు. నాకు లోగడ జీవితాన్ని ఇవ్వడమే కాక ఇప్పుడు కూడా ఇస్తూ వున్న ఆ శక్తిని అర్థం చేసుకున్నాను. నేను భ్రమల నుంచి విముక్తుణ్ణి అయ్యాను. నేను స్వామి ఎవరో గుర్తించాను.'

తనకి గత రెండేళ్ళుగా వున్న పూర్తి ఆలోచనా ధారని క్లుప్తంగా తన మనసులో నెమరు వేసుకున్నాడు. ఆ చింతన తను ప్రాణాధికంగా ప్రేమించిన అన్నగారు మృత్యుశయ్యమీద వున్నప్పుడు మృత్యువు గురించి స్పష్టంగా ప్రత్యక్షంగా కలిగిన ఆలోచనతో ఆరంభమైంది.

అప్పుడు మొట్టమొదటి సారిగా అతనికి విశదంగా బోధపడింది – ప్రతి వ్యక్తికీ, తనకి కూడా, వ్యథ, మృత్యువు, శాశ్వత విస్మృతి తప్ప మరేదీ లేదని, అవే ఆసన్నంగా వున్నాయని. అలా తను జీవించడం కుదరదని అతను నిశ్చయం చేసుకున్నాడు. తన జీవిత పరమార్థం ఏమిటి? జీవితం దేవతల దరస్మితమా లేక దయ్యాల వికటాట్టహాసమా అనేదాన్ని తెలుసుకోవాలి. లేకపోతే తుపాకీ ఎక్కుపెట్టి పేల్చుకోవాలి.

కాని అతను ఈ రెండింటిలో దేన్నీ చెయ్యలేదు. జీవిస్తూనే వున్నాడు, ఆలోచిస్తూనే వున్నాడు, సంవేదనలు పొందుతూనే వున్నాడు. ఆ సమయంలో వివాహం కూడా చేసుకున్నాడు. ఎన్నో మధుర క్షణాలని అనుభవించాడు. జీవితానికి అర్థం ఏమిటి అన్న చింతన కలిగేదాకా ఆనందంగా వున్నాడు.

దీనివల్ల ఏం రుజువవుతుంది? తను సవ్యంగానే జీవుస్తూ వున్నాడనీ, కాని ఆలోచన అపసవ్యంగా వుందనీ రుజువవుతుంది.

అతను మాతృపయోపానంతో జీర్ణించుకున్న మానసిక సత్యాల ప్రకారం జీవిస్తూనే వున్నాడు (ఆ విషయం తెలియకుండానే) కాని ఆలోచనలో ఈ సత్యాల్ని స్వీకరించక పోవడమే కాక ప్రయత్నపూర్వకంగా తొలగించాడు.

ఇప్పుడతనికి స్పష్టపడింది ఈ విషయం: తనని పెంచి పోషించిన ఆ విశ్వాసాల ఆధారంగానే తను జీవిస్తూ వున్నాడు.

'ఈ విశ్వాసాలు లేకపోయినట్లయితే, నా అవసరాలు తీరడం కోసం కాక భగవంతుని కోసం బతకాలని నాకు తెలియక పోయినట్లయితే ఎలా వుండేది, నా జీవితాన్ని ఎలా గడిపి వుండేవాణ్ణి? నేను ఇతరుల్ని దోచుకుని వుండేవాణ్ణి, అబద్ధాలకోరుని అయి వుండేవాణ్ణి, హత్యలు చేసి వుండేవాణ్ణి. నా జీవితంలో మహదానందదాయకంగా వుండే వాటిలో ఒక్కటి కూడా, ఒక్కటి కూడా, నాకు వుండేది కాదు.' ఎందుకు జీవిస్తూ వున్నదీ తనకి తెలియకపోతే తను ఎలాంటి దుష్టమృగం అయివుండేదీ ఎంత తీవ్రంగా ప్రయత్నించినా గానీ అతని వూహకి అందలేదు.

'నేను నా ప్రశ్నకి సమాధానాన్ని అన్వేషించాను. కాని ఆలోచన, తర్కం నా ప్రశ్నకి సమాధానాన్ని ఇవ్వలేదు. అవి ప్రశ్నతో తూగలేదు. జీవితమే నాకా బోధ అందించింది. ఏది మంచి ఏది చెడ్డ అనే జ్ఞానం జవాబుని ఇచ్చింది. ఆ జ్ఞానం నా అంతట నే పొందలేదు. ఇతరులందరిలాగా నాకు లభించింది. ఎందుకు 'లభించిందీ' అంటే నేను దాన్ని ఏ సాధనాల ద్వారానూ పొందగలేను గనక.

'అది నాకు ఎలా లభించింది? నేను నా పొరుగువాణ్ణి ప్రేమించాలి, వాడి పీక తెగ్గొయ్యకూడదు అనే అవగాహన ఏ తర్కంవల్ల యే బోధవల్ల నాకు లభించింది? దీన్ని నాకు నా బాల్యంలో చెప్పారు. నేను దాన్ని సంతోషంగా నమ్మాను ఏమంటే అది అప్పటికే నా ఆత్మస్థితమై వుంది గనక. దీన్ని ఎవరు ఆవిష్కరించారు? తర్కం కాదు. తర్కం అస్తిత్వ సంఘర్షణనీ, నీ ఇచ్ఛా పరిపూర్తికి బాధాకరంగా పరిణమించిన వాళ్ళందరి పీకలూ ఉత్తరించే నియమాన్నీ ఆవిష్కరించింది. తర్క బోధ పరిణామం అది. కాని నీ పొరుగు వాణ్ణి ప్రేమించు అనే బోధని తర్కం ఆవిష్కరించలేదు ఏమంటే అలా చెయ్యడం హేతుబద్ధం కాదు కాబట్టి.'

'ఆఁ, అహం' అని అతను బోర్ల పడుకుంటూ గడ్డి పరకని చించకుండా ముడి వెయ్యబోతూ అనుకున్నాడు.

'బౌద్ధిక అహం మాత్రమే కాదు దాని మూర్ఖత కూడా. ఇక అన్నిటికంటే అధ్వాన్నం అయిన వంచన, బుద్ధి వంచన. బుద్ధి కాపట్యం' అని రెట్టించుకున్నాడు.

13

కొద్దిరోజుల క్రితమే దాలీకీ, ఆమె పిల్లలకీ జరిగిన ఒక సంఘటన లేవిన్‌కి గుర్తు వచ్చింది. ఎవరూ లేకుండా చూసి పిల్లలు పాల కప్పుల్లో రాస్ప్‌బెర్రీలని కొవ్వొత్తులమీద ఉడికిస్తూ ఒకరినోట్లో ఒకరు ఫౌంటెన్ల నుంచి చిమ్మినట్టుగా పాలని చిమ్ముతూ ఆడుకుంటున్నారు. వాళ్ళా పని చేస్తూ వుంటే దాలీ చూసి లేవిన్ ఎదురుగుండానే పిల్లలకి హితబోధ మొదలుపెట్టింది. తాము పాడుచేస్తూ వున్న వాటిని తయారుచెయ్యడానికి పెద్ద వాళ్ళు ఎంత శ్రమ పడిందీ, తమ కోసం ఆ శ్రమ ఎలా అర్పితమైందీ, వాళ్ళు గనక కప్పులని పగలగొడితే తాగడానికి కప్పులు ఎలా లేకుండా పోయేదీ, పాలు ఒలకపోస్తే తినడానికి తాగడానికి ఏదీ ఎలా మిగలకుండా పోయేదీ, ఆకలికి మాడి ఎలా చచ్చిపోయేదీ ఉపన్యాసం మొదలుపెట్టింది.

పిల్లలు తల్లి దంచుతూ వున్న ఆ ఉపన్యాసాన్ని విసుగ్గా, ఏం పట్టని అపనమ్మకంతో వినడం చూసి లేవిన్‌కి ఆశ్చర్యం కలిగింది. వాళ్ళకి బాధ కలిగించిందల్లా తమ సరదా పాడైందనే. ఆమె చెప్పిన దాంట్లో ఒక్క ముక్క కూడా వాళ్ళు నమ్మలేదు. వాళ్ళు నమ్మలేరు ఏమంటే, వాళ్ళు ఉపయోగించే వస్తువుల సంఖ్య గురించి వాళ్ళు ఊహించను కూడా ఊహించలేరు. అందుకని తాము పాడుచేస్తూ వున్న ఆ వస్తువులు అతి ముఖ్యం అని వాటివల్ల జీవితం వుందని వాళ్ళు వూహించలేరు.

'అవన్నీ వాటంతట అవే వచ్చేయి' అని వాళ్ళు అనుకున్నారు 'ఎప్పుడూ అలానే వున్నాయి, అలానే వుంటాయి. అంచేత వాటి గురించి రాద్ధాంత సిద్ధాంతాలు దండుగ. అస్తమానూ అదే పాట. దాన్ని గురించి ఆలోచించడం కూడా అనవసరం. అవి తయారై సిద్ధంగా వున్నవే. మాకు కావాల్సింది కొత్తవి, భిన్నమైనవి. అందుకనే మేం కప్పుల్లో రాస్ప్ బెర్రీలని ఉడకబెడుతున్నాం. పాలవి ఒకరి నోళ్ళల్లోకి ఒకరం చిమ్ముకుంటున్నాం. ఇది కొత్తగా వుంది, మనసుకి రంజుగా వుంది, కప్పులతో పాలు తాగడంలాగా వుంది.'

'మరి మనం, నేను కూడా బుద్ధి ద్వారా ప్రాకృతిక శక్తుల మహత్వాన్నీ, మానవ జీవిత అర్థాన్ని అన్వేషించడం అలా చెయ్యడం కాదా?" అనుకున్నాడతను.

'సకల దర్శనాలు కూడా అలా చెయ్యడం లేదూ? ఆలోచనల మార్గంలో, మానవునికి పరాయిగా, అస్వాభికమైనదిగా వుండే మార్గంలో మానవునికి సర్వదా తెలిసి వున్నటువంటి జ్ఞానాన్ని, అది లేకుండా జీవితమే లేదన్నంత బాగా తెలిసిన జ్ఞానాన్ని బోధపరచడం లేదా? ప్రతి దార్శనికుని సిద్ధాంత వికాసంలోనూ, రైతు ఫ్యొదొర్‌కిలాగానే నిశ్చింతగా, అంతకంటే స్పష్టంగా కాక, జీవిత పరమార్థం ముందే తెలుసుననీ, అందరికీ తేటతెల్లంగా వున్న ఈ విషయానికి సందేహపూర్వక బౌద్ధిక మార్గం ద్వారా మాత్రమే తిరిగి రావాలనీ వున్నట్టు స్పష్టంగా కనిపించడం లేదూ?

'కాని కొంచెం అదే పిల్లల్ని వాళ్ళ మానాన వాళ్ళని వొదిలిపెట్టేస్తే, – వాళ్ళే స్వయంగా సంపాదించుకుంటారు కప్పులు తయారుచేసుకుంటారు, పాలు పితుక్కుంటారు, అన్నిటీ అలా వాళ్ళే చేసుకుంటారు. కానీ అప్పుడు వాళ్ళ కొంటె పనులు వుంటాయా? వాళ్ళు ఆకలికి మాడి చచ్చిపోతారు. ఇదే రకంగా మనం మన చిత్తవృత్తుల్ని, చింతనలని ఏక ఈశ్వరుడు, సృష్టికర్త అనే భావన లేకుండా విశృంఖలంగా వదిలిపెట్టేస్తే? ఏది మంచి ఏది చెడు అనే అవగాహన లేకుండా, చెడు అంటే ఏమిటి అన్న వ్యాఖ్య లేకుండా వదిలిపెట్టేస్తే?

'అలాంటి అవగాహన లేకుండా ఎక్కడ తేలతాం?'

'మనం అన్నిటినీ నాశనం చేస్తాం ఏమంటే ఆత్మిక రూపంలో మనం నిండుగా వున్నాం కాబట్టి! పిల్లల్లాగా!

'మనశ్శాంతిని ప్రసాదించే ఈ సంతోష భరిత జ్ఞానం రైతుతో బాటుగా నాకు ఎలా వచ్చింది? ఎక్కడినుంచి దీన్ని పొందేను?'

'భగవంతుడు, క్రైస్తవ ధర్మం అనే భావనలలో పెరిగి, క్రైస్తవ ధర్మం ప్రసాదించిన ఆత్మిక వరాలతో జీవితాన్ని సుసంపన్నం చేసుకుని, వాటితో జీవితాన్ని ఓతప్రోతం గావించుకుని వాటి సహాయంతో జీవించే నేను పిల్లల మాదిరిగా నాకు తెలియకుండానే వాటిని నాశనం చేస్తున్నాను. కాని నా జీవితంలో కీలకమైన ఘట్టాలు వచ్చినప్పుడు, చలి, ఆకలి ఎదురైనప్పుడు పిల్లల మాదిరి భగవంతుడికేసి పోతున్నాను. కాని కొంటె పనులు చేసినప్పుడు తల్లి కేకలు వేస్తే పిల్లలు బాధపడేదానికంటే, వస్తు బాహుళ్యం కారణంగా నా పిల్ల చేష్టలు చేసినందుకు నాకు తక్కువ బాధ్యత వుంటోంది.

'నాకు తెలిసింది బుద్ధి ద్వారా తెలిసింది కాదు. నాకు దాన్ని ప్రసాదించిన దానివల్ల, నా ముందు ఆవిష్కరించుకున్న దానివల్ల. దాన్ని నా హృదయంతో గ్రహిస్తున్నాను. క్రైస్తవ ధర్మం నాకు బోధించిన ముఖ్య విషయాన్ని విశ్వసిస్తున్నాను.

'క్రైస్తవ ధర్మం? క్రైస్తవ ధర్మం!' అని లేవిన్ రెట్టించుకున్నాడు. అతను మరో పక్కకి మళ్ళీ మోచేతిమీద ఆనుకుంటూ, నది అవతలి వేపున గట్టుమీద మేస్తూ వున్న ఆవుల మంద నీటి వారకి దిగివస్తూ వుంటే చూస్తూ వున్నాడు.

'కాని క్రైస్తవ ధర్మ సర్వబోధననీ విశ్వసిస్తున్నానా?' అని తనని తను పరీక్షించుకుంటూ, తన ప్రస్తుత మనశ్శాంతికి భంగం కలిగించగల వాటినన్నిటినీ కూడా గుర్తు చేసుకుంటూ అనుకున్నాడు. తనకి సర్వదా ఎంతో విచిత్రంగా కనిపిస్తూ, సందేహకారకమవుతూ వున్న క్రైస్తవ బోధనలని కావాల్సికి గుర్తు చేసుకున్నాడు. 'సృష్టి? కాని అస్తిత్వాన్ని ఎలా విశదం చేసుకున్నాను? అస్తిత్వం ద్వారా? అసలు విశదం చేసుకున్నానా అని. సైతాన్, పాపం? పాపం అనే వాటిని ఎలా అర్థం చేసుకోవాలి?... మోక్షదాత?....

'లేదు, ప్రతివాళ్ళకీ తెలిసిన దాన్ని తప్ప వేరే దాన్ని నేను తెలుసుకోలేను.'

ఇప్పుడతనికి ఒక విషయం ప్రతీతం అయింది, క్రైస్తవ ధార్మిక విశ్వాసాల్లో ఒక్కటి కూడా ముఖ్య బోధనని – మానవ జీవిత ఏకైక లక్ష్యంగా భగవంతునిమీద, మంచిమీద నమ్మకాన్ని – ఖండించడం లేదు.

ఈ రకంగా క్రైస్తవ బోధనలో ప్రతి సూత్రంలోనూ ఎవరికి అనుకూలమైనదాన్ని వాళ్ళు జరిపించుకోవడం గాక, ధర్మమైన ఆచరించడంలో విశ్వాసం వున్న ఏ ఒక్క సూత్రం కూడా దీన్ని ఖండించడం లేదు సరికదా ప్రతి సూత్రం దీన్ని అజరామరం చేస్తోంది. నీ పృథ్వీమీద స్థాయీ రూపంలో వున్న ముఖ్య అద్భుతం ఇదే. కోట్లాది విభిన్న జీవులతో బాటుగా – వివేకవంతులు, బుద్ధిహీనులు, పడుచువాళ్ళు, వృద్ధులు, రైతులు, ల్వోవ్, కిట్టీ, చక్రవర్తులు, సన్యాసులు – ప్రతి వ్యక్తికి నిస్సందేహంగా సమానస్థితిలో ఆమోద యోగ్యం చేసి, అర్థవంతమూ, జీవన యోగ్యవంతమూ అయిన పారమార్థిక జీవితాన్ని సంభవం చేస్తుంది.

అతను వెనక్కి వాలి పడుకుని పైన ఎత్తులో వున్న నిర్మల ఆకాశాన్ని చూశాడు. 'అది వృత్తాకారంగా వున్న గుమ్మటం గాక సీమాతీత విస్తారమని నాకు తెలియదా? కాని ఎంతలా కళ్ళు లగ్నం చేసుకున్నా, ఎంత కళ్ళు పోటు పెట్టేటట్టు చూసినా నాకు ఆ సీమితమైన గుమ్మటమే కనిపిస్తుంది. సీమాతీత విస్తారమని నాకు ఎంత జ్ఞానం వున్నా అది ఘనమైన నీలి గుమ్మటం గానే కనిపిస్తోంది అనిపించడంతో లవ లేశం నా పొరపాటు లేదు, నిజానికి గుమ్మటం కాక అవతల ఏదో వుందని కళ్ళు నొప్పి పుట్టేటట్టు చూడ ప్రయత్నించే దానికంటే యేం పొరపాటు కాదు ఇది.'

'దీన్ని ఆస్తికత అనవచ్చునా?' తనకి కలిగిన అంత సంతోషాన్ని నమ్మడానికి భయపడుతూ అనుకున్నాడు. 'ఈశ్వరా! నీ దాసుణ్ణి' అని రెండు చేతులతోనూ కన్నీళ్ళు తుడుచుకుంటూ, రుద్ధ కంఠంలో ఉబుకుతూ వున్న వెక్కుని దిగమింగుకుంటూ గొణుక్కున్నాడు.

14

లేవిన్ ఎదరకి చూశాడు. పశువుల మందనీ, తర్వాత నల్ల గుర్రం కట్టిన తన గుర్రబ్బగ్గీనీ చూశాడు. బండివాడు బండిని తోలుకు వస్తున్నాడు. బండి మంద దగ్గరికి రాగానే తోలేవాడు కాపర్లతో ఏదో మాటాడాడు. కొంచెంసేపటి తర్వాత తన దగ్గరికి వస్తూ వున్న బండి చక్రాల చప్పుడు, గుర్రం సకిలించడం వినిపించాయి. కాని అతను తన ఆలోచనల్లో తదేకధ్యానంతో లగ్నమైపోయి బండివాడు తన దగ్గరికి వచ్చేందుకు కారణం ఏమై వుంటుందో పట్టించుకోలేదు.

బండి తోలేవాడు దగ్గరికి దగ్గరకంటా వచ్చి పిలిచినప్పుడు మాత్రమే అతనికి తట్టింది.

"అమ్మగారు నన్ను పంపారండి. తమరి అన్నగారు, మరో ఆయనా వచ్చారండి" అని చెప్పాడు.

లేవిన్ బండి ఎక్కాడు. తనే తోలేందుకు కళ్ళాలు అందుకున్నాడు.

గాఢమైన నిద్రపోతూ వుంటే లేపిన వాడి మాదిరీ వుంది లేవిన్‌కి. చాలాసేపటిదాకా ఏది ఏమిటీ అని బుర్రకెక్కలేదు. అతను నాజూగ్గా వున్న గుర్రం కేసి చూశాడు; దాని మెడమీద ముస్తీబు ఒరుసుకుంటూ వున్న చోటునీ, చెమట నురగలు కక్కుతూ వున్న కటి ప్రదేశాన్నీ తన పక్కన కూర్చున్న బండి తోలే మనిషి ఇవాన్‌నీ చూశాడు. తను అన్నగారు వస్తాడని ఎదురుచూడ్డం గుర్తు వచ్చింది. తను చాలాసేపు రానందుకు భార్య ఆందోళన పడుతూ వుంటుందని భయం వేసింది. ఆ వచ్చిన పెద్దమనిషి ఎవరై ఉంటారా అని వూహించాడు. తన అన్నగారు, భార్య, ఆ కొత్త వ్యక్తి, కొత్త రీతిలో, అంతకుముందు లేని రీతిలో, తోచారు. ఇప్పుడు అందరితోనూ తన సంబంధాలు భిన్నంగా వుంటాయని అతనికి అనిపించింది.

'అన్నయ్యకీ నాకూ మధ్య ఎప్పుడూ వుంటూ వున్న ఆ దూరం ఇక వుండదు. వాదవివాదాలు వుండవు. కిట్టీతో ఎన్నడూ పోట్లాడను ఇక. ఆ వచ్చిన చుట్టం ఎవరో మరి అతనితో ఆప్యాయంగా ఆదరంగా వుంటాను. నౌకర్లతో, మాటకి ఈ ఇవాన్‌తో, సరసంగా వుంటాను.'

ఇక తాళలేనట్టు సకిలిస్తూ, కళ్ళెం సడలిస్తే ఒక్క ఉదుట్న దౌడు తియ్యడానికి సిద్ధంగా వున్న గుర్రాన్ని అదుపు చేసి తన పక్కన కూర్చున్న ఇవాన్‌కేసి చూశాడు. ఇవాన్‌కి చేతుల్లో కళ్ళేలు లేకపోవడంతో ఏం చెయ్యాల్లో తోచక చొక్కా చివళ్ళు గుంజుకుంటున్నాడు. అతనితో మాట్లాడ్డానికి ఏం దొరుకుతుందా అని లేవిన్ చూశాడు. జీనుని గట్టిగా బిగించావని అందామనుకున్నాడు. కాని ఆ ముక్క అతన్ని తప్పు పట్టుకోవడం అవుతుందనిపించింది. అతనికి ఇష్టం కలిగించే మాటలు కాసిని అనాలనుకున్నాడు. కాని వేరే ఏమీ అతనికి దొరకలేదు.

"గుర్రాన్ని కుడివేపు మళ్లించండయ్యా అక్కడ మోడు వుంది" అని అతను కళ్ళేలు అందుకోబోయాడు.

"కళ్ళేలు పట్టుకోవద్దు, నాకు పాఠం చెప్పద్దు" అని లేవిన్ బండివాడి జోక్యంతో చిర్రెత్తి అరిచాడు. అది అతనిలో ఓ బలహీనత, ఎవరేనా జోక్యం చేసుకుంటే సహించలేడు. కాని ఈ సారి అతని మనసుకి బాధ కలిగింది, ఏమంటే తనలో వచ్చిన నూతన ఆధ్యాత్మిక

పరివర్తన వెంటనే చిన్నా చితకా చికాకులు మారిపోతాయని అనుకోవడం ఎంత తప్పో తెలిసింది.

దాదాపు ఇంటి దాపులకి వచ్చే వేళకి గ్రీష, తాన్యా తను వేపు పరిగెత్తుకుంటూ రావడం లేవిన్‌కి కనిపించింది.

"యాయాయ్, అమ్మ వస్తోంది, తాతగారు, కోజ్నిషెవ్‌గారు, ఇంకో ఆయనా వస్తున్నారు" అని వాళ్ళు బండిలోకి ఎక్కుతూ అన్నారు.

"ఇంకో ఆయన ఎవరు?"

"భలే చిత్రంగా వున్నాడు. చేతుల్ని ఇలా ఊపుతాడు" అని తాన్యా బండిలో ఎక్కేది ఆగిపోయి కతవాసొవ్ అలవాటుని అనుకరిస్తూ చెప్పింది.

"పడుచతనా ముసలతనా" అని లేవిన్ నవ్వుతూ అడిగాడు. తాన్యా అనుకరణతో అతనికి ఎవరో గుర్తు వచ్చారు.

'అయిష్టమైన మనిషి కాకుండా వుంటే బాగుండును' అని మనసులో అనుకున్నాడు.

దారి మలుపు తిరగ్గానే లేవిన్‌కి తమ వేపు వస్తూ వున్న మనుషులు కనిపించారు. గడ్డి టోపీ పెట్టుకున్న కతవాసొవ్‌ని అతను వెంటనే గుర్తించాడు. కతవాసొవ్, అచ్చు తాన్యా చేతులు వూపి అనుకరించిన రీతిలోనే చేతులు వూపుతున్నాడు.

కతవాసొపవ్‌కి తత్వశాస్త్ర చర్చ అంటే ఇష్టం. అతని భావాలు ప్రకృతి శాస్త్రజ్ఞుల నుంచి గ్రహించినవి. ప్రకృతి శాస్త్రజ్ఞులు తత్వశాస్త్రాన్ని ఎప్పుడూ లోతుగా అధ్యయనం చెయ్యరు. లేవిన్ కిందటి సారి మాస్కో వెళ్ళినప్పుడు చాలాసార్లు వాదనలు చేశాడు.

కతవాసొవ్‌ని చూడగానే లేవిన్‌కి లోగడ జరిగిన ఒక వాదన గుర్తువచ్చింది. ఆ వాదనలో తన తక్కెడ కేసి మొగ్గు వుందని కతవాసొవ్‌కి నమ్మకం కలిగింది.

'అబ్బే, అతనితో వాదించను, తెలివితక్కువతనంగా నా అభిప్రాయాలు వెల్లడించను ఏమైనా' అని లేవిన్ నిశ్చయంగా అనుకున్నాడు.

బండిలోనుంచి కిందికి దిగేక అన్నగారినీ, కతవాసొవ్‌నీ ఆప్యాయంగా పలకరించి, భార్య ఏదని అడిగాడు.

"కొడుకుని కోలక్‌కి తీసుకెళ్ళింది (యింటి దగ్గరున్న తోపు అది). వాడికి అక్కడ బాగుంటుందని, ఇంట్లో చాలా వేడిగా వుంది" అని దాలీ చెప్పింది.

కుర్రాణ్ణి ఆ అడివిలోకి తీసుకెళ్ళద్దని లేవిన్ పెళ్ళానికి ఎప్పుడూ చెబుతూనే ఉండేవాడు, అక్కడ ప్రమాదంగా వుంటుందని అతని భయం. దాంతో ఈ వార్త గాబరా పెట్టింది.

"వాణ్ణి ఇక్కడికీ అక్కడికీ పిల్లి పిల్లల్ని తిప్పినట్టు తిప్పేస్తుంది. పిల్లాణ్ణి మంచి ఇంట్లో పెట్టమని సలహా ఇచ్చేను" అని వృద్ధ ప్రిన్స్ చిరునవ్వు నవ్వుతూ అన్నాడు.

"తను తేనెటీగల క్షేత్రం దగ్గరికి వెడదామనుకుంది. నువ్వక్కడున్నా వనుకుంది. మేమూ అక్కడికే వెడదామనుకుంటున్నాం" అంది దాలీ.

"అయితే ప్రస్తుతం ఏం చేస్తున్నావు?" అని కోజ్నిషెవ్ తమ్ముడితో మాట్లాడేందుకు వెనకబడుతూ అడిగాడు.

"ఫలానా అని ప్రత్యేకం ఏం లేదు. ఎప్పటిలాగా వ్యవసాయం పనులే సరిపోతున్నాయి" అని లేవిన్ బదులు చెప్పాడు. "కాసిని రోజులు వుంటావు కదూ? వస్తావు వస్తావు అని చాలా రోజులుగా చూస్తూ వున్నాం" అన్నాడు.

"రెండు వారాలుంటాను. మాస్కోలో చాలా పన్లున్నాయి."

కోజ్నిషెవ్ ఆ మాట అంటూ వుండగా అన్నదమ్ములు ఒకరి కళ్ళల్లోకి ఒకరు చూసుకున్నారు. అన్నగారితో స్నేహపూర్వకంగా, ఏ మాత్రం బెరుకు లేకుండా సాఫీగా వుండాలని లేవిన్‌కి సదా కోరిక వున్నా, ప్రస్తుతంలో ఆ కోరిక ప్రబలమైందిగా వున్నా, చూపులు కలవగానే అతనికి ఆ బెరుకు మళ్ళీ వచ్చేసింది. దాంతో యేం చెప్పాల్సిందీ తెలీక అతను కళ్ళు వాల్చుకున్నాడు.

అతను కోజ్నిషెవ్‌కి ఆసక్తికరంగా వుండే ప్రసంగ విషయాల గురించి మనసులో అనుకున్నాడు. సెర్బియన్ యుద్ధం గురించి, స్లావ్ సమస్య గురించీ అతని ధ్యాస మళ్ళించే ప్రసంగ విషయాల గురించి అనుకున్నాడు. తన మాస్కో పనుల గురించి చెప్పడంలో కోజ్నిషెవ్ ఆ విషయాలనే సూచించాడు. లేవిన్ అన్నగారి పుస్తకం గురించి మాట కదలేశాడు.

"నీ పుస్తకం మీద సమీక్షలు ఏమన్నా వచ్చాయా?" అని అడిగాడు.

లేవిన్ ముందే అనుకుని ఈ ప్రశ్న అడిగినట్టు కోజ్నిషెవ్ మందహాసం చేశాడు.

"ఎవరూ దాన్ని గురించి అనుకోవడం లేదు, నేను కూడా" అన్నాడతను. "దాలీగారూ, చూడండి అటు వాన కురిసేటట్టు వుంది" అంటూ అస్పెన్ చెట్ల పైన ఆకాశంలో కనిపిస్తూ వున్న తెల్లని మేఘాలకేసి గొడుగుతో చూపిస్తూ అన్నాడు.

ఈ మాటలు అనగానే అన్నదమ్ములిద్దరి మధ్యా వున్న సంబంధం, వైషమ్య పూరితమైనది కాకపోయినా దూరస్థమైనటు వంటిది. లేవిన్ తొలగించాలని ఎంతో ఆదుర్దా పడినటువంటిది తిరిగి చోటు చేసుకుంది.

లేవిన్ కతవాసొవ్ దగ్గరికి వెళ్ళాడు.

"నాకు చాలా సంతోషంగా వుంది మీరిక్కడికి వచ్చినందుకు" అన్నాడు.

"చాలా కాలంగా అనుకుంటూనే వున్నాను. ఇప్పుడు మనం తనివితీరా మాట్లాడుకోవచ్చు. ఆc, స్పెన్సర్* పుస్తకాలు చదవలా?"

"ఆసాంతం చదవలా, ఇప్పుడా చదవడమూ అవసరం లేదు నాకు" అని లేవిన్ అన్నాడు.

"అదేమిటి? తమాషాగా వుందే! ఎందుకని?"

"స్పెన్సర్ గాని ఆయనలాంటి వాళ్ళు గాని నా సమస్యలకి జవాబులు ఇవ్వలేరని నాకు నమ్మకం కలిగింది. ఇప్పుడు..."

కాని కతవాసొవ్ ముఖంలో ద్యోతకమైన శాంత ప్రఫుల్ల భావం హఠాత్తుగా అతన్ని చకితం చేసింది. ఈ సంభాషణ తన సంతోషభరిత మనఃస్థితిని పాడు చేసుకున్నానని బాధ

కలిగింది. అలా చెయ్యకూడదన్న తన సంకల్పాన్ని గుర్తు చేసుకుని అతను మధ్యలోనే మాట తెంపేశాడు.

"సరే వాటి గురించి తర్వాత మాట్లాడుకుందాం" అన్నాడు. "మనం తేనెటీగల క్షేత్రానికి వెళ్ళాలనుకుంటే ఇటు రండి" అని అందర్నీ ఉద్దేశించి అన్నాడు.

వాళ్ళు ఇరుగ్గా వున్న దారిలో వెళ్ళారు. గడ్డి నిండుగా వున్న మైదానం మీదికి చేరారు. దానికి ఓ పక్క గుబురుగా పెరిగిన నదురైన పువ్వుల పొదలున్నాయి. వాటి మధ్యలో ముదురాకుపచ్చ హెల్‌బరీ పొదలున్నాయి. లేవిన్ తన అతిథుల్ని లేత ఆస్పెన్ చెట్ల దట్టమైన నీడలో బెంచీలమీద దుంగల మీద కూర్చోబెట్టాడు. తేనెటీగలంటే భయపడే ఆగంతకుల నిమిత్తం వాటిని అక్కడ ఏర్పాటు చేశారు. తను మాత్రం తేనెటీగల క్షేత్రానికి వెళ్ళాడు. అతిథులకి తాజా దోసకాయలు, తేనె, రొట్టె పట్టుకు వద్దామని.

ఇష్టం వొచ్చినట్టు వూగకుండా జాగ్రత్త పడుతూ, ముందుకు వెడుతూ ఎక్కువ సంఖ్యలో జుమ్మంటూ ముసురుతూ వున్న తేనెటీగల సంగీతం వింటూ అతను ఓ కొయ్య గుడిసె దగ్గరికి వెళ్ళాడు. గుమ్మం దగ్గర ఓ తేనెటీగ అతని గడ్డంలో చిక్కుకుని జోరుగా మోత మొదలెట్టింది. అతను జాగ్రత్తగా దాన్ని గడ్డంలోనుంచి తీసి అవతలికి విసిరేశాడు. లోపలికి వెళ్ళాక అతను కొక్కేనికి తగిలించిన చిక్కం తీసి తలమీద తగిలించుకుని చేతుల్ని జేబుల్లో పెట్టుకున్నాడు. అప్పుడు కంచెకట్టిన తేనెపట్ల దాకా వెళ్ళేడు. గడ్డి కోసి చదును చేసిన చచ్చౌకంలో వరసలుగా పాత తేనె గూళ్ళు గుంజలకి నారపట్టలతో కట్టి వున్నాయి. ప్రతి తేనె గూడు అతనికి తెలిసినదే. ప్రతిదానికీ దాని పుట్టు పూర్వోత్తరాలు వున్నాయి. ఈ ఏడాదే పెట్టిన కొత్త తేనె గూళ్ళు వరసగా కంచెవారనే వున్నాయి. ప్రతి గూడు దగ్గరా తేనెపట్టు గదుల ముందు ఒకచోట గుంపుగా మూగి, క్రీడిస్తూ చుట్లు తిరుగుతూ వున్న తేనెటీగలది, పోతుటీగలదీ మెరుపు కనిపిస్తోంది. పనిచేసే తేనెటీగలు వొకే దిశలో, అడవిలో పుష్పిస్తూ వున్న లైమ్ చెట్టుకి వెడుతూ, అక్కడినుంచి మధువుతో తిరిగి గూళ్ళకేసి వస్తూ వున్నాయి.

తేనె గూళ్ళలోనుంచి వస్తూ వున్న ఝుంకార నాదాలు ఎడతెగకుండా వినిపిస్తూనే వున్నాయి. పనిలో వున్న కార్మిక తేనెటీగల హోరు, సోమరి పోతుతేనెటీగల ధ్వనులు, కాపలా కాసే తేనెటీగల ఆందోళనా నాదాలు వినిపిస్తున్నాయి. శత్రువు బారినుంచి తమ మధుసంపదని రక్షించుకుందుకూ, హద్దుమీరి చరించి వచ్చిన వాళ్ళని కుట్టడానికీ అవి తయారుగా వున్నాయి, కంచె అవతలివేపున తేనెటీగల క్షేత్రం ముసలి కాపలా వాడు కర్రకి కట్టిన కొక్కేన్ని సవరిస్తున్నాడు, లేవిన్‌ని చూడలేదు. అతన్ని పిలవకుండానే లేవిన్ తేనెటీగల గూళ్ళ మధ్యలో నుంచున్నాడు.

ఒంటరిగా వున్నందుకు, అతని మనఃస్థితిని బాగా పాడు చేసిన పరిసరాల నుంచి గబగబా తప్పించుకు రాగలిగినందుకు, అతనికి సంతోషం కలిగింది.

తను ఇవాన్‌మీద చిరాకుపడ్డాడు, అన్నగారిపట్ల ఆప్యాయత చూపించలేదు. కతవాసొవ్‌తో తెలివితక్కువగా మాట్లాడాడు అని గుర్తు వచ్చింది.

'ఏమిటి అది ఛాయామాత్రంగా చిహ్నాల్ని వదలకుండా మాయమైపోయే క్షణిక మనఃస్థితేనా?' అనుకున్నాడు.

కాని ఆ క్షణంలోనే ఆ మనఃస్థితి మళ్ళీ ఆవహించింది. ఏదో సవ్యమైనదీ ప్రముఖమైనదీ తన అంతరంగంలో రూపు తీసుకుందన్న సహర్ష చేతన అతనికి కలిగింది. పరిసరాలు తాత్కాలికంగానే అతని ఆత్మిక శాంతిమీద పరదా కప్పాయి. కాని అది అంతరంగంలో అక్షీణంగానే వుంది.

తన చుట్టూతా ముసురుకుంటూ, భయపెడుతూ దృష్టిని మళ్ళిస్తూ శారీరకంగా భద్రత లేకుండా చేస్తూ వున్న తేనెటీగల మాదిరిగానే ప్రాపంచిక చింతలు తమ బండిలో కూర్చోగానే తనమీద దాడిచేసి, ఆత్మిక శాంతిని లేకుండా చేశాయి. కాని తను ఆ ప్రాపంచిక చింతల మధ్య వున్నంత సేపే ఆ స్థితి వుంది. తేనెటీగల భయం వున్నా తన శారీరక భద్రత దెబ్బ తినలేదు, చెక్కు చెదరకుండా వుంది. అలానే అంతరంగంలో నూతనావిష్కృత ఆత్మిక శాంతి పదిలంగా వుంది.

15

"నీకు తెలుసా మీ అన్నయ్యగారు రైల్లో ఎవరితో కలిసి ప్రయాణం చేశారో" అని పిల్లలకి తేనె, దోసకాయలు పంచి ఇస్తూ లేవిన్‌ని అడిగింది దాలీ. "వ్రాన్స్కీతో అతను సెర్బియా యుద్ధంలో పాల్గొందుకు వెడుతున్నాడట" అని చెప్పింది.

"ఒక్కడూ వెళ్ళడం కాదు, తన సొంత ఖర్చుమీద ఒక దండుని కూడా తీసుకు వెడుతున్నాడు" అన్నాడు కతవాసొవ్.

''అతనికి తగినట్టే వుంది'' అన్నాడు లేవిన్. ''అయితే వలంటీర్లు ఇంకా వెడుతున్నారన్నమాట?" అని కోజ్నిషెవ్ కేసి తిరిగి అడిగాడు.

కోజ్నిషెవ్ జవాబు చెప్పకుండా తన కప్పు అడుగున తేనెపట్టు ముక్కలో చిక్కుకుని ఇంకా సజీవంగా వున్న వో తేనెటీగని బండగా వున్న చాకుతో సావధానంగా ఇవతలికి తీస్తూ వుండిపోయాడు.

"వెళ్ళకపోవడమేమిటి? స్టేషన్లో నిన్న మీరు చూసి వుండాల్సింది" అని కతవాసొవ్ దోసకాయని కటక్కని కొరుకుతూ అన్నాడు.

"ఏమిటీ దీనంతటికీ అర్థం? ఈ వలంటీర్లు అందరూ ఎక్కడికి పోతున్నారో ఎవరితో పోరాడుతున్నారో దేవుడి సాక్షిగా నాకు వివరించి చెప్పండి కోజ్నిషెవ్‌గారూ" అని వృద్ధ ప్రిన్స్ అన్నాడు. లేవిన్ లేనప్పుడు మొదలైన సంభాషణని అందుకుంటూ అతనా ముక్క అంటుకున్నట్టు తెలుస్తూనే వుంది.

"టర్క్‌లతో" అని కోజ్నిషెవ్ తేనెటీగని ఇవతలికి తీసిపారేసి ప్రశాంతంగా మందహాసం చేస్తూ అన్నాడు. ఆ తేనెటీగ తేనెతో నల్లబడి నిస్సహాయంగా గిజగిజ లాడుతోంది. దాన్ని కోజ్నిషెవ్ చాకుమీద నుంచి పెళుసుగా వున్న ఆస్పెన్ వర్ణంమీదకి చేరవేశాడు.

"కాని టర్క్‌లమీద యుద్ధాన్ని ఎవరు ప్రకటించారంటారు? మేడం స్థాల్‌తో కలిసి ఇవాన్ ఇవానొవిచ్ రగోజొవ్, కౌంటెస్ లిదియా ఇవానొవ్నాగార్లు అంటారా?"

"ఎవరూ యుద్ధం ప్రకటించలేదు. కాని తమ సోదరుల బాధలు చూసి ప్రజలకి సానుభూతి కలిగింది. వాళ్ళకి సాయం చెయ్యాలనుకుంటున్నారు" అన్నాడు కోజ్నిషెవ్.

"ఆయన అడిగింది సాయం గురించి కాదు, యుద్ధం గురించి" అని లేవిన్ మామగారిని బలపరుస్తూ అన్నాడు. "ప్రభుత్వ అనుమతి లేకుండా వ్యక్తులు సొంతంగా యుద్ధంలో పాల్గొనేందుకు హక్కు లేదు" అన్నాడు.

"లేవిన్ తేనెటీగ చూడు! కుడుతుందేమో" అని దాలీ కందిరీగని చేత్తో తోలేస్తూ అంది.

"అది తేనెటీగ కాదు, కందిరీగ" అన్నాడు లేవిన్.

"అయితే, యేదీ, కానీండి మీ సిద్ధాంతం ఏమిటో చెప్పండి" అని కతవాసొవ్ వాదనకి దిగమని కాలుదువ్వుతున్నట్టుగా లేవిన్‌ని పురికొల్పాడు. "వ్యక్తులకి ఎందుకు హక్కు వుండకూడదా?" అని అడిగాడు.

"నా సిద్ధాంతం ఇదీ: యుద్ధం అనేది ఓ పక్క క్రూరమైన, పాశవికమైన భయంకరమైన విషయం. అంచేత ఏ ఒక్క వ్యక్తీ, క్రైస్తవుడన్న వాడి మాట సరేసరి, యుద్ధం ఆరంభించే బాధ్యత తీసుకోడు. ప్రభుత్వమే ఆ పని చెయ్యాలి. ప్రభుత్వాలకి ఆ అధికారం వుంది, ప్రభుత్వాలు అలా చెయ్యవలసిన పరిస్థితులు వస్తాయి. మరో పక్క సూత్రరీత్యా చూసినా, లోకజ్ఞానం దృష్ట్యా చూసినా ప్రభుత్వ వ్యవహారాలకి సంబంధించీ యుద్ధం చెయ్యడం విషయానికి సంబంధించి ముఖ్యంగానూ, మామూలు పౌరులు తమ కోరికలని పరిత్యజించాలి" అన్నాడు.

కతవాసొవ్, కోజ్నిషెవ్‌లిద్దరూ ఒక్క సారే తయారుగా వున్న తమ వాదనాయుధాలు తీసుకుని రంగంలోకి దూకారు.

"అదీ బాబూ సంగతి. ప్రజల కోరికలని ప్రభుత్వం పరిపూర్తి చెయ్యలేని సందర్భాలూ వుంటాయి, అంచేత ప్రజలు తాము కోరుకున్న దాన్ని ప్రకటిస్తారు" అన్నాడు కతవాసొవ్.

కోజ్నిషెవ్‌కి ఈ వాదన నచ్చినట్టు లేదు, ఏమంటే అతను కనుబొమలు చిట్లించి తన వాదన చెప్పాడు.

"సమస్యని అలా పెట్టకూడదు, తప్పు. యుద్ధం ప్రకటించడానికి సంబంధించిన విషయం కాదు ఇది. మానవత్వపూరిత, క్రైస్తవ భావాల్ని వ్యక్తం చెయ్యడం. మన సోదరులు, ఏక రక్త బంధువులు, ఒకే రకమైన ధార్మిక విశ్వాసాలు వున్నవాళ్ళు హతులై పోతున్నారు. వాళ్ళు మన సోదరులు కాకపోయినా ఒకవేళ ఆడవాళ్ళు, పిల్లలు, ముసలివాళ్ళూ మాత్రమే అయినా మన రష్యన్లం ఆగ్రహపూరితులమై దారుణ కృత్యాల్ని అంతం చేసేందుకు, వాళ్ళ రక్షణకి హుటాహుటీ వెళ్ళాలి. మాటకి నువ్వు రోడ్డుమీద వెడుతున్నావు, ఎవడో తాగుబోతు ఓ ఆడమనిషినో, పిల్లనో కొడుతున్నాడనుకో, ఆ సందర్భంలో నువ్వు ఈ వ్యక్తికి వ్యతిరేకంగా యుద్ధం ప్రకటించడం జరిగిందా లేదా మీమాంస చేస్తూ కూర్చోవు కదా. ఆ నిస్సహాయుల్ని కాపాడ్డానికి" అన్నాడు.

"కాని నేసతన్ని చంపినట్టు కాదుగా" అన్నాడు లేవిన్.

"లేదు, హత్యా చెయ్యచ్చు"

"ఏమో చెప్పలేను, అలాంటిది నా కళ్ళబడితే నాకప్పుడేది తోస్తే దాన్ని చేస్తాను. ఏం చెయ్యబోయేదీ ముందే చెప్పలేదు. పీడితులైన స్లావ్‌లకి సంబంధించి అలాంటి సద్యోజనిత ఉద్రేకం లేదు, వుండదు."

"నీకు వుండకపోవచ్చు, ఇతరులకి వుంటుంది" అని కోజ్నిషెవ్ అనిష్టంగా ముఖం చిట్లించుకుంటూ అన్నాడు. "తెలుసా 'కాఫిర్ తాతర్ల'* పదఘట్టన కింద నలిగిపోయిన క్రైస్తవమత అనుయాయుల బాధల గాథలు ఇంకా స్మృతిలో వున్నాయి. మన ప్రజలు తమ సోదరుల బాధల గురించి విన్నారు, తమ ఇచ్ఛని ప్రకటించారు."

"అయి వుండచ్చు" అని లేవిన్ దాట వేస్తున్నట్టు అన్నాడు. "కాని నేనలా చూడడం లేదు. నేనూ ప్రజల్లో ఒకణ్ణే, నాకలా అనిపించడం లేదు" అన్నాడు.

"నాకూనూ" అని వృద్ధ ప్రిన్స్ అన్నాడు. "నేను విదేశాల్లో వున్నప్పుడు పత్రికలు చదివేవాణ్ణి. నేనీ మాట ఒప్పుకోవాలి, బల్గేరియన్ దురన్యాయాలకి ముందు కూడా నాకర్థం కాలేదు, ఎందుకు రష్యన్లకి వున్నట్టుండి తమ తోటి స్లావ్‌పట్ల ఇంత ప్రేమ పుట్టుకు వచ్చిందో. నాకు వాళ్ళపట్ల అంత ప్రేమ పుట్టలేదు మరి. నాకు చాలా బాధ కలిగింది. నేను తిక్కవాణ్ణనో, జర్మన్ కారల్స్ బడ్ నీళ్ళు నన్నలా చేశాయనో అనిపించింది. నేను ఇంటికి తిరిగివచ్చాక నేనొక్కణ్ణే కాదు, స్లావ్ సోదరులని ఉమ్మడిగా కలుపు కొచ్చేటట్టు కాకుండా రష్యాకే తమ ఆసక్తులు పరిమితమైనవాళ్ళు ఇంకా వున్నారు అని చూసి ధైర్యం చిక్కింది. ఉదాహరణకి లేవిన్" అన్నాడు.

"సొంత అభిప్రాయాలకి ఈ విషయంలో ప్రాముఖ్యం లేదు" అన్నాడు కోజ్నిషెవ్. "యావత్ రష్యా, యావత్ ప్రజానీకం తమ సంకల్పాన్ని ప్రకటించే సొంత అభిప్రాయాల్ని ఎవరు ఖాతరు చేస్తారు?" అన్నాడు.

"మాటకి అడ్డం వస్తున్నందుకు మన్నించండి, నాకెక్కడా అలా కనిపించడం లేదు. ప్రజలకి ఏం తెలీదు, ఏమీ తెలుసుకోవాలనుకోవడమూ లేదు" అన్నాడు ప్రిన్స్.

"లేదు నాన్నా... ఎందుకు తెలీదు? ఆదివారం నాడు చర్చిలో?" అంది దాలీ. "ఆ తువ్వాలు ఇలా ఇయ్యి" అని పిల్లలకేసి చూసి చిన్నగా నవ్వుతూ వున్న ముసలి కాపరిని అడిగింది. "అలా జరగదు యావన్మందీ..."

"సరే, ఆదివారం నాడు చర్చిలో ఏం జరిగింది? ఫలానా ఫలానా సూచనలు చదవమని పురోహితుడికి ఆజ్ఞలు వచ్చాయి, చదివాడు. వాళ్ళకి ఏమీ అర్థం కాలేదు. ఆరాధన జరిగేటప్పుడు ఎప్పుడూ చేసేటట్టే హుస్సు హమ్మ అనుకుంటూ వున్నారంతే" అని ప్రిన్స్ చెప్పాడు. "పుణ్యకార్యాల నిమిత్తం చందాలు వసూలు చేస్తున్నారని చెప్పగానే వాళ్ళ జేబుల్లోనుంచి కోపెక్కులు తీసి పళ్ళెంలో వేశారు. ఎందుకు వేశారో వాళ్ళకి తెలీదు" అన్నాడు.

"ప్రజలకి తెలియకుండా వుండదు. వాళ్ళకి తమ విధి గురించిన చైతన్యం గాఢంగా వుంటుంది. ఇలాంటి సమయాల్లో అది మరింత స్పష్టంగా వెల్లడవుతుంది" అని కోజ్నిషెవ్ తేనెటీగల క్షేత్రం కాపలా వృద్ధునికేసి తిరిగి అన్నాడు.

ఆ ముసలతను అందంగా వున్నాడు. అతనికి నెరిసిన వొత్తు జుట్టు వుంది. అతని గడ్డం జేగురు రంగు తిరిగింది. అతను తేనె కూజా చేత్తో పట్టుకుని నిశ్చలంగా అక్కడ నుంచున్నాడు. తను ఎత్తరిగా వుండడం వల్ల పైనుంచి ఈ పెద్ద మనుషుల కేసి నిదానంగా, స్నేహపూరితంగా చూస్తూ వున్నాడు. వాళ్ళు ఏం మాట్లాడుకుంటున్నదీ అతనికి అర్థం కావడం లేదనీ, అర్థం చేసుకునే కోరికా అతనికి లేదనీ తెలుస్తూనే వుంది.

"నిజం అంతేనండయ్యా" అని అతను కోజ్నిషెవ్ చూసిన దృక్కుని జవాబుగా నన్నట్టు గొప్పగా తల వూపుతూ అన్నాడు.

"ఇతన్ని అడిగి చూడండి. అతనికి ఏం తెలీదు, ఏమీ పట్టించుకోడు" అన్నాడు లేవిన్. "మిహైలిచ్, యుద్ధం గురించి విన్నావా?" అని అతన్ని అడిగాడు. "చర్చిలోవాళ్ళు చదివి వినిపించింది విన్నావా? నీ అభిప్రాయం ఏమిటి? మన తోటి క్రైస్తవుల కోసం పోరాడా లంటావా?" అని అడిగాడు.

"అలాంటి విషయాలు మాకెందుకండయ్యా? చక్రవర్తి అలెగ్జాండర్ నికొలాయెనిచ్* మా తరపున ముందే అట్టాంటి విషయాల గురించి చూసుకుంటారు. మాకంటే చక్రవర్తికి అన్నీ విశదంగా తెలుస్తాయి. ఇంకో రొట్టె తెమ్మంటారా? అబ్బాయిగారికి ఇంకోటి కావాలేమో" అని గ్రీషని ఉద్దేశించి తల ఊపుతూ గ్రీష తనకి పెట్టిన ముక్కని పూర్తి చేస్తూ వుండడం చూసి దాలీని అడిగాడు.

"అడిగే అవసరం నాకు లేదు" అన్నాడు కోజ్నిషెవ్. "మా కళ్ళతో మేం వందలాది వేలాది ప్రజలు సర్వస్వం వదిలి పెట్టేసి ఒక మహత్తర కార్యం కోసం అర్పితం కావడానికి రష్యా నాలుగు మూలల నుంచీ రావడం, నీళ్ళు నమలకుండా తమ లక్ష్యాలూ, ఉద్దేశాలూ చెప్పడం చూశాం, చూస్తున్నాం. తమ కోపెక్కులు తామే తెచ్చుకుని తన సేవలని ఐచ్ఛికంగా అందిస్తున్నారు. తాము చేసే పని ఏమిటో తేటతెల్లంగా చెబుతున్నారు. దాని అర్థం ఏమిటి?" అని అడిగాడు.

"నా అభిప్రాయం ప్రకారం దీని అర్థం ఏమిటంటే" అని లేవిన్ కొంచెం కోపం తెచ్చుకుంటూ చెప్పడం మొదలుపెట్టాడు. "ఎనిమిది కోట్ల ప్రజానీకంలో ఎప్పుడూ కూడా, ఇప్పట్లాగా వందలూ పదులూ కాక వేల సంఖ్యలో ఏదో సాహసకృత్యంలో పాల్గొనే వాళు ళ్ళంటారు. తమ సామాజిక స్థితి పోగొట్టుకునో లేకపోతే అలాంటి దుందుడుకు పన్లకో... వుగచేవ్ దండో, ఖీవాయో,* సెర్బియాయో – వెళ్ళడానికి తయారుగా వుంటారు..."

"నే చెపుతున్నా వందలు కాదు, దుందుడుకులు కాదు, రష్యన్ ప్రజలలో ఆణిముత్యాలలాంటి వాళ్ళు!" అని కోజ్నిషెవ్ తన ఆఖరి కోపెక్కుని దక్కించుకునే వాడిలా గట్టిగా చించుకుంటూ అన్నాడు. "మరి ఆ చందాలు చూడు! యావన్మంది ప్రజలు తమ కోరికని ఆ రకంగా వెల్లడి చేస్తున్నారనిపిస్తుంది" అన్నాడు.

"ఈ పదం వుండే 'ప్రజలు' అనేది, చాలా అస్పష్టంగా వుంటుంది" అన్నాడు లేవిన్. "ఓ జిల్లా గుమస్తాయో, ఉపాధ్యాయుడో, వెయ్యిమందిలో ఓ రైతో వ్యవహారం అంటే యేమిటో అర్థం చేసుకోగలరు. మిగతా ఎనిమిది కోట్లమందీ మిహైలిచ్‌కిలాగా తమ ఉద్దేశం యేమిటైందో

చెప్పకపోవడమే కాదు, తమ ఉద్దేశం దేన్ని గురించి వ్యక్తం చెయ్యాలో కూడా తెలియని వాళ్ళు, అంచేత ఇది ప్రజల సంకల్పం అని చెప్పే హక్కు మనకి ఏది?" అన్నాడు.

16

తర్కవితర్క విద్యలో అందె వేసిన చెయ్యి అయిన కోజ్నిషెవ్ ఏ అభ్యంతరమూ చెప్పకుండానే సంభాషణని వేరే దిశకి మళ్ళించాడు.

'ప్రజల ఆత్మని గ్రహించడానికి గుణకారాలూ భాగహారాలూ మొదలెడితే నువ్వెన్నటికీ అర్థం చేసుకోలేవు. మన దగ్గర ఇంతవరకూ ఎవరి అభిప్రాయం ఏమిటో తెలుసుకునే ఎన్నిక పద్ధతి లేదు. అది సంభవమూ కాదు ఏమంటే దానివల్ల ప్రజాభిప్రాయం తేలదు. కాని ప్రజాభిప్రాయం ఏమిటో తెలుసుకునే ఇతర పద్ధతులు వున్నాయి. దాన్ని వాతావరణం చూసి గ్రహించవచ్చు. హృదయంతో గ్రహించవచ్చు. ప్రజలు అనే మహా సముద్రంలో అంతర్గతంగా ఉబికి వచ్చే తరంగాల గురించి నే చెప్పడం లేదు, వాటిని మత్సరగ్రస్తులైన మనుషులు తప్ప ఎవరన్నా గ్రహించగలరు. నువ్వు, పోనీ, సంకుచిత అర్థంలోనే సమాజం కేసి చూడు. ఇప్పటిదాకా కారాలూ మిరియాలూ నూరుకుంటూ వుండే బౌద్ధిక లోకంలోని విభిన్న పక్షాల వాళ్ళూ దగ్గరయారు. అన్ని అభిప్రాయ భేదాలూ మరిచిపోయారు. అన్ని ప్రజా సంఘాలూ ఒక విషయాన్నే చెపుతున్నాయి. తమని ఆవహించి ఒకే దిశలో అందర్నీ నడిపిస్తూ వున్న ఆ స్వతః స్ఫూర్తి శక్తిని చూడగలుగుతున్నారు" అన్నాడు.

"ఆc, పత్రికలన్నీ ఒకే విషయం గురించి రాస్తున్నాయి, నిజమే" అని ప్రిన్స్ అన్నాడు. "తుఫాన్ వచ్చే ముందు ఒక్కలా బెకబెక మంటూ అరిచే కప్పల్లాగా ఒకటే పాట పాడుతున్నాయి. బెకబెకలు తప్ప మరేం వినిపించడం లేదు అందుకనే" అన్నాడు.

"కప్పలో కాదో నాకు తెలీదు. నాకే సొంత పత్రికా లేదు, పత్రికలని సమర్థించడమూ లేదు. నే చెప్పేదేమంటే మేధావులంతా ఏకాభిప్రాయంతో వున్నారని మాత్రమే" అన్నాడు కోజ్నిషెవ్.

లేవిన్ జవాబు చెప్పబోయాడు కాని వృద్ధ ప్రిన్స్ మొదట మాటాడాడు.

"కాని ఈ ఏకాభిప్రాయం విషయం గురించి మరోటి కూడా చెప్పచ్చు. మా అల్లుడు అబ్లాన్స్కీని తీసుకోండి. మీరతన్ని ఎరుగుదురు కదా. అతన్ని ఏదో కంపెనీకి, దాని పేరేమిటో గుర్తు లేదు, కార్యదర్శిగా చేశారు. అక్కడ అతను చేసే పనేం లేదని మాత్రమే నాకు తెలుసు – ఏమ్మా దాలీ, ఇదేం రహస్యం కాదు కదా – సాలుకి ఎనిమిది వేల రూబుళ్ళ జీతంతో! ఏం తన ఉద్యోగం ఉపయోగపడేదా పెట్టేదా అని అడగండి, లోకంలో అంతకంటే ఉపయోగకరమైంది లేదని ఢంకా బజాయించి మరీ రుజువు చేస్తాడు. మరి అతను నిజాయితీ వున్నవాడే. కాని ఎనిమిది వేల రూబుళ్ళ ఉపయోగకరమైన దాన్ని ఎవడు కాదంటాడు?" అన్నాడు ప్రిన్స్.

"ఆ చెప్పడం మరిచాను, తనకా ఉద్యోగం వచ్చిందని మీకు చెప్పమన్నాడు దాలీగారూ" అని కోజ్నిషెవ్ ప్రిన్స్ వ్యాఖ్య అనుచితంగా వుందని బాధ కనిపింప చేసే చూపుతో అన్నాడు.

"అంచేత మన పత్రికల ఏకాభిప్రాయానికి సంబంధించీ అంతే. నాకు బోధ పడిందేమంటే యుద్ధం వల్ల వాటి లాభాలు రెండింతలు అవుతాయి. వాళ్ళకి ప్రజల భవిష్యత్తు లాంటివి.... స్లావ్ సోదరుల భవిష్యత్తు లాంటివి... కావాల్టండీ!" అన్నాడు ప్రిన్స్.

"చాలా పత్రికల్ని నేనూ ఒప్పుకోను కాని మీరు మరీ అన్యాయంగా మాట్లాడుతున్నారు" అన్నాడు కోజ్నిషెవ్.

"నన్నడిగితే ఒక షరతు పెట్టాలంటాను" అని ప్రిన్స్ కొనసాగించాడు. "ప్రష్యా యుద్ధానికి ముందు అల్ఫాన్స్ కార్* ఈ విషయం గురించి చక్కగా రాశాడు. 'యుద్ధం అవసరం అని మీ అభిప్రాయమా? కాని యుద్ధ ప్రచారం చేసేవాళ్ళందర్నీ ప్రత్యేక అగ్రపటాలంగా ఏర్పాటు చేసి అందరికంటే ముందు దాడి చేసేందుకు పంపించండి' అని అన్నాడు" అని ప్రిన్స్ చెప్పాడు.

"మన సంపాదకుల అసలు రంగు తేల్తుందప్పుడు" అని కతవాసొవ్ తన మనోనేత్రం ముందు తనకి తెలిసిన సంపాదకుల ఎలగోలు దండుని దర్శించుకుంటూ పకపకా నవ్వాడు.

"వాళ్ళా, తోకలు ముడిచి పారిపోతారు. అంతా తగలేసి పెడతారంతే" అంది దాలీ.

"పారిపోతే వెనుకనుంచి గుళ్ళ వర్షమో, గుర్రాలమీద కోసెక్కుల కొరడాలో మజా చూపిస్తాయి" అన్నాడు ప్రిన్స్.

"ఇది గనక పరిహాసం అనుకుంటే, చవకబారు పరిహాసం అని చెప్పాలి, ప్రిన్స్" అన్నాడు కోజ్నిషెవ్.

"నాకిది పరిహాసంగా కనిపించడం లేదు. నేననుకోవడం యిది..." అని లేవిన్ మొదలుపెట్టబోయాడు కాని కోజ్నిషెవ్ అడ్డం వెళ్ళాడు.

"సమాజంలోని ప్రతి వ్యక్తికీ వాళ్ళ వాళ్ళ శక్తి సామర్థ్యాలని బట్టి ఆయా పనులు వుంటాయి" అన్నాడు. "మేధావులు ప్రజాభిప్రాయాన్ని వ్యక్తం చేసేటప్పుడు తమ కర్తవ్యాన్ని నిర్వహిస్తున్నారంతే. ప్రజాభిప్రాయాన్ని పూర్తిగా వ్యక్తం చేసేవి పత్రికలు, వాటి సేవని మనం ఆదరించాలి. ఇరవై ఏళ్ళ నాడు నోరు మూసుకు కూర్చుని వుండేవాళ్ళం. కాని ఇవాళ రష్యన్ ప్రజల గొంతుక వినిపిస్తోంది. ఇవాళ రష్యన్ ప్రజానీకం ఒక్క వ్యక్తిగా సంఘటించి ఉద్యుక్తమై తమ పీడిత భ్రాతృజనం కోసం అసువులు అర్పించడానికి సిద్ధంగా వున్నారు. అది మహత్తరమైన ముందడుగు, మన శక్తికి అభివ్యంజకం" అన్నాడు కోజ్నిషెవ్.

"తమ అసువులు అర్పించడమే కాదు టర్కులని చంపడానిక్కూడా" అని లేవిన్ మెల్లిగా అన్నాడు. "ప్రజలు తమ ఆత్మ కోసం జీవితాల్ని బలిదానం చెయ్యడానికి తయారుగా వున్నారు, సర్వదా వుంటారు. కాని చంపడానికి కాదు" అని సంభాషణని తనకి తెలియకుండానే తన మనసులో అంతకుముందే ఉదయించిన ఆలోచనలకి జతచేస్తూ అన్నాడు.

"తమ ఆత్మల కోసం? శాస్త్రజ్ఞులకి ఇది తేలికైన భావన కాదు. ఆత్మ అంటే ఏమిటి?" అని కతవాసొవ్ చిరునవ్వు నవ్వుతూ అడిగాడు.

“మీకే తెలుసు అది.”

“దేవుని తోడు నాకు తెలీదు” అని కతవాసొవ్ నవ్వుతూ అన్నాడు.

“నేను శాంతిని గాక కరవాలాన్ని పుచ్చుకు వస్తున్నాను’ అన్నాడు క్రీస్తు” అని కోజ్నిషెవ్ కొత్త నిబంధననుంచి ఉల్లేఖించాడు, లేవిన్‌కి ఎప్పుడూ పడుగురాయిలా వున్న ఈ ముక్క ప్రపంచంలో అతి సుబోధకంగా వున్నట్టు.

“నిజమండయ్యా” అని తేనెటీగ క్షేత్రం కాపరి తనకేసి యాధృచ్ఛికంగా చూసిన దృక్కుకి జవాబు చెపుతున్నట్టు అన్నాడు.

“అద్గదీ, చిత్తు అయిపోయారు బాబూ పిసరు మిగలకుండా చిత్తు అయిపోయారు” అని కతవాసొవ్ సంతోషంతో నవ్వుతూ అరిచాడు.

లేవిన్ ముఖం చిరాకుతో యెర్రబడింది. వాదనలో తను చిత్తు అయిపోయినందుకు కాక, వాదించకూడదని తను చేసుకున్న నిర్ణయాన్ని ఉల్లంఘించినందుకు అతనికి బాధ కలిగింది.

‘నేను వాదించకూడదు వీళ్ళతో. వాళ్ళు కవచధారులు నేను నగ్నంగా వున్నాను’ అనుకున్నాడు లేవిన్.

అన్నగార్ని, కతవాసొవ్‌నీ ఒప్పించడం అసాధ్యంగా కనిపించింది. వాళ్ళు చెప్పేదాన్ని ఒప్పుకోవడం ఇంకా అసాధ్యంగా కనిపించింది. తనని దాదాపు ముంచేసిన బౌద్ధిక అహాన్ని వాళ్ళు ప్రచారం చేస్తున్నారు. రాజధాని గుండా వెళ్ళే వాచాల వలంటీర్లు చెప్పే మాటల్ని బట్టి తామూ పత్రికలూ ప్రజాభిప్రాయాన్ని వ్యక్తం చేస్తున్నాం అని నొక్కి చెప్పే అధికారం అన్నగారికీ పదుల సంఖ్యలో మనుషులకి వుందని అతను ఒప్పుకోలేదు. అది కసి తీర్చడం, చంపడం అంతే. అతను దాన్ని ఒప్పుకోలేకపోవడానికి కారణం తను ఎవరి మధ్య బతుకుతున్నాడో ఆ ప్రజల అభిప్రాయంగా కనిపించడం లేదు ఇది. తన అంతరంగంలోనూ ఈ అభిప్రాయం కనిపించలేదు. (అతను తనని రష్యన్ ప్రజలకంటే భిన్నమైన వాడుగా భావించుకోవడానికి సిద్ధంగా లేడు). దాన్ని ఒప్పుకోకపోవడానికి అన్నింటికంటే ముఖ్యకారణం ఏమిటంటే మొత్తంగా ప్రజలు గాని, తను గాని సార్వజనీన కల్యాణం ఏమిటైందీ తెలుసుకోకపోవడం, తెలుసుకోలేకపోవడం. కాని ఏది కల్యాణదాయకమైందో దాన్ని, ఈ సార్వజనీన కల్యాణాన్ని ప్రతి వ్యక్తికీ వెల్లడి అయి మంచి చెడు నియమాన్ని ఖచ్చితంగా పాటించడం ద్వారానే సాధించవచ్చు అని, అందుకనే ఏ రకమైన దురవగాహ్య లక్ష్యాల నిమిత్తమూ యుద్ధాన్ని కోరలేడనీ, యుద్ధాన్ని ప్రచారం చెయ్యడం జరగదు అని అతనికి నిస్సందేహంగా తెలుసు. అతని వైఖరి వృద్ధ తేనెటీగల క్షేత్రం కాపరిలాంటి వైఖరి, యావన్మంది ప్రజల వైఖరి. స్కాండినేవియన్లని ఆమంత్రణం చేస్తూ వున్న కథ*లో అది చక్కగా వెల్లడైంది– “మాకు రాజులై మమ్మల్ని ఏలుకోండి. మేము సహర్షంగా మీకు ఆధీనులం అవుతాం. యావత్తు శ్రమనీ, యావత్తు అవమానాన్నీ, యావత్తు బలిదానాన్నీ మేమే భరిస్తాం. కాని మేం తీర్పు చెప్పం, నిర్ణయాలు చెయ్యం.” ఇప్పుడు కోజ్నిషెవ్ మాటల ప్రకారం ప్రజలు ఇంత మూల్యం చెల్లించి సాధించుకున్న ఈ హక్కుని పరిత్యజిస్తున్నారు.

ప్రజాభిప్రాయాన్ని ఇంత ఘనంగా భావిస్తూ వున్న వాళ్ళయితే స్లావ్‌లకి సాయం చేసే ఆందోళన అంత ధర్మబద్ధమైనది గానూ విప్లవాన్నీ, కమ్యూన్‌నీ ఎందుకు పరిగణించరు అని అతను అడుగుదామనుకున్నాడు. కాని ఇవన్నీ దేన్నీ పరిష్కరించలేని వాదనలు. కాని ఒక సంగతి మాత్రం స్పష్టంగా కనిపిస్తోంది- ఇప్పుడు వాద ప్రతివాదనతో కోజ్నిషెవ్ చిరాకుపడుతున్నాడు, అంచేత వాదన చెయ్యడం ఉచితం కాదు. లేవిన్ వాదించకుండా మౌనంగా వుండిపోయి ముసురుకుంటూ వస్తూ వున్న మేఘాలకేసి చూపించి వాన మొదలవకుండానే ఇంటికి వెళ్ళడం మంచిదని చెప్పాడు.

17

వృద్ధ ప్రిన్స్, కోజ్నిషెవ్ బండి ఎక్కి వెళ్ళిపోయారు. మిగిలిన వాళ్ళు గబగబ నడుస్తూ ఇంటికి బయల్దేరారు.

కాని తెల్లగా, నల్లగా వున్న మేఘాలు దూకుడుగా ముసురుకుంటూ రావడంతో వాన మొదలవక ముందే ఇంటికి వెళ్ళాలంటే వాళ్ళు ఇంకా వేగంగా నడవాల్సి వచ్చింది. నల్లగా దట్టమైన మసిలాగా ముసురుకుంటూ మేఘాలు విపరీతమైన వేగంతో దూసుకు వచ్చేస్తున్నాయి. ఇల్లు ఇంకా రెండువందల అడుగుల దూరమో ఏమో వుంది. అంతట్లో గాలి లేచింది, తుఫాను విరుచుకుపడేటట్టుగా వుంది.

పిల్లలు బెదిరి, సంతోషంతో కేరింతలు కొడుతూ ముందుకు పరిగెత్తి పోయారు. దాలీ పిల్లలమీదే కన్నేసి వుంచి కాళ్ళకి అడ్డం పడుతూ వున్న లంగా కుచ్చెళ్ళతో తంటాలు పడుతూ పరుగు తీసింది. మగాళ్ళు టోపీలు పట్టుకుని నడక జోరు చేశారు. పెద్ద పెద్ద చినుకులు మొదలై నీటి గొట్టంపైన టపటపా చప్పుడు చేస్తూ పడేటప్పటికి వాళ్ళు వరండా దగ్గరికి చేరారు. పిల్లలు, వాళ్ళ వెనకాలే పెద్ద వాళ్ళు హుషారుగా కబుర్లాడుతూ చూరు కిందకి పరిగెత్తారు.

"అమ్మగారు ఎక్కడ?" అని లేవిన్ అగాఫ్యా మిహైలొవ్నాని అడిగాడు. ఆమె దుప్పట్లు, తువ్వాళ్ళు పట్టుకుని గుమ్మంలో ఎదురైంది.

"ఆవిడ మీతో ఉన్నారని మేం అనుకుంటున్నాం" అందామె.

"మరి మీత్య?"

"దగ్గర్లోని అడివిలో వుండి వుంటారు, దారి కూడా వుంది."

లేవిన్ ఒక్క ఉదుట్న దుప్పట్లు లాక్కుని అడివికేసి పరిగెత్తాడు.

యీ కొంచెంసేపట్లోనే మేఘాలు దట్టంగా ముసురుకుని సూర్యుణ్ణి కమ్మేశాయి. గ్రహణం పట్టినప్పటి మాదిరిగా చీకటైపోయింది. గాలి చాలా ఈదురుగా వీస్తూ లేవిన్‌ని విసిరి కొడ్తోంది. లిండెన్ చెట్ల ఆకులు, పువ్వులు రాలి పడిపోతున్నాయి. బర్చ్ చెట్ల ఆకులు రాలిపోతున్నాయి, కొమ్మలు వంగి పోతున్నాయి. గడ్డి, పువ్వులు, తుప్పలు, ఆకేసియాలు, చెట్ల శిఖరాలు అన్నీ ఒకే దిశలో వంగిపోతున్నాయి. తోటలో పనిచేస్తూ వున్న ఆడపిల్లలు కీచుమని అరుచుకుంటూ

నౌకర్ల మకాంలకేసి పరిగెత్తిపోయేరు. కుండపోతగా కురుస్తున్న వాన తెల్లని తెర కట్టినట్టుగా దూరంలో వున్న అడివినీ, దగ్గర్లో వున్న మైదానాన్నీ సగం కమ్మేసి దగ్గర్లో వున్న అడివికేసి గబగబా దూసుకుపోతోంది. తుంపర్లుగా చెదిరిన వర్షపు చినుకుల చెమ్మతో గాలి నిండిపోయింది.

తల ముందుకు వొంచి, దుప్పట్లని యెగర కొడుతూ రయ్‌న వీస్తూ వున్న గాలికి చేతులు అడ్డం పెట్టుకుని లేవిన్ చిన్న అడివి చేరుకున్నాడు. అతనికి ఓ భారీ ఓకు చెట్టు వెనక మనకగా యేదో తెల్లనిది ఆనిందో లేదో, హఠాత్తుగా వో మెరుపు సర్వ ప్రపంచాన్ని జ్వలింపచేసింది, ఓ ఉరుము ఆకాశ కర్పరాన్ని చీల్చినట్టు ఉరిమింది. లేవిన్ మెరుపు కాంతితో మిరుమిట్లు కమ్మిన కళ్ళని తెరిచి తనకి, అడవికి మధ్య కుండపోతగా కురిసే దట్టమైన వర్షపు తెర అడ్డంగుండా చూశాడు. మొట్టమొదటిగా అతనికి అడివిలో బాగా పరిచితం అయిన ఓకు చెట్టు హరిత శిఖరం వింతగా మారిపోవడం కనిపించింది. అతను స్తంభీభూతుడైపోయాడు. 'అయ్యో పిడుగు పడిందా యేమిటి?' అనే ఆలోచన లేవిన్‌కి తగిలిందో లేదో, ఓకు చెట్టు అగ్రభాగం మహా వేగంతో పడిపోతూ మిగిలిన చెట్లలో అదృశ్యం అయిపోయింది. ఒక మహా వృక్షం ఫెళఫెళా విరుచుకు పడిపోయే చప్పుడు అతనికి వినిపించింది.

మిరుమిట్లు గొలిపే మెరుపు, మేఘగర్జన, అతని శరీరమంతా హఠాత్తుగా వ్యాపిస్తున్న వొణుకు – ఇవన్నీ మిళితమై మహా భయావహ రూపం ధరించాయి.

"హే భగవాన్! భగవాన్! ఆ చెట్టు వాళ్ళమీద విరుచుకు పడకుండా చెయ్యి" అని ప్రార్థించేడు.

అప్పటికే విరిగి పడిపోయిన ఓకు చెట్టు కింద పడి వాళ్ళు చనిపోకుండా కాపాడమని ప్రార్థించడం ఎంత అర్థం లేని పనో ఆ క్షణంలోనే అతని బుర్రకి తట్టినా కూడా అతనా ప్రార్థనని రెట్టిస్తూనే వున్నాడు. ఏమంటే అర్థహీన ప్రార్థన చెయ్యడం మినహా తనేం చెయ్యలేనని అతనికి తెలుసు.

పిల్లవాడితో, దాదితో కిట్టీ వుంటుందనుకున్న చోటికి అతను పరిగెత్తి వెళ్ళాడు. కాని వాళ్ళు అక్కడ కనిపించలేదు.

వాళ్ళు అడవికి రెండో వేపున పాత లైమ్ చెట్టు కింద వున్నారు. అతన్ని పిలిచారు. నల్లని గౌన్లలో (అవి ముందు తెల్లగానే వున్నాయి) రెండు ఆకారాలు దేనిమీదకో వొంగి నుంచున్నాయి. ఆ ఆకారాలే కిట్టీ, దాదీ. లేవిన్ వాళ్ళ దగ్గరికి వెళ్ళే వేళకి వాన వెలిసింది, వెలుతురు వస్తోంది. దాది గౌను చివళ్ళు పొడిగా వున్నాయి కాని కిట్టీ ఆపాదమస్తకం తడిసి పోయింది. ఆమె బట్టలు ఒంటికి అంటిపెట్టుకుపోయాయి. తుఫాను విరుచుకుపడినప్పుడు ఎలా నుంచున్నారో అలానే నుంచున్నారు వాళ్ళు, ఇప్పుడు వాన వెలిసినా కూడా. ఇద్దరూ ఆకుపచ్చ గొడుగు విప్పిన చంటి పిల్లల తోపుడు బండిమీద వంగి వున్నారు.

"ఏం అవలేదు కదా? దెబ్బ తగల్లేదు కదా? దేవుడి దయ" అని అతను నీళ్ళు నిండిన బూట్లతో తపతపా అడుగులు వేస్తూ నీటి కుంటల్లోనుంచి వెడుతూ అన్నాడు.

కిట్టీ ఎర్రబుగ్గల ముఖం వానకి తడిసిపోయింది. ఆమె అతనికేసి తిరిగి, నీళ్ళు ఓడుతూ వున్న టోపీ కిందనుంచి బెరుగ్గా మందహాసం చేసింది.

"సిగ్గు లేదూ? ఇంత అజాగ్రత్తగా ఎలా ఉంటారో నాకర్థం కాదు" అని అతను పెళ్ళాన్ని కసురుకున్నాడు.

"దేవుని తోడు, నా తప్పేం లేదు. ఇక ఇంటికి బయల్దేరగానునుకుంటున్నాం, వాడు లేచాడు. చిరాగ్గా ఏడుపు లంకించుకున్నాడు. వాడికి బట్టలు మార్చాల్సి వచ్చింది. మేం ఇప్పుడే..." అని కిట్టీ సమర్థించుకుంటూ మొదలుపెట్టింది.

మీత్య శుభ్రంగా వున్నాడు, తడవలేదు. హాయిగా నిద్రపోయాడు.

"హమ్మయ్య! దేవుడి చలవ! నేనేమంటున్నానో నాకే తెలీటం లేదు!"

తడిసిపోయిన పొత్తి గుడ్డల్ని ఏరారు. దాది పిల్లవాణ్ణి ఎత్తుకుంది. వాళ్ళు ఇంటికి బయల్దేరారు. కసురుకున్నందుకు నొచ్చుకుంటూ లేవిన్ భార్య పక్కనే నడిచాడు. దాది చూడకుండా పెళ్ళాం చేతిని అదిమాడు.

18

ఆ మిగిలిన పూటంతా లేవిన్ వైవిధ్యభరిత సంభాషణల్లో అన్య మనస్కంగానే పాల్గొన్నాడు. తన అంతరంగంలో పరివర్తన వస్తుందని ఆశించి దానికి సంబంధించి నిరాశ కలిగినా హృదయస్థిత ఆనంద చేతన మరపున పడలేదు.

వాన తర్వాత బురద బురదగా వుండటంతో షికారుకి వెళ్ళడం వీలు పడలేదు. అదీ కాకుండా ఆకాశపు టంచుల్లో కింది కంటా దిగుతూ, ఉరుములు ఉరుముతూ తుఫాను మేఘాలు దిఙ్మండలం మీద తచ్చాడుతూ వున్నాయి. దాంతో అందరూ ఎక్కడికీ కదలకుండా ఇంట్లోనే వుండిపోయారు.

తర్వాత మళ్ళీ ఏ వాదనలూ రేగలేదు సరికదా, భోజనాల తర్వాత ప్రతివాళ్ళూ మాంచి హుషారుగా వున్నారు.

కతవాసొవ్ మొదట ఆడవాళ్ళందర్నీ హాస్య ధోరణిలో నవ్వించాడు. దాంతో అతనితో తొలిసారి పరిచయం అయినవాళ్ళకి అతనంటే మరపురాని యిష్టం కలుగుతుంది. తర్వాత కోజ్నిషెవ్ సూచన మీద అతను ఇళ్ళల్లో కనిపించే ఆడ, మగ యీగల గురించి, వాటి జీవితం గురించి, విభిన్న లక్షణాల గురించి వాటి ముక్కూ మొహాల గురించీ కూడా రంజుగా తాను చేసిన పరిశీలన ఆధారంగా వర్ణించి చెప్పాడు. కోజ్నిషెవ్ క్కూడా మంచి హుషారుగా వుంది. టీ తాగేటప్పుడు లేవిన్ అడిగిన మీదట కోజ్నిషెవ్ ప్రాచ్య సమస్యకి సంబంధించి తన వైఖరి ఏమిటైందీ ఎంతో సరళంగా, సుబోధకంగా, అందరూ చెవులప్పగించి సరదాగా వినేటట్టు, చెప్పేడు.

కిట్టీ ఒక్కత్తే అతను చెప్పే దాన్నంతట్నీ పూరా వినలేకపోయింది. మీత్యకి స్నానం చేయించేందుకు రమ్మని ఆమెని పిలిచారు.

ఆమె వెళ్ళిన కొంచెంసేపటికే లేవిన్‌కీ రమ్మని కబురు వచ్చింది.

టీ తాగుతూ వుండగా మధ్యలో వెళ్ళిపోతున్నందుకూ, సరదాగా వున్న సంభాషణ వినకుండా వెళ్ళిపోతున్నందుకూ అతను నొచ్చుకుంటూ వెళ్ళాడు. కాని ఎందుకు పిలిచారో యేమిటో తెలుసుకోవాలనీ అతనికి ఆదుర్దా కలిగింది. ఏమంటే అతన్ని అలా ఎప్పుడో గాని పిలవరు.

విముక్తమైన నాలుగుకోట్ల స్లావ్‌లు రష్యన్లతో కలిసి చరిత్రలో ఒక నూతన యుగాన్ని యెలా ప్రారంభించబోయేదీ కోజ్నిషెవ్ ఆలోచనలు తనకి చాలా కొత్తగా బాగా ఆసక్తి కారకంగా వుండి కడదాకా వినలేకపోతూ వున్నాగానీ, ఎందుకు తనని పిల్లల గదికి రమ్మని పిలిచారో తెలుసుకోవాలని ఆదుర్దాగా వున్నాగానీ డ్రాయింగ్ రూమ్ బయటికి వెళ్ళి వొంటరిగా వుండగానే లేవిన్‌కి ఆ ఉదయం పూట కలిగిన ఆలోచనలు మళ్ళీ గుర్తుకు వచ్చాయి. తన ఆత్మలో ఉప్పొంగిన మధురోహలతో పోల్చుకుంటే ప్రపంచేతిహాసంతో స్లావ్ తత్వ మహత్వానికి సంబంధించిన సకల బలమైన వాదనలూ దిగదుడుపు అయిపోయాయి. అతను వెంటనే వాటన్నిటి గురించీ మరిచిపోయాడు. ఉదయం పూట వున్న మనఃస్థితి పునరావహించి పరవశించాడు.

ఈసారి ముందటిలాగా అన్ని ఆలోచనలనీ తిరిగి మననం చేసుకోలేదు (ఇప్పుడతనికి దాని అవసరమూ లేదు). అతను వెంటనే తనని సంచాలనం చేస్తూ వున్న ఆ భావనా స్థితికి, తన ఆలోచనకి సంబంధించిన ఆ భావనా స్థితికి చేరుకున్నాడు. ఆ భావనా స్థితి ముందటికంటే బలీయంగా, మరింత స్పష్టంగా వున్నట్టు అతనికి అనిపించింది. ఇదివరలో ఆలోచనధార ద్వారా చిత్త శాంతిని అన్వేషించేటప్పుడు తను శోధించే ఆ అనుభూతిని అందుకోవడం కోసం అతను సంపూర్తిగా ఆలోచనా సరళిని పునరావలోకించుకోవాల్సి వచ్చేది. ఇప్పుడు తద్భిన్నంగా, సంతోషం శాంతి ముందటికంటే ఎక్కువ శక్తివంతంగా వున్నాయి. ఆలోచనలు ఈ అనుభూతులతో అందుకోలేకుండా వున్నాయి.

అతను వరండాలో వెడుతున్నాడు. చీకటి పడుతూ వున్న ఆకాశంలో రెండు నక్షత్రాలు మిణుక్కుమంటూ మెరవడం కనిపించింది. వెంటనే అతనికి గుర్తు వచ్చింది. 'అవును, ఆకాశం చూస్తూ వున్నప్పుడే నాకనిపించింది నేను చూస్తూ వున్న ఈ కప్పు భ్రమ కాదు అని. కాని ఆసాంతం దాన్ని గురించి ఆలోచించలేదు. ఏదో కొంత నానుంచి మరుగున పడేశాను. సరే, అదేదైతేయేం గాక, దానివల్ల మునిగిపోయేదేమీ లేదు. నేను ఆలోచించగానే అన్నీ తేటతెల్లం అవుతాయి అంతే' అనుకున్నాడు.

పిల్లల గదిలోకి అడుగుపెట్టబోతూ వుండగా తననుంచి దాచి పెట్టుకున్నదేమిటో అతనికి గుర్తువచ్చింది. అదేమిటంటే: భగవంతుడి అస్తిత్వం గురించి అన్నిటికంటే ప్రబలమైన ప్రమాణం మంచి చెడులకి సంబంధించిన రహస్యోద్ఘాటన అయితే అది కేవలం క్రైస్తవ ధర్మం మేరకే పరిమితం అయివుండడం ఏమి? బౌద్ధులున్నారు, మహమ్మదీయులున్నారు, మరి వాళ్ళకి సంబంధించి ఏమిటి? వాళ్ళు కూడా క్రైస్తవ మతస్థుల మాదిరి మంచే చేస్తున్నారు, దానే ఉపదేశిస్తున్నారు కదా?

తన దగ్గర ఈ ప్రశ్నకి జవాబు వుంది అని అతనికి అనిపించింది. కాని అదేమిటైందీ తనకి తాను చెప్పుకునే లోపలే అతను పిల్లల గదిలోకి వెళ్ళాడు.

కిట్టీ గౌను రెట్టలు పైకి ముడుచుకుని నీళ్ళ తొట్టి దగ్గర నుంచుంది. తొట్టిలో పిల్లవాడికి నీళ్ళు పోస్తున్నారు. భర్త అడుగుల చప్పుడు విని అటు తిరిగి చిరునవ్వు నవ్వుతూ తన దగ్గరికి రమ్మని పిలిచింది. అమె ఒక చేత్తో పిల్లవాడి తల పైకెత్తి పట్టుకుంది. వాడు కిలకిలమంటూ కాళ్ళు కొట్టుకుంటూ నీళ్ళమీద తేలుతున్నాడు. కిట్టీ రెండో చేత్తో లయబద్ధంగా స్పాంజ్‌తో వాడిమీద నీళ్ళు పోస్తోంది.

"చూడు, చూడు!" అని భర్త దగ్గరికి రాగానే అంది. "అగాఫ్యా మిహైలొవ్నా అన్న ముక్క నిజమే. పిల్లాడు గుర్తుపడుతున్నాడు" అంది.

వాడు ఆ రోజునుంచే నిస్సందేహంగా తన వాళ్ళని గుర్తు పట్టగలుగుతున్నాడు అని చెప్పేందుకే అతన్ని ఆమె పిలిచింది.

లేవిన్ నీళ్ళ తొట్టి దగ్గరికి వెళ్ళగానే ఆ ప్రయోగం రుజువైంది, మహా విజయవంతంగా. ఈ ప్రయోగం కోసం పిలిపించిన వంటమనిషి నీళ్ళ తొట్టిమీద వొంగగానే పిల్లవాడు ముక్కుమొహం చిట్లించుకుంటూ తల అటూ ఇటూ ఇష్టం లేనట్టు ఊపాడు. తర్వాత కిట్టీ వాడిమీదకి వాలింది. వాడు కిలకిలా నవ్వాడు. స్పాంజ్‌ని తన చేత్తో పట్టుకుని, పెదాలతో ఏదో తెలియని హర్షభరిత ధ్వని చేశాడు. దాంతో కిట్టీ, దాదీలే కాకుండా లేవిన్ కూడా సంతోష పారవశ్యంతో పొంగిపోయాడు.

పిల్లవాణ్ణి నీళ్ళ తొట్టిలోనుంచి తీసి, వాడిమీద కూజాలోని శుభ్రమైన నీళ్ళు పోశారు. తర్వాత వాడికి తువ్వాలు చుట్టి తుడిచి తల్లికి అందించారు. అంతసేపూ వాడు కేరింతాలు కొడుతూనే వున్నాడు.

"నాకు సంతోషంగా వుంది నీకు వీడంటే ప్రేమ పుట్టింది" అని కిట్టీ పిల్లవాడికి పాలు ఇవ్వడానికి యధా స్థానంలో కూర్చుని సర్దుకుంటూ భర్తతో అంది. "నాకు చెప్పలేనంత సంతోషంగా వుంది. నాకు అయ్యో అని బాధ కలిగింది నువ్వన్నమాటకి, పిల్లాడిపట్ల నీకు అభిమానం కలగడం లేదన్నావు నువ్వు" అంది.

"అబ్బే అలాంటిదేం అని వుండను. నాకు నిరాశ కలిగిందని మాత్రమే అన్నాను."

"అంటే, వీడిపట్ల?"

"వాడి పట్ల కాదు నేనెంతో ఆశించిన దానిపట్ల, నేనింకా ఏదో ఆశించాను. నాలో ఏదో ఒక నూతన మధుర భావన విరుస్తుందనుకున్నాను ఆశ్చర్యం కలిగినట్టుగా. కాని దాని బదులు ఏవగింపు, దయ కలిగేవి..."

ఆమె పిల్లాడికి పాలు ఇస్తూనే సన్నగా వున్న తన వేళ్ళకి ఉంగరాలు పెట్టుకుంటూ – వాటిని పిల్లాడికి స్నానం చేయించేటప్పుడు తీసేసింది – అతను చెప్పేదాన్ని శ్రద్ధగా వింది.

అన్నా కెరనినా 877

"అన్నిటికంటే పెద్ద గొడవేమిటంటే సంతోషంకంటే భయమూ, దయా ఎక్కువ కలిగాయి. కాని ఇవాళ తుఫాన్ వర్షం అప్పుడు నాకు కలిగిన భయం తర్వాత నాకు అర్థమైంది నేను వాణ్ణి ఎంతలా ప్రేమిస్తూ వున్నదీనీ" అన్నాడు.

కిట్టీ ముఖం మందహాసంతో విరిసింది.

"నీకు బాగా భయమేసిందా?" అని అడిగింది. "నాకూనూ, కాని అది గుర్తు వస్తే ఇప్పుడు ఇంకా భయం కలుగుతోంది. ఓ సారి వెళ్ళి ఆ ఓకు చెట్టుని చూడాలి. కతవాసొవ్ ఎంత ముచ్చటైన మనిషి. మొత్తంమీద ఈ రోజంతా చాలా బాగా గడిచింది. మీ అన్నయ్యతో నువ్వు భలే కలిసిపోయి వుండగలవు. నువ్వు కావాలనుకుంటే.... ఊఁ, సరే, నువ్వు వాళ్ళ దగ్గరికి వెళ్ళు, స్నానం తర్వాత ఇక్కడ ఎప్పుడూ వేడిగా వుంటుంది, ఆవిరి లేస్తుంది...."

19

పిల్లల గదిలోనుంచి బయటికి రాగానే లేవిన్‌కి వెంటనే ముందటి ఆలోచనలు తిరిగి వచ్చాయి. అవి అతనికి ఇంకా స్పష్టం కాలేదు.

డ్రాయింగు రూమ్‌లోకి ఎకాఎకీ వెళ్ళకుండా వరండాలో ఆగిపోయాడు. డ్రాయింగ్ రూమ్‌లో నుంచి మాటలు అతనికి వినిపిస్తున్నాయి. వరండాలో ఇనప కమ్మీలమీద ఆనుకుని ఆకాశంకేసి చూస్తూ వుండిపోయాడు.

బాగా చీకటి పడింది. అతను దక్షిణాభిముఖుడై నుంచున్నాడు. దక్షిణం వేపు మేఘాలు ఏమీ లేవు. మేఘాలు వ్యతిరేక దిశలో వున్నాయి. అటువేపు మెరుపులు మెరుస్తున్నాయి. ఉరుములు ఉరుముతున్నాయి. తోటలో లైమ్ చెట్లమీద నుంచి పడుతూ వున్న నట్బొట్ల చప్పుడు లేవిన్‌కి వినిపిస్తూ వుంది. అతను బాగా తెలిసిన నక్షత్ర త్రికోణంకేసీ, మధ్యలో దూసుకుపోతూ వున్న పాలపుంతకేసీ, దాని శాఖలకేసీ చూస్తూ వున్నాడు. మెరిసిన ప్రతి మెరుపూ పాలపుంతనే గాక, తేజోవంతంగా ప్రకాశించే నక్షత్రాల్ని కూడా కంటికి గోచరం కాకుండా చేస్తోంది. మెరుపు మణగ్గానే మళ్ళీ అవి అదే స్థానంలో, ఏదో హస్తం సరిగ్గా గురి చూసి విసిరి పడేసినట్టు ప్రకాశిస్తూ గోచరమయ్యాయి.

'నన్ను ఏది కలత పెడుతోందో?' అని లేవిన్ ఈ సందేహానికి సమాధానం, అదేమిటైందీ తెలియకపోయినా, తన ఆత్మలో సిద్ధ రూపంలో వుందని తోస్తూ వుండగా ప్రశ్నించుకున్నాడు.

'అవును, భగవంతుని అస్తిత్వానికి సంబంధించి ఒక స్పష్టమైన, నిర్వివాదమైన ప్రమాణం శవం అనే సూత్రం. ఈ లోకానికి ఇది దివ్యజ్ఞానం ద్వారా అందించి, దీన్ని నేను నా అంతరంగంలో అనుభూతి చెందుతున్నాను. దీన్ని మన్నిస్తూ నేను చర్చి కూటమి అని పిలిచే ధార్మిక విశ్వాసపూరిత ఇతరుల సంఘంలో, సూత్రబద్ధంగా కాకపోయినా, నా ఇచ్ఛా ప్రమేయం లేకుండా జత అయ్యాను. మరి యూదులు, మహమ్మదీయులు, కన్‌ఫ్యూషియన్లు, బౌద్ధులు వున్నారు కదా? వాళ్ళ మాట ఏమిటి?' అతను తనకి భయకారకమైన ప్రశ్నని వేసుకున్నాడు. 'ఈ కోట్లాది ప్రజానీకం, ఏదీ లేకుండా జీవితం అర్థహీనమవుతుందో, ఆ వరం దక్కని

వంచితులేనా?' అతను ఆలోచనలో పడిపోయాడు, ఓ క్షణంలోనే తేరుకున్నాడు. 'నేను ఏమిటి ప్రశ్నించుకుంటున్నాను?' అని తనలో తను అనుకున్నాడు. 'భగవంతుడి పట్ల సకల దేశాల సర్వధార్మిక వైఖరుల గురించీ ప్రశ్నిస్తున్నాను. నాకు స్పష్టంగా తెలియని ఈ విషయాలన్నిటితో బాటుగా సర్వప్రపంచానికీ భగవంతుడు. సామాన్యంగా నాకు సంబంధించి నా హృదయంలో నిశ్చయంగా దివ్యజ్ఞానం ప్రాప్తమైంది. అది బుద్ధివల్ల ప్రాప్తం కాదు. అయినా నేను హఠంగా దాన్ని బుద్ధిద్వారా, మాటల ద్వారా వ్యక్తం చెయ్యాలనుకుంటున్నాను.

'నాకు తెలియదా నక్షత్రాలు స్థిరంగా వుంటాయని?' అని అతను బర్చ్ చెట్టు శిఖరం పైకి ఎక్కి వచ్చిన తేజోవంతమైన గోళాన్ని చూసి అనుకున్నాడు. 'కాని నభోవీధిలో కదిలే నక్షత్రాల్ని చూసినప్పుడు, భూగోళం పరిభ్రమిస్తూ వుందన్న విషయాన్ని ఊహించలేకపోయాను, అంచేత నక్షత్రాలు పరిభ్రమిస్తున్నాయి అని చెప్పి అదే ఒప్పు అనుకుంటాను.

'మరి ఖగోళశాస్త్రజ్ఞులు భూగోళ సంక్లిష్ట, విభిన్న గతులన్నిటినీ దృష్టిలో వుంచుకుంటే ఏమన్నా అవగాహన చేసుకోగలరా, లెక్కలు గుణించడంలో నెగ్గగలరా? ఆకాశంలో చరించే గ్రహాల దూరం, భారం, గతులు, వ్యతిక్రమణలకి సంబంధించి వాళ్ళ అద్భుత సూత్రీకరణలు అన్నీ కూడా నిశ్చలమైన భూగోళం చుట్టూతా తిరిగే తారకల మీద ఆధారపడినవి, ఈ సమయంలో ఈ ఎదర వున్న చలన శీతల మీద ఆధారపడినవి. వీటిని శతాబ్దాల తరబడి అర్బుదాల ప్రజలు ఇలాగే దర్శించారు; ఇది సర్వదా ఇలాగే వుంది, వుండబోతోంది. దీన్ని సర్వదా విశ్వసించవచ్చు. ఒక నిర్దిష్ట ఆకాంక్ష రేఖమీదా, దిఙ్మండల బిందువుమీదా దృశ్యమాన ఆకాశానికి సంబంధించిన పరిశీలనలు ఆధారపడలేనట్లయితే ఖగోళశాస్త్రజ్ఞుల సూత్రీకరణలు పనికి రానివిగా, అనుమానాస్పదంగా ఉంటాయి. యితర ధార్మిక విశ్వాసాలకి సంబంధించి, భగవంతుడి పట్ల వాటి వైఖరుల గురించీ తలెత్తే ప్రశ్నకి సమాధాన అన్వేషణకి సంబంధించి నాకా అధికారమూ లేదు, సంభావ్యతా లేదు.'

"ఏమిటి నువ్విప్పటిదాకా ఇక్కడే వున్నావా?" అని కిట్టీ అటునుంచే డ్రాయింగ్ రూమ్‌లోకి వెడుతూ అన్నమాటలు హఠాత్తుగా వినిపించాయి. "ఏం మనసు బాగోలేదా? ఊఁ?" అని ఆమె నక్షత్ర కాంతిలో అతని ముఖాన్ని పరిశీలనగా చూస్తూ అడిగింది.

ఆ క్షణంలో ఓ మెరుపు మెరిసి నక్షత్రాలని కమ్మేసి అతని ముఖాన్ని వెలుగుతో ప్రకాశింప చేయకుండా వున్నట్లయితే ఆమె స్పష్టంగా దాన్ని చూసి వుండేది కాదు. అతను శాంతంగా, ప్రసన్నంగా వున్నాడని ఆమె చూసింది. చిరునవ్వు నవ్వింది.

'ఆమెకి అర్థమవుతుంది' అనుకున్నాడతను. 'నేను దేన్ని గురించి ఆలోచించేదీ ఆమెకి తెలుసు. ఆమెకి చెప్పనా వద్దా? ఊఁ, చెప్తాను' అనుకున్నాడు. అతను మాట మొదలుపెట్టే వేళకే కిట్టీ కూడా మాట్లాడ్డం మొదలెట్టింది.

"చూడు, కొంచెం ఈ పనిచేసి పెట్టు నా కోసం! ఆ మూల గదికి వెళ్ళి మీ అన్నయ్యకి అన్ని ఏర్పాట్లూ అయాయో లేదో చూడవూ? నే వెళ్ళడం బాగోదు. కొత్త వాష్‌బేసిన్ తెచ్చారో లేదో చూడవూ?" అంది.

"ఎందుకెళ్ళను? ఇప్పుడే వెడతాను" అని లేవిన్ లేస్తూ ఆమెని ముద్దుపెట్టుకుంటూ అన్నాడు.

'ఉహుఁ, తనకి చెప్పను' అని ఆమె ఎదరకి వెడుతూ వుండగా అనుకున్నాడు. 'ఇది నాకు మాత్రమే సంబంధించిన ప్రాణభూత రహస్యం. దీన్ని మాటలలో పెట్టలేం.'

'ఈ నూతన భావన వల్ల నాలో ఏ పరివర్తనా లేదు. నేను ఆశించినట్టుగా ఇది నన్ను సౌఖ్య ప్రదంగా చెయ్యలేదు, వికాసవంతం చెయ్యలేదు, పిల్లవాడి పట్ల నా ప్రేమ మాదిరిగా. ఏదో ఆశ్చర్యకరమైందీ ఛళ్ళున తెలవారినట్టు జరగలేదు. ఇది నా విశ్వాసమా లేక మరేదన్నానా? యేమో నాకు తెలీదు. కాని ఇది మానసిక అశాంతి ద్వారా అగోచరంగానే నా ఆత్మలోకి ప్రవేశించింది, స్థిరంగా పాదుకొంది.

'బండి తోలే ఇవాన్‌మీద మునుపటిలాగా కోప్పడతాను. ఇంకా వాదనలు చేస్తాను. అనవసర ప్రసంగంగా నా ఆలోచనలు వ్యక్తం చేస్తాను. నా అంతరంగం లోతులకీ ఇతరులకీ మధ్య, నా భార్యకి నాకూ మధ్య కూడా గోడ వుంటుంది. ముందటిలాగానే నా భయాలకి ఆమెని తప్పుపడతాను. అందుకు పశ్చాత్తాపపడతాను. ఎందుకు ప్రార్థన చేస్తున్నదీ నా వివేచన ద్వారా అర్థం చేసుకోలేకపోతాను. కాని ప్రార్థన చేస్తూనే వుంటాను. కాని ఇప్పుడు నా జీవితం, నాకు ఏం జరిగినా జరగనీ గాక, నా యావజ్జీవితం, జీవితంలోని ప్రతిక్షణం ముందటిలాగా అర్థహీనంగా వుండదు. కాని శివం అంటే తిరుగులేని అర్థం వుంది, దాన్ని అలా అర్థవంతం చేసుకునే సామర్థ్యం నాకు వుంది.

- అయిపోయింది -

వివరణలు

యీ నవల రచనా కాలం నాటికి రష్యా సమాజం అనేక తరగతులుగా వుండేది. (వర్గాలు కాదు.) ముఖ్యంగా అయిదు తరగతులు. యీ తరగతులు సాంఘిక హోదా అంతరాలని సూచించేవి. అత్యున్నత తరగతి "నాబిలిటీ" (దీన్నే భారత దేశంలో కులీనులు అని వ్యవహరిస్తున్నారు). భారతదేశంలో కులాలకీ, యిక్కడ యీ తరగతులకీ కొంత సామ్యం కనిపించవచ్చు. కాని విభేదం ముఖ్యంగా యెక్కడుందంటే యీ తరగతుల స్థాయిని యెవరికైనా చక్రవర్తి ప్రదానం చెయ్యొచ్చు లేదా వాళ్లు కొనుక్కోవచ్చు. ఉద్యోగరీత్యా సంపాదించుకోవచ్చు. కులాలలో అలాంటిది లేదు. (వొక్క విశ్వామిత్రుడు మాత్రం బ్రహ్మర్షి స్థానం సాధించికున్నట్టు ఇతిహాసం వుంది. మిగిలిన ఉదాహరణలు కనిపించవు.) రష్యా "నాబిలిటీ"లో జార్‌ది అత్యున్నత స్థానం. తర్వాత ప్రిన్స్, కౌంట్ లాంటివి వున్నాయి. "నాబిలిటీ"కి చెందిన ఉన్నత పరిశీలకులు యీ బిరుదులు లేకపోయినా వుండచ్చు. ఉదాహరణకి యీ నవలలో వ్రాన్‌స్కీ కౌంట్, కాని లేనిన్ యే బిరుదూ పెట్టుకోలేదు. అయినా అతని సాంఘిక హోదా వ్రాన్‌స్కీ హోదా కంటే యెక్కువ అని అతని భావం. కరేనిన్ ఉద్యోగరీత్యా చాలా గొప్ప హోదా వున్నవాడైనా అతన్ని ప్రిన్స్ ష్చేర్‌బాత్‌స్కీ తనకంటే సాంఘిక హోదాలో తక్కువవాడిగా చూస్తాడు.

1861లో భూస్వామ్య దాసత్వంనుంచి విమోచనకి ముందు "నాబిలిటీ" కొన్ని ప్రత్యేక హక్కులు అనుభవించేది. వాళ్లు పన్నులు కట్టేవాళ్లు కారు. సైనిక కొలువు, పౌరకొలువు నిర్బంధం కావు. కొలువులో వున్నా స్వేచ్ఛగా పదవీ విరమణ చెయ్యచ్చు, విదేశాలకీ యిబ్బందులేమీ లేకుండా స్వేచ్ఛగా వెళ్లచ్చు. వాళ్లని శారీరకంగా శిక్షించడం వుండేది కాదు. వాళ్లు దాసుల్ని వుంచుకోవచ్చు. ఎస్టేట్ వుంచుకోవచ్చు. "నాబిలిటీ సభ" లాంటి స్వయంపాలిత వ్యవస్థలు వాళ్లకి వుండేవి. ఆ సభలు తమతమ మార్షల్స్‌ని యెన్నుకునేవి. యీ మార్షల్స్ ఇంగ్లీషు షెరీఫ్ హోదాలాంటివాళ్లు.

పేజి 15 - **ప్రిన్స్ :** పాత కాలం రష్యాలో ఉన్నత వంశీకులలో వుండే వొక బిరుదు. రష్యా జార్‌కింద యేక రాజ్యం అయినప్పుడు ప్రిన్సిపాలిటీస్‌కి అధినాయకులుగా వున్నవాళ్లు ప్రిన్స్‌లు. యీ ఉన్నత వంశీకులకి తర్వాత వాళ్ల పాలనకింద యే ప్రిన్సిపాలిటీస్ లేకపోయినా యిది వొక బిరుదుగా మిగిలి, ఉన్నత వంశీకులకి వ్యవహరించేదిగా అయింది. 18వ శతాబ్దందాకా వంశపారం పర్యంగా వచ్చేది. తర్వాత జార్ ప్రదానం చేసేది కూడా అయింది.

పేజి 21 - **రూరిక్ :** రష్యన్ యితిహాసం ప్రకారం తొమ్మిదవ శతాబ్దంలో రష్యా ఉత్తర ప్రాంతాలకి వచ్చిన స్కేండినేవియన్ రాకుమారుడు. అతను యిద్దరు సోదరులతో, సైనిక బృందంతో వచ్చాడు. రష్యాలో ఒక రాజ్యానికి అధిపతి అయి అతి కులీన రష్యన్ కుటుంబాల కులపతి అయ్యాడు, భారతదేశంలో రాజులు చంద్రవంశం, సూర్యవంశం వాళ్లు అని చెప్పుకున్నట్టు.

పేజి 22 - **"అందులో బెంథామ్, మిల్ల్‌ల పేర్లు ప్రస్తావించి..."** : బెంథామ్ ఇయెరెమియా (1748-1832) - ఇంగ్లీషు న్యాయశాస్త్రవేత్త, నైతికవాద తత్త్వవేత్త, మిల్ల్ జాన్ స్టూవర్ట్ (1806-1873) - యింగ్లీషు రాజకీయవేత్త, అర్థశాస్త్రవేత్త, తత్త్వవేత్త.

పేజి 22 - **బెయెస్ట్, ఫ్రెడరిక్ (1809-1886)** : శాక్సనీ, ఆస్ట్రియన్ ప్రగతి వ్యతిరేక రాజకీయవేత్త.

పేజి 23 - **సబ్ కేప్టెన్** : సైన్యంలో వొక రేంకు. పైనుంచి క్రమంలో సైనిక రేంకులు : జనరల్, బ్రిగేడీర్, కల్నల్, లెఫ్టినెంట్ కల్నల్, కేప్టెన్, సబ్ కేప్టెన్, లెఫ్టినెంట్.

పేజి 29 - **"పౌర ఉద్యోగంలోనేమో హోదా...."** సైనిక ఉద్యోగాల్లో మాదిరి పౌర ఉద్యోగాల్లో కూడా హోదాలుండేవి. పౌర ఉద్యోగంలో 14 రేంకులు వుండేవి. 1-5 రేంకులు ఉన్నత శ్రేణివి. అంటే ప్రభుత్వ విధానాలని కూడా నిర్ణయించేవాళ్లవి. 6-8 రేంకులు కార్యనిర్వాహక శ్రేణివి. యీ రెండు శ్రేణుల వాళ్లకీ యెక్కువ హక్కులు, పెద్ద జీతాలు వుండేవి. 9-14 దాకా సాదా రేంకులు. 1809 తర్వాత విద్యా అర్హతలు యీ ఉద్యోగాలకి వుండాలని నిర్ణయించారు. 5-8 రేంకుల వాళ్లని తీసుకోవడానికి వో యూనివర్సిటీ డిగ్రీ కావాలి. 10వ రేంకుకి వెళ్లినవాడు "నొబిలిటి" సంపాదిస్తాడు, అది అతని జీవితకాలం మాత్రమే వుంటుంది. 8వ రేంకు పైన రేంకు సంపాదించినవాళ్లకి "నొబిలిటి" వంశపారపర్యంగా పొందుతారు.

పేజి 30 - **గుబేర్నియా** : రష్యాలో ప్రధాన పాలక మండలం. యిందులో ఉయేజ్దులుండేవి. ఆ ఉయేజ్దులలో మళ్లీ వోలొస్తులుండేవి. ఉదాహరణకి భారతదేశంలో రెవెన్యూ జిల్లా, తాలూకా, ఫిర్కాలాగా.

పేజి 30 - **"జార్ బొమ్మకీ, త్రికోణ పట్టకానికీ"** : రష్యాలో ప్రతి ప్రభుత్వ కార్యాలయంలోనూ జార్ బొమ్మ, త్రిభుజ పట్టకం వుండేవి. యీ పట్టక ప్రతిభుజంమీద పీటర్ ది గ్రేట్ శాసనాలు రాసి వుండేవి. (పీటర్ ది గ్రేట్-రష్యన్ చక్రవర్తి 1682-1725).

పేజి 31 - **కామేర్ జూంకర్** : చక్రవర్తి కొలువులో అనేక శాఖలుగా దర్బారు నిర్వహణ సాగేది. ఆయా శాఖల కొలువుల్లో వున్నవాళ్లకి ప్రత్యేక బిరుదులుండేవి. 19వ శతాబ్దంలో ఆ బిరుదులు వున్నవాళ్లందరూ నిజంగా కొలువు చేసేవాళ్లు కారు. అతి తక్కువ స్థాయి బిరుదులు వూరికే గౌరవ హోదాలుగా మాత్రమే వుండేవి. యీ బిరుదుల్ని పౌర, సైనిక కొలువుల్లో వున్న నొబిలిటికి మాత్రమే యిచ్చే వాళ్లు. దర్బారు బిరుదుల్లో అతి తక్కువది కామెర్ జుంకర్. దీని పై హోదా బిరుదు, కామెర్‌హేర్. దీన్ని 5వ రేంకు పైన వుండే ఉద్యోగులకి యిచ్చేవాళ్లు.

పేజి 33 - **జేమ్‌స్త్వో** : స్థానిక (గుబేర్నియా, ఉయేజ్డ్‌ల) స్వయంపాలిత సంస్థ. 1864లో అమలుపరచిన సంస్కరణల మేరకి ప్రవేశపెట్టారు. జేమ్‌స్త్వో పరిధిలో స్థానిక విషయాలున్నాయి (రోడ్లు, గణాంక శాఖ, ధర్మ సంస్థలు, ప్రాథమిక పాఠశాలలు, ఆస్పత్రులు, స్థానిక పరిశ్రమలు). జేమ్‌స్త్వో సంస్థలు ప్రజల చొరవని అభివృద్ధి చేశాయి. రష్యా భూస్వామ్య రాచరికంనుంచి బూర్జువా రాచరికంగా మారడానికి తోడ్పడ్డాయి.

పేజి 35 - **ఉయేజ్డ్** : పాలక మండలం (32 పేజికి నోటు చూడండి).

పేజి 35 - **దెస్యతీన** : పాత రష్యన్ భూమి కొలత, 1.092 హెక్టార్‌కి సమానం.

పేజి 38 - **ఎయిడ్ డి కేంప్** : చక్రవర్తి పరివారానికి చెందిన మిలిటరీ ఆఫీసరు. అంగరక్షకుడి హోదా అనవచ్చు.

పేజి 40 - **కీయిస్** : కల్పిత పేరు.

పేజి 40 - **"వూర్‌స్ట్, క్నాస్ట్, ప్రిపాసొవ్‌లు"** : కల్పిత విద్వాంసుల పేర్లు.

పేజి 41 - **కమిటీ మెంబరు** : జేమ్‌స్త్వో కార్యనిర్వాహక వర్గ సభ్యుడు.

పేజి 43 - **జెండార్మ్ వాళ్లు** : రష్యాలో దేశభద్రతా రక్షక పోలీసు.

పేజి 45 - **మఫ్** : శీతాకాలంలో చేతులు వెచ్చగా వుండేట్టు పెట్టుకునే ఫర్‌తో చేసిన సంచిలాంటిది. దానికి దారం కట్టి మెడలో వేలాడేసుకునేవారు. చేతులు లోపల పెట్టడానికి రెండువైపుల చిరుగు జేబుల్లా వుండేవి.

పేజి 53 - **"ఆకాశంలో యెత్తుగా యెగిరే తీరు బట్టి డేగని గుర్తిస్తాను, కళ్లల్లో కనిపించే ప్రేమ వెలుగు తీరు బట్టి ప్రేమికుణ్ణి గుర్తిస్తాను"** : రష్యన్ మహాకవి పూష్కిన్ (1799-1837) కావ్యంనుంచి పాదాలు.

పేజి 56 - **"నా జీవిత పుటల్ని యేవగింపుగా చదువుతాను, భయంతో కంపిస్తాను, నిందిస్తాను, కటువుగా విలపిస్తాను"** : రష్యన్ మహాకవి పూష్కిన్ కావ్యం నుంచి పాదాలు.

పేజి 58 - **(ఫుట్ నోట్)** ప్రఖ్యాత ఆస్ట్రియన్ సంగీతకారుడు జోహన్ స్ట్రాస్ (1825-1899) కూర్చిన "గబ్బిలం" అనే ఓపెరెట్టానుంచి పాదాలు.

పేజి 58 - **మేరి మాగ్దలీన్** : సువార్తలో పతిత మేరి మాగ్దలీన్‌కి ప్రస్తావన. క్రీస్తు ఆమెకి క్షమాదానం ప్రసాదిస్తాడు. ఆమె పశ్చాత్తాప్తురాలై ఆయన బోధనలని అనుసరించింది.

పేజి 58 - **"డిక్కెన్స్ రాసిన ఓ నవలలోని పాత్ర"** : ఇంగ్లీషు రచయిత చార్లెస్ డిక్కెన్స్ (1812-1870) రాసిన "మన పరస్పర మిత్రుడు" అనే నవలలో మిస్టర్

పడ్‌స్నెవ్ అనే ఒక పాత్రకి ప్రస్తావన. అతను డిక్కెన్స్ రాసినట్టు "తనకి ఒక ప్రత్యేక చేష్ట అలవరచుకున్నాడు. తన కుడి చెయ్యి విసిరి యీగల్ని తోలినట్టు అతి క్లిష్ట ప్రపంచ సమస్యలని పరిష్కారం చేసేసేవాడు."

వాళ్ల పిల్లల్ని వాళ్లనుంచి వేరుచెయ్యడం వుండేవి. పెట్టుబడిదారీ విధాన అభివృద్ధికి యీ భూస్వామ్య దాస్య వ్యవస్థ ఆటంకంగా వుండేది. 1861లో దాన్ని రద్దు చేసి వాళ్లకి కొన్ని హక్కులు కల్పించేరు. వాళ్లకి జీవనాధారంగా కమతాల్ని యిచ్చేరు. కాని వాళ్లు ఆ కమతాలకి శిస్తు చెల్లించాల్సి వుండేది. దానివల్ల ఆర్థికంగా వాళ్ల వాస్తవ పరిస్థితిలో పెద్ద మార్పు రాలేదు.

పేజి 113 – **"పల్లెటూరి న్యాయాధికార్లు"** : 1864 న్యాయశాఖ సంస్కరణ ప్రకారం అమలులోకి వచ్చిన న్యాయవ్యవస్థ విభాగాలకి ప్రస్తావన. యివి చిన్న చిన్న సివిల్, క్రిమినల్ కేసులు చూసేవి. వాటి సభ్యుల్ని జేమ్‌స్త్వో కౌన్సిళ్లు యెన్నుకునేవి.

పేజి 118 – **టిండాల్, జాన్ (1820–1895)** : ఇంగ్లీషు భౌతికశాస్త్రజ్ఞుడు, శాస్త్ర విజ్ఞానాన్ని సామాన్యజన ఆదరణీయం చేశాడు.

పేజి 128 – **బొలగోయె** : మాస్కో పీటర్స్‌బుర్గ్‌ల మధ్య పెద్ద రైల్వేస్టేషన్. యిప్పటికీ వుంది.

పేజి 132 – **పాన్‌స్లావ్** : పాన్‌స్లావిజానికి ప్రస్తావన. 19వ శతాబ్దం ఉత్తరార్థంలో యేర్పడిన జాతీయవాద ధోరణి. దాని ప్రతినిధులు స్లావ్ జాతుల యేకత్వం కోసం కృషి చేశారు.

పేజి 132 – **స్లావ్ కమిటీ** : సామాజిక రాజకీయ ధర్మసంస్థలు. 19వ శతాబ్దం మధ్యలో యేర్పడ్డాయి. వాటి ఉద్దేశం విదేశీ పెత్తనం కింద ఉన్న స్లావ్ జాతులకు సహాయం చేయడం.అవి పాన్ స్లావిజం భావాల ప్రభావం కింద ఉన్నాయి.

పేజి 135 – **షేక్‌స్పియర్, విలియమ్ (1564–1616)** : మహా ఇంగ్లీషు నాటకకర్త, కవి. రాఫయేల్, సాంతి (1483–1520) : మహా ఇటాలియన్ చిత్రకారుడు, శిల్పి. బీథోవెన్, లుద్విగ్ వన్ (1770–1827) : మహా జర్మన్ సంగీతకారుడు, పియానో వాయిద్యకారుడు, సంగీతరూపక స్వరకర్త.

పేజి 139 – **ఫ్రెంచి థియేటర్:** పీటర్స్‌బుర్గ్‌లో థియేటర్. అక్కడ ఫ్రెంచి వాళ్లు నటించేవాళ్లు. ముఖ్యంగా తేలిక నాటకాలు ప్రదర్శించారు: కామెడీలు, ఒపెరెట్టాలు, వగైరా.

పేజి 139 – **రెబెకా** : ప్రఖ్యాత ఇంగ్లీషు రచయిత వాల్టర్ స్కాట్ (1771–1832) రాసిన "ఐవెన్హో" అనే నవలలో ఓ పాత్రకి ప్రస్తావన.

పేజి 140 – **గ్రాండ్ ప్రిన్సెస్** : వివాహితురాలైన జార్ సోదరి లేదా జార్ మరదలు.

పేజి 151 – **"యీస్టర్ ముందు లెంట్ దినాలలో...."** లెంట్ ఉపవాసానికి ప్రస్తావన. ఉపవాసాలు అంటే రష్యన్ ఆర్తడాక్స్ చర్చి నియమాల ప్రకారం మాంసం తినకుండా, పాలు తాగకుండా వుండవలసిన రోజులు. యీ ఉపవాసాల రోజుల్లో సామూహిక తిరనాళ్లు, వివాహాలు నిషేధం. సంవత్సరంలో నాలుగు దీర్ఘ ఉపవాస కాలాలు వున్నాయి.

లెంట్ –ఈస్టర్ ముందు చేసే యేడు వారాల ఉపవాసం. యిది వసంత కాలంలో వస్తుంది. పీటర్, పాల్ ఉపవాసం – వేసవి కాలంది, జూలై 12 దాకా. ఎస్సంప్షన్ ఉపవాసం – ఆకురాలు కాలంలో వస్తుంది, సెప్టెంబరు 15 నుంచి 29 దాకా.

క్రిస్టమస్ ఉపవాసం – ఫిలిప్ సెయింట్ స్మృతి దినంతో మొదలై సాగుతుంది. నవంబరు 25 నుంచి జనవరి 7 దాకా. ఉపవాసం అనగానే భారతదేశంలో మాదిరి కటిక ఉపవాసం అని కాదు. మాంసం గాని, పాల పదార్థాలు గాని, కోడిగుడ్లు గాని తినడం నిషేధం అంతే. ఆకుకూరలు, కాయగూరలు, కొన్ని రోజుల్లో చేపలు కూడా తినవచ్చు.

పేజి 154 – **ఫ్రెంచి థియేటర్** : పేజి 139కి నోటు చూడండి.

పేజి 155 – **టిబ్యుటరీ కౌన్సిలరు** : తొమ్మిదవ రేంక్ ప్రభుత్వ ఉద్యోగి (చూడండి 31 పేజికి నోటు).

పేజి 155 – **తాలైరాన్ (1754–1838)** : ఫ్రెంచి రాజకీయవేత్త, దౌత్య నీతిజ్ఞుడు, దూరదృష్టి వున్న కుటిల రాజకీయవేత్త.

పేజి 158 – **కౌల్‌బాఖ్, విల్‌హెల్మ్ (1805–1874)** : ప్రఖ్యాత చారిత్రక చిత్రకారుడు.

పేజి 159 – **లూయీ XV** : ఫ్రెంచి చక్రవర్తి (715–1774).

పేజి 161 – **"గ్రిమ్ కథ వొకటుంది"** : తన నీడ కోల్పోయిన మనిషి గురించి కథ. గ్రిమ్ సోదరులది కాదు. వేరే జర్మన్ రచయిత అడల్బెర్ట్ షమిస్సో (1781–1838) రాసిన కథ యిది. 'పేటర్ ష్లేమిల్ అద్భుత సాహస కృత్యాలు" అనేది ఆ కథ పేరు.

పేజి 162 – **బూఫ్ థియేటర్** : ఫ్రెంచి థియేటర్‌కి మరో పేరు.

పేజి 167 – **"మీ రాంబులె సభ..."** : పారిస్‌లో రాంబులె హోటల్‌లో మార్కిజ్ రాంబులె (1588–1665) స్థాపించిన సాహిత్య క్లబ్బు వుండేది.

పేజి 169 – **"నిర్బంధ సైనిక కొలువు"** : పేజి 69కి నోటు చూడండి.

పేజి 179 – **"లెంట్ దినాల ఆఖరులో..."** : పేజి 151కి చూడండి.

పేజి 184 – **"తొలి శీతకట్టు గోధుమ"** : ఆకురాలు కాలంలో విత్తనాలు చల్లిన పంట. ఆ విత్తనాలు శీతాకాలంలో మంచు అప్పుడు నేలలో వుంటాయి. మంచు కరిగిపోగానే మొక్క వచ్చి పంట పండుతుంది. ఈ రకం ధాన్యంలో వేసవి కాలంలో మంచు కరిగిన తేమ వుంటుంది. పైగా మామూలుగా వేసవి కాలం పంట కంటే ముందే మామూలుకి వస్తుంది.

పేజి 190 – **"అస్సీయన్ తరహా ఆడవాళ్లు"** : శృంగారభరిత 'అస్సీయన్ కావ్యాల' నాయికలకి ప్రస్తావన. వాటిని ఇంగ్లీషు కవి జి. మక్‌ఫెర్సన్ (1736–1796) రాశాడు. పతివ్రతా శిరోమణులను ఘనంగా కీర్తించేడు.

పేజి 194 – **"దెస్యతీన్‌కి ముప్పైసాజెన్‌ల కంటే వుండదు కలప"** : యిక్కడ ఘన సాజెన్ పరిమాణం ఉద్దేశం (సాజెన్ – రష్యన్ కొలత, 2.14 మీటర్లకి సమానం). అంటే అబ్లాన్‌స్కీ అభిప్రాయంలో అతను అమ్మిన ప్రతి చదరపు దెస్యతీన్‌కి 30 ఘనపు సాజెన్ కలప కంటే లభించదు.

పేజి 202 – **"వెర్తర్ కాంక్ష"** : మనిషిని పూర్తిగా వశం చేసుకుని అతిలోక క్రియలని చేయడానికి ప్రేరేపించేలాంటి కాంక్ష. వెర్తర్ – జర్మన్ మహా రచయిత జోహన్ గోథే (1749–1832) రాసిన "యువ వెర్తర్ బాధలు" అనే నవల నాయకుడు.

పేజి 203 – **క్రాస్నయ్ సెలో** : పీటర్స్‌బర్గ్ పరిసరాల్లో వున్న ఒక విడిది. పీటర్స్ బర్గ్‌లో, దాని పరిసరాల్లో ఉన్న సైన్యాలు వేసవి కాలంలో అక్కడ శిబిరంలో విడిది చేస్తాయి.

పేజి 203 – **పేజ్ కోర్** : 75 పేజికి నోటు చూడండి.

పేజి 205 – **ఇంగ్లీషు క్లబ్బు** : మాస్కో, పీటర్స్‌బుర్గ్ ఆలో కులీనుల క్లబ్బుస.

పేజీ 206 – **"మహారాజు తూ...లా.."** : ఫ్రెంచి సంగీతకారుడు షార్ల్ గునో (1818–1893) సృష్టించిన ఓపెరా 'ఫౌస్ట్'లో మార్గెరిట్ పాడిన పాటలో మొదటి పాదం. ఈ ఓపెరాని జర్మన్ మహా రచయిత గోథె రచన 'ఫౌస్ట్' కథ అనుసరించి రాశాడు.

పేజీ 207 – **పీటర్‌హాఫ్** : పీటర్స్‌బుర్గ్ పరిసరాలలో రష్యన్ జార్‌ల వేసవి విడిది. వేసవి కాలంలో హెూదాగల సైన్యదళాలు అక్కడే బసచేశాయి.

పేజి 208 – **త్సార్స్‌కొయ్ సెలో** : పీటర్స్‌బుర్గ్ పరిసరాలలో రష్యన్ జార్‌ల వేసవి విడిది. వేసవికాలంలో హెూదాగల సైన్యదళాలు అక్కడే బసచేశాయి.

పేజి 221 – **మౌంటెడ్ గార్డ్స్** : రష్యన్ చక్రవర్తి గౌరవ రక్షక దళం.

పేజి 238 – **"జార్‌గారి జనరల్ అడ్జుటెంట్"** : బ్రిగేడీర్ రేంక్‌లో వుండే చక్రవర్తి అంగరక్షకుడు.

పేజి 255 – **"వితంతు శరణాలయం"** : యుద్ధంలో చనిపోయిన లేదా సైనిక, సౌర కొలువులో పదేళ్ల పైబడి పనిచేసి మామూలుగా చనిపోయిన సైనిక ఆఫీసర్ల, ఉద్యోగుల వితంతువులకి శరణాలయం.

పేజి 261 – **పయటిస్టు** : మిస్టిక్ భావాలు, ధార్మిక చింతన వున్న వ్యక్తి.

పేజి 276 – **"...సెయింట్ పీటర్ పండుగ..."** : పీటర్, పాల్ సెయింట్స్ స్మృతి దినం, జూలై 12.

పేజి 279 – **"మన జేమ్స్త్వో సంస్థలు...."** : 33 పేజికి నోటు చూడండి.

పేజి 280 – **"యీ కొత్త న్యాయసంస్థలూ..."** : 1864లో న్యాయవ్యవస్థని రష్యాలో సంస్కరించలేదు. యీ సంస్కరణ ప్రకారం న్యాయవ్యవస్థని పాలక కార్య నిర్వాహక శాఖలనుంచి విడదీశారు. న్యాయవాద పద్ధతి స్థాపితం అయింది. ఒక బహిరంగ పని విధానం కోర్టుల విచారణకి సంబంధించి ప్రకటించారు. యిది మొదటి దశ కోర్టులకి వుండేది.

రెండవ రకం కోర్టులని స్థాపించారు. రాజీ కోర్టులు. చిన్న చిన్న పౌర, నేర సంబంధమైన కేసుల్ని విచారించేవి. యీ రాజీ కోర్టుల న్యాయాధికార్లని జేమ్స్త్వో మండలులు యెన్నుకునేవి.

పేజి 301 – **"లెంట్ తర్వాత.."** : 151 పేజీకి నోటు చూడండి.

పేజి 310 – **"సెయింట్ ఫిలిప్..."** : క్రిస్టమస్ ఉపవాసానికి ప్రస్తావన (153 పేజికి నోటు చూడండి).

పేజి 312 – **రైతు కమ్యూన్** : రష్యాలో గ్రామాల్లో భూమి రైతుల ఉమ్మడి కమతంగా వుండేది. యీ వ్యవస్థని రైతు కమ్యూన్ అని వ్యవహరించేవాళ్లు. భూమిపై విడిగా సభ్యులకి స్వామ్యం లేదు. పాదార్థిక విలువలకి సంబంధించి, నేరాలకి సంబంధించి యీ రైతు కమ్యూన్ సభ్యులకి విడి విడి బాధ్యత లేదు. కమ్యూన్ సభ్యులందరూ సమష్టిగా బాధ్యత వహించాల్సి వుండేది.

పేజి 315 – **"సుందరి హెలెన్"** : ఫ్రెంచి సంగీతరూపకర్త జాన్ అఫెన్‌బాఖ్ (1819–1880) రాసిన ఓపెరెట్టా పేరు. ప్రాచీన గ్రీకు ఇతిహాసం "ఇలియడ్" కథని అనుసరించి ఈ కథని హాస్యకృతిగా మార్చి రాశాడు. మెనెలెస్ – ఓపెరెట్టాలో కథానాయకుడు : అతను స్పార్టా చక్రవర్తి. అతని భార్య హెలెన్‌ని పారిస్ అనే ఓ గొర్రెల కాపరి యెత్తుకుపోయాడు. యీ కథ ట్రాయ్ యుద్ధ గాథగా ప్రఖ్యాతం అయింది.

పేజి 320 – **"ప్రాచీన ఇటాలియన్ లిపి"** : 15వ శతాబ్దంలో ఇటలీలో దొరికిన రాగ ఫలకాలకి ప్రస్తావన. ఈ ఫలకాలపై లిపి చాలాకాలం మట్టిలో వున్నా గానీ బాగా భద్రంగా వుంది.

పేజి 339 – **"వో డిసెంబరిస్టు తిరుగుబాటుదారుడి కూతురైన..."** : 1825 డిసెంబరులో జార్ నిరంకుశ పాలనకి వ్యతిరేకంగా కొంతమంది కులీనులు తిరుగుబాటు చేశారు. జార్ చాలా క్రూరంగా తిరుగుబాటుని అణిచివేసే తిరుగుబాటు దారుల్ని దండించాడు : అయిదుగుర్ని ఉరితీయించాడు, చాలామందికి ఏ సామాజిక హక్కులు లేకుండా, ఆస్తి లేకుండా చేసి, నిర్బంధ శ్రమ శిక్ష విధించాడు.

పేజి 343 – **జాన్ అఫెన్‌బాఖ్** : ఫ్రెంచి సంగీతరూపకర్త.

పేజి 367 - **"సుందరి హెలెన్"** : 315 పేజికి నోటు చూడండి

పేజి 371 - **"రైతు కమ్యూన్"** : పేజి 312కి నోటు చూడండి.

పేజి 372 - **"షుల్జె - దెలిచ్ ప్రణాళిక..."** : హెర్మన్ షుల్జె - దెలిచ్ (1808 - 1883) - జర్మన్ అర్థశాస్త్రవేత్త, రాజకీయవేత్త. 19వ శతాబ్దపు యాభైలలో స్వతంత్ర సహకార సంఘాలని, పొదుపు బేంకులనీ స్థాపించాలని సూచించాడు. యివి శ్రామికులకి, చేతి వృత్తుల వాళ్లకి వుండాలన్నాడు. ఆయన అభిప్రాయం ప్రకారం యీ సహకార సంస్థలు అన్ని వర్గాల ప్రతినిధుల్నీ యేకం చేసి, వాళ్ల ప్రయోజనాలు సమసించడానికి నడిపిస్తాయి.

పేజి 372 - **"లాస్సాల్ వైఖరి..."** : ఫెర్డినాండ్ లాస్సాల్ (1825-1864) - జర్మన్ రాజకీయవేత్త. ప్రభుత్వ సహకారంతో వృత్తి సంఘాలు వుండాలని సూచించాడు.

పేజి 372 - **"మిల్గాజెన్ వ్యవస్థ..."** : మిల్గాజెన్ పట్టణంలో డోల్ఫస్ అనే ఒక మిల్లు యజమాని శ్రామికుల జీవితావసరాల నిమిత్తం సంఘం స్థాపించాడు. యిది వ్యాపారసంస్థ, కాని ధార్మిక ఆశయాల్ని యీ సంస్థలో మిళితం చేశాడు.

పేజి 373 - **"పోలండ్ విభజనలో అసలు బాధ్యుడు ఫ్రెడరిక్ కాదు...."** : ప్రష్యా, ఆస్ట్రియా, రష్యాల మధ్య కుదిరిన ఒప్పందానికి ప్రస్తావన. యీ ఒప్పందం ప్రకారం పోలండ్ భూభాగాన్ని విభజించేరు. ప్రష్యా రాజు ఫ్రెడరిక్ యీ విభజనలో చురుగ్గా పాల్గొన్నాడు.

పేజి 375 - **"...స్పెన్సర్‌ని అంగీకరిస్తున్నారు"** : ఇంగ్లీషు బూర్జువా తత్త్వవేత్త, సామాజిక శాస్త్రజ్ఞుడు హెర్బర్ట్ స్పెన్సర్ (1820-1903) ఒక వ్యాసంలో విద్య ప్రజలకి సంక్షేమాన్ని యివ్వదు. తద్వ్యతిరేకంగా సంక్షేమం విద్య అభివృద్ధికి అవసరమైన షరతు అని రాశాడు.

పేజి 380 - **మిల్ల్** : పేజి 22కి నోటు చూడండి.

పేజి 380 - **"కాఫ్‌మన్? మరి జోన్స్? ద్యుబావాయో? మిచెలీ సంగతి?"** : కల్పిత పేర్లు.

పేజి 382 - **బెంజమిన్ ఫ్రాంక్లిన్ (1706-1790)** : అమెరికన్ వికాసదాయకుడు, రాజకీయవేత్త, భౌతికశాస్త్రజ్ఞుడు.

పేజి 425 - **"భాషాసాహిత్యాల విద్య"** : 69 పేజికి నోట్ చూడండి.

పేజి 466 - **కామ్మేర్‌హేర్** : 31 పేజికి నోట్ చూడండి.

పేజి 477 - **లెంట్** : మత సంప్రదాయానుసారం ఉపవాసం పాటించే రోజుల్లో చర్చిలో వివాహాలు జరపరు. లెంట్ యేడువారాల ఉపవాసం పాటించాల్సిన సమయం

(ఫిబ్రవరి, ఏప్రిల్ మాసాలదాకా). లెంట్ తర్వాత ముఖ్య క్రైస్తవ పర్వదినం ఈస్టర్ వస్తుంది. (ఉపవాసాలకి సంబంధించి 151వ పేజీలో యిచ్చిన వివరణ చూడండి.)

పేజి 483 – **రాజీ కోర్టులో జడ్జి** : చిన్న చిన్న పౌర, నేర సంబంధమైన కేసుల్ని విచారించే కోర్టులో జడ్జి. యీ కోర్టులు 1864 న్యాయశాఖ సంస్కరణ ప్రకారం అమలులోకి వచ్చాయి. వాటి సభ్యుల్ని జేమ్‌స్త్వో కౌన్సిళ్ళు యెన్నుకునేవి.

పేజి 483 – **"చాలా మంది యీ రెండింటినీ కలగాపులగం చేసేస్తారు. నేను ఆ బాపతువాణ్ణి గాను."** రష్యన్ రచయిత అలెగ్జాండర్ గ్రిబొయేదొవ్ (1795 – 1829) రాసిన "తెలివితేటలు కడగండ్లకు దారితీస్తున్నాయి" కామెడీ నుంచి ఉల్లేఖన.

పేజి 484 – **"గోగొల్ కామెడీలోని నాయకుడిలా కిటికీలోనుంచి దూకి పారిపోవాలని…"**: మహా రష్యన్ రచయిత నికొలాయ్ గోగొల్ (1809–1852) రాసిన "పెళ్ళి" అనే కామెడీకి ప్రస్తావన. యీ నాటకంలో నాయకుడు ఆఫీసరు. పెళ్ళి జరగబోయే ముందు కిటికీలోనుంచి బయటికి దూకి పారిపోతాడు.

పేజి 484 – **త్వేర్** : మాస్కోకి దగ్గర్లో వున్న వొక పట్టణం. యిప్పుడు కలీనిన్ అని పిలుస్తారు.

పేజి 489 – **నారింజపువ్వు** : తెల్లదనం, అమలినత్వానికి ప్రతీక.

పేజి 493 – **సినాద్** : విప్లవాత్పూర్వం రష్యన్ ఆర్తడాక్స్ చర్చి కార్యకలాపాలు చూసే ఉన్నత స్థాయి శాఖ.

పేజి 497 – **"యిదిగో చూదొవొ చర్చి గాయక బృందం." – "వుహుఁ కాదు సినాద్ వాళ్ళు"** : మాస్కోలో అప్పట్లో రెండు ప్రఖ్యాత గాయక బృందాలుండేవి. ఒకటి చూదొవొ చర్చిది, రెండవది సినాద్ చర్చిది.

పేజి 498 – **"…ఐజక్ రెబెకాలమీద, జోసెఫ్‌మీద, మోజెస్, జిప్పోరాహ్‌ల…."** : అంటే బైబిల్‌నుంచి పెద్ద సంతానం వున్న కథల పాత్రలకి ప్రస్తావన.

పేజి 499 – **"సంతోషాంత రంగుడవుకమ్ము ఇసయా"** – ఆర్తడాక్స్ చర్చిలో వివాహం క్రతువు చివరిలో పాడే గీతం.

పేజి 500 – **పేజ్‌కోర్** : మిలిటరీ పాఠశాల. (75వ పేజికి యిచ్చిన వివరణ చూడండి)

పేజి 500 – **"…పౌర హోదా సంపాదించుకుని…"**: పేజ్‌కోర్‌లో చదువుకున్న వాళ్ళు సైనిక కొలువుకీ, పౌర కొలువుకీ వెళ్ళచ్చు. పౌర కొలువుకి వెడితే పౌర హోదా యిస్తారు.

పేజి 502 – తిన్‌తోరెత్తో యాకొపొ (1518 – 1594) – ఇటాలియన్ చిత్రకారుడు.

పేజి 508 – **“ఇవానొవ్ – స్ట్రాస్ – రెనాన్ ధోరణి...”** : ఇవానొవ్ (1806 – 1858) రష్యన్ చిత్రకారుడు, ముఖ్యచిత్రం “క్రీస్తు ప్రజల దర్శనలో” అన్నది. స్ట్రాస్ డేవిడ్ ఫ్రెడరీహ్ (1808 – 1874) – రష్యన్ తత్వవేత్త, థియాలజీ “జీసస్ జీవితం” అనే గ్రంథం రాశాడు. రెనాన్ జోసెఫ్ ఎర్నస్ట్ (1823 – 1892) – ఫ్రెంచి రచయిత, “క్రిస్టియానిటీ ఆవిర్భావం – చరిత్ర” అనే గ్రంథం రాశాడు. వాళ్ళందరికీ క్రీస్తుపట్ల చారిత్రక వైఖరి వుండేది.

పేజి 508 – **“....చరిత్రనుంచి సోక్రటీస్‌నో ఫ్రాంక్లిన్‌నో లేదా షార్లెత్ కోర్దెనో...”** సోక్రటీస్ – ప్రాచీన గ్రీకు తత్వవేత్త (క్రీ.పూ. 470/469–399), ప్లేటో గురువు. గ్రీకు తత్వశాస్త్రానికి పితామహుడు. ఫ్రాంక్లిన్ బెంజమిన్ (1706 – 1790) – అమెరికన్ వికాసదాయకుడు, రాజకీయవేత్త. అమెరికా స్వాతంత్ర్య ప్రకటన పత్ర రచయితల్లో వొకరు. షార్లెత్ కోర్దె (1768 – 1793) – ఫ్రెంచి గొప్ప వంశీకురాలు. మహా ఫ్రెంచి విప్లవంలో జాన్ పోల్ మరాత్ అనే నాయకుణ్ణి చంపింది.

పేజి 509 – **“... evolution, ప్రాకృతిక వరణం, అస్తిత్వ సంఘర్షణ...”** : ఇంగ్లీషు నాచురల్ సైంటిస్టు చార్లెస్ రాబర్ట్ డార్విన్ (1809 – 1882) – ప్రతిపాదించిన పరిణామ సిద్ధాంతానికి ప్రస్తావన.

పేజి 511 – **రాఫేల్ (1483 – 1520) –** ఇటలీ సాంస్కృతిక పునరుజ్జీవన కాల మహా చిత్రకారుడు.

పేజి 512 – **“.... రాఫేల్ పూర్వ శైలీ వైఖరి...”**: 19వ శతాబ్దంలో ఆంగ్ల చిత్రకారుల, రచయితల బృందం. మధ్యయుగాల నాటి, అంటే రాఫేల్ పూర్వ శైలిని అనుసరించడం వాళ్ళ ఆదర్శం.

పేజి 513 – **టిట్సియాన్, రాఫేల్, రూబెన్స్‌లు: టిట్సియాన్ (మరణం 1576) –** ప్రఖ్యాత ఇటాలియన్ చిత్రకారుడు. రాఫేల్ – 511 పేజికి నోట్ చూడండి. రూబెన్స్ పీటర్ పాల్ (1577–1640) – ప్రఖ్యాత ఫ్లెమెన్స్ చిత్రకారుడు.

పేజి 514 – **రాషెల్ (1821–1858) –** ఫ్రెంచి నటి, విషాద నాటక నాయకి.

పేజి 516 – **ఇవానొవ్:** 508 పేజికి నోట్ చూడండి.

పేజి 527 – **“కపూయ నగర జీవిత సౌఖ్యప్రద జీవితం...”**: నేపుల్స్ దగ్గర వో పట్టణం కపూయ. రోమ్ చిత్రకారుడు టిట్ లివియ్‌ని ప్రకారం రెండవ పున్య యుద్ధకాలంలో హాన్నిబాల్ సైన్యాలు శీతకాలం గడిపేయి. అక్కడ గడపడం వల్ల సైనికులు శారీరక, మానసిక జడత్వం పాలపడ్డారు. ఫలితంగా హాన్నిబాల్ సైన్యం ఓటమి పాలయింది.

పేజి 538 – **"మహర్షులకు బోధపడని రహస్యాన్ని..."** : సువార్త నుంచి ఉల్లేఘన.

పేజి 555 – **"ముగ్గురు స్లావ్‌లని, కొమిస్సారొవ్‌ని..."** : స్లావ్‌లు – యిక్కడ – సేర్బియా, చెర్నోగోరియా, బల్గేరియా అనే స్లావ్ రాజ్యాల ప్రభుత్వ, సామాజిక కార్యకర్తలకు ప్రస్తావన. కొమిస్సారొవ్, ఓసిప్ (1838 – 1892) – రష్యన్ రైతు. విప్లవకారుడు ద్మీత్రీ కరకోజొవ్ (1840–1866) రష్యన్ చక్రవర్తి అలెగ్జాండర్ IIని కాల్చి చంపకుండా అడ్డం వెళ్ళి కాపాడాడు. కొమిస్సారొవ్‌కు కులీనులు అంతస్తు హోదా లభించింది. రష్యాలో ఉన్నత సమాజం వాళ్ళు అతన్ని ఆరాధించారు.

పేజి 555 – **"స్లావ్ సమస్య లేకపోయినట్లయితే గనక రీస్తిచ్–కుడిజీత్‌స్కీని ప్రేమించి వుండేది కాదు"** : రీస్తిచ్–కుడ్‌జీత్‌స్కీ–సేర్బియాలో ఒక రాజకీయవేత్త. రష్యా–టర్కీ యుద్ధకాలంలో (1876) సేర్బియాకి విదేశాంగ మంత్రి. స్లావ్ సమస్య – టర్కీ పాలనకింద వున్న స్లావ్ ప్రజల (సేర్బియా, చెర్నోగోరియా, బల్గేరియా వాసుల) స్వాతంత్ర్యం కోసం పోరాటం. 1876లో సేర్బియా టర్కీల మధ్య జరిగిన యుద్ధం సందర్భంగా స్లావ్ సమస్యని టాల్‌స్టాయ్ నాటి సమాజంలో యెక్కువగా చర్చించేవాళ్ళు.

పేజి 558 – **అలెగ్జాండర్ నేవ్‌స్కీ ఆర్డరు** : విప్లవానికి ముందు అత్యున్నత పతకాలలో ఒకటి. రష్యన్ రాజకుమారుడు నేవ్‌స్కీ (1220–1263) పేరుమీద స్థాపితం అయింది. ఆయన స్వీడిష్ దురాక్రమణదార్ల మీద విజయం సాధించాడు. ఆ రకంగా రష్యన్ పశ్చిమ సరిహద్దుల్ని భద్రం చేశాడు.

పేజి 565 – **రాజకీయ మండలి** : రష్యన్ సామ్రాజ్యంలో ఉన్నత శాసన ప్రతిపాదన శాఖ.

పేజి 566 – **కామ్మెహెర్** : జారిస్టు రష్యాలో అత్యున్నత దర్బార్ బిరుదు.

పేజి 586 – **సమ్మర్ గార్డెన్** : పీటర్స్‌బుర్గ్‌లో నేవా నది తీరంలో ఉద్యానవనం. పాలరాతి విగ్రహాలతో, నాజూకైన లతల చిత్రాలతో అలంకరించినటువంటిది.

పేజి 598 – **"వ్లదీమిర్ పతకం దానికంటే పెద్దదని...."** : జారిస్టు రష్యాలో పతకాల వరస. క్రమంలో అంద్రేయ్ మొదటి చిహ్నం, తర్వాత వ్లదీమిర్ మొదటి గ్రేడ్‌ది, తర్వాత అలెగ్లాండర్ నేవ్‌స్కీ.

పేజి 586 – **పత్తీ** : కర్లోతా పత్తీ (1835–1889) – ఒపెరా గాయని. 1872–75లలో రష్యా పర్యటన జరిపింది.

పేజి 598 – **పేరింటి రోజు** : కాథలిక్ ఆర్తడాక్స్ సంప్రదాయంలో చర్చి సెయింట్ పేరున జరిపే దినం. ఆ రోజున జన్మించిన వాళ్ళు తమ పుట్టిన రోజుతో బాటు దీన్నీ జరుపుకునేవారు.

పేజి 616 – **వెర్‌స్త్ :** పాత రష్యన్ దూరంకొలత. 1.06కి.మీ సమానం.

పేజి 623 – **"...ఆరు పూడ్లేనా...":** పూడ్ – పాత రష్యన్ కొలమానం. 16.3 కేజీలు సమానం.

పేజి 627 – **ఆటోమెడాన్ :** హోమెర్ కృత "ఇలియడ్" మహాకావ్యంలో రథసారథి.

పేజి 633 – **పన్నులు దండుకునేవాళ్ళు:** కొన్నిపన్నులు వసూలు చేసి పనులు నిర్వహించేందుకు హక్కు వున్న వ్యక్తులు. రష్యాలో 1863లో నిషేధించిన వ్యవసాయపద్ధతి.

పేజి 633 – **"Le roi est mort, vive le roil" (రాజులేదు, రాజు వర్ధిల్లాలి!):** మధ్యయుగాల్లో ఫ్రాన్స్‌లో యధావిధిగా వల్లించే మాటలు. ఒక రాజు తర్వాత కొత్త రాజు పట్టాభిషేకానికి యిలా అనేవారు.

పేజి 636 – **గ్రెత్‌ఖెన్ (మర్గరీతా):** మహా జర్మన్ రచయిత గాథే (1749–1832) రాసిన విషాధ నాటకం "ఫౌస్ట్" నాయిక పాత్ర. అమలిన సౌందర్యానికీ, పాతివ్రత్యానికీ ప్రోది.

పేజి 645 – **"తలమీద మనోమాఖ్ కిరీటం మోసేవాడికి మనశ్శాంతి వుండదు":** బోరీస్ గొదునోవ్ అనే పూష్కిన్ కావ్యంలోనుంచి ఉల్లేఖన. మనోమాఖ్ కిరీటం సూటిగా వజ్రాలంకృతమై, శిలువతో వుండే టోపీ. రష్యన్ జార్‌లకి అలంకారం.

పేజి 681 – **"...జేమ్‌స్త్వో సంస్థలు, రాజీకోర్టులు...."** జేమ్‌స్త్వో – స్థానిక స్వయం పాలిత సంస్థ. (వివరంగా మొదటి వాల్యూం 38 పేజికి ఇచ్చిన వివరణ చూడండి.) రాజీ కోర్టులు– 11 పేజికి ఇచ్చిన వివరణ చూడండి.

పేజి 695 – **"...భూములు రొఖ్ఖం వసూలు...":** 1861 భూసంస్కరణల ప్రకారం రైతులు భూమి లేకుండా ఫ్యూడల్ దాస్యం నుంచి విముక్తం అయ్యారు. పూర్వపు భూస్వాములు వాళ్ళకి కమతాల్ని కాలపరిమితి మేరకి కొంత శిస్తుకి యిచ్చారు. (వివరంగా మొదటి వాల్యూంలో 122 పేజికి యిచ్చిన వివరణ చూడండి.)

పేజి 707 – **"పాతకాలం వేస్తా దేవత పవిత్ర కన్యకలకి పవిత్రాగ్ని రక్షణ బాధ్యత వున్నట్టు":** వేస్తా దేవత స్త్రీ పూజార్లు. ప్రాచీనరోమ్‌లో గృహ దేవత.

పేజి 710 – **"మార్షల్‌కంటే డిప్యూటీ మార్షల్‌కి యెక్కువ వోట్లు రావచ్చు":** గొప్ప వంశీకుల ఎన్నికలో మార్షల్‌నీ, డిప్యూటీ మార్షల్‌నీ యెన్నుకునేవారు. డిప్యూటీ మార్షల్ అభ్యర్థికి గనక మార్షల్‌కి వచ్చిన వోట్లకంటే యెక్కువ వస్తే ఆ వ్యక్తి మార్షల్ అవవచ్చును. యిక్కడ అలానే జరుగుతుంది.

పేజి 717 – **టైయిన్, ఇపోలీట్ (1828–1893) –** ఫ్రెంచి చరిత్రకారుడు, విమర్శకుడు, రచయిత.

పేజి 724 – **"...క్లబ్బులో భోజనం చేస్తావని..."** మాస్కో ఇంగ్లీషు క్లబ్బుకి ప్రస్తావన. ఉన్నత సమాజ క్లబ్బు.

పేజి 728 – **"వూఁ, అయితే చెర్నోగోరియా వాసుల గురించి యేమంటావ్?":** టర్కీ యుద్ధం తర్వాత చెర్నోగోరియా సుల్తాన్ పాలన కింద వుండేది కాని విదేశీ ఆధిపత్యానికి వ్యతిరేకంగా వాళ్ళ పోరాటం సాగింది. 1876లో చెర్నోగోరియా తిరుగుబాటు చేసింది.

పేజి 730 – **"యివాళ స్విస్తిచ్ యాభైయ్యవ వర్థంతిని..."** స్విస్తిచ్ – కల్పిత నామం. నానారకాల ఉత్సవ నిర్వహణలనీ టాల్‌స్టాయ్ అధిక్షేపిస్తున్నాడు.

పేజి 733 – **"Journal de St.Petersbourg":** రష్యన్ పాక్షిక అధికారిక పత్రిక, పీటర్స్‌బుర్గ్‌లో ఫ్రెంచిలో అచ్చుయేది. ఉన్నత వంశీకుల అభిప్రాయాల్ని ప్రతిబింబించేది.

పేజి 733 – **"...బుస్లాయెన్ రాసిన వ్యాకరణం పుస్తకం......"** బుస్లాయెన్ ఫ్యోదొర్ (1818–1897) – రష్యన్ భాషా శాస్త్రజ్ఞుడు, రష్యన్ వ్యాకరణంమీద ప్రముఖ గ్రంథం రాశాడు.

పేజి 735 – **"...హెర్‌జెగోవీనా గురించి...":** హెర్‌జెగోనీనా, బోస్నియాలలో టర్కీకి వ్యతిరేకంగా జరిగిన ప్రజా విమోచనోద్యమానికి ప్రస్తావన.

పేజి 735 – **నగర దూమ:** రష్యాలో నగర పరిపాలనా సంస్థ.

పేజి 735 – **"పచ్చిక బీళ్లో కింగ్ లియర్":** ఇంగ్లీషు మహాకవి షేక్స్పియర్ (1564–1616) రాసిన "కింగ్ లియర్" అనే విషాద నాటకాన్ని అనుసరించి రాసిన సంగీతకృతి.

పేజి 735 – **బాఖ్ యోగాన్ సెబాస్త్యన్ (1685–1750)** – మహా జర్మన్ సంగీతకర్త.

పేజి 736 – **కార్డీలియా:** షేక్స్పియర్ రాసిన ట్రాజెడీ "కింగ్ లియర్"లో చక్రవర్తి మూడవ కుమార్తె.

పేజి 737 – **వాగ్నర్, రిఖర్డ్ (1813–1883)** – జర్మన్ మహా వాగ్గేయకారుడు.

పేజి 737 – **రాఫేల్ పూర్వ శైలి వైఖరి:** 44 పేజికి యిచ్చిన వివరణ చూడండి.

పేజి 738 – **Folle journee(పిచ్చిరోజు) :** నాట్య వినోదాల్ని విందుల్ని అలా పిలిచే వాళ్ళు

పేజి 739 – **"...విచారణ జరుగుతూ వున్న వొక విదేశీయుడికి విధించవలసివచ్చిన దండన గురించి":** 1875లో సంచలనాత్మక నేర విచారణ బి.జి. స్ట్రూబెర్గ్ మీద జరిగింది. అతను పెద్ద మోసం చేశాడు. కోర్టు తీర్పు మేరకి విదేశాలకి పంపేశారు.

పేజి 739 - **క్రిలోవ్, ఇవాన్ (1769-1844)** - ప్రఖ్యాత రష్యన్ నీతి కవితా రచయిత.

పేజి 750 - **జోలా, దొదే: జోలా ఎమిలీ (1840-1902),** దొదే అల్ఫాన్స్ (1840-1897) - ప్రఖ్యాత ఫ్రెంచి రచయితలు.

పేజి 777 - **"...రూరిక్ వంశం..."** 'రష్యన్ ఇతిహాసం ప్రకారం 9వ శతాబ్దంలో రష్యా ఉత్తర ప్రాంతాలకి వచ్చిన స్కాండినేవియన్ రాకుమారుడు. (ఉవ౹ు౦ౕనలకి సంబంధించి మొదటి వాల్యూమ్‌లో 26 పేజికి యిచ్చిన వివరణ చూడండి.)

పేజి 800 - **"వెడితే సోమవారం వెళ్ళడం లేకపోతే లేదంతే":** ఇక్కడ టాల్‌స్టాయ్ పొరపాటు. ముందు ఆదివారం వెళ్ళాలని అన్నా అంది.

పేజి 815 - **మిటీష్చి నూతులు:** మాస్కోకి దగ్గర ఒక గ్రామం. అక్కడి నీళ్ళు రుచిగా వున్నట్టు పేరు వుంది.

పేజి 815 - **త్రోయిత్సా మఠానికి:** సేర్గియెవ్‌స్కీ ఆర్థడాక్స్ పురుష మొనాస్టరి ప్రస్తావన. 14వ శతాబ్దంలో స్థాపించారు. మాస్కోకి 80కి.మీ దూరంలో వుంది. ఆస్తికులు అక్కడికి యాత్ర చేశారు.

పేజి 831 - **"భిన్న మతాల సమస్య, అమెరికా మిత్రులు, సమారలో కరువు..."** భిన్న మతాల సమస్య - పశ్చిమ ఉక్రేయిన్‌లో కాథలిక్ ప్రజల్ని ఆర్థడాక్స్ ఆస్తికులుగా మార్చడానికి సంబంధించిన సమస్య.

అమెరికా మిత్రులు- కరకోజొవ్ జార్ అలెక్సాండర్II పై హత్యా ప్రయత్నం జరిపిన తర్వాత (92పేజికి వివరణ చూడండి) పీటర్స్‌బుర్గ్‌కి అమెరికన్ దౌత్య ప్రతినిధి వర్గం వచ్చింది. అది "మొత్తం అమెరికా జాతి తరపున సానుభూతి, గౌరవాదరాభిమానాలు" ప్రకటించింది. "అమెరికన్ స్నేహితుల"కి బ్రహ్మరంగా స్వాగతం చెప్పారు.

"సమారలో కరువు": సమార-వోల్గా నది తీరాన ఉన్న నగరం. ఈ ప్రాంతంలో కరువులు తరచుగా వచ్చేవి. 1873లో తీవ్ర కరువు వచ్చింది. అప్పుడు టాల్‌స్టాయ్ కరువు బాధితులకి సాయం చేయడానికి చురుగ్గా పనిచేశాడు.

పేజి 832 - **"యుద్ధానికి వెళ్ళే వలంటీర్లు":** సేర్బియా, టర్కీల మధ్య యుద్ధం మొదలవగానే రష్యాలో వలంటీర్ల కమిటీలు స్థాపించారు. రష్యా రాజ్యం టర్కీకి వ్యతిరేకంగా యుద్ధాన్ని 1877లో మాత్రమే ప్రకటించింది. కాబట్టి ముందుగా యుద్ధానికి వెళ్ళాలనుకున్న మిలిటరీ ఆఫీసర్లు రిటైరవాలి.

పేజి 835 - **'భగవంతుడు జార్‌ని కాపాడు గాక!':** జార్ రష్యా జాతీయ గీతాలలో మొదటి చరణం.

పేజి 837 - **"నేను రిటైరైన కేడెట్‌ని".** కేడెట్ - 19వ శతాబ్దంలో 60ల మధ్యదాకా కులీనుడైన సబ్ ఆఫీసరు. కేడెట్‌కి మిలిటరీ ట్రెయినిన్గ్ లేదు. నిర్ణీత కాలం సేవ చేసి పరీక్ష పాసయితే ఆఫీసరు అవగలడు.

పేజి 840 - **"రీస్తిచ్‌గారికి గాని మీలన్‌గారికి గాని..."**: రీస్తిచ్ - 92 పేజికి వివరణ చూడండి.

మీలన్, ఒబ్రేనొవిచ్ (1852-1901)-1858 - 1882లలో సేర్బియా రాజు.

పేజి 849 - **"...ప్లేటో, స్పినోజ, కాంట్, షెల్లింగ్, హెగెల్, షొపెన్‌హావర్ లాంటి తత్వవేత్తల గ్రంథాల్ని..."** ప్లేటో (క్రీ.పూ. 428-348) - ప్రాచీన గ్రీకు తత్వవేత్త, భావవాది తత్వశాస్త్ర పితామహుడు, సోక్రటీసు శిష్యుడు. స్పినోజ, బెనెడిక్ట్ (1632-1677) - నెదర్‌లాండ్ భౌతికవాద తత్వవేత్త, నాస్తికుడు. కాంట్, ఇమ్మనుయేల్ (1724-1804) - జర్మన్ అజ్ఞేయవాద తత్వవేత్త, సంప్రదాయిక జర్మన్ తత్వవాద పితామహుడు. షెల్లింగ్, ఫ్రెడరీహ్ (1775-1854) - జర్మన్ తత్వవేత్త, భావవాది. హెగెల్, జార్జి వీల్‌హెల్మ్ ఫ్రెడరీహ్ (1770-1831) - జర్మన్ తత్వవేత్త, భావవాది, గతితర్క సూత్ర స్థాపకుడు. షొపెన్‌హావర్, ఆర్థర్ (1788-1860) - జర్మన్ తత్వవేత్త, అహేతుకవాది.

పేజి 849 - **ఖోమ్యకోవ్, అలెక్సేయ్ (1804-1860) -** రష్యన్ మత తత్వవేత్త, రచయిత.

పేజి 864 - **స్పెన్సర్, హెర్బర్ట్ (1820-1903) -** ఇంగ్లీషు బూర్జువా తత్వవేత్త, శాస్త్రజ్ఞుడు.

పేజి 868 - **'కాఫిర్ తాతార్లు'**: తాతార్ తెగవాళ్ళూ, ముస్లిం సంప్రదాయం ప్రకారం ముస్లిమేతరులు 'కాఫిర్లు' నాస్తికులు. అందుకని క్రైస్తవులు అలా వ్యవహరిస్తూ వాళ్ళని పిలిచారు.

పేజి 869 - **"చక్రవర్తి అలెగ్జాండర్ నికొలాయెవిచ్..."**: రష్యన్ చక్రవర్తి అలెగ్జాండర్II, 1855నుంచి 1881దాకా పాలించాడు.

పేజి 869 - **"...పుగచేవ్ దండో, ఖీవాయో..."** పుగచేవ్, ఎమిల్యాన్ (1742-1775) - 1773-75లలో రష్యాలో జరిగిన రైతు తిరుగుబాటుకి నాయకుడు. ఖీవా మధ్య ఆసియాలో రాజ్యం. 1873లో రష్యన్ సైనిక దండయాత్ర లోబరుచుకుంది.

పేజి 871 - **అల్ఫొన్స్ కార్ (1808-1890) -** ఫ్రెంచి జర్నలిస్టు, వ్యంగ్య రచయిత.

పేజి 872 - **"స్కాండినేవియన్లని ఆమంత్రణం చేస్తూ వున్న కథ..."** రష్యా ఉత్తర ప్రాంతాలకి వచ్చిన స్కాండినేవియన్ రాకుమారుడు రూరిక్ కథకి ప్రస్తావన. (ఉపవాసాలకి సంబంధించి మొదటి వాల్యూమ్‌లో 26 పేజికి యిచ్చిన వివరణ చూడండి.)